ALPHABETICAL
LIST OF VILLAGES
IN THE
TALUKS AND DISTRICTS
OF THE
MADRAS PRESIDENCY

ALPHABETICAL
LIST OF VILLAGES
IN THE
TALUKS AND DISTRICTS
OF THE
MADRAS PRESIDENCY

CORRECTED UP TO SEPTEMBER 1930

GYAN

Published by

Gyan Publishing House
5, Ansari Road
Daryaganj, New Delhi-110002
Phone: 011-47034999, 9811692060
E-mail: books@gyanbooks.com

Distribution Network
gyanbooks.com
India, USA, Canada, UK, Australia, France

ISBN : 978-81-212-3107-7 (PB)
First Published, Madras, 1933

2nd Impression 2020

Printed at: Gyan Press, Delhi.

Alphabetical List of Villages
in the
Taluks and Districts of the Madras Presidency

ALPHABETICAL

LIST OF VILLAGES

IN THE

TALUKS AND DISTRICTS

OF THE

MADRAS PRESIDENCY

Corrected up to September 1930

MADRAS
RE-PRINTED BY THE SUPERINTENDENT, GOVERNMENT PRESS.

1933

CONTENTS

ALPHABETICAL LIST OF VILLAGES

ANANTAPUR DISTRICT.

(I) = Inam. (Z) = Zamindari.

ANANTAPUR TĀLŪK. అనంతపురం తాలూకా.

Agrahāram	... అగ్రహారం.
Ākulēdu	... ఆకులేడు.
Ālamūru	... ఆలమూరు.
Ānandarāopēta	... ఆనందరావుపేట.
Anantapur	... అనంతపురం.
Ankampēta (I)	... అంకంపేట.
Ātmakūru	... ఆత్మకూరు.
Bandamīdapalle	... బండమీదపల్లె.
Bandalapalle	... బండ్లపల్లె.
Bōdagānadoddi	... బోడగానదొడ్డి.
Bommēparti	... బొమ్మేపర్తి.
Bondalavāda	... బొందలవాడ.
Brāhmanapalle (I).	బ్రాహ్మణపల్లె.
Brāhmanayālēru...	బ్రాహ్మణయాలేరు.
Buddēpalle (I)	... బుద్దేపల్లె.
Būdēdu	... బూదేడు.
Bukkacherla	... బుక్కచెర్ల.
Bukkarāyasamudram.	బుక్కరాయసముద్రం.
Chakrāyapēta	... చక్రాయపేట.
Chāmalūru	... చామలూరు.
Chedulla	... చెదుళ్ల.
Chennampalle	... చెన్నంపల్లె.
Chennarāyanipalle (I).	చెన్నరాయనిపల్లె.
Chennavaram	... చెన్నవరం.
Chīlipalle (I)	... చీలిపల్లె.
Chiyyēdu	... చియ్యేడు.
Chōlasamudram	... చోళసముద్రం.
Danduvāripalle	దండువారిపల్లె.
Dugumari	... దుగుమరి.
Durgam	... దుర్గం.
Erragunta (S. No. 98).	ఎర్రగుంట.
Erraguntla (S. No. 147).	ఎర్రగుంట్ల.
Gandlaparti	... గాండ్లపర్తి.
Gangalakunta	... గంగలకుంట.
Gārladinne	... గార్లదిన్నె.
Gollapalle (I)	... గొల్లపల్లె.
Gondireddipalle	... గొందిరెడ్డిపల్లె.
Goridindla	... గొరిదిండ్ల.
Gotukūru	... గొటుకూరు.
Gōvindapalle	... గోవిందపల్లె.
Gūgūdu	... గూగూడు.
Hampāpuram	... హంపాపురం.
Havēlisōdanapalle.	హవేలిసోదనపల్లె.
Illūru	... ఇల్లూరు.
Ippēru	... ఇప్పేరు.
Itikalapalle	... ఇటికలపల్లె.
Jambuladinne	... జంబులదిన్నె.
Jantalūru	... జంతలూరు.
Jayapuram	... జయపురము.
Jūlākālava	... జూలాకాలవ.
Kakkalapalle	... కక్కలపల్లె.
Kalagālla	... కలగాళ్ల.
Kallumadi	... కల్లుమడి.
Kallūru	... కల్లూరు.
Kamāripalle	... కామారిపల్లె.
Kammūru	... కమ్మూరు.
Kanampalle	... కనంపల్లె.
Kandukūru	... కందుకూరు.
Karnātakampalle (I).	కర్నాటకంపల్లె.
Kātigānikālava	... కాటిగానికాలవ.
Kēsavapuram	... కేశవపురం.
Kodimi	... కొడిమి.

ANANTAPUR TĀLŪK—cont. అనంతపురం తాలూకా—శేషము.

Kondakindi Agraharam.	కొండకింది అగ్రహారం.
Koppalakonda	కొప్పలకొండ.
Korakōdu	కొరకోడు.
Korivipalle (I)	కొరివిపల్లె.
Korrapādu	కొర్రపాడు.
Kōtanka	కోటంక.
Krishnāpuram (I).	కృష్ణాపురం.
Kūdēru	కూడేరు.
Kurugunta	కురుగుంట.
Lōlūru (I)	లోలూరు.
Maddigubba	మద్దిగుబ్బ.
Mannīla	మన్నీల.
Marūru	మరూరు.
Marutla	మరుట్ల.
Matlagondi	మట్లగొంది.
Māvinamaradahalli.	మావినమరదహళ్లి.
Mōrtādu	మోర్తాడు.
Muntimadugu	ముంటిమడుగు.
Nadimidoddi	నడిమిదొడ్డి.
Nārapala	నారపల.
Narasāpuram	నరసాపురం.
Nārāyanapuram	నారాయణపురం.
Nidhanavāda	నిధనవాడ.
Obulāpūram (I)	ఓబులాపురం.
Padamatiyālēru	పడమటియాలేరు.
Pālacherla	పాలచెర్ల.
Pāpampēta (I)	పాపంపేట.
Pappūru	పప్పూరు.
Pedda Jalālpuram (I).	పెద్ద జలాల్‌పురం.
Penakacherla	పెనకచెర్ల.
Peravali	పెరవలి.
Podirālla	పొడిరాళ్ల.
Rāchānapalle	రాచానపల్లె.
Rāchēpalle	రాచేపల్లె.
Rāptādu	రాప్తాడు.
Reddipalle	రెడ్డిపల్లె.
Sajjalakālavapalle. (I).	సజ్జలకాలవపల్లె.
Salakamcheruvu	సలకంచెరువు.
Sanapa	సనప.
Siddampēta	సిద్దంపేట.
Siddarājucherla	సిద్దరాజుచెర్ల.
Siddarāmpuram	సిద్దరాంపురం.
Singanamala	సింగనమల.
Sirivaram	సిరివరం.
Sōdanapalle	సోదనపల్లె.
Sōmanadoddi	సోమనదొడ్డి.
Talupūru	తలుపూరు.
Tarimela	తరిమెల.
Tāticherla	తాటిచెర్ల.
Timmāpuram	తిమ్మాపురం.
Tōpudurti	తోపుదుర్తి.
Udiripikonda	ఉదిరిపికొండ.
Ullikallu	ఉల్లికల్లు.
Upparapalle	ఉప్పరపల్లె.
Venkatampalle	వెంకటంపల్లె.
Zangālapalle (I).	జంగాలపల్లె.

DHARMAVARAM TĀLŪK. ధర్మవరం తాలూకా.

Apparājucheruvu.	అప్పరాజుచెరువు.
Battulapalle	బత్తులపల్లె.
Brāhmanapalle (I)	బ్రాహ్మణపల్లె.
Chennarāyapatnam (I).	చెన్నరాయపట్నం.
Chennekottapalle.	చెన్నేకొత్తపల్లె.
Cherlōpalle	చెర్లోపల్లె.
Chigicherla	చిగిచెర్ల.
Chinnachigullarēvu	చిన్న చిగుళ్ల రేవు.
Chinnakōtla	చిన్నకోట్ల.
Dādulūru	దాదులూరు.
Darisamala	దరిశమల.
Dharmavaram	ధర్మవరం.
Dumpetla	దుంపెట్ల.
Elakuntla	ఎలకుంట్ల.
Ganginēpalle	గంగినేపల్లె.

DHARMAVARAM TĀLŪK—cont. ధర్మవరం తాలూకా—శేషము.

Gantimarri ...	గంతిమర్రి.
Garisalapalle ...	గరిశలపల్లె.
Gotlūru ...	గొట్లూరు.
Kanagānapalle ...	కనగానపల్లె.
Kanumukkala ...	కనుముక్కల.
Kondamanāyanipālem (I).	కొండమనాయనిపాలెం.
Kondāpuram ...	కొండాపురం.
Kōnētināyanipālem.	కోనేటినాయనిపాలెం.
Kuntimaddi ...	కుంటిమద్ది.
Kunutūru ...	కునుతూరు.
Maddulacheruvu.	మద్దులచెరువు.
Makkinavāripalle (I).	మక్కినవారిపల్లె.
Mallākālava ...	మల్లాకాలవ.
Mālyavantam ...	మాల్యవంతం.
Maravapalle Agrahāram.	మరవపల్లె అగ్రహారం.
Mōtāruchintarlapalle.	మోటారుచింతర్లపల్లె.
Muktāpuram ...	ముక్తాపురం.
Mushtikōvila ...	ముష్టికోవిల.
Mushtūru ...	ముష్టూరు.
Muttavakunta ...	ముత్తవకుంట.
Myādāpuram ...	మ్యాడాపురం.
Nāgasamudram ...	నాగసముద్రం.
Narasampalle ...	నరసంపల్లె.
Nasanakōta ...	నసనకోట.
Nidigallū ...	నిడిగల్లు.
Nyāmaddala ...	న్యామద్దల.
Ōbulāpuram ...	ఓబులాపురం.
Peddachigullarevu.	పెద్ద చిగుళ్లరేవు.
Peddakōtla ...	పెద్దకోట్ల.
Pērūru ...	పేరూరు.
Pinnadhari ...	పిన్నధరి.
Pōlēpalle ...	పోలేపల్లె.
Pōtulanāgēpalle ...	పోతులనాగేపల్లె.
Pūlētipalle ...	పూలేటిపల్లె.
Pyāyadindi ...	ప్యాయదిండి.
Rāghavampalle(I).	రాఘవంపల్లె.
Rāmagiri ...	రామగిరి.
Rāvulacheruvu ...	రావులచెరువు.
Rēgatipalle ...	రేగటిపల్లె.
Sangāla ...	సంగాల.
Sēshādribhatrahalli (I).	శేషాద్రిభట్రహళ్లి.
Subbarāopēta (I).	సుబ్బరావుపేట.
Tādimarri ..	తాడిమర్రి.
Tirumalāpuram(I)	తిరుమలాపురం.
Togarakunta ...	తొగరకుంట.
Tummala ...	తుమ్మల.
Tūmucherla ...	తూముచెర్ల.
Veludurti ...	వెలుదుర్తి.

GOOTY TĀLŪK. గుత్తి తాలూకా.

Abbēdoddi ...	అబ్బేదొడ్డి.
Akkājampalle ...	అక్కాజంపల్లె.
Āmidyālā ...	అమిద్యాల.
Āmīnpalle (I) ...	అమీన్ పల్లె.
Anantapuram ...	అనంతపురం.
Anigānidoddi ...	అనిగానిదొడ్డి.
Anumpalle ...	అనుంపల్లె.
Appājipēta ...	అప్పాజీపేట.
Appēcherla ...	అప్పేచెర్ల.
Āvulāmpalle ...	అవులాంపల్లె.
Ayyavāripalle ...	అయ్యవారిపల్లె.
Basinēpalle ...	బసినేపల్లె.
Bētāpalle ...	బేతాపల్లె.
Brāhmanapalle ...	బ్రాహ్మణపల్లె.
Būdagavi ...	బూదగవి.
Chābāla ...	చాబాల.
Chetnēpalle ...	చెట్నేపల్లె.
Chīkalaguriki ...	చీకలగురికి.
Chinna Hōtūru ...	చిన్న హోతూరు.
Chinnamushtūru...	చిన్నముష్టూరు.
Chinnavadagūru.	చిన్నవడుగూరు.
Chintalacheruvu ..	చింతలచెరువు.

GOOTY TĀLŪK—cont. గుత్తి తాలూకా—శేషము.

Chitrachēdu ... చిత్రచేడు.
Chittūru ... చిట్టూరు.
Daucherla ... డంచెర్ల.
Dēvarapalle ... దేవరపల్లె.
Dharmāpuram ... ధర్మాపురం.
Dimmagudi ... దిమ్మగుడి.
Dōnēkallu ... దోనేకల్లు.
Dōnimukkala ... దోనిముక్కల.
Dōsaludiki ... దోసలుడికి.
Eddulapalle ... ఎద్దులపల్లె.
Edurūru ... ఎదురూరు.
Engilibanda (I). ఎంగిలిబండ.
Erragudi ... ఎర్రగుడి.
Erratimmarāju-cheruvu. ఎర్రతిమ్మరాజుచెరువు.
Gadē Hōtūru ... గడేహోతూరు.
Gadēkallu ... గడేకల్లు.
Gajarāmpalle ... గజరాంపల్లె.
Ganjikunta ... గంజిగుంట
Gooty ... గుత్తి.
Gūlapālem ... గూళపాలెం.
Gulimikondla ... గులిమికొండ్ల.
Gundāla (I) ... గుండాల.
Guntakal ... గుంతకల్లు.
Hanchinabālu ... హంచినబాళు.
Hāvaligi ... హావళిగి.
Indrāvati ... ఇంద్రావతి.
Iswarapalle ... ఈశ్వరపల్లె.
Kadadarabenchi ... కడదరబెంచి.
Kadamalakunta ... కడమలకుంట.
Kālāpuram ... కాళాపురం.
Kamalapādu ... కమలపాడు.
Kandlagūdūru .. కండ్లగూడూరు.
Kandlapalle ... కండ్లపల్లె.
Karadikonda ... కరడికొండ.
Karakamukkala ... కరకముక్కల.
Karūru .. కరూరు.
Kasāpuram ... కసాపురం.
Katrimala ... కత్రిమల.
Khādarupēta ... ఖాదరుపేట
Khojjēpalle ... ఖాజ్జేపల్లె.
Konakondla ... కోనకొండ్ల.
Kōnāpuram (S. No. 28). కోనాపురం.
Kōnāpuram (S. No. 105). కోనాపురం.
Kondūru ... కొండూరు.
Konganapalle ... కొంగనపల్లె.
Kottapēta ... కొత్తపేట.
Krishtipādu . క్రిష్టిపాడు.
Lattavaram ... లత్తవరం.
Mālāpuram ... మాలాపురం.
Mallēnipalle ... మల్లేనిపల్లె.
Māmadūru ... మామదూరు.
Mārnēpalle .. మార్నేపల్లె.
Mēdimākulapalle. మేడిమాకులపల్లె.
Midutūru ... మిడుతూరు.
Molakatālla .. మొలకతాళ్ల.
Mōpidi ... మోపిడి.
Muppālagutti .. ముప్పాలగుత్తి.
Nagalāpuram ... నాగలాపురం.
Nāgasamudram ... నాగసముద్రం.
Nakkanadoddi ... నక్కనదొడ్డి.
Narimetla .. నరిమెట్ల.
Nelagonda ... నెలగొండ.
Nemallapalle ... నెమళ్లపల్లె.
Nillulēni Timmāpuram. నీళ్లులేని తిమ్మాపురం
Nilūru ... నీలూరు.
Nimbagallu ... నింబగల్లు.
Ōbulāpuram (I) ... ఓబుళాపురం.
Pālem ... పాలెం.
Pāltūru ... పాల్తూరు.
Pāmidi ... పామిడి.
Pandikunta ... పందికుంట.
Pātakottacheruvu. పాతకొత్త చెరువు.
Peddachinnapyāpalle. పెద్దచిన్న ప్యాపల్లె.

GOOTY TĀLŪK—cont. గుత్తి తాలూకా—శేషము.

Peddamushtūru ...	పెద్దముష్టూరు.
Peddavadugūru ...	పెద్దవడుగూరు.
Peddoddi ..	పెద్దొడ్డి.
Penakalapādu ...	పెనకలపాడు.
Penna Ahōbilam (I)	పెన్న అహోబిళం.
Pogurūru ...	పొగురూరు.
Poliki ...	పొలికి.
Pottipādu ...	పొట్టిపాడు.
Rācherla ...	రాచెర్ల.
Rāgulapādu ...	రాగులపాడు.
Rajāpuram (I) ...	రజాపురం.
Rāmagiri ...	రామగిరి.
Rāmapuram ...	రామపురం.
Rāmarājupalle ...	రామరాజుపల్లె.
Rāvuludiki ...	రావులుడికి.
Rāyampalle ...	రాయంపల్లె.
Rēnīmākulapalle.	రేణీమాకులపల్లె.
Sangāla ...	సంగాల.
Sankarabanda (I).	శంకరబండ.
Shaik Sānipalle ...	షేక్ సానిపల్లె.
Sorakāyalapēta (I).	సొరకాయలపేట.
Tamballapalle ...	తంబళ్లపల్లె.
Tatrakallu ...	తత్రకల్లు.
Teliki ...	తెలికి.
Timmancherla ...	తిమ్మంచెర్ల.
Timmāpuram ...	తిమ్మాపురం.
Tondapādu ..	తొండపాడు.
Turakapalle ...	తురకపల్లె.
Ubacherla ...	ఉబచెర్ల.
Undabanda ...	ఉండబండ.
Uravakonda ...	ఉరవకొండ.
Ūtakallu ...	ఊటుకల్లు.
Vankarājukālava.	వంకరాజుకాలవ
Veligonda ...	వెలిగొండ.
Vēlpumadugu ...	వేల్పుమడుగు.
Venkatampalle (S. No. 39).	వెంకటంపల్లె.
Venkatampalle (S. No. 98).	వెంకటంపల్లె.
Vidapanakallu ..	విడపనకల్లు.
Virupāpuram ...	విరుపాపురం.
Zakkulacheruvu ...	జక్కులచెరువు.

HINDUPŪR TĀLŪK. హిందూపురం తాలూకా.

Bandārlahalli (I).	బండార్లహళ్లి.
Bayanakuntapalle (I).	బయనకుంటపల్లె.
Bēvinahalli ...	బేవినహళ్లి.
Bichagānapalle ...	బిచగానపల్లె.
Birēpalle (I) ...	బిరేపల్లె.
Bōyalapalle (I) ...	బోయలపల్లె.
Būdili ...	బూదిలి.
Būgānapalle (I) ...	బూగానపల్లె.
Bussayyagāripalle (I).	బుస్సయ్యగారిపల్లె.
Chāgalēru ...	చాగలేరు.
Chaudireddipalle (I).	చౌడిరెడ్డిపల్లె.
Chaulūru ...	చౌళూరు.
Chilamattūru ...	చిలమత్తూరు.
Chōlasamudram ...	చోళసముద్రం.
Dēmakētepalle ...	దేమకేతెపల్లె.
Dēvalacheruvu (I).	దేవలచెరువు.
Dēvarāpalle (I).	దేవరపల్లె.
Erragunta ...	ఎర్రగుంట.
Errasingēpalle (I).	ఎర్రసింగేపల్లె
Ganapatipalle ..	గణపతిపల్లె.
Gāndladinne (I).	గాండ్లదిన్నె.
Gangampalle ...	గంగంపల్లె.
Gōllāpuram ...	గొల్లాపురం.
Gōrantla ...	గోరంట్ల.
Gownivāripalle ..	గౌనివారిపల్లె.
Hindupur ...	హిందూపురం.
Husainpuram ...	హుస్సేన్‌పురం.
Jakkasamudram (I).	జక్కసముద్రం.
Jaukalēdudinne (I).	జౌకలేదుదిన్నె.

Hindupur Tāluk—cont. హిందూపురం తాలూకా—శేషము.

Kallūru ...	కల్లూరు.
Kambāladinne (I).	కంబాలదిన్నె.
Kammavāripalle ..	కమ్మవారిపల్లె.
Kanchisamudram.	కంచిసముద్రం.
Kānugamākulapalle (I).	కానుగమాకులపల్లె.
Kātepalle (I) ..	కాటెపల్లె.
Kirikēra ...	కిరికేర.
Kodigēnahalli ...	కొడిగేనహళ్లి.
Kōdihalli ...	కోడిహళ్లి.
Kōdikonda ...	కోడికొండ.
Kōdūru ...	కోడూరు.
Kondūru ..	కొండూరు.
Kotipi (I) ...	కొటిపి.
Kotnūru ...	కొట్నూరు.
Lēpākshi ..	లేపాక్షి.
Maidagōlam (I) ..	మైదగోళం.
Mallāpalle ..	మల్లాపల్లె.
Malugūru ...	మలుగూరు.
Mandalapalle ...	మండలపల్లె.
Mānēpalle ...	మానేపల్లె.
Manēsamudram(I)	మనేసముద్రం.
Marimākulapalle (I).	మరిమాకులపల్లె.
Marreddipalle (I).	మర్రెడ్డిపల్లె.
Mōda ...	మోద.
Morasalapalle ...	మొరసలపల్లె.
Muddireddipalle (I).	ముద్దిరెడ్డిపల్లె.
Nagināyanicheruvu (I).	నాగినాయనిచెరువు
Nakkalapalle (I).	నక్కలపల్లె.
Narasāpuram ...	నరసాపురం.
Nārēmuddēpalle (I).	నారేముద్దేపల్లె.
Ōbulāpuram (I) ...	ఓబులాపురం.
Paidēti ...	పైదేటి.
Pālasamudram ...	పాలసముద్రం.
Parigi ...	పరిగి.
Pulamati (I) ...	పులమటి.
Pūlēru ...	పూలేరు.
Rāgimākulapalle (I).	రాగిమాకులపల్లె.
Sangamēswarapalle (I).	సంగమేశ్వరపల్లె.
Santēbidanūru ...	సంతేబిదనూరు.
Sāsanakōta ...	సాసనకోట.
Settipalle ...	శెట్టిపల్లె.
Sīgēpalle ...	శీగేపల్లె.
Sirēkulam ...	శిరేకుళం.
Sirivaram ...	శిరివరం.
Sōmaghatta ...	సోమఘట్ట.
Srikanthapuram ...	శ్రీకంఠపురం.
Subbarāopēta (I).	సుబ్బరావుపేట.
Tēkulōdu ...	తేకులోడు.
Tsalivendala ...	చలివెందల.
Tsautikuntapalle.	చౌటికుంటపల్లె.
Tūmakunta (I) ...	తూముకుంట.
Tungēpalle (I) ...	తుంగేపల్లె.
Ūtakūru ...	ఊటకూరు.
Vadigēpalle ...	వడిగేపల్లె.
Vānavōlu ...	వానవోలు.
Vīrāpuram ...	వీరాపురం.
Vithāpalle ...	విఠాపల్లె.
Yagnasettipalle(I)	యజ్ఞశెట్టిపల్లె.

Kadiri Tāluk. కదిరి తాలూకా.

Agrahārampalle ..	అగ్రహారంపల్లె.
Alampūru ...	అలంపూరు.
Allāpalle ...	అల్లాపల్లె.
Allugundu ...	అల్లుగుండు.
Amadagūru ...	అమడగూరు.
Arkabhavipalle (I)	అర్కభావిపల్లె
Bālasamudram ..	బాలసముద్రం
Bandlapalle ...	బండ్లపల్లె.
Bandlapalle (I) ...	బండ్లపల్లె.
Battulapalle ...	బత్తులపల్లె.

Kadiri Tālūk—cont. కదిరి తాలూకా—శేషము.

Bontalapalle ...	బొంతలపల్లె.
Brahmadēvamarri.	బ్రహ్మదేవమర్రి.
Būdanampalle ...	బూదనంపల్లె.
Chalamkuntlapalle	చలంకుంట్లపల్లె.
Chāmachēnibayalu	చామచేనిబయలు.
Chāmālagondi ...	చామాలగొంది.
Chārupalle ...	చారుపల్లె.
Chikatimānipalle.	చికటిమానిపల్లె.
Chīkirēvulapalle...	చీకిరేవులపల్లె.
Chinnagānipalle ...	చిన్నగానిపల్లె.
Chinna Rāmanna-gāripalle.	చిన్నరామన్నగారిపల్లె.
Chippalamadugu (Z).	చిప్పలమడుగు.
Daburuvāripalle...	డబురువారిపల్లె.
Dādemvāripalle ...	దాడెంవారిపల్లె.
Danāyanicheruvu.	దనాయనిచెరువు.
Danduvāripalle ...	దండువారిపల్లె.
Dēvaragudipalle...	దేవరగుడిపల్లె.
Diguvamandla-palle (I).	దిగువమండ్లపల్లె.
Donnikōta ...	దొన్నికోట.
Dorigallu ...	దొరిగల్లు.
Edurudona ..	ఎదురుదొన.
Eguvapalle ...	ఎగువపల్లె.
Ellāreddipalle ...	ఎల్లారెడ్డిపల్లె.
Erradoddi ...	ఎర్రదొడ్డి.
Gadidemvāripalle (I).	గడిదెంవారిపల్లె.
Gāndlapenta ...	గాండ్లపెంట.
Gāndlavāndlapalle.	గాండ్లవాండ్లపల్లె.
Gaukanapalle ...	గౌకనపల్లె.
Godduvelagala ...	గొడ్డువెలగల.
Gōpēpalle ...	గోపేపల్లె.
Gunjāpalle ...	గుంజాపల్లె.
Gurrambayalu ...	గుర్రంబయలు.
Gūtibayalu ...	గూటిబయలు.
Īdigavāripalle ...	ఈడిగవారిపల్లె.
Inagalūru ...	ఇనగలూరు.
Itōdu ...	ఈతోడు.
Javukulakottapalle	జవుకులకొత్తపల్లె.
Jīnulakunta ...	జీనులకుంట.
Jōgannapēta ...	జోగన్నపేట.
Jonnalakottapalle.	జొన్నలకొత్తపల్లె.
Kadiri ...	కదిరి.
Kadiri Brāhmana-palle.	కదిరిబ్రాహ్మణపల్లె.
Kadirikuntlapalle.	కదిరికుంట్లపల్లె.
Kadiripūlikunta...	కదిరిపూలికుంట.
Kālasamudram ...	కాళసముద్రం.
Kamatampalle ...	కమతంపల్లె.
Karimreddipalle...	కరింరెడ్డిపల్లె.
Kassamudram ...	కస్సముద్రం.
Kavulapalle ...	కవులపల్లె.
Kodavandlapalle...	కొడవండ్లపల్లె.
Kokkanti ...	కొక్కంటి.
Kondaguttapalle.	కొండగుట్టపల్లె.
Kondakomarla ...	కొండకొమర్ల.
Kondamanāyani-pālem (I).	కొండమనాయనిపాలెం.
Kortikōta ...	కొర్తికోట.
Kōtapalle (I) ...	కోటపల్లె.
Kurli ...	కుర్లి.
Kurumāla ...	కురుమాల.
Kurumāmidi ...	కురుమామిడి.
Kuruvapalle (I) ...	కురువపల్లె.
Kutāgulla ...	కుటాగుళ్ల.
Lakkasamudram...	లక్కసముద్రం.
Lōkōjipalle ...	లోకోజిపల్లె.
Maddimadugu ...	మద్దిమడుగు.
Maddināyanipā-lem.	మద్దినాయనిపాలెం.
Maddivārigondi ...	మద్దివారిగొంది.
Maduguvārigondi.	మడుగువారిగొంది.
Malakavēmula ...	మలకవేముల.
Malamīdipalle ...	మలమీదిపల్లె.
Malireddipalle ...	మలిరెడ్డిపల్లె.
Mallēpalle ...	మల్లేపల్లె.
Marrikommadinne	మర్రికొమ్మదిన్నె.
Mēkalacheruvu ...	మేకలచెరువు.
Moratādu ...	మొరటాడు.

Kadiri Tālūk—cont. కదిరి తాలూకా—శేషము.

Motukupalle ...	మొటుకుపల్లె.
Mudupulazuvvi ...	ముడుపులజువ్వి.
Muhammadābād.	మహమ్మదాబాద్.
Mukkandlavāri-kottapalle.	ముక్కండ్లవారికొత్తపల్లె.
Muktāpuram ...	ముక్తాపురం.
Mulakalapalle (I).	ములకలపల్లె.
Mundlavāripalle ...	ముండ్లవారిపల్లె.
Mutyālacheruvu ...	ముత్యాలచెరువు.
Nāgāreddipalle ...	నాగారెడ్డిపల్లె.
Nallacheruvu ...	నల్లచెరువు.
Nallamada ...	నల్లమడ.
Nambulapūlikunta	నంబులపూలికుంట
Narasambhatlapal-le (I).	నరసంభట్లపల్లె.
Nūtanakālava ...	నూతనకాలవ.
Obuladēvara che-ruvu.	ఓబుళదేవరచెరువు.
Obulareddipalle ...	ఓబుళరెడ్డిపల్లె.
Ōdulapalle ...	ఓదులపల్లె.
Ōruvāyi ...	ఓరువాయి.
Pandulakunta ...	పందులకుంట.
Pantulacheruvu ...	పంతులచెరువు.
Patnam ...	పట్నం.
Peddaballe ...	పెద్దబల్లె.
Peddaballe Kotta-palle.	పెద్దబల్లె కొత్తపల్లె.
Peddannavāripalle.	పెద్దన్నవారిపల్లె.
~~Puchchālakuntla-palle (I).~~	~~పుచ్చాలకుంట్లపల్లె.~~
Pulagampalle ...	పులగంపల్లె.
Puligundlapalle ...	పులిగుండ్లపల్లె.
Pūlikuntapalle ...	పూలికుంటపల్లె.
Reddipalle ...	రెడ్డిపల్లె.
Saidāpuram ...	సైదాపురం.
Sānēvāripalle ...	సానేవారిపల్లె.
Sankēpalle ...	సంకేపల్లె.
Sankēpalle Brāh-manapalle.	సంకేపల్లె బ్రాహ్మణపల్లె.
Sōmayājulapalle...	సోమయాజులపల్లె
Sunnampalle ...	సున్నంపల్లె.
Talamarlavāndla-palle.	తలమర్లవాండ్లపల్లె.
Talupula ...	తలుపుల.
Tanakallu ...	తనకల్లు.
Tangēdukunta (I).	తంగేడుకుంట.
Tappetavāripalle ...	తప్పెటవారిపల్లె.
Tavalam ...	తవలం.
Tavalamarri ...	తవలమర్రి.
Timmanāyanipā-lem.	తిమ్మనాయనిపాలెం.
Tippēpalle ...	తిప్పేపల్లె.
Tsadumu ...	చడుము.
Tsautakuntapalle (I).	చౌటకుంటపల్లె.
Tummala ...	తుమ్మల.
Tummalabayalu ...	తుమ్మలబయలు.
Tummalakuntla-palle.	తుమ్మలకుంట్లపల్లె.
Ubicherla ...	ఉబిచెర్ల.
Udumulakūrti ...	ఉడుములకూర్తి.
Ulavavāndlapalle (I).	ఉలవవాండ్లపల్లె.
Uppalapādu ...	ఉప్పలపాడు.
Vankamaddi ...	వంకమద్ది.
Vankarakunta ...	వంకరకుంట.
Vēlichelamala ...	వేలిచెలమల.
Vēllamaddi ...	వేళ్లమద్ది.
Venkatāpuram ...	వెంకటాపురం.
Venkatrāyunipalle.	వెంకట్రాయునిపల్లె
Vēpamānipēta ...	వేపమానిపేట.
Vēparāla ...	వేపరాల.
Vīravōbanapalle ...	వీరవోబనపల్లె.

Kalyāndrug Tālūk కళ్యాణదుర్గం తాలూకా.

Adavigollapalle ...	అడవిగొల్లపల్లె.
Anantapuram (Rālla).	అనంతపురం (రాళ్ల).
Ankampalle ...	అంకంపల్లె.
Apilēpalle ...	అపిలేపల్లె.
Āvulenna ...	అవులెన్న.

KALYĀNDRUG TĀLŪK—cont. కళ్యాణదుర్గం తాలూకా—శేషము.

Ayyagārlapalle (I)	అయ్యగార్లపల్లె.
Bachchupalle	బచ్చుపల్లె.
Basāpuram	బసాపురం.
Beluguppa	బెళుగుప్ప.
Bestarapalle	బెస్తరపల్లె.
Bhairasamudram.	భైరసముద్రం.
Bhairavunitippa	భైరవునితిప్ప.
Brahmasamudram.	బ్రహ్మసముద్రం.
Būdigumma	భూదిగుమ్మ.
Byādarahalli	బ్యాదరహళ్లి.
Chalimēnahalli (I)	చలిమేనహళ్లి.
Chāpari	చాపరి.
Chennampalle	చెన్నంపల్లె.
Chintarlapalle	చింతర్లపల్లె.
Duddēkunta	దుద్దేకుంట.
Duradakunta (I).	దురదకుంట.
Enumuladoddi	ఎనుములదొడ్డి.
Eradukera	ఎరడుకెర.
Erragudi	ఎర్రగుడి.
Errakondāpuram (I).	ఎర్రకొండాపురం.
Gangavaram	గంగవరం.
Garudāpuram	గరుడాపురం.
Gōlla	గొల్ల.
Gūlyam (I)	గూళ్యం.
Gundigānahalli	గుండిగానహళ్ళి.
Hulikallu	హులికల్లు.
Jambugumpala	జంబుగుంపల.
Kālavapalle	కాలవపల్లె.
Kalyānadrug	కళ్యాణదుర్గం.
Kambadūru	కంబదూరు.
Kamtānapalle (I).	కంతానపల్లె.
Kannēpalle	కన్నేపల్లె.
Karigānapalle	కరిగానపల్లె.
Kartanaparti	కర్తనపర్తి.
Khairēvu	ఖయిరేవు.
Kōdipalle (East).	కోడిపల్లె (తూర్పు)
Kōdipalle (West).	కోడిపల్లె (పడమటి).
Kōnampalle	కోనంపల్లె.
Kundurpi	కుందుర్పి.
Kūrākulapalle	కూరాకులపల్లె.
Kurubarapalle (I).	కురుబరపల్లె.
Lakshmampalle	లక్ష్మంపల్లె.
Malayanūru	మలయనూరు
Mallāpuram (I)	మల్లాపురం.
Manirēvu	మానిరేవు.
Muddināyanipalle.	ముద్దినాయనిపల్లె.
Mudigallu	ముదిగల్లు.
Mulakalēdu	ములకలేడు.
Mulakanūru	ములకనూరు.
Naranjigundlapalle.	నరంజిగుండ్లపల్లె.
Narasāpuram	నరసాపురం.
Nijavalli	నిజవల్లి.
Nūtimadugu	నూతిమడుగు.
Pālavāyi	పాలవాయి.
Pāllūru	పాల్లూరు.
Pillalapalle	పిల్లలపల్లె.
Rāllapalle (I)	రాళ్లపల్లె.
Rāmapuram	రామపురం.
Santēkondāpuram.	సంతేకొండాపురం.
Settūru	శెట్టూరు.
Sīrpi	శీర్పి.
Srirangāpuram	శ్రీరంగాపురం.
Tagguparti	తగ్గుపర్తి.
Timmāpuram	తిమ్మాపురం.
Timmasamudram.	తిమ్మసముద్రం.
Tītakallu	తీటకల్లు.
Varla (I)	వర్ల.
Vēpalaparti	వేపలపర్తి.
Yātakallu	యాటకల్లు.

MADAKASĪRA TĀLŪK. మడకశిర తాలూకా.

Agali	అగళి.
Akkagaladēvarahalli (I).	అక్కగలదేవరహళ్లి.
Amarāpuram	అమరాపురం.
Amudālagondi	అముదాలగొంది.
Anantapuram	అనంతపురం.

MADAKASĪRA TĀLŪK—cont. మడకశిర తాలూకా—శేషము.

Basavanahalli ... బసవనహల్లి.
Bommagondanahalli. బొమ్మగొండనహల్లి.
Bullasamudram ... బుళ్లసముద్రం.
Byādagiri ... బ్యాడగిరి.
Chandakacherla ... చందకచెర్ల.
Chatram (I) ... చత్రం.
Chigaturpi (I) ... చిగతుర్పి.
Doddēri ... దొడ్డేరి.
Errabommanahalli. ఎర్రబొమ్మనహల్లి.
Gaudanahalli ... గౌడనహల్లి.
Gōvindapuram ... గోవిందపురం.
Gudibanda ... గుడిబండ.
Gunimōrabāgalu. గుణిమోరబాగలు.
Halakūru ... హలకూరు.
Harēsamudram ... హరేసముద్రం.
Hēmāvati ... హేమావతి.
Hullikeradēvarahalli (I). హుల్లికెరదేవరహల్లి.
Inagalūru ... ఇనగలూరు.
Jādarahalli (I) ... జాదరహల్లి.
Kāki ... కాకి.
Kallumarri ... కల్లుమర్రి.
Kanajanahalli ... కణజనహల్లి.
Karēsankanahalli (I). కరేసంకనహల్లి.
Karikera ... కరికెర.
Kēkāti ... కేకాతి.
Kodigenahalli ... కొడిగెనహల్లి.
Kōdihalli ... కోడిహల్లి.
Koukallu ... కొంకల్లు.
Kōtagārlahalli ... కోటగార్లహల్లి.
Kottalam (I) ... కొత్తలం.
Kumbaranāgenahalli (I). కుంబరనాగెనహల్లి.
Madakasira ... మడకశిర.
Madhūdi ... మధూది.
Mallināyakanahalli (I). మల్లినాయకనహల్లి.
Mandalahalli .. మందలహల్లి.
Manūru ... మనూరు.
Mēlavāyi ... మేళవాయి.
Mōrubāgalu ... మోరుబాగలు.
Mutukūru ... ముతుకూరు.
Narasāmbudhi ... నరసాంబుధి.
Nidraghatta ... నిద్రఘట్ట.
Pillanahalli (I) ... పిల్లనహల్లి.
Rāllahalli ... రాళ్లహల్లి.
Ratnagiri ... రత్నగిరి.
Rāvudi ... రావుడి.
Rāyāpuram ... రాయాపురం.
Rāyāpuram (I) ... రాయాపురం.
Rōlla ... రోళ్ల.
Sarjammanahalli (I). సర్జమ్మనహల్లి.
Sivaram ... శివరం.
Tammadēhalli ... తమ్మడేహల్లి.
Tirumaladēvarahalli (I). తిరుమలదేవరహల్లి.
Tūbinakunta (I)... తూబినకుంట.
Uppārahalli (I) ... ఉప్పారహల్లి.
Valasa ... వలస.
Vīrabommanahalli. వీరబొమ్మనహల్లి.

PENUKONDA TĀLŪK. పెనుకొండ తాలూకా.

Adadākulapalle ... అడదాకులపల్లె.
Agrahāram ... అగ్రహారం.
Amagondapālem. అమగొండపాలెం.
Bandlapalle ... బండ్లపల్లె.
Bhairāpuram ... భైరాపురం.
Bīdupalle ... బీడుపల్లె.
Bojjireddipalle (I) బొజ్జిరెడ్డిపల్లె.
Bokkasampalle ... బొక్కసంపల్లె.
Brāhmanapalle ... బ్రాహ్మణపల్లె.
Brāhmanapalle (I) బ్రాహ్మణపల్లె.

PENUKONDA TĀLŪK—cont. పెనుకొండ తాలూకా—శేషము.

Brahmasamudram. బ్రహ్మసముద్రం.
Bücherla ... బూచెర్ల.
Buddāreddipalle (I). బుడ్డారెడ్డిపల్లె.
Bukkapatnam ... బుక్కపట్నం.
Chāgāpuram (I)... చాగాపురం.
Chālakūru ... చాలకూరు.
Chennāpuram (I). చెన్నాపురం.
Cherlōpalle (I) ... చెర్లోపల్లె.
Cherukūru ... చెరుకూరు.
Chinnamanutūru. చిన్నమణుతూరు.
Chōlēmari ... చోళేమరి.
Dodagatta ... దొడఘట్ట.
Duddōbanda ... దుద్దోబండ.
Ēlukuntla ... ఏలుకుంట్ల.
Enumulapalle ... ఎనుములపల్లె.
Erramanchi ... ఎర్రమంచి
Faqirpalle (I) ... ఫక్కీరుపల్లె.
Gondipalle ... గొండిపల్లె.
Gudipalle ... గుడిపల్లె.
Gūnipalle ... గూనిపల్లె.
Gūnipēta ... గూనిపేట.
Guttūru ... గుట్టూరు.
Īchalaballāpuram. ఈచలబల్లాపురం.
Iragampalle (I) ... ఇరగంపల్లె.
Jagarājupalle ... జగరాజుపల్లె.
Jakkalacheruvu ... జక్కలచెరువు.
Jūlukunta ... జూలుకుంట.
Kadirēpalle (I) ... కదిరేపల్లె.
Kadiridēvarapalle (I). కదిరిదేవరపల్లె.
Kalipi ... కలిపి.
Kanisettipalle ... కనిశెట్టిపల్లె.
Kappalbanda ... కప్పలబండ.
Kēsāpuram ... కేసాపురం.
Kētagānicheruvu. కేతగానిచెరువు.
Kodapagānipalle... కొడపగానిపల్లె.
Kōgira ... కోగిర.
Kondampalle ... కొండంపల్లె.
Kotlapalle ... కొట్లపల్లె.
Kottacheruvu ... కొత్తచెరువు.
Kottakōta ... కొత్తకోట.
Kottapalle ... కొత్తపల్లె.
Kottapalle (I) ... కొత్తపల్లె.
Krishnāpuram ... కృష్ణాపురం.
Lingāreddipalle ... లింగారెడ్డిపల్లె.
Lōcherla (S. No. 71). లోచెర్ల.
Lōcherla (S. No. 5). లోచెర్ల.
Māgēcheruvu ... మాగేచెరువు.
Mailasamudram ... మైలసముద్రం.
Mandli ... మండ్లి.
Mangalamadaka ... మంగలమడక.
Marakuntapalle ... మరకుంటపల్లె.
Mārāla ... మారాల.
Māvatūru ... మావటూరు.
Mulakalacheruvu. ములకలచెరువు.
Munimadugu ... మునిమడుగు.
Nadimpalle (I) ... నడింపల్లె.
Nāgalūru ... నాగలూరు.
Nakkalaguttapalle (I). నక్కలగుట్టపల్లె.
Nallūru ... నల్లూరు.
Naranāgēpalle ... నరనాగేపల్లె.
Nārēpalle ... నారేపల్లె.
Nēlakōta ... నేలకోట.
Nidimāmidi ... నిడిమామిడి.
Ōbulāpuram ... ఓబుళాపురం.
Pāmudurti ... పాముదుర్తి.
Pandiparti ... పందిపర్తి.
Pedapalle ... పెడపల్లె.
Peddamanutūru ... పెద్దమణుతూరు.
Peddipalle (I) ... పెద్దిపల్లె.
Penukonda ... పెనుకొండ.
Pōtulakunta ... పోతులకుంట.
Putaparti ... పుటపర్తి.
Rāmapuram ... రామపురం.
Reddipalle ... రెడ్డిపల్లె.
Roddakampalle (I). రొద్దకంపల్లె.

PENUKONDA TĀLŪK—cont. పెనుకొండ తాలూకా—శేషము.

Roddam	... రొద్దం.
Sānipalle	... సానిపల్లె.
Satārlapalle (I)	... సతార్లపల్లె.
Settipalle	... శెట్టిపల్లె.
Siddarāmpuram	... సిద్ధరాంపురం.
Sōmandēpalle	... సోమందేపల్లె.
Talamarla	... తలమర్ల.
Tippābhatlapalle (I).	తిప్పాభట్లపల్లె.
Tirumaladēvara-palle.	తిరుమలదేవరపల్లె.
Tsallāpalle (I)	... చల్లాపల్లె.
Tungōdu (I)	... తుంగోడు.
Turakalapatnam...	తురకలపట్నం.
Vangampalle (I)...	వంగంపల్లె.
Vāsudēvapuram (I)	వాసుదేవపురం.
Velagamākulapalle (I).	వెలగమాకులపల్లె.
Velidadakala	... వెలిదడకల.
Vēmulētipalle (I).	వేములేటిపల్లె.
Vengalammache-ruvu.	వెంగళమ్మచెరువు.
Venkatāpuram (I).	వెంకటాపురం.
Virupāpuram (I).	విరుపాపురం.

TĀDPATRI TĀLŪK. తాటిపత్రి తాలూకా.

Ālūru	... ఆలూరు.
Amalladinne	... అమల్లదిన్నె.
Arakativēmula	... అరకటివేముల.
Āravēdu	... ఆరవేడు.
Attirāladinne	... అత్తిరాలదిన్నె.
Bhōgasamudram	... భోగసముద్రం.
Bōdēpalle alias Bōdāyapalle.	బోడేపల్లె ఉరఫు బోడాయపల్లె.
Bondaladinne	... బొందలదిన్నె.
Boppēpalle	... బొప్పేపల్లె.
Brāhmanapalle	... బ్రాహ్మణపల్లె.
Bukkāpuram	... బుక్కాపురం.
Chāgallu	... చాగల్లు.
Chālavēmula	... చాలవేముల.
Chandana	... చందన.
Cherlōpalle	... చెర్లోపల్లె.
Chilamakūru	... చిలమకూరు.
Chillavāripalle	... చిల్లవారిపల్లె.
Chinnamallēpalle.	చిన్నమల్లేపల్లె.
Chinnapolamada	... చిన్నపొలమడ.
Chinna Yekkalūru.	చిన్నయెక్కలూరు.
Chintakāyamanda.	చింతకాయమండ.
Chintakunta	... చింతకుంట.
Chintalapalle	... చింతలపల్లె.
Dāditōta	... దాడితోట.
Dēvanuppalapādu.	దేవనుప్పలపాడు.
Dharmāpuram	... ధర్మాపురం.
Diguvapalle	... దిగువపల్లె.
Dōsalēdu	... దోసలేడు.
Ellanūru	... ఎల్లనూరు.
Ellutla	... ఎల్లుట్ల.
Gāndlapādu	... గాండ్లపాడు.
Gangādēvipalle	... గంగాదేవిపల్లె.
Gārladinne	... గార్లదిన్నె.
Goddumarri	... గొడ్డుమర్రి.
Gudipādu	... గుడిపాడు.
Husainpuram	... హుసేన్‌పురం.
Igadūru	... ఇగదూరు.
Jambulapādu	... జంబులపాడు.
Jōdidharmāpuram.	జోడిధర్మాపురం
Jūtūru	... జూటూరు.
Kācherlakunta	... కాచెర్లకుంట.
Kadavakallu	... కడవకల్లు.
Kallūru	... కల్లూరు.
Kamalapādu	... కమలపాడు.
Kandikāpula	... కందికాపుల.
Kāvērisamudram.	కావేరిసముద్రం.
Kōdumūrti	... కోడుమూర్తి.
Kōmali	... కోమలి.
Kōmatikuntla	... కోమటికుంట్ల.

TĀDPATRI TĀLŪK—cont. తాడిపత్రి తాలూకా—శేషము.

Kōna Uppalapādu.	కోన ఉప్పలపాడు.
Kummanamala ...	కుమ్మనమల.
Kummetta ...	కుమ్మెత్త.
Kundanakōta ...	కుందనకోట.
Kunukuntla ...	కునుకుంట్ల.
Madugupalle ...	మడుగుపల్లె.
Mallāgundla (I) ...	మల్లాగుండ్ల.
Mēdikurti ...	మేడికుర్తి.
Mutssukōta ...	ముచ్చుకోట.
Nagarūru ...	నగరూరు.
Nandalapādu ...	నందలపాడు.
Narasāpuram ...	నరసాపురం.
Nittūru (S. No. 23).	నిట్టూరు.
Nittūru (S. No. 85).	నిట్టూరు.
Ōbulāpuram (I) ...	ఓబులాపురం.
Pasalūru ...	పసలూరు.
Pātapalle ...	పాతపల్లె.
Peddamallēpalle (I).	పెద్దమల్లే పల్లె.
Peddapappūru ...	పెద్దపప్పూరు.
Peddapolamada ...	పెద్ద పోలమడ.
Pedda Yekkalūru.	పెద్ద యెక్కలూరు.
Pendēkallu ..	పెండేకల్లు.
Puliproddatūru ...	పులిప్రొద్దటూరు.
Puppāla ...	పుప్పాల.
Putlūru ...	పుట్లూరు.
Rāyalacheruvu ...	రాయలచెరువు.
Sanagalagūdūru ...	శనగలగూడూరు.
Sazzaladinne ...	సజ్జలదిన్నె.
Singavaram ...	సింగవరం.
Sītārāmpuram ...	సీతారాంపురం.
Sūrēpalle ...	సూరేపల్లె.
Tabjūla ...	తబ్జూల.
Tādpatri ...	తాడిపత్రి.
Talāricheruvu ...	తలారిచెరువు.
Timmāpuram ...	తిమ్మాపురం.
Tirumalāpuram (I).	తిరుమలాపురం.
Tsallavāripalle ...	చల్లవారిపల్లె.
Tsukkalūru ...	చుక్కలూరు.
Tūtrāllapalle ...	తూట్రాళ్ల పల్లె.
Ūrachintala ...	ఊరచింతల.
Vanganūru ...	వంగనూరు.
Velamakūru ...	వెలమకూరు.
Vēmulapādu ...	వేములపాడు.
Vēmulapalle ...	వేములపల్లె.
Venkatampalle ...	వెంకటంపల్లె.
Vennapūsapalle ...	వెన్నపూసపల్లె.
Vīrāpuram ...	వీరాపురం.
Yādiki ...	యాడికి.

NORTH ARCOT DISTRICT.

(I) = Inam இனம். (Z) = Zamindari ஜமீன்தாரி. (J) = Jaghir ஜாகீர்.
(J. H.) = Javādi Hills.

Arkōnam Tālūk. அருக்கோணம் தாலூகா.

Agavalam ... அகவலம்.
Akkachchikuppam. அக்கச்சிகுப்பம்.
Ālappākkum ... ஆலப்பாக்கம்.
Ammanūr ... அம்மனூர்.
Ānaipākkām ... ஆனைபாக்கம்.
Anaikattāputtūr. அணைகட்டாபுத்தூர்.
Anantāpuram .. அனந்தாபுரம்.
Anavaradikānpettai. அனவரதிகான்பேட்டை.
Arigilavādi (Z) ... அரிகிலவாடி.
Ariyūr (I) ... அரியூர்.
Arkōnam ... அருக்கோணம்.
Arumbākkam ... அரும்பாக்கம்.
Asamandūr ... அசமந்தூர்.
Asanallikuppam (I). அசநல்லிகுப்பம்.
Attippattu ... அத்திப்பட்டு.
Āttupakkam ... ஆட்டுபாக்கம்.
Āttūr ... ஆத்தூர்.
Avalūr ... அவலூர்.
Āyal ... .. ஆயல்.
Āyapādi ... ஆயபாடி.
Ayippedu ... அயிப்பேடு.
Bānāvaram ... பாணாவரம்.
Chērī ... ... சேரி.
Cheyyūr ... செய்யூர்.
Chittambādi ... சித்தம்பாடி.
Chittēri ... சித்தேரி.
Chittūr ... சித்தூர்.
Dharmanidhi (I). தர்மநிதி.
Elattūr ... எலத்தூர்.
Ganapatipuram ... கணபதிபுரம்.
Gūdalūr ... கூடலூர்.
Ichchiputtūr ... இச்சிபுத்தூர்.
Iluppaittandalam. இலுப்பைத்தண்டலம்.
Irālachchēri ... இராளச்சேரி.
Kadambanellūr (Z). ... கடம்பநெல்லூர்.
Kainūr ... கைனூர்.
Kallattūr ... களத்தூர்.
Karanāvūr ... கரணாவூர்.
Karikkal ... கரிக்கல்.
Karivēdu ... கரிவேடு.
Kariyākkudal ... கரியாக்குடல்.
Kattalai ... கட்டளை.
Kāttupākkam ... காட்டுபாக்கம்.
Kāvanūr ... காவனூர்.
Kāvērippākkam. காவேரிப்பாக்கம்.
Kīlāndūr ... கீழாந்தூர்.
Kīlāndarai ... கீழாந்தரை.
Kīlkalattūr ... கீழ்களத்தூர்.
Kīlkuppam ... கீழ்குப்பம்.
Kīlpākkam ... கீழ்பாக்கம்.
Kīlvanam ... கீழ்வனம்.
Kīlvenkatāpuram. கீழ்வெங்கடாபுரம்.
Kīlvēnpākkam ... கீழ்வேண்பாக்கம்.
Kīlvīdi ... கீழ்வீதி.
Kīlvīrānam ... கீழ்வீராணம்.
Kōdambākkam ... கோடம்பாக்கம்.
Kōnalam ... கோனலம்.
Kondāpuram ... கொண்டாபுரம்.
Krishnāpuram ... கிருஷ்ணாபுரம்.
Kulattūr (I) ... குளத்தூர்
Kunnattūr ... குண்ணத்தூர்.
Kūttambākkam ... கூத்தம்பாக்கம்.
Māgānippattu . மாகாணிப்பட்டு.
Māmandūr ... மாமந்தூர்.
Mangalam ... மங்கலம்.
Māngāttuchēri ... மாங்காட்டுசேரி.
Mayēndiravādi ... மயேந்திரவாடி.
Mēlāndarai ... மேலாந்தரை.
Mēlēri ... ... மேலேரி.
Mēkalattūr ... மேகளத்தூர்.
Mēlpākkam (Z)... மேல்பாக்கம்.
Mēlpulam ... மேல்புலம்.
Mēlvēnpākkam ... மேல்வேண்பாக்கம்.
Mōsūr ... ... மோசூர்.
Mudūr... ... முதூர்.
Mulluvāy ... முள்ளுவாய்.
Munnal ... முன்னல்.
Murungai ... முருங்கை.
Nagarikuppam ... நகரிகுப்பம்.
Nāgavēdu ... நாகவேடு.

ARKŌNAM TĀLŪK—cont. அருக்கோணம் தாலூகா—தொடர்ச்சி.

Nandivēdutāngal.	நந்திவேடுதாங்கல்.
Nangamangalam.	நங்கமங்கலம்.
Nedumpalli ...	நெடும்பள்ளி.
Nelvāy ...	நெல்வாய்.
Nemali ...	நெமலி.
Ōchchalam ...	ஓச்சலம்.
Ōchchēri (I) ...	ஓச்சேரி.
Palaiyapālaiyam.	பழையபாளையம்.
Palūr	பளூர்.
Panapākkam ...	பனபாக்கம்.
Panniyūr ..	பண்ணியூர்.
Paramēswaramangalam.	பரமேசுவரமங்கலம்.
Pārānji ...	பாராஞ்ஜி.
Paravattūr ...	பறவத்தூர்.
Paruttiputtūr ...	பருத்திபுத்தூர்.
Perappēri ...	பெரப்பேரி
Perumpulipākkam.	பெரும்புலிபாக்கம்.
Perumuchchi ...	பெருமுச்சி.
Perungalattūr ...	பெருங்களத்தூர்.
Peruvalayam ...	பெருவளாயம்.
Pōlipākkam ...	போளிபாக்கம்.
Pōlūr	போளூர்.
Poygainallūr ...	பொய்கைநல்லூர்.
Poyyipākkam ..	பொய்யிபாக்கம்.
Pudukēsāvaram.	புதுகேசாவரம்.
Puduppattu ...	புதுப்பட்டு.
Pudūr ...	புதூர்.
Puliyamangalam.	புளியமங்கலம்.
Punnai ...	புன்னை.
Punnavaram ...	புன்னவரம்.
Reddivalam ...	ரெட்டிவலம்.
Sankarambādi ...	சங்கரம்பாடி.
Sāyanavaram (J).	சாயனவரம். (ஜாகிர்).
Sembēdu ...	செம்பேடு.
Sillamandai ...	சில்லமந்தை.
Sirukarumbūr ...	சிறுகரும்பூர்.
Sirunamalli ...	சிறுணமல்லி.
Siruvalayam ...	சிறுவளாயம்.
Sūrai ...	சூரை.
Takkōlam ...	தக்கோலம்.
Tālikāl ...	தாளிகால்.
Tandalam (J) ...	தண்டலம் (ஜாகிர்).
Tappūr ...	தப்பூர்.
Tenmāmbākkam.	தென்மாம்பாக்கம்.
Tirumādalambākkam (Z).	திருமாதளம்பாக்கம்.
Tirumālpūr ...	திருமால்பூர்.
Turaiperumbākkam.	துறைபெரும்பாக்கம்.
Turaiyūr ...	துறையூர்.
Ulliyambākkam.	உல்லியம்பாக்கம்.
Uliyanellūr ...	உளியநெல்லூர்.
Uriyūr ...	உரியூர்.
Uttirambattu ...	உத்திரம்பட்டு.
Vadamāmbākkam.	வடமாம்பாக்கம்.
Vailāmbādi ...	வைலாம்பாடி.
Valarpuram ...	வளர்புரம்.
Vangappattu ...	வங்கப்பட்டு.
Vēdal ...	வேடல்.
Vēgāmangalam ...	வேகாமங்கலம்.
Velitāngipuram ...	வெளிதாங்கிபுரம்.
Vēliyanellūr ...	வேளியநெல்லூர்.
Vēlūr ...	வேலூர்.
Vēppēri ...	வேப்பேரி.
Vettāngulam ...	வேட்டாங்குளம்.

ĀRNI DIVISION. ஆரணி டிவிஷன்.

(All the villages are Jaghir villages.)

Adaiyapulam ...	அடையபுலம்.
Ādanūr ...	ஆதனூர்.
Āgāram ...	ஆகாரம்.
Agastippattu ...	அகஸ்திப்பட்டு.
Agrahārapālaiyam.	அக்கிரகாரபாளையம்.
Ākāsambattu ...	ஆகாசம்பட்டு.
Akkūr ...	அக்கூர்.
Alagusēnai ...	அழகுசேனை.
Ālampuravadai ...	ஆலம்புரவடை.
Ālantāngal ...	ஆலந்தாங்கல்.
Aliyālapandal ...	அலியாலபந்தல்.
Ammaiyappattu ...	அம்மையப்பட்டு.
Āndippālaiyam ...	அண்டிப்பாளையம்
Aniyālai ...	அணியாலை.
Appalāntāngal ...	அப்பளாந்தாங்கல்.
Appanallūr ...	அப்பநல்லூர்.
Appantāngal ...	அப்பன்தாங்கல்.
Araiyālam ...	அரையாளம்.
Aranippālaiyam ...	ஆரணிப்பாளையம்.
Aranittōttam ...	ஆரணித்தோட்டம்
Ariyavādi ...	அரியவாடி.
Ayyampālaiyam ...	அய்யம்பாளையம்.
Bandippālaiyam.	பண்டிப்பாளையம்.
Bommaredditttāngal.	பொம்மரெட்டித்தாங்கல்.
Būdantāngal ...	பூதன்தாங்கல்.
Cheri ...	சேரி.

ĀRNI DIVISION—cont. ஆரணி டிவிஷன்—தொடர்ச்சி.

Chettitāngal ...	செட்டிதாங்கல்.
Chittēri ...	சித்தேரி.
Dēvakāpuram ...	தேவகாபுரம்.
Dīvattittāngal ...	தீவட்டித்தாங்கல்.
Gangaisūdāmani.	கங்கைசூடாமணி.
Gurupādampēttai.	குருபாதம்பேட்டை.
Hanumantapuram	ஹனுமந்தபுரம்.
Harischandra-pillaittāngal.	ஹரிச்சந்திரபிள்ளைத்தாங்கல்.
Idaiyantāngal ...	இடையந்தாங்கல்.
Irumbēdu ...	இரும்பேடு.
Iruvattēni ...	இருவத்தேணி.
Iyyakulattūr ...	இய்யகுளத்தூர்.
Jambukōnām-battu.	ஜம்புகோணம்பட்டு.
Kaikkalantāngal.	கைக்களந்தாங்கல்
Kākāsābibpēttai.	காகாசாயபுபேட்டை.
Kallērippattu ...	கல்லேரிப்பட்டு
Kallittāngal ...	கள்ளித்தாங்கல்.
Kalpūndi ...	கல்பூண்டி.
Kāmakkūr ...	காமக்கூர்.
Kanakambattu ...	கனகம்பட்டு.
Kanigiluppai ...	கணிகிலுப்பை.
Kannamangalam.	கண்ணமங்கலம்.
Karadittāngal ...	கரடித்தாங்கல்.
Karikkantāngal ..	கரிக்கந்தாங்கல்
Karimāntāngal ...	கரிமாந்தாங்கல்.
Karunākarap-pattu	கருணாகரப்பட்டு.
Karippūr ...	கரிப்பூர்.
Kastambādi ...	கஸ்தம்பாடி.
Kāttēri ...	காட்டேரி.
Kattippūndi ...	கட்டிப்பூண்டி.
Kāttukānūr ...	காட்டுகானூர்.
Kayappākkam ...	கயப்பாக்கம்.
Kīlaiyūr ...	கீழையூர்.
Kīl-Arni ...	கீழ் ஆரணி.
Kīlnagar ...	கீழ் நகர்.
Kisumusutāngal.	கிசுமுசுதாங்கல்.
Kondaivettittān-gal.	கொண்டைவெட்டித்தாங்கல்.
Kondakarai ...	கொண்டகரை.
Kongarāmbattu.	கொங்கராம்பட்டு.
Krishnāpuram ...	கிருஷ்ணாபுரம்.
Kulattūr ...	குளத்தூர்.
Kunnattūr ...	குன்னத்தூர்.
Kuppam ...	குப்பம்.
Kuppampēttai ...	குப்பம்பேட்டை.
Kurukkalantān-gal.	குருக்களந்தாங்கல்.
Kūrmantāngal ...	கூர்மந்தாங்கல்.
Kūrvādi ...	கூர்வாடி.
Kusavanpattu ...	குசவன்பட்டு.
Lādavādi ...	லாடவாடி.
Lādapuram ...	லாடபுரம்.
Māchchāttu ...	மாச்சாத்து.
Mādalambādi ...	மாதளம்பாடி.
Mādapariyāntān-gal.	மாதபரியாந்தாங்கல்.
Madurai Perum-battūr.	மதுரைபெரும்பட்டூர்.
Mahārājāpēttai ...	மஹாராஜாபேட்டை.
Mainandal ...	மைனந்தல்.
Malaiyāmbattu ...	மலையாம்பட்டு.
Mallichettippēttai.	மல்லிசெட்டிப்பேட்டை.
Māmandūr ...	மாமண்டூர்.
Manappākkam ...	மணப்பாக்கம்.
Marudēri ...	மருதேரி
Marusūr ...	மருசூர்.
Matavilāgam ...	மடவிளாகம்.
Mattattāri ...	மட்டத்தாரி.
Mēlsāttu ...	மேல்சாத்து.
Mēlnagar ...	மேல்நகர்.
Meyyūr ...	மெய்யூர்.
Molugampūndi ...	மொழுகம்பூண்டி.
Morappantāngal.	மொரப்பந்தாங்கல்.
Muchchiyantān-gal.	முச்சியந்தாங்கல்.
Mūlāndam ...	மூலாண்டம்.
Mullippattu ...	முள்ளிப்பட்டு.
Mūngiltāngal ...	மூங்கில்தாங்கல்.
Murugamangalam	முருகமங்கலம்.
Murukkanandal ...	முருக்கநந்தல்.
Muvvāmpallam ...	முவ்வாம்பள்ளம்.
Nāchchāpuram ...	நாச்சாபுரம்.
Nagaram ...	நகரம்.
Nāgōjirāvupēttai.	நாகோஜிராவுபேட்டை.
Nātakasālaipēttai.	நாடகசாலைபேட்டை.
Nattaikuttitāngal.	நத்தைக்குத்திதாங்கல்.
Navalāk ...	நவலாக்கு.
Nāyakkantāngal.	நாயக்கன்தாங்கல்.
Nelvāy ...	நெல்வாய்.
Nesal ...	நெசல்.
Nēttappākkam ...	நேத்தப்பாக்கம்.
Oddantāngal ...	ஒட்டந்தாங்கல்.
Ōgaiyūr ...	ஓகையூர்.
Ōlaippūtāngal ...	ஓலைப்பூதாங்கல்.
Ōmantāngal ...	ஓமந்தாங்கல்.
Onnapuram ...	ஒண்ணபுரம்.
Ottattāngal ...	ஒட்டத்தாங்கல்.
Ōttēri ...	ஓட்டேரி.
Ottiyāntāngal ...	ஒத்தியந்தாங்கல்.
Paiyūr ...	பையூர்.

Ārni Division—cont. ஆரணி டிவிஷன்—தொடர்ச்சி.

Pālaiyam	பாளையம்.
Pālaiyam Ēkāmbaranellūr.	பாளையம்ஏகாம்பரநெல்லூர்.
Palangāmūr	பழங்காமூர்.
Pālāttuvannān	பாலாத்துவண்ணான்.
Pallittāngal	பள்ளித்தாங்கல்.
Panaiyūr	பனையூர்.
Pāppāmbādi	பாப்பாம்பாடி.
Perumāntāngal	பெருமாந்தாங்கல்.
Pratāpasinghpēttai.	பிரதாபசிங்குபேட்டை.
Pudukkāmūr	புதுக்காமூர்.
Puduppālaiyam	புதுப்பாளையம்.
Puduppattu	புதுப்பட்டு.
Pudūr	புதூர்.
Pulaiyambādī	புலையம்பாடி.
Pulivāyanandal	புலிவாயநந்தல்.
Punalappādi	புனலப்பாடி.
Pūndi	பூண்டி.
Pungambādi	புங்கம்பாடி.
Pūsimalaikuppam	பூசிமலைகுப்பம்.
Pūshinipādittāngal.	பூஷிணிபாடித்தாங்கல்.
Puttūr (No. 94)	புத்தூர் (நெ. 94).
Puttūr (No. 107).	புத்தூர் (நெ. 107)
Rājammāpuram.	ராஜம்மாபுரம்.
Rāmasānikuppam	ராமசாணிகுப்பம்.
Rāndam	ராந்தம்.
Rāndamkorattūr.	ராந்தம்கொரட்டூர்
Rāttinamangalam	ராட்டினமங்கலம்.
Rattinantāngal	ரத்தினந்தாங்கல்.
Saduppēripālaiyam.	சதுப்பேரிபாளையம்.
Saidāpēttai	சைதாபேட்டை.
Sāmantavādi	சாமந்தவாடி,
Samburāyanellūr.	சம்புராயநெல்லூர்.
Sāngītavadi	சங்கீதவாடி.
Sārpanāpēttai	சார்பனாபேட்டை.
Sennānandal (No. 50).	சென்னாநந்தல். (நெ. 50).
Sennānandal (No. 61).	சென்னாநந்தல். (நெ. 61).
Sennattūr	சென்னத்தூர்.
Sērpākkam	சேர்பாக்கம்.
Sevarappūndi	செவரப்பூண்டி.
Sēvūr	சேவூர்.
Shrōtriyamtāngāl.	சுரோத்திரியம்தாங்கல்.
Sirumūr	சிறுமூர்.
Sirupākkam	சிறுபாக்கம்.
Srīnivāsapuram alias Attimalaippattu.	ஸ்ரீனிவாஸபுரம் என்கிற அத்திமலைபட்டு.
Srīnivāsa Udyānavanam.	ஸ்ரீனிவாஸ உத்தியானவனம்.
Srīnivāsapuram Agrahāram.	ஸ்ரீனிவாஸபுரம் அக்கிரகாரம்.
Subānrāvpēttai	சுபான்ராவ்பேட்டை.
Tachcharambattu.	தச்சரம்பட்டு.
Tachchūr	தச்சூர்.
Tattanūr	தத்தனூர்.
Tellūr	தெள்ளூர்.
Tikkinyārpillaittāngal.	திக்கினியார்பிள்ளைத்தாங்கல்.
Timmantāngal	திம்மந்தாங்கல்.
Tirumalaisamudram.	திருமலைசமுத்திரம்.
Tirumalairāyapuram.	திருமலைராயபுரம்.
Tiruvāttanandal.	திருவாட்டனந்தல்.
Tundirikkambattu	துந்திரிக்கம்பட்டு.
Uravarattāntāngal.	உறவரத்தான்தாங்கல்.
Ūttūr	ஊத்தூர்.
Vadugasāttu	வடுகசாத்து.
Vannānkulam	வண்ணான்குளம்.
Vēdājipuram	வேதாஜிபுரம்.
Vēlappādi	வேலப்பாடி.
Vellēri	வெள்ளேரி.
Vettiyāntoluvam.	வெட்டியாந்தொழுவம்.
Vidvāntāngal	வித்வான்தாங்கல்.
Vilai	விளை.
Vinnamangalam.	விண்ணமங்கலம்.
Viradakandan	விரதகண்டன்.
Vīrāntāngal	வீரந்தாங்கல்.
Virūpākshipuram.	விருபாட்சிபுரம்.
Vittalāntāngal	விட்டலாந்தாங்கல்

Cheyyār Tālūk. செய்யார் தாலுகா.

Abdullāpuram	அப்துல்லாபுரம்.
Agattērippattu	அகத்தேரிப்பட்டு.
Ākkūr	ஆக்கூர்.
Ālantāngal	ஆலந்தாங்கல்.
Alattūr	ஆலத்தூர்.
Alatturai	அளத்துறை.
Alinjippattu	அழிஞ்சிப்பட்டு.
Alivaditāngi	அழிவடிதாங்கி.
Anakkāvūr	அனக்காவூர்.

CHEYYĀR TĀLUK—cont. செய்யார் தாலுகா—தொடர்ச்சி.

Anapattūr ...	அனபத்தூர்.
Arasānipālai ...	அரசாணிபாலை.
Arasankuppam ...	அரசன்குப்பம்.
Arasūr ...	அரசூர்.
Ārāttirivēlūr ...	ஆராத்திரிவே லூர்.
Ariyūr ...	அரியூர்.
Arugāvūr ...	அருகாவூர்.
Arumparutti ...	அரும்பருத்தி.
Asanamāpēttai ...	அசனமாபேட்டை.
Atti ...	அத்தி.
Ayyavādi ...	அய்யவாடி.
Barttipuram ...	பர்த்திபுரம்.
Bhagavantapuram	பகவந்தபுரம்.
Bharatantāngal ...	பரதந்தாங்கல்.
Brahmadēsam ...	பிரம்மதேசம்.
Budēri	பூதேரி.
Chellaperumpuli-mēdu.	செல்லபெரும்புலி மேடு.
Chettittāngal ...	செட்டித்தாங் கல்.
Cheyyāttuvenrūn.	செய்யாத்துவென் ரூன்.
Chittālappākkam (I).	சித்தாலப்பாக்கம்.
Chittāmūr ...	சித்தாமூர்.
Chittāttūr ...	சித்தாத்தூர்.
Chōlavaram ...	சோழவரம்.
Dēvanāttūr ...	தேவனாத்தூர்.
Dharmachchēri ...	தர்மச்சேரி.
Dūli	தூளி.
Dūsi	தூசி.
Echchūr ...	எச்சூர்.
Edaval ...	எடவல்.
Ēlāchcheri ...	ஏழாச்சேரி.
Ēnādavādi ...	ஏனாதவாடி.
Erumaivētti ...	எருமைவெட்டி.
Girijāpuram ...	கிரிஜாபுரம்.
Hariharappāk-kam.	ஹரிஹரப்பாக்கம்.
Ilanīrkunram ...	இளநீர்குன்றம்.
Iraiyūr ...	இறையூர்.
Iramaram ...	இரமரம்
Irungal ...	இருங்கல்.
Jadayēri ...	ஜடயேரி.
Kaduganūr ...	கடுகனூர்.
Kāganam ...	காகணம்.
Kalanipākkam ...	கழனிபாக்கம்.
Kāliyūr ...	காழியூர்.
Kammantāngal ...	கம்மன்தாங்கல்.
Kanakambākam.	கனகம்பாக்கம்.
Kanigiluppai ...	கனிகிலுப்பை.
Kāranai ...	காரணை.
Karandai ...	கரந்தை.
Kīlpalandai ...	கீழ்பழந்தை.
Kīlāttūr ...	கீழாத்தூர்.
Kīlkulattūr ...	கீழ்குளத்தூர்.
Kīlmattai ...	கீழ்மட்டை.
Kīlnāyakkan-pālaiyam.	கீழ்நாயக்கன்பாளையம்.
Kīlnelli ...	கீழ்நெல்லி.
Kīlnēttappākkam.	கீழ்நேத்தப்பாக் கம்.
Kīlnīrkunram ...	கீழ்நீர்குன்றம்.
Kīlpuduppākkam.	கீழ்புதுப்பாக் கம்.
Kodanagar ...	கொடநகர்.
Kodayambākkam.	கொடயம்பாக் கம்.
Korakkai ...	கொரக்கை.
Korakāttūr ...	கொரகாத்தூர்.
Korangaṇilmut-tam.	கொரங்கணில்முட் டம்.
Kōttagaram ...	கோட்டகரம்.
Kōvilūr ...	கோவிலூர்.
Kūlamandal ...	கூழமந்தல்.
Kundiyāntanda-lam.	குண்டியாந்தண்ட லம்.
Kunnattūr ...	குன்னத்தூர்.
Kunnavākkam ...	குன்னவாக்கம்.
Kurumbūr ...	குரும்பூர்.
Kuttanūr ...	குத்தனூர்.
Madipākkam ...	மடிபாக்கம்.
Madurai ...	மதுரை.
Mahājanambāk-kam.	மகாஜனம்பாக்கம்.
Māligaippattu ...	மாளிகைப்பட்டு.
Māmandūr ...	மாமண்டூர்.
Māngāl ...	மாங்கால்.
Mangalam ...	மங்கலம்.
Māriyanallūr ...	மாரியநல்லூர்.
Māttūr... ...	மாத்தூர்.
Mēlbūdēri ...	மேல்பூதேரி.
Mēlkulattūr ...	மேல்குளத்தூர்.
Mēlkuvalaivēdu ..	மேல்குவளை வேடு.
Mēlmā... ..	மேல்மா.
Mēlmattai ...	மேல்மட்டை.
Mēlnagarambēdu.	மேல்நகரம் பேடு.
Mēlnarmā ...	மேல்நர்மா.
Mēnallūr ...	மேநல்லூர்.
Mēlnemili ...	மேல்நெமிலி.
Mēlputtūr ...	மேல்புத்தூர்.
Mēlsīshamanga-lam.	மேல்சீஷமங்கலம்.
Mōranam ...	மோரணம்.
Mukkūr ...	மூக்கூர்.
Mulakarippattu...	முளகரிப்பட்டு.
Mūnjūrpattu ...	மூஞ்சூர்பட்டு.
Munugappattu ...	முனுகப்பட்டு.
Murukkattām-pūndi.	முருக்கத்தாம் பூண்டி.

CHEYYĀR TĀLŪK—*cont.* செய்யார் தாலுகா—தொடர்ச்சி.

Nallālam ...	நல்லாலம்.
Namandi ...	நமண்டி.
Narasamangalam.	நரசமங்கலம்.
Narmāpallam ...	நர்மாபள்ளம்.
Nāttēri (I) ...	நாட்டேரி.
Nāval ...	நாவல்.
Nāvalpākkam ...	நாவல்பாக்கம்.
Nāyantāngal ...	நாயந்தாங்கல்.
Nedumparai ...	நெடும்பரை.
Nedungal ...	நெடுங்கல்.
Nelvāy ...	நெல்வாய்.
Nemili	நெமிலி.
Olukkavākkam ...	ஒழுக்கவாக்கம்.
Painginar ...	பைங்கிணர்.
Paiyūr ...	பையூர்.
Palanjūr ...	பழஞ்சூர்.
Pallāvaram ...	பல்லாவரம்.
Palli	பல்லி.
Panamugai ...	பனமுகை.
Pāndiyambākkam	பாண்டியம்பாக்கம்.
Pāppāntāngal ...	பாப்பான்தாங்கல்.
Pārāsūr ...	பாராசூர்.
Pāvūr ...	பாவூர்.
Periyakōvil ...	பெரியகோவில்.
Perumāntāngal ...	பெருமாந்தாங்கல்.
Perumpālai ...	பெரும்பாலை.
Perumpallam ...	பெரும்பள்ளம்.
Perumpāndi ...	பெரும்பாண்டி.
Perumpulimēdu ...	பெரும்புலிமேடு.
Perungalattūr ...	பெருங்களத்தூர்.
Perungattūr ...	பெருங்கட்டூர்.
Pillāndi ...	பில்லாந்தி.
Pillāntāngal ...	பில்லாந்தாங்கல்.
Pudukkōttai ...	புதுக்கோட்டை.
Puduppālaiyam ...	புதுப்பாளையம்.
Pulindai ...	புளிந்தை.
Pulivalam ...	புலிவலம்.
Puliyarambākkam.	புளியரம்பாக்கம்.
Pullavākkam	புல்லவாக்கம்.
Pūnaittāngal ...	பூனைத்தாங்கல்.
Punnai ...	புன்னை.
Pūntandalam ...	பூந்தண்டலம்.
Purisai ...	புரிசை.
Rāmakrishnāpuram.	ராமகிருஷ்ணாபுரம்.
Rāndam ...	ராந்தம்.
Sattuvantāngal ...	சட்டுவந்தாங்கல்.
Saundariyapuram.	சௌந்தரியபுரம்.
Segattānkundil ...	செகட்டாங்குண்டில்.
Sēlēri ...	சேலேரி.
Sengādu ...	செங்காடு.
Sēniyanallūr (I).	சேணியநல்லூர்.
Sērāmbattu ...	சேராம்பட்டு.
Seyyanūr ...	செய்யனூர்.
Sirunallūr ...	சிறுநல்லூர்.
Sirunāvalpattu ...	சிறுநாவல்பட்டு.
Sirungattūr ...	சிறுங்கட்டூர்.
Siruvanjipattu ...	சிறுவஞ்சிப்பட்டு.
Siruvēliyanallūr ...	சிறுவேலியநல்லூர்.
Sīvaram ...	சீவரம்.
Sōdiyambākkam	சோதியம்பாக்கம்.
Sonaippattu ...	சொனைப்பட்டு.
Sumangali ...	சுமங்கலி.
Sundivākkam ...	சுண்டிவாக்கம்.
Suruttal ...	சுருட்டல்.
Talarpādi ...	தளர்பாடி.
Tālikkāl ...	தாலிக்கால்.
Tandappantāngal.	தண்டப்பந்தாங்கல்.
Tandarai ...	தண்டரை.
Tavasi	தவசி.
Ten Elappākkam.	தென் எலப்பாக்கம்.
Ten Iluppai ...	தென் இலுப்பை.
Tenkalpākkam ...	தென்கல்பாக்கம்.
Tenkalani ...	தென்கழனி.
Tenmāvandal ...	தென்மாவந்தல்.
Tenpūndippattu ...	தென்பூண்டிப்பட்டு.
Tentandalam ...	தென்தண்டலம்.
Tennambattu ...	தென்னம்பட்டு.
Tētturai ...	தேத்துரை.
Tirumani ...	திருமணி.
Tirumpūndi ...	திரும்பூண்டி.
Tiruppanamūr ...	திருப்பனமூர்.
Tiruppanangādu.	திருப்பனங்காடு.
Tiruvadirāyapuram (I).	திருவடிராயபுரம்.
Tiruvattiyūr ...	திருவத்தியூர்.
Toluppēdu ...	தொழுப்பேடு.
Tumbai ...	தும்பை.
Ukkal ...	உக்கல்.
Ukkamperumbākkam (I).	உக்கம்பெரும்பாக்கம்.
Umaiyāpuram ...	உமையாபுரம்.
Vāchchanūr ...	வாச்சனூர்.
Vada Ālappirandān.	வட ஆளப்பிறந்தான்.
Vada Elappākkam	வட எலப்பாக்கம்.
Vada Iluppai ...	வட இலுப்பை.
Vada Kalpākkam.	வட கல்பாக்கம்.

Cheyyār Tālūk—cont. செய்யார் தாலூகா—தொடர்ச்சி.

Vada Manappākkam.	வடமணப்பாக்கம்.
Vadamāvandal ...	வடமாவந்தல்.
Vadanāngūr ...	வடநாங்கூர்.
Vadangambattu...	வடங்கம்பட்டு.
Vadapūndippattu.	வடபூண்டிப்பட்டு.
Vada Tandalam...	வட தண்டலம்.
Vada Tinnalūr ...	வட தின்னலூர்.
Vadugappattu ...	வடுகப்பட்டு.
Vāgai	வாகை.
Vailāttūr ...	வைலாத்தூர்.
Vākkadai ...	வாக்கடை.
Vālavandal ...	வாழவந்தல்.
Vēliyanallūr ...	வேளியநல்லூர்.
Vellai ...	வெள்ளை.
Vellakkulam ...	வெள்ளக்குளம்.
Vellērippattu ...	வெள்ளேரிப்பட்டு.
Vembākkam ...	வெம்பாக்கம்.
Vengalattūr (I) ...	வெங்களத்தூர்.
Vengōdu ...	வெங்கோடு.
Vilārippattu ...	விலாரிப்பட்டு.
Vinnamangalam.	விண்ணமங்கலம்.
Vinnavādi ...	விண்ணவாடி.
Vīrambākkum ...	வீரம்பாக்கம்.

Gudiyāttam Tālūk. குடியாத்தம் தாலூகா.

Agrahāram ...	அக்கிரகாரம்.
Aitambattu ...	ஐதம்பட்டு.
Ālanganēri ...	ஆலங்கனேரி.
Alinjikuppam ...	அழிஞ்சிகுப்பம்.
Ammanānguppam	அம்மணாங்குப்பம்.
Ammundi ...	அம்முண்டி.
Anangānellūr ...	அனங்காநெல்லூர்.
Angarānguppam.	அங்கராங்குப்பம்.
Annankudi ...	அண்ணங்குடி.
Aravatlā ...	அரவட்லா.
Arumbākkam ...	அரும்பாக்கம்.
Arumparutti ...	அரும்பருத்தி.
Bairapalli ...	பைரபள்ளி.
Bālūr ...	பாலூர்.
Bāpanapalli ...	பாபனபள்ளி.
Battalapalli ...	பத்தலபள்ளி.
Bāvārāvuttanpattadai.	பாவாராவுத்தன் பட்டடை.
Bhōjanāpuram ...	போஜனாபுரம்.
Bommināyakkanpālaiyam.	பொம்மிநாயக்கன் பாளையம்.
Brahmapuram ...	பிரம்மபுரம்.
Chārakallu ...	சாரகல்லு.
Chettikkuppam ...	செட்டிக்குப்பம்.
Chinnadāmalcheruvu.	சின்னதாமல்செருவு.
Chinnalapalli ...	சின்னலபள்ளி.
Chinnapillai kuppam.	சின்ன பிள்ளை குப்பம்.
Chinnatōttālam ...	சின்ன தோட்டாளம்.
Chinnavarikkam.	சின்னவரிக்கம்.
Chittāttūr ...	சித்தாத்தூர்.
Chokkarasikuppam.	சொக்கரசிகுப்பம்.
Chōlamūr ...	சோழமூர்.
Danakondapalli...	தனகொண்டபள்ளி.
Dārāpadavēdu ...	தாராபடவேடு.
Dēvalāpuram ...	தேவலாபுரம்.
Dēvarasikuppam.	தேவரசிகுப்பம்.
Ērantāngal ...	ஏரந்தாங்கல்.
Eratangal ...	எரதாங்கல்.
Ērikutti ...	ஏரிகுத்தி.
Erukkambattu ...	எருக்கம்பட்டு.
Gollakuppam ...	கொல்லகுப்பம்.
Gūdanagaram ...	கூடநகரம்.
Gudiyāttam ...	குடியாத்தம்.
Gundalapalli ...	குண்டலபள்ளி.
Īchchambattu ...	ஈச்சம்பட்டு.
Jāfarāpettai ...	ஜாபராபேட்டை.
Jittapalli ...	ஜிட்டபள்ளி.
Jōdikammavārapalli (I) ...	ஜோடிகம்மவாரபள்ளி.
Kadavālam ...	கதவாளம்.
Kailāsagiri ...	கைலாசகிரி.
Kalāmbattu ...	காளாம்பட்டு.
Kalinjūr ...	கழிஞ்சூர்.
Kallappādi ...	கல்லப்பாடி.
Kammakrishnapalli.	கம்மகிருஷ்ணபள்ளி.
Kandipēdu ...	கண்டிபேடு.
Kāngayanallūr ...	காங்கயநல்லூர்.
Kānguppam ...	காங்குப்பம்.
Kāranāmbattu ...	காரணாம்பட்டு.
Kārappattu ...	காரப்பட்டு.
Karasamangalam.	கரசமங்கலம்.
Karigiri ...	கரிகிரி.
Kārkūr ...	கார்கூர்.
Karumbūr ...	கரும்பூர்.
Karunīkasamudram.	கருணீகசமுத்திரம்.
Kātpādi ...	காட்பாடி.
Kāttārikuppam ...	காதாரிகுப்பம்.
Kāvanūr ...	காவனூர்.
Kemparājapuram.	கெம்பராஜபுரம்.
Kempasamudram.	கெம்பசமுத்திரம்

GUDIYĀTTAM TĀLŪK—cont. குடியாத்தம் தாலூகா—தொடர்ச்சி.

Kil Ālattūr ...	கீழ் ஆலத்தூர்.
Kīlmuttukūr ...	கீழ்முட்டுகூர்.
Kīlpatti ...	கீழ்பட்டி.
Kīlūr ...	கீழூர்.
Kīlvaittinānkuppam.	கீழ்வைத்திநாங்குப்பம்.
Kīlvilāchchūr ...	கீழ்விலாச்சூர்.
Kommēswaram ...	கொம்மேஸ்வரம்.
Kondasamudram.	கொண்டசமுத்திரம்.
Kottakkuppam ...	கொத்தகுப்பம்.
Kottamangalam ..	கொத்தமங்கலம்.
Kottamārikuppam	கொத்தமாரிகுப்பம்.
Kottappalli ..	கொத்தபள்ளி.
Kugainellūr ...	குகைநெல்லூர்.
Kulidikki ...	குளிதிக்கி.
Kumāramangalam	குமாரமங்கலம்.
Labbaimāngup-pam.	லப்பைமாங்குப்பம்.
Lattēri ...	லத்தேரி.
Māchchambattu ...	மாச்சம்பட்டு.
Māchchanūr ...	மாச்சனூர்.
Malaiyāmbattu ...	மலையாம்பட்டு.
Māliyappattu ..	மாளியப்பட்டு.
Maniyārkuppam.	மணியார்குப்பம்.
Masikam ...	மசிகம்.
Mēl Ālattūr ...	மேல்ஆலத்தூர்.
Mēlkottakuppam.	மேல்கொத்தகுப்பம்.
Mēlmānguppam.	மேல் மாங்குப்பம்.
Mēlmāyil ...	மேல் மாயில்.
Mēlmurungi ...	மேல்முருங்கி.
Mēlmuttukūr ...	மேல் முட்டுகூர்.
Mēlpatti ...	மேல்பட்டி.
Mēlsānānkuppam.	மேல்சாணான்குப்பம்.
Mēlūr ...	மேலூர்.
Mēlvaittinān-kuppam.	மேல்வைத்திநாங்குப்பம்.
Mēlvilāchchūr	மேல்விலாச்சூர்.
Mōdikuppam ...	மோடிகுப்பம்.
Morasapalli ...	மொரசபள்ளி.
Mōrdānā ...	மோர்தாநா.
Mudināmbattu ...	முடிநாம்பட்டு.
Mukkunrām ...	முக்குன்றம்.
Mūngappattu ...	மூங்கப்பட்டு.
Murukkambattu.	முருக்கம்பட்டு.
Muttālam ...	முட்டாளம்.
Nāgal ...	நாகல்.
Nariyambattu ...	நரியம்பட்டு.
Nellūrpēttai ...	நெல்லூர் பேட்டை.
Nettēri ...	நெட்டேரி.
Ottantāngal ...	ஒட்டன்தாங்கல்.
Olaghāchchi ...	ஒலகாச்சி.
Olaiyāttur ...	ஒலையாத்தூர்.
Pākkam ...	பாக்கம்.
Palaiyakrishnā-puram.	பழையகிருஷ்ணாபுரம்.
Pallalakuppam ...	பல்லலகுப்பம்.
Panamadangi ...	பனமடங்கி.
Pangarasikuppam	பங்கரசிகுப்பம்.
Paravakkal ...	பரவக்கல்.
Pārsanapalli ...	பார்சனபள்ளி.
Pasumāttūr ...	பசுமாத்தூர்.
Pattu ...	பட்டு.
Pēranāmbattu ...	பேரணாம்பட்டு.
Periyavarikkam ...	பெரியவரிக்கம்.
Perumbādi ..	பெரும்பாடி.
Pichchanūr ...	பிச்சனூர்.
Pillāndippattu ...	பில்லாண்டிப்பட்டு.
Pogulūr ...	பொகுளூர்.
Puttūr ...	புத்தூர்.
Rājakkal ...	ராஜக்கல்.
Rājakuppam ...	ராஜகுப்பம்.
Rāmālai ...	ராமாலை.
Rangampēttai	ரங்கம்பேட்டை.
Rangasamudram.	ரங்கசமுத்திரம்.
Reddimānguppam	ரெட்டிமாங்குப்பம்
Sattambākkam ...	சாத்தம்பாக்கம்.
Sedukkarai ...	செதுக்கரை.
Semmarāyanellūr.	செம்மராயநெல்லூர்.
Sembēdu ...	செம்பேடு.
Sēmpalli ...	சேம்பள்ளி.
Sendattūr ...	செண்டத்தூர்.
Sēngunram ...	சேங்குன்றம்.
Senji ...	செஞ்சி.
Sannānkuppam ...	சென்னாங்குப்பம்.
Seruvanki ...	செருவங்கி.
Sēnūr ...	சேனூர்.
Sērkkādu ...	சேர்க்காடு.
Settubandai ...	சேத்துபண்டை.
Sēvūr ...	சேவூர்.
Singalpādi ...	சிங்கல்பாடி.
Sīvūr ...	சீவூர்.
Talaiyārambattu.	தலையாரம்பட்டு.
Tālaiyāttam ...	தாழையாத்தம்.
Tandalamkrishnā-puram	தண்டலம்கிருஷ்ணாபுரம்.
Tattappārai ...	தட்டப்பாறை.
Tāttimānipalli ...	தாட்டிமானிபள்ளி
Tennambattu ...	தென்னம்பட்டு.
Tirumani ...	திருமணி.
Tiruvalam ...	திருவலம்.
Tondāntulasi ...	தொண்டான்துளசி.
Tottituraimōttūr.	தொட்டித்துறைமோட்டூர்.

GUDIYĀTTAM TĀLŪK—cont. குடியாத்தம் தாலுகா—தொடர்ச்சி.

Thuttippattu	... துத்திப்பட்டு.
Thuttittāngal	... துத்தித்தாங்கல்.
Udayēndiram	... உதயேந்திரம்.
Ulli ...	... உள்ளி.
Unnāmalaisamudram.	உண்ணாமலைசமுத்திரம்.
Vadachchēri	... வடச்சேரி.
Vadagarai	... வடகரை.
Vadavirinchipuram.	வடவிரிஞ்சிபுரம்.
Vaduganttāngal ...	வடுகன்தாங்கல்.
Valattūr	... வளத்தூர்.
Vandarantāngal...	வண்டரந்தாங்கல்.
Vanjūr	... வஞ்சூர்.
Vāsanāmpalli	... வாசனம்பள்ளி.
Vālvānkunram ...	வாழ்வான்குன்றம்.
Vēlambattu	... வேலம்பட்டு.
Venkatasamudram.	வெங்கடசமுத்திரம்.
Vēppanganēri	... வேப்பங்கனேரி.
Vēppūr	... வேப்பூர்.
Vikramāchchi	... விக்கிரமாச்சி
Vīrānkuppam	... வீரான்குப்பம்.
Virudambattu (I).	விருதம்பட்டு.
Vilundakkāl	... விழுந்தக்கால்.

PŌLŪR TĀLŪK. போளூர் தாலுகா.

Ādamangalam	... ஆதமங்கலம்.
Ālampūndi	... ஆலம்பூண்டி.
Alangāramangalam.	அலங்காரமங்கலம்.
Allinagar	... அல்லிநகர்.
Aliyābād	... அலியாபாத்.
Alliyālamangalam.	அல்லியாளமங்கலம்.
Amirdi (J.H.)	... அமிர்தி.
Anaivādi	... ஆனைவாடி.
Anantapuram	... அனந்தபுரம்.
Aniyālai	... அணியாலை.
Appēdu	... அப்பேடு.
Ariyattūr	... அரியத்தூர்.
Arumbalūr	... அரும்பலூர்.
Arunagirimangalam.	அருணகிரிமங்கலம்.
Attimūr	... அத்திமூர்.
Āturai	... ஆத்துரை.
Āttuvāmbādi	... ஆத்துவாம்பாடி.
Bānāmbattu	... பாணம்பட்டு.
Chittāturai	... சித்தாதுரை.
Chitteri	... சித்தேரி.
Chōlapuram	... சோழபுரம்.
Dēvarāyampālaiyam.	தேவராயம்பாளையம்.
Dēvimangalam ...	தேவிமங்கலம்.
Elattūr	... எலத்தூர்.
Eluvāmbādi	... எழுவாம்பாடி.
Enduvāmbādi	... எந்துவாம்பாடி.
Eranāmangalam.	எரணமங்கலம்.
Eriyūr (J.H.)	... எரியூர்.
Ettiyavādi	... எட்டியவாடி.
Gangalamahādēvi	கங்கலமஹாதேவி.
Gangaranallūr	... கங்கநல்லூர்.
Gangavaram	... கங்கவரம்.
Gūdalūr	... கூடலூர்.
Idaipparai	... இடைப்பரை.
Idaiyankulāttūr...	இடையன்குளத்தூர்.
Iluppakunam	... இலுப்பகுணம்.
Indiravanam	... இந்திரவாணம்.
Irumbili	... இரும்பிலி.
Irumayanūr (J.H.)	இருமயனூர்.
Jatādhārikuppam.	ஜடாதாரிகுப்பம்.
Kachchērimangalam.	கச்சேரிமங்கலம்
Kadalādi	... கடலாடி.
Kālasamudram ...	காளசமுத்திரம்.
Kalasapākkam ...	கலசபாக்கம்.
Kaliyam	... களியம்.
Kalkuppam	... கல்குப்பம்.
Kalpattu	... கல்பட்டு.
Kālūr	... காலூர்.
Kalvāsal	... கல்வாசல்.
Kāmpattu	... காம்பட்டு.
Kānamalai (J.H.).	கானமலை.
Kāndapālaiyam ...	காந்தபாளையம்.
Kāngarūnandal ...	காங்கரூனந்தல்.
Kāngiyanūr	... காங்கியனூர்.
Kannanūr	.. கண்ணனூர்.
Kāppulūr	... காப்புலூர்.
Kārappattu	... காரப்பட்டு.
Karappūndi	... கறப்பூண்டி.
Karikāttūr	... கரிகாத்தூர்.
Kattagarampālaiyam.	கட்டகரம்பாளையம்.
Kēlūr	... கேளூர்.
Kidāmpālaiyam ..	கிடாம்பாளையம்.
Kilkanavāyūr (J.H.).	கீழ்கணவாயூர்.
Kīlpattu	... கீழ்பட்டு.
Kīlkarikāttūr	... கீழ்கரிகாத்தூர்.
Kīlpālūr	... கீழ்பாலூர்.
Kīlpotturai	... கீழ்பொத்துரை.
Kiltattiyāpattu (J.H.).	கீழ்தட்டியாபட்டு.
Kolāvūr	... கொழாவூர்.

Pōlūr Tālūk—cont. போளூர் தாலூகா—தொடர்ச்சி.

Korattāmbattu ..	கொரட்டாம்பட்டு.
Kottandavādi ...	கொத்தந்தவாடி.
Kōvilūr (J.H.) ...	கோவிலூர்.
Kulakkaraivādi ...	குளக்கரைவாடி.
Kunnattūr ...	குண்ணத்தூர்.
Kuppam ...	குப்பம்.
Kurālpākkam ...	குரால்பாக்கம்.
Kuruvimalai ...	குருவிமலை.
Kuttakarai (J.H.)	குட்டக்கரை.
Lādavaram ...	லாடவரம்.
Māmbattu ...	மாம்பட்டு.
Mandakulattūr ...	மண்டகுளத்தூர்.
Mandappārai (J.H.).	மண்டப்பாறை.
Mānikkavalli ...	மாணிக்கவல்லி.
Mansarābād ...	மன்சருபாது.
Maruttāmbādi ...	மருத்தாம்பாடி.
Mattaparayūr ...	மட்டபரயூர்.
Mattavettu ...	மட்டவெட்டு.
Mēlārani ...	மேல்ஆரணி.
Mēlchippili (J.H.)	மேல்சிப்பிலி.
Mēlchōlankuppam.	மேல்சோழன்குப்பம்.
Mēlpālūr ...	மேல்பாலூர்.
Mēlvilvarāyanellūr.	மேல்வில்வராயநெல்லூர்.
Modaiyūr ...	மொடையூர்.
Mōdanapālaiyam.	மோதனபாளையம்.
Mukkurumbai ...	முக்குரும்பை.
Munivāntāngal ...	முனிவந்தாங்கல்.
Murugāppādi ...	முருகாப்பாடி.
Nallāmpillaipettāl.	நல்லாம்பிள்ளைபெத்தாள்.
Nambēdu ...	நம்பேடு.
Nammiyampatti (J.H.).	நம்மியம்பட்டி.
Nammiyandal (I).	நம்மியந்தல்.
Nandimangalam.	நந்திமங்கலம்.
Nāranamangalam.	நாரணமங்கலம்.
Narasingapuram.	நரசிங்கபுரம்.
Nīppalāmbattu ...	நீப்பலாம்பட்டு.
Ōdalavādi ...	ஓதலவாடி.
Ōdamangalam (J.H.).	ஓடமங்கலம்.
Odanagaram ...	ஓடநகரம்.
Ōgūr ...	ஓகூர்.
Olagambattu ...	ஓலகம்பட்டு.
Pādagam ...	பாடகம்.
Padavēdu ...	படவேடு.
Padiyambattu ...	படியம்பட்டு.
Padiyamputtūr ...	படியம்புத்தூர்.
Palāsūr ...	பலாசூர்.
Palankōvil ...	பழங்கோவில்.
Panaiēlaippādi ...	பனைஓலைப்பாடி.
Pāpāmbādi ...	பாபாம்பாடி.
Pārvati Agaram.	பார்வதி அகரம்.
Pattarakādu (J.H)	பட்டரகாடு.
Pattiyavādi ...	பத்தியவாடி.
Peranambākkam.	பெரணம்பாக்கம்.
Periyagaram ...	பெரியகரம்.
Pirāyambattu ...	பிராயம்பட்டு.
Pōlūr ...	போளூர்.
Pottarai ...	பொத்தரை.
Puduppālaiyam ...	புதுப்பாளையம்.
~~Puduppattu~~	~~புதுப்பட்டு.~~
Puduppattu (J.H.).	புதுப்பட்டு.
Puliyanguppam (J.H.). ...	புளியங்குப்பம்.
Pullūr ...	புல்லூர்.
Pūndi	பூண்டி.
Pushpagiri ...	புஷ்பகிரி.
Rāndam ...	ராந்தம்.
Rayankuppam ...	ராயன்குப்பம்.
Rendērippattu ...	ரெண்டேரிப்பட்டு.
Saduppēri ...	சதுப்பேரி.
Sanikkavādi ...	சனிக்கவாடி.
Santavāsal ...	சந்தவாசல்.
Sōdarambattu ...	சேதரம்பட்டு.
Sembiyamangalam.	செம்பியமங்கலம்.
Senbagattōppu ...	செண்பகத்தோப்பு.
Sengādu (J.H.) ...	செங்காடு.
Sōngaputtēri ...	சேங்கபுத்தேரி.
Sengunam ...	செங்குணம்.
Sēttupattu ...	சேத்துப்பட்டு.
Seyyānandal ...	செய்யாநந்தல்.
Sīnandal ...	சீனந்தல்.
Siruvallūr ...	சிறுவள்ளூர்.
Sittambattu ...	சிட்டம்பட்டு.
Sōmantaputtūr ...	சோமந்தபுத்தூர்.
Sōttukinni ..	சோத்துகிண்ணி.
Tachchāmbādi ..	தச்சாம்பாடி.
Tenmahādēvamangalam.	தென்மஹாதேவமங்கலம்.
Tennagaram ...	தென்னகரம்.
Tenpallipattu ...	தென்பள்ளிபட்டு.
Tēppanandal ...	தேப்பனந்தல்.
Tindivanam ...	திண்டிவனம்.
Tirumalai ...	திருமலை.
Tirusūr ...	திருசூர்.
Tuluvapushpagiri.	துளுவபுஷ்பகிரி.
Tumbaikkādu ...	தும்பைக்காடு.
Tumbūr ...	தும்பூர்.
Turinjikuppam ...	துரிஞ்சிகுப்பம்.

Pōlūr Tālūk—cont. போளூர் தாலூகா—தொடர்ச்சி.

Vadagarainammiyandal	வடகரைநம்மியந்தல்.
Vadamahādēvamangalam.	வடமஹாதேவமங்கலம்.
Vāliyūr ...	வாழியூர்.
Vambalūr ...	வம்பலூர்.
Vanniyanūr ...	வன்னியனூர்.
Vasūr ...	வசூர்.
Vellūr ...	வெள்ளூர்.
Venmani ...	வெண்மணி.
Vilānguppam ...	விளாங்குப்பம்.
Vilāpākkam ...	விளாபாக்கம்.
Vinnuvāmbattu ...	விண்ணுவாம்பட்டு.
Vīralūr ...	வீரலூர்.
Vīranandal ...	வீரனந்தல்.
Vīrappanūr (J.H.)	வீரப்பனூர்.
Vīrasambannūr ...	வீரசம்பன்னூர்.

Tiruppattūr Tālūk. திருப்பத்தூர் தாலூகா.

Achchamangalam (Z).	அச்சமங்கலம்.
Adanagavunipalli. alias Pachchūr.	அதனகவுனிபள்ளி என்கிற பச்சூர்.
Adiyattūr (Z) ...	அடியத்தூர்.
Ādiyūr ...	ஆதியூர்.
Agaram (Z) ...	அகரம்.
Agrahāram ...	அக்கிரகாரம்.
Ālangāyam ...	ஆலங்காயம்.
Ālinjikulam (Z).	அழிஞ்சிகுளம்.
Ambalūr ...	அம்பலூர்.
Āmbūrpēttai (Z).	ஆம்பூர்பேட்டை.
Ammanānkōvil ...	அம்மணாங்கோவில்.
Āndiyappanūr ...	ஆண்டியப்பனூர்,
Aneri (Z) ..	அணேரி.
Annāndapatti (Z).	அண்ணாண்டபட்டி
Annigānūr (Z) ...	அண்ணிகானூர்.
Aravamattarappalli alias Kondappanūr (Z).	அரவமட்டரப்பள்ளி என்கிற கொண்டப்பனூர்.
Attikkuppam (Z).	அத்திக்குப்பம்.
Attūrkuppam ...	ஆத்தூர்குப்பம்.
Āvulanāyakkanpatti (Z).	ஆவுலநாயக்கன்பட்டி.
Badanavādi (Z) ...	பதனவாடி.
Baiyanapalli (I).	பையனபள்ளி.
Bandārappalli ...	பந்தாரப்பள்ளி.
Bhīmakulam (J. H).	பீமகுளம்.
Bommaikuppam (Z).	பொம்மைகுப்பம்.
Bomminayakkanpatti (Z).	பொம்மிநாயக்கன்பட்டி.
Būragamānimittā (Z).	பூரகமானிமிட்டா.
Chavudēkuppam (Z).	சவுடேகுப்பம்.
Chandrapuram ...	சந்திரபுரம்.
Chikkanānkuppām (Z)	சிக்கனாங்குப்பம்.
Chinnapachchiligantā (Z).	சின்னபச்சிலிகுண்டா.
Chinnakallupalli (Z).	சின்னகல்லுபள்ளி.
Chinnakammiyambattu (Z).	சின்னகம்மியம்பட்டு.
Chinnakandili (Z).	சின்னகந்திலி.
Chinnakannālappatti (Z).	சின்னகண்ணாலப்பட்டி.
Chinnakasināyakampatti (Z).	சின்னகசிநாயகம்பட்டி.
Chinnamōttūr (Z).	சின்னமோட்டூர்.
Chinnamūkkanūr (Z).	சின்னமூக்கனூர்.
Chinnārampatti ..	சின்னாரம்பட்டி.
Chinnasamudram (Z).	சின்னசமுத்திரம்.
Chinnavēppampatti (Z).	சின்னவேப்பம்பட்டி.
Chokkalāmpatti (Z).	சொக்களாம்பட்டி.
Chokkanāmpatti (Z).	சொக்கனாம்பட்டி.
Dāmalērimuttūr...	தாமலேரிமுத்தூர்.
Dēvastānam (Z)...	தேவஸ்தானம்.
Ellappalli (Z) ...	எல்லப்பள்ளி.
Errampatti (Z) ...	எர்ரம்பட்டி.
Genginayakkampatti (Z).	கெங்கிநாயக்கன்பட்டி.
Gerikagavunipalli alias Karagappatti (Z).	கெரிக்கவுனிபள்ளி என்கிற கரகப்பட்டி.
Gejjalanāyakkanpatti (Z).	கெஜ்ஜலநாயக்கன்பட்டி.
Girisamudram (Z)	கிரிசமுத்திரம்.
Godugumānipattadai (I).	கொடுகுமானிபட்டடை.
Gollankuttai ...	கொல்லங்குட்டை.
Gōvindapuram (Z).	கோவிந்தபுரம்.
Gumidigānpatti (Z).	குமிடிகான்பட்டி.
Hanumampatti (Z).	அனுமம்பட்டி.

TIRUPPATTŪR TĀLŪK—cont. திருப்பத்தூர் தாலூகா—தொடர்ச்சி.

Idaiyampatti (Z). இடையம்பட்டி.
Ilavampatti ... இலவம்பட்டி.
Ilayānagaram (Z). இளயாநகரம்.
Irunāpattu ... இருணாபட்டு.
Jāghīr Vadakkuppattu. ஜாகீர் வடக்குப்பட்டு.
Jōlarpēt (Z) ... ஜோலார்பேட்டை.
Jammanapudūr (Z). ஜம்மணபுதூர்.
Jelliyūr (Z) ... ஜெல்லியூர்.
Jōndrampalli (Z). ஜோண்டிரம்பள்ளி.
Kadirampatti (Z). கதிரம்பட்டி.
Kadirimangalam. (Z). கதிரிமங்கலம்.
Kāgankarai (Z)... காகங்கரை.
Kākanāmpālaiyam (Z). காகணாம்பாளையம்.
Kalandarā ... களந்தரா.
Kālvāypattadai(Z) கால்வாய்ப்பட்டடை
Kambalikuppam (Z). கம்பளிகுப்பம்.
Kandili (Z) .. கந்திலி.
Karungālipatti(Z) கருங்காலிபட்டி.
Karuppanūr (Z). கருப்பனூர்.
Kasināyakkanpatti (Z). காசிநாயக்கன் பட்டி.
Kattēri (Z) ... கட்டேரி.
Kāvēripatti (Z) ... காவேரிபட்டி.
Kēttāndappatti (I) கேத்தாண்டப்பட்டி.
Kondamanāyakkanpatti (Z) ... கொண்டமநாயக்கன்பட்டி.
Kōnāppattu (I) ... கோணாப்பட்டு.
Kōnērikuppam (Z). கோனேரிகுப்பம்.
Kōnērikuppam (Z). கோனேரிகுப்பம்.
Koratti ... கொரட்டி.
Kottakōttāi (Z)... கொத்தகோட்டை.
Kottūr ... கொத்தூர்.
Krishnāpuram(Z). கிருஷ்ணாபுரம்.
Kūdappattu (Z)... கூடப்பட்டு.
Kudiyānakuppam (Z). குடியான குப்பம்.
Kudumāmpalli(Z) குடுமாம்பள்ளி.
Kunichchi . குனிச்சி.
Kurichchilāppattu குரிச்சிலாப்பட்டு.
Kurumbakēri (Z). குடும்பகேரி.
Kurumbēri ... குரும்பேரி.
Kurumpatti (Z)... குரும்பட்டி.
Kūstampalli (Z). கூஸ்தம்பள்ளி.
Kūttāndakuppam (Z). கூத்தாண்டகுப்பம்.

Lakkināyakkan patti (Z), லக்கிநாயக்கன் பட்டி.
Madanāncheri (Z) மதனாஞ்சேரி.
Mādappalli ... மாடப்பள்ளி.
Mākkanūr (Z) ... மாக்கனூர்.
Malliappalli ... மள்ளப்பள்ளி.
Mānavalli (Z) .. மானவல்லி.
Mandalanāyanigunta alias Madanānkuttai (Z). மந்தலநாயனிகுண்ட என்கிற மதனாங்குட்டை.
Mandalavādi (Z) மண்டலவாடி.
Mangalavāniyūr (Z). மங்களவானியூர்.
Māngpuppam (Z) மாங்குப்பம்.
Marimānikuppam மரிமாணிகுப்பம்.
Mattarappalli. மட்டரப்பள்ளி.
Mēlachchamangalam (Z) மேலச்சமங்கலம்.
Mēlkuppam (Z) மேல்குப்பம்.
Mōdukuttai (Z)... மோதுகுட்டை.
Mōlakāranpatti(I) மோளகாரன்பட்டி.
Mōttūr (Z) ... மோட்டூர்.
Mōttūr (Z) . மோட்டூர்.
Muttampatti (Z). முத்தம்பட்டி.
Mūkkanūr (Z) ... மூக்கனூர்.
Nāchchiyārkuppam. நாச்சியார்குப்பம்.
Nādikuppam (Z). நாதிகுப்பம்.
Narasingapuram. நரசிங்கபுரம்.
Narasingapuram. (I). நரசிங்கபுரம்.
Nārāyanapuram. (I). நாராயணபுரம்.
Naravindampatti (Z). நரவிந்தம்பட்டி.
Nārisāmpatti (Z) நாரிசாம்பட்டி.
Nārisāmpatti (Z). நாரிசாம்பட்டி.
Nariyanēri (Z) ... நரியனேரி.
Nāttarampalli ... நாட்டரம்பள்ளி.
Nattam (Z) ... நத்தம்.
Nāyakkanūr (I). நாயக்கனூர்.
Nekkanāmalai (Z) நெக்கனாமலை.
Nekkundi (Z) ... நெக்குந்தி.
Nelvāsalnādu (J. H.) நெல்வாசல்நாடு.
Nimmiyambattu. நிம்மியம்பட்டு.
Oddappatti (Z) ... ஒட்டப்பட்டி.
Pachchiligunta(Z) பச்சிலிகுண்ட.
Pāchchal (Z) ... பாச்சல்.
Pakkirikavandanūr (Z). பக்கிரிகவுண்டனூர்.
Pālanānkuppam. (Z). பாலநாங்குப்பம்.

TIRUPPATTŪR TĀLŪK—cont. திருப்பத்தூர் தாலூகா—தொடர்ச்சி.

Palaiya Attikuppam (Z).	பழைய அத்திக்குப்பம்.
Pallippattu (I) ...	பள்ளிப்பட்டு.
Pallalapalli (Z) ...	பல்லலபள்ளி.
Pallattūr (Z) ...	பள்ளத்தூர்.
Pallippattu (Z) ...	பள்ளிப்பட்டு.
Pambākuttai (Z).	பம்பாகுட்டை.
Paniyāndapalli ...	பணியாண்டபள்ளி
Paradēsippatti (Z)	பரதேசிப்பட்டி.
Peddakallupalli (Z).	பெத்தகல்லுபள்ளி.
Peddavēppambattu (Z).	பெத்தவேப்பம்பட்டு.
Pettūr ...	பெத்தூர்.
Peramāpattu ...	பெரமாபட்டு.
Pērāmbattu ...	பேராம்பட்டு.
Poriyagaram (Z).	பெரியகரம்.
Periyakammiyambattu (Z).	பெரியகம்மியம்பட்டு.
Periyakannālappatti (Z).	பெரியகண்ணலைப்பட்டி.
Periyamōttūr (Z)	பெரியமோட்டூர்.
Ponnēri (Z) ...	பொன்னேரி.
Puduppatti (Z) ...	புதுப்பட்டி.
Pudūr (Z) ...	புதூர்.
Pudūr (Z) ...	புதூர்.
Pudūr (Z) ...	புதூர்.
Pudūr (Z) ...	புதூர்.
Pudūr (J.H.) ...	புதூர்
Pullānēri (Z) ...	புள்ளானேரி.
Puluganvalasai (Z).	புளுகன்வலசை.
Pungambattu (J.H.)	புங்கம்பட்டு.
Pūngulam ...	பூங்குளம்.
Purushōttamakuppam (Z).	புருஷோத்தமகுப்பம்.
Puttagaram (Z)...	புத்தகரம்.
Rāchchamangalam alias Agrahāram (Z)	ராச்சமங்கலம் என்கிற அக்கிரகாரம்.
Reddiyūr ...	ரெட்டியூர்.
Sakkaraikkuppam (Z).	சக்கரைக்குப்பம்.
Sammandikuppam (Z).	சம்மந்திகுப்பம்.
Samudram (Z) ...	சமுத்திரம்.
Selandampalli (Z).	செலந்தம்பள்ளி.
Sevvāttūr ...	செவ்வாத்தூர்.
Sigaranapalli (I).	சிகரனபள்ளி.
Simmanapudūr ...	சிம்மணபுதூர்.
Sīrangampatti (Z)	சீரங்கம்பட்டி.
Sōmalāpuram (Z).	சோமலாபுரம்.
Sōmināyakkanpatti (Z).	சோமிநாயக்கன்பட்டி.
Suraikkāyanattam (Z).	சுரைக்காயநத்தம்.
Sundarampalli (Z)	சுந்தரம்பள்ளி.
Tādānvalasai (Z).	தாதன்வலசை.
Tādavalli (Z) ...	தாதவள்ளி.
Telungamattarappalli alias Pattagappatti (Z).	தெலுங்கமட்டரப்பள்ளி என்கிற பட்டகப்பட்டி.
Tēngāypattadai (Z).	தேங்காய்பட்டடை.
Timmanāmattūr (Z).	திம்மணமத்தூர்.
Tiriyālam (Z) ...	திரியாலம்.
Tirumānjōlai (Z).	திருமாஞ்சோலை.
Tiruppattūr ...	திருப்பத்தூர்.
Tōkkiyam (Z) ...	தோக்கியம்.
Tumbēri (Z) ...	தும்பேரி.
Udaiyāmuttūr ...	உடையாமுத்தூர்.
Vakkanampatti (Z).	வக்கணம்பட்டி.
Veladigamānibanda.	வெலதிகமானிபண்ட.
Valaiyāmbattu (I)	வளையாம்பட்டு.
Vallippattu (Z) ...	வள்ளிப்பட்டு.
Vāniyambādi ...	வாணியம்பாடி.
Velakalnattam ...	வெலகல்நத்தம்.
Vellakkuttai ...	வெள்ளக்குட்டை.
Vengalāpuram ...	வெங்களாபுரம்.
Vengāyapalli (Z).	வெங்காயபள்ளி.
Vēttappattu (Z) ..	வேட்டப்பட்டு.
Vijilāpuram (Z)...	விஜிலாபுரம்.
Virappalli (Z) ...	வீரப்பள்ளி.
Virūpākshipuram (I).	விரூபாக்ஷிபுரம்.
Vishamangalam.	விஷமங்கலம்.
Yēlagiri (Z) ...	ஏலகிரி.
Yēlagirimalai ...	ஏலகிரிமலை.

TIRUVANNĀMALAI TĀLŪK திருவண்ணாமலை தாலூகா.

Ādaiyūr ...	ஆடையூர்.
Adi Annāmalai ...	அடி அண்ணாமலை.
Agaram (Se) ...	அகரம் (செ.)
Agaram (Z) ...	அகரம்.
Agarampallippattu.	அகரம்பள்ளிப்பட்டு.
Agaram Sibbandi.	அகரம் சிபந்தி.
Akkaraippatti ...	அக்கரைப்பட்டி.
Ālapputtūr ...	ஆலப்புத்தூர்.

ERRATA LIST TO THE ALPHABETICAL LIST OF VILLAGES OF THE MADRAS PRESIDENCY AND TO THE LIST OF VILLAGES OF THE NORTH ARCOT DISTRICT.

TIRUVANNĀMALAI TALUK.

Substitute the following for the existing villages of the Tiruvannāmalai Taluk :—

Ādaiyūr ..	ஆடையூர்.
Adi Annāmalai ..	அடி அண்ணாமலை.
Agaram (Z) ..	அகரம்.
Agaram Sibbandi	அகரம் சிப்பந்தி.
Alagānandal ..	அழகானந்தல்.
Allikondāpattu ..	அல்லிகொண்டாபட்டு.
Ānānandal ..	ஆனானந்தல்.
Ānāypirandān ..	ஆனைப்பிறந்தான்.
Āndālūr ..	ஆண்டாளூர்.
Andampallam ..	அண்டம்பள்ளம்.
Āndāpattu (Si) ..	ஆண்டாபட்டு (சி).
Āndāpattu (Su) ..	ஆண்டாபட்டு (சு).
Āndāpattu (Vada)	ஆண்டாபட்டு (வட).
Āngunam ..	ஆங்குணம்,
Anukkamalai (Z)	அனுக்கமலை.
Appuppattu ..	அப்புப்பட்டு.
Arodāppattu ..	அறடாப்பட்டு.
Āranji	ஆராஞ்சி.
Ārappākkam ..	ஆரப்பாக்கம்.
Arasudaiyāmbattu	அரசுடையாம்பட்டு.
Arumbākkam ..	அரும்பாக்கம்.
Āruthirāpattu ..	ஆருத்திராபட்டு.
Attippādi ..	அத்திப்பாடி.
Attiyandal ..	அத்தியந்தல்.
Āvūr	ஆவூர்.
Ayyampālaiyam ..	அய்யம்பாளையம்.
Ayyankunam ..	அய்யங்குணம்.
Būdamangalam ..	பூதமங்கலம்.
Chellankuppam ..	செல்லன்குப்பம்.
Chinnakallappādi	சின்னகல்லப்பாடி.
Chinnakāngiyanūr	சின்னகாங்கியனூர்.
Dēvanāmbattu ..	தேவனாம்பட்டு.
Dēvanandal ..	தேவனந்தல்.
Dēvanūr ..	தேவனூர்.
Durginammiyandal.	துர்க்கிநம்மியந்தல்.
Erappākkam ..	எரப்பாக்கம்.
Erumpūndi ..	எரும்பூண்டி.
Ganapāpuram ..	கணபாபுரம்.
Gangupattu (Na)	கங்குபட்டு (ந).
Gūdalūr (Z) ..	கூடலூர்.
Iluppaittāngal ..	இலுப்பைத்தாங்கல்.
Isukkali Kātteri ..	இசுக்கழி காட்டேரி.
Kādagamān ..	காடகமான்.
Kadambai ..	கடம்பை.
Kalastambādi ..	களஸ்தம்பாடி.
Kalingalēri ..	கலிங்கலேரி.
Kalittēri ..	கலித்தேரி.
Kallanai ..	கல்லனை.
Kallāyi (Z) ..	கல்லாயி.
Kallēri	கல்லேரி.
Kalikkulam ..	கழிக்குளம்.
Kallottu ..	கல்லொட்டு.
Kalpūndi ..	கல்பூண்டி.
Kamalāpputtūr ..	கமலப்புத்தூர்.
Kambuppattu (Shro)	கம்புப்பட்டு (சுரோ).
Kānalapādi ..	கானலபாடி.
Kanandampūndi	கனந்தம்பூண்டி.
Kandiyankuppam	கண்டியன்குப்பம்.
Kaniyāmpūndi (Z)	கணியாம்பூண்டி.
Kanjānkuppam (Z)	கஞ்சான்குப்பம்.
Kannappandal ..	கண்ணப்பந்தல்.
Kāranāmpūndi ..	காரணாம்பூண்டி.
Karimbalūr (Vada)	கரிம்பலூர் (வட).
Karinduvāmbādi	கரிந்துவாம்பாடி.
Karippūr (Kil) ..	கரிப்பூர் (கீழ்).
Kāriyandal ..	காரியந்தல்.
Kārkonam ..	கார்கொணம்.
Karukkalāmbādi	கருக்கலாம்பாடி.
Karungālippādi ..	கருங்காலிப்பாடி.
Kattālambattu ..	கத்தாழம்பட்டு.
Kāttāmpūndi ..	காட்டாம்பூண்டி.
Kāttu Malaiyanūr	காட்டுமலையனூர்.
Kāttupputtūr ..	காட்டுப்புத்தூர்.
Kāttuvēlānandal	காட்டுவேளானந்தல்.
Kāvēriyampūndi	காவேரியம்பூண்டி.
Kīkkalūr ..	கீக்களூர்.
Kiliyappattu ..	கிளியப்பட்டு.
Kilāttūr ..	கீழ் ஆத்தூர்.
Kīlkachchirāyanpattu.	கீழ் கச்சிராயன்பட்டு.
Kīlnāchchippattu (Su)	கீழ் நாச்சிப்பட்டு (சு).
Kīlnāchchippattu (Sō).	கீழ் நாச்சிப்பட்டு (சோ).
Kīlanaikkarai ..	கீழ் அணைக்கரை.
Kīlnāttur ..	கீழ் நாத்தூர்.

Tiruvannāmalai Tālūk--cont. திருவண்ணாமலை தாலூகா—தொடர்ச்சி.

Kanandampūndi.	கனந்தம்பூண்டி.
Kānchi ..	காஞ்சி.
Kandiyankuppam.	கண்டியன்குப்பம்.
Kaniyāmpūndi (Z).	கணியாம்பூண்டி.
Kanjānkuppam (Z).	கஞ்சான் குப்பம்.
Kannakkandal ..	கண்ணக்கந்தல்.
Kannakkurukkai.	கண்ணக்குருக்கை.
Kannālamandai (J.H.)	கண்ணாலமந்தை.
Kannappandal .	கண்ணப்பந்தல்.
Kāranāmpūndi ..	காரணாம்பூண்டி.
Karimalappādi ..	கரிமலப்பாடி.
Karimbalūr (Ten).	கரிம்பலூர் (தென்).
Karimbalūr (Vada).	கரிம்பலூர் (வட).
Karinduvāmbādi.	கரிந்துவாம்பாடி.
Karippūr, Kīl ..	கரிப்பூர், கீழ்.
Karippūr, Mēl ..	கரிப்பூர், மேல்.
Kariyamangalam.	கரியமங்கலம்.
Kāriyandaljapti..	காரியந்தல்ஜப்தி.
Kariyānchetti ..	கரியான்செட்டி.
Kāriyandal ..	காரியந்தல்.
Kārkōnam ..	கார்கோணம்.
Karukkalāmbādi.	கருக்கலாம்பாடி.
Karungālippādi..	கருங்காலிப்பாடி.
Karungālippādi-patti.	கருங்காலிப்பாடிபட்டி.
Kattālampattu ..	கத்தாழம்பட்டு.
Kattamaduvu ..	கட்டமடுவு.
Kāttāmpūndi ..	காட்டாம்பூண்டி.
Kāttumalaiyanūr.	காட்டுமலையனூர்.
Kāttupputtūr ..	காட்டுப்புத்தூர்.
Kāttuvēlānandal.	காட்டுவேலானந்தல்.
Kāvēriyampūndi.	காவேரியம்பூண்டி.
Kāyambattu ..	காயம்பட்டு.
Kelaiyūr ..	கெலையூர்.
Kīkkalūr ..	கீக்களூர்.
Kiliyappattu ..	கிளியப்பட்டு.
Kīlpattu (J.H.)..	கீழ்பட்டு.
Kīlpāsār ..	கீழ்பாசார்.
Kīlāttūr ..	கீழ் ஆத்தூர்.
Kīlkachchirāyanpattu.	கீழ்கச்சிராயன்பட்டு.
Kīlnāchchippattu (Su).	கீழ்நாச்சிப்பட்டு (சு).
Kīlnāchchippattu (So).	கீழ்நாச்சிப்பட்டு (சோ).
Kīlanaikkarai ..	கீழ் அணைக்கரை,
Kīlnāttūr ..	கீழ்நாத்தூர்.
Kīlpadūr ..	கீழ்படூர்.
Kīlrāvandavādi ..	கீழ்ராவந்தவாடி.
Kīlsirupākkam ..	கீழ்சிறுபாக்கம்.
Kīlchettippattu ..	கீழ்செட்டிப்பட்டு.
Kīlsilambadi (J.H.)	கீழ்சிலம்படி.
Kīlvanakkambādi.	கீழ்வணக்கம்பாடி.
Kīlvilāmbūchchi (J.H.)	கீழ்விளாம்பூச்சி.
Kīranūr ..	கீரனூர்.
Kolundambattu ..	கொழுந்தம்பட்டு.
Kōnalūr .	கோணலூர்.
Kōsalai ..	கோசலை.
Kottaiyūr ..	கொட்டையூர்.
Kottakkulam ..	கொட்டகுளம்.
Kottandavādi ..	கொத்தந்தவாடி.
Kōttūr (J.H.) ..	கோட்டூர்.
Kōvūr ..	கோவூர்.
Kulakkaraivādi ..	குளக்கரைவாடி.
Kulakkudi ..	குளக்குடி.
Kulamanjanūr ..	குளமஞ்சனூர்.
Kulattūr ..	குளத்தூர்.
Kulālpādi ..	குலால்பாடி.
Kumārakudi ..	குமாரகுடி.
Kungiliyanattam.	குங்கிலியநத்தம்.
Kunnandal ..	குண்ணந்தல்.
Kunnankuppam.	குண்ணங்குப்பம்.
Kunnumarinji ..	குன்னுமரிஞ்சி.
Kuppanattam ..	குப்பநத்தம்.
Kurumbappatti ..	குரும்பப்பட்டி.
Kūttalavādi ..	கூத்தலவாடி.
Kuyilam ..	குயிலம்.
Mādalambādi ..	மாதளம்பாடி.
Madurāmbattu ..	மதுராம்பட்டு.
Malaiyanūrchekkadi.	மலையனூர்செக்கடி.
Malamanjanūr ..	மலமஞ்சனூர்.
Malappāmbādi ..	மலப்பாம்பாடி.
Mallappanāyakkanpālayam.	மல்லப்பநாயக்கன்பாளையம்.
Mallavādi ..	மல்லவாடி.
Maluvembattu ..	மழுவம்பட்டு.
Manmalai ..	மண்மலை.
Mānāvaram ..	மாணவரம்.
Mangalam ..	மங்கலம்.
Manjampūndi ..	மஞ்சம்பூண்டி.
Manikkal ..	மணிக்கல்.
Mannāttiyappatti.	மண்ணாட்டியப்பட்டி.

TIRUVANNĀMALAI TALUK—cont. திருவண்ணாமலை தாலூகா—தொடர்ச்சி.

Tiruvannāmalai ..	திருவண்ணாமலை.
Tiruvarangam Vālavetti.	திருவரங்கம் வாள வெட்டி.
Turinjāpuram ..	துரிஞ்சாபுரம்.
Udaiyānandal ..	உடையானந்தல்.
Ūdappūndi ..	ஊதப்பூண்டி.
Udirampūndi ..	உதிரம்பூண்டி.
Usāmbādi ..	ஊசாம்பாடி.
Vaippūr ..	வைப்பூர்.
Vairapperiyānkuppam	வைரப்பெரியான் குப்பம்.
Vālavetti (Shro) ..	வாழவெட்டி (சுரோ).
Vallivāgai ..	வள்ளிவாகை.
Vāniyantāngal ..	வாணியந்தாங்கல்.
Vattarāpputtūr ..	வட்டராப்புத்தூர்.
Vayalūr ..	வயலூர்.
Valudalangunam ..	வழுதலங்குணம்.
Vēdanattam ..	வேடநத்தம்.
Vēdandavādi ..	வேடந்தவாடி.
Vēlaiyambākkam.	வேளையம்பாக்கம்.
Velakkanandal (Shro)	வெலக்கனந்தல் (சுரோ).
Vēlānandal ..	வேளானந்தல்.
Velunganandal ..	வெளுங்கனந்தல்.
Vengaya vēlūr ..	வெங்காயவேலூர்.
Vēngikkāl ..	வேங்கிக்கால்.
Venniyandal ..	வெண்ணியந்தல்.
Veraiyūr ..	வெறையூர்.
Vēttavalam (Z) ..	வேட்டவலம்.
Viruduvilangi nān	விருதுவிளங்கினான்.
Viswantāngal ..	விசுவந்தாங்கல்.

CHENGAM TALUK. செங்கம் தாலூகா.

Insert the following villages belonging to the new Chengam Taluk :—

Agaram (Se) ..	அகரம் (செ).
Agarampallippattu.	அகரம்பள்ளிப்பட்டு.
Akkaraippatti ..	அக்கரைப்பட்டி.
Ālapputtūr ..	ஆலப்புத்தூர்.
Ālattūr ..	ஆலத்தூர்.
Allappanūr ..	அல்லப்பனூர்.
Alliyandal ..	அல்லியந்தல்.
Annandal ..	அண்ணந்தல்.
Ānandavādi ..	ஆனந்தவாடி.
Anavarābād ..	அனவராபாத்.
Andanūr ..	அந்தனூர்.
Āndāpattu (Se) ..	ஆண்டாபட்டு (செ).
Āndippatti ..	ஆண்டிப்பட்டி.
Appunāyakkanpālaiyam.	அப்புநாயக்கன்பாளையம்.
Arasankanni ..	அரசங்கண்ணி.
Arattavādi ..	அரட்டவாடி.
Aridārimangalam.	அரிதாரிமங்கலம்.
Ariyākunjūr	அரியாகுஞ்சூர்.
Asvanāgasuranai	அசுவநாகசுரணை.
Āttippādi	ஆத்திப்பாடி.
Bandirēvu ..	பண்டிரேவு.
Bhīmānandal ..	பீமாநந்தல்.
Bhīmarappatti ..	பீமறப்பட்டி.
Chengam ..	செங்கம்.
Chennasamudram.	சென்னசமுத்திரம்.
Chinnakōlappādi.	சின்ன கோளப்பாடி.
Chinniyampēttai.	சின்னியம்பேட்டை.
Endal	எந்தல்.
Gengambattu (Si).	கெங்கம்பட்டு (சி).
Gūdalūr ..	கூடலூர்.
Idaikkal ..	இடைக்கல்.
Idaittanūr ..	இடைத்தனூர்.
Ilangunni ..	இளங்குண்ணி.
Iraiyūr ..	இறையூர்.
Jambōdai ..	ஜம்போடை.
Kākarasampālaiyam.	காகறசம்பாளையம்.
Kalladāvi ..	கல்லடாவி.
Kallaraippādi ..	கல்லரைப்பாடி.
Kallāttūr ..	கல்லாத்தூர்.
Kāmbattu ..	காம்பட்டு.
Kānchi	காஞ்சி.
Kannakkandal ..	கண்ணக்கந்தல்.
Kannakkurukkai.	கண்ணக்குருக்கை.
Kārappattu ..	காரப்பட்டு.
Karimalappādi ..	கரிமலப்பாடி.
Karimbalūr (Ten).	தென்கரிம்பலூர்.
Karippūr (Mel) ..	மேல் கரிப்பூர்.
Kariyamangalam.	கரியமங்கலம்.
Kāriyandal japti.	காரியந்தல் ஜப்தி.
Karungālippādipatti.	கருங்காலிப்பாடி பட்டி.
Kattamaduvu ..	கட்டமடுவு.
Kāyambattu ..	காயம்பட்டு.
Kelaiyūr ..	கெளையூர்.
Kīlpadūr ..	கீழ்படூர்.
Kīlpāsār ..	கீழ்பாசார்.
Kīlrāvandavādi ..	கீழ்ராவந்தவாடி.
Kīlsirupākkam ..	கீழ் சிருபாக்கம்.
Kīlvanakkambādi.	கீழ வணக்கம்பாடி.
Kolundampattu ..	கொழுந்தம்பட்டு.
Korattāmbattu ..	கொறட்டாம்பட்டு.
Kottakkulam ..	கொட்டக்குளம்.
Kottaiyūr ..	கொட்டையூர்.
Kulālpādi ..	குலால்பாடி.

TIRŪVANNĀMALAI TĀLŪK—cont. திருவண்ணாமலை தாலூகா—தொடர்ச்சி.

Palliyambattu (Shrō).	பல்லியம்பட்டு (சுரோ).
Panaiyūr	பனையூர்.
Panditappattu ...	பண்டிதப்பட்டு.
Panniyūr ...	பண்ணியூர்.
Pāppāmbādi (Su).	பாப்பாம்பாடி (சு).
Paramanandal ...	பரமானந்தல்.
Paraiyanpattu ..	பறையன்பட்டு.
Pasungarai ...	பசுங்கரை.
Pāvuppattu ...	பாவுப்பட்டு.
Pavuttiram ...	பவுத்திரம்.
Pennāttūr (Kīl).	பெண்ணாத்தூர் (கீழ்).
Periyakalāmbādi.	பெரியகளாம்பாடி.
Periyakallappādi.	பெரியகல்லப்பாடி
Periyakōlappādi.	பெரியகோளப்பாடி
Periyēri ...	பெரியேரி.
Perumanam ...	பெருமணம்.
Perumattam (J.H.)	பெருமட்டம்.
Perumbākkam ...	பெரும்பாக்கம்.
Perumpattam ...	பெரும்பட்டம்.
Perunduraippattu	பெருந்துரைப்பட்டு.
Perungulattūr ...	பெருங்குளத்தூர்
Pērāyambattu ...	பேராயம்பட்டு.
Pichchanandal ...	பிச்சனந்தல.
Pinjūr ...	பிஞ்சூர்.
Pōndai ...	போந்தை.
Polakkunam (Shrō.)	பொலக்குணம் (சுரோ).
Ponnamēdu ...	பொன்னமேடு.
Porasappattu ...	பொரசப்பட்டு.
Porikkal ...	பொரிக்கல்.
Porkunam ...	பொற்குணம்.
Puduppālaiyam ...	புதுப்பாளையம்.
Puduppattu ...	புதுப்பட்டு.
Pudūrchekkadi ...	புதூர்செக்கடி.
Pudūrchengam ...	புதூர் செங்கம்.
Pulichchakkuttai (J.H.)	புளிச்சக்குட்டை.
Puliyāmpatti ...	புளியாம்பட்டி.
Puliyūr (J.H.) ...	புலியூர்.
Puludiyūr (Mēl).	புழுதியூர் (மேல).
Puludiyūr (Vada).	புழுதியூர் (வட)
Puttūrchekkadi ...	புத்தூர்செக்கடி.
Rādhāpuram ...	ராதாபுரம்.
Rājāntāngal ...	ராஜாந்தாங்கல்.
Rāndam ...	ராந்தம்.
Rāyampēttai ...	ராயம்பேட்டை.
Rāyandapuram ...	ராயண்டபுரம்.
Reddiyāppālaiyam.	ரெட்டியாப்பாளையம்.
Sadaiyanōdai ...	சடையனோடை.
Sadakuppam ..	சதகுப்பம்.
Sakkarattāmadai.	சக்கரத்தாமடை.
Sālaiyanūr ...	சாலையனூர்.
Sālappādi (J.H.) ...	சாலப்பாடி.
Sammandanūr ...	சம்மந்தனூர்.
Samudram ...	சமுத்திரம்
Sānānandal ...	சானானந்தல்.
Sānippūndi ...	சாணிப்பூண்டி.
Sāttanūr ...	சாத்தனூர்.
Sāvalpūndi ...	சாவல்பூண்டி.
Semmampatti ...	செம்மம்பட்டி.
Sēndamangalam.	சேந்தமங்கலம்.
Sērpāpattu ...	சேற்பாபட்டு.
Sevarappūndi ...	செவரப்பூண்டி.
Seyyālēri ...	செய்யாலேரி.
Silappandal ...	சிலப்பந்தல்.
Sirunāttūr ...	சிறுநாத்தூர்.
Sirukalāmbādi ...	சிறுகளாம்பாடி.
Sirukottān ...	சிறுகொத்தான்.
Sōmāsivādi ...	சோமாசிவாடி.
Sorakkolattūr ...	சொரகுளத்தூர்.
Sorandai ...	சொரந்தை.
Sōrappanandal (Si).	சோரப்பனந்தல் (சி).
Sōrappanandal (Sō).	சோரப்பனந்தல் (சோ).
Sorattūr ...	சொரத்தூர்.
Sūrankuppam ...	சூரன்குப்பம்.
Tachchampattu ...	தசசம்பட்டு.
Talaiyāmpallam ...	தலையாம்பள்ளம்.
Tambunāyakkanpatti.	தம்புநாயக்கன்பட்டி.
Tālaikkuttu ...	தாழைக்குத்து.
Tāmaraippākkam.	தாமரைப்பாககம்.
Tandarai ...	தண்டரை.
Tandarāmbattu ...	தண்டராம்பட்டு.
Tānippādi ...	தானிப்பாடி.
Taradāppattu ...	தரடாப்பட்டு.
Tellānandal ...	தெள்ளானந்தல்.
Tirukkalūrvālavetti.	திருக்கனூர்வாளவெட்டி.
Tirunākachchi ...	திருநாகச்சி.
Tiruvadattanūr ...	திருவடத்தனூர்.
Tiruvanaimugam.	திருவாணைமுகம்.
Tiruvannāmalai ...	திருவண்ணாமலை.
Tiruvarangam Vālavetti.	திருவரங்கம் வாளவெட்டி.
Tittāndāppattu ...	தித்தாண்டாப்பட்டு.
Tōkkavādi ...	தோக்கவாடி.
Tondamānūr ...	தொண்டமானூர்.
Torappādi ...	தொரப்பாடி.

CHINGAM TALUK—*cont.* செங்கம் தாலுக்கா—தொடர்ச்சி.

Unnāmalaip-pālaiyam (V. No. 87). உண்ணாமலைப்பாளையம்.
Ūrkkavundanūr .. ஊர்க்கவுண்டனூர்.
Vākkilāppattu .. வாக்கிலாப்பட்டு.
Valaiyāmbattu .. வளையாம்பட்டு.
Vālavachchanūr .. வாழவச்சனூர்.
Vānāpuram .. வாணாபுரம்.
Varagūr .. வரகூர்.
Vāsudēvanpattu .. வாசுதேவன்பட்டு.
Vāyvidāntāngal .. வாய்விடாந்தாங்கல்.
Vēdankuppam .. வேடன்குப்பம்.
Vīranandal .. வீரநந்தல்.
Vellālanpatti .. வெள்ளாளன்பட்டி.
Vēlūr .. .. வேலூர்.
Vēppūrchekkadi .. வேப்பூர்செக்கடி.
Vinnavanūr .. விண்ணவனூர்.
Vīranam .. வீரணம்.

Javādi Hill Villages.

Attippattu .. அத்திப்பட்டு.
Chinna Kīlpattu .. சின்ன கீழ்பட்டு.
Erukkambattu .. எருக்கம்பட்டு.
Kīlpattu .. கீழ்பட்டு.
Kīltattiyāmpattu. கீழ்தட்டியாம்பட்டு.
Mēlpattu .. மேல்பட்டு.
Mēltattiyāmpattu. மேல்தட்டியாம்பட்டு.
Nellivāy .. நெல்லிவாய்.
Padapanjamarattūr. படபஞ்சமரத்தூர்.
Palāmarattūr .. பலாமரத்தூர்.
Perumattam .. பெருமட்டம்.
Puliyūr .. புலியூர்.
Vannānkuttai .. வண்ணான்குட்டை.

[*Vide* B.P. Mis. No. 989, dated 5th April 1929 and Routine No. 6381, dated 20th December 1932.]

VELLORE TĀLŪK. வேலூர் தாலுகா.

Abdullāpuram ... அப்துல்லாபுரம்.
Adukkampārai ... அடுக்கம்பாறை.
Agaram ... அகரம்.
Agaramchēri ... அகரம்சேரி.
Agrahāram ... அக்கிரகாரம்.
Alamēlumangāpuram. அலமேலுமங்காபுரம்.
Ālānkuppam ... ஆலாங்குப்பம்.
Allāpuram ... அல்லாபுரம்.
Allēri (J.H.) ... அல்லேரி.
Āmbūr ... ஆம்பூர்.
Anaikkattu ... அணைக்கட்டு.
Anpūndi ... அன்பூண்டி.
Appukallu ... அப்புகல்லு.
Ārimalai ... அரிமலை.
Ariyūr ... அரியூர்.
Ārjādi ... ஆர்ஜாதி.
Āsanāmbattu ... ஆசனாம்பட்டு.
Attikkuppam ... அத்திக்குப்பம்.
Attiyūr ... அத்தியூர்.
Brāhmanamangalam. பிராமணமங்கலம்.
Chinnapallikkuppam. சின்னபள்ளிக்குப்பம்.
Chōlavaram ... சோழவரம்.
Dēvichettikkuppam. தேவிசெட்டிக்குப்பம்.
Ellupārai (J.H.) எல்லுபாறை.
Erayankādu ... எரயங்காடு.
Ganganallūr ... கங்கநல்லூர்.
Gangasānikuppam. கங்கசானிகுப்பம்.
Gollamangalam ... கொல்லமங்கலம்.
Gōvindambādi ... கோவிந்தம்பாடி.
Guruvarājāpālaiyam. குருவராஜாபாளையம்.
Idaiyansāttu ... இடையன்சாத்து.
Ilavambadi ... இலவம்பாடி.
Kalanipākkam .. கழனிபாக்கம்.
Kallapārai ... கல்லபாறை.
Kamiyambattu ... கமியம்பட்டு.
Kammasamudram கம்மசமுத்திரம்.
Kandanēri ... கந்தனேரி.
Kanikkaniyān ... கனிக்கனியான்.
Kaniyambādi ... கணியம்பாடி.
Kannadikuppam. கன்னடிகுப்பம்.
Karadikudi ... கரடிகுடி.
Karukampattūr... கருகம்பத்தூர்.

VELLORE TĀLUK—cont. வேலூர் தாலூகா—தொடர்ச்சி.

Karungāli ...	கருங்காலி.
Kattālambattu ...	கத்தாழம்பட்டு.
Kattārikuppam ...	கத்தாரிகுப்பம்.
Kāttuputtūr ...	காட்டுப்புத்தூர்.
Kīlachchūr ..	கீழச்சூர்.
Kīl Arasambattu.	கீழ் அரசம்பட்டு.
Kīl Kottūr ...	கீழ் கொத்தூர்.
Kīl Krishnāpuram.	கீழ் கிருஷ்ணாபுரம்
Kīl Munagūr ...	கீழ் முணகூர்.
Kīl Murungi ...	கீழ் முருங்கி.
Kīl Pallippattu ...	கீழ் பள்ளிப்பட்டு.
Kommālankuttai.	கொம்மாளங்குட்டை.
Kommēswaram ...	கொம்மேசுவரம்.
Konavattam ...	கொணவட்டம்.
Kulidikki ...	குளிதிக்கி.
Kuppam ...	குப்பம்.
Kuppampālaiyam.	குப்பம்பாளையம்.
Kuppambattu ...	குப்பம்பட்டு.
Kūttambākkam (I).	கூத்தம்பாக்கம்.
Madaiyapattu ...	மடையபட்டு.
Mādanūr ...	மாதனூர்.
Muhammadupuram.	மகம்மதுபுரம்.
Mēl Arasambattu.	மேல் அரசம்பட்டு
Mēl Krishnāpuram.	மேல் கிருஷ்ணாபுரம்.
Mēl Munagūr ...	மேல் முணகூர்.
Mēl Pallippattu...	மேல்பள்ளிப்பட்டு
Minnūr ...	மின்னூர்.
Mōttakkal ...	மோத்தக்கல்.
Mōttuppālaiyam.	மோட்டுப்பாளையம்.
Mulvādi (J.H.) ...	முள்வாடி.
Mūnjūrpattu ...	மூஞ்சூர்பட்டு.
Murukkēri ...	முருக்கேரி.
Nāchchiyārkuppam.	நாச்சியார்குப்பம்.
Nadimipālaiyam.	நடிமிபாளையம்.
Nāyakkanēri ...	நாயக்கனேரி.
Nelvāy ...	நெல்வாய்.
Nēmandapuram...	நேமந்தபுரம்.
Odiyattūr ...	ஒடியத்தூர்.
Odugattūr ...	ஒடுகத்தூர்.
Okkanāpuram ...	ஒக்கணாபுரம்.
Ōngapādi ...	ஓங்கபாடி.
Pākkam ...	பாக்கம்.
Pākkampālaiyam.	பாக்கம்பாளையம்.
Pālamadi ...	பாலமதி.
Pālambākkam ...	பாலம்பாக்கம்.
Pālappādi ...	பாலப்பாடி.
Pālāttuvannān ...	பாலாத்துவண்ணான்.
Palavansāttu ...	புலவன்சாத்து.

Pallikondai ...	பள்ளிகொண்டை.
Pallikkuppam ...	பள்ளிக்குப்பம்.
Pālūr	பாலூர்.
Pangalattān ...	பங்களத்தான்.
Palāmbattu (J.H.)	பலாம்பட்டு.
Pennāttūr ...	பென்னாத்தூர்.
Periyapanappārai (J.H.).	பெரியபனப்பாறை
Periyānkuppam...	பெரியாங்குப்பம்.
Perumugai ...	பெருமுகை.
Pinnatturai ...	பின்னத்துறை.
Pinchamandai (J.H.).	பிஞ்சமந்தை.
Poygai ...	பொய்கை.
Pudukuppam (J.H.).	புதுகுப்பம்.
Pūdūr	பூதூர்.
Pulimēdu ...	புலிமேடு.
Puttūr ...	புத்தூர்.
Rāmanāyanikuppām.	ராமநாயனிகுப்பம்.
Sampangiuallūr.	சம்பங்கிநல்லூர்.
Sānānkuppam ...	சாணான்குப்பம்,
Sāradankoilai (J.H.).	சாரதன்கொல்லை.
Satyamangalam...	சத்தியமங்கலம்.
Sāttumadurai ...	சாத்துமதுரை.
Sāttupālaiyam ...	சாத்துபாளையம்.
Sattuvāchāri ...	சத்துவாசாரி.
Seduppēri ...	செதுப்பேரி.
Seduvālai ...	செதுவாலை.
Sōkkanūr ...	சேக்கனூர்.
Selamānattam ...	செலமாநத்தம்.
Sembēdu ...	செம்பேடு.
Sengilikuppam ...	செங்கிளிகுப்பம்.
Sēnpākkam ..	சேண்பாக்கம்.
Sērpādi ...	சேர்பாடி.
Singirikōvil ...	சிங்கிரிகோவில்.
Sirukalamūr ...	சிறுகளமூர்.
Sirukānchi ...	சிறுகாஞ்சி.
Sōlūr	சோலூர்.
Sōmalāpuram ...	சோமலாபுரம்.
Tellai	தெள்ளை.
Tellūr	தெள்ளூர்.
Tenpuduppattu ...	தென்புதுப்பட்டு.
Tippasamudram.	திப்பசமுத்திரம்.
Tirumalaikuppam	திருமலைகுப்பம்.
Tōllapali ...	தோள்ளபள்ளி.
Torappādi ...	தொரப்பாடி.
Tōttālam ...	தோட்டாளம்.
Tuttikkādu ...	துத்திக்காடு.
Tuttippattu ...	துத்திப்பட்டு.
Umaiyambattu ...	உமையம்பட்டு.
Ūnai	ஊனை.
Ūsūr	ஊசூர்.
Vadapuduppattu.	வடபுதுப்பட்டு.

VELLORE TĀLŪK—cont. வேலூர் தாலூகா—தொடர்ச்சி.

Vallam ...	வல்லம்.
Vallandarāmam...	வல்லண்டராமம்.
Vāniyambādi ...	வாணியம்பாடி.
Vannāntāngal ...	வண்ணான்தாங்கல்.
Varadalambattu.	வரதலம்பட்டு.
Vasantanadai ...	வசந்தநடை.
Vellakkal ...	வெள்ளக்கல்
Vellore (North)...	வேலூர் (வட).
Vellore (South) ...	வேலூர் (தென்).
Venkatāpuram ...	வெங்கடாபுரம்.
Vengili (I) ...	வெங்கிளி.
Vēppambattu ...	வேப்பம்பட்டு.
Vēppanguppam...	வேப்பங்குப்பம்.
Vettuvānam ...	வெட்டுவாணம்.
Vinnamangalam.	விண்ணமங்கலம்.
Virinchīpuram ...	விரிஞ்சீபுரம்.
Virūpākshipuram.	விரூபாக்ஷிபுரம்.

WĀLĀJĀPET TĀLŪK. வாலாஜா தாலூகா.

Agaram ...	அகரம்.
Allālachchēri ...	அல்லாளச்சேரி.
Ammanantāngal.	அம்மணந்தாங்கல்.
Ammūr ..	அம்மூர்.
Ānaimallūr ...	ஆனைமல்லூர்.
Anantalai ...	அனந்தலை.
Arappākkam ...	அரப்பாக்கம்.
Ārcōt	ஆற்காடு.
Arumbākkam ...	அருமபாக்கம்.
Arungunram ...	அருங்குன்றம்.
Ārūr	ஆரூர்.
Attittāngal ...	அத்தித்தாங்கல்.
Attiyānam ...	அத்தியாணம்.
Āyilam ...	ஆயிலம்.
Ayiramangalam.	அயிரமங்கலம்.
Bāgavali ...	பாகவளி.
Bharatarāmi ...	பரதராமி.
Bhāryamangalam.	பாரியமங்கலம்.
Chekkadikkuppam.	செக்கடிக்குப்பம்.
Chennasamudram (S. No. 62).	சென்னசமுத்திரம்.
Chennasamudram (S. No. 176).	சென்னசமுத்திரம்.
Chettittangal ...	செட்டித்தாங்கல்.
Cheyyāttuvannān.	செய்யாத்துவண்ணான்.
Chittāttūr ...	சித்தாத்தூர்.
Dāsipuram ...	தாசிபுரம்.
Durgam ..	துர்கம்.
Ēkāmbaranellūr.	ஏகாம்பரநெல்லூர்.
Esayanūr ...	எசயனூர்.
Gōvindachchēri ...	கோவிந்தச்சேரி.
Gōvindachchērikuppam.	கோவிந்தச்சேரிகுப்பம்.
Gundalēri ...	குண்டலேரி.
Hirāsattapuram...	ஹிராசத்தபுரம்.
Irungūr ...	இருங்கூர்.
Jambukulam ...	ஜம்புகுளம்.
Kadappantāngal.	கடப்பந்தாங்கல்.
Kadappēri ...	கடப்பேரி.
Kalavai ...	கலவை.
Kalavaiputtūr ...	கலவைபுத்தூர்.
Kallālanguppam.	கல்லாலங்குப்பம்.
Kalmēlkuppam ...	கல்மேல்குப்பம்.
Kalpattu ...	கல்பட்டு.
Kaniyanūr ...	கணியனூர்.
Kārai	காரை.
Karikkantāngal...	கரிக்கந்தாங்கல்.
Karivēdu ...	கரிவேடு.
Kāttarumbākkam	காட்டரும்பாக்கம்.
Kattārikkuppam (I).	கத்தாரிக்குப்பம்.
Kāttēri ...	காட்டேரி.
Kattivādi ...	கத்திவாடி.
Kāvanūr ...	காவனூர்.
Kēsavanānguppam.	கேசவனாங்குப்பம்.
Kilāmbādi ...	கிளாம்பாடி.
Kilāntāngal ...	கிளாந்தாங்கல்.
Kīrambādi ...	கீரம்பாடி.
Kīrāsāttu ...	கீரசாத்து.
Kīlkuppam ...	கீழ்குப்பம்.
Kīlminnal ...	கீழ்மின்னல்.
Kīlpādi ...	கீழ்பாடி.
Kodakkal ...	கொடக்கல்.
Kōdāli ...	கோடாலி.
Kondakuppam ...	கொண்டகுப்பம்.
Kondapālaiyam...	கொண்டபாளையம்
Kondareddipalli (I).	கொண்டரெட்டிபள்ளி.
Kudimallūr ...	குடிமல்லூர்.
Kukkundi ...	குக்குண்டி.
Kūlattēri ...	குளத்தேரி.
Kunjarappantāngal.	குஞ்சரப்பந்தாங்கல்.
Kuppam ...	குப்பம்.
Kuppadisāttam ...	குப்படிசாத்தம்.
Kūrāmbādi ...	கூராம்பாடி.
Kurumudittāngal.	குருமுடித்தாங்கல்.
Kuttiyam ...	குட்டியம்.
Lādavaram ...	லாடவரம்.
Lālāpēttai ...	லாலாபேட்டை.
Malaiyūr ...	மலையூர்.

Wālājāpet Tālūk—cont. வாலாஜா தாலுகா—தொடர்ச்சி.

Māngādu	மாங்காடு.
Maniyambattu	மணியம்பட்டு.
Māmbākkam	மாம்பாக்கம்.
Māntāngal	மாந்தாங்கல்.
Marudam	மருதம்.
Marudambākkam.	மருதம்பாக்கம்.
Marudālam (I)	மருதாலம்.
Marūdamangalam.	மருதமங்கலம்.
Maruttāmbādi	மருத்தாம்பாடி.
Mēchchēri	மேச்சேரி.
Mēlappalandai	மேல்பழந்தை.
Mēlnāyakkan-pālaiyūm.	மேல்நாயக்கன்பாளையம்.
Mēlnelli	மேல்நெல்லி
Mēlnēttappākkam.	மேல்நேத்தப்பாக்கம்.
Mēlpuduppākkam.	மேல்புதுப்பாக்கம்.
Mēltāngal	மேல்தாங்கல்.
Mēlkuppam	மேல்குப்பம்.
Mēlpulam	மேல்புலம்.
Mēlvenkatāpuram.	மேல்வெங்கடாபுரம்.
Mēlvīrānam	மேல்வீராணம்.
Mōsūr	மோசூர்.
Mukundarāya-puram (I).	முகுந்தராயபுரம்
Mulluvādi.	முள்ளுவாடி.
Muppaduvetti	முப்பதுவெட்டி.
Musiri (I)	முசிரி.
Nāgalēri	நாகலேரி.
Nallūr	நல்லூர்.
Nambarai	நம்பரை.
Nandiyālam	நந்தியாலம்.
Nangamangalam.	நங்கமங்கலம்.
Narasingapuram.	நரசிங்கபுரம்.
Navalāk (Gardens) (I).	நவலாக் (தோட்டம்).
Nīlakantarāya-puram (I).	நீலகண்டராயபுரம்.
Olalai	ஒழலை.
Olugūr	ஒழுகூர்.
Pādi	பாடி.
Padiyambākkam.	படியம்பாக்கம்.
Pālaiyam	பாளையம்.
Pāli	பாலி.
Pallēri	பள்ளேரி.
Pāndiyanallūr	பாண்டியநல்லூர்.
Pāppēri	பாப்பேரி.
Parikalpattu	பரிகல்பட்டு.
Pattanam	பட்டணம்.
Palaiyanūr	பழையனூர்.
Pennagar	பென்னகர்.
Perumāntāngal	பெருமாந்தாங்கல்
Perungālmēdu	பெருங்கால்மேடு.
Pinnattāngal	பின்னத்தாங்கல்.
Pindittāngal	பிண்டித்தாங்கல்.
Pinji	பிஞ்சி.
Ponnai	பொன்னை.
Ponnambalam	பொன்னம்பலம்.
Ponnappantāngal.	பொன்னப்பந்தாங்கல்.
Puduppādi	புதுப்பாடி.
Pulivalam	புலிவலம்.
Pūndi	பூண்டி.
Punganūr	புங்கனூர்.
Pūngōdu	பூங்கோடு.
Punnaipādi	புன்னைபாடி.
Rendādi	ரெண்டாடி.
Sakkaramallūr	சக்கரமல்லூர்.
Saravantāngal	சரவந்தாங்கல்.
Sāttambākkam	சாத்தம்பாக்கம்.
Sāttūr	சாத்தூர்.
Sembākkam	செம்பாக்கம்.
Sembēdu	செம்பேடு.
Sengādu	செங்காடு.
Sengalnatam	செங்கல்நத்தம்.
Senganāvaram	செங்கணாவரம்.
Sennalēri	சென்னலேரி.
Shōlinghur	சோளங்கிபுரம்.
Sikarājapuram	சிகராஜபுரம்.
Siruvidāgam	சிருவிடாகம்.
Sittantāngal	சிட்டந்தாங்கல்.
Sōmasamudram (I).	சோமசமுத்திரம்.
Soraiyūr	சொரையூர்.
Sumaitāngi	சுமைதாங்கி.
Tagarakuppam	தகரகுப்பம்.
Tāmarapākkam	தாமரபாக்கம்.
Talangai	தலங்கை.
Tandalam	தண்டலம்.
Tattachchēri	தட்டச்சேரி.
Tālanūr	தாழனூர்.
Tengāl	தெங்கால்.
Tenkadappantān-gal.	தென்கடப்பந்தாங்கல்.
Tenmanappākkam	தென்மணப்பாக்கம்.
Timiri	திமிரி.
Timmanāsārikup-pam.	திம்மணாசாரிகுப்பம்.
Tirumalaichēri	திருமலைசேரி.
Tiruppārkkadal	திருப்பாற்கடல்.
Tōnimēdu	தோணிமேடு.
Vadakāl	வடகால்.
Vadakadappan-tāngal	வடகடப்பந்தாங்கல்.
Valaiyāttūr	வளையாத்தூர்.
Valavanūr	வளவனூர்.
Valluvambāk-kam.	வள்ளுவம்பாக்கம்
Vānāppādi	வாணாப்பாடி.

WĀLĀJĀPET TĀLŪK—cont. வாலாஜா தாலூகா—தொடர்ச்சி.

Vāngūr	... வாங்கூர்.
Vannakambādi	... வண்ணகம்பாடி.
Vannivēdu	... வன்னிவேடு.
Varagūr	... வரகூர்.
Vasūr	... வசூர்.
Vālaippandal	... வாழைப்பந்தல்.
Vēlam	... வேலம்.
Vellambi	... வெள்ளம்பி.
Vēlūr	... வேலூர்,
Vēmbi	... வேம்பி.
Venkatāpuram	... வெங்கடாபுரம்.
Vēppūr	... வேப்பூர்.
Vilāppākkam	... விளாப்பாக்கம்.
Vilāri	... விலாரி.
Vishāram	... விஷாரம்.
Wālājāpet	... வாலாஜா.

WANDIWĀSH TĀLŪK வந்தவாசி தாலூகா.

Āchchamangalam.	ஆச்சமங்கலம்.
Adiyanguppam	... அதியங்குப்பம்.
Adiyanūr	... அதியனூர்.
Agarakurakkōttai	அகரகுறக்கோட்டை.
Agaram	... அகரம்.
Ālappirandān (Ten)	ஆளப்பிறந்தான் (தென்).
Āliyūr	... ஆளியூர்.
Alliyandal	... அல்லியந்தல்.
Ammanambākkam	அம்மணம்பாக்கம்.
Amudūr	... அமுடூர்.
Anādimangalam.	அநாதிமங்கலம்.
Ānaibōgi	... ஆனைபோகி.
Anmarudai	... அன்மருதை.
Arasambattu	... அரசம்பட்டு.
Ārāsūr	... ஆராசூர்.
Aringunam	... அரிங்குணம்.
Arintōdu	... அரிந்தோடு.
Ariyampūndi	... அரியம்பூண்டி.
Ariyapādi	... அறியபாடி.
Ariyāttūr	... அரியாத்தூர்.
Attippākkam	... அத்திப்பாக்கம்.
Āvanavādi	... ஆவணவாடி.
Āvaniyāpuram	... ஆவணியாபுரம்.
Ayalpādi	... ஆயல்பாடி.
Bādūr	... பாதூர்.
Birudūr	... பிருதூர்.
Chandrambādi	... சந்திரம்பாடி.
Chittarugāvūr	... சித்தருகாவூர்.
Chōlavaram	... சோழவரம்.
Dēsūr	... தேசூர்.
Embalam	.. எம்பலம்.
Endal	... எந்தல்.
Eramalūr	... எறமலூர்.
Erippatti	... எரிப்பட்டி.
Erumbuūr	... எறும்பூர்.
Eyippākkam	... எயிப்பாக்கம்.
Gangāpuram	... கங்காபுரம்.
Gangampūndi	... கங்கம்பூண்டி.
Garudapuram	... கருடபுரம்.
Gūdalūr	... கூடலூர்.
Ilangādu	... இளங்காடு.
Imāpuram	... இமாபுரம்.
Injimēdu	... இஞ்சிமேடு.
Irumbēdu	... இரும்பேடு.
Irumbili	... இரும்பிலி.
Isākulattūr	... இசாகுளத்தூர்.
Jagannāthapuram (I).	ஜகன்னாதபுரம்.
Jammambattu	... ஜம்மம்பட்டு.
Japtikāranai	... ஜப்திகாரணை.
Kadambai	... கடம்பை.
Kadappantāngal (Ten).	கடப்பந்தாங்கல் (தென்).
Kalpattunayinān-kuppam.	கல்பட்டு நயினான் குப்பம்.
Kalyānapuram	... கலியாணபுரம்.
Kandavarātti	... கண்டவராட்டி.
Kandiyanallūr	... கண்டியநல்லூர்.
Kāram	... காறம்.
Kāranai	... காரணை.
Kattamangalam	... கட்டமங்கலம்.
Kāttēri (I)	... காட்டேரி (இ).
Kāvaniyāttūr	... காவணியாத்தூர்.
Kāvēdu	... காவேடு.
Kilangunam	... கிழங்குணம்.
Kīlkuvalaivēdu	... கீழ்குவளைவேடு.
Kīlnamundi	... கீழ்நமூண்டி.
Kīlnarmā	... கீழ்நர்மா.
Kīlpākkam	... கீழ்பாக்கம்.
Kīlsāttamangalam.	கீழ்சாத்தமங்கலம்.
Kīlvelliyūr	.. கீழ்வெள்ளியூர்.
Kīlvillivālam	... கீழ்வில்லிவலம்.
Kodanallūr	... கொடநல்லூர்.
Kōdandapuram	... கோதண்டபுரம்.
Kodiyālam	... கொடியாலம்.
Kodungālūr (Kīl).	கொடுங்காலூர் (கீழ்).
Kōnaiyūr	... கோணையூர்.
Kōnāmangalam	.. கோணமங்கலம்.
Kottai	... கொட்டை.
Kōttuppākkam	... கோட்டுப்பாக்கம்.
Kōvilkuppam	... கோவில்குப்பம்.
Kolappalūr	... கொழப்பலூர்.
Kōlippuliyūr	... கோழிப்புலியூர்.

WANDIWĀSH TĀLŪK—cont. வந்தவாசி தாலூகா—தொடர்ச்சி.

Kūnambādi ...	கூனம்பாடி.
Kunnagampūndi.	குண்ணகம்பூண்டி.
Kurakkōttai ...	குரக்கோட்டை.
Kusappattu ...	குசப்பட்டு.
Kūttambattu ...	கூத்தம்பட்டு.
Kūttavēdu ...	கூத்தவேடு.
Kuvalai ...	குவளை.
Mahādēvimangalam.	மஹாதேவிமங்கலம்.
Mahammāyitirumani.	மஹம்மாயிதிருமணி.
Malaiyūr ...	மழையூர்.
Malavankaranai.	மழவங்கரணை.
Māmandūr ...	மாமண்டூர்.
Māmbattu ...	மாம்பட்டு.
Mangalam ...	மங்கலம்.
Manganallūr ...	மங்கநல்லூர்.
Mānikkamangalam.	மாணிக்கமங்கலம்.
Marakunam ...	மறகுணம்.
Marutādu ...	மருதாடு.
Matam ...	மடம்.
Māvalavādi ...	மாவலவாடி.
Mēlchēri ...	மேல்சேரி.
Mēlānūr ...	மேலானூர்.
Mēltāngal ...	மேல்தாங்கல்.
Mēlkodungālūr ...	மேல்கொடுங்காலூர்.
Mēlnandiyambādi.	மேல்நந்தியம்பாடி.
Mēlpādi ...	மேல்பாதி.
Mēlpūndi ...	மேல்பூண்டி.
Mēlsāttamangalam.	மேல்சாத்தமங்கலம்.
Mēlsembēdu ...	மேல்செம்பேடு.
Mēlvillivalam ...	மேல்வில்லிவலம்.
Mīsanallūr ...	மீசனல்லூர்.
Mōrakkaniyanūr.	மோரக்கணியனூர்.
Mōsavādi ...	மோசவாடி.
Mūdūr ...	மூடூர்.
Mummuni ...	மும்முனி.
Nadukuppam ...	நடுகுப்பம்.
Nalladisēnai ...	நல்லடிசேனை.
Nallēri ...	நல்லேரி.
Nallūr ...	நல்லூர்.
Namattōdu ...	நமத்தோடு
Nambēdu ...	நம்பேடு.
Nārāyanamangalam.	நாராயணமங்கலம்.
Nariyambādi ...	நரியம்பாடி.
Nāvalpākkam (I).	நாவல்பாக்கம்.
Nedungunam ...	நெடுங்குணம்.
Nelliyānkulam ...	நெல்லியாங்குளம்.
Nerkunam ...	நெற்குணம்.
Ōsūr	ஓசூர்.
Olappākkam ...	ஓழப்பாக்கம்.
Pādiri ...	பாதிரி.
Padūr ...	படூர்.
Pālaiyam (Mēl) ...	பாளையம் (மேல்).
Pāncharai ...	பாஞ்சரை.
Pāpanallūr ...	பாபநல்லூர்.
Palavēri ...	பழவேரி.
Pennāttagaram ...	பென்னாட்டகரம்.
Peranamallūr ...	பெரணமல்லூர்.
Peranambākkam.	பெரணம்பாக்கம்.
Perunkadaputtūr.	பெருங்கடபுத்தூர்.
Ponnūr ...	பொன்னூர்.
Pulivāy ...	புலிவாய்.
Pūngunam ...	பூங்குணம்.
Punnai ...	புன்னை.
Puttūr (Kil) ...	புத்தூர் (கீழ்).
Ragunāthasamudram.	ரகுநாதசமுத்திரம்.
Rāmasamudram.	ராமசமுத்திரம்.
Reddikuppam ...	ரெட்டிகுப்பம்.
Sālavēdu ...	சாலவேடு.
Salukkai ...	சளுக்கை.
Sāttanūr ...	சாத்தனூர்.
Sāttappūndi ...	சாத்தப்பூண்டி.
Satyapādi ...	சத்தியபாடி.
Sēdarākuppam ...	சேதராகுப்பம்.
Sembēdu (Kīl) ...	செம்பேடு (கீழ்).
Sembūr ...	செம்பூர்.
Semmāmbādi ...	செம்மாம்பாடி.
Sēnal	சேனல்.
Sennāpuram ...	சென்னாபுரம்.
Septānkulam ...	செப்டாங்குளம்.
Sēttuppattu ...	சேத்துப்பட்டு.
Singampūndi ...	சிங்கம்பூண்டி.
Sirunāvalpākkam (I).	சிறுநாவல்பாக்கம்.
Sīshamangalam (Kīl).	சீஷமங்கலம் (கீழ்).
Sivanam ...	சிவனம்.
Siyyālam ...	சிய்யாலம்.
Sīyamangalam ...	சீயமங்கலம்.
Sōgattūr ...	சோகத்தூர்.
Sōlaiyarugāvūr ...	சோலையருகாவூர்.
Sōraputtūr ...	சோரபுத்தூர்.
Srī Rangarājapuram.	ஸ்ரீ ரங்கராஜபுரம்.
Sūdrakāttēri ...	சூத்திரகாட்டேரி.
Tādinolambai ...	தாடிநொளம்பை.
Takkandarāyapuram.	தக்கண்டராயபுரம்.
Tālampallam ...	தாழம்பள்ளம்.
Talutālai ...	தழுதாழை.
Tavani ...	தவனி.
Tellār	தெள்ளார்.
Tellārambattu ...	தெள்ளாரம்பட்டு.
Tellūr ...	தெள்ளூர்.

WANDIWĀSH TĀLŪK—cont. வந்தவாசி தாலூகா—தொடர்ச்சி.

Tengarai	... தென்கரை.
Tennāngūr	... தென்னாங்கூர்.
Tennāttūr	... தென்னாத்தூர்.
Tensēndamangalam.	தென்சேந்தமங்கலம்.
Tenvannakambādi.	தென்வண்ணகம்பாடி.
Taiyār	... தையார்.
Tinnalūr (Ten)	... தின்னலூர் (தென்).
Tirakkōl	... திறக்கோல்.
Ulundai	... உளுந்தை.
Ūrgudi	... ஊர்குடி.
Vadakkuppattu	... வடக்குப்பட்டு.
Vadugamangalam	வடுகமங்கலம்.
Vailūr	... வைலூர்.
Vallam	. வல்லம்.
Vangāram	... வங்காரம்.
Vannakambādi (Vada).	... வண்ணகம்பாடி (வட).
Valūr ...	.. வழூர்.
Vedāl ...	... வெடால்.
Velliyambākkam.	வெள்ளியம்பாக்கம்.
Vengunam	... வெங்குணம்.
Venmandai	... வெண்மந்தை.
Vēppambattu	... வேப்பம்பட்டு.
Vilānallūr	... விளாநல்லூர்.
Vilāngādu	... விளாங்காடு.
Vināyakapuram	... விநாயகபுரம்.
Visāmangalam	... விசாமங்கலம்.
Viludippattu	... விழுதிப்பட்டு.
Wandiwāsh	... வந்தவாசி.

KANGUNDI DIVISION. కంగుంది డివిజన్.

Abakaladoddi (I).	అబకలదొడ్డి.
Adavibadanavāda (Z).	అడవిబదనవాడ.
Adavibūdugūru ...	అడవిబూదుగూరు.
Adavimulakalapalle (Z).	అడవిములకలపల్లె.
Agaram (Z)	... అగరం.
Agrahāramdinne (I).	అగ్రహారందిన్నె.
Alasandāla	... అలసందాల.
Alugumānipalle (Z).	అలుగుమానిపల్లె.
Ammavāripēta (Z).	అమ్మవారిపేట.
Anagarapalle (Z).	అనగరపల్లె.
Anchināyanikuppam (Z).	అంచినాయనికుప్పం.
Anganamalakottūru (Z).	అంగనమలకొత్తూరు
Anikera (Z)	... అనికెర.
Animigānipalle (I)	అనిమిగానిపల్లె.
Ankireddipalle (I).	అంకిరెడ్డిపల్లె.
Ārimuttanapalle (I).	అరిముత్తనపల్లె.
Attinattam (Z) ...	అత్తినత్తం.
Āvārakuppam (I).	ఆవారకుప్పం.
Āvulanattam (Z).	ఆవులనత్తం.
Āvulatimmanapalle (Z).	ఆవులతిమ్మనపల్లె.
Badugumānipalle (I).	బడుగుమానిపల్లె.
Bairugānipalle (I).	బైరుగానిపల్లె.
Bālavōbanapalle(I)	బాలవోబనపల్లె.
Balla (I)	... బల్ల.
Bandakottūru (I).	బండకొత్తూరు.
Bandārlapalle (I).	బండార్లపల్లె.
Bandasettipalle(I).	బండసెట్టిపల్లె.
Bantimadugu Gollapalle (Z).	బంటిమడుగు గొల్లపల్లె.
Battalapalle (Z)...	బత్తలపల్లె
Battuvāripalle (I).	బట్టువారిపల్లె.
Beggilipalle (Z) ..	బెగ్గిలిపల్లె.
Bellakōgila (Z) ...	బెల్లకోగిల.
Bendanakuppam (Z).	బెండనకుప్పం.
Bennapalle (I) ..	బెన్నపల్లె.
Bennāyanūru (Z).	బెన్నాయనూరు
Bēvanapalle (S.No. 70) (Z).	బేవనపల్లె.
Bēvanapalle(S.No. 75) (Z).	బేవనపల్లె.
Bhūgundlapuram (Z).	భూగుండ్లపురం.
Bijigānipalle (I)...	బిజిగానిపల్లె.
Bisānattam (I) ...	బిసానత్తం.
Bōdaguttapalle(Z)	బోడగుట్టపల్లె.
Boggupalle (Z) ...	బొగ్గుపల్లె.
Bondalagunta (Z).	బొందలగుంట.

KANGUNDI DIVISION—cont. కంగుంది డివిజన్—శేషము.

Bōyanapalle (S. No. 196) (Z).	బోయనపల్లె.
Bōyanapalle (S. No. 290) (Z).	బోయనపల్లె.
Buddugānūru (Z).	బుడ్డుగానూరు.
Buradasiddanapalle (I).	బురడశిద్దనపల్లె.
Būrugulapalle (Z).	బూరుగులపల్లె.
Chalārlapalle (Z).	చలార్లపల్లె.
Chāmaguttapalle (I).	చామగుట్టపల్లె.
Chandam (I) ...	చందం.
Chaudampalle (Z).	చౌడంపల్లె.
Chekkunattam (Z).	చెక్కునత్తం.
Cheldigānipalle (Z).	చెల్దిగానిపల్లె.
Chenguballa (I) ...	చెంగుబళ్ల.
Chigarlapalle (Z).	చిగర్లపల్లె.
Chīkatipalle (Z) ...	చీకటిపల్లె.
Chīlēpalle (Z) ...	చీలేపల్లె.
Chillamānipalle (I).	చిల్లమానిపల్లె.
Chimakambattu (I).	చిమకంబట్టు.
Chīmanapalle (Z).	చీమనపల్లె.
Chīminīyunipalle (I).	చీమినాయునిపల్లె.
Chimpanagallu (I).	చింపనగల్లు.
Chinnabangārunattam (Z).	చిన్నబంగారునత్తం
Chinnaboggupalle (Z).	చిన్న బొగ్గుపల్లె.
Chinnabommanapalle (I).	చిన్న బొమ్మనపల్లె.
Chinnagāndlapalle (I).	చిన్న గాండ్లపల్లె.
Chinnagollapalle (Z).	చిన్న గొల్లపల్లె.
Chinnagōpanapalle (I).	చిన్న గోపనపల్లె.
Chinnakurubalapalle (I).	చిన్న కురుబలపల్లె.
Chinnapartikunta (Z).	చిన్న పర్తికుంట.
Chinnavubba (Z).	చిన్న వుబ్బ.
Chinnūru (Z) ...	చిన్నూరు.
Chintākampalle (Z)	చింతకంపల్లె.
Chintakampenta (Z).	చింతకంపెంట.
Chintamāninattam (I).	చింతమానినత్తం.
Dalavāyikottapalle (I).	దళవాయికొత్తపల్లె
Dandikuppam (Z).	దండికుప్పం.
Dāsēgaunivūru (Z)	దాశేగౌనివూరు.
Dāsimānipalle (I).	దాసిమానిపల్లె.
Diguvapālem (I).	దిగువపాలెం.
Dinnēpalle (Z) ...	దిన్నేపల్లె.
Dommara Agrahāram (I).	దొమ్మర అగ్రహారం.
Dommaratippanapalle (I).	దొమ్మరతిప్పనపల్లె.
Donkumānipalle (Z).	డొంకుమానిపల్లె.
Dūbalachinta (Z).	దూబలచింత.
Eddulapalle (I) ...	ఎద్దులపల్లె.
Ēkārlapalle (I) ...	ఏకార్లపల్లె.
Elajjanūru (Z) ...	ఎళజ్జనూరు.
Ēmagānipalle (Z).	ఏమగానిపల్లె.
Enamanāsanapalle (I).	ఎనమనాసనపల్లె.
Errabētayyanūru (I).	ఎఱ్ఱబేటయ్యనూరు
Gattappanāyanipalle (Z).	గట్టప్పనాయనిపల్లె.
Gaudappanūru (Z).	గౌడప్పనూరు.
Gerigichīnēpalle (I).	గెరిగిచీనేపల్లె.
Gesikapalle (Z) ...	గెశికపల్లె.
Gōkarapalle (Z) ...	గోకరపల్లె.
Gollapalle (I) ...	గొల్లపల్లె.
Gollapalle (Z) ...	గొల్లపల్లె.
Gollapalledinne (I).	గొల్లపల్లెదిన్నె.
Gōnugūru (Z) ...	గోనుగూరు.
Gōvindapalle (Z).	గోవిందపల్లె.
Gudichempagiri (Z).	గుడిచెంపగిరి.
Gudikottūru (Z) ...	గుడికొత్తూరు.
Gudipalle (I) ...	గుడిపల్లె.
Gudlakadirēpalle (I).	గుడ్లకదిరేపల్లె.

KANGUNDI DIVISION—cont. కంగుంది డివిజను—శేషము.

Gudlanāyanipalle (Z). గుడ్లనాయనిపల్లె.
Gūlipalle (I) ... గూళిపల్లె.
Gullēpalle (Z) ... గుల్లేపల్లె.
Gundisettipalle (I). గుండిశెట్టిపల్లె.
Gundlasāgararam (Z). గుండ్లసాగరం.
Gunjārlapalle (I). గుంజార్లపల్లె.
Guttapalle (Z) ... గుట్టపల్లె.
Guttārlapalle (I). గుత్తార్లపల్లె.
Ippalavaram (I) ... ఇప్పలవరం.
Irisigānipalle (Z). ఇరిసిగానిపల్లె.
Jalligānipalle (Z). జల్లిగానిపల్లె.
Jampanūru (Z) ... జంపనూరు.
Jarugu (Z) ... జరుగు.
Jātikartanapalle (I). జాతికర్తనపల్లె.
Javukupalle (Z) ... జవుకుపల్లె.
Javvāji Rāmasamudram (Z). జవ్వాజి రామసముద్రం.
Jīdimākulapalle (Z). జీడిమాకులపల్లె.
Jīdimānipalle (I). జీడిమానిపల్లె.
Jōgyānūru (I) ... జోగ్యానూరు.
Jōnigānūru (Z) ... జోనిగానూరు.
Kadapalle (Z) ... కడపల్లె.
Kadasinakuppam (Z). కడశినకుప్పం.
Kādēpalle (I) ... కాడేపల్లె.
Kadirimuttanapalle (Z). కదిరిముత్తనపల్లె.
Kadiripuram (I)... కదిరిపురం.
Kadirivōbanapalle (Z). కదిరివోబనపల్లె.
Kākimadugu (I)... కాకిమడుగు.
Kākināyanichigarlapalle (Z). కాకినాయనిచిగర్లపల్లె.
Kammaguttapalle (I). కమ్మగుట్టపల్లె.
Kammatamūru (Z). కమ్మతమూరు.
Kanamaladoddi (I) కనమలదొడ్డి.
Kanamanapalle (Z) కనమనపల్లె.
Kanamapachchārlapalle (Z). కనమపచ్చార్లపల్లె.
Kanchibandārlapalle (Z). కంచిబండార్లపల్లె.
Kangundi (Z) ... కంగుంది.
Kappalanattam (I) కప్పలనత్తం.
Kāramatla (Z) ... కారమట్ల.
Kāramatlagollapalle (I). కారమట్లగొల్లపల్లె.
Karēgaunivūru (I). కరేగవునివూరు.
Karlagatta (Z) ... కర్లగట్ట.
Kātanūru (Z) ... కాటనూరు.
Kattāri (I) ... కత్తారి.
Kattimānipalle (Z) కత్తిమానిపల్లె.
Kavukāpattu (Z). కవుకాపట్టు.
Kenamānipalle (I). కెనమానిపల్లె.
Kenchanaballa (Z) కెంచనబల్ల.
Killākupōdu (I)... కిల్లాకుపోడు.
Kodatanapalle (I). కొడతనపల్లె.
Kōdigānipalle (Z). కోడిగానిపల్లె.
Koditipalle (I) ... కొడితిపల్లె.
Kōlālu Timmanapalle (I). కోలాలు తిమ్మనపల్లె
Kolamadugu (Z). కొలమడుగు.
Kollupalle (I) ... కొల్లుపల్లె.
Kondatimmanapalle (I). కొండతిమ్మనపల్లె.
Kōnērikuppam (Z) కోనేరికుప్పం.
Konganapalle (Z). కొంగనపల్లె.
Kōtachembagiri (Z) కోటచెంబగిరి.
Kōtapalle (I) ... కోటపల్లె.
Kōtiguttapalle (I). కోతిగుట్టపల్లె.
Kottapalle (I) ... కొత్తపల్లె.
Kottapalle (Z) ... కొత్తపల్లె.
Kottūru (I) ... కొత్తూరు.
Krishnadāsanapalle (Z). కృష్ణదాసనపల్లె.
Krishnāpuram (Z). కృష్ణాపురం.
Krishnāpuramdinne (I). కృష్ణాపురందిన్నె.
Kunjēgaunivūru (Z). కుంజేగవునివూరు.
Kuppagānipalle (Z) కుప్పగానిపల్లె.

Kangundi Division—cont. కంగుంది డివిజన్—శేషము.

Kuppagānipalle (I) కుప్పగానిపల్లె.
Kuppam (Z) ... కుప్పం.
Kūrmānipalle (Z). కూర్మానిపల్లె.
Kurubavānigunta (Z). కురబవానిగుంట.
Kūtēgaunipalle (I) కూతేగవునిపల్లె.
Kuttigānipalle (Z) కుట్టిగానిపల్లె.
Lingāpuramdinne (Z). లింగాపురందిన్నె.
Mādanapalle (Z) .. మాదనపల్లె.
Mālavānikottūru (Z). మాలవానికొత్తూరు.
MaldepalleKottūru (Z). మల్దెపల్లె కొత్తూరు.
Maldēpalle (I) ... మల్దేపల్లె.
Mallagunta (Z) ... మల్లగుంట.
Mallakuppam (Z) మల్లకుప్పం.
Malligunta (I) ... మల్లిగుంట.
Mallināyanūru (I). మల్లినాయనూరు.
Māmankireddi-palle (Z). మామంకిరెడ్డిపల్లె.
Mankaladoddi (I). మంకలదొడ్డి.
Mārapalle (Z) ... మారపల్లె.
Māruvāda (I) ... మారువాడ.
Matham (I) ... మఠం.
Mathamsāntimpal-le (Z). మఠంశాంతిపల్లె.
Mathārlapalle (I). మఠార్లపల్లె.
Mindāpattu (I) ... మిండాపట్టు.
Mittapalle (Z) ... మిట్టపల్లె.
Morassanapalle (Z). మొరసనపల్లె.
Mōtakattūru (Z)... మోటకట్టూరు.
Mottakadiranūru (Z). మొట్టకదిరనూరు.
Muddanapalle (Z). ముద్దనపల్లె.
Mulakalapalle (I). ములకలపల్లె.
Nadimpalle (I) ... నడింపల్లె.
Nadimūru (Z) ... నడిమూరు.
Nadipināyani Chī-nēpalle (I) ... నడిపినాయని చీనేపల్లె.
Nakkanapalle (S. No. 228) (I). నక్కనపల్లె.
Nakkanapalle (S. No. 248) (I). నక్కనపల్లె.
Nalagampalle (Z). నలగంపల్లె.
Nallaguttapalle (I) నల్లగుట్టపల్లె.
Nallappareddivūru (Z). నల్లప్పరెడ్డివూరు.
Nallarāllapalle (Z) నల్లరాళ్లపల్లె.
Nanjampēta (Z)... నంజంపేట.
Narasimhapalle (I) నరసింహపల్లె.
Nārāyanapuram (Z). నారాయణపురం.
Nāyanicheruvu (Z) నాయనిచెరువు.
Nāyanipalle (I)... నాయనిపల్లె.
Nimmakampalle (Z). నిమ్మకంపల్లె.
Nimmanapalle (I). నిమ్మనపల్లె.
Nūlakunta (Z) ... నూలకుంట.
Oddagollapalle (Z) ఒడ్డగొల్లపల్లె.
Oddavānikottūru (I). ఒడ్డవానికొత్తూరు.
Oddepalle (I) ... ఒడ్డెపల్లె.
Ontipalle (Z) ... ఒంటిపల్లె.
Pachchārlapalle (I) పచ్చార్లపల్లె.
Pachchārumākula-palle (I). పచ్చారు మాకులపల్లె.
Paipālem (Z) ... పైపాలెం.
Pākampalle (I) ... పాకంపల్లె.
Palārlapalle (Z) ... పలార్లపల్లె.
Pāpanūru (Z) ... పాపనూరు.
Pāpireddivūru (Z). పాపిరెడ్డివూరు.
Paramasamudram (I). పరమసముద్రం.
Peddabadanavāda (Z). పెద్దబడనవాడ.
Peddabangārunat-tam (I). పెద్దబంగారునత్తం.
Peddaboggupalle (Z). పెద్దబొగ్గుపల్లె.
Peddabommana-palle (I). పెద్దబొమ్మనపల్లె.
Peddagollapalle(Z) పెద్దగొల్లపల్లె.

KANGUNDI DIVISION—cont. కంగుంది డివిజన్—శేషము.

Peddagōpanapalle (Z).	పెద్దగోపనపల్లె.
Peddakurubalapalle (I).	పెద్దకురుబలపల్లె.
Peddapartikunta (Z).	పెద్దపర్తికుంట.
Peddugānūru (Z).	పెద్దుగానూరు.
Peddūru (S. No. 64) (Z).	పెద్దూరు.
Peddūru (S. No. 121) (Z).	పెద్దూరు.
Pōdūru (Z) ...	పోదూరు.
Pogurupalle (Z) ...	పొగురుపల్లె.
Ponnāmgūru (Z).	పొన్నాంగూరు.
Ponnēpalle (Z) ...	పొన్నేపల్లె.
Porakuntlapalle (Z)	పొరకుంట్లపల్లె.
Prītichāmanūru (Z)	ప్రీతిచామనూరు.
Pullagūrapalle (I)	పుల్లగూరపల్లె.
Pullūru (I) ...	పుల్లూరు.
Rājanam (Z) ...	రాజనం.
Rājupēta (I) ...	రాజుపేట.
Rāllabūdugūru (Z)	రాళ్లబూదుగూరు.
Rāllakottūru (Z)...	రాళ్లకొత్తూరు.
Rāmagaunipalle (I)	రామగవునిపల్లె.
Rāmanāyakunipēta (Z).	రామానాయకునిపేట.
Rāmāpuram (I) ...	రామాపురం.
Rangēpalle (I) ...	రంగేపల్లె.
Reddivānipōdu (I)	రెడ్డివానిపోడు.
Redlapalle (Z) ...	రెడ్లపల్లె.
Rēgadadinnepalle (Z).	రేగడదిన్నెపల్లె.
Sajjalapalle (Z) ...	సజ్జలపల్లె.
Salachintanapalle (I).	సాలచింతనపల్లె.
Sanganapalle (Z).	సంగనపల్లె.
Sāntimpalle (Z) ...	శాంతింపల్లె.
Santūru (I) ...	సంతూరు.
Sātu (Z) ...	సాతు.
Settiballa (Z) ...	శెట్టిబళ్ల.
Settigānikurubūru (I).	శెట్టిగానికురుబూరు.
Settipalle (Z) ...	శెట్టిపల్లె.
Sīgilipalle (I) ...	సీగిలిపల్లె.
Singasamudram (I)	సింగసముద్రం.
Sirigiripalle (Z) ...	సిరిగిరిపల్లె.
Sivakurubūru (I).	సివకురుబూరు.
Sivarāmapuram (Z)	సివరామపురం.
Sōdigānipālem alias Sōdigānipalle (I).	సోడిగానిపాలెం అనే సోడిగానిపల్లె
Sōgadaballa (Z) ...	సోగడబళ్ల.
Sōlisettipalle (I)...	సోలిశెట్టిపల్లె.
Sonnarasanapalle (Z).	సొన్నరసనపల్లె.
Sonnēgaunipalle (I)	సొన్నేగవునిపల్లె.
Sonnēgaunipalle (Z).	సొన్నేగౌనిపల్లె.
Sorakāyalanattam (Z).	సొరకాయలనత్తం
Tambigānipalle (S. No. 133) (Z).	తంబిగానిపల్లె.
Tambigānipalle (S. No. 79) (Z).	తంబిగానిపల్లె.
Tekkupattu (Z) ...	తెక్కుపట్టు.
Timmampēta (Z).	తిమ్మంపేట.
Timmanāyanipalle (Z).	తిమ్మనాయనిపల్లె.
Timmāpuram (Z).	తిమ్మాపురం.
Tippagānūru (I)...	తిప్పగానూరు.
Tippanapalle (I)...	తిప్పనపల్లె.
Tōpulakunta (Z).	తోపులకుంట.
Totligānipalle (I).	తొట్లిగానిపల్లె.
Tsadumūru (Z) ...	చదుమూరు.
Tummalapalle (I).	తుమ్మలపల్లె.
Tummisi (I) ...	తుమ్మిసి.
Unisigānipalle (Z)	ఉనిసిగానిపల్లె.
Ūrināyanikottūru (Z).	ఊరినాయని కొత్తూరు.
Ūrināyanipalle (Z)	ఊరినాయనిపల్లె.

KANGUNDI DIVISION—cont. కంగుంది డివిజన్—శేషము.

Urlavōbanapalle (Z).	ఉర్లవోబనపల్లె.
Vadagandlapalle (Z).	వడగండ్లపల్లె.
Vānaguttapalle (I)	వానగుట్టపల్లె.
Varadēpalle (I) ...	వరదేపల్లె.
Varamanūru (I) ...	వరమనూరు.
Vasanādu (I) ...	వసనాడు.
Vasanādugollapalle (Z).	వసనాడుగొల్లపల్లె.
Veduruguttapalle (I).	వెదురుగుట్టపల్లె.
Vendugampalle (Z)	వెండుగంపల్లె.
Vengēpalle (Z) ...	వెంగేపల్లె.
Venkatāpuram (Z)	వెంకటాపురం.
Venkatēpalle (Z).	వెంకటేపల్లె.
Venktēsapuram (Z).	వెంకటేశపురం.
Venkatrājupuram (Z).	వెంకట్రాజుపురం.
Vēpanapalle (Z)...	వేపనపల్లె.
Vētagirikottūru (Z)	వేటగిరికొత్తూరు.
Vijalāpuram (Z).	విజలాపురం.
Vīranāgapuram (Z)	వీరనాగపురం.
Vīranamala (I) ...	వీరణమల.
Yānādipalle (Z) ...	యానాదిపల్లె.
Zangālapalle (I) ...	జంగాలపల్లె.

SOUTH ARCOT DISTRICT.

(I) = Inam. இனம். (Z) = Zamindari. ஜமீன்தாரி.
(J) = Jaghir. ஜாகீர். (P) = Pālaiyappattu. பாளையப்பட்டு.
(Mi) = Mitta.

Chidambaram Tālūk. சிதம்பரம் தாலூகா.

Āchchāpuram ... ஆச்சாபுரம்.
Ādanūr (Mannārgudi). ஆதனூர் (மன்னார்குடி).
Ādanūr (Bhuvanagiri). ஆதனூர் (புவனகிரி).
Ādivarāhanallūr (Srīmushnam). ஆதிவராகநல்லூர் (ஸ்ரீமுஷ்ணம்).
Ādivarāhanallūr (Bhuvanagiri). ஆதிவராகநல்லூர் (புவனகிரி).
Ādivarāhanattam. ஆதிவராகநத்தம்.
Ādūr ... ஆடூர்.
Agara Ālambādi அகர ஆலம்பாடி.
Agaram ... அகரம்.
Agaranallūr ... அகரநல்லூர்.
Agarapputtūr ... அகரப்புத்தூர்.
Alamēlumangāpuram. அலமேலுமங்காபுரம்.
Ālangāttān ... ஆழங்காத்தான்.
Ālambādi (Kasbā) ஆலம்பாடி (கஸ்பா).
Alinjimangalam. அழிஞ்சிமங்கலம்.
Alisikudi ... அழிசிகுடி.
Ālkondanattam ... ஆள்கொண்டநத்தம்.
Ambāpuram ... அம்பாபுரம்.
Ambigāpuram ... அம்பிகாபுரம்.
Ānaivāri ... ஆனைவாரி.
Ānandagudi ... ஆனந்தகுடி.
Ariyagōshti ... அரியகோஷ்டி.
Arumulidēvan (Bhuvanagiri). அருமுழிதேவன் (புவனகிரி).
Arumulidēvan ... அருமுழிதேவன்.
Attippattu ... அத்திப்பட்டு.
Ayankīlpuliyangudi. அயன் கீழ்புளியங்குடி.
Āyangudi ... ஆயங்குடி.
Āyippēttai ... ஆயிப்பேட்டை.
Āyipuram ... ஆயிபுரம்.
Ayyanūr Akkāramangalam. அய்யனூர் அக்காரமங்கலம்.
Bhuvanagiri (Kīl) புவனகிரி (கீழ்).
Bhuvanagiri (Mēl) புவனகிரி (மேல்).
Būdangudi ... பூதங்குடி.
Būdarāyanpēttai. பூதராயன்பேட்டை.
Chettikkattalai ... செட்டிக்கட்டளை.
Chettimuttu ... செட்டிமுட்டு.
Chettittāngal .. செட்டித்தாங்கல்.
Chidambara Arasūr. சிதம்பர அரசூர்.
Chidambaram ... சிதம்பரம்.
Chidambaranāthanpēttai ... சிதம்பரநாதன் பேட்டை.
Chinnakummatti. சின்னகும்மட்டி.
Chinnanerkunam. சின்னநெற்குணம்.
Chittalappādi ... சித்தலப்பாடி.
Chittēri ... சித்தேரி.
Chokkankollai ... சொக்கன்கொல்லை.
Dēvankudi ... தேவன்குடி.
Ellaikudi ... எல்லைகுடி.
Ellēri ... எள்ளேரி.
Ennanagaram ... எண்ணநகரம்.
Erukkankāttuppadugai. எருக்கன்காட்டுப்படுகை.
Erumbūr ... எரும்பூர்.
Esanai ... எசனை.
Eyyalūr ... எய்யலூர்.
Gavarappattu ... கவரப்பட்டு.
Gūdalaiyāttūr . கூடலையாத்தூர்.
Gūdalūr (Kāttu Gūdalūr). கூடலூர் (காட்டு கூடலூர்.
Harirājapuram (Ten). ஹரிராஜபுரம் (தென்).
Harirājapuram (Vada). ஹரிராஜபுரம் (வட).
Īchchampūndi ... ஈச்சம்பூண்டி.
Idaiyanpālachchēri. இடையன்பாலச்சேரி.
Idaiyār ... இடையார்.
Ilanāngūr ... இளநாங்கூர்.
Ilangambūr .. இளங்கம்பூர்.
Jayamkondān ... ஜயம்கொண்டான்
Jayamkondapattanam. ஜயம்கொண்டபட்டணம்.
Kadavāchchēri ... கடவாச்சேரி.
Kalikadandān ... கலிகடந்தான்.
Kaliyamalai ... கலியமலை.
Kallippādi ... கள்ளிப்பாடி.
Kanakkarpattu ... கணக்கர்பட்டு.
Kānāttāmpuliyūr. கானாட்டாம்புலியூர்.
Kandakumāran ... கந்தகுமாரன்.
Kanjānkollai ... கஞ்சாங்கொல்லை.

CHIDAMBARAM TĀLŪK—cont. சிதம்பரம் தாலூகா—தொடர்ச்சி.

Kānjivāy	காஞ்சிவாய்.
Kannangudi	கண்ணங்குடி.
Kānūr	கானூர்.
Karunākaranallūr.	கருணாகரநல்லூர்.
Karuppēri (I)	கருப்பேரி.
Karuppūr	கருப்பூர்.
Kattālai	கத்தாழை.
Kāvalgudi	காவல்குடி.
Kīl Admāngudi	கீழ் அதமாங்குடி.
Kīl Anuvambattu.	கீழ் அனுவம்பட்டு.
Kilāvadinattam.	கிளாவடிநத்தம்.
Kiliyanūr	கிளியனூர்.
Kīl Kadambūr	கீழ் கடம்பூர்.
Kīl Karai	கீழ் கரை.
Kīl Kundalappādi.	கீழ் குந்தலப்பாடி.
Killai	கிள்ளை.
Kīl Manakkudi	கீழ் மணக்குடி.
Kīl Mūngiladi	கீழ் மூங்கிலடி.
Kīl Nattam	கீழ் நத்தம்.
Kīl Nedumbūr	கீழ் நெடும்பூர்.
Kīl Paruttigudi	கீழ் பருத்திகுடி.
Kīl Perambai	கீழ் பெரம்பை
Kīl Puliyambattu.	கீழ் புளியம்பட்டு.
Kīl Puliyangudi (I).	கீழ் புளியங்குடி.
Kīl Rādhāmūr	கீழ் ராதாமூர்.
Kīl Vanniyūr	கீழ் வன்னியூர்.
Kīrappālaiyam	கீரப்பாளையம்.
Kōdandavilāgam.	கோதண்டவிளாகம்.
Kōdippallam	கோடிப்பள்ளம்.
Kodiyālam	கொடியாலம்.
Kokkarasanpēttai.	கொக்கரசன்பேட்டை.
Kolai	கொழை.
Kollimalai (Kīlpādi).	கொல்லிமலை (கீழ்பாதி).
Kollimalai (Mēlpādi)	கொல்லிமலை (மேல்பாதி.
Komarākshi	கொமராக்ஷி.
Kondasamudram.	கொண்டசமுத்திரம்.
Kottangudi (Chidambaram).	கொத்தங்குடி (சிதம்பரம்).
Kottangudi (Mannārgudi).	கொத்தங்குடி (மன்னார்குடி).
Kottattai	கொத்தட்டை.
Kottavāsal (J)	கொத்தவாசல்.
Kōvilāmpūndi	கோவிலாம்பூண்டி
Kōvilpattu	கோவில்பத்து.
Krishnāpuram (Ten).	கிருஷ்ணபுரம் (தென்).
Krishnāpuram (Vada).	கிருஷ்ணபுரம் (வட).
Kuchchūr	குச்சூர்.
Kūduveli	கூடுவெளி.
Kūlappādi	கூளப்பாடி.
Kulakkudi	குளக்குடி.
Kumārakudi	குமாரகுடி.
Kumāramangalam.	குமாரமங்கலம்.
Kummadimūlai	கும்மடிமூலை.
Kunamangalam.	குணமங்கலம்.
Kunavāsal	குணவாசல்.
Kunjimēdu (I)	குஞ்சிமேடு.
Kuppankuli Pūvilandūr.	குபபங்குழி பூவிழந்தூர்.
Kuppapillaichāvadi.	குப்பபிள்ளைசாவடி.
Kurinjikudi	குறிஞ்சிகுடி.
Kuriyamangalam.	குரியமங்கலம்.
Kurungudi	குருங்குடி.
Kūttankōvil	கூத்தங்கோவில்.
Kūttūr	கூத்தூர்.
Lakshmigudi	லக்ஷ்மிகுடி.
Lālpēttai	லால்பேட்டை.
Lālpuram	லால்புரம்.
Madakalirmānikkam.	மதகளிர்மாணிக்கம்.
Mādar Sūdāmani.	மாதர் சூடாமணி.
Madurāntakanallūr.	மதுராந்தகநல்லூர்.
Maduvankarai	மடுவங்கரை.
Malavarāyanallūr.	மழவராயநல்லூர்.
Māmangalam	மாமங்கலம்.
Manakkudaiyāniruppu.	மனக்குடையாநிருப்பு.
Manalūr	மணலூர்.
Mānambādi (Chidambaram).	மானம்பாடி (சிதம்பரம்).
Manikkollai	மணிக்கொல்லை.
Māniya Ādūr (I).	மாணிய ஆடூர்.
Manjakkollai	மஞ்சக்கொல்லை.
Manjakkuli	மஞ்சக்குழி.
Mannārgudi	மன்னார்குடி.
Mannārgudi (Arasūr).	மன்னார்குடி (அரசூர்).
Mannārkulakkudi.	மன்னார்குளக்குடி.
Marudūr	மருதூர்.
Matappuram (Terkunādu).	மடப்புரம் (தெற்குநாடு).
Mēlanuvambattu.	மேல் அனுவம்பட்டு.
Mēl Chokkanāthanpēttai.	மேல் சொக்கநாதன்பேட்டை.
Mēl Kadambūr	மேல் கடம்பூர்.
Mēl Manakkudi.	மேல் மணக்குடி.
Mēl Mūngiladi	மேல் மூங்கிலடி.

CHIDAMBARAM TĀLŪK—cont. சிதம்பரம் தாலூகா—தொடர்ச்சி.

Mēl Nedumbūr ...	மேல் நெடும்பூர்.
Mēl Paruttigudi.	மேல் பருத்திகுடி.
Mēl Pakkatturai.	மேல் பக்கத்துறை
Mēl Puliyangudi.	மேல் புளியங்குடி.
Mēl Rādhāmūr ...	மேல் ராதாமூர்.
Mēl Vanniyūr (Chidambaram).	மேல் வன்னியூர் (சிதம்பரம்).
Mēl Vanniyūr (Mannārgudi).	மேல் வன்னியூர் (மன்னார்குடி).
Meyyāttūr ...	மெய்யாத்தூர்.
Mīdikudi ...	மீதிகுடி.
Mirālūr ...	மிராளூர்.
Mōvūr ...	மோவூர்.
Mudikandanallūr.	முடிகண்டநல்லூர்.
Mugaiyūr ...	முகையூர்.
Mullangudi ...	முள்ளங்குடி.
Mutlūr (Bhuvanagiri).	முட்லூர் (புவனகிரி).
Mutlūr (Chidambaram).	முட்லூர் (சிதம்பரம்).
Muttam ...	முட்டம்.
Naduttittu ...	நடுத்திட்டு.
Nagarappādi ...	நகரப்பாடி.
Nakkaravandānkudi.	நக்கரவந்தான்குடி.
Nalamputtūr ...	நலம்புத்தூர்.
Nandimangalam.	நந்திமங்கலம்.
Nandīswaramangalam.	நந்தீஸ்வரமங்கலம்.
Nangudi ...	நங்குடி.
Nanjaimagattuvālkkai	நஞ்சைமகத்துவாழ்க்கை.
Nānjalūr ...	நாஞ்சலூர்.
Nattamalai ...	நத்தமலை.
Nattamēdu ...	நத்தமேடு.
Nāttārmangalam.	நாட்டார்மங்கலம்.
Nedunchēri (Srīmushnam).	நெடுஞ்சேரி (ஸ்ரீமுஷ்ணம்).
Nedunchēri (Terkunādu).	நெடுஞ்சேரி (தெற்குநாடு).
Nellikkollai ...	நெல்லிக்கொல்லை.
Neyvāsal ...	நெய்வாசல்.
Oblānjimēdu ...	ஒப்ளாஞ்சிமேடு.
Odaiyūr (Bhuvanagiri).	ஓடையூர் (புவனகிரி).
Odaiyūr (Mannārgudi).	ஓடையூர் (மன்னார்குடி).
Ōdākkanallūr ...	ஓடாக்கநல்லூர்.
Orattur ...	ஒரத்தூர்.
Pālaiyamkōttai (Kīlpādi).	பாளையம்கோட்டை (கீழ்பாதி).
Pālaiyamkōttai (Mēlpādi).	பாளையம்கோட்டை (மேல்பாதி)
Pālaiyamsērndagudi.	பாளையம்சேர்ந்தகுடி.
Palanjanallūr ...	பழஞ்சநல்லூர்.
Palavāykindan ...	பலவாய்கிண்டன்.
Pallippadai ...	பள்ளிப்படை.
Pālūttangarai ...	பாலூத்தங்கரை.
Pālvāttunnān ...	பால்வாத்துண்ணான்.
Pannappattu ...	பண்ணப்பட்டு.
Paradūr ...	பரதூர்.
Paramēswaranallūr.	பரமேஸ்வரநல்லூர்.
Paravilāgam ...	பரவிளாகம்.
Pērāmbattu ...	பேராம்பட்டு.
Periyakōttagam.	பெரியகோட்டகம்
Periyakummatti...	பெரியகும்மட்டி.
Periyanerkunam.	பெரியநெற்குணம்.
Periyappattu ...	பெரியப்பட்டு.
Perungālūr ...	பெருங்காலூர்.
Pērūr ...	பேரூர்.
Pēttai ...	பேட்டை.
Pichchavaram ...	பிச்சவரம்.
Pinnalūr ...	பின்னலூர்.
Pinnattūr ...	பின்னத்தூர்.
Porto Novo ..	பரங்கிப்பேட்டை.
Prasannarāmāpuram.	பிரஸன்னராமாபுரம்.
Pudaiyūr ...	புடையூர்.
Pūlāmēdu ...	பூலாமேடு.
Puliyangudi (Arirājapuram).	புளியங்குடி (அரிராஜபுரம்).
Puliyangudi (Mannārgudi).	புளியங்குடி (மன்னார்குடி).
Pullaiyāntāngal.	புள்ளையாந்தாங்கல்.
Pūngudi ...	பூங்குடி.
Punjaimagattuvālkkai.	புஞ்சைமகத்துவாழ்க்கை.
Pūntōttam ..	பூந்தோட்டம்.
Pūrattānkudi ...	பூரத்தான்குடி.
Puttūr (Srīmushnam).	புத்தூர் (ஸ்ரீமுஷ்ணம்).
Puttūr (Terkunādu)	புத்தூர் (தெற்குநாடு).
Pūvālai ...	பூவாலை.
Rādhānallūr ...	ராதாநல்லூர்.
Rādhāvilāgam ...	ராதாவிளாகம்.
Rājēndrachōlagan.	ராஜேந்திரசோழகன்.
Rāyanallūr ...	ராயநல்லூர்.
Reddiyūr ...	ரெட்டியூர்.
Sākkāngudi ...	சாக்காங்குடி.
Sāliyantōppu ...	சாலியன்தோப்பு.
Sarvarājanpēttai.	சர்வராஜன்பேட்டை.
Sāttamangalam (Chidambaram).	சாத்தமங்கலம் (சிதம்பரம்).

CHIDAMBARAM TĀLŪK—cont. சிதம்பரம் தாலுகா—தொடர்ச்சி.

Sāttamangalam (Srīmushnam)	சாத்தமங்கலம் (ஸ்ரீமுஷ்ணம்).
Sāttappādi ...	சாத்தப்பாடி.
Sāttavattam (I)...	சாத்தவட்டம்.
Sēdiyūr ...	சேதியூர்.
Sēndirakkillai ...	சேந்திரக்கிள்ளை.
Sengalmēdu ...	செங்கல்மேடு.
Sēttiya (Shatia) Tōpe.	சேத்தியதோப்பு.
Shandan ...	ஷண்டன்.
Silambimangalam	சிலம்பிமங்கலம்.
Singārattōttataragu.	சிங்காரத்தோட்டதரகு.
Sirugālūr.	சிருகாலூர்.
Sirukāttūr ...	சிறுகாட்டூர்.
Sivakkam ...	சிவக்கம்.
Sivapuri ...	சிவபுரி.
Sivāyam ...	சிவாயம்.
Sīyappādi ...	சீயப்பாடி.
Sōlakkūr ...	சோழக்கூர்.
Sōlattiram ...	சோழட்டிரம்.
Srīmushnam ...	ஸ்ரீமுஷ்ணம்.
Surāvilundūr ...	சுருவிழுந்தூர்.
Suttukkuli ...	சுத்துக்குழி.
Suttamalli (I) ...	சுத்தமல்லி.
Tachchakkādu ...	தச்சக்காடு.
Tādanpēttai ...	தாதன்பேட்டை.
Talaikkulam (Ten).	தலைக்குளம் (தென்).
Talaikkulam (Vada).	தலைக்குளம் (வட).
Tāndavarāyacholaganpēttai,	தாண்டவராயசோழகன்பேட்டை.
Tandēswaranallūr.	தண்டேசுவரநல்லூர்.
Tarasūr ...	தரசூர்.
Tavartāmbattu ...	தவர்தாம்பட்டு.
Temmūr ...	தெம்மூர்.
Terkumāngudi ...	தெற்குமாங்குடி.
Terkutittai ...	தெற்குதிட்டை.
Terkuvirutāngan.	தெற்குவிருதாங்கன்.
Tōttāmbattu ...	தேத்தாம்பட்டு.
Tillaināyakapuram.	தில்லைநாயகபுரம்.
Tillaivadangan ...	தில்லைவடங்கன்.
Tirukkalippālai (Kīl).	திருக்கழிப்பாலை (கீழ்).
Tirukkalippālai (Mēl).	திருக்கழிப்பாலை (மேல்).
Tirumūlastānam.	திருமூலஸ்தானம்.
Tirunāraiyūr ...	திருநாரையூர்.
Tiruppaninattam.	திருப்பணிநத்தம்.
Tiruchchinnapuram.	திருச்சின்னபுரம்.
Tiruvakkulam ...	திருவக்குளம்.
Tondamānattam.	தொண்டமானத்தம்.
Torakkuli ...	தொரக்குழி.
Tōrānguppam ...	தோராங்குப்பம்.
Torappu ...	தொரப்பு.
Tunisiramēdu ...	துணிசிரமேடு.
Turinjikkollai ...	துரிஞ்சிக்கொல்லை
Udaiyārkudi ...	உடையார்குடி.
Uluttūr ...	உளுத்தூர்.
Umāmpuliyūr ...	உமாம்புலியூர்.
Usuppūr ...	உசுப்பூர்.
Uttamachōlagan. (Mannārgudi).	உத்தமசோழகன் (மன்னார்குடி).
Uttamachōlamangalam.	உத்தமசோழமங்கலம்.
Vadakkumāngudi	வடக்குமாங்குடி.
Vadakkukulakkudi.	வடக்குகுளக்குடி.
Vadakkutittai ...	வடக்குதிட்டை.
Vadakkuvirutāngan	வடக்குவிருதாங்கன்.
Vadamūr ...	வடமூர்.
Vadappākkam ...	வடப்பாக்கம்.
Vaiyūr ...	வையூர்.
Vakkāramāri (Chidambaram).	வக்காரமாரி (சிதம்பரம்).
Vakkāramāri (Srīmushnam).	வக்காரமாரி (ஸ்ரீமூஷ்ணம்).
Vākkūr ...	வாக்கூர்.
Vālaikkulam ...	வாழைக்குளம்.
Valaiyamādēvi (Kīlpādi).	வளையமாதேவி (கீழ்பாதி).
Valaiyamādēvi (Mēlpādi).	வளையமாதேவி (மேல்பாதி).
Valasakkādu ...	வலசக்காடு
Valattūrtiruppaniyāpuram.	வளத்தூர்திருப்பணியாபுரம்.
Vallampadugai ...	வல்லம்படுகை.
Vānādarāyanpēttai.	வாணதராயன்பேட்டை.
Vānamādēvi ...	வானமாதேவி.
Vandarāyanpattu.	வண்டராயன்பட்டு.
Varagūr ...	வரகூர.
Vasaputtūr ...	வசபுத்தூர்.
Vattarāyantettu...	வத்தராயன்தெத்து.
Vattattūr ...	வட்டத்தூர்.
Vauvāltōppu ...	வெளவால்தோப்பு
Vayalāmūr ...	வயலாமூர்.
Vayalūr ...	வயலூர்.
Vekshiyūr ...	வெக்ஷியூர்.
Velāmpūndi ...	வெளாம்பூண்டி.
Vēlangippattu ...	வேளங்கிப்பட்டு.
Velliyagudi ...	வெள்ளியகுடி.

CHIDAMBARAM TĀLŪK—cont. சிதம்பரம் தாலூகா—தொடர்ச்சி.

Vellūr ... வெள்ளூர்.
Vennaiyūr ... வெண்ணெயூர்.
Veyyalūr ... வெய்யலூர்.
Vilāgam ... விளாகம்.
Villiyanallūr ... வில்லியநல்லூர்
Vīracholagan ... வீரசோழகன்.
Vīrachōlapuram... வீரசோழபுரம்.
Vīramudaiyānattam. வீரமுடையாநத்தம்.
Vīranattam ... வீரநத்தம்.
Vīrānanallūr ... வீராணநல்லூர்.
Vīrānandapuram. வீராநந்தபுரம்.

CUDDALORE (GŪDALŪR) TĀLŪK. கூடலூர் தாலூகா.

Ādinārāyanapuram. ஆதிநாராயணபுரம்.
Ādūr Agaram ... ஆடூர் அகரம்.
Ādūr Kuppam ... ஆடூர் குப்பம்.
Agaram ... அகரம்.
Akkadavalli ... அக்கடவல்லி.
Akkatimmāpuram அக்கதிம்மாபுரம்.
Alagapperumālkuppam. அழகப்பெருமாள்குப்பம்.
Alagiyanattam (Mi) அழகியநத்தம்(மி).
Alagappasamudram. அழகப்பசமுத்திரம்.
Ālappākkam ... ஆலப்பாக்கம்.
Ambalavānampēttai. அம்பலவாணம்பேட்டை.
Āndārmullippallam. ஆண்டார்முள்ளிப்பள்ளம்.
Āndikkuppam ... ஆண்டிக்குப்பம்.
Angichettippālaiyam. அங்கிசெட்டிப்பாளையம்.
Annadānampēttai. அன்னதானம்பேட்டை.
Annavalli ... அன்னவல்லி.
Anukkambattu ... அனுக்கம்பட்டு.
Āpaddhāranapuram. ஆபத்தாரணபுரம்.
Arangamangalam அரங்கமங்கலம்.
Arisipperiyānkuppam. அரிசிப்பெரியாங்குப்பம்.
Ariyirundamangalam. அரியிருந்தமங்கலம்.
Āttippattu ... ஆத்திப்பட்டு.
Aviyanūr ... அவியனூர்.
Āyikuppam (I) ... ஆயிகுப்பம்.
Būdampādi ... பூதம்பாடி.
Chellanchēri ... செல்லஞ்சேரி.
Chellankuppam ... செல்லங்குப்பம்.
Chennappanāyakkanpālaiyam (Mi). சென்னப்பநாயக்கன்பாளையம் (மி).
Chinnakanganānkuppum. சின்னகங்கணாங்குப்பம்.
Chittarasūr ... சித்தரசூர்.
Chōlavalli ... சோழவல்லி.
Cuddalore (Gūdalūr). கூடலூர்.
Dēvanāmpattanam. தேவனாம்பட்டணம்.
Ellayappampēttai. எல்லயப்பம்பேட்டை.
Elumēdu ... எழுமேடு.
Enādērimangalam ஏனாதேரிமங்கலம்.
Eydanūr ... எய்தனூர்.
Gangamanāyakkankuppam. கங்கமநாயக்கன்குப்பம்.
Gunduvuppalavādi. குண்டுவுப்பலவாடி
Guruvappampēttai. குருவப்பம்பேட்டை.
Idankondāmbattu. இடங்கொண்டாம்பட்டு.
Ilandambattu ... இலந்தம்பட்டு.
Ilavarasambattu. இளவரசம்பட்டு.
Irandāyiravilāgam. இரண்டாயிரவிளாகம்.
Kādāmpuliyūr ... காடாம்புலியூர்.
Kalaiyūr ... களையூர்.
Kalkunam ... கல்குணம்.
Kambalimēdu ... கம்பளிமேடு.
Kandarakkōttai... கண்டரக்கோட்டை.
Kanisappākkam. கணிசப்பாக்கம்.
Kanjamanādanpēttai. கஞ்சமநாதன்பேட்டை.
Kanjamanāthapuram. கஞ்சமநாதபுரம்.
Kannādi ... கண்ணாடி.
Kāraikkādu ... காரைக்காடு.
Karaimēdu ... கரைமேடு.
Karaiyēravittakuppam. கரையேரவிட்டகுப்பம்.
Kārāmanikkuppam. காராமணிக்குப்பம்.
Kāranappattu ... காரணப்பட்டு.
Karukkai ... கருக்கை.
Karumbūr ... கரும்பூர்.
Karunguli ... கருங்குழி.
Karuppadittundu. கருப்படித்துண்டு.
Karuvēppambādi. கருவேப்பம்பாடி.
Kāttugūdalūr ... காட்டுகூடலூர்.
Kāvanūr ... காவனூர்.
Kāyalpattu ... காயல்பட்டு.
Kāyappākkam ... காயப்பாக்கம்.

CUDDALORE TĀLŪK—cont. கூடலூர் தாலூகா—தொடர்ச்சி.

Kēsavanārāyunapuram.	கேசவநாராயணபுரம்.
Kīl Alinjippattu.	கீழ்அழிஞ்சிப்பட்டு
Kīl Arungunam ...	கீழ் அருங்குணம்.
Kilinjikkuppam.	கிளிஞ்சிக்குப்பம்.
Kiliruppu ...	கிழிருப்பு.
Kīl Kāngayankuppam.	கீழ காங்கயன்குப்பம்.
Kīl Kavarappattu	கீழ் கவரப்பட்டு.
Kīl Kumāramangalam.	கீழ் குமாரமங்கலம்.
Kīl Kuppam ...	கீழ் குப்பம்.
Kīl Māmpattu (I)	கீழ் மாம்பட்டு.
Kīl Pādi .	கீழ் பாதி.
Kīl Pattāmbākkam.	கீழ் பட்டாம்பாக்கம்.
Kīlūr ...	கீழூர்.
Kōdandarāmapuram.	கோதண்டராமபுரம்.
Kōlippākkam ...	கோழிப்பாக்கம்.
Konamangalam ...	கொணமங்கலம்.
Kōndūr ...	கோண்டூர்.
Kongarāyanūr ...	கொங்கராயனூர்.
Kōranappattu ...	கோரணப்பட்டு.
Kotlāmbākkam (I).	கொட்லாம்பாக்கம்.
Kottavānchēri ...	கொத்தவாஞ்சேரி.
Krishnankuppam.	கிருஷ்ணங்குப்பம்.
Kudikkādu ...	குடிக்காடு.
Kudittāngi ...	குடித்தாங்கி.
Kulakkudi ...	குளக்குடி.
Kulappākkam ...	குளப்பாக்கம்.
Kumārapēttai (I)	குமாரபேட்டை.
Kundiyamallūr ...	குண்டியமல்லூர்.
Kuratti ...	குறத்தி.
Kūrayyāpēttai ...	கூரய்யாபேட்டை.
Kurinjippādi ...	குறிஞ்சிப்பாடி.
Kūttappākkam (I).	கூத்தப்பாக்கம்.
Lakshmīnārāyanapuram.	லக்ஷ்மீநாராயணபுரம்.
Madalappattu ...	மதலப்பட்டு.
Madanagōpālapuram.	மதனகோபாலபுரம்.
Malaipperumālagaram.	மலைப்பெருமாளகரம்.
Māligamēdu ...	மாளிகமேடு.
Māligambattu ...	மாளிகம்பட்டு.
Manamandaputtūr.	மணமந்தபுத்தூர்.
Manppākkam ...	மணப்பாக்கம்.
Manjakkuppam ...	மஞ்சக்குப்பம்.
Marudādu ...	மருதாடு.
Marungūr ...	மருங்கூர்.
Maruvāy ...	மருவாய்.
Māvadippālaiyam (I).	மாவடிப்பாளையம்.
Mēl Alinjippattu.	மேல் அழிஞ்சிப்பட்டு.
Mēl Arungunam.	மேல் அருங்குணம்.
Mēliruppu ...	மேலிருப்பு.
Mēl Kāngayan kuppam.	மேல காங்கயன்குப்பம்.
Mēl Kavarappattu	மேல் கவரப்பட்டு.
Mēl Kumāramangalam.	மேல் குமாரமங்கலம்.
Mēl Kuppam ...	மேல் குப்பம்.
Mēl Māmbattu ...	மேல் மாம்பட்டு.
Mēl Pādi ...	மேல் பாதி.
Mēl Pattāmbākkam.	மேல் பட்டாம்பாக்கம்.
Mullikīrambattu.	முள்ளிகிரம்பட்டு.
Nadukkuppam ...	நடுக்குப்பம்.
Naduvīrappattu (Mi).	நடுவீரப்பட்டு (மி).
Nāgappanūr ...	நாகப்பனூர்.
Nallāttūr ...	நல்லாத்தூர்.
Nattam ...	நத்தம்.
Nattampattu ...	நத்தப்பட்டு.
Nayinākuppam ..	நயினாகுப்பம்.
Nellikkuppam ..	நெல்லிக்குப்பம்.
Odalappattu ...	ஓடலப்பட்டு.
Oraiyūr ...	ஒரையூர்.
Ottēri ...	ஒட்டேரி.
Pachchaiyānkuppam.	பச்சையான்குப்பம்.
Pādirikkuppam ..	பாதிரிக்குப்பம்.
Pagandai ...	பகண்டை.
Pālaiyam ...	பாளையம்.
Palāppattu ...	பலாப்பட்டு.
Pallavarāyanattam	பல்லவராயநத்தம்
Pallippattu ..	பள்ளிப்பட்டு.
Pālūr ...	பாலூர்.
Panappākkam ...	பணப்பாக்கம்.
Pandārakkōttai ...	பண்டாரக்கோட்டை.
Panikkuppam ...	பனிக்குப்பம்.
Panruti ...	பண்ணுருட்டி.
Pārvatīpuram ...	பார்வதீபுரம்.
Payirveli Vellaiyankuppam.	பயிர்வெளி வெள்ளையன்குப்பம்.
Payittāmbādi ...	பயித்தாம்பாடி.
Peddunāyakkankuppam.	பெத்துநாயக்கன்குப்பம்.
Peramattūr ...	பெரமத்தூர்.
Periyakangananankuppam.	பெரியகங்கணங்குப்பம்.

CUDDALORE TĀLŪK—cont. கூடலூர் தாலூகா—தொடர்ச்சி.

Pōrperiyānkuppam.	போர்பெரியான்குப்பம்.
Perumālnāyakkanpālaiyam.	பெருமாள்நாயக்கன்பாளையம்.
Pēyigānattam ..	பேயிகாநத்தம்.
Pillāli (I) ..	பில்லாலி.
Ponniyānkuppam (I)	பொன்னியான்குப்பம்.
Pudukkadai ..	புதுக்கடை.
Puduppēttai(Mēl).	புதுப்பேட்டை (மேல்).
Pulavanūr ..	புலவனூர்
Puliyūr ..	புலியூர்.
Pūndi ..	பூண்டி.
Pūngunam ..	பூங்குணம்.
Purangani (I) ..	புரங்கணி.
Pūvānikuppam ..	பூவாணிகுப்பம்.
Rājākuppam ..	ராஜாகுப்பம்.
Rāmāpuram ..	ராமாபுரம்.
Ranganāthapuram.	ரங்கநாதபுரம்.
Rāyappālaiyam ..	ராயப்பாளையம்.
Sanyāsippēttai ..	சன்னியாசிப்பேட்டை.
Sāttippattu ..	சாத்திப்பட்டு.
Sēdappālaiyam ..	சேப்பாளையம்.
Sēmakkōttai ..	சேமக்கோட்டை.
Sembankuppam ..	செம்பங்குப்பம்.
Semmēdu ..	செம்மேடு.
Senjikumarāpuram.	செஞ்சிகுமராபுரம்
Sērākuppam ..	சேராகுப்பம்.
Silambanāthanpēttai.	சிலம்பநாதன்பேட்டை.
Singārakkudi ..	சிங்காரக்குடி.
Sirugrāmam (I)..	சிறுகிராமம்.
Sirunangavādi ..	சிறுநங்கவாடி.
Sirupālaiyūr ..	சிறுபாலையூர்.
Siruvattūr ..	சிறுவத்தூர்.
Sorattūr ..	சொரத்தூர்.
Subāvuppalavādi.	சுபாவுப்பலவாடி.
Sundaravādi ..	சுந்தரவாடி.
Tālambattu ..	தாழம்பட்டு.
Tambipēttai ..	தம்பிபேட்டை.
Tānūr ..	தானூர்.
Tayilgunāmpattanam.	தயில்குணாம்பட்டணம்.
Tenkuttu ..	தென்குத்து.
Tennambākkam (I).	தென்னம்பாக்கம்.
Terkumēlūr ..	தெற்குமேலூர்.
Timmarāvuttankuppam.	திம்மராவுத்தன்குப்பம்.
Tirāsi ..	திராசி.
Tirttanagari ..	தீர்த்தநகரி.
Tiruchchōpuram.	திருச்சோபுரம்.

Tirukandēswaram.	திருகண்டேஸ்வரம்.
Tirumānikkuli ..	திருமாணிக்குழி.
Tiruppanāmbākkam.	திருப்பணாம்பாக்கம்.
Tiruppāppuliyūr.	திருப்பாப்புலியூர்.
Tiruttalūr (I) ..	திருத்தளூர்.
Tiruvadi ..	திருவதி.
Tiruvamūr ..	திருவாமூர்.
Tiruvēndipuram.	திருவேந்திபுரம்.
Tiyāgavalli ..	தியாகவல்லி.
Tondamānattam.	தொண்டமநத்தம்.
Tōppukkollai ..	தோப்புக்கொல்லை.
Torappādi ..	தொரப்பாடி.
Tōttappattu ..	தோட்டப்பட்டு.
Tūkkanāmbākkam	தூக்கணாம்பாக்கம்.
Uchchimēdu ..	உச்சிமேடு.
Udāramānikkam.	உதாரமாணிக்கம்.
Ullērippattu ..	உள்ளேரிப்பட்டு.
Ulundāmbattu ..	உளுந்தாம்பட்டு.
Vadakailāsam ..	வடகைலாசம்.
Vadakkumēlūr ..	வடக்குமேலூர்.
Vadakuttu ..	வடகுத்து.
Vadapuram (Kilpādi)	வடபுரம் (கீழ்பாதி).
Vaidappākkam ..	வைடப்பாக்கம்.
Vallam ..	வல்லம்.
Valudalambattu.	வழுதலம்பட்டு.
Vānādarāyapuram.	வாணதராயபுரம்.
Vānamādēvi ..	வானமாதேவி.
Vānpākkam ..	வான்பாக்கம்.
Vannārappālaiyam.	வண்ணாரப்பாளையம்.
Vārakālpattu ..	வாரகால்பட்டு.
Varinjippākkam.	வரிஞ்சிப்பாக்கம்.
Vēgākollai ..	வேகாகொல்லை.
Vellakkarai ..	வெள்ளக்கரை.
Vellappākkam ..	வெள்ளப்பாக்கம்.
Veli Semmandalam (I).	வெளி செம்மண்டலம்
Vēludaiyānpattu.	வேலுடையான்பட்டு.
Vengadampēttai.	வெங்கடம்பேட்டை.
Vettukkulam (I).	வெட்டுக்குளம்.
Vilamangalam ..	விழமங்கலம்.
Vilangalpattu ..	விலங்கல்பட்டு.
Vilvarāyanattam.	வில்வராயநத்தம்.
Vīrapperumānallūr (I).	வீரப்பெருமாநல்லூர்.
Vīrasinganknppam.	வீரசிங்கன்குப்பம்.
Virūpākshi ..	விருபாக்ஷி.
Visūr ..	விசூர்.

Gingee (Senji) Tālūk. செஞ்சி தாலுகா.

Agalūr	அகலூர்.
Ālampundi	ஆலம்பூண்டி.
Āmūr	ஆமூர்.
Anaiyēri	அணையேரி.
Anangūr	ஆனங்கூர்.
Anantapuram	அனந்தபுரம்.
Ānattūr	ஆனத்தூர்.
Anilādi	அணிலாடி.
Anjānchēri	அஞ்சாஞ்சேரி.
Annamangalam	அண்ணமங்கலம்.
Appambattu	அப்பம்பட்டு.
Ārkkāmpūndi	ஆக்கம்பூண்டி.
Arugāvūr	அருகாவூர்.
Arunganam (Mēl)	அருங்குணம் (மேல்).
Āttippattu	ஆத்திப்பட்டு.
Attiyūr	அத்தியூர்.
Avalūr	அவலூர்.
Aviyūr	அவியூர்.
Bharatantāngal (I)	பரதன்தாங்கல்.
Būdēri (I)	பூதேரி.
Chellapirātti	செல்லபிராட்டி.
Chinnagaram	சின்னகரம்.
Chinnanolambai.	சின்னநொளம்பை
Chinnaponnan-pūndi.	சின்னபொன்னன் பூண்டி.
Chittāmūr (Mēl).	சித்தாமூர் (மேல்).
Chittarasūr	சித்தரசூர்.
Chittēri	சித்தேரி.
Chokkanandal (I).	சொக்கநந்தல்.
Chokkapalam	சொக்கபலம்.
Chōlangunam	சொழங்குணம்.
Dalavālappattu	தளவாளப்பட்டு.
~~Dalavānūr~~	தளவானூர்.
Dāmanūr	தாமனூர்.
Dēvadānampēttai	தேவதானம்பேட்டை.
Dēvandavādi	தேவந்தவாடி.
Dēvanūr	தேவனூர்.
Embalam	எம்பலம்.
Errambattu	எர்ரம்பட்டு.
Eyyal	எய்யல்.
Gangavaram	கங்கவரம்.
Gangāpuram	கங்காபுரம்.
Gingee (Senji)	செஞ்சி.
Gūdalūr (Mēl)	கூடலூர் (மேல்).
Ichchūr	ஈச்சூர்.
Idaiyālam (Mēl)	இடையாளம் (மேல்).
Idaimalai	இடைமலை.
Idaippattu	இடைப்பட்டு.
Illōdu	இல்லோடு.
Indirisankuppam.	இந்திரிசங்குப்பம்.
Irumbili	இரும்பிலி.
Iyyakkunram	ஈய்யக்குன்றம்.
Jambōdi	ஜம்போதி.
Jayankondān	ஜயங்கொண்டான
Kadagampūndi	கடகம்பூண்டி.
Kadali	கடலி.
Kadambūr	கடம்பூர்.
Kadappanandal	கடப்பநந்தல்.
Kaividāntāngal	கைவிடான் தாங்கல்.
Kalaiyūr	களையூர்.
Kalattambattu	கலத்தம்பட்டு.
Kalavāy (Mēl)	களவாய் (மேல்).
Kalladikuppam.	கல்லடிகுப்பம்.
Kallālippattu	கல்லாலிப்பட்டு.
Kallappoliyūr	கள்ளப்புலியூர்.
Kāmagaram	காமகரம்.
Kammandūr	கம்மந்தூர்.
Kammantāngal	கம்மன்தாங்கல்
Kanakkankup-pam.	கணக்கன்குப்பம்.
Kandamanallūr	கண்டமநல்லூர்.
Kanjūr	கஞ்சூர்.
Kannalam	கன்னலம்.
Kappalāmbādi	கப்பளாம்பாடி.
Kappai	கப்பை.
Kārai	காரை.
Kūranai (Mēl)	காரணை (மேல்).
Kāriyamangalam.	காரியமங்கலம்.
Karunguli	கருங்குழி.
Kāttu Chittāmūr.	காட்டு சித்தாமூர்.
Kavarai	கவரை.
Kilaiyūr	கிழையூர்.
Kilavanpūndi	கிழவன்பூண்டி.
Kīlmalai	கீழ்மலை.
Kīlmāmbattu	கீழ்மாம்பட்டு.
Kōdambādi	கோடம்பாடி.
Kodukkankup-pam.	கொடுக்கன்குப்பம்.
Kommēdu	கொம்மேடு.
Kōnai	கோணை.
Kōnalūr	கோணலூர்.
Kongarappattu	கொங்கரப்பட்டு.
Koravanandal	கொரவநந்தல்.
Kōttaippūndi	கோட்டைப்பூண்டி.
Kōvilpuraiyūr	கோவில்புரையூர்.
Krishnāpuram	கிருஷ்ணபுரம்.
Kūduvāmpūndi	கூடுவாம்பூண்டி.
Kulappalūr	குழப்பலூர்.
Kundalambattu	குந்தலம்பட்டு.
Kurinjippai	குரிஞ்சிப்பை.
Kūttappākkam (Mēl).	கூத்தப்பாக்கம் (மேல்).
Mādappūndi	மாதப்பூண்டி.
Mahādēvimanga-lam (I).	மகாதேவிமங்கலம்
Malaiyanur (Mēl)	மலையனூர் (மேல்).
Malavantāngal	மழலந்தாங்கல்.

GINGEE TĀLŪK—cont, செஞ்சி தாலுகா—தொடர்ச்சி.

Mallirisankuppam	மல்லிரிசங்குப்பம்.
Manalpādi ..	மணல்பாடி.
Mānandal ..	மானந்தல்.
Maniyampattu ..	மணியம்பட்டு.
Mannūr (Mēl) ..	மண்ணூர் (மேல்).
Marakkōnam ..	மரக்கோணம்.
Marudēri ..	மருதேரி.
Marūr ..	மரூர்.
Matavilāgam (I).	மடவிளாகம்.
Mattappārai .	மட்டப்பாறை.
Māttūr Tirukkai.	மாத்தூர் திருக்கை.
Māvanandal ..	மாவநந்தல்.
Māvattambādi (I).	மாவட்டம்பாடி.
Mēlchēri ..	மேல்சேரி.
Mēl Arungunam (I).	மேல் அருங்குணம்.
Mēlattippākkam.	மேலத்திபாக்கம்.
Mēlāttūr ..	மேலாத்தூர்.
Mēl Māmbattu ..	மேல் மாம்பட்டு.
Mēl Olakkūr (I)..	மேல் ஒலக்கூர்.
Mēl Puduppattu.	மேல் புதுப்பட்டு.
Mīnamūr ..	மீனமூர்.
Mīnamūr (I) ..	மீனமூர்.
Modaiyūr ..	மொடையூர்.
Mōdippattu ..	மோடிப்பட்டு.
Mukkunam ..	முக்குணம்.
Mullūr ..	முள்ளூர்.
Nāttārmangalam.	நாட்டார்மங்கலம்.
Nāgalāmbattu ..	நாகலாம்பட்டு.
Nāgandūr ..	நாகந்தூர்.
Nallāmpillaipettāl	நல்லாம் பிள்ளை பெத்தாள்.
Nandipuram ..	நந்திபுரம்.
Nangilikondān ..	நங்கிலி கொண்டான்.
Nangiyānandal ..	நங்கியாநந்தல்.
Nāranamangalam.	நாரணமங்கலம்.
Narasingarāyanpēttai.	நரசிங்கராயன்பேட்டை.
Nayampādi ..	நயம்பாடி.
Nēkanūr ..	நேகனூர்.
Nemali ..	நெமலி.
Nemali (Mēl) ..	நெமலி (மேல்).
Nīrperuttagaram (I).	நீர்பெருத்தகரம்.
Nochchilūr. ..	நொச்சிலூர்.
Oddambattu ..	ஒட்டம்பட்டு.
Odiyattūr ..	ஒதியத்தூர்.
Pādippallam ..	பாடிப்பள்ளம்.
Pākkam ..	பாக்கம்.
Palampūndi ..	பழம்பூண்டி.
Pālappattu ..	பாலப்பட்டு.
Palavalam ..	பழவலம்.
Pallikulam ..	பள்ளிகுளம்.
Panappākkam ..	பனப்பாக்கம்.
Pāppāntāngal ..	பாப்பான்தாங்கல்.
Pāppāmbādi (Kil).	பாப்பாம்பாடி (கீழ்).
Pāppāmbādi (Mēl).	பாப்பாம்பாடி (மேல்).
Paraiyanpattu ..	பறையன்பட்டு.
Paraiyantāngal ..	பறையன் தாங்கல்.
Paruttipuram ..	பருத்திபுரம்.
Pasumalaitāngal.	பசுமலை தாங்கல்.
Pennagar ..	பென்னகர்.
Pērāmpattu ..	பேராம்பட்டு.
Periyamūr ..	பெரியமூர்.
Periyanolambai ..	பெரியநொளம்பை.
Perumpugai ..	பெரும்புகை.
Perumpūndi ..	பெரும்பூண்டி.
Perungāppūr ..	பெருங்காப்பூர்.
Peruvalūr ..	பெருவளூர்.
Pēttai (Gingee)..	பேட்டை (செஞ்சி)
Pinnanūr ..	பின்னனூர்.
Pōndai ..	போந்தை.
Ponnankuppam ..	பொன்னன்குப்பம்
Ponpatti ..	பொன்பத்தி.
Porkunram ..	பொற்குன்றம்.
Pōttuvāy ..	போத்துவாய்.
Puduppālaiyam ..	புதுப்பாளையம்.
Puduppattu (Mēl).	புதுப்பட்டு (மேல்).
Pulippattu ..	புலிப்பட்டு.
Pulivandi ..	புலிவந்தி.
Puttagaram ..	புத்தகரம்.
Puttūr (Ten) ..	புத்தூர் (தென்)
Puttūr (Vada) ..	புத்தூர் (வட).
Rājāmpuliyūr ..	ராஜாம்புலியூர்.
Sakkirāpuram ..	சக்கிராபுரம்
Samattankuppam.	சமத்தன்குப்பம்.
Sandisākshi ..	சண்டிசாட்சி.
Sangilikkuppam.	சங்கிலிகுப்பம்.
Sāttāmbādi ..	சாத்தாம்பாடி.
Sāttapputtūr ..	சாத்தப்புத்தூர்.
Sāttanandal ..	சாத்தநந்தல்.
Satyamangalam ..	சத்தியமங்கலம்.
Semmēdu ..	செம்மேடு.
Sennālūr ..	சென்னலூர்.
Sērvilāgam ..	சேர்விளாகம்.
Settavarai ..	செத்தவரை.
Sēturayanallūr ..	சேதுராயநல்லூர்.
Sevalāmbādi (Kīl).	செவளாம்பாடி (கீழ்).
Sevalāmbādi (Mēl).	செவளாம்பாடி (மேல்).
Sevalapurai ..	செவலபுறை.
Sēvūr (Mēl) ..	சேவூர் (மேல்).
Sindagampūndi ..	சிந்தகம்பூண்டி.

GINGEE TĀLŪK—cont. செஞ்சி தாலூகா—தொடர்ச்சி.

Sindippattu ..	சிண்டிப்பட்டு.
Singavaram (I) ..	சிங்கவரம்.
Sirudalaipūndi ..	சிறுதலைபூண்டி.
Sirukadambūr ..	சிறுகடம்பூர்.
Sirunāmpūndi ..	சிருணம்பூண்டி.
Sittāmpūndi ..	சிட்டாம்பூண்டி.
Sīyappūndi	சீயப்பூண்டி.
Sorattupperiyān-kuppam.	சொரத்துப்பெரியான்குப்பம்.
Sorattūr ..	சொரத்தூர்.
Tachchambattu ..	தச்சம்பட்டு.
Tadāgam ..	தடாகம்.
Tādangupam ..	தாதன்குப்பம்.
Taiyūr ..	தையூர்.
Tālankunram ..	தாழங்குன்றம்.
Tāndavasamud-ram.	தாண்டவசமுத்திரம்.
Tāyanur ..	தாயனூர்.
Tenpālai ..	தென்பாலை.
Tēppirambattu ..	தேப்பிரம்பட்டு.
Tiruvadikkunram.	திருவதிக்குன்றம்.
Tiruvambattu ..	திருவம்பட்டு.
Tondūr ..	தொண்டூர்.
Torappādi ..	தொரப்பாடி.
Tuduppākkam ..	துடுப்பாக்கம்.
Turiujippūndi ..	துரிஞ்சிப்பூண்டி.
Tuttippattu ..	துத்திப்பட்டு.
Udaiyāntāngal ..	உடையான் தாங்கல்.
Uliyambattu ..	உளியம்பட்டு.
Unnāmandal ..	உண்ணமந்தல்.
Ūranittāngal ..	ஊரணித்தாங்கல்.
Vaduganpūndi ..	வடுகன்பூண்டி.
Vadapālai ..	வடபாலை.
Vadataram ..	வடதரம்.
Vadavānūr ..	வடவானூர்.
Vadavetti ..	வடவெட்டி.
Vailāmūr (Kīl) ..	வைலாமூர் (கீழ்).
Vailāmūr (Mēl) ..	வைலாமூர் (மேல்).
Valatti ..	வளத்தி.
Vallam ..	வல்லம்.
Vanakkambādi (I)	வணக்கம்பாடி.
Varikkal ..	வரிக்கல்.
Vauvālkunram ..	வௌவால்குன்றம்.
Vilvamādēvi ..	வில்வமாதேவி.
Vīramanallūr ..	வீரமநல்லூர்.
Vīranāmūr ..	வீரணாமூர்.
Vīrappattu ..	வீரப்பட்டு.

KALLAKURICHCHI TĀLŪK. கள்ளக்குறிச்சி தாலூகா.

Ādanūr ..	ஆதனூர்.
Agarakōttālam ..	அகரகோட்டாலம்.
Agrahārapānda-lam.	அக்கிரகாரபாண்டலம்.
Agrahāravāsude-vanūr.	அக்கிரகாரவாசுதேவனூர்.
Alagāpuram alias Sankarāpuram.	அழகாபுரம் என்கிற சங்கராபுரம்.
Alambalam (Kal-lakkurichchi).	அளம்பளம் (கள்ளக்குறிச்சி).
Alambalam .. (Vriddhāchalam)	அளம்பளம்(விருத்தாசலம்).
Ālanūr (P) ..	ஆலனூர்.
Ālatti (P) ..	ஆலத்தி.
Ālattūr ..	ஆலத்தூர்.
Alliyābādu ..	அல்லியாபாது.
Ammaiyagaram .	அம்மையகரம்.
Ammakalattūr ..	அம்மகளத்தூர்.
Anaikkaraikōttā-lam.	அணைக்கரைகோட்டாலம்.
Ānaimaduvu (P).	ஆனைமடுவு.
Andiyūr ..	அந்தியூர்.
Anumanandal ..	அனுமநந்தல்.
Ārampūndi (P) ..	ஆரம்பூண்டி.
Arasambattu ..	அரசம்பட்டு.
Arasambattu (P).	அரசம்பட்டு.
Arasarāmbattu ..	அரசராம்பட்டு.
Ariyalūr ..	அரியலூர்.
Ariyaperumānūr.	அரியபெருமானூர்.
Ārkkavādi ..	ஆர்க்கவாடி.
Arulambādi ..	அருளம்பாடி.
Arumbarāmbattu..	அரும்பராம்பட்டு.
Ārūr ..	ஆரூர்.
Asakalattūr ..	அசகளத்தூர்.
Attikkuli (P) ..	அத்திக்குழி.
Attippādi (P) ..	அத்திப்பாடி.
Attiyūr ..	அத்தியூர்.
Āvalūr (P) ..	ஆவலூர்.
Aviriyūr ..	அவிரியூர்.
Bangāram ..	பங்காரம்.
Brahmakundam .	பிரம்மகுண்டம்.
Chellakkāykup-pam. ..	செல்லக்காய்குப்பம்.
Chellambattu ..	செல்லம்பட்டு.
Chēriyappattu (P)	சேரியப்பட்டு.
Chettiyandal (Ten).	செட்டியந்தல் (தென்).
Chettiyandal (Vada).	செட்டியந்தல் (வட).
Chinnakolliyūr ..	சின்னகொள்ளியூர்.
Chinnamāmbattu.	சின்னமாம்பட்டு.
Chinnapalāppūndi (P).	சின்னபலாப்பூண்டி.
Chinna Sēlam alias Selam.	சின்ன சேலம் என்கிற சேலம்.

KALLAKURICHCHI TĀLŪK—cont. கள்ளக்குறிச்சி தாலுகா—தொடர்ச்சி.

Chinnatiruppati (P) .. சின்னதிருப்பதி.
Chittāl .. சித்தால்.
Chittalūr .. சித்தலூர்.
Chittāttūr .. சித்தாத்தூர்.
Chittēri .. சித்தேரி.
Chittērippattu .. சித்தேரிப்பட்டு.
Chōlambattu .. சோழம்பட்டு.
Dāgam Tīrttapuram. தாகம் தீர்த்தபுரம்.
Dattādripuram .. தத்தாத்ரிபுரம்.
Dēvanūr (P) .. தேவனூர்.
Eduttanūr .. எடுத்தனூர்.
Eduttavāynattam. எடுத்தவாய்நத்தம்.
Eliyattūr .. எலியத்தூர்.
Emappēr .. எமப்பேர்.
Endal .. எந்தல்.
Ennādu (P) .. என்னடு.
Eranji .. எறஞ்சி.
Eravār .. எரவார்.
Erikkarai (P) .. எரிக்கரை.
Erukkambattu (P) எருக்கம்பட்டு.
Erukkampatti (P). எருக்கம்பட்டி.
Eruvāypattanam. எருவாய்பட்டணம்.
Ettirappatti (P) .. எத்திரப்பட்டி.
Gūdalūr .. கூடலூர்.
Gūdalūr (P) .. கூடலூர்.
Gūdāram (P) .. கூடாரம்.
Gurupīdapuram .. குருபீடபுரம்.
Ichchangādu (P). ஈச்சங்காடு.
Ilavadi .. இலவடி.
Indali .. இந்தளி.
Iriyūr .. ஈரியூர்.
Irūdaiyāmbattu .. ஈருடையாம்பட்டு.
Isāndai .. ஈசாந்தை.
Iyanūr .. ஈயனூர்.
Jambadai .. ஜம்படை.
Kāchchakudi .. காச்சகுடி.
Kachchirāyapālaiyam. கச்சிராயபாளையம்.
Kadambūr .. கடம்பூர்.
Kadattūr .. கடத்தூர்.
Kaduvanūr .. கடுவனூர்.
Kalaiyanallūr .. களையநல்லூர்.
Kālasamudram .. காளசமுத்திரம்.
Kallakkurichchi .. கள்ளக்குறிச்சி.
Kallānattam .. கல்லாநத்தம்.
Kallērikuppam .. கல்லேரிகுப்பம்.
Kallippādi (I) .. கள்ளிப்பாடி.
Kallippattu (P) .. கள்ளிப்பட்டு.
Kānānkādu .. கானங்காடு.
Kanangūr .. கணங்கூர்.
Kandāchchimangalam. கண்டாச்சிமங்கலம்.
Kandikkollai (P). கண்டிக்கொல்லை.
Kaniyāmūr .. கணியாமூர்.
Kannānūr (P) .. கன்னனூர்.
Karadichittūr .. கரடிசித்தூர்.
Kāranūr .. காரனூர்.
Kariyalūr (P) .. கரியலூர்.
Karundalākurichchi. கருந்தலாகுறிச்சி.
Karunelli (P) .. கருநெல்லி.
Karunguli .. கருங்குழி.
Karuvēlampadi (P). கருவேலம்பாடி.
Kāttanandal .. காட்டநந்தல்.
Kāttuvannanjūr. காட்டுவன்னஞ்சூர்.
Kāviyam (P) .. காவியம்.
Kengappādi (P) .. கெங்கப்பாடி.
Kidangudaiyāmbattu. கிடங்குடையாம்பட்டு.
Kidār (P) .. கிடார்.
Kīlādukuli (P) .. கீழாடுகுழி.
Kilakkādu (P) .. கிளக்காடு.
Kīlkuppam .. கீழ்குப்பம்.
Kīlnāriyappanūr. கீழ்நாரியப்பனூர்.
Kīlparachchēri (P) கீழ்பறச்சேரி.
Kīlpattu .. கீழ்பட்டு.
Kīlpādi .. கீழ்பாடி.
Kīlpūndi .. கீழ்பூண்டி.
Kīnattūr (P) .. கீணத்தூர்.
Kīranūr (Ten) (S. No. 254). கீரனூர் (தென்).
Kīranūr (Vada) (S. No. 24). கீரனூர் (வட).
Kīripalli (P) .. கீரிபள்ளி.
Kodundurai (P) .. கொடுந்துறை.
Kongarāyapālaiyam. கொங்கராயபாளையம்.
Kottaiyūr .. கொட்டையூர்.
Kōttālam .. கோட்டாலம்.
Krishnāpuram .. கிருஷ்ணபுரம்.
Kudiraichchandal. குதிரைச்சந்தல்.
Kudiyanallūr .. குடியநல்லூர்.
Kūgaiyūr .. கூகையூர்.
Kulattūr (I) .. குளத்தூர்.
Kūndalūr .. கூந்தலூர்.
Kunniyūr .. குன்னியூர்.
Kurāl .. குரால்.
Kurattikūndal (P). குறத்திகூந்தல்.
Kurūr .. குரூர்.
Kurumbalūr (P). குரும்பலூர்.
Kusappādi .. குசப்பாடி.
Kūttakudi .. கூத்தகுடி.
Lachchiyam .. லச்சியம்.
Lakkināyakkanpatti. லக்கிநாயக்கன்பட்டி.
Mādavachchēri .. மாதவச்சேரி.
Mādūr .. மாடூர்.
Mādūr (P) .. மாடூர்.
Magarūr .. மகரூர்.
Maiyanūr .. மையனூர்.

KALLAKURICHCHI TĀLŪK—cont. கள்ளக்குறிச்சி தாலூகா—தொடர்ச்சி.

Mallāpuram .. மல்லாபுரம்.
Mallikarai (P) .. மல்லிகரை.
Māmanandal .. மாமனந்தல்.
Māmandūr .. மாமந்தூர்.
Manalūr .. மணலூர்.
Mandagappādi .. மண்டகப்பாடி.
Mangalam .. மங்கலம்.
Maniyandal .. மணியந்தல்.
Māniyampālaiyam (P). மாணியம்பாளையம்
Manjāptutūr .. மஞ்சாபுத்தூர்.
Mānkombu (P) .. மான்கொம்பு.
Manmalai .. மண்மலை.
Maravanattam .. மரவநத்தம்.
Marūr .. மரூர்.
Matam .. மடம்.
Mattapārai (P) .. மட்டப்பாறை.
Mattigaikurichchi மட்டிகைக்குறிச்சி.
Māttūr .. மாத்தூர்.
Mēlādukuli (P) .. மேலாடுகுழி.
Mēlambūr (P) .. மேலம்பூர்.
Mēl Parigam (P). மேல்பரிகம்.
Mēl Nāriyappanūr. .. மேல் நாரியப்பனூர்.
Mēl Palangūr .. மேல் பழங்கூர்.
Mēl Pattu .. மேல்பட்டு.
Mēlūr .. மேலூர்.
Mēl Vali .. மேல் வழி.
Mōkūr .. மோகூர்.
Mōttāmpatti (P).. மோட்டாம்பட்டி.
Mottaiyanūr (P) மொட்டையனூர்.
Moypatti (P) .. மொய்பட்டி.
Mudiyanūr .. முடியனூர்.
Mūkkanūr .. மூக்கனூர்.
Mūlakkādu (P) மூலக்காடு.
Mūngilpādi .. மூங்கில்பாடி.
Mūngilturaippattu. .. மூங்கில்துறைப்பட்டு.
Munivālai .. முனிவாழை.
Murārbādu .. முரார்பாது.
Muttiyam .. முட்டியம்.
Nāgalkūdi .. நாகல்குடி
Nāgalūr .. நாகலூர்.
Nagarīchchampārai. நகரீச்சம்பாறை.
Nallasēvipuram .. நல்லசேவிபுரம்.
Nallāttūr .. நல்லாத்தூர்.
Namasivāyapuram. .. நமசிவாயபுரம்.
Nāranappatti (P) நாரணப்பட்டி.
Nāttārmangalam (I). நாட்டார்மங்கலம்.
Nayinārpālaiyam. நயினார்பாளையம்.
Nedumānūr .. நெடுமானூர்.
Neyvānattam .. நெய்வாநத்தம்.
Nilaiyūr (P) .. நிலையூர்.
Nīlamangalam .. நீலமங்கலம்.
Ninnaiyūr .. நின்னையூர்.
Niramati .. நிரமதி.
Nochchimēdu (P) நொச்சிமேடு.
Nūrōlai .. நூரோலை.
Ōdiyandal .. ஓடியந்தல்.
Ogaiyūr (I) .. ஓகையூர்.
Olagadaiyāmbattu. ஒலகடையாம்பட்டு.
Olagalappādi .. ஒலகலப்பாடி.
Olagamkāttān .. ஒலகம்காத்தான்.
Olagiyanallūr .. ஒலகியநல்லூர்.
Pāchchēri (P) .. பாச்சேரி.
Padarampallam (I). பாதரம்பள்ளம்.
Pākkam .. பாக்கம்.
Pākkampādi .. பாக்கம்பாடி.
Pākkanam (P) .. பாக்கணம்.
Palaiyanūr .. பழையனூர்.
Palaiyapālappattu பழையபாலப்பட்டு.
Palaiyasiruvangūr பழையசிறுவங்கூர்.
Pālarāmbattu .. பாலரும்பட்டு.
Pallagachchēri .. பல்லகச்சேரி.
Pallippattu .. பள்ளிப்பட்டு.
Pāndalam .. பாண்டலம்.
Pāndiyankuppam. பாண்டியன்குப்பம்
Pannippādi (P) .. பன்னிப்படி.
Pāppāttimūlai (P) பாப்பாத்திமூலை.
Paramanattam .. பரமநத்தம்.
Parigam .. பரிகம்.
Parukkanchēri(P) பருக்கஞ்சேரி.
Pāsār .. பாசார்.
Pāvandūr .. பாவந்தூர்.
Pavunjippattu .. பவுஞ்சிப்பட்டு.
Payittandurai .. பயித்தந்துறை.
Pennappādi (P) .. பென்னப்பாடி.
Pēral .. பேரால்.
Periyapalāppūndi. பெரியபலாப்பூண்டி.
Periyakolliyūr .. பெரியகொள்ளியூர்.
Periyamāmbattu. பெரியமாம்பட்டு.
Periyapagandai.. பெரியபகண்டை.
Perumālnattam (P). பெருமாள்நத்தம்.
Perumangalam .. பெருமங்கலம்.
Pērumparavu (P). பெரும்பரவு.
Peruvangūr .. பெருவங்கூர்.
Pettānūr .. பெத்தானூர்.
Pettāsamudram .. பெத்தாசமுத்திரம்.
Pīlamēdu .. பீளமேடு.
Piravadaiyāmbattu. பிரவடையாம்பட்டு.
Pombarappattu .. பொம்பரப்பட்டு.

KALLAKURICHCHI TĀLŪK—cont. கள்ளக்குறிச்சி தாலுகா—தொடர்ச்சி.

Ponparappi (Ten) S. No. 218). பொன்பரப்பி (தென்).
Ponparappi(Vada) S. No. 22 பொன்பரப்பி (வட).
Poraiyūr .. பொறையூர்.
Porasakkurichchi. பொரசக்குறிச்சி.
Porasappattu .. பொரசப்பட்டு.
Porasappattu (P). பொரசப்பட்டு.
Porpadākurichchi பொற்படாகுறிச்சி
Porppālampattu. பொற்பாளம்பட்டு.
Poruppam (P) .. பொருப்பம்.
Poruvallūr .. பொறுவள்ளூர்.
Pottiyam (P) .. பொட்டியம்.
Poykkunam .. பொய்க்குணம்.
Pridivimangalam. பிரிதிவிமங்கலம்.
Puduppattu .. புதுப்பட்டு.
Pudūr near Kannānūr (P). புதூர் கன்னானூருக்கு சமீபம்.
Pudūr near Naranappatti (P) புதூர் நாரணப்பட்டிக்கு சமீபம்.
Pukkiravāri .. புக்கிரவாரி.
Pukkulam .. புக்குளம்.
Pūndi .. .. பூண்டி.
Pūsappādi .. பூசப்பாடி.
Pūttai .. பூட்டை.
Puttirambattu .. புத்திரம்பட்டு.
Rāmrājapuram .. ராமராஜபுரம்.
Rangappanūr .. ரங்கப்பனூர்.
Rāvattanallūr .. ராவத்தநல்லூர்.
Rāyapālaiyam .. ராயபாளையம்.
Rāyappanūr .. ராயப்பனூர்.
Rāyasamudram .. ராயசமுத்திரம்.
Rishivandiyam .. ரிஷிவந்தியம்.
Sadaiyampattu .. சடையம்பட்டு.
Sāttanūr .. சாத்தனூர்.
Sāttanur (P) .. சாத்தனூர்.
Sāttaputtūr .. சாத்தபுத்தூர்.
Saundarivallippālaiyam. சௌந்தரவல்லிப்பாளையம்.
Sembadākurichchi செம்படாகுறிச்சி.
Sembākurichchi. செம்பாகுறிச்சி.
Sembarāmbattu .. செம்பராம்பட்டு.
Sōrkkalūr (P) .. சேர்க்கலூர்.
Sēshasamudram .. சேஷசமுத்திரம்.
Sīrpanandal .. சீர்பனந்தல்.
Sirumangalam .. சிறுமங்கலம்.
Sirunāgalūr .. சிறுநாகலூர்.
Sirupanaiyūr .. சிறுபனையூர்.
Siruval .. சிறுவல்.
Siruvallūr (Mēl) (S. No. 25) சிறுவள்ளூர் (மேல்)
Siruvallūr (Ten) (S. No. 232). சிறுவள்ளூர் (தென்).
Siruvallūr (Vada) (S. No. 79). சிறுவள்ளூர் (வட).
Siruvangūr .. சிறுவங்கூர்.
Siruvattūr .. சிறுவத்தூர்.
Sittantāngal .. சிட்டந்தாங்கல்.
Sivapuram .. சிவபுரம்.
Sōmanāthapuram. சோமநாதபுரம்.
Sōmandārkudi .. சோமண்டார்குடி.
Srīpādanallūr .. ஸ்ரீபாதநல்லூர்.
Sūlānkurichchi .. சூளாங்குறிச்சி.
Sundappādi Kīlpāchchēri (P). சுண்டப்பாடி கீழ்பாதச்சேரி.
Suttamalai .. சுத்தமலை.
Tachchūr .. தச்சூர்.
Takarai .. தகரை.
Tandalai .. தண்டலை.
Tāvadippattu .. தாவடிப்பட்டு.
Tekkampattu (P). தெக்கம்பட்டு.
Tengiyānattam .. தெங்கியாநத்தம்.
Tennērikuppam .. தென்னேரிகுப்பம்
Timmalai .. திம்மலை.
Timmanandal .. திம்மநந்தல்.
Timmāpuram .. திம்மாபுரம்.
Tirukkanangūr (I) திருக்கணங்கூர்.
Tiruvarangam .. திருவரங்கம்.
Tiyagai .. தியாகை.
Todarippattu (P). தொடரிப்பட்டு.
Toluvantangal .. தொழுவந்தாங்கல்
Torangūr (I) .. தொரங்கூர்.
Torasalūr (Ten) (S. No. 2[illegible]). தொரசலூர் (தென்).
Torasalūr (Vada) (S. No. 148) தொரசலூர் (வட)
Tōttappādi .. தோட்டப்பாடி.
Tottiyam .. தொட்டியம்.
Tumbai (P) .. தும்பை.
Tumbarappatti (P). தும்பரப்பட்டி.
Turūr (I) .. துரூர்.
Tyāgarājapuram. தியாகராஜபுரம்.
Udaiyamāmpattu உடையமாம்பட்டு.
Udaiyānāchchi .. உடையாநாச்சி.
Uppūr (P) .. உப்பூர்.
Ūrāngāni .. ஊராங்காணி.
Vadagūr (P) .. வடகூர்.
Vadakkanandal .. வடக்கநந்தல்.
Vadamāmandūr .. வடமாமந்தூர்.
Vadapūndi .. வடபூண்டி.
Vaiyalāmpādi (P) வையலாம்பாடி.
Valaiyāmbattu .. வளையாம்பட்டு.
Valakkuli (P) .. வளக்குழி.
Valappādi (P) .. வளப்பாடி.
Vālavandānkuppam. வாழவந்தான்குப்பம்.
Vānāpuram .. வாணாபுரம்.

KALLAKURICHCHI TĀLŪK—cont. கள்ளக்குறிச்சி தாலுகா—தொடர்ச்சி.

Vānavaratti ..	வாணவரட்டி.
Vandagappādi (P).	வண்டகப்பாடி.
Vāniyandal ..	வாணியந்தல்.
Vanjikkuii (P) ..	வஞ்சிக்குழி.
Vannanjūr ..	வன்னஞ்சூர்.
Vanniyūr ..	வன்னியூர்.
Varadappalūr ..	வரதப்பனூர்,
Varagūr ..	வரகூர்.
Varām (P) ..	வராம்.
Varanjaram ..	வரஞ்சரம்.
Vēdūr (P) .	வேடூர்.
Vēlakkurichchi ..	வேளாக்குறிச்சி.
Vēlānandal ..	வேளாநந்தல்.
Velārikkādu ..	வெலாரிக்காடு.
Velānelli (P) ..	வெளாநெல்லி.
Vellimalai (P) ..	வெள்ளிமலை.
Vengādu (P) ..	வெங்காடு.
Vengavādi ..	வேங்கவாடி.
Vengilam ..	வெங்கிலம்.
Vettiperumālagaram.	வெட்டிபெருமாளகரம்.
Vilakkūr ..	விளக்கூர்.
Vilambār ..	விளாம்பார்.
Vinaitīrttapuram.	வினைதீர்த்தபுரம்.
Vīrabhyankaram.	வீரபயங்கரம்.
Vīrachōlapuram.	வீரசோழபுரம்.
Vīriyūr ..	விரியூர்.
Virugāvūr ..	விருகாவூர்.
Yāl ..	யால்.

TINDIVANAM TĀLŪK. திண்டிவனம் தாலுகா.

Ādanappattu ..	ஆதனப்பட்டு.
Ādanūr (Kīl) ..	ஆதனூர் (கீழ்).
Ādanūr (Mēl) ..	ஆதனூர் (மேல்.)
Adasal ..	அடசல்.
Ādavallikūttan ..	ஆடவல்லிகூத்தன்
Agaram (Ten) ..	அகரம் (தென்).
Agaram (Vada) ..	அகரம் (வட).
Akkūr ..	அக்கூர்.
Ākshikkādu ..	ஆக்ஷிக்காடு.
Ākshippākkam ..	ஆக்ஷிப்பாக்கம்.
Alagippākkam ..	அழகிப்பாக்கம்.
Ālagrāmam ..	ஆலகிராமம்.
Ālanguppam ..	ஆலங்குப்பம்.
Ālappākkam ..	ஆலப்பாக்கம்.
Ālappākkam (Ten).	ஆலப்பாக்கம் (தென்).
Ālappākkam (Vada).	ஆலப்பாக்கம் (வட).
Ālattūr ..	ஆலத்தூர்.
Ammanambākkam.	அம்மணம்பாக்கம்
Andappattu ..	அண்டப்பட்டு.
Annambākkam ..	அன்னம்பாக்கம்.
Annamputtūr .	அன்னம்புத்தூர்.
Ānpākkam ..	ஆண்பாக்கம்.
Anamandai ..	அனுமந்தை.
Āppirāmbattu ..	ஆப்பிராம்பட்டு.
Ariyankuppam ..	அரியன்குப்பம்.
Ariyantangal ..	அரியந்தாங்கல்.
Arungunam (Kīl)	அருங்குணம் (கீழ்)
Aruvadai ..	அருவடை.
Aruvapākkam ..	அருவாபாக்கம்.
Asappūr ..	அசப்பூர்.
Āsūr	ஆசூர்.
Āttippakkam ..	ஆத்திப்பாக்கம்.
Āttūr	ஆத்தூர்.
Avaiyākuppam ..	அவையாகுப்பம்.
Avanampattu ..	ஆவணம்பட்டு.
Āvanippūr ..	ஆவணிப்பூர்.
Avaraippākkam.	அவரைப்பாக்கம்.
Brahmadēsam ..	பிரம்மதேசம்.
Būdēri ..	பூதேரி.
Chendūr ..	செண்டூர்.
Chettikuppam ..	செட்டிகுப்பம்.
Chinnanerkunam.	சின்னநெற்குணம்
Chinnavalavanūr.	சின்னவளவனூர்.
Chittāmūr (Kīl) ..	சித்தாமூர் (கீழ்).
Chittanappākkam	சித்தனப்பாக்கம்.
Chittēripattu ..	சித்தேரிப்பட்டு.
Chokkantāngal ..	சொக்கன்தாங்கல்.
Dādāpuram ..	தாதாபுரம்.
Dēvanandal ..	தேவநந்தல்.
Endiyūr ..	எண்டியூர்.
Ēndūr ..	ஏந்தூர்.
Eppākkam ..	எப்பாக்கம்.
Evallūr ..	எவல்லூர்.
Gidangal ..	கிடங்கல்.
Gūdalūr (Kīl) ..	கூடலூர் (கீழ்).
Guruvammāpēttai	குருவம்மாபேட்டை.
Īchchēri ..	ஈச்சேரி.
Idaichchēri ..	இடைச்சேரி.
Idaiyālam (Kīl) ..	இடையாளம்(கீழ்)
Ilamangalam ..	இளமங்கலம்.
Ilavalappākkam.	இளவளப்பாக்கம்.
Irai yānūr ..	இரையானூர்.
Jakkampēttai ..	ஜக்கம்பேட்டை.
Janakipēttai ..	ஜானகிபேட்டை.
Kadavambakkam.	கடவம்பாக்கம்.
Kadūr (I) ..	கடூர்.
Kalavāy (Ten) ..	களவாய் (தென்).
Kalavāy (Vada) ..	களவாய் (வட).
Kallakulattūr ..	கள்ளகுளத்தூர்.
Kalpākkam ..	கல்பாக்கம்.
Kaluperumbākkam.	கழுபெரும்பாக்கம்.

TINDIVANAM TĀLŪK—cont. திண்டிவனம் தாலூகா—தொடர்ச்சி.

Kambūr ..	கம்பூர்.
Kandādu ..	கந்தாடு.
Kanniyam ..	கன்னியம்.
Kāranai (Kīl) ..	காரணை (கீழ்).
Karanāvūr ..	கரணாவூர்.
Karattai ..	காரட்டை.
Karikkambattu ..	கரிக்கம்பட்டு.
Karuppūr ..	கருப்பூர்.
Karuvapākkam ..	கருவாபாக்கம்.
Kattalai ..	கட்டளை.
Kāttuppunjai ..	காட்டுப்புஞ்சை.
Kāttusiviri ..	காட்டுசிவிரி.
Kāvērippākkam.	காவேரிப்பாக்கம்.
Kāyilmēdu ..	காயில்மேடு.
Kōnippattu ..	கேணிப்பட்டு.
Kēsavanāyakkan-pālaiyam.	கேசவநாயக்கன் பாளையம்.
Kilāppākkam ..	கிளாப்பாக்கம்.
Kiliyanūr ..	கிளியனூர்.
Kirāndipuram ..	கிராண்டிபுரம்.
Kodimā ..	கொடிமா.
Kōdippākkam (Ten).	கோடிப்பாக்கம் (தென்).
Kōdippākkam (Vada).	கோடிப்பாக்கம் (வட).
Kodiyam ..	கோடியம்.
Kodūr ..	கொடூர்.
Kollār ..	கொள்ளார்.
Kolliyankunam ..	கொல்லியங்குணம்.
Koluvāri ..	கொழுவாரி.
Komadippattu ..	கொமடிப்பட்டு.
Konalūr ..	கொணலூர்.
Kondamūr ..	கொந்தமூர்.
Kōvadi ..	கோவடி.
Kulappākkam (Ten).	குளப்பாக்கம் (தென்).
Kulappākkam (Vada).	குளப்பாக்கம் (வட).
Kulattūr ..	குளத்தூர்.
Kumalambattu ..	குமளம்பட்டு.
Kūnimēdu ..	கூனிமேடு.
Kunjimangalam.	குஞ்சிமங்கலம்.
Kunnappākkam.	குண்ணப்பாக்கம்.
Kuralūr ..	குரலூர்.
Kurumapuram ..	குருமபுரம்.
Kurūr ..	குரூர்.
Kūttappākkam (Kīl).	கூத்தப்பாக்கம் (கீழ்).
Kūttērippattu ..	கூட்டேரிப்பட்டு.
Kūttikkulattūr ..	கூத்திக்குளத்தூர்.
Madavantāngal ..	மடவன்தாங்கல்.
Mailam ..	மைலம்.
Malaiyanūr (Kīl).	மலையனூர் (கீழ்).
Māmbākkam ..	மாம்பாக்கம்.
Mandapperum-bākkam.	மண்டப்பெரும் பாக்கம்.
Mangalam ..	மங்கலம்.
Mannampūndi ..	மன்னம்பூண்டி.
Mannūr (Kīl) ..	மன்னூர் (கீழ்).
Mānūr ..	மானூர்.
Marakkānam ..	மரக்காணம்.
Māttūr ..	மாத்தூர்.
Māvilangai (Mel).	மாவிலங்கை (மேல்).
Māvilangai (Kīl).	மாவிலங்கை (கீழ்)
Mēlpākkam ..	மேல்பாக்கம்.
Mōlasūr ..	மோளசூர்.
Munnūr ..	முன்னூர்.
Muppuri ..	முப்புரி.
Murukkēri ..	முருக்கேரி.
Muttiyūr ..	முட்டியூர்.
Nadukkuppam ..	நடுக்குப்பம்.
Naduvanandal ..	நடுவநந்தல்.
Nāgalpākkam ..	நாகல்பாக்கம்.
Nagar ..	நகர்.
Nāgavaram ..	நாகவரம்.
Nallālam ..	நல்லாலம்.
Nallāmūr ..	நல்லாமூர்.
Nallattūr ..	நல்லாத்தூர்.
Nallavūr ..	நல்லாவூர்.
Nallūr ..	நல்லூர்.
Nalmukkal ..	நல்முக்கல்.
Nangunam ..	நங்குணம்.
Naramagani ..	நரயாகாணி.
Neduntōndi ..	நெடுந்தோண்டி
Nemali (Kīl) ..	நெமலி (கீழ்).
Nerkunam (Ten).	நெற்குணம் (தென்).
Nerkunam (Vada)	நெற்குணம் (வட)
Nesal ..	நெசல்.
Neykuppi ..	நெய்குப்பி.
Nolambūr ..	நொளம்பூர்.
Olakkūr (Kīlpadi)	ஓலக்கூர் கீழ்பாதி.
Olakkūr (Mēl-padi).	ஓலக்கூர் (மேல்பாதி).
Olundiyappattu ..	ஒழுந்தியாப்பட்டு.
Ōmandūr ..	ஓமந்தூர்.
Ōmippēr ..	ஓமிப்பேர்.
Ōngūr ..	ஓங்கூர்.
Pādirippuliyūr ..	பாதிரிப்புலியூர்.
Pādri ..	பாதிரி.
Palamukkal ..	பழமுக்கல்.
Pallippakkam ..	பல்லிப்பாக்கம்.
Pāmpūndi ..	பாம்பூண்டி.
Panaiyūr ..	பனையூர்.
Pānchālam ..	பாஞ்சாலம்.
Pantādu ..	பந்தாடு.
Pandamangalam.	பந்தமங்கலம்.
Panichchamēdu ..	பணிச்சமேடு.
Pāngalattūr ..	பாங்களத்தூர்.

TINDIVANAM TĀLŪK—cont. திண்டிவனம் தாலூகா—தொடர்ச்சி.

Parangani .. பரங்கணி.
Parikkalpattu .. பரிக்கல்பட்டு.
Pasār (Kīl) .. பசார் (கீழ்).
Pasiyār (Ten) .. பசியார் (தென்).
Pattanam .. பட்டணம்.
Palākkuppam .. பலாக்குப்பம்.
Pēradikkuppam (Kīl). பேரடிககுப்பம் (கீழ்).
Pēradikkuppam (Mēl). பேரடிக்குப்பம் (மேல்).
Peramāndūr .. பெரமாண்டூர்.
Perappēri .. பெரப்பேரி.
Perāvūr .. பெராவூர்.
Perumbākkam .. பெரும்பாக்கம்.
Perumukkal .. பெருமுக்கல்.
Pēttai (Kīl) .. பேட்டை (கீழ்).
Pēttai (Mēl) .. பேட்டை (மேல்).
Pudukkuppam .. புதுக்குப்பம்.
Puduppākkam .. புதுப்பாக்கம்.
Puduppattu (Kīl). புதுப்பட்டு (கீழ்).
Puliyanūr .. புலியனூர்.
Puliyūr .. புலியூர்.
Purangarai .. புரங்கரை.
Puttanandal .. புத்தநந்தல்.
Rāyanallūr .. ராயநல்லூர்.
Rāya Ottai .. ராய ஒட்டை.
Rettanai .. ரெட்டணை.
Rōshanai .. ரோஷணை.
Sālai .. சாலை.
Salavādi .. சலவாதி.
Sāram .. சாரம்.
Sāttamangalam .. சாத்தமங்கலம்
Sāttanūr .. சாத்தனூர்.
Sembākkam .. செம்பாக்கம்.
Sēnalūr .. சேனலூர்.
Sēndamangalam. சேந்தமங்கலம்.
Sēvūr (Kīl) .. சேவூர் (கீழ்).
Seyyānkuppam .. செய்யாங்குப்பம்.
Singanandal .. சிங்கநந்தல்.
Singānikuppam .. சிங்காணிகுப்பம்.
Singanūr .. சிங்கனூர்.
Sirunāvūr .. சிறுநாவூர்.
Siruvādi .. சிறுவாடி.
Siruvalūr (Ten) .. சிறுவளூர் (தென்).
Siruvalūr (Vada). சிறுவளூர் (வட).
Siviri (Kīl) .. சிவிரி (கீழ்).
Siviri (Mēl) .. சிவிரி (மேல்).
Sōlisokkunam .. சோழிசொக்குணம்.
Sorappattu .. சொரப்பட்டு.
Tailāpuram .. தைலாபுரம்.
Talaiyanaikuppam. தலையணைகுப்பம்.
Taludāli .. தழுதாளி.
Taniyal .. தனியல்.
Tēngāpākkam .. தேங்காபாக்கம்.
Tennampūndi .. தென்னம்பூண்டி.
Tennēri .. தென்னேரி.
Tindivanam .. திண்டிவனம்.
Tirukkanūr .. திருக்கனூர்.
Tīvanūr .. தீவனூர்.
Ulagāpuram .. உலகாபுரம்.
Ūral .. ஊரல்.
Ūrani .. ஊரணி.
Vadampūndi .. வடம்பூண்டி.
Vaidapākkam .. வைடபாக்கம்.
Vairapuram .. வைரபுரம்.
Vandarāmpūndi வண்டராம்பூண்டி.
Vangāram .. வங்காரம்.
Vannippēr .. வன்னிப்பேர்.
Vēppēri (I) .. வேப்பேரி.
Varaguppattu .. வரகுப்பட்டு.
Velangampādi .. வெளங்கம்பாடி.
Veliyanūr .. வெளியனூர்.
Vellimēdu .. வெள்ளிமேடு.
Vēlūr .. வேலூர்.
Venmaniyāttūr .. வெண்மணியாத்தூர்.
Vēmpūndi .. வேம்பூண்டி.
Vēngai .. வேங்கை.
Vengandūr .. வெங்கந்தூர்.
Vilukkam .. விழுக்கம்.
Vilvanattam .. வில்வநத்தம்.
Vitthalāpuram .. விட்டலாபுரம்.

TIRUKKŌYILŪR TĀLŪK. திருக்கோயிலூர் தாலூகா.

Adaiyūr .. அதையூர்.
Ādanūr .. ஆதனூர்.
Ādichchanūr (Z). ஆதிச்சனூர்.
Adukkam .. அடுக்கம்.
Agastyarmūlai .. அகஸ்தியர்மூலை.
Ākkanūr .. ஆக்கனூர்.
Ālambādi (Z) .. ஆலம்பாடி.
Alangiri .. அலங்கிரி.
Ālanguppam .. ஆலங்குப்பம்.
Ālūr .. ஆலூர்.
Āmūr .. ஆமூர்.
Ānaivāri .. ஆனைவாரி.
Ānattūr .. ஆனத்தூர்.
Andali (I) .. அந்தலி.
Andarāyanūr .. அண்டராயனூர்.
Āndikkuli .. ஆண்டிக்குழி.
Anganūr .. அங்கனூர்.
Appanandal .. அப்பனந்தல்.

TIRUKKŌYILŪR TĀLŪK—cont. திருக்கோயிலூர் தாலூகா—தொடர்ச்சி.

Arakandanallūr .. அரகண்டநல்லூர்.
Aralavādi .. அராளவாடி.
Arali .. அரளி.
Arasampūndi .. அரசம்பூண்டி.
Arasankuppam .. அரசன்குப்பம்.
Arasūr .. அரசூர்.
Ārinattam .. ஆரிநத்தம்.
Ariyūr .. அரியூர்.
Ārkādu .. ஆற்காடு.
Arudangudi .. அருதங்குடி.
Arumbākkam .. அரும்பாக்கம.
Arumbalavādi .. அரும்பலவாடி.
Arumbattu .. அரும்பட்டு.
Arumulai .. அருமுளை.
Arunāpuram .. அருணபுரம்
Arungurukkai .. அருங்குருக்கை.
Āsanūr .. ஆசனூர்.
Attandamarudūr. அத்தண்டமருதூர்
Attippākkam (Elavanasūr). அத்திப்பாக்கம் (எலவனசூர்).
Attippākkam (Tirukkōyilūr). அத்திப்பாக்கம் (திருக்கோயிலூர்).
Attippattu .. அத்திப்பட்டு.
Attiyandal .. அத்தியந்தல்.
Āttūr .. ஆத்தூர்.
Āvalam . ஆவலம்.
Āviyūr .. ஆவியூர்.
Āyandūr .. ஆயந்தூர்.
Chellankuppam .. செல்லன்குப்பம்.
Chettiyandal .. செட்டியந்தல்.
Chinnasevalai .. சின்னசெவலை.
Chittapattanam .. சித்தபட்டணம்.
Chittāmūr (Jāghīr) சித்தாமூர் (ஜாகீர்)
Chittāmūr (Velandai). சித்தாமூர் (வெளந்தை).
Chittanāngūr .. சித்தனாங்கூர்.
Chittāttūr .. சித்தாத்தூர்.
Chittērippattu .. சித்தேரிப்பட்டு.
Chōlavāndipuram. சோழவாண்டிபுரம்.

Dāmal .. தாமல்.
Dānam . தானம்.
Dēvanūr .. தேவனூர்.
Dēviyagaram .. தேவியகரம்
Dēviyānandal .. தேவியானந்தல்.
Dēviyandal .. தேவியந்தல்.
Edalavādi .. எதலவாடி.
Edirāmbattu (Z) எதிராம்பட்டு.
Elandurai .. எலந்துறை.
Elrāmbattu .. எல்ராம்பட்டு.
Ellaigrāmam .. எல்லைகிராமம்.
Ēmappēr .. ஏமப்பேர்.
Ēmappūr .. ஏமப்பூர்.
Ēmam .. ஏமம்.
Ēnādimangalam. ஏனாதிமங்கலம்.
Ēralūr .. ஏராளூர்.
Eravalam (Z) .. எரவலம்.
Grāmam .. கிராமம்
Gūdalūr .. கூடலூர்.
Idaikkal .. இடைக்கல்.
Idaiyālam .. இடையாலம.
Idaiyūr .. இடையூர்
Idaiyār .. இடையார்.
Ilavattadi .. இலவத்தடி.
Iluppaiyūr .. இலுப்பையூர்.
Iraiyūr .. இறையூர்.
Irumbalakkurichchi. இரும்பலக்குறிச்சி.
Irundai .. இருந்தை.
Iruvēlippattu .. இருவேலிப்பட்டு.
Īswarakandanallūr. ஈஸ்வரகண்டநல்லூர்.
Jambai .. ஜம்பை.
Kachchikkuvāchchān. கச்சிக்குவாச்சான்
Kādaganūr .. காடகனூர்.
Kādiyār .. காடியார்.
Kalamarudūr .. களமருதூர்.
Kalattūr .. களத்தூர்.
Kalavanūr .. களவனூர்.
Kallakkurichchi. கள்ளக்குறிச்சி.
Kallamēdu .. கல்லமேடு.
Kallandal .. கல்லந்தல்.
Kalumalam .. கழுமலம்.
Kāmabattu .. காமபட்டு.
Kanaiyār .. கனையார்.
Kanakanandal .. கனகநந்தல்.
Kandāchchipuram. கண்டாச்சிபுரம்.
Kāndalvādi .. காந்தல்வாடி.
Kāngiyanūr .. காங்கியனூர்.
Kannārampattu .. கன்னாரம்பட்டு.
Karadi .. கரடி.
Karadippākkam (I). கரடிப்பாக்கம்
Kāranai (Kasbā). காரணை (கஸ்பா).
Kārappattu .. காரப்பட்டு.
Kāttu Idaiyār .. காட்டு இடையார்.
Kāttu Nemili .. காட்டு நெமிலி.
Kāttuppaiyūr .. காட்டுப்பையூர்.
Kāttusellūr .. காட்டுசெல்லூர்.
Kīlaiyūr .. கீழையூர்.
Kīlmangalam (I). கீழ்மங்கலம்.
Kīlkondūr (I) .. கீழ்கொண்டூர்.
Kiliyūr .. கிளியூர்.
Killanūr (Pādūr). கிள்ளனூர் (பாதூர்).
Killanūr (Pullūr). கிள்ளனூர் (புல்லூர்).
Kīlvālai Anniyūr. கீழ்வாலை அன்னியூர்.
Kingilivādi .. கிங்கிலிவாடி.

TIRUKKŌYILŪR TĀLUK—cont. திருக்கோயிலூர் தாலுகா—தொடர்ச்சி.

Kīranūr (Tirukkōvilūr).	கீரனூர் (திருக்கோயிலூர்).
Kīranūr (Ulundūrpēttai).	கீரனூர் (உளுந்தூர்பேட்டை).
Kodiyūr	கொடியூர்.
Kodukkappattu	கொடுக்கப்பட்டு.
Kodungāl (I)	கொடுங்கால்.
Kōlappārai	கோளப்பாறை.
Kolundirāmbattu.	கொழுந்திராம்பட்டு.
Kollūr (I)	கொல்லூர்.
Kōmālūr	கோமளூர்.
Kommasamudram	கொம்மசமுத்திரம்.
Konakkalavādi	கொணக்கலவாடி.
Konalavādi (Pullūr).	கொணலவாடி (புல்லூர்).
Konalavādi (Tirukkōyilūr).	கொணலவாடி (திருக்கோயிலூர்).
Kondasamudram.	கொண்டசமுத்திரம்.
Konganāmūr	கொங்கணாமூர்.
Kongarāyanūr (I).	கொங்கராயனூர்.
Korattūr	கொரட்டூர்.
Kōttagam	கோட்டகம்.
Kōttamarudūr	கோட்டமருதூர்.
Kottanūr	கொத்தனூர்.
Kudamurutti	குடமுருட்டி.
Kuladīpamangalam.	குலதீபமங்கலம்.
Kulappākkam (Ādūr).	குளப்பாக்கம் (ஆடூர்).
Kulappākkam (Āviyūr).	குளப்பாக்கம் (ஆவியூர்).
Kulattūr (Elavanasūr).	குளத்தூர் (எலவனசூர்).
Kulattūr (Tirukkōvilūr).	குளத்தூர் (திருக்கோயிலூர்).
Kumāramangalam (Tirukkōyilūr).	குமாரமங்கலம் (திருக்கோயிலூர்).
Kumāramangalam (Elavanasūr).	குமாரமங்கலம் (எலவனசூர்).
Kunamangalam	குணமங்கலம்.
Kunjaram	குஞ்சரம்.
Kunnattūr (Malaiyappatti).	குண்ணத்தூர் (மலையப்பட்டி).
Kunnattūr (Tiruvennainallūr).	குண்ணத்தூர் (திருவெண்ணைநல்லூர்).
Kūrānūr	கூரானூர்.
Kurumbūr (A)	குரும்பூர்.
Kurumbūr (Vada)	குரும்பூர் (வட).
Kūttadi	கூட்டடி.
Kūttanūr	கூத்தனூர்.
Kūvādu	கூவாடு.
Kūvākkam	கூவாக்கம்.
Kūvanūr	கூவனூர்.
Mādambattu	மாதமபட்டு.
Mādāmpūndi	மாடாம்பூண்டி.
Madiyanūr	மதியனூர்.
Malaiyanūr (Pullūr) (S.No. 149)	மலையனூர் (புல்லூர்).
Malaiyanūr (Vada) (S. No. 124).	மலையனூர் (வட).
Malaiyambattu	மலையம்பட்டு.
Malavarāyanūr (Elavanasūr) (S. No. 146).	மழவராயனூர் (எலவனசூர்).
Malavarāyanūr (Tirukkōyilūr) (S. No. 264).	மழவராயனூர் (திருக்கோயிலூர்).
Māmandūr	மாமந்தூர்.
Māmbākkam (Pullūr)	மாம்பாக்கம் (புல்லூர்)
Māmbākkam (Tirukkōyilūr).	மாம்பாக்கம் (திருக்கோயிலூர்).
Manakkuppam	மணக்குப்பம்.
Manalūr	மணலூர்.
Manalūrpēttai	மணலூர்பேட்டை.
Manampūndi	மணம்பூண்டி.
Mangalam	மங்கலம்.
Mārangiyūr	மாரங்கியூர்.
Marudūr (Sēndanādu).	மருதூர் (சேந்தநாடு).
Marudūr (Vada).	மருதூர் (வட).
Matappattu	மடப்பட்டு.
Madavilāgam	மடவிளாகம்.
Mattigai	மட்டிகை.
Mayilāduntāngal.	மயிலாடுந்தாங்கல்.
Mēlandal	மேலந்தல்.
Mēlārippattu	மேலாரிப்பட்டு.
Mēlkondūr	மேல்கொண்டூர்.
Mēlmangalam	மேல்மங்கலம்.
Mēlvālai (I)	மேல்வாலை.
Mēmālūr	மேமாளூர்.
Mēppuliyūr	மேப்புலியூர்.
Mēttattūr	மேட்டத்தூர்.
Meyyūr (Ponniyandal).	மெய்யூர் (பொன்னியந்தல்).
Meyyūr (Chidambaram)	மெய்யூர் (சிதம்பரம்).
Mogalār	மொகலார்.
Mudalūr	முதலூர்.
Mudiyanūr	முடியனூர்.
Mugaiyūr	முகையூர்.
Mūlasamudram	மூலசமுத்திரம்.
Murukkambādi	முருக்கம்பாடி.
Nāchchiyārpēttai.	நாச்சியார்பேட்டை.
Nagar	நகர்.

TIRUKKŌYILŪR TĀLŪK—cont. திருக்கோயிலூர் தாலூகா—தொடர்ச்சி.

Nannāram ..	நன்னாரம்.
Nariyandal ..	நரியந்தல்.
Nattāmūr ..	நத்தாமூர்.
Nāyanūr ..	நாயனூர்.
Nedumānūr ..	நெடுமானூர்.
Nedumudaiyān ..	நெடுமுடையான்.
Nedungambattu.	நெடுங்கம்பட்டு.
Nemali ..	நெமலி.
Nerkunam ..	நெற்குணம்.
Neyvanai ..	நெய்வனை.
Nonaiyavādi ..	நொனையவாடி.
Odaiyānandal ..	ஓடையாநந்தல்
Odappankuppam.	ஓடப்பங்குப்பம்.
Oddambattu ..	ஒட்டம்பட்டு.
Oddanandal ..	ஒட்டநந்தல்.
Odiyāttūr ..	ஒதியாத்தூர்.
Oduvankuppam (I).	ஓடுவங்குப்பம்.
Orattūr ..	ஓரத்தூர்.
Pāchchāpālaiyam.	பாச்சாபாளையம்.
Pādiyandal ..	பாடியந்தல்.
Pādūr ..	பாதூர்.
Paiyūr ..	பையூர்.
Palangunam ..	பழங்குணம்.
Palangūr ..	பழங்கூர்.
Pāli ..	பாலி.
Pallavādi ..	பல்லவாடி.
Pallichchandal ..	பள்ளிச்சந்தல்.
Panappādi .	பனப்பாடி.
Panappākkam ..	பனப்பாக்கம்.
Pāndūr ..	பாண்டூர்.
Paradāpattu ..	பரடாபட்டு.
Paranūr ..	பரனூர்.
Paravanandal ..	பரவனந்தல்.
Parikkal ..	பரிக்கல்.
Parindal ..	பரிந்தல்.
Parukkambattu ..	பருக்கம்பட்டு.
Pāvandūr ..	பாவந்தூர்.
Pennaivalam ..	பெண்ணைவலம்.
Pērangiyūr ..	பேரங்கியூர்.
Perichchānūr ..	பெரிச்சானூர்.
Periyakurukkai ..	பெரியகுருக்கை.
Periyanūr ..	பெரியனூர்.
Periyapattu ..	பெரியபட்டு.
Periyasevalai ..	பெரியசெவலை.
Perumbākkam ..	பெரும்பாக்கம்.
Perumbattu ..	பெரும்பட்டு.
Pidāgam ...	பிடாகம்.
Pillaiyārpālaiyam	பிள்ளையார்பாளையம்.
Pinnalavādi ..	பின்னலவாடி.
Pogappatti ..	போகப்பட்டி.
Ponniyandal ..	பொன்னியந்தல்.
Poyyarasūr ..	பொய்யரசூர்.
Pudukkalani ..	புதுக்கழனி.
Puduppālaiyam (Tiruvennainallūr).	புதுப்பாளையம் (திருவெண்ணைநல்லூர்).
Puduppālaiyam (Velandai).	புதுப்பாளையம் (வெளந்தை).
Pulikkal ..	புலிக்கல்.
Pullūr ..	புல்லூர்.
Pulrāmbattu (I).	புல்ராம்பட்டு.
Pūmāri ..	பூமாரி.
Pūndi ..	பூண்டி.
Puttagaram ..	புத்தகரம்.
Puttamangalam..	புத்தமங்கலம்.
Puttanandal ..	புத்தனந்தல்.
Puttūr (Elavanasūr).	புத்தூர் (எலவனசூர்).
Puttūr (Velandai).	புத்தூர் (வெளந்தை).
Pūvanūr ..	பூவனூர்.
Raghunāthapuram.	ரகுநாதபுரம்.
Rāvuttarāyankuppam.	ராவுத்தராயன் குப்பம்.
Sadaikatti ..	சடைகட்டி.
Sālāppākkam ..	சாலாப்பாக்கம்.
Sāngiyam ..	சாங்கியம்.
Saravanambākkam.	சரவணம்பாக்கம்.
Sāttanūr (Elavanasūr).	சாத்தனூர் (எலவனசூர்).
Sāttanūr (Tiruvennainallūr).	சாத்தனூர் (திருவெண்ணைநல்லூர்).
Satyakandānūr ..	சத்தியகண்டானூர்.
Sellūr ..	செல்லூர்
Sēmangalam ..	சேமங்கலம்.
Sembattamalaiyanūr.	செம்பட்டமலையனூர்.
Sembimādēvi ..	செம்பிமாதேவி.
Semmanandal ..	செம்மணந்தல்.
Semmanangūr ..	செம்மணங்கூர்.
Semmār ..	செம்மார்.
Sēndamangalam..	சேந்தமங்கலம்.
Sēndanādu ..	சேந்தநாடு.
Sengamedu ..	செங்கமேடு.
Senganānkollai ..	செங்கணாங்கொல்லை.
Senjikuppam ..	செஞ்சிகுப்பம்.
Sengurichchi ...	செங்குரிச்சி.
Sennakunam ..	சென்னகுணம்.
Sīdēvi ..	சீதேவி.
Sikkādu ..	சிக்காடு.
Sikkambattu ..	சிக்கம்பட்டு.
Sirulāpattu ..	சிறுளாபட்டு.
Sirumadurai ..	சிறுமதுரை.
Sirunāvalūr ..	சிறுநாவலூர்.

TIRUKKOYILŪR TĀLŪK—cont. திருக்கோயிலூர் தாலூகா—தொடர்ச்சி.

Sirupākkam	.. சிறுபாக்கம்.
Sirupuliyūr	.. சிறுபுலியூர்.
Siruttanūr	.. சிறுத்தனூர்.
Siruvānūr	.. சிறுவானூர்.
Siruvattūr	.. சிறுவத்தூர்.
Sittilingamatam..	சித்திலிங்கமடம்.
Sivanārtāngal	.. சிவனார்தாங்கல்.
Sivapattanam	.. சிவபட்டணம்.
Siyyamangalam.	சிய்யமங்கலம்.
Sōmāsipālaiyam..	சோமாசிபாளையம்.
Sorayappattu	.. சொரயப்பட்டு
Sundarapāndi	.. சுந்தரபாண்டி.
Taduttālkondūr..	தடுத்தாள்கொண்டூர்.
Takadi	.. தகடி.
Tanākanandal	.. தனகநந்தல்.
Tandarai	.. தண்டரை.
Tanikkalāmbattu (I).	தணிக்கலாம்பட்டு.
Taniyālambattu (Kīl).	தனியாலம்பட்டு (கீழ்).
Taniyālambattu (Mēl).	தனியாலம்பட்டு (மேல்).
Tattanūr	.. தத்தனூர்.
Tāyanūr (Kīl)	.. தாயனூர் (கீழ்).
Tāyanūr (Mēl)	.. தாயனூர் (மேல).
Tenkunam	.. தென்குணம்
Tenmangalam	.. தென்மங்கலம்.
Tēvadiyākuppam.	தேவடியாகுப்பம்.
Timmichchūr	.. திம்மிச்சூர்.
Tirukkōyilūr	.. திருக்கோயிலூர்.
Tirumalaippattu.	திருமலைப்பட்டு.
Tirunāmanallūr ..	திருநாமநல்லூர்.
Tirunirankonrai.	திருநிறங்கொன்றை.
Tiruppālapandal.	திருப்பாலபந்தல்.
Tiruppayar	.. திருப்பயர்.
Tiruvennainallūr.	திருவெண்ணைநல்லூர்.
Tolangambattu	.. தொலங்கம்பட்டு.
Turinjippattu	.. துரிஞ்சிப்பட்டு.
Ulaiyanūr	.. உளையனூர்.
Ulundūr	.. உளுந்தூர்.
Vadagaraitāyanūr	வடகரைதாயனூர்.
Vadakkunemali ..	வடக்குநெமலி.
Valaiyāmbattu	.. வளையாம்பட்டு.
Vānāmbattu	.. வாணாம்பட்டு.
Vandipālaiyam	.. வண்டிபாளையம்.
Vannakappādi	.. வண்ணகப்பாடி.
Vasantakrishnapuram (I).	வசந்தகிருஷ்ணபுரம்.
Vēdālam	.. வேடாலம்.
Vēlākkulam	.. வேளாக்குளம்.
Velandai	.. வெளந்தை.
Vellaiyūr	.. வெள்ளையூர்.
Vellamputtūr	.. வெள்ளம்புத்தூர்.
Vēlūr	.. வேலூர்.
Vēngūr (I)	.. வேங்கூர்.
Vijayankuppam	.. விஜயங்குப்பம்.
Villivalam	.. வில்லிவலம்.
Vinnamār	.. விண்ணமார்.
Vīramangalam	.. வீரமங்கலம்.
Vīranāmbattu	.. வீரணாம்பட்டு.
Virangipuram	.. வீரங்கிபுரம்.
Vīrapāndi (Z)	.. வீரபாண்டி.
Vīrachōlapuram (I).	வீரசோழபுரம்.

VILLUPURAM (VILUPPURAM) TĀLŪK. விழுப்புரம் தாலூகா.

Achcharambattu.	அச்சரம்பட்டு.
Ādanūr	.. ஆதனூர்.
AgaramChittāmūr	அகரம் சித்தாமூர்.
Aivēli	.. ஐவேலி.
Ākāsambattu	.. ஆகாசம்பட்டு.
Ālāttūr	.. ஆலாத்தூர்.
Āliyūr	.. ஆழியூர்.
Ammanankuppam.	அம்மணங்குப்பம்.
Ampuiukkai	.. அம்புழுக்கை.
Ānāngūr	.. ஆனாங்கூர்.
Anganikuppam	.. அஙகணிகுப்பம்.
Anniyūr	.. அன்னியூர்.
Arasalāpuram	.. அரசலாபுரம்
Arasamangalam.	அரசமங்கலம்.
Ariyalūr (Tirukkai).	அரியலூர் (திருக்கை).
Ariyalūr (Villupuram).	அரியலூர் (விழுப்புரம்).
Ariyūr	.. அரியூர்.
Arpisampālaiyam,	அர்பிசம்பாளையம்.
Arumbuli	.. அரும்புலி.
Āsārankuppam	.. ஆசாரங்குப்பம்.
Āsūr	.. ஆசூர்.
Āttikkuppam	.. ஆத்திக்குப்பம்.
Attiyūr (Tirukkai).	அத்தியூர் (திருக்கை).
Attiyūr (Tiruvādi).	அத்தியூர் (திருவாதி).
Āvadaiyarpattu ..	ஆவடையார்பட்டு.
Ayyankōvilpattu.	அய்யன்கோவில்பட்டு.
Ayyūr Agaram ..	அய்யூர் அகரம்.
Bommayapālaiyam.	பொம்மயபாளையம்.
Brahmadēsam	.. பிரம்மதேசம்.
Chennappanāyakkanpālaiyam. ..	சென்னப்பநாயக்கன்பாளையம்.

VILLUPURAM TĀLŪK—cont. விழுப்புரம் தாலூகா—தொடர்ச்சி.

Chinnabābusamudram.	சின்னபாபுசமுத்திரம்.
Chinnatachchūr (I)	சின்னதச்சூர்.
Chittalambattu ..	சித்தலம்பட்டு.
Chittani ..	சித்தணி
Chittāttūr Tirukkai.	சித்தாத்தூர் திருக்கை.
Chittēri ..	சித்தேரி.
Chokkambattu ..	சொக்கம்பட்டு.
Chōlaganūr ..	சோழகனூர்.
Chōlampūndi ..	சோழம்பூண்டி.
Dalavānūr (Tiruvādi).	தளவானூர் (திருவாதி).
Elāy ..	எழாய்.
Ēlusembon ..	ஏழுசெம்பொன்.
Ennāyiram ..	எண்ணாயிரம்.
Erumananantāngal.	எருமணந்தாங்கல்.
Esālam ..	எசாலம்.
Ganapatipattu ..	கணபதிபட்டு.
Gangarāmpālaiyam.	கங்கராம்பாளையம்
Hanumanthapuram.	ஹனுமந்தபுரம்.
Īchchanguppam ..	ஈச்சங்குப்பம்.
Idappālaiyam ..	இடப்பாளையம்.
Idiyappattu ..	இடையப்பட்டு.
Ilaiyāndapattu ..	இளையாண்டபட்டு.
Ilangādu ..	இளங்காடு.
Ilavambattu ..	இலவம்பட்டு.
Iraiyūr ..	இறையூர்.
Irumbai ..	இரும்பை.
Kadagambattu ..	கடகம்பட்டு.
Kadaiyam ..	கடையம்.
Kadappērikuppam	கடப்பேரிகுப்பம்.
Kakkanūr ..	க்க்கனூர்.
Kākuppam (I) ..	காகுப்பம்.
Kalingamalai ..	கலிங்கமலை.
Kalanjikuppam ..	களஞ்சிகுப்பம்.
Kalittirambattu ..	கலித்திரம்பட்டு.
Kallappattu ..	கல்லப்பட்டு.
Kallippattu ..	கள்ளிப்பட்டு.
Kalpattu ..	கல்பட்டு.
Kalyānampūndi .	கலியாணம்பூண்டி
Kānai ..	கானை.
Kandamānadi ..	கண்டமானடி.
Kandamangalam.	கண்டமங்கலம்.
Kandambākkam.	கண்டம்பாக்கம்.
Kandiyamadai ..	கண்டியமடை.
Kāngiyanūr ..	காங்கியனூர்.
Kanjanūr ..	கஞ்சனூர்.
Kannandal ..	கண்ணந்தல்.
Kappiyāmpuliyūr.	காப்பியாம்புலியூர்.
Kappūr ..	கப்பூர்.
Krasānūr ..	கரசானூர்.
Karingālippattu.	கரிங்காலிப்பட்டு.
Karuvākshi ..	கருவாக்ஷி.
Kasbākāranai ..	கஸ்பாகாரணை.
Kāttarāmbākkam.	காட்டராம்பாக்கம்.
Kāvanippākkam.	காவணிப்பாக்கம்.
Kayattūr ..	கயத்தூர்
Kenippattu ..	கேணிப்பட்டு.
Kedār ..	கெடார்.
Kīlperumbākkam.	கீழ்பெரும்பாக்கம்.
Kodukkūr ..	கொடுக்கூர்.
Kōlippattu ..	கோழிப்பட்டு.
Kōliyanūr .	கோலியனூர்
Konamangalam ..	கொணமங்கலம்.
Kondalānkuppam.	கொண்டலாங்குப்பம்.
Kondangi ..	கொண்டங்கி.
Kōndūr ..	கோண்டூர்.
Kongambattu	கொங்கம்பட்டு.
Kongarakondān ..	கொங்கரகொண்டான்.
Konkarāmbūndi.	கொங்கராம்பூண்டி.
Kōnūr ..	கோனூர்.
Koralūr ..	கொரலூர்.
Kōttaikuppam ..	கோட்டைகுப்பம்.
Kottamangalam (Villupuram).	கொத்தமங்கலம் (விழுப்புரம்).
Kottambākkam ..	கொத்தம்பாக்கம்.
Kottiyāmpūndi ..	கொட்டியாம்பூண்டி.
Krishnāpuram ..	கிருஷ்ணாபுரம்.
Kuchchippālaiyam (Ten).	குச்சிப்பாளையம் (தென்).
Kuchchippālaiyam (Vada).	குச்சிப்பாளையம் (வட).
Kudimiyānkuppam.	குடிமியாங்குப்பம்.
Kulappākkam ..	குளப்பாக்கம்.
Kulattūr .	குளத்தூர்.
Kulirsunai ..	குளிர்சுனை.
Kumārakuppam.	குமாரகுப்பம்.
Kumulam ..	குமுளம்.
Kundalappuliyūr.	குண்டலப்புலியூர்.
Kunnam ..	குன்னம்.
Kunnattūr-tāngal (I).	குன்னத்தூர் தாங்கல்.
Kuppam ..	குப்பம்.
Kurakkēni ..	குரக்கேணி.
Kurāmpālaiyam.	குராம்பாளையம்.
Kuttāmpūdi ..	குத்தாம்பூண்டி.
Mādirimangalam.	மாதிரிமங்கலம்.
Maduraipākkam.	மதுரைபாக்கம்.
Mahārājapuram ..	மஹாராஜபுரம்.
Malavarāyanūr ..	மழவராயனூர்.
Malrājankuppam.	மல்ராஜன்குப்பம்.

Villupuram Tāluk—cont. விழுப்புரம் தாலுகா—தொடர்ச்சி.

Malliyappattu (Z)	மல்லியப்பட்டு.
Māmbalampattu.	மாம்பழம்பட்டு.
Mandagappattu	மண்டகப்பட்டு.
Mandagappattu (Z).	மண்டகப்பட்டு.
Mānkuppam	மாங்குப்பம்
Marudūr	மருதூர்.
Māttūr	மாத்தூர்.
Mēlkāranai (I)	மேல்காரணை.
Mēlkondai	மேலகொந்தை.
Mēlpādi	மேல்பாதி.
Mēttuppālaiyam.	மேட்டுப்பாளையம்.
Mōkshakulam	மோக்ஷகுளம்.
Mudaliyārkuppam	முதலியார்குப்பம்.
Mundiyampākkam.	முண்டியம்பாக்கம்
Mūngilpattu	மூங்கில்பட்டு.
Murukkam	முருக்கம்.
Muttarāmpattu	முட்டரும்பட்டு.
Muttattūr	முட்டத்தூர்.
Nagar	நகர்.
Nallālam	நல்லாலம்.
Nallāppālaiyam	நல்லாப்பாளையம்.
Nandivādi	நந்திவாடி
Nangāttūr	நங்காத்தூர்.
Nannādu	நன்னாடு.
Nannāttāmpālaiyam.	நன்னாட்டாம்பாளையம்.
Naraiyūr	நரையூர்.
Narasinganūr	நரசிங்கனூர்.
Navamālkāppēr	நவமால்காப்பேர்.
Navamāl Marudūr.	நவமால் மருதூர்.
Nedimoliyanūr	நெடிமொழியனூர்.
Nemali	நெமலி.
Nēmūr	நேமூர்.
Nērkunam	நேற்குணம்.
Olagalāmpūndi(I)	ஒலகலாம்பூண்டி.
~~Olukkai~~	ஒழுக்கை
Orattūr	ஒரத்தூர்.
Orukōdi	ஒருகோடி.
Ottai	ஒட்டை.
Pagandai	பகண்டை.
Pākkam	பாக்கம்.
Pakkiripālaiyam.	பக்கிரிபாளையம்.
Pālappattu	பாலப்பட்டு.
Pallichchēri	பள்ளிச்சேரி.
Pallineriyanūr	பள்ளிநெறியனூர்
Pallippuduppattu	பள்ளிப்புதுப்பட்டு
Pallitennal	பள்ளித்தென்னல்
Palliyandūr	பள்ளியந்தூர்.
Panamalai	பனமலை.
Pānāmpattu	பாணாம்பட்டு.
Panangurram	பனங்குப்பம்.
Panappākkam	பனப்பாக்கம்.
Pānchālam	பாஞ்சாலம்.
Panchamādēvi	பஞ்சமாதேவி.
Panaiyapuram	பனையபுரம்.
Pāppanappattu	பாப்பனப்பட்டு.
Parankani	பரங்கனி.
Parasureddipālaiyam,	பரசுரெட்டிபாளையம்.
Pattānūr	பட்டானூர்.
Pedāgam	பெடாகம்.
Peddureddikuppam.	பெத்துரெட்டிகுப்பம்.
Perambai	பெரம்பை.
Pērani	பேரணி.
Pērichchambākkam.	பேரிச்சம்பாக்கம்.
Periyabābusamudram	பெரியபாபுசமுத்திரம்.
Periyatachchūr	பெரியதச்சூர்.
Perumbākkam	பெரும்பாக்கம்.
Perunkalampūndi.	பெருங்கலம்பூண்டி.
Pidārippattu	பிடாரிப்பட்டு.
Pillaiyārkuppam	பிள்ளையார்குப்பம்.
Pillūr	பில்லூர்.
Pombūr	பொம்பூர்.
Ponnampūndi	பொன்னம்பூண்டி.
Pōrūr	போரூர்.
Poyyapākkam	பொய்யபாக்கம்.
Puduppākkam	புதுப்பாக்கம்.
Pudūr	புதூர்.
Pulichchapallam.	புளிச்சபள்ளம்.
Pūndi	பூண்டி.
Pūngunam	பூங்குணம்.
Pūntōttam	பூந்தோட்டம்.
Pūtturai	பூத்துறை.
Pūvarasankuppam.	பூவரசங்குப்பம்.
Rādhāpuram	ராதாபுரம்.
Rāmapākkam	ராமபாக்கம்.
Rāyapuduppākkam.	ராயபுதுப்பாக்கம்.
Reddikuppam	ரெட்டிகுப்பம்.
Sālai Agaram	சாலை அகரம்.
Sālai (Vikkiravāndi.)	சாலை (விக்கிரவாண்டி).
Sālaiyampālaiyam	சாலையம்பாளையம்.
Sālamēdu	சாலமேடு.
Sālavanūr	சாலவனூர்.
Sangītamangalam	சங்கீதமங்கலம்.
Sāttanūr	சாத்தனூர்.
Sattippattu	சத்திப்பட்டு.
Sōmangalam	சோமங்கலம்.
Semmēdu	செம்மேடு.

VILLUPURAM TĀLŪK—cont. விழுப்புரம் தாலூகா—தொடர்ச்சி.

Sendiyambākkam.	செண்டியம்பாக்கம்
Sengādu ..	செங்காடு.
Sengamēdu ..	செங்கமேடு.
Senjikottamangalam.	செஞ்சிகொத்தமங்கலம்.
Senjikunnattūr ..	செஞ்சிகுண்ணத்தூர்.
Senji Pudūr ..	செஞ்சி புதூர்.
Sērndanūr ..	சேர்ந்தனூர்
Sēshanganūr ..	சேஷங்கனூர்.
Seyyāduvinnān ..	செய்யாதுவிண்ணன்.
Siruvai ..	சிறுவை
Siruvākkūr ..	சிறுவாக்கூர்.
Siruvālai ..	சிறுவாலை.
Siruvallikuppam.	சிறுவல்லிகுப்பம்.
Siruvandādu ..	சிறுவந்தாடு.
Sorappūr ..	சொரப்பூர்.
Sornāvūr (Kīlpādi)	சொர்ணாவூர் (கீழ்பாதி).
Sornāvūr Mēlpādi.	சொர்ணாவூர் (மேல்பாதி).
Sūrappattu ..	சூரப்பட்டு
Teli ..	தெளி.
Tennamādēvi ..	தென்னமாதேவி.
Tennavarāyampattu.	தென்னவருயம்பட்டு.
Tenpēr ..	தென்பேர்.
Terkunam ..	தெற்குணம்.
Tiruchchittambalam.	திருச்சித்தம்பலம்.
Tirakkunam ..	திருக்குணம்.
Tirumangalam ..	திருமங்கலம்.
Tirunandipuram.	திருநந்திபுரம்.
Tiruppāchchanūr.	திருப்பாச்சனூர்.
Tiruvakkarai ..	திருவக்கரை.
Tiruvāmāttūr ..	திருவாமாத்தூர்.
Todandanūr ..	தொடந்தனூர்.
Tōkavādi ..	தோகவாடி.

Tollamūr ..	தொள்ளமூர்.
Toravi ..	தொரவி.
Tumbūr ..	தும்பூர்.
Turuvai ..	துருவை.
Udaiyānattam ..	உடையாநத்தம்.
Vādānūr ..	வாதானூர்.
Vadavāmbalam ..	வடவாம்பலம்.
Vaduganāthankuppam.	வடுகநாதன்குப்பம்.
Vailāmūr ..	வைலாமூர்.
Vākkūr ..	வாக்கூர்.
Vālappattu ..	வாழப்பட்டு.
Valavanūr ..	வளவனூர்.
Valudāvūr ..	வழுதாவூர்.
Valudureddi ..	வழுதுரெட்டி.
Vānūr ..	வானூர்.
Vēdambattu ..	வேடம்பட்டு.
Vēliyambākkam.	வெளியம்பாக்கம்.
Veliyandal ..	வெளியந்தல்.
Vellaiyāmbattu ..	வெள்ளையாம்பட்டு
Vellērippattu ..	வெள்ளேரிப்பட்டு.
Vēmbi ..	வேம்பி.
Vengamūr ..	வெங்கமூர்.
Vengandūr ..	வெங்கந்தூர்.
Vengāyakkuppam	வெங்காயக்குப்பம்.
Venkatādri Agaram.	வெங்கடாத்ரி அகரம்.
Venktēsapuram.	வெங்கடேசபுரம்.
Venmaniyāttūr ..	வெண்மணியாத்தூர்.
Vettukkādu ..	வெட்டுக்காடு.
Vīdūr ..	வீடூர்.
Vijayankuppam ..	விஜயங்குப்பம்.
Vikkravāndi ..	விக்கிரவாண்டி.
Villupuram (Villupuram).	விழுப்புரம்.
Vīramūr ..	வீரமூர்.
Vīrānam ..	வீராணம்.
Virāttikuppam ..	விராட்டிகுப்பம்.

VRIDDHĀCHALAM TĀLŪK. விருத்தாசலம் தாலூகா.

Ādamangalam ..	ஆதமங்கலம்.
Ādanūr (Kulappākkam).	ஆதனூர் (குளப்பாக்கம்).
Ādanūr (Ūttangāl.)	ஆதனூர் (ஊத்தங்கால்).
Adaranattam ..	அதரநத்தம்.
Adari ..	அடரி.
Ādiyūr ..	ஆதியூர்.
Agaram (Erappāvūr),	அகரம் (எரப்பாவூர்).
Agaram (Mukhāsā).	அகரம் (முகாசா).

Agaram (Ūttangāl).	அகரம் (ஊத்தங்கால்).
Aivadugudi ..	ஐவதுகுடி.
Aivanūr ..	ஐவனூர்.
Ākkanūr ..	ஆக்கனூர்.
Ālachchikudi ..	ஆலச்சிகுடி.
Āladi ..	ஆலடி.
Ālambādi ..	ஆலம்பாடி.
Ālandārkollai ..	ஆலண்டார்கொல்லை.
Ālanduraippattu.	ஆலந்துறைப்பட்டு.
Ālattūr ..	ஆலத்தூர்.

Vriddhāchalam Tālūk—cont. விருத்தாசலம் தாலூகா—தொடர்ச்சி.

Ammēri ..	அம்மேரி.
Arangūr ..	அரங்கூர்.
Arasakkuli ..	அரசக்குழி.
Ārasankudi ..	அரசன்குடி.
Ariyarāvi ..	அரியருவி.
Arugēri ..	அருகேரி.
Āvatti ..	ஆவட்டி.
Āvinangudi ..	ஆவினங்குடி.
Būdāmūr (Mukhāsā)	பூதாமூர் (முகாசா).
Chinnakāppānkulam.	சின்னகாப்பான்குளம்.
Chinnapandārankuppam.	சின்னபண்டாரங்குப்பம்.
Chinnaparūr ..	சின்னபரூர்.
Chinnāttukkurichchi.	சின்னாத்துக்குறிச்சி
Chinnavadavādi.	சின்னவடவாடி.
Chittēri ..	சித்தேரி.
Chittērikuppam ..	சித்தேரிகுப்பம்.
Chittūr (S.No.138)	சித்தூர்.
Chittūr (S.No. 25)	சித்தூர்.
Dharmanallūr ..	தர்மநல்லூர்.
Dēvankudi ..	தேவன்குடி.
Elumāttūr ..	எழுமாத்தூர்.
Elumichchai ..	எலுமிச்சை.
Eluttūr ..	எழுத்தூர்.
Ēnādimēdu ..	எனாதிமேடு.
Endal (S. No. 42.)	எந்தல்.
Endal (S. No. 70).	எந்தல்.
Erumānūr (I) ..	எருமானூர்.
Ganapatikurichchi	கணபதிகுறிச்சி.
Gangaikondān ..	கங்கைகொண்டான்.
Gōpālapuram ..	கோபாலபுரம்.
Gōpurāpuram ..	கோபுராபுரம்.
Gūdalūr ..	கூடலூர்.
Idaichcheruvāy ..	இடைச்செருவாய்.
Idaichchittūr ..	இடைசசித்தூர்.
Idaiyūr ..	இடையூர்.
Ilamangalam (Kasba) (S. No. 183).	இளமங்கலம் (கஸ்பா).
Ilamangalam (Tittagudi) (S. No. 84).	இளமங்கலம் (திட்டகுடி).
Ilangiyanūr ..	இளங்கியனூர்.
Iraiyūr ..	இறையூர்.
Irappāvūr ..	இறப்பாவூர்.
Irulakkurichchi ..	இருளக்குறிச்சி.
Irulampattu ..	இருளம்பட்டு.
Irūppu ..	இருப்பு.
Irusālakuppam ..	இருசாளகுப்பம்.
Kachchimayilūr ..	கச்சிமயிலூர்.
Kachchiperumālnattam.	கச்சிபெருமாள்நத்தம்.
Kachchirāyanattam.	கச்சிராயநத்தம்.
Kalattūr ..	களத்தூர்.
Kāliyamēdu ..	காலியமேடு.
Kallūr ..	கல்லூர்.
Kaludūr ..	கழுதூர்.
Kammāpuram ..	கம்மாபுரம்.
Kānādakandān ..	காணாதகண்டான்.
Kanakambādi ..	கனகம்பாடி.
Kandamāttāl ..	கண்டமாத்தான்.
Kandiyankuppam	கண்டியன்குப்பம்.
Kānjirangulam ..	காஞ்சிரங்குளம்.
Kāraiyūr ..	காரையூர்.
Karnattam ..	கர்நத்தம்.
Kārkudal ..	கார்குடல்.
Kārmāngudi ..	கார்மாங்குடி.
Karuvēppilankurichchi.	கருவேப்பிலங்குறிச்சி.
Kattiyanallūr ..	கட்டியநல்லூர்.
Kāttumayilūr ..	காட்டுமயிலூர்.
Kāttuparūr ..	காட்டுபரூர்.
Kavanai ..	கவணை.
Kāvanūr ..	காவனூர்.
Kīlādanūr ..	கீழ்ஆதனூர்.
Kilimangalam ..	கிளிமங்கலம்.
Kīlkalpūndi ..	கீழ்கல்பூண்டி.
Kīlkurichchi ..	கீழ்குறிச்சி.
Kīlnemali ..	கீழ்நெமலி.
Kīlorattūr ..	கீழ்ஒரத்தூர்.
Kīlpādi ..	கீழ்பாடி.
Kīlpālaiyūr ..	கீழ்பாலையூர்.
Kīlseruvāy ..	கீழ்செருவாய்.
Kīnanūr (I) ..	கீனனூர்.
Kīramangalam ..	கீரமங்கலம்.
Kīrambūr ..	கீரம்பூர்.
Kīranūr (S.No.82)	கீரனூர்.
Kīranūr (S. No. 156).	கீரனூர்.
Kīranūr (SNo.257)	கீரனூர்.
Kōdangudi ..	கோடங்குடி.
Kodikkalam ..	கொடிக்களம்.
Kodukkūr ..	கொடுக்கூர்.
Kodumanūr ..	கொடுமனூர்.
Kōliyūr ..	கோழியூர்.
Kollattankurichchi (Pennādam) (S. No 162).	கொல்லத்தங்குறிச்சி (பெண்ணாடம்).
Kollattankurichchi (Pūntōttam) (S. No. 184).	கொல்லத்தங்குறிச்சி (பூந்தோட்டம்).
Kolliruppu ..	கொல்லிருப்பு.
Kōmangalam ..	கோமங்கலம்.
Kōnūr ..	கோனூர்.
Korakkavādi ..	கொரக்கவாடி.
Korukkai ..	கொருக்கை.
Kōttagam ..	கோட்டகம்.

VRIDDHĀCHALAM TĀLŪK—cont. விருத்தாசலம் தாலுகா—தொடர்ச்சி.

Kottanūr (Kottappattu) (S. No. 122)	கொத்தனூர் (கொத்தப்பட்டு).
Kottanūr (Malaiyanūr) (S. No. 20).	கொத்தனூர் (மலையனூர்).
Kottanūr (Pāndavarpattu) (S.No. 49).	கொத்தனூர் (பாண்டவர்பட்டு).
Kottattai ..	கொத்தட்டை.
Kōttēri ..	கோட்டேரி.
Kōttumulai ..	கோட்டுமுளை.
Kōvilānūr ..	கோவிலானூர்.
Kōvilkuppam ..	கோவில்குப்பம்.
Kōvilūr ..	கோவிலூர்.
Kulappākkam (Eranji) (S. No. 53).	குளப்பாக்கம் (எரஞ்சி).
Kulappākkam (Ūttangāl) (S. No. 242).	குளப்பாக்கம் (ஊத்தங்கால்).
Kulavāy ..	குளவாய்.
Kumārai ..	குமாரை.
Kumāramangalam	குமாரமங்கலம்.
Kūnankurichchi ..	கூனன்குறிச்சி.
Kuppanattam ..	குப்பநத்தம்.
Kurukkattanchēri.	குருக்கத்தஞ்சேரி.
Kusappallam ..	குசப்பள்ளம்.
Lakshmanapuram.	லக்ஷ்மணபுரம்.
Lekkūr ..	லெக்கூர்
Maduravalli ..	மதுரவல்லி.
Malaiyanūr ...	மலையனூர்.
Māligaikūttān ..	மாளிகைகூட்டான்
Māligaimēdu ..	மாளிகைமேடு.
Managati ..	மனகதி.
Manakkollai ..	மணக்கொல்லை.
Manalūr ..	மணலூர்.
Manavālanallūr ..	மணவாளநல்லூர்
Mangalam (Kottappattu) (S. No. 203).	மங்கலம் (கொத்தப்பட்டு).
Mangalam (Ūttangāl) (S. No. 281).	மங்கலம் (ஊத்தங்கால்).
Mangalūr ..	மங்களூர்
Mannampādi ..	மண்ணம்பாடி.
Marungūr ..	மருங்கூர்.
Marudattūr ..	மருதத்தூர்.
Marūr ..	மரூர்.
Māttūr ..	மாத்தூர்.
Māvadandal (Kulappākkam) (S. No. 246).	மாவடந்தல் (குளப்பாக்கம்).
Māvadandal (Tirukkōyilūr) (No. 130).	மாவடந்தல் (திருக்கோயிலூர்).
Mēlādanūr ..	மேல் ஆதனூர்.
Mēlkurichchi ..	மேல்குறிச்சி.
Mēlpālaiyūr ..	மேல்பாலையூர்.
Mēlkalpūndi ..	மேல்கல்பூண்டி.
Mēlnemali ..	மேல்நெமலி.
Mēlpādi ..	மேல்பாடி.
Mēlpāpanappattu.	மேல்பாபனப்பட்டு
Mēlūr ..	மேலூர்.
Mēmāttūr ..	மேமாத்தூர்.
Mōsattai ..	மோசட்டை.
Mudanai ..	முதனை.
Mudappuli ..	முடப்புளி.
Mukundanallūr ..	முகுந்தநல்லூர்.
Mummudi Chōlagan.	மும்முடி சோழகன்.
Murugankudi ..	முருகன்குடி.
Nāchchiyārpēttai (Jāghīr).	நாச்சியார்பேட்டை.
Nadiyappattu ..	நடியப்பட்டு.
Nagar ..	நகர்.
Nallūr ..	நல்லூர்.
Nandimangalam.	நந்திமங்கலம்.
Nāngūr ..	நாங்கூர்.
Naraiyūr (S. No. 16).	நரையூர்.
Nāraiyūr (S. No. 55).	நாரையூர்.
Narasingamangalam.	நரசிங்கமங்கலம்.
Narimanam ..	நரிமணம்.
Nāvalūr ..	நாவலூர்.
Nedungulam ..	நெடுங்குளம்.
Nēmam ..	நேமம்.
Neyvāsal ..	நெய்வாசல்.
Neyvēli ..	நெய்வேலி.
Nidinattam ..	நிதிநத்தம்.
Nirāmani ..	நிருமணி.
Orangūr ..	ஓரங்கூர்.
Ottimēdu ..	ஒட்டிமேடு.
Padukalānattam.	படுகளாநத்தம்.
Palaiyapattanam.	பழையபட்டணம்.
Pālakkollai ..	பாலக்கொல்லை.
Pallippattu ..	பள்ளிப்பட்டு.
Panaiyāndūr ..	பனையாந்தூர்.
Paravallūr ..	பரவள்ளூர்.
Parūr (Mukhāsā).	பரூர் (முகாசா).
Pāsār ..	பாசார்.
Pattākurichchi ..	பட்டாகுறிச்சி.
Pattūr ..	பட்டூர்.

VRIDDHĀCHALAM TĀLŪK—cont. விருத்தாசலம் தாலுகா—தொடர்ச்சி.

Pavalangudi (Kōvilānūr) (S. No. 221).	பவழங்குடி (கோவிலானூர்).
Pavalangudi (Dēvankudi) (S. No. 267).	பவழங்குடி (தேவன்குடி).
Pelāndurai ..	பெலாந்துறை.
Pennādam ..	பெண்ணாடம்
Pēralaiyūr ..	பேரளையூர்.
Perambalūr ..	பெறம்பலூர்.
Pērangiyam ..	பேறங்கியம்.
Periyakāppānkulam.	பெரியகாப்பான்குளம்.
Periyākkurichchi.	பெரியாக்குறிச்சி.
Periyanisalūr ..	பெரியநிசலூர்.
Periyavadavādi ..	பெரியவடவாடி.
Perumulai ..	பெருமுளை.
Perundurai ..	பெருந்துறை.
Peruvārappūr ..	பெருவாரப்பூர்.
Pinjanūr ..	பிஞ்சனூர்.
Podaiyūr (Malaiyanūr) (S. No. 63).	பொடையூர் (மலையனூர்).
Podaiyūr (Dēvastānam) (S. No. 120).	பொடையூர் (தேவஸ்தானம்)
Ponnēri (Kulappākkam) (S. No. 248).	பொன்னேரி (குளப்பாக்கம்).
Ponnēri (Pennādam) (S. No. 165).	பொன்னேரி (பெண்ணாடம்)
Pōttiramangalam.	போத்திரமங்கலம்
Povinappādi ..	பொயினப்பாடி
Pudukkulam ..	புதுக்குளம்.
Pudūr ..	புதூர்.
Pūlāmbādi ..	பூலாம்பாடி.
Pulikarambalūr ..	புலிகரம்பலூர்.
Pulivalam ..	புலிவலம்.
Puliyūr ..	புலியூர்.
Pullūr ..	புல்லூர்.
Pūntōttam ..	பூந்தோட்டம்.
Puttēri ..	புத்தேரி.
Puttūr ..	புத்தூர்.
Pūvanūr (Kōvilānūr) (S. No. 208).	பூவனூர் (கோவிலானூர்).
Pūvanūr (Pennādam) (S. No. 155).	பூவனூர் (பெண்ணாடம்).
Rājēndrapattanam.	ராஜேந்திரபட்டணம்.
Rāmanattam ..	ராமநத்தம்.
Rettākurichchi ..	ரெட்டாகுறிச்சி.
Rūpanārāyananallūr.	ரூபநாராயண நல்லூர்.
Sakkaramangalam.	சக்கரமங்கலம்.
Sāttakkudal (Kīlpādi).	சாத்தக்குடல் (கீழ்பாதி).
Sāttakkudal (Mēlpādi).	சாத்தக்குடல் (மேல்பாதி).
Sāttamangalam ..	சாத்தமங்கலம்.
Sāttappādi ..	சாத்தப்பாடி.
Sāttiyam ..	சாத்தியம்.
Sattiyavādi ..	சத்தியவாடி.
Saundaryachōlapuram.	சௌந்தரிய சோழபுரம்.
Sembalakkurichchi.	செம்பளக்குறிச்சி.
Sēppākkam ..	சேப்பாக்கம்
Sēppalānattam ..	சேப்பளாநத்தம்.
Sētuvarāyankuppam.	சேதுவராயன்குப்பம்
Sēvūr ..	சேவூர்.
Sevvēri ..	செவ்வேரி.
Sirukarambalūr ..	சிறுகரம்பலூர்.
Sirumangalam ..	சிறுமங்கலம்.
Sirumulai ..	சிறுமுளை.
Sirunisalūr ..	சிறுநிசலூர்.
Sirupākkam ..	சிறுபாக்கம்.
Siruvambār ..	சிறுவம்பார்.
Siruvārappūr ..	சிறுவாரப்பூர்.
Sottavānam ..	சொட்டவாணம்.
Tachchūr ..	தச்சூர்.
Tālanallūr ..	தாழநல்லூர்.
Terkuvadakkuputtūr.	தெற்குவடக்குபுத்தூர்.
Terkuvellūr ..	தெற்குவெள்ளூர்.
Tirumalaiyagaram.	திருமலையகரம்.
Tiruppayar ..	திருப்பயர்.
Tiruvadatturai ..	திருவடத்துறை.
Tittagudi ..	திட்டகுடி.
Tīvalūr ..	தீவளூர்.
Tolār ..	தொளார்.
Toludūr ..	தொழுதூர்.
Tolūr ..	தொளூர்.
Tondankurichchi.	தொண்டங்குறிச்சி
Toraiyūr ..	தொரையூர்.
Toravalūr ..	தொரவளூர்.
Ūttangāl ..	ஊத்தங்கால்.
Uyyakkondarāvi.	உய்யக்கொண்டராவி.
Vadagarai ..	வடகரை.
Vadakarāmpūndi.	வடகராம்பூண்டி.
Vadakkuvellūr ..	வடக்குவெள்ளூர்.

VRIDDHĀCHALAM TĀLŪK—cont. விருத்தாசலம் தாலூகா—தொடர்ச்சி.

Vadapādi .. வடபாதி.
Vāgaiyūr .. வாகையூர்.
Vaiyangudi .. வையங்குடி.
Valasai .. வலசை.
Vallimarudam .. வள்ளிமருதம்.
Valliyam .. வல்லியம்.
Vannānkudikkā-du. வண்ணான்குடிக்காடு.
Vannāttūr .. வண்ணாத்தூர்.
Varambanūr .. வரம்பனூர்.
Vasishtapuram .. வசிஷ்டபுரம்.
Vayalūr .. வயலூர்.
Vēlāngulam .. வேளாங்குளம்.
Venganūr .. வெங்கனூர்.
Venkarambūr .. வெண்கரம்பூர்.
Vēppangurichchi. வேப்பங்குறிச்சி.
Vēppūr .. வேப்பூர்.
Vēttakkudi .. வேட்டக்குடி.
Vilakkappādi .. விளக்கப்பாடி.
Vilāngāttūr .. விளாங்காட்டூர்.
Vināyakanandal .. வினாயகநந்தல்.
Visalūr .. விசலூர்.
Vriddhāchalam .. விருத்தாசலம்.

BELLARY DISTRICT.

(I) = Inam. (Z) = Zamindari.

Ādōni Tālūk. ఆదవాని తాలూకా.

Ādōni	... ఆదవాని
Agasanūru	... అగసనూరు.
Airanagallu	.. ఐరణగల్లు.
Ārakallu	... ఆరకల్లు.
Aralēbanda (I)	... అరళేబండ.
Badanēhālu	... బదనేహాళు.
Baichigēri	... బైచిగేరి.
Balasaladoddi	.. బలసలదొడ్డి.
Ballekallu	... బల్లెకల్లు.
Banavāsi	... బనవాసి.
Bāpaladoddi (I)	... బాపలదొడ్డి.
Basāpuram (S. No. 52).	బసాపురం.
Basāpuram (S. No. 104).	బసాపురం.
Basarakōdu	... బసరకోడు.
Belagallu	.. బెలగల్లు.
Bantakunta	... బంటకుంట.
Bhatrabommalapuram.	భత్రబొమ్మలాపురం.
Bōmpalle	... బోంపల్లె.
Būdūru	... బూదూరు.
Chāmalagūdūru	... చామలగూడూరు.
Chetnihalli	... చెట్నిహళ్లి.
Chilakaladōna	.. చిలకలదోన.
Chinna Gōnahālu.	చిన్న గోనహాళు.
Chinna Harivānam	చిన్న హరివాణం.
Chinnakadabūru	... చిన్నకడబూరు.
Chinnakottaliki	... చిన్నకొత్తలికి.
Chinnā Tumbalam	చిన్న తుంబళం.
Chintakunta	... చింతకుంట.
Chirtanakallu	... చిర్తనకల్లు.
Chirtāpalle	... చిర్తాపల్లె.
Chūdi ...	... చూడి.
Chyāgi	... చ్యాగి.
Dayyālaguddam	... దయ్యాలగుడ్డం.
Dayyamdinne	... దయ్యందిన్నె.
Dēvarabetta	... దేవరబెట్ట.
Dēvībetta	... దేవీబెట్ట.
Dhanāpuram	... ధనాపురం.
Dharmapuram (I).	ధర్మపురం.
Dibbanadoddi	... దిబ్బనదొడ్డి.
Dibbanakallu	... దిబ్బనకల్లు.
Doddanakēri	... దొడ్డనకేరి.
Duddi	... దుడ్డి.
Emmiganūru	... ఎమ్మిగనూరు.
Endapalle	... ఎండపల్లె.
Ēnigabāla	... ఏనిగబాల.
Erigēri	... ఎరిగేరి.
Ganēkallu	... గణేకల్లు.
Gangavaram	... గంగవరం.
Gārladinne	... గార్లదిన్నె.
Gaudlagallu (I)	... గౌడగల్లు.
Gavigattu	... గవిగట్టు.
Gōnabhāvi	... గోనభావి.
Gōtaladoddi	... గోటలదొడ్డి.
Guddadahosahalli.	గుడ్డదహొసహళ్ళి.
Gudikallu	... గుడికల్లు.
Gudikambāli	... గుడికంబాలి.
Gurrāladoddi	... గుర్రాలదొడ్డి.
Guruzāla	... గురుజాల.
Hālaharvi	... హాలహర్వి.
Hālvi ...	... హాల్వి.
Hanavālu	... హణవాళు.
Hissāramuruvani.	హిస్సారమురువణి.
Hegarūru Timmāpuram (I).	హెగరూరు తిమ్మాపురం.
Hulikanave	... హులికణవె.

Ādōni Tālūk—cont. ఆదవాని తాలూకా—శేషము.

Huvvinūru (I) ... హువ్వినూరు.
Ibharāmpuram ... ఇభరాంపురం.
Ingaladahālu ... ఇంగలదహాళు.
Isivi ... ఇసివి.
Ītsalahālu (I) ... ఈచలహాళు.
Jālavādi ... జాలవాడి.
Jhampāpuram ... ఝంపాపురం.
Jōharāpuram (I) ... జోహరాపురం.
Jyālibenchi (I) ... జ్యాలిబెంచి.
Kadidoddi ... కడిదొడ్డి.
Kadimetla ... కడిమెట్ల.
Kaditōta ... కడితోట.
Kaggallu ... కగ్గల్లు.
Kalagotla ... కలగొట్ల.
Kalavalagundu ... కలవలగుండు.
Kalladēvakunta ... కల్లదేవకుంట.
Kallubhāvi ... కల్లుభావి.
Kallakunta (I) ... కల్లకుంట.
Kāmanadoddi ... కామనదొడ్డి.
Kāmavaram ... కామవరం.
Kambadahalu ... కంబదహాళు.
Kambaladinne ... కంబలదిన్నె.
Kanakavīdu ... కనకవీడు.
Kandukūru ... కందుకూరు.
Kapati ... కపటి.
Karani (I) ... కరణి.
Kātariki ... కాతరికి.
Kātēdoddi ... కాటేదొడ్డి.
Kātsāpuram ... కాచాపురం.
Kautālam ... కౌతాళం.
Kosigi ... కోసిగి.
Kōtēkallu ... కోటేకల్లు.
Kumbalanūru ... కుంబళనూరు.
Kuntanahālu ... కుంటనహాళు.
Kuppagallu ... కుప్పగల్లు.
Maddilingadahalli. మద్దిలింగదహళ్లి.
Madire (S. No. 111). మదిరె.
Madire (S. No. 172). మదిరె.
Mādhavaram ... మాధవరం.
Malakāpuram ... మలకాపురం.
Mālapalle ... మాలపల్లె.
Mallānahattu (I). మల్లానహట్టు.
Mautsāla (I) ... మంచాల.
Mandigiri ... మందిగిరి.
Mantriki (I) ... మంత్రికి.
Marali ... మరళి.
Mātsāpuram ... మాచాపురం.
Mēkadona ... మేకదొన.
Mittēsōmpuram ... మిట్టెసోంపురం
Muchchigiri ... ముచ్చిగిరి.
Mūgaladoddi (I). మూగలదొడ్డి.
Mūgati ... మూగతి.
Musānahalli ... ముసానహళ్లి.
Nadīkhairavādi ... నదీఖైరవాడి.
Nāgaladinne ... నాగలదిన్నె.
Nāganādhanahalli నాగనాథనహళ్లి.
Nandavaram ... నందవరం.
Nāranāpuram ... నారణాపురం.
Nāranāpuram (I). నారణాపురం.
Naulikallu ... నౌలికల్లు.
Nettēkallu ... నెట్టేకల్లు.
Nyālakosigi ... న్యాలకోసిగి.
Pallepādu ... పల్లెపాడు.
Pāndavagallu (I). పాండవగల్లు.
Paramanadoddi(I) పరమనదొడ్డి.
Pārlapalle ... పార్లపల్లె.
Parvatāpuram ... పర్వతాపురం.
Peddagōnahālu ... పెద్దగోనహాళు.
Peddakadabūru .. పెద్ద కడబూరు.
Peddakottaliki ... పెద్ద కొత్తలికి.
Peddatumbalam ... పెద్ద తుంబలం.
Pendēkallu ... పెండేకల్లు.
Pesalabanda ... పెసలబండ.
Pesaladinne ... పెసలదిన్నె.

Ādōni Tālūk—cont. ఆదవాని తాలూకా—శేషము.

Pīkalabetta ... పీకలబెట్టు.
Podalakunta ... పొదలకుంట.
Ponakaladinne (I). పోణకలదిన్నె.
Pūlachinta ... పూలచింత.
Puttakunta ... పుట్టకుంట.
Rālladoddi ... రాల్లదొడ్డి.
Rāmpuram .. రామపురం.
Rangāpuram ... రంగాపురం.
Ratssamarri ... రచ్చమఱ్రి.
Rāyachōti ... రాయచోటి.
Sajjalagudda ... సజ్జలగుడ్డం.
Salakalakonda ... సలకలకొండ.
Sambigallu (I) ... సంబిగల్లు.
Saradārapuram (I) సరదారపురం.
Sārangadonikikondāpuram (I). సారంగదొణికికొండాపురం.
Sātanūru ... సాతనూరు.
Saulahalli ... సౌలహళ్లి.
Singarājanahalli... సింగరాజనహళ్లి.
Sōganūru ... సోగనూరు.
Sūgūru ... సూగూరు.
Sūlekēri ... సూళెకేరి.
Sultānapuram ... సుల్తానపురం.
Sunkēswari ... సుంకేశ్వరి.
Tangaradona ... తంగరదొన.
Tārāpuram ... తారాపురం.
Timmāpuram ... తిమ్మాపురం.
Tippaladoddi ... తిప్పలదొడ్డి.
Tōvi ... తోవి.
Tsallakūdlūru ... చల్లకూడ్లూరు.
Tumbiganūru ... తుంబిగనూరు.
Urukunda ... ఉరుకుంద.
Vallūru ... వల్లూరు.
Vandagallu ... వందగల్లు.
Vengalāpuram ... వెంగళాపురం.
Vīrannanakondāpuram. వీరన్ననకొండాపురం.
Virūpāpuram ... విరూపాపురం.
Zūmāladinne ... జుమాలదిన్నె.

Ālūr Tālūk. ఆలూరు తాలూకా.

Ālūr ... ఆలూరు.
Amritāpuram ... అమృతాపురం.
Angasakallu ... అంగసకల్లు.
Arikere ... అరికెరె.
Āspari ... ఆస్పరి.
Ballūru ... బల్లూరు.
Bantanahālu ... బంటనహాళు.
Bāpuram ... బాపురం.
Beldōna ... బెలదోణ.
Benigere ... బెణిగెరె.
Bēvinahālu ... బేవినహాళు.
Bilēhālu ... బిళేహాళు.
Bōlagōti ... బోళగోటి.
Chigali ... చిగళి.
Chinnahōtūru ... చిన్న హొటూరు.
Chinnahyāti ... చిన్నహ్యాటి.
Chintakunta ... చింతకుంట.
Chippigiri ... చిప్పిగిరి.
Chirumānadoddi (I). చిరుమానదొడ్డి.
Chokkanahalli (I). చొక్కనహళ్లి.
Daulatāpuram ... దౌలతాపురం.
Dēgalahālu ... దేగలహాళు.
Ellārti ... ఎల్లార్తి.
Ērūru ... ఏరూరు.
Gejjihalli ... గెజ్జిహళ్లి.
Gōnahālu ... గోనహాళు.
Gūlyam ... గూళ్యం.
Gummanūru ... గుమ్మనూరు.
Hālaharivi ... హాలహరివి.
Hālēbīdu ... హాళెబీడు.
Haligēri ... హలిగేరి.
Haradagēri ... హారదగేరి.
Hattibelagallu ... హత్తిబెళగల్లు.

ĀLŪR TĀLUK—cont. ఆలూరు తాలూకా—శేషము.

Hebbetti ... హెబ్బెట్టి.
Hirēbyāti ... హిరేబ్యాటి.
Holalagondi ... హొలలగొంది.
Honnūru ... హొన్నూరు.
Jangamarahosa-halli. జంగమరహొసహళ్లి.
Jōharāpuram ... జోహరాపురం.
Kāminahālu ... కామినహాళు.
Kammarachēdu ... కమ్మరచేడు.
Kanchagārabela-gallu. కంచగారబెళగల్లు.
Karadiguddam ... కరడిగుడ్డం.
Kātariki ... కాతరికి.
Khājīpuram ... ఖాజీపురం.
Kōgilatōta (I) ... కోగిలతోట.
Kokkarachēdu ... కొక్కరచేడు.
Kundanagurti ... కుందనగుర్తి.
Kuralehalli ... కురలెహళ్లి.
Kurukundi ... కురుకుంది.
Kuruvalli ... కురువల్లి.
Lingadahalli ... లింగదహళ్లి.
Mallikārjunahālu. మల్లికార్జునహాళు.
Manikurti ... మణికుర్తి.
Marakattu ... మరకట్టు.
Mārlamadiki (I)... మార్లమడికి.
Mātsanuru ... మాచనూరు.
Medehalu ... మెదెహాళు.
Molagavalli ... మొలగవల్లి.
Muddanagēri ... ముద్దనగేరి.
Muddatamāgi ... ముద్దటమాగి.
Mugamānagondi... ముగమానగొంది.
Nāgaradōna ... నాగరదోణ.
Nāgarakanive ... నాగరకణివె.
Nagarūru ... నగరూరు.
Nancherla ... నంచెర్ల.
Nēmakallu ... నేమకల్లు.
Neranīki ... నెరణికి.
Nittaravatti ... నిట్టరవట్టి.
Pachchārahalli ... పచ్చారహళ్లి.
Peddahōtūru ... పెద్ద హొతూరు.
Rāmadurgam ... రామదుర్గం.
Sammatageri ... సమ్మతగేరి.
Sankarabanda (I). శంకరబండ.
Sīdarahālu ... సీదరహాళు.
Siddāpuram ... సిద్దాపురం.
Sirugāpuram ... శిరుగాపురం.
Suluvāyi ... సులువాయి.
Timmāpuram ... తిమ్మాపురం.
Tsākibanda ... చాకిబండ.
Tumbalabīdu ... తుంబళబీడు.
Turvagallu ... తుర్వగల్లు.
Vandavāgali ... వందవాగలి.
Virūpāpuram ... విరూపాపురం.

BELLARY TĀLUK. బళ్లారి తాలూకా.

Amarāpuram ... అమరాపురం.
Andrahālu ... అంద్రహాళు.
Asundi ... అసుండి.
Bādanahatti ... బాదనహట్టి.
Bailūru ... బైలూరు.
Bānāpuram ... బాణాపురం.
Basarakōdu ... బసరకోడు.
Belagallu ... బెళగల్లు.
Bellary ... బళ్లారి.
Bēlachinta ... బేలచింత.
Bennikallu ... బెణ్ణికల్లు.
Bēvinahalli ... బేవినహళ్లి.
Bhairādēvanahalli. బైరాదేవనహళ్లి.
Bhattarahalli (I) భట్టరహళ్లి.
Bisalahalli ... బిసలహళ్లి.
Bobbukunta ... బొబ్బుకుంట.
Bommanahālu ... బొమ్మనహాళు.
Burranāyakana-halli. బుర్రనాయకనహళ్లి.
Chāganūru ... చాగనూరు.

BELLARY TĀLŪK—cont. బళ్లారి తాలూకా—శేషము.

Chānanahālu ...	చాననహాళు.
Chandūru ...	చందూరు.
Chellakuriki ...	చెల్లకురికి.
Chitikinahālu ...	చిటికినహాళు.
Dammūru ...	దమ్మూరు.
Dammūrukaggallu	దమ్మూరుకగ్గల్లు.
Dandinahirōhālu.	దండినహిరేహాళు.
Dāsaranāganahalli	దాసరనాగెనహళ్లి.
Emmiganūru ...	ఎమ్మిగనూరు.
Ereyingaligi ..	ఎరెయింగలిగి.
Erragudi ..	ఎర్రగుడి.
Ettinabūdihālu ...	ఎత్తినబూదిహాళు.
Ganikehālu ...	గణికెహాళు.
Gōdehālu ...	గోడెహాళు.
Gollanāgayanahalli.	గొల్లనాగయనహళ్లి.
Gōnahālu ...	గోనహాళు.
Gōtūru ...	గోటూరు.
Gudadūru ...	గుడదూరు.
Guttiganūru ..	గుత్తిగనూరు.
Haddinagundu ...	హద్దినగుండు.
Haladahalli ...	హాలదహళ్లి.
Halakundi ...	హాలకుంది.
Handihālu ...	హందిహాళు.
Haraganadōna ...	హరగనదోణ.
Hāvinahālu Vīrāpuram.	హావినహాళు వీరాపురం.
Hīradahālu ...	హీరదహాళు.
Hirēhadagalli ...	హిరేహడగల్లి.
Hirēhālu-hosahalli	హిరేహాళు హొసహళ్లి.
Hirēhālu Siddāpuram.	హిరేహాళు సిద్దాపురం.
Ibharāmpuram ...	ఇభరాంపురం.
Jājirakallu ...	జాజిరకల్లు.
Jālibenchi ...	జాలిబెంచి.
Jālihālu ...	జాలిహాళు.
Jānikunta ...	జానికుంట.
Jōladarāsi ...	జోళదరాశి.
Kakkabēvinahalli.	కక్కబేవినహళ్లి.
Kallukambham ...	కల్లుకంభం.
Kallukutikinahālu.	కల్లుకుటికినహాళు.
Kammarachēdu ...	కమ్మరచేడు.
Kappagallu ...	కప్పగల్లు.
Kārekallu ...	కారెకల్లు.
Kārekalluvīrāpuram.	కారెకల్లు వీరాపురం.
Karekēri ...	కరెకేరి.
Karichēdu ...	కరిచేడు.
Kolagallu ...	కొళగల్లు.
Kōlūru ...	కోలూరు.
Korlagondi ...	కొర్లగొంది.
Kudatini ...	కుడతిని.
Kuntinahālu ...	కుంటినహాళు.
Kurugōdu ...	కురుగోడు.
Kyādigihālu ...	క్యాదిగిహాళు.
Lakshmīpuram ...	లక్ష్మీపురం.
Lingādēvanahalli.	లింగాదేవనహళ్లి.
Lingammanahalli.	లింగమ్మనహళ్లి.
Mādēnahalli ...	మాదేనహళ్లి.
Malapannanagudi.	మలపన్ననగుడి.
Mallāpuram ...	మల్లాపురం.
Masūdupuram ...	మసూదుపురం.
Mīnahalli ...	మీనహళ్లి.
Minchēri ...	మించేరి.
Moka	మోక.
Mokagōnahālu ...	మొకగోనహాళు.
Mundrigi ...	ముంద్రిగి.
Mushtaghatta ...	ముష్టఘట్ట.
Nallūdi ...	నల్లూడి.
Ōbalāpuram ...	ఓబళాపురం.
Onnahalli ...	ఒన్నహళ్లి.
Oravāyi	ఒరవాయి.
Paramādēvanahalli	పరమాదేవనహళ్లి.
Pātrabūdihālu ...	పాత్రబూదిహాళు.
Pattanaserugu ...	పట్టణసెరుగు.
Rāyāpuram ...	రాయాపురం.
Rūpanagudi ...	రూపనగుడి.

BELLARY TĀLŪK—cont. బళ్లారి తాలూకా—శేషము.

Sanganakallu	... సంగనకల్లు.
Sanjīvarāyanikōta	సంజీవరాయనికోట.
Sankarabanda	... శంకరబండ.
Sīdaragadda	... శీదరగడ్డ.
Siddammanahalli.	సిద్దమ్మనహళ్లి.
Sidiginamola	... శిడిగినమొళ.
Sindhavālam	... శింధవాళం.
Sindigēri	... శిందిగేరి.
Singādēvanahalli (I).	శింగాదేవనహళ్లి.
Sirivāram	... శిరివారం.
Sōmalāpuram (I).	సోమలాపురం.
Sōmasamudram	... సోమసముద్రం.
Tagginabūdēhālu.	తగ్గినబూదేహాళు.
Tambarahalli	... తంబరహళ్లి.
Timmāpuram	... తిమ్మాపురం.
Tolamāmidi	... తొలమామిడి.
Vaddehatti	... వడ్డెహట్టి.
Vanēnūru	... వణేనూరు.
Vōnivīrapuram	... వేణివీరాపురం.
Yālapi	... యాళపి.
Yālapikaggallu	... యాలపికగ్గల్లు.
Yalubenchi	... యళుబెంచి.

HADAGALLI TĀLŪK. హడగల్లి తాలూకా.

Adavimallanakere.	అడవిమల్లనకెరె.
Adavikyādigihalli.	అడవిక్యాదిగిహళ్లి.
Ānandēvanahalli.	ఆనందేవనహళ్లి.
Ānekallu	... ఆనెకల్లు.
Angūru	... అంగూరు.
Ankasamudram	... అంకసముద్రం.
Ayyanahalli	... అయ్యనహళ్లి.
Bāchigondanahalli.	బాచిగొండనహళ్లి.
Bannigōla	... బన్నిగోళ.
Bannikallu	... బన్నికల్లు.
Basarakōdu	... బసరకోడు.
Bellahunisi	... బెల్లాహుణిశి.
Benakāpuram (I).	బెనకాపురం.
Bīrabbi	... భీరబ్బి.
Būdanūru	... బూదనూరు.
Byālahunisi	... బ్యాలహుణిశి.
Byāsigadēri	... బ్యాసిగదేరి.
Chintalapalle	... చింతలపల్లె.
Dāsanahalli	... దాసనహళ్లి.
Dāsarahalli	... దాసరహళ్లి.
Dēvagondanahālli.	దేవగొండనహళ్లి.
Dombarahalli	... డొంబరహళ్లి.
Enigi	... ఏణిగి.
Enigibasāpuram	... ఏణిగిబసాపురం
Gaddekere	... గద్దెకెరె.
Gaddekerekōdihalli.	గద్దెకెరెకోడిహళ్లి.
Gūladahālu	... గూలదహాళు.
Hagaribommanahalli.	హగరిబొమ్మనహళ్లి.
Hakandi	... హకండి.
Halagāpuram	... హలగాపురం.
Hālutimmalāpuram.	హాళుతిమ్మలాపురం.
Hampāpatnam	... హంపాపట్నం.
Hampāsāgaram	... హంపాసాగరం.
Hanumagondanahalli.	హనుమగొండనహళ్లి.
Hārakanahālu	... హారకనహాళు.
Herada	... హెరడ.
Hirēbannimatti	... హిరేబన్నిమట్టి.
Hirēhadagalli	... హిరేహడగల్లి.
Hirēsobati	... హిరేసొబటి.
Holagondi	... హొళగొంది.
Holalu	... హొళలు.
Hugalūru	... హుగలూరు.
Hulikatte	... హులికట్టె.
Huvvinahadagalli.	హువ్వినహడగల్లి.
Isāpuram	... ఈశాపురం.

HADAGALLI TĀLŪK—cont. హడగళ్లి తాలూకా—శేషము.

Itiki	... ఇటికి.
Kadlabālu	... కడ్లబాలు.
Kālivi	... కాలివి.
Kannāyakanahalli (I).	కన్నాయకనహళ్లి.
Kannehalli	... కన్నెహళ్లి.
Kattebennūru	... కట్టెబెన్నూరు.
Kechchinabandi	... కెచ్చినబండి.
Kittanūru	... కిత్తనూరు.
Kōgali	... కోగలి.
Kōgalisamutukōdihalli.	కోగలిసముతుకోడిహళ్లి.
Kombali	... కొంబలి.
Kōtihālu	... కోటిహాళు.
Kottanakallu	... కొట్టనకల్లు.
Koyilāragatti	... కొయిలారగట్టి.
Māgalam	... మాగళం.
Mahājanadahalli.	మహాజనదహళ్లి.
Mailār	... మైలారు.
Makarabbi	... మకరబ్బి.
Mallanakere	... మల్లనకెరె.
Mānihalli	... మానిహళ్లి.
Mārabbihālu	... మారబ్బిహాలు.
Mōragēri	... మొరగేరి.
Mudenūru	... ముడెనూరు.
Muttukūru	... ముట్టుకూరు.
Nandihalli	... నందిహళ్లి.
Navali	... నవలి.
Nellukudiri	... నెల్లుకుదిరి.
Pinjāriheggadahālu.	పింజారిహెగ్గడహాళు.
Pōtulakatti (I)	... పోతులకట్టి.
Rāmēswarabandi.	రామేశ్వరబండి.
Rangāpuram (I).	రంగాపురం.
Siginahalli	... శిగినహళ్లి.
Sōgi	... సోగి.
Sonna	... సొన్న.
Sōvinahalli	... సోవినహళ్లి.
Tambarahalli	... తంబరహళ్లి.
Timmalāpuram	... తిమ్మలాపురం.
Tumbinakēri	... తుంబినకేరి.
Uttangi	... ఉత్తంగి.
Varadāpuram	... వరదాపురం.
Varakanahalli	... వరకనహళ్లి.
Vīrāpuram	... వీరాపురం.
Vyāsāpuram (I)	... వ్యాసాపురం.

HARPANAHALLI TĀLŪK. హర్పనహళ్లి తాలూకా.

Adivihalli	... అడవిహళ్లి.
Alabūru	... అలబూరు.
Āladahalli	... ఆలదహళ్లి.
Aligilavāda	... అలిగిలవాడ.
Anantanahalli (I).	అనంతనహళ్లి.
Anījigēri	... అణిజగేరి.
Arasanahālu	... అరసనహాళు.
Arasikēri	... అరశికేరి.
Bāgali	... బాగళి.
Bennihalli	... బెన్నిహళ్లి.
Būdihālu (I)	... బూదిహాళు.
Chetnahalli	... చెట్నహళ్లి.
Chigatēri	... చిగటేరి.
Chirastahalli	... చిరస్తహళ్లి.
Duggavatti	... దుగ్గవత్తి.
Gajāpuram	... గజాపురం.
Gundugatti	... గుండుగత్తి.
Hagaranūru	... హగరనూరు.
Hagarigudihalli	... హగరిగుడిహళ్లి
Halavāgalu	... హలవాగలు.
Hollikēri	... హొల్లికేరి.
Harivibasāpuram (I).	హరివిబసాపురం.
Harivi	... హరివి.
Harpanahalli	.. హర్పనహళ్లి.
Hikimigēri (I)	.. హికిమిగేరి.
Hirēkolichi	... హిరేకొలిచి.
Hirēmēgalagēri	... హిరేమేగలగేరి.

HARPANAHALLI TĀLŪK—cont. హర్పనహల్లి తాలూకా—శేషము.

Hosakōta ... హొసకోట.
Ittigudi ... ఇట్టిగుడి.
Jōyisalingapuram (I). జోయిసలింగాపురం.
Kadabagēri ... కడబగేరి.
Kadati ... కడతి.
Kallahalli ... కల్లహళ్లి.
Kallugudi ... కల్లుగుడి.
Kambatrahalli (I). కంబట్రహల్లి.
Kanavehalli ... కణవెహళ్లి.
Kanchikēri ... కంచికేరి.
Kāyakadahalli (I) కాయకదహళ్లి.
Kōdihalli (I) ... కోడిహళ్లి.
Konganahosūru ... కొంగనహొసూరు.
Kūlahalli ... కూలహళ్లి.
Kumāranahalli ... కుమారణహళ్లి.
Kunchūru ... కుంచూరు.
Kuruvatti .. కురువత్తి.
Kyārakatti ... క్యారకట్టి.
Māchihalli ... మాచిహల్లి.
Mādāpuram ... మాదాపురం.
Mādihalli ... మాదిహల్లి.
Mādlagiri ... మాడ్లగిరి.
Maidūru ... మైదూరు.
Mannērumasalavāda. మన్నేరుమసలవాడ.
Mattihālli ... మత్తిహల్లి.
Mōlekatti (I) ... మోలెకట్టి.
Musumanakallahalli. ముసుమనకల్లహళ్లి.
Muttigi ... ముత్తిగి.

Nāgatibasāpuram. నాగతిబసాపురం.
Nandibēvūru ... నందిబేవూరు.
Nāranāpuram ... నారణాపురం.
Nichchāpuram ... నిచ్చాపురం.
Nichchavvanahalli. నిచ్చవ్వనహల్లి.
Nīlagunda ... నీలగుండ.
Niluvanji (I) ... నిలువంజి.
Nittūru ... నిట్టూరు.
Nittūrubasāpuram (I). నిట్టూరుబసాపురం.
Prithivīswaram ... పృథివీశ్వరం.
Punabagatti ... పుణబగట్టి.
Rāgimasalavāda ... రాగిమసలవాడ.
Rāmaghatta ... రామఘట్ట.
Sāsavihalli ... సాసవిహల్లి.
Sattūru ... సత్తూరు.
Singrahalli ... శింగ్రహల్లి.
Siraganahalli ... శిరగనహల్లి.
Sivalinganahalli ... శివలింగనహల్లి.
Sringāratōta ... శృంగారతోట.
Tamalāpuram ... తమలాపురం.
Tāvaragundi ... తావరగుంది.
Tavudūru ... తవుదూరు.
Teligi ... తెలిగి.
Timmalāpuram (I). తిమ్మలాపురం.
Togarikatte ... తొగరికట్టె.
Ūchchangidurgam. ఉచ్చంగిదుర్గం.
Vyāsamallāpuram. (I) వ్యాసమల్లాపురం.
Yadihalli ... యడిహల్లి.
Yarabālu ... యరబాలు.

HOSPET TĀLŪK. హొసపేట తాలూకా.

Amarāvati ... అమరావతి.
Antāpuram ... అంతాపురం.
Anantasayanagudi అనంతశయనగుడి
Ānavēri ... ఆనవేరి.
Anipinakatte ... అనిపినకట్టె.

Appalāpuram (I). అప్పలాపురం.
Aralehalli (S. No. 4). అరళెహల్లి.
Aralehalli (S. No. 104). అరళెహల్లి.

HOSPET TĀLŪK—cont. హొసపేట తాలూకా—శేషము.

Āvinamadugu ... ఆవినమడుగు.
Ayinahalli (S. No. 49). అయినహల్లి.
Ayinahalli (S. No. 113). అయినహల్లి.
Bannihatti (I) ... బన్నిహట్టి.
Basāpuram (S. No. 105). బసాపురం.
Basāpuram (S. No. 127). బసాపురం.
Basāpuram (I) ... బసాపురం.
Basavanadurga ... బసవనదుర్గ.
Bayaluvaddigēri... బయలువడ్డిగేరి.
Belagōduhālu ... బెలగోడుహాళు.
Belagōdu ... బెలగోడు.
Bukkasāgaram ... బుక్కసాగరం.
Buvanahalli ... బువనహల్లి.
Byālakundi ... బ్యాలకుంది.
Chikkajāyiganūru. చిక్కజాయిగనూరు.
Chikkantāpuram... చిక్కంతాపురం.
Chilakanahatti ... చిలకనహట్టి.
Chittavādigi ... చిత్తవాడిగి.
Darōji ... దరోజి.
Dēvalāpuram ... దేవలాపురం.
Dēvasamudram (I) దేవసముద్రం.
Dharāpuram (S. No. 82). ధరాపురం.
Dhanāpuram (S. No. 114). ధనాపురం.
Dhanāyakanakere. ధనాయకనకెరె.
Dharmasāgaram ... ధర్మసాగరం.
Gādiganūru ... గాదిగనూరు.
Gangalāpuram ... గంగలాపురం.
Gangalāpuram (I). గంగలాపురం.
Garaga ... గరగ.
Gauripuram ... గౌరిపురం.
Gauripuram (I) ... గౌరిపురం.
Gollarahalli ... గొల్లరహల్లి.
Gōnahālu (S. No. 15). గోనహాళు.
Gōnahālu (S. No. 61). గోనహాళు.
Gudi Ōbalāpuram. గుడిఓబలాపురం.
Gundlahalli ... గుండ్లహల్లి.
Gundlavaddigēri. గుండ్లవడ్డిగేరి.
Hampādēvanahalli హంపాదేవనహల్లి.
Hampi ... హంపి.
Hanumanahalli ... హనుమనహల్లి.
Haravanahalli ... హరవనహల్లి.
Hirējayiganūru ... హిరేజాయిగనూరు.
Honnahalli ... హొన్నహల్లి.
Hosūru ... హొసూరు.
Hospet ... హొసపేట.
Hosakōta ... హొసకోట.
Ingaligi ... ఇంగలిగి.
Ittigi (I) ... ఇట్టిగి.
Jambunādhanahalli. జంబునాథనహల్లి.
Javuku ... జవుకు.
Jiriganūru ... జిరిగనూరు.
Jōga ... జోగ.
Jōditimmalāpuram (I). జోడితిమ్మలాపురం.
Kadirāmpuram .. కడిరాంపురం.
Kākabālu (I) .. కాకబాళు.
Kallaghatti ... కల్లఘట్టి.
Kallahalli ... కల్లహల్లి.
Kallirāmpuram (I) కల్లిరాంపురం.
Kamalāpuram ... కమలాపురం.
Kampli ... కంప్లి.
Kanavetimmapuram. కణవెతిమ్మాపురం.
Kāriganūru ... కారిగనూరు.
Kōdālu ... కోడాలు.
Kondināyakanahalli (I). కొండినాయకనహల్లి.

HOSPET TĀLŪK—cont. హొసపేట తాలూకా—శేషము.

Kotiginahālu ...	కోటిగినహాళు.
Krishnāpuram (I).	కృష్ణాపురం.
Kuradagaddi (I).	కురదగడ్డి.
Kurikuppi ...	కురికుప్పి.
Lakkalahalli ...	లక్కలహళ్లి.
Lingadahalli ...	లింగదహళ్లి.
Mālāpuram (I) ...	మాళాపురం.
Malapuranagudi	మాళాపురనగుడి.
Mallāpuram ...	మల్లాపురం.
Mariyammanahalli	మరియమ్మనహళ్లి.
Mārutla ...	మారుట్ల.
Mavinahalli ...	మావినహళ్లి.
Metri ...	మెట్రి.
Metriki ...	మెట్రికి.
Muddāpuram (S. No. 10).	ముద్దాపురం.
Muddāpuram (S. No. 2).	ముద్దాపురం.
Mudlāpuram (I) ...	ముద్లాపురం.
Mudlāpuram ...	ముద్లాపురం.
Mūsenayakanahalli (I).	మూశేనాయకనహళ్లి.
Mālāpuram ...	మాళాపురం.
Nāgalāpuram (S No. 56).	నాగలాపురం.
Nāgalāpuram (S. No. 119).	నాగలాపురం.
Nāgēnahalli ...	నాగేనహళ్లి.
Nandibanda ...	నందిబండ.
Narasāpuram ...	నరసాపురం.
Nārāyanadēvarakere.	నారాయణదేవరకెరె.
Nimbāpuram (I).	నింబాపురం.
Pāpināyakanahalli	పాపినాయకనహళ్లి
Rājāpuram ...	రాజాపురం.
Rājāpuram (I) ...	రాజాపురం.
Rāmapuram ...	రామపురం.
Rāmasāgaram (S. No. 38).	రామసాగరం.
Rāmasāgaram (S. No. 7).	రామసాగరం.
Sānāpuram ...	సాణాపురం.
Sankalāpuram ...	సంకలాపురం.
Sankalāpuram (I).	సంకలాపురం.
Singanādhanahalli (I).	సింగనాధనహళ్లి.
Sōmalāpuram ...	సోమలాపురం.
Sugganahalli ...	సుగ్గనహళ్లి.
Tālūru ...	తాళూరు.
Tārahalli (I) ...	తారహళ్లి.
Telagabālu ...	తెలగబాళు.
Timmalāpuram (S. No. 42).	తిమ్మలాపురం.
Timmalāpuram (S. No. 117).	తిమ్మలాపురం.
Tōranagallu ...	తోరణగల్లు.
Tumati ...	తుమటి.
Ubbalagandi ...	ఉబ్బలగండి.
Upparahalli ...	ఉప్పారహళ్లి.
Vaddu ...	వడ్డు.
Vadrahalli ...	వద్రహళ్లి.
Vantigōda ...	వంటిగోడ.
Venkatāpuram (S. No. 76).	వెంకటాపురం.
Venkatāpuram (S. No. 112).	వెంకటాపురం.
Vitthalāpuram ...	విఠలాపురం.
Vyāsanakere ...	వ్యాసనకెరె.
Yarabānahalli ...	యరబానహళ్లి.

KŪDLIGI TĀLŪK. కూడ్లిగి తాలూకా.

Agrahāram ...	అగ్రహారం.
Ālūru ...	ఆలూరు.
Amalāpuram ...	అమలాపురం.
Amaradēvaragudda.	అమరదేవరగుడ్డ.
Ambali ...	అంబలి.

KŪDLIGĪ TĀLŪK—cont. కూడ్లిగి తాలూకా—శేషము.

Ammanakēri ...	అమ్మనకేరి.
Ankammanahālu.	అంకమ్మనహాళు.
Appāyinahalli ...	అప్పాయినహల్లి.
Ayinahalli ...	అయినహల్లి.
Badeladaku ...	బడెలడకు.
Bandri ...	బండ్రి.
Banivikallu ...	బనివికల్లు.
Bellekatte ...	బెల్లెకట్టె.
Belligatta ...	బెల్లిగట్ట.
Bennekallu ...	బెణ్ణెకల్లు.
Bēvūru ...	బేవూరు.
Boppalāpuram ...	బొప్పలాపురం.
Chapparadahalli ...	చప్పరదహల్లి.
Chikkakereyāginahalli.	చిక్కకెరెయాగినహల్లి.
Chintāmani Imadāpuram (I).	చింతామణి ఇమడాపురం.
Chiratagundu ...	చిరతగుండు.
Chiribi ...	చిరిబి.
Chōranūru ...	చోరనూరు.
Dasamāpura ...	దసమాపుర.
Dēvaramallāpuram (I).	దేవరమల్లాపురం.
Dhūpadahalli ...	ధూపదహల్లి.
Ekkegondi ...	ఎక్కెగొంది.
Errannanalingannanahalli.	ఎర్రన్ననలింగన్ననహల్లి.
Errayinahalli ...	ఎర్రయినహల్లి.
Gajāpuram ...	గజాపురం.
Gandābommanahalli.	గండాబొమ్మనహల్లి
Gollalingammanahalli.	గొల్లలింగమ్మనహల్లి
Gudēkōta ...	గుడేకోట.
Gundinahole ...	గుండినహొళె.
Gundumunugu ...	గుండుమునుగు.
Hālasāgaram ...	హాలసాగరం.
Hampāpuram ...	హంపాపురం.
Hanisi ...	హనిసి.
Harakabhāvi ...	హరకభావి.
Harayādi ...	హరవాడి.
Hēlya ...	హేళ్య.
Hīrēgondanahalli (I).	హిరేగొండనహల్లి.
Hirēheggadahālu.	హిరేహెగ్గడహాలు.
Hirēkereyāginahalli.	హిరేకెరెయాగినహల్లి.
Hirēkumbalakunta	హిరేకుంబళకుంట.
Hirēvadrahalli ...	హిరేవద్రహల్లి.
Hosahalli ...	హొసహల్లి.
Hosakēri ...	హొసకేరి.
Hūdem ...	హూడెం.
Hulikēri ...	హులికేరి.
Hulikunta (S. No. 36).	హులికుంట.
Hulikunta (S. No. 60).	హులికుంట.
Huralihālu ...	హురళిహాళు.
Imadāpuram (I) ...	ఇమడాపురం.
Jaramali ...	జరమలి.
Jiginihalli ...	జిగినహల్లి.
Jōladakūdligi ...	జోళదకూడ్లిగి.
Jummānōbanahalli	జుమ్మానోబనహల్లి.
Kadakōlla ...	కడకొళ్ల.
Kakkuppi ...	కక్కుప్పి.
Kālāpuram ...	కాలాపురం.
Kālingiri ...	కాళింగిరి.
Kallahalli (S. No. 12).	కల్లహల్లి.
Kallahalli (S. No. 76).	కల్లహల్లి.
Kanakāpura ...	కనకాపుర.
Kandagallu ...	కందగల్లు.
Kannināyakanakatte.	కన్నినాయకనకట్టె
Kāsāpuram ...	కాసాపురం.
Kenchamallanahalli.	కెంచమల్లనహల్లి.

KŪDLIGI TĀLŪK—cont. కూడ్లిగి తాలూకా—శేషము.

Kēsanakere (I)	కేసనకెరె.
Kōdihalli	కోడిహల్లి.
Kombehalli (I)	కొంబెహల్లి.
Kottūru	కొట్టూరు.
Kudatanamaggi	కుడతనమగ్గి
Kudiradavu (I)	కుడిరడవు.
Kūdligi	కూడ్లిగి.
Kumati	కుమటి.
Kuppanakere	కుప్పనకెరె.
Lōkikere	లోకికెరె.
Madūru	మాదూరు.
Mākanaduku	మాకనడుకు.
Mālavi	మాలవి.
Mallāpuram	మల్లాపురం.
Mangāpuram	మంగాపురం.
Mīnkere	మీన్కెరె.
Moraba	మొరబ.
Muddabosappana Ayyanahalli.	ముద్ద బసప్పన అయ్యనహల్లి.
Nāgalāpuram	నాగలాపురం.
Nāgarakatti	నాగరకట్టి.
Nāgēnahalli	నాగేనహల్లి.
Nidagurti	నిడగుర్తి.
Nimbalagiri	నింబళగిరి.
Pālayanakōta	పాలయనకోట.
Pūjārihalli	పూజారిహల్లి.
Rāmadurgam	రామదుర్గం.
Rāmapuram	రామపురం.
Rangōnāgatihalli (I).	రంగోనాగతిహల్లి.
Sheliyappanahalli.	షేలియప్పనహల్లి.
Shidēgallu	షిడేగల్లు.
Sirināyakanahalli (I).	శిరినాయకనహల్లి.
Sivapuram	శివపురం.
Sōmalāpuram	సోమలాపురం.
Sōvēnahalli	సోవేనహల్లి.
Sūladahalli	సూలదహల్లి.
Sunkadakallu	సుంకదకల్లు.
Sūravvanahalli	సూరవ్వనహల్లి.
Timmalāpuram	తిమ్మలాపురం.
Timmavvanahalli (I).	తిమ్మవ్వనహల్లి.
Tippagondana maridi (I).	తిప్పగొండనమరిడి.
Tippēhalli	తిప్పేహల్లి.
Tonasigeri	తొనశిగేరి.
Tsaudāpuram	చౌడాపురం.
Tūlahalli	తూలహల్లి.
Tumbaraguddi	తుంబరగుడ్డి.
Ujjini	ఉజ్జిని.
Ulavatti	ఉలవత్తి.
Uppāragatta	ఉప్పారగట్ట.
Urradihalli	ఉర్రడిహల్లి.
Varlahalli	వర్లహల్లి.

RĀYADRUG TĀLŪK. రాయదుర్గం తాలూకా.

Āvuladatla	ఆవులదట్ల.
Bāgināyakanahalli	బాగినాయకనహల్లి.
Bandūru	బండూరు.
Bēlōdu	బేలోడు.
Bhūpasamudram	భూపసముద్రం.
Bidurukonta	బిదురుకొంట.
Bollangudda	బొల్లనగుడ్డ.
Bommanahālu	బొమ్మనహాళు.
Bondinakallu	బొండినకల్లు.
Brahmasamudram.	బ్రహ్మసముద్రం.
Chadam (I)	చదం.
Daragakondāpuram (I).	దరగకొండాపురం.
Doddagatta	దొడ్డగట్ట.
Elanji	ఎలంజి.
Erragunta	ఎర్రగుంట.
Galagala	గళగళ.

RĀYADRUG TĀLŪK—cont. రాయదుర్గం తాలూకా—శేషము.

Ganigēra .. గణిగేర.
Garudachēdu ... గరుడచేడు.
Gollapalle ... గొల్లపల్లె.
Gōvindavāda ... గోవిందవాడ.
Grāmadotla ... గ్రామదొట్ల.
Gummaghatta ... గుమ్మఘట్ట.
Hanakanahālu ... హనకనహాళు.
Hanumāpuram ... హనుమాపురం.
Harēsamudram ... హరేసముద్రం.
Honnūru ... హొన్నూరు.
Honnūru (Bennikallu). హొన్నూరు (బెన్నికల్లు).
Hosahalli (1) ... హొసహళ్లి.
Hulikallu ... హులికల్లు.
Hulikere (Pulicherla). హొలికెరె (పులిచెర్ల).
Junjurāmanahalli. జుంజురామనహళ్లి.
Kādalūru ... కాడలూరు.
Kalēkurti ... కలేకుర్తి.
Kalludēvanahalli. కల్లుదేవనహళ్లి.
Kalugōdu ... కలుగోడు.
Kanēkallu ... కణేకల్లు.
Kolagānahalli ... కొళగానహళ్లి.
Kontanahalli ... కొంటనహళ్లి.
Kūllūru ... కూళ్లూరు.
Kuruvalli ... కురువళ్లి.
Mailāruhalli ... మైలారుహళ్లి.
Mallāpuram ... మల్లాపురం.
Mālyam ... మాల్యాం.
Mechchēri ... మెచ్చేరి.
Mīnahalli ... మీనహళ్లి.

Muridi ... మురిడి.
Nāgalāpuram ... నాగలాపురం.
Nāgireddipalle ... నాగిరెడ్డిపల్లె.
Nēmakallu ... నేమకల్లు.
Peddakavukuntla. పెద్దకవుకుంట్ల.
Pūlakurti ... పూలకుర్తి.
Pulukunta ... పులుకుంట.
Rākatla ... రాకట్ల.
Rāmāpuram ... రామాపురం.
Rangasamudram ... రంగసముద్రం.
Ratssamarri (I) .. రచ్చమర్రి.
Rāyadrug ... రాయదుర్గం.
Siddarāmapuram .. సిద్దరాంపురం.
Singānahalli ... సింగానహళ్లి.
Sollāpuram ... సొల్లాపురం.
Sōmalāpuram ... సోమలాపురం.
Srīdharaghatta ... శ్రీధరఘట్ట.
Tāllakere ... తాళ్లకెర.
Tumbiganūru ... తుంబిగనూరు.
Uddihālu ... ఉద్దిహాళు.
Udēgōlam (S. No. 29). ఉడేగోళం.
Udēgōlam (S. No. 73). ఉడేగోళం.
Untakallu ... ఉంతకల్లు.
Vadrahonnūru ... వ్రదహొన్నూరు.
Vēparālla ... వేపరాళ్ల.
Vīrāpuram ... వీరాపురం.
Vyāsāpuram ... వ్యాసాపురం.

SIRUGUPPA TĀLŪK. శిరుగుప్ప తాలూకా.

Agasaladinne ... అగసలదిన్నె.
Agasanūru ... అగసనూరు
Akkatangērahālu. అక్కతంగేరహాళు.
Alabanūru ... అలబనూరు.
Araliganūru ... అరళిగనూరు.
Bāgavādi ... బాగవాడి.
Bairagāmdinne ... బైరగాందిన్నె.

Baladūru (I) ... బలదూరు.
Balakundi ... బలకుంది.
Bāpuram ... బాపురం.
Basaravalli ... బసరవళ్లి.
Bēvinamarada Sūgūru. బేవినమరదసూగూరు.
Bairāpuram ... బైరాపురం.

SIRUGUPPA TĀLŪK—*cont.* శిరుగుప్ప తాలూకా—శేషము.

Bhandrahālu ... భండ్రహాళు.
Bīravalli ... బీరవల్లి.
Boggūru ... బొగ్గూరు.
Bommalāpuram ... బొమ్మలాపురం.
Būdaguppa ... బూదగుప్ప.
Chānakanūru ... చానకనూరు.
Chinna Bellary .. చిన్న బళ్లారి.
Chyāgi ... చ్యాగి.
Darūru ... దరూరు.
Dāsāpuram ... దాసాపురం.
Dēsanūru ... దేశనూరు.
Dēvalāpuram ... దేవలాపురం.
Dombaladinne ... డొంబలదిన్నె.
Edavalli ... ఎడవల్లి.
Gajiginahālu ... గజిగినహాళు.
Gōsabālu ... గోసబాళు.
Gubbihālu ... గుబ్బిహాళు.
Gundiganūru ... గుండిగనూరు.
Hachcholli ... హచ్చొల్లి.
Hagalūru ... హగలూరు.
Halēkōte (S. No. 14). హళేకోట.
Halēkōte (S. No. 197). హళేకోట.
Hālumuruvani ... హాళుమురువణి.
Harivānam ... హరివాణం.
Hāvinahālu ... హావినహాళు.
Hirēkallu ... హిరేకల్లు.
Hīrihālu ... హీరిహాళు.
Honnarali ... హొన్నరల్లి.
Hosahalli ... హొసహళ్లి.
Ibharāmpuram ... ఇభరాంపురం.
Itikahālu ... ఇటికహాళు.
Kallukutkinahālu. కల్లుకుటికినహాళు.
Karchiganūru ... కర్చిగనూరు.
Karūru ... కరూరు.
Kenchanaguddam. కెంచనగుడ్డం.
Kesarakōni ... కెసరకోణి.
Konchigere ... కొంచిగెరె.

Kōtahālu ... కోటహాళు.
Kottalachinta ... కొత్తలచింత.
Kudadarahālu ... కుడదరహాళు.
Kūriganūru ... కూరిగనూరు.
Huruvalli ... కురువల్లి.
Lingaladinne ... లింగలదిన్నె.
Mailāpuram ... మైలాపురం.
Mālāpuram ... మాళాపురం.
Manjinahālu ... మంజినహాళు.
Manūru ... మణూరు.
Māṭūru ... మాటూరు.
Mittesūgūru .. మిట్టెసూగూరు.
Mōtasūgūru .. మోటసూగూరు.
Mōtradinne ... మోత్రదిన్నె.
Mudatanūru .. ముదటనూరు.
Mudēnūru ... ముడేనూరు.
Myāliganūru ... మ్యాళిగనూరు.
Nādanga ... నాడంగ.
Nadivi ... నడివి.
Nāgalāpuram ... నాగలాపురం.
Nagarahālu ... నాగరహాళు.
Nittūru ... నిట్టూరు.
Poppanahālu (I) .. పొప్పనహాళు
Rāmapuram ... రామపురం.
Rārāvi ... రారావి.
Ravadūru ... రవడూరు.
Ravihālu ... రావిహాళు.
Sāliganūru ... శాలిగనూరు.
Sanavāsapuram ... సనవాసపురం.
Santēkūllūru ... సంతేకూళ్లూరు.
Sīdaragadde ... సీదరగడ్డె.
Siddarāmpuram ... సిద్దరాంపురం.
Sirigēri ... సిరిగేరి.
Siruguppa ... శిరుగుప్ప.
Sūgūru (S. No. 59). సూగూరు.
Sūgūru (S. No. 97). సూగూరు.
Tālūru .. తాళూరు.
Tekkalakōte .. తెక్కలకోట.
Tondehālu ... తొండెహాళు.

SIRUGUPPA TĀLŪK—cont. శిరుగుప్ప తాలూకా—శేషము.

Tsallakūdlūru ... చల్లకూడ్లూరు.
Udēgōlam ... ఉడేగోళం.
Ulūru ... ఊళూరు.
Uppārahālu ... ఉప్పారహాళు.
Uppārahosahalli ... ఉప్పారహొసహళ్లి
Uttanūru ... ఉత్తనూరు.
Vattumuruvani ... వట్టుమురువణి.
Venkatāpuram ... వెంకటాపురం.
Vīraladinne ... వీరదిన్నె.

SANDŪR STATE. సండూరు స్టేటు.

Appayyanahalli ... అప్పయ్యనహళ్లి.
Bhāvihalli ... భావిహళ్లి.
Chikka Sandūr ... చిక్క సండూరు.
Dharmapura ... ధర్మపుర.
Dombarahalli ... డొంబరహళ్లి.
Ettinahatti ... ఎత్తినహట్టి.
Hosahalli ... హొసహళ్లి.
Hunisevūti ... హుణిశెవూటి.
Kammadheru-vu. కమ్మదెరువు.
Kānavehalli ... కాణవెహళ్లి.
Kōnāpura ... కోనాపుర.
Krishnānagara ... కృష్ణానగర.
Mēdārahalli ... మేదారహళ్లి.
Mudukulapenta ... ముదుకులపెంట.
Murāripura ... మురారిపుర.
Naulūti ... నౌలూటి.
Rāmachandrāpūra. రామచంద్రాపుర.
Rāmanamale ... రామనమలె.
Sandūr ... సండూరు.
Sivapūra ... సివపుర.
Swamihalli ... స్వామిహళ్లి.

CHINGLEPUT DISTRICT.

(I) = Inam இனும். (Z) = Zamindari ஜமீன்தாரி.

CHINGLEPUT TĀLŪK. செங்கல்பட்டு தாலூகா.

Achcharapākkam.	அச்சரபாக்கம்.
Achcharavākkam.	அச்சரவாக்கம்.
Adavilāgam ..	அடவிளாகம்.
Adigamanallūr ..	அதிகமநல்லூர்.
Agaram (S. No. 105).	அகரம்.
Agaram (S. No. 154).	அகரம்.
Alagusamudram.	அழகுசமுத்திரம்.
Ālappākkam ..	ஆலப்பாக்கம்.
Ālattūr ..	ஆலத்தூர்.
Āmaippākkam ..	ஆமைப்பாக்கம்.
Āmaiyāmbattu ..	ஆமையாம்பட்டு.
Aminjikkarai (Z).	அமிஞ்சிக்கரை.
Ammanambākkam.	அம்மணம்பாக்கம்.
Ammanambākkam (I).	அம்மணம்பாக்கம்.
Ammanambākkam (Z).	அம்மணம்பாக்கம்.
Āmūr ..	ஆமூர்.
Amurdampallam.	அமுர்தம்பள்ளம்.
Angamāmbattu (I).	அங்கமாபட்டு.
Anjūr ..	அஞ்சூர்.
Ānūr ..	ஆனூர்.
Āppūr ..	ஆப்பூர்.
Ārambākkam (Z).	ஆரம்பாக்கம்.
Aringāl ..	அரிங்கால்.
Arungunram ..	அருங்குன்றம்.
Attavattam (Z) ..	அட்டவட்டம்.
Āttūr ..	ஆத்தூர்.
Āyappākkam ..	ஆயப்பாக்கம்.
Ayyanchēri ..	அய்யஞ்சேரி.
Bommarājapuram (Z).	பொம்மராஜபுரம்.
Chettipattu Rāmayyankuppam.	செட்டிபட்டு ராமய்யன்குப்பம்.
Chettipunniyam ..	செட்டிபுண்ணியம்
Chingleput ..	செங்கல்பட்டு
Chinnairumbēdu.	சின்னஇரும்பேடு.
Chinnavippēdu ..	சின்னவிப்பேடு.
Chinnakāttuppākkam (Z).	சின்னகாட்டுப்பாக்கம்.
Chittamanūr ..	சித்தமனூர்.
Covelong (Kōvilam).	கோவளம்.
Dakshināvartti ..	தக்ஷிணாவர்த்தி.
Dāsarikunnattūr.	தாசரிகுன்னத்தூர்.
Dāsarikuppam ..	தாசரிகுப்பம்.
Echchūr ..	எச்சூர்.
Ēgāttūr ..	ஏகாட்டூர்.
Elumichchambattu.	எலுமிச்சம்பட்டு.
Gangayyankuppam.	கங்கய்யன்குப்பம்.
Gūdalūr ..	கூடலூர்.
Gūduvānchēri ..	கூடுவாஞ்சேரி.
Gundūr ..	குண்டூர்.
Guruvanmēdu ..	குருவன்மேடு.
Hanumantai (I)—partly ryotwari and partly inam.	ஹனுமந்தை—சிலபாகம் ரையட்வாரி, சிலபாகம் இனும்.
Hanumantapuram.	ஹனுமந்தபுரம்.
Hanumantaputtēri.	ஹனுமந்தபுத்தேரி.
Hasanāpuram ..	ஹசனாபுரம்.
Īchchankāranai (Z).	ஈச்சங்காரணை.
Īchchankāranai (I)	ஈச்சங்காரணை.
Idaiyankodumāntāngal.	இடையன்கொடுமாந்தாங்கல்.
Idaiyankuppam ..	இடையன்குப்பம்.
Idaiyāttūr ..	இடையாத்தூர்.
Idaiyūr (S. No. 291).	இடையூர்.
Idaiyūr (S. No. 176)	இடையூர்.
Idaikkunram ..	இடைக்குன்றம்.
Illalūr ..	இல்லலூர்.
Īkai ..	ஈகை.
Irumbili ..	இரும்பிலி.
Irumbilichchēri (Z).	இரும்பிலிச்சேரி.
Irungunrappalli (I).	இருங்குன்றப்பள்ளி.
Jānakipuram ..	ஜானகிபுரம்.
Kāchchādimangalam.	காச்சாடிமங்கலம்.
Kadambūr (I) ..	கடம்பூர்.
Kadambādi ..	கடம்பாடி.
Kalanippākkam.	கழனிப்பாக்கம்.
Kalattūr ..	களத்தூர்.
Kālavākkam ..	காலவாக்கம்.
Kalippattūr ..	கழிப்பட்டூர்.
Kalivandappattu.	களிவந்தப்பட்டு.
Kalpākkam ..	கல்பாக்கம்.
Kalvāy ..	கல்வாய்.
Kammālambattu (I).	கம்மாளம்பட்டு.
Kānattūr Reddikuppam (I).	கானத்தூர் ரெட்டிகுப்பம்.
Kāndalūr ..	காந்தளூர்.
Kannagappattu ..	கன்னகப்பட்டு.
Kannivākkam ..	கன்னிவாக்கம்.
Kāranai (S. No. 54).	காரணை.

CHINGLEPUT TĀLŪK—cont. செங்கல்பட்டு தாலூகா—தொடர்ச்சி.

Kāranai (S. No. 160).	காரணை.
Kāranaipuduchchēri.	காரணைபுதுச்சேரி.
Karinilam	கரிநிலம்.
Karumārappākkam (Z).	கருமாரப்பாக்கம்.
Karumbākkam	கரும்பாக்கம்.
Karumbūr	கரும்பூர்.
Karungalippallam.	கருங்குழிப்பள்ளம்.
Kattakkalani	கட்டக்கழனி.
Kāttāngulattūr	காட்டாங்குளத்தூர்
Kāttūr	காட்டூர்.
Kāyār	காயார்.
Kāyarambēdu	காயரம்பேடு.
Kēlambākkam	கேளம்பாக்கம்.
Kilāmbākkam	கிளாம்பாக்கம்.
Kilāppākkam	கிளாப்பாக்கம்.
Kīl Kāranai	கீழ் காரணை.
Kīl Kottaiyūr	கீழ் கொட்டையூர்.
Kīlūr	கீழூர்.
Kīl Vēdu	கீழ் வேடு.
Kīrappākkam	கீரப்பாக்கம்.
Kīrappākkam (I).	கீரப்பாக்கம்.
Kokkilimōdu	கொக்கிலிமேடு.
Kōnādi	கோனாதி.
Kondakārikuppam (Z).	கொந்தகாரிகுப்பம்.
Kondamangalam.	கொண்டமங்கலம்.
Kondangi	கொண்டங்கி.
Kōnērikkuppam.	கோனேரிக்குப்பம்.
Kōngādu	கோங்காடு.
Kōraippattu (I)	கோரைப்பட்டு.
Kottamēdu	கொட்டமேடு.
Kottimangalam	கொத்திமங்கலம்.
Kōvilāntāngal (I).	கோவிலாந்தாங்கல்.
Krishnankāranai.	கிருஷ்ணன்காரணை.
Kulappākkam	குளப்பாக்கம்.
Kulattūr (S. No. 79).	குளத்தூர்.
Kulattūr (S. No. 28).	குளத்தூர்.
Kūlpāntandalam.	கூழ்பாந்தண்டலம்.
Kumili	குமிழி.
Kunnakkādu (I).	குன்னக்காடு.
Kunnappattu	குன்னப்பட்டு.
Kunnattūr (Z)	குன்னத்தூர்.
Kunnavākkam	குன்னவாக்கம்.
Kunnavākkam (Z)	குன்னவாக்கம்.
Kunnukkādu (Z).	குன்னுக்காடு.
Kurumūgai (I)	குருமூகை.
Lattūr (I)	லத்தூர்.

Madaiyāttūr	மடையாத்தூர்.
Mahābalipuram (Z).	மஹாபலிபுரம்.
Mailai	மைலை.
Māmbākkam (S. No. 31).	மாம்பாக்கம்.
Māmbākkam (S. No. 298).	மாம்பாக்கம்.
Mānāmadi	மானாமதி.
Manamai	மணமை.
Manappākkam	மணப்பாக்கம்.
Mangalam (I)	மங்கலம்.
Mannavēdu Dēvadānam.	மன்னவேடு தேவதானம்.
Mannivākkam	மண்ணிவாக்கம்.
Marudēri	மருதேரி.
Mēlērippākkam (I).	மேலேரிப்பாக்கம்.
Mēlkanakambattu,	மேல் கனகம்பட்டு.
Mēl Kottaiyūr	மேல் கொட்டையூர்.
Mēl Kuppam	மேல் குப்பம்.
Mēl Maiyūr	மேல் மையூர்.
Mēl Manappākkam.	மேல் மணப்பாக்கம்.
Mēl Pattu	மேல் பட்டு.
Mēlūr	மேலூர்.
Mērkāndai (Z)	மேற்காண்டை.
Meyyūr	மெய்யூர்.
Modaiyūr (I)	மொசுடையூர்.
Mōsivākkam	மோசிவாக்கம்.
Mullikkulattūr	முள்ளிக்குளத்தூர்.
Mullippākkam	முள்ளிப்பாக்கம்.
Murugamangalam.	முருகமங்கலம்.
Muttiyanallānkuppam (I).	முத்தியநல்லான் குப்பம்.
Muttukkādu	முட்டுக்காடு.
Naduvakkarai (Z).	நடுவக்கரை.
Nallāmbākkam	நல்லாம்பாக்கம்.
Nallāmpettāl (I).	நல்லாம்பெத்தாள்
Nallāttūr (Z)	நல்லாத்தூர்.
Nallūr	நல்லூர்.
Nandivaram	நந்திவரம்.
Narappākkam	நரப்பாக்கம்.
Narasanguppam (Z).	நரசங்குப்பம்.
Nattamkariyachchēri.	நத்தம்கரியச்சேரி.
Nattam	நத்தம்.
Nāvalūr (S. No. 35).	நாவலூர்.
Nāvalūr (S. No. 223).	நாவலூர்.
Nedungunram	நெடுங்குன்றம்.

CHINGLEPUT TĀLŪK—*cont.* செங்கல்பட்டு தாலூகா—தொடர்ச்சி.

Nellikkuppam ..	நெல்லிக்குப்பம்.
Nelvāy (I) ..	நெல்வாய்.
Nemali ..	நெமலி.
Nemmali ..	நெம்மலி.
Nerumbūr (Z) ..	நெரும்பூர்.
Neykuppi (Z) ..	நெய்குப்பி.
Ninnakārai ..	நின்னகாரை.
Nīrādi (Z) ..	நீராடி.
Olalur ..	ஒழலூர்.
Oragadam ..	ஒரகடம்.
Orattūr ..	ஒரத்தூர்.
Ōttēri ..	ஓட்டேரி.
Ottivākkam ..	ஒட்டிவாக்கம்.
Ottivākkam (I) ..	ஒட்டிவாக்கம்.
Padūr ..	படூர்.
Paiyanūr (Z) ..	பையனூர்.
Pākkam (Z) ..	பாக்கம்.
Palavēli (I) ..	பழவேலி.
Pālūr ..	பாலூர்.
Panangāttuchchēri (Z).	பனங்காட்டுச்சேரி.
Panangāttuppākkam (I).	பனங்காட்டுப்பாக்கம்.
Panangōttūr ..	பனங்கோட்டூர்.
Pāndūr ..	பாண்டூர்.
Pāndūr (Z) ..	பாண்டூர்.
Panjantirutti ..	பஞ்சந்திருத்தி.
Paranūr ..	பரனூர்.
Parēri ..	பரேரி.
Pattaraivākkam	பட்டரைவாக்கம்.
Pattikkādu ..	பட்டிக்காடு.
Pattippulam ..	பட்டிப்புலம்
Pōramanūr ..	போரமனூர்.
Periya Irumbēdu.	பெரிய இரும்பேடு.
Periyakāttuppākkam (Z).	பெரியகாட்டுப்பாக்கம்.
Periyaputtēri ..	பெரியபுத்தேரி.
Periyavippēdu ..	பெரியவிப்பேடு,
Perumālēri (I) ..	பெருமாளேரி.
Perumāltāngal ..	பெருமாள்தாங்கல்.
Perumāttunallūr.	பெருமாட்டுநல்லூர்.
Perumbēdu (Z) ..	பெரும்பேடு.
Peruntandalam ..	பெருந்தண்டலம்
Pōlachchēri ..	போலச்சேரி.
Ponmār ..	பொன்மார்.
Ponpadirkūttam.	பொன்பதிர்கூட்டம்.
Porundavākkam.	பொருந்தவாக்கம்.
Porundavākkam (I).	பொருந்தவாக்கம்.
Pottēri ..	பொத்தேரி.
Puduppākkam ..	புதுப்பாக்கம்.
Puduppākkam (I).	புதுப்பாக்கம்.
Puduppattanam (Z).	புதுப்பட்டணம்.
Pulikkunram ..	புலிக்குன்றம்.
Pulippākkam ..	புலிப்பாக்கம்.
Puliyūr ..	புலியூர்.
Pullēri ..	புல்லேரி.
Pūnchēri ..	பூஞ்சேரி.
Pūndi ..	பூண்டி.
Punnappattu ..	புன்னப்பட்டு.
Pūntandalam (Z).	பூந்தண்டலம்.
Puttūr ..	புத்தூர்.
Pūyiluppai ..	பூயிலுப்பை.
Rajākulippēttai ..	ராஜாகுளிப்பேட்டை.
Ratnamangalam.	ரத்தினமங்கலம்.
Rāyalpattu ..	ராயல்பட்டு.
Rāyamangalam ..	ராயமங்கலம்.
Reddikuppam (I),	ரெட்டிகுப்பம்.
Rudrakōdi ..	ருத்திரகோடி.
Sadras (Chaturangapattanam).	சதுரங்கப்பட்டணம்.
Sālūr ..	சாலூர்.
Sāluvankuppam ..	சாளுவன்குப்பம்.
Sandanāmbattu ..	சந்தனம்பட்டு.
Sāstrambākkam (I).	சாஸ்திரம்பாக்கம்.
Sattamangalam ..	சட்டமங்கலம்.
Sāttankuppam (I).	சாத்தன்குப்பம்.
Sembākkam ..	செம்பாக்கம்.
Semmanchēri (I).	செம்மஞ்சேரி.
Sēndamangalam.	சேந்தமங்கலம்.
Sengādu (I) ..	செங்காடு.
Sengunram ..	செங்குன்றம்.
Sennēri ..	சென்னேரி.
Singapperumālkōvil.	சிங்கப்பெருமாள்கோவில்.
Sirudāvūr ..	சிறுதாவூர்.
Sirukunram ..	சிறுகுன்றம்.
Siruchēri ..	சிறுசேரி.
Sōkandi ..	சோகண்டி.
Sōlaikkuppam (Z).	சோலைக்குப்பம்.
Sōnallūr ..	சோனல்லூர்.
Sūrādimangalam (Z).	சூராடிமங்கலம்.
Sūrakuppam (Z).	சூரகுப்பம்.
Tailāvaram ..	தைலாவரம்.
Taiyūr ..	தையூர்.
Tālambēdu ..	தாழம்பேடு.
Tālambūr (I) ..	தாழம்பூர்.
Tālimangalam ..	தாளிமங்கலம்.
Tandalam (I) ..	தண்டலம்.
Tandarai ..	தண்டரை.
Tattalūr ..	தத்தலூர்.
Tenmēlpākkam ..	தென்மேல்பாக்கம்.

CHINGLEPUT TĀLŪK—cont. செங்கல்பட்டு தாலூகா—தொடர்ச்சி.

Tēnūr ..	தேனூர்.
Tōppanāmbattu (Z).	தேப்பனம்பட்டு.
Timmūr ..	திம்மூர்.
Tirukkachchiyūr.	திருக்கச்சியூர்.
Tirukkalukkunram.	திருக்கழுக்குன்றம்.
Tirumani ..	திருமணி.
Tirunilai ..	திருநிலை.
Tiruppōrūr ..	திருப்போரூர்.
Tiruttēri ..	திருத்தேரி.
Tiruvadandai (I).	திருவடந்தை.
Tiruvadisūlam ..	திருவடிசூலம்.
Tunjam ..	துஞ்சம்.
Udayambakkam.	உதயம்பாக்கம்.
Ulavūr ..	உழவூர்.
Ūnamāncheri ..	ஊனமாஞ்சேரி.
Ūrappākkam .	ஊரப்பாக்கம்.
Vadakadambādi (I).	வடகடம்பாடி.
Vadanemali (I) ..	வடநெமலி.
Valarkunram ..	வளர்குன்றம்.
Valavantāngal ..	வளவந்தாங்கல்.
Vallam ..	வல்லம்.
Valāncheri ..	வல்லாஞ்சேரி.
Vallipuram ..	வல்லிபுரம்.
Vāluvadūr ..	வழுவதூர்.
Vandalūr ..	வண்டலூர்.
Vanpakkam ..	வன்பாக்கம்.
Vasavasamudram (Z).	வசவசமுத்திரம்.
Vāyalūr (Z)	வாயலூர்.
Vēdanārāyanapuram.	வேதநாராயணபுரம்.
Velichchai (I) ..	வெளிச்சை.
Vellappandal ..	வெள்ளப்பந்தல்.
Vembēdu ..	வெம்பேடு.
Vēngadamangalam (I).	வேங்கடமங்கலம்.
Vengādu (Z) ..	வெங்காடு.
Vengalēri ..	வெங்களேரி.
Vengapākkam (Z).	வெங்கப்பாக்கம்.
Vengūr ..	வெங்கூர்.
Venkatāpuram ..	வெங்கடாபுரம்.
Venpākkam ..	வெண்பாக்கம்.
Vēnpākkam (I) ..	வேண்பாக்கம்.
Vilāgam ..	விளாகம்.
Villiyambākkam.	வில்லியம்பாக்கம்.
Vinjiyambākkam.	விஞ்சியம்பாக்கம்.
Vīrakuppam ..	வீரகுப்பம்.
Virālpākkam ..	விரால்பாக்கம்.
Vīrāpuram (S. No. 250).	வீராபுரம்.
Vīrāpuram (S. No. 187).	வீராபுரம்.
Vittalāpuram (Z).	விட்டலாபுரம்.

CONJEEVERAM TĀLŪK. காஞ்சீபுரம் தாலூகா.

Achchukkattu * ..	அச்சுக்கட்டு. ✡
Ādavappākkam .	ஆதவப்பாக்கம்.
Agaram ..	அகரம்.
Agarantūli ..	அகரந்தூளி.
Ālanchēri ..	ஆலஞ்சேரி.
Ālappākkam (No. 144).	ஆலப்பாக்கம்.
Ālappākkam (No. 300).	ஆலப்பாக்கம்.
Ālavandānmēdu (I).	ஆளவந்தான்மேடு.
Alavūr ..	அளவூர்.
Alisūr ..	அழிசூர்.
Ambākkam ..	ஆம்பாக்கம்,
Ammaiyappanallūr	அம்மையப்பநல்லூர்.
Ānambākkam ..	ஆனம்பாக்கம்.
Ānditāngal ..	ஆண்டித்தாங்கல்.
Angambākkam ..	அங்கம்பாக்கம்.
Anjūr ..	அஞ்சூர்.
Annādur (I)	அன்னாதூர்.
Arappananchēri (I).	அரப்பணஞ்சேரி.
Arasānimangalam	அரசாணிமங்கலம்.
Āriyambākkam ..	ஆரியம்பாக்கம்.
Āriyaperumbākkam.	ஆரியபெரும்பாக்கம்.
Ārpākkam ..	ஆர்பாக்கம்.
Arumpuliyūr ..	அரும்புலியூர்.
Arungunram (I).	அருங்குன்றம்.
Āsūr ..	ஆசூர்.
Attippattu ..	அத்திப்பட்டு.
Attivākkam ..	அத்திவாக்கம்.
Attiyūrmēltūli (I)	அத்தியூர்மேல்தூளி.
Āttupputtūr ..	ஆட்டுப்புத்தூர்.
Avalūr (I) ..	அவளூர்.
Ayyamachchēri ..	அய்யமச்சேரி.
Ayyampēttai ..	அய்யம்பேட்டை.
Ayyangārkulam ..	அய்யங்கார்குளம்.
Bālēswarām ..	பாலேஸ்வரம்.
Bāvāsāhibpēttai (I).	பாவாசாயபுபேட்டை.
Chinnaiyankulam.	சின்னையன்குளம்.
Chinnamadurappākkam.	சின்னமதுரப்பாக்கம்.

* Lies partly within and partly outside Conjeeveram Municipal limits.

✡ காஞ்சீபுரம் முனிஸிபல் எல்லைக்கு சில பாகம் உள்ளிலும் சில பாகம் வெளியிலும்.

CONJEEVERAM TĀLŪK—cont. காஞ்சீபுரம் தாலூகா—தொடர்ச்சி.

Chinnālambādi	சின்னலம்பாடி.
Chinnivākkam	சின்னிவாக்கம்.
Chittālappākkam.	சித்தாலப்பாக்கம்.
Chittātūr	சித்தாத்தூர்.
Chittanakkāvūr	சித்தனக்காவூர்.
Chittērimēdu	சித்தேரிமேடு.
Conjeeveram (Kānchīpuram. Big).	காஞ்சீபுரம் (பெரிய).
Conjeeveram (Kānchīpuram, Little).	காஞ்சீபுரம் (சின்ன).
Dāmal	தாமல்.
Dēvariyambākkam.	தேவரியம்பாக்கம்
Ēkanāmpēttai	ஏகனாம்பேட்டை.
Ēlakkāymangalam (I)	ஏலக்காய்மங்கலம்.
Ēnādur (I)	ஏனாதூர்.
Ērivākkam (I)	ஏரிவாக்கம்.
Ērivāy (I)	ஏரிவாய்.
Gōvindavādi	கோவிந்தவாடி.
Gundukulam (I)	குண்டுகுளம்.
Gurumanchēri	குருமஞ்சேரி.
Gurumpirai	குரும்பிறை.
Guruvādi	குருவாடி.
Hanumantandalam.	ஹனுமந்தண்டலம்.
Hasanābādpēttai.	ஹசனாபாத்பேட்டை.
Hastagiripattadai (I).	ஹஸ்தகிரிபட்டடை.
Idaimichchi	இடைமிச்சி.
Idaiyambūdūr	இடையம்பூதூர்.
Ilaippākkam	இலைப்பாக்கம்.
Ilaiyanārvelūr	இளையனார்வேலூர்
Ilanagar	இளநகர்.
Iluppaippattu	இலுப்பைப்பட்டு.
Injambākkam	ஈஞ்சம்பாக்கம்.
Irumaram	இருமரம்.
Kadalamangalam.	கடலமங்கலம்.
Kadambarkōvil(I)	கடம்பர்கோவில்.
Kaittandalam	கைத்தண்டலம்.
Kaliyāmpūndi	களியாம்பூண்டி.
Kaliyanūr	களியனூர்.
Kaliyapēttai	களியப்பேட்டை.
Kallakkambanpattadai (I).	கள்ளக்கம்பன்பட்டடை.
Kallippattu	கள்ளிப்பட்டு.
Kālūr (I)	காலூர்.
Kambarājapuram.	கம்பராஜபுரம்.
Kammālampūndi.	கம்மாளம்பூண்டி.
Kamugampallam (I).	கமுகம்பள்ளம்.
Kanakambākkam.	கனகம்பாக்கம்.
Kannikulam	கன்னிகுளம்.
Kārai	காரை.
Kāranai	காரணை.
Kārappēttai (I)	காரப்பேட்டை.
Kariyamangalam.	காரியமங்கலம்.
Kārumbākkam(I).	கரும்பாக்கம்.
Karuppaditattadi.	கருப்படிதத்தடி.
Kārūr (I)	காரூர்.
Karuvēppampūndi	கருவேப்பம்பூண்டி
Kāttānkulam	காட்டான்குளம்.
Kattavākkam	கட்டவாக்கம்.
Kattavākkam (I).	கட்டவாக்கம்.
Kattiyāmpandal.	கட்டியாம்பந்தல்.
Kāttupputtūr	காட்டுப்புத்தூர்.
Kāvāmpayar	காவாம்பயர்.
Kāvanipākkam	காவனிபாக்கம்.
Kāvāntandalam	காவாந்தண்டலம்
Kāvanūrpuduchchēri.	காவனூர்புதுச்சேரி.
Kāvittandalam	காவித்தண்டலம்.
Kidangarai	கிடங்கரை.
Kilakkādi (I)	கிளக்காடி.
Kilakkāttūr	கிளக்காட்டூர்.
Kīlambi	கீழம்பி.
Kilār	கிளார்.
Kīl Kadirpūr (I).	கீழ் கதிர்பூர்.
Kīl Ottivākkam	கீழொட்டிவாக்கம்
Kīl Pēramanallūr (I).	கீழ் பேரமநல்லூர்
Kīl Puttūr (I)	கீழ் புத்தூர்.
Kōlivākkam	கோளிவாக்கம்.
Kōnērikuppam(I).	கோனேரிகுப்பம்.
Kōttaikkāvāl (I).	கோட்டைக்காவல்
Kottavākkam	கொட்டவாக்கம்.
Koyambākkam(I).	கோயம்பாக்கம்.
Kulattūr	குளத்தூர்.
Kunnavākkam (S. No. 379).	குன்னவாக்கம்.
Kunnavākkam (S. No. 255).	குன்னவாக்கம்.
Kūram	கூரம்.
Kuruvimalai	குருவிமலை.
Kusappattu	குசப்பட்டு.
Kūttarambākkam.	கூத்தரம்பாக்கம்.
Kuvalaivēdu	குவளைவேடு.
Lālātōttam (I)	லாலாதோட்டம்.
Madūr (I)	மதூர்.
Māgaral	மாகரல்.
Malaiyānkulam	மலையான்குளம்.
Malliyankāranai.	மல்லியங்காரணை.
Māmbākkam (S. No. 281).	மாம்பாக்கம்.
Māmbākkam (S. No. 299) (I).	மாம்பாக்கம்.
Māmbūdūr	மாம்பூதூர்.
Mānāmpadi	மானாம்பதி.
Mangalpādi	மங்கல்பாடி.
Maniyākshi	மணியாக்ஷி.
Manjamēdu	மஞ்சமேடு.

CONJEEVERAM TĀLUK—cont. காஞ்சீபுரம் தாலுகா—தொடர்ச்சி.

Marudam (I) ..	மருதம்.
Marudam ..	மருதம்.
Maruttuvāmbādi.	மருத்துவாம்பாடி.
Madappuram ..	மடப்புரம்.
Madavilāgam ..	மடவிளாகம்.
Mēlambi ..	மேலம்பி.
Mēl Bangāram ..	மேல் பங்காரம்.
Mēl Kadirpūr ..	மேல் கதிர்பூர்.
Mēnallūr ..	மேனல்லூர்.
Mēl Pākkam ..	மேல் பாக்கம்.
Mēl Ottivākkam ..	மேலொட்டிவாக்கம்.
Mēl Puttūr ..	மேல் புத்தூர்.
Mēttukkuppam ..	மேட்டுக்குப்பம்.
Mulaginimēni ..	முளகினிமேனி.
Mūlappattu (I) ..	மூலப்பட்டு
Mullāpālaiyam (I).	முல்லாபாளையம்.
Mummalappattu.	மும்மலப்பட்டு.
Murugantāngal ..	முருகன்தாங்கல்.
Murukkēri ..	முருக்கேரி.
Musaravākkam ..	முசரவாக்கம்.
Muttavākkam ..	முட்டவாக்கம்.
Muttavēdu ..	முத்தவேடு.
Muttiyālpēttai ..	முத்தியால்பேட்டை.
Naduppattu ..	நடுப்பட்டு.
Nallūr ..	நல்லூர்.
Nānjipuram ..	நாஞ்சிபுரம்.
Narappākkam ..	நரப்பாக்கம்.
Nariyambākkam.	நரியம்பாக்கம்.
Nariyamputtūr ..	நரியம்புத்தூர்.
Nattānallūr (partly Ayan and partly Inam).	நத்தாநல்லூர் (சிலபாகம் அயன் சிலபாகம் இனாம்).
Nattappēttai ..	நத்தப்பேட்டை.
Nāvettikkulam ..	நாவெட்டிக்குளம்.
Nāyakkankuppam.	நாயக்கன்குப்பம்.
Nāyakkanpēttai ..	நாயக்கன்பேட்டை.
Nāzarethpēttai ..	நாசரெத்பேட்டை.
Nelvāy ..	நெல்வாய்.
Nelvēli (S. No. 399).	நெல்வேலி.
Nelvēli (S. No. 50).	நெல்வேலி.
Nerkunram ..	நெற்குன்றம்.
Nettēri ..	நெட்டேரி.
Neykuppam (I) ..	நெய்குப்பம்.
Neyyādippākkam.	நெய்யாடிப்பாக்கம்.
Nīradi ..	நீரடி.
Nīrkunram ..	நீர்குன்றம்.
Nīrvalūr ..	நீர்வளூர்.
Nolambupattadai (I).	நொளம்புபட்டடை.
Ōdappattadai ..	ஓடப்பட்டடை.
Oddantāngal ..	ஒட்டன்தாங்கல்.
Oddantāngal (I).	ஒட்டன்தாங்கல்.
Olakkōlpattu ..	ஒழக்கோல்பட்டு.
Olukarai ..	ஒழுகரை.
Ōngūr ..	ஓங்கூர்.
Ōrikkai ..	ஓரிக்கை.
Padappam ..	படப்பம்.
Padunelli ..	படுநெல்லி.
Padūr ..	படூர்.
Palaiyasīvaram (I)	பழையசீவரம்.
Palavēri ..	பழவேரி.
Pallambākkam ..	பள்ளம்பாக்கம்.
Pāndavākkam ..	பாண்டவாக்கம்.
Pāppānkuli ..	பாப்பான்குழி.
Paramēswaravinnagaram (I).	பரமேஸ்வரவிண்ணகரம்.
Parandūr ..	பரந்தூர்
Pennalūr ..	பென்னலூர்.
Pēramanallūr ..	பேரமநல்லூர்.
Pēranakkāvūr ..	பேரனக்காவூர்.
Periyamadurappākkam	பெரியமதுரப்பாக்கம்.
Periyanattam (I).	பெரியநத்தம்.
Periyatōttam ..	பெரியதோட்டம்
Perukarambūr ..	பெருகரம்பூர்.
Perumbākkam ..	பெரும்பாக்கம்.
Perunagar ..	பெருநகர்
Perangali (Z) ..	பெருங்கழி.
Perungōli ..	பெருங்கோழி.
Pichchavādi ..	பிச்சவாடி.
Pināyūr ..	பிணாயூர்.
Podavūr (I) ..	பொடவூர்.
Pōndavākkam ..	போந்தவாக்கம்.
Porpandal ..	பொற்பந்தல்.
Puduppākkam (I).	புதுப்பாக்கம்.
Pulippākkam ..	புலிப்பாக்கம்.
Puliyambākkam.	புளியம்பாக்கம்.
Piliyangāypattadai (I).	பிளியங்காய்பட்டடை.
Pulivāy ..	புலிவாய்.
Puliyūr ..	புலியூர்.
Pullalūr ..	புல்லலூர்.
Pullambākkam ..	புல்லம்பாக்கம்.
Pūndittāngal ..	பூண்டித்தாங்கல்.
Punganandal ..	புங்கநந்தல்.
Pungarasantāngal.	புங்கரசன்தாங்கல்.
Pūntandalam ..	பூந்தண்டலம்.
Purisai ..	புரிசை.
Pūsivākkam ..	பூசிவாக்கம்.
Puttagaram ..	புத்தகரம்.
Puttali ..	புத்தளி.
Puttēri (S. No. 26).	புத்தேரி.
Puttēri (S. No. 184).	புத்தேரி.
Rāvuttanallūr ..	ராவுத்தநல்லூர்.
Rettaimangalam.	ரெட்டைமங்கலம்.

CONJEEVERAM TĀLŪK—cont. காஞ்சீபுரம் தாலூகா—தொடர்ச்சி.

Sadattāngal ..	சடத்தாங்கல்.
Sadaichchivākkam.	சடைச்சிவாக்கம்.
Sālābhōgam ..	சாலாபோகம்.
Sālavākkam ..	சாலவாக்கம்.
Sāttenanchēri ..	சாத்தணஞ்சேரி.
Sōkkānkulam ..	சோக்கான்குளம்.
Sēmantāngal ..	சேமன்தாங்கல்.
Sembarambākkam.	செம்பரம்பாக்கம்.
Sembulam ..	செம்புலம்.
Senduvēli (I) ..	செண்டுவேலி.
Sērpākkam ..	சேர்பாக்கம்.
Sēttupattu ..	சேத்துப்பட்டு.
Sevilimēdu ..	செவிலிமேடு.
Sevetti ..	செவெட்டி.
Silāmbākkam ..	சிலாம்பாக்கம்
Singādivākkam ..	சிங்காடிவாக்கம்.
Sirudāmūr (I) ..	சிறுதாமூர்.
Sirukāvērippākkam.	சிறுகாவேரிப்பாக்கம்.
Sirukalattūr ..	சிறுகளத்தூர்.
Sirumayilūr ..	சிறுமயிலூர்.
Sirunaiperugal (I).	சிறுணைபெருகல்.
Sirupālai ..	சிறுபாலை.
Sirupinayūr (Z) ..	சிறுபிணையூர்.
Siruvākkam ..	சிறுவாக்கம்.
Siruvallūr ..	சிறுவள்ளூர்.
Siruvēdal ..	சிறுவேடல்.
Sītāpuram (I) ..	சீதாபுரம்
Sittananchēri ..	சிட்டணஞ்சேரி.
Sittiyambākkam.	சிட்டியம்பாக்கம்.
Siyamangalam ..	சீயமங்கலம்
Sūramēnikkuppam.	சூரமேனிகுப்பம்.
Taippākkam ..	தைப்பாக்கம்.
Tālaiyāmpattu ..	தாழையாம்பட்டு.
Talaiyillāperumbākkam.	தலையில்லாபெரும்பாக்கம்.
Talavarampūndi.	தளவரம்பூண்டி.
Tammanūr ..	தம்மனூர்.
Tandalam ..	தண்டலம்.
Tandalam (I) ..	தண்டலம்.
Tandarai (S. No. 6).	தண்டரை.
Tandarai (S. No. 289).	தண்டரை.
Tāngi (I) ..	தாங்கி.
Tāttitōppu ..	தாட்டிதோப்பு.
Tenambākkam (partly Inam and partly Ayan).	தேனம்பாக்கம் (இனாம் அயன், இனாம் இரும்).
Tennēri ..	தென்னேரி.
Timmappaiyanpēttai.	திம்மப்பையன்பேட்டை.
Timmarājampēttai.	திம்மராஜம்பேட்டை.
Timmasamudram (I).	திம்மசமுத்திரம்.
Tinaiyāmpūndi ..	தினையாம்பூண்டி.
Tirukkālikkādu (I).	திருக்காலிக்காடு.
Tirumalappattu ..	திருமலப்பட்டு.
Tirumālpādittāngal.	திருமால்பாடித்தாங்கல்.
Tirumalrāyantōttam (I).	திருமல்ராயன்தோட்டம்.
Tirumukkūdal ..	திருமுக்கூடல்.
Tiruppulivanam.	திருப்புலிவனம்.
Tiruppakkuli ..	திருப்பக்குழி.
Tirupparuttikkunram (I).	திருப்பருத்திக்குன்றம்.
Tiruvānaikkōvil ..	திருவானைக்கோவில்.
Tiruvandavār (Z).	திருவந்தவார்.
Tiruvanbūranai (I).	திருவன்பூரணை.
Tiruvidippallam ..	திருவிடிப்பள்ளம்.
Todūr ..	தொடூர்.
Tollāli ..	தொள்ளாழி.
Tōnānkulam ..	தோனான்குளம்.
Tōttanāval ..	தோட்டநாவல்.
Tulangantandalam.	துலங்கன்தண்டலம்.
Ulaiyūr (S. No. 115).	உலையூர்.
Ulaiyūr (S. No. 250).	உலையூர்.
Ullāvūr ..	உள்ளாவூர்.
Uppukkulam ..	உப்புக்குளம்.
Urakkāttupēttai ..	உரக்காட்டுப்பேட்டை.
Uttiramērūr ..	உத்திரமேரூர்.
Ūttukkādu ..	ஊத்துக்காடு.
Ūvēri ..	ஊவேரி.
Vadavērippattu ..	வடவேரிப்பட்டு.
Vādāvūr ..	வாடாவூர்.
Vadiyūr ..	வதியூர்.
Vaiyāvūr ..	வையாவூர்.
Valattōttam ..	வளத்தோட்டம்.
Vallappākkam ..	வல்லப்பாக்கம்.
Valluvappākkam.	வள்ளுவப்பாக்கம்.
Vāranavāsi ..	வாரணவாசி.
Vayalakkāvūr ..	வயலக்காவூர்.
Vayalūr ..	வயலூர்.
Vēdal ..	வேடல்.
Vēdal (I) ..	வேடல்.
Vēdappālaiyam ..	வேடப்பாளையம்.
Velattūr ..	வெளத்தூர்.
Vellattōdu ..	வெள்ளத்தோடு.
Velikkappattadai (I).	வெளிக்கப்பட்டடை.

CONJEEVERAM TĀLŪK—cont. காஞ்சீபுரம் தாலூகா—தொடர்ச்சி.

Vēliyūr	வேளியூர்.
Vendivākkam	வெண்டிவாக்கம்.
Vengachchēri (I).	வெங்கச்சேரி.
Vengāram	வெங்காரம்.
Vengudi	வெங்குடி.
Venpākkam	வென்பாக்கம்.
Vichchantāngal	விச்சந்தாங்கல்.
Vichchūr	விச்சூர்.
Vilāgam	விளாகம்.
Villivalam	வில்லிவலம்.
Vinnamangalam	விண்ணமங்கலம்.
Vippēdu	விப்பேடு.
Vīrambādi	வீரம்பாடி.
Vishakandikuppam.	விஷகண்டிகுப்பம்
Vishār	விஷார்.
Visūr	விசூர்.
Wālājābād	வாலாஜாபாத்.

MADURĀNTAKAM TĀLŪK. மதுராந்தகம் தாலூகா.

Achcharapākkam.	அச்சரபாக்கம்.
Adaiyālachchēri (Z).	அடையாளச்சேரி.
Agaram (S. No. 380).	அகரம்.
Agaram (Z) (S. No. 494).	அகரம்.
Agili	அகிலி.
Ākkināmbattu (Z)	ஆக்கினாம்பட்டு.
Ākshivilāgam	ஆக்ஷிவிளாகம்.
Ālampārai	ஆலம்பாறை.
Ālappākkam	ஆலப்பாக்கம்.
Allānūr	அல்லானூர்.
Allūr	அல்லூர்.
Āmaiyāmbattu (Z).	ஆமையாம்பட்டு.
Amandankāranai (Z).	அமந்தங்காரணை.
Ammanambākkam (Z).	அம்மணம்பாக்கம்.
Ammanūr (I) (S. No. 189)	அம்மனூர்.
Ammanūr (Z) (S. No. 431).	அம்மனூர்.
Anaikkattu (Z)	அணைக்கட்டு.
Ānaikkunram (I).	ஆனைக்குன்றம்.
Anantamangalam.	அனந்தமங்கலம்.
Āndārkuppam (Z)	ஆண்டார்குப்பம்.
Andavākkam	அண்டவாக்கம்.
Annangāl (I)	அன்னங்கால்.
Araiyappākkam	அரையப்பாக்கம்.
Arappēdu	அரப்பேடு.
Arasūr (I)	அரசூர்.
Ariyanūr	அரியனூர்.
Ārkādu (I)	ஆற்காடு.
Arungunram	அருங்குன்றம்.
Attimānam	அத்திமானம்.
Attivākkam	அத்திவாக்கம்.
Attivākkam (Z)	அத்திவாக்கம்.
Attiyūr	அத்தியூர்.
Āttupattukōttai-panji.	ஆட்டுபட்டுகோட்டைபஞ்சி.
Āttūr	ஆத்தூர்.
Avirimēdu	அவிரிமேடு.
Āyakkunram	ஆயக்குன்றம்.
Bāburāyanpēttai (I).	பாபுராயன்பேட்டை.
Būdūr	பூதூர்.
Būdūr (Z)	பூதூர்.
Cheyyūr (Z)	செய்யூர்.
Chinnakayappākkam (Z).	சின்னகயப்பாக்கம்
Chinnakilakkādi (Z).	சின்னகிளக்காடி.
Chinnavelikkādu (Z).	சின்னவெளிக்காடு
Chinnavenmani	சின்னவெண்மணி.
Chintāmani	சிந்தாமணி.
Chittiravādi	சித்திரவாடி.
Chittālamangalam.	சித்தாலமங்கலம்.
Chittālappākkam (Z).	சித்தாலப்பாக்கம்.
Chittāmūr (S. No. 59).	சித்தாமூர்.
Chittāmūr (S. No. 146).	சித்தாமூர்.
Chittāmūr (S. No. 361).	சித்தாமூர்.
Chittāmūr (S. No. 366).	சித்தாமூர்.
Chittārkādu (Z)	சித்தாற்காடு.
Chittāttūr (I)	சித்தாத்தூர்.
Chittūr (Z)	சித்தூர்.
Chōlantāngal	சோளந்தாங்கல்.
Chūnāmpēttai (Z).	சூணாம்பேட்டை.
Dharmāpuram (I)	தர்மாபுரம்.
Dēvādūr	தேவாதூர்.
Dēvanūr	தேவனூர்.
Endattūr	எண்டத்தூர்.
Endattūr (Z)	எண்டத்தூர்.
Ēruvākkam	ஏருவாக்கம்.
Gangadēvakuppam (Z).	கங்கதேவகுப்பம்.
Gūdalūr	கூடலூர்.
Gūdapākkam	கூடபாக்கம்.
Gundumanichchēri (Z).	குண்டுமணிச்சேரி.
Gurumpirai	குரும்பிறை.

MADURĀNTAKAM TĀLŪK—cont. மதுராந்தகம் தாலூகா—தொடர்ச்சி.

Hanumantakuppam.	ஹனுமந்தகுப்பம்.
Idaiyālam	இடையாளம்.
Ilaippākkam	இலைப்பாக்கம்.
Illīdu	இல்லீடு.
Indalūr	இந்த ஊர்.
Iraniyasitti	இரணியசித்தி.
Iravānallūr (Z)	இரவாநல்லூர்.
Irumbēdu (Z)	இரும்பேடு.
Irumbili	இரும்பிலி.
Irusāmanallūr	இருசாமநல்லூர்.
Īsūr	ஈசூர்.
Īsūr (Z)	ஈசூர்.
Kadalūr	கடலூர்.
Kadamalaiputtūr.	கடமலைபுத்தூர்.
Kadambūr	கடம்பூர்.
Kadappākkam (Z)	கடப்பாக்கம்.
Kadappēri	கடப்பேரி.
Kadappēri (I)	கடப்பேரி.
Kadugappattu	கடுகப்பட்டு.
Kadukkalūr (Z).	கடுக்கலூர்.
Kalanippākkam	கழனிப்பாக்கம்.
Kalattūr	களத்தூர்.
Kalkulam	கல்குளம்.
Kalpattu (Z) (S. No. 390).	கல்பட்டு.
Kalpattu (Z) (S. No. 446).	கல்பட்டு.
Kānattūr	கானத்தூர்.
Kannimangalam.	கன்னிமங்கலம்.
Kappivākkam (Z)	கப்பிவாக்கம்.
Karasangāl	கரசங்கால்.
Karikkili	கரிக்கிலி.
Karukkāmalai (Z)	கருக்காமலை.
Karumbākkam (Z)	கரும்பாக்கம்.
Karunākarachcheri.	கருணாகரச்சேரி.
Karunākaravilāgam (I).	கருணாகரவிளாகம்.
Karunguli	கருங்குழி.
Karuppūr	கருப்பூர்.
Kattirichchēri	கத்திரிச்சேரி.
Kāttudēvādūr (Z)	காட்டுதேவாதூர்.
Kāttugūdalūr	காட்டுகூடலூர்.
Kāttukāranai	காட்டுகாரணை.
Kāvādūr	காவாதூர்.
Kayanallūr (Z)	கயநல்லூர்.
Kayappākkam (Z)	கயப்பாக்கம்.
Kendrachchēri	கெண்ட்ரச்சேரி.
Kēsavarāyanpēttai.	கேசவராயன்பேட்டை.
Kilāmūr	கிழாமூர்.
Kilmaruvattūr	கிழ்மருவத்தூர்.
Kilārkollai	கிழார்கொல்லை.
Kīl Attivākkam	கீழ் அத்திவாக்கம்.
Kīl Chēri (Z)	கீழ் சேரி.
Kiliyānagar	கிளியாநகர்.
Kīl Kāndai (Z)	கீழ் காண்டை.
Kīl Kāranai (I)	கீழ் காரணை.
Kīl Pattu	கீழ் பட்டு.
Kīl Valam	கீழ் வலம்.
Kīl Vasalai (I)	கீழ் வசலை.
Kinār	கிணார்.
Kīralvādi (Z)	கீரல்வாடி.
Kodappattanam	கொடப்பட்டணம்.
Kōdittandalam	கோடித்தண்டலம்.
Kōdūr (I)	கோடூர்.
Kokkarantāngal (Z).	கொக்கரந்தாங்கல்.
Kōliyālam	கோழியாலம்.
Kollambākkam (Z)	கொள்ளம்பாக்கம்.
Kollattunallūr (Z).	கொல்லத்துநல்லூர்.
Kongaraimāmbāttu.	கொங்கரைமாம்பட்டு.
Kōttaikkādu (Z).	கோட்டைக்காடு.
Kōttivākkam (Z)	கோட்டிவாக்கம்.
Kōvappākkam (Z)	கோவப்பாக்கம்.
Kulambākkam (I)	குளம்பாக்கம்
Kulattūr (S. No. 60).	குளத்தூர்.
Kulattūr (S. No. 156).	குளத்தூர்
Kulattūr (Z) (S. No 204).	குளத்தூர்.
Kulattūr (Z) (S. No. 410).	குளத்தூர்.
Kulattūr (Z) (S. No. 480).	குளத்தூர்.
Kumārakuppam (Z).	குமாரகுப்பம்.
Kumāravādi	குமாரவாடி.
Kumili (Z)	குமிழி.
Kūnankāranai	கூனன்காரணை.
Kūnankāranai (I).	கூனன்காரணை.
Kunnankulattūr	குன்னங்குளத்தூர்.
Kunnattūr	குன்னத்தூர்.
Kunnavākkam	குன்னவாக்கம்.
Kūvattūr	கூவத்தூர்.
Lādākāranai	லாடாகாரணை.
Lakshmi-Nārāyanapuram.	லக்ஷிமி-நாராயணபுரம்.
Lattūr	லத்தூர்.
Madayambākkam.	மடயம்பாக்கம்.
Madūr	மதூர்.
Madurai (I)	மதுரை.
Madurāntakam	மதுராந்தகம்.
Maiyūr	மையூர்.
Malaivaiyāvūr (I).	மலைவையாவூர்.
Malrājakuppam	மல்ராஜகுப்பம்.
Maluvankāranai.	மழுவங்காரணை.
Māmandūr	மாமண்டூர்.
Māmbākkam (S. No. 226).	மாம்பாக்கம்.

MADURĀNTAKAM TĀLŪK—cont. மதுராந்தகம் தாலுகா—தொடர்ச்சி.

Māmbākkam (S. No. 168) (Z).	மாம்பாக்கம்.
Māmbattu ..	மாம்பட்டு.
Mangalam ..	மங்கலம்.
Mānikkakuppam.	மாணிக்ககுப்பம்.
Māriputtūr ..	மாரிபுத்தூர்.
Marudēri ..	மருதேரி.
Marudēri (Z) .	மருதேரி.
Maruvalam (Z) ..	மருவலம்.
Madavilāgam ..	மடவிளாகம்.
Madavilāgam (Z).	மடவிளாகம்.
Māttūr ..	மாத்தூர்.
Mēl Kāndai ..	மேல் காண்டை.
Mēlmā (I) ..	மேல்மா.
Mēl Maruvattūr ..	மேல் மருவத்தூர்.
Mēl Pattu (Z) ..	மேல் பட்டு.
Mēl Valam ..	மேல் வலம்.
Mēl Vasalai (Z) ..	மேல் வசலை.
Minnalkīlminnal.	மின்னல்கீழ்மின்னல்.
Mōgalavādi ..	மோகலவாடி.
Morappākkam ..	மொரப்பாக்கம்
Mudaliyārkuppam (Z).	முதலியார்குப்பம்.
Mugaiyūr (Z) ..	முகையூர்.
Mukundagiri ..	முகுந்தகிரி.
Mulli ..	முள்ளி.
Muniyantāngal ..	முனியன் தாங்கல்.
Munnakulam ..	முன்னகுளம்.
Munnūttikuppam.	முன்னூத்திகுப்பம்.
Murukkambākkam.	முருக்கம்பாக்கம்.
Murukkanchēri ..	முருக்கஞ்சேரி.
Murukkantāngal (Z).	முருக்கந்தாங்கல்.
Murungai ..	முருங்கை.
Mūsivākkam ..	மூசிவாக்கம்.
Nallāmūr (Z) ..	நல்லாமூர்.
Nallūr ..	நல்லூர்.
Nallūr (Z) ..	நல்லூர்.
Nāngalattūr (Z) ..	நாங்களத்தூர்.
Nariyūr (Z) ..	நரியூர்.
Nainārkuppam (Z).	நயினார்குப்பம்.
Nedumaram ..	நெடுமரம்.
Nedungal (Z) ..	நெடுங்கல்.
Nelli ..	நெல்லி.
Nelli (I) ..	நெல்லி.
Nelvāy (S. No. 58).	நெல்வாய்.
Nelvāy (S. No. 490).	நெல்வாய்.
Nelvāypālaiyam.	நெல்வாய்பாளையம்.
Nēmam ..	நேமம்.
Nēmandam ..	நேமந்தம்.
Nerkunram ..	நெற்குன்றம்.
Nerkunrappattu ..	நெற்குன்றப்பட்டு.
Nesappākkam ..	நெசப்பாக்கம்.
Nēttapākkam ..	நேத்தபாக்கம்.
Nettarambākkam.	நெட்டரம்பாக்கம்.
Neykuppi (I) ..	நெய்குப்பி.
Nīlamangalam (Z).	நீலமங்கலம்.
Nīlamangalam ..	நீலமங்கலம்.
Nīrpēr (Z) ..	நீர்பேர்.
Nugumbal (Z) ..	நுகும்பல்.
Oddakayappākkam.	ஒட்டகயப்பாக்கம்.
Ōdiyūr (Z) ..	ஓதியூர்.
Ōnambākkam (Z).	ஓணம்பாக்கம்.
Ōrangāvali (Z) ..	ஓரங்காவலி.
Oratti ..	ஒரத்தி.
Orattūr ..	ஒரத்தூர்.
Ottivilāgam (Z) ..	ஒட்டிவிளாகம்.
Pachchambākkam	பச்சம்பாக்கம்.
Padālam ..	படாளம்.
Pādiri ..	பாதிரி.
Paiyambādi (I) ..	பையம்பாடி.
Pākkam ..	பாக்கம்.
Pākkūr (Z) ..	பாக்கூர்.
Pākkuvāñchēri ..	பாக்குவாஞ்சேரி.
Palaiyanūr (I) ..	பழையனூர்.
Pālaiyūr (Z) ..	பாளையூர்.
Palamattūr ..	பழமத்தூர்.
Palavūr (Z) ..	பழவூர்.
Pallambākkam (Z).	பள்ளம்பாக்கம்.
Palliyagaram ..	பள்ளியகரம்.
Pallippēttai (I) ..	பள்ளிப்பேட்டை.
Pālūr ..	பாலூர்.
Pammaiyambattu.	பம்மையம்பட்டு.
Panaiyadivākkam (Z).	பனையடிவாக்கம்.
Panaiyūr (Z) ..	பனையூர்.
Pāpanallūr ..	பாபநல்லூர்.
Paramankēni (I).	பரமன்கேணி.
Paramēswaramangalam (Z).	பரமேஸ்வரமங்கலம்.
Parasunallūr ..	பரசுநல்லூர்.
Parukkal ..	பருக்கல்.
Pasumbūr ..	பசும்பூர்.
Pasunkāranai ..	பசுங்காரணை.
Pāttūr ..	பாத்தூர்.
Pavandankāranai (Z).	பவந்தங்காரணை.
Pavanjūr (Z) ..	பவஞ்சூர்.
Pēkkāranai ..	பேக்காரணை.
Pērambākkam ..	பேரம்பாக்கம்.
Periyavilakkādi (Z).	பெரியவிளக்காடி.

MADURĀNTAKAM TĀLUK—cont. மதுராந்தகம் தாலூகா-தொடர்ச்சி.

Periyavelikkādu (Z).	பெரியவெளிக்காடு.
Perukkāranai ..	பெருக்காரணை.
Perumālchēri ..	பெருமாள்சேரி.
Perumbākkam (Z)	பெரும்பாக்கம்.
Perumbākkam ..	பெரும்பாக்கம்.
Perumpērkandigai.	பெரும்பேர்கண்டிகை.
Perunduravu (I).	பெருந்துரவு.
Peruvēli (I) ..	பெருவேலி.
Pilānkuppam (Z).	பிலாங்குப்பம்.
Pilāppūr ..	பிலாப்பூர்.
Pillāndikuppam (I).	பில்லாந்திகுப்பம்.
Pinnampūndi (I).	பின்னம்பூண்டி.
Polambākkam ..	பொலம்பாக்கம்.
Pōndūr (Z) ..	போந்தூர்.
Pōrūr (Z) ..	போரூர்.
Porpanankāranai (I).	பொற்பனங்காரணை.
Poygainallūr ..	பொய்கைநல்லூர்.
Puduchchēri ..	புதுச்சேரி.
Pudukkuppam (Z).	புதுக்குப்பம்.
Puduppattu (S. No. 240).	புதுப்பட்டு.
Puduppattu (S. No. 461).	புதுப்பட்டு.
Puduppattu (Z) (S. No. 385).	புதுப்பட்டு.
Pukkatturai ..	புக்கத்துறை.
Pulikkuradu ..	புலிககுரடு.
Pulipparakōvil ..	புலிப்பரகோவில்.
Puliyani ..	புளியணி.
Puliyaranankōttai.	புளியரணங்கோட்டை.
Puludivākkam ..	புழுதிவாக்கம்.
Pūndi ..	பூண்டி.
Pūnkunram (Z).	பூங்குன்றம்.
Punnamai ..	புன்னமை.
Punnangāndai (Z)	புன்னங்காண்டை.
Puragāl ..	புரகால்.
Puraiyūr ..	புரையூர்.
Puranchēri ..	புரஞ்சேரி.
Pūriyambākkam.	பூரியம்பாக்கம்.
Puttirankōttai (I).	புத்திரன்கோட்டை.
Rājapālaiyam ..	ராஜபாளையம்.
Rāvuttanallūr ..	ராவுத்தநல்லூர்.
Sālaiyūr (Z) ..	சாலையூர்.
Sambādinallūr ..	சம்பாதிநல்லூர்.
Sānūr ..	சானூர்.
Saravambākkam (Z).	சரவம்பாக்கம்.
Sāttamai ..	சாத்தமை.
Sāttamangalam ..	சாத்தமங்கலம்.
Satyamangalam ..	சத்தியமங்கலம்.
Sēmbilivaram (Z).	சேம்பிலிவரம்.
Sembūr ..	செம்பூர்.
Sempūndi ..	செய்பூண்டி.
Senaiyanēri ..	செனையனேரி.
Sendivākkam ..	செண்டிவாக்கம்.
Sengāttūr ..	செங்காட்டூர்.
Sēvūr ..	சேவூர்.
Sidandi ..	சிதண்டி.
Sīkkinānkuppam (I).	சிக்கிஞன்குப்பம்.
Silāvattam ..	சிலாவட்டம்.
Sirudāmūr ..	சிறுதாமூர்.
Sirukalattūr (Z) ..	சிறுகளத்தூர்.
Sirumayilūr (Z) ..	சிறுமயிலூர்.
Sirunāgalūr ..	சிறுநாகலூர்.
Sirunagar (Z) ..	சிறுநகர்.
Sirunallūr ..	சிறுநல்லூர்.
Sirupērpāndi ..	சிறுபேர்பாண்டி.
Siruvalambākkam.	சிறுவளம்பாக்கம்.
Siruvankunram (Z).	சிறுவங்குன்றம்.
Siruvankunram (I).	சிறுவங்குன்றம்.
Sītāpuram ..	சீதாபுரம்.
Sīvādi ..	சிவாடி.
Sōttuppākkam ..	சோத்துப்பாக்கம்.
Sundivākkam (Z).	சுண்டிவாக்கம்.
Sūrai ..	சூரை.
Tādankuppam (Z)	தாதன்குப்பம்.
Tandalam (S. No. 88).	தண்டலம்.
Tandalam (S. No. 186).	தண்டலம்.
Tandarai (S. No. 230).	தண்டரை.
Tandarai (S. No. 501).	தண்டரை.
Tattāmpattu (Z).	தட்டாம்பட்டு.
Tennambattu (Z).	தென்னம்பட்டு.
Tennēripattu (Z).	தென்னேரிபட்டு.
Tēnpākkam (Z) ..	தேன்பாக்கம்.
Tēnpākkam ..	தேன்பாக்கம்.
Tenpattanam (Z).	தென்பட்டணம்.
Timmāpuram ..	திம்மாபுரம்.
Tinnalūr „ ..	தின்னலூர்.
Tirumukkādu ..	திருமுக்காடு.
Tiruppurakkōvil.	திருப்புரக்கோவில்.
Tiruvādūr ..	திருவாதூர்.
Tīttālam ..	தீட்டாலம்.
Toluppēdu (I) ..	தொழுப்பேடு.

Madurāntakam Tāluk—cont. மதுராந்தகம் தாலூகா—தொடர்ச்சி.

Tondamanallūr (Z).	தொண்டமாநல்லூர்.
Tonnādu (Z) ..	தொன்னாடு.
Tōttachchēri (Z).	தோட்டச்சேரி.
Tōttanāval ..	தோட்டநாவல்.
Tūduvalambattu.	தூதுவளம்பட்டு.
Tundamvellēri (Z).	துண்டம்வெள்ளேரி.
Turaiyūr ..	துரையூர்.
Udalkārakkuppam (Z)	உடல்காரக்குப்பம்
Ulaivetti (Z) ..	உழைவெட்டி.
Uludamangalam (S No. 347).	உழுதமங்கலம்.
Uludamangalam (S. No. 486).	உழுதமங்கலம்.
Ūnamalai ..	ஊனமலை
Ūttamanallūr ..	உத்தமநல்லூர்.
Vadakkuvāyalūr.	வடக்குவாயலூர்.
Vadamanippākkam.	வடமணிப்பாக்கம்
Vadapattanam ..	வடபட்டணம்.
Vaippanai ..	வைப்பனை.
Vaiyāvūr ..	வையாவூர்.
Vālaippattu (Z) ..	வாழைப்பட்டு.
Valaiyaputtūr ..	வளையபுத்தூர்.
Valarpurai ..	வளர்புரை.
Valluvappākkam.	வள்ளுவப்பாக்கம்
Vanniyanallūr (Z).	வன்னியநல்லூர்.
Vasantavādi ..	வசந்தவாடி.
Vayalūr (S. No. 160).	வயலூர்.
Vayalūr (Z) (S. No. 405)	வயலூர்.
Vēdal (I) ..	வேடல்.
Vēdantāngal ..	வேடந்தாங்கல்.
Vēdavākkam (I).	வேடவாக்கம்.
Vēlāmūr ..	வேலாமூர்.
Veliyambākkam.	வெளியம்பாக்கம்.
Vellankondagaram (Z).	வெள்ளங்கொண்டகரம்.
Vellapputtūr ..	வெள்ளப்புத்தூர்.
Vellarai ..	வெள்ளரை.
Vēlūr (I) ..	வேளூர்.
Vēlūr (Z) ..	வேளூர்.
Vēmbanūr (Z) ..	வேம்பனூர்.
Venmani ..	வெண்மணி
Venmēlagaram (Z)	வெண்மேலகரம்.
Vennakuttan (I).	வெண்ணகுத்தன்
Vennandal (Z) ..	வெண்ணந்தல்.
Vennāngupattu (Z).	வெண்ணாங்குபட்டு.
Veppanchēri ..	வேப்பஞ்சேரி.
Vēppankāranai ..	வேப்பங்காரணை.
Verālūr ..	வெராலூர்.
Vēttaikkārakkuppam (Z).	வேட்டைக்காரக்குப்பம்.
Vēttāmperumbākkam (Z).	வேட்டாம்பெரும்பாக்கம்.
Vēttūr (Z) ..	வேட்டூர்.
Vilāgam ..	விளாகம்.
Vilāmbattu (Z) ..	விளாம்பட்டு.
Vilambūr (Z) ..	விளம்பூர்.
Vilāngādu ..	விளாங்காடு.
Vilāngādu (Z) ..	விளாங்காடு.
Vilanganūr (Z) ..	விளங்கனூர்.
Vilvarāyanallūr ..	வில்வராயநல்லூர்
Vināyakanallūr ..	வினாயகநல்லூர்.
Vinnampūndi ..	விண்ணம்பூண்டி.
Vīrabhōgam (Z).	வீரபோகம்.
Vīrānakkunram ..	வீராணக்குன்றம்.

Ponnēri Tāluk. பொன்னேரி தாலூகா.

Achchammakandigai (Z).	அச்சம்மகண்டிகை.
Agaram (Z) (S. No. 156).	அகரம்.
Agaram (S No. 219).	அகரம்.
Agaram (I) (S. No. 63).	அகரம்.
Ālādu (I) ..	ஆலாடு.
Alamādi ..	அலமாதி.
Alamēlumangāpuram (Z).	அலமேலுமங்காபுரம்.
Alinjivākkam (Z)	அழிஞ்சிவாக்கம்.
Allipūlagunta (Z).	அல்லிபூலகுண்ட.
Amarambēdu (Z).	அமரம்பேடு.
Āmbākkam ..	ஆம்பாக்கம்.
Ambikāpuram (Z).	அம்பிகாபுரம்.
Ambūr ..	அம்பூர்.
Amirdamangalam (I).	அமிர்தமங்கலம்.
Āmūr (Z) ..	ஆமூர்.
Anāmattukandigai (Z).	அனாமத்துகண்டிகை.
Āndārkuppam (I).	ஆண்டார்குப்பம்.
Āndārmatam ..	ஆண்டார்மடம்
Andavāyal ..	அண்டவாயல்.
Āngādu ..	ஆங்காடு.

ERRATA LIST TO THE ALPHABETICAL LIST OF VILLAGES OF THE MADRAS PRESIDENCY.

No. 1. CHINGLEPUT DISTRICT.

Omit the following villages from PONNERI TALUK.—

Ariyappākkam	.. ..	அரியப்பாக்கம்.
Āttuppākkam (S. No. 305)	..	ஆத்துப்பாக்கம்.
Ayyappanāyudukandīgai (Z)	..	அய்யப்பநாயுடுகண்டிகை.
Baitikodiyambēdu (Z) ..	..	பைடிகொடியம்பேடு.
Balijakandigai (Z) ..	..	பலிஜகண்டிகை.
Bhūpatīswarapuram (Z)	..	பூபதீசுவரபுரம்.
Bīrakuppam (Z) ..	..	பீரகுப்பம்.
Chandrasēkarapuram alias Achchamanāyudukandigai (Z).		சந்திரசேகரபுரம் என்கிற அச்சமநாயுடுகண்டிகை.
Chinnāpattu (Z) ..	..	சின்னபட்டு.
Chintalagunta (Z) ..	..	சிந்தலகுண்ட.
Chitrapākkam (Z) ..	..	சிட்ரபாக்கம்.
Chittariyapākkam ..	..	சித்தரியப்பாக்கம்.
Dāsukuppam ..	..	தாசுகுப்பம்.
Doddāreddikuppam (I)	..	தொட்டாரெட்டிகுப்பம்.
Ellampēttai ..	..	எல்லம்பேட்டை.
Ellāpuram ..	..	ஏல்லாபுரம்.
Īndrakandigai (Z) ..	..	ஈன்றகண்டிகை.
Jadērikandigai (Z) ..	..	ஜடேரிகண்டிகை.
Jambukēswarapuram (Z)	..	ஜம்புகேசுவறபுரம்.
Jānakipuram (Z) ..	..	ஜானகிபுரம்.
Kadivēdu (Z) ..	..	கடிவேடு.
Kaiyadai ..	..	கையடை.
Kākavākkam ..	..	காகவாக்கம்.
Kālancheri ..	..	காளஞ்சேரி.
Kannāvaram (Z) ..	..	கன்னவரம்.
Kāranai (Z) ..	..	காரணை.
Kāvanūr (I) ..	..	காவனூர்.
Kīlkaramanūr ..	..	கீழ்கரமனூர்.
Kottakkādu (Z) ..	..	கொட்டக்காடு.
Kottavākkam (Z) ..	..	கொட்டவாக்கம்.
Krishnāpuram ..	..	கிருஷ்ணபுரம்.
Krishnāpuram Agrahāram (Z)	..	கிருஷ்ணபுரம் அக்கிரகாரம்.
Kumāramuttuvenkatāpuram alias Allappagunta (Z).		குமாரமுத்துவெங்கடாபுரம் என்கிற அல்லப்பகுண்ட.
Lachchivākkam (Z) ..	..	லச்சிவாக்கம்.
Lakshmīkānthapuram (Z)	..	லட்சிமீகாந்தபுரம்.
Lakshmīpuram alias Subbānāyudu Kandigai (Z) (S. No. 7).		லட்சிமீபுரம் என்கிற சுப்பாநாயுடு கண்டிகை.
Māvettimūlakkandigāi (Z)	..	மாவெட்டிமூலக்கண்டிகை.
Mudiyūr ..	..	முடியூர்.
Nāgalāpuram ..	..	நாகலாபுரம்.
Nandanam (Z) ..	..	நந்தனம்.
Nāyudugunta (Z) ..	..	நாயுடுகுண்ட.
Pālavākkam (S. No. 320)	..	பாலவாக்கம்.
Pallampattadai (Z) ..	..	பள்ளம்பட்டடை.
Panappākkam (Z) ..	..	பணப்பாக்கம்.
Paruttimēnikkuppam ..	..	பருத்திமேனிக்குப்பம்.

PRICE, 6 *pies*.]

PONNĒRI TĀLŪK—cont. பொன்னேரி தாலூகா—தொடர்ச்சி.

Chittama Agrahāram (Z).	சித்தம அக்கிரகாரம்.
Chittarasūr (Z) ..	சிததரசூர்.
Chittūrnattam (Z).	சித்தூர்நத்தம்.
Chōla Agrahāram (Z).	சோழ அக்கிரகாரம்.
Chōlavaram ..	சோழவரம்.
Coromandel (Karimanal).	கரிமணல்.
Dalavāy Agrahāram.	தளவாய் அக்கிரகாரம்.
Darkāhstukandigai (Z).	தர்க்காஸ்துகண்டிகை.
Dāsukuppam ..	தாசுகுப்பம்.
Dēvadānam ..	தேவதானம்.
Dēvambattu ..	தேவம்பட்டு.
Dēvaranchēri (Z).	தேவராஞ்சேரி.
Doddāreddikuppam (I).	தொட்டாரெட்டிகுப்பம்.
Duranallūr ..	துரநல்லூர்.
Dwārakāpuram (Z).	துவாரகாபுரம்.
Ēbrānpuram ..	எப்ரான்புரம்.
Ēdūr (Z) ..	எடூர்.
Egumadurai (Z).	எகுமதுரை.
Elāvūr ..	எளாவூர்.
Ēliyambēdu (Z) ..	எலியம்பேடு.
Ellampēttai (Z) ..	எல்லம்பேட்டை.
Ellāpuram ..	எல்லாபுரம்.
Ēnādimēlpākkam.	எனாதிமேல்பாக்கம்.
Ēnādivettu (I) ..	எனாதிவெட்டு.
Ennākurachchēri.	என்னாகுரச்சேரி.
Ennūr .	எண்ணூர்.
Ērisivan (I) ..	எரிசிவன்.
Eriyapillaikuppam.	எரியபிள்ளைகுப்பம்.
Erukkuvāy ..	எருக்குவாய்.
Erumaivettippālaiyam.	எருமைவெட்டிப்பாளையம்.
Gangaiyādikuppam (Z).	கங்கையாடிகுப்பம்.
Getnamalli	கெட்னமல்லி.
Giridalapuram (Z). ..	கிரிதலபுரம்.
Gollavāripālaiyam.	கொல்லவாரிபாளையம்.
Gōvindāpuram (Z).	கோவிந்தாபுரம்.
Gūdalavāripālaiyam.	கூடலவாரிபாளையம்.
Gūduvānchēri ..	கூடுவாஞ்சேரி.
Gummidipūndi ..	கும்மிடிபூண்டி.
Gumpuchintala (Z).	கும்புசித்தல.
Ilavambēdu (I) ..	இலவம்பேடு.
Iluppākkam ..	இலுப்பாக்கம்.
Īndrakandigai (Z).	இன்றகண்டிகை.
Injūr ..	இஞ்சூர்.
Īrugalam ..	இருகளம்.
Irulippattu (Z) ..	இருளிப்பட்டு.
Isukapalaiyam ..	இசுகபாளையம்.
Jadērikandigai (Z).	ஜடேரிகண்டிகை
Jagannāthapuram (Z).	ஜகன்னாதபுரம்
Jambukēswarapuram (Z).	ஜம்புகேசுவரபுரம்
Jānakipuram (Z).	ஜானகிபுரம்.
Kadamanchēri ..	கடமஞ்சேரி.
Kadappākkam ..	கடப்பாக்கம்.
Kādarvēdu ..	காதர்வேடு.
Kadivēdu (Z) ..	கடிவேடு.
Kadūr ..	கடூர்.
Kaiyadai ..	கையடை.
Kākavākkam	காகவாக்கம்.
Kālanchēri ..	காளஞ்சேரி.
Kālānji ..	காளாஞ்சி.
Kalattūr ..	களத்தூர்.
Kallūr ..	கள்ளூர்.
Kalpākkam ..	கல்பாக்கம்.
Kāmbākkam ..	காம்பாக்கம்
Kanakambākkam (Z).	கனகம்பாக்கம்.
Kanakavallipuram.	கனகவல்லிபுரம்
Kanavanturai ..	கணவன்துறை
Kanlūr ..	கண்ளூர்.
Kandigai (I) (S. No. 18).	கண்டிகை.
Kandigai (Ijarā) (S. No. 296).	கண்டிகை.
Kangānamēdu ..	கங்கானமேடு.
Kāniyambākkam.	காணியம்பாக்கம்.
Kānjivāyal (Z) ..	காஞ்சிவாயல்.
Kannambākkam (Z).	கண்ணம்பாக்கம்.
Kannankōttai (Ijara). ..	கன்னங்கோட்டை
Karnāvarm (Z) ..	கன்னாவரம்.
Karadipputtūr (Ijara).	கரடிப்புத்தூர்.
Kārappākkam (Z).	காரப்பாக்கம்.
Kārambēdu ..	காரம்பேடு.
Karambukkuppam.	கரம்புக்குப்பம்.
Kāranai (Z) ..	காரணை.
Kārani (I) ..	காரணி.

PONNERI TĀLŪK—cont. பொன்னேரி தாலூகா—தொடர்ச்சி.

Kāranōdai ..	காரனோடை.
Karungāli (Z) ..	கருங்காலி.
Kāttāvūr ..	காட்டாவூர்.
Kāttuppalli ..	காட்டுப்பள்ளி.
Kāttūr ..	காட்டூர்.
Kāvanūr (I) ..	காவனூர்.
Kilikkōdi ..	கிளிக்கோடி,
Kīl Karamanūr ..	கீழ் கரமனூர்.
Kīl Mudalambēdu (Z).	கீழ் முதலம்பேடு.
Kīmalūr (Z) ..	கீமலூர்.
Kīraippākkam (Z).	கீரைபபாக்கம்.
Kodippallam ..	கொடிப்பள்ளம்.
Kodūr (Z) ..	கொடூர்.
Kōzili (Z) ..	கோழிலி.
Kolladam ..	கொள்ளடம்.
Kollānūr ..	கொள்ளானூர்.
Kollatti ..	கொள்ளட்டி.
Kollūr (Z) ..	கொள்ளூர்.
Kōlūr (I) ..	கோலூர்.
Kondakuppam (Z)	கொண்டகுப்பம்.
Kondamanallūr (Z).	கொண்டமநல்லூர்.
Kottakandigai (Z).	கொத்தகண்டிகை.
Kottakkādu (Z).	கொட்டக்காடு.
Kottamārikuppam.	கொத்தமாரிகுப்பம்.
Kottavākkam (Z)	கொட்டவாக்கம்.
Kōvantāngal (Z).	கோவந்தாங்கல்.
Kōvūrpādu (I) ..	கோவூர்பாடு.
Krishnāpuram (Z).	கிருஷ்ணாபுரம்.
Krishnāpuram ..	கிருஷ்ணாபுரம்.
Krishnāpuram Agrahāram (Z).	கிருஷ்ணாபுரம் அக்கிரகாரம்.
Kudinelvāyal (I).	குடிநெல்வாயல்.
Kudiraippallam (I).	குதிரைப்பள்ளம்.
Kulattūr (Z) ..	குளத்தூர்.
Kumāra Muttuvenkata Bharatapuram alias Igavāripālaiyam (Z).	ஈகவாரிபாளையம் என்கிற குமார முத்து வெங்கட பரதபுரம்.
Kumāramuttuvenkatāpuram alias Allappagunta (Z).	குமாரமுத்துவெங்கடாபுரம் என்கிற அல்லப்பகுண்டா.
Kumārapeddavenkatāpuram Agrahāram (Z).	குமாரபெத்தவெங்கடாபுரம் அக்கிரகாரம்.
Kumaranchēri ..	குமரஞ்சேரி.
Kumarasiralappākkam.	குமரசிரளப்பாக்கம்.
Kummangalam (Z).	கும்மங்கலம்.
Kummanūr ..	கும்மனூர்.
Kurakkachchūr (Z).	குறக்கச்சூர்.
Kuruvāttūchchēri.	குருவாட்டுச்சேரி.
Kuruvi Agaram.	குருவி அகரம்.
Kūvākollai ..	கூவாகொல்லை.
Lachchivākkam (Z).	லச்சிவாக்கம்.
Lakshmīkāntapuram (Z).	லட்சிமீகாந்தபுரம்.
Lakshmīpuram (Z) (S. No. 157).	லட்சிமீபுரம்.
Lakshmīpuram alias Subbānāyudukandigai (Z) (S. No. 7)	லட்சிமீபுரம் என்கிற சுப்பாநாயுடு கண்டிகை.
Lakshmīpuram (Z) (S No. 135).	லட்சிமீபுரம்.
Lakshmīnarasimhapuram (Z).	லட்சிமீநரசிம்மபுரம்.
Lingappayyanpēttai,	லிங்கப்பய்யன்பேட்டை.
Lingasamudram (Z).	லிங்கசமுத்திரம்.
Madanambēdu (Z).	மதனம்பேடு.
Madananchēri ..	மதனஞ்சேரி.
Mādanapālaiyam (I).	மாதனபாளையம்.
Mādarpākkam (Z).	மாதர்பாக்கம்.
Mādavaram (Z) (S. No. 73).	மாதவரம்.
Mādavaram (S. No. 130.)	மாதவரம்.
Mādavaram (S. No. 295).	மாதவரம்.
Madimaikandigai (Z).	மடிமைகண்டிகை.
Madiyūr	மடியூர்.
Mahfūzkhānpēttai (Jāghīr Inām)	மாஹூஸ்கான்பேட்டை.
Mālivākkam (Z).	மாளிவாக்கம்.
Mallavārpālaiyam (Z).	மல்லவார்பாளையம்.
Malliyankuppam.	மல்லியன்குப்பம்.
Manali ..	மணலி.
Mānallūr (Z) ..	மானல்லூர்.
Mangalam (I) ..	மங்கலம்.

PONNĒRI TĀLŪK—cont. பொன்னேரி தாலூகா—தொடர்ச்சி.

Mangāvaram .. மங்காவரம்.
Māngōdu .. மாங்கோடு.
Manōpuram (I) .. மனோபுரம்.
Mārambēdu .. மாரம்பேடு.
Marudavādā (I). மருதவாடா.
Matrāvēdu (Z) .. மத்ராவேடு.
Mattērimittā (Z). மத்தேரிமிட்டா.
Māvettimūlakkandigai (Z). மாவெட்டிமூலக் கண்டிகை.
Medipālaiyam .. மெதிபாளையம்.
Medūr .. மெதூர்.
Mēl Kalani .. மேல் கழனி.
Mēl Mudalambēdu. மேல் முதலம்பேடு
Mēl Pākkam (Z). மேல் பாக்கம்.
Mēl Singilimēdu. மேல் சிங்கிலிமேடு
Merattūr (I) .. மெரட்டூர்.
Mēttuppālaiyam (Z). மேட்டுப்பாளையம்.
Mīnjūr (I) .. மீஞ்சூர்.
Mōppūrpallai .. மோப்பூர்பள்ளை.
Mudiyūr .. முடியூர்.
Mukkarambākkam. முக்கரம்பாக்கம்.
Muriohchāmbēdu (I). முரிச்சாம்பேடு.
Nāgalāpuram .. நாகலாபுரம்.
Nallattūr .. நல்லட்டூர்.
Nallūr .. நல்லூர்.
Nālūr .. நாலூர்.
Nandanam (Z) .. நந்தனம்.
Nandiyambākkam (I). நந்தியம்பாக்கம்.
Nangapallam .. நங்கபள்ளம்.
Narasarāja Agrahāram. நரசராஜ அக்கிரகாரம்.
Narasingapuram. நரசிங்கபுரம்.
Narasingapuram Āgrahāram (Z). நரசிங்கபுரம் அக்கிரகாரம்.
Nattam .. நத்தம்.
Nāyar .. நாயர்.
Nāyudugunta (Z). நாயுடுகுண்டா.
Nāyudukuppam (Z). நாயுடுகுப்பம்.
Neduvarambākkam (Z). நெடுவரம்பாக்கம்.
Nelvāy (S. No. 278). நெல்வாய்.
Nelvāy (S. No. 300). நெல்வாய்.
Nēmalūr .. நேமலூர்.
Nerkunram .. நெற்குன்றம்.
Neydavāyal .. நெய்தவாயல்.
Ōnpākkam (I) .. ஓன்பாக்கம்.
Ōpasamudram .. ஓபசமுத்திரம்.
Ōrakkādu (Z) .. ஓரக்காடு.
Pādirikkuppam (I). பாதிரிக்குப்பம்.
Pādirivēdu (Z) .. பாதிரிவேடு.
Pādiyanallūr (Z) பாடியநல்லூர்.
Pūkkam .. பூக்கம்.
Palaiya Erumaivettippālaiyam. பழைய எருமை வெட்டிப்பாளையம்.
Palaiya Gummidipūndi. பழைய கும்மிடிபூண்டி.
Pālavākkam (S. No. 132). பாலவாக்கம்.
Pālavākkam (S. No. 320). பாலவாக்கம்.
Pāleswaram .. பாலெஸ்வரம்.
Pāleswaramkandigai (I). பாலெஸ்வரம் கண்டிகை.
Pallambākkam (Z). பள்ளம்பாக்கம்.
Pallampattadai (Z). பள்ளம்பட்டடை.
Pallavāda (Z) .. பல்லவாட.
Panappākkam (Z). பனப்பாக்கம்.
Panappākkam .. பனப்பாக்கம்.
Panatambēdu (Z). பனதம்பேடு.
Pānchālai (Z) .. பாஞ்சாலை.
Pāndūr .. பாண்டூர்.
Panjetti .. பஞ்செட்டி.
Pannivākkam (Z). பன்னிவாக்கம்.
Pannūr (Z) .. பன்னூர்.
Panpākkam (Z) .. பன்பாக்கம்.
Pāppānkuppam (Ijara). பாப்பான்குப்பம்.
Paranambēdu .. பரணம்பேடு.
Parikkippattu (Z). பரிக்கிப்பட்டு.
Paruttimēnikkuppam. பருத்திமேனிக் குப்பம்.
Peddaīttivākkam. பெத்தஈட்டிவாக்கம்.
Peddikuppam .. பெத்திகுப்பம்.
Pēradam .. பேரடம்.
Perambūr (Z) .. பெரம்பூர்.
Pērandūr (Z) .. பேரண்டூர்.
Peravallūr .. பெரவள்ளூர்.
Periyakarumbūr. பெரியகரும்பூர்.
Periyakāvanam (I). பெரியகாவணம்.
Periyamullavāyal. பெரியமுல்லவாயல்.
Periyaōblāvaram. பெரியஓப்ளாவரம்.

PONNĒRI TĀLŪK—cont. பொன்னேரி தாலூகா—தொடர்ச்சி.

Periyapuliyūr (Z).	பெரியபுலியூர்.
Periyachōliyambākkam	பெரியசோழியம்பாக்கம்.
Periyanchēri (I).	பெரியஞ்சேரி.
Periyaveppattūr.	பெரியவெப்பத்தூர்.
Perungāvūr ..	பெருங்காவூர்.
Perumbēdu ..	பெரும்பேடு.
Peruvāyal (Z) ..	பெருவாயல்.
Pōndavākkam (I) (S. No. 131).	போந்தவாக்கம்.
Pōndavākkam (S. No. 283).	போந்தவாக்கம்.
Ponnēri (Z) ..	பொன்னேரி.
Pralayambākkam.	பிரளயம்பாக்கம்.
Pravālavarnēswarapuram (Z).	பிரவாளவர்னேஸ்வரபுரம்.
Pudukkuppam ..	புதுக்குப்பம்.
Puduppākkam ..	புதுப்பாக்கம்.
Puduppalaiyam ..	புதுப்பாளையம்.
Puduvāyal (I) ..	புதுவாயல்.
Pulicat (Palavērkādu).	பழவேற்காடு.
Pulikkulam (Z) ..	புலிக்குளம்.
Pulivallam (Z) ..	புலிவல்லம்.
Puludivākkam ..	புழுதிவாக்கம்.
Pūngulam	பூங்குளம்.
Puttagaram (Z) ..	புத்தகரம்.
Pūvalai (Z) ..	பூவலை.
Pūlambēdu (Z) ..	பூலம்பேடு.
Pūvāmi ..	பூவாமி.
Rācherla ..	ராசெர்ல.
Rājagōpālapuram (Z).	ராஜகோபாலபுரம்.
Rājulukandigai (Z).	ராஜுலுகண்டிகை.
Rāllakuppam ..	ராள்ளகுப்பம்.
Rāmachandrapuram (Z) (S. No. 85).	ராமசந்திரபுரம்.
Rāmachandrapuram (Z) (S. No. 177).	ராமசந்திரபுரம்.
Rāmachandrapuram (Z) (S. No. 190).	ராமசந்திரபுரம்.
Rāmagiri ..	ராமகிரி.
Rangadāsarikandigai (Z).	ரங்கதாசரிகண்டிகை.
Ranganāthapuram (Z).	ரங்கநாதபுரம்.
Rēpallevādā (Z).	ரேபல்லெவாடா.
Reppālaippattu ..	ரெப்பாளைப்பட்டு.
Rettambēdu ..	ரெட்டம்பேடு.
Sadāsivasankarāpuram (Z).	சதாசிவசங்கராபுரம்.
Samarttinārappārājakandigai (Z).	சமர்த்திநாரப்பராஜகண்டிகை.
Sānāputtūr (Z) ..	சாணாபுத்தூர்.
Sangaranārāyanapuram (Z).	சங்கரநாராயணபுரம்.
Santavēlūr ..	சந்தவேலூர்.
Satyavēdu ..	சத்தியவேடு.
Savundāpuram ..	சவுண்டாபுரம்.
Sāyanavaram (I).	சாயனவரம்.
Sēganyam ..	சேகண்ணியம்.
Sekkanchēri ..	செக்கஞ்சேரி.
Sēliyambēdu ..	செலியம்பேடு.
Sembilivaram ..	செம்பிலிவரம்.
Sembiyamanali (Z).	செம்பியமணலி.
Sengarai ..	செங்கரை.
Senji Agaram ..	செஞ்சி அகரம்.
Sennankāranai ..	சென்னங்காரணை.
Sennāvaram ..	சென்னாவரம்.
Sennēri ..	சென்னேரி.
Sennivākkam (Z).	சென்னிவாக்கம்.
Sērpēdu ..	சேர்பேடு.
Sevittupanaippākkam.	செவிட்டுபனைப்பாக்கம்.
Silamattūr (Z) ..	சிலமத்தூர்.
Sīmāpuram ..	சீமாபுரம்.
Siralappananchēri	சிரளப்பனஞ்சேரி.
Siralappākkam ..	சிரளப்பாக்கம்.
Sirarai ..	சிரரை.
Siranambūdūr (Z).	சிரணம்பூதூர்.
Siruniyam ..	சிருணியம்.
Sirupalavērkādu.	சிறுபழவேற்காடு.
Sirupulalpēttai ..	சிறுபுழல்பேட்டை.
Siruvādu ..	சிறுவாடு.
Siruvākkam (I) ..	சிறுவாக்கம்.
Siruvēlūr ..	சிறுவேலூர்.
Sītarāmapuram (Z) (S. No. 86).	சீதாராமபுரம்.
Sītārāmapuram (Z) (S. No. 189).	சீதாராமபுரம்.
Sivapuram (Z) ..	சிவபுரம்.
Sōmananchēri ..	சோமனஞ்சேரி.
Sōmbattu ..	சோம்பட்டு.
Sōttuperumbēdu.	சோத்துபெரும்பேடு.
Sōttuppākkam ..	சோத்துப்பாக்கம்.
Sukkantāngal (Z).	சுக்கந்தாங்கல்.

PONNĒRI TĀLŪK—*cont.* பொன்னேரி தாலூகா—தொடர்ச்சி.

Sūlamēni ..	சூளமேனி.
Sunnāmbukkulam.	சுண்ணாம்புக்குளம்.
Sūrappattu ..	சூரப்பட்டு.
Sūrapūdi (Z) ..	சூரபூடி.
Suruttapalli (Z).	சுருட்டபள்ளி.
Tachchūr (Z) ..	தச்சூர்.
Tadaperumbākkam (I).	தடபெரும்பாக்கம்
Tāmaraikkuppam (I).	தாமரைக்குப்பம்.
Tandalachchēri ..	தண்டலச்சேரி.
Tandalam ..	தண்டலம்.
Tandalam alias Sītam (Z).	தண்டலம் என்கிற சீதம்.
Tāngalperumpulam.	தாங்கல்பெரும்புலம்.
Tānippūndi Agrahāram (Z).	தானிப்பூண்டி அக்கிரகாரம்.
Tārākshi ..	தாராக்ஷி.
Tātarasūr (Z) ..	தாதரசூர்.
Tattamanji ..	தத்தமஞ்சி.
Tērvali ..	தேர்வழி.
Tērvāy (Ijara) ..	தேர்வாய்.
Tinaippākkam ..	தினைப்பாக்கம்.
Tirunilai ..	திருநிலை.
Tiruppālaivanam (I).	திருபபாலைவனம்.
Tiruppēr (I) ..	திருப்பேர்.
Tiruvāypādi (Z)..	திருவாய்பாடி.
Tiruvellavāyal (I)..	திருவெள்ளவாயல்.
Tiruvēngadapuram (Z).	திருவேங்கடபுரம்.
Tōkkamūr (Z) ..	தோக்கமூர்.
Tondambattu (Z).	தொண்டம்பட்டு.
Tondukuli ..	தொண்டுகுழி.
Tondūr Agrahāram (Z).	தொண்டூர் அக்கிரகாரம்.
Tōttakkādu ..	தோட்டக்காடு.
Tripurāntakpuram (Z).	திருபுராந்தகபுரம்
Tulavēdu ..	துலவேடு.
Tumbākkam ..	தும்பாக்கம்.
Turāpallam ..	துராபள்ளம்.
Umippēdu (I) ..	உமிப்பேடு.
Uppalam (Z) ..	உப்பளம்.
Uppunelvāyal ..	உப்புநெல்வாயல்.
Ūttukkōttai ..	ஊத்துக்கோட்டை.
Vadakkunallūr ..	வடக்குநல்லூர்.
Vadakkuppattu (Z).	வடக்குப்பட்டு.
Vadiyakkādu (Z).	வடியக்காடு.
Vairavankuppam.	வைரவன்குப்பம்
Vajjavārikandigai (Z).	வஜ்ஜவாரிகண்டிகை.
Vallūr ..	வல்லூர்.
Valudalambēdu ..	வழுதலம்பேடு.
Valutigaimēdu ..	வழுதிகைமேடு.
Vānallūr (Z) ..	வாநல்லூர்.
Vāndrāsikuppam.	வாண்ட்ராசிகுப்பம்.
Vānamalli Agrahāram (Z).	வானமல்லி அக்கிரகாரம்.
Vanjivākkam ..	வஞ்சிவாக்கம்.
Vannānkuppam ..	வண்ணான்குப்பம்.
Vannippākkam ..	வன்னிப்பாக்கம்.
Varadarājapuram (Z).	வரதராஜபுரம்.
Varadayyapālaiyam.	வரதய்யபாளையம்.
Vāyalūr ..	வாயலூர்.
Vellambākkam ..	வெள்ளம்பாக்கம்.
Vellivāyal (I) ..	வெள்ளிவாயல்.
Vellūr (Z) ..	வெள்ளூர்.
Vēlūr ..	வேளூர்.
Vēmbākkam (Z) (S. No. 27).	வேம்பாக்கம்.
Vēmbākkam (Z) (S. No. 115).	வேம்பாக்கம்.
Vēmbēdu ..	வேம்பேடு.
Vengalambattu (Z).	வெங்கலம்பட்டு.
Vengatapuram Agrahāram (Z).	வெங்கடபுரம் அக்கிரகாரம்.
Venkatarājukandigai (Z).	வெங்கடராஜு கண்டிகை.
Venkuli ..	வெண்குழி.
Vēnugōpālapuram (Z).	வேணுகோபாலபுரம்.
Vērkādu ..	வேற்காடு.
Vidatandalam (I).	விடதண்டலம்.
Vichchūr (I) ..	விச்சூர்.
Vijayanallūr ..	விஜயநல்லூர்.
Vīrangivēdu (I)..	வீரங்கிவேடு.
Vittayyapālaiyam (Z).	விட்டய்யபாளையம்.

SAIDĀPET TĀLŪK. சைதாபேட்டை தாலூகா.

Adaiyālambattu.	அடையாளம்பட்டு.
Ādambākkam (I).	ஆதம்பாக்கம்.
Adayūr (Z) ..	அடையார்.
Agaram, Ten (S. No. 272).	அகரம், தென்.

SAIDĀPET TĀLŪK—cont. சைதாபேட்டை தாலூகா—தொடர்ச்சி.

Agaram, Vada (S. No. 173).	அகரம், வட.
Ālattūr ..	ஆலத்தூர்.
Alinjivākkam ..	அழிஞ்சிவாக்கம்.
Ambattūr ..	அம்பத்தூர்.
Aminjikarai ..	அமிஞ்சிகரை.
Āmulavāyal (I) ..	ஆமுலவாயல்.
Anakāputtūr ..	அனகாபுத்தூர்.
Arakkambākkam.	அரக்கம்பாக்கம்.
Arasankalani ..	அரசன்கழணி.
Ariyalūr (I) ..	அரியலூர்.
Arumbākkam ..	அரும்பாக்கம்.
Attippattu ..	அத்திப்பட்டு.
Attivākkam ..	அத்திவாக்கம்.
Ayanambākkam.	அயனம்பாக்கம்.
Ayanavaram (I).	அயனவரம்.
Ayappākkam ..	அயப்பாக்கம்.
Chenrambākkam (I).	சென்றம்பாக்கம்.
Chettimēdu ..	செட்டிமேடு.
Chettiyāragaram.	செட்டியாரகரம்.
Chinnachembarambākkam.	சின்னசெம்பரம்பாக்கம்.
Chinnakūdal (Z)	சின்னகூடல்.
Chinnasēkkādu (I).	சின்னசேக்காடு.
Chitlapākkam (S. No. 244).	சிட்லபாக்கம்
Chittālappākkam (S. No 274).	சித்தாலப்பாக்கம்
Chōlanganallūr ..	சோழங்கநல்லூர்.
Cowl Bazaar ..	கவுல் பஜார்.
Eranāvūr (I) ..	எரணாவூர்.
Erukkanchēri ..	எருக்கஞ்சேரி.
Gaurivākkam ..	கௌரிவாக்கம்.
Government Farm	கவர்ண்மெண்டு பாரம்.
Guindy Park ..	கிண்டி பார்க்.
Hasanāpuram (I).	ஹசனாபுரம்.
Hissā Pallāvaram.	ஹிச்சா பல்லாவரம்.
Ikkāttuttāngal (I).	ஈக்காட்டுத்தாங்கல்.
Ilandaichchēri (I).	இலந்தைச்சேரி.
Injambākkam ..	இஞ்சம்பாக்கம்.
Irambuliyūr ..	இரும்புலியூர்.
Jalladampēttai ..	ஜல்லடம்பேட்டை.
Jambuli ..	ஜம்புலி.
Kadappākkam ..	கடப்பாக்கம்.
Kadappēri ..	கடப்பேரி.
Kadavūr ..	கதவூர்.
Kadirivēdu ..	கதிரிவேடு.
Kadungaiyūr ..	கடுங்கையூர்.
Kākapallam (I) ..	காகபள்ளம்.
Kalikkunram ..	கழிக்குன்றம்.
Kānagam ..	கானகம்.
Karalapākkam (I).	கரளபாக்கம்.
Kārambākkam ..	காரம்பாக்கம்.
Kārappākkam ..	காரப்பாக்கம்.
Kasbāpuram (I).	கஸ்பாபுரம்.
Kattivākkam ..	கத்திவாக்கம்.
Kīl Kattalai (I).	கீழ் கட்டளை.
Kīl Kundayār ..	கீழ் குண்டையார்.
Kōdambākkam ..	கோடம்பாக்கம்.
Kōladi ..	கோளடி.
Konnūr ..	கொன்னூர்.
Korattūr (Z) ..	கொரட்டூர்.
Kosappūr ..	கொசப்பூர்.
Kottivākkam ..	கொட்டிவாக்கம்.
Kōttūr ..	கோட்டூர்
Kōvilāmbākkam.	கோவிலாம்பாக்கம்.
Kōvilāncheri ..	கோவிலாஞ்சேரி
Kōvilpadāgai ..	கோவில்பதாகை.
Kōyambēdu (I) ..	கோயம்பேடு.
Kulattūr (I) (S. No. 67).	குளத்தூர்.
Kulattūr (I) (S. No. 235).	குளத்தூர்.
Layan (S. No. 13)	லயன்.
Layan Grant (I) (S. No. 17).	கிராண்டு லயன்.
Mādambākkam ..	மாடம்பாக்கம்.
Mādavaram ..	மாதவரம்.
Madippākkam (I).	மடிப்பாக்கம்.
Maduraippākkam.	மதுரைப்பாக்கம்.
Maduraivāyal ..	மதுரைவாயல்.
Māmbalam (Z).	மாம்பலம்.
Manali (I) ..	மணலி.
Manjambākkam ..	மஞ்சம்பாக்கம்.
Mannūr ..	மண்ணூர்.
Māttūr ..	மாத்தூர்.
Mēdavākkam ..	மேடவாக்கம்.
Mēl Pākkam ..	மேல்பாக்கம்.
Mēnāmbēdu ..	மேனாம்பேடு.
Meppēdu (I) ..	மெப்பேடு.
Mīnambākkam ..	மீனம்பாக்கம்.
Mittanemali ..	மிட்டநெமலி.
Mogappēr ..	மொகப்பேர்.

SAIDĀPET TĀLŪK—cont. சைதாபேட்டை தாலுகா—தொடர்ச்சி.

Mōrai (I) ..	மோறை.
Mudichchūr ..	முடிச்சூர்.
Mūlachchēri ..	மூலச்சேரி.
Mullam ..	முள்ளம்.
Mūvarasanpattu.	மூவரசன்பட்டு.
Naduvakkarai ..	நடுவக்கரை.
Nandambākkam.	நந்தம்பாக்கம்.
Nanganallūr (I)..	நங்கநல்லூர்.
Nanmangalam ..	நன்மங்கலம்.
Nāravārikuppam.	நாரவாரிகுப்பம்.
Nemalichchēri ..	நெமலிச்சேரி.
Nerkunram ..	நெற்குன்றம்.
Nesappākkam ..	நெசப்பாக்கம்.
Nīlangarai (I) ..	நீலங்கரை.
Nolambūr ..	நொளம்பூர்.
Nūmbal (Z) ..	நூம்பல்.
Oragadam (I) ..	ஒரகடம்.
Ottiyambākkam..	ஒட்டியம்பாக்கம்.
Pādi ..	பாடி.
Pālavākkam ..	பாலவாக்கம்.
Palavantāngal ..	பழவந்தாங்கல்.
Pālavāyal ..	பாலவாயல்.
Pālavēdu ..	பாலவேடு.
Pallāvaram (S. No. 240) (Z).	பல்லாவரம்.
Pallāvaram Cantonment (S. No. 212).	பல்லாவரம்.
Pallikkāranai .	பள்ளிக்காரணை.
Pallippattu ..	பள்ளிப்பட்டு.
Pammadukulam	பம்மதுகுளம்.
Pammal (I) ..	பம்மல்.
Pāndēswaram ..	பாண்டேசுவரம்.
Pattaraivākkam.	பட்டரைவாக்கம்.
Pāyasambākkam.	பாயசம்பாக்கம்.
Peravallūr ..	பெரவள்ளூர்.
Periyakūdal ..	பெரியகூடல்.
Perumālagaram..	பெருமாளகரம்.
Perumbākkam ..	பெரும்பாக்கம்.
Perungudi ..	பெருங்குடி.
Perungalattūr ..	பெருங்களத்தூர்.
Pīrkankāranai ..	பீர்கன்காரணை.
Polichchalūr ..	பொழிச்சலூர்.
Porundavākkam (I).	பொருந்தவாக்கம்.
Pōrūr ..	போரூர்.
Pottūr ..	பொத்தூர்.
Puduppattu (Maktā) (I).	மக்தாபுதுப்பட்டு.
Pulal .	புழல்.
Puttagaram (I) ..	புத்தகரம்.
Pulikkuradu ..	புலிக்குரடு.
Pulikkutti (I) ..	புலிக்குத்தி.
Puliyūr ..	புலியூர்.
Rājakīlpākkam ..	ராஜகீழ்ப்பாக்கம்.
Rāmāpuram ..	ராமாபுரம்.
Red Hills ..	பொழலேரி.
Sadaiyankuppam.	சடையன்குப்பம்.
Saidāpēttai (Saidāpet).	சைதாபேட்டை.
Saint Thomas' Mount (Parangimalai).	பறங்கிமலை.
Sāligrāmam ..	சாலிகிராமம்.
Sāttangādu ..	சாத்தங்காடு.
Sēlaivāyal ..	சேலைவாயல்.
Sēlaiyūr ..	சேலையூர்.
Sembākkam ..	செம்பாக்கம்.
Sembiyam ..	செம்பியம்.
Semmamchēri ..	செம்மஞ்சேரி.
Senchēri ..	செஞ்சேரி.
Sirugāvūr ..	சிறுகாவூர்.
Siruvallūr ..	சிறுவள்ளூர்.
Sivalabūdam ..	சிவலபூதம்.
Sīvaram ..	சீவரம்.
Sūrappattu ..	சூரப்பட்டு.
Talaikkananchēri.	தலைக்கணஞ்சேரி
Tāmbaram ..	தாம்பரம்.
Tandalam ..	தண்டலம்.
Taramani ..	தரமணி.
Tēnambākkam(I).	தேனம்பாக்கம்.
Tīrttakaraiyambattu.	தீர்த்தகரையம் பட்டு.
Tirumangalam (Z).	திருமங்கலம்.
Tirumullaivāyal..	திருமுல்லைவாயல்.
Tirunīrmalai ..	திருநீர்மலை.
Tirusūlam ..	திருசூலம்.
Tiruvanchēri (I).	திருவஞ்சேரி.
Tiruvanmiyūr (I).	திருவான்மியூர்.
Tiruvottiyūr ..	திருவொத்தியூர்.
Tīyambākkam (I).	தீயம்பாக்கம்.
Tundakkalani ..	துண்டக்கழனி.
Ukkiyamturaippākkam.	உக்கியம்துறைப் பாக்கம்.
Ullagaram ..	உள்ளகரம்.
Ūrur ..	ஊரூர்.
Uttandi ..	உத்தண்டி.
Vada Agaram ..	வட ஆகரம்.
Vadagarai ..	வடகரை.
Vadapurambākkam.	வடபுரம்பாக்கம்.
Vaikkādu ..	வைக்காடு.
Valasaravākkam.	வளசரவாக்கம்.
Vānagaram ..	வானகரம்.
Vellachchēri S. No. 53.)	வெள்ளச்சேரி.

SAIDĀPET TĀLŪK—cont. சைதாபேட்டை தாலூகா—தொடர்ச்சி.

Vēlachchēri (S. No. 219).	வேளச்சேரி.
Vellānūr (I)	வெள்ளானூர்.
Vengappākkam	வெங்கப்பாக்கம்.
Vengavāsal	வெங்கவாசல்.
Vilakkuppatti	விளக்குப்பட்டி.
Vilāngādupākkam.	விளாங்காடுபாக்கம்.
Villivākkam	வில்லிவாக்கம்.
Virugambākkam.	விருகம்பாக்கம்.

SRĪPERUMBŪDŪR TĀLŪK. ஸ்ரீபெரும்பூதூர் தாலூகா.

Ādananchēri	ஆதனஞ்சேரி.
Ādanūr	ஆதனூர்.
Agaram (Mēl)	அகரம் (மேல்).
Agrahāram (S. No. 115).	அக்கிரஹாரம்.
Agrahāram (S. No. 143).	அக்கிரஹாரம்.
Akkammāpuram.	அக்கம்மாபுரம்.
Alagūr	அழகூர்.
Amarambēdu	அமரம்பேடு.
Ammanambākkam (I).	அம்மணம்பாக்கம்.
Amudūrmēdu	அமுதூர்மேடு.
Annambēdu (I)	அன்னம்பேடு.
Ārambākkam	ஆரம்பாக்கம்.
Āranēri	ஆரனேரி.
Ariyamarundanallūr.	அரியமர்ந்தநல்லூர்.
Ariyappanchēri (I).	அரியப்பஞ்சேரி.
Āyakulattūr	ஆயகுளத்தூர்.
Ayyappantāngal.	அய்யப்பன்தாங்கல்.
Bahādurvādi	பகாதுர்வாடி.
Bālanallūr (Z)	பாலநல்லூர்.
Bānavēdutōttam.	பாணவேடுதோட்டம்.
Bhīmantāngal (Z).	பீமன்தாங்கல்.
Būdanūr	பூதனூர்.
Chembarambākkam (Z).	செம்பரம்பாக்கம்.
Chettippattu (Z).	செட்டிப்பட்டு.
Chikkarāyapuram.	சிக்கராயபுரம்.
Chinnapannaichchēri	சின்னபண்ணைச்சேரி.
Chittūr (Z)	சித்தூர்.
Chokkanallūr (Z).	சொக்கநல்லூர்.
Chōranchēri (Z)	சோரஞ்சேரி.
Dārāvūr	தாராவூர்.
Echchūr	எச்சூர்.
Eganāpuram	ஏகனாபுரம்.
Erivākkam	எரிவாக்கம்.
Elakkāymangalam (I).	ஏலக்காய்மங்கலம்.
Elamayankōttūr (Z).	எலமையன்கோட்டூர்.
Elichchūr	எழிச்சூர்.
Erumaiyūr	எருமையூர்.
Ettikuttimēdu	எட்டிகுத்திமேடு.
Geragambākkam.	கெரகம்பாக்கம்.
Gōparasanallūr	கோபரசநல்லூர்.
Gunduperumbēdu	குண்டுபெரும்பேடு.
Gunakarambākkam	குணகரம்பாக்கம்.
Idaiyarpākkam	இடையர்பாக்கம்.
Iraiyūr (Z)	இரையூர்.
Irumbēdu (I)	இரும்பேடு.
Irungāttukkōttai (I).	இருங்காட்டுக்கோட்டை.
Irungulam	இருங்குளம்.
Jambōdai	ஜம்போடை.
Jammanāmbattu (Z).	ஜம்மனாம்பட்டு.
Kandamangalam.	கண்டமங்கலம்.
Kandivākkam	கண்டிவாக்கம்.
Kāndūr	காந்தூர்.
Kānjivākkam	காஞ்சிவாக்கம்.
Kannantāngal	கண்ணன்தாங்கல்.
Kannantāngal (I).	கண்ணன்தாங்கல்.
Kannapālaiyam	கண்ணபாளையம்.
Kappānkōttūr	கப்பான்கோட்டூர்.
Kāranaippattu (Z)	காரணைப்பட்டு.
Kāranaittāngal	காரணைத்தாங்கல்.
Kārantāngal (Z).	காரந்தாங்கல்.
Karasangāl	கரசங்கால்.
Kariyamāngalani (Z).	கரியமாங்கழனி.
Karunākarachchēri (S. No. 111).	கருணாகரச்சேரி.
Karunākarachchēri (S. No. 312).	கருணாகரச்சேரி.
Kāttagaram (Z)	காட்டகரம்.
Kāttarambākkam.	காட்டரம்பாக்கம்.
Kātterippattu (Z).	காட்டேரிப்பட்டு.
Kāttuppākkam (S. No. 150).	காட்டுப்பாக்கம்.
Kāttuppākkam (S. No. 334).	காட்டுப்பாக்கம்.

SRĪPERUMBŪDŪR TĀLŪK—cont. ஸ்ரீபெரும்பூதூர் தாலூகா—தொடர்ச்சி.

Kāvalchēri (I) .. காவல்சேரி.
Kāvalkalani .. காவல்கழனி.
Kāvanūr (S. No. 249). காவனூர்.
Kāvanūr (S. No. 326). காவனூர்.
Kilāy .. கிளாய்.
Kīl Kalani .. கீழ் கழனி.
Kīl Manambēdu .. கீழ் மணம்பேடு.
Kīranallūr .. கீரநல்லூர்.
Kīvalūr (Z) .. கீவளூர்.
Kodamanallūr (I). கொடமநல்லூர்.
Kōlappanchēri .. கோளப்பஞ்சேரி.
Kollaichchēri .. கொல்லைச்சேரி.
Kondavākkam .. கொண்டவாக்கம்.
Korattūr .. கொரட்டூர்.
Korukkantāngal. கொறுக்கன் தாங்கல்.
Kōttūr (Z) .. கோட்டூர்.
Kōvūr .. கோவூர்.
Kūdappākkam .. கூடப்பாக்கம்.
Kūduvānchēri .. கூடுவாஞ்சேரி.
Kulamanippākkam. குளமணிப்பாக்கம்
Kulappākkam .. குளப்பாக்கம்.
Kulangachchēri .. கூழுங்கச்சேரி.
Kulattūr குளத்தூர்.
Kūlattuvānchēri. குளத்துவாஞ்சேரி
Kunnam .. குன்னம்.
Kunnattūr .. குன்னத்தூர்.
Kuttambākkam .. குத்தம்பாக்கம்.
Kuttanūr .. குத்தனூர்.
Kūttavākkam .. கூத்தவாக்கம்.
Mādambākkam .. மாடம்பாக்கம்.
Madanandapuram மதனந்தபுரம்.
Madhuramangalam. மதுரமங்கலம்.
Māgānyam .. மாகாணியம்.
Mahādēvimangalam. மகாதேவிமங்கலம்.
Malaippattu .. மலைப்பட்டு.
Malaiyambākkam. மலையம்பாக்கம்.
Māmbākkam (Z). மாம்பாக்கம்.
Mananchēri .. மணஞ்சேரி.
Manappākkam .. மணப்பாக்கம்.
Māngādu .. மாங்காடு.
Manimangalam .. மணிமங்கலம்.
Mannūr .. மண்ணூர்.
Matavilāgam .. மடவிளாகம்.
Māttūr .. மாத்தூர்.
Maulivākkam (I). மௌலிவாக்கம்.
Mēl Maduramangalam. மேல் மதுரமங்கலம்.
Mēl Manambēdu (I). மேல் மணம்பேடு.
Mēl Pākkam .. மேல்பாக்கம்.

Mēppūr .. மேப்பூர்.
Mēttuppālaiyam. மேட்டுப்பாளையம்.
Mēvalūrkuppam (I). மேவளூர்குப்பம்.
Meyyūr .. மெய்யூர்.
Mōdirambēdu (Z). மோதிரம்பேடு.
Molasūr .. மொளசூர்.
Mugalivākkam (I) முகலிவாக்கம்.
Mūnānkattalai .. மூனாங்கட்டளை.
Nadukkuttagai .. நடுக்குத்தகை.
Naduvīrappattu .. நடுவீரப்பட்டு.
Nallānperumbēdu. நல்லான்பெரும்பேடு.
Nallūr .. நல்லூர்.
Nandambākkam. நந்தம்பாக்கம்.
Nandimēdu .. நந்திமேடு.
Narasingapuram. நரசிங்கபுரம்.
Nariyambākkam. நரியம்பாக்கம்.
Nāttarasanpattu. நாட்டரசன்பட்டு.
Nāvalūr (S. No. 390). நாவலூர்.
Nāvalūr (S. No. 348). நாவலூர்.
Nazarethpēttai (I) நஜரெத்பேட்டை.
Neduncheri (Z) .. நெடுஞ்சேரி.
Nemali (Z) .. நெமலி.
Nemalichchēri .. நெமலிச்சேரி.
Nēmam .. நேமம்.
Nīlamanglam (I). நீலமங்கலம்.
Nochchimēdu .. நொச்சிமேடு.
Oddankāranai .. ஒட்டன்காரணை.
Oragadam .. ஒரகடம்.
Oragadam Mahādēvimangalam (I). ஒரகடம் மகாதேவிமங்கலம்.
Orattūr .. ஒரத்தூர்.
Padappai .. படப்பை.
Pādichchēri .. பாடிச்சேரி.
Padūr .. படூர்.
Palanjūr (Z) .. பழஞ்சூர்
Palantandalam .. பழந்தண்டலம்
Pālērippattu .. பாலேரிப்பட்டு.
Panaippākkam .. பனைப்பாக்கம்.
Panaiyūr .. பனையூர்.
Pannurutti .. பண்ணுருட்டி.
Pāppānkuli .. பாப்பான்குழி.
Paraniputtūr .. பரணிபுத்தூர்
Pārivākkam .. பாரிவாக்கம்.
Paruttippattu .. பருத்திப்பட்டு.
Parvatarājapuram பர்வதராஜபுரம்.
Peddunāyakkantāngal (Z) பெத்துநாயக்கன் தாங்கல்.
Pennalūr .. பெண்ணலூர்
Pērinjambākkam. பேரிஞ்சம்பாக்கம்
Periyapannaichchēri. பெரியபண்ணைச்சேரி.

SRÎPERUMBÛDÛR TÂLUK—cont. ஸ்ரீபெரும்பூதூர் தாலுகா—தொடர்ச்சி.

Periyantāngal (Z).	பெரியன்தாங்கல்.
Pichchivākkam ..	பிச்சிவாக்கம்.
Pidārittāngal ..	பிடாரித்தாங்கல்.
Pillaippākkam ..	பிள்ளைப்பாக்கம்.
Podavūr ..	பொடவூர்
Pōndūr (I) ..	போந்தூர்.
Puduchchēri ..	புதுச்சேரி.
Puduppēr ..	புதுப்பேர்.
Pūndi (I) ..	பூண்டி.
Pūntandalam ..	பூந்தண்டலம்.
Pūvirundavalli (Poonamallee).	பூவிருந்தவல்லி.
Rāmānujapuram.	ராமானுஜபுரம்.
Rendānkattalai ..	ரெண்டாங்கட்டளை.
Sālamangalam ..	சாலமங்கலம்.
Santavēlūr (Z) ..	சந்தவேலூர்.
Savakkantāngal (Z).	சவக்கன்தாங்கல்.
Selaiyanūr (Z) ..	செலையனூர்.
Selvalimangalam.	செல்வழிமங்கலம்.
Sēndamangalam ..	சேந்தமங்கலம்.
Sēngādu ..	செங்காடு.
Sennakuppam ..	சென்னகுப்பம்.
Sennīrkuppam (I)	சென்னீர்குப்பம்.
Serappananchēri.	செரப்பணஞ்சேரி.
Singilippādi ..	சிங்கிலிப்பாடி.
Sirukalattūr (S. No. 250).	சிறுகளத்தூர்.
Sirukalattūr (S. No 373).	சிறுகளத்தூர்.
Sirukilāy ..	சிறுகிளாய்.
Sirumāngādu ..	சிறுமாங்காடு.
Sirumāttūr ..	சிறுமாத்தூர்.
Siruvanjūr ..	சிறுவஞ்சூர்.
Sittukkādu (Z) ..	சித்துக்காடு.
Sivankūdal ..	சிவன்கூடல்.
Sivapuram (I) ..	சிவபுரம்.
Sōgandi (Ijara) ..	சோகண்டி.
Sōmangalam ..	சோமங்கலம்.
Srīnivāsapuram ..	ஸ்ரீனிவாசபுரம்.
Srīperumbūdūr ..	ஸ்ரீபெரும்பூதூர்.
Sumattirambēdu (Z).	சுமத்திரம்பேடு.
Sundarachōlavaram (I)	சுந்தரசோழவரம்.
Tandalam (S. No. 194).	தண்டலம்.
Tandalam (Z) (S. No. 300).	தண்டலம்.
Tandalkalani ..	தண்டல்கழனி
Tandarai ..	தண்டரை

Tarappākkam ..	தரப்பாக்கம்.
Tattanūr (Z) ..	தத்தனூர்.
Telliyāragaram ..	தெள்ளியாரகரம்.
Tinnanūr (Jāghīr).	தின்னனூர்.
Tirukkōvilpattu (Z),	திருக்கோவில்பட்டு.
Tirumahishai ..	திருமஹிஷை.
Tirumalrājapuram (Z).	திருமல்ராஜபுரம்.
Tirumanam (Z) ..	திருமணம்.
Tirumangalam ..	திருமங்கலம்.
Tirumudivākkam.	திருமுடிவாக்கம்.
Tirunāgēswaram.	திருநாகேஸ்வரம்.
Tiruvambuttēri (I).	திருவம்புத்தேரி.
Tiruvērkādu ..	திருவேற்காடு.
Tūkkanāmbattu (Z).	தூக்கணாம்பட்டு.
Tulajāpuram (I).	துளஜாபுரம்.
Udaiyavarkōvil ..	உடையவர்கோவில்.
Umaiyālbharanachchēri.	உமையாள் பரணச்சேரி.
Vadakāl (Z) ..	வடகால்.
Vadakkuppattu ..	வடக்குப்பட்டு.
Vadamangalam ..	வடமங்கலம்.
Vadamēlpākkam.	வடமேல்பாக்கம்.
Vaippūr (Z) ..	வைப்பூர்.
Valaiyakkāranai.	வலையக்கரணை.
Valattānchēri ..	வலத்தாஞ்சேரி.
Vallakkōttai (Z).	வல்லக்கோட்டை.
Vallam (Z) ..	வல்லம்.
Vanjivānchēri ..	வஞ்சிவாஞ்சேரி.
Varadarājapuram (S. No. 139).	வரதராஜபுரம்.
Varadarājapuram (S. No. 323).	வரதராஜபுரம்.
Vattambākkam ..	வட்டம்பாக்கம்.
Vāyalānallūr (Z).	வாயலாநல்லூர்.
Vellantāngal (Z).	வெள்ளந்தாங்கல்.
Vellarai ..	வெள்ளரை.
Vellaritāngal ..	வெள்ளரித்தாங்கல்.
Vellavēdu ..	வெள்ளவேடு.
Vengādu ..	வெங்காடு.
Venkatapuram ..	வெங்கடபுரம்.
Vilinjiyambākkam,	விழிஞ்சியம்பாக்கம்.
Vīrarāghavapuram.	வீரராகவபுரம்.
Vittāvidagai ..	விட்டாவிடகை.

TIRUVALLŪR TĀLŪK. திருவள்ளூர் தாலூகா.

Ābrahāmpuram .. ஆபிரஹாம்புரம்.
~~Adambākkam~~ .. ~~அடம்பாக்கம்.~~
Adigattūr (Z) .. அதிகத்தூர்.
Adilivākkam .. அதிலிவாக்கம்.
Adivikodiyambattu (Z). அடிவிகொடியம்பட்டு.
Adivi Sankarapuram. அடிவி சங்கரபுரம்.
Agaram (S. No. 14). அகரம்.
Agaram (S. No. 102). அகரம்.
Agaram (S. No. 7) (Z). அகரம்.
Agaram (S. No. 240) (Z). அகரம்.
Aivēli Agaram (Z). ஐவேலி அகரம்.
Akkārappākkam. அக்காரப்பாக்கம்.
Alagiri Kandigai (Z). அளகிரி கண்டிகை
Ālappākkam (I) .. ஆலப்பாக்கம்.
Ālappākkam (Z). ஆலப்பாக்கம்.
Ālappākkam Kandigai (Z). ஆலப்பாக்கம் கண்டிகை.
Alinjivākkam (S. No. 96). அழிஞ்சிவாக்கம்.
Alinjivākkam (S. No. 228). அழிஞ்சிவாக்கம்.
Allikkuli .. அல்லிக்குழி.
Amanambākkam. அமணம்பாக்கம்.
Āmidānallūr (I) ... ஆமிதாநல்லூர்.
Ammambākkam (Z). அம்மம்பாக்கம்.
Amudūr (I) .. அமுதூர்.
Anandāri .. அனந்தாரி.
Annadānakākkavākkam. அன்னதானகாக்கவாக்கம்.
Appambattu . அப்பம்பட்டு.
Appupillai Kandigai (Z). அப்புபிள்ளை கண்டிகை.
Aranvāyal (Z) .. அரன்வாயல்.
Ariyappākkam .. அரியப்பாக்கம்.
Āriyattūr .. ஆரியத்தூர்.
Ariyavākkam (I). அரியவாக்கம்.
Ārkkambattu .. ஆர்க்கம்பட்டு.
Arumbākkam (S. No. 118). அரும்பாக்கம்.
Arumbākkam (S. No, 130). அரும்பாக்கம்.
Ātrambākkam .. ஆட்ரம்பாக்கம்.
Attangi Kāvanūr. அத்தங்கி காவனூர்.
Attivākkam (I) .. அத்திவாக்கம்.
Āttuppākkam (Z). ஆட்டுப்பாக்கம்.
Āttūr (Z) .. ஆத்தூர்.
Avichchēri (I) .. அவிசசேரி.
Āyalchēri .. ஆயல்சேரி.
Āyalūr .. ஆயலூர்.
Ayattūr .. அயத்தூர்.
~~Bandikāvanūr~~ .. ~~பண்டிகாவனூர்.~~
Bandikāvanūr (I). பண்டிகாவனூர்.
Bhīmapuram (Z). பீமபுரம்.
Būchchi Attippattu (I). பூச்சி அத்திப்பட்டு.
Chellama Kandigai (Z). செல்லம கண்டிகை.
Chenchurāju Kandigai (Z). செஞ்சுராஜு கண்டிகை.
Chengalrāyapuram (Z). செங்கல்ராயபுரம்.
Chennakēswarapuram (I). சென்னகேஸ்வரபுரம்.
Chittambākkam .. சித்தம்பாக்கம்.
Dāmarappākkam (I). தாமரப்பாக்கம்.
Dēvadāri Kodiyambattu (Z). தேவதாரி கொடியம்பட்டு.
Dēvāndavākkam. தேவாண்டவாக்கம்.
Edambēdu .. எடம்பேடு.
Ēgāttūr (Z) .. ஏகாட்டூர்.
Ēlambākkam (I). ஏலம்பாக்கம்.
Ēnambākkam .. ஏனம்பாக்கம்.
~~Eranavākkam~~ .. ~~ஏறணைவாக்கம்.~~
Gengalu Kandigai கெங்கலு கண்டிகை.
Gerukambākkam. கெருகம்பாக்கம்.
Gerukampūndi .. கெருகம்பூண்டி.
Gollapālaiyam (Z). கொல்லபாளையம்.
Gōvardhanagiri alias Pulippādu (Z). கோவர்த்தனகிரி என்கிற புலிப்பாடு.
Gōvindamēdu .. கோவிந்தமேடு.
Gōvindarājakuppam. கோவிந்தராஜகுப்பம்.
Greenway-nattam. கிரீன்வே நத்தம்.
Gūdiyam (Z) .. கூடியம்.
Gurupuram .. குருபுரம்.
Guruvāyal .. குருவாயல்.
Hanumantapuram (Z). ஹனுமந்தபுரம்.
Hudson Nagaram அட்சன் நகரம்.
Hudsonpuram .. அட்சனபுரம்.
Īkkādu .. ஈக்காடு.
Iluppūr .. இலுப்பூர்.
Iraiyāmangalam. இரையாமங்கலம்.
Iraiyūr (I) .. இரையூர்.
Irulanchēri .. இருளஞ்சேரி.
Kachchūr (Z) .. கச்சூர்.
Kadambattūr .. கடம்பத்தூர்.

TIRUVALLŪR TĀLUK—*cont.* திருவள்ளூர் தாலுகா—தொடர்ச்சி.

Kādānallūr (I) ..	காடாநல்லூர்.
Kādarvēdu ..	காதர்வேடு.
Kaivandūr (Z) ..	கைவண்டூர்.
Kākkalūr (Z) ..	காக்களூர்.
Kalakalōdai (Z) ..	கலகாலோடை.
Kalavai ..	கலவை.
Kaliyanūr (I) ..	களியனூர்.
Kallambēdu (I) ..	கல்லம்பேடு.
Kalpattu ..	கல்பட்டு.
Kalyānakuppam.	கலியாணகுப்பம்.
Kammavārpālaiyam (Z).	கம்மவார்பாளையம்.
Kanakavallipuram.	கனகவல்லிபுரம்.
Kannammāpēttai.	கன்னம்மாபேட்டை.
Kannankāranai (Z).	கன்னங்காரணை.
Kānnigaippēr ..	கன்னிகைப்பேர்.
Kannūr (Z) ..	கண்ணூர்.
Kāranai (S. No. 50).	காரணை.
Kāranai (S. No. 87).	காரணை.
Kāranai (S. No. 233).	காரணை.
Kārani Nizām battu.	காரணி நிசாம்பட்டு.
Karattānūr ..	கரட்டானூர்.
Karikkalavākam.	கரிக்கலவாக்கம்.
Kārūr alias Krishnagiri.	காரூர் என்கிற கிருஷ்ணகிரி.
Kāvānkulattūr (I).	காவான்குளத்தூர்.
Kēsavanallāttūr.	கேசவநல்லாத்தூர்.
Kilāmbākkam ..	கிளாம்பாக்கம்.
Kilāmbākkam (I).	கிளாம்பாக்கம்.
Kīl Chēri ..	கீழ் சேரி.
Kīlānūr ..	கீழானூர்.
~~Kīl Mēni~~ ..	~~கீழ் மேனி.~~
Kīl Nallāttūr (I).	கீழ் நல்லாத்தூர்.
Kīl Vilāgam ..	கீழ விளாகம்.
Kobbēri Kandigai (Z).	கொப்பேரி கண்டிகை.
Kōdandarāmapuram alias Nallappanāyudu Kandigai.	கோதண்டராமபுரம் என்கிற நல்லப்ப நாயுடு கண்டிகை.
Kōduvali ..	கோடுவெளி.
Kolundalūr (Z) ..	கொழுந்தலூர்.
Komagambēdu (I)	கொமகம்பேடு.
Kondanchēri ..	கொண்டஞ்சேரி.
Kōpākkam (Z) ..	கோபாக்கம்.
Koppūr (Z) ..	கொப்பூர்.
Korakantandalam.	கொரகந்தண்டலம்.
Kottaiyūr ..	கொட்டையூர்.
Kōttākkuppam ..	கோட்டாக்குப்பம்.
Kottūr (Z) ..	கொத்தூர்.
Kōvilāmpūndi (Z)	கோவிலாம்பூண்டி.
Krishnāpuram ..	கிருஷ்ணாபுரம்.
Krishnāpuram Kandigai (Z).	கிருஷ்ணாபுரம் கண்டிகை.
Kumārachchēri ..	குமாரச்சேரி.
Komāravenkatāpuram Agrahāram (Z).	குமாரவெங்கடாபுரம் அக்கிரகாரம்.
Kūnipālaiyam (Z)	கூனிபாளையம்.
Kunjaram ..	குஞ்சரம்.
Kunnattūr (Z) ..	குன்னத்தூர்.
Kunnavalam ..	குன்னவலம்.
Kuppam Kandiga (Z).	குப்பம் கண்டிகை.
Kūrambākkam ..	கூரம்பாக்கம்.
Kūvam ..	கூவம்.
Lingamanāyudupalli (Z).	லிங்கமநாயுடுபள்ளி.
Maduravāsal ..	மதுரவாசல்.
Māgaral ..	மாகரல்.
Mālandūr (I) ..	மாளந்தூர்.
Māmandūr Agrahāram (Z).	மாமண்டூர் அக்கிரகாரம்.
Māmbākkam (Z).	மாம்பாக்கம்.
Māmbākkam Agrahāram (Z).	மாமபாக்கம் அக்கிரகாரம்.
Māmbattu ..	மாம்பட்டு.
Māmpallam ..	மாம்பள்ளம்.
Manamēdu ..	மணமேடு.
Manavālam (Z) ..	மணவாளம்.
Manjankāranai ..	மஞ்சங்காரணை.
Mappēdu ..	மப்பேடு.
Matattukkuppam (Z).	மடத்துக்குப்பம்.
Matavilāgam ..	மடவிளாகம்.
Mayilāppūr ..	மயிலாப்பூர்.
Mēlagaram (Z) ..	மேலகரம்.
Mēlānūr (I) ..	மேலானூர்.
Mēl Karamanūr ..	மேல் கரமனூர்.
Mēl Kundiyār (I).	மேல் குண்டியார்.
Mēlmāligaippattu.	மேல்மாளிகைப்பட்டு.
Mēl Nallāttūr (I).	மேல் நல்லாத்தூர்.
Mēl Vilāgam ..	மேல் விளாகம்.
Meyyūr ..	மெய்யூர்.
Mitilāpuram (Z).	மிதிலாபுரம்.
Monnavēdu ..	மொண்ணவேடு.
Mōvūr ..	மோவூர்.
Mudukūr (Z) ..	முதுகூர்.
Mummadikuppam (Z).	மும்மடிகுப்பம்.

TIRUVALLŪR TĀLUK—cont. திருவள்ளூர் தாலுகா—தொடர்ச்சி.

Mūngilpattu (I) ..	மூங்கில்பட்டு.
Murukkanchēri (Z).	முருக்கஞ்சேரி.
Nāgēswarapuram (Z).	நாகேஸ்வரபுரம்.
Nallānkāvanūr ..	நல்லான்காவனூர்
Nambākkam (Z).	நம்பாக்கம்.
Nandimangalam (Z).	நந்திமங்கலம்.
Narasamangalam (Z).	நரசமங்கலம்.
Narasingapuram.	நரசிங்கபுரம்.
Nārāyanarāju Kandigai (Z).	நாராயணராஜு கண்டிகை.
~~Nattem (I)~~	~~நத்தம்.~~
Nāvalkuppam (Z).	நாவல்குப்பம்.
Nayappākkam ..	நயப்பாசகம்.
Nayappākkam (Z)	நயப்பாக்கம்.
Nelvāy (Z) ..	நெல்வாய்.
Nemmali Agaram.	நெம்மலி அகரம்.
Neyvēli (S. No. 148).	நெய்வேலி.
Neyvēli (S. No. 172).	நெய்வேலி.
Nīrvāy ..	நீர்வாய்.
Nungambākkam (Z).	நுங்கம்பாக்கம்.
Ōbulurāju Kandigai (Z).	ஓபுலுராஜு கண்டிகை.
Odappai ..	ஒதப்பை.
Odikkādu .	ஒதிக்காடு.
Ōttēri (Z) ..	ஓட்டேரி.
Pāgalmēdu ..	பாகல்மேடு.
Pākkam (I) ..	பாக்கம்.
Palliyaraikkuppam.	பள்ளியறைக்குப்பம்.
Panaiyanchēri ..	பனையஞ்சேரி.
Pānambākkam (Z)	பாணம்பாக்கம்.
Panappākkam ..	பனப்பாக்கம்.
Pāndūr ..	பாண்டூர்.
Pāparambākkam (Z).	பாபரம்பாக்கம்.
Pattaraiperumbudūr.	பட்டறைபெரும்புதூர்.
Pennalūrpēt (Z).	பென்னலூர்பேட்டை.
Pērambākkam ..	பேரம்பாக்கம்.
Pērattūr (I) ..	பேரத்தூர்.
Pērittivākkam ..	பேரிட்டிவாக்கம்.
Periyakuppam ..	பெரியகுப்பம்.
Periyapālaiyam ..	பெரியபாளையம்.
Perumālpattu (Z).	பெருமாள்பட்டு.
Perumbākkam ..	பெரும்பாக்கம்.
Perumudivākkam	பெருமுடிவாக்கம்.
Perunchēri (Z) ..	பெருஞ்சேரி.
Pillaiyārkuppam.	பிள்ளையார்குப்பம்.
Pillāri Kandigai (Z).	பிள்ளாரி கண்டிகை.
Pinjivākkam (Z).	பிஞ்சிவாக்கம்.
Pirāyankuppam ..	பிராயன் குப்பம்.
Pisāttūr ..	பிசாட்டூர்.
Place Pālaiyam ..	பிளேஸ் பாளையம்.
Pōlichettigunta (Z).	போலிசெட்டி குண்ட.
Pōlivākkam ..	போளிவாக்கம.
Pōndavākkam ..	போந்தவாக்கம்.
Prasanna Rāmēswarapuram (Z).	பிரசன்ன ராமேஸ்வரபுரம்.
Puduchchēri (Z).	புதுச்சேரி.
Pudukkuppam ..	புதுக்குப்பம்.
Pudumāvilangai.	புதுமாவிலங்கை.
Puduppattu ..	புதுப்பட்டு.
Puduvalūr (Z) ..	புதுவலூர்.
Pulikkunram (Z).	புலிகுன்றம்.
Puliyūr (I) ..	புலியூர்.
Pullarambākkam.	புல்லரம்பாக்கம்.
Pūndi	பூண்டி.
Pungattūr (I) ..	புங்கத்தூர்.
Punnappākkam (S. No. 101).	புன்னப்பாக்கம்.
Punnappākkam (S. No. 124).	புன்னப்பாக்கம்.
Punnappattu ..	புன்னப்பட்டு.
Pūrippākkam (I).	பூரிப்பாக்கம்.
Putlūr	புட்லூர்.
Pūvanūr (I) ..	பூவனூர்.
Rājahagaram ..	ராஜநகரம்.
Rājankuppam (Z).	ராஜன்குப்பம்.
Rājapālaiyam (Z)	ராஜபாளையம்.
Rāllapādi ..	ராள்ளபாடி.
Rāmalingapuram (Z).	ராமலிங்கபுரம்.
Rāmanāthapuram (Z).	ராமநாதபுரம்.
Rāmanchēri ..	ராமஞ்சேரி.
Rāmankōvil ..	ராமன்கோவில்
Rāmāpuram (Z)	ராமாபுரம்.
Rāmatandalam ..	ராமதண்டலம்.
Rangapuram ..	ரங்கபுரம்.
Sadayappa Reddi Kandigai (Z).	சடையப்ப ரெட்டி கண்டிகை.
Sattarai (Z) ..	சத்தரை.
Sēlai	சேலை.
Sembēdu (Z) ..	செம்பேடு.
Sengunram ..	செங்குன்றம்.
Senji (Z) ..	செஞ்சி.
Sennāvaram (Z)..	சென்னாவரம்.

TIRUVALLŪR TĀLŪK—cont. திருவள்ளூர் தாலூகா—தொடர்ச்சி.

Senrāyanpālaiyam	சென்ராயன்பாளையம்.
Sēttuppākkam (I).	சேத்துப்பாக்கம்.
Sevvāpēttai ..	செவ்வாபேட்டை.
Seyyambākkam (I).	செய்யம்பாக்கம்.
Shamsūrbahadūrpēttai alias Alagiripēttai (Z).	ஷம்சூர்பகதூர் பேட்டை என்கிற அளகிரிபேட்டை.
Siddhivināyakapuram (Z).	சித்திவிநாயகபுரம்
Sīdēvikuppam (I).	சீதேவிகுப்பம்
Silamattūr alias Bungalow (Z).	சிலமத்தூர் என்கிற பங்களா.
Singilikuppam ..	சிங்கிலிகுப்பம்.
Sirukadal (I) ..	சிருகடல்.
Sirukalattūr ..	சிறுகளத்தூர்.
Siruvānūr (Z) ..	சிறுவானூர்.
Sīttanchēri (Z) ..	சீத்தஞ்சேரி.
Sittattūr ..	சிட்டத்தூர்.
Sitturāju Kandigai (Z).	சித்துராஜு கண்டிகை.
Sivagiri (Z) ..	சிவகிரி.
Sivanvāyal ..	சிவன்வாயல்.
Sīyananchēri ..	சீயனஞ்சேரி.
Sīyanchēri ..	சீயஞ்சேரி.
Sōmadēvanpāttu (I).	சோமதேவன்பட்டு.
Srīkrishnapuram (Z).	ஸ்ரீகிருஷ்ணபுரம்.
Srinivāsapuram (Z).	ஸ்ரீனிவாஸபுரம்.
Srīrāmapuram (Z)	ஸ்ரீராமபுரம்.
Talakanchēri (Z).	தலகஞ்சேரி.
Tālambākkam (Z)	தாளம்பாக்கம்.
Tālūru Rāmanna Varadanna Kandigai (Z).	தாளூரு ராமண்ண வரதண்ண கண்டிகை.
Tandalam (S. No. 39).	தண்டலம்.
Tandalam (I) ..	தண்டலம்.
Tangānūr (I) ..	தங்கானூர்.
Tannīrkulam ..	தண்ணீர்குளம்.
Tenkāranai ..	தென்காரணை.
Timmabhūpālapuram (Z).	திம்மபூபாலபுரம்.
Timmanambākkam (Z).	திம்மணம்பாக்கம்.
Tirukkananchēri.	திருக்கணஞ்சேரி.
Tirukkandalam.	திருக்கண்டலம்.
Tirumanikkuppam (I).	திருமணிகுப்பம்.
Tirunilai ..	திருநிலை.
Tiruppāchchūr (Z).	திருப்பாச்சூர்.
Tiruppandiyūr (I)	திருப்பந்தியூர்.
Tiruppēr ..	திருப்பேர்.
Tiruvallūr (I) ..	திருவள்ளூர்.
Tiruyilambudūr.	திருவிளம்புதூர்.
Tiruvūr (Z) ..	திருவூர்.
Todukkādu (Z) ..	தொடுக்காடு.
Toludavākkam (Z).	தொழுதவாக்கம்.
Tolūr ..	தொளூர்.
Tōmūr (I) ..	தோமூர்.
Tottikkalai ..	தொட்டிக்கலை.
Ulundai (Z) ..	உளுந்தை.
Ūrūr (Z) ..	ஊரூர்.
Ūrūrpēttai (Z) ..	ஊரூர்பேட்டை.
Uttirampākkam.	உத்திரம்பாக்கம்.
Vadamadurai ..	வடமதுரை.
Vadatillai ..	வடதில்லை.
Vadatūr ..	வதட்டூர்.
Valasaivettikkādu	வலசைவெட்டிக்காடு.
Vâsināmbattu (I).	வாசினாம்பட்டு.
Vayalūr (Z) ..	வயலூர்.
Vēdanginallūr (Z)	வேடங்கிநல்லூர்.
Vēlakāpuram (Z).	வேலகாபுரம்.
Vēlappākkam ..	வேலப்பாக்கம்.
Vellāttukkōttai (Z).	வெள்ளாத்துக கோட்டை.
Vellērittāngal (Z).	வெள்ளேரித்தாங்கல்.
Velliyūr ..	வெள்ளியூர்.
Vēlūr ..	வேலூர்.
Vēmbēdu ..	வேம்பேடு.
Vengal (Z) ..	வெங்கல்.
Vengalattūr (Z).	வெஙகளத்தூர்.
Vengattūr ..	வெங்கத்தூர்.
Vengudi (I) ..	வெங்குடி.
Venkatapuram (Z)	வெங்கடபுரம்.
Vēnkatarāju Kandigai (S).	வேங்கடராஜு கண்டிகை.
Venmanampudūr.	வெண்மணம்புதூர்.
Vēnpākkam ..	வேண்பாக்கம்.
Vēppambattu (S. No. 26).	வேப்பம்பட்டு.
Vēppambattu (S. No. 29).	வேப்பம்பட்டு.
Vēppambattu (Z).	வேப்பம்பட்டு,
Vēppanchettu (I).	வேப்பஞ்செட்டு.
Vidaiyūr ..	விடையூர்.
Vilāppākkām ..	விளாப்பாக்கம்.
Vīrarāghavapuram (I).	வீரராகவபுரம்.
Vīrarāghavapuram (Z).	வீரராகவபுரம்.
Vishnuvākkam ..	விஷ்ணுவாக்கம்.

CHITTOOR DISTRICT.

I = Inam. Z = Zamindari.

CHANDRAGIRI TĀLŪK. చంద్రగిరి తాలూకా.

Achchamma Agrahāram (I).	అచ్చమ్మ అగ్రహారం.
Ādenapalle ...	ఆదెనపల్లె.
Adusupālem (I) ...	అడుసుపాలెం.
Agarāla ...	అగరాల.
Akkārampalle (I).	అక్కారంపల్లె.
Ānagunta (Z) ...	ఆనగుంట.
Annāswāmipalle (Z).	అన్నాస్వామిపల్లె.
Aravavāndlapalle (Z).	అరవవాండ్లపల్లె.
Ārēpalle ...	ఆరేపల్లె.
Attūru (I) ...	అత్తూరు.
Avilāla ...	అవిలాల.
Āvulapeddireddipalle (Z).	అవుల పెద్దిరెడ్డిపల్లె.
Ayitēpalle ...	అయితేపల్లె.
Ayyāvāndlapalle (Z).	అయ్యావాండ్లపల్లె
Bālapalle ...	బాలపల్లె.
Bālireddigāripalle (Z).	బాలిరెడ్డిగారిపల్లె.
Bālireddikondireddipalle (Z).	బాలిరెడ్డి కొండిరెడ్డి పల్లె.
Bandamvāripalle (Z).	బండంవారిపల్లె.
Bandivāripalle (Z).	బండివారిపల్లె.
Bangānivāripalle (Z).	బంగానివారిపల్లె.
Bayyāreddigāripalle (Z).	బయ్యారెడ్డిగారి పల్లె.
Bēripalle (Z) ...	బేరిపల్లె.
Bērivānigunta (Z).	బేరివానిగుంట.
Bestapalle (S. No. 34) (Z).	బెస్తపల్లె.
Bestapalle (S. No. 54) (Z).	బెస్తపల్లె.
Bestapeddugānipalle (Z).	బెస్తపెద్దుగానిపల్లె.
Bhīmavaram ...	భీమవరం.
Bōdireddigāripalle (Z).	బోడిరెడ్డిగారిపల్లె.
Bontaguttapalle (Z).	బొంతగుట్టపల్లె.
Bōyallavāripalle (Z).	బోయల్లవారిపల్లె.
Brāhmanapattu (I)	బ్రాహ్మణపట్టు.
Chandragiri ...	చంద్రగిరి.
Chandragirivāripalle (Z).	చంద్రగిరివారిపల్లె.
Chennammagāripalle (Z).	చెన్నమ్మగారిపల్లె.
Chennayyagunta (I).	చెన్నయ్యగుంట.
Chennupātivāripalle (Z).	చెన్నుపాటివారిపల్లె
Cherlōpalle ...	చెర్లోపల్లె.
Cherukuvāripalle (Z).	చెరుకువారిపల్లె.
Chichchilivāripalle (Z).	చిచ్చిలివారిపల్లె.
Chigaramākulapalle (Z).	చిగరమాకులపల్లె.
Chigarayyagāripalle (Z).	చిగరయ్యగారిపల్లె.
Chiguruvāda Dakshinapu Khandrika (I).	చిగురువాడ దక్షిణపు ఖండ్రిక.
Chiguruvāda Uttarapu Khandrika (I).	చిగురువాడ ఉత్తరపు ఖండ్రిక.

CHANDRAGIRI TĀLŪK—cont. చంద్రగిరి తాలూకా—శేషము.

Chinnarāmāpuram.	చిన్నరామాపురం.
Chinnasānamreddi palle (Z).	చిన్నసానంరెడ్డి పల్లె.
Chintagunta (I) ...	చింతగుంట.
Chintamānipenta (Z).	చింతమానిపెంట.
Dāmalcheruvu ...	దామల్‌చెరువు.
Dāminēdu (I) ...	దామినేడు.
Dāsarigangisetti-palle (Z).	దాసరి గంగిశెట్టి పల్లె.
Dāsireddigāripalle (Z).	దాసిరెడ్డిగారిపల్లె.
Dēvalampēta (Z).	దేవళంపేట.
Dēvulapalle Rāmi-reddipalle (Z).	దేవులపల్లె రామిరెడ్డిపల్లె.
Dhanamichchina-penta (Z).	ధనమిచ్చినపెంట.
Dharmāpuram Khandrika (Z).	ధర్మాపురం ఖండ్రిక.
Diguvamūrtivāri-palle (S. No. 26) (Z).	దిగువమూర్తివారి పల్లె.
Diguvamūrtivāri-palle (S. No. 50) (Z).	దిగువమూర్తివారి పల్లె.
Diguvapōkalavāri-palle (Z).	దిగువపోకలవారి పల్లె.
Dōranakambāla ...	డోరణకంబాల.
Durgānipenta (Z).	దుర్గానిపెంట.
Durgasamudram (I).	దుర్గసముద్రం.
Eddulavāripalle (Z).	ఎద్దులవారిపల్లె.
Eguvapōkalavāri-palle (Z).	ఎగువపోకలవారి పల్లె.
Elakamākulapalle (Z).	ఎలకమాకులపల్లె.
Elakamānipenta (Z).	ఎలకమానిపెంట.
Elamandyam (I).	ఎలమంద్యం.
Ellankivāripalle (Z).	ఎల్లంకివారిపల్లె.
Erragunta (Z) ...	ఎర్రగుంట.
Erramareddipālem (I).	ఎర్రమరెడ్డిపాలెం.
Erapāpireddipalle (Z).	ఎరపాపిరెడ్డిపల్లె.
Erravāndlapalle (Z).	ఎర్రావాండ్లపల్లె.
Gādanki ...	గాదంకి.
Gaddamvāripalle (Z).	గడ్డంవారిపల్లె.
Galasamvāripalle (Z).	గలసంవారిపల్లె.
Gāndla Errappa-palle (Z).	గాండ్లఎర్రప్పపల్లె.
Gantāvāndlapalle (Z).	గంటావాండ్లపల్లె.
Gānugapenta ...	గానుగపెంట.
Gāzulamandyam ...	గాజులమండ్యం.
Gollapalle (I) ...	గొల్లపల్లె.
Gollavānigunta (I)	గొల్లవానిగుంట.
Gōpannagāripalle (Z).	గోపన్నగారిపల్లె.
Gōrpādu ...	గోర్పాడు.
Gottigantivāripalle (Z).	గొట్టిగంటివారిపల్లె.
Gottipātivāripalle (Z).	గొట్టిపాటివారిపల్లె.
Guravarājupalle (Z).	గురవరాజుపల్లె.
Guttakindipalle (Z)	గుట్టకిందిపల్లె.
Guvvalavāripalle (Z)	గువ్వలవారిపల్లె.
Inamati Bōdireddi-vāripalle (Z).	ఇనామతి బోడిరెడ్డి వారిపల్లె.
Inamati Muppired-divaripalle (Z).	ఇనామతిముప్పిరెడ్డి వారిపల్లె.
Inām Pālagutta-palle (Z).	ఇనాం పాలగుట్ట పల్లె.

CHANDRAGIRI TĀLŪK—cont. చంద్రగిరి తాలూకా—శేషము.

Inukulavandlapalle (Z).	ఇనుకులవాండ్లపల్లె.
Itlam Rāmannagāripalle (Z).	ఇట్లంరామన్నగారిపల్లె.
Itlamvāripalle (Z).	ఇట్లంవారిపల్లె.
Jakkidona ...	జక్కిదొన.
Jillāvaripalle (Z).	జిల్లావారిపల్లె.
Jīpālem (I) ...	జీపాలెం.
Kadiyālavāripalle (Z).	కడియాలవారిపల్లె.
Kalabandavāripalle.	కలబండవారిపల్లె.
Kallūru Bhākarāpēta (Z).	కల్లూరుభాకరాపేట.
Kalrōddupalle ...	కల్రోడ్డుపల్లె.
Kālūru (I) ..	కాలూరు.
Kamatampalle (Z)	కమతంపల్లె.
Kammapalle (Z)	కమ్మపల్లె.
Kanchamvāripalle (Z).	కంచంవారిపల్లె.
Kānukurtavāripalle (Z).	కానుకుర్తవారిపల్లె.
Karakambādi (Z).	కరకంబాడి.
Kasivireddivāripalle (Z).	కసివిరెడ్డివారిపల్లె.
Katārivāndlapalle (Z).	కటారివాండ్లపల్లె.
Kāvētigāripalle (Z)	కావేటిగారిపల్లె.
Kokkuvāripalle (S. No. 5) (Z).	కొక్కువారిపల్లె.
Kokkuvāripalle (S. No. 45) (Z).	కొక్కువారిపల్లె.
Kommireddigāripalle (S. No. 32) (Z).	కొమ్మిరెడ్డిగారిపల్లె.
Kommireddigāripalle (S. No. 36) (Z).	కొమ్మిరెడ్డిగారిపల్లె.
Kondireddi Khandrika.	కొండిరెడ్డిఖండ్రిక.
Kongaravāripalle (Z).	కొంగరవారిపల్లె.
Konkāchennayyagunta (I).	కొంకాచెన్నయ్యగుంట.
Koppartivāripālle (Z).	కొప్పర్తివారిపల్లె.
Korlagunta (I) ...	కొర్లగుంట.
Korramēnigunta (I).	కొర్రమేనిగుంట.
Kotāla ...	కొటాల.
Kōtapalle (Z) ...	కోటపల్లె.
Kotramangalam ...	కొట్రమంగలం.
Kottapālem (Z) ...	కొత్తపాలెం.
Kottapalle (Z) ...	కొత్తపల్లె.
Kottūru ...	కొత్తూరు.
Krishnamāchāryula Khandrika (Z)	కృష్ణమాచార్యులఖండ్రిక.
Krishnāpuram (Z)	కృష్ణాపురం.
Krishnayyakālava (I).	కృష్ణయ్యకాలవ.
Kuntrapākkam ...	కుంట్రపాక్కం.
Kūpuchandrapeta (I).	కూపుచంద్రపేట.
Kurapa Bāchannagaunipalle (Z).	కురప బాచన్నగౌని పల్లె.
Kurapa Kārigāripalle (Z).	కురపకారిగారిపల్లె.
Kurapapalle (Z).	కురపపల్లె.
Kurukālava (I) ...	కురుకాలవ.
Lakshmakka Agraharam (Z)	లక్ష్మక్క అగ్రహారం.
Maddinayanipalle.	మద్దినాయనిపల్లె.
Mādigavānigunta (Z).	మాదిగవానిగుంట.
Mallamgunta (I).	మల్లంగుంట.
Mallappagāripalle (Z).	మల్లప్పగారిపల్లె.
Mallavaram ...	మల్లవరం.
Mallavaram (Z) ...	మల్లవరం.

CHANDRAGIRI TĀLŪK—cont. చంద్రగిరి తాలూకా—శేషము.

Māmandūru (S. No. 2). మామండూరు.
Māmandūru (S. No. 79). మామండూరు.
Mangalam (I) ... మంగలం.
Mangalapalle (Z). మంగలపల్లె.
Mangalampēta (Z). మంగలంపేట.
Marrigunta (Z) ... మర్రిగుంట.
Marriguntavāripalle (Z). మర్రిగుంటవారిపల్లె.
Mēdasānivāripalle (Z). మేడసానివారిపల్లె.
Mēdikondavāripalle (Z). మేడికొండవారిపల్లె
Mēkalavāripalle (Z) మేకలవారిపల్లె.
Mēkalavāripēta (Z) మేకలవారిపేట.
Middevāripalle (Z) మిద్దెవారిపల్లె.
Mittamīdipalle (Z) మిట్టమీదిపల్లె.
Mittapālem ... మిట్టపాలెం.
Mogarāla ... మొగరాల.
Molagamūdi (I) ... మొలగమూడి.
Mūgachentanapalle (Z). మూగచెంతనపల్లి.
Mukkarayyagāripalle (Ināmati). (Z). ముక్కరయ్యగారి పల్లె.
Mundlapūdi (I) ... ముండ్లపూడి.
Mundlavāripalle (Z). ముండ్లవారిపల్లె.
Mungaravāripalle (S. No. 60) (Z). ముంగరవారిపల్లె.
Mungaravāripalle (S. No. 84) (Z). ముంగరవారిపల్లె.
Mungilipattu Kottapalle. ముంగిలిపట్టు కొత్త పల్లె.
Muppireddigāripalle (Z). ముప్పిరెడ్డిగారిపల్లె.
Mutukuvāripalle (Z). ముతుకువారిపల్లి.
Muvvalavāripalle (Z). మువ్వలవారిపల్లె.
Nāgamma Agrahāram (I). నాగమ్మ అగ్రహారం
Nāgapatla ... నాగపట్ల.
Nallamānikalava (P). నల్లమానికాలవ.
Nallapālem (I) ... నల్లపాలెం.
Nallappareddigāripalle (Z). నల్లప్పరెడ్డిగారిపల్లె.
Narasingāpuram ... నరసింగాపురం.
Nātakasālavāripalle (Z). నాటకశాలవారిపల్లె.
Nelligundlavaripalle (Z). నెల్లిగుండ్లవారిపల్లె.
Nennūrivāripalle (Z). నెన్నూరివారిపల్లె.
Oddepalle ... ఒడ్డెపల్లె.
Oddepalle (S. No. 14) (Z). ఒడ్డెపల్లె.
Oddepalle (S. No 63) (Z). ఒడ్డెపల్లె.
Oddepalle Malapalle (Z). ఒడ్డెపల్లె మాలపల్లె
Ōtigunta (Z) ... ఓటిగుంట.
Pādi ... పాడి.
Padiputlabayalu ... పదిపుట్లబయలు.
Pākala ... పాకాల.
Pāla Oddepalle (Z) పాల ఒడ్డెపల్లె.
Panaipākkam ... పనైపాక్కం.
Pānakam (I) ... పానకం.
Pandipāpireddipalle (Z). పందిపాపిరెడ్డిపల్లె.
Pāpireddigāripalle (S. No. 21). పాపిరెడ్డిగారిపల్లె.
Pāpireddigāripalle. (S. No. 40) (Z). పాపిరెడ్డిగారిపల్లె.
Pāsamvāripalle (Z) పాశంవారిపల్లె.
Pātakalava (I) ... పాతకాలవ.

CHANDRAGIRI TĀLUK—*cont.* చంద్రగిరి తాలూకా—శేషము.

Pātapēta (Z) ...	పాతపేట.
Payidipalle (I) ...	పయిడిపల్లె.
Peddamōdulareddipalle (Z).	పెద్దమోదులరెడ్డి పల్లె.
Peddammagāripalle (Z).	పెద్దమ్మగారిపల్లె.
Peddanēnivāripalle (Z).	పెద్దనేనివారిపల్లె.
Peddarāmāpuram.	పెద్దరామాపురం.
Pedda Rāmayyagāripalle (Z).	పెద్దరామయ్యగారిపల్లె.
Pedda Sānamreddipalle (Z).	పెద్దసానంరెడ్డిపల్లె
Pedda Timmayyapalle (Z).	పెద్ద తిమ్మయ్యపల్లె.
Peddavenkatareddigaripalle(Z)	పెద్ద వెంకటరెడ్డిగారిపల్లె.
Penubālavāndla Diguvapalle (Z).	పెనుబాలవాండ్ల దిగువపల్లె.
Penubālavāndla Eguvapalle (Z).	పెనుబాలవాండ్ల ఎగువపల్లె.
Pēramvāripalle (Z)	పేరంవారిపల్లె.
Pērūru ...	పేరూరు.
Pillacheruvu (I) ...	పిల్లచెరువు.
Pillapālem (Z) ...	పిల్లపాళెం.
Polikimānipenta (Z).	పొలికిమానిపెంట.
Pōsamvāripalle (Z)	పోశంవారిపల్లి.
Pottāreddisiddāreddipalle (Z).	పొట్టారెడ్డి సిద్దారెడ్డిపల్లె.
Pudipatla ...	పుదిపట్ల.
Pūlavānigunta (I).	పూలవానిగుంట.
Pullayyagāripalle.	పుల్లయ్యగారిపల్లె.
Puttirēnigunta (P)	పుట్టిరేణిగుంట.
Rāghavāpuram (Z)	రాఘవాపురం.
Ramanayyagāripalle (Z).	రమణయ్యగారి పల్లె
Rāmannagāripalle (Z).	రామన్నగారిపల్లె.
Rāmānujapalle (I)	రామానుజపల్లె.
Rāmappanāyanivāripalle (Z).	రామప్పనాయనివారిపల్లె.
Rāmireddigāripalle (S. No. 14) (Z).	రామిరెడ్డిగారిపల్లె.
Rāmireddigāripalle (S. No. 83) (Z).	రామిరెడ్డిగారిపల్లె.
Rāmireddipalle ...	రామిరెడ్డిపల్లె.
Rāmisettivāripalle (Z).	రామిశెట్టివారిపల్లె.
Rātsapalle Erramareddigāripalle(Z)	రాచపల్లె ఎర్రమరెడ్డిగారిపల్లె.
Rāyavāripalle (Z)	రాయవారిపల్లె.
Reddivāripalle ...	రెడ్డివారిపల్లె.
Rēnigunta Agrahāram (Z).	రేణిగుంట అగ్రహారం.
Rōllavāripalle (Z)	రోళ్లవారిపల్లె.
Sānambatla ...	శానంబట్ల.
Sānamreddipalle (Z).	సానంరెడ్డిపల్లె.
Sanjīvarāyanipattada (I).	సంజీవరాయనిపట్టడ.
Sarkāru Pālaguttapalle (Z).	సర్కారు పాలగుట్టపల్లె.
Sarkāru Sādhubadivāripalle (Z).	సర్కారు సాధుబడివారిపల్లె.
Sarva Inām Rāghavacharyulapalle (Z).	సర్వఇనాం రాఘవాచార్యులపల్లె.
Sēshāpuram ...	శేషాపురం.
Settipalli (I) ...	శెట్టిపల్లె.
Shrotriyam Sādhubadivāripalle (Z)	శ్రోత్రియం సాధుబడివారిపల్లె.
Siddāreddipalle(Z).	సిద్దారెడ్డిపల్లె.
Srīnivāsanagaram (Z).	శ్రీనివాసనగరం.
Srīnivāsa Udāsipuram (Z).	శ్రీనివాస ఉదాసిపురం.

CHANDRAGIRI TĀLŪK—cont. చంద్రగిరి తాలూకా—శేషము.

Sūramvāripalle (Z)	సూరంవారిపల్లె.
Sūrappakasam ...	సూరప్పకశం.
Talārivāndlapalle (Z).	తలారివాండ్లపల్లె.
Tambuvānigunta (I).	తంబువానిగుంట.
Tanapalle ...	తనపల్లె.
Tandalam ...	తండలం.
Tānikondavāripalle (Z).	తానికొండవారిపల్లె.
Tātayyakālava (I).	తాతయ్యకాలవ.
Tellāguttapalle (Z)	తెల్లగుట్టపల్లె.
Timmānāyudipalem	తిమ్మానాయుడిపాలెం.
Timmayyagunta (Z).	తిమ్మయ్యగుంట.
Tiruchānūru (I) ..	తిరుచానూరు.
Tirūpati ...	తిరుపతి.
Tittivāripalle (Z).	తిత్తివారిపల్లె.
Tittivāripalle (Inam) (Z).	తిత్తివారిపల్లె.
Tondavāda ...	తొండవాడ.
Tōtatimmayyapalle.	తోటతిమ్మయ్యపల్లె.
Tōtavāripalle (Z).	తోటవారిపల్లె.
Tsallāvāripalle (Z).	చల్లావారిపల్లె.
Tūkivākam ...	తూకివాకం.
Tummalagunta (I).	తుమ్మలగుంట.
Tummalagunta Khandrika (Z).	తుమ్మలగుంట ఖండ్రిక.
Tupākulavārigunta (Z).	తుపాకులవారిగుంట
Tavvachēnūpalle (Z).	తవ్వచేనుపల్లె.
Upparapālem (I)...	ఉప్పరపాలెం.
Vagallavāripalle (Z).	వగల్లవారిపల్లె.
Vallivēdu (Z) ...	వల్లివేడు.
Vallivētivāripalle (Z).	వల్లివేటివారిపల్లె.
Vallūrivāripalle (Z)	వల్లూరివారిపల్లె.
Vankamaddīvāripalle (Z).	వంకమద్దివారిపల్లె.
Vankāyalapātivāripalle (Z).	వంకాయలపాటివారిపల్లె.
Vayallavāripalle (Z).	వయల్లవారిపల్లె.
Vēdāntapuram (I).	వేదాంతపురం.
Vedullacheruvu (Z)	వెదుళ్లచెరువు.
Velireddigāripalle (Z).	వెలిరెడ్డిగారిపల్లె.
Vēmūru (I) ...	వేమూరు.
Venkamanāyanipalle (Z).	వెంకమనాయనిపల్లె.
Venkāyalapātivārikottapalle (Z).	వెంకాయలపాటివారి కొత్తపల్లె.
Venkatadāsaripalle (Z).	వెంకటదాసరిపల్లె.
Venkatāpuram (Z)	వెంకటాపురం.
Vīrannagāripalle (Z).	వీరన్నగారిపల్లె.

CHITTOOR TĀLŪK. చిత్తూరు తాలూకా.

Ādāreddipalle (Z).	ఆదారెడ్డిపల్లె.
Adhikāripalle (Z).	అధికారిపల్లె.
Ādilakshmāmbāpuram (Z).	ఆదిలక్ష్మాంబాపురం
Agaramangalām.	అగరమంగలం.
Agrahāram (Z) ...	అగ్రహారం.
Ākanāmbattu ...	ఆకనాంబట్టు.
Ālakūrupalle (Z)	ఆలకూరుపల్లె.
Allivēllapalle (Z).	అల్లివెల్లపల్లె.
Ambhōdharapalle.	అంభోధరపల్లె.
Ammagāripalle (I)	అమ్మగారిపల్లె.
Ammavāripalle (Z)	అమ్మవారిపల్లె.

CHITTOOR TĀLŪK—cont. చిత్తూరు తాలూకా—శేషము.

Ānagallu (Z) ...	అనగల్లు.
Anantāpuram (Z).	అనంతాపురం.
Anuppalle (Z). ...	అనుప్పల్లె.
Aratala (Z) ...	అరతల.
Arugonda ...	అరుగొండ.
Ātmakūru (Z) ...	ఆత్మకూరు.
Āvula Rangāyyapalle (Z).	అవులరంగయ్యపల్లె
Ayyala Krishnāreddipalle (I).	అయ్యలకృష్ణారెడ్డిపల్లె.
Ayinavēdu (Z) ...	అయినవేడు.
Ayirāla ...	అయిరాల.
Bairugānipalle (Z)	బైరుగానిపల్లె.
Baitapalle ...	బయిటపల్లె.
Bālāpuram alias Bālāpuram Chinnayya Khandrika (Z).	బాలాపురం పురపు బాలాపురం చిన్నయ్య ఖండ్రిక.
Bālēkuppam (Z) ...	బాలేకుప్పం.
Balijepalle (Z) ...	బలిజెపల్లె.
Bandapalle (Z) ...	బండపల్లె.
Bandapalle (Z) ...	బండపల్లె.
Bandārlapalle (S. No. 9) (Z).	బండార్లపల్లె.
Bandārlapalle (S. No. 33) (Z).	బండార్లపల్లె.
Bandārlapalle (S. No. 44) (Z).	బండార్లపల్లె.
Bandāruvāripalle (Z).	బండారువారిపల్లె.
Bandladoddi (Z).	బండ్లదొడ్డి.
Bangāreddipalle (Z).	బంగారెడ్డిపల్లె.
Basavāpalle ...	బసవాపల్లె.
Battu Kāmākshipalle (Z).	బట్టుకామాక్షిపల్లె.
Bhākarā Narasingarāyanipēta alias Narasingarāyanipēta Agrahāram (Z).	భాకరానరసింగరాయనిపేట పురపు నరసింగరాయనిపేట అగ్రహారం,
Bhūmireddipalle (Z).	భూమిరెడ్డిపల్లె.
Bōdabanda (Z) ...	బోడబండ.
Bōdaguttapalle ...	బోడగుట్టపల్లె.
Bojjināyanipalle (Z).	బొజ్జినాయనిపల్లె.
Bojjivāripalle (Z)	బొజ్జివారిపల్లె.
Bommannachēnu (Z).	బొమ్మన్నచేను.
Bommasamudram.	బొమ్మసముద్రం.
Bommayyapalle (Z).	బొమ్మయ్యపల్లె.
Buchchanna Khandrika (Z).	బుచ్చన్నఖండ్రిక.
Buchchanna Khandrika (S. No. 13) (Z).	బుచ్చన్నఖండ్రిక.
Buditireddipalle (Z).	బుడితిరెడ్డిపల్లె.
Bukkapatnam (I).	బుక్కపట్నం.
Chandragāni Khāndrika (Z).	చంద్రగానిఖండ్రిక.
Chandrasēkharapuram (Z).	చంద్రశేఖరపురం.
Chembēti Kamatampalle (Z).	చెంబేటికమఠంపల్లె.
Chennasamudram Agrahāram (I).	చెన్నసముద్రం అగ్రహారం.
Chennasamudram (Z).	చెన్నసముద్రం.
Cherlōpalle (Z) ...	చెర్లోపల్లె.
Cheravumudarapalle (Z).	చెరువుముందరపల్లె.

CHITTOOR TĀLŪK—cont. చిత్తూరు తాలూకా—శేషము.

Chērvakānipalle (I)	చేర్వకానిపల్లె.
Chigarapalle ...	చిగరపల్లె.
Chilēpalle ...	చీలేపల్లె.
Chillaguntapalle (Z).	చిల్లగుంటపల్లె.
Chinnamareddi Khandrika.	చిన్నమరెడ్డి ఖండ్రిక.
Chinnayya Khandrika (Z).	చిన్నయ్యఖండ్రిక.
Chinreddipalle (Z)	చిన్రెడ్డిపల్లె.
Chintalagunta ...	చింతలగుంట.
Chintapenta ...	చింతపెంట.
Chitipirālla ...	చిటిపిరాళ్ల.
Chittapāra ...	చిత్తపార.
Chittoor ...	చిత్తూరు.
Dakshina Brāhmanapalle.	దక్షిణ బ్రాహ్మణపల్లె.
Dakshinapātapālem	దక్షిణ పాతపాలెం.
Dalavāyipalle (Z).	దళవాయిపల్లె.
Danduvāripalle (Z)	దండువారిపల్లె.
Dāsiripalle (Z) ...	దాసిరిపల్లె.
Dāyamvāripalle (Z).	దాయంవారిపల్లె.
Digūru (Z) ...	దిగూరు.
Diguvamāgham ...	దిగువమాఘం.
Diguvamāsāpalle.	దిగువమాసాపల్లె.
Diguvapātapālem (Z).	దిగువపాతపాలెం.
Diguvatadakara ...	దిగువతడకర.
Doddipalle ...	దొడ్డిపల్లె.
Doddipalle (Z) ...	దొడ్డిపల్లె.
Eddulavāripalle (Z).	ఎద్దులవారిపల్లె.
Eguvakanatalacheruvu (Z).	ఎగువకనతలచెరువు
Eguvapātapalem (Z).	ఎగువపాతపాలెం.
Eguvatadakara ...	ఎగువతడకర.
Elayanellūru ...	ఎళయనెల్లూరు.
Ellēpalle (Z) ...	ఎల్లేపల్లె.
Erlampalle ...	ఎర్లంపల్లి.
Erraboddireddipalle (Z).	ఎర్రబొడ్డిరెడ్డిపల్లె.
Erracheruvupalle ...	ఎర్రచెరువుపల్లె.
Errāndapalle (Z).	ఎర్రాండపల్లె.
Erukkambattu ...	ఎరుక్కంబట్టు.
Gādidona (Z) ..	గాడిదోన.
Gāndlapalli ...	గాండ్లపల్లె.
Gāndlapalle (Z) ...	గాండ్లపల్లె.
Gangādharanellūru.	గంగాధరనెల్లూరు
Garigalapālle (Z).	గరిగలపల్లె.
Gāzulapalle (Z) ...	గాజులపల్లె.
Goduguchinta ...	గొడుగుచింత.
Gollapalle ...	గొల్లపల్లె.
Gollapalle (S. No. 24) (Z).	గొల్లపల్లె.
Gollapalle (S. No. 13/1) (Z).	గొల్లపల్లె.
Gollapalle (S. No. 25) (Z).	గొల్లపల్లె.
Gollapalle (S. No. 13/2) (Z).	గొల్లపల్లె.
Gollapalle (S. No. 36) (Z).	గొల్లపల్లె.
Gollapalle (S. No. 45) (Z).	గొల్లపల్లె.
Gollapalle (I) ...	గొల్లపల్లె.
Gōllavāripalle (Z).	గొల్లవారిపల్లె
Gōvindureddipalle (Z).	గోవిందురెడ్డిపల్లె.
Graemespet alias Navipēta.	గ్రియంపేట పురవు నావిపేట.
Gudipāla ...	గుడిపాల.
Gundla Kattamanchi (Z).	గుండ్లకట్టమంచి.
Gundlapalle ...	గుండ్లపల్లె.

CHITTOOR TALUK—*cont.* చిత్తూరు తాలూకా—సశేషము.

Gundupalle (Z) ...	గుండుపల్లె.
Guntipalle ...	గుంటిపల్లె.
Gurukuvaripalle (Z).	గురుకువారిపల్లె.
Guvvakallu (Z) ...	గువ్వకల్లు.
Ichchaneri ...	ఇచ్చనేరి.
Iruvaram ...	ఇరువారం.
Jambugolampalle (Z).	జంబుగోలంపల్లె
Jambuvaripalle(Z).	జంబువారిపల్లె.
Jarrimadugu (Z).	జర్రిమడుగు.
Jovukupalle (Z) ...	జవుకుపల్లె.
Jilledupalle (Z) ...	జిల్లేడుపల్లె.
Kadapagunta (Z).	కడపగుంట.
Kalavagunta ...	కలవగుంట.
Kaligiri ...	కలిగిరి.
Kalijavedu ...	కలిజవేడు.
Kallurupalle (Z) ...	కల్లూరుపల్లె.
Kamachinnayyapalle.	కామచిన్నయ్యపల్లె
Kaminayanipalle.	కామినాయనిపల్లె.
Kammabuchchanna Khandrika (Z).	కమ్మబుచ్చన్న ఖండ్రిక.
Kammapalle ...	కమ్మపల్లె.
Kammapalle (S. No. 12) (Z).	కమ్మపల్లె.
Kammapalle (S. No. 39) (Z).	కమ్మపల్లె.
Kanatalacheruvu.	కణతలచెరువు.
Kanipakkam ...	కాణిపాక్కం.
Kannikapuram (S. No. 40) (Z).	కన్నికాపురం.
Kannikapuram (S. No. 73) (Z).	కన్నికాపురం.
Karakampalle ...	కారకాంపల్లె.
Karidivaripalle(Z).	కరిడివారిపల్లె.
Karipireddipalle (Z).	కరిపిరెడ్డిపల్లె.
Kasiralla (Z) ...	కాశిరాళ్ల.
Katappagaripalle (Z).	కాటప్పగారిపల్లె.
Kattakindapalle (S. No. 28) (Z).	కట్టకిందపల్లె.
Kattakindapalle (S. No. 56) (Z).	కట్టకిందపల్లె.
Kattamanchi ...	కట్టమంచి.
Kayidugadi Khandrika (Z).	కయిదుగాడి ఖండ్రిక.
Khandrika (Z) ...	ఖండ్రిక.
Kilaripalle (Z) ...	కిలారిపల్లె.
Kiramanda (Z) ...	కిరమండ.
Kodukantangal ...	కొడుకంటాంగల్
Kollapalle ...	కొల్లపల్లె.
Konapalle ...	కోనాపల్లె.
Kondama Agraharam (I).	కొండమ అగ్రహారం
Kondamanayanipalem (Z).	కొండమనాయనిపాలెం.
Kondamanayudupuram alias Kondamanayudupalle (Z).	కొండమనాయుడుపురం ఉరఫ్ కొండమనాయుడుపల్లె.
Kondapuram (Z).	కొండాపురం.
Kondavaripalle(Z).	కొండవారిపల్లె.
Kondepalle ...	కొండేపల్లె.
Korivivaripalle(Z).	కొరివివారిపల్లె.
Kotagaram ...	కోటగరం.
Kotalam ...	కోటాలం.
Kotrakona ...	కొట్రకోన.
Kottakota ...	కొత్తకోట.
Kottapalle ...	కొత్తపల్లె.
Kottapalle (S. No. 1) (Z).	కొత్తపల్లె.
Kottapalle (S. No. 9) (Z).	కొత్తపల్లె.
Kottapalle (I) ...	కొత్తపల్లె.

CHITTOOR TĀLUK—cont. చిత్తూరు తాలూకా—శేషము.

Kottavenkatāpuram (Z).	కొత్త వెంకటాపురం.
Krishnājammapuram (Z).	కృష్ణా జమ్మపురం.
Krishnāpuram (S. No. 15) (Z).	కృష్ణాపురం.
Krishnāpuram (S. No. 32) (Z).	కృష్ణాపురం.
Krishnāreddi Khandrika (Z).	కృష్ణారెడ్డి ఖండ్రిక.
Kukkalapalle ...	కుక్కలపల్లె.
Kummarapalle (Z).	కుమ్మరపల్లె.
Kuppagānipalle (Z).	కుప్పగానిపల్లె.
Kuppam (Z) ...	కుప్పం.
Kūrchivēdu (Z) ...	కుర్చివేడు.
Kūrmayyapalle (Z)	కూర్మయ్యపల్లె.
Lakshmambāpuram (Z).	లక్ష్మంబాపురం.
Lakshmāmbāpuram Agrahāram (Z).	లక్ష్మాంబాపురం అగ్రహారం.
Mādandakuppam.	మాదాండకుప్పం.
Mādhavaram ...	మాధవరం.
Mādhavaram (Z).	మాధవరం.
Mādireddipalle (Z).	మాదిరెడ్డిపల్లె.
Mahādēvamangalam (Z).	మహాదేవమంగలం.
Mahāsamudram (Z)	మహాసముద్రం.
Mahimandalam ...	మహిమండలం.
Mallagunta (Z) ...	మల్లగుంట.
Mandikrishnāpuram.	మండికృష్ణాపురం.
Mangalapalle (Z).	మంగలపల్లె.
Mangamāmbāpuram (Z).	మంగమాంబాపురం.
Mangāpuram (Z).	మంగాపురం.
Mangasamudram.	మంగసముద్రం.
Manginayanikuppam (Z).	మంగినాయనికుప్పం
Māpākshi (Z) ...	మాపాక్షి.
Marakalakuppam.	మరకాలకుప్పం.
Mārlabanda (Z) ...	మార్లబండ.
Marrigunta (Z) ...	మర్రిగుంట.
Māsāpalle (Z) ...	మాసాపల్లె.
Matyam ...	మత్యం.
Mēkalaguravayyapalle (Z).	మేకలగురవయ్యపల్లె.
Mēlpādi ...	మేల్పాడి.
Mittapalle (Z) ...	మిట్టపల్లె.
Mōdipalle (1) ...	మోడిపల్లె.
Mogarālapalle ...	మొగరాలపల్లె.
Mogili (Z) ...	మొగిలి.
Mogilivāripalle (Z)	మొగిలివారిపల్లె.
Mōpireddipalle (I).	మోపిరెడ్డిపల్లె.
Mōpūru Kannikāpuram (Z).	మోపూరుకన్నికాపురం.
Morampalle ...	మొరంపల్లె.
Mōrdanapalle (Z).	మోర్దనపల్లె.
Mōtagunta (Z) ...	మోటగుంట.
Mōtāndapalle (Z).	మోటాండపల్లె.
Muddurāmāpuram (I).	ముద్దురామాపురం.
Mudigolam ...	ముదిగోలం.
Mukkalattūru ...	ముక్కలత్తూరు.
Mukkamareddipalle (Z).	ముక్కమరెడ్డిపల్లె.
Mungaramadugupalle (Z).	ముంగరమడుగుపల్లె
Mūrtināyanipalle (Z).	మూర్తినాయనిపల్లె
Murukkampattu ...	మురుక్కంబట్టు.
Mustarāsikuppam.	ముస్తరాశికుప్పం.
Muttirēval ...	ముత్తిరేవల్.
Muttukūru ...	ముట్టుకూరు.
Muttukūrupalle ...	ముట్టుకూరుపల్లె.
Muttukūru (Z) ...	ముట్టుకూరు.

CHITTOOR TĀLŪK—*cont.* చిత్తూరు తాలూకా—శేషము.

Nadimpalle (Z) ...	నడింపల్లె.
Nalagāmpalle (Z).	నలగాంపల్లె.
Nallamgādu ...	నల్లంగాడు.
Nallarāllapalle (I)	నల్లరాళ్లపల్లె.
Nāmpalle ...	నాంపల్లె.
Nandanūru ...	నందనూరు.
Nangamangalam.	నంగమంగలం.
Nanjarapalle ...	నంజరపల్లె.
Nāragallu (Z) ...	నారగల్లు.
Narasāpuram (Z).	నరసాపురం.
Nārasimhanapalle (Z).	నారసింహనపల్లె.
Narigēpalle (Z) ...	నరిగేపల్లె.
Nāyanicheruvu (Z).	నాయనిచెరువు.
Nellōpalle ...	నెల్లోపల్లె.
Nilisettipalle (Z)...	నీలిశెట్టిపల్లె.
Nūnagundlapalle (Z).	నూనగుండ్లపల్లె.
Obbanagunta (Z).	ఒబ్బనగుంట.
Oddepalle ...	ఒడ్డెపల్లె.
Ontimitta (Z) ...	ఒంటిమిట్ట.
Ōtērupalle ...	ఓటేరుపల్లె.
Ōtivāripalle ..	ఓటివారిపల్లె.
Paochohanapalle (Z)	పచ్చనపల్లె.
Pāchigunta ..	పాచిగుంట.
Paimāgam ...	పైమాగం.
Pālakūru ...	పాలకూరు.
Pālamākulapalle (Z).	పాలమాకులపల్లె.
Pālantōpu (Z)	పాలన్‌తోపు.
Pālēru (Z) ...	పాలేరు.
Pallacheruvu ...	పల్లెచెరువు.
Pālūru (Z) ...	పాలూరు.
Pāpasamudram ...	పాపసముద్రం.
Paradarāmi ...	పరదరామి.
Paramasāttu ...	పరమశాత్తు.
Pasumanda (Z) ...	పసుమంద.
Pātapālem ...	పాతపాలెం.
Pātavenkatāpuram (Z).	పాతవెంకటాపురం.
Patnam ...	పట్నం.
Patrapalle ...	పత్రపల్లె.
Pātūru ...	పాటూరు.
Peddakālava ...	పెద్దకాలవ.
Peddasettipalle (Z).	పెద్ద శెట్టిపల్లె.
Peddaswāmireddi-palle.	పెద్ద స్వామిరెడ్డి పల్లె.
Penumūru ...	పెనుమూరు.
Pērakūru (Z) ...	పేరకూరు.
Periyambādi ...	పెరియంబాడి.
Perumālla Khan-drika.	పెరుమాళ్ల ఖండ్రిక.
Perumālla Khan-drika (Z).	పెరుమాళ్ల ఖండ్రిక.
Perumāllakuppam.	పెరుమాళ్లకుప్పం.
Pēta Agrahāram...	పేట అగ్రహారం.
Polakala ...	పొలకల.
Pōlavaram ...	పోలవరం.
Pōtukanama ...	పోటుకనమ.
Pulikallu ...	పులికల్లు.
Pullūru ...	పుల్లూరు.
Punyasamudram (Z).	పుణ్యసముద్రం.
Pūtalapattu ...	పూతలపట్టు.
Putramaddi ...	పుత్రమద్ది.
Puttāvāripalle ...	పుట్టావారిపల్లె.
Puttūru ...	పుత్తూరు.
Rāgimānipattada (Z).	రాగిమానిపట్టెడ.
Rāgimānipenta (Z).	రాగిమానిపెంట.
Rāmabbadrapuram (Z).	రామభద్రాపురం.
Rāmāpuram S. No. 10 (Z).	రామాపురం.
Rāmāpuram S. No. 12 (Z).	రామాపురం.

CHITTOOR TĀLŪK—cont. చిత్తూరు తాలూకా—శేషము.

Rāmāpuram S. No. 26 (Z). రామాపురం.
Rāmāpuram S. No. 75 (Z). రామాపురం.
Rāmasamudram (Z). రామసముద్రం.
Rangasamudram (I). రంగసముద్రం.
Rāsamareddipalle (Z). రాసమరెడ్డిపల్లె.
Sadakuppam ... శదకుప్పం.
Samsireddipalle (Z) సంసిరెడ్డిపల్లె.
Sanganapalle (I)... సంగనపల్లె.
Sankrāntipalle (Z). సంక్రాంతిపల్లె.
Sarakallu (Z) ... సరకల్లు.
Sātambākkam .. సాతంబాక్కం.
Seshāchelapuram (Z). శేషాచలపురం.
Settēri (Z) ... శెట్టేరి.
Settibōyanapalle (Z). శెట్టిబోయనపల్లె.
Settiyappantāngal (Z). శెట్టియప్పన్ తాంగల్.
Siddalinganapalle. సిద్దలింగనపల్లె.
Siddampalle (Z) ... సిద్దంపల్లె.
Siddāreddipalle ... సిద్దారెడ్డిపల్లె.
Srīpādanellūru .. శ్రీపాదనెల్లూరు.
Srīrangampalle (Z) శ్రీరంగంపల్లె.
Swāmireddipalle... స్వామిరెడ్డిపల్లె.
Tagguvāripalle (Z). తగ్గువారిపల్లె.
Tālambēdu ... తాళంబేడు.
Tāllamadugu (Z). తాళ్లమడుగు.
Talupulapalle ... తలుపులపల్లె.
Tambugānipalle (Z). తంబుగానిపల్లె.
Tātireddipalle (I). తాతిరెడ్డిపల్లె.
Tavanampalle ... తవణంపల్లె.
Tēkumanda (Z) ... టేకుమంద.
Tēmpalle ... తేంపల్లె.

Tēnebanda ... తేనెబండ.
Tēnēpalle ... తేనేపల్లె.
Tēngāl (Z) ... తెంగాల్.
Tērubayalukottapalle (I). తేరుబయలు కొత్తపల్లె.
Timmājipalle (Z). తిమ్మాజిపల్లె.
Timmasamudram. తిమ్మసముద్రం.
Timmasānipalle (Z). తిమ్మసానిపల్లె.
Timmayyapalle (Z) తిమ్మయ్యపల్లె.
Tippanapalle (I)... తిప్పనపల్లె.
Tiruvīdhikuppam (Z). తిరువీధికుప్పం.
Todatara (Z) ... తొడతర.
Toppātapalle (Z)... తొప్పాతపల్లె.
Tsukkāvāripalle (Z). చుక్కావారిపల్లె.
Tugundram (I) ... తుగుండ్రం.
Tumba (Z) ... తుంబ.
Tumminda (Z) ... తుమ్మింద.
Tūmpāyanapalle (Z). తూంపాయనపల్లె.
Uttara Brāhmanapalle. ఉత్తర బ్రాహ్మణపల్లె.
Uyyālachinta (Z). ఉయ్యాలచింత.
Vādālapoda (Z) ... వాదాలపోడ.
Varadarājulapalle. S. No. 22 (Z). వరదరాజులపల్లె.
Varadarājulapalle S. No. 27 (Z). వరదరాజులపల్లె.
Varadāreddipalle. వరదారెడ్డిపల్లె.
Varattūru ... వరత్తూరు.
Vasantāpuram ... వసంతాపురం.
Vāvilitōta ... వావిలితోట.
Vellimalai ... వెల్లిమలై.
Vēlukūru ... వేలుకూరు.
Vengamāmbāpuram Agrahāram (Z). వెంగమాంబాపురం అగ్రహారం.

Chittoor Tālūk—cont. చిత్తూరు తాలూకా—శేషము.

Vengamanāyanipuram (Z). వెంగమనాయనిపురం.
Vengampalle (Z)... వెంగంపల్లె.
Venganna Khandrika (Z). వెంగన్న ఖండ్రిక.
Venkatagiri (Z) ... వెంకటగిరి.
Venkatakrishnāpuram (Z). వెంకటకృష్ణాపురం.
Venkatalakshmāmbāpuram (Z). వెంకటలక్ష్మాంబాపురం.
Venkatāpuram S. No. 6 (Z). వెంకటాపురం.
Venkatāpuram S. No. 12 (Z). వెంకటాపురం.
Venkatāpuram S. No. 2 (Z). వెంకటాపురం.
Venkatāpuram S. No. 1 (Z). వెంకటాపురం.
Venkatāpuram S. No. 33 (Z). వెంకటాపురం.
Venkatāpuram S. No. 65 (Z). వెంకటాపురం.
Venkatasamudra Agrahāram (I). వెంకటసముద్ర అగ్రహారం.
Venkata Vīrasamudra Agrahāram (Z). వెంకట వీరసముద్ర అగ్రహారం.
Vennampalle ... వెన్నంపల్లె.
Vēnūtanapalle ... వేనూతనపల్లె.
Vēpanapalle S. No. 6 (Z). వేపనపల్లె.
Vēpanapalle S. No. 29 (Z). వేపనపల్లె.
Vēpanapalle (I) ... వేపనపల్లె.
Vēpanjēri ... వేపంజేరి.
Vēpanjēri (Z) ... వేపంజేరి.
Veppālai ... వెప్పాలై.
Vezzupalle ... వెజ్జుపల్లె.
Vidyāsankarapuram (I). విద్యాశంకరపురం
Viludōnipālem ... విలుదోనిపాళెం.
Vinjam ... వింజం.
Viraganellūru ... వీరగనెల్లూరు.
Vīrisettipalle ... వీరిశెట్టిపల్లె.
Yādamari ... యాదమరి.
Zangālapalle ... జంగాలపల్లె.
Zangālapalle (Z).. జంగాలపల్లె.

Kālahasti Division. కాళహస్తి డివిజన్.

Ābākavāri Khandrika (Z). ఆబాకవారిఖండ్రిక.
Abbābhatlapalle (I). అబ్బాభట్లపల్లె.
Achchukatla (Z). అచ్చుకట్ల.
Ādaram (Z) ... ఆదరం.
Ādaram Venkatāpuram (I). ఆదరం వెంకటాపురం.
Ādavaram (Z) ... ఆదవరం.
Akkagāripēta (Z). అక్కగారిపేట.
Akkurti (Z) ... అక్కుర్తి.
Ālattūru (I) ... ఆలత్తూరు.
Allimadugu (I) ... అల్లిమడుగు.
Āmandūru (I) ... ఆమందూరు.
Ammacheruvu (Z). అమ్మచెరువు.
Ammapālem (I) ... అమ్మపాళెం.
Amūdūru (Z) ... అముదూరు.
Anakavōlu (I) ... అనకవోలు.
Anantapadmanābhapuram (I). అనంతపద్మనాభపురం.
Anantāpuram alias Rācheruvu (I). అనంతాపురం అనే రాచెరువు.
Anapatettu alias Rājula Khandrika (Z). అనపతెట్టు అనే రాజులఖండ్రిక.
Andanālagunta (I). అందనాలగుంట.
Angēricheruvu (I). అంగేరిచెరువు.
Angēripālem (Z). అంగేరిపాళెం.

ERRATA TO THE ALPHABETICAL LIST OF VILLAGES OF THE MADRAS PRESIDENCY AND TO THE LIST OF VILLAGES IN THE CHITTOOR DISTRICT.

KĀLAHASTI DIVISION

Add	Anantapadmanābapuram Khandrika (I), అనంతపద్మనాభపురం ఖండ్రిక.	*After*	Anantapadmanābha-puram (I). అనంతపద్మనాభపురం.
For	Bālakrishnāpuram (I). బాలకృష్ణాపురం.	*Read*	Bālakrishnāpuram near Chinnapālavēdu (I). బాలకృష్ణాపురం చిన్నపాలవేడు వద్ద.
Add	Bālakrishnāpuram near Yērpēdu. బాలకృష్ణాపురం యేర్పేడువద్ద.	*After*	Do.
For	Brāhmanapalle Ch. No. III B.L. Nos. 67 to 70 (Z). బ్రాహ్మణపల్లె.	*Read*	Brāhmanapalle near Bahadar Venkatāpuram. బ్రాహ్మణపల్లె బహదర్ వెంకటాపురంవద్ద.
,,	Brāhmanapalle (Ch. No. VI B.L. No. 112) (Z). బ్రాహ్మణపల్లె.	,,	Brāhmanapalle near Sūramāla. బ్రాహ్మణపల్లె సూరమాలవద్ద.
,,	Chellamāmbāpuram (Ch. No. III-B. L. No. 92) (I). చెల్లమాంబాపురం.	,,	Chellamāmbāpuram near Kuntipūdi (I). చెల్లమాంబాపురం కుంటిపూడి వద్ద.
,,	Chellamāmbāpuram (Ch. No. IV B. L. No. 64) (I). చెల్లమాంబాపురం.	,,	Chellamāmbāpuram near pārlapalle alias Kailāsanādēswarapuram (I). చెల్లమాంబాపురం పార్లపల్లె అనే కైలాసనాదేశ్వరపురంవద్ద.
Add	Chellamāmbāpuram near Sūramāla (I). చెల్లమాంబాపురం సూరమాల వద్ద.	*After*	Do.
,,	Cherukurāgappa Nāyudu Khandrika (I). చెరుకురాగప్ప నాయుడు ఖండ్రిక.	,,	Cherukulapādu (Z). చెరుకులపాడు.
,,	Chevuvārikhandrika (I). చెవువారి ఖండ్రిక.	,,	Cherukuragāppa Nāyudu Khandrika (I). చెరుకురాగప్ప నాయుడు ఖండ్రిక.
,,	Chintalagunta (I). చింతలగుంట.	,,	Chintagunta (I). చింతగుంట.
Delete	Chōtārlapalle (I). చోటార్లపల్లె.		

[PRICE, 9 pies.]

KĀLAHASTI DIVISION.

Add	Dāmavāripālem (I). దామవారిపాలెం.	*After*	Chuttugunta (I). చుట్టుగుంట.
For	Erragunta Khandrika (I). ఎర్రగుంట ఖండ్రిక.	*Read*	Erragunta Khandrika near Chembēdu (I). ఎర్రగుంట ఖండ్రిక చెంబేడు వద్ద.
Add	Erragunta Khandrika near Ōbalayyapalle. ఎర్రగుంట ఖండ్రిక ఓబలయ్య పల్లెవద్ద.	*After*	Do.
,,	Gnāmāmbāpuram (I). జ్ఞానమాంబాపురం.	,,	Gilakasamudram (Z). గిలకసముద్రం.
For	Inakatāgēli (I). ఇనకతాగెలి.	*Read*	Isakatāgēli (I). ఇసకతాగెలి.
Add	Juvvalamanda (I). జువ్వలమండ.	*After*	Jingīlipālem (I). జింగిలిపాలెం.
,,	Juvvumānigunta (I). జువ్వుమానిగుంట.		
For	Kantsana Chenganna Khandrika alias Srīkrishnāpuram (Z). కంచన చెంగన్న ఖండ్రిక అనే శ్రీకృష్ణాపురం.	*Read*	Kanchāra Chengannakandrika alias Srīkrishnāpuram (Z). కంచార చెంగన్న ఖండ్రిక అనే శ్రీకృష్ణాపురం.
Add	Kōmativānigunta alias Singarācharlu Khandrika. కోమటివానిగుంట అనే శింగరాచార్లు ఖండ్రిక.	*After*	Kōmativānigunta alias Srīranga Venkatāpuram (I). కోమటివానిగుంట అనే శ్రీరంగ వెంకటాపురం.
,,	Kornagunta Uttarapu Khandrika (I). కొర్నగుంట ఉత్తరపు ఖండ్రిక.	,,	Konnali (Z). కొన్నలి.
,,	Lakshmīkumāra Venkatāpuram (I). లక్ష్మీకుమార వెంకటాపురం.	,,	Kuruvakannēri (I). కురువకన్నేరి.
,,	Lakshimi Narasimhapuram (I). లక్ష్మీ నరశింహపురం.		
,,	Mangalapalle Venkatrāyudu Khandrika (I). మంగలపల్లె వెంకట్రాయుడు ఖండ్రిక.	,,	Mangalagunta (I). మంగలగుంట.
,,	Marrimākula Chēnu (I). మర్రిమాకుల చేను.	,,	Marrigunta alias Rāgamāmbāpuram (I). మర్రిగుంట అనే రాగమాంబాపురం.
For	Māvidigunta (Ch. No. VI B. L. No. 124 (I). మావిడిగుంట.	*Read*	Māvidigunta near Inagalūr. మావిడిగుంట ఇనగలూరు వద్ద.

For	Māvidigunta (Ch. No. I B. L. No. 23 (I). మావిడిగుంట.	*Read*	Māvidigunta near Pillamēdu. మావిడిగుంట పిల్లమేడువద్ద.
Add	Mūrthipālem (I). మూర్తిపాలెం.	*After*	Musali Ellammagunta (I). ముసలి ఎల్లమ్మగుంట.
,,	Punabāka Thūrpukhandrika (Z). పునబాక తూర్పు ఖండ్రిక.	,,	Punabāka Cheruvu Tattu Khandrika (Z). పునబాక చెరువు తట్టు ఖండ్రిక.
For	Rāmalingāpuram (Ch. No. XXI B. L. No. 104) (I). రామలింగాపురం.	*Read*	Rāmalingāpuram near Chittāthūr. రామలింగాపురం చిట్టాత్తూరు వద్ద.
,,	Rāmalingāpuram (Ch. No. VII B.L. Nos. 131 and 131 A (I). రామలింగాపురం.	,,	Rāmalingāpuram near Thondamanādu. రామలింగాపురం తొండమనాడు వద్ద.
Add	Rāvillavāri Khandrika. రావిళ్ళవారి ఖండ్రిక.	*Atfer*	Rātsapālem (I). రాచపాలెం.
For	Reddigunta (Ch. No. VII B. L. No. 7 (I). రెడ్డిగుంట.	*Read*	Reddigunta near Gudimallam (I). రెడ్డిగుంట గుడిమల్లంవద్ద.
,,	Reddigunta (I). రెడ్డిగుంట.		Reddigunta near Mannavaram. రెడ్డిగుంట మన్నవరంవద్ద.
Add	Sahasralingēswarapuram (I). సహస్రలింగేశ్వరపురం.	*After*	Sadāsivapuram (I). సదాశివపురం.
,,	Sēshayyagunta. శేషయ్యగుంట.	,,	Saubhāgyavidyāpuram alias Saraswati Kandrika (I). సౌభాగ్యవిద్యాపురం అనే సరస్వతి ఖండ్రిక.
,,	Sēthumādhavapuram (I). సేతుమాధవపురం.	,,	Settigunta (I). శెట్టిగుంట.
,,	Tātiparti Sītārāmayya Khandrika. తాటిపర్తి సీతారామయ్య ఖండ్రిక.	,,	Tātiparti (Z). తాటిపర్తి.
,,	Timmapāpayyagunta alias Timmagunta (I). తిమ్మపాపయ్యగుంట అనే తిమ్మగుంట.	,,	Timmabhūpālapuram alias Tirumanjanamvāri Khandrika (I). తిమ్మభూపాలపురం అనే తిరుమంజనంవారి ఖండ్రిక.
Delete	Timmasamudram, Ch. VII B. L. No. (143)(I). తిమ్మసముద్రం.		

Kālahasti Division.

Delete	Timmasamudram, Ch. VII. B. L. No- 82 (I). తిమ్మసముద్రం.		
For	Timmasamudram, Ch. No. III B. L. Nos. 99 to 102 (I). తిమ్మసము ద్రం.	*Read*	Timmasamudram (I). తిమ్మసముద్రం.
,,	Vengamāmbāpuram, Ch. No. II. B. L. No. 3 (I). వెంగమాంబాపురం.	,,	Vengamāmbāpuram near Kobāka. వెంగమాంబాపురం కొబాక వద్ద.
,,	Vengamāmbāpuram, Ch. No. VII. B.L. No. 83 (I). వెంగమాంబాపురం.	,,	Vengamāmbāpuram near Ravuthasūramāla. వెంగమాంబాపురం రవుతసూర మాలవద్ద.
Add	Venkatāpuram alias Ulasagunta (I). వెంకటాపురం అనే ఉలసగుంట.	*After*	Venkatāpuram alias Kōdanda Rāmāpuram (I). వెంకటాపురం అనే కోదండ రామాపురం.
,,	Vēnugōpālapuram (I). వేణుగోపాలపురం	,,	Vēnugōpālapuram (Z). వేణుగోపాలపురం.
,,	Vidvān Mahārājapuram (I). విద్వాన్ మహారాజపురం.	,,	Vēnugōpālapuram alias Rāllapalle (I). వేణుగోపాలపురం అనే రాళ్లపల్లె.

[B. P. No. 5353, Routine, dated 18th October 1935.]

KĀLAHASTI DIVISION—cont. కాళహస్తి డివిజన్—శేషము.

Anjūru (I) ... అంజూరు.
Annasāgaragunta (Z). అన్నసాగరగుంట.
Appalāyagunta (I). అప్పలాయగుంట.
Aravakottūru (Z). అరవకొత్తూరు.
Ardala Mittaputtūru (Z). అర్ధలమిట్టపుత్తూరు.
Ardhamāla (Z) ... అర్ధమాల.
Āre (Z) ... ఆరె.
Ārlapādu (Z) ... ఆర్లపాడు.
Ārugorla Khandrika (I). ఆరుగొర్ల ఖండ్రిక.
Attigunta (I) ... అత్తిగుంట.
Āvulavāni Khandrika (I). ఆవులవాని ఖండ్రిక.
Bahadar Venkatapuram (Z). బహదర్ వెంకటాపురం.
Bairāji Khandrika alias Mūkēswarapuram (I). బైరాజిఖండ్రిక అనే మూకేశ్వరపురం.
Bakkapōtugunta (I). బక్కపోతుగుంట.
Bakkatāllagunta (I). బక్కతాళ్లగుంట.
Bālakrishnāpuram (I). బాలకృష్ణాపురం.
Bālamāmbāpuram (I). బాలమాంబాపురం.
Bandārupalle (I). బండారుపల్లె.
Basavannagunta alias Venkatāpuram (I). బసవన్నగుంట అనే వెంకటాపురం.
Basavayyapālem (I). బసవయ్యపాళెం.
Basiddumallu (Z). బసిద్దుమల్లు.
Battulapalle (I) ... బత్తులపల్లె.
Bharata Khandrika alias Bhāratāpuram (I). భరత ఖండ్రిక అనే భారతాపురం.
Bhavāni Sankarāpuram (I). భవాని శంకరాపురం.
Bhīmavaram (I). భీమవరం.
Bhīmavaram (Z). భీమవరం.
Bhīmanēnigunta (I). భీమనేనిగుంట.
Bōdāvāripalle (I). బోడావారిపల్లె.
Bokkasampālem (Z). బొక్కసంపాళెం.
Bommanagunta alias Sampada Jayalakshmīpuram (Z). బొమ్మనగుంట అనే సంపదజయలక్ష్మీపురం.
Bōnapalle (Z) ... బోనపల్లె.
Botramānigunta (I). బొట్రమానిగుంట.
Brāhmanacheruvu alias Darbhāvāri Khandrika (I). బ్రాహ్మణచెరువు అనే దర్భావారి ఖండ్రిక.
Brāhmanapalle (Ch. No. III. Bl. Nos. 67 to 70) (Z). బ్రాహ్మణపల్లె.
Brāhmanapalle (Ch. No VI B. I. No 112) (Z). బ్రాహ్మణపల్లె.
Chandrakāntēswarapuram (I). చంద్రకాంతేశ్వరపురం.
Chandrasēkharapuram (I). చంద్రశేఖరపురం.
Chāvālilingamanāyudipalle (Z). చావాలి లింగమనాయుడిపల్లె.
Chellemāmbāpuram (Ch. No. III B. 1 No. 92) (I). చెల్లెమాంబాపురం.
Chellemāmbāpuram (Ch. No. IV B. 1 No. 64) (I). చెల్లెమాంబాపురం

KALAHASTI DIVISION—*cont.* కాళహస్తి డివిజను—శేషము.

Chellemmagāripēta alias Pallampēta (I).	చెల్లెమ్మగారిపేట అనే పల్లంపేట
Chellūru (I) ...	చెల్లూరు.
Chembēdu (Z) ...	చెంబేడు.
Chēmūru (Z) ...	చేమూరు.
Chennampalle (I).	చెన్నంపల్లె.
Chennappanāyudipēta (Z).	చెన్నప్పనాయుడిపేట.
Chennasamudram (I).	చెన్నసముద్రం.
Cherlōpalle (Z) ...	చెర్లోపల్లె.
Cherlōpalle Vyavasāyam Khandrika (Z).	చెర్లోపల్లె వ్యవసాయం ఖండ్రిక.
Cherukulapādu (Z)	చెరుకులపాడు.
Chindēpalle (Z) ...	చిందేపల్లె.
Chinnakannali (I).	చిన్న కన్నలి.
Chinnakanuparti (Z).	చిన్న కనుపర్తి.
Chinnamaila (Z).	చిన్నమైల.
Chinnanjimēdu (I).	చిన్నంజిమేడు.
Chinnapālavēdu (I).	చిన్నపాలవేడు.
Chinnapāpa Agrahāram alias Tangēllapuram (Z).	చిన్నపాప అగ్రహారం అనే తంగేళ్లపురం.
Chinnasingamāla (I).	చిన్న సింగమాల.
Chintagunta (I) ...	చింతగుంట.
Chintalapālem (Z).	చింతలపాలెం.
Chintapūdi (Z) ...	చింతపూడి.
Chittattūru (I) ...	చిట్టత్తూరు.
Chiyyavaram (I).	చియ్యవరం.
Chōdavaram (I) ...	చోడవరం.
Chōtarlapalle (I) ...	చోటార్లపల్లె.
Chuttugunta (I) ...	చుట్టుగుంట.
Dainēdu (I) ...	దైనేడు.
Diguvaputtūru (Z)	దిగువపుత్తూరు.
Diguvavīdhi (Z) ...	దిగువవీధి.
Dirsamāla (I) ...	దిర్సమాల.
Dongalamadūru (I).	దొంగలమడూరు.
Dorrugunta (I) ...	దొర్రుగుంట.
Durgipēri (I) ...	దుర్గిపేరి.
Dwārakāpuram (Z)	ద్వారకాపురం.
Edapūdi (I) ...	ఎడపూడి.
Eguvaputtūru (Z).	ఎగువపుత్తూరు.
Eguvatāgēli (Z) ...	ఎగువతాగేలి.
Eguvavīdhi (Z) ...	ఎగువవీధి.
Ellampalle (I) ...	ఎల్లంపల్లె.
Ellamānyam Khandrika (I).	ఎల్లమాన్యం ఖండ్రిక.
Empēdu (Z) ...	ఎంపేడు.
Ērpēdu (Z) ...	ఏర్పేడు.
Erragudipādu (Z).	ఎర్రగుడిపాడు.
Erragunta Khandrika (I).	ఎర్రగుంట ఖండ్రిక.
Errakālahastigunta (I).	ఎర్రకాళహస్తిగుంట.
Erramareddipalle (I).	ఎర్రమరెడ్డిపల్లె.
Gangalapūdi (Z).	గంగలపూడి.
Gavudamāla (I) ...	గవుడమాల.
Gāzulapellūru (Z).	గాజులపెల్లూరు.
Geddagunta alias Venkatāpuram (Z).	గెద్దగుంట అనే వెంకటాపురం.
Gantālagunta alias Sivarāmapuram (I)	గంటాలగుంట అనే శివరామాపురం.
Gilakasamudram (Z).	గిలకసముద్రం.
Gnānāmbāpuram alias Gnānamma Khandrika (I).	జ్ఞానాంబాపురం అనే జ్ఞానమ్మ ఖండ్రిక.

KALAHASTI DIVISION—cont. కాళహస్తి డివిజన్—శేషము.

Gnānamāmbāpuram alias Pavanivāri Khandrika (I).	జ్ఞానమాంబాపురం అనే పవనివారి ఖండ్రిక.
Gnānammapēta (I)	జ్ఞానమ్మపేట.
Gorripūdi (Z) ...	గొర్రిపూడి.
Gottipūdi (I) ...	గొట్టిపూడి.
Gōvindarāopalle (Z).	గోవిందరావుపల్లె.
Gōvindavaram (Z).	గోవిందవరం.
Gudimallam (Z)...	గుడిమల్లం.
Gummadigunta (I)	గుమ్మడిగుంట.
Gundelagunta alias Līlānādhēswarapuram (I).	గుండెలగుంట అనే లీలానాదేశ్వరపురం.
Gundlapalle (Z) ...	గుండ్లపల్లె.
Guntakindipalle (I).	గుంటకిందిపల్లె.
Guntipēdu (Z) ...	గుంటిపేడు.
Gurukulapālem (Z).	గురుకులపాలెం.
Īdulagunta alias Chilakāvāri Khandrika (I).	ఈదులగుంట అనే చిలకావారి ఖండ్రిక.
Ilaganūru (I) ...	ఇలగనూరు.
Inagalūru (Z) ...	ఇనగలూరు.
Inakatāgēli (I) ...	ఇనకతాగేలి.
Jaggarājupalle (I).	జగ్గరాజుపల్లె.
Jambugōlam (I).	జంబుగోళం.
Jīlapāṭūru (Z) ...	జీలపాటూరు.
Jingilipālem (I) ...	జింగిలిపాలెం.
Kachchhālagunta (I).	కచ్చాలగుంట.
Kālahasti (Z) ...	కాలహస్తి.
Kālampalle (I) ...	కాలంపల్లె.
Kalattūru (Z) ...	కళత్తూరు.
Kalavagunta alias Vīrarāghavapuram (Z).	కలవగుంట అనే వీరరాఘవపురం
Kalavakūru (Z)	కలవకూరు.
Kallipūdi (I) ...	కల్లిపూడి.
Kallivēdu (Z) ...	కల్లివేడు.
Kammakottūru (Z).	కమ్మకొత్తూరు
Kammapalle (Z).	కమ్మపల్లె.
Kāmpālem (Z) ...	కాంపాలెం.
Kanamanambēdu (Z)	కనమనంబేడు.
Kanchanapalle (Z)	కంచనపల్లె.
Kanchanaputtūru (Z).	కంచనపుత్తూరు.
Kandādu (Z) ...	కందాడు.
Kandlūru (Z) ...	కండ్లూరు.
Kandragunta (Z).	కంద్రగుంట.
Kantsanachenganna Khandrika alias Sri Krishnāpuram (Z).	కంచనచెంగన్న ఖండ్రిక అనే శ్రీకృష్ణాపురం.
Kāpagunnēri (Z).	కాపగున్నేరి.
KappaguntaKhandrika (Z)	కప్పగుంట ఖండ్రిక.
Karakambattu (Z).	కరకంబట్టు.
Kārākollu (Z) ...	కారాకొల్లు.
Kārani (Z) ...	కారణి.
Karlapūdi (Z) ...	కర్లపూడి.
Karnamgunta (I).	కర్ణంగుంట.
Kāsaram (Z) ...	కాసరం.
Kāsiviswanādhapuram alias Bojjayya Khandrika (Z).	కాశివిశ్వనాథపురం అనే బొజ్జయ్య ఖండ్రిక.
Kātrakāyalagunta (I).	కాత్రకాయలగుంట.
Kātrapalle (Z) ...	కాత్రపల్లె.
Kattumodalu Zangālapalle (I).	కట్టుమొదలు జంగాలపల్లె.
Kātūru (Z) ...	కాటూరు.
Kātūru Agrahāram alias Vēnugōpalapuram (I).	కాటూరు అగ్రహారం అనే వేణుగోపాలపురం.

KĀLAHASTI DIVISION—cont. కాళహస్తి డివిజన్—శేషము.

Kīsarapālem (I) ...	కీసరపాలెం.
Kōbāka (Z) ...	కోబాక.
Kōmativānigunta alias Sriranga-venkatāpuram (I)	కోమటివానిగుంట అనే శ్రీరంగ వెంకటాపురం.
Kommānigunta (Z).	కొమ్మానిగుంట.
Kompalle Rāghavayya Khandrika (I).	కొంపల్లె రాఘవయ్య ఖండ్రిక.
Konataneri (Z) ...	కొణతనేరి.
Kondachēnu Khandrika (I).	కొండచేను ఖండ్రిక.
Kondrājupalle (I).	కొండ్రాజుపల్లె.
Kōnērigunta (I) ...	కోనేరిగుంట.
Konnali (Z) ...	కొన్నలి.
Kottacheruvu Khandrika (I).	కొత్తచెరువు ఖండ్రిక.
Kottacheruvu Khandrika (Z).	కొత్తచెరువు ఖండ్రిక.
Kottakālava (I) ...	కొత్తకాలవ.
Kotta Khandrika alias Varalakshmivilasapuram (I).	కొత్తఖండ్రిక అనే వరలక్ష్మి విలాసపురం.
Kottapālem (Z) ...	కొత్తపాలెం.
Kottapālem alias Mitta Khandrika (Z).	కొత్తపాలెం అనే మిట్ట ఖండ్రిక.
Kottapalle Chintala alias Srinivāsapuram (I).	కొత్తపల్లె చింతల అనే శ్రీనివాసపురం.
Kottavirāpuram (I).	కొత్త వీరాపురం.
Kottūru (Z) ...	కొత్తూరు.
Kōvanūru (Z) ...	కోవనూరు.
Kōvanūru Khandrika alias Bandrāti Khandrika (Z).	కోవనూరు ఖండ్రిక అనే బండ్రాతి ఖండ్రిక.
Krishnampalle (I).	కృష్ణంపల్లె.
Krishnāpuram alias Tsaddikūti Khandrika (Z).	కృష్ణాపురం అనే చద్దికూటి ఖండ్రిక.
Kukkalagunta (I).	కుక్కలగుంట.
Kukkambākam (Z)	కుక్కంబాకం.
Kukkambākam Polam Lakshmīpuram (Z).	కుక్కంబాకం పొలం లక్ష్మీపురం.
Kumāra Venkata Bhūpālapuram (Z).	కుమార వెంకట భూపాలపురం.
Kumāra Venkatappa Nayudipēta (I).	కుమార వెంకటప్ప నాయుడిపేట.
Kumāra Venkatāpuram (Z).	కుమార వెంకటాపురం.
Kundēllagunta (I).	కుందేళ్లగుంట.
Kuntipūdi (Z) ...	కుంటిపూడి.
Kuppayya Khandrika alias Timmasamudram (Z).	కుప్పయ్య ఖండ్రిక అనే తిమ్మసముద్రం.
Kurimjilam (Z) ...	కురింజిలం.
Kuruva Kannēri (I).	కురువకన్నేరి.
Lakshmīmāmbāpuram (Z).	లక్ష్మీమాంబాపురం.
Lakshmīpuram (Z).	లక్ష్మీపురం.
Līlānādēswārapuram (I).	లీలానాదేశ్వరపురం.
Lingamanāyudipalle (Z).	లింగమనాయుడిపల్లె.
Lōbāvi Khandrika (Z).	లోబావి ఖండ్రిక.
Mādamāla (Z) ...	మాదమాల.
Mādāvāri Khandrika (I).	మాదావారి ఖండ్రిక.
Maddilēdu (I) ...	మద్దిలేడు.

KĀLAHASTI DIVISION—cont. కాళహస్తి డివిజన్—శేషము.

Mādhavagiripalle (I). మాధవగిరిపల్లె.
Mādhavamāla (Z). మాధవమాల.
Madibāka (I) ... మడిబాక.
Mādinēnipālem (I) మాదినేనిపాలెం.
Mahādēvapuram(I) మహాదేవపురం.
Mahankālidēviputtūru (I). మహంకాళిదేవిపుత్తూరు.
Mallēgunta (I) ... మల్లేగుంట.
Mallēswarapuram (I). మల్లేశ్వరపురం.
Māmbākkam (I). మాంబాక్కం.
Mangalagunta (I). మంగళగుంట.
Mangalapuri (I)... మంగళపురి.
Mangamāmbāpuram (I). మంగమాంబాపురం.
Manganellūru (Z). మంగనెల్లూరు.
Mannasamudram (I). మన్నసముద్రం.
Mannavaram (I)... మన్నవరం.
Mārēllagunta (Z). మారేళ్లగుంట.
Marrigunta (I) ... మర్రిగుంట.
Marrigunta alias Rāgamāmbāpuram (I). మర్రిగుంట అనే రాగమాంబాపురం.
Matham (Z) ... మఠం.
Māvidigunta (Ch. No. VI. Bl. No. 124) (I). మావిడిగుంట.
Māvidigunta (Ch. No. I Bl. No. 23) (I). మావిడిగుంట.
Mēlachchūru (I)... మేలచ్చూరు.
Mērlapāka (I) ... మేరపాక.
Midde Khandrika alias Kunnangalattūru (Z). మిద్దె ఖండ్రిక అనే కున్నంగలత్తూరు.
Mōdugulapālem (Z). మోదుగులపాలెం.
Mollampalle (Z) ... మొల్లంపల్లె.
Muchchēli (Z) ... ముచ్చేలి.
Muddumūdi (I) ... ముద్దుమూడి.
Munagalapālem (I) మునగలపాలెం.
Muppālavāri Khandrika (Z). ముప్పాలవారి ఖండ్రిక.
Musalipēdu (Z) ... ముసలిపేడు.
Musali Ellammagunta (I). ముసలి ఎల్లమ్మగుంట.
Nachchanēri (Z)... నచ్చనేరి.
Nāgampalle (I) ... నాగంపల్లె.
Nāgasānigunta (I). నాగసానిగుంట.
Nallagundla Khandrika (Z). నల్లగుండ్ల ఖండ్రిక.
Nandimāla (I) ... నందిమాల.
Nārāyanapuram(I) నారాయణపురం.
Nārlavāri Khandrika. నార్లవారి ఖండ్రిక.
Nellimāni Khandrika alias Venkatāpuram (I). నెల్లిమాని ఖండ్రిక అనే వెంకటాపురం.
Nelublli (Z) ... నెలుబల్లి.
Nimmarāllapalle (Z). నిమ్మరాళ్లపల్లె.
Nīrpākakōta (Z)... నీర్పాకకోట.
Ōbalāyapalle (Z) .. ఓబళాయపల్లె.
Ōlluru (Z) ... ఓళ్లూరు.
Pagadamānigunta (I). పగడమానిగుంట.
Pāgāli (I) ... పాగాళి.
Pālachchūru (Z) ... పాలచ్చూరు.
Pallam (I) ... పల్లం.
Pallamāla (Z) ... పల్లమాల.
Pangūru (Z) ... పంగూరు.
Pāpanapalle (I) ... పాపనపల్లె.
Pāpānāyudipēta (Z). పాపానాయుడిపేట.
Pārlapalle alias Kailāsanādheswarapuram (I). పార్లపల్లె అనే కైలాసనాదేశ్వరపురం.

KĀLAHASTI DIVISION—cont. కాళహస్తి డివిజను—శేషము.

Pārlapalle near Alattūru (I).	పార్లపల్లె అలత్తూరు వద్ద.
Pasupū Khandrika (Z).	పసుపు ఖండ్రిక.
Pātagunta (I) ...	పాతగుంట.
Pātupālem (Z) ...	పాతపాళెం.
Pātavīrāpuram (I).	పాతవీరాపురం.
Pattipādu (Z) ...	పత్తిపాడు.
Peddagunta Agrahāram (I).	పెద్దగుంట అగ్రహారం.
Pedda Kannāli (Z)	పెద్ద కన్నలి.
Pedda Kanuparti (I).	పెద్ద కనుపర్తి.
Peddamaila (Z) ...	పెద్ద మైల.
Peddanjimēdu (I).	పెద్దంజిమేడు.
Peddapālavēdu (Z)	పెద్దపాలవేడు.
Pedda Singamāla (I).	పెద్ద శింగమాల.
Pellakūru (Z) ...	పెల్లకూరు.
Penkulapādu (Z)	పెంకులపాడు
Pennagadam (I)...	పెన్నగడం.
Pennalapādu (I)...	పెన్నలపాడు.
Penubāka (I) ...	పెనుబాక.
Penumallam (Z) ..	పెనుమల్లం.
Perundēsam (I) ...	పెరుందేశం.
Perumāllapalle (I)	పెరుమాళ్లపల్లె.
Pētagunta (I) ...	పేటగుంట.
Pidikitimāla alias Kailāsanādēswarapuram (I).	పిడికిటిమాల అనే కైలాసనాదేశ్వరపురం.
Pillamēdu (I) ...	పిల్లమేడు.
Pillārigunta (I) ...	పిల్లారిగుంట.
Pōlayyagunta (I).	పోలయ్యగుంట.
Pōli (Z) ...	పోలి.
Ponnēripalle (I)...	పొన్నేరిపల్లె.
Pōtumānigunta (I)	పోతుమానిగుంట.
Poyya (Z) ...	పొయ్య.
Pūdi (Z) ...	పూడి.
Pūdi alias Chennakeswarapūram (I).	పూడి అనే చెన్నకేశ్వరపురం.
Pullāreddi Khandrika (Z).	పుల్లారెడ్డి ఖండ్రిక.
Pullūru (Z) ...	పుల్లూరు.
Punabāka (Z) ...	పునబాక.
Punabākacheruvutattu Khandrika (Z).	పునబాక చెరువు తట్టు ఖండ్రిక.
Pūsalapalle (I) ...	పూసలపల్లె.
Puttēri (Z) ...	పుత్తేరి.
Rāghavāpuram (I).	రాఘవాపురం.
Rāgigunta alias Madanagōpalapuram (I).	రాగిగుంట అనే మదనగోపాలపురం.
Rājugunta (I) ...	రాజుగుంట.
Rājulapālem (Z)...	రాజులపాళెం.
Rājupālem (I) ...	రాజుపాళెం.
Rāllapalle alias Rāvillavāri Khandrika (I).	రాళ్లపల్లె అనే రావిల్లవారి ఖండ్రిక.
Rāmabhatlapalle (Z).	రామభట్లపల్లె.
Rāmachandrāpuram (I).	రామచంద్రాపురం.
Rāmalingāpuram (Ch. No. XXI Bl. No. 104) (I).	రామలింగాపురం.
Rāmalingāpuram (Ch. No. VII Bl. Nos. 131 and 131 A) (I).	రామలింగాపురం.
Rāmānujapalle (Z)	రామానుజపల్లె.
Rāmāpuram (Z) ...	రామాపురం.
Rāmāreddipalle (Z)	రామారెడ్డిపల్లె.
Rangayyagunta (Z).	రంగయ్యగుంట.
Rātsagunnēri (I)	రాచగున్నేరి.
Rātsapālem (I) ...	రాచపాళెం.

KĀLAHASTI DIVISION—cont. కాళహస్తి డివిజను—శేషము.

Rāvulapāḍu (I) ...	రావులపాడు.
Ravutu Sūramāla (Z).	రవుతుసూరమాల.
Rāyapēdu (Z) ...	రాయపేడు.
Reddigunta (Ch. No. VII Bl. No. 7) (I).	రెడ్డిగుంట.
Reddigunta (I) ...	రెడ్డిగుంట.
Reddigunta (In the fields of Musalipēdu) (I).	రెడ్డిగుంట (ముసలిపేడు పొలంలో)
Reddipalle (Z) ...	రెడ్డిపల్లె.
Rēpalle (I) ...	రేపల్లె.
Rudramūrtipuram (Z).	రుద్రమూర్తిపురం.
Sadāsivapuram (I).	సదాశివపురం.
Sadāsivapuram (Z)	సదాశివపురం.
Saktiganēswarapuram alias Kōtamangāpuram (Z)	శక్తిగణేశ్వరపురం అనే కోటమంగాపురం.
Sāmbayyapālem (I).	సాంబయ్యపాలెం.
Sattambēdu (Z) ...	సాత్తంబేడు.
Saubhāgyavidyāpuram alias Saraswati Khandrika (I).	సౌభాగ్య విద్యాపురం అనే సరస్వతి ఖండ్రిక.
Sēttigunta (I) ...	శెట్టిగుంట.
Siddagunta (I) ...	శిద్దగుంట.
Siddagunta alias Umāmahēswarapuram (I).	శిద్దగుంట అనే ఉమామహేశ్వరపురం.
Siddamanāyudi Khandrika (Z).	సిద్దమనాయుడి ఖండ్రిక.
Sirasanambēdu (Z)	శిరసనంబేడు.
Sītārāmpēta (I) ...	శీతారాంపేట.
Sivagiripalle (I)...	శివగిరిపల్లె.
Sivanādhapālem (Z).	శివనాధపాలెం.
Sivarāmapuram (I)	శివరామపురం.
Srīkālahastipuram alias Tummalagunta (I).	శ్రీకాళహస్తిపురం అనే తుమ్మలగుంట.
Srī Krishnāpuram (Z).	శ్రీ క్రిష్ణాపురం.
Srīnivāsapuram (Z).	శ్రీనివాసపురం.
Srīnivāsapuram (I).	శ్రీనివాసపురం.
Srīrāmāpuram (Z).	శ్రీరామాపురం.
Srīrangavenkatāpuram alias Koochcherlavāri Khandrika (I).	శ్రీరంగవెంకటాపురం అనే కొచ్చెర్లవారి ఖండ్రిక.
SubbārāyudiKhandrika alias Nārasimhāpuram (I).	సుబ్బారాయుడి ఖండ్రిక అనే నారసింహాపురం.
Subrahmanyapuram (Z).	సుబ్రహ్మణ్యపురం.
Sūramāla (I) ...	సూరమాల.
Sūryanārāyanapuram (Z).	సూర్యనారాయణపురం.
Svarnalingēswarapuram (I).	స్వర్ణలింగేశ్వరపురం.
Svarnamāmbāpuram alias Pallamāla Khandrika (I).	స్వర్ణమాంబాపురం అనే పల్లమాల ఖండ్రిక.
Talārivēdu (Z) ...	తలారివేడు.
Tangēllapālem (I).	తంగేళ్లపాలెం.
Tānigallu (Z) ...	తానిగల్లు.
Tātiparti (Z) ...	తాటిపర్తి.
Terippādu (Z) ...	తెరిప్పాడు.
Tikkalattūru (I) ...	తిక్కలత్తూరు.
Timmabhūpālapuram (I).	తిమ్మభూపాలపురం.
Timmabhūpālapuram alias Tirumanjanamvāri Khandrika (I).	తిమ్మభూపాలపురం అనే తిరుమంజనంవారి ఖండ్రిక.

KĀLAHASTI DIVISION—cont. కాళహస్తి డివిజను—శేషము.

Timmasamudram (Ch. No. III Bl. Nos. 99 to 102) (I).	తిమ్మసముద్రం.
Timmasamudram (Ch. No. VII Bl. No. 82) (I).	తిమ్మసముద్రం.
Timmasamudram (Ch. No. VII Bl. No. 143) (I).	తిమ్మసముద్రం.
Timmavaram (I).	తిమ్మవరం.
Tirumalāpuram (I)	తిరుమలాపురం.
Tirupanambēdu (Z)	తిరుపనంబేడు.
Tondamanādu (Z).	తొండమనాడు.
Tottambēdu (I) ...	తొట్టంబేడు.
Tsallapālem (Z) ...	చల్లపాలెం.
Tsukkalanidigallu (I).	చుక్కలనిడిగల్లు.
Udumulapādu alias Krishnapatnām (I)	ఉడుములపాడు అనే కృష్ణాపురం.
Ulasagunta alias Bhāratāpuram (I)	ఉలసగుంట అనే భారతాపురం.
Umāmahēswarapuram (I).	ఉమామహేశ్వరపురం.
Ummalagunta (I).	ఉమ్మలగుంట.
Upparapālem ...	ఉప్పరపాలెం.
Ūrandūru (Z) ...	ఊరందూరు.
Vadlagunta (I) ...	వడ్లగుంట.
Vagattūru (Z) ...	వగత్తూరు.
Vāgavēdu (Z) ...	వాగవేడు.
Valapalaguntaalias Venkatāpuram (Z).	వలపలగుంట అనే వెంకటాపురం.
Vāmpalle (I) ...	వాంపల్లె.
Vēdāla Srīnivāsapuram (I).	వేదాల శ్రీనివాసపురం.
Vēdam (Z) ...	వేదం.
Vedullacheruvu (I)	వెదుళ్లచెరువు.
Velampādu (Z) ...	వెలంపాడు.
Vengalampalle alias Indrapalle (I).	వెంగలంపల్లె అనే ఇంద్రపల్లె.
Vengamāmbāpuram (Ch. No. II Bl. No. 3) (I).	వెంగమాంబాపురం.
Vengamāmbāpuram (Ch. No. VII Bl. No. 83) (I) ...	వెంగమాంబాపురం.
Venkatammagunta (I).	వెంకటమ్మగుంట.
Venkatampālem (I)	వెంకటంపాలెం.
Venkatāpuram (near Gollapalle) (I).	వెంకటాపురం (గొల్లపల్లెవద్ద).
Venkatāpuram (near Kandādu) (I).	వెంకటాపురం (కందాడువద్ద).
Venkatāpuram (near Sītārāmpēta) (I).	వెంకటాపురం (సీతారాంపేటవద్ద).
Venkatāpuram alias Gollapalle (Z).	వెంకటాపురం అనే గొల్లపల్లె.
Venkatāpuram alias Gurukula Khandrika (I).	వెంకటాపురం అనే గురుకుల ఖండ్రిక.
Venkatāpuram alias Kōdanda Ramāpuram (I).	వెంకటాపురం అనే కోదండరామాపురం.
Venkatēswarapuram (I).	వెంకటేశ్వరపురం.
Vēnugōpālapuram (Z).	వేణుగోపాలపురం.
Vēnugōpālapuram alias Rāllapalle (I).	వేణుగోపాలపురం అనే రాళ్లపల్లె.
Vijayagōpālapuram (I).	విజయగోపాలపురం
Vikrutamāla (Z).	వికృతమాల.

KĀLAHASTI DIVISION—cont. కాళహస్తి డివిజను—శేషము.

Vippala khandrika alias Bālamāmbāpuram (I). విప్పల ఖండ్రిక అనే బాలమాంబాపురం.
Virūpākshapuram (I). విరూపాక్షపురం.
Visālapuram (I) ... విశాలపురం.
Yālavēdu (Z) ... యాలవేడు.
Yārlapūdi (Z) ... యార్లపూడి.
Zangālapalle (I) ... జంగాలపల్లె.

MADANAPALLE TĀLŪK. మదనపల్లె తాలూకా.

Agrahāram ... అగ్రహారం.
Ammallabandakōta (I). అమ్మళ్లబండకోట.
Anantapuram (I). అనంతపురం.
Angallu ... అంగళ్లు.
Ankisettipalle (I). అంకిశెట్టిపల్లె.
Badikāyalapalle ... బడికాయలపల్లె.
Bandamīdikammapalle. బండమీదికమ్మపల్లె.
Bandrevu ... బండ్రేవు.
Basinikonda ... బసినికొండ.
Bayyappagāripalle బయ్యప్పగారిపల్లె.
Birangi ... బీరంగి.
Brāhmana Oddupalle. బ్రాహ్మణఒడ్డుపల్లె.
Būchīpalle ... బూచీపల్లె.
Būrlapalle ... బూర్లపల్లె.
Burrakāyalakōta ... బుర్రకాయలకోట
Chennappagāripalle (I). చెన్నప్పగారిపల్లె.
Chennayagāripalle చెన్నయ్యగారిపల్లె.
Chinnapongupalle (I). చిన్నపొంగుపల్లె.
Chinnatippasamudram. చిన్నతిప్పసముద్రం
Chippili ... చిప్పిలి.
Dēvrrapalle (I) ... దేవరపల్లె.
Dēvulacheruvu ... దేవులచెరువు.
Diguvapālem ... దిగువపాలెం.
Diguvapalle ... దిగువపల్లె.
Eddulavāripalle ... ఎద్దులవారిపల్లె.
Errasānipalle ... ఎర్రసానిపల్లె.
Gangireddipalle ... గంగిరెడ్డిపల్లె.
Ghattu ... ఘట్టు.
Gōllapalle ... గోళ్లపల్లె.
Gōpidinne ... గోపిదిన్నె.
Gūdupalle గూడుపల్లె.
Gummasamudram. గుమ్మసముద్రం.
Gundlapalle ... గుండ్లపల్లె.
Jagadamvāripalle (I). జగడంవారిపల్లె.
Kadirinādhunikōta (I). కదిరినాధునికోట.
Kālavapalle ... కాలవపల్లె.
Kalicherla ... కలిచెర్ల.
Kammapalle ... కమ్మపల్లె.
Kamsalavāndlapalle. కంసలవాండ్లపల్లె.
Kandukūru ... కందుకూరు.
Kannemadugu ... కన్నెమడుగు.
Kannemadugupālem alias Marrimākulapalle. కన్నెమడుగుపాలెం అనే మర్రిమాకులపల్లె.
Kāsiraopēta (I) ... కాశీరావుపేట.
Kātnagallu ... కాట్నగల్లు.
Kōllabailu ... కొళ్లబైలు.
Kondāmarri ... కొండామర్రి.
Kōsuvāripalle ... కోసువారిపల్లె.
Kōtakonda ... కోటకొండ.
Kōtavūru ... కోటవూరు.
Kothāla ... కొథాల.
Kotlapalle ... కొట్లపల్లె.
Kottakōta .. కొత్తకోట.
Kottavāripalle ... కొత్తవారిపల్లె.
Kukkarājupalle ... కుక్కరాజుపల్లె.
Kurabalakōta ... కురబలకోట.

MADANAPALLE TĀLŪK—cont. మదనపల్లె తాలూకా—శేషము.

Māchireddigāri-palle. మాచిరెడ్డిగారిపల్లె.
Madanapalle ... మదనపల్లె.
Maddayyagāripalle మద్దయ్యగారిపల్లె.
Maddināyanipalle. మద్దినాయనిపల్లె.
Madumūr ... మదుమూరు.
Mālēpādu ... మాలేపాడు.
Mallela .. మల్లెల.
Mārellagadda (I). మారెళ్లగడ్డ.
Matlivāripalle ... మట్లివారిపల్లె.
Mudivēdu .. ముదివేడు.
Mulakalacheruvu. ములకలచెరువు.
Mulakaladinne (I). ములకలదిన్నె.
Musalikunta ... ముసలికుంట.
Mushtūru ... ముష్టూరు.
Mutakanavāripalle (I). ముతకనవారిపల్లె.
Nadigaddatimma-napalle (I). నడిగడ్డతిమ్మనపల్లె.
Nāyanicheruvu-palle. నాయనిచెరువుపల్లె.
Nimmanapalle ... నిమ్మనపల్లె.
Pāmayyagāripalle (I). పామయ్యగారిపల్లె.
Panchālamarri ... పంచాలమర్రి.
Pāpēpalle ... పాపేపల్లె.
Pāpireddipalle (I). పాపిరెడ్డిపల్లె.
Pattemvāndlapalle పట్టెంవాండ్లపల్లె.
Peddamandyam ... పెద్దమండ్యం.
Peddapālem ... పెద్దపాలెం.
Peddatippasamu-dram. పెద్దతిప్పసముద్రం.
Penchupādu ... పెంచుపాడు.
Pichchalavāndla-palle. పిచ్చలవాండ్లపల్లె.
Ponnūtipālem ... పొన్నూటిపాలెం.
Pōtapōlu ... పోతపోలు.
Pulikallu ... పులికల్లు.
Rangasamudram .. రంగసముద్రం.
Rātsavītivāripalle. రాచవీటివారిపల్లె
Reddivāripalle .. రెడ్డివారిపల్లె.
Rēnimākulapalle. రేణిమాకులపల్లె.
Sampatikōta ... సంపతికోట.
Siddhavaram ... సిద్ధవరం.
Sivapuram ... శివపురం.
Sōmapalle ... సోమపల్లె.
Tamballapalle ... తంబళ్లపల్లె.
Tavalam ... తవలం.
Tēnīgalavāndla-palle. తేనీగలవాండ్లపల్లె.
Tettu ... తెట్టు.
Tsadumu ... చదుము.
Tsaudasāmudram. చౌడసముద్రం.
Tsaukillavāripalle. చౌకిళ్లవారిపల్లె.
Tummanamgutta. తుమ్మణంగుట్ట.
Tummaragunta ... తుమ్మరగుంట.
Valasapalle ... వలసపల్లె.
Veligallu ... వెలిగల్లు.
Vēmpalle ... వేంపల్లె.
Vengamvāripalle. వెంగంవారిపల్లె.
Venkappakōta (I). వెంకప్పకోట,
Vēpūrikōta ... వేపూరికోట.
Zunzurupenta ... జుంజురుపెంట.

PALMANER TĀLŪK. పలమనేరి తాలూకా.

Alapalle ... ఆలపల్లె.
Attikuppam (I) ... అత్తికుప్పం.
Baipagāripalle ... బైపగారిపల్లె.
Baireddipalle ... బైరెడ్డిపల్లె.
Bairupalle ... బైరుపల్లె.
Bandapalle ... బండపల్లె.
Bandārlapalle ... బండార్లపల్లె.
Bōlupalle ... బోలుపల్లె.
Bōdigutlapalle బోడిగుట్లపల్లె.

PALMANER TĀLUK—cont. పలమనేరి తాలూకా.—శేషము.

Bōyachinnāganipalle.	బోయచిన్నాగనిపల్లె.
Chennāreddipalle (I).	చెన్నారెడ్డిపల్లె.
Chettapenta ...	చెట్టపెంట.
Chintamākulapalle.	చింతమాకులపల్లె.
Dandapalle ...	దండపల్లె.
Devadoddi ..	దేవదొడ్డి
Dharmapuri ...	ధర్మపురి.
Dontirāllapalle (I).	దొంతిరాళ్లపల్లె.
Gangavaram ...	గంగవరం.
Gangināyanipalle (I)	గంగినాయనిపల్లె.
Gaunitimmapalle	గౌనితిమ్మపల్లె.
Giddapalle (I) ...	గిడ్డపల్లె.
Gollachīmanapalle.	గొల్లచీమనపల్లె.
Gōnamākulapalle.	గోనమాకులపల్లె.
Gorivimākulapalle.	గొరివిమాకులపల్లె.
Gudipalle (I) ...	గుడిపల్లె.
Gundlapalle (I) ...	గుండ్లపల్లె.
Hanumēpalle ...	హనుమేపల్లె.
Jallipēta ...	జల్లిపేట.
Javunipalle ...	జవునిపల్లె.
Jīdimākulapalle .	జీడిమాకులపల్లె.
Kaigallu (I) ...	కయిగల్లు.
Kalagatūru ...	కలగటూరు.
Kallupalle ..	కల్లుపల్లె.
Kambhampalle ...	కంభంపల్లె.
Kammanapalle ...	కమ్మనపల్లె.
Karadimadugu ...	కరడిమడుగు.
Kempasamudram.	కెంపసముద్రం.
Kīlapalle ...	కీలపల్లె.
Kilēri Kadapanattam.	కీలేరికడపనత్తం.
Kolamāsanapalle.	కొలమాసనపల్లె.
Kōnērugollapalle (I)	కోనేరు గొల్లపల్లె.
Kongātam ...	కొంగాటం.
Kottakōta ...	కొత్తకోట.
Krishnāpuram ...	కృష్ణాపురం.
Kumbhārlapalle ...	కుంభార్లపల్లె.
Kūrmāyi ...	కూర్మాయి.
Lakkanapalle ...	లక్కనపల్లె.
Māmadugu ...	మామడుగు.
Manēndram ...	మనేంద్రం.
Mārēdupalle ...	మారేడుపల్లె.
Mattiguttapalle (I)	మట్టిగుట్టపల్లె.
Mēkalanāgireddipalle (I).	మేకలనాగిరెడ్డిపల్లె
Mēlumāyi ...	మేలుమాయి.
Moram ...	మొరం.
Mudaramdoddi ...	ముదరందొడ్డి.
Muddanapalle ...	ముద్దనపల్లె.
Mūlatimmepalle (I).	మూలతిమ్మెపల్లె.
Nadītīramdāsāllapalle (I).	నదితీరందాసాల్లపల్లె.
Nāgamangalam (I).	నాగమంగళం.
Nellipatla ..	నెల్లిపట్ల.
Nērnipalle ...	నేర్నిపల్లె.
Ōgu ...	ఓగు.
Padigalakuppam ...	పడిగలకుప్పం.
Palmanēr ...	పలమనేరి.
Pāmanabōyanapalle (I).	పామనబోయనపల్లె.
Pāmugānipalle ..	పాముగానిపల్లె.
Pandyālamadugu.	పంద్యాలమడుగు.
Pāpēpalle (I) ...	పాపేపల్లె.
Patrapallō ...	పత్రపల్లె.
Pattikonda ...	పత్తికొండ.
Pātūrunattam ...	పాతూరునత్తం.
Peddabharanipalle.	పెద్దభరణిపల్లె.
Peddachellāraguntā	పెద్ద చెల్లారగుంట.
Peddūru ..	పెద్దూరు.
Pengaragunta ...	పెంగరగుంట.
Raghunāyakuladinne (I).	రఘునాయకులదిన్నె.

Palmaner Tāluk—cont. పలమనేరి తాలూకా—శేషము.

Rāmakuppam ... రామకుప్పం.
Ranginayanipalle (I). రంగినాయనిపల్లె.
Samudrapalle ... సముద్రపల్లె.
Settipalle ... శెట్టిపల్లె.
Sivunikuppam ... శివునికుప్పం.
Srī Rangarājupuram (I). శ్రీరంగరాజుపురం.
Timmasamudram (I). తిమ్మసముద్రం.
Timmayyagāripalle (I). తిమ్మయ్యగారిపల్లె.
Tīrtham ... తీర్థం.
Tōtakanama .. తోటకనమ.
Tsappidipalle ... చప్పిడిపల్లె.
Venkatagirikōta ... వెంకటగిరికోట.
Verrivānipalle (I). వెర్రివానిపల్లె.
Vibhūtiyelanāgaram (I). విభూతియెలనాగరం
Vīrlabanda (I) ... వీర్లబండ.
Yālakallu ... యాలకల్లు.

Punganūr Division. పుంగనూరు డివిజన్.

Adivinādhunikunta (I). అడివినాథునికుంట.
Alajanēru (I) ... అలజనేరు.
Ammagāripalle (Z). అమ్మగారిపల్లె.
Appigānapalle (I). అప్పిగానపల్లె.
Appinapalle (I) ... అప్పినపల్లె.
Āradikunta (Z) ... అరడికుంట.
Arikela (Z) ... అరికెల.
Āvulapalle (I) ... అవులపల్లె.
Bandlapalle (Z) ... బండ్లపల్లె.
Battamdoddi (Z). బట్టందొడ్డి.
Bhīmagānipalle (Z). భీమగానిపల్లె.
Bōdināyanipalle (I). బోడినాయనిపల్లె.
Bōdivaripalle (Z). బోడివారిపల్లె.
Bommarājupalle (Z). బొమ్మరాజుపల్లె.
Būragamanda (Z). బూరగమంద.
Chambakūru (Z). చంబకూరు.
Chandramākulapalle (Z). చంద్రమాకులపల్లె.
Chandūru (I) ... చందూరు.
Chārāla (Z) ... చారాల.
Chaudēpalle (Z)... చౌడేపల్లె.
Chedugutlapalle (I). చెడుగుట్లపల్లె.
Cherukuvāripalle (Z). చెరుకువారిపల్లె.
Chintamākulapalle S. No. 95 (Z). చింతమాకులపల్లె.
Chintamākulapalle S. No. 134 (Z). చింతమాకులపల్లె.
Chokkāndlapalle (Z). చొక్కాండ్లపల్లె
Diguvapalle (Z) ... దిగువపల్లె.
Dinnepalle (I) ... దిన్నెపల్లె.
Durgasamudram (I). దుర్గసముద్రం.
Elavānellūru (Z). ఎలవానెల్లూరు.
Errapalle (I) ... ఎర్రపల్లె.
Gaddamvāripalle (Z). గడ్డంవారిపల్లె.
Gajjalanāyanipalle (I). గజ్జలనాయనిపల్లె.
Gandrājupalle (Z). గంద్రాజుపల్లె.
Gavikonda (I) ... గవికొండ.
Gongivāripalle (Z). గొంగివారిపల్లె.
Gudisibandlapalle (I). గుడిసిబండ్లపల్లె.
Gundugallu (Z) ... గుండుగల్లు.
Guttapalle (I) ... గుట్టపల్లె.
Halasāpuram (I)... హలసాపురం.
Irikipenta (Z) ... ఇరికిపెంట.
Javakottūru (I) ... జవకొత్తూరు.

PUNGANŪR DIVISION—cont. పుంగనూరు డివిజన్—శేషము.

Kāgati (Z) ... కాగటి.
Kambhamvāripalle (Z). కంభంవారిపల్లె.
Kandūru (Z) ... కందూరు.
Kāppalle (Z) ... కాప్పల్లె.
Karasanēpalle (Z). కరసనేపల్లె.
Kātipēri (Z) ... కాటిపేరి.
Kīlapatla (Z) ... కీలపట్ల.
Kōgilēru (Z) .. కోగిలేరు.
Kolattūru (Z) ... కొలత్తూరు.
Kottakōta (Z) .. కొత్తకోట.
Kottapalle (Z) ... కొత్తపల్లె.
Kottūru (Z) ... కొత్తూరు.
Kurapalle (I) ... కురప్పల్లె.
Kurijili (Z) ... కురిజిలి.
Laddigam (Z) ... లడ్డిగం.
Lambamvāripalle (I). లంబంవారిపల్లె.
Mālēnattam (Z) ... మాలేనత్తం.
Mangalam (Z) .. మంగళం.
Manchūrupalle (I). మంచూరుపల్లె.
Melamdoddi (Z) మేలందొడ్డి.
Mēlupatla (Z) ... మేలుపట్ల.
Miniki (Z) ... మినికి.
Mittachintavāri-palle (Z). మిట్టచింతవారిపల్లె.
Mittapalle (Z) ... మిట్టపల్లె.
Mugavādi (Z) ... మూగవాడి.
Muttukūru (Z) ... ముత్తుకూరు.
Nadigadda (Z) ... నడిగడ్డ.
Nadimpalle (Z) ... నడింపల్లె.
Nakkabanda (I) ... నక్కబండ.
Nanjampēta alias Chādambailu (Z). నంజంపేట ఉరఫ్ చాదంబయిలు.
Nāriganipalle (Z). నారిగానిపల్లె.
Nekkondi (I) ... నెక్కొండి.
Nellimanda (Z) ... నెల్లిమంద.
Pachchārlapenta (I). పచ్చార్లపెంట.
Pālamanda (Z) ... పాలమంద.
Pasavalidinne (I). పసవలిదిన్నె.
Pasupattūru (Z) ... పసుపత్తూరు.
Peddakāppalle (Z). పెద్దకాప్పల్లె.
Peddapanjāni (Z). పెద్దపంజాణి.
Pedda Velagatūru (Z). పెద్దవెలగటూరు.
Pōturājupalle (I). పోతురాజుపల్లె.
Pudipatla (Z) .. పుదిపట్ల.
Punganūr (Z) ... పుంగనూరు.
Rāgānipalle (Z) ... రాగానిపల్లె.
Ramasamudram (Z). రామసముద్రం.
Rāyalapēta (Z) ... రాయలపేట.
Reddipalle (I) ... రెడ్డిపల్లె.
Sankarāyalapēta alias Musimisetti palle (Z). శంకరాయలపేట ఉరఫ్ ముశిమిశెట్టిపల్లె.
Sōmala (Z) ... సోమల.
Sūrayyavāripalle (Z). సూరయ్యవారిపల్లె.
Tātiguntapālem (Z). తాటిగుంటపాలెం.
Tirumalareddi-palle (Z). తిరుమలరెడ్డిపల్లె.
Tsadum (Z) .. చదుం.
Tsallāraripalle (I). చల్లావారిపల్లె.
Turlapalle (Z) . తుర్లపల్లె.
Ūlapādu (Z) ... ఊలపాడు.
Upparapalle (Z).. ఉప్పరపల్లె.
Uppinelle (I) ... ఉప్పినెల్లి.
Ūtupalle (Z) ... ఊటుపల్లె.
Valligatla (Z) .. వల్లిగట్ల.
Vanagānipalle (I). వనగానిపల్లె.
Vanamaladinne (Z) వనమలదిన్నె.
Vīrappalle (Z) ... వీరప్పల్లె.
Yātavākili (Z) .. యాటవాకిలి.

PUTTUR DIVISION. పుత్తూరు డివిజన్.

Adivikottūru (Z). అడివికొత్తూరు.
Agaram (Z) ... అగరం.
Aggichēnupalle (Z). అగ్గిచేనుపల్లె.
Akkagāripēta (Z). అక్కగారిపేట.
Ākumallarāmayya Khandrika (I). ఆకుమల్లరామయ్య ఖండ్రిక.
Alamēlumangāpuram (S. No 152) (Z). అలమేలుమంగాపురం.
Alamēlumagāpuram alias Vepagunta (Z). అలమేలుమంగాపురం ఉరఫ్ వేపగుంట.
Alamēlumangatayamma Agraharam (Z). అలమేలుమంగతాయమ్మ అగ్రహారం.
Alattūru (Z) ... అలత్తూరు.
Āllamadugu (Z) .. అల్లమడుగు.
Āmagunta (Z) . ఆమగుంట.
Ambaramaharajupuram (Z). అంబరమహారాజుపురం.
Ammapalle (Z) ... అమ్మపల్లె.
Ānāmbattu (Z) ... ఆనాంబట్టు.
Annūru (Z) ... అన్నూరు.
Anupalle (Z) ... అనుపల్లె.
Aranyakhandrika (Z). అరణ్య ఖండ్రిక.
Ārimākulapalle (Z) ఆరిమాకులపల్లె.
Ārinjayamahārājupuram (Z). ఆరింజయ మహారాజుపురం.
Ārūru (Z) ... ఆరూరు.
Ayanambākkam (Z). అయనంబాక్కం.
Ayyannagāripalle (S. No. 121) (Z). అయ్యన్నగారిపల్లె.
Ayyannagāripalle (S. No. 247) (Z). అయ్యన్నగారిపల్లె.
Bahadūru Seshayya Khandrika (Z). బహాదూరు శేషయ్య ఖండ్రిక.
Bālakrishnāpuram (Z). బాలక్రిష్ణాపురం.
Basivireddipalle (S. No. 186) (Z). బసివిరెడ్డిపల్లె.
Basivireddipalle (S No. 211) (Z). బసివిరెడ్డిపల్లె.
Battuvāripalle (Z). బట్టువారిపల్లె.
Bhīmunicheruvu (Z) భీమునిచెరువు.
Bīrakuppam (Z)... బీరకుప్పం.
Bōdidēvarapalle (Z). బోడిదేవరపల్లె.
Bojjanattam (Z)... బొజ్జనత్తం.
Bommandodla (Z). బొమ్మందొడ్ల.
Bommayyapalle (Z). బొమ్మయ్యపల్లె.
Boppalamadugu (Z). బొప్పలమడుగు.
Bopparājupālem (Z). బొప్పరాజుపాలెం.
Bopparājupalle (Z) బొప్పరాజుపల్లె.
Brāhmanakālava (Z). బ్రాహ్మణకాలవ.
Brāhmanapalle (Z) బ్రాహ్మణపల్లె.
Brāhmanatāngal (Z). బ్రాహ్మణతాంగల్.
Būchivānattam (Z) బూచివానత్తం.
Chandrakumārapuram (Z). చంద్రకుమారపురం.
Chandrappanāyudu Khandrika (Z). చంద్రప్పనాయుడు ఖండ్రిక.
Chavanapalle (Z)... చవనపల్లె.
Chavarambākkam (Z). చవరంబాక్కం.
Chavatagunta (Z). చవటగుంట.
Chēmūrivāni Khandrika (Z). చేమూరివాని ఖండ్రిక.
Chennugāripalle (Z). చెన్నుగారిపల్లె.
Chentsugudi (Z) ... చెంచుగుడి.
Cherlōpalle (Z) ... చెర్లోపల్లె.

PUTTŪR DIVISION—cont. పుత్తూరు డివిజన్—శేషము.

Chēvvāyikālava (Z)	చెవ్వాయికాలవ.
Chillamānipalle (Z)	చిల్లమానిపల్లె.
Chinnabāpanapalle (Z).	చిన్నబాపనపల్లె.
Chinnalūru (Z) ...	చిన్నలూరు.
Chinnarājukuppam (Z).	చిన్నరాజుకుప్పం.
Chinnatayyūru (Z)	చిన్నతయ్యూరు.
Chinnatimmarāju-nattam (Z)	చిన్నతిమ్మరాజునత్తం.
Chinnavānigunta (Z).	చిన్నవానిగుంట.
Chintakālava (Z).	చింతకాలవ.
Chintlagunta (Z).	చింతలగుంట.
Chittattūrukālē-palle (Z).	చిట్టత్తూరుకాలేపల్లె.
Dakshinapu Khan-drika (Z).	దక్షిణపు ఖండ్రిక.
Dāmarakuppam (Z).	దామరకుప్పం.
Dāmarapākkam (Z)	దామరపాక్కం.
Dāmōdaramahārā-jupuram (Z).	దామోదరమహారాజపురం.
Dāsarigōvindappa Nāyudu Khan-drika (Z).	దాసరిగోవిందప్ప నాయుడు ఖండ్రిక.
Dēvalampēta (Z).	దేవళంపేట.
Dharmāvaram Venkatrāmayya Khandrika (Z).	ధర్మావరం వెంకట్రామయ్య ఖండ్రిక.
Diguvakanakam-pālem (Z).	దిగువకనకంపాళెం
Donni Bommireddi bayalu (Z).	దొన్ని బొమ్మిరెడ్డి బయలు.
Durgarājupuram (Z).	దుర్గరాజుపురం.
Ekāmbrakuppam (Z).	ఏకాంబ్రకుప్పం.
Elakātūru (Z) ...	ఎలకాటూరు.
Ellasamudram (Z)	ఎల్లసముద్రం.

Enamalamanda (Z).	ఎనమలమంద.
Erikambattu (Z).	ఎరికంబట్టు.
Erramarajupalle (Z).	ఎర్రమరాజుపల్లె.
Ettiranganapalle (Z).	ఎట్టిరంగనపల్లె.
Gādanki (Z) ...	గాదంకి.
Gagamāmbāpu-ram (Z).	గాగమాంబాపురం.
Gajasingarāju-puram (Z).	గజసింగరాజపురం.
Ganēswarapuram (Z).	గణేశ్వరపురం.
Gangamāmbāpu-ram (S. No. 111) (Z).	గంగమాంబాపురం.
Gangamambāpu-ram (S.No. 135) (Z).	గంగమాంబాపురం.
Gangamambāpu-ram (S.No. 196) (Z).	గంగమాంబాపురం.
Gangamāmbāpu-ram (S. No. 232) (Z)	గంగమాంబాపురం.
Gangireddipalle (Z).	గంగిరెడ్డిపల్లె.
Gārampalle (Z) ...	గారంపల్లె.
Garigadōna (Z) ...	గరిగదోన.
Giddamākarājupu-ram (Z).	గిడ్డమాకరాజుపురం
Goduguchinta (Z).	గొడుగుచింత.
Gollapalle (S. No. 137) (Z).	గొల్లపల్లె.
Gollapalle (S. No. 197) (Z).	గొల్లపల్లె.
Gōpālakrishnāpu-ram (Z).	గోపాలకృష్ణాపురం.
Gōpisettipalle (Z).	గోపిశెట్టిపల్లె.

PUTTŪR DIVISION—cont.	పుత్తూరు డివిజన్—శేషము.
Gōvindapālem (Z).	గోవిందపాలెం.
Gōvindapalle (Z).	గోవిందపల్లె.
Gundrajukuppam (Z)	గుండ్రాజుకుప్పం.
Guntalachēnu (Z).	గుంతలచేను.
Guntipalle (Z) ..	గుంటిపల్లె.
Guravarajuvaripēta (Z).	గురవరాజువారిపేట.
Gurram Kondamanāyudu Khandrika (Z).	గుర్రం కొండమనాయుడు ఖండ్రిక.
Guvvala Tirumalayya Khandrika (Z).	గువ్వలతిరుమలయ్య ఖండ్రిక.
Īdigapalle (Z) ...	ఈడిగపల్లె.
Īduvāripalle (Z) ...	ఈదువారిపల్లె.
Ippatāngal (Z) ...	ఇప్పతాంగల్.
Iruguvāyi (Z) ...	ఇరుగువాయి.
Irupūru Rāmayya Khandrika (Z).	ఇరుపూరు రామయ్య ఖండ్రిక.
Ishtakāmeswarapuram (Z).	ఇష్టకామేశ్వరపురం.
Iswarāpuram (Z).	ఈశ్వరాపురం.
Jadabāpanapalle (Z).	జడబాపనపల్లె.
Jagannādhapuram (Z).	జగన్నాథపురం.
Kacharāvēdu (Z).	కచరావేడు.
Kadirimangalam (Z).	కదిరిమంగలం.
Kailāsapuram (Z).	కైలాసపురం.
Kaipākkam (Z) ...	కైపాక్కం.
Kākavēdu (Z) ...	కాకవేడు.
Kālēpattada (Z)...	కాలేపట్టడ.
Kālikāpuram (Z).	కాళికాపురం.
Kalivichēnu (Z) ...	కలివిచేను.
Kaliyambākkam (Z).	కలియంబాక్కం.
Kallūru (Z) ...	కల్లూరు.
Kallūru Dasabandham (Z).	కల్లూరు దశబంధం.

Kalyānapuram (Z)	కల్యాణపురం.
Kalyānavenkatēswarapuram (Z).	కల్యాణ వెంకటేశ్వరపురం.
Kammapalle (S. No. 145) (Z).	కమ్మపల్లె.
Kammapalle (S. No. 192) (Z).	కమ్మపల్లె.
Kandālla Gōvindāchāryula Khandrika (Z).	కందాళ్ల గోవిందాచార్యుల ఖండ్రిక.
Kannikāpuram (S. No. 63) (Z).	కన్నికాపురం.
Kannikāpuram (S. No. 181) (Z).	కన్నికాపురం
Kannikāpuram (S. No. 200) (Z).	కన్నికాపురం.
Kannikāpuram (S. No. 210) (Z).	కన్నికాపురం.
Kannikāpuram (S. No. 226) (Z).	కన్నికాపురం.
Karakanthāpuram (Z).	కరకంథాపురం.
Kārvētinagar (Z).	కార్వేటినగరం.
Kasamkuppam (Z)	కశంకుప్పం.
Kasammitta (Z) ..	కశంమిట్ట.
Kasavanūru (Z) ...	కశవనూరు.
Katikapalle (Z) ...	కటికపల్లె.
Katripalle (Z) ...	కత్రిపల్లె.
Kattakinda Venkatāpuram (Z)	కట్టకింద వెంకటాపురం.
Kāvanūru (Z) ...	కావనూరు.
Kāvērimaharājupuram (S. No. 169) (Z).	కావేరిమహారాజపురం.
Kāvērimaharājupuram (S No. 205) (Z).	కావేరిమహారాజపురం.
Kāvērimaharājupuram Agrahāram (Z).	కావేరిమహారాజపురం అగ్రహారం.
Kāyam (Z) ...	కాయం.

PUTTŪR DIVISION—cont. పుత్తూరు డివిజన్—శేషము.

Kāyam Dasabandham (Z).	కాయం దశబంధం.
Kēsavakuppam (Z).	కేశవకుప్పం.
Kētumālmaharājupuram (Z).	కేతుమాల్‌మహారాజుపురం.
Kīlagaram (Z) ...	కీలగరం.
Kīlambākkam (Z).	కీలంబాక్కం.
Kīlapattu (Z) ...	కీలపట్టు.
Kīlapūdi (Z) ...	కీలపూడి.
Kōdandarāmāpuram (Z).	కోదండరామాపురం.
Kollāgunta (Z) ...	కొల్లాగుంట.
Komaragunta (Z).	కొమరగుంట.
Kondachēnu (S. No. 93) (Z).	కొండచేను.
Kondachēnu (S. No. 144) (Z).	కొండచేను.
Kondakindapalle (Z).	కొండకిందపల్లె.
Kondalcheruvu (Z).	కొండల్‌చెరువు.
Kondrājupuram (Z).	కొండ్రాజుపురం.
Koppēdu Āchāryula Khandrika (Z)	కొప్పేడు ఆచార్యుల ఖండ్రిక.
Koppēdu Kāpula Khandrika (Z).	కొప్పేడు కాపుల ఖండ్రిక.
Korakantāngal (Z)	కొరకంటాంగల్.
Kothārlapalle (Z).	కొటార్లపల్లె.
Kothārvēdu (Z) ...	కొటార్వేడు.
Kottapalle (Z) ...	కొత్తపల్లె.
Kottūru (S. No. 96) (Z).	కొత్తూరు.
Kottūru (S. No. 164) (Z).	కొత్తూరు.
Krishnāpuram (Z)	కృష్ణాపురం.
Krishnarāju Khandrika (Z).	కృష్ణరాజు ఖండ్రిక
Krishnarāmāpuram (Z).	కృష్ణరామాపురం.
Krishnasamudram (S. No. 101) (Z)	కృష్ణసముద్రం.
Krishnasamudram (S. No. 169) (Z)	కృష్ణసముద్రం.
Krishnasamudram (Z).	కృష్ణసముద్రం.
Kshudrabhangapuram (Z).	క్షుద్రభంగపురం.
Kumārabommarājupuram (Z).	కుమారబొమ్మరాజుపురం.
Kumāra Venkata Pērumālrājupuram (Z).	కుమార వెంకట పెరుమాళ్రాజుపురం.
Kūnamarajupālem (Z).	కూనమరాజుపాలెం
Kūnēpalle (Z) ...	కూనేపల్లె.
Kuppambādūru (Z)	కుప్పంబాదూరు.
Kurivikuppam (Z)	కురివికుప్పం.
Lakshmarājupēta (Z).	లక్ష్మరాజుపేట.
Lakshmīnarasimhāpuram (Z).	లక్ష్మీనరసింహాపురం.
Lakshmipuram (Z)	లక్ష్మీపురం.
Lakshmīvilāsapuram (Z).	లక్ష్మీవిలాసపురం.
Lōtattu Vēnkatāpuram (Z).	లోతట్టు వెంకటాపురం.
Mādhavaram (Z).	మాధవరం.
Mahālakshmipuram (Z).	మహాలక్ష్మీపురం.
Mahārājubahadūrvāripēta (Z).	మహారాజుబహదూర్‌వారిపేట.
Mahēswarapuram (Z).	మహేశ్వరపురం.
Mākamāmbapuram (Z).	మాకమాంబాపురం.
Mākamāmbavilāsam (Z).	మాకమాంబావిలాసం.

PUTTŪR DIVISION—cont. పుత్తూరు డివిజను—శేషము.

Mākayyagāripēta (Z).	మాకయ్యగారిపేట.
Mallavaram Subbarayudu Khandrika (Z).	మల్లవరం సుబ్బరాయుడుఖండ్రిక.
Māmbēdu (Z) ...	మాంబేడు.
Manavartikottūru (Z).	మనవర్తికొత్తూరు.
Māngādu (Z) ...	మాంగాడు.
Mangunta (Z) ...	మంగుంట.
Mārēpalle (Z) ...	మారేపల్లె.
Marripalle DakshinapuKhandrika (Z).	మర్రిపల్లె దక్షిణపు ఖండ్రిక.
Marripalle Uttarapu Khandrika (Z).	మర్రిపల్లె ఉత్తరపు ఖండ్రిక.
Mātōsri Venkatamāmbāpuram (Z).	మాతోశ్రీ వెంకటమాంబాపురం.
Mēdivāda (Z) ...	మేడివాడ.
Mēlambākkam (Z)	మేళంబాక్కం.
Mēlapattu (Z) ...	మేళపట్టు.
Mittapālem (S. No. 183).	మిట్టపాలెం.
Mittapālem (S. No. 73).	మిట్టపాలెం.
Mōdugulapālem (Z).	మోదుగులపాలెం.
Mondivenganapalle (Z).	మొండివెంగనపల్లె.
Mōrukondakinda Khandrika (Z).	మోరుకొండకింద ఖండ్రిక.
Mōtlachēnu (Z) ...	మోట్లచేను.
Muchchālamarri (Z).	ముచ్చాలమర్రి.
Mudipalle (Z) ...	ముడిపల్లె.
Mukkaravānipalle (Z).	ముక్కరవానిపల్లె.
Nadavalūru (Z) ...	నడవలూరు.
Nāgalēri (Z) ...	నాగలేరి.
Nāgarājukuppam (Z).	నాగరాజుకుప్పం.
Nagari (Z) ...	నగరి.
Nainaru Khandrika (Z).	నైనారు ఖండ్రిక.
Nallavenganapalle (Z).	నల్లవెంగనపల్లె.
Nallēpalle (Z) ...	నల్లేపల్లె.
Nambākkam (Z).	నంబాక్కం.
Nandimangalam (Z).	నందిమంగలం.
Nandimangalam Āmarakhandrika (Z).	నందిమంగలం అమరఖండ్రిక.
Narasimharājupuram (Z).	నరసింహరాజుపురం.
Nārāyanapuram (Z).	నారాయణపురం.
Nārāyanavanam (Z).	నారాయణవనం.
Nāyudupattada (Z).	నాయుడుపట్టడ.
Nennūru (Z) ...	నెన్నూరు.
Nēsanūru (Z) ...	నేశనూరు.
Nettakuppam (Z).	నెత్తకుప్పం.
Nettam Khandrika (Z)	నెత్తం ఖండ్రిక.
Nettēri (Z) ...	నెత్తేరి.
Niluvurāllakammapalle (Z).	నిలువురాళ్లకమ్మపల్లె.
Nindra (Z) ...	నింద్ర.
Niranjana Avadhūtapuram (Z).	నిరంజన అవధూతపురం.
Nissankadurgam (Z).	నిశ్శంకదుర్గం.
Nrugarājapuram (Z).	నృగరాజపురం.

PUTTŪR DIVISION—cont. పుత్తూరు డివిజన్—శేషము.

Nūtiguntapalle (Z)	నూతిగుంటపల్లె.
Oddupalle (Z) ...	ఒడ్డుపల్లె.
Ōtichēnu Khandrika (Z).	ఓడుచేను ఖండ్రిక.
Pachchikālava (Z).	పచ్చికాలవ.
Padchchikapallam (Z).	పచ్చికపల్లం.
Padige (Z). ...	పడిగె.
Pādirēdu (Z)	పాదిరేడు.
Pādiri (Z) ...	పాడిరి.
Padmāpuram (K).	పద్మాపురం.
Padmavallipuram (Z).	పద్మవల్లిపురం.
Paidipalle (R) ...	పైడిపల్లె.
Pālamangalam Dakshinapu Khandrika (Z).	పాలమంగలం దక్షిణపు ఖండ్రిక.
Pālamangalam Uttarapu Khandrika (Z).	పాలమంగలం ఉత్తరపు ఖండ్రిక.
Pālamani Chēnu (Z).	పాలమాని చేను.
Palukūru Subbarāyudi Khandrika (Z).	పలుకూరు సుబ్బరాయుడి ఖండ్రిక.
Pannūru (Z) ...	పన్నూరు.
PāpireddiKhandrika (Z).	పాపిరెడ్డి ఖండ్రిక.
Pārakālava (Z) ...	పారకాలవ.
Paramāla (Z) ...	పరమాల.
Paramēswaramangalam (Z).	పరమేశ్వరమంగలం.
Parvatarājupuram (Z).	పర్వతరాజుపురం.
Pātagunta (Z) ...	పాతగుంట.
Pātapālem (Z) ...	పాతపాలెం.
Pattiputtūru (Z).	పత్తిపుత్తూరు.
Peddacheruvu (Z).	పెద్దచెరువు.
Peddakondēpalle (Z).	పెద్దకొండేపల్లె.
Peddakrishnājammagāri Agrahāram (Z).	పెద్ద కృష్ణాజమ్మగారి అగ్రహారం.
Peddapattada (Z).	పెద్దపట్టడ.
Perumāllapalle (Z)	పెరుమాళ్లపల్లె.
Pillārikuppam (Z).	పిళ్లారికుప్పం.
Pillāripattu (Z) ...	పిళ్లారిపట్టు.
Pilligundlapalle (Z).	పిల్లిగుండ్లపల్లె.
Podalōpalle (Z) ...	పొదలోపల్లె.
Ponnagallu (Z) ...	పొన్నగల్లు.
Prasanna Venkatēswarapuram (S. No. 97) (Z).	ప్రసన్న వెంకటేశ్వరపురం.
Prasanna Venkatēswarapuram (S. No. 130) (Z).	ప్రసన్న వెంకటేశ్వరపురం.
Prasanna Venkatēswarapuram (S. No. 143) (Z).	ప్రసన్న వెంకటేశ్వరపురం.
Pūdi (Z) ...	పూడి.
Puligunta (Z) ...	పులిగుంట.
Pullūru (Z) ...	పుల్లూరు.
Puttūru (Z) ...	పుత్తూరు.
Rāghavarājupuram (Z).	రాఘవరాజుపురం
Rājēkumara Venkataperumālrāju Bahadūrvāripēta (Z).	రాజేకుమార వెంకటపెరుమాళ్ రాజు బహదూర్వారిపేట.
Rāmakrishnamāmbāpuram (Z).	రామకృష్ణమాంబాపురం.
Rāmakrishnāpuram (S. No. 90) (Z).	రామకృష్ణాపురం.
Rāmakrishnāpuram (S. No. 193) (Z).	రామకృష్ణాపురం.
Rāmāpuram (S. No. 67) (Z).	రామాపురం.

PUTTŪR DIVISION—cont. పుత్తూరు డివిజన్—శేషము.

Rāmāpuram (S. No. 143) (Z).	రామాపురం.
Rāmasamudram (S. No. 112) (Z).	రామసముద్రం.
Rāmasamudram (S. No. 168) (Z).	రామసముద్రం.
Rāsapālem (Z) ...	రాచపాలెం.
Rāvillavāripalle (Z).	రావిళ్లవారిపల్లె.
Rāyalcheruvu (Z).	రాయల్‌చెరువు.
Reddipalle (Z) ...	రెడ్డిపల్లె.
Rēpalle (Z) ...	రేపల్లె.
Ripunjayarājupuram (Z).	రిపుంజయరాజుపురం.
Sadāsivapuram (Z).	సదాసివపురం.
Saddikūllapalle (Z)	సద్దికూళ్లపల్లె.
Sālvapattada (Z).	సాళ్వపట్టెడ.
Samayapuram (Z).	సమయపురం.
Samudāyam (Z) ...	సముదాయం.
Sanjīvarāyapuram (Z).	సంజీవరాయపురం
Santabayalu ...	సంతబయలు.
Saraswatīvilāsapuram (Z).	సరస్వతీవిలాసపురం.
Sarvagna Narasimha Sāstrulu Khandrika (Z).	సర్వజ్ఞ నరసింహశాస్త్రులు ఖండ్రిక.
Satravāda (Z) ...	సత్రవాడ.
Satrubhangapuram (Z).	శత్రుభంగపురం.
Sēkuvāripalle (Z).	సేకువారిపల్లె.
Settivānattam (Z).	సెట్టివానత్తం.
Sīkāyapattada (Z).	సీకాయపట్టెడ.
Sindhurājupuram (Z).	సింధురాజుపురం.
Singararājupattada (Z).	శింగరరాజుపట్టెడ.
Singārasēkhararājupuram (Z).	సింగారశేఖరరాజుపురం.
Sirugururājupālem (Z).	సిరుగురురాజుపాలెం.
Sītamma Agrahāram (Z).	సీతమ్మ అగ్రహారం.
Sitāramapuram (Z)	సీతారామపురం.
Sītarāmapuram Agrahāram (Z).	సీతారామపురం అగ్రహారం.
Sōmēswarapuram (Z).	సోమేశ్వరపురం.
Sorakāyalapālem (Z).	సొరకాయలపాలెం.
Srībommaraju Agrahāram (Z).	శ్రీబొమ్మరాజు అగ్రహారం.
Srībommarājupuram (Z).	శ్రీబొమ్మరాజుపురం.
Srīnivāsapuram (S. No. 144) (Z).	శ్రీనివాసపురం.
Srīnivāsapuram (S. No. 181) (Z).	శ్రీనివాసపురం.
Srīnivāsāpuram (S. No. 210) (Z).	శ్రీనివాసపురం.
Srīrāmāpuram (Z)	శ్రీరామాపురం.
Srīrangacheruvu (Z).	శ్రీరంగచెరువు.
Srīranganagara Agrahāram (Z).	శ్రీరంగనగర అగ్రహారం.
Srīrangarājupuram (Z).	శ్రీరంగరాజుపురం.
Srīvenkataperumālrājupuram (Z).	శ్రీవెంకటపెరుమాళ్‌రాజుపురం.
Suparvarājupuram (Z).	సుపర్వరాజుపురం.
Surapuram (Z).	సురపురం.
Surēndranagaram (Z).	సురేంద్రనగరం.
Swāmireddi Khandrika (Z).	స్వామిరెడ్డి ఖండ్రిక.
Taduku (S. No. 34) (Z).	తడుకు.

POTTŪR DIVISION—cont. పుత్తూరు డివిజన్—శేషము.

- Taduku (S. No. 97) (Z). తడుకు.
- Tārlabayalu ... తార్లబయలు.
- Tātimākulapalle (S. No 130) (Z). తాటిమాకులపల్లె.
- Tātimākulapalle (S. No. 204) (Z). తాటిమాకులపల్లె.
- Tātitōpu Khandrika (Z). తాటితోపు ఖండ్రిక.
- Tatnēri (Z) ... తట్నేరి.
- Tāyamāmbāpuram (Z). తాయమాంబాపురం.
- Tayyūru (Z) ... తయ్యూరు.
- Tellagundlapalle (Z). తెల్లగుండ్లపల్లె.
- Terani (Z) ... తెరణి.
- Tettuguntapalle (Z). తెట్టుగుంటపల్లె.
- Timmāpuram (Z). తిమ్మాపురం.
- Timmarājupalle (Z). తిమ్మరాజుపల్లె.
- Tippāpuram (Z)... తిప్పాపురం.
- Tippināyudupalle (Z). తిప్పినాయుడుపల్లె.
- Tirumalakondamāmbāgāripēta (Z). తిరుమలకొండమాంబాగారిపేట.
- Tirumalakondamāmbāpuram (S. No. 167) (Z). తిరుమలకొండమాంబాపురం.
- Tirumalakondamāmbāpuram (S. No 194) (Z). తిరుమలకొండమాంబాపురం.
- Tirumalakondayyagāripēta (Z). తిరుమలకొండయ్యగారిపేట.
- Tirumalakuppam (Z). తిరుమలకుప్పం.
- Tirumalayyapalle (Z). తిరుమలయ్యపల్లె.

- TirumalrājuKhandrika (S. No. 27) (Z). తిరుమల్రాజుఖండ్రిక.
- TirumalrājuKhandrika (S. No. 95) (Z). తిరుమల్రాజుఖండ్రిక.
- Tirumalrājupuram (Z). తిరుమల్‌రాజుపురం.
- Tirumandyam (Z). తిరుమండ్యం.
- Tirupati Venkatāchāryula Khandrika (Z). తిరుపతి వెంకటాచార్యుల ఖండ్రిక.
- Tiruvatayam (Z). తిరువట్యం.
- Tiruvengalāmbāpuram (Z). తిరువెంగళాంబాపురం.
- Torūru (Z) ... తోరూరు.
- Tōtānapalle (Z) ... తోటాణపల్లె.
- Tōtapalle Sastrulu Khandrika (Z). తోటపల్లెశాస్త్రులు ఖండ్రిక.
- Tsuttugunta Rāmāpuram (Z). చుట్టుగుంటరామాపురం.
- Tumbūru (Z) ... తుంబూరు.
- Udamalakuditi (Z). ఉడమలకుడితి.
- Uddandamahārājupuram (Z). ఉద్దండమహారాజుపురం.
- Upparapalle (Z)... ఉప్పరపల్లె.
- Uttarapu Khandrika (Z). ఉత్తరపుఖండ్రిక.
- Vadamāla (Z) ... వడమాల.
- Vadiyamgunta (Z) వడియంగుంట.
- Vattalūru (Z) ... వత్తలూరు.
- Vavilchēnu (Z) ... వావిల్‌చేను.
- Vēdamvāri Khandrika (Z). వేదంవారి ఖండ్రిక.
- Vedurukuppam (Z) వెదురుకుప్పం.
- Vēlāvadi (Z) ... వేలావడి.
- Vēmāpuram (Z). వేమాపురం.
- Vengalrāju Khandrika (Z). వెంగల్రాజుఖండ్రిక.

PUTTR DIVISION—cont. పుత్తూరు డివిజను—శేషము.

Venkatakrishnapālem (Z).	వెంకటకృష్ణపాలెం.
Venkatanarasimharājupuram Agrahāram (Z).	వెంకటనరసింహరాజుపురం అగ్రహారం.
Venkatanarasimharājuvāripēta (Z)	వెంకటనరసింహరాజువారిపేట.
Venkatapatirājuvāripēta (Z).	వెంకటపతిరాజువారిపేట.
Venkataperumālrājupuram Agrahāram (S. No. 172) (Z).	వెంకటపెరుమాళ్లరాజుపురం అగ్రహారం.
Venkataperumālrajupuram (S. No. 88) (Z).	వెంకటపెరుమాళ్లరాజుపురం.
Venkataperumalrājupuram (S. No. 75) (Z).	వెంకటపెరుమాళ్లరాజుపురం.
Venkatāpuram (Z).	వెంకటాపురం.
Venkatarāmāpuram (Z).	వెంకటరామాపురం
Vēnugōpālapuram (S. No. 57) (Z).	వేణుగోపాలపురం.
Vēnugōpālapuram (S. No. 147) (Z).	వేణుగోపాలపురం.
Vēnugōpālapuram (S. No. 198) (Z).	వేణుగోపాలపురం.
Vēpakuppam (Z).	వేపకుప్పం.
Vēpēri (Z) ...	వేపేరి.
Vettaltaduku (Z).	వెత్తల్తడుకు.
Vidvatsadāsivalpuram (Z).	విద్వత్ సదాశివపురం.
Vilāsavarāhapuram (Z).	విలాసవరాహపురం
Vīrakāvērirājupuram (S. No. 126) (Z).	వీరకావేరిరాజుపురం.
Vīrakāvērirājupuram (S No. 175) (Z).	వీరకావేరిరాజుపురం.
Vīrappareddipālem (Z).	వీరప్పరెడ్డిపాలెం.
Virātapuram (Z).	విరాటపురం.
Yōgimallavaram (Z).	యోగిమల్లవరం.
Zangālapalle (Z).	జంగాలపల్లె.

TIRUTTANI DIVISION. తిరుత్తని డివిజను.

Ādivarāhapuram (Z).	ఆదివరాహపురం.
Agaram (Z) ...	అగరం.
Āgūru (Z) ...	అగూరు.
Akkachchikuppam (Z).	అక్కచ్చికుప్పం.
Alamēlūmangāpuram (Z).	అలమేలుమంగాపురం.
Allipūlagunta (Z).	అల్లిపూలగుంట.
Ambarīshapuram (Z)	అంబరీషపురం.
Āmidāla (Z) ...	ఆమిదాల.
Ammanēri (Z) ...	అమ్మనేరి.
Ammavārikuppam (Z).	అమ్మవారికుప్పం.
Amritapuram (Z).	అమృతపురం.
Ānandavallipuram (Z).	ఆనందవల్లిపురం.
Anantarājupuram (Z).	అనంతరాజుపురం.
Ānjanēyapuram (Z).	ఆంజనేయపురం.
Ānjanēyapuram Sandāyatam (Z).	ఆంజనేయపురం సందాయతం.

TIRUTTANI DIVISION—*cont.* తిరుత్తని డివిజన్—శేషము.

Appukondayya Khandrida (Z).	అప్పుకొండయ్య ఖండ్రిక.
Aravāsipattada (Z)	అరవాసిపట్టడ.
Arcot Tope Bungalow (Z).	ఆర్కాడుతోపు బంగళా.
Ārkādu (Z) ...	ఆర్కాడు.
Arumbākkam (Z)	అరుంబాక్కం.
Arungolam (Z) ...	అరుంగోళం.
Asvarēvantapuram alias Erembi (Z).	అశ్వరేవంతపురం అనే ఎరెంబి.
Atikalapattu (Z)...	అటికలపట్టు.
Attimānjēri (Z) ...	అత్తిమాంజేరి.
Attipattu (Z) ...	అత్తిపట్టు.
Ayyanēri (Z) ...	అయ్యనేరి.
Ayyavārināyudu Khandrika.	అయ్యవారి నాయుడు ఖండ్రిక.
Bālagōpālapuram (Z).	బాలగోపాలపురం.
Bālakrishnāpuram (S. No. 35) (Z).	బాలకృష్ణాపురం.
Bālakrishnāpuram (S. No. 275) (Z).	బాలకృష్ణాపురం.
Bālakrishnāpuram (S. No. 285) (Z).	బాలకృష్ణాపురం.
Bālāpuram alias Mēlbālāpuram (Z).	బాలాపురం ఉరఫ్ మేల్‌బాలాపురం.
Balije Khandrika (Z).	బలిజె ఖండ్రిక.
Bānāpuram (Z) ...	బాణాపురం.
Battala Changamanāyudukhandrika (Z).	బత్తల చంగమ నాయుడు ఖండ్రిక.
Bhadrarājukhandrika (Z).	భద్రరాజుఖండ్రిక.
Bhāgavata Pattābhirāmāpuram alias Chinnamāpēta (I).	భాగవతపట్టాభిరామాపురం ఉరఫ్ చిన్నమాపేట.
Bikkasānivengamanāyudu Khandrika (Z).	బిక్కసాని వెంగమ నాయుడు ఖండ్రిక.
Bīrakuppam Khandrika (Z).	భీరకుప్పం ఖండ్రిక.
Bommarājupēta alias Bommarājulungāripēta (Z).	బొమ్మరాజుపేట ఉరఫ్ బొమ్మరాజులుంగారిపేట.
Chandrappanāyudukhandrika (Z).	చంద్రప్పనాయుడు ఖండ్రిక.
Chandravilāsapuram (Z).	చంద్రవిలాస పురం.
Chānnūrumallavaram (Z).	చాన్నూరుమల్లవరం.
Chellāttūrū (Z)	చెల్లాట్టూరు.
Chengalvarāyadu Khandrika (Z).	చెంగల్వరాయడు ఖండ్రిక.
Chengalvapuram Agrahāram alias Ettikuppam (Z).	చెంగల్వపురం అగ్రహారం ఉరఫ్ ఎట్టికుప్పం.
Chengāreddi Nārāyanareddi Khandrika.	చెంగారెడ్డి నారాయణరెడ్డి ఖండ్రిక.
Cherukunūru (Z).	చెరుకునూరు.
Chinna Attimānjēri (Z).	చిన్న అత్తిమాంజేరి.
Chinna Kadambūru (Z).	చిన్న కడంబూరు.
Chinna Kalakāttūru (Z).	చిన్న కలకాట్టూరు.
Chinnamandali (Z).	చిన్న మండలి.
Chinnamudipalle (Z).	చిన్న ముడిపల్లె.
Chinna Nāgapūndi (Z).	చిన్న నాగపూండి.
Chinna Rāmāpuram (Z).	చిన్న రామాపురం.
Chinna Timmarājupattada (Z).	చిన్న తిమ్మరాజు పట్టడ.

TIRUTTANI DIVISION—cont. తిరుత్తని డివిజన్—శేషము.

Chintalagunta Khandrika (Z).	చింతలగుంట ఖండ్రిక.
Chīrlagurappa Khandrikga (Z).	చీర్లగురప్ప ఖండ్రిక.
Chitrambākkam (Z)	చిట్రంబాక్కం.
Chivvāda (Z) ...	చివ్వాడ.
Chokkamadugu (Z)	చొక్కమడుగు.
Dalavāyipattada (Z)	దళవాయిపట్టడ.
Damanēri (Z) ...	దామనేరి
Dēvakipuram (Z).	దేవకీపురం.
Dēvalāmbapuram Mākarājupuram (Z).	దేవలాంబాపురం. మాకరాజుపురం.
Dēvasēnāpuram (Z)	దేవసేనాపురం.
Dhanushyapuram (Z).	ధనుష్యపురం.
Dharanivarāhapuram (S. No. 85) (Z).	ధరణివరాహపురం.
Dharanivarahapuram (S. No. 199) (Z).	ధరణివరాహపురం.
Dwārakāpuram (Z)	ద్వారకాపురం.
Elavarti Mummalrāju Khandrika (Z)	ఎలవర్తి ముమ్మల్ రాజు ఖండ్రిక.
Erramasetti Nāra simhuni Khandrika (Z).	ఎర్రమశెట్టి నారశింహుని ఖండ్రిక.
Errappanāyudu Khandrika (Z).	ఎర్రప్పనాయుడు ఖండ్రిక.
Gajarājupuram (Z)	గజరాజుపురం.
Ganēsapuram (Z).	గణేశపురం.
Gangamāmbāpuram.	గంగమాంబాపురం.
Gangarājupuram Uttarapu Khandrika (Z).	గంగరాజుపురం ఉత్తరపు ఖండ్రిక.
Gangarājupuram Dakshinapu Khandrika (Z).	గంగరాజుపురం దక్షిణపు ఖండ్రిక.
GaunipuramBahdrarāju Khandrika (Z).	గౌనిపురం భద్రరాజు ఖండ్రిక.
Gaunipuram Chinnasubbarāju Khandrika (Z).	గౌనిపురం చిన్నసుబ్బరాజుఖండ్రిక.
Gantāvārikuppam (Z).	గంటావారికుప్పం.
Gollalakuppam (S. No. 33) (Z).	గొల్లలకుప్పం.
Gollalakuppam (S. No. 51) (Z).	గొల్లలకుప్పం.
Gōpālapuram (Z)	గోపాలపురం.
Gōvatsrpuram (Z).	గోవత్సపురం.
Gūlūru (Z) ...	గూలూరు.
Harischandrapuram alias Kātramōtūru (Z)	హరిశ్చంద్రపురం అనే కాట్రమోటూరు.
Īchambādi (Z) ...	ఈచంబాడి.
Illattūru (Z) ...	ఇల్లత్తూరు.
Iluppūru (Z) ...	ఇలుప్పూరు.
Irudalavāripattada (Z).	ఇరుదలవారిపట్టడ.
Jāgīrumangalam (Z).	జాగీరుమంగళం.
Janakarājukuppam (Z).	జనకరాజుకుప్పం.
Javvājivāripalle (Z).	జవ్వాజివారిపల్లె.
Kadananagaram (Z).	కదననగరం.
Kadappantāngal (Z).	కడప్పన్ తాంగల్.
Kākalūru (Z) ...	కాకలూరు.
Kalāmbākkam (Z).	కళాంబాక్కం.
Kalyānapuram (Z)	కల్యాణపురం.
Kanchiguravarāju Khandrika (Z).	కంచిగురవరాజు ఖండ్రిక.
Kānjipādi (Z) ...	కాంజిపాడి.

TIRUTTANI DIVISION—cont. తిరుత్తని డివిజన్—శేషము.

Kanuikāmbāpuram (Z).	కన్నికాంబాపురం.
Kannikapuram (S. No 12) (Z).	కన్నికాపురం.
Kannikāpuram (S. No. 310) (Z).	కన్నికాపురం.
Kāpula Khandrika (Z).	కాపుల ఖండ్రిక.
Karimbēdu (Z)	కరింబేడు.
Karlambākkam (Z)	కర్లంబాక్కం.
Kārtikēyapuram (Z).	కార్తికేయపురం.
Kasavarājupēta(Z)	కసవరాజుపేట.
Kāsīnādhapuram (Z).	కాశీనాథపురం.
Kathārikuppam (Z).	కతారికుప్పం.
Kāvēripuram (Z).	కావేరిపురం.
Kāvērirājupuram (S. No. 152)(Z).	కావేరిరాజుపురం.
Kāvērirājupuram (S. No. 276) (Z).	కావేరిరాజుపురం.
Kāvērirājupēta alias Sri Kāvērirājulungāripēta (Z).	కావేరిరాజుపేట అనే శ్రీ కావేరి రాజులుంగారి పేట.
Kāsavapuram (S. No. 46) (Z).	కేశవపురం.
Kēsavapuram (S. No. 128) (Z).	కేశవపురం.
Kēsavarājukuppam (Z).	కేశవరాజుకుప్పం.
Kēsavarājupuram (Z).	కేశవరాజుపురం.
Khāndāpuram (Z).	ఖాండాపురం.
Kīchalam (Z) ...	కీచలం.
Kīlapūdi (Z) ...	కీళపూడి.
Kīldēvadānam (Z).	కీల్‌దేవదానం.
Kīlkālpattada (Z).	కీల్‌కాల్‌పట్టడ.
Kōdandarāmāpuram (S. No. 103) (Z).	కోదండరామాపురం
Kōdandarāmāpuram (S. No. 243) (Z).	కోదండరామాపురం
Kodivalasa (Z) ..	కొడివలస.
Kolattūru (Z) ...	కొలత్తూరు.
Kolattūrurāmayya Khandrika (Z).	కొలత్తూరు రామయ్య ఖండ్రిక.
Komārakuppam (Z).	కొమారకుప్పం.
Komārarājupēta (Z).	కొమారరాజుపేట.
Kōnasamudram(Z)	కోనసముద్రం.
Kōnayyagāri Venkatrāmuni Khandrika (Z).	కోనయ్యగారి వెంకట్రామునిఖండ్రిక.
Kondapuram (S. No. 91)(Z).	కొండాపుగం.
Kondapuram (S. No. 323) (Z).	కొండాపురం.
Kōnugarikuppam (Z).	కోనుగారికుప్పం.
Kōrakuppam Bommarāju-puram (Z).	కోరకుప్పం బొమ్మరాజుపురం.
Kōramangalam (Z)	కోరమంగలం.
Kōsalnagaram (Z).	కోసల్‌నగరం.
Kottakuppam (Z).	కొత్తకుప్పం.
Kottūruvenkatapuram (Z).	కొత్తూరు వెంకటాపురం.
Krishnajammapuram alias Kondam (Z).	కృష్ణజమ్మపురం అనే కొండం.
Krishnākuppam (Z).	కృష్ణాకుప్పం.
Krishnamarājukuppam (Z).	కృష్ణమరాజు కుప్పం.
Krishnāpuram (Z).	కృష్ణాపురం.
Krishnasamudram alias perugummi (Z).	కృష్ణసముద్రం అనే పెరుగుమ్మి.
Kshūrikāpuram (Z).	క్షూరికాపురం.

TIRUTTANI DIVISION—cont. తిరుత్తని డివిజన్—శేషము.

Kumārabommarājupuram (Z).	కుమారబొమ్మరాజుపురం.
Kunnattūru (Z) ...	కున్నత్తూరు.
Kuppam (Z) ...	కుప్పం.
Kuppam Khandrika (Z).	కుప్పం ఖండ్రిక.
Kuppammitta Khandrika (Z).	కుప్పంమిట్టఖండ్రిక.
Kūrmavilāsapuram (Z).	కూర్మవిలాసపురం.
Kūtāreddigollalakuppam (Z).	కూతారెడ్డిగొల్లలకుపం.
Lakshmīnarasimhapuram (S. No. 16[illegible]) (Z).	లక్ష్మీనరసింహపురం.
Lakshminarasimhapuram (S. No. 274) (Z).	లక్ష్మీనరసింహపురం
Lakshmīpuram (Z)	లక్ష్మీపురం.
Lakshmivilāsapuram (Z).	లక్ష్మీవిలాసపురం.
Maddūru (Z) ...	మద్దూరు.
Madhurāpuram (Z)	మధురాపురం.
Mādirājuperumālrāju Khandrika (Z).	మాదిరాజు పెరుమాళ్రాజు ఖండ్రిక.
Mahādēvapuram (Z).	మహాదేవపురం.
Mahānkālipuram (Z).	మహాంకాళిపురం.
Mahārājupuram (S. No. 127) (Z)	మహారాజుపురం.
Mahārājupuram (S. No. 186) (Z).	మహారాజుపురం.
Mahāvīrapuram (Z)	మహావీరాపురం.
Mailāravāda (Z).	మైలారవాడ.
Mākamāmbāpuram (S. No. 40) (Z).	మాకమాంబాపురం.
Mākamāmbāpuram (S. No. 194) (Z).	మాకమాంబాపురం.
Mākamāmbāpuram (S. No. 251) (Z)	మాకమాంబాపురం.
Māmandūru (Z).	మామండూరు.
Māmbākkam (Z)	మాంబాక్కం.
Mangalam (Z)	మంగలం.
Mangāpuram alias Alamēlumangāpuram (Z).	మంగాపురం అనే అలమేలుమంగాపురం.
Manūru (Z).	మనూరు.
Marudavallipuram (Z).	మరుదవల్లిపురం.
Matham (Z) ...	మఠం.
Mathavalam (Z) ...	మఠవలం.
Matsyvilāsapuram (Z).	మత్స్యవిలాసపురం.
Māvidimānumūla (Z).	మావిడిమానుమూల.
Māvūru (Z) ...	మావూరు.
Mēdinīpuram (Z).	మేదినీపురం.
Mēlappūdi (Z) ...	మేలప్పూడి.
Mēldēvadānam (Z)	మేల్ దేవదానం.
Mēlkālpattada (Z).	మేల్ కాల్ పట్టడ.
Mīsaragandapuram (Z).	మీసరగండపురం.
Mōhinīpuram (Z).	మోహినీపురం.
Mōsūru (Z) ...	మోసూరు.
Muddikuppam (Z).	ముద్దికుప్పం.
Muddukondapuram (Z).	ముద్దుకొండాపురం.
Murukambattu (Z)	మురుకంబట్టు.
Muttappareddi Khandrika (Z).	ముత్తప్పరెడ్డి ఖండ్రిక.
Mutyāluvāripalle (Z).	ముత్యాలువారిపల్లె.
Nābalūru (Z) ...	నాబలూరు.
Nāgapūdi Agrahāram (Z).	నాగపూడి అగ్రహారం.
Nallānigunta (Z).	నల్లానిగుంట.
Nallāttūru (Z) ...	నల్లాట్టూరు.
Nallūruperumālrāju Khandrika (Z).	నల్లూరు పెరుమాళ్రాజు ఖండ్రిక.
Nallūru Venkatrāju Khandrika (Z).	నల్లూరు వెంకట్రాజు ఖండ్రిక.

TIRUTTANI DIVISION—cont. తిరుత్తని డివిజను—శేషము.

Nandimangalam (Z).	నందిమంగలం.
Narasampēta (Z).	నరసంపేట.
Narasimhapuram.	నరసింహపురం.
Nārāyanapuram (S. No. 129) (Z)	నారాయణపురం.
Nārāyanapuram (S. No. 306) (Z)	నారాయణపురం.
Nārāyanasamudram Agrahāram (Z).	నారాయణసముద్రం అగ్రహారం.
Nārtavāda (Z) ...	నార్తవాడ.
Nāyudutōpu (Z) ...	నాయుడుతోపు.
Nedambaram (Z).	నెడంబరం.
Nedigallu (Z) ...	నెడిగల్లు.
Nediyam ...	నెడియం.
Nekkini Agrahāram (Z).	నెక్కిని అగ్రహారం.
Nekkinipēta (Z) ...	నెక్కినిపేట.
Nelavāi (Z) ...	నెలవాయి.
Nemali (Z) ...	నెమలి.
Nemmānēri Khandrika (Z)	నెమ్మానేరి ఖండ్రిక.
Nēsanūru (Z) ...	నేసనూరు.
Nettēri Khandrika (Z).	నెట్టేరి ఖండ్రిక.
Nīlōtpalapuram (Z).	నీలోత్పలపురం.
Nissankapuram (Z).	నిశ్శంకపురం.
Nochchili (Z) ...	నొచ్చిలి.
Orattūru (Z) ...	ఒరత్తూరు.
Orantāngal Gollalakuppam (Z).	ఒరంతాంగల్ గొల్లలకుప్పం.
Padmāpuram (S. No. 10) (Z).	పద్మాపురం.
Padmāpuram (S. No. 233 (Z).	పద్మాపురం.
Padudalam (Z) ...	పడుదలం.
Paivalasa (Z) ...	పైవలస.
Pākālanārāyanareddi Khandrika (Z).	పాకాలనారాయణరెడ్డి ఖండ్రిక
Pākasāla (Z) ...	పాకశాల.
Pālasamudram (Z)	పాలసముద్రం.
Palayanūru (Z) ...	పలయనూరు.
Pallipattu (Z) ...	పల్లిపట్టు.
Panapākkam (Z).	పనపాక్కం.
Panchaghantānādhapuram (Z)	పంచఘంటానాథపురం.
Pāndravēdu (Z) ...	పాండ్రవేడు.
Parabhayankarapuram (Z).	పరభయంకరపురం
Parāsarapuram (Z)	పరాశరపురం.
Pāta Ārkādu (Z).	పాత ఆర్కాడు.
Patnam Sēshayya Khandrika (Z).	పట్నం శేషయ్య ఖండ్రిక.
Patramtāngal (Z).	పత్రంతాంగల్.
Pattābhirāmāpuram alias Nāsikuppam (Z).	పట్టాభిరామాపురం అనే నాసికుప్పం.
Peddakadambūru (Z).	పెద్దకడంబూరు.
Peddakalakāttūru (Z)	పెద్ద కలకాట్టూరు
Peddanāgapūdi (Z).	పెద్దనాగపూడి.
Peddarāmāpuram (Z).	పెద్దరామాపురం.
Perumālmānyam Khandrika (Z).	పెరుమాల్‌మాన్యం ఖండ్రిక.
Perumālrājupeta (Z)	పెరుమాల్‌రాజుపేట.
Perumāltangal (Z)	పెరుమాల్‌తాంగల్
Perumānellūru (Z)	పెరుమానెల్లూరు.
Perumātāngal (Z)	పెరుమాతాంగల్.
Perunkānchi Nārasimhuni Khandrika (Z).	పెరుంకాంచి నారసింహుని ఖండ్రిక.
Pēta Khandrika ...	పేటఖండ్రిక.
Poddattūru (Z) ...	పొద్దట్టూరు.
Poddattūrupēta (Z).	పొద్దట్టూరుపేట.
Ponnangulam (Z)	పొన్నాంగులం.

TIRUTTANI DIVISION—cont. తిరుత్తని డివిజన్—శేషము.

Pōnpadi alias Pommadi (Z).	పోన్పది అనే పొమ్మది.
Pratāpa Uddandamākarājupuram (Z).	ప్రతాప ఉద్దండమాకరాజుపురం.
Pudupattu (Z) ...	పుదుపట్టు.
Pulavanallūru (Z).	పులవనల్లూరు.
Pundarikapuram (Z).	పుండరీకపురం.
Pūnimāngādu (Z).	పూనిమాంగాడు.
Punyam (Z) ...	పుణ్యం.
Purānam Sanjīvirāyani Khandrika (Z).	పురాణం సంజీవిరాయని ఖండ్రిక.
Puttūru (Z) ...	పుత్తూరు.
Rāghavanāyudukuppam (Z).	రాఘవనాయుడుకుప్పం.
Raghunādhapuram (Z).	రఘునాథపురం.
Rāgimānu Khandrika (Z).	రాగిమాను ఖండ్రిక.
Rāja Kallārapuram (Z).	రాజకల్లారపురం.
Rājānagaram (Z).	రాజానగరం.
Rājanagaram Santāyatam (Z).	రాజానగరం సంతాయతం.
Rājapadmāpuram (Z).	రాజపద్మాపురం.
Rājaratnāpuram (Z).	రాజరత్నాపురం.
Rāmachandrāpuram (S. No. 6) (Z).	రామచంద్రాపురం
Rāmachandrāpuram (S. No. 163) (Z).	రామచంద్రాపురం
Rāmachandrāpuram (S. No. 10) (I).	రామచంద్రాపురం
Rāmājōsyula Khandrika (Z).	రామజోస్యుల ఖండ్రిక.
Ramakrishnāpuram (Z).	రామకృష్ణాపురం.
Rāmalingāpuram (S. No. 109) (Z).	రామలింగాపురం.
Rāmalingāpuram (S. No. 311) (Z)	రామలింగాపురం.
Rāmāpuram (S. No. 56) (Z).	రామాపురం.
Rāmāpuram (S. No. 107) (Z).	రామాపురం.
Rāmāpuram Agrahāram (Z).	రామాపురం అగ్రహారం.
Rāmasamudram (Z)	రామసముద్రం.
Rangāpuram (Z).	రంగాపురం.
Rangēpalle (I) ...	రంగేపల్లె.
Rāyasamvenkatakrishnayya Khandrika (Z).	రాయసం వెంకటకృష్ణయ్య ఖండ్రిక.
Reddipallesubbarāo Khandrika (Z).	రెడ్డిపల్లె సుబ్బారావు ఖండ్రిక.
Sahasrapadmāpuram alias Kōlēri (Z).	సహస్రపద్మాపురం అనే కోలేరి.
Sāmantavāda (Z).	సామంతవాడ.
Sānānkuppam (Z).	శానాంకుప్పం.
Sangītakuppam (Z)	సంగీతకుప్పం.
Santāyatakotta Khandrika (Z)	సంతాయత కొత్త ఖండ్రిక.
Santānagōpālapuram (Z).	సంతాన గోపాలపురం.
Santānavēnugōpālapuram (Z)	సంతాన వేణుగోపాలపురం.
Satrunjāyapuram (Z).	శత్రుంజయపురం.
Satyakālavaradāchāryula Khandrika (Z).	సత్యకాల వరదాచార్యుల ఖండ్రిక.
Saunakapuram (Z).	శౌనకాపురం.
Senagalattūru (Z).	శెనగళత్తూరు.
Sēshamarājupēta (Z).	శేషమరాజుపేట.

TIRUTTANI DIVISION—cont. తిరుత్తని డివిజన్—శేషము.

Shrōtriyam Bommarājupuram (Z).	శ్రోత్రియం బొమ్మరాజుపురం.
Shrōtriyam Pattābhirāmāpuram (I).	శ్రోత్రియం పట్టాభిరామాపురం.
Shrōtriyam Rāmāpuram (I).	శ్రోత్రియం రామాపురం.
Siddayyagunta Khandrika (Z).	సిద్దయ్యగుంట ఖండ్రిక.
Siddhāntapuram (Z).	సిద్ధాంతపురం.
Siddirāju Rangarāju Khandrika (S. No. 48) (Z).	సిద్దిరాజురంగరాజు ఖండ్రిక.
Siddirāju Rangarāju Khandrika alias Balija Khandrika (S. No. 304) (Z).	సిద్దిరాజురంగరాజు ఖండ్రిక అనే బలిజ ఖండ్రిక.
Simhārājupuram (Z).	సింహారాజుపురం.
Singarājupuram (S. No. 262) (Z).	సింగరాజుపురం.
Singarājupuram (S. No. 36) (Z).	సింగరాజుపురం.
Singasamudram (Z)	సింగసముద్రం.
Sirigirirājubhadrarāju Khandrika (Z).	సిరిగిరిరాజుభద్రరాజు ఖండ్రిక.
Sirugumi (Z) ...	సిరుగుమి.
Sītāpuram (Z) ...	సీతాపురం.
Sītārāmāpuram (Z)	సీతారామాపురం.
Srībommarājupuram (Z).	శ్రీబొమ్మరాజుపురం.
Srīharipuram (Z).	శ్రీహరిపురం.
Srīkālikāpuram (Z)	శ్రీకాళికాపురం.
Srīkāvērirājupuram (Z).	శ్రీకావేరిరాజుపురం.
Srīkrishnapuram (S. No. 100) (Z).	శ్రీకృష్ణపురం.
Srīkrishnapuram (S. No. 258) (Z)	శ్రీకృష్ణపురం.
Srīnivāsapuram (S. No. 29) (Z).	శ్రీనివాసపురం.
Srīnivāsapuram (S. No. 161) (Z).	శ్రీనివాసపురం.
Srīnivāsayya Khandrika (Z).	శ్రీనివాసయ్య ఖండ్రిక.
Srīrāmāpuram (Z)	శ్రీరామాపురం.
Srīvilāsapuram (Z)	శ్రీవిలాసపురం.
Subrahmanyapuram (Z).	సుబ్రహ్మణ్యపురం.
Sukapuram (Z) ...	సుకపురం.
Sūrarājupattada (Z).	సూరరాజుపట్టడ.
Sūryanagaramalias Vadaklūr (Z).	సూర్యనగరం అనే వడకలూరు.
Swētavarāhapuram (Z).	శ్వేతవరాహపురం.
Tādūr (Z) ...	తాడూరు.
Talāritāngal (Z) ...	తలారి తాంగల్.
Tālavēdu (Z) ...	తాలవేడు.
Tandlam (Z) ...	తండ్లం.
Tātitōpu Khandrika (Z).	తాటితోపు ఖండ్రిక.
Tāyamāmbāpuram (Z).	తాయమాంబాపురం.
Tekkulūru (Z) ...	తెక్కులూరు.
Tirukkulam Khandrika (Z).	తిరుక్కులం ఖండ్రిక.
Tirumalāmbāpuram (Z).	తిరుమలాంబాపురం
Tirumalrājupēta (Z).	తిరుమల్రాజుపేట.
Tirumalrājupuram (Z).	తిరుమల్రాజుపురం.
Tirumalrājupuram Dakshinapu Khandrika (Z).	తిరుమల్రాజుపురం దక్షిణపు ఖండ్రిక.
Tirumalrājupuram Uttarapu Khandrika.	తిరుమల్రాజుపురం ఉత్తరపు ఖండ్రిక.

TIRUTTANI DIVISION—cont. తిరుత్తని డివిజన్ —శేషము.

Tirunādharāju-puram (S. No. 27) (Z).	తిరునాధరాజు పురం.
Tirunādharāju puram (S. No. 242) (Z).	తిరునాధరాజు పురం.
Tiruttani (Z) ...	తిరుత్తని.
Tiruvālangādu (Z).	తిరువాలంగాడు.
Tiruvengalanādha-puram (Z).	తిరువెంగళనాధ పురం.
Tiruvengalanādha-puram (S. No. 245) (Z).	తిరువెంగళనాధ పురం.
Tiruvengalanādha-puram (S. No. 269) (Z).	తిరువెంగళనాధ పురం.
Toludāvūru (Z) ...	తొలుదావూరు.
Tondamanāti Nārāyanareddi Khandrika (Z)	తొండమనాటి నారాయణరెడ్డి ఖండ్రిక.
Tummalcheruvu Khandrika (Z).	తుమ్మల్చెరువు ఖండ్రిక.
Tyāgāpuram (Z)...	త్యాగాపురం.
Ulchi Guravarāju Khandrika (Z).	ఉల్చి గురవరాజు ఖండ్రిక.
Ulchi Rangarāju Khandrika (Z).	ఉల్చి రంగరాజు ఖండ్రిక.
Vadakuppam (Z).	వడకుప్పం.
Valakanāmpudi(Z)	వళకనాంపూడి.
Vanadurgāpuram (I).	వనదుర్గాపురం.
Vanganūru (Z) ...	వంగనూరు.
Vānīvilāsapuram (Z).	వాణీవిలాసపురం.
Vediyāngādu (Z).	వెడియాంగాడు
Vēlanjēri (Z) ...	వేలంజేరి.
Vēlāyudhakuppam (Z).	వేలాయుధకుప్పం.
Veligaram (Z) ...	వెలిగరం.
Vellāttūru (Z) ...	వెల్లాట్టూరు.
Velliyammāpuram (Z).	వెల్లియమ్మాపురం.
Vēlūru Krishnama nāyudu Khandrika (Z).	వేలూరు కృష్ణమ నాయుడు ఖండ్రిక.
Vengalrājukuppam (S. No. 55) (Z).	వెంగల్‌రాజుకుప్పం
Vengalrājukuppam (S. No. 318) (Z).	వెంగల్‌రాజుకుప్పం.
Venkataperumālrājupuram (Z).	వెంకటపెరుమాళ్‌రాజుపురం.
Venkatāpuram Agrahāram (Z).	వెంకటాపురం అగ్రహారం.
Venkatāpuram (S. No. 111) (Z).	వెంకటాపురం.
Venkatāpuram (S. No. 83) (Z).	వెంకటాపురం.
Venkatāpuram (S. No. 266) (Z).	వెంకటాపురం.
Venkatrājukuppam (Z).	వెంకట్రాజుకుప్పం.
Vēnugōpālakrishnāpuram (Z).	వేణుగోపాలకృష్ణాపురం.
Vēnugōpālapuram (S. No. 268) (Z)	వేణుగోపాలపురం.
Vēnugōpālapuram (S. No. 19) (Z).	వేణుగోపాలపురం.
Vēnugōpālapuram (S. No. 155) (Z).	వేణుగోపాలపురం.
Vijayapuram (Z).	విజయపురం.
Vijayarāghavapuram Agrahāram (I).	విజయరాఘవపురం అగ్రహారం.
Vināyakapuram(Z)	వినాయకపురం.
Vīrakanellūru (Z).	వీరకనెల్లూరు.
Vīrakāvērirājupuram (S. No. 26) (Z).	వీరకావేరిరాజుపురం.
Vīrakāvērirājupuram (S. No. 173) (Z).	వీరకావేరిరాజుపురం.
Vīrāmangalam(Z).	వీరామంగళం.
Vīrānattūru (Z) ...	వీరానత్తూరు.

TIRUTTANI DIVISON—cont. తిరుత్తణి డివిజన్—శేషము.

Vīranāyudupālem (Z). వీరనాయుడుపాలెం.
Vīrarāghavapuram (Z). వీరరాఘవపురం.
Vyāsapuram (Z)... వ్యాసపురం.
Yagnapuram (Z). యజ్ఞపురం.
Zangālapalle (Z). జంగాలపల్లె.

VAYALPAD TĀLUK. వాయల్పాడు తాలూకా.

Agrahāram ... అగ్రహారం.
Amilēpalle ... అమిలేపల్లి.
Aramadaka ... అరమడక.
Arigelavāripalle (I). అరిగెలవారిపల్లె.
Āvuvāripalle ... ఆవువారిపల్లె.
Ayyavāripalle (I). అయ్యావారిపల్లె.
Bandakindipalle... బండకిందిపల్లె.
Bhākarapēta ... భాకరాపేట.
Bōdēvāndlapalle. బోడేవాండ్లపల్లె.
Bōdumalluvāripalle. బోడుమల్లువారిపల్లె.
Bommayyagāripalle. బొమ్మయ్యగారిపల్లె.
Boppasamudram... బొప్పసముద్రం.
Būdidevēdu ... బూడిదెవేడు.
Cherlōpalle (I) ... చెర్లోపల్లె.
Chīkatipalle ... చీకటిపల్లె.
Chinnagottigallu. చిన్నగొట్టిగల్లు.
Chintakunta .. చింతకుంట.
Chintalavāripalle. చింతలవారిపల్లె.
Chintaparti ... చింతపర్తి.
Chitibōyanapalle (I). చిటిబోయనపల్లె.
Chitticherla ... చిట్టిచెర్ల.
Dēvalapalle ... దేవలపల్లె.
Dēvarakonda ... దేవరకొండ.
Digavūru ... దిగవూరు.
Doddipalle ... దొడ్డిపల్లె.
Egavūru .. ఎగవూరు.
Ellamanda ... ఎల్లమంద.
Ellutla ... ఎల్లుట్ల.
Enugondapālem ... ఎనుగొండపాలెం.
Erlampalle ... ఎర్లంపల్లె.
Erraguntapalle ... ఎర్రగుంటపల్లె.
Errakōtapalle ... ఎర్రకోటపల్లె.
Erravāripālem ... ఎర్రవారిపాలెం.
Gālivāripalle ... గాలివారిపల్లె.
Gandabōyanapalle. గండబోయనపల్లె.
Gangapuram ... గంగాపురం.
Gānugachinta ... గానుగచింత.
Garnimitta ... గర్నిమిట్ట.
Gōrantlapalle ... గోరంట్లపల్లె.
Gūdarēvupalle ... గూడరేవుపల్లె.
Gudibanda ... గుడిబండ.
Gundlūru ... గుండ్లూరు.
Gurramkonda ... గుర్రంకొండ.
Guttapālem ... గుట్టపాలెం.
Gyārampalle ... గ్యారంపల్లె.
Hissāpalle ... హిస్సాపల్లె.
Jamullapalle (I)... జముల్లపల్లె.
Jāndla ... జాండ్ల.
Jarrāvāripalle ... జర్రావారిపల్లె.
Jillēllamanda ... జిల్లేళ్లమంద.
Kadirāyacheruvu. కదిరాయచెరువు.
Kalakada ... కలకడ.
Kalakada Doddipalle (I). కలకడదొడ్డిపల్లె.
Kalakada Kottapalle (I). కలకడ కొత్తపల్లె.
Kalikiri ... కలికిరి.
Kalikirireddivāripalle. కలికిరిరెడ్డివారిపల్లె.
Kamalayyavāripalle. కమలయ్యవారిపల్లె.
Kambhamvāripalle. కంభంవారిపల్లె.
Kasireddipalle ... కసిరెడ్డిపల్లె.
Kāvalipalle ... కావలిపల్లె.
Kōtamareddipalle. కోటమరెడ్డిపల్లె.

VĀYALPĀD TĀLŪK—cont వాయల్పాడు తాలూకా—కొనసాగు.

Khandrika (I) ... ఖండ్రిక.
Kōna ... కోన.
Korlakunta .. కొర్లకుంట.
Kōtabailu (I) ... కోటబైలు.
Kūraparti ... కూరపర్తి.
Maddipatlavāndlapalle. మద్దిపట్లవాండ్లపల్లె.
Maddulacheruvu... మద్దులచెరువు.
Mādinēnipālem ... మాదినేనిపాలెం.
Mahal alias Chennarāokottapalle (I). మహాల్ అనే చెన్నరావు కొత్తపల్లె.
Mahal Rājupalle .. మహల్‌రాజుపల్లె.
Manchūru ... మంచూరు.
Mārella ... మారెళ్ల.
Marrikuntapalle ... మర్రికుంటపల్లె.
Marrimākulapalle (I). మర్రిమాకులపల్లె.
Marripādu ... మర్రిపాడు.
Mathampalle (I) . మఠంపల్లె.
Mēdikurti ... మేడికుర్తి.
Mēllacheruvu ... మేళ్లచెరువు.
Mōtumallela ... మోటుమల్లెల.
Mudiyamvāripalle. ముడియంవారిపల్లె.
Mudupulavēmula. ముడుపులవేముల.
Mūgalamarri ... మూగలమర్రి.
Munēllapalle ... మునేళ్లపల్లె.
Nadimicherla ... నడిమిచెర్ల.
Nadimi Khandrika నడిమి ఖండ్రిక.
Nagarimadugu ... నగరిమడుగు.
Nawābpēta ... నవాబుపేట.
Nerabailu ... నెరబయిలు.
Nūtanakālava ... నూతనకాలవ.
Pallavōlu ... పల్లవోలు.
Pārapatla ... పారపట్లు.
Pasalavāndlapalle. పసలవాండ్లపల్లె.
Pattegada ... పత్తెగడ.
Peddagottigallu ... పెద్దగొట్టిగల్లు.
Peddamallela ... పెద్దమల్లెల.
Pīlēru ... పీలేరు.
Pōtāvāripalle (I)... పోతావారిపల్లె.
Rámāpuram ... రామాపురం.
Rangannagārigadda. రంగన్నగారిగడ్డ.
Rātiguntlapalle ... రాతిగుంట్లపల్లె.
Rēgallu ... రేగల్లు.
Rompicherla ... రొంపిచెర్ల.
Sangasamudram alias Reddivāripalle. సంగసముద్రం అనే రెడ్డివారిపల్లె.
Sarimadugu ... సరిమడుగు.
Settivāripalle ... శెట్టివారిపల్లె.
Sorakāyalapēta ... సొరకాయలపేట.
Talupula ... తలుపుల.
Tarigonda ... తరిగొండ.
Tarigondarājupalle. తరిగొండరాజుపల్లె.
Tātiguntapalle ... తాతిగుంటపల్లె.
Timmāpuram ... తిమ్మాపురం.
Tippireddigāripalle తిప్పిరెడ్డిగారిపల్లె.
Tītavaguntapalle. తీతవగుంటపల్లె.
Tsākirēvupalle ... చాకిరేవుపల్లె.
Tsandravaripalle. చంద్రవారిపల్లె.
Tsattēvāripālem . చట్టేవారిపాలెం.
Tuvvapalle ... తువ్వపల్లె.
Udayamānikyam. ఉదయమాణిక్యం.
Udayamānikyam Agrahāram (I). ఉదయమాణిక్యం అగ్రహారం.
Ustekāyalapenta. ఉస్తెకాయలపెంట.
Vagalla ... వగళ్ల.
Vāyalpād ... వాయల్పాడు.
Velagapalle ... వెలగపల్లె.
Venkatarāmarājupuram (1). వెంకటరామరాజుపురం.
Vēpulabailu alias Odde Rangāreddipalle. వేపులబయిలు అనే ఒడ్డెరంగారెడ్డిపల్లె.
Vithalam ... విఠలం.

COIMBATORE DISTRICT.

(I) = Inam இனாம். (Z) = Zamindari ஜமீன்தாரி.

AVANĀSHI TĀLUK. அவனாசி தாலூகா.

Akkarai Sengappalli.	அக்கரை செங்கப்பள்ளி.
Ālattūr ..	ஆலத்தூர்.
Allappālaiyam ..	அல்லப்பாளையம்.
Āmbōdi ..	ஆம்போதி.
Annūr ..	அண்ணூர்.
Annūrmēttuppālaiyam.	அண்ணூர்மேட்டுப்பாளையம்.
Avanāshi ..	அவனாசி.
Ayyampālaiyam	அய்யம்பாளையம்.
Bellēpālaiyam ..	பெள்ளேபாளையம்
Belladi ..	பெள்ளாதி.
Chikkadāsampālaiyam.	சிக்கதாசம்பாளையம்.
Chikkārampālaiyam.	சிக்காரம்பாளையம்.
Chinnakkallipatti.	சின்னக்கள்ளிபட்டி
Chinnāripālaiyam.	சின்னாரிபாளையம்.
Iluppanattam ..	இலுப்பநத்தம்.
Irumbarai ..	இரும்பறை.
Jadayāmpālaiyam	ஜடயாம்பாளையம்.
Kālampālaiyam.	காளம்பாளையம்.
Kaniyāmpūndi ..	கணியாம்பூண்டி.
Kanjappalli ..	கஞ்சப்பள்ளி.
Kānūr ..	கானூர்.
Kannuvakkarai ..	கண்ணுவக்கரை.
Kāramadai ..	காரமடை.
Karavalūr ..	கரவலூர்.
Kārēkkavundanpālaiyam.	காரேக்கவுண்டன்பாளையம்.
Kariyāmpālaiyam.	கரியாம்பாளையம்.
Karumampālaiyam.	கருமம்பாளையம்.
Kāttampatti ..	காட்டம்பட்டி.
Kemmārampālaiyam.	கெம்மாரம்பாளையம்.
Kunnattūr ..	குன்னத்தூர்.
Kuppāndāmpālaiyam.	குப்பாண்டாம்பாளையம்.
Kuppanūr ..	குப்பனூர்.
Kuppēpālaiyam.	குப்பேபாளையம்
Kuttagam ..	குட்டகம்.
Mangarasavalaiyapālaiyam.	மங்கரசவலையபாளையம்.
Marudūr ..	மருதூர்.
Masakkavundanchettipālaiyam.	மசக்கவுண்டன்செட்டிபாளையம்.
Muduturai ..	முடுதுறை.
Muriyāndāmpālaiyam. ..	முரியாண்டாம்பாளையம்.
Naduvachchēri ..	நடுவச்சேரி.
Nambiyāmpālaiyam.	நம்பியாம்பாளையம்.
Nāranāpuram ..	நாரணாபுரம்.
Nellitturai ..	நெல்லித்துறை.
Ōdandurai ..	ஓடந்துறை.
Oddarpālaiyam ..	ஒட்டர்பாளையம்.
Pachchāpālaiyam.	பச்சாபாளையம்.
Palangarai ..	பழங்கரை.
Pāppānkulam ..	பாப்பான்குளம்.
Pasūr ..	பசூர்.
Pilliyappampālaiyam.	பிள்ளியப்பம்பாளையம்.
Pogalūr ..	பொகலூர்.
Pongalūr ..	பொங்கலூர்.
Pōttampālaiyam.	போத்தம்பாளையம்.
Puduppālaiyam.	புதுப்பாளையம.
Pulippār ..	புலிப்பார்.
Punjaittāmaraikkulam.	புஞ்சைத்தாமரைக்குளம்.
Rākkiyāpālaiyam.	ராக்கியாபாளையம்.
Rāmanāthapuram.	ராமநாதபுரம்.
Sembēnallūr ..	செம்பேநல்லூர்.
Sēvūr	சேவூர்.
Sirumugai ..	சிறுமுகை.
Tandakkāranpālaiyam.	தண்டக்காரன்பாளையம்.
Tattanūr ..	தத்தனூர்.
Tēkkampatti ..	தேக்கம்பட்டி.
Tōlampālaiyam ..	தோளம்பாளையம்.
Tulukkamuttūr .	துலுக்கமுத்தூர்.
Uppilipālaiyam ..	உப்பிலிபாளையம்.
Vadakkalūr ..	வடக்கலூர்.
Vadavalli ..	வடவள்ளி.
Vadugapālaiyam.	வடுகபாளையம்.
Vēlayudampālaiyam.	வேலாயுதம்பாளையம்.
Vēttuvapālaiyam.	வேட்டுவபாளையம்.

Bhavāni Tālk. பவானி தாலூகா.

Ālamarattuppatti.	ஆலமரத்துப்பட்டி.
Ālattūr	ஆலத்தூர்.
Ammāpēttai	அம்மாபேட்டை.
Āndikulam	ஆண்டிகுளம்.
Andiyūr	அந்தியூர்.
Āppakkudal	ஆப்பக்குடல்.
Āriyakavundanūr.	ஆரியகவுண்டனூர்
Attāni	அத்தாணி.
Attavanaippudūr.	அட்டவணைப்புதூர்.
Bargūr	பர்கூர்.
Bhavāni	பவானி.
Brahmadēsam	பிரம்மதேசம்.
Būdappādi	பூதப்பாடி.
Chennampatti	சென்னம்பட்டி.
Chettipālaiyam	செட்டிபாளையம்.
Chinnapuliyūr	சின்னபுலியூர்.
Ennamangalam	எண்ணமங்கலம்.
Gettisamudram	கெட்டிசமுத்திரம்.
Ilippili	இலிப்பிலி.
Jambai	ஜம்பை.
Kādappanallūr	காடப்பநல்லூர்.
Kalbāvi	கல்பாவி.
Kannāmuchchi	கண்ணாமுச்சி.
Kannappalli	கண்ணப்பள்ளி.
Kāvēripuram	காவேரிபுரம்.
Kavundappādi	கவுந்தப்பாடி.
Kēsarimangalam.	கேசரிமங்கலம்.
Kīlvāni	கிள்வாணி.
Kulattūr	குளத்தூர்.
Kumarayyanūr	குமரய்யனூர்.
Kuppāndāmpālaiyam.	குப்பாண்டாம்பாளையம்.
Kurichchi	குறிச்சி.
Kūttāmpūndi	கூத்தாம்பூண்டி.
Mailambādi	மைலம்பாடி.
Māttūr	மாத்தூர்.
Mukāsipudūr	முகாசிபுதூர்.
Mūlakkādu	மூலக்காடு.
Mūngilpatti	மூங்கில்பட்டி.
Nadukkāval	நடுக்காவல்.
Nagalūr	நகலூர்.
Navappatti	நவப்பட்டி.
Nerinjippēttai	நெரிஞ்சிபேட்டை
Ōdatturai	ஓடத்துறை.
Oddapālaiyam	ஒட்டபாளையம்.
Olagadam	ஒலகடம்.
Orichchēri	ஒரிச்சேரி.
Pachchāmpālaiyam.	பச்சாம்பாளையம்.
Padavalkālvāy	படவல்கால்வாய்.
Pālamalai	பாலமலை.
Paruvāchchi	பருவாச்சி.
Patlūr	பட்லூர்.
Periyapuliyūr	பெரியபுலியூர்.
Pudūr	புதூர்.
Pūnāchchi	பூனாச்சி.
Punnam	புன்னம்.
Sāmballi	சாம்பள்ளி.
Sankarampālaiyam	சங்கரம்பாளையம்.
Sanyāsippatti	சன்னியாசிப்பட்டி.
Selangapālaiyam.	செலங்கபாளையம்.
Singampēttai	சிங்கம்பேட்டை.
Singirippatti	சிங்கிரிப்பட்டி.
Tālakkulam	தாளக்குளம்.
Tiruppūr	திருப்பூர்.
Ūrāchchikkōttai.	ஊராச்சிக்கோட்டை.
Vairamangalam	வைரமங்கலம்.
Varadanallūr	வரதநல்லூர்.
Vēmbatti	வேம்பத்தி.

Cōimbatore Tālk. கோயம்புத்தூர் தாலூகா.

Agrahāra Sāmakkulam.	அக்கிரகார சாமக்குளம்.
Ālāndurai	ஆலாந்துறை.
Anupparpālaiyam	அனுப்பர்பாளையம்.
Arasipālaiyam	அரசிபாளையம்.
Bilichchi	பிளிச்சி.
Chettipalāiyam	செட்டிபாளையம்.
Chinnavādampatti	சின்னவாடம்பட்டி.
Chinnetadāgam	சின்னதடாகம்.
Chitrachchvādi (East).	சித்திரச்சாவடி (கிழக்கு).
Chitrachchāvadi (West).	சித்திரச்சாவடி (மேற்கு).
Cōimbatore	கோயம்புத்தூர்.
Dēvarāyapuram	தேவராயபுரம்.
Ettimadai	எட்டிமடை.
Ganapati	கணபதி.
Gūdalūr	கூடலூர்.
Idigarai	இடிகரை.
Ikkarai Bōluvāmpatti.	இக்கரை போளுவாம்பட்டி.
Ikkarai Vālaiyār (I).	இக்கரை வாளையார்.
Kālappatti	காளப்பட்டி.
Kalikkanāyakkan pālaiyam.	கலிக்கநாயக்கன் பாளையம்.
Kallippālaiyam	கள்ளிப்பாளையம்.
Karunjāmikkavundanpālaiyam (I).	கருஞ்சாமிக்கவுண்டன் பாளையம்.
Kavundanpālaiyam.	கவுண்டன்பாளையம்.
Kīranattam	கீரநத்தம்.

Coimbatore Tāluk—cont. கோயம்புத்தூர் தாலூகா—தொடர்ச்சி.

Kondayampālaiyam.	கொண்டயம்பாளையம்.
Krishnarāyapuram.	கிருஷ்ணராயபுரம்.
Kumārapālaiyam.	குமாரபாளையம்.
Kuniyamuttūr ..	குனியமுத்தூர்.
Kurichchi ..	குறிச்சி.
Kurudanpālaiyam.	குருடன்பாளையம்.
Mādampatti ..	மாதம்பட்டி.
Madukkarai ..	மதுக்கரை.
Madhvarāyapuram.	மத்வராயபுரம்.
Mailēripālaiyam (I).	மைலேரிபாளையம்.
Malaimāchchampatti.	மலைமாச்சம்பட்டி.
Nāchchipālaiyam (I).	நாச்சிபாளையம்.
Nanjundāpuram.	நஞ்சுண்டாபுரம்.
Narasimhanāyakkanpālaiyam.	நரசிம்மநாயக்கன் பாளையம்.
Narasīpuram ..	நரசீபுரம்.
Nāyakkanpālaiyam.	நாயக்கன்பாளையம்.
Nāyakkanpālaiyam (I).	நாயக்கன்பாளையம்.
Ōrāttukkuppai ..	ஓராட்டுக்குப்பை.
Ōttaikkālmantapam.	ஒத்தைக்கால்மண்டபம்.
Pālatturai (I) ..	பாலத்துறை.
Pannimadai ..	பன்னிமடை.
Periyanāyakkanpālaiyam.	பெரியநாயக்கன் பாளையம்.
Pērūr (I) ..	பேரூர்.
Pērūr Chettipālaiyam.	பேரூர் செட்டிபாளையம்.
Pichchanūr ..	பிச்சனூர்.
Pulikkulam ..	புலிக்குளம்.
Pūluvappatti ..	பூலுவப்பட்டி
Rāmanāthapuram	ராமநாதபுரம்.
Sarkār Sāmakkulam.	சர்க்கார் சாமக்குளம்.
Savuripālaiyam ..	சவுரிபாளையம்.
Sanganūr ..	சங்கனூர்.
Singānallūr ..	சிங்காநல்லூர்.
Sīripālaiyam ..	சீரிபாளையம்.
Sōmampālaiyam	சோமம்பாளையம்.
Sravanampatti ..	சிரவணம்பட்டி.
Sundakkāymuttūr.	சுண்டக்காய் முத்தூர்.
Tambākkavundanpālaiyam (I).	தம்பாக்கவுண்டன்பாளையம்.
Telungupālaiyam.	தெலுங்குபாளையம்.
Tengarai ..	தென்கரை.
Tennamanallūr ..	தென்னமநல்லூர்
Tirumalaiyampālaiyam.	திருமலையம்பாளையம்.
Tittippālaiyam ..	தித்திப்பாளையம்.
Tondāmuttūr ..	தொண்டாமுத்தூர்.
Tudiyalūr ..	துடியலூர்.
Uppilipālaiyam ..	உப்பிலிபாளையம்.
Vadavalli ..	வடவள்ளி.
Valukkuppārai ..	வழுக்குப்பாறை.
Vēdappatti ..	வேடப்பட்டி.
Vilāngurichchi ..	விளாங்குறிச்சி.
Vellakkinar ..	வெள்ளக்கிணர்.
Vellalūr ..	வெள்ளலூர்.
Vellamadai ..	வெள்ளமடை.
Vellānaippatti ..	வெள்ளானைப்பட்டி.
Vellimalaippattanam (I).	வெள்ளிமலைப்பட்டணம்.
Vīrakēralam ..	வீரகேரளம்.
Vīrapāndi (S. No. 4).	வீரபாண்டி.
Vīrapāndi (S. No. 24).	வீரபாண்டி.

Dhārāpuram Tāluk. தாராபுரம் தாலூகா.

Ālambādi ..	ஆலம்பாடி.
Alangiyam ..	அலங்கியம்.
Ārattoluvu ..	ஆரத்தொழுவு.
Bellampatti ..	பெல்லம்பட்டி.
Bommanallūr ..	பொம்மநல்லூர்.
Chinnakkāmpālaiyam.	சின்னக்காம்பாளையம்.
Chinnamarudūr ..	சின்னமருதூர்
Dalavāypattanam.	தளவாய்பட்டணம்.
Dhārāpuram ..	தாராபுரம்.
Edakkalpādi ..	எடக்கல்பாடி.
Erasinampālaiyam.	எரசினம்பாளையம்
Ganapatipālaiyam	கணபதிபாளையம்.
Gettalrēvu ..	கெத்தல்ரேவு.
Jōtiyampatti ..	ஜோதியம்பட்டி.
Kādaiyūr ..	காடையூர்.
Kālipālaiyam ..	காளிபாளையம்.
Kāngayam ..	காங்கயம்.
Kannānkōvil	கன்னான்கோவில்.
Kannivādi ..	கன்னிவாடி.
Kattāngāni ..	கத்தாங்காணி.
Kilānkundal ..	கிளாங்குண்டல்.

DHĀRĀPURAM TĀLŪK—*cont.* தாராபுரம் தாலூகா—தொடர்ச்சி.

Kīranūr ..	கீரனூர்.
Kokkampālaiyam.	கொக்கம்பாளையம்.
Kolinjivādi ..	கொளிஞ்சிவாடி.
Kolumanguli ..	கொளுமங்குளி.
Kongūr ..	கொங்கூர்.
Kulattupālaiyam.	குளத்துப்பாளையம்.
Kumārapālaiyam.	குமாரபாளையம்.
Kundadam ..	குண்டடம்.
Kurukkupālaiyam	குறுக்குபாளையம்.
Lakkamanāyakkanpatti.	லக்கமநாயக்கன்பட்டி.
Māmbādi ..	மாம்பாடி.
Manakkadavu ..	மணக்கடவு.
Mangalappatti ..	மங்கலப்பட்டி.
Maravapālaiyam.	மரவபாளையம்.
Marudūr ..	மருதூர்.
Marudurai ..	மருதுறை.
Mettuppālaiyam.	மேட்டுப்பாளையம்.
Mōlarappatti ..	மோளரப்பட்டி.
Mudalipālaiyam.	முதலிபாளையம்.
Mulaiyāmpūndi.	முளையாம்பூண்டி
Mūlanūr ..	மூலனூர்.
Munduvēlampatti.	முண்டுவேலம்பட்டி.
Muttiyampatti ..	முத்தியம்பட்டி.
Muttūr ..	முத்தூர்.
Nādampālaiyam.	நாதம்பாளையம்.
Nallāmpālaiyam.	நல்லாம்பாளையம்.
Nandavanampālaiyam.	நந்தவனம்பாளையம்.
Nanjaittalaiyūr ..	நஞ்சைத்தலையூர்.
Nanjiyampālaiyam.	நஞ்சியம்பாளையம்
Nattakkādaiyūr ..	நத்தக்காடையூர்.
Navanāri ..	நவனாரி.
Nelali	நெழலி.
Pachchāpālaiyam.	பச்சாபாளையம்.
Padiyūr ...	படியூர்.
Palaiyakōttai ..	பழையகோட்டை.
Pāppini ..	பாப்பினி.
Paranjōrvalli ..	பரஞ்சேர்வள்ளி.
Peramiyam ..	பெரமியம்.
Periyakumārapālaiyam.	பெரியகுமாரபாளையம்.
Ponnāpuram ..	பொன்னாபுரம்.
Ponnivādi ..	பொன்னிவாடி.
Puduppai ..	புதுப்பை.
Pungandurai ..	புங்கந்துறை.
Punjaittalaiyūr ..	புஞ்சைத்தலையூர்.
Puttūr ..	புத்தூர்.
Sadaiyapālaiyam.	சடையபாளையம்.
Sangarandāmpālaiyam.	சங்கரண்டாம்பாளையம்.
Sēnāpatipālaiyam.	சேனாபதிபாளையம்.
Sirukkinar ..	சிறுக்கிணர்.
Sittarāvuttanpālaiyam.	சிட்டராவுத்தன்பாளையம்.
Sivamalai ..	சிவமலை.
Sundakkāmpālaiyam.	சுண்டக்காம்பாளையம்.
Sūryanallūr ..	சூரியநல்லூர்.
Tammareddipālaiyam	தம்மரெட்டிபாளையம்.
Toppampatti ..	தொப்பம்பட்டி.
Tūrambādi ..	தூரம்பாடி.
Ūdiyūr ..	ஊதியூர்.
Uttamapālaiyam.	உத்தமபாளையம்.
Vadasinnāripālaiyam.	வடசின்னாரிபாளையம்.
Vēlāmpūndi ..	வேளாம்பூண்டி.
Velāyudāmpālaiyam.	வேலாயுதம்பாளையம்.
Vellakkōvil ..	வெள்ளக்கோவில்.
Valliyerachchal ..	வள்ளியெரச்சல்.
Vīrachōlapuram.	வீரசோழபுரம்.
Vīrājimangalam.	வீராஜிமங்கலம்.

ERŌDE TĀLŪK. ஈரோடு தாலூகா.

Agrahārakattāngāni.	அக்கிரகாரகத்தாங்காணி.
Agrahāraperiyapālaiyam.	அக்கிரகாரபெரியாபாளையம்.
Agrahāravijayamangalam.	அக்கிரகாரவிஜயமங்கலம்.
Anaināsuvanpālaiyam.	அணைநாசுவன்பாளையம்.
Anaippālaiyam ..	அணைப்பாளையம்.
Anjūr	அஞ்சூர்.
Ārachchalūr ..	அரச்சலூர்.
Attayāmpālaiyam.	ஆட்டயாம்பாளையம்.
Attavanai Anumampālaiyam.	அட்டவணை அனுமம்பாளையம்.
Attavanai Pallakavundanpālaiyam.	அட்டவணை பல்லகவுண்டன்பாளையம்.
Attavanaipidāriyur.	அட்டவணை பிடாரியூர்.
Āvadaiyāparai ..	ஆவடையாபறை.
Avalpūndurai ..	அவல்பூந்துறை.
Āyikavundanpālaiyam	ஆயிகவுண்டன்பாளையம்.

ĒRŌDE TĀLŪK—cont. ஈரோடு தாலுகா—தொடர்ச்சி.

Ayyampālaiyam.	அய்யம்பாளையம்.
Basuvappatti ..	பசுவப்பட்டி.
Brāhmana Periya Agrahāram.	பிராமண பெரிய அக்கிரகாரம்.
Brāhmana Chinna Agrahāram.	பிராமண சின்ன அக்கிரகாரம்.
Chellappampālaiyam.	செல்லப்பம்பாளையம்.
Chengappalli ..	செங்கப்பள்ளி.
Chennasamudram.	சென்னசமுத்திரம்.
Chennimalai ..	சென்னிமலை.
Chettikkuttai ..	செட்டிக்குட்டை.
Chinna Mallampālaiyam.	சின்னமல்லம்பாளையம்.
Chinna Vilāmalai.	சின்ன விளாமலை.
Chinna Vīrasangili.	சின்ன வீரசங்கிலி.
Chinnēkavundanvalasu.	சின்னேகவுண்டன்வலசு.
Chinniyampālaiyam.	சின்னியம்பாளையம்.
Dalavāypālaiyam (S. No. 69 Nanjai).	தளவாய்பாளையம் (69 நஞ்சை).
Dalavāypālaiyam (S. No. 163 Punjāi).	தளவாய்பாளையம் (163 புஞ்சை).
Dēvakiyammāpuram.	தேவகியம்மாபுரம்.
Ekkattāmpālaiyam.	எக்கட்டாம்பாளையம்.
Ellaigrāmam ..	எல்லைகிராமம்.
Ellaikādu ..	எல்லைக்காடு.
Ellaippālaiyam ..	எல்லைப்பாளையம்.
Elumāttūr ..	எழுமாத்தூர்.
Elunūttimangalam.	எழுநூத்திமங்கலம்.
Ērōde	ஈரோடு.
Erumaikkāranpālaiyam.	எருமைக்காரன்பாளையம்.
Ganapatipālaiyam.	கணபதிபாளையம்.
Gengāpuram ..	கெங்காபுரம்.
Ichchippālaiyam (S. No. 161)	இச்சிப்பாளையம்.
Ichchippālaiyam (S No. 201 A).	இச்சிப்பாளையம்.
Idaiyapālaiyam ..	இடையபாளையம்.
Ilavamalai .	இலவமலை.
Ingūr	ஈங்கூர்.
Injampalli ..	ஈஞ்சம்பள்ளி.
Kadirampattī ..	கதிரம்பட்டி.
Kāgam ..	காகம்.
Kallākulam ..	கல்லாகுளம்.
Kambaliyampatti.	கம்பளியம்பட்டி.
Kammālakuttai.	கம்மாளகுட்டை.
Kanakapuram ..	கனகபுரம்.
Kandampālaiyam.	கந்தம்பாளையம்.
Kāngayampālaiyam.	காங்கயம்பாளையம்.
Kānjikkōvil ..	காஞ்சிக்கோவில்.
Karai Ellappālaiyam.	கரை எல்லப்பாளையம்.
Kārāndipālaiyam.	காராண்டிபாளையம்.
Karukkupālaiyam	கருக்குபாளையம்.
Karumansirai ..	கருமன்சிறை.
Karumandi Chellipālaiyam.	கருமாண்டிசெல்லிபாளையம்.
Kavundachchipālaiyam.	கவுண்டச்சிபாளையம்.
Kavundanpālaiyam.	கவுண்டன்பாளையம்.
Kāvuttampālaiyam.	காவுத்தம்பாளையம்.
Kodumanal ..	கொடுமணல்.
Kodumudi ..	கொடுமுடி.
Kollankōvil ..	கொல்லன்கோவில்.
Kondalam ..	கொந்தளம்.
Kongampālaiyam.	கொங்கம்பாளையம்.
Kongudaiyānpālaiyam.	கொங்குடையான்பாளையம்.
Kōvilpālaiyam ..	கோவில்பாளையம்.
Kullampālaiyam.	குள்ளம்பாளையம்.
Kulavilakku ..	குளவிளக்கு.
Kulattuppālaiyam.	குளத்துப்பாளையம்.
Kumilamparappu.	குமிளம்பரப்பு.
Kumārakavundanpālaiyam.	குமாரகவுண்டன்பாளையம்.
Kūnampatti ..	கூனம்பட்டி.
Kunnattūr ..	குன்னத்தூர்.
Kuppachchipālaiyam.	குப்பச்சிபாளையம்.
Kūrāppālaiyam ..	கூராப்பாளையம்.
Kurichchi ..	குறிச்சி.
Kurukkapālaiyam	குருக்கபாளையம்.
Kūttāmpālaiyam.	கூத்தாம்பாளையம்
Madattuppālaiyam.	மடத்துப்பாளையம்
Mārappanāyakkanpālaiyam.	மாரப்பநாயக்கன்பாளையம்.
Mēttunāsuvanpālaiyam.	மேட்டுநாசுவன்பாளையம்.

ĒRŌDE TĀLŪK—cont. ஈரோடு தாலூகா—தொடர்ச்சி.

Mēttuppālaiyam.	மேட்டுப்பாளையம்.
Mēttuppudūr ..	மேட்டுப்புதூர்.
Modakkurichchi.	மொடக்குறிச்சி.
Modavāndisatya mangalam.	மொடவாண்டிசத்தியமங்கலம்.
Morattuppālaiyam.	மொரட்டுப்பாளையம்.
Mukāsi Anumampalli.	முகாசி அனுமம்பள்ளி.
Mukāsi Pallakavundanpālaiyam.	முகாசி பல்லகவுண்டன்பாளையம்
Mukāsi Pidāriyūr.	முகாசி பிடாரியூர்.
Mukāsi Puluvanpālaiyam.	முகாசி புலவன்பாளையம்.
Mūlakkarai ..	மூலக்கரை.
Mullampatti ..	முள்ளம்பட்டி.
Mūngilpālaiyam.	மூங்கில்பாளையம்.
Murungattoluvu.	முருங்கத்தொழுவு.
Murungiyampālaiyam.	முருங்கியம்பாளையம்.
Muttampālaiyam (S. No. 77).	முத்தம்பாளையம்.
Muttampālaiyam (S. No. 145).	முத்தம்பாளையம்.
Naduppatti ..	நடுப்பட்டி.
Nāgamanāyakkanpālaiyam.	நாகமநாயகன்பாளையம்.
Nallākkavundanpālaiyam.	நல்லாக்கவுண்டன்பாளையம்.
Nallāmpatti ..	நல்லாம்பட்டி.
Nallīkkavundan pālaiyam.	நல்லிக்கவுண்டன்பாளையம்.
Nammittipālaiyam.	நம்மிட்டிபாளையம்.
Nanjai Kālamangalam.	நஞ்சை காளமங்கலம்.
Nanjai Kilāmbādi	நஞ்சை கிளாம்பாடி,
Nanjai Kolānalli.	நஞ்சை கொளாநல்லி.
Nanjai Lakkāpuram.	நஞ்சை லக்காபுரம்.
Nanjai Pālattoluvu.	நஞ்சை பாலத்தொழுவு.
Nanjanāpuram ..	நஞ்சனாபுரம்.
Nasiyanūr ..	நசியனூர்.
Navakkādu ..	நவக்காடு.
Nettichchipālaiyam.	நெட்டிச்சிபாளையம்.
Nīchchāmpālaiyam.	நீச்சாம்பாளையம்.
Nochchippālaiyam.	நொச்சிப்பாளையம்.
Ōlappālaiyam ..	ஓலப்பாளையம்.
Ōrattuppālaiyam.	ஓரத்துப்பாளையம்.
Pālakkarai ..	பாலக்கரை.
Pallapālaiyam ..	பள்ளபாளையம்.
Pallavarāyanpālaiyam.	பல்லவராயன்பாளையம்.
Pāndiyampālaiyam	பாண்டியம்பாளையம்.
Pāppampālaiyam.	பாப்பம்பாளையம்.
Pāsūr	பாசூர்.
Pattakkāranpālaiyam.	பட்டக்காரன்பாளையம்.
Pavalattānpālaiyam.	பவளத்தான்பாளையம்.
Palamangalam ..	பழமங்கலம்.
Periya Sēmūr ..	பெரியசேமூர்.
Periya Vilāmalai.	பெரிய விளாமலை.
Periya Vīrasangili.	பெரிய வீரசங்கிலி.
Pērōdu	பேரோடு.
Perundurai ..	பெருந்துறை.
Pettāmpālaiyam.	பெத்தாம்பாளையம்
Pīlamēdu ..	பீளமேடு.
Pōlanāyakkanpālaiyam.	போலநாயக்கன்பாளையம்.
Ponmudi ..	பொன்முடி.
Puduppālaiyam (S. No. 1).	புதுப்பாளையம்.
Puduppālaiyam (S. No. 170).	புதுப்பாளையம்.
Pudūr	புதூர்.
Pūlāngulam ..	பூலாங்குளம்
Pūndurai Sēmūr.	பூந்துறை சேமூர்.
Pungambādi ..	புங்கம்பாடி.
Punjai Kālamangalam.	புஞ்சைகாளமங்கலம்.
Punjai Kilambādi	புஞ்சை கிளாம்பாடி.
Punjai Kolānalli.	புஞ்சை கொளாநல்லி.
Punjai Lakkāpuram.	புஞ்சை லக்காபுரம்.
Punjai Pālattoluvu.	புஞ்சை பாலத்தொழுவு.
Puttūr Pallapālaiyam.	புத்தூர் பல்லபாளையம்.
Puttūr Puduppālaiyam.	புத்தூர் புதுப்பாளையம்.
Pūvampālaiyam ..	பூவம்பாளையம்.
Rākkiyāpālaiyam.	ராக்கியாபாளையம்.
Rāyapālaiyam ..	ராயபாளையம்.
Reddipālaiyam ..	ரெட்டிபாளையம்.
Sāmikkavundanpālaiyam.	சாமிக்கவுண்டன்பாளையம்.

ĒRŌDE TĀLUK—cont. ஈரோடு தாலூகா—தொடர்ச்சி.

Sarkār Kattangāni.	சர்க்கார் கத்தாங்காணி.
Sarkār Periya Agrahāram.	சர்க்கார் பெரிய அக்கிரகாரம்.
Sarkār Periyapālaiyam.	சர்க்கார் பெரியபாளையம்.
Sarkār Chinna Agrahāram.	சர்க்கார் சின்ன அக்கிரகாரம்.
Sāttambūr	சாத்தம்பூர்.
Sengālipālaiyam.	செங்காளிபாளையம்.
Sīnāpuram	சீனாபுரம்.
Singānallūr	சிங்காநல்லூர்.
Sirukkalanji	சிறுக்களஞ்சி.
Sittōdu	சித்தோடு.
Sivagiri	சிவகிரி.
Sullipālaiyam	சுள்ளிபாளையம்.
Sundakkāmpālaiyām.	சுண்டக்காம்பாளையம்.
Sungakkāranpālaiyam.	சுங்கக்காரன்பாளையம்.
Sūrampatti	சூரம்பட்டி.
Sūryampālaiyam.	சூரியம்பாளையம்.
Talaiyampālaiyam.	தலையம்பாளையம்.
Tānattampālaiyam.	தானத்தம்பாளையம்.
Tayirpālaiyam	தயிர்பாளையம்.
Tenmugam Kāngayampālaiyam.	தென்முகம் காங்கயம்பாளையம்.
Tenmugam Vellōdu.	தென்முகம் வெள்ளோடு.
Tindal (S. No. 47)	திண்டல்.
Tindal (S. No. 76)	திண்டல்.
Tingalūr	திங்களூர்.
Tiruvāchchi	திருவாச்சி
Tōranavāvi	தோரணவாவி.
Tottāni	தொட்டாணி.
Tuduppati	துடுப்பதி.
Tuyyampūndurai.	துய்யம்பூந்துறை.
Ūnjalpālaiyam	ஊஞ்சல்பாளையம்.
Ūnjalūr	ஊஞ்சலூர்.
Ūttukkuli (S. No. 85).	ஊத்துக்குளி.
Ūttukkuli (S. No. 150).	ஊத்துக்குளி.
Vadamugam Kāngayampālaiyam.	வடமுகம் காங்கயம்பாளையம்.
Vadamugam Vellōdu.	வடமுகம் வெள்ளோடு.
Vadivullamangalam	வடிவுள்ளமங்கலம்.
Vadugapālaiyam.	வடுகபாளையம்.
Vadugapatti	வடுகபட்டி.
Vairāpālaiyam	வைராபாளையம்.
Valaiyapālaiyam.	வலையபாளையம்.
Vallipuram	வல்லிபுரம்.
Varappālaiyam	வரப்பாளையம்.
Vāyppādi	வாய்ப்பாடி.
Vēlampālaiyam (S. No. 15).	வேலம்பாளையம்.
Vēlampālaiyam (S. No. 88).	வேலம்பாளையம்.
Vēlampālaiyam (S. No. 96).	வேலம்பாளையம்.
Vellarivalli	வெள்ளரிவள்ளி.
Velliyampati	வெள்ளியம்பதி.
Vendipālaiyam	வெண்டிபாளையம்.
Vengambūr	வெங்கம்பூர்.
Vēppampālaiyam.	வேப்பம்பாளையம்.
Vēttai Periyānpālaiyam.	வேட்டைபெரியான்பாளையம்.
Vettayankinar	வெட்டயங்கிணர்
Vijayapuri	விஜயபுரி
Vilakkētti	விளக்கேத்தி.
Villarasampatti	வில்லரசம்பட்டி.
Virumāndāmpalaiyam.	விருமாண்டாம்பாளையம்.
Vittalampati	விட்டலம்பதி.

GŌPICHETTIPĀLAIYAM TĀLUK. கோபிசெட்டிபாளையம் தாலூகா.

Agrahārakkarai.	அக்கிரகாரக்கரை.
Akkaraikoduvēri.	அக்கரைகொடுவேரி.
Akkarainegamam.	அக்கரைநெகமம்.
Akkaraitattappalli.	அக்கரைதத்தப்பள்ளி
Ālattukkōmbai	ஆலத்துக்கோம்பை.
Alukkuli	அளுக்குளி.
Ammāpālaiyam	அம்மாபாளையம்.
Andipālaiyam	ஆண்டிபாளையம்.
Anjānūr	அஞ்சானூர.
Arakkankōttaigramam.	அரக்கன்கோட்டைகிராமம்.
Arakkankōttaikkarai.	அரக்கன்கோட்டைக்கரை.
Arasūr	அரசூர்.
Arulavādi	அருளவாடி.
Āvalampālaiyam.	ஆவலம்பாளையம்.
Ayalūr	அயலூர்.
Ayyampālaiyam.	அய்யம்பாளையம்.
Baguttampālaiyam.	பகுத்தம்பாளையம்

GŌPICHETTIPĀLAIYAM TĀLŪK—cont.
கோபிசெட்டிபாளையம் தாலூகா—தொடர்ச்சி

Bōdichinnāmpālaiyam.	போடிசின்னாம்பாளையம்.
Būsaripālaiyam ..	பூசரிபாளையம்.
Bayyannapuram.	பய்யண்ணபுரம்.
Chandrapuram ..	சந்திரபுரம்.
Chellappanpālaiyam.	செல்லப்பன்பாளையம்.
Chellipālaiyam ..	செல்லிபாளையம்.
Chikkagājanūr ..	சிக்ககாஜனூர்.
Chikkarasampālaiyam.	சிக்கரசம்பாளையம்.
Chinnakoduvēri ..	சின்னகொடுவேரி
Chinnāripālaiyam	சின்னாரிபாளையம்
Chōlamādēvikkarai.	சோழமாதேவிக்கரை.
Danāyakkankōttai	டணாயக்கன்கோட்டை.
Dāsaripālaiyam ..	தாசரிபாளையம்.
Doddagājanūr ..	தொட்டகாஜனூர்.
Doddampālaiyam.	தொட்டம்பாளையம்.
Doddamudukarai.	தொட்டமுடுகரை.
Dōnakavundanpālaiyam.	தோணகவுண்டன்பாளையம்.
Elattūr ..	எலத்தூர்.
Emmāmpūndi ..	எம்மாம்பூண்டி.
Eraganhalli ..	எரகன்ஹள்ளி.
Gettavādi ..	கெட்டவாடி.
Gūdakkarai ..	கூடக்கரை.
Gundari .	குண்டரி.
Guttiyālāttūr ..	குத்தியாலத்தூர்.
Hariyappampālaiyam.	ஹரியப்பம்பாளையம்.
Hāsanūr ..	ஹாசனூர்.
Iggalūr ..	இக்கலூர்.
Ikkarai Negamam.	இக்கரை நெகமம்.
Ikkarai Tattappalli.	இக்கரை தத்தப்பள்ளி.
Indiyampālaiyam.	இண்டியம்பாளையம்.
Irugālur ..	இருகாலூர்.
Kadachchellipālaiyam.	கடச்செல்லிபாளையம்.
Kadattūr ..	கடத்தூர்.
Kadukkampālaiyam.	கடுக்கம்பாளையம்.
Kalingiyam ..	கலிங்கியம்.
Kanakkampālaiyam.	கணக்கம்பாளையம்
Kārāppādi ..	காராப்பாடி.
Karattuppālaiyam	கரட்டுப்பாளையம்
Karidoddampālaiyam.	கரிதொட்டம்பாளையம்.
Karulavādi ..	கருளவாடி.
Kāvalipālaiyam ..	காவலிபாளையம்.
Kavundanpālaiyam	கவுண்டன்பாளையம்.
Kempanāyakkanpālaiyam.	கெம்பநாயக்கன்பாளையம்.
Kolappalūr ..	கொளப்பலூர்.
Kōnamūlai ..	கோணமூலை.
Kondappanāyakkanpālaiyam.	கொண்டப்பநாயக்கன்பாளையம்.
Kondayampālaiyam.	கொண்டயம்பாளையம்.
Kongarapālaiyam.	கொங்கரபாளையம்.
Kongahalli .	கொங்கஹள்ளி.
Kōshanam ..	கோஷணம்.
Kottamangalam ..	கொத்தமங்கலம்.
Kōttuppullāmpālaiyam.	கோட்டுப்புள்ளாம்பாளையம்
Kōttuvīrampālaiyam.	கோட்டுவீரம்பாளையம்.
Kūduvāy	கூடுவாய்.
Kūgalūr ..	கூகலூர்.
Kullampālaiyam.	குள்ளம்பாளையம்.
Kumārapālaiyam.	குமாரபாளையம்.
Kurumandūr ..	குருமந்தூர்.
Kurumbapālaiyam.	குரும்பபாளையம்.
Kūttampālaiyam	கூட்டம்பாளையம்.
Lākampālaiyam.	லாகம்பாளையம்.
Lakkampatti ..	லக்கம்பட்டி.
Mādampālaiyam.	மாதம்பாளையம்.
Mādahalli ..	மாதஹள்ளி.
Mākkanānkōmbai.	மாக்கணாங்கோம்பை.
Mallankuli ..	மல்லன்குளி.
Malaiyadippudūr.	மலையடிப்புதூர்.
Mārāyapālaiyam.	மாராயபாளையம்.
Marūr ..	மரூர்.
Mēttuppālaiyam.	மேட்டுப்பாளையம்.
Mēvāni ..	மேவாணி.
Modachchūr ..	மொடச்சூர்.
Mottanam ..	மொட்டணம்.
Mudukkandurai.	முடுக்கந்துறை.
Nādipālaiyam ..	நாடிபாளையம்.
Nāgadēvampālaiyam.	நாகதேவம்பாளையம்.
Nallūr ..	நல்லூர்.
Nambiyūr ..	நம்பியூர்.
Nanjai Gōpichettipālaiyam.	நஞ்சை கோபிசெட்டிபாளையம்.
Nanjai Puliyampatti.	நஞ்சை புளியம்பட்டி.
Nanjai Turaiyāmpālaiyam.	நஞ்சை துறையாம்பாளையம்.

GŌPICHETTIPĀLAIYAM TĀLŪK—cont.

கோபிசெட்டிபாளையம் தாலூகா—தொடர்ச்சி.

Neydālapuram ..	நெய்தாலபுரம்.
Nichchāmpālaiyam.	நிச்சாம்பாளையம்.
Odaiyākkavundanpālaiyam.	ஒடையாக்கவுண்டன்பாளையம்.
Olalakkōvil ..	ஒலலக்கோவில்.
Palaiyakalayanūr.	பழையகலயனூர்.
Palaiyapāriyūrkarai.	பழையபாரியூர்கரை.
Panakahalli ..	பனகஹள்ளி.
Panaiyampalli ..	பனையம்பள்ளி.
Pāriyūrgrāmam ..	பாரியூர்கிராமம்.
Pattavartti-Ayyampālaiyam	பட்டவர்த்தி அய்யம்பாளையம்.
Periyakallippatti.	பெரியகள்ளிப்பட்டி.
Periyakoduveli ..	பெரியகொடுவெளி
Perumugai ..	பெருமுகை.
Perundalaiyūr ..	பெருந்தலையூர்.
Pēttaikkarai ..	பேட்டைக்கரை.
Pīrkkadavu ..	பீர்க்கடவு.
Polavakkālipālaiyam.	பொலவக்காளிபாளையம்.
Polavapālaiyam ..	பொலவபாளையம்.
Pudukkalayanūr.	புதுக்கலயனூர்.
Pudukkarai ..	புதுக்கரை.
Pullappanāyakkanpālaiyam.	புல்லப்பநாயக்கனபாளையம்.
Pungampalli ..	புங்கம்பள்ளி.
Pungār ..	புங்கார்.
Punjai Puliyampatti.	புஞ்சை புளியம்பட்டி.
Punjai Turaiyāmpālaiyam	புஞ்சை துறையாம்பாளையம்.
Rangasamudram.	ரங்கசமுத்திரம்.
Sadamugai :	சதமுகை.
Sāntipālaiyam ..	சாந்திபாளையம்.
Satyamangalam ..	சத்தியமங்கலம்.
Savundappūr ..	சவுண்டப்பூர்.
Sengalarai ..	செங்கலரை.
Senrāyampālaiyam.	சென்றாயம்பாளையம்.
Seyyāmpālaiyam.	செய்யாம்பாளையம்
Shenbagappudūr.	செண்பகப்புதூர்.
Singiripālaiyam ..	சிங்கிரிபாளையம்.
Siruvalūr ..	சிறுவலூர்.
Sundakkāypālaiyam.	சுண்டக்காய்பாளையம்.
Sungakkāranpālaiyam.	சுங்கக்காரன்பாளையம்.
Tachchapperumālpālaiyam.	தச்சப்பெருமாள்பாளையம்.
Tadappalligrāmam.	தடப்பள்ளி கிராமம்.
Tadappallikkarai.	தடப்பள்ளிக்கரை.
Talaguni ..	தளகுணி.
Talamalai ..	தலமலை.
Tālavādi ..	தாளவாடி.
Tiganārai ..	திகனாரை.
Tingalūr ..	திங்களூர்
Toppampālaiyam.	தொப்பம்பாளையம்.
Ukkaram ..	உக்கரம்.
Vānipputtūr ..	வாணிப்புத்தூர்.
Varadampālaiyam.	வரதம்பாளையம்.
Varappālaiyam ..	வரப்பாளையம்.
Vellālapālaiyam.	வெள்ளாளபாளையம்.
Vellānkōvil ..	வெள்ளாங்கோவில்
Vēmāndāmpālaiyam.	வேமாண்டாம்பாளையம்.
Vinnappalli ..	விண்ணப்பள்ளி.
Vīrapāndi ..	வீரபாண்டி.

KOLLĒGAL TĀLUK. கொள்ளேகாலம் தாலூகா.

Agrahāram ..	அக்கிரகாரம்.
Ajjīpuram ..	அஜ்ஜீபுரம்.
Alagumūlai ..	அலகுமூலை.
Ālahalli ..	ஆலஹள்ளி.
Ānāpuram ..	ஆனாபுரம்.
Āndipālaiyam ..	ஆண்டிபாளையம்.
Arabikerē (S. No. 75).	அரபிகெரே.
Arabikerē (S. No. 85).	அரபிகெரே.
Arēpālaiyam ..	ஆரேபாளையம்.
Badrayyanhalli ..	பத்ரய்யன்ஹள்ளி.
Bailūr ..	பைலூர்
Bairnattam ..	பைர்நத்தம்.
Bandahalli ..	பண்டஹள்ளி.
Bastipuram ..	பஸ்திபுரம்.
Battuguppā ..	பட்டுகுப்பா.
Belattūr ..	பெளத்தூர்.
Būdibālu ..	பூதிபாளு.
Chengadi ..	செங்கடி.

KOLLĒGAL TĀLŪK—cont. கொள்ளேகாலம் தாலூகா—தொடர்ச்சி.

Chengārahalli	செங்காரஹள்ளி.
Chennēlingan-halli.	சென்னேலிங்கன்ஹள்ளி.
Chikkamālāpuram.	சிக்கமாலாபுரம்.
Chikkamāridēvarāyasamudram.	சிக்கமாரிதேவராயசமுத்திரம்.
Chikkayalūr	சிக்கயலூர்.
Chikkinduvādi	சிக்கிந்துவாடி.
Chilukavādi	சிலுகவாடி.
Chinchahalli	சிஞ்சஹள்ளி.
Danagere	தனகெரெ.
Danthalli	தந்த்ஹள்ளி.
Dāsanāpuram	தாசனாபுரம்.
Dinhalli	தின்ஹள்ளி.
Dottālattūr	தொட்டாலத்தூர்.
Doddamāridēvarāyasamudram.	தொட்டமாரிதேவராயசமுத்திரம்.
Doddinduvādi	தொட்டிந்துவாடி.
Ellēmālam	எல்லேமாளம்.
Gangādharankattē.	கங்காதரன்கட்டே.
Gangandoddi	கங்கன்தொட்டி.
Goraiyūr	கொரையூர்.
Gundēgālam	குண்டேகாலம்.
Hampāpuram	ஹம்பாபுரம்.
Hanūr	ஹனூர்.
Harale	ஹரளெ.
Hāruvanapuram.	ஹாருவணபுரம்.
Hondarbālu	ஹொண்டர்பாளு.
Hosamālingi	ஹொசமாலிங்கி.
Huggiyam	ஹுக்கியம்.
Hullēpuram	ஹுல்லேபுரம்.
Huttūr	ஹுத்தூர்.
Ikkadahalli	இக்கடஹள்ளி.
Jakkahalli	ஜக்கஹள்ளி.
Jinakanhalli	ஜினகன்ஹள்ளி.
Kandayampālaiyam.	கண்டயம்பாளையம்.
Kannūr	கண்ணூர்.
Kaudhalli	கௌத்ஹள்ளி.
Kollēgāl	கொள்ளேகாலம்.
Kongarhalli	கொங்கர்ஹள்ளி.
Kunaghalli	குணக்ஹள்ளி.
Kundūr	குந்தூர்.
Kurahatti	குரஹட்டி.
Lakshmīpuram	லக்ஷ்மீபுரம்.
Linganāpuram	லிங்கனாபுரம்.
Lokkanahalli	லொக்கனஹள்ளி.
Madēswaramalai	மதேசுவரமலை.
Maduvanhalli	மதுவன்ஹள்ளி.
Managhalli	மணக்ஹள்ளி.
Mangalam	மங்கலம்.
Marātahālli	மார்டஹள்ளி.
Minniyam	மிண்ணியம்.
Mōdhalli	மோட்ஹள்ளி.
Mudikundam	முடிகுண்டம்
Mullūr (I)	முள்ளூர்.
Pālaiyam	பாளையம்.
Ponnāchchi	பொன்னாச்சி.
Porsikavundanpālaiyam.	பொர்சிகவுண்டன்பாளையம்.
Rāmāpuram	ராமாபுரம்.
Sāggiyam	சாக்கியம்.
Saragūr	சரக்கூர்.
Sattēgālam	சத்தேகாலம்.
Settahalli	செட்டஹள்ளி.
Singānallūr	சிங்காநல்லூர்.
Sirugōdu	சிறுகோடு.
Sittaiyanapuram.	சித்தையனபுரம்.
Sūlēripālaiyam	சூளேரிபாளையம்.
Tagarapuram	தகரபுரம்.
Tellanūr	தெள்ளனூர்.
Tōrampalli	தேரம்பள்ளி.
Timmarājapuram.	திம்மராஜபுரம்.
Uddanūr	உத்தனூர்.
Uganiyam (I)	உகனியம்.
Uttampalli	உத்தம்பள்ளி.

PALLADAM TĀLŪK. பல்லடம் தாலூகா.

Alagumalai	அலகுமலை.
Āndipālaiyam	ஆண்டிபாளையம்.
Anuppatti	அனுப்பட்டி.
Appanāyakkanpatti.	அப்பநாயக்கன்பட்டி.
Arasūr	அரசூர்.
Avanāshipālaiyam (North).	அவனாசிபாளையம் (வடக்கு).
Avanāshipālaiyam (South).	அவனாசிபாளையம் (தெற்கு).
Bōgampati	போகம்பட்டி.
Chettipālaiyam	செட்டிபாளையம்.
Chokkanūr	சொக்கனூர்.
Chittambalam	சித்தம்பலம்.
Elavandi	எலவந்தி.
Ganapatipālaiyam.	கணபதிபாளையம்.
Gittāmpālaiyam	கிட்டாம்பாளையம்.
Ichchippatti	இச்சிப்பட்டி.
Idaivapālaiyam	இடையபாளையம்.
Iduvāy	இடுவாய்.
Irugūr	இருகூர்.

PALLADAM TĀLŪK—cont. பல்லடம் தாலூகா—தொடர்ச்சி.

Itivīrāmpālaiyam.	ஈட்டிவீரம்பாளையம்.
Jellipatti	ஜெல்லிப்பட்டி.
Kādāmbādi	காடாம்பாடி.
Kāduvettipālaiyam.	காடுவெட்டிபாளையம்.
Kalangal	கலங்கல்.
Kālipālaiyam	காளிபாளையம்.
Kallapālaiyam	கள்ளபாளையம்.
Kammālappatti	கம்மாளப்பட்டி.
Kanakkampālaiyam.	கணக்கம்பாளையம்
Kandiyankōvil	கண்டியங்கோவில்.
Kāngayampālaiyam.	காங்கயம்பாளையம்.
Kaniyūr	கணியூர்.
Kannampālaiyam.	கன்னம்பாளையம்.
Karadibāvi	கரடிபாவி.
Kāraippudūr	காரைப்புதூர்.
Karavalimādappūr.	கரவளிமாதப்பூர்.
Karumattampatti.	கருமத்தம்பட்டி.
Kasbā Ayyampālaiyam.	கஸ்பா அய்யம்பாளையம்
Kāttūr	காட்டூர்.
Kēttanur	கேத்தனூர்.
Kōdangipālaiyam	கோடங்கிபாளையம்.
Krishnāpuram (J).	கிருஷ்ணபுரம்.
Krishnāpuram(K)	கிருஷ்ணபுரம்.
Kumārapālaiyam.	குமாரபாளையம்.
Mādappūr	மாதப்பூர்.
Mailampatti	மைலம்பட்டி.
Malappālaiyam	மலப்பாளையம்.
Mallēkavundanpālaiyam.	மல்லேகவுண்டன்பாளையம்.
Mangalam	மங்கலம்.
Mannarai	மண்ணரை.
Mērkuppadi	மேற்குப்பதி.
Mōparipālaiyam	மோபரிபாளையம்.
Mudalipālaiyam	முதலிபாளையம்.
Muttanampālaiyam.	முத்தனம்பாளையம்.
Nāchchipālaiyam.	நாச்சிபாளையம்.
Nallūr	நல்லூர்.
Nāranāpuram	நாரணபுரம்.
Nerupperichchal.	நெருப்பெரிச்சல்.
Nīlambūr	நீலம்பூர்.
Oddarpālaiyam	ஒட்டர்பாளையம்.
Pachchāpālaiyam.	பச்சாபாளையம்.
Paduvampalli	பதுவம்பள்ளி.
Palladam	பல்லடம்.
Panikkampatti	பணிக்கம்பட்டி.
Pāppampatti	பாப்பம்பட்டி.
Paruvāy	பருவாய்.
Pattampālaiyam	பட்டம்பாளையம்.
Pattanam	பட்டணம்.
Perumānallūr	பெருமாநல்லூர்.
Peruntoluvu	பெருந்தொழுவு.
Pīdampalli	பீடம்பள்ளி.
Pongalūr	பொங்கலூர்.
Pongupālaiyam	பொங்குபாளையம்.
Puliyampatti	புளியம்பட்டி.
Pūmalūr	பூமலூர்.
Pūrandāmpālaiyam.	பூரண்டாம்பாளையம்.
Rāsipālaiyam	ராசிபாளையம்.
Sāmalāpuram	சாமளாபுரம்.
Selakkarichchal	செலக்கரிச்சல்
Semmāndāmpālaiyam.	செம்மாண்டாம்பாளையம்.
Semmipālaiyam	செம்மிபாளையம்.
Senjēri Ayyampālaiyam.	செஞ்சேரி அய்யம்பாளையம்.
Senjēri Puttūr	செஞ்சேரி புத்தூர்.
Sukkampālaiyam.	சுக்கம்பாளையம்
Sūlūr	சூலூர்.
Tālakkarai	தாளக்கரை.
Tēkkalūr	தெக்கலூர்.
Tiruppūr	திருப்பூர்.
Tongattipālaiyam.	தொங்கட்டிபாளையம்.
Toravalūr	தொரவலூர்.
Tottipālaiyam	தொட்டிபாளையம்.
Ugāyanūr	உகாயனூர்.
Vadambachchēri.	வடம்பச்சேரி.
Vadavādampatti.	வடவாடம்பட்டி.
Vadavalli	வடவள்ளி.
Vadugapālaiyam.	வடுகபாளையம்.
Vallipuram	வல்லிபுரம்.
Vārappatti	வாரப்பட்டி.
Vāvipālaiyam	வாவிபாளையம்.
Vēlampālaiyam (S. No. 15),	வேலம்பாளையம்.
Vēlampālaiyam (S. No. 68).	வேலம்பாளையம்.
Vēlarāsi	வேளராசி.
Vēlarāsi Vadamalaipālaiyam.	வேடராசி வடமலைபாளையம்.
Vīrapāndi	வீரபாண்டி.

POLLĀCHI TĀLŪK. பொள்ளாச்சி தாலூகா.

Achchippatti ..	அச்சிப்பட்டி.
Alagāpuri (Samattūrpāliayapattu) (Z).	அளகாபுரி (சமத்தூர்பாளையபட்டு).
Ambārampālaiyam.	அம்பாரம்பாளையம்.
Ānaimalai ..	ஆனைமலை.
Āndipālaiyam ..	ஆண்டிபாளையம்.
Angalakkurichchi.	அங்கலக்குறிச்சி.
Anupparpālaiyam.	அனுப்பர்பாளையம்.
Arasampālaiyam.	அரசம்பாளையம்.
Ardhanāripālaiyam,	அர்த்தநாரிபாளையம்.
Āttuppollāchi (Kōttampattipālaiyapattu) (Z).	ஆத்துப்பொள்ளாச்சி (கோட்டாம்பட்டிபாளையபட்டு).
Āvalappampatti (Z).	ஆவலப்பம்பட்டி.
Āvalchinnāmpālaiyam (Kōttāmpattipālaiyapattu) (Z).	ஆவல்சின்னாம்பாளையம் (கோட்டாம்பட்டிபாளையபட்டு).
Ayyampālaiyam. (Kōttāmpattipālaiyapattu). (Z).	அய்யம்பாளையம் (கோட்டாம்பட்டிபாளையபட்டு).
Ayyampālaiyam. (Ūttukkulipālaiyappattu) (Z).	அய்யம்பாளையம் (ஊத்துக்குளிபாளையபட்டு).
Bōdipālaiyam (Ūttukkulipālaiyapattu) (Z).	போடிபாளையம் (ஊத்துக்குளிபாளையபட்டு).
Bōlīkavundanpālaiyam.	போளீகவுண்டன்பாளையம்.
Chandrāpuram (Poravipālaiyampālaiyapattu (Z).	சந்திராபுரம் (பொரவிபாளையம்பாளையபட்டு).
Chettiyakkāpālaiyam	செட்டியக்காபாளையம்.
Chikkarāyapuram.	சிக்கராயபுரம்.
Chinnāmpālaiyam	சின்னாம்பாளையம்.
Chinnanegamam (Z).	சின்னநெகமம்.
Chokkanūr ..	சொக்கனூர்.
Chōlanūr ..	சோழனூர்.
Dalavāypālaiyam.	தளவாய்பாளையம்.
Dēvampādi ..	தேவம்பாடி.
Dēvanāmpālaiyam.	தேவனாம்பாளையம்.
Dēvaāyapuram.	தேவராயபுரம்.
Erppatti ..	ஏர்ப்பட்டி.
Gangampālaiyam (Kōttampattipālaiyapattu) (Z).	கங்கம்பாளையம். (கோட்டாம்பட்டிபாளையபட்டு).
Gollappatti (Āvalappampattipālaiyapattu) (Z).	கொல்லப்பட்டி (ஆவலபபம்பட்டிபாளையபட்டு).
Gōmangalam ..	கோமங்கலம்.
Gōmangalam pudūr	கோமங்கலம் புதூர்.
Gōvindāpuram ..	கோவிந்தாபுரம்.
Jellippatti ..	ஜெல்லிப்பட்டி.
Kābilipālaiyam .	காபிலிபாளையம்.
Kakkadavu ..	கக்கடவு.
Kāliyāpuram ..	காளியாபுரம்.
Kallippatti (Āvalappampatti–pālaiyapattu) (Z).	கள்ளிப்பட்டி (ஆவலப்பம்பட்டி பாளையபட்டு).
Kambālappatti ..	கம்பாளப்பட்டி.
Kāniyālampālaiyam.	காணியாளம்பாளையம்.
Kanjampatti ..	கஞ்சம்படடி.
Kappalānkarai ..	கப்பளாங்கரை.
Kariyānchettipālaiyam.	கரியாஞ்செட்டிபாளையம்.
Kāttampatti ..	காட்டம்பட்டி.
Kinattukkadavu	கிணத்துக்கடவு.
Kittasūrampālaiyam.	கிட்டசூரம்பாளையம்.
Kōdangipālaiyam.	கோடங்கிபாளையம்.
Kōdavādi ..	கோதவாடி.
Kōlārpatti ..	கோலார்பட்டி.
Kondāmpatti ..	கொண்டம்பட்டி.
Kondēkavundanpālaiyam (Āvalappampattipālaiyapattu) (Z).	கொண்டேகவுண்டன்பாளையம் (ஆவலப்பம்பட்டிபாளையபட்டு).
Kongalappampālaiyam (Samattūrpālaiyapattu) (Z).	கொங்கலப்பம்பாளையம் (சமத்தூர்பாளையபட்டு).
Kōttampatti (Z)..	கோட்டம்பட்டி.
Kōttampatti (Z) ..	கோட்டம்பட்டி.
Kōttūr ..	கோட்டூர்.
Krishnarāyapuram.	கிருஷ்ணராயபுரம்
Kudiraiyālāmpālaiyam.	குதிரையாலாம்பாளையம்.
Kulattūr (Ūttukkuli Pālaiya-(pāttu (Z).	குளத்தூர் (ஊத்துக்குளிபாளையபட்டு).
Kullichettipālaiyam.	குள்ளிசெட்டிபாளையம்.

POLLĀCHI TĀLŪK—cont. பொள்ளாச்சி தாலூகா—தொடர்ச்சி

Kullakkāpālaiyam	குள்ளக்காபாளையம்.
Kūlanāyakkanpatti.	கூளநாயக்கன்பட்டி.
Kumārapālaiyam (Ūttukkulipālaiyapattu) (Z).	குமாரபாளையம் (ஊத்துக்குளி பாளையபட்டு).
Kurumbapālaiyam.	குரும்பபாளையம்.
Kurunallipālaiyam.	குருநல்லிபாளையம்.
Makkināyakkanpatti.	மாக்கிநாயக்கன் பட்டி.
Malaiyāndipattanam.	மலையாண்டிபட்டணம்.
Manakkadavu (Samattūrpālaiyappattu (Z).	மணக்கடவு (சமத்தூர்பாளையபட்டு).
Mannūr (Rāmapattanampālaiyapattu) (Z).	மண்ணூர் (ராமபட்டணம் பாளையபட்டு).
Mārchchināyakkanpālaiyam.	மார்ச்சிநாயக்கன் பாளையம்.
Mettubāvi ..	மெட்டுபாவி.
Mōttuppālaiyam ..	மேட்டுப்பாளையம்.
Mūlanūr (Āvalappampatitpālaiyapattu).	மூலனூர் (ஆவலப்பம்பட்டிபாளையப்பட்டு).
Mullippādi ..	முள்ளிப்பாடி.
Muttūr ..	முத்தூர்.
Muttūr (Ūtttukkulipālaiyapattu) (Z).	முத்தூர் (ஊத்துக்குளிபாளையபட்டு).
Nāgūr (Āvalappampattipālaiyapattu) (Z).	நாகூர் (ஆவலப்பம்பட்டிபாளையபட்டு).
Nallāmpalli ..	நல்லாம்பள்ளி.
Nallattipālaiyam.	நல்லட்டிபாளையம்.
Nallūr ..	நல்லூர்.
Nallūttukkuli (Ūttukkulipālaiyappattu) (Z).	நல்லூத்துக்குளி (ஊத்துக்குளி பாளையபட்டு).
Nāttukkalpālaiyam.	நாட்டுக்கல்பாளையம்.
Nāyakkanpālaiyam.	நாயக்கன்பாளையம்.
Odaiyakulam ..	ஓடையகுளம்.
Okkalipālaiyam ..	ஒக்கலிபாளையம்.
Pakkōdipālaiyam (Kōttāmpattipālaiyapattu) (Z).	பக்கோடிபாளையம் (கோட்டாம்பட்டிபாளையபட்டு.)
Palayūr ..	பளயூர்.
Panappatti ..	பனப்பட்டி.
Peddanāyakkanūr (Samattūrpālaiyapattu) (Z).	பெத்தநாயக்கனூர் (சமத்தூர்பாளையபட்டு) (ஜ).
Periyakalandai ..	பெரியகளந்தை.
Periyanegamam (Z).	பெரியநெகமம்.
Periyapōdu ..	பெரியபோது.
Pilchinnāmpālaiyam.	பில்சின்னாம்பாளையம்.
Pollāchi ..	பொள்ளாச்சி.
Ponnāpuram (Rāmapattanampālaiyapattu) (Z).	பொன்னாபுரம் (ராமபட்டணம் பாளையபட்டு),
Ponnāpuram (Samattūrpālaiyapattu) (Z).	பொன்னாபுரம் (சமத்தூர்பாளையபட்டு).
Poravipālaiyam (Z).	பொராவிபாளையம்.
Pottaiyāndipurambu.	பொட்டையாண்டிபுரம்பு.
Puliyampatti ..	புளியம்பட்டி.
Pūsanāyakkandali	பூசநாயக்கன்தளி.
Pūsārippatti ..	பூசாரிப்பட்டி.
Rāmapattanam (Z).	ராமபட்டணம்.
Rangasamudram (Kōttāmpattipālaiyapattu) (Z).	ரங்கசமுத்திரம் (கோட்டாம்பட்டிபாளையபட்டு).
Rāsakkāpālaiyam	ராசக்காபாளையம்.
Rāsichettipālaiyam (Ūttukkulipālaiyapattu) (Z).	ராசிசெட்டிபாளையம் (ஊத்துக்குளிபாளையபட்டு)
Samattūr (Z) ..	சமத்தூர்.
Sandēkavundanpālaiyam.	சந்தேகவுண்டன் பாளையம்.
Sangampālaiyam.	சங்கம்பாளையம்.
Sankararāyapuram.	சங்கராராயபுரம்.
Sērvakāranpālaiyam (Poravipālaiyam pālaiyapattu) (Z)	சேர்வைகாரன்பாளையம் (பொராவிபாளையம் பாளையபட்டு).
Sērvakāranpālaiyam (Ūttukkuli pālaiyapattu) (Z).	சேர்வகாரன்பாளையம் (ஊத்துக்குளிபாளையபட்டு).
Sīlakkāmpatti ..	சீலக்காம்பட்டி.
Singānallūr ..	சிங்காநல்லூர்.
Sinjuvādi ..	சிஞ்சுவாடி.

POLLĀCHI TĀLŪK—cont. பொள்ளாச்சி தாலூகா—தொடர்ச்சி.

Sirukalandai ..	சிறுகளந்தை.
Sōlaipālaiyam ..	சோலைபாளையம்.
Solavampālaiyam.	சொலவம்பாளையம்.
Sōmandurai ..	சோமந்துரை.
Sūlakkallu ..	சூலகல்லு.
Sūlēswaranpatti..	சூளேசுவரன்பட்டி.
Tālakkarai ..	தாளக்கரை.
Tenkumārapālaiyam.	தென்குமாரபாளையம்.
Tensangampālaiyam.	தென்சங்கம்பாளையம்.
Tenchittūr ..	தென்சித்தூர்.
Timmankuttu Ūttukkuli pālaiyapattu) (Z):	திம்மன குத்து (ஊத்துக்குளி பாளையப்பட்டு).
Tippampatti ..	திப்பம்பட்டி.
Tondāmuttūr	தொண்டாமுத்தூர்.
Toppampatti ..	தொப்பம்பட்டி.
Turaiyūr ..	துரையூர்.
Ūnjavēlampatti.	ஊஞ்சவேலம்பட்டி.
Ūttukkuli (Z) ..	ஊத்துக்குளி.
Vadakkipālaiyam	வடக்கிபாளையம்.
Vadapudūr ..	வடபுதூர்.
Vadachittūr ..	வடசித்தூர்.
Vaguttampālaiyam.	வகுந்தம்பாளையம்.
Vakkampālaiyam.	வக்கம்பாளையம்.
Varādanūr ..	வரதனூர்.
Vellālapālaiyam.	வெள்ளாளபாளையம்.
Vēttaikkāranpudūr.	வேட்டைக்காரன்புதூர்.
Viralpatti ..	விரல்பட்டி.

UDAMALPĒT TĀLŪK. உடமல்பேட்டை தாலூகா.

Agraharakannādiputtūr.	அக்கிரகாரகண்ணடிபுத்தூர்.
Ālampālaiyam ..	ஆலம்பாளையம்.
Āmandakkadavu.	ஆமந்தக்கடவு.
Āndikavundanūr.	ஆண்டிகவுண்டனூர்.
Andiyūr ..	அந்தியூர்.
Anikkadavu ..	அணிக்கடவு.
Ārasūr ..	அரசூர்.
Āttukkinattuppatti.	ஆத்துக்கிணத்துப்பட்டி.
Bōdippatti ..	போடிப்பட்டி.
Bōgikavundan Dāsarippatti.	போகிகவுண்டன் தாசரிபட்டி.
Būdinattam (North).	பூதிநத்தம் (வடக்கு).
Būdinattam (South).	பூதிநத்தம் (தெற்கு)
Chellappanpālaiyam.	செல்லப்பன்பாளையம்.
Chinnakumārapālaiyam.	சின்னகுமாரபாளையம்.
Chinnapāppanūttu.	சின்னபாப்பனூத்து.
Chinnavālavādi ..	சின்னவாளவாடி.
Chinnavīrampatti.	சின்னவீரம்பட்டி.
Chōlamādēvi ..	சோழமாதேவி.
Dhali ..	தளி.
Dēvanūrpudūr ..	தேவனூர்புதூர்.
Dīpālpatti ..	தீபால்பட்டி.
Doddampatti ..	தொட்டம்பட்டி.
Erisinampatti ..	எரிசினம்பட்டி.
Ganapatipālaiyam	கணபதிபாளையம்.
Gudimangalam ..	குடிமங்கலம்.
Guruvappanāyakkanūr.	குருவப்பநாயக்கனூர்.
Ilaiyamuttūr ..	இளையமுத்தூர்.
Iluppanagaram ..	இலுப்பநகரம்.
Jellippatti ..	ஜெல்லிபட்டி.
Jillōpanāyakkanpālaiyam.	ஜில்லோபநாயக்கன்பாளையம்.
Jōttampatti (Z) ..	ஜோத்தம்பட்டி.
Kadattūr ..	கடத்தூர்.
Kallāpuram ..	கல்லாபுரம்.
Kanakkampālaiyam.	கணக்கம்பாளையம்
Kaniyūr ..	கணியூர்.
Kannamanāyakkanūr.	கன்னமநாயக்கனூர்.
Kārattoluvu ..	காரத்தொழுவு.
Kodingiyam ..	கொடிங்கியம்.
Kondampatti ..	கொண்டம்பட்டி.
Kongalnagaram..	கொங்கல்நகரம்.
Koralkuttai ..	கொரல்குட்டை.
Kolumam ..	கொழுமம்.
Kōttaimangalam.	கோட்டைமங்கலம.
Krishnāpuram ..	கிருஷ்ணாபுரம்.
Kumaralingam (East).	குமரலிங்கம் (கிழக்கு).
Kumaralingam (West).	குமரலிங்கம் (மேற்கு).
Kuppampālaiyam.	குப்பம்பாளையம்.

UDAMALPĒT TĀLŪK—*cont.* உடமல்பேட்டை தாலூகா—தொடர்ச்சி

Kurichchikkōttai.	குறிச்சிக்கோட்டை.
Kurunchēri ..	குறுஞ்சேரி.
Kusavanpālaiyam.	குசவன்பாளையம்.
Lingammāvūr ..	லிங்கம்மாவூர்.
Maivādi (Z) ..	மைவாடி.
Mānuppatti ..	மானுப்பட்டி.
Metrātti ..	மெட்ராத்தி.
Mudakkuppatti ..	முடக்குப்பட்டி.
Mukkuttujellippatti	மூக்குட்டுஜெல்லிப்பட்டி.
Mūngitoluvu ..	மூங்கித்தொழுவு.
Pallapālaiyam ..	பள்ளபாளையம்.
Pannaikkinar ..	பண்ணைக்கிணர்.
Pāppānkulam ..	பாப்பான்குளம்.
Periyakōttai ..	பெரியகோட்டை.
Periyapāppanūttu	பெரியபாப்பானூத்து.
Periyapatti .	பெரியபட்டி.
Periyavālavādi ..	பெரியவாளவாடி.
Ponnēri ..	பொன்னேரி.
Puduppālaiyam ..	புதுப்பாளையம்.
Pukkulam ..	புக்குளம்.
Pūvānkinar ..	பூவாங்கிணர்.
Pūlavādi ..	பூளவாடி.
Pungamuttūr ..	புங்கமுத்தூர்.
Rāgalubāvi ..	ராகலுபாவி.
Rāvanāpuram ..	ராவணாபுரம்.
Reddipālaiyam ..	ரெட்டிபாளையம்.
Sankararāmanallūr.	சங்கரராமநல்லூர்
Sarkār Kannādipputtūr.	சர்க்கார் கண்ணாடிப்புத்தூர்.
Sarkkārpudūr ..	சாக்கார்புதூர்.
Sōmavārappatti ..	சோமவாரப்பட்டி.
Tāndōni ..	தாந்தோணி.
Tinnampatti ..	தின்னம்பட்டி.
Tumbalappatti ..	தும்பலப்பட்டி.
Tungāvi (Z) ..	துங்காவி.
Udamalpēt ..	உடமல்பேட்டை.
Udukkampālaiyam.	உடுக்கம்பாளையம்.
Vadugapālaiyam.	வடுகபாளையம்.
Vāgattoluvu ..	வாகத்தொழுவு.
Valaiyapālaiyam.	வலையபாளையம்.
Vēdappatti (Z) ..	வேடப்பட்டி.
Vēlūr ..	வேலூர்.
Venasappatti ..	வெனசப்பட்டி.
Venkatāpuram ..	வெங்கடாபுரம்.
Vīdampatti ..	வீதம்பட்டி.
Virugalpatti ..	விருகல்பட்டி.

CUDDAPAH DISTRICT.

I = Inam. Z = Zamindari.

BADVĒL TĀLŪK. బద్వేలు తాలూకా.

Abbūsāhebupēta. (I). అబ్బూసాహెబుపేట.
Akkamgundla ... అక్కంగుండ్ల.
Akkampēta (I) ... అక్కంపేట.
Anantarājapuram. అనంతరాజపురం.
Ankanagodugunūru. అంకనగొడుగునూరు.
Appājipēta (I) ... అప్పాజిపేట.
Ayyavāripalle (I). అయ్యవారిపల్లె.
Badvēl ... బద్వేలు.
Bālāyapalle .. బాలాయపల్లె.
Bayyanapalle . బయ్యనపల్లె.
Bōdukondapalle(I) బోడుకొండపల్లె.
Boppāpuram ... బొప్పాపురం.
Brāhmanapalle (I). బ్రాహ్మణపల్లె.
Buchchampalle (I). బుచ్చంపల్లె.
Būdavāda ... బూదవాడ.
Chennakēsavāpuram (I). చెన్నకేశవాపురం.
Chennakrishnāpuram (I). చెన్నకృష్ణాపురం.
Chennampalle ... చెన్నంపల్లె.
Chennāreddipēta (I). చెన్నారెడ్డిపేట.
Chennupalle .. చెన్నుపల్లె.
Cherlōpalle ... చెర్లోపల్లె.
Chinnāyapalle (I). చిన్నాయపల్లె.
Chintalacheruvu .. చింతలచెరువు.
Dammanapalle ... దమ్మనపల్లె.
Darbhāvāri Agrahāram (I) దర్భావారి అగ్రహారం.
Diguvanēlatūru ... దిగువనేలటూరు.
Dīguvatamballapalle. దిగువతంబళ్లపల్లె.
Dirasavantsa .. దిరసవంచ.
Dūlamvāripalle ... దూలంవారిపల్లె.
Eguvanēlatūru ... ఎగువనేలటూరు.
Eguvatamballapalle. ఎగువతంబళ్లపల్లె.
Ellapalle ... ఎల్లపల్లె.
Etirājupalle ... ఎతిరాజుపల్లె.
Gānganapalle ... గంగనపల్లె.
Gangāyapalle ... గంగాయపల్లె.
Gānugapenta ... గానుగపెంట.
Godlavīdu ... గొడ్లవీడు.
Godugunūru ... గొడుగునూరు.
Gontuvāripalle ... గొంటువారిపల్లె.
Gōpālapuram (I) .. గోపాలపురం.
Gōpavaram ... గోపవరం.
Gōpavarampalle ... గోపవరంపల్లె.
Gundāpuram ... గుండాపురం.
Guntapalle ... గుంటపల్లె.
Imadāpuram ... ఇమడాపురం.
Itigullapādu ... ఇటిగుల్లపాడు.
Kalasapādu ... కలసపాడు.
Kālavapalle ... కాలవపల్లె.
Kāmakunta (I) ... కామకుంట.
Katteragandla ... కత్తెరగండ్ల.
Kavalakuntla ... కవలకుంట్ల.
Kōdūru ... కోడూరు.
Kōnasamudram ... కోనసముద్రం.
Kondampalle (I). కొండంపల్లె.
Kondapēta ... కొండపేట.
Kondugāripalle (I) కొండుగారిపల్లె.
Kongalavīdu ... కొంగలవీడు.
Korrapātipalle (I). కొర్రపాటిపల్లె.
Kottakōta ... కొత్తకోట.
Kottapalle (No. 68) (I). కొత్తపల్లె.
Kottapalle (No. 118) (I). కొత్తపల్లె.
Lachchampalle (I). లచ్చంపల్లె.
Lakkavāripalle ... లక్కవారిపల్లె.

BADVĒL TĀLŪK—cont. బద్వేలు తాలూకా—శేషము.

Lingampalle (No. 52) (I). లింగంపల్లె.
Lingampalle (No. 95) (I). లింగంపల్లె.
Madakalavāripalle. మడకలవారిపల్లె.
Madhvarāyanipalle (I). మధ్వరాయనిపల్లె.
Mahānandipalle ... మహానందిపల్లె.
Mallēpalle ... మల్లేపల్లె.
Malluvāripalle ... మల్లువారిపల్లె.
Māmillapalle ... మామిళ్లపల్లె.
Marātipalle (I) ... మరాటిపల్లె.
Mārkāpuram (I) ... మార్కాపురం.
Mēkāvāripalle ... మేకావారిపల్లె.
Midelpādu (I) .. మిడెల్‌పాడు.
Mohadīnpuram (I) మొహదీన్‌పురం.
Mudumāla ... ముదుమాల.
Mūlapalle ... మూలపల్లె.
Munnelli ... మున్నెల్లి.
Musalreddipalle ... ముసల్‌రెడ్డిపల్లె.
Musalreddipalle (I) ముసల్‌రెడ్డిపల్లె.
Nāgisettipalle ... నాగిశెట్టిపల్లె.
Narasāpuram ... నరసాపురం.
Narasimhāpuram (No. 54) (I). నరసింహాపురం.
Narasimhāpuram (No. 59) (I). నరసింహాపురం.
Narasimhāpuram (No. 64) (I). నరసింహాపురం.
Nāyanipalle ... నాయనిపల్లె.
Ōbalāpuram ... ఓబళాపురం.
Pagadālapalle (I). పగడాలపల్లె.
Palugurāllapalle... పలుగురాళ్లపల్లె.
Pāpanapalle (I) ... పాపనపల్లె.
Pāpireddipalle ... పాపిరెడ్డిపల్లె.
Pātarāmapuram. పాతరామాపురం.
Pedullapalle ... పెదుళ్లపల్లె.
Pendlimarri ... పెండ్లిమఱ్ఱి.
Pērammagāripalle (I). పేరమ్మగారిపల్లె.
Pittigunta ... పిట్టిగుంట.
Pōrumāmilla .. పోరుమామిళ్ల.
Prabhalavīdu ... ప్రభలవీడు.
Pullāreddipalle ... పుల్లారెడ్డిపల్లె.
Pullivēdu ... పుల్లివేడు.
Puttāyapalle ... పుట్టాయపల్లె.
Rājupālem ... రాజుపాలెం.
Rāmāpuram (I) ... రామాపురం.
Rampādu ... రంపాడు.
Rangasamudram ... రంగసముద్రం.
Ravutupalle ... రవుతుపల్లె.
Reddipalle ... రెడ్డిపల్లె.
Rēkalakunta ... రేకలకుంట.
Sancherla ... సంచెర్ల.
Sankhavaram ... శంఖవరం.
Sāvisettipalle ... సావిశెట్టిపల్లె.
Sēshampalle (No. 94) (I). శేషంపల్లె.
Sēshampalle (No. 96) (I). శేషంపల్లి.
Siddanakichchāyapalle (I). సిద్దనకిచ్చాయపల్లె.
Siddhamūrtipalle. సిద్ధమూర్తిపల్లె.
Siddhavaram ... సిద్ధవరం.
Singarāyapalle ... సింగరాయపల్లె.
Sōmireddipalle ... సోమిరెడ్డిపల్లె.
Tangēdupalle ... తంగేడుపల్లె.
Tēllapādu ... తేళ్లపాడు.
Tipparājupalle ... తిప్పరాజుపల్లె.
Tiruvengalāpuram. తిరువెంగలాపురం.
Tsallagarigela ... చల్లగరిగెల.
Tsaudarivāripalle. చౌదరివారిపల్లె.
Vanampula ... వనంపుల.
Venkamarri (I) ... వెంకమఱ్ఱి.
Varikunta .. వరికుంట.
Vāsudēvāpuram (I) వాసుదేవాపురం.
Vēmakunta (I) ... వేమకుంట.
Vengalampalle (I). వెంగలంపల్లె.
Venkatāpuram (I). వెంకటాపురం.

Badvēl Tālūk. బద్వేలు తాలూకా — శేషము.

Venkatrāmāpuram (I). వెంకట్రామాపురం.
Vīrapalle (I) ... వీరపల్లె.
Vīrlapalle (I) .. వీర్లపల్లె.
Uppalūru ... ఉప్పలూరు.
Zangamrājupalle. జంగంరాజుపల్లె.

Cuddapah Tālūk. కడప తాలూకా.

Akkāyapalle ... అక్కాయపల్లె.
Amāni Rāmachandrāpuram. అమాని రామచంద్రాపురం.
Amāniviswanādhunikālava. అమాని విశ్వనాధుని కాలువ.
Ambavaram .. అంబవరం.
Ankāyapalle ... అంకాయపలె.
Apparājupalle ... అప్పరాజుపల్లె.
Bālupalle ... బాలుపల్లె.
Bayanapalle ... బయనపల్లె.
Bhūmāyapalle ... భూమాయపల్లె.
Bindurāopalle (I). బిందురావుపల్లె.
Boggulētipalle (I). బొగ్గులేటిపల్లె.
Buddāyapalle (I). బుడ్డాయపల్లె.
Buggalapalle ... బుగ్గలపల్లె.
Chābali ... చాబలి.
Chemmūmiyyāpēta. చెమ్మూమియ్యాపేట.
Chemullapalle ... చెముల్లపల్లె.
Chennamrājupalle. చెన్నంరాజుపల్లె.
Chennamukkapalle (I). చెన్నముక్కపల్లె.
Chennūru ... చెన్నూరు.
Cherlōpalle ... చెర్లోపల్లె.
Chīmalapenta ... చీమలపెంట.
Chinnachauku ... చిన్నచౌకు.
Chinnadāsaripalle. చిన్నదాసరిపల్లె.
Chinnakāmpalle ... చిన్నకాంపల్లె.
Chinnamāchupalle. చిన్నమాచుపల్లె.
Chinnaputta ... చిన్నపుత్త.
Chintakommadinne. చింతకొమ్మదిన్నె.
Cuddapah ... కడప.
Daulatāpuram (I). దౌలతాపురం.
Dugganapalle ... దుగ్గనపల్లె.
Eguvapalle ... ఎగువపల్లె.
Etūru ... ఏటూరు.
Ganganapalle ... గంగనపల్లె.
Gondipalle ... గొందిపల్లె.
Gōtūru ... గోటూరు.
Gūdūru ... గూడూరు.
Gurrampādu .. గుర్రంపాడు.
Ippapenta ... ఇప్పపెంట.
Isakapalle ... ఇసకపల్లె.
Jamālupalle ... జమాలుపల్లె.
Kammavāripalle... కమ్మవారిపల్లె.
Kanuparti ... కనుపర్తి.
Khājīpētasunkēsula. ఖాజీపేట సుంకేసుల.
Kōdandarāmāpuram (I). కోదండరామాపురం.
Kokkarāyapalle ... కొక్కరాయపల్లె.
Kolumulapalle ... కొలుములపల్లె.
Komārunipalle ... కొమారునిపల్లె.
Kommalūru ... కొమ్మలూరు.
Kondāyapalle (I). కొండాయపల్లె.
Kondūru .. కొండూరు.
Kopparti .. కొప్పర్తి.
Kopparti Rāmachandrāpuram (I) కొప్పర్తి రామచంద్రాపురం.
Koppōlu ... కొప్పోలు.
Kōtlūru ... కోట్లూరు.
Kottapēta (I) .. కొత్తపేట.
Krishnāpuram (I). కృష్ణాపురం.
Krishnasōmayājulapalle (I). కృష్ణసోమయాజులపల్లె.
Lōbāka ... లోబాక.
Māchanūru ... మాచనూరు.
Māchupalle (I) ... మాచుపల్లె.
Māmillapalle ... మామిళ్లపల్లె.
Midutūru ... మిడుతూరు.
Moyillakālava .. మొయిళ్ల కాలవ.

CUDDAPAH TĀLŪK—*cont.* కడప తాలూకా—శేషము.

Mundlapalle ...	ముండ్లపల్లె.
Nāgarājupēta ...	నాగరాజుపేట.
Nāgasānipalle ...	నాగసానిపల్లె.
Nandimandalam	నందిమండలం.
Nazarbēgupalle ...	నజర్ బేగుపల్లె.
Ōbanasōmayajulapalle (I).	ఓబనసోమయాజులపల్లె.
Pabbāpuram (I) ...	పబ్బాపురం.
Pagadālapalle ...	పగడాలపల్లె.
Paidikālava ...	పైడికాలవ.
Pālampalle ...	పాలంపల్లె.
Pāpāsāhēbupēta ...	పాపాసాహెబుపేట.
Pāta Cuddapah ..	పాత కడప.
Pattūru ...	పత్తూరు.
Peddadāsaripalle.	పెద్దదాసరిపల్లె.
Peddakāmpalle (I).	పెద్దకాంపల్లె.
Peddaputta ...	పెద్దపుత్త.
Pendlimarri ...	పెండ్లిమర్రి.
Pullūru ...	పుల్లూరు.
Putlampalle (I) ...	పుట్లంపల్లె.
Puttachinnāyapalle (I).	పుత్తచిన్నాయపల్లె
Rāchinnāyapalle...	రాచిన్నాయపల్లె.
Rāmāpuram (I) ...	రామాపురం.
Rāmarājupalle (I).	రామరాజుపల్లె.
Rampatādu ...	రంపతాడు.
Rāvulapalle ...	రావులపల్లె.
Rāyalapantulapalle (I).	రాయలపంతులపల్లె.
Rudrabhāratipēta	రుద్రభారతిపేట.
Rudrāyagāripalle.	రుద్రాయగారిపల్లె.
Sankatipalle ...	సంకటిపల్లె.
Sivālapalle (I) ...	సివాలపల్లె.
Tādigotla ...	తాడిగొట్ల.
Tadigōtla Rāmachandrāpuram (I)	తాడిగోట్ల రామచంద్రాపురం.
Tappetla ...	తప్పెట్ల.
Tavvāripalle ...	తవ్వారిపల్లె.
Tippireddipalle ...	తిప్పిరెడ్డిపల్లె.
Tōllaganganapalle.	తోళ్లగంగనపల్లె.
Tripuravaram ...	త్రిపురవరం.
Tudumaladinne ...	తుడుమలదిన్నె.
Tummalūru ...	తుమ్మలూరు.
Ukkāyapalle ...	ఉక్కాయపల్లె.
Utukūru ...	ఊటుకూరు.
Vallūru ...	వల్లూరు.
Vellatūru ...	వెల్లటూరు.
Venkatēsapuram (I).	వెంకటేశపురం.
Viswanādhapuram	విశ్వనాథపురం.
Yādavāpuram ...	యాదవాపురం.
Zangampalle .	జంగంపల్లె.

JAMMALAMADUGU TĀLŪK. జమ్మలమడుగు తాలూకా.

Ambavaram (I) ...	అంబవరం.
Anantapuram ...	అనంతపురం.
Āravētipalle ...	ఆరవేటిపల్లె.
Ayyavārikambāladinne (I).	అయ్యవారి కంబాలదిన్నె.
Balapanagūdūru...	బలపనగూడూరు
Bedudūru ...	బెడుదూరు.
Bestavēmula ...	బెస్తవేముల.
Bhīmagundam ...	భీమగుండం.
Bhūtamāpuram ...	భూతమాపురం.
Bōditippanapādu.	బోడితిప్పనపాడు.
Bondalakunta ...	బొందలకుంట.
Bukkapatnam ...	బుక్కపట్నం.
Buruzupalle ..	బురుజుపల్లె.
Chāmalūru ...	చామలూరు.
Chautapalle ...	చౌటపల్లె.
Chennamanēnipalle.	చెన్నమనేనిపల్లె.
Chidipirālladinne.	చిడిపిరాళ్లదిన్నె.
Chinnadudyāla ...	చిన్నదుద్యాల.
Chinnakomarla ...	చిన్నకొమర్ల.
Chinnamudiyam.	చిన్నముడియం.
Chinnapasupula ...	చిన్నపసుపుల.
Chinnavenuturla...	చిన్నవెనుతుర్ల.

Jammalamadugu Tālūk—cont. జమ్మలమడుగు తాలూకా—శేషము.

Chintakunta ...	చింతకుంట.
Dānavulapādu ...	దానవులపాడు.
Dappalle (I) ...	దప్పల్లె.
Dōnēpalle ...	దేనేపల్లె.
Dēvagudi ...	దేవగుడి.
Dhannavāda ...	ధన్నవాడ.
Dharmāpuram (I).	ధర్మాపురం
Dhodiyam ...	ధోడియం.
Diguvabrāhmanapalle.	దిగువబ్రాహ్మణపల్లె.
Diguvakalvatāla.	దిగువకల్వటాల.
Diguvapatnam ...	దిగువపట్నం.
Dommaranandyāla	దొమ్మర నంద్యాల.
Donkupalle (I) ...	దొంకుపల్లె.
Dugganapalle ...	దుగ్గనపల్లె.
Ennmalachintala.	ఎనుములచింతల.
Erragudi ..	ఎర్రగుడి.
Ētūru ...	ఏటూరు.
Faqirpēta (I) ...	ఫకీర్ పేట.
Gandikōta ..	గండికోట.
Gandlūru ...	గండ్లూరు.
Gangāpuram ...	గంగాపురం
Garisalūru ...	గరిసలూరు.
Gollala Uppalapādu.	గొల్లల ఉప్పలపాడు.
Gollapalle (I) ...	గొల్లపల్లె.
Gōpālapuram (I).	గోపాలపురం.
Goriganūru ...	గొరిగనూరు.
Gūdemcheruvu ...	గూడెంచెరువు.
Gundlakunta ...	గుండ్లకుంట.
Jammalamadugu.	జమ్మలమడుగు.
Jīreddikottapalle ...	జీరెడ్డికొత్తపల్లె.
Jōgāpuram ...	జోగాపురం.
Kādasāni Kottapalle.	కాడసాని కొత్తపల్లె.
Kallutla ...	కల్లుట్ల.
Kammēvāribrāhmanapalle.	కమ్మేవారి బ్రాహ్మణపల్లె.
Kannelūru ...	కన్నెలూరు.
Khādarābād ...	ఖాదరాబాద్.

Kibilē Bommēpalle.	కిబిలేబొమ్మేపల్లె.
Kibilē Rāghavāpuram.	కిబిలేరాఘవాపురం.
Kibilē Sugumanchipalle.	కిబిలే సుగుమంచిపల్లె.
Kibilē Venkatāpuram	కిబిలే వెంకటాపురం.
Kōdūru ...	కోడూరు.
Kōna Anantapuram (I).	కోన అనంతపురం.
Kōnavāripalle ...	కోనవారిపల్లె.
Kondāpuram (I).	కొండాపురం.
Kondasunkēsula ...	కొండసుంకేసుల.
Koppōlu (I) ...	కొప్పోలు.
Korrapādu ...	కొర్రపాడు.
Kosinēpalle ...	కొసినేపల్లె.
Kotālapalle (Zangalapalle).	కొటాలపల్లె (జంగాలపల్లె).
Kottakuntapalle (I).	కొత్తకుంటపల్లె.
Lāvanūru ...	లావనూరు.
Lingamanēnipalle.	లింగమనేనిపల్లె.
Lingāpuram (I) ...	లింగాపురం.
Mādhavāpuram	మాధవాపురం.
Mailavaram (I) ..	మైలవరం.
Malamīdikambāladinne.	మలమీదికంబాలదిన్నె.
Mangapatnam ...	మంగపట్నం.
Mēdidinne ...	మేడిదిన్నె.
Mōragudi ..	మోరగుడి.
Muddanūru .	ముద్దనూరు.
Muragampalle (I).	మురగంపల్లె.
Murupandi ...	మురుపంది.
Mutssumarri (I) ...	ముచ్చుమర్రి.
Nāgamalladinne.	నాగమల్లదిన్నె.
Nāgarājupalle ...	నాగరాజుపల్లె.
Nāgireddipalle ...	నాగిరెడ్డిపల్లె.
Nakkavānipalle ..	నక్కవానిపల్లె.

JAMMALAMADUGU TĀLŪK—cont. జమ్మలమడుగు తాలూకా—శేషము.

Nallaballi ... నల్లబల్లి.
Nawabpēta ... నవాబుపేట.
Nēkunāmpēta (I). నేకునాంపేట.
Nēlanūtala (I) .. నేలనూతల.
Nemalladinne .. నెమల్లదిన్నె.
Nemalladinne Kotālapalle నెమల్లదిన్నె కోటాలపల్లె.
Ōbalāpuram (I) ... ఓబళాపురం.
Ōbannapēta (I) ... ఓబన్నపేట.
Pālūru ... పాలూరు.
Pāpāyapalle ... పాపాయపల్లె.
Pedda ludyāla ... పెద్దముద్యాల.
Peddamudiyam ... పెద్దముడియం.
Peddandlūru ... పెద్దండ్లూరు.
Peddapasupula ... పెద్దపసుపుల.
Penikelapādu ... పెనికెలపాడు.
Penuzuvvi ... పెణుజువ్వి
Ponnampalle ... పొన్నంపల్లె.
Ponnatōta ... పొన్నతోట.
Pottipādu ... పొట్టిపాడు.
Pūrvabommēpalle. పూర్వబొమ్మేపల్లె
Pūrva Sugumanchipalle. పూర్వసుగుమంచి పల్లె.
Rājulaguruvāyapalle రాజుల గురువాయ పల్లె.
Rāmachandrāyapalle. రామచంద్రాయ పల్లె.
Rēgadipalle ... రేగడిపల్లె.
Sālevārī Uppalapādu. సాలెవారి ఉప్పల పాడు.
Sanjīvupalle ... సంజీవుపల్లె.
Sankēpalle (I) ... సంకేపల్లె.
Sirigēpalle ... శిరిగేపల్లె.
Sivapuram (I) ... శివపురం.
Suddapalle ... సుద్దపల్లె.
Sunnapurāllapalle. సున్నపురాళ్లపల్లె.
Talamanchipatnam. తలమంచిపట్నం.
Tāllaproddatūru ... తాళ్లప్రొద్దటూరు.
Timmāpuram ... తిమ్మాపురం.
Timmāpuram (I). తిమ్మాపురం.
Torrivēmula ... తొర్రివేముల.
Tūgutlapalle (I)... తూగుట్లపల్లె.
Ulavapalle .. ఉలవపల్లె.
Uppalūru ... ఉప్పలూరు.
Vaddirāla ... వద్దిరాల.
Vēlpucherla ... వేల్పుచెర్ల.
Vēlpucherla Rāghavāpuram. వేల్పుచెర్ల రాఘవాపురం.
Vēmaguntapalle (I). వేమగుంటపల్లె.
Venkatāpuram (Bōditippanapādu). వెంకటాపురం (బోడితిప్పనపాడు)
Venkatāpuram (I). వెంకటాపురం.
Venkayyakālava. వెంకయ్యకాలవ.
Vēparāla ... వేపరాల.
Yāmavaram ... యామవరం.
Zingālapalle ... జంగాలపల్లె.

KAMALĀPURAM TĀLŪK. కమలాపురం తాలూకా.

Alidena ... అలిదెన.
Animala .. అనిమల.
Ankireddipalle ... అంకిరెడ్డిపల్లె.
Appārāopalle (I)... అప్పారావుపల్లె.
Ayyavāripalle (I). అయ్యవారిపల్లె.
Chidipirāla ... చిదిపిరాల.
Chilamakūru ... చిలమకూరు.
Chinnachappalle. చిన్నచప్పల్లె.
Chinnadandlūru... చిన్నదండ్లూరు.
Dādireddipalle (I). దాదిరెడ్డిపల్లె.
Ellāreddipalle ... ఎల్లారెడ్డిపల్లె.
Erragudipādu ... ఎర్రగుడిపాడు.
Erraguntla ... ఎర్రగుంట్ల.
Gangavaram ... గంగవరం.
Gollapalle ... గొల్లపల్లె.
Gōnumākulapalle. గోనుమాకులపల్లె.

KAMALAPURAM TĀLŪK—*cont.* కమలాపురం తాలూకా—శేషము.

Gōpālapuram (S. No. 72) (I)	గోపాలపురం.	Pāchikalapādu	... పాచికలపాడు.
Gōpālapuram (S. No. 134) (I).	గోపాలపురం.	Pālagiri	... పాలగిరి.
Gōvindarāopalle (I).	గోవిందరావుపల్లె.	Pandillapalle	... పందిళ్లపల్లె.
Hanumanagutti ..	హనుమనగుత్తి.	Pāyasampalle	... పాయసంపల్లె.
Illūru ...	ఇల్లూరు.	Peddachappalle ...	పెద్దచప్పల్లె.
Indukūru ...	ఇందుకూరు.	Peddanapādu ...	పెద్దనపాడు.
Jambāpuram ...	జంబాపురం.	Pillivāripalle (I)...	పిల్లివారిపల్లె.
Kalamalla ...	కలమల్ల.	Podadurti ...	పొడదుర్తి.
Kamalāpuram ...	కమలాపురం.	Pōtladurti ...	పోట్లదుర్తి.
Kattuguttavenga-nnagāripalle (I).	కట్టుగుత్త వెంగన్నగారిపల్లె.	Rājupālem	రాజుపాలెం.
Khandrika (I) ...	ఖండ్రిక.	Rāmachandrapuram (I).	రామచంద్రాపురం.
Kīrtipalle ..	కీర్తిపల్లె.	Sambatūru ...	సంబటూరు.
Kōdūru ...	కోదూరు.	Talapanūru ...	తలపనూరు.
Kōkatam ...	కోకటం.	Taugēdupalle ...	తంగేడుపల్లె.
Kolavali ...	కొలవలి.	Tippalūru ...	తిప్పలూరు.
Kommaddi ...	కొమ్మద్ది.	Tippalūrusunkēsula.	తిప్పలూరు సుంకేశుల.
Lētapalle ...	లేటపల్లె.	Turakapalle ...	తురకపల్లె.
Lingāla ...	లింగాల.	Uppalūru ...	ఉప్పలూరు.
Mālēpādu ...	మాలేపాడు.	Urutūru ...	ఉరుటూరు.
Mīrāpuram ...	మీరాపురం.	Valasapalle ...	వలసపల్లె.
Mōyillacheruvu ...	మోయిళ్లచెరువు.	Vankamada (I) ...	వంకమడ.
Nallalingāyapalle.	నల్లలింగాయపల్లె.	Vedurūru ..	వెదురూరు.
Niduzuvvi ...	నిడుజువ్వి.	Veludurti ...	వెలుదుర్తి.
		Vibharāmpuram.	విభరాంపురం.

PRODDATŪR TĀLŪK ప్రొద్దటూరు తాలూకా.

Ādireddipalle ..	ఆదిరెడ్డిపల్లె.	Būdidepādu (I) ...	బూడిదెపాడు.
Allādapalle ..	అల్లాడపల్లె.	Chāpādu ...	చాపాడు.
Anantapuram ...	అనంతపురం.	Chinnaguruvalūru.	చిన్నగురువలూరు.
Annalūru ...	అన్నలూరు.	Chinnajonnavaram.	చిన్నజొన్నవరం.
Annappasāstripalle (I).	అన్నప్పశాస్త్రిపల్లె.	Chinnasettipalle ..	చిన్నశెట్టిపల్లె.
Arakatavēmula ...	అరకటవేముల.	Chinnasinganapalle.	చిన్నశింగనపల్లె.
Bhadripalle ...	భద్రిపల్లె.	Chintakunta ...	చింతకుంట.
Bhallikivāripalle (I).	భల్లికివారిపల్లె.	Chiyyapādu ...	చియ్యపాడు.
Bollavaram .	బొల్లవరం.	Dāsaripalle .	దాసరిపల్లె.

PRODDATŪR TALŪK—cont. ప్రొద్దుటూరు తాలూకా—శేషము.

Dorasānipalle ...	దొరసానిపల్లె.
Duvvūru ...	దువ్వూరు.
Erraguntapalle (I)	ఎర్రగుంటపల్లె.
Eruvapālem ...	ఎరువపాలెం.
Gaddamāyapalle	గడ్డమాయపల్లె.
Gādegūdūru ...	గాదెగూడూరు.
Ganjikunta ...	గంజికుంట.
Gollapalle ...	గొల్లపల్లె.
Gōpavaram ...	గోపవరం.
Gōpāyapalle ...	గోపాయపల్లె.
Gudipādu ...	గుడిపాడు.
Idamadaka ...	ఇడమడక.
Jillēlla ...	జిల్లెల్ల.
Jonnavaram ...	జొన్నవరం.
Kallūru ...	కల్లూరు.
Kāmanūru ...	కామనూరు.
Kānagūdūru ...	కానగూడూరు.
Kētavaram (I) ...	కేతవరం.
Korrapādu ...	కొర్రపాడు.
Kottapalle ...	కొత్తపల్లె.
Kuchchupapa ...	కుచ్చుపాప.
Lingāladinne (I).	లింగాలదిన్నె.
Māchanopalle ...	మాచనపల్లె.
Madhirēpalle ...	మధిరేపల్లె.
Madūru ...	మదూరు.
Maidukūru ...	మైదుకూరు.
Manerāmpalle (I).	మనేరాంపల్లె.
Mittamānipalle ...	మిట్టమానిపల్లె.
Mōdamīdipalle ...	మోడమీదిపల్లె.
Morryapalle (I).	మొర్రాయపల్లె.
Mudireddipalle ...	ముదిరెడ్డిపల్లె.
Nandyālampēta ...	నంద్యాలంపేట.
Nanganūrupalle (I).	నంగనూరుపల్లె.
Nēlatūru ...	నేలటూరు.
Nerravāda (I) ...	నెర్రవాడ.
Nīlāpuram ...	నీలాపురం.
Paidēla ...	పైడేల.

Pallavōlu ...	పల్లవోలు.
Parlapadu ...	పర్లపాడు.
Peddaguruvalūru.	పెద్దగురువలూరు.
Peddasettipalle ...	పెద్దశెట్టిపల్లె.
Pichchapādu (I) ...	పిచ్చపాడు.
Pottipadu ...	పొట్టిపాడు.
Proddatūr ...	ప్రొద్దుటూరు.
Rājupalem ...	రాజుపాలెం.
Rājupalem ...	రాజుపాలెం.
Rāmachandrapuram (I).	రామచంద్రాపురం.
Rāmēswaram ...	రామేశ్వరం.
Rangasāyipuram (I).	రంగశాయిపురం.
Rēgulapalle (I) ...	రేగులపల్లె.
Sarvireddipalle (I)	సర్విరెడ్డిపల్లె.
Settivaripalle ...	శెట్టివారిపల్లె.
Sivapuram ...	శివపురం.
Sōmāpuram (I) ...	సోమాపురం.
Sōmayājulapalle (I).	సోమయాజులపల్లె.
Tāllamārapuram ...	తాళ్లమారపురం.
Tangatūru ...	టంగటూరు.
Tippireddipalle ...	తిప్పిరెడ్డిపల్లె.
Tondaladinne ...	తొండలదిన్నె.
Tsallabasavāyapalle (I).	చల్లబసవాయపల్లె.
Tsandūru ...	చాదూరు.
Tummalapadu (I).	తుమ్మలపాడు.
Upparapalle ...	ఉప్పరపల్లె.
Vanipenta ...	వనిపెంట.
Velavali ...	వెలవలి.
Vellāla ...	వెల్లాల.
Vengannagaripalle (I).	వెంగన్నగారిపల్లె.
Yākarlapālem ...	యాకర్లపాలెం.

PULIVENDLA TĀLŪK. పులివెందుల తాలూకా.

Achchavelli	... అచ్చవెల్లి.
Agadūru	... అగడూరు.
Agrahāram	... అగ్రహారం.
Ahōbalapuram (I)	అహోబలపురం.
Alavalapādu	... అలవలపాడు.
Alireddipalle	... అలి రెడ్డిపల్లె.
Ambakapalle	... అంబకపల్లె.
Ankālammagūdūru.	అంకాళమ్మగూడూరు.
Balapanūru	... బలపనూరు.
Bhadrampalle	... భద్రంపల్లె.
Bhākarāpuram (I).	భాకరాపురం.
Bidinamcherla	... బిదినంచెర్ల.
Bokkudupalle	... బొక్కుడుపల్లె.
Bōnāla	... బోనాల.
Brāhmanapalle	... బ్రాహ్మణపల్లె.
Būchupalle	... బూచుపల్లె.
Chāgalēru	... చాగలేరు.
Chevvāripalle	... చెవ్వారిపల్లె.
Chinnakudāla	చిన్నకుడాల.
Chinnarangāpuram.	చిన్నరంగాపురం.
Chintalajūtūru	... చింతలజూటూరు.
Dēvatāpuram	... దేవతాపురం.
Dondlavāgu	.. దొండ్లవాగు.
Duddēkunta	... దుద్దేకుంట
Elamvāripalle	ఏలంవారిపల్లె.
Erraballa	... ఎర్రబల్ల.
Erragudipalle (I).	ఎర్రగుడిపల్లె.
Gollalagūdūru	... గొల్లలగూడూరు.
Gondipalle (I)	... గొందిపల్లె.
Gōtūru	... గోటూరు.
Gunakanapalle	... గునకనపల్లె.
Gundlamadugu	... గుండ్లమడుగు.
Gurijāla	... గురిజాల.
Himakuntla	... హిమకుంట్ల.
Hirōjipuram (I).	హిరోజీపురం.
Inagalūru	... ఇనగలూరు.
Ippatla	... ఇప్పట్ల.
Jālaparti	... జాలపర్తి.
Kachchivāripalle.	కచ్చివారిపల్లె.
Kāmasamudram	.. కామసముద్రం.
Kanampalle	... కనంపల్లె.
Kasanūru	కసనూరు.
Kattalūru	... కత్తలూరు.
Kommamnūtula	కొమ్మంనూతుల.
Korrapādu	... కొర్రపాడు.
Kottapalle	కొత్తపల్లె.
Lingāla	... లింగాల.
Lōmada	లోమడ.
Lōpatanūtula	.. లోపటనూతుల.
Maddulapāya (I).	మద్దులపాయ.
Madūru	... మదూరు.
Mallēla	... మల్లేల.
Mīdipentla	... మీదిపెంట్ల.
Murārichintala	... మురారిచింతల.
Mutukūru	... ముతుకూరు.
Nagūru	. నాగూరు.
Nallacheruvupalle.	నల్లచెరువుపల్లె.
Nandyālapalle	.. నంద్యాలపల్లె.
Narasingaraopalle.	నరసింగరావుపల్లె.
Nidivelagala	... నిడివెలగల.
Paidipālem	.. పైడిపాలెం.
Pālūru	పాలూరు.
Pāmulūru	... పాములూరు.
Parnapalle	... పార్నపల్లె.
Peddajūtūru	... పెద్దజూటూరు.
Peddakudāla	... పెద్దకుడాల.
Peddarangapuram.	పెద్దరంగాపురం.
Pendlūru	... పెండ్లూరు.
Pernapādu	... పెర్నపాడు.
Pōlēpalle	పోలేపల్లె.
Pulivendla	... పులివెందుల.
Rāgimānipalle	... రాగిమానిపల్లె.
Rāmanutlapalle	.. రామనుట్లపల్లె.
Rāmireddipalle	.. రామిరెడ్డిపల్లె.
Rātsamarripalle	. రాచమర్రిపల్లె.
Rāvulakolanu	.. రావులకొలను.
Rāyalāpuram	.. రాయలాపురం.
Saidāpuram	... సైదాపురం.

PULIVENDLA TĀLŪK—cont. పులివెందుల తాలూకా — శేషము.

Santakōvūru	సంతకోవూరు.
Simhādripuram	సింహాద్రిపురం.
Sunkēsula	సుంకేసుల.
Tāllapalle	తాళ్లపల్లె.
Tāllapalle Velamvāripalle.	తాళ్లపల్లె వెలంవారిపల్లె.
Teliki	తెలికి.
Tēllūru	తేల్లూరు.
Timmāpurampēta.	తిమ్మాపురంపేట.
Tondūru	తొండూరు.
Udavagandla	వూడవగండ్ల.
Ulimella	ఉలిమెల్ల.
Vadlavānipalle (I).	వడ్లవానిపల్లె.
Velidandla	వెలిదండ్ల.
Vēlpula	వేల్పుల.
Vēmpalle	వేంపల్లె.
Vēmula	వేముల.
Venkatampalle (I).	వెంకటంపల్లె.
Yādavakunta	యాదవకుంట.
Zangamreddipalle.	జంగంరెడ్డిపల్లె.

RĀJAMPĒT TĀLŪK. రాజంపేట తాలూకా.

Adupūru	అడుపూరు.
Ākepādu	ఆకేపాడు.
Anantarājupēta	అనంతరాజుపేట.
Anantarājupuram (I).	అనంతరాజుపురం.
Anantasamudram.	అనంతసముద్రం.
Anantasamudram Chinnamāmbāpuram (I).	అనంతసముద్రం చిన్నమాంబాపురం.
Anantayyagāripalle.	అనంతయ్యగారిపల్లె.
Appayyarājupēta.	అప్పయ్యరాజుపేట.
Attirāla (I)	అత్తిరాల.
Bahirājupalle (I).	బహిరాజుపల్లె.
Bhākarāpuram (I).	భాకరాపురం.
Bommavaram	బొమ్మవరం.
Bōtumidipalle	బోటుమిదిపల్లె.
Brāhmanapalle	బ్రాహ్మణపల్లె.
Buduguntapalle	బుడుగుంటపల్లె.
Buduguntapalle Agrahāram (I).	బుడుగుంటపల్లె అగ్రహారం.
Cherlōpalle	చెర్లోపల్లె.
Chinna Ōrampādu	చిన్న ఓరంపాడు.
Chintalachilaka	చింతలచిలక.
Chintalakunta	చింతలకుంట.
Chitvēl	చిట్వేలు.
Chiyyavaram	చియ్యవరం.
Dalavāyapalle	దళవాయపల్లె.
Dāmancherla (I).	దామంచెర్ల.
Dēvamachupalle	దేవమాచుపల్లె.
Dēvasamudram	దేవసముద్రం.
Dondlōpalle	దొండ్లోపల్లె.
Ellamarājupalle	ఎల్లమరాజుపల్లె.
Emmanūru Agrahāram (I).	ఎమ్మనూరు అగ్రహారం.
Erragundlakōta	ఎర్రగుండ్లకోట.
Gādela	గాదెల.
Gangarājupuram (I).	గంగరాజుపురం.
Gāralamadugu	గారాలమడుగు.
Girijamāmbāpuram (I)	గిరిజమాంబాపురం.
Gobbūrivāripalle	గొబ్బూరివారిపల్లె.
Gōpamāmbāpuram (I	గోపమాంబాపురం.
Gōvindampalle	గోవిందంపల్లె.
Gundlūru	గుండ్లూరు.
Hatsavaram	హస్తవరం.
Indlūru	ఇండ్లూరు.
Itimārpuram (I).	ఈటిమార్పురం.
Jettivāripalle	జెట్టివారిపల్లె.
Jillēllamadaka (I)	జిల్లేళ్లమడక.
Kālavavārikhandrika (I).	కాలవవారిఖండ్రిక.
Kambālakunta (I).	కంబాలకుంట.
Kampasamudram.	కంపసముద్రం.

Rājampēt Tāluk—cont. రాజంపేట తాలూకా — శేషము.

Kampasamudram Agrahāram (I).	కంపసముద్రం అగ్రహారం.
Kōtarājupalle ...	కోతరాజుపల్లె.
Kichchamāmbāpuram (I)	కిచ్చమాంబాపురం.
Kichchamma Agrahāram (I)	కిచ్చమ్మఅగ్రహారం.
Kōdūru ...	కోడూరు.
Kōmantarājupuram.	కోమంతరాజుపురం
Komārunipalle ...	కొమారునిపల్లె.
Kommanavāripalle.	కొమ్మనవారిపల్లె.
Kommūru ...	కొమ్మూరు.
Kōnāpuram ...	కోనాపురం.
Kondūru ...	కొండూరు.
Kondūru Chennarāyasamudram (I).	కొండూరు చెన్నరాయసముద్రం
Korlakunta ...	కొర్లకుంట.
Kōta Venkatrāmarājupuram (I).	కోట వెంకట్రామరాజుపురం.
Kottapalle ...	కొత్తపల్లె.
Kottapalle Agrahāram (I).	కొత్తపల్లె అగ్రహారం.
Kunda Nellūru ...	కుందానెల్లూరు.
Lēbaka ...	లేబాక.
Lēbakamangamāmbāpuram (I)	లేబాకమంగమాంబాపురం.
Madanagōpālapuram (I).	మదనగోపాలపురం.
Mahārājapuram (I)	మహారాజపురం.
Mailapalle ...	మైలపల్లె.
Mālēmārpuram ...	మాలేమార్పురం.
Mallemadugu (I).	మల్లెమడుగు.
Mandapalle ...	మండపల్లె.
Mangampēta ...	మంగంపేట.
Mannūru ..	మన్నూరు.
Mittamīdipalle .	మిట్టమీదిపల్లె.
Nāgavaram ..	నాగవరం.
Nāgireddipalle ..	నాగిరెడ్డిపల్లె.
Nagiripādu ...	నగిరిపాడు.
Nallapureddipalle.	నల్లపురెడ్డిపల్లె.
Nallatimmāyapalle	నల్లతిమ్మాయపల్లె.
Nandalūru	నందలూరు.
Narasingarājupuram (I).	నరసింగరాజుపురం.
Chakrāyipēta	చక్రాయపేట.
Chennamakkapalle	చెన్నమక్కపల్లె.
Nārāyana Nellūru.	నారాయణనెల్లూరు.
Nētivāripalle (I).	నేతివారిపల్లె.
Nūkanapalle ...	నూకనపల్లె.
Nūkinēnipalle (I).	నూకినేనిపల్లె.
Obanapalle .	ఓబనపల్లె.
Obili ...	ఓబిలి.
Pātūru ...	పాటూరు.
Pedda Orampadu.	పెద ఓరంపాడు.
Penagalūru ...	పెనగలూరు.
Periyavaram ...	పెరియవరం.
Pōli ...	పోలి.
Pondalūru ...	పొందలూరు.
Pondalūru Venkatampalle (I).	పొందలూరు వెంకటంపల్లె.
Pottapi ...	పొత్తపి.
Pulapattūru ...	పులపత్తూరు.
Pullampēt ...	పుల్లంపేట.
Puttanavāripalle (I).	పుత్తనవారిపల్లె.
Rāghavarājupuram (I).	రాఘవరాజుపురం.
Rājampēt ...	రాజంపేట
Rājukunta ..	రాజుకుంట.
Rāllacheruvupalle.	రాళ్లచెరువుపల్లె.
Rāmamāmbāpuram (I).	రామమాంబాపురం.
Rāmasamudram	రామసముద్రం.
Rangampalle ...	రంగంపల్లె.
Rangayyapalle ...	రంగయ్యపల్లె.
Reddipalle ...	రెడ్డిపల్లె.

RAJAMPĒT TĀLŪK—cont. రాజంపేట తాలూకా—శేషము.

Röllamadugu ...	రోళ్లమడుగు.
Settigunta ...	శెట్టిగుంట.
Sēshamāmbāpuram (I).	శేషమాంబాపురం.
Siddhavaram ...	సిద్ధవరం.
Singanamala ...	సింగనమల.
Singanamala Chennarajasamudram (I).	సింగనమల చెన్నరాజసముద్రం.
Singanamala Vengamāmbāpuram (I).	సింగనమల వెంగమాంబాపురం.
Singareddipalle ...	సింగారెడ్డిపల్లె
Siriyavaram ...	సిరియవరం.
Sītarāmpuram ..	సీతారాంపురం.
Srīnivāsapuram(I).	శ్రీనివాసపురం.
Srīrangarājupālem.	శ్రీరంగరాజుపాలెం
Srīrangarājupuram (I).	శ్రీరంగరాజుపురం.
Tāllapāka ...	తాళ్లపాక.
Tangatūru ...	టంగటూరు.
Tangatūru Vengamāmbāpuram (I).	టంగటూరు వెంగమాంబాపురం.
Timmamāmbāpuram (I)	తిమ్మమాంబాపురం.
Timmarājupalle ...	తిమ్మరాజుపల్లె.
Timmāyapālem (I).	తిమ్మాయపాలెం.
Tippāyapalle ...	తిప్పాయపల్లె.
Tirumalarājupēta.	తిరుమలరాజుపేట.
Tirunampalle ..	తిరునంపల్లె.
Tiruvengalanādharājapuram (I).	తిరువెంగళనాథరాజపురం.
Tummakonda (I).	తుమ్మకొండ.
Utukūru ...	వూటుకూరు.
Utukūru Tsalivendala (I).	వూటుకూరు చలివెందల.
Utukūru Venkatampalle (I).	వూటుకూరు వెంకటంపల్లె.
Vallūripalle ...	వల్లూరిపల్లె.
Vāsudēvapuram(I)	వాసుదేవపురం.
Vattalūru ...	వత్తలూరు.
Velagacherla ...	వెలగచెర్ల.
Velagacherla mangamāmbāpuram (I).	వెలగచెర్ల మంగమాంబాపురం.
Vellālavāri Khandrika (I).	వెల్లాలవారి ఖండ్రిక.
Venkatēsapuram (I).	వెంకటేశపురం.
Zangālapalle (I).	జంగాలపల్లె.

RĀYACHŌTI TĀLŪK. రాయచోటి తాలూకా.

Abbavaram ...	అబ్బవరం.
Addālamarri ...	అడ్డాలమర్రి.
Akkampalle ...	అక్కంపల్లె.
Anantapuram ...	అనంతపురం.
Anjanēyapuram(I)	అంజనేయపురం.
Aravēdu ...	అరవేడు.
Bandlapalle ...	బండ్లపల్లె.
Bhāgampalle ...	భాగంపల్లె.
Bōnamala ...	బోనమల.
Botlacheruvu ...	బొట్లచెరువు.
Brahmana Erragudi.	బ్రాహ్మణ ఎర్రగుడి.
Chāmalavāripalle (I).	చామలవారిపల్లె.
Cherlōpalle ...	చెర్లోపల్లె.
Chilōkāmpalle ...	చిలోకాంపల్లె.
Chinnamandem ...	చిన్నమండెం.
Chinnayyagāripalle (I).	చిన్నయ్యగారిపల్లె
Chitlūru ...	చిట్లూరు.
Dappēpalle ...	దప్పేపల్లె.
Dēvagudipalle (I).	దేవగుడిపల్లె.
Dēvapatla ...	దేవపట్ల.

Rayachoti Tālūk—cont. రాయచోటి తాలూకా — శేషము.

Diguvagottivēdu (I).	దిగువగొట్టివేడు.
Dinnepadu	దిన్నెపాడు.
Dudyala	దుద్యాల.
Dullavaripalle (I)	దుల్లవారిపల్లె.
Elapalle (I)	ఏలపల్లె.
Eguvagottivēdu	ఎగువగొట్టివేడు.
Endapalle	ఎండపల్లె.
Errabommanapalle.	ఎర్రబొమ్మనపల్లె.
Erramapenipalem.	ఎర్రమాపేనిపాలెం.
Erranagupalle (I)	ఎర్రనాగుపల్లె.
Gadikōta	గడికోట.
Gālivēdu	గాలివీడు.
Garugupalle	గరుగుపల్లె.
Ghandikōvūru	ఘండికోవూరు.
Gollapalle	గొల్లపల్లె
Gōpagudiballe	గోపగుడిపల్లె.
Gōpanapalle	గోపనపల్లె.
Gorlamudivēdu	గొర్లముదివేడు.
Gotlamitta	గొట్లమిట్ట.
Gudlavāripalle	గుడ్లవారిపల్లె
Gundlacheruvu	గుండ్ల చెరువు.
Gundlapalle	గుండ్లపల్లె.
Gunnikuntla	గున్నికుంట్ల.
Guntimadugu	గుంటిమడుగు.
Guriginzakunta	గురిగింజకుంట.
Guttapalle	గుట్టపల్లె.
Guvvalacheruvu	గువ్వలచెరువు.
Hasanāpuram	హసనాపురం.
Idupulapāya	ఇడుపులపాయ.
Indukūrapalle	ఇందుకూరపల్లె.
Kākulavaram	కాకులవరం.
Kalibanda	కలిబండ.
Kalpanāyanicheruvu (I).	కల్పనాయనిచెరువు.
Kallūripalle	కల్లూరిపల్లె.
Kātimayakuntla	కాటిమాయకుంట్ల.
Kātnēni Erragudi	కాట్నేని ఎర్రగుడి
Komārakālava	కొమారకాలవ.
Kondappagāripalle (I).	కొండప్పగారిపల్లె.
Korlakunta	కొర్లకుంట.
Kuppam	కుప్పం.
Kurnūtala	కుర్నూతల.
Lakkireddipalle	లక్కిరెడ్డిపల్లె.
Maddirēvula	మద్దిరేవుల.
Mādhavaram	మాధవరం.
Maditādu	మడితాడు.
Mahadēvapalle	మహాదేవపల్లె.
Mallūru	మల్లూరు.
Marellamadaka	మారెళ్లమడక.
Māsāpēta	మాసాపేట.
Matli	మాట్లి.
Mōtakatla	మోటకట్ల.
Mudumpadu	ముదుంపాడు.
Nallaguttapalle	నల్లగుట్టపల్లె.
Naraharibhatlapalle (I).	నరహరిభట్లపల్లె.
Narayanareddipalle.	నారాయణరెడ్డిపల్లె.
Nerusupalle	నెరుసుపల్లె.
Nilakantharaopēta	నీలకంఠరావుపేట.
Nūlivedu	నూలివేడు.
Odivedu	ఒడివేడు.
Pandikunta	పందికుంట.
Pandillapalle	పందిళ్లపల్లె.
Paramatikōna	పరమటికోన.
Peddakālavapalle.	పెద్ద కాలవపల్లె.
Peddanēnikalava.	పెద్దనేనికాలవ.
Peddivēdu	పెద్దివేడు.
Pemmādapalle	పెమ్మాడపల్లె.
Perumāllayyapalle (I).	పెరుమాళ్లయ్యపల్లె
Polimērapalle	పొలిమేరపల్లె.
Pottukūrapalle (I).	పొత్తుకూరపల్లె.
Pūlikunta	పూలికుంట.
Pyārampalle	ప్యారంపల్లె.
Rājupalle	రాజుపల్లె.
Ravutukunta	రవుతుకుంట.

Rayachōti Tālūk—cont. రాయచోటి తాలూకా—శేషము.

Rayachōti	... రాయచోటి.
Rāyavaram	... రాయవరం.
Reddivāriplle	... రెడ్డివారిపల్లె.
Sampēpalle (I)	... సంబేపల్లె.
Sānibaya	.. సానిపాయ.
Saraswatipalle	... సరస్వతిపల్లె.
Settipalle	... శెట్టిపల్లె.
Sibyāla	... సిబ్యాల.
Sōmābhatlapalle (I)	సోమాభట్లపల్లె.
Sōmavaram	... సోమవరం.
Sōmavarm (I)	... సోమవరం.
Suddamalla	... సుద్దమల్ల.
Surabhu	... సురభు.
Talamudipi	... తలముడిపి.
Timmasamudram.	తిమ్మసముద్రం.
Tsakibanda	... చాకిబండ.
Tsundupalle	... చుండుపల్లె.
Tūmukunta	... తూముకుంట.
Vandādi	... వండాడి.
Vangimalla	... వంగిమల్ల.
Veligallu	... వెలిగల్లు.
Vīrapalle	... వీరపల్లె.

Siddhavattam Tālūk. సిద్ధవట్టం తాలూకా.

Atlūru	... అట్లూరు.
Boddēcherla	... బొద్దేచెర్ల.
Brāhmanapalle	... బ్రాహ్మణపల్లె.
Brāhmanapalle (I)	బ్రాహ్మణపల్లె.
Bukkāyapalle	... బుక్కాయపల్లె.
Chenduvāyi	... చెందువాయి.
Chintarājupalle	... చింతరాజుపల్లె.
Darjēpalle	... దర్జేపల్లె.
Errabalii	... ఎర్రబల్లి.
Gangapērūru	... గంగపేరూరు.
Gollapalle	... గొల్లపల్లె.
Gundlamada (I).	గుండ్లమడ.
Gundlamūla	.. గుండ్లమూల.
Guzzulavāripalle.	గుజ్జులవారిపల్లె.
Jonnavaram	... జొన్నవరం.
Jōti	... జోతి.
Kadapāyapalle	... కడపాయపల్లె.
Kamalakūru	... కమలకూరు.
Kāmasamudram.	కామసముద్రం.
Kanamalōpalle	... కనమలోపల్లె.
Kōnarājupalle	... కోనరాజుపల్లె.
Kondūru	... కొండూరు.
Kōtapadu	... కోటపాడు.
Kottūru	... కొత్తూరు.
Kudumulūru	... కుడుములూరు.
Kumbhagiri	... కుంభగిరి.
Kuruguntapalle	... కురుగుంటపల్లె.
Lingampalle	... లింగంపల్లె.
Māchupalle	... మాచుపల్లె.
Mādapūru	... మాడపూరు.
Maddūru	... మద్దూరు.
Mādhavaram	... మాధవరం.
Mālinēnipatnam	.. మలినేనిపట్నం.
Mandapalle	... మండపల్లె.
Mangampēta	... మంగంపేట.
Mantapampalle	... మంటపంపల్లె.
Mūlapalle	... మూలపల్లె.
Mutukūru	... ముతుకూరు.
Nallāyapalle (I).	నల్లాయపల్లె.
Nārāyanarājupēta.	నారాయణరాజుపేట.
Nēkanāpuram	... నేకనాపురం.
Nemallagondi (I).	నెమళ్లగొంది.
Obalam	... ఓబళం.
Oguru	... ఓగూరు.
Ontimitta	.. ఒంటిమిట్ట.
Ontitātipalle	... ఒంటితాటిపల్లె.
Pattapurāyi	... పట్టపురాయి.
Peddapalle	... పెద్దపల్లె.
Pennapērūru	... పెన్నపేరూరు.
Pidatala Vīrāyapalle (I).	పిడతల వీరాయపల్లె.

SIDDHAVATTAM TĀLŪK—cont. సిద్దవట్టం తాలూకా—శేషము.

Ponnapalle ...	పొన్నపల్లె.
Ponnavōlu ...	పొన్నవోలు.
Rajampēta ...	రాజంపేట.
Rājupālem ...	రాజుపాళెం.
Rāmāpuram ...	రామాపురం.
Rangampalle ...	రంగంపల్లె.
Ratsagudipalle	రాచగుడిపల్లె.
Rāvulakollu.	రావులకొల్లు.
Rēkalakunta ...	రేకలకుంట.
Sarvappanāyanipēta.	సర్వప్పనాయనిపేట.
Shākarajupalle ...	శాకరాజుపల్లె.
Siddhavattam (sidhout)	సిద్దవటం.
Takkōlu ...	తక్కోలు.
Tamballagondi ...	తంబళ్లగొంది.
Tippanapalle ...	తిప్పనపల్లె.
Tūdūru ...	తూడూరు.
Uppatūru ...	ఉప్పటూరు.
Vākrmada ...	వాకమడ.
Varikunta ..	వరికుంట.
Velugupalle ...	వెలుగుపల్లె.
Vēmalūru ...	వేములూరు.
Venkatāpuram (I).	వెంకటాపురం.
Venkatasettipalle.	వెంకటశెట్టిపల్లె.
Vīrūru ...	వీరూరు.
Viswanādhapuram (I).	విశ్వనాథపురం.
Yappirāla ...	యప్పిరాల.
Zangālapalle ...	జంగాలపల్లె.
Zavukulapalle ..	జవుకులపల్లె.
Zuvvalapalle ...	జువ్వలపల్లె.

GANJAM DISTRICT.

Āska Taluk. ଆସିକା ତାଲୁକା ।

I—Inam. M—Malukdari. Z—Zamindari. J—Jaghir.

Ādibandh (Z). ଆଦିବନ୍ଧ ।
Ādikandapur (Santarapur) (Z) ଆଦିକନ୍ଦପୁର ।
Ādikandapur (Maraibādi) (Z) ଆଦିକନ୍ଦପୁର ।
Alipur (M) ... ଅଲିପୁର ।
Ambadōli .. ଆମ୍ବଡୋଲି ।
Ambagām (Z) ... ଆମ୍ବଗାଁ ।
Ambapuā .. ଆମ୍ବପୁଆ ।
Ambathāgudā (I). ଅମ୍ବଠାଗୁଡା ।
Ambuātādi (Z) .. ଅମ୍ବୁଆବାଡି ।
Amalāpadā (Z) ... ଅମଳାପଡା ।
Āska (M) ଆସିକା ।
Bābulibandh (I). ବାବୁଲିବନ୍ଧ ।
Bābulibandh alias Nīlakanthapalli (Z). ବାବୁଲିବନ୍ଧ ଓରଫ ନୀଳକଣ୍ଠପଲ୍ଲି ।
Bādagad-Dhārākōt (Z) ବାଦଗଡ-ଧରାକୋଟ
Bādagad—Sharagad (Z). ବାଦଗଡ-ଶରଗଡ
Bāduā (I) ... ବାଦୁଆ ।
Bāduāpalli (Z) ... ବାଦୁଆପଲ୍ଲି ।
Bādulā (Z) ... ବାଦୁଲା ।
Bādulapalli (Z) ... ବାଦୁଲାପଲ୍ଲି ।
Bāghalingi ... ବାଘଲିଙ୍ଗି ।
Bāghuāpalli (Dharākōt) (Z). ବାଘୁଆପଲ୍ଲି-ଧରାକୋଟ ।
Bāghuāpalli near Kamāgad (Z). କମାଗଡ ନିକଟ ବାଘୁଆପଲ୍ଲି ।
Bahadāgudā (Dhārākōt) (Z). ବାହାଡାଗୁଡା-ଧରାକୋଟ ।
Bahadāgudā (Sanakhemundi (Z) ବାହାଡାଗୁଡା ସାନଖେମୁଣ୍ଡି ।
Bāharapur (Z) ... ବାହାରପୁର ।

Bāhukāpalli ... ବାହୁକାପଲ୍ଲି ।
Baisipal (M) ... ବାଇସିପଲ ।
Bākharakōt (Z) ... ବାଖରକୋଟ ।
Bakilikanā (Z) ... ବାକିଲିକଣା ।
Bālāpenu ... ବାଲାପେନୁ ।
Balādu ... ବାଲାଡୁ ।
Balichhāi (Z) ବାଲିଛାଇ ।
Balighāi ବାଲିଘାଇ ।
Balipāt (I) ବାଲିପାଟ ।
Balisirā (Z) ... ବାଲିସିରା ।
Bārata ... ବାରତା ।
Bārapradhānī .. ବାରପ୍ରଧାନୀ ।
Bāsudevapur (Sanakhemundi). ବାସୁଦେବପୁର-ସାନଖେମୁଣ୍ଡି ।
Bāsudēvapur (Sanakhemundi). ବାସୁଦେବପୁର-ସାନଖେମୁଣ୍ଡି ।
Bejiputu ... ବେଜିପୁଟୁ ।
Belapadā (Z) .. ବେଲପଡା ।
Benāpat ... ବେଣାପାଟ ।
Benkatarāvapalli (M). ବେଙ୍କଟରାଓପଲ୍ଲି ।
Bethuār ... ବେଟୁଆର ।
Bhābanapur (Z). ଭବନପୁର ।
Bhalukhōlapalli (Z) ଭାଲୁଖୋଲପଲ୍ଲି ।
Bhalyājholā (Z) ... ଭଲ୍ୟଝୋଲା ।
Bhalyāpadā ... ଭଲ୍ୟପଡା ।
Bhalyāpalli (I) ... ଭଲ୍ୟପଲ୍ଲି ।
Bhetanai ... ଭେଟନଇ ।
Bhīmanagar (Z) ଭୀମନଗର ।
Bhitar-dadangā (I). ଭିତରଦଣ୍ଡଙ୍ଗା ।
Bhagavānpur ... ଭଗବାନପୁର ।

Aska Tāluk—*cont.* ଆସିକା ତାଲୁକା—ଅସମାପ୍ତ ।

Bhuduki (I) ...	ଭୁଡୁକି ।
Bhūmidbimirāpalli (Z).	ଭୂମିଡିମିରାପଲ୍ଲି ।
Bhusundā (Z) ...	ଭୁସୁଣ୍ଡା ।
Bijay Ādikandapur (Z).	ବିଜୟଆଦିକନ୍ଦପୁର
Bijay Gōpālpur ...	ବିଜୟ ଗୋପାଳପୁର ।
Bijay Jagannāthapur (Z).	ବିଜୟଜଗନ୍ନାଥପୁର
Bijay Rājendrapur (I).	ବିଜୟ ରାଜେନ୍ଦ୍ରପୁର
Binchana ..	ବିଞ୍ଚଣା ।
Binjhagiri ..	ବିଞ୍ଝଗିରି ।
Biripur (I) ..	ବିରିପୁର ।
Biralakshmanpur (I).	ବୀରଲକ୍ଷ୍ମଣପୁର ।
Bishamagiri (Z) ...	ବିଷମଗିରି ।
Biswanāthapur (I).	ବିଶ୍ୱନାଥପୁର ।
Biswanāthapur (Z).	ବିଶ୍ୱନାଥପୁର ।
Badalundi (M) ...	ବଡାଲୁଣ୍ଡି ।
Badangi ...	ବଡାଙ୍ଗି ।
Badabarasingi ...	ବଡବରସିଙ୍ଗି ।
Badadadangā ..	ବଡଦଡଙ୍ଗା ।
Badakhādikutti ...	ବଡଖାଡିକୁଟ୍ଟି
Badakholli ...	ବଡଖୋଲ୍ଲି ।
Badapalli (Z) ...	ବଡପଲ୍ଲି ।
Badasādara (I) ...	ବଡସାଦର ।
Baisbnavakōtitādi (I).	ବୈଷ୍ଣବକୋଟିତାଡି
Bajjapalli (Z) ...	ବଜ୍ଜାପଲ୍ଲି ।
Bajrakōt (I) ...	ବଜ୍ରକୋଟ ।
Balidiā (Z) ...	ବଳିଦିଆ ।
Baliārsinhapur (I).	ବଳିଆରସିଂହପୁର
Balarāmpur (Z).	ବଳରାମପୁର ।
Bandhāgatchhā ...	ବନ୍ଧାଗଚ୍ଛା ।
Bangaradā ...	ବାଙ୍ଗରଡା ।
Bangaradā (Z) ...	ବାଙ୍ଗରଡା ।
Banthapalli ...	ବନ୍ଥପଲ୍ଲି ।
Barādi ...	ବରାଡି ।
Bōri ...	ବୋରି ।
Bariguda (Unsettled).	ବୋରିଗୁଡା ।
Bariguda (Z) ...	ବୋରିଗୁଡା ।
Baradābali (Z) ...	ବରଡାବାଲି ।
Baragām ..	ବରଗାଁ ।
Barakoliguma (I).	ବରକୋଲିଗୁମା ।
Baramundali (Z).	ବରମୁଣ୍ଡଲି ।
Borasingi ...	ବୋରସିଙ୍ଗି ।
Batāgad (Z) ..	ବଟାଗଡ ।
Brahmanakottibādi.	ବ୍ରାହ୍ମଣକୋଟିବାଡି
Brāhmanapank (Z).	ବ୍ରାହ୍ମଣପଙ୍କ ।
Brahmahatyā *alias* Brahmapur (Z).	ବ୍ରହ୍ମହତ୍ୟା ଓରଫ ବ୍ରହ୍ମପୁର ।
Brundāvanapur (Z).	ବୃନ୍ଦାବନପୁର ।
Bugudā (Map No. 511).	ବୁଗୁଡା ।
Bugudā (Sanakhemundi) (Z).	ବୁଗୁଡା (ସାନଖେମୁଣ୍ଡି) ।
Chākundā ...	ଚାକୁଣ୍ଡା ।
Chākundāpalli (I).	ଚାକୁଣ୍ଡାପଲ୍ଲି ।
Chancharāpalli (Map No. 519).	ଚଞ୍ଚରାପଲ୍ଲି ।
Chancharāpalli (Dhārakot) (Z).	ଚଞ୍ଚରାପଲ୍ଲି (ଧରାକୋଟ) ।
Chancharāpalli (Sanakhemundi) (I).	ଚଞ୍ଚରାପଲ୍ଲି (ସାନଖେମୁଣ୍ଡି) ।
Chātulā ...	ଚାଟୁଲା ।
Cheramāriā (Z) ...	ଚେରମାରିଆ ।
Chikkili with its hamlet Bhalupalli (I).	ଚିକ୍କିଲି ସେଥିର ପଲ୍ଲି ଭାଲୁପଲ୍ଲି
Chintākhāli (Z) .	ଚିନ୍ତାଖାଲି ।
Chadiāpalli (M) ...	ଚଢିଆପଲ୍ଲି ।
Chadiapalli or Chadiāgaradā (Z).	ଚଢିଆପଲ୍ଲି ଓରଫ ଚଢିଆଗରଡା ।

Aska Taluk—cont.

Chakrapur (Z) ...	ଚକ୍ରପୁର ।
Chandromadeipur (I).	ଚନ୍ଦ୍ରମାଦେଇପୁର ।
Chandramanipur (Z).	ଚନ୍ଦ୍ରମଣିପୁର ।
Chhanomeri (Z) ..	ଛଣମେରି ।
Chōtarāyapur (Z).	ଛୋଟରାୟପୁର ।
Chatradhepā (I)	ଛତ୍ରଢେପା ।
Chhattābar (Z) .	ଛତ୍ରାବର ।
Chudangipur (Z).	ଚୁଡଙ୍ଗିପୁର ।
Dāmōdarapalli (Dhārākot (Z).	ଦାମୋଦରପଲ୍ଲି ।
Dāmōdarapalli (Āska) (M).	ଦାମୋଦରପଲ୍ଲି ।
Dāmōdarapursyasan (I).	ଦାମୋଦରପୁରଶାସନ ।
Dāna Ambata (I).	ଦାନଅମ୍ବଟା ।
Dānachandanpedi.	ଦାନଚନ୍ଦନପେଢି ।
Dāsamundali (Z).	ଦସମୁଣ୍ଡଲି ।
Dēvabhūmi (M)	ଦେବଭୂମି ।
Dengadi (M) ...	ଡେଙ୍ଗାଡି ।
Dengāpadar (Z).	ଡେଙ୍ଗାପଦର ।
Deulapedi (Z) ...	ଦେଉଳପେଢି ।
Dhānaghar (Z).	ଧାନଘର ।
Dhānakhala (Z) ..	ଧାନଖଲା ।
Dhānapunja ...	ଧାନପୁଞ୍ଜ ।
Dhārākōt (Z) ..	ଧରାକୋଟ ।
Dhenkimund (Z).	ଢେଙ୍କିମୁଣ୍ଡ ।
Dhenkisāl (Z) ...	ଢେଙ୍କିଶାଳ ।
Dhenkuni ...	ଢେଙ୍କୁଣି ।
Dhepāgudā (I) ...	ଢେପାଗୁଡା ।
Dhepāgudā (Z).	ଢେପାଗୁଡା ।
Dhepāpalli ...	ଢେପାପଲ୍ଲି
Dherandi (Z) ...	ଢେରଣ୍ଡି ।
Dhimiripalli (I) .	ଢିମିରିପଲ୍ଲି ।
Dhimiripalli (Z)...	ଢିମିରିପଲ୍ଲି ।
Dhobādi ...	ଧୋବାଡି ।
Dhobāpalli (Z) ...	ଧୋବାପଲ୍ଲି ।
Dhobāpalli (Map No. 4).	ଧୋବାପଲ୍ଲି ।

Dhabalapur (I).	ଧବଳପୁର ।
Dhanantar (Z) ...	ଧନନ୍ତର ।
Dhanujā ...	ଧନୁଜା ।
Dharmapur (I) ...	ଧର୍ମପୁର ।
Dhaugam ...	ଢଉଗାଁ ।
Digi (Z) ...	ଡିଗି ।
Digadahanapur (Z).	ଦିଗଦାହନପୁର ।
Dabimundali ...	ଦବିମୁଣ୍ଡଲି ।
Dalab (Z) ..	ଦଳବ ।
Dankari (Z) ...	ଡଙ୍କାରି ।
Dantaribagad ...	ଦନ୍ତରିବଗଡ ।
Daseipur (I) ..	ଦସେଇପୁର ।
Dayānidhipur (I).	ଦୟାନିଧିପୁର ।
Dayānapalli (Dharakot) (Z).	ଦୟାନପଲ୍ଲି ।
Dayānapalli (Sanakhemundi) (Z)	ଦୟାନପଲ୍ଲି ।
Dullād ...	ଦୁଲ୍ଲାଡ ।
Dwitiya Dhepagudā.	ଦ୍ୱିତୀୟଢେପାଗୁଡା ।
Dwitiya Dharmapur (Z).	ଦ୍ୱିତୀୟ ଧର୍ମପୁର ।
Dwitīya Khandadēuli (Z).	ଦ୍ୱିତୀୟଖଣ୍ଡଦେଉଳି ।
Dwitīya Rādhadēvipur (I).	ଦ୍ୱିତୀୟ ରାଧାଦେବୀପୁର ।
Erandra (Z) ...	ଏରେଣ୍ଡ୍ରା ।
Genja ...	ଗେଞ୍ଜା ।
Gorigandi ..	ଗୋରିଗାଣ୍ଡି ।
Ghāsipalli (I) ...	ଘାସିପଲ୍ଲି ।
Ghiarijhola alias Dharmarāyapur (I).	ଘିଅରିଝୋଲା ଓରଫ ଧର୍ମରାୟପୁର ।
Ghadakārājēndrapur (I).	ଘଡକା ରାଜେନ୍ଦ୍ରପୁର ।
Gāyintasyasan (I).	ଗାଇନ୍ତାଶାସନ ।
Ghasipadā ...	ଘସିପଡା ।
Ghatakuri ...	ଘଟକୁରି ।
Gōvindapur (Map No. 548).	ଗୋବିନ୍ଦପୁର ।

Āska Tālūk—*cont.* ଆସିକା ତାଲୁକା—କ୍ରମଶଃ ।

Govindapur (Serugada) (Z).	ଗୋବିନ୍ଦପୁର ।
Gōvindapur (Sanakhimundi) (I)	ଗୋବିନ୍ଦପୁର ।
Gabanala (Z) ...	ଗବନଳା ।
Gōbardhanapura (I).	ଗୋବର୍ଦ୍ଧନପୁର ।
Gōbardhanpursyāsan (I).	ଗୋବର୍ଦ୍ଧନପୁର-ଶାସନ ।
Gahangu ...	ଗହଙ୍ଗୁ ।
Gōkarnamēri (Z).	ଗୋକର୍ଣ୍ଣମେର ।
Galābandhapalli (Z).	ଗଲାବନ୍ଧପଲ୍ଲି ।
Gambhāriā (Z) ...	ଗମ୍ଭାରିଆ ।
Gambhāriguḍā (Z).	ଗମ୍ଭାରିଗୁଡା ।
Ganēswarpur (Z).	ଗଣେଶ୍ୱରପୁର ।
Gangādharpur alias Naibandh (I).	ଗଙ୍ଗାଧରପୁର ଓରଫ ନଇବନ୍ଧ ।
Gangāpur ...	ଗଙ୍ଗାପୁର ।
Gangāpur (Sanakhemundi (Z).	ଗଙ୍ଗାପୁର ।
Gangāpur (Dhārākōt) (I).	ଗଙ୍ଗାପୁର ।
Ganjana ...	ଗଞ୍ଜଣା ।
Gōpālakrishnapur-alias Kammāsyāsana (I).	ଗୋପାଳକୃଷ୍ଣପୁର ଓରଫ କମ୍ମାଶାସନ ।
Gōpālapur (Dhārākōt) (Z).	ଗୋପାଳପୁର ।
Gōpālapur (Sana khemundi) (Z).	ଗୋପାଳପୁର ।
Gōpālapur (Map No. 505).	ଗୋପାଳପୁର ।
Gotchā (Map No. 545).	ଗୋଛା ।
Gotchā (Map No. 156).	ଗୋଛା ।
Gotchāpalli ...	ଗୋଛାପଲ୍ଲି ।
Gōthabaniā (Z) ...	ଗୋଠବଣିଆ ।
Gōthagām (M) ...	ଗୋଠଗାଁ ।
Gaudagōth (Z) ...	ଗୌଡଗୋଠ ।
Gudāri (Z) ...	ଗୁଡାରି ।
Gudiāpātnā (Z) ...	ଗୁଡିଆପାଟଣା ।
Gudisar (I) ...	ଗୁଡିସର ।
Gundibira ...	ଗୁଣ୍ଡିବିରା ।
Gundiriguḍā (Z).	ଗୁଣ୍ଡିରିଗୁଡା ।
Gunasāgar (Z) ...	ଗୁଣସାଗର ।
Gunthapadā (Z) ...	ଗୁଣ୍ଠପଦା ।
Gurandiā ...	ଗୁରଣ୍ଡିଆ ।
Hadichira (Z) ...	ହାଡିଚିରା ।
Hatiguda ...	ହାତିଗୁଡା ।
Hīrākhandi (Z) ...	ହିରାଖଣ୍ଡି ।
Hajjipalli (Z) ...	ହଜ୍ଜିପଲ୍ଲି ।
Hamsarāli (Z) ...	ହଂସରାଳି ।
Harikrushnapur (I)	ହରିକୃଷ୍ଣପୁର ।
Harinā (Z) ..	ହରିଣା ।
Haripur (Dhārākōt) (I).	ହରିପୁର ।
Haripur (Map No. 540) (I).	ହରିପୁର ।
Haripur Pāitāri (I).	ହରିପୁରପାଇତାରି
Harischandrapur (Z).	ହରିଶ୍ଚନ୍ଦ୍ରପୁର ।
Haradāpadar (K)	ହରଡାପଦର ।
Hukumā ...	ହୁକୁମା ।
Humuki ...	ହୁମୁକି ।
Indanapur ...	ଇନ୍ଦନପୁର ।
Jahadā (Z) ...	ଜହଡା ।
Jamunā Pāitari (Z)	ଜମୁନା ପାଇତାରି
Janibili (Z) ...	ଜାନିବିଲି ।
Jānibili Pāitāri (Z).	ଜାନିବିଲିପାଇତାରି
Jhādabandh (Z).	ଝାଡବନ୍ଧ ।
Jharapāri (Z) ...	ଝାରପାରି ।
Jiurā (Z) ..	ଜିଉରା ।
Jiurā Sāntarāpur (Z).	ଜିଉରା ସାନ୍ତରାପୁର
Jagamōhan (Z) ...	ଜଗମୋହନ ।
Jagamōhan (Pāitāri (Z).	ଜଗମୋହନପାଇତାରି ।
Jagannāthapur near Gunthupadā (I).	ଗୁଣ୍ଠୁପଦା ସମୀପ ଜଗନ୍ନାଥପୁର ।
Jagannāthapur near Kamāgad (I).	କମାଗଡ ସମୀପ ଜଗନ୍ନାଥପୁର ।

Āska Tālūk—*cont.*

ଆସିକା ତାଲୁକା—କ୍ରମଶଃ ।

Jagannāthapur syāsan (I).	ଜଗନ୍ନାଥପୁର ଶାସନ ।
Jōgudi alias Balabhadrapur (I).	ଜୋଗୁଡି ଓରଫ ବଳଭଦ୍ରପୁର ।
Jakamēri (Z) ...	ଜକମେରି ।
Jakarapalli (Z) ...	ଜକରପଲ୍ଲି ।
Jalamēri ...	ଜଳମେରି ।
Jalamai ...	ଜଳମଇ ।
Jayapur (M) ...	ଜୟପୁର ।
Jayasingi (I) ...	ଜୟସିଙ୍ଗି ।
Juānapalli (I) ...	ଜୁଆନପଲ୍ଲି ।
Jujhāgharapalli (Z).	ଜୁଝାଘରପଲ୍ଲି ।
Kaduāpalli (Z) ...	କାଡୁଆପଲ୍ଲି ।
Kaliāgudā ...	କାଳିଆଗୁଡା ।
Kālashandhapur (Kurula) (M) ..	କାଳଷଣ୍ଢପୁର (କୁରୁଳା) ।
Kālashandhapur (Sanakhemundi) (I).	କାଳଷଣ୍ଢପୁର (ସାନଖେମୁଣ୍ଡି) ।
Kaluku (Z) ...	କାଲୁକୁ ।
Kanchipalli ...	କାଞ୍ଚିପଲ୍ଲି ।
Kanchakhandi (Z).	କାଞ୍ଚଖଣ୍ଡି ।
Kanigiriji (Z) ...	କାନିଗିରିଜି ।
Kathagad ...	କାଠଗଡ ।
Kattāgadā (Dhārākōt) (Z).	କାଟ୍ଟାଗଡା (ଧରାକୋଟ) ।
Kattāgadā (Map No. 555).	କାଟ୍ଟାଗଡା ।
Kendupadar (Map No. 60.	କେନ୍ଦୁପଦର ।
Kendupadar (Dhārākot) (Z)	କେନ୍ଦୁପଦର ।
Kendupalli (Z) ...	କେନ୍ଦୁପଲ୍ଲି ।
Kerumapalli (Z) ..	କେରୁମାପଲ୍ଲି ।
Kēsapur (Map No. 59).	କେଶପୁର ।
Kēsapur near Baramundali.	ବରମୁଣ୍ଡଳି ସମୀପ କେଶପୁର ।
Kēsapūr near Pratāpagiri (Z).	ପ୍ରତାପଗିରି ନିକଟ କେଶପୁର ।
Khāriā ...	ଖାରିଆ ।
Khārigudā (Map No. 512).	ଖାରିଗୁଡା ।
Khārigudā (Dhārākōt) (I).	ଖାରିଗୁଡା (ଧରାକୋଟ) ।
Khārigummā (Z).	ଖାରିଗୁମ୍ମା ।
Kharipalli (Z) ...	ଖାରିପଲ୍ଲି ।
Khaspa (M) ..	ଖାସ୍ପା ।
Khaspāsāntarāpur (Z).	ଖାସ୍ପାସାନ୍ତରାପୁର ।
Khillābādi (Map No. 510).	ଖିଲ୍ଲାବାଡି ।
Khillābādi (Unsettled).	ଖିଲ୍ଲାବାଡି ।
Khiridā (Z) ...	ଖିରିଡା ।
Khairabeti (Z) ...	ଖଇରବେଟି ।
Khairapadar (I)	ଖଇରପଦର ।
Khairaputti (Z) ...	ଖଇରପୁଟ୍ଟି ।
Khairaputtu ...	ଖଇରପୁଟ୍ଟୁ ।
Khajiriāpāitāri (Z).	ଖଜିରିଆପାଇତାରି ।
Khajiripalli (Z) ...	ଖଜିରିପଲ୍ଲି ।
Khalingi (Z) ...	ଖଲିଙ୍ଗି ।
Khōludi (I) ...	ଖୋଲୁଡି ।
Khamār (Z) ...	ଖମାର ।
Khamār Pāitāri (Z).	ଖମାର ପାଇତାରି ।
Khandadeuli (Sanakhemundi) (Z).	ଖଣ୍ଡଦେଉଳି ।
Khandadeuli (Dhārakot (Z).	ଖଣ୍ଡଦେଉଳି ।
Khandādeuli alias Rāyasinhapur (I).	ଖଣ୍ଡଦେଉଳି ଓରଫେ ରାୟସିଂହପୁର ।
Khandrāuli (Z) ...	ଖଣ୍ଡ୍ରାଉଳି ।
Khaparāgandā (Z)	ଖପରାଗଣ୍ଡା ।
Khaparānuāgām (M).	ଖପରାନୂଆଗାଁ ।
Kirākhai (Z) ...	କିରାଖାଇ ।
Kirikirijhōlā (Z).	କିରିକିରିଝୋଲା ।

Āska Tālūk—*cont.* ଅସିକା ତାଲୁକା—କ୍ରମଶଃ ।

Keertipur (Dhārā-kōt) (I). କୀର୍ତ୍ତିପୁର ।

Keertipur (Sora-gada) (I). କୀର୍ତ୍ତିପୁର ।

Khadabhāg (Z) ... ଖଡଭାଗ ।

Kadarapalli (Z) ... କଦରପଲ୍ଲି ।

Kairapalli (I) ... କଇରପଲ୍ଲି ।

Kaithadā (Z) ... କଇଠଡା ।

Kaithadā (Z) ... କଇଠଡା ।

Kaithadākandha-palli (Z). କଇଠଡାକନ୍ଧପଲ୍ଲି

Kaithōgudā (Z) ... କଇଠଗୁଡା ।

Kaithapalli ... କଇଠପଲ୍ଲି ।

Kaithapalli (Z) କଇଠପଲ୍ଲି ।

Kalāsusā (Z) ... କଳାସୁସା ।

Kalarāpadar (Z). କଳରାପଦର ।

Kammāgad (Z) ... କମ୍ମାଗଡ ।

Kamalādevipur (I). କମଳାଦେବୀପୁର ।

Kamalākhōl (Z) ... କମଳାଖୋଲ ।

Kamsāmāri (I) ... କଂସାମାରି ।

Khandabandh (Z). କନ୍ଧବନ୍ଧ ।

Kandh-nuāgām (Z) କନ୍ଧନୂଆଗାଁ ।

Kanabhāg (I) ... କଣଭାଗ ।

Kanakapalli (Z) କନକପଲ୍ଲି ।

Kapilās (Z) ... କପିଳାସ ।

Karātali ... କରାତଳି ।

Kararājēndrapur (I) କରରାଜେନ୍ଦ୍ରପୁର ।

Karnali (Z) ... କର୍ଣ୍ଣଲି ।

Karadābādi Mahati Jagannāthapur (I). କରଡାବାଡିମହତୀ ଜଗନ୍ନାଥପୁର ।

Kasei (Z) ... କସେଇ ।

Kōtibādi ... କୋଟିବାଡି ।

Kōtinadā (I) ... କୋଟିନଡା ।

Kattapalli alias Barigām (Z) ... କଟ୍ଟାପଲ୍ଲି ଉରଫ ବରିଗାଁ ।

Kattāpalli alias Dampur (Z). କଟ୍ଟାପଲ୍ଲି ଉରଫ ଦାମପୁର ।

Kattāpalli (I) ... କଟ୍ଟାପଲ୍ଲି ।

Kaudia (Z) ... କୌଡିଆ ।

Krupāsindhupur (I). କୃପାସିନ୍ଧୁପୁର ।

Kshatriyabarapur (I). କ୍ଷତ୍ରିୟବରପୁର ।

Khukundiā ... ଖୁକୁଣ୍ଡିଆ ।

Khukundiāpalli (Z). ଖୁକୁଣ୍ଡିଆପଲ୍ଲି ।

Kullāgad (Z) ... କୁଲ୍ଲାଗଡ ।

Kumāri (M) ... କୁମାରି ।

Kumundi ... କୁମୁଣ୍ଡି ।

Kunkurudā (Z) ... କୁଙ୍କୁରୁଡା ।

Kurla (M) ... କୁର୍ଲ ।

Kurlangi ... କୁର୍ଲଙ୍ଗି ।

Kusadharmarāya-pur (I). କୁଶଧର୍ମରାୟପୁର

Kusagumma (Z) ... କୁସଗୁମ୍ମ ।

Kusunachāi (Z) କୁସୁନଚାଇ ।

Kusapodā (Z) ... କୁସପଡା ।

Kusurab (Z) ... କୁସୁରବ ।

Lanjiapalli (Z) ... ଲାଞ୍ଜିଅପଲ୍ଲି ।

Lāthipadā ... ଲାଠିପଡା ।

Limmapalli (Z) ... ଲିମ୍ମପଲ୍ଲି ।

Liundi ... ଲିଉଣ୍ଡି ।

Lakshmīnarasimhapur (I). ଲକ୍ଷ୍ମୀନରସିଂହପୁର

Lakshmīpur (I) ... ଲକ୍ଷ୍ମୀପୁର ।

Landājuāli with its hamlet Sundarapalli (I). ଲଣ୍ଡାଜୁଆଳି ସେ-ଖିଅପଲ୍ଲି ସୁନ୍ଦରପଲ୍ଲି ।

Ludurugudā ... ଲୁଡୁରୁଗୁଡା ।

Mādhavapur (Z). ମାଧବପୁର ।

Mādhuāpalli ... ମାଧୁଆପଲ୍ଲି ।

Mādalāpalli (Z) ... ମାଦଲାପଲ୍ଲି ।

Māgurā (M) ... ମାଗୁରା ।

Māgurā Ambathā (Z). ମାଗୁରା ଅମ୍ବଠା ।

Âska Talūk—*cont.* ଅସିକା ତାଲୁକା—କ୍ରମଶଃ ।

Māgurāpalli (Z) ... ମାଗୁରାପଲ୍ଲି ।
Maharthāpur (Z). ମାହାର୍ଥପୁର ।
Malati ... ମାଲତି ।
Māmudhia (Z) ... ମାମୁଢିଅ ।
Mānikyapur (Z). ମାଣିକ୍ୟପୁର ।
Māniyākatti ... ମାନିୟାକାଟ୍ଟି ।
Marāibādi (Z) ... ମାରାଇବାଡି ।
Matyābarāi (Z) ... ମାତ୍ୟାବରାଇ ।
Matyājholā (I) ... ମାତ୍ୟଝୋଲା ।
Matyāpalli ... ମାତ୍ୟାପଲ୍ଲି ।
Mejagudā ... ମେଜାଗୁଡା ।
Melāknudā ... ମେଲାକ୍ନୁଦା ।
Mentāpadā ... ମେଣ୍ଟାପଡା ।
Madanagandapalli (Z). ମଦନଗଣ୍ଡପଲ୍ଲି ।
Mahānalā ... ମହାନଲା ।
Mahulāpadā (Z) . ମହୁଲପଡା ।
Mahulāpalli (Z) ... ମହୁଲପଲ୍ଲି ।
Mahupadar (Z) .. ମହୁପଦର ।
Maulābhanaja (I). ମୌଲାଭଞ୍ଜା ।
Maulābhanajā alias Rādhānagar (I). ମୌଲାଭଞ୍ଜା ଓରଫ ରାଧାନଗର ।
Mangalpur (Z). ମଙ୍ଗଳପୁର ।
Manideupenth (Z). ମଣିଦେଉପେଣ୍ଠ ।
Maridi Jagannāthapur (Z). ମାରିଡିଜଗନ୍ନାଥପୁର
Masānibhāg (Z). ମସାଣିଭାଗ ।
Mayāngi ... ମୟାଙ୍ଗି ।
Mrugapalli ... ମୃଗପଲ୍ଲି ।
Mukundapur ... ମୁକୁନ୍ଦପୁର ।
Muliāpalli (I) ... ମୁଲିଆପଲ୍ଲି ।
Mundamarāi (Z)... ମୁଣ୍ଡମରାଇ ।
Munigādi ... ମୁନିଗାଡି ।
Nahadā ... ନାହାଡା ।
Nārāyanapur (Map No. 14) (I). ନାରାୟଣପୁର ।
Narāyanapur (Sherugad) (I). ନାରାୟଣପୁର ।
Nārāyanapur Dhārākōt (Z) ନାରାୟଣପୁର ।
Nārāyanapur Sāsono (I). ନାରାୟଣପୁରଶାସନ
Neligudā ... ନେଲିଗୁଡା ।
Niminā ... ନିମିନା ।
Nimmapalli (Z) ... ନିମ୍ମପଲ୍ଲି ।
Nirālā (M) ... ନିରାଲା ।
Nistipur (I) ... ନିସ୍ତିପୁର ।
Nalabentā (Z) ... ନଲବେଣ୍ଟା ।
Naudighar (Z) .. ନଉଦିଘର ।
Naudighar Pāitāri (Z). ନଉଦିଘରପାଇତାରି ।
Nongalajholi ... ନଙ୍ଗଲଝୋଲି ।
Narēndrapur (Dhārākōt) (Z). ନରେନ୍ଦ୍ରପୁର ।
Narēndrapur (Sanakhemundi) (Z). ନରେନ୍ଦ୍ରପୁର ।
Narasingagad (Z) ନରସିଂଗଗଡ ।
Nattāpalli (Z) ... ନଟ୍ଟାପଲ୍ଲି ।
Nuāgām (Dhārākōt) (Z). ନୂଆଗାଁ ।
Nuāgām (Sanakhemundi) (I). ନୂଆଗାଁ ।
Nuāgad (Dēbobhūmi) (M). ନୂଆଗଡ ।
Nuāgad (Sanakhemundi) (I). ନୂଆଗଡ ।
Nuāgad (Map No. 66). ନୂଆଗଡ ।
Nuāgad (May No. 504). ନୂଆଗଡ ।
Nuāpalli (Map No. 22). ନୂଆପଲ୍ଲି ।
Nuāpalli (Map No. 507). ନୂଆପଲ୍ଲି ।
Nuāpalli (Dhārākōta (I). ନୂଆପଲ୍ଲି ।
Nuninathi (Z) ... ନୁଣିନାଠି ।
Nunipadā ... ନୁଣିପଡା ।
Olambā Z) ... ଓଲମ୍ବା ।

Āska Talūk—*cont.* / ଅସିକା ତାଲୁକା—କ୍ରମଶଃ ।

Amaniā Narāyanapur (I).	ଅମଣିଆ ନାରାୟଣପୁର ।
Amrutulu ...	ଅମୃତୁଲୁ ।
Andrasingi (Z) ...	ଅଣ୍ଡ୍ରାସିଙ୍ଗି ।
Asōkapūr (Z) ...	ଅଶୋକପୁର ।
Asureipalli (Z)	ଅସୁରେଇପଲ୍ଲି ।
Asurabandh ...	ଅସୁରବନ୍ଧ ।
Pāika-bagod (Z) ...	ପାଇକବଗଡ଼ ।
Pāikajagannāthapur (I).	ପାଇକ ଜଗନ୍ନାଥପୁର ।
Pāilipadā ...	ପାଇଲିପଡ଼ା ।
Pākkidi (Z) ...	ପାକ୍କିଡି ।
Pākalāpalli (M) ...	ପାକଳାପଲ୍ଲି ।
Pālakattu ...	ପାଲକାଟୁ ।
Pālakasandā ...	ପାଲକସଣ୍ଡା ।
Pandiāpathar ...	ପାଣ୍ଡିଆପଥର ।
Pānibandh (Z) ...	ପାଣିବନ୍ଧ ।
Phāpalapur ...	ଫାପଲପୁର ।
Patapur (Sana khemundi) (Z).	ପାଟପୁର ।
Pātapur (Dhārākōt) (Z).	ପାଟପୁର ।
Pātrapur (Sana-khemundi) (Z).	ପାତ୍ରପୁର ।
Pātrapur (Dhārākōta) (Z).	ପାତ୍ରପୁର ।
Pataligudā (Z) ...	ପାଟିଲିଗୁଡ଼ା ।
Patamahi (Z) ...	ପାଟମହି ।
Patapalli (Z) ...	ପାଟପଲ୍ଲି ।
Pendurākhalli (Z).	ପେଣ୍ଡୁରାଖାଲି ।
Peruju ...	ପେରୁଜୁ ।
Petāgad ...	ପେଟାଗଡ଼ ।
Phārasibandh (Z).	ଫାରସିବନ୍ଧ ।
Pharasibandh alias Bichhapat (Z).	ଫାରସିବନ୍ଧ ଓରଫ ବିଛାପାଟ ।
Phāsigudā (Z) ...	ଫାସିଗୁଡ଼ା ।
Pippaligudā (Z) ...	ପିପ୍ପଲିଗୁଡ଼ା ।
Pippalapankā ...	ପିପ୍ପଲପଙ୍କା ।
Pital (Z) ...	ପିତଳ ।
Pitalapenth (Z).	ପିତଳପେଣ୍ଠ ।
Padākhal (Z) ...	ପୋଡାଖାଲ ।
Padbal ...	ପଡ଼ବାଲ ।
Padiādāmōdarapalli (Z).	ପଡ଼ିଆଦାମୋଦରପଲ୍ଲି ।
Padmapur (Sanakhemundi (Z).	ପଦ୍ମପୁର ।
Padmapur (Dhārākot) (Z).	ପଦ୍ମପୁର ।
Padmapur (Sherugada) (Z).	ପଦ୍ମପୁର ।
Padarāisuni ...	ପଦରାଇସୁଣି ।
Palāsapur (Z) ...	ପଳାସପୁର ।
Palli Padmanābhapur (Z).	ପଲ୍ଲିପଦ୍ମନାଭପୁର ।
Palli Sāntarāpur (Z).	ପଲ୍ଲିସାନ୍ତରାପୁର ।
Palasarāpalli (Z)	ପଲସରାପଲ୍ଲି ।
Palanpalli (Z) ...	ପଲଉପଲ୍ଲି ।
Panchasinhapur sysan (I).	ପଞ୍ଚସିଂହପୁର ଶାସନ ।
Pankālabādi (I) ...	ପଙ୍କାଲବାଡି ।
Patharā (Z) ...	ପଥରା ।
Patharāpunji (Z).	ପଥରାପୁଞ୍ଜି ।
Patigudā (I) ...	ପଟିଗୁଡ଼ା ।
Patigudā alias Kusapolli (I)	ପଟିଗୁଡ଼ା ଓରଫ କୁଶପଲ୍ଲି ।
Pratāpagiri (I)	ପ୍ରତାପଗିରି ।
Pratāpalakshmanapur (I).	ପ୍ରତାପଲକ୍ଷ୍ମଣପୁର ।
Pratāpur (Z) ...	ପ୍ରତାପୁର ।
Pudāmāri (Z) ...	ପୁଡାମାରି ।
Pudangi (Z) ...	ପୁଡଙ୍ଗି ।
Punāndo (Z) ...	ପୁନାନ୍ଦ ।
Purunāgad (Z) ...	ପୁରୁଣାଗଡ଼ ।
Purushōttamapur (I).	ପୁରୁଷୋତ୍ତମପୁର ।
Putu (Z) ...	ପୁଟୁ ।
Rādhācharan-palli (Z)	ରାଧାଚରଣପଲ୍ଲି ।

Aska Talūk—*cont.*	ଅସିକା ତାଲୁକା—କ୍ରମଶଃ ।
Rādhādēipur (Z).	ରାଧାଦେଇପୁର ।
Rāipadā ...	ରାଇପଡା ।
Rāisinhapur (I)	ରାଇସିଂହପୁର ।
Rājēndrapur Syāsan (I).	ରାଜେନ୍ଦ୍ରପୁର ଶାସନ ।
Rājēndrapur near Khārigudā (I).	ଖାରିଗୁଡା ସମୀପ ରାଜେନ୍ଦ୍ରପୁର ।
Rājanapalli (I) ...	ରାଜନପଲ୍ଲି ।
Rāmachandrapur (Z)	ରାମଚନ୍ଦ୍ରପୁର ।
Rāmachandrapur near Jagamōhan (I).	ଜଗମୋହନ ସମୀପ ରାମଚନ୍ଦ୍ରପୁର ।
Rāmachandrapur (I).	ରାମଚନ୍ଦ୍ରପୁର ।
Rāmagiri (Z) ...	ରାମଗିରି ।
Rāmakrushnapur (I).	ରାମକୃଷ୍ଣପୁର ।
Rānikōt (Z) ...	ରାଣିକୋଠ ।
Rāsibādi (Z) ...	ରସିବାଡି ।
Rāulabādi (Z) ...	ରାଉଳବାଡି ।
Renti ...	ରେଣ୍ଟି ।
Ragadā ...	ରିଗଡା ।
Rasakumpā (Z) ...	ରସକୁମ୍ପା ।
Rathapur (Z) ...	ରଥପୁର ।
Rugumu (Z) ...	ରୁଗୁମୁ ।
Rumāpalli ...	ରୁମାପଲ୍ଲି ।
Sāgidi ...	ସାଗିଡି ।
Sāgarapalli (Z) ...	ସାଗରପଲ୍ଲି ।
Sahapur ...	ସାହାପୁର ।
Sāipur (Z) ...	ସାଇପୁର ।
Sanabaddangi (I).	ସାନବଦ୍ଦାଙ୍ଗି ।
Sanakhārikutti ...	ସାନଖାରିକୁଟ୍ଟି ।
Sanakhelli ...	ସାନଖେଲି ।
Sanaganda ...	ସାନଗଣ୍ଡା ।
Sanasādara (I) ...	ସାନସାଦର ।
Sāntarāpur (I) ...	ସାନ୍ତରାପୁର ।
Sāntarāpur (Sanakhemundi) (I).	ସାନ୍ତରାପୁର ।
Sapuāpalli (I) ...	ସାପୁଆପଲ୍ଲି ।
Syāsan ...	ଶାସନ ।
Sāsapur (Dhārākōt (Z).	ସାସପୁର ।
Sāsapur (Sanakhemundi) (Z).	ସାସପୁର ।
Sātapenthagōpālpur (Z).	ସାତପେଣ୍ଠ ଗୋପାଳପୁର ।
Sēbakāpalli ...	ସେବକପଲ୍ଲି ।
Serānkuda (Z) ...	ସେରାଙ୍କୁଡା ।
Shēragad (Z) ...	ଶେରଗଡ ।
Sidhēswar (Z) ...	ସିଦ୍ଧେଶ୍ବର ।
Sidhanai (Z) ...	ସିଦ୍ଧନଇ ।
Simakhai (Z) ...	ସିମାଖାଇ ।
Simalipalli (Z) ...	ସିମଳିପଲ୍ଲି ।
Sindhibādapalli (Z).	ସିନ୍ଧିବାଦପଲ୍ଲି ।
Sindhukhandi (Z).	ସିନ୍ଧୁଖଣ୍ଡି ।
Sindhukumpā ...	ସିନ୍ଧୁକୁମ୍ପା ।
Singipur ...	ସିଙ୍ଗିପୁର ।
Singipur (Dēvabhūmi) (M).	ସିଙ୍ଗିପୁର ।
Singipur (Dābrākōt) (Z).	ସିଙ୍ଗିପୁର ।
Singipur (Sanakhemundi) (Z).	ସିଙ୍ଗିପୁର ।
Sipāi Ambatā (Z).	ସିପାଇ ଅମ୍ବଠା ।
Siripur (Z) ...	ସିରିପୁର ।
Sadangipalli (Z)...	ସଦଙ୍ଗିପଲ୍ଲି ।
Sagadiāpātanā (Z).	ସଗଡିଆପାଟଣା ।
Salapagudā ...	ସଲପଗୁଡା ।
Samoigudā (I) ...	ସମୋଇଗୁଡା ।
Somapadā (Z) ...	ସୋମପଡା ।
Sōmapadā Raghunāthapur (Z).	ସୋମପଡା ରଘୁନାଥପୁର ।
Sandābali ...	ସଣ୍ଡାବାଲି ।
Sandhinuāpalli ...	ସନ୍ଧିନୂଆପଲ୍ଲି ।
Sandhipiplapankā (I).	ସନ୍ଧିପିପ୍ପଳପଙ୍କା ।
Saradhāpur (Z) ...	ସରଧାପୁର ।

Āska Tāluk—*cont.* / ଅସିକା ତାଲୁକା—କ୍ରମଶଃ ।

Sārapada (Z) ...	ସରପଡା ।
Sarunauti ...	ସରୁନାଉତି ।
Srichandanapur (I).	ଶ୍ରୀଚନ୍ଦନପୁର ।
Srīrāmapur (Z) ...	ଶ୍ରୀରାମପୁର ।
Subhadrādēvipur (I)	ସୁଭଦ୍ରାଦେବପୁର ।
Suvarnadēvipur (I).	ସୁବର୍ଣ୍ଣଦେବପୁର ।
Subuliapalli (Z) ...	ସୁବୁଲିଅପଲ୍ଲି ।
Sugribandh ...	ସୁଗ୍ରୀବନ୍ଧ ।
Sulusula (Z) ...	ସୁଲୁସୁଲା ।
Sumantapalli (Z).	ସୁମନ୍ତପଲ୍ଲି ।
Sumantapur (I).	ସୁମନ୍ତପୁର ।
Sundidhiapalli ...	ସୁଣ୍ଡିଢିଅପଲ୍ଲି ।
Sundipalli (Sanakhemundi) (Z).	ସୁଣ୍ଡିପଲ୍ଲି ।
Sundipalli (Dhārākot) (Z).	ସୁଣ୍ଡିପଲ୍ଲି ।
Sundarapalli (I).	ସୁନ୍ଦରପଲ୍ଲି ।
Sundarapur (Z) ...	ସୁନ୍ଦରପୁର ।
Sunkaripalli (Z) ...	ସୁଙ୍କରିପଲ୍ଲି ।
Sunnākhandi (I) ..	ସୁନ୍ନାଖଣ୍ଡି ।
Sunnāmahi (Z) ...	ସୁନ୍ନାମହି ।
Sunnāntarā ...	ସୁନ୍ନାନ୍ତରା ।
Sunnāpalli alias Bijay Ādikandāpur (Z).	ସୁନ୍ନାପଲ୍ଲି ଓରଫ ବିଜୟ ଆଦିକନ୍ଦପୁର ।
Sunnāpalli (Z) ...	ସୁନ୍ନାପଲ୍ଲି ।
Sunnāpalli (Map No. 15).	ସୁନ୍ନପଲ୍ଲି ।
Sunnāripalli (Z)...	ସୁନ୍ନାରିପଲ୍ଲି ।
Suradā ...	ସୁରଡା ।
Surnmuni (Map No. 503).	ସୁରୁମୁଣି ।

Syāmaghanapur (I).	ଶ୍ୟାମଘନପୁର ।
Syāmasundarapalli (Z).	ଶ୍ୟାମସୁନ୍ଦରପଲ୍ଲି ।
Syāmasundarapur (I).	ଶ୍ୟାମସୁନ୍ଦରପୁର ।
Takaradā (Unsettled).	ଟାକରଡା ।
Takaradā (Sērugada) (I).	ଟାକରଡା ।
Tālapur (I) ...	ତାଳାପୁର ।
Tālaputtu (Z) ...	ତାଲପୁଟ୍ଟୁ ।
Teliāpalli (Z) ...	ତେଲିଆପଲ୍ଲି ।
Tentuliā (I) ...	ତେନ୍ତୁଳିଆ ।
Tentulikhunti (Z).	ତେନ୍ତୁଳିଖୁଣ୍ଟି ।
Tikkili ...	ଟିକ୍କିଲି ।
Tilēswar (Z) ...	ତିଲେଶ୍ୱର ।
Tilōttomadēvipur (I).	ତିଲୋତ୍ତମଦେବପୁର ।
Tinitiniāpalli (Z).	ଟିଣିଟିଣିଆପଲ୍ଲି ।
Titikhandi (Z) ...	ତିତିଖଣ୍ଡି ।
Taladantalingi ...	ତଳଦନ୍ତଲିଙ୍ଗି ।
Tarāpalli (Z) ...	ତରାପଲ୍ଲି ।
Tarāsingi (Z) ...	ତରାସିଙ୍ଗି ।
Tulasipadar (Z).	ତୁଳସିପଦର ।
Tumbadandapalli (Z).	ତୁମ୍ବଦଣ୍ଡପଲ୍ଲି ।
Tunduru (Z) ...	ତୁନ୍ଦୁରୁ ।
Turuturā (Z) ...	ତୁରୁତୁରା ।
Ukhudāpattā Rājēndrapur (I).	ଉଖୁଡାପଟ୍ଟା ରାଜେନ୍ଦ୍ରପୁର ।
Upardantalingi ...	ଉପରଦନ୍ତଲିଙ୍ଗି ।
Ustā Jagannathapur (I).	ଉସ୍ତାଜଗନ୍ନାଥପୁର ।
Uttamā (Z) ...	ଉତ୍ତମା ।

Berhampur Tāluk. / ବ୍ରହ୍ମପୁର ତାଲୁକା ।

Adibi Raghnāthapur.	ଅଡିବି ରଘୁନାଥପୁର ।
Allādapuram ...	అల్లాడపురం.
Ailipuram ...	ఐలిపురం.

Ambagad ...	ଅମ୍ବଗଡ ।
Ambapur ...	ଅମ୍ବପୁର ।
Ambapuā alias Ampuā.	ଅମ୍ବପୁଅ ଓରଫ ଅମ୍ପୁଅ ।

Berhampur Talūk—*cont.* ବ୍ରହ୍ମପୁର ତାଲୁକା—କ୍ରମଶଃ ।

Aminsāhebpenth (I).	ଅମୀନ୍‌ସାହେବ-ପେଣ୍ଠ ।
Ankōli ...	ଅଙ୍କୋଲି ।
Ankusapur ...	ଅଙ୍କୁଶପୁର ।
Arnāpalli ...	ଅରୁଆପଲ୍ଲି ।
Bādigām ...	ବାଢଗାଁ ।
Bādapur ..	ବାଦପୁର ।
Bāghajhari ...	ବାଘାଝର ।
Bahapūr ...	బహంపురం.
Bālājipalli ..	ବାଳାଜିପଲ୍ଲି ।
Ballipadā ...	ବାଲ୍ଲିପଡା ।
Ballipatuga ...	ବାଲ୍ଲିପୁଟୁଗା ।
Bālakrushnapur (I).	ବାଲକୃଷ୍ଣପୁର ।
Banginabādi ...	ବାଙ୍ଗିଣବାଡି ।
Baniamāri ...	ବାଣିଆମାରି ।
Bankiāpalli ...	ବାଙ୍କିଅପଲ୍ଲି ।
Bāradangudi ...	ବାରଦାଙ୍ଗୁଡି ।
Belagām ...	ବେଳାଗାଁ ।
Belukudi ...	ବେଲୁକୁଦ ।
Belapadā ...	ବେଲପଡା ।
Bejjipur ...	ବେଜପୁର ।
Bejjiputti ...	బెజ్జిపుట్టి.
Bendāliā ...	ବେନ୍ଦାଲିଆ ।
Berhampur ..	బ్రహ్మపురం.
Bettajhari ..	ବେତ୍ତଝର ।
Bhābinipur ...	ଭବନପୁର ।
Boghālati ...	ବାଘଲଟି ।
Bhairipuram ...	భైరిపురం.
Bhalyāgudā ...	ଭଲ୍ୟାଗୁଡା ।
Bhalyāgudā (Kandh village).	ଭଲ୍ୟଗୁଡା ।
Bhirlangi ...	ଭିର୍ଲଙ୍ଗି ।
Bhagavānapur ...	ଭଗବାନପୁର ।
Bhūrjapādu ...	భూర్జపాడు.
Birakrushnachandrapur.	ବୀରକୃଷ୍ଣଚନ୍ଦ୍ରପୁର ।
Biswanāthapur ...	ବିଶ୍ୱନାଥପୁର !
Badakhali ...	బడఖాలి.
Badabād ..	ବଡବାଡ ।
Badagumalā ...	ବଡଗୁମଲା ।
Badakustali ...	ବଡକୁସ୍ତାଳି ।
Badalundi ...	ବଡଲୁଣ୍ଡି ।
Badasulia ...	ବଡସୁଲିଆ ।
Baidyanāthapur.	ବୈଦ୍ୟନାଥପୁର ।
Bahulajholi ...	ବହୁଲଝୋଲି ।
Bakshipalli ...	ବକ୍ସିପଲ୍ଲି ।
Balarāmapalli ...	ବଲରାମପଲ୍ଲି ।
Bandhāgudā ...	ବନ୍ଧାଗୁଡା ।
Bantapalli ...	ବନ୍ଥପଲ୍ଲି ।
Barigām ...	ବରିଗାଁ ।
Borivanka ...	బొరివంక.
Baragām ...	ବରଗାଁ ।
Barampur ...	ବରମ୍ପୁର ।
Barapalli ...	ବରପଲି ।
Bayāli ...	ବୟାଳି ।
Brahmapalli (I) ...	ବ୍ରହ୍ମପଲ୍ଲି ।
Buduka ...	ବୁଡୁକା ।
Burukudi ...	ବୁରୁକୁଦ ।
Chākundājholā ...	ଚାକୁଣ୍ଡାଝୋଲା ।
Chandanabādā ...	చందనబాడా.
Chandiputtuga ...	చండిపుట్టుగ.
Chandapur ...	ଚନ୍ଦପୁର ।
Chikkarada ...	ଚିକ୍କରଡ ।
Chandiniapabad.	ଚନ୍ଦନଆ-ପାହାଡ ।
Chandipadar ...	ଚଣ୍ଡିପଦର ।
Dāsapur ...	ଦାସପୁର ।
Dayānidhipēta ...	దయానిధిపేట.
Dengāpadar ...	ଡେଙ୍ଗାପଦର ।
Dharmapuram ...	ధర్మపురం.
Dheppi-Naupadā.	ଢେପ୍ପି-ନୌପଡା ।
Dakshinapur ...	ଦକ୍ଷିଣପୁର ।
Dayāpalli ...	ଦୟାପଲ୍ଲି ।
Dubapalli (I) ...	ଦୁବପଲ୍ଲି ।
Dumidumi ...	ଦୁମିଦୁମି ।
Dura ...	ଦୁରା ।

Berhampur Tāluk—*cont.* ବ୍ରହ୍ମପୁର ତାଲୁକା—କ୍ରମଶଃ ।

Village	
Elupuram	... ఏలుపురం.
Ekasingi	... ଏକସିଙ୍ଗି ।
Gaunju	... ଗଉଞ୍ଜୁ ।
Gōvindapur	... ଗୋବିନ୍ଦପୁର ।
Gailundi	... ଗୋଇଲୁଣ୍ଡି ।
Golābandh	... ଗୋଲାବନ୍ଧ ।
Gallagandi	... గల్లగండి.
Golantra	... ଗୋଲନ୍ତ୍ରା ।
Gonapaputtuga	... గొనపపుట్టుగ.
Gōpālapūr	... గోపాలపురం.
Gōsāinrāgām	... ଗୋସଇନୁଆଗାଁ ।
Gunapur	... ଗୁଣପୁର ।
Gunthubandh	... ଗୁଣ୍ଠୁବନ୍ଧ ।
Gurunthi	... ଗୁରୁଣ୍ଠି ।
Haradanga	... హరదంగ.
Haripuram	... హరిపురం.
Hattipād	... ହାତିପାଡ ।
Hinjalāpalli	... ହିଞ୍ଜଳାପଲ୍ଲି ।
Halidiapadar	... ହଳିଦିଆପଦର ।
Hantullu	... ହନ୍ତୁଲୁ ।
Haradākhandi (I).	ହରଡାଖଣ୍ଡି ।
Hugulāpattā	... ହୁଗୁଲାପଟ୍ଟା ।
Indrākshi	... ଇନ୍ଦ୍ରାକ୍ଷି ।
Jāgupuram	... జాగుపురం.
Jāmasuliā	... ଜାମସୁଲିଆ ।
Jhattiadra	... జట్టిఅద్ర.
Jhadānkoli	... ଝାଡାଙ୍କୋଲି ।
Jinugudā	... ଜିନୁଗୁଡା ।
Jagadālapur	... ଜଗଦାଲପୁର ।
Jagannāthapur (I).	ଜଗନ୍ନାଥପୁର ।
Jagati	... ଜଗତି ।
Jōgudi	... ଜୋଗୁଡି ।
Jogyāpalli (I)	... ଜୋଗ୍ୟାପଲ୍ଲି ।
Kantigudā	... କାନ୍ତିଗୁଡା ।
Kapāsukuddi	... కపాసుకుద్ది.
Kaviti	... కవిటి.
Keertipuram Agraharam.	କୀର୍ତ୍ତିପୁର ଶାସନ ।

Village	
Kedarapuram	... కేదారపురం.
Kēsapuram	... కేశపురం.
Khodāsingi	... ଖୋଡାସିଙ୍ଗି ।
Khajiriā	... ଖଜିରିଆ ।
Khajiriā	... ଖଜିରିଆ ।
Khanduālabandh.	ଖଣ୍ଡୁଆଲବନ୍ଧ ।
Keertipur	... କୀର୍ତ୍ତିପୁର ।
Kadarapalli	... କଦରପଲ୍ଲି ।
Kōilikōt	... କୋଇଲିକୋଟ ।
Koithapalli	... କଇଠପଲ୍ଲି ।
Kōligām	... କୋଲିଗାଁ ।
Kolathigām	... କୋଲଥିଗାଁ ।
Kaluāpali	... କଲୁଆପଲ୍ଲି ।
Kamalāpur	... କମଳାପୁର ।
Kanisi	... କନିସି ।
Kankyā	... କଙ୍କ୍ୟା ।
Karaujāi	... କରଞ୍ଜାଇ ।
Karapadā	.. କରପଡା ।
Kōshtapatta	... କୋଷ୍ଟପଟ୍ଟ ।
Katāri	... କଟାରି ।
Kathārasingi	... କଠାରସିଙ୍ଗି ।
Kottūru	... కొత్తూరు.
Kripāsindhupur (I).	କୃପାସିନ୍ଧୁପୁର ।
Kukkudākhandi.	କୁକୁଡାଖଣ୍ଡି ।
Kumārapur (I).	କୁମାରପୁର ।
Kumbhajhori	... କୁମ୍ଭଝରି ।
Kuntupalle	... కుంటుపల్లె.
Kusumi	... କୁସୁମି ।
Kusumapur	... କୁସୁମପୁର ।
Lanja (I)	... లంజ.
Lanjapalle (I)	... లంజపల్లె.
Lāthi	... ଲାଠି ।
Loddaputtu	... లొద్దపుట్టు.
Lōdigām	... ଲୋଡିଗାଁ ।
Lohājharā	... ଲୋହାଝରା ।
Luchāpadā	... ଲୁଚାପଡା ।
Luchapadā	... ଲୁଚାପଡା ।
Madhuri	... ମାଧୁରି ।

Berhampur Tālūk—*cont.*

Māharthāpalli ...	ମାହାର୍ଥାପଲ୍ଲି ।
Majhigām ...	ମାଝିଗାଁ ।
Mandiāpalli (I) ...	ମାଣ୍ଡିଆପଲ୍ଲି ।
Mānikyapur ...	ମାଣିକ୍ୟପୁର ।
Manikyapur ...	ମାଣିକ୍ୟପୁର ।
Manusurukōta ...	మనుసూరుకోట.
Mārkandi ...	ମାର୍କଣ୍ଡି ।
Masākhapuram ...	మసాఖపురం.
Mātiāpalli ...	ମାଟିଆପଲ୍ଲି ।
Mēdinipur ...	ମେଦିନିପୁର ।
Mēndrājapuram ...	మేంద్రాజపురం.
Misrapalli (I) ...	ମିଶ୍ରପଲ୍ଲି ।
Madanmōhanpur (I).	ମଦନମୋହନପୁର
Madhupur ...	ମଧୁପୁର ।
Mōhadā ...	ମୋହଡା ।
Mahugharā ...	ମହୁଘରା ।
Mahulapalli ...	ମହୁଲପଲ୍ଲି ।
Maigad ...	ମଇଗଡ ।
Mandapalli ...	ମଣ୍ଡପଲ୍ଲି ।
Manōhara (I) ...	ମନୋହର ।
Mantridi ...	ମନ୍ତ୍ରିଡି ।
Masiākhali ...	ମଶିଆଖାଲି ।
Mushidipalem alias Karapalli.	ମୁଷିଡିପାଲ୍ୟମ୍ ଓରଫ କରାପଲ୍ଲି
Muchchindra ...	ముచ్చింద్ర.
Munibhadra ...	మునిభద్ర.
Nārāyanapur ...	ବାରାୟଣପୁର ।
Nārāyanapur ...	ନାରାୟଣପୁର ।
Nelavanka ...	నెలవంక.
Nīlādripalli ...	ନୀଳାଦ୍ରିପଲ୍ଲି ।
Nimmakhandi ...	ନିମ୍ମଖଣ୍ଡି ।
Nalibād ...	ନଳିବାଡ ।
Nangaladei ...	ନଙ୍ଗଳଦେଇ ।
Nuāgām ...	ନୂଆଗାଁ ।
Nuāpadā ...	ନୂଆପଡା ।
Nuvighara ...	ନୂଗିଘର ।
Anantāyi ...	ଅନନ୍ତାଇ ।
Antarabātiā ...	ଅନ୍ତରବାଟିଆ ।

ବ୍ରହ୍ମପୁର ତାଲୁକ—କ୍ରମଶଃ ।

Arjunapur ...	ଅର୍ଜୁନପୁର ।
Arakh ...	ଅରଖ ।
Arakhapadar ...	ଅରଖପଦର ।
Pādiripalli ...	ପାଦିରିପଲ୍ଲି ।
Pāitāri ...	ପାଇତାରି ।
Pālūr ...	ପାଲୂରୁ ।
Pālūr (Hill) ...	ପାଲୂରୁ ।
Pandikuā ...	ପାଣ୍ଡିକୁଆ ।
Pandyājholi ...	ପାଣ୍ଡ୍ୟାଝୋଲି ।
Pānakālapalli ...	ପାନକାଳପଲ୍ଲି ।
Pāsinaupadā ...	ପାସିନୌପଡା ।
Pātisonnāpuram ...	పాటిసొన్నాపురం
Padmapur (I). ...	ପଦ୍ମପୁର ।
Palligumalā ...	ପଲ୍ଲିଗୁମଲା ।
Panchamā ...	ପଞ୍ଚମା ।
Patharā ...	ପଥରା ।
Pratāpakrushnachandrapur.	ପ୍ରତାପକୃଷ୍ଣଚନ୍ଦ୍ରପୁର ।
Phulatā ..	ଫୁଲତା ।
Purnātak (I) ...	ପୂର୍ଣ୍ଣାଟକ ।
Puruna Barampur.	ପୁରୁଣା ବରମ୍ପୁର ।
Purushōttampūr ...	పురుషోత్తమపురం.
Putiādalā ...	ପୁଟିଆଦଳା ।
Putasuliā ...	ପୁଟସୁଲିଆ ।
Rāijhol ...	ରାଇଝୋଳ ।
Rāipadā ...	ରାଇପଡା ।
Rājapur ...	ରାଜପୁର ।
Rālabha ...	ରାଲଭ ।
Rāmachandrapur.	ରାମଚନ୍ଦ୍ରପୁର ।
Rāmachandrapur.	ରାମଚନ୍ଦ୍ରପୁର ।
Rāmadhia ...	ରାମଢିଅ ।
Rāmagudā ...	ରାମଗୁଡା ।
Rāmapalli ...	ରାମପଲ୍ଲି ।
Rattakanna ...	రత్తకన్న.
Raghunāthapur ...	ରଘୁନାଥପୁର ।
Raudha ...	ରଣ୍ଢା ।
Roigām ...	ରୋଇଗାଁ ।
Rangāilundā ...	ରଙ୍ଗାଇଲୁଣ୍ଡା ।

Berhampur Tāluk—*cont.* ବ୍ରହ୍ମପୁର ତାଲୁକ—କ୍ରମଶଃ ।

Village	
Rangipur (I) ...	ରଙ୍ଗିପୁର ।
Ratnapur (I) ...	ରତ୍ନପୁର ।
Sahala ...	ସାହାଳା ।
Sānakusthali ...	ସାନକୁସ୍ଥଳି ।
Syasanapadar ...	ଶାସନପଦର ।
Syāsanam ...	శాసనం.
Sātakuttini (I) ...	ସାତକୁଟ୍ଟିନି ।
Sātapandiā ...	ସାତପାଣ୍ଡିଆ ।
Silagām ...	సిలగాం.
Singabādi (I) ...	ସିଙ୍ଗାବାଡି ।
Siriāpur ...	ସିରିଆପୁର ।
Sītalāpalli ...	ସୀତଲାପଲ୍ଲି ।
Shōlabandha ...	ଷୋଳବନ୍ଧା ।
Sunāpur ...	ସୁନାପୁର ।
Sankarapur ...	ଶଙ୍କରପୁର ।
Sarakōt ...	ସରକୋଟ
Saurābādi ...	ସଉରାବାଡି ।
Suāni ...	ସୁଆଣି ।
Sukundā (I) ...	ସୁକୁଣ୍ଡା ।
Sunnādei ...	ସୁନ୍ନାଦେଈ ।
Soralā ...	ସୋରଲ ।
Tēlukunchi ...	తెలుకుంచి.
Tiāripenth ...	ତିଆରିପେଣ୍ଠ ।
Tikarāpadā ...	ଟିକରାପଡା ।
Thotadāpalli ...	ଥୋଟଡାପଲ୍ଲି ।
Tulasigām ...	తులసిగాం.
Tulu ...	ତୁଳୁ ।
Venkatrāyapuram.	వెంకట్రాయపురం.
Vikramapuram ...	విక్రమపురం.
Vinjagiri ...	వింజగిరి.

Bodokimidi estate villages. ବଡଖିମୁଣ୍ଡି ଗ୍ରାମ ।

Village	
Adupadā ...	ଅଡୁପଡା ।
Ambapur ...	ଆମ୍ବପୁର ।
Anangakrupamayapur.	ଅନଙ୍ଗକୃପାମୟପୁର ।
Bāgadā ...	ବାଗଡା ।
Balaramapur ...	ବଳରାମପୁର ।
Bahulighāi ...	ବହୁଳଘାଇ ।
Balighāi ...	ବାଲିଘାଇ ।
Baijōdi ...	ବାଇଜୋଡି ।
Balyā ...	ବାଲ୍ୟା ।
Barital ...	ବାରିତଳ ।
Banginabādipalli.	ବାଙ୍ଗିଣବାଡିପଲ୍ଲି ।
Bāra-Or (I) ...	ବାରଓର ।
Bhataradapalli ...	ଭଟ୍ଟରଡାପଲ୍ଲି ।
Beeravarapalli ...	ବୀରବରପଲ୍ଲି ।
Belapanti (I) ...	ବେଲପନ୍ତି ।
Bheemadēvapur ...	ଭୀମଦେବପୁର ।
Bheemapur-syāsan (I).	ଭୀମପୁରଶାସନ ।
Bhaktapadmanābhapur (I).	ଭକ୍ତପଦ୍ମନାଭପୁର ।
Bhramarapur ...	ଭ୍ରମରପୁର ।
Bhramarapurapalli.	ଭ୍ରମରପୁରପଲ୍ଲି ।
Bhramarapurapalli (I).	ଭ୍ରମରପୁରପଲ୍ଲି ।
Bhusundā ...	ଭୁସୁଣ୍ଡା ।
Bijay Lakshmī nārāyanpur.	ବିଜୟ ଲକ୍ଷ୍ମୀନାରାୟଣପୁର ।
Bijayānagar-gada.	ବିଜୟନଗରଗଡ ।
Bijay Padmanābhapur (I).	ବିଜୟପଦ୍ମନାଭପୁର ।
Beer-Lakshminārāyanpur (I).	ବୀର ଲକ୍ଷ୍ମୀନାରାୟଣପୁର ।
Beermēghapur ...	ବୀରମେଘପୁର ।
Beerpitāmbarpur (I).	ବୀରପୀତାମ୍ବରପୁର
Beera Patna ...	ବୀରପାଟଣା ।
Beerpadmanābhapur (I)	ବୀରପଦ୍ମନାଭପୁର ।
Beerasingi Lakshminārāyanpur.	ବୀରସିଙ୍ଗି ଲକ୍ଷ୍ମୀନାରାୟଣପୁର ।

Bodokimidi estate villages—*cont.* ବଡଖିମୁଣ୍ଡି ଗ୍ରାମ—କ୍ରମଶଃ ।

Badadumulā ... ବଡ଼ଡୁମୁଲା ।
Badakelājhari ... ବଡକେଲାଝରି ।
Badapadā (I) ... ବଡପଡା ।
Baidyanalā (I) ... ବୈଦ୍ୟନଳା ।
Bajragummā ... ବଜ୍ରଗୁମ୍ମା ।
Balarāmapur ... ବଳରାମପୁର ।
Bamakai (I) ... ବମକଇ ।
Banamāli (J) ... ବନମାଳି ।
Banthamandali ... ବନ୍ଥମଣ୍ଡଳି ।
Baripadar (J) ... ବୋରିପଦର ।
Baulapadā ... ବଉଳପଡା ।
Brāhmananaupadā (I). ବ୍ରାହ୍ମଣନୌପଡା ।
Brundāvanapalli alias Mulakatpalli (I). ବୃନ୍ଦାବନପଲ୍ଲି ଓରଫ ମୂଲକଟପଲ୍ଲି ।
Bugudā ... ବୁଗୁଡା ।
Burabandha ... ବୁରବନ୍ଧ ।
Buradanga ... ବୁରଡଙ୍ଗା ।
Chandapura ... ଚନ୍ଦପୁର ।
Chāitānapura ... ଚଇତାନପୁର ।
Chakatentuli ... ଚକାତେନ୍ତୁଳି ।
Chakipadā ... ଚକିପଡା ।
Chariāpadā ... ଚରିଆପଡା ।
Chhotā Annagapur (I). ଛୋଟାଅନଙ୍ଗପୁର
Chatramandir ... ଛତ୍ରମନ୍ଦିର ।
Chaudhuri Tikarapadā. ଚଉଧୁରି ଟିକରପଡା ।
Chudangapur ... ଚୁଡଙ୍ଗପୁର ।
Damodarapur ... ଦାମୋଦରପୁର ।
Dāuni ... ଦାଉଣି ।
Dēvipur (I) ... ଦେବିପୁର ।
Dhikkeli (J) ... ଢିକ୍କେଲି ।
Dekhali ... ଦେଖାଲି ।
Deuliāpadā (I) ... ଦେଉଳିଆପଡା ।
Dhepapenth ... ଢେପାପେଣ୍ଠ ।
Dhimirijhōli ... ଢିମିରିଝୋଲି ।
Dhanyarāsai ... ଧନ୍ୟାରାଶି ।
Dhanyarāsi (I) ... ଧନ୍ୟରାସି ।
Digapāhandi ... ଦିଗପହଣ୍ଡି ।
Dabhar ... ଡଭର ।
Dabhār Purushōttamapur (I) ... ଡଭାରପୁରୁଷୋତ୍ତମପୁର ।
Debhārasingi ... ଡଭାରସିଙ୍ଗି ।
Dasipur ... ଦାସିପୁର ।
Dwāragām alias Krupāmayadēvapur. ଦ୍ୱାରଗାଁ ଓରଫ କୃପାମୟଦେବପୁର ।
Gajapati Penth (uninhabited). ଗଜପତିପେଣ୍ଠ ।
Ghati Ambagam... ଘାଟିଆମ୍ବଗାଁ ।
Ghātikandhagam... ଘାଟିକନ୍ଧଗାଁ ।
Ghadāpalān ... ଘୋଡାପଲାଣ ।
Ghanasingi (I) ... ଘନସିଙ୍ଗି ।
Gōbarabalasa ... ଗୋବରବଲସା ।
Gadāipuro (I) ... ଗଦାଇପୁର ।
Gadachaitanyapur (I). ଗଡଚୈତନପୁର ।
Gadagōvindapur. ଗଡଗୋବିନ୍ଦପୁର ।
Goida ... ଗୋଇଡା ।
Gōkarnapur ... ଗୋକର୍ଣ୍ଣପୁର ।
Gōlundā (I) ... ଗୋଲୁଣ୍ଡା ।
Gōpināthapur ... ଗୋପିନାଥପୁର ।
Gāudagām ... ଗୌଡଗାଁ ।
Gaudagāmpenth ଗୌଡଗାଁପେଣ୍ଠ ।
Gautami ... ଗୌତମି ।
Guhālapur ... ଗୁହାଳପୁର ।
Guma ... ଗୁମା ।
Guma Berasimhapur. ଗୁମାବରସିଂହପୁର ।
Gunthapadā ... ଗୁଣ୍ଠପଡ ।
Gundrigudā (uninhabited). ଗୁଣ୍ଡ୍ରିଗୁଡା ।
Hātyādi ... ହାଟ୍ୟାଡି ।
Haripurapalli ... ହରିପୁରପଲ୍ଲି ।
Jhātipitia ... ଝାଟିପିଟିଆ ।
Jharipadar ... ଝରିପଦର ।
Jagannāthapur ... ଜଗନ୍ନାଥପୁର ।
Jogyāpalli (I) ... ଯୋଗ୍ୟାପଲ୍ଲି ।
Jakar ... ଜକ୍କର ।

Bodokimidi estate village—*cont.* ବଡଖିମୁଣ୍ଡି ଗ୍ରାମ—କ୍ରମଶଃ ।

Village	ଗ୍ରାମ
Jugarajapenta ...	ଜୁଗରାଜପେଣ୍ଟ ।
Kanmrākhali (I)...	କାଉଁରାଖାଲି ।
Kāndasar ...	କାଣ୍ଡଶର ।
Kēdārapur ...	କେଦାରପୁର ।
Khilla Pada Lakshminarayanapur	ଖିଲ୍ଲାପଡା ଲକ୍ଷ୍ମୀନାରାୟଣପୁର ।
Khajiripada (uninhabited)	ଖଜିରପଦା ।
Khajiriā ...	ଖଜିରିଆ ।
Khairipankā (I) ...	ଖଇରିପଙ୍କା ।
Khamārigām ...	ଖମାରିଗାଁ ।
Kabatamandali (I).	କବଟମଣ୍ଡଳି ।
Kaitapada Baduva.	କଇଠାପଡାବାଡୁଆ
Kaithabedha ...	କଇଠବେଢ଼ା ।
Kaitadā (I) ...	କୈଟଡା ।
Kaithakhandi ...	କଇଠଖଣ୍ଡି ।
Kalingadal ...	କଳିଙ୍ଗଦଳ ।
Kalyānapur ...	କଲ୍ୟାଣପୁର ।
Kammā Padmanābhapur (I).	କମ୍ମାପଦ୍ମନାଭପୁର ।
Kandhagām ...	କନ୍ଧଗାଁ ।
Karākhandi ...	କରାଖଣ୍ଡି ।
Karapadā ...	କରପଡା ।
Kothabati (uninhabited).	କୋଠାବାଟି ।
Kotinādā ...	କୋଟିନଡା ।
Krushnāchandrapur.	କୃଷ୍ଣଚନ୍ଦ୍ରପୁର ।
Kukkatabandh (I).	କୁକ୍କୁଟବନ୍ଧ ।
Kumaradā ...	କୁମରଡା ।
Kurubali ...	କୁରୁବଲି ।
Kusupalli ...	କୁସୁପଲ୍ଲି ।
Kusupadā ...	କୁସୁପଡ ।
Lālamentā Lakshmīnārāyanapur.	ଲାଲମେଣ୍ଟା ଲକ୍ଷ୍ମୀନାରାୟଣପୁର ।
Lakshmipur (jirayati).	ଲକ୍ଷ୍ମୀପୁର ।
Lahuniā ...	ଲହୁଣିଆ ।
Lakshminārāyanapur.	ଲକ୍ଷ୍ମୀନାରାୟଣପୁର
Lākshmīpur (I) ...	ଲକ୍ଷ୍ମୀପୁର ।
Lankākhali ...	ଲଙ୍କାଖଲି ।
Madugula Kandhapalli.	ମାଡୁଗୁଲକନ୍ଧପଲ୍ଲି ।
Māgurāpadā ...	ମାଗୁରାପଡା ।
Manikyapur ...	ମାଣିକ୍ୟପୁର ।
Manikyapur palli.	ମାଣିକ୍ୟପୁରପଲ୍ଲି ।
Mēghajholi (I) ...	ମେଘଝୋଲି ।
Madhuban (I) ...	ମଧୁବନ ।
Mathurā ...	ମଥୁରା ।
Madanmōhanapur.	ମଦନମୋହନପୁର
Mahiriknā ...	ମହିରିକଣା ।
Mahulapadā ...	ମହୁଲପଡା ।
Moigudā ...	ମଇଗୁଡା ।
Mangarājapur ...	ମଙ୍ଗରାଜପୁର ।
Manidhia ...	ମଣିଢ଼ିଆ ।
Mundapotā ...	ମୁଣ୍ଡପୋଢା ।
Nārāyanapur ...	ନାରାୟଣପୁର ।
Nandagam ...	ନନ୍ଦାଗାଁ ।
Naupadāpenth ...	ନୌପଡାପେଣ୍ଠ ।
Nimmakhandipenth.	ନିମ୍ମଖଣ୍ଡି ପେଣ୍ଠ ।
Navarangapur ...	ନବରଙ୍ଗପୁର ।
Narēndrapalli ...	ନରେନ୍ଦ୍ରପଲ୍ଲି ।
Narasingapur ...	ନରସିଂହପୁର ।
Nuāgad ...	ନୂଆଗଡ ।
Nuā Rangunipenth.	ନୂଆରଙ୍ଗୁଣିପେଣ୍ଠ ।
Nunāniā Lakshmīnārāyanapur (I).	ନୁଣାନିଆ ଲକ୍ଷ୍ମୀନାରାୟଣପୁର ।
Adāsingi ...	ଅଡାସିଙ୍ଗି ।
Alārigadā ...	ଅଲାରିଗଡ ।
Alugulundā ...	ଅଲୁଗୁଲୁଣ୍ଡା ।
Amalaguda (Nowpada Mutta).	ଅମଲାଗୁଡା ।
Amolāgudā ...	ଅମଲାଗୁଡା ।
Ankuradā ...	ଅଙ୍କୁରଡା ।
Anangapur ...	ଅନଙ୍ଗପୁର ।
Pālajhadi ...	ପାଲଝଡି ।

Bodokimidi estate villages—*cont.* ବଡଖିମୁଣ୍ଡି ଗ୍ରାମ—କ୍ରମଶଃ ।

Pātrapada ...	ପାତ୍ରପଡା ।
Pātrapenth ...	ପାତ୍ରପେଣ୍ଠ ।
Pendurābādi (I).	ପେଣ୍ଡୁରାବାଢ ।
Pendurālundi (I).	ପେଣ୍ଡୁରାଲୁଣ୍ଡି ।
Penth ...	ପେଣ୍ଠ ।
Pippalapadara ...	ପିପ୍ପଳପଦର ।
Peetāmbarpur (I)	ପୀତାମ୍ବରପୁର ।
Podābādi ...	ପୋଡାବାଢ ।
Padiāpurushōttampur (I).	ପଡିଆପୁରୁଷୋତ୍ତମପୁର ।
Padmanabhapur Penth.	ପଦ୍ମନାଭ ପୁର ପେଣ୍ଠ ।
Padmapur ...	ପଦ୍ମପୁର ।
Palli Padmanābhapur.	ପଲ୍ଲିପଦ୍ମନାଭପୁର ।
Pannād (I) ...	ପନ୍ନାଡ ।
Pataud ...	ପଟାଣ୍ଡ ।
Patharapunji ...	ପଥରପୁଞ୍ଜି ।
Patigōvindapur (I).	ପଟିଗୋବିନ୍ଦପୁର
Pratāpa Lakshminārāvanapur.	ପ୍ରତାପ ଲକ୍ଷ୍ମୀନାରାୟଣପୁର ।
Patrachudi ...	ପତ୍ରାଚୁଡ ।
Pratāpur ...	ପ୍ରତାପୁର ।
Pudātentuli.	ପୁଡାଟେନ୍ତୁଳି ।
Puruna Ranguni-penth.	ପୁରୁଣାରଙ୍ଗୁଣିପେଣ୍ଠ
Rāigudā ...	ରାଇଗୁଡା ।
Rāipur (I) ...	ରାଇପୁର ।
Rādhākāntāpur (uninhabited).	ରାଧାକାନ୍ତପୁର ।
Rājkēsaripur ...	ରାଜକେଶରୀପୁର ।
Rāmachandrapur.	ରାମଚନ୍ଦ୍ରପୁର ।
Sāna Dumulā ...	ସାନ ଡୁମୁଲା ।
Sānakelājhari ...	ସାନକେଲାଝରି ।
Sāntarāpur ...	ସାନ୍ତରାପୁର ।
Sēvak Tikarpadā.	ସେବକ ଟିକରପଡା
Sindhuā ...	ସିନ୍ଧୁଆ ।
Sindhukhali ...	ସିନ୍ଧୁଖାଲି ।
Siripur ...	ସିରିପୁର ।
Siripurapalli ...	ସିରିପୁରପଲ୍ଲି ।
Sahadēva Tikarpadā.	ସହଦେବ ଟିକରପଡା ।
Sōmasingi (I) ...	ସୋମସିଙ୍ଗି ।
Sankarakholi ...	ଶଙ୍କରଖୋଲି ।
Satrumardan Singapur.	ଶତ୍ରୁମର୍ଦ୍ଦନସିଙ୍ଗପୁର
Saurāpahad ...	ସଉରାପାହାଡ ।
Sumantapur ...	ସୁମନ୍ତପୁର ।
Sundarada Beerachaitanyapur (I).	ସୁନ୍ଦରଡା ବୀରଚୈତନ୍ୟପୁର ।
Tālapadā ...	ତାଳପଡା ।
Tentuapadā ...	ତେନ୍ତୁଆପଡା ।
Talāsingi ...	ତଳାସିଙ୍ଗି ।
Tasā Nimmakhandi.	ତସା ନିମ୍ମଖଣ୍ଡି ।
Turubudi ...	ତୁରୁବୁଡି ।
Turuburāi ...	ତୁରୁବୁରାଇ ।
Ottaanangapur.	ଓତ୍ତା ଅନଙ୍ଗପୁର ।

Chatrapur Tālūk. ଛତ୍ରପୁର ତାଲୁକା ।

Achholi ...	ଅଛୋଲି ।
Āgu (I) ...	ଅଗୁ ।
Alipur No. 15 ...	ଅଲିପୁର ।
Alipur No. 166.	ଅଲିପୁର ।
Alyābād ...	ଅଲ୍ୟାବାଦ ।
Ambilijhar (Z)...	ଅମ୍ବିଲିଝର ।
Ankuradā ...	ଅଙ୍କୁରଡା ।
Antrigam ...	ଅନ୍ତ୍ରଗା ।
Bādi Ambugām ...	ବାଦି ଅମ୍ବୁଗାଁ ।
Baghalā ...	ବାଘଲା ।
Bāgalapur (Z) ...	ବାଗଲପୁର ।
Bāhabalpur (Z).	ବାହାବଲପୁର ।
Bāhadapalli (Z) ...	ବାହାଡାପଲ୍ଲି ।
Bāhulagām ...	ବାହୁଲଗାଁ ।

Chatrapur Tālūk—*cont.*

ଛତ୍ରପୁର ତାଲୁକା—କ୍ରମଶଃ।

Bālinkisaranapur (I).	ବାଳିଙ୍କିଶରଣପୁର
Balibagad ...	ବାଲିବଗଡ଼।
Balibagad (Z) ...	ବାଲିବଗଡ଼।
Bālakrushnapur No. 67.	ବାଳକୃଷ୍ଣପୁର।
Bālasingipalli (Z)	ବାଳସିଙ୍ଗିପଲ୍ଲି।
Bālutā (I) ...	ବାଲୁଣ୍ଠା।
Bāsanāputtu ...	ବାସନାପୁଟ୍ଟୁ।
Bellupadā (Z) ...	ବେଲ୍ଲୁପଡ଼ା।
Belagām ...	ବେଲ୍ଗାଁ।
Benigahiri (Z) ...	ବେଣିଗହିର।
Benkatrāyapalli (I)	ବେଙ୍କଟ୍ରାୟପଲ୍ଲି।
Benkatrāyapur (I).	ବେଙ୍କଟ୍ରାୟପୁର।
Bhābandh ...	ଭାବନ୍ଧ।
Bhāgīrathipur (I).	ଭାଗୀରଥିପୁର।
Bhaigadbi (Z) ...	ଭଇଗଡ଼ି।
Bhātakumaradā ...	ଭାଟକୁମରଡ଼ା।
Bhīmapur ...	ଭୀମପୁର।
Bhikāripalli (I) ...	ଭିକାରିପଲ୍ଲି।
Bhramarakuddi alias Kalarābādi (Z).	ଭ୍ରମରକୁଦ୍ଦି ଓ କଳରାବାଡ଼ି।
Bhuyābhuin (Z) ...	ଭୁୟାଁଭୁଇଁ।
Binchohanāpalli (Z)	ବିଞ୍ଚଣାପଲ୍ଲି।
Bipalingi ...	ବିପଲିଙ୍ଗି।
Biridigad alias Biruligad.	ବିରୁଲିଗଡ଼ ଉରଫ ବିରିଡ଼ିଗଡ଼।
Biripur (Z) ...	ବିରିପୁର।
Badachakada (Z).	ବଡ଼ଚକଡ଼ା।
Badagōpālpur (Z).	ବଡ଼ଗୋପାଳପୁର
Badakhandi ...	ବଡ଼ଖଣ୍ଡି।
Badaputtu ...	ବଡ଼ପୁଟ୍ଟୁ।
Badarāmachandrapur (Z).	ବଡ଼ରାମଚନ୍ଦ୍ରପୁର।
Bajrakōt ...	ବଜ୍ରକୋଟ।
Balarāmapur (Z).	ବଳରାମପୁର।
Bandhatalanuāgām (Z).	ବନ୍ଧତଳନୂଆଗାଁ।
Banabulāpalli ...	ବଣବୁଲାପଲ୍ଲି।
Barigām (Z) ...	ବୋରିଗାଁ।
Barinuāgām ...	ବୋରିନୂଆଗାଁ।
Baradā (Z) ...	ବରଡ଼ା।
Baradhi (Z) ...	ବରଢି।
Barang (Z) ...	ବରଙ୍ଗ।
Barapalli (Z) ...	ବରପଲ୍ଲି।
Brāhmaniāpalli ...	ବ୍ରହ୍ମଣିଆପଲ୍ଲି।
Brāhmanachhāi ...	ବ୍ରାହ୍ମଣଛାଇ।
Burudhi (Z) ...	ବୁରୁଢି।
Burupadā ...	ବୁରୁପଡ଼ା।
Burutōli (I) ...	ବୁରୁତୋଳି।
Chānduli ...	ଚାନ୍ଦୁଲି।
Changudipadara Nuāgām.	ଚଙ୍ଗୁଡ଼ିପଦର ନୂଆଗାଁ।
Chhatrapur ...	ଛତ୍ରପୁର।
Chātumundali ...	ଛଟୁମୁଣ୍ଡଲି।
Chikalakhandi ...	ଚିକଲଖଣ୍ଡି।
Chadiāpalli ...	ଚଢ଼ିଆପଲ୍ଲି।
Chaitanapadā ...	ଚଇତନପଡ଼ା।
Dāmōdarapur (Chatrapur).	ଦାମୋଦରପୁର।
Dāmōdarapur (Purushōttapur).	ଦାମୋଦରପୁର।
Dāmōdarapur pankāl.	ଦାମୋଦରପୁର ପଙ୍କାଳ।
Dāripadar (I) ...	ଦାରିପଦର।
Deulapalli (Z) ...	ଦେଉଳପଲ୍ଲି।
Dhobādi (I) ...	ଧୋବାଢ଼ି।
Diādei (Z) ...	ଦିଆଦେଇ।
Dibyasinhapur (I)	ଦିବ୍ୟସିଂହପୁର।
Digāpadā ...	ଦିଗାପଡ଼ା।
Dadarākhal (Z) ...	ଦଦରାଖୋଲ।

Chatrapur Tālūk—*cont.* ଛତ୍ରପୁର ତାଲୁକା—କ୍ରମଶଃ ।

Dalasarakhandi (I).	ଦଳସରଖଣ୍ଡି ।
Danaibarampur (I).	ଦନାଇବରଂପୁର ।
Dayānidhipur (I).	ଦୟାନିଧିପୁର ।
Duburakuddi (Z).	ଡୁବୁରାକୁଦି ।
Durbandh ...	ଦୁର୍ବନ୍ଧ ।
Ganjam ...	ଗଞ୍ଜାମ ।
Gedalanayudupalem.	గెడలనాయుడుపాలెం.
Giriā ...	ଗିରିଆ ।
Gobādimardakōta (Z).	ଗୋବାଦିମର୍ଦ୍ଦକୋଟ ।
Gobā (Z) ...	ଗୋବା ।
Gōvindapur (Z)...	ଗୋବିନ୍ଦପୁର ।
Gōvindapur ...	ଗୋବିନ୍ଦପୁର ।
Gōvindapur (I)...	ଗୋବିନ୍ଦପୁର ।
Gadagadāpalli ...	ଗଡଗଡାପଲ୍ଲି ।
Gadabummā (Z)...	ଗଡହୁମ୍ମା ।
Godarāpalli ...	ଗୋଦରାପଲ୍ଲି ।
Gōkhorākuda(Z)...	ଗୋଖରାକୁଦା ।
Gandalā ...	ଗଣ୍ଡଲା ।
Gangadahani ...	ଗଙ୍ଗାଦହଣୀ ।
Ganganapur ...	ଗଙ୍ଗାନାପୁର ।
Gōpālpūr ...	ଗୋପାଳପୁର ।
Gōpināthapur (Hinjili).	ଗୋପିନାଥପୁର ।
Gōpināthapur (Purushōttopurro).	ଗୋପିନାଥପୁର ।
Gothiāli ...	ଗୋଠିଅଲି ।
Gundurāpalli (Z)...	ଗୁଣ୍ଡୁରାପଲ୍ଲି ।
Handighar ...	ହାଣ୍ଡିଘର ।
Hatanuāgām (Z)	ହାଟନୂଆଗାଁ ।
Hetāpur (I) ...	ହେଟାପୁର ।
Hindola ...	ହିଣ୍ଡୋଲା ।
Hindalāpalli ...	ହିଣ୍ଡଲାପଲ୍ଲି ।
Hinjili ...	ହିଞ୍ଜିଲି ।
Hamsapur (Z) ...	ହଂସପୁର ।
Hantōsh ...	[illegible]
Haripur ...	ହରିପୁର ।
Hummiri ...	ହୁମ୍ମିରି ।
Hummiridharmasaranapur (I).	ହୁମିରିଧର୍ମଶରଣପୁର ।
Hundat (I) ...	ହୁଣ୍ଡତ ।
Jamuni ...	ଜାମୁନି ।
Jhādakuda ...	ଝାଡକୁଦା ।
Jhāridirādhāgōvindapur (Z).	ଝାରିଦିରାଧାଗୋବିନ୍ଦପୁର ।
Jhatipadaranuāgām (Z).	ଝାଟିପଦରନୂଆଗାଁ ।
Jharakuālinārāyanapur (Z).	ଝରକୁଆଲିନାରାୟଣପୁର ।
Jharapadar ...	ଝରପଦର ।
Jharapakhari ...	ଝରପଖରି ।
Jimmi (Z) ...	ଜିମ୍ମି ।
Jagannāthapalli (I).	ଜଗନ୍ନାଥପଲ୍ଲି ।
Jagannāthapur No. 124.	ଜଗନ୍ନାଥପୁର ।
Jagannāthapur No. 158.	ଜଗନ୍ନାଥପୁର ।
Jagannāthapur (Z).	ଜଗନ୍ନାଥପୁର ।
Jagannāthapur (I).	ଜଗନ୍ନାଥପୁର ।
Jami ...	ଜମି ।
Jatiakhal (Z) ...	ଜଟିଆଖାଲ ।
Kālipalli ...	କାଳିପଲ୍ଲି ।
Kaluābadi alias Chandrasēkharpur.	କାଳୁଆବାଡି ଓରଫ ଚନ୍ଦ୍ରଶେଖରପୁର ।
Kalachuāgahiri (Z)	କାଳଚୁଆଗହିର ।
Kālupur (Z) ...	କାଳୁପୁର ।
Kanchipur (Z) ...	କାଞ୍ଚିପୁର ।
Kanchara ...	କାଞ୍ଚରା ।
Kanjamā ...	କାଞ୍ଜମା ।
Kānakhai (Z) ...	କାଣଖାଇ ।
Kārtikadhia (Z)...	କାର୍ତ୍ତିକଡିହ ।
Kata ...	କାଟୁ ।

Chatrapur Tālūk—*cont.* / ଛତ୍ରପୁର ତାଲୁକା—କ୍ରମଶଃ ।

Keranditolānāryanapur.	କେରାଣ୍ଡି ତୋଳା ନାରାୟଣପୁର ।
Kēsapur …	କେଶପୁର ।
Khājipalli (I) …	ଖାଜିପଲ୍ଲି ।
Khandadēulibatimāl (Z).	ଖଣ୍ଡଦେଉଳିବାଟିମାଲ ।
Khandarā …	ଖଣ୍ଡରା ।
Kharidā …	ଖରିଡା ।
Khatiārāmachandrapur (I)	ଖଟିଆ ରାମଚନ୍ଦ୍ର ପୁର ।
Kiājhar (Z) …	କିଆଝର ।
Kisōrapātanā (Z).	କିଶୋରପାଟଣା ।
Kahakapur (I) …	କହକପୁର ।
Kaithakhandi …	କଇଠଖଣ୍ଡି ।
Kaithapalli (Z) …	କଇଠପଲ୍ଲି ।
Kalāsingi …	କଳାସିଙ୍ଗି ।
Kolidāsapur …	କୋଲିଦାସପୁର ।
Kālirambbā (Z) …	କଲିରମ୍ଭା ।
Kalyānpur (Z).	କଲ୍ୟାଣପୁର ।
Kamārabēgapalli.	କମାରବେଗପଲ୍ଲି ।
Kanchudu …	କଞ୍ଚୁଡୁ ।
Kandhadeuli (Z).	କନ୍ଧଦେଉଳି ।
Kanaka …	କନକ ।
Kanamanā …	କଣମଣା ।
Kantaikoli …	କଣ୍ଟାଇକୋଲି ।
Kantiāgad (Z) …	କଣ୍ଟିଆଗଡ ।
Kantiāpalli (Z) …	କଣ୍ଟିଆପଲ୍ଲି ।
Karāpadā …	କରାପଡା ।
Karāpalli …	କରାପଲି ।
Karātali …	କରାତଲି ।
Kōthadwār (Z) …	କୋଠଦ୍ୱାର ।
Katragad (Z) …	କଟଗଡ ।
Katturu …	କର୍ତ୍ତୁରୁ ।
Krushnachandranagaradhia ….	କୃଷ୍ଣଚନ୍ଦ୍ର ନଗରଢିଆ ।
Kujidhep (Z) …	କୁଜିଢେପ ।
Kumāri …	କୁମାରି ।
Kumaradāpalli (Z).	କୁମରଡାପଲ୍ଲି ।
Kushalapalli (I) …	କୁଶଳପଲ୍ଲି ।
Kusapalli (I) …	କୁସପଲ୍ଲି ।
Kusapur …	କୁସପୁର ।
Lānputtu (Z) …	ଲାଉପୁଟ୍ଟୁ ।
Lōkanāthapur (I).	ଲୋକନାଥପୁର ।
Lakshmipur (Tanganapalli).	ଲକ୍ଷ୍ମୀପୁର ।
Lakshmīpur (Chatrapur)	ଲକ୍ଷ୍ମୀପୁର ।
Lakshmipur (Z).	ଲକ୍ଷ୍ମୀପୁର ।
Landābāums …	ଲଣ୍ଡାବାଉଁସ ।
Lunghuri (L) …	ଲୁଙ୍ଘୁରି ।
Mājhidiha …	ମାଝିଡିହ ।
Matikhal …	ମାଟିଖାଲ ।
Mentapadā (Z) …	ମେଣ୍ଟାପଡା ।
Madhuruchuā (Z).	ମଧୁରୁଚୁଆ ।
Madhusūdanapur (I).	ମଧୁସୂଦନପୁର ।
Mahānādapur (Z).	ମହାନାଦପୁର ।
Mahiripadar (Z).	ମହିରିପଦର ।
Mōhanāpalli (I) …	ମୋହନାପଲ୍ଲି ।
Makarajhal …	ମକରଝଲ ।
Mal'ida (Z) …	ମଲ୍ଲିଡା ।
Marābai …	ମରାବଇ ।
Mukandapur …	ମୁକୁନ୍ଦପୁର ।
Mulakumāri …	ମୁଳକୁମାରି ।
Munishipenth (I).	ମୁନିଷପେଣ୍ଠ ।
Nāuli …	ନାଉଲି ।
Nīlādripur …	ନୀଳାଦ୍ରିପୁର ।
Nimigām …	ନିମିଗାଁ ।
Nimapalli …	ନିମ୍ମାପଲ୍ଲି ।
Nimisola (Z) …	ନିମିସୋଲା ।
Nalabentā …	ନଳବେଣ୍ଟା ।
Nandik …	ନନ୍ଦିକ ।
Nandanāpalli (Q).	ନନ୍ଦନାପଲ୍ଲି ।
Nandapandāpalli.	ନନ୍ଦପଣ୍ଡାପଲ୍ଲି ।
Narēndrapur …	ନରେନ୍ଦ୍ରପୁର ।
Narasingapur (Tanganapalli).	ନରସିଂହପୁର ।

Chatrapūr Tālūk—*cont.* ଛତ୍ରପୁର ତାଲୁକା—କ୍ରମଶଃ ।

Narasingapur (purushōttampur).	ନରସିଂଗପୁର ।
Nuāgāmbarapalli.	ନୂଆଗାଁବରପଲ୍ଲି ।
Nūrmahammadapalli.	ନୂର୍ମହମ୍ମଦପଲ୍ଲି ।
Adheibaragām ...	ଅଢେଇବରଗାଁ ।
Agasitinuāgām ...	ଅଗସ୍ତିନୂଆଗାଁ ।
Alandājhar (Z) ...	ଅଲଣ୍ଡାଝର ।
Pādakhai (Z) ...	ପାଦଖାଇ ।
Pāikapadā ...	ପାଇକପଡା ।
Pāitāri ...	ପାଇତାରି ।
Pālibandh ...	ପାଲିବନ୍ଧ ।
Palyāmā ...	ପାଲ୍ୟମା ।
Pāndiā ...	ପାଣ୍ଡିଆ ।
Pandrākhali ...	ପାଣ୍ଡ୍ରାଖଲି ।
Pānibandh (Z) ...	ପାଣିବନ୍ଧ ।
Patapur (I) ...	ପାଟପୁର ।
Patapur (Z) ...	ପାଟପୁର ।
Phullajhar (Z) ...	ଫୁଲଝର ।
Pinchōli ...	ପିଞ୍ଚୋଲି ।
Pital ...	ପିତଲ ।
Pōchilimmā ...	ପୋଚିଲିମ୍ମା ।
Podāpadar ...	ପୋଡାପଦର ।
Padmāvati ...	ପଦ୍ମାବତୀ ।
Pōirāsi (Z) ...	ପୋଇରାସି ।
Pōkhiribāri (Z) ...	ପୋଖିରିବାରି ।
Palāsi (Z) ...	ପଲାସି ।
Palang (Z) ...	ପଲଙ୍ଗ ।
Palasara ...	ପଲସର ।
Panasadhi (Z) ...	ପଣସଢ଼ୀ ।
Patlāmpur (I) ...	ପଟ୍ଲାମପୁର ।
Pratāpur ...	ପ୍ରତାପୁର ।
Prayāgi (Z) ...	ପ୍ରୟାଗି ।
Pudāgad (Z) ...	ପୁଡାଗଡ ।
Pudangi ...	ପୁଡାଙ୍ଗି ।
Punarakhandi (I).	ପୁନରଖଣ୍ଡି ।
Purunāpātuā ...	ପୁରୁଣାପାଟଣା ।
Purushōttampur.	ପୁରୁଷୋତ୍ତମପୁର
Putiāpadar ...	ପୁଟିଆପଦର ।
Rāipur (I) ...	ରାଇପୁର ।
Rājaballipalli (I).	ରାଜବଲ୍ଲିପଲ୍ଲି ।
Rājapur ...	ରାଜପୁର ।
Rālabhā ...	ରାଲଭା ।
Rāmachandrapur.	ରାମଚନ୍ଦ୍ରପୁର ।
Rāmagad (Z) ...	ରାମଗଡ ।
Rāmapalli (I) ...	ରାମପଲ୍ଲି ।
Rānibar (Z) ...	ରାଣିବର ।
Rāulibandh (Z) ...	ରାଉଲିବନ୍ଧ ।
Rikāpalli ...	ରିକାପଲ୍ଲି ।
Raghunāthapur.	ରଘୁନାଥପୁର ।
Raghunāthapur (Z)	ରଘୁନାଥପୁର ।
Rambhā (Z) ...	ରମ୍ଭା ।
Rambhāpalli (Z)...	ରମ୍ଭାପଲ୍ଲି ।
Rangamātinuāgām (Z).	ରଙ୍ଗମାଟିନୂଆଗାଁ ।
Ranajhali (I) ...	ରଣଝଲି ।
Rukunigām (Z)...	ରୁକୁଣିଗାଁ ।
Sahāpur ...	ସାହାପୁର ।
Sānagapālapur (Z).	ସାନଗୋପାଳପୁର
Sānakānāhipur (Z).	ସାନକାହ୍ନୁପୁର ।
Sānarāmachandrapur (Z).	ସାନରାମଚନ୍ଦ୍ରପୁର
Sāntarāpur (I) ...	ଶାନ୍ତରାପୁର ।
Sāpuāpalli (I) ...	ସାପୁଆପଲ୍ଲି ।
Sāru ...	ସାରୁ ।
Syāsan Ambagām	ଶାସନଆମ୍ବଗାଁ ।
Syāsanapalli ...	ଶାସନପଲ୍ଲି ।
Sātuli (Z) ...	ସାତୁଲି ।
Sikhiri ...	ସିଖିରି ।
Sikharapur ...	ସିଖରପୁର ।
Sindhigām ...	ସିନ୍ଧିଗାଁ ।
Sindiripur (I) ...	ସିନ୍ଦିରିପୁର ।
Sindūrapalli ...	ସିନ୍ଦୂରପଲ୍ଲି ।
Singipur (Z) ...	ସିଙ୍ଗିପୁର ।
Sinkulipalli ...	ଶିଙ୍କୁଲିପଲ୍ଲି ।

Chatrapūr Tālūk—*cont.* ଛତ୍ରପୁର ତାଲୁକା—କ୍ରମଶଃ ।

Sītārāmapalli ...	ସୀତାରାମପଲ୍ଲି ।
Sītārāmapur ...	ସୀତାରାମପୁର ।
Sōlaghar ...	ସୋଲଘର ।
Samākhandi ...	ସମାଖଣ୍ଡି ।
Sōmapur (I) ...	ସୋମପୁର ।
Samarajhal ...	ସମରଝୋଲ ।
Santōshapur (I).	ସନ୍ତୋଷପୁର ।
Santōshapur (Z).	ସନ୍ତୋଷପୁର ।
Sarabhimpur ...	ସରଭିମପୁର ।
Saradhāpur (I) ...	ସରଧାପୁର ।
Satrusalo (Z) ...	ସତ୍ରୁସଲ ।
Srībenābātimāl (Z).	ଶ୍ରୀବେଣାବାଟିମାଳ
Srībanā (Z) ...	ଶ୍ରୀବଣା ।
Srirāmachandrapur (I).	ଶ୍ରୀରାମଚନ୍ଦ୍ରପୁର ।
Srirāmapur ...	ଶ୍ରୀରାମପୁର ।
Subulia (Z) ...	ସୁବୁଲିଆ ।
Sunādhār ...	ସୁନାଧର ।
Sunākera (Z) ...	ସୁନାକେରା ।
Tanganāpalli ...	ଟାଙ୍ଗଣାପଲ୍ଲି ।
Tārinipalli (Z) ...	ତାରିଣିପଲ୍ଲି ।
Tikiriābaran.pur.	ଟିକିରିଆବରଂପୁର
Tikarapadā (Z) ...	ଟିକରପଡା ।
Tahar ...	ତହର ।
Tala Humma (Z)	ତଲହୁମ୍ମା ।
Tōtāpālli ...	ତୋଟାପଲ୍ଲି ।
Upalaputtu ...	ଉପଲପୁଟ୍ଟୁ ।

Chicacole Tālūk. శ్రీకాకుళం తాలూకా.

Achyutāpuram (I)	అచ్యుతాపురం.
Akkayyavalasa (Z).	అక్కయ్యవలస.
Akkivalasa (Z) ...	అక్కివలస.
Akkivaram (I) ...	అక్కివరం.
Akkulapēta (I) ...	అక్కులపేట.
Akkurāda ...	అక్కురాడ.
Alikām ...	అలికాం.
Allāda ...	అల్లాడ.
Allādapēta (I) ...	అల్లాడపేట.
Amballavalasa ...	అంబల్లవలస.
Ambīrupēta ...	అంబీరుపేట.
Ampalām (S. No. 127).	అంపలాం.
Ampalām (S. No. 213).	అంపలాం.
Ampōlu ...	అంపోలు.
Ampōlu Sītārāmpuram (Z).	అంపోలుసీతారాంపురం.
Amrutalingānagaram (Z).	అమృతలింగానగరం.
Amudālavalasa ...	ఆముదాలవలస.
Amudālavalasapēta.	ఆముదాలవలసపేట.
Ānandapuram (I).	ఆనందపురం.
Andhavaram ...	అంధవరం.
Anandapuram ...	ఆనందపురం.
Arasavalli ...	అరసవల్లి.
Avatārabāda (Z).	అవతారబాడ.
Bādām ...	బాడాం.
Balaga ...	బలగ.
Bālasīma ...	బాలసీమ.
Balivāda ...	బలివాడ.
Babbadām (Z) ...	బబ్బడాం.
Baratām (Z) ...	బరటాం.
Basivāda ...	బసివాడ.
Basivalasa ...	వసివలస.
Basivalasa (Z) ...	బసివలస.
Battēru ...	బత్తేరు.
Belamām (Z) ...	బెలమాం.
Belamarapālavalasa (Z)	బెలమరపాలవలస.
Bhairavasāstrulupēta (I).	భైరవశాస్త్రులుపేట.
Bhairi ...	భైరి.
Bhairivānipēta (I).	భైరివానిపేట.

Chicacole Tāluk—*cont.* శ్రీకాకుళం తాలూకా—శేషము.

Bobbilipēta (Z) ... బొబ్బిలిపేట.
Boddām (Z) ... బొడ్డాం.
Boddapādu ... బొడ్డపాడు.
Boddapādu (Z) ... బొడ్డపాడు.
Boddavalasa ... బొడ్డవలస.
Boddavalasa (Z) ... బొడ్డవలస.
Bōragavalasa (Z). బోరగవలస.
Borigivalasa ... బొరిగివలస.
Borramāmbāpuram (Z). బొర్రమాంబాపురం
Borrampēta (Z) ... బొర్రంపేట.
Bōrubhadra ... బోరుభద్ర.
Bōrumajjipālem (Z). బోరుమజ్జిపాలెం.
Bottadasingi (Z). బొత్తడశింగి.
Buddivalasa (Z) ... బుడ్డివలస.
Buditipēta (I) ... బుడితిపేట.
Buditi ... బుడితి.
Būravalli ... బూరవల్లి.
Buridivalasa (Z) .. బురిడివలస.
Calingapatam ... కళింగపట్నం.
Chāpalavalasa (Z). చాపలవలస.
Chellayyavalasa ... చెల్లయ్యవలస.
Chennayyavalasa (I). చెన్నయ్యవలస.
Chēnulavalasa (I) చేనులవలస.
Chicacole ... శ్రీకాకుళం.
Chīdivalasa (I) ... చీడివలస.
Chiguruvalasa ... చిగురువలస.
Chikkālavalasa ... చిక్కాలవలస.
Chinnadūgām ... చిన్నదూగాం.
Chinna Bommidi (I). చిన్నబొమ్మిడి.
Chinna Jonnavalasa (I). చిన్నజొన్నవలస.
Chinna Kākitapalle (Z). చిన్నకాకితపల్లె.
Chinna Venkatāpuram (Z). చిన్నవెంకటాపురం
Chintāda (I) ... చింతాడ.
Chintalabadavanja (Z). చింతలబడవంజ.
Chintalapēta (I)... చింతలపేట.
Chittimandalam ... చిట్టిమండలం.
Chittivalasa ... చిట్టివలస.
Chittivalasa (Z) ... చిట్టివలస.
Chōdavaram (Z)... చోడవరం.
Dakaravalasa (Z). డకరవలస.
Dandemvalasa (I). దండెంవలస.
Dandulakshmīpuram. దండులక్ష్మీపురం.
Darivāda (Z) ... దరివాడ.
Dasumantapuram. దసుమంతపురం.
Dēvādi (Z) ... దేవాది.
Dhanukuvāda (Z). ధనుకువాడ
Dīpavli (I) ... దీపావళి.
Dīrghāsi ... దీర్ఘాసి.
Dōla ... దోల.
Dōmalāpalle ... దోమాలపల్లె.
Dompāka ... డొంపాక.
Donkalabadavanja (Z) డొంకలబడవంజ.
Duppalapādu (Z). దుప్పలపాడు.
Dūsi ... దూశి.
Elamanchili ... ఎలమంచిలి.
Elamanchili (Z)... ఎలమంచిలి.
Embarām (Z) ... ఎంబరాం.
Enētikottūru (I)... ఏనేటికొత్తూరు.
Eragam (Z) ... ఎరగాం.
Etturāllapādu (Z). ఎత్తురాళ్లపాడు.
Fakīrutekya (I)... ఫకీరుటెక్య.
Gudigadda Venkatāpuram (Z). గుడిగడ్డ వెంకటాపురం.
Gajapatinagaram. గజపతినగరం.
Gangarām (Z) ... గంగరాం.
Gangivalasa ... గంగివలస.
Gāra ... గార.
Gārinavalasa ... గారినవలస.
Gātalavalasa ... గాతలవలస.
Godalām ... గొదలాం.

Chicacole Tālūk—*cont.* శ్రీకాకుళం తాలూకా—శేషము.

Gōkayyavalasa (I).	గోకయ్యవలస.
Gōliyāputti ...	గోలియాపుట్టి.
Gollalavalasa ...	గొల్లలవలస.
Gōnepādu (Z) ...	గోనెపాడు.
Gonti ...	గొంటి.
Gōpālapenta (Z).	గోపాలపెంట.
Gotivāda (I) ...	గొటివాడ.
Gottipalle alias Narasannapēta.	గొట్టిపల్లె ఉరఫు నరసన్నపేట.
Gottipalle (Z) ...	గొట్టిపల్లె.
Gūdem (I) ...	గూడెం.
Guggila ...	గుగ్గిల.
Gundivalasa ...	గుండివలస.
Gunjilōva ...	గుంజిలోవ.
Hanumantapuram (I).	హనుమంతపురం.
Harischandrapuram (I).	హరిశ్చంద్రపురం.
Īdulavalasa (S. No. 200).	ఈదులవలస.
Īdulavalasa (S. No. 260).	ఈదులవలస.
Ippili ...	ఇప్పిలి.
Isakalapālem (Z).	ఇసకలపాలెం.
Jādapēta (Z) ...	జాడపేట.
Jadūru (Z) ...	జడూరు.
Jāfarābāda (I) ...	జాఫరాబాద.
Jagannādhapuram (Z).	జగన్నాథపురం.
Jaggusāstrulupēta (Z).	జగ్గుశాస్త్రులుపేట.
Jalluvalasa (Z)...	జల్లువలస.
Jalumūru ...	జలుమూరు.
Jaminivalasa ...	జమినివలస.
Jammu ...	జమ్ము.
Jannām (I) ...	జన్నాం.
Jarjangi (Z) ...	జర్జంగి.
Jillēlavalasa (I).	జిల్లేలవలస.
Jōnanki (I) ...	జోనంకి.
Kākarāpalle ...	కాకరాపల్లె.
Kalivaram ...	కలివరం.
Kallēpalle ...	కల్లేపల్లె.
Kambakāya ...	కంబకాయ.
Kanugulavalasa (Z).	కనుగులవలస.
Karagām ...	కరగాం.
Karagām (Z) ...	కరగాం.
Karajāda (I) ...	కరజాడ.
Karakavalasa (Z)	కరకవలస.
Karavanja (I)	కరవంజ.
Kasimvalasa ...	కసింవలస.
Kasimvalasapēta (I)	కసింవలసపేట.
Kastūrīpādu ...	కస్తూరిపాడు.
Katakam Ayyappapēta (Z).	కటకం అయ్యప్పపేట.
Kattiyachāryulupēta (I).	కట్టియాచార్యులపేట.
Kaviti (Z) ...	కవిటి.
Killām (Z) ...	కిల్లాం.
Kobagām (Z) ...	కొబగాం.
Kōdūru ...	కోడూరు.
Kollipādu ...	కొల్లిపాడు.
Kollivalasa (Z)...	కొల్లివలస.
Kōmarti ...	కోమర్తి.
Kommanāpalle	కొమ్మనాపల్లె.
Kommuvalasa (Z).	కొమ్మువలస.
Kondakottapēta (Z).	కొండకొత్తపేట.
Kondalakkivalasa (Z).	కొండలక్కివలస.
Kondapōlavalasa (I).	కొండపోలవలస.
Kondavalasa ...	కొండవలస.
Kondragūda (Z).	కొండ్రగూడ.
Koragām (Z) ...	కొరగాం.
Korlakōta-Chīmalavalasa.	కొర్లకోటచీమలవలస.
Korlām ...	కొర్లాం.
Korni ...	కొర్ని.

Chicacole Tālūk—*cont.* శ్రీకాకుళం తాలూకా—శేషము-

Kōtabommāli ... కోటబొమ్మాళి.
Kottakōta ... కొత్తకోట.
Kottapēta ... కొత్తపేట.
Kottapōlavalasa. కొత్తపోలవలస.
Kottavalasa ... కొత్తవలస.
Kottavalasa (Z). కొత్తవలస.
Kottūru ... కొత్తూరు.
Kottūrusairigām కొత్తూరుసైరిగాం.
Kovilām (Z) ... కొవిలాం.
Krishnāpuram (I). కృష్ణాపురం.
Krishnāpuram (Z). కృష్ణాపురం.
Kuddām ... కుద్దాం.
Kuddirām (I) ... కుద్దిరాం.
Kūrmanādhapuram. కూర్మనాధపురం.
Kusumpōlavalasa (I). కుసుంపోలవలస.
Lakkamdiddi (Z). లక్కందిడ్డి.
Lakkivalasa ... లక్కివలస.
Lakshmīpuram (Z) లక్ష్మీపురం.
Lankām (I) ... లంకాం.
Lingālavalasa (S. No. 50.) (I). లింగాలవలస.
Lingālavalasa (I) లింగాలవలస.
Loddakākitapalle (Z). లొద్దకాకితపల్లె.
Lukulām (Z) ... లుకులాం.
Mabagām (Z) ... మబగాం.
Madapām ... మడపాం.
Mādugulavalasa (Z). మాడుగులవలస.
Mahfūzbandaru. మహఫూజ్ బందరు.
Mākivalasa (S. No. 99). మాకివలస.
Mākivalasa (S. No. 149). మాకివలస.
Mākivalasa (I)... మాకివలస.
Mākivalasa (Z)... మాకివలస.
Malagām (Z) ... మలగాం.
Mallusāstrulupēta (I). మల్లుశాస్త్రులుపేట.
Māmidivalasa (I) మామిడివలస.
Mandādi (Z) ... మండాది.
Marripādu (Z) ... మర్రిపాడు.
Marrivalasa ... మర్రివలస.
Maruvāda ... మరువాడ.
Māsāhebpēta (Z) మాసాహెబ్ పేట.
Matalabupēta (Z) మతలబుపేట.
Mēghavaram ... మేఘవరం.
Miriyapalle (Z). మిరియపల్లె.
Mōdugavalasa (Z) మోదుగవలస.
Muhammadpuram (I). మహమ్మద్ పురం.
Muhammadpuram (Z). మహమ్మద్ పురం.
Muhiyuddīnpuram. ముహియుద్దీన్ పురం.
Mūlasaulāpuram (Z). మూలసౌళాపురం.
Munagavalasa (Z). మునగవలస.
Mungenna Agrahāram (Z). ముంగెన్న అగ్రహారం.
Mushti Agrahāram alias Lakshmīpuram (Z). ముష్టి అగ్రహారం ఉరఫు లక్ష్మీపురం.
Nadagām ... నడగాం.
Nagarikatakam. నగరికటకం.
Naira ... నైర.
Nandigām ... నందిగాం.
Nandikonda (Z) నందికొండ.
Narasingapalle... నరసింగపల్లె.
Narasingapalle (I). నరసింగపల్లె.
Narasingapalle (Uninhabited) (Z). నరసింగపల్లె (బేచిరాకు).
Narasingarāyudupēta (Z). నరసింగరాయుడుపేట.
Nārāyanavalasa (I). నారాయణవలస.

Chicacole Tālūk—*cont.* | శ్రీకాకుళం తాలూకా—శేషము.

Nārāyaṇavalasa ...	నారాయణవలస.
Narēndrapuram (Z).	నరేంద్రపురం.
Nelliparti ...	నెల్లిపర్తి.
Nimmāda (Z) ...	నిమ్మాడ.
Nizāmbāda (I) ...	నిజాంబాద.
Ōdāpāde ...	ఓడెపాడు.
Oppangi ...	ఒప్పంగి.
Pāgōdu ...	పాగోడు.
Pālavalasa (Z) ...	పాలవలస.
Pāltalagām ...	పాల్తలగాం.
Pāraselli ...	పారశెల్లి.
Pārlam ...	పర్లాం.
Parvatālapēta (Z).	పర్వతాలపేట.
Pārvatipuram (Z),	పార్వతీపురం.
Pārvatiswaruni pēta (I).	పార్వతీశ్వరునిపేట.
Pāskudorapeta (Z).	పాస్కుదొరపేట.
Pāta Chicacole ...	పాతశ్రీకాకుళం.
Pātrunivalasa ...	పాత్రునివలస.
Pattupuram (Z) ...	పట్టుపురం.
Pedda Bommidi (Z).	పెద్దబొమ్మిడి.
Peddadūgam ...	పెద్దదూగం.
Pedda Jonnavalasa (I).	పెద్దజొన్నవలస.
Peddakākitapalle (Z).	పెద్దకాకితపల్లె.
Peddakōta (Z) ...	పెద్దకోట.
Peddapādu ...	పెద్దపాడు.
Peddasaulāpuram (Z).	పెద్దసౌళాపురం.
Peddavenkatāpuram (Z).	పెద్దవెంకటాపురం.
Pīruvāda (I) ...	పీరువాడ.
Pōlāki ...	పోలాకి.
Ponnām ...	పొన్నాం.
Ponnāmpēta (I)...	పొన్నాంపేట.
Pōtayyavalasa (Z).	పోతయ్యవలస.

Priya (I) ...	ప్రియ.
Purushōttapuram.	పురుషోత్తపురం.
Pūsām (Z) ...	పూశాం.
Rāghavapuram (I).	రాఘవపురం.
Rāgōlu ...	రాగోలు.
Rāgōlupēta (I) ...	రాగోలుపేట.
Rahmānpuram ...	రహిమాన్ పురం.
Rājapuram (Z) ...	రాజపురం.
Rāllagōdāyavalasa (Z).	రాళ్లగోడాయవలస.
Rāllapādu (I) ...	రాళ్లపాడు.
Rāmachandrapuram (Z).	రామచంద్రపురం.
Rāmachandrapuram.	రామచంద్రపురం.
Rāmayyavalasa ...	రామయ్యవలస.
Rāmayyavalasa (I).	రామయ్యవలస.
Rāna ...	రాణ.
Rasūlapēta (Z) ...	రసూలపేట.
Rāvichendri (Z)...	రావిచెంద్రి.
Rāvikantipēta (I).	రావికంటిపేట.
Rāvipādu (I) ...	రావిపాడు.
Rāvivalasa (Z) ...	రావివలస.
Rāvulavalasa ...	రావులవలస.
Rēgulupādu (Z)...	రేగులపాడు.
Rellivalasa ...	రెల్లివలస.
Rottavalasa (Z) ...	రొట్టవలస.
Runkuhanumantapuram.	రంకుహనుమంతపురం.
Sailāda ...	సైలాడ.
Sairigām ...	సైరిగాం.
Sālihundām ...	సాలిహుండాం.
Sānivāda ...	సానివాడ.
Sāntalakshmīpuram (Z).	సంతలక్ష్మీపురం.
Sarabhapuram (Z).	సరభపురం.
Saribujjili (Z) ...	సరిబుజ్జిలి.

Chicacole Tālūk—*cont.* శ్రీకాకుళం తాలూకా—శేషము.

Sariyā Boddapādu (I).	సరియా బొడ్డపాడు.
Sativāda (I) ...	సతివాడ.
Satyavaram (I) ...	సత్యవరం.
Saudām (Z) ...	సౌదాం.
Scottpēta (Z) ...	స్కాట్ పేట.
Shalantri (Z) ...	షళంత్రి.
Siddhāntam (Z) ...	సిద్ధాంతం.
Siddi beharākottu-ru (Z).	సిద్దిబెహరాకొత్తూరు.
Silagāmsingivalasa (Z).	సిలగాంసింగివలస.
Simhādripuram (Z).	సింహాద్రిపురం.
Sindhuvāda (Z) ...	సింధువాడ.
Singupuram ...	సింగుపురం.
Sīpuram ...	సీపురం.
Sītārāmpuram (I).	సీతారాంపురం.
Sivāru Pinavatsa-valasa (I).	సివారు పినవత్స వలస.
Sōmanādhapuram (Z).	సోమనాధపురం.
Srī Jagannādha-puram (Z).	శ్రీ జగన్నాధపురం.
Srīkūrmam (Z) ...	శ్రీ కూర్మం.
Srīmannārāyana-puram (I).	శ్రీమన్నారాయణపురం.
Srīnivāsāchāryulu-pēta (I).	శ్రీనివాసాచార్యులుపేట.
Srīrāmavalasa (Z).	శ్రీరామవలస.
Srīrāmavalasa ...	శ్రీరామవలస.
Srīrāmapuram (I).	శ్రీరామపురం.
Subhadrāpuram (Z).	సుభద్రాపురం.
Subrahmanyapu-ram (I).	సుబ్రహ్మణ్యపురం.
Sumantapuram (Z).	సుమంతపురం.
Sundarāpuram (I).	సుందరాపురం.
Sundarayyapēta (Z).	సుందరయ్యపేట.
Suravaram ...	సురవరం.
Sūryanārāyanapu-ram (I)	సూర్యనారాయపురం.
Susarām (Z) ...	సుసరాం.
Tādikonda (Z) ...	తాడికొండ.
Talasamudram (Z).	తలసముద్రం.
Talatariya (Z) ...	తలతరియ.
Tāllavalasa (S. No 156) (I)	తాళ్లవలస.
Tāllavalasa (S. No. 78) (I).	తాళ్లవలస.
Tāmarapalle ...	తామరపల్లె.
Tammināyudupēta (Z).	తమ్మినాయుడుపేట
Tandem valasa ...	తండెంవలస.
Tāiymāmbāpuram (Z)	తాయిమాంబాపురం.
Tekkalipādu ...	టెక్కలిపాడు.
Telagavalasa ...	తెలగవలస.
Tenikipenta (Z) ...	తెనికిపెంట.
Tilāru (Z) ...	తిలారు.
Timadām ...	తిమడాం.
Timmāpuram (I).	తిమ్మాపురం,
Togarām ...	తొగరాం.
Tōnangi ...	తోనంగి.
Tōtāda (S. No. 172).	తోటాడ.
Tōtāda (S. No. 207).	తోటాడ.
Tōtāda (Z). ...	తోటాడ.
Tūlugu ...	తూలుగు.
Turakapēta (I) ...	తురకపేట.
Turakapēta (I) ...	తురకపేట.
Turakapēta alias Sītārāmpuram (Z).	తురకపేట ఉరఫు సీతారాంపురం.
Udayapuram (Z)...	ఉదయపురం.
Uddandapālem ...	ఉద్దండపాలెం.
Udikalapādu (Z).	ఉడికలపాడు.
Umilāda ...	ఉమిలాడ.

Chicacole Tālūk—*cont.* / శ్రీకాకుళం తాలూకా — శేషము.

Urajām ...	ఉజారం.
Urlāam (Z) ...	ఊర్లాం.
Vādādā ...	వాడాడ.
Vādavalasa (Z) ...	వాడవలస.
Vaikunthapuram (Z).	వైకుంఠపురం.
Vākalavalasa ...	వాకలవలస.
Vālasapādu (Z) ...	వలసపాడు,
Vanavishnupuram (Z).	వనవిష్ణుపురం.
Vāndrāda (I) ...	వాంద్రాడ.
Vanitamandālam (Z).	వనితమండలం.
Vanjangi ...	వంజంగి.
Vanjangipēta (I).	వంజంగిపేట.
Varāhanarasimhapuram.	వరాహనరసింహపురం.
Vatsavalasa (I) ...	వత్సవలస.
Vedullavalasa ...	వెదుళ్లవలస.
Velusōda ...	వెలుసోద.
Venkkannapēta (Z).	వెంకన్నపేట.
Venkatābāda ...	వెంకటాబాడ.
Venkatāpuram (S. No. 319) (Z).	వెంకటాపురం.
Venkatāpuram (S. No. 234) (Z).	వెంకటాపురం.
Venkatāpuram (I).	వెంటాపురం.
Venkayyepēta (I).	వెంకయ్యపేట.
Vennelavalasa (Z).	వెన్నలవలస.
Vijayarāmpuram (Z).	విజయరాంపురం.
Viswanādhapuram (Z).	విశ్వనాథపురం.
Vamaravalli ...	వమరవల్లి.
Yārabādu ...	యారబాడు.
Zangālavalasa (Z).	జంగాలవలస.

Goomsūr Tālūk. / ଘୁମୁସର ତାଲୁକା ।

Âdipur ...	ଆଦପୁର ।
Agulapadā (I) ...	ଅଗୁଳାପଡା ।
Ajnaprasāda (I) ...	ଆଜ୍ଞାପ୍ରସାଦ ।
Ākulakumpā ...	ଆକୁଳକୁମ୍ପା ।
Ambapuā ...	ଅମ୍ବପୁଆ ।
Badiāgām (I) ...	ବାଡିଆଗାଁ ।
Bābadāpadar ...	ବାହଡାପଦର ।
Bāhukapalli ...	ବାହୁକପଲ୍ଲି ।
Bāibāli ...	ବାଇବାଲି ।
Bāināpalli ...	ବାଇନାପଲ୍ଲି ।
Bāindāpalli ..	ବାଇଣ୍ଡାପଲ୍ଲି ।
Balākiāri ...	ବାଲାକିଆରି ।
Bāliāpata ...	ବାଲିଆପଟା ।
Balibhāg (I) ...	ବାଲିଭାଗ ।
Bālidi ...	ବାଲିଡି ।
Balipadar ...	ବାଲିପଦର ।
Bālisāi ...	ବାଲିସାଇ ।
Baniapalli ...	ବାଣିଆପଲ୍ଲି ।
Banikhal ...	ବାନିଖଲ ।
Bankatārā ...	ବାଙ୍କଟାରା ।
Bānatumb ...	ବାଣଟୁମ୍ବ ।
Bāradanda ...	ବାରଦଣ୍ଡା ।
Bārudā ...	ବାରୁଡା ।
Bāsudēvapur (I)	ବାସୁଦେବପୁର ।
Bāumsalundi ...	ବାଉଁଶଲୁଣ୍ଡି ।
Beguniādhia ...	ବେଗୁନିଆଢିଅ ।
Belagummā ...	ବେଲଗୁମ୍ମା ।
Belaguntha ...	ବେଲଗୁଣ୍ଠା ।
Belapadā ...	ବେଲପଡା ।
Belapur ...	ବେଲପୁର ।
Beniguba ...	ବେଣିଗୁବା
Benipalli ...	ବେଣିପଲ୍ଲି ।
Berumābādi ...	ବେରୁମାବଢ ।
Bethiābaradā ...	ବେଠିଆବରଦା ।
Bettarasingi ...	ବେତ୍ତାରସିଙ୍ଗି ।
Bhāliakhāi ...	ଭଲିଅଖାଇ ।

Goomsūr Tālūk—*cont.* ଘୁମୁସର ତାଲୁକା—କ୍ରମଶଃ ।

Bhalingiā	... ଭଲିଙ୍ଗିଆ ।
Bhābasar	... ଭବସର ।
Bhābasar	... ଭବସର ।
Bhāgarā	... ଭଗରା ।
Bhāmasyāli	... ଭମଶାଳି ।
Bhejiputu	... ଭେଜିପୁଟୁ ।
Bheradā	... ଭେରଡା ।
Bhagavānpur	... ଭଗବାନପୁର ।
Bhōgdā	... ଭୋଗଡା ।
Bhuktabhūmi	... ଭୁକ୍ତଭୂମି ।
Bhusubhusa	... ଭୁସୁଭୁସା ।
Bijayadhanunjaypur (I).	ବିଜୟଧନୁଞ୍ଜୟପୁର
Bijayakrushnasaranpur (I).	ବିଜୟକୃଷ୍ଣଶରଣପୁର
Bijaylakshmisaranpur (I).	ବିଜୟଲକ୍ଷ୍ମୀଶରଣପୁର ।
Bilipadā	... ବିଲିପଡା ।
Biluāpadā	... ବିଲୁଆପଡା ।
Binjhagiri	... ବିଞ୍ଝଗିରି ।
Birikōt	... ବିରିକୋଟ ।
Biripadar	... ବିରିପଦର ।
Beeradhonunjaypur (I)	ବୀରଧନୁଞ୍ଜୟପୁର ।
Biranchipur	... ବିରଞ୍ଚିପୁର ।
Bishnuchakra	... ବିଷ୍ଣୁଚକ୍ର ।
Baddangi	... ବଦ୍ଦାଙ୍ଗି ।
Badadhimirijholi	ବଡଢିମିରିଝୋଲି ।
Badagundribādi	... ବଡଗୁଣ୍ଡ୍ରିବାଢି ।
Badajhola	... ବଡଝୋଲା ।
Badakōdanda	... ବଡକୋଦଣ୍ଡ ।
Badapadā No. 104.	ବଡପଡା ।
Badapadā No. 307.	ବଡପଡା ।
Badatandā	... ବଡତଣ୍ଡା ।
Badatulasipalli	... ବଡତୁଳସିପଲ୍ଲି ।
Bajragada	... ବଜ୍ରଗଡ ।
Bajrakōt	... ବଜ୍ରକୋଟ ।
Ballādi (I)	... ବଲ୍ଲାଢି ।
Bankā	... ବଙ୍କା ।

Bantā	... ବନ୍ତା ।
Bappāngi	... ବପ୍ପାଙ୍ଗି ।
Bōribandh	... ବୋରିବନ୍ଧ ।
Barabarā	... ବରବରା ।
Baragām	... ବରଗାଁ ।
Barampur alias Brahmapur.	ବରମ୍ପୁର ନାମକ ବ୍ରହ୍ମପୁର ।
Barapalli (I)	... ବରପଲ୍ଲି ।
Barapallipalli	... ବରପଲ୍ଲିପଲ୍ଲି ।
Brahmanapadar.	ବ୍ରାହ୍ମଣପଦର ।
Budiāmb	... ବୁଢିଆମ୍ବ ।
Buduli	... ବୁଦୁଲି ।
Budurungu	... ବୁଡୁରୁଙ୍ଗୁ ।
Bugndā	... ବୁଗୁଣ୍ଡା ।
Burapalli	... ବୁରପଲ୍ଲି ।
Burujholā	... ବୁରୁଝୋଲା ।
Chārikōniā	... ଚାରିକୋଣିଆ ।
Chhāmunda	... ଚାମୁଣ୍ଡା ।
Chikili	... ଚିକିଲି ।
Chilikhamā	... ଚିଲିଖମା ।
Chirikipadā	... ଚିରିକିପଡା ।
Chitipalli	... ଚିଟିପଲ୍ଲି ।
Chadiāpalli No. 115.	ଚଢିଆପଲ୍ଲି ।
Chadiāpalli No. 67.	ଚଢିଆପଲ୍ଲି ।
Chadiāpalli No. 277.	ଚଢିଆପଲ୍ଲି ।
Chopară	... ଚୋପରା ।
Chhatābar (I)	... ଛତାବର ।
Chudākhāi	... ଚୁଡାଖାଇ ।
Dakarābadi	... ଡାକରାବାଢି ।
Dānguāpalli	... ଡାଙ୍ଗୁଆପଲ୍ଲି ।
Dengābādi	... ଡେଙ୍ଗାବାଢି ।
Dengāpdara	... ଡେଙ୍ଗାପଦର ।
Deulapedi (I)	... ଦେଉଳପେଢି ।
Dhāmanājhōli	... ଧାମଣାଝୋଲି ।
Dhaupalli	... ଧାଉପଲ୍ଲି ।

Goomsūr Tāluk—*cont.* ଘୁମୁସର ତାଲୁକା—କ୍ରମଶଃ ।

Dhodāpalli ... ଧୋଡାପଲ୍ଲି ।
Dhōlapita ... ଢୋଲପିଠା ।
Dhanunjaypur (1). ଧନୁଞ୍ଜୟପୁର ।
Dhaumundiā ... ଢ଼ଉମୁଣ୍ଡିଆ ।
Dhuānchhāi (I) ... ଧୁଆଁଛଇ ।
Dhumākumpā ... ଧୁମାକୁମ୍ପା ।
Digi ... ଦିଗି ।
Dihakumpāpalli ... ଡିହକୁମ୍ପାପଲ୍ଲି ।
Dihapadhāl ... ଡିହପଢ଼ାଲ ।
Dhimiripalli No. 154. ଢିମିରିପଲ୍ଲି ।
Dhimiripalli No. 256. ଢିମିରିପଲ୍ଲି ।
Dandipalli ... ଦଣ୍ଡିପଲ୍ଲି ।
Dadarālundā ... ଦଦରାଲୁଣ୍ଡା ।
Daha ... ଡହ ।
Dōmubāni ... ଦୋମୁହାଣି ।
Dandipadar ... ଦଣ୍ଡିପଦର ।
Darpāngiā ... ଦର୍ପାଙ୍ଗିଆ ।
Dubuduba W. I. ଡୁବୁଡୁବା ।
Dungāpalli No. 142. ଡୁଙ୍ଗାପଲ୍ଲି ।
Dungāpalli No. 284. ଡୁଙ୍ଗାପଲ୍ଲି ।
Durgāprasād ... ଦୁର୍ଗାପ୍ରସାଦ ।
Ekatāl ... ଏକତାଲ ।
Ekaghariā ... ଏକଘରିଆ ।
Ekaghariapalli ... ଏକଘରିଆପଲ୍ଲି ।
Gāgiripadā ... ଗାଗିରିପଡା ।
Gallēri ... ଗାଲ୍ଲେରି ।
Gāmundi ... ଗାମୁଣ୍ଡି ।
Gangajhola ... ଗାଙ୍ଗଝୋଲା ।
Geradā ... ଗେରଡା ।
Ghātipalli ... ଘାଟିପଲ୍ଲି ।
Ghodāpadā ... ଘୋଡାପଡା ।
Ghōlapur ... ଘୋଲାପୁର ।
Girisolā ... ଗିରିସୋଲା ।
Gōbarā ... ଗୋବରା ।
Gochhābādi (I) ... ଗୋଛାବାଡି ।
Gohiribādi (I) ... ଗୋହିରିବାଡି ।
Gahanapalli ... ଗହନପଲ୍ଲି ।
Gajēndra ... ଗଜେନ୍ଦ୍ର ।
Galābandh ... ଗଲାବନ୍ଧ ।
Golāmūndalā ... ଗୋଲାମୁଣ୍ଡଲା ।
Goliā ... ଗୋଲିଆ ।
Gollāpadā (I) ... ଗୋଲ୍ଲାପଡା ।
Gandadhar (I) ... ଗଣ୍ଡାଧାର ।
Gandisulā ... ଗଣ୍ଡିଶୁଲା ।
Ganiapalli ... ଗଣିଆପଲ୍ଲି ।
Gōpināthapur (I) ଗୋପିନାଥପୁର ।
Garagadapadar ... ଗରଗଡପଦର ।
Garudu ... ଗରୁଡୁ ।
Gothalundā ... ଗୋଠଲୁଣ୍ଡା ।
Gothuli ... ଗୋଠୁଲି ।
Gawdiabarada ... ଗୌଡିଆବରଦ ।
Gayāgandā ... ଗୟାଗଣ୍ଡା ।
Gudibandh ... ଗୁଡିବନ୍ଧ ।
Gudipadar ... ଗୁଡିପଦର ।
Gujarāli ... ଗୁଜରାଲି ।
Gundribādi ... ଗୁଣ୍ଡ୍ରିବାଡି ।
Gundribādi ... ଗୁଣ୍ଡ୍ରିବାଡି ।
Gundribadi ... ଗୁଣ୍ଡ୍ରିବାଡି ।
Gundribādi ... ଗୁଣ୍ଡ୍ରିବାଡି ।
Gundrisāhi ... ଗୁଣ୍ଡ୍ରିସାହି ।
Gurābādi ... ଗୁରାବାଡି ।
Hajapalli ... ହଜପଲ୍ଲି ।
Halandakholā ... ହଲନ୍ଦଖୋଲା ।
Haridāpadar ... ହରିଡାପଦର ।
Harigod ... ହରିଗଡ ।
Haripur ... ହରିପୁର ।
Harisaranpur (I). ହରିଶରଣପୁର ।
Indāgad ... ଇନ୍ଦାଗଡ ।
Ingināti ... ଇଙ୍ଗିନାଟି ।
Jadadhar ... ଜାଡଧାର ।
Jāmagaridā ... ଜାମଗରିଡା ।
Jāmalai ... ଜାମଲାଇ ।

Goomsūr Tālūk—*cont.* ଘୁମୁସର ତାଲୁକା—କ୍ରମଶଃ ।

Jāmapalli ... ଜାମପଲ୍ଲି ।
Jātrā ... ଜାତ୍ରା ।
Jātrāsuni ... ଜାତ୍ରାସୁଣି ।
Jē-iko ... ଜେଇକ ।
Jhādabhūmi ... ଝାଡଭୂମି ।
Jhadapada ... ଝାଡ଼ପଡା ।
Jhadasāi ... ଝାଡସାଇ ।
Jhāliāgochhā ... ଝାଲିଆଗୋଛା ।
Jholuri ... ଝୋଲୁରି ।
Jilluba ... ଜିଲ୍ଲୁବା ।
Jillundi ... ଜିଲ୍ଲୁଣ୍ଡି ।
Jirabādi ... ଜିରାବାଡି ।
Jirāuli (I) ... ଜିରାଉଳି ।
Jiripadā ... ଜିରିପଡା ।
Jōdābandh ... ଯୋଡାବନ୍ଧ ।
Jōgimāri ... ଯୋଗିମାରି ।
Jagannāthaprasād. ଜଗନ୍ନାଥପ୍ରସାଦ ।

Jagannāthapur (I). ଜଗନ୍ନାଥପୁର ।
Kādalundi ... କାଦଲୁଣ୍ଡି ।
Kādapadā ... କାଦପଡା ।
Kādapadā ... କାଦପଡା ।
Kādapadā ... କାଦପଡା ।
Kaduā ... କାଦୁଆ ।
Kāliamba ... କାଳିଆମ୍ବ ।
Kālijhari ... କାଳିଝରି ।
Kanabandha ... କାନବନ୍ଧା ।
Kanakutru ... କାନକୁଟ୍ରୁ ।
Kanasarāl (I) ... କାନସରାଳ ।
Kanasuka ... କନସୁକା ।
Kathachirā ... କାଠଚିରା ।
Kāurapalli ... କାଉରାପଲ୍ଲି ।
Kebiripālli ... କେବିରିପଲ୍ଲି ।
Kepiti ... କେପିଟି ।
Khārigudā ... ଖାରିଗୁଡା ।
Khairanati ... ଖଇରନଟି ।
Khairaputi 132. ଖଇରପୁଟି ।
Khairaputl 615. ଖଇରପୁଟି ।

Khajiripalli (I) ... ଖଜିରିପଲ୍ଲି ।
Kholākhali ... ଖୋଲାଖାଲି ।
Khamāredi ... ଖମାରେଡି ।
Khamārapalli ... ଖମାରପଲ୍ଲି ।
Khamanasāi ... ଖମଣସାଇ ।
Khandikuti ... ଖଣ୍ଡିକୁଟି ।
Khaparāuāupalli (I). ଖପରାଉଆଉପଲ୍ଲି ।
Kirāpalli ... କିରାପଲ୍ଲି ।
Kahnaipur ... କହ୍ନାଇପୁର ।
Kailasnagar (I) କୈଳାସନଗର ।
Kainchipadā (I). କଇଞ୍ଚିପଡା ।
Kaindi ... କଇଣ୍ଡି ।
Kaithapalli (I) ... କଇଠପଲ୍ଲି ।
Kalingapadar ... କଳିଙ୍ଗପଦର ।
Kalamb ... କଳମ୍ବ ।
Kamsaragad ... କମସରଗଡ ।
Kamsarapalli ... କମସରପଲ୍ଲି ।
Kanchūru ... କଞ୍ଚୁରୁ ।
Kandhachandan pedi. କନ୍ଧଚନ୍ଦନପେଡି ।
Kandhagalleri ... କନ୍ଧଗାଲ୍ଲେରି ।
Kandhanuāpalli ... କନ୍ଧନୂଆପଲ୍ଲି ।
Kandhapatharā-palli. କନ୍ଧପଥରାପଲ୍ଲି ।
Kandrāi ... କନ୍ଦ୍ରାଇ ।
Kandrasingi ... କନ୍ଦ୍ରସିଙ୍ଗି ।
Kaujaradā ... କଞ୍ଜରଡା ।
Kantādōr (I) ... କଣ୍ଟାଡୋର ।
Karachuli ... କରଚୁଲି ।
Karadābādi ... କରଡାବାଡି ।
Karadābādf ... କରଡାବାଡି ।
Karasingi ... କରସିଙ୍ଗି ।
Kasākendupalli ... କସାକେନ୍ଦୁପଲ୍ଲି ।
Kotibarādi ... କୋଟିବରାଡି ।
Katipadā ... କଟିପଡା ।
Kriādhar No. 151 କ୍ରିଆଧର ।
Kriādhar No. 182. କ୍ରିଆଧର ।

Goomsūr Tālūk—*cont.* ଘୁମୁସର ତାଲୁକା—କ୍ରମଶଃ ।

Kriāmba ...	କ୍ରିଆମ୍ବା ।
Krushnasaranpur (1).	କୃଷ୍ଣଶରଣପୁର ।
Krushnasaranpur alias Sādarā (I).	କୃଷ୍ଣଶରଣପୁର ଓରଫ ସାଦରା
Kuānalā ...	କୁଆନଳା ।
Kudutai ...	କୁଡୁତାଇ ।
Kukalubā ...	କୁକଲୁବା ।
Kokalundā (I) ...	କୋକଲୁଣ୍ଡା ।
Kullādo ...	କୁଲାଡ ।
Kumpāpadā ...	କୁମ୍ପାପଡା ।
Kumundā ...	କୁମୁଣ୍ଡା ।
Kumundi (I) ...	କୁମୁଣ୍ଡି ।
Kupati ...	କୁପାଟି ।
Kurulai ...	କୁରୁଲାଇ ।
Kusapalli No. 301.	କୁଶପଲ୍ଲି ।
Kusapalli No. 153.	କୁଶପଲ୍ଲି ।
Lālāsingi ...	ଲାଲସିଙ୍ଗି ।
Lembhāi ...	ଲେମ୍ଭାଇ ।
Leppā ...	ଲେପ୍ପା ।
Lingidibādi ...	ଲିଙ୍ଗିଡିବାଡି ।
Landāi Dhimirā ...	ଲଣ୍ଡାଇଢିମିରା ।
Mādhav-baridā ...	ମାଧବବରିଡା ।
Manitarā ...	ମାଣିତରା ।
Manapur ...	ମାଣପୁର ।
Mātikāni (I) ...	ମାଟିକାନି ।
Mentapur ...	ମେଣ୍ଟାପୁର ।
Madhupur ...	ମଧୁପୁର ।
Mahāgudā ...	ମହାଗୁଡା ।
Mahulyā (1) ...	ମହୁଲ୍ୟା ।
Mahulyāgad ...	ମହୁଲ୍ୟାଗଡ ।
Makarāpalli ...	ମକରାପଲ୍ଲି ।
Malāsapadar ...	ମଳାସପଦର ।
Malingi ...	ମଲିଙ୍ଗି ।
Mandār ...	ମନ୍ଦାର ।
Mangalpur ...	ମଙ୍ଗଳପୁର ।
Mangarājpur (I).	ମଙ୍ଗରାଜପୁର ।
Marāipat ...	ମରାଇପାଟ ।
Masābādi ...	ମସାବାଡି ।
Mōtābādi ...	ମୋଟାବାଡି ।
Mattajhar ...	ମତ୍ତାଝର ।
Mudulipalli ...	ମୁଦୁଲିପଲ୍ଲି ।
Mujjāgad ...	ମୁଜାଗଡ ।
Nagiri ...	ନାଗିରି ।
Nārāyanpur (I).	ନାରାୟଣପୁର ।
Nārigotchā ...	ନାରିଗଚ୍ଛ ।
Nettangā ...	ନେଟଙ୍ଗା ।
Nīlādripur (I) ...	ନୀଳାଦ୍ରିପୁର ।
Nimapadar ...	ନିମପଦର ।
Nabagachhā ...	ନବଗଚ୍ଛ ।
Nadā ...	ନଡା ।
Nogudu ...	ନଗୁଡୁ ।
Nattapalli ...	ନଟ୍ଟାପଲ୍ଲି ।
Nuāgām ...	ନୂଆଗାଁ ।
Nuāpalli ...	ନୂଆପଲ୍ଲି ।
Adhāigām ...	ଅଢେଇଗାଁ ।
Agajhol (I) ...	ଅଗଝୋଲ ।
Allādi ...	ଅଲ୍ଲାଡି ।
Alusugummā ...	ଅଲୁସୁଗୁମ୍ମା ।
Andhārakōt ...	ଅନ୍ଧାରକୋଟ ।
Antarpadā ...	ଅନ୍ତରପଡା ।
Arigad (I) ...	ଅରିଗଡ ।
Arkhapalli ...	ଅର୍ଖପଲ୍ଲି ।
Arkhapur (I) ...	ଅର୍ଖପୁର ।
Atarāipalli ...	ଅଠରାଇପଲ୍ଲି
Pāikarāpalli ...	ପାଇକରାପଲ୍ଲି ।
Panchabhūti ...	ପଞ୍ଚଭୂତି ।
Pandripadā ...	ପାଣ୍ଡ୍ରିପଡା ।
Pangidi ...	ପାଙ୍ଗିଡି ।
Pānikēswar ...	ପାଣିକେଶ୍ୱର ।
Patrāpalli ...	ପାତ୍ରାପଲ୍ଲି ।
Pātulisāi (I) ...	ପାଟୁଲିସାଇ ।
Pelāpadā ...	ପେଲାପଡା ।
Pachālundi ...	ପଚାଲୁଣ୍ଡି ।
Panguli ...	ପଙ୍ଗୁଲି ।
Pankālabādi ...	ପଙ୍କାଲବାଡି

Goomsūr Tālūk—*cont.* ଘୁମୁସର ତାଲୁକା—କ୍ରମଶଃ ।

Pankālsāi	... ପଙ୍କାଲସାଇ ।
Pantiāmā	... ପନ୍ତିଆମା ।
Pantikhādi	... ପନ୍ତିଖାଡି ।
Patharāpalli	... ପଥରାପଲ୍ଲି ।
Patharāpalli (I)	... ପଥରାପଲ୍ଲି ।
Patharāteka	... ପଥରାଟେକା ।
Pattādhār	... ପଟ୍ଟାଧର ।
Pattāpāuli	... ପଟ୍ଟାପାଉଲି ।
Pratāpdhonunjaypur (I).	ପ୍ରତାପଧନୁଞ୍ଜୟପୁର
Pratāpur	... ପ୍ରତାପୁର ।
Purunāpāni	... ପୁରୁଣାପାଣି ।
Rābagad	... ରାବଗଡ ।
Rāigachha	... ରାଇଗଛା ।
Raipalli (I)	... ରାଇପଲ୍ଲି ।
Rājakunda	... ରାଜକୁଣ୍ଡ ।
Rājanapalli (I)	... ରାଜନାପଲ୍ଲି ।
Rāmagad	... ରାମଗଡ ।
Rāmundā	.. ରାମୁଣ୍ଡା ।
Rānibhumi	... ରାଣିଭୂମି ।
Rānikyāri	... ରାଣିକ୍ୟାରି ।
Rāuti	... ରାଉତି ।
Rambhā	... ରମ୍ଭା ।
Rambhāpalli	... ରମ୍ଭାପଲ୍ଲି ।
Rangamēru	... ରଙ୍ଗମେରୁ ।
Rattang	... ରତ୍ତଙ୍ଗ ।
Rudhāpadar	... ରୁଢାପଦର ।
Russellkonda (Reservoir).	ରସେଲ୍‌କୋଣ୍ଡା ।
Samaradā	... ସାମରଡା ।
Sānakōdanda	... ସାନକୋଦଣ୍ଡ ।
Sānapallipalli	... ସାଣପଲ୍ଲିପଲ୍ଲି ।
Sānapatharā	... ସାନପଥରା ।
Sānatulasipalli	... ସାନତୁଳସିପଲ୍ଲି ।
Sārdul	... ସାର୍ଦ୍ଦୁଲ ।
Sidāpadar	... ସିଦାପଦର ।
Singipur near Karachuli.	ସିଙ୍ଗିପୁର ।
Singipur near Panchabhūti.	ସିଙ୍ଗିପୁର ।
Sirikai (I)	.. ସିରିକଇ ।
Sisunda near Jagannathaprasad.	ସିଶୁଣ୍ଡା ।
Sisunda near Tarasingi.	ସିଶୁଣ୍ଡା ।
Sadāsivapur (I)	... ସଦାଶିବପୁର ।
Sadangai (I)	... ସଡଙ୍ଗାଇ ।
Sōlundi	... ସୋଲୁଣ୍ଡି ।
Sōmalāi	... ସୋମଲାଇ ।
Samarabandh	... ସମରବନ୍ଧ ।
Sankuru	... ସଙ୍କୁରୁ ।
Sappang	... ସପ୍ପଙ୍ଗ ।
Sorishamuli	... ସୋରିଷମୁଳି ।
Sorishamulu	... ସୋରିଷମୁଳୁ ।
Saradhāpur	... ସରଧାପୁର ।
Sorad	... ସୋରଡ ।
Sarapada	... ସରପଡା ।
Sarapallinuāpalli.	ସରପଲ୍ଲିନୂଆପଲ୍ଲି ।
Sarukumpā	... ସରୁକୁମ୍ପା ।
Satrusōl	... ଶତ୍ରୁସୋଲ ।
Suguma	... ସୁଗୁମ ।
Sunākerā	... ସୁନାକେରା ।
Sunāpalli	... ସୁନାପଲ୍ଲି ।
Surumani	... ସୁରୁମଣି ।
Sutangi	... ସୁତାଙ୍ଗି ।
Sutumsar	... ସୁତୁମ୍ସର ।
Takaradā	... ତାକରଡା ।
Tālapanka	... ତାଳପଙ୍କା ।
Tālasākar	... ତାଳସାକର ।
Tālasar	... ତାଳସର ।
Tambōri	... ତାମ୍ବୋରି ।
Tamanād	... ତାମନାଡ ।
Tangan	... ଟାଙ୍ଗଣ ।
Tārasingi	... ତାରସିଙ୍ଗି ।
Tentuliā	... ତେନ୍ତୁଲିଆ ।
Tentulipalli	... ତେନ୍ତୁଲିପଲ୍ଲି ।
Thengādharā	... ଠେଙ୍ଗାଧରା ।
Thōludi	... ଥୋଲୁଡି ।

Goomsūr Tālūk—*cont.* ଘୁମୁସର ତାଲୁକା—କ୍ରମଶଃ ।

Thōlundā ... ଥୋଲୁଣ୍ଡା ।
Thanāpalli ... ଠଣାପଲ୍ଲି ।
Tikarapadā ... ଟିକରପଡା ।
Tikarapadā ... ଟିକରପଡା ।
Tikarapalli ... ଟିକରପଲ୍ଲି ।
Tiliki ... ଟିଲକି ।
Tilasingi ... ତିଲସିଙ୍ଗି ।
Tanaradā ... ତନରଡ଼ା ।
Turumu ... ତୁରୁମୁ ।
Udhurā ... ଉଧୁରା ।
Udavapur ... ଉଦୟପୁର ।
Uludan ... ଉଲୁଦନ ।

Ichchhāpur Tālūk. ଇଚ୍ଛାପୁର ତାଲୁକ ।

CHIKITI ESTATE.

Aundi ... ଆଉଣ୍ଡି ।
Bādapur ... ବାଦପୁର ।
Bāghamāri (I) ... ବାଘମାରି ।
Ballipadar ... ବାଲ୍ଲିପଦର ।
Bhejibād alias Bhejeipadar. ଭେଜିବାଡ ଉରଫ ଭେଜିପଦର ।
Bhīmapur ... ଭୀମପୁର ।
Bhīmapuryāsan. ଭୀମପୁରଶାସନ ।
Bholāsingi ... ଭୋଲାସିଙ୍ଗି ।
Bhamakhai ... ଭମାଖୋଇ ।
Bhushāpadar ... ଭୁଷାପଦର ।
Beerarājapur ... ବୀରରାଜପୁର ।
Badabarang ... ବଡ଼ବରଙ୍ଗ ।
Badabarangayāsn. ବଡ଼ବରଙ୍ଗଶାସନ ।
Badagām ... ବଡଗାଁ ।
Badakhattādi ... ବଡଖଣ୍ଟାଡି ।
Bada Palank ... ବଡପଲଙ୍କ ।
Bairibād (I) ... ବଇରିବାଡ ।
Baliārsingipalli alias Lakshmīpur. ବଲିଆରସିଂପଲ୍ଲି ଓରଫ ଲକ୍ଷ୍ମୀପୁର ।
Banasalā (I) ... ବଣଶାଳା ।
Baribād ... ବରିବାଡ ।
Baradā ... ବରଡା ।
Barang ... ବରଙ୍ଗ ।
Bōtāpalli ... ବୋଟପଲ୍ଲି ।
Brahmannuāgām. ବ୍ରାହ୍ମଣନୂଆଗାଁ ।
Brahmannuāgām syāsan (I). ବ୍ରାହ୍ମଣନୂଆଗାଁଶାସନ ।
Brundāvanchandrapur. ବୃନ୍ଦାବନଚନ୍ଦ୍ରପୁର
Chandapur ... ଚନ୍ଦପୁର ।
Chīdipūdi ... ଚିଡିପୁଡି.
Chikitikamar ... ଚିକିଟି କମାର ।
Chikitigad ... ଚିକିଟିଗଡ ।
Chillādi ... ଚିଲାଡି ।
Chandibedha ... ଚଣ୍ଡିବେଢା ।
Chudiālanji ... ଚୁଡିଆଲଞ୍ଜି ।
Dālapalank ... ଡାଲପଲଙ୍କ ।
Dāmōdarapalli alias Ghadaigām. ଦାମୋଦରପଲ୍ଲି ଓରଫ ଘଡଇଗାଁ ।
Dānpur ... ଦାନପୁର ।
Desāri ... ଦେଶାରି ।
Deulomādeli (I) ... ଦେଉଳମାଦେଲି
Erandrā (I) ... ଏରଣ୍ଡ୍ରା ।
Girisōlā ... ଗିରିସୋଲା ।
Gōvindachandrapur alias Bāhinipatigām (I). ଗୋବିନ୍ଦଚନ୍ଦ୍ରପୁର ଓରଫ ବାହିନିପତିଗାଁ ।
Gōvindanagar ... ଗୋବିନ୍ଦନଗର ।
Gōimundi ... ଗୋଇମୁଣ୍ଡି ।
Gōpālpalli ... ଗୋପାଳପଲ୍ଲି ।
Gōpālsāgar ... ଗୋପାଳସାଗର ।
Gopināthapur ... ଗୋପିନାଥପୁର ।
Gudipadar ... ଗୁଡିପଦର ।
Guruseti ... ଗୁରୁସେଟି ।
Hinjiligām (I) ... ହିଞ୍ଜିଲିଗାଁ ।
Haridābādi ... ହରିଡାବାଡି ।
Hrridāpadar ... ହରିଡାପଦର ।

Ichchhāpur Tālūk—*cont.* / ଇଚ୍ଛାପୁର ତାଲୁକା—କ୍ରମଶଃ ।

Haripur ...	ହରିପୁର ।
Jānakīmanipur (I).	ଜାନକୀମଣିପୁର ।
Jennāpur (I) ...	ଜେନ୍ନାପୁର ।
Jhinkipadar ...	ଝିଙ୍କିପଦର ।
Jadupur ...	ଯଦୁପୁର ।
Jagamōhanpur.	ଜଗମୋହନପୁର ।
Jagannāthapur	ଜଗନ୍ନାଥପୁର ।
Jagannāthapur (I).	ଜଗନ୍ନାଥପୁର ।
Jayantipur ...	ଜୟନ୍ତିପୁର ।
Jayantipur syāsan (I).	ଜୟନ୍ତିପୁରଶାସନ ।
Kampanuāgām ...	କାମ୍ପନୁଆଗାଁ ।
Kāsīmāri syāsan alias Bagadahāli.	କାଶୀମାରି ଶାସନ ଓରଫ ବଗଡହାଲି ।
Kesaripadā ...	କେଶରିପଡା ।
Keut kaithā	କେଉଟକଇଠା ।
Khadanga Rājēndrapur.	ଖାଡଙ୍ଗା ରାଜେନ୍ଦ୍ରପୁର ।
Khajiriā (I) ...	ଖଜିରିଆ ।
Khambārigāu ...	ଖମ୍ବାରିଗାଁ ।
Khandadeuli ...	ଖଣ୍ଡଦେଉଳି ।
Kharadar (I) ...	ଖରଧାର ।
Kharakhariā ...	ଖରଖରିଆ ।
Khududi ...	ଖୁଡୁଡି ।
Kisōrchandrapur.	କିଶୋରଚନ୍ଦ୍ରପୁର
Kisōrchandrapursyāsan (I).	କିଶୋରଚନ୍ଦ୍ରପୁର ଶାସନ ।
Kahluā ...	କହ୍ଲୁଆ ।
Kalabād ...	କଳବାଡ ।
Kōlathiā ...	କୋଳଥିଆ ।
Kommākulamanipur (I).	କମ୍ମାକୁଲମଣିପୁର ।
Kandhamukundapur.	କନ୍ଧମୁକୁନ୍ଦପୁର ।
Karabaluā ...	କରବାଲୁଆ ।
Karākhali ...	କରାଖାଲି ।
Kōtilingi ...	କୋଟିଲିଙ୍ଗି

Krupāsindhupalli alias Dhepagām.	କୃପାସିନ୍ଧୁପଲ୍ଲି ଓରଫ ଢେପଗାଁ ।
Krushnanagar	କୃଷ୍ଣନଗର ।
Krushnapur ...	କୃଷ୍ଣପୁର ।
Kusābādi Gōpināthapur (I).	କୁଶାବାଢ଼ି ଗୋପିନାଥପୁର ।
Lālākammāgām (I).	ଲାଲାକମ୍ମାଗାଁ ।
Laubādi ...	ଲଉବାଡି ।
Limbakudiā ...	ଲିମ୍ବକୁଡିଆ ।
Liyākhai ...	ଲିୟାଖାଇ ।
Lōkanāthapur (I).	ଲୋକନାଥପୁର ।
Luduludā	ଲୁଡୁଲୁଡା ।
Mādhavabandh (I).	ମାଧବବନ୍ଧ ।
Māmundapur ...	ମାମୁନ୍ଦପୁର ।
Medinipur ...	ମେଦିନିପୁର ।
Madanpur ...	ମଦନପୁର ।
Madhusūddanpur (I).	ମଧୁସୂଦନପୁର ।
Maisānapur ...	ମୈଶାନପୁର ।
Mardamekh (Uninhabited).	ମର୍ଦ୍ଦମେଖ ।
Mardarājapur ...	ମର୍ଦ୍ଦରାଜପୁର ।
Muktāpur (I) ...	ମୁକ୍ତାପୁର ।
Mukundapur ...	ମୁକୁନ୍ଦପୁର ।
Mundakeri ...	ମୁଣ୍ଡକେରି ।
Nārāyanapur ...	ନାରାୟଣପୁର ।
Nakhamudiā (Uninhabited).	ନଖମୁଡିଆ ।
Nuābandh ...	ନୂଆବନ୍ଧ ।
Nuāgad ...	ନୂଆଗଡ ।
Alāpur ...	ଅଲାପୁର ।
Antarasingi ...	ଅନ୍ତରସିଙ୍ଗି ।
Pandiri (I) ...	ପାଣ୍ଡିରି ।
Pārasambā ...	ପାରସମ୍ବା ।
Pātrapur ...	ପାତ୍ରପୁର ।
Pendurākhali (I).	ପେଣ୍ଡୁରାଖାଲି ।
Pitātali	ପିଟାଟଳି ।

Ichchhāpur Taluk—*cont.* ଇଚ୍ଛାପୁର ତାଲୁକା—କ୍ରମଶଃ ।

Palli	... ପଲ୍ଲି ।	Sanivārpenth alias Chikitipenth.	ଶନିବାରପେଣ୍ଠ ଓରଫ ଚିକିଟିପେଣ୍ଠ ।
Palank	... ପଲଙ୍କ ।	Sappang (I)	.. ସପ୍ପଙ୍ଗ ।
Pamagām	... ପମଗାଁ ।	Saradāpur (I)	... ସରଧାପୁର ।
Pannād	... ପନ୍ନାଡ ।	Saradāpur	... ସରଧାପୁର ।
Pulasarā (I)	... ପୁଲସରା ।	Saurādevipentha	... ସଉରାଦେବିପେଣ୍ଠ ।
Rādhāmōhan	... ରାଧାମୋହନ ।	Srīrāmpur	... ଶ୍ରୀରାମପୁର ।
Rādhāmōhanpur.	ରାଧାମୋହନପୁର ।	Suvarnapur	... ସୁବର୍ଣ୍ଣପୁର ।
Rājamanipur (I).	ରାଜମଣିପୁର ।	Tentuliākulamanipur (I).	ତେନ୍ତୁଲିଆକୁଲମଣିପୁର ।
Rāmachandrapalli (I).	ରାମଚନ୍ଦ୍ରପଲ୍ଲି ।	Tinighariā (kandh).	ତିନିଘରିଆ ।
Rāmachandrapur (I).	ରାମଚନ୍ଦ୍ରପୁର ।	Tinighariā	... ତିନିଘରିଆ ।
Rāmapur (I)	... ରାମପୁର ।	Tittigām	... ତିତିଗାଁ ।
Rankudā	... ରାଙ୍କୁଡା ।	Talabaridābādi	... ତଲହରିଡାବାଡି ।
Rampā	... ରମ୍ପା ।	Tambāpur	... ତମ୍ବାପୁର ।
Ratnamanipur (I).	ରତ୍ନମଣିପୁର ।	Tūtipur	... ତୁଟିପୁର ।
Sāmantiāpalli Gopināthapur (I).	ସାମନ୍ତିଆପଲ୍ଲି ଗୋପିନାଥପୁର ।	Uparharidābādi.	ଉପରହରିଡାବାଡି

JARADA ESTATE.

Ambapur	... ଆମ୍ବପୁର ।	Gundrā	... ଗୁଣ୍ଡ୍ରା ।
Bādapur	... ବାଦପୁର ।	Jāmapadar	... ଜାମପଦର ।
Bhābanpur	... ଭବନପୁର ।	Jilundā	... ଜିଲୁଣ୍ଡା ।
Bhejipadar Bhairipur.	ଭେଜିପଦର ଭୈରିପୁର ।	Jagannāthpur	... ଜଗନ୍ନାଥପୁର ।
Bijaypur	... ବିଜୟପୁର ।	Jaradāgad	... ଜରଡାଗଡ ।
Beerasingipur	... ବୀରସିଙ୍ଗିପୁର ।	Khariā beilapadā (I).	ଖରିଆବେଲପଡା ।
Bainsigām	... ବଂସିଗାଁ ।	Khajiria	... ଖଜିରିଆ ।
Banamālipur	... ବନମାଳିପୁର ।	Khandadeuli	... ଖଣ୍ଡଦେଉଳି ।
Burupada	... ବୁରୁପଡା ।	Kaiphulia	... କଇଁଫୁଲିଆ ।
Chanchadakhol	... ଚଞ୍ଚଡାଖୋଲ ।	Kaithā (I)	... କଇଠା ।
Chadhaigām	... ଚଢ଼ଇଗାଁ ।	Kandhgōvindpur.	କନ୍ଧଗୋବିନ୍ଦପୁର ।
Dādiāmb	... ଦାଡିଆମ୍ବ ।		
Dāleswar	... ଡାଲେଶ୍ୱର ।	Krushnacharanpur (I).	କୃଷ୍ଣଚରଣପୁର ।
Dāmōdarpalli	... ଦାମୋଦରପଲ୍ଲି ।		
Dāubād	... ଦାଉବାଡ ।	Kutumbāri	... କୁଟୁମ୍ବାରି ।
Gōvindapur	... ଗୋବିନ୍ଦପୁର ।	Lakshmīpur	... ଲକ୍ଷ୍ମୀପୁର ।
Gudipadar (I)	... ଗୁଡିପଦର ।	Lankā	... ଲଙ୍କା ।

Ichchhapur Taluk—*cont.* ଇଚ୍ଛାପୁର ତାଲୁକା—କ୍ରମଶଃ ।

Mahādēvipur ... ମହାଦେବୀପୁର
Mānikyapur ... ମାଣିକ୍ୟପୁର ।
Madanpur ... ମଦନପୁର ।
Mahulapadā ... ମହୁଲପଡ଼ା ।
Nārāyanpur ... ନାରାୟଣପୁର ।
Nāranpur ... ନାରଣପୁର ।
Narasingapur ... ନରସିଂହପୁର ।
Abhayapur ... ଅଭୟପୁର ।
Amalābad ... ଅମଲାବାଦ ।
Pārvatipur ... ପାର୍ବତୀପୁର ।
Pitāmbarpur (I) ... ପୀତାମ୍ବରପୁର
Panchamb ... ପଞ୍ଚାମ୍ବ ।
Rājapur ... ରାଜପୁର ।
Raugām ... ରାଉଗାଁ ।
Raya ... ରାୟ ।
Santarapur ... ସାନ୍ତରାପୁର ।
Sārathicharanpur. ସାରଥିଚରଣପୁର ।
Sōmanathapur ... ସୋମନାଥପୁର ।
Santōshapur ... ସନ୍ତୋଷପୁର ।
Saura Bhejipadar. ସଉରା ଭେଜିପଦର
Subarnapur ... ସୁବର୍ଣ୍ଣପୁର ।
Sundarāpur ... ସୁନ୍ଦରାପୁର ।
Sunakhala (I) ... ସୁନାଖଳା ।
Sunāreddi ... ସୁନାରେଡ଼ି ।
Talapada ... ତାଲପଡ଼ା ।
Talapadar ... ତାଲପଦର ।
Talaharipur ... ତଳହରିପୁର ।

SURANGI ESTATE.

Ambagām ... ଅମ୍ବଗାଁ ।
Bāhuliyā ... ବାହୁଲିୟା ।
Bārimahulapada. ବାରିମହୁଲପଡ଼ା ।
Batadiāpadā ... ବାଟଡିଆଁପଡ଼ା ।
Bedāpatiyā ... ବେଡ଼ାପାଟିୟା ।
Belapadā ... ବେଲପଡ଼ା ।
Bengaisāi ... ବେଙ୍ଗଇଶାଇ ।
Bāghalati ... ବାଘଲଟି ।
Bhalluri ... ଭାଲୁରି ।
Bhallurikamar (Deserted). ଭାଲୁରିକମାର ।
Bhramarapur (Deserted). ଭ୍ରମରପୁର ।
Badagām (Surangi). ବଡ଼ଗାଁ
Badagām (Santarapur). ବଡ଼ଗାଁ ।
Badamahulapadā. ବଡ଼ମହୁଲପଡ଼ା ।
Bōripadar ... ବୋରିପଦର ।
Bata Haripur ... ବଟହରିପୁର ।
Budāgad ... ବୁଡ଼ାଗଡ଼ ।
Budighāti ... ବୁଢ଼ିଘାଟି
Burughāti ... ବୁରୁଘାଟି ।
Burupadā ... ବୁରୁପଡ଼ା ।
Chaitanyachandrapura sysan. ଚୈତନ୍ୟଚନ୍ଦ୍ରପୁର ଶାସନ ।
Chaitanyapur ... ଚୈତନ୍ୟପୁର ।
Chaitanyapur ... ଚୈତନ୍ୟପୁର ।
Chalanāpahad ... ଚଲଣାପାହାଡ଼ ।
Champābād ... ଚମ୍ପାବାଦ ।
Chhanamāri ... ଛଣମାରି ।
Chaudhuriapalli. ଚୌଧୁରିଆପଲ୍ଲି ।
Diāpada ... ଡିଆପଡ଼ା ।
Danguruguda ... ଡଙ୍ଗୁରୁଗୁଡ଼ା ।
Govindarajapur. ଗୋବିନ୍ଦରାଜପୁର ।
Gothagām .. ଗୋଠଗାଁ ।
Gudāri ... ଗୁଡ଼ାରି ।
Gudimari ... ଗୁଡ଼ିମାରି ।
Gurangi ... ଗୁରଙ୍ଗି ।
Haradamara ... ହରଡମରା ।
Harischandanpur. ହରିଶ୍ଚନ୍ଦନପୁର ।
Hukumā ... ହୁକୁମା ।
Jannigām ... ଜାନିଗାଁ ।
Jemāharipur ... ଜେମାହରିପୁର ।

Ichchhāpur Tālūk—*cont.* ଇଚ୍ଛାପୁର ତାଲୁକା—କ୍ରମଶଃ ।

Jhagadapalli ... ଝଗଡାପଲ୍ଲି ।
Jirang ... ଜିରାଙ୍ଗ ।
Jagadeipur (I) ... ଜଗଦେଇପୁର ।
Jagannāthapur ... ଜଗନ୍ନାଥପୁର ।
Janampur ... ଜନମ୍ପୁର ।
Jantarāgad ... ଜନ୍ତରାଗଡ ।
Jayasīma ... ଜୟସୀମା ।
Kampakumujhari. କମ୍ପାକୁମୁଝରି ।
Kendugummā ... କେନ୍ଦୁଗୁମ୍ମା ।
Kēsapur ... କେଶପୁର ।
Khariāgudā ... ଖାରିଆଗୁଡା ।
Khariānāl ... ଖାରିଆନାଳ ।
Khair ... ଖଇର ।
Khajiriā ... ଖଜିରିଆ ।
Khandialiigi ... ଖଣ୍ଡିଆଲିଙ୍ଗି ।
Kharinipadā .. ଖରିନିପଡା ।
Kōlihalā ... କୋଲିହଲା ।
Kaniridā ... କନିରିଡା ।
Kantakhali ... କଣ୍ଟାଖାଲି ।
Kantakumujhari. କଣ୍ଟାକୁମୁଝରି ।
Karadābādi ... କରଡାବାଡି ।
Karapadā ... କରପଡା ।
Krushnapur ... କୃଷ୍ଣପୁର ।
Limigām ... ଲିମିଗାଁ ।
Lōchanapur ... ଲୋଚନପୁର ।
Mādukhābād ... ମାଦୁଖାବାଡ ।
Mālāpalli ... ମାଳାପଲ୍ଲି ।
Māndiāgundā ... ମାଣ୍ଡିଆଗୁଣ୍ଡା ।
Matiāpalli ... ମାଟିଆପଲ୍ଲି ।
Mahālimb ... ମହାଲିମ୍ବ ।
Mahulabād ... ମହୁଲବାଡ ।
Mahulabād ... ମହୁଲବାଡା ।
Mahulapadā ... ମହୁଲପଡା ।
Malikaputtiyā ... ମଲିକପୁଟ୍ଟିୟା ।
Mandaradā ... ମନ୍ଦରଡା ।
Manjatidhia ... ମଞ୍ଜଟିଢିଆ ।
Mukundapur ... ମୁକୁନ୍ଦପୁର ।
Nīlādrichandrapur. ନୀଳାଦ୍ରିଚନ୍ଦ୍ରପୁର ।
Nandigām ... ନନ୍ଦିଗାଁ ।
Nandini ... ନନ୍ଦିନୀ ।
Nandinibād ... ନନ୍ଦିନିବାଡ ।
Nandarājpur ... ନନ୍ଦରାଜପୁର ।
Nuāgām ... ନୂଆଗାଁ ।
Nuāgad ... ନୂଆଗଡ ।
Nuāpenth ... ନୂଆପେଣ୍ଠ ।
Nuāpalāspur ... ନୂଆପଳାଶପୁର ।
Nuāsāi ... ନୂଆସାଇ ।
Abhayapur ... ଅଭୟପୁର ।
Alagummā ... ଅଲଗୁମ୍ମା ।
Amaralingi ... ଅମରଲିଙ୍ଗି ।
Amarasingi ... ଅମରସିଙ୍ଗି ।
Arisalpur ... ଅରିସଲପୁର ।
Pānipat ... ପାଣିପାଟ ।
Pharuāsingi ... ଫରୁଆସିଙ୍ଗି ।
Phularājpur ... ଫୁଲରାଜପୁର ।
Padādigi ... ପଦାଦିଗି ।
Padmapur ... ପଦ୍ମପୁର ।
Palāspur ... ପଳାଶପୁର ।
Pankāl ... ପଙ୍କାଳ ।
Patharāghāi ... ପଥରାଘାଇ ।
Pūndi ... ପୁଣ୍ଡି ।
Purunatentuliā ... ପୁରୁଣାତେନ୍ତୁଳିଆ ।
Raida (I) ... ରାଇଡା ।
Rājapur ... ରାଜପୁର ।
Rayapur .. ରାୟପୁର ।
Sāhityapur ... ସାହିତ୍ୟପୁର ।
Sanagām ... ସାନଗାଁ ।
Sāntarāpur ... ସାନ୍ତରାପୁର ।
Syāsan ... ଶାସନ ।
Sāsapur ... ସାସପୁର ।
Sholabhāgapenth. ଷୋଳଭାଗପେଣ୍ଠ ।
Sindhupanka ... ସିନ୍ଧୁପଙ୍କା ।
Saradāpur ... ସରଧାପୁର ।
Saurābhalluri ... ସଉରାଭଲ୍ଲୁରି ।
Saurāgudimāri ... ସଉରାଗୁଡିମାରି ।
Saurā Hukuma ... ସଉରାହୁକୁମା ।
Saurā Tālapadā ... ସଉରାତାଳପଡା ।

Ichchhapur Tāluk—*cont.* / ଇଚ୍ଛାପୁର ତାଲୁକା—କ୍ରମଶଃ ।

Srirāmapur	.. ଶ୍ରୀରାମପୁର ।
Sumandi	... ସୁମାଣ୍ଡି ।
Sundarāpur	... ସୁନ୍ଦରାପୁର ।
Sundaraoballabh-Jagaddēvipur (I).	ସୁନ୍ଦରବଲ୍ଲଭ ଜଗଦ୍ଦେବୀପୁର ।
Surangigad	... ସୁରଙ୍ଗିଗଡ ।
Tālapadā	... ତାଳପଡା ।
Tālasōmapur	... ତାଳସୋମପୁର ।
Tentuliā	... ତେନ୍ତୁଳିଆ ।
Thanāgām (I)	... ଠଣାଗାଁ ।
Tinighariā (Uninhabited).	ତିନିଘରିଆ ।
Tinighariā (I)	... ତିନିଘରିଆ ।
Tittigām	... ତିତିଗାଁ ।
Tambāpur	... ତମ୍ବାପୁର ।
Tandipur	... ତଣ୍ଡିପୁର ।
Tasārang	... ତସାରଙ୍ଗ ।
Turubudi	... ତୁରୁବୁଡି ।
Ullunā	... ଉଲ୍ଲୁନା ।
Unchāmund	... ଉଞ୍ଚାମୁଣ୍ଡ ।

Kodolā Tāluk. / କୋଦଲା ତାଲୁକା ।

Āchulā Phāsipadā (Z).	ଆଚୁଲା ଫାସିପଡା
Āgula (Z)	... ଆଗୁଲ ।
Aitipur (Z)	... ଅଇତିପୁର ।
Ambilāpalli (Z)	... ଅମ୍ବିଲାପଲ୍ଲି ।
Ambajharanuāpalli (Z).	ଅମ୍ବଝରନୂଆପଲ୍ଲି ।
Ambapuā (Z)	... ଆମ୍ବପୁଆ ।
Ambasikharapur (Z).	ଆମ୍ବଶିଖରପୁର ।
Ambathāpalli (I).	ଆମ୍ବଠାପଲ୍ଲି ।
Āthagad Pātanā (Z).	ଆଠଗଡପାଟଣା ।
Atikāpadi (with hamlets) (Z).	ଅଟିକାପୋତ ସେ ଥିରପଲ୍ଲି ମାନଙ୍କ ସହିତ ।
Bādarāpur (Z)	... ବାଦରାପୁର ।
Bādarkhaopur (I).	ବାଦଖାଓପୁର ।
Bādapalli (Z)	... ବାଦପଲ୍ଲି ।
Bāgalpur	... ବାଗଲପୁର ।
Bāhadāpalli (Z)	... ବାହାଡାପଲ୍ଲି ।
Bāhalāpalli (Z)	... ବାହାଳାପଲ୍ଲି ।
Bāhutipalli (Z)	... ବାହୁତିପଲ୍ଲି ।
Bāidipadā (Z)	... ବାଇଦିପଡା ।
Bakutugām (Z)	... ବାକୁଟୁଗାଁ ।
Bālichhāi (Z)	... ବାଲିଛାଇ ।
Bālighāi	... ବାଲିଘାଇ ।
Bālakrushnapur (Khallikōt) (I).	ବାଲକୃଷ୍ଣପୁର (ଖଲ୍ଲିକୋଟ) ।
Bālakrushnapur (Āthagad) (Z).	ବାଲକୃଷ୍ଣପୁର (ଆଠଗଡ) ।
Bālasingi (Z)	... ବାଲସିଙ୍ଗି ।
Bālyā (Z)	... ବାଲ୍ୟା ।
Balyāsar (Z)	... ବାଲ୍ୟସର ।
Baniā (Z)	... ବାଣିଆ ।
Baniābādi (Z)	... ବାଣିଆବାଡି ।
Bāriāhetā (Z)	... ବାରିଆହେତା ।
Bātasar (Z)	... ବାଟସର ।
Bāumsiā (Khallikot) (Z).	ବାଉଁସିଆ (ଖଲ୍ଲିକୋଟ) ।
Bāumsiā (Āthagad) (J).	ବାଉଁସିଆ (ଆଠଗଡ) ।
Bāuriuuāpalli (Z)	ବାଉରିନୂଆପଲ୍ଲି ।
Bedtanalinākshipur) (I)	ବେତନଳିନାକ୍ଷୀପୁର ।
Begunyadi (Z)	... ବେଗୁନ୍ୟାଡି ।
Beguniāpadā (Z).	ବେଗୁନିଆପଡା ।
Belagām (Z)	... ବେଲଗାଁ ।
Belapadā (Khallikot) (Z).	ବେଲପଡା (ଖଲ୍ଲିକୋଟ) ।
Belapadā (Āthagad) (Z).	ବେଲପଡା (ଆଠଗଡ) ।
Belapur (I)	ବେଲପୁର ।

Kodola Tālūk—*cont.* କୋଦଲା ତାଲୁକା—କ୍ରମଶଃ ।

Beluā (Z)	ବେଲୁଆ ।
Beruambādi (Pandripadā) (Z).	ବେରୁଆଁବାଡ଼ି (ପାଣ୍ଡ୍ରିପଡ଼ା) ।
Beruāmbadi (Kalimeghi) (I).	ବେରୁଆଁବାଡ଼ି (କାଲିମେଘି) ।
Bhābinipur (Z).	ଭାବିନୀପୁର ।
Bhabaradā (Z) ...	ଭବରଡ଼ା ।
Bhaigosaimukundapur (Z).	ଭାଇଗୋସାଇମୁକୁନ୍ଦପୁର ।
Bhakutidhiā (Z).	ଭାକୁଟିଢିଆ ।
Bhalukhai (Z) ...	ଭାଲୁଖାଇ ।
Bhalyājhar (Z).	ଭାଲ୍ୟଝର ।
Bhalyapadā (Z) ...	ଭାଲ୍ୟପଡ଼ା ।
Bhatakhali (Z) ...	ଭାଟଖାଲି ।
Bhātpadā (Khallikōt) (Z).	ଭାଟପଡ଼ା (ଖଲ୍ଲିକୋଟ) ।
Bhātpadā (Athagad) (Z).	ଭାଟପଡ଼ା (ଆଠଗଡ଼) ।
Bhejiputtu (Khallikot) (Z).	ଭେଜିପୁଟ୍ଟୁ (ଖଲ୍ଲିକୋଟ) ।
Bhejiputtu (Āthagad) (Z).	ଭେଜିପୁଟ୍ଟୁ (ଆଠଗଡ଼) ।
Bhetasingi (Z) ...	ଭେଟସିଙ୍ଗି ।
Bhikkāpadā (Z) ...	ଭିକ୍କାପଡ଼ା ।
Bhaduā (Z) ...	ଭଦୁଆ ।
Bharasā (Z) ...	ଭରସା ।
Bharasānuāpalli (Z).	ଭରସାନୂଆପଲ୍ଲି ।
Bijaybālunkēswarpur (Z).	ବିଜୟବାଲୁଙ୍କେଶ୍ୱରପୁର ।
Bikramapur (I).	ବିକ୍ରମପୁର ।
Bilāsapur (I) ...	ବିଲାସପୁର ।
Biliejhari (Z) ...	ବିଲେଇଝର ।
Bilipadā (Z) ...	ବିଲିପଡ଼ା ।
Binichahā (Z) ...	ବିଣିଛା ।
Biribatiā (Z) ...	ବିରିବାଟିଆ ।
Biripur (Dhunkapadā).	ବିରିପୁର (ଢୁଙ୍କାପଡ଼ା) ।
Biripur (Pandripada) (Z).	ବିରିପୁର (ପାଣ୍ଡ୍ରିପଡ଼ା) ।
Biripur (Khallikōt) (I).	ବିରିପୁର (ଖଲ୍ଲିକୋଟ) ।
Beerjagannathapur alias Pandasasna (Khallikōt) (I).	ବୀରଜଗନ୍ନାଥପୁର ଓରଫ ପଣ୍ଡାଶାସନ (ଖଲ୍ଲିକୋଟ) ।
Beerjagannathapur (Āthagad) (I)	ବୀରଜଗନ୍ନାଥପୁର (ଆଠଗଡ଼) ।
Beerkrushnasaranpur (I).	ବୀରକୃଷ୍ଣଶରଣପୁର ।
Beer Raghunathapur (I).	ବୀରରଘୁନାଥପୁର ।
Babal (Z)	ବବଲ ।
Badhinuapalli (Z).	ବଢିନୂଆପଲ୍ଲି ।
Bada Agul (Z).	ବଡ଼ ଆଗୁଲ ।
Badabaragām (Z).	ବଡ଼ବରଗାଁ ।
Bada Chadiāpadā (Z).	ବଡ଼ ଚଢିଆପଡ଼ା ।
Bada Ichchhāpur (Z).	ବଡ଼ ଇଚ୍ଛାପୁର ।
Bada Jhōlā (Z).	ବଡ଼ ଝୋଲା ।
Badakhetā alias Bijaykrushnapur (I).	ବଡ଼ଖେତା ଓରଫ ବିଜୟକୃଷ୍ଣଶରଣପୁର ।
Badakhairakhamma (Z).	ବଡ଼ଖଇରଖମ୍ମା ।
Badakhalandi (Z).	ବଡ଼ଖଲାଣ୍ଡି ।
Bada Mādhapur (Z).	ବଡ଼ ମାଧପୁର ।
Bada Mahiri (Z)...	ବଡ଼ ମହିରି ।
Bada Muktāmāla Jamādeipur (Z).	ବଡ଼ ମୁକ୍ତମାଳ-ଜେମାଦେଇପୁର ।

Kodolā Talūk—*cont.* କୋଦଳା ତାଲୁକା—କ୍ରମଶଃ ।

Bada Pankālabadi (Z).	ବଡ ପଙ୍କାଳବାଡି ।
Bada Rāmpalli (A)	ବଡ ରାମପଲ୍ଲି ।
Baghādi Madhusūdanpur (I)	ବଘାଡି ମଧୁସୂଦନପୁର ।
Boirāni (Z) ...	ବୋଇରାଣି ।
Boirānipatanā (Z).	ବୋଇରାଣିପାଟଣା ।
Baisimakhuntakōt (Z).	ବଇସିମଖୁଣ୍ଟକୋଟ
Baksipalli (Gudiāli).	ବକ୍ସିପଲ୍ଲି (ଗୁଡିଆଲି) ।
Baksipalli (Patanāpalli) (Z).	ବକ୍ସିପଲ୍ଲି (ପାଟଣାପଲ୍ଲି) ।
Baliāpalli (Z) ...	ବଲିଆପଲ୍ଲି ।
Bōlamāl Bhaliyāpadar (Z).	ବୋଲମାଲ ଭଲ୍ୟପଦର ।
Bolamāl Ghōdāpadā (Z).	ବୋଲମାଲଘୋଡାପଡା ।
Bōlasar (Z) ...	ବୋଲସର ।
Bandhakhuntakōt (Z).	ବନ୍ଧଖୁଣ୍ଟକୋଟ ।
Banabil (Z) ...	ବଣବିଲ ।
Bananai (Z) ...	ବଣନଇ ।
Banapalli (Z) ...	ବଣପଲ୍ଲି ।
Bana Rāmachandrapur (Z).	ବଣରାମଚନ୍ଦ୍ରପୁର ।
Bana Raghunāthapur (I)	ବଣ ରଘୁନାଥପୁର ।
Banthapalli (Z) ...	ବନ୍ଥପଲ୍ଲି ।
Boriāsāhi (Z) ...	ବୋରିଆସାହି ।
Baridā (Khallikōt) (Z).	ବରିଡା ।
Baridā (Athagad) (Z).	ବରିଡା ।
Bōrabarā (Z) ..	ବୋରବରା ।
Borahiban (Z).	ବୋରହିବଣ ।
Barapadar (Chatramutha) (Z).	ବରପଦର ।
Barapadar (Z) ...	ବରପଦର ।
Borasingi (Baridā) (Z).	ବୋରସିଙ୍ଗି ।
Borasingi (Muuiapadā) (Z).	ବୋରସିଙ୍ଗି ।
Bartini (I)	ବର୍ତ୍ତିନି ।
Baudiāpalli (Z).	ବଉଦିଆପଲ୍ଲି ।
Brajarājapur (Z).	ବ୍ରଜରାଜପୁର ।
Brundāvanchandrapur (Z).	ବୃନ୍ଦାବନଚନ୍ଦ୍ରପୁର ।
Brundāvanpur (Z).	ବୃନ୍ଦାବନପୁର ।
Budhamb (Z) ...	ବୁଢାମ୍ବ ।
Budheisuni (Z) ...	ବୁଢେଇସୁଣି ।
Burujhari (Z) ...	ବୁରୁଝରି ।
Burupadā (Z) ...	ବୁରୁପଡା ।
Chākundajholā (Z).	ଚାକୁଣ୍ଡାଝୋଲା ।
Chanchapita (Z) ...	ଚଞ୍ଚପିଟା ।
Chandapur (Z) ...	ଚାନ୍ଦପୁର ।
Chhatakhambagambhāriā (I).	ଛାଟଖମ୍ବଗମ୍ଭାରିଆ
Chelu (Z) ...	ଚେଲୁ ।
Chengā (Z) ...	ଚେଙ୍ଗା ।
Chichunapadā (Z).	ଚିଚୁନାପଡା ।
Chikili (Z) ...	ଚିକିଲି ।
Chingudighai (Z).	ଚିଙ୍ଗୁଡିଘାଇ ।
Chingudikhōl (Z).	ଚିଙ୍ଗୁଡିଖୋଲ ।
Chirikipada Sysan (Z).	ଚିରିକିପଡାଶାସନ
Chhachinā Jagannāthapur (I).	ଛଚିନା ଜଗନ୍ନାଥପୁର ।
Chadiāpadā Krushnadāsapur (I).	ଚଢିଆପଡାକୃଷ୍ଣଦାସପୁର ।

Kodolā Tālūk—*cont.* ଚୋଦଳା ତାଲୁକା—କ୍ରମଶଃ ।

Chakāipalli (Z)	ଚକାଇପଲ୍ଲି ।
Champākyāri (Z).	ଚମ୍ପାକ୍ୟାରି ।
Chandipeeth aliās Chandanpur (I).	ଚଣ୍ଡୀପଠ ଓରଫ ଚନ୍ଦନପୁର
Chandi Rāmachandrapur (I).	ଚଣ୍ଡୀରାମଚନ୍ଦ୍ରପୁର।
Chandanpur (Z).	ଚନ୍ଦନପୁର ।
Chandapalli (Z)	ଚଣ୍ଡପଲ୍ଲି ।
Chandramādoipur (I).	ଚନ୍ଦ୍ରମାଦେଇପୁର।
Chhatrapur (Angāragām) (Z).	ଛତ୍ରପୁର ।
Chhatrapur (Bikramapur) (Z).	ଛତ୍ରପୁର ।
Chhunchipadā (Z).	ଛୁଞ୍ଚିପଡା ।
Dānapur (Z)	ଦାନପୁର ।
Degām (Z)	ଦେଗାଁ ।
Dengāpadar (Khallikōt) (Z).	ଡେଙ୍ଗାପଦର ।
Dengāpadar (Hindala) (I).	ଡେଙ୍ଗାପଦର ।
Dengāpadar (Mathura) (Z).	ଡେଙ୍ଗାପଦର ।
Deuliāpadā (Z)	ଦେଉଳଆପଡା ।
Deulapedi (Z)	ଦେଉଳପେଡ଼ି ।
Deulapalli (Z)	ଦେଉଳପଲ୍ଲି ।
Dhamanakhōl (I).	ଢାମଣାଖୋଲ ।
Dhimiriā (Khallikōt) (Z).	ଢିମିରିଆ ।
Dhimiriā (Athagad) (Z).	ଢିମିରିଆ ।
Dhimiribādi (Z)	ଢିମିରିବାଡ଼ି ।
Dhōbāpalli (I)	ଧୋବାପଲ୍ଲି ।
Dhokabali (Z)	ଧକାବାଲି ।
Dhanunjayapur (I).	ଧନଞ୍ଜୟପୁର ।
Dhaumāl (Khallikōt) (Z)	ଢଉମାଳ ।

Dhaumal (Āthagad) (Z).	ଢଉମାଳ ।
Dheyākanā (Z)	ଧେୟାକଣା ।
Dhunkāpadā (Z).	ଢୁଙ୍କାପଡା ।
Digāpadā (I)	ଦିଗାପଡା ।
Dalibāti (Z)	ଦଲିବାଟି ।
Damar (Z)	ଡମର ।
Donguri (Z)	ଡୋଙ୍ଗୁରି ।
Dwānapalli (Z)	ଦ୍ୱାନପଲ୍ଲି ।
Dwārasuni (Z)	ଦ୍ୱାରସୁଣି ।
Dwitīyanuāpalli (Z).	ଦ୍ୱିତୀୟନୁଆପଲ୍ଲି ।
Ekādasi (I)	ଏକାଦଶି ।
Ekatāl Beerabālunkeswarpur (Z).	ଏକତାଳବୀରବାଲୁଙ୍କେଶ୍ୱରପୁର ।
Gauganāpur (Z).	ଗାଙ୍ଗନାପୁର ।
Genjarāpalli (Z)	ଗେଞ୍ଜରାପଲ୍ଲି ।
Ghōdāpadā (Z)	ଘୋଡାପଡା ।
Ghōdapalānakaranjarā (Z).	ଘୋଡା ପଲାଣକରଞ୍ଜରା ।
Ghōsarāghāi (I)	ଘୋଷରାଘାଇ ।
Gilundā (Z)	ଗିଲୁଣ୍ଡା ।
Gochhābādi (Z).	ଗୋଛବାଡ଼ି ।
Gōkulapalli (Z)	ଗୋକୁଳପଲ୍ଲି ।
Gōlāmundalā (Z).	ଗୋଲାମୁଣ୍ଡଳା ।
Gangāpur (Z)	ଗଙ୍ଗାପୁର ।
Gōpālpur (Guruntbi) (Z).	ଗୋପାଳପୁର ।
Gōpālpur (Tālasar) (Z).	ଗୋପାଳପୁର ।
Gōpiāpalli (Z)	ଗୋପିଆପଲ୍ଲି ।
Gōpakudā (Z)	ଗୋପକୁଦା ।
Gōpapur (Athagad) (Z).	ଗୋପପୁର ।
Gōpapur (Khallikōt) (Z).	ଗୋପପୁର ।
Gareijholi (Z)	ଗରେଇଝୋଲି ।
Gōradā (Z)	ଗୋରଡା ।

Kodolā Tālūk—*cont.* କୋଦଳା ତାଲୁକା—କ୍ରମଶଃ ।

Gaudanuāgām (Z). ଗଉଡନୂଆଗାଁ ।
Gaurādeipur (I) ... ଗଉରାଦେଇପୁର ।
Gōvindapur (Z) ... ଗୋବିନ୍ଦପୁର ।
Gudiāli (Z) ... ଗୁଡିଆଲି ।
Gudiāpalli (Z) ... ଗୁଡିଆପଲ୍ଲି ।
Gudijhar (I) ... ଗୁଡିଝର ।
Guhāripat (Z) ... ଗୁହାରିପାଟ ।
Gundribādi (Z) ... ଗୁଣ୍ଡ୍ରିବାଡି ।
Gunjabalā (Z) ... ଗୁଞ୍ଜବଲା ।
Gunthapadā (Z) ... ଗୁଣ୍ଠପଡା ।
Gurānda (Z) ... ଗୁରାଣ୍ଡ ।
Gurāpalli (I) ... ଗୁରାପଲ୍ଲି ।
Guruntbi (I) ... ଗୁରୁଣ୍ଠି ।
Hatiota (Z) ... ହାତିଓଟ ।
Hatipādapalli (Z). ହାତିପାଦପଲ୍ଲି ।
Hindala (Z) ... ହିଣ୍ଡଲା ।
Hirāpalli (Z) ... ହିରାପଲ୍ଲି ।
Hajapet (Z) ... ହଜପେଟ ।
Hamsarāli (Z) ... ହଂସରାଲି ।
Hamsatuli (Z) ... ହଂସତୁଲି ।
Hanumanta Tangiri (Z). ହନୁମନ୍ତ ଟାଙ୍ଗିରି ।
Haridāmuli (Z) ... ହରିଡାମୁଲି ।
Haripura (Pankālamuthā) (Z). ହରିପୁର ।
Haripur (Chatrmuthā) (Z). ହରିପୁର ।
Jāgilipadar (I) ... ଜାଗିଲିପଦର ।
Jāpatā (Z) ... ଜାପଟା ।
Jemādeipur (Khallikōta) (I). ଜେମାଦେଇପୁର ।
Jemādeipur (Athagad) (I). ଜେମାଦେଇପୁର ।
Jennāpur (I) ... ଜେନ୍ନାପୁର ।
Jhādabāi (Z) ... ଝାଡବାଇ ।
Jhādabandh (Z) ... ଝାଡବନ୍ଧ ।
Jhitikābādi (Z) ... ଝିଟିକାବାଡି ।
Jharapalli (Z) ... ଝରପଲ୍ଲି ।
Jikiri (Z) ... ଝିକିରି ।
Jilundā (Z) ... ଜିଲୁଣ୍ଡା ।
Jagāpalli (Pandripada) (Z). ଜଗାପଲ୍ଲି ।
Jagāpalli (Bhabaradā) (Z). ଜଗାପଲ୍ଲି ।
Jōgi Agul (Z) ... ଯୋଗିଆଗୁଳ ।
Jagannāthapur alias Jagannāthapur Pātona (Z). ଜଗନ୍ନାଥପୁର ଓରଫ ଜଗନ୍ନାଥପୁର ପାଟଣା ।
Jagati (Z) ... ଜଗତି ।
Jakkar (Z) ... ଜକ୍କର ।
Jōkabandh (Z) ... ଜୋକବନ୍ଧ ।
Jōkalendi (Z) ... ଜୋକଲେଣ୍ଡି ।
Jaradā (Z) ... ଜରଡା ।
Kakudiāpalli (Z). କାକୁଡିଆପଲ୍ଲି ।
Kālimēghi (Z) ... କାଳିମେଘି ।
Kalamulumarad rājapur (I) କାଲମୁଲୁମରଦ ରାଜପୁର ।
Kancharāpalli (Z). କାଞ୍ଚରାପଲ୍ଲି ।
Kandosar (Z) ... କାଣ୍ଡସର ।
Kanjyāma (Z) ... କାଞ୍ଜ୍ୟାମା ।
Kanasunā (Z) ... କାନସୁନା ।
Kathagad (Z) ... କାଠଗଡା ।
Kendubadi (Khallikōt) (Z). କେନ୍ଦୁବାଡି ।
Kenchuāpada (Z). କେଞ୍ଚୁଆପଡା ।
Kendubadi (Sodaka) (Z). କେନ୍ଦୁବାଡି ।
Kendubādi (Pandripadā) (Z). କେନ୍ଦୁବାଡି ।
Kendupāt (Z) ... କେନ୍ଦୁପାଟ ।
Kesapur (Z) ... କେଶପୁର ।
Kēsaripur (Z) ... କେସରିପୁର ।
Khandipadā (Z) ... ଖାଣ୍ଡିପଡା ।
Khandipadā nuāpalli (Z). ଖାଣ୍ଡିପଡାନୂଆପଲ୍ଲି ।
Khāriāmukundpur (I). ଖାରିଆମୁକୁନ୍ଦପୁର ।

Kodola Taluk—*cont.* ଖୋଦଲା ତାଲୁକା—କ୍ରମଶଃ ।

Kharinipadā (Z)	ଖାରିଣିପଡା ।
Khāripalli (Z)	ଖାରିପଲ୍ଲି ।
Khāsuā (Z)	ଖାସୁଆ ।
Khidingi (Z)	ଖିଡିଙ୍ଗି ।
Khaikhat (Z)	ଖାଇଖଟ ।
Khairachata (Z)	ଖାଇରଚଟି ।
Khairapalli (I) ...	ଖଇରପଲ୍ଲି ।
Khōjapalli (Khallikōt) (Z).	ଖୋଜାପଲ୍ଲି ।
Khōjapalli (Āthagad) (Z).	ଖୋଜାପଲ୍ଲି ।
Khajiriabanjar (Z).	ଖଜିରିଆବଞ୍ଜର ।
Khalādi (Z)	ଖଳାଡି ।
Khallikōt (Z) ...	ଖଲ୍ଲିକୋଟ ।
Khamār (Z) ...	ଖମାର ।
Khandianai (Z) ...	ଖଣ୍ଡିଆନଇ ।
Khanduru (Z) ..	ଖଣ୍ଡୁରୁ ।
Khaparāganda (Z).	ଖପରାଗଣ୍ଡା ।
Kharidā (Z) ...	ଖରିଡା ।
Kharidā Pātana (Z).	ଖରିଡାପାଟଣା ।
Khumulā (Z) ...	ଖୁମୁଲା ।
Khurā (Z) ...	ଖୁରା ।
Khurigām (Z) ...	ଖୁରିଗାଁ ।
Kodalā (Z) ...	ଖୋଦଲା ।
Kadalibasant (Z).	କଦଳିବସନ୍ତ ।
Kadambadhi (Z) ...	କଦମ୍ବଢି ।
Kahnaipur (Z) ...	କହ୍ନାଇପୁର ।
Kaitirā (Z) ...	କଇତିରା ।
Kaithodā (Z) ...	କଇଠଡା ।
Kairāsi (Z) ...	କଇରାସି ।
Kalāmatiā (Z) ...	କଲାମାଟିଆ ।
Kōliā (Z) ...	କୋଲିଆ ।
Kalamb (Z) ...	କଲମ୍ବ ।
Kamārasingi ((Pakāramuthā) (I).	କମାରସିଙ୍ଗି ।
Kamārasingi (Chhatramuthā) (I).	କମାରସିଙ୍ଗି ।
Kammānalinākshipur (I).	କମ୍ମାନଳିନାକ୍ଷୀପୁର
Kammā Rāmachandrapur (I)	କମ୍ମାରାମଚନ୍ଦ୍ରପୁର ।
Kamalādeipur (Z).	କମଳାଦେଇପୁର ।
Kamalāpadar (Z).	କମଳାପଦର ।
Kōmand (Z)	କୋମଣ୍ଡ ।
Kanchana (Z) ...	କଞ୍ଚଣା ।
Kandhkharidā (Z).	କନ୍ଧଖରିଡା ।
Kandh Ranipadā (Z).	କନ୍ଧରାଣିପଡା ।
Kandh Tōtāpadā (Z).	କନ୍ଧତୋଟାପଡା ।
Kandigām (Z) ...	କନ୍ଦିଗାଁ ।
Kaniāpalli (Z) ..	କଣିଆପଲ୍ଲି ।
Kaniari (Z)	କନିଆରି ।
Kankai (Z) ...	କଙ୍କାଇ ।
Kankaradā (I) ...	କଙ୍କରଡା ।
Kanachhāi (Z) ...	କଣଛାଇ ।
Kanakā (Z) ...	କନକା ।
Kantāpadā (Z) ...	କଣ୍ଟାପଡା ।
Kanyāribādi (Z) ...	କନ୍ୟାରିବାଡି ।
Karapadar (Z) ...	କରାପଦର ।
Kāratali (Z) ...	କରାତଳି ।
Karadābādi (Z) ...	କରଡାବାଡି ।
Karandapalli (Z).	କରନ୍ଦପଲ୍ଲି ।
Karanji (Z)	କରଞ୍ଜି ।
Karanjar (Z) ..	କରଞ୍ଜର ।
Kasipadā (Z) ...	କସିପଡା ।
Krushnapur (Z).	କୃଷ୍ଣପୁର ।
Krushnasar (Z) ..	କୃଷ୍ଣସର ।
Kuānand (Z) ..	କୁଆନନ୍ଦ ।
Kumarapari (Z) ...	କୁମାରପାରି ।
Kumbhāragām (Z).	କୁମ୍ଭାରଗାଁ ।
Kumbīrakhani (Z).	କୁମ୍ଭୀରଖଣି ।

Kodola Tāluk—*cont.* — କୋଦଳା ତାଲୁକା—କ୍ରମଶଃ ।

Kumbhidhep (Z).	କୁମ୍ଭିଢେପ ।
Kusadhep (Z) ...	କୁଶଢେପ ।
Kusapalli (Baridā) **(Z).**	କୁଶପଲ୍ଲି ।
Kusapalli (Paudripadā) **(Z).**	କୁଶପଲ୍ଲି ।
Kutubādi (Z) ..	କୁଟୁବାଡ଼ି ।
Lenkidipalli (Z)...	ଲେଙ୍କିଡ଼ିପଲ୍ଲି ।
Lachchbāpadā (Z).	ଲେଙ୍ଗାପଡ଼ା ।
Lachhipur (Khallikōt) (Z).	ଲଛିପୁର ।
Lachhipur (Khajapalli) (Z).	ଲଛିପୁର ।
Lachhipur (Kanachhai) (Z).	ଲଛିପୁର ।
Lakshminārāyanpur (Z).	ଲକ୍ଷ୍ମୀନାରାୟଣପୁର
Lakshmanpalli (Z).	ଲକ୍ଷ୍ମଣପଲ୍ଲି ।
Lakshmanpur (Z).	ଲକ୍ଷ୍ମଣପୁର ।
Langaleswar (Z).	ଲଙ୍ଗଳେଶ୍ୱର ।
Langalghāi (Z) ...	ଲଙ୍ଗଳଘାଇ ।
Lathuli Ragunāthpur (Z).	ଲଠୁଲିରଘୁନାଥପୁର ।
Luhākōt (Z) ...	ଲୁହାକୋଟ ।
Mādhapur (Bāragāmmutha) **(Z).**	ମାଧପୁର ।
Mādhapur (Chatramutha) **(Z).**	ମାଧପୁର ।
Māgurānichancharā (Z).	ମାଗୁରାଣିଚଞ୍ଚରା ।
Magurāpunja (Z).	ମାଗୁରାପୁଞ୍ଜା ।
Maliāpalli (Z) ...	ମାଳିଆପଲ୍ଲି ।
Mālabelapadā (Z).	ମାଳବେଳପଡ଼ା ।
Mālauuāgad (Z).	ମାଳୁଆଗଡ଼ ।
Mālatibādi (Z) ...	ମାଳତିବାଡ଼ି ।

Mānapalli alias **Nūtan Pātrapur (Z).**	ମାନାପଲ୍ଲି ଓରଫ ନୂତନପାତ୍ରପୁର।
Mānikyapur (Z).	ମାଣିକ୍ୟପୁର ।
Mankadama (Z).	ମାଙ୍କଡ଼ମା ।
Maridi (Z)	ମାରିଡ଼ି ।
Maridipalli (Z) ...	ମାରିଡ଼ିପଲ୍ଲି ।
Marandā (Z)	ମାରନ୍ଦା ।
Medinipur (Z) ...	ମେଦିନିପୁର ।
Medipur (Z) ...	ମେଦିପୁର।
Mendhāpalli (Z)...	ମେଣ୍ଢାପଲ୍ଲି ।
Mentapur (Z) ...	ମେଣ୍ଟପୁର ।
Merubandha (Z)...	ମେରୁବନ୍ଧ ।
Mirigilendi (Z) ...	ମିରିଗିଲେଣ୍ଡି ।
Madhupolli (Z) ...	ମଧୁପଲ୍ଲି ।
Madhurajholi (Z).	ମଧୁରଝୋଲି ।
Madarangapalli (Z).	ମଧରଙ୍ଗାପଲ୍ଲି ।
Mahachhai (Z) ...	ମହାଛଇ ।
Maheswarapur (Z)	ମହେଶ୍ୱରପୁର ।
Mahirikanā (Z) ..	ମହିରିକଣା ।
Mahulabanjar (Z).	ମହୁଲବଞ୍ଜର ।
Mandāra (Z) ...	ମନ୍ଦାର ।
Mangalpur (Z) ...	ମଙ୍ଗଳପୁର ।
Manasilā (Z) ...	ମନସିଲା ।
Mardakōt (Z) ...	ମର୍ଦ୍ଦକୋଟ ।
Mardamēkh (Z).	ମର୍ଦ୍ଦମେଖ ।
Math Barampur (I).	ମଠବରମ୍ପୁର ।
Math Jagannāthapur (Z).	ମଠଜଗନ୍ନାଥପୁର।
Mathsarasingi (I).	ମଠସରସିଙ୍ଗି ।
Matha Tentulia (Z).	ମଠତେନ୍ତୁଳିଆ ।
Mathurā (Khallikōt) (Z).	ମଥୁରା ।
Mathurā (Āthagad) (Z).	ମଥୁରା ।

Kodola Tālūk—*cont.* କୋଦଲା ତାଲୁକା—କ୍ରମଶ ।

Mathurā Pātanā (Z).	ମଥୁରାପାଟଣା ।
Muktādeipur (Z).	ମୁକ୍ତାଦେଇପୁର ।
Muktāmāla champatipur (Z).	ମୁକ୍ତାମାଲାଚମ୍ପତିପୁର ।
Muktapanti Ban-Jar (Z).	ମୁକ୍ତାପନ୍ତି ବଞ୍ଜର ।
Mukundapura (Z).	ମୁକୁନ୍ଦପୁର ।
Mundula (Z) ...	ମୁଣ୍ଡୁଲା ।
Nādiamb (Z) ...	ନାଢିଅମ୍ବ ।
Nāikānipalli (Z) ..	ନାଇକାଣିପଲ୍ଲି ।
Nakuachhochina (Z).	ନାକୁଅଛଚିନା ।
Nārāyanpur (Z).	ନାରାୟଣପୁର ।
Natunibadi (Z) ...	ନାତୁଣିବାଢ଼ି ।
Neuli Srinibāsapura (I).	ନେଉଲି ଶ୍ରୀନିବାସପୁର ।
Nijōga Tōtāpadar (Z).	ନିଯୋଗ ତୋଟାପଦର ।
Nikaradā (Z) ...	ନିକରଡ଼ା ।
Nimina (Khallikōt) (Z).	ନିମିନା ।
Nimina (Āthagad) (Z).	ନିମିନା।
Niminasi (Z) ...	ନିମିନାସି ।
Nimundiā (I) ...	ନମୁଣ୍ଡିଆ ।
Nirāsapalli (Z) ...	ନିରାସପଲ୍ଲି ।
Nityānandapur (Z).	ନିତ୍ୟାନନ୍ଦପୁର ।
Nagardhipatanā (Z).	ନଗରଦିପାଟଣା ।
Nalinākshipur (I).	ନଳୀନାକ୍ଷିପୁର ।
Nandiagad (Z) ...	ନନ୍ଦିଅଗଡ଼ ।
Nandapur (Z) ...	ନନ୍ଦପୁର ।
Narasingapalli (Z).	ନରସିଂଗପଲ୍ଲି ।
Nuāgad (Z) ...	ନୂଆଗଡ଼ ।
Nuāpalli or Mallikēswar (Z).	ନୂଆପଲ୍ଲି ଓରଫ ମଲ୍ଲିକେଶ୍ୱର ।
Nuāpalli (Bāumsiā) (Z).	ନୂଆପଲ୍ଲି ।
Nuāpalli (Pandri pada).	ନୂଆପଲ୍ଲି ।
Nuāpalli (Barapadar) (I)	ନୂଆପଲ୍ଲି ।
Nuniāpadā (Z) ...	ନୁଣିଆପଡ଼ା ।
Nunighāti Gōpināthapur (I) ...	ନୁଣିଘାଟିଗୋପିନାଥପୁର ।
Nūtan Atikāpodi (Z).	ନୂତନଅଟିକାପୋଡି ।
Nūtan Barampur (Z).	ନୂତନବରମ୍ପୁର ।
Nūtan Ratnaipalli (Z).	ନୂତନରତ୍ନଇପଲ୍ଲି ।
Odiā Alapur (Z).	ଓଡିଆ ଅଲପୁର ।
Odanai (Z) ...	ଓଡନଇ ।
Alārigām (Z) ...	ଅଲାରିଗାଁ ।
Angāragām (Z) ...	ଅଙ୍ଗାରଗାଁ ।
Arjunapalli (Z) ...	ଅର୍ଜୁନପଲ୍ଲି ।
Arkhapur (Z) ...	ଅର୍ଖପୁର ।
Osingi (Z) ...	ଓସିଙ୍ଗି ।
Asinapur (Z) ...	ଅସିଣପୁର ।
Oujholā (Z) ...	ଓଉଝୋଲା ।
Pāikajimunā ...	ପାଇକଜିମୁନା ।
Pāikapadā (Z) ...	ପାଇକପଡ଼ା ।
Pāladhuāpalli (Khajapalli) (Z).	ପାଲଧୁଆପଲ୍ଲି ।
Pāladhuāpalli (Bahadāpalli (I).	ପାଲଧୁଆପଲ୍ଲି ।
Pundripadā (Z) ...	ପଣ୍ଡ୍ରିପଡ଼ା ।
Pāniri (Z) ...	ପାନିର ।
Pānannāgām (Z)...	ପାନନ୍ନାଗାଁ ।
Parinuāgām (Z)...	ପାରିନୂଆଗାଁ ।
Pātālasingi (Z) ...	ପାତାଳସିଙ୍ଗି ।
Pātigad (Z) ...	ପାଟିଗଡ଼ ।

Kodola Tālūk—*cont.* କୋଦଲ ତାଲୁକା—କ୍ରମଶଃ ।

Pātanākabneipur-(Z) ପାଟଣାକବ୍ନେଇପୁର ।

Pātanāpalli (I) ... ପାଟଣାପଲ୍ଲି ।

Phalabā (Z) ... ଫାଲ୍‌ବା ।

Pharkpalli (I) ... ଫାର୍କପଲ୍ଲି ।

Phāsi (Z) ... ଫାସି ।

Phāsudi (Z) ... ଫାସୁଡି ।

Phasulā (Z) ... ଫସୁଲା ।

Pibāniā (Z) ... ପିହାଣିଆ ।

Pitāgadiā (Z) ... ପିଢାଗାଡିଆ ।

Pitbāpur (Z) ... ପିଠାପୁର ।

Pitanāpalli (Z) ... ପିଟଣାପଲ୍ଲି ।

Pōdapadā (Z) ... ପୋଡ଼ପଡା ।

Padmapur Nua-gām (Z). ପଦ୍ମପୁରନୂଆଗାଁ ।

Padaranulinākshi pur (I). ପଦରନଲୀନାକ୍ଷୀପୁର ।

Palāsapalli (Z) ... ପଳାସପଲ୍ଲି ।

Pōlasarā (Z) ... ପୋଲସରା ।

Panditagām (Z) ... ପଣ୍ଡିତଗାଁ ।

Panasadhi (Z) ... ପଣସଢ଼ି ।

Pantiāmā (Z) ... ପନ୍ତିଆମା ।

Patharā (Khalli-kōt) (Z). ପଥରା ।

Patharā (Āthagad) (Z). ପଥରା ।

Patharāpalli (Z) ... ପଥରାପଲ୍ଲି ।

Pōtibila (Z) ... ପୋଟିବିଲ ।

Pōtilingi (Z) ... ପୋଢିଲିଙ୍ଗି ।

Prānadeipur (I) ... ପ୍ରାଣଦେଇପୁର ।

Pratāp Bīrabā-lunkēswarapur (Z) ପ୍ରତାପବୀରବାଲୁଙ୍କେଶ୍ୱରପୁର ।

Purunabedh (Z) ... ପୁରୁଣାବେଢ ।

Pustupur (Z) ... ପୁସ୍ତୁପୁର ।

Rāgapur (Z) ... ରାଗପୁର ।

Rāhadā (Z) ... ରାହାଡା ।

Rāijholā (Z) ... ରାଇଝୋଲା ।

Raipadā (Panka-lamuthā) (Z). ରାଇପଡା ।

Rāipadā (Chatra-muthā) (Z). ରାଇପଡା ।

Raipadā (Athagad) (Z). ରାଇପଡା ।

Rājapur (Z) ... ରାଜପୁର ।

Rāmopalli (Z) ... ରାମପଲ୍ଲି ।

Rāmasā Nārāyan pur (Z). ରାମସା ନାରାୟଣପୁର ।

Rampudi (Pandri-padā (Z) ରାମ୍ପୁଡି ।

Rampudi (Syalia) (Z). ରାମ୍ପୁଡି ।

Randi (Z) ... ରଣ୍ଡି ।

Rāuigām (Z) ... ରାଣିଗାଁ ।

Rānipadā (Khal-likōt) (Z) ରାଣିପଡା ।

Rānipadā (Ātha-gad). ରାଣିପଡା ।

Risipur (I) ... ଋଷିପୁର ।

Raghunāthapalli (Khallikōt) (Z). ରଘୁନାଥପଲ୍ଲି ।

Raghunāthapalli (Sarasingi) (Z). ରଘୁନାଥପଲ୍ଲି ।

Raghunāthapalli (Āthagad) (Z). ରଘୁନାଥପଲ୍ଲି ।

Raghunāthapur (Z) ରଘୁନାଥପୁର ।

Rangamatiāsyāsan (I). ରଙ୍ଗମାଟିଆଶାସନ।

Rangatipalli (Z) ... ରଙ୍ଗଟିପଲ୍ଲି ।

Rukkākanā (Z) ... ରୁକ୍କାକଣା ।

Rumāgad (Z) ... ରୁମାଗଡ ।

Sabiliā (Z) ... ସାବଲିଆ ।

Sākiri (Z) ... ସାକିରି ।

Sālaban (Khalli kōt) (I). ଶାଲବନ ।

Sālaban (Ātha-gad) (I). ଶାଲବନ ।

Kodola Tālūk—*cont.* / କୋଦଳା ତାଲୁକା—କ୍ରମଶଃ ।

Sāna Boragām (Z).	ସାନବରଗାଁ ।
Sāna Chadiāpadā (Z).	ସାନଚଢ଼ିଆପଡ଼ା ।
Sāna Ichchhāpur (Z)	ସାନଇଚ୍ଛାପୁର ।
Sān Khairakhammā (Z).	ସାନଖଇରଖମ୍ଭା ।
Sāna Khalāndi (Z).	ସାନଖଲଣ୍ଡି ।
Sāna Mādhapur (Z).	ସାନମାଧପୁର ।
Sāna Muktāmāla Jemādeipur (Z).	ସାନମୁକ୍ତାମାଳା ଜେମାଦେଇପୁର
Sānapankālabādi (Z).	ସାନପଙ୍କାଲବାଡ଼ି ।
Sāna Ustāpadā (Z).	ସାନଉସ୍ତାପଡ଼ା ।
Sāntabandh (Z).	ସାନ୍ତବନ୍ଧ ।
Sāntarāpalli (Z) ...	ସାନ୍ତରାପଲ୍ଲି ।
Sāntarāpur (Phasi) (I).	ସାନ୍ତରାପୁର ।
Sāntarāpur (Gudiāli) (Z).	ସାନ୍ତରାପୁର ।
Sāntarā Ratnapalli (Z).	ସାନ୍ତରାରତ୍ନପଲ୍ଲି ।
Sāradāpur (Khallikōt (Z).	ଶାରଦାପୁର ।
Sāradāpur (Athagad) (Z).	ଶାରଦାପୁର ।
Satakutuni (Z) ...	ସାତକୁଟୁଣି ।
Satanal (I) ...	ସାତନଳ ।
Sēvatideipur (Z).	ସେବତିଦେଇପୁର ।
Shandhamarā (Z).	ଷଣ୍ଢମରା ।
Shandhamul (Z).	ଷଣ୍ଢମୁଲୁ ।
Sidhāpalli (Z) ...	ସିଦ୍ଧାପଲ୍ଲି ।
Sidhipur (I) ...	ସିଦ୍ଧିପୁର ।
Sidupalli (Z) ...	ସିନ୍ଦୁପଲ୍ଲି ।
Sikulā (Z) ...	ସିକୁଲା ।
Singipur (Z) ...	ସିଙ୍ଗିପୁର ।
Singipur (I) ...	ସିଙ୍ଗିପୁର ।
Singadāpalli (Mundalā) (Z).	ସିଙ୍ଗଡ଼ାପଲ୍ଲି ।
Singadapalli (Panditigām) (Z).	ସଙ୍ଗଡ଼ାପଲ୍ଲି ।
Sītalāpalli (Z) ...	ସୀତଳାପଲ୍ଲି ।
Sadāvartinuāgām (Z).	ସଦାବର୍ତ୍ତିନୁଆଗାଁ ।
Sadavarti Rāipadā (Z).	ସଦାବର୍ତ୍ତିରାଇପଡ଼ା ।
Sodak (Z) ...	ସୋଡକ ।
Sōlabandh (Z) ...	ସୋଲବନ୍ଧ ।
Sammā (Z) ...	ସମ୍ମା ।
Samal (Z) ...	ସମଲ ।
Sankabhūmi (Z)...	ଶଙ୍କଭୂମି ।
Sankudā (Z) ...	ସାଙ୍କୁଡ଼ା ।
Saradajamunāgovindapur (Z).	ସରଦାଯମୁନାଗୋବିନ୍ଦପୁର ।
Sōradāpalli (Z) ...	ସୋରଦାପଲ୍ଲି ।
Saraniā (Z) ...	ସରଣିଆ ।
Sarosingi (Z) ...	ସରସିଙ୍ଗି ।
Saurachhochina (Z).	ସଉରାଛଚିନା ।
Saurāpalli (Z) ...	ସଉରାପଲ୍ଲି ।
Srikrushnasaranpur (Z).	ଶ୍ରୀକୃଷ୍ଣଶରଣପୁର ।
Suānri (Z) ...	ସୁଆଁରି ।
Subuliā (Z) ...	ଶୁବୁଲିଆ ।
Sumandal (Z) ...	ସୁମଣ୍ଡଳ ।
Sunāpalli (Z) ...	ସୁନାପଲ୍ଲି ।
Sunāribugudā (Z).	ସୁନାରିବୁଗୁଡ଼ା ।
Sunārijholo (Z) ...	ସୁନାରିଝୋଲ ।
Sundariāpadā (Z).	ସୁନ୍ଦରିଆପଡ଼ା ।
Sānya Rāmachandrapur (I).	ଶୂନ୍ୟରାମଚନ୍ଦ୍ରପୁର ।
Syāliā (Z) ...	ଶାଳିଆ ।
Syāmasundarpur (I).	ଶ୍ୟାମସୁନ୍ଦରପୁର ।
Tāliamāpalli (I) ...	ତାଳିଆମାପଲ୍ଲି ।
Tālagām (Z) ...	ତାଳଗାଁ ।

Kudala Tālūk—*cont.* / କୋଦଲା ତାଲୁକା—କ୍ରମଶଃ ।

Tālapadā (Z) ...	ତାଲପଡା ।
Tālasar (Z) ...	ତାଲସର ।
Telidhi (Z) ...	ତେଲିଡି ।
Tentuliā (Khallikot) (I).	ତେନ୍ତୁଳିଆ ।
Tentuliā (Chirikipada Biyasan) (Z).	ତେନ୍ତୁଳିଆ ।
Tentuliā (Rānigam) (I).	ତେନ୍ତୁଳିଆ ।
Tentuliāpadā (I).	ତେନ୍ତୁଳିଆପଡା ।
Tentuliāpalli (I).	ତେନ୍ତୁଳିଆପଲ୍ଲି ।
Dhuāmul (Z) ...	ଧୁଆଁମୂଳ
Tiribiri (Z) ...	ତିରିବିରି ।
Tiridā (Z) ...	ତିରିଡା ।
Titiridi (Z) ...	ତିତିରିଡି ।
Tabhājhola (Z) ...	ଟଭାଝୋଲା ।
Tabalājhari (Z) ...	ତବଲାଝରି ।
Talarāmapalli (Z).	ତଳରାମପଲ୍ଲି ।
Tankachhbhi (Z) ...	ଟଙ୍କାଛଭି ।
Tōtāgām (Z) ...	ତୋଟାଗାଁ ।
Tōtāpadā (Z) ...	ତୋଟାପଡା ।
Tulasipur (Z) ...	ତୁଳସିପୁର ।
Tumbudā (Z) ...	ତୁମ୍ବୁଡା ।
Ujalapalli (Z) ...	ଉଜଳପଲ୍ଲି ।
Upar Bālantar (I).	ଉପରବାଲନ୍ତର ।
Upulyā Alapur (Z).	ଉପୁଲ୍ୟ ଆଲପୁର ।
Ustā (Z) ...	ଉସ୍ତା ।
Ustāli (Z) ...	ଉସ୍ତାଲି ।
Ustāpada (Khallikōt) (Z).	ଉସ୍ତାପଡା ।
Ustāpada (Athagad) (Z).	ଉସ୍ତାପଡା ।

Parlākimedi Tālūk. / పర్లాకిమిడి తాలూకా.

Abalasingi (Z) ...	అబలసింగి.
Adaba (Z) ...	అడబ.
Adāsingi (Z) ...	అడాసింగి.
Adāsingi (I) ...	అడాసింగి.
Adā (Z) ...	అడా.
Adavikottūru (Z).	అడవికొత్తూరు.
Adavisītārāmpuram (Z).	అడవి సీతారాంపురం.
Addangi (Z) ...	అడ్డంగి.
Ādinārāyanapēta (Z).	ఆదినారాయణపేట.
Agadala (I) ...	అగడల.
Agarakhandi (Z).	అగరఖండి.
Agatapuram (Z)	అగతపురం.
Akkarapalle (Z) ...	అక్కరపల్లె.
Akkivalasa (I) ...	అక్కివలస.
Akulutampara (U.T.).	ଆକୁଲୁତାମ୍ପର ।
Alati (Z) ...	అలతి.
Aludu (Z) ...	అలుదు.
Ambavalli (I) ...	అంబవల్లి.
Ampuram (Z) ...	అంపురం.
Anantagiri (Liviri khandam) (Z).	అనంతగిరి.
Anantagiri (Meliyaputtukhandam) (Z).	అనంతగిరి.
Anantagiri (Kaspakhandam) (Z).	అనంతగిరి.
Angūru (Parapuram khandam) (Z).	అంగూరు.
Angūru (Sarvakota khandam) (Z).	అంగూరు.
Ānjanēyapuram (I).	ఆంజనేయపురం.

Parlākimedi Tāluk—*cont.* పర్లాకిమిడి తాలూకా—శేషము.

Ankudu (Z) ... అంకుడు.
Annupuram (I) ... అన్నుపురం.
Annupuram (U.T.) అన్నుపురం.
Antakāpalle (Z) .. అంటకాపల్లి.
Antili (Z) ... అంతిలి.
Appalanāyudupēta (Z). అప్పలనాయుడుపేట.
Archanapuram (Z). అర్చనపురం.
Ariba (Z) ... అరిబ.
Arimba (Z) ... అరింబ.
Arli (Temburu) (Z). అర్లి.
Arli (Vāranāsi) (Z). అర్లి.
Arlisēri (Z) ... అర్లిసేరి.
Attisūrikavitā (I). ... అత్తిసూరికవిట.
Avalimmā (Z) ... అవలిమ్మ.
Avalingi (Sarvakota) (Z). అవలింగి.
Avalingi (Kaspa) (I) అవలింగి.
Baddumarri (Z) ... బడ్డుమర్రి.
Badigām (Liviri) (Z). బడిగాం.
Badigām (Varanasi) (Z). బడిగాం.
Bagadala (Z) ... బగదళ.
Bāghasala (Z) ... ବାଘଶଳା ।
Baidalāpuram (Z). బైదలాపురం.
Baidalāpuram alias Baijhallipuram (Z). బైదలాపురం ఉరఫ్ బైజుల్లిపురం.
Balarāmpuram (Z). బలరాంపురం.
Bālēru (Liviri) (Z). బాలేరు.
Bālēru (Gurandi) (Z). బాలేరు.
Bammidi (I) ... బమ్మిడి.
Bānāpuram (I) ... బానాపురం.
Bandapalii U.T. బండపల్లి.
Banki (Z) ... బంకి.
Barlonda (Z) ... బర్లొండ.
Battili (Z) ... బత్తిలి.
Bāttisiripuram (I). బట్టిసిరిపురం.
Bāvurisingi (Z)... ବାଉରିସିଙ୍ଗି ।
Bejji (I) బెజ్జి.
Bellapādu (Z) ... బెల్లపాడు.
Benarāyi (Z) ... బెనరాయి.
Bettugadda (Z) ... బెత్తుగడ్డ.
Bevartāpur (Z) ... ବେବର୍ତ୍ତାପୁର ।
Bhadrāchalam (Z). భద్రాచలం.
Bhadri (Z) ... భద్రి.
Bhagantra (Z) ... భగంత్ర.
Bhāgiradhipuram (I). భాగీరధిపురం.
Bhagada ... ଭଗଡ଼ା ।
Bhāmiui (I) ... భామిని.
Bharnikota (Z) ... భరణికోట.
Bhavanāpuram (Z). భావనాపురం.
Bhillumada (Liviri) (Z). భిల్లుమడ.
Bhillumada (Parapuram (Z). భిల్లుమడ.
Bhīmavaram (Z). భీమవరం.
Bhinnalā (Z) ... ଭିନ୍ନଲା ।
Bhūpati Lakshmi puram (Z). భూపతిలక్ష్మీపురం.
Bidduva (I) ... బిడ్డువ.
Binjagiri (Z) ... బింజగిరి.
Bisaringi (I) ... బిసరింగి.
Bittisingi (Z) ... ବିତ୍ତିସିଙ୍ଗି ।
Bōdavalasalōva (Z). బోడవలసలోవ.
Boddagūda (Z) ... బొడ్డగూడ.

Parlākimedi Tālūk—*cont.* పర్లాకిమిడి తాలూకా—శేషము.

Boddapādu alias Krishnāpuram (Z).	బొడ్డపాడు ఉరఫు కృష్ణాపురం.
Bodduva (Z) ...	బొడ్డువ.
Badagām (Z) ...	ବଡଗାଁ ।
Baladha (Z) ...	ବଲଧା ।
Bommika (Tembu ru) (Z).	బొమ్మిక.
Bommika (Bāgho- sola) (Z).	బొమ్మిక.
Bommika (Liviri) (I).	బొమ్మిక.
Bommika (Kaspa) (I).	బొమ్మిక.
Bonni (Z) ...	బొన్ని.
Bontu (Z) ...	బొంతు.
Bōrubhadra (Z) ...	బోరుబద్ర.
Basandra (Z) ...	ବସନ୍ଦ୍ର ।
Bottava (I) ...	బొత్తవ.
Būdara (I) ...	బూదర.
Būdoragūda (Z) ...	బూదరగూడ.
Buditi (Z) ...	బుడితి.
Bugudā (Z) ...	ବୁଗୁଡା ।
Burada Rāma- chandrapuram (Z).	బురదరామచంద్ర పురం.
Būragām (I) ...	బూరగాం.
Buruda (N. T.) ...	ବୁରୁଡା ।
Burujholi (Gara- banda (Z).	ବୁରୁଝୋଲି ।
Burujholi (Liviri) (N. T.)	ବୁରୁଝୋଲି ।
Burujuvāda (Z) ...	బురుజువాడ.
Busukudi (Z) ...	బుసుకుడి.
Chakipalle (Z) ...	చాకిపల్లె.
Chandrayyapēta (Z).	చంద్రయ్యపేట.
Changudi (I) ...	ଚାଙ୍ଗୁଡ଼ି ।
Chāpara (Z) ...	చాపర.
Charanadāsupu- ram (Z).	చరణదాసుపురం.
Chatrapuram (Z).	ఛత్రపురం.
Cheruvudiguva Kasba (Z).	చెరువుదిగువ కస్బా.
Chīdipūdi (I) ...	చీడిపూడి.
Chinna Abhāsingi (Z).	చిన్న అభాసింగి.
Chinna Bagga (Z).	చిన్న బగ్గ.
Chinna Dēvula (Z).	చిన్న దేవుళ.
Chinna Dimila (Z).	చిన్న దిమిల.
Chinna Gummada (Z).	చిన్న గుమ్మడ.
Chinna Gujjuvāda (Z).	చిన్న గుజ్జువాడ.
Chinna Hamsa (Z).	చిన్న హంస.
Chinna Jagannā- dhapuram (Sa- varakotakhan- dam (Z).	చిన్న జగన్నాథ పురం.
Chinna Jagannā- dhapuram (Me- liyaputtu (Z).	చిన్న జగన్నాథ పురం.
Chinna Khinga (I).	చిన్న ఖింగ.
Chinna Kollivalasa (I).	చిన్న కొల్లివలస.
Chinna Kothūru- pedda Kotturu (Z).	చిన్న కొత్తూరు, పెద్దకొత్తూరు.
Chinna Lakshmi- puram (Z).	చిన్న లక్ష్మీపురం.
Chinna Lamba (Z).	చిన్న లంబ.
Chinna Lōgidi (Z).	చిన్న లోగిడి.
Chinna Mahādē- visēri (Z).	చిన్న మహాదేవిశేరి.
Chinna Mallipu- ram (Z).	చిన్న మల్లిపురం.

Parlākimedi Tālūk—*cont.* పర్లాకిమిడి తాలూకా—శేషము.

Chinna Nīlāpuram (Z).	చిన్న నీలాపురం.
Chinna Padmāpuram (Z).	చిన్న పద్మాపురం.
Chinna Sāna (Z)...	చిన్న సాన.
Chinna Sankili (Z).	చిన్న సంకిలి.
Chinna Sunnāpuram (Z).	చిన్న సున్నాపురం
Chintada (Z) ...	చింతాడ.
Chintalapōlūru (Z).	చింతలపోలూరు.
Chintapalle (Bagusola) (Z).	చింతపల్లె.
Chintapalle (Garabanda) (Z).	చింతపల్లె.
Chintapalle (Meliyaputtu) (Z).	చింతపల్లె.
Chīpurupalle (Garabanda) N. T.	చీపురుపల్లె.
Chīpurupalle (Parapuram) (Z).	చీపురుపల్లె.
Chitrakār Lakmipur (I).	ଚିତ୍ରକାର ଲକ୍ଷ୍ମୀପୁର ।
Chōdasamudram (Z).	చోడసముద్రం.
Cahmpa (I) ...	ଚମ୍ପା ।
Champangigudā (I).	ଚମ୍ପାଙ୍ଗି ଗୁଡା ।
Champāpur (I).	ଚମ୍ପାପୁର ।
Chanangipuram (Z).	చోనంగిపురం.
Chandanagiri (Z).	ଚନ୍ଦନଗିରି ।
Chandanakhalā (I).	ଚନ୍ଦନଖଲା ।
Chorlangi (I) ...	చోర్లంగి.
Dabāru (I) ...	ଡାବାରୁ ।
Dabbagūda (I) ...	డబ్బగూడ.
Dabbapādu (I) ...	డబ్బపాడు.
Dāleppasēri (Z) ...	దాలెప్పసేరి.
Dālimmapuram (Z).	దాలిమ్మపురం.

Dāmpuram (Z) ...	దాంపురం.
Dāsaradhipuram (Z).	దాశరధిపురం.
Dāsupuram (Sarvakota) (Z).	దాసుపురం.
Dāsupuram (Garabandha) (Z).	దాసుపురం.
Dāsupuram (Meliyaputtu) (I).	దాసుపురం.
Dēgalapōlūru (Z).	దేగలపోలూరు.
Deppigūda (Z) ...	దెప్పిగూడ.
Dēvīdhi (Z) ...	దేవీధి.
Dēvudala (Varanasi) (Z).	దేవుదళ.
Dēvūdala (Temborē) (Z).	దేవుదళ.
Dēvupuram (Z) ...	దేవుపురం.
Dhamidigam (Z).	ధమిడిగం.
Dhanasara (Z) ...	ధనసర.
Dhanupuram (Z).	ధనుపురం.
Dharma Lakshmīpuram (I).	ధర్మలక్ష్మీపురం.
Dimila (Z) ...	దిమిల.
Dīnabandhupuram (Z).	దీనబంధుపురం.
Dasarathapur (I)	ଦଶରଥପୁର ।
Dugarājapuram (Parapuram) (Z).	దుగరాజపురం.
Dugarājapuram (Z).	దుగరాజపురం.
Duggupuram (Z).	దుగ్గుపురం
Durbhālapur (Parapuram) (I).	ଦୁର୍ଭାଲପୁର ।
Durbhālapuro (Meliyaputtu) (I).	ଦୁର୍ଭାଲପୁର ।
Dwārakāpuram (Z).	ద్వారకాపురం.
Endri (Z) ...	ఎండ్రి.
Gadabapēta (Z) ...	గదబపేట.

Parlākimedi Tāluk—*cont.* పర్లాకిమిడి తాలూకా—శేషము.

Gajapatinagaram (Leviri) (Z).	గజపతినగరం.
Gajapatinagaram (Gurandi) (Z).	గజపతినగరం.
Gandhamsariya (Z).	గంధంసరియ.
Gangarājapuram (Z).	గంగరాజపురం.
Ganguvāda (Z) ...	గంగువాడ.
Gantara (Z) ...	గంతర.
Gārabandh (Liviri) (Z).	ଗାରବନ୍ଧ ଲିଭିରି ।
Gārabandh (Garabandh) (Z).	ଗାରବନ୍ଧ ଗାରବନ୍ଧ ।
Gariyagūda (I) ...	గరియగూడ.
Gārlapādu (Z) ...	గార్లపాడు.
Gātalavalasa (Z) ...	గాతలవలస.
Gauri (Z) ...	గౌరి.
Gēdelapōlōru (U.I.)	గేదెలపోలూరు.
Ghanasara (Z) ...	ఘనసర.
Ghōrini (Z) ...	ଘୋରିଣି ।
Gittangi (Z) ...	గిట్టంగి.
Godda (Z) ...	గొడ్డ.
Godiyāpādu (Z) ...	గొడియాపాడు.
Gōkarnapuram (Gurandi) (Z).	గోకర్ణపురం.
Gōkarnapuram (Garabondho) (Z).	గోకర్ణపురం.
Gōkula (I) ...	గోకుల.
Gōpālapuram (Parapuram) (Z).	గోపాలపురం.
Gōpālapuram (Varanasi) (Z).	గోపాలపురం.
Gōpālapuram (Kasba) (Z).	గోపాలపురం.
Gōpālapuram (Sarvakota) (Z).	గోపాలపురం.
Gōpālāpuram (Temburu) (Z).	గోపాలపురం.
Gōpālapuram (Temburu) (Z).	గోపాలపురం.
Gōpālapuram (Bagusola) (I).	గోపాలపురం.
Gōpinathapur (Saravakata) (Z).	ଗୋପିନାଥପୁର ।
Gōpinathapur (Gurandi) (Z).	ଗୋପିନାଥପୁର ।
Goppili (Z) ...	గొప్పిలి.
Goraba (Z) ...	గొరబ.
Gōrapādu (Z) ...	గోరపాడు.
Gorrebanda (Varnasi) (I).	గొర్రెబంద.
Gorrebanda (Savakota) (Z).	గొర్రెబంద.
Gotlabhadra (Z)...	గొట్లభద్ర.
Gotragūda (I) ...	గొత్రగూడ.
Gottalakonda (I).	గొట్టలకొండ.
Gotta (I) ...	గొట్ట.
Gottavalasa (Z) ...	గొట్టవలస.
Gottipilli (Parapuram).	గొట్టిపిల్లి.
Gottipilli (Meliyaputtu) (Z).	గొట్టిపిల్లి.
Gottōyi (Z) ...	గొట్టోయి.
Gōvardhanapuram (Z).	గోవర్ధనపురం.
Gūdangi (Z) ...	గూడంగి.
Gudivāda (I) ...	గుడివాడ.
Gujjuvāda (I) ...	గుజ్జువాడ.
Gulumūru (Z) ...	గులుమూరు.
Gumada (Z) ...	గుమడ.
Gummābila (Z) ...	ଗୁମ୍ମାବିଲ ।
Gummapādu (I) ...	గుమ్మపాడు.
Gūnabhadra (Parapuram) (Z).	గూనబద్ర.
Gūnabhadra (Kasba) (Z).	గూనబద్ర.
Gurandi (Parapuram) (Z).	గూరాండి.

Parlākimedi Tālūk—*cont.* పర్లాకిమిడి తాలూకా — శేషము.

Gurāndi (Tembu-ru) (Z) గురాండి.

Gurāndi (Gurandi) (Z). ଗୁରାଣ୍ଡି ।

Gurāndi (Liviri) (I). ଗୁରାଣ୍ଡି ।

Haddivada (Z) ... హద్దివాడ.

Hadabhangi (Parapuram) (Z). ହାଡଭଙ୍ଗି ।

Hadabhangi (Varanasi) (Z). ହାଡଭଙ୍ଗି ।

Haridwāram (Z)... హరిద్వారం.

Haripuram (Z) ... హరిపురం.

Harischandrapuram (Z). హరిశ్చంద్రపురం.

Hatibādi (Garabanda) (Z). ହାତିବାଡି ।

Hatibādi (Kasba) (I). ହାତିବାଡି ।

Hatikatturu (Z)... ହାତିକଟ୍ଟୁରୁ ।

Hiramandalām (Z). హిరమండలం.

Hirapuram (Z) ... హిరపురం.

Hamsa (Z) ... ହଂସା ।

Hunnalijagannathapur (I). ହୁନ୍ନାଲି ଜଗନ୍ନାଥପୁର ।

Idudi (Z) ... ఈదుడి.

Illāyipuram (Z) ... ఇల్లాయిపురం.

Ippalapādu (U.T) ఇప్పలపాడు.

Irapādu (Z) ... ఇరపాడు.

Iswarāyi (Z) ... ఈశ్వరాయి.

Jagannāthapēta (Z). జగన్నాథపేట.

Jagannāthapuram (Parapuram) (Z). జగన్నాథపురం.

Jagannāthapuram (Kasbh) (Z). జగన్నాథపురం.

Jagannāthapuram (Sarvakota) (Z). జగన్నాథపురం.

Jagannāthapuram (Temburu) (Z) జగన్నాథపురం.

Jagannāthapuram (Bagusola) (Z). జగన్నాథపురం.

Jagannāthapuram (Gurandi) (I). జగన్నాథపురం.

Jagatsingupuuram (Z). జగత్ సింగుపుర ం.

Jaggilibontu (I)... జగ్గిలిబొంతు.

Jājipur (I) ... ଜାଜିପୁର ।

Jakkarabanda (Z). జక్కరబంద.

Jalagad a (Z) ... జలగడ్డ.

Jalakālingapuram (Z). జలకలింగపురం.

Jambāda (Z) ... జంబాడ.

Jammi (I) ... జమ్మి.

Jangalapādu (Z)... జంగాలపాడు.

Jannigām (Z) ... జన్నిగాం.

Jarāli (Z) ... జరాలి.

Jarribhadra (I) ... జర్రిభద్ర.

Jayapuram (Z) ... జయపురం.

Jhādupalle (Z) ... జాడుపల్లి.

Jiba (I) ... ଜିବା ।

Jillēdupādu (I) ... జిల్లేడుపాడు.

Jōdūru (Z) ... జోడూరు.

Jōgipādu (I) ... ଯୋଗିପାଡୁ ।

Jarlanda (Z) ... ଜଲଣ୍ଡା ।

Kadumu (Z) ... కడుము.

Kāguvāda (Z) ... కాగువాడ.

Kallāta (I) ... కల్లాట.

Kakaragūda (Z)... కాకరగూడ.

Kāmadhenuva (Z). కామధేనువ.

Kamsalayapuram (Z). కంసల్యాపురం.

Kannayyabhadra (Z). కన్నయభద్ర.

Kannayyapēta (Z). కన్నయ్యపేట.

Kantragada (Gurandi) (Z). కంట్రగడ.

Parlākimedi Tālūk—*cont.* పర్లాకిమిడి తాలూకా—శేషము.

Kantragada (Liviri) (Z). కంట్రగడ.
Kantrajōdu (Z) ... కంట్రజోడు.
Kāpukoligam (Z). కాపుకొలిగాం.
Karajāda (Z) ... కరజాడ.
Karakavalasa (I). కరకవలస.
Karalimma (Z) ... కరలిమ్మ.
Karnibadra (I) ... కర్నిబద్ర.
Kasipuram (Z) ... కాశీపురం.
Kātragada (Liviri.) కాట్రగడ.
Kātragada (Z) ... కాట్రగడ.
Kavitibhadra (I)... కవిటిభద్ర.
Kavitikhaspa (Z). కవిటిఖస్పా.
Kavitivāda (Z) ... కవిటివాడ.
Kerandi (Z) ... କେରଣ୍ଡି ।
Kerasingi (Z) ... କେରସିଙ୍ଗି ।
Khandava (I) ... ఖండవ.
Kharada (Varanasi) (Z). ఖరడ.
Kharada (Bansola (Z). ఖరడ.
Kharadāsingi (Z). ఖరడాసింగి.
Khuddigam (I) ... ఖుద్దిగాం.
Khurigam (Varanasi) (Z). ఖురిగాం.
Khurigam (Varanasi) (Z). ఖురిగాం.
Kidimi (Z) ... కిడిమి.
Kinigam (Z) ... కినిగాం.
Kinnaravāda (I)... కిన్నరవాడ.
Kiridivalasa (Z)... కిరిడివలస.
Kīsara (Z) ... కీసర.
Kīsarajodu (I) ... కీసరజోడు.
Kittālapādu, Sarvakota (I). కిట్టాలపాడు.
Kittālapādu (Kasba) (Z) కిట్టాలపాడు.
Kittangi (I) ... కిత్తంగి.
Kōdaddapanasa (Z). కోదడ్డపనస.
Kōdandapuram (I). కోదండపురం.
Kodukoligam (Z). కోదుకోలిగాం.
Kōdūru (Z) ... కోదూరు.
Kalasingi (U.T.) କଳାସିଙ୍ଗି ।
Koligām (I) ... କୋଲିଗାଁ ।
Kolla (Varanasi) (Z). కొల్ల.
Kolla (Kasba) (Z). కొల్ల.
Kommanāpalle (Z). కొమ్మనాపల్లె.
Kommakottūru (Z). కొమ్మకొత్తూరు.
Kommūru (Z) ... కొమ్మూరు.
Kommusariyāpalle (Z). కొమ్ముసరియాపల్లె.
Kommuvalasa (Z). కొమ్మువలస.
Kōnangi (Z) ... కోనంగి.
Konchādapēta (Z). కొంచాడపేట.
Kondāda (Z) ... కొండాడ.
Kondakōrāda (I)... కొండకోరాడ.
Kondarāgōlu (Z). కొండరాగోలు.
Kondūru (Varnānāsi) (Z). కొండూరు.
Kondūru (Parapuram) (Z). కొండూరు.
Kōpirigūda (Z) ... కోపిరిగూడ.
Kōrāda (Z) ... కోరాడ.
Kōrādamānyam (I). కోరాడమాన్యం.
Korama (Z) ... కొరమ.
Korasanda (Z) ... కొరసంద.
Korosavāda (Z) ... కొరసవాడ.
Koratām (Z) ... కొరటాం.
Kōsali (Z) ... కోసలి.
Kosamala (I) ... కొసమళ.
Katalakaitha (I)... କଟଲକଇଥ ।
Kottagūda (Z) ... కొత్తగూడ.
Kottapalle (Z) ... కొత్తపల్లె.

Parlākimedi Tālūk—*cont.* పర్లాకిమిడి తాలూకా—శేషము.

Kottūru (Liviri) (Z). కొత్తూరు.
Kottūru (Varanasi) (Z). కొత్తూరు.
Kotturu (Sarvakota) (Z). కొత్తూరు.
Kottūru (Temburu) (Z). కొత్తూరు.
Kottūru (Maliyaputtu) (Z). కొత్తూరు.
Kottūru (Maliyaputtu) (I). కొత్తూరు.
Kuddaba (Z) ... కుద్దబ.
Kuddāda (Z) ... కుద్దాడ.
Kujjini (Z) ... కుజ్జిని.
Kummarigunta (Z). కుమ్మరిగుంట.
Kuntibhadra (Z) కుంటిభద్ర.
Kuppili Gopinādhupēta (Z). కుప్పిలిగోపినాథుపేట
Kurlanda (I) ... [illegible]
Kūrmanādhapuram (Z). కూర్మనాథపురం.
Kūrmannapēta (Z). కూర్మన్నపేట.
Kurudingi (U.T.) కురుడింగి.
Kyāllavalasa (Z). క్యాల్లవలస.
Labba (Z) ... లబ్బ.
Lābara (Z) ... లాబర.
Lāda (Z) ... లాడ.
Lakshmīpuram (Kasba) (Z). లక్ష్మీపురం.
Lakshmīpuram (Sarvakota)(Z). లక్ష్మీపురం.
Lakshmīpuram (Garabondho) (Z). లక్ష్మీపురం.
Lālugādipēta (Z) లాలుగాడిపేట.
Landahatti (Z).. లండహత్తి.
Lihuri (Z) ... [illegible]
Limmalapādu (Z) లిమ్మలపాడు.
Lingālavalasa (Z) లింగాలవలస.
Lingupuram (Gurundi) (Z). లింగుపురం.
Lingupuram (Garabondho) (Z). లింగుపురం.
Lingupuram (Sarvakota) (I). లింగుపురం.
Lōgu (Z) ... లోగు.
Lōharijola (Z) ... లోహరిజోల.
Lōhasiripuram (Z). లోహశిరిపురం.
Lōkonda (Z) ... లోకొండ.
Lōtugadda (Z) ... లోతుగడ్డ.
Lōva (Z) ... లోవ.
Madanāpuram (Parapuram) (Z). మదనాపురం.
Madanāpuram (Varanasi) (Z) మదనాపురం.
Madanāpuram (Temburu) (Z). మదనాపురం.
Madhusūdanapuram (Varanasi) (Z). మధుసూదనపురం.
Madhusūdanapuram (Bagusola) (Z). మధుసూదనపురం.
Mahādēvipuram (Bagusola) (Z). మహాదేవిపురం.
Mahādēvipuram (Gurandi) (Z). మహాదేవిపురం.
Mahālakshmīpuram (I), మహాలక్ష్మీపురం.
Mahārtapuram (I). మహార్తపురం.
Mahāsingi (Liviri) (Z). మహాసింగి.
Mahāsingi (Sarvakota (Z). మహాసింగి.
Majjigūdem (Z). మజ్జిగూడెం.
Mākannapalle (Gurandi) (Z). మాకన్నపల్లె.
Mākannapalle (Meliyaputtu) (I). మాకన్నపల్లె.
Mākavaram (Z). మాకవరం.

Parlākimedi Tālūk—*cont.* పర్లాకిమిడి తాలూకా—శేషము.

Mākivalasa (Sarva-kota) (I).	మాకివలస.
Mākivalasa (Kasba) (Z).	మాకివలస.
Mālapeta (Z) ...	మాలపేట.
Māluva (Z) ...	మాళువ.
Māmidijola (Z) ...	మామిడిజోల.
Mandaladēvi (Z) ...	ମଣ୍ଡଳ ଦେବୀ ।
Mangada (Z) ...	మంగడ.
Mangammapalem (Z).	మంగమ్మపాలెం.
Manuvukonda (Z).	మనువుకొండ.
Mara (Z) ...	మర.
Māradikota (I) ...	మారడికోట.
Marakada (Z) ...	మరకడ.
Marripādu (Temburu) (Z).	మర్రిపాడు.
Marripādu (Meliyaputtu) (Z).	మర్రిపాడు.
Marripādu (Levri) (Z).	మర్రిపాడు.
Marripādu (Garabondho) (I).	మర్రిపాడు.
Mātala (Z) ...	మాతల.
Matsumara (Z) ...	మచ్చుమర.
Māvidijola (I) ...	మావిడిజోల.
Māvidipalle (Z) ...	మావిడిపల్లె.
Mēdibhangi (Z) ...	మేడిభంగి.
Meliyāputtu (Z) ...	మెలియాపుట్టు.
Mettukottūru (Z).	మెట్టుకొత్తూరు.
Mettūru (Bagusola) (Z).	మెట్టూరు.
Mettūru (Parapuram) (Z).	మెట్టూరు.
Minigām (Z) ...	మినిగాం.
Mahadevipur (Z).	ମହାଦେବୀପୁର ।
Muchchiyānibontu (Z).	ముచ్చియాణిబొంతు.
Mudilakottūru (Z).	ముదిలకొత్తూరు.
Mūgupuram (Z) ...	మూగుపురం.
Mukhalingam (I).	ముఖలింగం.
Mukkidipādu (I).	ముక్కిడిపాడు.
Muktāpur (Baghasala) (Z).	ମୁକ୍ତାପୁର ।
Muktāpur (Garabandha) (I).	ମୁକ୍ତାପୁର ।
Mukundapuram (Meliyaputtu) (Z).	ముకుందపురం.
Mukundapuram (Parapuram) (Z).	ముకుందపురం.
Mūlipālem (Z) ...	మూలిపాలెం.
Murikuntibhadra (I).	మురికుంటిభద్ర.
Musalāpuram (Z).	ముసలాపురం.
Musidipādu (Z) ...	ముసిడిపాడు.
Nādasandra (Z) ...	ନାଡସନ୍ଦ୍ର ।
Nallabontu (Z) ...	నల్లబొంతు.
Nallakottūru (Z).	నల్లకొత్తూరు.
Nandalapādu (Z)	నందలపాడు.
Naraharipuram (Kasba) (Z).	నరహరిపురం.
Naraharipuram (Gurandi) (Z).	నరహరిపురం.
Narasipuram (Z) ...	నరసిపురం.
Nārāyanapuram (Tembūru) (Z)	నారాయణపురం.
Nārāyanapuram (Z).	నారాయణపురం:
Navutalā (Z) ...	నవుతళా.
Navada (Z) ...	నవడ.
Nāyudupōlūru (Z)	నాయుడుపోలూరు.
Neliganda (Z) ...	నెలిగంద.
Nēradi (Liviri) (Z).	నేరడి.
Nēlabontu)Z) ...	నేలబొంతు.
Nēradi (Parapuram) (Z).	నేరడి.
Nērēduguda (Z) ...	నేరేడుగూడ.
Nilādēvipuram (I).	నీలాదేవిపురం.

Parlākimedi Tālūk—*cont.* | పర్లాకిమిడి తాలూకా— శేషము.

Nīlagiripuram (Z). నీలగిరిపురం.
Nīlakanthapuram (Parapuram) (Z). నీలకంఠపురం.
Nīlakanthapuram (Kasba) (Z). నీలకంఠపురం.
Nīlāpuram (Z) ... నీలాపురం.
Nimmalapādu (Z) నిమ్మలపాడు.
Nivagām (Z) ... నివగాం.
Nandavā (I) ... ନନ୍ଦବା ।
Nulakojodu (Z) ... నులకజోడు.
Ambajhari (Z) ... ଅମ୍ବାଝରି ।
Amara (Z) ... ଅମର ।
Angārasingi (I) ... ଅଙ୍ଗାରସିଙ୍ଗି ।
Antarabā (I) ... ଅନ୍ତରବା ।
Anukanda (I) ... ଅନୁକଣ୍ଡା ।
Pādali (Z) ... పాడలి.
Padanāpuram (Z). పదనాపురం.
Padda (Z) ... [illegible]
Pādhimānyam (I). పాదిమాన్యం.
Padmāpuram (Sarvakota) (Z). పద్మాపురం.
Padmāpuram (Kasba) (Z). పద్మాపురం.
Padmāpuram (Gārabandho) (Z). పద్మాపురం.
Pakkudibhadra (Z). పక్కుడిభద్ర.
Pālasingi (Z) ... పాలశింగి.
Pālavalasa (Z) ... పాలవలస.
Pāndra (Z) ... పాంద్ర.
Pangudi alias Jamarasingi (Savara). పంగుది ఉరఫు జమరసింగి.
Pangudi alias Tāmarasingi (Savara). పంగుడి ఉరఫు తామరసింగి.
Pāpasēri (Z) ... పాపశేరి.
Pāpayyapēta (Z)... పాపయ్యపేట.
Pārāpuram (Z) ... పారాపురం.

Pārasamba (I) ... పారసంబ.
Parasurāmapuram (Vāranasi) (Z). పరశు రాంపురం.
Parasurāmapuram (Kasba) (Z). పరశురాంపురం.
Parasurāmapuram (Meliyaputtu) (Z). పరశురాంపురం.
Parasurāmapuram (Temburu) (Z). పరశురామాపురం.
Parasurāmapuram (Kasba) (Z). పరశురామాపురం.
Parasurāmapuram (Garabondho) (Z) పరశురామాపుర.
Paratada (Z) ... పరతడ.
Pārikōta (Z) ... పారికోట.
Parlākimedi (Z) ... పర్లాకిమిడి.
Pasukudi (Z) ... పసుకుడి.
Pātapādu (U.T.)... పాతపాడు.
Pātapatnam (Z) ... పాతపట్నం.
Pattupuram (Z) ... పట్టుపురం.
Pedda Abhasingi (Z). పెద్ద అభాశింగి.
Peddabagga (Z) ... పెద్దబగ్గ.
Pedda Dēvula (Z). పెద్ద దేవుళ.
Pedda Dimila (Z). పెద్ద దిమిళ.
Peddaghusali (Z). పెద్దఘుసాలి.
Pedda Gummada (Z). పెద్ద గుమ్మడ.
Peddahamsa (Z)... పెద్దహంస.
Peddajagannādhapuram (Z). పెద్దజగన్నాథపురం
Peddo Kēdāri (Z). పెద్ద కేదారి.
Pedda Khinga ... పెద్ద ఖింగ.
Pedda Kottūru (Z). పెద్ద కొత్తూరు.
Peddalamba (Z) ... పెద్దలంబ.
Pedda Lakshmīpuram Tembūru (Z). పెద్ద లక్ష్మీపురం.

Parlākimedi Tālūk—*cont.* పర్లాకిమిడి తాలూకా—శేషము.

Pedda Lakshmipuram (Gurandi) (Z).	పెద్ద లక్ష్మీపురం.
Pedda Lōgidi (Z).	పెద్ద లోగిడి.
Peddamadi (Parapuram) (Z).	పెద్దమడి.
Peddamadi (Vāranasi) (Z).	పెద్దమడి.
Peddamādu (Garobondho) (Z).	పెద్దమాడు.
Peddamādi Hari puram (I).	పెద్దమాడు హరి పురం.
Peddamallipuram (I).	పెద్దమల్లిపురం.
Peddanīlāpuram (Z).	పెద్దనీలాపురం.
Pedda Padmāpuram (Z).	పెద్ద పద్మాపురం.
Peddapratāpuram (Z).	పెద్దప్రతాపురం.
Peddasāna (Z) ...	పెద్దసాన.
Peddāsankili (Z) ...	పెద్దసంకిలి.
Peddasasiyāpalle (Z).	పెద్దసరియాపల్లె.
Peddasunnāpuram (Z).	పెద్దసున్నాపురం.
Pedūru (Z) ...	పెదూరు.
Penguvāda (Z) ...	పెంగువాడ.
Penngōtivāda (Z).	పెనుగోటివాడ.
Phasi (Z) ...	ఫాసి.
Phulasara (I) ...	ଫୁଲସର ।
Pindruvāda (I) ...	పింద్రువాడ.
Pittalasariya (I) ...	పిట్టలసరియ.
Poddini (Z) ...	పొద్దిణి.
Pogadavalli (Z) ...	పొగడవల్లి.
Pōlavaram (Z) ...	పోలవరం.
Pōlūru (Z) ...	పోలూరు.
Ponnutūru (Z) ...	పొన్నుటూరు.
Poppangi (Z) ...	పొప్పంగి.
Praharājupālem (Z).	ప్రహరాజుపాలెం.
Pulibondha (Z) ...	పులిబంధ.
Pulikōta (Z) ...	పులికోట.
Pulipatti (Z) ...	పులిపుట్టి.
Pullango alias Nērēdulōva (Z).	పుల్లంగో ఉరఫు నేరేడులోవ.
Puritigūda (I) ...	పురటిగూడ.
Purushōtkara (Z).	పురుషోత్కర
Puruspōttapuram (Z).	పురుషోత్తపురం.
Pustalavāra (Z) ...	పుస్తలవార.
Pūtikavalasa (Z)...	పూతికవలస.
Puttigām (Z) ...	పుట్టిగాం.
Puvulakonda (Z).	పువ్వులకొండ.
Rādhakāntasēri (Z)	రాధాకాంతసేరి.
Rādbākantapur (Z).	ରାଧାକାନ୍ତପୁର ।
Radhākrushnapur (Z).	ରାଧାକୃଷ୍ଣପୁର ।
Rādnāvallabhapuram (Z).	రాధావల్లభపురం.
Rājapuram (Pāraparam) (Z).	రాజపురం
Rājapuram (Varanasi) (Z).	రాజపురం.
Rājapuram (Meliyaputtu) (Z).	రాజపురం.
Rājapuram (Garo bondho) (Z).	రాజపురం.
Rāmachandrapuram (Varanasi) (Z).	రామచంద్రపురం.
Rāmachandrapuram (Temburu) (U.T.).	రామచంద్రపురం.
Rāmachandrapuram (Gārobondho) (Z).	రామచంద్రపురం.
Rāmachandrapuram (Meliyaputtu (Z).	రామచంద్రపురం.

Parlākimedi Tālūk—*cont.* పర్లాకిమిడి తాలూకా—శేషము.

Rāmachandrapuram alias Rellivalasa (Z). రామచంద్రపురం ఉరపు రెల్లివలస.
Rāmakrishnapuram (I). రామకృష్ణపురం.
Rāmaswāmiseri (Z). రామస్వామిశేరి.
Rāmayyapēta (Z). రామయ్యపేట.
Rāmēswaram (Z). రామేశ్వరం.
Rampa (Z) ... రంప.
Rāmpuram (Z) ... రాంపురం.
Ranadēvi (Z) ... రణదేవి.
Rangadaghāti (Z). రంగదఘాటి.
Rangalabuddi (Z). రంగలబుడ్డి.
Rangāpuram (Z) రంగాపురం.
Rānipēta (Z) ... రాణిపేట.
Rankini (Z) ... రంకిణి.
Rāchasītāpuram (Z). రాచసీతాపురం.
Rattini (Z) ... ରଟ୍ଟିଣୀ ।
Rautapur (Kasba) (Z). ରଉତପୁର ।
Rauvutupuram (Baghusolo) (I). రవుతుపురం.
Rayikōta (I) ... రయికోట.
Rāyila (U.T) ... రాయిల.
Rayamba (Z) ... రయంబ.
Rāyivāda (Z) ... రాయివాడ.
Rēgulapādu (Z) ... రేగులపాడు.
Romadala (Z) ... రొమదళ.
Rompi (U.T.) ... రొంపి.
Rompivalasa (Z)... రొంపివలస.
Rugada (Z) ... రుగడ.
Sadāvarti Lakshmipuram (I). సదావర్తిలక్ష్మీపురం.
Saita Jagannāthapuram (I). సైతజగన్నాథపురం
Sajjanāpuram (U.T.(. సజ్జనాపురం.
Sandhipolamu (Z). సందిపొలము.

Sānipālem (Z) ... సానిపాలెం.
Sankaraseri (Z) ... సంకరశేరి.
Santōshapuram (Garabondho) (Z). సంతోషపురం.
Santōshapuram (Kasba) (U.T). సంతోషపురం.
Sanyāsipēta (Z) ... సన్యాసిపేట.
Sarā (Z) ... సరా.
Saradāpuram (Z). సరదాపురం.
Sāradhināyudupēta (Z). సారదినాయుడుపేట.
Sarāli (Z) ... సరాలి.
Sariyāpalle (Z) ... సరియాపల్లె.
Sārvakōta (Z) ... సార్వకోట.
Sativāda (Kottūru) (Z). సతివాడ.
Sativāda (Tembūru) (Z). సతివాడ.
Satram (Z) ... సత్రం.
Savarabontu (Z)... సవరబొంతు.
Savaraddapanasa (Z). సవరడ్డపనస.
Savaraghusāli (Z). సవరఘుసాలి.
Savaragūda (Liviri) (Z). సవరగూడ.
Savaragūda (Parapuram (Z). సవరగూడ.
Savaragūda (Z) ... సవరగూడ.
Savarajhādupalle (Z). సవరజాడుపల్లె.
Savarajōdūru (Z). సవరజోడూరు.
Savara Māluva (U.T). సవరమాలువ.
Savara Sēkharāpuram (Z). సవర శేఖరాపురం
Savarasiddamanugu (U.T.) సవరసిద్దమణుగు.
Sāvidivalasa (Z)... సావిడివలస.
Sayilāda (Z) ... సయిలాడ.
Sēkharāpuram(Z) శేఖరాపురం.

Parlākimedi Tālūk—*cont.* పర్లాకిమిడి తాలూకా—శేషము.

Sīdhi (Kasba) (Z). శిధి.
Sīdhi (Sārvakota) (Z). శిధి.
Siddamanugu (Z). సిద్దమణుగు.
Siddhipālem (Z)... సిద్ధిపాలెం.
Singamvalasa (Z). సింగంవలస.
Singidi (Z) ... ସିଙ୍ଗିଡି ।
Singapur (Nārayanapuram) (Z). ସିଙ୍ଗପୁର ।
Singupuram (Tembūru) (Z) సింగుపురం.
Singupuram (Bagusola) (Z). సింగుపురం.
Singupuram (Kasba)(Z). సింగుపురం.
Singupuram (Garabandha) (Z). సింగుపురం.
Sirada (I) ... సిరడ.
Siriakbandi (I) ... ସିରିଅକବନ୍ଦି ।
Sirikondapoppangi (Z). సిరికొండపొప్పంగి.
Sirusuvāda (Z) ... శిరుసువాడ.
Sishta Jagannādhapuram (Z). శిష్ట జగన్నాథపురం
Sītāpuram (Bagusola) (I). సీతాపురం.
Sītāpur (Varanasi) (Z). ସୀତାପୁର ।
Sītārāmpuram (Z). సీతారాంపురం.
Sivarāmpuram (Tembūru) (Z). శివరాంపురం.
Sivarāmpuram Sārvakōta (Z). శివరాంపురం.
Siyyāli (I) ... శియ్యాళి.
Sōba (I) ... సోబ.
Sōbara (U.T.) ... సోబర.
Sōbanāpuram (Z). సోభనాపురం.
Sōda (Z) ... సోద.
Sōlikiri (Z) ... సోలికిరి.
Solipi (Z) ... సోలిపి.
Somagandi (I) ... సోమగండి.
Sōmahantikottūru (Z). సోమహంతికొత్తూరు.
Sōmarājapuram (Z). సోమరాజపురం.
Sorligām (Z) ... సొర్లిగాం.
Sorlonda (I) ... సొర్లొండ.
Srīmahārājupēta (Z). శ్రీమహారాజుపేట.
Srīmannārayanapuram (Z). శ్రీమన్నారయణపురం.
Srīvishnupuram (Z). శ్రీవిష్ణుపురం.
Srungāraseri (Z)... శృంగారశేరి.
Stuartpēta (Z) ... స్టూఅర్టుపేట.
Subalaya (Z) ... సుబళయ.
Subhadranārāyana deopuram (Z). శుభద్రనారాయణదేవుపురం.
Subhadrāpuram (Z). సుభద్రాపురం.
Sudaba (Z) ... సుదబ.
Sundarāda (Z) ... సుందరాడ.
Sunkannapēta (Z). సుంకన్నపేట.
Surjani (Z) ... సుర్జణి.
Sūryanārāyanapuram (Z). సూర్యనారాయణపురం.
Swāgimahādēvipēta (Z). స్వాగిమహాదేవిపేట
Swāgimahādēviseri (Z). స్వాగిమహాదేవిశేరి.
Tālāda (Z) ... తాలాడ.
Tāllapādu (Z) ... తాళ్లపాడు.
Tālasingi (I) ... ତାଳସିଙ୍ଗି ।
Tāmara (I) ... తామర.
Tamarada (U.T.)... తమరడ.
Tammayyapēta (Z). తమ్మయ్యపేట.

Parlākimedi Tālūk—*cont.* పర్లాకిమిడి తాలూకా — శేషము.

Tampa (Z) ...	తంప.
Tamparakavita (Z).	తంపరకవిట.
Tangini (Z) ...	తంగిని.
Tarla (Z) ...	తర్ల.
Tarli (Z) ...	తర్లి.
Tātipatti (Z) ...	తాటిపట్టి.
Tembūru (Z) ...	తెంబూరు.
Tiddimi (Z) ...	తిద్దిమి.
Timara (Z) ...	తిమర.
Togiri (Z) ...	తోగిరి.
Tōjangu (Z) ...	తోజంగు.
Tokkōyi (Z) ...	టొక్కోయి.
Tongalagadda (Z).	టొంగలగడ్డ.
Tarangada (Z) ...	ତରଙ୍ଗଡ।
Tōtagumada (Z) ...	తోటగుమడ.
Tulagām (Z) ...	తులగాం.
Tulasipādu (U.T.)	తులసిపాడు.
Tumbelli (Z) ...	తుంబెల్లి.
Tumukonda Rāmachandrapuram (U T.).	తూముకొండ రామచంద్రపురం.
Tungatampara (I).	తుంగతంపర.
Ulavabhadra (I) ...	ఉలవభద్ర.
Undrajōla (I) ...	ఉండ్రజోల.
Uppalāda (Z) ...	ఉప్పలాడ.
Uppalasingi (I) ...	ఉప్పలశింగి.
Upparajammi (Z).	ఉప్పరజమ్మి.
Uradā (Z) ...	ଉରଦା।
Uttaraselli (Z) ...	ఉత్తరశెల్లి.
Uvvajōla (Z) ...	ఉవ్వజోల.
Vāba (Z) ...	వాబ.
Vaddivalasa (Z) ...	వడ్డివలస.
Vaddangi (Z) ...	వడ్డంగి.
Vākarāda (Z) ...	వాకరాడ.
Vallāda (I) ...	వల్లాడ.
Vandānavalasa (Z).	వండానవలస.
Vandrāda (Z) ...	వండ్రాడ.
Vandrangi (Z) ...	వండ్రంగి.
Vandrayi (Z) ...	వండ్రాయి.
Vangarāda (Z) ...	వంగరాడ.
Vanna (I) ...	వన్న.
Varamada (I) ...	వరమడ.
Vāranāsi (Z) ...	వారణాసి.
Vasapa (I) ...	వసప.
Venkatāpuram (Vāranāsi) (I).	వెంకటాపురం.
Venkatāpuram (Kasba) (Z).	వెంకటాపురం.
Venkatāpuram (Sārvakota) (Z).	వెంకటాపురం.
Venkatāpuram (Liviri) (Z).	వెంకటాపురం.
Venkatāpuram (Meliyaputtu) (Z).	వెంకటాపురం.
Vīranārayanapuram (Gurandi) (Z).	వీరనారాయణపురం.
Vīranārāyanapuram (Varanāsi) (I).	వీరనారాయణపురం.
Vistala (Z) ...	విస్తల.
Viswāsarāyapēta (Z).	విశ్వాసరాయపేట.

Sōmpēta Tālūk. సోంపేట తాలూకా.

Achyutāpuram (Z).	అచ్యుతాపురం
Allimeraka (Z) ...	అల్లిమెరక.
Amarāvati (Z) ...	అమరావతి.
Ambatakambāram (Z).	అంబటకంబారం.
Ambagām (Z) ...	ଅମ୍ବଗାଁ।
Ambagām (Z) ...	ଅମ୍ବଗାଁ।

Sōmpēta Tāluk—*cont.* సోంపేట తాలూకా—శేషము.

Ampuram (Z) ... అంపురం.
Anakāpalle (Z) ... అనకాపల్లె.
Arjunapuram (I). అర్జునపురం.
Ārtapadā (Z) ... ଆର୍ତ୍ତପଡା ।
Bādupuram (Z) ... బాదుపురం.
Bahadāpalli (Z) ... ବାହାଡ଼ପଲ୍ଲି ।
Baligām (Z) ... ବାଲିଗାଁ ।
Bāmsagām (Z) ... ବାଂସଗାଁ । ।
Banjarukāsapuram (Z). బంజరుకాశపురం.
Banjaru Yuvarājapuram (Z). బంజరుయువరాజపురం.
Barampuram (Z)... బరంపురం.
Bāruva (Z) ... బారువ.
Basuasai (Z) ... ବାସୁଆସାଇ ।
Belapatiā (Z) ... ବେଲପାଟିଆ ।
Belapadā (Z) ... ବେଲପଡା ।
Belapadara (Z) ... ବେଲପଦର ।
Benkili (Z) ... ବେଙ୍କିଲି ।
Bēsi (Z) ... ବେସି ।
Be .khal (Z) ... ବେତଖାଲ ।
Bhairi Sārangapuram (Z). భైరిసారంగపురం.
Bhairipuram (Z)... భైరిపురం.
Bhalyagām (Z) ... ଭାଲ୍ୟଗାଁ । ।
Bhalyaputtu (Z)... ଭାଲ୍ୟପୁଟୁ ।
Bhāvanapuram (Z) భావనపురం.
Bhāvanapuram ... భావనపురం.
Bhētālapuram (Z). భేతాళపురం.
Bhinnalakottūru... భిన్నలకొత్తూరు.
Bhinnalā (Jalantra) (Z). ଭିନ୍ନଲା ।
Bhinnalā (Mandasa) (Z). ଭିନ୍ନଲା ।
Bhagābeni (Z) ... ଭଗାବେଣି ।
Bhōgapuram (Z)... భోగపురం
Bhōgabandha (Z). ଭୋଗବନ୍ଧ ।
Bharatalundāsēri (Z). ଭରତଲୁଣ୍ଡାସେରି ।
Bharatnāyanpur (Z). ଭରତନାୟଣପୁର ।
Bhusāpadar (Z) ... ଭୂସାପଦର ।
Bidimi (Z) ... ବିଡିମି ।
Biribādiā (Z) ... ବିରିବାଡିଆ ।
Birusuvāda (Z) ... బిరుసువాడ.
Biswali (Z) ... ବିଶ୍ୱାଳି ।
Boddapādu (Z) ... బొడ్డపాడు.
Badajenāgām ... ବଡଜେନାଗାଁ । ।
Badakōsht (Z) ... ବଡକୋଷ୍ଠ ।
Bandīkar (Z) ... ବନ୍ଦୀକର ।
Banamāli (I) ... ବନମାଳି ।
Budāmba (Z) ... ବୁଡାମ୍ବ ।
Budārasingi alias Kapasyāgad (Z). ବୁଡାରସିଙ୍ଗି ଉରଫ କପାସ୍ୟାଗଡ ।
Buragām (Z) ... ବୁରଗାଁ ।
Buralpadar alias Jalantargad (Z). ବୁରଲପଦର ଉରଫ ଜଳନ୍ତର ଗଡ ।
Burupadā (Z) ... ବୁରୁପଡା ।
Chikinigām (I) ... ଚିକିନିଗାଁ ।
Chinna Srīrāmapuram (Z). చిన్నశ్రీరామపురం
Cheepi (Z) ... ଚୀପି ।
Chīpurupalle (Z)... చీపురుపల్లె.
Chitkiti (I) ... ଚିତ୍କିଟି ।
Champāpur ... ଚମ୍ପାପୁର ।
Chhōtrāyapur (Z). ଛୋଟରାୟପୁର ।
Dālēswar (Z) ... ଡାଲେଶ୍ୱର ।
Dāmōdarpur (Z). ଦାମୋଦରପୁର ।
Dēvupuram (Z) ... దేవుపురం.
Dabhār (Z) ... ଡଭାର ।
Dabhārasingi (Z). ଡଭାରସିଙ୍ଗି ।
Dalagōvindapur (Z). ଦଳଗୋବିନ୍ଦପୁର ।
Dongalamarri (Z). దొంగలమర్రి.
Dunnavūru (Z) ... దున్నవూరు.

Sōmpēta Tālūk—*cont.* సోంపేట తాలూకా— శేషము.

Ekalā (Z) ...	ଏକଲା ।
Gangādharapuram (Z).	గంగాధరపురం.
Ganguvāda (Z) ...	గంగువాడ.
Ghātimukundapur (I).	ଘାଟିମୁକୁନ୍ଦପୁର ।
Ghōdāmāri (Z) ...	ଘୋଡାମାରି ।
Gōkarnapur (Z) ...	ଗୋକର୍ଣ୍ଣପୁର ।
Gollalapālem (Z) ...	గొల్లలపాలెం.
Gollavūru (Z) ...	గొల్లవూరు.
Gandrugām (Z) ...	ଗଣ୍ଡ୍ରୁଗାଁ ।
Ganagana (Z) ...	ଗଣେଗଣା ।
Gōpālapuram (Z).	గోపాలపురం.
Gōpālgad (Z) ...	ଗୋପାଳଗଡ ।
Gāpālsāi (Z) ...	ଗୋପାଳସାଇ ।
Gōpakēli (Z) ...	ଗୋପକେଳି ।
Gaurangasāi (Z) ...	ଗୌରାଙ୍ଗସାଇ ।
Gōvindapuram (Z).	గోవిందపురం.
Gōvindupuram (Z).	గోవిందపురం.
Gawdaguranthi (Z).	ଗୌଡଗୁରଣ୍ଠି ।
Gudārirājamanipuram (Z).	గుడారిరాజమణిపురం.
Gudibhadra (Z) ...	గుడిభద్ర.
Gudimāri (Z) ...	ଗୁଡିମାରି ।
Gundam (Z) ...	గుండం.
Gualagām alias Mathasariapalli (I).	ଗୁଆଲଗାଁ ଉରଫ ମଠସାରିଆପଲ୍ଲି
Gurudāsapur (Z)	ଗୁରୁଦାସପୁର ।
Hamsamarā (Z) ...	ହଂସମରା ।
Haripur (Z) ...	ହରିପୁର ।
Hunnali (Z) ...	ହୁନ୍ନାଳି ।
Ichāpuram (Z) ...	ఇచ్ఛాపురం.
Isakalapālem (I) ...	ఇసకలపాలెం.
Jagannādhapuram (Z).	జగన్నాధపురం.
Jagatikēsapuram (Z).	జగతికేశపురం.
Jennāghāi (Z) ...	ଜେନ୍ନାଘାଇ ।
Jennāpur (Z) ...	ଜେନ୍ନାପୁର ।
Jhadupūdi (Z) ...	ଝାଡୁପୁଡି ।
Jhinkapadar (Z) ...	ଝିଙ୍କପଦର ।
Jidiputtuga (Z) ...	జీడిపుట్టుగ.
Jillunda (Jalantra) (Z).	ଜିଲ୍ଲୁଣ୍ଡା ।
Jillunda (Mandasa) (Z).	ଜିଲ୍ଲୁଣ୍ଡା ।
Jagannāthapur alias Khasibhadr (I).	ଜଗନ୍ନାଥପୁର ଉରଫ ଖସିଭଦ୍ର ।
Jalantar (I) ...	ଜଲନ୍ତର ।
Jarabandh (Z) ...	ଜରବନ୍ଧ ।
Kamalāpuram (Z).	కమలాపురం.
Kanchili (Jalantaru) (Z).	କାଞ୍ଚିଲି ।
Kanchili (Mandasa) (Z).	କାଞ୍ଚିଲି ।
Karatali (Z) ...	కరతలి,
Kartalipālēm (Z) ...	కర్తలిపాలెం.
Katiā (Z) ...	କାଟିଆ ।
Kattivaram (Z) ...	కత్తివరం.
Kēsapuram (Z) ...	కేశపురం.
Kēsaripadā (Z) ...	କେସରିପଡା ।
Khillai (Z) ...	ଖିଲ୍ଲେଇ
Khalāgām (Z) ...	ଖଲାଗାଁ ।
Khuntakōt (Z) ...	ଖୁଣ୍ଟକୋଟ ।
Kollūru (Z) ...	కొల్లూరు.
Kandaluhāgām (Z).	କଣ୍ଡାଲୁହାଗାଁ ।
Kondamasingi (Z).	କଣ୍ଡମାସିଙ୍ଗି ।
Kankdaāputtu (Z).	କଙ୍କଡାପୁଟ୍ଟୁ ।
Kanakā (Z) ...	କନକା ।
Kantāban (Z) ...	କଣ୍ଟାବଣ ।

Sōmpēta Tālūk—*cont* సోంపేట తాలూకా—శేషము.

Karāpalli (Z) ...	କରାପଲ୍ଲି ।
Korlām (Z) ...	కొర్లాం.
Karadābādi (Z) ...	କରଡାବାଡି ।
Karadal (Z) ...	କରଡାଳ ।
Karanjapadar (I).	କରଞ୍ଜପଦର ।
Kottapalle (Z) ...	కొత్తపల్లె.
Kottūru (Z) ...	కొత్తూరు.
Kulamani Rājendrapur alias Ammagāriputtuga (I).	କୁଳମଣି ରାଜେନ୍ଦ୍ରପୁର ଉରଫ ଆମ୍ମାଗାରି ପୁଟୁଗା ।
Kumbharikuttu (Z).	କୁମ୍ଭାରିକୁଟୁ ।
Kumbhārinūāgam (Z).	କୁମ୍ଭାରିନୂଆଗାଁ ।
Kumbhigām (Z)...	କୁମ୍ଭିଗାଁ ।
Kurumasāi (Z) ...	କୁରୁମସାଇ ।
Kusumāla (Z) ...	కుసుమాల.
Kuttam (I) ...	కుత్తం.
Lakavaram (Z) ...	లకవరం.
Lakshmipuram (Jalantra) (Z).	లక్ష్మీపురం.
Lakshmipuram (Mandaso) (Z).	లక్ష్మీపురం.
Limigām (Z) ...	ଲିମିଗାଁ ।
Lakshmīpur alias Srīnivasapur (I).	ଲକ୍ଷ୍ମୀପୁର ଉରଫ ଶ୍ରୀନିବାସପୁର ।
Lahāgām (Z) ...	ଲୁହାଗାଁ ।
Luharibandh (Z).	ଲୁହାରିବନ୍ଧ ।
Madhyā (Z) ...	ମାଧ୍ୟ ।
Makanapuram ...	మకనపురం.
Mākannapuram (Z).	మాకన్నపురం.
Makarajōla (Z) ...	మకరజోల.
Makarāmpuram (Z).	మకరాంపురం.
Mālagōvindapuram (Jalantra) (Z).	మాలగోవిందపురం.

Mālagōvindapuram (Maudasa) (Z).	మాలగోవిందపురం.
Mandapalle (I) ...	మండపల్లె.
Mandavūru (Z) ...	మండవూరు.
Mānikyapatnam (Z).	మాణిక్యపట్నం.
Mānikyayuram (Z).	మాణిక్యపురం.
Marripādu (Z) ...	మర్రిపాడు.
Mavidimettu (Z)...	మావిడిమెట్టు.
Māvidipalle (Z) ...	మావిడిపల్లె.
Mettūru (Z) ...	మెట్టూరు.
Madhupur (I) ...	ମଧୁପୁର ।
Mogolāyipēta (I).	మొగలాయిపేట.
Mogalikotturu (Z).	మొగలికొత్తూరు.
Mahulapada (Budarasingi) (Z).	ମହୁଲପଡା ।
Mahulapadā (Jalantrā (Z).	ମହୁଲପଡା ।
Manjusha (Z) ...	ମଞ୍ଜୁଷା ।
Mukundapuram (Z).	ముకుందపురం.
Mundalā (Z) ...	ମୁଣ୍ଡଳା ।
Narasannamukundapuram (Z).	నరసన్నముకుంద పురం.
Nārāyanpur (Manjusha) (Z).	ନାରାୟଣପୁର ।
Nārāyanpur (Jalantrā) (Z).	ନାରାୟଣପୁର ।
Nārāyanapuram (Chikati) (I).	నారాయణపురం
Nilābati (Z) ...	ନୀଳାବତୀ ।
Nandōi (Z) ...	ନନ୍ଦୋଇ ।
Narasingapur (Jalantra) (Z).	ନରସିଙ୍ଗପୁର ।
Narasingapur (Mandasa) (Z).	ନରସିଙ୍ଗପୁର ।
Nuāgam (Z) ...	ନୂଆଗାଁ ।

Sōmpēta Tālūk—*cont.* సోంపేట తాలూకా—శేషము.

Nuāgad (Z) ...	ନୂଆଗଡ ।
Nuvagada (I) ...	నువగడ.
Anāsyā (Z) ...	ଅନାଶ୍ୟା ।
Aruāsāriāpalli (Z).	ଅରୁଆସାରିଆପଲ୍ଲି
Pādhigām (Z) ...	ପାଢିଗାଁ ।
Padmanābhapuram (Z).	పద్మనాభపురం.
Padmapuram (Z) ...	పద్మపురం.
Palasāpuram (Z) ...	పలాసపురం.
Pālakōta (Z) ...	పాలకోట.
Pālavalasa (Z) ...	పాలవలస.
Pandavasāi (Z) ...	ପାଣ୍ଡବସାଇ ।
Pāthinivalasa (I).	పాత్తినివలస.
Pātrapadā (Z) ...	ପାତ୍ର ପଡା ।
Pedang (Z) ...	ପେଡାଙ୍ଗ ।
Peddakhojiriyā (Z).	పెద్దఖోజిరియ.
Peddasrīrāmapuram (Z).	పెద్దశ్రీరామపురం.
Pēta (Z). ...	పేట.
Pettuabamsarāli (Z).	ପେଦ୍ଧୁଆହଂ ସରାଳି।
Pimpidiā (Z) ...	ପିମ୍ପିଡିଆ ।
Pitātoli (Z) ...	ପିତାତଳି ।
Pithamanjushā (Z).	ପିଠମଞ୍ଜୁଷା ।
Pitali (Z) ...	ପିତଳି ।
Podāpadar (I) ...	ପୋଡାପଦର ।
Padmatola (Z) ...	ପଦ୍ମତୋଳ ।
Pōlēru (Z) ...	పోలేరు.
Pallibudārasingi (Z).	ପଲ୍ଲିବୁଡାରସିଙ୍ଗି ।
Pankālabādi (Z) ...	ପଙ୍କାଲବାଢ଼ି ।
Pankāl (Z) ...	ପଙ୍କାଲ ।
Patharkandā (Z).	ପଥରକଣ୍ଡା ।
Pattangi (Z) ...	ପତ୍ତଙ୍ଗି ।
Pattangi Biswal (Z).	ପତ୍ତଙ୍ଗି ବିଶ୍ୱାଲ ।
Puchapādu (Z) ...	పుచ్చపాడు.
Purunāgad (Z) ...	ପୁରୁଣାଗଡ ।
Purushōttapuram (Z).	పురుషోత్తపురం.
Puttūru (Z(...	పుట్టూరు.
Rāgapuram (Z) ...	రాగపురం.
Raghunādhapuram (Z).	రఘునాధపురం.
Rāikhlā (Z) ...	ରାଇଖଲ ।
Rajām (Z) ...	రాజాం.
Rājapuram (Z) ...	రాజపురం.
Rāmpur (Z) ...	ରାମପୁର ।
Rāmarāi (Z) ...	ରାମରାଇ ।
Rangōyi (Z) ...	రంగోయి.
Ranigāmsysysan (Z)	ରାଣିଗାଂଶାସନ ।
Ratti (Z) ...	ରତ୍ତୀ ।
Rekhādeipur ...	ରେଖାଦେଇପୁର ।
Rangabai (Z) ...	ରଙ୍ଗବାଇ ।
Rangamatiā (Jalantrā) (Z).	ରଙ୍ଗମାଟିଆ ।
Rangamatia (Manjusha) (Z).	ରଙ୍ଗମାଟିଆ ।
Ranganāthapur (Z).	ରଙ୍ଗନାଥପୁର ।
Rushikudda (I) ...	ରୁଷିକୁଦ୍ଧା ।
Sabagad ...	ସାବାଗଡ ।
Sāmant Rāmachandrapur.	ସାମନ୍ତ ରାମଚନ୍ଦ୍ରପୁର ।
Sandhikottūru (Z).	సందికొత్తూరు.
Sanakhajiriā (Z) ...	ସାନଖଜୁରିଆ ।
Sanakōsht (Z) ...	ସାନକୋଷ୍ଠ ।
Sanarangamātiā (Z).	ସାନରଙ୍ଗମାଟିଆ ।
Sariāpalli (Z) ...	ସାରିଆପଲ୍ଲି ।
Sāsanam (Z) ...	శాసనం.
Siriatali (Z) ...	ସିରିଆତଳି ।
Sandhigām (Z) ...	ସନ୍ଧିଗାଁ ।

Sōmpēta Tālūk—*cont.* సోంపేట తాలూకా—శేషము.

Singapur (Jalantrā) (Z). ସିଙ୍ଗପୁର ।
Singapur (Manjusha) (Z). ସିଙ୍ଗପୁର ।
Sinkulāputti (Z). ସିଙ୍କୁଲପୁଟ୍ଟି ।
Sinkuli (Z) ... ସିଙ୍କୁଲି ।
Sirimāvidi (Z) ... సిరిమావిడి.
Siripur (Z) ... ସିରିପୁର ।
Sandhigam (Z) ... ସନ୍ଧିଗାଁ ।
Sondipūdi ... సొండిపూడి.
Sankudi (Z) ... ସଙ୍କୁଡି ।
Saradhāpur (Z) ... ସରଧାପୁର ।
Saurābaligam (Kumbharinuāgām). ସଉରାବାଲିଗାଁ ।
Saurābaligām (Bhusāpadar) (Z). ସଉରାବାଲିଗାଁ ।
Saura Ichchhapur (Z). ସଉରାଇଚ୍ଛାପୁର ।
Saura Lakshmipur (Z). ସଉରାଲକ୍ଷ୍ମୀପୁର ।
Saurā Madhya ... ସଉରାମାଧ୍ୟା ।
Suvornapur (Z). ସୁବର୍ଣ୍ଣପୁର ।
Summādēvi (Z) ... ସୁମ୍ମାଦେବି ।
Talatampara (I) ... తలతంపర.
Tālaguranthi (Z) ... ତାଳଗୁରଣ୍ଠି ।
Tālepadar (Z) ... ତାଳପଦର ।
Taragam (I) ... తరగం.
Temburu (Z) ... ଟେମ୍ବୁରୁ ।
Tentuligām (Z) ... ତେନ୍ତୁଲିଗାଁ ।
Tilapadar (Z) ... ତିଲପଦର ।
Timālanji (Z) ... ଟିମାଲାଞ୍ଜି ।
Tinighariā (Z) ... ତିନିଘରିଆ ।
Tabāgām (Z) ... ଟବାଗାଁ ।
Tanguraputtu (Z). ଟଙ୍ଗୁରାପୁଟ୍ଟୁ ।
Tubbur (Z) ... ଟୁବୁର ।
Tulasigām (Z) ... ତୁଲସିଗାଁ ।
Turakasāsanam (Z). తురకశాసనం.
Umāguru (Z) ... ଉମାଗୁରୁ ।
Uppalām (Z) ... ఉప్పలాం.
Venkatavaradarajapuram (Z). వెంకటవరదరాజపురం.
Vēnugōpālapuram (Z). వేణుగోపాలపురం.
Vikramapuram (Z). విక్రమపురం.
Virabhadra (Z) ... వీరభద్ర.
Vīranārāyanapuram (Z). వీరనారాయణపురం.
Virarāmachandrapuram (Z). వీరరామచంద్రపురం.

Surada Tālūk, Bodogodo Zamindāri.
ସୋରଡା ତାଲୁକା, ବଡଗଡା ଜମିଦାରୀ ।

Agula (Z) ... ଆଗୁଲ ।
Aligudā (Z) ... ଆଲିଗୁଡା ।
Bādapur (Z) ... ବାଦପୁର ।
Bahadāpadar (Z). ବାହାଡାପଦର ।
Balaipadar (Z) ... ବାଲିପଦର ।
Bārikōt (I) ... ବାରିକୋଟ ।
Bārasingi (Z) ... ବାରସିଙ୍ଗି ।
Batasyāsan (Z) ... ବାଟଶାସନ ।
Belapadā (Z) ... ବେଲପଡା ।
Bhālyāgudā (Z) ... ଭାଲ୍ୟାଗୁଡା ।
Bhetasingi (Z) ... ଭେଟସିଙ୍ଗି ।
Bheemapur (I) ... ଭୀମପୁର ।
Bijay Raghunathapur (I). ବିଜୟରଘୁନାଥପୁର ।
Binjhagiri (I) ... ବିଞ୍ଝଗିରି ।
Badagad (Z) ... ବଡଗଡ ।
Bodolāugadā (Z). ବଡଲାଉଗଡା ।
Balarāmpur (Z). ବଳରାମପୁର ।
Bandhāgudā (Z). ବନ୍ଧାଗୁଡା ।
Baradā (Z) ... ବରଡା ।
Baramundoli (Z). ବରମୁଣ୍ଡଳି ।
Barapalli (Z) ... ବରପଲ୍ଲି ।

Surada Tālūk, Bodogodo Zamindāri--*cont*.
ସୋରଡା ତାଲୁକା, ବଡଗଡା ଜମିଦାର—କ୍ରମଶଃ ।

Burupada (Kondho) (Z). କନ୍ଧ ବୁରୁପଡା ।
Chakundā (I) ... ଚକୁଣ୍ଡା ।
Chaulakhāi (I) ... ଚଉଲଖାଇ ।
Chhappali (I) ... ଛପ୍ପଲି ।
Chikkili (Z) ... ଚିକ୍କିଲି ।
Chandrapura (Z). ଚନ୍ଦ୍ରପୁର ।
Chashāmahuli (Z). ଚଷାମହୁଲି ।
Dāmpura (Z) ... ଦାମପୁର ।
Dhāupadā (I) ... ଢାଉପଦା ।
Dhimiripalli (Z)... ଟିମିରିପଲ୍ଲି ।
Dhimiripankal (Z). ଟିମିରିପଙ୍କାଲ ।
Dhonupur (Z) ... ଧନୁପୁର ।
Dhaugām (Z) ... ଢଉଗାଁ ।
Dumulā (Z) ... ଡୁମୁଲା ।
Durgāmadhavpur (Z). ଦୁର୍ଗମାଧବପୁର ।
Ekalāpura ... ଏକଲାପୁର ।
Ghodāmb (Z) ... ଘୋଡାମ୍ବ ।
Gōvindapur (Z) ... ଗୋବିନ୍ଦପୁର ।
Gōbaralundi (Z)... ଗୋବରଲୁଣ୍ଡି ।
Gochhāgudā (Z). ଗୋଛାଗୁଡା ।
Gadachikkili (I)... ଗଡଚିକ୍କିଲି ।
Gadapadiā (Z) ... ଗଡ଼ପଢିଆ ।
Gōkulapur (Z) ... ଗୋକୁଳପୁର ।
Gambhārigudā (Z). ଗମ୍ଭାରିଗୁଡା ।
Gangāpur (Z) ... ଗଙ୍ଗାପୁର ।
Gōpālpura (Z) ... ଗୋପାଲପୁର ।
Gōpapalli (Z) ... ଗୋପପଲ୍ଲି ।
Garvagandā (Z) ... ଗର୍ବଗଣ୍ଡା ।
Gunākhāl (Z) ... ଗୁନାଖାଲ ।
Gunākumpā (Z)... ଗୁନାକୁମ୍ପା ।
Hattikhal (I) ... ହାତିଖାଲ ।
Hinjalakudā (Z). ହିଞ୍ଜଲକୁଦା ।
Haripriyapur (I). ହରିପ୍ରିୟପୁର ।
Jhilimili (Z) ... ଝିଲିମିଲି ।
Jhirijhirā (Z) ... ଝିରିଝିରା ।
Jagamōhan (Z) ... ଜଗମୋହନ ।
Jagannathapur (I). ଜଗନ୍ନାଥପୁର ।
Jōkiā (I) ... ଜୋକିଆ ।
Kadagudā (Z) ... କାଦଗୁଡା ।
Khandipadā (Z)... ଖାନ୍ଦିପଡା ।
Khārigudā (Z) ... ଖାରିଗୁଡା ।
Khāripalli (Z) ... ଖାରିପଲ୍ଲି ।
Khaspākaradakanā (Z). ଖାସ୍ପାକରଡାକଣା ।
Khillābādi (Z) ... ଖିଲ୍ଲାବାଢି ।
Khajiridhia (Z) ... ଖଜିରିଢିଆ ।
Khajiripalli (Z) ... ଖଜିରିପଲ୍ଲି ।
Kahnēipur (I) ... କହ୍ନେଇପୁର ।
Kaithapalli (Z) ... କଇଠପଲ୍ଲି ।
Kalākhādi (Z) ... କଲାଖାଢି ।
Kandhobheempura (Z). କନ୍ଧଭୀମପୁର ।
Kandhabaradā (Z). କନ୍ଧବରଦା ।
Kandhagochhā (Z) କନ୍ଧଗୋଛା ।
Kandhakalākhadi (Z). କନ୍ଧକଲ ଖାଢ ।
Kandhavinjhagiri (Z). କନ୍ଧବିଞ୍ଝଗିରି ।
Karātali (Z) ... କରାତଳି ।
Kumārabandh (Z). କୁମାରବନ୍ଧ ।
Kumārapāni (Z)... କୁମାରପାଣି ।
Kusapalli (Z) ... କୁସପଲ୍ଲି ।
Kusumagadiā (I)... କୁସୁମଗାଡିଆ ।
Kutiligudā (Z) ... କୁଟିଲିଗୁଡା ।
Lembhākumpā (I). ଲେମ୍ଭାକୁମ୍ପା ।
Lengāmā (I) ... ଲେଙ୍ଗାମା ।
Lōkamāri (Z) ... ଲୋକମାରି ।
Lakshmipur (Z). ଲକ୍ଷ୍ମୀପୁର ।
Lalitapur (L) ... ଲଳିତପୁର ।

Surada Tālūk, Bodogodo Zamindāri - *cont.*
ସୋରଡା ତାଲୁକା, ବଡଗଡ ଜମିଦାରି—କ୍ରମଶଃ ।

Latāpalli (I) ... ଲଟାପଲ୍ଲି ।
Maniākati (Z) ... ମାଣିଆକାଟି ।
Mānikyapur (Z). ମାଣିକ୍ୟପୁର ।
Mentibāums (Z). ମେଣ୍ଟିବାଉଂସ ।
Machhākōt (Z) ... ମଚ୍ଛାକୋଟ ।
Madhupur (Z) ... ମଧୁପୁର ।
Mangalpur (I) ... ମଙ୍ଗଳପୁର ।
Marādi (Z) ... ମରାଢ଼ି ।
Mardakot (Z) ... ମର୍ଦ୍ଦକୋଟ ।
Mukundapur (Z). ମୁକୁନ୍ଦପୁର ।
Nakateri (Z) ... ନାକଟେରି ।
Nuāgām (Z) ... ନୂଆଗାଁ ।
Nuāgachā (Z) ... ନୂଆଗଛା ।
Nuāpalli (Z) ... ନୂଆପଲ୍ଲି ।
Abhayapur (I) ... ଅଭୟପୁର ।
Orā (Z) ... ଓରା ।
Arghāsurapalli (Z). ଅର୍ଘାସୁରପଲ୍ଲି ।
Arkadhia (Z) ... ଅର୍କଢିଆ ।
Arkhapadā (Z) ... ଅର୍ଖପଡା ।
Askapalli (Z) ... ଅସ୍କପଲ୍ଲି ।
Pāikkaradākanā (Z). ପାଇକକରଡାକଣା ।
Pāniāpalli (Z) ... ପାଣିଆପଲ୍ଲି ।
Pātapur (I) ... ପାଟପୁର ।
Pātrapur (I) ... ପାତ୍ରପୁର ।
Pillipadar (Z) ... ପିଲ୍ଲିପଦର ।
Padmanābhapur (I). ପଦ୍ମନାଭପୁର ।
Padmapur (Z) ... ପଦ୍ମପୁର ।
Poipankal (Z) ... ପୋଇପଙ୍କାଲ ।
Paramānandapur (I). ପରମାନନ୍ଦପୁର ।
Patāpāuli (Z) ... ପଟାପାଉଲି ।
Patāsal (Z) ... ପଟାସାଲ ।
Purunāgad (Z)... ପୁରୁଣାଗଡ ।
Rāibandh (I) ... ରାଇବନ୍ଧ ।
Rājapur (Z) ... ରାଜପୁର ।
Ragunathapur (I). ରଘୁନାଥପୁର ।
Raktāpattā (Z) ... ରକ୍ତପଟ୍ଟା ।
Ratnapur (Z) ... ରତ୍ନପୁର ।
Sāba (Z) ... ସାବା ।
Sānalabhagudā (I). ସାନଲଭଗୁଡା ।
Sidhapur (Z) ... ସିଦ୍ଧପୁର ।
Sindhāgudā (Z) ... ସିନ୍ଧାଗୁଡା ।
Singipur (Z) ... ସିଙ୍ଗିପୁର ।
Sinkuliāpalli (Z)... ସିଙ୍କୁଲିଆପଲ୍ଲି ।
Sitamb (Z) ... ସିତାମ୍ବ ।
Sandhikendu (Z). ସନ୍ଧିକେନ୍ଦୁ ।
Sarābādi (Z) ... ସରାବାଢ଼ି ।
Sarānaunti (I) ... ସରାନୌଣ୍ଟି ।
Sriramapalli (I) ... ଶ୍ରୀରାମପଲ୍ଲି ।
Surēkbadēvipur (I). ସୁରେଖାଦେବୀପୁର
Tanājipalli (Z) ... ଟାଣାଜିପଲ୍ଲି ।
Tentulikhunti (Z). ତେନ୍ତୁଳିଖୁଣ୍ଟି ।
Takaradā (Z) ... ତକରଡା ।
Talapātamā (Z) ... ତଳପାତମା ।
Tōrada (Z) ... ତୋରଡା ।
Uparepātamā (I). ଉପରପାତମା ।
Ustā (Z) ... ଉସ୍ତା ।

Tekkali Tālūk. టెక్కలి తాలూకా.

Achyutāpuram (I) అచ్యుతాపురం.
Adavikottūru (Z). అడవికొత్తూరు.
Āgarlagōkarlapālle (I). అగర్లగోకర్లపల్లె.
Ākāsalakāvaram (Z). ఆకాశలకవరం.
Akkavaram alias Sītāpuram (Z). అక్కవరం ఉరఫ్ సీతాపురం.
Akkavaram (Z) ... అక్కవరం.
Akkupillavūru (Z). అక్కుపిల్లవూరు.

Tekkali Tālūk—*cont.* టెక్కలి తాలూకా—శేషము.

Ākularaghunādhapuram (I).	ఆకులరఘునాథ పురం.
Alukbolā (Z) ...	ଆଲୁଖୋଲା ।
Amalapādu (Z) ...	అమలపాడు.
Ambusōli (Z) ...	ଅମ୍ବୁସୋଲି ।
Amalakudiā (Z)...	ଅମଳକୁଡ଼ିଆ ।
Ānandapuram alias Nityānandapuram (Pāta Tekkali) (Z).	ఆనందపురం ఉరఫు నిత్యానంద పురం.
Anantagiri (I) ...	అనంతగిరి.
Annāpuram (Z)...	అన్నాపురం.
Antlavaram (Z) ...	అంట్లవరం.
Ārikavalasa (Z) ...	అరికవలస.
Ayōdhyapuram (I)	అయోధ్యపురం.
Bāchirāzu Venkatāpuram (I).	బాచిరాజు వెంక టాపురం.
Badabanda (Z) ...	బడబంద.
Badagām (Z) ...	బడగాం.
Baipilli (Z) ...	ବାଇପିଲ୍ଲି ।
Balarāmapuram (Nandigām) (Z)	బలరామపురం.
Balarāmapuram (Domta) (Z).	బలరామపురం.
Bannuvāda (Z) ...	బన్నువాడ.
Bantukottūru (Z)	బంటుకొత్తూరు.
Bātupuram (Z) ...	బాతుపురం.
Bāvanapādu (Z)...	బావనపాడు.
Bejjipalle (Z) ...	బెజ్జిపల్లె.
Belakhōlā (Z) ...	ବେଲଖୋଲା ।
Bendi (Z) ...	బెండి.
Beniāvuru (Z) ...	ବେଣିଆବୁରୁ ।
Bhagavānpuram (Z).	భగవానుపురం.
Bhairi Boddapādu (Z).	బైరి బొడ్డపాడు.
Bharanigām (Z)...	భరనిగాం.
Bharatapuram (Z)	భరతపురం.
Bhīmpuram (Z) ...	భీంపురం.
Boppāyipuram (I).	బొప్పాయిపురం.

Bōrubhadra (Z) ...	బోరుభద్ర.
Brāhmanatarla (Z).	బ్రాహ్మణతర్ల.
Brundāvanam (I).	బృందావనం.
Būragām (Z) ...	బూరగాం.
Chākipilli (Z) ...	చాకిపల్లె.
Charandāsupuram (Z).	చరణదాసుపురం.
Chaudarikotturu (Z)	చౌదరికొత్తురు.
Cherukupalle (Z).	చెరుకుపల్లె.
Chetlutāndra (Z).	చెట్లుతాండ్ర.
Chinnanchala (Z).	చిన్నంచళ.
Chinnabādam (Z).	చిన్నబాదం.
Chinnaguruvūru (Z).	చిన్నగురువూరు.
Chinnakēdāri (Z)	చిన్న కేదారి.
Chinnalavunipalle (Z).	చిన్న లవుణిపల్లె.
Chinna Nārāyanapuram alias Padmanābhapuram (Z).	చిన్న నారాయణ పురం ఉరఫు పద్మనాభపురం.
Chinnārigōkarlapalle (Z).	చిన్నారిగోకర్ల పల్లె.
Chinnarōkallapalle (I).	చిన్నరోకళ్లపల్లె.
Chinna Tāmarapalle (I).	చిన్నతామరపల్లె.
Chinna Tungam (Z).	చిన్నతుంగం.
Chinnavanka (Z)...	చిన్న వంక.
Chintalagāra (Z)...	చింతలగార.
Chintamani (Z) ...	చింతామణి.
Chīpurlapādu (Z)...	చీపుర్లపాడు.
Chīpurupalle (Z)...	చీపురుపల్లె.
Chirutanāpalle ...	చిరుతనాపల్లె.
Chittidāsupuram alias Sāsanam (I).	చిట్టిదాసుపురం ఉరఫు శాసనం.

Tekkali Tāluk—*cont.* టెక్కలి తాలూకా—శేషము.

Chompāpuram (I).	చోంపాపురం.
Dabbalapādu (Z)...	దబ్బలపాడు.
Damara (Z) ...	దమర.
Danta (Z) ...	దంత.
Dāsaradhipēta (Z).	దాశరధిపేట.
Dēvāda (Z) ...	దేవాడ.
Dēvalabbadra (Z).	దేవలభద్ర.
Dēvunaltāda (Z).	దేవునల్తాడ.
Dēvupuram (I) ...	దేవుపురం.
Dharmanīlāpuram (Z).	ధర్మనీలాపురం.
Dimilāda (Z) ...	దిమిలాడ.
Dimmidijōlā (Z)...	దిమ్మిడిజోల.
Dīnabandhupuram (Z).	దీనబంధుపురం.
Dīpāvali (I) ...	దీపావళి.
Doddla Rāmachandrapuram (Z).	దొడ్ల-రామచంద్రపురం.
Dōkulapādu (Z)...	డోకులపాడు.
Gadimittajagannādhapuram (I).	గడిమిట్టజగన్నాథపురం.
Gadivūru (Z) ...	గడివూరు.
Gangupuram (Z).	గంగుపురం.
Ganguvāda (Z) ...	గంగువాడ.
Garudabhadra (Z).	గరుడభద్ర.
Garudakhandi (Z).	గరుడఖండి.
Gōdāvaripuram (Z).	గోదావరిపురం.
Gollasarti (Z) ...	గొల్లసర్తి.
Gollavūru (Z) ...	గొల్లవూరు.
Gōpālapuram (Tarla).	గోపాలపురం.
Gōpālapuram (Pāta Tekkali) (Z).	గోపాలపురం.
Gōpālapuram (Gōpālapuram) (Z).	గోపాలపురం.
Gōpinādhapuram (Z).	గోపినాధపురం.
Gōvindapuram (Z)	గోవిందపురం.
Gōvindapuram (I).	గోవిందపురం.
Gūdem (Z) ...	గూడెం.
Gūnalapādu (Z) ...	గూనలపాడు.
Hanumantunāyudupēta (Z).	హనుమంతునాయుడుపేట.
Haridāsupuram (Z).	హరిదాసుపురం.
Harshabāda (Z) ...	హర్షబాద.
Īdurāpalle (Z) ...	ఈదురాపల్లె.
Ijjuvaram (Z) ...	ఇజ్జువరం.
Jadyāda (Z) ...	జడ్యాడ.
Jagannādhapuram (Tarla) (Z).	జగన్నాధపురం.
Jagannādhapuram (Talagam) (Z).	జగన్నాధపురం.
Jallapalle (I) ...	జల్లపల్లె.
Jamachakram (Z).	జమచక్రం.
Jandāpēta (Z) ...	జండాపేట.
Jayakrishna puram (1).	జయకృష్ణపురం.
Jayapuram (Z) ...	జయపురం.
Jayarāmachandrapuram (Z).	జయ-రామచంద్రపురం.
Jiyyannapēta ...	జియ్యన్నపేట.
Jonnalapādu (Z)...	జొన్నలపాడు.
Kaijhōla (Tarla) (Z).	କଇଝୋଲା ।
Kaijhōla(Nuagam) (Z).	କଇଝୋଲା ।
Kāmadhēnuva (Z).	కామధేనువ.
Kamalāpuram (Z).	కమలాపురం.

Tekkali Tālūk—*cont.* టెక్కలి తాలూకా—శేషము.

Kambarigām (Z).	కంబరిగాం.
Kanchivūru (Z) ...	కంచివూరు.
Kandulagūdem (Z).	కందులగూడెం.
Kanitivūru (Z) ...	కణితివూరు.
Kannevalasa (Z)...	కన్నెవలస.
Kantrāgada (Z).	କାନ୍ତ୍ରାଗଡ ।
Kantragada (I) ...	କାନ୍ତ୍ରାଗଡ ।
Kāpugōdevalasa (Z).	కాపుగోదెవలస.
Karajādā (Z) ...	କାରଜାଡା ।
Karlapūdi (I) ...	కర్లపూడి
Kāsībugga (Z) ...	కాశీబుగ్గ.
Kāsīpuram (Z) ...	కాశీపురం.
Kāsirāju Kāsipuram (Z).	కాశిరాజుకాశీపురం.
Kavitha (I) ...	కవిత.
Kēdāripuram (Z)	కేదారిపురం.
Kēsināyudupēta (Z).	కేశినాయుడుపేట.
Kēsipuram (I) ...	కేశిపురం.
Khallada (Z) ...	ଖଲ୍ଲଡା ।
Kidisingisaradāpuram (Z).	కిడిశింగసరదాపురం.
Kittalapādu (Z)...	కిట్టలపాడు.
Kōdandapuram (Z)	కోదండపురం.
Koita alias Amāniyā Koita (I).	కొయిట ఉరఫ్ అమానియాకొయిట.
Kollipādu (Z) ...	కొల్లిపాడు.
Kollivalasa (Z) ...	కొల్లివలస.
Komaraltāda (Z)...	కొమరల్తాడ.
Kōmativūru (I) ...	కోమటివూరు.
Kondabhīmpuram (I).	కొండభీంపురం.
Kondatembūru (I).	కొండతెంబూరు.
Kondavuru (Z) ...	కొండవూరు.
Konusulakottūru (Z).	కొనుసులకొత్తూరు
Kōsangipuram (Z).	కోసంగిపురం.
Kōtapādu (I) ...	కోటపాడు.
Kōtilingi (Z) ...	కోటిలింగి.
Kōtipalle (I) ...	కోటిపల్లె.
Kotta Agrahāram (I).	కొత్త అగ్రహారం.
Kotta Jagaddēvupuram (Z).	కొత్తజగద్దేవుపురం.
Krishnarāyapuram (Z).	క్రిష్ణరాయపురం.
Krishnupuram (I).	క్రిష్ణుపురం.
Krīshnupuram (Z).	క్రిష్ణుపురం.
Kūrmanādhapuram (Z).	కూర్మనాధపురం.
Kūrmannapēta alias Sariyāpalle (Z).	కూర్మన్నపేట ఉరఫ్ సరియాపల్లె.
Kurudu (Z) ...	కురుడు.
Lakbidāsupuram (I).	లఖిదాసుపురం.
Lakshmidēvipēta (Z).	లక్ష్మీదేవిపేట.
Lakshmipuram (Tarla) (Z).	లక్ష్మీపురం.
Lakshmipuram (Nandigam) (Z).	లక్ష్మీపురం.
Lattigam with its hamlet Jagannādhapuram (Z)	లట్టిగాం దాని మదురా జగన్నాధపురం.
Lingālapādu (I) ...	లింగాలపాడు.
Lingūru (Z) ...	లింగూరు.
Lōdhapadar (Z).	ଲୋଧପଦର ।
Lōttūru (Z) ...	లొత్తూరు.
Madanāpuram (Z).	మదనాపురం.
Mādikapuram (Z).	మాదికపురం.

Tekkali Tāluk—*cont.* టెక్కలి తాలూకా—శేషము.

Mahādēvipuram (I).	మహాదేవిపురం.
Majjigōpālapuram (I)	మజ్జిగోపాలపురం.
Mākavaram (I) ...	మాకవరం.
Mallivīdi (I) ...	మల్లివీడి.
Manigām (Z) ...	మణిగాం.
Mardarājapuram (Z).	మర్దరాజపురం.
Marlapādu (Z) ...	మర్లపాడు.
Marripādu (Z) ...	మర్రిపాడు.
Māvidipalle (Z) ...	మావిడిపల్లె.
Mēghavaram (I)...	మేఘవరం.
Meliyāputtu (Z)...	మెళియాపుట్టు.
Mēlakottūru alias Vajrapukottūru (Z).	మేలకొత్తూరు ఫుర పు వజ్రపుకొత్తూరు.
Mīlasativāda (Z)...	మీలసతివాడ.
Mōdugalakkavaram (Z).	మోదుగలక్కవరం
Mōdugavalasa (Z).	మోదుగవలస.
Moggavūru (Z) ...	మొగ్గవూరు.
Mōgilipādu (Tarla) (Z)	మోగిలిపాడు.
Mogilipādu (Temburu (Z)	మొగిలిపాడు.
Mojjivāda (Z) ...	మొజ్జివాడ.
Mokhalingapuram (Z).	మొఖలింగపురం.
Mondrāyivalasa (I).	మొండ్రాయివలస.
Mukundapuram (Z).	ముకుందపురం.
Mulapēta (Z) ...	మూలాపేట.
Murāripuram (I).	మురారిపురం.
Nabābupēta (Z)...	నబాబుపేట.
Nagarampalle ...	నగరంపల్లె.
Nagiripenta (Z) ...	నగిరిపెంట.
Nandigām (Z) ...	నందిగాం.
Naraharipuram (Z).	నరహరిపురం.
Nārāyanapuram (I).	నారాయణపురం.
Nārāyanapuram (Z).	నారాయణపురం.
Narasingapalle (Z).	నరశింగపల్లె.
Narasāpuram (Z).	నరసాపురం.
Narasipuram (Z).	నరసిపురం.
Narēndrapuram (Z).	నరేంద్రపురం.
Naugām (Z) ...	నౌగాం.
Naupadā (Z) ...	నౌపడ.
Nemali (Z) ...	నెమలి.
Nīlāpuram (Z) ...	నీలాపురం.
Nīlibhadra (I) ...	నీలిభద్ర.
Antarakudda (Z).	ଅନ୍ତରକୁଦ୍ଦା ।
Padmapuram (I)...	పద్మపురం.
Pālanāyudupēta (Z).	పాలనాయుడుపేట.
Palāsa (Z) ...	పలాస.
Pālasingi (Z) ...	పాలశింగి.
Pālavalasa (Z) ...	పాలవలస.
Pallisarti (Z) ...	పల్లిసర్తి.
Pallivūru (Z) ...	పల్లివూరు.
Pālūru (Z) ...	పాలూరు.
Pandāsāsanam (I).	పండాశాసనం.
Panukūru (Z) ...	పణుకూరు.
Pārasamba (Z) ...	ପାରସମ୍ବା ।
Pātajagaddēvupuram (I).	పాతజగద్దేవుపురం.
Pātanaupada (Z)...	పాతనౌపడ.
Pata Tekkali (Z).	పాత టెక్కలి.
Pātragraha (Z) ...	పాత్రగ్రహ.
Pātrapuram (Z) ...	పాత్రపురం.
Pātrunivalasa (Z).	పాత్రునివలస.
Peddanchalam (Z)	పెద్దంచలం.
Peddabādam (Z)...	పెద్దబాడాం.
Peddaboddapādu (Z).	పెద్దబొడ్డపాడు.

Tekkali Tāluk—*cont.* టెక్కలి తాలూకా—శేషము.

Peddaguruvūru (Z).	పెద్దగురువూరు.
Peddalāvunipalle (Z).	పెద్దలావునిపల్లె.
Peddarōkallapalle (Z).	పెద్దరోకల్లపల్లె.
Pedda Tāmarapalle (Z)	పెద్ద తామరపల్లె.
Peddatungam (Z).	పెద్దతుంగాం.
Peddavanka (Z)...	పెద్దవంక.
Peddināyudupēta.	పెద్దినాయుడుపేట.
Pentavūru ...	పెంటవూరు.
Pentibhadra ...	పెంటిభద్ర.
Pesarapādu (I) ...	పెసరపాడు.
Pithasariā (I) ...	ପିଠାସରିଆ ।
Pōlavaram (Z) ...	పోలవరం.
Pollāda (Z) ...	పొల్లాడ.
Pōtināyudupēta (Z).	పోతినాయుడుపేట
Potulūru (Z) ...	పొతులూరు.
Pratāpa Viswanādha puram (Z).	ప్రతాప విశ్వనాథ పురం.
Pūdijagannāda puram (I).	పూడిజగన్నాథపురం.
Pūdilanka (I) ...	పూడిలంక.
Pūrnabhadra (I)...	పూర్ణభద్ర.
Purushōttapuram (Z).	పురుషోత్తపురం.
Radhajanaboddapādu (Z).	రాధజనబొడ్డపాడు.
Raghunādhapuram (I).	రఘునాథపురం.
•Raghunādhapuram alias Tekkali (Z).	రఘునాథపురం పుర పు టెక్కలి.
Rājagōpālapuram (Talagam) (Z).	రాజగోపాలపురం.
Rājagōpalapuram (Tarla) (Z)	రాజగోపాలపురం.
Rājām (Z) ...	రాజాం.
Rājāpuram (Z) ...	రాజాపురం.
Rāmachandrapuram (Z)	రామచంద్రపురం.
Rāmakrishnāpuram (Z).	రామక్రిష్ణాపురం.
Rāmpuram (I) ...	రాంపురం.
Rāvivalasa (Z) ...	రావివలస.
Rauvtupuram (Z).	రవుతుపురం.
Rāyipādu (Z) ...	రాయిపాడు.
Rentikōta (Z) ...	రెంటికోట.
Reyyipādu (Z) ...	రెయ్యిపాడు.
Rittapādu (Z) ...	రిట్టపాడు.
Sailāda (Z) ...	సైలాడ.
Sainūru (Z) ...	సైనూరు.
Sampati Rao Rāmakrishnāpuram (I).	సంపతిరావు రామక్రిష్ణాపురం.
Sandhipēta (Z) ...	సంధిపేట.
Santabommāli ...	సంతబొమ్మాళి.
Sanyāsinīlāpuram (Z).	సన్యాసినీలాపురం.
Sāradāpuram (Z).	సారదాపురం.
Sariyāpalle (I) ...	సరియాపల్లె.
Sāsanam (Tarla) (Z).	సాసనం.
Savarabānāpuram (I).	సవరబానాపురం.
Savarakottūru (Z).	సవరకొత్తూరు.
Savaralingupuram (Z).	సవరలింగుపురం.
Savararāmakrishnāpuram (Z).	సవరరామకృష్ణాపురం.
Savara Rāmpuram (Z).	సవరరాంపురం.
Savarasōmanādhapuram (Z).	సవరసోమనాథపురం.
Singumahantipēta (Z).	సింగుమహంతిపేట.
Singupuram (Z)...	సింగుపురం.
Sītānagaram (Z)...	సీతానగరం.
Sītāpuram (I) ...	సీతాపురం.

Tekkali Tāluk—*cont.* టెక్కలి తాలూకా.—శేషము.

Sītāpuram (Z) ... సీతాపురం.
Sītārāmpuram (I) సీతారాంపురం.
Sivarāmpuram (I) సివరాంపురం.
Sagadiā (Z) ... ସଗଡ଼ିଆ ।
Sōmayyavalasa (I). సోమయ్యవలస.
Sontinūru (Z) ... సొంటినూరు.
Srīrangam (Z) ... శ్రీరంగం.
Subhadrāpuram (I) సుభద్రాపురం.
Sunkarijagannādhapuram (I). సుంకరిజగన్నాథపురం.
Sunnāda (Z) ... ସୁନ୍ନାଡ଼ା ।
Sunnāpalle (Z)... సున్నాపల్లె.
Sūryamanipuram (Z). సూర్యమణిపురం.
Syāmasundarapuram (I). శ్యామసుందరపురం.
Tādivādagullalapadu (Z). తాడివాడగుల్లలపాడు
Tāllabhadra (I). తాళ్లభద్ర.
Talagām (Z) ... తలగాం.
Tāllavalasa (Z). తాళ్లవలస.
Tamalāpuram (Z) తమలాపురం.
Tarlākōta (Z) ... తర్లాకోట.
Tarlipēta (Z) ... తర్లిపేట.
Tātiparti (Z) ... తాటిపర్తి.
Tekkalipatnam (Z) టెక్కలిపట్నం.
Telikipenta (Z). తెలికిపెంట.
Telinīlāpuram (Z) తెలినీలాపురం.
Tembūru (Z) ... తెంబూరు.
Tērapalle (Z) ... తేరపల్లె.
Tirlangi (Z) ... తిర్లంగి.
Tolusūrupalle (Z) తొలుసూరుపల్లె.
Tōtāda (Z) ... తోటాడ.
Tōtapalle (Z) ... తోటపల్లె.
Turakalakōta alias Pātakasbā (Z). తురకలకోట ఉరఫు పాతకస్బా.
Udayapuram (Z). ఉదయపురం
Uddānamgōpinādhapuram (Z). ఉద్దానంగోపినాథపురం.
Uddānamkūrmanādhapuram (Z). ఉద్దానంకూర్మనాథపురం.
Uddānamnarasingupalle (Z). ఉద్దానం నరసింగుపల్లె.
Uddānam Rāmakrishnāpuram (I). ఉద్దానం రామకృష్ణాపురం.
Uddandabharatapuram (Z). ఉద్దండభరతపురం.
Undrakudiā (Z). ଉନ୍ଦ୍ରାକୁଡ଼ିଆ ।
Vaddibāda (Z)... వడ్డిబాడ.
Vadditāndra (Z). వడ్డితాండ్ర.
Vallabharāyapādu (Z). వల్లభరాయపాడు.
Vallāpuram (Z). వల్లాపురం.
Vangara (Z) ... వంగర.
Vēmulāda (Z) ... వేములాడ.
Venkatāpuram (I). వెంకటాపురం.
Vēnugōpālapuram alias Jādupūdi (I). వేణుగోపాలపురం ఉరఫు జాడుపూడి.
Vikramapuram (Z). విక్రమపురం.
Vīrabhadrapuram (Z). వీరభద్రపురం.
Vīraraghunādhapuram (I). వీరరఘునాథపురం.
Virarāmachandrapuram (I). వీరరామచంద్రపురం.
Vīrarāmakrishnāpuram (I). వీరరామకృష్ణాపురం.
Vishnuchakram (Z). విష్ణుచక్రం.
Vissampalle (Z). విస్సంపల్లె.
Viswanādhapuram (Z). విశ్వనాథపురం.
Yāmalāpēta (Z). యామలాపేట.
Zammipēta (Z). జమ్మిపేట.

Baligudā Agency. ବାଲିଗୁଡା ଏଜେନ୍‌ସି ।

Adibanga .. ଆଢବାଙ୍ଗା ।
Adipadar ... ଆଢପଦର ।
Ambabadika ... ଆମ୍ବବାଢକା ।
Ambajhara ... ଆମ୍ବଝର ।
Atamaska ... ଆଢମାସ୍କ ।
Badeketta ... ବାଦେର୍କେଢା ।
Badepanga ... ବାଡେପାଙ୍ଗା ।
Bạdalama ... ବାଡାଲମା ।
Bagapadar ... ବାଗପଦର ।
Bāida (Z) ... ବାଇଡା ।
Bailanga ... ବଇଲଙ୍ଗା ।
Bajaka ... ବାଜକା ।
Bakudubādi ... ବାକୁଡୁବାଢ ।
Baligad ... ବାଲିଗଡ ।
Baligandā ... ବାଲିଗଣ୍ଡା ।
Baligudā ... ବାଲିଗୁଡା ।
Balimatikamir ... ବାଲିମୀଟିକାମିର ।
Balipadar ... ବାଲିପଦର ।
Bālisuga ... ବାଲିସୁଗା ।
Bamiuigām ... ବାମିନିଗାଁ ।
Bamuderipadā ... ବାମୁଦେରପଡା ।
Bandabaju ... ବାଣ୍ଡବାଜୁ ।
Bārangal ... ବାରଙ୍ଗଲ ।
Bārakasibadi ... ବାରକାସିବାଢ ।
Bārakhammā ... ବାରଖମ୍ମା ।
Basabadi ... ବାସବାଢ ।
Bāsanābādi ... ବାସନାବାଢ ।
Batāgudā ... ବାଟାଗୁଡା ।
Belagad ... ବେଲଗଡ ।
Behalamā ... ବେହଲମା ।
Benāgām ... ବେନାଗାଁ ।
Benārabāli ... ବେନାରବାଲି ।
Betukūru ... ବେଟୁକୁରୁ ।
Bhandarangi ... ଭଣ୍ଡରଙ୍ଗି ।
Bhutedi ... ଭୁଟେଢ ।
Bikāgām ... ବିକାଗାଁ ।
Bilamal ... ବିଲମାଳ ।
Bilasaradā ... ବିଲସରଡା ।
Biaramā ... ବିଅରମା ।
Biragada ... ବିରଗଡା ।
Bladubādi ... ବ୍ଲଡୁବାଢ ।
Badimunda ... ବଢିମୁଣ୍ଡା ।
Badagām ... ବଡଗାଁ ।
Badamārnagām ... ବଡମାରଣାଗାଁ ।
Badarapāderi ... ବଡରପାଦେର ।
Badasomborobādi. ବଡସମ୍ବରବାଢ ।
Badubādi or Jidingiā. ବଡୁବାଢ ନଚୁବା ଜିଡଙ୍ଗିଆ ।
Balabaragām ... ବଲବରଗାଂ ।
Bandhāgudā ... ବନ୍ଧଗୁଡା ।
Bandhāgudā ... ବନ୍ଧାଗୁଡା ।
Bandhāgudā ... ବନ୍ଧାଗୁଡା ।
Bandika ... ବଣ୍ଡିକା ।
Bandramā ... ବନ୍ଦ୍ରମା ।
Baningiā ... ବନିଙ୍ଗିଆ ।
Barikiā ... ବରିକିଆ ।
Barajal ... ବରଜାଳ ।
Barakiā ... ବରକିଆ ।
Brasalka ... ବ୍ରାସାଲ୍କା ।
Budhāgudā ... ବୁଢାଗୁଡା ।
Budāma ... ବୁଡାମା ।
Budamilika ... ବୁଡାମିଲିକା ।
Budukeju ... ବୁଡୁକେଜୁ ।
Budurumahā ... ବୁଡୁରୁମାହା ।
Budusōla ... ବୁଡୁସୋଲ ।
Bujeli ... ବୁଜେଲି ।
Bujili ... ବୁଜିଲି ।
Burangiā ... ବୁରଙ୍ଗିଆ ।
Burudakiā ... ବୁରୁଡାକିଆ ।
Burudikiā ... ବୁରୁଡିକିଆ ।
Buteli ... ବୁଟେଲି ।
Chachedi ... ଚଚେଢ ।
Changudaballe ... ଚଙ୍ଗୁଡବାଲ୍ଲି ।
Dabādi (Z) ... ଦାବାଢ ।
Dabulipadar ... ଡାବୁଲିପଦର ।

Baligudā Agency—*cont.* ବାଲିଗୁଡା ଏଜେନ୍‌ସି—କ୍ରମଶଃ ।

Daka ... ... ଡକା ।
Dakadami ... ଡାକଡାମି ।
Damikiā ... ଦାମିକିଆ ।
Damirikiā ... ଡାମିରିକିଆ ।
Dangagam ... ଡାଙ୍ଗଗାଁ ।
Dangosigudā ... ଦାଙ୍ଗୋସିଗୁଡା ।
Dangor (Cusangia). ଡାଙ୍ଗୋର ।
Dangor (Kurtamgad) ଡାଙ୍ଗୋର ।
Danumilā ... ଡାନୁମିଲା ।
Danungiā ... ଡାନୁଙ୍ଗିଆ ।
Dasigudā ... ଦାସିଗୁଡା ।
Dasingabādi ... ଦାସିଙ୍ଗବାଡି ।
Dedrabadi ... ଡେଡ୍ରବାଡି ।
Degarapadā ... ଡେଗରପଡା ।
Demengiā ... ଦେମେଙ୍ଗିଆ ।
Demiliā ... ଡେମିଲିଆ ।
Dendadi ... ଡେଣ୍ଡଡି ।
Dengaguda ... ଡେଙ୍ଗଗୁଡା ।
Dengalaragām ... ଡେଙ୍ଗଲରଗାଁ ।
Dhepāragām ... ଢେପରଗାଁ ।
Dhārākot ... ଧାରାକୋଟ ।
Dharmapur ... ଧର୍ମପୁର ।
Diagudā ... ଡିଅଗୁଡା ।
Dadibādi ... ଦଢିବାଡି ।
Dadabādi ... ଦଡବାଡି ।
Dadabali ... ଦଡବାଲି ।
Dadagāmundā ... ଦଡଗାମୁଣ୍ଡା ।
Dadakangiā ... ଡଡକଙ୍ଗିଆ ।
Dagamahā ... ଡଗମାହା ।
Dakaragām ... ଡକରଗାଁ ।
Dōlābādi ... ଦୋଲାବାଡ ।
Dalāpadar ... ଦୋଲାପଦର ।
Dangāragām ... ଡଙ୍ଗାରଗାଁ ।
Dapadangiā ... ଡପଡାଙ୍ଗିଆ ।
Drāpāderi ... ଡ୍ରପାଡେର ।
Dukularagām ... ଡୁକୁଲରଗାଁ ।
Dulikā ... ... ଡୁଲିକା ।

Dulipadā ... ଡୁଲିପଡା ।
Dumāpadar ... ଡୁମାପଦର ।
Durabadi ... ଡୁରବଡି ।
Durgāpangā ... ଦୁର୍ଗାପଙ୍ଗା ।
Gabapadar ... ଗାବାପଦର ।
Gadogabali ... ଗାଡଗାବାଲି ।
Gamarapadar ... ଗାମରପଦର ।
Gandaka ... ଗାଣ୍ଡାକା ।
Gandiringiā ... ଗାଣ୍ଡିରିଙ୍ଗିଆ ।
Gadungiā ... ଗାଡୁଙ୍ଗିଆ ।
Gardika ... ଗାର୍ଦ୍ଦିକା ।
Gātingiā ... ଗାଟିଙ୍ଗିଆ ।
Gedagapadar ... ଗେଡଗପଦ୍ଦର ।
Gelingiā ... ଗେଲିଙ୍ଗିଆ ।
Gendingiā ... ଗେଣ୍ଡିଙ୍ଗିଆ ।
Gendabādi ... ଗେଣ୍ଡବାଡି ।
Generingia ... ଗେନେରିଙ୍ଗିଆ ।
Geradapadā ... ଗେରଡପଡା ।
Geramel ... ଗେରମେଲ ।
Ghumāragām ... ଘୁମାରଗାଁ ।
Gochapadā ... ଗୋଛପଡା ।
Gadāpur ... ଗଦାପୁର ।
Gadaragām ... ଗଡରଗାଁ ।
Gegurumahā ... ଗେଗୁରୁମାହା ।
Gaindi ... ଗୋଇନ୍ଦ ।
Gajiuāju ... ଗଜିଆଜୁ ।
Gajipadar ... ଗଜିପଦର ।
Gamāragām ... ଗମାରଗାଁ ।
Gamāragām ... ଗମାରଗାଁ ।
Gangeragām ... ଗଙ୍ଗେରଗାଁ ।
Ganjugudā ... ଗଞ୍ଜୁଗୁଡା ।
Gardamā ... ଗଡ଼ମା ।
Gōsāka ... ଗୋସାକା ।
Gōserikiā ... ଗୋସେରିକିଆ ।
Gata ... ଗଟା ।
Gatangi ... ଗଟାଙ୍ଗି ।
Gaterobādi ... ଗଟେରବାଡି ।
Gudābādi ... ଗୁଡାବାଡା

Baligudā Agency—*cont.* ବାଲିଗୁଡା ଏଜେନ୍ସି—କ୍ରମଶଃ ।

Gudika	... ଗୁଡିକା ।
Gudalipadara	... ଗୁଡଲିପଦର ।
Gugeri ...	... ଗୁଗେର ।
Gugūdipanga	... ଗୁଗୁଡିପଙ୍ଗା ।
Guharigām	... ଗୁହାରିଗାଁ ।
Gujarigām	... ଗୁଜାରିଗାଁ ।
Gummā	... ଗୁମ୍ମା ।
Gumudumā	... ଗୁମୁଡୁମା ।
Gunjagam	... ଗୁଞ୍ଜଗାଁ ।
Gunjabadi	... ଗୁଞ୍ଜବାଢ ।
Gurulimsakā	... ଗୁରୁଲିମସ୍କା ।
Hatimunda	... ହାତିମୁଣ୍ଡା ।
Hurugudā	... ହୁରୁଗୁଡା ।
Irpigudā	... ଇର୍ପିଗୁଡା ।
Jāgedi	... ଜାଗେଡି ।
Jagunagām	... ଜାଗୁନଗାଁ ।
Jakika or Jaga-gudā.	ଜାକିକା ।
Jakiri	... ଜାକିରି ।
Jampadā	... ଜାମପଦା ।
Jargi	... ଜାରଗି ।
Jarogām	... ଜାରଗାଁ ।
Jhiripāni	... ଝିରିପାଣି ।
Jidingipanga	... ଜିଡିଙ୍ଗିପାଙ୍ଗା ।
Jimābādi	... ଜିମାବାଡି ।
Jinjerigudā	... ଜିଞ୍ଜେରିଗୁଡା ।
Jirisipatta	... ଜିରିସିପଟ୍ଟା ।
Jagungiā	... ଜଗୁଙ୍ଗିଆ ।
Jaradokiā	... ଜରଡକିଆ ।
Judābādi	... ଜୁଡାବାଡି ।
Judungi	... ଜୁଡୁଙ୍ଗି ।
Jugābādi	... ଜୁଗାବାଡି ।
Kakerikupā	... କାକେରିକୁପା ।
Kakadābādi	... କାକଡାବାଡି ।
Kalingibādi	... କାଲିଙ୍ଗିବାଡି ।
Kambanāju	... କାମ୍ବାନାଜୁ ।
Kambasai	... କାମ୍ବାସାଇ ।
Kandāgudā	... କାଣ୍ଡାଗୁଡା ।

Kapilapadar	... କାପିଲିପଦର ।
Karinibidā	... କରିନିବିଡା ।
Katiugiā (Z)	... କାତିଉଗିଆ ।
Kehalaketā	... କେହଲକେତା ।
Kereketa	... କେରେକେତା ।
Kesarigudā	... କେସାରିଗୁଡା ।
Ketrapata	... କେତ୍ରପାଟା ।
Kharigudā (Z)	... ଖାରିଗୁଡା ।
Khamankhōl	... ଖମଣଖୋଲ ।
Khandabā	... ଖଣ୍ଡବା ।
Kikibādi	... କିକିବାଡି ।
Kilabādi	... କିଲାବାଡି ।
Kilakiā	... କିଲକିଆ ।
Kilamahā	... କିଲମାହା ।
Kilukupa	... କିଲୁକୁପ ।
Kilupadā	... କିଲୁପଡା ।
Kilupadar	... କିଲୁପଦର ।
Kinarigām	... କିନାରିଗାଁ ।
Kiramā	... କିରମା ।
Kiramāka	... କିରମାକା ।
Kirikuti	... କିରିକୁଟି ।
Kirtingiā	... କିର୍ତିଙ୍ଗିଆ ।
Kisūbādi	... କିସୁବାଡି ।
Kōbarigām	... କୋବାରିଗାଁ ।
Kadāmilā	... କଦାମିଲା ।
Kadakabāli	... କଡକବାଲି ।
Kadambā	... କଦମ୍ବା ।
Kaithagudā (Z)	... କଇଠଗୁଡା ।
Kalingi	... କଲିଙ୍ଗି ।
Kamāngi	... କମାଙ୍ଗି ।
Kandābādi	... କଣ୍ଡାବାଡି ।
Kandagām	... କଣ୍ଡାଗାଁ ।
Kandnamada-gudā.	କନ୍ଧମାଦାଗୁଡା ।
Kandbamālipadā.	କନ୍ଧମାଲିପଡା ।
Kanjamendi	... କଞ୍ଜାମେଣ୍ଡି ।
Kanjalōgu	... କଞ୍ଜଲୋଗୁ ।
Kapangiā	... କପାଙ୍ଗିଆ ।
Kapugudā	... କପୁଗୁଡା ।

Baligudā Agency—*cont.* | ବାଲିଗୁଡା ଏଜେନ୍‌ସି—କ୍ରମଶଃ ।

Karukudupā ... କରୁକୁଡୁପା ।
Kasubosā ... କସୁବସା ।
Katamāhā ... କଟାମାହା ।
Katasingi ... କଟାସିଙ୍ଗି ।
Katināragām ... କଟିନାରଗାଁ ।
Katagad ... କୋଟଗଡ ।
Kattubādi ... କଟ୍ଟୁବାଡି ।
Kudekeluka ... କୁଡେକେଲୁକା ।
Kudupākia ... କୁଡୁପାକିଆ ।
Kukerimā ... କୁକେରିମା ।
Kulāpangā ... କୁଲାପାଙ୍ଗା ।
Kumbhāragam ... କୁମ୍ଭରଗାଁ ।
Kumudi ... କୁମୁଦି ।
Kunasāl ... କୁନାସାଲ ।
Kupibādi ... କୁପିବାଡି ।
Kurtamagad ... କୁର୍ତ୍ତମଗଡ ।
Kurugada (Z) ... କୁରୁଗାଡା ।
Kurutili ... କୁରୁଟିଲି ।
Kusipankā ... କୁସିପଙ୍କା ।
Kutami ... କୁଟାମି ।
Kutigudā ... କୁଟିଗୁଡ ।
Kutrukā (Z) ... କୁଟ୍ରୁକା ।
Kuturapadar ... କୁଟୁରାପଦର ।
Langerikiā ... ଲାଙ୍ଗେରିକିଆ ।
Lanjamaka ... ଲଞ୍ଜାମାକା ।
Lanjurumahā ... ଲଞ୍ଜୁରୁମାହା ।
Laribādi ... ଲାରିବାଡି ।
Laringiā ... ଲାରିଙ୍ଗିଆ ।
Lengadābādi ... ଲେଙ୍ଗଡାବାଡି ।
Lenguda ... ଲେଙ୍ଗୁଡା ।
Letingiā ... ଲେଟିଙ୍ଗିଆ ।
Limadamā ... ଲିମଡମା ।
Ladāgagām ... ଲଦରଗାଁ ।
Laharagam ... ଲହରାଗାଁ ।
Lakebādi ... ଲୋକେବାଡି ।
Lalukuti ... ଲଲୁକୁଟି ।
Landāgām ... ଲଣ୍ଡାଗାଁ ।
Landagām ... ଲଣ୍ଡାଗାଁ ।
Landrugudā (Z) ... ଲଣ୍ଡ୍ରୁଗୁଡା ।

Lankāgad ... ଲଙ୍କାଗଡ ।
Luhāgām ... ଲୁହାଗାଁ ।
Mabili ... ମାବିଲି ।
Macheragudā ... ମାଚେରଗୁଡା ।
Madagudā ... ମାଦାଗୁଡା ।
Madigandā ... ମାଦିଗଣ୍ଡା ।
Madigudā ... ମାଦିଗୁଡା ।
Madigudā ... ମାଦିଗୁଡା ।
Madipanga ... ମାଦିପାଙ୍ଗା ।
Mahādadi ... ମାହାଦଡି ।
Mahāsingi ... ମହାସିଙ୍ଗି ।
Maligudā ... ମାଲିଗୁଡା ।
Malikabādi ... ମାଲିକବାଡି ।
Mandelima ... ମାଣ୍ଡେଲିମା ।
Manikutti ... ମାଣିକୁଟ୍ଟି ।
Maranagam ... ମାରଣାଗାଁ ।
Masekia ... ମାସେକିଆ ।
Masaradi ... ମାସରଡି ।
Masurudadi ... ମାସୁରୁଦଡି ।
Matikuda ... ମାଟିକୁଦା ।
Mēdakēri ... ମେଡାକେରି ।
Melisikia ... ମେଲିସିକିଆ ।
Meramaha ... ମେରାମାହା ।
Midakiā ... ମିଡାକିଆ ।
Midakupa ... ମିଡକୁପା ।
Milahapanga ... ମିଲାହପଙ୍ଗା ।
Minjapanka (Z) ... ମିଞ୍ଜପଙ୍କା ।
Madhuguda ... ମଧୁଗୁଡା ।
Magidigam ... ମଗିଡିଗାଁ ।
Mahabaili ... ମହାବାଇଲି ।
Mantrabadi ... ମନ୍ତ୍ରାବାଡି ।
Masinaguda ... ମସିନାଗୁଡା ।
Maskapadi ... ମସ୍କାପଡି ।
Muchadikiā ... ମୁଚଡିକିଆ ।
Mudubadi ... ମୁଡୁବଡି ।
Mundaguda ... ମୁଣ୍ଡାଗୁଡା ।
Mundaragam ... ମୁଣ୍ଡାରଗାଁ ।
Mundigad ... ମୁଣ୍ଡିଗଡ ।
Mundipanga ... ମୁଣ୍ଡିପାଙ୍ଗା ।

Baligudā Agency—*cont.* ବାଲିଗୁଡା ଏଜେନ୍‌ସି—କ୍ରମଶଃ ।

Mundabadi	... ମୁଣ୍ଡବାଢ ।
Motabadi	... ମୋଟାବାଢ ।
Motabali	... ମୋଟାବାଲି ।
Muthidama	... ମୁଠିଡମା ।
Nadapatanga	... ନାଡାପାଟାଙ୍ଗା ।
Nuagam	... ନୂଆଗାଁ ।
Nedinaju	... ନେଢନାଜୁ ।
Negeti	... ନେଗେଟି ।
Nandamaha	... ନଣ୍ଡମାହା ।
Nangerikia	... ନଙ୍ଗେର୍କିଆ ।
Nuagam	... ନୁଆଗାଁ ।
Adaguda	... ଅଡାଗୁଡା ।
Allima	... ଅଲିମା ।
Angamaha	... ଅଙ୍ଗମାହ ।
Anugula	... ଅନୁଗୁଳି ।
Andaragam	... ଅଣ୍ଡାରଗାଁ ।
Ora	... ଓରା ।
Padapaderi	... ପାଡାପାଦେର୍ ।
Padasi	... ପାଡାସି ।
Padikia	... ପାଢକିଆ ।
Padilikia	... ପାଦିଲିକିଆ ।
Paduguda	... ପାଡୁଗୁଡା ।
Padunbadi	... ପାଡୁନ୍‌ବାଢ ।
Pajigiri	... ପାଜିଗିର୍ ।
Pajingipata	... ପାଜିଙ୍ଗିପଟା ।
Pakulada	... ପାକୁଲଦା ।
Panguraragam	... ପାଙ୍ଗୁରାରଗାଁ ।
Paniganda	... ପାଣିଗଣ୍ଡା ।
Parigad	... ପାରିଗଡା ।
Patama	... ପାଟମା ।
Patimaha	... ପାଟିମାହା ।
Patamaska	... ପାଟାମସ୍କା ।
Patangijadi	... ପାଟଙ୍ଗିଜଡି ।
Pedadama	... ପେଡଡମା ।
Penapusi	... ପେନାପୁସି ।
Peradama	... ପେରାଡମା ।
Phatikamal	... ଫଟିକମାଳ ।
Pidamaha	... ପୀଡାମାହା ।
Piler	... ପିଲେର ।
Pinguda	... ପିଙ୍ଗୁଡା ।
Piabadi	... ପିଅବାଢ ।
Pipali	... ପୀପାଲି ।
Padisayi	... ପଢସାଇ ।
Padmapadar	... ପଦ୍ମପଦର ।
Padmapur (Z)	... ପଦ୍ମପୁର ।
Pakari	... ପକାରି ।
Pakārapadā	... ପକାରପଡା ।
Pakharibandh	... ପୋଖରିବନ୍ଧ ।
Pakuragām	... ପକୁରଗାଁ ।
Palamāka	... ପଲମାକା ।
Palama	... ପଲମ ।
Pangali	... ପଙ୍ଗଲି ।
Panasapadar	... ପଣସପଦର ।
Parabākiā	... ପରବାକିଆ ।
Paramapangā	... ପରମପାଙ୍ଗା ।
Prādākā	... ପ୍ରାଡକା ।
Premaka	... ପ୍ରେମାକା ।
Pringāli	... ପ୍ରିଙ୍ଗାଲି ।
Puninata	... ପୁନିନାଟ ।
Pusangiā	... ପୁସଙ୍ଗିଆ ।
Rabatangā	... ରବଟଙ୍ଗା ।
Rājaghar	... ରାଜଘର ।
Rāmeli (R)	... ରାମେଲି ।
Regudikiā	... ରେଗୁଡିକିଆ ।
Ragadapanga (Z).	ରଗଡପଙ୍ଗା ।
Rangaparu	... ରଙ୍ଗପାରୁ ।
Rutingiā	... ରୁଟିଙ୍ଗିଆ ।
Rudā	... ରୁଡା ।
Saherapanga	... ସହେରପଙ୍ଗା ।
Sakarapadi	... ସାକରପଢ ।
Salabādi	... ଶାଲବାଢ ।
Sanakudikeika	... ସାନକୁଡିକେଇକା
Sānkusabāli	... ସାଙ୍କୁସବାଲି ।
Santra Tekilipadar.	ସାନ୍ତ୍ରାଟେକିଲିପଦର ।
Saparagām	... ସାପରଗାଁ ।
Sārāmuli	... ସାରାମୁଳି ।
Sarangad	... ସାରଙ୍ଗଡ ।

Baliguḍā Agency—*cont.* ବାଲିଗୁଡ଼ା ଏଜେନ୍‌ସି—କ୍ରମଶଃ ।

Saratelp	... ସାରଟେଲ ।
Sasimahā	... ସାସିମାହା
Sesharagām	... ଶେଷରଗାଁ ।
Seska	... ସେସ୍କା ।
Siguli	... ଶିଗୁଲି ।
Sikāli	... ଶିକାଲି ।
Sikānabādi	... ଶିକାନବାଡ଼ି ।
Sikerimahā	... ଶିକେରିମାହା ।
Sikabādi	... ଶିକବାଡ଼ି ।
Sikaketta	... ଶିକକେଟ୍ଟ ।
Simanbādi	... ସିମନବାଡ଼ି ।
Sindhimila	... ସିନ୍ଧିମିଲା ।
Sindligām	... ସିନ୍ଧଲିଗାଁ ।
Singibāli	... ସିଙ୍ଗିବାଲି ।
Sinjikuti	... ସିଞ୍ଜିକୁଟି ।
Sialabādi	... ସିଅଲବାଡ଼ି ।
Sipānjeri	... ସିପାଞ୍ଜେରି ।
Sipikerā	... ସିପିକେରା ।
Siriningiā	... ଶିରିନିଙ୍ଗିଆ ।
Sīrlanga	... ସୀର୍ଲଙ୍ଗା ।
Sīrtigudā	... ସୀର୍ତିଗୁଡ଼ା ।
Sitigudā	... ସୀତିଗୁଡ଼ା ।
Salabādi	... ସଲବାଡ଼ି ।
Salagudā	... ସଲଗୁଡ଼ା ।
Salagarapadar	... ସଲଗରପଦର ।
Salapajōdi	... ସଲପଯୋଡ଼ି ।
Salubā	... ସଲୁବା ।
Samagām	... ସମାଗାଁ ।
Sanapur	... ସନପୁର ।
Sapanbādi	... ସପନବାଡ଼ି ।
Sarugudā	... ସରୁଗୁଡ଼ା ।
Sarugudā	... ସୋରୁଗୁଡ଼ା ।
Sorukai	... ସରୁକଇ ।
Sarukai	... ସୋରୁକଇ ।
Sarumundā	... ସରୁମୁଣ୍ଡା ।
Sasigad	... ଶଶିଗଡ଼ ।
Srāmu	... ଶ୍ରାମୁ ।
Srīrāmapur (I)	... ଶ୍ରୀରାମପୁର ।
Suvarnagiri	... ସୁବର୍ଣ୍ଣଗିରି ।
Sugāketta	... ସୁଗାକେଟ୍ଟା ।
Sukagām	... ସୁକାଗାଁ ।
Sukaladā	... ସୁକଲଦା ।
Suligada	... ସୁଲିଗାଡ଼ା ।
Sonāgām	... ସୁନାଗାଁ ।
Sundaragām	... ସୁନ୍ଦରଗାଁ ।
Sūsabeta	... ସୁଷାବେଟା ।
Sutaghāti	... ସୁତଘାଟି ।
Tātākiā	... ତାତାକିଆ ।
Tadingiā	... ତାଡିଙ୍ଗିଆ ।
Tajinga	... ଟାଜିଙ୍ଗା ।
Tajadabādi	... ତାଜଡବାଡ଼ି ।
Takuragām	... ତାକୁରଗାଁ ।
Tamangi	... ତାମାଙ୍ଗି ।
Tamburubādi	... ଟାମ୍ବୁରୁବାଡ଼ି ।
Tamingi	... ତାମିଙ୍ଗି ।
Tapirigām	... ତାପିରିଗାଁ ।
Tarabādi	... ତାରବାଡ଼ି ।
Tekangiā	... ଟେକାଙ୍ଗିଆ ।
Terapeka	... ଟେରପେକା ।
Tikaragām	... ଟିକାରଗାଁ ।
Tilakapanga	... ତିଲକପାଙ୍ଗା ।
Tiaragām (Z)	... ତିଅରଗାଁ ।
Tipedingia	... ଟିପେଡିଙ୍ଗିଆ ।
Tadagām	... ତଡଗାଁ ।
Tagāgām	... ତଗାଗାଁ ।
Tagakia	... ତଗାକିଆ ।
Tandami	... ଟଣ୍ଡମି ।
Taralangi	... ତରଲଙ୍ଗି ।
Tudakabādi	... ତୁଡକବାଡ଼ି ।
Tudubiju	... ଟୁଡୁବିଜୁ ।
Tumudibandh	... ତୁମୁଡିବନ୍ଧ ।
Ulipadar	... ଉଲିପଦର ।
Uluba	... ଉଲୁବ ।
Usurukupa	... ଉସୁରୁକୁପା ।

Parlākimedi Agency. ପାରଳାଖିମୁଣ୍ଡି ଏଜେନ୍‌ସି ।

Abada	... ଅବାଡା ।
Abasingi	... ଆବାସିଙ୍ଗି ।
Adā	... ଆଡ ।
Alasingi	... ଆଳାସିଙ୍ଗି ।
Ambajiri	... ଆମ୍ବାଜିର ।
Ambaladi	... ଆମ୍ବାଲଡି ।
Angadā	... ଆଙ୍ଗଡା ।
Anandapur	... ଆନନ୍ଦପୁର ।
Ārābunu	... ଆରାବୁନୁ ।
Aribijang	... ଆରିବିଜାଙ୍ଗ ।
Aridā	... ଆରିଡା ।
Arangulu	... ଅରଙ୍ଗଲୁ ।
Ārsilingi	... ଆର୍ସିଲିଙ୍ଗି ।
Ārtang	... ଆର୍ତାଙ୍ଗ ।
Ārtan	... ଆର୍ତନ ।
Atangapur	... ଆତଙ୍ଗପୁର ।
Ayudā	... ଆୟୁଡା ।
Bādigām	... ବାଡିଗାଁ ।
Baduābād	... ବଡୁଆବାଡ ।
Bagarla	... ବାଗର୍ଲ ।
Baijhaii	... ବାଇଝାଇ ।
Bālājipur	... ବାଲାଜିପୁର ।
Bāler	... ବାଲେର ।
Balumundā	... ବାଲୁମୁଣ୍ଡା ।
Barasingi	... ବାରସିଙ୍ଗି ।
Barangasingi	... ବାରଙ୍ଗସିଙ୍ଗି ।
Barasingi	... ବାରସିଙ୍ଗି ।
Barabā	... ବାରବା ।
Baradā	... ବାରଡା ।
Belapadar	... ବେଲପଦର ।
Bejjipur	... ବେଜ୍ଜିପୁର ।
Benkatāpur	... ବେଙ୍କଟାପୁର ।
Bhābanābudhi	... ଭବନାବୁଢି ।
Bhadudi	... ଭଦୁଡି ।
Bhalyasāhi	... ଭଲ୍ୟସାହି ।
Bhimapur	... ଭୀମପୁର ।
Bhanj	... ଭଞ୍ଜ ।
Bhubani	... ଭୁବନି ।
Bidduā	... ବିଦ୍ଦୁଆ ।
Bijayapur	... ବିଜୟପୁର
Badagām	... ବଡଗାଁ ।
Badakalākōt	... ବଡକଲାକୋଟ ।
Bada Tundi	... ବଡ ତୁଣ୍ଡି ।
Balarāmapur	... ବଲରାମପୁର ।
Bangada (Gandahati).	ବଙ୍ଗଡ ।
Bangada (Nārāyanapur).	ବଙ୍ଗଡା ।
Bangatal	... ବଙ୍ଗାତଲ ।
Brahmasingi	... ବ୍ରହ୍ମସିଙ୍ଗି ।
Buludagumā	... ବୁଲୁଡାଗୁମା ।
Buludā (Jirangi)	ବୁଲୁଡ଼ା ।
Buludā (Gandahati).	ବୁଲୁଡା ।
Buraisingi	... ବୁରାଇସିଙ୍ଗି ।
Burji	... ବୁର୍ଜି ।
Buragām	... ବୁରଗାଁ ।
Burripādu	... బుర్రిపాడు.
Burudā	... ବୁରୁଡା ।
Burudingi	... ବୁରୁଡିଙ୍ଗ ।
Burujang	... ବୁରୁଜାଙ୍ଗ ।
Burusahi	... ବୁରୁସାହି ।
Burusundā	... ବୁରୁସୁଣ୍ଡା ।
Busāba	... ବୁସାବ ।
Changurudā	... ଚଙ୍ଗୁରୁଡା ।
Cherusāhi	... ଚେରୁସାହି ।
Chīpurupalle	... చీపురుపల్లె.
Chaitanyapur	... ଚୈତନ୍ୟପୁର ।
Champāpur (Rāyagada).	ଚମ୍ପାପୁର ।
Champāpur (Jirāng).	ଚମ୍ପାପୁର ।
Chandanagiri	... ଚନ୍ଦନଗିରି ।
Dalimbapur	... ଡାଲିମ୍ବପୁର ।
Dengājhōla	... ଡେଙ୍ଗାଝୋଲ
Dekkasāhi	... ଡେକ୍କସାହି ।
Deulā	... ଦେଉଳା ।

Parlakimedi Agency—*cont.* | ପାରଳାଖେମୁଣ୍ଡି ଏଜେନ୍‌ସି—କ୍ରମଶଃ ।

Dhimirijholā	... ଢମିରଝୋଲ ।
Dingudung	... ଡିଙ୍ଗୁଡୁଙ୍ଗ ।
Dakaijang	... ଡକାଇଜଙ୍ଗ ।
Damapur	... ଡମାପୁର ।
Dambāl	... ଡମ୍ବାଲ ।
Dumbā	... ଡୁମ୍ବା ।
Dumbādā	... ଡୁମ୍ବାଡା ।
Endri	... ଏଣ୍ଡ୍ରି ।
Engarabā	... ଏଙ୍ଗରବ ।
Engaradā	... ଏଙ୍ଗରଡ ।
Angarasingi	... ଅଙ୍ଗାରସିଙ୍ଗି ।
Gāibā	... ଗାଇବା ।
Garabandha mettu.	ଗାରବନ୍ଧମେଟ୍ଟୁ ।
Gadebagarajang.	ଗାଡେବାଗରଜାଙ୍ଗ
Ghātital	... ଘାଟିତଲ ।
Girā	... ଗିରା ।
Gōvindapur	... ଗୋବିନ୍ଦପୁର ।
Gadāsingi	... ଗଡାସିଙ୍ଗି ।
Gailajub	... ଗଇଲଜୁବ ।
Gandāhatti	... ଗଣ୍ଡାହାଟି ।
Gangābād	... ଗଙ୍ଗାବାଦ ।
Gangapur	... ଗଙ୍ଗାପୁର ।
Gangarajapur	... ଗାଙ୍ଗାରାଜପୁର ।
Gōpālpur alias Guda	ଗୋପାଳପୁର ଓରଫ ଗୁଡା ।
Gōpālpur	... ଗୋପାଲପୁର
Garagad	... ଗରଗଡ ।
Guda alias Aradā	ଗୁଡାଓରଫଆରଡା
Gudipadar	... ଗୁଡିପଦର ।
Guleijang	... ଗୁଲେଇଜଙ୍ଗ ।
Gummā	... ଗୁମ୍ମା ।
Gumateli	... ଗୁମୁଟେଲି ।
Gurundāsāhi	... ଗୁରୁଣ୍ଡାସାହି ।
Hatibādi	... ହାତିବାଡି ।
Hirāpur	... ହିରାପୁର ।
Haripur	... ହରିପୁର ।
Ittisingi	... ଇଟ୍ଟିସିଙ୍ଗି ।
Jangal	... ଜାଙ୍ଗଲ ।

Jangatar	... ଜାଙ୍ଗତର ।
Jhalā (Namanagar).	ଝୋଲା ।
Jholā (Jirang)	... ଝୋଲା ।
Jinapur	... ଜିନପୁର ।
Jirang	... ଜିରାଙ୍ଗ ।
Jadasingi	... ଜଡସିଙ୍ଗି ।
Jagannathapur (Namanagar).	ଜଗନ୍ନାଥପୁର ।
Jagannathapur (Lavangakotā)	ଜଗନ୍ନାଥପୁର ।
Jainta	... ଜଇନ୍ତା ।
Jangajangal	... ଜଙ୍ଗଜଙ୍ଗାଲ ।
Jangatarang	... ଜଙ୍ଗତରଙ୍ଗ ।
Jarubudhi	... ଜରୁବୁଢି ।
Kanasōdā	... କାନସୋଦା ।
Khambarisāhi	... ଖମ୍ବାରିସାହି ।
Kharisāhi	... ଖାରିସାହି ।
Khetadi	... ଖେତଡି ।
Khilamundā	... ଖିଲମୁଣ୍ଡା ।
Khilagundā	... ଖିଲଗୁଣ୍ଡା ।
Kikisingi	... କିକିସିଙ୍ଗି ।
Kimbasingi	... କିମ୍ବସିଙ୍ଗି ।
Kinchilingi	... କିଞ୍ଚିଲିଙ୍ଗି ।
Kindanga	... କିଣ୍ଡାଙ୍ଗ ।
Kindari	... କିଣ୍ଡରି ।
Kinjaridā	... କିଞ୍ଜରିଡା ।
Kintadā	... କିନ୍ତାଡା ।
Kading	... କଡିଙ୍ଗ ।
Kadamasingi	... କଡମାସିଙ୍ଗି ।
Kainpur	... କଇଁପୁର ।
Kaisingi	... କଇସିଙ୍ଗି ।
Kaithapada	... କଇଠପଦର ।
Kalamāsingi	... କଲମାସିଙ୍ଗି ।
Kanaipur	... କନାଇପୁର ।
Kanchimundā	... କଞ୍ଚିମୁଣ୍ଡା ।
Kandarasingi	... କଣ୍ଡରସିଙ୍ଗି ।
Kandagathai	... କଣ୍ଡାଗଠଇ ।

Parlākimedi Agency—*cont.* ପାରଳାଖିମୁଣ୍ଡି ଏଜେନ୍‌ସି—କ୍ରମଶଃ ।

Karadasingi (Rayagada). କରଡାସିଙ୍ଗି ।
Karadasingi (Narayanapur). କରଡାସିଙ୍ଗି ।
Karamatal ... କରମତାଳ ।
Karanagām ... କରଣଗାଁ ।
Kroshnachandrapur. କୃଷ୍ଣଚନ୍ଦ୍ରପୁର ।
Krushnapur (Saura). କୃଷ୍ଣପୁର ।
Krushnapur (Belowhat) କୃଷ୍ଣପୁର ।
Kudingi ... କୁଡିଙ୍ଗି ।
Kujasingi ... କୁଜସିଙ୍ଗି ।
Kulang ... କୁଲଙ୍ଗ ।
Kulapadāsingi ... କୁଲପଡାସିଙ୍ଗି ।
Kulapada ... କୁଲପଡ ।
Kulapadisingi .. କୁଲପଡିସିଙ୍ଗି ।
Kumalasingi .. କୁମଲସିଙ୍ଗି ।
Kumudiā ... କୁମୁଡିଆ ।
Kundhaisingi ... କୁଣ୍ଢାଇସିଙ୍ଗି ।
Kurudā ... କୁରୁଡା ।
Kurugubā ... କୁରୁଗୁବା ।
Kuttang ... କୁତ୍ତାଙ୍ଗ ।
Labar ... ଲବର ।
Lāvanyagad ... ଲାବଣ୍ୟଗଡ ।
Lai-Lai ... ଲାଇଲାଇ ।
Lakhidā ... ଲାଖିଡା ।
Lalsāhi ... ଲାଲସାହି ।
Lanjipadar ... ଲାଞ୍ଜିପଦର ।
Lathi ... ଲାଠି ।
Lāundā ... ଲାଉଣ୍ଡା ।
Laupur ... ଲାଉପୁର ।
Libi ... ଲିବି ।
Linga ... ଲିଙ୍ଗା ।
Lōāba ... ଲୋଆବା ।
Lōba (Jirang) ... ଲୋବା ।
Lōba II (Jirang). ଲୋବା ।
Lōba (Gumma) ... ଲୋବା ।
Labangabādi ... ଲବଙ୍ଗବାଡି ।
Lakshmipur (Jirang). ଲକ୍ଷ୍ମୀପୁର ।
Lakshmipur (Namanagar). ଲକ୍ଷ୍ମୀପୁର ।
Landāhati ... ଲଣ୍ଡାହାଟି ।
Laradā ... ଲରଡା ।
Lumadasingi ... ଲୁମାଡସିଙ୍ଗି ।
Lungurudā ... ଲୁଙ୍ଗୁରୁଡା ।
Luru ... ଲୁରୁ ।
Maneba ... ମାନେବା ।
Marlavā ... ମାର୍ଲବା ।
Mada ... ମାଡା ।
Madaba ... ମାଡାବା ।
Māmidipalle ... మామిడిపల్లె.
Minjili ... ମିଞ୍ଜିଲି ।
Mukan ... ମୁହାଣ ।
Mukundapur ... ମୁକୁନ୍ଦପୁର ।
Muligumma ... ମୁଲିଗୁମ୍ମା ।
Munisingi ... ମୁନିସିଙ୍ଗି ।
Munisingi (Sana). ମୁନିସିଙ୍ଗି (ସାନ)।
Murāndi ... ମୁରାଣ୍ଡି ।
Murangi ... ମୁରାଙ୍ଗି
Murusingi ... ମୁରୁସିଙ୍ଗି ।
Muthakuraisingi... ମୁଠାକୁରାଇସିଙ୍ଗି ।
Nakitigummā ... ନାକିଟିଗୁମ୍ମା ।
Nāmanagar ... ନାମନଗର ।
Nārayanapur ... ନାରାୟଣପୁର ।
Nīlakanthapur ... ନୀଳକଣ୍ଠପୁର ।
Nīmalasingi ... ନିମଲସିଙ୍ଗି ।
Nuāgām ... ନୂଆଗାଁ ।
Nuāgām Jagannathapur. ନୂଆଗାଁ ଜଗନ୍ନାଥପୁର ।
Obāpur ... ଓବାପୁର ।
Ade ... ଅଡେ ।
Odilingi ... ଓଡିଲିଙ୍ଗି ।
Adanguda ... ଅଡଂଗୁଡା ।
Ajayagad ... ଅଜୟଗଡ ।
Aida ... ଆଇଡା ।

Parlākimedi Agency—*cont.* ପାରଳାଖେମୁଣ୍ଡି ଏଜେନ୍‌ସି—କ୍ରମଶଃ ।

Aleidā ... ଅଲେଇଦା ।
Alamaindā ... ଓଲମଇଣ୍ଡା ।
Amāida ... ଅମେଇଦା ।
Ambajharimettu ... ଅମ୍ବାଝରିମେଟ୍ଟୁ ।
Ameisingi ... ଅମେଇସିଙ୍ଗି ।
Amlajala ... ଅଁଳଜଳ ।
Amadrangasingi ... ଅମଡ୍ରାଙ୍ଗସିଙ୍ଗି ।
Amalābar ... ଅମଲାବର ।
Andharigummā ... ଅନ୍ଧାରିଗୁମ୍ମା ।
Andharijholā ... ଅନ୍ଧାରିଝୋଲା ।
Andarāghāi ... ଅଣ୍ଡରାଘାଇ ।
Angaida ... ଅଙ୍ଗେଇଡା ।
Anjaidā ... ଓଞ୍ଜାଇଡା ।
Anjidā ... ଅଞ୍ଜିଡା ।
Antarasingi ... ଅନ୍ତରସିଙ୍ଗି ।
Anukumb ... ଅନୁକୁମ୍ବ ।
Anuludi ... ଅନୁଲୁଢି ।
Arkapadar ... ଅର୍କପଦର ।
Arli ... ଅର୍ଲି ।
Pailikanda ... ପାଇଲିକଣ୍ଡା ।
Parasambā ... ପାରସମ୍ବା ।
Pattiulu ... ପାତ୍ତିଉଲୁ ।
Pegadā ... ପେଗଡା ।
Pekat ... ପେକଟ ।
Padmapur ... ପଦ୍ମପୁର ।
Pailikandā ... ପଇଲିକଣ୍ଡା ।
Pandrang ... ପଣ୍ଡ୍ରଙ୍ଗ ।
Parida (Narāyanpur). ପରିଡା ।
Paridā ... ପରିଡା ।
Parisal ... ପରିସାଲ ।
Pattarar ... ପତ୍ତରର ।
Pattisāhi (Hattibadi). ପତ୍ତିସାହି ।
Pattisāhi ... ପତ୍ତିସାହି ।
Pustapur ... ପୁସ୍ତପୁର ।
Puttaragummā ... ପୁତ୍ତରଗୁମ୍ମା ।
Puttar ... ପୁତ୍ତର ।
Radhal ... ରାଢାଲ ।

Rādhākāntapur alias Ranjida. ରାଧାକାନ୍ତପୁର ଓରଫ ରଞ୍ଜିଡା ।
Rādhākantapur alias Mangadaguda. ରାଧାକାନ୍ତପୁର ଓରଫ ମାଙ୍ଗାଡଗୁଡ ।
Ragām ... ରାଗାମ୍ ।
Ragidiputtu ... ରାଗିଡିପୁଟ୍ଟୁ ।
Rāisingi ... ରାଇସିଙ୍ଗି ।
Rājapur ... ରାଜପୁର ।
Rāmachandrapur alias Nilakanthapur. ରାମଚନ୍ଦ୍ରପୁର ଓରଫ ନୀଳକଣ୍ଠପୁର ।
Rāmachandrapur. ରାମଚନ୍ଦ୍ରପୁର ।

Raidā ... ରାଇଡା ।
Raikagumma ... ରାଇକଗୁମ୍ମା ।
Rangalamed ... ରାଙ୍ଗଲମେଡ ।
Raghunāthapūr (Jirang). ରଘୁନାଥପୁର ।
Raghunāthapur (Namanagar). ରଘୁନାଥପୁର ।
Rampi ... ରମ୍ପି ।
Rāyagad ... ରାୟଗଡ ।
Rautupur ... ରାଉତୁପୁର ।
Rangadabisam ... ରଙ୍ଗଡାବିସମ ।
Rangalasingi ... ରଙ୍ଗସିଲଙ୍ଗି ।
Rangarangabā ... ରଙ୍ଗରଙ୍ଗବା ।
Rasikarāyapur ... ରସିକରାୟପୁର ।
Rosingi (Jirang). ରୋସିଙ୍ଗି ।
Rōsingi (Gumma). ରୋସିଙ୍ଗି ।
Rōsingi ... ରୋସିଙ୍ଗି ।
Rōsingi ... ରୋସିଙ୍ଗି ।
Rudi ... ରୁଢି ।
Rupasāhi ... ରୁପସାହି ।
Sankurudā ... ସାଙ୍କୁରୁଡା ।
Sanakalākōto ... ସାନକଲାକୋଠ ।
Sanagumma ... ସାନଗୁମ୍ମା ।
Sanamunisingi ... ସାନମୁନିସିଙ୍ଗି ।
Sanasarasingi ... ସାନସାରସିଙ୍ଗି ।

Parlākimedi Agency—*cont.* ପାରଳାଖେମୁଣ୍ଡି ଏଜେନ୍‌ସି—କ୍ରମଶଃ ।

Sanatundi ... ସାନତୁଣ୍ଡି ।
Sanaudasingi ... ସାନଉଡସିଙ୍ଗି ।
Sari ... ସାରି ।
Sārasang ... ସାରସାଙ୍ଗ ।
Seilāngudā ... ସେଇଲାଙ୍ଗୁଡା ।
Serang ... ସେରଙ୍ଗ ।
Sindibā ... ସିଣ୍ଡିବା ।
Sindigām ... ସିଣ୍ଡିଗା ।
Sindiringi ... ସିଣ୍ଡିରିଙ୍ଗି ।
Sindisingi (Gumma). ସିଣ୍ଡିସିଙ୍ଗି ।
Sindisingi (Rayagad). ସିଣ୍ଡିସିଙ୍ଗି ।
Sindrilingi ... ସିଣ୍ଡ୍ରିଲିଙ୍ଗି ।
Singipur ... ସିଙ୍ଗିପୁର ।
Singuasāi ... ସିଙ୍ଗିଆସାଇ ।
Sitāpur ... ସୀତାପୁର ।
Sodā ... ସୋଦା ।
Sōgām ... ସୋଗାଁ ।
Saisingisāhi ... ସଇସିଙ୍ଗିସାହି ।
Sōmabalasā ... ସୋମବଳସା ।
Sontoshapur ... ସନ୍ତୋଷପୁର ।
Soradā ... ସୋରଡା ।
Saragal ... ସରଗଲ ।
Sarasingi ... ସରସିଙ୍ଗି ।
Saratal ... ସରତାଲ ।
Saurāgudā ... ସଉରାଗୁଡା ।
Saurā Haripur ... ସଉରାହରିପୁର ।
Saurākinchilingi... ସଉରାକିଞ୍ଚିଲିଙ୍ଗି ।
Saurākalamasingi. ସଉରାକଲମାସିଙ୍ଗି ।
Saurakrushnapur. ସଉରାକୃଷ୍ଣପୁର ।
Saurākuraisingi ... ସଉରାକୁରାଇସିଙ୍ଗି ।
Sauralanjipadar. ସଉରାଲାଞ୍ଜିପଦର ।
Sauralandahati ... ସଉରାଲଣ୍ଡହଟ ।
Saurā Rempi ... ସଉରାରେମ୍ପି ।
Saurasunapur ... ସଉରାସୁନାପୁର ।
Subhadrāpur ... ସୁଭଦ୍ରାପୁର ।
Sukai ... ସୁକଇ ।
Sunāpura ... ସୁନାପୁର ।
Sunāpur ... ସୁନାପୁର ।
Surangi ... ସୁରଙ୍ଗି ।
Tabaradā ... ଟାବରଡା ।
Tabarada (Serang) ଟାବରଡା ।
Tabarada (Kumalasingi). ଟାବରଡା ।
Tabarasingi (Serang). ଟବାରସିଙ୍ଗି ।
Tabarasingi (Rayagad). ଟବାରସିଙ୍ଗି ।
Talāulu ... ଟାଲଉଲୁ ।
Tālamandā (Gandabati). ଟାଲମଣ୍ଡା ।
Tālamanda (Jirang). ଟାଲମଣ୍ଡା ।
Tālamanda (Gumma). ଟାଲମଣ୍ଡା ।
Tālasingi (Gandahati). ଟାଲସିଙ୍ଗି ।
Tālasingi (gumma). ଟାଲସିଙ୍ଗି ।
Tamaradā ... ଟାମରଡା ।
Taraba ... ଟାରବା ।
Tarabai ... ଟାରବାଇ ।
Taralingi ... ଟାରଲିଙ୍ଗି ।
Tarlasingi ... ଟାର୍ଲାସିଙ୍ଗି ।
Tarabasingi ... ଟରବାସିଙ୍ଗି ।
Taramba ... ଟାରମ୍ବା ।
Taramand ... ଟାରମଣ୍ଡ ।
Tempagiri ... ଟେମ୍ପଗିରି ।
Tendi ... ଟେଣ୍ଡି ।
Tili ... ଟିଲି ।
Tinkadā ... ଟିଙ୍କଡା ।
Tipisingi ... ଟିପିସିଙ୍ଗି ।
Titili ... ଟିଟିଲି ।
Titirang ... ଟିଟିରଙ୍ଗ ।
Titisingi (Gumma) ଟିଟିସିଙ୍ଗି ।
Titisingi (Narayanapur). ଟିଟିସିଙ୍ଗି ।
Talimba ... ଟିଲିମ୍ବା ।
Tameigarjang ... ଟମେଇଗର୍ଜଙ୍ଗ ।

Parlākimedi Agency—*cont* ପାଲାଖିମୁଣ୍ଡି ଏଜେନ୍ସି—କ୍ରମଶଃ ।

Tamantara	... ତମନ୍ତର ।
Tandrang	... ତନ୍ଦ୍ରଙ୍ଗ ।
Tapang	... ତପାଙ୍ଗ ।
Tubarasingi	... ତୁବାରସିଙ୍ଗି ।
Tuburudu (Jirang).	ତୁବୁରୁଡୁ ।
Tuburudu (Gumma).	ତୁବୁରୁଡୁ ।
Tudumulu	... ତୁଡୁମୁଲୁ ।
Tumba	... ତୁମ୍ବ ।
Tumakar	... ତୁମକର ।
Tumuchar	... ତୁମୁଚର ।
Tumul	... ତୁମୁଲ ।
Udyānagudā	... ଉଦ୍ୟାନଗଡା ।
Udeisingi	... ଉଦେଇସିଙ୍ଗି ।
Ukkurā	... ଉକ୍କୁରା ।
Umbarasigi	... ଉମ୍ବରସିଙ୍ଗି ।
Utajariyā	... ଉତଜରିଆ ।

Ramogiri Agency. ରାମଗିରି ଏଜେନ୍ସି ।

Akili	... ଅକିଲି ।
Aliganda (Z)	... ଆଲିଗଣ୍ଡା ।
Alisingi (Z)	... ଆଲିସିଙ୍ଗି ।
Ambagām (Z)	... ଆମ୍ବଗାଁ ।
Ankuli (Z)	... ଆଙ୍କୁଲି ।
Arampatā	... ଆରମପଟା ।
Aswabali	... ଅଶ୍ୱବାଲି ।
Atilimā (Z)	... ଅତିଲିମା ।
Ātrasingi (Z)	... ଅତ୍ରସିଙ୍ଗ ।
Bachakā (Z)	... ବାଚକ ।
Bādēgudā (Z)	... ବାଡେଗୁଡ଼ା ।
Badibhangā (Z)	... ବାଡିଭଙ୍ଗା ।
Badapur (Tamalamutha) (Z).	ବାଡପୁର ।
Badapur (R. Udayagiri) (Z)	ବାଡପୁର ।
Badapur (Muhan) (Z)	ବାଡପୁର ।
Baduābād (Z)	... ବାଡୁଆବାଡ ।
Bāghamāri	... ବାଘମାରି ।
Bāghanāl (Z)	... ବାଘନାଲ ।
Bāhadāpadā	... ବାହାଡାପଡା ।
Bāhadāpadā (Z)	... ବାହାଡାପଦା ।
Bāhadapadar (Z)	ବାହାଡାପଦର ।
Bāighusi (Z)	... ବାଇଘୁସି ।
Bāilapadar (Z)	... ବାଇଲପଦର ।
Balibandh	... ବାଲିବନ୍ଧ ।
Bālidi (Z)	... ବାଲିଡି ।
Bāligandā (Z)	... ବାଲିଗଣ୍ଡା ।
Bālipanka	... ବାଲିପଙ୍କା ।
Baligumā (Z)	... ବାଲିଗୁମା ।
Bandapuru (Z)	... ବାନ୍ଦପୁରୁ ।
Banigandā (Z)	... ବାନିଗଣ୍ଡା ।
Bariābandha	... ବାରିଆବନ୍ଧ ।
Bariāmarā (Z)	... ବାରିଆମରା ।
Bāriol (Z)	... ବାରିଓଲ ।
Bārabā (Udayagiri) (Z)	ବାରବା ।
Bārabā (Rāmagiri) (Z).	ବାରବା ।
Bāradang (Kōthades) (Z).	ବାରଡଙ୍ଗ ।
Bāradang (Lathara) (Z).	ବାରଡଙ୍ଗ ।
Baradang (Udayagiri) (Z).	ବାରଡଙ୍ଗ ।
Barōi (Z)	... ବାରୋଇ ।
Bāumsakatā (Z)	... ବାଉଁସକଟା ।
Bāumsapōi (Z)	... ବାଉଁସପୋଇ ।
Bayāgudā (Z)	... ବାୟାଗୁଡା ।
Bebiri (Z)	... ବେବିରି ।
Bedingi (Z)	... ବେଡିଙ୍ଗ ।
Begandā (Z)	... ବେଗଣ୍ଡା ।
Beharāsāi (Ramagiri) (Z).	ବେହେରାସାଇ ।
Beherāsāi (Udayagiri) (Z).	ବେହେରାସାଇ ।

Ramogiri Agency—*cont.* ଗ୍ରାମଗିରି ଏଜେନ୍‌ସି—କ୍ରମଶଃ ।

Beherāsai (Surangi) (Z).	ବେହେରାସାଇ ।
Belaban (Z) ...	ବେଲ୍‌ବଣ ।
Belagām (Z) ...	ବେଲ୍‌ଗାଁ ।
Belapadā (Z) ...	ବେଲପଦା ।
Besarabatā (Z) ...	ବେସରବଟା ।
Betingi (Z) ...	ବେଢଙ୍ଗି ।
Betarasingi (Samal) (Z).	ବେଢରସିଙ୍ଗି ।
Betarasingi (Udayagiri) (Z).	ବେଢରସିଙ୍ଗି ।
Betarasingi (Muhan) (Z).	ବେଢଢସିଙ୍ଗି ।
Bhaliāganda (Z) ...	ଭଲିଆଗଣ୍ଡା ।
Bhaliāgandā (Z) ...	ଭଲିଆଗଣ୍ଡା ।
Bhaliāgani (Z) ...	ଭଲିଆଗଣି ।
Bhaliāpadā (Z) ...	ଭଲିଆପଦା ।
Bhaliāpangā (Z) ...	ଭଲିଆପଙ୍ଗା ।
Bhaliāsai (Luhagudi) (Z).	ଭଲିଆସାଇ ।
Bhaliāsāi (Chandragiri).	ଭଲିଅସାଇ ।
Bhaliāsāi (Kothades) (Z).	ଭଲିଆସାଇ ।
Bhaliāsāi (Ramagiri (Z).	ଭଲିଆସାଇ ।
Bhīmpur (Z) ...	ଭୀମପୁର ।
Bhitartamp (Z).	ଭିତରଟମ୍ପ ।
Bhramarpur (Z)	ଭ୍ରମରପୁର ।
Bhurudu ...	ଭୁରୁଡୁ ।
Bhurusi (Z) ...	ଭୁରୁସି ।
Bhuyāpadā (Z) ...	ଭୁୟାଁପଡା ।
Birikōta ...	ବିରିକୋଟ ।
Baddakuā ...	ବଦ୍ଦାକୁଆ ।
Badadhiyā ...	ବଡଢିଅ ।
Badadamāduā (Z).	ବଡଦମାଦୁଆ ।
Badakhāri (Z) ...	ବଡଖାରି ।
Badakhani (Z) ...	ବଡଖଣି ।
Badakirāmā (Z) ...	ବଡକିରାମା ।
Badapadā (Z) ...	ବଡପଦା ।
Badapadā ...	ବଡପଦା ।
Badarāisingi (Z) ...	ବଡରାଇସିଙ୍ଗି ।
Badasindhubā ...	ବଡସିନ୍ଧୁବା ।
Bagāri (Z) ...	ବଗାରି ।
Baliri (Z) ...	ବଲିରି ।
Bam ...	ବମ ।
Bompadā ...	ବୋମ୍‌ପଦା ।
Bandāgudā ...	ବଣ୍ଡାଗୁଡା ।
Bandhāgudā (Z) ...	ବନ୍ଧାଗୁଡା ।
Bandirigām ...	ବନ୍ଦିରିଗାଁ ।
Baramasingi ...	ବରମସିଙ୍ଗି ।
Basamā ...	ବସମା ।
Bastrigudā (Z) ...	ବସ୍ତ୍ରିଗୁଡା ।
Brāhmanpadā (Z)	ବ୍ରାହ୍ମଣପଡା ।
Brahmasingi ...	ବ୍ରାହ୍ମସିଙ୍ଗି ।
Budāgām ...	ବୁଡାଗାଁ ।
Budanili (Z) ...	ବୁଡାନିଲି ।
Budihuru (Z) ...	ବୁଡିହୁରୁ ।
Buduli (Z) ...	ବୁଡୁଲି ।
Buduni ...	ବୁଡୁଣି ।
Buleripadā (Z) ...	ବୁଲେରିପଦା ।
Burigudā ...	ବୁରିଗୁଡା ।
Burigudā (Z) ...	ବୁରିଗୁଡା ।
Buripadar (Z) ...	ବୁରିପଦର ।
Buradhia ...	ବୁରଢିଆ ।
Burudugudā (Z) ...	ବୁରୁଡୁଗୁଡା ।
Burukapatā (Z) ...	ବୁରୁକାପଟା ।
Burumugudā (Z).	ବୁରୁମୁଗୁଡା ।
Burupadā ...	ବୁରୁପଦା ।
Burupadā (Z) ...	ବୁରୁପଦା ।
Burusingi (Ramagiri) (Z).	ବୁରୁସିଙ୍ଗି ।
Burusingi (Udayagiri (Z).	ବୁରୁସିଙ୍ଗି ।
Chanchadāgudā (Z).	ଚାଞ୍ଚଡାଗୁଡା ।
Chandiputtu ...	ଚାନ୍ଦିପୁଟୁ ।
Chhelāgad (Z) ...	ଛେଲାଗଡ ।
Chheligad (Z) ...	ଛେଲିଗଡ ।
Chirapadar (Z) ...	ଚିରପଦର ।

Ramogiri Agency—*cont.* ରାମଗିରି ଏଜେନ୍‌ସି—କ୍ରମଶଃ।

Chadangapur ...	ଚୋଡଙ୍ଗପୁର।
Chandragiri ...	ଚନ୍ଦ୍ରଗିରି।
Chhanapadā (Z) ...	ଛଣପଦା।
Chariābād (Z) ...	ଚରିଆବାଡ।
Chariāpadā (Kotho des) (Z).	ଚରିଆପଦା।
Chariāpadā (Ramagiri) (Z).	ଚରିଆପଦା।
Chariāpadā (Chandragiri).	ଚରିଆପଦା।
Dabād (Satapalli).	ଡବାଡ।
Dabād (Chandragiri).	ଡବାଡ।
Dabāgudā (Z) ...	ଡବାଗୁଡା।
Dabāragudā (Z) ...	ଡବାରଗୁଡା।
Dālimbapur (Z).	ଡାଲିମ୍ବପୁର।
Dāriamb ...	ଦାରିଆମ୍ବ।
Dārupāni ...	ଦାରୁପାଣି;
Debākuā ...	ଦେବାକୁଆ।
Dengāpuchhi ...	ଡେଙ୍ଗାପୁଚ୍ଛି।
Dengāsikhal (Z).	ଡେଙ୍ଗାସିଖାଲ।
Dengāsarigi (Z) ...	ଡେଙ୍ଗାସରିଗି।
Dengili ...	ଡେଙ୍ଗିଲି।
Denginipadar (Z)	ଡେଙ୍ଗିଣିପଦର।
Dengamā ...	ଡେଙ୍ଗମା।
Dengamā (Z) ...	ଡେଙ୍ଗମା।
Derabā ...	ଡେରବା।
Dhadiamba ...	ଧାଡିଆମ୍ବ।
Dhanabād (Z) ...	ଧନବାଡ।
Dhārapāni (Z) ...	ଧାରପାଣି।
Dhenkābandh ...	ଢେଙ୍କାବନ୍ଧ।
Dhenkāsindhubā ...	ଢେଙ୍କାସିନ୍ଧୁବା।
Dhepāgudā ...	ଢେପାଗୁଡା।
Depānāju (Z) ...	ଢେପାନାଜୁ।
Dhepāpadar (Z) ...	ଢେପାପଦର।
Dheparagudi (Z) ...	ଢେପରଗୁଡି।
Dhimirijhōli ...	ଧିମିରିଝୋଲି।
Dhōbalingi (Z) ...	ଧୋବାଲିଙ୍ଗି।
Dhanapadā (Z) ...	ଧନପଦା।
Dhanapank (Z) ...	ଧନପଙ୍କ।
Dhanupotā ...	ଧନୁପୋତା।
Dhanupotā (Z) ...	ଧନୁପୋତା।
Dihudisāi (Z) ...	ଦିହୁଡିସାଇ।
Dingar ...	ଡିଙ୍ଗର।
Dakādapangā ...	ଡକାଡପଙ୍ଗା।
Dolāpatā (Z) ...	ଦୋଲପଟା।
Dolikhat ...	ଦୋଲିଖଟ।
Dambā ...	ଡମ୍ବା।
Dambadhia (Z) ...	ଡମ୍ବଧିଆ।
Dambagudā (Z) ...	ଡମ୍ବଗୁଡା।
Dambasāi (Z) ...	ଡମ୍ବସାଇ।
Darāb ...	ଡରାବ।
Dulibhusaka (Z) ...	ଡୁଲିଭୁସ୍କା।
Dumbā (Z) ...	ଡୁମ୍ବା।
Dumiuildi (Z) ...	ଡୁମିନିଲ୍‌ଡି।
Dundru ...	ଡୁଣ୍ଡ୍ରୁ।
Duringigudā ...	ଡୁରିଙ୍ଗିଗୁଡା।
Durang (Z) ...	ଡୁରଙ୍ଗ।
Elagal (Z) ...	ଏଲଗଲ।
Endramā (Z) ...	ଏଣ୍ଡ୍ରାମା।
Gadagōth ...	ଗାଡଗୋଠ।
Gāibali alias Rajapur (Z).	ଗାଇବାଲି ଓରଫ ରାଜପୁର।
Gaidā (Z) ...	ଗାଇଡା।
Gairā (Z) ...	ଗାଇରା।
Gālimarā ...	ଗାଲିମରା।
Gaudāgudā (Z) ...	ଗାଣ୍ଡାଗୁଡା।
Gandili (Z) ...	ଗାଣ୍ଡିଲି।
Gandepadar (Z).	ଗାଣ୍ଡେପଦର।
Gorangā ...	ଗୋରାଙ୍ଗ।
Gerugā ...	ଗେରୁଗା।
Ghātisāi (Z) ...	ଘାଟିସାଇ।
Ghungikuā (Z) ...	ଘୁଙ୍ଗିକୁଆ।
Gilakutā ...	ଗିଲକୁଟା।
Girigidi (Z) ...	ଗିରିଗିଡି।
Girijingi ...	ଗିରିଜିଙ୍ଗି।
Gōbili ...	ଗୋବିଲି।
Gōbilimā (Z) ...	ଗୋବିଲିମା।
Gobiriguda ...	ଗୋବିରିଗୁଡା।
Goohāgudā (Z) ...	ଗୋଛାଗୁଡା।

Ramogiri Agency—*cont.* ରାମଗିରି ଏଜେନ୍‌ସି—କ୍ରମଶଃ ।

Gadapadar (Z) ... ଗଡ଼ାପଦର ।
Gadang (Z) ... ଗଡଙ୍ଗ ।
Gadar (Z) ... ଗଡ଼ର
Galamā (Z) ... ଗଲମା ।
Gandāpadar (Z). ଗଣ୍ଡାପଦର ।
Gani (Z) ... ଗଣି ।
Gangāpur (Z) ... ଗଙ୍ଗାପୁର
Gōpālpur (Z) ... ଗୋପାଳପୁର ।
Gōradā ... ଗୋରଡ଼ା ।
Gōtbā (Z) ... ଗୋଠା ।
Gōthakeli ... ଗୋଠକେଲି ।
Gōtamā (Z) ... ଗୋତମା ।
Gaudagōth (Z) ... ଗୌଡଗୋଠ ।
Gōvindapur (Chandragiri) (Z). ଗୋବିନ୍ଦପୁର ।
Gōvindapur (Govindapur) (Z). ଗୋବିନ୍ଦପୁର ।
Govindapur (Nuāgad) (Z). ଗୋବିନ୍ଦପୁର ।
Gudipadar (Z) ... ଗୁଡ଼ିପଦର ।
Gudrigudā (Z) ... ଗୁଡ୍ରିଗୁଡ଼ା ।
Gudringi ... ଗୁଡ୍ରିଙ୍ଗି ।
Gudripadar (Z) ... ଗୁଡ୍ରିପଦର ।
Gudripangā ... ଗୁଡ୍ରିପଙ୍ଗା ।
Guduru ... ଗୁଡୁରୁ ।
Guimerā (Z) ... ଗୁଇମେରା ।
Guli (Z) ... ଗୁଲି ।
Gulubā ... ଗୁଲୁବା ।
Gumigudā ... ଗୁମିଗୁଡ଼ା ।
Gumiribandh (Z) ଗୁମିରିବନ୍ଧ ।
Gundapāju (Z) ... ଗୁଣ୍ଡାପାଜୁ ।
Gundrijhōlā (Z) ... ଗୁଣ୍ଡ୍ରାଝୋଲା ।
Gunjāsāi (Z) ... ଗୁଞ୍ଜାସାଇ ।
Gunjili ... ଗୁଞ୍ଜିଲି ।
Gunjili (Z) ... ଗୁଞ୍ଜିଲି ।
Gunjimā ... ଗୁଞ୍ଜିମା ।
Gunjipangā ... ଗୁଞ୍ଜିପଙ୍ଗା
Gurigudā (Z) ... ଗୁରିଗୁଡ଼ା ।
Gurudā (Z) ... ଗୁରୁଡ଼ା ।
Gurudab (Z) ... ଗୁରୁଡବ ।
Gurungi (Z) ... ଗୁରୁଙ୍ଗି ।
Gurusingi (Z) ... ଗୁରୁସିଙ୍ଗି ।
Habukāpangā (Z). ହାବୁକାପଙ୍ଗା ।
Haobipanga ... ହାଠିପଙ୍ଗା ।
Halagādi (Z) ... ହାଲଗାଡି ।
Haminigandā ... ହାମିନିଗଣ୍ଡା ।
Handimā (Z) ... ହଣ୍ଡିମା ।
Handratāl (Z) ... ହାଣ୍ଡ୍ରାତାଳ ।
Hārumā (Z) ... ହାରୁମା ।
Hārupadar (Z) ... ହାରୁପଦର ।
Hatāgandā ... ହାଟାଗଣ୍ଡା ।
Hikirikupā (S) ... ହିକିରିକୁପା ।
Hiparamā (Z) ... ହିପରମା ।
Hairi alias Luduhairi (Z). ହଇରି ଓରଫ ଲୁଡୁହଇରି ।
Haragudā (Z) ... ହରଗୁଡ଼ା ।
Harupadar (Z) ... ହରୁପଦର ।
Hurugudā (Z) ... ହୁରୁଗୁଡ଼ା ।
Hurunāju alias Dengaragām (Z). ହୁରୁନାଜୁ ଓରଫ ଡେଙ୍ଗରଗାଁ ।
Indrubā ... ଇନ୍ଦ୍ରୁବା ।
Jada (Z) ... ଜାଡ଼ା ।
Jādagudā ... ଜାଡ଼ାଗୁଡ଼ା ।
Jādapada (Z) ... ଜାଡ଼ପଡ଼ା ।
Jālibadi ... ଜାଲିବାଡି ।
Jāmadhia ... ଜାମଢିଅ ।
Jāmadhōla (Z) ... ଜାମଢୋଲ ।
Jāmagudā (Udayagiri) (Z). ଜାମଗୁଡ଼ା ।
Jāmagudā (Nuāgad) (Z). ଜାମଗୁଡ଼ା ।
Jamulingi (Z) ... ଜାମୁଲିଙ୍ଗି ।
Jangjang (Z) ... ଜାଙ୍ଗ୍‌ଜାଙ୍ଗ୍ ।
Jangal (Z) ... ଜାଙ୍ଗଲ ।
Jangudi ... ଜାଙ୍ଗୁଡି ।
Jaragandā ... ଜରାଗଣ୍ଡା ।
Jaraganda alias Pituā Jaraganda (Z). ଜାରାଗଣ୍ଡା ଓରଫ ପିତୁଆ ଜାରଗଣ୍ଡା ।

Ramogiri Agency—*cont.* ରାମଗିରି ଏଜେନସି—କ୍ରମଶଃ ।

Jargiduār (Z) ... ଜାର୍ଗିଦୁଆର ।
Jegarasīngi (Z) ... ଜେଗରସିଙ୍ଗି ।
Jenāpadā (Z) ... ଜେନାପଦା ।
Jhādarandibā (Z). ଝାଡରଣ୍ଡିବା ।
Jhālarasingi (Ramagiri) (Z). ଝାଲରସିଙ୍ଗି ।
Jhalarasingi (Udayagiri) (Z). ଝାଲରସିଙ୍ଗି ।
Jhālarasingi (Jhalarasingi) (Z). ଝାଲରସିଙ୍ଗି ।
Jhāleri (Z) ... ଝାଲେରି ।
Jhiliki (Z) ... ଝିଲିକି ।
Jhōgadi (Z) ... ଝୋଗଡି ।
Jhōlāsāi (Z) ... ଝୋଲାସାଇ ।
Jhul (Z) ... ଝୁଲ ।
Jhuntiāsāi (Z) ... ଝୁଣ୍ଟିଆସାଇ ।
Jirā (Z) ... ଜିରା ।
Jirāng ... ଜିରାଙ୍ଗା ।
Jirang (Z) ... ଜିରାଙ୍ଗ ।
Jōb ... ଜୋବ ।
Jobagām ... ଜୋବଗାଁ ।
Jodamb ... ଜୋଡଅମ୍ବ ।
Jadāpāni (Z) ... ଜଡାପାଣି ।
Jailar (Z) ... ଜଇଲର ।
Jarau (Z) ... ଜରଉ ।
Jub (Z) ... ଜୁବ ।
Jurāgudā (Z) ... ଜୁରାଗୁଡା ।
Kadamali (Z) ... କାଦମଲି ।
Kaitimā (Z) ... କଇଟିମା ।
Kakili (Z) ... କାକିଲି ।
Kakatamandā (Z). କାକଟମଣ୍ଡା ।
Kaliāmā ... କାଲିଆମା ।
Kaliāpatā ... କାଲିଆପଟା ।
Kamiligudā (Z) ... କାମିଲିଗୁଡା ।
Kampagudā (Z) ... କାମ୍ପଗୁଡା ।
Kanadā (Z) ... କାନାଡା ।
Kandrā ... କାଣ୍ଡ୍ରା ।
Kandulasāi ... କାନ୍ଦୁଲସାଇ ।
Kanikipadar (Z). କାନିକିପଦର ।

Kapilipāju ... କାପିଲିପାଜୁ ।
Kapilipadar (Z). କାପିଲିପଦର ।
Katamā (Z) ... କାଟମା ।
Kāterapāju (Z) ... କାଟେରପାଜୁ ।
Katingapadā (Z)... କାଟିଙ୍ଗପଡା ।
Katraka (Z) ... କାତ୍ରାକା ।
Kelāhuru (Z) ... କେଲାହୁରୁ ।
Kelipadar (Z) .. କେଲିପଦର ।
Ktrākhāl (Z) ... କେରାଖାଲ ।
Kere (Z) ... କେରେ ।
Kēradāng (Z) ... କେରଡାଙ୍ଗ ।
Kēsadā ... କେସଡା ।
Kēsarā (Z) ... କେସରା ।
Kēsaragudā ... କେସରଗୁଡା ।
Ketungu (Z) ... କେଟୁଙ୍ଗୁ ।
Ketungupadā (Z). କେଟୁଙ୍ଗୁପଡା ।
Khāridhēp ... ଖାରିଢେପ ।
Kharigudā ... ଖାରିଗୁଡା ।
Kharigudā (Z) ... ଖାରିଗୁଡା ।
Khāriguma ... ଖାରିଗୁମା ।
Khārigumā (Z) ... ଖାରିଗୁମା ।
Khārimarā ... ଖାରିମରା ।
Khāripadā ... ଖାରିପଦା ।
Khilanga (Z) ... ଖିଲଙ୍ଗ ।
Khajiripadā (Z) ... ଖଜିରିପଦା ।
Khamār (Z) ... ଖମାର ।
Khamarasāi (Z) ... ଖମାରସାଇ ।
Khanjāmarā (Z)... ଖଞ୍ଜାମରା ।
Khuliāsāi (Z) ... ଖୁଲିଆସାଇ ।
Kiānjudi (Z) ... କିଆଁଜୁଡି ।
Kidasingi ... କିଡାସିଙ୍ଗି ।
Kidāsingi (Z) ... କିଡାସିଙ୍ଗି ।
Kidinjipadar ... କିଡିଞ୍ଜିପଦର ।
Kidirimāl ... କିଡିରିମାଲ ।
Kijang (Z) ... କିଜାଙ୍ଗ ।
Kimlingi (Z) ... କିମଲିଙ୍ଗି ।
Kimarōli (Z) ... କିମରୋଲି ।
Kinchar ... କିଞ୍ଚର ।
Kincharadā (Z) ... କିଞ୍ଚରଡା ।

Ramogiri Agency—*cont.* | ରାମଗିରି ଏଜେନ୍ସି—କ୍ରମଶଃ ।

Kincharatāl (Z) ... କିଞ୍ଚରତାଲ ।
Kindiringi (Z) ... କିଣ୍ଡିରିଙ୍ଗି ।
Kindadā (Z) ... କିଣ୍ଡଡ଼ା ।
Kindalasāi (Z) ... କିଣ୍ଡଲସାଇ ।
Kinimulu (Z) ... କିଣିମୁଲୁ ।
Kintulu (Z) ... କିନ୍ତୁଲୁ ।
Kirāma (Z) ... କିରାମା ।
Kirttingi (Z) ... କିର୍ତ୍ତିଙ୍ଗି ।
Kadedā (Z) ... କଡେଡ଼ା ।
Kōilipankā (Z) ... କୋଇଲିପଙ୍କା ।
Kalāmeri (Z) ... କଲାମେରି ।
Kalabā (Z) ... କଲବା ।
Kalamasingi (Z) ... କଲମାସିଙ୍ଗି ।
Kamalādhia (Z) ... କମଲାଢ଼ିଆ ।
Kamalāpur ... କମଲାପୁର ।
Kamalāpur (Kothades) (Z). କମଲାପୁର ।
Kamalāpur (Luhagudi) (Z). କମଲପୁର ।
Kamarākhāli ... କମରାଖାଲି ।
Kanāisai (Z) ... କନାଇସାଇ ।
Kanchimul (Z) ... କଞ୍ଚିମୂଲ ।
Kandhadhia (Z) ... କନ୍ଧଢ଼ିଆ ।
Kandhahuru (Z) ... କନ୍ଧହୁରୁ ।
Kandhakalāmeri (Z). କନ୍ଧକଲାମେରି ।
Kandhadabā (Z). କନ୍ଧଅଡବା ।
Kandhasindhubā (Z). କନ୍ଧସିନ୍ଧୁବା ।
Kankadā (Z) ... କଙ୍କଡ ।
Kankadāgudā (Z). କଙ୍କଡାଗୁଡା ।
Kantāhuru (Z) ... କଣ୍ଟାହୁରୁ ।
Kantāikōli (Z) ... କଣ୍ଟାଇକୋଲି ।
Kantāsaru ... କଣ୍ଟାସରୁ ।
Kanūlu ... କନୁଲୁ ।
Kapiripatā ... କପିରିପଟା ।
Karadābādi (Z) ... କରଡାବାଡ ।
Karadā (Z) ... କରଡା ।
Karakar (Z) ... କରକର ।
Karanjoli (Z) ... କରଞ୍ଜୋଲି ।
Karanjanāl (Z) ... କରଞ୍ଜନାଲ ।
Karanjasāi (Z) ... କରଞ୍ଜସାଇ ।
Karanjasingi (Z), କରଞ୍ଜସିଙ୍ଗି ।
Katāpadar ... କଟାପଦର ।
Katinikuā (Z) ... କଟିନିକୁଆ ।
Krupāgumā (Z) ... କ୍ରୁପଗୁମା ।
Kuāpadā (Z) ... କୁଆପଡ଼ା ।
Kūdār (Z) ... କୁଦାର ।
Kudikhāl ... କୁଡିଖାଲ ।
Kudikimā ... କୁଡିକିମା ।
Kudindā (Nuāgada) (Z). କୁଡିଣ୍ଡା ।
Kudindā (Titisigi) (Z). କୁଡିଣ୍ଡା ।
Kudumā (Z) ... କୁଡୁମା ।
Kujapangā (Z) ... କୁଜପଙ୍ଗା ।
Kukuni (Z) ... କୁକୁଣି ।
Kumbhārajholi ... କୁମ୍ଭାରଝୋଲି ।
Kumbikhāl (Z) ... କୁମ୍ବିଖାଲ ।
Kumbhimarā (Z) କୁମ୍ଭିମରା ।
Kumalasingi ... କୁମଲସିଙ୍ଗି ।
Kumujāng (Z) ... କୁମୁଜାଙ୍ଗ ।
Kumukutā (Z) ... କୁମୁକୁଟା ।
Kumtipankāl (Z). କୁମ୍ଟିପଙ୍କାଲ ।
Kunkaradā (Z) ... କୁଙ୍କରଡା ।
Kupāngapadar (Z). କୁପାଙ୍ଗପଦର ।
Kurubā (Z) ... କୁରୁବା ।
Kurudaamb ... କୁରୁଡାଅମ୍ବ ।
Kurumā ... କୁରୁମା ।
Kurumu (Z) ... କୁରୁମୁ ।
Kurutāl ... କୁରୁତାଲ ।
Kusapali (Z) ... କୁସପଲି ।
Khusumaghāti (Z). କୁସୁମଘାଟି ।
Kusumapur ... କୁସୁମପୁର ।
Kusumapur (Z) ... କୁସୁମପୁର ।
Kutāmā (Z) ... କୁଟାମା ।
Kutāmā (Z) ... କୁଟାମା ।

Ramogiri Agency—*cont.* ରାମଗିରି ଏଜେନସି—କ୍ରମଶଃ ।

Kutigudā (Z) ... କୁଟିଗୁଡା ।
Kutimerā ... କୁଟିମେରା ।
Kutipadar ... କୁଟିପଦର ।
Lanjari ... ଲଞ୍ଜରି ।
Latingi (Z) ... ଲଟିଙ୍ଗି ।
Lekāpadar (Z)... ଲେକାପଦର ।
Lekhagām ... ଲେଖାଗାଁ ।
Lekhāragām ... ଲେଖାରଗାଁ ।
Lēnge (Z) ... ଲେଙ୍ଗେ ।
Lenjā ... ଲେଞ୍ଜା ।
Lenkāpankā (Z) ଲେଙ୍କାପଙ୍କା ।
Libidipadar (Z). ଲିବିଡିପଦର ।
Liab (Z) ... ଲିଅବ ।
Litigudā (Z) ... ଲିଟିଗୁଡା ।
Labārasingi ... ଲବରସିଙ୍ଗି ।
Ladiguda ... ଲଦିଗୁଡା ।
Ladigudā (Z) ... ଲଦିଗୁଡା ।
Ladingi ... ଲଦିଙ୍ଗି ।
Lōharādhia (Z). ଲୋହରାଡିଆ ।
Lōharāgām (Z). ଲୋହରାଗାଁ ।
Lakhari ... ଲଖାରି ।
Lakhāripatā (Z). ଲଖାରିପଟା ।
Lakhāragām ... ଲଖାରଗାଁ ।
Lakhārigudā ... ଲଖାରିଗୁଡା ।
Lakshmipur (Z). ଲକ୍ଷ୍ମୀପୁର ।
Lambadang ... ଲମ୍ବଡାଙ୍ଗ ।
Lambagad (Z). ଲମ୍ବଗଡ ।
Lambapadā ... ଲମ୍ବପଦା ।
Lambapadā)Z). ଲମ୍ବପଦା ।
Laphalang (Z). ଲଫଲଙ୍ଗ ।
Laradā (Z) . ଲରଡା ।
Lathar (Z) ... ଲଥର ।
Latharapani (Z) ଲଥରପାଣି ।
Luāb (Z) ... ଲୁଅବ ।
Luāngar (Z) ... ଲୁଆଙ୍ଗର ।
Luburu (Z) ... ଲୁବୁରୁ ।
Ludru (Luhagudi) (Z). ଲୁଡ୍ରୁ ।
Ludru (Udayagiri) (Z). ଲୁଡ୍ରୁ ।
Ludrugudā ... ଲୁଡ୍ରୁଗୁଡା ।
Ludungupangā (Z). ଲୁଡୁଙ୍ଗୁପଙ୍ଗା ।
Luhāgudi (Z) ... ଲୁହାଗୁଡି ।
Luhāsingi (Udayagiri) (Z). ଲୁହାସିଙ୍ଗି ।
Luhāsingi (Z) ... ଲୁହାସିଙ୍ଗ ।
Lundrugudā (Z). ଲୁଣ୍ଡ୍ରୁଗୁଡା ।
Lundrunju . ଲୁଣ୍ଡ୍ରୁଞ୍ଜୁ ।
Luthiri ... ଲୁଥିରି ।
Machhagharā ... ମାଛଘରା ।
Machhakiari (Z) ମାଛକିଅରି ।
Māduāguma (Z). ମାଡୁଆଗୁମା ।
Mahāgandā (Z). ମାହାଗଣ୍ଡା ।
Māhāgudā (Z) ... ମାହାଗୁଡା ।
Mahākupā (Z) ... ମାହାକୁପା ।
Mahāpadar ... ମାହାପଦର ।
Mālipadar (Z)... ମାଲିପଦର ।
Mālasindhubā (Z) ମାଲସିନ୍ଧୁବା ।
Manderabāju ... ମାନ୍ଦେରବାଜୁ ।
Mandidi (Z) ... ମାଣ୍ଡିଡି ।
Mandimā (Z) ... ମାଣ୍ଡିମା ।
Mandimarā ... ମାଣ୍ଡିମରା ।
Manikyapur ... ମାଣିକ୍ୟପୁର ।
Mānikyapur (Kudang) (Z). ମାଣିକ୍ୟପୁର ।
Mānikyapur (Khajiripada)(Z). ମାଣିକ୍ୟପୁର ।
Marāpali (Z) ... ମାରାପଲି । ।
Mardigumā ... ମାର୍ଦିଗୁମା ।
Mirikōte (Z) ... ମିରିକୋଟ ।
Mahēndragad (Z). ମହେନ୍ଦ୍ରଗଡ ।
Mahināl (Z) ... ମହିନାଲ ।
Mahulamelāni ... ମହୁଲମେଲାଣି ।
Mahulapadā (Z). ମହୁଲପଦା ।
Makāpadā (Z) ... ମକାପଦା ।
Malāsapadar (Z). ମଲାସପଦର ।

Ramogiri Agency—*cont.* ରାମଗିରି ଏଜେନ୍‌ସି—କ୍ରମଶଃ ।

Mangarajpur (Z). ମଙ୍ଗରାଜପୁର ।
Marichimā (Z) ... ମରିଚିମା ।
Marama (Z) ... ମରମ ।
Matakuā (Z) ... ମଟାକୁଆ ।
Mudumudiā (Z) ମୁଡୁମୁଡିଆ ।
Muhān (Z) ... ମୁହାଣ ।
Mujang (Z) ... ମୁଜଙ୍ଗ ।
Muningādhia (Z) ମୁନିଙ୍ଗାଢିଆ ।
Mundābuli (Z) ... ମୁଣ୍ଡାବାଲି ।
Munisingi (Z) ... ମୁନିସିଙ୍ଗି ।
Munisingi ... ମୁନିସିଙ୍ଗି ।
Murusingi (Z) ... ମୁରୁସିଙ୍ଗି ।
Mutāgudā (Z) ... ମୁଟାଗୁଡ଼ା ।
Nagidi (Z) ... ନାଗିଡି ।
Nālapadi ... ନାଲପଡ଼ି ।
Nāringi (Z) ... ନାରିଙ୍ଗି ।
Naudipadar (Z). ନାଉଡ଼ିପଦର ।
Nilikuti ... ନିଲିକୁଟି ।
Nilidigudā (Z) ... ନିଲିଡିଗୁଡା ।
Nilikili (Z) ... ନିଲିକିଲି ।
Nilimundā (Z) ... ନିଲିମୁଣ୍ଡା ।
Ninidangudā ... ନିନିଡଙ୍ଗୁଡା ।
Nisankapur (Z)... ନିଶଙ୍କପୁର ।
Nalāghat ... ନଳାଘାଟ୍ ।
Nuāgām I (Kothadeso) (Z). ନୂଆଗାଁ ।
Nuāgām II (Kothades). ନୂଆଗାଁ ।
Nuāgām (Udayagiri) (Z). ନୂଆଗାଁ ।
Nuāgām (Kundla) (Z). ନୂଆଗାଁ ।
Nuāgām ... ନୂଆଗାଁ ।
Nuāgad (Z) ... ନୂଆଗଡ ।
Abārasingi (Z) ... ଅବାରସିଙ୍ଗି ।
Adāpangā (Z) ... ଅଡାପଙ୍ଗା ।
Adabā (Z) ... ଅଡବା ।
Alama (Z) ... ଅଲମା ।
Alamundā (Z) ... ଅଲମୁଣ୍ଡା ।
Alandā ... ଅଲଣ୍ଡା ।
Alarā (Satapali) (Z). ଅଲରା ।
Alarā (Z) ... ଅଲରା ।
Anāmundi (Z) ... ଅନାମୁଣ୍ଡି ।
Anchamā (Z) ... ଅଞ୍ଚମା ।
Andhāri ... ଅନ୍ଧାରି ।
Andirāgad ... ଅଣ୍ଡିରାଗଡ ।
Andarāsingi (Z)... ଅଣ୍ଡରାସିଙ୍ଗି ।
Anjāikōn (Z) ... ଅଞ୍ଜାଇକୋଣ ।
Anjarabā (Z) ... ଅଞ୍ଜରବା ।
Anjarambā (Z) ... ଅଞ୍ଜରମ୍ବା ।
Anagām (Z) ... ଅନଗାଁ ।
Anakadangar ... ଅନକଡଙ୍ଗର ।
Anakapur ... ଅନକପୁର ।
Anarasingi ... ଅନରାସିଙ୍ଗି ।
Anasāi (Z) ... ଅନସାଇ ।
Antarbā ... ଅନ୍ତର୍ବା ।
Antarli (Z) ... ଅନ୍ତର୍ଲି ।
Anuguru (Latbar) (Z). ଅନୁଗୁରୁ ।
Anuguru (Taradang) (Z). ଅନୁଗୁରୁ ।
Anukumā (Z) ... ଅନୁକୁମା ।
Anlāgudā (Z) ... ଅଁଲାଗୁଡା ।
Arā (Z) ... ଓରା ।
Aradi (Z) ... ଅରାଡି ।
Arāgām (Z) ... ଓରାଗାଁ ।
Arkhapadā ... ଅର୍ଖପଦା ।
Paderemā (Z) ... ପାଡେରେମା ।
Pādigam ... ପାଡିଗାଁ ।
Pāidamā (Z) ... ପାଇଡମା ।
Padipadar (Z) ... ପାଡିପଦର ।
Paik Antarda (Z). ପାଇକ ଅନ୍ତର୍ଦା ।
Paikarāi (Z) ... ପାଇକରାଇ ।

Ramogiri Agency—*cont.* ରାମଗିରି ଏଜେନ୍ସି—କ୍ରମଶଃ ।

Paindā (Z)	... ପାଇଣ୍ଡା ।
Pajigiji	... ପାଜିଗିଜି ।
Pālēri (Z)	... ପାଲେରି ।
Palipangā (Z)	... ପାଲିପଙ୍ଗା ।
Paladā (Z)	... ପାଲଡା ।
Pālapur (Z)	... ପାଲପୁର ।
Pangulu (Z)	... ପାଙ୍ଗୁଲୁ ।
Panibād	... ପାଣିବାଡ ।
Panigandā	... ପାଣିଗଣ୍ଡା ।
Pankatraka (Z)	... ପାଙ୍କଟ୍ରକା ।
Panasāi (Z)	... ପାଣସାଇ ।
Pāradōl (Z)	... ପାରଦୋଲ ।
Pāradōl	... ପାରଦୋଲ ।
Pāribhetā (Z)	... ପାରିଭେଟା ।
Parmāgudā (Z)	... ପାର୍ମାଗୁଡା ।
Patrabasā	... ପାତ୍ରବସା ।
Patradēs (Z)	... ପାତ୍ରଦେଶ ।
Pelār (Z)	... ପେଲାର ।
Pātuāpadā (Z)	... ପାଟୁଆପଦା ।
Pengumu	... ପେଙ୍ଗୁମୁ ।
Phatāchanchadā	... ଫଟାଚାଞ୍ଚଡା ।
Phatāchanchada (Z).	ଫଟାଚାଞ୍ଚଡା ।
Phatāngapadar (Z).	ଫଟାଙ୍ଗପଦର ।
Phukā (Z)	... ଫୁକା ।
Pidāpadipi (Z)	... ପିଡାପଢିପି ।
Pidēri	... ପିଡେରି ।
Pilikā	... ପିଲିକା ।
Pilipāju	... ପିଲିପାଜୁ ।
Pippalagummā (Z).	ପିପ୍ପଲଗୁମ୍ମା ।
Pindāsingi (Z)	... ପିଣ୍ଡାସିଙ୍ଗି ।
Pindiki (Z)	... ପିଣ୍ଡିକି ।
Pirlingi	... ପିର୍ଲିଙ୍ଗି ।
Pirlipāju	... ପିର୍ଲିପାଜୁ ।
Pitamahul (Z)	... ପିତାମହୁଲ ।
Padādigi	... ପଦାଦିଗି ।
Padāgām (Z)	... ପଦଗାଁ ।
Padāgummā (Z)	... ପଦାଗୁମ୍ମା ।
Padāisingi (Z)	... ପଡାଇସିଙ୍ଗି ।
Padaluburusingi (Z).	ପଦାଲୁବୁରୁସିଙ୍ଗି
Padāsimuli (Z)	... ପଦାଶିମୁଳି ।
Padāsailang (Z).	ପଦାସେଲଙ୍ଗ ।
Padmapur (Z)	... ପଦ୍ମପୁର ।
Padarabādi	... ପଦରବାଢ ।
Palābandhā	... ପଲାବନ୍ଧା ।
Panasapadar	... ପଣସପଦର ।
Panasapadar	... ପଣସପଦର ।
Parimal (Z)	... ପରିମଳ ।
Parisal (Z)	... ପରିସଲ ।
Paramangā (Z)	... ପରମଙ୍ଗା ।
Partipangā (Z)	... ପର୍ତ୍ତିପଙ୍ଗା ।
Pataigudā (Z)	... ପଟାଇଗୁଡା ।
Patharagad (Z)	... ପଥରଗଡ ।
Patilipankā (Z)	... ପଟିଲିପଙ୍କା ।
Patamgudā (Z)	... ପଟମଗୁଡା ।
Pōtu (Z)	... ପୋଟୁ ।
Paturalibā (Z)	... ପଟୁରଲିବା ।
Paturalibā	... ପଟୁରଲିବା ।
Pratāpapur (Z)	... ପ୍ରତାପପୁର ।
Puigudā (Jhiliki) (Z).	ପୁଇଗୁଡା ।
Puigūdā (Adaba) (Z).	ପୁଇଗୁଡା ।
Puipāni (Z)	... ପୁଇପାଣି ।
Puipadar	... ପୁଇପଦର ।
Pujāribil (Z)	... ପୁଜାରିବିଲ ।
Punjasadangi	... ପୁଞ୍ଜାସଡଙ୍ଗି ।
Purunāpāni (Z)	... ପୁରୁଣାପାଣି ।
Purunāput (Z)	... ପୁରୁଣାପୁ ।
Puruni (Z)	... ପୁରୁଣି ।
Puspang (Z)	... ପୁଷ୍ପଙ୍ଗ ।
Putābāli (Z)	... ପୁଟାବାଲି ।
Putrapada (Z)	... ପୁତ୍ରପଡା ।
Rabā	... ରବା ।
Rachagudā (Z)	... ରାଚାଗୁଡା ।

Ramogiri Agency—*cont.* ରାମଗିରି ଏଜେନ୍‌ସି —କ୍ରମଶଃ।

Raibād (Z) ... ରାଇବାଡ ।
Rāigudā (Z) ... ରାଇଗୁଡ଼ା ।
Rāijak (Z) ... ରାଇଜକ ।
Rāikasāi (Z) ... ରାଇକାସାଇ ।
Rāikasingi (Z) ... ରାଇକାସିଙ୍ଗି ।
Rāipangā ... ରାଇପଙ୍ଗା ।
Rāisingi (Z) ... ରାଇସିଙ୍ଗି ।
Rājamb (Z) ... ରାଜାମ୍ବ ।
Rājamā (Z) ... ରାଜମା ।
Rājapur ... ରାଜପୁର ।
Rājaul (Z) ... ରାଜଉଲ ।
Rāmagiri (Z) ... ରାମଗିରି ।
Rāmagudā (Z). ରାମଗୁଡ଼ା ।
Rāmagudā (Uninhabited) (Z). ରାମଗୁଡ଼ା ।
Rāmanāju (Z) ... ରାମନାଜୁ ।
Rāmpadar (Z) ... ରାମପଦର ।
Rangāgudā ... ରଙ୍ଗାଗୁଡ଼ା ।
Rangaul (Z) ... ରଙ୍ଗାଉଲ ।
Rangad (Z) ... ରଙ୍ଗଡ ।
Rānikamā ... ରାଣିକମା ।
Rankudā ... ରାଙ୍କୁଡ଼ା ।
Rāpiti ... ରାପିଟି ।
Ratamā (Z) ... ରାଟାମା ।
Raulapadā (Z) ... ରାଉଲପଡା ।
Rāyapur ... ରାୟପୁର ।
Rengisingi (Z) ... ରେଙ୍ଗିସିଙ୍ଗି ।
Ren ... ରେଣ ।
Repatākhāl (Z) ରେପଟାଖାଲ ।
Ringisingi (Z) ... ରିଙ୍ଗିସିଙ୍ଗି ।
Ragaijhōl (Z) ... ରଗାଇଝୋଲ ।
Ragāisingi (Udayagiri). ରଗାସିଙ୍ଗି ।
Ragāisingi (Lathar) (Z). ରଗାଇସିଙ୍ଗି ।
Ralibā ... ରଲିବା ।
Rambāul (Z) ... ରମ୍ବାଉଲ ।
Ranalāi (Z) ... ରଣାଲାଇ ।
Randāsingi (Z) ... ରଣ୍ଡାଶିଙ୍ଗି ।
Randiba (Z) ... ରଣ୍ଡିବା ।
Rangāgudā (Z) ... ରଙ୍ଗାଗୁଡ଼ା ।
Rangamundā (Z). ରଙ୍ଗମୁଣ୍ଡା ।
Ratāng (Z) ... ରଟଙ୍ଗା ।
Ruāmb (Z) ... ରୁଆମ୍ବ ।
Rubāl (Z) ... ରୁବାଲ ।
Rubudusingi (Z). ରୁବୁଡୁସିଙ୍ଗି ।
Rujangi (Z) ... ରୁଜାଙ୍ଗି ।
Rumēsu ... ରୁମେଶୁ ।
Rumudul (Z) ... ରୁମୁଡୁଲ ।
Rumundā (Z) ... ରୁମୁଣ୍ଡା ।
Rupāsingi)Z) ... ରୁପାସିଙ୍ଗି ।
Rutugudā (Z) ... ରୁଟୁଗୁଡ଼ା ।
Salāmkōi (Z) ... ସାଲକୋଇ ।
Sankarā ... ଶଙ୍କରା ।
Sanabetrasingi (Z). ସାନବେତସିଙ୍ଗୀ ।
Sānadiyā (Z) ... ସାନଡିଆଁ ।
Sānakhoni (Z) ... ସାନଖଣି ।
Sarkā (Z) ... ସାର୍କା ।
Sārubang (Z) ... ସାରୁବଙ୍ଗ ।
Sātarā (Z) ... ସାତାର ।
Serāpādi (Z) ... ସେରାପାଡି ।
Serkābandh (Z). ସେର୍କାବନ୍ଧ ।
Sikābādi (Z) ... ସିକାବାଡି ।
Sikalamā ... ସିକଲମା ।
Simili (Z) ... ସିମିଲି ।
Simiri (Z) ... ସିମିରି ।
Sindibā ... ସିଣ୍ଡିବା ।
Sindibā (Z) ... ସିଣ୍ଡିବା ।
Sindirang ... ସିଣ୍ଡିରଙ୍ଗ ।
Sinisingi ... ସିନିସିଙ୍ଗି ।
Sinkulipadar ... ସିଙ୍କୁଲିପଦର ।
Sinkulipadar (Z). ସିଙ୍କୁଲିପଦର ।
Siyālilati ... ସିୟାଲିଲଟି ।
Siyālilati (Z) ... ସିୟାଲିଲଟି ।
Sōdā ... ସୋଡା ।
Sagadā ... ସଗଡ଼ା ।
Sailang (Z) ... ସୈଲଙ୍ଗ ।

RAMOGIRI AGENCY—cont. ରାମଗିରି ଏଜେନ୍ସି—କ୍ରମଶଃ ।

Sōladāsingi (Z)... ସୋଲଡାସିଙ୍ଗି ।
Sambalpur (Z) ... ସମ୍ବଲପୁର ।
Sandhigām (Z)... ସନ୍ଧିଗାଁ ।
Sarigisāi ... ସରିଗିସାଇ ।
Saralāpadar ... ସରଲାପଦର ।
Saurā-Antardā (Z). ସଉରା ଅନ୍ତର୍ଦା ।
Sauri (Z) ... ସୌରି ।
Sripur (Z) ... ଶ୍ରୀପୁର ।
Subalada (Rama-giri) (Z). ସୁବଲଡା ।
Subaladā (Tangili) (Z). ସୁବଲଡା ।
Sugād ... ସୁଗାଡ ।
Suguba (Z) ... ସୁଗୁବା ।
Sulāgudā (Z) ... ସୁଲାଗୁଡା ।
Sulubā ... ସୁଲୁବା ।
Sunākhandi (Z). ସୁନାଖଣ୍ଡି ।
Sundaradang (Z). ସୁନ୍ଦରଡାଙ୍ଗ ।
Sundrubā (Z) ... ସୁଣ୍ଡ୍ରୁବା ।
Surāikhamar (Z) ସୁରାଇଖମାର ।
Surangi (Z) ... ସୁରଙ୍ଗି ।
Syālilati (Z) ... ଶିଆଲିଲଟି ।
Tabaradā (Z) ... ଟାବରଡା ।
Tabarapata (Z) .. ଟାବରପଟା ।
Taindā (Z) ... ଟାଇଣ୍ଡା ।
Takalamahā ... ଟାକଲିମହା ।
Takubulu (Z) ... ଟାକୁବୁଲୁ ।
Tamal (Z) ... ଟାମଲ ।
Tandigudā (Z) ... ଟାଣ୍ଡିଗୁଡା ।
Tangiāsāi (Z) ... ଟାଙ୍ଗିଆସାଇ ।
Tangili (Z) ... ଟାଙ୍ଗିଲି ।
Tanginipadar (Z). ଟାଙ୍ଗିଣିପଦର ।
Tankilipadar ... ଟାଙ୍କିଲିପଦର ।
Taradā (Z) ... ଟାରଡା ।
Taramangadā (Z) ଟାରମାଙ୍ଗଡା ।
Tedugu (Z) ... ଟେଡୁଗୁ ।
Teligām (Z) ... ତେଲିଗାଁ ।

Tenamā (Z) ... ଟେଣାମା ।
Tentulikhunti alias Dabād. ତେନ୍ତୁଳିଖୁଣ୍ଟି ଉରଫ ଡାବାଡ ।
Tentulikuntiā ... ତେନ୍ତୁଳିକୁଣ୍ଟିଆ ।
Teramandā (Z) ... ତେରମଣ୍ଡା ।
Tikāmāl (Z) ... ଟିକାମାଲ ।
Tilikar ... ତିଲିକର ।
Titisingi (Z) ... ତିତିସିଙ୍ଗି ।
Titrisingi (Z) ... ତିତ୍ରିସିଙ୍ଗି ।
Tabārisingi (Z)... ତବାରିସିଙ୍ଗି ।
Tabārisingi (Z)... ତବାରିସିଙ୍ଗି ।
Tail (Z) ... ତୈଲ ।
Takaramāl (Z) ... ଟକରମାଲ ।
Talālai (Z) ... ତଲାଲଇ ।
Talāsingi (Z) ... ତଲାସିଙ୍ଗି ।
Talabādegudā ... ତଲବାଡେଗୁଡା ।
Talabudringi (Z). ତଲବୁଦ୍ରିଙ୍ଗି ।
Talaghadapangā (Z) ତଲଘୋଡାପଙ୍ଗା ।
Talagalāpāju (Z). ତଲଗୋଲାପାଜୁ ।
Talaraisingi (Z). ତଲରାଇସିଙ୍ଗି ।
Tampa (Z) ... ତମ୍ପା ।
Tandrang (Z) ... ତଣ୍ଡ୍ରଙ୍ଗ ।
Tarāmāl ... ତରାମାଲ ।
Tarāmundā (Z)... ତରାମୁଣ୍ଡା ।
Tarāpdā (Z) ... ତରାପଡା ।
Tarabā (Z) ... ତରବା ।
Tarabang (Z) .. ତରବଙ୍ଗା ।
Taralasingi (Z)... ତରଲସିଙ୍ଗି ।
Tasarang (Z) ... ତସରଙ୍ଗ ।
Totāgudā (Z) ତୋଟାଗୁଡା ।
Tatarang (Z) ... ତଟରଙ୍ଗ ।
Tuāgudā (Lubagudi) (Z). ତୁଆଗୁଡା ।
Tuāgudā (Adaba) (Z). ତୁଆଗୁଡା ।
Tuburbā ... ତୁବୁର୍ବା ।
Tuburusingi ... ତୁବୁରୁସିଙ୍ଗି ।

RAMOGIRI AGENCY—*cont.* ରାମଗିରି ଏଜେନ୍ସି—କ୍ରମଶଃ ।

- **Tuburusingi (Udayagiri) (Z).** ଟୁବୁରୁସିଙ୍ଗି ।
- **Tuburusingi) (Surangi) (Z).** ଟୁବୁରୁସିଙ୍ଗି ।
- **Tudang (Z)** ... ଟୁଡଙ୍ଗ ।
- **Tuharu (Z)** ... ଟୁହରୁ ।
- **Tumāng (Z)** ... ଟୁମାଙ୍ଗ ।
- **Tumangapadar** ... ଟୁମଙ୍ଗପଦର ।
- **Tuman (Z)** ... ଟୁମନ ।
- **Tunderi (Z)** ... ଟୁଣ୍ଡେରି ।
- **Tunguru (Z)** ... ଟୁଙ୍ଗୁରୁ ।
- **Tuparadā (Z)** ... ଟୁପରଡା ।
- **Tupasingi (Z)** ... ଟୁପସିଙ୍ଗି ।
- **Uama (Z)** ... ଉଅମା ।
- **Udayagiri (Z)** ... ଉଦୟଗିରି ।
- **Udayagudā (Z)** ... ଉଦୟଗୁଡା ।
- **Udayapur (Z)** ... ଉଦୟପୁର ।
- **Ujigiji (Z)** ... ଉଜିଗିଜି ।
- **Ukurusingi (Z)** ... ଉକୁରୁସିଙ୍ଗୀ ।
- **Ulumandā (Z)** ... ଉଲୁମଣ୍ଡା ।
- **Uparabādegudā (Z).** ଉପରବାଦେଗୁଡା ।
- **Uparabudringi (Z).** ଉପରବୁଡ୍ରିଙ୍ଗୀ ।
- **Uparaghodāpangā (Z).** ଉପରଘୋଡାପଙ୍ଗା ।
- **Uparagalāpāju (Z).** ଉପରଗୋଲାପାଜୁ ।
- **Uparāisingi alias Badarāisingi (Z).** ଉପରରାଇସିଙ୍ଗୀ ଓରଫ ବଡରାଇସିଙ୍ଗୀ ।

SOMPETA AGENCY. ସୋମପେଣ୍ଟ ଏଜେନ୍ସି ।

- **Akhādā** ... ଆଖାଡା ।
- **Arudubā** ... ଆରୁଡୁବା ।
- **Baligām (Z)** ... ବାଲିଗାଁ ।
- **Bāraghar** ... ବାରଘର ।
- **Baumsagām** ... ବାଉଁଶଗାଁ ।
- **Bengāisāi** ... ବେଙ୍ଗାଇସାଇ ।
- **Bhalyābād** ... ଭଲ୍ୟବାଡ ।
- **Bhalibād** ... ଭଲିବାଡ ।
- **Badaburusundā** ... ବଡବୁରୁସୁଣ୍ଡା ।
- **Badadēul** ... ବଡଦେଉଳ ।
- **Badakurang** ... ବଡକୁରଙ୍ଗ ।
- **Bada Anchabā (S. T.)** ବଡଅଞ୍ଚବା ।
- **Bada Anjāguli (S. T.).** ବଡ ଅଞ୍ଜାଗୁଲି ।
- **Bada Pachudiā** ... ବଡପଚୁଡିଆ ।
- **Bada Rampā (S. T.).** ବଡରମ୍ପା ।
- **Balāda** ... ବଳାଡ ।
- **Burangi** ... ବୁରଙ୍ଗି ।
- **Burasāi** ... ବୁରସାଇ ।
- **Burasingi** ... ବୁରସିଙ୍ଗୀ ।
- **Buratāl** ... ବୁରଢାଲ ।
- **Chakāmb** ... ଚକାମ୍ବ ।
- **Chanagām** ... ଚନଗାଁ ।
- **Chumundyā** ... ଚୁମୁଣ୍ଡିୟା ।
- **Dimirigām** ... ଡମିରିଗାଁ ।
- **Daiamb** ... ଦଇଆମ୍ବ ।
- **Gaidā** ... ଗାଇଡା ।
- **Gangābād** ... ଗଙ୍ଗାବାଡ ।
- **Gangâpur** ... ଗଙ୍ଗାପୁର ।
- **Garadā** ... ଗରଡା ।
- **Gauduni** ... ଗୌଡୁଣୀ ।
- **Gujilingi** ... ଗୁଜିଲଙ୍ଗ ।
- **Gundiāsāi** ... ଗୁଣ୍ଡିଆସାହି ।
- **Gurangi** ... ଗୁରଙ୍ଗି ।
- **Haridāpat** ... ହରିଡାପାଟ ।
- **Haridāpatu** ... ହରିଡାପାଟୁ ।
- **Hukumā** ... ହୁକୁମା ।
- **Jhampurimushā** ... ଝାମ୍ପୁରିମୁଷା ।

SOMPETA AGENCY—cont.
ସୋମପେଣ୍ଟ ଏଜେନସି—କ୍ରମଶଃ ।

Jhankadā ... ଝଙ୍କଡା ।
Kerandi ... କେରଣ୍ଡି ।
Khadital ... ଖଡିତାଲ ।
Kadaligām ... କଦଳିଗାଁ ।
Kambagām ... କମ୍ବଗାଁ ।
Kanaimāl (S.T.). କନାଇମାଲ ।
Kuladi (S.T.) ... କୁଲଡି ।
Kurang alias Sanakurang. କୁରଙ୍ଗ ଓରଫ ସାନ କୁରଙ୍ଗ ।
Kutunigām ... କୁଟୁଣିଗାଁ ।
Lakidigam ... ଲାକିଡିଗାଁ ।
Limigām ... ଲିମିଗାଁ ।
Labā ... ଲବା ।
Lukāsai ... ଲୁକାସାଇ ।
Mahalim ... ମହାଲିମ ।
Maramariā ... ମାରମରିଆ ।
Mahendragiri ... ମହେନ୍ଦ୍ରଗିରି ।
Malikasāi ... ମଲ୍ଲିକସାଇ ।
Mathurāpur ... ମଥୁରାପୁର ।
Mundāsāi ... ମୁଣ୍ଡାସାଇ ।
Nuāgad ... ନୂଆଗଡ ।
Abandiā ... ଅବଣ୍ଡୀଆ ।
Olāsar ... ଓଲାସର ।
Amarangi ... ଅମାରଙ୍ଗି ।
Andirāsingi ... ଅଣ୍ଡିରାସିଙ୍ଗି ।
Andandā ... ଅଣ୍ଡଣ୍ଡା ।
Angarasingi ... ଅଙ୍ଗାରସିଙ୍ଗ ।
Antrasingi ... ଅନ୍ତ୍ରସିଙ୍ଗ ।
Oyā ... ଓୟା ।
Patakasingi ... ପଟକାସିଙ୍ଗ ।
Raigad (S.T.) ... ରାଇଗଡ ।
Rāipankāl ... ରାଇପଙ୍କାଲ ।
Rāmachandrapur. ରାମଚନ୍ଦ୍ରପୁର ।
Randibā ... ରଣ୍ଡିବା ।
Sanagām ... ସାନଗାଁ ।
Santaputu ... ସାନ୍ତପୁଟୁ ।
Sanadeul ... ସାନଦେଉଳ ।
Sana Ancbabā (S. T.). ସାନ ଅଞ୍ଚବା ।
Sana Anjaguli (S. T.). ସାନ ଅଞ୍ଜଗୁଳି ।
Sana Rampā (S T.). ସାନ ରମ୍ପା ।
Syasan ... ଶାସନ ।
Siudhilingi ... ସିନ୍ଧିଲିଙ୍ଗି ।
Sindiriābād ... ସିନ୍ଦରିଆବାଦ ।
Singāsingi (S.T.)... ସିଙ୍ଗାସିଙ୍ଗି ।
Sagadiā ... ସଗଡିଆ ।
Sandhigām ... ସନ୍ଧିଗା ।
Sankudā ... ସଙ୍କୁଡା ।
Sōradâ (S.T.) ... ସୋରଡା ।
Saradhāpur ... ଶରଧାପୁର ।
Sunkulu (S.T.) ... ସୁଙ୍କୁଲୁ ।
Tabalāsāi ... ତାବଲାସାଇ ।
Tabudia (S.T.) ... ତାବୁଡିଆ ।
Tadingi ... ତାଡିଙ୍ଗି ।
Tithigām ... ତିଥିଗାଁ ।
Tanagām ... ଟଣଗାଁ ।
Tumbāgad ... ତୁମ୍ବାଗଡ଼ା ।
Upar Haripur ... ଉପରହରିପୁର ।

SURADA TĀLŪK–PANDHĀKHAL AGENCY.
ସୁରଡା ତାଲୁକା-ପଣ୍ଡାଖାଲ ଏଜେନସି ।

Adigudi (I) ... ଆଡିଗୁଡି ।
Ādipankā (I) ... ଆଡିପଙ୍କା ।
Ājudi (I) ... ଆଜୁଡି ।
Ambapankāl (I). ଅମ୍ବପଙ୍କାଲ ।
Bādikupā (I) ... ବାଡିକୁପା ।
Bajiramā (I) ... ବାଜିରମା ।
Bāipōchi (I) ... ବାଇପୋଚି ।
Bajupindā (I) ... ବାଜୁପିଣ୍ଡା ।
Balipankāl (I) ... ବାଲିପଙ୍କାଲ ।
Bappadāpenth (I). ବାପ୍ପାଡାପେଣ୍ଠ ।

Surada Tālūk-Pandhākhal Agency—cont.

ସୁରଡା ତାଲୁକା-ପଣ୍ଡାଖାଲ ଏଜେନସି—କ୍ରମଶଃ ।

Bhutapankāl (I) ...	ଭୁତପଙ୍କାଲ ।
Badabalapankā (I).	ବଡବାଲପଙ୍କ ।
Badagajalbādi (I).	ପଡଗାଜଲ୍‌ବାଢ ।
Badagochhā (I) ...	ବଡଗୋଛ ।
Badakhajiripalli (I)	ବଡଖଜିରିପଲ୍ଲି ।
Bāngadā (I) ...	ବାଙ୍ଗାଡା ।
Baragām (I) ...	ବରଗାଁ ।
Budāgudā (I) ...	ବୁଡାଗୁଡା ।
Budāgudā (Kandh) (I).	ବୁଡାଗୁଡା ।
Budāmba (I) ...	ବୁଡାମ୍ବ ।
Dabiki (I) ...	ଡବିକି ।
Dengābandh (I) ...	ଡେଙ୍ଗାବନ୍ଧ ।
Dhaugām (I) ...	ଢାଉଗାଁ ।
Dimiripalli (I) ...	ଡିମିରିପଲ୍ଲି ।
Dhobādi (I) ...	ଧୋବାଡି ।
Dōdangāpankā (I).	ଦୋଡଙ୍ଗାପଙ୍କା ।
Dambapalli (I) ...	ଡମ୍ବପଲ୍ଲି ।
Dandabādi (I) ...	ଦଣ୍ଡାବାଡି ।
Dakurubādi (I) ...	ଡକୁରୁବାଡି ।
Damābādi (I) ...	ଡମାବାଡି ।
Gingisibādi (I) ...	ଗିଙ୍ଗିସିବାଡି ।
Gadigām (I) ...	ଗଡିଗାଁ ।
Gambhārigudā (I).	ଗମ୍ଭାରିଗୁଡା ।
Gudāri (I) ...	ଗୁଡାରି ।
Gudāu (Uninhabited) (I).	ଗୁଡାଉ ।
Gulatā (I) ...	ଗୁଲଟା ।
Jatramâ (I) ...	ଯାତ୍ରାମା ।
Jhatikapalli (I) ...	ଝାଟିକପଲ୍ଲି ।
Jurākuā (I) ...	ଜୁରାକୁଆ ।
Kallāmā (I) ...	କଲ୍ଲାମା ।
Kerubali (I) ...	କେରୁବାଲି ।
Kahnainuagām (I).	କହ୍ନାଇନୂଆଗାଁ ।
Kamāragām (I) ...	କମାରଗାଁ ।
Karidimā (Uninhabited) (I) ...	କରିଡିମା ।
Karapalli (I) ...	କରପଲ୍ଲି ।
Kumbhāripadar (I).	କୁମ୍ଭାରିପଦର ।
Kumbhikōt (I) ...	କୁମ୍ଭିକୋଟ ।
Leddā (I) ...	ଲେଦ୍ଦା ।
Lundrugudā (I) ...	ଲୁଣ୍ଡ୍ରୁଗୁଡା ।
Mālikibandh (I) ...	ମାଲିକିବନ୍ଧ ।
Mālipanka (I) ...	ମାଲିପଙ୍କା ।
Mankadakhāri (I)	ମାଙ୍କଡଖାରି ।
Medameda (I) ...	ମେଡାମେଡା ।
Mīnājōdi (I) ...	ମିନାଜୋଡି ।
Madhuāpalli (I) ...	ମଧୁଆପଲ୍ଲି ।
Nāhagandā (I) ...	ନାହାଗଣ୍ଡା ।
Nāudipadar (I) ...	ନାଉଡିପଦର ।
Nuabalapankā (I).	ନୂଆବାଲପଙ୍କା ।
Nuāgam (I) ...	ନୂଆଁଗାଁ ।
Nuāgam (Adigudimutha) (I) ...	ନୂଆଗାଁ ।
Andhāribandha (I).	ଅନ୍ଧାରିବନ୍ଧ ।
Pājibar (I) ...	ପାଜିବର ।
Pārigad (I) ...	ପାରିଗଡା ।
Padigām (I) ...	ପଦିଗାଁ ।
Pankālagām (I) ...	ପଙ୍କାଲଗାଁ ।
Patesingi (I) ...	ପଟ୍ଟାସିଙ୍ଗି ।
Rākidimā (I) ...	ରାକିଡିମା ।
Râmanabādi ...	ରାମନାବାଡି ।
Rāmpudāpalli (I).	ରାମ୍ପୁଡାପଲ୍ଲି ।
Rubangi (I) ...	ରୁବାଙ୍ଗି ।
Sanabalapankā (I).	ସାନବାଲପଙ୍କା ।
Sanagajalbādi (I).	ସାନଗାଜଲ୍‌ବାଢା

SURADA TĀLŪK–PANDHĀKHAL AGENCY—cont.

ସୁରଡା ତାଲୁକା-ପଣ୍ଡାଖାଲ ଏଜେନ୍‌ସି—କ୍ରମଶଃ ।

Sanagochha (I) ... ସାନଗୋଛା ।
Sanakhajiripalli (I). ସାନଖଜିରିପଲ୍ଲି ।
Sarukutti (I) ... ସାରୁକୁଟ୍ଟି ।
Satulimma (I) ... ସାତୁଲିମା ।
Sinkulipadar (I). ସିଙ୍କୁଲିପଦର ।
Sarābādi (I) ... ସରାବାଡି ।
Sarādi (I) ... ସରାଡି ।
Sarapankā (I) ... ସରୁପଙ୍କା ।
Togāpanka (I) ... ଟୋଗାପଙ୍କ ।
Talagindābādi (I) ତଳଗିଣ୍ଡାବଡି ।
Talapudāgaripi (I). ତଳପୁଡାଗାରିପି ।
Tumābadi ... ତୁମାବାଡି ।
Upargindābādi (I) ଉପରଗିଣ୍ଡାବାଡି ।
Uparpudagaripi (I). ଉପରପୁଡାଗାରିପି ।
Ustapalli (I) ... ଉସ୍ତପଲ୍ଲି ।

UDAYAGIRI AGENCY. ଉଦୟଗିରି ଏଜେନ୍‌ସି ।

Adāsikupā ... ଅଡାସିକୁପା ।
Addidi (Z) ... ଆଡ୍ଡିଡି ।
Addipangā ... ଆଡ୍ଡିପଙ୍ଗା ।
Addinaju ... ଅଡ୍ଡିନାଜୁ ।
Ambajharan (Z) ଆମ୍ବଝରଣି ।
Arabāka ... ଆରାବାକା ।
Aragadi ... ଆରାଗାଡି ।
Badajeri (Z) ... ବଡଜେରି ।
Badangi (Z) ... ବଦାଙ୍ଗି ।
Badegoba ... ବାଡେଗୋବା ।
Badenāju ... ବାଡେନାଜୁ ।
Badimundā ... ବଡିମୁଣ୍ଡା ।
Badrugudā ... ବାଡ୍ରୁଗୁଡା ।
Bādugudā (Z) ... ବାଦୁଗୁଡା ।
Bagaranda alias Sankanaju. ବାଗରମ୍ଡା ଉରଫ ଶଙ୍କନାଜୁ ।
Bāibāli ... ବାଇବାଲି ।
Bakijalli ... ବାକିଜାଲ୍ଲି ।
Bakingiā ... ବାକିଙ୍ଗିଆ ।
Balipankā (Z) ... ବାଲିପଙ୍କା
Bālumā ... ବାଲୁମା ।
Banangiā ... ବାନାଙ୍ଗିଆ ।
Banda ... ବାନ୍ଦା ।
Bandāgudā ... ବାନ୍ଦାଗୁଡା ।
Bandanāju ... ବାନ୍ଦାନାଜୁ ।
Basajargi ... ବାସାଜାର୍ଗି ।
Bathabhoi ... ବାଥାଭୋଇ ।
Belāpadar ... ବେଲାପଦର ।
Beradakia ... ବେରଡାକିଆ ।
Beradapadar ... ବେରଡାପଦର ।
Beringigudā ... ବେରିଙ୍ଗିଗୁଡା ।
Betikalā ... ବେଟିକଲା ।
Bhitradadi (Z) ... ଭିତରଦଡି ।
Bidingia ... ବିଦିଙ୍ଗିଆ ।
Billabāda ... ବିଲ୍ଲାବାଡା ।
Biluāpadā ... ବିଲୁଆପଡା ।
Birangi ... ବିରାଙ୍ଗି ।
Birigām ... ବିରିଗାଁ ।
Blekadi ... ବ୍ଲେକଡି ।
Badāmahā ... ବଦାମାହା ।
Badabarabā (Z). ବଡ ବାରାବା ।
Badagumagad alias Burujangia ବଡଗୁମାଗଡ ବା ବୁରୁଜାଙ୍ଗିଆ ।
Bada Indragad (Z). ବଡ ଇନ୍ଦ୍ରଗଡ ।
Bagāiju (Z) ... ବଗାଇଜୁ ।
Bapalamendi in Hajjagad Mutta. ବପଲମେଣ୍ଡୀ
Bapalamendi in Janlapadā Mutta. ବପଲମେଣ୍ଡୀ ।
Bāregādā ... ବାରେଗାଡା ।
Barigudā (Z) ... ବରିଗୁଡା ।

UDAYAGIRI AGENCY—cont. ଉଦୟଗିରି ଏଜେନ୍‌ସି—କ୍ରମଶଃ ।

Baripangā ... ବରିପଙ୍ଗା ।
Barisikhal ... ବରିସିଖଲ ।
Baradaā (Z) ବରଡା ।
Baradakhal ... ବରଡାଖଲ ।
Baradali (Z) ... ବରଦଲି ।
Barapalli .. ବରପଲ୍ଲି ।
Brahmanapādu ... ବ୍ରାହ୍ମଣପାଦୁ ।
Brekanāju ... ବ୍ରେକନାଜୁ ।
Brodigudā ... ବ୍ରୋଦିଗୁଡ଼ା
Brodināju ... ବ୍ରୋଦିନାଜୁ ।
Budamā ... ବୁଡ଼ାମା ।
Budamaha ... ବୁଡାମାହା ।
Budāpadar . ବୁଡ଼ାପଦର ।
Buddugudari ... ବୁଦ୍ଦୁଗୁଡାରି ।
Budduni ... ବୁଦ୍ଦୁନି ।
Budenāju ... ବୁଡେନାଜୁ ।
Budukākhal ... ବୁଡୁକାଖୋଲ ।
Buduringiā ... ବୁଡୁରିଙ୍ଗିଆ ।
Bujilimendi ... ବୁଜିଲିମେଣ୍ଡି ।
Buribināju ... ବୁରିବିନାଜୁ ।
Burapankā (Z) ... ବୁରପଙ୍କା ।
Chahali ... ଚହାଲି ।
Chancharāpalli (Z). ଚଞ୍ଚରାପଲ୍ଲି ।
Chhachināpalli (Z). ଛଚିନାପଲ୍ଲି ।
Chakāpādu (Chakapadu khand). ଚକାପାଦୁ ।
Chakāpadu(Ranabā). ଚକାପାଦୁ ।
Chatijhār ... ଛଟିଝାର ।
Chunapalli ... ଚୁନପଲ୍ଲି ।
Dadikingiā ... ଦାଡିକିଙ୍ଗିଆ ।
Dadimā ... ଦାଡିମା ।
Daisirā ... ଦାଇଶିରା ।
Dākapankā ... ଡାକପଙ୍କା ।
Dākapalā ... ଡାକପଲା ।
Dākaragam ... ଡାକରଗା ।
Dammigudā ... ଦାମ୍ମିଗୁଡା ।
Dangadāma ... ଦାଙ୍ଗଡାମା ।
Dasagudā ... ଦାସାଗୁଡା ।
Dāulabāli ... ଦଉଲବାଲି ।
Dellipangā ... ଡେଲ୍ଲିପଙ୍ଗା ।
Dengākhaman (Z). ଡେଙ୍ଗାଖମନ ।
Dhādeju (Z) ... ଢାଡେଜୁ ।
Dhabā (Z) ... ଧବା ।
Dhadajargi ... ଢଡାଜାର୍ଗି ।
Dadipankā (Z) ... ଡଡିପଙ୍କା ।
Dadagōmahā ... ଡଡଗୋମାହା ।
Dakadināju ... ଡକଡିନାଜୁ ।
Damāgudā ... ଡମାଗୁଡା ।
Dambāgudā ... ଡମ୍ବାଗୁଡ଼ା ।
Dambākiā ... ଡମ୍ବାକିଆ ।
Dambigudā ... ଡମ୍ବିଗୁଡା ।
Dangā ... ଡଙ୍ଗା ।
Dankuni ... ଡଙ୍କୁନି ।
Darapida ... ଦରପିଡ ।
Dugudi (Udayagiri). ଡୁଗୁଡୀ ।
Dugudi (Kalingiā). ଡୁଗୁଡି ।
Dungi ... ଡୁଙ୍ଗି ।
Dunguripadar ... ଡୁଙ୍ଗୁରିପଦର ।
Dutukagām ... ଡୁଟୁକାଗାଁ ।
Erupukutā ... ଏରୁପୁକୁଟା ।
Gadragām ... ଗାଡ୍ରଗାଁ ।
Gandhāribhūmi (Z). ଗାନ୍ଧାରିଭୂମି ।
Garidingiā ... ଗରିଡିଙ୍ଗିଆ ।
Geddingia ... ଗେଦ୍ଦିଙ୍ଗିଆ ।
Ghatigudā ... ଘାଟିଗୁଡା ।
Ghatikārigudā(R) ଘାଟିଖାରିଗୁଡା ।
Ghudnkāpadar ... ଘୁଡୁଙ୍କାପଦର ।
Giruti ... ଗିରୁଟି ।
Gistikhal ... ଗିସ୍ତିଖୋଲ ।
Gadabisa ... ଗଡବିସା ।
Gadakiā ... ଗଡାକିଆ ।
Gadingiā ... ଗଦିଙ୍ଗିଆ ।
Gadagudā ... ଗାଦେଗୁଡା

Udayagiri Agency—cont. ଉଦୟଗିରି ଏଜେନ୍‌ସି—କ୍ରମଶଃ ।

Gadapadar	... ଗଡପଦର ।
Gohnā	... ଗୋହ୍ନା ।
Gambhārijhōlā	... ଗମ୍ଭାରିଝୋଲା ।
Gammandi	... ଗମ୍ମାଣ୍ଡି ।
Gandairpi	... ଗଣ୍ଡାଇର୍ପି ।
Gandagādā	... ଗଣ୍ଡାଗାଡା ।
Gandagām	... ଗାଣ୍ଡାଗାଁ ।
Gonjuguda (Kalingia).	ଗୋଞ୍ଜୁଗୁଡା ।
Gonjuguda (Muttangiā).	ଗୋଞ୍ଜୁଗୁଡା ।
Gasāgudā	... ଗସାଗୁଡା ।
Gotamaha (Raikiā).	ଗୋଟାମାହା ।
Gotamaha (Kurumingiā).	ଘୋଟାମାହା ।
Goohhāsāi	... ଗୋଛସାଇ ।
Gudakyā	... ଗୁଡାକ୍ୟା ।
Gudagām	... ଗୁଡଗାଁ ।
Gudrigām (Bittingia).	ଗୁଡ୍ରଗାଁ ।
Gudrigām (Sankarakhol).	ଗୁଡ୍ରଗାଁ ।
Gudrigām (Tentuligad).	ଗୁଡ୍ରଗାଁ ।
Gudrigudā	... ଗୁଡ୍ରଗୁଡା ।
Gudripodi	... ଗୁଡ୍ରପୋଡି ।
Gumāgad	... ଗୁମାଗଡ ।
Gundabāju	... ଗୁଣ୍ଡାବାଜୁ ।
Gunjikupā	... ଗୁଞ୍ଜିକୁପା ।
Gutasugā	... ଗୁଟାସୁଗା ।
Hatimudā	... ହାଟିମୁଡା ।
Jakamahā	... ଜାକାମାହା ।
Jharakiridi	... ଝାରକିରିଡି ।
Jiginagām	... ଜିଗିନାଗାଁ ।
Jitāghati	... ଜିତାଘାଟି ।
Jabādi	... ଜବାଡି ।
Jadupur	... ଜଦୁପୁର ।
Jadājadangi	... ଜଡାଜାଡାଙ୍ଗି ।
Jargināju	... ଜରଗିନାଜୁ ।
Jarasāi	... ଜରସାଇ ।
Juikhol	... ଜୁଇଖୋଲ ।
Kabalagām	... କାବାଲାଗାଁ ।
Kadapadar	... କାଦପଦର ।
Kakamahā	... କାକାମାହା ।
Kaliket	... କାଲିକେଟ ।
Kalingiā	... କାଲିଙ୍ଗିଆ ।
Kalipadar	... କାଲିପଦର ।
Kalitimendi	... କାଲିଟିମେଣ୍ଡି ।
Kambāguda (Limpada).	କାମ୍ବାଗୁଡା ।
Kambguda (Beharagam).	କାମ୍ବାଗୁଡା ।
Kambagudā (Bakingia).	କାମ୍ବାଗୁଡା ।
Kambāguda (Pasarā).	କାମ୍ବାଗୁଡା ।
Kambanaju (Pikkaradi).	କାମ୍ବାନାଜୁ ।
Kambanaju (Kumbharikupa).	କାମ୍ବାନାଜୁ ।
Kambarikia (Tikabali).	କାମ୍ବାରିକିଆ ।
Kambarikiā (Digi).	କାମ୍ବାରିକିଆ ।
Kandabada	... କାଣ୍ଡାବାଡା ।
Kangalasāi	... କାଙ୍ଗଲାସାଇ
Kanikambā	... କାନିକମ୍ବା ।
Kanikuti	... କାନିକୁଟି ।
Kanusur (Z)	... କାନୁସୁର ।
Kasirikhol	... କାସିରିଖୋଲ ।
Kekatapā	... କେକଟପା ।
Khariyāpadā	... ଖରିୟାପଡା ।
Khajirisāi	... ଖଜିରିସାଇ ।
Khudatentuli	... ଖୁଡୁଟେନ୍ତୁଲି ।
Khuragādu	... ଖୁରାଗାଡୁ ।
Kilakiā (Lenjuguda).	କିଲାକିଆ ।
Killakiā (Digi)	... କିଲ୍ଲକିଆ ।
Kilapangā	... କିଲାପଙ୍ଗା ।

UDAYGIRI AGENCY—*cont.* ଉଦୟଗିରି ଏଜେନସି—କ୍ରମଶଃ ।

Kadibāli (Z) ... କଡିବାଲି ।
Kadikādu (Chakapadu). କଢିକାଡୁ ।
Kadikādu (Mundalia). କଢିକାଡୁ ।
Kodimi ... କୋଡିମି ।
Kogarinäju ... କୋଗେରିନାଜୁ ।
Koinjar ... କୋଇଞ୍ଜର ।
Kairasai ... କଇରସାଇ ।
Kakbārujholā ... କଖାରୁଝୋଲା ।
Kokarabādi (Z) ... କୋକରବାଢି ।
Kalanāju (Siriki). କଲନାଜୁ ।
Kalanāju ... କଲନାଜୁ ।
Kanyasāi ... କନ୍ୟାସାଇ ।
Kanadi (Z) ... କନାଡି ।
Kanabāgēdi ... କଣବାଗେଢି ।
Kantiban (Z) ... କଣ୍ଟିବଣ ।
Kōpunāju ... କୋପୁନାଜୁ ।
Karadāgad (Z) ... କରଡାଗଡ ।
Karukaska ... କରୁକସ୍କା ।
Karutōdu (Z) ... କରୁତୋଡୁ ।
Kōtedikiā ... କୋଟେଢିକିଆ ।
Katimā ... କଟିମା ।
Kattadagandā ... କଟ୍ଟଡଗଣ୍ଡା ।
Kochilagad ... କୋଚିଲଗଡା ।
Kumbhārikupā ... କୁମ୍ଭାରିକୁପା ।
Kumbharisāi ... କୁମ୍ଭାରିସାଇ ।
Kurubudā ... କୁରୁବୁଡା ।
Kurukuta (Z) ... କୁରୁକୁଟା ।
Kurumingiā ... କୁରୁମିଙ୍ଗିଆ ।
Kusumendi ... କୁସୁମେଣ୍ଡି ।
Kutāgudā ... କୁଟାଗୁଡା ।
Kutigad ... କୁଟିଗଡ ।
Kutināju ... କୁଟିନାଜୁ ।
Kutisāi ... କୁଟିସାଇ ।
Lambadakiā ... ଲମ୍ବଡାକିଆ ।
Lāmbakupa ... ଲାମ୍ବାକୁପା ।
Lambārikhōl ... ଲମ୍ବାରିଖୋଲ ।
Lāmungiā ... ଲାମୁଙ୍ଗିଆ ।
Lathidi ... ଲାଥିଡି ।
Liāgad ... ଲିଆଗଡ ।
Limmāpankā (Z)... ଲିମ୍ମାପଙ୍କା ।
Lingāgad ... ଲିଙ୍ଗାଗଡା ।
Lakshmipur (Z) ଲକ୍ଷ୍ମୀପୁର ।
Landābāli (Z) ... ଲଣ୍ଡାବାଲି ।
Landāpāju ... ଲଣ୍ଡାପାଜୁ ।
Lubirimaha ... ଲୁବିରିମାହା ।
Lujukamundi ... ଲୁଜୁକାମେଣ୍ଡୀ ।
Lujuramundā ... ଲୁଜୁରମୁଣ୍ଡା ।
Madipadā ... ମାଦିପଡା ।
Mahagudā ... ମାହାଗୁଡା ।
Mahanāju ... ମାହାନାଜୁ ।
Mājhidhimiripalli (Z). ମାଝିଢିମିରିପଲ୍ଲି ।
Majumahā ... ମାଜୁମାହା ।
Malikapadi ... ମାଲିକପଡ଼ୀ ।
Mallāgudā ... ମାଲ୍ଲାଗୁଡା ।
Manigisaru ... ମାନିଗିସରୁ ।
Mankadabatta ... ମାଙ୍କଡବାଟ୍ଟା ।
Mankadagauda (Z) ମଙ୍କଡଗଣ୍ଡା ।
Mankudigochhā (Z). ମାଙ୍କୁଡିଗୋଛା ।
Mdiabali ... ମିଡାବାଲି ।
Mirigisuga ... ମିରିଗିସୁଗା ।
Malekanāju ... ମଲେକନାଜୁ ।
Malikagām ... ମଲିକଗାଁ ।
Malikasāi (Lempada). ମଲିକସାଇ ।
Malikasās (Guttingia). ମଲିକସାଇ ।
Mandāgudā ... ମଣ୍ଡାଗୁଡା ।
Mandakyā ... ମଣ୍ଡାକ୍ୟା ।
Mandāsaru ... ମଣ୍ଡାସରୁ ।
Mathapankal ... ମଠପଙ୍କାଲ ।
Mulukamaha (Z). ମୁଲୁକମାହା ।
Mundāgām (Pasara). ମୁଣ୍ଡାଗାଁ ।
Mundagām (Lumpada). ମୁଣ୍ଡଗାଁ ।

UDAYAGIRI AGENCY—cont. ଉଦୟଗିରି ଏଜେନ୍ସି—କ୍ରମଶଃ ।

Mundakanga …	ମୁଣ୍ଡାକାଙ୍ଗ ।
Mundāmahā (Z) …	ମୁଣ୍ଡାମାହା ।
Mundānāju …	ମୁଣ୍ଡନାଜୁ ।
Mundāpadā …	ମୁଣ୍ଡାପଡା ।
Mundāsaru …	ମୁଣ୍ଡାସରୁ ।
Muningiā …	ମୁନିଙ୍ଗିଆ ।
Munisigām …	ମୁନିସିଗାଁ ।
Murudipangā …	ମୁରୁଡିପଙ୍ଗା ।
Mustugudā …	ମୁସ୍ତୁଗୁଡା ।
Musumahā …	ମୁସୁମାହା ।
Nadipankā (Z) …	ନାଡିପଙ୍କା ।
Naringi (Z) …	ନାରିଙ୍ଗି ।
Neddigudā …	ନେଡ୍ଡିଗୁଡା ।
Neddinaju …	ନେଡ୍ଡିନାଜୁ ।
Neddipāju …	ନେଡ୍ଡିପାଜୁ ।
Neddipankā (Z) …	ନେଡ୍ଡିପଙ୍କା ।
Nengirimundā …	ନେଙ୍ଗିରିମୁଣ୍ଡା ।
Nidhiāberanā …	ନିଧିଅବେରଣା ।
Nilungiā …	ନିଲୁଙ୍ଗିଆ ।
Nagakanhaarasāi …	ନଗକାଁହରସାଇ ।
Nandini (Pasarā).	ନନ୍ଦିନି ।
Nandini (Limpadā).	ନନ୍ଦିନି ।
Natāpalli (Z) …	ନଟାପଲ୍ଲି ।
Nuāgām (Z) …	ନୁଆଗାଁ ।
Nuāsai …	ନୁଆସାଇ ।
Adābādi …	ଅଡାବାଡି ।
Alāpatā (Z) …	ଅଲାପଟା ।
Andrigad …	ଅଣ୍ଡ୍ରିଗଡ ।
Andugudā …	ଅଣ୍ଡୁଗୁଡା ।
Archangi …	ଅର୍ଚ୍ଚାଙ୍ଗି ।
Atimi (Z) …	ଅଟିମି ।
Paburiya …	ପାବୁରିଯ ।
Padangi …	ପାଡଙ୍ଗି ।
Padērikyā …	ପାଦେରିକ୍ୟା ।
Pajigalu …	ପାଜିଗାଲୁ ।
Pajigada (Z) …	ପାଜିଗାଡା ।
Pandrisima …	ପାଣ୍ଡ୍ରିସିମା ।
Panduli …	ପାନ୍ଦୁଲି ।

Pannābād …	ପାନ୍ନାବାଡ ।
Pārthigudā (Z) …	ପାର୍ଥିଗୁଡା ।
Patakadhimiripalli (Z),	ପାଟକାଢିମିରିପଲ୍ଲି ।
Patrāpur …	ପାଟ୍ରାପୁର ।
Peddama …	ପେଡ୍ଡାମା ।
Pennābed …	ପେନ୍ନାବେଡ ।
Pennagobiri …	ପେନ୍ନାଗୋବିରି ।
Pennala …	ପେନ୍ନାଲ ।
Pettamahā …	ପେଟ୍ଟାମାହା ।
Pettapanga …	ପେଟ୍ଟାପଙ୍ଗା ।
Pikkarada …	ପିକ୍କରଡା ।
Pilikagām …	ପିଲିକାଗାଁ ।
Pippalabādi (Z) …	ପିପ୍ପଲବାଡୀ ।
Pippalinaju …	ପିପ୍ପଲିନାଜୁ ।
Pippadidēi …	ପିପ୍ପଡିଦେଇ ।
Pisarambā …	ପିସାରମ୍ବା ।
Padhānpadā (Kurujari).	ପଧାନପଢା ।
Padhānpadā (Tentuligad).	ପଧାନପଡା ।
Padikyā …	ପଡିକ୍ୟା ।
Padisilanāju …	ପଡିସିଲ୍ଲନାଜୁ ।
Padamēri (Z) …	ପଡମେରି ।
Pakari …	ପକାରି ।
Palakagudri …	ପଲକାଗୁଣ୍ଡ୍ରି ।
Panganāju (Manikasar).	ପାଙ୍ଗନାଜୁ ।
Pangānāju (Gaddaguda).	ପଙ୍ଗାନାଜୁ ।
Panganāju …	ପଙ୍ଗାନାଜୁ ।
Panasapadar …	ପନସପଦର ।
Pasarā …	ପସରା ।
Pattapāderi …	ପଟ୍ଟାପାଦେରି ।
Pukulingiā …	ପୁକୁଲିଙ୍ଗିଆ ।
Pukuluguda …	ପୁକୁଲୁଗୁଡା ।
Purunāgad …	ପୁରୁଣାଗଡା ।
Purunāpani …	ପୁରୁଣାପାଣି ।
Puttukharigudā …	ପୁଟ୍ଟୁଖାରିଗୁଡା ।
Ragāgudā …	ରାଗାଗୁଡା ।

UDAYAGIRI AGENCY—cont.

ଉଦୟଗିରି ଏଜେନ୍‌ସି—କ୍ରମଶଃ ।

Raibanj	... ରାଇବଞ୍ଜ ।
Rāikhalā	... ରାଇଖଲା ।
Raipadā	... ରାଇପଦା ।
Rāipalli	... ରାଇପଲ୍ଲି
Kājānapat	... ରାଜନପାଠ ।
Rāsudi	... ରାସୁଡୀ ।
Retuli	... ରେଟୁଲି ।
Ringibādi	... ରିଙ୍ଗିବାଢ ।
Risābhumi (Z)	... ରିଷାଭୁମି ।
Radāsingi	... ରଡାସିଙ୍ଗି ।
Ragāpādu	... ରଗାପାଦୁ ।
Rangamātiā	... ରଙ୍ଗମାଟିଆ ।
Ranagām	... ରଣଗାଁ ।
Ratākhandi	... ରଟାଖଣ୍ଡି ।
Rugudisuga	... ରୁଗୁଡିସଗା ।
Rupāgām	... ରୂପାଗାଁ ।
Sadhanapalli Dadiji (Z).	ସାଧନପଲ୍ଲି ବା ଦାଡିଜି ।
Sahajakhaliā (Z)	... ସାହାଜଖଲିଆ ।
Saka	... ସାକା ।
Sakadi	... ସାକାଡି ।
Sākediguda	... ସାକେଡିଗୁଡା ।
Salangiā	... ସାଲିଙ୍ଗିଆ ।
Sanabadangi (Z)	... ସାନବଦାଙ୍ଗି ।
Sanagummāgad	... ସାନଗୁମ୍ମାଗଡ ।
Sānaindragad (Z).	ସାନଇନ୍ଦ୍ରଗଡ ।
Sapaganda	... ସାପାଗାଣ୍ଡା ।
Sikidikiā	... ସିକିଡିକିଆ ।
Sākediguda (Z)	... ସିକିଡିଗୁଡା ।
Sikabādi (Z)	... ସିକାବାଡୀ ।
Semilipalli (Z)	... ସିମିଲିପଲ୍ଲି ।
Simmali	... ସିମ୍ମାଲି ।
Sipaiju	... ସିପାଇଜୁ ।
Sirkākuti	... ସିର୍କାକୁଟି ।
Sirumu	... ସିରୁମୁ ।
Sisibali	... ସିସିବାଲି ।
Sisimahā	... ସିସିମାହା ।
Sitakapangā	... ସିତକାପଙ୍ଗା ।
Slakimahā	... ସ୍ଲାକିମାହା ।
Sadāpadar	... ସଦାପଦର ।
Salāgudā	... ସଲାଗୁଡା ।
Salapagām	... ସଲପଗାଁ ।
Salapagudā (Z)	... ସଲପଗୁଡା ।
Sandakupā	... ସନ୍ଦକୁପା ।
Sankarakhōl	... ସଙ୍କରଖୋଲ ।
Sannābādā	... ସନ୍ନାବାଡା ।
Saramuli	... ସରାମୁଲି ।
Saruchinangiā	... ସରୁଚିନାଙ୍ଗିଆ ।
Saurābarabā (Z)	... ସଉରାବରବା ।
Sramabādi (Z)	... ସ୍ରାମବାଢି ।
Subuliā	... ସୁବୁଲିଆ ।
Sugadakhand	... ସୁଗଡଖଣ୍ଡ ।
Sugapadā	... ସୁଗାପଦା ।
Sujuli	... ସୁଜୁଲି ।
Sundareju	... ସୁନ୍ଦରେଜୁ ।
Sunapangia (Limapad).	ସୁନାପାଙ୍ଗିଆ ।
Sunapangia (Tentuligad).	ସୁନାପାଙ୍ଗିଆ ।
Surjinaju	... ସୁର୍ଜିନାଜୁ ।
Tadipaju	... ଟାଡିପାଜୁ ।
Talarimahā	... ଟାଲରିମାହା ।
Talausugā	... ଟାଲଉସୁଗା ।
Taladhia (Z)	... ଟାଲଢିଅ ।
Tālagad (Z)	... ଟାଲଗଡ ।
Tandigudā	... ଟାଣ୍ଡିଗୁଡା ।
Tarabādi	... ଟାରବାଢି ।
Tengedāpadar	... ଟେଙ୍ଗେଡାପଦର ।
Tentuliā (Z)	... ଟେନ୍ଟୁଲିଆ ।
Tentuligad	... ଟେନ୍ଟୁଲିଗଡ ।
Tidinaju	... ଟିଡିନାଜୁ ।
Tikkābali	... ଟିକ୍କାବାଲି ।
Tilābādi	... ଟିଲାବାଡି ।
Tilakapangā	... ଟିଲକପଙ୍ଗା ।
Tiparagām	... ଟିପାରଗାଁ ।
Tadākupā	... ଟଡାକୁପା ।
Tagakiā	... ଟଗାକିଆ ।

Udayagiri Agency—cont. ଉଦୟଗିରି ଏଜେନ୍ସି—କ୍ରମଶଃ ।

Taganāju (Kainjar).	ଟଗାନାଜୁ ।
Taganaju (Patilingia).	ଟଗାନାଜୁ ।
Takkalamendi	ଟକ୍କଲମେଣ୍ଡି ।
Talabalumā	ଟଲବାଲୁମା ।
Taladhimiripolli (Z).	ଟଲଢିମିରିପଲ୍ଲି ।
Taparengiā	ଟପରେଙ୍ଗିଆ ।
Taparabāli	ଟପରବାଲି ।
Tarāputu (Z)	ଟରାପୁଟୁ ।
Totāgudā	ଟୋଟାଗୁଡା ।
Totamahā	ଟୋଟାମାହା ।
Tudubāli	ଟୁଡୁବାଲି ।
Tukangiā	ଟୁକାଙ୍ଗିଆ ।
Tummabadi (Z)	ଟୁମ୍ମାବାଡି ।
Tumusingiā	ଟୁମୁସିଙ୍ଗିଆ ।
Turupankā (Z)	ଟୁରୁପଙ୍କା ।
Udagām (Z)	ଉଡଗାଁ ।
Udayagiri	ଉଦୟଗିରି ।
Unabali (Z)	ଉନାବାଲି ।
Uparabalumahā	ଉପରବାଲୁମାହା
Uparabarād (Z)	ଉପରବରାଡ ।
Uparakhōl	ଉପରଖୋଲ ।

EAST GODAVARI DISTRICT.

(I) = Inam. (Z) = Zamindari (R) = Rented.

AMALĀPURAM TĀLŪK. అమలాపురం తాలూకా.

Allavaram ... అల్లవరం.
Amalāpuram ... అమలాపురం.
Anātavaram (Z) ... అనాతవరం.
Annampalle (Z) ... అన్నంపల్లె.
Ayināpuram ... అయినాపురం.
Ayinavilli ... అయినవిల్లి.
Bandārulanka ... బండారులంక.
Bantumilli (Z) ... బంటుమిల్లి.
Bhatnavilli ... భట్నవిల్లి.
Bhīmanapalle ... భీమనపల్లె.
Bōdasakurru ... బోడసకుర్రు.
Brahmasamedyam (Z). బ్రహ్మసమేద్యం.
Cheyyēru ... చెయ్యేరు.
Chinnagādavilli ... చిన్నగాడవిల్లి.
Chintanalanka (Z). చింతనలంక.
Chintapallelanka. చింతపల్లెలంక.
Chirrayānām ... చిర్రయానాం.
Dēvaguptam ... దేవగుప్తం.
Dēvarapalle ... దేవరపల్లె.
Dontikurru ... దొంతికుర్రు.
Edurlanka ... ఎదుర్లంక.
Entrukōna ... ఎంట్రుకోన.
Gādilanka (Z) ... గాడిలంక.
Gangalakurru ... గంగలకుర్రు.
Geddanapalle ... గెద్దనపల్లె.
Gōdi ... గోడి.
Gōdilanka ... గోడిలంక.
Gollavilli ... గొల్లవిల్లి.
Gōpavaram ... గోపవరం.
Gōpāyalanka ... గోపాయలంక.
Goraganamūdi ... గొరగనమూడి.
Gūdāla (Z) ... గూడాల.
Gunnēpalle ... గున్నేపల్లె.
Gunnēpalle (I) ... గున్నేపల్లె.
Guttenadīvi (Z) ... గుత్తెనదీవి.
Īdarapalle (I) ... ఈదరపల్లె.
Immidivarappādu (Z). ఇమ్మిడివరప్పాడు.
Indupalle ... ఇందుపల్లె.
Irumanda ... ఇరుమంద.
Irusumanda ... ఇరుసుమంద.
Jagannādhapuram. జగన్నాథపురం.
Kamini ... కమిని.
Kandikupppa ... కందికుప్ప.
Kātrēnikōna ... కాట్రేనికోన.
Kēsanakurru (Z). కేశనకుర్రు.
Komānapalle ... కొమానపల్లె.
Komaragiri ... కొమరగిరి.
Komaragiripatnam కొమరగిరిపట్నం.
Kondukuduru (Z). కొందుకుదురు.
Kōtipallebhāga (Z). కోటిపల్లెభాగం.
Kottalanka ... కొత్తలంక.
Kottapalle (Nimmakāyala). (నిమ్మకాయల) కొత్తపల్లె.
Kottapalle (Thānēlankamuthā). కొత్తపల్లె (తానేలంకముఠా).
Krāpa (Z) ... క్రాప.
Krāpachintalapūdi. క్రాపచింతలపూడి.
Kūnavaram ... కూనవరం.
Kunchanapalle ... కుంచనపల్లె.
Kundalēswaram కుందలేశ్వరం.
Lakshmivāda ... లక్ష్మివాడ.
Lūtukurtitippa ... లూటుకుర్తితిప్ప.
Māchavaram ... మాచవరం.
Madupalle ... మదుపల్లె.
Māgām (Z) ... మాగాం.
Mogallamūri ... మొగళ్ళమూరి.
Mollētimoga ... మొల్లేటిమొగ.
Mosalapalle ... మొసలపల్లె.
Mukkāmala (Z) ... ముక్కామల.
Mummidivaram ... ముమ్మిడివరం.
Munupalle ... మునుపల్లె.
Muramalla (Z) ... మురమళ్ళ.

AMALĀPURAM TĀLŪK—cont. అమలాపురం తాలూకా— శేషము.

Nadavapalle (Z)... నడవపల్లె.
Nadupūdi ... నడుపూడి.
Nallamilli ... నల్లమిల్లి.
Nandampūdi (I) .. నందంపూడి.
Nangavaram ... నంగవరం.
Nēdunūru (Z) ... నేదునూరు.
Pālagummi ... పాలగుమ్మి.
Pallamkurru ... పల్లంకుర్రు.
Pandi ... పండి.
Pasupalle ... పసుపల్లె.
Pasuvullanka ... పశువుల్లంక.
Pāta Injaram ... పాత యింజరం.
Peddagādavilli ... పెద్దగాడవిల్లి.
Penumalle ... పెనుమల్లె.
Pērūru ... పేరూరు.
Pōlavaram ... పోలవరం.
Pōra ... పోర.
Pōtukurru (Z) ... పోతుకుర్రు.
Rellugedda ... రెల్లుగెడ్డ.
Sākurru (I) ... సాకుర్రు.
Samanasa ... సమనస.
Sāmantakuru ... సామంతకుర్రు.
Sānapallelanka ... శానపల్లెలంక.
Sannavilli ... సన్నవిల్లి.
Settipalle ... శెట్టిపల్లె.
Sirighatlapalle ... శిరిఘట్లపల్లె.
Siripalle ... శిరిపల్లె.
Sirsavillisāvaram (Z). సిర్సవిల్లిసావరం.
Sūrasāniyānām (Z). సూరసానియానాం.
Tādikōna ... తాడికోన.
Tāndavapalle ... తాండవపల్లె.
Thānēlanka తానేలంక.
Tillakuppa (Z) ... తిల్లకుప్ప.
Tondavaram ... తొండవరం.
Tottaramūdi ... తొత్తరమూడి.
Tsallapalle (Z) ... చల్లపల్లె.
Tūrpulanka (I) .. తూర్పులంక.
Uppalaguptam ... ఉప్పలగుప్తం.
Uppūdi .. ఉప్పూడి.
Vādaparru ... వాడపర్రు.
Vākalagaruvu ... వాకలగరువు.
Vakkalanka (I) ... వక్కలంక.
Vannechintalapūdi వన్నెచింతలపూడి.
Veluvalapalle .. వెలువలపల్లె.
Vēmavaram ... వేమవరం.
Vēmavaram (near Guttinadīdi). వేమవరం (గుత్తినదీవివద్ద).
Vilasa (Z) ... విలస.
Vilasavilli ... విలసవిల్లి.
Vīravillipālem (Z). వీరవిల్లిపాలెం.
Zanupalle (Z) ... జనుపల్లె.

BHADRĀCHALAM TĀLŪK. భద్రాచలం తాలూకా.

Abicherla (Z) ... అబిచెర్ల.
Achyutāpuram (Gannavaram). అచ్యుతాపురం.
Achyutāpuram (Khāsinagaram). అచ్యుతాపురం.
Agrahārapukōdēru (Z). అగ్రహారపుకోదేరు
Alligūdem .. అల్లిగూడెం.
Anjupāka (Z) ... అంజుపాక.
Annavaram (Z) . అన్నవరం.
Ārlagūdem (Z) ... ఆర్లగూడెం.
Ayyavārigūdem (Z). అయ్యవారిగూడెం.
Ayyagāripēta ... అయ్యగారిపేట.
Bairāgulapādu ... బైరాగులపాడు.
Balimela ... బలిమెల.
Bandārugūdem (Z). బండారుగూడెం.
Bandirēvu (Z) ... బండిరేవు.
Bhadrāchalam (Z). భద్రాచలం.
Bhagavānpuram (Z). భగవాన్పురం.
Bhairavapatnam (Z). బైరవపట్నం.
Bhīmavaram (Pulusumāmidi). భీమవరం.
Bhīmavaram (Rāmarāopēta). భీమవరం

BHADRĀCHALAM TĀLŪK—cont. భద్రాచలం తాలూకా—శేషము.

Bhīmavaram alias Turakalagūdem (Z). భీమవరం అనే తురకలగూడెం.
Boddugūdem ... బొడ్డుగూడెం.
Boddugūdem (Z). బొడ్డుగూడెం.
Bōdunūru (Z) ... బోడునూరు.
Bojjarāyudugūdem (Z). బొజ్జరాయుడుగూడెం.
Burakanakōta (Z). బురకనకోట.
Burravēmula (Z). బుర్రవేముల.
Būruguvāda ... బూరుగువాడ.
Būruguvāya ... బూరుగువాయ.
Buttāyagūdem ... బుట్టాయగూడెం.
Chadalavāda (Z)... చదలవాడ.
Chalampālem ... చలంపాలెం.
Chalampālem (Uninhabited). చలంపాలెం.
Chavulūru .. చవులూరు.
Chandrampālem (Uninhabited). చంద్రంపాలెం.
Cherupalle (Z) ... చెరుపల్లె.
Chidumūru (Z) . చిడుమూరు.
Chinna Ārukūru . చిన్న అరుకూరు.
Chinnabandirēvu (Z). చిన్నబండిరేవు.
Chinnakamalāpuram (Uninhabited). చిన్నకమలాపురం.
Chinnamattapalle (Z). చిన్నమట్టపల్లె.
Chinnanallaballi (Z). చిన్ననల్లబల్లి.
Chinnanallagunta. చిన్ననల్లగుంట.
Chinnapōlipāka (Z). చిన్నపోలిపాక.
Chinna Sītanapalle చిన్నశీతనపల్లె.
Chintaguppa ... చింతగుప్ప.
Chintalagūdem (Z). చింతలగూడెం.
Chintarēguballi .. చింతరేగుబల్లి.
Chintūru (Z) ... చింతూరు.
Chōdavaram (Z)... చోడవరం.
Chokkanapalle (Z). చొక్కనపల్లె.
Choppalle (Z) ... చొప్పల్లె.
Choppumāmidi ... చొప్పుమామిడి.
Chūchirēvula (Z). చూచిరేవుల.
Chūchirēvulagūdem (Z). చూచిరేవులగూడెం
Chūtūru (Z) ... చూటూరు.
Dabbanūtula (Z). దబ్బనూతుల.
Dammapēta ... దమ్మపేట.
Dantenam (Z) ... దంతెనం.
Dārapalle ... దారపల్లె.
Dēvarapalle (Chintūru) (Z). దేవరపల్లె.
Dēvarapalle (Rāyunipēta) (Z). దేవరపల్లె.
Dharmāpuram ... ధర్మాపురం.
Dūgutta (Z) ... దూగుట్ట.
Dummagūdem ... దుమ్మగూడెం.
Edugurāllapalle (Z). ఎదుగురాళ్లపల్లె.
Errabōru (Gaviridēvipēta). ఎర్రబోరు.
Errabōru (Khāsinagaram). ఎర్రబోరు.
Erragunta (Z) ... ఎర్రగుంట.
Errakondapalle ... ఎర్రకొండపల్లె.
Errampēta ... ఎర్రంపేట.
Eruvāda ... ఎరువాడ.
Etapāka ... ఎటపాక.
Fergūsonpēta ... పెర్గ్యూసన్‌పేట.
Fowlerpēta ... ఫవులరుపేట.
Gamallakōta (Z). గమళ్లకోట.
Ganapāram ... గనపారం.
Gandhikottagūdem (Z). గందికొత్తగూడెం.
Ganganametta .. గంగనమెట్ట.
Gangōlu (Z) ... గంగోలు.
Gattugūdem (Z)... గట్టుగూడెం.
Gavaravaram ... గవరవరం.
Gavaravaram (Uninhabited). గవరవరం.
Gaviridēvipēta (Z) గవిరిదేవిపేట.
Gōgubāka (Z) ... గోగుబాక.
Gollagūdem ... గొల్లగూడెం.

BHADRĀCHALAM TĀLŪK—cont. భద్రాచలం తాలూకా—శేషము.

Gollagūdem (Z) ...	గొల్లగూడెం.
Gollaguppa ...	గొల్లగుప్ప.
Gommuayyavārigūdem (Z).	గొమ్ముఅయ్యవారిగూడెం.
Gommugūdem (Z).	గొమ్ముగూడెం.
Gommugūdem (Gollagūdem)(Z)	గొమ్ముగూడెం
Gondigūdem (Z) (Marrigūdem).	గొందిగూడెం.
Gōpinapalle (Uninhabited).	గోపినపల్లె.
Govindāpuram ...	గోవిందాపురం
Gūdūru (Z) ...	గూడూరు.
Gullētivāda ...	గుల్లేటివాడ.
Gundāla (Z) ...	గుండాల.
Gundugūdem (Z).	గుండుగూడెం.
Gunduvārigūdem (Z).	గుండువారిగూడెం
Gurrālabayalu ...	గుర్రాలబయలు.
Gurrampēta ...	గుర్రంపేట.
Harvēypēta ...	హర్వేపేట.
Ippūru (Z) ...	ఇప్పూరు.
Isunūru (Z) ...	ఇసునూరు.
Jaggavaram ...	జగ్గవరం.
Jaggavaram (Z) ...	జగ్గవరం.
Jīdiguppa (Z) ...	జీడిగుప్ప.
Jinnelagūdem (Z).	జిన్నెలగూడెం.
Kāchavaram (Z) ...	కాచవరం.
Kallēru (Z) ...	కల్లేరు.
Kaltunūru (Z) ...	కల్తునూరు.
Kannampēta ...	కన్నంపేట.
Kannāpuram (Khāsinagaram).	కన్నాపురం
Kannāpuram (Nandigāma).	కన్నాపురం
Kannāpuram (Rāmarāopēta).	కన్నాపురం.
Kannāpuram (Sītārāmpuram).	కన్నాపురం.
Kannāyagūdem (Kansulūru).	కన్నాయగూడెం.
Kannāyagūdem (Pulusumāmidi).	కన్నాయగూడెం.
Kansulūru ...	కన్సులూరు.
Kāpagompalle (Z).	కాపగొంపల్లె.
Kapavaram (Z) ...	కాపవరం.
Karakagūdem (Z).	కరకగూడెం.
Kasimnagaram ...	కాసింనగరం.
Kātāyagūdem ...	కాటాయగూడెం.
Kātukapalle (Z) ..	కాటుకపల్లె.
Kēsāram ...	కేసారం.
Kēsavapatnam (Z).	కేశవపట్నం.
Kōdēru ...	కోడేరు.
Kokkiragūdem (Z).	కొక్కిరగూడెం.
Kollūru (Z) ...	కొల్లూరు.
Koltūru (Z) ...	కొల్తూరు.
Kommanapalle ...	కొమ్మనపల్లె.
Kondapalle (Z) ...	కొండపల్లె.
Kondāyagūdem ..	కొండాయగూడెం.
Kondāyagūdem (Z).	కొండాయగూడెం.
Kondēpūdi ...	కొండేపూడి.
Kondarājupēta (Z).	కొండరాజుపేట.
Koppalle (Z) ...	కొప్పల్లె.
Kotārugommu (Z).	కోటారుగొమ్ము.
Kotta Dummagudem.	కొత్తదుమ్మగూడెం.
Kottagūdem ...	కొత్తగూడెం.
Kottagūdem (Dummagūdu) (Z).	కొత్తగూడెం.
Kottagūdem (Gollagūdem) (Z).	కొత్తగూడెం.
Kottagūdem (Kūnavaram) (Z).	కొత్తగూడెం.
Kottajinnelagūdem.	కొత్తజిన్నెలగూడెం.
Kottapalle (Z) ..	కొత్తపల్లె.
Kottapēta (Z) ...	కొత్తపేట.
Kottūru (Khāsinagaram).	కొత్తూరు.

BHADRĀCHALAM TĀLŪK—cont. భద్రాచలం తాలూకా—శేషము.

Kottūru (S.No. 16) కొత్తూరు. (Kūnavaram).
Kottūru (Z) ... కొత్తూరు.
Krishnavaram (Z). కృష్ణవరం.
Kūdalipādu (Z) ... కూడలిపాడు
Kumāraswāmigūdem (Z). కుమారస్వామిగూడెం.
Kummūru (Z) ... కుమ్మూరు.
Kūnavaram (Z) ... కూనవరం.
Kundulūru (Z) ... కుందులూరు.
Kusumanapalle (Z). కుసుమనపల్లె.
Kūtūru (Z) ... కూటూరు.
Kūtūrugattu ... కూటూరుగట్టు.
Kuyigūru ... కుయిగూరు.
Lachchigūdem (Rāmaraopēta). లచ్చిగూడెం.
Lachchigūdem (Sītārāmapuram). లచ్చిగూడెం.
Lakkavaram (Z)... లక్కవరం.
Lakshmidēvīpēta. లక్ష్మీదేవిపేట.
Lakshminagaram. లక్ష్మీనగరం.
Lakshminarasammarāopēta (Uninhabited). లక్ష్మీనరసమ్మరావుపేట.
Lakshmīpuram (Khāsinagaram). లక్ష్మీపురం.
Lakshmipuram (Mādhavarāo pēta). లక్ష్మీపురం.
Lakshmipuram (Singuram). లక్ష్మీపురం.
Lakshmipuram (Kansuluru). లక్ష్మీపురం.
Lakshmipuram (Z). లక్ష్మీపురం.
Lēllavāya (Z) ... లేళ్లవాయ.
Lingālapalle ... లింగాలపల్లె.
Lingāpuram ... లింగాపురం.
Lingāpuram (Z)... లింగాపురం.
Maddigūdem ... మద్దిగూడెం.
Maddulamāda ... మద్దులమాడ.
Mādhavarāopēta... మాధవరావుపేట.
Madimēru (Uninhabited). మడిమేరు.
Madugūru (Z) ... మడుగూరు.
Mahādēvapuram (Z). మహాదేవపురం.
Mallempēta ... మల్లెంపేట.
Mallitōta (Z) ... మల్లితోట.
Mangavāya ... మంగవాయ.
Mārēdubāka (Uninhabited). మారేడుబాక.
Mārēdubūdi ... మారేడుబూడి.
Marimēdi (Uninhabited). మరిమేడి.
Marrāyagūdem ... మర్రాయగూడెం.
Marrigūdem (Z) .. మర్రిగూడెం.
Mārtindēlupēta ... మార్తిండేలుపేట.
Mettarāmavaram. మెట్టరామవరం.
Mittavāda (Z) ... మిట్టవాడ.
Morumūru (Z) ... మొరుమూరు.
Mōtugūdem (Z) ... మోటుగూడెం.
Mukunūru (Z) ... ముకునూరు.
Mulakapalle (Z)... ములకపల్లె.
Mulakanapalle ... ములకనపల్లె.
Mulakanapalle (S. No. 10). ములకనపల్లె.
Mullūru (Z) ... ముల్లూరు.
Mullūrugattu (Uninhabited). ముల్లూరుగట్టు.
Mummidivaram (Z). ముమ్మిడివరం.
Nadikudi (Z) ... నదికుడి.
Nallagunta ... నల్లగుంట.
Nandigāma (Z) ... నందిగామ.
Nārakonda ... నారకొండ.
Narasingapēta (Kāchavaram). నరసింగపేట.
Narasāpuram (Z). నరసాపురం.
Narasāpuram ... నరసాపురం.

BHADRĀCHALAM TĀLŪK—cont. భద్రాచలం తాలూకా—శేషము.

Narasimhāpuram.	నరశింహాపురం.
Narasimhapuram.	నరశింహాపురం.
Narasingapēta (Chintūru). ...	నరశింగపేట.
Narasingapēta (S. No. 53) (Z).	నరశింగపేట.
Nārāyanapuram (Uninhabited) (Vaddigūdem).	నారాయణపురం.
Nārāyanapuram (Khāsinagaram).	నారాయణపురం.
Nārāyanapuram (Rāmarāopēta).	నారాయణపురం.
Nārāyanapuram (Abbicherla).	నారాయణపురం.
Nārāyanarāopēta.	నారాయణరావుపేట.
Nēlakōta ...	నేలకోట.
Nellipāka (Z) ...	నెల్లిపాక.
Nētulūru (Uninhabited).	నేతులూరు.
Nūtigūdem (Z) ...	నూతిగూడెం.
Paidagūdem (Dummagūdem) (Z).	పైడగూడెం.
Paidagūdem (Marrigūdem) (Z).	పైడగూడెం.
Paidākulamadugu	పైడాకులమడుగు.
Pālagūdem (Uninhabited).	పాలగూడెం.
Pallūru (Z) ...	పల్లూరు.
Pandirājupalle ..	పందిరాజుపల్లె.
Pāndurangāpuram.	పాండురంగాపురం.
Parnasāla (Z) ...	పర్ణశాల.
Pattuchīra (Uninhabited).	పట్టుచీర.
Pedda Ārukūru (Z).	పెద్ద ఆరుకూరు.
Pedda Bandirēvu.	పెద్ద బండిరేవు.
Pedda Kamalāpuram (Z).	పెద్ద కమలాపురం.
Peddakonda (Uninhabited).	పెద్దకొండ.
Peddamattapalle (Z).	పెద్దమట్టపల్లె.
Pedda Nallaballi (Z).	పెద్ద నల్లబల్లి.
Pedda Nallagunta (Uninhabited).	పెద్ద నల్లగుంట.
Peddapōlipāka (Z).	పెద్దపోలిపాక.
Pedda Sītanapalle (Z).	పెద్ద శీతనపల్లె.
Pēga ...	పేగ.
Pēnuballi ...	పేనుబల్లి.
Potlavāya (Z) ...	పొట్లవాయ.
Pichchikalapādu.	పిచ్చికలపాడు.
Pinapalle (Z) ...	పినపల్లె.
Pōchavaram ...	పోచవరం.
Pōchavaram (Z) ...	పోచవరం.
Pōtampalle (Z) ...	పోతంపల్లె.
Potlavāyagūdem (Uninhabited).	పొట్లవాయగూడెం.
Pragallapalle (Z).	ప్రగల్లపల్లె.
Prattipāka (Z) ...	ప్రత్తిపాక.
Pulusumāmidi ...	పులుసుమామిడి.
Purushōttapatnam.	పురుషోత్తపట్నం.
Rāchagōmpalle ...	రాచగొంపల్లె.
Rāghavapuram ...	రాఘవపురం.
Rājupēta (Gannavaram).	రాజుపేట.
Rājupēta (Khāsinagaram).	రాజుపేట.
Rājupēta (Z) ...	రాజుపేట.
Rāmachandrapuram.	రామచంద్రపురం.
Rāmachandrunipēta.	రామచంద్రునిపేట.

Bhadrāchalam Tālūk—cont. భద్రాచలం తాలూకా—శేషము.

Rāmagōpālapuram.	రామగోపాలపురం.
Rāmannapālem ...	రామన్నపాలెం.
Rāmārāopēta ...	రామారావుపేట.
Rāmavaram (Z)...	రామవరం.
Rāpāka (Z) ...	రాపాక.
Ratnapuram ...	రత్నపురం.
Rāvigūdem (Z) ...	రావిగూడెం.
Rāyunipēta (Z) ...	రాయునిపేట.
Rēguballi (S. No. 47).	రేగుబల్లి.
Rēguballi (S. No. 48).	రేగుబల్లి.
Rēguballi (Z) ...	రేగుబల్లి.
Rēgulapādu ...	రేగులపాడు.
Rēkapalle (Z) ...	రేకపల్లె.
Sangyam ...	సంగ్యం.
Sarivela ...	సరివెల.
Singanagūdem (Z).	సింగనగూడెం.
Singavaram (Z) ...	సింగవరం.
Sirasanapalle (Z).	సిరసనపల్లె.
Sītampēta (Z) (Narasāpuram).	శీతంపేట.
Sītampēta (Z) (Vaddigūdem).	శీతంపేట.
Sītānagaram ...	శీతానగరం.
Sītārāmpuram (Rāmarāopēta).	శీతారాంపురం.
Sītārāmpuram ...	శీతారాంపురం.
Sītārāmpuram (Z).	శీతారాంపురం.
Sōmulagūdem ...	సోములగూడెం.
Sōmanamallu ...	సోమనమల్లు.
Spencerpēta (Uninhabited).	స్పెన్సర్ పేట.
Srīrāmagiri (Z) ...	శ్రీరామగిరి.
Stafferdpēta ...	స్టాపర్డుపేట.
Subbārāopēta ...	సుబ్బారావుపేట.
Suddagūdem ...	సుద్దగూడెం.
Sugnānapuram ...	సుజ్ఞానపురం.
Sūrakunta ...	సూరకుంట.
Sūravaram (Z) ...	సూరవరం.
Tāllagūdem (waste land).	తాళ్లగూడెం.
Tāllakūdem (Z) ...	తాళ్లగూడెం.
Tammayyapēta (Z)	తమ్మయ్యపేట.
Tātākulagūdem ...	తాటాకులగూడెం.
Tātilanka ...	తాటిలంక.
Tēkubāka (Z) ...	టేకుబాక.
Tēkulaloddi ...	టేకులలొడ్డి.
Tēkulūru ...	టేకులూరు.
Tōtapalle (Gollagūdem) (Z).	తోటపల్లె.
Tōtapalle (Vaddigūdem) (Z).	తోటపల్లె.
Tripurapantavīdu (Z).	త్రిపురపంటవీడు.
Tsattivīrāpuram (Z).	చట్టివీరాపురం.
Tsutlagūdem ...	చుట్లగూడెం.
Tulasipākalu ...	తులసిపాకలు.
Tūlugonda (Z) ...	తూలుగొండ.
Tummala ...	తుమ్మల.
Tummaragūdem...	తుమ్మరగూడెం.
Tummilēru (Uninhabited) (Z).	తుమ్మిలేరు.
Tunikicheruvu (Z).	తునికిచెరువు.
Tūrubāka (Z) ...	తూరుబాక.
Tylerpēta ...	టైలరుపేట.
Ulumūru (Z) ...	ఉలుమూరు.
Ummidivaram (Z)	ఉమ్మిడివరం.
Uppanapallegattu.	ఉప్పనపల్లెగట్టు.
Uppanapalle (Z).	ఉప్పనపల్లె.
Vaddigūdem (Z).	వడ్డిగూడెం.
Vankagūdem ...	వంకగూడెం.
Venkanagūdem ...	వెంకనగూడెం.
Vēgitōta (Z) ...	వేగితోట.
Vēmularāyi ...	వేములరాయి.
Venkampēta (Z)...	వెంకంపేట.
Venkanagūdem (Uninhabited).	వెంకనగూడెం.

BHADRĀCHALAM TĀLŪK—cont. భద్రాచలం తాలూకా—శేషము.

Venkatanarasimhapuram (Uninhabited).	వెంకటనరసింహపురం.
Venkatappārāopēta.	వెంకటప్పారావుపేట.
Venkatarāmpuram	వెంకటరాంపురం.
Venkatāyapālem.	వెంకటాయపాలెం
Venkatāyapālem (Z).	వెంకటాయపాలెం
Vēpalapādu (Uninhabited).	వేపలపాడు.
Vijayarāmpuram.	విజయరాంపురం.
Vināyakapuram ...	వినాయకపురం.
Vīrabhadrapuram (Bhadrāchalam) (Uninhabited).	వీరభద్రపురం.
Vīrabhadrapuram (Khāsinagaram)	వీరభద్రపురం (ఖాశినగరం).
Vīrabhadravaram (Z).	వీరభద్రవరం.
Vīrapāpanikunta.	వీరపాపనికుంట.
Vīrāpuram ...	వీరాపురం.
Vissāpuram ...	విస్సాపురం.
Waitenagaram ...	వైటెనగరం.
Wālfordpēta ...	వాల్ఫర్డుపేట.

CHŌDAVARAM DIVISION. చోడవరం డివిజన్.

Adatulūru ...	అడతులూరు.
Addakondapādu.	అడ్డకొండపాడు.
Addatīgalapādu ...	అడ్డతీగలపాడు.
Adugulavāda ...	అడుగులవాడ.
Agrahāram (Z) ...	అగ్రహారం.
Ākulūru ...	ఆకులూరు.
Ākumāmidikōta ...	ఆకుమామిడికోట.
Ākūru ...	ఆకూరు.
Amagunta ...	అమగుంట.
Angulūru (Z) ...	అంగులూరు.
Annempalle ...	అన్నెంపల్లి.
Aragāda ...	అరగాడ.
Āvagunta ...	ఆవగుంట.
Bādogunta ...	బాడగుంట.
Banda ...	బండ.
Bandapalle ...	బండపల్లి.
Bhīmanapalle ...	భీమనపల్లి.
Bhīmavaram ...	భీమవరం.
Bhōgireddivalasa.	భోగిరెడ్డివలస.
Bhūpatipālem ...	భూపతిపాలెం.
Bhūpatīvalasa ...	భూపతివలస.
Bhūsulalanka ...	భూసులలంక.
Bīrampalle ...	బీరంపల్లి.
Boddugunta ...	బొడ్డుగుంట.
Bodlanka ...	బొడ్లంక.
Bodlōva ...	బొడ్లోవ.
Bōdulūru ...	బోడులూరు.
Bolagonda ...	బొలగొండ.
Boppadapādu ..	బొప్పడపాడు.
Bornagūdem ...	బొర్నగూడెం.
Bōyalapādu ...	బోయలపాడు.
Bōyinivāda ...	బోయినివాడ.
Bunnampādu ...	బున్నంపాడు.
Būrugubanda ...	బూరుగుబండ.
Būrugukōta ...	బూరుగుకోట.
Būrugupādu ...	బూరుగుపాడు.
Būrugupalle. ...	బూరుగుపల్లి.
Būsigūdem ..	బూసిగూడెం.
Chandūru ...	చందూరు.
Chāvala ...	చావల.
Chedalavādapādu.	చెదలవాడపాడు.
Chedivādapādu ...	చెడివాడపాడు.
Chekkavāda ...	చెక్కవాడ.
Chematuripādu ...	చెముతురిపాడు.
Cheruvukōtapādu.	చెరువుకోటపాడు.
Cheruvupālem ...	చెరువుపాలెం.
Cheruvapalle ...	చెరువుపల్లి.
Cheruvūru ...	చెరువూరు.
Chidinūru ...	చిడినూరు.
Chidipālem ...	చిడిపాలెం.

CHŌDAVARAM DIVISION—cont. చోడవరం డివిజన్—శేషము.

Chidirigūdem ... చిదిరిగూడెం.
Chīdūru ... చీడూరు.
Chīdūru (S. No 257 At) చీడూరు.
Chīkatla ... చీకట్ల.
Chilakalūru ... చిలకలూరు
Chilakamāmidi ... చిలకమామిడి.
Chilakapādu ... చిలకపాడు.
Chinna Ākūru ... చిన్న ఆకూరు.
Chinna Bārangi ... చిన్న బారంగి.
Chinna Bhīmapalle (Z). చిన్న భీమపల్లె.
Chinna Geddāda ... చిన్న గెద్దాడ.
Chinna Ramanayyapēta (Z) చిన్న రమణయ్యపేట.
Chinnārugandi (Z) చిన్నారుగండి.
Chinna Vēmulapādu. చిన్న వేములపాడు
Chinna Vēmulūru. చిన్న వేములూరు.
Chintalagūdem ... చింతలగూడెం.
Chintalavādapādu. చింతలవాడుపాడు.
Chīpuruvāda (S. No 208). చీపురువాడ.
Chīpuruvāda (S. No. 209). చీపురువాడ.
Chōdavaram .. చోడవరం.
Chupparapālem ... చుప్పరపాలెం
Chupparugonda ... చుప్పరుగొండ.
Dābālametta ... దాబాలమెట్ట.
Dabbavalasa ... దబ్బవలస.
Dāmanapalle ... దామనపల్లె.
Dampala Vuppavalasa. దంపల వుప్పవలస.
Dandangi (Z) .. దండంగి.
Daravāda ... దరవాడ.
Darlagūdem ... దర్లగూడెం.
Dārlavalasa (Uninhabited). దార్లవలస.
Dārlavalasa ... దార్లవలస.
Dārlavalasapādu .. దార్లవలసపాడు.

Dēmudulanka ... దేముడులంక.
Dendulūru ... దెందులూరు.
Dēvāram (Z) ... దేవారం.
Dēvarapādu ... దేవరపాడు.
Dēvarapalle ... దేవరపల్లె.
Dēvarātigūdem ... దేవరాతిగూడెం.
Dēvarimadugula ... దేవరిమడుగుల.
Dēvipatnam (Z) .. దేవీపట్నం.
Dhārvāda ... ధార్వాడ.
Digabādagunta ... డిగబాడగుంట.
Diguvalasa ... దిగువలస.
Dirisinapalle ... దిరిశినపల్లె.
Dōkulapādu దోకులపాడు.
Donalanka ... దొనలంక.
Dondrāgi .. దొండ్రాగి.
Dongalarāvilanka (Z). దొంగలరావిలంక.
Donkamāmidivalasa. దొంకమామిడివలస.
Donnarapādu ... దొన్నరపాడు.
Dorachintalapālem దొరచింతలపాలెం.
Doramāmidi ... దొరమామిడి.
Egabadagunta ... ఎగబడగుంట.
Egavalasa ... ఎగవలస.
Elakavāda ... ఎలకవాడ.
Ellivāda ... ఎల్లివాడ.
Enugulagūdem .. ఏనుగులగూడెం.
Erakarāllu ... ఎరకరాళ్లు.
Erradibbalu .. ఎర్రదిబ్బలు.
Erramadalanka ... ఎర్రమడలంక.
Erramatla ... ఎర్రమట్ల.
Erravaram (Z) ... ఎర్రవరం.
Erukalavāda ... ఎరుకలవాడ.
Galidēvarapādu ... గలిదేవరపాడు.
Gandēvāda ... గండేవాడ.
Gangampālem (Z). గంగంపాలెం.
Gangavaram ... గంగవరం.
Gangavaram (Ch. 3 C I). గంగవరం.
Gānugulagōndi ... గానుగులగొంది.

CHŌDAVARAM DIVISION—cont. చోడవరం డివిజను—శేషము.

Gaddāda ... గద్దాడ.
Ginnēpalle ... గిన్నేపల్లె.
Ginnēpalle (Uninhabited). గిన్నేపల్లె.
Goddumūrivalasa. గొడ్డుమూరివలస.
Godrātimanda (Z). గొద్రాతిమండ.
Gōdumatla ... గోడుమట్ల.
Gōguvalasa ... గోగువలస.
Gondūru ... గొండూరు.
Gondūru (S. No. 353) (Z). గొండూరు.
Gondūru (S. No. 356) (Z). గొండూరు.
Gōpāram గోపారం.
Gottagūdem ... గొట్టగూడెం.
Gubbalampādu (Z) గుబ్బలంపాడు.
Gūdavādapādu ... గూడవాడపాడు.
Gudisa ... గుడిశ.
Gujjumamidivalasa. గుజ్జుమామిడివలస.
Gundrāli ... గుంద్రాలి.
Gunimidivāda ... గునిమిడివాడ.
Gunjugūdem ... గుంజుగూడెం.
Igampalle ... ఇగంపల్లి.
Illapalle ... ఇళ్లపల్లె.
Immidivaram ... ఇమ్మిడివరం.
Indukūru (Z) ... ఇందుకూరు.
Ipitalavadapādu ... ఇపితలవడపాడు.
Isukamatla ... ఇసుకమట్ల
Ītalapādu ... ఈతలపాడు.
Ītapalle ... ఈత్తపల్లె.
Izzalūru ... ఇజ్జలూరు.
Jagametlapādu ... జగమెట్లపాడు.
Jagārampalle ... జగరంపల్లె.
Jājilanka ... జాజిలంక.
Jammarātigūdem. జమ్మరాతిగూడెం.
Jampalōva ... జంపలోవ.
Jānikayyapēta (Z) జానికయ్యపేట.
Jaragavalasapādu. జరగవలసపాడు.
Juvvugūda ... జువ్వుగూడ.

Kachchulūru (Z). కచ్చులూరు.
Kākarlāva ... కాకర్లావ.
Kākavāda ... కాకవాడ.
Kākūru ... కాకూరు.
Kambalampādu (Z) కంబలంపాడు.
Kangaralōva ... కంగరలోవ.
Kannaram (S. No. 5[illegible]). కన్నారం.
Kannāram (S No. 62). కన్నారం.
Kannāram (Z) .. కన్నారం.
Kanumūru ... కనుమూరు.
Kappalōva ... కొప్పలోవ.
Karamatagondi ... కరమటగొండి.
Katakatūru ... కటకటూరు.
Katukulagūdem (Z). కటుకులగూడెం.
Kentukūru ... కెంటుకూరు.
Kēsanūru ... కేసనూరు.
Kesamurupādu ... కేసమురుపాడు.
Kitsalavāda ... కిట్సలవాడ.
Kokkeravāda ... కొక్కెరవాడ.
Kokkiralankapādu కొక్కిరలంకపాడు
Kollavāripādu ... కొల్లవారిపాడు.
Komaravarapupādu. కొమరవరపుపాడు.
Kondamodalu (Z). కొండమొదలు.
Kondamodalu's hamlets (Z). కొండమొదలు శివార్లు.
Kondavūdapādu .. కొండవూడపాడు.
Korukupādu .. కొరుకుపాడు.
Korumilli ... కొరుమిల్లి.
Kottagūdem ... కొత్తగూడెం.
Kottapalle ... కొత్తపల్లె.
Kottanapalle (Z). కొట్టనపల్లె.
Kottapākalu (Geddāda). కొత్తపాకలు.
Kottapākalu (Pamulūru). కొత్తపాకలు.
Kottūru ... కొత్తూరు.

CHŌDAVARAM DIVISION—cont. చోడవరం డివిజన్—శేషము.

Kōtulagondi ... కోతులగొంది.
Kōvūru ... కోవూరు.
Kōyalavīravaram (Z). కోయలవీరవరం.
Kōyala Erravarapupālem. కోయల ఎర్రవరపుపాలెం.
Koyyalagūdem ... కొయ్యలగూడెం.
Kudakarāyi ... కుడకరాయి.
Kūdūru ... కూడూరు.
Kundada ... కుందాడ.
Kunjamvīdhi ... కుంజంవీధి.
Kuresavādapādu... కురెసవాడపాడ.
Kurupukōta ... కురుపుకోట.
Kutravāda ... కుత్రవాడ.
Lakshmīpuram ... లక్ష్మీపురం.
Lanjivāda ... లంజివాడ.
Lingavaram ... లింగవరం.
Lōtupālem (Z) ... లోతుపాలెం.
Machchelavādapādu. మచ్చెలవాడపాడు.
Maddirātigūdem... మద్దిరాతిగూడెం.
Maddivalasa ... మద్దివలస.
Madhulūru ... మద్దులూరు.
Maddulūrupādu ... మద్దులూరుపాడు.
Madduvītipādu ... మధువీటిపాడు.
Madhuvītipādu (Uninhabited). మధువీటిపాడు.
Madicherla ... మడిచెర్ల.
Madupalle (Z మడుపల్లె.
Mallapalle ... మల్లపల్లె.
Mallavarapupādu. మల్లవరపుపాడు.
Mallisālapādu ... మల్లిసాలపాడు.
Māmidivalasa ... మామిడివలస.
Manchilikōta ... మంచిలికోట.
Mandavāda ... మందవాడ.
Mandavadapādu... మందవడపాడు.
Mandrēgula ... మంద్రేగుల.
Mangalamēdapādu మంగళమేడపాడు.
Manganapalle ... మంగనపల్లె.
Mangapālem ... మంగపాలెం.

Mantūru (Z) ... మంటూరు.
Mārēdumilli ... మారేడుమిల్లి.
Maridivada ... మరిడివాడ.
Marrevāda ... మర్రెవాడ.
Marrikōta ... మర్రికోట.
Marrivāda ... మర్రివాడ
Marrivāda (Kundāda). మర్రివాడ.
Matsalavādapādu. మత్సలవాడపాడు.
Meddālamadugu... మెడ్డాలమడుగు.
Mōsūru ... మోసూరు.
Mulagalagūdem ... ములగలగూడెం.
Mulaganūrupādu. ములగనూరుపాడు.
Mūlapādu ... మూలపాడు.
Mūlapādu ... మూలపాడు.
Munjumāmidi ... ముంజుమామిడి.
Muntamāmidi ... ముంతమామిడి.
Murlagantapādu... ముర్లగంటపాడు.
Musullakunta ... ముసుల్లకుంట.
Musurumilli ... ముసురుమిల్లి.
Musuruvāda ... ముసురువాడ.
Nadimikōtapādu. నడిమికోటపాడు.
Nāgallapalle ... నాగల్లపల్లె.
Nallagonda ... నల్లగొండ.
Narasāpuram ... నరసాపురం.
Mēdunūru ... నేడునూరు.
Nēlakōta (Z) ... నేలకోట.
Nēlamamidichelaka. నేలమామిడిచెలక.
Nellūru ... నెల్లూరు.
Nērēdugūdem ... నేరేడుగూడెం.
Nērellavalasa ... నేరెల్లవలస.
Nimmalapalem .. నిమ్మలపాలెం.
Nulaka ... నులక.
Nūkalētivāda ... నూకలేటివాడ.
Nūnipalle ... నూనిపల్లె.
Nūrupūdi ... నూరుపూడి.
Ōtukurru ... ఓటుకుర్రు.
Ōtukurru (Uninhabited). వోటుకుర్రు.

CHŌDAVARAM DIVISION—*cont.* చోడవరం డివిజన్—శేషము.

Palakūru	... పలకూరు.
Pālem	... పాలెం.
Pāmugand	... పాముగండి.
Pamulēru	... పాములేరు.
Pandigunta	... పందిగుంట.
Pandirikāta	... పందిరికాట.
Pandirimāmidi	... పందిరిమామిడి.
Pankanūru	... పంకనూరు.
Panulamamidi	... పనులమామిడి.
Paragasānipādu (Z).	పరగసానిపాడు.
Parimivādapādu	... పరిమివాడపాడు.
Parisivalasapādu	... పరిశివలసపాడు.
Patavāda	... పతవాడ.
Pēdamallu	... పేదమల్లు.
Pēdamanganapalle	పేదమంగనపల్లె.
Pedamatla	... పెదమట్ల.
Pedda Ākūru	.. పెద్ద ఆకూరు.
Pedda Bārangi	... పెద్ద బారంగి.
Pedda Bhīmapalli.	పెద్ద భీమపల్లి.
Peddadālanka	... పెద్దదాలంక.
Peddakonda	... పెద్దకొండ.
Peddamattapādu.	పెద్ద మట్టపాడు.
Peddanūtulu	... పెద్ద నూతులు.
Peddapādu (Geddāda).	పెద్దపాడు.
Peddapādu (Bodluru).	పెద్దపాడు.
Peddaramanayya-pēta (Z).	పెద్ద రమణయ్య పేట.
Peddūru	... పెద్దూరు.
Penjilivādapādu	... పెంజిలివాడపాడు.
Penkilapādu (Toy-yēru Estate).	పెంకిలపాడు.
Penkilapādu (Bīrampalle).	పెంకిలపాడు.
Penkilapādu (Z)	... పెంకిలపాడు.
Pentakōta	... పెంటకోట.
Pēta including Pōtukonda.	పేట పోతుకొండ సహా.
Pogavāda	... పొగవాడ.
Pōlavaram	... పోలవరం.
Pōtalūrupādu	... పోతలూరుపాడు.
Pōtāram	... పోతారం.
Potlavāda	... పొట్లవాడ.
Pūdupalle (Z)	... పూదుపల్లె
Pulikōta	... పులికోట.
Pulipikattam	... పులిపికట్టం.
Pullangi	... పుల్లంగి.
Pulusuguntala-padu.	పులుసుగుంటలపాడు.
Purugulankapādu.	పురుగులంకపాడు.
Purushōttapatnam (Z).	పురుషోత్తపట్నం.
Pusivada	... పుసివాడ.
Rāmannapālem	... రామన్నపాలెం.
Rāmannapālem (Z)	రామన్నపాలెం
Rampa	... రంప.
Rāvadēvalasa	... రావదేవలస.
Rāvilanka (Z)	... రావిలంక.
Rāvulagandhapādu	రావులగంధపాడు.
Rāyavaram	... రాయవరం.
Sādulūrupādu	... సాదులూరుపాడు.
Sādulūrupādu (Uninhabited).	సాదులూరుపాడు.
Sagatūrupādu	... సగటూరుపాడు.
Sandūru	... సందూరు.
Sappalōva	... సప్పలోవ.
Sattavāda	... సట్టవాడ.
Sayyēru	.. సయ్యేరు,
Seddalūru	... సెద్దలూరు.
Semalūru	... సేమలూరు.
Serabhavaram (Z).	సెరభవరం.
Sirigindalapādu	... సిరిగిందలపాడు.
Siripamulōva	... సిరిపములోవ.
Siripuram	... సిరిపురం.
Sītapalle	... సీతపల్లె.
Sītāramu (Z)	... సీతారాము.
Sōkulagūdem	... సోకులగూడెం.
Sūrampūdi	... సూరంపూడి.

CHŌDAVARAM DIVISION—cont., చోడవరం డివిజన్—శేషము.

Sūtlavāda ... సూట్లవాడ.
Sūtūru ... సూటూరు.
Suvarllavāda ... సువర్లవాడ.
Tādārupādu ... తాడారుపాడు.
Tādēpalle ... తాడేపల్లె.
Tāgelagondi ... తాగెలగొండి.
Tāllapālem ... తాళ్లపాలెం.
Tāllūru (Z) .. తాళ్లూరు.
Tāmarapalle ... తామరపల్లె.
Tangulūrupādu ... తంగులూరుపాడు.
Tātivāda (Pālem). తాటివాడ.
Tātivāda (Bandapalle). తాటివాడ.
Tātivāda (Z) ... తాటివాడ.
Tiragatirāllu ... తిరగటిరాళ్లు.
Tiyyamāmidipākala (S. No. 257 E). తియ్యమామిడి పాకల.
Toyyēru (Z) ... తొయ్యేరు.
Tsāparāllapalle (Z) చాపరాళ్లపల్లె.
Tsoppakonda ... చొప్పకొండ.
Tsoppakonda (Uninhabited). చొప్పకొండ.
Tsāvadikōta ... చావడికోట.
Tūdērugulapādu. తూడేరుగులపాడు.
Tumburuvalasa తుంబురువలస.
Tundūru ... తుండూరు.
Tunnūru ... తున్నూరు.
Turramvādapādu. తుర్రంవాడపాడు.
Turranādāpādu ... తుర్రనాడాపాడు.

Turrūru ... తుర్రూరు.
Ulumatalapādu ... ఉలుమటలపాడు.
Uppayyapālem (Z). ఉప్పయ్యపాలెం.
Usirikadonalu ... ఉసిరికదొనలు.
Usirikalanka ... ఉసిరికలంక.
Utla ... ఉట్ల.
Vādapalle (Bālagonda) వాడపల్లె.
Vādapalle (Chidugūru). వాడపల్లె.
Vāgareddipālem... వాగరెడ్డిపాలెం.
Vaidapūdi ... వైడపూడి.
Valamalakōta ... వలమలకోట.
Valamūru ... వలమూరు.
Valasapādu ... వలసపాడు.
Vakkalūru ... వక్కలూరు.
Valasavāda ... వలసవాడ.
Vattigedda ... వట్టిగెడ్డ.
Vēgavāda ... వేగవాడ.
Vēlagapalle ... వెలగపల్లె.
Velamalakōta ... వెలమలకోట.
Vēlupūru ... వేలుపూరు.
Vēmulakonda ... వేములకొండ.
Vēmulapādu ... వేములపాడు.
Vēmulūru ... వేములూరు
Vētalanka ... వేటలంక.
Vīravaram ... వీరవరం.
Vīrlamāmidi వీర్లమామిడి.
Vyāpalōva ... వ్యాపలోవ.

CŌCANĀDA TĀLŪK కాకినాడ తాలూకా.

Achyutāpuratriam (Z). అచ్యుతాపురత్రియం.
Aitapūdi ... అయితపూడి.
Andrangi ... అంద్రంగి.
Aratlakatta ... అరట్లకట్ట.
Āryavattam (Z) .. ఆర్యవట్టం.
Bandanapūdi (Z)... బందనపూడి.

Bhāvaram ... భావరం.
Bhāvaram (Z) భావరం.
Bhīmavaram (Z) భీమవరం.
Bōyanapūdi (Z) ... బోయనపూడి.
Chēduvāda ... చేదువాడ.
Chīdiga (Z) ... చీడిగ.
Chinnamāmidāda. చిన్నమామిడాడ.

COCANĀDA TĀLŪK – cont. కాకినాడ తాలూకా — శేషము.

Chintapalle ... చింతపల్లె.
Chollangi Chollangulu (Z). చొల్లంగి చొల్లంగులు.
Chollangipēta (Z). చొల్లంగిపేట.
Cōcanāda (Z) ... కాకినాడ.
Coringa (Z) ... కొరింగ.
Dōmāda (Z) ... దోమాడ.
Duggudurru (Z)... దుగ్గుదుర్రు.
Endamūru .. ఎండమూరు.
Gandrēdu ... గంద్రేడు.
Ganganāpalle (Z). గంగనాపల్లె.
Gollalamāmidāda. గొల్లలమామిడాడ.
Gollapālem ... గొల్లపాలెం.
Gorrepūdi (Z) ... గొర్రెపూడి.
Gurajānapalle (Z). గురజానపల్లె.
Injaram (Z) ... ఇంజరం.
Jaggammagāripēta (Z). జగ్గమ్మగారిపేట.
Jagannadhagiri ... జగన్నాథగిరి.
Jagannādhapuram. జగన్నాథపురం.
Kaikavōlu ... కైకవోలు.
Kājulūru ... కాజులూరు.
Kāndrēgula ... కాంద్రేగుల.
Kāpavaram (Z) ... కాపవరం.
Kāpulapālem alias Sunkarapālem (Z). కాపులపాలెం అనే సుంకరపాలెం.
Karakuduru (Z) ... కరకుదురు
Karapa (Z) ... కరప.
Kōlanka ... కోలంక.
Kongōdu (Z) ... కొంగోడు
Koppavaram (Z). కొప్పవరం.
Kōrupalle (Z) ... కోరుపల్లె.
Kovvāda (Z) ... కొవ్వాడ.
Kovvūru (Z) ... కొవ్వూరు.
Kumārapriyam ... కుమారప్రియం.
Kūrada ... కూరాడ.
Kuyyēru (Z) ... కుయ్యేరు.
Lachchipālem (Z). లచ్చిపాలెం.

Mādhavapatnam (Z). మాధవపట్నం.
Mallavaram (Z) ... మల్లవరం.
Māmilladoddi (Z). మామిళ్లదొడ్డి.
Manjēru (Z) ... మంజేరు.
Matukumilli (Z)... మతుకుమిల్లి.
Mēdapādu ... మేడపాడు.
Mēdaline ... మేడలైను.
Nadakuduru (Z) .. నడకుదురు.
Navara (Z) ... నవర.
Nēmam (Z) ... నేమం.
Nīlapalle (Z) ... నీలపల్లె.
Payina ... పయిన.
Pallepālem ... పల్లెపాలెం.
Panasapādu (Z) ... పనసపాడు.
Pandruvāda (Z) ... పండ్రువాడ.
Pandūru (Z) ... పండూరు.
Patavala (Z) ... పటవల.
Pātarlagadda (Z). పాతర్లగడ్డ.
Pavara (Z) ... పవర.
Peddabrahmadēvam. పెద్దబ్రహ్మదేవం.
Peddapūdi ... పెద్దపూడి.
Peddāda ... పెద్దాడ.
Penuguduru (Z)... పెనుగుదురు.
Penumalla ... పెనుమళ్ల.
Penumarti (Z) ... పెనుమర్తి.
Pillanka ... పిల్లంక.
Pōlēkurru (Z) ... పోలేకుర్రు.
Puttakonda (I) ... పుట్టకొండ.
Rājupālem ... రాజుపాలెం.
Ramanayyapēta (Z). రమణయ్యపేట.
Rēpūru (Z) ... రేపూరు.
Sahapuram ... శహపురం.
Sāmalkōtā (Z) ... సామర్లకోట.
Sampara (Z) ... సంపర.
Sarpavaram (Z) ... సర్పవరం.
Salapāka (Z) ... శలపాక.
Sīla (Z) శీల.

Cōcanāda Tālūk—cont. కాకినాడ తాలూకా—శేషము.

Siripuram	... శిరిపురం.
Sūryārāopēta (Z).	సూర్యారావుపేట
Tammavaram (Z).	తమ్మవరం.
Tanumalla (Z)	.. తనుమళ్ల.
Tarlampūdi	... తర్లంపూడి.
Timmāpuram (Z).	తిమ్మాపురం.
Tūrangi (Z)	. తూరంగి.
Undūru (Z)	... ఉండూరు.
Uppāngala (Z)	... ఉప్పాంగల.
Uppumilli (Z)	... ఉప్పుమిల్లి.
Vākāda	... వాకాడ.
Vākalapūdi (Z)	... వాకలపూడి.
Vallūru (Z)	... వల్లూరు.
Vēlangi (Z)	... వేలంగి.
Vēmavaram near Gorrepūdi (Z)...	గొర్రెపూడివద్ద వేమవరం.
Vēmavaram near Pavara (Z).	పవరవద్ద వేమవరం
Vēmulavāda (Z)...	వేములవాడ.
Vēndra	... వేంద్ర.
Venkatakrishnarāyapuram (Z).	వెంకటకృష్ణారాయపురం.
Vētlapālem	... వేట్లపాలెం.

Ellavaram Division. ఎల్లవరం డివిజన్.

Achchayyapēta	... అచ్చయ్యపేట.
Addapalle (Uninhabited (Z).	అడ్డపల్లె.
Addapodugulagondi (Uninhabited) (Z)	అడ్డపొడుగులగొంది.
Addatīgala (Z)	.. అడ్డతీగల.
Addatīgala (Uninhabited) (Z).	అడ్డతీగల.
Allūrugadda (Z)	.. అల్లూరుగడ్డ.
Ambalikōta (Uninhabited) (Z).	అంబలికోట.
Amīnbāda	... అమీన్‌బాద.
Amirēkula	... అమిరేకుల.
Ammapēta (Kōta) (Z).	అమ్మపేట.
Ammapēta (Dūcharti) (Z).	అమ్మపేట.
Amudālabanda (R).	అముదాలబండ.
Anantagiri	... అనంతగిరి.
Anigēru (Z)	... అనిగేరు.
Annampālem (Z).	అన్నంపాలెం.
Annampēta (Uninhabited) (Z).	అన్నంపేట.
Antlōva (Z)	... అంట్లోవ.
Anukulapālem	... అనుకులపాలెం.
Appannapālem (Z).	అప్పన్నపాలెం.
Āyudalacheruvu (Uninhabited) (Z).	ఆయుదలచెరువు.
Babbilōva (Z)	... బబ్బిలోవ.
Baddegandi (Z)	... బద్దెగంది.
Bakidivalasa (Uninhabited) (Z).	బకిడివలస.
Balijepādu	... బలిజెపాడు.
Banadāpalle	... బనదాపల్లె.
Banadām (R)	... బణదాం.
Bandamāmillu (Z).	బందమామిళ్లు.
Bandamvādipākalu (Uninhabited) (Z).	బండంవాడిపాకలు.
Bandichippalamāmidi (Uninhabited) (Z).	బండిచిప్పలమామిడి.
Bandipālem (Uninhabited) (Z).	బండిపాలెం.
Bandavāda (Z)	... బందవాడ.
Barrimāmidi	... బర్రిమామిడి.
Bāsugummi (Uninhabited) (Z).	బాసుగుమ్మి.
Batsalūru (Z)	... బత్సలూరు.
Bayanapalle	... బయనపల్లె

ELLAVARAM DIVISION—cont. ఎల్లవరం డివిజను—శేషము.

Bhīmavaram (Z)...	భీమవరం.
Bhīmudugadda (Z).	భీముడుగడ్డ.
Bhīmudupākalu (Z).	భీముడుపాకలు.
Bōdagudda (Uninhabited) (Z).	బోడగుడ్డ.
Boddagondi (Uninhabited) (Z).	బొడ్డగొండి.
Boddagondi (Uninhabited) (Z).	బొడ్డగొండి.
Boddagunta (Uninhabited) (Z).	బొడ్డగుంట.
Boddapalle (Z) ...	బొడ్డపల్లె.
Bodlagondi ...	బొడ్లగొంది.
Bodlanka ...	బొడ్లంక.
Bogidigondi (Uninhabited) (Z).	బొగిడిగొంది.
Bolireddi Sivarāmapatnam.	బొలిరెడ్డి శివరామపట్నం.
Bōnangipālem (R)	బోనంగిపాలెం
Bōnasīmarāmavaram (Uninhabited) (Z).	బోనసీమరామవరం.
Boralōva (Uninhabited) (Z).	బొరలోవ.
Borukulabanda (Uninhabited) (Z).	బొరుకులబండ.
Bōrunagūdem ...	బోరునగూడెం.
Bōyapādu ...	బోయపాడు.
Buddagunta ...	బుడ్డగుంట.
Bulōzupālem (Z).	బులోజుపాలెం.
Buradakōta (Z) ...	బురదకోట.
Buradavalasa (Z).	బురదవలస.
Būrugapālem (Z).	బూరుగపాలెం.
Būrugavāda (Z).	బూరుగవాడ.
Būrugukōta ...	బూరుగుకోట.
Burugupinjarikonda (Uninhabited) (Z).	బురుగుపింజరికొండ
Busaruvānipālem (Uninhabited) (Z)	బుసరువానిపాలెం.
Būsikōta ...	బూసికోట.
Būsulapālem (Uninhabited) (Z).	బూసులపాలెం.
Chekkanāyinapādu (Uninhabited) (Z).	చెక్కనాయినపాడు.
Chēmagadda (Z).	చేమగడ్డ.
Chemantilanka (Uninhabited) (Z).	చెమంతిలంక.
Chenaganūru (Uninhabited) (Z).	చెనగనూరు.
Chendurti (Z) ...	చెందుర్తి.
Chenitapākala (Uninhabited) (Z).	చెనితపాకల.
Cherramkōta (Z).	చెర్రంకోట.
Cherukumalla (Uninhabited) (Z).	చెరుకుమల్ల.
Cherukumallapādu (Uninhabited) (Z).	చెచెరుకుమల్లపాడు.
Cheruvugondi (Uninhabited) (Z).	చెరువుగొంది.
Cheruvukommupālem.	చెరువుకొమ్ము పాలెం.
Cheruvūru (Uninhabited) (Z).	చెరువూరు.
Chīdimetla (Z) ...	చీడిమెట్ల.
Chīdipālem (Z) ...	చీడిపాలెం.
Chidipālepupādu (Uninhabited) (Z)	చిడిపాలెపుపాడు.
Chikilinta ...	చికిలింత.
Chikkapugadda (Z)	చిక్కపుగడ్డ.
Chinagarrangi (Uninhabited).	చినగర్రంగి.
Chinchidimetla (Uninhabited) (Z).	చించిడిమెట్ల
Chinna Addapalle (Z).	చిన్న అడ్డపల్లె.
Chinna Addātīgala (Z).	చిన్న అడ్డతీగల

Ellavaram Division—cont. ఎల్లవరం డివిజన్—శేషము.

Chinnagārlapādu (R).	చిన్నగార్లపాడు.
Chinnamunakanagadda (Z).	చిన్నమునకనగడ్డ.
Chinnarellangipālem.	చిన్నరెల్లంగిపాలెం.
Chinnavadisakarra.	చిన్నవదిశక్ర.
Chinna Vulem pādu (Z).	చిన్నవులెంపాడు.
Chinnampālem (Z).	చిన్నంపాలెం.
Chintakaripālem.	చింతకరిపాలెం.
Chintakarrapādu (Uninhabited) (Z).	చింతకర్రపాడు.
Chintakoyya (Z).	చింతకొయ్య.
Chintalapūdi (Z).	చింతలపూడి.
Chintalavāda (Z)	చింతలవాడ.
Chintavalasa (Z).	చింతవలస.
Chintavālasavāda (Uninhabited) (Z).	చింతవలసవాడ.
Chippanavalasa (Uninhabited) (Z).	చిప్పనవలస.
Chīpurukōta (Uninhabited) (Z).	చీపురుకోట.
Chitrakāyalanka (Uninhabited) (Z).	చిత్రకాయలంక.
Chōdavaram (R)...	చోడవరం.
Chōdavaram (Z) .	చోడవరం.
Choppanagadda (Uninhabited) (Z).	చొప్పనగడ్డ.
Dabbamāmidi (Uninhabited) (Z).	దబ్బమామిడి.
Dabbapālem (Z)	దబ్బపాలెం.
Dabbavalasa (Uninhabited) (Z).	దబ్బవలస.
Dādalakonda (Uninhabited). (Z).	దాదలకొండ.
Dadilikavāda (Z).	దదిలికవాడ.
Dākarāyi ...	దాకరాయి.
Dākōdu (Z) ...	దాకోడు.
Dālepādu (Z) ...	దాలెపాడు.
Dāmānpālem ...	దామన్‌పాలెం.
Dandugulagondi (Z).	దండుగులగొంది.
Dāragadda (Z) ...	దారగడ్డ.
Doragondi alias Būralova (Uninhabited) (Z).	దరగొండి అనే బూరలోవ.
Dāralōva (Uninhabited) (Z).	దారలోవ.
Dāravāda (Gurtēdu) (Z).	దారవాడ
Dāravāda (Nulakamaddi) (Z)	దారవాడ.
Dēgalapādu (Uninhabited) (Z).	దేగలపాడు.
Dēgalakōta (Uninhabited) (Z).	దేగలకోట.
Dēvalankapādu (Uninhabited) (Z).	దేవలంకపాడు.
Dēvaramadugu (Z)	దేవరమడుగు
Dēvudūpinjarikonda (Z).	దేవుడుపింజరికొండ
Dhanyapalem (Z)	ధాన్యపాలెం.
Digulupadu (Uninhabited) (Z).	దిగులుపాడు.
Doddivaka ..	దొడ్డివాక.
Dokkapālem ...	దొక్కపాలెం.
Dōkulamāndakrishnavaram.	దోకులమండకృష్ణవరం.
Dōnalapalle (R) ...	దోనలపల్లె.
Dōnalankapadu (Uninhabited) (Z).	దోనలంకపాడు.
Donarayi (Uninhabited) (Z).	దొనరాయి.
Dōnelapālem ...	దోనెలపాలెం.
Dongalamallavaram (Uninhabited) (R).	దొంగలమల్లవరం.

ELLAVARAM DIVISION—cont. ఎల్లవరం డివిజను—శేషము.

Donnūru ... దొన్నూరు.
Dōramāmidi ... దోరమామిడి.
Dōramāmidi (R). దోరమామిడి.
Dōsapulōva ... దోసపులోవ.
Dūbela (Z) ... దూబెల.
Duchcherti (Z) ... దుచ్చెర్తి.
Duggāmpādu (Uninhabited) (Z). దుగ్గాంపాడు.
Dūlagondi (Uninhabited) (Z). దూలగొంది.
Duppulapālem ... దుప్పులపాలెం.
Durapavalasa (Uninhabited) (Z). దురపవలస.
Dūsaripāmu ... దూసరిపాము.
Edlakonda ... ఎడ్లకొండ.
Ēduguvāda (Uninhabited) (Z). ఏడుగువాడ.
Ellāpuram (Z) ... ఎల్లాపురం.
Endapalle (Z) ... ఎండపల్లె.
Erragonda (Z) ... ఎర్రగొండ.
Erragonda (Pasarugunni). ఎర్రగొండ.
Erragoppula (Uninhabited) (Z). ఎర్రగొప్పుల.
Errampādu ... ఎర్రంపాడు.
Erramāmitilanka (Uninhabited) (Z). ఎర్రమామిటిలంక,
Errampālem (R). ఎర్రంపాలెం.
Erramreddipālem (Uninhabited) (Z). ఎర్రంరెడ్డిపాలెం.
Ētipalle (Z) ... ఏటిపల్లె.
Gadabalōva (Uninhabited) (Z). గడబలోవ.
Gadichinnampālem (R). గడిచిన్నంపాలెం.
Gadivōkurti ... గడివోకుర్తి.
Gākalagondi ... గాకలగొంది.

Ganapatipēta (Uninhabited) (Z). గణపతిపేట.
Gaudempalle (Z). గండెంపల్లి.
Gandhanūru (Z) గంధనూరు.
Gangāram (R) ... గంగారం.
Gangampālem ... గంగంపాలెం.
Gannavaram (Z) గన్నవరం.
Gānugulōva (Uninhabited) (Z). గానుగులోవ.
Garisibili (Uninhabited) (Z). గరిసిబిలి.
Gavarayyapēta ... గవరయ్యపేట.
Gayanūtulapādu (Uninhabited) (Z). గయనూతులపాడు.
Gellalōva (Uninhabited) (Z). గెల్లలోవ.
Gellavāda (Uninhabited) (Z). గెల్లవాడ.
Ginjarti ... గింజర్తి.
Gobbillamadugu ... గొబ్బిల్లమడుగు.
Godugurāyi (Z) ... గొడుగురాయి.
Gōguvāda (Uninhabited) (Z). గోగువాడ.
Gollamandalavāri Sarabhavaram. గొల్లమండలవారి శరభవరం.
Gondikōta ... గొందికోట.
Gondōlu ... గొండోలు.
Gontuvānipālem. గొంతువానిపాలెం.
Goppulatōtamāmidi (Z). గొప్పులతోటమామిడి.
Goragummi (R) ... గొరగుమ్మి.
Goramanda (Z) ... గొరమండ.
Gottelapādu (Z) ... గొట్టెలపాడు.
Gubbalapanukulu (Uninhabited) (Z). గుబ్బలపనుకులు.
Gudlavāda (Z) ... గుడ్లవాడ.

ELLAVARAM DIVISION—cont. ఎల్లవరం డివిజన్—శేషము.

Gummulūru (Z)... గుమ్ములూరు.
Gurrālagondi (Uninhabited) (Z). గుర్రాలగొంది.
Gurtēdu (Z) ... గుర్తేడు.
Hukumpēta (Uninhabited). హుకుంపేట.
Īdulakōta (Uninhabited) (Z). ఈదులకోట.
Īdulavalasa (Uninhabited) (Z). ఈదులవలస.
Īlagadda (Uninhabited) (Z). ఈలగడ్డ.
Irlavāda (Z) ... ఇర్లవాడ.
Isukalapādu (Z). ఇసుకలపాడు.
Isukapādu alias Kottapālem (Z). ఇసుకలపాడు అనే కొత్తపాలెం.
Jaddangi ... జడ్డంగి.
Jadēru (Z) ... జడేరు.
Jājivalasa (Uninhabited) (Z). జాజివలస
Jaggampālem (R). జగ్గంపాలెం.
Jallūru (Z) ... జల్లూరు.
Jelagalagadda (Uninhabited) (Z). జెలగలగడ్డ.
Jīlugulapādu . జీలుగులపాడు.
Jiyyampālem (R). జియ్యంపాలెం.
Kadārikōta (Z) ... కదారికోట.
Kākarapalle (Uninhabited) (Z). కాకరపల్లె.
Kakkonda (Z) ... కక్కొండ.
Kakkitagondi (Uninhabited) (Z). కక్కిటగొంది.
Kalimāmidi (Z) ... కలిమామిడి.
Kallepulōva (Z). కల్లెపులోవ.
Kālladurru (Uninhabited) (Z) కాల్లదుర్రు.
Kallikōta (Uninhabited) (Z). కల్లికోట.
Kāllūru (Uninhabited) (Z). కాల్లూరు.
Kāmavaram (Uninhabited) (Z). కామవరం.
Kāmavarapupādu (R). కామవరపుపాడు.
Kānivāda (Z) .. కానివాడ.
Kanatalabanda (Z). కణతలబండ.
Kantsupādu (Uninhabited) (Z). కంచుపాడు.
Kantipalle (Uninhabited) (Z). కంటిపల్లె.
Kanusulametta (Uninhabited) (Z). కనుసులమెట్ట.
Karakapādu (Z) .. కరకపాడు.
Karidēvupālem ... కరిదేవుపాలెం.
Karlōva ... కర్లోవ.
Karnikōta (Z) కర్నికోట.
Karramāmidigondi (Uninhabited) (Z). కర్రమామిడిగొంది.
Kattirālla (Uninhabited) (Z). కత్తిరాళ్ల.
Kattumilli ... కట్టుమిల్లి.
Kēsavaram ... కేసవరం.
Kimiligadda ... కిమిలిగడ్డ.
Kimmūru ... కిమ్మూరు.
Kinaparti ... కినపర్తి.
Kindra ... కింద్ర.
Kirrāba ... కిర్రాబ.
Komarāpurapupādu. కొమరాపురపుపాడు.
Komaravaram (Pandrapōlu) (Z) కొమరవరం.
Komaravaram (Nulakamāmidi) (Z) కొమరవరం.
Komaravarappādu (Uninhabited). కొమరవరప్పాడు.

ELLAVARAM DIVISION—cont. ఎల్లవరం డివిజను—శేషము.

Kōnalōva ...	కోనలోవ.
Kondalampālem (R).	కొండలంపాలెం.
Kondalingamparti.	కొండలింగంపర్తి.
Kondapalle ...	కొండపల్లె.
Kondūru (Uninhabited) (Z).	కొండూరు.
Koppulakōta (Z).	కొప్పులకోట.
Kōsolavāda (Z) ...	కోసలవాడ.
Kōta (Z) ...	కోట.
Kottakōta (Uninhabited) (Z).	కొత్తకోట.
Kottapallepādu (Uninhabited) (Z).	కొత్తపల్లెపాడు.
Kottūrupādu (Settled).	కొత్తూరుపాడు.
Kottūrupādu (Uninhabited) (R).	కొత్తూరుపాడు.
Kottāda (R) ...	కొత్తాడ.
Kottampālem (Z).	కొట్టంపాలెం.
Kottapalle ...	కొత్తపల్లె.
Kottarāmavaram.	కొత్తరామవరం.
Kottasīma (Uninhabited) (Z).	కొత్తసీమ.
Kōtulapādu (Uninhabited) (Z).	కోతులపాడు.
Kottavūru ...	కొత్తవూరు.
Kovvilapālem (Z).	కొవ్విలపాలెం.
Krishnavaram (Uninhabited).	క్రిష్ణవరం.
Kudumurāyi (Uninhabited) (Z).	కుడుమురాయి.
Kuramgondi ...	కురంగొంది.
Kurlakōta (Ellavaram) Uninhabited) (Z).	కుర్లకోట (ఎల్లవరం.)
Kurupulōva (Uninhabited) (Z).	కురుపులోవ.
Kusumarāyi ...	కుసుమరాయి.
Kutukulūru (Uninhabited) (Z).	కుతుకులూరు.
Kuyyanūru (Z).	కుయ్యనూరు.
Labbarti ..	లబ్బర్తి.
Lāgarāyi ...	లాగరాయి.
Lakkonda ...	లక్కొండ.
Lakshmipuram (Z).	లక్ష్మిపురం.
Langupatti ...	లంగుపర్తి.
Latchireddipālem (Uninhabited) (Z).	లచ్చిరెడ్డిపాలెం.
Lingavaram ...	లింగవరం.
Lingavaram (Z) ...	లింగవరం.
Loddipālem (R) ...	లొద్దిపాలెం.
Lōdoddi ...	లోదొడ్డి.
Madugukōta (Z)...	మడుగుకోట.
Mākāram (Z) ...	మాకారం.
Mallampādu (Uninhabited) (Z).	మల్లంపాడు.
Mallavarapupādu (Uninhabited) (Z).	మల్లవరపుపాడు.
Māmidipālem (Z).	మామిడిపాలెం.
Māmidivāda (Z)...	మామిడివాడ.
Mangampādu (Uninhabited) (Z).	మంగంపాడు.
Mangulūru (Z) ...	మంగులూరు.
Mārēdubāka ...	మారేడుబాక.
Marripālem ...	మర్రిపాలెం.
Marripālem (Z) ...	మర్రిపాలెం.
Marrivāda (Z) ...	మర్రివాడ.
Matlapādu (R) ...	మట్లపాడు.
Matlapādu (Uninhabited) (Z).	మట్లపాడు.
Medurti (Uninhabited) (Z).	మేడుర్తి.
Mittalapālem (Z).	మిట్టలపాలెం.

ELLAVARAM DIVISION—cont. ఎల్లవరం డివిజన్—శేషము.

Miriyapukōta (Uninhabited) (Z). మిరియపుకోట.
Mōhanāpuram (Z). మోహనాపురం.
Mollēru ... మొల్లేరు.
Mukureddipādu (Uninhabited) (Z). ముకురెడ్డిపాడు.
Mulakkāyala Bhīmavaram (Z). ములక్కాయల భీమవరం.
Mulasalapālem (Z) ములసలపాలెం.
Munagalapūdi (Z). మునగలపూడి.
Munjavaram (Uninhabited) (Z). ముంజవరం.
Munjavarapupādu. ముంజవరపుపాడు.
Murlavānipālem. ముర్లవానిపాలెం.
Mutyālalanka (Z). ముత్యాలలంక.
Muvvalavāda (Z). మువ్వలవాడ.
Nadimivāda (Uninhabited) (Z). నడిమివాడ.
Nāgalōva (Uninhabited) (Z). నాగలోవ.
Nakkalapādu (Uninhabited) (Z) నక్కలపాడు.
Nakkarātipālem (Uninhabited) (Z). నక్కరాతిపాలెం.
Nandagirikōta (Uninhabited) (Z). నందగిరికోట.
Nandagiripādu (Uninhabited) (Z). నందగిరి పాడు.
Nandigummi (Z). నందిగుమ్మి.
Narasāpuram (Uninhabited). నరసాపురం.
Nēladōnelapādu (R). నేలదోనెలపాడు.
Nellikōta (Uninhabited) (Z). నెల్లికోట.
Nellimetla ... నెల్లిమెట్ల.
Nellipūdi (Z) ... నెల్లిపూడి.
Nīlarāilabanda (Uninhabited) (Z). నీలరాళ్ళబండ.
Nērellagondikōta (Uninhabited) (Z). నేరెళ్లగొందికోట.
Nīlāram (Z) ... నీలారం.
Nimmalapālem (Z) నిమ్మలపాలెం.
Nūkarāyi (Z) ... నూకరాయి.
Nulakamaddi (Z) నులకమద్ది.
Nuvvugandipālem (Z). నువ్వుగందిపాలెం.
Nuvvumāmidi (Z). నువ్వుమామిడి.
Ōkurti ... ఓకుర్తి.
Orrikōta (Uninhabited) (Z). ఒర్రికోట.
Ozubanda (R) ... ఓజుబండ.
Pālagadda (Uninhabited) (Z) పాలగడ్డ.
Paidiputta (Z) ... పైడిపుట్ట.
Paidiputta (Z) ... పైడిపుట్ట.
Pālagondi (Z) ... పాలగొంది.
Pākaveltipādu ... పాకవెల్తిపాడు.
Panasalaloddi (Uninhabited) (Z). పనసలలొద్ది.
Panasalapālem (Z) పనసలపాలెం.
Pandrapōlu (Z) ... పండ్రపోలు.
Pandrapottipālem (R). పండ్రపొట్టిపాలెం.
Pantsadāralanka (Uninhabited) (Z). పంతదారలంక.
Panukurātipālem (Z). పనుకురాతిపాలెం.
Pāpampēta .. పాపంపేట.

ELLAVARAM DIVISION—cont. ఎల్లవరం డివిజను—శేషము.

Parisivalasa (Z) ... పరిశివలస.
Pasaruginne (Z) .. పసరుగిన్నె.
Pâtakōta (Z) ... పాతకోట.
Pātarāmavaram ... పాతరామవరం.
Pedda addapalle పెద్దఅడ్డపల్లె.
Peddagârlapadu (R). పెద్దగార్లపాడు.
Peddagarrangi ... పెద్దగర్రంగి.
Peddajājigadda (Uninhabited) (Z). పెద్దజాజిగడ్డ.
Peddalōva (Uninhabited) (Z). పెద్దలోవ.
Peddamulakanagadda (Z). పెద్దములకనగడ్డ.
Peddavāda (Z) ... పెద్దవాడ.
Pedda ulempādu (Z). పెద్దఉలెంపాడు.
Peddarellangipālem (Uninhabited) (R). పెద్దరెల్లంగిపాలెం.
Peddavadisakarra (Z). పెద్దవడిశకర్ర.
Pēmulapalle (Uninhabited) (Z). పేములపల్లె.
Penkilapadu (Z). పెంకిలపాడు.
Perikivalasa (Z) ... పెరికివలస.
Pettuvada (Z) ... పెట్టువాడ.
Pidatamamidi Vanayapadu (R). పిడతమామిడి వనయపాడు.
Pidotaragondi (Uninhabited) (Z). పిడతరగొంది.
Pītanlōva (Z) ... పీటన్‌లోవ.
Pisarlōva (G) ... పిసర్లోవ.
Pōlamānugondi (Z). పోలమానుగొంది.
Pōlavarampâdu (Uninhabited) (Z). పోలవరంపాడు.
Pōlavarampādu (Uninhabited) (Z). పోలవరంపాడు.
Pōtamdorapālem (R). పోతందొరపాలెం.
Pōtamdorapālem (Z). పోతందొరపాలెం
Potedevalasa (Uninhabited) (Z) పోతెదేవలస.
Potedevalasa (Uninhabited) (Z). పోతెదేవలస.
Pōtulūru) (Z) ... పోతులూరు.
Pragadapālem ... ప్రగడపాలెం.
Pūdēdu ... పూడేడు.
Pūdōta (Uninhabited (Z). .. పూడోట.
Puligōgulapādu ... పులిగోగులపాడు.
Pulusumāmidi (Z). పులుసుమామిడి.
Putlōva (Z) ... పుట్లోవ.
Puttagandi (Z) ... పుట్టగంది.
Pulegummi (Uninhabited) (Z). పులెగుమ్మి.
Puligunta (Uninhabited) (Z). పులిగుంట.
Pūrulōva (Uninhabited) (Z). పూరులోవ.
Puttapallepādu (Uninhabited) (Z). పుట్టపల్లెపాడు.
Rājānagaram ... రాజానగరం.
Rājavaram ... రాజవరం.
Rājavaram (R) ... రాజవరం.
Rājavommangi ... రాజవొమ్మంగి.
Rājupētuloddi (R). రాజుపేటులొద్ది.
Rākōta (Z) ... రాకోట.
Rakkisagondi (Z). రక్కిసగొంది.
Rāmalakonda (Z). రామలకొండ.
Rāmaldēvapuram (Z). రామల్దేవపురం.
Rāmavaram (Chēmagadda) (Z). రామవరం.

ELLAVARAM DIVISION—cont. ఎల్లవరం డివిజన్—శేషము.

Rāmavaram (Dūcherti) (Z).	రామవరం.
Rātsapālem (Z) ...	రాచపాలెం
Ratsavalasa (Z) ...	రచ్చవలస.
Rāvulapālem (Z).	రావులపాలెం.
Rāyaligadda (Uninhabited) (Z).	రాయలిగడ్డ.
Rāyapalle (Z) ...	రాయపల్లె.
Rāvigūdem (Z) ...	రావిగూడెం.
Rēgulapādu (Z) ...	రేగులపాడు.
Rēvadikōta (Uninhabited) (Z).	రేవడికోట.
Rēvatipālem ...	రేవటిపాలెం.
Rōllagadda (Z) ...	రోళ్లగడ్డ.
Rovvagadda (Z) ..	రొవ్వగడ్డ.
Sharrakōta (Uninhabited) (Z).	షర్రకోట.
Sarabhavaram (Z).	శరభవరం.
Sarabhavaram ...	శరభవరం.
Sarampēta ...	సరంపేట.
Sarampētapādu ...	సరంపేటపాడు
Sēsharāyi (Z) ...	శేషరాయి.
Settipalle (Z) ...	శెట్టిపల్లె.
Sīkulōva (Uninhabited).	సీకులోవ.
Simhādripālem (Z)	సింహాద్రిపాలెం.
Singampalle ...	శింగంపల్లె.
Singanikōta (Z) ...	శింగనికోట.
Singārapupādu (Uninhabited) (Z).	సింగారపుపాడు.
Sītāram (Z) ...	సీతారం.
Sītārapupādu (Uninhabited) (Z).	సీతారపుపాడు.
Sītārapupādu (Uninhabited) (Z).	సీతారపుపాడు.
Sōmannapālem (Z)	సోమన్నపాలెం.
Subbampādu ...	సుబ్బంపాడు.
Sundarakōta (Uninhabited) (Z).	సుందరకోట.
Sūrampālem ...	సూరంపాలెం.
Sūrampālem (R)...	సూరంపాలెం.
Tādikōta (Z) ...	తాడికోట.
Tāllapālem ...	తాళ్లపాలెం.
Tāllapālempādu (Uninhabited) (Z).	తాళ్లపాలెంపాడు.
Tammireddikōta (Uninhabited) (Z).	తమ్మిరెడ్డికోట.
Tangēdukōta (Z).	తంగేడుకోట.
Tangēllamaddi (Z)	తంగేళ్లమద్ది.
Tantikonda ...	తంటికొండ.
Tarlakōta (Uninhabited) (Z).	తర్లకోట.
Tarnivāda (Uninhabited) (Z).	తర్నివాడ.
Tātlōva (Z). ...	తాట్లోవ.
Tiyyachintapālem (Z).	తియ్యచింతపాలెం.
Timmāpuram ...	తిమ్మాపురం.
Tirumalavāda (Z).	తిరుమలవాడ.
Toyyamangi or Tiyyambādu (Z)	తొయ్యమంగి లేక తియ్యంబాడు.
Tittiragondi (Uninhabited) (Z).	తిత్తిరగొంది.
Tiyyamāmidipālem (Uninhabited) (Z).	తియ్యమామిడిపాలెం.
Tōtakūrapālem (Uninhabited) (Z).	తోటకూరపాలెం.
Tsākirēvula (Z) ..	చాకిరేవుల.
Tsāparātipālem (Z)	చాపరాతిపాలెం
Tsāparāyi (Z) ...	చాపరాయి.
Tsvāatidibbalu (Z)	చావటిదిబ్బలు.
Tulusūru (Z) ...	తులుసూరు.
Tummekalapādu (Z).	తుమ్మెకలపాడు.

ELLAVARAM DIVISION—cont. ఎల్లవరం డివిజను—శేషము.

Tungalōva (Z) ... తుంగలోవ.
Tungamadugulu (Z). తుంగమడుగులు.
Tumpadam (Uninhabited) (Z). తుంపడం.
Tūrumāmidi (Uninhabited) (Z) తూరుమామిడి.
Ulibōgula (Z) .. ఉలిబోగుల.
Ummetta (R) ... ఉమ్మెత్త.
Uppalapādu Narasāpuram. ఉప్పలపాడు నర్సాపురం.
Urlākulapādu ... ఉర్లాకులపాడు.
Usirikalanka (Uninhabited). ఉసిరికలంక.
Utlapālem (Z) ... ఊట్లపాలెం.
Uyyālamadugu (R). ఉయ్యాలమడుగు.
Vāgipālem ... వాగిపాలెం.
Vāgulapālem (Uninhabited) (Z). వాగులపాలెం.
Valasalapādu (Uninhabited) వలసలపాడు.
Valasalapālem (Uninhabited). వలసలపాలెం.
Vanakarāyi ... వనకరాయి.
Vanchangi ... వంచంగి.
Vangalamadugu ... వంగలమడుగు.
Vangalamadugu (Uninhabited) (Z). వంగలమడుగు.
Varadalikōta (Uninhabited) (Z). వరదలికోట.
Vātangi ... వాతంగి.
Vatticheruvugondi (Z). వట్టిచెరువుగొంది.
Vattigadda (Z) ... వట్టిగడ్డ.
Vattūru (Uninhabited) (Z). వట్టూరు.
Vayyēru ... వయ్యేరు.
Velugondalapādu (Uninhabited) (Z). వెలుగొండలపాడు.
Ventrukalagadda (Uninhabited) (Z). వెంట్రుకలగడ్డ.
Vēmulatsāparāyi (Uninhabited) (Z). వేములచాపరాయి.
Vedullakonda (Z). వెదుళ్లకొండ.
Vedullapalle (Z). వెదుళ్లపల్లె.
Vēgireddikōta (Uninhabited) (Z). వేగిరెడ్డికోట.
Vējivāda ... వేజివాడ.
Velagalapālem ... వెలగలపాలెం.
Vēmulōva (R) ... వేములోవ.
Venkatanagaram alias Rangamdorapālem. వెంకటనగరం లేక రంగందొరపాలెం.
Vērlagadda ... వేర్లగడ్డ.
Vētamāmidi (Z)... వేటమామిడి.
Villarti ... విల్లర్తి.
Vinjavarapupādu (Uninhabited). వింజవరపుపాడు.
Vīrabhadrapuram. వీరభద్రపురం.
Vīrampālem (Z) ... వీరంపాలెం.
Vīravaram (Z) ... వీరవరం.
Yāmanapalle (R). యామనపల్లె.
Yārlagadda (Gurtēdu) (Z). యార్లగడ్డ.
Yārlagadda (Z) ... యార్లగడ్డ.
Yellavaram (Ellavaram). యెల్లవరం.
Zājigadda (Z) ... జాజిగడ్డ.
Zājipālem (Z) ... జాజిపాలెం.

NŪGŪR TĀLŪK. నూగూరు తాలూకా.

Albāka (Z) ... అల్బాక.
Annāram ... అన్నారం.
Ankanagūdem (Z) అంకనగూడెం.
Āruguntapalle (Z) అరుగుంటపల్లి.
Ārlagūdem ... అర్లగూడెం.
Ārlagūdem ... అర్లగూడెం.
Ayyavāripēta (Z) అయ్యవారిపేట.

Nūgūr Tālūk—cont. నూగూరు తాలూకా—శేషము.

Bandagūdem ... బండగూడెం.
Barlagūdem (Z)... బర్లగూడెం.
Barlagattagūdem (Z) బర్లగట్టగూడెం.
Battenapalle ... బత్తెనపల్లె.
Bhūmanapalle ... భూమనపల్లె.
Bhūmulalanka ... భూములలంక.
Bijanapalle (Z) .. బిజనపల్లె.
Bōdanalli ... బోడనల్లి.
Bōdāpuram ... బోడాపురం.
Bollāram (Z) ... బొల్లారం.
Bommanapalle ... బొమ్మనపల్లె.
Bōyinapalle ... బోయినపల్లె.
Būrugūdem (Z) .. బూరుగూడెం.
Chandrupatla (Z). చంద్రుపట్ల.
Chelamala ... చెలమల.
Chelamala (Z) ... చెలమల.
Cherla (Z) ... చెర్ల.
Cherukūru (Z) ... చెరుకూరు.
Cherukūru Chāk... చెరుకూరు చాక్.
Chikupalle (Z) ... చికుపల్లె.
Chinnāda (Z) ... చిన్నాడ.
Chinnagangāram. చిన్నగంగారం.
Chinnagolla gūdem (Z). చినగొల్లగూడెం.
Chinamidisilēru ... చినమిడిసిలేరు.
Chintagūdem ... చింతగూడెం.
Chintagunta (Z)... చింతగుంట.
Chintūru (Z) ... చింతూరు.
Chirtapalle (Z) ... చిర్తపల్లె.
Dandupēta ... దండుపేట.
Darmāram (Z) ... దర్మారం.
Dēvarapalle (Z) ... దేవరపల్లె.
Dōli ... డోలి.
Dōsillapalle ... దోశిల్లపల్లె.
Dūllāpuram ... దూల్లాపురం.
Dūsarājupalle (Z). దూసరాజుపల్లె.
Edira ... ఎదిర.
Educherlapalle(Z). ఏడుచెర్లపల్లె.
Ganapuram (Z) ... గణపురం.
Gannavaram (Z)... గన్నవరం.
Ghāt-Virāpuram (Z). ఘాటివీరాపురం.
Gōgubāka (Z) ... గోగుబాక.
Gommugūdem (Z) గొమ్ముగూడెం.
Gommupullabōyinapalle (Z). గొమ్ముపుల్లబోయినపల్లె.
Gōmpalle (Z) ... గోంపల్లె.
Gummadidodi (Z). గుమ్మడిదొడ్డి.
Ippagūdem ... ఇప్పగూడెం.
Ippagūdem (Z) ... ఇప్పగూడెం.
Jella .. జెల్ల.
Jettigūdem (Z) ... జెట్టిగూడెం.
Kadekal (Z) ... కడెకల్.
Kalipāka ... కలిపాక.
Kalivēru (Z) ... కలివేరు.
Kantēpalle ... కంటేపల్లె.
Kārkāl (Z) ... కార్కాల్.
Kattigūdem .. కత్తిగూడెం.
Kēsavapuram ... కేశవపురం.
Kondāpuram (Z). కొండాపురం.
Kongāla (Z) ... కొంగాల.
Kopsūru ... కొప్సూరు.
Kottagūdem ... కొత్తగూడెం
Kattagūdem (Z)... కొత్తగూడెం.
Kottakondāpuram. కొత్తకొండాపురం.
Kottakurnapalle ... కొత్తకుర్నపల్లె.
Kottapalle (Z) ... కొత్తపల్లె.
Kottūru .. కొత్తూరు.
Kōyabestāgūdem (Z). కోయబెస్తగూడెం.
Kōyavīrāpuram ... కోయవీరాపురం.
Koyyūru (Z) ... కొయ్యూరు.
Krishnāpuram ... క్రిష్ణాపురం.
Kudunūru (Z) ... కుడునూరు.
Kurnapalle ... కుర్నపల్లె.
Lālpēta ... లాల్‌పేట.
Lingāla (Z) ... లింగాల.
Lingapēta ... లింగపేట.
Lingapēta patch alias Lakshmipuram. లింగపేట ప్యాచి అనే లక్ష్మీపురం.

NŪGŪR TĀLŪK—cont. నూగూరు తాలూకా—శేషము.

Name	Telugu
Lingāpuram (Z) ...	లింగాపురం.
Matsavāripullabōyinapalle (Z).	మచ్చవారిపుల్లబోయినపల్లె.
Mahitāpuram (Z).	మహితాపురం.
Mallāpuram ...	మల్లాపురం.
Māmidigūdem (Z).	మామిడిగూడెం.
Marikāla (Z) ...	మరికాల.
Marrigūdem (Z)...	మర్రిగూడెం.
Mogallapalle (Z)	మొగల్లపల్లె.
Morumūru ...	మొరుమూరు.
Mukunūru ...	ముకునూరు.
Mulakalapalle ...	ములకలపల్లె.
Murramvānigūdem	ముర్రంవానిగూడెం.
Mutāramchāk ...	ముత్తారంచాక్.
Nāgāram ...	నాగారం.
Nallaguntapalle (Z)	నల్లగుంటపల్లె.
Narsireddigūdem (Z).	నర్సిరెడ్డిగూడెం.
Nūgūr (Z) ...	నూగూరు.
Oddipēta (Z) ...	ఒడ్డిపేట.
Ontichintagūdem.	ఒంటిచింతగూడెం.
Padigāpuram (Z)	పడిగాపురం.
Pālem (Z) ...	పాలెం.
Pāmunūru ...	పాමునూరు.
Peddagollagūdem. (Z).	పెద్దగొల్లగూడెం.
Peddamidisilēru (Z).	పెద్దమిడిసిలేరు.
Peddagangāram (Z)	పెద్దగంగారం.
Penugōlu ...	పెనుగోలు.
Pērūru (Z) ...	పేరూరు.
Pragallapalle (Z).	ప్రగల్లపల్లె.
Pūzārigūdem (Z).	పూజారిగూడెం.
Pūnem Vīrāpuram (Z).	పూనెంవీరాపురం.
Puligundāla ...	పులిగుండాల.
Pūsūru (Z) ...	పూసూరు.
Pūsuguppa ...	పూసుగుప్ప.
Rātsapalle ...	రాచపల్లె.
Rāllagūdem ...	రాళ్లగూడెం.
Rāmanna gūdem (Z).	రామన్నగూడెం.
Rāmavaram (Z) ...	రామవరం.
Rāmpuram (Z) ...	రాంపురం.
Rēgunta (Z) ...	రేగుంట.
Sarakalanka ...	సరకలంక.
Singasamudram ...	సింగసముద్రం.
Sarangappam (Waste land) (Z)	సరంగప్పం.
Subbampēta (Z)...	సుబ్బంపేట.
Sudibāka (Z) ...	సుదిబాక.
Sūravīdu (Z) ...	సూరవీడు.
Tāniparti (Z) ...	తానిపర్తి.
Tēgada (Z) ...	తేగడ.
Tōkulagūdem	తోకులగూడెం.
Tōkulagūdem (Z)	తోకులగూడెం.
Tippāpuram (Patvari circle No. IV).	తిప్పాపురం.
Tippāpuram (Patvari circle No. V).	తిప్పాపురం.
Unjupalle ...	ఉంజుపల్లె.
Upparigūdem ...	ఉప్పరిగూడెం.
Uppēdu (Z) ...	ఉప్పేడు.
Uppēduvīrāpuram (Z).	ఉప్పేడువీరాపురం.
Uyyālamadugu (Z)	ఉయ్యాలమడుగు.
Vādagūdem alias Bestāgudem (Z)	వాడగూడెం అనే బెస్తాగూడెం.
Vājēdu ...	వాజేడు.
Venkatāpuram (Z)	వెంకటాపురం.
Vīrabhadravaram (Z).	వీరభద్రవరం.
Virapuram (Z) ...	వీరపురం.
Zangālapalle (Patch).	జంగాలపల్లె (పాచ్)
Zangālapalle ...	జంగాలపల్లె.

PEDDĀPURAM TĀLŪK. పెద్దాపురం తాలూకా.

Village	Telugu
Achchampēta (I).	అచ్చంపేట.
Amirēkhala	అమిరేఖల.
Anantāram	అనంతారం.
Ankampālem	అంకంపాలెం.
Annavaram	అన్నవరం.
Annavaram (S.No. 63).	అన్నవరం.
Anumarti	అనుమర్తి.
Ānūru	ఆనూరు.
Ārelladhāra (Uninhabited) (I).	ఆరెళ్లధార.
Ārempūdi	ఆరెంపూడి.
Āvelti	ఆవెల్తి.
Balarāmpuram (I).	బలరాంపురం.
Balabhadrapuram (Uninhabited).	బలభద్రపురం.
Bāpabhūpālapatnam.	బాపభూపాలపట్నం.
Bāpandhāra	బాపంధార.
Bāvuruvāka (I)	బావురువాక.
Bhadravaram	భద్రవరం.
Bhūpālapatnam (Z).	భూపాలపట్నం.
Billavāka (Uninhabited).	బిల్లవాక.
Borrampālem (Z).	బొర్రంపాలెం.
Buradakōta	బురదకోట.
Būrugapūdi (Z)	బూరుగపూడి.
Chellūru	చెల్లూరు.
Chendramāmpalle (Z).	చెంద్రమాంపల్లె.
Chillangi (Z)	చిల్లంగి.
Chinnabrahmadēvam.	చిన్నబ్రహ్మదేవం.
Chinnajaggampēta (Z).	చిన్న జగ్గంపేట.
Chinnamallāpuram.	చిన్న మల్లాపురం.
Chinnasankarlapūdi (Z).	చిన్న శంకర్లపూడి.
Chintālūru (I)	చింతాలూరు.
Dabbādi	దబ్బాడి.
Dabbāvāripaidipāla.	దబ్బావారిపైడిపాల.
Dhārajagannādhapuram (I).	ధారజగన్నాధపురం.
Dhāra Mallāpuram	ధార మల్లాపురం.
Diguvadhārapalle (I).	దిగువధారపల్లె.
Diguvasivāda (I).	దిగువశివాడ.
Divila	దివిల.
Doddigunta	దొడ్డిగుంట.
Dontamūru	దొంతమూరు.
Dontamūru (Z)	దొంతమూరు.
Dōparti (Uninhabited) (I).	దోపర్తి.
Erakāpuram	ఎరకాపురం.
Eguvasivāda (I)	ఎగువశివాడ.
Elēsvaram	ఎలేశ్వరం.
Ellamilli (Z)	ఎల్లమిల్లి.
Ēlūru	ఏలూరు.
Ēnugadhārapalle (Uninhabited) (I)	ఏనుగధారపల్లె.
Erakampālem (I).	ఎరకంపాలెం.
Errampālem (Z)	ఎర్రంపాలెం.
Erravaram (Z)	ఎర్రవరం.
Gajjanapūdi (I)	గజ్జనపూడి.
Gandēpalle	గండేపల్లె.
Gangavaram (I)	గంగవరం.
Gavarampēta (I)	గవరంపేట.
Geddanāpalle (Z).	గెద్దనాపల్లె.
Gidajām (I)	గిడజాం.
Ginnelāram	గిన్నెలారం.
Girijanāpuram (I).	గిరిజనాపురం.
Gondi (I)	గొంది.
Gōkavaram (I)	గోకవరం.
Gollalagunta (Z).	గొల్లలగుంట.
Gōnēda (Z)	గోనేడ.
Gōrinta	గోరింట.
Gōvindapuram (Z)	గోవిందపురం.
Gudivāda	గుడివాడ.

PEDDĀPURAM TĀLŪK—cont. పెద్దాపురం తాలూకా—శేషము.

Gummarēgula (I). గుమ్మరేగుల.
Gurappālem (Z) ... గురప్పాలెం.
Īlakolanu ... ఈలకొలను.
Illapalle (I) ... ఇళ్లపల్లె.
Irripāka (Z) ... ఇర్రిపాక.
Jagannādhapuram (I). జగన్నాథపురం.
Jagapatinagaram. జగపతినగరం.
Jaggampēta (I) .. జగ్గంపేట.
Jaggampēta (Z) ... జగ్గంపేట.
Jaggannatimmāpurām. జగ్గన్నతిమ్మాపురం.
Jaladām ... జలదాం.
Kāndrakōta ... కాండ్రకోట.
Kāndrēgula (Z) .. కాండ్రేగులం.
Kāpavaram ... కాపవరం.
Kātrāvulapalle (Z) కాట్రావులపల్లె.
Kattamūru ... కట్టమూరు.
Kattipūdi ... కత్తిపూడి.
Kētanagirimirtivādā. కేతనగిరిమిర్తివాడ.
Kirlampūdi (Z) ... కిర్లంపూడి.
Kōdūru (I) ... కోడూరు.
Kondapālem (Uninhabited) (I). కొండపాలెం.
Kondapalle (S. No. 34). కొండపల్లె.
Kondapalle (S. No. 71). కొండపల్లె.
Kondamadugulavāri Kottapalle (I). కొండమడుగులవారి కొత్తపల్లె.
Kondempūdi (Uninhabited) (I). కొండెంపూడి.
Kontangi (I) ... కొంతంగి.
Kōtapādu ... కోటపాడు.
Kottapalle (I) ... కొత్తపల్లె.
Kottūru (Z) ... కొత్తూరు.
Kottūru *near* Mulagapūdi (I). కొత్తూరు ములగపూడివద్ద.
Krishavaram (Z). కృష్ణవరం.

Lachchireddipālem (I). లచ్చిరెడ్డిపాలెం.
Lakkavaram ... లక్కవరం.
Lāmpakalōva ... లంపకలోవ
Lingamparti ... లింగంపర్తి
Mallavaram (I) ... మల్లవరం.
Mallēpalle ... మల్లేపల్లె.
Mallisāla (Z) ... మల్లిసాల.
Māmidāda ... మామిడాడ.
Mandapam ... మండపం.
Manyamvāripālem (Z). మన్యంవారిపాలెం.
Marlāva (Z) ... మర్లావ.
Marripūdi ... మర్రిపూడి.
Marrivīdu ... మర్రివీడు.
Marripāka (Z) ... మర్రిపాక.
Māsampalle (I) ... మాసంపల్లె.
Merakachāmavaram (I) మెరకచామవరం.
Mettuchinta (I) ... మెట్టుచింత.
Mukkollu (Z) ... ముక్కొల్లు.
Mukundavaram ... ముకుందవరం.
Mulagapūdi ... ములగపూడి.
Murāri ... మురారి.
Nallamilli ... నల్లమిల్లి.
Nāmagiri Narēndrapatnam (I) నామగిరి నరేంద్రపట్నం.
Narēndrapatnam. నరేంద్రపట్నం.
Nāyakampalle (Z) నాయకంపల్లె.
Nellipūdi (I) ... నెల్లిపూడి.
Ommangi (Z) ... ఒమ్మంగి.
Ondrēgula ... ఒంద్రేగుల.
Paidāvāri Jagannādhapuram (I). పైడావారి జగన్నాథపురం.
Pallapuchamavaram. పల్లపుచామవరం.
Pāndavulapālem... పాండవులపాలెం.
Parintadaka ... పరింతడక.
Pārupāka (I) ... పారుపాక.

PEDDĀPURAM TĀLŪK—cont. పెద్దాపురం తాలూకా—శేషము.

Pedda Mallāpuram. పెద్ద మల్లాపురం.
Pedda Rāyavaram. పెద్ద రాయవరం.
Pedda Sankarlapūdi. పెద్ద శంకర్లపూడి.
Peddāpuram ... పెద్దాపురం.
Peddanāpalle (Z). పెద్దనాపల్లె.
Peddipālem (I) ... పెద్దిపాలెం.
Peddūru ... పెద్దూరు.
Pēravaram ... పేరవరం.
Pōlavaram ... పోలవరం.
Podurupāka (I) .. పొదురుపాక.
Pōtulūru ... పోతులూరు.
Prattipādu (Z) ... ప్రత్తిపాడు.
Pulimēru ... పులిమేరు.
Rāgampēta ... రాగంపేట.
Rāgampēta (Z) ... రాగంపేట.
Rāghavapatnam ... రాఘవపట్నం.
Rājapūdi (Z) ... రాజపూడి.
Rājāram (I) ... రాజారం.
Rājavaram (I) ... రాజవరం.
Rājupālem (Z) ... రాజుపాలెం.
Rāllakhandrika (Uninhabited) (I) రాళ్ల ఖండ్రిక.
Rāmakrishnāpurām (Z). రామక్రిష్ణాపురం.
Rāmakrishnāpuram (I). రామక్రిష్ణాపురం.
Rāmannapālem (I) రామన్నపాలెం.
Ramanayyapēta ... రమణయ్యపేట.
Rāmavaram (Z) ... రామవరం.
Rangampēta ... రంగంపేట.
Rangāpuram ... రంగాపురం.
Ravutulapūdi ... రవుతులపూడి.
Rāyabhūpālapatnam. రాయభూపాలపట్నం.
Rāyavaram (Z) ... రాయవరం.
Sakhumallatimmāpuram (Z). సఖుమల్ల తిమ్మాపురం.
Sankhavaram (I)... శంఖవరం.
Santapaidipāla (I). సంతపైడిపాల.

Sarabhavaram (I). శరభవరం.
Sarlanka .. సార్లంక.
Satyavaram ... సత్యవరం.
Siddāvāripālem ... సిద్దావారిపాలెం.
Simusūru (I) ... సిముసూరు.
Singampalle ... సింగంపల్లె.
Singarampālem ... సింగరంపాలెం.
Siripuram (Z) ... శిరిపురం.
Sirivāda ... శిరివాడ.
Sītampēta (Uninhabited). సీతంపేట.
Sītānagaram (Uninhabited) (Z). శీతానగరం.
Sītayyammapēta (I) శీతయ్యమ్మపేట.
Sītayyapēta (Z) ... శీతయ్యపేట.
Sōmavaram (Z) .. సోమవరం.
Srungadhāra ... శృంగధార.
Srungārāyanipālem (Z). శృంగరాయనిపాలెం.
Srungadhāra Agrahāram (I). శృంగధార అగ్రహారం.
Srungavaram (I). శృంగవరం.
Subhadrampēta .. సుభద్రంపేట.
Sūrampālem ... సూరంపాలెం.
Sūrampeta (Uninhabited) (I). సూరంపేట.
Tāduvāyī (I) ... తాడువాయి.
Tādiparti (Z) ... తాడిపర్తి.
Tāllūru (Z) ... తాళ్లూరు.
Tāmarāda (Z) ... తామరాడ.
Tirumāli (Z) ... తిరుమాలి.
Tirupatampēta (Uninhabited) (I) తిరుపతంపేట.
Tirupati (Z) ... తిరుపతి.
Tirupatirājāpuram (North). తిరుపతి-రాజాపురం
Tirupatirājāpuram (South). తిరుపతి-రాజాపురం
Tirupatirājupēta (Uninhabited) (Z). తిరుపతి-రాజుపేట.

PEDDĀPURAM TĀLŪK—cont. పెద్దాపురం తాలూకా—శేషము.

Tōtakūrapālem (Uninhabited) (I) తోటకూరపాలెం.
Tōtapalle ... తోటపల్లె.
Tsākirēvulapālem (Uninhabited). చాకిరేవులపాలెం.
Tummalapalle (I) తుమ్మలపల్లె.
Tūrpu Lakshmīpuram. తూర్పు లక్ష్మీపురం.
Uddanda Jagannādhapuram (I). ఉద్దండ జగన్నాథపురం.
Uligōgula ... ఉలిగోగుల.
Ulimēswaram ... ఉలిమేశ్వరం.
Uppalapādu (Z) ... ఉప్పలపాడు.
Uppampālem(I)... ఉప్పంపాలెం.
Uttarakanchi ... ఉత్తరకంచి.
Vadiselēru ... వడిశెలేరు.
Vadlamūru ... వడ్లమూరు.
Vajrakūtam (I) ... వజ్రకూటం.
Vākapalle (I) ... వాకపల్లె.
Vālutimmāpuram వాలుతిమ్మాపురం.
Vantāda (I) ... వంతాడ.
Vēlangi ... వేలంగి.
Vēlanka (Z) ... వేలంక.
Veludurti (Z) ... వెలుదుర్తి.
Vēmulapālem (I). వేములపాలెం.
Venkatanagaram (No. 14) (I). వెంకటనగరం.
Venkatanagaram (No 45) (I). వెంకటనగరం.
Venkatāpuram ... వెంకటాపురం.
Venkatāpuram V. C. (I). వెంకటాపురం.
Vīrampālem ... వీరంపాలెం.
Vīravaram (Z) ... వీరవరం.

PITHĀPURAM DIVISION. పిఠాపురం డివిజన్.

Agrahāram (Z) ... అగ్రహారం.
Amaravilli (Z) ... అమరవిల్లి.
Amīnubādā (Z) ... అమీనుబాదా.
Bhōgāpuram(Z)... భోగాపురం.
Chēbrōlu (Z) ... చేబ్రోలు.
Chedalāda (Z) ... చెదలాడ.
Chendrampālem (Z). చెంద్రంపాలెం.
Chendurti (Z) ... చెందుర్తి.
Chitrāda (Z) ... చిత్రాడ.
Dharmavaram (Z). ధర్మవరం.
Durgāda (Z) ... దుర్గాడ.
Endapalle (Z) ... ఎండపల్లె.
Faqīrudīnpālem (Z). ఫక్కీరుదీన్‌పాలెం
Gōkivāda (Z) ... గోకివాడ.
Gollaprōlu (Z) ... గొల్లప్రోలు.
Gōrasa (Z) ... గోరస.
Gōvindarājupālem (Z). గోవిందరాజుపాలెం.
Illindrāda (Uninhabited) (Z). ఇల్లింద్రాడ.
Isukapalle (Z) ... ఇసుకపల్లె.
Jagapatirājāpuram (Z). జగపతిరాజాపురం.
Jallūru (Z) ... జల్లూరు.
Jamulapalle (Z)... జముల్లపల్లె.
Kandarāda (Z) ... కందరాడ.
Kodavali (Z) ... కొడవలి.
Kōlanka (Z) ... కోలంక.
Komaragiri (Z)... కొమరగిరి.
Kondevaram (Z)... కొండెవరం.
Kottapalle (Z) ... కొత్తపల్లె.
Kottūru (Z) ... కొత్తూరు.
Kumārapuram (Z) కుమారపురం.
Kutukudumilli (Z) కుతుకుడుమిల్లి.
Lakshmīpuram (Uninhabited) (Z). లక్ష్మీపురం.
Mādhavapuram(Z) మాధవపురం.
Mallām (Z) ... మల్లాం.
Mallavaram (Z) ... మల్లవరం.
Mangiturti ... మంగితుర్తి.
Mūlapēta (Z) ... మూలపేట.

Pithāpuram Division—cont. పిఠాపురం డివిజన్—శేషము.

Nāgulāpalle (Z)... నాగులాపల్లె.
Navakhandravāda (Z). నవఖండ్రవాడ.
Pithāpuram (Z) .. పిఠాపురం.
Ponnāda (Z) ... పొన్నాడ.
Rātsapalle (Z) ... రాచపల్లె.
Ramanakkapēta (Z). రమణక్కపేట.
Rāparti (Z) ... రాపర్తి
Sītānagaram (Uninhabited) (Z). సీతానగరం.
Subbampēta (Z)... సుబ్బంపేట.
Tātiparti (Z) ... తాటిపర్తి.
Uppāda (Z) ... ఉప్పాడ.
Vākatippa (Z) ... వాకతిప్ప.
Vannepūdi (Z) ... వన్నెపూడి.
Vīrarāghavapuram (Uninhabited) (Z). వీరరాఘవపురం.
Virava (Z) ... విరవ.
Vīravāda (Z) .. వీరవాడ.

Pōlavaram Division. పోలవరం డివిజన్.

Achchayyapālem. అచ్చయ్యపాలెం.
Akkampēta ... అక్కంపేట.
Alivēru (Z) ... అలివేరు.
Ammapālem ... అమ్మపాలెం.
Ankampālem ... అంకంపాలెం.
Ankanagūdem ... అంకనగూడెం.
Antarvēdigūdem (Z). అంతర్వేదిగూడెం.
Arisalōva ... అరిసలోవ.
Ayyavāri Pōlavaram (I). అయ్యవారిపోలవరం.
Ballipādu (Z) ... బల్లిపాడు.
Bandārlagūdem ... బండార్లగూడెం.
Bayyanagūdem (Z) బయ్యనగూడెం.
Bayyavaram (Uninhabited) (Z). బయ్యవరం.
Billumilli (Z) ... బిల్లుమిల్లి.
Bottappagūdem (Kannāyapālem). బొత్తప్పగూడెం (కన్నాయపాలెం).
Bottappagūdem (Rāmannagūdem) బొత్తప్పగూడెం (రామన్నగూడెం)
Būsarājupalle ... బూసరాజుపల్లె.
Buttāyagūdem (Z) బుట్టాయగూడెం.
Chēgondapalle (Z) చేగొండపల్లె.
Cherukumilli (Z). చెరుకుమిల్లి.
Chīdūru ... చీదూరు.
Chilakalūru ... చిలకలూరు
Chīmalavārigūdem చీమలవారిగూడెం.
Chintalagūdem ... చింతలగూడెం.
Darbhagūdem ... దర్భగూడెం.
Dārvāda ... దార్వాడ.
Dontapūdi (I) ... దొంతపూడి.
Doramāmidi ... దొరమామిడి.
Errāyagūdem ... ఎర్రాయగూడెం.
Ganapavaram ... గణపవరం.
Ganganagūdem ... గంగనగూడెం.
Gangōlu (Z) ... గంగోలు.
Geddapalle (Z) ... గెద్దపల్లె.
Gōpālapuram ... గోపాలపురం.
Guddigūdem ... గుడ్డిగూడెం.
Gunjavaram ... గుంజవరం.
Gūtāla .. గూటాల.
Itikalakunta ... ఇటికలకుంట.
Jaggisettigūdem. జగ్గిశెట్టిగూడెం.
Jagannādhapuram జగన్నాధపురం.
Jillellagūdem ... జిల్లెళ్లగూడెం.
Jīlugumilli ... జీలుగుమిల్లి.
Jayanavārigūdem. జయనవారిగూడెం.
Kāmayyapālem ... కామయ్యపాలెం.
Kāmayyagunta ... కామయ్యగుంట.
Kannāpuram ... కన్నాపురం.
Karakapādu (Z)... కరకపాడు.
Khandrikagūdem. ఖండ్రికగూడెం.
Kondrukōta (Z)... కొండ్రుకోట.
Kurasankannappagūdem. కురసంకన్నప్పగూడెం.

Pōlavaram Division—cont. పోలవరం డివిజన్—శేషము.

Village	Telugu
Kōrasavārigūdem (Z).	కోరసవారిగూడెం.
Kōrukondapādu ...	కోరుకొండపాడు.
Korutūru ...	కొరుటూరు.
Kōtarāmachandrapuram.	కోటరామచంద్రపురం.
Kovvāda ...	కొవ్వాడ.
Kōyagūdem ...	కోయగూడెం
Koyyalagūdem ...	కొయ్యలగూడెం.
Lakshmīnārāyanadēvupēta (Z).	లక్ష్మీనారాయణదేవుపేట.
Lakshmipuram ...	లక్ష్మీపురం.
Lankālapalle ...	లంకాలపల్లె.
Lakshmudugūdem	లక్ష్ముడుగూడెం.
Lankapalle ...	లంకపల్లె.
Maisanagūdem ...	మయిసనగూడెం.
Mahādēvapuram ...	మహాదేవపురం.
Mangapatidēvupēta.	మంగపతిదేవుపేట.
Mangayyapālem ...	మంగయ్యపాలెం.
Marlagūdem ...	మర్లగూడెం.
Mātanagūdem (Uninhabited).	మాతనగూడెం.
Merakagūdem ...	మెరకగూడెం.
Mulagalampalle ...	ములగలంపల్లె.
Muddappagūdem.	ముద్దప్పగూడెం.
Nāgampālem (Z).	నాగంపాలెం.
Nāgampālem ...	నాగంపాలెం.
Nāgavaram (Z) ...	నాగవరం.
Nimmalagūdem ...	నిమ్మలగూడెం.
Paidipāka (Z) ...	పైడిపాక.
Pandugūdem ...	పండుగూడెం.
Pālacharla Rājavaram	పాలచర్లరాజవరం.
Pālagunta ...	పాలగుంట.
Parimpūdi ...	పరింపూడి.
Parimpūdi Nārāyanapuram.	పరింపూడి నారాయణపురం.
Pattennapālem ...	పట్టెన్నపాలెం.
Pattesam (Z) ...	పట్టెసం.
Peddakōpalle ...	పెద్దకోపల్లె.
Peddipalle (Uninhabited).	పెద్దిపల్లె.
Pōchavaram (Z) ...	పోచవరం.
Pōlavaram (Z) ...	పోలవరం.
Pragadapalle (Z).	ప్రగడపల్లె.
Pūbilli (deserted)	పూబిల్లి (బేచరాకు).
Pūchikapādu ...	పూచికపాడు.
Pulirāmudugūdem	పులిరాముడుగూడెం.
Pullipūdi (I) ...	పుల్లిపూడి.
Rāsanagūdem ...	రాచనగూడెం.
Rāgappagūdem ...	రాగప్పగూడెం.
Rāgōlapalle (Z) ...	రాగోలపల్లె.
Rājamundri ...	రాజమండ్రి.
Rājānagaram ...	రాజానగరం.
Rāmannagūdem ...	రామన్నగూడెం.
Rāmannapālem ...	రామన్నపాలెం.
Rāmānujapuram (I).	రామానుజపురం.
Ravvārigūdem ...	రవ్వారిగూడెం.
Rāvigūdem ...	రావిగూడెం.
Ravutugūdem ...	రవుతుగూడెం.
Saggonda (I) ...	సగ్గొండ.
Sāgipādu (Z) ...	సాగిపాడు.
Saripalle (Z) ...	సరిపల్లె.
Saripallekunta ..	సరిపల్లెకుంట.
Singanapalle (Z).	సింగనపల్లె.
Sirivāka (Z) ...	సిరివాక.
Sītārāmanagaram (Uninhabited).	సీతారామనగరం (బేచరాకు).
Sivagiri ...	శివగిరి.
Srīnivāsapuram (I)	శ్రీనివాసపురం.
Swarnavārigūdem	స్వర్ణవారిగూడెం.
Tādipūdi (Z) ...	తాడిపూడి.
Tāduvāyi ...	తాడువాయి.
Tātirāmudugūdem	తాటిరాముడుగూడెం.
Tōkūru (Z) ...	తోకూరు.
Tiyyamāmidi ...	తియ్యమామిడి.

PŌLAVARAM DIVISION—cont. పోలవరం డివిజను—శేషము.

Tupākulagūdem (Z). తుపాకులగూడెం.
Tūtigunta (Z) ... తూటిగుంట.
Vēdāntapuram (I). వేదాంతపురం.
Venkatāpuram (Uninhabited) (Z) వెంకటాపురం (బేచరాకు).
Venkatāyapālem (Z). వెంకటాయపాలెం
Vīrampālem ... వీరంపాలెం.
Vinjaram (Z) ... వింజరం.
Vōsūru (deserted). వోసూరు (బేచరాకు).
Zangāreddigūdem (Z). జంగారెడ్డిగూడెం.

RĀJAHMUNDRY TĀLŪK. రాజమంౘద్రి తాలూకా.

Achyutāpuram ... అచ్యుతాపురం.
Bāpanammapālem (Uninhabited) బాపనమ్మపాలెం.
Bhūpālapatnam ... భూపాలపట్నం.
Bhūpatipālem (Uninhabited) (I). భూపతిపాలెం.
Bobbirlanka ... బొబ్బిర్లంక.
Bolleddupālem ... బొల్లెద్దుపాలెం.
Bommūru (Z) బొమ్మూరు.
Buchchampēta (Z) బుచ్చంపేట.
Būrugupūdi ... బూరుగుపూడి.
Chinnakondēpūdi. చిన్నకొండేపూడి.
Dāmireddipalle (Z) దామిరెడ్డిపల్లె.
Dōsakāyalapalle ... దోసకాయలపల్లె.
Dowlaiswaram (Dhavalēswaram) ధవళేశ్వరం.
Dulla (Z) ... దుళ్ల.
Duppalapūdi ... దుప్పలపూడి.
Errampālem ... ఎర్రంపాలెం.
Farazallipēta ... ఫరజల్లిపేట.
Gādāla ... గాడాల.
Gādarāda ... గాదరాడ.
Gādelapālem ... గాడెలపాలెం.
Gōkavaram ... గోకవరం.
Gōnagūdem East. తూర్పుగోనగూడెం
Gummalladoddi ... గుమ్మళ్లదొడ్డి.
Hundēswarapuram (Z). హుండేశ్వరపురం.
Hukumpēta (Z) హుకుంపేట.
Jagannādhapuram Agrahāram (I). జగన్నాధపురం అగ్రహారం.
Jambūpatnam ... జంబూపట్నం.
Jālimūdi (Z) ... జాలిమూడి.
Jēgurupādu (Z) ... జేగురుపాడు.
Kadiyam (Z) ... కడియం.
Kalujōlla .. కలుజోల్ల.
Kalavacherla ... కలవచెర్ల.
Kānavaram ... కానవరం.
Kannupūru ... కణుపూరు.
Kāpavaram ... కాపవరం.
Kātavaram (Z) ... కాటవరం.
Kātēru (Z) ... కాతేరు.
Kēsavaram ... కేసవరం.
Kōlamūru ... కోలమూరు.
Kondaguntūru ... కొండగుంటూరు.
Kōrukonda (I) ... కోరుకొండ.
Kōti ... కోటి.
Kottapalle ... కొత్తపల్లె.
Krishnunipālem ... కృష్ణునిపాలెం.
Kūnavaram (I) ... కూనవరం.
Madhurapūdi (Z). మధురపూడి.
Mallavaram ... మల్లవరం.
Mirtipādu (Z) ... మిర్తిపాడు.
Mōrampūdi (I) ... మోరంపూడి
Muggulla ... ముగ్గుళ్ల.
Mukkināda ... ముక్కినాడ.
Mulakallanka (Z). ములకల్లంక.
Munagāla ... మునగాల.
Munikūdali ... మునికూడలి.
Murumanda ... మురుమండ.
Nāgampalle ... నాగంపల్లె.
Nallagonda ... నల్లగొండ.

RĀJAHMUNDRY TĀLŪK—*cont.* రాజమండ్రి తాలూకా—శేషము.

Nāmavaram … నామవరం.
Nandarāda … నందరాడ.
Narasāpuram … నరసాపురం.
Narasimhapuram (I). నరసింహపురం.
Narēndrapuram … నరేంద్రపురం.
Nidigatla … నిడిగట్ల.
Pālacherla … పాలచెర్ల.
Pātatungapādu … పాతతుంగపాడు.
Peddakondēpūdi.. పెద్దకొండేపూడి.
Pentapalle … పెంటపల్లె.
Rāghavapuram … రాఘవపురం.
Raghudēvapuram. రఘుదేవపురం.
Rājahmundry … రాజమహేంద్రవరం.
Rājavōlu … రాజవోలు.
Rampa Errampālem. రంప ఎర్రపాలెం.
Rāpāka … రాపాక.
Singavaram (Z) … సింగవరం.
Sītānagaram (Z)… సీతానగరం.
Sivarāmpatnam … శివరాంపట్నం.
Srīkrishnapatnam. శ్రీకృష్ణపట్నం.
Srīmannarayanapuram. శ్రీమన్నారాయణపురం.
Srīrangapatnam … శ్రీరంగపట్నం.
Sūdikonda … సూదికొండ.
Tākurupālem (I). టాకురుపాలెం.
Tantikonda … తంటికొండ.
Tirumalāyapālem. తిరుమలాయపాలెం.
Tōkāda … తోకాడ.
Torrēdu (Z) … తొర్రేడు.
Vangalapūdi (Z). వంగలపూడి.
Velugubanda … వెలుగుబంద.
Vēmagiri … వేమగిరి.
Venkatāpuram .. వెంకటాపురం.
Vīravaram (Z) .. వీరవరం.
Vīrlankapalle … వీర్లంకపల్లె.

RĀMACHANDRAPURAM TĀLŪK. రామచంద్రపురం తాలూకా.

Addampalle … అద్దంపల్లె.
Ālamūru … ఆలమూరు.
Ambikapalle (I) … అంబికపల్లె.
Amzūru … అంజూరు.
Anaparti … అనపర్తి.
Angara … అంగర.
Ārikarēvula … ఆరికరేవుల.
Artamūru … అర్తమూరు.
Baduguvānilanka. బడుగువానిలంక.
Balabhadrapuram.. బలభద్రపురం.
Bālāntram . బాలాంత్రం.
Bhatlapālika … భట్లపాలిక.
Bhīmakrōsupālem. భీమక్రోసుపాలెం.
Bikkavōlu … బిక్కవోలు.
Chellūru (Z) … చెల్లూరు.
Chinnadwārapūdi (Z). చిన్నద్వారపూడి.
Chintalūru (Z) … చింతలూరు.
Chōdavaram … చోడవరం.
Choppella … చొప్పెల్ల.
Dangēru (Z) … దంగేరు.
Drākshāramam … ద్రాక్షారామం.
Dwārapūdi .. ద్వారపూడి.
Enamadala … ఎనమదల.
Endagandi … ఎండగండి.
Edida … ఏడిద.
Errapōtavaram … ఎర్రపోతవరం.
Ērupalle … ఏరుపల్లె.
Gangavaram … గంగవరం.
Gudigalla (Z) … గుడిగళ్ల.
Gudigallabhōga (Z). గుడిగళ్లభోగ.
Gummilēru (Z) గుమ్మిలేరు.
Hasanbāda … హసనబాద.
Ippanapādu … ఇప్పనపాడు.
Jagannāyakulapālem. జగన్నాయకులపాలెం.

RĀMACHANDRAPURAM TĀLŪK—cont. రామచంద్రపురం తాలూకా—శేషము.

Jonnāda	.. జొన్నాడ.
Kalavacherla	... కలవచెర్ల.
Kālēru	... కాలేరు.
Kandulapālem	... కందులపాలెం.
Kāpavaram	... కాపవరం.
Kapilēswarapuram (Z).	కపిలేశ్వరపురం.
Kēsavaram	... కేసవరం.
Khandrika (West)	ఖండ్రిక పడమర.
Komaripālem	... కొమరిపాలెం.
Konkuduru	... కొంకుదురు.
Koppavaram	... కొప్పవరం.
Kōrumilli	... కోరుమిల్లి.
Kōta	... కోట.
Kōtipalle (Z)	... కోటిపల్లె.
Kudupūru (Z)	... కుడుపూరు.
Kūlla	... కూళ్ల.
Kundūru	... కుందూరు.
Kurakāllapalle (Z).	కురకాళ్లపల్లె.
Kūrmāpuram	... కూర్మాపురం.
Kutukulūru	... కుతుకులూరు.
Lolla	... లొల్ల.
Māchara	... మాచర.
Mātsavaram	... మాచవరం.
Madiki	... మడికి.
Mahēndravada	... మహేంద్రవాడ.
Mandapēta	... మండపేట.
Mārēdubāka	... మారేడుబాక.
Masakapalle	... మసకపల్లె.
Mēdapādu (Z)	... మేడపాడు.
Mellūru	... మెళ్ళూరు.
Mernipādu	... మెర్నిపాడు.
Mōdukūru	... మోదుకూరు.
Muchchumilli	... ముచ్చుమిల్లి.
Nadurubāda	... నదురుబాద.
Nallūru	... నల్లూరు.
Narasāpurapupēta	నరసాపురపుపేట.
Narisipūdi	... నర్సిపూడి.
Navābupēta	... నవాబుపేట.
Nēlatūru (Z)	... నేలటూరు.
Nidasanametta (Z)	నిడసనమెట్ట.
Odūru	... ఓదూరు.
Pālatōdu (Z)	... పాలతోడు.
Pāmarru	... పామర్రు.
Pandalapāka (Z)...	పందలపాక.
Pānangipalle (Z).	పాణంగిపల్లె.
Pasalapūdi	... పసలపూడి.
Peddapalla	... పెద్దపళ్ల.
Peddaparti	... పెద్దపర్తి.
Pēkēru	... పేకేరు.
Penikēru	... పెనికేరు.
Pinapalla	... పినపళ్ల.
Polamūru	... పోలమూరు.
Pulugurta	... పులుగుర్త.
Rāmachandrapuram	రామచంద్రపురం.
Rāmavaram	... రామవరం.
Sandhipūdi	... సంధిపూడి.
Satyavāda	... సత్యవాడ.
Sivala	... సివల.
Sōmēswaram	... సోమేశ్వరం.
Sundarapalle	... సుందరపల్లె.
Tādipalle	... తాడిపల్లె.
Tāmarapalle	... తామరపల్లె.
Tāpēswaram	... తాపేశ్వరం.
Tātapūdi	... తాతపూడి.
Tēkī	... తేకి.
Tossipūdi	... తొస్సిపూడి.
Tōtapēta	... తోటపేట.
Ūlapalle	.. ఊలపల్లె.
Undūru	... ఉండూరు.
Utrumilli (Z)	... ఉత్రుమిల్లి.
Vadlamūru	... వడ్లమూరు.
Vākatippa	... వాకతిప్ప.
Vallūru	... వల్లూరు.
Vedurumūdi	... వెదురుమూడి.
Vedurupāka	... వెదురుపాక.
Vēgāyammapēta (Z).	వేగాయమ్మపేట.
Velagatōdu	... వెలగతోడు.
Velampālem	... వెలంపాలెం.

RĀMACHANDRAPURAM TĀLŪK—cont. రామచంద్రపురం తాలూకా—శేషము.

Vella (Z) .. వెల్ల.
Vēmulapalle ... వేములపల్లె.
Venkatāyapālem ... వెంకటాయపాలెం.
Ventūru ... వెంటూరు.
Vilāsagangavaram (Z). విలాసగంగవరం.

RĀZŌLU TĀLŪK. రాజోలు తాలూకా.

Ādurru ... ఆదుర్రు.
Ankampālem ... అంకంపాలెం.
Antarvēdi ... అంతర్వేది.
Antarvēdipālem ... అంతర్వేదిపాలెం.
Appanapalle ... అప్పనపల్లె.
Appanarāmunilanka. అప్పనరామునిలంక.
Ātrēyapuram ... ఆత్రేయపురం.
Avidi (Z) ... అవిడి.
Bellampūdi (Z) ... బెల్లంపూడి.
Bētamallipūdisāvaram. బేతమల్లిపూడిసావరం.
Billakurru ... బిల్లకుర్రు.
Bōtlakurrudoddavaram. బొట్లకుర్రుదొడ్డవరం.
Chintalapalle ... చింతలపల్లె.
Chiratapūdi (I) ... చిరతపూడి.
Dēvarapalle (Z) ... దేవరపల్లె.
Ēnugapalle ... ఏనుగపల్లె.
Gannavaram (Lankala) (Z). గన్నవరం (లంకల).
Gannavaram (S. No. 32) (Z). గన్నవరం.
Ganti (Z) ... గంటి.
Geddāda ... గెద్దాడ.
Gōganamatham ... గోగనమఠం.
Gōpālapuram (Z). గోపాలపురం.
Gūdapalle ... గూడపల్లె.
Gudimellanka ... గుడిమెల్లంక.
Īdarāda ... ఈదరాడ.
Irusumanda ... ఇరుసుమండ.
Isukapūdi ... ఇసుకపూడి.
Ītakōta (Z) ... ఈతకోట.
Juttigapādu (I) ... జుత్తిగపాడు.
Kadali .. కడలి.
Kārupallepādu (I) కారుపల్లెపాడు.
Kathārulanka .. కతారులంక.
Kattunga ... కట్టుంగ.
Kātrēnipādu ... కాత్రేనిపాడు.
Kattimanda ... కత్తిమండ.
Kēsanapalle ... కేశనపల్లె.
Kēsavadāsupālem. కేశవదాసుపాలెం.
Kētarājupalle (Z). కేతరాజుపల్లె.
Khandrika (I) ... ఖండ్రిక.
Komarāda ... కొమరాడ.
Komarājulanka (Z) కొమరాజులంక.
Kottapalle (Vainatēyam). కొత్తపల్లె (వైనతేయం).
Kottapēta (Z) ... కొత్తపేట.
Krishnārāyudu Peddapūdi. క్రిష్ణారాయుడు పెద్దపూడి.
Kūnavaram ... కూనవరం.
Kundālapalle (Z). కుండాలపల్లె.
Lakkavaram ... లక్కవరం.
Lakshmīpōlavaram లక్ష్మీపోలవరం.
Lolla ... లొల్ల.
Lūtukurru ... లూటుకుర్రు.
Magatapalle .. మగటపల్లె.
Mākanapālem ... మాకనపాలెం.
Malikipuram ... మలికిపురం.
Māmidikūduru ... మామిడికుదురు.
Mandapalle (Z) ... మందపల్లె.
Mānēpalle ... మానేపల్లె.
Mattaparru ... మట్టపర్రు.
Merlapālem ... మెర్లపాలెం.
Mōdēkurru ... మోడేకుర్రు.
Mogalikuduru ... మొగలికుదురు.
Mondepulanka ... మొండెపులంక.
Mōri ... మోరి.
Mulikipalle ... ములికిపల్లె.
Mummidivarappādu (Z). ముమ్మిడివరప్పాడు.

Rāzōlu Tālūk—cont. రాజోలు తాలూకా—శేషము.

Mungonda (I) ...	ముంగొండ.
Mungondapālem (Z).	ముంగొండపాలెం.
Munjavaram ...	ముంజవరం.
Nagaram ...	నగరం.
Narēndrapuram (Z).	నరేంద్రపురం.
Nārkedamilli ...	నార్కెడమిల్లి.
Pālagummi ...	పాలగుమ్మి.
Palivela (Z) ...	పలివెల.
Pāsarlapūdi ...	పాసర్లపూడి.
Pāsarlapūdilanka.	పాశర్లపూడిలంక.
Peddapatnam ...	పెద్దపట్నం.
Peddapatnamlanka	పెద్దపట్నంలంక.
Peddapūdi (Z) ...	పెద్దపూడి.
Pēravaram ...	పేరవరం.
Podagatlapalle (Z)	పొదగట్లపల్లె.
Podalāda ...	పొదలాడ.
Ponnamanda ...	పొన్నమండ.
Pōtavaram ...	పోతవరం.
Pulidindi ...	పులిదిండి.
Pullētikurru ...	పుల్లేటికుర్రు.
Rājavaram ...	రాజవరం.
Rāzōlu ...	రాజోలు.
Rāmarājulanka ...	రామరాజులంక.
Rāmēswaram ...	రామేశ్వరం.
Rāvulapālem ...	రావులపాలెం.
Ryāli ...	ర్యాలి.
Sakhinētipalle ...	సఖినేటిపల్లె.
Sankaraguptam ...	శంకరగుప్తం.
Sivakōdu ...	శివకోడు.
Sōmpalle ...	సోంపల్లె.
Tātipāka ...	తాటిపాక.
Ūbalanka ...	ఊబలంక.
Uchchili ...	ఉచ్చిలి.
Udumūdi (Z) ...	ఉడుమూడి.
Vādapālem (Z) ...	వాడపాలెం.
Vādapalle ..	వాడపల్లె.
Vaddiparru ...	వద్దిపర్రు.
Vādrēvupalle ...	వాడ్రేవుపల్లె.
Vānapalle (Z) ...	వానపల్లె.
Vasantavāda ...	వసంతవాడ.
Vedirēswaram (Z).	వెదిరేశ్వరం.
Velichēru ...	వెలిచేరు.
Viswēsarāyapuram	విశ్వేశరాయపురం.

Tuni Division. తుని డివిజన్.

Ālavilli (Z) ...	ఆలవిల్లి.
Allipūdi (Z) ...	అల్లిపూడి.
Ānūru (Z) ...	ఆనూరు.
Ārtamūru (Uninhabited) (Z).	ఆర్తమూరు.
Atikavānipālem (Z).	అటికవానిపాలెం.
Ayyaparāju Kottapalle (Z).	అయ్యపరాజు కొత్తపల్లె.
Bendapūdi (Z)	బెండపూడి.
Bhīmavarapukōta (Z).	భీమవరపుకోట.
Billanandūru (Z).	బిల్లనందూరు.
Boddavaram (Z)...	బొడ్డవరం.
Chāmavaram (Z).	చామవరం.
Chēpūru (Z) ...	చేపూరు.
Chikkulla Agrahāram (Z).	చిక్కుళ్ల అగ్రహారం.
Chinnāyapālem (Kothām Estate) (Z).	చిన్నాయపాలెం (కొతాం ఎస్టేటు).
Chinnāyapālem (Pithāpuram Estate) (Z).	చిన్నాయపాలెం (పిఠాపురం ఎస్టేటు).
Diguvālapōlavaram (Z).	దిగువాలపోలవరం.
Dondavāka (Z) ...	దొండవాక.
Gōpālapatnam (Z).	గోపాలపట్నం.
Hamsavaram (Z).	హంసవరం.
Indugapalle (Z) ...	ఇందుగపల్లె.
Kākarāpalle (Z) ...	కాకరాపల్లె.

TUNI DIVISION—cont. తుని డివిజన్—శేషము.

Kamatam Mallavaram (Z). కమతం మల్లవరం.
Kavalapādu (Z) ... కవలపాడు.
Kolimēru (Z) ... కొలిమేరు.
Kommanāpalle (Z). కొమ్మనాపల్లె.
Koppāka Agrahāram (I). కొప్పాక అగ్రహారం.
Koruprōlu Mallavaram (Z). కొరుప్రోలు మల్లవరం.
Kōtanandūru (Z). కోటనందూరు.
Kōthām (Z) ... కొతాం.
Kottūru (Z) ... కొత్తూరు.
Krishnāpuram (Z). క్రిష్ణాపురం.
Lakshmidēvipēta (Z). లక్ష్మీదేవిపేట.
Maruvāda (Z) .. మరువాడ.
Nadigatlavāni Sūravaram (Z). నడిగట్లవాని సూరవరం.
Nandivampu (Z). నందివంపు.
Paidikonda (Z) ... పైడికొండ.
Paidipāla Agrahāram (Z). పైడిపాల అగ్రహారం.
Rāpāka (Z) .. రాపాక.
Rāvikampādu (Z). రావికంపాడు.
Rēkavānipālem (Z) రేకవానిపాలెం.
Srungavruksham (Z). శృంగవృక్షం.
Sūrapurājupēta (Z). సూరపురాజుపేట.
Sūravaram Annavaram (Z). సూరవరం అన్నవరం.
Tāllūru (Z) ... తాళ్లూరు.
Tātipāka Jagannādhapuram (Z). తాటిపాక జగన్నాధపురం.
Tētagunta (Z) ... తేటగుంట.
Tondangi (Z) ... తొండంగి.
Tunipētalu (Z) ... తునిపేటలు.
Tuni (Z) .. తుని.
Vallūru (Z) ... వల్లూరు.
Vēmavaram (Z) ... వేమవరం.
Vīravaram (Z) ... వీరవరం.

WEST GODAVARI DISTRICT.

(I) = Inam. (Z) = Zamindari.

BHĪMAVARAM TĀLŪK. భీమవరం తాలూకా.

Aibhīmavaram ... అయిభీమవరం.
Ajjamūru (Z) ... అజ్జమూరు.
Ākivīdu (Z) ... ఆకివీడు.
Anākōdēru ... అనాకోడేరు.
Andalūru ... అండలూరు.
Annavaram ... అన్నవరం.
Ārēdu (Z) ... ఆరేడు.
Ārtamūru ... ఆర్తమూరు.
Balusumūdi ... బలుసుమూడి.
Bāvāyapālem (Z). బావాయపాలెం.
Bētapūdi ... బేతపూడి.
Bhīmavaram ... భీమవరం.
Bobbanapalle ... బొబ్బనపల్లె.
Bondāda ... బొండాడ.
Cherukumilli ... చెరుకుమిల్లి.
Cherukuvāda ... చెరుకువాడ.
Chilukūru ... చిలుకూరు.
China Amiram ... చిన అమిరం.
Chinakāpavaram (Z) చిన కాపవరం.
Chinapullēru ... చిన పుల్లేరు.
Dharmāpuram (I). ధర్మాపురం.
Dirusumarru ... దిరుసుమర్రు.
Doddanapūdi ... దొడ్డన పూడి.
Dumpagadapa (I). దుంపగడప.
Elūrupādu ... ఏలూరుపాడు.
Enamadurru ... ఏనమదుర్రు.
Endagandi ... ఎండగండి.
Garagaparru ... గరగపర్రు.
Gollalakōdēru ... గొల్లలకోడేరు.
Goraganamūdi .. గొరగనమూడి.
Gummulūru (Z)... గుమ్ములూరు.
Gunupūdi ... గునుపూడి.
Jakkaram ... జక్కరం.
Kalavapūdi ... కలవపూడి.
Kaligotla (Z) ... కలిగొట్ల.
Kalisapūdi ... కలిశపూడి.
Kālla ... కాళ్ల.
Kāllakūru ... కాళ్లకూరు.
Kōlamūru (Z) ... కోలమూరు.
Kōlanapalle ... కోలనపల్లె.
Kōllaparru (Z) ... కోళ్లపర్రు.
Kōmarāda ... కోమరాడ.
Kondēpūdi ... కొండేపూడి.
Kondōpādu ... కొండోపాడు.
Konitivāda (Z) .. కొనితివాడ.
Kōpalle ... కోపల్లె.
Korrapādu ... కొర్రపాడు.
Kōrukollu ... కోరుకొల్లు.
Kovvāda ... కొవ్వాడ.
Krovvidi (Z) ... క్రొవ్విడి.
Kumudavalli ... కుముదవల్లి.
Kuppanapūdi (Z). కుప్పనపూడి.
Lōsarigutlapādu... లోసరిగుట్లపాడు.
Mādivāda (Z) ... మాదివాడ.
Madugupōlavaram. మడుగుపోలవరం.
Mahādēvapatnam. మహాదేవపట్నం.
Maipa ... మయిప.
Mentēpūdi ... మెంతేపూడి.
Mōgallu ... మోగల్లు.
Narasimhapuram. నరసింహపురం.
Narasingarājapuram Agrahāram (I). నరసింగరాజపురం అగ్రహారం.
Navvadūru ... నవ్వదూరు.
Nēlapōgula ... నేలపోగుల.
Pālakōdēru ... పాలకోడేరు.
Pāmulaparru (Z). పాములపర్రు.
Pānduvva (Z) ... పాండువ్వ.
Pānduvva Khandrika (Z). పాండువ్వ ఖండ్రిక.
Peda Amiram ... పెద అమిరం.
Pedakāpavaram (Z) పెదకాపవరం.
Pedapullēru ... పెదపుల్లేరు.

BHĪMAVARAM TĀLŪK—cont. భీమవరం తాలూకా—శేషము.

- Pennāda (I) ... పెన్నాడ.
- Prātallameraka ... ప్రాతల్లమెరక.
- Rāyakuduru ... రాయకుదురు.
- Rāyalam ... రాయలం.
- Siddāpuram ... సిద్దాపురం.
- Sīsali ... సీసలి.
- Srungavruksham. శృంగవృక్షం.
- Tāderu ... తాడేరు.
- Taratāva (Z) ... తరటావ.
- Tōnalapūdi ... తోకలపూడి.
- Tōlēru ... తోలేరు.
- Undi ... ఉండి.
- Unudurru ... ఉణుదుర్రు.
- Uppulūru (Z) ... ఉప్పులూరు.
- Vēndram ... వేంద్రం.
- Velivarru ... వెలివర్రు.
- Vellatūru ... వెల్లటూరు.
- Vēmavaram ... వేమవరం.
- Vēmpādu ... వేంపాడు.
- Vēndra ... వేంద్రం.
- Vēndra Agrahāram (I). వేంద్ర అగ్రహారం.
- Vīravāsaram ... వీరవాసరం.
- Vissākōdēru ... విస్సాకోడేరు.

ELLORE TĀLŪK. ఏలూరు తాలూకా.

- Āgadāllanka ... ఆగడాల్లంక.
- Akkireddigūdem (I). అక్కిరెడ్డిగూడెం.
- Akkupalle Gōkavaram. అక్కుపల్లె గోకవరం.
- Allivīdu (Z). అల్లివీడు.
- Ambarpēta (Z) ... అంబరపేట.
- Amrutalingampēta (Z). అమృతలింగంపేట.
- Appanavīdu alias Velagalapalle(Z) వెలగలపల్లె అనే అప్పనవీడు.
- Bāpirājugūdem (Z) బాపిరాజుగూడెం.
- Battevaram (Z) ... బట్టెవరం.
- Bhīmadōlu ... భీమడోలు.
- Bhōgāpuram (Z) భోగాపురం.
- Būrugagūdem ... బూరుగగూడెం
- Chakrāyagūdem (Z). చక్రాయగూడెం.
- Challachintalapūdi (Z). చల్లచింతలపూడి.
- Challapalle (Z) ... చల్లపల్లె.
- Chātaparru ... చాటపర్రు.
- Chettunnapādu ... చెట్టున్నపాడు.
- Chōdimella (Z) ... చోడిమెళ్ల.
- Dādavalli (I) ... దాదవల్లి.
- Dendulūru ... దెందులూరు.
- Dondapādu (Z) ... దొండపాడు.
- Dōsapādu ... దోసపాడు.
- Duddēpūdi (Z) ... దుద్దేపూడి.
- Duggirāla (Z) ... దుగ్గిరాల.
- Ellore ... ... ఏలూరు.
- Āpūru (Z) ... ఆపూరు.
- Gālāyagūdem (Z). గాలాయగూడెం.
- Gavaravaram (I) ... గవరవరం.
- Gōgulapādu (I) ... గోగులపాడు.
- Gōgunta (Z) ... గోగుంట.
- Gōkinepalle (Z) ... గోకినేపల్లి.
- Golladikunta Khandrika (I). గొల్లదికుంట ఖండ్రిక.
- Gōpannapālem (Z) గోపన్నపాలెం.
- Gōpigunta Khandrika (I). గోపిగుంటఖండ్రిక.
- Gudigunta (I) ... గుడిగుంట.
- Gudivākalanka ... గుడివాకలంక.
- Gundugolanu ... గుండుగొలను.
- Gunnampalle ... గున్నంపల్లె.
- Idulakunta (I) ... ఈదులకుంట.
- Jagannādhapuram (I). జగన్నాథపురం.
- Jālipūdi ... ... జాలిపూడి.
- Kaikaram ... కయికరం.
- Kalakurru ... కలకుర్రు.
- Kalaparru (Z)... కలపర్రు.
- Kavagunta (I) ... కవగుంట.
- Kōdūrupā du ... కోడూరుపాడు.

ELLOR TĀLŪK—cont. ఏలూరు తాలూకా—శేషము.

Kokkirapādu (Z).	కొక్కిరపాడు.
Kokkirāyalanka ..	కొక్కిరాయలంక.
Komadavōlu (Z) ..	కొమడవోలు.
Kōmatilanka ...	కోమటిలంక.
Kōmirepalle ...	కోమిరెపల్లె.
Kondalarāopālem (Z).	కొండలరావుపాలెం.
Koniki (Z) ...	కొనికి.
Konnāpuram (Kommavāri) (I)	కొమ్మవారి కొన్నాపురం.
Koppāka (Z) ...	కొప్పాక.
Kōthula Gōkavaram.	కోతుల గోకవరం.
Kotlampūdi ...	కొట్లంపూడి.
Kottagūdem ...	కొత్తగూడెం.
Kottapalle (Z) ..	కొత్తపల్లె.
Kottūru (I) ...	కొత్తూరు.
Kovvali	కొవ్వలి.
Krishnāpuram(Z).	కృష్ణాపురం.
Mailavarapu vāri gūdem (Z).	మైలవరపు వారి గూడెం.
Malakacherla (Z).	మలకచెర్ల.
Malakāpuram (Z).	మలకాపురం.
Mallavaram ...	మల్లవరం.
Mānūru ...	మానూరు.
Mēdēpalli ...	మేడేపల్లి.
Mēdinirāopālem (Z).	మేదినిరావుపాలెం.
Mundūru (Z)	మండూరు.
Mupparru	ముప్పర్రు.
Muppavaram ...	ముప్పవరం.
Muttanavīdu(I) ...	ముత్తనవీడు.
Nadipalle (Z) ...	నడిపల్లె.
Nāguladēvunipādu (Z).	నాగులదేవునిపాడు.
Nāgulapalle (Manchirājuvāri) (I).	నాగులపల్లె (మంచిరాజువారి).
Nandikēswarapuram (I).	నందికేశ్వరపురం.
Narasimhapuram (I).	నరసింహపురం.
Nārāyanapuram(Z)	నారాయణపురం.
Nyāyampalle (Z)	న్యాయంపల్లి.
Paidichintapādu ..	పైడిచింతపాడు.
Pangidigūdem (Z)	పంగిడిగూడెం.
Pedapādu ...	పెదపాడు.
Pedavēgi (Z) ...	పెదవేగి.
Pinakadimi (Z).	పినకడిమి.
Pōlasānipalle (I)...	పోలసానిపల్లె.
Pōnangi	పోనంగి.
Pōtukuchchivāri Kannāpuram (I)	పోతుకుచ్చివారి కన్నాపురం
Pōtunūru ...	పోతునూరు.
Prattikōllalanka ...	ప్రత్తికోళ్లలంక.
Pūlla	పూళ్ల.
Punukollu (Z) ...	పునుకొల్లు.
Rājammapālem (I)	రాజమ్మపాలెం.
Rājupēta (Z) ...	రాజుపేట.
Rāmārāogūdem (I)	రామారావుగూడెం.
Rāmasingavaram.	రామశింగవరం.
Rāvulakunta (I) ..	రావులకుంట.
Rāyannapālem(I).	రాయన్నపాలెం.
Sakalakottapalle (I).	సకలకొత్తపల్లె.
Sānigūdem (Z) ..	సానిగూడెం.
Sanivārapupēta (Z)	శనివారపుపేట.
Sarabhāpuram (I).	శరభాపురం.
Satrampādu ...	సత్రంపాడు.
Sattala (I) ...	సత్తల.
Satyavōlu (Z) ...	సత్యవోలు.
Singavaram (Z) ..	శింగవరం.
Singavaram ...	శింగవరం.
Sōmavarapupādu (Z).	సోమవరపుపాడు.
Srīparru ...	శ్రీపర్రు.
Srīrāmavaram ...	శ్రీరామవరం.
Sūrappagūdem ...	సూరప్పగూడెం.
Tālla Gōkavaram (Z).	తాళ్లగోకవరం.
Tāllagūdem ...	తాళ్లగూడెం.

ELLORE TĀLŪK—cont. ఏలూరు తాలూకా—శేషము.

Tāllamūdi (Z) ...	తాళ్లమూడి.
Tangellamūdi (Z)	తంగెళ్లమూడి.
Timmanagūdem (Z).	తిమ్మనగూడెం.
Uppugūdem (I) ...	ఉప్పుగూడెం.
Vaddigūdem (Z) ...	వడ్డిగూడెం.
Vangūru (Z) ...	వంగూరు.
Vasantavāda Part I (Z).	వసంతవాడ. భాగం I
Vasantavāda Part II (Z).	వసంతవాడ. భాగం II
Vattūru ...	వట్టూరు.
Vēgavaram (I) ...	వేగవరం.
Vēgivāda (Z) ...	వేగివాడ.
Vēmpādu (S. No. 197) (Z).	వేంపాడు.
Vēmpādu (S. No. 198) (Z).	వేంపాడు.
Vijayarāyi (Z) ...	విజయరాయి.

KĀMAVARAPUKŌTA TĀLŪK. కామవరపుకోట తాలూకా.

Allamcherlarāju-pālem (Z).	అల్లంచెర్లరాజుపాలెం.
Allipalle ...	అల్లిపల్లె.
Amudālachalaka (I).	అముదాలచలక.
~~Ammapālem (Z)~~.	అమ్మపాలెం.
Ankālampādu (Z).	అంకాలంపాడు.
Appalarājugūdem (I).	అప్పలరాజుగూడెం
Asanagūdem (I) ...	ఆశనగూడెం.
Ayyapparāju-gūdem (Z) ...	అయ్యప్పరాజుగూడెం.
Bādarāla (Z) ...	బాదరాల.
Bandamcherla ...	బందంచెర్ల.
Bandivārigūdem (Z).	బండివారిగూడెం.
Bhōgōlu (Z) ...	భోగోలు.
Borrampālem (Z).	బొర్రంపాలెం.
~~Chakra~~dēvarapalle (I).	చక్రదేవరపల్లె.
Chelikānivāripōte-palle (Z).	చెలికానివారిపోతేపల్లె.
Chandra~~mma~~pālem (I).	చంద్రమ్మపాలెం.
Chintalapūdi ...	చింతలపూడి.
Chintampalle ...	చింతంపల్లె.
~~Dēvulapalle~~ (Z)	దేవులపల్లె.
Dharmajigūdem ...	ధర్మాజిగూడెం.
~~Dorasānipādu (I)~~.	దొరసానిపాడు.
~~Dwārakā Tirumala~~ (I)	~~ద్వారకాతిరుమల.~~
Edavalli S. No 57 (I).	ఎడవల్లి.
Edavalli S. No. 149 (I).	ఎడవల్లి.
Endapalle ...	ఎండపల్లె.
Epigunta (Z) ...	ఏపిగుంట.
Erraguntapalle ...	ఎర్రగుంటపల్లె.
Errampalle ...	ఎర్రంపల్లె.
Ganapāvārigūdem.	గనపావారిగూడెం.
Ganijirla ...	గణిజర్ల.
Gavaravaram (Z).	గవరవరం.
Gōkavaram (Kōthula).	గోకవరం (కోతుల).
Gonnēpalle (I) ...	గొన్నేపల్లె.
Gōpālapuram ...	గోపాలపురం.
Gudipādu (I) ...	గుడిపాడు.
Gudipādu Khandrika (I).	గుడిపాడు ఖండ్రిక.
Gudlapalli-maisanagūdem (Z)	గుడ్లపల్లి మైసనగూడెం.
Gundugolanu-gunta.	గుండుగొలనుగుంట
Guntupalle (Z) ...	గుంటుపల్లె.
Guravāyagūdem (Z) (of old Ellore taluk).	గురవాయగూడెం.
~~Gura~~vāyagudem (Z) (of old Kovvur taluk.)	గురవాయగూడెం.
Guruvubhatlagū-dem (I).	గురువుభట్లగూడెం.

KĀMAVARAPUKŌTA TĀLŪK—cont. కామవరపుకోట తాలూకా—శేషము.

Havēliliṅgapālem (I)	హవేలిలింగపాలెం.
~~Inugali Sagamvantu Jagannādhapuram~~ (Z).	ఇనుగలి సగంవంతు-జగన్నాథపురం.
~~Jagannādhapuram (Z).~~	జగన్నాథపురం.
Kalarāyanigūdem (Z).	కలరాయనిగూడెం
Kallacheruvu (Z).	కల్లచెరువు.
Kalyānampādu ...	కల్యానంపాడు.
Kāmavarapukōta (I).	కామవరపుకోట.
Kāntampālem ...	కాంతంపాలెం.
Kanupade ...	కనుపడె.
~~Kētavaram (of old Kovvūr taluk).~~	కేతవరం.
Kētavaram (of old Ellore taluk).	కేతవరం.
Khandrika Sītārāmavaram (Z).	ఖండ్రిక సీతారామవరం.
~~Kōdigudem (Z)~~ ...	కోడిగూడెం.
Kollivārigūdem ...	కొల్లివారిగూడెం.
~~Kommara (South).~~	కొమ్మర (దక్షిణం).
~~Kommara (North)~~ (I).	కొమ్మర (ఉత్తరం).
~~Kommugūdem (I).~~	కొమ్ముగూడెం.
Kondagūdem (Z).	కొండగూడెం.
Konijerla (Z) ...	కోనిజెర్ల.
~~Kottapalle~~ ...	కొత్తపల్లె.
Kottapalle (Z) ...	కొత్తపల్లె.
Krishnāpuram (I).	కృష్ణాపురం.
Krishnārāopālem.	కృష్ణారావుపాలెం.
~~Lakkavaram~~ (Z)...	లక్కవరం.
Lakshmī Narasimhapuram (I).	లక్ష్మీనరసింహపురం.
Lingagūdem (I) ...	లింగగూడెం.
Lingapālem ...	లింగపాలెం.
~~Lingārāvupālem~~ (I).	లింగారావుపాలెం.
Lingārāvupālem Bilmakta (I).	లింగారావుపాలెం బిల్మక్తా.
Maddimuttanagūdem.	మద్దిముత్తనగూడెం.
Makkenavārigūdem.	మక్కెనవారిగూడెం.
Mallāyagudem ...	మల్లాయగూడెం.
~~Malasānigunta (I).~~	మలసానిగుంట.
Mallēswaram (Mokhasa) (I).	మల్లేశ్వరం.
~~Mallēswaram Agrahāram (I).~~	మల్లేశ్వరం అగ్రహారం.
Mankenapalle (I).	మంకెనపల్లె.
Mātanagūdem (Z).	మాతనగూడెం.
Mathamgūdem ...	మఠంగూడెం.
Mudicherla (Z) ...	ముడిచెర్ల.
Mulagalampādu (Z).	ములగలంపాడు.
Nāgulapalle (Z) ...	నాగులపల్లె.
Nāmavaram (I)	నామవరం.
Narasāpuram ...	నరసాపురం.
~~Nimmalagūdem (Z).~~	నిమ్మలగూడెం.
Pāchchāosgaram.	పాచ్చానగరం.
~~Pangidigūdem (Z).~~	పంగిడిగూడెం.
Pattayyagūdem (I),	పట్టయ్యగూడెం.
Pōchvaram ...	పోచవరం.
Pōlasagūdem (I)...	పోలసగూడెం.
Ponukumādu (I)...	పొనుకుమాడు.
Pōtunūru (I) ...	పోతునూరు.
Pragadavaram ..	ప్రగడవరం.
Puppālavārigūdem (I).	పుప్పాలవారిగూడెం
(~~Inugali~~ Sagamvantu) Rāghavapuram (Z).	రాఘవపురం.
Rāghavapuram ...	రాఘవపురం.
~~Rājavaram~~ ...	రాజవరం.
Rājupōthēpalle (Z)	రాజుపోతేపల్లె.
~~Rāllagunta~~ (I) ...	రాళ్లగుంట.
Rāmacharlagūdem (Z).	రామచర్లగూడెం.
Rāmannagūdem ...	రామన్నగూడెం.

KĀMAVARAPUKŌTA TĀLŪK—cont. కామవరపుకోట తాలూకా — శేషము.

Rāmannapālem (old Ellore taluk) (I).	రామన్నపాలెం.
Rāmannapālem (old Kovvūr taluk) (I).	రామన్నపాలెం.
Rangāpuram ...	రంగాపురం.
Rangāpuram Khandrika (I).	రంగాపురం ఖండ్రిక.
Rāvikampādu ...	రావికంపాడు.
Rēcherla (I) ...	రేచెర్ల.
Sankhuchakrapuram (I),	శంఖుచక్రపురం.
Sattenagūdem (I)	సత్తెనగూడెం.
Sāyannarāopālem (I).	శాయన్నరావుపాలెం.
Settivārigūdem ..	శెట్టివారిగూడెం.
Singagūdem (Z) ..	శింగగూడెం.
Sītānagaram (I) ...	సీతానగరం.
Srīramavaram (I).	శ్రీరామవరం.
Tadikalapūdi ...	తడికలపూడి.
Malārlapalle (I) ...	తలార్లపల్లె.
Tedlam (I) ...	తెడ్లం.
Tīgalavantsa ...	తిగలవంచ.
Timmāpuram (I).	తిమ్మాపురం.
Timmireddipalle (Z).	తిమ్మిరెడ్డిపల్లె.
Tirumaladēvupēta (Z).	తిరుమలదేవుపేట.
Tirumalāpuram .	తిరుమలాపురం.
Tirumalampālem.	తిరుమలంపాలెం.
Tuvvachiluka Rāyannapālem (Z).	తువ్వచిలుక రాయన్నపాలెం.
Uppulapādu (Z)...	ఉప్పులపాడు.
Urlagūdem ...	ఉర్లగూడెం.
Ūtasamudram ...	ఊటసముద్రం.
Vadlapatlanūtanam (Z).	వడ్లపట్లనూతనం.
Vākalapūdi ...	వాకలపూడి.
Vallampatla (Z) ...	వల్లంపట్ల.
Vēgavaram (I) ...	వేగవరం.
Velagapādu (Z) ...	వెలగపాడు.
Vēmulapalle ...	వేములపల్లె.
Venkammapālem (I)	వెంకమ్మపాలెం.
Venkatāpuram ..	వెంకటాపురం.
Venkatādrigūdem (Z)	వెంకటాద్రిగూడెం.
Venkatakrishnāpuram (I).	వెంకటకృష్ణాపురం.
Venkatrāyapuram (I).	వెంకట్రాయపురం.
Kajulakunta (I) ...	[illegible].

NARSAPŪR TĀLŪK నరసాపురం తాలూకా.

Āchanta ...	ఆచంట.
Āgarru ...	ఆగర్రు.
Aratlakatta ...	అరట్లకట్ట.
Ballipādu ...	బల్లిపాడు.
Bhīmalāpuram ...	భీమలాపురం.
Būrugapalle ...	బూరుగపల్లె.
Chandaparru (Z).	చందపర్రు.
Chinamallam ...	చినమల్లం.
Chinamāmidipalle (Z).	చినమామిడిపల్లె.
Chinchināda (Z) ...	చించినాడ.
Chintaparru ...	చింతపర్రు.
Chittavaram ..	చిట్టవరం.
Chōdavaram ...	చోడవరం.
Daggulūru ...	దగ్గులూరు.
Dēva ...	దేవ.
Digamarru	దిగమర్రు.
Doddipatla ...	దొడ్డిపట్ల.
Elamanchili (Z) .	ఎలమంచిలి.
Enuguvānilanka ...	ఏనుగువానిలంక.
Gondi (Z) ...	గొంది.
Gōrintāda ...	గోరింటాడ.
Gummalūru ...	గుమ్మలూరు.
Gumparru (Z) ...	గుంపర్రు.

Narsapūr Tālūk—cont. / నర్సాపురం తాలూకా—శేషము.

Ilapakurru ... ఇలపకుర్రు.
Jagannādhapuram. జగన్నాథపురం.
Jinnūru ... జిన్నూరు.
Kalagampūdi (Z). కలగంపూడి.
Kālīpatnam (I) ... కాళీపట్నం.
Kamsālabētapūdi. కంసాలబేతపూడి.
Kandaravilli ... కందరవిల్లి.
Kāpavaram ... కాపవరం.
Karugōrumilli ... కరుగోరుమిల్లి.
Kavitam ... కవిటం.
Kāja ... కాజ.
Kodamanchili ... కొడమంచిలి.
Kōdēru ... కోడేరు.
Kommuchikkāla. కొమ్ముచిక్కాల.
Kontēru ... కొంతేరు.
Kopparru ... కొప్పర్రు.
Kummarapurugupālem. కుమ్మరపురుగుపాలెం.
Lakshmanēswaram. లక్ష్మణేశ్వరం.
Lankalakōdēru ... లంకలకోడేరు.
Likhitapūdi ... లిఖితపూడి.
Lingannabōyinacherla. లింగనబోయిన చెర్ల.
Mādhavāyapālem. మాధవాయపాలెం.
Matsyapuri ... మత్స్యపురి.
Matsyapuripālem (I). మత్స్యపురిపాలెం.
Mallavaram ... మల్లవరం.
Matteparru(West). మట్టెపర్రు (పడమర).
Mēdapādu ... మేడపాడు.
Minumanchilipādu (I). మినుమంచిలిపాడు.
Mogaliturru ... మొగలితుర్రు.
Mulaparru ... ములపర్రు.
Mutyālapalle ... ముత్యాలపల్లె.
Nadupūdi ... నడుపూడి.
Narasāpuram ... నరసాపురం.
Navarasapuram (Z). నవరసపురం.
Nērēdumilli (Z) ... నేరేడుమిల్లి.
Pālakollu ... పాలకొల్లు.
Pālamūru ... పాలమూరు.
Panditavillūru ... పండితవిల్లూరు.
Pedamallam ... పెదమల్లం.
Pedamāmidipalle (Z). పెద మామిడిపల్లె.
Pemmarājupōlavaram. పెమ్మరాజుపోలవరం.
Penumadam ... పెనుమడం.
Penumanchili ... పెనుమంచిలి.
Penumarru ... పెనుమర్రు.
Pērupālem ... పేరుపాలెం.
Pōdūru ... పోడూరు.
Pūlapalle ... పూలపల్లె.
Rāvipādu (Z) ... రావిపాడు.
Rustumbāda ... రుస్తుంబాదా.
Saripalle ... సరిపల్లె.
Sēripālem ... సేరిపాలెం.
Siragālapalle ... శిరగాలపల్లె.
Sītārāmpuram ... సీతారాంపురం.
Sivadēvunichikkāla. శివదేవునిచిక్కాల.
Tillapūdi ... తిల్లపూడి.
Tundurru ... తుందుర్రు.
Tūrputāllu ... తూర్పుతాళ్లు.
Ullamparru ... ఉల్లంపర్రు.
Utāda (I) ... ఊటాడ.
Vaddiparru (I) ... వడ్డిపర్రు.
Valamarru ... వాలమర్రు.
Vallūru ... వల్లూరు.
Varidhanam (Z) ... వరిధనం.
Vēdangi ... వేడంగి.
Velugaleru ... వెలగలేరు.
Velivela (I) ... వెలివెల.
Vēmavaram ... వేమవరం.
Vempa ... వెంప.
Vēmuladīvi ... వేములదీవి.

~~Nidadavōlu~~ Tālūk. నిడదవోలు తాలూకా.

Ammēpalle (I) ...	అమ్మేపల్లె.
Annadēvarapēta (Z).	అన్నదేవరపేట.
Arikirēvula ...	అరికిరేవుల.
Atlapādu (Z) ...	అట్లపాడు.
Bandapuram ...	బండపురం.
Bhīmōlu (Z) ...	భీమోలు.
Brāhmanagūdem (Z).	బ్రాహ్మణగూడెం.
Chāgallu ...	చాగల్లు.
Chidipi (Z) ...	చిడిపి.
Chigurulanka (Z).	చిగురులంక.
Chikkāla ...	చిక్కాల.
Chityāla (Z) ...	చిట్యాల.
Chinnāyagūdem (Z).	చిన్నాయగూడెం.
Chopparāmannagūdem (Z).	చొప్పరామన్నగూడెం.
Dāravaram (Z) ...	దారవరం.
Dēcherla (Z) ...	దేచర్ల.
Dēvarapalle ...	దేవరపల్లె.
Dharmavaram (Z).	ధర్మవరం.
Dhūmantunigūdem (Z).	ధూమంతునిగూడెం.
Dommēru ...	దొమ్మేరు.
Duddukūru ...	దుద్దుకూరు.
Eduvādalapālem (Z).	ఏడువాడలపాలెం.
Errampēta (Z) ...	ఎర్రంపేట.
Gazzaram (Z) ...	గజ్జరం.
Gangannagūdem (Z).	గంగన్నగూడెం.
Gangavaram (Z).	గంగవరం.
Gaurīpatnam (Z).	గౌరీపట్నం.
Gōpālapuram ...	గోపాలపురం.
Gōpavaram (I) ...	గోపవరం.
Guddigūdem (Z).	గుడ్డిగూడెం.
Isukapatla Pangidi (I).	ఇసుకపట్ల పంగిడి.
Jalagamvāri Khandrika (Z).	జలగంవారి ఖండ్రిక.
Jīdigunta (Z) ...	జీడిగుంట.
Jīdiguntalanka (Z).	జీడిగుంటలంక.
Jōgannagūdem (Z).	జోగన్నగూడెం.
Kalavacherla (Z).	కలవచెర్ల.
Kalavalapalle (Z).	కలవలపల్లె.
~~Kāldhari~~ ...	~~కాల్ధరి.~~
Kanakādripuram (Z).	కనకాద్రిపురం.
Kannāyagūdem (Z).	కన్నాయగూడెం.
~~Kānūru (Z).~~ ...	~~కానూరు.~~
Kānūru ~~Agrahāram~~ (Z).	కానూరు ~~అగ్రహారం.~~
Karicharlagūdem (Z).	కరిచర్లగూడెం.
Kōmatigunta (Z) ...	కోమటిగుంట.
Kondagūdem (Z).	కొండగూడెం.
Kōrumāmidi ...	కోరుమామిడి.
Kōrupalle (Z) ...	కోరుపల్లె.
Kovvūru ...	కొవ్వూరు.
Kovvūrupādu (Z).	కొవ్వూరుపాడు.
Kukunūru (I) ...	కుకునూరు.
Kumāradēvam ...	కుమారదేవం.
Kuntalagūdem (Z).	కుంతలగూడెం.
Kurukūru (Z) ...	కురుకూరు.
Lakshmīpuram (Z).	లక్ష్మీపురం.
Maddūru (Z) ...	మద్దూరు.
Maddūrulanka (Z).	మద్దూరులంక.
Malakapalle (Z) ...	మలకపల్లె.
Mallavaram ...	మల్లవరం.
Mārkondapādu (Z).	మార్కొండపాడు.
Mēdipalle (I) ...	మేడిపల్లె.
Munapalle (Z) ...	మునపల్లె.
Muppavaram (Dronamrāju) (Z).	ముప్పవరం (ద్రోణంరాజు).
Nadupalle (Z) ...	నడుపల్లె.
Nallamillipādu (Z).	నల్లమిల్లిపాడు.
Nandamūru (Z) ...	నందమూరు.

NIDADAVOL TĀLŪK—cont. నిడదవోలు తాలూకా—శేషము.

Nandamūru (Z)	నందమూరు.
Nandigampādu (Z).	నందిగంపాడు.
Nandigūdem (Z).	నందిగూడెం.
Nēlatūru (Z) ...	నేలటూరు.
Nidadavōlu (Z) ...	నిడదవోలు.
Paidimetta (Z) ...	పయిడిమెట్ట.
Pallantla ...	పల్లంట్ల.
Pandalaparru (Z).	పండలపర్రు.
Pasivēdalajimma.	పశివేదలజిమ్మ.
Peddēvam (Z) ...	పెద్దేవం.
Penakanametta ...	పెనకనమెట్ట.
Pendyāla (Z) ...	పెండ్యాల.
Pongutūru (Z) ...	పొంగుటూరు.
Prakkilanka (Z)...	ప్రక్కిలంక.
Purushōttapalle (Z).	పురుషోత్తపల్లె.
Rāvimetla (Z) ...	రావిమెట్ల.
Rāvūrupādu (Z)...	రావూరుపాడు.
Rāyaladēvupēta (Z).	రాయలదేవుపేట.
Sanjīvapuram (I).	సంజీవపురం.
Sankarāpuram (Z).	శంకరాపురం.
Settipēta (Z) ...	శెట్టిపేట.
Singanamuppavaram (Z).	శింగనముప్పవరం.
Singavaram (Z) ...	శింగవరం.
Sūrāpuram (I) ...	సూరాపురం.
Tādimalla .	తాడిమళ్ల.
Tāllapudi (Z) ...	తాళ్లపూడి.
Timmanagunta (Z).	తిమ్మనగుంట.
Timmarājupālem (Z).	తిమ్మరాజుపాలెం.
Tirugudumetta (Z).	తిరుగుడుమెట్ట.
Tōgummi (I) ...	తోగుమ్మి.
Tyājampūdi (Z)...	త్యాజంపూడి.
Unakaramilli (Z).	ఉనకరమిల్లి.
Ūnagatla ...	ఊనగట్ల.
Vādālagunta (Z).	వాడాలగుంట.
Vādapalle ...	వాడపల్లె.
Vedullakunta (Z).	వెదుళ్లకుంట.
Vēgēswarapuram.	వేగేశ్వరపురం.
Vēllachintalagūdem (Z).	వేల్లచింతలగూడెం.
Velivennu (Z) ...	వెలివెన్ను.
Vēmulūru ...	వేములూరు.
Vīravalli (Z) ...	వీరవల్లి.
Vīrabhadrapuram (I).	వీరభద్రపురం.
Vissampālem (I).	విస్సంపాలెం.
Vijjhēswaram (Z).	విజ్జేశ్వరం.
Yādavōlu (Z) ...	యాదవోలు.
Yernagūdem (Z).	ఎర్నగూడెం.

TĀDEPALLEGŪDEM TALŪK. తాడేపల్లిగూడెం తాలూకా.

Ādavikolanu (Z)...	అడవికొలను.
Āgrahāragōpavaram (I).	అగ్రహారగోపవరం.
Ākutīgapādu ...	ఆకుతీగపాడు.
Alampuram ...	అలంపురం.
Āmudālapalle (Z)...	ఆముదాలపల్లె.
Anantapalle ...	అనంతపల్లె.
Anumunilanka (Z)	అనుమునిలంక.
Appārāopēta ...	అప్పారావుపేట.
Ardhavaram (Z)...	అర్ధవరం.
rulla agrahāram (I)	అరుళ్ల అగ్రహారం.
Ārugolanu ...	అరుగొలను.
Avapādu ...	అవపాడు.
Bādampūdi ...	బాదంపూడి.
Bainēpalli (Z) ...	బైనేపల్లి.
Bendalapālem ...	బెండలపాలెం.
Bōdapādu (I) ...	బోడపాడు.
Bommidi ...	బొమ్మిడి.
Buvvanapalle (Z).	బువ్వనపల్లె.
Chānamilli ...	చానమిల్లి.
Chēbrōlu ...	చేబ్రోలు.
Chēbrōlu Khandrika (I).	చేబ్రోలు ఖండ్రిక

TĀDEPALLEGŪDEM TĀLŪK—cont. తాడేపల్లిగూడెం తాలూకా—శేషము.

Cherukuganama (I).	చెరుకుగనమ.
Chinanindrakolanu (Z).	చిననింద్రకొలను.
China Rāmachandrapuram (I).	చిన రామచంద్రపురం.
Chintapalle ...	చింతపల్లె.
Chīpurugūdem (I	చీపురుగూడెం.
Chōdavaram (East) (Z).	చోడవరం (తూర్పు).
Chōdavaram (West) (Z).	చోడవరం (పడమర).
Darisiparru ...	దరిశిపర్రు.
Dēvaracheruvu Khandrika (I).	దేవరచెరువు ఖండ్రిక.
Dēvaragōpavaram (Z).	దేవరగోపవరం.
Dontavaram (I) ...	దొంతవరం.
Dūbacherla ...	దూబచెర్ల.
Ellamilli (I) ...	ఎల్లమిల్లి.
Enīkēpalle (Z) ...	ఎనికేపల్లె.
Ganapavaram (Z).	గణపవరం.
Gōpinādhapatnam (I).	గోపినాథపట్నం.
Gunaparru ...	గునపర్రు.
Gundēpalle (Z) ...	గుండేపల్లె.
Jagannādhapuram.	జగన్నాథపురం.
Jagannādhapuram (Z).	జగన్నాథపురం.
Jaggannapēta (I).	జగ్గన్నపేట.
Jatlapālem (I) ...	జట్లపాలెం.
Kadakatla (I) ...	కడకట్ల.
Kadiyadda ...	కడియద్ద.
Kāgupādu ...	కాగుపాడు.
Kākaramilli (Z).	కాకరమిల్లి.
Kākarlamūdi ...	కాకర్లమూడి.
Kākināda ...	కాకినాడ.
Kāsipādu ...	కాసిపాడు.
Kēsavaram (Z) ...	కేశవరం.
Kommara (Z) ...	కొమ్మర.
Kommugūdem ...	కొమ్ముగూడెం.
Kōnāla ...	కోనాల.
Kondōpādu ...	కొండోపాడు.
Kondruprōlu (I).	కొండ్రుప్రోలు.
Kōrumilli (I) ...	కోరుమిల్లి.
Kottapalle (Z) ...	కొత్తపల్లె.
Krishnāpuram (I).	కృష్ణాపురం.
Krishnāyapālem ...	కృష్ణాయపాలెం.
Kūnavaram (I) ...	కూనవరం.
Kunchanapalle (I).	కుంచనపల్లె.
Mādhavaram ..	మాధవరం.
Mandalaparru (Z).	మండలపర్రు.
Mārellamūdi ...	మారెళ్లమూడి.
Mīnavillūru ...	మీనవిల్లూరు.
Muddāpuram ...	ముద్దాపురం.
Mudunūru ...	ముదునూరు.
Muggulla (I) ...	ముగ్గుళ్ల.
Nāganamilli (I) ...	నాగనమిల్లి.
Nallajerla ...	నల్లజెర్ల.
Nallamādu ...	నల్లమాడు.
Narasimha Appārāopuram (I).	నరసింహ్వాఅప్పారావుపురం.
Narasimhapuram (Z).	నరసింహ్వాపురం.
Navābupālem ...	నవాబుపాలెం.
Nidamarru (Z) ...	నిడమర్రు.
Padāla (I) ...	పడాల.
Parimella ...	పరిమెళ్ల.
Pedanindrakolanu (Z).	పెదనింద్రకొలను.
Peda Rāmachandrapuram (Z).	పెద రామచంద్రపురం.
Pentapādu (Kasbā)	పెంటపాడు (కస్బా).
Pentapādu Agrahāram (I).	పెంటపాడు అగ్రహారం.
Pippara ...	పిప్పర.
Pōtavaram ...	పోతవరం.
Prakāsarāopālem (Z).	ప్రకాశరావుపాలెం.
Prattipādu (I) ...	ప్రత్తిపాడు.
Rācherla ...	రాచెర్ల.

TĀDEPALLEGŪDEM TĀLŪK—cont. తాడేపల్లిగూడెం తాలూకా—శేషము.

Rāchūru ...	రాచూరు.
Rāvipādu ...	రావిపాడు.
Rāvulaparru ...	రావులపర్రు.
Saripalle (Z) ...	సరిపల్లె.
Siddhāpuram (I).	సిద్ధాపురం.
Tādēpalle ...	తాడేపల్లె.
Tādēpallegūdem (Z).	తాడేపల్లెగూడెం.
Tāllamudunūrupādu (I).	తాళ్ళముదునూరుపాడు.
Tallāpuram (I) ...	తల్లాపురం.
Telikicherla (Z) ...	తెలికిచెర్ల.
Timmarāvugūdem (Z).	తిమ్మరావుగూడెం.
Tōkalapalle (Z) ...	తోకలపల్లె.
Umāmahēswaram (I).	ఉమామహేశ్వరం.
Ungutūru ...	ఉంగుటూరు.
Vākapalle (Z) ...	వాకపల్లె.
Vallūru (Z) ...	వల్లూరు.
Vallūrupalle (I).	వల్లూరుపల్లె.
Varadarājapuram Agrahāram (I).	వరదరాజపురం అగ్రహారం.
Velagapalle (Z) ...	వెలగపల్లె.
Venkatādri Appārāopuram (I).	వెంకటాద్రి అప్పారావుపురం.
Venkatarājupuram (I).	వెంకట్రాజుపురం.
Venkata Rāmannagūdem (I).	వెంకట్రామన్నగూడెం.
Venkatāpuram (I).	వెంకటాపురం.
Vipparru (West).	పడమటి విప్పర్రు.
Vīrampālem ...	వీరంపాలెం.
Vīrēswarapuram (I).	వీరేశ్వరపురం.
Vippartikhandrika (I).	విప్పర్తిఖండ్రిక.
Yāgarlapalle (I).	యాగర్లపల్లె.
Yānālapalle ...	యానాలపల్లె.

TANUKU TĀLŪK తణుకు తాలూకా.

Ainaparru ...	ఐనపర్రు.
Aitampūdi (I) ...	అయితంపూడి.
Ajjaram (Z) ...	అజ్జరం.
Ālamūru ...	ఆలమూరు.
Āravalli ...	ఆరవల్లి.
Attili ...	అత్తిలి.
Ballipādu ...	బల్లిపాడు.
Bhatlamugutūru (I).	భట్లముగుటూరు.
Cherukuvāda ...	చెరుకువాడ.
Chilakapādu (Z).	చిలకపాడు.
Chivatam (Z) ...	చివటం.
Dammennu (Z) ...	దమ్మెన్ను.
Dāsullakumudavilli	దాసుల్లకుముదవిల్లి.
Duvva ...	దువ్వ.
Ēlētipādu (I) ...	ఏలేటిపాడు.
Garuvugunta Khandrika (I).	గరువుగుంట ఖండ్రిక.
Gōtēru (Z) ...	గోటేరు.
Gummampādu (Z).	గుమ్మంపాడు.
Īdūru ...	ఈదూరు.
Ilaparru ...	ఇలపర్రు.
Iragavaram (Z) ...	ఇరగవరం.
Juttiga (Z) ...	జుత్తిగ.
Kākaraparru ...	కాకరపర్రు.
Kākilēru ...	కాకిలేరు.
Kākula Illindalaparru.	కాకుల యిల్లిందలపర్రు.
Kanchumarru ...	కంచుమర్రు.
Kannāyakumudavilli.	కన్నాయకుముదవిల్లి.
Kantēru ...	కంతేరు.
Kāpavaram (Z) ...	కాపవరం.
Karrāvārisāvaram (Z).	కర్రావారిసావరం.
Kattavapādu ...	కత్తవపాడు.
Kāvalipuram ...	కావలిపురం.
Khandavilli ...	ఖండవిల్లి.
Khandrika (Z) ...	ఖండ్రిక.

TANUKU TĀLŪK. తణుకు తాలూకా—సీమలు.

Komaravaram (Z).	కొమరవరం.
Kōmarru	కోమర్రు.
Kommara	కొమ్మర.
~~Kondayapālem~~	~~కొండయపాలెం.~~
Kothālaparru	కొతాలపర్రు.
Kottapādu (1)	కొత్తపాడు.
Kottapalle Agrahāram (I).	కొత్తపల్లె అగ్రహారం.
Koyyētipādu (Z).	కొయ్యేటిపాడు.
Mallipūdi	మల్లిపూడి.
Mallēswaram	మల్లేశ్వరం.
Māmudūru	మాముడూరు.
Manchili	మంచిలి.
Mandapāka (Z)	మండపాక.
Mārutēru	మారుటేరు.
Mōrta (Z)	మోర్త.
Moyyēru	మొయ్యేరు.
Mukkāmala	ముక్కామల.
Munamarru	మునమర్రు.
Muppartipādu	ముప్పర్తిపాడు.
Neggipūdi	నెగ్గిపూడి.
Nelamūru	నెలమూరు.
Ōgidi (Z)	ఓగిడి.
Paidiparru (Z)	పైడిపర్రు.
Pālangi (Z)	పాలంగి.
Pāli	పాలి.
Pāluru	పాలూరు.
Pasalapūdi (Z)	పసలపూడి.
Pēkēru	పేకేరు.
Penugonda	పెనుగొండ.
Penumantra	పెనుమంత్ర.
Peravali	పెరవలి.
Pittala Vēmavaram.	పిట్టల వేమవరం.
Podalāda (I)	పొదలాడ.

Pōlamūru	పోలమూరు.
Rāmannapālem	రామన్నపాలెం.
Rāmeswaram	రామేశ్వరం.
Rāpāka (Z)	రాపాక.
Rōlangi (Z)	రోలంగి.
Sajjāpuram (I)	సజ్జాపురం.
Satyavāda (Z)	సత్యవాడ.
Satyavaram	సత్యవరం.
Siddhāntam	సిద్ధాంతం.
Skinnarapuram	స్కిన్నపురం.
Sōmorāju Ilindalaparru (Z).	సోమరాజు యిలిందలపర్రు.
Sūrampūdi (Z)	సూరంపూడి.
Sūryārāopālem	సూర్యారావుపాలెం.
Tādiparru (Z)	తాడిపర్రు.
Tāmarāda (I)	తామరాడ.
Tanuku	తణుకు.
Tanuku Vēmavaram (Z).	తనుకువేమవరం.
Tētali	తేతలి.
Tiparru (Z)	తీపర్రు.
Tirupatipuram	తిరుపతిపురం.
Tūrpu Vipparru.	తూర్పు విప్పర్రు.
Unikili	ఉనికిలి.
Undrājavaram	ఉండ్రాజవరం.
Usulumarru	ఉసులుమర్రు.
Vadali	వడలి.
Vadlūru	వడ్లూరు.
Vadūru	వడూరు.
~~Vanampalle~~	~~వనంపల్లె.~~
Varighēdu (Z)	వరిఘేడు.
Velagadurru	వెలగదుర్రు.
Vēlpūru	వేల్పూరు.
Venkatrāmapuram (I).	వెంకట్రామపురం.

GUNTUR DISTRICT.

(I) = Inam. (Z) = Zamindari.

BĀPATLA TĀLŪK. బాపట్ల తాలూకా.

Ādipūdi ... ఆదిపూడి.
Adivi ... ... అడివి.
Adusumālli ... అడుసుమల్లి.
Annapārru ... అన్నపర్రు.
Annavaram ... అన్నవరం.
Appāpuram ... అప్పాపురం.
Appikatla ... అప్పికట్ల.
Āremanda ... ఆరెమండ.
Ballūkhānudipālem. బల్లూఖానుడిపాలెం
Bāpatla ... బాపట్ల.
Bhartipūdi (I) ... భర్తిపూడి.
Bōdavādamandagunta. బోడవాడమందగుంట.
Bōdipālem ... బోడిపాలెం.
Brāhmanakōdūru. బ్రాహ్మణకోడూరు.
Chēbrōlu ... చేబ్రోలు.
Chennubhatlapālem (I). చెన్నుభట్లపాలెం.
Cherukūru ... చెరుకూరు.
Cheruvu ... చెరువు.
Chinna Ganjām ... చిన్న గంజాం.
Chīrāla ... చీరాల.
Daggupādu ... దగ్గుపాడు.
Dandamūdi ... దండమూడి.
Dēvarapalle ... దేవరపల్లె.
Doppalapūdi ... దొప్పలపూడి.
Ēdubādu (I) ... ఏదుబాడు.
Ganapavaram ... గణపవరం.
Ganikepūdi ... గనికెపూడి.
Garīkepādu ... గరికెపాడు.
Garnepūdi ... గర్నెపూడి.
Gavinivāripālem. గవినివారిపాలెం.
Gollapūdi (I) ... గొల్లపూడి.
Gonasapūdi ... గొనసపూడి.
Gōpāpuram ... గోపాపురం.
Gudipūdi (I) ... గుడిపూడి.
Idupulapādu ... ఇడుపులపాడు.
Inagallu ... ఇనగల్లు.
Inagartipādu ... ఇనగర్తిపాడు.
Inkollu ... ఇంకొల్లు.
Ipurupālem ... ఈపురుపాలెం.
Iteru ... ... ఈతేరు.
Jāgarlamūdi ... జాగర్లమూడి.
Jillēllamūdi (I) ... జిల్లేళ్లమూడి.
Kadavakuduru ... కడవకుదురు.
Kākumānu ... కాకుమాను.
Kankatapālem ... కంకటపాలెం.
Kāranchēdu ... కారంచేడు.
Karlapālem ... కర్లపాలెం.
Katrapādu ... కట్రపాడు.
Kēsavarappādu (I) కేశవరప్పాడు.
Kodavalivāripālem కొడవలివారిపాలెం
Kollimarla ... కొల్లిమర్ల.
Kommūru ... కొమ్మూరు.
Kondapāturu ... కొండపాటూరు.
Kopparru ... కొప్పర్రు.
Kottapalle Nārikēllapalle. కొత్తపల్లె నారికేళపల్లె.
Kottapēta ... కొత్తపేట.
Kunkalamirru ... కుంకలమిర్రు.
Māmillapalle ... మామిళ్లపల్లె.
Manchālla (I) ... మంచాళ్ల.
Mannava ... మన్నవ.
Marripūdi ... మర్రిపూడి.
Maruprōluvāndlapālem. మరుప్రోలువాండ్లపాలెం.
Mattegunta ... మట్టెగుంట.
Mōtupalle ... మోటుపల్లె.
Mūlapālem ... మూలపాలెం.
Munupalle ... మునుపల్లె
Murukondapādu ... మురుకొండపాడు.
Nāgandla ... నాగండ్ల.

BĀPATLA TĀLŪK—cont. బాపట్ల తాలూకా—శేషము.

Nandūru ... నందూరు.
Narasāyapālem ... నరసాయపాలెం.
Nāyanapalle ... నాయనపల్లె.
Nērēduballe ... నేరేడుబల్లె.
Nidubrōlu ... నిడుబ్రోలు.
Nūtalapādu ... నూతలపాడు.
Pālaparru ... పాలపర్రు.
Pālapartipādu (I). పాలపర్తిపాడు.
Pallapādu ... పల్లపాడు.
Pandillapalle ... పండిల్లపల్లె.
Pāndrapādu ... పాండ్రపాడు.
Paruchūru ... పరుచూరు.
Pātareddipālem ... పాతరెడ్డిపాలెం.
Patsalatādiparru, పత్సలతాడిపర్రు.
Pāvulūru ... పావులూరు.
Pedda Ganjām ... పెద్ద గంజాం.
Peddanandipādu. పెద్ద నందిపాడు.
Penugudurupādu. పెనుగుదురుపాడు.
Pērāla ... ... పేరాల.
Pērali ... పేరలి.
Ponnūr... ... పొన్నూరు.
Pullaripālem ... పుల్లరిపాలెం.
Pūndla ... పూండ్ల.
Pūsapādu ... పూసపాడు.
Pusulūru .. పుసులూరు.
Rājupālem ... రాజుపాలెం.
Ramanāyapālem ... రమణాయపాలెం.
Rāvipādu ... రావిపాడు.
Rāvūrupēta ... రావూరుపేట.
Rētūru ... రేటూరు.
Sandepūdi ... సందెపూడి.
Santarāvūru ... సంతరావూరు.
Srīrangapuram (I). శ్రీరంగపురం.
warna ... స్వర్ణ.
Temīdidepādu ... తెమిడిదెపాడు.
Tottempūdi (I) ... తొట్టెంపూడి.
Turlapādu ... తుర్లపాడు.
Uppalapādu ... ఉప్పలపాడు.
Upparapālem ... ఉప్పరపాలెం.
Upputūru ... ఉప్పుటూరు.
Vāda . వాడ.
Vadlamūdi ... వడ్లమూడి.
Vallabharāopālem. వల్లభరావుపాలెం.
Vallūru ... వల్లూరు.
Vangipuram ... వంగిపురం.
Vankāyalapādu ... వంకాయలపాడు.
Varagāni ... వరగాని.
Velicherla (I) ... వెలిచెర్ల.
Vellalūru ... వెల్లలూరు.
Vētapalem ... వేటపాలెం.
Vīrannapālem ... వీరన్నపాలెం.
Zammulapālem ... జమ్ములపాలెం.
Zūpudi ... జూపూడి.

GUNTŪR TĀLŪK గుంటూరు తాలూకా.

Abbarājupālem ... అబ్బరాజుపాలెం.
Agatavarappādu ... అగతవరప్పాడు.
Ainavōlu (I) .. ఐనవోలు.
Anantavaram ... అనంతవరం.
Anantavarappādu (I). అనంతవరప్పాడు.
Ankirēddipālem ... అంకిరెడ్డిపాలెం.
Anumarlapūdi (I). అనుమర్లపూడి.
Atmakūru ... ఆత్మకూరు.
Bandārupalle ... బండారుపల్లె.
Bējātpuram ... బేజాత్పురం.
Bōrupālem ... బోరుపాలెం.
Budāmpādu ... బుడంపాడు.
Chamallamūdi ... చమల్లమూడి.
Chinnakākāni . చిన్నకాకాని.
Chinnapalakalūru. చిన్న పలకలూరు.
Chinnavadlapūdi. చిన్న వడ్లపూడి.
Chirrāvūru ... చిర్రావూరు.
Dāmarapalle ... దామరపల్లె.
Dēvarāyabhātla-pālem. దేవరాయభట్లపాలెం.
Dondapādu ... దొండపాడు.

GUNTŪR TĀLŪK—cont. గుంటూరు తాలూకా—శేషము.

Village	Telugu
Enamadala	... ఎనమదల.
Endrāyi	... ఎంద్రాయి.
Etukūru	... ఏటుకూరు.
Gārāpādu	... గారపాడు.
Godavarru	... గొడవర్రు.
Gōrantla	... గోరంట్ల.
Gorijavōlugunta-pālem.	గోరిజవోలుగుంట పాలెం.
Gottipādu	... గొట్టిపాడు.
Gundimeda	... గుండిమెడ.
Guntūr	... గుంటూరు.
Harischandra-puram.	హరిశ్చంద్రపురం.
Idulapālem (I)	... ఈదులపాలెం.
Ippatam	... ఇప్పటం.
Kantēru	... కంతేరు.
Kanthamrāju Kondūru.	కంఠంరాజుకొం డూరు.
Kārempūdipādu (I)	కారెంపూడిపాడు.
Karlapūdi	... కర్లపూడి.
Kātrapādu	... కాట్రపాడు.
Kāza	... కాజ.
Kolanukonda (I).	కొలనుకొండ.
Kondajāgarlamūdi (I).	కొండజాగర్లమూడి.
Kondamrājupālem.	కొండంరాజుపా లెం.
Kondepādu	... కొండెపాడు.
Koppurāvūru	... కొప్పురావూరు.
Koritepādu	... కొరిటెపాడు.
Kornepādu	... కొర్నెపాడు.
Kōvelamūdi	... కోవెలమూడి.
Krishnāyapālem	... కృష్ణాయపాలెం.
Kunchanapalle (I).	కుంచనపల్లె.
Kūragallu	... కూరగల్లు.
Kurnūtala	... కుర్నూతల.
Lām	... లాం.
Latsanagudipūdi.	లచ్చనగుడిపూడి.
Lēmallepādu	... లేమల్లెపాడు.
Lingāyapālem	... లింగాయపాలెం.
Malkāpuram (I)	... మల్కాపురం.
Mallāyapālem	... మల్లాయపాలెం.
Mandadam	... మందడం.
Mandapādu	... మందపాడు.
Mangalagiri	... మంగళగిరి.
Marripālem (I)	... మర్రిపాలెం.
Mīsaragadda Anantavaram (I)	మీసరగడ్డ అనంతవరం.
Mōtadaka	... మోతడక.
Mutlūru	... ముట్లూరు.
Nadimpālem	... నడింపాలెం.
Nallapādu	... నల్లపాడు.
Nambūru	... నంబూరు.
Nārākōdūru	... నారాకోడూరు.
Navulūru	... నవులూరు.
Nekkallu	... నెక్కల్లు.
Nēlapadu	... నేలపాడు.
Nidamarru	... నిడమర్రు.
Nidumukkala	... నిడుముక్కల.
Nūtakki	... నూతక్కి.
Pāmulapādu	... పాములపాడు.
Peddakākāni	... పెద్దకాకాని.
Peddamaddūru	... పెద్దమద్దూరు.
Peddapalakalūru	.. పెద్దపలకలూరు.
Peddaparimi	... పెద్దపరిమి.
Peddavadlapūdi	... పెద్దవడ్లపూడి.
Penumaka	... పెనుమాక.
Penumūli	... పెనుమూలి.
Pērēcherla	... పేరేచెర్ల.
Pichchikalapālem.	పిచ్చికలపాలెం.
Ponnekallu	... పొన్నెకల్లు.
Pottūru	... పొత్తూరు.
Prattipādu	... ప్రత్తిపాడు.
Rāmachandra-puram.	రామచంద్రపురం.
Ramachāndra-puram (I).	రామచంద్రపురం.
Rāvela	... రావెల.
Rāyapūdi	... రాయపూడి.
Sākhamūru	... శాఖమూరు.

GUNTUR TĀLŪK—cont. గుంటూరు తాలూకా—శేషము.

Sēkūru	.. శేకూరు.
Suddapalle	... సుద్దపల్లె.
Tādēpalle	... తాడేపల్లె.
Tādikonda	... తాడికొండ.
Takkellapādu	... తక్కెళ్లపాడు.
Tangellamūdi	... తంగేళ్లమూడి.
Tsaudavaram	... చౌడవరం.
Tullūru	... తుళ్లూరు.
Uddandrāyanipālem.	ఉద్దండ్రాయని పాలెం.
Undavalli	... ఉండవల్లి.
Unguṭūru	... ఉంగుటూరు.
Unnava	... ఉన్నవ.
Uppalapādu	... ఉప్పలపాడు.
Vaddhamānu	... వడ్డమాను.
Vadhēswaram (I).	వడ్డేశ్వరం.
Vaikunthapuram.	వైకుంఠపురం.
Vatticherukūru	... వట్టిచెరుకూరు.
Vējandla	... వేజండ్ల.
Velagapūdi	... వెలగపూడి.
Venigandla	... వెనిగండ్ల.
Venkatapālem	... వెంకటపాలెం.
Visadala	... విశదల.
Yāmarru	... యామర్రు.
Zonnalagadda	... జొన్నలగడ్డ.

NARASARAOPET TĀLŪK. నరసరావుపేట తాలూకా.

Alavāla (I)	... అలవాలం.
Anantavaram	... అనంతవరం.
Annavaram	... అన్నవరం.
Annavarappādu (I)	అన్నవరప్పాడు.
Ārēpalle (I)	... ఆరేపల్లె.
Babbēpalle	... బబ్బేపల్లె.
Ballikurava	... బల్లికురవ.
Boppūdi	... బొప్పూడి.
Chāgallu	... చాగల్లు.
Chējerla	... చేజెర్ల.
Chennupalle (I)	... చెన్నుపల్లె.
Chīmalamarri	... చీమలమర్రి.
Chinna Pasumarru (I)	చిన్న పసుమర్రు.
Chirumāmilla	... చిరుమామిళ్ల.
Darsi (I)	... దర్శి.
Dāsaripālem	... దాసరిపాలెం.
Dondapādu (I)	... దొండపాడు.
Drōnādula	... ద్రోణాదుల.
Edavalli	... ఎడవల్లి.
Eddanapūdi	... ఎద్దనపూడి.
Edlapādu	... ఎడ్లపాడు.
Elchūru	... ఎల్చూరు.
Ellamanda	... ఎల్లమంద.
Enamadala	... ఎనమదల.
Ganapavaram	... గణపవరం.
Gannavaram	... గన్నవరం.
Gōgulapādu	... గోగులపాడు.
Gōpāpuram (I)	... గోపాపురం.
Gorizavōlu	... గొరిజవోలు.
Gorrepādu	... గొర్రెపాడు.
Gottipādu	... గొట్టిపాడు.
Gōvindapuram	... గోవిందపురం.
Guntāgārlapādu (I)	గుంటాగార్లపాడు.
Guntupalle	... గుంటుపల్లె.
Gurijēpalle (I)	... గురిజేపల్లె.
Ikkuru	... ఇక్కుర్రు.
Irlapādu	... ఇర్లపాడు.
Kākāni	... కాకాని.
Kāmēpalle	... కామేపల్లె.
Kantetivāri Khandrika (I).	కంటేటివారి ఖండ్రిక.
Kanuparru	... కనుపర్రు.
Kāruchōla	... కారుచోలం.
Kāvūru	... కావూరు.
Kēsānapalle	... కేసానపల్లె.
Kōlalapūdi	... కోలలపూడి.
Kommālapādu (I).	కొమ్మాలపాడు.
Kōnanki	... కోనంకి.
Kondakāvūru	... కొండకావూరు.

Narasarāopet Tālūk—cont. నరసరావుపేట తాలూకా—శేషము.

Kondavīdu ... కొండవీడు.
Konidena ... కొనిదెన.
Kopparam ... కొప్పరం.
Kopparapālem (I). కొప్పరపాలెం.
Kopperapādu కొప్పెరపాడు.
Kukkapallevāripālem. కుక్కపల్లెవారిపాలెం.
Kūkutlapalle ... కూకుట్లపల్లె.
Kundurru ... కుందుర్రు.
Kunkalagunta .. కుంకలగుంట.
Lakkavaram (I) ... లక్కవరం
Lingamgunta (I). లింగంగుంట
Maidavōlu ... మైదవోలు.
Mānukondavāripālem. మానుకొండవారిపాలెం.
Mārutūru ... మారుటూరు.
Mātsavaram .. మాచవరం.
Muktēswaram ... ముక్తేశ్వరం.
Mulakalūru .. ములకలూరు.
Murikipūdi ... మురికిపూడి.
Muttanapalle (I). ముత్తనపల్లె.
Nādendla .. నాదెండ్ల.
Nāgarājupalle ... నాగరాజుపల్లె.
Nallagārlapādu (I) నల్లగార్లపాడు.
Narasarāopet ... నరసరావుపేట.
Nekarikallu .. నెకరికల్లు.
Nūjellapalle (I) ... నూజెళ్లపల్లె.
Pālapādu ... పాలపాడు.
Pamidipādu (I) ... పమిడిపాడు.
Pasumarru ... పసుమర్రు.
Petlūrupālem (I). పెట్లూరుపాలెం.
Pōlūru ... పోలూరు.
Pōtavaram ... పోతవరం.
Pōtavarappādu (I) పోతవరప్పాడు.
Pūnūru ... పూనూరు.
Purushōttapatnam. పురుషోత్తపట్నం.
Rājāpēta ... రాజాపేట.
Rājapālem ... రాజుపాలెం.
Rāvipādu ... రావిపాడు.
Rompicherla ... రొంపిచెర్ల.
Rūpenaguntla ... రూపెనగుంట్ల.
Sankaralingamgudipādu (I). శంకరలింగంగుడిపాడు
Sankurātripādu ... సంకురాత్రిపాడు.
Santagudipādu . సంతగుడిపాడు.
Santamāgulūru ... సంతమాగులూరు.
Sātulūru ... సాతులూరు.
Solasa సోలస.
Tangēdumalle ... తంగేడుమల్లె.
Tātapūdi (I) ... తాతపూడి.
Timmāpuram ... తిమ్మాపురం.
Tsallagundla ... చల్లగుండ్ల.
Tsandavaram ... చండవరం.
Tūbādu ... తూబాడు.
Turumella ... తురుమెళ్ల.
Uppalapādu ... ఉప్పలపాడు.
Uppumāgulūru . ఉప్పుమాగులూరు.
Vaidana ... వైదన.
Vankāyalapādu ... వంకాయలపాడు.
Vellalacheruvu ... వెల్లలచెరువు.
Vēlūru ... వేలూరు.
Vēmavaram (I) ... వేమవరం.
Vinjanampādu ... వింజనంపాడు.
Vipparla ... విప్పర్ల.
Vipparlapalle (I). విప్పర్లపల్లె.
Viswanādhuni Khandrika (I). విశ్వనాధుని ఖండ్రిక.
Zālādi ... జాలాది.
Zonnalagadda ... జొన్నలగడ్డ.
Zonnatāli (I) జొన్నతాలి.

Ongōle Tālūk. ఒంగోలు తాలూకా.

Addanki ... అద్దంకి.
Alavalapādu ... అలవలపాడు.
Allūru Kottapatnam. అల్లూరు కొత్తపట్నం.

ONGŌLE TĀLŪK—cont. ఒంగోలు తాలూకా—శేషము.

Alūru ...	ఆలూరు.
Ammanabrōlu ...	అమ్మనబ్రోలు.
Anamanamūru (I).	అనమనమూరు.
Anantavaram ...	అనంతవరం.
Annangi ...	అన్నంగి.
Annavarappādu (Z)	అన్నవరప్పాడు.
Baitamanjulūru (I)	బైటమంజులూరు.
Bandlamūdi ...	బండ్లమూడి.
Bhadrasāstrula Khandrika (Z).	భద్రశాస్త్రుల ఖండ్రిక.
Bhatla Mātsavaram Maddulūru.	భట్లమాచవరం మద్దులూరు.
Bhīmavaram ...	భీమవరం.
Bhūsurapalle (I).	భూసురపల్లె.
Bodduvāripālem.	బొడ్డువారిపాలెం.
Bollāpalle ...	బొల్లాపల్లె.
Bommanampādu ...	బొమ్మనంపాడు.
Būdavāda ...	బూదవాడ.
Būdavāda (Z) ...	బూదవాడ.
Chakrāyapālem (I).	చక్రాయపాలెం.
Chandalūru ...	చండలూరు.
Chedalavāda ...	చెదలవాడ.
Chējerla ..	చేజెర్ల.
Chēkūrupādu ...	చేకూరుపాడు.
Cheruvukommupālem (Z).	చెరువుకొమ్ముపాలెం
Chilakapādu (Z) ..	చిలకపాడు.
Chīmakurti ...	చీమకుర్తి.
Chinnakottapalle.	చిన్నకొత్తపల్లె.
Chinnarāvipādu (Z).	చిన్నరావిపాడు.
Chinna Uyyālavāda (Z).	చిన్న ఉయ్యాలవాడ.
Chintagumpalle ...	చింతగుంపల్లె.
Chiruvānuppalapādu.	చిరువానుప్పలపాడు.
Daivālarāvūru (Bollavarappādu).	దైవాలరావూరు (బొల్లవరప్పాడు).
Dasarājupalle Karavadi.	దశరాజుపల్లె కరవది.
Dēvarampādu ...	దేవరంపాడు
Dēvarapālem (Z).	దేవరపాలెం.
Dharmavaram ..	ధర్మవరం.
Dhēnuvakonda (Z).	ధేనువకొండ.
Doddavaram (Z).	దొడ్డవరం.
Doddavarappādu...	దొడ్డవరప్పాడు
Duddukūru ..	దుద్దుకూరు.
Ēdugundlapādu ...	ఏడుగుండ్లపాడు.
Endlūru ...	ఎండ్లూరు.
Enikapādu ...	ఎనికపాడు.
Erragudipādu ...	ఎర్రగుడిపాడు.
Errajerla (Z) ..	ఎర్రజెర్ల.
Gangavaram (Z) ..	గంగవరం.
Gangavaram Santanūtalapādu.	గంగవరం సంతనూతలపాడు.
Gārlapādu (Z) ...	గార్లపాడు.
Ghadiyapūdi (Z).	ఘడియపూడి.
Gōnugunta ...	గోనుగుంట.
Gōpālapuram (I).	గోపాలపురం.
Gudimellapādu (I).	గుడిమెళ్లపాడు.
Gummalampādu (Z).	గుమ్మలంపాడు.
Gundlāpalle ...	గుండ్లాపల్లె.
Guravāreddipālem (Z).	గురవారెడ్డిపాలెం.
Hanumāpuram Nidamānūru.	హనుమాపురం నిడమానూరు.
Idumūdi ...	ఇడుమూడి.
Ilapāvalūru (Z) ...	ఇలపావలూరు.
Inamanamellūru...	ఇనమనమెల్లూరు.
Ītamukkala (Z) ...	ఈతముక్కల.
Janakavaram Pangulūru.	జనకవరం పంగులూరు.
Jayavaram ...	జయవరం.
Kalavakūru ...	కలవకూరు.
Kandlagunta ...	కండ్లగుంట.
Kandulūru ...	కందులూరు.
Kāndūrivāri Agrahāram (I).	కాందూరివారి అగ్రహారం.

ONGŌLE TALUK—cont. ఒంగోలు తాలూకా — శేషము.

Village	Telugu
Kanuparti ...	కనుపర్తి.
Kārumanchi ...	కారుమంచి.
Kasyāpuram (Z)...	కశ్యాపురం.
Kīrtipādu ..	కీర్తిపాడు.
Kolachanakōta ...	కొలచనకోట.
Konagaripālem (Z)	కొనగారిపాలెం.
Kondamanjulūru.	కొండమంజులూరు.
Kondamūru ...	కొండమూరు.
Konijēdu ...	కొణిజేడు.
Koniki ...	కొణికి.
Kopperapādu ...	కొప్పెరపాడు.
Koppōlu ...	కొప్పోలు.
Kōrisapādu ...	కోరిశపాడు.
Kōtapādu ...	కోటపాడు
Kottakōta Takkellapādu.	కొత్తకోట తక్కెళ్ల పాడు.
Krishnāpuram (Z).	కృష్ణాపురం.
Kunkupādu (Z) ...	కుంకుపాడు.
Lakshmīpuram (Z)	లక్ష్మీపురం.
Lakshmīpuram Rājupālem (I).	లక్ష్మీపురం రాజు పాలెం.
Lingamgunta ...	లింగంగుంట.
Madanūru (Z) ...	మదనూరు.
Maddipādu ...	మద్దిపాడు.
Maddirāla Muppālla.	మద్దిరాల ముప్పాళ్ల.
Maddirālapādu (I).	మద్దిరాలపాడు.
Mailavaram (I) ...	మైలవరం.
Mainampādu ...	మైనంపాడు.
Mallavaram ..	మల్లవరం.
Mallavarappādu(Z)	మల్లవరప్పాడు.
Mallēswarapuram (Z).	మల్లేశ్వరపురం.
Manchikalapādu (Z).	మంచికలపాడు.
Mangalādripuram (Z)	మంగళాద్రిపురం.
Mangamūru ...	మంగమూరు.
Manikēswaram ...	మణికేశ్వరం.
Marlapādu ...	మర్లపాడు.
Mattepādu ...	మట్టెపాడు.

Village	Telugu
Mātsavaram ...	మాచవరం.
Mōdēpalle (Z) ...	మోదేపల్లె.
Muktinūtalapādu.	ముక్తినూతలపాడు.
Muppavaram ...	ముప్పవరం.
Naguluppalapādu.	నాగులుప్పలపాడు.
Namassivāyapuram (Z).	నమశ్శివాయపురం.
Nandipādu (I) ...	నందిపాడు.
Nannūrupādu (I).	నన్నూరుపాడు.
Narasāpuram (Z).	నరసాపురం.
Narasāpuram (I).	నరసాపురం.
Nēkunāmbāda (Z).	నేకునాంబాద.
Nēlatūru ...	నేలటూరు.
Nidamalūru ...	నిడమలూరు.
Nippatlapādu (Z).	నిప్పట్లపాడు.
Nūjellapalle ...	నూజెళ్లపల్లె.
Obanapālem (I) ...	ఓబనపాలెం.
Ongōle ...	ఒంగోలు.
Padamatināyudipālem (Z).	పడమటినాయుడి పాలెం.
Padamati Takkellapādu(I).	పడమటి తక్కెళ్ల పాడు.
Pādarti ...	పాదర్తి.
Paidipādu (Z) ...	పైడిపాడు.
Pallāmalli (Z) ...	పల్లామల్లి.
Peddakottapalle ...	పెద్దకొత్తపల్లె.
Pedda Uyyālavāda (Z).	పెద్ద ఉయ్యాలవాడ.
Pedda Zangālapalle.	పెద్ద జంగాలపల్లె.
Pellūru (Z) ...	పెళ్లూరు.
Pērnamitta ...	పేర్నమిట్ట.
Pichchikalagudipādu.	పిచ్చికలగుడిపాడు.
Pidatalagudipādu.	పిడతలగుడిపాడు.
Pidatalapūdi ...	పిడతలపూడి.
Pondūru ...	పొందూరు.
Pōtavaram ...	పోతవరం.
Prāsangulapādu (Z).	ప్రాసంగులపాడు
Pulikonda ...	పులికొండ.

ONGŌLE TĀLUK—*cont.* ఒంగోలు తాలూకా—శేషము.

Puttacheruvupālem (Z).	పుట్టచెరువుపాలెం.
Rājupālem (Z) ...	రాజుపాలెం.
Rāllapalle (Z) ...	రాళ్లపల్లె.
Rāmachandrāpuram (I).	రామచంద్రాపురం.
Rāmakūru ...	రామకూరు.
Rāmāyapālem Timmāyapālem.	రామాయపాలెం తిమ్మాయపాలెం.
Rangasāyipuram (Z).	రంగశాయిపురం.
Rāparla ...	రాపర్ల.
Rātsapūdi ...	రాచపూడి.
Rātsavāripālem ...	రాచవారిపాలెం.
Rāvinūtala ...	రావినూతల.
Rēnangivaram (Z).	రేణంగివరం.
Rudravaram (Z) ...	రుద్రవరం.
Sītārāmpuram (I).	సీతారాంపురం.
Sōmavarappādu (I).	సోమవరప్పాడు.
Sōmovarappādu (Z).	సోమవరప్పాడు.
Sūrāreddipālem (Z).	సూరారెడ్డిపాలెం.
Takkellapādu (I).	తక్కెళ్లపాడు.
Tangutūru ...	టంగుటూరు.
Timmasamudram (Z).	తిమ్మసముద్రం.
Toragudipādu (Z).	తొరగుడిపాడు.
Trōvagunta ...	త్రోవగుంట.
Tsandrapādu (Z).	చంద్రపాడు.
Tūrpu Nāyudipālem (Z).	తూర్పు నాయుడిపాలెం.
Uppugundūru ...	ఉప్పుగుండూరు.
Ulichi ...	ఉలిచి.
Valaparla ...	వలపర్ల.
Vallūru (Z) ...	వల్లూరు.
Vāsēpallepādu (Z).	వాశేపల్లెపాడు.
Velagapūdi ...	వెలగపూడి.
Velampalle ...	వెలంపల్లె.
Vengamakkapālem (Z).	వెంగమక్కపాలెం.
Vengamāmbāpuram (Z).	వెంగమాంబాపురం.
Venkatēswarapuram (I).	వెంకటేశ్వరపురం.
Vīra Narasimhāpuram (Z).	వీరనరసింహాపురం.
Zangamahēswarapuram (I).	జంగమహేశ్వరపురం.

PALNAD TALUK. పల్నాడు తాలూకా.

Adigoppula ...	అడిగొప్పుల.
Ākurājupalle ...	ఆకురాజుపల్లె.
Alugumallipādu (I).	అలుగుమల్లిపాడు.
Alugurājupalle ...	అలుగురాజుపల్లె.
Amāni Zammalamadaka (I).	అమాని జమ్మలమడక.
Ātmakūru ...	ఆత్మకూరు.
Bhatrupālem ...	భట్రుపాలెం.
Chennāyapālem (I).	చెన్నాయపాలెం.
Cherlagudipādu ...	చెర్లగుడిపాడు.
Chinna Agrahāram (I).	చిన్న అగ్రహారం.
Chinna Gārlapādu.	చిన్న గార్లపాడు.
Chinna Kodamagundla.	చిన్న కొదమగుండ్ల.
Chintapalle ...	చింతపల్లె.
Dāchēpalle ...	దాచేపల్లె.
Daida ...	దైద.
Dāmerapādu (I) ...	దామెరపాడు.
Dārvēmula ...	దార్వేముల.
Dharmavaram ...	ధర్మవరం.
Durgi ...	దుర్గి.
Gāmālapādu ...	గామాలపాడు.
Gangavaram ...	గంగవరం.
Gōgulapādu ...	గోగులపాడు.

PALNAD TALUK—cont. పల్నాడు తాలూకా—శేషము.

Gōli ... ... గోలి.
Gottimukkala ... గొట్టిముక్కల.
Gottipālla ... గొట్టిపాళ్ల.
Gundlapādu ... గుండ్లపాడు.
Gurazāla ... గురజాల.
Guttikonda ... గుత్తికొండ.
Jānapādu ... జానపాడు.
Kambhampādu ... కంభంపాడు.
Kāmēpalle ... కామేపల్లె.
Kandlagunta ... కండ్లగుంట.
Karālapādu ... కరాలపాడు.
Kārempūdi ... కారెంపూడి.
Kēsānupalle ... కేసానుపల్లె.
Kōlagutla ... కోలగుట్ల.
Kōnanki ... కోనంకి.
Kottapalle ... కొత్తపల్లె.
Mācherla ... మాచెర్ల.
Mādinapādu ... మాదినపాడు.
Mādugala ... మాడుగల.
Mallavaram (I) ... మల్లవరం.
Mallavōlu ... మల్లవోలు.
Manchikallu ... మంచికల్లు.
Mandādi ... మండాది.
Mātsavaram ... మాచవరం.
Miriyāla ... మిరియాల.
Mittagudipādu ... మిట్టగుడిపాడు.
Mutukūru ... ముటుకూరు.
Mutyālammapādu. ముత్యాలమ్మపాడు.
Mutyālammapādu (I). ముత్యాలమ్మపాడు.
Nadikūde ... నడికూడె.
Nāgulavaram ... నాగులవరం.
Narmālapādu ... నర్మాలపాడు.
Nidhānampādu (I). నిధానంపాడు.
Obulēsunipalle ... ఓబులేశునిపల్లె.
Oppicherla ... ఒప్పిచెర్ల.
Pallegunta ... పల్లెగుంత.
Pāluvāyi ... పాలువాయి.
Pasarlapādu ... పశర్లపాడు.
Pasuvēmula ... పశువేముల.
Patlavīdu ... పట్లవీడు.
Pedda Agrahāram (I). పెద్ద అగ్రహారం
Pedda Gārlapādu. పెద్ద గార్లపాడు.
Pedda Kodamagundla. పెద్ద కొదమగుండ్ల.
Pēta Sannigandla. పేట సన్నిగండ్ల.
Pidugurālla ... పిడుగురాళ్ల.
Pillutla ... పిల్లుట్ల.
Pinneli ... పిన్నెలి.
Pōlēpalle ... పోలేపల్లె.
Pondugala ... పొందుగల.
Pulipādu ... పులిపాడు.
Pullāreddigūdem (I). పుల్లారెడ్డిగూడెం
Rāmāpuram ... రామాపురం.
Ratssamallepādu. రచ్చమల్లెపాడు.
Rāyavaram ... రాయవరం.
Rentachintala ... రెంటచింతల.
Rentāla ... రెంటాల.
Sankarāpuram Siddhebāvi. శంకరాపురం సిద్దెబాయి.
Singarutla (I) ... శింగరుట్ల.
Srīgiripādu ... శ్రీగిరిపాడు.
Srīrukminīpuram (I). శ్రీరుక్మిణీపురం.
Tādutla ... తాడుట్ల.
Tāllapalle ... తాళ్లపల్లె.
Tangeda ... తంగెడ.
Tēlukutla ... తేలుకుట్ల.
Tummalacheruvu. తుమ్మలచెరువు.
Tummurukōta ... తుమ్మురుకోట.
Uppalapādu ... ఉప్పలపాడు.
Veludurti ... వెలుదుర్తి.
Vēmavaram ... వేమవరం.
Viralakshmīpuram (I). వీరలక్ష్మీపురం.
Zūlakallu ... జూలకల్లు.

Repalle Tālūk. రేపల్లె తాలూకా.

Adavuladīvi ... అడవులదివి.
Addēpalle ... అద్దేపల్లె.
Allaparru ... అల్లపఱ్ఱు.
Allūru ... అల్లూరు.
Amudālapalle ... అముదాలపల్లె.
Aravapalle ... అరవపల్లె.
Arēpalle (I) ... ఆరేపల్లె.
Arumbāka ... అరుంబాక.
Balusulapālem ... బలుసులపాలెం.
Bētapūdi ... బేతపూడి.
Bhattiprōlu ... భట్టిప్రోలు.
Buddām ... బుద్దాం.
Chātragadda . చాట్రగడ్డ.
Chintalapūdi ... చింతలపూడి.
Dhūlipūdi ... ధూళిపూడి.
Dinde ... దిండె.
Elētipālem .. ఏలేటిపాలెం.
Gangadipālem ... గంగడిపాలెం.
Gorigepūdi ... గొరిగెపూడి.
Gūdavalli ... గూడవల్లి.
Idupalle ... ఈదుపల్లె.
Isukapalle ... ఇసుకపల్లె.
Jadavalli (I) ... జడవల్లి.
Kaitēpalle ... కైతేపల్లి.
Kāmarājugadda ... కామరాజుగడ్డ.
Kanagāla ... కనగాల.
Kārumūru ... కారుమూరు.
Kasukarru ... కసుకఱ్ఱు.
Kāvūru ... కావూరు.
Khājipālem ... ఖాజీపాలెం.
Kōmali ... కోమలి.
Kōnētipuram ... కోనేటిపురం.
Kūchinapūdi ... కూచినపూడి.
Mulukuduru ... ములుకుదురు.
Muttupalle (I) ... ముత్తుపల్లె.
Nadimpalle ... నడింపల్లె.
Nagaram ... నగరం.
Nallūru ... నల్లూరు.
Nizāmpatnam ... నిజాంపట్నం.
Olēru ... ఓలేరు.
Pallapatla ... పల్లపట్ల.
Pallekōna ... పల్లెకోన.
Pamidimarru ... పమిడిమఱ్ఱు.
Parisapādu (I) ... పరిసపాడు.
Peddalanka ... పెద్దలంక.
Peddamatlapūdi. పెద్దమట్లపూడి.
Peddapalle ... పెదపల్లె.
Peddapulivarru ... పెద్దపులివఱ్ఱు.
Peddavaram (I) ... పెద్దవరం.
Penumūdi ... పెనుమూడి.
Pesarlanka ... పెసర్లంక.
Pēteru ... పేటేరు.
Pittalavānipālem. పిట్టలవానిపాలెం.
Ponnapalle (I) ... పొన్నపల్లె.
Pōtumeraka ... పోటుమెరక.
Pragnam ... ప్రజ్ఞం.
Pūdivāda ... పూడివాడ.
Rāmbhatlapālem. రాంభట్లపాలెం.
Rāzavōlu ... రాజవోలు.
Rēpalle ... రేపల్లె.
Singupālem ... శింగుపాలెం.
Siripūdi ... శిరిపూడి.
Sivangulapālem (I) శివంగులపాలెం.
Sūrēpalle ... సూరేపల్లె.
Sōtapalle ... తోటపల్లె.
Tsandavōlu ... చందవోలు.
Tsōdāyapālem ... చోడాయపాలెం.
Uppūdi ... ఉప్పూడి.
Vaddimukkala (I). వడ్డిముక్కల.
Vellatūru ... వెల్లటూరు.
Viswēswaram ... విశ్వేశ్వరం.
Yāzali ... యాజలి.

Sattenapalle Taluk సత్తెనపల్లె తాలూకా.

Abbūru ... అబ్బూరు.
Amarāvati ... అమరావతి.
Ambadipūdi (I) ... అంబడిపూడి.
Amīnbāda ... అబా

SATTENAPALLE TĀLŪK—cont. సత్తెనపల్లె తాలూకా—శేషము.

Anantavaram (I). అనంతవరం.
Andukūru ... అందుకూరు.
Attalūru ... అత్తలూరు.
Bālēmarru (I) ... బాలేమర్రు.
Balijēpalle ... బలిజేపల్లె.
Balusupādu ... బలుసుపాడు.
Bayyavaram ... బయ్యవరం.
Bellamkonda ... బెల్లంకొండ.
Bētapūdi ... బేతపూడి.
Bhatlūru ... భట్లూరు.
Bhīmavaram ... భీమవరం.
Bhrigubanda ... భృగుబండ.
Bōdanam ... బోదనం.
Bollavaram ... బొల్లవరం.
Chāmarru ... చామర్రు.
Chigurupādu .. చిగురుపాడు.
Chinnamakkena (I). చిన్నమక్కెన.
Chintapalle ... చింతపల్లె.
Chityāla ... చిట్యాల.
Dammālapādu ... దమ్మాలపాడు.
Dēchavarappādu (I). దేచవరప్పాడు.
Dharanikōta .. ధరణికోట.
Dhūlipālla .. ధూళిపాళ్ల.
Didugu ... దిడుగు.
Dodlēru ... డోడ్లేరు.
Dōkiparru ... దోకిపర్రు.
Emmājigūdem ... ఎమ్మాజిగూడెం.
Erraguntlapādu. ఎర్రగుంట్లపాడు.
Ganapavaram ... గణపవరం.
Gārapādu ... గారపాడు.
Garikepādu (I) ... గరికెపాడు.
Ginjupalle (I) ... గింజుపల్లె.
Gōllapādu ... గోల్లపాడు.
Gōrantla (I) ... గోరంట్ల.
Gudipādu ... గుడిపాడు.
Gudipūdi ... గుడిపూడి.
Gundālapādu (I). గుండాలపాడు.
Gundlapalle ... గుండ్లపల్లె.

Hassānbāda (I) ... హస్సాన్ బాద.
Havusuganēsa ... హవుసుగణేశ.
Husainnagaram. హుశేన్ నగరం.
Jalālpuram ... జలాల్ పురం.
Kambhampadu ... కంభంపాడు.
Kankanālapalle ... కంకణాలపల్లె.
Kantepūdi ... కంటెపూడి.
Kasipādu ... కాశిపాడు.
Kastala (I) ... కస్తలం.
Kattamūru ... కట్టమూరు.
Kētavaram (I) ... కేతవరం.
Kōgantipālem (I). కోగంటిపాలెం.
Kōllūru ... కోల్లూరు.
Komerapūdi ... కొమెరపూడి.
Kondūru ... కొండూరు.
Kōnūru ... కోనూరు.
Korrapādu ... కొర్రపాడు.
Krōsuru ... క్రోసూరు.
Kubādupuram ... కుబాదుపురం.
Lagadapādu ... లగడపాడు.
Lakkarājugārlapādu. లక్కరాజుగార్లపాడు.
Laukelakūrapādu. లంకెలకూరపాడు.
Lingamguntla ... లింగంగుంట్ల.
Lingāpuram ... లింగాపురం.
Mādala ... మాడల.
Mādipādu ... మాదిపాడు.
Mādipādu (I) ... మాదిపాడు.
Mallādi (I) ... మల్లాది.
Mangalagiripādu (I). మంగలగిరిపాడు.
Mannesultānpālem. మన్నెసుల్తానుపాలెం.
Mātsāyapālem ... మాచాయపాలెం.
Mēdikondūru ... మేడికొండూరు.
Merakpūdi ... మెరకపూడి.
Mittapālem .. మిట్టపాలెం.
Munugōdu ... మునుగోడు.
Muppālla ... ముప్పాళ్ల.
Musāpuram ... ముస్సాపురం.

SATTENĀPALLE TĀLUK—cont. సత్తెనపల్లె తాలూకా—శేషము.

Nandigāma ... నందిగామ.
Narasingapādu (I) నరసింగపాడు.
Nārnepādu ... నార్నెపాడు.
Narukullapādu ... నరుకుళ్ళపాడు.
Nemalipuri ... నెమలిపురి.
Nevalikallu ... నెవలికల్లు.
Nudurupādu ... నుదురుపాడు.
Orvakallu ... ఓర్వకల్లు.
Pākālapādu ... పాకాలపాడు.
Pāladugu ... పాలడుగు.
Palidēvarlapādu (I). పలిదేవర్లపాడు.
Panidem ... పణిదెం.
Pāpāyapālem ... పాపాయపాలెం.
Pārupalle (I) ... పారుపల్లె.
Pātibanda .. పాటిబండ.
Peddagūrapādu .. పెద్దగూరపాడు.
Peddamakkena ... పెద్దమక్కెన.
Peddapālem ... పెద్దపాలెం.
Phirangipuram ... ఫిరంగిపురం.
Pīsapādu ... పీసపాడు.
Pondugala (I) ... పొందుగల.
Ponukupādu ... పొణుకుపాడు.
Ponukupādu (I). పొణుకుపాడు.
Potlapādu (I) ... పొట్లపాడు.
Pulichinta ... పులిచింత.
Puttipādu (I) ... పుట్టిపాడు.
Rājupālem ... రాజుపాలెం.
Rāmāpuram ... రామాపురం.
Reddigūdem ... రెడ్డిగూడెం.
Rentapālla (I) ... రెంటపాళ్ళ.
Rēpūdi .. రేపూడి.
Sattenapalle ... సత్తెనపల్లె.
Sīrangipālem ... శీరంగిపాలెం.
Siripuram ... శిరిపురం.
Tāduvāya ... తాడువాయ.
Takkellapādu ... తక్కెళ్ళపాడు.
Tāllacheruvu ... తాళ్లచెరువు.
Tāllūru (S. No. 88). తాళ్లూరు.
Tāllūru (S. No. 113). తాళ్లూరు.
Tondapi ... తొండపి.
Tripurāpuram (I). త్రిపురాపురం.
Tsallagarige ... చల్లగరిగె.
Tsandrājupālem ... చంద్రాజుపాలెం.
Tsautapāpāyapālem (I). చౌటపాపాయపాలెం.
Tyāllūru ... త్యాల్లూరు.
Uppalapādu ... ఉప్పలపాడు.
Ūtukūru ... ఊటుకూరు.
Uyyandana ... ఉయ్యందన.
Vaddavalli ... వడ్డవల్లి.
Vannāyapālem (I). వన్నాయపాలెం.
Varagāni ... వరగాని.
Velavartipādu ... వెలవర్తిపాడు.
Vēlpūru ... వేల్పూరు.
Vēmavaram ... వేమవరం.
Venkatāyapālem. వెంకటాయపాలెం.
Vipparla ... విప్పర్ల.
Zūpūdi (I) ... జూపూడి.

TENĀLI TALUK. తెనాలి తాలూకా.

Abbanagūdavalli (I). అబ్బనగూడవల్లి.
Ālapādu ... ఆలపాడు.
Amartalūru ... అమర్తలూరు.
Anantavaram ... అనంతవరం.
Angalakuduru ... అంగలకుదురు.
Annavaram .. అన్నవరం.
Attōta ... అత్తోట.
Balijēpalle (I) ... బలిజేపల్లె.
Bōdapādu ... బోడపాడు.
Boddulūrupādu (I). బొడ్డులూరుపాడు.
Bommavānipālem. బొమ్మవానిపాలెం.
Burripālem ... బుర్రిపాలెం.
Chāvali ... చావలి.
Chedalavāda ... చెదలవాడ.

TENĀLI TĀLŪK—cont. తెనాలి తాలూకా—శేషము.

Chemudubādu ... చెముడుబాడు.
Chilumūru ... చిలుమూరు.
Chiluvūru ... చిలువూరు.
Chinnapālem ... చిన్నపాలెం.
Chinnaparimi (I). చిన్నపరిమి.
Chinnapulivarru .. చిన్నపులివర్రు.
Chinnarāvūru ... చిన్నరావూరు.
Chintalapudi ... చింతలపూడి.
Chivalūru ... చివలూరు.
Dantalūru (I) ... దంతలూరు.
Dāvulūru ... దావులూరు.
Dēvarapalle (I) ... దేవరపల్లె.
Dēvarapalle Sāvaram. దేవరపల్లెసావరం.
Dōnepūdi ... దోనెపూడి.
Duggirāla ... దుగ్గిరాల.
Edlapalle ... ఎడ్లపల్లె.
Elavarru ... ఎలవర్రు.
Godavarru (I) ... గొడవర్రు.
Gōvāda ... గోవాడ.
Gudivāda ... గుడివాడ.
Gurivindapalle (I). గురివిందపల్లె.
Īmani ... ఈమని.
Intūru .. ఇంటూరు.
Īpūru ... ఈపూరు.
Jampani ... జంపని.
Kathevaram .. కఠెవరం.
Kōditādiparru (I). కోడితాడిపర్రు.
Kolakalūru .. కొలకలూరు.
Kollipara ... కొల్లిపర.
Kollūru ... కొల్లూరు.
Kondamūdi ... కొండమూడి.
Kuchchellapādu ... కుచ్చెళ్లపాడు.
Kūchipūdi ... కూచిపూడి.
Kunchavaram (I). కుంచవరం.
Mandūru ... మండూరు.
Mōdukūru ... మోదుకూరు.
Mōparru ... మోపర్రు.
Mōrampūdi ... మోరంపూడి.
Mūlpūru ... మూల్పూరు.
Munigōtipuram ... మునిగోటిపురం.
Nandivelugu ... నందివెలుగు.
Nēlapādu ... నేలపాడు.
Pānchālavaram .. పాంచాళవరం.
Peddagādelavarru. పెద్దగాలెవర్రు.
Peddakondūru ... పెద్దకొండూరు.
Peddalanka ... పెద్దలంక.
Peddapūdi ... పెద్దపూడి.
Peddarāvūru ... పెద్దరావూరు.
Pennumarru ... పెనుమర్రు.
Pērakalapūdi ... పేరకలపూడి.
Peravali ... పెరవలి.
Pidaparru ... పిడపర్రు.
Pinapādu ... పినపాడు.
Pōtumarru (I) ... పోతుమర్రు.
Pulichintalapālem (I) పులిచింతలపాలెం.
Pyāparru ... ప్యాపర్రు.
Rāvikampādu ... రావికంపాడు.
Sangamjāgarlamūdi. సంగంజాగర్లమూడి.
Siripuram (I) ... శిరిపురం.
Sringārapuram (I). శృంగారపురం.
Tenāli ... తెనాలి.
Tsundūru ... చుండూరు.
Tummapūdi .. తుమ్మపూడి.
Tūmulūru ... తూములూరు.
Turumella ... తురుమెళ్ల.
Valivēru ... వలివేరు.
Vallabhāpuram ... వల్లభాపురం.
Varahāpuram (I). వరహాపురం.
Vēmūru ... వేమూరు.
Vētapālem ... వేటపాలెం.

VINUKONDA TĀLŪK. వినుకొండ తాలూకా.

Agnigundāla ... అగ్నిగుండాల.
Ainavōlu ... ఐనవోలు.
Andugulapādu ... అందుగులపాడు.
Angalūru (I) ... అంగలూరు.

VINUKONDA TĀLŪK—cont. వినుకొండ తాలూకా—శేషము.

Ayyanapālem (I). అయ్యనపాలెం.
Bollāpalle ... బొల్లాపల్లె.
Bommarājupalle (I). బొమ్మరాజుపల్లె.
Brāhmaṇapalle ... బ్రాహ్మణపల్లె.
Chintalacheruvu ... చింతలచెరువు.
Chitthāpuram (I). చిత్తాపురం.
Dāsullapalle (I) ... దాసుల్లపల్లె.
Dondapādu ... దొండపాడు.
Enugupālem ... ఏనుగుపాలెం.
Gandiganamala ... గండిగనమల.
Garikapādu ... గరికపాడు.
Gōkanakonda ... గోకనకొండ.
Gummanampādu (I). గుమ్మనంపాడు.
Gundēpalle (I) ... గుండేపల్లె.
Gutlapalle ... గుట్లపల్లె.
Inumella ... ఇనుమెళ్ల.
Ipūru ... ఈపూరు.
Kambhampādu ... కంభంపాడు.
Kanamalacheruvu. కనమలచెరువు.
Kanamarlapūdi కనమర్లపూడి.
Kārumanchi ... కారుమంచి
Kochcherla ... కొచ్చెర్ల.
Kondāyapālem ... కొండాయపాలెం.
Kondramutla ... కొండ్రముట్ల
Kondraprōlu ... కొండ్రప్రోలు.
Koppukonda ... కొప్పుకొండ.
Kottalūru ... కొత్తలూరు.
Madamanchipādu (I). మదమంచిపాడు.
Mēllavāgu ... మేళ్లవాగు.
Mukkellapādu ... ముక్కెళ్లపాడు.
Mulakalūru ... ములకలూరు.
Muppālla ... ముప్పాళ్ల.
Mrittujāpuram ... మృత్తుజాపురం.
Nāgulavaram (I). నాగులవరం.
Naragāyapālem (I) నరగాయపాలెం.
Narasārāyanipālem (I). నరసారాయనిపాలెం.
Nāyanipālem (I). నాయనిపాలెం.

Nīlagangavaram. నీలగంగవరం.
Nūjendla .. నూజెండ్ల.
Pamidipādu ... పమిడిపాడు.
Peddakancherla ... పెద్దకంచెర్ల.
Peddavaram (I) ... పెద్దవరం.
Perumāllapalle (I). పెరుమాళ్లపల్లె.
Pērūrupādu ... పేరూరుపాడు.
Pichchikalapālem. పిచ్చికలపాలెం.
Pōtlūru ... పోట్లూరు.
Putssanūtala ... పుచ్చనూతల.
Puvvāda ... పువ్వాడ.
Rāvulāpuram ... రావులాపురం.
Rēmidicherla ... రేమిడిచెర్ల.
Sānampūdi ... శానంపూడి.
Sarikondapālem (I) సరికొండపాలెం.
Settupalle (I) ... శెట్టుపల్లె.
Sivapuram (I) ... శివపురం.
Sūrēpalle (I) ... సూరేపల్లె.
Talārlapalle ... తలార్లపల్లె.
Thānā Annavaram (I). ఠాణా అన్నవరం.
Tangirāla (I) ... తంగిరాల.
Tellabādu (I) ... తెల్లబాడు.
Timmāpuram (I). తిమ్మాపురం.
Timmāyapālem ... తిమ్మాయపాలెం.
Tripurāpuram ... త్రిపురాపురం.
Tsautapālem (I)... చౌటపాలెం.
Ummadivaram (I). ఉమ్మడివరం.
Uppalapādu ... ఉప్పలపాడు.
Vaddemgunta ... వడ్డెంగుంట.
Vanikunta (I) ... వనికుంట.
Vellatūru ... వెల్లటూరు.
Vēlpūru ... వేల్పూరు.
Venkupālem (I) ... వెంకుపాలెం.
Vētrāyani Appāpuram (I). వేట్రాయని అప్పాపురం.
Vinukonda ... వినుకొండ.
Vitthamrājupalle (I). విఠ్ఠంరాజుపల్లె.

SOUTH KANARA DISTRICT.

AMĪN DĪVI ISLANDS. ಅಮೀನ್ ದೀವಿ ದ್ವೀಪಗಳು.

Amīn Dīvi	... അമീൻ ദീവി.	Kadmāt Dīvi	.. കഡ്മാത്ത ദീവി.
Bitrā	.. ബിത്രാ.	Kiltān Dīvi	.. കിൽത്താൻ ദീവി,
Chatalat Dīvi	.. ചത്തലത്ത ദീവി.		

COONDĀPOOR TĀLŪK. ಕುಂದಾಪುರ್ ತಾಲೂಕು.

Ajri	.. ಆಜ್ರಿ.	Hemmādi	.. ಹೆಮ್ಮಾಡಿ.
Albādi	.. ಅಲ್ಬಾಡಿ.	Hengavalli	.. ಹೆಂಗವಳ್ಳಿ.
Ālūru	.. ಆಲೂರು.	Heranjala	.. ಹೆರಂಜಾಲ.
Amāshebailu	.. ಅಮಾಶೆಬೈಲು.	Hērūru	.. ಹೇರೂರು.
Ampār	.. ಅಂಪಾರ್.	Hesakuttūru	.. ಹೆಸಕುತ್ತೂರು.
Ānagalli	.. ಆನಗಳ್ಳಿ.	Hombādi-Mandādi.	ಹೊಂಬಾಡಿಮಂಡಾಡಿ
Asōdu	.. ಅಸೋಡು.	Hosādu	.. ಹೊಸಾಡು.
Badākere	.. ಬಡಾಕೆರೆ.	Hosangadi	.. ಹೊಸಂಗಡಿ.
Baindūru	.. ಬೈಂದೂರು.	Hosūru	.. ಹೊಸೂರು.
Balkūru	.. ಬಳ್ಕೂರು.	Idūru Kūnnādi	ಇಡೂರು ಕುಂಞಾಡಿ
Basrūru	.. ಬಸ್ರೂರು.	Jadkal	.. ಜಡ್ಕಲ್.
Bellāla	.. ಬೆಳ್ಳಾಳ.	Japti	.. ಜಪ್ತಿ.
Bēlūru	.. ಬೇಳೂರು.	Kāltōdu	.. ಕಾಲ್ತೋಡು.
Belve	.. ಬೆಳ್ವೆ.	Kālāvara	.. ಕಾಳಾವರ.
Bījādi	.. ಬೀಜಾಡಿ.	Kamalashile	.. ಕಮಲಶಿಲೆ.
Bijūru	.. ಬಿಜೂರು.	Kandāvara	.. ಕಂದಾವರ.
Chittūru	.. ಚಿತ್ತೂರು.	Kanyāna	.. ಕನ್ಯಾನ.
Coondāpoor	.. ಕುಂದಾಪುರ್.	Karkunje	.. ಕರ್ಕುಂಜೆ.
Dēvalkunda	.. ದೇವಲ್ಕುಂದ.	Kattabeltūru	.. ಕಟ್ಟಬೆಲ್ತೂರು.
Edamoge	.. ಎಡಮೊಗೆ.	Kāvrādi	.. ಕಾವ್ರಾಡಿ.
Gangolli	.. ಗಂಗೊಳ್ಳಿ.	Kedūru	.. ಕೆದೂರು.
Gōlihole	.. ಗೋಳಿಹೊಳೆ.	Kenchanūru	.. ಕೆಂಚನೂರು.
Gōpādi	.. ಗೋಪಾಡಿ.	Kerādi	.. ಕೆರಾಡಿ.
Gujjādi	.. ಗುಜ್ಜಾಡಿ.	Kergāl	.. ಕೆರ್ಗಾಲ್.
Gulvādi	.. ಗುಲ್ವಾಡಿ.	Khambadakōne.	ಖಂಬದಕೋಣೆ.
Hadavu	.. ಹಡವು.	Kirimanjēshwara	ಕಿರಿಮಂಜೇಶ್ವರ.
Haklādi	.. ಹಕ್ಲಾಡಿ.	Kodlādi	.. ಕೊಡ್ಲಾಡಿ.
Hālādi	.. ಹಾಲಾಡಿ.	Kollūru	.. ಕೊಲ್ಲೂರು.
Hallādi-harkādi.	ಹಳ್ಳಾಡಿ-ಹರ್ಕಾಡಿ.	Kōni	.. ಕೋಣಿ.
Hallihole	.. ಹಳ್ಳಿಹೊಳೆ.	Korgi	.. ಕೊರ್ಗಿ.
Halanāda	.. ಹಳನಾಡ.	Kōteshirūru	.. ಕೋಟೆಶಿರೂರು.
Hanglūru	.. ಹಂಗ್ಲೂರು.	Kōteśwara	.. ಕೋಟೇಶ್ವರ.
Hārdalli-Mandāli	ಹಾರ್ದಳ್ಳಿ-ಮಂಡಾಳಿ	Kulanji	.. ಕುಳಂಜಿ.
Harkūru	.. ಹರ್ಕೂರು.	Kumbhāshi	.. ಕುಂಭಾಶಿ.
Hatyangadi	.. ಹಟ್ಯಂಗಡಿ.	Kundabārandādi.	ಕುಂದಬಾರಂದಾಡಿ.
Hebbige	.. ಹೆಬ್ಬಿಗೆ.		

COONDĀPOOR TĀLŪK—*cont.* ಕುಂದಾಪುರ್ ತಾಲೂಕು—ಸಶೇಷ.

Machchattu ..	ಮಚ್ಚಟ್ಟು.
Madāmakki ..	ಮಡಾಮಕ್ಕಿ.
Marvante ..	ಮರ್ವಂತೆ.
Molahalli ..	ಮೊಳಹಳ್ಳಿ.
Mudūru ..	ಮುದೂರು.
Nāda ..	ನಾಡ.
Nāgōdi ..	ನಾಗೋಡಿ.
Nandanavana ..	ನಂದನವನ.
Nāvunda ..	ನಾವುಂದ.
Nūjādi ..	ನೂಜಾಡಿ.
Paduvari ..	ಪಡುವರಿ.
Rattādi ..	ರಟ್ಟಾಡಿ.
Shankaranārāyana.	ಶಂಕರನಾರಾಯಣ.
Shēdimane ..	ಶೇಡಿಮನೆ.
Shēnāpura ..	ಶೇನಾಪುರ.
Shiddāpura ..	ಶಿದ್ದಾಪುರ.
Shīrūru ..	ಶೀರೂರು.
Taggarshe ..	ತಗ್ಗರ್ಶೆ.
Tallūru ..	ತಲ್ಲೂರು.
Tekkatte ..	ತೆಕ್ಕಟ್ಟೆ.
Trāsi ..	ತ್ರಾಸಿ.
Ullūru (No. 11).	ಉಳ್ಳೂರು.
Ullūru (No. 74).	ಉಳ್ಳೂರು.
Ultūru ..	ಉಳ್ತೂರು.
Uppinakudru ..	ಉಪ್ಪಿನಕುದ್ರು.
Uppunda ..	ಉಪ್ಪುಂದ.
Vaderahōbali ..	ವಡೇರಹೋಬಳಿ.
Vakvādi ..	ವಕ್ವಾಡಿ.
Vandse ..	ವಂಡ್ಸೆ.
Yedyādimatyādi.	ಯೆಡ್ಯಾಡಿಮತ್ಯಾಡಿ.
Yedtare ..	ಯೆಡ್ತರೆ.
Yelajita ..	ಯೆಳಜಿತ.

KĀRKAL TĀLŪK. ಕಾರ್ಕಲ್ ತಾಲೂಕು.

Andāra ..	ಅಂಡಾರ.
Andinje ..	ಅಂಡಿಂಜೆ.
Ārambōdi ..	ಆರಂಬೋಡಿ
Badagakārandūru.	ಬಡಗಕಾರಂದೂರು.
Badagamijār ..	ಬಡಗಮಿಜಾರ್.
Badākōdi ..	ಬಡಾಕೋಡಿ.
Bailūru ..	ಬೈಲೂರು.
Bajre ..	ಬಜ್ರೆ.
Balanja ..	ಬಳಂಜ.
Belanje ..	ಬೆಳಂಜೆ.
Belmannu ..	ಬೆಳ್ಮಣ್ಣು.
Beluvāi ..	ಬೆಳುವಾಯ್.
Bōlā ..	ಬೋಳ.
Chāra ..	ಚಾರ.
Daregudde ..	ದರೆಗುಡ್ಡೆ.
Durga ..	ದುರ್ಗ.
Ellāre ..	ಎಳ್ಳಾರೆ.
Gundūri ..	ಗುಂಡೂರಿ.
Hebri ..	ಹೆಬ್ರಿ.
Hermunde ..	ಹೆರ್ಮುಂಡೆ.
Hirgāna ..	ಹಿರ್ಗಾನ.
Hosabettu ..	ಹೊಸಬೆಟ್ಟು.
Hosangadi ..	ಹೊಸಂಗಡಿ.
Idu ..	ಈದು.
Iruvaila ..	ಇರುವೈಲ.
Iravattūru ..	ಇರವತ್ತೂರು.
Jārkala ..	ಜಾರ್ಕಳ.
Kabbināle ..	ಕಬ್ಬಿನಾಲೆ.
Kadandale ..	ಕಡಂದಲೆ.
Kadtala ..	ಕಡ್ತಲ.
Kallabettu ..	ಕಲ್ಲಬೆಟ್ಟು.
Kallamundkūru.	ಕಲ್ಲಮುಂಡ್ಕೂರು.
Kalya ..	ಕಲ್ಯ.
Kenajāra ..	ಕಣಜಾರ.
Kāntāvara ..	ಕಾಂತಾವರ.
Karambāru ..	ಕರಂಬಾರು.
Karanje ..	ಕರಂಜೆ.
Karimanelu ..	ಕರಿಮಣೇಲು.
Kārkal .	ಕಾರ್ಕಳ್.
Kāshipatna ..	ಕಾಶಿಪಟ್ಣ.
Kaudūru ..	ಕೌಡೂರು.
Kedinje ..	ಕೆದಿಂಜೆ.
Kellaputtige ..	ಕೆಲ್ಲಪುತ್ತಿಗೆ.
Kerebettu ..	ಕೆರೆಬೆಟ್ಟು.
Kervashe ..	ಕೆರ್ವಶೆ.
Kokrādi ..	ಕೊಕ್ರಾಡಿ.
Kuchchūru ..	ಕುಚ್ಚೂರು.
Kudyādi ..	ಕುಡ್ಯಾಡಿ.
Kukkēdi ..	ಕುಕ್ಕೇಡಿ.

Kārkal Tālūk—cont. ಕಾರ್ಕಳ್ ತಾಲೂಕು—ಸೇರಿದ.

Kukkuje ..	ಕುಕ್ಕುಂಜೆ.
Kukkundūru ..	ಕುಕ್ಕುಂದೂರು.
Kutlūru ..	ಕುತ್ಲೂರು.
Māla ..	ಮಾಳ.
Māntrādi ..	ಮಾಂಟ್ರಾಡಿ.
Marne ..	ಮರ್ಣೆ.
Marōdi ..	ಮರೋಡಿ.
Mārpādi ..	ಮಾರ್ಪಾಡಿ.
Mārūru ..	ಮಾರೂರು.
Miyyār ..	ಮಿಯ್ಯಾರ್.
Mūdakōdi ..	ಮೂಡಕೋಡಿ.
Mūdār ..	ಮೂಡಾರ್.
Mudrādi ..	ಮುದ್ರಾಡಿ.
Mudumāranādu	ಮೂಡುಮಾರ್ನಾಡು
Mūdukonāje ..	ಮೂಡುಕೊಣಾಜೆ.
Nādapāla ..	ನಾಡಪಾಲ.
Nālkūru ..	ನಾಲ್ಕೂರು.
Nallūru ..	ನಲ್ಲೂರು.
Nandalike ..	ನಂದಳಿಕೆ.
Nārāvi ..	ನಾರಾವಿ.
Nāvara ..	ನಾವರ.
Nellikāra ..	ನೆಲ್ಲಿಕಾರ.
Niddōdi ..	ನಿಡ್ಡೋಡಿ.
Ninjūru ..	ನಿಂಜೂರು.
Nire ..	ನೀರೆ.
Nittade ..	ನಿಟ್ಟಡೆ.
Nitte ..	ನಿಟ್ಟೆ.
Nūrālvettu ..	ನೂರಾಲ್ಬೆಟ್ಟು.
Padukonāje ..	ಪಡುಕೊಣಾಜೆ.
Padukudūru ..	ಪಡುಕುಡೂರು.
Padumārnādu ..	ಪಡುಮಾರ್ನಾಡು.
Pāladka ..	ಪಾಲಡ್ಕ.
Palli ..	ಪಳ್ಳಿ.
Panapila ..	ಪಣಪಿಲ.
Perādi ..	ಪೆರಾಡಿ.
Pilya ..	ಪಿಲ್ಯ.
Prāntya ..	ಪ್ರಾಂತ್ಯ.
Puchchamogaru.	ಪುಚ್ಚಮೊಗರು.
Puttige ..	ಪುತ್ತಿಗೆ.
Renjāla ..	ರೆಂಜಾಳ.
Sānūru ..	ಸಾಣೂರು.
Sāvya ..	ಸಾವ್ಯ.
Shirlāla (No. 103).	ಶಿರ್ಲಾಲ.
Shirlālu (No. 214).	ಶಿರ್ಲಾಲು.
Shirtādi ..	ಶಿರ್ತಾಡಿ.
Shivapura ..	ಶಿವಪುರ.
Sūda ..	ಸೂಡ.
Sulkeri ..	ಸುಳ್ಕೆರಿ.
Sulkārimogaru ..	ಸುಳ್ಕೆರಿ ಮೊಗರು.
Tenkakārandūru.	ತೆಂಕಕಾರಂದೂರು.
Tenka-mijāra ..	ತೆಂಕಮಿಜಾರ.
Tōdāra ..	ತೋಡಾರ.
Vālpādi ..	ವಾಲ್ಪಾಡಿ.
Varanga ..	ವರಂಗ.
Yenūru ..	ಯೇಣೂರು.
Yerlapadi ..	ಯೆರ್ಲಪಾಡಿ.

Kāsaragōd Tālūk. ಕಾಸರಗೋಡ್ ತಾಲೂಕು.

Adkattabailu ..	ಅಡ್ಕತ್ತಬೈಲು.
Adūru ..	ಅದೂರು.
Adūru casba ..	ಅಡೂರು ಕಸಬಾ.
Ajānūra ..	അജാനൂര ಅಜಾನೂರ
Angadimogaru ..	ಅಂಗಡಿಮೊಗರು.
Arikādi ..	ಆರಿಕಾಡಿ.
Badāje ..	ಬಡಾಜೆ.
Bādūru ..	ಬಾಡೂರು.
Balla ..	ബല്ലം ಬಲ್ಲ.
Bandadka ..	ಬಂದಡ್ಕ.
Bangramanjeshwara.	ಬಂಗ್ರಮಂಜೇಶ್ವರ.
Bāre ..	ಬಾರೆ.
Bāyāru ..	ಬಾಯಾರು.
Bēdadka ..	ಬೇಡಡ್ಕ.
Bēkūru ..	ಬೇಕೂರು.
Bēla ..	ಬೇಳ.
Bēlūr (I), (II) ..	ബേളൂര (I), (II). ಬೇಲೂರು.
Bellūru (No. 49).	ಬೆಳ್ಳೂರು.
Bombrāna ..	ಬೊಂಬ್ರಾಣ.
Chamanādu ..	ಚಮನಾಡು.
Changala ..	ಚಂಗಳ.
Cheruvattūr ..	ചെറുവത്തൂര. ಚೆರ್ವತ್ತೂರು.
Chimēni ..	ചീമേനി ಚಿಮೇಣಿ.
Chippāru ..	ಚಿಪ್ಪಾರು.
Chittāri ..	ಚಿತ್ತಾರಿ.
Dēlampādi ..	ದೇಲಂಪಾಡಿ.

KĀSARAGŌD TĀLŪK—cont. ಕಾಸರಗೋಡ್ ತಾಲೂಕು—ಸಶೇಷ.

Edanād .. എടനാട് ಎಡನಾಡ
Flēri East .. ಮೂಡು ಯೆಳ್ಳೇರಿ
Elēri West .. ಪಡು ಯೆಳ್ಳೇರಿ.
Enmakaje .. ಎಣ್ಮಕಜೆ.
Hērūru .. ಹೇರೂರು.
Hosdurg .. ಹೊಸದುರ್ಗ.
Hosebettu .. ಹೊಸಬೆಟ್ಟು.
Ichlampādi .. ಇಚ್ಲಂಪಾಡಿ.
Ichlangōdu .. ಇಚ್ಲಂಗೋಡು.
Kadambāru .. ಕಡಂಬಾರು.
Kalanād .. കളനാട് ಕಲನಾಡ.
Kaliyūru .. ಕಲಿಯೂರು.
Kānnangād .. കാഞ്ഞങ്ങാട് ಕಾನ್ಹಂಗಾಡ.
Kannūru .. ಕಣ್ಣೂರು.
Kāradka .. ಕಾರಡ್ಕ.
Karindala .. കരിന്തളം ಕರಿಂದಲ.
Kāsaragōd .. ಕಾಸರಗೋಡ್.
Kātakukke .. ಕಾಟುಕುಕ್ಕೆ.
Kayyāru (No. 27) ಕಯ್ಯಾರು.
Kayyūr (No. 95) കയ്യൂർ.
Kidūru .. ಕಿದೂರು.
Kīkān .. കീക്കാൻ ಕೀಕಾನ.
Kilaykōte .. ಕಿಳ್ಳೈಕೋಟೆ.
Kinānūru .. ಕಿಣಾನೂರು.
Kōdibailu .. ಕೋಡಿಬೈಲು.
Kotakkāt .. കോടക്കാട് ಕೊಡಕಾಡ.
Kodlamogaru .. ಕೊಡ್ಲಮೊಗರು.
Kōdoth .. കോടോത്ത് ಕೊಡತ್ತು
Koipādi .. ಕೊಯ್ಪಾಡಿ.
Kolattūru .. ಕೊಳತ್ತೂರು.
Koliyūru .. ಕೊಲಿಯೂರು.
Kubanūru .. ಕುಬಣೂರು.
Kudālamerkala. ಕುಡಾಲಮೆರ್ಕಳ.
Kūdlu .. ಕೂಡ್ಲು.
Kūlūru .. ಕೂಳೂರು.
Kumbadāje .. ಕುಂಬಡಾಜೆ.
Kunjattūru .. ಕುಂಜತ್ತೂರು.
Kuttikōl .. കുറ്റിക്കോൽ ಕುಟ್ಟಿಕೋಲು.
Madikai I, II .. മടിക്കൈ (I, II) ಮಡಿಕ್ಕೈ.
Madhūru .. ಮಧೂರು.
Majibailu .. ಮಜಿಬೈಲು.
Māloth .. മാലോത്ത് ಮಾಲೋತ.
Mangalapādi .. ಮಂಗಲಪಾಡಿ.
Māniyāt .. മാണിയാട്ട് ಮಾಣಿಯಾಟ.
Maire .. ಮೈರೆ.
Mīnja .. ಮೀಂಜ.
Mogrālu .. ಮೊಗ್ರಾಲು.
Mūdambailu .. ಮೂಡಂಬೈಲು.
Mugu .. ಮುಗು.
Mulinja .. ಮುಲಿಂಜ.
Muliyāru .. ಮುಲಿಯಾರು.
Muttattōdi .. ಮುಟ್ಟತ್ತೋಡಿ.
Nekraje .. ನೆಕ್ರಾಜೆ.
Nettanige .. ನೆಟ್ಟಣಿಗೆ.
Nilēshwara .. നീലേശ്വരം ನೀಲೇಶ್ವರ.
Pādi .. ಪಾಡಿ.
Padne .. പടന്ന ಪಡ್ನೆ.
Padre .. ಪಡ್ರೆ.
Paivalika .. ಪೈವಳಿಕೆ.
Pallikere .. പള്ളിക്കര ಪಳ್ಳಿಕೆರೆ
Panathad .. പനത്തടി ಪಣತ್ತಡಿ.
Paniyāl .. പനിയാൽ ಪಣಿಯಾಲ
Patla .. ಪಟ್ಲ.
Pāthuru .. ಪಾತೂರು.
Pāvuru .. ಪಾವೂರು.
Perambale ... ಪೆರಂಬಳೆ.
Perdāla ... ಪೆರ್ಡಾಲ.
Periye .. ಪೆರಿಯ.
Pilikode .. പിലിക്കോട്. ಪಿಲಿಕೊಡ.
Pudukai .. ಪುದುಕ್ಕೈ.
Pullūr .. പുല്ലൂർ ಪುಲ್ಲೂರು.
Puttūru .. ಪುತ್ತೂರು.
Puttige .. ಪುತ್ತಿಗೆ.
Shirivagilu .. ಶಿರಿವಾಗಿಲು.
Shiriya .. ಶಿರಿಯ.
Talangere .. ತಳಂಗೆರೆ.
Talekala .. ತಲೆಕಳ.
Tekkila .. ತೆಕ್ಕಿಲ.
Timiri .. തിമിരി ತಿಮಿರಿ.
Trikkarippūr (North). തൃക്കരിപ്പൂർ ಬಡಗು.

KĀSARAGŌD TĀLŪK—cont. ಕಾಸರಗೋಡ್ ತಾಲೂಕು—ಸಶೇಷ.

Trikkaripūr (South).	വടക്കേ തൃക്കരിപ്പൂര ತೆಂಕು
Ubrangala ..	ಉಬ್ರಂಗಳ
Udenūr ..	ഉതിന്നൂർ ಉದೆನೂರು
Udma ..	ಉದ್ಮ.
Udyāvara ..	ಉದ್ಯಾವರ.
Ujārulvāru ..	ಉಜಾರುಳ್ವರು.
Ūppala ..	ಉಪ್ಪಳ.
Vorkādi ..	ವೊರ್ಕಾಡಿ.

MANGALORE TĀLUK. ಮಂಗಳೂರು ತಾಲೂಕು.

Addūru ..	ಅಡ್ಡೂರು.
Adyapādi ..	ಅಡ್ಯಪಾಡಿ.
Adyār ..	ಅಡ್ಯಾರ್.
Aikala ..	ಐಕಳ.
Ajabettu ..	ಅಜಬೆಟ್ಟು.
Alape ..	ಅಳಪೆ.
Amblamogaru ..	ಅಂಬ್ಲಮೊಗರು.
Amtādi ..	ಅಮ್ಟಾಡಿ.
Amtūru ..	ಅಮ್ಟೂರು.
Ammunaje ..	ಅಮ್ಮುಣಜೆ.
Arkula ..	ಅರ್ಕುಳ.
Arla ..	ಅರ್ಳ.
Atikāribettu ..	ಅತಿಕಾರಿಬೆಟ್ಟು.
Attāvara ..	ಅತ್ತಾವರ.
Attūru ..	ಅತ್ತೂರು.
Badagabellūru ..	ಬಡಗಬೆಳ್ಳೂರು.
Badaga-Yeda-padavu.	ಬಡಗ-ಯೆಡಪದವು.
Badaga-Yekkāru	ಬಡಗ-ಯೆಕ್ಕಾರು.
Badaga-kajekāru	ಬಡಗ-ಕಜೆಕಾರು.
Badaga-Ulipādi.	ಬಡಗ ಉಳಿಪಾಡಿ.
Baikampādi ..	ಬೈಕಂಪಾಡಿ.
Bajal ..	ಬಜಲ್.
Bajape ..	ಬಜಪೆ.
Bāla ..	ಬಾಳ.
Balkunje ..	ಬಳ್ಕುಂಜೆ.
Bālepuni ..	ಬಾಳೆಪುಣಿ.
Bāltila ..	ಬಾಳ್ತಿಲ.
Bangrakūlūru ..	ಬಂಗ್ರಕೂಳೂರು.
Bantvāl ..	ಬಂಟ್ವಾಳ್.
Bappanāda ..	ಬಪ್ಪನಾಡ.
Barimāru ..	ಬರಿಮಾರು.
Bārya ..	ಬಾರ್ಯ.
Bellāyru ..	ಬೆಳ್ಳಾಯ್ರು.
Belma ..	ಬೆಳ್ಮ.
Boliyāru ..	ಬೊಳಿಯಾರು.
Bōlūru ..	ಬೋಳೂರು.
Bōndantila ..	ಬೊಂಡಂತಿಲ.
Budōli ..	ಬುಡೋಳಿ.
Chennaitōdi ..	ಚೆನ್ನೈತೋಡಿ.
Chelāyru ..	ಚೆಳಾಯ್ರು.
Chēlūru ..	ಚೇಳೂರು.
Chitrāpa ..	ಚಿತ್ರಾಪ.
Dēlantabettu ..	ದೇಲಂತಬೆಟ್ಟು.
Dērebailu ..	ಡೇರೆಬೈಲು.
Dēvasyamūdūru.	ದೇವಸ್ಯಮೂಡೂರು.
Dēvasyapadūru.	ದೇವಸ್ಯಪಡೂರು.
Elinje ..	ಏಳಿಂಜೆ.
Eltūru ..	ಎಳ್ತೂರು.
Gōltamajalu ..	ಗೋಳ್ತಮಜಲು.
Haleangadi ..	ಹಳೆಅಂಗಡಿ.
Harēkala ..	ಹರೇಕಳ.
Hejamādi ..	ಹೆಜಮಾಡಿ.
Hosabettu ..	ಹೊಸಬೆಟ್ಟು.
Idya ..	ಇಡ್ಯ.
Inna ..	ಇನ್ನ.
Īra ..	ಈರ.
Irvattūru ..	ಇರ್ವತ್ತೂರು.
Jappinamogaru.	ಜಪ್ಪಿನಮೊಗರು.
Kādabettu ..	ಕಾಡಬೆಟ್ಟು.
Kadēshvālya ..	ಕಡೇಶ್ವಾಲ್ಯ.
Kadri ..	ಕದ್ರಿ.
Kairangala ..	ಕೈರಂಗಳ.
Kalavār ..	ಕಳವಾರ್.
Kallige ..	ಕಳ್ಳಿಗೆ.
Kandāvara ..	ಕಂದಾವರ.
Kankanādi ..	ಕಂಕನಾಡಿ.
Kannūru ..	ಕಣ್ಣೂರು.
Kariyangala ..	ಕರಿಯಂಗಳ.
Kārnād ..	ಕಾರ್ನಾಡ್.
Karnire ..	ಕರ್ನಿರೆ.
Karpe ..	ಕರ್ಪೆ.
Kasbā Bazaar ..	ಕಸ್ಬಾ ಬಾಜಾರ್

MANGALORE TĀLŪK—*cont.* ಮಂಗಳೂರು ತಾಲೂಕು—ಸಶೇಷ.

Kāvalamūdūru ..	ಕಾವಳಮೂಡೂರು.
Kāvalapadūru ..	ಕಾವಳಪಡೂರು.
Kavatāra ..	ಕವತಾರ.
Kāvūru ..	ಕಾವೂರು.
Kemrāl ..	ಕೆಮ್ರಾಲ್.
Kenjār ..	ಕೆಂಜಾರ್.
Kilanjāra (No. 48.)	ಕಿಳಂಜಾರ.
Kilanjūru (No. 12.)	ಕಿಳಂಜೂರು.
Kilpādi ..	ಕಿಲ್ಪಾಡಿ
Kinya ..	ಕಿನ್ಯ.
Kodamannu ..	ಕೊಡಮಣ್ಣು.
Kodiyālabail ..	ಕೊಡಿಯಾಲಬೈಲ್
Koikude ..	ಕೊೖಕುಡ.
Koila ..	ಕೊೖಲ.
Kolambe ..	ಕೊಳಂಬೆ.
Kolavūru ..	ಕೊಳವೂರು
Kollūru ..	ಕೊಲ್ಲೂರು.
Kompadavu ..	ಕೊಂಪದವು.
Kondemūla ..	ಕೊಂಡೆಮೂಲ.
Konāje ..	ಕೊಣಾಜೆ.
Kōtekār ..	ಕೋಟೆಕಾರ್.
Kudambettu ..	ಕುಡಂಬೆಟ್ಟು.
Kudupu ..	ಕುಡುಪು.
Kukkepādi ..	ಕುಕ್ಕೆಪಾಡಿ.
Kulāi ...	ಕುಳಾೖ.
Kunjatbailu ..	ಕುಂಜತ್ಬೈಲು.
Kuriyāla ..	ಕುರಿಯಾಳ.
Kurnādu ..	ಕುರ್ನಾಡು.
Kuttettūru ..	ಕುತ್ತೆತ್ತೂರು.
Madya ..	ಮದ್ಯ.
Malavūru ..	ಮಳವೂರು.
Mallūru ..	ಮಲ್ಲೂರು.
Mānampādi ..	ಮಾನಂಪಾಡಿ.
Manchi ..	ಮಂಚಿ.
Mangalūru Tōta.	ಮಂಗಳೂರು ತೋಟ
Maninālkūru ..	ಮಣಿನಾಲ್ಕೂರು.
Manjanādi ..	ಮಂಜನಾಡಿ.
Marakada ..	ಮರಕಡ.
Maroli ..	ಮರೊಳಿ.
Mennabettu ..	ಮೆನ್ನಬೆಟ್ಟು.
Mēramajal ..	ಮೇರಮಜಲ್.
Mogar ..	ಮೊಗರ್.
Muchchūru ..	ಮುಚ್ಚೂರು.
Mūda ..	ಮೂಡ.
Mūdanadugōdu.	ಮೂಡನಡುಗೋಡು.
Mūdapadukōdi ..	ಮೂಡಪಡುಕೋಡಿ.
Mūduperār ..	ಮೂಡುಪೆರಾರ್.
Mūda ..	ಮೂಡ.
Mūdashedde ..	ಮೂಡಶೆಡ್ಡೆ.
Mulladka ..	ಮುಳ್ಳಡ್ಕ.
Mūlūru ..	ಮೂಳೂರು.
Mundkūru ..	ಮುಂಡ್ಕೂರು.
Munnūru (No. 230.)	ಮುನ್ನೂರು.
Munnūru (No. 111.)	ಮುನ್ನೂರು.
Muttūru ..	ಮುತ್ತೂರು.
Nadu ..	ನಡು.
Nadugōdu ..	ನಡುಗೋಡು.
Narikombu ..	ನರಿಕೊಂಬು.
Naringāna ..	ನರಿಂಗಾನ.
Nāvūru ..	ನಾವೂರು.
Nīrmārga ..	ನೀರ್ಮಾರ್ಗ.
Pachchanādi ..	ಪಚ್ಚನಾಡಿ.
Padavu ..	ಪದವು.
Padu ..	ಪಡು.
Padukōdi ..	ಪಡುಕೋಡಿ.
Padupanambūru.	ಪಡುಪಣಂಬೂರು.
Paduperār ..	ಪಡುಪೆರಾರ್.
Padushedde ..	ಪಡುಶೆಡ್ಡೆ.
Panambūru ..	ಪಣಂಬೂರು.
Pānemanglūru ..	ಪಾಣೆಮಂಗ್ಲೂರು.
Panja ..	ಪಂಜ.
Panjikal ..	ಪಂಜಿಕಲ್.
Panjimogaru ..	ಪಂಜಿಮೊಗರು.
Pāvanje ..	ಪಾವಂಜೆ.
Pāvūru ..	ಪಾವೂರು.
Peramannūru ..	ಪೆರಮನ್ನೂರು.
Permude ..	ಪೆರ್ಮುದೆ.
Phajīru ..	ಫಜೀರು.
Pilatabettu ..	ಪಿಲತಬೆಟ್ಟು.
Pilimogaru ..	ಪಿಲಿಮೊಗರು.
Pudu ..	ಪುದು.
Rāyi ..	ರಾಯಿ.
Sangabettu ..	ಸಂಗಬೆಟ್ಟು.

Mangalore Tālūk—cont. ಮಂಗಳೂರು ತಾಲೂಕು—ಸಶೇಷ.

Sarapādi .. ಸರಪಾಡಿ.
Sasihitlu .. ಸಸಿಹಿತ್ಲು.
Shambūru .. ಶಂಭೂರು.
Shimantūru .. ಶಿಮಂತೂರು.
Sōmēshwara .. ಸೋಮೇಶ್ವರ.
Suratkal .. ಸುರತ್ಕಲ್.
Surinje .. ಸುರಿಂಜೆ.
Talapādi .. ತಲಪಾಡಿ.
Tālipādi .. ತಾಳಿಪಾಡಿ.
Tannīrabhāvi .. ತಣ್ಣೀರಭಾವಿ.
Tekkār .. ತೆಕ್ಕಾರ್.
Tenkabellūru .. ತೆಂಕಬೆಳ್ಳೂರು.
Tenka-Yeda-padavu. ತೆಂಕ-ಯೆಡಪದವು.
Tenka Yekkāru. ತೆಂಕ ಯೆಕ್ಕಾರು.
Tenka Kajekār. ತೆಂಕ ಕಜೆಕಾರ್.
Tenka-ulipādi .. ತೆಂಕ-ಉಳಿಪಾಡಿ.
Tiruvailu .. ತಿರುವೈಲು.
Tōkūru (No. 9).. ತೋಕೂರು.
Tōkūru (No. 77). ತೋಕೂರು.
Tumbe .. ತುಂಬೆ.
Uli .. ಉಳಿ.
Ulipādi .. ಉಳಿಪಾಡಿ.
Ulāybettu .. ಉಳ್ಯಾಬೆಟ್ಟು.
Ullāla .. ಉಳ್ಳಾಳ.
Yeliyanadugōdu. ಯೆಲಿಯನಡುಗೋಡು.

Udipi Tālūk ಉಡಿಪಿ ತಾಲೂಕು.

Achlādi .. ಅಚ್ಲಾಡಿ.
Airōdi .. ಐರೋಡಿ.
Alevūru .. ಅಲೆವೂರು.
Amblapādi .. ಅಂಬ್ಲಪಾಡಿ.
Anjāru .. ಅಂಜಾರು.
Ārūru .. ಆರೂರು.
Ātrādi .. ಆತ್ರಾಡಿ.
Āvarshe .. ಆವರ್ಶೆ.
Badagabettu (No. 69.) ಬಡಗಬೆಟ್ಟು.
Badagabettu (No. 121.) ಬಡಗಬೆಟ್ಟು.
Badā .. ಬಡಾ.
Badānidiyūru .. ಬಡಾನಿಡಿಯೂರು.
Baikādi .. ಬೈಕಾಡಿ.
Bairampalli .. ಬೈರಂಪಳ್ಳಿ.
Bālākudru .. ಬಾಳಕುದ್ರು.
Bannādi .. ಬನ್ನಾಡಿ.
Belpu .. ಬೆಳ್ಪು.
Bellampalli .. ಬೆಳ್ಳಂಪಳ್ಳಿ.
Bellarpādi .. ಬೆಳ್ಳರ್ಪಾಡಿ.
Belle .. ಬೆಳ್ಳೆ.
Billādi .. ಬಿಳ್ಲಾಡಿ.
Bommārubettu .. ಬೊಮ್ಮಾರುಬೆಟ್ಟು.
Chāntāru .. ಚಾಂತಾರು.
Chērkādi .. ಚೇರ್ಕಾಡಿ.
Chitrapādi .. ಚಿತ್ರಪಾಡಿ.
Giliyāru .. ಗಿಳಿಯಾರು.
Gundmi .. ಗುಂಡ್ಮಿ.
Hālādi .. ಹಾಲಾಡಿ.
Haluvalli .. ಹಲುವಳ್ಳಿ.
Handādi .. ಹಂದಾಡಿ.
Hānehalli .. ಹನೆಹಳ್ಳಿ.
Hārādi .. ಹಾರಾಡಿ.
Hāvanje .. ಹಾವಂಜೆ.
Heggunje .. ಹೆಗ್ಗುಂಜೆ.
Hērādi .. ಹೇರಾಡಿ.
Herga .. ಹೆರ್ಗ.
Hērūru (No. 45.) ಹೇರೂರು.
Hērūru (No. 136) ಹೇರೂರು.
Hiliyāna .. ಹಿಲಿಯಾಣ.
Hirebettu .. ಹಿರೆಬೆಟ್ಟು.
Hosāla .. ಹೊಸಾಳ.
Hosūru .. ಹೊಸೂರು.
Innanje .. ಇನ್ನಂಜೆ.
Kachūru .. ಕಚ್ಚೂರು.
Kādekāru .. ಕಡೆಕಾರು.
Kādūr .. ಕಾಡೂರು.
Kakkunje .. ಕಕ್ಕುಂಜೆ.
Kalattūru .. ಕಳತ್ತೂರು.
Kaltūru .. ಕಳ್ತೂರು.
Kārkada .. ಕಾರ್ಕಡ.
Kattingire .. ಕಟ್ಟಿಂಗಿರೆ.
Kāvadi .. ಕಾವಡಿ.
Kelārkalabettu .. ಕೆಳಾರ್ಕಳಬೆಟ್ಟು.
Kenjuru .. ಕೆಂಜೂರು.
Kidiyūru .. ಕಿಡಿಯೂರು.
Kodavūru .. ಕೊಡವೂರು.

UDIPI TĀLŪK—cont. ಉಡಿಪಿ ತಾಲೂಕು—ಸಶೇಷ.

Kōdi ... ಕೋಡಿ.
Korangrapādi ... ಕೊರಂಗ್ರಪಾಡಿ.
Kōtatattu ... ಕೋಟತಟ್ಟು.
Kōte ... ಕೋಟೆ.
Kudi (No. 34) ... ಕುದಿ.
Kudigrama (No. 119.) ಕುದಿಗ್ರಾಮ.
Kukkehalli ... ಕುಕ್ಕೆಹಳ್ಳಿ.
Kumrugōdu ... ಕುಮ್ರುಗೋಡು.
Kurkāl ... ಕುರ್ಕಾಲ್.
Kuttupādi ... ಕುತ್ತುಪಾಡಿ.
Kutyāru ... ಕುತ್ಯಾರು.
Majūru ... ಮಜೂರು.
Mallāru ... ಮಲ್ಲಾರು.
Manipura ... ಮಣಿಪುರ.
Manūru ... ಮಣೂರು.
Marne ... ಮರ್ಣೆ.
Matpādi ... ಮಟ್ಪಾಡಿ.
Mattu ... ಮಟ್ಟು.
Mūdabettu ... ಮೂಡಬೆಟ್ಟು.
Mudahadu ... ಮೂಡಹಡು.
Mūdanidamburu. ಮೂಡನಿಡಂಬೂರು.
Mūlūru ... ಮೂಲೂರು.
Nadsālu ... ನಡ್ಸಾಲು.
Nadūru ... ನಡೂರು.
Nālkūru ... ನಾಲ್ಕೂರು.
Nanchāru ... ನಂಚಾರು.
Nandikūru ... ನಂದಿಕೂರು.
Nīlāvara ... ನೀಲಾವರ.
Pādebettu ... ಪಾದೆಬೆಟ್ಟು.
Padu .. ಪಡು.
Pādūru ... ಪಾಡೂರು.
Palmāru ... ಪಲ್ಮಾರು.
Pāndēshvara ... ಪಾಂಡೇಶ್ವರ.
Pāngāla ... ಪಾಂಗಾಳ.
Pārampalli ... ಪಾರಂಪಳ್ಳಿ.
Pejamangūru ... ಪೆಜಮಂಗೂರು.
Perdūru ... ಪೆರ್ಡೂರು.
Pernankila ... ಪೆರ್ಣಂಕಿಲ.
[illegible]lāru ... ಪಿಲಾರು.
Puttūru ... ಪುತ್ತೂರು.
Sāntūru ... ಸಾಂತೂರು.
Shiriyāra ... ಶಿರಿಯಾರ.
Shirūru (No. 33). ಶಿರೂರು.
Shirūru (No. 82). ಶಿರೂರು.
Shirva ... ಶಿರ್ವ.
Shivalli ... ಶಿವಳ್ಳಿ.
Tenka ... ತೆಂಕ.
Tenkanidiyūru ... ತೆಂಕನಿಡಿಯೂರು.
Tonse (East) ... ಮೂಡು ತೊನ್ಸೆ.
Tonse (West) ... ಪಡು ತೊನ್ಸೆ.
Udiyāvara ... ಉದಿಯಾವರ.
Uliyāragōli ... ಉಳಿಯಾರಗೋಳಿ.
Uppūru ... ಉಪ್ಪೂರು.
Vaddarse ... ವಡ್ಡರ್ಸೆ.
Vandāru ... ವಂಡಾರು.
Vāramballi ... ವಾರಂಬಳ್ಳಿ.
Yedtādi ... ಯೆಡ್ತಾಡಿ.
Yellūru ... ಯೆಲ್ಲೂರು.
Yenagudde ... ಯೆಣಗುಡ್ಡೆ.

PUTTUR TĀLŪK. ಪುತ್ತೂರು ತಾಲೂಕು.

Ainakidu ... ಐನಕಿದು.
Aitūru ... ಐತೂರು.
Aivarnādu ... ಐವರ್ನಾಡು.
Aivattoklu ... ಐವತ್ತೊಕ್ಲು.
Ajjāvara ... ಅಜ್ಜಾವರ.
Ālankāru ... ಆಲಂಕಾರು.
Ālantāya ... ಆಲಂತಾಯ.
Āletti ... ಆಲೆಟ್ಟಿ.
Alike ... ಅಳಿಕೆ.
Amaramudnūru. ಅಮರಮುಡ್ನೂರು.
Anantādi ... ಅನಂತಾಡಿ.
Arantōdu ... ಅರಂತೋಡು.
Ariyadka ... ಅರಿಯಡ್ಕ.
Āryāpu ... ಆರ್ಯಾಪು.
Badagannūru ... ಬಡಗನ್ನೂರು.
Bajattūru ... ಬಜತ್ತೂರು.
Bālagōdu ... ಬಾಳಗೋಡು.
Balanādu ... ಬಲನಾಡು.

PUTTUR TĀLŪK—cont. ಪುತ್ತೂರು ತಾಲೂಕು—ಸಶೇಷ.

Bālila ..	ಬಾಳಿಲ.
Balpa ..	ಬಳ್ಪ.
Balya ..	ಬಲ್ಯ.
Bandāru ..	ಬಂಡಾರು.
Bannūru ..	ಬನ್ನೂರು.
Bantra ..	ಬಂಟ್ರ.
Belāla ..	ಬೆಳಾಲ.
Belandūru ..	ಬೆಳಂದೂರು.
Bellāre ..	ಬೆಳ್ಳಾರೆ.
Bellipādi ..	ಬೆಳ್ಳಿಪಾಡಿ.
Beltangadi ..	ಬೆಳ್ತಂಗಡಿ.
Bettampādi ..	ಬೆಟ್ಟಂಪಾಡಿ.
Bilinele ..	ಬಿಳಿನೆಲೆ.
Biliyūru ..	ಬಿಲಿಯೂರು.
Bōlantūru ..	ಬೋಳಂತೂರು.
Chārmādi ..	ಚಾರ್ಮಾಡಿ.
Chārvāka ..	ಚಾರ್ವಾಕ.
Chibidre ..	ಚಿಬಿದ್ರೆ.
Chikkamudnūru.	ಚಿಕ್ಕಮುಡ್ನೂರು.
Dēvachalla ..	ದೇವಚಳ್ಳ
Dharmastala ..	ಧರ್ಮಸ್ಥಳ.
Dolpādi ..	ದೊಳ್ಪಾಡಿ.
Edamangala ..	ಎಡಮಂಗಲ.
Enekallu ..	ಎಣೆಕಲ್ಲು.
Enmūru ..	ಎಣ್ಮೂರು.
Gardādi ..	ಗರ್ಡಾಡಿ.
Gōlitattu ..	ಗೋಳಿತಟ್ಟು.
Guttigāru ..	ಗುತ್ತಿಗಾರು.
Halenēranki ..	ಹಳೆನೇರಂಕಿ.
Hariharapalla-tadka.	ಹರಿಹರಪಳ್ಳತಡ್ಕ.
Hatyadka ..	ಹತ್ಯಡ್ಕ.
Hirebandādi ..	ಹಿರೆಬಂಡಾಡಿ.
Idkidu ..	ಇಡ್ಕಿದು.
Ichlampādi ..	ಇಚ್ಲಂಪಾಡಿ.
Ilantila ..	ಇಳಂತಿಲ.
Indabettu ..	ಇಂದಬೆಟ್ಟು.
Irde ..	ಇರ್ದೆ.
Jālsūru ..	ಜಾಲ್ಸೂರು.
Kabaka ..	ಕಬಕ.
Kadaba ..	ಕಡಬ.
Kadirudyāvara ..	ಕಡಿರುದ್ಯಾವರ.
Kalamanja ..	ಕಲಮಂಜ.
Kalanja (No. 66)	ಕಳಂಜ.
Kalanja (No. 23)	ಕಳಂಜ.
Kaliya ..	ಕಳಿಯ.
Ka madka ..	ಕಲ್ಮಡ್ಕ.
Kalmakāru ..	ಕಲ್ಮಕಾರು.
Kanakamajalu ..	ಕನಕಮಜಲು.
Kaniyūru(No.30)	ಕಣಿಯೂರು.
Kāniyūru (No. 69).	ಕಾಣಿಯೂರು.
Kanyādi ..	ಕನ್ಯಾಡಿ.
Kanyāna ..	ಕನ್ಯಾನ.
Karōpādi ..	ಕರೋಪಾಡಿ.
Karāya ..	ಕರಾಯ.
Kaukrādi ..	ಕೌಕ್ರಾಡಿ.
Kāymana ..	ಕಾಯ್ಮಣ.
Kedambādi ..	ಕೆದಂಬಾಡಿ.
Kedila ..	ಕೆದಿಲ.
Keminja ..	ಕೆಮಿಂಜ.
Kenya ..	ಕೆನ್ಯ.
Kēpu ..	ಕೇಪು.
Keyyūru ..	ಕೆಯ್ಯೂರು.
Kodimbādi ..	ಕೊಡಿಂಬಾಡಿ.
Kodimbala ..	ಕೋಡಿಂಬಳ.
Kodiyāla ..	ಕೊಡಿಯಾಲ.
Koila ..	ಕೊಯ್ಲ.
Kokkada ..	ಕೊಕ್ಕಡ.
Kollamogaru ..	ಕೊಲ್ಲಮೊಗರು.
Kolanādu ..	ಕೊಳನಾಡು.
Koltige ..	ಕೊಳ್ತಿಗೆ.
Kombāru ..	ಕೊಂಬಾರು.
Konāje ..	ಕೊಣಾಜೆ.
Konālu ..	ಕೊಣಾಲು.
Koyyūru ..	ಕೊಯ್ಯೂರು.
Kudipādi ..	ಕುಡಿಪಾಡಿ.
Kudmāru ..	ಕುದ್ಮಾರು.
Kukkala ..	ಕುಕ್ಕಳ.
Kula ..	ಕುಳ.
Kuntūru ..	ಕುಂತೂರು.
Kuriya ..	ಕುರಿಯ.
Kutkunja ..	ಕುತ್ಕುಂಜ.
Kutrupadi ..	ಕುಟ್ರುಪಾಡಿ.
Kuvettu ..	ಕುವೆಟ್ಟು.
Lāyla ..	ಲಾಯ್ಲ.

PUTTUR TĀLŪK—cont. ಪುತ್ತೂರು ತಾಲೂಕು—ಸಶೇಷ.

Machchina .. ಮಚ್ಚಿನ.
Madapādi .. ಮಡಪಾಡಿ.
Mādnūru .. ಮಾಡ್ನೂರು.
Mālādi .. ಮಾಲಾಡಿ.
Malavantige .. ಮಲವಂತಿಗೆ.
Mandekōlu .. ಮಂಡೆಕೋಲು.
Māni .. ಮಾಣಿ.
Mānila .. ಮಾಣಿಲ.
Markanja .. ಮರ್ಕಂಜ.
Mēlantabettu .. ಮೇಲಂತಬೆಟ್ಟು.
Mittabāgilu .. ಮಿತ್ತಬಾಗಿಲು
Mogru .. ಮೊಗ್ರು.
Mudnūru (No. 181). ಮುಡ್ನೂರು.
Mudnūru (No. 157). ಮುಡ್ನೂರು.
Mundāje .. ಮುಂಡಾಜೆ.
Mundūru (No.52) ಮುಂಡೂರು.
Mundūru(No.147) ಮುಂಡೂರು.
Muppirya .. ಮುಪ್ಪಿರ್ಯ.
Murulya .. ಮುರುಳ್ಯ.
Nada .. ನಡ.
Nālkūru . ನಾಲ್ಕೂರು.
Nallūrukemraje. ನಲ್ಲೂರುಕೆಮ್ರಾಜೆ.
Narimogaru .. ನರಿಮೊಗರು.
Nāvūru .. ನಾವೂರು.
Nekkilādi(No.34) ನೆಕ್ಕಿಲಾಡಿ.
Nekkilādi (No. 102). ನೆಕ್ಕಿಲಾಡಿ.
Nelyādi .. ನೆಲ್ಯಾಡಿ.
Neriya .. ನೆರಿಯ.
Nidpalli ನಿಡ್ಪಳ್ಳಿ.
Nidle .. ನಿಡ್ಲೆ.
Nūjibāltila .. ನೂಜಿಬಾಳ್ತಿಲ.
Nyāyatarpu .. ನ್ಯಾಯತರ್ಪು
Padangadi .. ಪಡಂಗಡಿ.
Paduvannūru .. ಪಡುವನ್ನೂರು.
Padnūru (No. 37). ಪಡ್ನೂರು.
Padnūru (No. 117). ಪಡ್ನೂರು.
Padnūru (No. 162). ಪಡ್ನೂರು.
Pāltādi .. ಪಾಲ್ತಾಡಿ.
Pambettādi .. ಪಂಬೆತ್ತಾಡಿ.
Pānāje .. ಪಾಣಾಜೆ.
Pāranki .. ಪಾರಂಕಿ.
Patrame .. ಪಟ್ರಮೆ.
Perābe .. ಪೆರಾಬೆ.
Perāje .. ಪೆರಾಜೆ.
Perne .. ಪೆರ್ನೆ.
Peruvaje .. ಪೆರುವಜೆ.
Peruvāyi .. ಪೆರುವಾಯಿ.
Puduvettu .. ಪುದುವೆಟ್ಟು.
Punacha .. ಪುಣಚ.
Punachapādi .. ಪುಣಚಪಾಡಿ.
Puttila .. ಪುತ್ತಿಲ.
Puttūru .. ಪುತ್ತೂರು.
Rāmkunja .. ರಾಮ್ಕುಂಜ.
Rekya .. ರೆಕ್ಯ.
Renjalādi .. ರೆಂಜಲಾಡಿ.
Sālettūru .. ಸಾಲೆತ್ತೂರು.
Sampāje .. ಸಂಪಾಜೆ.
Sarve .. ಸರ್ವೆ.
Savanālu .. ಸವಣಾಲು.
Savanūru .. ಸವಣೂರು.
Shāntigōdu .. ಶಾಂತಿಗೋಡು.
Shibāje .. ಶಿಬಾಜೆ.
Shirādi .. ಶಿರಾಡಿ.
Shirivāgilu .. ಶಿರಿವಾಗಿಲು.
Shishila .. ಶಿಶಿಲ.
Sonandūru .. ಸೊಣಂದೂರು.
Subrahmanya .. ಸುಬ್ರಹ್ಮಣ್ಯ.
Sulya .. ಸುಳ್ಯ.
Tannirupanta .. ತಣ್ಣೀರುಪಂತ.
Tōdikāna .. ತೋಡಿಕಾನ.
Tōttatādi .. ತೋಟತ್ತಾಡಿ.
Ubaradka-mitturu. ಉಬರಡ್ಕಮಿತ್ತೂರು.
Ujre .. ಉಜ್ರೆ.
Uppinangadi .. ಉಪ್ಪಿನಂಗಡಿ.
Uruvālu .. ಉರುವಾಲು.
Vadilnālā .. ವಡಿಲ್ನಾಳ.
Valamogru .. ವಳಮೊಗ್ರು.
Vīrakhamba .. ವೀರಖಂಬ.
Vitla .. ವಿಟ್ಲ.
Vitlamudnūru .. ವಿಟ್ಲಮುಡ್ನೂರು.

KISTNA DISTRICT.

(I) = Inam. (Z) = Zamindari.

Bandar Tālūk. బందరు తాలూకా.

Aidugullapalli (Z). ఐదుగుళ్లపల్లి.
Ākulamannādu ... ఆకులమన్నాడు.
Ākumarru (I) ... ఆకుమర్రు.
Āmudālapalli ... ఆముదాలపల్లి.
Arisēpalli ... అరిశేపల్లి.
Artamūru (Dēvaravāda). అర్తమూరు (దేవరవాడ).
Bāhussainpālem (Z). బాహుస్సేన్‌పాలెం.
Balliparru (Z) ... బల్లిపర్రు.
Bandar ... బందరు.
Bantumilli ... బంటుమిల్లి.
Barrepādu (Z) ... బర్రెపాడు.
Borrapōtupālem ... బొర్రపోతుపాలెం.
Buddālapālem ... బుద్దాలపాలెం.
Chandala (Z) ... చందల.
Cherukumilli ... చెరుకుమిల్లి.
Chilakalapūdi ... చిలకలపూడి.
Chinna Pāndrāka. చిన్నపాండ్రాక.
Chinnagollapālem (Z). చిన్నగొల్లపాలెం.
Chinnāpuram ... చిన్నాపురం.
Chittigūdūru (Z)... చిట్టిగూడూరు.
Chōdavaram (Z)... చోడవరం.
Dēvarapalli (Z) ... దేవరపల్లి.
Dirisavalli (I) ... దిరిశవల్లి.
Endapalli ... ఎండపల్లి.
Gādēpūdi (I) ... గాదేపూడి.
Gandram (Z) ... గండ్రం.
Garisepūdi (Z) ... గరిశెపూడి.
Gōkavaram ... గోకవరం.
Gōpuvānipalem ... గోపువానిపాలెం.
Gūdūru (Z) ... గూడూరు.
Gundupālem .. గుండుపాలెం.
Gurijēpalli (I) ... గురిజేపల్లి.
Guruvindagunta (Z). గురువిందగుంట.
Hussainpālem ... హుస్సేన్‌పాలెం.
Intēru ... ఇంటేరు.
Jakkancherla (Z). జక్కంచెర్ల.
Jinjēru (I) .. జింజేరు.
Kākarlamūdi ... కాకర్లమూడి.
Kalapatam (Z) .. కలపటం.
Kanchadam (Z) ... కంచడం.
Kanchākōdūru (I). కంచాకోడూరు.
Kankata (Z) ... కంకట.
Kānūru ... కానూరు.
Kāppaladoddi . కప్పలదొడ్డి.
Kara (I) ... కర.
Kavipuram (Z) ... కవిపురము.
Kōkanārāyanapālem (Z). కోకనారాయణపాలెం.
Komāllapūdi (Z). కొమాల్లపూడి.
Kōna ... కోన.
Konkēpūdi (Z) ... కొంకేపూడి.
Koppālle (Z) ... కొప్పల్లె.
Korlapādu ... కొర్లపాడు.
Kottapūdi (Z) ... కొత్తపూడి.
Kruttivennu (Z)... కృత్తివెన్ను.
Kūdūru (Z) ... కూడూరు.
Lakshmipuram .. లక్ష్మీపురం.
Lēllagaruvu (I) .. లెల్లగరువు.
Madaka ... మడక.
Maddētipalli ... మద్దేటిపల్లి.
Mallavōlu (Z) ... మల్లవోలు.
Mallēswaram ... మల్లేశ్వరం.
Manginapūdi ... మంగినపూడి.
Manimēswaram (I) మణిమేశ్వరం.

Bandar Tāluk—cont. బందరు తాలూకా—శేషము.

Mātlam (Z)	... మాట్లం.
Māchavaram	... మాచవరం.
Muchcherla (Z)	... ముచ్చెర్ల.
Muchchiligunta (Z).	ముచ్చిలిగుంట.
Mukkollu (Z)	... ముక్కొల్లు.
Mulaparru	.. మూలపర్రు.
Munipeda	... మునిపేడ.
Munjulūru (Z)	... ముంజులూరు.
Nadupūru (Z)	... నడుపూరు.
Nāgavaram	... నాగవరం.
Nandamūru (Z)	... నందమూరు.
Nandigāma	... నందిగామ.
Nārāyanapuram	... నారాయణపురం.
Nārikēdālapālem (Z).	నారికేడాలపాలెం.
Nēlakondapalli (Z).	నేలకొండపల్లి.
Nelakurru	... నెలకుర్రు.
Nidamarru (Z)	... నిడమర్రు.
Nīlipūdi (Z)	... నీలిపూడి.
Palletummalapālem.	పల్లెతుమ్మలపాలెం.
Pedana	... పెడన.
Pedapāndrāka (I).	పెదపాండ్రాక.
Pedapatnam	... పెదపట్నం.
Pendurru	... పెందుర్రు.
Penumalle	... పెనుమల్లె.
Pināgūdūrulanka (Z).	పినగూడూరులంక.
Pōlātitippa	... పోలాటితిప్ప.
Pōlavaram	... పోలవరం.
Pōtēpalli	.. పోతేపల్లి.
Potlapālem	... పొట్లపాలెం.
Pullapadu (Nizam)	పుల్లపాడు.
Rāmarājupālem (Z).	రామరాజుపాలెం.
Rāyavaram (Z)	... రాయవరం.
Rudravaram	... రుద్రవరం
Sātulūru	... సాతులూరు.
Singarāyapālem	... సింగరాయపాలెం.
Sultānagaram Gollapālem (Z).	సుల్తానగరం గొల్లపాలెం.
Tādivennu (Z)	... తాడివెన్ను.
Tāllapālem	... తాళ్లపాలెం.
Tarakatūru (Z)	... తరకటూరు.
Tavisipūdi	... తవిసిపూడి.
Vadlamannādu (Z)	వడ్లమన్నాడు.
Vartallapalli	.. వర్తల్లపల్లి.
Vartallapalli (Z).	వర్తల్లపల్లి.
Vulavalapūdi (I)	... ఉలవలపూడి.

Bezwāda Tāluk. బెజవాడ తాలూకా.

Ambāpuram	... అంబాపురం.
Āthkūru	... ఆత్కూరు.
Bezwāda	... బెజవాడ.
Bhavānipuram	... భవానిపురం.
Bhīmavarappādu (I).	భీమవరప్పాడు.
Boddapādu (Z)	... బొడ్డపాడు.
Chāgantipadu (Z)	చాగంటిపాడు.
Chandragūdem (Z)	చంద్రగూడెం.
Chandrala	... చంద్రాల.
Chēgireddipādu	... చేగిరెడ్డిపాడు.
Chevutūru (Z)	... చెవుటూరు.
Chelukūru (Z)	.. చిలుకూరు.
Chīmalapadu (I)	... చీమలపాడు.
Chinapulipāka (Z)	చినపులిపాక.
Chōdavaram (Z)	... చోడవరం.
Dāmulūru (Z)	... దాములూరు.
Dāsullapālem	... దాసుళ్లపాలెం.
Dēvarapalli (Z)	... దేవరపల్లి.
Dōne Āthkūru	... దోనె ఆత్కూరు.
Duggirālapādu (Z)	దుగ్గిరాలపాడు.
Enikēpadu	... ఎనికేపాడు.
Gaddamanugu	... గడ్డమణుగు.
Ganapavaram	... గణపవరం.

Bezwāda Tālūk—*cont.* బెజవాడ తాలూకా—శేషము.

Ganginēnipālem (Z).	గంగినేనిపాలెం.
Gangūru (Lanjalanka).	గంగూరు (లంజలంక).
Garikaparru (Z)	గరికపర్రు.
Gollapūdi	గొల్లపూడి.
Gōsāla	గోసాల.
Gūdavalli (I)	గూడవల్లి.
Gūdem Mādhavaram (I).	గూడెంమాధవరం.
Gūdūrupadu (Z)	గూడూరుపాడు.
Gunadala	గునదల.
Guntupalli (Z)	గుంటుపల్లి.
Gurrajupalem (Z).	గుర్రాజుపాలెం.
Ibrahimpatnam	ఇబ్రహింపట్నం.
Īdupugallu	ఈడుపుగల్లు.
Ilaprōlu	ఇలప్రోలు.
Jakkampūdi	జక్కంపూడి.
Kāchavaram	కాచవరం.
Kandalampādu	కందలంపాడు.
Kandulapādu (Z).	కందులపాడు.
Kanimerla (Z)	కనిమెర్ల.
Kankipādu	కంకిపాడు.
Kānūru	కానూరు.
Kavulūru	కవులూరు.
Kētanakonda (Z).	కేతనకొండ.
Kedimpōtavaram (Z).	కడింపోతవరం.
Kīrtirāyanigūdem (Z).	కీర్తిరాయనిగూడెం.
Kōdūru (Z)	కోడూరు.
Kōlavennu	కోలవెన్ను.
Konatanapādu	కొణతనపాడు.
Kondapalli	కొండపల్లి.
Kondūru	కొండూరు.
Kotikalapūdi	కొటికలపూడి.
Kottūru	కొత్తూరు.
Kunderu	కుందేరు.
Kuntamukkala (Z)	కుంటముక్కల.
Lōya	లోయ.
Maddūru (Z)	మద్దూరు.
Mādhavaram	మాధవరం.
Mailavaram (Z)	మైలవరం.
Malakāpuram (I).	మలకాపురం.
Mārēdumāka	మారేడుమాక.
Mātsavaram (Z)	మాచవరం.
Mātsavaram (I)	మాచవరం.
Mogalrāzapuram.	మొగల్‌రాజపురం.
Morusumilli (I)	మొరుసుమిల్లి.
Mulakalapenta (Z)	ములకలపెంట.
Mūlapādu	మూలపాడు.
Munagapādu	మునగపాడు.
Mutyālampādu (I).	ముత్యాలంపాడు.
Mutyālampādu (Havēli).	ముత్యాలంపాడు (హవేలి).
Nāgulūru (Z)	నాగులూరు.
Nandigāma (Z)	నందిగామ.
Narasāyagūdem (Z)	నరసాయగూడెం.
Navēpōtavaram	నవేపోతవరము.
Neppalle	నెప్పల్లె.
Nidamānūru	నిదమానూరు.
Paidūrupādu	పైడూరుపాడు.
Parvatāpuram (Z).	పర్వతాపురం.
Patamata	పటమట.
Pātanāgulūru (Z)	పాతనాగులూరు.
Pedapulipāka (Z).	పెదపులిపాక.
Penamakūru (Z).	పెనమకూరు.
Petrempādu (Z)	పెత్రెంపాడు.
Pinapāka	పినపాక.
Pondugala (I)	పొందుగల.
Pōranki	పోరంకి.
Prasādampādu	ప్రసాదంపాడు.
Proddutūru	ప్రొద్దుటూరు.
Pullūru (Z)	పుల్లూరు.
Punādipādu	పునాదిపాడు.
Rāmavarappādu	రామవరప్పాడు.
Rāyanapādu	రాయనపాడు.
Royyūru (Z)	రొయ్యూరు.
Rudravaram (I)	రుద్రవరము.
Sabjapādu (Z)	సబ్జపాడు.

BEZWĀDA TĀLŪK—cont. బెజవాడ తాలూకా—శేషము.

Shahābāda (Z) ... షహాబాద.
Sunnampādu (Z). సున్నంపాడు.
Tādēpalli ... తాడేపల్లి.
Tādigadapa (Z) ... తాడిగడప.
Telladēvarapādu (Z). తెల్లదేవరపాడు.
Tennēru ... తెన్నేరు.
Tōlukōdu (I) ... తోలుకోడు.
Trilōchanapuram ... త్రిలోచనపురం.
Tummalagunta (Gannavaram). తుమ్మలగుంట (గన్నవరము).
Tummalapālem ... తుమ్మలపాలెం.
Uppulūru ... ఉప్పులూరు.
Vallūru (North) (Z). వల్లూరు (ఉత్తరం).
Vallūru (South) (Z). వల్లూరు (దక్షిణం)
Vedurubidem (Z). వెదురుబీడెం.
Velagalēru ... వెలగలేరు.
Velavadam ... వెలవడం.
Vellaturu ... వెల్లటూరు.
Vēlpūru ... వేల్పూరు.
Vēmavaram (Kondaguraza). వేమవరము (కొండగురజ).
Venkatāpuram ... వెంకటాపురం.
Vidyādharapuram. విద్యాధరపురం.
Zangālapalli ... జంగాలపల్లి.
Zūpūdi ... జూపూడి.

DIVI TĀLŪK. దివి తాలూకా.

Ainampūdi (I) ... ఐనంపూడి.
Annavaram (Z) ... అన్నవరం.
Aswārāopālem ... అశ్వారావుపాలెం.
Avanigadda ... అవనిగడ్డ.
Āvurupūdi (Z) ... ఆవురుపూడి.
Ayōdhya (Z) ... అయోధ్య.
Ayyanki (Z) ... అయ్యంకి.
Bārlapūdi (Z) ... బార్లపూడి.
Bhatla Penumarru (Z). భట్ల పెనుమర్రు.
Bhāvadēvarapalli. భావదేవరపల్లి.
Bhōgireddipalli (Z) భోగిరెడ్డిపల్లి.
Birudugadda (Z). బిరుదుగడ్డ.
Bobbarlanka ... బొబ్బర్లంక.
Bōllapādu (Z) ... బోళ్లపాడు.
Challapalli (Z) ... చల్లపల్లి.
Chīdēpūdi (Z) ... చీడేపూడి.
Chilakalapūdi (Z). చిలకలపూడి.
China Kallēpalli (Z). చిన కల్లేపల్లి.
China Muttēvi (Z). చిన ముత్తేవి.
Chiruvōllanka ... చిరువోల్లంక.
Chiruvōlu (Z) ... చిరువోలు.
Chittūrpu (Z) ... చిట్టూర్పు.
Chittūru (Z) ... చిట్టూరు.
Chōdavaram ... చోడవరం.
Dāliparru (Z) ... దాలిపర్రు.
Dēvarakōta (Z) ... దేవరకోట.
Eddanapūdi (Z) ... ఎద్దనపూడి.
Edlalanka ... ఎడ్లలంక.
Edurumondi ... ఎదురుమొండి.
Elikalakuduru (Z) ఎలికలకుదురు.
Endakuduru (Z) ... ఎండకుదురు.
Ētimoga ... ఏటిమొగ.
Ganapēswaram ... గణపేశ్వరం.
Gāzullanka (Z) ... గాజుల్లంక.
Ghantasāla (Z) ... ఘంటసాల.
Gollapālem ... గొల్లపాలెం.
Gūdapādu (Z) ... గూడపాడు.
Kammanamōlu ... కమ్మనమోలు.
Kaptānpālem (Z). కప్తాన్‌పాలెం.
Kāza (Z) ... కాజ.
Kodāli (Z) ... కొడాలి.
Kōdūru ... కోడూరు.
Kokkiligadda (Z). కొక్కిలిగడ్డ.
Kottapālem ... కొత్తపాలెం.

DIVI TĀLŪK—cont. దివి తాలూకా—శేషము.

Kottapalli (Z) ...	కొత్తపల్లి.
Kōsūru (Z) ..	కోసూరు.
Kūchipūdi (I) ...	కూచిపూడి.
Lakshmīpuram (Z)	లక్ష్మీపురం.
Lankapalli (Z) ..	లంకపల్లి.
Lingāreddipālem.	లింగారెడ్డిపాలెం.
Māchavaram ...	మాచవరం.
Maddipatla (Z) ...	మద్దిపట్ల.
Mājēru (Z) ...	మాజేరు.
Mallampalli (Z) ..	మల్లంపల్లి.
Mandapākala ...	మండపాకల.
Mangalāpuram (Z)	మంగళాపురం.
Mēllamarru (Z) ...	మేళ్లమర్రు.
Mēllamartilanka and Merakanapallilanka group.	మేళ్లమర్తిలంక, మెరకనపల్లి లంక.
Merakanapalli (Z)	మెరకనపల్లి.
Mōdumūdi ...	మోదుమూడి.
Mōpidēvi (Z) ...	మోపిదేవి.
Mōpidēvilanka ...	మోపిదేవిలంక.
Movva (Z) ..	మొవ్వ.
Nadakuduru (Z) ...	నడకుదురు.
Nāgāyalanka ...	నాగాయలంక.
Nāgāyatippa ...	నాగాయతిప్ప.
Nangigadda ...	నంగిగడ్డ.
Nidumōlu (Z) ..	నిడుమోలు.
Nimmagadda (Z).	నిమ్మగడ్డ.
Pāgōlu (Z) ...	పాగోలు.
Pālankipādu (Z) ...	పాలంకిపాడు.
Parrachivara ...	పర్రచివర.
Pedakallēpalle (Z)	పెదకళ్లేపల్లె.
Peda Muttēvi (Z).	పెద ముత్తేవి.
Pedaprōlu (Z) ...	పెదప్రోలు.
Pedapūdi (Z) ..	పెదపూడి.
Pedasanagallu (Z).	పెదసనగల్లు.
Pedayādara (Z) ...	పెదయాదర.
Pittallanka ...	పిట్టల్లంక.
Pōtārlanka (Z) ...	పోతార్లంక.
Puligadda ...	పులిగడ్డ.
Puritigadda (Z) ...	పురిటిగడ్డ.
Pūshadam (Z) ...	పూషడం.
Rāmannapēta (Z)	రామన్నపేట.
Sālempālem ...	సాలెంపాలెం.
Srikākulam (Z) ...	శ్రీకాకుళం.
Tādēpalli (Z) ...	తాడేపల్లి.
Talagadadīvi ...	తలగడదీవి.
Tēkupalli (I) ...	టేకుపల్లి.
Teluguraopālem (Z).	తెలుగురావుపాలెం
Ullipālem ...	ఉల్లిపాలెం.
Vakkalagadda (Z).	వక్కలగడ్డ.
Vēkanūru ...	వేకనూరు.
Velivōlu (Z) ...	వెలివోలు.
Vellimallirudravaram (Z).	వెల్లిమల్లి రుద్రవరం.
Vēmulamada (Z).	వేములమడ.
Vēmulapalli (Z) ..	వేములపల్లి.
Venkatāpuram (Z)	వెంకటాపురం.
Viswanādhapalli ...	విశ్వనాథపల్లి.
Yārlagadda (Z) ...	యార్లగడ్డ.

GANNAVARAM TĀLŪK. గన్నవరం తాలూకా.

Ajjampūdi (Z) ...	అజ్జంపూడి.
Ākunūru (Z) ...	అకునూరు.
Allapuram (Z) ...	అల్లాపురం.
Ampāpuram (Z) ...	అంపాపురం.
Āmudālapalli (Z).	ఆముదాలపల్లి.
Ārugolanu (Z) ...	ఆరుగొలను.
Ātukūru (Z) ...	ఆతుకూరు.
Bāhubalēndrunigūdem (I).	బాహుబలేంద్రునిగూడెం.
Ballipaarru (Z) ...	బల్లిపర్రు.
Bandārugūdem (Z)	బండారుగూడెం.
Bokināla (I) ...	బోకినాల.
Bōllapādu (Z) ...	బొళ్లపాడు.
Buddhavaram (Z).	బుద్ధవరం.

GANNAVARAM TĀLŪK—cont. గన్నవరం తాలూకా—శేషము.

Būtumillipādu (I).	బూతుమిల్లిపాడు.
Chāgantipādu (Z).	చాగంటిపాడు.
Chalivēndrapālem (Z).	చలివేంద్రపాలెం.
Chikināla (Z) ...	చికినాల.
Chikkavaram (Z).	చిక్కవరం.
China Avutapalli (I).	చిన అవుటపల్లి.
ChinaŌgirāla (Z).	చినవోగిరాల.
Chirivāda (I) ...	చిరివాడ.
Dantaguntla (Z) .	దంటుగుంట్ల.
Dāvulūru (Z) ..	దావులూరు.
Dibbanapūdi (I)...	దిబ్బనపూడి.
Elukapādu (Z) ..	ఎలుకపాడు.
Enamalakuduru (Z).	ఎనమలకుదురు.
Gannavaram (Z)..	గన్నవరం.
Gārapādu (Z) ...	గారపాడు.
Godavarru (Z) ...	గొడవర్రు.
Gollanapalli (Z) ...	గొల్లనపల్లి.
Gōpālapuram (I).	గోపాలపురం.
Gōpavarapugūdem (I).	గోపవరపుగూడెం.
Gōpuvānipālem (I)	గోపువానిపాలెం.
Gurajāda (Z) ..	గురజాడ.
Indupalli (Z) ...	ఇందుపల్లి.
Jabarlapūdi (Z) ...	జబర్లపూడి.
Jagannadhapuram (I).	జగన్నాథపురం.
Jakkulanekkalam (Z).	జక్కులనెక్కలం.
Kadavakollu (Z) ..	కడవకొల్లు.
Kākulapādu (Z) ...	కాకులపాడు.
Kalavapāmula (Z).	కలవపాముల.
Kanakavalli (I) ...	కనకవల్లి.
Kānumōlu (Z) ...	కానుమోలు.
Kātūru (Z) ..	కాటూరు.
Kēsarapalli (Z) .	కేసరపల్లి.
Kondapāvulūru (Z)	కొండపావులూరు.
Kottagūdem (Z)...	కొత్తగూడెం.
Koyyagūrapādu (I)	కొయ్యగూరపాడు.
Kummamūru (Z).	కుమ్మమూరు.

Kundāvāri Khandrika (I).	కుందావారి ఖండ్రిక.
Kuripirāla (I) ...	కురిపిరాల.
Lankapalli (I) ...	లంకపల్లి.
Madhirapādu (Z).	మధిరపాడు.
Mānikonda (Z) ...	మానికొండ.
Mantāda (Z) ...	మంటాడ.
Mantena (Z) ...	మంతెన.
Marrivāda (Z) ...	మర్రివాడ.
Metlapalli (Z) ...	మెట్లపల్లి.
Mudunūru (Z) ..	ముదునూరు.
Mukkapādu (Z) ...	ముక్కపాడు.
Nāgavarappādu (I).	నాగవరప్పాడు.
Nandamūru (Z) ...	నందమూరు.
Nārāyappārāopēta (Z)	నారాయప్పారావుపేట.
Nunna (Z) ...	నున్న.
Ōgirāla (Z) ...	ఓగిరాల.
Pāthapādu (Z) ..	పాతపాడు.
Pāyakāpuram (Z).	పాయకాపురం.
Peda Avutapalli (Z).	పెద అవుటపల్లి.
Peda Ogirāla (Z).	పెద వోగిరాల.
Penamalūru (Z)...	పెనమలూరు.
Phiryādinainavaram (Z).	ఫిర్యాదినయనవరం.
Ponukumādu (Z).	పొనుకుమాడు.
Pottipādu (Z) ...	పొట్టిపాడు.
Purushōttapatnam (Z).	పురుషోత్తపట్నం.
Rāmachandrapuram (Z).	రామచంద్రపురం.
Rāmanagūdem (Z)	రామనగూడెం.
Saggurru (Amāni-cheruvu) (Z).	సగ్గుర్రు అమాని చెరువు.
Sāvaragūdem (Z).	సావరగూడెం.
Sāyapuram (I) ...	సాయపురం.
Susarlavāri Khandrika (I).	సుసర్లవారి ఖండ్రిక.
Sūrampalli (Z) ...	సూరంపల్లి.

GANNAVARAM TĀLŪK—cont. గన్నవరం తాలూకా—శేషము.

Tādanki (Z) ...	తాడంకి.
Tarigoppula (Z) ...	తరిగొప్పుల.
Tēlaprōlu (Z) ..	తేలప్రోలు.
Tempalle (Z) ...	తెంపల్లె.
Tippanagunta (Z).	తిప్పనగుంట.
Tuttagunta (I) ...	తుట్టగుంట.
Vanukūru (Z) ...	వనుకూరు.
Vedurupāvulūru (Z)	వెదురుపావులూరు.
Veldipādu (I) ...	వెల్దిపాడు.
Veldipādu Khandrika (I).	వెల్దిపాడు ఖండ్రిక.
Velinūtala (I) ...	వెలినూతల.
Vēmanda (Z) ..	వేమండ.
Vēmpādu (Z) ...	వేంపాడు.
Venkatanarasimhapuram (hamlet of Kēsarapalli) (I).	వెంకటనరసింహపురం (కేసరపల్లి శివారు).
Venkatanarasimhapuram (hamlet of Purushōttapatnam (I).	వెంకటనరసింహపురం (పురుషోత్తపట్నం శివారు).
Venkatāpuram (I).	వెంకటాపురం.
Venkatrājugūdem (I)	వెంకట్రాజుగూడెం.
Vīrapanēnigūdem (Z).	వీరపనేనిగూడెం.
Vīravalli (Z) ...	వీరవల్లి.
Vīravalli Mōkhāsa (Z).	వీరవల్లి మొఖాసా.
Vōndrampādu (I).	వోండ్రంపాడు.
Vungutūru (Z) ...	వుంగుటూరు.
Vuyyūru (Z) ...	వుయ్యూరు.
Yākamūru (Z) ...	యాకమూరు.

GUDIVĀDA TĀLŪK. గుడివాడ తాలూకా.

Addāda (Z) ...	అడ్డాడ.
Aginiparru (Z) .	అగినిపర్రు.
~~Ailūru (I)~~	~~ఐలూరు~~
Ainampūdi ...	ఐనంపూడి.
Ainapūru (Z) ...	ఐనపూరు.
Allidoddi (Z) ...	అల్లిదొడ్డి.
Amīnpuram (I) ..	అమీన్‌పురం.
Anamanapūdi ..	అనమనపూడి.
Angalūru ...	అంగలూరు.
Annavaram ...	అన్నవరం.
Appikatla (Z) ..	అప్పికట్ల.
Aripirāla ..	అరిపిరాల.
Ayyannapālem .	అయ్యన్నపాలెం.
Balliparru (Z) ...	బల్లిపర్రు.
Bētavōlu ...	బేతవోలు.
Bhūshanagulla ..	భూషణగుల్ల.
Billapādu (I) ..	బిల్లపాడు
Bōdagunta ...	బోడగుంట.
Bommulūru .	బొమ్ములూరు.
Chandrāla .	చంద్రాల.
Chavutapalli ..	చవుటపల్లి.
Chēdurtipādu ...	చేదుర్తిపాడు.
Chennūrivāripālem (I)	చెన్నూరివారిపాలెం
Chennūru ...	చెన్నూరు.
Cheruvupalli (I) ..	చెరువుపల్లి
Chēvendra (Z) ..	చేవెంద్ర.
Chilakamūdi (I)...	చిలకమూడి.
Chinagonnūru ...	చినగొన్నూరు.
Chinalingāla (I)..	చినలింగాల.
Chinapālaparru ...	చినపాలపర్రు.
Chinapārupūdi (Z)	చినపారుపూడి.
Chinavirivāda ..	చినవిరివాడ.
Chinayerukapādu (I).	చినయెరుకపాడు.
Chintalapūdi (I) .	చింతలపూడి.
Chirichintala (I).	చిరిచింతల.
Chitram (I) ...	చిత్రం.
Chōragudi (Z) ...	చోరగుడి.
Daggumilli ...	దగ్గుమిల్లి.
Daggumilli (Z) ...	దగ్గుమిల్లి.
Dākaram ...	దాకరం.

GUDIVĀDA TĀLŪK—cont. గుడివాడ తాలూకా—శేషము.

Dandigānapūdi ... దండిగానపూడి.
Dēvaram (I) ... దేవరం.
Dintakurru ... దింటకుర్రు.
Dintakurru (Z) ... దింటకుర్రు.
Dōkiparru ... డోకిపర్రు.
Dondapādu ... దొండపాడు.
Elakurru (I) ... ఎలకుర్రు.
Elamarru (Z) ... ఎలమర్రు.
Gandēpūdi (I) ... గండేపూడి.
Gangādharapuram (I). గంగాధరపురం.
Golivēpalli (Z) ... గొలివేపల్లి.
Golivēpalli (Z) ... గొలివేపల్లి
Gongallamūdi ... గొంగల్లమూడి.
Gudivāda ... గుడివాడ.
Gudlavallēru ... గుడ్లవల్లేరు.
Gunnanapūdi ... గున్ననపూడి.
Guntakōdūru (I). గుంటకోడూరు.
Guraza ... గురజ.
Gurivindagunta (I) గురివిందగుంట.
Gurivindapalli (I). గురివిందపల్లి.
Gurrāllanka (I) ... గుర్రాల్లంక.
Hanumantapuram (I) హనుమంతపురం.
Idulamaddāli (Z). ఈదులమద్దాలి.
Janārdhanapuram. జనార్ధనపురం.
Jujhavaram (Z) ... జుఝవరం.
Juvvanapūdi (I) ... జువ్వనపూడి.
Kākaravāda (I) ... కాకరవాడ.
Kalavapūdi (I) ... కలవపూడి.
Kalavapūdi ... కలవపూడి.
Kamalāpuram ... కమలాపురం.
Kānukollu ... కానుకొల్లు.
Kanumerla ... కనుమెర్ల.
Kānumūru (Z) ... కానుమూరు.
Kāpavaram ... కాపవరం.
Kapilēswarapuram (Z). కపిలేశ్వరపురం.
Kāsipūdi (Z) ... కాశిపూడి.
Kavutaram ... కవుతరం.
Kōdūru ... కోడూరు.
Komaravōlu ... కొమరవోలు.
Kommalamūdi ... కొమ్మలమూడి.
Kondiparru ... కొండిపర్రు.
Kongamcherla ... కొంగంచెర్ల.
Korimerla ... కొరిమెర్ల.
Kornipādu (I) ... కొర్నిపాడు.
Krishnāpuram (Z). కృష్ణాపురం.
Kuchchikāyalapūdi. కుచ్చికాయలపూడి.
Kudaravalli ... కుదరవల్లి.
Kūdēru (Z) ... కూడేరు.
Kummaragunta (I). కుమ్మరగుంట.
Kūrāda ... కూరాడ.
Kurumaddāli (Z). కురుమద్దాలి.
Lankalakalavagunta. లంకలకలవగుంట.
Lankapalli (Z) ... లంకపల్లి.
Lankapallilanka (Z). లంకపల్లిలంక.
Lēllapūdi (I) ... లేళ్లపూడి.
Lingavaram ... లింగవరం.
Mādhavaram (I)... మాధవరం.
Madhurāpuram (I). మధురాపురం.
Mahēswarapuram (I). మహేశ్వరపురం.
Mallavaram (I) ... మల్లవరం.
Māmidikōlla (I)... మామిడికోళ్ల.
Māmillapalli (I)... మామిళ్లపల్లి
Mandapādu (I) ... మండపాడు.
Mēdūru (Z) ... మేడూరు.
Merakagūdem ... మెరకగూడెం.
Mīrimāmpālem (I) మీరిమాంపాలెం.
Mōdugamūdi ... మోదుగమూడి.
Mōparru (Z) ... మోపర్రు.
Mōtūru ... మోటూరు.
Mudinēpalli ... ముదినేపల్లి.
Mulakalapalli (I). ములకలపల్లి.
Mullapūdi (Z) ... ముళ్లపూడి.
Nāgavarappādu ... నాగవరప్పాడు.

GUDIVĀDA TĀLŪK—cont. గుడివాడ తాలూకా—శేషము.

Nandivāda ... నందివాడ.
Nemmalūru ... నెమ్మలూరు.
Nemmikūru ... నెమ్మికూరు.
Neratanamūdi ... నెరతనమూడి.
Nibhānupūdi (Z). నిభానుపూడి.
Nūjella ... నూజెళ్ల.
Nūtulapādu ... నూతులపాడు.
Oddulameraka (I) ఒడ్డులమెరక.
Paidikondalapālem (I). పయిడికొండలపాలెం.
Pāmarru ... పామర్రు.
Pamidimukkala (I). పమిడిముక్కల.
Pāmulapādu (Z) ... పాములపాడు.
Pasalapūdi ... పసలపూడి.
Pasumarru ... పసుమర్రు.
Pattēlanka (Z) ... పత్తేలంక.
Pedalingāla (I) ... పెదలింగాల.
Pedamaddāli (Z). పెదమద్దాలి.
Pedapālaparru ... పెదపాలపర్రు.
Pedapārupūdi (Z). పెదపారుపూడి.
Pedavirivāda ... పెదవిరివాడ.
Pedayerukapādu. పెదయెరుకపాడు.
Penjendra (Z) ... పెంజెంద్ర.
Penumalli ... పెనుమల్లి
Penumutsa (Z) ... పెనుమత్స.
Perisēpalli ... పెరిశేపల్లి.
Pērūru ... పేరూరు.
Pesaramilli (I) ... పెసరమిల్లి.
Peyyēru ... పెయ్యేరు.
Pōlavaram (Z) ... పోలవరం.
Pōlumetla ... పోలుమెట్ల.
Ponukumādu ... పొనుకుమాడు.
Prākerla (I) .. ప్రాకెర్ల.
Puritipādu (I) ... పురిటిపాడు.
Putlacheruvu ... పుట్లచెరువు.
Puttagunta (I) ... పుట్టగుంట.
Rāmachandrapuram. రామచంద్రపురం.
Rāmanapūdi ... రామనపూడి.
Rāmāpuram (I) .. రామాపురం.
Rāparla (Z) ... రాపర్ల.
Rāvulapādu (I) ... రావులపాడు.
Reddipūdi ... రెడ్డిపూడి.
Rimmanapūdi ... రిమ్మనపూడి.
Saidēpūdi (I) ... సైదేపూడి.
Sankarshanapuram (I). సంకర్షణపురం.
Siddhāntam (I) ... సిద్ధాంతం.
Singavaram ... సింగవరం.
Sīpūdi ... సీపూడి.
Sōmavarappādu (I). సోమవరప్పాడు.
Srīnivāsapuram (I). శ్రీనివాసపురం.
Srīrangapuram (I) శ్రీరంగపురం.
Tamirisa ... తమిరిశ.
Tativarru ... తటివర్రు.
Tummalapalli ... తుమ్మలపల్లి.
Vundrapūdi (I) .. ఉండ్రపూడి.
Uppalakalavagunta. ఉప్పలకలవగుంట.
Urivi ... ఉరివి.
Urutūru (I) ... ఉరుటూరు.
Vānapāmula (Z). వానపాముల.
Vēlpūru (Seri). ... వేల్పూరు (శేరి).
Vēlpūru (I) ... వేల్పూరు.
Vēmavaram (I) ... వేమవరం.
Vēmavarappālem (I). వేమవరప్పాలెం.
Vēmugunta (I) ... వేముగుంట.
Vennanapūdi ... వెన్ననపూడి.
Ventrapragada (Z). వెంట్రప్రగడ.
Venuturumilli ... వెణుతురుమిల్లి.
Vinjarampādu (Z). వింజరంపాడు.
Vinnakōta ... విన్నకోట.
Vīranki (Z) ... వీరంకి.

KAIKALŪR TĀLŪK. కైకలూరు తాలూకా.

Ālapādu ... ఆలపాడు.
Allūru (I) ... అల్లూరు.
Amarāvati ... అమరావతి.
Appāpuram ... అప్పాపురం.
Ātapāka ... ఆటపాక.
Atsavaram ... ఆచవరం.
Āvakūru ... ఆవకూరు.
Ayyavārirudravaram. అయ్యవారి రుద్రవరం.
Bhairavapatnam .. భైరవపట్నం.
Bhujabalapatnam. భుజబలపట్నం.
Bomminampādu... బొమ్మినంపాడు
Chāvalipādu ... చావలిపాడు.
Chēvūru ... చేవూరు.
Chigurukōta ... చిగురుకోట.
Chinakāmanapūdi. చినకామనపూడి.
China Tummidi (I). చినతుమ్మిడి.
Chintapādu ... చింతపాడు.
Chōrampūdi ... చోరంపూడి.
Dayyampādu ... దయ్యంపాడు.
Dēvapūdi ... దేవపూడి.
Doddipatla ... దొడ్డిపట్ల.
Gannavaram (Z). గన్నవరం.
Gōkinampādu (I). గోకినంపాడు.
Gōnepādu (I) ... గోనెపాడు.
Gōpavaram ... గోపవరం.
Īdēpalli ... ఈదేపల్లి.
Ilaparru ... ఇలపర్రు.
Ingilipākalanka ... ఇంగిలిపాకలంక
Kaikalūr ... కైకలూరు.
Kalavapūdi (I) ... కలవపూడి.
Kalidindi ... కలిదిండి.
Kāllapālem ... కాల్లపాలెం.
Kochcherla ... కొచ్చెర్ల.
Kollētikōta ... కొల్లేటికోట.
Kōmarru ... కోమర్రు.
Kondangi ... కొండంగి.
Kondūru (I) ... కొండూరు.
Korraguntapālem (I). కొర్రగుంటపాలెం.
Kōrukollu ... కోరుకొల్లు.
Kottāda ... కొట్టాడ.
Kovvādalanka ... కొవ్వాడలంక.
Lingāla ... లింగాల.
Lōkamūdi ... లోకమూడి.
Mandavalli ... మండవల్లి.
Manugunūru ... మణుగునూరు.
Mattagunta ... మట్టగుంట.
Mūdutāllapādu ... మూడుతాల్లపాడు.
Mulakalapalli ... ములకలపల్లి.
Nandigāmalanka. నందిగామలంక.
Nuchchumilli ... నుచ్చుమిల్లి.
Pallevāda . పల్లెవాడ.
Pedagonnūru (Z). పెదగొన్నూరు.
Pedakamanapūdi పెదకామనపూడి.
Pedalanka ... పెదలంక.
Peda Tummidi ... పెదతుమ్మిడి.
Penchikalamarru. పెంచికలమర్రు.
Penumākalanka ... పెనుమాకలంక.
Pillipādu .. పిల్లిపాడు.
Pōlukonda ... పోలుకొండ.
Pōtumarru ... పోతుమర్రు.
Prattipādu ... ప్రత్తిపాడు.
Prodduvāka (I) .. ప్రొద్దువాక.
Pulaparru ... పులపర్రు.
Rāchapatnam ... రాచపట్నం.
Ramavaram ... రామవరం.
Rāmavarapumūdi. రామవరపుమూడి
Rudrapāka ... రుద్రపాక.
Sānārudravaram... సానారుద్రవరం.
Singanapūdi ... సింగనపూడి.
Singāpuram (I) ... సింగాపురం.
Singarāyapālem ... సింగరాయపాలెం.
Sīthanapalli (I) ... సీతనపల్లి.
Sōbhanādripuram (I). శోభనాద్రిపురం.
Sōmēswaram ... సోమేశ్వరం.
Syāmalāmbāpuram (I). శ్యామలాంబాపురం.

Kaikalūr Tālūk—cont. కైకలూరు తాలూకా—శేషము.

Tādināda ... తాడినాడ.
Takkellapādu ... తక్కెళ్లపాడు.
Tāmarakollu ... తామరకొల్లు.
Unikili ... ఉనికిలి.
Ūtukūru ... ఊటుకూరు.
Vadāli (I) ... వడాలి.
Vadarlapādu ... వదర్లపాడు.
Vādavalli ... వాడవల్లి.
Vaivāka ... వైవాక.
Vanudurru ... వణుదుర్రు.
Varāhapatnam ... వరాహపట్నం.
Vēmavarappādu ... వేమవరప్పాడు.
Venkatāpuram ... వెంకటాపురం.
Vinjaram ... వింజరం.

Nandigāma Tālūk—నందిగామ తాలూకా.

Adavirāvulapādu (I). ఆడవిరావులపాడు.
Aitavaram ... ఐతవరం.
Ākupāmula (Z) ... ఆకుపాముల.
Allūru ... అల్లూరు.
Ālūrupādu (I) ... ఆలూరుపాడు.
Amaravaram ... అమరవరం.
Amaravaram (Z). అమరవరం.
Ambārupēta (I) ... అంబారుపేట.
Anigandlapādu ... అనిగండ్లపాడు.
Annavaram ... అన్నవరం.
Anumanchipalli. అనుమంచిపల్లి.
Balusupādu ... బలుసుపాడు.
Barāghatgūdem (Z). బరాఘత్గూడెం.
Bhīmavaram ... భీమవరం.
Bobbellapādu (Z). బొబ్బెళ్లపాడు
Bōdavāda (Z) ... బోడవాడ.
Brahmabhōtlapālem. బ్రహ్మభొట్లపాలెం.
Brundāvanapuram (Z). బృందావనపురం.
Būchavaram ... బూచవరం.
Būdavāda ... బూడవాడ.
Chandāpuram ... చందాపురం.
Chennāraōpālem. చెన్నారావుపాలెం
Chevitikallu (Z) ... చెవిటికల్లు.
Chillakallu ... చిల్లకల్లు.
Chinamōdugapalli. చినమోదుగపల్లి.
Chintalapādu (Z). చింతలపాడు.
Chittēla ... చిట్టేల.
Dabbākupalle ... డబ్బాకుపల్లి.
Dāchavaram (Z). దాచవరం.
Dāmulūru ... దాములూరు
Dēchupālem ... దేచుపాలెం.
Doddadēvarapadu. దొడ్డదేవరపాడు.
Ētūru ... ఏటూరు.
Ganapavaram (Z). గనపవరం.
Gandēpalli ... గండేపల్లి.
Gāndrāyi ... గండ్రాయి.
Gangāvalli ... గంగవల్లి.
Gānugabanda (Z). గానుగబండ.
Garikapādu ... గరికపాడు.
Gavaravaram ... గవరవరం.
Gōkarājupalli ... గోకరాజుపల్లి.
Gōllamūdi ... గోళ్ళమూడి.
Gōpinēnipālem ... గోపినేనిపాలెం.
Gottumukkala ... గొట్టుముక్కల.
Gudimettapālem ... గుడిమెట్టపాలెం.
Gudimetta ... గుడిమెట్ట.
Gummadidurru ... గుమ్మడిదుర్రు.
Gunduboyinapālem. గుండుబోయినపాలెం.
Hassānbāda ... హసన్బాద.
Indugapalli ... ఇందుగపల్లి.
Īrellapādu ... ఈరెల్లపాడు.
Jagannādapuram. జగన్నాథపురం.
Jaggayyapēta ... జగ్గయ్యపేట.
Jammavaram ... జమ్మవరం.
Jayanti (Z) జయంతి.

NANDIGĀMA TĀLŪK—cont. నందిగామ తాలూకా—శేషము.

Jayantipuram (Z). జయంతిపురం.
Jonnalagadda (Z). జొన్నలగడ్డ.
Jujjūru ... జుజ్జూరు.
Kāgita Ramachandrapuram. కాగిత రామచంద్రపురం.
Kākaravāyi ... కాకరవాయి.
Kalakōva (Z) ... కలకోవ.
Kālavapalli (Z) ... కాలవపల్లి.
Kambhampādu ... కంభంపాడు.
Kanchikacherla ... కంచికచర్ల.
Kannivīdu ... కన్నివీడు.
Kanchela (Z) ... కంచెల.
Karivirāla (Z) ... కరివిరాల.
Kāsarabāda ... కాసరబాద.
Kātrēnipalli ... కాట్రేనిపల్లి.
Kavutāvari Agraharam (I). కవుతావారి అగ్రహారం.
Kīsara (Z) ... కీసర.
Kēthavīrunipādu. కేతవీరునిపాడు.
Kokkirēni (Z) ... కొక్కిరేని.
Kollikulla ... కొల్లికుళ్ల.
Komarabanda (Z). కొమరబండ.
Konakanchi ... కొనకంచి.
Konathālapalli ... కొణతాలపల్లి.
Konatamakūru (Z) కొణతమకూరు.
Kōnāyapālem ... కోనాయపాలెం.
Kondūru ... కొండూరు.
Konijerla ... కొనిజెర్ల.
Kunikinapādu (Z). కునికినపాడు.
Kurugantivari Khandrika. కురుగంటివారి ఖండ్రిక.
Lakkavaram (Z)... లక్కవరం.
Lakshmīpuram ... లక్ష్మీపురం.
Lachchapālem ... లచ్చపాలెం.
Lingagiri (Z) ... లింగగిరి.
Lingagūdem ... లింగగూడెం.
Lingāla ... లింగాల.
Lingālapādu ... లింగాలపాడు.

Māchinēnipālem .. మాచినేనిపాలెం.
Mādhavaram (Z). మాధవరం.
Māgallu ... మాగల్లు.
Makkapēta ... మక్కపేట.
Malakāpuram ... మలకాపురం.
Mangollu ... మంగొల్లు.
Mēdipālem (I) ... మేడిపాలెం.
Molugumādu ... మొలుగుమాడు.
Muchchintāla ... ముచ్చింతాల.
Muktēswarapuram (Z) ముక్తేశ్వరపురం.
Munagicherla ... మునగిచెర్ల.
Munagāla (Z) ... మునగాల.
Munagālapalli (I). మునగాలపల్లి.
Mundlapādu ... ముండ్లపాడు.
Munnalūru ... మున్నలూరు.
Muppālla (Z) ... ముప్పాళ్ల.
Nadigūdem (Z) ... నడిగూడెం.
Nandalūru (Z) ... నందలూరు.
Nandigāma ... నందిగామ.
Nandigāma Vantu (Z). నందిగామ వంతు.
Narasimharaōpālem. నరశింహరావుపాలెం.
Nawābupēta ... నవాబుపేట.
Nēlamarri (Z) ... నేలమర్రి.
Nemali ... నెమలి.
Pallagiri ... పల్లగిరి.
Pallampalli (I) ... పల్లంపల్లి.
Pātempādu ... పాతెంపాడు.
Peddamōdugapalli పెద్దమోదుగపల్లి.
Peddāpuram ... పెద్దాపురం.
Peddavaram (Z)... పెద్దవరం.
Pendyāla (Z) ... పెండ్యాల.
Penuganchiprōlu. పెనుగంచిప్రోలు.
Pērakalapādu ... పేరకలపాడు.
Pōchampalli ... పోచంపాడు.
Pōchavaram ... పోచపల్లి.

Nandigāma Tālūk—cont. నందిగామ తాలూకా—శేషము.

Pokkunūru ... పొక్కునూరు.
Pōlampalli ... పోలంపల్లి.
Ponnavaram ... పొన్నవరం.
Pōpūru (Z) ... పోపూరు.
Punnavalli (I) ... పున్నవల్లి.
Rāghavāpuram ... రాఘవాపురం.
Rāmachandrunipēta. రామచంద్రునిపేట.
Rāmāpuram (Z)... రామాపురం.
Rāmāpuram ... రామాపురం.
Rāmireddipalli (I) రామిరెడ్డిపల్లి.
Ratnavaram (Z)... రత్నవరం.
Rāvirēla ... రావిరేల.
Rāvikampādū ... రావికంపాడు.
Rebbavaram ... రెబ్బవరం.
Rēpāla (Z) ... రేపాలం.
Rudravaram ... రుద్రవరం.
Saidāpuram (Z) ... సైదాపురం.
Sayyad Muzāvarpēta (Z). సయ్యద్ ముజావర్ పేట.
Sanagapādu ... శనగపాడు.
Sarvavaram (Z) ... సర్వవరం.
Satyavaram ... సత్యవరం.
Shērmuhammadpēta. షేర్ మహమ్మదు పేట.
Singavaram (Z) ... సింగవరం.
Siripuram (Z) ... శిరిపురం.
Sōmavaram ... సోమవరం.
Subbāyagūdem ... సుబ్బాయగూడెం.
Tādigummi (I) ... తాడిగుమ్మి.
Tāduvāyi (Z) ... తాడువాయి.
Takkellapādu (S. No. 71). తక్కెళ్ళపాడు.
Takkellapādu (S. No. 87). తక్కెళ్లపాడు.
Tallūru ... తాళ్లూరు.
Tellaballi (Z) ... తెల్లబల్లి.
Timmāpuram ... తిమ్మాపురం.
Tirumalagiri ... తిరుమలగిరి.
Torragudipādu ... తొర్రగుడిపాడు.
Torraguntapālem. తొర్రగుంటపాలెం.
Tōtacherla .. తోటచెర్ల.
Tōtarāvulapādu ... తోటరావులపాడు.
Tripuravaram ... త్రిపురవరం.
Tsākirāla (Z) ... చాకిరాల.
Tsandarlapādu ... చందర్లపాడు.
Tsattannavaram ... చట్టన్నవరం.
Tsavatapalli ... చవటపల్లి.
Turlapādu ... తుర్లపాడు.
Ummadidēvupalli. ఉమ్మడిదేవుపల్లి.
Vairadhari Annavaram. వైరధరి అన్నవరం.
Vatsavāyi ... వత్సవాయి.
Vēdādri (Z) ... వేదాద్రి.
Veladi ... వెలది.
Vellanki (Z) ... వెల్లంకి.
Vēmavaram ... వేమవరం.
Vēmulanarva ... వేములనర్వ.
Vēmulapalli (I) ... వేములపల్లి.
Venkatāpuram ... వెంకటాపురం.
Vibharītapādu ... విభరీతపాడు.
Vīrabhadrunipālem. వీరభద్రునిపాలెం.
Yakalaskhānpēta (Z). యకలస్కాన్ పేట.

Nūzvīd Division. నూజివీడు డివిజన్.

Adivinekkalam (Z) అడివినెక్కలం.
Āgiripalli (I) ... ఆగిరిపల్లి.
Akkireddigūdem (I). అక్కిరెడ్డిగూడెం.
Anantasāgaram (I). అనంతసాగరం.
Annavaram (Z) ... అన్నవరం.
Annārāopēta (I)... అన్నారావుపేట.

Nūzvīd Division—cont. నూజివీడు డివిజన్—శేషము.

Balive (Z) ... బలివె.
Bāpulapādu (I) ... బాపులపాడు.
Battulavārigūdem (Z). బత్తులవారిగూడెం.
Billanapalli (I) ... బిల్లనపల్లి.
Boddanapalli (Z). బొడ్డనపల్లి.
Bommulūru (I) ... బొమ్ములూరు.
Bommalūru Khandrika (Z). బొమ్మలూరు ఖండ్రిక.
Chekkapalli (I) ... చెక్కపల్లి.
Chillabōyinapalli (I). చిల్లబోయినపల్లి.
Chintalavalli (Z). చింతలవల్లి.
Chiruvellagunta (I). చిరువెల్లగుంట.
Chopparametla (Z) చొప్పరమెట్ల.
Dēvaragunta (I). దేవరగుంట.
Dharmavaram (Z). ధర్మవరం.
Digavalli (I) ... దిగవల్లి.
Ellāpuram (I) ... ఎల్లాపురం.
Enamadala (Z) ... ఎనమదల.
Garikapātivāri Khandrika (I). గరికపాటివారి ఖండ్రిక.
Gollapalli (Z) ... గొల్లపల్లి.
Gollapūdi (Z) ... గొల్లపూడి.
Gōpavaram (I) ... గోపవరం.
Hanumantunigūdem (I). హనుమంతునిగూడెం.
Īdara (I) ... ఈదర.
Īdulagūdem (I) ... ఈదులగూడెం.
Kalatūru (I) ... కలటూరు.
Kanasānapalli (I). కనసానపల్లి.
Kātrēnipādu (I)... కాట్రేనిపాడు.
Kōdūrupādu (I) ... కోడూరుపాడు.
Korlagunta (Z) ... కొర్లగుంట.
Kottapalli (Z) ... కొత్తపల్లి.
Koyyūru (Z) ... కొయ్యూరు.
Krishnavaram (I). కృష్ణవరం.
Lōpūdi (I) ... లోపూడి.
Madicherla (Z) ... మడిచెర్ల.
Mallebōyinapalli (I). మల్లెబోయినపల్లి.
Mallēswaram (I). మల్లేశ్వరం.
Marribandam (I) మర్రిబండం.
Mīrzāpuram (Z) ... మీర్జాపురం.
Morasapūdi (Z) ... మొరసపూడి.
Mukkollupādu (Z). ముక్కొల్లుపాడు.
Musunūru (Z) ... ముసునూరు.
Narasannapālem Mokhasa (I). నరసన్నపాలెం మొఖాసా.
Narasannapālem (Sēri) (Z). నరసన్నపాలెం.
Narasingapālem (Z). నరసింగపాలెం.
Narsupēta ... నర్సుపేట.
Nūgondapalli (I). నూగొండపల్లి.
Nūzvīdu (Z) ... నూజివీడు.
Pallerlamūdi (Z). పల్లెర్లమూడి.
Pinnamareddipalli (I). పిన్నమరెడ్డిపల్లి.
Polasānapalli (I). పొలసానపల్లి.
Pōtavarappādu (Z) పోతవరప్పాడు.
Pōtireddipalli (Z). పోతిరెడ్డిపల్లి.
Rāmanagūdem (I). రామనగూడెం.
Ramanakkapēta (Z). రమణక్కపేట.
Ranganagūdem (Z). రంగనగూడెం.
Rāvicherla (I) ... రావిచెర్ల.
Rēmalle (I) ... రేమల్లె.
Saggurru (I) ... సగ్గుర్రు.
Singanagūdem (I). శింగనగూడెం.
Sītārāmapuram (I) శీతారామపురం.
Sōbhanādripuram (Z). శోభనాద్రిపురం.
Sunkollu (Z) ... సుంకొల్లు.
Sūravaram (Z) ... సూరవరం.
Sūrēpalli (I) ... సూరేపల్లి.
Tādēpalli (I) ... తాడేపల్లి.

Nūzvīd Division—cont. నూజివీడు డివిజన్—శేషము.

Tallavalli (I) ... తాళ్లవల్లి.
Timmāyagūdem (I). తిమ్మాయగూడెం.
Tōtapalli (I) ... తోటపల్లి.
Tukkulūr (Z) ... తుక్కులూరు.
Vadlamānu (I) ... వడ్లమాను.
Vattigudipādu (I). వట్టిగుడిపాడు.
Vēlēru (Z) ... వేలేరు.
Vēlpucherla (I) ... వేల్పుచెర్ల.
Vēmpādu (I) ... వేంపాడు.
Venkatāpuram Mokhāsā (I). వెంకటాపురం మొఖాసా.
Venkatāyapālem (I). వెంకటాయపాలెం.
Zangamgūdem (I). జంగంగూడెం.

Tiruvūru Division. తిరువూరు డివిజన్.

Akkapālem (Z) ... అక్కపాలెం.
Ānjanēyapuram (Z). ఆంజనేయపురం.
Anumullanka (Z). అనుముల్లంక.
Ārlapādu (Z) ... ఆర్లపాడు.
Ārugolanupēta (Z) ఆరుగొలనుపేట.
Atlapragada (Z) ... అట్లప్రగడ.
Būrugagūdem (Z). బూరుగగూడెం.
Chandrupatla (Z). చంద్రుపట్ల.
Chātrāyi (I) ... చాత్రాయి.
Channavaram (Z). చన్నవరం.
Chinakomara (Z). చినకొమర.
Chinnampēta (Z). చిన్నంపేట.
Chintalanarva (Z). చింతలనర్వ.
Chintalapādu (Z). చింతలపాడు.
Chittapūru (I) ... చిత్తపూరు.
Chittēla (Z) ... చిట్టేల.
Dundirālapādu (Z). దుందిరాలపాడు.
Erramādu (Z) ... ఎర్రమాడు.
Erukapādu (Z) ... ఎరుకపాడు.
Gampalagūdem (East) (Z). గంపలగూడెం, తూర్పు.
Gampalagūdem (West) (Z). గంపలగూడెం, పడమర.
Gollamandala (Z). గొల్లమండల.
Gōsavīdu (Z) ... గోసవీడు.
Gullapūdi (Z) ... గుల్లపూడి.
Janārdanavaram (I). జనార్దనవరం.
Kākarla (Z) ... కాకర్ల.
Kalagara (Z) ... కలగర.
Kambhampādu (Z). కంభంపాడు.
Kanumūru (Z) ... కనుమూరు.
Kōdūru (Z) ... కోదూరు.
Kōkilampādu (Z). కోకిలంపాడు.
Kommireddipalli (Z). కొమ్మిరెడ్డిపల్లి.
Kondaparva (I) ... కొండపర్వ.
Kondūru (Z) ... కొండూరు.
Korlamanda (Z). కొర్లమండ.
Kōtapādu (Z) ... కోటపాడు.
Kottagūdem (Z) ... కొత్తగూడెం.
Kottapalli (Z) ... కొత్తపల్లి.
Krishnārāopālem (I). క్రిష్ణారావుపాలెం.
Kudapa (Z) ... కుదప.
Kummarakuntla (I). కుమ్మరకుంట్ల.
Kūnaparājuparva (Z). కూనపరాజుపర్వ.
Lakshmīpuram (Z). లక్ష్మీపురం.
Lingāla (Z) ... లింగాల.
Maddulaparva (Z). మద్దులపర్వ.
Mādhavaram (East) (Z). మాధవరం, తూర్పు.
Mādhavaram (West) (Z). మాధవరం, పడమర.

TIRUVŪRU DIVISION—cont. తిరువూరు డివిజను—శేషము.

Mallavaram (Z) ... మల్లవరం.
Mallela (Z) ... మల్లెల.
Mankollu (Z) ... మంకొల్లు.
Mārēpalli (Z) ... మారేపల్లి.
Mēdūru (Z) ... మేడూరు.
Muchchanapalli(Z) ముచ్చనపల్లి.
Munukulla (Z) .. మునుకుళ్ల.
Mushtikunta (Z). ముష్టికుంట.
Nadimi Tiruvūru (Z). నడిమి తిరువూరు.
Narsāpuram (Z). నరసాపురం.
Nārikampādu (I). నారికంపాడు.
Narukullapādu (Z) నరుకుళ్లపాడు.
Parvatāpuram (Z) పర్వతాపురం.
Pata Tiruvūru (Z) పాత తిరువూరు.
Peda Komira (Z). పెద కొమిర.
Peddavaram (Z) ... పెద్దవరం.
Penugolanu (Z) ... పెనుగొలను.
Pōlavaram (I) ... పోలవరం.
Pōlisettipādu (Z). పోలిశెట్టిపాడు.
Pōtanapalli (I) ... పోతనపల్లి.
Putrēla (Z) ... పుత్రేల.
Rājavaram (Z) ... రాజవరం.
Rājupēta (Z) ... రాజుపేట.
Rāmannapālem(Z). రామన్నపాలెం.
Rangāpuram (Z). రంగాపురం.
Reddigūdem (Z) రెడ్డిగూడెం.
Rēpūdi ... రేపూడి.
Rōlupade (Z) ... రోలుపడె.
Rompimalla (Z)... రొంపిమళ్ల.
Sobbāla (Z) ... సొబ్బాల.
Sōmavaram (I) ... సోమవరం.
Tātakuntla (Z) ... తాతకుంట్ల.
Telladēvarapalli (Z). తెల్లదేవరపల్లి.
Tsanubanda (Z)... చనుబండ.
Tummagūdem (Z). తుమ్మగూడెం.
Tunikipādu (Z) ... తునికిపాడు.
Vallampatla (Z)... వల్లంపట్ల.
Vāmakuntla (Z)... వామకుంట్ల.
Vāvilāla (Z) ... వావిలాల.
Vēmireddipalle (Z). వేమిరెడ్డిపల్లి.
Vinagadapa (Z) ... వినగడప.
Vissannapēta (Z). విస్సన్నపేట.
Ūtukūru (Z) ... ఊటుకూరు.

KURNOOL DISTRICT.

(I) = Inam. (Z) = Zamindari.

CUMBUM TĀLŪK. కంభం తాలూకా.

Ākavīdu ... ఆకవీడు.
Allinagaram ... అల్లినగరం.
Ambavaram ... అంబవరం.
Anantapalle (I) ... అనంతపల్లె.
Anumanapalle ... అనుమనపల్లె.
Ardavīdu ... అర్దవీడు.
Aurangabād ... ఔరంగబాద్.
Ayyavāripalle (I). అయ్యవారిపల్లె.
Bādinēnipalle (I). బాదినేనిపల్లె.
Basinēpalle ... బసినేపల్లె.
Bedusupalle (I) ... బెడుసుపల్లె.
Bēstavārapēta ... బేస్తవారపేట.
Bhūpanaguntla (I). భూపనగుంట్ల.
Bōgōlu ... బోగోలు.
Bollupalle ... బొల్లుపల్లె.
Brāhmanapalle (I) బ్రాహ్మణపల్లె.
Chinna Cumbum. చిన్నకంభం.
Chinnagānipalle ... చిన్నగానిపల్లె.
Chinna Ōbanāyanipalle (I). చిన్న ఓబనాయనిపల్లె.
Chintalapālem ... చింతలపాలెం.
Chintalapalle ... చింతలపల్లి.
Chōllavīdu ... చోళ్లవీడు.
Cumbum ... కంభం.
Dādanaguruvāyapalle (I). దాదనగురువాయపల్లె.
Daddavāda ... దద్దవాడ.
Dhātāra Krishnāpuram (I). ధాతార కృష్ణాపురం.
Diguvametta ... దిగువమెట్ట.
Donakonda ... దొనకొండ.
Dorabhāvi ... దొరభావి.
Edavalli ... ఎడవల్లి.
Errabālem ... ఎర్రబాలెం.
Erraguntla (I) ... ఎర్రగుంట్ల.
Gadikōta ... గడికోట.

Galijērugulla ... గలిజేరుగుళ్ల.
Gannēpalle ... గన్నేపల్లె.
Giddalūru ... గిద్దలూరు.
Gudimetta ... గుడిమెట్ట.
Gūdūrumorrāyapalle (I). గూడూరుమొర్రాయపల్లె.
Hazaratgūdem ... హజరత్‌గూడెం.
Idamakallu ... ఇడమకల్లు.
Jaggambhatla Krishnāpuram (I). జగ్గంభట్ల క్రిష్ణాపురం.
Jallivāri Pullalacheruvu. జల్లివారి పుల్లలచెరువు.
Kāgitālagūdem ... కాగితాలగూడెం.
Kākarla ... కాకర్ల.
Kanchipalle ... కంచిపల్లె.
Kandulāpuram ... కందులాపురం.
Komarōlu ... కొమరోలు.
Kommanūru ... కొమ్మనూరు.
Kōnapalle ... కోనపల్లె.
Kongalavīdu ... కొంగలవీడు.
Kottakōta ... కొత్తకోట.
Krishnampalle (I). కృష్ణంపల్లె.
Krishnamsettipalle. కృష్ణంశెట్టిపల్లె.
Lambāditānda (Diguvametta). లంబాడితాండ (దిగువమెట్ట).
Lanjakōta ... లంజకోట.
Lingāpuram ... లింగాపురం.
Lingāpuram Khandrika. లింగాపురం ఖండ్రిక.
Lingāreddipalle (I) లింగారెడ్డిపల్లె.
Madanapullalacheruvu (I). మదనపుల్లలచెరువు.
Maddipenta ... మద్దిపెంట.
Mādhavāpuram (I). మాధవాపురం.
Māgatūru ... మాగటూరు.

Cumbum Tālūk—cont. కంభం తాలూకా—శేషము.

Mōdampalle (I) ...	మోదంపల్లె.
Mōkshagundam (I)	మోక్షగుండం
Mottupalle (I) ...	మొట్టుపల్లె.
Mundlapādu ...	ముండ్లపాడు.
Nadimpalle ...	నడింపల్లె.
Nāgireddipalle (I).	నాగిరెడ్డిపల్లె.
Nallaguntla ..	నల్లగుంట్ల.
Narasimhunipalle (I).	నరసింహునిపల్లె.
Narava ...	నరవ.
Nēkunāmbādu (I).	నేకునాంబాడు.
Pachchalla Venkatāpuram (I).	పచ్చల్ల వెంకటాపురం.
Pālakavīdu ...	పాలకవీడు.
Pāpāyapalle ...	పాపాయపల్లె.
Pāpinēnipalle ...	పాపినేనిపల్లె.
Pedda Kandukūru.	పెద్ద కందుకూరు.
Pedda Ōbanāyanipalle.	పెద్ద ఓబనాయనిపల్లె.
Pitikāyagulla ...	పిటికాయగుళ్ల.
Podilekondapalle.	పొదిలెకొండపల్లె.
Pōrumāmillapalle.	పోరుమామిళ్లపల్లె.
Pōtavaram (I) ...	పోతవరం.
Potti Basavāyapalle (I).	పొట్టి బసవాయపల్లె.
Pullareddipalle ...	పుల్లారెడ్డిపల్లె.
Pūsalapādu ...	పూసలపాడు.
Rācherla ...	రాచెర్ల.
Rājupālem ...	రాజుపాలెం.
Rāmavāripalle (I).	రామవారిపల్లె.
Rāvipādu ...	రావిపాడు.
Reddicherla ...	రెడ్డిచెర్ల.
Retlapalle (I) ...	రెట్లపల్లె.
Salakalavīdu ...	సలకలవీడు.
Sanjīvarāopēta ...	సంజీవరావుపేట.
Sōmavārapēta ..	సోమవారపేట.
Sōmidēvipalle ...	సోమిదేవిపల్లె.
Sūravāripalle (I)...	సూరవారిపల్లె.
Tamballapalle (I).	తంబల్లపల్లె.
Tāticherla (I) ...	తాటిచెర్ల.
Timmāpuram (I).	తిమ్మాపురం.
Tripurāpuram (I).	త్రిపురాపురం.
Tsattireddipalle ...	చట్టిరెడ్డిపల్లె.
Turimella ...	తురిమెళ్ల.
Uyyālavāda ...	ఉయ్యాలవాడ.
Velagalapāya ...	వెలగలపాయ.
Vendutla (I) ...	వెందుట్ల.
Vennampalle (I) ..	వెన్నంపల్లె.
Venuturlapādu (I).	వెనుతుర్లపాడు.
Zangamguntla (I).	జంగంగుంట్ల.

Dhōne Tālūk. డోన్ తాలూకా.

Āgavēli ...	అగవేలి.
Ālamkonda ...	అలంకొండ.
Amakatādu ...	అమకతాడు.
Ambāpuram ...	అంబాపురం.
Bētamcherla ...	బేతంచెర్ల.
Bōgōlu ...	బోగోలు.
Bōyanapalle (I) ...	బోయనపల్లె.
Buggānipalle ...	బుగ్గానిపల్లె.
Bukkāpuram ...	బుక్కాపురం.
Būrugala ...	బూరుగల.
Chandrapalle ...	చంద్రపల్లె.
Chanugondla ...	చనుగొండ్ల.
Cherukulapādu ...	చెరుకులపాడు.
Chityāla ...	చిట్యాల.
Chunchu Erragudi.	చుంచు ఎర్రగుడి.
Dēvarabanda ...	దేవరబండ.
Dōnu (Dhōne) ...	డోను.
Eddupenta ...	ఎద్దుపెంట.
Erragudi (I) ...	ఎర్రగుడి.
Erukalacheruvu ...	ఎరుకలచెరువు.
Gōllagutta ...	గొల్లగుట్ట.
Gōvardhanagiri ...	గోవర్ధనగిరి.
Gudipādu ...	గుడిపాడు.
Gundāla (I) ...	గుండాల.
Gūtupalle ..	గూటుపల్లె.
Jagadurti ...	జగదుర్తి.

DHŌNE TĀLŪK—conn. డోన్ తాలూకా—శేషము.

Jakkasānikuntla ...	జక్కసానికుంట్ల.
Jaladurgam ...	జలదుర్గం.
Kalachatla ...	కలచట్ల.
Kalugōtla ...	కలుగోట్ల.
Kāmagānikuntla.	కామగానికుంట్ల.
Kambālapādu ...	కంబాలపాడు.
Katārukonda ...	కటారుకొండ.
Kochcheruvu ...	కొచ్చెరువు.
Kolumalapalle ...	కొలుమలపల్లె.
Kommamarri ...	కొమ్మమర్రి.
Kottaburuzu ...	కొత్తబురుజు.
Kottakōta ...	కొత్త కోట.
Kottāpalle ...	కొత్త పల్లె.
Krishnagiri ...	కృష్ణగిరి.
Lakkamsāgaram...	లక్కంసాగరం.
Lanjabanda ...	లంజబండ.
Mādhavaram ...	మాధవరం.
Malkāpuram ...	మల్కాపురం.
Mallēpalle ...	మల్లే పల్లి.
Mannēkunta ...	మన్నే కుంట.
Mettupalle ...	మెట్టుపల్లె.
Muddavaram ...	ముద్దవరం.
Munimadugu ...	మునిమడుగు.
Nallapalle (I) ...	నల్లపల్లె.
Narasāpuram ...	నరసాపురం.
Nārlāpuram ...	నార్లాపురం.
Nērēducherla ...	నేరేడుచెర్ల.
Peddapodilla ...	పెద్దపొదిల్ల.
Pendēkallu ...	పెండేకల్లు.
Pērēmula (I) ...	పేరేముల.
Pōtedoddi ...	పోతెదొడ్డి.
Pōtugallu ...	పోతుగల్లు.
Pullagummi ...	పుల్లగుమ్మి.
Pyāpali ...	ప్యాపలి.
Rācherla ...	రాచెర్ల.
Rāmallakōta ...	రామల్లకోట.
Rangāpuram ...	రంగాపురం.
Rangāpuram (I)...	రంగాపురం.
Rāyampēta (I) ...	రాయంపేట.
Sarafarājapuram...	సరఫరాజపురం.
Sūdēpalle ...	సూదేపల్లె.
Tāllagōkulapādu...	తాళ్లగోకులపాడు.
Togarchēdu ...	తొగర్చేడు.
Udumalapādu ...	ఉడుమలపాడు.
Ungarālagundla...	ఉంగరాలగుండ్ల.
Valasala (I) ...	వలసల.
Veldurti ...	వెల్దుర్తి.
Vengalāmpalle ...	వెంగళాంపల్లె.
Venkatāpuram ...	వెంకటాపురం.
Yampāyi ...	యంబాయి.
Yapadinne ...	యాపదిన్నె.

KOILKUNTLA TĀLŪK. కోయిల్‌కుంట్ల తాలూకా.

Abdullāpuram ...	అబ్దుల్లాపురం.
Ākumalla ...	అకుమల్ల.
Ālavakonda ...	అలవకొండ.
Allūru ...	అల్లూరు.
Amadāla ...	అమడాల.
Annavaram ...	అన్న వరం.
Arjunāpuram ...	అర్జునాపురం.
Avuku (Owk) ...	అవుకు.
Bhīmunipādu ...	భీమునిపాడు.
Bijinivēmula ...	బిజినివేముల.
Bōdemmanūru ...	బోదెమ్మనూరు.
Bōyalatātipatri ...	బోయలతాటిపత్రి.
Burrāreddipalle ...	బుర్రారెడ్డిపల్లె.
Chākarajuvēmula.	చాకరాజువేముల.
Chanugondla ...	చనుగొండ్ల.
Chennampalle ...	చెన్నంపల్లె.
Chennampalle (I).	చెన్నంపల్లె.
Cherlōpalle ...	చెర్లోపల్లె.
Chinnakopperla ...	చిన్న కొప్పెర్ల.
Chintakunta ...	చింతకుంట.
Chintalāyapalle ...	చింతలాయపల్లె.
Dattāpuram (I) ...	దత్తాపురం.
Dornipādu ...	దొర్నిపాడు.
Erragudi ...	ఎర్రగుడి.

KOILKUNTLA TĀLŪK—cont.

Gōvindinne (Uppunīlla). (గోవిందిన్నె ఉప్పునీళ్ల).
Gulladurti ... గుల్లదుర్తి.
Gullasingavaram. గుల్లశింగవరం.
Gundupāpāla ... గుండుపాపాల.
Hanumantugundam. హనుమంతుగుండం.
Harivaram ... హరివరం.
Injēdu ... ... ఇంజేడు.
Itikyāla ... ఇటిక్యాల.
Jōladarāsi ... జోళదరాశి.
Jūnūtula ... జూనూతుల.
Kākaravāda ... కాకరవాడ.
Kalugotla ... కలుగోట్ల.
Kalvatāla ... కల్వటాల.
Kampamalla ... కంపమల్ల.
Kōilkuntla ... కోయిల్‌కుంట్ల.
Kolimigundla ... కొలిమిగుండ్ల.
Kondāpuram ... కొండాపురం.
Kondupalle ... కొండుపల్లె.
Kōrumānipalle ... కోరుమానిపల్లె.
Kōtāpādu ... కోటపాడు.
Krishtipādu ... క్రిష్టిపాడు.
Kunukuntla ... కునుకుంట్ల.
Lingāla ... లింగాల.
Lingamdinne ... లింగందిన్నె.
Māyalūru .. మాయలూరు.
Mettupalle ... మెట్టుపల్లె.
Mogalāyi Uppalūru. మొగలాయి ఉప్పలూరు.
Mukkamalla ... ముక్కమల్ల.
Nandipādu ... నందిపాడు.
Nichchenametla ... నిచ్చెనమెట్ల.
Nossam ... నొస్సం.

కోయిల్‌కుంట్ల తాలూకా—శేషము.

Padigapādu ... పడిగపాడు.
Pāpampalle ... పాపంపల్లె.
Pedda Kopperla ... పెద్ద కొప్పెర్ల.
Pedda Venuturla. పెద్ద వెనుతుర్ల.
Pedda Yammanūru. పెద్ద యమ్మనూరు.
Pērusōmula ... పేరుసోముల.
Petnikōta ... పెట్నికోట.
Pottipādu ... పొట్టిపాడు.
Rāmāpuram ... రామాపురం.
Rāmavaram ... రామవరం.
Reddivāri Jambuladinne. రెడ్డివారి జంబులదిన్నె.
Rēvanūru ... రేవనూరు.
Rupanagudi ... రూపనగుడి.
Sangapatnam ... సంగపట్నం.
Sarvāyapalle ... సర్వాయపల్లె.
Saudaradinne ... సౌదరదిన్నె.
Singanapalle ... సింగనపల్లె.
Sivavaram ... సివవరం.
Suddamalla ... సుద్దమల్ల.
Timmanāyanipēta. తిమ్మనాయనిపేట.
Tōllamadugu ... తోళ్లమడుగు.
Tudumaladinne ... తుడుమలదిన్నె.
Tummalapenta ... తుమ్మలపెంట.
Uppalapadu ... ఉప్పలపాడు.
Uppalūru (Bōyala) ఉప్పలూరు (బోయల).
Uyyālavāda ... ఉయ్యాలవాడ.
Vajragiri ... వజ్రగిరి.
Vallampādu ... వల్లంపాడు.
Velagatūru ... వెలగటూరు.
Vēmulapādu ... వేములపాడు.
Vengampalle ... వెంగంపల్లె.

KURNOOL TĀLŪK. కర్నూలు తాలూకా.

Amadaguntla ... అమడగుంట్ల.
Anugonda ... అనుగొండ.
Ayyavārigōkulapādu. అయ్యవారి గోకులపాడు.
Banditāndrapādu. బండితాండ్రపాడు.
Basavapuram ... బసవాపురం.
Bastipādu ... బస్తిపాడు.
Belagal ... బెళగల్.
Boddavānipalle ... బొడ్డువానిపల్లె.
Bollavaram (I) ... బొల్లవరం.
Brāhmanadoddi ... బ్రాహ్మణదొడ్డి.

KURNOOL TĀLŪK—cont. కర్నూల్ తాలూకా—శేషము.

Brāhmanapalle ... బ్రాహ్మణపల్లె.
Būdidapādu ... బూడిదపాడు.
Būrandoddi ... బూరందొడ్డి.
Chanugondla ... చనుగొండ్ల.
Chetlamallāpuram. చెట్లమల్లాపురం.
Chinna Tēkūru ... చిన్న టేకూరు.
Dēvamada ... దేవమడ.
Diguvapādu ... దిగువపాడు.
Dinnedēvarapādu. దిన్నె దేవరపాడు.
Dūpadu ... దూపాడు.
Edurūru ... ఎదురూరు.
Erradoddi ... ఎర్రదొడ్డి.
Ēti Āvalatāndrapādu. ఏటి అవలతాండ్రపాడు.
Gādidemadugu ... గాడిదెమడుగు.
Gondiparla ... గొందిపర్ల.
Gōpālasingavaram. గోపాలసింగవరం.
Gōrantla ... గోరంట్ల.
Gudipādu ... గుడిపాడు.
Gūdūru ... గూడూరు.
Gundrēvula .. గుండ్రేవుల.
Guttapādu ... గుట్టపాడు.
Husainpuram ... హుసేన్ పురం.
Joharāpuram ... జోహరాపురం.
Jūlakallu ... జూలకల్లు.
Kālava ... కాలవ.
Kallūru ... కల్లూరు.
Kambadahāl ... కంబదహాల్.
Kannamadakala .. కన్నమడకల.
Kētavaram ... కేతవరం.
Kōdumūru ... కోడుమూరు.
Komarōlu ... కొమరోలు.
Kondāpuram ... కొండాపురం.
Konganapādu ... కొంగనపాడు.
Kontālapādu (S. No. 14). కొంతాలపాడు.
Kontālapādu (S. No. 16). కొంతాలపాడు.
Kottakōta ... కొత్తకోట.
Kurnool ... కర్నూల్.
Kuruva Nāgalāpuram. కురువనాగలాపురం
Laddagiri ... లద్దగిరి.
Lanjapōlūru ... లంజపోలూరు.
Loddipalle ... లొద్దిపల్లె.
Mālēsomapuram (I) మాలేసోమపురం.
Mallāpuram ... మల్లాపురం.
Māmidālapādu ... మామిడాలపాడు.
Mārkāpuram ... మార్కాపురం.
Mīdivēmula ... మీదివేముల.
Mudumalagurti ... ముడుమలగుర్తి.
Munagāla ... మునగాల.
Munagālapādu ... మునగాలపాడు.
Narnūru ... నర్నూరు.
Nāyakallu ... నాయకల్లు.
Niduzūru ... నిడుజూరు.
Nūtanapalle (I) .. నూతనపల్లె.
Ōravakallu ... ఓరవకల్లు.
Pālakolanu ... పాలకొలను.
Palukudoddi ... పలుకుదొడ్డి.
Panchalingāla ... పంచలింగాల.
Pandipādu ... పందిపాడు.
Parla ... పర్ల.
Pasupula ... పసుపుల.
Peddapādu .. పెద్దపాడు.
Pedda Tēkūru ... పెద్ద టేకూరు.
Penchikalapādu ... పెంచికలపాడు.
Pōlukallu ... పోలుకల్లు.
Ponnakallu. ... పొన్నకల్లు.
Pūdūru ... పూడూరు.
Pulakurti ... పులకుర్తి.
~~Pūsicherla~~ ... ~~పూసిచెర్ల~~.
Pusulūru ... పుసులూరు.
Pyālakurti ... ప్యాలకుర్తి.
Rēgadikhānāpuram. రేగడిఖానాపురం.
Rēmadūru (I) ... రేమడూరు.
Rēmata ... రేమట.
Rōza ... రోజ.
Rudravaram ... రుద్రవరం.

KURNOOL TĀLŪK—cont. కర్నూల్ తాలూకా—శేషము.

Salkāpuram	... సల్కాపురం.
Sekunāla	... శేకునాల.
Sōmayājulapalle	... సోమయాజులపల్లె.
Sunkēsula	... సుంకేసుల.
Tadakanapalle	... తడకనపల్లె.
Tippāyapalle	... తిప్పాయపల్లె.
Ulchāla	... ఉల్చాల.
Ulindakonda	... ఉలిందకొండ.
Uppalapādu	... ఉప్పలపాడు.
Uyyālavāda	.. ఉయ్యాలవాడ.
Varakūru	... వరకూరు.
Yāparlapādu	... యాపర్లపాడు.

MĀRKĀPŪR TĀLŪK. మార్కాపురం తాలూకా.

Akkacheruvu (I)	... అక్కచెరువు.
Amānigudipādu	... అమానిగుడిపాడు.
Ambāpuram (I)	... అంబాపురం.
Annasamudram (I)	అన్నసముద్రం.
Ayinamukkala	... అయినముక్కల.
Ayyagāripalle (I).	అయ్యగారిపల్లె.
Badēkhānpēta (I).	బడేఖాన్‌పేట.
Badvīdu	... బడ్వీడు.
Bhūpatipalle	... భూపతిపల్లె.
Bondalapādu	... బొందలపాడు.
Bōyadagumpula	.. బోయదగుంపుల.
Bōyalapalle (I)	... బోయలపల్లె.
Bōyalapalle	... బోయలపల్లె.
Būrigundalu	.. బూరిగుండలు.
Chāpalamadugu	... చాపలమడుగు.
Chatlamitta	... చట్లమిట్ట.
Chennavaram	... చెన్నవరం.
Cherlōpalle	.. చెర్లోపల్లె.
Chinnachāma	... చిన్నచామ.
Chinna Dōranāla.	చిన్నదోరణాల.
Chinna Mantrāla.	చిన్నమంత్రాల.
Chinnapālempenta	చిన్నపాలెంపెంట.
Chintakunta	... చింతకుంట.
Chīparlabāyalu	... చీపర్లబాయలు.
Daddanāla	... దద్దనాల.
Darbāyalu	... దరబాయలు.
Devalūtitānda	... దెవలూటితాండ.
Devarājughattu	... దేవరాజుఘట్టు.
Dōranāla	... దోరణాల.
Dūpādu	... దూపాడు.
Duvvali	... దువ్వలి.
Edavalli	... ఎడవల్లి.
Ellāpuram (I)	... ఎల్లాపురం.
Endrapalle	... ఎంద్రపల్లె.
Ēpelapenta	... ఏపెలపెంట.
Erragondapālem.	ఎర్రగొండపాలెం.
Gajjelakonda	... గజ్జెలకొండ.
Ganapavaram	గణపవరం.
Gangapālem (I)	.. గంగపాలెం.
Garnipenta	... గర్నిపెంట.
Gobbūru	.. గొబ్బూరు.
Gollapalle (I)	... గొల్లపల్లె.
Gōllavidipi	... గొల్లవిడిపి.
Gottipadiya	... గొట్టిపడియ.
Gurijēpalle	... గురిజేపల్లె.
Gurrapusāla	... గుర్రపుసాల.
Guttalacheruvu	... గుట్టలచెరువు.
Idupūru	... ఇడుపూరు.
Isukatripuravaram	ఇసుకత్రిపురవరం.
Jammanapalle	... జమ్మనపల్లె.
Kalanūtala	... కలనూతల.
Kambhampādu	.. కంభంపాడు.
Kankanālapalle	.. కంకణాలపల్లె.
Kāsavarampenta.	కాశవరంపెంట.
Katakānipalle	... కటకానిపల్లె.
Katūruvānipalle (I)	కటూరువానిపల్లె
Kavulakuntla	... కవులకుంట్ల.
Kōlabhimunipādu.	కోలభీమునిపాడు.
Kolukula	... కొలుకుల.
Komaravōlu	... కొమరవోలు.
Kottapalle (I)	..., కొత్తపల్లె.
Krishnāpuram (I).	కృష్ణాపురం.
Lālāpuram (I)	... లాలాపురం.
Lēllapalle	... లెల్లపల్లె.

Mārkāpūr Tālūk—cont. మార్కాపురం తాలూకా—శేషము.

Lingamvāripalle (I).	లింగంవారిపల్లె.
Mādamchalam ...	మాడంచలం.
Mādhavunipalle(I)	మాధవునిపల్లె.
Maktumpuram (I).	మక్తుంపురం.
Māllapēta ...	మల్లపేట.
M lyavantunipādu (I).	మాల్యవంతునిపాడు
Mānēpalle (I) ...	మానేపల్లె.
Mārēdumānipenta.	మారేడుమానిపెంట
Mārkāpuram (Mārkāpur).	మార్కాపురం.
Marripenta ...	మర్రిపెంట.
Marrivēmula ...	మర్రివేముల.
Mēdapi ...	మేడపి.
Millampalle ...	మిల్లంపల్లె.
Miriyampalle ...	మిరియంపల్లె.
Mittapālem ...	మిట్టపాలెం.
Murikimallapenta.	మురికిమల్లపెంట.
Mutukula ...	ముటుకుల.
Nallaguntla ...	నల్లగుంట్ల.
Narasāpuram (I).	నరసాపురం.
Narasimhāpuram (I).	నరసింహాపురం.
Narasingapuram(I)	నరసింగాపురం.
Nāratadikelu ...	నారతడికెలు.
Nekkanti ...	నెక్కంటి.
Nikarampalle ...	నికరంపల్లె.
Ōbulakkapalle (I).	ఓబులక్కపల్లె.
Ontumarribhāvi ...	ఒంటుమర్రిభావి.
Pālutla ...	పాలుట్ల.
Panukumadugu ...	పనుకుమడుగు.
Pedda Āravīdu ...	పెద్ద అరవీడు.
Pedda Bommalāpuram.	పెద్ద బొమ్మలాపురం.
Pedda Chāma ...	పెద్ద చామ.
Pedda Mantrāla...	పెద్ద మంత్రాల.
Pedda Nāgulavaram.	పెద్ద నాగులవరం.
Pedda Yāchavaram.	పెద్ద యాచవరం.
Ponnalabayalu ...	పొన్నలబయలు.
Pregallapādu (I).	ప్రెగళ్లపాడు.
Pullalacheruvu ...	పుల్లలచెరువు.
Rājupālem ...	రాజుపాలెం.
Rāmachandrāpuram (I).	రామచంద్రాపురం.
Rāmasamudram ...	రామసముద్రం.
Rātsakonda ...	రాచకొండ.
Rāyavaram (I) ...	రాయవరం.
Rēgumānipenta ...	రేగుమానిపెంట.
Sānikavaram ...	సానికవరం.
Satakōdu ...	శతకోడు.
Sītakunta ...	సీతకుంట.
Sivarāmpuram (I).	శివరాంపురం.
Sunkēsula ...	సుంకేసుల.
Tangirālapalle ...	తంగిరాలపల్లె.
Telugurāyanicheruvu.	తెలుగురాయనిచెరువు.
Timmanapālem (I)	తిమ్మనపాలెం.
Tippāyapālem ...	తిప్పాయపాలెం.
Tōkapalle ...	తోకపల్లె.
Tōkapenta ...	తోకపెంట.
Tripurāntakam ...	త్రిపురాంతకం.
Tsautapācherla (I)	చౌటపాచెర్ల.
Tsautapalle ...	చౌటపల్లె.
Tummalabayalu ...	తుమ్మలబయలు.
Ūtlapenta ...	ఊట్లపెంట.
Vēmulakōta ...	వేములకోట.
Venkatādripālem.	వెంకటాద్రిపాలెం.
Viswanādhapuram.	విశ్వనాథపురం

Nandikōtkūr Tālūk. నందికొట్కూరు తాలూకా.

Abdullāpuram ...	అబ్దుల్లాపురం.
Alaganūru ...	అలగనూరు.
Allūru ...	అల్లూరు.
Ātmakūru ...	ఆత్మకూరు.
Bairlūtigūdem ...	బైర్లూటిగూడెం.
Bannūru (No. 48).	బన్నూరు.

NANDIKŌTKŪR TĀLŪK—cont. నందికొట్కూరు తాలూకా—శేషము.

Bannūru (No. 89).	బన్నూరు.
Bhairāpuram ...	భైరాపురం.
Bhānumukkala ...	భానుముక్కల.
Bhattuvānipalle (I)	భట్టువానిపల్లె.
Bijinivēmula ..	బిజినివేముల.
Bīravōlu ...	బీరవోలు.
Bollavaram (No. 47).	బొల్లవరం.
Bollavaram (No. 67).	బొల్లవరం.
Bōyarēvula ...	బోయరేవుల.
Brāhmanakotukūru.	బ్రాహ్మణకొటుకూరు.
Chautkūru ...	చౌట్కూరు.
Chelimilla ...	చెలిమిల్ల.
Cherukucherla ...	చెరుకుచెర్ల.
Chinnagummatam.	చిన్నగుమ్మటం.
Chintalapalle ...	చింతలపల్లె.
Chintalapalle (No. 86).	చింతలపల్లె.
Dāmagatla ...	దామగట్ల.
Dēvanūru ...	దేవనూరు.
Dudyāla ...	దుద్యాల.
Edurupādu ...	ఎదురుపాడు.
Ellamalapalle ..	ఎల్లమలపల్లె.
Enneddulapenta ...	ఎన్నెద్దులపెంట.
Erramatham ...	ఎర్రమఠం.
Ganapuram ...	గణపురం.
Gārlapādu ...	గార్లపాడు.
Gōkavaram ...	గోకవరం.
Gudiselapenta ...	గుడిసెలపెంట.
Gummadāpuram ..	గుమ్మడాపురం.
Guntakandāla ...	గుంతకందాల.
Guvvalakunta ...	గువ్వలకుంట.
Harivaram Chentsugūdem.	హరివరం చెంచుగూడెం.
Indirēswaram ...	ఇందిరేశ్వరం.
Iskāla ...	ఇస్కాల.
Jalakanūru ...	జలకనూరు.
Jalasamudram ...	జలసముద్రం.

Jillelapenta alias Nidemāmidu.	జిల్లెలపెంట ఉరఫ్ నిడెమామిడు.
Jūtūru ...	జూటూరు.
Kadumūru ...	కడుమూరు.
Kambālapalle (I).	కంబాలపల్లె.
Karivena (I) ...	కరివెన.
Kokkerancha ...	కొక్కెరంచ.
Konidyāla ...	కొణిద్యాల.
Korrapōlūru ...	కొర్రపోలూరు.
Kottapalle ...	కొత్తపల్లె.
Kottūru ...	కొత్తూరు.
Krishnāpuram (I).	కృష్ణాపురం
Kurukunda ...	కురుకుంద.
Lakshmāpuram ...	లక్ష్మాపురం.
Lingāpuram ...	లింగాపురం.
Maddigatla ...	మద్దిగట్ల.
Maddūru ...	మద్దూరు.
Mallirāyanipenta.	మల్లిరాయనిపెంట.
Malyāla ...	మల్యాల.
Mandlem ...	మండ్లెం.
Māsāpēta ...	మాసాపేట.
Midutūru ...	మిడుతూరు.
Mittakandāla ...	మిట్టకందాల.
Monagadda Sugāligūdem.	మొనగడ్డ సుగాలిగూడెం.
Moravakonda ...	మొరవకొండ.
Mōtukūru ...	మోతుకూరు.
Musalimadugu ...	ముసలిమడుగు.
Mutssumarri ...	ముచ్చుమర్రి.
Nāgalūti ...	నాగలూటి.
Nāgalūtigūdem ...	నాగలూటిగూడెం.
Nāgatūru ...	నాగటూరు.
Nallakālva ...	నల్లకాలవ.
Nandikotkūr ...	నందికొట్కూరు.
Nandikunta ...	నందికుంట.
Nārapalle ...	నారపల్లె.
Ōbalāyapalle ...	ఓబళాయపల్లె.
Pagidyāla ...	పగిడ్యాల.
Pālamarri ...	పాలమర్రి.

NANDIKŌTKŪR TĀLŪK—cont. నందికొట్కూరు తాలూకా—శేషము.

Pāmulapādu	... పాములపాడు.	Siddēpalle	... సిద్దేపల్లె.
Pangidigūdem	... పంగిడిగూడెం.	Siddēswaram	... సిద్దేశ్వరం.
Pārumanchāla	.. పారుమంచాల.	Sivapuram	... శివపురం.
Pasurutlagūdem...	పసురుట్లగూడెం.	Sudamgūdem	... సుదంగూడెం.
Pāta Indirēswaram	పాత ఇందిరేశ్వరం.	Sunkēsula	... సుంకేసుల.
Pāta Maddigatla...	పాత మద్దిగట్ల.	Talamudipi	... తలముడిపి.
Pechcheruvu	... పెచ్చెరువు.	Tangēdancha	... తంగేడంచ.
Peddagummatam.	పెద్దగుమ్మటం.	Tarigōpula	... తరిగోపుల.
Pinnāpuram	... పిన్నాపురం.	Tartūru	... తర్తూరు.
Pōtulamadugu	... పోతులమడుగు.	Tātipādu	... తాటిపాడు.
Prātakōta	... ప్రాతకోట.	Timmāpuram	... తిమ్మాపురం.
Rādhāpuram	... రాధాపురం.	Tūdicherla	... తూడిచెర్ల.
Rājāpuram	... రాజాపురం.	Tummalūru	... తుమ్మలూరు.
Rāmāpuram	... రామాపురం.	Umāmahēswaram.	ఉమామహేశ్వరం.
Rēgadigūdūru	... రేగడిగూడూరు.	Vaddamānu	... వడ్డమాను.
Rōllapādu	... రోళ్లపాడు.	Vānāla	... వానాల.
Rudrakōdugūdem.	రుద్రకోడుగూడెం.	Vīpanagandla	... వీపనగండ్ల.
Sadarampenta	... సందరంపెంట.	Vellāla	... వెల్లాల.
Salkāpuram	... సల్కాపురం.	Vēlpanūru	... వేల్పనూరు.
Sangamēswaram (I).	సంగమేశ్వరం.	Velugōdu	... వెలుగోడు.
Sārlagūdem	... సార్లగూడెం.	Vēmpenta	... వేంపెంట.
Sātānikōta	... సాతానికోట.	Vīrabhadradurgam	వీరభద్రదుర్గం.
		Vīrāpuram	వీరాపురం.

NANDYĀL TĀLŪK. నంద్యాల తాలూకా.

Ālamūru	... ఆలమూరు.	Bōhirani Chentsugūdem.	బోహిరని చెంచుగూడెం.
Anupūru	... అనుపూరు.	Bollavaram	... బొల్లవరం.
Āyalūru	... ఆయలూరు.	Brāhmanapalle	... బ్రాహ్మణపల్లె.
Ayyavārikōdūru...	అయ్యవారికోడూరు.	Būjanūru	... బూజనూరు.
Balapanūru	.. బలపనూరు.	Bukkāpuram	... బుక్కాపురం.
Bandi Ātmakūru.	బండి ఆత్మకూరు.	Chābōlu	... చాబోలు.
Bandlamadugu	... బండ్లమడుగు.	Chāpirēvula	... చాపిరేవుల.
Basavāpuram	... బసవాపురం.	Chelama	... చెలమ.
Bayyapukōdūru	... బయ్యపుకోడూరు.	Chennakkapalle	... చెన్నక్కపల్లె.
Bhīmavaram	... భీమవరం.	Chilakala	... చిలకల.
Bhōjanam	... భోజనం.	Chindukūru	... చిందుకూరు.
Bhūpanapādu	... భూపనపాడు.	Dūlālupenta Chentsugūdem.	దూలాలుపెంట చెంచుగూడెం.
Bilakalagūdūru	... బిలకలగూడూరు.	Dūrvēsi	... దూర్వేశి.
Billalāpuram	... బిల్లలాపురం,		

NANDYĀL TĀLŪK—cont. నంద్యాల తాలూకా—శేషము.

Ernipādu	... ఎర్నిపాడు.
Erraguntla	... ఎఱ్రగుంట్ల.
Gadigarēvula	... గడిగరేవుల.
Gadivēmula	... గడివేముల.
Gaggatūru	... గగ్గటూరు.
Gālichennayyapālem Chentsugūdem.	గాలిచెన్నయ్యపాలెం చెంచుగూడెం.
Gālichennayyapālem.	గాలిచెన్నయ్యపాలెం.
Gani	... గని.
Gāzulapalle	... గాజులపల్లె.
Gōnavaram	... గోనవరం.
Gōpavaram	... గోపవరం.
Gōrakallu	... గోరకల్లు.
Gundla Brahmēswaram.	గుండ్ల బ్రహ్మేశ్వరం.
Guntanāla	... గుంతనాల.
Hōnkāram Chentsugūdem.	హోంకారం చెంచుగూడెం.
Kadamalakālava.	కడమలకాలవ.
Kākanūru	... కాకనూరు.
Kānāla	... కానాల.
Karimaddula	... కరిమద్దుల.
Kavulūru	... కవులూరు.
Kondajūtūru	... కొండజూటూరు.
Konidēdu	... కొనిదేడు.
Koratamaddi	... కొరటమద్ది.
Kottāla	... కొట్టాల.
Kottapalle	... కొత్తపల్లె.
Kottūru	... కొత్తూరు.
Maddūru	... మద్దూరు.
Mahānandi Chentsugūdem.	మహానంది చెంచుగూడెం.
Manchālakatta	... మంచాలకట్ట.
Masīdupuram	... మసీదుపురం.
Mitnāla	... మిట్నాల.
Munagāla	... మునగాల.
Nandipalle	... నందిపల్లె.
Nandyāl	... నంద్యాల.
Nārayanapuram	... నారాయణపురం.
Neravāda	... నెరవాడ.
Pachcherla	... పచ్చెర్ల.
Pānem	... పానెం.
Paramatūru	... పరమటూరు.
Pārnapalle	... పార్నపల్లె.
Peddadēvalāpuram	పెద్ద దేవలాపురం.
Pesaravāyi	... పెసరవాయి.
Pinnāpuram	.. పిన్నాపురం.
Pōlūru	... పోలూరు.
Pulimaddi	... పులిమద్ది.
Pusulūru	... పుసులూరు.
Rāmannapenta	... రామన్నపెంట.
Rāmāpuram	... రామాపురం.
Rāyamālpuram	... రాయమాల్పురం.
Santajūtūru	... సంతజూటూరు.
Tammadapalle	... తమ్మడపల్లె.
Tammarājupalle	... తమ్మరాజుపల్లె.
Timmāpuram	... తిమ్మాపురం.
Tirripādu	... తిర్రిపాడు.
Togarchēdu	... తొగర్చేడు.
Udumālpuram	... ఉడుమాల్పురం.

PATTIKONDA TĀLŪK. పత్తికొండ తాలూకా.

Airānbanda	... ఐరాన్బండ.
Alavāla	... అలవాల.
Bailuppala	... బైలుప్పల.
Banavanūru	... బనవనూరు.
Bandamīda Agrahāram,	బండమీద అగ్రహారం.
Billēkallu	... బిల్లేకల్లు.
Bondimadugula	... బొందిమడుగుల.
Buruzula	... బురుజుల.
Chekkarālla	... చెక్కరాళ్ల.
Chelleli Chelima.	చెల్లెలి చెలిమ.
Chennampalle	... చెన్నంపల్లె.

PATTIKONDA TĀLŪK—cont. పత్తికొండ తాలూకా—శేషము.

Chinna Hulti ... చిన్నహుల్తి.
Chinna Pendēkallu చిన్న పెండేకల్లు.
Dadādadikōta-konda. దడాదడికోటకొండ
Dēvanabanda ... దేవనబండ.
Dēvanakonda ... దేవనకొండ.
Dūdekonda ... దూదెకొండ.
Edavalli ... ఎడవల్లి.
Edduladoddi ... ఎద్దులదొడ్డి.
Errabādu ... ఎర్రబాడు.
Ganjiballi ... గంజిహల్లి.
Gōnegandla ... గోనెగండ్ల.
Gundlakonda ... గుండ్లకొండ.
Gutti Erragudi ... గుత్తి ఎర్రగుడి.
Hampa ... హంప.
Handrikhairuvādi. హంద్రిఖైరువాడి.
Hosūru ... హొసూరు.
Jillēdubudakala ... జిల్లేడుబుడకల.
Jonnagiri ... జొన్నగిరి.
Jūtūru ... జూటూరు.
Kadamaguntla ... కడమగుంట్ల.
Kadivella ... కడివెళ్ల.
Kandanāti ... కందనాతి.
Kappatrālla ... కప్పట్రాళ్ల.
Karivēmula ... కరివేముల.
Kārumanchi ... కారుమంచి.
Khairuppala ... ఖయిరుప్పల.
Kōtakonda ... కోటకొండ.
Kulumāla ... కులుమాల.
Kunkanūru ... కుంకనూరు.
Kurnūru ... కుర్నూరు.
Lingāmdinne (I). లింగందిన్నె.
Linganēnidoddi (I) లింగనేనిదొడ్డి.
Maddikera Agra-hāram. మద్దికెర అగ్రహారం.
Maddikera ... మద్దికెర.
Mātsāpuram ... మాచాపురం.
Mukkella ... ముక్కెళ్ల.
Mūlagundam ... మూలగుండం.
Mutukūru ... ముతుకూరు.
Nalakadoddi ... నలకదొడ్డి.
Nallachelimala ... నల్లచెలిమల.
Nēraduppala ... నేరడుప్పల.
Pagadrāyi ... పగడ్రాయి.
Palakurti ... పాలకుర్తి.
Pandikōna ... పందికోన.
Pattikonda ... పత్తికొండ.
Pedda Hulti ... పెద్ద హుల్తి.
Pedda Maravadi ... పెద్ద మరవడి.
Pedda Nēlatūru ... పెద్ద నేలటూరు.
Pendēkallu ... పెండేకల్లు.
Peravali ... పెరవలి.
Potlapādu ... పొట్లపాడు.
Putsakāyalamada. పుచ్చకాయలమడ.
Rātana ... రాతన.
Teranikallu ... తెరణికల్లు.
Timmāpuram (I). తిమ్మాపురం.
Tippanūru ... తిప్పనూరు.
Tuggali ... తుగ్గలి.
Vēmugōdu ... వేముగోడు.
Yalamakūru ... యలమకూరు.
Yātakallu ... యాటకల్లు.

SIRVEL TĀLŪK. శిరువెళ్ల తాలూకా.

Ahōbilam (Bāchē-palle). అహోబిలం (బాచేపల్లె).
Ahōbilam (Chentsugūdem) అహోబిలం (చెంచుగూడెం).
Ālamūru ... ఆలమూరు.
Āllagadda ... ఆళ్లగడ్డ.
Bāchēpalle ... బాచేపల్లె.
Battulūru ... బత్తులూరు.
Bīravōlu ... బీరవోలు.
Bōyalakuntla ... బోయలకుంట్ల.
Brāhmanapalle ... బ్రాహ్మణపల్లె.
Chāgalamarri ... చాగలమర్రి.
Chandlūru ... చంద్లూరు.
Chennūru ... చెన్నూరు.

SIRVEL TĀLŪK—cont. శిరువెళ్ల తాలూకా—శేషము.

Chilakalūru ...	చిలకలూరు.
Chinna Bōdanam.	చిన్న బోదనం.
Chinna Kambālū-ru.	చిన్న కంబాలూరు.
Chinna Vengali ...	చిన్న వెంగలి.
Chintakommadinne.	చింతకొమ్మదిన్నె.
Chintakunta (Mallappa).	చింతకుంట (మల్లప్ప).
Chintakunta (Pedda).	చింతకుంట (పెద్ద)
Chintalacheruvu ...	చింతలచెరువు.
Daddanāla ...	దద్దనాల.
Dantlavānipenta ..	దంట్లవానిపెంట.
Dēvarāyapuram ...	దేవరాయపురం.
Dībaguntla ...	దిబగుంట్ల.
Ellavattula ...	ఎల్లవత్తుల.
Erragudidinne ...	ఎఱ్ఱగుడిదిన్నె.
Erraguntla ...	ఎఱ్ఱగుంట్ల.
Gangavaram ...	గంగవరం.
Gārlachentsugūdem.	గార్లచెంచుగూడెం.
Godigenūru ...	గొడిగెనూరు.
Gōpālapuram ...	గోపాలపురం.
Gōspādu ...	గోస్పాడు.
Gotlūru ...	గొట్లూరు.
Gōvindapalle ...	గోవిందపల్లె.
Gūbagundam ...	గూబగుండం.
Gumperumānudinne.	గుంపెరుమానుదిన్నె.
Jambuladinne (gūbagundam).	జంబులదిన్నె (గూబగుండం).
Jillēlla ...	జిల్లేళ్ల.
Jīnepalle ...	జీనెపల్లె.
Jūlepalle ...	జూలెపల్లె.
Kalugōtlapalle ...	కలుగోట్లపల్లె.
Kāminēnipalle ...	కామినేనిపల్లె.
Kānālapalle ...	కానాలపల్లె.
Kondamāyapalle.	కొండమాయపల్లె.
Kōtakandukūru ...	కోటకందుకూరు.
Kotakōnda ...	కోటకొండ.

Kōtapādu ...	కోటపాడు.
Krishnāpuram (Mūrti).	కృష్ణాపురం (మూర్తి).
Krishnāpuram (Rāmatīrtha).	కృష్ణాపురం (రామతీర్థ).
Kūllūru (Chāgalamarri).	కూల్లూరు (చాగలమర్రి.).
Kūllūru (Sirvel).	కూల్లూరు (శిరువెళ్ల).
Lingamdinne (Sarvāyapalle).	లింగందిన్నె (సర్వాయపల్లె).
Maddūru ...	మద్దూరు.
Mahādēvapuram.	మహాదేవపురం.
Mallavēmula ...	మల్లవేముల.
Mandalūru ...	మండలూరు.
Mathamvāllacheruvu (Chentsugūdem).	మఠంవాళ్ల చెరువు (చెంచుగూడెం).
Mittapalle ...	మిట్టపల్లె.
Muttalūru ...	ముత్తలూరు.
Mutyālapādu ...	ముత్యాలపాడు.
Nāgulavaram (Rudravaram).	నాగులవరం (రుద్రవరం).
Nāgulavaram (Rudravaram Hill Chentsus).	నాగులవరం (రుద్రవరం కొండ చెంచులు).
Nāgulavaram (Sirvel).	నాగులవరం (శిరువెళ్ల).
Nallagatla ...	నల్లగట్ల.
Narasāpuram ...	నరసాపురం.
Nēlampādu ...	నేలంపాడు.
Ōbalampalle ...	ఓబళంపల్లె.
Padakandla ...	పడకండ్ల.
Pālasāgaram ...	పాలసాగరం.
Pasurupādu ...	పసురుపాడు.
Pātakandukūru ...	పాతకందుకూరు.
Pedda Bōdanam...	పెద్ద బోదనం.
Pedda Kambālūru.	పెద్ద కంబాలూరు.
Pedda Vangali ...	పెద్ద వెంగలి.
Pērūr ...	పేరూరు.

SIRVEL TĀLŪK—cont. శిరువెళ్ల తాలూకా—శేషము.

Rāmpalle ...	రాంపల్లె.
Rātsavēli (Rājōli).	రాచవేలి (రాజోలి).
Rāyapādu ...	రాయపాడు.
Rudravaram ...	రుద్రవరం.
Rudravaram Chentsugūdem.	రుద్రవరం చెంచుగూడెం.
Sambavaram ...	సంబవరం.
Settivīdu ...	సెట్టివీడు.
Sirvel (Siruvella).	శిరువెళ్ల.
Srīrangāpuram ...	శ్రీరంగాపురం.
Tāllalingamdinne.	తాళ్లలింగందిన్నె.
Tēllapuri ...	తేళ్లపురి.
Tōdēndlapalle ...	తోడేండ్లపల్లె.
Vanikamdinne ...	వనికందిన్నె.
Vantivelagala ...	వంటివెలగల.
Velagalapalle ...	వెలగలపల్లె.
Yādavāda ...	యాదవాడ.
Yāllūru ...	యాళ్లూరు.

BANGĀNAPALLE STATE. బంగానపల్లె స్టేటు.

Appalāpuram ...	అప్పళాపురం.
Bangānapalle ...	బంగానపల్లె.
Battalūrupādu ...	బత్తలూరుపాడు.
Bhānumukkala ...	భానుముక్కల.
Bilam ...	బిలం.
Bīravōlu ...	బీరవోలు.
Bondeladinne ..	బొందెలదిన్నె.
Cherlōkottūru ...	చెర్లోకొత్తూరు.
Cheruvupalle ...	చెరువుపల్లె.
Erragudi ...	ఎర్రగుడి
Ghulāmati Ābād...	ఘులామతి ఆబాదు.
Ghulām Nabīpēta.	ఘులామ్ నబీపేట.
Giddalūru ...	గిద్దలూరు.
Gōvindapalle ...	గోవిందపల్లె.
Hotramāndinne ...	హొత్రమాందిన్నె.
Husainpuram ...	హుసేన్‌పురం.
Illūru Kottapēta.	ఇల్లూరు కొత్తపేట.
Jambuladinne ...	జంబులదిన్నె.
Jillēlla ...	జిల్లేళ్ల.
Jwālāpuram ...	జ్వాలాపురం.
Kaipa ...	కైప.
Kamalapuri ...	కమలపురి.
Kānālā ...	కానాల.
Kanupulapalle ...	కనుపులపల్లె.
Katikavānikunta.	కటికవానికుంట.
Kottapalle ...	కొత్తపల్లె.
Krishnagiri ...	కృష్ణగిరి.
Mangapalle ...	మంగపల్లె.
Mikkinēnipalle ...	మిక్కినేనిపల్లె.
Mīrāpuram ...	మీరాపురం.
Mirjāpuram ...	మిర్జాపురం.
Mittapalle ...	మిట్టపల్లె.
Muchchelapuri ...	ముచ్చెలపురి.
Mudigōdu ...	ముదిగోడు.
Nandavaram ...	నందవరం.
Nandivargam ...	నందివర్గం.
Narasēpalle ...	నరసేపల్లె.
Natlakottūru ...	నట్లకొత్తూరు.
Nilugondla ...	నిలుగొండ్ల.
Palukūru ...	పలుకూరు.
Pandlāpuram ...	పండ్లాపురం.
Pasupula ...	పసుపుల
Pātapādu ...	పాతపాడు.
Rāllakottūru ...	రాళ్లకొత్తూరు.
Rāmabhadrapalle.	రామభద్రపల్లె.
Rāmatīrtham ...	రామతీర్థం.
Salāmābād ...	సలామాబాదు.
Sanjēmula ...	సంజేముల.
Sankalāpuram ...	సంకలాపురం.
Singavaram ...	సింగవరం.
Sunkēsula ...	సుంకేసుల.
Tambadapalle ...	తంబడపల్లె.
Tangatūru ...	తంగటూరు.
Timmāpuram ...	తిమ్మాపురం.
Vasantāpuram ...	వసంతాపురం.
Venkatāpuram ...	వెంకటాపురం.
Vitlāpuram ...	విట్లాపురం.
Yāgantipalle ...	యాగంటిపల్లె.
Yaggōn ...	యగ్గోన్.
Yannakondla ...	యన్నకొండ్ల.

MADURA DISTRICT.

I = Inam. இனம். (Z) = Zamindari. ஜமீன்தாரி.

DINDIGUL TĀLŪK. திண்டுக்கல் தாலூகா.

Ādalūr (Z) ..	ஆடலூர்.
Adiyanūttu ..	அடியனூத்து.
Agaram ..	அகரம்.
Alagupatti (Z) ..	அழகுபட்டி.
Alakkuvārpatti ..	அலக்குவார்பட்டி.
Ālamarattuppatti.	ஆலமரத்துப்பட்டி.
Ālambādi ..	ஆலம்பாடி.
Ambātturai ..	அம்பாத்துரை.
Ammākulattuppatti.	அம்மாகுளத்துப்பட்டி.
Ammāpatti ..	அம்மாபட்டி.
Ammāpatti (Z) ..	அம்மாபட்டி.
Anappatti (Z) ..	அணப்பட்டி.
Anjukulippatti ..	அஞ்சுகுழிப்பட்டி.
Āttūr ..	ஆத்தூர்.
Āvilippatti ..	ஆவிலிப்பட்டி.
Ayilūr ..	அயிலூர்.
Ayyampālaiyam (Z).	அய்யம்பாளையம்.
Bālakrishnāpuram.	பாலகிருஷ்ணபுரம்
Bōdikkāmanvādi.	போடிக்காமன்வாடி.
Būdipuram ..	பூதிபுரம்.
Chattrappatti (Z).	சத்திரப்பட்டி.
Chettināyakkanpatti.	செட்டிநாயக்கன்பட்டி.
Chinniluppai ..	சின்னிலுப்பை.
Chittarēvu (Z) ..	சித்தரேவு.
Chittuvārpatti ..	சித்துவார்பட்டி
Chittūr ..	சித்தூர்.
Dōlippatti (I) ..	தோளிப்பட்டி.
Emakkalāpuram.	எமக்களாபுரம்.
Eriyōdu ..	எரியோடு.
Gollapatti ..	கொல்லபட்டி.
Gūdalūr ..	கூடலூர்.
Gurunāthanāyakkanūr (Z).	குருநாதநாயக்கனூர்.
Jōttampatti ..	ஜோத்தம்பட்டி.
Kaittiyankōttai ..	கைத்தியங்கோட்டை.
Kalikkampatti (Z). ..	கலிக்கம்பட்டி.
Kalvārpatti ..	கல்வார்பட்டி.
Kāmākshipuram (Z).	காமாக்ஷிபுரம்.
Kambaliyampatti.	கம்பளியம்பட்டி.
Kānappādi ..	கானப்பாடி.
Kanavāypatti ..	கணவாய்பட்டி.
Karikkāli ..	கரிக்காலி.
Karungal ..	கருங்கல்.
Kasavanampatti (Z).	கசவணம்பட்டி.
Kīlkōttai ..	கீழ்கோட்டை.
Kōdalvāvi (Z) ..	கோடல்வாவி.
Kōmbai (A) ..	கோம்பை.
Kōmbai (R) ..	கோம்பை.
Kōmbaippatti ..	கோம்பைப்பட்டி.
Kombērippatti ..	கொம்பேரிப்பட்டி.
Kōnappatti ..	கோணப்பட்டி.
Kōttānattam ..	கோட்டாநத்தம்.
Kottappulli (Z) ..	கொத்தப்புள்ளி.
Kōvilūr ..	கோவிலூர்.
Kudappam ..	குடப்பம்.
Kulattuppatti ..	குளத்துப்பட்டி.
Kulattūr ..	குளத்தூர்.
Kūmbūr ..	கூம்பூர்.
Kummampatti ..	கும்மம்பட்டி.
Kurumbappatti ..	குரும்பப்பட்டி.
Kuttam ..	குட்டம்.
Kuttattuppatti (Z).	குட்டத்துப்பட்டி.
Kūvakkāpatti ..	கூவக்காபட்டி.
Kūvanūttu ..	கூவனூத்து.
Landakkattai ..	லநதக்கட்டை.
Madūr ..	மடூர்.
Mallapuram ..	மல்லபுரம்.
Malvārpatti ..	மல்வார்பட்டி.
Manalūr (Z) ..	மணலூர்.
Māngarai (Z) ..	மாங்கரை.
Mārambādi ..	மாரம்பாடி.
Mārkkampatti ..	மார்க்கம்பட்டி.
Marunūttu ..	மருனூத்து.
Mōrppatti ..	மோர்ப்பட்டி.
Mullippādi ..	முள்ளிப்பாடி.
Munnilaikkōttai ..	முன்னிலைக்கோட்டை.
Nāgayyakkōttai.	நாகய்யக்கோட்டை.

DINDIGUL TĀLŪK—cont. திண்டுக்கல் தாலூகா—தொடர்ச்சி.

Nallamanākōttai.	நல்லமனகோட்டை.
Nallūr	நல்லூர்.
Nārasingapuram (Z).	நாரசிங்கபுரம்.
Nattappatti	நத்தப்பட்டி.
Nīlamalaikkōttai (Z).	நீலமலைக்கோட்டை.
Pādiyūr	பாடியூர்.
Pāgānattam	பாகாநத்தம்.
Palakkanūttu (Z)	பலக்கனூத்து.
Pālaiyam	பாளையம்
Palaiyakannivādi (Z).	பழையகன்னிவாடி.
Pālaiyankōttai	பாளையங்கோட்டை.
Pālappatti	பாலப்பட்டி.
Pallappatti	பள்ளப்பட்டி.
Panjampatti (N).	பஞ்சம்பட்டி.
Panjampatti (T).	பஞ்சம்பட்டி.
Panjantāngi	பஞ்சந்தாங்கி.
Panrimalai (Z)	பன்றிமலை.
Pāraippatti (Z)	பாறைப்பட்டி.
Periyakōttai	பெரியகோட்டை.
Perumbulli	பெரும்புள்ளி.
Pilattu	பிலாத்து.
Pillāiyārnattam	பிள்ளையார்நத்தம்.
Pittalaippatti	பித்தளைப்பட்டி.
Pudukkōttai (R).	புதுக்கோட்டை.
Pudukkōttai (V).	புதுக்கோட்டை.
Pudukkōttai (Z).	புதுக்கோட்டை.
Puduppatti	புதுப்பட்டி.
Puttūr	புத்தூர்.
Rāgalāpuram	ராகலாபுரம்.
Rājakkāpatti	ராஜக்காபட்டி.
Rāmanāthapuram	ராமநாதபுரம்.
Sakkiliyankodai.	சக்கிலியன்கொடை.
Sānārpatti	சாணார்பட்டி.
Sengurichchi	செங்குறிச்சி.
Sīlappādi	சீலப்பாடி.
Siluvattūr	சிலுவத்தூர்.
Silvārpatti (Z)	சில்வார்பட்டி.
Sindalakkundu (Z)	சிந்தலக்குண்டு.
Singārakkōttai	சிங்காரகோட்டை.

Sirangādu (Z)	சிரங்காடு.
Sirumalai (Z)	சிறுமலை.
Sīvalsaragu	சீவல்சரகு.
Srīrāmapuram	ஸ்ரீராமாபுரம்.
Sukkāmpatti	சுக்காம்பட்டி.
Sullerumbu (Z)	சுள்ளெரும்பு.
Tādikombu	தாடிகொம்பு.
Tāmaraikkulam (Z).	தாமரைக்குளம்.
Tāmaraippādi	தாமரைப்பாடி.
Tavasimadai	தவசிமடை.
Tennampatti	தென்னம்பட்டி.
Tēttāmpatti	தேத்தாம்பட்டி.
Tēttuppatti (Z)	தெத்துப்பட்டி.
Timmananallūr	திம்மணநல்லூர்.
Tīndakkal (I)	தீண்டாக்கல்.
Tirukkūranam (I)	திருக்கூரணம்.
Tōnimalai (Z)	தோணிமலை.
Toppampatti	தொப்பம்பட்டி.
Tōttanūttu	தோட்டனூத்து.
Ulliyakōttai	உல்லியகோட்டை.
Usilampatti	உசிலம்பட்டி.
Vadakāttuppātti.	வடகாட்டுப்பட்டி.
Vadamadurai	வடமதுரை.
Vadugampādi	வடுகம்பாடி.
Vajrasērvaikkārankōttai.	வஜ்ரசேர்வைக்காரன்கோட்டை.
Vakkampatti	வக்கம்பட்டி.
Vangamanūttu	வங்கமனூத்து.
Vānikkarai (I)	வாணிக்கரை.
Vattalattoppampatti.	வத்தலத்தொப்பம்பட்டி.
Vedasandūr	வேடசந்தூர்.
Vēlāyudampālaiyam.	வேலாயுதம்பாளையம்.
Vellampatti	வெல்லம்பட்டி.
Vellōdu	வெள்ளோடு.
Vellōdu (Z)	வெள்ளோடு.
Velvārkōttai	வெல்வார்கோட்டை.
Vēmbārpatti	வேம்பார்பட்டி.
Vēmbūr	வேமபூர்.
Vīrachinnampatti.	வீரசின்னம்பட்டி.
Vīrakkal	வீரக்கல்.
Virālippatti	விராலிப்பட்டி.

KODIKĀNAL TĀLŪK. கொடைக்கானல் தாலூகா.

Kāmanūr	காமனூர்.
Kilakkuchettippatti.	கிழக்கு செட்டிப்பட்டி.
Kodaikānal (Adukkam).	கொடைக்கானல் (அடுக்கம்).
Kodaikānal	கொடைக்கானல்.
Kūkkāl	கூக்கால்.
Mannavanūr	மன்னவனூர்.
Pachchalūr	பாச்சலூர்.

Pannaikkādu	பண்ணைக்காடு.
Periyūr	பெரியூர்.
Pūlattūr	பூலத்தூர்.
Pūmbārai	பூம்பாறை.
Pūndi	பூண்டி.
Tāndikkudi	தாண்டிக்குடி.
Vellagevi	வெள்ளகெவி.
Vilpatti	வில்பட்டி.

MADURA TĀLŪK. மதுரை தாலூகா.

Achchambattu .. அச்சம்பட்டு.
Adalai .. அதலை.
Airāvadanallūr (I) ஐராவதநல்லூர்.
Ālattūr (I) .. ஆலத்தூர்.
Ālavandān (I) .. ஆளவந்தான்.
Ambalattādi (Z). அம்பலத்தாடி.
Ānaiyūr .. ஆனையூர்.
Ananjiyūr (I) .. அஞ்ஞிசியூர்.
Āndārkottāram .. ஆண்டார்கொட்டாரம்.
Andamān (Z) .. அண்டமான்.
Angādimangalam. அங்காடிமங்கலம்.
Anuppānadi .. அனுப்பானடி.
Appan Tiruppati (Z). அப்பன் திருப்பதி.
Araiyūr (Z) .. அரையூர்.
Ārappālaiyam .. ஆரப்பாளையம்.
Arumbanūr .. அரும்பனூர்.
Āttikkulam (I) .. ஆத்திக்குளம்.
Avaniyāpuram .. அவனியாபுரம்.
Ayanpāppākudi. அயன்பாப்பாகுடி.
Ayilāngudi .. அயிலாங்குடி.
Bībīkulam (I) .. பீபீகுளம்.
Būdakkudi .. பூதககுடி.
Chattratondamān-patti. சத்திரதொண்டமான்பட்டி.
Chettikulam .. செட்டிகுளம்.
Chettikulam (I) .. செட்டிகுளம்.
Chettikulam (Z). செட்டிகுளம்.
Chinnappatti .. சின்னப்பட்டி.
Chintāmani .. சிந்தாமணி.
Chittākkūr (I) .. சித்தாக்கூர்.
Chōlamkuruni .. சோளம்குருணி.
Eliyārpathi .. எளியார்பத்தி.
Ērkkudi .. ஏர்க்குடி.
Erukkilainattam. எருக்கிலைநத்தம்.
Gōripālaiyam (I). கோரிபாளையம்.
Gōvindankundu-pāppānkulam (I). கோவிந்தன்குண்டுபொப்பான்குளம்.
Īchchanōri (I) .. ஈச்சனேரி.
Idaiyappatti .. இடையப்பட்டி.
Ilamanūr .. இளமனூர்.
Ilandaikkulam (I) இலந்தைக்குளம்.
Ilangiyēndal .. இலங்கியேந்தல்.
Iluppaikkudi (I). இலுப்பைக்குடி.
Iraniyam (I) .. இரணியம்.
Isalāni (I) .. இசலானி.
Kādakkinaru (I). காதக்கிணறு.
Kadakshivanēndal கடாக்ஷிவனேந்தல்.
Kādavanēndal (I) காதவனேந்தல்.
Kadavūr .. கடவூர்.
Kālikāppān .. காளிகாப்பான்.
Kalimangalam .. களிமங்கலம்.
Kalkulam (I) .. கல்குளம்.
Kallambal .. கல்லம்பல்.
Kallandiri .. கல்லந்திரி.
Kallikkudi (I) .. கள்ளிக்குடி.
Kannānēndal (I). கன்னானேந்தல்.
Kannikudi (I) .. கன்னிகுடி.
Kannikulam (I).. கன்னிகுளம்.
Karadipatti .. கரடிபட்டி.
Kārsēri (I) .. கார்சேரி.
Karuppapillaiyēndal (I). கருப்பபிள்ளையேந்தல்.
Karuppukkāl (I). கருப்புக்கால்.
Karuvanūr .. கருவனூர்.
Kāvanūr .. காவனூர்.
Kīlkuyilkudi (I). கீழ்குயில்குடி.
Kīlmatikāttinān. கீழ்மதிகாட்டினான்.
Kīlmāttūr (I) .. கீழ்மாத்தூர்.
Kīlnedungulam (I). கீழ்நெடுங்குளம்.
Kīlpanangādi (I). கீழ்பனங்காடி.
Kōchchadai .. கோச்சடை.
Kōdikkulam. .. கோடிக்குளம்.
Kodimangalam .. கொடிமங்கலம்.
Kodimangalam (Tuyyanēri), கொடிமங்கலம் (துய்யனேரி).
Kokkalappi .. கொக்களப்பி.
Kōlikkudi .. கோளிக்குடி,
Kollankulam (I). கொல்லன்குளம்.
Kombādi (I) .. கொம்பாடி.
Kondapettān (I). கொண்டபெத்தான்.
Kōvilkurudankulam (I) .. கோவில்குருத்தன்குளம்.
Kōvilpāppākudi. கோவில்பாப்பாகுடி.
Kūdalsengulam (I). கூடல்செங்குளம்.
Kudiraikutti .. குதிரைகுத்தி.
Kulamangalam .. குளமங்கலம்.
Kulappāndi .. குளப்பாண்டி.
Kundukulam (I). குண்டுகுளம்.
Kunnattūr .. குன்னத்தூர்.
Kurundankulam (I). குருந்தன்குளம்.
Kurudūr (I) .. குருதூர்.
Kusavankundu (I) குசவன்குண்டு.
Kusavapatti .. குசவபட்டி.
Kusavikulam (I). குசவிகுளம்.
Mādakkulam .. மாடக்குளம்.
Mādapulli (I) .. மாடபுள்ளி.
Madichchiyam .. மடிச்சியம்.
Mailankundu (I). மைலங்குண்டு.
Mālaippatti .. மாலைப்பட்டி.
Mānagiri .. மானகிரி.
Mandikulam .. மந்திகுளம்.
Mangalakkudi .. மங்கலக்குடி.

MADURA TĀLŪK—cont. மதுரை தாலுகா தொடர்ச்சி.

Manjampatti ..	மஞ்சம்பட்டி.
Māngulam ..	மாங்குளம்.
Māranavāriyēndal (I).	மாரண வாரியேந்தல்.
Māttūr (Z) ..	மாத்தூர்.
Mēlkuyilkudi (I).	மேல்குயில்குடி.
Mēlmadai (I) ..	மேல்மடை.
Mēlmāttūr ..	மேல்மாத்தூர்.
Mēlnedungulam (I).	மேல்நெடுங்குளம்.
Mēlpanangādi (I).	மேல்பனங்காடி.
Mīnākshipūram ..	மீனாக்ஷிபுரம்,
Mīnākshipuram (I).	மீனாக்ஷிபுரம்.
Mulakaranai ..	முளகரணை.
Mūlakkurichchi (I).	மூலக்குறிச்சி.
Mullākulam (I) ..	முல்லாகுளம்.
Mundanāyagam (I).	முண்டநாயகம்,
Mūttānkulam (I).	மூத்தான்குளம்.
Muttuppillai Ālangulam (I).	முத்துப்பிள்ளை ஆலங்குளம்.
Naganākulam (I).	நாகனாகுளம்.
Nallūr ..	நல்லூர்.
Narasingam (I) ..	நரசிங்கம்.
Nāttāmangalam ..	நாட்டாமங்கலம்.
Nāvākkulam ..	நாவாக்குளம்.
Nāyakkanpatti ..	நாயக்கன்பட்டி.
Nedumadurai (I).	நெடுமதுரை.
Nedungulam ..	நெடுங்குளம்.
Nilaiyūr ..	நிலையூர்
Ottai Ālangulam (I),	ஒத்தை ஆலங்குளம்.
Ōvalūr (I) ..	ஓவலூர்.
Panaikkulam (Mūttānkulam) (I).	பனைக்குளம் (மூத்தான்குளம்).
Panaikkulam (Chittākkūr) (I).	பனைக்குளம் (சித்தாக்கூர்).
Panaiyūr ..	பனையூர்.
Pāppākudi (I) .	பாப்பாகுடி.
Pāppānkulam (I).	பாப்பான்குளம்
Pāppanōdai ..	பாப்பானோடை.
Pāraikulam (Z).	பாறைக்குளம்.
Pāraippatti (S.No. 88).	பாறைப்பட்டி.
Pārappathi (S.No. 177).	பாரப்பத்தி.
Paraiyankulam (I).	பறையன்குளம்.
Paraiyankulam ..	பறையன்குளம்.
Parasuramanpatti (I).	பரசுராமன்பட்டி.
Paravai ..	பரவை.

Parayāttikalam (I).	பறையாத்திகுளம்
Pattakkuricheni (I).	பட்டக்குறிச்சி.
Pērākkūr (I) ..	பேராக்கூர்.
Periya Ālangulam (I).	பெரிய ஆலங்குளம்.
Periya Kūdak kōvil.	பெரிய கூடக்கோவில்.
Periyapatti ..	பெரியபட்டி.
Perumālendal (I).	பெருமாளேந்தல்.
Perungudi (I) ..	பெருங்குடி.
Pēychchikulam ..	பேய்ச்சிகுளம்.
Pillaiyārnattam (I).	பிள்ளையார்நத்தம்.
Pirākkudi (Z) ..	பிராக்குடி.
Podasapatti (I) ..	பொடசபட்டி.
Podumbu ..	பொதும்பு.
Penmēni ..	பொன்மேனி.
Porasappatti (Z).	பொரசப்பட்டி.
Pottappanaiyūr ..	பொட்டப்பனையூர்.
Poykkaraippatti.	பொய்க்கரைப்பட்டி.
Pudukkulam ..	புதுக்குளம்.
Puduppatti ..	புதுப்பட்டி.
K. Puduppatti (I).	கெ புதுப்பட்டி.
Pūlāmpatti (Ambattanpatti.)	பூலாம்பட்டி (அம்பட்டன்பட்டி).
Pūlāmpatti (Chittampatti).	பூலாம்பட்டி (சித்தம்பட்டி.
Pūlāngulam (Z).	பூலாங்குளம்.
Puliyankulam ..	புளியன்குளம்.
Pulluchori (Z) ..	புல்லுசேரி.
Punari (I) ..	புனரி.
Pūndi (Z) ..	பூண்டி.
Puvakkudi (I) ..	பூவக்குடி.
Rājagambīram ..	ராஜகம்பீரம்.
Rājākkūr ..	ராஜாக்கூர்.
Sākkilipatti (I) ..	சாக்கிலிபட்டி.
Sakkimangalam ..	சக்கிமங்கலம்,
Sakkudi (I) ..	சக்குடி.
Sāmanattam (I) ..	சாமநத்தம்.
Samayanallūr ..	சமயநல்லூர்.
Sambakkudi ..	சம்பக்குடி.
Sambakkulam (I)	சம்பகுளம்.
Sambandarālangulam (I) ..	சம்பந்தராலங்குளம்.
Sāttamangalam (I).	சாத்தமங்கலம்.
Savalakkaraiyān (I)	சவளக்கரையான்.
Sellanakkavundanpatti (Z).	செல்லனக்கவுண்டன்பட்டி.

MADURĀ TĀLŪK—cont. மதுரை தாலூகா—தொடர்ச்சி.

Sellūr	செல்லூர்.
Sembiyanēndal (I)	செம்பியனேந்தல்.
Sēnānedungulam (I).	சேனநெடுங்குளம்
Sengulam ..	செங்குளம்.
Sengōttai ..	செங்கோட்டை.
Sīgankulam (I) ..	சீகன்குளம்.
Silaiyanēri ..	சிலையனேரி.
Silaimān ..	சிலைமான்.
Sirudūr (I) ..	சிருதூர்.
Sirupūliyēndal (I).	சிருபுலியேந்தல்.
Siruvālai (Z) ..	சிறுவாலை.
Sivalingam (I) ..	சிவலிங்கம்.
Sōdiyāpatti ..	சோதியாபட்டி.
Sokkikulam (I) ..	சொக்கிகுளம்.
~~Sthalampattarai ..~~	~~ஸ்தலம்பட்டரை.~~
Surakkulam ..	சுரக்குளம்.
Tachchanēndal (I)	தச்சனேந்தல்.
Tādankulam (I)..	தாதங்குளம்.
Tallākulam ..	தல்லாகுளம்.
Tāmaraippatti ..	தாமரைப்பட்டி.
Tanakkangulam (I).	தனக்கங்குளம்.
Tattanēri ..	தத்தனேரி.
Tattānūr (I) ..	தட்டானூர்.
Tēna Attikulam (I).	தேன ஆத்திகுளம்
Tenpalanji ..	தென்பழஞ்சி.
Tēnūr ..	தேனூர்.
Terkupettānpatti.	தெற்குபெற்றான் பட்டி.
Tēttāngulam (I)..	தேத்தாங்குளம்.
Tindiyūr ..	திண்டியூர்.
Tirukkānai ..	திருககானை.
Tirumugūr ..	திருமுகூர்.
Tirupparangunram.	திருப்பரங்குன்றம்.
Tiruppālai (I) ..	திருப்பாலை.
Tōdanēri ..	தோடனேரி.
Tōppūr (I) ..	தோப்பூர்.
Tottiyapatti (I) ..	தொட்டியபட்டி.
Tulukkankulam (I).	துலுக்கன்குளம்.
Tuvarimān ..	துவரிமான்.
Tuyyanēri ..	துய்யனேரி.
Udaikkulam (Z).	உடைக்குளம்.
Udangundu (I) ..	உடன்குண்டு.
Ulaganēri (I) ..	உலகனேரி.
Usilampatti ..	உசிலம்பட்டி.
Uttangudi ..	உத்தங்குடி.
Vadapalanji ..	வடபழஞ்சி.
Vadivēlkarai ..	வடிவேல்கரை.
Vadugappatti (I).	வடுகப்பட்டி.
Vāgaikkulam (I).	வாகைக்குளம்.
Vairavanattam (I)	வைரவநத்தம்.
Vākulam (Z) ..	வாகுளம்.
Valaichchikulam.	வலைச்சிகுளம்.
Valaiyapatti (I)..	வலையபட்டி.
Vālānēndal ..	வாலானேந்தல்.
Valaiyankulam (I)	வலையன்குளம்.
Vandiyūr ..	வண்டியூர்.
Varaganēri ..	வரகனேரி.
Varichchiyūr ..	வரிச்சியூர்.
Vayalūr (I) ..	வயலூர்.
Vedarpuliyangulam. ..	வேடர்புளியங்குளம்.
Vedattakulam ..	வெடத்தகுளம்.
Velichchinattam.	வெளிச்சினத்தம்.
Vellaikuppān (I).	வெள்ளைகுப்பான்.
Vellakkundu ..	வெள்ளக்குண்டு.
Vellāngulam (I).	வெள்ளாங்குளம்.
Velliyānkunram (Z).	வெள்ளியான்குன்றம்.
Veppangulam (I).	வேப்பங்குளம்.
Vilāchchēri ..	விளாச்சேரி.
Vilāngudi ..	விளாங்குடி.
Vilattūr ..	விளத்தூர்.
Villāpuram ..	வில்லாபுரம்.
Virādanūr ..	விராதனூர்.
Viraganūr (I) ..	விரகனூர்.
Vīrapāndi (I) ..	வீரபாண்டி.
Vīrapānjān (I) ..	வீரபாஞ்சான்.
Vittangulam (I)..	விட்டங்குளம்.

MĒLUR TĀLUK. மேலூர் தாலூகா.

Agrahāram Kōvilpatti (I).	அக்கிரகாரம் கோவில்பட்டி.
Ambalakkāranpatti.	அம்பலக்காரன்பட்டி.
Amūr (I) ..	ஆமூர்.
Arasappanpatti (I). ..	அரசப்பன்பட்டி.
Arittāpatti ..	அரிட்டாபட்டி.
Attappatti ..	அட்டப்பட்டி.
Āttukkulam (I) ..	ஆட்டுக்குளம்.
Āvichchippatti ..	ஆவிச்சிப்பட்டி.
Āyittipatti ..	ஆயித்திபட்டி.
Ayyāpatti ..	அய்யாபட்டி.
Būdakudi ..	பூதகுடி.
Būdamangalam ..	பூதமங்கலம்.
Chaduramadangan.	சதுரமடங்கன்.
Chellappanāyakkanpatti.	செல்லப்பநாயக்கன்பட்டி.
Chokkalingpuram.	சொக்கலிங்கபுரம்.
Chokkampatti ..	சொக்கம்பட்டி.

Melūr Tālūk—cont. மேலூர் தாலூகா—தொடர்ச்சி.

Ettimangalam .. எட்டிமங்கலம்.
Idaiyapatti .. இடையபட்டி
Kachchirāyan-patti. கச்சிராயன்பட்டி.
Kalikulam .. களிகுளம்.
Kallampatti .. கல்லம்பட்டி,
Kambūr .. கம்பூர்.
Karungālakkudi. கருங்காலக்குடி.
Karuttapuliyam-patti. கருத்தபுளியம்பட்டி.
Kavattaiyampatti (I). கவட்டையம்பட்டி.
Kēsampatti .. கேசம்பட்டி.
Kīdārippatti . கிடாரிப்பட்டி.
Kilavikkulam (I). கிழவிக்குளம்.
Kīlaiyūr .. கீழையூர்.
Kilvalaivu .. கீழ்வளைவு.
Kīranūr .. கீரனூர்.
Kodukkampatti. கொடுக்கம்பட்டி.
Kongampatti .. கொங்கம்பட்டி.
Kōttaiyūr .. கோட்டையூர்.
Kottakudi .. கொட்டகுடி.
Kottāmpatti .. கொட்டாம்பட்டி.
Kōvilpatti .. கோவில்பட்டி.
Kudaigippatti .. குடைகிப்பட்டி.
Kunnārampatti .. குன்னாரம்பட்டி.
Kurichchippatti .. குறிச்சிப்பட்டி.
Madaiyanippatti (I) மடையாணிப்பட்டி.
Malampatti .. மலம்பட்டி.
Manappachchēri. மணப்பச்சேரி.
Mānikkampatti .. மாணிக்கம்பட்டி.
Marudūr .. மருதூர்.
Mēlvalaivu .. மேல்வளைவு.
Mēlūr .. மேலூர்.
Mukkampatti .. முக்கம்பட்டி.
Mulaiyūr .. முளையூர்.
Nadumandalam .. நடுமண்டலம்.
Nālukulam .. நாலுகுளம்.
Narasingampatti. நரசிங்கம்பட்டி.
Nattam .. நத்தம்.
Nāvinippatti .. நாவினிப்பட்டி.
Padinettāmkudi .. பதினெட்டாம்குடி.
Pallappatti .. பள்ளப்பட்டி.
Panangādi .. பனங்காடி.
Pāndāngudi .. பாண்டாங்குடி.
Pāndāngudi (I). பாண்டாங்குடி.
Panniyāmalai .. பன்னியாமலை.
Pattūr .. பட்டூர்.
Perungālakkudi (I). பெருங்காலக்குடி.
Pillaivārnattam. பிள்ளையார் நத்தம்
Pottalpatti .. பொட்டல்பட்டி.
Pudūr .. புதூர்.
Pudusukkāmpatti புதுசுக்காம்பட்டி.
Pulippatti (I) .. புலிப்பட்டி.
Pūnjutti .. பூஞ்சுத்தி.
Punnappatti .. புன்னப்பட்டி.
Reddiyapatti .. ரெட்டியபட்டி.
Samudrāpatti .. சமுத்திராபட்டி.
Sāttamanglam .. சாத்தமங்கலம்.
Sāttambādi .. சாத்தம்பாடி.
Sēkkipatti .. சேககிபட்டி.
Sendurai .. செந்துரை.
Sennagarampatti. சென்னகரம்பட்டி.
Sēttūr .. .. சேத்தூர்.
Silampakkōnpatti. சிலம்பக்கோன்பட்டி.
Sirangāttuppatti. சிறங்காட்டுப்பட்டி.
Sirugudi .. சிறுகுடி.
Sorukilipatti (I). சொருகிளிபட்டி.
Sukkāmpatti .. சுக்காம்பட்டி,
Sūrakkundu .. சூரக்குண்டு.
Sūrappatti .. சூரப்பட்டி.
Taniyāmangalam தனியாமங்கலம்.
Tarakākudi .. தரகாகுடி.
Terkutteru .. தெற்குத்தெரு.
Tiruchchunai .. திருச்சுனை.
Tiruvādūr .. திருவாதூர்.
Tondilingapuram. தொந்திலிங்கபுரம்
Tumbappatti .. தும்பப்பட்டி.
Tuvarangulam .. துவரங்குளம்.
Uduppaikkulam .. உடுப்பைக்குளம்.
Ūnukālpuliyan-gulam (I). ஊனுகால்புளியங்குளம்.
Ūrālippatti .. ஊராளிப்பட்டி.
Urangānpatti .. உறங்கான்பட்டி.
Valaichchērippatti வலைச்சேரிப்பட்டி,
Valaiyankulam (I) வலையன்குளம்.
Valaiyappatti . வலையப்படி.
Vallālappatti .. வல்லாளப்பட்டி.
Vanjinagaram .. வஞ்சிநகரம்.
Vannānpāraip-patti. வண்ணான்பாறைப்பட்டி.
Velampatti .. வேலம்பட்டி.
Vellālappatti .. வெள்ளாளப்பட்டி
Vellalūr .. வெள்ளலூர்,
Vēppadappu or Kattaiyanpatti (I). வேப்படப்பு அல்லது கட்டையன்பட்டி
Vīranilai or Lingavādi. வீரநிலை அல்லது லிங்கவாடி.

Nilakkōttai Tālūk. நிலக்கோட்டை தாலூகா.

Achchampatti (I). .. அச்சம்பட்டி.
Adanūr .. ஆதனூர்.
Alagāpuri .. அழகாபுரி.
Alangānallūr .. அலங்காநல்லூர்.
Amaradakki (I) .. அமரடக்கி.

NILAKKŌTTAI TĀLŪK—*cont.* நிலக்கோட்டை தாலுகா—தொடர்ச்சி.

Ammpāatti (Z) ..	அம்மாபட்டி.
Āndippatti (I) ..	ஆண்டிப்பட்டி.
Ayankurivitturai.	அயன்குருவித்துரை.
Ayyūr (I) ..	அய்யூர்.
Bōdikkavundanpatti	போடிக்கவுண்டன்பட்டி.
Bōdināyakkanpatti (I).	போடிநாயக்கன்பட்டி.
Chattiravellālapatti (I).	சத்திரவெள்ளாளபட்டி.
Chinnamanāyakkankōttai.	சின்னமநாயக்கன்கோட்டை.
Chinnamanāyakkanpatti (I)	சின்னமநாயக்கன்பட்டி.
Chinna Ilandaikkulam	சின்ன இலந்தைக்குளம்.
Chittargalnattam (Z).	சித்தர்கள்நத்தம்.
Chittālangudi (I).	சித்தாலங்குடி
Chōlavandān ..	சோளவந்தான்.
Errampatti (I) ..	எர்ரம்பட்டி.
Ettilōdu (Z) ..	எத்திலோடு.
Ilavangulam (I)..	இலவங்குளம்.
Irumbādi ..	இரும்பாடி.
Jambuturaikōttai (Z).	ஜம்புதுரைகோட்டை.
Kachchaikatti ..	கச்சைகட்டி.
Kachchirāyiruppu	சச்சிராயிருப்பு.
Kallanai ..	கல்லணை.
Kallivēlippatti ..	கள்ளிவேலிப்பட்டி.
Kanavāypatti ..	கணவாய்பட்டி.
Karuppatti ..	கருப்பட்டி.
Kattakulam ..	கட்டகுளம்.
Kīlchinnanampatti.	கீழ்சின்னணம்பட்டி.
Kilkarai ..	கீழ்கரை.
Kōdāngināyakkanpatti.	கோடாங்கிநாயக்கன்பட்டி.
Kōdāngipatti ..	கோடாங்கிபட்டி.
Kōmbaipatti ..	கோம்பைபட்டி.
Kōnappatti ..	கோணப்பட்டி.
Kondaiyampatti (I).	கொண்டையம்பட்டி.
Kōttūr ..	கோட்டூர்.
Kōvilkuruvitturai.	கோவில்குருவித்துரை.
Kōvilpatti ..	கோவில்பட்டி.
Kōvil Tenkarai ..	கோவில் தென்கரை.
Krishnāpuram (I).	கிருஷ்ணபுரம்.
Kulasēkarankōttai (Z).	குலசேகரன்கோட்டை.
Kullichettippatti.	குள்ளிசெட்டிப்பட்டி.
Kumāram ..	குமாரம்.
Kunnuvārankōttai	குன்னுவாரங்கோட்டை.
Kuttalkundu (Z).	குத்தல்குண்டு.
Kūttimēykkippatti.	குட்டிமேய்க்கிப்பட்டி.
Kūvanūttu ..	கூவனூத்து.
Malaiyakkavundanpatti (Z).	மலையக்கவுண்டன்பட்டி.
Mallanampatti ..	மல்லணம்பட்டி.
Mānikkampatti ..	மாணிக்கம்பட்டி.
Maniyanji ..	மணியஞ்சி.
Mannādimangalam.	மன்னாடிமங்கலம்.
Mattappārai (Z).	மட்டப்பாரை.
Mēlakkāl ..	மேலக்கால்.
Mettuppatti ..	மேட்டுப்பட்டி.
Mēttuppatti (I) ..	மேட்டுப்பட்டி.
Mēttuppatti (Z)..	மேட்டுப்பட்டி.
Muduvārpatti ..	முடுவார்பட்டி.
Mullippallam ..	முள்ளிப்பள்ளம்.
Musuvanūttu ..	முசுவனூத்து.
Nāchchikulam ..	நாச்சிகுளம்.
Nadaikōttai ..	நடைகோட்டை.
Nagari (I) ..	நகரி.
Nakkalūttu ..	நக்கலூத்து.
Nariyūttu ..	நரியூத்து.
Nedunkulam ..	நெடுங்குளம்.
Nilakkōttai ..	நிலக்கோட்டை.
Nīrēttān ..	நீரேத்தான்.
Nūttalāpuram ..	நூத்தளாபுரம்.
Orutattu ..	ஒருதட்டு.
Pachchaimalaiyānkōttai (Z).	பச்சைமலையான்கோட்டை.
Pālamēdu ..	பாலமேடு.
Pallappatti (Z) ..	பள்ளப்பட்டி.
Pangalappatti ..	பங்கலப்பட்டி.
Pannaikkudi (I).	பண்ணைக்குடி.
Panniappatti ..	பண்ணைப்பட்டி.
Pāraipatti ..	பாறைப்பட்டி.
Parali (I) ..	பரலி.
Periya Ilandaikkulam.	பெரிய இலந்தைக்குளம்.
Pēttai ..	பேட்டை.
Pillaiyārnattam..	பிள்ளையார்நத்தம்.
Rājākkalpatti ..	ராஜாக்கள்பட்டி.
Rāmakkavundanpatti, ..	ராமக்கவுண்டன்பட்டி.
Rāmarājapuram.	ராமராஜபுரம்.
Rangappanāyakkanpatti.	ரங்கப்பநாயக்கன்பட்டி.
Sambakulam (I).	சம்பகுளம்.
Sandaiyūr ..	சந்தையூர்.

NILAKKŌTTAI TĀLŪK—cont. நிலக்கோட்டை தாலுகா—தொடர்ச்சி.

Sarantāngi	சரந்தாங்கி.
Sekkāpatti	செக்காபட்டி.
Sembatti	செம்பட்டி.
Sēndamangalam.	சேந்தமங்கலம்.
Sengāttānpatti	செங்காட்டான்பட்டி.
Sēvugampatti	சேவுகம்பட்டி.
Silūkkuvārpatti	சிலுக்குவார்பட்டி.
Sōlaikkurichchi	சோலைக்குறிச்சி.
Sukkāmpatti	சுக்காம்பட்டி.
Tanichchiyam (Z).	தனிச்சியம்.
Tandalai	தண்டலை.
Tātampatti (I)	தாதம்பட்டி.
Tātankulam (Z)	தாதன்குளம்.
Tattānkulam (I).	தட்டான்குளம்.
Tenkarai	தென்கரை.
Tettūr	தெத்தூர்.
Tevachēri (I)	தேவசேரி.
Tirumālnattam (I).	திருமால் நத்தம்.
Tiruvālavāyanallūr (I).	திருவாலவாயநல்லூர்.
Tiruvēdagam	திருவேடகம்
Tummachchampatti (I).	தும்மச்சம்பட்டி.
Ūrsēri (I).	ஊர்சேரி.
Vaiyāsippatti	வையாசிப்பட்டி.
Valaiyapatti	வலையபட்டி.
Vallakkulam (I).	வல்லக்குளம்.
Vallānpatti	[illegible]
Vattalkundu	வத்தல்குண்டு.
Vāvidamarudūr (I).	வாவிடமருதூர்.
Vellaiyampatti	வெள்ளையம்பட்டி.
Vilāmpatti	விளாம்பட்டி.
Vilināyakkanpatti.	விலிநாயக்கன்பட்டி.
Vīrālimayanpatti.	வீராலிமாயன்பட்டி.
Virālippatti	விராலிப்பட்டி.
Virālippatti (I)	விராலிப்பட்டி.
Virivīdu	விரிவீடு.

PALNI TĀLŪK. பழனி தாலுகா.

Akkaraippatti	அக்கரைப்பட்டி.
Ambilikkai	அம்பிளிக்கை.
Amrappūndi (Z).	அமரப்பூண்டி.
Āndippatti (Z)	ஆண்டிப்பட்டி.
Appayyampatti	அப்பய்யம்பட்டி.
Appanūttu	அப்பநூத்து.
Appipālaiyam	அப்பிபாளையம்.
Arasappapillaipatti.	அரசப்பபிள்ளைபட்டி.
Attappanpatti (S. No. 3), (Z).	அத்தப்பன்பட்டி.
Attappanpatti (S. No. 7) (Z).	அத்தப்பன்பட்டி.
Attikkōmbai	அத்திக்கோம்பை.
Āyakkudi (Z)	ஆயக்குடி.
Ayyampālaiyam (Z).	அய்யம்பாளையம்.
Ayyanpalli	அயயன்பள்ளி.
Bālasamudram	பாலசமுத்திரம்.
Bōduvārpatti (Z).	போடுவார்பட்டி.
Chattirappatti (Z).	சத்திரப்பட்டி.
Chikkamanāyakkanpatti.	சிக்கமநாயக்கன்பட்டி.
Chinnakalaiyamputtur (Z).	சின்னகலையம்புத்தூர்.
Chinnakkāmpatti (Z).	சின்னக்காம்பட்டி.
Chinnammāpatti (F).	சின்னம்மாபட்டி.
Chittirakkulam (Z).	சித்திரக்குளம்.
Chittarēvu (Z)	சித்தரேவு.
Dādīnāyakkanpatti (Z).	தாடிநாயககன்பட்டி.
Dāsaripatti (Z)	தாசரிபட்டி.
Dēvattūr (Z)	தேவத்தூர்.
Ellaipatti (Z)	எல்லைபட்டி.
Erramanāyakkanpatti (Z).	எர்ரமநாயக்கன்பட்டி.
Idaiyakōttai (Z)	இடையகோட்டை.
Iravimangalam (Z).	இரவிமங்கலம்.
Javvādupatti (Z).	ஜவ்வாதுபட்டி.
Jōgipatti (Z)	ஜோகிபட்டி.
Kālānjippatti	காளாஞ்சிப்பட்டி.
Kalaiyamputtūr	கலையம்புத்தூர்.
Kalikkanāyakkanpatti.	கலிக்கநாயக்கன்பட்டி.
Kallimandayam	கள்ளிமந்தயம்.
Kallupatti (Z)	கல்லுபட்டி.
Kanakkanpatti (Z).	கணக்கன்பட்டி.
Kāppiliyappatti	காப்பிலியபட்டி.
Kariyāmpatti	கரியாம்பட்டி.
Kāvaipatti (Z)	காவல்பட்டி.
Kāvēriyammāpatti	காவேரியம்மாபட்டி.
Kēdaiyarumbu (Z).	கேதையறும்பு.

Palni Tāluk—cont. பழனி தாலூகா—தொடர்ச்சி.

Kīranūr .. கீரனூர்.
Kōdaimangalam. கோதைமங்கலம்.
Kollappatti .. கொல்லப்பட்டி.
Kolumaikondān .. கொழுமைகொண்டான்.
Kōmbaipatti (Z). கோம்பைபட்டி.
Kondarangi Kīranūr. கொண்டரங்கி கீரனூர்.
Kōrikkadavu .. கோரிக்கடவு.
Kōttatturai .. கோட்டத்துரை.
Kottayam .. கொத்தயம்.
Kōvilammāpatti .. கோவிலம்மாபட்டி.
Kūttampūndi .. கூத்தம்பூண்டி.
Kuttiluppai (Z) .. குத்திலுப்பை.
Lekkayankōttai .. லெக்கயன்கோட்டை.
Mandavādi .. மண்டவாடி.
Manjanāyakkanpatti (Z). மஞ்சநாயக்கன்பட்டி.
Mānūr .. மானூர்.
Mārkkampatti (Z). மார்க்கம்பட்டி.
Marichchilambu. மரிச்சிலம்பு.
Mēlkōttai (Z) .. மேல்கோட்டை.
Mēlkaraipatti .. மேலகரைப்பட்டி.
Mēttuppatti. மேட்டுப்பட்டி.
Midāppādi .. மிடாப்பாடி.
Mollampatti .. மொல்லம்பட்டி.
Muttunāyakkan patti. முத்துநாயக்கன்பட்டி.
Nāranappanāyakkanpatti (Z). நாரணப்பநாயக்கன்பட்டி.
Navakāni .. நவகாணி.
Neykkārappatti (Z). நெய்க்காரப்பட்டி.
Ōdappatti .. ஓடப்பட்டி.
Pachchilaināvakkanpatti (I). பச்சிலைநாயக்கன்பட்டி.
Pālappampatti .. பாலப்பம்பட்டி.
Palani .. பழனி.
Pāppampatti (Z). பாப்பம்பட்டி.
Paruttiyūr .. பருத்தியூர்.
Periya Ammāpatti (Z). பெரிய அம்மாபட்டி.
Periya Kalaiyamputtūr (Z). பெரிய கலையம்புத்தூர்.
Periyakōttai .. பெரியகோட்டை.
Pettināyakkanpatti (Z). பெத்திநாயக்கன்பட்டி.
Perulūr .. பொருலூர்.
Pottāmpatti (Z) .. பொட்டாம்பட்டி.
Pōttikāmpatti .. போட்டிகாம்பட்டி.
Pudachchi .. புதச்சி.
Pudukkōttai (Z). புதுக்கோட்டை.
Pudūr (S. No. 54). புதூர்.
Pudūr (S. No 19). புதூர்.
Puliyampatti .. புளியம்பட்டி.
Puliyamarattukkōttai. புளியமரத்துக்கோட்டை.
Puliyūrnattam .. புலியூர்நத்தம்.
Pungamuttūr .. புங்கமுத்தூர்.
Pūsārippatti .. பூசாரிப்பட்டி.
Pushpattūr .. புஷ்பத்தூர்.
Rāhavanāyakkanpatti (Z) ராகவநாயக்கன்பட்டி.
Rājāmpatti .. ராஜாம்பட்டி.
Reddiyāpatti .. ரெட்டியாபட்டி.
Rettayambādi (Z). ரெட்டயம்பாடி.
Sindalappatti .. சிந்தலப்பட்டி.
Sindalvādanpatti. (Z). சிந்தலவாடன்பட்டி.
Sivagirippatti .. சிவகிரிப்பட்டி.
Sukkamanāyakkanpatti (Z). சுக்கமநாயக்கன்பட்டி.
Tālaiyūttu .. தாழையூத்து.
Tāmaraikkulam .. தாமரைக்குளம்.
Tangachchiyammāpatti. தங்கச்சியம்மாபட்டி.
Tattānkulam .. தட்டான்குளம்.
Toppampatti .. தொப்பம்பட்டி.
Tumbalappatti .. தும்பலப்பட்டி.
Uppiliyappatti .. உப்பிலியப்பட்டி.
Vadakādu .. வடகாடு.
Vadakavunjimalai (Z). வடகவுஞ்சிமலை.
Vādippatti (S. No. 15.) (Z). வாடிப்பட்டி.
Vādippatti (S. No. 9.) (Z). வாடிப்பட்டி.
Vāgarai .. வாகரை.
Valaiyappatti .. வலையப்பட்டி.
Vēlampatti .. வேளம்பட்டி.
Vēlasamudram (Z). வேலசமுத்திரம்.
Veriyappūr .. வெரியப்பூர்.
Vilvādampatti .. வில்வாதம்பட்டி.
Vīrālpatti .. வீரால்பட்டி.
Virupākshi .. விருபாக்ஷி.

Periyakulam Tāluk—பெரியகுளம் தாலூகா.

Agamalai (Z) .. அகமலை.
Alagāpuri .. அழகாபுரி.
Allinagarm .. அல்லிநகரம்.
Ammāpatti (Z) .. அம்மாபட்டி.
Āndippatti .. ஆண்டிப்பட்டி.

Periyakulam Tālūk—cont. பெரியகுளம் தாலூகா—தொடர்ச்சி.

Bōdināyakkanūr (Z).	போடிநாயக்கனூர்.
Būdipuram (Z).	பூதிபுரம்.
Chinnamanūr	சின்னமனூர்.
Chinna Ōvalāpuram (Z).	சின்ன ஓவலாபுரம்.
Chittarpatti (Z)	சித்தர்பட்டி.
Chokkalingapuram alias Rangappanpatti (Z).	ரங்கப்பன்பட்டி என்கிற சொக்கலிங்கபுரம்.
Dēvadānappatti	தேவதானப்பட்டி.
Dombachchēri (Z).	டொம்பச்சேரி.
Endappuli	எண்டப்புளி.
Erasakkanāyakkanūr (Z).	எரசக்கநாயக்கனூர்.
Ganguvārpatti	கங்குவார்பட்டி.
Gōkilāpuram	கோகிலாபுரம்.
Gōvindanagaram (Z).	கோவிந்தநகரம்.
Gullapuram	குல்லபுரம்.
Hanumantanpatti.	ஹனுமந்தன்பட்டி.
Jangālpatti (Z)	ஜங்கால்பட்டி.
Kambam	கம்பம்.
Kāmākshipuram.	காமாக்ஷிபுரம்.
Kāmayakkavundanpatti.	காமயக்கவுண்டன்பட்டி.
Kannuservaipatti (Z).	கன்னுசேர்வைபட்டி.
Karungattāngulam.	கருங்கட்டாங்குளம்.
Kīlgūdalūr	கீழ்கூடலூர்.
Kīlmangalam	கீழ்மங்கலம்.
Kīlvadagarai	கீழ்வடகரை.
Kōdalūttu (Z)	கோதலூத்து.
Kōdāngipatti (Z).	கோடாங்கிபட்டி.
Kōduvilārpatti (Z).	கோடுவிளார்பட்டி.
Kōmbai	கோம்பை.
Kottappatti (Z)	கொத்தப்பட்டி.
Kottagudi (Z)	கொட்டகுடி.
Kōttūr	கோட்டூர்.
Kōvilpatti	கோவில்பட்டி.
Kujjanūr (Z)	குஜ்ஜனூர்.
Kūlaiyanūr	கூளையனூர்.
Kunnūr	குன்னூர்.
Mallingapuram alias Ānaimalaiyanpatti (Z).	ஆனைமலையன்பட்டி என்கிற மல்லிங்கபுரம்.
Marikkundu (Z).	மறிக்குண்டு.
Mārkkayankōttai	மார்க்கயன்கோட்டை.
Mēlchokkanāthapuram (Z).	மேல்சொக்கநாதபுரம்.
Mēlgūdalūr	மேல்கூடலூர்.
Mēlmangalam	மேல்மங்கலம்.
Mīnākshipuram No. 4 (Z).	மீனாக்ஷிபுரம்.
Mīnākshipuram No. 2 (Z).	மீனாக்ஷிபுரம்.
Mottanūttu	மொட்டனூத்து.
Muttalāpuram (Z).	முத்தலாபுரம்.
Nāranattēvanpatti.	நாரணத்தேவன்பட்டி.
Narasingapuram (Z).	நரசிங்கபுரம்.
Ōdaipatti (Z)	ஓடைபட்டி.
Pālakkōmbai (Z).	பாலக்கோம்பை.
Pannaipuram	பண்ணைபுரம்.
Pottipuram (Z)	பொட்டிபுரம்.
Pudukkōttai	புதுக்கோட்டை.
Puduppatti	புதுப்பட்டி.
Pūlānandapuram.	பூலானந்தபுரம்.
Pulikkutti	புலிக்குத்தி.
Pulimānkōmbai	புலிமான்கோம்பை.
Pūmalakkundu (Z).	பூமலக்குண்டு.
Rājadāni (Z)	ராஜதானி.
Rāsingapuram (Z).	ராசிங்கபுரம்.
Rāyappanpatti	ராயப்பன்பட்டி.
Sankarāpuram (Z).	சங்கராபுரம்.
Shanmukhasundarapuram.	ஷண்முகசுந்தரபுரம்.
Silaiyampatti	சிலையம்பட்டி.
Sīlamalai (Z)	சீலமலை.
Silvārpatti	சில்வார்பட்டி.
Sīpālakōttai (Z)	சீபாலகோட்டை.
Tadichchēri (Z)	தாடிச்சேரி.
Tāmaraikkulam	தாமரைக்குளம்.
Tappukundu (Z).	தப்புகுண்டு.
Tēkkampatti (I)	தேக்கம்பட்டி.
Tenkarai	தென்கரை.
Teppampatti (Z).	தெப்பம்பட்டி.
Tēvāram (Z)	தேவாரம்.
Timmarasanāyakkanur.	திம்மரசநாயக்கனூர்.
Ūnjāmpatti	ஊஞ்சாம்பட்டி.
Uppārpatti	உப்பார்பட்டி.
Uppukkōttai (Z).	உப்புக்கோட்டை.
Usilampatti (Z)	உசிலம்பட்டி.
Uttamapālaiyam.	உத்தமபாளையம்.

PERIYAKULAM TĀLK—cont. பெரியகுளம் தாலூகா—தொடர்ச்சி.

Uttamapuram ..	உத்தமபுரம்.
Vadagarai ..	வடகரை.
Vadavīranāyakkanpatti.	வடவீரநாயக்கன்பட்டி.
Vādippatti ..	வாடிப்பட்டி.
Vallanadi (Z) ..	வள்ளநதி.
Vēppampatti (Z).	வேப்பம்பட்டி.
Vīrapāndi ..	வீரபாண்டி.

TĪRUMANGALAM TĀLŪK. திருமங்கலம் தாலூகா.

Achchangulam (I).	அச்சங்குளம்.
Ādanūr ..	ஆதனூர்.
Adikāripatti ..	அதிகாரிபட்டி.
Alagusirai ..	அழகுசிரை.
Ālampatti (M) (Z).	ஆலம்பட்டி.
Ālampatti (N) (Z).	ஆலம்பட்டி.
Alappalachchēri ..	அலப்பலச்சேரி.
Allikundam ..	அல்லிகுண்டம்.
Ammāpatti ..	அம்மாபட்டி.
Ammāpatti (Elumalai) (Z).	அம்மாபட்டி (எழுமலை).
Ammāpatti (Pēraiyūr) (Z).	அம்மாபட்டி (பேரையூர்).
Ammāpatti (Sandaiyūr) (Z).	அம்மாபட்டி (சந்தையூர்).
Āndippatti ..	ஆண்டிப்பட்டி.
Āndippatti (Z) ..	ஆண்டிப்பட்டி.
Appakkarai ..	அப்பக்கரை.
Arasapatti ..	அரசபட்டி.
Arasapatti (Z) ..	அரசபட்டி.
Āriyapatti ..	ஆரியபட்டி.
Āttangaraippatti (Z).	ஆத்தங்கரைப்பட்டி.
Attippatti (Z) ..	அத்திப்பட்டி.
Āvalasēri (Z) ..	ஆவலசேரி.
Āvārampatti (Z).	ஆவாரம்பட்டி.
Āyakulam (Z) ..	ஆயகுளம்.
Ayanmēttuppatti.	அயன்மேட்டுப்பட்டி.
Ayyanārkulam ..	அய்யனார்குளம்.
Būdipuram ..	பூதிபுரம்.
Chennampatti ..	சென்னம்பட்டி.
Chettikkulam (I).	செட்டிக்குளம்.
Chettippillaiyārnattam.	செட்டிப்பிள்ளையார்நத்தம்.
Chinnakattalai (Z).	சின்னகட்டளை.
Chinnamuttulingapuram (Z).	சின்னமுத்துலிங்கபுரம்.
Chinnapūlāmpatti (Z).	சின்னபூலாம்பட்டி.
Chinna Ulagāni (I).	சின்ன உலகாணி.
Chinnayyāpuram (Z).	சின்னய்யாபுரம்.
Chinnāreddipatti.	சின்னாரெட்டிபட்டி.
Chittūr ..	சித்தூர்.
Chittālai (I) ..	சித்தாலை.
Chokkampatti (Z).	சொக்கம்பட்டி.
Chokkalingapuram (Z).	சொக்கலிங்கபுரம்.
Chokkanāthanpatti (I).	சொக்கநாதன்பட்டி.
Deyvanāyakapuram (Z).	தெய்வநாயகபுரம்.
Dharmattuppatti.	தர்மத்துப்பட்டி.
Doddappanāyakkanūr (Z).	தொட்டப்பநாயக்கனூர்.
Elumalai (Z) ..	எழுமலை.
Eramāreddipatti (Z).	எறமாரெட்டிபட்டி.
Eramārpatti (Z) ..	எறமார்பட்டி.
Eravārpatti ..	எரவார்பட்டி.
Erramallampatti.	எர்ரமல்லம்பட்டி.
Ettunāli (Z) ..	எட்டுநாளி.
Ganjampatti ..	கஞ்சம்பட்டி.
Giriyakkavundanpatti.	கிரியக்கவுண்டன்பட்டி.
Gōpālapuram (Z).	கோபாலபுரம்.
Idaiyanattam ..	இடையநத்தம்.
Iluppaikkulam ..	இலுப்பைக்குளம்.
Iswarappēri (I) ..	ஈசுவரப்பேரி.
Jambalapuram ..	ஜம்பலபுரம்.
Jōsyar Ālangulam (I).	ஜோஸ்யர் ஆலங்குளம்.
Jōtilnāyakkanūr (Z).	ஜோதில்நாயக்கனூர்.
Jōtimānikkam ..	ஜோதிமாணிக்கம்.
Kādanēri ..	காடனேரி.
Kailāsapuram (I).	கைலாசபுரம்.
Kālappanpatti ..	காளப்பன்பட்டி.
Kallanai ..	கல்லணை.
Kalligudi ..	கள்ளிகுடி.
Kallupatti ..	கல்லுபட்டி.
Kallūttu ..	கல்லூத்து.
Kāmakshipuram (Z).	காமாக்ஷிபுரம்.
Kāndai (I) ..	காண்டை.
Kāngayanattam ..	காங்கயநத்தம்.
Kannanūr ..	கண்ணனூர்.
Kannukulam ..	கண்ணுகுளம்.
Kānsāpuram (Z).	கான்சாபுரம்.

TIRUMANGALAM TĀLŪK—cont. திருமங்கலம் தாலுகா—தொடர்ச்சி.

Kappalūr ..	கப்பலூர்
Karadikkal (I) ..	கரடிக்கல்.
Kāraikkanni ..	காரைக்கண்ணி.
Karisalkālānpatti.	கரிசல்காளான்பட்டி.
Karisalpatti ..	கரிசல்பட்டி.
Karukkuvāyappatti.	கருக்குவாய்ப்பட்டி.
Karumāttūr ..	கருமாத்தூர்.
Kāsipuram ..	காசிபுரம்.
Kattakkaruppanpatti.	கட்டக்கருப்பன்பட்டி.
Kavundanpatti ..	கவுண்டன்பட்டி.
Kēttuvārpatti ..	கேத்துவார்பட்டி.
Kīlkōttai (Z) ..	கீழ்கோட்டை.
Kīlnēsanēri ..	கீழ்நேசனேரி.
Kilāngulam ..	கிளாங்குளம்.
Kīlpatti (Z) ..	கீழ்பட்டி.
Kilavanēri ..	கிழவனேரி.
Kinnimangalam (I).	கிண்ணிமங்கலம்.
Kīrippatti ..	கீரிப்பட்டி.
Kodikkulam (Z).	கொடிக்குளம்.
Kodikkulam ..	கொடிக்குளம்.
Kokkulam (Ānaiyūr).	கொக்குளம் (ஆனையூர்).
Kokkulam (Tirumāl).	கொக்குளம் (திருமால்).
Kokkulāncheri ..	கொக்குளாஞ்சேரி.
Kondureddipatti (Z).	கொண்டுரெட்டிபட்டி.
Kongarpuliyangulam (I).	கொங்கர்புளியங்குளம்.
Kōttaippatti (Z) ..	கோட்டைப்பட்டி
Kōvilankulam ..	கோவிலன்குளம்.
Krishnāpuram ..	கிருஷ்ணாபுரம்.
Krishnāpuram (I).	கிருஷ்ணாபுரம்
Kūdakkōvil ..	கூடக்கோவில்.
Kudichchēri (Z).	குடிச்சேரி.
Kudippatti (I) ..	குடிப்பட்டி.
Kudiraichchānikulam.	குதிரைச்சாணிகுளம்.
Kumārapuram (Z).	குமாரபுரம்.
Kunnānampatti (I).	குண்ணானம்பட்டி.
Kunnattūr ..	குன்னத்தூர்.
Kuppalnattam ..	குப்பல்நத்தம்.
Kūrāngulam (Z).	கூராங்குளம்.
Kuravakudi ..	குறவகுடி.
Kurāyūr ..	குராயூர்.
Kūvalapuram (Z).	கூவலபுரம்.
Lakshmīpuram (Z)	லக்ஷ்மீபுரம்.
Lakshmīpuram ..	லக்ஷ்மீபுரம்.
Mādhavanāyakkanūr Puliyangulam (Z).	மாதவநாயக்கனூர புளியங்குளம்.
Madippanūr ..	மதிப்பனூர்.
Maikkudi ..	மைக்குடி.
Maiyittānpatti ..	மையிட்டான்பட்டி.
Mallampatti (I) ..	மல்லம்பட்டி.
Mallapuram (I) ..	மல்லபுரம்.
Mangalarēvu ..	மங்கலரேவு.
Mānipamēttuppatti (I).	மானிபமேட்டுப்பட்டி.
Manūttu ..	மானூத்து.
Maravankulam (I)	மறவன்குளம்.
Marikkalamkāttan (Z).	மறிக்களம்காத்தான்.
Marudankudi ..	மருதங்குடி.
Mattakkarai ..	மத்தக்கரை.
Māttūr (Z) ..	மாத்தூர்.
Māvilippatti (I) ..	மாவிலிப்பட்டி.
Mēkkilārpatti ..	மேக்கிலார்பட்டி.
Mēlēndal (I) ..	மேல் ஏந்தல்.
Mēlkōttai (Z) ..	மேல்கோட்டை.
Mēlnēsanēri ..	மேல்நேசமனேரி.
Mēlparangiriyāpuram (I).	மேல்பரங்கிரியாபுரம்.
Mēlpatti (Z) ..	மேல்பட்டி.
Mēl Tirumānikkam (I).	மேல் திருமாணிக்கம்.
Mēl Uppilikkundu.	மேல் உப்பிலிக்குண்டு.
Mīnākshipuram (Z).	மீனாக்ஷிபுரம்.
Mōdagam ..	மோதகம்.
Mudalaikkulam ..	முதலைக்குளம்.
Muppidārappatti (I).	முப்பிடாரப்பட்டி.
Muruganēri ..	முருகனேரி.
Muttukumārapuram (Z).	முத்துகுமாரபுரம்.
Muttulingapuram (Z).	முத்துலிங்கபுரம்.
Muttunāyakapuram (Z).	முத்துநாயகபுரம்.
Nadukkōttai (Z).	நடுக்கோட்டை.
Naduvakkōttai ..	நடுவக்கோட்டை.
Nāgaiyāpuram (Z).	நாகையாபுரம்.
Nakkalpatti (Z) ..	நக்கல்பட்டி.
Nallamaram ..	நல்லமரம்.
Nallamanāyakkanpatti (I).	நல்லமநாயக்கன்பட்டி.
Nallatātanāyakkanpatti (Z).	நல்லதாதநாயக்கன்பட்டி.

TIRUMANGALAM TĀLŪK—*cont.* திருமங்கலம் தாலுகா—தொடர்ச்சி.

Nallattēvanpatti.	நல்லத்தேவன் பட்டி.
Nāttāmangalam ..	நாட்டாமங்கலம்.
Nāyakkanpatti (I)	நாயக்கன்பட்டி.
Nedungulam ..	நெடுங்குளம்.
Ōdaippatti ..	ஓடைப்பட்டி.
Palaiyūr (I) ..	பழையூர்.
Palakkāpudup-patti (I).	பழக்காபுதுப்பட் டி.
Pānamūppanpatti.	பாணமூப்பன் பட்டி.
Pannikkundu ..	பண்ணிக்குண்டு.
Panniyān ..	பண்ணியான்.
Pāppāpatti ..	பாப்பாபட்டி.
Pāppayyāpuram (Z).	பாப்பய்யாபுரம்.
Pāppināyakkan-patti (Z).	பாப்பிநாயக்கன் பட்டி.
Pāppureddipatti (Z).	பாப்பு ரெட்டி பட்டி.
Paraikkulam ..	பாறைக்குளம்.
Pāraippatti ..	பாறைப்பட்டி.
Pāraippatti (Z) ..	பாறைப்பட்டி.
Pērayampatti (Z).	பேரயம்பட்டி.
Pēraiyūr (Z) ..	பேரையூர்.
Periyakattalai ..	பெரியகட்டளை.
Perumālpatti ..	பெருமாள்பட்டி.
Perungāmanallūr.	பெருங்காமநல் லூர்.
Peykkulam ..	பேய்க்குளம்.
Pōduvārpatti (Z).	போடுவார்பட்டி.
Pokkalāppatti (Z).	பொக்களாப்பட்டி.
Pokkampatti ..	பொக்கம்பட்டி.
Ponnamangalam.	பொன்னமங்கலம்.
Ponnampatti ..	பொன்னம்பட்டி.
Ponnayyapuram (Z).	பொன்னய்யாபுர ம்.
Poruppumēttup-patti.	பொருப்புமேட்டுப் பட்டி.
Pōttanadi (Z) ..	போத்தநதி.
Pōttampatti ..	போத்தம்பட்டி.
Pottulupatti ..	பொட்டுலுபட்டி.
Puduppatti (Ānaiyūr).	புதுப்பட்டி (ஆனை யூர்).
Puduppatti (Tirumāl).	புதுப்பட்டி (திரு மால்).
Puduppatti (Z) ..	புதுப்பட்டி.
Pulakkattai (Z) ..	புலக்கட்டை.
Puliyakavundan-patti.	புலியகவுண்டன் பட்டி.
Puliyangulam ..	புளியங்குளம்.
Pullanēri ..	புல்லனேரி.
Pungangulam (I).	புங்கங்குளம்.
Pūsalapuram ..	பூசலபுரம்.
Rāmanāthapuram (Z).	ராமநாதபுரம்.
Rāvuttanpatti (Z).	ராவுத்தன்பட்டி.
Rāyapālaiyam ..	ராயபாளையம்.
Rudrappanāyak-kanpatti (Z).	ருத்திரப்பநாயக் கன்பட்டி.
Sadaichchipatti (I).	சடைச்சிபட்டி.
Sakkarappa-nāyakkanūr.	சக்கரப்பநாயக்க னூர்.
Sālaichchandai ..	சாலைச்சந்தை.
Salippapillaiyār-nattam.	சலிப்பபிள்ளையார் நத்தம்.
Sandaiyūr (Z) ..	சந்தையூர்.
Sānimallampatti.	சாணிமல்லம் பட்டி.
Sāptūr (Z) ..	சாப்டூர்.
Sāttankudi ..	சாத்தன்குடி.
Savudārpatti ..	சவுடார்பட்டி.
Sēdappatti ..	சேடப்பட்டி.
Sembarani ..	செம்பரணி.
Sempatti (Tona) (Z).	செம்பட்டி (தொண).
Sengappadai ..	செங்கப்படை.
Sengulam ..	செங்குளம்.
Sengulam (I) ..	செங்குளம்.
Sikkampatti ..	சிக்கம்பட்டி.
Silaimalaippatti (Z).	சிலைமலைப்பட்டி.
Silārpatti ..	சிலார்பட்டி.
Sīlanāyakkanpatti (Z).	சீலநாயக்கன்பட் டி.
Sīmānūttu (I) ..	சீமானூத்து.
Sindupatti ..	சிந்துபட்டி.
Sirupatti ..	சிறுபட்டி.
Sittulotti ..	சித்துலொட்டி.
Sivarakōttai ..	சிவரகோட்டை.
Sorikkāmpatti (I).	சொரிக்காம்பட்டி.
Sūlapuram (Z) ..	சூலபுரம்.
Sundaralinga-puram (Z).	சுந்தரலிங்கபுரம்.
Sundarangundu ..	சுந்தரங்குண்டு.
Suppalāpuram (Z)	சுப்பலாபுரம்.
Tādaiyampatti ..	தாடையம்பட்டி.
Tambipatti (P) (Z).	தம்பிபட்டி.
Tambipatti (S) (Z).	தம்பிபட்டி.
Tambiyāpuram (Z).	தம்பியாபுரம்.
Tangalāchchēri ..	தங்களாச்சேரி.
Tāyanēri (N) (Z).	தாயனேரி.
Tayanēri (M) (Z).	தாயனேரி.

TIRUMANGALAM TĀLŪK—cont. திருமங்கலம் தாலுகா—தொடர்ச்சி.

Tennamanallūr .. தென்னமநல்லூர்.
Tidiyān .. திடியன்.
Timmanattam (Z). திம்மநத்தம்.
Tirali .. திரளி.
Tirumāl .. திருமால்.
Tirumangalam .. திருமங்கலம்.
Tirumanikkam .. திருமாணிக்கம்.
Tullukuttināyakkanūr (Z). துள்ளுகுட்டிநாயக்கனூர்.
Tulukkappatti (Z). துலுக்கப்பட்டி.
Tumbakkulam .. தும்பக்குளம்.
Tummakkundu .. தும்மக்குண்டு.
Tummalappatti .. தும்மலப்பட்டி.
Tummananāyakkanpatti (Z). தும்மணநாயக்கன்பட்டி.
Uchchappatti .. உச்சப்பட்டி.
Ulagāni .. உலகாணி.
Urappanūr .. உரப்பனூர்.
Usilampatti .. உசிலம்பட்டி.
Usilampatti (I) .. உசிலம்பட்டி.
Uttappanāyakkanūr (Z). உத்தப்பநாயக்கனூர்.
Uttapuram (Z) .. உத்தபுரம்.
Vadagarai .. வடகரை.
Vāgaikkulam .. வாகைக்குளம்.
Vagurani .. வகுரணி.
Vairāvi Ammāpatti (I). வைராவி அம்மாபட்டி.
Vaiyūr .. வையூர்.
Valaiyankulam .. வலையன்குளம்.
Vālāndūr .. வாளாந்தூர்.
Vandappuli (Z) .. வண்டப்புலி.
Vandāri .. வண்டாரி.
Vannānkulam .. வண்ணான்குளம்.
Vannānkulam (I). வண்ணான்குளம்
Vannivēlampatti. வண்ணிவேலம்பட்டி.
Vēlambūr .. வேலம்பூர்.
Vellākulam (S) .. வெள்ளாகுளம் (சு).
Vellākulam (K) .. வெள்ளாகுளம் (க).
Vellur (Z) .. வெள்ளூர்.
Venkatasamudram. வெங்கடசமுத்திரம்.
Venkatēswarapuram (Z). வெங்கடேசுவரபுரம்.
Venkatēswarapuram (Z). வெங்கடேசுவரபுரம்.
Vēppangulam .. வேப்பங்குளம்.
Vāppāmpatti .. வேப்பம்பட்டி.
Vēppanuttu .. வேப்பனூத்து.
Veyilāmpatti (I). வெயிலாம்பட்டி.
Vidattakulam (I). விடத்தகுளம்.
Vikkiramangalam. விக்கிரமங்கலம்.
Villūr .. வில்லூர்.
Vinnakudi .. விண்ணகுடி.
Virusangulam .. விருசங்குளம்.
Vittilpatti (Z) .. விட்டில்பட்டி.

MALABAR DISTRICT

Cālicut Tāluk. കോഴിക്കോട് താലൂക്ക്.

- Annassēri ... അന്നശ്ശേരി.
  - Annassēri ... അന്നശ്ശേരി.
- Beypore ... ബേപ്പൂർ.
  - Beypore ... ബേപ്പൂർ.
- Chāttamangalam ചാത്തമംഗലം.
  - Chātta-mangalam. ചാത്തമംഗലം.
  - Chēnōtt ... ചേനോത്ത്.
  - Malayamma ... മലയമ്മ.
  - Muttayatt ... മുട്ടയത്ത്.
  - Pullanūr ... പുള്ളന്നൂര്.
  - Pullāvūr ... പുല്ലാവൂര്.
  - Vennakkōd (S. No. 172). വെണ്ണക്കോട്.
  - Vennakkōd (S. No. 121). വെണ്ണക്കോട്.
- Chelavūr ... ചെലവൂര്.
  - Chelavūr ... ചെലവൂര്.
  - Cheruvatta ... ചെറുവററ.
  - Kōnōtt ... കോണോട്ട്.
  - Parambil ... പറമ്പിൽ.
- Cherukulattūr ... ചെറുകുളത്തൂര്.
  - Cherukulattūr ചെറുകുളത്തൂര്.
  - Mundakkal ... മുണ്ടക്കൽ.
  - Peringalam .. പെരിങ്ങളം.
  - Pūvāttu-paramba. പൂവാട്ടുപറമ്പ്.
- Cheruppa ... ചെറുപ്പ.
  - Cheruppa ... ചെറുപ്പ.
  - Malapram ... മലപ്പ്രം.
  - Manakkād ... മണക്കാട്.
  - Valayannūr ... വളയന്നൂര്
- Cheruvannūr ... ചെറുവണ്ണൂര്.
  - Cheruvannūr. ചെറുവണ്ണൂര്.
- Chēvāyūr ... ചേവായൂര്.
  - Chēvāyūr ... ചേവായൂര്.
- Chīkkilōd ... ചീക്കിലോട്.
  - Chīkkilōd ... ചീക്കിലോട്.
  - Kolattūr ... കൊളത്തൂര്.
- Chūlūr ... ചൂലൂര്.
  - Chūlūr ... ചൂലൂര്.
  - Koyimanna ... കൊഴിമണ്ണ.
  - Kūlakkōd ... കൂഴക്കോട്.
  - Sankētam ... സങ്കേതം.
  - Vellanūr ... വെള്ളന്നൂര്.
- Elattūr ... എലത്തൂര്.
  - Elattūr ... എലത്തൂര്.
  - Peruntirutti. പെരുന്തിരുത്തി.
- Elēttil ... എളേററിൽ.
  - Āvilōra ... ആവിലോറ.
  - Elēttil ... എളേററിൽ.
  - Valiya-paramba. വലിയപറമ്പ്.
- Eravannūr ... എരവണ്ണൂര്.
  - Eravannūr ... എരവണ്ണൂര്.
  - Pullālūr (S. No. 93). പുല്ലാളൂര്.
- Etakkād .. എടക്കാട്.
  - Etakkād ... എടക്കാട്.
  - Pudiyangādi. പുതിയങ്ങാടി.
- Iringallūr ... ഇരിങ്ങല്ലൂര്.
  - Iringallūr ... ഇരിങ്ങല്ലൂര്.
  - Pālāli ... പാലാഴി.
- Kachchēri ... കച്ചേരി.
  - Kachchēri (S. No. 29). കച്ചേരി.
  - Kurumbrak-kāttussēri. കുറുമ്പ്രക്കാട്ടുശ്ശേരി.
- Kalattinkunnu. കളത്തിങ്കുന്ന്.
  - Kalattin-kunnu. കളത്തിങ്കുന്ന്.
- Kannankara ... കണ്ണങ്കര.
  - Ichchanūr ... ഇച്ചന്നൂര്.
  - Indād ... ഇരന്നാട്.
  - Kandanūr ... കണ്ടന്നൂര്.
  - Kannankara കണ്ണങ്കര.
- Kanniparamba. കണ്ണിപറമ്പ്.
  - Kanni-paramba. കണ്ണിപറമ്പ്.
  - Pālangād (S. No. 180). പാലങ്ങാട്.
- Kārannūr ... കാരന്നൂര്.
  - Kārannūr ... കാരന്നൂര്.
  - Puttūr (S. No. 25). പുത്തൂര്.
- Karuvassēri ... കരുവശ്ശേരി.
  - Karuvassēri ... കരുവശ്ശേരി.
  - Mokavūr ... മൊകവൂര്.
- Kasava ... കസവ.
  - Kāryankunn. കാര്യങ്കുന്ന്.

CĀLICUT TĀLŪK—*cont.* കോഴിക്കോട് താലൂക്ക്—തുടൎച്ച.

Kasava	...	കസവ.
Kedavūr	...	കെടവൂര്.
Chamala	...	ചമല.
Īrppōna	...	ഈൎപ്പോണ.
Kedavūr	...	കെടവൂര്.
Pallippuram.		പള്ളിപ്പുറം.
Pūnūr	...	പൂനൂര്.
Kilakkōtt	...	കിഴക്കോത്ത്.
Kilakkōtt	...	കിഴക്കോത്ത്.
Pannūr	...	പന്നൂര്.
Kodal	...	കൊടൽ.
Kailamatam.		കൈലമഠം.
Kodal	...	കൊടൽ.
Kodiyattūr	...	കൊടിയത്തൂര്.
Cheruvādi	...	ചെറുവാടി.
Kodiyattūr	...	കൊടിയത്തൂര്.
Kōttūli	..	കോട്ടൂളി.
Kōttūli	...	കോട്ടൂളി.
Parayanchēri.		പറയഞ്ചേരി.
Koduvalli	...	കൊടുവള്ളി.
Koduvalli	...	കൊടുവള്ളി.
Koduvanmuli.		കൊടുവൻമുഴി.
Talapperumanna.		തലപ്പെരുമണ്ണ.
Kōvūr	...	കോവൂര്.
Kōvūr	...	കോവൂര്.
Kuttikkāttūr.		കുററിക്കാട്ടൂര്.
Velliparamba		വെള്ളിപറമ്പ്.
Kūdattāyi	...	കൂടത്തായി.
Chemmarudāyi.		ചെമ്മരുതായി.
Kōrōntiri	...	കോറോന്തിരി.
Kūdattāyi	...	കൂടത്തായി.
Omassēri	...	ഓമശ്ശേരി.
Pālōna	...	പാലോണ.
Perilli	...	പെരില്ലി.
Kumāranallūr	...	കുമാരനല്ലൂര്.
Alli	...	അള്ളി.
Ānayankunnu.		ആനയംകുന്ന്.
Kumāranallūr.		കുമാരനല്ലൂര്.
Kunnamangalam.		കുന്നമംഗലം.
Kunnamangalam.		കുന്നമംഗലം.
Kuruvattūr	...	കുരുവട്ടൂര്.
Kuruvattūr	...	കുരുവട്ടൂര്.
Payimbra	...	പയിമ്പ്ര.
Polūr	...	പോലൂര്.
Pullālūr (S. No. 59).		പുല്ലാളൂര്.
Makkada	...	മക്കട.
Batirūr	...	ബതിരൂര്.
Makkada	...	മക്കട.
Morīkkara	...	മൊരീക്കര.
Manāssēri	...	മണാശ്ശേരി.
Chēnna-Mangalūr.		ചേന്നമംഗലൂര്.
Manāssēri	...	മണാശ്ശേരി.
Madavūr	...	മടവൂര്.
Muttānchēri.		മുട്ടാഞ്ചേരി.
Māvūr	...	മാവൂര്.
Aduvād	...	അടുവാട്.
Kalpalli	...	കല്പള്ളി.
Māvūr	...	മാവൂര്.
Māyanād	...	മായനാട്.
Kārantūr	...	കാരന്തൂര്.
Māyanād	...	മായനാട്.
Paingōttupuram.		പൈങ്ങോട്ടുപുരം.
Nadukil	...	നടുകിൽ.
Naduvallūr	...	നടുവല്ലൂര്.
Naduvallūr	...	നടുവല്ലൂര്.
Pāvāndūr	...	പാവാണ്ടൂര്.
Rāmallūr	...	രാമല്ലൂര്.
Naduvattam	...	നടുവട്ടം.
Naduvattam.		നടുവട്ടം.
Nagaram	...	നഗരം.
Nagaram	...	നഗരം.
Nallalam	...	നല്ലളം.
Nallalam	..	നല്ലളം.
Nanminda	...	നന്മിണ്ട.
Nanminda	...	നന്മിണ്ട.
Nediyanād	...	നെടിയനാട്.
Nediyanād	...	നെടിയനാട്.
Nedungōttūr	...	നെടുങ്ങോട്ടൂര്.
Nedungōttūr		നെടുങ്ങോട്ടൂര്.
Nellikkōd	...	നെല്ലിക്കോട്.
Nīlēswaram	...	നീലേശ്വരം.
Chokkūr	...	ചോക്കൂര്.
Kulikkipra	...	കുളിക്കിപ്ര.
Nadukil	...	നടുകിൽ.
Nīlāswaram.		നീലേശ്വരം.
Pālanūr	...	പാലനൂര്.
Pūlappōyil	...	പൂളപ്പൊയിൽ.
Techchiyad	...	തെച്ചിയാട്.
Olavanna	...	ഒളവണ്ണ.
Olavanna	...	ഒളവണ്ണ.

CALICUT TALŪK—*cont.* കോഴിക്കോട് താലൂക്ക്—തുടര്ച്ച.

Padinnāttummuri.	പടിഞ്ഞാറ്റുമ്മുറി.
Kirālūr ...	കിരാലൂര്.
Kilakkummuri.	കിഴക്കുമ്മുറി.
Mūrikkara ...	മൂരിക്കര.
Mūttōli ...	മൂട്ടോളി.
Padinnāttummuri.	പടിഞ്ഞാറ്റുമ്മുറി.
Paimbālasseri ...	പൈമ്പാലശ്ശേരി.
Ārāmbram ...	ആരാമ്പ്രം.
Paimbālassēri	പൈമ്പാലശ്ശേരി.
Pullikkōtt ...	പുള്ളിക്കോത്ത്.
Pālatt ...	പാലത്ത്.
Irivallūr ...	ഇരിവല്ലൂര്.
Pālatt ...	പാലത്ത്.
Pannikkōd ...	പന്നിക്കോട്.
Kakkād ...	കക്കാട്.
Kārassēri ...	കാരശ്ശേരി.
Pannikkōd ...	പന്നിക്കോട്.
Pannikkōttūr ...	പന്നിക്കോട്ടൂര്.
Kotōli ...	കൊടോളി.
Kundāyi ...	കുണ്ടായി.
Pālangād (S. No. 100).	പാലങ്ങാട്.
Pannikkōttūr.	പന്നിക്കോട്ടൂര്.
Panniyankara ...	പന്നിയങ്കര.
Panniyankara.	പന്നിയങ്കര.
Parambattukāvu.	പറമ്പത്ത് കാവ്.
Karuvamboyil.	കരുവമ്പൊയില്.
Mānipuram ...	മാനിപുരം.
Parambattukāvu.	പറമ്പത്ത് കാവ്.
Pāranuūr ...	പാറന്നൂര്.
Pārannūr ...	പാറന്നൂര്.
Pūnūrcherupālam.	പൂനൂര്ചെറുപാലം.
Perumanna ...	പെരുമണ്ണ.
Perumanna ...	പെരുമണ്ണ.
Peruvayal ...	പെരുവയല്.
Kāyal ...	കായല്.
Peruvayal ...	പെരുവയല്.
Pūlakkōd ...	പൂളക്കോട്.
Ārayankōd ...	അരയങ്കോട്.
Erimala ...	എരിമല.
Munnūr ...	മുന്നൂര്.
Nāyarkuli ...	നായര്കുഴി.
Pālūr ...	പാലൂര്.
Pūlakkōd ...	പൂളക്കോട്.
Punnassēri ...	പുന്നശ്ശേരി.
Kuttambūr ...	കുട്ടമ്പൂര്.
Punnassēri ...	പുന്നശ്ശേരി.
Puduppādi ...	പുതുപ്പാടി.
Malapuram ...	മലപുരം.
Pāttūr ...	പാട്ടൂര്.
Puduppādi ...	പുതുപ്പാടി.
Velappūr ...	വെഴപ്പൂര്.
Puttūr ...	പുത്തൂര്.
Kedayattūr ...	കെടയത്തൂര്.
Puttūr (S. No. 131).	പുത്തൂര്.
Vennakkōd (S. No. 121)	വെണ്ണക്കോട്.
Rārott ...	രാരോത്ത്.
Andōna ...	അണ്ടോണ.
Chembra ...	ചെമ്പ്ര.
Karingamanna.	കരിങ്കമണ്ണ.
Rārōtt ...	രാരോത്ത്.
Velimanna ...	വെളിമണ്ണ.
Talakkulattūr ...	തലക്കുളത്തൂര്.
Talakkulattūr.	തലക്കുളത്തൂര്.
Tāmarassēri ...	താമരശ്ശേരി.
Marutād ...	മരുതാട്.
Muduvād ...	മുടുവാട്.
Tāmarassēri.	താമരശ്ശേരി.
Tālēkkōd ...	താഴേക്കോട്.
Kachchēri (S. No. 159).	കച്ചേരി.
Tālēkkōd ...	താഴേക്കോട്.
Tiruvambādi ...	തിരുവമ്പാടി.
Cherupra ...	ചെറുപ്ര.
Kūtaranni ...	കൂടരഞ്ഞി.
Marakkāttupuram.	മരക്കാട്ടുപുരം.
Tiruvambādi.	തിരുവമ്പാടി.
Valayanād ...	വളയനാട്.
Kommēri ...	കൊമ്മേരി.
Valayanād ...	വളയനാട്.
Vellāyikkōd ...	വെള്ളായിക്കോട്.
Puttūr (S. No. 72).	പുത്തൂര്.
Vellāyikkōd.	വെള്ളായിക്കോട്.
Vāvad ...	വാവാട്.
Erannōna ...	എരഞ്ഞോണ.
Kalarāntiri ...	കളരാന്തിരി.

CALICUT TĀLŪK—*cont.* കോഴിക്കോട് താലൂക്ക്—തുടർച്ച.

Panakkōd ...	പനങ്കോട്.	Vēngēri ...	വേങ്ങേരി.
Porangōttūr.	പൊറങ്ങോട്ടൂര്.	Varudūr ...	വരുതൂര്.
Vāvād ...	വാവാട്	Vēngēri ..	വേങ്ങേരി.

CHIRAKKAL TĀLŪK—ചിറക്കൽ താലൂക്ക്.

Ālappadamba ..	ആലപ്പടമ്പ.	Tavarūl ...	തവരൂൽ.
Ālappadamba	ആലപ്പടമ്പ.	Cherukunnu ...	ചെറുകുന്ന്.
Kuruvēli ...	കുറുവേലി.	Cherukunnu.	ചെറുകുന്ന്.
Padavannūr.	പടവന്നൂര്.	Cherutālam ...	ചെറുതാഴം.
Ancharakkandi.	അഞ്ചരക്കണ്ടി.	Cherutālam ...	ചെറുതാഴം.
Ancharak-kandi.	അഞ്ചരക്കണ്ടി.	Chirakkal ...	ചിറക്കൽ.
Kāmatt ...	കാമത്ത്.	Chirakkal ...	ചിറക്കൽ.
Māmba ...	മാമ്പ.	Pulādi (S. No. 169).	പുഴാതി.
Muringēri ...	മുരിങ്ങേരി.	Valapattanam	വളപട്ടണം.
Palēri ...	പലേരി.	Chulali ...	ചുഴലി.
Āndūr ...	ആന്തൂര്.	Chulali ...	ചുഴലി.
Āndūr ...	ആന്തൂര്.	Kolattūr ...	കോലത്തൂര്.
Kodallūr ...	കൊടല്ലൂര്.	Niduvālūr (S. No. 69).	നിടുവാലൂര്.
Nanichchēri.	നണിച്ചേരി.	Edakkād ...	എടക്കാട്.
Alikkōd ...	അഴീക്കോട്.	Āttadappa ...	ആറ്റടപ്പ.
Alikkōd ...	അഴീക്കോട്.	Chāla-padinnārēk-kara.	ചാലപടിഞ്ഞാറേക്കര.
Cannanore Karār.	കണ്ണനൂർ കരാറ്.	Chālapandran-dukandi.	ചാലപന്ത്രണ്ടുകണ്ടി.
Cannanore Karār.	കണ്ണനൂർ കരാറ്.	Chirakkutāla.	ചിറക്കുതാഴ.
Chēlēri ...	ചേലേരി.	Edakkād ...	എടക്കാട്.
Chēlēri ..	ചേലേരി.	Kilunna ...	കിഴുന്ന.
Kārayāppa ...	കാരയാപ്പ.	Kuttikkakam.	കുറ്റിക്കകം.
Nūnnēri ...	നൂഞ്ഞേരി.	Tōttada ...	തോട്ടട.
Valavil-chēlēri.	വളവിൽ ചേലേരി.	Elayāvūr ...	എളയാവൂര്.
Chēlōra ...	ചേലോറ.	Atirakam ...	അതിരകം.
Chēlōra ...	ചേലോറ.	Chovva ...	ചൊവ്വ.
Kāppād ...	കാപ്പാട്.	Elayāvūr ...	എളയാവൂര്.
Māvichchēri.	മാവിച്ചേരി.	Kiluttalli ...	കിഴുത്തള്ളി.
Peringalāyi ..	പെരിങ്ങളായി.	Mundayād ...	മുണ്ടയാട്.
Tilānnūr ...	തിലാന്നൂര്.	Eramam ...	എരമം.
Valannūr ...	വളന്നൂര്.	Eramam ...	എരമം.
Chembilōd ...	ചെമ്പിലോട്.	Māta-mangalam.	മാതമംഗലം.
Chāla-kilakkēk-kara.	ചാലകിഴക്കേക്കര.	Perūl ...	പെരൂൽ.
Chembilōd ...	ചെമ്പിലോട്.	Eruvessi ...	എരുവെശ്ശി.
Kōyōd ...	കോയോട്.	Eruvessi ...	എരുവെശ്ശി.
Tannada ...	തന്നട.	Payyāvūr ...	പയ്യാവൂര്.
Chengalāyi ...	ചെങ്ങളായി.	Elōm ...	ഏരോം.
Chengalāyi ...	ചെങ്ങളായി.	Eripuram-chengal.	എരിപുരം ചെങ്ങൽ.
Pārippāyi ...	പരിപ്പായി.	Elōm ...	ഏരോം.
Perinkonna..	പെരിങ്കൊന്ന.		

CHIRAKKAL TĀLŪK—*cont.* ചിറക്കൽ താലൂക്ക്—തുടച്ച.

Kottila ... കൊട്ടില.
Narikkōd ... നരിക്കോട്.

Irikkūr ... ഇരിക്കൂര്.
Chēdichchēri... ചേടിച്ചേരി.
Irikkūr ... ഇരിക്കൂര്.
Kōlōd ... കോളോട്.
Kulinna ... കുളിഞ്ഞ
Kuttāvu ... കുട്ടാവു.
Niduvālūr (S. No. 98). നിടുവാലൂര്.
Pattuvam (S. No. 96). പട്ടുവം.

Irināva ... ഇരിണാവ.
Irināva ... ഇരിണാവ.
Madakkara ... മടക്കര.
Tekkumbād ... തെക്കുമ്പാട്.

Irivēri ... ഇരിവേരി.
Irivēri ... ഇരിവേരി.
Kakkōtt ... കക്കോത്ത്.
Kanayannūr ... കണയന്നൂര്.
Midālōd ... മിടാലോട്.
Mutukkutti ... മുളക്കുററി.
Talavil (S. No. 230). തലവിൽ

Kadambūr ... കടമ്പൂര്.
Ādūr (S. No. 264) ആഡൂര്.
Kadambūr ... കടമ്പൂര്.
Kannādichchāl. കണ്ണാടിച്ചാൽ.
Kōttūr (S. No. 265). കോട്ടൂര്.
Ōrikkara ... ഓരിക്കര.

Kadannappalli ... കടന്നപ്പള്ളി.
Cheruvāchchēri. ചെറുവാച്ചേരി.
Kadannappalli. കടന്നപ്പള്ളി.

Kallyād ... കല്യാട്.
Blattūr ... ബ്ലാത്തൂര്.
Chēttuvatti .. ചേററുവട്ടി.
Kallyād ... കല്യാട്.
Nuchchiyād ... നുച്ചിയാട്
Parikkulam ... പരിക്കുളം.
Perumanna ... പെരുമണ്ണ.
Tirūr ... തിരൂര്.

Kalyāssēri ... കല്യാശ്ശേരി.
Kalyāssēri ... കല്യാശ്ശേരി.
Kannapuram (S. No. 161). കണ്ണപുരം.

Kandakkayi ... കണ്ടക്കയി.
Iruvāppula ... ഇരുവാപ്പുഴ.
Nambram. ... നമ്പ്രം.
Kandakkayi. കണ്ടക്കയി.
Kōttayād ... കോട്ടയാട്.
Peruvangūr... പെരുവങ്ങൂർ.
Vēlam ... വേളം.

Kānkōl ... കാങ്കോൽ.
Ālakkād ... ആലക്കാട്.
Kānkōl ... കാങ്കോൽ.
Vadassēri ... വടശ്ശേരി.

Kannādi-paramba. കണ്ണാടിപറമ്പ.
Kannādi-paramba കണ്ണാടിപറമ്പ്
Mālōtt ... മാലോട്ട്.
Mātōdam ... മാതോടം.
Pulippa ... പുലിപ്പ.

Kannapuram ... കണ്ണപുരം.
Kannapuram (S. No. 155). കണ്ണപുരം.

Kānnilēri ... കാഞ്ഞിലേരി.
Chērikkōd ... ചേരിക്കോട്.
Elleranni ... എള്ളെരഞ്ഞി.
Kānnilēri ... കാഞ്ഞിലേരി.
Kaytapram (S. No. 77). കയ്തപ്രം.
Nidungōtt ... നിടുങ്ങോത്ത്.

Kānnirōd ... കാഞ്ഞിരോട്.
Kānnirōd ... കാഞ്ഞിരോട്.
Poravūr ... പൊററവൂര്.
Talamunda ... തലമുണ്ട.
Tāttiyōd ... താററിയോട്.

Karivellūr ... കരിവെള്ളൂര്.
Krivellūr ... കരിവെള്ളൂര്.
Vadakumbād (S. No. 8). വടക്കുമ്പാട്.

Kayaralam ... കയരളം.
Kayaralam ... കയരളം.
Mullakkodi ... മുള്ളക്കൊടി.
Naniyūr Nambram. നണിയൂര് നമ്പ്രം.
Kokkānisseri. കൊക്കാനിശ്ശേരി.
Annūr ... അന്നൂര്.
Kokkānissēri. കൊക്കാനിശ്ശേരി.
Tāyanēri .. തായനേരി.

CHIRAKKAL TĀLUK—*cont.* ചിറക്കൽ താലൂക്ക് —തുടച്ച്.

Kolassēri ... കൊളച്ചേരി.
- Kambil ... കമ്പിൽ.
- Kolassēri .. കൊളച്ചേരി.
- Naniyūr ... നണിയൂര്.
- Pāmburutti ... പാമ്പുരുത്തി.
- Pāttayam ... പാട്ടയം.
- Perumachcheri (S. No. 187). പെരുമാച്ചേരി.

Kōrōm .. കോറോം.
- Kānāyi ... കാനായി.
- Kōrōm ... കോറോം.
- Maniyara ... മണിയറ.
- Muttatti ... മുത്തത്തി.

Koyyam ... കൊയ്യം.
- Koyyam . കൊയ്യം.
- Pārakkādi ... പാറക്കാടി.
- Peruntilēri ... പെരുന്തിലേരി.
- Teralayi ... തെറളായി.
- Tēratala ... തേറ്റതല.
- Valakkayi . വളക്കയി.

Kunnaryam ... കുന്നര്യം.
- Ettikkulam ... എട്ടിക്കുളം.
- Kunnaryam... കുന്നര്യം.
- Pālakkōd ... പാലക്കോട്.

Kunnimangalam. കുഞ്ഞിമംഗലം.
- Edanād ... എടനാട്.
- Kunnimangalam. കുഞ്ഞിമംഗലം.

Kurumāttūr ... കുറുമാത്തൂര്.
- Kanichchāmbal. കണിച്ചാമ്പൽ.
- Kiriyād ... കിരിയാട്.
- Kurumāttūr . കുറുമാത്തൂര്.
- Mundēri (S. No. 128). മുണ്ടേരി.
- Panakkād .. പനക്കാട്.
- Pullānniyōd .. പുല്ലാഞ്ഞിയോട്.

Kuttūr .. കുറ്റൂര്.
- Karippāl ... കരിപ്പാൽ.
- Kuttūr ... കുറ്റൂര്.
- Vellōra ... വെള്ളോറ.

Kuttyāttūr ... കുറ്റ്യാട്ടൂര്.
- Kuttyāttūr ... കുറ്റ്യാട്ടൂര്.
- Pāvannūr ... പാവന്നൂര്.
- Palassi .. പഴശ്ശി.

Kuttyēri .... കുറ്റ്യേരി.
- Cheriyūr ... ചെറിയൂര്.
- Kānnirangād. കാഞ്ഞിരങ്ങാട്.
- Kuttyēri ... കുറ്റ്യേരി.
- Mavichchēri.. മാവിച്ചേരി.
- Pānangattūr... പനങ്ങാട്ടൂര്.
- Talora ... തലോറ.
- Vellāva ... വെള്ളാവ.

Kūvēri ... കൂവേരി.
- Chepparappadava. ചെപ്പാരപ്പടവ്.
- Kūvēri .. കൂവേരി.
- Padappēngad. പടപ്പേങ്ങാട്.

Mādāyi ... മാടായി.
- Mādāyi .. മാടായി.
- Pudiyangādi. പുതിയങ്ങാടി.
- Vengara ... വെങ്ങര.

Makrēri ... മക്രേരി.
- Bavōd ... ബാവോട്.
- Kilalūr ... കിളാലൂര്.
- Kōttam ... കോട്ടം.
- Makrēri ... മക്രേരി.
- Mundalūr ... മുണ്ടലൂര്.
- Pariyāram (S. No. 240). പരിയാരം.
- Pilanni ... പിലാഞ്ഞി.
- Vadakkumbād (S. No. 244). വടക്കമ്പാട്.

Malappattam ... മലപ്പട്ടം.
- Adichchēri ... അടിച്ചേരി.
- Ādūr (S. No. 73). ആഡൂര്.
- Chūliyad ... ചൂളിയാട്.
- Kolanta ... കൊളന്ത.
- Kōvuntala ... കോവുന്തല.
- Malappattam. മലപ്പട്ടം.

Māniyūr ... മാണിയൂര്.
- Māniyūr ... മാണിയൂര്.
- Vēsāla ... വേശാല.

Māttūl ... മാട്ടൂൽ.
- Māttūl ... മാട്ടൂൽ.

Māvilāyi മാവിലായി.
- Cherumāvilāyi. ചെറുമാവിലായി.
- Māvilāyi ... മാവിലായി.
- Mōchchēri ... മോച്ചേരി.
- Olavil ... ഒളവിൽ.
- Poduvāchchēri. പൊതുവാച്ചേരി.

Mayyil ... മയ്യിൽ.
- Cherupalassi... ചെറുപഴശ്ശി.
- Mayyil ... മയ്യിൽ.

CHIRAKKAL TALŪK—*cont.* ചിറക്കൽ താലൂക്ക്—തുടർച്ച.

- Perumāchchēri (S. No. 204). പെരുമാച്ചേരി.
- **Mōrāla** .. മോറാഴ.
  - Kānūl .. കാനൂൽ.
  - Mōrāla .. മോറാഴ.
- **Mundēri** .. മുണ്ടേരി.
  - Echchūr .. ഏച്ചൂര്.
  - Mundēri (S. No. 212). മുണ്ടേരി.
- **Muyyam** .. മുയ്യം.
  - Cheppannūr. ചെപ്പന്നൂര്.
  - Muyyam .. മുയ്യം.
  - Pārād .. പാറാട്.
  - Vadakkānchēri. വടക്കാഞ്ചേരി.
  - Varadūl .. വരട്ടൂൽ.
- **Mulappilangād.** മുഴപ്പിലങ്ങാട്.
  - Edakkād-angādi. എടക്കാടങ്ങാടി.
  - Mammākkunnu. മമ്മാക്കുന്ന്.
  - Mulappilangād. മുഴപ്പിലങ്ങാട്.
- **Naduvil** .. നടുവിൽ.
  - Naduvil .. നടുവിൽ.
- **Nārātt** .. നാറാത്ത്.
  - Nārātt .. നാറാത്ത്.
  - Niduvōtt .. നിടുവോട്ട്.
  - Pallēri .. പള്ളേരി.
- **Nidiyenga** .. നിടിയേങ്ങ.
  - Chepparamba. ചെപ്പറമ്പ്.
  - Kāyumbāyi. കായുമ്പായി.
  - Nidiyenga .. നിടിയേങ്ങ.
- **Padiyūr** .. പടിയൂര്.
  - Kulilūr .. കുഴിലൂര്.
  - Padiy ū .. പടിയൂര്.
  - Ūrattūr .. ഊരത്തൂര്.
  - Vayattūr .. വയത്തൂര്.
- **Pānappula** .. പാണപ്പുഴ.
  - Ālakkād (S. No. 41). ആലക്കാട്.
  - Ēriyam .. ഏരിയം.
  - Kaytapram (S. No. 44). കയ്തപ്രം.
  - Pānappula .. പാണപ്പുഴ.
  - Paravūr .. പറവൂര്.
- **Panniyūr** .. പന്നിയൂര്.
  - Kūnam .. കൂനം.
  - Malūr .. മഴൂര്.
  - Panniyūr .. പന്നിയൂര്.
  - Pūmangālam. പൂമംഗലം.
- **Pāppinissēri** .. പാപ്പിനിശ്ശേരി.
  - Arōli .. അരോളി.
  - Pāppinissēri. പാപ്പിനിശ്ശേരി.
- **Pariyāram** .. പരിയാരം.
  - Iringal .. ഇരിങ്ങൽ.
  - Mukkunnu ... മുക്കുന്ന്.
  - Pariyāram (S. No. 50). പരിയാരം.
- **Pattuvam** ... പട്ടുവം.
  - Arīl ... അരീൽ.
  - Pattuvam (S. No. 141). പട്ടുവം.
- **Payyannūr** ... പയ്യന്നൂര്.
  - Kavvāyi ... കവ്വായി.
  - Payyannūr ... പയ്യന്നൂര്.
- **Peralam** ... പെരളം.
  - Kovurmmal ... കൊവ്വമ്മൽ.
  - Peralam ... പെരളം.
  - Puttūr ... പുത്തൂര്.
- **Peringōm** ... പെരിങ്ങോം.
  - Peringōm ... പെരിങ്ങോം.
  - Perintatta ... പെരിന്തട്ട.
  - Tavitissēri ... തവിടിശ്ശേരി.
- **Pulāti** ... പുഴാതി.
  - Chālād ... ചാലാട്.
  - Kānattūr ... കാനത്തൂര്.
  - Kannōttumchāl. കണ്ണോത്തുംചാൽ.
  - Pallikkunnu. പള്ളിക്കുന്ന്.
  - Pulādi (S. No. 175). പുഴാതി.
- **Rāmantali** ... രാമന്തളി.
  - Rāmantali ... രാമന്തളി.
- **Srīkantapuram.** ശ്രീകണ്ഠപുരം.
  - Kōttūr (S. No. 265). കോട്ടൂര്.
  - Srīkantapuram. ശ്രീകണ്ഠപുരം.
  - Trikkadamba. തൃക്കടമ്പ.
  - Vayakkara (S. No. 76). വയക്കര.
- **Tadikkadavu** ... തടിക്കടവ്.
  - Arangam ... അരങ്ങം.
  - Tadikkadavu. തടിക്കടവ്.
  - Talavil (S. No. 62). തലവിൽ.

CHIRAKKAL TĀLŪK—*cont.* ചിറക്കൽ താലൂക്ക്—തുടച്ച്

- **Timiri** … തിമിരി.
- **Talipparamba** … തളിപ്പറമ്പ്.
  - Kilāttūr … കീഴാററൂര്.
  - Kuppam … കുപ്പം.
  - Kuttikkōl … കററിക്കോൽ.
  - Kūvōtt … കൂവോട്ട്.
  - Talipparamba തളിപ്പറമ്പ്.
  - Trichchambāram. തൃച്ചംബരം.
- **Tiruvattūr** … തിരുവട്ടൂര്.
  - Pāchchēri … പാച്ചേരി.
  - Tiruvattūr … തിരുവട്ടൂര്.
  - Vāyād … വായാട്.
- **Valiyannūr** … വലിയന്നൂര്.
  - Valiyannūr … വലിയന്നൂര്.
  - Vāram … വാരം.
- **Vayakkara** … വയക്കര.
  - Naramba … നരമ്പ.
  - Pulingōm .. പുളിങ്ങോം.
  - Vayakkara (S. No. 34). വയക്കര.
- **Vellūr** … വെള്ളൂര്.
  - Kandōtt … കണ്ടോത്ത്
  - Kārammal … കാരമ്മൽ.
  - Vellūr … വെള്ളൂര്.

COCHIN TĀLŪK. കൊച്ചി താലൂക്ക.

- **Cochin** … കൊച്ചി.

ERNĀD TĀLŪK. ഏറനാട് താലൂക്ക്.

- **Amarambalam.** അമരമ്പലം.
  - Amarambalam. അമരമ്പലം.
- **Ānakkayam** … ആനക്കയം.
  - Ānakkaym … ആനക്കയം.
  - Perimbalam. പെരിമ്പലം.
  - Vengālūr … വെങ്ങാലൂര്.
- **Āndiyūrkunnu.** ആന്തിയൂർകുന്ന്.
  - Āndiyūrkunnu. ആന്തിയൂർകുന്ന്.
  - Molangallūr മൊഴങ്ങല്ലൂര്.
  - Muttayūr … മുട്ടയൂര്.
  - Nūnnallūr … നൂഞ്ഞല്ലൂര്.
  - Valiyaparamba. വലിയപറമ്പ്.
  - Vellāra … വെള്ളാര.
- **Arīkkōd** … അരീക്കോട്.
  - Arīkkōd … അരീക്കോട്.
  - Chemrakkāttūr. ചെമ്രക്കാട്ടൂര്.
  - Kolakōttūr … കൊഴക്കോട്ടൂര്.
  - Puttalam … പുത്തലം.
- **Ugrapuram** … ഉഗ്രപുരം.
- **Arimbra** … അരിമ്പ്ര
  - Arimbra … അരിമ്പ്ര.
- **Ariyallūr** … അരിയല്ലൂര്.
  - Ariyallūr .. അരിയല്ലൂര്.
- **Alinnilam** … അഴിഞ്ഞിലം.
  - Alinnilam … അഴിഞ്ഞിലം.
  - Kārād … കാരാട്.
  - Pudukkōd … പുതുക്കോട്.
- **Chāttangōttupuram.** ചാത്തങ്ങോട്ടുപുരം.
  - Chāttangōttupuram. ചാത്തങ്ങോട്ടുപുരം.
  - Edappalam … എടപ്പലം.
  - Eramangalam എരമംഗലം.
  - Pālakkōd … പാലക്കോട്.
  - Vītanassēri … വീതനശ്ശേരി.
- **Chēlēmbra** … ചേലേമ്പ്ര.
  - Chēlēmbra … ചേലേമ്പ്ര.
- **Chembrassēri** … ചെമ്പ്രശ്ശേരി.
  - Chembrassēri. ചെമ്പ്രശ്ശേരി.
  - Kodassēri … കൊടശ്ശേരി.
  - Teyyampadikutt. തെയ്യംപടികുത്ത്
- **Chengōttūr** … ചെങ്ങോട്ടൂര്.
  - Chengōttūr … ചെങ്ങോട്ടൂര്.
  - Chūnūr … ചൂനൂര്.
  - Kōlkalam … കോൽകളം.
  - Kūriyād … കൂരിയാട്.
  - Mannali … മണ്ണഴി.
  - Talakāppu … തലക്കാപ്പു.
- **Cherukāvu** … ചെറുകാവ്.
  - Cherukāvu … ചെറുകാവ്.
  - Chēvāyūr … ചേവായൂര്.
  - Paravūr … പറവൂര്.
  - Pengād … പെങ്ങാട്.
  - Puttupādam. പുത്തുപാടം.
- **Chērūr** … ചേറൂര്.
  - Chērūr … ചേറൂര്.
  - Kilinikkōd … കിളിനിക്കോട്.
- **Cheruvāyūr** … ചെറുവായൂര്.
  - Chāliyappuram. ചാലിയപ്പുറം
  - Cheruvāyūr … ചെറുവായൂര്
  - Mapram … മപ്രം.

Ernād Tāluk—*cont.* ഏറനാട് താലൂക്ക്—തുടച്ച്.

- Chīkkōd ... ചീക്കോട്.
  - Chīkkōd ... ചീക്കോട്.
  - Ōmānūr ഓമാനൂര്.
  - Vāvūr ... വാവൂര്.
- Edavanna ... എടവണ്ണ.
  - Edavanna ... എടവണ്ണ.
  - Erannikkōd ... എരഞ്ഞിക്കോട.
  - Pattapiriyam. പത്തപിരിയം.
- Elankūr ... എളങ്കൂര്
  - Elankūr ... എളങ്കൂര്.
- Ferok ... ഫറൂക്ക്.
  - Nallūr ... നല്ലൂര്.
- Indyanūr ... ഇന്ത്യനൂര്.
  - Indyanūr ... ഇന്ത്യനൂര്.
  - Kōttūr ... കോട്ടൂര്.
  - Villūr ... വില്ലൂര്.
- Iringallūr ... ഇരിങ്ങല്ലൂര്.
  - Iringallūr (S. No. 149). ഇരിങ്ങല്ലൂര്.
- Irivetti ... ഇരിവെററി.
  - Chengara ... ചെങ്ങര.
  - Elayūr ... എളയൂര്
  - Irivetti ... ഇരിവെററി.
- Irumbuli ... ഇരുമ്പുഴി.
  - Irumbuli ... ഇരുമ്പുഴി.
  - Pāppinipra ... പാപ്പിനിപ്ര.
- Kadalundi ... കടലുണ്ടി.
  - Palanchanūr. പഴഞ്ചാനൂര്.
- Kālikāvu ... കാളികാവ്.
  - Trikkunnassēri. തൃക്കുന്നശ്ശേരി
- Kannamangalam. കണ്ണമംഗലം.
  - Kannamangalam. കണ്ണമംഗലം.
- Kārakkunnu ... കാരക്കുന്ന്.
  - Āmayūr ... ആമയൂര്.
  - Kārakkunnu. കാരക്കുന്ന്.
- Karippūr ... കരിപ്പൂര്.
  - Chirayil (S. No. 69). ചിറയില്.
  - Karippūr ... കരിപ്പൂര്.
- Karumarakkād. കരുമരക്കാട്.
  - Anantāvūr ... അനന്താവൂര്.
  - Karumarakkād. കരുമരക്കാട്.
  - Vālakkād ... വാഴക്കാട്.
- aruvambram.. കരുവമ്പ്രം
  - Karuvambram. കരുവമ്പ്രം.
  - Kidangali ... കിടങ്ങഴി.
  - Mēlākkam ... മേലാക്കം.
- Karuvārakkundu. കരുവാരക്കുണ്ട്.
  - Chēramba ... ചേറമ്പ.
- Kāvanūr .. കാവനൂര്.
  - Kāvanūr ... കാവനൂര്.
  - Vākkālūr ... വാക്കാലൂര്.
- Kīluparamba ... കീഴുപറമ്പ്.
  - Kīluparamba. കീഴുപറമ്പ്.
  - Kuniyil ... കുനിയില്.
  - Pattanapuram. പത്തനാപുരം.
  - Trikkalayūr... തൃക്കളയൂര്.
- Klāri ... ക്ലാരി.
  - Cherusōla ... ചെറുശോല.
  - Klāri ... ക്ലാരി.
- Kodinni .. കൊടിഞ്ഞി.
  - Kaduvālūr ... കടുവാളൂര്.
  - Kodinni ... കൊടിഞ്ഞി.
  - Tirutti ... തിരുത്തി.
- Koduvāyūr ... കൊടുവായൂര്.
  - Koduvāyūr ... കൊടുവായൂര്.
  - Mambram ... മമ്പ്രം.
  - Pokayūr ... പൊകയൂര്.
- Kondōtti ... കൊണ്ടോട്ടി.
  - Kolattūr ... കൊളത്തൂര്.
  - Nīrād ... നീരാട്.
- Kōttakkal ... കോട്ടക്കല്.
  - Kōttakkal ... കോട്ടക്കല്.
  - Kuttippuram. കുററിപ്പുറം.
- Kulimanna ... കുഴിമണ്ണ.
  - Kilissēri ... കിഴിശ്ശേരി.
  - Kulimanna ... കുഴിമണ്ണ.
- Malappuram ... മലപ്പുറം.
  - Kilumuri ... കീഴുമുറി.
- Mambād ... മമ്പാട്.
  - Mambād ... മമ്പാട്.
- Manjēri ... മഞ്ചേരി.
  - Arukīlāya ... അരുകീഴായ.
  - Manjēri ... മഞ്ചേരി.
  - Vākkēttodi ... വാക്കേത്തൊടി.
- Mannūr .. മണ്ണൂര്.
  - Mannūr .. മണ്ണൂര്.
- Mattattūr .. മററത്തൂര്.
  - Kaypatta ... കയ്പററ.
  - Mattattūr .. മററത്തൂര്.
- Mēlmuri .. മേല്മുറി.
  - Mēlmuri .. മേല്മുറി.
- Morayūr .. മൊറയൂര്.

ÉRNÁD TÁLŪK—*cont.* ഏറനാട് താലൂക്ക്—തുടൎച്ച.

Mōngam ...	മോങ്ങം.
Morayūr ...	മൊറയൂര്.
Olukūr ...	ഒഴുകൂര്.
Munniyūr ...	മുന്നിയൂര്.
Munniyūr ...	മുന്നിയൂര്.
Mutuvallūr ...	മുതുവല്ലൂര്.
Mundakkulam.	മുണ്ടക്കുളം.
Mutuvallūr ...	മുതുവല്ലൂര്.
Paratakkād ...	പരതക്കാട്.
Tavanūr ...	തവനൂര്.
Nannambra ...	നന്നമ്പ്ര.
Cherumukku	ചെറുമുക്ക്.
Kundūr ...	കുണ്ടൂര്.
Nannambra ...	നന്നമ്പ്ര
Narukara ...	നറുകര.
Kottupatta ...	കൊട്ടുപറ്റ.
Narukara ...	നറുകര.
Vīmbūr ...	വിമ്പൂര്.
Nediyiruppu ...	നെടിയിരുപ്പ്.
Chirayil (S. No. 66).	ചിറയിൽ.
Nediyiruppu.	നെടിയിരുപ്പ്.
Neduva ...	നെടുവ.
Neduva ...	നെടുവ.
Nilambūr ...	നിലമ്പൂര്.
Nilambūr ...	നിലമ്പൂര്.
Olakara ...	ഒലകര.
Ēnāvūr ...	ഏനാവൂർ.
Koyappa ...	കൊയപ്പ.
Kūmanna ...	കൂമണ്ണ.
Olakara ...	ഒലകര.
Olavattūr ...	ഒലവട്ടൂര്.
Arūr ...	അരൂര്.
Olavattūr ...	ഒലവട്ടൂര്.
Pallikkal ...	പള്ളിക്കൽ.
Pallikkal ...	പള്ളിക്കൽ.
Puttūr (S. No. 44).	പുത്തൂര്.
Pandalūr ...	പന്തലൂര്.
Pandalūr ...	പന്തലൂര്.
Pāndikkād ...	പാണ്ടിക്കാട്.
Pāndikkād ...	പാണ്ടിക്കാട്.
Perūkkād ...	പെരൂക്കാട്.
Pukkūtt ...	പൂക്കൂത്ത്.
Pūlamanna ...	പൂലമണ്ണ.
Parappanangādi.	പരപ്പനങ്ങാടി.
Parappanangādi.	പരപ്പനങ്ങാടി.
Parappūr ...	പറപ്പൂര്.

Iringallūr (S. No. 102).	ഇരിങ്ങല്ലൂര്.
Parappūr (S. No. 101).	പറപ്പൂര്.
Payyanād ...	പയ്യനാട്.
Nellikuttu ...	നെല്ലികുത്ത്.
Payyanād ...	പയ്യനാട്.
Perakamanna	പെരകമണ്ണ.
Chāttallūr ...	ചാത്തല്ലൂര്.
Perakamanna.	പെരകമണ്ണ.
Vadassēri ...	വടശ്ശേരി.
Peruvallūr ...	പെരുവള്ളൂര്.
Keranallūr ...	കെരനല്ലൂര്.
Peruvallūr	പെരുവള്ളൂര്.
Puttūr (S. No. 70).	പുത്തൂര്.
Ponmala ...	പൊന്മള.
Chāppanangādi	ചാപ്പനങ്ങാടി.
Ponmala ...	പൊന്മള.
Porūr ...	പൊരൂര്.
Ayanikkōd ...	അയനിക്കോട്.
Porūr ...	പൊരൂര്.
Putrakōvil ...	പുത്രകോവിൽ.
Pūkkōttūr ...	പൂക്കോട്ടൂര്.
Aravankara...	അറവങ്കര.
Pūkkōttūr ...	പൂക്കോട്ടൂര്.
Vellūr ...	വെള്ളൂര്.
Puliyakkōd ...	പുളിയക്കോട്.
Kadungallūr.	കടുങ്ങല്ലൂര്.
Puliyakkōd ...	പുളിയക്കോട്.
Vellēri ...	വെള്ളേരി.
Pulpatta ...	പുൽപറ്റ.
Cheruputtūr.	ചെറുപുത്തൂര്.
Olamatil ...	ഒലമതിൽ.
Pūkkalattūr...	പൂക്കളത്തൂര്.
Pulpatta ...	പുൽപറ്റ.
Tōttēkkād ...	തോട്ടേക്കാട്.
Valamangalam.	വളമംഗലം.
Punnappāla ...	പുന്നപ്പാല
Chadangānkulam.	ചടങ്ങാങ്കുളം.
Punnappāla...	പുന്നപ്പാല.
Puttūr ...	പുത്തൂര്.
Cherukunnu.	ചെറുകുന്ന്.
Puttūr (S. No. 151).	പുത്തൂര്.
Tennala ...	തെന്നല.
Appala ...	അപ്പള.
Tennala ...	തെന്നല.

ĒRNĀD TALŪK—*cont*. ഏറനാട് താലൂക്ക്—തുടൎച്ച.

- Venniyūr (S. No. 97). വെന്നിയൂര്.
- Tēnnippalam ... തേഞ്ഞിപ്പലം.
  - Tēnnippalam. തേഞ്ഞിപ്പലം.
- Tirūrangādi ... തിരൂരങ്ങാടി.
  - Kakkād ... കക്കാട്.
  - Kēlankurussi. കേലങ്കുറുശ്ശി.
  - Tirūrangādi. തിരൂരങ്ങാടി.
  - Venniyūr (S. No. 88). വെന്നിയൂര്.
- Tiruvāli ... തിരുവാലി.
  - Tiruvāli ... തിരുവാലി.
- Trikkalangōd ... തൃക്കലങ്ങോട്.
  - Karikkād ... കരിക്കാട്.
  - Trikkalangōd. തൃക്കലങ്ങോട്.
- Trikkulam .. തൃക്കുളം.
  - Trikkulam ... തൃക്കുളം.
- Trippanachchi ... തൃപ്പനച്ചി.
  - Muttanūr ... മുത്തനൂര്.
  - Pālakkād ... പാലക്കാട്.
  - Trippanachchi. തൃപ്പനച്ചി.
- Tuvvūr ... തുവ്വൂര്.
  - Tuvvūr തുവ്വൂര്.
- Ullanam ... ഉള്ളണം.
  - Ullanam ... ഉള്ളണം.
- Ūragam Kīlmuri. ഊരകം കീഴ്മുറി.
  - Ūragam Kīlmuri. ഊരകം കീഴ്മുറി.
- Ūragam Mēlmuri. ഊരകം മേല്മുറി.
  - Ūragam Mēlmuri. ഊരകം മേല്മുറി.
- Ūrngāttiri ... ഊൎങ്ങാട്ടിരി.
  - Arīkkōd ... അരീക്കോട്.
  - Ūrngāttiri ... ഊൎങ്ങാട്ടിരി.
- Vālakkulam . വാളക്കുളം.
  - Vālakkulam. വാളക്കുളം.
- Valiyōra ... വലിയോറ.
  - Kuruka ... കുറുക.
  - Valiyōra ... വലിയോറ.
- Vallikunnu ... വള്ളിക്കുന്ന്.
  - Vallikunnu ... വള്ളിക്കുന്ന്.
- Valluvambram. വള്ളുവമ്പ്രം.
  - Mutirapparamba മുതിരപ്പറമ്പ്.
  - Pullānūr ... പുല്ലാനൂര്.
  - Valluvambram. വള്ളുവമ്പ്രം.
- Vaniyambalam. വാണിയമ്പലം.
  - Modappilāssēri. മൊടപ്പിലാശ്ശേരി
  - Palēdam ... പഴേടം.
  - Vaniyembalam. വാണിയമ്പലം.
- Vālayūr ... വാഴയൂര്.
  - Kakkōva ... കക്കോവ.
  - Peringāva ... പെരിങ്ങാവ.
  - Vālayūr ... വാഴയൂര്.
- Velimukku ... വെളിമുക്ക്.
  - Kodakkad ... കൊടക്കാട്.
  - Velimukku ... വെളിമുക്ക്.
- Velipram ... വെലിപ്രം.
  - Karinkallāya. കരിങ്കല്ലായ.
  - Velipram ... വെലിപ്രം.
- Vellayūr ... വെള്ളയൂര്.
  - Pariyangad... പരിയങ്ങാട്.
  - Pūngōd ... പൂങ്ങോട്.
  - Vellayūr ... വെള്ളയൂര്.
- Vēngara ... വേങ്ങര.
  - Kuttūr ... കുറ്റൂര്.
  - Vēngara ... വേങ്ങര.
- Vettikkāttiri ... വെട്ടിക്കാട്ടിരി.
  - Karāya ... കാരായ.
  - Valarād ... വളരാട്.
  - Valluvangad. വള്ളുവങ്ങാട്.
  - Vettikkāttiri വെട്ടിക്കാട്ടിരി.
- Vilayil ... വിളയില്.
  - Mundakkal... മുണ്ടക്കല്.
  - Mundambra. മുണ്ടമ്പ്ര.
  - Parappūr (S. No. 19). പറപ്പൂര്.
  - Vilayil ... വിളയില്.
- Wandūr ... വണ്ടൂര്.
  - Kāppil ... കാപ്പില്.
  - Wandūr ... വണ്ടൂര്.

KŌTTAYAM TĀLŪK. കോട്ടയം താലൂക്ക്.

- Āralam ... ആറളം.
  - Āralam ... ആറളം.
  - Pāyam ... പായം.
- Chāvassēri ... ചാവശ്ശേരി.
  - Chāvassēri ... ചാവശ്ശേരി.
  - Edakkānam... എടക്കാനം.
  - Uliyil ... ഉളിയില്.
  - Veliyambra. വെളിയമ്പ്ര.

KŌTTAYAM TĀLŪK—*cont*. കോട്ടയം താലൂക്ക് —തുടൎച്ച.

- Chittāriparamba ചിററാരിപറമ്പ്.
  - Cheruvānchēri. ചെറുവാഞ്ചേരി.
  - Chittāriparamba. ചിററാരിപറമ്പ്.
  - Pūvattūr (S. No. 79). പൂവത്തൂർ.
  - Pūliyōd ... പൂഴിയോട്.
- Dharmadam ... ധർമ്മടം.
  - Andalūr ... അണ്ടല്ലൂര്.
  - Dharmadam. ധർമ്മടം.
  - Mēlūr ... മേല്ലൂര്.
  - Pālayād (S. No. 157). പാലയാട്.
- Erannōli ... എരഞ്ഞോളി.
  - Erannōli ... എരഞ്ഞോളി.
  - Kāvumbhāgam. കാവുംഭാഗം.
  - Perundāttil ... പെരുന്താററില്.
- Eruvatti ... എരുവട്ടി.
  - Eruvatti (S. No. 145). എരുവട്ടി.
  - Kōyūr (S. No. 146). കോയ്യൂര്.
  - Ōlāyikkara (S No. 143). ഓലായിക്കര
  - Pānunda ... പാനുണ്ട.
  - Ummanchira. ഉമ്മഞ്ചിറ.
  - Vendattāyi ... വെണ്ടട്ടായി.
- Kallāyi ... കല്ലായി.
  - Ayikkal ... അയിക്കൽ.
  - Ēdannūr ... ഏടന്നൂര്.
  - Kallāyi (S. No. 176). കല്ലായി.
  - Kuruchchiyil. കുറിച്ചിയിൽ.
  - Perumundēri. പെരുമുണ്ടേരി.
  - Punnōl (S. No. 171). പുന്നോൽ.
  - Punnōl (S. No. 172). പുന്നോൽ.
  - Vāyalalam (S. No. 170). വയലളം.
- Kandankunnu ... കണ്ടങ്കുന്ന്.
  - Āyittara ... ആയിത്തറ.
  - Kaidēri ... കൈതേരി.
  - Kandankunnu കണ്ടങ്കുന്ന്
  - Mambram ... മമ്പ്രം.
  - Meruvambāyi. മെരുവമ്പായി.
  - Nīrvēli ... നീർവ്വേലി.
- Kannavam ... കണ്ണവം.
  - Idumba ... ഇടുമ്പ.
  - Kannavam ... കണ്ണവം.
  - Modappattūr. മൊടപ്പത്തൂര്.
  - Todikkalam . തൊടിക്കളം.
  - Vattōli ... വട്ടോളി.
- Kariyād ... കരിയാട്.
  - Kariyād .. കരിയാട്ട്.
  - Puliyanambram. പുളിയനമ്പ്രം.
- Kadirūr ... കതിരൂര്.
  - Ānikkāmpoyil. ആണിക്കാംപൊയിൽ.
  - Kadirūr ... കതിരൂര്.
  - Pulliyōd ... പുല്ലിയോട്.
- Kīlallūr ... കിഴല്ലൂര്.
  - Edayannūr ... എടയന്നൂര്.
  - Elambāra ... എളമ്പാറ.
  - Kānād ... കാനാട്.
  - Kilallūr ... കിഴല്ലൂര്.
  - Kōtēri ... കോട്ടേരി.
  - Pālayād (S. No. 98). പാലയാട്.
  - Pērāvūr . . പേരാവൂര്.
  - Terūr ... തെരൂര്.
  - Velliyāmparamba. വെള്ളിയാംപറമ്പ്.
- Kīlūr ... കീഴൂര്.
  - Kīlūr ... കീഴൂര്.
  - Payanchēri ... പയഞ്ചേരി.
  - Perumparamba. പെരുമ്പറമ്പ്.
  - Punnād (S. No. 34). പുന്നാട്.
  - Punnād (S. No. 37). പുന്നാട്.
  - Velamana ... വെളമന.
- Kōdiyēri ... കോടിയേരി.
  - Kōdiyēri ... കോടിയേരി
  - Mūlikkara ... മൂഴിക്കര.
  - Poduvāchchēri. പൊതുവാച്ചേരി.
- Kolāri ... കൊളാരി.
  - Ayyallūr ... അയ്യല്ലൂര്.
  - Kallūr ... കല്ലൂര്.
  - Kāyalūr ... കായല്ലൂര്.
  - Kolāri ... കൊളാരി.
  - Pariyāram ... പരിയാരം.
- Kolavallūr ... കൊളവല്ലൂര്.
  - Kannangōd... കണ്ണങ്കോട്.
  - Kolavallūr ... കൊളവല്ലൂര്.

Kōttayam Tālūk—*cont.* കോട്ടയം താലൂക്ക്—തുടർച്ച.

- Kōttayam ... കോട്ടയം.
  - Eruvatti (S. No. 191). എരുവട്ടി.
  - Kinavakkal... കിണവക്കൽ.
  - Kōttayam ... കോട്ടയം.
  - Kūvappādi ... കൂവപ്പാടി.
  - Ōlāyikkara (S. No. 192). ഓലായിക്കര.
- Kūdāli ... കൂടാളി
  - Kāvumtāla ... കാവുംതാഴ.
  - Kūdāli ... കൂടാളി.
  - Pūvattūr (S. No. 4). പൂവത്തൂര്.
  - Tāttiyōd ... താററിയോട്.
- Kūttuparamba. കൂത്തുപറമ്പ്.
  - Āmbilād (S. No. 114). ആമ്പിലാട്.
  - Naravūr ... നരവൂര്.
  - Trikkannāpuram. തൃക്കണ്ണാപുരം.
- Mānandēri ... മാനന്തേരി.
  - Mānandēri ... മാനന്തേരി.
  - Mūriyād ... മൂരിയാട്.
  - Mudiyanga ... മുതിയങ്ങ
- Manattana ... മണത്തണ.
  - Kāppād .. കാപ്പാട്.
  - Kunittala ... കനിത്തല.
  - Manattana ... മണത്തണ.
  - Muringōdi ... മുരിങ്ങോടി.
  - Pērāvūr (S. No. 57). പേരാവൂര്.
  - Tiruvōnapram. തിരുവോണപ്രം.
  - Tondi ... തൊണ്ടി.
  - Vellarvelli ... വെള്ളർവെള്ളി.
- Māngattidam ... മാങ്ങാട്ടിടം.
  - Āmbilād (S. No. 136). ആമ്പിലാട്.
  - Kandēri ... കണ്ടേരി.
  - Kīrāchchi ... കീരാച്ചി.
  - Kōyilōtt ... കോയിലോട്ട്.
  - Kurumbakkal. കുറുമ്പക്കൽ.
  - Māngāttidam. മാങ്ങാട്ടിടം.
  - Sankaranallūr. ശങ്കരനല്ലൂര്.
  - Vattipram (S. No. 117). വട്ടിപ്രം.
  - Vattipram (S. No. 118). വട്ടിപ്രം.
- Mēnapram ... മേനപ്രം.
  - Mēnapram ... മേനപ്രം.
  - Nidumbram. നിടുമ്പ്രം.
- Mokēri ... മൊകേരി.
  - Mokēri ... മൊകേരി.
  - Valliyāyi ... വള്ളിയായി.
- Mulakkunnu ... മുഴക്കുന്ന്.
  - Grāmam ... ഗ്രാമം.
  - Mulakkunnu. മുഴകുന്ന്.
  - Nallūr ... നല്ലൂര്.
  - Pāla ... പാല.
  - Velakkōd ... വെളക്കോട്.
- Olavilam ... ഒളവിലം.
  - Kaviyūr ... കവിയൂര്.
  - Māngātt .. മാങ്ങാട്ട്.
  - Olavilam ... ഒളവിലം.
  - Pallipram ... പള്ളിപ്രം.
  - Peringādi ... പെരിങ്ങാടി.
- Paduvilāyi ... പടുവിലായി.
  - Chāmbād ... ചാമ്പാട്.
  - Īradam ... ഈരടം.
  - Kaidērippoyil കൈതേരിപ്പൊയിൽ.
  - Kallāyi (S. No. 121). കല്ലായി.
  - Kulattumala. കുളത്തുമല.
  - Kunnirikka... കുന്നിരിക്ക.
  - Kūriyōd ... കൂരിയോട്.
  - Oravankundu. ഒറവൻകുണ്ട്.
  - Paduvilāyi ... പടുവിലായി.
  - Pattattāri ... പട്ടത്താരി.
  - Ūrppalli ... ഊര്പ്പള്ളി.
  - Vemmanal ... വെമ്മണൽ
  - Vēngād ... വേങ്ങാട്.
- Pannyannūr ... പന്ന്യന്നൂര്.
  - Chambād ... ചമ്പാട്.
  - Pannyannūr. പന്ന്യന്നൂര്.
- Pānūr ... പാനൂര്.
  - Elāngōd ... എലാങ്കോട്.
  - Pālattāyi ... പാലത്തായി.
  - Pānūr ... പാനൂര്.
- Pādiriyād ... പാതിരിയാട്.
  - Kēlālūr ... കേളാലൂര്.
  - Kīlattūr കീഴത്തൂര്.
  - Mayilulli ... മയിലുള്ളി.
  - Parambāyi ... പറമ്പായി.
  - Pādiriyād ... പാതിരിയാട്.

Kōttayam Tālūk—*cont.* കോട്ടയം താലൂക്ക്—തുടർച്ച.

- **Pōyanād** ... പോയനാട്.
- **Pattānūr** ... പട്ടാനൂര്.
  - Ayippula ... ആയിപ്പുഴ.
  - Chōla ... ചോല.
  - Kotōlipram ... കൊടോളിപ്രം.
  - Kōvūr (S. No. 9). കോവൂര്.
  - Kunnōtt (S. No. 16). കുന്നോത്ത്.
  - Kūrāri ... കൂരാരി.
  - Muttannūr ... മുട്ടന്നൂര്.
  - Nidungulam. നിടുങ്കുളം.
  - Pānalād ... പാണലാട്.
  - Pattānūr ... പട്ടാനൂര്.
- **Pāttyam** ... പാട്ട്യം.
  - Kilakkē-kadirūr. കിഴക്കെ കതിരൂര്.
  - Kōngātta ... കോങ്ങാററ.
  - Pāttyam ... പാട്ട്യം.
  - Pūkkōd ... പൂക്കോട്.
- **Palassi** ... പഴശ്ശി.
  - Elakkuli ... എളക്കുഴി.
  - Kāra ... കാര.
  - Karētta ... കരേററ.
  - Kayani ... കയനി.
  - Kuyikkal ... കയിക്കൽ.
  - Manakkāyi ... മണക്കായി.
  - Mattanūr ... മട്ടന്നൂര്.
  - Nellūnni ... നെല്ലൂന്നി.
  - Palassi ... പഴശ്ശി.
  - Perinchēri ... പെരിഞ്ചേരി.
- **Peringalam** ... പെരിങ്ങളം.
  - Aniyāram ... അണിയാരം.
  - Kannamvelli. കണ്ണംവെള്ളി.
  - Peringalam ... പെരിങ്ങളം.
  - Pūkkōm ... പൂക്കോം.
  - Pullūkkara ... പുല്ലൂക്കര.
- **Pinarāyi** ... പിണറായി.
  - Chērikkal ... ചേരിക്കൽ.
  - Kilakkum-bhāgam. കിഴക്കുംഭാഗം.
  - Padannak-kara. പടന്നക്കര.
  - Pārapram ... പാറപ്രം.
  - Pinarāyi ... പിണറായി.
- **Ponnyam** ... പൊന്ന്യം.
  - Chundangāp-poyil. ചുണ്ടങ്ങാപ്പൊയിൽ.
  - Ponnyam ... പൊന്ന്യം.
- **Poyilūr** ... പൊയിലൂര്.
  - Poyilūr ... പൊയിലൂര്.
  - Velakkōttūr. വെളക്കോട്ടൂര്.
- **Purōra** .. പുറോറ.
  - Ēlannūr ... ഏളന്നൂര്.
  - Kīchchēri ... കീച്ചേരി.
  - Mannūr ... മണ്ണൂര്.
  - Marudāyi ... മരുതായി.
  - Mēttadi ... മേററടി.
  - Nālānkēri ... നാലാങ്കേരി.
  - Purōra ... പുറോറ.
- **Puttūr** ... പുത്തൂര്.
  - Chendayād ... ചെണ്ടയാട്.
  - Kūttēri ... കൂററേരി.
  - Puttūr ... പുത്തൂര്.
- **Sivapuram** ... ശിവപുരം.
  - Kānnilēri .. കാഞ്ഞിലേരി.
  - Karuvallūr ... കരുവള്ളൂര്.
  - Kundērip-poyil. കുണ്ടേരിപ്പൊയിൽ.
  - Mallannūr ... മള്ളന്നൂര്.
  - Mālūr ... മാലൂര്.
  - Panambatta. പനമ്പററ.
  - Polāri ... പൊഴാരി.
  - Sivapuram ... ശിവപുരം.
- **Tellicherry** ... തലശ്ശേരി.
  - Tellicherry ... തലശ്ശേരി.
  - Vādikkagam. വാടിക്കകം.
- **Tillangēri** ... തില്ലങ്കേരി.
  - Ālayād ... ആലയാട്.
  - Kāvumbadi ... കാവുമ്പടി.
  - Padikkach-chal. പടിക്കച്ചാൽ.
  - Palliyam ... പള്ളിയം.
  - Talachchan-gād. തലച്ചങ്ങാട്.
  - Tillangēri ... തില്ലങ്കേരി.
  - Vannēri ... വന്നേരി.
- **Tiruvangād** ... തിരുവങ്ങാട്.
  - Chālil ... ചാലിൽ.
  - Talāyi ... തലായി.
  - Tiruvangād ... തിരുവങ്ങാട്.
  - Vayalalam (S. No. 181). വയലളം.
- **Triprangōttūr** ... തൃപ്രങ്ങോട്ടൂര്.
  - Kadavattūr ... കടവത്തൂര്.
  - Tripran-gottūr. തൃപ്രങ്ങോട്ടൂര്.
- **Vadakkumbād.** വടക്കുമ്പാട്.
  - Kunnōtt (S. No. 160). കുന്നോത്ത്.

KŌTTAYAM TĀLŪK—*cont.* കോട്ടയം താലൂക്ക്—തുടർച്ച.

Mannayād ... മണ്ണയാട്.
 Madattumbhāgam. മഠത്തുംഭാഗം.
 Vadakkumbad. വടക്കുമ്പാട്.
Vēkkalam ... വേക്കളം.
 Ālachchēri ... ആലച്ചേരി.
 Edayāra ... എടയാറ.
 Ganapatiyād. ഗണപതിയാട്.
 Kōlayād ... കോളയാട്.
 Kommēri ... കൊമ്മേരി.
 Peruva ... പെരുവ.
 Puttalam ... പുത്തലം.
 Tōlambra ... തോലമ്പ്ര.
 Vāyannur ... വായന്നൂര്.
 Vēkkalam ... വേക്കളം.

KURUMBRANĀD TĀLŪK. കുറുമ്പ്രനാട് താലൂക്ക്.

Arikkulam ... അരിക്കുളം.
 Arikkulam ... അരിക്കുളം.
 Kannambatt. കണ്ണമ്പത്ത്.
 Māvatta ... മാവട്ട്.
 Ūrallūr ... ഊരള്ളൂര്.
 Ūttēri ... ഊട്ടേരി.
 Vākōli ... വാകോളി.
Arūr ... അരൂര്.
 Arūr ... അരൂര്.
 Perumundachchēri. പെരുമുണ്ടച്ചേരി.
Āvala ... ആവള.
 Āvala ... ആവള.
 Kuttōtt (S. No. 167). കുട്ടോത്ത്.
Avidanallūr ... അവിടനല്ലൂര്.
 Avidanallūr ... അവിടനല്ലൂര്.
 Nelliyēri ... നെല്ലിയേരി.
 Pūnatt ... പൂനത്ത്.
Āyanchēri ... ആയഞ്ചേരി.
 Āyanchēri ... ആയഞ്ചേരി.
Āyinikkād ... ആയിനിക്കാട്.
 Āyinikkād ... ആയിനിക്കാട്.
Aliyūr ... അഴിയൂര്.
 Aliyūr ... അഴിയൂര്.
 Chōmbāl ... ചോമ്പാൽ.
 Kāllāmala ... കല്ലാമല.
Badagara ... വടകര.
 Badagara ... വടകര.
Bālussēri ... ബാലുശ്ശേരി.
 Bālussēri ... ബാലുശ്ശേരി.
 Kannikkāvu. കാഞ്ഞിക്കാവ്.
 Puttūrvattam (S. No. 326) പുത്തൂർവട്ടം.
 Turuttiyād ... തുരുത്തിയാട്.
Changarōtt ... ചങ്ങരോത്ത്.
 Āvadakka ... ആവടുക്ക.
 Changarōtt ... ചങ്ങരോത്ത്.
 Kadiyangād. കടിയങ്ങാട്.
 Kannātti ... കന്നാട്ടി.
 Kōkkād ... കോക്കാട്.
 Kunnassēri ... കുന്നശ്ശേരി.
Chekkyād ... ചെക്ക്യാട്.
 Chekkyād ... ചെക്ക്യാട്.
 Kuruvandēri. കുറുവന്തേരി.
 Vēvatt ... വേവത്ത്.
Chēmanchēri ... ചേമഞ്ചേരി.
 Chēmanchēri. ചേമഞ്ചേരി.
 Kadalūr (S. No. 281). കടലൂര്.
 Kolakkād (S. No. 282). കൊളക്കാട്.
Tūvvakkōd ... തുവ്വക്കോട്.
Chemmarattūr. ചെമ്മരത്തൂര്.
 Aryannūr ... ആര്യന്നൂര്.
 Chemmarattūr. ചെമ്മരത്തൂര്.
 Tōdannūr ... തോടന്നൂര്.
Chēnōli ... ചേനോളി.
 Chēnōli ... ചേനോളി.
 Cheruvālūr ... ചെറുവാളൂര്.
 Puttād ... പുറ്റാട്.
 Vālūr ... വാളൂര്.
Chērāpuram ... ചേരാപുരം.
 Chērāpuram. ചേരാപുരം.
Cheruvannūr ... ചെറുവണ്ണൂര്.
 Cheruvannūr. ചെറുവണ്ണൂര്.
 Pāmbirikkunnu. പാമ്പിരിക്കുന്ന്.
Chōrōd ... ചോറോട്.
 Chēnnamangalam. ചേന്നമംഗലം.
 Chōrōd ... ചോറോട്.
 Erapuram ... എരപുരം.
 Nelliyankara. നെല്ലിയങ്കര.
Edachchēri ... എടച്ചേരി.
 Edachchēri ... എടച്ചേരി.
 Tirutti ... തിരുത്തി.

KURUMBRANAD TĀLŪK—*cont.* കുറുമ്പ്രനാട് താലൂക്ക്—തുടർച്ച.

- Vēngōli ... വേങ്ങോളി.
- Edakkara ... എടക്കര.
  - Edakkara ... എടക്കര.
  - Kolakkād (S. No. 289). കൊളക്കാട്.
- Edakkulam ... എടക്കുളം.
  - Edakkulam ... എടക്കുളം.
  - Mangād (S. No. 279). മങ്ങാട്.
- Ērāmala ... ഏറാമല.
  - Ādiyūr ... ആതിയൂര്.
  - Ēramala ... ഏറാമല.
  - Ōrkkāttēri ... ഓർക്കാട്ടേരി.
  - Vayyattūr ... വയ്യത്തൂര്.
- Eravattūr ... എരവട്ടൂര്.
  - Edavarād ... എടവരാട്.
  - Eravattūr ... എരവട്ടൂര്.
  - Kayipram ... കയിപ്രം.
- Iringal ... ഇരിങ്ങൽ.
  - Iringal ... ഇരിങ്ങൽ.
- Iringannūr ... ഇരിങ്ങണ്ണൂര്.
  - Iringannūr ... ഇരിങ്ങണ്ണൂര്.
  - Kāyappanichchi. കായപ്പനിച്ചി.
- Iringatt ... ഇരിങ്ങത്ത്.
  - Iringatt ... ഇരിങ്ങത്ത്.
  - Kuluppa .. കുലുപ്പ.
  - Mukappūr ... മുകപ്പൂര്.
- Iyyād ... ഇയ്യാട്.
  - Iyyād ... ഇയ്യാട്.
  - Mangād (S. No. 337). മങ്ങാട്.
  - Viryambram. വീര്യമ്പ്രം.
- Iyyangōd ... ഇയ്യങ്കോട്.
  - Chiyyūr .. ചിയ്യൂര്.
  - Iyyangōd ... ഇയ്യങ്കോട്.
  - Kākkāttil ... കാക്കാററിൽ.
  - Peruvankara. പെരുവങ്കര.
  - Vishnumangalam. വിഷ്ണുമങ്ങലം.
- Kachchēri ... കച്ചേരി.
  - Kachchēri ... കച്ചേരി.
  - Kōttayambram. കോട്ടയമ്പ്രം.
- Kadamēri ... കടമേരി.
  - Elayadam ... എളയടം.
  - Kadamēri ... കടമേരി.
- Kallōd ... കല്ലോട്.
  - Kallōd ... കല്ലോട്.
  - Kūttāli ... കൂത്താളി.
  - Panakkād ... പനക്കാട്.
  - Payittōtt ... പയിത്തോത്ത്.
- Kalpattūr ... കല്പത്തൂര്.
  - Kalpattūr ... കല്പത്തൂര്.
  - Kilinnānyam കിഴിഞ്ഞാണ്യം.
  - Rāmallūr ... രാമല്ലൂര്.
  - Vāliyakkōd ... വാലിയക്കോട്.
- Kārayād ... കാരയാട്.
  - Ēkkāthūr ... ഏക്കാട്ടൂര്.
  - Kārayād ... കാരയാട്.
  - Tiruvangāra. തിരുവങ്ങര.
- Kārttigappalli... കാർത്തികപ്പള്ളി.
  - Kārttigappalli കാർത്തികപ്പള്ളി.
  - Kurinnāliyōd. കുറിഞ്ഞാലിയോട്.
  - Muyipram ... മുയിപ്രം.
- Karuvanchēri ... കരുവഞ്ചേരി.
  - Chellattapoyil ചെല്ലട്ടപൊയിൽ.
  - Karuvanchēri. കരുവഞ്ചേരി.
  - Kunnattkara. കുന്നത്തുകര.
  - Mīnattukāra. മീനത്തുകര.
  - Muduvana ... മുതുവന.
- Kāvilampāra ... കാവിലമ്പാറ.
  - Adukkatt ... അടുക്കത്ത്.
  - Kallātt ... കള്ളാട്ട്.
  - Kāvilampara. കാവിലമ്പാറ.
  - Mannūr ... മണ്ണൂര്.
  - Marudōnkara. മരുതോങ്കര.
  - Moyilōttara... മൊയിലോത്തറ.
- Kāvundara ... കാവുന്തറ.
  - Elankamal ... എളങ്കമൽ.
  - Karuvannūr. കരുവണ്ണൂര്.
  - K vil ... കാവിൽ.
- Kāyakkodi ... കായക്കൊടി.
  - Ākkal ... ആക്കൽ.
  - Changaramkulam. ചങ്ങരംകുളം.
  - Dēvarkōvil ... ദേവർകോവിൽ.
  - Kāyakkodi ... കായക്കൊടി.
  - Kūttūr ... കൂട്ടൂര്.
  - Nidumannūr. നിടുമണ്ണൂര്.
  - Taliyil ... തളിയിൽ.
- Kāyanna ... കായണ്ണ
  - Āttiyodi ... അത്തിയൊടി.
  - Cherukkād ... ചെറുക്കാട്.
  - Kāyanna ... കായണ്ണ.
  - Kodakkallūr. കൊടക്കല്ലൂർ.
  - Mattanōd ... മട്ടനോട്.
  - Ōnnal ... ഓഞ്ഞൽ.

KURUMBRNĀD TĀLŪK—*cont.* കുറുമ്പ്രനാട് താലൂക്ക്—തുടൎച്ച.

Kinālūr ...	കിണ്ണാലൂര്.
Kinālur ...	കിണ്ണാലൂര്.
Mundakkara.	മുണ്ടക്കര.
Pūvambāyi ...	പൂവമ്പായി.
Kīlariyūr ...	കീഴരിയൂര്.
Kīlariyūr ...	കീഴരിയൂര്.
Naduvattūr...	നടുവത്തൂര്.
Nambratt ..	നമ്പ്രത്ത്.
Kōkkallūr ...	കോക്കല്ലൂര്.
Era-mangalam	എരമംഗലം.
Kannankōd...	കണ്ണങ്കോട്.
Kōkkallūr ...	കോക്കല്ലൂര.
Kūnanchēri...	കൂനഞ്ചേരി.
Mannam-poyil.	മണ്ണംപൊയിൽ.
Panāyi ..	പനായി.
Kōttappalli ...	കോട്ടപ്പള്ളി.
Kannam-battukara.	കണ്ണമ്പത്തുകര.
Kōttappalli...	കോട്ടപ്പള്ളി.
Paringōttāyi.	പയിങ്ങോട്ടായി.
Valliyād ...	വള്ളിയാട്.
Kōttūr ...	കോട്ടൂര്.
Kōttūr ...	കോട്ടൂര്
Kunnaram-velli.	കുന്നരംവെള്ളി.
Mūlād ...	മൂലാട്.
Narēnkulam.	നരേങ്കുളം.
Pālōli ...	പാലോളി.
Peravach-chēri	പെരവച്ചേരി.
Tiruvōd ...	തിരുവോട്.
Kolakkallūr ...	കൊഴക്കല്ലൂര്
Chāvatta ...	ചാവട്ട.
Kolakkallūr...	കൊഴക്കല്ലൂര്.
Narakkōd ...	നരക്കോട്.
Nidumpoyil...	നിടുമ്പൊയിൽ.
Kummankōd ..	കുമ്മങ്കോട്.
Kakkamvelli.	കക്കംവെള്ളി.
Kummankōd.	കുമ്മങ്കോട്.
Nādāpuram ...	നാദാപുരം.
Kunnattara ...	കുന്നത്തറ.
Kannūr ...	കന്നൂര്.
Kunnattara ..	കുന്നത്തറ.
Ollūr ...	ഒള്ളൂര്.
Puttanchēri...	പുത്തഞ്ചേരി.
Puttūrvattam (S. No. 299).	പുത്തൂർവട്ടം.
Kunnummak-kara.	കുന്നുമ്മക്കര
Kunnummak-kara.	കുന്നുമ്മക്കര.
Nellāchēri ..	നെല്ലാച്ചേരി.
Tattōlikkara.	തട്ടോളിക്കര.
Kunnummal	കുന്നുമ്മൽ.
Kunnummal.	കുന്നുമ്മൽ.
Pādirippatta.	പാതിരിപ്പററ.
Vattōli ...	വട്ടോളി.
Kuruvangād ...	കുറുവങ്ങാട്.
Kuruvangād.	കുറുവങ്ങാട്.
Peruvattūr ..	പെരുവട്ടൂര്.
Kuttippuram ...	കുററിപ്പുറം.
Chēlakkād ...	ചേലക്കാട്.
Kuttippuram.	കുററിപ്പുറം
Narikkāttiri...	നരിക്കാട്ടിരി.
Varikkōli ...	വരിക്കോളി.
Kuttyādi ...	കുററ്യാടി.
Tondippoyil.	തൊണ്ടിപ്പൊയിൽ.
Ūratt ...	ഊരത്ത്.
Valayannūr ..	വളയന്നൂര്.
Maniyūr ...	മണിയൂര്.
Cherandattūr.	ചെരണ്ടത്തൂര്.
Elambilād (S. No. 132).	എളമ്പിലാട്.
Maniyūr ...	മണിയൂര്.
Mandarattūr ...	മന്തരത്തൂര്.
Kurundodi ..	കുറുന്തൊടി
Mandarattūr.	മന്തരത്തൂര്.
Modappilāvil.	മൊടപ്പിലാവിൽ.
Mēladi ...	മേലടി.
Kannan-kulam.	കണ്ണങ്കുളം.
Kīlūr ...	കീഴൂര്.
Mēladi .	മേലടി.
Mēlūr ...	മേലൂര്.
Chēliya ...	ചേലിയ.
Elāttēri ...	എളാട്ടേരി.
Mēlūr ...	മേലൂര.
Mēmunda ...	മേമുണ്ട.
Kīlal ...	കീഴൽ.
Kuttōtt (S. No. 126).	കുട്ടോത്ത്.
Mēmunda ...	മേമുണ്ട.
Mennānyam ...	മെഞ്ഞാണ്യം.
Marudēri ...	മരുതേരി.
Mennānyam.	മെഞ്ഞാണ്യം.
Pāndikkōtt ...	പാണ്ടിക്കോട്ട്.

KURUMBRANĀD TĀLŪK—*cont.* കുറുമ്പ്രനാട് താലൂക്ക് — തുടർച്ച.

- Vengappatta വെങ്ങപ്പററ.
- **Mēppayyūr** ... മേപ്പയ്യൂര്.
  - Changaram-velli. ചങ്ങരംവെള്ളി.
  - Kāyalād ... കായലാട്.
  - Kīlappayyūr. കീഴപ്പയ്യൂര്.
  - Mēppayyūr ... മേപ്പയ്യൂര്.
- **Modakkallūr** ... മൊടക്കല്ലൂര്.
  - Aduvātt ... അട്ടവാട്ട്
  - Kodassēri ... കൊടശ്ശേരി.
  - Kōtangal ... കോതങ്ങൾ.
  - Kulattūr ... കളത്തൂര്.
  - Kūmulli ... കൂമുള്ളി.
  - Kuruvālūr ... കുറുവാളൂര്.
  - Modakkallūr. മൊടക്കല്ലൂര്.
  - Torāyi ... തൊറായി.
- **Mokēri** ... മൊകേരി.
  - Kārandōtt ... കാരണ്ടോത്ത്
  - Kōvukkunnu. കോവുക്കുന്ന്.
  - Mokēri ... മൊകേരി.
- **Mūdādi** ... മൂടാടി.
  - Mūdādi ... മൂടാടി.
  - Muchukunnu. മുചുകുന്ന്.
  - Parakkād ... പറക്കാട്.
  - Purakkal ... പുറക്കൽ.
  - Velakkōd ... വെളക്കോട്.
  - Vellarakkād . വെള്ളരക്കാട്.
- **Mudu-Vannāchcha.** മുതുവണ്ണാച്ച.
  - Kallūr ... കല്ലൂര്.
  - Kūniyōtt ... കുനിയോത്ത്.
  - Mudu-vannāchcha. മുതുവണ്ണാച്ച.
  - Poravūr ... പൊറവൂര്.
- **Muttungal** .. മുട്ടുങ്ങൽ.
  - Madappalli ... മടപ്പള്ളി.
  - Muttungal ... മുട്ടുങ്ങൽ.
  - Rayarangatt. രയരങ്ങത്ത്.
- **Muyippōtt** ... മുയിപ്പോത്ത്.
  - Muyippōtt ... മുയിപ്പോത്ത്.
  - Vennārōtt ... വെണ്ണാറോട്ട്.
- **Nadakkutāla** ... നടക്കുതാഴ.
  - Arakkilād ... അറക്കിലാട്.
  - Mēppayil ... മേപ്പയിൽ.
  - Nadakkutāla. നടക്കുതാഴ.
  - Puttūr ... പുത്തൂര്.
- **Nadēri** ... നടേരി
  - Kāvum-vattam. കാവുംവട്ടം.
  - Kunittakād ... കുനിത്തകാട്.
  - Kurichchikkara. കുറിച്ചിക്കര.
  - Maralūr (S. No. 242). മരളൂര്
  - Mulikku-mīttal. മുഴിക്കുമീത്തൽ.
  - Nadēri ... നടേരി
- **Naduvannūr** ... നടുവണ്ണൂര്.
  - Ayanikkād ... അയനിക്കാട്.
  - Kakkanchēri. കക്കഞ്ചേരി.
  - Koyakkād ... കൊയക്കാട്.
  - Mannankāvu. മന്നങ്കാവ്.
  - Naduvannūr. നടുവണ്ണൂര്.
- **Narippetta** ... നരിപ്പെററ.
  - Chīkkunnum-mal ചീക്കുന്നുമ്മൽ.
  - Narippetta ... നരിപ്പെററ.
  - Tinūr ... തിനൂര്.
- **Nochchād** ... നൊച്ചാട്.
  - Nochchād ... നൊച്ചാട്.
  - Velliyūr ... വെള്ളിയൂര്.
- **Onchiyam** ... ഒഞ്ചിയം.
  - Kannūkkara കണ്ണൂക്കര.
  - Onchiyam ... ഒഞ്ചിയം.
- **Pālayād** ... പാലയാട്.
  - Pālayād ... പാലയാട്.
  - Padiyārak-kara. പതിയാരക്കര.
- **Pālēri** ... പാലേരി.
  - Cheriya-kumbalam. ചെറിയകുമ്പളം.
  - Pālēri ... പാലേരി.
  - Vadakkum-bād. വടക്കുമ്പാട്.
  - Valiyakum-balam. വലിയകുമ്പളം.
- **Pallikkara** ... പള്ളിക്കര.
  - Pallikkara ... പള്ളിക്കര.
- **Panangād** ... പനങ്ങാട്.
  - Nirmallūr ... നിർമ്മല്ലൂര്.
  - Panangād ... പനങ്ങാട്.
- **Pandalāyini** ... പന്തലായിനി.
  - Kōta-mangalam. കോതമംഗലം.
  - Pandalāyini. പന്തലായിനി.
  - Quilāndi ... (Kōvilkandi). കോവിൽകണ്ടി.
- **Pārakkadavu** ... പാറക്കടവ്.
  - Pārakkadavu. പാറക്കടവ്.
  - Tānakkōttūr. താനക്കോട്ടൂര്.
  - Ummattūr ... ഉമ്മത്തൂര്.

KURUMBRANĀD TĀLŪK—*cont.* കുറുമ്പ്രനാട് താലൂക്ക്—തുടച്ച.

Name	Malayalam
Vilakkōttūr.	വിളക്കോട്ടൂര്.
Pōrāmbra ...	പേരാമ്പ്ര.
Kiliyambilāyi.	കിളിയമ്പിലായി.
Koratti ...	കൊരട്ടി
Pērāmbra	പേരാമ്പ്ര.
Pillapperuvanna.	പിള്ളപ്പെരുവണ്ണ.
Ponmēri ...	പൊന്മേരി.
Parambil ...	പറമ്പിൽ.
Ponmēri ...	പൊന്മേരി.
Purakkād ...	പുറക്കാട്.
Kōlipram ...	കോഴിപ്രം.
Purakkād ..	പുറക്കാട്.
Puramēri .	പുറമേരി.
Puramēri ..	പുറമേരി.
Puduppanam ...	പുതുപ്പണം.
Puduppanam.	പുതുപ്പണം.
Sivapuram ..	ശിവപുരം.
Karumala ...	കരുമല.
Kayipatta ..	കയിപറ്റ.
Sivapuram ...	ശിവപുരം.
Tiruvallūr ...	തിരുവള്ളൂര്.
Tiruvallūr .	തിരുവള്ളൂര്.
Vellūkkara ...	വെള്ളൂക്കര.
Tiruvangūr ..	തിരുവങ്ങൂര്.
Tiruvangūr ..	തിരുവങ്ങൂര്.
Vengalam ...	വെങ്ങളം.
Torayūr ...	തൊറയൂര്.
Tōlēri ...	തോലേരി.
Torayūr ...	തൊറയൂര്.
Trikkōttūr ...	തൃക്കോട്ടൂര്.
Pālūr ...	പാലൂര്
Trikkōttūr ...	തൃക്കോട്ടൂര്.
Trikkuttissēri ...	തൃക്കുറ്റിശ്ശേരി.
Trikkuttissēri	തൃക്കുറ്റിശ്ശേരി.
Vākayād ...	വാകയാട്.
Tūnēri ...	തൂണേരി.
Mudavantēri.	മുടവന്തേരി.
Tūnēri ...	തൂണേരി.
Uliyēri ...	ഉള്ളിയേരി.
Manātt ...	മണാട്ട്.
Mundōtt ..	മുണ്ടോട്ട്.
Nārātt ...	നാറാത്ത്.
Oravil ...	ഒറവിൽ.
Ulliyēri ...	ഉള്ളിയേരി.
Unnikulam ...	ഉണ്ണികുളം.
Kāntapuram.	കാന്തപുരം.
Palliyōtt ...	പള്ളിയോത്ത്.
Pūnūr ...	പൂനൂർ.
Unnikulam ..	ഉണ്ണികുളം.
Ūrālangal ..	ഊരാളുങ്കൽ.
Ūrālangal ..	ഊരാളുങ്കൽ.
Vellikulangara.	വെള്ളികുളങ്ങര.
Vadayatt .	വടയത്ത്.
Nittūr ...	നിട്ടൂര്.
Vadayatt ...	വടയത്ത്.
Valayam .	വളയം.
Cherumōtt ...	ചെറുമോത്ത്.
Jātiyēri ...	ജാതിയേരി.
Puliyāvil .	പുളിയാവിൽ.
Valayam ...	വളയം.
Vānimēl	വാണിമേൽ.
Māmbilākkūl	മാമ്പിലാക്കൂൽ.
Pērkkadavu	പേർക്കടവ്.
Vānimēl ..	വാണിമേൽ.
Vanmugam ..	വന്മുകം.
Chingapuram.	ചിങ്ങപുരം.
Elambilād (S. No. 255).	എളമ്പിലാട്.
Kadalūr (S. No. 257).	കടലൂര്.
Vanmugam...	വന്മുകം.
Vīmangalam.	വീമംഗലം.
Vīravanchēri.	വീരവഞ്ചേരി.
Vayikkilassēri.	വയിക്കിലശ്ശേരി.
Kurikkilād ...	കുറിക്കിലാട്.
Varissyakkuni.	വറിശ്ശ്യക്കുനി.
Vayikkilassēri.	വയിക്കിലശ്ശേരി.
Vēlam ...	വേളം.
Cherukunnu.	ചെറുകുന്ന്.
Kurichchagam.	കുറിച്ചകം.
Vēlam ...	വേളം.
Velliyōd ...	വെള്ളിയോട്.
Bhūmivātukkal.	ഭൂമിവാതുക്കൽ.
Kōdiyūr ...	കോടിയൂര്.
Kuyidēri ...	കയിതേരി.
Velliyōd ...	വെള്ളിയോട്.
Vellūr .	വെള്ളൂര്.
Chālappuram.	ചാലപ്പുറം.
Kōdanchēri ..	കോടഞ്ചേരി.
Pērōd ...	പേരോട്.
Vellūr ...	വെള്ളൂര്.
Vēlūr ...	വേളൂര്.
Kongannūr ...	കൊങ്ങന്നൂര്

KURUMBRANĀD TĀLŪK—*cont.* കുറുമ്പ്രനാട് താലൂക്ക്—തുടച്ച.

- Vēlūr ... വേളൂര്.
- Vilātapuram ... വിലാതപുരം.
  - Kuningād ... കനിങ്ങാട്.
  - Muduvadattūr മുളവടത്തൂര്.
  - Vilātapuram. വിലാതപുരം.
- Vilayāttūr ... വിളയാട്ടൂര്.
  - Elambilād (S. No. 160). എളമ്പിലാട്.
  - Vilayāttūr ... വിളയാട്ടൂര്.
- Villyāppalli ... വില്യാപ്പള്ളി.
  - Mayyannūr... മയ്യന്നൂര്.
  - Tirumana ... തിരുമന.
  - Villyāppalli... വില്യാപ്പള്ളി.
- Viyyūr ... വിയ്യൂര്.
  - Kolakkād (S. No. 265). കൊളക്കാട്.
  - Kollam ... കൊല്ലം.
  - Manna-mangalam. മണ്ണമംഗലം.
  - Marulūr (S. No. 264). മരളൂര്.
  - Puliyanchēri. പുളിയഞ്ചേരി.
  - Viyyūr ... വിയ്യൂര്.

LACCADIVE ISLANDS. (ലക്കദ്വീപ്) ലാക്കഡിവ് ദ്വീപുകൾ.

- Agatti ... അകത്തി.
- Andrōth ... അന്ത്രോത്ത്
- Kalpēni ... കല്പേനി.
- Kavaratti ... കവരത്തി.
- Minicōy ... മിനിക്കോയ്.

PALGHAT TĀLŪK. പാലക്കാട് താലൂക്ക്.

- Akattēttara ... അകത്തേത്തറ.
  - Akattēttara... അകത്തേത്തറ.
- Āyakkād ... ആയക്കാട്.
  - Āyakkād ... ആയക്കാട്.
  - Paruvāssēri... പരുവാശ്ശേരി.
- Chembrakulam. ചെമ്പ്രകുളം.
  - Chembra-kulam. ചെമ്പ്രകുളം.
- Chenganiyūr ... ചെങ്ങണിയൂര്.
  - Chenganiyūr. ചെങ്ങണിയൂര്
  - Tannirangād. തണ്ണിരങ്ങാട്.
- Chērā-mangalam. ചേരാമംഗലം.
  - Chērā-mangalam. ചേരാമംഗലം.
- Cherāya .. ചെറായ.
  - Cherāya ... ചെറായ.
- Chittalanchēri... ചിററലഞ്ചേരി.
  - Chittalan-chēri ചിററലഞ്ചേരി.
- Chūlanūr ... ചൂലനൂര്.
  - Chūlanūr ... ചൂലനൂര്.
- Edattara ... എടത്തറ.
  - Edattara ... എടത്തറ.
  - Ōdanūr ... ഓടനൂര്.
- Elappulli ... എലപ്പുള്ളി.
  - Elappulli ... എലപ്പുള്ളി.
- Elavanchēri ... എലവഞ്ചേരി
  - Elavanchēri... എലവഞ്ചേരി
- Erimayūr ... എരിമയൂര്.
  - Erimayūr ... എരിമയൂര്.
- Ettanūr ... എത്തനൂര്.
  - Ettanūr ... എത്തനൂര്.
- Elakkād ... എഴക്കാട്.
  - Elakkād ... എഴക്കാട്.
- Kadukkam-kunnu. കടുക്കാംകുന്ന്.
  - Kadukkām-kunnu. കടുക്കാംകുന്ന്.
- Kākkayūr ... കാക്കയൂര്.
  - Kākkayūr ... കാക്കയൂര്.
- Kalappatti ... കളപ്പട്ടി
  - Kalappatti ... കളപ്പട്ടി.
- Kallēppulli ... കല്ലേപ്പുള്ളി.
  - Kallēppulli ... കല്ലേപ്പുള്ളി.
- Kallūr ... കല്ലൂര്.
  - Kallūr ... കല്ലൂര്.
  - Kannam-pariyāram. കണ്ണംപരിയാരം.
- Kannādi ... കണ്ണാടി.
  - Kadakurussi. കടകുറുശ്ശി.
  - Kadalā-kurussi. കടലാകുറുശ്ശി.
  - Kannādi ... കണ്ണാടി.
- Kannambra ... കണ്ണമ്പ്ര.
  - Kannambra... കണ്ണമ്പ്ര.
  - Rishinārada-mangalam. ഋഷിനാരദമംഗലം.
- Kannanūr ... കണ്ണനൂര്.
  - Kannanūr ... കണ്ണനൂര്.
  - Pudukkōd ... (S. No. 54). പുതുക്കോട്.

PALGHAT TĀLUK—*cont.* പാലക്കാട് താലൂക്ക് -തുടർച്ച.

- Kannanūr-pāttōla. കണ്ണനൂർപാട്ടോല.
  - Kannanūr-pāttōla. കണ്ണനൂർപാട്ടോല.
- Kānnikulam ... കാഞ്ഞികുളം.
  - Kānnikulam. കാഞ്ഞികുളം.
- Karinkarappulli. കരിങ്കരപ്പുള്ളി.
  - Karinkarap-pulli. കരിങ്കരപ്പുള്ളി.
- Kāttusseri .. കാട്ടുശ്ശേരി.
  - Kāttusseri ... കാട്ടുശ്ശേരി.
- Kāvalpād ... കാവല്പാട്.
  - Kāvalpād ... കാവല്പാട്.
- Kāvasseri ... കാവശ്ശേരി.
  - Kāvasseri ... കാവശ്ശേരി.
- Kalani .. കഴനി.
  - Kalani ... കഴനി.
  - Pādūr ... പാട്ടൂര്.
- Kēralasseri ... കേരളശ്ശേരി.
  - Kēralasseri ... കേരളശ്ശേരി.
- Kināsseri ... കിണാശ്ശേരി.
  - Kināsseri ... കിണാശ്ശേരി.
- Kināvallūr ... കിണാവല്ലൂര്.
  - Kināvallūr ... കിണാവല്ലൂര്.
- Kilakkanchēri .. കിഴക്കഞ്ചേരി.
  - Kilakkan-chēri. കിഴക്കഞ്ചേരി.
- Kilakkēttara ... കിഴക്കേത്തറ.
  - Kilakkēttara. കിഴക്കേത്തറ.
- Kilakkumbram. കിഴക്കുമ്പ്രം.
  - Kilakkum-bram. കിഴക്കുമ്പ്രം.
- Kodumba .. കൊടുമ്പ.
  - Kodumba .. കൊടുമ്പ.
- Kodundirapulli. കൊടുന്തിരപ്പുള്ളി.
  - Kodundira-pulli. കൊടുന്തിരപ്പുള്ളി.
- Koduvāyūr ... കൊടുവായൂര്.
  - Koduvāyūr ... കൊടുവായൂര്.
- Kollangōd ... കൊല്ലങ്കോട്.
  - Kollangōd ... കൊല്ലങ്കോട്.
- Kōngād ... കോങ്ങാട്.
  - Kōngād ... കോങ്ങാട്.
- Koppam ... കൊപ്പം.
  - Kilumuri ... കിഴുമുറി.
  - Koppam ... കൊപ്പം.
- Kottēkkād ... കൊട്ടേക്കാട്.
  - Kottēkkād .. കൊട്ടേക്കാട്.
- Kōttāya ... കോട്ടായി.
  - Kōttāya ... കോട്ടായി.
- Kūdallūr ... കൂടല്ലൂര്.
  - Kūdallūr .. കൂടല്ലൂര്.
- Kundalasseri .. കണ്ടലശ്ശേരി.
  - Kundalasseri. കണ്ടലശ്ശേരി.
- Kunnanūr ... കന്നനൂര്.
  - Kunnanūr ... കന്നനൂര്.
- Kunisseri ... കനിശ്ശേരി.
  - Kunisseri .. കനിശ്ശേരി.
- Kuttanūr ... കത്തനൂര്.
  - Kuttanūr .. കത്തനൂര്.
- Kulalmannam... കഴൽമന്ദം.
  - Kulal-mannam. കഴൽമന്ദം.
- Mangalam ... മംഗലം.
  - Mangalam .. മംഗലം.
- Mankara . മങ്കര.
  - Chemmuka ... ചെമ്മുക.
  - Mankara ... മങ്കര.
- Mānkurussi .. മാങ്കുറുശ്ശി.
  - Mānkurussi .. മാങ്കുറുശ്ശി.
- Mannalūr ... മഞ്ഞളൂര്.
  - Mannalūr ... മഞ്ഞളൂര്.
- Mannapra ... മഞ്ഞപ്ര.
  - Konnanchēri. കൊന്നഞ്ചേരി.
  - Mannapra ... മഞ്ഞപ്ര.
- Mannūr .. മണ്ണൂര്.
  - Mannūr .. മണ്ണൂര്.
- Marudarōd ... മരുതറോഡ്.
  - Marudarōd ... മരുതറോഡ്.
- Māttūr ... മാത്തൂര്.
  - Māttūr ... മാത്തൂര്.
- Mudappallūr .. മുടപ്പല്ലൂര്.
  - Mudappallūr. മുടപ്പല്ലൂര്.
- Mundūr ... മുണ്ടൂര്.
  - Mundūr ... മുണ്ടൂര്.
  - Oduvangād ... ഒടുവങ്ങാട്.
- Mudalamada ... മുതലമട.
  - Mudalamada. മുതലമട.
- Nagaripuram ... നഗരിപുരം.
  - Nagaripuram. നഗരിപുരം.
  - Pēradikunnu പേരടികുന്ന്.
- Nochchippulli .. നൊച്ചിപ്പുള്ളി.
  - Nochchip-pulli. നൊച്ചിപ്പുള്ളി.
- Ōlasseri .. ഓലശ്ശേരി.
  - Olasseri ഓലശ്ശേരി.
- Palambalakkōd. പഴമ്പാലക്കോട്.
  - Palambālak-kōd. പഴമ്പാലക്കോട്.

PALGHAT TĀLŪK—*cont* പാലക്കാട് താലൂക്ക് - തുടര്ച്ച.

Pālattulli ... പാലത്തുള്ളി.
 Pālattulli ... പാലത്തുള്ളി.

Pallanchāttanūr. പല്ലഞ്ചാത്തനൂര്.
 Pallanchāttanūr. പല്ലഞ്ചാത്തനൂര്.
 Visuvalam ... വിഷുവലം

Pallassana ... പല്ലശ്ശന
 Pallassana .. പല്ലശ്ശന.

Pallattēri ... പള്ളത്തേരി.
 Ennappādam എണ്ണപ്പാടം.
 Pallattēri ... പള്ളത്തേരി.

Pallāvūr ... പല്ലാവൂര്
 Pallāvūr ... പല്ലാവൂര്.

Panangāttiri ... പനങ്ങാട്ടിരി.
 Panangāttiri. പനങ്ങാട്ടിരി

Panayūr ... പനയൂര്.
 Panayūr ... പനയൂര്.

Paruttippulli ... പരുത്തിപ്പുള്ളി.
 Paruttippulli. പരുത്തിപ്പുള്ളി.

Payyallūr ... പയ്യല്ലൂര്.
 Payyallūr ... പയ്യല്ലൂര്.

Peringōd ... പെരിങ്ങോട്.
 Peringōd ... പെരിങ്ങോട്.
 Trippal-munda. തൃപ്പല്‍മുണ്ട.

Peringōttu-kurussi. പെരിങ്ങോട്ടുകുറുശ്ശി.
 Peringōttu-kurussi. പെരിങ്ങോട്ടുകുറുശ്ശി.

Perinkunnu ... പെരിങ്കുന്ന്.
 Perinkunnu... പെരിങ്കുന്ന്.

Peruvēmba ... പെരുവേമ്പ
 Peruvēmba ... പെരുവേമ്പ.

Pirāyiri ... പിരായിരി.
 Pirāyiri ... പിരായിരി

Polpulli ... പൊല്പുള്ളി.
 Polpulli ... പൊല്പുള്ളി.

Pulinelli ... പുലിനെല്ലി.
 Pulinelli ... പുലിനെല്ലി.

Pūdanūr ... പൂതനൂര്.
 Pūdanūr ... പൂതനൂര്.

Pudiyankam ... പുതിയങ്കം.
 Pudiyankam. പുതിയങ്കം.

Pudukkōd ... പുതുക്കോട്.
 Pudukkōd (S. No. 26). പുതുക്കോട്.

Pudup-parivāram. പുതുപ്പരിയാരം.
 Pudup-pariyāram. പുതുപ്പരിയാരം.

Pudussēri .. പുതുശ്ശേരി
 Pudussēri. പുതുശ്ശേരി.

Puttūr .. പുത്തൂര്.
 Puttūr ... പുത്തൂര്.

Tachchangād ... തച്ചങ്ങാട്.
 Anikkōd ... ആനിക്കോട്.
 Tachchangād. തച്ചങ്ങാട്.
 Vallikkōd (S. No. 49). വള്ളിക്കോട്.

Tadukkassēri ... തടുക്കശ്ശേരി.
 Tadukkassēri. തടുക്കശ്ശേരി.
 Vadassēri ... വടശ്ശേരി.

Tannissēri ... തണ്ണിശ്ശേരി.
 Tannissēri . തണ്ണിശ്ശേരി.

Tarūr ... തരൂര്.
 Attippatta ... അത്തിപ്പററ.
 Tarūr ... തരൂര്.

Tassarāk ... തസ്സരാക്ക്.
 Tassarāk . തസ്സരാക്ക്.

Tekkēttara ... തെക്കേത്തറ.
 Tekkēttara ... തെക്കേത്തറ.

Tēnāri ... തേനാരി.
 Tēnāri ... തെനാരി.

Tēnkurussi ... തേങ്കുറുശ്ശി.
 Tēnkurussi ... തേങ്കുറുശ്ശി.

Tennilāpuram . തെന്നിലാപുരം
 Tennilā-puram. തെന്നിലാപുരം

Tēnūr ... തേനൂര്.
 Tēnūr ... തേനൂര്.

Tiruvālattūr .. തിരുവാലത്തൂര്.
 Tiruvālattūr. തിരുവാലത്തൂര്.

Tōlanūr ... തോലനൂര്.
 Tōlanūr ... തോലനൂര്.

Vadakkanchēri. വടക്കഞ്ചേരി.
 Vadakkan-chēri. വടക്കഞ്ചേരി.

Vadakkēttara ... വടക്കേത്തറ.
 Pullōd ... പുള്ളോട്.
 Vadakkēttara. വടക്കേത്തറ.

Vadakkantara... വടക്കന്തറ.
 Kallēkkād ... കല്ലേക്കാട്.
 Vadakkan-tara. വടക്കന്തറ.

Vadavanūr ... വടവനൂര്.
 Vadavanūr ... വടവനൂര്.

Vallikkōd ... വള്ളിക്കോട്.

PALGHAT TĀLŪK—*cont.* പാലക്കാട് താലൂക്ക്—തുടച്ച്.

- Vallikkōd (S. No. 124). വള്ളിക്കോട്.
- Vandāli ... വണ്ടാഴി.
  - Vandāli ... വണ്ടാഴി.
- Varōd ... വറോട്.
  - Varōd ... വറോട്.
- Vattēkkād .. വട്ടേക്കാട്.
  - Vattēkkād ... വട്ടേക്കാട്.
- Vāvulliyāpuram. വാവുള്ളിയാപുരം.
  - Vāvulliyāpuram. വാവുള്ളിയാപുരം.
- Vemballūr ... വെമ്പല്ലൂര്.
  - Vemballūr ... വെമ്പല്ലൂര്.
- Vemmanūr .. വെമ്മണൂര്.
  - Pilāppulli ... പിലാപ്പുള്ളി.
  - Vemmanūr . വെമ്മണൂര്.
- Vēngōdi ... വേങ്ങോടി.
  - Rāmassēri ... രാമശ്ശേരി.
  - Vengōdi ... വേങ്ങോടി.
- Vilayanchāttanūr. വിളയഞ്ചാത്തനൂര്.
  - Vilayan-chāttanūr. വിളയഞ്ചാത്തനൂര്.
- Vilayanūr ... വിളയനൂര്.
  - Vilayanūr ... വിളയനൂര്.
- Yākkara യാക്കര.
  - Yākkara .. യാക്കര.

PONNĀNI TĀLŪK. പൊന്നാനി താലൂക്ക്.

- Āla .. .. ആല.
  - Āla ... ആല.
  - Āmandūr ... ആമണ്ടൂര്.
- Ālankōd ... ആലങ്കോട്.
  - Ālankōd ... ആലങ്കോട്.
  - Kakkidippuram. കക്കിടിപ്പുറം.
  - Nellissērittara. നെല്ലിശ്ശേരിത്തറ.
  - Pantāvūr (S. No. 300). പന്താവൂര്.
  - Perumukku ... പെരുമുക്ക്.
- Ānakkara .. ആനക്കര.
  - Ānakkara ... ആനക്കര.
  - Mēlaliyam ... മേലഴിയം.
  - Mundarkōd ... മുണ്ടര്കോട്.
  - Perumbalam. പെരുമ്പലം.
  - Puramadissēri. പുറമതിശ്ശേരി.
  - Tōttaliyam ... തോട്ടഴിയം.
  - Ummattūr ... ഉമ്മത്തൂര്.
- Anantāvūr .. അനന്താവൂര്.
  - ~~Anantāvūr~~ ... അനന്താപുര്.
  - Kammanam. കമ്മനം.
  - Kaluttakkara. കഴുത്തക്കര.
  - Kōnallūr .. കോണല്ലൂര്.
  - ~~Pantāvūr~~ (S. No. 105.) പന്താവൂര്.
  - Tekkummuri. തെക്കുമ്മുറി.
  - Valiya-parappūr. വലിയപറപ്പൂര്.
- Angādi ... അങ്ങാടി.
  - Angādi ... അങ്ങാടി.
  - Arikkād ... അരിക്കാട്.
  - Kalattumpadi. കളത്തുംപടി.
  - Otalūr (S. No. 221). ഒതളൂര്.
- Tolūkkara ... തൊഴുക്കര.
- Annakara. .. അന്നകര.
  - Annakara .. അന്നകര.
  - Elavattūr .. എലവത്തൂര്.
  - Madukkara ... മദുക്കര.
  - Pōnagam ... പോനകം.
  - Peruvallūr ... പെരുവല്ലൂര്.
  - Ūragam ... ഊരകം.
- Ātavanād ... ആതവനാട്.
  - Ātavanād ... ആതവനാട്.
- Ayirūr ... അയിരൂര്.
  - Ayirūr ... അയിരൂര്.
  - Kōdattūr (S. No. 339). കോടത്തൂര്.
  - Pudutirutti ... പുതുതിരുത്തി.
- Brahmakulam... ബ്രഹ്മകുളം.
  - Brahmakulam (S. No. 407). ബ്രഹ്മകുളം.
  - Chittāttukara. ചിററാട്ടുകര.
  - Kākkassēri .. കാക്കശ്ശേരി.
  - Pūvvattūr പൂവത്തൂര്.
- Chālissēri ചാലിശ്ശേരി.
  - Alikkara ... ആലിക്കര.
  - Chālissēri .. ചാലിശ്ശേരി.
  - Kūttanād ... കൂററനാട്.
  - Perumannūr. പെരുമണ്ണൂര്.
- Chāvakkād ... ചാവക്കാട്.
  - ~~Chāvakkād~~ ... ചാവക്കാട്.
  - Pāluvāya ... പാലുവായ.

PONNĀNI TĀLŪK—*cont.* പൊന്നാനി താലൂക്ക്—തുടൎച്ച.

Chāvakkād ... ചാവക്കാട്.
  Edamuttam ... എടമുട്ടം.
  Kalimbram ... കഴിമ്പ്രം.
  Pallippuram. പള്ളിപ്പുറം.
  Pallippuram (S. No. 434). പള്ളിപ്പുറം.
Chaliyāttiri ... ചാഴിയാട്ടിരി.
  Agalānam ... അകലാണം.
  Chāliyāttiri ... ചാഴിയാട്ടിരി.
  Karukaputtūr. കറുകപുത്തൂര്.
  Maduppalli ... മുതുപ്പള്ളി.
  Pallippādam. പള്ളിപ്പാടം.
Chēnnara ... ചേന്നര.
  Chēnnara ... ചേന്നര.
  Cherupunna. ചെറുപുന്ന.
  Kāmanchēri. കാമഞ്ചേരി.
  Peruntirutti ... പെരുന്തിരുത്തി.
  Vālamarudūr. വാളമരുതൂര്.
Chentrāppini ... ചെന്ത്രാപ്പിന്നി.
  Chentrappini. ചെന്ത്രാപ്പിന്നി.
  Perumbaduppu. പെരുമ്പടപ്പ്.
Cheriyamundam ചെറിയമുണ്ടം.
  Cheriyamundam. ചെറിയമുണ്ടം.
  Talakkadattūr. തലക്കടത്തൂര്.
Cherukudangād. ചെറുകുടങ്ങാട്.
  Chembalangād. ചെമ്പലങ്ങാട്.
  Cherukudangād. ചെറുകുടങ്ങാട്.
  Kanād ... കണ്ണാട്.
  Kārapputtūr. കാരപ്പുത്തൂര്.
  Kariyannūr ... കരിയന്നൂര്.
  Kodumunda. കൊടുമുണ്ട.
  Pallippuram (S. No. 210). പള്ളിപ്പുറം.
Edakkaliyūr ... എടക്കഴിയൂര്.
  Aviyūr ... അവിയൂര്.
  Edakkaliyūr. എടക്കഴിയൂര്.
  Kuranniyūr ... കുരഞ്ഞിയൂര്.
Edappāl ... എടപ്പാൾ.
  Edappāl ... എടപ്പാൾ.
  Perumbaramba. പെരുമ്പറമ്പ്.
  Polpākkara ... പൊൽപാക്കര.
  Ponnalikkara. പൊന്നഴിക്കര.
  Porūkkara ... പോറൂക്കര.
  Talamunda ... തലമുണ്ട.
  Tuyyam ... തുയ്യം.
Edattirutti ... എടത്തിരുത്തി.
  Chūlūr ... ചൂലൂര്.
  Edattirutti ... എടത്തിരുത്തി.
  Kuttamangalam. കുട്ടമംഗലം.
  Payyanūr ... പയ്യനൂര്.
Edayūr ... എടയൂര്.
  Attippatta ... അത്തിപ്പറ്റ.
  Edayūr ... എടയൂര്.
  Puvvattumtara. പൂവ്വത്തുംതറ.
Elavalli ... എളവള്ളി.
  Elavalli ... എളവള്ളി.
  Kadavallūr ... കടവല്ലൂര്.
  Vāga ... വാക.
Engandiyūr ... ഏങ്ങണ്ടിയൂര്.
  Engandiyūr. ഏങ്ങണ്ടിയൂര്.
  Kundaliyūr (S. No. 427). കുണ്ടഴിയൂര്.
Eramangalam ... എരമംഗലം.
  Eramangalam. എരമംഗലം.
  Perumudissēri. പെരുമുടിശ്ശേരി.
Guruvāyūr ... ഗുരുവായൂര്.
  Guruvāyūr ... ഗുരുവായൂര്.
  Kārakkād (S. No. 386). കാരക്കാട്.
  Mammiyūr ... മമ്മിയൂര്.
  Muduvattūr. മുതുവട്ടൂര്.
  Pālayūr ... പാലയൂര്.
Irimbiliyam ... ഇരിമ്പിളിയം.
  Irimbiliyam. ഇരിമ്പിളിയം.
  Vendallūr ... വെണ്ടല്ലൂര്.
Irimbranallūr ... ഇരിമ്പ്രനല്ലൂര്.
  Irimbranallūr. ഇരിമ്പ്രനല്ലൂര്.
Iringappuram ... ഇരിങ്ങപ്പുറം.
  Chūlpuram ... ചൂൽപുറം.
  Iringappuram ഇരിങ്ങപ്പുറം.
  Puttamballi ... പുത്തമ്പള്ളി.
  Tiruvenkidam തിരുവെങ്കിടം.
Iringāvūr ... ഇരിങ്ങാവൂര്.
  Elambulāvu. എളമ്പുലാവ്.
  Iringāvūr ... ഇരിങ്ങാവൂര്.

PONNĀNI TĀLŪK—*cont.* പൊന്നാനി താലൂക്ക്—തുടർച്ച,

Kāntalūr ...	കാന്തളൂര്.
Vāniyannūr.	വാണിയന്നൂര്.
Īswara-mangalam.	ഈശ്വരമംഗലം.
Cheruvāyikkara.	ചെറുവായിക്കര.
Iswara-mangalam.	ഈശ്വരമംഗലം.
Kōttattara ...	കോട്ടത്തറ.
Neytallūr ...	നെയ്തല്ലൂര്.
Pulambram ...	പുഴമ്പ്രം.
Īluvattirutti ...	ഈഴവത്തിരുത്തി.
Erikkamanna.	എരിക്കമണ്ണ.
Īluvattirutti.	ഈഴവത്തിരുത്തി.
Karukat-tirutti	കറുകത്തിരുത്തി.
Punnattirutti.	പുന്നത്തിരുത്തി.
Teyyangād ...	തെയ്യങ്ങാട്.
Kadavanād ...	കടവനാട്.
Kadavanād ...	കടവനാട്.
Pudiya-ponnāni ...	പുതിയ പൊന്നാനി.
Kadikkād ...	കടിക്കാട്.
Cheruvāya ...	ചെറുവായ.
Edakkād ...	എടക്കാട്.
Kadikkād .	കടിക്കാട്.
Kāladi ...	കാലടി.
Kādancheri ...	കാടഞ്ചേരി.
Kāladi ...	കാലടി.
Kilumuri (S. No. 190).	കിഴുമുറി.
Māngāttūr	മാങ്ങാട്ടൂര്.
Tirutti-kundayār.	തിരുത്തി കണ്ടയാര്.
Vērūr ...	വേരൂര്.
Kalpakancheri	കല്പകഞ്ചേരി.
Ayirāni ...	അയിരാണി.
Kalpakancheri.	കല്പകഞ്ചേരി.
Paravannūr ...	പറവന്നൂര്.
Tolānūr ...	തൊഴാനൂര്.
Kānniramukku.	കാഞ്ഞിരമുക്ക്.
Kānniramukku.	കാഞ്ഞിരമുക്ക്.
Kārakkād (S. No. 314).	കാരക്കാട്.
Kappūr ...	കപ്പൂര്.
Eravakkād ...	എറവക്കാട്.
Kappūr (S. No. 275).	കപ്പൂര്.
Kollanūr ...	കൊള്ളനൂര്.
Kolikkara ...	കൊഴിക്കര.
Kāttipparutti ...	കാട്ടിപ്പരുത്തി.
Kattipparutti.	കാട്ടിപ്പരുത്തി.
Kula-managalam.	കുളമംഗലം.
Vaikkattūr ...	വൈക്കത്തൂര്.
Valāncheri ...	വളാഞ്ചേരി.
Kavukkōd ...	കവുക്കോട്.
Kānnirakkōd. (S No. 274)	കാഞ്ഞിരക്കോട്.
Kavukkōd ...	കവുക്കോട്.
Pattissēri ...	പട്ടിശ്ശേരി.
Kaipa-mangalam.	കയ്പമംഗലം.
Kaipa-mangalam.	കയ്പമംഗലം.
Kēralādhīswara-puram.	കേരളാധീശ്വരപുരം.
Kēralādhīs-warapuram.	കേരളാധീശ്വരപുരം.
Kōlolambu ...	കോലൊളമ്പ്.
Ayilakkād ...	അയിലക്കാട്.
Kōlolambu	കോലൊളമ്പ്.
Pūkkarattara.	പൂക്കരത്തറ.
Ventinikkara.	വെന്തിനിക്കര.
Kōdachchira ...	കോതച്ചിറ.
Kōdachchira.	കോതച്ചിറ.
Māttūr ...	മാത്തൂര്.
Peringōd ...	പെരിങ്ങോട്.
Kūdallūr ...	കൂടല്ലൂര്.
Kūdallūr ...	കൂടല്ലൂര്.
Malamakkāvu	മലമക്കാവ്.
Manniperumbalam.	മണ്ണിപെരുമ്പലം.
Nayyūr ...	നയ്യൂര്.
Panniyūr ...	പന്നിയൂര്.
Kūlimuttam ...	കൂളിമുട്ടം.
Emmād ...	എമ്മാട്.
Kādikkōd ...	കാതിക്കോട്.
Kaluvilanga.	കഴുവിലങ്ങ.
Kōttūr ...	കോട്ടൂര്.
Kūlimuttam.	കൂളിമുട്ടം.
Kumaranallūr ...	കുമരനല്ലൂര്.
Āmēttikkara.	അമേറ്റിക്കര.
Chēkkōd ...	ചേക്കോട്.
Kalladattūr ...	കല്ലടത്തൂര്.
Kumaranallūr	കുമരനല്ലൂര്.
Vellālūr ...	വെള്ളാളൂര്.

PONNĀNI TĀLŪK—*cont.* പൊന്നാനി താലൂക്ക്—തുടൎച്ച

Kundaliyūr ... കുണ്ടഴിയൂര്
- Kundaliyūr (S. No. 422). കുണ്ടഴിയൂര്.
- Pōttūr (S No. 421). പോത്തൂര്.
- Toyakkāvu ... തൊയക്കാവു.

Kurumbattūr ... കുറുമ്പത്തൂര്.
- Chēlūr ... ചേലൂര്.
- Edassēri ... എടശ്ശേരി.
- Kudassēri ... കുടശ്ശേരി.
- Kurumbattūr. കുറുമ്പത്തൂര്.
- Punnattala ... പുന്നത്തല.

Kuttippāla ... കുററിപ്പാല.
- Kāladittara ... കാലടിത്തറ.
- Kuttippāla ... കുററിപ്പാല.
- Naduvattam (S. No. 289). നടുവട്ടം.
- Nellissēri .. നെല്ലിശ്ശേരി.
- Puramundēkkād. പുറമുണ്ടേക്കാട്.
- Sukapuram ... ശുകപുരം.

Kuttippuram ... കുററിപ്പുറം.
- Kolakkād ... കൊളക്കാട്.
- Kuttippuram. കുററിപ്പുറം.
- Payinkanniyūr (S. No. 79). പയിങ്കണ്ണിയൂര്.
- Pērassanūr ... പേരശ്ശനൂര്.

Mala ... മല.
- Kakkāttiri ... കക്കാട്ടിരി.
- Kōttōppādam (S. No. 229). കോട്ടോപ്പാടം.
- Kōttōppādam (S. No. 278). കോട്ടോപ്പാടം.
- Mala ... മല.
- Vattēnād ... വട്ടേനാട്.

Manattala ... മണത്തല.
- Manattala ... മണത്തല.
- Punna ... പുന്ന.
- Tiruvatra ... തിരുവത്ര.

Mangalam ... മംഗലം.
- Kūttāyi ... കൂട്ടായി.
- Mangalam (S. No. 128). മംഗലം.
- Pullūni ... പുല്ലൂണി.
- Punnamana ... പുന്നമന.
- Tallūkkara ... തല്ലൂക്കര.

Mārākkara ... മാറാക്കര.
- Ērkkara ... ഏൎക്കര.
- Kallār-mangalam. കല്ലാർമംഗലം.
- Kilumuri (S. No. 55). കിഴുമുറി.
- Mārākkara ... മാറാക്കര.
- Mūrkkanād ... മൂൎക്കനാട്.

Māranchēri ... മാറഞ്ചേരി
- Māranchēri ... മാറഞ്ചേരി.
- Parichchagam പരിച്ചകം.

Mēlmuri ... മേൽമുറി.
- Karayakkād. കരയക്കാട്.
- Mēlmuri (S. No. 60). മേൽമുറി.

Mēlattūr ... മേഴത്തൂര്.
- Kodanād ... കൊടനാട്.
- Mēlattūr ... മേഴത്തൂര്.
- Mudavannūr. മുടവന്നൂര്.

Mullassēri ... മുല്ലശ്ശേരി.
- Changalāyi ... ചങ്ങലായി.
- Mullassēri ... മുല്ലശ്ശേരി.
- Tirunellūr .. തിരുനെല്ലൂര്.

Mūdūr ... മൂതൂര്.
- Cheganūr ... ചെകനൂര്.
- Cheralassēri ... ചെറളശ്ശേരി.
- Kavupra ... കവുപ്ര.
- Mēlmuri (S. No. 189). മേൽമുറി.
- Mūdūr (S. No. 192). മൂതൂര്.
- Nellikkād ... നെല്ലിക്കാട്.
- Pottūr (S. No 196). പൊത്തൂര്.

Naduvattam ... നടുവട്ടം.
- Chellūr ... ചെല്ലൂർ.
- Kulattōl ... കുളത്തോൾ.
- Naduvattam (S. No. 87) നടുവട്ടം.
- Pakaranallūr. പകരനല്ലൂര്.
- Pālūr ... പാഴൂര്.

Nāgalassēri ... നാഗലശ്ശേരി.
- Chālpuram (S. No. 240). ചാൽപുറം.
- Chālpuram (S. No. 253). ചാൽപുറം.

PONNĀNI TĀLŪK—*cont.* പൊന്നാനി താലൂക്ക് —തുടച്ച.

- Nāgalassēri... — നാഗലശ്ശേരി.
- Nantiyangōd — നന്തിയങ്കോട്.
- Pilākkattiri... — പിലാക്കാട്ടിരി.
- Tekkevāvanūr. — തെക്കെവാവനൂര്
- Tolukkād ... — തൊഴുക്കാട്.
- Vadakkevāvanūr. — വടക്കെവാവനൂര്

Nannammukku. — നന്നമുക്ക്.

- Kallūrma ... — കല്ലൂർമ.
- Nannammukku. — നന്നമുക്ക്.
- Pidāvanūr ... — പിടാവനൂര്.
- Tekkummuri — തെക്കുമ്മുറി.

Nāttika ... — നാട്ടിക.

- Nāttika ... — നാട്ടിക.
- Triprayār ... — തൃപ്രയാറ്.

Niramarudūr ... — നിറമരുതൂര്.

- Niramarudūr. — നിറമരുതൂര്.

Ōmachchappula. — ഓമച്ചപ്പുഴ.

- Karingappāra — കരിങ്കപ്പാറ.
- Manalippula. — മണലിപ്പുഴ.
- Ōmachchappula. — ഓമച്ചപ്പുഴ.
- Perinchēri ... — പെരിഞ്ചേരി.

Orumanayūr .. — ഒരുമനയൂര്.

- Adittirutti ... — അടിത്തിരുത്തി.
- Blāngād ... — ബ്ലാങ്ങാട്.
- Erattappula. — എരട്ടപ്പുഴ.
- Kadappuram. — കടപ്പുറം.
- Karugamād... — കറുകമാട്.
- Mād ... — മാട്.
- Orumanayūr. — ഒരുമനയൂര്.
- Vattēkkād ... — വട്ടേക്കാട്.

Otalūr ... — ഒതളൂര്.

- Chiyyānūr ... — ചിയ്യാനൂര്.
- Kīlūkkara ... — കീഴൂക്കര.
- Kōkkūr ... — കോക്കൂര്.
- Otalūr (S. No. 337). — ഒതളൂര്.

Olūr ... — ഒഴൂര്.

- Ayyāya ... — അയ്യായ.
- Eranellūr ... — എരനെല്ലൂര്.
- Kōrād ... — കോറാട്.
- Kuruvattisēri. — കുറുവട്ടിശ്ശേരി.
- Olūr ... — ഒഴൂര്.
- Talakkōttūr... — തലക്കോട്ടൂര്.

Pachchāttiri .. — പച്ചാട്ടിരി.

- Kānūr ... — കാനൂര്.
- Pachchāttiri. — പച്ചാട്ടിരി.
- Paravannangādi. — പറവണ്ണങ്ങാടി.
- Pariyāpuram (S. No. 117). — പരിയാപുരം.

Padinnāre Vemballūr. — പടിഞ്ഞാറെ വെമ്പല്ലൂര്.

- Padinnāre Vemballūr. — പടിഞ്ഞാറെ വെമ്പല്ലൂര്.
- Vēkkōd ... — വേക്കോട്.

Pallikkara ... — പള്ളിക്കര.

- Kānniyūr ... — കാഞ്ഞിയൂര്.
- Pallikkara ... — പള്ളിക്കര
- Vadakkummuri. — വടക്കുമ്മുറി.

Panangād ... — പനങ്ങാട്.

- Neppini ... — നെപ്പിനി.
- Panangād ... — പനങ്ങാട്.
- Pattāyakkād. — പത്തായക്കാട്.
- Pelavana ... — പെഴവന.
- Vemballūr ... — വെമ്പല്ലൂര്.

Pāppinivattam. — പാപ്പിനിവട്ടം.

- Onachchammāvu. — ഓണച്ചമ്മാവ്.
- Pāppinivattam. — പാപ്പിനിവട്ടം.
- Puvvattumkadavu. — പുവ്വത്തുംകടവ്.

Pariyāpuram ... — പരിയാപുരം.

- Eranālūr ... — എരണാളൂര്.
- Moriyam ... — മൊറിയം.
- Panangāttūr. — പനങ്ങാട്ടൂര്.
- Pariyāpuram (S. No. 1). — പരിയാപുരം.

Parudūr ... — പരുതൂര്.

- Kodattūr (S. No. 214). — കൊടത്തൂര്.
- Kolamukku... — കൊളമുക്ക്.
- Mangalam (S. No. 217). — മംഗലം.
- Mudappakkād. — മുടപ്പക്കാട്.
- Parudūr ... — പരുതൂര്.
- Palayangādi. — പഴയങ്ങാടി.

Pattittara ... — പട്ടിത്തറ.

- Ālūr ... — ആലൂര്.
- Pattittara ... — പട്ടിത്തറ.

Pāvaratti ... — പാവറട്ടി.

- Marudayūr ... — മരുതയൂര്.
- Pāvaratti ... — പാവറട്ടി.

PONNĀNI TĀLŪK—*cont.* പൊന്നാനി താലൂക്ക്—തുടൎച്ച.

Pudumanas-sēri. പുതുമനശ്ശേരി.
Pēragam ... പേരകം.
  Kārayūr ... കാരയൂര്.
  Kāvida ... കാവിട.
  Pēragam ... പേരകം.
  Tāmarayūr ... താമരയൂര്.
  Vālappalli ... വാഴപ്പള്ളി.
Perinkannūr ... പെരിങ്കന്നൂര്.
  Chāttanūr ... ചാത്തനൂര്.
  Cherippūr ... ചെറിപ്പൂര്.
  Ittōnam ... ഇട്ടോണം.
  Moluvantara മൊഴുവന്തറ.
  Perinkannūr. പെരിങ്കന്നൂര്.
  Velladikunnu. വെള്ളടികുന്ന്.
Perinnanam ... പെരിഞ്ഞനം.
  Perinnanam. പെരിഞ്ഞനം.
Perumanna ... പെരുമണ്ണ.
  Karuga ... കരുക.
  Klāri ... ക്ലാരി.
  Perumanna ... പെരുമണ്ണ.
  Puttūr ... പുത്തൂര്.
Perumbaduppu പെരുമ്പടപ്പ്.
  Cheruvallūr .. ചെറുവല്ലൂര്.
  Cheruvāya ... ചെറുവായ
  Perum-badappu. പെരുമ്പടപ്പ്.
Ponmundam ... പൊന്മുണ്ടം
  Adirssēri ... അതിര്ശ്ശേരി.
  Chilavil ... ചിലവിൽ.
  Ponmundam. പൊന്മുണ്ടം.
Ponnāni Nagaram. പൊന്നാനി നഗരം.
  Pallapram ... പള്ളപ്രം.
  Ponnāni Nagaram. പൊന്നാനി നഗരം.
  Vellīri ... വെള്ളീരി.
Pōttanūr ... പോത്തനൂര്.
  Nariparamba. നരിപറമ്പ്.
  Pōttanūr (S. No. 169). പോത്തനൂര്.
  Tandilam ... തണ്ടിലം.
Pūkkōd ... പൂക്കോട്.
  Kappūr (S. No. 362). കപ്പൂര്.
  Pillakkad ... പിള്ളക്കാട
  Pūkkōd ... പൂക്കോട്.
  Tolūr ... തൊഴൂര്
Punnayūr ... പുന്നയൂര്
  Agalād .. അകലാട്.
  Edakkara ... എടക്കര.
  Punnayūr ... പുന്നയൂര്.
Punnayūr-kulam. പുന്നയൂര്കുളം.
  Chammanūr. ചമ്മനൂര്.
  Kupravalli ... കുപ്രവള്ളി.
  Parūr ... പറൂര്.
  Punnayūr-kulam. പുന്നയൂര്കുളം.
Puranga .. പുറങ്ങ.
  Panambād ... പനമ്പാട്.
  Puranga ... പുറങ്ങ.
Purattūr ... പുറത്തൂര്.
  Edakkanād ... എടക്കനാട്.
  Muttanūr ... മുട്ടനൂര്.
  Purattūr ... പുറത്തൂര്.
Puduppalli ... പുതുപ്പള്ളി.
  Kalavūr ... കളവൂര്.
  Maravanta ... മറവന്ത.
  Puduppalli ... പുതുപ്പള്ളി.
  Trittallūr ... തൃത്തല്ലൂര്.
Rāyiri-mangalam. രായിരിമംഗലം.
  Rāyiri-mangalam. രായിരിമംഗലം.
  Tānniyūr-nagaram. താന്നിയൂര്നഗരം
Talakkād ... തലക്കാട്.
  Mangāttiri .. മങ്ങാട്ടിരി.
  Pārassēri ... പാറശ്ശേരി.
  Talakkād ... തലക്കാട്.
  Tevalap-puram. തെവലപ്പുറം.
Talikkulam ... തളിക്കുളം.
  Talikkulam... തളിക്കുളം.
Tānālūr ... താനാളൂര്.
  Ariyakkād .. അരിയക്കാട്.
  Cheruvattūr. ചെറുവത്തൂര്.
  Mīnadattūr ... മീനടത്തൂര്.
  Pagara ... പകര.
  Tānālūr ... താനാളൂര്.
Tavanūr ... തവനൂര്.
  Adalūr ... അതളൂര്.
  Māttūr ... മാത്തൂര്
  Mūvvānkara. മൂവ്വാങ്കര.
  Tavanūr ... തവനൂര്.
  Trippālūr ... തൃപ്പാളൂര്.
Tayikkād ... തയിക്കാട്.

PONNĀNI TĀLUK—*cont.* പൊന്നാനി താലൂക്ക്—തുടച്ച്.

Brahmakulam (S. No. 384).	ബ്രഹ്മകുളം.
Nemmini ...	നെമ്മിണി.
Perumballi chāvakkād.	പെരുമ്പള്ളി ചാവക്കാട്.
Tayikkād ...	തയിക്കാട്.
~~Tekkankuttūr~~ ..	തെക്കൻകുററൂർ.
Aravanchēri.	അറവഞ്ചേരി.
Kānnirakkōd (S. No. 108)	കാഞ്ഞിരക്കോട്.
Kuttūr ...	കുററൂർ.
~~Nallāparamba~~.	നല്ലാപറമ്പ.
~~Pōttanūr (S. No. 109)~~.	പോത്തനൂർ.
Pullūr ...	പുല്ലൂർ.
Tekkankuttūr.	തെക്കൻകുററൂർ.
~~Vāranākkara~~.	വാരണാക്കര.
Vengālūr ...	വെങ്ങാലൂർ.
Tirumittakkōd.	തിരുമിററക്കോട്.
Elamangād ...	എഴമങ്ങാട്.
Iringāttūr ...	ഇരിങ്ങാട്ടൂർ.
Irumbagassēri.	ഇരുമ്പകശ്ശേരി.
Nellikkāttiri.	നെല്ലിക്കാട്ടിരി.
Rāyamangalam.	രായമംഗലം.
Tirumittakkōd.	തിരുമിററക്കോട്.
Tirunnāvāya ...	തിരുന്നാവായ.
Edakkulam ..	എടക്കുളം.
Kārattūr ...	കാരത്തൂർ.
Pallāra ...	പല്ലാറ
Tirunnāvāya.	തിരുന്നാവായ
Tirutti ...	തിരുത്തി.
Tirūr ...	തിരൂർ.
Chembra ...	ചെമ്പ്ര.
Kōtta ...	കോട്ട.
Porūr ...	പൊറൂർ.
Tirūr ...	തിരൂർ.
Tomarakkāvu.	തൊമരക്കാവ്.
Toluvānūr ...	തൊഴുവാനൂർ.
Kārtala ...	കാർത്തല.
Toluvānūr ...	തൊഴുവാനൂർ.
Trikkanapuram.	തൃക്കണപുരം.
Ayankalam ...	അയങ്കലം.
Kadagassēri.	കടകശ്ശേരി.
Kallūr ...	കല്ലൂർ.
Kūrada ...	കൂരട.
Maravanchēri.	മറവഞ്ചേരി.
Madilassēri ...	മതിലശ്ശേരി.
Trikkanapuram.	തൃക്കണപുരം.
Vellānchēri ...	വെള്ളാഞ്ചേരി.
Trikkandiyūr ...	തൃക്കണ്ടിയൂർ.
Annāra ...	അന്നാര.
Ēlūr ...	ഏഴൂർ.
Kumaramangalam.	കുമരമംഗലം.
Mūdūr (S. No. 34).	മൂഡൂർ.
Tekkummuri	തെക്കുമ്മുറി.
Trikkandiyūr	തൃക്കണ്ടിയൂർ.
~~Triprangōd~~ ...	തൃപ്രങ്ങോട്.
~~Ālattiyūr~~ ...	ആലത്തിയൂർ.
Kayimalassēri.	കയിമലശ്ശേരി.
Kalannikkara.	കഴഞ്ഞിക്കര.
Kuttummākkal.	കുട്ടുമ്മാക്കൽ.
~~Pāvērikkara~~.	പാവേരിക്കര.
~~Poyilassēri~~ ...	പൊയിലാശ്ശേരി.
~~Tandilākkara~~.	തണ്ടിലാക്കര.
Triprangōd ...	തൃപ്രങ്ങോട്.
~~Vellāmassēri~~.	വെള്ളാമശ്ശേരി.
Trittāla ...	തൃത്താല.
Kannanūr ...	കണ്ണനൂർ.
Māttāya ...	മാട്ടായ
Nāngāttiri ...	ഞാങ്ങാട്ടിരി.
Trittāla ...	തൃത്താല.
Vadakkēkkād ..	വടക്കേക്കാട്.
Kallūr (S. No. 355).	കല്ലൂർ.
Kavukkānappatti.	കവുക്കാനപ്പട്ടി.
Kochchnaūr ..	കൊച്ചനൂർ.
Tekkēkkād ...	തെക്കേക്കാട്.
Tiruvalayannūr.	തിരുവളയന്നൂർ.
Vadakkēkkād.	വടക്കേക്കാട്
Vadakkumbram	വടക്കുമ്പ്രം.
Māvandiyūr.	മാവണ്ടിയൂർ.

PONNĀNI TĀLŪK—*cont.* പൊന്നാനി താലൂക്ക്—തുടച്ച്.

- Vadakkumbram. വടക്കുമ്പ്രം.
- Vādānappalli ... വാടാനപ്പള്ളി.
  - Vādānappalli വാടാനപ്പള്ളി.
- Valavannūr ... വളവന്നൂര്.
  - Cheruvannūr. ചെറുവണ്ണൂര്.
  - Kadingallūr. കടിങ്ങല്ലൂര്.
  - Valavannūr ... വളവന്നൂര്.
- Valiyakunnu ... വലിയകുന്ന്.
  - Kodumudi ... കൊടുമുടി.
  - Puramannūr. പുറമണ്ണൂര്.
  - Valiyakunnu. വലിയകുന്ന്.
- Vammēnād ... വമ്മേനാട്.
  - Cherumarudayūr. ചെറുമരുതയൂര്.
  - Payingannūr. പയിങ്കണ്ണൂര്.
  - Peringād ... പെരിങ്ങാട്.
  - Vammēnād ... വമ്മേനാട്.
- Vattamkulam ... വട്ടംകുളം.
  - Erumappāra. എരുമപ്പാറ.
  - Kāntalūr (S. No. 284). കാന്തളൂര്.
  - Tayikkād (S. No. 285). തയിക്കാട്.
  - Tēlassēri ... തേലശ്ശേരി.
  - Udanikkara... ഉദനിക്കര.
  - Vattamkulam. വട്ടംകുളം.
- Vayilattūr ... വയിലത്തൂര്.
  - Annūr ... അന്നൂര്.
  - Nāmanakkād. നാമനക്കാട്.
  - Vayilattūr ... വയിലത്തൂര്.
- Veliyangōd ... വെളിയങ്കോട്.
  - Grāmam ... ഗ്രാമം.
  - Palanni ... പഴഞ്ഞി.
  - Veliyangōd... വെളിയങ്കോട്.
- Venkitangu ... വെങ്കിടങ്ങ്.
  - Venkitangu... വെങ്കിടങ്ങ്.
- Vettam ... വെട്ടം.
  - Padiyam ... പടിയം.
  - Vēmanna ... വേമണ്ണ.
  - Vettam ... വെട്ടം.
- Vettam-Pallippuram. വെട്ടംപള്ളിപ്പുറം.
  - Cheriyaparappūr. ചെറിയപറപ്പൂര്.
  - Pallippuram (S. No. 141). പള്ളിപ്പുറം.
- Perintallūr ... പെരിന്തല്ലൂര്.

WALLUVANĀD TĀLŪK. വള്ളുവനാട് താലൂക്ക്.

- Alanallūr ... അലനല്ലൂര്.
  - Alanallūr ... അലനല്ലൂര്.
- Alangād ... ആലങ്ങാട്
  - Alangād ... ആലങ്ങാട്.
  - Vēttakkara ... വേട്ടക്കര
- Ālipparamba ... ആലിപ്പറമ്പ്.
  - Ālipparamba. ആലിപ്പറമ്പ്.
- Āmayūr ... ആമയൂര്.
  - Amayūr ... ആമയൂര്.
- Ānamangād ... ആനമങ്ങാട്
  - Ānamangād... ആനമങ്ങാട്.
  - Chettanakurussi. ചെത്തനാകുറുശ്ശി.
  - Manalāya ... മണലായ.
  - Mulannamanna. മുഴന്നമണ്ണ.
  - Punnakkōd ... പുന്നക്കോട്.
- Angādippuram. അങ്ങാടിപ്പുറം.
  - Angādippuram. അങ്ങാടിപ്പുറം.
  - Pariyāpuram (S. No. 114). പരിയാപുരം.
- Arakkuparamba. അരക്കുപറമ്പ്.
  - Arakkuparamba. അരക്കുപറമ്പ്.
  - Puttūr (S. No. 149) പുത്തൂര്.
- Arakurussi ... അരകുറുശ്ശി.
  - Arakurussi ... അരകുറുശ്ശി.
  - Perimbadāri. പെരിമ്പടാരി.
- Ariyūr ... അരിയൂര്.
  - Ariyūr ... അരിയൂര്.
- Attappādi ... അട്ടപ്പാടി.
  - Attappādi ... അട്ടപ്പാടി.
- Bhīmanād ... ഭീമനാട്.
  - Bhīmanād ... ഭീമനാട്.
  - Vadassērippuram. വടശ്ശേരിപ്പുറം.
- Chalavara ... ചളവറ.
  - Chalavara ... ചളവറ
  - Puliyanamkunnu. പുളിയനംകുന്ന്.
- Changilēri ... ചങ്ങിലേരി.
  - Changilēri ... ചങ്ങിലേരി.

WALLUVANĀD TĀLŪK—*cont.* വള്ളുവനാട് താലൂക്ക്— തുടർച്ച.

- Kulappādam. — കുളപ്പാടം.
  - Valluvampula. — വള്ളുവമ്പുഴ
  - Vēndākurussi. — വേണ്ടാകുറുശ്ശി.
- Chemmalassēri. — ചെമ്മലശ്ശേരി.
  - Chemmalassēri. — ചെമ്മലശ്ശേരി.
- Cherakkāpparamba. — ചെരക്കാപ്പറമ്പ്.
  - Aripra ... — അരിപ്ര.
  - Cherakkāpparamba. — ചെരക്കാപ്പറമ്പ്.
  - Puttanangādi. — പുത്തനങ്ങാടി.
- Cherukkāttupulam. — ചെറുക്കാട്ടുപുലം.
  - Cherukkāttupulam. — ചെറുക്കാട്ടുപുലം.
  - Mānnanūr ... — മാന്നനൂര്.
  - Trāngāli ... — ത്രാങ്ങാലി
  - Velliyād ... — വെള്ളിയാട്.
- Cherukōd ... — ചെറുകോട്.
  - Cherukōd ... — ചെറുകോട്.
  - Mannēngōd... (S. No. 277). — മണ്ണേങ്ങോട്.
  - Vandumtara. — വണ്ടുംതറ.
- Cherumundassēri. — ചെറുമുണ്ടശ്ശേരി.
  - Cherumundassēri. — ചെറുമുണ്ടശ്ശേരി
  - Pulāppattassēri. — പുലാപ്പററശ്ശേരി.
  - Puliyakkunnu — പുളിയക്കുന്ന്.
- Cheruppulassēri. — ചെറുപ്പുളശ്ശേരി.
  - Cheruppulassēri. — ചെറുപ്പുളശ്ശേരി.
  - Panniyamkurussi. — പന്നിയംകുറുശ്ശി.
  - Vellāttukurussi. — വെള്ളാട്ടുകുറുശ്ശി.
- Chettallūr ... — ചെത്തല്ലൂര്.
  - Chettallūr ... — ചെത്തല്ലൂര്.
- Chunangād ... — ചുനങ്ങാട്.
  - Chunangād ... — ചുനങ്ങാട്.
- Chundambatta. — ചുണ്ടമ്പററ
  - Chundambatta. — ചുണ്ടമ്പററ.
  - Nāttyamangalam. — നാട്യമംഗലം.
  - Tattanamballi. — തത്തനമ്പള്ളി.
- Edappatta ... — എടപ്പററ.
  - Edappatta .. — എടപ്പററ.
  - Pādirikkōd ... — പാതിരിക്കോട്
  - Velliyanchīri. — വെള്ളിയഞ്ചീരി.
- Edattanāttukara. — എടത്തനാട്ടുകര.
  - Edattanāttukara. — എടത്തനാട്ടുകര.
- Elambulāsseri... — എളമ്പുലാശ്ശേരി.
  - Elambulāssēri. — എളമ്പുലാശ്ശേരി.
  - Pombra ... — പൊമ്പ്ര.
- Ēlankulam ... — ഏലങ്കുളം
  - Elād ... — എളാട്.
  - Ēlankulam .. — ഏലങ്കുളം.
  - Kūlantara ... — കൂഴന്തറ.
  - Kunnakkāvu. — കുന്നക്കാവ്.
  - Mudukurussi (S. No. 269). — മുതുകുറുശ്ശി.
  - Pālattōl ... — പാലത്തോൾ.
- Elēdattmādamba. — എളേടത്തമാടമ്പ്.
  - Kilūr ... — കിഴൂര്.
  - Munnūrkkōd. — മുന്നൂർക്കോട്.
  - Vālūr ... — വാഴൂര്.
- Eravimangalam. — എരവിമംഗലം.
  - Avinnikkād... — അവിഞ്ഞിക്കാട്
  - Eravimangalam. — എരവിമംഗലം.
  - Kilungattōl... — കിഴുങ്ങത്തോൾ.
- Eluvantala . — എഴുവന്തല.
  - Eluvantala (S. No. 265). — എഴുവന്തല.
  - Irimbālassēri. — ഇരിമ്പാലശ്ശേരി.
  - Pattissēri ... — പട്ടിശ്ശേരി.
- Kadambalippuram. — കടമ്പഴിപ്പുറം.
  - Kadambalippuram. — കടമ്പഴിപ്പുറം.
- Kadannamanna. — ട ന്നമണ്ണ
  - Kadannamanna. — കടന്നമണ്ണ.
- Karkitakam ... — കർക്കിടകം.
  - Vellila ... — വെള്ളില.
- Kadungapuram. — കടുങ്ങപുരം.

Walluvanād Tālūk—*cont.* വള്ളുവനാട് താലൂക്ക്—തുടർച്ച.

- Kadungapuram. കടുങ്ങപുരം.
  - Kōttuvād ... കോട്ടുവാട.
  - Mannankulam മണ്ണങ്കുളം.
- Kakkūt ... കക്കൂത്ത്.
  - Chīrattamanna ചീരട്ടമണ്ണ.
  - Kokkūt ... കക്കൂത്ത്.
  - Mānattumangalam. മാനത്തുമംഗലം.
  - Ponniyākurussi. പൊന്നിയാകുറുശ്ശി.
- Kalladikkōd ... കല്ലടിക്കോട്.
  - Kalladikkōd. കല്ലടിക്കോട്.
- Kallādippatta . കള്ളാടിപ്പററ.
  - Andalāti ... അണ്ടലോടി.
  - Kallādippatta. കള്ളാടിപ്പററ.
  - Mūlūrkkara... മൂലൂക്കര.
  - Pērōkkara ... പേരോക്കര.
  - Pulāchchērikkara. പുലാച്ചേരിക്കര.
  - Tamānikkara. തമാനിക്കര.
- Kanniyamburam. കണ്ണിയമ്പുറം.
  - Kanniyamburam. കണ്ണിയമ്പുറം.
  - Panamanna (S. No. 216). പനമണ്ണ.
  - Tōttakkara ... തോട്ടക്കര.
- Kārakkād ... കാരക്കാട്.
  - Eruppa ... എരുപ്പ.
  - Kārakkād (S. No. 232). കാരക്കാട്.
- Kārākkurussi ... കാരാക്കുറുശ്ശി.
  - Kārākkurussi. കാരാക്കുറുശ്ശി.
  - Pontiyamburam. പൊന്തിയമ്പുറം.
- Kāralmanna ... കാറൽമണ്ണ.
  - Kāralmanna. കാറൽമണ്ണ.
  - Naduvattam (S. No. 143). നടുവട്ടം.
  - Tekkummuri. തെക്കുമ്മുറി.
  - Vadakkummuri. വടക്കുമ്മുറി.
- Karimba ... കരിമ്പ.
  - Karimba ... കരിമ്പ.
- Karimpuzha ... കരിമ്പുഴ.
  - Āttāssēri ... ആററാശ്ശേരി.
  - Karimpuzha. കരിമ്പുഴ.
  - Kunnakkād... കുന്നക്കാട്.
- Karkitānkunnu. കർക്കിടാങ്കുന്ന്.
  - Karkitānkunnu. കക്കാടാങ്കുന്ന്.
  - Pālakkāli ... പാലക്കാഴി.
- Kāryāvattam ... കാര്യാവട്ടം.
  - Kāryāvattam. കാര്യാവട്ടം.
  - Mannārmala. മണ്ണാർമല.
  - Pachchīri ... പച്ചീരി.
  - Pallikkutt ... പള്ളിക്കുത്ത്.
  - Tēlakkād ... തേലക്കാട്.
- Kāttukulam ... കാട്ടുകുളം.
  - Kāttukulam... കാട്ടുകുളം.
  - Kināssēri ... കിണാശ്ശേരി.
  - Mangalamkunnu. മംഗലംകുന്ന്.
  - Tānāykal ... താനായ്ക്കൽ.
- Kīlāttūr ... കീഴാററൂര്.
  - Chemmantatta. ചെമ്മന്തട്ട.
  - Kīlāttūr ... കീഴാററൂര്.
  - Kondiparamba. കൊണ്ടിപറമ്പ്.
  - Pūntāvanam. പൂന്താവനം.
- Kōdūr . ... കോട്ടൂര്.
  - Kōdūr ... കോട്ടൂര്.
  - Mangattupulam. മങ്ങാട്ടുപുലം.
  - Vadakkēmanna. വടക്കേമണ്ണ.
- Kōdakurussi ... കോതകുറുശ്ശി.
  - Edakkōdupāvukkōnam. എടക്കോട് പാവുക്കോണം.
  - Kōdakurussi. കോതകുറുശ്ശി.
  - Mundanāttukara. മുണ്ടനാട്ടുകര.
  - Taruvakkōnam. തരുവക്കോണം.
- Kōttōppādam ... കോട്ടോപ്പാടം.
  - Kandamangalam. കണ്ടമംഗലം.
  - Kōttōppādam കോട്ടോപ്പാടം.
  - Puttānikkād. പുററാനിക്കാട്.
- Kulappalli ... കുളപ്പുള്ളി.
  - Kanayam ... കണയം.
  - Kulappalli ... കുളപ്പുള്ളി.
- Kulattūr ... കുളത്തൂര്.

WALLUVANĀD TĀLŪK—*cont.* വള്ളുവനാട് താലൂക്ക്—തുടച്ച്.

- Kulattūr ... കുളത്തൂര്.
- Kulikkiliyād ... കുലിക്കിലിയാട്.
  - Kōttappuram. കോട്ടപ്പുറം.
  - Kūlikkiliyād. കുലിക്കിലിയാട്.
- Kulukkallūr ... കുലുക്കല്ലൂര്.
  - Kulukkallūr. കുലുക്കല്ലൂര്.
- Kumaramputtūr. കുമരമ്പുത്തൂര്.
  - Kumaramputtūr. കുമരമ്പുത്തൂര്.
  - Payyanadam. പയ്യനടം.
- Kūnattara ... കൂനത്തറ.
  - Kūnattara ... കൂനത്തറ.
  - Panayūr ... പനയൂര്.
- Kuruva ... കുറുവ.
  - Ayinikkād ... അയിനിക്കാട്.
  - Karinchāppādi. കരിഞ്ചാപ്പാടി.
  - Kuruva ... കുറുവ.
  - Vattalūr ... വററലൂര്.
- Kuruvambalam. കുറുവമ്പലം.
  - Kuruvambalam. കുറുവമ്പലം.
  - Mālāparamba. മാലാപറമ്പ്.
- Kuruvattūr ... കുറുവട്ടൂര്.
  - Kayiliyād ... കയിലിയാട്.
  - Kuruvattūr (S. No. 153). കുറുവട്ടൂര്
- Kūttilangādi ... കൂട്ടിലങ്ങാടി.
  - Kadukūr ... കടുകൂര്.
  - Kadungūt ... കടുങ്ങൂത്ത്.
  - Kolinnil ... കൊഴിഞ്ഞിൽ.
  - Kōnnōttummuri. കോന്നോത്തുമുറി.
  - Perintāttiri ... പെരിന്താററിരി.
- Lakkidi ... ലക്കിടി.
  - Mangalam ... മംഗലം.
  - Tekkumangalam. തെക്കുമംഗലം.
- Mankada ... മങ്കട.
  - Chēriyam ... ചേരിയം.
  - Kūttil ... കൂട്ടിൽ.
  - Mankada ... മങ്കട.
- Mankada-Pallippuram. മങ്കടപള്ളിപ്പുറം.
  - Padinnāttumuri. പടിഞ്ഞാററുമുറി.
  - Pallippuram (S. No. 66). പള്ളിപ്പുറം.
  - Vallikkāppatta. വള്ളിക്കാപ്പററ.
- Mannambatta ... മണ്ണമ്പററ.
  - Kōdarmanna (S. No. 174). കോടർമണ്ണ.
  - Kulakkāttukurussi. കുളക്കാട്ടുകുറുശ്ശി.
  - Mannambatta മണ്ണമ്പററ.
  - Nīlamangalam. നീലമംഗലം.
  - Pārttala ... പാർത്തല.
  - Tōttara ... തോട്ടര
- Mārāyamangalam. മാരായമംഗലം.
  - Mārāyamangalam. മാരായമംഗലം.
- Marudūr ... മരുതൂര്.
  - Kodalūr ... കൊടലൂ
  - Marudūr ... മരുതൂര്.
  - Puvvakkōd ... പുവ്വക്കോട്.
  - Tondiyannūr. തൊണ്ടി ന്നൂര്
- Mēlāttūr ... മേലാററൂര്.
  - Edayāttūr ... എടയാററൂര്.
  - Manali ... മനഴി.
  - Mēlāttūr ... മേലാററൂര്.
- Mulannūr ... മുളഞ്ഞൂര്.
  - Mulannūr ... മുളഞ്ഞൂര്.
  - Nellikkurussi. നെല്ലിക്കുറുശ്ശി.
- Mulliyākurussi. മുള്ളിയാകുറുശ്ശി.
  - Mulliyākurussi. മുള്ളിയാകുറുശ്ശി.
  - Parambūr ... പറമ്പൂര്.
  - Pattikkād ... പട്ടിക്കാട്.
  - Valangōd ... വാഴങ്ങോട്.
- Mundakkōttukurussi. മുണ്ടക്കോട്ടുകുറുശ്ശി.
  - Mundakkōttukurussi മുണ്ടക്കോട്ടുകുറുശ്ശി.
- Mundamuga ... മുണ്ടമുക.
  - Chiramannūr. ചിറമണ്ണൂര്.
  - Chuduvālattūr. ചുടുവാലത്തൂര്.
  - Mundamuga ... മുണ്ടമുക.

Walluvanād Tālūk—*cont.* വള്ളുവനാട് താലൂക്ക്—തുടച്ച്.

- Nodungōttūr (S. No. 236). നെടുങ്ങോട്ടൂര്.
    - Paruttippura. പരുത്തിപ്പുറ.
- Mūrkkanād ... മൂര്ക്കനാട്.
    - Mūrkkanād ... മൂര്ക്കനാട്.
    - Vēngād ... വേങ്ങാട്.
- Muttēdattu-mādambu. മുത്തേടത്തുമാടമ്പ്.
    - Adakkāp-puttūr. അടക്കാപ്പുത്തൂര്.
    - Kalluvali ... കല്ലുവഴി.
    - Kulakkād ... കുളക്കാട്.
    - Pakarāvūr ... പകരാവൂര്.
    - Pōdi ... പോതി.
- Mudutala ... മുതുതല.
    - Kōlikkōttus-sēri. കോഴിക്കോട്ടുശ്ശേരി.
    - Mēlmuri ... മേല്മുറി.
    - Mudutala ... മുതുതല.
- Naduvattam ... നടുവട്ടം.
    - Kīlumuri ... കീഴുമുറി.
    - Naduvattam (S. No. 311). നടുവട്ടം.
    - Vilattūr ... വിളത്തൂര്.
- Nellāya ... നെല്ലായ.
    - Eluvantala (S. No. 280). എഴുവന്തല.
    - Nellāya ... നെല്ലായ.
- Nemmini ... നെമ്മിനി.
    - Nallūr ... നല്ലൂര്.
    - Nemmini ... നെമ്മിനി.
    - Tachchinga-nādam. തച്ചിങ്ങനാടം.
- Nētiri-mangalam. നേതിരിമംഗലം.
- Nētiri-mangalam. നേതിരിമംഗലം.
    - Vallūr ... വല്ലൂര്.
- Ottappālam .. ഒററപ്പാലം.
    - Ariyūr Tek-kummuri. അരിയൂര് തെക്കുമുറി.
    - Vādānām-kurussi (S. No. 217). വാടാനാംകുറുശ്ശി.
    - Vārōd .. വാരോട്.
- Pālappuram ... പാലപ്പുറം.
    - Pālappuram. പാലപ്പുറം.
- Panamanna ... പനമണ്ണ.
    - Panamanna (S. No. 215). പനമണ്ണ.
- Pānga ... പാങ്ങ.
    - Pānga ... പാങ്ങ.
- Pāral ... പാറല്.
    - Edattara ... എടത്തറ.
    - Odamala ... ഒടമല.
    - Pāral ... പാറല്.
    - Pariyāpuram (S. No. 136). പരിയാപുരം.
    - Valānkulam ... വളാങ്കുളം.
    - Valēnkada ... വഴേങ്കട.
- Pādāyikkara ... പാതായിക്കര.
    - Ammanikkād. അമ്മനിക്കാട.
    - Pādāyikkara. പാതായിക്കര.
- Pattāmbi-Pallip-puram. പട്ടാമ്പിപള്ളിപ്പുറം.
    - Kārakkād (S. No. 292). കാരക്കാട്.
    - Kilāyūr ... കിഴായൂര്.
    - Kondūrkkara. കൊണ്ടൂര്ക്കര.
    - Pallippuram. (S. No. 293). പള്ളിപ്പുറം.
- Palamallūr ... പഴമല്ലൂര്.
    - Chemman-kadavu. ചെമ്മന്കടവ്.
    - Palamallūr ... പഴമല്ലൂര്.
    - Periyamanna. പെരിയമണ്ണ.
    - Peringōttu-pulam. പെരിങ്ങോട്ടുപുലം.
    - Ummattūr ... ഉമ്മത്തൂര്.
- Perintalmanna. പെരിന്തല്മണ്ണ.
    - Cherukara .. ചെറുകര.
    - Kunnappalli. കുന്നപ്പള്ളി.
    - Perintal-manna. പെരിന്തല്മണ്ണ.
- Perumudiyūr ... പെരുമുടിയൂര്.
    - Kodumunda. കൊടുമുണ്ട.
    - Perumudi-yūr. പെരുമുടിയൂര്.
- Pērūr ... പേരൂര്.
    - Akalūr ... അകലൂര്.
    - Pērūr ... പേരൂര്.
    - Puttūr (S. No. 209). പുത്തൂര്.

WALLUVANĀD TĀLŪK—*cont.* വള്ളുവനാട് താലൂക്ക്—തുടർച്ച.

- Pottassēri ... പൊററശ്ശേരി.
  - Pottassēri ... പൊററശ്ശേരി.
- Pulāmantōl ... പുലാമന്തോൾ.
  - Chēlakkad ... ചേലക്കാട്.
  - Pālūr ... പാലൂര്.
  - Pulāmantōl ... പുലാമന്തോൾ.
  - Tirunārāyanapuram (S. No. 121). തിരുനാരായണപുരം.
- Pulāppatta ... പുലാപ്പററ.
  - Pulāppatta ... പുലാപ്പററ.
  - Ummanali ... ഉമ്മനഴി.
- Pulāssēri ... പുലാശ്ശേരി.
  - Kaaringanād... കരിങ്ങനാട്.
  - Mannēngōd (S. No. 299) മണ്ണേങ്ങോട്.
  - Pulāssēri ... പുലാശ്ശേരി.
- Pullundassēri... പുല്ലുണ്ടശ്ശേരി.
  - Aliyannūr ... അഴിയന്നൂര്.
  - Pullundassēri. പുല്ലുണ്ടശ്ശേരി
- Pulakkāttiri ... പുഴക്കാട്ടിരി.
  - Kāttilassēri ... കാട്ടിലശ്ശേരി.
  - Panangānkara പനങ്ങാങ്കര.
  - Pādirimanna. പാതിരിമണ്ണ.
  - Pulakkāttiri. പുഴക്കാട്ടിരി.
  - Rāmapuram. രാമപുരം.
- Rāyiranallūr ... രായിരനല്ലൂര്.
  - Edappalam ... എടപ്പലം.
  - Nedungōttūr (S. No. 305). നെടുങ്ങോട്ടൂര്.
- Srīkrishnapuram. ശ്രീകൃഷ്ണപുരം.
  - Eswaramangalam. ഈശ്വരമംഗലം.
  - Perumāngōd. പെരുമാങ്ങോട്.
  - Srīkrishnapuram. ശ്രീകൃഷ്ണപുരം.
  - Valambilimangalam. വലമ്പിലിമംഗലം.
- Tachchambāra... തച്ചമ്പാറ.
  - Mudukurussi (S. No. 8). മുതുകുറുശ്ശി.
  - Pallikkurup... പള്ളിക്കുറുപ്പ്.
  - Tachchambāra. തച്ചമ്പാറ.
  - Trikkalūr ... തൃക്കല്ലൂര്.
- Tachchanāttukara. തച്ചനാട്ടുകര.
  - Tachchanāttukara. തച്ചനാട്ടുകര.
- Tannikkunnu ... താന്നിക്കുന്ന്.
  - Kōdarmanna (S. No. 175). കോടർമണ്ണ.
  - Pūkkōttakāvu. പൂക്കോട്ടുകാവ്.
  - Pulāppattessēri. പുലാപ്പററശ്ശേരി.
  - Talayannakkād. തലയണ്ണക്കാട്.
  - Tānnikkunnu. താന്നിക്കുന്ന്.
- Tālēkkōd ... താഴേക്കോട്.
  - Tālēkkōd ... താഴേക്കോട്.
- Tenkara ... തെങ്കര.
  - Tenkara ... തെങ്കര.
- Tirunārāyanapuram. തിരുനാരായണപുരം.
  - Kuruvattūr (S No. 242). കുറുവട്ടൂര്.
  - Nālākurussi. നാലാകുറുശ്ശി.
  - Tirunārāyanapuram (S. No. 155). തിരുനാരായണപുരം.
  - Tiruvāliyōd.. തിരുവാഴിയോട്.
- Tiruvalamkunnu തിരുവഴംകുന്ന്.
  - Tiruvalamkunnu. തിരുവഴംകുന്ന്.
- Tiruvēgappura. തിരുവേഗപ്പുറ.
  - Chembra ... ചെമ്പ്ര.
  - Kaippuram ... കൈപ്പുറം.
  - Narip paramba. നരിപ്പറമ്പ്.
  - Tiruvēgappura. തിരുവേഗപ്പുറ
- Trikkangōd ... തൃക്കങ്ങോട്.
  - Chorōttūr ... ചോറോട്ടൂര്.
  - Manissēri ... മനിശ്ശേരി.
  - Trikkangōd ... തൃക്കങ്ങോട്.
  - Trikkadīri ... തൃക്കടീരി.
  - Kārāttukurussi. കാരാട്ടുകുറുശ്ശി
  - Kuttikkōd ... കുററിക്കോട്.
  - Trikkadīri ... തൃക്കടീരി.
- Vadakkāngara, വടക്കാങ്ങര,

Walluvanād Tālūk—*cont.* വള്ളുവനാട് താലൂക്ക്—തുടർച്ച.

- Kāchchinikkād. കാച്ചിനിക്കാട്.
- Makkarapparamba. മക്കരപ്പറമ്പ്
- Punarppa ... പുണർപ്പ.
- Vadakkāngara വടക്കാങ്ങര.
- Vadakkumpram. വടക്കുമ്പ്രം.
  - Aravakkād ... അറവക്കാട്.
  - Kadambūr ... കടമ്പൂര്.
  - Mēlūr ... മേലൂര്.
- Vādānamkurussi. വാടാനാംകുറുശ്ശി.
  - Kuliyamkunnu. കുഴിയംകുന്ന്.
  - Vādānāmkurussi (S. No. 239). വാടനാംകുറുശ്ശി.
- Valambūr ... വലമ്പൂര്.
  - Chāttanallūr. ചാത്തനല്ലൂര്.
  - Erāntōd ... ഏറാന്തോട്.
  - Tirūrkkād ... തിരൂർക്കാട്.
  - Valambūr ... വലമ്പൂര്.
- Vallappula ... വല്ലപ്പുഴ.
  - Vallappula ... വല്ലപ്പുഴ.
- Vāniyankulam. വാണിയങ്കുളം.
  - Kōdayūr ... കോതയൂര്.
  - Pulāchchittara. പുലാച്ചിത്തറ.
- Vellinali ... വെള്ളിനഴി.
  - Kuttānassēri കുററാനശ്ശേരി.
  - Vellinali ... വെള്ളിനഴി.
- Vēngassēri ... വേങ്ങശ്ശേരി.
  - Vēngassēri ... വേങ്ങശ്ശേരി.
- Vēngūr ... വേങ്ങൂര്.
  - Chenmāniyōd. ചെന്മാണിയോട്
  - Vēngūr ... വേങ്ങൂര്.
- Vettattūr ... വെട്ടത്തൂര്.
  - Vettattūr ... വെട്ടത്തൂര്.
- Vilayūr ... വിളയൂര്.
  - Pēradiyūr ... പേരടിയൂര്.
  - Vilayūr ... വിളയൂര്.
- Vīramangalam. വീരമംഗലം.
  - Chammanūr. ചമ്മനൂര്.
  - Karumānāmkurussi. കരുമാനാംകുറുശ്ശി.
  - Māngōd ... മാങ്ങോട്.
  - Pūdakkād ... പൂതക്കാട്.
  - Vīramangalam. വീരമംഗലം.
- Viyyakurussi ... വിയ്യകുറുശ്ശി.
  - Pūkkunnu ... പൂക്കുന്ന്.
  - Pullissēri ... പുല്ലിശ്ശേരി.
  - Viyyakurussi. വിയ്യകുറുശ്ശി.

Wynad Tāluk. വയനാട് താലൂക്ക്.

- Anchukunnu ... അഞ്ചുകുന്ന്.
  - Anchukunnu. അഞ്ചുകുന്ന്.
  - Échchōm ... ഏച്ചോം.
  - Vilambukandam. വിളമ്പുകണ്ടം.
- Edavaka ... എടവക.
  - Edachchana. എടച്ചന.
  - Edavaka ... എടവക.
  - Olakkodi ... ഒഴക്കൊടി.
- Kalpatta ... കല്പററ.
  - Kalpatta ... കല്പററ.
- Kidanganād ... കിടങ്ങനാട്.
  - Chēnād ... ചേനാട്.
  - Kidanganād. കിടങ്ങനാട്.
  - Vadakkanād. വടക്കനാട്.
- Kōttappadi ... കോട്ടപ്പടി.
  - Kōttappadi ... കോട്ടപ്പടി.
  - Trikkaipatta. തൃക്കൈപ്പററ.
- Kōttattara ... കോട്ടത്തറ.
  - Kōttattara ... കോട്ടത്തറ.
  - Tekkuntara... തെക്കുന്തറ.
- Kuppattōd ... കുപ്പത്തോട്.
  - Kuppattōd ... കുപ്പത്തോട്.
- Kurumbāla ... കുറുമ്പാല.
  - Kuppādittara. കുപ്പാടിത്തറ.
  - Padinnārattara. പടിഞ്ഞാറത്തറ.
- Muppayinād ... മുപ്പയിനാട്.
  - Muppayinād. മുപ്പയിനാട്.
- Muttil ... മുട്ടിൽ.
  - Muttil ... മുട്ടിൽ.
- Nallūrnād . നല്ലൂർനാട്.
  - Kanmāna ... കന്മന.
  - Kunnamangalam. കുന്നമംഗലം.
  - Payingāttiri.... പയിങ്ങാട്ടിരി.
- Pulikkād പുലിക്കാട്.

WYNĀD TĀLŪK—*cont.* വയനാട് താലൂക്ക്—തുടച്ച.

- Nenmēni ... നെന്മേനി.
  - Nenmēni ... നെന്മേനി
- Nūlpula ... നൂൽപുഴ.
  - Nūlpula ... നൂൽപുഴ.
- Pēriya ... പേരിയ.
  - Ālāttil ... ആലാററിൽ.
  - Irimanattūr ... ഇരിമനത്തൂര്.
  - Pēriya ... പേരിയ.
  - Varayāl ... വരയാൽ.
- Pongini Chik-kallūr. ... പൊങ്ങിനി ചീക്കല്ലൂര്.
  - Pongini Chīk-kallūr. ... പൊങ്ങിനി ചീക്കല്ലൂര്.
  - Pulpadi ... പുല്പടി.
- Porunnanūr ... പൊരുന്നന്നൂര്.
  - Changādam ... ചങ്ങാടം.
  - Cherukara ... ചെറുകര.
  - Karingāri ... കരിങ്ങാരി.
  - Kommayād ... കൊമ്മയാട്.
- Pulpalli ... പുല്പള്ളി.
  - Pākkam ... പാക്കം.
  - Pulpalli ... പുല്പള്ളി
- Purakkādi ... പുറക്കാടി.
  - Chīngēri ... ചീങ്ങേരി.
  - Purakkādi ... പുറക്കാടി.
- Pūdādi ... പൂതാടി.
  - Pūdādi ... പൂതാടി.
  - Veliyambam ... വെലിയമ്പം.
- Tariyōd ... തരിയോട്.
  - Tariyōd ... തരിയോട്.
  - Vēngapalli ... വേങ്ങപ്പള്ളി.
- Tavinnāl ... തിവിഞ്ഞാൽ.
  - Pōrūr ... പോരൂര്.
  - Tavinnāl ... തവിഞ്ഞാൽ.
  - Tindummal ... തിണ്ടുമ്മൽ
  - Vālāt ... വാളാട്.
- Tirunelli ... തിരുനെല്ലി.
  - Tirunelli ... തിരുനെല്ലി.
  - Trissalēri ... തൃശ്ശലേരി.
- Tondarnad ... തൊണ്ടർനാട്.
  - Kunnōm ... കഞ്ഞോം.
  - Tondar ... തൊണ്ടർ.
- Vayittiri ... വയിത്തിരി.
  - Āchchūrānōm. അച്ചൂരാനോം.
  - Kunnattida-vaga കന്നത്തിടവക.
  - Pinangōd ... പിണങ്ങോട്.
- Vellamunda ... വെള്ളമുണ്ട.
  - Mangalassēri ... മംഗലശ്ശേരി,
  - Vellamunda ... വെള്ളമുണ്ട.
- Vēmōm ... വേമോം.
  - Ārāttutara ... ആറാട്ടുതറ.
  - Vēmōm ... വേമോം.

NELLORE DISTRICT.

(I) = Inam. (Z) = Zamindari.

ĀTMAKŪR TĀLŪK ఆత్మకూరు తాలూకా.

Akbarabādā (I).	అక్బరబాదా.
Amānichiruvella.	అమానిచిరువెళ్ల.
Anamasamudram.	అనమసముద్రం.
Anamasamudram-pēta (I).	అనమసముద్రం పేట.
Anantasāgaram ...	అనంతసాగరం.
Āravēdu ...	అరవేడు.
Āravētipalle Kistīpuram (I).	అరవేటిపల్లె కిస్తీపురం.
Ātmakūr ...	ఆత్మకూరు.
Baddevōlu ...	బద్దెవోలు.
Bandārupalle ...	బండారుపల్లె.
Battepādu ...	బట్టెపాడు.
Battulapalle ...	బత్తులపల్లె.
Battulapallepādu (I).	బత్తులపల్లెపాడు.
Bedusupalle ...	బెడుసుపల్లె.
Bhōgasamudram (I).	భోగసముద్రం.
Billupādu (I) ...	బిల్లుపాడు.
Bommavaram ...	బొమ్మవరం.
Botikalapādu (Z).	బొటికలపాడు.
Bōyilachiruvella ...	బోయిలచిరువెళ్ల.
Brāhmanapalle ...	బ్రాహ్మణపల్లె.
Bukkāpuram (I)..	బుక్కాపురం.
Chandalūrupādu (Z).	చందలూరుపాడు.
Chandrapadiya (I)	చంద్రపడియ.
Chāparāllapalle ...	చాపరాల్లపల్లె.
Chējerla ...	చేజెర్ల.
Chinna Abbipuram (I).	చిన్నఅబ్బిపురం.
Chintalapālem (Z).	చింతలపాలెం.
Chiramana ...	చిరమన.
Chiruvella Khandrika (I).	చిరువెళ్ల ఖండ్రిక.
Chittāyapālem (Minagallu).	చిట్టాయపాలెం (మినగల్లు).
Chouta Bhīmavaram.	చౌటభీమవరం.
Dēpūru ...	దేపూరు.
Dēvarāyapalle ...	దేవరాయపల్లె.
Dharmārāocheruvu palle.	ధర్మారావుచెరువుపల్లె.
Dūbagunta ...	దూబగుంట.
Enamadala ...	ఎనమదల.
Gandlavēdu (Z) ...	గండ్లవేడు.
Ganduvāripalle (I).	గండువారిపల్లె.
Gavuravaram ...	గవురవరం.
Gollapalle (I) ...	గొల్లపల్లె.
Gudipādu (Abbāsāhebupēt).	గుడిపాడు (అబ్బాసాహెబుపేట)
Gumparlapādu.	గుంపర్లపాడు.
Hasanāpuram (I).	హసనాపురం.
Inagalūru ...	ఇనగలూరు.
Isakapalle (I) ...	ఇసకపల్లె.
Kākarlapādu ...	కాకర్లపాడు.
Kākivāya ...	కాకివాయ.
Kālayapālem (I).	కాలయపాలెం.
Kaluvāya ...	కలువాయ.
Kāmireddipādu (I).	కామిరెడ్డిపాడు.
Kanupūrupalle (I).	కనుపూరుపల్లె.
Karatampādu ...	కరటంపాడు.
Kāvali Edavalli ...	కావలి ఎడవల్లి.
Kāvali Mutsafāpuram.	కావలి ముస్తఫాపురం.
Kōlagotla ...	కోలగొట్ల.
Kolavapalle ...	కొలవపల్లె.
Kondamīdi Kondūru.	కొండమీది కొండూరు.
Korimerla ...	కొరిమెర్ల.
Korimerla Khandrika (I).	కొరిమెర్ల ఖండ్రిక.
Kottapēta (Z) ...	కొత్తపేట.

Ātmakūr Tāluk—cont. ఆత్మకూరు తాలూకా—శేషము.

Kōtitīrtham(Tūrpu Kambhampādu).	కోటితీర్థం (తూర్పు కంభంపాడు).
Kullūru ...	కుల్లూరు.
Kūnalammapādu (I).	కూనలమ్మపాడు.
Kuppūrupādu (I).	కుప్పూరుపాడు.
Mādannagāripalle.	మాదన్నగారిపల్లె.
Mahimalūru ...	మహిమలూరు.
Māmudūru ...	మాముడూరు.
Mangupalle ..	మంగుపల్లె.
Muhammadāpuram.	మహమ్మదాపురం.
Nabinagaram (I).	నబినగరం.
Nāgulapādu ...	నాగులపాడు.
Nāgulavellatūru ...	నాగులవెల్లటూరు.
Nallapālem ...	నల్లపాలెం.
Nārampēta ...	నారంపేట.
Nāvūru ...	నావూరు.
Nedūrupalle ...	నేదూరుపల్లె.
Nellūrupālem (I).	నెల్లూరుపాలెం.
Nīlayapālem (I).	నీలయపాలెం.
Nuvvūrupādu ...	నువ్వూరుపాడు.
Padakandla ...	పడకండ్ల.
Padamati Khambhampādu.	పడమటి కంభంపాడు.
Pādēru ...	పాడేరు.
Pamidipādu (I) ...	పమిడిపాడు.
Pandipādu ...	పందిపాడు.
Pātapādu ...	పాతపాడు.
Pātallapalle ...	పాతల్లపల్లె.
Pedda Abbipuram (I).	పెద్ద అబ్బిపురం.
Pedda Annalūru.	పెద్ద అన్నలూరు.
Pellēru ...	పెల్లేరు.
Peramana ...	పెరమన.
Perumāllapādu ...	పెరుమాళ్ళపాడు.
Pongūru ...	పొంగూరు.
Prabhagiripatnam.	ప్రభగిరిపట్నం.
Punugōdu ...	పునుగోడు.
Rājavōlu ...	రాజవోలు.
Rēvūru ...	రేవూరు.
Sōmasila (I) ...	సోమశిల.
Srīkolanu ...	శ్రీకొలను.
Sūrāyapālem ...	సూరాయపాలెం.
Talupūrupādu (I).	తలుపూరుపాడు.
Tātiparti ...	తాటిపర్తి.
Telugurāyapuram.	తెలుగురాయపురం.
Timmayapālem (I)	తిమ్మయపాలెం.
Tulijāpuram (I).	తులిజాపురం.
Tōpugunta ...	తోపుగుంట.
Tōpugunta Agrahāram (I).	తోపుగుంట అగ్రహారం.
Uppalapādu ...	ఉప్పలపాడు.
Varikuntapādu ..	వరికుంటపాడు.
Vāsili ...	వాశిలి.
Velagapādu (Z).	వెలగపాడు.
Veligantipālem (I)	వెలిగంటిపాలెం.
Vēlpulagunta (I).	వేల్పులగుంట.
Virūru ...	విరూరు.
Zammavaram (Z).	జమ్మవరం.
Zangālapalle (I).	జంగాలపల్లె.
Zuvvalaguntapalle (I).	జువ్వలగుంటపల్లె.

Darisi Division. దరిశి డివిజన్.

Abbayapālem (Z).	అబ్బయపాలెం.
Akkamāmbāpuram (Z).	అక్కమాంబాపురం.
Alavalapādu (Z).	అలవలపాడు.
Anantavaram (Z).	అనంతవరం.
Annavaram (Z) ...	అన్నవరం.
Āravellipādu (Z).	ఆరవెల్లిపాడు.
Avisenavāripālem (Z).	అవిశెనవారిపాలెం.
Āvulamanda (Z).	ఆవులమంద.
Bādāpuram (Z) ...	బాదాపురం.
Bālāpuram (Z) ...	బాలాపురం.

DARISI DIVISION—cont. దరిశి డివిజన్—శేషము.

Bandellapāya (Z).	బందెల్లపాయ.
Bandiveligandla (Z).	బండివెలిగండ్ల.
Basavāpuram (Z).	బసవాపురం.
Battepādu (Z) ...	బట్టెపాడు.
Bayyavaram (Z).	బయ్యవరం.
Bellamkondavāri-pālem (Z).	బెల్లంకొండవారిపాలెం.
Bhatlapalle (Z) ...	భట్లపల్లె.
Bhīmavaram ...	భీమవరం.
Bhūmanapalle (Z).	భూమనపల్లె.
Bōdanampādu (Z).	బోదనంపాడు.
Boddikūrapādu (Z).	బొద్దికూరపాడు.
Brindāvanam (Z).	బృందావనం.
Bukkāpuram (Z).	బుక్కాపురం.
Chandavaram (Z).	చందవరం.
Chandalūru (Z) ...	చందలూరు.
Cheruvukommu-pālem (Z).	చెరువుకొమ్ముపాలెం
Chinnavullagallu (Z).	చిన్న వుల్లగల్లు.
Chintalapūdi (Z).	చింతలపూడి.
Darisi (Z) ...	దరిశి.
Dēkanakonda (Z).	దేకనకొండ.
Dēvavaram (Z) ...	దేవవరం.
Donakonda (Z) ...	దొనకొండ.
Dōsakāyalapādu (Z).	దోసకాయలపాడు
Errabālem (Z) ...	ఎర్రబాలెం.
Erra Ôbanapalle (Z).	ఎర్ర ఓబనపల్లె.
Ganēswarapuram (Z).	గణేశ్వరపురం.
Gangavaram (Z).	గంగవరం.
Gōpālapuram (Z)	గోపాలపురం.
Gudipādu (Z) ...	గుడిపాడు.
Idara (Z) ...	ఈదర.
Indlacheruvu (Z).	ఇండ్లచెరువు.
Jagannādhapuram (Z)	జగన్నాథపురం.
Jamukuladinne (Z)	జముకులదిన్నె.
Kallūru (Z) ...	కల్లూరు.
Kambampādu (Z).	కంభంపాడు.
Kāsipuram (East) (Z).	కాసిపురం(తూర్పు)
Kāsipuram (West) (Z).	కాశిపురం(పడమర)
Kellampalle (Z) ...	కెల్లంపల్లె.
Kēsavapuram (Z).	కేశవపురం.
Kochcherlakōta (Z)	కొచ్చెర్లకోట.
Kommavaram (Z).	కొమ్మవరం.
Kōrlamadugu (Z).	కోర్లమడుగు.
Kotikalapūdi (Z).	కొటికలపూడి.
Kottapalle (Z) ...	కొత్తపల్లె.
Kurichēdu (Z)	కురిచేడు.
Lakkavaram (Z)...	లక్కవరం.
Lakshmīnarayana-puram (Z).	లక్ష్మీనారాయణపురం.
Lakshmīpuram (East) (Z).	లక్ష్మీపురం (తూర్పు)
Lakshmīpuram (West) (Z).	లక్ష్మీపురం(పడమర)
Lankōjulapalle (Z)	లంకోజులపల్లె.
Mādhavaram (Z).	మాధవరం.
Mailavaram (Z) ...	మైలవరం.
Malkāpuram (Z).	మల్కాపురం.
Mallāyapālem (Z)	మల్లాయపాలెం.
Mangenapūdi (Z)	మంగెనపూడి.
Mannepalle (Z) ...	మన్నెపల్లె.
Mārēlla (Z) ...	మారేళ్ల.
Mayilavaram (Z).	మయిలవరం.
Mohadīnpuram (Z)	మొహిదీన్‌పురం.
Mudlamūru (Z) ...	ముడ్లమూరు.
Mushtla Gangava-ram (Z).	ముష్ట్లగంగవరం.
Nadimpallepāri Khandrika (Z).	నడింపల్లెవారి ఖండ్రిక.
Nagambhotlapa-lem (Z).	నాగంభొట్లపాలెం.
Nalapōtulavāri-pālem (Z).	నలపోతులవారిపాలెం.
Namassivāyapu-ram (Z).	నమశ్శివాయపురం.

Darisi Division—cont. దరిశి డివిజన్ శేషము.

Nārasimhunipalle (Z).	నారసింహునిపల్లె.
Nāyudipālem (Z).	నాయుడిపాలెం.
Nūjellapalle (Z)...	నూజెళ్లపల్లె.
Pasupugallu (Z)...	పసుపుగల్లు.
Peddanapālem (Z).	పెద్దనపాలెం.
Peddarāvipādu (Z)	పెద్దరావిపాడు.
Peddavaram (Z) ..	పెద్దవరం.
Peddavullagallu (Z).	పెద్దవుల్లగల్లు.
Pērubhatlapālem (Z).	పేరుభట్లపాలెం.
Pōchimakkapalle (Z).	పోచిమక్కపల్లె.
Pōlavaram (Z) ...	పోలవరం.
Pōlēpalle (Z) ...	పోలేపల్లె.
Pōlūruvāri Khandrika (Z)	పోలూరివారి ఖండ్రిక.
Potakamūru (Z) ...	పొతకమూరు.
Pōtavaram (Z) ..	పోతవరం.
Pōtlapādu (Z) ...	పోట్లపాడు.
Pulipādu (Z) ...	పులిపాడు.
Pūrimetla (Z) ..	పూరిమెట్ల.
Rāgamakkapalle (Z).	రాగమక్కపల్లె.
Rājampalle (Z) ...	రాజంపల్లె.
Rāmabhadrāpuram (Z).	రామభద్రాపురం.
Rāmachandrāpuram (Z).	రామచంద్రాపురం.
Rāmāpuram (Z) ..	రామాపురం.
Rudrasamudram (Z).	రుద్రసముద్రం.
Sāmantapūdi (Z).	సామంతపూడి.
Sangāpuram (Z) ...	సంగాపురం.
Sankaranārāyanapuram (Z).	శంకరనారాయణపురం.
Sankarāpuram (Z).	శంకరాపురం.
Sāravamitta (Z) ...	సారవమిట్ట.
Sēshagiri Khandrika (Z).	శేషగిరి ఖాండ్రిక.
Siddayapālem (Z).	సిద్దయపాలెం.
Singanapālem (Z)	సింగనపాలెం.
Sītāsāgaram (Z) ...	సీతాసాగరం.
Sivarāmapuram (Z)	శివరామపురం.
Sōmavarappādu (Z)	సోమవరప్పాడు.
Sūrayapālem (Z)...	సూరయపాలెం.
Tāllūru (Z) ...	తాళ్లూరు.
Tammalūru (Z) ...	తమ్మలూరు.
Tānamchintala (Z)	తానంచింతల.
Tellabādu Agrahāram (Z).	తెల్లబాడు అగ్రహారం.
Timmayapālem (Z)	తిమ్మయపాలెం.
Tripurasundarīpuram (Z).	త్రిపురసుందరీపురం
Tsalivēndra (Z) ...	చలివేంద్ర.
Tsautapālem (Z)...	చౌటపాలెం.
Tummedalapādu (Z).	తుమ్మెదలపాడు.
Umāmahēswarapuram (Z).	ఉమామహేశ్వరపురం.
Uppalapādu (Z)	ఉప్పలపాడు.
Vabbāpuram (Z)...	వబ్బాపురం.
Vaddipādu (Z)	వడ్డిపాడు.
Vēmpādu (Z) ...	వేంపాడు.
Vemparāla (Z) ...	వెంపరాల.
Vēmula (Z) ...	వేముల.
Vēmulabanda (Z).	వేములబండ.
Venkatachalampalle (Z).	వెంకటచలంపల్లె.
Venkatāpuram (Z)	వెంకటాపురం.
Vīravenkatāpuram (Z).	వీరవెంకటాపురం.
Vīrayapālem (East) (Z).	వీరయపాలెం (తూర్పు).
Vīrayapalem (West) (Z).	వీరయపాలెం (పడమర).
Vīrēpalle (Z).	వీరేపల్లె.
Vitthalāpuram (Z).	విఠలాపురం.
Zammigumpala (Z)	జమ్మిగుంపల.
Zammulamadaka (Z).	జమ్ములమడక.

Gūdūr Tālūk. గూడూరు తాలూకా.

Āchārlapārlapalle (I).	అచార్లపార్లపల్లె.
Addēpalle (I) ...	అద్దేపల్లె.
Ālētipādu chittamūru.	ఆలేటిపాడు చిట్టమూరు.
Allampādu (Z) ...	అల్లంపాడు.
Ankulapātūru Erūru.	అంకులపాటూరు ఎరూరు.
Annambāka (I) ...	అన్నంబాక.
Atakānitippa ...	అటకానితిప్ప.
Ayyapareddipālem (Z).	అయ్యపరెడ్డిపాలెం
Ayyavāripālem (Z)	అయ్యవారిపాలెం.
Ballavōlu (Z) ...	బల్లవోలు.
Bēripēta. ...	బేరిపేట.
Bhuvanagiripālem (I).	భువనగిరిపాలెం.
Būdanam ...	బూదనం.
Chāndrāsikuppam.	చాంద్రాసికుప్పం.
Chendōdu ...	చెందోడు.
Chengalapālem ...	చెంగలపాలెం.
Chennugāripālem.	చెన్నుగారిపాలెం.
Chennūru ..	చెన్నూరు.
Chilamattūru ...	చిలమత్తూరు.
Chillakūru ...	చిల్లకూరు.
Chīmalapādu (Z).	చీమలపాడు.
Chimidide (Z) ...	చిమిడిదె.
Chintavaram (Z)...	చింతవరం.
Chittēdu (I) ...	చిట్టేడు.
Dāmarāyi ...	దామరాయి.
Doravāripālem ...	దొరవారిపాలెం.
Dugarājupatnam.	దుగరాజుపట్నం.
Durgavaram (Z).	దుర్గవరం.
Eragātipalle ...	ఎరగాటిపల్లె.
Gollapalle Nernūru (Z).	గొల్లపల్లెనెర్నూరు.
Gūdali ...	గూడలి.
Gūdūr (East and West).	గూడూరు(తూర్పు-పడమర).
Gunupādu ...	గునుపాడు.
Ilakūrapādu (Z) ...	ఇలకూరపాడు.
Ippapūdi (I) ...	ఇప్పపూడి.
Irakam ...	ఇరకం.
Īswaravāka ...	ఈశ్వరవాక.
Kadapatra ...	కడపత్ర.
Kadivēdu ...	కడివేడు.
Kākaramūla ...	కాకరమూల.
Kalavakonda (Z).	కలవకొండ.
Kalavāngu ...	కలవాంగు.
Kallipēdu (I) ...	కల్లిపేడు.
Kallūru (Z) ...	కల్లూరు.
Kandali (Z) ...	కందలి.
Kāndra (Z) ...	కాంద్ర.
Kanupūru (East) (Z).	కనుపూరు(తూర్పు).
Kāpulūru ...	కాపులూరు.
Karlapūdi (Z) ...	కర్లపూడి.
Kāsipuram (I) ...	కాశిపురం.
Kēsavaram (I) ...	కేశవరం.
Kōdivāka (Z) ...	కోడివాక.
Kommanētūru (Z).	కొమ్మనేటూరు.
Kondagunta (Z)...	కొండగుంట.
Kondapallepādu (I)	కొండపల్లెపాడు.
Kondāpuram (Z).	కొండాపురం.
Kondavēdu ...	కొండవేడు.
Kondūru ...	కొండూరు.
Kōradi ..	కోరడి.
Kōta ...	కోట.
Kothapālem ...	కొత్తపాలెం.
Kottapatnam ...	కొత్తపట్నం.
Kūchivāda (I) ...	కూచివాడ.
Kundukūru (I) ...	కుందుకూరు.
Kurugonda ...	కురుగొండ.
Lakshmakka Khandrika (I).	లక్ష్మక్క ఖండ్రిక.
Maddāli (I) ...	మద్దాళి.
Manamāla (Z) ...	మనమాల.
Mangalapūru ...	మంగళపూరు.
Mannemāla (Z) ...	మన్నెమాల.
Mēkanūru (I) ...	మేకనూరు.
Mettu (Z) ...	మెట్టు.

GŪDŪR TĀLŪK—cont. గూడూరు తాలూకా—శేషము.

Mittātmakūru (I).	మిట్టాత్మకూరు.
Molaganūru ...	మొలగనూరు.
Mōmidi ...	మోమిడి.
Muttembāka ...	ముత్తెంబాక.
Mutyālapādu ...	ముత్యాలపాడు.
Nakkalakālava Khandrika (I).	నక్కలకాలవ ఖండ్రిక.
Nātāripālem ...	నాటారిపాలెం
Nelaballi ...	నెలబల్లి.
Nellatūru ...	నెల్లటూరు.
Nellipūdi (Z) ...	నెల్లిపూడి.
Nellūrupalle ...	నెల్లూరుపల్లె.
Odūru ...	ఓడూరు.
Ōjili (Z) ...	ఓజిలి.
Pālicherla (Z) ...	పాలిచెర్ల.
Pallamāla ...	పల్లమాల.
Pallamāla Khandrika (I).	పల్లమాల ఖండ్రిక.
Pāmanji (Z) ...	పామంజి.
Pambali ...	పంబలి.
Pandlūru (Z) ...	పండ్లూరు.
Pandrangam ...	పండ్రంగం.
Peddapariya ...	పెద్దపరియ.
Pellakūru (Z) ...	పెళ్లకూరు.
Pentapādu (I) ...	పెంటపాడు.
Pōlipādu (I) ...	పోలిపాడు.
Ponnavōlu ...	పొన్నవోలు.
Puchchalapalle (Z)	పుచ్చలపల్లె.
Pūdirāyadoruvu (Z).	పూడిరాయదొరువు.
Pulinjērikuppam.	పులింజేరికుప్పం.
Puttamrājuvāri-Khandrika (Z).	పుట్టంరాజువారి ఖండ్రిక.
Reddipālem (Bits 1 and 2).	రెడ్డిపాలెం.
Rettamāla ...	రెట్టమాల.
Rudravaram ...	రుద్రవరం.
Rudrāyapālem (I).	రుద్రాయపాలెం.
Siddhavaram (Z).	సిద్ధవరం.
Tammenapatnam.	తమ్మెనపట్నం.
Tikkavaram (pidatalapūdi).	తిక్కవరం (పిడతలపూడి).
Tinnelapūdi ...	తిన్నెలపూడి.
Tīpanūru (I) ...	తీపనూరు.
Tirumūru (Z) ...	తిరుమూరు.
Tonukumāla (I) ...	తొనుకుమాల.
Tūpili (Z) ...	తూపిలి.
Udatāvāripālem(I)	ఉడతావారిపాలెం.
Udatāvāripārlapalle (I).	ఉడతావారిపార్లపల్లె.
Uttamanellūru (Z)	ఉత్తమనెల్లూరు.
Vākādu ...	వాకాడు.
Vālamēdu (Z)	వాలమేడు.
Vallipēdu ...	వల్లిపేడు.
Vanjivāka (Z) ...	వంజివాక.
Vedicherla ...	వెడిచెర్ల.
Vēllapālem (Z) ...	వేళ్లపాలెం.
Vēnādu ...	వేనాడు.
Vendōdu ...	వెండోడు.
Vijayanellūru(I)...	విజయనెల్లూరు.
Vindūru ...	విందూరు.
Yellasiri ...	ఎల్లశిరి.
Yōgīswarunipalle (I).	యోగీశ్వరునిపల్లె.

KANDUKŪR TĀLŪK. కందుకూరు తాలూకా.

Ammavāripālem(I)	అమ్మవారిపాలెం.
Anakarlapūdi ...	అనకర్లపూడి.
Anandāpuram ...	అనందాపురం.
Anantasāgaram (I)	అనంతసాగరం.
Angirēkulapādu (Z).	అంగిరేకులపాడు.
Ankabhūpālapuram (Z).	అంకభూపాలపురం
Annabōyinapalle (Z).	అన్నెబోయినపల్లె.
Atmakūru ...	ఆత్మకూరు.
Ayyaparājupālem.	అయ్యపరాజుపాలెం.

KANDUKŪR TĀLŪK—cont. కందుకూరు తాలూకా—శేషము.

Ayyavāripalle (Z).	అయ్యవారిపల్లె.
Baddepūdi ...	బద్దెపూడి.
Basireddipālem	బసిరెడ్డిపాలెం.
Bhīmavaram ...	భీమవరం.
Binginipalle ...	బింగినిపల్లె.
Bitragunta ...	బిట్రగుంట.
Bōganampādu (Z)	బోగనంపాడు.
Brāhmanapalle (Z)	బ్రాహ్మణపల్లె.
Chāgollu ...	చాగొల్లు.
Chākicherla ...	చాకిచెర్ల.
Chalamchāla ...	చలంచాల.
Chamididepādu ...	చమిడిదెపాడు.
Chatukupādu ...	చతుకుపాడు.
Chavutapālem (Z).	చవుటపాలెం.
Cherukūru (Z) ...	చెరుకూరు.
Chēvūru ...	చేవూరు.
Chīmalapenta (Z).	చీమలపెంట.
Chinnakandlagunta.	చిన్నకండ్లగుంట.
Chinnakandlagunta Anantabhatlavāri Khandrika (I).	చిన్నకండ్లగుంట అనంతభట్లవారి ఖండ్రిక.
Chinnakandlagunta Chāmartivāri Khandrika (I).	చిన్నకండ్లగుంట చామర్తివారి ఖండ్రిక.
Chinnakandlagunta Māmidēlavāri Khandrika (I).	చిన్నకండ్లగుంట మామిడేలవారి ఖండ్రిక.
Chinnaletarapi ...	చిన్నలెటరపి.
Chinnapavani (Z).	చిన్నపవని.
Chinnavenkana pālem.	చిన్నవెంకనపాలెం.
Chinnipādu ...	చిన్నిపాడు.
Chirrikūrapādu ...	చిర్రికూరపాడు.
Chōdavaram ...	చోడవరం.
Chundi (Z) ...	చుండి.
Dappalampādu (Z)	దప్పళంపాడు.
Dārakānipādu ...	దారకానిపాడు.
Dāvagūdūru ...	దావగూడూరు.
Dharmavaram ...	ధర్మవరం.
Dondapādu (I) ...	దొండపాడు.

Edlūrupādu (I) ...	ఎడ్లూరుపాడు.
Errāreddipalle (Z).	ఎర్రారెడ్డిపల్లె.
Gudlūru ...	గుడ్లూరు.
Gundlapālem (I)	గుండ్లపాలెం.
Gurrappadiya ...	గుర్రప్పడియ.
Gurrappadiya Durbhākulavari Khandrika (I).	గుర్రప్పడియ దుర్భాకులవారి ఖండ్రిక.
Ilavara ...	ఇలవర.
Ilavara Māmidēlavāri Khandrika (I).	ఇలవర మామిడేలవారి ఖండ్రిక.
Ippagunta ...	ఇప్పగుంట.
Jārlapālem Pedda Kandlagunta.	జార్లపాలెం పెద్ద కండ్లగుంట.
Jillēllamūdi ...	జిల్లేళ్లమూడి.
Jillēllamūdi Gādēpallevāri Khandrika (I).	జిల్లేళ్లమూడి గాదేపల్లెవారి ఖండ్రిక.
Kākutūru ...	కాకుటూరు.
Kalavalla (Z) ...	కలవళ్ల.
Kalikivāya ...	కలికివాయ.
Kāmēpalle (Z) ...	కామేపల్లె.
Kāmēpalle Agrahāram (Z).	కామేపల్లె అగ్రహారం.
Kandukūr ...	కందుకూరు.
Kantsaragunta ...	కంచెరగుంట.
Kanumalla ...	కనుమళ్ల.
Karēdu ...	కరేడు.
Kollūrupādu Rājupālem.	కొల్లూరుపాడు రాజుపాలెం.
Kollūrupādu Srirangānayakulaswāmivāri Khandrika (I).	కొల్లూరుపాడు శ్రీరంగనాయకులస్వామివారి ఖండ్రిక.
Kondamudusupālem.	కొండముదుసుపాలెం.
Kondapi ...	కొండపి.
Kondapi Gadiyāramvāri Khandrika (I).	కొండపి గడియారంవారి ఖండ్రిక.

KANDUKŪR TĀLŪK—cont. కందుకూరు తాలూకా—శేషము.

Kondāreddipālem (I).	కొండారెడ్డిపాలెం.
Kondasamudram (Z).	కొండసముద్రం.
Kondasamudram Agrahāram (Z).	కొండసముద్రం అగ్రహారం.
Kondikandukūru.	కొండికందుకూరు.
Kōtapādu (Z) ...	కోటపాడు.
Kōtapādu Agrahāram (Z).	కోటపాడు అగ్రహారం.
Kottapēta ...	కొత్తపేట.
Kōvūru ...	కోవూరు.
Krishnāpuram (I).	కృష్ణాపురం.
Lingamgunta (Z).	లింగంగుంట.
Linganapālem (Z).	లింగనపాలెం.
Lingasamudram (Z).	లింగసముద్రం.
Madanagōpālapuram (I).	మదనగోపాలపురం.
Mahadēvapuram ...	మహదేవపురం.
Mālekondrāyunipālem (Z).	మాలెకొండ్రాయునిపాలెం.
Mālepādu (Z) ...	మాలెపాడు.
Manginipādu (Z).	మంగినిపాడు.
Mannētikōta ...	మన్నేటికోట.
Mātsavaram ...	మాచవరం.
Mēkapādu ...	మేకపాడు.
Mēkapādu (Z) ...	మేకపాడు.
Mōcherla ...	మోచెర్ల.
Mogalicherla ...	మొగలిచెర్ల.
Mōpādu ...	మోపాడు.
Mūgachintala ...	మూగచింతల.
Muktēswaram (Z).	ముక్తేశ్వరం.
Mūlaguntapādu (I)	మూలగుంటపాడు.
Muppālla ..	ముప్పాళ్ల.
Muppavarm ...	ముప్పవరం.
Muppālla Kēsaramvāri Khandrika (I).	ముప్పాళ్ల కేసరంవారి ఖండ్రిక.
Mutyālapādu (Z).	ముత్యాలపాడు.
Nalatalapūru (Z).	నలతలపూరు.
Nandanavanam ...	నందనవనం.
Nandanavanam Vāvilētivāri Khandrika (I).	నందవనం వావిలేటివారి ఖండ్రిక.
Narasimhanāyuni Khandrika.	నరసింహనాయుని ఖండ్రిక.
Narasimhvāpuram (I).	నరశింహ్వాపురం.
Narasingōlu ...	నరసింగోలు.
Narasingōlu Mahanlālivāri Khandrika (I).	నరసింగోలు మహంలాలివారి ఖండ్రిక.
Nawābpālem (Z).	నవాబుపాలెం.
Nēkunāmpuram Kālidāsuvāri Khandrika (I).	నేకునాంపురం కాళిదాసువారి ఖండ్రిక.
Nernūrupādu ...	నెర్నూరుపాడు.
Nūkavaram ..	నూకవరం.
Ōbulāyapalle (Z).	ఓబులాయపల్లె.
Ogūru ...	ఓగూరు.
Pākala ...	పాకల.
Pālētipādu ...	పాలేటిపాడు.
Pālētipādu Gādēpallevāri Khandrika (I).	పాలేటిపాడు గాడేపల్లెవారి ఖండ్రిక.
Pālētipādu Mōcherlavāri Khandrika (I).	పాలేటిపాడు మోచెర్లవారి ఖండ్రిక.
Palukūru ...	పలుకూరు.
Pālūru ...	పాలూరు.
Pandulapādu ...	పందులపాడు.
Parikondapādu (Z).	పరికొండపాడు.
Parikondapādu Agrahāram (Z).	పరికొండపాడు అగ్రహారం.
Patsava ...	పచ్చవ.
Patsava Bālagōpālapuram (I).	పచ్చవ బాలగోపాలపురం.
Patsava Bhuvanagirivāri Khandrika (I).	పచ్చవ భువనగిరివారి ఖండ్రిక.
Payidipādu ...	పయిడిపాడు.

Kandukūr Tālūk—cont. కందుకూరు తాలూకా—శేషము.

Peddavenkanapālem.	పెద్ద వెంకనపాలెం.
Pentrāla (Z) ...	పెంట్రాల.
Peridepi ...	పెరిదెపి.
Perikapālem Agrahāram (Z).	పెరికపాలెం అగ్రహారం.
Petlūru ...	పెట్లూరు.
Petlūru Kurugantivāri Khandrika (I).	పెట్లూరు కురుగంటి వారి ఖండ్రిక.
Petlūru Mōcherlavāri Khandrika (I).	పెట్లూరు మోచెర్ల వారి ఖండ్రిక.
Pīrāpuram Māmidēlavāri Khandrika (I).	పీరాపురం మామిడేలవారి ఖండ్రిక.
Pōkūru ...	పోకూరు.
Pōlinēnicheruvu (Z).	పోలినేనిచెరువు.
Pōlinēnipālem (Z).	పోలినేనిపాలెం.
Ponnalūru ...	పొన్నలూరు.
Ponnalūru Gūdāvāri Khandrika (I)	పొన్నలూరు గూడావారి ఖండ్రిక.
Potlūru ...	పొట్లూరు.
Pūrētipalle (Z) ...	పూరేటిపల్లె.
Rācheruvu Rājupālem (Z).	రాచెరువు రాజుపాలెం.
Rājavōlupādu (Z)	రాజవోలుపాడు.
Rājupālem (I) ...	రాజుపాలెం.
Rāllapādu (Z) ...	రాళ్లపాడు.
Rāmachandrāpuram.	రామచంద్రాపురం.
Rāmachandrāduram (Z).	రామచంద్రాపురం.
Rāmalingāpuram (Z).	రామలింగాపురం.
Rāmāyapatnam ...	రామాయపట్నం.
Rāvulakollu ...	రావులకొల్లు.
Rāvūru ...	రావూరు.
Sākhavaram (Z).	శాఖవరం.
Sāmirāpālem ...	శామిరాపాలెం.
Sānampūdi ...	శానంపూడి.
Singamanēnipalle.	సింగమనేనిపల్లె.
Singarāyakonda (I)	సింగరాయకొండ.
Singaribhatlapālem (I).	సింగరిభట్లపాలెం.
Sōmarājupalle ...	సోమరాజుపల్లె.
Tangella ...	తంగెళ్ల.
Tangella Isakapallevāri Khandrika (I).	తంగెళ్ల ఇసకపల్లె వారి ఖండ్రిక.
Tūmādu (I) ...	తూమాడు.
Tunugunta (Z) ...	తునుగుంట.
Tūrpurājupālem (Z).	తూర్పురాజుపాలెం
Uppaladinne (Z).	ఉప్పలదిన్నె.
Uppalapādu ...	ఉప్పలపాడు.
Uppalapādu (Z).	ఉప్పలపాడు.
Vardinēnipalem ...	వర్దినేనిపాలెం.
Vāvilētipādu ...	వావిలేటిపాడు.
Vellatūru ...	వెల్లటూరు.
Vellatūru Kālidāsuvāri Khandrika (I)	వెల్లటూరు కాళిదాసువారి ఖండ్రిక.
Vēmpādu ...	వేంపాడు.
Vengalāpuram (Z).	వెంగలాపురం.
Vengamakkapālem (Z).	వెంగమక్కపాలెం.
Venkammapēta (I)	వెంకమ్మపేట.
Venkatakrishnāpuram (I).	వెంకటకృష్ణాపురం.
Vennūru ...	వెన్నూరు.
Vikkirālapēta ...	విక్కిరాలపేట.
Vīranapālem ...	వీరనపాలెం.
Vīrarāghavunikōta (Z).	వీరరాఘవునికోట.
Vīrēpalle ...	వీరేపల్లె.
Viswanādhapuram (Z).	విశ్వనాధపురం.
Vōlētipālem ...	ఓలేటిపాలెం.
Zangamreddi Khandrika (I).	జంగంరెడ్డి ఖండ్రిక.
Zarugumalli ...	జరుగుమల్లి.
Zuvvigunta ...	జువ్విగుంట.

KANIGIRI TĀLŪK. కనిగిరి తాలూకా.

Ambavaram (Z) ...	అంబవరం.
Akkampēta (Z) ...	అక్కంపేట.
Ānandapuram Dāsullapalle (Z).	ఆనందపురం దాసుళ్లపల్లె.
Anikēpalle (Z) ...	అనికేపల్లె.
Annabōyinakrishnampalle (Z).	అన్నబోయినకృష్ణంపల్లె.
Anumulakonda (Z)	అనుములకొండ.
Appamāmbāpuram (Z).	అప్పమాంబాపురం.
Alivēmula (Z) ...	అలివేముల.
Ayalūrivāripalle (Z).	ఆయలూరివారిపల్లె
Ayyanakōta (Z) ...	అయ్యనకోట.
Ayyanapālem (I).	అయ్యనపాలెం.
Ayyavāripalle ...	అయ్యవారిపల్లె.
Bālavenkatāpuram (I).	బాలవెంకటాపురం.
Balijepālem (Z) ...	బలిజెపాలెం.
Ballavaram (Z) .	బల్లవరం.
Ballipalle (Z) ...	బల్లిపల్లె.
Bhattupalle (Z) ...	భట్టుపల్లె.
Bōdavāda (Z) ...	బోడవాడ.
Bōdāvuladinne(Z).	బోడావులదిన్నె.
Bōdāvulapalle (Z).	బోడావులపల్లె.
Bommireddipalle.	బొమ్మిరెడ్డిపల్లె.
Bompeddulapādu (Z).	బొంపెద్దులపాడు.
Bontakūtipalle (I).	బొంతకూటిపల్లె.
Bontāvāripalle (Z).	బొంతావారిపల్లె.
Botlagūdūru (Z)...	బొట్లగూడూరు.
Bōyamadugula (Z)	బోయమడుగుల.
Brindāvanam (Z).	బృందావనం.
Bukkāpuram (Z).	బుక్కాపురం.
Chandrasēkharāpuram (Z).	చంద్రశేఖరాపురం.
Chennakēsavapuram (I).	చెన్నకేశవపురం.
Chennappanāyudipalle (Z).	చెన్నప్పనాయుడిపల్లె.
Cherlōpalle (Z) ...	చెర్లోపల్లె.
Chilakapādu (Z) ..	చిలకపాడు.
Chilamakūru (Z).	చిలమకూరు.
Chinna Alavalapādu.	చిన్న అలవలపాడు.
Chinna Gollapalle (I).	చిన్న గొల్లపల్లె.
Chinna Irlapādu (Z).	చిన్న ఇర్లపాడు.
Chinna Kōtalapalle (Z).	చిన్న కోటంపల్లె.
Chinnavarimadugu (Z).	చిన్నవరిమడుగు.
Chintagumpalle(Z)	చింతగుంపల్లె.
Chintalapālem ...	చింతలపాలెం.
Chintalapālem (Z).	చింతలపాలెం.
Chintapādu (Z) ...	చింతపాడు.
Chīrladinne (Z) ...	చీర్లదిన్నె.
Chōdavaram (Z)...	చోడవరం.
Dādireddipalle (Z)	దాదిరెడ్డిపల్లె.
Darsiguntapēta (Z)	దర్శిగుంటపేట.
Darsitmmakkapalle (Z).	దర్శితిమ్మక్కపల్లె.
Dēvakimarri (Z).	దేవకిమర్రి.
Dirsavancha (Z) .	దిర్సవంచ.
Doddichintala ...	దొడ్డిచింతల.
Dūbagunta (Z) ...	దూబగుంట.
Ēkunāmpuram (Z)	ఏకునాంపురం.
Gandla Sītārāmpuram (Z).	గండ్ల సీతారాంపురం.
Ganēsunipalle (Z).	గణేశునిపల్లె.
Ganēsunipalle (I).	గణేశునిపల్లె.
Gannavarm (Z) ...	గన్నవరం.
Gānugapenta (Z).	గానుగపెంట.
Gōgulapalle (Z)...	గోగులపల్లె.
Gōsavēdu (Z) ...	గోసవేడు.
Gōsigundla (Z) ...	గోసిగుండ్ల.
Gudipādu ...	గుడిపాడు.
Guruvājipēta ...	గురువాజిపేట.
Gummalampādu (Z).	గుమ్మలంపాడు.
Gumminēnipalle (Z).	గుమ్మినేనిపల్లె.

KANIGIRI TĀLŪK—cont. కనిగిరి తాలూకా—శేషము.

Guntachennampalle (Z).	గుంటచెన్నంపల్లె.
Guntupalle (Z) ...	గుంటుపల్లె.
Gurugapādu (I) ...	గురుగపాడు.
Hājipuram ...	హాజీపురం.
Hajīspuram ...	హజీస్ పురం.
Hanumantāpurm.	హనుమంతాపురం.
Hanumantunipādu	అనుమంతునిపాడు.
Husāinpuram ...	హుసేనుపురం.
Immadicheruvu(Z)	ఇమ్మడిచెరువు.
Inimerla ...	ఇనిమెర్ల.
Jaganmōhanagōpālapuram (Z).	జగన్మోహనగోపాలపురం.
Jammalamadaka (Z).	జమ్మలమడక.
Kalagōtla (Z) ...	కలగోట్ల.
Kambhāladinne(Z)	కంభాలదిన్నె.
Kambhampādu (Z)	కంభంపాడు.
Kampachennampalle (Z).	కంపచెన్నంపల్లె.
Kānchīpuram (I).	కాంచీపురం.
Kanigiri ...	కనిగిరి.
Kankanampādu(Z)	కంకణంపాడు.
Karōllapādu (Z).	కరోల్లపాడు
Kattakindipalle(Z)	కట్టకిందిపల్లె.
Kōdigudlapādu (Z)	కోడిగుడ్లపాడు.
Kōmatigunta (Z)	కోమటిగుంట.
Kondabōyinapalle (Z).	కొండబోయినపల్లె.
Kondārēddipalle (Z).	కొండారెడ్డిపల్లె.
Kōtārupalle (Z) ..	కోటారుపల్లె.
Kōtatippala (Z) ...	కోటతిప్పల.
Kottapalle (Z) ...	కొత్తపల్లె.
Kōvelampādu (Z).	కోవెలంపాడు.
Krishnamanāyanipalle (Z).	కృష్ణమనాయనిపల్లె.
Krishnāpuram (I)	కృష్ణాపురం.
Kūtagundla ...	కూటగుండ్ల.
Lakkapalle (Z) ...	లక్కపల్లె.
Lakshmakkapalle (Z).	లక్ష్మక్కపల్లె.

Lanjagudipādu(Z)	లంజగుడిపాడు.
Lingōjipuram (Z)	లింగోజిపురం.
Malamīdipalle (Z).	మలమీదిపల్లె.
Mālekondāpuram (I).	మాలెకొండాపురం.
Manamadugu (Z).	మనమడుగు.
Mārēlla (Z).	మారెళ్ల.
Māsāhebupēta (Z)	మాసాహెబుపేట.
Medanūlu Venganapalle (Z).	మెడనూలు వెంగనపల్లె.
Mogallūru (Z) ...	మొగల్లూరు.
Mōpādu (Z) ...	మోపాడు.
Morapagunta (Z).	మొరపగుంట.
Motrāvulapādu (Z)	మొత్రావులపాడు.
Muddapādu (Z) ...	ముద్దపాడు.
Mundlapādu (Z).	ముండ్లపాడు.
Muppāllanāyudipalle (Z).	ముప్పాళ్లనాయుడిపల్లె.
Muppāllapādu ...	ముప్పాళ్లపాడు.
Murugummi (Z)...	మురుగుమ్మి.
Musunūru ...	ముసునూరు.
Nāgireddipalle (Z)	నాగిరెడ్డిపల్లె.
Nāgulavarm (Z).	నాగులవరం.
Nalajanampādu (I).	నలజనంపాడు.
Nallagandla (I) ...	నల్లగండ్ల.
Nallamadugula(Z)	నల్లమడుగుల.
Nandanavanam	నందనవనం.
Nāsikātriyambakam (Z).	నాసికాత్రియంబకం.
Nērēdupalle (Z)...	నేరేడుపల్లె.
Nīlakanthāpuram (Z).	నీలకంఠాపురం.
Nimmamahēswarapurm (I).	నిమ్మమహేశ్వరపురం.
Nutssupeda (Z) ...	నుచ్చుపెద.
Pāmūru (Z) ...	పామూరు.
Panduva (Z) ...	పండువ.
Panduva Nāgulavaram.	పండువనాగులవరం

KANIGIRI TĀLŪK—cont.	కనిగిరి తాలూకా—శేషము.
Pedda Alavala pādu.	పెద్ద అలవలపాడు.
Pedda Cherlōpalle.	పెద్ద చెర్లోపల్లె.
Pedda Gollapalle.	పెద్ద గొల్లపల్లె.
Pedda Irlapādu ...	పెద్ద ఇర్లపాడు.
Pedda Varimadugu (Z).	పెద్ద వరిమడుగు.
Peddivenkatāyapalle (I).	పెద్దివెంకటాయపల్లె.
Perugupalle (Z)...	పెరుగుపల్లె.
Pichchiguntapalle (Z).	పిచ్చిగుంటపల్లె.
Pidugupālem (Z).	పిడుగుపాలెం.
Pillipalle (Z) ...	పిల్లిపల్లె.
Pōlavaram (I) ...	పోలవరం.
Pōtavaram (I) ...	పోతవరం.
Pōtavaram (Z) ...	పోతవరం.
Pullakūrapalle (Z).	పుల్లకూరపల్లె.
Punugōdu (Z) ...	పునుగోడు.
Punugōti Khandrika (Z).	పునుగోటి ఖండ్రిక.
Puttānāyudipalle (Z).	పుట్టానాయుడిపల్లె
Pyārangudipalle (Z).	ప్యారంగుడిపల్లె.
Rājāsāhebupēta (Z)	రాజాసాహెబుపేట.
Rāllapalle (Z) ...	రాళ్లపల్లె.
Rāmagōpālapuram	రామగోపాలపురం.
Rāmagōvindāpuram (Z).	రామగోవిందాపురం.
Rāmalingāpuram (Z).	రామలింగాపురం.
Rāmāyapalle (Z)	రామాయపల్లె.
Ranganāyanipalle (Z).	రంగనాయనిపల్లె.
Rasīdupuram (Z).	రసీదుపురం.
Rātsagundlapādu (Z).	రాచగుండ్లపాడు.
Rāviguntapalle ...	రావిగుంటపల్లె.
Rājupālem (Z) ...	రాజుపాలెం.
Rēgulachelika (Z)	రేగులచెలిక.
Rēnumadugu (Z).	రేనుమడుగు.
Repalle (I) ...	రేపల్లె.
Sankhavaram ...	శంఖవరం.
Sankarāpuram (I).	శంకరాపురం.
Siddhavaram (Z).	సిద్ధవరం.
Sōmanapalle (I)...	సోమనపల్లె.
Takkellapādu (Z).	తక్కెళ్లపాడు.
Talagōdu (Z) ...	తలగోడు.
Talakondapādu (Z)	తలకొండపాడు.
Tāllūru (Z) ..	తాళ్లూరు.
Tatayyapalle (Z).	తాతయ్యపల్లె.
Telanīllamala (Z).	తెలనీళ్లమల.
Timmānāyunipalle (Z).	తిమ్మానాయునిపల్లె.
Timmāreddipalle alias Dāsaripalle	తిమ్మారెడ్డిపల్లె ఉరఫ్ దాసరిపల్లె.
Tiragandladinne (Z).	తిరగండ్లదిన్నె.
Tsākirāla (Z) ..	చాకిరాల.
Tsallagarigala .	చల్లగరిగల.
Tsautagōgulapalle (Z).	చౌటగోగులపల్లె.
Tummagunta (Z).	తుమ్మగుంట.
Tungōdu (Z) ...	తుంగోడు.
Umāmahēswarapuram (I).	ఉమామహేశ్వరపురం.
Ummanapalle ...	ఉమ్మనపల్లె.
Upavāsapalle alias Upēndrapuram (Z).	ఉపవాసపల్లె ఉరఫ్ ఉపేంద్రపురం.
Uppalapādu (Z) ...	ఉప్పలపాడు.
Vabbireddipalle(Z)	వబ్బిరెడ్డిపల్లె.
Vādavenganapalle (Z).	వాడవెంగనపల్లె.
Vaggampalle (Z).	వగ్గంపల్లె.
Vālicherla ...	వాలిచెర్ల.
Vangapādu (Z) ...	వంగపాడు.
Vatlabayalu (Z) ...	వట్లబయలు

Kanigiri Tālūk—cont. కనిగిరి తాలూకా—శేషము.

Vedullacheruvu ...	వెదుళ్లచెరువు.
Vedullapalle (Z ...	వెదుళ్లపల్లె.
Veligandla ...	వెలిగండ్ల.
Vēmulapādu ...	వేములపాడు.
Venkatāpuram (Z)	వెంకటాపురం.
Venkatāyacheruvu (Z).	వెంకటాయచెరువు
Vēpagumpalle (Z)	వేపగుంపల్లె.
Vijayagōpālapuram (Z).	విజయగోపాలపురం
Vīrarāmapuram(Z)	వీరరామపురం.
Viragāreddipalle (Z).	విరగారెడ్డిపల్లె.
Viswanādhapuram (I).	విశ్వనాధపురం.
Vithalāpuram (I).	విఠలాపురం.
Zangālapalle (Z).	జంగాలపల్లె.
Zangam Narasayyapalle (Z).	జంగం నరసయ్యపల్లె.
Zangamvāripalle (Z).	జంగంవారిపల్లె.

Kāvali Tālūk. కావలి తాలూకా.

Ādimūrtipuram	ఆదిమూర్తిపురం.
Allimadugu ...	అల్లిమడుగు.
Anantāpuram (Z).	అనంతాపురం.
Anemadugu ...	ఆనెమడుగు.
Annavaram ...	అన్నవరం.
Ayitampādu (I) ...	అయితంపాడు.
Bhīmavarappādu (Z).	భీమవరప్పాడు.
Bhōgavōlu ...	బోగవోలు.
Bitragunta ...	బిట్రగుంట.
Bōdagudipādu (I).	బోడగుడిపాడు,
Brāhmanakrāka ...	బ్రాహ్మణక్రాక.
Budamagunta ...	బుడమగుంట.
Chāmadala ...	చామదల.
Chennāyapālem ...	చెన్నాయపాలెం.
Chinna Annalūru.	చిన్న అన్నలూరు.
Chinnakrāka ...	చిన్నక్రాక.
Chintaladēvi (Uppulūru).	చింతలదేవి (ఉప్పులూరు).
Chintalapālem (I).	చింతలపాలెం.
Chōdavaram (Z)	చోడవరం
Dūbagunta (Z) ...	దూబగుంట.
Dundigam ...	దుండిగం.
Gānugapenta (Z) ...	గానుగపెంట.
Gattupalle ...	గట్టుపల్లి.
Gauravaram	గౌరవరం.
Gudavallūru ...	గుడవల్లూరు.
Gudladona (Z) ...	గుడ్లదోన.
Kākutūru (I) ...	కాకుటూరు.
Kaligiri ...	కలిగిరి.
Kastūrināyunipalle (Z).	కస్తూరినాయునిపల్లి.
Kātrāyapādu (I)...	కాట్రాయపాడు.
Kāvali	కావలి.
Kēsavaram ...	కేసవరం.
Kōdandarāmapuram (I).	కోదండరామపురం.
Kommi (Z) ...	కొమ్మి.
Kottapalle ...	కొత్తపల్లె.
Kōvūrupalle ...	కోవూరుపల్లె.
Krishnapādu (I)...	కృష్ణపాడు.
Kummarakondūru (I).	కుమ్మరకొండూరు.
Lakshmīpuram (Z).	లక్ష్మీపురం.
Lingālapādu (I)...	లింగాలపాడు.
Maddūrupādu ...	మద్దూరుపాడు.
Mallavarappādu (Z).	మల్లవరప్పాడు.
Mallāyapālem (I).	మల్లాయపాలెం.
Mannangidinne(I).	మన్నంగిదిన్నె.
Manubōlupādu ...	మనుబోలుపాడు.
Mārēllapādu (I)...	మారెళ్లపాడు.
Marrigunta (Z) ..	మర్రిగుంట.
Mungamūru ...	ముంగమూరు.
Musunuru ...	ముసునూరు.

Kāvali Tālūk—cont. కావలి తాలూకా—శేషము.

Nāgasamudram (Z).	నాగసముద్రం.
Nēkunāmpēta ...	నేకునాంపేట.
Parikōta Agrahāram (Z).	పరికోట అగ్రహారం.
Pārlapalle (Z) ...	పార్లపల్లె.
Peddakondūru (Z).	పెద్దకొండూరు.
Rāmānujapuram (Z).	రామానుజపురం.
Rangasamudram (I).	రంగసముద్రం.
Rāvulakollu (I) ...	రావులకొల్లు.
Rudrakōta ...	రుద్రకోట.
Sāmbasivapuram (I).	సాంబశివపురం.
Satyavōlu (Z) ...	సత్యవోలు.
Sayipēta ...	శాయిపేట.
Settipālem (Z) ...	శెట్టిపాలెం.
Siddanakondūru ...	సిద్దనకొండూరు.
Siddavaram Venkatēsapālem (I).	సిద్దవరం వెంకటేశపాలెం.
Sōmavarappādu (I).	సోమవరప్పాడు.
Tāllapālem ...	తాళ్లపాలెం.
Tāllūru ...	తాళ్లూరు.
Tellapādu (Z) ...	తెల్లపాడు.
Tummalapenta ...	తుమ్మలపెంట.
Tūrpu Brāhmanapalle (Z).	తూర్పు బ్రాహ్మణపల్లె.
Tūrpu Zangampalle (Z).	తూర్పు జంగంపల్లె.
Umāmahēswarapuram (I).	ఉమామహేశ్వరపురం.
Veligandla ...	వెలిగండ్ల.
Venkanapālem (Z).	వెంకనపాలెం.
Vīranakollu (Z) ...	వీరనకొల్లు.
Zakkēpalle Gūduru.	జక్కేపల్లెగూడూరు.
Zaladanki ...	జలదంకి.
Zammulapālem ...	జమ్ములపాలెం.
Zuvvaladinne ...	జువ్వలదిన్నె.

Kōvūr Tālūk. కోవూరు తాలూకా.

Alagānipādu ...	అలగానిపాడు.
Allūru ...	అల్లూరు.
Ālūrupādu Reddipālem.	ఆలూరుపాడు రెడ్డిపాలెం.
Āmulūru (North).	ఆములూరు ఉత్తరం.
Anantabhatla Khandrika (I).	అనంతభట్ల ఖండ్రిక.
Anantavaram (I)...	అనంతవరం.
Annāreddipālem...	అన్నారెడ్డిపాలెం.
Basavapālem ...	బసవపాలెం.
Bhattarukāgollu...	బట్టరుకాగొల్లు.
Bīramgunta ...	బీరంగుంట.
Bodduvāripālem...	బొడ్డువారిపాలెం.
Chaukacherla ...	చౌకచెర్ల.
Chellayapālem (I).	చెల్లయపాలెం.
Chennavarappādu (I).	చెన్నవరప్పాడు.
Chennūru (I) ...	చెన్నూరు.
Dagadarti Tadakalūru.	దగదర్తి తడకలూరు.
Dāmarāmadugu ...	దామరమడుగు.
Dāmavaram (I) ...	దామవరం.
Dāmēgunta ...	దామేగుంట.
Dampuru ...	దంపూరు.
Dandigunta ...	దండిగుంట.
Duvvūru ...	దువ్వూరు.
Elamanchipādu (I)	ఎలమంచిపాడు.
Gandavaram ...	గండవరం.
Gangavaram (I) ...	గంగవరం.
Gōgulapalle ...	గోగులపల్లె.
Gotlapālem (I) ...	గొట్లపాలెం.
Graddagunta ...	గ్రద్దగుంట.
Gundālammapālem.	గుండాలమ్మపాలెం.

Kōvūr Tālūk—contd. కోవూరు తాలూకా—శేషము.

Inamaduguzammipālem. ఇనమడుగు జమ్మిపాలెం.
Indupūru ... ఇందుపూరు.
Iskapālem (Pallipōlu). ఇస్కపాలెం (పల్లిపోలు).
Iskapalle ... ఇస్కపల్లె.
Kālambhatla Khandrika (I). కాలంభట్ల ఖండ్రిక.
Kālayakāgollu ... కాళయకాగొల్లు.
Kaligirikonduru ... కలిగిరికొండూరు.
Kāminēnipālem (I). కామినేనిపాలెం.
Kāvētipālem (I) ... కావేటిపాలెం.
Kodavalūru ... కొడవలూరు.
Kottapalle Kavuragunta. కొత్తపల్లె కవురగుంట.
Kotta Vangallu ... కొత్త వంగల్లు.
Kōvūr (Parts I and II). కోవూరు.
Lēguntapādu ... లేగుంటపాడు.
Maktāpuram ... మక్తాపురం.
Maneguntapadu. మానెగుంటపాడు.
Marripādu ... మర్రిపాడు.
Minagallu ... మినగల్లు.
Modegunta .. మోడేగుంట.
Mōpūru (North)... మోపూరు (ఉత్తరం).
Mudivarti ... ముదివర్తి.
Munulapudi (I) ... మునులపూడి.
Nāgamāmbāpuram నాగమాంబాపురం.
Nāyudupālem ... నాయుడుపాలెం.
Padamatipālem ... పడమటిపాలెం.
Padugupādu (I) ... పడుగుపాడు.
Panchēdu ... పంచేడు.
Pārlapalle . పార్లపల్లె.
Pātūru ... పాటూరు.
Peddaputtēdu ... పెద్దపుత్తేడు.
Penuballi ... పెనుబల్లి.
Pōtireddipālem (I). పోతిరెడ్డిపాలెం.
Purini ... పురిణి.
Rājupālem (North). రాజుపాలెం (ఉత్తరం).
Rāmannapālem ... రామన్నపాలెం.
Rēbāla ... రేబాల.
Sangam ... సంగం.
Srīrangarājapuram (I). శ్రీరంగరాజపురం.
Talamanchi ... తలమంచి.
Tarunivāya ... తరుణివాయ.
Tiruvīdhipādu (I). తిరువీధిపాడు.
Tsantaputtēdu (I). చాంటపుత్తేడు.
Turimerla ... తురిమెర్ల.
Ulavapālla (I) ... ఉలవపాళ్ల.
Ūtsaguntapālem (I). ఊచగుంటపాలెం.
Ūtukūru ... ఊటుకూరు.
Vangallu ... వంగల్లు.
Varini Ponnapūdi. వరిణి పొన్నపూడి.
Vāvilla ... వావిళ్ల.
Vavvēru (Parts I and II). వవ్వేరు.
Vedicherla (I) ... వెడిచెర్ల.
Vēgūru ... వేగూరు.
Velupōdu (I) ... వెలుపోడు.
Venkanapuram ... వెంకనపురం.
Vidavalūru ... విడవలూరు.
Yellayapālem .. యెల్లయపాలెం.
Zangāla Khandrika (I). జంగాల ఖండ్రిక.
Zonnavāda (I) ... జొన్నవాడ.

Nellore Tālūk. నెల్లూరు తాలూకా.

Akkacheruvupādu (I). అక్కచెరువుపాడు
Akkamapēta (Z)... అక్కమ్మపేట.
Allīpuram .. అల్లీపురం.
Āmancherla ఆమంచెర్ల.
Ambāpuram (I) అంబాపురం.

NELLORE TĀLUK—cont. నెల్లూరు తాలూకా—శేషము.

Āmudālapādu (I). ఆముదాలపాడు.
Āmulūru (South). ఆములూరు (దక్షిణం).
Anantapuram ... అనంతపురం.
Anikēpalle ... అనికేపల్లె.
Anupallepādu (I). అనుపల్లెపాడు.
Baddevōlu .. బద్దెవోలు.
Bandēpalle ... బండేపల్లె.
Bhujabhuja Nellūru (I). భుజభుజ నెల్లూరు.
Brahmadēvam ... బ్రహ్మదేవం.
Cherukumūdi Kommalapūdi. చెరుకుమూడి కొమ్మలపూడి.
Chinnacherukūru. చిన్నచెరుకూరు.
Chintāreddipālem. చింతారెడ్డిపాలెం.
Dontāli ... దొంతాళి
Gangapatnam ... గంగపట్నం.
Gollakandukūru . గొల్లకందుకూరు.
Gudipallepādu ... గుడిపల్లెపాడు.
Gundlapālem (I). గుండ్లపాలెం.
Guruvindapūdi .. గురువిందపూడి.
Hissa Vavilētipādu (First) (I) హిస్సా వావిలేటిపాడు (మొదటిది).
Hissa Vavilētipādu (Second) (I). హిస్సా వావిలేటిపాడు (రెండవది).
Idagali ... ఇడగాలి.
Idimēpalle ఇడిమేపల్లె
Īdūru ... ఈదూరు.
Indukurupeta (Parts I and II) ఇందుకూరుపేట.
Īpūru (Parts I and II). ఈపూరు.
Kākitalapūru (I). కాకితలపూరు.
Kākupalle .. కాకుపల్లె.
Kākutūru ... కాకుటూరు.
Kallūrupalle (I) ... కల్లూరుపల్లె.
Kandalipādu (I). . కందలిపాడు.
Kandamūru ... కందమూరు.
Kantēpalle (I) ... కంటేపల్లె.
Kanupartipādu .. కనుపర్తిపాడు.
Kanupūru .. కనుపూరు.
Kasumūru (I) ... కసుమూరు.
Kattuvapalle ... కట్టువపల్లె.
Kōdūru ... కోదూరు.
Kōdūru Khandrika (I) కోదూరు ఖండ్రిక.
Kolanakuduru .. కొలనకుదురు.
Komarapūdi .. కొమరపూడి.
Komarika .. కొమరిక.
Kondāyapālem ... కొండాయపాలెం.
Kondlapūdi ... కొండ్లపూడి.
Korutūru ... కొరుటూరు.
Kottapālem ... కొత్తపాలెం.
Krishnapatnam ... కృష్ణపట్నం.
Kuditipālem ... కుడితిపాలెం.
Kuditipalle (I) . కుడితిపల్లె.
Kunkumapūdi (I). కుంకుమపూడి.
Kurucherlapādu (I). కురుచెర్లపాడు.
Lēburu (Parts I and II). లేబూరు.
Madamanūru ... మదమనూరు.
Maipādu ... మైపాడు.
Māmidipūdi (I) ... మామిడిపూడి.
Mangalatoruvu (I). మంగళతోరువు.
Mannavarappādu (I). మన్నవరప్పాడు.
Manubōlu (Z) ... మనుబోలు.
Mattempādu (I) ... మట్టెంపాడు.
Mogallapālem (I). మొగళ్లపాలెం.
Mollūru (Z) ... మొల్లూరు.
Mōpūru (South) ... మోపూరు (దక్షిణం.)
Muddumūdi (I) .. ముద్దుమూడి.
Mudivartipālem ... ముదివర్తిపాలెం.
Muttukūru ... ముత్తుకూరు.
Nāgulavaram (I) . నాగులవరం.
Nārikēllapalle ... నారికేళ్లపల్లె.
Narukūru ... నరుకూరు.
Nēlatūru ... నేలటూరు.

NELLORE TĀLŪK—cont. నెల్లూరు తాలూకా—శేషము.

Nellūru (Bits I and II). నెల్లూరు.
Nidimusili ... నిడిముసిలి.
Ōgūrupādu (I) ... ఓగూరుపాడు.
Pandārupalle (I)... పండారుపల్లె.
Painampuram ... పైనంపురం.
Pallepādu (I) ... పల్లెపాడు.
Pārlapādu (I) ... పార్లపాడు.
Peddacherukūru ... పెద్దచెరుకూరు.
Pēdūru ... పేదూరు.
Penubarti ... పెనుబర్తి.
Pidūru (Z) ... పిడూరు.
Pidūrupālem (Z)... పిడూరుపాలెం.
Pidatāpōlūru ... పిడతాపోలూరు.
Pogadadoruvu Khandrika (I) పొగడదొరువు ఖండ్రిక.
Pōtlapūdi ... పోట్లపూడి.
Pettēpālem ... పొట్టేపాలెం.
Pūdiparti ... పూడిపర్తి.
Punnūru ... పున్నూరు.
Punzūrupādu (I). పుంజూరుపాడు.
Sajjāpuram (I) ... సజ్జాపురం.
Sarvēpalle (Bits I to III) సర్వేపల్లె.
Sivarāmapuram (I). శివరాంపురం.
Sōmarājupalle ... సోమరాజుపల్లె.
Tāllapūdi (Vallūru) తాళ్లపూడి (వల్లూరు).
Tōtapalle ... తోటపల్లె.
Tōtapalle Gūdūru. తోటపల్లె గూడూరు.
Upputūru (I) ... ఉప్పుటూరు.
Vallūru Khandrika (I). వల్లూరు ఖండ్రిక.
Varigonda ... వరిగొండ.
Vēdāyapālem (I). వేదాయపాలెం.
Vellanti ... వెల్లంటి.
Venkannapālem ... వెంకన్నపాలెం.
Venkanapālem (Z) వెంకనపాలెం.
Vilukānipalle (I). విలుకానిపల్లె.
Zengamvānidoruvu (I). జంగంవానిదొరువు.

PODILE DIVISION. పొదిలె డివిజన్.

Akkacheruvu (Z). అక్కచెరువు.
Ambāpuram (Z) ... అంబాపురం.
Āmudālapalle (Z). ఆముదాలపల్లె.
Ankēpalle (Z) ... అంకేపల్లె.
Annavaram (Z) ... అన్నవరం.
Aswārāyunipālem (Z). అశ్వారాయునిపాలెం.
Bachchalikūrapādu (Z). బచ్చలికూరపాడు.
Badugulēru (Z) ... బడుగులేరు.
Basavāpuram (Z). బసవాపురం.
Bōdapādu (Z) ... బోడపాడు.
Budamakāyalapādu (Z). బుడమకాయలపాడు
Buradapālem (Z). బురదపాలెం.
Chakravartulavāri Khandrika (Z). చక్రవర్తులవారి ఖండ్రిక.
Chennāreddipalle (Z). చెన్నారెడ్డిపల్లె.
Chilamakūru (Z). చిలమకూరు.
Chimatā (Z) ... చిమటా.
Chinna Ārikatla (Z) చిన్న ఆరికట్ల.
Chinnamanagundam (Z). చిన్నమనగుండం.
Chintagumpalle (Z) చింతగుంపల్లె.
Chintagunta (Z) చింతగుంట.
Dāsallapalle (Z) దాసళ్లపల్లె.
Dondlēru (Z) ... దొండ్లేరు.
Edavalli (Z) ... ఎడవల్లి.
Ēlūru (Z) ... ఏలూరు.
Garimenapādu (Z) గరిమెనపాడు.
Ganjipālem (Z) ... గంజిపాలెం.
Gānugapenta (Z). గానుగపెంట.
Garimenapenta (Z) గరిమెనపెంట.

Podile Division—cont. పొదిలె డివిజన్ —శేషము.

Gārladinne (Z) ...	గార్లదిన్నె.
Gārlapēta (Z)	గార్లపేట.
Gōguladinne (Z)...	గోగులదిన్నె
Gollapalle (Z)	గొల్లపల్లె.
Gōruguntapādu (Z)	గోరుగుంటపాడు.
Gōsukondavāri Agraharam (Z).	గోసుకొండవారి అగ్రహారం.
Gotlagattu (Z) ...	గొట్లగట్టు.
Gundlasamudram (Z).	గుండ్లసముద్రం.
Gurrālamadugu (Z)	గుర్రాలమడుగు.
Īgalapādu (Z) ...	ఈగలపాడు.
Irasālagundam (Z)	ఇరసాలగుండం.
Jāfalāpuram (Z) ...	జాఫలాపురం.
Jagannādhapuram (Z).	జగన్నాథపురం.
Kākarla (Z) ...	కాకర్ల.
Kalavalapalle (Z).	కలవలపల్లె.
Kalizuvvalapādu (Z).	కలిజువ్వలపాడు.
Kambhālapādu (Z)	కంభాలపాడు.
Kandāllapalle (Z).	కందాళ్లపల్లె.
Karumanipalle (Z)	కరుమానిపల్లె.
Kāsīpuram (Z) ...	కాసీపురం.
Kātragunta (Z) ..	కాట్రగుంట.
Kellampalle (Z) ...	కెల్లంపల్లె.
Kēsavabhatla Khandrika (Z).	కేశవభట్లఖండ్రిక.
Kētagudipi (Z) ...	కేతగుడిపి.
Konakanametla (Z)	కొనకనమెట్ల.
Kondaladīvipalle (Z).	కొండలదీవిపల్లె.
Kondāreddipalle (Z).	కొండారెడ్డిపల్లె.
Kondāyapālem (Z)	కొండాయపాలెం
Kūchipūdi (Z) ...	కూచిపూడి.
Kunchēpalle (Z)...	కుంచేపల్లె.
Lakshmakkapalle (Z)	లక్ష్మక్కపల్లె.
Lakshmīnārāyana Khandrika (Z).	లక్ష్మీనారాయణ ఖండ్రిక.
Lakshmīpuram (Z)	లక్ష్మీపురం.
Mādalavāripālem (Z)	మాదలవారిపాలెం.
Mallavaram (Z) ...	మల్లవరం.
Mangalagunta (Z).	మంగలగుంట.
Marripālem (Z) ...	మర్రిపాలెం.
Marripūdi (Z) ...	మర్రిపూడి.
Mīrzāpēta (Z) ...	మీర్జాపేట.
Mūgachintala (Z).	మూగచింతల.
Muhammadāpuram (Z).	ముహమ్మదాపురం.
Mummāyapālem (Z).	ముమ్మాయపాలెం.
Munagapādu (Z).	మునగపాడు.
Nāgarājugunta (Z)	నాగరాజుగుంట.
Nāgēllamudupu (Z).	నాగేళ్లముదుపు.
Nandipālem (Z) ...	నందిపాలెం.
Nimmavaram (Z).	నిమ్మవరం.
Nirmamāpuram (Z)	నిర్మమాపురం.
Ōbayapalle (Z)	ఓబయపల్లె.
Obulakkapalle (Z)	ఓబులక్కపల్లె.
Pāmulapādu (Z) ...	పాములపాడు.
Pannūru (Z) ...	పన్నూరు.
Pattābhirāmapuram (Z).	పట్టాభిరామపురం
Pattepuram (Z) ...	పత్తెపురం.
Peda Ārikatla (Z)	పెద్ద అరికట్ల.
Podile (Z) ...	పొదిలె.
Pōtulapādu (Z) ...	పోతులపాడు.
Rāgasamudram (Z)	రాగసముద్రం.
Rājupālem (Z) ...	రాజుపాలెం.
Rāmachandrapuram (Z).	రామచంద్రపురం.
Rāmāyanam Khandrika (Z).	రామాయణం ఖండ్రిక.
Rāmāyapālem (Z).	రామాయపాలెం.

PODILE DIVISION—cont. పొదిలె డివిజను—శేషము.

Ramulavidu (Z)... రాములవీడు.
Rāyavaram (Z) ... రాయవరం.
Rēgumanipalle (Z) రేగుమానిపల్లె.
Rōlagumpadu (Z). రోలగుంపాడు.
Salakanūtula (Z). సలకనూతుల.
Sannamūru (Z) ... సన్నమూరు.
Selanūtala (Z) ... సెలనూతల.
Siddavaram (Z) ... సిద్ధవరం.
Sītānagulavaram (Z). సీతానాగులవరం.
Sūdanagunta (Z). సూదనగుంట.
Sūrēpalle (Z) ... సూరేపల్లి.
Tādivāripalle (Z). తాడివారిపల్లె.
Talamalla (Z) ... తలమళ్ల.
Tarlupādu (Z) ... తర్లుపాడు.
Tellapadu (Z) ... తెల్లపాడు.
Tīgadurtipādu (Z). తీగదుర్తిపాడు.
Tippaladēvipalle (Z). తిప్పలదేవిపల్లె.
Tsallūru (Z) ... చల్లూరు.
Tummagunta (Z). తుమ్మగుంట.
Tummalacheruvu (Z). తుమ్మలచెరువు.
Tuvvapādu (Z) .. తువ్వపాడు.
Uppalapādu (Z)... ఉప్పలపాడు.
Vaddimadugu (Z). వడ్డిమడుగు.
Vāgimadugu (Z). వాగిమడుగు.
Vallāyapālem (Z). వల్లాయపాలెం.
Vankamarripālem. వంకమఱ్ఱిపాలెం.
Vedurrāllapādu (Z) వెదుర్రాళ్లపాడు.
Veligandla (Z) ... వెలిగండ్ల.
Vēmavaram (Z) ... వేమవరం.
Vinjavrittipadu (Z) వింజవృత్తిపాడు.
Vīrabhadrapuram (Z). వీరభద్రపురం.
Zangamreddipalle (Z). జంగంరెడ్డిపల్లె.
Zuvvalēru (Z) .. జువ్వలేరు.

RĀPŪR TĀLŪK. రాపూరు తాలూకా.

Advanam Nārāyana Kattubadi (I). అద్వాన్నం నారాయణకట్టుబడి.
Ādūripalle (I) ... ఆదూరిపల్లె.
Ākilevalasa ... ఆకిలివలస.
Ālturti ... ఆల్తుర్తి
Anantamadugu (I) అనంతమడుగు.
Ankupalle (I) ... అంకుపల్లె.
Ayyavaripālem .. అయ్యవారిపాలెం.
Bandepalle (I) ... బండెపల్లె.
Biradavōlu ... బిరదవోలు.
Bojjanapalle (I)... బొజ్జనపల్లె.
Chāganam ... చాగణం.
Chatagotla (I) .. చాటగొట్ల.
Chīkavōlu ... చీకవోలు.
Chinnagōpavaram. చిన్నగోపవరం.
Chintalapalem ... చింతలపాలెం.
Chintalātukūru ... చింతలాతుకూరు.
Chipināpi ... చీపినాపి.
Chittalūru ... చిత్తలూరు
Chuttupalem (I) ... చుట్టుపాలెం.
Dachūru ... దాచూరు.
Degapudi ... దేగపూడి.
Degapudi Ratsapalem (I). దేగపూడి రాచపాలెం.
Dēvaravēmuru ... దేవరవేమూరు.
Duggunta ... దుగ్గుంట.
Duggunta Ratsapalem (I). దుగ్గుంట రాచపాలెం.
Ēpūru ... ఏపూరు.
Errapalle (I) ... ఎఱ్ఱపల్లె.
Ētūru ... ఏటూరు.
Gandūrupalle (I). గండూరుపల్లె.
Garimenapenta ... గరిమెనపెంట.
Gilakapādu ... గిలకపాడు.
Gōkula Brindavanam (I). గోకుల బృందావనం.
Gōnunarasāyapālem (I). గోనునరసాయపాలెం.

Rāpūr Tālūk—cont. రాపూరు తాలూకా—శేషము.

Gōnupalle ... గోనుపల్లె.
Griddalūru ... గ్రిద్దలూరు.
Gulimcherla ... గులించెర్ల.
Gundavōlu ... గుండవోలు.
Guruvindapūdi (I) గురువిందపూడి.
Guruvayapalem (I) గురువాయపాలెం.
Idula Khandrika (I). ఇదుల ఖండ్రిక.
Inukurti ... ఇనుకుర్తి.
Jafalapuram (I) ... జాఫలాపురం.
Jōgipalle (I) ... జోగిపల్లె.
Jōrēpalle ... జోరేపల్లె.
Jōrēpalle Akkamambapuram (I) జోరేపల్లె అక్కమాంబాపురం.
Kalichēdu (I) ... కలిచేడు.
Kambhalapalle ... కంభాలపల్లె.
Kanupurupalle ... కనుపురుపల్లె.
Kanuparti ... కనుపర్తి.
Kāsalanātivari Khandrika (I). కాసలనాటివారి ఖండ్రిక.
Kēsamanēnipalle. కేసమనేనిపల్లె.
Komatigunta Ratsapālem (I). కోమటిగుంట రాచపాలెం.
Kommipādu alias Marlapūdi. కొమ్మిపాడు ఉరఫ్ మర్లపూడి.
Kōtūrupādu (I) ... కోటూరుపాడు.
Kōtūrupalle (I) ... కోటూరుపల్లె.
Krishnāreddipalle. కృష్ణారెడ్డిపల్లె.
Linganapālem alias Pōtēgunta. లింగనపాలెం ఉరఫ్ పోతేగుంట.
Lingapālem (I) ... లింగపాలెం.
Lingasamudram (I) లింగసముద్రం.
Maddūrupalle. Kastūrayya Satram (I). మద్దూరుపల్లె, కస్తూరయ్య సత్రం.
Malichēdu (I) ... మలిచేడు.
Marripalle Gōpasamudram (I). మర్రిపల్లె గోపసముద్రం.
Marupūru ... మరుపూరు.
Mittapalle (I) ... మిట్టపల్లె.
Mogallūru ... మొగల్లూరు.
Molakalapūndla ... మొలకలపూండ్ల.
Munagāla Venkatāpuram (I). మునగాల వెంకటాపురం.
Munagapādu (I)... మునగపాడు.
Nalabōtipalle (I). నలబోటిపల్లె.
Nandivāya (I) ... నందివాయ.
Nāyanipalle (I) ... నాయనిపల్లె.
Nellēpalle ... నెల్లేపల్లె.
Nerrūru ... నెర్ర్యూరు.
Ōrupalle (I) ... ఓరుపల్లె.
Ōrupalle Ratsapalem. ఓరుపల్లె రాచపాలెం.
Palicherlapādu ... పాలిచెర్లపాడు.
Pallakonda ... పల్లకొండ.
Palūru ... పాలూరు.
Pangili Turravāri palem (I). పంగిలి తుర్రావారి పాలెం.
Parlapalle (I) ... పార్లపల్లెం.
Pātallapalle (I) ... పాతళ్లపల్లె.
Penubarti ... పెనుబర్తి.
Penubarti Gōpasamudram (I). పెనుబర్తి గోపసముద్రం.
Perumallapādu ... పెరుమాళ్లపాడు.
Podalakūru ... పొదలకూరు.
Pokkandala (I) .. పొక్కండల.
Poligilipādu (I) ... పొలిగిలిపాడు.
Pulikollu ... పులికొల్లు.
Rāganarāmāpuram (I). రాగనరామాపురం.
Rāmasāgaram ... రామసాగరం.
Rāpūr ... రాపూరు.
Rāviguntapalle (I) రావిగుంటపల్లె.
Rēvilla Erraguntapālem (I). రేవిళ్ల ఎర్రగుంటపాలెం.
Samudrālavāri Khandrika (I). సముద్రాలవారి ఖండ్రిక.
Sānayapālem (I) ... శానయపాలెం.
Sankurātripalle (I) శంకురాత్రిపల్లె.
Siddavaram ... సిద్దవరం.
Suddamalla (I) ... సుద్దమళ్ల.

RĀPŪR TĀLŪK—cont. రాపూరు తాలూకా—శేషము.

Tānamcherla (I)... తానంచెర్ల.
Tātipalle (I) ... తాటిపల్లె.
Tegacherla ... తెగచెర్ల.
Timmana Rāmāpuram (I). తిమ్మన రామాపురం.
Tippireddipalle (I) తిప్పిరెడ్డిపల్లె.
Tōchām (I) ... తోచాం.
Tōdēru ... తోడేరు.
Tōkalapūdi (I) ... తోకలపూడి.
Tokapālem (I) ... తోకపాలెం.
Tūmāya (I) ... తూమాయ.
Ūtlapālem (I) ... ఊట్లపాలెం.
Ūtsapālem (I) ... ఊచపాలెం.
Ūtukūru ఊటుకూరు.
Uyyālapalle (I) ... ఉయ్యాలపల్లె.
Vadlapūdi ... వడ్లపూడి.
Vandlūru (I) ... వండ్లూరు.
Vāvilēru ... వావిలేరు.
Vāvintaparti ... వావింటపర్తి.
Vēmulachēdu (I) వేములచేడు.
Vēpināpi Akkamāmbāpuram (I). వేపినాపి అక్కమాంబాపురం.
Vēpināpi Rātsapālem (I). వేపినాపి రాచపాలెం.
Vīrāyapālem (I)... వీరాయపాలెం.

SŪLŪRPET TĀLŪK. సూళూరుపేట తాలూకా.

Ābāka (Z) ... అబాక.
Adapāmūdi (Z) ... అడపామూడి.
Addepūdi (Z) .. అద్దేపూడి.
Agrahārapupēta (Z). అగ్రహారపుపేట.
Akkarapāka (Z) .. అక్కరపాక.
Andagundāla (Z). అండగుండాల.
Anēgottam (Z) ... అనేగొట్టం.
Annamēdu (Z) ... అన్నమేడు.
Ānepūdi (Z) ... అనెపూడి.
Ārambāka (Z) ... అరంబాక.
Arigundam (Z) ... అరిగుండం
Ārūru (Z) ... అరూరు.
Ārvaperimidi (Z). అర్వపెరిమిడి.
Attalapālem (Z)... అత్తలపాలెం.
Ayyāpālem (Z) ... అయ్యాపాలెం.
Bhīmālavāripālem (Z). భీమాలవారిపాలెం.
Biradavāda (Z) .. బిరదవాడ.
Biramāni Khandrika. బిరమాని ఖండ్రిక.
Bōdilingampādu (Z). బోడిలింగంపాడు.
Būdūru (Z) .. బూదూరు.
Buradagāllikottapālem (Z). బురదగాలి కొత్తపాలెం.
Buradamadugu (Z) బురదమడుగు.
Chandanamūdi (Z) చందనమూడి.
Chāvāli (Z) .. చావాలి.
Chillakūru (Z) ... చిల్లకూరు.
Chillamūru (Z) ... చిల్లమూరు.
Dāmanellūru (Z). దామనెల్లూరు.
Dāmarāya Khandrika alias Kānūru (Z). దామరాయ ఖండ్రిక ఉరఫ్ కానూరు.
Dēgalapālem (Z). దేగలపాలెం.
Ekollu (Z) ... ఏకొల్లు.
Gandrasingampalle Dakshinapu Khandrika (Z). గంద్రసింగంపల్లె దక్షిణపు ఖండ్రిక
Gandrasingampalle Uttarapu Khandrika (Z). గంద్రసింగంపల్లె ఉత్తరపు ఖండ్రిక
Gollalamulvu (Z). గొల్లలముల్వు.
Gōpāreddipālem (Z). గోపారెడ్డిపాలెం.
Gottiprōlu (Z) ... గొట్టిప్రోలు.
Graddagunta (Z). గ్రద్దగుంట.

SŪLŪRPET TĀLŪK—cont. సూళూరుపేట తాలూకా—శేషము.

Ilupūru (Z) ... ఇలుపూరు.
Kadalūru (Z) ... కాదలూరు.
Kalagurtipādu (Z) కలగుర్తిపాడు.
Kallūru (Z) ... కల్లూరు.
Kallūru Khandrika (Z). కల్లూరు ఖండ్రిక.
Kānūru (Z) .. కానూరు.
Karatāmūdi (Z)... కరటామూడి.
Kārijāta (Z) ... కారిజాత.
Kārekādu (Z) ... కారెకాడు.
Kārūru (Z) ... కారూరు.
Kattuvapalle (Z)... కట్టువపల్లె.
Kōgili (Z) ... కోగిలి.
Kōndūru (Z) ... కొండూరు.
Kōnēpalle (Z) ... కోనేపల్లె.
Konnembatti (Z). కొన్నెంబట్టి.
Kōtapōlūru (Z) ... కోటపోలూరు.
Kottapalle (Z) .. కొత్తపల్లె.
Kudiri (Z) ... కుదిరి.
Kummarapālem (Z) కుమ్మరపాలెం.
Lingampādu (Z)... లింగంపాడు.
Madagampūndi (Z) మదగంపూండి.
Mailāngam (Z) .. మైలాంగం.
Mallām (Z) ... మల్లాం.
Mallāyapālem (Z). మల్లాయపాలెం.
Māmbatti (Z) ... మాంబట్టి.
Mānedi (Z) .. మానెడి.
Mangalāmpādu (Z) మంగలంపాడు.
Mannārupōlūru (Z) మన్నారుపోలూరు.
Mannemutteri (Z). మన్నెముత్తేరి.
Marlapalle (Z) ... మర్లపల్లె.
Matakampūdi (I). మతకంపూండి.
Māvillapādu (Z)... మావిళ్లపాడు.
Mēlanālattūru (Z). మేలనాళత్తూరు
Mēlupāka (Z) ... మేలుపాక.
Mījūru (Z) ... మీజూరు.
Minamanamūdi (Z) మినమనమూడి.
Mōdugalapalem (Z) మోదుగలపాలెం.
Molakalapūdi (Z). మొలకలపూడి.
Muchchalagunta (Z). ముచ్చలగుంట.
Nādellavāri Khandrika. నాదెళ్లవారి ఖండ్రిక.
Nāyudupēta (Z)... నాయుడుపేట.
Nēlapattu (Z) .. నేలపట్టు.
Nellūrupalle (Z)... నెల్లూరుపల్లె.
Neluballe (Z) ... నెలుబల్లె.
Nūkalapālem (Z). నూకలపాలెం.
Panangādu (Z) ... పనంగాడు.
Pedimitipādu (Z). పెదిమిటిపాడు.
Pennēpalle (Z) .. పెన్నేపల్లె.
Peratrāvulamitta (Z). పెరట్రావులమిట్ట.
Periyavattu (Z) ... పెరియవట్టు.
Pūdēru (Z) ... పూదేరు.
Pūdi (Z) ... పూడి.
Pudūru (Z) ... పుదూరు.
Pulivēndra (Z) ... పులివేంద్ర.
Puvvulatōta (Z)... పువ్వులతోట.
Rājupālem (Z) రాజుపాలెం.
Rāmachandragunta (I). రామచంద్రగుంట.
Rāmāpuram (Z) ... రామాపురం.
Rāmāpuram Agrahāram (Z). రామాపురం అగ్రహారం.
Rōsanūru (Z) .. రోసనూరు.
Sāmantamallam (Z) సామంతమల్లం.
Sambhōsankarapuram (Z). శంభోశంకరపురం.
Singanālattūru (R) సింగనాలత్తూరు.
Sōmasamudram (Z) సోమసముద్రం.
Srīdhanamalle (Z). శ్రీధనమల్లె.
Sukkipalle ... సుక్కిపల్లె.
Sūlūru (Z) ... సూళూరు.
Sūrapa Agrahāram (Z). సూరప అగ్రహారం.
Tada (Z) ... తడ.
Tada Khandrika (Z). తడ ఖండ్రిక.

SŪLŪRPET TĀLŪK—సూళూరుపేట తాలూకా.

Tādimēdu (Z) ... తాడిమేడు.
Tadlampādu (Z). తడ్లంపాడు.
Tālvāyapādu (Z). తాళ్వాయపాడు.
Tanayali (Z) ... తనయలి.
Tannamāla (Z) ... తన్నమాల.
Togarāmūdi (Z) ... తొగరాముడి.
Tummūru (Z) ... తుమ్మూరు.
Tungamadugu (Z) తుంగమడుగు.
Uchchūru (Z) ... ఉచ్చూరు.
Ūdipūdi (Z) ... ఊడిపూడి.
Uggumūdi ... ఉగ్గుమూడి.
Uppalamirti (Z) ... ఉప్పలమిర్తి.
Varattūru (Z) ... వరత్తూరు.
Varatūru (Z) ... వరతూరు.
Vātambēdu (Z) ... వాటంబేడు.
Vedurupattu (Z). వెదురుపట్టు.
Velagalapannūru (Z). వెలగలపన్నూరు.
Veligājulapalle (Z) వెలిగాజులపల్లె.
Vēlukādu (Z) ... వేలుకాడు.
Vēnumbāka (Z) ... వేణుంబాక.
Vinnamāla (Z) ... విన్నమాల.
Yākasiri (Z) ... యాకశిరి.
Yallūru (Z) ... యల్లూరు.
Yandlūrupādu (Z). యండ్లూరుపాడు.
Zangālapalle alias Marlamūdi (Z). జంగాలపల్లె ఉరఫ్ మర్లమూడి.
Zuvvalapālem (Z). జువ్వలపాలెం.

UDAYAGIRI TĀLŪK. ఉదయగిరి తాలూకా.

Alivēlumangāpuram (I). అలివేలుమంగాపురం.
Allampādu ... అల్లంపాడు.
Annampalle (I) ... అన్నంపల్లె.
Appasamudram ... అప్పసముద్రం.
Arlapadiya (Z) ... అర్లపడియ.
Avulavāripalle (Z). అవులవారిపల్లె.
Ayyanapalle (I) ... అయ్యనపల్లె.
Ayyavāripalle ... అయ్యవారిపల్లె.
Balayapalle ... బాలయపల్లె.
Bandagānipalle ... బండగానిపల్లె.
Basinēnipalle (Z). బసినేనిపల్లె.
Bedusupalle (Z) ... బెడుసుపల్లె.
Bhairavaram ... భైరవరం.
Bhāskarapuram (Z). భాస్కరపురం.
Bhīmavaram ... భీమవరం.
Bōdabanda (Z) ... బోడబండ.
Bōdayasiddayapalle (Z). బోడయసిద్దయపల్లె.
Bōyamadugula (Z) బోయమడుగుల.
Brāhmanapalle ... బ్రాహ్మణపల్లె.
Brahmēswaram (Z) బ్రహ్మేశ్వరం.
Būdavāda ... బూదవాడ.
Chabōlu ... చాబోలు.
Cherlōpalle (I) ... చెర్లోపల్లె.
Cheruvupalle (I) ... చెరువుపల్లె.
Chilakapādu ... చిలకపాడు.
Chinnamachanūru. చిన్నమాచనూరు.
Chinnanāgampalle (Z). చిన్ననాగంపల్లె.
Chintōdu (Z) ... చింతోడు.
Chunchulūru ... చుంచులూరు.
Dakkanūru (Z) ... దక్కనూరు.
Dēpūrupalle (I) ... దేపూరుపల్లె.
Dēvammacheruvu (Z). దేవమ్మచెరువు.
Dēvisettipalle (Z). దేవిశెట్టిపల్లె.
Duttalūru ... దుత్తలూరు.
Erramreddipalle (Z). ఎర్రంరెడ్డిపల్లె.
Errubhatlapalle (Z). ఎర్రుభట్లపల్లె.
Ērukollu ... ఏరుకొల్లు.
Gandipālem ... గండిపాలెం.
Ganēswarapuram (Z). గణేశ్వరపురం.
Gangavaram (Z) ... గంగవరం.
Gangulavāri Ayyavāripalle (I). గంగులవారి అయ్యవారిపల్లె.

UDAYAGIRI TĀLŪK—cont. ఉదయగిరి తాలూకా— శేషము.

Gannēpalle (Z) ... గన్నేపల్లె.
Garimenapenta (Z) గరిమెనపెంట.
Gilakala Kambhampādu (Z). గిలకల కంభంపాడు
Gollapalle (Z) ... గొల్లపల్లె.
Gottigundāla (I)... గొట్టిగుండాల
Gudinarava (I) ... గుడినరవ.
Gundemadakala ... గుండెమడకల.
Gundupalle (Z) ... గుండుపల్లె.
Guvvadi ... గువ్వడి.
Irlapādu ... ఇర్లపాడు.
Iskadāmerla .. ఇస్కదామెర్ల.
Iskapalle (Z) . ఇస్కపల్లె.
Jadadēvi (Z) .. జడదేవి.
Janārdanapuram (I). జనార్దనపురం.
Jettivānipalle (Z). జెట్టివానిపల్లె.
Kadirinēnipalle (I). కదిరినేనిపల్లె.
Kampasamudram. కంపసముద్రం.
Kaniyampādu ... కనియంపాడు.
Khāncheruvu (I). ఖాంచెరువు.
Kondāvapālem alias Udayagiri. కొండాయపాళెం ఉరఫ్ ఉదయగిరి
Kondāyapālem (Z) కొండాయపాళెం
Kōtāyapalle (Z)... కోటాయపల్లె.
Kōtēpalle (Z) ... కోటేపల్లె.
Kottapēta (Z) ... కొత్తపేట.
Koyyalapādu (Z). కొయ్యలపాడు.
Krishnampalle (Z). కృష్ణంపల్లె.
Kurapavānipalle (Z). కురపవానిపల్లె.
Kurrapalle (Z) ... కుర్రపల్లె.
Mandāllanāyanipalle. మండాల్లనాయనిపల్లె.
Mandāllapalle (Z). మండాల్లపల్లె.
Māramreddipalle (Z). మారంరెడ్డిపల్లె.
Muhammadapuram (Z). మహమ్మదాపురం.
Nāgarājupādu (I). నాగరాజుపాడు.
Nāgarājupalle (Z). నాగరాజుపల్లె.
Nāginēnigunta ... నాగినేనిగుంట.
Nallagonda .. నల్లగొండ.
Nandavaram ... నందవరం.
Nandigunta ... నందిగుంట.
Nandipādu ... నందిపాడు.
Narasimhapuram (I). నరసింహపురం.
Narravāda (Z) ... నర్రవాడ.
Neradanampādu (I). నెరదనంపాడు.
Nevalidinne (Z)... నెవలిదిన్నె.
Pabbirētipalle (Z). పబ్బిరేటిపల్లె.
Padamati Erraballe (Z). పడమటి ఎర్రబల్లె.
Padamatikōdigudlapādu (Z). పడమటికోడిగుడ్లపాడు.
Padamatināyanipalle. పడమటినాయనిపల్లె
Padamatirompidodla (Z). పడమటిరొంపిదొడ్ల
Pallavōlu ... పల్లవోలు.
Pāmūrupalle (Z)... పామూరుపల్లె.
Patrāngi (Z) ... పత్రాంగి.
Pāpampalle (Z) ... పాపంపల్లె.
Pappulavāripalle (Z). పప్పులవారిపల్లె.
Peddanāgampalle (Z). పెద్దనాగంపల్లె.
Peddireddipalle (Z). పెద్దిరెడ్డిపల్లె.
Pegallapādu (I) ... పెగల్లపాడు.
Pērisettipalle (Z). పేరిశెట్టిపల్లె.
Pōkalavāripalle (Z). పోకలవారిపల్లె.
Pōkalalingāyapalle (Z). పోకలలింగాయపల్లె.
Pōlangāripalle (Z). పోలంగారిపల్లె.

UDAYAGIRI TĀLŪK—cont. ఉదయగిరి తాలూకా—శేషము.

Pullāyapalle (I)... పుల్లాయపల్లె.
Rāmadēvulapādu (Z) రామదేవులపాడు.
Rātsavāripalle (Z). రాచవారిపల్లె.
Rāvimānidinne (Z). రావిమానిదిన్నె
Rāvipādu (Z) ... రావిపాడు.
Sakunālapalle (Z). శకునాలపల్లె.
Sankavaram ... శంఖవరం.
Singanapalle (Z). సింగనపల్లె.
Singāreddipalle (Z). సింగారెడ్డిపల్లె.
Sītarāmpuram (Z). సీతారాంపురం.
Sōmalarēgada (Z). సోమలరేగడ.
Sōmpalle (Z) ... సోంపల్లె.
Sunnamvānishintala (Z). సున్నంవానిచింతల.
Tamidepādu ... తమిదేపాడు.
Teddupādu (Z) ... తెడ్డుపాడు.
Timmāpuram (Z). తిమ్మాపురం.
Timmāreddipalle alias Damancherla Rāmāpuram. తిమ్మారెడ్డిపల్లె వురఫ్ దామంచెర్ల రామాపురం.
Tirumalāpuram (Z) తిరుమలాపురం.
Todugupalle (Z)... తొడుగుపల్లె.
Tōtalacheruvupalle తోటలచెరువుపల్లె.
Tsākalakonda (I). చాకలకొండ.
Tsallagarigala (Z). చల్లగరిగల.
Tsaudēpalle (Z) ... చౌడేపల్లె.
Tūspuchennampalle (Z). తూర్పుచెన్నంపల్లె
Tūrpu Erraballe (Z). తూర్పు ఎర్రబల్లి.
Tūrpupālem (Z)... తూర్పుపాలెం.
Tūrpurompidodla (Z). తూర్పు రొంపిదొడ్ల
Ūtukūru (Z) ... ఊటుకూరు
Variguntapādu (Z). వరిగుంటపాడు.
Vēmpādu (Z) ... వేంపాడు.
Vengamāmbāpuram alias Vengupālem (Z). వెంగమాంబాపురం వురఫ్ వెంగుపాలెం.
Venkatampēta (I). వెంకటంపేట.
Vinjamūru (Z) ... వింజమూరు.
Vīratimmasānipalle (Z). వీరతిమ్మసానిపల్లె.
Virūru (Z). విరూరు.

VENKATAGIRI DIVISION. వెంకటగిరి డివిజన్.

Akbarnivīsuvari Khandrika (Z). అక్బర్ నివీసువారి ఖండ్రిక
Akkamāmbāpuram alias Bolli Agraharam (Z). అక్కమాంబాపురం వురఫ్ బొల్లి అగ్రహారం.
Akkasamudram (Z). అక్కసముద్రం.
Alimili (Z) ... అలిమిలి.
Alivēlumangāpuram (Z). అలివేలుమంగాపురం.
Altūrupādu (Z) ... అల్తూరుపాడు.
Ambalapūdi (Z) ... అంబలపూడి.
Ammapālem (Z) .. అమ్మపాలెం.
Ammavaripēta (Z). అమ్మవారిపేట.
Arigēpalle (Z) ... అరిగేపల్లె.
Ārimānipādu (Z). ఆరిమానిపాడు.
Ashtakāvēri (Z) .. అష్టకావేరి
Attulasiddavaram (Z). అత్తులసిద్దవరం.
Attivaram (Z) ... అత్తివరం.
Bālasamudram (Z) బాలసముద్రం.
Bālayapalle (Z) ... బాలయపల్లె.
Bandārupalle (Z). బండారుపల్లె.
Bangārupēta (Z). బంగారుపేట.
Bhatlakanupūru (Z). బట్లకనుపూరు.
Bhairavaram (Z). భైరవరం.
Bhīmavaram (Z) .. భీమవరం.

VENKATAGIRI DIVISION—cont. వెంకటగిరి డివిజన్—శేషము.

Bommugunta (Z). బొమ్మగుంట.
Bobbāpuram (Z) బొబ్బాపురం.
Busupālem (Z) ... బుసుపాలెం.
Chelikampādu (Z). చెలికంపాడు.
Chenchureddipalle (Z). చెంచురెడ్డిపల్లె.
Chennasamudram (Z). చెన్నసముద్రం.
Chēreddipalle (Z). చేరెడ్డిపల్లె.
Chigurupādu (Z). చిగురుపాడు.
Chīkirēnipalle (Z). చీకిరేణిపల్లె.
Chillamannūru (Z). చిలమన్నూరు.
Chilamānichēnu (Z). చిల్లమానిచేను.
Chinnagotlagunta (Z). చిన్నగొట్లగుంట.
Chinnannapēta (Z) చిన్నన్నపేట.
Chintagunta (Z)... చింతగుంట.
Chutti (Z) .. చుట్టి.
Dācheruvu (Z) ... దాచెరువు.
Daggavōlu (Z) .. దగ్గవోలు.
Dakkili (Z) ... దక్కిలి.
Dandavōlu (Z) ... దండవోలు.
Dattānagaram (Z). దత్తానగరం.
Dēvulapalle (Z) ... దేవులపల్లె.
Dharmāpuram (Z) ధర్మాపురం.
Dhūrjati Ammapālem (Z). ధూర్జటి అమ్మపాలెం.
Ellāvajhulapalle (Z). ఎల్లావఝులపల్లె.
Enugavada (Z) ... ఏనుగవాడ.
Gollagunta (Z) ... గొల్లగుంట.
Gotlagunta (Z) ... గొట్లగుంట.
Gottikādu (Z) ... గొట్టికాడు.
Graddagunta (Z). గ్రద్దగుంట
Gundlasamudram (Z). గుండ్లసముద్రం.
Gurramkonda (Z). గుర్రంకొండ.
Inugunta (Z) ... ఇనుగుంట.
Jārlapādu (Z) ... జార్లపాడు.
Jayampu (Z) ... జయంపు.
Kadagunta (Z) .. కడగుంట.
Kālagandha (Z) .. కాలగంధ.
Kalapādu (Z) ... కలపాడు.
Kalavalapūdi (Z). కలవలపూడి.
Kāmakūru (Z) ... కామకూరు.
Kandanālapādu (Z). కందనాలపాడు.
Karaballavōlu (Z). కరబల్లవోలు.
Kārjamēdu (Z) ... కార్జమేడు.
Kārūru (Z) ... కారూరు.
Kayyūru (Z) ... కయ్యూరు.
Kommalagunta (Z). కొమ్మలగుంట.
Kōtambēdu (Z) ... కోటంబేడు.
Kottabangāruyachasamudram (Z). కొత్తబంగారుయాచసముద్రం.
Kottacheruvu (Z). కొత్తచెరువు.
Kottapālem (Z) ... కొత్తపాలెం.
Kummaragunta (Z). కుమ్మరగుంట.
Kundām (Z) ... కుందాం.
Kundanapuram (Z) కుందనపురం.
Kuppampalle (Z). కుప్పంపల్లె.
Kuppayapālem (Z). కుప్పయపాలెం.
Kurjāgunta (Z) .. కుర్జాగుంట.
Lakshmīrāmpalle (Z). లక్ష్మీరాంపల్లె.
Lālāpēta (Z) ... లాలాపేట.
Lingamnāyudipalle (Z). లింగంనాయుడిపల్లె
Lingāreddipalle (Z). లింగారెడ్డిపల్లె.
Lingasamudram (Z). లింగసముద్రం.
Mādāpuram (Z) ... మాదాపురం,

VENKATAGIRI DIVISION—*cont.* వెంకటగిరి డివిజన్—శేషము.

Mādhavayyapālem (Z)	మాధవయ్యపాలెం.
Mahāsamudram (Z).	మహాసముద్రం.
Manulālapēta (Z).	మనులాలాపేట.
Mallemāla (Z) ...	మల్లెమాల.
Manavāli (Z) ...	మనవాలి.
Mānigadāri Khandrika (Z).	మానిగదారి ఖండ్రిక.
Mannēgunta (Z) ...	మన్నేగుంట.
Mannūru (Z) ...	మన్నూరు.
Mārlagunta (Z) ...	మార్లగుంట.
Mātumadugu (Z)	మాతుమడుగు.
Mēkanūru (Z) ...	మేకనూరు.
Mēluchūru (Z) ...	మేలుచూరు.
Mogallagunta ...	మొగల్లగుంట.
Mokkalapūdi (Z).	మొక్కలపూడి.
Mōpūru (Z) ...	మోపూరు.
Mummayapālem (Z).	ముమ్మయపాలెం.
Mūrtināyudipālem (Z).	మూర్తినాయుడిపాలెం.
Nāgavolu (Z) ...	నాగవోలు.
Nāyudipālem (Z).	నాయుడిపాలెం.
Nemallapūdi (Z) ...	నెమల్లపూడి.
Nidigallu (Z) ...	నిడిగల్లు.
Nindali (Z) ...	నిందలి.
Pākapūdi (Z) ...	పాకపూడి.
Pālemkōta (Z) ...	పాలెంకోట.
Pālempādu (Z) ...	పాలెంపాడు.
Pallipādu (Z) ...	పల్లిపాడు.
Palugōdu (Z) ...	పలుగోడు.
Panjām (Z) ...	పంజాం.
Pāpamāmbāpuram alias Bolli Agrahāram (Z).	పాపమాంబాపురం ఉరఫ్ బొల్లి అగ్రహారం.
Pāpireddipalle (Z).	పాపిరెడ్డిపల్లె.
Pāravōlu (Z) ...	పారవోలు.
Patrapalle (Z) ...	పత్రపల్లె
Peddayachasamudram (Z).	పెద్ద యాచసముద్రం.
Penderuvāripalle (Z).	పెండేరువారిపల్లె.
Perimidi (Z) ...	పెరిమిడి.
Periyavaram (Z) ...	పెరియవరం.
Petlūru (Z) ...	పెట్లూరు.
Pigilam (Z) ...	పిగిలం.
Pinapariyapādu (Z)	పినపరియపాడు.
Pōgulavāripalle (Z).	పోగులవారిపల్లె.
Pūlarangadipalle (Z).	పూలరంగడిపల్లె.
Punnēpalle (Z) ...	పున్నేపల్లె.
Rajānagaram (Z).	రజానగరం
Rāmapuram (Z) ...	రామాపురం.
Rāvipādu (Z) ...	రావిపాడు.
Sagutūru (Z) ...	సగుటూరు.
Sanganapalle (Z).	సంగనపల్లె.
Sangavaram (Z) ...	సంగవరం.
Siddāgunta (Z) ...	సిద్దాగుంట.
Singamāmbapuram (Z).	సింగమాంబాపురం.
Somasānigunta (Z)	సోమసానిగుంట.
Sripuram (Z) ...	శ్రీపురం.
Subrahmanyam (Z).	సుబ్రహ్మణ్యం.
Sūrayapālem (Z).	సూరయపాలెం.
Tāllapalle (Z) ...	తాల్లపల్లె.
Tāndramāni Khandrika (Z).	తాండ్రమాని ఖండ్రిక.
Tikkavaram (Z) ...	తిక్కవరం.
Timmāji Khandrika (Z).	తిమ్మాజి ఖండ్రిక.
Timmamāmbāpuram (Z).	తిమ్మమాంబాపురం.
Timmayagunta (Z).	తిమ్మయగుంట.
Timmāyapālem (Z)	తిమ్మాయపాలెం.

VENKATAGIRI DIVISION—cont. వెంకటగిరి డివిజను—శేషము.

Tīrthampādu (Z).	తీర్థంపాడు.
Tīrumalapūdi (Z).	తిరుమలపూడి.
Tsāpalapalle (Z)...	చాపలపల్లె.
Tsākalapalle (Z)...	చాకలపల్లె.
Upparapalle (Z)...	ఉప్పరపల్లె.
Utlapalle (Z) ...	ఉట్లపల్లె.
Vākyām (Z) ..	వాక్యం.
Vallivēdu (Z) ...	వల్లివేడు.
Varadamāmbāpuram alias Siddavaram (Z).	వరదమాంబాపురం ఉరఫ్ సిద్దవరం.
Varadannapalle (Z).	వరదన్నపల్లె.
Velikallu (Z) ...	వెలికల్లు.
Vembulūru (Z) ...	వెంబులూరు.
Vengamāmbāpuram (Z).	వెంగమాంబాపురం.
Vengamanāyudipalle (Z).	వెంగమనాయుడిపల్లె.
Venkatagiri (Z) ..	వెంకటగిరి.
Vikrālavāri Khandrika (Z).	విక్రాలవారి ఖండ్రిక.
Vīrakumārayāchasamudram (Z).	వీరకుమారయాచసముద్రం.
Vīrlagunupādu (Z)	వీర్లగునుపాడు.
Viswanādhapuram (Z).	విశ్వనాధపురం.
Yāchasamudram (Z).	యాచసముద్రం.
Yāchavaram (Z) ..	యాచవరం.
Yātaluru (Z) ...	యాతలూరు.
Zangālapalle (Z).	జంగాలపల్లె.
Zuvvimāni Khandrika (Z).	జువ్విమానిఖండ్రిక.

NILGIRI DISTRICT.

COONOOR TĀLŪK. குன்னூர் தாலூகா.

Adigāratti	.. அதிகாரட்டி.	Kengarai	.. கெங்கரை.
Arakkōdu	. அரக்கோடு.	Kōti	.. கோதி.
Barliyār	.. பர்லியார்.	Kōdanād	.. கோடனாடு.
Coonoor	.. குன்னூர்.	Kōkōdu	.. கோகோடு.
Dēnād	.. தேனாடு	Kōnakkarai	.. கோணக்கரை.
Hallimāyār	.. ஹள்ளிமாயார்.	Kōtagiri	.. கோதகிரி.
Hulikal	.. ஹுலிகல்.	Mēlūr	.. மேலூர்.
Idaippalli	.. இடைப்பள்ளி.	Naduhatti	.. நடுஹட்டி.
Jakatālā	.. ஜகதாளா.	Nandipuram	.. நந்திபுரம்.
Jakkanāre	.. ஜக்கநாரே.	Nedugulā	.. நெடுகுளா.
Kādinamāla	.. காடினமால.	Ubatalai	.. உபதலை.
Kallampālaiyam	கல்லம்பாளையம்.	Wellington	.. வெல்லிங்டன்.

GŪDALŪR TĀLŪK. கூடலூர் தாலூகா.

Cherānkōd	.. சேராங்கோடு.	Nellākōtā	.. நெல்லாக்கோட்டா.
Cherumuli	.. செருமுளி.		
Dēvāla	.. தேவால.	Nelliyālam	.. நெல்லியாளம்.
Erumādu	.. எருமாடு.	Ouchterlony valley.	ஆக்டர்லோனிவேலி.
Gūdalūr	.. கூடலூர்.	Pādantarai	. பாடந்தறை.
Mudumalai	.. முதுமலை.	Srīmadurai	.. ஸ்ரீமதுரை.
Mūnanād	.. மூனநாடு.		

OOTACAMUND TĀLŪK. ஊத்தகமந்து தாலூகா.

Bālakolā	.. பாலகொலா.	Masinigudi	.. மசினிகுடி.
Bikkatti	.. பிக்கட்டி.	Mēlkundā	.. மேல்குந்தா.
Ebanād	.. எபனாடு.	Mulligūr	.. முள்ளிகூர்.
Hullatti	.. ஹுல்லத்தி.	Naduvattam	.. நடுவட்டம்.
Ittalār	.. இத்தலார்.	Nanjanād	.. நஞ்சநாடு.
Kadanād	.. கடநாடு.	Ootacamund	.. ஊத்தகமந்து.
Kagguchchi	.. கக்குச்சி.	Shōlūr	.. ஷோலூர்.
Kilkundā	.. கீழ்குந்தா.	Tummanatti	.. தும்மனட்டி.
Kinnakkōrai	.. கின்னக்கோரை.	Tūnēri	.. தூனேரி.
Kōtal	.. கூதல்.		

RAMNAD DISTRICT.

(G) = Government. கவர்ன்மெண்ட். (I) = Inām. இனும்.

(Z) = Zamīndāri. ஜமீன்தாரி.

ARUPPUKKŌTTAI TALUK. அருப்புக்கோட்டை தாலூகா.

Achchampatti (Z).	அச்சம்பட்டி.
Achchangulam (S. No. 267) (Z)	அச்சங்குளம்.
Achchangulam (S. No. 284) (Z)	அச்சங்குளம்.
~~Achchangulam~~ (Z).	~~அச்சங்குளம்~~.
Ādittanēndal (I).	ஆதித்தனேந்தல்.
Agattākulam (Z).	அகத்தாகுளம்.
Āladipatti (I) ...	ஆலடிபட்டி.
Alagāpuri (I) ..	அளகாபுரி.
Alagarēndal (I) ..	அழகரேந்தல்.
Alagiyanallūr ..	அழகியநல்லூர்.
Alagudaiyān (I).	அழகுடையான்.
Ālangulam (Z) ..	ஆலங்குளம்.
Ālangulam (Ch. VI, Bl. 86-88)(I)	ஆலங்குளம்.
Ālangulam (I) ..	ஆலங்குளம்.
Ālanvayal (Z) ..	ஆலன் வயல்.
Ālāttūr (I) ..	ஆலாத்தூர்.
Allālapēri (I) ..	அல்லாலபேரி.
Allikkulam (Z) ..	அல்லிக்குளம்.
Allikkulam (I) ..	அல்லிக்குளம்.
Alliyēndal (Z) ..	அல்லியேந்தல்.
Ālvettiyēndal (Z).	ஆள்வெட்டியேந்தல்.
Āmaipirakki (Z).	ஆமைபிறக்கி.
Āmanakkanattam (Z).	ஆமணக்கநத்தம்.
Āmbaikkulam (Z)	ஆம்பைக்குளம்.
Ambalattādi (Z).	அம்பலத்தாடி.
Ambalattēvanattam (I)	அம்பலத்தேவநத்தம்.
Ambanēri (Z) ..	அம்பனேரி.
Ānaikkulam (Z).	ஆனைக்குளம்.
Āndipatti (I) ..	ஆண்டிபட்டி.
Āndipatti (Ch. III, Bl. 64-68) (I).	ஆண்டிபட்டி.
Āndiyēndal (Z) ..	ஆண்டியேந்தல்.
Āndukondān (I).	ஆண்டுகொண்டான்.
Anikalakkiyēndal (I).	அணிகலக்கியேந்தல.
Anjānaikkutti (I).	அஞ்சானைக்குட்டி.
Anuppanēndal (I).	அனுப்பனேந்தல்.
Ārappallam (I) ..	ஆரப்பள்ளம்.
Arasakulam (Z) ..	அரசகுளம்.
Ariyanēndal (Z).	அரியனேந்தல்.
Arunagiripuliyangulam (I).	அருணகிரிபுளியங்குளம்.
Aruppukkōttai (Z).	அருப்புக்கோட்டை.
Āsūr (Z) ..	ஆசூர்.
Āttikkulam (Z) ..	ஆத்திக்குளம்.
Attikkulam (Ch. I, Bl. 202 204) (I).	அத்திக்குளம்.
Attikulam (Ch. V, Bl. 194 195) (I).	அத்திக்குளம்.
Attikkulam (I) ..	அத்திக்குளம்.
Āttippatti (Z) ..	ஆத்திப்பட்டி.
Āvārangulam (I).	ஆவாரங்குளம்.
Āviyūr (I) ..	ஆவியூர்.
Ayyanārkulam (Z)	அய்யனர்குளம்.
Ayyanārkulam (Ch. III, Bl. 235) (Z).	அய்யனர்குளம்.
Bommākōttai (Z).	பொம்மாகோட்டை.
Chandrankulam (Namasivāyapuram) (Z).	சந்திரன்குளம் (நமசிவாயபுரம்).
Chattram Puliyangulam.	சத்திரம் புளியங்குளம்.
Chettikulam (Ch. VI, Bl. 24) (Z).	செட்டிகுளம்.
Chettikulam (Ch. III, Bl. 240 & 241) (Z).	செட்டிகுளம்.
Chettikurichchi (I).	செட்டிகுறிச்சி.
Chettipatti (I) ..	செட்டிபட்டி.
Chinna Ālangulam (I).	சின்ன ஆலங்குளம்.
Chinna Ānaikkulam (I).	சின்ன ஆனைக்குளம்

ARUPPUKKŌTTAI TĀLŪK—cont. அருப்புக்கோட்டை தாலூகா—தொடர்ச்சி.

Chinnachōlandai (Z).	சின்னசோளந்தை.
Chinnakannanūr (I).	சின்னகண்ணனூர்.
Chinna Manal-kulam (Z).	சின்ன மணல்குளம்.
Chinn Mullik-kudi (Z).	சின்ன முள்ளிக்குடி.
Chinna Puliyam-patti (Z).	சின்ன புளியம்பட்டி.
Chinna Sīrāmbūr (Z).	சின்ன சிராம்பூர்.
Chinna Vannān-kulam (Z).	சின்ன வண்ணான் குளம்.
Chittalakkundu (I).	சித்தலக்குண்டு.
Chittanēndal (I).	சித்தனேந்தல்.
Chokkampatti (I).	சொக்கம்பட்டி.
Chokkanēndal (I)	சொக்கனேந்தல்.
Dāmōdarapuram (Z).	தாமோதரபுரம்.
Dharma Ālan-gulam (I).	தர்ம ஆலங்குளம்.
Dharmam (I) ..	தருமம்.
Eluvāni (Z) ..	எளுவாணி.
Erumaikkulam (Z).	எருமைக்குளம்
Gōpālapuram (Z).	கோபாலபுரம்.
Idaiyankulam (I).	இடையன்குளம்.
Ilangippatti (Z)..	இலங்கிப்பட்டி.
Iluppaikkulam (Ch. IV, Bl. 87) (I).	இலுப்பைக்குளம்.
Iluppaikkulam (Ch. V, Bl. 161) (I).	இலுப்பைக்குளம்.
Iluppaikkulam (Z).	இலுப்பைக்குளம்.
Iluppaiyūr (Z) ..	இலுப்பையூர்.
Inakkanēri (Z) ..	இனக்கனேரி.
Iraichinnampatti (Z).	இறைசின்னம்பட்டி.
Irunjirai (Z) ..	இருஞ்சிறை.
Isali (Z) ..	இசலி.
Isalimadai Udum-bukulam (Z)	இசலிமடை உடும்புகுளம்.
Ittikulam (I) ..	இத்திகுளம்.
Kadaiyanēndal (Z).	கடையனேந்தல்.
Kadaluppāchchi (Z).	கடலுப்பாச்சி.
Kadambankulam (Ch. IV, Bl. 109) (Z).	கடம்பன்குளம்.
Kadambankulam (Ch. VI Bl. 130-131) (Z).	கடம்பன்குளம்
Kadambankulam (Z).	கடம்பன்குளம்.
Kadambankulam (I).	கடம்பன்குளம்.
Kadukkāykulam (I).	கடுக்காய்குளம்.
Kailāsapuram (I).	கைலாசபுரம்.
Kālādippāppān-kulam (Z).	காலாடிப்பாப்பான் குளம்.
Kālaiyārkarisal-kulam (I).	காளையார்கரிசல் குளம்.
Kālāstriyēndal (I).	காளாஸ்திரியேந்தல்.
Kalattūr (I) ..	களத்தூர்.
Kālisāttān (I) ..	காளிசாத்தான்.
Kalkulam (I) ..	கல்குளம்.
Kalkurichchi (Z).	கல்குறிச்சி.
Kallakkāri (Z) ..	கள்ளக்காரி.
Kallankulam (I).	கள்ளன்குளம்.
Kallattikkulam (I).	கல்லத்திக்குளம்.
Kallattikkulam (Z).	கல்லத்திக்குளம்.
Kallikkulam (Z).	கல்லிக்குளம்.
Kallumadaipūlān-gulam (I).	கல்லுமடைபூலாங் குளம்.
Kallumārpatti (I).	கல்லுமார்பட்டி.
Kallumatam (I)..	கல்லுமடம்.
Kallūrani (Z) ..	கல்லூரணி.
Kaluvanachchēri (Z).	களுவனச்சேரி.
Kalyānasundara-puram (I).	கலியாணசுந்தரபுரம்.
Kamalipuliyan-gulam (Z).	கமலிபுளியங்குளம்.
Kambāli (Z) ..	கம்பாலி.
Kambikkudi (Z).	கம்பிக்குடி.
Kanaimurittān (Z)	கணைமுறித்தான்.
Kanakkanēndal (Z).	கணக்கனேந்தல்.
Kanakki (Z) ..	கணக்கி.
Kandamangalam (Z).	கண்டமங்கலம்.
Kanjanāyakkan-patti (Z).	கஞ்சநாயக்கன் பட்டி.
Kānjirankōttai (I).	காஞ்சிரங்கோட்டை.
Karadikkulam Krishnāpuram (Z).	கரடிக்குளம் கிருஷ்ணபுரம்.
Kāraikkulam (Z).	காரைக்குளம்.

ARUPPUKKŌTTAI TĀLŪK—cont. அருப்புக்கோட்டை தாலூகா—தொடர்ச்சி.

Kārēndal (I) ..	காரேந்தல்.
Karisalkulam (Ch. VI, Bl. 170-172) (Z) ..	கரிசல்குளம்.
Karisalkulam (Z).	கரிசல்குளம்.
Karisalkulam Sundamēni (I).	கரிசல்குளம் சுந்தமேனி.
Kariyanēndal (Z).	கரியனேந்தல்.
Kāriyāpatti ..	காரியாபட்டி.
Karumānēndal (I).	கருமானேந்தல்.
Karungulam (Nedungulam) (Z).	கருங்குளம் (நெடுங்குளம்).
Karunjākkulam (I).	கருஞ்சாக்குளம்.
Karuppukkattiyēndal (I).	கருப்புக்கட்டியேந்தல்.
Kattakkanjanpatti (Z).	கட்டக்கஞ்சன்பட்டி.
Kattālangulam (I).	கட்டாலங்குளம்.
Kattangudi (Z) ..	கட்டங்குடி.
Kāttānpatti (Z) ..	காத்தான்பட்டி.
Kattukkuttagai Karisalkulam (I).	கட்டுக்குத்தகை கரிசல்குளம்.
Kāttumaraikulam (I).	காட்டுமறைகுளம்.
Kidākkuli (I) ..	கிடாக்குளி.
Kilavanēri (Z) ..	கிழவனேரி.
Kilavikkulam (I).	கிழவிக்குளம்.
Kilavikkulam (Z).	கிழவிக்குளம்.
Kīl Kallānkulam (I).	கீழ்கல்லான்குளம்.
Kīl Kandamangalam (I).	கீழ் கண்டமங்கலம்.
Kīl Kānjirangulam (Z).	கீழ் காஞ்சிரங்குளம்.
Kīl Kallikkulam (I).	கீழ் கள்ளிக்குளம்.
Kīl Konraikkulam (I).	கீழ் கொன்றைக்குளம்.
Kīl Kudi (Z) ..	கீழ் குடி.
Kīl Kulam Pūlāngulam (I) ..	கீழ்குளம் பூலாங்குளம்.
Kīl Panaivetti (Z).	கீழ் பனைவெட்டி.
Kīl Pāraikkulam (Z).	கீழ் பாறைக்குளம்.
Kīl Puduppatti (I).	கீழ் புதுப்பட்டி.
Kīl Puliyāndākōttai (I).	கீழ் புளியாண்டாகோட்டை.
Kīl Sambaikulam (I).	கீழ் சம்பைகுளம்.
Kīl Sembūr (Z) ..	கீழ் செம்பூர்.
Kīl Sembūr (I).	கீழ் செம்பூர்.
Kīl Udaikulam (I).	கீழ் உடைகுளம்.
Kīl Udaikulam (Z).	கீழ் உடைகுளம்.
Kōdāngiyēndal (I).	கோடாங்கியேந்தல்.
Kokkulam (Z) ..	கொக்குளம்.
Kokkulam (I) ..	கொக்குளம்.
Kōlāgalanēndal (I).	கோலாகலனேந்தல்.
Kollanēndal (Z) ..	கொல்லனேந்தல்.
Kōnappanēndal (I).	கோணப்பனேந்தல்.
Kongalākudi (Z).	கொங்கலாகுடி.
Konganakkurichchi (I).	கொங்கணக்குறிச்சி.
Koppuchittampatti (Z).	கொப்புசித்தம்பட்டி.
Kottachchiyēndal (Z).	கொட்டச்சியேந்தல்.
Kōttaikkarai (Z).	கோட்டைக்கரை.
Kottankulam (Ch. VI, Bl. 71) (Z).	கொட்டங்குளம்.
Kottankulam (Z).	கொத்தங்குளம்.
Kōvilānkulam ..	கோவிலான்குளம்.
Kōvilānkulam (I).	கோவிலான்குளம்.
Koykkappettān (Z).	கொய்க்கப்பேத்தான்.
Krishnālangulam (Z).	கிருஷ்ணாலங்குளம்.
Kuchchampatti (Z).	குச்சம்பட்டி.
Kudumbankulam (I).	குடும்பன்குளம்.
Kulasēkharanallūr (Z)	குலசேகரநல்லூர்.
Kullampatti (Z).	குல்லம்பட்டி.
Kullūrsandai (I)	குல்லூர்சந்தை.
Kundukulam (Z)	குண்டுகுளம்.
Kundukulam (I).	குண்டுகுளம்.
Kuppānaimāvilangai (Z).	குப்பானைமாவிலங்கை.
Kurandi (Z) ..	குரண்டி.
Kūranēndal (I) ..	கூரனேந்தல்.
Kuravakkulam Kadambankulam (I).	குரவகுளம் கடம்பன்குளம்.

ARUPPUKKŌTTAI TĀLŪK—cont. அருப்புக்கோட்டை தாலூகா—தொடர்ச்சி

Kuraiyaravāsittān Marudankudi (I).	குறையரவாசித்தான் மருதன் குடி.
Kurichchikulam (Z).	குறிச்சிகுளம்
Kurukkulam (Z).	குருக்குளம்
Kurunaikkulam (I).	குருணைக்குளம்.
Kurundamatam (Z).	குருந்தமடம்.
Kurundangulam (Z).	குருந்தங்குளம்.
Kurundangulam (Ch. IV, Bl. 256) (Z).	குருந்தங்குளம்.
Kurunjākkulam (Ch. VII, Bl. 203) (I).	குருஞ்சாக்குளம்.
Kurunjākkulam (I).	குருஞ்சாக்குளம்.
Kurunjākkulam (Ch. VI, Bl. 13) (I).	குருஞ்சாக்குளம்.
Kuruviyēndal (I).	குருவியேந்தல்.
Kūttanēndal (Z) ..	கூத்தனேந்தல்.
Kūttippārai (I) ..	கூத்திப்பாரை.
Kūvarkulam (I)..	கூவர்குளம்.
Kūvarkulam Kūriyēndal (Z).	கூவர்குளம் கூரியேந்தல்.
Lāpatiyēndal (Z).	லாபதியேந்தல்.
Maili (Z) ..	மைலி.
Mallākkōttai (I)..	மல்லாக்கோட்டை.
Mallānkinar ..	மல்லாங்கிணர்.
Manakkulam (Z).	மணக்குளம்.
Mānangāttān (I)	மானங்காத்தான்.
Manavarāyanēndal (I).	மணவராயனேந்தல்.
Manaviyēndal (I).	மனவியேந்தல்.
Māngulam (Z) ..	மாங்குளம்.
Māngulam Achchuppillaiyārēndal (I) ..	மாங்குளம் அச்சுப்பிள்ளையாரேந்தல்.
Manikkattiyēndal (Z).	மணிக்கட்டியேந்தல்.
Mānikkanēndal (I).	மாணிக்கனேந்தல்.
Maniyāppillai (Z).	மணியாப்பிள்ளை.
Mannamudiyēndal (Z).	மன்னமுடியேந்தல்.
Mantapasālai (Z).	மண்டபசாலை.
Mantōppu (Z) ..	மாந்தோப்பு.
Mānūr (I) ..	மானூர்.
Maraikkulam (Z).	மறைக்குளம்.
Maraiyūr (Z) ..	மறையூர்.
Maravar Perungudi (Z).	மரவர்பெருங்குடி.
Marudangulam (I)	மருதங்குளம்.
Māyalēri (Z) ..	மாயலேரி.
Mēlaiyur (Z) ..	மேலையூர்.
Mēl Ēndal (Z) ..	மேல் ஏந்தல்.
Mēl Kallānkulam (Z).	மேல் கல்லான்குளம்
Mēl Kallikkulam (Z).	மேல் கள்ளிக்குளம்.
Mēl Kānjirangulam (Z).	மேல் காஞ்சிரங்குளம்.
Mēl Konraikkulam (I).	மேல் கொன்றைகுளம்.
Mēl Panaivetti (Z)	மேல் பனைவெட்டி.
Mēl Pāraikkulam (Z)	மேல் பாறைக்குளம்.
Mēl Paruttiyūr (Z).	மேல் பருத்தியூர்.
Mēl Puduppatti (I).	மேல் புதுப்பட்டி.
Mēl Puliyāndakōttai (Z).	மேல் புளியாண்டகோட்டை.
Mēl Sambaikulam (Z).	மேல் சம்பைகுளம்.
Mēl Sembūr (Z)..	மேல் செம்பூர்.
Mēl Udaikulam (Z).	மேல் உடைகுளம்.
Mēl Udaikulam (I).	மேல் உடைகுளம்.
Mēttuttottiyankulam (I).	மேட்டுத்தொட்டியன் குளம்.
Minākkulam (Z).	மினாக்குளம்.
Mīnākshipuram (Z).	மீனாக்ஷிபுரம்.
Mīnākshipuram (I).	மீனாக்ஷிபுரம்.
Miniyārendal (I).	மினியாரேந்தல்.
Minnerinjānpatti (I).	மின்னெரிஞ்சான்பட்டி.
Mudalaikkulam (I).	முதலைக்குளம்.
Mudukkankulam (Z).	முடுக்கன்குளம்.
Mukkulam Mandikkulam (I).	முக்குளம் மந்திக்குளம்.
Mukkulam (I) ..	முக்குளம்.
Mullikkulam (Z).	முள்ளிக்குளம்.
Mūnudappu (Z).	மூனுடப்பு.
Musuttaikkurichchi (I).	முசுட்டைக்குறிச்சி.
Muthurāmalingapuram.	முத்துராமலிங்கபுரம்.
Muttānēndal (I)	மூத்தானேந்தல்.
Muttanēri (Z) ..	மூத்தனேரி.

ARUPPUKKŌTTAI TĀLŪK—*cont.* அருப்புக்கோட்டை தாலூகா—தொடர்ச்சி

Nāchchiyēndal (I).	நாச்சியேந்தல்.
Nādārkulam (I) ..	நாடார்குளம்.
Nākāchchi (I) ..	நாகாச்சி.
Nallānkulam (Z).	நல்லான்குளம்.
Nallatarai (Z) ..	நல்லதரை.
Nallukkurichchi (Z).	நல்லுக்குறிச்சி.
Nālūr (I) ..	நாலூர்.
Nāluvēdangulam (I).	நாலுவேதங்குளம்.
Nambiyēndal (Z).	நம்பியேந்தல்.
Nandikundu ..	நந்திகுண்டு.
Nandukāchchi (Ch. VI, Cir. 7) (I).	நண்டுகாச்சி.
Nandukāchchi (Ch. V. Cir. 3) (I).	நண்டுகாச்சி.
Nāngūr (Z) ..	நாங்கூர்.
Narikkudi (I) ..	நரிக்குடி.
Nārttampatti (Z).	நார்த்தம்பட்டி.
Nattaikkulam (Z).	நத்தைக்குளம்.
Nattaikkulam (Z)	நத்தைக்குளம்.
Nattakkādūvēppangulam (I).	நத்தக்காடுவேப்பங்குளம்.
Nāyanēndal (Z) ..	நாயனேந்தல்.
Nedōdai (I) ..	நெடோடை.
Neduganēndal (I).	நெடுகனேந்தல்.
Nedungulam (S. No. 341) (Z).	நெடுங்குளம்.
Nedungulam (S. No. 342) (Z)	நெடுங்குளம்.
Nedungulam (I).	நெடுங்குளம்.
Nedungarai (I) ..	நெடுங்கரை.
Nellikkulam (Z).	நெல்லிக்குளம்.
Neyvilakkunedungulam (I).	நெய்விளக்குநெடுங்குளம்.
Niraimīttānēndal (Z).	நிரைமீட்டானேந்தல்.
Nochchikkulam (Z).	நொச்சிக்குளம்.
Odachchiyēndal (I).	ஓடச்சியேந்தல்.
Ōdāttūr (I) ..	ஓடாத்தூர்
Ottankulam (Z) ..	ஒட்டன்குளம்.
Ottankulam (Ch. V, Bl. 180) (Z).	ஒட்டன்குளம்.
Ottankulam (I) ..	ஒட்டன்குளம்.
Ottankulam (Ch. V, Bl. 123-124) (I).	ஒட்டன்குளம்.
Ottaippuli (I) ..	ஒத்தைப்புளி.
Ovarkulam (I) ..	ஓவர்குளம்.
Pachchaikulam (I).	பச்சைகுளம்.
Padaivetti Singanāpuram (I).	படைவெட்டிசிங்கனாபுரம்.
Pādanakkurichchi (Z).	பாதனக்குறிச்சி.
Pālaiyampatti (Z).	பாலையம்பட்டி.
~~Palaiyanūr (Z)~~ ..	பழையனூர்.
Pālavanattam (Z)	பாலவனத்தம்.
Palinjiyēndal (I).	பளிஞ்சியேந்தல்.
Pallavarēndal (Z).	பல்லவரேந்தல்.
Pallimatam (Z) ..	பள்ளிமடம்.
Pāmbātti (Z) ..	பாம்பாட்டி.
Panaikkudi (Z) ..	பனைக்குடி.
Panaikkulam (I).	பனைக்குளம்.
Panaiyūr (I) ..	பனையூர்.
Pandalkudi (Z) ..	பந்தல்குடி.
Pandalkudi (I) ..	பந்தல்குடி.
Pandanēndal (I).	பந்தனேந்தல்.
Panikkanēndal (I).	பணிக்கனேந்தல்.
Panikkurippu (Z).	பனிக்குறிப்பு.
Pānjār (Z) ..	பாஞ்சார்.
Pannikkundu (Z).	பன்னிக்குண்டு.
Pāppanam Sakkaraikkōttai (Z).	பாப்பனம் சக்கரைக்கோட்டை.
Pāppankulam (Z).	பாப்பான்குளம்.
Pāppānkulam (I).	பாப்பான்குளம்.
Pāraikkulam (I).	பாறைக்குளம்.
Paraiyankulam (Z).	பறையன்குளம்.
Paraiyankulam (I).	பறையன்குளம்.
Paraiyankuttai (I).	பறையன்குட்டை.
Paralāchchi (Z).	பரளச்சி.
Paramasāmi Idaiyankulam (I).	பரமசாமி இடையன்குளம்.
Parattanattam (Z)	பரட்டனத்தம்.
Pattamangalam (Z).	பட்டமங்கலம்.
Pattanēndal (I) ..	பட்டனேந்தல்.
Pēchchiyēndal (I).	பேச்சியேந்தல்.
Periya Ālangulam (I).	பெரிய ஆலங்குளம்.

ARUPPUKKŌTTAI TĀLŪK—cont. அருப்புக்கோட்டை தாலூகா—தொடர்ச்சி.

Periya Chōlāndi ..	பெரிய சோழாண்டி.
Periya Karisalkulam (Z).	பெரிய கரிசல்குளம்.
Periya Manalkulam (Z)	பெரிய மணல்குளம்.
Periya Puliyampatti (Z).	பெரிய புளியம்பட்டி.
Periya Sīrāmbūr (Z).	பெரிய சிராம்பூர்
Perumānēndal (I).	பெருமானேந்தல்
Perunjālipuduppatti (Z).	பெருஞ்சாளிபுதுப்பட்டி.
Pichchampatti-puliyangulam (I).	பிச்சம்பட்டி-புளியங்குளம்.
Pichchangudi (Z).	பிச்சங்குடி.
Pillaiyārēndal (I).	பிள்ளையாரேந்தல்.
Pillaiyārkulam (I)	பிள்ளையார்குளம்.
Pillaiyārnattam (I).	பிள்ளையார்நத்தம்.
Pillaiyārtottiyankulam (I).	பிள்ளையார்தொட்டியன்குளம்.
Pirandaikkulam (I).	பிரண்டைக்குளம்.
Pirānkulam Tuvarappatti (I).	பிரான்குளம். துவரப்பத்தி.
Pirappanāmpatti (I).	பிரப்பனம்பட்டி.
Pirappatti Arasanēndal (Z).	பிரப்பத்தி அரசனேந்தல்.
Pisindi (Z) ..	பிசிண்டி.
Pisinottiyēndal (I).	பிசிநொட்டியேந்தல்.
Pōdampatti (I) ..	போடம்பட்டி.
Pottalkulam (I).	பொட்டல்குளம்.
Pottalkulam (Z).	பொட்டல்குளம்.
Poyyānaikkulam (I).	பொய்யானைக்குளம்.
Pudayanēndal .. (I).	புதயனேந்தல்.
Pudukkulam (I).	புதுக்குளம்.
Pudukkulam (Ch. VI, Bl. 223) (I).	புதுக்குளம்.
Pūlānkāl (Ch. III, Bl. 273-291) (Z).	பூலாங்கால்.
Pūlānkāl (Ch. V, Bl. 3) (Z).	பூலாங்கால்.
Pulichchikulam (Z).	புளிச்சிகுளம்
Pulikkurichchi (I).	புலிக்குறிச்சி.
Puliyampatti (Z).	புளியம்பட்டி.
Puliyampatti (I).	புளியம்பட்டி.
Puliyangulam (I).	புளியங்குளம்.
Puliyangulam (Ch. IV, Bl. 84) (Z)	புளியங்குளம்.
Puliyangulam (Ch. VI; Bl. 80) (Z).	புளியங்குளம்.
Puliyūrān (Z) ..	புலியூரான்.
Pullanāyakkanpatti (Z).	புல்லநாயக்கன்பட்டி.
Pullanēri (I) ..	புல்லனேரி.
Pullūr (I) ..	புல்லூர்.
Pulvāykkarai (Z).	புல்வாய்க்கரை.
Pūmālaippatti ..	பூமாலைப்பட்டி
Pūmpidāgai (Z).	பூம்பிடாகை.
Purasalūr (Z) ..	புரசலூர்.
Puttanēndal (Z)..	புத்தனேந்தல்.
Pūvakkanni (I).	பூவக்கன்னி.
Pūvālūr (Z) ..	பூவாலூர்.
Puluvanākkundu (Z).	புழுவனக்குண்டு.
Ragunāthapuram (I).	ரகுநாதபுரம்.
Rajagōpālapuram (Z).	ராஜகோபாலபுரம்
Rāmapuram (I).	ராமபுரம்.
Rāyanēndal (I) ..	ராயனேந்தல்.
Reddiyāpatti ..	ரெட்டியாபட்டி.
Rettaikkulam (I).	ரெட்டைக்குளம்.
Salukkuvārpatti (I).	சலுக்குவார்பட்டி.
Sambaiyōdai (Z).	சம்பையோடை
Sammānēndal (I).	சம்மானேந்தல்.
Sangangulam (I).	சங்கங்குளம்.
Sappāniyēndal .. (I).	சப்பாணியேந்தல்.
Sāttanāpuram (Z).	சாத்தனாபுரம்.
Savāsupuram (Z).	சவாசுபுரம்.
Sembanerinji (Z).	செம்பநெரிஞ்சி.
Sembatti (Z) ..	செம்பட்டி.
Sēndanadi (I) ..	சேந்தநதி.
Sēndanēndal (I).	சேந்தனேந்தல்.
Sengamadai (I).	செங்கமடை.
Sengulam (Z) ..	செங்குளம்.

ARUPPUKKŌTTAI TĀLŪK—cont. அருப்புக்கோட்டை தாலூகா—தொடர்ச்சி.

Sengulam (I) ..	செங்குளம்.
Sennavālpallam (Z).	சென்னவால்பள்ளம்.
Sennilakkudi (Z).	சென்னிலக்குடி.
Sētupuram (I) ..	சேதுபுரம்.
Sētupuram (I) ..	சேதுபுரம்.
Sēturāyanēndal (Z).	சேதுராயனேந்தல்.
Sēturāyanēndal (Z).	சேதுராயனேந்தல்.
Sīganēndal (I) ..	சீகனேந்தல்.
Sīkupatti (I) ..	சீகுபத்தி.
Sīlampatti (Z) ..	சீலம்பட்டி.
Silandikkulam (I).	சிலந்திக்குளம்.
Silukkapatti (Z).	சிலுக்கப்பட்டி.
Sīmānēndal (Z) ..	சீமானேந்தல்.
Singanāpūram (Ch. V, Bl. 206) (I).	சிங்கணாபுரம்.
Singanāpuram (I).	சிங்கணாபுரம்.
Singappillaiyēndal (I).	சிங்கப்பிள்ளையேந்தல்.
Sīniyēndal (Z) ..	சீனியேந்தல்.
Sirukulam (I) ..	சிறுகுளம்.
Sirumānkulam (I)	சிறுமான்குளம்.
Sirumudalaikkulam (I).	சிறுமுதலைக்குளம்.
Siruvanūr (Z) ..	சிறுவனூர்.
Siruvēppangulam (I).	சிறுவேப்பங்குளம்.
Sittavannānkulam (Z).	சிட்டவண்ணான்குளம்.
Sittumūnudappu (Z).	சிட்டுமூனுடப்பு.
Sivanikkanēndal (I)	சிவணிக்கனேந்தல்.
Sivaperumānēndal (I).	சிவபெருமானேந்தல்.
Sivarāppallam (I)	சிவராப்பள்ளம்.
Siviyānēndal (I).	சிவியானேந்தல்.
Siviyārendal ..	சிவியாரேந்தல்.
Sōhilpatti (Z) ..	சோகில்பட்டி.
Sōlaiyārēndal (I).	சோலையாரேந்தல்.
Sōnādukondān (I).	சோணாடுகொண்டான்.
Sōnaiyārēndal (I).	சோணையாரேந்தல்.
Sottamuri (Z) ..	சொட்டமுறி.
Srīrāmanēndal (I).	ஸ்ரீராமனேந்தல்.
Sūchchanēri (I) ..	சூச்சனேரி.

Sudhamatam (Z).	சுத்தமடம்.
Sukkalanattam (Z)	சுக்கலநத்தம்.
Sūlakkarai (Z) ..	சூலக்கரை.
Sullankudi (Z) ..	சுள்ளன்குடி.
Sundākkōttai (Z).	சுண்டாக்கோட்டை.
Sundarattān (I) ..	சுந்தரத்தான்.
Surikkulam (I) ..	சுரைக்குளம்.
Sūranēndal (I) ..	சூரனேந்தல்.
Sūrankulam (I) ..	சூரன்குளம்.
Sūranūr (Z) ..	சூரனூர்.
Tachchanēndal (I).	தச்சனேந்தல்.
Tachchappillaiyēndal (I).	தச்சப்பிள்ளையேந்தல்.
Tāliyēndal (Z) ..	தாளியேந்தல்.
Tāmaraikkulam (Ch. VI, Bl. 208 (I).	தாமரைக்குளம்
Tāmaraikkulam (Ch. IV, Bls. 243 & 144) (I).	தாமரைக்குளம்.
Tambikilānēndal (I).	தம்பிகிலானேந்தல்.
Tammanāyakkanpatti (Z).	தம்மநாயக்கன்பட்டி.
Tandiyānēndal (I).	தண்டியானேந்தல்.
Tarakanēndal (I).	தரகனேந்தல்.
Tattārēndal (I) ..	தட்டாரேந்தல்.
Tattānkulam ..	தட்டான்குளம்.
Tēli (Z) ..	தேளி.
Tenpālai (Z) ..	தென்பாலை.
Tēnūr (I) ..	தேனூர்.
Terkanēndal (I).	தெற்கனேந்தல்.
Terkāriyankulam (Z).	தெற்காரியங்குளம்.
Tēvadiyāl Karisalkulam (I).	தேவடியாள் கரிசல்குளம்.
Timmāpuram (I).	திம்மாபுரம்.
Tippampatti (I) ..	திப்பம்பட்டி.
Tiruchuli (I) ..	திருசுளி.
Tirukkanēndal (I).	திருக்கனேந்தல்.
Tirukkaniyēndal (I).	திருக்கனியேந்தல்.
Tirumalaipuram (I).	திருமலைப்புரம்.
Tirumānikkanēndal (I).	திருமாணிக்கனேந்தல்.
Tiruvidainallūr (I).	திருவிடைநல்லூர்.
Tiruvirundālpuram (Z).	திருவிருந்தாள்புரம்.
Tiruvirundālpuram (I).	திருவிருந்தாள்புரம்.

ARUPPUKKŌTTAI TĀLŪK—cont. அருப்புக்கோட்டை தாலுகா—தொடர்ச்சி.

Tīyanūr (Z) ..	தீயனூர்.
Toduvanpatti (I).	தொடுவன்பட்டி.
Tondaimānkulam (I).	தொண்டைமான் குளம்.
Tondārēndal (I) ..	தொண்டாரேந்தல்.
Tōnukāl (Z) ..	தோணுகால்.
Tōppilākkarai (Z)	தோப்பிலாக்கரை
Tōppūr (I) ..	தோப்பூர்.
Tottiyankulam (I).	தொட்டியன்குள.
Tulukkankulam (Z).	துலுக்கன்குளம்.
Tummachinnampatti (Z).	தும்மசின்னம்பட்டி.
Tummakkundu (I).	தும்மக்குண்டு.
Tunamālaipuram Kumilangulam (I).	துனமாலைபுரம் குமிலங்குளம்.
Tuvarakulam (I).	துவரக்குளம்.
Uchchinattam (I).	உச்சிநத்தம்.
Udaikkulam (Z)	உடைக்குளம்.
Udaikulam (Z) ..	உடைகுளம்.
Udaikkulam (Ch. VI, Bl. 112) (I).	உடைக்குளம்.
Udaikkulam (I).	உடைக்குளம்.
Ūdaiyanāmpatti (I).	உடையனாம்பட்டி.
Udaiyanāpuram (Z).	உடையனாபுரம்.
Udaiyanēri (Z) ..	உடையனேரி.
Udaiyārēndal (Z).	உடையாரேந்தல்.
Uduppukkulam (I).	உடுப்புக்குளம்.
Ulakkudi (Z) ..	உளக்குடி.
Uluttimadai (Z) ..	உளுத்திமடை.
Ūmaiyan Ālangulam (Z).	ஊமையன் ஆலங்குளம்.
Undurumikidākkulam (Z).	உண்டுருமிகிடாக்குளம்.
Uppilikkundu (I).	உப்பிலிக்குண்டு.
Ūranippatti (I) ..	ஊரணிப்பட்டி.
Usilangulam (Z).	உசிலங்குளம்.
Usilangulam (Ch. VI, Bl. 91) (I).	உசிலங்குளம்.
Ūttākulam (I) ..	ஊத்தாகுளம்.
Uvarkulam (Z) ..	உவர்குளம்.
Uvarpuliyangulam (Z).	உவர்புளியங்குளம்.
Vāchchārēndal (Z).	வாச்சாரேந்தல்.
Vadagarai (Z) ..	வடகரை.
Vadagaraiyānkulam (Z).	வடகரையான்குளம்.
Vadapālai (I) ..	வடபாலை.
Vaduvārpatti ..	வடுவார்பட்டி.
Vāgaikkulam (Ch. III, Bl. 251-256) (Z).	வாகைக்குளம்.
Vāgaikkulam (Ch. VI, Bl. 176-177) (Z).	வாகைக்குளம்.
Vāgaikkulam (Z).	வாகைக்குளம்.
Vāgaikkulam (Ch. III, Bl. 204-205) (I).	வாகைக்குளம்.
~~Vāgaikkulam (Ch. VI, Bl. 53-54) (I).~~	வாகைக்குளம்.
Vaiyampatti (Z),	வையம்பட்டி.
Vakkanangundu (Z).	வக்கணங்குண்டு.
Vālavandāpuram (I).	வாழவந்தாபுரம்.
Valaiyanēndal (I).	வலையனேந்தல்
Valaiyankulam ..	வலையன்குளம்.
Valaiyapatti (I) ..	வலையபட்டி.
Vālillāpērī (Z) ..	வாலில்லாபேரி.
~~Valimarichchān~~	~~வழிமறிச்சான்.~~
Vallārēndal (I) ..	வல்லாரேந்தல்.
Valukkalotti (I) ..	வலுக்கலொட்டி.
Vandavāsi (I) ..	வந்தவாசி.
Vannānkulam (Z).	வண்ணான்குளம்.
Vannāttiyēndal (Z).	வண்ணாத்தியேந்தல்.
Varalotti (Z) ..	வரலொட்டி
Varisaiyūr (I) ..	வரிசையூர்.
Vattāpēttai (I) ..	வத்தாபேட்டை.
Vēdanattam (Z) ..	வேடநத்தம்.
Vēlampatti (Z) ..	வேலம்பட்டி.
Vēlankudi (I) ..	வேலன்குடி.
Vēlankulam (Z) ..	வேலன்குளம்.
Vēlanūrani (I) ..	வேலனூரணி.
Vēlāyudhapuram (I).	வேலாயுதபுரம்.
Vellānkulam (I).	வெள்ளான்குளம்
Vēmbankudi (I) ..	வேம்பன்குடி.
Vēppangulam (Ch. III, Bl. 269-271) (Z).	வேப்பங்குளம்.
Vēppangulam (Ch. III, Bl. 22) (Z).	வேப்பங்குளம்.
Vēppangulam (I).	வேப்பங்குளம்.
Vēppilaichchēri (I).	வேப்பிலைச்சேரி

ARUPPUKKŌTTAI TĀLŪK—cont. அருப்புக்கோட்டை தாலூகா—தொடர்ச்சி.

Vettilaimuriyampatti.	வெத்திலைமுறியம்பட்டி.
Vidattakulam (Z).	விடத்தகுளம்.
Vijayaragunāthapuram (Z).	விஜயரகுநாதபுரம்.
Vilakkanēndal (I).	விளக்கனேந்தல்.
Vilakkusēri (Z) ..	விளக்குசேரி.
Villipattiri (Z) ..	வில்லிபத்திரி.
Vīrachōlan (Z) ..	வீரசோழன்.
Vīrakkudi (Z) ..	வீரக்குடி.
Vīramudiyēndal (I).	வீரமுடியேந்தல்.
~~Vīranēndal (Z)~~ ..	~~வீரனேந்தல்.~~
Vīriyēndal (Z) ..	வீரியேந்தல்.
Vittilārēndal (Z).	விட்டிலாரேந்தல்.

MUDUKULATTŪR TĀLŪK. முதுகுளத்தூர் தாலூகா.

Abirāmam (Z).	அபிராமம்
Achchangulam (Z).	அச்சங்குளம்
Achchangulam (Z).	அச்சங்குளம்.
Achchangulam	அச்சங்குளம்
Adalikkuttam (Z).	அதலிக்குட்டம்.
Ādanakkurichchi (Z).	ஆதனக்குறிச்சி.
Ādankottangudi (I).	ஆதங்கொத்தங்குடி.
Ādankuttam (I).	ஆதங்குட்டம்.
Adipiditāngi (I) ..	அடிபிடிதாங்கி.
Adiyotti (I) ..	அடியொட்டி.
Akkirā (Z) ..	அக்கிரா.
Ālambakkōttai (I).	ஆலம்பக்கோட்டை.
Alangānūr (I) .	அலங்கானூர்.
Alangārappattanam (Z).	அலங்காரப்பட்டணம்.
Ālangulam (I) ..	ஆலங்குளம்.
Ālangulam (Z) ..	ஆலங்குளம்.
Ālangulam (Z) ..	ஆலங்குளம்.
Ālangulam (Z) ..	ஆலங்குளம்
Ālangulam (Z) ..	ஆலங்குளம்.
Ālangulam (Z) ..	ஆலங்குளம்
Alavāngulam (G & I).	அலவாங்குளம்.
Ammēni or Annunni (Z).	அம்மேணி அல்லது அன்னுண்ணி.
Ānaikkāl (I) ..	ஆனைக்கால்.
Ānaisēri (I) ..	ஆனைசேரி.
Ānaiyūr (Z) ..	ஆனையூர்.
Āndārēndal (I) ..	ஆண்டாரேந்தல்.
Āndariyēndal (I).	ஆண்டரியேந்தல்.
Āndichchikulam (I).	ஆண்டிச்சிகுளம்.
Āndichchiyēndal (I).	ஆண்டிச்சியேந்தல்.
Anikurundan (I).	அனிகுருந்தன்.
Anjattān (I) ..	அஞ்சத்தான்.
Annāviyēndal Nedungulam Pudukkulam (I).	அண்ணாவியேந்தல் நெடுங்குளம் புதுக்குளம்.
Appanēndal (I) ..	அப்பனேந்தல்.
Appanūr (Z) ..	அப்பனூா.
Āraikudi (Z) ..	ஆரைகுடி.
Arappōdu (Z) ..	அரப்போது.
Arasanēndal (I) ..	அரசனேந்தல்.
Archchanaipāgam Usilangulam (I).	அர்ச்சனைபாகம் உசிலங்குளம்.
Arisikkuludān (Z).	அரிசிக்குழுதான.
Ariyamangalam (Z).	அரியமங்கலம்.
Āttikkulam (I) ..	ஆத்திக்குளம்.
Āttōdai (Z) ..	ஆத்தோடை.
Āttukkumāri (Z).	ஆட்டுக்குமாரி.
Avattāndai (Z) ..	அவத்தாண்டை.
Āyākkirandai (Z).	ஆயாக்கிரந்தை.
Āykkudi (Marava) (Z).	ஆய்க்குடி.
Ayyanārkulam (Z).	அய்யனார்குளம்.
Ayyanārkulam (Z).	அய்யனார்குளம்.
Brāhmanankulam.	பிராமணன்குளம்.
Brāhmanēndal (Z).	பிராமனேந்தல்.
Chattram Ālangulam.	சத்திரம் ஆலங்குளம்.
Chettikulam (Z).	செட்டிகுளம்.
Chinnā Achchankulam (Z).	சின்ன அச்சன்குளம்.
Chinna Ānaikkulam (I).	சின்ன ஆனைக்குளம்.
Chinna Āykkudi (Z).	சின்ன ஆய்க்குடி.

MUDUKULATTŪR TĀLŪK—cont. முதுகுளத்தூர் தாலூகா—தொடர்ச்சி.

Chinna Ilai (I) .. சின்ன இலை.
Chinna Kaluttarugān (Z). சின்ன கழுத்தருகான்.
Chinna Kaiyagam (I). சின்ன கையகம்.
Chinna Kūrānkōttai (I). சின்ன கூரான்கோட்டை.
Chinnālangulam (Z). சின்னாலங்குளம்.
Chinnānkuttam (I). சின்னான்குட்டம்.
Chinna Udaiyanāpuram (I). சின்ன உடையனாபுரம்.
Chinna Uduppangulam (Z). சின்ன உடுப்பங்குளம்.
Chinna Vāchchakkudi (I). சின்ன வாச்சக்குடி.
Chinna Valaiyankulam (Z). சின்ன வலையன்குளம்.
Chitrangudi (Z) .. சித்திரங்குடி.
Ekkomban (Z) .. எக்கொம்பன்.
Ēlōlasingam (Z) .. ஏலேலசிங்கம்.
Elumichchangulam (Z). எலுமிச்சங்குளம்.
Eluvanūr (Z) .. எலுவனூர்.
Ēnādi (I) .. ஏனாதி.
Erumaikkulam (Z). எருமைக்குளம்.
Ērvādi (I) .. ஏர்வாடி.
Ettappankulam (Z). எட்டப்பன்குளம்.
Ettisēri (I) .. எட்டிசேரி.
Gangaikondān (I). கங்கைகொண்டான்.
Idachchiyūrani (I). இடைச்சியூரணி.
Idaikkulam (Z) .. இடைக்குளம்.
Idaiyankulam (Z). இடையன்குளம்.
Idampādal (Z) .. இதம்பாடல்.
Idivilagi (Z) .. இடிவிலகி.
Iduppānēndal (Z). இடுப்பானேந்தல்.
Ilāgal Ottappuli (I). இலாகல் ஒத்தப்புளி.
Ilaiyānai (Z) .. இளையானை.
Ilandaikkulam (Z) இலந்தைக்குளம்.
Ilandaikkulam (Z) இலந்தைக்குளம்.
Ilandaikkulam (I). இலந்தைக்குளம்.
Ilandaikkulam (I). இலந்தைக்குளம்.
Ilangākkūr (I) .. இளங்காக்கூர்.
Ilanjambūr (Z) .. இளஞ்சம்பூர்.
Iluppaikkulam (Z). இலுப்பைக்குளம்.
Iraichchikulam (Z). இறைச்சிகுளம்.
Iraiyanēndal (Z). இறையனேந்தல்.
Iruvēli (Z) .. இருவேலி.
Īswarankulam (I). ஈஸ்வரன்குளம்.
Kadaiyākulam (I). கடையாகுளம்.
Kādakkanni (Z). காடக்கன்னி.
Kadalādi (Z) .. கடலாடி.
Kādamangalam (Z). காடமங்கலம்.
Kadambankulam (Z). கடம்பன்குளம்.
Kadambankulam (Z). கடம்பன்குளம்.
Kadambankulam (I). கடம்பன்குளம்.
Kadambankulam (I). கடம்பன்குளம்.
Kadambōdai (Z). கடம்போடை.
Kādanēri (Z) .. காடனேரி.
Kādanēri (Z) .. காடனேரி.
Kadayan (I) .. கதயன்.
Kadugusandai (I). கடுகுசந்தை.
Kākkaikuttam (Z). காக்கைகுட்டம்.
Kākkudi (Z) .. காக்குடி.
Kākkūr (I) .. காக்கூர்.
Kalaikkulam (Z). கலைக்குளம்.
Kālingarāyakuttam (Z). காலிங்கராயகுட்டம்.
Kallattikkulam (Z). கல்லத்திக்குளம்.
Kallikkulam (Z). கள்ளிக்குளம்.
Kallikkulam (Z). கள்ளிக்குளம்.
Kallikkulam (Z). கள்ளிக்குளம்.
Kallikkulam (Z). கள்ளிக்குளம்.
Kallikkulam (Z). கள்ளிக்குளம்.
Kalliyārēndal (I). கள்ளியாரேந்தல்.
Kalluppōrukki (I). கல்லுப்பொருக்கி.
Kalunīrmangalam (I). கழுநீர்மங்கலம்.
Kaluttarugān (I). கழுத்தருகான்.
Kāmanēri (Z) .. காமனேரி.
Kamudinedungulam (Z). கமுதிநெடுங்குளம்.
Kamudi (Z) .. கமுதி.
Kanakkankulam (I). கணக்கன்குளம்.
Kandangēni (Z) .. கண்டங்கேணி.
Kandilān (I) .. கண்டிலான்.
Kānikkūr (Z) .. காணிக்கூர்.

MUDUKULATTŪR TALŪK—cont. முதுகுளத்தூர்—தொடர்ச்சி.

Kānjirangulam (Z).	காஞ்சிரங்குளம்.
Kanjittāliyēndal (I).	கஞ்சித்தாளியேந்தல்.
Kannankudi (Z).	கண்ணன்குடி.
Kannanpoduvan (I)	கண்ணன்பொதுவன்.
Kannappankuttam (Z).	கண்ணப்பன்குட்டம்.
Kannattān (I) ..	கண்ணத்தான்.
Kannirājapuram (Z)	கன்னிராஜபுரம்.
Kāraikkuttam (I).	காரைக்குட்டம்.
Kāraikkuttam (Z).	காரைக்குட்டம்.
Kāraikkuttam (Z).	காரைக்குட்டம்.
Kārēndal (I) ..	காரேந்தல்.
Karisalkulam (I).	கரிசல்குளம்.
Karisalkulam (Z).	கரிசல்குளம்.
Karisalkulam (Z).	கரிசல்குளம்.
Karisalkulam (Z).	கரிசல்குளம்.
Karisalkulam (Z).	கரிசல்குளம்.
Karisalkulam (Z).	கரிசல்குளம்.
Karisalkulam (Z).	கரிசல்குளம்.
Karisalpuli (Z) ..	கரிசல்புளி.
Karumal (I) ..	கருமள்.
Karunādān (I) ..	கருநாடான்.
Karungulam (Z).	கருங்குளம்.
Karungulam (I).	கருங்குளம்.
Kāttākulam (Z) ..	காத்தாகுளம்.
Kāttālangulam (Z).	காட்டாலங்குளம்.
Kāttanēndal (Z) ..	காத்தநேந்தல்.
Kāttuchchōdēndal (Z).	காட்டுச்சோடேந்தல்.
Kāttuparamēswaram (I).	காட்டுபரமேஸ்வரம்.
Kāttupīkkulam (Z).	காட்டுபீக்குளம்
Kāvākkulam (Z).	காவாகுளம்.
Kēlal (I) ..	கேழல்.
Kidākkulom (I) ..	கிடாகுளம்.
Kidākkulam (Z).	கிடாக்குளம்.
Kidārakkulam (I).	கிடாரக்குளம்.
Kidārakkulam (Z).	கிடாரக்குளம்.
Kidārikulam (Z).	கிடாரிகுளம்.
Kidāttirukkai (Z).	கிடாத்திருக்கை.
Kidāyvetti Vennimalukkan (I).	கிடாய்வெட்டி வென்னிமலுக்கன்.
Kilavanēri (Z) ..	கிழவனேரி.
Kilākkulam (I) ..	கிளாக்குளம்.
Kīl Achchākulam (Z).	கீழ் அச்சாகுளம்
Kīl Allikkulam (Z).	கீழ் அல்லிக்குளம்.
Kīl Āttichchēri (Z).	கீழ் ஆத்திச்சேரி.
Kīl Kākkāykulam (I).	கீழ் காக்காய்குளம்.
Kīl Kānjirangulam (I).	கீழ் காஞ்சிரங்குளம்.
Kīl Kannisēri (I).	கீழ் கன்னிசேரி.
Kīl Karumal (Z).	கீழ் கருமள்.
Kīl Kidāram (Z).	கீழ் கிடாரம்.
Kīl Kodumalūr (Z).	கீழ் கொடுமலூர்.
Kīl Kulam (I) ..	கீழ் குளம்.
Kīl Mānāngarai (Z).	கீழ் மானாங்கரை.
Kīl Nariyan (Z) ..	கீழ் நரியன்.
Kīl Panaiyadiyēndal (I).	கீழ் பனையடியேந்தல்.
Kīl Panaiyūr (Z).	கீழ் பனையூர்.
Kīl Rāmanadi (Z).	கீழ் ராமநதி.
Kīl Seluvanūr (Z).	கீழ் செலுவனூர
Kīl Sembadakki (Z).	கீழ் செம்படக்கி.
Kīl Sirupōdu (Z).	கீழ் சிறுபோது.
Kīl Tulukkankurichchi or Tulukkankurichchi (I).	கீழ் துலுக்கன்குறிச்சி அல்லது துலுக்கன்குறிச்சி.
Kīl Tūval (Z) ..	கீழ் தூவல்.
Kīl Ūranan kurichchi (Z).	கீழ் ஊரணன்குறிச்சி.
Kīl Vāchchānēndal (I).	கீழ் வாச்சானேந்தல்.
Kīl Vidattaikkulam (I).	கீழ் விடத்தைக்குளம்.
Kīrandai (Z) ..	கீறந்தை.
Kīrandai (Z) ..	கீரந்தை.
Kīranūr (Z) ..	கீரனூர்.
Kīrikkuttam (Z).	கீரிக்குட்டம்.
Kōdandarāman Mayirpidittānōdai (I).	கோதண்டராமன் மயிர்பிடித்தானோடை.
Kōdandarāmanpattanam (I).	கோதண்டராமன் பட்டணம்.

MUDUKULATTŪR TĀLŪK—cont. முதுகுளத்தூர் தாலூகா—தொடர்ச்சி.

Kōdāngiyēndal Usilangulam (I).	கோடாங்கியேந்தல் உசிலங்குளம்
Kōdārēndal (I) ..	கோடாரேந்தல்.
Kodikkulam (I)..	கொடிக்குளம்.
Kodumalūr (Z)	கொடுமலூர்.
Kodumalūr Kallikkulam (I).	கொடுமலூர் கள்ளிக் குளம்.
Kodundurai (Z)..	கொடுந்துரை.
Kōkandān (Z) ..	கோகந்தான்.
Kokkādi (Z) ..	கொக்காடி.
Kokkarankōttai (Z).	கொக்கரன்கோட்டை.
Kōlikkutti (I) ..	கோழிக்குத்தி.
Kōlikkulam (Z)..	கோழிக்குளம்.
Kollanēndal (Z)..	கொல்லனேந்தல்.
Kollankulam (I).	கொல்லன்குளம்.
Kollankulam (I).	கொல்லன்குளம்.
Kollusilangulam (Z).	கொல்லுசிலங்குளம்.
Komban (Z) ..	கொம்பன்.
Kombūdi (Z) ..	கொம்பூதி.
Kondalāvi (Z) ..	கொண்டலாவி.
Kondanallāmpatti (Z).	கொண்டநல்லாம்பட்டி.
Kondayanēndal (Z).	கொண்டயனேந்தல்.
Kōnēri (Z) ..	கோனேரி.
Konganēndal (I).	கொங்கனேந்தல்.
Konnarāman (Z).	கொன்னராமன்.
Kōraippallam (Z).	கோரைப்பள்ளம்.
Kōrēndal (Z) ..	கோரேந்தல்.
Kōsarāman (Z) ..	கோசராமன்.
Kōttandai (Z) ..	கோட்டந்தை.
Kottankulam (I).	கொத்தன்குளம்.
Kōttēndal (Z) ..	கோட்டேந்தல்.
Kōttēndal (Z) ..	கோட்டேந்தல்.
Kōvilānkulam (Z)	கோவிலான்குளம்.
Kūdakkulam (Z).	கூடக்குளம்.
Kūdalāvūrani (Z).	கூடலாவூரணி.
Kudikkiniyān ..	குடிக்கினியான்.
Kudiraimoli ..	குதிரைமொழி.
Kudumbankulam (I).	குடும்பன்குளம்.
Kūlai Achchankuttam (Z).	கூழை அச்சன்குட்டம்.
Kulaiyiruppu (Z).	குளையிருப்பு.
Kuluvaseri (I) ..	குழுவுசேரி.
Kumārakkurichchi (I).	குமாரக்குறிச்சி.
Kumilangulam (Z).	குமிழங்குளம்.
Kumulai (Z) ..	குமுளை.
Kumuliyēndal (I)	குமுழியேந்தல்.
Kundarankulam (Z).	குண்டரன்குளம்.
Kundukulam (Z).	குண்டுகுளம்.
Kuppaikulam (Z).	குப்பைகுளம்.
Kuralēndal (Z) ..	குரலேந்தல்.
Kurichchikulam.	குறிச்சிகுளம்.
Kuridikkuttam (Z).	குருடிக்குட்டம்.
Kurukkalkuttam (I).	குருக்கள்குட்டம்.
Kusavankulam (Z).	குசவன்குளம்.
Kūttādiyēndal ..	கூத்தாடியேந்தல்.
Kuttagaipēykkulam (Z).	குத்தகைபேய்க்குளம்.
Kūttamankōttai (Z).	கூத்தமங்கோட்டை.
Kūvarkuttam (Z).	கூவர்குட்டம்.
Lādakuppam Karisalkulam (Z).	லாடகுப்பம் கரிசல்குளம்.
Madattaikkulam (I).	மடத்தைக்குளம்.
Magindi (Z) ..	மகிண்டி.
Makkavān (Z) ..	மக்குவான்.
Māmanārēndal (I).	மாமனாரேந்தல்.
Manakkulam (Z).	மணக்குளம்.
Manakkulam (Z).	மணக்குளம்.
Manalūr (Z) ..	மணலூர்.
Mānangāttān (I).	மானங்காத்தான்.
Mandalamānikkam (I).	மண்டலமாணிக்கம்.
Mangasōnai (I) ..	மங்கைசோனை.
Mangalam (Z) ..	மங்களம்.
Māngudi (I) ..	மாங்குடி.
Manikalattiyōdai (Z).	மணிகழட்டியோடை.
Mānikkanāthakōttai (I).	மாணிக்கநாதகோட்டை.
Manivalai (Z) ..	மணிவலை.
Maraikkulam (Z).	மரைக்குளம்.
Mārandai (I) ..	மாரந்தை.
Māranēri (Z) ..	மாரனேரி.
Maravetti (Z) ..	மரவெட்டி.
Marichchukkatti (I).	மறிச்சுக்கட்டி.
Māriyūr (I) ..	மாரியூர்.
Marudagam (I) ..	மருதகம்.
Marudanganallūr (Z).	மருதங்கநல்லூர்.
Marudankulam (I).	மருதன்குளம்.
Marudukāvalanēndal (Z).	மருதுகாவலனேந்தல்.
Mattiyārēndal (I).	மட்டியாரேந்தல்.

MUDUKULATTŪR TĀLUK—cont. முதுகுளத்தூர் தாலுகா—தொடர்ச்சி.

Māvilangai (Z) ..	மாவிலங்கை.
Mayilangulam (I).	மயிலங்குளம்.
Mēl Achchākkulam (Z).	மேல் அச்சாக்குளம்.
Mēl Allikkulam (Z).	மேல் அல்லிக்குளம்.
Mēl Kākkāykulam (Z).	மேல் காக்காய்குளம்.
Mēl Kānjirangulam (Z).	மேல் காஞ்சிரங்குளம்.
Mēl Kanniséri (I).	மேல் கன்னிசேரி.
Mēl Kidāram (Z).	மேல் கிடாரம்.
Mēl Kulam (I) ..	மேல் குளம்.
Mēl Mānāngarai (Z).	மேல் மாணங்கரை.
Mēl Nariyan (Z).	மேல் நரியன்.
Mēl Panaiyūr (Z).	மேல் பனையூர்.
Mēl Rāmanadi (Z).	மேல் ராமநதி.
Mēl Seluvanūr (Z)	மேல் செளுவனூர்.
Mēl Sembadakki (Z).	மேல் செம்படக்கி.
Mēl Sirupōdu (Z).	மேல் சிறுபோது.
Mēl Tūval (Z) ..	மேல் தூவல்.
Mēlūranankurichchi (Z).	மேலூரணங்குறிச்சி.
Mēl Vidattaikkulam (I).	மேல் விடத்தைக்குளம்.
Mērkukkottagudi (I).	மேற்குக்கொட்டகுடி.
Mērku Usilangulam (I).	மேற்கு உசிலங்குளம்.
Mērkuvēppanguríchchi (I).	மேற்குவேப்பங்குறிச்சி.
Mīnangudi (Z) ..	மீனங்குடி.
Mīsal (Z) ..	மீசல்.
Mīttāngulam (Z).	மீட்டாங்குளம்.
Mōrkkulam (Z)..	மோர்க்குளம்.
Mudaliyārpudukkulam (I).	முதலியார்புதுக்குளம்.
Mudalnādu (Z) ..	முதல்நாடு.
Mudimannārkōttai (I).	முடிமன்னார்கோட்டை.
Mudukulattūr (Z).	முதுகுளத்தூர்.
Mūkkaiyūr (Z) ..	மூக்கையூர்.
Mullappankuttam (Z).	முள்ளப்பன்குட்டம்.
Mullikkulam (Z).	முள்ளிக்குளம்.
Mullikkulam (Z).	முள்ளிக்குளம்.
Muniyanēndal (I).	முனியனேந்தல்.
Mūppankuttam (I).	மூப்பன்குட்டம்.
Murankarisalkulam (I).	முரன்கரிசல்குளம்.
Musittaikkurichchi (Z).	முசிட்டைக்குறிச்சி.
Muttālangulam (Z).	முத்தாலங்குளம்.
Muttānai (Z) ..	முத்தானை.
Mūttānkuttam (I).	மூத்தான்குட்டம்.
Mutturāmalingapuram (Z).	முத்துராமலிங்கபுரம்.
Mūvarāndakuttam (Z).	மூவராண்டகுட்டம்.
Nāgalingapuram (I).	நாகலிங்கபுரம்.
Nāganēndal (Z)..	நாகனேந்தல்.
Nagarattākurichchi (Z).	நகரத்தாகுறிச்சி.
Nālāncheri Kandedutta Mānikkam (I).	நாலாஞ்சேரி கண்டெடுத்த மாணிக்கம்.
Nallānkulam (I).	நல்லானகுளம்.
Nalliyankuttam (Z).	நல்லியன்குட்டம்.
Nallukkurichchi (I).	நல்லுக்குறிச்சி.
Nallūr (I) ..	நல்லூர்.
Nambilān (Z) ..	நம்பிலான்.
Nambiyēndal (I).	நம்பியேந்தல்
Nandisēri (Z) ..	நந்திசேரி.
Nangappullām (I).	நங்கப்புல்லாம்.
Nāraiyūrani (Z).	நாரையூரணி
Narasinganēndal (Z).	நரசிங்கனேந்தல்.
Narasingankuttam (Z).	நரசிங்கன்குட்டம்.
Narippaiyūr (Z).	நரிப்பையூர்.
Nariyanēndal (I).	நரியனேந்தல்.
Nariyan Subbarāyapuram (Z).	நரியன் சுப்பராயபுரம்.
Nariyantūval (I.	நரியன்தூவல்.
Nattam (I) ..	நத்தம்.
Nattam (Z) ..	நத்தம்
Navvalkiniyān (I).	நவ்வல்கினியான்.
Nāyanēndal (I)..	நாயனேந்தல்.
Nayināttēvanēndal (Z).	நயினாத்தேவனேந்தல்.
Nediyamānikkam (Z).	நெடியமாணிக்கம்.

MUDUKULATTŪR TĀLŪK—cont. முதுகுளத்தூர் தாலூகா—தொடர்ச்சி.

Nedungulam (Z).	நெடுங்குளம்.
Nedungulam (Z).	நெடுங்குளம்.
Nedungulam (Z).	நெடுங்குளம்.
Nedungulam (Z).	நெடுங்குளம்.
Nedungulam Kattālangulam (Z).	நெடுங்குளம் கட்டாலங்குளம்.
Nelluppatti (Z) ..	நெல்லுப்பட்டி.
Nīrāvi (Z) ..	நீராவி.
Nīrkkōliyēndal (I).	நீர்க்கோழியேந்தல்.
Nīrkkundam (Z).	நீர்க்குண்டம்.
Nīrkkundam (Z).	நீர்க்குண்டம்.
Nochchikkulam (I).	நொச்சிக்குளம்.
Nōmbakkulam (I).	நோம்பக்குளம்.
Nōyankuttam (I).	நோயன்குட்டம்
Ōchchangulam (Z).	ஓச்சங்குளம்.
Olugupuli (Z) ..	ஒழுகுபுளி.
Onbadāmpulli (I).	ஒன்பதாம்புள்ளி.
Orakkāttān (Z) ..	ஒரக்காத்தான்.
Ōrivayal (Z) ..	ஓரிவயல்.
Oruvānēndal (Z).	ஒருவானேந்தல்.
Ottadangulam (I).	ஒட்டடங்குளம்.
Padandapuli (Z).	படந்தபுளி.
Pāduvānēndal (Z).	பாடுவானேந்தல்.
Pāduvānēndal (Z).	பாடுவானேந்தல்.
Paduvānēndal (Z).	பாடுவானேந்தல்.
Pagaichchān (Z).	பகைச்சான்.
Pagaiyanēri (I)..	பகையனேரி.
Pākkuvetti (Z) ..	பாக்குவெட்டி.
Palaiyanūr (Z) ..	பழையனூர்.
Palangulam (Z)..	பழங்குளம்.
Palangulam (I) ..	பழங்குளம்.
Pālavanattam (Z).	பாலவனத்தம்.
Pālkudichchān (Z).	பால்குடிச்சான்.
Pallanēndal (Z)..	பள்ளனேந்தல்.
Pallimuttai (Z) ..	பள்ளிமுட்டை.
Paluvūr (Z) ..	பழுவூர்.
Pāmbuvilundān (I).	பாம்புவிழுந்தான்.
Pammanēndal (Z).	பம்மனேந்தல்.
Pammanēndal Karisalkulam (Z).	பம்மனேந்தல் கரிசல்குளம்.
Panaikkulam (Z).	பனைக்குளம்.
Panaiyadiyēndal (I).	பனையடியேந்தல்.
Panaiyadiyēndal (I).	பனையடியேந்தல்.
Panaiyadiyēndal (Z).	பனையடியேந்தல்.
Pāndikarisal-kulam (Z).	பாண்டிகரிசல்குளம்.
Panikkankulam (Z).	பணிக்கன்குளம்.
Panikkankulam (Z).	பணிக்கன்குளம்.
Panivāsal (Z) ..	பணிவாசல்.
Pannaikkulam (Z).	பண்ணைக்குளம்.
Pannandai (Z) ..	பண்ணந்தை.
Pannikutti (I) ..	பன்னிகுத்தி.
Pāppākulam (Z).	பாப்பாகுளம்.
Pāppākulam (Z).	பாப்பாகுளம்.
Pāppanam (Z) ..	பாப்பனம்.
Pāppānēndal (Z).	பாப்பானேந்தல்.
Pāppānkulam (Z).	பாப்பான்குளம்.
Pāppānkulam (Z).	பாப்பான்குளம்.
Paradakkulam (I).	பரதக்குளம்.
Paraiyankulam (Z).	பறையன்குளம்.
Paraiyankulam (Z).	பறையன்குளம்.
Paraiyankulam (Z).	பறையன்குளம்.
Paraiyankulam (Z).	பறையன்குளம்.
Paraiyankulam (Z).	பறையன்குளம்.
Parukkaikudi (Z).	பருக்கைகுடி.
Paruttikkulam (I).	பருத்திக்குளம்.
Pāsikkulam (Z)..	பாசிக்குளம்.
Pasumpon (Z) ..	பசும்பொன்.
Pattalaikkundu (I).	பத்தலைக்குண்டு.
Pāttam (Z) ..	பாட்டம்.
Pattamangalam (Z)	பட்டமங்கலம்.
Pattanattam (Z).	பட்டநத்தம்.
Pāvumpuliyēndal Vēppangulam (I).	பாயும்புலியேந்தல் வேப்பங்குளம்.
Pēraiyūr (Z) ..	பேரையூர்.
Periya Achchan-kulam (Z).	பெரிய அச்சன்குளம்.
Periya Āyakkudi (Z).	பெரிய ஆயக்குடி.
Periya Ilai (I) ..	பெரிய இலை.
Periya Kaiyagam (I).	பெரிய கையகம்

Mudukulattūr Tālūk—cont. முதுகுளத்தூர் தாலூகா—தொடர்ச்சி.

Periya Kulam (Z)	பெரிய குளம்.
Periya Kūrān-kōttai (I).	பெரிய கூரான் கோட்டை.
Periyānaikkulam (I).	பெரியானைக்குளம்.
Periya Udaiyanāpuram (I)	பெரிய உடையநாபுரம்.
Periya Vāchchakkudi (I).	பெரிய வாச்சக்குடி.
Perumāltalaivanēndal (Z)	பெருமாள்தலைவனேந்தல்.
Perunāli (Z) ..	பெருநாளி.
Pēykkulam (Z) ..	பேய்க்குளம்.
Pēyipattam (Z) ..	பேய்ப்பட்டம்.
Pēymāral (Z) ..	பேய்மாரல்.
Pēyvillikadambankulam (Z).	பேய்வில்லிகடம்பன்குளம்.
Pichchanēndal (I)	பிச்சனேந்தல்.
Pidāriyēndal (Z)	பிடாரியேந்தல்.
Pīkkulam (Z) ..	பீக்குளம்.
Pīkkulam (Z) ..	பீக்குளம்.
Pīkkulam (Z) ..	பீக்குளம்.
Pillaiyārkulam (Z)	பிள்ளையார்குளம்.
Pirakkalūr (Z) ..	பிரக்கலூர்.
Pirāndan (I) ..	பிராந்தன்.
Podikkulam (Z) ..	பொதிக்குளம்.
Pokkanārēndal (Z).	பொக்கனாரேந்தல்.
Polikkāl (I) ..	பொளிக்கால்.
Pondampuli (Z) ..	பொந்தம்புளி.
Pondampuli (Z) ..	பொந்தம்புளி.
Ponnakkanēri (I).	பொன்னக்கனேரி.
Ponnakkaraiyēndal (I).	பொன்னைக்கரையேந்தல்.
Ponnandikkannan (Z).	பொன்னந்திக்கண்ணன்.
Posukkudi (Z) ..	பொசுக்குடி.
Pottakkulam (I)	பொட்டக்குளம்.
Pottakkulam (Z).	பொட்டக்குளம்.
Pottakkulam (Z).	பொட்டக்குளம்.
Pottamugavāli (I).	பொட்டமுகவாளி.
Pōttanadi (Z) ..	போத்தநதி.
Pottappuli (Z) ..	பொட்டப்புளி.
Poyyānaikkulam (Z).	பொய்யானைக்குளம்.
Pūdangudi (Z) ..	பூதங்குடி.
Pūdathān (Z) ..	பூதத்தான்.
Pudukkōttai (Z).	புதுக்கோட்டை.
Pudukkulam (Z).	புதுக்குளம்.
Pudukkulam (I).	புதுக்குளம்.
Pudukkulam (Z).	புதுக்குளம்.
Pudukkulam (Z).	புதுக்குளம்.
Pudukkulam (Z).	புதுக்குளம்.
Pūkkulam (Z) ..	பூக்குளம்.
Pūlāppatti (Z) ..	பூலாப்பத்தி.
Pūlāppatti (Z) ..	பூலாப்பத்தி.
Pulavanēndal (Z).	புலவனேந்தல்.
Pulichchikulam (Z).	புளிச்சிகுளம்.
Puliyangudi (I).	புளியங்குடி.
Puliyangulam (Z).	புளியங்குளம்.
Puliyangulam (I).	புளியங்குளம்.
Puliyangulam (I).	புளியங்குளம்.
Puliyangulam (Z).	புளியங்குளம்.
Pullandai (I) ..	புல்லந்தை.
Pullandai (Z) ..	புல்லந்தை.
Pullandai (Z) ..	புல்லந்தை.
Pullāngulam (Z).	புல்லாங்குளம்.
Pullēndal (I) ..	புல்லேந்தல்.
Pulidikkulam (I).	புழுதிக்குளம்.
Puluguvarna Usilangulam (Z).	புளுகுவர்ண உசிலங்குளம்.
Pulvāykkaniyēndal (I).	புல்வாய்க்கனியேந்தல்.
Pulvāykkulam (I).	புல்வாய்க்குளம்.
Punarēndal (I).	புனரேந்தல்.
Punavāsal (I) ..	புனவாசல்.
Punavāsal (Z) ..	புனவாசல்.
Pūndandai (Z) ..	பூந்தண்டை.
Pūndangulam (Z).	பூந்தங்குளம்.
Pūngulam (Z) ..	பூங்குளம்.
Purasangulam (I).	புரசங்குளம்.
Pūsāri (Z) ..	பூசாரி.
Pūttēndal (Z) ..	புத்தேந்தல்.
Putturutti (Z) ..	புத்துருத்தி.
Rāsikulam (Z) ..	ராசிகுளம்.
Rattinamkuttam (I).	ரத்தினம்குட்டம்.
Rettaippuli ..	ரெட்டைப்புலி.
Sadaikkanēndal ..	சடைக்கனேந்தல்.
Sadaiyanēndal (Z).	சடையனேந்தல்.

MUDUKULATTŪR TĀLŪK—cont. முதுகுளத்தூர் தாலுகா—தொடர்ச்சி.

Sadaiyanēri (Z) ..	சடையனேரி.
Sakkiliyankulam (I).	சக்கிலியங்குளம்.
Sāmbakkulam (I).	சாம்பக்குளம்.
Sāmbakkulam (Z).	சாம்பக்குளம்.
Sambākkuttam (Z).	சாம்பாக்குட்டம்.
Sārai (Z) ..	சாரை.
Sāttanēndal (I) ..	சாத்தனேந்தல்.
Sāttankudi (Z) ..	சாத்தன்குடி.
Sāttankulam (Z).	சாத்தன்குளம்.
Sāttanūr (I) ..	சாத்தனூர்.
Sattiriyankuttam (Z).	சத்திரியன்குட்டம்.
Satturukkalkandān (Z).	சத்துருக்கள்கண்டான்.
Savalakkāranēndal (I). ..	சவளக்காரனேந்தல்.
Sāyalkudi (Z) ..	சாயல்குடி.
Sellūr (Z) ..	செல்லூர்.
Sembangudi (Z).	செம்பங்குடி
Sēnānkuruchchi (Z).	சேனாங்குறிச்சி.
Sendanēndal (Z).	செந்தனேந்தல்.
Sēndanēri ..	சேந்தனேரி.
Sengappadai (Z).	செங்கப்படை.
Sengōttai (I) ..	செங்கோட்டை.
Sērandai (I) ..	சேரந்தை.
Seyyāmangalam (I).	செய்யாமங்கலம்.
Sikkal (Z) ..	சிக்கள்.
Silliyanvāgaikkulam (Z).	சில்லியன்வாகைக்குளம்.
Siluppi (Z) ..	சிலுப்பி.
Sīmānēndal (Z) ..	சீமானேந்தல்.
Singampatti (Z)..	சிங்கம்பட்டி.
Singanēndal (Z).	சிங்கனேந்தல்.
Sippikkulam ..	சிப்பிகுளம்.
Siraikkulam (Z).	சிரைக்குளம்.
Sirugudi (Z) ..	சிறுகுடி.
Sirugudi (I) ..	சிறுகுடி.
Sirukulam (Z) ..	சிறுகுளம்.
Sirukulam (I) ..	சிறுகுளம்.
Sirukulam (Z) ..	சிறுகுளம்.
Sirukulam (Z) ..	சிறுகுளம்.
Sirukulam (Z) ..	சிறுகுளம்.
Sirumadattaikkulam (Z).	சிறுமடத்தைக்குளம்.
Sirumaniyāndal (I).	சிறுமணியேந்தல்.
Sirutalai (Z) ..	சிறுதலை.
Sittudaiyān (Z) ..	சித்துடையான்.
Sīvili (Z) ..	சீவிலி.
Sōdēndal (Z) ..	சோடேந்தல்.
Sokkānai (I) ..	சொக்கானை.
Sōliyankuttam (Z).	சோழியன்குட்டம்.
Sōnaippiriyānkōttai (Z).	சோனைப்பிரியான்கோட்டை.
Sundanēndal (Z).	சுந்தனேந்தல்.
Sundankūlam (I).	சுண்டன்குளம்.
Sundarapāndiyan (Z).	சுந்தரபாண்டியன்.
Suraikkulam (Z).	சுரைக்குளம்.
Sūranēri (I) ..	சூரனேரி.
Sūrankulam (I)..	சூரங்குளம்.
Suvāthan (Z) ..	சுவாத்தன்.
Tādanēndal (I) ..	தாதனேந்தல்.
Tadankani (I) ..	தடங்கனி.
Talaikkāl (Ch.III, Bl. 124) (Z).	தலைக்கால்.
Tāliyārēndal (Z).	தாளியாரேந்தல்.
Tambirānkuttam (Z).	தம்பிரான்குட்டம்.
Tambirātti (Z) ..	தம்பிராட்டி
Tambiyēndal (Z).	தம்பியேந்தல்.
Tanichchiyam ..	தனிச்சியம்.
Taniyankuttam (Z).	தனியங்குட்டம்.
Tanjākkūr (Z) ..	தஞ்சாக்கூர்.
Taraikkudi (I) ..	தரைக்குடி.
Taraikkudi (Z) ..	தரைக்குடி.
Tattānēndal ..	தட்டானேந்தல்.
Tattānēndal (Z)..	தட்டானேந்தல்.
Tattangudi (I) ..	தத்தங்குடி.
Tattānkulam (I).	தட்டான்குளம்.
Tāvadanēndal (I).	தாவடனேந்தல்.
Tavasikkurichchi (Z).	தவசிக்குறிச்சி.
Tavasiyēndal (Z).	தவசியேந்தல்.
Tēdāmalchelli (Z).	தேடாமல்செல்லி.
Tēdāmalchelli (Z).	தேடாமல்செல்லி.
Tēdiyārēndal (Z).	தேடியாரேந்தல்.
Tennaranganēri (I).	தென்னரங்கனேரி.
Tērākkurichchi (Z).	தேராக்குறிச்சி.
Tērankulam (Z)..	தேரன்குளம்.
Tēriruvēli (I) ..	தேரிருவேலி.
Terkukottakkudi (I).	தெற்குகொட்டக்குடி.
Terkunedungulam (I).	தெற்குநெடுங்குளம்.

MUDUKULATTŪR TĀLUK—cont. முதுகுளத்தூர் தாலுகா—தொடர்ச்சி.

Terkutulukkankurichchi (I).	தெற்குதுலுக்கன் குறிச்சி.
Terkuusilangulam (I).	தெற்கு உசிலங்குளம்.
Terkuvāchchanēndal (I).	தெற்குவாச்சனேந்தல்.
Terkuvallakkulam (I).	தெற்குவள்ளக்குளம்.
Terkuvēppangurichchi (I).	தெற்கு வேப்பங்குறிச்சி.
Tēttāngulam (Z).	தேத்தாங்குளம்.
Tēttāngulam (Z).	தேத்தாங்குளம்.
Tēttikkuttam (Z).	தேத்திக்குட்டம்.
Tiduvūr (Z) ..	திடுவூர்.
Timmanādhapuram (Z).	திம்மநாதபுரம்.
Tirumālugandānkōttai (I).	திருமாலுகந்தான் கோட்டை.
Tiruppati Vēppangulam (I).	திருப்பதிவேப்பங்குளம்.
Tiruvadiyēndal (I).	திருவடியேந்தல்.
Tiruvākki (I) ..	திருவாக்கி.
Tiruvarai (Z) ..	திருவரை.
Tiruvarangai (Z).	திருவரங்கை.
Tiruvarangam (I).	திருவரங்கம்.
Tiruvattiyēndal (Z).	திருவத்தியேந்தல்.
Tīttānachchangulam (Z).	தீத்தானச்சங்குளம்.
Tondiyārēndal (Z).	தொண்டியாரேந்தல்.
Tōttamalagiyan (Z).	தோட்டமழகியன்.
Tulaiyānkulam (Z).	துலையான்குளம்.
Tulukkanēndal (B).	துலுக்கனேந்தல்.
Tulukkankulam (Z).	துலுக்கன்குளம்.
Turumban (Z) ..	துரும்பன்.
Tuttangulam (Z).	துத்தங்குளம்.
Tūttukkudi (I) ..	தூத்துக்குடி.
Udaikulam (I) ..	உடைகுளம்.
Udaiyārkuttam (Z).	உடையார்குட்டம்.
Ulaganāthakulam (I).	உலகநாதகுளம்.
Ulaganōdai (I) ..	உலகனோடை.
Ulaiyūr (Z) ..	உலையூர்.
Uppangulam (Z).	உப்பங்குளம்.
Ūrattūr (Z) ..	ஊரத்தூர்.
Ūsādiyēndal (I) ..	ஊசாடியேந்தல்.
Ūsampottal (Z) ..	ஊசம்பொட்டல்.
Ūsampottal Karisalkulam (Z).	ஊசம்பொட்டல் கரிசல்குளம்.
Usilangulam (I).	உசிலங்குளம்.
Usilangulam (I).	உசிலங்குளம்.
Usilangulam (Z).	உசிலங்குளம்.
Usilangulam (Z).	உசிலங்குளம்.
Usilangulam (Z).	உசிலங்குளம்.
Usilanguttam (I).	உசிலங்குட்டம்.
Uttan (Z) ..	உத்தன்.
Uvarkulam (Z) ..	உவர்குளம்.
Uyyavandānōdai (Z).	உய்யவந்தானோடை.
Vadakkukuttam (Z).	வடக்குகுட்டம்.
Vadakkumandapam (Z).	வடக்குமண்டபம்.
Vadakkupuliyangudi (Z).	வடக்குபுளியங்குடி.
Vadavālangurichchi (Z).	வடவாலங்குறிச்சி.
Vāgaikkulam (I).	வாகைக்குளம்.
Vāgaikkulam (I).	வாகைக்குளம்.
Vāgaikkulam (Z).	வாகைக்குளம்.
Vāgaikkulam (Z).	வாகைக்குளம்.
Vaidyanēndal (I).	வைத்தியனேந்தல்.
Valaiyakarisalkulam (Z).	வலையகரிசல்குளம்.
Valaiyamanakkulam (Z).	வலையமணக்குளம்.
Valaiyankulam (Z).	வலையன்குளம்.
Valaiyapīkkulam (Z).	வலையபீக்குளம்.
Valanādu (Z) ..	வளநாடு.
Vālāngudi (Z) ..	வாளாங்குடி.
Vālasubramaniapuram alias Thuttināthām (Z).	துத்திநாதம் என்ற வாலசுப்பிரமணியபுரம்.
Vallakkulam (I).	வள்ளக்குளம்.
Vallakkulam (I)	வள்ளக்குளம்.
Vallakkulam (Z).	வள்ளக்குளம்.
Vallambādal (Z).	வள்ளம்பாடல்.
Vallandai (Z) ..	வள்ளந்தை.
Valukkaikkulam (I).	வழுக்கைக்குளம்.
Vandānam (I) ..	வண்டானம்.
Vangārupuram (Z).	வங்காருபுரம்.
Vannānkulam (Z).	வண்ணான்குளம். (Z).

MUDUKULATTŪR TĀLŪK—cont. முதுகுளத்தூர் தாலூகா—தொடர்ச்சி.

Vannānkulam (Z).	வண்ணான்குளம்.
Vannārkāl (Z) ..	வண்ணார்கால்.
Varadarājapuram or Tulukkankurichchi (I).	வரதராஜபுரம் அல்லது துலுக்கன்குறிச்சி.
Variyankuttam (I).	வரியன்குட்டம்.
Vattamuttān (I) ..	வட்டமுத்தான்.
Vāttiyēndal (I) ..	வாத்தியேந்தல்.
Vayalūr (I) ..	வயலூர்.
Vēdakarisalkulam (Z).	வேடகரிசல்குளம்
Vēdamakuttam (Z).	வேதமகுட்டம்.
Vēdandai (Z) ..	வேடந்தை.
Vēdankulam (Z).	வேடன்குளம்.
Vēdankuttam (Z).	வேடன்குட்டம்.
Vēdapuram (Z) ..	வேதபுரம்.
Vēlankulam (Z) ..	வேலன்குளம்.
Vēlankurichchi (Z).	வேலன்குறிச்சி.
Vellaiyapuram (I).	வெள்ளையபுரம்.
Vellambal (Z) ..	வெள்ளம்பல்.
Vallandurai alias Perukarunai (I).	வெள்ளந்துரை யாகிய பெருங்கருணை.
Vellakkulam (I) ..	வெள்ளக்குளம்.
Vellāngulam (Z).	வெள்ளாங்குளம்.
Vellāngulam (Z).	வெள்ளாங்குளம்.
Vēmbadikuttam (Z).	வேம்படிகுட்டம்.
Vēndārkōttai (Z).	வேண்டார்கோட்டை.
Vengalakkurichchi (I).	வெங்கலக்குறிச்சி.
Venganāttiyēndal (I).	வெங்கநாத்தியேந்தல்.
Vengulam (I),	வெங்குளம்.
Vennivayakkal (I).	வென்னிவயக்கல்.
Vēppangulam (Z).	வேப்பங்குளம்.
Vēppangulam (Z).	வேப்பங்குளம்.
Vēppangulam (Z).	வேப்பங்குளம்.
Vēppangulam (Z).	வேப்பங்குளம்.
Vettikondān (Z).	வெத்திகொண்டான்.
Vettimālai Kadambangulam (Z).	வெத்திமாலைகடம்பங்குளம்.
Vettuvānēndal (Z).	வெட்டுவானேந்தல்.
Vidattai (Z) ..	விடத்தை.
Vikkanudaippu (I).	விக்கனுடைப்பு.
Vikramapāndiyapuram alias Deyvachchilaiyānēndal (Z).	விக்கிரமபாண்டியபுரமாகிய தெய்வச்சிலையானேந்தல்.
Vilakkanēndal (I)	விலக்கனேந்தல்.
Vilakkāttakurichchi (Z).	விலக்காத்தாகுறிச்சி.
Vilangalattūr (Z).	விளங்களத்தூர்.
Vilāttikuttam (I).	விளாத்திகுட்டம்
Villānēndāl (Z) ..	வில்லானேந்தல்.
Viradakkulam (I).	விரதக்குளம்.
Vīrattēvankuttam (Z).	வீரத்தேவன்குட்டம்.

PARAMAGUDI TĀLŪK. பரமகுடி தாலூகா.

Adavilangan (Z).	அடவிளங்கன்.
Adikarai (I) ..	அதிகரை.
Ādiyēndal (I) ..	ஆதியேந்தல்.
Agaram (Z) ..	அகரம்.
Agarayēndal (I).	அகரயேந்தல்.
Ākkavayal (Z) ..	ஆக்கவயல்.
Akkiramēsi (Z) ..	அக்கிரமேசி.
Ālimadurai (I) ..	ஆளிமதுரை.
Amukkudi (I) ..	அமுக்குடி.
Ānaikkudi (Z) ..	ஆனைக்குடி.
Anandanēndal (Z)	அனந்தனேந்தல்.
Andakkudi (Z) ..	அண்டக்குடி
Andakkudi (Z) ..	அண்டக்குடி.
Aniyanēndal (I).	அணியனேந்தல்.
Anjal Nedungulam (I).	அஞ்சல்நெடுங்குளம்.
Anjāmadai (I) ..	அஞ்சாமடை.
Anumanēri (I) ..	அனுமநேரி.
Anushtānēndal (I).	அனுஷ்டானேந்தல்.
Aramanaikkarai (I).	அரமனைக்கரை.
Ārambakkōttai (I).	ஆரம்பக்கோட்டை.
Aranaiyūr (Z) ..	அரணையூர்.
Arasadivandal (Z)	அரசடிவண்டல்.
Arasanagari (Z).	அரசநகரி.
Arasanūr (Z) ..	அரசனூர்.
Ariyakudi (Z) ..	அரியகுடி.
Ariyāli (I) ..	அரியாளி.
Ariyamangalam (Z).	அரியமங்கலம்.

PARAMAGUDI TĀLUK—cont. பரமகுடி தாலூகா—தொடர்ச்சி.

Ariyāndipuram (Z).	அரியாண்டிபுரம்.
Ariyānēndal (I) ..	அரியானேந்தல்.
Ariyānkōttai (Z).	அரியான்கோட்டை.
Āttāngudi (Z) ..	ஆட்டாங்குடி.
Āvārēndal (I) ..	ஆவாரேந்தல்.
Āvudaiyārkulam (I).	ஆவுடையார்குளம்.
Āykkudi (Z) ..	ஆய்க்குடி.
Bōgalūr (I) ..	போகலூர்.
Brāhmanakurichchi (I).	பிராமணகுறிச்சி.
Brāndamangalam (I).	பிராந்தமங்கலம்.
Chakrapāni (I) ..	சக்கிரபாணி.
Chaturvēdamangalam.	சதுர்வேதமங்கலம்.
Chettiyēndal (I) ..	செட்டியேந்தல்.
Chinna Idambādal (I).	சின்ன இடம்பாடல்.
Chinna Nagaramangalam (Z).	சின்ன நகரமங்கலம்.
Chinna Sōranēndal (I).	சின்ன சோரனேந்தல்.
Chinnudachchiyēndal (Z).	சின்னுடச்சியேந்தல்.
Chittālangudi (I).	சித்தாலங்குடி.
Chittanēndal (Z).	சித்தனேந்தல்.
Chittanēndal (I).	சித்தனேந்தல்.
Chittūrani (I) ..	சித்தூரணி.
Chokkanēndal (Z).	சொக்கனேந்தல்.
Chokkappadappu (Z).	சொக்கப்படப்பு.
Dēvandārēndal (Z).	தேவண்டாரேந்தல்.
Dēvanēri (I) ..	தேவனேரி.
Dēvarēndal (Z) ..	தேவரேந்தல்.
Dēvēndranallūr (I).	தேவேந்திரநல்லூர்.
Ēluvarkulam (I).	எழுவர்குளம்.
Emam (I) ..	எமம்.
Emanēswaram (Z).	எமனேசுவரம்.
Ēnādi (Z) ..	ஏனாதி.
Erumaiperali (I).	எருமைபெரளி.
Ettisēri (I) ..	எட்டிசேரி.
Ettivayal (Z) ..	எட்டிவயல்.
Ganapathiyēndal.	கணபதியேந்தல்.
Gangaikondān (I).	கங்கைகெண்டான்.
Idaiyakudi (Z) ..	இடையகுடி.
Idaiyankulam (Z).	இடையன்குளம்.
Idaiyankulam (I).	இடையன்குளம்.
Idaiyanvayal (I).	இடையன்வயல்.
Ilaiyānkudi (Z) ..	இளையாங்குடி.
Ilamanūr (Z) ..	இளமனூர்.
Ilandaikkulam (Z).	இலந்தைக்குளம்.
Illimulli (Z) ..	இள்ளிமுள்ளி.
Inakkampiriyān (I).	இணக்கம்பிரியான்.
Indangulam ..	இண்டங்குளம்.
Inisēri (I) ..	இனிசேரி.
Ittiyēndal (Z) ..	இத்தியேந்தல்.
Kachchātanallūr (I).	கச்சாத்தநல்லூர்.
Kadambūr (I) ..	கடம்பூர்.
Kādani (Z) ..	காடனி.
Kādangulam (I).	காடங்குளம்.
Kākkanēndal ..	காக்கனேந்தல்.
Kalakkulam (Z).	களக்குளம்.
Kalangādānkōttai (I).	கலங்காதான்கோட்டை.
Kalattūr (Z) ..	களத்தூர்.
Kalavāyēndal (Z).	கலவாயேந்தல்.
Kalayūr (I) ..	கலயூர்.
Kaliyāni (I) ..	கலியாணி.
Kalkulam (Dīkshita) (I).	கல்குளம் (தீக்ஷித).
Kallikkōttai (Z) ..	கள்ளிக்கோட்டை.
Kallikudi (Z) ..	கள்ளிக்குடி.
Kalliyadiyēndal (I).	கள்ளியடியேந்தல்.
Kallūrani (I) ..	கல்லூரணி.
Kāmankōtti (Z) ..	காமன்கோட்டை.
Kambani (Z) ..	கம்பனி.
Kamudakkudi (I).	கமுதக்குடி.
Kanakkāndai (I).	கணக்காந்தை.
Kanakkanēndal (I).	கணக்கனேந்தல்.
Kanakkanpottal (I).	கணக்கன்பொட்டல்.
Kandākkuluvan.	கண்டாக்குழுவன்.
Kandani (Z) ..	கண்டணி.
Kanjiyēndal (I) ..	கஞ்சியேந்தல்.
Kannamangalam (Z).	கண்ணமங்கலம்.
Kanapattiyēndal (Z).	கணபதியேந்தல்.
Kāradandakudi (I).	காரடந்தகுடி.
Kāraikudi ..	காரைகுடி.
Kāraikkudi (Z) ..	காரைக்குடி.
Kāraikkulam (Z).	காரைக்குளம்.
Kāraikkuttam (I).	காரைக்குட்டம்.
Karisalkulam (Chettiyēndal) (I).	கரிசல்குளம (செட்டியேந்தல்.)

PARAMAGUDI TĀLŪK—cont. பரமகுடி தாலூகா—தொடர்ச்சி.

Karppūrakkudukkai (I).	காப்பூரக்குடுக்கை.
Karunāvayal (Z).	கருணவயல்
Karunchutti (Z).	கருஞ்சுத்தி.
Karungulam (Z).	கருங்குளம்.
Karungulam (Kalaiyūr).	கருங்குளம் (கலையூர்).
Karungulam (Kalaiyūr) (Z).	கருங்குளம் (கலையூர்).
Karuppūr (I).	கருப்பூர்.
Karuttanēndal (Z).	கருத்தனேந்தல்.
Karuvānēndal (I).	கருவானேந்தல்.
Karuvāttēndal (I).	கருவாட்டேந்தல்.
Kattanūr (Z) ..	கட்டனூர்.
Kāttupparamagudi (Z).	காட்டுப்பரமகுடி.
Kāvanūr (Z) ..	காவனூர்.
Kāvanūr (Z) ..	காவனூர்.
Kavudagudi (Z).	கவுதகுடி.
Kīl Āmbal (I) ..	கீழ் ஆம்பல்.
Kīl Āykkudi (Z).	கீழ் ஆய்க்குடி.
Kīl Āyūr (Z) ..	கீழ் ஆயூர்.
Kīl Ēndal (I) ..	கீழ் எந்தல்.
Kiliyūr (Z) ..	கிளியூர்.
Kīl Kāchchān (I).	கீழ்காச்சான்.
Kīl Kōttai (I) ..	கீழ்கோட்டை.
Kīl Nettūr (Z) ..	கீழ்நெட்டூர்.
Kīl Paruttiyūr (I).	கீழ்பருத்தியூர்.
Kīl Pettānēndal (I).	கீழ்பெத்தானேந்தல்.
Kīl Pidārichchēri (I).	கீழ்பிடாரிச்சேரி.
Kīl Pudukkōttai (Z).	கீழ்புதுக்கோட்டை
Kīl Sīgangulam (I).	கீழ்சிகங்குளம்.
Kīl Turaiyūr (Z).	கீழ்துரையூர்.
Kīrampāndi (Z)..	கீரம்பாண்டி.
Kīrugudi (Z) ..	கீருகுடி,
Kōchchadai ..	கோச்சடை.
Kōdanūr (Z) ..	கோடனூர்.
Kodikkulam (I)..	கொடிக்குளம்.
Kodikkulam (Z). ..	கொடிக்குளம்.
Kodimangalam ..	கொடிமங்கலம்.
Kollankulam (I).	கொல்லன்குளம்.
Kollanūr (I) ..	கொள்ளனூர்.
Koluvūr (Z) ..	கொளுவூர்.
Kombūdi (I) ..	கொம்பூதி.
Kōnākulam (Z)..	கோணகுளம்.
Konappanēndal (I).	கொணப்பனேந்தல்.

Konnaikkulam (I).	கொன்னைக்குளம்.
Kōraikualm (I) ..	கோரைக்குளம்.
Kottagudi (Z) ..	கொட்டகுடி.
Kottankulam (I).	கொத்தன்குளம்.
Kōttēndal (Z).	கோட்டேந்தல்.
Kudiyāndāvayal (Z).	குடியாண்டாவயல்.
Kulandāpuri alias Arungulam (Z).	அருங்குளம் என்ற குளந்தாபுரி.
Kulattūr (Attāngudi) (Z).	குளத்தூர் (அத்தாங்குடி).
Kulattūr (I).	குளத்தூர்.
Kulavippatti (I).	குளவிப்பட்டி.
Kumārakkurichchi (Z).	குமாரக்குறிச்சி.
Kumariyēndal (I)	குமரியேந்தல்.
Kumukkōttai (I).	குமுக்கோட்டை.
Kūnankulam (Z).	கூனங்குளம்.
Kūnankulam (I).	கூனங்குளம்.
Kundukulam (I).	குண்டுகுளம்.
Kundukulam alias Lakshmīpuram (Z).	லட்சுமீபுரம் என்ற குண்டுகுளம்.
Kunnattūr (Z) ..	குன்னத்தூர்.
Kuppakulam (I).	குப்பகுளம்.
Kūrānganēndal (Z).	கூராங்கனேந்தல்.
Kurichchi (Z) ..	குறிச்சி.
Kurichchi (Z) ..	குறிச்சி.
Kurukkanēndal (I).	குருக்கனேந்தல்.
Kurunjākulam (Z).	குருஞ்சாகுளம்.
Kurupattanēndal (I).	குருபத்தனேந்தல்.
Kusavanēndal ..	குசவனேந்தல்.
Lōgāchārimanakkudi (I).	லோகாசாரிமணக்குடி.
Lakshimipuram (Z).	லக்ஷிமிபுரம்.
Mādakkōttai (I).	மாடக்கோட்டை.
Madandai (Z) ..	மடந்தை.
Madippunariyanēndal (I).	மதிப்புநரியனேந்தல்.
Malaiyānkudiyiruppu (Z)	மலையான் குடியிருப்பு.
Mālaiyārēndal (I).	மாலையாரேந்தல்.
Manakkudi (Z) ..	மணக்குடி.
Mānangāttān (I).	மானங்காத்தான்.
Mangalāndai (I).	மங்கலாந்தை.
Māngani (I) ..	மாங்கனி.
Māngudi (I) ..	மாங்குடி.
Māngudi (Z) ..	மாங்குடி.
Manjankulam (I).	மஞ்சன்குளம்.

PARAMAGUDI TĀLŪK—*cont.* பரமகுடி தாலூகா—தொடர்ச்சி.

Manjappattanam (Z).	மஞ்சப்பட்டணம்.
Manjūr (Z) ..	மஞ்சூர்.
Mannichchiyēndal (Z).	மன்னிச்சியேந்தல்.
Māranēri (Z) ..	மாரனேரி.
Mārisēri (Z) ..	மாரிசேரி.
Marudanganallūr.	மருதங்கநல்லூர்.
Marudankulam (I.)	மருதன்குளம்.
Marudūr (Z) ..	மருதூர்.
Marundūr (I) ..	மருந்தூர்.
Māvilangai (I) ..	மாவிலங்கை.
Mayilērumpallam (I).	மயிலேரும்பள்ளம்.
Mēl Āyūr (Z) ..	மேல் ஆயூர்.
Mēl Chattram (Z).	மேல்சத்திரம்.
Mēlēndal (Z) ..	மேலேந்தல்.
Mēl Kāchchān (I).	மேல்காச்சான்.
Mēl Pettān (I) ..	மேல்பெத்தான்.
Mēl Pidārisēri (G). ..	மேல்பிடாரிசேரி.
Mēl Sīgangulam (I).	மேல் சீகங்குளம்.
Mēl Turaiyūr (Z).	மேல்துரையூர்.
Mennandi (Z) ..	மென்னந்தி.
Mēttu Sāttamangalam (I).	மேட்டுசாத்தமங்கலம்.
Meyyānēndal (I).	மெய்யானேந்தல்.
Meyyānēndal (I).	மெய்யானேந்தல்.
Muchchiliyārēndal (I).	முச்சிலியாரேந்தல்.
Mudalūr (I) ..	முதலூர்.
Mudavēli (Z) ..	முடவேலி.
Mukkāni (I) ..	முக்காணி.
Mullisēri (I) ..	முள்ளிசேரி.
Mulliyārēndal (I).	முள்ளியாரேந்தல்.
Mummudisāttān (I).	மும்முடிசாத்தான்.
Munaivenri (Z) ..	முனைவென்றி.
Mūriyānēndal (I).	மூரியானேந்தல்.
Muttanēndal (I) ..	முட்டனேந்தல்.
Muttattiyēndal (I).	முட்டத்தியேந்தல்.
Muttāvadai (I) ..	முத்தாவடை.
Muttukkulam (I).	முட்டுக்குளம்.
Muttuppattanam (Z).	முத்துப்பட்டணம்.
Muttūr (Z) ..	முத்தூர்.
Muttuvarnapuram alias Ōnāyppatti (Z).	ஓனாய்ப்பட்டி என்கிற முத்துவர்னபுரம்.
Muttuvayal (I) ..	முத்துவயல்.
Mūvalūr (Z) ..	மூவலூர்.
Nāgāchchi (Z) ..	நாகாச்சி.
Nāgamukundankudi (I).	நாகமுகுந்தன்குடி.
Nagaram (Z) ..	நகரம்.
Nagaramangalam (I).	நகரமங்கலம்.
Nagarkudi (I) ..	நகர்குடி.
Nalgrāmam (Z) ..	நல்கிராமம்.
Nallānēndal (Z) ..	நல்லானேந்தல்.
Nallūr (I) ..	நல்லூர்.
Nallūr (Z) ..	நல்லூர்.
Nandiyōdai (Z) ..	நந்தியோடை.
Nanniyāvūr (Z) ..	நன்னியாவூர்.
Nāranamangalam (I).	நாரணமங்கலம்.
Nāranamangalam (I).	நாரணமங்கலம்.
Narippālipudu Endal (I).	நரிப்பாளிபுது ஏந்தல்.
Narkkani (I) ..	நற்கனி.
Nayinārkōvil alias Nāganāthasamudram (I).	நாகநாதசமுத்திரம் என்ற நயினார்கோவில்.
Nedungulam (I).	நெடுங்குளம்.
Neduntulasi (Z) ..	நெடுந்துளசி.
Neduvalasai (I) ..	நெடுவலசை.
Nelmadūr (Z) ..	நெல்மடூர்.
Nenmēni (I) ..	நென்மேனி.
Nenjattūr (Z) ..	நெஞ்சத்தூர்.
Nērūr (Z) ..	நேரூர்.
Nariyillā ..	நரியிலா.
Nilayambādi (I).	நிலையம்பாடி.
Ochchantattu (I).	ஓச்சந்தட்டு.
Ogamai (Z) ..	ஓகமை.
Oruppatti (Z) ..	ஒருப்பட்டி.
Ōttamangudi (I).	ஓட்டமாங்குடி.
Oyyānēndal (I) ..	ஓய்யானேந்தல்.
Padaiyanēndal (I)	படையனேந்தல்.
Pagaiyaravendrān (I).	பகையரவென்றான்.
Pagaivandi (I) ..	பகைவண்டி.
Palangulam (Z) ..	பழங்குளம்.
Palangulam (I) ..	பழங்குளம்.
Pālēndal (I) ..	பாலேந்தல்.
Pālēndal (Z) ..	பாலேந்தல்.
Pāllavarāyanēndal alias Pallanvalasai (Z) ..	பல்லான் வலசை என்ற பல்லவராயனேந்தல்.
Pāmbur (I) ..	பாம்பூர்.
Pāmbuvilundān (Z).	பாம்புவிழுந்தான்.

PARAMAGUDI TĀLUK—cont. பரமகுடி தாலூகா—தொடர்ச்சி.

Panaiyūr (Z) ..	பனையூர்.
Pānanōdai (I) ..	பாணனோடை.
Pandappanēndal (G).	பந்தப்பனேந்தல்.
Pāndikkanmāy (I).	பாண்டிக்கண்மாய்.
Pāndiyūr (I) ..	பாண்டியூர்.
Panidivayal (Z)..	பணிதிவயல்.
Panikkanēndal(I)	பணிக்கனேந்தல்.
Panjādi (Z) ..	பஞ்சாதி.
Panjanūr (Z) ..	பஞ்சனூர்.
Pannikutti Pēchchātti (I).	பன்னிகுத்திபேச்சாத்தி.
Pannīrkulam ..	பன்னீர்குளம்.
Pāppāgudi (Z) ..	பாப்பாகுடி.
Pāppākulam (Z).	பாப்பாகுளம்.
Pāppanēndal (I)	பாப்பனேந்தல்.
Paramagudi (Z)..	பரமகுடி.
Parattavayal (Z).	பரத்தவயல்.
Paraiyanpachchēri (Z).	பறையன்பச்சேரி.
Pārchatti (I ..	பார்சட்டி.
Pārtibanūr (Z) .	பார்திபனூர்.
Pattanēndal (I) ..	பட்டனேந்தல்.
Pattanēndal (Z)..	பட்டனேந்தல்.
Pattappullān (Z)	பட்டப்புள்ளான்.
Pērāmattōvanēndal (I).	பேராமத்தேவனேந்தல்.
Periyānēndal ..	பெரியானேந்தல்.
Periya Sōranēndal (I).	பெரிய சோரனேந்தல்.
Periya Vandālai (I).	பெரியவண்டாலை.
Perumālēndal (Z).	பெருமாளேந்தல்.
Perumbachchēri (I).	பெரும்பச்சேரி.
Perumbālai (I) ..	பெரும்பாலை.
Perungalūr (Z) ..	பெருங்களூர்.
Perungarai (I) ..	பெருங்கரை.
Pettānēndal (I) ..	பெத்தானேந்தல்.
Pēttānēndal (I) ..	பெத்தானேந்தல்.
Pettānēndal alias Pettānvalasai (I).	பெத்தான்வலசை என்ற பெத்தானேந்தல்.
Pidāranēndal (I).	பிடாரனேந்தல்.
Pidāranēndal (I).	பிடாரனேந்தல்
Pidārisēri (Z) ..	பிடாரிசேரி.
Pidāriyēndal (I)..	பிடாரியேந்தல்.
Pirandaikkulam.	பிரண்டைக்குளம்.
Pīrkkankurichchi (I).	பீர்க்கங்குறிச்சி.
Pītāmbaranēndal (I).	பீதாம்பரனேந்தல்.
Poduvakkudi (Z).	பொதுவக்குடி.
Poduvēndal (I) ..	பொதுவேந்தல்.
Ponnakkarai (Z).	பொன்னக்கரை.
Ponniyēndal (I) ..	பொன்னியேந்தல்.
Pottagavayal (Z).	பொட்டகவயல்.
Pottagavayal (Z).	பொட்டகவயல்.
Pottakkulam alias Kottakkulam (I).	கொட்டக்குளம் என்கிற பொட்டக்குளம்.
Pottitatti (I) ..	பொட்டிதட்டி
Pūchchiyēndal (I).	பூச்சியேந்தல்.
Pudukkōttai (Z)..	புதுக்கோட்டை.
Pudukkudi (I) ..	புதுக்குடி.
Pudukkulam (I).	புதுக்குளம்.
Pudukkulam (I).	புதுக்குளம்.
Pudunāngudi (I).	புதுநாங்குடி.
Pudūr (Z) ..	புதூர்.
Pudūr (I) ..	புதூர்.
Puduyēndal (I)	புதுயேந்தல்.
Pukkulam (Z) ..	புக்குளம்.
Pukkuli (I) ..	புக்குளி.
Pukkuli (Z) ..	புக்குளி.
Pūlāttūr (I) ..	பூலத்தூர்.
Pūlāngudi	பூலாங்குடி.
Pulavankuttam (I).	புலவன்குட்டம்.
Pulavarvēlangudi (I).	புலவர்வேலங்குடி.
Pulichchikulam (I)	புளிச்சிகுளம்.
Pulikkulam (I) ..	புலிக்குளம்.
Pulikkulam (I) ..	புலிக்குளம்.
Puliyādi (I) ..	புளியாடி.
Puliyangulam (I).	புளியங்குளம்.
Puliyangulam (I).	புளியங்குளம்.
Puliyātti (Z) ..	புலியாத்தி.
Puliyūr (Z) ..	புலியூர்.
Purandiyārēndal.	புரண்டியாரேந்தல்.
Purisai (I) ..	புரிசை.
Pūsārivalasai (I).	பூசாரிவலசை.
Puttēndal (Z) ..	புத்தேந்தல்.
Puttēndal (Z) ..	புத்தேந்தல்.
Puttūr (I) ..	புத்தூர்.
Puttūr (Z) ..	புத்தூர்
Puttuyēndal (I) ..	புத்துயேந்தல்.
Rādāppuli (Z) ..	ராதாப்புலி.
Rājali (I) ..	ராஜாளி
Rājani (Z) ..	ராஜனி.
Raghunāthamadai (I).	ரகுநாதமடை.
Ramalingadēvarēndal (I).	ராமலிங்கதேவரேந்தல்.
Rōgini (I)	ரோகிணி.
Sadaiyanēndal (I).	சடையனேந்தல்.
Sākkan (Z) ..	சாக்கன்.

PARAMAGUDI TĀLŪK—cont. பரமகுடி தாலூகா—தொடர்ச்சி.

Sakkiliyanēndal (Z).	சக்கிலியனேந்தல்.
Sālaigrāmam (Z).	சாலைகிராமம்.
Sālaiyūr (Z) ..	சாலையூர்.
Sāmipattanam (Z).	சாமிபட்டணம்.
Samudram (Z) ..	சமுத்திரம்.
Sānārēndal (Z) ..	சாணரேந்தல்.
Sangani (Z) ..	சங்கனி.
Sangankōttai (Z).	சங்கங்கோட்டை.
Sārvukulam (I) ..	சார்வுகுளம்.
Sāttamangalam (Z).	சாத்தமங்களம்.
Sāttani (I) ..	சாத்தனி.
Sāttanur (I) ..	சாத்தனூர்.
Sāttisēri (I) ..	சாத்திசேரி.
Sāttisēri (I) ..	சாத்திசேரி.
Sēganendal (I) ..	சேகனேந்தல்.
Sēmanūr (I) ..	சேமனூர்.
Sembattiyēndal (I).	செம்பட்டியேந்தல்.
Sembilāngudi (Z).	செம்பிலாங்குடி.
Semmānēndal (Z).	செம்மானேந்தல்.
Senkākkai (Z) ..	செங்காக்கை.
Sētukāl (I) ..	சேதுகால்.
Sevvūr (I) ..	செவ்வூர்.
Seyyālūr (Z) ..	செய்யாலூர்.
Sīrakikkōttai (I).	சிரகிக்கோட்டை.
Sīrambūr (Z) ..	சிராம்பூர்.
Sīrāttakudi (I) ..	சிராத்தகுடி.
Sirugudi (I) ..	சிருகுடி.
Sirukulam (I) ..	சிறுகுளம்.
Sirukulam (Z) ..	சிறுகுளம்.
Sirumaniyanpottal (I).	சிறுமணியன்பொட்டல்.
Sirupālai (Z) ..	சிறுபாலை.
Siruvayal (I) ..	சிறுவயல்.
Sivarāyar Manakkudi (I).	சிவராயர்மணக்குடி.
Sīvilādi (Z) ..	சிவிலாடி.
Sōdiyēndal (I) ..	சோதியேந்தல்.
Sōlaiyārkūttam (I).	சோலையார்கூட்டம்.
Sōmāsi (I) ..	சோமாசி.
Sōmāttūr (I) ..	சோமாத்தூர்.
Soriyanēndal (I).	சொரியனேந்தல்.
Sotūkudi (I) ..	சோதுகுடி.
Souriyārpattanam (Z).	சௌரியார்பட்டணம்.
Sūchchinākkudi (I).	சூச்சிநாக்குடி.
Sūchchiyārēndal (I).	சூச்சியாரேந்தல்.
Sūdiyūr (I) ..	சூடியூர்.
Sundanēndal (I) ..	சுந்தனேந்தல்.
Sundanēndal (Z).	சுந்தனேந்தல்.
Sūrānam (Z) ..	சூராணம்.
Sūrikkanēndal (I).	சூரிக்கனேந்தல்.
Sūriyankōttai (I).	சூரியன்கோட்டை.
Sūriyankuttam (I)	சூரியன்கூட்டம்.
Tachchanēndal (I).	தச்சனேந்தல்.
Tadiyamangalam (Z).	தடியமங்கலம்.
Taduttalānkōttai (Z).	தடுத்தலான்கோட்டை.
Talaiyadikōttai (Z).	தலையடிகோட்டை.
Taniyāppuli (Z) ..	தனியாப்புளி.
Tannēndal (Z) ..	தன்னேந்தல்.
Tārākkudi (Z) ..	தாராக்குடி.
Tarikomban (I) ..	தரிகொம்பன்.
Tattānēndal (Z) ..	தட்டானேந்தல்.
Tavalaikulam (I). ..	தவளைக்குளம்.
Tāyamangalam (Z).	தாயமங்கலம்.
Telichchāttanallūr (I).	தெளிசாத்தநல்லூர்.
Tenjiyēndal (I) ..	தெஞ்சியேந்தல்.
Tenkadukkāy (Z).	தென்கடுக்காய்.
Tennavanūr (I) ..	தென்னவனூர்.
Tenpoduvakkudi (I).	தென்பொதுவக்குடி.
Terkukīranūr (Z).	தெற்குகீரனூர்.
Tettangāl ..	தேத்தங்கால்.
Tēvāttakkudi (Z).	தேவாத்தக்குடி.
Thalaikkal ..	தலைக்கால்.
Thayanūr (Z) ..	தாயனூர்.
Therkukūdali (Z)	தெற்குகூடலி.
Tinaikkulam (Z).	தினைக்குளம்.
Tirugūkalli (Z) ..	திருகூகள்ளி.
Tiruvādi (Z) ..	திருவாடி.
Tiruvallūr (Z) ..	திருவள்ளூர்.
Tiruvarangi (I) ..	திருவரங்கி.
Tiruvēngadam (I).	திருவேங்கடம்.
Tīyanūr (Z) ..	தீயனூர்.
Tōkkānēndal (I).	தோக்கானேந்தல்.
Tōlūr (Z) ..	தோளூர்.
Tondaiyūr (Z) ..	தொண்டையூர்.
Tugavūr (Z) ..	துகவூர்.
Tumbichchiyēndal (I).	தும்பிச்சியேந்தல்.
Turattiyēndal (I)	துரத்தியேந்தல்.
Tiyāgavansēri (I)	தியாகவன்சேரி.
Uchchāni (Z) ..	உச்சாணி.
Udachchipanangudi (I).	உடச்சிபனங்குடி.

PARAMAGUDI TĀLŪK—cont. பரமகுடி தாலூகா—தொடர்ச்சி.

Udayagudi (Z) ..	உதயகுடி.
Udayanūr (Z) ..	உதயனூர்.
Undukutti (I) ..	உண்டுகுத்தி.
Uppukkēni (I) ..	உப்புக்கேணி.
Ūrakkudi (I) ..	ஊரக்குடி.
Urappuli (I) ..	உராப்புலி.
Urattūr (I) ..	உரத்தூர்.
Uttamanūr (I) ..	உத்தமனூர்.
Vadakāchchān (Z).	வடகாச்சான்.
Vadakadukkāy (Z).	வடகடுக்காய்.
Vadakkukīranūr (Z).	வடக்குகீரனூர்.
Vadakku Sandanūr (I).	வடக்குச் சந்தனூர்.
Vadakkuvallakkulam alias Perumāl Kōvil (I).	பெருமாள் கோவில் என்ற வடக்கு வள்ளக்குளம்
Vādavanēri (I).	வாதவனேரி.
Vadavirukkai (Z).	வடவிருக்கை.
Vāgaikkulam (I).	வாகைக்குளம்.
Vāgaikkulam (Z).	வாகைக்குளம்.
Vāgaivayal (Z) ..	வாகைவயல்.
Vāgaiyēndal (I).	வாகையேந்தல்.
Vaguranēndal (I).	வகுரனேந்தல்.
Vairavanēndal (Z).	வைரவனேந்தல்.
Valaiyanēndal (I).	வலையனேந்தல்.
Valaiyanēndal (Z).	வலையனேந்தல்.
Valaiyankulam (I).	வலையன்குளம்.
Valakkāni (I) ..	வளக்காணி.
Valamburi (I) ..	வலம்புரி.
Vālangudi (Z) ..	வாலாங்குடி.
Valasai (I) ..	வலசை.
Valattuvāchchān (I).	வளத்துவாச்சான்.
Vallakkulam (Z).	வள்ளக்குளம்.
Vallakkulam (I).	வள்ளக்குளம்.
Vallakkulam (I).	வள்ளக்குளம்.
Vallam (Z) ..	வல்லம்.
Vanangānēndal (I).	வணங்கானேந்தல்.
Vandal (I) ..	வண்டல்.
Vandal (Z) ..	வண்டல்.
Vāni (Z) ..	வாணி.
Vāniyakkudi (Z).	வாணியக்குடி.
Vāniyavallam (Z).	வாணியவல்லம்.
Vannānkuttam (I).	வண்ணான்குட்டம்.
Vannānodai (I) ..	வண்ணானோடை.
Vannūravayal (I).	வண்ணூரவயல்.
Vanniyārendal (I).	வன்னியாரேந்தல்.
Varavani (Z) ..	வரவணி.
Varundi (Z) ..	வருந்தி.
Vāsakkāppānēndal.	வாசக்காப்பானேந்தல்.
Vāttamdaviltān (I).	வாட்டம்தவீழ்தான்.
Vayalūr (I) ..	வயலூர்.
Vēladimadai (Z)	வேலடிமடை.
Vēlani (I) ..	வேளாணி.
Vēlānsittai (I) ..	வேளான்சித்தை.
Vellārendal (Z) ..	வெள்ளாரேந்தல்.
Vēmbal (Z) ..	வேம்பல்.
Vēndōni (Z) ..	வேந்தோணி.
Vengālūr (Z) ..	வெங்காலூர்.
Venkattankurichchi (I).	வெங்கட்டன்குறிச்சி.
Vennaigudi (Z) ..	வெண்ணைகுடி.
Vijayankudi (Z).	விஜயன்குடி.
Vilanjani (I) ..	விளஞ்சனி.
Vilāngulam (Z).	விளாங்குளம்.
Vilattūr (I) ..	விளத்தூர்.
Villisēri (Z) ..	வில்லிசேரி.
Vīravanūr (Z) ..	வீரவனூர்.
Viraiyādakandān (Z).	விரையாதகண்டான்.
Visavanūr (Z) ..	விசவனூர்

RĀMNĀD TĀLŪK. இராமநாதபுரம் தாலூகா.

Achchangudi (Z).	அச்சங்குடி.
Achchundanvayal (Z).	அச்சுந்தன்வயல்.
Alagankulam (Z).	அழகன்குளம்.
Alagapperumānēndal (I).	அழகப்பெருமானேந்தல்.
Alamēlēndal (Z) ..	அலமேலேந்தல்.
Ālangulam (I) ..	ஆலங்குளம்.
Allikkulam (Z).	அல்லிகுளம்.
Āmaikkuttam (Z).	ஆமைக்குட்டம்.
Āndichchiyēndal.	ஆண்டிச்சியேந்தல்.

RĀMNĀD TĀLŪK—*cont.* இராமநாதபுரம் தாலூகா—தொடர்ச்சி.

Arukōdai (Z) ..	அருகோடை.
Arukudi (I) ..	அருகுடி.
Āttangarai (Z) ..	ஆற்றங்கரை.
Attikkulam (Z) ..	அத்திக்குளம்.
Attiyūttu (I) ..	அத்தியூத்து.
Chakravālanallūr (I).	சக்கரவாளநல்லூர்.
Chettiyēndal (I) ..	செட்டியேந்தல்.
Chinna Ilamanūr (Z).	சின்ன இளமனூர்.
Chinnakkannāngudi (I).	சின்னக்கண்ணனங்குடி.
Chinnāngudi (Z).	சின்னாங்குடி.
Chinna Pālaiyārēndal (I).	சின்னபாலையாரேந்தல்.
Chinnatāmaraikkudi (I).	சின்னதாமரைக்குடி.
Chittārkōttai (Z).	சித்தார்கோட்டை.
Chittūr (I) ..	சித்தூர்.
Dēvēndiram (Z) ..	தேவேந்திரம்.
Dēvipattanam (I).	தேவிபட்டணம்.
Deyvachchilainallūr (I).	தெய்வச்சிலைநல்லூர்.
Dhanushkōdi (Z).	தனுஷ்கோடி.
Ekkakudi (Z) ..	எக்ககுடி.
Enmanamkondān (Z).	என்மனம்கொண்டான்.
Erukkalampatti alias Vellariyōdai (Z).	எருக்கலம்பட்டி யாகிய வெள்ளரியோடை.
Erumaippatti (I).	எருமைப்பட்டி.
Eluvūr (I) ..	எழுவூர்.
Ganapatiyēndal (I).	கணபதியேந்தல்.
Gōvindanēndal (I).	கோவிந்தனேந்தல்.
Ilandaikkuttam (I).	இலந்தைக்குட்டம்.
Ilandaiyōdai (Z).	இலந்தையோடை.
Irumēni (Z) ..	இருமேனி.
Kadaikkulam (I).	கடைக்குளம்.
Kadaikkulam Kodikkulam (I).	கடைக்குளம் கொடிக்குளம்.
Kadambankudi (I).	கடம்பன்குடி.
Kadukkāy (I) ..	கடுக்காய்.
Kailāsamangalam (I).	கைலாசமங்கலம்.
Kalakkudi (I) ..	களக்குடி.
Kalanikkudi (Z).	கழனிக்குடி.
Kalari (Z) ..	களரி.
Kalathāvūr (Z) ..	களத்தாவூர்.
Kalavankudi (Z).	களவன்குடி.
Kalimankundu (I).	களிமண்குண்டு.
Kalukūrani (Z) ..	கழுகூரணி.
Kandukondānmanikkam (I).	கண்டுகொண்டான் மாணிக்கம்.
Kānjirangudi ..	காஞ்சிரங்குடி.
Kānjirangudi (Z).	காஞ்சிரங்குடி.
Kannanai (I) ..	கண்ணணை.
Kannārēndal (I).	கண்ணாரேந்தல்.
Kāraikkuttam (I).	காரைக்குட்டம்.
Kārāmbal (I) ..	காராம்பல்.
Kārān (Z) ..	காரான்.
Kārēndal (I) ..	காரேந்தல்.
Karukkātti (I) ..	கருக்காத்தி.
Kārukudi (I) ..	காருகுடி.
Karungulam (I) ..	கருங்குளம்.
Kāvanūr (Z) ..	காவனூர்.
Kidāyvettiyēndal (I).	கிடாய்வெட்டியேந்தல்.
Kilavanēri (I) ..	கிழவனேரி.
Kīlakkarai (Z) ..	கீழக்கரை.
Kīl Nāgachchi (Z).	கீழ் நாகச்சி.
Kīl Tillōndal (I).	கீழ் தில்லேந்தல்.
Kollangulam (I).	கொல்லங்குளம்.
Kombidamadurai (Z).	கொம்பிடமதுரை.
Kombūdi (I) ..	கொம்பூதி.
Kōnēri (I) ..	கோனேரி.
Kōrakkuli alias Iruttūrani (Z).	கொரக்குளியாகிய இருட்டூரணி.
Kottankulam (I).	கொத்தன்குளம்.
Kudakkōttai (I).	குடக்கோட்டை.
Kudavēli (I) ..	குடவேலி.
Kulasēkharakkān (I).	குலசேகரக்கான்.
Kumariyēndal (I) & (G).	குமரியேந்தல்.
Kumbaram (Z) ..	கும்பரம்.
Kunjāvalasai (Z).	குஞ்சாவலசை.
Kūriyūr (I) ..	கூரியூர்.
Kusavankudi (Z).	குசவன்குடி.
Kuvalanjāttān (I).	குவளஞ்சாத்தான்.
Lādanēndal ..	லாடனேந்தல்.
Lāndai (I) ..	லாந்தை.
Mādakkottān (Z).	மாடக்கொட்டான்.
Mādhavanūr (I) ..	மாதவனூர்.
Mālangudi (I) ..	மாலங்குடி.
Mallal (I) ..	மல்லல்.
Manakkulam (I) ..	மணக்குளம்.
Mānāngudi (Z) ..	மானாங்குடி.
Mangaināthasamudram (I).	மங்கைநாதசமுத்திரம்.
Mangalōdai (Z) ..	மங்கலோடை.
Mānikkanēri (I) ..	மாணிக்கனேரி.
Mantapam (Z) ..	மண்டபம்.

Rāmnād Tālūk—cont. இராமநாதபுரம் தாலூகா—தொடர்ச்சி.

Marakkāyarpattanam (Z).	மரக்காயர் பட்டணம்.
Mattīal (I) ..	மத்தியல்.
Māyākulam (I) ..	மாயாகுளம்.
Mēdalodai (I) ..	மேதலோடை.
Mēlakkarai (Tondālai) (I).	மேலக்கரை தொண்டாலை.
Mēl Sittai (I) ..	மேல் சித்தை.
Mēl Tillēndal (Z).	மேல் தில்லேந்தல
Mullikkudi (Z) ..	முள்ளிக்குடி.
Mulliyārēndal (Z).	முள்ளியாரேந்தல்
Munduvārkandan (I).	மூந்துவார்கண்டன்.
Muniyārēndal (Z).	முனியாரேந்தல்.
Mūnjān (I) ..	மூஞ்சான்.
Mūttakkōnvalasai (Z).	மூட்டக்கோன்வலசை.
Mutturaghunāthapuram (I).	முத்துரகுநாதபுரம்.
Nāganēri (I) ..	நாகனேரி.
Nāgindasēri (I) ..	நாகிண்டசேரி.
Naināmaraikkān (I).	நைனமரைக்கான்.
Nallānkudi (I) ..	நல்லான்குடி.
Nallirukkai (I) ..	நல்லிருக்கை.
Nāranamangalam (Z).	நாரணமங்கலம்.
Nariyanēndal (I).	நரியனேந்தல்.
Nattam Kulapatham (I).	நத்தம் குளபதம்.
Ōchchanēndal (Z).	ஓச்சனேந்தல்.
Ōmāchchi (I) ..	ஓமாச்சி.
Oruvānēndal (I) ..	ஒருவானேந்தல்.
Ōttātti (I) ..	ஓட்டாத்தி.
Pakkiripudukkulam (I).	பக்கிரிபுதுகுளம்.
Pālaiyārēndal (I).	பாலையாரேந்தல்.
Palangulam (Z) ..	பழங்குளம்.
Palanjirāy (I) ..	பழஞ்சிராய்.
Pālkulam (Z) ..	பால்குளம்.
Pallamōrkkulam (Z).	பள்ளமோர்க்குளம்.
Pālōdai (Z) ..	பாலோடை.
Pāmban (Z) ..	பாம்பன்.
Panaikkulam (I)	பனைக்குளம்.
Panaiyadiyēndal (I).	பனையடியேந்தல்.
Panaiyangāl Puliyankuttam (I).	பனையங்கால் புளியங்குட்டம்.
Pāndamangālam.	பாண்டமங்கலம்.
Pāppākudi (Z) ..	பாப்பாகுடி.
Pāppānēndal (I).	பாப்பானேந்தல்.
Pattanamkāttān (Z).	பட்டணம்காத்தான்.

Pattanēndal (I) ..	பத்தனேந்தல்.
Pāttapatti (I) ..	பாட்டபத்தி.
Pattirātaravai (I).	பத்திராதரவை.
Pērāvūr (I) ..	பேராவூர்.
Periya Kannāngudi (I).	பெரியகண்ணங்குடி.
Periya Pattanam (Z).	பெரியபட்டணம்.
Periya Tāmaraikkudi (I).	பெரியதாமரைக்குடி.
Perungulam (Z).	பெருங்குளம்.
Peruvayal (I) ..	பெருவயல்.
Pichchaikkanakkanēndal (Z).	பிச்சைக்கணக்கனேந்தல்.
Pirappanvalasai (Z).	பிரப்பன்வலசை.
Pudukkulam (I)	புதுக்குளம்.
Pudumatam (Z) & (G).	புதுமடம்.
Pukkulam (Z)	புக்குளம்.
Pullandai (I) ..	புல்லந்தை.
Pullangudi (I) ..	புல்லங்குடி.
Puludikkulam (I).	புழுதிக்குளம்.
Pūnānganallūr (Z)	பூனங்கநல்லூர்.
Purakkudi (I) ..	புறக்குடி.
Puttakulam (Z) ..	புத்தகுளம்.
Puttēndal (Z) ..	புத்தேந்தல்.
Pūttondi (I) ..	பூத்தொண்டி.
Pūvandi (Z) ..	பூவந்தி.
Rājasūriamadai (Z).	ராஜசூரியமடை.
Rāmēswaram (Z).	இராமேஸ்வரம்.
Rāmnād (Z) ..	இராமநாதபுரம்.
Raghunāthapuram (Z).	ரகுநாதபுரம்.
Rettaiyūrani (Z).	ரெட்டையூரணி.
Sākkānkudi (I) ..	சாக்கான்குடி.
Sakkarakkōttai (Z).	சக்கரக்கோட்டை.
Sambai (I) ..	சம்பை.
Sanyāsi (Z) ..	சன்னியாசி.
Sāttakkōnvalasai (Z).	சாத்தக்கோன்வலசை.
Sāttakulam (I) ..	சாத்தகுளம்.
Sāttanēndal (Z) ..	சாத்தனேந்தல்.
Sembadayārkulam (Z).	செம்படையார்குளம்.
Sirugudi (I) ..	சிறுகுடி.
Singanēndal (I) ..	சிங்கனேந்தல்.
Sirukombūdi (Z).	சிறுகொம்பூதி.
Sirukulam (I) ..	சிறுகுளம்.
Sirukkulam (I) ..	சிறுககுளம்.

RĀMNĀD TĀLŪK—cont. இராமநாதபுரம் தாலூகா—தொடர்ச்சி.

Sirunānganēri (I).	சிருநாங்கனேரி.
Sivanukkiniyān (Z).	சிவனுக்கினியான்.
Sūrankōttai (Z) .	சூரன்கோட்டை.
Tachchakulam (I).	தச்சகுளம்.
Tāmaraikkulām (Z)	தாமரைக்குளம்.
Tandūrani (Z) ..	தண்டூரணி.
Tangachchimatam (Z).	தங்கச்சிமடம்.
Taravai (I) ..	தரவை.
Tērbhōgi (I) ..	தேர்போகி.
Tillēndal (Z) ..	தில்லேந்தல்.
Timmāpatti (Z) ..	திம்மாபட்டி.
Tinaikkulam (I).	தினைக்குளம்.
Tirttakkarai (Z).	தீர்த்தக்கரை.
Tiruppanai (I) ..	திருப்பனை.
Tiruppullāni (I)..	திருப்புல்லாணி.
Tittakudi (I) ..	திட்டகுடி.
Tondarēndal (Z)	தொண்டரேந்தல்.
Toruvalūr (Z) ..	தொருவளூர்.
Udaiyānkarungulam (Z).	உடையான்கருங்குளம்.
Uppānaikkudi (I).	உப்பானைக்குடி.
Uttaravai (I) ..	உத்தரவை.
Ūttarakōsamangai (I).	உத்தரகோசமங்கை.
Vada Ālangulam (I).	வட ஆலங்குளம்.
Vadakkanēndal (Z).	வடக்கனேந்தல்.
Vādi (Z) ..	வாடி.
Vāgaikkulam (Z).	வாகைக்குளம்.
Vaigai (Z) ..	வைகை.
Vaigai (Z) ..	வைகை.
Vālāntaravai (Z).	வாளாந்தரவை.
Valudūr (Z) ..	வளுதூர்.
Vannānkundu (I).	வண்ணான்குண்டு.
Vannikkudi (Z)..	வன்னிக்குடி.
Vannivayal (I) ..	வன்னிவயல்.
Vattakkudi (I) ..	வட்டக்குடி.
Vēdālai (Z) ...	வேதாலை.
Vēlangulam (I) .	வேலங்குளம்.
Vēlangulam (I)..	வேலங்குளம்.
Vēlānūr (Z) ..	வேளானூர்.
Vellamarichchukkatti (I).	வெள்ளாமரிச்சுக்கட்டி.
Vengulam (Z) ..	வெங்குளம்.
Vengulam (I) ..	வெங்குளம்.
Vennattūr (I) .	வெண்ணத்தூர்.
Vēppangulam (I).	வேப்பங்குளம்.
Vilalōdai (Z) ..	விழலோடை.
Vilāngulam (Z) ..	விளாங்குளம்.
Vittānūr (I) ..	வித்தானூர்.

SĀTTŪR TĀLŪK. சாத்தூர் தாலூகா.

Akkivādānpatti (Z).	அக்கிவாடான்பட்டி.
Alagāpuri (Z) ..	அழகாபுரி.
Ālampatti (I) ..	ஆலம்பட்டி.
Ālāngulam ..	ஆலங்குளம்.
Allampatti ..	அல்லம்பட்டி.
Āmattūr ..	ஆமத்தூர்.
Ammaiyārpatti (Z)	அம்மையார்பட்டி.
Ammāpatti (Z) ..	அம்மாபட்டி.
Anaikkaraippatti (Z)	அணைக்கரைப்பட்டி.
Ānaikkuttam ..	ஆனைக்குட்டம்.
Ānaiyūr ..	ஆனையூர்.
Anuppankulam ..	அனுப்பன்குளம்.
Appayyanāyakkanpatti.	அப்பய்யநாயக்கன்பட்டி.
Appayyanāyakkanpatti (Z)	அப்பய்யநாயக்கன்பட்டி.
Āvudaiyāpuram (Z).	ஆவுடையாபுரம்.
Ayyampatti (I) ..	அய்யம்பட்டி.
Banduvārpatti ..	பந்துவார்பட்டி.
Bommayyāpuram (Z).	பொம்மய்யாபுரம்.
Chandragiripuram (Z).	சந்திரகிரிபுரம்.
Chattram (I) ..	சத்திரம்.
Chattrappatti ..	சத்திரப்பட்டி.
Chattrareddippatti.	சத்திரரெட்டிப்பட்டி.
Chettikulam (Z).	செட்டிகுளம்.
Chettipatti (Z) ..	செட்டிபட்டி.
Chettiyālangulam (Z).	செட்டியாலங்குளம்.
Chidambarapuram (Z).	சிதம்பரபுரம்.
Chidambarapuram (I).	சிதம்பரபுரம்.
Chinna Gollappatti (Z).	சின்ன கொல்லப்பட்டி.
Chinnakāmanpatti.	சின்னகாமன் பட்டி.
Chinna Mūppanpatti.	சின்ன மூப்பன் பட்டி.
Chinna Nāyakkanpatti (Z).	சின்ன நாயக்கன் பட்டி.
Chinna Pulikutti (Z).	சின்ன புலிகுத்தி.

Sāttūr Tālūk—cont. சாத்தூர் தாலூகா—தொடர்ச்சி.

Chinna Rāmalingapuram (Z).	சின்னராமலிங்கபுரம்.
Chinna Tambiyāpuram (Z).	சின்னதம்பியாபுரம்.
Chinnavādi (Z) ..	சின்னவாடி.
Chinnōdaippatti (I).	சின்னோடைப்பட்டி.
Chinnōdaippatti (Z).	சின்னோடைப்பட்டி.
Chintappalli ..	சிந்தப்பல்லி.
Chokkalingapuram (Ch. IX, Bl. 110) (Z).	சொக்கலிங்கபுரம்.
Chokkalingapuram (Ch. VII, Bl. 85) (Z).	சொக்கலிங்கபுரம்.
Chokkalingapuram (Ch. VII, Bl. 42) (Z).	சொக்கலிங்கபுரம்.
Duraiswāmipuram	துரைசுவாமிபுரம்.
Duraiswāmipuram (Ch. VII, Bl. 110) (Z).	துரைசுவாமிபுரம்.
Duraiswāmipuram (Ch. II) (Z).	துரைசுவாமிபுரம்.
Duraiswāmipuram (Z).	துரைசுவாமிபுரம்.
Edirkōttai ..	எதிர்கோட்டை.
Elāyirampannai (Z).	ஏழாயிரம்பண்ணை.
Elāyirampannai 1/16 (Z).	ஏழாயிரம்பண்ணை.
Elāyirampannai 1/16 (Z).	ஏழாயிரம்பண்ணை.
Elgaippatti (Z) ..	எல்கைப்பட்டி.
Ellinganāyakkanpatti.	எல்லிங்கநாயக்கன்பட்டி.
Endappuli (I) ..	எண்டப்புலி.
Erichchanattam ..	எரிச்சநத்தம்.
Ettilappanpatti (Z).	எட்டிலப்பன்பட்டி.
Ettūrvattam (Z) ..	எட்டூர்வட்டம்.
Ganapatipuram (Z).	கணபதிபுரம்.
Gollappatti (Z) ..	கொல்லப்பட்டி.
Golvārpatti (Z) ..	கொல்வார்பட்டி.
Gōpālapuram (Z).	கோபாலபுரம்.
Gōvindanallūr (Z).	கோவிந்தநல்லூர்.
Īnjār ..	ஈஞ்சார்.
Jagannāthapuram (Z).	ஜகன்னாதபுரம்.
Kadambankulam (Z).	கடம்பன்குளம்.
Kalangāpēri (Z).	கலங்காபேரி.
Kālapperumālpatti (Z).	காலப்பெருமாள்பட்டி.
Kālaiyārkurichchi.	காளையார்குறிச்சி.
Kalpōdu (Z) ..	கல்போது.
Kananjāmpatti (Z).	கணஞ்சாம்பட்டி.
Kangarakōttai ..	கங்காகோட்டை.
Kangaraseval ..	கங்காசெவல்.
Kanjampatti (Ch. II, Bl. 240, 243) (Z).	கஞ்சம்பட்டி.
Kanjampatti (Ch. VII, Bl. 160) (Z).	கஞ்சம்பட்டி.
Kannisēri (Z) ..	கன்னிசேரி.
Kappureddippatti (Z)	கப்புரெட்டிப்பட்டி.
Karisalpatti (Z) ..	கரிசல்பட்டி.
Kārisēri ..	காரிசேரி.
Karuppanāsāripatti (Z).	கருப்பனாசாரிபட்டி.
Kattālampatti (Z).	கட்டாளம்பட்டி.
Kattanārpatti (Z).	கட்டனார்பட்டி.
Kavundanpatti (I)	கவுண்டன்பட்டி.
Kīlānmarainādu.	கீழாண்மறைநாடு.
Kīl Tiruttangal ..	கீழ் திருத்தங்கல்.
Kongankulam (Z)	கொங்கன்குளம்.
Kōsukundu ..	கோசுகுண்டு.
Kōttainattam (Z).	கோட்டைநத்தம்.
Kōttaippachchēri (I).	கோட்டைப்பச்சேரி.
Kōttaippatti ..	கோட்டைப்பட்டி.
Kōttaiyūr (Z) ..	கோட்டையூர்.
Kōvilpulikkutti (Z).	கோவில்புலிக்குட்டி.
Kōvilsentattiyāpuram (Z).	கோவில்செந்தட்டியாபுரம்.
Kōvilvīrarpatti (I).	கோவில்வீரர்பட்டி.
Krishnappēri ..	கிருஷ்ணப்பேரி.
Kūkanapārai (I).	கூகனபாறை.
Kumāra Ettaiyāpuram (Z).	குமார எட்டையாபுரம்.
Kumāralingapuram (Ch. IX, Bl. 104, 106) (Z).	குமாரலிங்கபுரம்.
Kumāralingapuram (Ch. X, Bl. 103, 107) (Z).	குமாரலிங்கபுரம்.
Kumārapuram (Z)	குமாரபுரம்.
Kundalakkuttu (I).	குண்டலக்குத்து.
Kundāyiruppu (Z)	குண்டாயிருப்பு.

SĀTTŪR TĀLUK—cont. சாத்தூர் தாலுகா—தொடர்ச்சி.

Kūrakkundu (I).	கூரக்குண்டு.
Lakshmīpuram (Z).	லக்ஷ்மீபுரம்.
Mallayanāyakkanpatti (Z).	மல்லயநாயக்கன்பட்டி.
Mangalam ..	மங்கலம்.
Manippārpatti (Z).	மணிப்பார்பட்டி.
Mannārkōttai (Z).	மன்னார்கோட்டை.
Māranēri ..	மாரனேரி.
Marulūttu (Z) ..	மருளூத்து.
Mēl Madai ..	மேல் மடை.
Mēl Āmattūr ..	மேல் அமத்தூர்.
Mēttamalai ..	மேட்டமலை.
Mēttukkundu (Z).	மேட்டுக்குண்டு.
Mēttuppatti (Ottaiyāl).	மேட்டுப்பட்டி (ஒத்தையால்).
Mēttuppatti (Nemmēni).	மேட்டுப்பட்டி (நெம்மேனி).
Mīnākshipuram (I).	மீனாக்ஷிபுரம்.
Mīnākshipuram (Z).	மீனாக்ஷிபுரம்.
Mīsalūr ..	மீசலூர்.
Mudalippatti (Z).	முதலிப்பட்டி.
Mudittalaināgalāpuram.	முடித்தலைநாகலாபுரம்.
Mūlippatti (I) ..	மூளிப்பட்டி.
Mulliseval (Z) ..	முள்ளிசெவல்.
Mundalapuram (Z)	முண்டலபுரம்.
Mūrtināyakkanpatti (Z).	மூர்த்திநாயக்கன்பட்டி.
Muttāndipuram (Z).	முத்தாண்டிபுரம்.
Muttukumāraswāmipuram (Z).	முத்துகுமாரசுவாமிபுரம்.
Muttulāpuram (Z).	முத்துலாபுரம்.
Muttulingapuram (Ch. VII, Bl. 9, 15) (Z).	முத்துலிங்கபுரம்.
Muttulingapuram (Ch. X, Bl. 70, 75) (Z).	முத்துலிங்கபுரம்.
Muttulingapuram (Ch. VII, Bl. 84) (Z).	முத்துலிங்கபுரம்.
Mutturāmanpatti (I).	முத்துராமன்பட்டி.
Muttusivalingapuram (Z).	முத்துசிவலிங்கபுரம்.
Muttuswāmipuram (Ch. X, Bl. 59, 61), (Z).	முத்துசுவாமிபுரம்.
Muttuswāmipuram (Ch. II, Bl. 299) (Z).	முத்துசுவாமிபுரம்.
Nadikkudi ..	நதிக்குடி.
Naduvappatti (Z).	நடுவப்பட்டி.
Nakkalakkattai (Z).	நக்கலக்கட்டை.
Nallamanāyakkanpatti (Z).	நல்லமநாயக்கன்பட்டி.
Nallamuttanpatti (Z).	நல்லமுத்தன்பட்டி.
Nallānchettipatti (Z).	நல்லான்செட்டிபட்டி.
Nalli (Z) ..	நள்ளி.
Namaskarittānpatti (Z)	நமஸ்கரித்தான்பட்டி.
Nandireddippatti (Z).	நந்திரெட்டிப்பட்டி.
Nāranapuram (I).	நாரணபுரம்.
Nāttārmangalam.	நாட்டார்மங்கலம்.
Nedungulam ..	நெடுங்குளம்.
Nenmēni ..	நென்மேனி.
Ōdaippatti (Z) ..	ஓடைப்பட்டி.
Ondippulināyakkanūr.	ஒண்டிப்புலிநாயக்கனூர்.
Ottaiyāl .	ஒத்தையால்.
Ōvanāyakkanpatti (Z).	ஓவநாயக்கன்பட்டி.
Padandāl ..	படந்தால்.
Panaiyadippatti...	பனையடிப்பட்டி.
Pāppākudi (Ch. IX, Bl. 113) (Z).	பாப்பாகுடி.
Pāppākudi (Ch. III, Bl. 113) (Z).	பாப்பாகுடி.
Pattampudūr (I).	பட்டம்புதூர்.
Pāvāli (Z) ..	பாவாலி.
Pedduchettipatti (Z).	பெத்துசெட்டிபட்டி.
Peddulupatti (Z)..	பெத்துலுபட்டி.
Peddureddipatti (Z).	பெத்துரெட்டிபட்டி.
Pēlampatti (I) ..	பேளம்பட்டி.
Pēranāyakkanpatti.	பேரநாயக்கன்பட்டி.
Perayyanpatti (Z).	பேரய்யன்பட்டி.
Periya Pērāli ..	பெரிய பேராலி.
Pottalpatti (Z) ..	பொட்டல்பட்டி.
Pōttireddippatti (Z).	போத்திரெட்டிப்பட்டி.
Pūchchakkāpatti (Z).	பூச்சக்காபட்டி.
Pudukkōttai ..	புதுக்கோட்டை.
Puduppatti (Z) ..	புதுப்பட்டி.
Pudūr (Z) ..	புதூர்.
Puliyangulam ..	புளியங்குளம்.
Pullalaikkattai (Z).	புல்லலைக்கட்டை.

SĀTTŪR TĀLUK—cont. சாத்தூர் தாலுகா—தொடர்ச்சி.

Pulvāypatti (Z) ..	புல்வாய்பட்டி.
Rāmalingapuram (Z).	ராமலிங்கபுரம்.
Rāmalingapuram (Z).	ராமலிங்கபுரம்.
Rāmanāthapuram (Z).	ராமநாதபுரம்.
Rāvuttanpatti ..	ராவுத்தன்பட்டி.
Reddiyāpatti (I).	ரெட்டியாபட்டி.
Reddiyāpatti (Z).	ரெட்டியாபட்டி.
Rōsalpatti (I) ..	ரோசல்பட்டி.
Rukkumiṇji (Z) ..	ருக்குமிஞ்சி.
Sakkammālpuram (Z).	சக்கம்மாள்புரம்.
Saluvārpatti (Z) ..	சலுவார்பட்டி.
Salvārpatti ..	சல்வார்பட்டி.
Sānānkulam (Z) ..	சாணான்குளம்.
Sandaiyūr (Z) ..	சந்தையூர்.
Sankaranārāyanapuram (Z).	சங்கரநாராயணபுரம்.
Sankaranattam (Z).	சங்கரநத்தம்.
Sankarapāndiyapuram.	சங்கரபாண்டியபுரம்.
Sāttūr (I) ..	சாத்தூர்.
Saundarēswarapuram (Z).	சௌந்தரேசுவரபுரம்.
Sengōttai ..	செங்கோட்டை.
Sengunrapuram.	செங்குன்றபுரம்.
Sennalkudi (Z) ..	சென்னல்குடி.
Sērvaikkāranpatti (Z).	சேர்வைக்காரன்பட்டி.
Sevalūr ..	செவலூர்.
Sevvaipatti (Z) ..	செவ்வல்பட்டி.
Shanmukhapuram (Z).	ஷண்முகபுரம்.
Shanmukhapuram (Z).	ஷண்முகபுரம்.
Sinduvampatti ..	சிந்துவம்பட்டி.
Sīniyāpuram (Z).	சினியாபுரம்.
Sippippārai ..	சிப்பிப்பாறை.
Sirukulam ..	சிறுகுளம்.
Sivagnānapuram (Z).	சிவஞானபுரம்.
Sivakāsi ..	சிவகாசி.
Sivananaindapuram.	சிவனணைந்தபுரம்.
Sōrampatti (Z) ..	சோரம்பட்டி.
Subbayyāpuram (Ch. II Bl. 189-193) (Z).	சுப்பய்யாபுரம்.
Subbayyāpuram (Ch. VII, Bl. 199) (Z).	சுப்பய்யாபுரம்.
Subrahmaniyapuram.	சுப்பிரமணியபுரம்.
Subrahmaniyapuram (Z)	சுப்பிரமணியபுரம்.
Sundaralingapuram (Ch. X, Bl. 108) (Z).	சுந்தரலிங்கபுரம்.
Sundaralingapuram (Ch. VII, Bl. 106-109) (Z)	சுந்தரலிங்கபுரம்.
Sundaralingapuram (Ch. IX, Bl. 121-122) (Z).	சுந்தரலிங்கபுரம்.
Suraukudi (I) ..	சூரங்குடி.
Sūrārpatti (Z) ..	சூரார்பட்டி.
Swāmināthapuram (Z).	சுவாமிநாதபுரம்.
Swāminattam (Z).	சுவாமிநத்தம்.
Tachchakkudi ..	தச்சக்குடி.
Tadanganni Mānagaichēri (I).	தடங்கண்ணிமானகசேரி.
Tādanpatti (Ch. VII, Bl. 146, 147) (Z).	தாதன்பட்டி.
Tādanpatti (Ch. IX, Bl. 64-70) (Z).	தாதன்பட்டி.
Tammanāyakkanpatti (Z)	தம்மநாயக்கன்பட்டி.
Tāyilupatti (Z) ..	தாயிலுப்பட்டி.
Tirsuppatti (Z) ..	திராசுப்பட்டி.
Tiruttangal ..	திருத்தங்கல்.
Tōttilōvanpatti (Z).	தோட்டிலோவன்பட்டி.
Tulukkankurichchi (Z).	துலுக்கன்குறிச்சி.
Tulukkappatti (Z)	துலுக்கப்பட்டி.
Ūmattampatti (Z).	ஊமத்தம்பட்டி.
Uppattūr (I) ..	உப்பத்தூர்.
Ūttuppatti (Z) ..	ஊத்துப்பட்டி.
Vachchakkārappatti (I).	வச்சக்காரப்பட்டி.
Vadamalaikkurichchi (Z).	வடமலைக்குறிச்சி.
Vadamalaipuram (Z).	வடமலைபுரம்.
Vadapatti ..	வடபட்டி.
Vādi (Z) ..	வாடி.
Valaiyapatti (Z) ..	வலையபட்டி.
Vālavandāpuram (Z).	வாழவந்தாபுரம்.
Valliyūr (Z) ..	வள்ளியூர்.
Vyppūttānpatti (Z).	வாய்ப்பூட்டான்பட்டி.
Vembakkōttai ..	வெம்பக்கோட்டை.
Vēndurāyapuram.	வேண்டுராயபுரம்.
Vengānāyakkanpatti (Z).	வெங்காநாயக்கன்பட்டி.

SĀTTŪR TĀLŪK—cont. சாத்தூர் தாலூகா—தொடர்ச்சி.

Venkatēswarapuram (Ch. II, Bl. 38 - 39) (Z).	வெங்கடேசுவரபுரம்.
Venkatēswarapuram (Ch. II, Bl. 237 - 239) (Z).	வெங்கடேசுவரபுரம்.
Venkatēswarapuram (Z).	வெங்கடேசுவரபுரம்.
Vēppilaippatti (Z).	வேப்பிலைப்பட்டி.
Vettilaiyūrani .	வெத்திலையூரணி.
Vijayakarisalkulam (Z)	விஜயகரிசல்குளம்.
Vijayarāmappēri (Z).	விஜயராமப்பேரி.
Vijayarangapuram (Z).	விஜயரங்கபுரம்.
Vīrārpatti (Z) ..	வீரார்பட்டி.
Virudunagar ..	விருதுநகர்.
Viswanattam (I).	விசுவநத்தம்.

SIVAGANGA TĀLŪK. சிவகங்கை தாலூகா.

Achchangudi (Z).	அச்சங்குடி.
Ādanūr (I) ..	ஆதனூர்.
Adappadakki (Z).	அதப்படக்கி.
Adikarai (I) ..	அதிகரை.
Adikarai (Z) ..	அதிகரை.
Agaram (Z) ..	அகரம்.
Āladinattam (Z).	ஆலடிநத்தம்.
Alagādriyēndal (I).	அளகாத்திரியேந்தல்.
Alagamānagari (Z).	அளகமாநகரி.
Alagapperumāl (Z).	அழகப்பெருமாள்.
Alagichchippatti (Z).	அழகிச்சிப்பட்டி.
Ālamparatti (I) ..	ஆலம்பரட்டி.
Ālangudi (Z) ..	ஆலங்குடி.
Ālangulam (Z) (Ch. II, Bl. 199).	ஆலங்குளம்.
Ālangulam (Z) (Ch. VIII, Bl. 41).	ஆலங்குளம்.
Ālangulam (I) ..	ஆலங்குளம்.
Ālangulam Tīttānkulam (I).	ஆலங்குளம் தீத்தான்குளம்.
Alavākōttai (I) ..	அலவாகோட்டை.
Aliyātturumbu (Z).	அளியாத்துரும்பு.
Allarēndal Tirumānēndal (I).	அள்ளரேந்தல் திருமானேந்தல்.
Allinagaram (Z).	அல்லிநகரம்.
Allivayal (Z) ..	அல்லிவயல்.
Allūr (Z) ..	அல்லூர்.
Ālpattavidudi (Z).	ஆள்பட்டவிடுதி.
Alupillaitāngi (I).	அழுபிள்ளைதாங்கி.
Amanchēri (I) ..	அமஞ்சேரி.
Ambalattādi (I). (Ch. VIII, Bl. 48, 120).	அம்பலத்தாடி.
Ambalattādi (I) (Ch. II, Bl. 255).	அம்பலத்தாடி.
Ammachchipatti (I).	அம்மச்சிபட்டி.
Ammanpatti (Z).	அம்மன்பட்டி.
Ammāpattanam (I).	அம்மாபட்டணம்.
Ānaikkulam (I)..	ஆனைக்குளம்.
Ānaivilundān Pīkkulam (I).	ஆனைவிழுந்தான் பீக்குளம்.
Ānaivilundān Vilākkulam (I).	ஆனைவிழுந்தான் விலாக்குளம்.
Ānandapadmanāban Nedungulam (I).	ஆனந்தபத்மநாபன் நெடுங்குளம்.
Andarēndal (I) ..	அண்டரேந்தல்.
Āndichchi Ūrani (I.	ஆண்டிச்சி ஊரணி.
Āndiyēndal (Z) ..	ஆண்டியேந்தல்.
Animāvali (I) ..	அணிமாவலி.
Aniyāvayal (Z) ..	அணியாவயல்.
Anjāmpatti (Z) ..	அஞ்சாம்பட்டி.
Anjāppuli Nāyvettiyēndal (I).	அஞ்சாப்புலி நாய்வெட்டியேந்தல்.
Annavāsal (I) ..	அன்னவாசல்.
Anniyēndal ..	அன்னியேந்தல்.
Arakkuttumvannikkuttum (I).	அறக்குட்டம்வன்னிக்குட்டம்.
Aralikkōttai (Z).	அரளிக்கோட்டை.
Arasakkulam (I).	அரசக்குளம்.
Arasakkuli (I) ..	அரசக்குழி.
Arasanēndal (Z).	அரசனேந்தல்.
Arasāni (I) (Ch. II, Bl. 22, 23).	அரசாணி.
Arasāni (I) (Ch. II, Bl. 102).	அரசாணி.
Arasanūr (I) ..	அரசனூர்.
Arimantapam (Z).	அரிமண்டபம்.
Ariyākurichchi (I).	அரியாகுறிச்சி.
Ariyānūr (I) ..	அரியானூர்.

SIVAGANGA TĀLŪK—cont. சிவகங்கை தாலூகா—தொடர்ச்சி.

Aruvani (I) ..	அறுவணி.
Āttivayal (I) ..	ஆத்திவயல்.
Āttūr (I) ..	ஆத்தூர்.
Ayyanārkulam (I) (Ch V, Bl. 162).	அய்யனர்குளம்.
Ayyanārkulam (I) (Ch. VI, Bl. 238).	அய்யனர்குளம்.
Ayyanūr (I) ..	அய்யனூர்.
Būdakudi Paduttānēndal (I).	பூதகுடி படுத்தானேந்தல்.
Chandranēndal(I).	சந்திரனேந்தல்.
Chandranēndal(I).	சந்திரனேந்தல்.
Chellappanēndal (I).	செல்லப்பனேந்தல்.
Chettikulam (I)..	செட்டிகுளம்.
Chettiyēndal (I)..	செட்டியேந்தல்.
Chettiyēndal alias Kandiyūrani (Z).	செட்டியேந்தல் என்கிற கண்டியூரணி.
Chinna Āvārangādu (Z).	சின்ன ஆவாரங்காடு.
Chinna Ayyanārkulam alias Muttuppatti (I).	சின்ன அய்யனர்குளம் என்கிற முத்துப்பட்டி.
Chinna Kadambankudi (I).	சின்ன கடம்பன்குடி.
Chinna Kādalān (I).	சின்ன காடலான்.
Chinna Karisal(I).	சின்ன கரிசல்.
Chinna Kondukudi (I).	சின்ன கொண்டுகுடி.
Chinna Kurundankulam (I).	சின்ன குருந்தன்குளம்.
Chinna Pichchaipillaiyēndal (I).	சின்ன பிச்சைபிள்ளையேந்தல்.
Chinna Pudaiyānēndal (I).	சின்ன புடையானேந்தல்
Chinna Tambikkālān (I).	சின்ன தம்பிக்காலான்.
Chittālangudikūttādiyēndal (Z).	சித்தாலங்குடி கூத்தாடியேந்தல்.
Chittalakundu (I).	சித்தலகுண்டு.
Chittālangudi Puduvayal (I).	சித்தாலங்குடி புதுவயல்.
Chittalūr (Z) ..	சித்தளூர்.
Chittāppillaiyēndal (I).	சிட்டாப்பிள்ளையேந்தல்.
Chokkanādiruppu (I).	சொக்கனதிருப்பு.
Chōlankōttai (I)..	சோழன்கோட்டை.
Chōlankulam (I).	சோழன்குளம்.
Chōlapuram (Z) ..	சோழபுரம்.
Chōlavandān (Z).	சோழவந்தான்.
Chūdāmani (Z) ..	சூடாமணி.
Dāppānkanmāy (I).	டாப்பான்கண்மாய்.
Edirmarichchān Puliyangulam (I).	எதிர்மரிச்சான் புளியங்குளம்.
Eduttārēndal (I).	எடுத்தாரேந்தல்.
Elunūttimangalam (I).	எழுனூத்திமங்கலம்.
Ēnādi (Z) ..	ஏனதி.
Ēnādikkōttai (I).	ஏனதிக்கோட்டை.
Ēnāpuram (Z) ..	ஏனபுரம்.
Ērivayal (I) ..	ஏரிவயல்.
Ēriyūr (Z) ..	ஏரியூர்.
Erukkilaivellūr (I).	எருக்கிலைவெள்ளூர்.
Erumbukkudi (I).	எரும்புக்குடி.
Ettikkudi (Z) ..	எட்டிக்குடி.
Ettiyārēndal (I)..	எட்டியாரேந்தல்.
Gōpālayyan Marudankudi (I).	கோபாலய்யன் மருதன்குடி.
Gōpālayyan Puttanēndal (I).	கோபாலய்யன் புத்தனேந்தல்.
Ichchanēri (Z) ..	இச்சனேரி.
Idaikkāttūr (Z) (Ch. III, Bls. 2 and 5).	இடைக்காட்டூர்.
Idaikkāttūr (Z) (Ch. VI, Bls. 74 and 99).	இடைக்காட்டூர்.
Idaiyamēlūr (Z)..	இடையமேலூர்.
Idaiyankulam (I).	இடையன்குளம்.
Idaiyankulam (Z).	இடையன்குளம்.
Idaiyāttūr (Z) ..	இடையாத்தூர்.
Ilaiyanāyakanēndal (I).	இளையநாயகனேந்தல்.
Ilandaikkarai (Z).	இலந்தைக்கரை.
Ilandaikkulam (I).	இலந்தைக்குளம்.
Ilandaikkulam Udaippukkulam (I).	இலந்தைக்குளம் உடைப்புக்குளம்.
Ilandangudi (I)..	இலந்தங்குடி.
Iluppaikkudi (Z) (Ch II, Bls. 20 and 21).	இலுப்பைக்குடி.
Iluppaikkudi (Z) (Ch. IX, Bls. 114 and 118).	இலுப்பைக்குடி.
Immānēndal Maravanēndal (I).	இம்மானேந்தல் மரவனேந்தல்.
Irukkumadai (I).	இருக்குமடை.
Irulappan Perungarai (Z).	இருளப்பன் பெருங்கரை.
Irumbūr (Z) ..	இரும்பூர்.

SIVAGANGA TĀLŪK—*cont.* சிவகங்கை தாலூகா—தொடர்ச்சி.

Īsanūr (Z) ..	ஈசனூர்.
Jayatunganēri (Z).	ஜயதுங்கனேரி.
Kachchanattam (Z).	கச்சநத்தம்.
Kadambankudi (Z).	கடம்பன்குடி.
Kadambankulam (Z).	கடம்பன்குளம்.
Kādanēri (Z) ..	காடனேரி.
Kadiyavayal (Z).	கடியவயல்.
Kadiyavayal (I) ..	கடியவயல்.
Kākkudi (I) ..	காக்குடி.
Kākkulam (I) ..	காக்குளம்.
Kālaiyārkōvil (I).	காளையார்கோவில்.
Kālaiyārmangalam alias Kīlmangalam (Z).	காளையார்மங்கலம் என்கிற கீழ்மங்கலம்.
Kalakanmāy (I) ..	களகண்மாய்.
Kālamēykki (I) ..	காலமேய்க்கி.
Kalasangudi (I) ..	கலசங்குடி.
Kalattān Pudukkulam (I).	களத்தான் புதுக்குளம்.
Kālāttiyēndal (I).	காளாத்தியேந்தல்.
Kalattūr (Z) ..	களத்தூர்.
Kalikkādu Srīranganattam (I).	களிக்காடு ஸ்ரீரங்கநத்தம்.
Kalitīrttān (I) ..	கலிதீர்த்தான்.
Kaliyāndūr (Z) ..	கலியாந்தூர்.
Kaliyanēndal (Z).	கலியனேந்தல்.
Kalkulam (Ch. II, Bl. 153) (I).	கல்குளம்.
Kalkulam (Ch. III, Bl. 15) (I).	கல்குளம்.
Kalkurichchi (Z).	கல்குறிச்சி.
Kallal (I) ..	கல்லல்.
Kallarāttinippatti (Z).	கள்ளராத்தினிப்பட்டி.
Kallarkulam (I) ..	கள்ளர்குளம்.
Kallarkundu Tirumanjōlai (I).	கள்ளர்குண்டு திருமஞ்சோலை.
Kallatti (Z) ..	கள்ளத்தி.
Kallavalasai (I) ..	கள்ளவலசை.
Kallikkudi (Z) ..	கள்ளிக்குடி.
Kalliseri (I) ..	கள்ளிசேரி.
Kallivayal (I) ..	கள்ளிவயல்.
Kallūrani (I) ..	கல்லூரணி.
Kālpuravu (I) ..	கால்புரவு.
Kalukērkadai (Z).	கழுகேர்கடை.
Kalukādi (Z) ..	கழுகாடி.
Kaluvankulam (Z).	கழுவன்குளம்.
Kanakkankudi (Z).	கணக்கன்குடி.
Kandanēndal (I).	கண்டனேந்தல்.
Kandāngipatti (Z).	கண்டாங்கிபட்டி.
Kandanikkarai (Z).	கண்டனிக்கரை.
Kandanippatti (Z).	கண்டனிப்பட்டி.
Kandankāttān (I).	கண்டன்காட்டான்.
Kandiyattēvan Pāppānēndal (I).	கண்டியத்தேவன் பாப்பானேந்தல்.
Kandeduttānmadai (Z).	கண்டெடுத்தான்மடை.
Kandippatti (Z) ..	கண்டிப்பட்டி.
Kandukondānmānikkam (I).	கண்டுகொண்டான்மாணிக்கம்.
Kanjippattipurasadi Udaippu (Z).	காஞ்சிப்பட்டிபுரசடி உடைப்பு.
Kānjiram (Z) ..	காஞ்சிரம்.
Kānjirangāl (Z) ..	காஞ்சிரங்கால்.
Kānjirangulam (Z).	காஞ்சிரங்குளம்.
Kannākulam (Z).	கண்ணாகுளம்.
Kannamuttangarai (I).	கண்ணமுத்தங்கரை.
Kannankurai (I).	கண்ணன்கரை.
Kannanūr (I) ..	கண்ணனூர்.
Kannāriruppu (I).	கண்ணாரிருப்பு.
Kannimārēndal (I)	கன்னிமாரேந்தல்.
Kannimārpatti (Z).	கன்னிமார்பட்டி.
Kānūr (Z) ..	கானூர்.
Karaduppatti (Z).	கரடுப்பட்டி.
Karikandāni (Z).	கரிகண்டானி.
Karisalkulam (Z).	கரிசல்குளம்.
Karisalkulam (I).	கரிசல்குளம்.
Karisalkulam (I) (Ch. V, Bl. 241).	கரிசல்குளம்.
Karumandakkudi (Z).	கருமந்தக்குடி.
Karumbāvūr (Z).	கரும்பாவூர்.
Karungāli (I) ..	கருங்காலி.
Karungālakkudi (I).	கருங்காலக்குடி.
Karungālakkudi (Z).	கருங்காலக்குடி.
Karungalpatti (I).	கருங்கல்பட்டி.
Karunkanniyēndal (I).	கருங்கண்ணியேந்தல்.
Karungulam Pettānēndal (I).	கருங்குளம் பெத்தானேந்தல்.
Karuppakōnēndal (I).	கருப்பகோனேந்தல்.
Karuppanēndal (I).	கருப்பனேந்தல்.
Karuppanōkkam Punnangudi (I).	கருப்பநோக்கம் புன்னங்குடி.
Karuvaikkudi (I).	கருவைக்குடி.

SIVAGANGA TĀLŪK—cont. சிவகங்கை தாலூகா—தொடர்ச்சி.

Kattālangulam (Z).	கட்டாலங்குளம்.
Kattāndikulam (Z).	கட்டாண்டிகுளம்.
Kattānippatti (Z).	கட்டாணிப்பட்டி.
Kattanūr (Z)	கட்டனூர்.
Kattappattu (Z).	கத்தப்பட்டு.
Kāttāttinedūrani (Z).	காட்டாத்திநெடூரணி.
Kāttattivayal (Z)	காத்தட்டிவயல்.
Kāttēndal Sukkanūrani (I).	காட்டேந்தல் சுக்கனூரணி.
Kattikanēndal (I).	கட்டிகனேந்தல்.
Kattikulam (I) ..	கட்டிகுளம்.
Kattikulam (Z) ..	கட்டிகுளம்.
Kattiyappillaiyēndal (Z).	கட்டியப்பிள்ளையேந்தல்.
Kattukali (I) ..	கட்டுகலி.
Kāttūchchērippatti (Z).	காட்டுச்சேரிப்பட்டி.
Kāttu Nedumgulam (I).	காட்டு நெடுங்குளம்.
Kāttu Udaikkulam (I).	காட்டு உடைக்குளம்.
Kidāppuri (I) ..	கிடாப்புரி.
Kīladi (Z) ..	கீழடி.
Kilāngāttūr (Z) .	கிளாங்காட்டூர்.
Kilātari (Z) ..	கிலாதரி.
Kilavanūr (I) ..	கிழவனூர்.
Kīl Kadambankudi (Z).	கீழ் கடம்பன்குடி.
Kīl Kandani (I)..	கீழ் கண்டணி.
Kīl Kattāni (Z)..	கீழ் கட்டாணி.
Kīl kōttai (Z) ..	கீழ் கோட்டை.
Kīl Kulam (Z) ..	கீழ் குளம்.
Killukudi (I) ..	கிள்ளுகுடி.
Killukudi (Z) ..	கிள்ளுகுடி.
Kīl Marungūr (Z)	கீழ் மருங்கூர்.
Kīl Mēlkudi (I) ..	கீழ் மேல்குடி.
Kīl Pallichchēri (I).	கீழ் பள்ளிச்சேரி.
Kīl Pasalai (I) ..	கீழ் பசலை.
Kīl Pidāvūr (Z)..	கீழ் பிடாவூர்.
Kīl Pūngudi (Z).	கீழ் பூங்குடி.
Kīl Rāngiyan (I).	கீழ் ராங்கியன்.
Kīl Sorikkulam (Z)	கீழ் சொர்க்குளம்.
Kīl Valangai (Z).	கீழ் வலங்கை.
Kirāmbuli (I) ..	கிரும்புலி.
Kīranūr (Z) ..	கீரனூர்.
Kirungākkōttai (I).	கிருங்காக்கோட்டை.
Kōdān (I) ..	கோடான்.
Kōdānkurichchi (I).	கோடான்குறிச்சி
Kōdikkarai (Z) ..	கோடிக்கரை.
Kōdikkulam (I)..	கோடிக்குளம்.
Kōdumaniparakkulam (Z).	கொடுமணிபரக்குளம்.
Kodungulam (I).	கொடுங்குளம்.
Kokkātti (I) ..	கொக்காட்டி.
Kōlāndi (I) ..	கோளாந்தி.
Kollakkulam (I).	கொல்லக்குளம்.
Kollankudi (Z) ..	கொல்லன்குடி.
Kollukudi (Z) ..	கொல்லுகுடி.
Kombēriyēndal (I).	கொம்பேரியேந்தல்.
Kombēriyēndal Paraiyankulam (Z).	கொம்பேரியேந்தல் பறையன்குளம்.
Kombukkāranēndal (I).	கொம்புக்காரனேந்தல்.
Kondagai (Z) ..	கொந்தகை.
Kondaganēndal (Z).	கொந்தகனேந்தல்.
Kondagan Perungarai (I).	கொந்தகன் பெருங்கரை.
Kōnēri (Z) ..	கோனேரி.
Kōnirāyasengulam (Z).	கோணிராயசெங்குளம்.
Konnakkulam (I)	கொன்னக்குளம்.
Kōraikkulam alias Kōraivayal (I).	கோரைக்குளம் என்கிற கோரைவயல்.
Kōrappallam (Z).	கோரப்பள்ளம்.
Kottadiyāttūr (I).	கொட்டடியாத்தூர்.
Kōttaikkidangu (I)	கோட்டைகிடங்கு
Kōttaiyūr (Z) .	கோட்டையூர்.
Kottagudi Kīlpātti (I)	கொட்டகுடி கீழ்பாத்தி.
Kottankulam (I).	கோத்தன்குளம்.
Kottārappuli (I).	கொட்டாரப்புலி.
Kōttiyārēndal (I).	கோட்டியாரேந்தல்.
Kōvanūr (Z) ..	கோவனூர்.
Kōvilāmpatti (Z).	கோவிலாம்பட்டி.
Kudanjādi (Z)	குடஞ்சாடி.
Kulaiyanūr (I) ..	குலையனூர்.
Kulakkattaippatti (Z)	குளககட்டைப்பட்டி.
Kulalāvayal (I) ..	குழலாவயல்.
Kumilankulam (Z).	குமிழன்குளம்.
Kunakkudai (Z).	குனக்குடை.
Kundākkudai (Z).	குண்டாக்குடை.
Kundankulam (I) (Ch. V. i 1. 25),	குண்டன்குளம்.
Kunjikkāranēndal (I).	குஞ்சிக்காரனேந்தல்.
Kurukkādippatti (Z).	குறுக்காடிப்பட்டி.
Kurukkatti (Z) ..	குறுக்கத்தி.

SIVAGANGA TĀLŪK—cont. சிவகங்கை தாலூகா—தொடர்ச்சி.

Kurumbanēndal (Z).	குறும்பனேந்தல்.
Kurundangulam (I) (Ch VI, Bl. 40, 41)	குருந்தங்குளம்.
Kurundangulam (Z)	குருந்தங்குளம்.
Kūttakudi (Z) ..	கூத்தகுடி.
Kūttāndān (Z) ..	கூத்தாண்டான்.
Kūttani (I) ..	கூத்தனி.
Kūttankudi (I) ..	கூத்தன்குடி.
Kūtturavuppatti (Z).	கூட்டுரவுப்பட்டி.
Kuvalavēli (Z) ..	குவளவேலி.
Lādanēndal (I) ..	லாடனேந்தல்.
Lingayiramadai (Z).	லிங்காயிரமடை.
Madaguppatti (Z).	மதகுப்பட்டி.
Mādakkōttai ..	மாடக்கோட்டை.
Maravankulam (I).	மரவன்குளம்.
Madappuram (Z).	மடப்புரம்.
Mādumarichchān (Z).	மாடுமறிச்சான்.
Mahāsivanēndal (I).	மகாசிவனேந்தல்.
Makārandai (I) ..	மகாரந்தை.
Malampatti (Z)	மலம்பட்டி.
Malavarāyanēndal (I).	மழவராயனேந்தல்.
Mallākōttai (Z) ..	மல்லாகோட்டை.
Mal'al (Z) ..	மல்லல்.
Māmpatti (Z) ..	மாம்பட்டி.
Manachchirāyanēndal (I).	மணச்சிராயனேந்தல.
Mānākudi (Z) ..	மானகுடி.
Manakkulam (I).	மணக்குளம்.
Manakkulam (Z).	மணக்குளம்.
Manalūr (Z) ..	மணலூர்.
Mānāmadurai (Z).	மானாமதுரை.
Mānambākki (I).	மானம்பாக்கி.
Mānasēri (Z) ..	மானசேரி.
Mandiramūrti yōdai Andiyēndal (I)	மந்திரமூர்த்தி யோடை ஆண்டியேந்தல்.
Mangaiyēndal (I).	மங்கையேந்தல்.
Mangalam (Z) ..	மங்கலம்.
Māngāttuppatti (Z)	மாங்காட்டுப்பட்டி.
Māngudi (Z) ..	மாங்குடி.
Māngulam (I) ..	மாங்குளம்.
Maniyankudi (I).	மணியன்குடி.
Manjakkudi (Z).	மஞ்சக்குடி.
Manjatkudi (I) ..	மஞ்சட்குடி.
Mannarēndal (Z).	மன்னரேந்தல்.
Marakkāttūr (Z).	மரக்காத்தூர்.
Marakkulam (Z).	மரக்குளம்.
Maramvett karisal kulam (I).	மரம்வெட்டிகரிசலகுளம்.
Maramvettiyēndal (Z).	மரம்வெட்டியேந்தல்.
Mārandai (Z) ..	மாரந்தை.
Mārattali (I) ..	மாரத்தளி.
Mārattūr (I) ..	மாராத்தூர்.
Mārēndal (I) ..	மாரேந்தல்.
Mārnādu (Z) ..	மார்நாடு.
Marudankudi (Z).	மருதன்குடி.
Mattakkulam (Z).	மட்டக்குளம்.
Māttukkanmāy (I).	மாத்துக்கண்மாய்.
Māvilingai (Z) ..	மாவிலிங்கை.
Māyalēri (I) ..	மாயலேரி.
Māyāli (I) ..	மாயாளி.
Mēl Kadambankudi (Z).	மேல் கடம்பன்குடி.
Mēl Kandani (I).	மேல் கண்டனி.
Mēl Kandi (I) ..	மேல் கண்டி.
Mēl Kattanai (Z).	மேல கட்டணை.
Mēl Kulam (I) ..	மேல் குளம்.
Mēl Kurichchi (I).	மேல் குறிச்சி.
Mēl Mangalam alias Mangalam Mēlvayal (Z).	மேல் மங்கலம் என்கிற மங்கலம் மேல் வயல்.
Mēl Marungūr (Z).	மேல் மருங்கூர்.
Mēl Mēlkudi (Z).	மேல் மேல்குடி.
Mēl Pallisēri (I).	மேல் பள்ளிசேரி.
Mēl Pasalai (I) ..	மேல் பசலை.
Mēl Pidāvūr (I).	மேல பிடாவூர்.
Mēl Pūnkudi (Z).	மேல் பூங்குடி.
Mēl Rāngiyan (Z).	மேல் ராங்கியன்.
Mēl Sorikkulam (I).	மேல சொரிக்குளம்.
Mēl Vāniyankudi (I).	மேல் வாணியன்குடி.
Mēl Vellanji (I) ..	மேல் வெள்ளஞ்சி.
Milaganūr (I) ..	மிளகனூர்.
Milaguvilāsāraivayal (Z).	மிளகுவிலாசாரைவயல.
Mīnākshipuram alias Pottakkulam (I).	மீனாக்ஷிபுரம் என்கிற பொட்டக்குளம்.
Minnaranjān Ālūrani (Z).	மின்னரஞ்சான் ஆலூரணி.
Mirāsuppatti (Z).	மிராசுப்பட்டி.
Mochchippatti (I).	மொச்சிப்பட்டி.
Mochchiyēndal (I)	மொச்சியேந்தல்.
Mongānkanmāy (Z).	மொங்கான் கண்மாய்.
Mōsukudi (Z) ..	மோசுகுடி.
Mudikandam (I).	முடிகண்டம்.

SIVAGANGA TĀLŪK—cont. சிவகங்கை தாலூகா—தொடர்ச்சி.

Mudukkarai Pudukkulam (Z).	முடுக்கரை புதுக்குளம்.
Mudukkūrani (I).	முடுக்கூரணி.
Muduvantidal (I).	முதுவன்திடல்.
Mugavūr (I) ..	முகவூர்.
Mūkkanāsārikulam (I).	மூக்கனாசாரிகுளம்.
Mukkudi (Z) ..	முக்குடி.
Mullaikkulam (I).	முல்லைக்குளம்.
Mullikkudi (I) ..	முள்ளிக்குடி.
Mullikkulam (Z).	முள்ளிகுளம்.
Mulliyōdai (Z) ..	முள்ளியோடை.
Mūnāmkulam (I).	மூனாம்குளம்.
Mūngilūrani (I) ..	மூங்கிலூரணி.
Murāmani (I) ..	முராமணி.
Muriyappānjān (I).	முறியப்பாஞ்சான்.
Muttakkurichchi (I).	முட்டக்குறிச்சி.
Muttalūr (Z) ..	முத்தலூர்.
Muttanēndal (I) ..	முத்தனேந்தல்.
Muttankulam Manakkarai (I).	முத்தன்குளம் மணக்கரை.
Muttarasan (Z) ..	முத்தரசன்.
Muttūr (Z) ..	முத்தூர்.
Muttuvalasai (I) ..	முத்துவலசை.
Mūvalūr (Z) ..	மூவலூர்.
Nādāmangalam (I)	நாடாமங்கலம்.
Nadukkanēndal (Z).	நடுக்கனேந்தல்.
Nagarampatti (Z).	நகரம்பட்டி.
Nāgarkulam (I) ..	நாகர்குளம்.
Nālivayal (Z) ..	நாழிவயல்.
Nallākulam (I) ..	நல்லாகுளம்.
Nallamanakkudi (I).	நல்லமணக்குடி.
Nallānchettiyēndal (I).	நல்லாண் செட்டியேந்தல்.
Nallāndippatti (Z)	நல்லாண்டிப்பட்டி.
Nālukōttai (Z) ..	நாலுகோட்டை.
Nāluvēdam Perungarai (I).	நாலுவேதம் பெருங்கரை
Nāmanūr (Z) ..	நாமனூர்.
Nambiyēndal (I).	நம்பியேந்தல்.
Nandanūr (I) ..	நந்தனூர்.
Narangiyān (Z) ..	நரங்கியான்.
Narasarājanedungulam (I).	நரசராஜநெடுங்குளம்.
Nārattai (I) ..	நாரட்டை.
Nariyēndal (I) ..	நரியேந்தல்.
Narkāni alias Narpudam (Z).	நற்கானி என்கிற நற்புதம்.
Nārttākudi (Z) ..	நார்த்தாகுடி.
Nāttākudi (I) ..	நாட்டாகுடி.
Nattandi (I) ..	நட்டந்தி.
Nattapurakki (I).	நத்தபுரக்கி.
Nāttarasankōttai (Z)	நாட்டரசன்கோட்டை.
Nāvidan Usilangulam (Z).	நாவிதன் உசிலங்குளம்.
Navvattāvu (I) ..	நவ்வத்தாவு.
Navvunguli (I) ..	நவ்வுங்குளி.
Navvattāvu Kāyampallam (Z).	நவ்வத்தாவு காயம்பள்ளம்.
Nayināngulam (I)	நயினாங்குளம்.
Nayināpatti (I) ..	நயினாபட்டி.
Nayinārpēttai (I).	நயினார்பேட்டை.
Nedōdai (I) ..	நெடோடை.
Nedōdai (Z) ..	நெடோடை.
Nedungulam (I).	நெடுங்குளம்.
Nedungulam (Ch. III, Bl. 31 336) (I).	நெடுங்குளம்.
Nedungulam (Ch. V, Bl. 40) (I).	நெடுங்குளம்.
Nedungulam (Ch. V, Bl. 69) (I).	நெடுங்குளம்.
Neduvattāvu (I).	நெடுவத்தாவு.
Nemmēni (Ch. II. Bl. 128) (I).	நெம்மேனி.
Nēmom ..	நேமம்.
Nemmēni (Ch. III, Bl. 324) (I).	நெம்மேனி.
Nerudanēndal (Z).	நெருதனேந்தல்.
Nettēndal (Z) ..	நெட்டேந்தல்.
Nēttūr (Z) ..	நெட்டூர்.
Niranjān (I) ..	நிரஞ்சான்.
Nuttankanmāy (I).	நுத்தன்கண்மாய்.
Oddachchipanangudi (I).	ஒட்டச்சிபனங்குடி.
Oddankulam (I) ..	ஒட்டன்குளம்.
Okkuppatti (Z) ..	ஒக்குப்பட்டி.
Okkūr (Z) ..	ஒக்கூர்.
Okkūr Pudūr (Z).	ஒக்கூர் புதூர்.
Ōlaikudippatti (I).	ஓலை குடிப்பட்டி.
Ōrikulam (Z) ..	ஓரிகுளம்.
Orupōkkiyāduvellārendal (I).	ஒருபோக்கியாடுவெள்ளாரேந்தல்.
Orusirangaimadai (I).	ஒருசிரங்கைமடை.
Ottakkāramarudankudi (I) ..	ஒட்டக்காரமருதன்குடி.
Ottakkulam (Z) ..	ஒட்டக்குளம்.
Padaikkulam (I).	படைகுளம்.
Padaikkuvīngi (Z)	படைக்குவீங்கி.
Padamāttūr (I) ..	படமாத்தூர்.
Padamāttūr Vēlangulam (I).	படமாத்தூர் வேலங்குளம்.
Padangiyān (Z) ..	படங்கியான்.

SIVAGANGA TĀLŪK—cont. சிவகங்கை தாலூகா—தொடர்ச்சி.

Padinettānkōttai (I).	பதினெட்டாங் கோட்டை.
Pāganōri (Z) ..	பாகனேரி.
Paganjān (I) ..	பகஞ்சான்.
Paikkudippatti (Z).	பைக்குடிப்பட்டி.
Paiyūr (I) ..	பையூர்.
Palaiyanārēndal	பழையனாரேந்தல்.
Pālēndal (Ch. III, Bl. 263) (I).	பாலேந்தல்.
Pālēndal (I) ..	பாலேந்தல்.
Pālkulam (Z) ..	பால்குளம்.
Pallavarāyan-madai (Z)	பல்லவராயன் மடை.
Pallāyiramadai (Z).	பல்லாயிரமடை.
Pallisandai (I) ..	பள்ளிசந்தை.
Pallichchēri (I) ..	பள்ளிச்சேரி.
Pallivāsalēndal (I).	பள்ளிவாசலேந் தல்.
Pallivayal Kundūrani alias Pallidharmam (Z).	பள்ளிவயல் குன் டூரணி என்கிற பள்ளிதர்மம்.
Paluvākkudai (I).	பழுவாக்குடை.
Paluvūr (I) ..	பழுவூர்.
Panaikkulam ..	பனைக்குளம்.
Panaikkulam (Z).	பனைக்குளம்.
Panaiyanēndal (Z)	பனையனேந்தல்.
Panaiyārēndal (I).	பனையாரேந்தல்.
Panaiyūr (I) ..	பனையூர்.
Pānānēndal (Z) ..	பாணானேந்தல்.
Panangadai (Z) ..	பனங்கடை.
Panangudi (Z) ..	பனங்குடி.
Pānanparanan (I).	பாணன்பரணன்.
Pāndimārēndal (Z).	பாண்டிமாரேந் தல்.
Panikkanēndal (I)	பணிக்கனேந்தல்.
Panikkattāvu (Z)	பணிக்கத்தாவு.
Panjādi (Z) ..	பஞ்சாதி.
Pannaikōrkkai (I).	பண்ணைகோர்க் கை.
Pannaiyankudi ..	பண்ணையங்குடி.
Pāppāgudi (I) ..	பாப்பாகுடி.
Pāppāgudi (Z) ..	பாப்பாகுடி.
Pāppāmadai (Z).	பாப்பாமடை.
Pāppānēndal (I).	பாப்பானேந்தல்.
Pāppānkōrkkai (I).	பாப்பான்கோர்க் கை.
Pāppānkūdal (Z).	பாப்பான்கூடல்.
Pāppānkulam (Ch. VIII, Bl. 39 and 40) (I).	பாப்பான்குளம்.
Pāppānkulam (Ch. VI, Bl. 129 and 130) (I).	பாப்பான்குளம்.
Paraiyankulam (Ch. V, Bl. 80) (I).	பறையன்குளம்.
Paraiyankulam (Ch. VIII, Bl. 28 and 29)	பறையன்குளம்.
Paraiyankulam (Z)	பறையன்குளம்.
Parakkulam (Z).	பரக்குளம்.
Parisaivāleduttān (I).	பரிசைவாளெடுத் தான்.
Parisaiyēndal (I).	பரிசையேந்தல்.
Pattadi Ālankulam (Z).	பத்தடி ஆலங்குள ம்.
Pāttam (Z) ..	பாட்டம்.
Pattamān (I) ..	பட்டமான்.
Pattarkanmāy alias Achchukkulikallūrani (I)	பட்டர்கண்மாய் என்கிற அச்சுக் குளிகல் லூரணி.
Pattattalaichchi Mūrtināyinārēndal (I).	பட்டத்தலைச்சி மூர்த்திநாயினா ரேந்தல்.
Pattuppatti (I) ..	பத்துப்பட்டி.
Pāvākkudi (Z) ..	பாவாக்குடி.
Piramanūr (I) ..	பிரமனூர்.
Peranippatti (Z).	பெரணிப்பட்டி.
Periya Āvārangādu (Z).	பெரிய ஆவாரங் காடு.
Periya Kadalān (I)	பெரிய கடலான்.
Periya Kiluvachchi (I).	பெரிய கிளுவச்சி.
Periya Kōttai (Z).	பெரிய கோட்டை.
Periya Narikkōttai (I).	பெரிய நரிக்கோட் டை.
Periya Māngudi (I).	பெரிய மாங்குடி.
Periya Pichchaipillayārēndal (I).	பெரிய பிச்சை பிள்ளையாரேந் தல்.
Periya Podaiyanēndal (I).	பெரிய பொடைய னேந்தல்.
Periya Tambikkilān (I).	பெரிய தம்பிக்கி ளான்.
Periya Vandānai (I).	பெரிய வண்டா னை.
Perumālēndal (I).	பெருமாளேந்தல்.
Perumbachchēri (Z).	பெரும்பச்சேரி.
Perungudi (Z) ..	பெருங்குடி.
Peruvēlangudi (Z)	பெருவேலங்குடி.
Pettānēndal, V ..	பெத்தானேந்தல் வி.
Pettavarāyan Andikulam (Z).	பெத்தவராயன் ஆண்டிகுளம்.
Pēychchāttakkudi (Z).	பேய்ச்சாத்தக்குடி.
Pēyppaganjān (I).	பேய்ப்பகஞ்சான்.

SIVAGANGA TĀLŪK—cont. சிவகங்கை தாலுகா—தொடர்ச்சி.

Pidikkulam (Z)	பிடிக்குளம்.
Pīkkulam (I)	பீக்குளம்.
Pilkulam (Z)	பில்குளம்.
Pillaiyēndal (I)	பிள்ளையேந்தல்.
Pillatti (Ch. II, Bl. 19) (Z).	பில்லத்தி.
Pillatti (Ch. V. Bl, 95) (I).	பில்லத்தி.
Pillaiyārēndal (I).	பிள்ளையாரேந்தல்.
Pillūr (Z)	பில்லூர்.
Pirakkudi (Z)	பிறகுடி.
Pirāmadai (Z)	பிராமடை.
Pisandaikkulam (I)	பிசண்டைக்குளம்.
Pirāndan (I)	பிராந்தன்.
Piravalūr (Z)	பிரவலூர்.
Pokkani (Z)	பொக்கணி.
Ponnākulam (Z).	பொன்னாகுளம்.
Ponnali (I)	பொன்னலி.
Ponnāmpatti (Z)	பொன்னாம்பட்டி.
Ponnāngāl (I)	பொன்னாங்கால்.
Pottakkudi (I)	பொட்டகுடி.
Pottakkulam (I).	பொட்டகுளம்.
Pottappachchēri (I).	பொட்டப்பச்சேரி
Pottappālaiyam (Z).	பொட்டப்பாளையம்.
Pottavayal (Z)	பொட்டவயல்.
Pottavāykkāl (Z).	பொட்டவாய்க்கால்
Poyyāmoliyēndal (Z).	பொய்யாமொழியேந்தல்.
Pudukkiluvachchi alias Chinnakkiluvachchi.	புதுக்கிழுவச்சி என்கிற சின்னக்கிழுவச்சி.
Pudukkōttai (I)	புதுக்கோட்டை.
Pudukkōttai (Z).	புதுக்கோட்டை.
Pudukkulam (Z).	புதுக்குளம்.
Puduppatti (Z)	புதுப்பட்டி.
Pudūr alias Udup-pūrani (I).	புதூர் என்கிற உடுப்பூரணி.
Pūlānkulam (Z)	பூலான்குளம்.
Pūlāppatti (I)	பூலாப்பட்டி.
Pulavanēndal (I).	புலவனேந்தல்.
Pulavanēri (I)	புலவனேரி.
Pulavanvayal (Z).	புலவன்வயல்.
Pulavarmarudankudi (I).	புலவர்மருதங்குடி.
Pulichchikulam (I).	புளிச்சிகுளம்.
Pulikutti (I)	புளிகுத்தி.
Puliyankulam (Ch. V, Bl. 98) (I).	புளியங்குளம்.

Puliyangulam (Ch. VI, Bl. 235) (I).	புளியங்குளம்.
Puliyēndal (Ch. III, Bl. 129) (I)	புலியேந்தல்.
Puliyēndal (Ch II, Bl. 253) (I).	புலியேந்தல்.
Puliyūr (I)	புலியூர்.
Puliyūrani (I)	புலியூரணி.
Pullukkōttai	புல்லுக்கோட்டை.
Puludikkulam (Z)	புழுதிக்குளம்.
Pulvāymarichchān Karisalkulam (I).	புல்வாய்மரிச்சான் கரிசல்குளம்
Punnankulam (I).	புன்னன்குளம்.
Purasuppatti (I).	புரசுப்பட்டி.
Puttanēndal (Z)	புத்தனேந்தல்.
Puttūr	புத்தூர்.
Puttūr Sendūrani (I).	புத்தூர் செந்தூரணி.
Pūvandi (Z)	பூவந்தி.
Pūvanēndal (Ch. V, Bl. 192) (I).	பூவனேந்தல்.
Pūvanēndal (Ch VI, Bl. 63) (I).	பூவனேந்தல்.
Rājakambīram (Z).	ராஜகம்பீரம்.
Rākkankulam (Z)	ராக்கன்குளம்.
Rāmankulam (Z).	ராமன்குளம.
Rendānkulam (I).	ரெண்டான்குளம்.
Rangamannār Pukkuli (I).	ரங்கமன்னார் புக்குழி.
Rettaippillai Ayyanārkulam (I).	ரெட்டைப்பிள்ளை அய்யனார்குளம்.
Sakkandi (Z)	சக்கந்தி.
Sakkiliyanēndal	சக்கிலியனேந்தல்.
Sakkiliyēndal Pudukkulam (Z)	சக்கிலியேந்தல் புதுக்குளம்.
Sākkūr (Z)	சாக்கூர்.
Saluppanōdai (I).	சலுப்பனோடை.
Sālūr (Z)	சாலூர்.
Sambaiyōdai Peruchchāliyōdai (I).	சம்பையோடை பெருச்சாளியோடை.
Sāmbākkulam (I).	சாம்பாக்குளம்.
Sambandiyēndal (Z).	சம்மந்தியேந்தல்.
Sānānkulam (Z).	சாணான்குளம்.
Sānānkulam (Z).	சாணான்குளம.
Sānāramarudangudi (I).	சாணாரமருதங்குடி.

SIVAGANGA TĀLŪK—cont. சிவகங்கை தாலுகா—தொடர்ச்சி.

Sānārēndal alias Lōkanāyakipuram (Z).	சாணரேந்தல் என்கிற லோகநாயகபுரம்.
Sandankulam (I).	சந்தன்குளம்.
Sangamangalam (I).	சங்கமங்கலம்.
Sannadi Pudukkulam (I).	சன்னதி புதுக்குளம்.
Sannadiyēndal (I)	சன்னதியேந்தல்.
Sappāni Ōdai (I).	சப்பாணி ஓடை.
Saptakanniyēndal (I).	சப்தகன்னியேந்தல்.
Saranān (Z) ..	சரணன்.
Saruganēndal (I).	சருகனேந்தல்.
Sasivarnapuram alias Kopparasankōttai (I).	சசிவர்ணபுரம் என்கிற கொப்பரசங்கோட்டை.
Sāttāni (I) ..	சாத்தானி.
Sattakkāranēndal (I).	சத்தக்காரனேந்தல்.
Sāttarasankōttai (Z).	சாத்தரசன்கோட்டை.
Sāttisēri (Ch. III, Bl 223) (Z).	சாத்திசேரி.
Sāttisēri (Ch. II, Bl. 275) (Z).	சாத்திசேரி.
Sauriyēndal (I) ..	சௌரியேந்தல்.
Sāyanāpuram (Z).	சாயனாபுரம்.
Sēdāmbal (Z) ..	சேதாம்பல்.
Seeniyēndal (Z) ..	சீனியேந்தல்.
Sēmbanūr (I) ..	சேம்பனூர்.
Sēmbār (Z) ..	சேம்பார்.
Sembār (I) ..	செம்பார்.
Sembarāyanēndal (I).	செம்பராயனேந்தல்.
Sendalai (Z) ..	செந்தலை.
Sendattiyēndal (Ch V, Bl. 239) (I)	செந்தட்டியேந்தல்.
Sendattiyēndal (Ch III, Bl. 124) (I).	செந்தட்டியேந்தல்.
Sēndi Udaiyanāthapuram (I)	சேந்தி உடையநாதபுரம்.
Sengulippatti (I).	செங்குளிப்பட்டி.
Sengōttai Paraiyankulam (I).	செங்கோட்டை பறையன்குளம்.
Sengulam (Ch. II, Bl. 200 and 201) (I)	செங்குளம்.
Sengulam (I) ..	செங்குளம்.
Sennalkudiyēndal (I).	சென்னல்குடியேந்தல்.
Sēttanēndal (I) ..	சேத்தனேந்தல்.
Sēttukkulam (I).	சேத்துக்குளம்.
Sēttūr (I) ..	சேத்தூர்.
Sētupuram (Z) ..	சேதுபுரம்.
Sevandārēndal (Z).	செவந்தாரேந்தல்
Sevvalpungai (I)	செவ்வல்புங்கை.
Seykalattūr (Z) ..	செய்களத்தூர்.
Seyyālūr (I) ..	செய்யாளூர்.
Seyyānkōttai (I).	செய்யான்கோட்டை.
Silaiyān (I) ..	சிலையான்.
Silaiyāvūrani alias Tiraikkulam Vadakaruppan kanmāy (I).	சிலையாவூரணி என்கிற திரைக்குளம் வடகருப்பன் கண்மாய்.
Silambanēndal (Z).	சிலம்பனேந்தல்.
Silukkavetti (Z).	சிலுக்கவெட்டி.
Singani (Z) ..	சிங்கனி.
Singanippatti (Z).	சிங்கனிப்பட்டி.
Singankōttai (I).	சிங்கன்கோட்டை.
Singankulam (I).	சிங்கன்குளம்.
Singanōdai (I) ..	சிங்கனோடை.
Sippippillaiyēndal (I).	சிப்பிப்பிள்ளையேந்தல்.
Sīramam (Z) ..	சீரமம்.
Sīramangalam (Z).	சீரமங்கலம்.
Siriyūr (I) ..	சிரியூர்.
Siriyūr (Z) ..	சிரியூர்.
Siruchinni (I) ..	சிறுசின்னி.
Sirugudi (I) ..	சிறுகுடி.
Sirukānappēri (Z).	சிறுகானப்பேரி.
Sirukulam (Ch. III, Bl. 266) (Z).	சிறுகுளம்.
Sirumāl (Z) ..	சிறுமால்.
Sirupukkuli Kārudaiyārēndal (I).	சிறுபுக்குழி காருடையாரேந்தல்.
Siruvēlankudi (Z).	சிறுவேலன்குடி.
Sivaganga (Z) ..	சிவகங்கை.
Sivaravayal (Z)..	சிவரவயல்.
Sivilanvayal (I)..	சிவிலான்வயல்.
Sōlaimudi (I) ..	சோலைமுடி.
Sōlaisēri (I) ..	சோலைசேரி.
Sōlaiyūr (Z) ..	சோலையூர்.
Sōnaippatti (Z)..	சாணைப்பட்டி.
Sottattatti (Z) ..	சொட்டத்தட்டி.
Sōttunāyakkanmadai (I).	சோத்துநாயக்கன்மடை.
Sudalaimāngudi (I).	சுடலைமாங்குடி.

SIVAGANGA TĀLŪK—cont. சிவகங்கை தாலூகா—தொடர்ச்சி.

Sullangudi (Z) .. சுள்ளங்குடி.
Sundanēndal (I). சுந்தனேந்தல்.
Sundankurichchi (I). சுந்தன்குறிச்சி.
Sundanudaippu (I). சுந்தனுடைப்பு.
Sunnāmbukkudi (I). சுண்ணாம்புக்குடி.
Sunnāmbunagar (Z). சுண்ணாம்புநகர்.
Sūrakkudi (I) .. சூரக்குடி.
Sūrakkudi (Z) .. சூரக்குடி.
Sūrakkulam (Ch. II, Bl. 263 and 265) (Z). சூரக்குளம்.
Sūrakkulam Pillaruttān (Z). சூரக்குளம் பில்லருத்தான்.
Sūrampatti (Z) .. சூரம்பட்டி.
Sūravandi (I) .. சூரவந்தி.
Sūravatti (Z) .. சூரவத்தி.
Tachchanēndal (Ch. V, Bl. 96) (I). தச்சனேந்தல்.
Tachchanpuduppatti (Z). தச்சன்புதுப்பட்டி.
Tādān (I) .. தாடான்.
Taduttānai (Z) .. தடுத்தானை.
Tālikkulam (I) .. தாலிக்குளம்.
Tālikkulam .. தாலிக்குளம்.
Tāmaraikkudi (Z). தாமரைக்குடி.
Tāmarākki (Z) .. தமராக்கி.
Tambān Usilankulam (Z). தம்பான் உசிலன்குளம்.
Tambi Ayyanedungulam (Z) தம்பி அய்யநெடுங்குளம்.
Tambittēvanūrani (Z). தம்பித்தேவனூரணி.
Tanakkanvayal .. தணக்கன்வயல்.
Tanjākkūr (Z) .. தஞ்சாக்கூர்.
Tappalaiyēndal (Z). தப்பலையேந்தல்.
Tarutalai (Z) .. தருதலை.
Tattānkulam (Z). தட்டான்குளம்.
Tavalaikkulam (Z). தவலைக்குளம்.
Tavalaimantapam (I) தவலைமண்டபம்.
Tavasikkudi (Z). தவசிக்குடி.
Tavasipuram (Z). தவசிபுரம்.
Tavattārēndal (I). தவட்டாரேந்தல்.
Tēli (I) .. தேளி.
Tennavarāyan Pudukkōttai (I). தேன்னவராயன் புதுக்கோட்டை.
Tēraniyēndal (I). தேரணியேந்தல்.
Terkuchchandanūr (I). தெற்குச்சந்தனூர்.
Terkutēvarēndal (I). தெற்குதேவரேந்தல்.
Terkutedukkulam (I). தெற்குதொடுகுளம்.
Terkuvādi (Z) .. தெற்குவாடி.
Tēvani alias Tērippatti (Z). தேவணி என்கிற தேரிப்பட்டி.
Tēvankōttai (Z) .. தேவனகோட்டை.
Tēvarōndal (I) .. தேவரேந்தல்.
Tinnanēri (Z) .. தின்னனேரி.
Tiralikarkōyil (Z). திரளிகற்கோவில்.
~~Tirāni (Z)~~ .. திராணி.
Tīrttānpēttai (Z). தீர்த்தான்பேட்டை.
Tirumalaikkōnānpatti (Z). திருமலைக்கோனான்பட்டி.
Tirumanpatti (Z). திருமன்பட்டி.
Tirunettiyēndal (I). திருநெத்தியேந்தல்.
Tiruppāchchētti .. திருப்பாச்சேத்தி.
Tiruppuvanam (Z). திருப்புவனம்.
Tīttiyāppachchēri (Z). தீத்தியாப்பச்சேரி.
Tīyanūr (Z) .. தீயனூர்.
Tōlappar Ālankulam (I). தோளப்பர் ஆலங்குளம்.
Tondiyūr (Z) .. தொண்டியூர்.
Tōppumadai Idaiyankulam (I). தோப்புமடை இடையன்குளம்.
Tōrāmanikkudi (Z). தோராமணிகுடி.
Tūdai (Z) .. தூதை.
Tugankāl (I) .. துகங்கால்.
Tukkāl (Ch. II, Bl. 104) (Z). துக்கால்.
Tukkāl (Ch. III, Bl. 136) (Z). துக்கால்.
Tulukkanēndal (I). துலுக்கனேந்தல்.
Tulukkankulam (I). துலுக்கன்குளம்.
Tulukkanōdai (Z). துலுக்கனோடை.
Tuttikkulam (Z). துத்திக்குளம்.
Tuttikkulam (I). துத்திக்குளம்.
Uchchappuli (Ch. II, Bl. 160) (I). உச்சப்புளி.
Uchchappuli (I) .. உச்சப்புளி.
Udaikkulam (Ch. VI, Bl 204), (I). உடைக்குளம்.
Udaikkulam (I) .. உடைக்குளம்.
Udaivayal Marudangudi (I). உடைவயல்மருதங்குடி.

SIVAGANGA TĀLŪK—cont. சிவகங்கை தாலூகா—தொடர்ச்சி.

Udaiyanāpuram (Z).	உடையணுபுரம்.
Udaiyārēndal (I).	உடையாரேந்தல்.
Udaiyārēndal (Z).	உடையாரேந்தல்.
Udārappuli (Ch. II, Bl. 295) (I).	உதாரப்புலி.
Udārappuli (Ch. III, Bl. 249) (I)	உதாரப்புலி.
Udikkulam (I) ..	உதிக்குளம்.
Ulagūrani (I) ..	உலகூரணி.
Ulavukudi (Z) ..	உளவுகுடி.
Usilangulam (Z).	உசிலங்குளம்.
Ūttikulam (I) ..	ஊத்திகுளம்.
Uvarpuliyangulam (I).	உவர்புளியங்குளம்
Uyyavandān (Z).	உய்யவந்தான்.
Vadakkuttodukulam (Z).	வடக்குத்தொடுகுளம்.
~~Vadavampatti~~ (Z).	வடவம்பட்டி.
Vadugankulam (Z).	வடுகன்குளம்.
Vādivillibattiriyēndal alias Nedungulam (I).	வாடிவில்லிபத்திரியேந்தல் என்கிற நெடுங்குளம்.
Valachchadaiyanēndal (I).	வலச்சடையனேந்தல்.
Valaiyarātanippatti (Z).	வலையருதனிப்பட்டி.
Valaiyanēndal (Z)	வலையனேந்தல்.
Valaiyankulam (Z).	வலையன்குளம்.
Valaiyankulam (I).	வலையன்குளம்.
Valaiyappatti (I).	வலையப்பட்டி.
Vālapperumāl (Z).	வாழப்பெருமாள்.
Valattānpudukkulam (I).	வளத்தான்புதுக்குளம்.
Vallanēri alias Alagāpuri (I).	வல்லனேரி என்கிற அழகாபுரி.
Vallikkulam (Z).	வள்ளிக்குளம்.
Vānakkaruppu (Z).	வாணக்கருப்பு.
Vāniyankudi (Z).	வாணியன்குடி.
Vanjikkulam (I).	வஞ்சிக்குளம்.
Vannānkulam (I).	வண்ணன்குளம்.
Vannānōdai (I) ..	வண்ணனோடை.
Vannānūrani (I).	வண்ணனூரணி.
Vannāttān Tennavarāyan (I).	வண்ணத்தான் தென்னவராயன்.
Vannikkudi (Z) ..	வன்னிக்குடி.
Vannikkudi (I) ..	வன்னிக்குடி.

Vāviyārēndal (I).	வாவியாரேந்தல்.
Vāykkānkudi (I).	வாய்க்கான்குடி.
Vēlānēri (I) ..	வேளானேரி.
Vēlānēri (Z) ..	வேளானேரி.
Vēlangulam (Z).	வேலங்குளம்.
Vēlangulam (Ch. III, Bl. 65) (I).	வேலங்குளம்.
Vēlangulam (Ch. VI, Bl. 25–30) (I).	வேலங்குளம்.
Vēlangulam Ayyampēttai (I)	வேலங்குளம் அய்யம்பேட்டை.
Vēlangulam Minnaranjān (I).	வேலங்குளம் மின்னரஞ்சான்.
Vēlārēndal (Z) ..	வேளாரேந்தல்.
Velattūr (Z) ..	வெளத்தூர்.
Vellaikilavanēndal (I).	வெள்ளைகிழவனேந்தல்.
Vellakkudi (I) ..	வெள்ளக்குடி.
Vellākudi (Z) ..	வெள்ளாங்குடி.
Vellikkurichchi (I).	வெள்ளிக்குறிச்சி.
Vellūr (Z) ..	வெள்ளூர்.
Vēlūr (I) ..	வேலூர்
Vēmbal (Z) ..	வேம்பல்.
Vēmbani (I) ..	வேம்பனி.
Vēmbankudi (I) ..	வேம்பன்குடி.
Vēmbattūr (I) ..	வேம்பத்தூர்.
Vendanvayal (Z).	வெண்டன்வயல்.
Vengudi (I) ..	வெங்குடி.
Vēppangulam (I).	வேப்பங்குளம்.
Vēppangulam (Z).	வேப்பங்குளம்.
Vēppangulam (I).	வேப்பங்குளம்.
Vettikkulam (I) ..	வெட்டிக்குளம்.
Vettiyārēndal (I).	வெட்டியாரேந்தல்.
Vichchanikkarichchan (Z).	விச்சனிக்கரிச்சான்.
Vidattakulam (I).	விடத்தகுளம்.
Vijayamanikkam (I).	விஜயமாணிக்கம்.
Vilāngāttūr (I) ..	விளாங்காட்டூர்.
Vinangānēndal (Z).	விணங்கானேந்தல்.
Vīrabhadranēndal (I).	வீரபத்திரனேந்தல்.
Virākudi (I) ..	விராகுடி.
Vīrakulam (I) ..	வீரகுளம்.
Vīramangalam (I)	வீரமங்கலம்.
Vīranūr (I) ..	வீரானூர்.
Vīrappatti (Z) ..	வீரப்பட்டி.
Vīravalasai (Z).	வீரவலசை.
Vittanēri (I) ..	விட்டனேரி.
Viyālavanallūr (Z).	வியாளவநல்லூர்.

SRĪVILLIPUTTŪR TĀLŪK. ஸ்ரீவில்லிபுத்தூர் தாலூகா.

Achchandaviltān.	அச்சந்தவிள்த்தான்.
Achchangulam (I).	அச்சங்குளம்.
Appaneri (I) ..	அப்பனெரி.
Arasiyārpatti alias Vēppangulam (Z).	அரசியார்பட்டி என்கிற வேப்பங்குளம்.
Attikkulam Sengulam.	அத்திக்குளம் செங்குளம்.
Āyiradharmam ..	ஆயிரதர்மம்.
Chettikulam (I)..	செட்டிகுளம்.
Chettiyārpatti ..	செட்டியார்பட்டி.
Chokkanāthanputtūr.	சொக்கநாதன்புத்தூர்.
Chōlapuram ..	சோழபுரம்.
Deyvēndri (I) ..	தெய்வேந்திரி.
Gōpalapuram ..	கோபாலபுரம்.
Gōvindanallūr ..	கோவிந்தநல்லூர்.
Ilandaikkulam ..	இலந்தைக்குளம்.
Ilandirakondān ..	இளந்திரகொண்டான.
Kadambankulam (I).	கடம்பன்குளம்.
Kalattūr ..	களத்தூர்.
Kammāppatti (I).	கம்மாபபட்டி.
Karisalkulam ..	கரிசலகுளம்
Khānsahibpuram.	கான்சாயபுபுரம்.
Kīlrājakularāman	கீழ்ராஜகுலராமன்.
Kollankondān ..	கொல்லன்கொண்டான்.
Kollankondān (Z).	கொல்லன்கொண்டான்.
Korukkāmpatti ..	கொறுக்காம்பட்டி.
Kōttaiyūr ..	கோட்டையூர்.
Kottankulam ..	கொத்தன்குளம்.
Kōvilūr (Z) ..	கோவிலூர்.
Kunnūr ..	குன்னூர்.
Kurichchiyārpatti	குறிச்சயார்பட்டி.
Kurukkalkulam (I).	குருககள்குளம்.
Mahārājapuram..	மஹாராஜபுரம்.
Malli ..	மல்லி.
Mamsāpuram Muhammad Sāhibpuram) (Z)	மம்சாபுரம்.
Mēl Pāttam Karisalkulam	மேலபாட்டம்கரிசலகுளம்.
Mēlrājakularāman	மேல்ராஜகுலராமன்.
Mēttuppatti (Z).	மேட்டுப்பட்டி.
Muhavūr (Z) ..	முகவூர்.
Mullikkulam ..	முள்ளிக்குளம்.
Muttuswāmipuram (Z).	முத்துசுவாமிபுரம்
Muttuvenkatarāyapuram.	முத்துவெங்கடராயபுரம்.
Mūvaraivenran ..	மூவரைவென்றான்.
Nāchchiyārkōvil.	நாச்சியார்கோவில்.
Nāchchiyārkōvil (I).	நாச்சியார்கோவில்.
Nallamangalam (Z).	நல்லமங்கலம்.
Nattampatti ..	நத்தம்பட்டி.
Nattampatti (Z).	நததம்பட்டி.
Padikkāsuvaittānpatti.	படிக்காசுவைத்தான்பட்டி.
Pāttakkulam Sallippatti.	பாட்டக்குளம் சல்லிப்பட்டி.
Pillaiyārkulam ..	பிள்ளையார்குளம்.
Pillaiyārnattam.	பிள்ளையார்நத்தம்.
Ponnāngāni ..	பொன்னாங்காணி.
Puduppālaiyam.	புதுப்பாளையம்.
Puduppatti ..	புதுப்பட்டி.
Puttūr ..	புத்தூர்.
Pūvāni ..	பூவாணி.
Raghnāthapuram (I).	ரகுநாதபுரம்.
Rājāpālaiyam ..	ராஜபாளையம்.
Sammandapuram	சம்மந்தபுரம்.
Samsikāpuram (Shamsherkhānpuram).	சம்சிகாபுரம்.
Sembanāndikaraisalkulam (I).	செம்பனாண்டிகரிசல்குளம்.
Sengulam (I) ..	செங்குளம்.
Sēttūr Z) ..	சேத்தூர்.
Singammālpuram.	சிங்கம்மாள்புரம்.
Sivandippatti ..	சிவந்திப்பட்டி.
Sōlaichchēri (Z)..	சோலைச்சேரி.
Srīvillipputtūr ..	ஸ்ரீவில்லிபுத்தூர்.
Sundarapāndiyam	சுந்தரபாண்டியம்.
Sundararājapuram (Z).	சுந்தரராஜபுரம்.
Tenkarai ..	தென்கரை.
Therku Dēvadānam (Z).	தெற்கு தேவதானம்.
Terkuvengānallūr.	தெற்குவெங்கானல்லூர்.
Tiruchchalur (I).	திருச்சலூர்.
Tōppupatti (I) ..	தோப்புபட்டி.
Vadagarai ..	வடகரை.
Vadakku Dēvadānam (Z).	வடக்கு தேவதானம்.
Vadakku Srīvilliputtūr.	வடக்கு ஸ்ரீவில்லிபுத்தூர்.

SRIVILLIPUTTŪR TĀLŪK—cont. ஸ்ரீவில்லிபுத்தூர் தாலூகா—தொடர்ச்சி.

Vadakkuvengā-nullūr.	வடக்கு வெங்காநல்லூர்.
Vadugappatti ..	வடுகப்பட்டி.
Vālaikkulam ..	வாழைக்குளம்.
Varttirāviruppu alias Wātrāp.	வர்த்திராயிருப்.
Vellaippottal ..	வெள்ளைப்பொட்டல்.
Venkatēswara-puram.	வெங்கடேசுவரபுரம்.
Viluppanūr ..	விழுப்பனூர்.

TIRUPPATTŪR TĀLŪK. திருப்பத்தூர் தாலூகா.

Achchani (I) ..	அச்சனி
Adalaivayal (I) .	அதலைவயல்.
Adalaiyēndal (I).	அதலையேந்தல்.
Adambangudi (Z)	அடம்பங்குடி.
Ainūttippatti (I).	ஐநூத்திப்பட்டி.
Aiyāpatti (Z) ..	அய்யாபட்டி.
Alagāpuri (Z) ..	அளகாபுரி.
Ālamangalam (I).	ஆலமங்கலம்.
Alambavayal (Z).	அலம்பவயல்.
Ālampatti (Z) ..	ஆலம்பட்டி.
Ālampatti (I) ..	ஆலம்பட்டி.
Ālangudi (Z) ..	ஆலங்குடி.
Ālattipatti (Z) ..	ஆலத்திபட்டி.
Amarāvati (Z) ..	அமராவதி.
Amarāvati Pudūr (Z).	அமராவதி புதூர்.
Āmbakkudi (Z)..	ஆம்பக்குடி.
Ammanipatti Ālēndal (I).	அம்மணிபட்டி ஆலேந்தல்.
Ammāpatti (Ch. III, Bl. 244 and 245) (Z).	அம்மாபட்டி.
Ammāpatti (Ch I, Bl. 102 and 103) (Z).	அம்மாபட்டி.
Ammāpatti (Ch. I, Bl. 74 and 77) (Z)	அம்மாபட்டி.
Andakkudi (Z) ..	அண்டக்குடி.
Appalai (I) ..	அப்பளை.
Aramanaippatti (I)	அரமனைப்பட்டி.
Aramanai Siru-vayal (Z).	அரமனை சிறுவயல்.
Aramanaivayal (Z)	அரமனைவயல்.
Āranippatti (Z) ..	ஆரணிப்பட்டி.
Arasuvayal (Z) ..	அரசவயல்.
Aripuram (I) ..	அரிபுரம்.
Ariyakkudi (I) ..	அரியக்குடி.
Ariyāndipatti (Z)	அரியாண்டிப்பட்டி
Aramanaisiruva-yal (I) Dēvas-thānam.	அரமனை சிறுவயல் தேவஸ்தானம்.
Ārkādu (I) ..	ஆற்காடு.
Atikāram (I) ..	அதிகாரம்.
Āttangudi (I) ..	ஆத்தங்குடி.
Āttirampatti (I).	ஆத்திரம்பட்டி.
Āvanam (I) ..	ஆவணம்.
Āvarangudi (Z).	ஆவரங்குடி.
Ayinippatti (Z)..	ஆயினிப்பட்டி.
Balavānkudi (Z).	பலவான்குடி.
Bhāratipukkuli (I)	பாரதிபூக்குளி.
Brāhmanappatti (I)	பிரமணப்பட்டி.
Chaturvēdaman-galam.	சதுர்வேதமங்கலம்.
Chettikurichchi (Z).	செட்டிகுறிச்சி.
Chettiyāvayal (Z).	செட்டியாவயல்.
Chīnāngudi ..	சீனங்குடி.
Chinna Kāttuk-kurichchi.	சின்ன காட்டுக்குறிச்சி.
Chinna Kilava-yal (Z).	சின்ன கிழவயல்.
Chinna Kōlik-karaippatti (Z).	சின்ன கோளிக்கரைப்பட்டி.
Chinna Kottagudi (Z).	சின்ன கொட்டகுடி.
Chinna Valaiyan-vayal (I).	சின்னவலையன்வயல்.
Chinnavēngā-vayal (Z).	சின்னவேங்காவயல்.
Chinnavetti (Z) ..	சின்னவெட்டி.
Chittākudi (Z) ..	சித்தாகுடி.
Chokkalingam-pudūr (Z).	சொக்கலிங்கம் புதூர்.
Chokkanārōdai (I)	சொக்கனுரோடை.
Chōlankādu (Z) ..	சோழன்காடு.
Dharmapatti (Z).	தர்மபட்டி.
Ēmbavayal (Z) ..	எம்பவயல்.
Erumaippatti (I).	எருமைப்பட்டி.
Ganapatippatti (Z)	கணபதிப்பட்டி.
Gauriyēndal (I) ..	கௌரியேந்தல்.
Idaiyankundu (I).	இடையன்குண்டு.
Idaiyanvayal (Z).	இடையன்வயல்.
Idaiyapatti (Z) ..	இடையபட்டி.
Idaiyūr (I) ..	இடையூர்.
Ilayāttakudi North (Z). ..	இளையாத்தகுடி, வடக்கு.
Ilayāttakudi, South (I).	இளையாத்தகுடி, தெற்கு.
Ilangudi (Z) ..	இலங்குடி.
Iluppaikkudi (I).	இலுப்பைக்குடி.
Īnjavayal (Z) ..	ஈஞ்சவயல்.
Iraniyūr (I) ..	இரணியூர்.
Iruvanivayal (I).	இருவணிவயல்.
Isalivayal (I) ..	இசலிவயல்.
Jayamkondān (Z).	ஜயம்கொண்டான்.

TIRUPPATTŪR TĀLŪK—cont. திருப்பத்தூர் தாலூகா—தொடர்ச்சி.

Kadamalaippatti (Z).	கடமலைப்பட்டி.
Kadambavanam (Z).	கடம்பவனம்.
Kadiyārēndal (I).	கடியாரேந்தல்.
Kadukkāvayal (Z)	கடுக்காவயல்.
Kadukkāyudaiyārendal (Z).	கடுக்காயுடையாரேந்தல்.
Kādugudi (Z) ..	காடுகுடி.
~~Kaikkudi~~ (Z) ..	கைக்குடி.
Kalakkudi (Z) ..	களக்குடி.
Kalandai (Z) ..	களந்தை.
Kalanivāsal (Z) ..	கழனிவாசல்.
Kālāppūr (Anjukōvil) (I).	காளாப்பூர் (அஞ்சுகோவில்)
Kālāppūr Ayan (Z).	காளாப்பூர் அயன்.
Kalattuppatti (I).	களத்துப்பட்டி.
Kalattūr (I) ..	களத்தூர்.
Kalippuli (I) ..	கலிப்புலி.
Kalkulam (Z) ..	கல்குளம்.
Kallal (Z) ..	கல்லல்.
Kallanjipatti (Z).	கல்லஞ்சிபட்டி.
Kallānkudi (I) ..	கல்லான்குடி.
Kallippatti (I) ..	கள்ளிப்பட்டி.
Kallivayal (Z) ..	கள்ளிவயல்.
Kallikkudipatti alias Sirukadamban (Z).	சிறுகடம்பன் என்கிற கள்ளிக்குடிபட்டி.
Kalluppatti (Z) ..	கள்ளுப்பட்டி.
Kalluvayal (I) ..	கல்லுவயல்.
Kāmākshipatti (I)	காமாட்சிபட்டி.
Kamalanvayal (Z)	கமலன்வயல்.
Kambanūr (I) ..	பம்பனூர்.
Kammanji Tiruttaliyēndal (I).	கம்மஞ்சி திருத்தளியேந்தல்.
Kānādukāttān (Z)	கானாடுகாத்தான்.
Kanakkanēndal Vānnānudaippu (I)	கணக்கனேந்தல் வண்ணானுடைப்பு.
Kānappatti (Z) ..	காணப்பட்டி.
Kandankāri (I) ..	கண்டங்காரி.
Kandanūr (Z) ..	கண்டனூர்.
Kandavirāyanpatti (Z).	கண்டவிராயன்பட்டி.
Kandiramānikkam (Z).	கண்டிராமாணிக்கம்.
Kānjiravayal (I).	காஞ்சிரவயல்.
Kandirāvayal Pārāvayal (I)	கண்டிருவயல். பாராவயல்.
Kannugdi (Z) ..	கண்ணுகுடி.
Kāraikkudi (Z) ..	காரைக்குடி.
Kāraiyūr (I)	காரையூர்.
Karisappatti (Z).	கரிசப்பட்டி.
Kariyāmpatti (Z).	கரியாம்பட்டி.
Kārkondān (Z) ..	கார்கொண்டான்.
Karnākkudi (Z)..	கர்ணாக்குடி.
Kārsāttānkudi (Z)	கார்சாத்தான்குடி.

Karugappilāmpatti (I)	கருகப்பிலாம்பட்டி.
Kārugudi (Z) ..	காருகுடி.
Kārūgudi Kōvilpatti (Z).	காருகுடி கோவில்பட்டி.
Karungivalappatti (I).	கருங்கிவலப்பட்டி.
Karungulappatti (Z).	கருங்குளப்பட்டி
Karungulam, A (Z)	கருங்குளம், ஆ.
Karungulam, P (Z).	கருங்குளம், ப.
Karungurichchippatti (Z).	கருங்குறிச்சிப்பட்டி.
Karuppūr (I) ..	கருப்பூர்.
Karuvakkurichchi	கருவக்குறிச்சி.
Karuvippatti (I).	கருவிப்பட்டி.
Karuvivayal alias Kalattivayal (I)	கருவிவயல் என்கிற களத்திவயல்.
Karuviyēndal (I).	கருவியேந்தல்.
Kāttāmbur (I)	காட்டாம்பூர்.
Kattānivayal (Z).	கட்டாணிவயல்.
Kāttāttangudi (Z)	காட்டாத்தங்குடி.
Kattayampatti (Z).	கட்டயம்பட்டி.
Kattukkudippatti (Z).	கட்டுக்குடிப்பட்டி.
Kāttuvayal (Z) ..	காட்டுவயல்.
Kāvanūr (I) ..	காவனூர்.
Kāyāmpatti (Z) ..	காயாம்பட்டி.
Kāyāmpatti (I) ..	காயாம்பட்டி.
Kāyāvayal (Z) ..	காயாவயல்.
Kidaiyankudi (Z).	கிடையன்குடி.
Kilāmatam (I) ..	கிழாமடம்.
Kīl Ayappatti (Z).	கீழ் அயப்பட்டி.
Kīl Āyini (Z) ..	கீழ் ஆயினி.
Kīl Chettivayal (I)	கீழ் செட்டிவயல்.
Kīl Karai (Z) (I).	கீழ் கரை.
Kīl Kāvinipatti ..	கீழ் காவினிபட்டி.
~~Kīl Kōvilanvayal (Z).~~	கீழ் கோவிலான்வயல்.
Kīl Nilai (I) ..	கீழ் நிலை.
Kīl Puduvetti (Z).	கீழ் புதுவெட்டி.
Kīl Pūnkudi (Z).	கீழ் பூங்குடி.
Kīl Tiruvilangai.	கீழ் திருவிலங்கை.
Kirungākōttai (I).	கிருங்காகோட்டை
Mēl Tiruvilangai (Z).	மேல் திருவிலங்கை.
Kīl Vannāniruppu (Z).	கீழவண்ணானிருப்பு.
Kīl Vayal (Z) ..	கீழ் வயல்.
Kīl Vettiyūr (I) .	கீழ் வெத்தியூர்.
Kirāmbuvayal alias Kirānivayal (I).	கிராம்புவயல் என்கிற கிராணிவயல்.
Kīranippatti-yēndal (I).	கீரணிப்பட்டியேந்தல்.
Kodungulam (Z).	கொடுங்குளம்.
Kōkinisambai (I).	கோகினிசம்பை.

TIRUPPATTŪR TĀLŪK—cont. திருப்பத்தூர் தாலூகா—தொடர்ச்சி.

Kolinjipatti (I) ..	கொளிஞ்சிபட்டி.
Kondapālaiyam ..	கொண்டபாளையம்
Kongaratti (I) ..	கொங்கரத்தி.
Kōnjakkudi (I) ..	கோஞ்சக்குடி.
Konnattānpatti(I)	கொன்னத்தான்பட்டி.
Kōttaiyiruppu (Z)	கோட்டையிருப்பு.
Kōttaiyūr (I) ..	கோட்டையூர்.
Kottamangalam (Z).	கொத்தமங்கலம்.
Kottānivayal (Z).	கொட்டாணிவயல்.
Kottari (Z). ..	கொத்தரி.
Kōvilūr (I) ..	கோவிலூர்.
Kōvinippatti (Z).	கோவினிப்பட்டி.
Krishnampatti (I)	கிருஷ்ணம்பட்டி
Kudikkāduvayal (I)	குடிக்காடுவயல்.
Kudikāttampatti (Z).	குடிகாட்டாம்பட்டி.
Kudikāttanēndal (I).	குடிகாட்டனேந்தல்.
Kudikkādu (Z) ..	குடிக்காடு.
Kudikkādu (I) ..	குடிக்காடு.
Kudikkādu (I) ..	குடிக்காடு.
Kudugavayal (Z).	குடுகவயல்.
Kulappadi (Z) ..	குளப்படி.
Kulattuppatti (Z).	குளத்துப்பட்டி.
Kūmāchipatti (I).	கூமாச்சிபட்டி.
Kumārapēttai (Z).	குமாரபேட்டை.
Kumbangudi (Z).	கும்பங்குடி.
Kunākkādu (Z)..	குணக்காடு.
Kundāni (I) ..	குந்தாணி.
Kunnakkudi (I).	குன்னக்குடி.
Kunnattūr (Z) ..	குன்னத்தூர்.
Kuratti (Z) ..	குரட்டி.
Kurinjākkōttai (I).	குறிஞ்சாக்கோட்டை.
Kurichchiyēndal (I).	குருச்சியேந்தல்.
Kurumbalūr (Z).	குரும்பலூர்.
Kurumuttangudi (Z).	குருமுத்தங்குடி.
Kurundampallam (I).	குருந்தம்பள்ளம்
Kurundampatti(Z)	குருந்தம்பட்டி.
Kusavantānivayal	குசவன்தாணிவயல்.
Kūttagudi (Z) ..	கூத்தகுடி.
Kūttalūr (Z) ..	கூத்தலூர்.
Kuttivayal Chettivayal (I).	குட்டிவயல் செட்டிவயல்.
Madaiyanvayal(I)	மடையன்வயல்.
Mādhavamkondān (I).	மாதவம்கொண்டான்.
Mādhavarāyampatti (I).	மாதவராயம்பட்டி.
Mahīpālanpatti(Z)	மகீபாலன்பட்டி.
Mālaiyittānvayal (I).	மாலையிட்டான் வயல்.
Mālakandān (I)..	மாலகண்டான்.
Malampatti (Z) ..	மலம்பட்டி.
Manachchai (Z)..	மணச்சை.
Mānagiri (Ch IX, Bl. 93-95) (Z).	மானகிரி.
Mānagiri Ch. VIII, Bl 36)(Z)	மானகிரி.
Manakkudi (Ch. II, Bl 109) (Z).	மணக்குடி.
Manakkudi(Ch. V, Bl. 13) (Z).	மணக்குடி.
Manakkudi (Ch. XI, Bl. 219-290) (Z).	மணக்குடி.
Manalūr (Z) ..	மணலூர்.
Manamēlpatti (Z).	மணமேல்பட்டி.
Māndakkudippatti (Z).	மாந்தக்குடிப்பட்டி.
Mānikkanēndal(I)	மாணிக்கனேந்தல்
Maniyakāranpatti (Z).	மணியகாரன்பட்டி.
Maniyankudi (I).	மணியன்குடி.
Maniyankudi (I).	மணியன்குடி.
Mangalam (Z) ..	மங்கலம்.
Māngudi (I) ..	மாங்குடி.
Mānkombu (I) ..	மான்கொம்பு.
Manvayal (Z) ..	மண்வயல்.
Mārani (I) ..	மாரனி.
Marāmadiyendal (Z).	மராமதியேந்தல்.
Maravamangalappatti (Z)	மரவமங்கலப்பட்டி.
~~Marichchikatti (Z)~~	~~மரிச்சிகட்டி.~~
Marudangudi (Z).	மருதங்குடி.
Marudippatti (I).	மருதிப்பட்டி.
Maruttuvakkudippatti (Z),	மருத்துவக்குடிப்பட்டி.
Mattākudi (I) ..	மத்தாக்குடி.
Māttūr (Z) ..	மாத்தூர்.
Māttūr (I) ..	மாத்தூர்.
Mīnākshipuram (I).	மீனாக்ஷிபுரம்.
Mēl Āyīni (Z) ..	மேல் ஆயினி.
Mēl Chettivayal(I)	மேல் செட்டிவயல்
Mēl Kāvanūr (I).	மேல்காவனூர்.
Mēl Kōvilānvayal (I).	மேல் கோவிலான் வயல்.
Mēl Kudi (I) ..	மேல்குடி.
Mēl Māgānam (Z)	மேல்மாகாணம்.
Mēl Patti (I) ..	மேல் பட்டி.
Mēl Puduvetti (Z)	மேல் புதுவெட்டி.
Mēl Pūngudi (Z).	மேல் பூங்குடி.
Mēl Vannāriruppu (Z).	மேல் வண்ணாரிருப்பு.
Mēl Vayal (Z) ..	மேல் வயல்.

TIRUPPATTŪR TĀLUK—cont. திருப்பத்தூர் தாலூகா—தொடர்ச்சி.

Mēlūr Ayyāpatti (Z).	மேலூர் அய்யாபட்டி.
Meyyappatti (I)..	மெய்யப்பட்டி.
Midalaippatti (I).	மிதலைப்பட்டி.
Minnalkudi (I) ..	மின்னல்குடி.
Mittirankudi (I).	மித்திரன்குடி.
Mittirāvayal (Z).	மித்திராவயல்.
Molumbūr (Z) ..	மொழும்பூர்.
Mottaiyanvayal (Z).	மொட்டையன் வயல்.
Mudimannankanmāy (Z).	முடிமன்னன் கண்மாய்.
Mudisūttuvānvayal (I).	முடிசூட்டுவான் வயல்.
Mudukkuvayal (Z)	முடுக்குவயல்.
Mullangādu (I)..	முள்ளங்காடு.
Mulliyēndal (I) ..	முள்ளியேந்தல்.
Mummurasampatti (Z).	மும்முரசம்பட்டி.
Munnaimalaippatti (Z).	முன்னைமலைப்பட்டி.
Murayūr (Ayan) (Z).	முறையூர் (அயன்).
Mūrdhinivayal (I).	மூர்த்தினிவயல்.
Murukkāpatti (Z).	முருக்காபட்டி.
Murudakanmudi (Z).	முருதகண்முடி.
Musundappatti (Z)	முசுண்டப்பட்டி.
Muthuvaduganāthapuram (I).	முத்துவடுகநாதபுரம்.
Muttukkaniyēndal (I).	முத்துக்கனியேந்தல்
Murayūr (Dēvasthānam).	முறையூர் (தேவஸ்தானம்).
Muttuppattanam (Padayinippatti).	முத்துப்பட்டணம் (படயினிப்பட்டி).
Naduvakkōttai (North) (I).	நடுவக்கோட்டை (வடக்கு)
Naduvakkōttai (South) (I).	நடுவக்கோட்டை (தெற்கு).
Naduvikkulam (I)	நடுவிக்குளம்.
Nāgavayal (I) ..	நாகவயல்.
Nakkirāvayal (I).	நக்கிராவயல்.
Nallavanpatti (Z).	நல்லவன்பட்டி
Nallippatti (Z) ..	நல்லிப்பட்டி.
Nandiyēndal (Z).	நந்தியேந்தல்.
Nangaipatti (Z)..	நங்கைபட்டி.
Narikkudi (I) ..	நரிக்குடி.
Nariyankudi (I)..	நரியன்குடி.
Nātbanvayal (I).	நாதன்வயல்.
Nāttārmangalam (I).	நாட்டார்மங்கலம்.
Nāttichchēri (Z)	நாட்டிச்சேரி.
Navvakkiniyān (I)	நவ்வக்கனியான்.
Navvattāvu (Ch. XII, Bl. 10) (I)	நவ்வத்தாவு.
Navvattāvu (Ch. XII, Bl. 47) (I)	நவ்வத்தாவு.
Nedumaram (I)..	நெடுமரம்.
~~Nedunguļam (Z).~~	~~நெடுங்குளம்.~~
Neduvayal (Z) ..	நெடுவயல்.
Neikuppai Dēvasthānam (I).	நெய்குப்பை தேவஸ்தானம்.
Neykuppai, (Keel) (Z).	நெய்குப்பை (கீழ்).
Neykuppai, (Mēl) (Z).	நெய்குப்பை (மேல்).
Nēmam (I) ..	நேமம்.
Nēmattānpatti (Z)	நேமத்தான்பட்டி.
Nenmēni (Z) ..	நென்மேனி.
Nenmēnippatti (Z	நென்மேனிப்பட்டி
Nerinjikkudi (Z).	நெரிஞ்சிக்குடி.
Nerpugappatti (I)	நெற்புகப்பட்டி.
Nerpugappatti (Z).	நெற்புகப்பட்டி.
Nettēndal alias Malaiyantāvu (I).	நெட்டேந்தல் என்கிற மலையன்தாவு.
Nettēndal alias Kōttuturaippatti (I).	நெட்டேந்தல் என்கிற கோட்டுதுரைப்பட்டி.
Nettēndal (I) ..	நெட்டேந்தல்.
Ōduvānpatti (I)..	ஓடுவான்பட்டி.
Olugumangalam (I).	ஒழுகுமங்கலம்.
Ottanattam (I) ..	ஒட்டநத்தம்,
Ottiyanvayal (I)..	ஒட்டியன்வயல்.
Ōvalippatti (I) ..	ஓவளிப்பட்டி.
Padamanji (Z) ..	படமஞ்சி.
Pādarakkudi (I).	பாதரக்குடி.
Pāgādi (I) ..	பாகாடி.
Pagaiyanivayal (I).	பகையணிவயல்.
Paiyūr (I) ..	பையூர்.
Palaiyanēduvayal (Z).	பழையநெடுவயல்.
Pālaiyūr (Z) ..	பாலையூர்.
Pālākkurichchi (I)	பாலாக்குறிச்சி.
Palavāngudi (Z).	பலவாங்குடி.
Pālāvayal (Z) ..	பாலாவயல்.
Pallananjān (Z)..	பள்ளணஞ்சான்.
Pallappatti (Z) ..	பள்ளப்பட்டி.
Pallattūr (Z) ..	பள்ளத்தூர்.
Pallivayal (I) ..	பள்ளிவயல்.
Panangāttānvayal (I).	பனங்காட்டான் வயல்.
Panangudi (Z) ..	பனங்குடி.
Pānanvayal (Z) ..	பாணன்வயல்.
Pānanvayal (I) ..	பாணன்வயல்.
Panavayal (I) ..	பனவயல்.
Pāndiyanvayal (Z)	பாண்டியன்வயல்.
Pangalattānvayal.	பங்களத்தான்வயல்
Pāppānvayal (I).	பாப்பான்வயல்.
Paraiyanvayal (Z).	பறையன்வயல்.
Pattākurichchi (I).	பட்டாகுறிச்சி.

TIRUPPATTŪR TĀLUK—cont. திருப்பத்தூர் தாலுகா—தொடர்ச்சி.

Pattamangalam East (Z).	பட்டமங்கலம் (கீழ்).
Pattamangalam West (Z).	பட்டமங்கலம் (மேல).
Peravalasai (Z) ..	பெரவலசை.
Perichchikōvil (I).	பெரிச்சிகோவில்.
Periya Kāttukkurichchi (Z).	பெரிய காட்டுக்குறிச்சி.
Periya Kōlikkaraippatti (Z).	பெரிய கோளிக்கரைப்பட்டி.
Periya Kōttai (Z).	பெரிய கோட்டை.
Periya Kottagudi (Z).	பெரிய கொட்டகுடி.
Periya Nayinārvayal (I).	பெரிய நயினார் வயல்.
Periya Valaiyanvayal (Z).	பெரிய வலையன் வயல்.
Periya Vēngāvayal (Z).	பெரிய வேங்காவயல்.
Periyavetti (Z) ..	பெரியவெட்டி.
Perundākudi (Z).	பெருந்தாகுடி.
Peruvanji (I) ..	பெருவஞ்சி.
Pēyanvayal (I) ..	பேயன்வயல்.
Pichchanvayal (I).	பிச்சன்வயல்.
Pīkkilaikkādu (I).	பீக்கிலைக்காடு.
~~Pikkulam~~ (Z) ..	பீக்குளம்.
Pilāmichchampatti (I).	பிலாமிச்சம்பட்டி.
Pīlār (Z) ..	பீளார்.
Pilikutti (Z) ..	பிலிகுத்தி.
Pillaiyārēndal (I).	பிள்ளையாரேந்தல்
Pillaiyārpatti (I).	பிள்ளையார்பட்டி.
Pillattiyēndal (I).	பில்லத்தியேந்தல்.
Pirānmalai (I) ..	பிரான்மலை.
Pirānpatti (Z) ..	பிரான்பட்டி.
Piravayal (Z) ..	பிரவயல்.
Pokkayanēndal (I)	பொக்கயனேந்தல்
Ponnamanēndal (I).	பொன்னமநேந்தல்.
Ponnudaippāppātti (Z).	பொன்னுடைப்பாப்பாத்தி.
Pūlāttakurichchi (I).	பூலாத்தகுறிச்சி.
Pottapatti (Z) ..	பொட்டபட்டி.
Pottavayal (Z) ..	பொட்டவயல்.
Poyyalūr (I) ..	பொய்யலூர்.
Poyyāvayal (I) ..	பொய்யாவயல்.
Puduppatti (Z) ..	புதுப்பட்டி.
Pudūr (Z) ..	புதூர்.
Puduvādi (Z) ..	புதுவாடி.
Puduvayal (Z) ..	புதுவயல்.
Puduvayal Musuttivayal (I).	புதுவயல் முசுட்டி வயல்.
~~Pukkudi (I)~~ ..	~~புக்குடி.~~
Pūlāmpatti (Z) ..	பூலாம்பட்டி.
Pūlāngurichchi (Z)	பூலாங்குறிச்சி.
Pulavamangalam (Z).	புலவமங்கலம்.
Pulavanpatti (Z).	புலவன்பட்டி.
Puludippatti (Z).	புழுதிப்பட்டி.
Pūsanikkādu (I).	பூசனிக்காடு.
Pūsārippatti (Z).	பூசாரிப்பட்டி
Puttanvayal (Z) ..	புத்தன்வயல்.
Pūvālappatti (Z).	பூவாலப்பட்டி.
Pūvāndipatti or Vadamanēndal Pūvāndiyēndal (Z).	பூவாண்டிபட்டி அல்லது வடமனேந்தல் பூவாண்டியேந்தல்.
Ranasingapuram (I).	ரணசிங்கபுரம்.
Sadaiyanpatti (Z).	சடையன்பட்டி.
Sākkaivayal (Z).	சாக்கைவயல்.
Sākkōttai (Z) ..	சாக்கோட்டை.
Sāli (I) ..	சாளி.
Sandanankudi alias Sandanam Kanmāy (I).	சந்தனம் கண்மாய் என்கிற சந்தனன்குடி.
Sankarapatti or Sankarapuram (Z).	சங்கரபட்டி அல்லது சங்கரபுரம்.
Sannavanam (I) ..	சன்னவனம்.
Santhiranpatti (I).	சந்திரன்பட்டி.
Santhirāvayal (Z).	சந்திராவயல்.
Sāttampatti (I) ..	சாத்தம்பட்டி.
Satturusankārakkōttai (Z).	சத்துருசங்காரக்கோட்டை.
Sēkharattuvayal (I).	சேகரத்துவயல்.
Sekkālakkōttai (Z).	செக்காலக்கோட்டை.
Sēlliyampatti (I).	செல்லியம்பட்டி.
Sembanūr (I) ..	செம்பனூர்.
Sembilānvayal (Z)	செம்பிலான்வயல்.
Sēmmāmpatti (Z).	செம்மாம்பட்டி.
Sēnaipperiyan (Z)	சேனைப்பெரியன்.
Senbagampēttai (Z).	செண்பகம்பேட்டை.
~~Sengālanvayal (Z)~~	~~செங்காளான்வயல்.~~
Sengani (Z) ..	செங்கனி.
Sengasūlavayal (I).	செங்கசூலவயல்
Sengāttānkudi (I).	செங்காத்தான்குடி.
Sengīrai (Z) ..	செங்கீரை.
Senjai (Z) ..	செஞ்சை.
Sennērkudi (I) ..	சென்னேற்குடி.
Sērvaikkāranpatti (Z).	சேர்வைகாரன்பட்டி.
Sētturaghunāthapattanam (Z).	சேதுரகுநாதபட்டணம்.
Sevarakōttai (Z).	செவரகோட்டை.
Sēvinippatti (I) ..	சேவினிப்பட்டி.
Sevvalpatti (Z) ..	செவ்வல்பட்டி.
Sevvūr (I) ..	செவ்வூர்.
Silaiyankēnisulaiyankēni (I).	சிலையன்கேணி சுலையன்கேணி.
Singamangalappatti (I).	சிங்கமங்கலப்பட்டி.

TIRUPPATTŪR TĀLUK—cont. திருப்பத்தூர் தாலூகா—தொடர்ச்சி.

Singampunari Anjukōvil (I).	சிங்கம்புணரி அஞ்சுகோவில்.
Singampunari Dēvasthānam(I)	சிங்கம்புணரி தேவஸ்தானம்.
Singampunari North (Z).	சிங்கம்புணரி, வடக்கு.
Singampunari South (Z).	சிங்கம்புணரி, தெற்கு.
Sirāvayal (Z) ..	சிறாவயல்.
Sirugappatti (I)..	சிறுகப்பட்டி.
Sirugavayal (Z)..	சிறுகவயல்.
Sirukkanāvayal(I)	சிறுக்கணாவயல்.
Sirukudalpatti(Z).	சிறுகுடல்பட்டி.
Sirumarudūr (Z).	சிறுமருதூர்.
Sirusākkaivayal(I)	சிறுசாக்கைவயல்.
Siruvayal (Z) ..	சிறுவயல்.
~~Sittāri (Z)~~ ..	~~சித்தாரி.~~
Sittivayal Paraiyanvayal (I).	சித்திவயல் பறையன்வயல்.
Sivalāngudi (Z)..	சிவலாங்குடி.
Sivanārāyanagangai (I).	சிவநாராயணகங்கை.
~~Solkōlānēndal (Z).~~	~~சொல்கோலானேந்தல்.~~
Sōmāsipāppānkulam (I).	சோமாசிபாப்பான்குளம்.
Sōnaiperiyān (Z).	சோனைபெரியான்.
Sōnārkōttai (Z) ..	சோணார்கோட்டை.
Sullangudi (I) ..	சுல்லங்குடி.
Sūndakkādu (Z).	சுண்டக்காடு.
Sunnāmbiruppu (Z).	சுண்ணாம்பிருப்பு.
Sūrakkudi, V. (I).	சூரக்குடி, மு.
Sūrakkudi, M.(Z).	சூரக்குடி, வ.
Surakkudipudukkudi (Z).	சூரக்குடிபுதுக்குடி.
Tachchakudi (Ch. XIII, Bl. 91) (Z).	தச்சகுடி.
Tachchakudi (Ch. XII, Bl. 196) (Z).	தச்சகுடி.
Talakkāvūr (Z) ..	தளக்காவூர்.
Tāmanisellārkādu (I).	தாமணிசெல்லார்காடு.
Tānippatti (I) ..	தாணிப்பட்டி.
Tanivīranēndal (I)	தனிவீரனேந்தல்.
Tattārkudi (I) ..	தட்டார்குடி.
Tattatti (Z) ..	தட்டட்டி.
Temmāpatti (Z)..	தெம்மாபட்டி.
Temmāvayal (Z).	தெம்மாவயல்.
Tēnamāpatti (I)..	தேனமாபட்டி.
Tenkarai (Z) ..	தென்கரை.
Terkūr (Āttikkādu) (Z).	தெற்கூர் (ஆத்திக்காடு).
Tēttāmpatti (Z)..	தேத்தாம்பட்டி.
Tēvappattu (Z) ..	தேவப்பட்டு.
~~Thirāni (Z)~~ ..	~~திராணி.~~
Thiramanavayal (Z).	திருமணவயல்.
Thirumanēndal(I)	திருமனேந்தல்.
Tēvārambūr (Z)..	தேவாரம்பூர்.
Tēvarippatti (Z)..	தேவரிப்பட்டி.
Tinnāttukkōtai (Z).	தின்னாத்துக்கோட்டை.
Tirukkalakkudi(I)	திருக்களக்குடி.
Tirukkalāpatti (Z)	திருக்களாபட்டி.
Tirukkōshtiyūr(I)	திருக்கோஷ்டியூர்.
Tirumalaikkudi (Z).	திருமலைக்குடி.
Tirumēniyēndal (I).	திருமேனியேந்தல்.
Tirumeyjnāna Vairavanpatti(I)	திருமெய்ஞானவைரவன்பட்டி.
Tiruppattūr (Z)..	திருப்பத்தூர்.
Tiruttāngūr (Z)..	திருத்தாங்கூர்.
Tiruttippatti (Z).	திருத்திப்பட்டி.
Tiruvālandūr (Z).	திருவாழந்தூர்.
Tirūvēlangudi (I).	திருவேலங்குடி.
Tiruvudaiyanpatti (Z).	திருவுடையான்பட்டி.
Tulāvūr (I) ..	துளாவூர்.
Tulaiyānilaippatti (Z).	துலையாநிலைப்பட்டி.
Tuttavayal (Z) ..	துத்தவயல்.
Tuvār (Z) ..	துவார்.
Udaiyārchettivayal (I).	உடையார்செட்டிவயல்.
Udaiyāvayal (Z).	உடையாவயல்.
Ulagampatti (Z).	உலகம்பட்டி.
Ūmāngāl (I) ..	ஊமாங்கால்.
Ūranivayal (Z) ..	ஊரணிவயல்.
Urattuppatti (Z).	உரத்துப்பட்டி.
Ūravayal (Ch. XIII, Bl. 62) (Z).	ஊரவயல்.
Ūravayal (Ch. XIII. Bl. 60, 61) (Z).	ஊரவயல்.
Ūsādipatti (I) ..	ஊசாடிபட்டி.
Usilangudi (Z) ..	உசிலங்குடி.
Usilangulam (Z).	உசிலங்குளம்.
Uttamasālai (I) ..	உத்தமசாலை.
Uyyakkondān (Ch. IX, Bl. 203-212) (I).	உய்யக்கொண்டான்.
Uyyakkondān (Ch. XIII, Bl. 18) (I).	உய்யக்கொண்டான்.
Uyyakkondān Siruvayal (I).	உய்யக்கொண்டான்சிறுவயல்.
Vadakudi (Z) ..	வடகுடி.
Vadakkūr (Z) ..	வடக்கூர்.
~~Vadakkuvirai (Z)~~	~~வடக்குவீரை.~~
Vādāttipatti (I)..	வாடாத்திபட்டி.
Vādipatti (Z) ..	வாடிபட்டி.
Vairavanpatti (I).	வைரவன்பட்டி.
Valaiyanudaippu (Z).	வலையனுடைப்பு.

TIRUPPATTŪR TĀLŪK—cont. திருப்பத்தூர் தாலூகா—தொடர்ச்சி.

Valaiyanvayal (Z).	வலையன்வயல்.
Vālampatti (Z) ..	வாலம்பட்டி.
Valasaippatti (Z).	வலசைப்பட்டி.
Vālvīranēndal-kurukkādi (Z).	வாள்வீரனேந்தல் குருக்காடி.
Vāniyanēndal (I).	வாணியனேந்தல்.
Vāniyankādu (I).	வாணியன்காடு.
Vanjinnipatti (Z).	வஞ்சின்னிபட்டி.
Vannānvayal (Z).	வண்ணன் வயல்.
Vārappūr (Z) ..	வாரப்பூர்.
Vāriyanvayal (I).	வாரியன்வயல்.
Vāvāri (Z) ..	வாவாரி.
Vēdiyankudi (I).	வேதியன்குடி.
Vēlanippatti (I) ..	வேளனிப்பட்டி.
Vēlanivayal (I) ..	வேளனிவயல்.
Vēlangudi (Ch. XII, Bl. 29) (Z)	வேலங்குடி.
Vēlangudi (Z) ..	வேலங்குடி.
Velangudi (Ch. III Bl. 84-94) (Z).	வேலங்குடி.
Veliyangudippatti (Z).	வெளியங்குடிப் பட்டி.
Vēlanpatti (Z) ..	வேலன்பட்டி.
Veliyāttūr (Z) ..	வெளியாத்தூர்.
~~Vellālanvayal (Z).~~	~~வெள்ளாளன்வயல்~~
Vellippatti (Z) ..	வெள்ளிப்பட்டி.
Veluvūr (I) ..	வெளுவூர்.
Vembakkōttai (Z)	வெம்பக்கோட்டை.
Vēppangūlam (Z)	வேப்பங்குளம்.
Vēttangudi (Z) ..	வேட்டங்குடி.
Vēttangudipatti (Z).	வேட்டங்குடிபட்டி.
Vettivayal (Z) ..	வெட்டிவயல்.
Vettiyālangulam (I).	வெத்தியாலங்குளம்.
Vettiyūr (Ch. VIII, Bl. 83-90) (I).	வெத்தியூர்.
Vettiyūr (Ch XIII, Bl. 24-27) (I).	வெத்தியூர்.
Vīlivayal (Z) ..	வீழிவயல்.
Vilugāmpatti (Z).	வில்லுகாம்பட்டி.
Vināyakanchokkan (I).	விநாயகன்சொக்கன்.
Virāmathi (I) ..	விருமதி.
~~Virai (Z)~~ ..	~~வீரை.~~
Visālaiyankōttai (I).	விசாலையன்கோட்டை.
Visumbittānvayal	விசும்பிட்டான்வயல்.

TIRUVĀDĀNAI TĀLŪK. திருவாடானை தாலூகா.

Abhishēkapuram (I).	அபிஷேகபுரம்.
Achchangādu ..	அச்சங்காடு.
Āchchāngudi (I).	ஆச்சாங்குடி.
Achchangudi (Z)	அச்சங்குடி.
Adangudi (Z) ..	அதங்குடி.
Ādandanākōtai (I).	அடந்தனகோட்டை.
Adaippuvayal (Z)	அடைப்புவயல்.
Adasuvayal (Z) ..	அடசுவயல்.
Adavattūr (Z) ..	அதவத்தூர்.
Ādiyākudi (I) ..	ஆதியாகுடி.
Ādiyūr (I) ..	ஆதியூர்.
Aduttakudi (Z) ..	அடுத்தகுடி.
Agaravayal (Z) ..	அகரவயல்.
Akilāndivayal (Z)	அகிலாண்டிவயல்.
Ākkalūr (Z) ..	ஆக்களூர்.
Āladiyēndal (Z) ..	ஆலடியேந்தல்.
Alaganvayal (I) ..	அழகன்வயல்.
Alagartēvan kōttai (Z).	அழகர்தேவன் கோட்டை.
Ālambādi (Z) ..	ஆலம்பாடி.
Ālamdakkōtti (Z).	ஆலம்பக்கோட்டை.
Ālangudi (Z) ..	ஆலங்குடி.
Ālangulam (I) ..	ஆலங்குளம்.
Ālavayal (Z) ..	ஆலவயல்.
Ālappadukudi (I)	அளப்பதுகுடி.
Ālēndal (I) ..	ஆலேந்தல்.
Ālikkudi ..	ஆளிக்குடி.
Āliyēndal (I) ..	ஆளியேந்தல்.
Aliyākkōnēri Z.	அளியாக்கோனேரி.
Aliyāmoli (Z) ..	அழியாமொழி.
Aliyāmoli (Z) ..	அழியாமொழி.
Aliyāppadi (I) ..	அளியாப்பதி.
Allikkōttai (Z) ..	அள்ளிக்கோட்டை.
Amani (Z) ..	அமணி.
Amaranvayal (I).	அமரன்வயல்.
Ānaiyadi (Z) ..	ஆனையடி.
Ānaiyadivayal (I).	ஆனையடிவயல்.
Ānaiyārkōttai. (I)	ஆனையார்கோட்டை.
Ānandūr (Z) ..	ஆனந்தூர்.
Ananjāmangalam (I).	அனஞ்சாமங்கலம்.
Āndakkudi (Ch. I, Bl. 96) (Z).	ஆந்தக்குடி.
Āndakudi (Ch. IV, Bl. 34) (Z).	ஆண்டகுடி.
Āndivayal (I) ..	ஆண்டிவயல்.
Andivayal (Z) ..	அந்திவயல்.
Āndiyēndal (Z) ..	ஆண்டியேந்தல்.
Angālankōttai (I).	அங்காளன்கோட்டை
Anikki (Z) ..	அனிக்கி.
Aniyiruppānēndal (Z).	அணியிருப்பனேந்தல்.
Anjukōttai (Z) ..	அஞ்சுக்கோட்டை.
Anjurenduvayal (Z).	அஞ்சரெண்டு வயல்.
Anukkanēndal (Z).	அனுக்கனேந்தல்.

TIRUVĀDĀNAI TĀLŪK—cont. திருவாடானை தாலூகா—தொடர்ச்சி.

Anukkanēndal (I)	அனுக்கனேந்தல்.
Āppirāy (Z)	ஆப்பிராய்.
Araiyani (Z)	அரையணி.
Ārakkōttai (I)	ஆரக்கோட்டை.
Arasanēndal (I)	அரசனேந்தல்.
Arasattūr (Z)	அரசத்தூர்.
Arasūr (I)	அரசூர்.
Āravayal (I)	ஆராவயல்.
Arivitti (Z)	அரிவித்தி.
Ariyavanēndal (Z).	அரியவனேந்தல்.
Ariyappuvayal (Z)	அரியப்புவயல்.
Ārumāvayal (Z).	ஆறுமாவயல்.
Arunūttimangalam (Z).	அருநூத்திமங்கலம்.
Arunūttivayal (Z)	அருநூத்துவயல்.
Aruppanēndal (Z)	அருப்பனேந்தல்.
Attānivayal	அத்தாணிவயல்.
Attānūr (I)	அத்தானூர்.
Attappallam (Z).	அட்டப்பள்ளம்.
Āttūr (Z)	ஆட்டூர்.
Āttūr (I)	ஆத்தூர்.
Āvanam (I)	ஆவணம்.
Āvārēndal (Ch. VI, Bls. 44, 47) (I)	ஆவாரேந்தல்.
Āvārēndal (Ch. I, Bl. 172) (I).	ஆவாரேந்தல்.
Avattakkādu (Z).	அவத்தக்காடு.
Avattanikōttai (Z)	அவத்தனிகோட்டை.
Āyangudi (Z)	ஆயங்குடி.
Āychchikudi (Z).	ஆய்ச்சிகுடி.
Āyiravēli (Z)	ஆயிரவேலி.
Bagavatimangalam (Z).	பகவதிமங்கலம்.
Bhārativēlangulam (Z).	பாரதிவேலங்குளம்.
Būdakkudi (Z)	பூதக்குடி.
Būdangudi (Z)	பூதங்குடி.
Chattravayal (Z).	சத்திரவயல்.
Chettikōttai (Ch. V, Bl 56) (Z).	செட்டிகோட்டை.
Chettikōttai (Ch. IV, Bl. 284) (Z).	செட்டிகோட்டை.
Chettiyāvayal (I).	செட்டியாவயல்.
Chettiyāvayal (Z).	செட்டியாவயல்.
Chettiyēndal (Z).	செட்டியேந்தல்.
Chettiyāndal (Z).	செட்டியேந்தல்.
Chettiyāndal (I).	செட்டியேந்தல்.
Chinnakārai (Z).	சின்னகாரை.
Chinnakaraiyān (Z).	சின்னகரையான்.
Chinnakaraiyān (Z).	சின்னகரையான்.
Chinnakkallāmpatti (Z).	சின்னகல்லாம்பட்டி.
Chinnakkīramangalam (I).	சின்னக்கீரமங்கலம்.
Chinnakodakkudi (Z).	சின்னகொடக்குடி.
Chinnatōndi (I)	சின்னதொண்டி.
Chinna Vēlāvayal (I).	சின்ன வேளாவயல்.
Chinna Veliyāngudi (I).	சின்ன வெளியாங்குடி.
Chittalūr (Z)	சித்தளூர்.
Chittalūr (I)	சித்தளூர்.
Chittamangalam (I).	சித்தமங்கலம்.
Chittanēndal (I).	சித்தனேந்தல்.
Chittanūr (Z)	சித்தனூர்
Chittāttuvayal (I).	சித்தாட்டுவயல்.
Chittūr (I)	சித்தூர்.
Chittūrvādi (Z)	சித்தூர்வாடி.
Chōlandūr (Z)	சோளந்தூர்.
Dēvakōttai (Z)	தேவகோட்டை.
Devarājankūdakkulam (I).	தேவராஜன்கூடக்குளம்.
Elikkulam (Z)	எலிக்குளம்.
Ēlūr (I)	எழூர்.
Ēluvani (Z)	எழுவணி.
Ēluvankōttai (Z).	எழுவன்கோட்டை.
Ēmbavayal (Z)	எம்பவயல.
Ērani (Z)	எரணி.
Eranikkōttai (Z).	எரணிக்கோட்டை
Ettisēri (Z)	எட்டிசேரி.
Ettisēri (I)	எட்டிசேரி.
Ettiyakkudi (Z).	எட்டியக்குடி.
Ettukudi (Z)	எட்டுகுடி.
Gnāniyēndal (I)	ஞானியேந்தல்.
Gōpālanēndal (I).	கோபாலனேந்தல்
Gōpālanēndal (Z).	கோபாலனேந்தல்
Gōvindamangalam (Z).	கோவிந்தமங்கலம்
Gūdalūr (Z)	கூடலூர்.
Gunakkarai (Z)	குணக்கரை.
Gunapatimangalam (I).	குணபதிமங்கலம்.
Hanumānēndal (I)	ஹனுமானேந்தல்.
Hanumantakudi (Z).	ஹனுமந்தகுடி.
Īchchanvayal (Z)	ஈச்சன்வயல்.
Idaikkudi (Z)	இடைக்குடி.
Idaiyankulam (I).	இடையன்குளம்.
Idaiyanvayal (Ch. III, Bl. 179) (I)	இடையன்வயல்.
Idaiyanvayal (I)	இடையன்வயல்.
Idaiyarsarugani (I).	இடையர்சருகணி.
Idaiyūr (I)	இடையூர்.
Īgarai (Z)	ஈகரை.
~~Ilaiyānkudi (I)~~	இளையான்குடி.
Ilaiyānkudi (I)	இளையான்குடி.
Ilaiyāttanvayal (I).	இளையாத்தன்வயல்.
Ilakkanivayal (Z).	இலக்கணிவயல்.

TIRUVĀDĀNAI TĀLŪK—cont. திருவாடானை தாலூகா—தொடர்ச்சி.

Ilamani (I) ..	இளமணி.
Ilangulam (I) ..	இலங்குலம்.
Ilangunram (I)..	இலங்குன்றம்
Ilanjani (Z). ..	இலஞ்சனி
Ilanjiyamangalam (Z).	இலஞ்சியமங்கலம்.
Iluppakkudi (Ch. IV, Bls. 206, and 207) (Z).	இலுப்பக்குடி.
Iluppakkudi (Ch. IV, Bl. 74) (Z).	இலுப்பக்குடி.
Iluppakkudi (Ch. III, Bl. 273) (Z)	இலுப்பக்குடி.
Irākkātti (Z) ..	இராக்காட்டி.
Iravasēri (Z) ..	இரவசேரி.
Iraviyamangalam (Z).	இரவியமங்கலம்.
Irumati (Z) ..	இருமதி.
Irumbuvayal ..	இரும்புவயல்.
Iruvilivayal (Z)..	இருவிலிவயல்.
Īsani (Z) ..	ஈசனி.
Jānakanpēttai (I).	ஜானகன்பேட்டை
Kachchakudi (Z).	கச்சகுடி.
Kadagampatti (Z)	கடகம்பட்டி.
Kadalūr (I) ..	கடலூர்.
Kādam (Z) ..	காடம்.
Kadambakkudi (I)	கடம்பக்குடி.
Kadambakkudi (Ch. III, Bl. 84) (Z).	கடம்பக்குடி.
Kadambakkudi (Ch. I, Bl. 10) (C).	கடம்பக்குடி.
Kadambakkudi (Kadambanēndal) (Ch. V. Bl. 178) (I).	கடம்பக்குடி.
Kadambanēndal alias Sakkiliyan vayal (Z).	கடம்பனேந்தல் என்கிற சக்கிலியன் வயல்.
Kadambanēndal or Kadambaram (I).	கடம்பனேந்தல் அல்லது கடம்பரம்.
Kadambavanasamudram (I).	கடம்பவனசமுத்திரம்.
Kadambūr (Z) ..	கடம்பூர்.
Kadambūrani (Z).	கடம்பூரணி.
Kādāngudi (I) ..	காடாங்குடி.
Kādātti (Ch. III, Bl. 262) (Z).	காடாத்தி.
Kādatti (Z) ..	காடத்தி.
Kādāvayal (Z) ..	காடாவயல்.
Kādukkalūr (Z).	கடுக்களூர்.
Kaikkudi (Z) ..	கைக்குடி.
Kailāsasamudram alias Indramati (I).	கைலாசசமுத்திரம் என்கிற இந்திரமதி.
Kaippadai (Z) ..	கைப்படை.
Kalabam alias Kalabamsabhāvayal (Z).	களபம் என்கிற களபம்சபாவயல்.
Kalabangudi (Z).	களபங்குடி.
Kalabangudi (I).	களபங்குடி.
Kalakkudi (I) ..	களக்குடி.
Kalakkulam (I)..	களக்குளம்.
Kalambavayal (I)	கலம்பவயல்.
Kalangāppuli (I).	கலங்காப்புலி.
Kālānji (Z) ..	காளாஞ்சி.
Kalattūr (I) ..	களத்தூர்.
Kalattūr (Z) ..	களத்தூர்.
Kalippuli (I) ..	கலிப்புலி.
Kaliyanagari (I).	கலியநகரி.
Kaliyanagari (I).	கலியநகரி.
Kalkulam (Z) ..	கல்குளம்.
Kalkulam ..	கல்குளம்.
Kalladiyēndal (Z)	கல்லடியேந்தல்.
Kallangudi (I) ..	கல்லங்குடி.
Kallavaliyēndal (I).	கல்லவழியேந்தல்
Kalliduvān (Z)..	கல்லிடுவான்
Kallikkudi (Ch. III, Bls. III. and 112) (I).	கள்ளிக்குடி.
Kallikkudi (I) ..	கள்ளிக்குடி.
Kallikkudi (Z) ..	கள்ளிக்குடி.
Kallikkulam (I).	கள்ளிக்குளம்.
Kallūr (I) ..	கல்லூர்.
Kallūrani (Z) ..	கல்லூரணி.
Kalluvayal (I) ..	கல்லுவயல்.
Kalluvayal (Z) ..	கல்லுவயல்.
Kaliāni (Z) ..	கலியாணி.
Kambakkōttai (Z)	கம்பக்கோட்டை.
Kambangudi (Z).	கம்பங்குடி.
Kambani (Z) ..	கம்பனி.
Kāmini (I) ..	காமினி.
Kānādukudi (I).	கானாடுகுடி.
Kanakkanēndal (Z).	கணக்கனேந்தல்.
Kanakkanēndal (I).	கணக்கனேந்தல்.
Kanakkanvayal (Z).	கணக்கன்வயல்.
Kānāttānkādu (Z)	கானாத்தான்காடு.
Kānāttānkādu (I)	கானாத்தான்காடு.
Kandadēvi (Z) ..	கண்டதேவி.
Kandangāri (Z) .	கண்டங்காரி.
Kandangāri (I)..	கண்டங்காரி.
Kandavanappoygai (Z).	கந்தவனப்பொய்கை.
Kandiyanpuduvayal (I).	கண்டியன்புதுவயல்.
Kandiyanvayal (Z).	கண்டியன்வயல்
Kandiyūr (Z).	கண்டியூர்.

TIRUVĀDĀNAI TĀLŪK—cont. திருவாடானை தாலுகா—தொடர்ச்சி.

Kanganārēndal (I).	கங்கணாரேந்தல்.
Kangani (I) ..	கங்கணி.
Kangārēndal (Z).	கங்காரேந்தல்.
Kankollānpattanam (Z).	கண்கொள்ளான்பட்டணம்.
Kannaminji (I) ..	கன்னமிஞ்சி.
Kannankōttai (I).	கண்ணன்கோட்டை.
Kannankudi (Z).	கண்ணன்குடி.
Kannarēndal (I).	கண்ணரேந்தல்.
Kannāriyēndal (Z).	கன்னாரியேந்தல்.
Kannikkudi (Ch. IV, Bl. 289)(Z).	கன்னிக்குடி.
Kannikkudi (Ch. VI, Bl. 200)(Z).	கன்னிக்குடி.
Kappalūr (Z) ..	கப்பலூர்.
Kappukudi (I) ..	கப்புகுடி.
Kāraikkudi (Z) ..	காரைக்குடி.
Kārankādu (I) ..	காரங்காடு.
Kārēndal (I) ..	காரேந்தல்.
Kārkalattūr (Z)..	கார்களத்தூர்.
Kārkamalam (Z).	கார்கமலம்.
Kārkudi (I) ..	கார்குடி.
Karukkāttakudi (I).	கருக்காத்தகுடி.
Karukkātti (I) ..	கருக்காத்தி.
Kārumāngudi (Z).	காருமாங்குடி.
Karumolisānānvayal (I).	கருமொழிசானான்வயல்.
Karungālakkudi (I).	கருங்காலக்குடி.
Karungalattūr (Z).	கருங்களத்தூர்.
Karungāvayal (I).	கருங்காவயல்.
Karungudi (Ch. IV, Bl. 49) (Z).	கருங்குடி.
Karungudi (Ch. VI, Bls. 94 and 95) (Z).	கருங்குடி.
Karungulam (Z).	கருங்குளம்.
Karuppakudi (Z).	கருப்பகுடி.
Karuppanēndal (Z).	கருப்பனேந்தல்.
Karuppūr (I) ..	கருப்பூர்.
Karuttappattai (Z).	கருத்தப்பத்தை.
Karuvikanmāy(I)	கருவிகண்மாய்.
Kattanūr (I) ..	கட்டனூர்.
Kattavilāgam (Z).	கட்டவிளாகம்.
Kattimangalam (Z).	கட்டிமங்கலம்.
Kattisēri (I) ..	கட்டிசேரி.
Kattivayal (Z) ..	கட்டிவயல்.
Kattiyakkārasramam (I)	கட்டியக்காரசிரமம்.
Kattiyanēndal (Z).	கட்டியனேந்தல்.
Kāttukkudi (Ch. IV, Bl. 21) (Z).	காட்டுக்குடி.
Kattukkudi (Ch. VI, Bl. 250)(Z).	கட்டுக்குடி.
Kāttukkulam (Z).	காட்டுக்குளம்.
Kāvadukudi (I)..	காவதுகுடி.
Kavalaivendrān (Z).	கவலைவென்றான்.
Kāvanakkōttai (I).	காவனக்கோட்டை.
Kavandanēndal(Z)	கவண்டனேந்தல்.
Kāvanūr (I) ..	காவனூர்.
Kāvanūr (Z) ..	காவனூர்.
Kavvūr (Z) ..	கவ்வூர்.
Kēsani (I) ..	கேசனி.
Kidangūr (Z) ..	கிடங்கூர்.
Kidukatti (Z) ..	கிடுகட்டி.
Kilāmalai (I) ..	கிளாமலை.
Kīlavankudi (Z).	கீழவன்குடி.
Kiliyūr (Ch. V, Bls. 162 and 163) (Z).	கிளியூர்.
Kiliyūr (Ch. V, Bls. 193 and 196) (Z).	கிளியூர்.
Kīl Arumbūr (I).	கீழ் அரும்பூர்.
Kīlēndal (I) ..	கீழேந்தல்.
Kīl Irumbālai (Z)	கீழ் இரும்பாலை.
Kīl Kadiyāvayal.	கீழ் கடியாவயல்.
Kīl Kalyāni (Z)..	கீழ் கலியாணி.
Kīl Kaikkudi (I).	கீழ் கைக்குடி.
Kīl Kāvanavayal (I).	கீழ் காவனவயல்.
Kīl Kōttai (I) ..	கீழ் கோட்டை.
Kīl Kōttai (Z) ..	கீழ் கோட்டை.
Kīl Kurichchi (I).	கீழ் குறிச்சி.
Kīl Madai (Z) ..	கீழ் மடை.
Kīl Marudankulam (Z).	கீழ மருதங்குளம்.
Kīl Marungūr (I).	கீழ் மருங்கூர்.
Kīl Monni (Z) ..	கீழ் மொன்னி.
Kīl Panaiyūr (Z).	கீழ் பனையூர்.
Kīl Pillakkarai(Z)	கீழ் பில்லக்கரை.
Kīl Pinnalāmkōttai (Z).	கீழ் பின்னலாம்கோட்டை.
Kīl Pudukkudi(Z)	கீழ் புதுக்குடி.
Kīl Puli (Z) ..	கீழ் புலி.
Kīl Sembonmāri (Z).	கீழ் செம்பொன்மாரி.
Kīl Sevili (Z) ..	கீழ் செவிலி.
Kīl Uchchāni (Z).	கீழ் உச்சாணி.
Kīl Vadai (Z) ..	கீழ் வடை.
Kīl Vandi (I) ..	கீழ் வண்டி.
Kīl Vani (Z) ..	கீழ் வனி.
Kīl Vani (Z) ..	கீழ் வனி.
Kīl Vasantanūr(I)	கீழ் வசந்தனூர்.

TIRUVĀDĀNAI TĀLŪK—cont. திருவாடானை தாலூகா—தொடர்ச்சி.

Kīl Kudi (Ch. I, Bl. 173) (Z).	கீழ் குடி.
Kīl Kudi (Ch. IV, Bl. 76) (Z).	கீழ் குடி.
Kīl Kudi Pūsāriyēndal (I).	கீழ் குடி பூசாரியேந்தல்.
Kīramangalam (I).	கீரமங்கலம்.
Kīrani (Z) ..	கீரணி.
Kōdakkudi (Z) ..	கோடக்குடி.
Kōdāndai (I) ..	கோடாந்தை.
Kōdanūr (Z) ..	கோடனூர்.
Kodatti (Z) ..	கொடட்டி.
Kōdikkōttai (Z) ..	கோடிக்கோட்டை.
Kodikkulam (I) ..	கொடிக்குளம்.
Kodikkulam (Z).	கொடிக்குளம்.
Kodippangu (I) ..	கொடிப்பங்கு.
Kōdivayal (I) ..	கோடிவயல்.
Kodungāvayal (Z).	கொடுங்காவயல்.
Kodungulam (Z).	கொடுங்குளம்.
Koduvūr (Z) ..	கொடுவூர்.
Kokkūrani (Z) ..	கொக்கூரணி.
Kollankudi (Z) ..	கொல்லன்குடி.
Kollanvayal (I) ..	கொல்லன்வயல்.
Kōnērikkōttai (I).	கோனேரிக்கோட்டை.
Kōngivayal ..	கோங்கிவயல்.
Kongumutti (I) ..	கொங்குமுட்டி.
Kōnjanivayal (I).	கோஞ்சணிவயல்.
Konnakkudi (I) ..	கொன்னக்குடி.
Kottadiyēndal (Z).	கொத்தடியேந்தல்.
Kōttaikkādu (I) ..	கோட்டைக்காடு.
Kōttaippattanam (I).	கோட்டைப்பட்டணம்.
Kōttaivayal (Z) ..	கோட்டைவயல்.
Kottakkudi (Ch. VI, Bls. 212 and 213) (Z).	கொட்டக்குடி.
Kottakkudi (Ch. V, Bl. 87) (Z).	கொட்டக்குடி.
Kottamangalam (I).	கொத்தமங்கலம்.
Kottanikkōttai (Z).	கொத்தனிக்கோட்டை.
Kottankudi (Z) ..	கொத்தன்குடி.
Kottānkudi (I) ..	கொட்டான்குடி.
Kottiyārkōttai (I).	கொத்தியார்கோட்டை.
Kōttuppuli (I) ..	கோட்டுப்புலி.
Kōttūr (I) ..	கோட்டூர்.
Kōvilānvayal (Z).	கோவிலான்வயல்.
Kōvini (Z) ..	கோவினி.
Kōvinikkidangu (I).	கோவினிக்கிடங்கு.
Krishnasamudram (I).	கிருஷ்ணசமுத்திரம்.
Kudikkādu (I) ..	குடிக்காடு.
Kudikkāttanēndal (Z).	குடிக்காட்டனேந்தல்.
Kudiyūr (Z) ..	குடியூர்.
Kukkāvayal (Z) ..	குக்காவயல்.
Kūkkudi (Z) ..	கூக்குடி.
Kulakkudikusakkudi (I).	குளக்குடி குசக்குடி.
Kulamangalam (I).	குளமங்கலம்.
Kulamānikkam (I).	குளமாணிக்கம்.
Kulanātti (I) ..	குளநாத்தி.
Kulattūr (I) ..	குளத்தூர்.
Kulattūr (I) ..	குளத்தூர்.
Kumāni ..	குமானி.
Kumāramangalam (I).	குமாரமங்கலம்.
Kumarankali (Z).	குமரங்கலி.
Kumilādi (Z) ..	குமிலாடி.
Kumilēndal (I) ..	குமிழேந்தல்.
Kummāni (Z) ..	கும்மானி.
Kunangudi (I) ..	குணங்குடி.
Kundākudi (Z) ..	குண்டாகுடி.
Kundāni (Z) ..	குந்தாணி.
Kunjankulam (I).	குஞ்சங்குளம்.
Kunjikkanēndal (Z).	குஞ்சிக்கனேந்தல்.
Kunjirānvayal (I).	குஞ்சிரான்வயல்.
Kūnvayal (Z) ..	கூன்வயல்.
Kurichchinānkarai (Z).	குறிச்சினாங்கரை.
Kurichchivayal (Z).	குறிச்சிவயல்.
Kurichchivayal (Z).	குறிச்சிவயல்.
Kurundanakkōttai (Z).	குருந்தனக்கோட்டை.
Kurundangudi (Ch. I, Bl. 232) (Z).	குருந்தங்குடி.
Kurundangudi (Ch. IV, Bls. 192 and 193) (Z).	குருந்தங்குடி.
Kurundudaiyānēndal (Z).	குருந்துடையானேந்தல்.
Kurundūr (Z) ..	குருந்தூர்.
Kuruppuli (I) ..	குருப்புளி.
Kusakkudi (Z) ..	குசக்குடி.
Kūttakudi (I) ..	கூத்தகுடி.
Kūttanēndal (I) ..	கூத்தனேந்தல்.
Kuttiyēndal (Z) ..	குத்தியேந்தல்.
Lekkamāri (Z) ..	லெக்கமாரி.
Machchūr ..	மச்சூர்.
Mādakkōttai (I) ..	மாடக்கோட்டை.

TIRUVĀDĀNAI TĀLŪK—cont. திருவாடானை தாலூகா—தொடர்ச்சி.

Mādambūr (Z) .. மாடம்பூர்.
Madattēndal (Z). மடத்தேந்தல்.
Mādavankōttai (I). மாதவன்கோட்டை.
Madippanēndal (I). மதிப்பனேந்தல்.
Makkalnāchchi (Z). மக்கள்நாச்சி.
Malari (Z) .. மலரி.
Mallanūr (1) .. மல்லனூர்.
Mallikkudi (I) .. மல்லிக்குடி.
Mammalakkarai (Z). மம்மலக்கரை.
Manaivikkōttai (Z). மனைவிக்கோட்டை.
Manakkudi (Z) .. மணக்குடி.
Manakkudi (Ch. IV, Bls. 236 and 237) (I). மணக்குடி.
Manakkudi (Ch. I, Bl. 8) (I). மணக்குடி.
Manakkulam (I). மணக்குளம்.
Manappatti (Z) மணப்பட்டி.
Manavālanvayal (I). மணவாளன்வயல்.
Mānavanagari (I). மானவநகரி.
Mandalakkōttai (I). மண்டலக்கோட்டை.
Māndāndanaivayal (Z). மாந்தாண்டனைவயல்.
Māndāngudi (Z). மாந்தாங்குடி.
Mangalakkudi (Z). மங்கலக்குடி.
Māngavayal (I).. மாங்கவயல்.
Māngudi (I) .. மாங்குடி.
Māngulam (Z) .. மாங்குளம்.
Manikandi (I) .. மணிகண்டி.
Manikarambai (Z). மணிகரம்பை.
Mānikkankōttai (Z). மாணிக்கன்கோட்டை.
Manjalkaraichchān (I). மஞ்சள்கரைச்சான்.
Manjani (Z) .. மஞ்சனி.
Mānjiyūr (Z) .. மாஞ்சியூர்.
Marakkanāvayal (I). மரக்கணாவயல்.
Marakkāttānvayal (I). மரக்காட்டான்வயல்.
Marichchukatti (Z). மரிச்சுகட்டி.
Marichchukatti (I). மரிச்சுகட்டி.
Marudāndai (Z).. மருதாந்தை.
Marudanēndal (I). மருதனேந்தல்.
Marudanēndal (Z). மருதனேந்தல
Marudāni (Z) .. மருதாணி.
Marudankudi (Z). மருதன்குடி.
Marudavanēndal (Z). மருதவனேந்தல்.
Marudavayal (Ch. V, Bl. 57) (Z). மருதவயல்.
Marudavayal (Ch. V, Bl. 198) (Z). மருதவயல்.
Marungūr (I) .. மருங்கூர்.
Māvidudikkōttai (Z). மாவிடுதிக்கோட்டை.
Māvilangai (Z) .. மாவிலங்கை.
Māvilangai (I) .. மாவிலங்கை.
Māvūr (Z) .. மாவூர்.
Māyākudi (Z) .. மாயாகுடி.
Mayilūrani (I) .. மயிலூரணி.
Mēkkārakkudi (Z). மேக்காரக்குடி.
Mēlanai (Z) .. மேலணை.
Mēlaiyūr (Z) .. மேலையூர்.
Mēl Arumbūr (I). மேல் அரும்பூர்.
Mēl Irumbāvayal (Z). மேல் இரும்பாவயல்.
Mēl Kadiyāvayal (Z). மேல் கடியாவயல்.
Mēl Karai (Z) .. மேல் கரை.
Mēl Kaikkudi (I). மேல் கைக்குடி.
Mēl Kāvanavayal (Z). மேல் காவனவயல்.
Mēl Kōttai (I) .. மேல கோட்டை.
Mēl Monni (Z) .. மேல் மொன்னி.
Mēl Panaiyūr (I). மேல் பனையூர்.
Mēl Pillakkarai (Z). மேல் பில்லக்கரை.
Mēl Pinnalāmkōttai (Z). மேல் பின்னலாம்கோட்டை.
Mēl Pudukkudi (Z). மேல் புதுக்குடி.
Mēl Sembonmāri (I). மேல் செம்பொன்மாரி.
Mēl Sēndanēndal (I). மேல் சேந்தனேந்தல்.
Mēl Sevili (Z) .. மேல் செவிலி.
Mēl Uchchāni (Z). மேல் உச்சாணி.
Mēl Vasantanūr (I). மேல் வசந்தனூர்.
Mēl Vayal (I) .. மேல் வயல்.
Mēttalāngudi (Z). மேட்டலாங்குடி.
Mēttukkaikkalattūr (I). மேட்டுக்கைக்களத்தூர்.
Mēttukkīrandai (Z). மேட்டுக்கீரந்தை.
Mēykāvayal (Z) . மேய்காவயல்.
Meyyappanēndal (I). மெய்ப்பனேந்தல்.
Mīnāvayal (Z) .. மீனாவயல்.
Minnittānkudi (Z). மின்னிட்டான்குடி

TIRUVĀDĀNAI TĀLUK—cont. திருவாடானை தாலூகா—தொடர்ச்சி.

Mīnāppūr (I) .. மீனைப்பூர்,
Mittirāvayal (Z).. மித்திராவயல்.
Monnākottai (I), மொன்னுகொட்டை.
Monnāni (Z) .. மொன்னுணி.
Moyyanvayal (I). மொய்யன்வயல்.
Mudalivayal (Z).. முதலிவயல.
Mudittānai (Z) .. முடித்தானை.
Mudittinavayal (I). முடித்தினவயல்.
Mudukkuvayal(I). முடுக்குவயல்.
Mugilttagam (I).. முகிழ்த்தகம்.
Mūlavayal (Z) .. மூலவயல்.
Mullikkudi (Z) .. முள்ளிக்குடி.
Mulliyārēndal (Z) முள்ளியாரேந்தல்
Mullumunai (I).. முள்ளுமுனை.
Muppaiyūr (I) .. முப்பையூர்.
Muttakkutti (Z).. முட்டக்குத்தி,
Muttanēndal (I).. முத்தனேந்தல்
Mūttukudā (Z) .. முத்துகுடா.
Mutturāmalinga-pattanam (Z). முத்துராமலிங்கபட்டணம்.
Mutturāmalinga-puram. முத்துராமலிங்கபுரம்.
Muttuvaduga-nāthapattanam (Z). முத்துவடுகநாதபட்டணம்.
Mūvarkanmāy (Z). மூவர்கண்மாயி.
Nāchchānkulam (Z). நாச்சாங்குளம்.
Nāchchiyēndal நாச்சியேந்தல்.
Nādākōttai (Z) .. நாடாகோட்டை.
Naduvakkudi (Z). நடுவக்குடி.
Naduvikkudi (Z). நடுவிக்குடி.
Naduvivayal (Z). நடுவிவயல்.
Nāgādi (Z) .. நாகாடி.
Nāgamadai (I) .. நாகமடை.
Nāgamangalam (Z). நாகமங்கலம்.
Nāganēndal (I) .. நாகனேந்தல்
Nāgani (I) .. நாகனி.
Nāgani (Z) .. நாகனி.
Nāganiputtūr (Z). நாகனிபுத்தூர்.
Nagaramangalam (Z). நகரமங்கலம்
Nagaranēndal (I). நகரனேந்தல்.
Nagarikāttān (I) நகரிகாத்தான்.
Nagariyēndal (Z). நகரியேந்தல்.
Nallagrāmavayal (I). நல்லகிராமவயல்.
Nallakkanpudu-vayal (Z). நல்லகண்புதுவயல்.
Nallānkudi (Z) .. நல்லான்குடி.
Nallivayal (Z) .. நல்லிவயல்.
Nambikkōnvayal (Z). நம்பிக்கோன்வயல்.
Nambiyūr (Z) .. நம்பியூர்.
Nambutalai (I) .. நம்புதலை.
Nānakkudi (I) .. நாணக்குடி.
Nānjivayal (I) .. நாஞ்சிவயல்.
Nāranamangalam (Z). நாரணமங்கலம்.
Nārēndal .. நாரேந்தல்.
Narikkanēndal (I). நரிக்கனேந்தல்.
Nattakōttai (Z).. நட்டகோட்டை.
Nāttāvali (Z) .. நாட்டாவளி.
Nāttisēri (I) .. நாட்டிசேரி.
Nāvalūr (I) .. நாவலூர்.
Navvalkudi (I) .. நவ்வல்குடி.
Nayinārvayal (I). நயினார்வயல்.
Nayinārvayal (I). நயினார்வயல்.
Nayinārvayal (Z). நயினார்வயல்.
Nedumani (I) .. நெடுமணி.
Nedumaram (Z). நெடுமரம்.
Nemmēni (Z) .. நெம்மேனி.
Neppiyal (Z) .. நெப்பியல்.
Nettēndal (Z) .. நெட்டேந்தல்.
Nettēndal (Ch. IV Bl. 215) (I). நெட்டேந்தல்.
Nettēndal (Ch. III, Bl. 34) (I). நெட்டேந்தல்.
Neyvayal (Z) .. நெய்வயல்
Nilamalagiyamangalam (I). நிலமழகியமங்கலம்.
Nīravivayal (Z).. நீராவிவயல்.
Nīrēndal (Z) .. நீரேந்தல்.
Nīrkkundam (Z) நீர்க்குண்டம்.
Ōchchanvayal (Z). ஓச்சன்வயல்.
Ōdaikkāl (I) .. ஓடைக்கால்.
Ōdakkarai (I) .. ஓடக்கரை.
Ōdavayal (Z) .. ஓடவயல்.
Ōlaikkudiyēndal (Z). ஓலைக்குடியேந்தல்.
Orasūr (I) .. ஒரசூர்.
Orumanivayal (Z) ஒருமணிவயல்.
Ōrūr (Z) .. ஓரூர்.
Ottakkōvil (Z) .. ஓட்டக்கோவில்.
Ottāmuttukkan-māy (Z). ஓட்டமுத்துக்கண்மாய்.
Ōyikkōttai (Z) .. ஓயிக்கோட்டை.
Padanakkudi (Z). பதனக்குடி.
Padappanēndal (Z). படப்பனேந்தல்.
Padappayūr (Z) படப்பயூர்.
Padappuvayal (I). படப்புவயல்.
Pāgādi (I) .. பாகாடி.
Pagaiyani (Z) .. பகையணி.
Pagaiyani .. பகையணி.
Pirandani (I) .. பிரந்தனி.

TIRUVĀDĀNAI TALŪK—cont. திருவாடானை தாலுகா—தொடர்ச்சி.

Pāganikattaiyanēndal (I).	பாகனிகட்டையனேந்தல்.
Pāganūr (Z) ..	பாகனூர்.
Pakkamdānkudi (I).	பக்கம்தாங்குடி.
Pālaikkudi (Z) ..	பாலைக்குடி.
Palaiyanakōttai (Z).	பழையன்கோட்டை.
Palanivayal (Z)..	பழனிவயல்.
Palangulam (Z).	பழங்குளம்.
Palangulam (I) ..	பழங்குளம்.
Pālkulam (I) ..	பால்குளம்.
Pallakkulam (Z).	பள்ளக்குளம்.
Pallimadāvayal(I)	பள்ளிமடாவயல்.
Pālvāriyēndal (Z).	பால்வாரியேந்தல்.
Paluvakkādu (Z).	பழுவக்காடு.
Panaikkarai (Z).	பனைக்கரை.
Panaiyākurichchi (Z).	பனையாகுறிச்சி.
Pānnanēndal (I).	பானனேந்தல்.
Panagādi (Z) ..	பனங்காடி.
Panangāttānvayal (I).	பனங்காட்டான்வயல்.
Panangāttānvayal (Z).	பனங்காட்டான்வயல்.
Panangulam (Z).	பனங்குளம்.
Pananjāyal (I) ..	பனஞ்சாயல்.
Pananjambakkōttai (I).	பனஞ்சம்பக்கோட்டை.
Panantōppu (I)..	பனந்தோப்பு.
Pāndani (Z) ..	பாண்டனி.
Pandappanēndal (I).	பந்தப்பனேந்தல்.
Pānditanvayal(Z).	பண்டிதன்வயல்.
Pandiyanvayal (I)	பாண்டியன்வயல்.
Pāndūkudi (Z) ..	பாண்டுகுடி.
Panichchakudi(Z)	பணிச்சகுடி.
Panikkanēndal(Z)	பணிக்கனேந்தல்.
Panjamāri (Z) ..	பஞ்சமாரி.
Panjarāyankōttai (Z).	பஞ்சராயன்கோட்டை.
Pannalam (Z) ..	பண்ணளம்.
Pannārēndal (I).	பண்ணாரேந்தல்.
Pannippullānvayal (Z).	பன்னிப்புள்ளான்வயல்.
Pāppāgudi (I) ..	பாப்பாகுடி.
Pāppanakkōttai (I).	பாப்பனக்கோட்டை.
Pāppanēndal (I).	பாப்பானேந்தல்.
Pāppānendal (Z).	பாப்பானேந்தல்.
Pāppānēndal (Z).	பாப்பானேந்தல்.
Pāppankōttai (Ch IV, Bl. 216) (Z)	பாப்பான்கோட்டை.
Parachchērivāsal (Z).	பறைச்சேரிவாசல்

Paraiyanēndal (Z)	பறையனேந்தல்.
Paraiyankōttai (Z)	பறையன்கோட்டை.
Paraiyanvayal (Ch. IV, Bl. 297) (Z).	பறையன்வயல்.
Paraiyanvayal Ch. III, Bl. 167) (Z).	பறையன்வயல்.
Paramanivayal (I)	பரமணிவயல்.
Parambakkudi (Ch. III, Bl. 54) (Z).	பரம்பக்குடி.
Parambakkudi (Ch. VI, Bls. 170 and 171) (Z).	பரம்பக்குடி.
Pāranūr (I) ..	பாரனூர்.
Parappuvayal (I).	பரப்புவயல்.
~~Parpani (I)~~ ..	~~பற்பணி.~~
Pārūr (I) ..	பாரூர்.
Paruttiyūr (Ch. V, Bl. 105) (Z) ..	பருத்தியூர்.
Paruttiyūr (Ch. V. Bl. 203) (Z).	பருத்தியூர்.
Pāsāni (Z) ..	பாசாணி.
Pāsippattanam (I)	பாசிப்பட்டணம
Pattamangalam (Z).	பட்டமங்கலம்.
Pattamangalam (I) and (G).	பட்டமங்கலம்.
Pāttavayal (I) ..	பாட்டவயல்.
Pavalakkanni (Z).	பவளக்கண்ணி.
Pāvanakkōttai (Z)	பாவனக்கோட்டை.
Pāvāsi (I) ..	பாவாசி.
Pēriyūr (Z) ..	பேரையூர்
Pēramangalam(I).	பேராமங்கலம்.
Pērāttukkōttai (I).	பேராட்டுக்கோட்டை.
Periya Karai (Z).	பெரிய கரை.
Periya Karriyān.	பெரிய கரையான்.
Periya Kīrandai. (Z).	பெரிய கிரந்தை.
Periya Kōdakkudi (Z).	பெரிய கோடக்குடி.
Periya Nāyakivayal (I).	பெரியநாயகிவயல்.
Periyānvayal (I).	பெரியான்வயல்.
PeriyaSānānvayal (Z).	பெரிய சாணான்வயல்.
Perumālēndal(I)	பெருமாளேந்தல்
Perumālkūttanvayal (Z).	பெருமாள்கூத்தன்வயல்.

TIRUVĀDĀNAI TĀLUK—cont. திருவாடானை தாலுகா—தொடர்ச்சி.

Perungānūr (Z)..	பெருங்கானூர்.
Perunjūr (I) ..	பெருஞ்சூர்.
Peruvākkōttai (Z).	பெருவாக்கோட்டை.
Peruvandal (Z) ..	பெருவண்டல்.
Paruvatti (I) ..	பருவத்தி.
Pettārtēvankōttai (Z).	பெத்தார்தேவன் கோட்டை.
Pichchan-kurichchi (I).	பிச்சன்குறிச்சி.
Pidāranēndal (I)..	பிடாரனேந்தல்.
Pillaiyārēndal (I).	பிள்ளையாரேந்தல்
Pillukkudi (Z) ..	பில்லுக்குடி.
Pirambuvayal (Ch. V, Bls. 45 and 46) (I).	பிரம்புவயல்.
Pirandaivayal (I).	பிரண்டைவயல்.
Pirāndanvayal (Z).	பிராந்தன்வயல்.
Poduvakkudi (Z)	பொதுவக்குடி.
Ponnagariyēndal (I).	பொன்னகரியேந்தல்.
Ponnakkarai (Z).	பொன்னக்கரை.
Ponnalikkōttai (Z)	பொன்னலிக்கோட்டை.
Ponnamangalam (Z).	பொன்னமங்கலம்.
Ponnankurichchi (I).	பொன்னன் குறிச்சி.
Ponnatti (I) ..	பொன்னத்தி.
Ponnivayal (Z) ..	பொன்னிவயல்.
Ponniyēndal (Z).	பொன்னியேந்தல்.
Ponnukkumīndān Karisalkulam (I).	பொன்னுக்குமீண்டான் கரிசல் குளம்.
Pontūngi (Z) ..	பொந்தூங்கி.
Pōradappu (Z) ..	போரடப்பு.
Porivāyal Ambala vayal (I).	போரிவயல் அம்பலவயல்.
Pōrkudi (Z) ..	போர்குடி.
Posukkani (Z) ..	பொசுக்கணி.
Pottavayal (Z) ..	பொட்டவயல்.
Poyyāmoli (Ch. III, Bl. 288) (I).	பொய்யாமொழி.
Poyyāmoli (Ch. III, Bl. 263) (I).	பொய்யாமொழி.
Pudaiyanvayal (I)	புடையன்வயல்.
Pūdakudi (I) ..	பூதகுடி.
Pudukkōttai (Ch. VI, Bl, 112) (Z)	புதுக்கோட்டை.
Pudukkudi (Ch. V, Bl. 99) (Z).	புதுக்குடி.
Pudukkurichchi (Ch. IV, Bl. 313) (Z).	புதுக்குறிச்சி.
Puduppaiyūr (Z).	புதுப்பையூர்.
Puduppattanam (I).	புதுப்பட்டணம்..
Puduvayal (Ch. III, Bl. 241) (Z).	புதுவயல்.
Puduvayal (Ch. V, Bl. 49) (Z).	புதுவயல்.
Puduvayal (I) ..	புதுவயல்
Pukkudi (Ch. II, Bl. 119 (I).	புக்குடி.
Pukkudi (Ch. Bl. 51-53. (Z).	புக்குடி.
Pūkkulam (Z) ..	பூக்குளம்.
Pūlāngudi (I) ..	புலாங்குடி.
Pūlāngudi (Ch. VI, Bls.175-177) (Z).	பூலாங்குடி.
Pūlāngulam (Z)..	பூலாங்குளம்.
Pulavanvayal (Z).	புலவன்வயல்.
Pulikkulam (Z) ..	புலிக்குளம்.
Pulikutti, (Ch. I, Bl. 23) (Z).	புலிகுத்தி.
Pnlikutti (Ch. III, Bl. 156) (Z).	புலிகுத்தி.
Puliyāl (Z). ..	புளியால்.
Puliyūr (Z) ..	புலியூர்.
Pullakkadumban-tittāndadānam (I).	புல்லக்கடம்பன் தித்தாண்டதானம்.
Pullumāri (I) ..	புல்லுமாரி.
Pullūr (I) ..	புல்லூர்.
Pulungavāriyēn-dal (Z).	புழுங்கவாரியேந்தல்.
Pūngudi (I) III.	பூங்குடி.
Pūngudi (Ch. .. Bl. 241) (Z).	பூங்குடி.
Pūngudiyēndal (Z).	பூங்குடியேந்தல்
Pūsalāgudi (Z) ..	பூசலாகுடி.
Puttēndal (Ch. V, Bl. (209) (I).	புத்தேந்தல்.
Puttēndal (Ch. VII, Bl. 209) (I).	புத்தேந்தல்.
Puttiranpatti (I).	புத்திரன்பட்டி
Puttūr (Z) ..	புத்தூர்.
Puttūrani (Z) ..	புத்தூரணி.
Pūvanēndal (I) ..	பூவனேந்தல்.
Pūvāni (Z) ..	பூவாணி.
Pūvāni (I) ..	பூவாணி.

TIRUVĀDĀNAI TĀLŪK—cont. திருவாடானை தாலுகா—தொடர்ச்சி.

Rādhānōdai (I) .. ராதானோடை.
Rādhānūr (Z) .. ராதானூர்.
Raghunātha-samudram (I). ரகுநாதசமுத்திரம்.
Rājākkalvayal (Z) ராஜாக்கள்வயல்.
Rājasingamangalam (Z). ராஜசிங்கமங்கலம்.
Rākkinākkōttai (Z). ராக்கினாக்கோட்டை.
Rāmanāthamadai (I). ராமநாதமடை.
Rāmanāthanēndal (I) ராமநாதனேந்தல்.
Rettaiyalam (Z).. ரெட்டையளம்.
Rettaiyūrani (I).. ரெட்டையூரணி.
Rudranpatti (I).. ருத்திரன்பட்டி.
Sadaiyāmangalam (Z). சடையாமங்கலம்
Sadaiyāmangalam (Ch. IV, Bl. 22) (Z). சடையாமங்கலம்.
Sadaiyankādu (I). சடையன்காடு.
Sakkandi (Z) .. சக்கந்தி.
Samadivayal (Z). சமாதிவயல்.
Sambai (Z) .. சம்பை.
Sambānōtti (I) .. சம்பானோட்டி.
Sammandavayal (I). சம்மந்தவயல்.
Sānānvayal (I) .. சாணான்வயல்.
Sānānvayal (Ch. V, Bl. 209) (Z). சாணான்வயல்.
Sānānvayal (Ch. IV, Bl. 47) (Z). சாணான்வயல்.
Sanavēli (Z) .. சணவேலி.
Sarugani (I) .. சருகணி.
Sārvanēndal alias Pallamadam (Z) சார்வனேந்தலாகிய பள்ளமடம்.
Sāttamangalam (I). சாத்தமங்கலம்.
Sāttamangalam (S. No. 979) (Z) சாத்தமங்கலம்.
Sāttanikōttai (I). சாத்தனிகோட்டை.
Sāttanūr (Z) .. சாத்தனூர்.
Sāttikōttai (Z) .. சாத்திகோட்டை.
Sāttinānkudi (Z). சாத்தினாங்குடி.
Sauriyārpattanam Pāppānvayal (I) சௌரியார்பட்டணம் பாப்பான்வயல்.
Sekudi (Z) .. செகுடி.
Sekkakudi (I) .. செக்ககுடி.
Sekkālai (Z) .. செக்காலை.
Sekkāntidal (Z).. செக்காந்திடல்.
Selugai (Z) .. செலுகை.
Seluvatti (Z) .. செலுவத்தி.
Sēmanvayal (I) .. சேமன்வயல்.
Sēmanivayal (I).. சேமனிவயல்.
Sembelāngudi (I). செம்பிலாங்குடி.
Sēnādikkōttai (Z). சேனாதிக்கோட்டை.
Sēnaivayal (I) .. சேனைவயல்.
Sēndakudi (Z) .. சேந்தகுடி.
Sendalaippiriyān (I). செண்டலைப்பிரியான்.
Sēndamangalam (I). சேந்தமங்கலம்.
Sēndani (Ch. I, Bl. 72) (Z). சேந்தனி.
Sēndani (Ch. III, Bls. 242 and 243) (Z). சேந்தனி.
Sēndani (Z) .. சேந்தனி.
Sēndani (Ch. V, Bl 250) (Z). சேந்தனி.
Sēndani (I) .. சேந்தனி.
Sengachchūlaivayal (I). செங்கச்சூலைவயல்.
Sengakkōvil (I).. செங்கக்கோவில்.
Sengālanvayal (Z). செங்காளன்வயல்.
Sengudi (Z) .. செங்குடி.
Seppōdukondān (Z). செப்போடுகொண்டான்.
Settidal (Z) .. சேத்திடல்.
Sevvāypettai (Z). செவ்வாய்பேட்டை.
Seyyānendal Terku (I). தெற்கு செய்யானேந்தல்.
Shanmukhanāthapuram (Z). ஷண்முகநாதபுரம்.
Silambattān (Z). சிலம்பத்தான்.
Silāmēganādu (Z). சிலாமேகநாடு.
Silukkanēndal (Z). சிலுக்கனேந்தல்.
Sīnamangalam (Z). சீனமங்கலம்.
Sīnāngudi (Z) .. சீனாங்குடி.
Sindāni (Z) .. சிந்தாணி.
Sīndivayal (Z) .. சீந்திவயல்.
Singattirumukhampatti (Z). சிங்கத்திருமுகம்பட்டி.
Sīniyēndal (I) .. சீனியேந்தல்.
Siragirimadai (Z). சிரகிரிமடை.
Sīrtāngi (Z) .. சீர்தாங்கி.
Sirudavayal (I) .. சிறுதவயல்.
Sīrugudi (Z) .. சிறுகுடி.
Sirukadavakkōttai (I). சிருகடவாக்கோட்டை.
Sirukai (Z) .. சிறுகை.
Sirukalattūr (Z).. சிறுகளத்தூர்.
Sirugānūr (Z) .. சிறுகானூர்.
Sirukambayūr (Z). சிறுகபம்யூர்.
Sirukārai (Z) .. சிறுகாரை.

TIRUVĀDĀNAI TĀLŪK—cont. திருவாடானை தாலூகா—தொடர்ச்சி.

Sirumadai (Z) ..	சிறுமடை.
Sirumalaikkōttai (Z)	சிறுமலைக் கோட்டை.
Sirumarudūr (I).	சிறுமருதூர்.
Sirunākudi (Ch. VII, Bl. 6) (Z).	சிறுநாகுடி.
Sirunākudi (Ch. I, Bl. 133) (Z).	சிறுநாகுடி.
Sirunallūr (Ch. I, Bls. 128-130) (Z).	சிறுநல்லூர்.
Sirunallūr (Ch. VII, Bl. 212) (Z).	சிறுநல்லூர்.
Siruvāchchi (Z) ..	சிறுவாச்சி.
Siruvali (Z) ..	சிறுவளி
Siruvālūr (I) ..	சிறுவாலூர்.
Siruvanēndal (Z).	சிறுவனேந்தல்.
Siruvanūr (I) ..	சிறுவனூர்.
Siruvanūr (Z) ..	சிறுவனூர்.
Siruvatti (I) ..	சிறுவத்தி.
Sītārāmanpudukkōttai (Z).	சீதாராமன் புதுக் கோட்டை.
Sītāri (Z) ..	சீதாரி.
Sīvalātti (Z) ..	சீவலாத்தி.
Sivandānkōttai (Z).	சிவந்தாங் கோட்டை.
Sivanūr (Z) ..	சிவனூர்.
Sivilāngudi (Z) ..	சிவிலாங்குடி.
Siviliyēndal (Z) ..	சிவிலியேந்தல்.
Sōlaikkudiyēndal (Z).	சோலைக்குடியேந் தல்.
Sōlandūr (Z) ..	சோலந்தூர்.
Sōliyakkudi (I) ..	சோழியக்குடி.
Sōmanēndal alias Mullikkundu (Z).	சோமனேந்த லாகிய முள்ளிக குண்டு.
Sōnādukōttai (Z).	சோனாடு கோட்டை.
Stānikanvayal (I).	ஸ்தானிகன்வயல்.
Subrahmanyapuram (Z).	சுப்பிரமணிய புரம்.
Sūchchakanēri (I).	சூச்சகனேரி.
Sūchchani (I) ..	சூச்சனி.
Sukkiravatti (I) ..	சுக்கிரவட்டி.
Sundamangalam (I).	சுண்டமங்கலம்.
Sundarapāndiyanpattanam (I).	சுந்தரபாண்டியன் பட்டணம்.
Sundarapāndiyapuram (Z).	சுந்தரபாண்டிய புரம்.
Sundūrani (I) ..	சுண்டூரணி.
Sūrakkudi (Z) ..	சூரக்குடி.
Sūrampuli (Z) ..	சூரம்புளி.
Surattamanakkudi (Z).	சுரட்டமணக்குடி.
Sūryankudi (Z) ..	சூரியன்குடி.
Suttamalli (I) ..	சுத்தமல்லி.
Tachchakudi (Z).	தச்சகுடி.
Tachchanēndal (I)	தச்சனேந்தல்.
Tachchanvayal (I)	தச்சன்வயல்.
Tachchanvayal (Ch. III, Bl. 174) (Z).	தச்சன்வயல்.
Tādakkankōttai (Z).	தாதக்கண் கோட்டை.
Tālaikkudi (Z)	தாழைக்குடி.
Tālaiyūr (Z) ..	தாழையூர்.
Talakkāvayal (Z).	தளக்காவயல்.
Talukkārūr (Z) ..	தளக்காரூர்.
Tālanēndal (Z) ..	தாளனேந்தல்.
Talirmarungūr (I).	தளிர்மருங்கூர்.
Tāliyārēndal (I)..	தாளியாரேந்தல்.
Tāliyēndal (Z) ..	தாளியேந்தல்.
Talutanūr (Z) ..	தழுதனூர்.
Tāmōdaranpattanam (Z).	தாமோதரன்பட்ட ணம்.
Tānāvayal (I) ..	தானாவயல்.
Tandalakkudi (I).	தண்டலக்குடி.
Tangangudi (Z).	தங்கக்குடி.
Tātanvayal (I) ..	தாதன்வயல்
~~Tattani (Z)~~ ..	தத்தணி.
Tattānvayal (Z)..	தட்டான்வயல்.
Tavadingāvayal (I).	தாவடிங்காவயல்.
Tāvāni (I) ..	தாவாணி.
Tavasiyēndal (Z).	தவசியேந்தல்.
Telliyanvayal (I).	தெள்ளியன்வயல்.
Tēlūr (I) ..	தேளூர்.
Tennīrvayal (I) ..	தெண்ணீர்வயல்.
Tēralappūr (Z) ..	தேரளப்பூர்.
Sērēndal (Z) ..	சேரேந்தல்.
Terkumāngudi (Z).	தெற்குமாங்குடி.
Terkupōrkudi (I).	தெற்குபோர்குடி.
Tērpōgi (Z) ..	தேர்போகி.
Tēvanivayal (Z)..	தேவனிவயல்.
Tēvarēndal (Z) ..	தேவரேந்தல்.
Tidakkōttai (Z)..	திடக்கோட்டை.
Tinaikāttānvayal (Z).	தினைகாத்தான் வயல்.
Tinaiyattūr (I) ..	தினையத்தூர்.
Tirukkalyanapuram (I).	திருக்கலியாண புரம்.
Tirumanavayal (Z).	திருமணவயல்.
Tiruppatiyēndal (Z).	திருப்பதியேந்தல்.
Tiruppakkōttai (I)	திருப்பக்கோட்டை
Tiruppalaikkudi (I) (G).	திருப்பாலைக்குடி.

TIRUVĀDĀNAI TĀLUK—cont. திருவாடானை தாலூகா—தொடர்ச்சி.

Tiruttalāngudi (I). திருத்தலாங்குடி.
Tiruttērvalai (Z). திருத்தேர்வளை.
Tiruvadamadiyūr (I). திருவடமதியூர்.
Tiruvādānai (I) .. திருவாடானை.
Tiruvalappatti (Z) திருவளப்பட்டி.
Tiruvēgampattu (I). திருவேகம்பத்து.
Tiruvettiyūr (Z). திருவெத்தியூர்.
Tīttānvayal (Z) .. தீத்தான்வயல்.
Tīttānvayal (I) .. தீத்தான்வயல்.
Tittukkōttai (Z) .. திட்டுக்கோட்டை.
Tondi (Z) .. தொண்டி.
Tongumati (Z) .. தொங்குமதி.
Tōttamangalam (Z). தோட்டமங்கலம்.
Tudiyani (Z) .. துதியணி.
Tuduppūr (Z) .. துடுப்பூர்.
Tumbādakkōttai (Z), தும்பாடக்கோட்டை.
Tūngālangudi (Z) தூங்காலங்குடி.
Tūnukudi (I) .. தூணிகுடி.
Tūnukudi (Z) .. தூணுகுடி.
Tuttākkudi (Z) .. துத்தாக்குடி.
Tuttākkudi (I) .. துத்தாக்குடி.
Tuttiyēndal (I) .. துத்தியேந்தல்.
Tuvār (I) .. துவார்.
Udaikkulam (Z). உடைக்குளம்.
Udaiyāchchi (I) .. உதையாச்சி.
Udaiyana-samudram (Z). உடையணசமுத்திரம்.
Udaiyanā-samudram (Ch. VII, Bls. 27 and 28) (I). உடையணசமுத்திரம்.
Udaiyanā samudram (I). உடையணசமுத்திரம்.
Ugamanavayal(Z) உகமணவயல்.
Udaiyarēndal (Z). உடையாரேந்தல்.
Udappuvayal (Z). உடப்புவயல்.
Udappanpatti-vīramadakki (I) உடப்பன்பட்டிவீரமடக்கி.
Udaiyanāvayal(Z) உடையணவயல்.
Ūdupōgi (Z) .. ஊடுபோகி.
Ugandāchchi-yēndal (Z). .. உகந்தாச்சியேந்தல்.
Ugandangudi (I). உகந்தச்குடி.
Ulakkudi (I) .. உளக்குடி.
Ūmaiyudaiyān-madai (Z). ஊமையுடையான்மடை.
Ūmaiyāndānvayal (I). ஊமையாண்டான்வயல்.
Unjanai (Z) .. உஞ்சனை.
Uppalakkudi (I). உப்பளக்குடி.
Uppūr (I) .. உப்பூர்.
Ūranangudi (Z) .. ஊரணங்குடி.
Ūranikkōttai (I). ஊரணிக்கோட்டை.
Urattūr (Z) .. உரத்தூர்.
Ūravayal (I) .. ஊரவயல்.
Uridikkōttai (Z). உருதிக்கோட்டை.
Uruvātti (Z) .. உருவாட்டி.
Usilanakkōttai (I) உசிலனக்கோட்டை.
Uvarkulam (Z) .. உவர்குளம்.
Vadakīlkudi (Z). வடகீழ்குடி.
Vadakkalūr (Z) .. வடக்களூர்.
Vadakkanēndal (Z). வடக்கனேந்தல்.
Vadakkumāngudi (Z). வடக்குமாங்குடி.
Vadakkupōrkudi (I). வடக்குபோர்குடி.
Vadakkuseyyā-nēndal (I). வடக்குசெய்யானேந்தல்.
Vadamalai Ayyan-pāppākudi (I). வடமலை அய்யனபாப்பாகுடி.
Vādinanniyūr (I). வாடிநன்னியூர்.
Vadugāndiyēndal (Z). வடுகாண்டியேந்தல்.
Vadugani (I) .. வடுகணி.
Vāgaikkudi (Ch. III, Bl. 97) (Z). வாகைக்குடி.
Vāgaikkudi (Ch. VI, Bl. 211) (Z). வாகைக்குடி.
Vairavanvayal (Z) வைரவன்வயல்.
Vakkanankōttai (Z). வக்கணங்கோட்டை.
Valamāvūr (I) .. வலமாவூர்.
Valani (Z) .. வளனை.
Valasaippattanam (Z). வலசைப்பட்டணம்.
Valaiyanēndal (Z) வலையனேந்தல்.
Valaiyanvayal (I). வலையன்வயல்.
Valaiyanvayal (Z). வலையன்வயல்.
Vālkiramanikkam (I). வாழ்கிறமாணிக்கம்.
Vālkiramānikkam (Z). வாழ்கிறமாணிக்கம்.
Vāniyanvayal (I). வாணியன்வயல்.
Vannānvayal (Z). வண்ணானவயல்.
Vannānudaippu (I). வண்ணானுடைப்பு.
Varavani (Z) .. வரவணி.
Varikkudi (Z) .. வரிக்குடி.
Vāriyanvayal (I). வாரியன்வயல்.
Vasandani (Z) .. வசந்தனி.
Vattānam (I) .. வட்டாணம்.

TIRUVĀDĀNAI TĀLŪK—cont. திருவாடானை தாலூகா—தொடர்ச்சி.

Vāyullānēndal (Z) வாயுள்ளானேந்தல்.
Vāyullānvayal (I). வாயுள்ளான்வயல்
Vēlāni (Z) .. வேளானி.
Vēlāttūr (Z) .. வேலத்தூர்.
Vēlāvayal (Z) .. வேளாவயல்.
Vēlāyudhanvayal (Z). வேலாயுதன்வயல்.
Velimutti (I) .. வெளிமுத்தி.
Velimuttūr (I) .. வெளிமுத்தூர்.
Velivayal (I) .. வெளிவயல்.
Veliyangudi (I) .. வெளியங்குடி.
Vellālanvayal (I). வெள்ளாளன் வயல்.
Vellālanvayal (Z). வெள்ளாளன் வயல்.
Vellani (Z) .. வெள்ளனி.
Vellārēndal (I) .. வெள்ளாரேந்தல்
Vellikkatti (Z) .. வெள்ளிக்கட்டி.
Vellūr (I) .. வெள்ளூர்.
Vēmbakkōttai (Z). வேம்பக்கோட்டை
Vengalūr (Z) .. வெங்களூர்.
Venniyūr (Z) .. வென்னியூர்.
Vēttaikkāranpatti (I). வேட்டைக்காரன் பட்டி.
Vettivayal (I) .. வெட்டிவயல்.
Vettivayal (Z) .. வெட்டிவயல்.
Vettukkādu (Z) .. வெட்டுக்காடு.
Vettukkulam (I). வெட்டுக்குளம்.
Vijayapuram (Z). விஜயபுரம்.
Vilakkanēndal (I). விலக்கனேந்தல்.
Vilāngāttūr (I) .. விளாங்காட்டூர்.
Vilāngāttūr (Z) .. விளாங்காட்டூர்.
Vilangāvayal (Z). விளாங்காவயல்.
Vilāngudi (I) .. விளாங்குடி.
Vilangudi (Z) .. விளங்குடி.
Vilānūr (I) .. விளானூர்.
Vilattumanakkōttai (I). விளத்துமணக் கோட்டை.
Vilattūr (Z) .. விளத்தூர்.
Vilāvadiyēndal (Z). விளாவடியேந்தல்
Vīlimār (Z) .. வீழிமார்.
Vīlimār (I) .. வீழிமார்.
Vīrāndānvayal (Z) வீராண்டான்வயல்
Vīrappuli (Z) .. வீரப்புலி.
Virisūr (I) .. விரிசூர்.
Virudavayal (I) .. விருதவயல்.
Virudavayal (Z). விருதவயல்.
Virusadiyēndal (I). விருசடியேந்தல்.
Visumbūr (I) .. விசம்பூர்.

SALEM DISTRICT.

ĀTTŪR TĀLŪK. ஆத்தூர் தாலூகா.

(*Ryotwari.*)	(ரயத்வாரி).
Abinavam ..	அபினவம்.
Akkichettipālaiyam.	அக்கிசெட்டிபாளையம்.
Alagūpuram ..	அழகாபுரம்.
Ammampālaiyam.	அம்மம்பாளையம்.
Ānaiyāmpatti ..	ஆனையாம்பட்டி.
Appammasamudram.	அப்பம்மசமுத்திரம்.
Āragalūr ..	ஆறகளூர்.
Arasanattam ..	அரசநத்தம்.
Ārūttiagrahāram.	ஆராத்தி அக்ரஹாரம்.
Āriyampālaiyam.	ஆரியம்பாளையம்.
Attavanaikottāmpādi.	அட்டவணைகொத்தாம்பாடி.
Āttūr	ஆத்தூர்.
Chinnakrishnāpuram.	சின்னகிருஷ்ணபுரம்.
Chinnammasamudram.	சின்னம்மசமுத்திரம்.
Chokkanāthapuram.	சொக்கநாதபுரம்.
Dalavāypatti ..	தளவாய்பட்டி.
Dēviyākurichchi.	தேவியாகுறிச்சி.
Erramasamudram.	எர்ரமசமுத்திரம்.
Ēttāpūr ..	எத்தாபூர்
Gangavalli ..	கங்கவள்ளி.
Gōpālapuram ..	கோபாலபுரம்.
Gōvindampālaiyam.	கோவிந்தம்பாளையம்.
Īchchampatti ..	ஈச்சம்பட்டி.
Iluppainattam ..	இலுப்பைநத்தம்.
Jārikottambādi ..	ஜாரிகொத்தம்பாடி.
Kadambūr ..	கடம்பூர்.
Kalarampatti ..	களரம்பட்டி.
Kallānattam ..	கல்லாநத்தம்.
Kallēripatti ..	கல்லேரிபட்டி.
Kallippatti sēradi.	கள்ளிப்பட்டி சேரடி.
Kalpaganūr ..	கல்பகனூர்.
Kalyānagiri ..	கலியாணகிரி.
Kāmakkāpālaiyam.	காமக்காபாளையம்.
Karadippatti (Bēlūr).	கரடிப்பட்டி (பேளூர்).
Karadippatti (Ēttāpūr).	கரடிப்பட்டி (எத்தாபூர்).
Kāttukkōttai ..	காட்டுக்கோட்டை.
Kavarappanai ..	கவரப்பனை.
Kilāvārai ..	கிளாவாரை.
Kīrippatti ..	கீரிப்பட்டி.
Kondayampalli ..	கொண்டயம்பள்ளி.
Kōnērippatti ..	கோனேரிப்பட்டி.
Kottavādi ..	கொட்டவாடி.
Krishnāpuram ..	கிருஷ்ணபுரம்.
Kūdumalai ..	கூடுமலை.
Kumārapālaiyam.	குமாரபாளையம்.
Laddivādi ..	லத்திவாடி.
Lakshmanasamudram.	லக்ஷ்மணசமுத்திரம்.
Malliyakarai ..	மல்லியகரை.
Manivilundān ..	மணிவிழுந்தான்.
Manjani ..	மஞ்சனி.
Manmalai ..	மண்மலை.
Mēttudaiyanpālaiyam	மேட்டுடையன்பாளையம்.
Mōttuppālaiyam.	மேட்டுப்பாளையம்.
Mudakkuppatti ..	முடக்குப்பட்டி.
Mummudi ..	மும்முடி.
Muttākavundanūr.	முத்தாகவுண்டனூர்.
Mutial . ..	முட்டல்.
Naduvalūr ..	நடுவலூர்.
Nāgaiyampatti ..	நாகையம்பட்டி.
Narasingapuram.	நரசிங்கபுரம்.
Nattakkarai ..	நத்தக்கரை.
Nāvakkuricchi ..	நாவக்குறிச்சி.
Nāvalūr ..	நாவலூர்.
Oddappatti ..	ஒட்டப்பட்டி.
Ōdiyattūr ..	ஓடியத்தூர்.
Ōlaippādi ..	ஓலைப்பாடி.
Pachchaimalai ..	பச்சைமலை.
Pagadappādi ..	பகடப்பாடி.
Paittūr ..	பைத்தூர்.
Palaniyāpuri ..	பழனியாபுரி.
Pallippālaiyam ..	பள்ளிப்பாளையம்.
Panaimadal ..	பனைமடல்.
Pattutturai ..	பட்டுத்துரை.
Peddanāyakkanpālaiyam.	பெத்தநாயக்கன்பாளையம்.
Periyakrishnāpuram.	பெரியகிருஷ்ணபுரம்.
Periyēri ..	பெரியேரி.
Pillaiyārmadi ..	பிள்ளையார்மதி.
Pinnanūr ..	பின்னனூர்.
Puliyankuricchi ..	புளியங்குறிச்சி.

Āttūr Tālūk—cont. ஆத்தூர் தாலூகா—தொடர்ச்சி.

Punavāsal ..	புனவாசல்.
Pungavādi ..	புங்கவாடி.
Puttirakavundanpālaiyam.	புத்திரகவுண்டன் பாளையம்.
Puttūr	புத்தூர்.
Rājāpālaiyam (east).	ராஜாபாளையம் (கிழக்கு).
Rājāpālaiyam (west).	ராஜாபாளையம் (மேற்கு).
Rāmanāyakkanpālaiyam.	ராமநாயக்கன்பாளையம்.
Rangappanāyakkanpālaiyam.	ரங்கப்பநாயக்கன் பாளையம்
Sadāsivapuram ..	சதாசிவபுரம்.
Sārvāy ..	சார்வாய்.
Sāttappādi ..	சாத்தப்பாடி.
Sendārappatti ..	செந்தாரப்பட்டி.
Sengādu ..	செங்காடு.
Sōradimūlai ..	சோரடிமூலை.
Siliyampatti ..	சிலியம்பட்டி.
Siruvācchūr ..	சிறுவாச்சூர்.
Sittēri	சித்தேரி.
Talaivāsal ..	தலைவாசல்.
Tamaiyanūr ..	தமையனூர்.
Tammampatti ..	தம்மம்பட்டி.
Tāndavarāyapuram.	தாண்டவராயபுரம்.
Tenkumarai ..	தென்குமரை.
Tennampillaiyūr.	தென்னம்பிள்ளையூர்.
Tennangudipālaiyam.	தென்னங்குடிபாளையம்.
Tidāvūr ..	திடாவூர்.
Tirumala Nāmasamudram.	திருமல நாமசமுத்திரம்.
Tittachchēri ..	திட்டச்சேரி.
Tulukkanūr ..	துலுக்கனூர்.
Tyāganūr ..	தியாகனூர்.
Udaiyampatti ..	உடையம்பட்டி.
Ulipuram ..	உலிபுரம்.
Umaiyāpuram ..	உமையாபுரம்.
Ūnattūr ..	ஊனத்தூர்.
Vadakumarai ..	வடகுமரை.
Vadakūttampatti.	வடகூத்தம்பட்டி.
Valaiyamādēvi ..	வளையமாதேவி.
Vālakkōmbai ..	வாழக்கோம்பை.

Valasaikallippatti.	வலசைகள்ளிப்பட்டி.
Varagūr ..	வரகூர்.
Vellaiyūr ..	வெள்ளையூர்.
Vēlūr	வேலூர்.
Vēppadi ..	வேப்படி.
Vēppampūndi ..	வேப்பம்பூண்டி.
Vēppanattam ..	வேப்பநத்தம்.
Vēppantattai ..	வேப்பந்தட்டை.
Vīraganūr ..	வீரகனூர்.
Vīrakavundanūr.	வீரகவுண்டனூர்.
(Zamindari.)	(ஜமீன்தாரி.)
Idaiyappatti ..	இடையப்பட்டி.
Kumsampatti ..	கும்சம்பட்டி.
Malaiyālappatti ..	மலையாளப்பட்டி.
Māmānji ..	மாமாஞ்சி.
Neyyamalai ..	நெய்யமலை.
Pudūr	புதூர்.
Sekkadippatti ..	செக்கடிப்பட்டி.
Tumbal ..	தும்பல்.
Vellālappatti ..	வெள்ளாளப்பட்டி
(Inam.)	(இனம்.)
Akkisettipālaiyam agrahāram.	அக்கிசெட்டிபாளையம் அக்கிராரம்.
Chinnakalrāyan hills.	சின்னகல்ராயன் மலை.
Chokkanūr agrahāram.	சொக்கனூர் அக்கிரஹாரம்.
Jangamasamudram.	ஜங்கமசமுத்திரம்.
Kottavādi agrahāram.	கொட்டவாடி அக்கிராரம்.
Mallikarai agrahāram.	மல்லிகரை அக்கிராரம்.
Nāttāragrahāram.	நாட்டார் அக்ரஹாரம்.
Odayānpatti agrahāram.	ஓடயான்பட்டி அக்கிராரம்.
Periyakalrāyan Hills (Kīlnād).	பெரியகல்ராயன் மலை (கீழ்நாடு).
Periyakalrāyan Hills (Mēlnād).	பெரியகல்ராயன் மலை (மேல்நாடு).

Dharmapuri Tālūk. தர்மபுரி தாலூகா.

(Government villages.)	(கவர்ன்மெண்ட் கிராமங்கள்.)
Adagappādi ..	அதகப்பாடி.
Adamankottai ..	அதமன்கோட்டை.
Adilam ..	அடிலம்.
Ajjanahalli ..	ಅಜ್ಜನಹಳ್ಳಿ.

Akkamanahalli.	ಅಕ್ಕಮನಹಳ್ಳಿ.
Āndihalli ..	ಆಂಡಿಹಳ್ಳಿ.
Anjēhalli ..	ಅಂಜೇಹಳ್ಳಿ.
Annāmalaihalli.	ಅಣ್ಣಾಮಲೈಹಳ್ಳಿ.
Annasāgaram ..	ಅನ್ನಸಾಗರಂ.
Arakāsanahalli.	ಅರಕಾಸನಹಳ್ಳಿ.

DHARMAPURI TĀLŪK—cont. தர்மபுரி தாலூகா—தொடர்ச்சி.

Baddirahalli ... ಬದ್ದಿರಹಳ್ಳಿ.
Baisuhalli ... ಬೈಸುಹಳ್ಳಿ.
Bālajangamanahalli. ಬಾಲಜಂಗಮನಹಳ್ಳಿ.
Bandarahalli ... ಬಂದರಹಳ್ಳಿ.
Bēgārahalli ... ಬೇಗಾರಹಳ್ಳಿ.
Bōlanahalli ... ಬೋಳನಹಳ್ಳಿ.
Bommahalli ... ಬೊಮ್ಮಹಳ್ಳಿ.
Būdanahalli ... ಬೂದನಹಳ್ಳಿ.
Būgānahalli ... ಬೂಗಾನಹಳ್ಳಿ.
Chekkōdi ... ಚೆಕ್ಕೋಡಿ.
Chikkadōranabettā. ಚಿಕ್ಕದೋರಣಬೆಟ್ಟ.
Chinnampalle ... ಚಿನ್ನಂಪಲ್ಲೆ.
Dalavāyhalli ... ದಳವಾಯ್‌ಹಳ್ಳಿ.
Dandukāranahalli. ದಂಡುಕಾರನಹಳ್ಳಿ.
Dharmapuri town *alias* Vellaikavundanpālaiyam. வெள்ளைகவுண்டன் பாளையம் என்ற தர்மபுரி டவுன்.
Dindal ... திண்டல்.
Dokkubōdanahalli. ದೊಕ್ಕುಬೋದನಹಳ್ಳಿ.
Donnakuttahalli. ದೊಣ್ಣಕುಟ್ಟಹಳ್ಳಿ.
Echchanahalli ... ಎಚ್ಚನಹಳ್ಳಿ.
Ēlagiri ... ಏಲಗಿರಿ.
Erranahalli ... ಎರ್ರನಹಳ್ಳಿ.
Gendanahalli ... ಗೆಂಡನಹಳ್ಳಿ.
Gujjārahalli . ಗುಜ್ಜಾರಹಳ್ಳಿ.
Halē Dharmapuri. ಹಳೇ ಧರ್ಮಪುರಿ.
Indamangalam. இண்டமங்கலம்.
Jērtalāv ... ಜೇರ್ತಲಾವ್.
Jettihalli ... ಜೆಟ್ಟಿಹಳ್ಳಿ.
Kadagattūr ... கடகத்தூர்.
Kālappambādi... கலப்பம்பாடி.
Kālappanahalli. ಕಾಳಪ್ಪನಹಳ್ಳಿ.
Kammampatti ... கம்மம்பட்டி.
Karagadahalli. ಕರಗಡಹಳ್ಳಿ.
Kārimangalam. காரிமங்கலம்.
Kerēkōdihalli ... ಕೆರೇಕೋಡಿಹಳ್ಳಿ.
Kōdihalli ... ಕೋಡಿಹಳ್ಳಿ.
Kōnangihalli ... ಕೋಣಂಗಿಹಳ್ಳಿ.
Kōnanginā yakanahalli. ಕೋಣಂಗಿನಾಯಕನಹಳ್ಳಿ.
Kondampatti ... கொண்டம்பட்டி.
Kōttumāranahalli. ಕೋಟ್ಟುಮಾರನಹಳ್ಳಿ.
Krishnāpuram ... ಕೃಷ್ಣಾಪುರಂ.
Kūkkutamaradahalli. ಕೂಕ್ಕುಟಮರದಹಳ್ಳಿ.
Kuppūr ... குப்பூர்.
Kūttappādi ... கூத்தப்பாடி.
Laligam ... லலிகம்.
Mādēmangalam. மாதேமங்கலம்.
Malliyakuttai ... மல்லியகுட்டை.
Manjārahalli ... ಮಂಜಾರಹಳ್ಳಿ.
Mānyadahalli ... ಮಾನ್ಯದಹಳ್ಳಿ.
Mūkkanahalli ... ಮೂಕ್ಕನಹಳ್ಳಿ.
Mūkkanūr ... மூக்கனூர்.
Mukkulam ... முக்குளம்.
Murukkampatti. முருக்கம்பட்டி.
Naduhalli ... ನಡುಹಳ್ಳಿ.
Nāgamarai ... நாகமரை.
Nallampalle ... ನಲ್ಲಂಪಲ್ಲೆ.
Nāyakanahalli... ನಾಯಕನಹಳ್ಳಿ.
Nettadahalli ... ನೆತ್ತದಹಳ್ಳಿ.
Onnappagoundanahalli. ಒನ್ನಪ್ಪಗೌಂಡನಹಳ್ಳಿ.
Pāgalahalli ... ಪಾಗಲಹಳ್ಳಿ.
Pālaiyam ... பாளையம்.
Pālakkōdu ... பாலகோடு.
Pālavādi ... பாலவாடி.
Pāpināyakanahalli. ಪಾಪಿನಾಯಕನಹಳ್ಳಿ.
Parvatanahalli... ಪರ್ವತನಹಳ್ಳಿ.
Pennāgaram ... பென்னாகரம்.
Periyānahalli ... ಪೆರಿಯಾನಹಳ್ಳಿ.
Perumbālai ... பெரும்பாலை.
Peyāyalamāri ... பெயாயலமாரி
Pikkili ... பிக்கிலி.
Pulikkarai ... புலிக்கரை.
Puludikkarai ... புழுதிக்கரை.
Pūmāndahalli ... ಪೂಮಾಂಡಹಳ್ಳಿ.
Reddihalli ... ರೆಡ್ಡಿಹಳ್ಳಿ.
Sanganbasuvantālāv. ಸಂಗನ್ ಬಸುವನ್ ತಾಲಾವ್.
Satyanāthapuram. சத்தியநாதபுரம்.
Salliyampatti ... செல்லியம்பட்டி.
Senganūr ... செங்கனூர்.
Settihalli P. ... ಶೆಟ್ಟಿಹಳ್ಳಿ ಪಿ.
Settikarai ... செட்டிகரை.

Dharmapuri Tālūk—cont. தர்மபுரி தாலூகா—தொடர்ச்சி.

Sigaralahalli ...	ಶಿಗರಲಹಳ್ಳಿ.
Sivādī ...	சிவாடி.
Sōmēnahalli ...	ಸೋಮೇನಹಳ್ಳಿ.
Sunchalanattam.	ಸುಂಚಲನತ್ತಂ.
Tadangam ...	தடங்கம்.
Tittiyōbanahalli.	ತಿತ್ತಿಯೋಬನಹಳ್ಳಿ.
Toppūrgānigara halli.	ತೊಪ್ಪೂರ್ಗಾಣಿಗರ ಹಳ್ಳಿ.
Ungurānahalli.	ಉಂಗುರಾನಹಳ್ಳಿ.
Vattuvanahalli.	ವಟ್ಟುವನಹಳ್ಳಿ.
Vellālapatti ...	வெள்ளாளபட்டி.
Virūpākshipuram.	விரூபாக்ஷிபுரம்.
(Zamindari villages.)	(ஜமீன் கிராமங்கள்.)
Achcharahalli ...	ಅಚ್ಚರಹಳ್ಳಿ.
Agaram ...	அகரம்.
Āmidālahalli ...	ಆಮಿದಾಲಹಳ್ಳಿ.
Āndārahalli ...	ಆಂದಾರಹಳ್ಳಿ.
Appanahalli ...	ಅಪ್ಪನಹಳ್ಳಿ.
Appanakavandanahalli.	ಅಪ್ಪನಕವಂಡನಹಳ್ಳಿ.
Attiguttahalli ...	ಅತ್ತಿಗುಟ್ಟಹಳ್ಳಿ.
Attimutlu ...	ಅತ್ತಿಮುಟ್ಲು.
Avilanayakanahalli.	ಅವಿಲನಾಯಕನಹಳ್ಳಿ.
Balagarahalli ...	ಬಲಗಾರಹಳ್ಳಿ.
Balijarahalli ...	ಬಲಿಜರಹಳ್ಳಿ.
Ballanahalli ...	ಬಲ್ಲನಹಳ್ಳಿ.
Ballūrpēttai ...	ಬಲ್ಲೂರುಪೇಟೆ.
Bandahalli ...	ಬಂಡಹಳ್ಳಿ.
Banimēnahalli.	ಬನಿಮೇನಹಳ್ಳಿ.
Bannihalli ...	ಬನ್ನಿಹಳ್ಳಿ.
Basuvāpuram ...	ಬಸುವಾಪುರಂ.
Battalahalli ...	ಬಟ್ಟಲಹಳ್ಳಿ.
Battalamalai ...	ಬತ್ತಲಮಲೈ.
Battireddihalli.	ಬತ್ತಿರೆಡ್ಡಿಹಳ್ಳಿ.
Belagāyapuram.	ಬೆಳಗಾಯಪುರಂ.
Belamāranahalli	ಬೆಳಮಾರನಹಳ್ಳಿ.
Belluhalli ...	ಬೆಲ್ಲುಹಳ್ಳಿ.
Bellūranahalli.	ಬೆಲ್ಲೂರನಹಳ್ಳಿ.
Bēvuhalli ...	ಬೇವುಹಳ್ಳಿ.
Bīsattipālaiyam.	ಬೀಸಟ್ಟಿಪಾಳೆಯಂ.
Bōlabagutanahalli.	ಬೋಳಬಗುತನಹಳ್ಳಿ.

Boppadi ...	பொப்பாடி.
Bottitimmanahalli	ಬೊಟ್ಟಿತಿಮ್ಮನಹಳ್ಳಿ.
Būdihalli (62)...	ಬೂದಿಹಳ್ಳಿ (62).
Būdihalli (107).	ಬೂದಿಹಳ್ಳಿ (107).
Būragamaradahalli.	ಬೂರಗಮರದಹಳ್ಳಿ.
Chendrapuram.	ಚೆಂದ್ರಪುರಂ.
Chennamēnahalli.	ಚೆನ್ನಮೇನಹಳ್ಳಿ.
Chenrāyantalāv.	ಚೆನ್ರಾಯನ್ತಲಾವ್.
Chenravapuram.	ಚೆನ್ರಾಯಪುರಂ.
Chottihalli ...	ಚೊಟ್ಟಿಹಳ್ಳಿ.
Chevulahalli ...	ಚೆವುಳಹಳ್ಳಿ.
Chikkabadagāndahalli.	ಚಿಕ್ಕಬಡಗಾಂಡಹಳ್ಳಿ.
Chikkabāvili ...	ಚಿಕ್ಕಬಾವಿಲಿ.
Chikkakadamadugu.	ಚಿಕ್ಕಕಡಮಡುಗು.
Chikkakempanahalli.	ಚಿಕ್ಕಕೆಂಪನಹಳ್ಳಿ.
Chikkanahalli ...	ಚಿಕ್ಕನಹಳ್ಳಿ.
Chikkavāpanahalli.	ಚಿಕ್ಕವಾಪನಹಳ್ಳಿ.
Chinnāganahalli.	ಚಿನ್ನಾಗನಹಳ್ಳಿ.
Chinnapangunatham.	சின்னபங்குநத்தம்.
Chinnappanāyakanahalli.	ಚಿನ್ನಪ್ಪನಾಯಕನಹಳ್ಳಿ.
Chūdappanahalli	ಚೂಡಪ್ಪನಹಳ್ಳಿ.
Dinnahalli ...	ದಿನ್ನಹಳ್ಳಿ.
Doddabadagāndahalli.	ದೊಡ್ಡಬಡಗಾಂಡಹಳ್ಳಿ.
Doddalānahalli.	ದೊಡ್ಡಲಾನಹಳ್ಳಿ.
Duppatidāsampatti.	துப்பட்டிதாசம்பட்டி.
Elumichchanahalli.	ಎಲುಮಿಚ್ಚನಹಳ್ಳಿ.
Emmērāmanahalli.	ಎಮ್ಮೇರಾಮನಹಳ್ಳಿ.
Erraguttahalli ...	ಎರ್ರಗುಟ್ಟಹಳ್ಳಿ.
Errapēyanahalli.	ಎರ್ರಪೇಯನಹಳ್ಳಿ.
Errasīgalahalli.	ಎರ್ರಶೀಗಲಹಳ್ಳಿ.
Eruduguttahalli.	ಎರುದುಗುಟ್ಟಹಳ್ಳಿ.

DHARMAPURI TĀLŪK—cont. தர்மபுரி தாலூகா—தொடர்ச்சி.

Ettimaradahalli. ಎಟ್ಟಿಮರದಹಳ್ಳಿ.
Ettiyānahalli ... ಎಟ್ಟಿಯಾನಹಳ್ಳಿ.
Gandayampatti. கண்டயம்பட்டி.
Ganganahalli .. ಗಂಗನಹಳ್ಳಿ.
Gettuhalli ... ಗೆಟ್ಟುಹಳ್ಳಿ.
Giddanahalli ... ಗಿಡ್ಡನಹಳ್ಳಿ.
Gollahalli (80) ... ಗೊಲ್ಲಹಳ್ಳಿ (80).
Gollahalli (1) ... ಗೊಲ್ಲಹಳ್ಳಿ (1).
Gōpālahalli ... ಗೋಪಾಲಹಳ್ಳಿ.
Gudlānahalli ... ಗುಡ್ಲಾನಹಳ್ಳಿ.
Gundanahalli ... ಗುಂಡನಹಳ್ಳಿ.
Guttalahalli ... ಗುತ್ತಲಹಳ್ಳಿ.
Hanumantapuram (No. 69). ಹನುಮಂತಪುರಂ (ನಂ. 69).
Hanumantapuram (No. 134). ಹನುಮಂತಪುರಂ (ನಂ. 134).
Jallikadiranahalli. ಜಲ್ಲಿಕದಿರನಹಳ್ಳಿ.
Jangālahalli ... ಜಂಗಾಲಹಳ್ಳಿ.
Jertalāv ... * [illegible]
Kadamadai ... கடமடை.
Kadattikōllu ... ಕಡತ್ತಿಕೊಲ್ಲು.
Kadattimutlu ... ಕಡತ್ತಿಮುಟ್ಲು.
Kādenellūru ... ಕಾಡೆನೆಲ್ಲೂರು.
Kānanūr ... கானனூர்.
Kānavānahalli ... ಕಾನವಾನಹಳ್ಳಿ.
Kandayampatti. கண்டயம்பட்டி.
Karagūr ... ಕರಗೂರು.
Karibaiyanahalli ಕರಿಬೈಯನಹಳ್ಳಿ.
Karukkamāranahalli. ಕರುಕ್ಕಮಾರನಹಳ್ಳಿ.
Kāttanahalli ... ಕಾಟ್ಟನಹಳ್ಳಿ.
Kēsaraguli ... ಕೇಸರಗುಳಿ.
Kōdangihalli ... ಕೋಡಂಗಿಹಳ್ಳಿ.
Kōdēnahalli ... ಕೋಡೇನಹಳ್ಳಿ.
Kōduhalli ... ಕೋಡುಹಳ್ಳಿ.
Kommalagutta. ಕೊಮ್ಮಲಗುಟ್ಟ.
Kommalanāyakanahalli. ಕೊಮ್ಮಲನಾಯಕನಹಳ್ಳಿ.
Kommētimmanahalli. ಕೊಮ್ಮೇತಿಮ್ಮನಹಳ್ಳಿ
Kōnangihalli ... ಕೋಣಂಗಿಹಳ್ಳಿ.
Kondagarahalli. ಕೊಂಡಗರಹಳ್ಳಿ.
Kondamallanūr. ಕೊಂಡಮಲ್ಲನೂರ್.
Kondasāmanahalli. ಕೊಂಡಸಾಮನಹಳ್ಳಿ.
Kongārahalli ... ಕೊಂಗಾರಹಳ್ಳಿ.
Koravāndapatti. கொரவாண்டபட்டி.
Kukkalamalai ... ಕುಕ್ಕಲಮಲೈ.
Kukkutamaradahalli. ಕುಕ್ಕುಟಮರದಹಳ್ಳಿ.
Lingāpuram ... ಲಿಂಗಾಪುರಂ.
Mādanahalli ... ಮಾದನಹಳ್ಳಿ.
Mādēhalli ... ಮಾದೇಹಳ್ಳಿ.
Malamatti ... ಮಲಮತ್ತಿ.
Manchināyakkanahalli. ಮಂಚಿನಾಯಕ್ಕನಹಳ್ಳಿ.
Mangalahalli ... ಮಂಗಲಹಳ್ಳಿ.
Mārāndahalli ... ಮಾರಾಂಡಹಳ್ಳಿ.
Mattanūr ... மத்தனூர்.
Mōdalihalli ... ಮೊದಲಿಹಳ್ಳಿ.
Modukulahalli ... ಮೋದುಕುಲಹಳ್ಳಿ.
Mukkulnāyakkanhalli. ಮುಕ್ಕುಲ್ನಾಯಕ್ಕನಹಳ್ಳಿ.
Mushtigarahalli. ಮುಷ್ಟಿಗರಹಳ್ಳಿ.
Muttūr ... ಮುತ್ತೂರ್.
Nāganampatti ... நாகணம்பட்டி.
Nallappanāyakkanahalli. ನಲ್ಲಪ್ಪನಾಯಕ್ಕನಹಳ್ಳಿ.
Nallasēnahalli ... ನಲ್ಲಶೇನಹಳ್ಳಿ.
Nallūr ... ನಲ್ಲೂರ್.
Nariyanahalli ... ನರಿಯನಹಳ್ಳಿ.
Nēralamaradahalli. ನೇರಳಮರದಹಳ್ಳಿ.
Nekkundi ... ನೆಕ್ಕುಂದಿ.
Nūlahalli ... ನೂಲಹಳ್ಳಿ.
Ōbalināyakanahalli ಓಬಳನಾಯಕನಹಳ್ಳಿ.
Onnegoundanahalli. ಒನ್ನೇಗವುಂಡನಹಳ್ಳಿ.
Pālayam ... பாளயம்.
Pallippatti ... பள்ளிப்பட்டி.
Panaikulam ... பனைகுளம்.
Pangunattam ... பங்குநத்தம்.
Pāpārahalli ... ಪಾಪಾರಹಳ್ಳಿ.
Pāpināyakkanpatti. பாபிநாயக்கன்பட்டி.
Pāppārappatti ... பாப்பாரப்பட்டி.
Perungōdu ... பெருங்கோடு.
Pillappanāyakkanahalli. ಪಿಲ್ಲಪ್ಪನಾಯಕ್ಕನಹಳ್ಳಿ.
Pōdalahalli ... ಪೋದಲಹಳ್ಳಿ.

DHARMAPURI TĀLŪK—cont. தர்மாபுரி தாலூகா—தொடர்ச்சி.

Pudupatti ... புதுப்பட்டி.
Pulikkallu ... புலிக்கல்லு.
Pungalanattam. புங்கலநத்தம்.
Rāmagūdal ... ராமகூடல்.
Rāyapālaiyam ... ராயபாளயம்.
Reddihalli ... ರೆಡ್ಡಿಹಳ್ಳಿ.
Sajjalahalli ... ಸಜ್ಜಲಹಳ್ಳಿ.
Sakkilinattam ... சக்கிலிநத்தம்.
Sāmanūr ... சாமனூர்.
Sāstramutlu ... சாஸ்திரமுட்லு.
Semmanahalli ... ಶೆಮ್ಮನಹಳ್ಳಿ.
Settihalli ... ಶೆಟ್ಟಿಹಳ್ಳಿ.
Singampatti ... சிங்கம்பட்டி.
Singanahalli ... ಶಿಂಗನಹಳ್ಳಿ.
Sīrāndapuram ... சீராண்டபுரம்.
Sīrēnahalli ... ಶೀರೇನಹಳ್ಳಿ.
Sītigānahalli ... ಶೀತಿಗಾನಹಳ್ಳಿ.
Sittanahalli ... ಶಿತ್ತನಹಳ್ಳಿ.
Sōmēnahalli ... ಸೋಮೇನಹಳ್ಳಿ.
Sottāndapatti ... சொட்டாண்டபட்டி.
Sukkanahalli ... ಶುಕ್ಕನಹಳ್ಳಿ.
Timmanametlu. ತಿಮ್ಮನಮೆಟ್ಲು.
Tinnahalli ... ತಿನ್ನಹಳ್ಳಿ.
Tippahalli ... ತಿಪ್ಪಹಳ್ಳಿ.
Tippanahalli ... ತಿಪ್ಪನಹಳ್ಳಿ.
Tippireddihalli. ತಿಪ್ಪಿರೆಡ್ಡಿಹಳ್ಳಿ.
Tirumalavādi ... ತಿರುಮಲವಾಡಿ.
Toddabāvili ... ದೊಡ್ಡಬಾವಿಲಿ.
Tōmalahalli ... ತೋಮಲಹಳ್ಳಿ.
Tongalanāyakanahalli. ದೊಂಗಲನಾಯಕನಹಳ್ಳಿ.
Tumbalahalli ... ತುಂಬಲಹಳ್ಳಿ.
Varadēhalli ... ವರದೇಹಳ್ಳಿ.
Vattimaradahalli. ವತ್ತಿಮರದಹಳ್ಳಿ.
Vēlampatti ... வேலம்பட்டி.
Vellōlai ... வெள்ளோலை.
Vēpalai ... வேபாலை.
Vīrekavandanahalli. ವೀರೇಕವಂಡನಹಳ್ಳಿ.
Viyāpalahalli ... ವಿಯಾಪಲಹಳ್ಳಿ.

(*Inam villages.*) (ఇనాం గ్రామములు.)

Bagutanakarai ... ಬಗುತನಕರೈ.
Baragūru ... ಬರಗೂರು.
Bēvinamaradahalli. ಬೇವಿನಮರದಹಳ್ಳಿ.
Bommasamudram Agrahāram. ಬೊಮ್ಮಸಮುದ್ರಂ ಅಗ್ರಹಾರಂ.
Chenrāyanahalli. ಚೆನ್‌ರಾಯನಹಳ್ಳಿ.
Chikkamārāndahalli. ಚಿಕ್ಕಮಾರಾಂಡಹಳ್ಳಿ.
Chikkārdanahalli. ಚಿಕ್ಕಾರ್ದನಹಳ್ಳಿ.
Donnēnahalli ... ದೊನ್ನೇನಹಳ್ಳಿ.
Jāgīrgondalahalli. ಜಾಗೀರ್‌ಗುಂಡಲಹಳ್ಳಿ.
Kāttināyakanahalli. ಕಾಟ್ಟಿನಾಯಕನಹಳ್ಳಿ.
Kumbalappādi ... ಕುಂಬಲಪ್ಪಾಡಿ.
Māngurichchi ... ಮಾಂಗುರಿಚ್ಚಿ.
Mōlappanahalli. ಮೋಳಪ್ಪನಹಳ್ಳಿ.
Muttuhalli ... ಮುತ್ತುಹಳ್ಳಿ.
Nadappanahalli. ನಡಪ್ಪನಹಳ್ಳಿ.
Nāgarkūdal ... ನಾಗರ್‌ಕೂಡಲ್.
Nallanahalli ... ನಲ್ಲನಹಳ್ಳಿ.
Pūnādanahalli ... ಪೂನಾದನಹಳ್ಳಿ.
Semmāndakuppam. செம்மாண்டகுப்பம்.
Tellanahalli ... ತೆಲ್ಲನಹಳ್ಳಿ.
Uppārahalli ... ಉಪ್ಪಾರಹಳ್ಳಿ.
Vānambādi ... வாணம்பாடி.

HARŪR TĀLŪK. ஹரூர் தாலூகா.

(*Ryotwari.*) (ரயத்வாரி.)

Achchalavādi ... அச்சலவாடி.
Adikārappatti ... அதிகாரப்பட்டி.
Agrahāram ... அக்கிரஹாரம்.
Ajjampatti ... அஜ்ஜம்பட்டி.
Ālambādi ... ஆலம்பாடி.
Alamēlupuram ... அலமேலுபுரம்.
Ālāpuram ... ஆலாபுரம்.
Allālappatti ... அள்ளாளப்பட்டி.
Ammāpālaiyam ... அம்மாபாளையம்.
Ammāpēttai ... அம்மாபேட்டை.

HARŪR TĀLŪK—cont. ஹரூர் தாலூகா—தொடர்ச்சி.

Ammiyāmpatti ..	அம்மியாம்பட்டி.
Āndippatti (S. No. 117).	ஆண்டிப்பட்டி (ச. நெ. 117).
Āndippatti (S. No. 278).	ஆண்டிப்பட்டி (ச. நெ. 278).
Āndippatti (S. No. 357).	ஆண்டிப்பட்டி (ச. நெ. 357)
Āndippatti (S. No. 395).	ஆண்டிப்பட்டி (ச. நெ. 395).
Āndiyūr (S. No. 105).	ஆண்டியூர் (ச. நெ. 105).
Āndiyūr (S No. 379).	ஆண்டியூர் (ச. நெ. 379).
Annāmalaihalli ..	ಅಣ್ಣಾಮಲೈಹಳ್ಳಿ.
Annāmalaippatti.	அண்ணாமலைப் பட்டி.
Appināyakkan-patti.	அப்பிநாயக்கன் பட்டி.
Appiyampatti ..	அப்பியம்பட்டி.
Arunappadi ..	அருணப்பாடி.
Ativīriyampatti ..	அதிவீரியம்பட்டி.
Attippādi ..	அத்திப்பாடி.
Āvalampatti ..	ஆவலம்பட்டி.
Āvālūr ..	ஆவாலூர்.
Badapalle ..	బడపల్లె.
Bairnattam ..	பைர்நத்தம்.
Bairnāyakam-patti.	பைர்நாயகம்பட்டி.
Bālasamudram ..	பாலசமுத்திரம்.
Bandārasettip-patti.	பாந்தாரசெட்டிப் பட்டி.
Battalamalai ..	பத்தலமலை.
Bōthakkādu ..	போதக்காடு.
Bōdināyakkan-patti.	போடிநாயக்கன் பட்டி.
Bommadāsampatti	பொம்மதாசம் பட்டி.
Bommidi ..	பொம்மிடி.
Bompatti ..	பொம்பட்டி.
Būrugalapalle ..	బూరుగలపల్లె.
Chandrappatti ..	சந்திரப்பட்டி.
Chandrapuram ..	சந்திரபுரம்.
Chellampatti ..	செல்லம்பட்டி.
Chennappa-nāyakkanūr.	சென்னப்பநாயக்க னூர்.
Chettikkuttai ..	செட்டிக்குட்டை.
Chettippatti ..	செட்டிப்பட்டி.
Chinnākavundan-patti.	சின்னாகவுண்டன் பட்டி.
Chinnakunnattūr.	சின்னகுன்னத் தூர்.
Chinnamanjavādi.	சின்னமஞ்சவாடி.
Chinnānkuppam.	சின்னான்குப்பம்.
Chinnapanni-maduvu.	சின்னபன்னிமடுவு
Chinnatagarap-patti.	சின்னதகரப்பட்டி
Chinnatallappādi.	சின்னதல்லப்பாடி.
Dāsampatti .	దాసంపట్టి.
Dāsirihalli ..	ದಾಸಿರಿಹಳ್ಳಿ.
Dēvarājapālaiyam (No. 16).	தேவராஜபாளை யம் (நெ. 16).
Dēvarājapālaiyam (No. 40).	தேவராஜபாளை யம் (நெ. 40).
Doddampatti ..	దొడ్డంపట్టి.
Egūr	ஏகூர்.
Elachiyūr ..	ஏளச்சியூர்.
Elavadai ..	எலவடை.
Ellappudaiyān patti.	எல்லப்புடையான் பட்டி.
Eluvambādi ..	எலுவம்பாடி.
Erumiyāmpatti ..	எருமியாம்பட்டி.
Ettippatti (S. No. 120).	எட்டிப்பட்டி (ச. நெ. 120).
Ettippatti (S. No. 202).	எட்டிப்பட்டி (ச. நெ. 202).
Ettippatti (S. No. 353).	எட்டிப்பட்டி (ச. நெ. 353).
Ganapatippatti ..	கணபதிப்பட்டி.
Gangapērāmpatti.	கங்கபேராம்பட்டி.
Gangināyakkan-patti.	கங்கிநாயக்கன் பட்டி.
Gargēpalle ..	గర్గేపల్లె.
Gendigānūru ..	గెండిగానూరు.
Gettupatti (123)..	గెట్టుపట్టి (123).
Giddampatti (316)	கிட்டம்பட்டி (316).
Gollappatti (S. No. 223).	கொல்லப்பட்டி (ச. நெ. 223).
Gollappatti (S. No. 331).	கொல்லப்பட்டி (ச. நெ. 331).
Gollappatti (S. No. 343).	கொல்லப்பட்டி (ச. நெ. 343).
Gōpālapuram ..	கோபாலபுரம்.
Gōpichettipālai-yam.	கோபிசெட்டி பாளையம்.
Gōvindapuram ..	கோவிந்தபுரம்
Gūdalūr ..	கூடலூர்.
Gundlamaduvu ..	గుండ్లమడుగు.
Guruparahalli ..	ಗುರುಪರಹಳ್ಳಿ.
Hanumatīrtam ..	ஹனுமதீர்த்தம்.
Harūr ..	ஹரூர்.
Ichchambādi ..	ஈச்சம்பாடி.
Ilaiyāmpatti ..	இளையாம்பட்டி.
Ilandakuttaipatti.	இளந்தகுட்டைப் பட்டி.
Iluppaikuttap-patti.	இலுப்பைகுட்டப் பட்டி

HARŪR TĀLŪK—cont. ஹரூர் தாலூகா—தொடர்ச்சி.

Irulappatti .. இருளப்பட்டி.
Ittalappatti .. இட்டலப்பட்டி.
Īttiyāmpatti .. ஈட்டியாம்பட்டி.
Jadaiyankōmbai. ஜடையன்கோம்பை.
Jammanahalli .. జమ్మనహళ్లి.
Jangalahalli .. జంగలహళ్లి.
Jangalavādi .. జంగలవాడి.
Kadavanampatti. கதவணம்பட்டி.
Kadavani .. கதவணி.
Kadirampatti .. கதிரம்பட்டி.
Kadiripuram .. கதிரிபுரம்.
Kalladippatti (S. No. 76). கல்லடிப்பட்டி (ச. நெ. 76).
Kalladippatti (S. No. 126). கல்லடிப்பட்டி (ச. நெ. 126).
Kallāttuppatti .. கல்லாத்துப்பட்டி.
Kallāvi .. கல்லாவி.
Kallugānūr .. கல்லுகானூர்.
Kaludaippatti .. கழுதைப்பட்டி.
Kāmākshippatti. காமாக்ஷிப்பட்டி.
Kamālampatti . கமாலம்பட்டி.
Kambālai .. கம்பாலை.
Kanakkampatti .. கனக்கம்பட்டி.
Kānampatti .. கானம்பட்டி.
Kanganūr .. கங்கனூர்.
Kanichchi .. கணிச்சி.
Kanjanūr .. கஞ்சனூர்.
Kārappādi .. காரப்பாடி.
Kārappattu .. காரப்பட்டு.
Kariyaperumālvalasai. கரியபெருமாள்வலசை.
Karudampatti .. கருதம்பட்டி.
Karukkampatti .. கருக்கம்பட்டி.
Karumāndappadi. கருமாண்டப்பதி.
Kāttanūr .. காட்டனூர்.
Kattavadichchāmpatti. கட்டவடிச்சாம்பட்டி.
Kāttēri .. காட்டேரி.
Kattirippatti .. கத்திரிப்பட்டி.
Kāttūr .. காட்டூர்.
Kāttusingirippatti காட்டுசிங்கிரிப்பட்டி.
Kavundanpatti .. கவுண்டன்பட்டி.
Kāvoypatti .. காவாய்ப்பட்டி.
Kedākāranūr .. கெடாகாரனூர்.
Kētunāyakkanpatti. கேதுநாய்க்கன்பட்டி.
Kētureddippatti .. கேதுரெட்டிப்பட்டி.
Kīlānūr .. கீழானூர்.
Kilāppārai .. கிளாப்பாறை.
Kīlchengampādi. கீள்செங்கம்பாடி.
Kīlkuppam .. கீழ்குப்பம்.
Kīlmattūr .. கீழ்மத்தூர்.
Kīlmorappūr .. கீழ்மொரப்பூர்.
Kīraippatti .. கீரைப்பட்டி.
Kittampatti (235). கிட்டம்பட்டி (235).
Kōdamāndappatti. கோடமாண்டப்பட்டி.
Kokkarāppatti .. கொக்கராப்பட்டி.
Kolagampatti .. கொளகம்பட்டி.
Kōlimēkanūru .. కోళిమేకనూరు.
Kōlināyakkan patti. கோளிநாயக்கன்பட்டி.
Kollanūr .. கொள்ளனூர்.
Kollappatti .. கொள்ளப்பட்டி.
Kolutambinattam. கொழுதம்பிநத்தம்.
Kōmbūr .. கோம்பூர்.
Kommambattu .. கொம்மம்பட்டு.
Kōnampatti (S. No 236). கோனம்பட்டி (ச. நெ. 236).
Kōnampatti (S. No. 167). கோனம்பட்டி (ச. நெ. 167.)
Kondampatti (S. No. 172). கொண்டம்பட்டி (ச. நெ 172).
Kondampatti (S. No. 288). கொண்டம்பட்டி (ச. நெ. 288).
Kondayampatti (S. No. 104). కొండయంపట్టి (స. నెం. 104).
Kongavēmbu .. கொங்கவேம்பு.
Kōthalapeddampatti. కోతలపెద్దంపట్టి.
Kottanāmpatti .. கொத்தனாம்பட்டி.
Kōttappadi .. கோட்டப்பதி.
Kōttappatti .. கோட்டப்பட்டி.
Kottārappatti (S. No. 65). கொட்டாரப்பட்டி (ச. நெ. 65).
Kottārappetti (S. No. 216). கொட்டாரப்பட்டி (ச. நெ. 216).
Kottukkāranpatti. கொட்டுக்காரன்பட்டி.
Kudumiyāmpatti குடுமியாம்பட்டி.
Kullagānapalle .. కుళ్లగానపల్లె.
Kullampadi .. குள்ளம்பதி.
Kullampatti .. குள்ளம்பட்டி.
Kumārampatti (151). குமாரம்பட்டி (151).
Kumārappatti (352). குமாரப்பட்டி (352).
Kumbārappatti .. கும்பாரப்பட்டி.
Kūnampatti .. கூனம்பட்டி.
Kungilippatti .. குங்கிலிப்பட்டி.
Kunnathūr .. குன்னத்தூர்.

HARŪR TĀLŪK—cont. ஊரூர் தாலூகா—தொடர்ச்சி.

Kuppanattam ..	குப்பநத்தம்.
Kūrākupatti ..	కూరాకుపట్టి.
Kursampatti ..	కుర్సంపట్టి.
Kurubaravalasai.	ಕುರುಬರವಲಸ್ಯ.
Kurugappatti ..	குருகப்பட்டி.
Kurumbappatti (S. No. 105).	குரும்பப்பட்டி (ச. நெ. 105)
Kurumbappatti (S. No. 142).	குரும்பப்பட்டி (ச. நெ. 142).
Kurumbappatti (S. No. 199).	குரும்பப்பட்டி (ச. நெ. 199).
Kusappatti ..	குசப்பட்டி.
Kuttappatti ..	குட்டப்பட்டி.
Kuttippatti ..	குட்டிப்பட்டி.
Lakkampatti ..	லக்கம்பட்டி.
Lingāpuram ..	லிங்காபுரம்
Māganūrpatti ..	మాగనూర్‌పట్టి.
Mālagappādi ..	మాలగప్పాడి.
Mallampatti ..	மல்லம்பட்டி.
Malatāngi ..	மலதாங்கி.
Mallāpuram (S. No. 12).	மல்லாபுரம் (ச. நெ. 12).
Mallāpuram (S. No 248).	மல்லாபுரம் (ச. நெ. 248).
Malluppatti ..	மல்லுப்பட்டி.
Māmbādi ..	மாம்பாடி.
Māmbatti ..	மாம்பட்டி.
Mandikulampatti.	மந்திகுளம்பட்டி.
Mangalapatti ..	మంగలపట్టి.
Māngadē ..	மாங்கடே.
Manjavādi ..	மஞ்சவாடி.
Mannādippatti ..	மன்னாடிப்பட்டி.
Mārampatti ..	மாரம்பட்டி.
Marudippatti ..	மருதிப்பட்டி.
Matadahalli ..	ಮಠದಹಳ್ಳಿ.
Mattadahalli ..	ಮಟ್ಟದಹಳ್ಳಿ.
Mattiyampatti (S. No.146).	மத்தியமபட்டி (ச. நெ. 146).
Mattiyampatti (S. No. 190).	மத்தியம்பட்டி (ச. நெ. 190).
Māvērippatti (S. No. 144).	மாவேரிப்பட்டி (ச. நெ. 144)
Māvērippatti (S No. 166).	மாவேரிப்பட்டி (ச. நெ 166).
Mēkalanāyakkanahalli.	ಮೇಕಲನಾಯಕನಹಳ್ಳಿ
Mēlānūr ..	மேலானூர்.
Mēlsengambādi ..	மேல்செங்கம்பாடி
Menisi ..	ಮೆಣಸಿ.
Mēttuppatti (S. No 89).	மேட்டுப்பட்டி (ச. நெ. 89).
Mēttuppatti (S. No. 318).	மேட்டுப்பட்டி (ச. நெ. 318).
Mēttuttāngal ..	மேட்டுத்தாங்கல்.
Mēttuvalasai ..	மேட்டுவலசை.
Meyyāndappatti.	மெய்யாண்டப் பட்டி.
Mōbirippatti ..	மோபிரிப்பட்டி.
Mōlaiyanūr ..	மோளையனூர்.
Mondūkuli ..	மொண்டுகுளி.
Morappūr ..	மொரப்பூர்.
Morasappatti ..	மொரசப்பட்டி.
Mottayampatti ..	மொட்டயம்பட்டி.
Mōttūr ..	மோட்டூர்.
Muchchilikuttai ..	முச்சிலிகுட்டை.
Muddampatti ..	ముద్దంపట్టి.
Mūkāreddippatti.	மூகாரெட்டிப் பட்டி.
Mūkkanūrpatti ..	மூக்கனூர்பட்டி.
Mūkkarampalle ..	మూక్కరంపల్లె.
Mūndarampatti ..	மூண்டரம்பட்டி.
Mūngilēri ..	மூங்கிலேரி.
Mūngilippatti ..	மூங்கிலிப்பட்டி.
Murukkantāl ..	முருக்கந்தாள்.
Murungippatti ..	முருங்கிப்பட்டி.
Nāchchanāmpatti (S. No. 57).	நாச்சனம்பட்டி (ச. நெ. 57).
Nāchchanāmpatti (S. No. 75).	நாச்சனம்பட்டி (ச. நெ. 75).
Naduppatti (S. No. 4).	நடுப்பட்டி (ச நெ. 4).
Naduppatti (S. No. 106).	நடுப்பட்டி ச. நெ. 106).
Naduppatti (S. No. 204).	நடுப்பட்டி (ச. நெ. 204).
Naduppatti (S. No. 367).	நடுப்பட்டி (ச. நெ. 367).
Nāgalpatti ..	நாகல்பட்டி.
Nāipērāmpatti ..	நாய்பேராம்பட்டி.
Nakkalapalli ..	నక్కలపల్లి.
Nallavanpatti ..	நல்லவன்பட்டி.
Nambippatti ..	நம்பிப்பட்டி.
Nārlapalle ..	నార్లపల్లె.
Nāranāpuram ..	நாரணாபுரம்.
Nāripalle ..	నారిపల్లె.
Nārisāmpatti ..	நாரிசாம்பட்டி.
Nāriyampatti ..	நாரியம்பட்டி.
Navalai ..	நவலை.
Nāyakkanūr ..	நாயக்கனூர்.
Nayinākavundanpatti.	நயினாகவுண்டன் பட்டி.
Neruppāndakuppam.	நெருப்பாண்டகுப் பம்.
Noochchippatti ..	நொச்சிப்பட்டி.
Nonanganūr ..	நொணங்கனூர்.
Ōbakkavalasai ..	ஓபக்கவலசை.

HARŪR TĀLŪK—cont. ஹரூர் தாலூகா—தொடர்ச்சி.

Ōbalināykanpatti.	ஓபளிநாயகன்பட்டி.
Ōbilināyakanpatti	ஓபிளிநாயக்கன்பட்டி.
Oddappatti (338).	ஒட்டப்பட்டி (338).
Odduppatti (S. No. 10).	ஒட்டுப்பட்டி (ச. நெ. 10).
Odduppatti (S. No. 149).	ஒட்டுப்பட்டி. (ச. நெ. 149).
Ōlaippatti ..	ஓலைப்பட்டி.
Onnakarai (S. No. 257).	ஒன்னகரை (ச. நெ. 257).
Onnakkarai (S.No. 284).	ஒன்னகரை (ச. நெ. 284).
Ōpināyakkanpatti	ஓபிநாயக்கன்பட்டி
Pachchanāmpatti (S. No. 72).	பச்சனாம்பட்டி (ச. நெ. 72).
Pachchanāmpatti (S. No. 258).	பச்சனாம்பட்டி (ச. நெ. 228).
Pādadāsampatti (S. No. 261).	படதாசம்பட்டி (ச. நெ. 261).
Padadāsampatti (S. No. 336).	படதாசம்பட்டி (ச. நெ. 336)
Padavanūr ..	படவனூர்.
Palaiyakōttai ..	பழையகோட்டை.
Pālaiyam (S. No. 125).	பாளையம் (ச. நெ. 125).
Pālaiyam (S. No. 186).	பாளையம் (ச. நெ. 186).
Pallattūr ..	பள்ளத்தூர்.
Pallippatti (S. No. 12).	பள்ளிப்பட்டி (ச. நெ. 12).
Pallippatti (S. No. 22).	பள்ளிப்பட்டி (ச. நெ. 22).
Pallippatti (S. No. 127).	பள்ளிப்பட்டி (ச. நெ. 127).
Panamarattūppatti (S.No. 96).	பனமரத்துப்பட்டி (ச. நெ. 96).
Panamarattuppatti S. No. 259).	பனமரத்துப்பட்டி (ச. நெ. 259).
Pāpambādi ..	பாபம்பாடி.
Pāpichettippatti (S. No. 242).	பாபிசெட்டிப்பட்டி (ச. நெ. 242)
Pāpichettippatti (S. No. 320).	பாபிசெட்டிப்பட்டி (ச. நெ. 320).
Pāpināyakkanvalasai.	பாபிநாயக்கன்வலசை.
Pāpireddippatti.	பாபிரெட்டிப்பட்டி.
Pāppārappatti (S. No. 258).	பாப்பாரப்பட்டி (ச. நெ. 258).
Pāppārappatti (S. No. 359).	பாப்பாரப்பட்டி (ச. நெ. 359).
Paraiyappatti (S. No. 139).	பறையப்பட்டி (ச நெ. 139).
Paraiyappatti (S. No. 168).	பறையப்பட்டி (ச. நெ. 168).
Parasanūr ..	பரசனூர்.
Pasandi ..	பசண்டி.
Pattukanāmpatti.	பட்டுகனாம்பட்டி.
Pāvakkal ..	பாவக்கல்.
Peddasamudram.	పెద్దసముద్రం
Peddūr (S. No. 61).	పెద్దూరు (స. నె 61 రు).
Periyapannimaduvu.	பெரியபன்னிமடுவு.
Pēriyappatti ..	பெரியப்பட்டி.
Periyatallappādi.	பெரியதல்லப்பாடி.
Perumālkuppam.	பெருமாள்குப்பம்.
Perumālnāyakkanpatti.	பெருமாள்நாயககன்பட்டி.
Pēdādampatti ..	பேதாதம்பட்டி.
Pēyanūr ..	பேயனூர்.
Pilparuthi ..	பில்பருத்தி.
Pōdār ..	போடார்.
Ponnagarappatti.	பொன்னகரப்பட்டி.
Ponnēri ..	பொன்னேரி.
Pōtarājanpatti ..	போதராஜன்பட்டி.
Poyyappatti ..	பொய்யப்பட்டி.
Pūdinattam (S. No. 26).	பூதிநத்தம் (ச. நெ. 26).
Pūdinattam (S. No. 184).	பூதிநத்தம் (ச. நெ. 184).
Pudupatti (S. (No. 31).	புதுபட்டி (ச. நெ. 31).
Puduppatti (S. No. 215).	புதுப்பட்டி (ச. நெ. 215)
Pudūr (Pungani).	புதூர் (புங்கணி).
Pudūr (S. No. 80)	புதூர் (ச.நெ. 80).
Pudūr (S. No. 290).	புதூர் (ச. நெ. 290).
Pudūr (S. No. 381).	புதூர் (ச. நெ. 381).
Puliyampatti (S. No. 213).	புளியம்பட்டி (ச. நெ. 213).
Puliyampatti (S. No. 274).	புளியம்பட்டி (ச. நெ. 274).
Puliyānūr ..	புளியானூர்.
Pullavēdampadi..	புள்ளவேடம்பதி.
Puludiyūr ..	புழுதியூர்.
Pungani ..	புங்கணி.
Pūsampatti ..	பூசம்பட்டி.
Pūvampatti (S. No. 192).	பூவம்பட்டி (ச. நெ. 192).

HARŪR TĀLŪK—cont. ஹரூர் தாலுகா—தொடர்ச்சி.

Pūvampatti (S No. 271).	பூவம்பட்டி (ச. நெ. 271).
Rāma Krishnampadi.	ராமகிருஷ்ணம்பதி.
Rāmāpuram ..	ராமாபுரம்.
Rāmēnahalli ..	ರಾಮೇನಹಳ್ಳಿ.
Runganavalasai	ರಂಗನವಲಸೈ.
Rāsalampatti ..	ராசலம்பட்டி.
Reddippatti (S. No. 111).	ரெட்டிப்பட்டி (ச. நெ. 111).
Reddippatti (S. No. 286).	ரெட்டிப்பட்டி (ச. நெ. 286).
Reddivalasai ..	ரெட்டிவலசை.
Rendāttampatti ..	ரெண்டாட்டம்பட்டி.
Sakkilippatti ..	சக்கிலிப்பட்டி.
Sālamarattuppatti	சாலமரத்துப்பட்டி.
Sāmakavundanavalasai.	ಸಾಮಕವುಂಡನವಲಸೈ.
Sāmalpatti ..	சாமல்பட்டி.
Sāmanattam ..	சாமநத்தம்.
Sāndappatti ..	சந்தப்பட்டி.
Sāvadiyūr ..	சாவடியூர்.
Sākkomppatti ..	செக்காம்பட்டி.
Selakarampatti ..	செலகாரம்பட்டி.
Selambai ..	செலம்பை.
Sengalpatti ..	செங்கல்பட்டி.
Sengāndippatti ..	செங்காண்டிப்பட்டி.
Sennampatti ..	சென்னப்பட்டி.
Senrāyampatti ..	சென்ராயம்பட்டி.
Setrapatti ..	செட்ரபட்டி.
Settappālaiyam ..	செத்தபாளையம்.
Sikkalūr ..	சிக்களூர்.
Sikkampatti ..	சிக்கம்பட்டி.
Singārappēttai ..	சிங்காரப்பேட்டை
Singirippatti ..	சிங்கிரிப்பட்டி.
Sitteri ..	சித்தேரி.
Sittilingi ..	சிட்டிலிங்கி.
Solakkayapatti (S. No. 266).	சொளக்காயப்பட்டி. (ச. நெ. 266).
Sorakkapatti (S. No. 227).	சொரககாபட்டி (ச. நெ. 227).
Sōriyampatti ..	சோரியம்பட்டி.
Sūlakkarai ..	சூளக்கரை.
Sundāngippatti ..	சுண்டாங்கிப்பட்டி.
Sunkarāhalli ..	ಶುಂಕರಾಹಳ್ಳಿ.
Sunnālampatti ..	சுண்ணாலம்பட்டி.
Sūranattam ..	சூரநத்தம்.
Sūrappatti ..	சூரப்பட்டி.
Sūriyagadi ..	ಸೂರಿಯಗಡಿ.
Tādampatti (S. No. 13).	தாதம்பட்டி (ச. நெ. 13).
Tādampātti (S. No. 142).	தாதம்பட்டி (ச. நெ. 142).
Tādampatti (S. No. 179).	தாதம்பட்டி (ச. நெ. 179).
Tādampatti (S. No. 407).	தாதம்பட்டி (ச. நெ. 407).
Tādanūr (S. No. 52).	தாதனூர் (ச. நெ. 52).
Tādanūr (S. No. 213).	தாதனூர் (ச. நெ. 213).
Tādaryalasai ..	தாதரவலசை.
Tādināyakkan patti.	தாதிநாயக்கன்பட்டி.
Tagarappatti ..	தகரப்பட்டி.
Tāmalērippatti ..	தாமலேரிப்பட்டி.
Tāmarakōliyampatti.	தாமரகோளியம்பட்டி.
Tāmbal ..	தாம்பல்
Tammichettippatti	தம்மிசெட்டிப்பட்டி.
Tandēkuppam ..	தண்டேகுப்பம்.
Tāndiyappanūr ..	தாண்டியப்பனூர்
Tānippādi ..	தானிப்படி.
Tannīrpandal ..	தண்ணீர்பந்தல்.
Tarisal ..	தரிசல்.
Tēokanampatti ..	தேக்கனம்பட்டி.
Tenkaraikkōttai ..	தென்கரைக்கோட்டை.
Timmakuttaipatti.	திம்மகுட்டைப்பட்டி.
Tinnahalli ..	ತಿನ್ನಹಳ್ಳಿ.
Tippampatti (S. No. 220).	திப்பம்பட்டி (ச. நெ. 220).
Tippampatti (S. No. 285).	திப்பம்பட்டி (ச. நெ. 285).
Tīrtta Girivalasai.	தீர்த்தகிரிவலசை.
Tīrttamalai ..	தீர்த்தமலை.
Toppampatti. ..	தொப்பம்பட்டி.
Turānampatti ..	துராணம்பட்டி.
Turinjihalli ..	ತುರಿಂಜಿಹಳ್ಳಿ.
Turinjippatti ..	துரிஞ்சிப்பட்டி.
Ūmaikavundanpatti.	ஊமைகவுண்டன்பட்டி.
Ūmaiyānūr ..	ஊமையானூர்.
Uppārappatti ..	உப்பாரப்பட்டி.
Ūttangarai ..	ஊத்தங்கரை.
Vāchchātti ..	வாச்சாத்தி.
Vādāppatti ..	வாதாப்பட்டி.
Vaduganūr ..	வடுகனூர்.
Vadugappatti ..	வடுகப்பட்டி.
Vairanūr ..	வைரனூர்.
Vāladuppu ..	வாலடுப்பு.

HARŪR TĀLUK—cont. அரூர் தாலூகா—தொடர்ச்சி.

Vanakkambādi .. வணக்கம்பாடி.
Vannānpatti .. வண்ணான்பட்டி.
Varunatīrttam .. வருணதீர்த்தம்.
Vattiyānūr .. வத்தியானூர்
Vēdakatta-maduvu. வேடகட்டமடுவு.
Vēdappatti (S. No. 104). வேடப்பட்டி (ச. நெ. 104).
Vēdappatti (S. No. 233). வேடப்பட்டி (ச. நெ. 233).
Velāmpatti (S. No. 128). வெளாம்பட்டி (ச. நெ. 128).
Velāmpatti (S. No. 92). வெளாம்பட்டி (ச. நெ. 92).
Vēlāmpatti (S. No. 224). வேலம்பட்டி (ச. நெ. 224).
Vēlanūr .. வேலனூர்.
Velimadurai .. வெளிமதுரை.
Vellālappatti (S. No. 329). வெள்ளாளப்பட்டி (ச. நெ. 329).
Vellālappatti (S. No. 238). வெள்ளாளப்பட்டி (ச. நெ. 238).
Vellālapatti (S. No. 315). வெள்ளாளப்பட்டி (ச. நெ. 315).
Vēngiyāmpatti (S. No. 115). வெங்கியாம்பட்டி (ச. நெ. 115).
Vēngiyāmpatti S. No. 206). வெங்கியாம்பட்டி (ச. நெ. 206).
Vēnkadattānpatti வேங்கடத்தான்பட்டி.
Venkatāpuram. வெங்கடாபுரம்.
Venkatasamud-ram. வெங்கடசமுத்திரம்.
Veppālampatti .. வெப்பாலம்பட்டி.
Vēppampatti .. வேப்பம்பட்டி.
Vēppanattam .. வேப்பநத்தம்.
Vēppasennam-patti. வேப்பசென்னம்பட்டி.
Vētrappatti (S. No. 98). வேட்ரப்பட்டி (ச. நெ. 98).
Vētrappatti (S. No. 157). வேட்ரப்பட்டி (ச. நெ. 157).
Vīrāchchikuppam. வீராச்சிகுப்பம்.
Vīranakuppam .. வீரனகுப்பம்.
Vīrappanāyak-kanpatti. வீரப்பநாயக்கன்பட்டி.
Vīriyampatti .. வீரியம்பட்டி.

(Zamindari villages.) (ஜமீன்தாரி கிராமங்கள்.)

Agrahāram .. அக்கிரஹாரம்.
Ālamarattuppatti. ஆலமரத்துப்பட்டி.
Alarappatti .. ஆலரப்பட்டி.
Āmarāyi .. * امرائی
Ānandūr .. ஆனந்தூர்.
Annāmalaippatti. அண்ணாமலைப்பட்டி.
Aruganattam .. அருகநத்தம்.
Basavāpuram .. బసవాపురం.
Battalahalli .. బత్తలహళ్ళి.
Battalamalai .. பத்தலமலை.
Bendēkuppam .. பெண்டேகுப்பம்.
Bhūmisamudram. பூமிசமுத்திரம்.
Bommampatti .. பொம்மம்பட்டி.
Bomminayakkan-patti. பொம்மிநாயக்கன்பட்டி.
Bōsināyakkana-halli. ಬೋಸಿನಾಯಕ್ಕನಹಳ್ಳಿ.
Buddireddippatti புட்டிரெட்டிப்பட்டி.
Chinna Ichcham-bādi. சின்னஈச்சம்பாடி
Chinnakāmākshi-patti சின்னகாமாக்ஷிப்பட்டி.
Chinnakottakulam சின்னகொட்டகுளம்.
Chinnānandūr .. சின்னானந்தூர்.
Chintalapādi .. చింతలపాడి.
Dōddampatti .. தொட்டம்பட்டி.
Dokkampatti .. டொக்கம்பட்டி.
Donganūr .. డొంగనూరు.
Gengichettipatti. கெங்கிசெட்டிப்பட்டி.
Gollapalli .. గొల్లపల్లి.
Gollapatti (S. No. 9). గొల్లపట్టి (స. నె 9 రు).
Gollapatti (S. No. 78). గొల్లపట్టి (స. నె 78 రు).
Gōpināthanpatti. கோபிநாதன்பட்டி.
Hosahalli .. ಹೊಸಹಳ್ಳಿ.
Hosareddihalli .. ಹೊಸರೆಡ್ಡಿಹಳ್ಳಿ.
Hōsūr .. .. ಹೋಸೂರ್.
Hunisinahalli (S. No. 1). ಹುಣಿಸಿನಹಳ್ಳಿ (ಸ. ನಂ. 1).
Hunisinahalli (S. No. 41). ಹುಣಿಸಿನಹಳ್ಳಿ (ಸ. ನಂ. 41).
Īchchambādi .. ஈச்சம்பாடி.
Īnjanūr .. ஈஞ்ஜனூர்.
Irumattūr .. இருமத்தூர்.
Jadayampatti .. ஜடயம்பட்டி.
Jakkuppatti .. ஜக்குப்பட்டி.
Kadaparahalli .. ಕಡಪರಹಳ್ಳಿ.
Kadattūr .. கடத்தூர்.
Kādayāmpatti .. காடயாம்பட்டி.

Harūr Tāluk—cont. ஹரூர் தாலூகா—தொடர்ச்சி.

Kadirināyakkanahalli.	ಕದಿರಿನಾಯಕ್ಕನಹಳ್ಳಿ.
Kammēnallūr	கம்மேநல்லூர்.
Kandirāyanahalli.	ಕಂದಿರಾಯನಹಳ್ಳಿ.
Karuvēlampatti	கருவேலம்பட்டி.
Kasuvareddihalli	ಕಸುವರೆಡ್ಡಿಹಳ್ಳಿ.
Kedakārahalli	ಕೆಡಕಾರಹಳ್ಳಿ.
Kelavalli	கெளவள்ளி.
Kerēkōdihalli	ಕೆರೇಕೋಡಿಹಳ್ಳಿ.
Kōmālippatti	கோமாளிப்பட்டி.
Kōnampatti	கோனம்பட்டி.
Kondrāmpatti	கொண்ட்ராம்பட்டி.
Kongarappatti	கொங்கரப்பட்டி.
Kōrappanāyakkanpatti.	கோரப்பநாயக்கன்பட்டி.
Kūduturaippatti.	கூடுதுறைப்பட்டி.
Kundalappatti	குண்டலப்பட்டி.
Lakkampatti	லக்கம்பட்டி.
Lingināyakkanahalli.	ಲಿಂಗಿನಾಯಕ್ಕನಹಳ್ಳಿ.
Mallasamudram	మల్లసముద్రం.
Malliyampatti	மல்லியம்பட்டி.
Maniyabādi	மணியபாடி.
Mārappanāyakkanpatti.	மாரப்பநாயக்கனபட்டி.
Mariyampatti	மரியம்பட்டி.
Māvadippatti	மாவடிப்பட்டி.
Mōttānkurichchi.	மோட்டாங்குறிச்சி.
Muddampatti	முத்தம்பட்டி.
Mūkkanūrpatti	மூக்கனூர்பட்டி.
Mullippatti	முள்ளிப்பட்டி.
Murukkampatti	முருக்கம்பட்டி.
Muttūr	முத்தூர்.
Naduppināyakkanpatti.	நடுப்பிநாயக்கன்பட்டி.
Nallagudlahalli	ನಲ್ಲಗುಡ್ಲಹಳ್ಳಿ.
Obilināyakkanahalli.	ಓಬಿಲಿನಾಯಕ್ಕನಹಳ್ಳಿ.
Odasalahalli	ಒಡಸಲಹಳ್ಳಿ.
Oddappatti	ஒட்டப்பட்டி.
Ōlaippatti	ஓலைப்பட்டி.
Pachchākavundanpatti.	பச்சாகவுண்டன்பட்டி.
Pachchārahalli	ಪಚ್ಚಾರಹಳ್ಳಿ.
Pādirikuppam	பாதிரிகுப்பம்.
Pālaiyam	பாளையம்.
Pallampadi	பள்ளம்பதி.
Pallippatti	பள்ளிப்பட்டி.
Pāmandappatti	பாமாண்டப்பட்டி.
Panditarahalli	ಪಂಡಿತರಹಳ್ಳಿ.
Pannikkulam	பன்னிக்குளம்.
Pattagarappatti	பட்டகரப்பட்டி.
Perisākavundanpatti.	பெரிசாகவுண்டன்பட்டி.
Periyakāmākshippatti.	பெரியகாமாக்ஷிப்பட்டி.
Periyakōttaikulam.	பெரியகோட்டைகுளம்.
Perumālhalli	ಪೆರುಮಾಳ್ಹಳ್ಳಿ.
Perumāndappatti.	பெருமாண்டப்பட்டி.
Pōlayampalle	పోళయంపల్లె.
Ponnākavundanpatti.	பொன்னாகவுண்டன்பட்டி.
Rāmāpuram	ராமாபுரம்.
Reddippatti	ரெட்டிப்பட்டி.
Rēgadahalli	ರೇಗದಹಳ್ಳಿ.
Sākāndahalli	ಸಾಕಾಂಡಹಳ್ಳಿ.
Sāmāndapatti	சாமாண்டப்பட்டி.
Sillārahalli	ಶಿಲ್ಲಾರಹಳ್ಳಿ.
Sembadarahalli	ಶೆಂಬಡರಹಳ್ಳಿ.
Sengaluni ppatti	செங்கழுனிப்பட்டி.
Senrāyampatti	சென்ராயம்பட்டி.
Settippatti	செட்டிப்பட்டி.
Singampatti	சிங்கம்பட்டி.
Singirihalli	ಶಿಂಗಿರಿಹಳ್ಳಿ.
Sivanēnahalli	ಶಿವನೇನಹಳ್ಳಿ.
Sonnampatti	சொன்னம்பட்டி.
Sūdāmanippatti	சூடாமணிப்பட்டி.
Tālanattam	தாளநத்தம்.
Talāv	تلاو
Tippampatti	திப்பம்பட்டி.
Tiruvanapatti	திருவணப்பட்டி.
Tolasampatti	தொளசம்பட்டி.
Vagurappampatti.	வகுரப்பம்பட்டி.
Vaguttuppatti	வகுத்துப்பட்டி.
Vairampatti	வைரம்பட்டி.
Vaiyampatti	வையம்பட்டி.
Vāniyappatti	வாணியப்பட்டி.
Varathampatti	வரதம்பட்டி.
Vēdarampatti	வேடரம்பட்டி.
Vēlāripatti	வேளாரிப்பட்டி.
Venkatādrihalli	ವೆಂಕಟಾದ್ರಿಹಳ್ಳಿ.

(*Inam village.*) (இனாம் கிராமம்.)

Kāttuppatti	காட்டுப்பட்டி.

Hōsūr Tālūk. (ಹೊಸೂರು ತಾಲೂಕು.)

(*Government villages*) ಸರ್ಕಾರು ಗ್ರಾಮಗಳು.

Achchettipalle ...	అచ్చెట్టిపల్లె.
Achchubālu ...	అచ్చుబాళు.
Agalakōttai ...	அகலக்கோட்டை.
Alūr ...	ஆலூர்.
Anaikōllu ...	అనేకోళ్లు.
Anchētti ...	అంచేట్టి.
Andēvanaballi ...	ಅಂದೇವನಹಳ್ಳಿ
Anniyālam ...	అన్నియాళం.
Arasakuppam ...	అరసకుప్పం.
Avalapalle ...	అవలపల్లె.
Ayaranapalle ...	అయరనపల్లె.
Bairamangalam.	பைரமங்கலம்.
Ballapalle ...	బల్లపల్లె.
Bēgēpalle ...	బేగేపల్లె.
Bēlagonadapalle.	బేళగొండపల్లె.
Bēttamugalālam.	బెట్టముగళాళం.
Bēvunattam ...	బేవునత్తం.
Binnamangalam ...	బిన్నమంగలం.
Bitaradi ...	பிதராடி.
Bōdichchipalle ...	బోడిచ్చిపల్లె.
Chennattūru ...	చెన్నత్తూరు.
Chūdasandiram ...	చూడసందిరం.
Dāravēndiram ...	దారవేందిరం.
Denkanikōta ...	డెంకణికోట.
Doddamanchi ...	దొడ్డమంచి.
Dodda Ubbanūru	దొడ్డవుబ్బనూరు.
Erudukkōttai ...	எருதுக்கோட்டை.
Gollahalli (Transfer).	ಗೊಲ್ಲಹಳ್ಳಿ (ಟ್ರಾನ್ಸಫರ್).
Gōpanapalle ...	గోపనపల్లె.
Gummalāpuram ...	గుమ్మళాపురం.
Hanumantapuram.	హనుమంతపురం.
Hosapuram ...	ಹೊಸಪುರಂ.
Hosūr ...	ಹೊಸೂರು
Jakkeri ...	ஜக்கேரி.
Javulagiri ...	జవుళగిరి.
Kalugondapalle ...	కలుగొండపల్లె.
Kāmandoddi ...	కామణదొడ్డి.
Kārāndahalli ...	ಕಾರಾಂಡಹಳ್ಳಿ.
Kelamangalam ...	కెలమంగలం.
Kempatti ...	ಕೆಂಪಟ್ಟಿ.
Kōlatti ...	ಕೋಳಟ್ಟಿ.
Komārnapalle ...	కొమార్నపల్లె.
Kottagondapalle ...	కొత్తగొండపల్లె.
Kōttaiyūr ...	கோட்டையூர்.
Kottamadugu ...	கொத்தமடுகு.
Kōttūr ...	கோட்டூர்.
Kundumāranapalle.	కందుమారనపల్లె.
Kuppatti ...	కుప్పట్టి.
Mādakkal ...	மாடக்கல்.
Madivālam ...	మడివాళం.
Mallachandram ...	மல்லசந்திரம்.
Mallikārjunadurgam.	மல்லிகார்ஜுனதுர்க்கம்.
Manchugondapalle.	మంచుగొండపల్లె.
Maradanapalle ...	మరదనపల్లె.
Mārupalle ...	మారుపల్లె.
Mattigiri ...	మత్తిగిరి.
Morasūr ...	మొరసూరు.
Mornapalle ...	మోర్నపల్లె.
Mugalūr ...	முகலூர்.
Mūkondapalle ...	మూకొండపల్లె.
Muttugānapalle ...	ముత్తుగానపల్లె.
Nāgamangalam ...	நாகமங்கலம்.
Nāgondapalle ...	నాగొండపల్లె.
Nallūr ...	நல்லூர்.
Nandimangalam.	నందిమంగలం.
Nātrapālaiyam ...	నాట్రాపాళయం.
Noganūru ...	నొగనూరు.
Onnalavādi ...	ఒన్నలవాడి.
Pachchappanatti.	పచ్చప్పనట్టి.
Pālaiyamkottai ...	பாளையங்கோட்டை.
Panchākshipuram.	பஞ்சாக்ஷிபுரம்.
Panjapalle ...	పంజపల్లె.
Pātakōta ...	పాతకోట.
Periyanūr ...	பெரியனூர்.
Puliguntanāla ...	పులిగుంటనాలా.
Pūnapalle ...	పూనపల్లె.
Ratnagiri ...	ரத்னகிரி.
Sālivāram ...	సాలివారం.
Sānamāvu ...	శానమావు.
Santānapalle ...	సంతానపల్లె.
Sāgarapalle ...	సాగరపల్లె.
Sārāndapalle ...	సారాండపల్లె.

HŌSŪR TĀLŪK—*cont.* హొసూరు తాలూకు—సశేష.

Sāttanūr ... சாத்தனூர்.
Settihalli ... శెట్టిహళ్ళి.
Taggatti ... తగ్గట్టి.
Tali ... తళి.
Talikottanūr ... தளிகொத்தனூர்.
Tandarai ... తండరై.
Tāvaraere ... తావరెకెరె.
Timijēpalle ... తిమిజేపల్లె.
Tiyāranadurgam. ... தியாரணதுர்கம்.
Tuppugānappalle. ... తుప్పుగానప్పల్లె.
Uddanappalle ... ఉద్దనప్పల్లె.
Udēdurgam ... ఊడేదుర్గం.
Ulimangalam ... ఉళిమంగలం.
Ulumārnapalle ... ఉళుమార్నపల్లె.
Unisēnattam ... ఉంనిశేనత్తం.
Urigam ... ఉరిగం.
Zūzuvādi ... జూజువాడి.

(*Zamintari.*) (జమీన్దారి.)

Aduvanapalle ... అడువనప్పల్లె.
Addarkempanapalle. ... అడ్డర్ కెంపనపల్లె.
Aitāndahalli ... అయితాండహళ్ళి.
Akkanapalle ... అక్కనపల్లె.
Alagubāvi ... అలగుబావి.
Alasādanapallē ... అలసాదనపల్లె.
Alasapalle (25) ... అలసపల్లె (25).
Alasapalle (106) ... అలసపల్లె (106).
Alōnattam ... అలొనత్తం.
Ālsōna ... ఆల్సోన.
Ālūr ... ஆலூர்.
Anchālam ... అంచాళం.
Angisettipalle ... అంగిశెట్టిపల్లె.
Angondapalle ... అంగొండపల్లె.
Aralēri ... అరళేరి.
Araligunta or Pindigummanapalle. ... అరళిగుంట లేక పిండిగుమ్మనపల్లె.
Ariyānapalle ... అరియానపల్లె.
Arulnattam ... அருள்நத்தம்.
Aruvadi ... அருவடி.
Attatti ... అత్తట్టి.
Attimugam ... అత్తిముగం.
Āttūr (35) ... ஆத்தூர் (35).
Attūr (38) ... ஆத்தூர் (38).
Badadēpaili ... బడదేపల్లె.
Bāgalūr ... బాగలూరు.
Baichēgavunikottapalle. ... బైచేగవునికొత్తపల్లె
Baipanapalle ... బైపనపల్లె.
Bairnattam ... பைர்நத்தம்.
Bālagundarāyandurgam. ... பாலகுண்டராயன்துர்கம்.
Balakrishnanahalli. ... బాలకృష్ణనహళ్ళి.
Bālōtimmanapalle ... బాలోతిమ్మనపల్లె.
Bāligānapalle ... బాళిగానపల్లె.
Bangāranattam ... బంగారనత్తం.
Banganahalli ... బంగనహళ్ళి.
Baratangi ... பரதாங்கி.
Baratangitalāv ... பரதாங்கிதலாவு.
Basuvanattam ... బసువనత్తం.
Battavārapalle ... బట్టవారిపల్లె.
Bayyanapalle ... బయ్యనపల్లె.
Bēdapalle ... బేడపల్లె.
Bēdarahalli ... బేడరహళ్ళి.
Belattūr ... பெளத்தூர்.
Bellatti ... బెళ్ళట్టి.
Beppālapalle ... బెప్పాలపల్లె.
Bōranphalli ... బోరనహళ్ళి.
Bērikai ... బేరికై.
Bikkanapalle ... బిక్కనపల్లె.
Bilālam ... బిలాలం.
Birēpālaiyam ... பீரேபாளையம்.
Birēpalle ... బీరేపల్లె.
Boblāpuram ... బొబ్లాపురం.
Bōdināyakanahalli. ... బోదినాయకనహళ్ళి.
Bommāndagavundanahalli. ... బొమ్మాండగవుండనహళ్ళి.
Bommasamudram ... బొమ్మసముద్రం.
Bukkanakkanapalle. ... బుక్కనక్కనపల్లె.
Bukkasāgaram ... బుక్కసాగరం.
Chekkanigunta ... చెక్కనిగుంట.
Chembarasanapalle. ... చెంబరసనపల్లె.
Chennapalle ... చెన్నపల్లె.
Chennasandiram (23). ... చెన్నసందిరం (23).

HŌSŪR TĀLŪK—cont. ಹೊಸೂರು ತಾಲೂಕು—ಸಶೇಷ.

Chenrāyadurgam. சென்றாயதுர்கம்
Chennanahalli ... ಚೆನ್ನನಹಳ್ಳಿ.
Chikkametrai ... ಚಿಕ್ಕಮೆಟ್ರೀ.
Chinnababrāyanipālaiyam. చిన్న బబ్రాయని పాళ్యం.
Chinnadēvasōnai. ಚಿನ್ನದೇವಸೋಣೈ.
Chinnakūllu ... చిన్న కూల్లు.
Chinnakuttibālā .. ಚಿನ್ನಕುಟ್ಟಿಬಾಲಾ
Chinnārandoddi ... చిన్నారండొడ్డి.
Chintaladoddi ... చింతలదొడ్డి.
Chintalaguttā ... చింతలగుట్టా.
Chintalajiddu ... చింతలజిడ్డు.
Chittāndapalle ... చిట్టాండపల్లె.
Chokkārlu ... చొక్కార్లు.
Chūdanūru ... చూడనూరు.
Chūdipālaiyam ... చూడిపాళయం.
Dāsanapuram ... దాసనపురం.
Dāsiripalle (18) ... దాసిరిపల్లె (18).
Dēvēripalle ... దేవేరిపల్లె.
Doddamētrai ... ದೊಡ್ಡಮೇಟ್ರೈ.
Doddanayakanahalli. ದೊಡ್ಡನಾಯಕನ ಹಳ್ಳಿ.
Doddēgavunipalli. దొడ్డేగవునిపల్లె.
Doddatimmanahalli. ದೊಡ್ಡ ತಿಮ್ಮನಹಳ್ಳಿ
Dōripalle ... దోరిపల్లె.
Ebbālam ... ఎబ్బాళం.
Echchanahalli ... ಎಚ್ಚನಹಳ್ಳಿ.
Edurukōttai ... எதுருகோட்டை.
Eduvanahalli ... ಎಡುವನಹಳ್ಳಿ.
Elachimāganapalle. ఎళచిమాగనపల్లె.
Elēsandiram ... ఎళేసందిరం.
Elichchipalle ... ఎలిచ్చిపల్లె.
Eluvapalle ... ఎలువపల్లె.
Enusonai ... ఎనుసొణై.
Ettakōdi ... ఎట్టకోడి.
Ettihallipalyam ... ఎట్టిహళ్ళిపాళ్యం
Ettipalle (124) ... ఎట్టిపల్లె (124).
Gānagoudapalle ... గానగౌడపల్లె.
Gāndlapalle ... గాండ్లపల్లె.
Gedalandoddi ... గెడలందొడ్డి.
Ganganahalli ... గంగనహళ్ళి.
Gōgilapālaiyam ... గోగిలపాళయం.
Gollapalle (41) ... గొల్లపల్లె (41).
Gollapalle (44) ... గొల్లపల్లె (44).
Gudisādanapalle ... గుడిసాదనపల్లె.
Gūdusālapalle ... గూడుసాలపల్లె.
Gūliyam ... గూళియం.
Gulikanūr ... குளிகனூர்.
Gummanūr ... ಗುಮ್ಮನೂರು
Gundalapalle .. గుండలపల్లె.
Gunduguriki ... గుండుగురికి.
Hīlagam ... హీలగం.
Hosahalli ... ಹೊಸಹಳ್ಳಿ.
Ichchangūru ... இச்சங்கூரு.
Idipalle ... ఇడిపల్లె.
Immidināyakanapalli. ఇమ్మడినాయకనపల్లె
Jīmangalam ... జీమంగలం.
Jōgikalasāmanapalle జోగికలశామనపల్లి.
Jōgilapalayam ... జోగిలపాళయం.
Jōkipalle ... జోకిపల్లె.
Kadattūr ... கடத்தூர்.
Kādasamudram ... காடசமுத்திரம்
Kadavanahalli ... ಕಡವನಹಳ್ಳಿ.
Kadiriganadinna. కదిరిగానదిన్న.
Kāganūru ... కాగనూరు.
Kālahastipuram ... కాళహస్తిపురం.
Kālingavaram ... కాళింగవరం.
Kalli Agrahāram. కల్లి అగ్రహారం.
Kallipuram ... కల్లిపురం.
Kāmināyakkanpālaiyam. காமிநாயக்கன் பாளையம்
Kandekavundanahalli. ಕಂಡೇಕವುಂಡನ ಹಳ್ಳಿ.
Kanimangalam కనిమంగలం.
Karakanahalli ... ಕರಕನಹಳ್ಳಿ.
Karibasanapuram. ಕರಿಬಸನಪುರಂ.
Karīkālahalli ... ಕರೀಕಾಲಹಳ್ಳಿ
Karīkūsanahalli ... ಕರೀಕೂಸನಹಳ್ಳಿ
Kariyanahalli ... ಕರಿಯನಹಳ್ಳಿ.
Kārukalapalle ... కారుకలపల్లె.
Kāruppalle ... కారుప్పల్లె.
Kāsināyakanahalli. ಕಾಶಿನಾಯಕನಹಳ್ಳಿ
Kātināyakanadoddi. ಕಾಟಿನಾಯಕನ ದೊಡ್ಡಿ.
Kattakindanapalle. ಕಟ್ಟಕಿಂದನಪಲ್ಲೆ.

Hōsūr Tālūk—*cont.* ಹೊಸೂರು ತಾಲೂಕು—ಸಶೇಷ.

Kelavarahalli ...	ಕೆಲವರಹಳ್ಳಿ.
Kempasandiram.	ಕೆಂಪಸಂದಿರಂ.
Kempiranapalle ...	ಕೆಂಪೀರನಪಲ್ಲೆ.
Kittōgoundana-halli.	ಕಿಟ್ಟೋಗವುಂಡನಹಳ್ಳಿ
Kōdināyakana-palli.	కోడినాయకనపల్లి
Kōkilapalle ...	కోకిలపల్లె.
Kolimūr ...	கொலிமூர்.
Konappanahalli ...	ಕೋಣಪ್ಪನಹಳ್ಳಿ.
Kondegoundana-halli.	ಕೊಂಡೇಗವುಂಡನಹಳ್ಳಿ.
Kondēpalle ...	కొండేపల్లె.
Kōnēripalle ...	కోనేరిపల్లె.
Konganapalle (96)	కొంగనపల్లె (96).
Kōnēri Agrahāram.	కోనేరి అగ్రహారం.
Koppagarai ...	கொப்பகரை.
Kōraguriki ...	కొరగుఱికి.
Kottaguriki ...	కొత్తగుఱికి
Kōtarāllupalli ...	కోటరాళ్లపల్లె.
Kōtasādanapalle.	కోటసాదనపల్లె.
Kōtigatimmana-palle.	కోతిగతిమ్మనపల్లె.
Kottamākunti ...	కొట్టమాకుంతి.
Kottapalle ...	కొత్తపల్లె.
Kottatti ...	ಕೊಟ್ಟಟ್ಟಿ.
Krishnagaunipalle.	కృష్ణగౌనిపల్లె.
Krishnapālaiyam.	కృష్ణపాళయం.
Krishnappanāyani-pōdūru.	కృష్ణప్పనాయనిపోడూరు.
Kūllu ...	కూల్లు.
Kumbālam ...	ಕುಂಬಾಳಂ.
Kundumārana-halli	ಕುಂದುಮಾರನಹಳ್ಳಿ.
Kundippalli ...	కుండిపల్లి.
Kuntēnahalli ...	ಕುಂಟೇನಹಳ್ಳಿ.
Kurubarahalli (20).	ಕುರುಬರಹಳ್ಳಿ (20).
Kurabarahalli (113).	ಕುರುಬರಹಳ್ಳಿ (113).
Kurubarapalle ...	కురుబరపల్లె.
Kurubarapālai-yam (24).	ಕುರುಬರಪಾಳೆಯಂ (24).
Kurubarapālai-yam (73).	ಕುರುಬರಪಾಳೆಯಂ (73).
Kurubarattihalli.	ಕುರುಬರಟ್ಟಿಹಳ್ಳಿ
Kustanapalle ...	కుస్తనపల్లె.
Lakkandoddi ...	లక్కండొడ్డి.
Lingapuram ...	లింగాపురం.
Mādarasanapalle ...	మాదరసనపల్లె.
Mādhināyanapāla-yam.	మాధినాయనపాళయం.
Mahādevapuram.	మహాదేవపురం
Mailēpalle ...	మైలేపల్లె.
Malagalakki ...	ಮಲಗಲಕ್ಕಿ.
Mallammakōttūru.	మల్లమ్మకోట్టూరు.
Mallasandiram ...	మల్లసందిరం
Mallasandiram (7).	మల్లసందిరం (7).
Mallasandiram (135).	మల్లసందిరం (155).
Mārasatimmana-halli.	ಮಾರಸತಿಮ್ಮನಹಳ್ಳಿ
Mārtāndapalle ...	మార్తాండపల్లె.
Maruldēvarapalli.	మారుళ్దేవరపల్లి
Māsigānaplli ...	మాశిగానపల్లి.
Matamchambara-sanapalle.	మఠంచెంబరసనపల్లె.
Mēderitalāv ...	మేదేరితలావు.
Meda Agrabaram.	మేడ అగ్రహారం.
Mēlumalai ...	ಮೇಲುಮಲೈ.
Mēttubandapalle.	మేట్టుబండపల్లె.
Miditēpalle ...	మిడితేపల్లె.
Mīnandoddi ...	மீனந்தொட்டி.
Mitigiripalle ...	మిటిగిరిపల్లె.
Mollanahalli ...	ಮೊಳ್ಳನಹಳ್ಳಿ.
Monayanakal	ಮೊಣಯನಕಲ್.
Muddepalle ...	ముద్దేపల్లి.
Mudipinayani-pālaiyam.	ముడిపినాయనిపాళయం.
Mugalapalle ...	ముగలపల్లె.
Mukkālapalle ...	ముక్కాలపల్లె.
Mūrtigānadinna.	మూర్తిగానదిన్న.
Muttālai ...	ముత్తాలి.

HOSUR TĀLŪK—cont. ಹೊಸೂರು ತಾಲೂಕು—ಸಶೇಷ.

Muttanahalli ...	ಮುತ್ತನಹಳ್ಳಿ.
Muddēpalle ...	ముద్దెపల్లె.
Muttugānappalle	ముత్తుగానపల్లె.
Mutturāyani-pudūr.	ముత్తురాయని పుదూరు.
Nallagānakotta-palle.	నల్లగానకొత్తపల్లె.
Nallappanaikana-halli	ನಲ್ಲಪ್ಪನಾಯಕನ ಹಳ್ಳಿ.
Nallūr ...	నల్లూరు.
Nammāndahalli ...	ನಮ್ಮಾಂಡಹಳ್ಳಿ.
Nanjāpuram ...	ನಂಜಾಪುರಂ.
Narasāpuram ...	నరసాపురం.
Nārigānapuram.	నారిగానపురం.
Nayendrahalli ...	ನಾಯಿಂದ್ರಹಳ್ಳಿ.
Nerigam ...	నెరిగం.
Nīlichinnanahalli.	ನೀಲಿಚಿನ್ನನಹಳ್ಳಿ.
Noganūru ...	ನೊಗನೂರು.
Odayāndahalli ...	ಒಡೆಯಾಂಡಹಳ್ಳಿ.
Oddapalle (20) ...	ఒడ్డపల్లె (20).
Oddapallidinnā ...	ఒడ్డపల్లిదిన్నా.
Orēpalle ...	ఓరేపల్లె.
Pālanapalle ...	పాలనపల్లె.
Pālavanapalle (43).	పాలవనపల్లె (43).
Pālavanapalle (99).	పాలవనపల్లె (99).
Panakandoddi ...	ಪನಕಂದೊಡ್ಡಿ.
Panasamākana-palle.	పనసమాకనపల్లె.
Pāpanapalle ..	పాపనపల్లె.
Pāpēgaunipalle ..	పాపేగౌనిపల్లె.
Pastalapalle ...	పస్తలపల్లె.
Pātamuttāli ...	పాతముత్తాలి.
Pattākurubara-palle.	పట్టాకురుబరపల్లె.
Peddachigalra-palle.	పెద్ద చిగల్రపల్లె.
Peddakūllu ...	పెద్దకూల్లు.
Peddanapalle ...	పెద్దనపల్లి.
Pesignur ...	పెశిగ్నూర్.
Pichchugonda-palle.	పిచ్చుగొండపల్లె.
Pikkilipalanapalli.	పిక్కిలిపాలనపల్లి.
Pillāri Agrahā-ram.	பிள்ளாரி அக்கிராரம்.
Pōdūr ...	ಪೋದೂರು.
Pulavarasu ...	పులవరసు.
Puliguntanālā ...	పులిగుంటనాలా.
Punakandoddi ...	ಪುನಕಂದೊಡ್ಡಿ.
Punnāgaram ...	ಪುನ್ನಾಗರಂ.
Pūram (222) ...	పూరం (222).
Rāmandoddi ...	ರಾಮಂದೊಡ್ಡಿ.
Rāyakottai ...	ರಾಯಕೋಟ್ಟೆ.
Sādēkoundana-halli.	ಸಾದೇಕವುಂಡನಹಳ್ಳಿ.
Sāreladoddi ...	సారలదొడ్డి.
Sādanapalle ...	సాదనపల్లి.
Sahādēvapuram ...	సహాదేవపురం.
Sajjalahalli ...	ಸಜ್ಜಲಹಳ್ಳಿ.
Sajjanapalle ...	సజ్జనపల్లె.
Sāmanapalle ...	శామనపల్లె.
Sāparapalle ...	శాపరపల్లె.
Selavanadoddi ...	ಶೆಲವನದೊಡ್ಡಿ.
Sengōdachinnana-halli.	ಶೆಂಗೋಡಚಿನ್ನನಹಳ್ಳಿ.
Settipalle ...	శెట్టిపల్లి.
Sēvaganapalle ...	ಶೇವಗನಪಲ್ಲಿ.
Sevvandoddi ...	ಶೆವ್ವಂದೊಡ್ಡಿ.
Sībam ...	శీబం.
Siddanapalle ...	శిద్దనపల్లె.
Sīkalapalle ...	శీకలపల్లె.
Sikkanapalle ...	శిక్కనపల్లె.
Sīmhanahalli ...	ಸಿಮ್ಹನಹಳ್ಳಿ.
Singiripalle (46).	శింగిరిపల్లె (46).
Sīrēnahalli ...	ಸೀರೇನಹಳ್ಳಿ.
Sivasankarapalle.	శివశంకరపల్లె.
Sokkanādha-puram.	శొక్కనాథపురం.
Sokkarasanapalle.	శొక్కరసనపల్లె.
Sonnenaikanahalli	ಸೊಣ್ಣೇನಾಯಕನ ಹಳ್ಳಿ.
(Mentānapalli).	(మెంతనపల్లి).
Sonnenaikanahalli	ಸೊಣ್ಣೇನಾಯಕನ ಹಳ್ಳಿ.
(Suliguntā)	(సూలిగుంటా).
Sorakāyalapalle ...	సొరకాయలపల్లె.
Sūdagondapalle ...	సూడగొండపల్లె.
Sūdāpuram ...	సూడాపురం.

Hosur Tālūk—cont. / హొసూరు తాలూకు—సశేషం.

Sūlagiri	... సూళగిరి.
Sūlepalle	... సూళెపల్లె.
Sūliguntā	... సూలిగుంటా.
Sunduguriki	... సుందుగురికి.
Taginigānadinnā.	తగినిగానదిన్నా.
Taligutta	... తళిగుట్ట.
Tammidināyakunipalle.	తమ్మిడినాయకుని పల్లె.
Tandlekuppam	... తండ్లెకుప్పం.
Tannirgundlanahalli.	తణ్ణీర్గుండ్లహళ్ళి.
Tattaginapalli	... తట్టగినపల్లి.
Tattanapalle	... తట్టనపల్లె.
Tattatari	... తట్టతరై.
Tēkalapalle	... తేకలపల్లె.
Tigalrappalle	... తిగల్రపల్లె.
Timmanapalle (23).	తిమ్మనపల్లె (23).
Timmanapalle (28).	తిమ్మనపల్లె (28).
Timmasandiram (82).	తిమ్మసందిరం (82)
Timmasandiram (101).	తిమ్మసందిరం (101).
Timmēpalle	... తిమ్మేపల్లె.
Tinnahalli	... తిన్నహళ్ళి.
Toddi	... తొడ్డి.
Toddūr	... తొడ్డూరు.
Trādi	... త్రాడి.
Uchchanna Pōdūru.	ఉచ్చణ్ణపోదూరు.
Ulagam	... ఉలగం.
Ulagamnala	... ఉలగంనాలా.
Ullatti	... ఉల్లట్టి.
Uluvangunta	... ఉలువంగుంట.
Uluvankavundanahalli.	ఉలువంకవుండనహళ్ళి.
Ungatti	... ఉంగట్టి.
Uppārapalle	... ఉప్పారపల్లె.
Ustalapalle	... ఉస్తలపల్లె.
Vānamangalam	... వాణమంగలం.
Vāpasandiram	... వాపసందిరం.
Vattiripalle	... వత్తిరిపల్లె.
Vēmpalle	... వేంపల్లె.
Venkatarāyapuram.	వెంకట్రాయపురం.
Veppalahalli	... వెప్పలహళ్ళి.
(*Shrotriyam and inam villages.*	శ్రోత్రియం, ఇనాం, గ్రామములు.)
Addaguriki	... అడ్డగురికి.
Agaram Agrahāram.	అగరం అగ్రహారం.
Agrahāram	... అగ్రహారం.
Ambāranapalle	... అంబారనపల్లె.
Amudugondapalle.	అముదుగొండపల్లె.
Ānaikkaltimmanahalli.	అనైక్కల్తిమ్మనహళ్ళి.
Ānasandiram	... అనసందిరం.
Anumēpalle Agrahāram.	అనుమేపల్లె అగ్రహారం.
Appigānapalli	... అప్పిగానపల్లె.
Āruppalle	... అరుప్పల్లె.
Āruppalle Agrahāram.	అరుప్పల్లి అగ్రహారం.
Attisandiram	... అత్తిసందిరం.
Āvēripalle Agrahāram.	అవేరిపల్లి అగ్రహారం.
Bairasandiram	... బైరసందిరం.
Bairanayakanapalle.	బైరనాయకనపల్లె.
Bandavatapalli	... బండవటపల్లె.
Baslikere	... బస్లికేరె.
Battalapalle	... బత్తలపల్లె.
Battērapalle	... బత్తేరపల్లె.
Bēdrapalle	... బేడ్రపల్లె.
Beppālapalle	... బెప్పాలపల్లె.
Bhīmanapalle	... భీమనపల్లె.
Bisinirhalli	... బిసినీర్హళ్ళి.
Bōdiguttapalle	... బోడిగుట్టపల్లె.
Būdinattam (128).	బూదినత్తం (128).

HOSUR TĀLUK—cont. ಹೊಸೂರು ತಾಲೂಕು—ಸಶೇಷ.

Būdinattam (20).	బూదినత్తం (20).
Būdipalle ...	బూదిపల్లి.
Būpanapalle	బూపనపల్లె.
Chēdalapalle ...	చేడలపల్లె.
Chennasandiram ...	చెన్నసందిరం.
Chigarlapalle ...	చిగర్లపల్లె.
Chimpaltiradi ...	சிம்பல்திராடி.
Chinnamadagondapalle.	చిన్నమదగొండపల్లె.
Chinnasādanapalle.	చిన్న సాదనపల్లె.
Chitsuruganapalle.	చిత్సురుగానపల్లె.
Chokkapuram	చొక్కాపురం.
Dēvaraguttahalli.	ದೇವರಗುಟ್ಟಹಳ್ಳಿ.
Dēvara Ulimangalam.	ದೇವರ ಉಲಿಮಂಗಲಂ.
Dēvisettipalle ...	దేవిశెట్టిపల్లె.
Dhōripalle ...	ధోరిపల్లె.
Elēsandiram ...	ಎಳೇಸಂದಿರಂ.
Elavapalli ...	ఎలువపల్లె.
Errāndapalle ...	ఎర్రాండపల్లె.
Ettipalligutta ...	ఎట్టిపల్లెగుట్ట.
Gangasandiram ...	గంగసందిరం.
Geddampālaiyam.	கெட்டம்பாளையம்.
Geragapalle ...	గెరగపల్లె.
Gerigadepalli ...	గెరిగదేపల్లి.
Giriyanapalle ...	గిరియనపల్లె.
Gōvinda Agrahāram.	గోవింద అగ్రహారం
Gūliganapalli ...	గూళిగానపల్లె.
Gutti ...	గుత్తి.
Halekrishnāpuram.	ಹಳೇಕೃಷ್ಣಾಪುರಂ.
Iranisandiram ...	ఇరణిసందిరం.
Kadukottapalle ...	కడుకొత్తపల్లె.
Kakkadāsam Agrahāram.	కక్కదాసం అగ్రహారం.
Kallukerē ...	ಕಲ್ಲುಕೆರೆ.
Kalluhalli ...	ಕಲ್ಲುಹಳ್ಳಿ.
Kānalatti ...	ಕಾನಲಟ್ಟಿ.
Karagattanapalle.	ಕರಗಟ್ಟನಪಲ್ಲಿ.
Karijānapalle ...	కరిజానపల్లె.

Karisandiram ...	ಕರಿಸಂದಿರಂ.
Kārubala ...	ಕಾರುಬಲಾ.
Karukkalnattam Agraharam.	கருக்கல்நத்தம் அக்கிரகாரம்.
Kārupalle ...	ಕಾರುಪಲ್ಲಿ.
Karuppandoddi ...	கருப்பன்தொட்டி.
Kāsi Agrahāram.	కాశి అగ్రహారం.
Kōdangarai ...	கோடாங்கரை.
Kōdipalli ...	కోడిపల్లి.
Kodivalam (9) ...	கொடியாலம் (9).
Kodiyālam ...	கொடியாலம்.
Kottagaratti ...	కొత్తకరట్టి.
Kottakōta ...	కొత్తకోట.
Kumbārlapalle ...	కుంబార్లపల్లె.
Kunchaun Agrahāram.	ಕುಂಚೇನ ಅಗ್ರಹಾರಂ.
Madagondapalli ...	మదగొండపల్లె.
Madivalam ...	మడివాళం.
Mārāndappalle ...	మారాండపల్లె.
Mārasandiram ...	మారసందిరం.
Māvattūr ...	மாவத்தூர்.
Mēdipalle ...	మేడిపల్లె.
Menasandoddi ...	ಮೆಣಸನ್‌ದೊಡ್ಡಿ.
Minandoddi ...	మీనన్‌దొడ్డి.
Mōdugalahalli ...	ಮೋದುಗಲಹಳ್ಳಿ.
Morasūr Agrahāram.	మొరసూర్ అగ్రహారం.
Mottakūru ...	మొత్తకూరు.
Mottam Agrahāram.	మొత్తం అగ్రహారం
Muttunāyanipalaiyam.	ముత్తునాయనిపాళయం.
Nāgappana Agrahāram.	ನಾಗಪ್ಪನ ಅಗ್ರಹಾರಂ.
Nāligabettam Agrahāram. ...	ನಾಲಿಗಬೆಟ್ಟಂ ಅಗ್ರಹಾರಂ.
Nallarāllupalle ...	నల్లరాళ్లపల్లె.
Nandimangalam Agrahāram.	నందిమంగలం అగ్రహారం.
Narasāpuram or Sandārasettipalle.	నరసాపురం లేక సందారశెట్టిపల్లె.

HOSUR TĀLŪK—*cont.* / ಹೊಸೂರು ತಾಲೂಕು—ಸಶೇಷ.

Nallimāru Agrahāram.	నల్లిమారు అగ్రహారం.
Niyanichandra Agrahāram.	నియానిచంద్ర అగ్రహారం.
Omadēpalle ...	ఓమదేపల్లె.
Pachchamāganapalle.	పచ్చమాగనపల్లె.
Pannappalle ...	పన్నప్పల్లె.
Pattigānapalle ...	పట్టిగానపల్లె.
Peddakuttibāla ...	పెద్దకుట్టిబాలా.
Peddamadagondapalle.	పెద్దమదగొండపల్లె.
Ponnappalle ...	పొన్నప్పల్లె.
Ponnilanattam ...	పొన్నిలనత్తం.
Rauttapalli ...	రౌత్తపల్లె.
Rangōpandita Agrahāram.	రంగోపండిత అగ్రహారం.
Rāyasandiram ...	ರಾಯಸಂದಿರಂ.
Sādināyakunipalle.	సాదినాయకునిపల్లె.
Sānamangalam ...	శానమంగలం.
Sangīta Agrahāram.	సంగీత అగ్రహారం.
Sāntāpuram Agrahāram,	శాంతాపురం అగ్రహారం.
Satyamangalam ...	సత్యమంగలం.
Sēvakunipalle ...	శేవకునిపల్లె.
Sibam ...	సీబం.
Singasādanapalle.	శింగసాదనపల్లె.
Sintagumpalle ...	శింతగుంపల్లె.
Sonnēpuram ...	సొన్నేపురం.
Subbugiri ...	సుబ్బుగిరి.
Sūlaladinnā ...	సూలాలదిన్నా.
Tālāppalle ...	తాళాప్పల్లె.
Tāsigounipalli ...	తాశిగౌనిపల్లి.
Tattanappalle ...	తట్టనప్పల్లె.
Timmasandiram (8).	తిమ్మసందిరం (8).
Tippasandiram ...	తిప్పసందిరం.
Tirtabandapalle ...	తీర్తబండపల్లె.
Togarai Agrahāram.	తొగరై అగ్రహారం
Tolaginappalle ...	తొళగినప్పల్లె.
Tolasandoddi ...	తొలసందొడ్డి.
Tōrapalle (36) ...	తోరపల్లె (36).
Tūkondappalle ...	తూకొండప్పల్లె.
Turusāndappalle.	తురుసాండప్పల్లె.
Tyāgarasanapalle.	త్యాగరసనపల్లె.
Ubbarani Agrahāram.	ఉబ్బరణి అగ్రహారం.
Vaisūr Agrahāram	వైసూర్ అగ్రహారం.
Venkatēsapuram.	వెంకటేశపురం.
Virupasandiram.	విరుపసందిరం.
Visvanādhapuram.	విస్వనాధపురం.

KRISHNAGIRI TĀLŪK. / కృష్ణగిరి తాలూకా.

Agasipalle ...	అగశిపల్లె.
Bālētota ...	ಬಾಳೇತೋಟ.
Bandārahalli ...	ಬಂದಾರಹಳ್ಳಿ.
Bannihalli ...	ಬನ್ನಿಹಳ್ಳಿ.
Bargūru ...	బర్గూరు.
Bārūru ...	బారూరు.
Batlapalle ...	బట్లపల్లె.
Batrahalli ...	ಬತ್ರಹಳ್ಳಿ.
Bōganapalle ...	బోగనపల్లె.
Bommēpalle ...	బొమ్మేపల్లె.
Chāpatri ...	చాపత్రి.
Chellakuttappatti.	చెల్లకుట్టపట్టి.
Chigarlapalle ...	చిగర్లపల్లె.
Chinnamatrapalle.	చిన్నమత్రపల్లె.
Chinnatimminayanapalle.	చిన్నతిమ్మినాయనపల్లె.
Dāmōdarahalli ...	ದಾಮೋದರಹಳ್ಳಿ.
Edurukōttai ...	எதுருகோட்டை.
Errahalli ...	ఎర్రహళ్ళి.
Gendigānapatti ...	கெண்டிகானபட்டி.

KRISHNAGIRI TĀLŪK —cont.

Hosahalli ...	ಹೊಸಹಳ್ಳಿ.
Jambukuttappatti.	ಜಂಬುಕುಟ್ಟಪಟ್ಟಿ.
Jinkalakadirampatti.	ಜಿಂಕಲಕದಿರಂಪಟ್ಟಿ
Kadapasantampatti.	ಕಡಪಸಂತಂಪಟ್ಟಿ.
Kannāndahalli ...	ಕನ್ನಾಂಡಹಳ್ಳಿ.
Kāttagaram ...	కాట్టగరం.
Kattigānapalle ...	కట్టిగానపల్లె.
Kalluguriki ...	కల్లుగురికి.
Kammampalle ...	కమ్మంపల్లె.
Karadihalli ...	ಕರಡಿಹಳ್ಳಿ.
Kātināyanapalle ...	కాటినాయనపల్లె.
Kāvēripatnam ...	காவேரிபட்டணம்.
Kīlkuppam ...	கீள்குப்பம்.
Kondireddipatti ...	கொண்டிரெட்டிபட்டி.
Kōtiguttalapalle ...	కోటిగుట్టలపల్లె.
Kōttaippatti ...	கோட்டைப்பட்டி.
Krishnagiri ...	కృష్ణగిరి.
Kudimēnahalli ...	ಕುಡಿಮೇನಹಳ್ಳಿ.
Kumbārahalli ...	ಕುಂಬಾರಹಳ್ಳಿ.
Kundalapatti ...	குண்டலப்பட்டி.
Kuttūr ...	குட்டூர்.
Mādēpalle ...	మాదేపల్లె.
Mahādēvagollahalli.	ಮಹಾದೇವಗೊಲ್ಲಹಳ್ಳಿ.
Mallappādi ...	మల్లప్పాడి.
Mārappanāyakkanpatti.	మారప్పనాయకన్‌పట్టి.
Marudēri ...	மருதேரி.
Mittahalli ...	ಮಿಟ್ಟಹಳ್ಳಿ.
Mūkkampatti ...	மூக்கம்பட்டி.
Nāgampatti ...	நாகம்பட்டி.
Nāgōjanahalli ...	ನಾಗೋಜನಹಳ್ಳಿ.
Nāralappalle ...	నారలప్పల్లె.
Nārāyanapuram ...	నారాయణపురం.
Oppadavādi ...	ఒప్పడవాడి.
Paiyūr ...	பையூர்.
Pālepalle ...	పాలెపల్లె.
Pannandūr ...	பண்ணந்தூர்.

కృష్ణగిరి తాలూకా— శేషము.

Pārāndapalle ...	పారాండపల్లె.
Peddanapalle ...	పెద్దనపల్లె.
Periyamuttūr ...	பெரியமுத்தூர்.
Puliguntā ...	పులిగుంటా.
Puliyāmpatti ...	புளியம்பட்டி.
Rangampatti ...	ரங்கம்பட்டி.
Sālināyanipalle ...	శాలినాయనిపల్లె.
Sevvampatti ...	செவ்வம்பட்டி.
Sōnārahalli ...	ಸೋನಾರಹಳ್ಳಿ.
Sundēkuppam ...	సుండేకుప్పం.
Tādampatti ...	தாதம்பட்டி.
Tattārahalli ...	ತಟ್ಟಾರಹಳ್ಳಿ.
Timmāpuram ...	తిమ్మాపురం.
Timmināyakkanpatti.	திம்மிநாயக்கன்பட்டி.
Vadamalampatti ...	வடமலம்பட்டி.
Varatanapalle ...	వరటనపల్లె.
Veppālampatti ...	வெப்பாலம்பட்டி
Vilangāmudi ...	விளங்காமுடி.
Vīramalai ...	வீரமலை.
(*Zamindari villages.*)	(జమీన్దారి గ్రామములు.)
Achchamangalam.	అచ్చమంగలం.
Agaram ...	அகரம்.
Aikondamkottapalle.	ఐకొండం కొత్తపల్లె.
Aithāndahalli ...	ಐತಾಂಡಹಳ್ಳಿ.
Ālappatti ...	ஆலப்பட்டி.
Ambainamatam ...	అంబైనమఠం.
Āmudālapalle ...	ఆముదాలప్పల్లె.
Appigānanapalle.	అప్పిగానపల్లె.
Appināyakkankōttai.	அப்பிநாயக்கன்கோட்டை.
Ariyanapalle ...	అరియనపల్లె.
Āttūranahalli ...	ಅತ್ತೂರನಹಳ್ಳಿ.
Avatvādi ...	ஆவத்வாடி.
Bālanāyanipalle ...	బాలనాయనిపల్లె.
Bālanapalle ...	బాలనపల్లె.
Bālēkuli ...	బాలెకులి.
Bānakanahalli ...	ಬಾನಕನಹಳ್ಳಿ.
Bandarahalli ...	ಬಂದರಹಳ್ಳಿ.
Bayyanapalle (12).	బయ్యనపల్లె(12).

KRISHNAGIRI TĀLŪK—cont. | కృష్ణగిరి తాలూకా—శేషము.

Bayyanapalle (110).	బయ్యనపల్లె (110).
Bellampalle	బెల్లంపల్లె.
Bellarapalle	బెల్లారపల్లె.
Bidurahalli	బిదురహళ్ళి.
Bikkanahalli	బిక్కనహళ్ళి.
Billanakuppam	బిల్లనకుప్పం.
Bīmāndapalle	బీమాండపల్లె.
Bōdarapalle (2).	బోడరపల్లె (2).
Bōdarapalle (171).	బోడరపల్లె (171).
Bommanūru	బొమ్మనూరు.
Bommarasanapalle.	బొమ్మరసనపల్లె.
Bōyalahalli	బోయలహళ్ళి.
Būdimutlu	బూడిముట్లు.
Chendārapalli	చెందారపల్లె.
Chennasandiram (128).	చెన్నసందిరం (128).
Chevutahalli	చవుటహళ్లి.
Chikkapūvatti	చిక్కపూవత్తి.
Chinnabellārapalle.	చిన్నబెల్లారపల్లె.
Chinnamanavārnapalle.	చిన్నమనవార్నపల్లె
Chinnatālāpalle	చిన్నతాళాపల్లె.
Chinnakottūru	చిన్నకొట్టూరు.
Chintagummanapalli.	చింతగుమ్మనపల్లి.
Chūdanūru	చూడనూరు.
Dāsaripalle (220)	దాసరిపల్లె (220)
Dāsaripalle (61)	దాసరిపల్లె (61).
Dāsaripalle (116)	దాసరిపల్లె (116)
Dēvarakundāni	దేవరకుందాణి.
Doddapūvatti	దొడ్డపూవత్తి.
Doddatimmanahalli.	దొడ్డతిమ్మనహళ్ళి.
Doddakanamā	దొడ్డకనమా.
Doddēkavandanahalli.	దొడ్డేకవండనహళ్ళి.
Ebbāri	ఎబ్బారి.
Ennekollu	ఎన్నెకొళ్ళు.
Errabairanahalli	ఎర్రబైరనహళ్ళి.
Erumampatti	எருமம்பட்டி.
Ettipalle (70)	ఎట్టిపల్లె (70).
Ettipallitalāv	ఎట్టిపల్లె తలావు.
Gangārayanikōta.	గంగరాయనికోట
Gangileri	గంగిలేరి.
Gollachinnanahalli.	గొల్లచిన్నహళ్ళి.
Gollahalli	గొల్లహళ్ళి.
Gollappalle (98)	గొల్లప్పల్లె (98).
Gorraladoddi	గొర్రలదొడ్డి.
Guntapalle	గుంటపల్లె.
Halēkundāni	ಹಳೇಕುಂದಾಣಿ.
Hosa Ettaguriki	ಹೊಸ ಎತ್ತುಗುರಿಕಿ.
Hosahalli	ಹೊಸಹಳ್ಳಿ.
Idippalle	ఇడిప్పల్లె.
Ippēgounipalli	ఇప్పేగౌనిపల్లె.
Jagadēvipālaiyam.	ஜகதேவிபாளையம்.
Jagadab	ஜகதாப்.
Jakkasamudram	ஜக்கசமுத்திரம்.
Jittāndahalli	జిట్టాండహళ్ళి.
Junjupalle	జుంజుపల్లె.
Kadamanūr	கடமனூர்.
Kadavarappalle	కడవరప్పల్లె.
Kadirēnahalli	ಕದಿರೇನಹಳ್ಳಿ.
Karakanahalli	ಕರಕನಹಳ್ಳಿ.
Karisāgaramtalāv.	கரிசாகரம்தலாவ்.
Karudamāranahalli	ಕರುಡಮಾರನಹಳ್ಳಿ.
Kasiriganappalli	కాశిరిగానపల్లి.
Kattirippalle	కత్తిరిప్పల్లె.
Kodagūr	கொடகூர்.
Kōdiganahalli	ಕೋಡಿಗಾನಹಳ್ಳಿ.
Kōdippalle	కోడిప్పల్లె.
Kondappanāyanipalle.	కొండప్పనాయనిపల్లె.
Kondappanāyakanapalle.	కొండప్పనాయకనపల్లె.
Kondēpalle	కొండేపల్లె.
Konganappalle (113).	కొంగనప్పల్లె (113).
Kottālam	కొత్తాళం.
Kundārappalle	కుందారప్పల్లె.
Kuppachchipārai	குப்பச்சிபாறை.
Kuriyanahalli	ಕುರಿಯನಹಳ್ಳಿ.
Lakkabattalapalle.	లక్కబట్టలపల్లె.

KRISHNAGIRI TĀLŪK—cont. క్రిష్ణగిరి తాలూకా—శేషము.

Mādēpalli ... మాదేపల్లి.
Mādēpalle ... మాదేపల్లె.
Mahēndramangalam. మహేంద్రమంగలం.
Malayāndahalli ... ಮಲಯಾಂಡಹಳ್ಳಿ.
Malluballi ... ಮಲ್ಲುಹಳ್ಳಿ.
Manavārnapalle ... మనవార్న పల్లె.
Mānyadahalli ... ಮಾನ್ಯದಹಳ್ಳಿ.
Marasandiram ... మారసందిరం.
Māravādi ... మారవాడి.
Mārigampalle ... మారిగంపల్లె.
Mārihalli ... ಮಾರಿಹಳ್ಳಿ.
Mārisettippalle ... మారిశెట్టిప్పల్లె.
Mattagiri ... మత్తగిరి.
Mēlaguttahalli ... ಮೇಲ್‍ಗುಟ್ಟಹಳ್ಳಿ.
Mittapalle ... మిట్టపల్లె.
Mōramadugu ... మోరమడుగు.
Murukalanattam ... మురుకలనత్తం.
Nāchchikuppam ... நாச்சிகுப்பம்.
Naduvanappalle ... నడువనప్పల్లె.
Nakkalapalle ... నక్కలపల్లె.
Nallanahalli ... ನಲ್ಲನಹಳ್ಳಿ.
Nallūru ... నల్లూరు.
Nāyakkanūr ... நாயக்கனூர்.
Nedungal ... நெடுங்கல்.
Nēralagiri ... నేర్లగిరి.
Nimmalavadi ... நிம்மலவாடி.
Nīrārambhamtālāpalle. నీరారంభం తాలా పల్లె.
Obulēsapalle ... ఓబులేసపల్లె.
Oddahalli ... ಒಡ್ಡಹಳ್ಳಿ.
Oddapalle (56) ... ఒడ్డపల్లె (56).
Pachchigānapalle (S. No. 153). పచ్చిగానపల్లె (153).
Pachchigānapalle (S. No. 46). పచ్చిగానపల్లె (46)
Pālakuriki ... పాలకురికి.
Pandikuriki ... పండికురికి.
Pannappalle ... పన్నప్పల్లె.
Pāsihalli ... ಪಾಸಿಹಳ್ಳಿ.
Peddatālāpalle ... పెద్దతాలాపల్లె.
Pennēswaramatam. పెన్నేశ్వరమఠం.
Pēyanapalle ... పేయనపల్లె.
Pichchuguntapeddanapalle. పిచ్చుగుంట పెద్దనపల్లె.
Pikkilināyakanahalli. ಪಿಕ್ಕಿಲಿನಾಯಕನ ಹ ಳ್ಳಿ.
Ponnappagaunipalle. పొన్నప్పగౌనిపల్లె.
Puliyancheri ... புளியஞ்சேரி.
Puram (9…) ... புரம் (96).
Pūvattihalli ... ಪೂವತ್ತಿಹಳ್ಳಿ.
Rāgimākanapalle ... రాగిమాకనపల్లె.
Ranganahalli ... ರಂಗನಹಳ್ಳಿ.
Salapakavundanahalli. ಶಲಪಕವುಂಡನಹಳ್ಳಿ
Samantamalai ... சாமந்தமலை.
Santapēta ... సంతపేట.
Selathigānahalli ... ಶೆಲತ್ತಿಗಾನಹಳ್ಳಿ.
Selvapandappalle ... శెల్వపండప్పల్లె.
Sigarlapalle ... శిగర్లపల్లె.
Sigaramāganapalle. శిగరమాగనపల్లె.
Sīranapalle ... శీరనపల్లె.
Sōkādi ... శోకాడి.
Sokkanahalli ... ಸೊಕ್ಕನಹಳ್ಳಿ.
Sūdēnahalli ... ಸೂಡೇನಹಳ್ಳಿ.
Sulāmalai ... సూలామలై.
Sundanapalle ... సుండనపల్లె.
Tabbe ... తబ్బే.
Talihalli ... ತಳಿಹಳ್ಳಿ.
Talippalle ... తళిప్పల్లె.
Tangēdukuppam ... తంగేడుకుప్పం.
Timmarāyanhalli ... ತಿಮ್ಮರಾಯನಹಳ್ಳಿ.
Tippanapalle ... తిప్పనపల్లె.
Togatrapalle ... తొగట్రపల్లె.
Tummalappatti ... தும்மலபட்டி.
Uppugunta ... ఉప్పుగుంట.
Ustālahalli ... ಉಸ್ತಾಲಹಳ್ಳಿ.
Vattigānapalle ... వట్టిగానపల్లె.
Venkiligānapalle ... వెంకిలిగానపల్లె.
Vēpanappalle ... వేపనప్పల్లె.
Vēpalappalle ... వేపలప్పల్లె.
Veppālahalli ... ವೆಪ್ಪಾಲಹಳ್ಳಿ.
Veppālappalle ... వెప్పాలప్పల్లె.
Verichennanahalli. ವೆಂಚೆನ್ನನಹಳ್ಳಿ.

KRISHNAGIRI TĀLŪK—cont. కృష్ణగిరి తాలూకా—శేషము.

Virupasandiram ... విరుపసందిరం.

(*Inam or Shrotryam villages.*) ఇనాం లేక శ్రోత్రియం గ్రామములు.

Akkalāpuram ... அக்கலாபுரம்.
Ālēruhalli ... ఆలేరుహళ్ళి.
Āvalanattam ... అవలనత్తం.
Bālanāyanapalle ... బాలనాయనపల్లె.
Bārāmallūr ... బారామల్లూరు.
Bottimaduvu ... బొట్టిమడువు.
Brāhmanapalle ... బ్రాహ్మణపల్లె.
Chigarlapalle ... చిగర్లపల్లె.
Chinnākavandanahalli. చిన్నాకవండనహళ్ళి.
Chinnabattalapalle. చిన్నబట్టలపల్లె.
Dāsēgaunipalle ... దాశేగౌనిపల్లె.
Dēvasamudram ... தேவசமுத்திரம்.
Dharanisandiram ... ధరణిసందిరం.
Edērapalli ... ఎడేరపల్లి.
Gangamadugu ... గంగమడుగు.
Gangōji Kottūr ... గంగోజికొట్టూరు.
Giddanahalli ... గిడ్డనహళ్ళి.
Guddūru ... గుడ్డూరు.
Gūliyam ... గూళియం.
Guruvināyanipalle. గురువినాయనిపల్లె.
Guttappalli ... గుట్టప్పల్లి.
Jagannādhapuram. జగన్నాథపురం.
Janaparahalli ... జణపరహళ్ళి.
Jiddōpanapalle ... జిడ్డోపనపల్లె.
Kālvēhalli ... కాల్వేహళ్ళి.
Kariyanapalle ... కరియనపల్లె.
Kōdippalle ... కోడిప్పల్లె.
Kōdūru ... కోడూరు.

Kompalle ... కొంపల్లె.
Kōtamāganapalle ... కోటమాగనపల్లె.
Kottakrishnapalle. కొత్తకృష్ణపల్లె.
Kottapēta ... కొత్తపేట.
Krishnāpuram ... కృష్ణాపురం.
Lingēkavandanahalli. లింగేకవండనహళ్ళి
Māmidigampalle ... మామిడిగంపల్లె
Masjid Gollahalli ... మస్జిద్ గొల్లహల్లి.
Mattināyakkanpatti. மத்திநாயக்கன்பட்டி.
Mullāhosahalli ... ముల్లాహొసహళ్ళి.
Nātrampalle ... నాట్రంపల్లె.
Onnappanāyani Kōttūru. ఒన్నప్పనాయని కోట్టూరు.
Pālōpanapalle ... పాలోపనపల్లె.
Peddapāmpatti ... పెద్దపాంపట్టి.
Pichchuguntarahalli. పిచ్చుగుంటరహళ్ళి.
Rāgimānupalle ... రాగిమానుపల్లె.
Tāli Agrahāram ... తాళి అగ్రహారం.
Tammāndarapalle. తమ్మాండ్రపల్లె.
Tandēkavandanahalli. తండేకవండనహళ్ళి
Tatatara ... తటతార.
Timmasandiram ... తిమ్మసందిరం.
Tīrtam ... தீர்த்தம்.
Undiganattam ... ఉండిగనత్తం.
Uppugundalapalle. ఉప్పుగుండలపల్లె.
Vādamangalam ... వాడమంగలం.
Vārasandiram ... వారసందిరం.
Velagalahalli ... వెలగలహళ్ళి.
Venkatāpuram ... వెంకటాపురం.

NĀMAKKAL TĀLŪK. நாமக்கல் தாலூகா.

(*Ryotwari villages.*) (ரயத்வாரி கிராமங்கள்.)

Andāpuram ... ஆண்டாபுரம்.
Arasanattam ... அரசநத்தம்.
Ariyūr .. ... அரியூர்.
Ariyūr Nādu ... அரியூர் நாடு.
Ārūr .. ... ஆரூர்.

Dēvānūr Nādu ... தேவானூர் நாடு.
Dēvarāyasamudram. தேவராயசமுத்திரம்.
Gōpanampālaiyam. கோபனம்பாளையம்.
Gundūr Nādu ... குண்டூர் நாடு.
Idumbankulam ... இடும்பன்குளம்.
Irukkūr ... இருக்கூர்.

Nāmakkal Tāluk—cont. நாமக்கல் தாலுகா—தொடர்ச்சி.

Kōlāram ...	கோலாரம்.
Kottamangalam ...	கொத்தமங்கலம்.
Kumārapālaiyam.	குமாரபாளையம்.
Kumaripālaiyam.	குமரிபாளையம்.
Kunnamalai ...	குன்னமலை.
Kurumbala Mahādēvi.	குரும்பல மஹாதேவி.
Manappalli ...	மணப்பள்ளி.
Mānikkanattam ...	மாணிக்கநத்தம்.
Maniyanūr ...	மணியனூர்.
Mēlsāttambūr ...	மேல்சாத்தம்பூர்.
Mōhanūr ...	மோஹனூர்.
Nadandai ...	நடந்தை.
Nallūr ...	நல்லூர்.
Nanjai Idaiyār ...	நஞ்சை இடையார்.
Oravandūr ...	ஓரவந்தூர்.
Pālappatti (Chellappanpatti)	பாலப்பட்டி (செல்லப்பன்பட்டி).
Parali	பரளி.
Paramati ...	பரமதி.
Periya-ōlipālaiyam.	பெரியசோழிபாளையம்.
Perumāndāpālaiyam.	பெருமாண்டாபாளையம்.
Pēttaipālaiyam ...	பேட்டைபாளையம்.
Pottanūr ...	பொத்தனூர்.
Puduppatti ...	புதுப்பட்டி.
Punjai Idaiyār Kīlmugam.	புஞ்சை இடையார் கீழ்முகம்.
Punjai Idaiyār Mēlmugam.	புஞ்சை இடையார் மேல்முகம்.
Punjai Kondalam.	புஞ்சை கொந்தளம்.
Rāmadēvam ...	ராமதேவம்.
Rāsipālaiyam ...	ராசிபாளையம்.
Sarkār Serukkalai.	சர்க்கார் செருக்கலை.
Sarkār Vengarai.	சர்க்கார் வெங்கரை.
Sōlūr Nādu ...	சேளூர் நாடு.
Sirāppalli ...	சிராப்பள்ளி.
Sirkār Pāndamangalam.	சர்க்கார் பாண்டமங்கலம்.
Sirunallikōvil ...	சிறுநல்லிகோவில்.
Sittampūndi ...	சித்தம்பூண்டி.
Tinnanūr Nādu ..	தின்னனூர் நாடு.
Vadagarai Āttūr (West).	வடகரை ஆத்தூர் (மேல்முகம்)
Valaiyappatti ...	வலையப்பட்டி.
Valappūr Nādu ..	வளப்பூர் நாடு.
Vālavandi Nādu.	வாளவந்தி நாடு.
Vēlūr	வேலூர்.
Vīranampālaiyam.	வீரணம்பாளையம்.
Zapti Serukkalai.	ஜப்டி செருக்கலை.

(*Zamin villages*).	(ஜமீன் கிராமங்கள்).
Agrahāra Vālavandi	அக்கிரகார வாளவந்தி.
Akkiyāmpatti ...	அக்கியாம்பட்டி.
Ānangūr ...	ஆனங்கூர்.
Aniyāpuram ...	அணியாபுரம்.
Aniyār ...	அணியார்.
Ardhanāripālaiyam.	அர்த்தநாரிபாளையம்.
Āriyūrpatti (Iruttanai).	ஆரியூர்ப்பட்டி (இருத்தணை).
Āvalnāyakkanpatti.	ஆவல்நாயக்கன்பட்டி.
Bēlukkurichchi ...	பேளுக்குறிச்சி.
Bōdināyakkanpatti	போடிநாயக்கன்பட்டி.
Bommasamudram.	பொம்மசமுத்திரம்.
Chellappanpatti ..	செல்லப்பன்பட்டி.
Chidambarappatti.	சிதம்பரப்பட்டி.
Chinnapeddampatti.	சின்னபெத்தம்பட்டி.
Chōlasirāmani ...	சோழசிராமணி.
Dēvanampālaiyam.	தேவனம்பாளையம்.
Dēvarāyapuram...	தேவராயபுரம்.
Ēranāpuram ...	ஏரணாபுரம்.
Erumaippatti ...	எருமைப்பட்டி.
Gejakōmbai ...	கெஜகொம்பை.
Ilampalli ...	இளம்பள்ளி.
Iruttanai ...	இருட்டணை.
Kādappalli ...	காதப்பள்ளி.
Kālappanāyakkanpatti.	காளப்பநாயக்கன்பட்டி.
Kālipālaiyam ...	காளிபாளையம்.
Kapilakkurichchi.	கபிலக்குறிச்சி.
Kāvalkāranpatti.	காவல்காரன்பட்டி.
Kavundanpālaiyam.	கவுண்டன்பாளையம்.
Kil Sāttambūr ...	கீழ் சாத்தம்பூர்.
Kīrambūr (1st bit).	கீரம்பூர் (1-வது பிட்).
Kōdūr	கோதூர்.
Kōnangipatti ...	கோணங்கிபட்டி.
Kondamanāyakkanpatti.	கொண்டமநாயக்கன்பட்டி.
Kondichettippatti.	கொண்டிசெட்டிப்பட்டி.
Kōnūr	கோனூர்.
Kūdachchēri ...	கூடச்சேரி.
Kunnattūr ...	குன்னத்தூர்.

NĀMAKKAL TĀLŪK—cont. நாமக்கல் தாலுகா—தொடர்ச்சி.

Kupparikkāpālaiyam.	குப்பரிக்காபாளையம்.
Kusavanpālaiyam.	குசவன்பாளையம்.
Kuttalāmpārai ...	குட்டலாம்பாரை.
Laddivādi ...	லத்திவாடி.
Mādakāsampatti.	மாடகாசம்பட்டி.
Mārappanāyakkanpatti.	மாரப்பநாயக்கன்பட்டி.
Marūrpatti ...	மரூர்பட்டி.
Mēlpatti (Mēlmugam).	மேல்பட்டி (மேல்முகம்).
Mēlpatti (2nd bit).	மேல்பட்டி (இரண்டாவது பிட்).
Mēttuppatti ...	மேட்டுப்பட்டி.
Minnāmpalli ...	மின்னாம்பள்ளி.
Mudalaipatti ...	முதலைபட்டி.
Muttagāpatti ...	முத்தகாபட்டி.
Muttānchetti ...	முட்டாஞ்செட்டி.
Nadukkōmbai ...	நடுக்கோம்பை.
Nallākavundanpālaiyam.	நல்லாகவுண்டன்பாளையம்.
Nallākavundanpālaiyam.	நல்லாகவுண்டன்பாளையம்.
Nallippālaiyam ...	நல்லிப்பாளையம்.
Nāmakkal ...	நாமக்கல்.
Naravalūr (Tōttipālaiyam).	நரவலூர் (தோட்டிபாளையம்).
Pachchudaiyānpatti.	பச்சுடையான்பட்டி.
Pālappatti Alangānattam).	பாலப்பட்டி (அலங்காநத்தம்).
Pāpināyakkanpatti.	பாபிநாயக்கன்பட்டி.
Pavittiram ...	பவித்திரம்.
Periyakavundanpālaiyam.	பெரியகவுண்டன்பாளையம்.
Periyakulam ...	பெரியகுளம்.
Periyapallampārai.	பெரியபள்ளம்பாரை.
Periyapatti ...	பெரியபட்டி.
Perumālpatti ...	பெருமாள்பட்டி.
Pilikkilipālaiyam.	பிலிக்கிலிபாளையம்.
Pillakalattūr ...	பிள்ளகளத்தூர்.
Pillūr ..	பில்லூர்.
Pirāndagam ...	பிராந்தகம்.
Ponnārkulam Bit III.	பொன்னார்குளம் பிட் 3.
Ponnārkulam Bit IV.	பொன்னார்குளம் பிட் 4.
Ponnārkulam Bit I.	பொன்னார்குளம் பிட் 1.
Ponnārkulam Bit II.	பொன்னார்குளம் பிட் 2.
Ponnēri ...	பொன்னேரி.

Pottanam ...	பொட்டணம்.
Pottireddippatti.	பொட்டிரெட்டிப்பட்டி.
Pudukkōmbai ...	புதுக்கோம்பை.
Pudukkōttai ...	புதுக்கோட்டை.
Pudūr	புதூர்.
Puliyampatti ...	புளியம்பட்டி.
Rājampālaiyam ...	ராஜாம்பாளையம்.
Rangappanāyakkanpālaiyam.	ரங்கப்பநாயக்கன்பாளையம்.
Reddipatti ..	ரெட்டிபட்டி.
Sarkārpalaiyapālaiyam.	சர்க்கார் பழையபாளையம்.
Sarkārvālavandi.	சர்க்கார்வாளவந்தி.
Sēlūr	சேலூர்.
Seluvampatti ...	செலுவம்பட்டி.
Sēndamangalam.	சேந்தமங்கலம்.
Sengapalli ...	செங்கபள்ளி.
Sevindippatti ...	செவிந்திப்பட்டி.
Singalam Kōmbai.	சிங்களம் கோம்பை.
Singilippatti ...	சிங்கிலிப்பட்டி.
Sivanāyakkanpatti.	சிவநாயக்கன்பட்டி.
Sullipālaiyam ...	சுல்லிபாளையம்.
Sangakirampatti.	சங்ககிராம்பட்டி.
Tālambādi ...	தாழம்பாடி.
Taligai ...	தளிகை.
Tidumal ...	திடுமல்.
Tindamangalam ...	திண்டமங்கலம்.
Tipparamahādēvi.	திப்பரமஹாதேவி.
Tirumalaigirippatti.	திருமலைகிரிப்பட்டி.
Tōlūr	தோளூர்.
Tōttamudaiyānpatti.	தோட்டமுடையான்பட்டி.
Tottiyappatti ...	தொட்டியப்பட்டி.
Tummangurichchi.	தும்மங்குறிச்சி.
Tūsūr	தூசூர்.
Tuttikulam ...	துத்திகுளம்.
Uttiragedikāval ...	உத்திரகெடிகாவல்.
Vadavattūr ...	வடவத்தூர்.
Vagurampatti ...	வகுரம்பட்டி.
Vālavandi Kōmbai.	வாளவந்தி கோம்பை.
Vallipuram ...	வள்ளிபுரம்.
Varadarājapuram.	வரதராஜபுரம்.
Varagūr ...	வரகூர்.
Vasantapuram ...	வசந்தபுரம்.
Vēttampādi ...	வேட்டம்பாடி.
Villipālaiyam ...	வில்லிபாளையம்.

NĀMAKKAL TĀLŪK—*cont.* நாமக்கல் தாலூகா—தொடர்ச்சி.

Visānam ...	வீசாணம்.
Vittamanāyakkanpatti.	விட்டமநாயக்கன்பட்டி.
(Shrotriyam and Inam villages.)	(சுரோத்திரியம், இனும் கிராமங்கள்.)
Agrahārakondalam.	அக்கிரகாரகொந்தளம்.
Agrahārakunnattūr.	அக்கிரகாரகுன்னத்தூர்.
Agrahāra Mēttuppatti.	அக்கிரகார மேட்டுப்பட்டி.
Agrahāra Palaiyapālaiyam.	அக்கிரகார பழையபாளையம்.
Agrahāra Perumālpatti.	அக்கிரகார பெருமாள்பட்டி.
Agrahāra Vālavandi.	அக்கிரகார வாளவந்தி.
Āndāpuram ...	ஆண்டாபுரம்.
Ayyampālaiyam ...	அய்யம்பாளையம்.
Bommalapālaiyam.	பொம்மலபாளையம்.
Bommasamudram.	பொம்மசமுத்திரம்.
Gajjalnāyakkanpatti.	கஜ்ஜல்நாயக்கன்பட்டி.
Jōdigai Aniyār ...	ஜோடிகை அணியார்.
Kōdūr	கோதூர்.
Manappalli Agrahāram.	மணப்பள்ளி அக்கிரஹாரம்.
Mūrtināyakkanpatti.	மூர்த்திநாயக்கன்பட்டி.
Naravalūr Agrahāram.	நரவலூர் அக்கிரஹாரம்.
Nayināmalai ...	நயினாமலை.
Pallappatti ...	பள்ளப்பட்டி.
Pottireddippatti Agrahāram.	பொட்டிரெட்டிப்பட்டி அக்கிரஹாரம்.
Sarvamāniya Aniyār.	சர்வமானிய அணியார்.
Tipparamahādēvi.	திப்பரமஹாதேவி.
Vengarai Agrahāram.	வெங்கரை அக்கிரஹாரம்.

ŌMALUR TĀLŪK. ஓமலூர் தாலூகா.

(Ryotwari.)	(ரயத்வாரி.)
Amarakundi ...	அமரகுந்தி.
Amaram ...	அமரம்.
Ānaikkavundanpatti.	ஆனைக்கவுண்டனபட்டி.
Aranganūr ...	அரங்கனூர்.
Ariyāmpatti ...	அரியாம்பட்டி.
Ārūrpatti ...	ஆரூர்பட்டி.
Balbāki ...	பல்பாகி.
Bānāpuram ...	பாணாபுரம்.
Bukkampatti ...	புக்கம்பட்டி.
Chettippatti ...	செட்டிப்பட்டி.
Chinnasōragai ...	சின்னசோரகை.
Cholappādi ...	சோழப்பாடி.
Dārāpuram ...	தாராபுரம்.
Dāsagapatti ...	தாசகபட்டி.
Dāsasamudram ...	தாசசமுத்திரம்.
Dasavilakku ...	தசவிளக்கு.
Dīvattippatti ...	தீவட்டிப்பட்டி.
Doramangalam ...	தோரமங்கலம்.
Elattūr ...	எலத்தூர்.
Ēnādi	ஏனாதி.
Ettikuttaipatti ...	எட்டிகுட்டைபட்டி.
Gollappatti ...	கொல்லப்பட்டி.
Gōnūr	கோனூர்.
Gundukkal ...	குண்டுக்கல்.
Guttappatti ...	குட்டப்பட்டி.
Idaiyappatti ...	இடையப்பட்டி.
Ilavampatti ...	இலவம்பட்டி.
Jagadēvampatti ...	ஜகதேவம்பட்டி.
Kālippatti (No. 275).	காளிப்பட்டி.
Kālippatti (No. 301).	காளிப்பட்டி.
Kamalāpuram ...	கமலாபுரம்.
Kāmināyakkanpatti	காமிநாயக்கன்பட்டி.
Kanavāypudūr ...	கணவாய்புதூர்.
Kanjanāyakkanpatti	கஞ்சநாயக்கன்பட்டி.
Karikkāypatti ...	கரிக்காய்பட்டி.
Karuppanampatti.	கருப்பணம்பட்டி.
Kāruppūr ...	கருப்பூர்.
Kasuvireddipatti.	கசுவிரெட்டிப்பட்டி.
Kattaperiyāmpatti.	கட்டபெரியாம்பட்டி.
Kōlnāyakkanpatti	கோல்நாயக்கன்பட்டி.
Kōnagappādi ...	கோனகப்பாடி.
Kōnagollapatti ...	கோனகொல்லபட்டி.
Kongupatti ...	கொங்குபட்டி.
Koppam ...	கொப்பம்.
Koppampatti ...	கொப்பம்பட்டி.

Ōmalūr Tālūk—cont. ஓமலூர் தாலூகா—தொடர்ச்சி.

Kōttaikkavundanpatti.	கோட்டைகவுண்டன்பட்டி.
Kōttaimēttuppatti	கோட்டைமேட்டுப்பட்டி.
Kūkuttaipatti ...	கூகுட்டைபட்டி.
Kullamanāyakkanpatti.	குள்ளமநாயக்கன்பட்டி.
Kurukkappatti.	குருக்கப்பட்டி.
Mailappālaiyam...	மைலப்பாளையம்.
Mallikkundam ...	மல்லிக்குந்தம்.
Mallikuttai ...	மலலிகுட்டை.
Mallikuttappatti.	மல்லிகுட்டப்பட்டி
Mānattāl ...	மானத்தாள்.
Mānattāl Nallā Kavundanpatti.	மானத்தாள் நல்லா கவுண்டன்பட்டி.
Mānkuppai ...	மாங்குப்பை.
Māramangalam ...	மாரமங்கலம்.
Mēchchēri ...	மேச்சேரி.
Mūkkanūr ...	மூக்கனூர்.
Mūngilpādi ...	மூங்கில்பாடி.
Nācchanampatti.	நாச்சனம்பட்டி.
Naduppatti ...	நடுப்பட்டி.
Nangāvalli ...	நங்கவள்ளி.
Nāranampālaiyam	நாரணம்பாளையம்
Ōlaippatti ...	ஓலைப்பட்டி.
Ōmalūr ...	ஓமலூர்.
Pacchanampatti..	பச்சனம்பட்டி.
Palāppalli Kōmbai.	பலாப்பள்ளிகோம்பை.
Pallippatti ...	பள்ளிப்பட்டி.
Panikkanūr ...	பணிக்கனூர்.
Pannappatti ...	பண்ணப்பட்டி.
Pāppambādi ...	பாப்பம்பாடி.
Periyasōragai ...	பெரியசோரகை.
Periyērippatti ...	பெரியேரிப்பட்டி.
Ponnārkūdal ...	பொன்னார்கூடல்.
Pottanēri ...	பொட்டனேரி.
Pottanēri Nallakavundanpatti.	பொட்டனேரி நல்லாகவுண்டன்பட்டி.
Pottipuram ...	பொட்டிபுரம்.
Puliyampatti ...	புளியம்பட்டி.
Pōsārippatti ...	பூசாரிப்பட்டி.
Rāmireddippatti.	இராமிரெட்டிப்பட்டி.
Reddippatti ...	ரெட்டிப்பட்டி.
Sakkaraichettippatti.	சக்கரைசெட்டிப்பட்டி.
Sāmināyakkanpatti.	சாமிநாயக்கன்பட்டி.
Sangītappatti ...	சங்கீதப்பட்டி.
Sāttappādi (No. 280).	சாத்தப்பாடி.
Sāttappādi (No. 282/2).	சாத்தப்பாடி.
Sekkārappatti (No. 240).	செக்காரப்பட்டி.
Sekkārappatti (No. 264).	செக்காரப்பட்டி.
Selavadai ...	செலவடை.
Sikkampatti ...	சிக்கம்பட்டி.
Sikkanampatti ...	சிக்கனம்பட்டி.
Sūrappalli ...	சூரப்பள்ளி.
Tāramangalam ...	தாரமங்கலம்.
Tātayyangārpatti.	தாதய்யங்கார்பட்டி.
Tātayyanpatti ...	தாதய்யன்பட்டி.
Tēkkampatti ...	தேக்கம்பட்டி.
Tettigiripatti ...	தெத்திகிரிபட்டி.
Tindamangalam...	திண்டமங்கலம்.
Tolasampatti ...	தொளசம்பட்டி.
Tumbippādi ...	தும்பிப்பாடி.
Tundumāniyam...	துண்டுமாணியம்.
Umbalikkamāramangalam.	உம்பளிக்கமாரமங்கலம்.
Vanavasī ...	வனவாசி.
Vēdppatti ...	வேடப்பட்டி.
Vellakkalpatti ...	வெள்ளக்கல்பட்டி
Vellālappatti ...	வெள்ளாளப்பட்டி.
Vellār ...	வெள்ளார்.
Vēppilai ...	வேப்பிலை.
Vīrakkal ...	வீரக்கல்.
Vīrakkalpudūr ...	வீரக்கல்புதூர்.

(*Zamindari.*) (ஜமீன்தாரி.)

Bagavānpatti ...	பகவான்பட்டி.
Bhūmināyakkanpatti.	பூமிநாயக்கன்பட்டி
Bomminayakkanpatti.	பொம்மிநாயக்கன்பட்டி.
Chellapppillaikuttai.	செல்லப்பிள்ளைகுட்டை.
Dāsināyakkanpatti.	தாசிநாயக்கன்பட்டி.
Kādāmpatti ...	காடம்பட்டி.
Kadirichettippatti	கதிரிசெட்டிப்பட்டி.
Kangānippatti ...	கங்காணிப்பட்டி.
Kāraicchāvadi ...	காரைச்சாவடி.
Kariyampatti ...	கரியாம்பட்டி.
Karukkalvādi ...	கருக்கல்வாடி.
Kāvāndapatti ...	காவாண்டபட்டி.
Kāvēttirangampālaiyam.	காவேட்டிரங்கம்பாளையம்.
Mandippatti ...	மந்திப்பட்டி.
Muttunāyakkanpatti.	முத்துநாயக்கன்பட்டி.
Nallākavundanpatti.	நல்லாகவுண்டன்பட்டி.

Ōmalūr Tālūk—cont. ஓமலூர் தாலூகா—தொடர்ச்சி.

Pākalpatti ...	பாகல்பட்டி.
Pālakuttappatti...	பாலகுட்டப்பட்டி.
Semmankūdal ...	செம்மன்கூடல்.
Tōlūr ...	தோளூர்.
Vadamalai sengāmpatti.	வடமலைசெங்காம் பட்டி.

(*Inam.*)	(இனும்.)
Alagasamudram.	அளகசமுத்திரம்.
Gōpināthapuram Āgrahāram.	கோபினுதபுறம் அக்கிரஹாரம்.
Pottipuram Āgrahāram.	பொட்டிபுரம் அக்கிரஹாரம்.

Rāsīpūr Tālūk. ராசிபூர் தாலூகா.

(*Ryotwari.*)	ரயத்வாரி .
Adakkampudukkōmbai.	அடக்கம்புதுக்கோம்பை.
...hāranāttāmangalām.	அக்கிரஹாரநாட்டாமங்கலம்.
...rahāra Udup...am.	அக்கிரஹார உடுப்பம்.
...araippatti ...	அக்கரைப்பட்டி.
...patti ...	ஆலம்பட்டி.
...ūrnādu ...	ஆலக்தூர்நாடு.
...āypatti ...	அலைவாய்பட்டி.
Ā...naikattipālai...am.	ஆனைக்சட்டிப் பாளையம்.
...ippālaiyam ...	அணைப்பாளையம்.
...akavundanpālaiyam.	அனந்தகவுண்டன் பாளையம்.
...ntakrishna...yasamudram.	அனந்தகிருஷ்ண ராயசமுத்திரம்.
Andagalūr ...	ஆண்டகளூர்.
Ariyākavundanpatti.	அரியகவுண்டன் பட்டி.
Attanūr ...	அத்தனூர்.
Āyilpatti ...	ஆயில்பட்டி.
Āyipālaiyam (31).	ஆயிபாளையம்.
Āyipālaiyam (46).	ஆயிபாளையம்.
Bailnād ...	பைல்நாடு.
Chinnakkāpālaiyam.	சின்னக்காபாளையம்.
Chinnasekkadi ...	சின்னசெக்கடி.
Dattādripuram ...	தத்தாத்திரிபுரம்.
Edappulinādu ...	எடப்புளிநாடு.
Ellappālaiyam ...	எல்லப்பாளையம்.
Ēlūr ...	ஏளூர்.
Gidamalai ...	கிடமலை.
Guttalādampatti.	குட்டலாடம்பட்டி.
Īchchampatti ...	ஈச்சம்பட்டி.
Ilaiyapuram ...	இளையபுரம்.
Īsvaramūrtipālaiyam.	ஈஸ்வரமூர்த்தி பாளையம்.
Jaggālnāyakkanpatti.	ஜக்கல்நாயக்கன் பட்டி.
Jēdarpālaiyam (Oduvānkurichchi).	ஜேடர்பாளையம் (ஓடுவன்குறிச்சி).
Jēdarpālaiyam-(Toppappatti).	ஜேடர்பாளையம் (தொப்பப்பட்டி).
Kadandapatti ...	கடந்தபட்டி.
Kadirānallūr ...	கதிராநல்லூர்.
Kalangāni ...	கலங்காணி.
Kalkurichchi ...	கல்குறிச்சி.
Kallangulam ...	கல்லங்குளம்.
Kannūrpatti ...	கன்னூர்பட்டி.
Karadippatti ...	கரடிபபட்டி.
Kārakurichchi ...	காரகுறச்சி.
Kariyāmpatti ...	கரியாம்பட்டி.
Kārkūdalpatti ...	கார்கூடல்பட்டி.
Kattanāchchampatti.	கட்டனச்சம்பட்டி.
Kilur .	கீழூர்.
Kīranūr ...	கீரனூர்.
Kolakkamēdu ...	கொலக்கமேடு.
Kōnērippatti ...	கொனேரிப்பட்டி.
Kōppampatti ...	கொப்பம்பட்டி.
Kumārapālaiyam (64).	குமாரபாளையம் (64).
Kumārapālaiyam (115).	குமாரபாளையம். (115).
Kūnavēlēmpatti.	கூனவேலம்பட்டி.
Kunduninādu ...	குண்டுணிநாடு.
Kurukkapuram ...	குருக்கபுரம்.
Lakkapuram ...	லககபுரம்.
Madiyampatti ...	மதியம்பட்டி.
Malaiyampālaiyam.	மலையம்பாளையம்.
Malaiyāmpatti ...	மலையாம்பட்டி.
Mangalapuram ...	மங்கலபுரம்.
Matturuttu ...	மத்துருட்டு.
Māttuvēlampatti,	மாட்டுவேலம் பட்டி.
Māvār ...	மாவார்.
Mēdikuttai ...	மேடிகுட்டை.
Mēlūr ...	மேலூர்.
Minnakkal ...	மின்னக்கல்.
Mūlaikkādu ...	மூலைக்காடு.
Mūlaikkurichchi.	மூலைக்குறிச்சி.
Mūlaipallippatti.	மூலைபள்ளிப்பட்டி.
Mullukurichchi ...	முள்ளுக்குறிச்சி.
Murungappatti (38).	முருங்கப்பட்டி,

RĀSIPŪR TĀLŪK—cont. ராசிபூர் தாலுகா—தொடர்ச்சி.

Muttukālippatti.	முத்துகாளிப் பட்டி.
Nāchchippatti ...	நாச்சிபட்டி.
Naduppatti ...	நடுப்பட்டி.
Nāmagiripēttai ...	நாமகிரிப்பேட்டை
Nāraikkinaru ...	நாரைக்கிணரு.
Nāvalpatti ...	நாவல்பட்டி.
Navani ...	நவனி.
Oduvankurichchi.	ஒடுவன்குறிச்சி.
Pāchchal ...	பாச்சல்.
Pachchaiyākavundanpatti	பச்சையாகவுண்டன்பட்டி.
Pachchudaiyānpālaiyam (Oduvankurichchi).	பச்சுடையான்பாளையம் (ஒடுவன் குறிச்சி).
Pachchudaiyānpālaiyam (Toppappatti).	பச்சுடையான்பாளையம் (தொப்பப்பட்டி).
Palantinnippatti.	பழந்தின்னிப்பட்டி.
Pallavanāyakkanpatti.	பல்லவநாயக்கன் பட்டி.
Pallippatti ...	பள்ளிப்பட்டி
Pattanam Muniyappanpālaiyam.	பட்டணம் முனியப்பன்பாளையம்.
Pattanam Pudūr.	பட்டணம் புதூர்.
Pattanam ...	பட்டணம்.
Pelāppādinādu ...	பெலாப்பாடிநாடு
Peruppansōlai ...	பெரப்பன்சோலை
Periyakōmbai ...	பெரியகோம்பை.
Periyakurichchi ..	பெரியகுறிச்சி.
Periyasekkadi ...	பெரியசெக்கடி.
Perumākkavundanpālaiyam.	பெருமாக்கவுண்டன்பாளையம்.
Pidārippatti ...	பிடாரிப்பட்டி.
Pillānallūr ...	பிள்ளாநல்லூர்.
Pirakarainadu ...	பிரகரைநாடு.
Podangam ...	பொடங்கம்.
Ponkurichchi ...	பொன்குறிச்சி.
Ponparappippatti.	பொன்பரப்பிப் பட்டி.
Porasalpatti ...	பொரசல்பட்டி.
Puduppālaiyam ...	புதுப்பாளையம்.
Puduppatti ...	புதுப்பட்டி.
Pudūr (Malaiyālappatti).	புதூர் (மலையாளப் பட்டி).
Pudūrpālappatti.	புதூர்பாலப்பட்டி.
Rāmanāyakkanpatti.	ராமநாயக்கன் பட்டி.
Sarkarnattāmangalam.	சர்க்கார்நட்டாமங் கலம்.
Sarkar Uduppam.	சர்க்கார் உடுப்பம்.
Savudāpurām ...	சவுதாபுரம்.
Semmāndapatti ...	செம்மாண்டபட்டி
Sirāppalli ...	சிராப்பள்ளி.
Sittūrnādu ...	சித்தூர்நாடு.
Tānattampatti ...	தானத்தம்பட்டி.
Tātayyangārpatti.	தாதய்யங்கார் பட்டி.
Tēngalpālaiyam ...	தேங்கல்பாளையம்.
Tirumalaippatti ..	திருமலைப்பட்டி.
Tiruppulinādu ...	திருப்புளிநாடு.
Toppappatti ...	தொப்பப்பட்டி.
Tottiyampatti ...	தொட்டியம்பட்டி.
Ūnāntāngal ...	ஊனாந்தாங்கல்.
Vadugam ...	வடுகம்.
Vadugam Muniyappanpālaiyam.	வடுகம் முனியப் பன்பாளையம்.
Valaiyappatti ...	வலையப்பட்டி.
Varagūrkōmbai ...	வரகூர்கோம்பை.
Vellakkalpatti ...	வெள்ளக்கல்பட்டி
Vennandūr ...	வெண்ணந்தூர்.

(*Mitta*)	(மிட்டா.)
Arasampālaiyam.	அரசம்பாளையம்.
Bōdināyakampatti.	பொடிநாயகம் பட்டி.
Chandrasēkharapuram.	சந்திரசேகரபுரம்.
Chellappampatti.	செல்லப்பம்பட்டி.
Chinnamanāikampatti.	சின்னமநாயகம் பட்டி.
Kākkāvēri ..	காக்காவேரி.
Kalyāni ...	கலியாணி.
Kanakabommanpatti.	கனகபொம்மன் பட்டி.
Kavundanpālayam.	கவுண்டன்பாளையம்.
Mōlappālayam ...	மோளப்பாளையம்.
Mūlaikkādu ...	மூலைக்காடு.
Rāsīpuram ...	ராசிபுரம்.
Singalāndapuram.	சிங்களாந்தபுரம்.
Tottippatti ...	தொட்டிப்பட்டி.
Vēlampālayam ...	வேலம்பாளையம்.
Vengāyapālayam.	வெங்காயபாளையம்

(*Inam.*)	(இனும்.)
Chandrasēkharapuram.	சந்திரசேகரபுரம்.
Dattadripuram ...	தத்தாத்திரிபுரம்.
Ilaiyapuram ...	இளையபுரம்
Kadiranallūr ...	கதிரநல்லூர்.
Kannūrpatti ...	கன்னூர்பட்டி.
Lakkāpuram ...	லக்காபுரம்.
Agrahāram ...	அக்கிராரம்.
Minnakkal ...	மின்னக்கல்.
Nāttārmangalam Agrahāram.	நாட்டார்மங்கலம். அக்ரஹாரம்.
Timminayakkampatti.	திம்மிநாயக்கம் பட்டி.

SALEM TĀLŪK. சேலம் தாலூகா.

(*Ryotwari.*)	(ரயத்வாரி.)
Āchchnāguttaippatti.	ஆச்சாங்குட்டைப் பட்டி.
Āchchānguttaippatti Pudūr.	ஆச்சாங்குட்டைப் பட்டி புதூர்.
Adimalaippatti ...	அடிமலைப்பட்டி.
Agrahāranāttāramangalam.	அக்கிரஹாரநாட்டாரமங்கலம்.
Agrahārapūlāvēri.	அக்கிரஹாரபூலாவேரி.
Agrahāravālappādi.	அக்கிரஹாரவாழப்பாடி.
Akkaraippālaiyam.	அக்கரைபாளையம்.
Āladipatti ...	ஆலடிபட்டி.
Ammāpālaiyam ...	அம்மாபாளையம்
Ānaikkuttaippatti	ஆனைக்குட்டைப் பட்டி.
Anuppūr ...	அனுப்பூர்.
Aramanūr ...	அரமனூர்.
Arikkavundanpatti (195).	அரிகவுண்டன்பட்டி (195).
Āriyakkavundanpatti (210).	ஆரியகவுண்டன் பட்டி (210).
Ariyampālaiyam.	அரியாம்பாளையம்.
Arunūttumalai ...	அருநூத்துமலை.
Attanūrpatti	அத்தனூர்பட்டி.
Attavanai Pūlāvēri.	அட்டவணை பூலாவேரி.
Āttayyāmpatti ...	ஆட்டய்யாம்பட்டி.
Attippatti ...	அத்திப்பட்டி.
Ayōdhyāpattanam.	அயோத்தியாபட்டணம்.
Ayyamperumālpatti.	அய்யம்பெருமாள் பட்டி.
Bairōji ...	பைரொஜி.
Basuvanattampatti.	பசுவநத்தம்பட்டி.
Belūr ...	பேளூர்.
Bōdināyakkanpatti.	போடிநாயக்கன் பட்டி.
Chandrapillaivalasai.	சந்திரபிள்ளைவலசை.
Chenrāyapālaiyam.	சென்ராயபாளையம்.
Chennagiri ...	சென்னகிரி.
Chinnakavundāpuram.	சின்னகவுண்டாபுரம்.
Chinnakkudi Maduvu.	சின்னக்குடி மடுவு.
Chinnamanāyakkanpālaiyam.	சின்னமநாயக்கன் பாளையம்.
Chinnasīragappādi.	சின்னசிரகப்பாடி.

Chinnavēlampatti.	சின்னவேலம் பட்டி.
Dalavāypatti ...	தளவாய்பட்டி.
Dāsināyakkanpatti.	தாசிநாயக்கன் பட்டி.
Eripudūr ...	எரிபுதூர்.
Errachinnāmpatti.	எர்ரசின்னாம்பட்டி.
Erramanāyakkenpālaiyam.	எர்ரமநாயக்கன் பாளையம்.
Ērvādipēttāmpatti.	ஏர்வாடிபெத்தாம் பட்டி.
Ettimānikkampatti.	எட்டிமாணிக்கம் பட்டி.
Gejjalnāyakkanpatti.	கெஜ்ஜலநாயக்கன் பட்டி.
Ilampillai ...	இளம்பிள்ளை.
Jallūttuppatti ...	ஜல்லூத்துப்பட்டி.
Jarugumalai ...	ஜருகுமலை.
Jembūttumalai ...	ஜெம்பூத்துமலை.
Kalpāraippatti ...	கல்பாரைப்பட்டி.
Kammālappatti ...	கம்மாளப்பட்டி.
Kankatti Ālā ...	கண்கட்டி ஆலா.
Karichchippatti ...	கரிச்சிப்பட்டி.
Karaippatti ...	காரிடபட்டி.
Karpagam ...	கற்பகம்.
Karumāpuram ...	கருமாபுரம்.
Karungalpatti ...	கருங்கல்பட்டி.
Kattirippatti ...	கத்திரிப்பட்டி.
Kāttuvēppilaippatti.	காட்டுவேப்பிலைப் பட்டி.
Kavurukkalpatti.	கவுருக்கல்பட்டி.
Kīraipāppambādi	கீரைபாப்பம்பாடி.
Kīraippatti ...	கீரைப்பட்டி.
Kōlattukkōmbai.	கோலத்துக்கோம்பை.
Kombādippatti ...	கொம்பாடிப்பட்டி.
Kōnamaduvu ...	கோனமடுவு.
Kondalāmpatti ...	கொண்டலாம் பட்டி.
Kottanūr ...	கொத்தனூர்.
Kullampatti ...	குள்ளம்பட்டி.
Kūllanampatti ...	குள்ளனம்பட்டி.
Kumārapālaiyam (140).	குமாரபாளையம் (40).
Kumāraswāmiyūr.	குமாரஸ்வாமியூர்.
Kuppanūr ...	குப்பனூர்.
Kurālnattam ...	குரால்நத்தம்.
Kurichchi ...	குறிச்சி.
Kūttāttuppatti ...	கூட்டாத்துப் பட்டி.
Laguvampatti ...	லகுவம்பட்டி.
Majarāgollappatti.	மஜராகொல்லப் பட்டி.
Malaiyalapatti ...	மலையாளப்பட்டி.

SALEM TĀLŪK—cont. சேலம் தாலூகா—தொடர்ச்சி.

Mallamūppan-patti.	மல்லமூப்பன்பட்டி.
Mallarāvuttan-patti.	மல்லராவுத்தன்பட்டி.
Mallūr ...	மல்லூர்.
Mannārpālaiyam.	மன்னார்பாளையம்.
Mannāyakkan-patti.	மன்னாயக்கன்பட்டி.
Māramangalattup-patti.	மாரமங்கலத்துப்பட்டி.
Marulayyanpālai-yam.	மருளய்யன்பாளையம்.
Mēttuppatti	மேட்டுப்பட்டி.
Mēttuppatti Tāda-nūr.	மேட்டுப்பட்டி தாதனூர்.
Mēttūr ...	மேட்டூர்.
Minnāmpalli ...	மின்னாம்பள்ளி.
Mudaturai ...	முடுதுறை.
Mūkkanūr ...	மூக்கனூர்.
Mūkkuttippalai-yam.	மூககுத்திப்பாளையம.
Murungappatti (No 199).	முருங்கப்பட்டி.
Muttampatti ...	முத்தம்பட்டி.
Muttanampālai-yam.	முத்தனம்பாளையம்.
Nālikkalpatti ...	நாழிக்கல்பட்டி.
Nallāmpatti ...	நல்லாம்பட்டி.
Narasōjippatti ...	நரசோஜிப்பட்டி.
Nāyakkanpatti ...	நாயக்கன்பட்டி.
Nayināmpatti ...	நயினாம்பட்டி.
Neykkārappatti ...	நெய்க்காரப்பட்டி.
Nilavārappatti ...	நிலவாரப்பட்டி.
Nīrmullikkuttai ...	நீர்முள்ளிக்குட்டை.
Nūlāttukōmbai ...	நூலாத்துகோம்பை.
Pālampatti ...	பாலம்பட்டி.
Pālappatti ...	பாலப்பட்டி.
Pallikkāku ...	பள்ளிக்காடு.
Pallippatti ...	பள்ளிப்பட்டி.
Pallitteruppatti ...	பள்ளித்தெருப்பட்டி.
Panamarattup-patti.	பனமரத்துப்பட்டி.
Pāppārappatti ...	பாப்பாரப்பட்டி.
Pārappatti ...	பாறப்பட்டி.
Parānāttārmanga-lam	பரநாட்டார்மங்கலம்.
Pelāppādi ...	பெலாப்பாடி.
Periyakavundā-puram.	பெரியகவுண்டாபுரம்.
Periyakutti-maduvu.	பெரியகுட்டிமடுவு.
Periyasīragap-pādi.	பெரியசீரகப்பாடி.
Periya Vēlam-patti.	பெரிய வேலம்பட்டி.
Pērumākkavun-danpatti.	பெருமாக்கவுண்டன்பட்டி.
Perumāpālaiyam-Vedappalli (152).	பெருமாபாளையம் வேடப்பட்டி (152).
Perumālpālaiyam (176).	பெருமாள்பாளையம்.
Perumāmpatti ...	பெருமாம்பட்டி.
Pettāmpatti (82).	பெத்தாம்பட்டி.
Pettāmpatti (200).	பெத்தாம்பட்டி.
Ponnārampatti ...	பொன்னாரம்பட்டி.
Puduppālaiyam ...	புதுப்பாளையம்.
Puliyāndikkōmbai	புளியாண்டிக்கோம்பை.
Puludikkuttai ...	புழுதிக்குட்டை.
Pūmāndapatti ...	பூமாண்டபட்டி.
Pungamaduvu ...	புங்கமடுவு.
Rājāpālaiyam ...	ராஜாபாளையம்.
Rāmāpuram ...	ராமாபுரம.
Reddippatti ...	ரெட்டிப்பட்டி.
Sāmbakuttaip-patti.	சாம்பகுட்டைப்பட்டி.
Sandiyūr ...	சந்தியூர்.
Sandaiyūr Āttay-yāmpatti.	சந்தையூர் ஆட்டய்யாம்பட்டி.
Sandumalai ...	சந்துமலை.
Sarkār Gollap-patti.	சர்க்கார் கொல்லப்பட்டி.
Sarkar Nāttār-mangalam.	சர்க்கார் நாட்டார் மங்கலம்.
Sarkūr Vālappādi	சர்க்கார் வாழப்பாடி.
Sēlattānpatti ...	சேலத்தான்பட்டி.
Selliyampālaiyam.	செல்லியம்பாளையம்.
Sēnaippālaiyam.	சேனைப்பாளையம்.
Sēvāmpālaiyam.	சேவாம்பாளையம்.
Singipuram ...	சிங்கிபுரம்.
Sirumalai ...	சிறுமலை.
Sittanēri ...	சித்தனேரி.
Sittanūr Gollap-patti ...	சித்தனூர் கொல்லப்பட்டி.
Sōmampatti ...	சோமம்பட்டி.
Sukkampatti ...	சுக்கம்பட்டி.
Sūramangalam ...	சூரமங்கலம்.
Sūriyūr ...	சூரியூர்.
Tādanūr ...	தாதனூர்.
Tailānūr ...	தைலானூர்.

SALEM TĀLŪK—cont. சேலம் தாலூகா—தொடர்ச்சி.

Tammanāyakkanpatti.	தம்மநாயக்கன் பட்டி.
Tānakkuttippālaiyam.	தானககுட்டிப் பாளையம்.
Tēkkalpatti ..	தேக்கல்பட்டி.
Tippampatti ..	திப்பம்பட்டி.
Tirumalagiri ..	திருமலகிரி.
Tirumanūr ..	திருமனூர்.
Tukkiyāmpālaiyam.	துககியாம்பாளையம்.
Tumbalpatti ..	தும்பல்பட்டி.
Tumbātūlipatti ..	தும்பாதூளிபட்டி.
Uttamashōlapuram.	உத்தமசோழபுரம்
Valaiyakkāranūr.	வளையக்காரனூர்.
Vālakuttappatti ..	வாளகுட்டப்பட்டி.
Valasaiyūr ..	வலசையூர்.
Vāniyambādi ..	வாணியம்பாடி.
Vattamuttampatti	வட்டமுத்தம் பட்டி.
Vēdakuttampatti.	வேடகுத்தம்பட்டி.
Vēdappatti (No. 130).	வேடப்பட்டி.
Vēdappatti (No. 151).	வேடப்பட்டி.
Vēlampatti	வேலம்பட்டி.
Vēlanattam ..	வேல்நத்தம் (86).
Vellaiyampatti ..	வெள்ளையம்பட்டி.
Vellālakundam ..	வெள்ளாலகுண்டம்.
Vēmbaditālam ..	வேம்படிதாளம்.
Vēngampatti ..	வேங்கம்பட்டி.
Vēppilaipatti ..	வேப்பிலைப்பட்டி.
Vēppilaippatti Pudur.	வேப்பிலைப்பட்டி புதூர்.
Vēttaikkāranūr ..	வேட்டைக்காரனூர்.
Vilāripālaiyam ..	விலாரிபாளையம்.
Vīrapāndi ..	வீரபாண்டி.

Mitta. மிட்டா.

Adikārappatt ..	அதிகாரப்பட்டி
Alagāpuram ..	அளகாபுரம்.
Ammāpēttai ..	அம்மாபேட்டை.
Āndippatti (Tātagappatti).	ஆண்டிப்பட்டி (தாதகாப்பட்டி).
Āndippatti (Saudapuram).	ஆண்டிப்பட்டி (சௌதாபுரம்).
Annadānappatti.	அன்னதானப் பட்டி.
Ayyamperumālpatti.	அய்யம்பெருமாள் பட்டி.
Chinnanūr ..	சின்னனூர்.
Erumāpālaiyam ..	எருமாபாளையம்.
Gugai	குகை.

Hastampatti ..	ஹஸ்தம்பட்டி.
Jarugumalai ..	ஜருகுமலை.
Kandampatti ..	கந்தம்பட்டி.
Kannānkuricchi.	கன்னன்குறிச்சி.
Kondamanāyakkanpatti.	கொண்டமநாயக் கன்பட்டி.
Kōrāttuppatti ..	கோராத்துப்பட்டி.
Kumāraswāmipatti.	குமாரசுவாமி பட்டி.
Maravanēri ..	மரவனேரி.
Māsināyakkanpatti.	மாசிநாயக்கன் பட்டி.
Meyyanūr ..	மெய்யனூர்.
Pallappatti ..	பள்ளப்பட்டி.
Pallappatti ..	பள்ளப்பட்டி
Periyēri ..	பெரியேரி.
Pudūr ..	புதூர்.
Rākkippatti ..	ராக்கிப்பட்டி.
Reddippatti ..	ரெட்டிப்பட்டி.
Salem ..	சேலம்.
Sīlnāyakkanpatti.	சில்நாயக்கன்பட்டி.
Saudāpuram ..	சௌதாபுரம்.
Tātagāppatti ..	தாதகாப்பட்டி.
Tātampatti ..	தாதம்பட்டி.
Udayāppatti ..	உடையாப்பட்டி.

Inam. இனம்.

Ammāpālaiyam ..	அம்மாபாளையம்.
Bairōjī Agrahāram.	பைரோஜி அக்கிரஹாரம்.
Bombināyakkanpatti.	பொம்பிநாயக்கன் பட்டி.
Chettichchāvadi ..	செட்டிச்சாவடி.
Ettimānikkampatti	எட்டிமாணிக்கம் பட்டி.
Gollappatti ..	கொல்லப்பட்டி

(Uttirādimatam.) (உத்திராதிமடம்).

Kadattūr Agrahāram.	கடத்தூர் அக்கிரஹாரம்.
Kāmināyakkanpatti.	காமிநாயக்கன் பட்டி.
Kīraipāpambadi.	கீரைபாபம்பாடி.
Kondalampatti ..	கொண்டலாம்பட்டி.
Nallar Ayyampatti.	நல்லார் அய்யம் பட்டி.

SALEM TĀLŪK—*cont.* சேலம் தாலுகா—தொடர்ச்சி.

Pūlavēri Agraharam.	புலாவேரி அக்கிரஹாரம்.
Puttūr ..	புத்தூர்.
Reddippatti ..	ரெட்டிப்பட்டி.
Vēdakuttampatti.	வேடகுத்தம்பட்டி.
Vēranam ..	வீராணம்.
Shevaroy Hills Ryotwari.	சேவராயமலை ரயத்வாரி.
Ānaikkadu ..	ஆனைக்காடு.
Aramanaikkadu.	அரமனைக்காடு.
Arangam ..	அரங்கம்.
Arasamarattūr ..	அரசமரத்தூர்.
Asambūr ..	அசம்பூர்.
Attiyūr ..	அத்தியூர்.
Chinnamadūr ..	சின்னமதூர்.
Chōlambadi ..	சோளம்பாடி.
Gundūr ..	குண்டூர்.
Ilavadi ..	இளவாடி.
Kadugamarattūr.	கடுகமரத்தூர்.
Kakambadi ..	காகம்பாடி.
Karadiyūr ..	கரடியூர்.
Kōlaiyūr ..	கோலையூர்.
Kiliyūr ..	கிளியூர்.
Kiraikkadu ..	கீரைக்காடு.
Kolagūr ..	கொளகூர்.
Kōmbaikkadu ..	கோம்பைக்காடு.
Kombutūkki ..	கொம்புதூக்கி.
Kondaiyanūr ..	கொண்டையனூர்
Kottachchēdu ..	கொட்டச்சேடு.
Kōvilūr ..	கோவிலூர்.
Kumbippadi ..	கும்பிப்பாடி.
Kūttumuttal ..	கூட்டுமுட்டல்.
Madūr ..	மதூர்.
Mailappatti ..	மைலப்பட்டி.
Mangalam ..	மங்கலம்.
Manjakkuttai ..	மஞ்சக்குட்டை.
Maramangalam ..	மாரமங்கலம்.
Mavūttu ..	மாவூற்று.
Mēlūr ..	மேலூர்.
Mēttūr ..	மேட்டூர்.
Muluvi ..	முளுவி.
Mundachchēdu ..	முண்டச்சேடு.
Mundagambadi ..	முண்டகம்பாடி
Nagalūr ..	நாகலூர்.
Nallūr ..	நல்லூர்.
Narttanchēdu (S. No. 41).	நார்த்தஞ்சேடு.
Narttanchēdu (S. No. 57).	நார்த்தஞ்சேடு
Olavakkōdu ..	ஒளவக்கோடு.
Palakkadu ..	பலாக்காடு.
Pattippadi ..	பட்டிப்பாடி.
Periyakkadu ..	பெரியககாடு.
Pillēri ..	பில்லேரி.
Pōttukkadu ..	போட்டுக்காடு.
Pudūr ..	புதூர்.
Puliyampatti ..	புளியம்பட்டி.
Puliyankadai ..	புளியங்கடை.
Puliyūr ..	புளியூர்.
Puttūr ..	புத்தூர்.
Puttūr ..	புத்தூர்.
Semmaduvu ..	செம்மடுவு.
Semmannattam ..	செம்மண்நத்தம்.
Sendittu ..	செந்திட்டு.
Sengadu ..	செங்காடு.
Sengalattuppadi.	செங்கலத்துப்பாடி
Sōlūr ..	சோலூர்.
Sōnappadi ..	சோனப்பாடி.
Suraikkaypatti ..	சுரைக்காய்பட்டி.
Talaichchōlai ..	தலைச்சோலை.
Teppakkadu ..	தெப்பக்காடு.
Valavandi ..	வாளவந்தி.
Vasambadi ..	வாசம்பாடி.
Vellakkadai ..	வெள்ளக்கடை.
Vēlūr ..	வேலூர்.
Vēppadi ..	வேபபாடி.
Yērcaud ..	ஏர்காடு.

TIRUCHENGŌDU TĀLUK. திருச்செங்கோடு தாலுகா.

Ryotwari. ரயத்வாரி.

Ādaiyūr ..	ஆடையூர்.
Agaram ..	அகரம்.
Agrahara Talaiyūr.	அக்கிரஹார தாழையூர்.
Ālattūr ..	ஆலத்தூர்.
Ānangūr ..	ஆனங்கூர்.
Āndipalaiyam ..	ஆண்டிபாளையம்.
Annadanapatti ..	அன்னதானபட்டி.
Arasiramani ..	அரசிராமணி.
Āvadattūr ..	ஆவடத்தூர்.
Avanasippatti ..	ஆவனசிப்பட்டி.
Āvanipērur East.	ஆவணிபேரூர் கிழக்கு.
Āvanipērur West.	ஆவணிபேரூர் மேற்கு.
Ballakkuli ..	பள்ளக்குளி.
Bandinattam ..	பண்டிநத்தம்.
Chettimankurichchi.	செட்டிமாங்குறிச்சி.
Chinnakkavandanūr.	சின்னக்கவுண்டனூர்.
Chinnamanali ..	சின்னமணலி.
Chittūr ..	சித்தூர்.
Dadapuram ..	தாதாபுரம்.
Dēvanakavundanūr.	தேவனகவுண்டனூர்.

TIRUCHENGODU TĀLŪK—cont. திருச்செங்கோடு தாலூகா—தொடர்ச்சி.

Dēvanangurichchi	தேவனாங்குறிச்சி.
Egapuram ..	ஏகாபுரம்.
Emappalli ..	ஏமப்பள்ளி.
Eranapuram ..	எரணாபுரம்.
Gūdalūr ..	கூடலூர்.
Idangansalai ..	இடங்கன்சாலை.
Idappadi ..	இடப்பாடி.
Ilandaikkuttai ..	இலந்தைக்குட்டை.
Iluppili ..	இலுப்பிலி.
Iruppali ..	இருப்பாளி.
Kachchippalli (South).	கச்சிப்பள்ளி (தெற்கு).
Kacchippalli (North).	கச்சிப்பள்ளி (வடக்கு).
Kadacchinallūr ..	காடச்சிநல்லூர்.
Kalikavundanpalaiyam.	காளிகவுண்டன்பாளையம்.
Kaliyanūr ..	களியனூர்.
Kanakagiri ..	கனககிரி.
Kandarakulamanikkam.	கண்டரகுலமாணிக்கம்.
Kannandēri ..	கண்ணந்தேரி.
Karumapuram ..	கருமாபுரம்.
Karungalpatti ..	கருங்கல்பட்டி.
Karuvēppampatti.	கருவேப்பம்பட்டி.
Kattari ..	கத்தாரி.
Kavērippatti ..	காவேரிப்பட்டி.
Kilappalaiyam ..	கிளாப்பாளையம்.
Kōnasamudram ..	கோனசமுத்திரம்.
Kōnērippatti ..	கோனேரிப்பட்டி.
Konnaiyar ..	கொன்னையார்.
Koranampatti ..	கோரணம்பட்டி.
Kōttaippalaiyam.	கோட்டைப்பாளையம்.
Kumarapalaiyam.	குமாரபாளையம்.
Kūttampūndi ..	கூத்தம்பூண்டி.
Lattivadi ..	லத்திவாடி.
Mallasamudram (East).	மல்லசமுத்திரம் (கிழக்கு).
Mallasamudram (West).	மல்லசமுத்திரம் (மேற்கு).
Mamundi ..	மாமுண்டி.
Mangalam ..	மங்கலம்.
Manjakkalpatti ..	மஞ்சக்கல்பட்டி.
Mōdamangalam.	மோடமங்கலம்.
Mōrūr ..	மோரூர்.
Nadūvanēri ..	நடுவனேரி.
Nedungulam ..	நெடுங்குளம்.
Olakkachinnanūr.	ஒலக்கசின்னனூர்.
Padaivēdu ..	படைவேடு.
Pakkanadu ..	பக்கநாடு.
Pallakkapalaiyam	பல்லக்காபாளையம்
Pallipalaiyam ..	பள்ளிபாளையம்.
Paruttippalli ..	பருத்திப்பள்ளி.
Pudupalaiyam ..	புதுப்பாளையம்.
Pudūr ..	புதூர்.
Pulampatti ..	பூலாம்பட்டி.
Pullakavundanpatti (103).	புள்ளாகவுண்டன்பட்டி.
Pullakavundanpatti (21 and 22)	புள்ளாகவுண்டன்பட்டி.
Punjaipudupalaiyam.	புஞ்சை புதுப்பாளையம்.
Rajapalaiyam ..	ராஜாபாளையம்.
Ramapuram ..	ராமாபுரம்.
Samudram ..	சமுத்திரம்.
Sappayapuram ..	சப்பயபுரம்.
Savudapuram ..	சவுதாபுரம்.
Sembagamahadēvi.	செம்பகமகாதேவி.
Teppakkuttai ..	தெப்பக்குட்டை.
Thēvūr ..	தேவூர்.
Tiruchengōdu ..	திருச்செங்கோடு.
Vadugappatti ..	வடுகப்பட்டி.
Vaikuntam ..	வைகுந்தம்.
Varagūrampatti ..	வரகூராம்பட்டி.
Vattūr ..	வட்டூர்.
Vellalapuram ..	வெள்ளாளபுரம்.
Vellarivalli ..	வெள்ளரிவள்ளி.
Vēmbanēri ..	வேம்பனேரி.
Virācchipalaiyam.	வீராச்சிபாளையம்.

Zamindari. ஜமீன்தாரி.

Aivēli ..	ஐவேலி.
Akkalāmpatti ..	அக்கலாம்பட்டி.
Animūr ..	அணிமூர்.
Attavanai Iraiyamangalam.	அட்டவணை இறையமங்கலம்.
Bommanpatti ..	பொம்மன்பட்டி.
Chinnamanali ..	சின்னமணலி.
Chittalandūr ..	சித்தளந்தூர்.
Erumaiypatti ..	எருமைப்பட்டி.
Ilanagar ..	இளநகர்.
Irugalūr ..	இருகாலூர்.
Kailāsampālaiyam.	கைலாசம்பாளையம்.
Kallupālaiyam ..	கல்லுபாளையம்.
Karumanūr ..	கருமனூர்.
Kastūrippatti ..	கஸ்தூரிப்பட்டி.
Kāttuppālaiyam (East).	காட்டுப்பாளையம் (கிழக்கு).
Kāttuppālaiyam (West).	காட்டுப்பாளையம் (மேற்கு).
Kavundanpālaiyam.	கவுண்டன்பாளையம்.
Kavundanpālaiyam alias Komārapālaiyam.	கொமாரபாளையம் என்கிற கவுண்டன்பாளையம்.

TIRUCHENGŌDU TĀLŪK—*cont.* திருச்செங்கோடு தாலூகா—தொடர்ச்சி.

Kavundanpālaiyam Tōkkavādi.	கவுண்டன்பாளையம் (தோக்கவாடி).
Kōkkalai ..	கோக்கலை.
Kokkarāyanpēttai	கொக்கராயன்பேட்டை.
Konganāpuram ..	கொங்கணாபுரம்.
Kōttaivarudampatti.	கோட்டைவருதம்பட்டி.
Kulamkondai ..	குளம்கொண்டை.
Kumārapālaiyam.	குமாரபாளையம்.
Kuppachchipālaiyam.	குப்பச்சிபாளையம்.
Kuppāndipālaiyam.	குப்பாண்டிபாளையம்.
Kurumbapatti ..	குரும்பபட்டி.
Kūthānattam ..	கூத்தானத்தம்.
Manali ..	மணலி.
Mānatti ..	மானத்தி.
Marakkalāmpatti.	மரக்கலாம்பட்டி.
Murapparai ..	மரப்பரை.
Marapparai (south).	மரப்பரை (தெற்கு).
Māvureddippatti.	மாவுரெட்டிப்பட்டி.
Mēttuppālaiyam.	மேட்டுப்பாளையம்.
Minnāmpalli ..	மின்னாம்பள்ளி.
Molasi ..	மொளசி.
Mōlippalli ..	மோளிப்பள்ளி.
Morangam ..	மொரங்கம்.
Munjanūr ..	முஞ்சனூர்.
Musiri ..	முசிரி.
Nāgarpālaiyam ..	நாகர்பாளையம்.
Nallipālaiyam ..	நல்லிபாளையம்.
Pālamēdu ..	பாலமேடு.
Pāppampālaiyam.	பாப்பம்பாளையம்.
Patlūr ..	பட்லூர்.
Periyamanali ..	பெரியமணலி.
Pillānattam ..	பிள்ளாநத்தம்.
Piridi	பிர்தி.
Pōkkanpālaiyam.	போக்கன்பாளையம்.
Puduppālaiyam ..	புதுப்பாளையம்.
Puduppālaiyam (Irugālūr).	புதுப்பாளையம் (இருகலூர்).
Puduppālaiyampatti.	புதுப்பாளையம்பட்டி.
Puttūr East ..	புத்தூர் கிழக்கு.
Sankagiri ..	சங்ககிரி.
Sāthināyakanpālaiyam.	சாதிநாயகன்பாளையம்.
Shrōtriya Iraiyamangalam.	சுரோத்திரிய இறையமங்கலம்
Sikkanāyakkanpālaiyam.	சிக்கநாயக்கன்பாளையம்.
Sirumolasi ..	சிறுமொளசி.
Sītārāmpālaiyam.	சீதாராம்பாளையம்
Tangāyūr ..	தங்காயூர்.
Thondippatti ..	தொண்டிப்பட்டி.
Tirumangalam ..	திருமங்கலம்.
Tōkkavādi ..	தோக்கவாடி.
Unjani ..	உஞ்சனி.

Inam. இனம்.

Ballakkuli agrahāram.	பள்ளக்குளி அக்கிரஹாரம்.
Kaliyanūr agrahāram.	களியனூர் அக்கிரஹாரம்.
Karungalpatti agrahāram.	கருங்கல்பட்டி அக்ரகிஹாரம்.
Kāvērippatti agrahāram.	காவேரிப்பட்டி அக்கிரஹாரம்.
Kōnērippatti agrahāram.	கோனேரிப்பட்டி அக்கிரஹாரம்.
Kumārapālaiyam agrahāram.	குமாரபாளையம் அக்கிரஹாரம்.
Kūttampūndi agrahāram.	கூத்தம்பூண்டி அக்கிரஹாரம்.
Māmundi agrahāram.	மாமுண்டி அக்கிரஹாரம்.
Mōdamangalam agrahāram.	மோடமங்கலம் அக்கிரஹாரம்.
Ōdappalli agrahāram.	ஓடப்பள்ளி அக்கிரபாளையம்.
Pallipālaiyam agrahāram.	பள்ளிபாளையம் அக்கிரஹாரம்.
Puduppālaiyam agrahāram.	புதுப்பாளையம் அக்கிரஹாரம்.
Pullākavundanpatti agrahāram	புள்ளா கவுண்டன்பட்டி அக்கிரஹாரம்.
Samayasangili agrahāram.	சமயசங்கிலி அக்கிரஹாரம்.
Sanniyāsippatti agrahāram.	சந்நியாசிப்பட்டி அக்கிரஹாரம்.
Vīrācchipālaiyam agrahāram.	வீராச்சிபாளையம் அக்கிரஹாரம்.

TANJORE DISTRICT.

(I)=Inam. இனும். (Z)=Zamindari. ஜமீன்தாரி.

ARANTĀNGI TĀLŪK. அரன்தாங்கி தாலூகா.

Adalaikāla-bhairavapuram (I).	அடலைகாலபைரவபுரம்.
Adambūr (I) ..	அடம்பூர்.
Adavattūr (I) ..	அதவத்தூர்.
Ādikēsavapuram.	ஆதிகேசவபுரம்.
Ādittanpatti-tenvayal (I).	ஆதித்தன்பட்டி தென்வயல்.
Aduttamangalam (I).	அடுத்தமங்கலம்.
Akkiraganya Ayyangār (I).	அக்கிரகணிய அய்யங்கார்.
Alagankōttai (I).	அழகன்கோட்டை.
~~Ala~~ganvayal (I) ..	அழகன்வயல்.
Alagiyāvānanēndal (I).	அழகியவானனேந்தல்.
Alagiyēndal (I) ..	அழகியேந்தல்.
Ālamangalam Ukkadai (I).	ஆலமங்கலம் உக்கடை.
Ālamanjakkādu (I).	ஆலமஞ்சக்காடு.
Ālangudi ..	ஆலங்குடி.
Ālangudi Ukkadai (I).	ஆலங்குடி உக்கடை.
Ālappirandān (I).	ஆளப்பிறந்தான்.
Ālāttūr (I) ..	ஆலாத்தூர்.
Alinjiyēndal (1) ..	அழிஞ்சியேந்தல்.
Aliyānilai (I) ..	அழியாநிலை.
Allampatti (I) ..	அல்லம்பட்டி.
Allarai Mēlvayal (I).	அல்லரை மேல்வயல்.
Amanjākki ..	அமஞ்சாக்கி.
Āmānji ..	ஆமாஞ்சி.
Amaradakki (Ch. VIII, Bl. 85) (I).	அமரடக்கி.
Amaradakki (Ch. XI, Bls. 34-39) (I).	அமரடக்கி.
Andakkudi (I) ..	அண்டக்குடி.
Āndākkōttai (I) ..	ஆண்டாக கோட்டை.
Āndiyēndal (I) ..	ஆண்டியேந்தல்.
Appāswāmi Ayyangār (Z) ..	அப்பாசுவாமி அய்யங்கார்.
Arantāngi ..	அறன்தாங்கி.
Arantāngitōttam (I).	அறன்தாங்கி தோட்டம்.
Arasarkulam (I).	அரசர்குளம்.
Attāni (Ch. IX, Bl. 129) (I).	அத்தாணி.
Attāni (Ch. X, Bl. 5[illegible] to 61) (I).	அத்தாணி.
Āttangaraiyēndal (I).	ஆத்தங்கரையேந்தல்.
Āttivayal (I) ..	ஆத்திவயல்.
Āvanam (I) ..	ஆவணம்.
Āvadaiyānvayal (I).	ஆவடையான்வயல்.
Āvadaiyārkōvil (I).	ஆவடையார்கோவில்.
Āvadaiyār-pattanam (I).	ஆவடையார்பட்டணம்.
Āvākulam (I) ..	ஆவாகுளம்.
Āvanattānkōttai (I)	ஆவணத்தான்கோட்டை.
Āvārangudi (I) ..	ஆவாரங்குடி.
Āvāvayal (Z) ..	அவாவயல்.
Āvirānvayal (I) ..	ஆவிரான்வயல்.
Ayyanār Ēndal (I).	அய்யனார் ஏந்தல்.
Ayangudi (I) ..	ஆயங்குடி.
Bālakrishnā-puram (I).	பாலகிருஷ்ணபுரம்
Bāppu Ayyangār (Z).	பாப்பு அய்யங்கார்.
Bhayamariyā-nēndal (I).	பயமரியானேந்தல்.
Brāhmanavayal ..	பிராமணவயல்.
Brāhmanavayal (I).	பிராமணவயல்.
Chattram-pattanam (I).	சத்திரம்பட்டணம்.
Chellanēndal (Ch.IX, Bl. 115) (I).	செல்லனேந்தல்.
Chellanēndal (Ch. IX, Bl. 36) (I).	செல்லனேந்தல்.
Chellappankōttai (Ch. IX, Bl. 158) (1).	செல்லப்பன் கோட்டை.
Chellappankōttai (Ch. X, Bls. 292, 293) (I).	செல்லப்பன் கோட்டை.
Chettikkādu (I) ..	செட்டிக்காடு.
Chettiyēndal (I) ..	செட்டியேந்தல்.
Chidambarapuram (Z).	சிதம்பரபுரம்.

ARANTĀNGI TĀLŪK—cont. அறந்தாங்கி தாலுகா—தொடர்ச்சி.

Chidambara-vidudi (I).	சிதம்பரவிடுதி.
Chinnasengīrai (I).	சின்னசெங்கீரை
Chittālangudi (I).	சித்தாலங்குடி.
Chittanēndal (I)..	சித்தனேந்தல்.
Chittāvanam (I).	சித்தாவனம்.
Chittiravidangan (I).	சித்திரவிடங்கன்.
Dharmarājan-vayal (I).	தர்மராஜன்வயல்.
Dharmarājan-vayal (Z).	தர்மராஜன்வயல்.
Dwārakāmbāl-puram (I).	துவாரகாம்பாள்புரம்.
Dwētapuram (I)..	துவேதபுரம்.
Eduttanūr (Z) ..	எடுத்தனூர்.
Ēkapperumālūr (Z).	ஏகப்பெருமாளூர்.
Ēginivayal (Z) ..	ஏகினிவயல்.
Elambāvayal (Z).	எளம்பாவயல்.
Ēlangudi (I) ..	ஏலங்குடி.
Elunūttimanga-lam (I).	எழுநூத்திமங்கலம்.
Ēmbakōttai (I) ..	ஏமபகோட்டை.
Ēmbakōttai Bha-ghavānēndal (I)	ஏம்பகோட்டை பகவானேந்தல்.
Ēmbakōttai Lalitāmbāl-puram (I).	ஏம்பகோட்டை லளிதாம்பாள்புரம்.
Ēmbavayal (I) ..	ஏம்பவயல்.
Ēmbavayal (Z) ..	ஏம்பவயல்.
Ēnādi (I) ..	ஏனாதி.
Ēsamangalam (I).	ஏசமங்கலம்.
Erukkalakkōttai.	எருக்கலக்கோட்டை.
Ettichchēri (Z) ..	எட்டிச்சேரி.
Ettichchēri (Ch. XI, Bl. 216) (I).	எட்டிச்சேரி.
Ettichchēri (Ch. XI, Bl. 82, (I).	எட்டிச்சேரி.
Ettiyattali (I) ..	எட்டியத்தளி.
Ganapatipattanam (I).	கணபதிபட்டணம்.
Gangādhara-puram (I).	கங்காதரபுரம்.
Gōpālapuram (Ch. X, Bl. 286) (I).	கோபாலபுரம்.
Gōpālapuram (Ch. IX, Bl. 6) (I).	கோபாலபுரம்.
Gōpālasamudram (I).	கோபாலசமுத்திரம.
Gūdalūr (Ch. XI, Bl. 50) (I).	கூடலூர்.
Gūdalūr (Ch. XI, Bl. 244) (I).	கூடலூர்.

Gunapatimanga-lam (I).	குணபதிமங்கலம்.
Gunattirānvayal (I).	குணத்திரான்வயல்.
Īchchangudi (Ch. IX, Bls. 39, 40) (I).	ஈச்சங்குடி.
Īchchangudi (Ch. XI, Bl. 41) (I).	ஈச்சங்குடி.
Idaiyankādu (I)..	இடையன்காடு.
Idaiyankōttai (I).	இடையன்கோட்டை.
Ilampallam (I) ..	இளம்பள்ளம்.
Idaiyanvayal (I).	இடையன்வயல்.
Idaiyār ..	இடையார்.
Idayātti-mangalam (I).	இடையாத்திமங்கலம்.
Idaiyāttūr (I) ..	இடையாத்தூர்.
Idavariyēndal (I).	இடவரியேந்தல்.
Iraiyāmangalam (I).	இரையாமங்கலம்.
Jambumahādēvi-pattanam (I).	ஜம்புமகாதேவிபட்டணம்.
Kādaiyidattūr (Z).	காடையிடத்தூர்.
Kadavākōttai ..	கடவாகோட்டை.
Kādaruppānvayal.	காதருப்பான்வயல்.
Kadirāmangalam.	கதிராமங்கலம்.
Kadirāmangalam Ukkadai (I).	கதிராமங்கலம் உக்கடை.
Kāduvetti (I) ..	காடுவெட்டி.
Kalakkudi (I) ..	களக்குடி.
Kalappakkādu ..	கலப்பக்காடு.
Kallakāttān (I) ..	கள்ளகாத்தான்.
Kallakkurichchi (I).	கள்ளக்குறிச்சி.
Kallan Ēndal (I)	கள்ளன் ஏந்தல்.
Kallaruppānvayal (I).	கல்லருப்பான்வயல்.
Kalli Ēndal (I) ..	கள்ளி ஏந்தல்.
Kamalakkudi (I).	கமலக்குடி.
Kambachchēri (I).	கம்பச்சேரி.
Kambarkōvil (Z).	கம்பர்கோவில்.
Kammangādu (I)	கம்மங்காடு.
Kānādu (I) ..	கானாடு.
Kanakkanvayal (I).	கணக்கன்வயல்.
Kandaiyankōttai (I).	கண்டையன்கோட்டை.
Kandichchankādu (I).	கண்டிச்சன்காடு.
Kandinivayal (I).	கண்டினிவயல்.
Kanjannā-mantapam (Z).	கஞ்சண்ணாமண்டபம்.
Kānjirānvayal (I)	காஞ்சிரான்வயல்

ARANTĀNGI TĀLŪK—cont. அறந்தாங்கி தாலூகா—தொடர்ச்சி.

Kannākkūr (I) .. கன்னாக்கூர்.
Karnamangalam. கன்னமங்கலம்.
Kannāriyēndal (I) கன்னாரியேந்தல்.
Kānūr (I) .. கானூர்.
Kānūr Ukkadai (I). கானூர் உக்கடை.
Kāraikkādu (I) .. காரைக்காடு.
Karakattikkōttai (I). கரகத்திக்கோட்டை.
Kāraikkudi (Ukkadai Lakshmīyēndal (I). காரைக்குடி உக்கடை லட்சுமீயேந்தல்.
Kārakkōttai (I) .. காரக்கோட்டை.
Karambakkādu (Z). கரம்பக்காடு.
Karambakkudi (I) கரம்பக்குடி.
Kāraniyānēndal (I) காரணியானேந்தல்.
Kāravayal (Ch. IX, Bl. 55) (I). காரவயல்.
Kāravayal (Ch. X, Bl. 45) (I). காரவயல்.
Karisaikkādu (I). கரிசைக்காடு.
Karumēniyōdai (I). கருமேனியோடை.
Karungādu (I) .. கருங்காடு.
Karungulikkādu (I). கருங்குழிக்காடு.
Karungulittāvu (I) கருங்குழித்தாவு.
Karuppūr Ukkadai (I). கருப்பூர் உக்கடை.
Karuvanēndal .. கருவனேந்தல்.
Karuvidachchēri (I). கருவிடச்சேரி.
Karuvūr (Z) .. கருவூர்.
Kastūrirangapuram (Z). கஸ்தூரிரங்கபுரம்.
Kāsāngudi (I) .. காசாங்குடி.
Kāsāvayal (I) .. காசாவயல்.
Kattukkarai (I) .. கட்டுக்கரை.
Kāttubrāhmanavayal (I). காட்டுபிராமணவயல்.
Kāttukkudi (I) .. காட்டுக்குடி.
Kattumāvadi (I). கட்டுமாவடி.
Kāttuttattānvayal (Z). காட்டுத்தட்டான்வயல்.
Kāvadukudi .. காவதுகுடி.
Kāvadukudi Ukkadai (I). காவதுகுடி உக்கடை.
Kāyākkādu (I) .. காயாக்காடு.
Kidanguvayal (I). கிடங்குவயல்.
Kilārvayal (I) .. கிளார்வயல்.
Kīl Chēri .. கீழ் சேரி.
Kīl Kādu (I) .. கீழ் காடு.
Kīl Pāppānūr (I). கீழ் பாப்பானூர்.
Kīl Karai (I) .. கீழ் கரை.
Kīl Kudi (Ch. X, Bl. 46) (I). கீழ் குடி.
Kīl Kudi (Ch. X, Bls. 309, 310)(I) கீழ் குடி.
Kīl Manjakkudi .. கீழ் மஞ்சக்குடி.
Kīl Vettivayal Ukkadai Amarāvatikkādu (I). கீழ் வெட்டிவயல் உக்கடை அமராவதிக்காடு.
Kīl Vettivayal Ukkadai Vignēswarapuram (I) கீழ் வெட்டிவயல் உக்கடை விக்னேஸ்வரபுரம்.
Kiranūr (I) .. கிரனூர்.
Kodukavayal (I). கொடுகவயல்.
Kokkumuttai (Z). கொக்குமுட்டை.
Kollamadaiyēndal. கொல்லமடையேந்தல்.
Kollanvayal (I) .. கொல்லன்வயல்.
~~Kollanvayal (Z) .. கொல்லன் வயல்.~~
Kōlēndiram (Ch. X, Bl. 267) (I). கோலேந்திரம்.
Kōlēndiram (Ch. XI, Bls. 67 to 71) (I). கோலேந்திரம்.
Kolluttidal (I) .. கொள்ளுத்திடல்.
Koluvanūr (I) .. கொழுவனூர்.
Kōnēriyēndal (Z). கோனேரியேந்தல்.
Kōpalankulam .. கோபழங்குளம்.
Konguranvayal (I). கொங்குரான்வயல்.
Koralanvayal (Z). கொரளன்வயல்.
Kottamangalam (Z). கொத்தமங்கலம்.
Kottamangalam (I). கொத்தமங்கலம்.
Kottaippākkānēndal (I). கொட்டைப்பாக்கானேந்தல.
Kōvilkōttai (I) .. கோவில்க்காட்டை.
Kōvilvayal (I) .. கோவில்வயல்.
Krishnājipattanam (Z). கிருஷ்ணாஜிபட்டணம்.
Kudikkādu (Ch. VIII, Bl. 359) (I). குடிக்காடு.
Kudikkādu (Ch. IX, Bl. 35) (I). குடிக்காடு.
Kudimēri (I) .. குடிமேரி.
Kudimērivayal .. குடிமேரிவயல்.
Kūkanūr (Z) .. கூகனூர்.
Kulattirānpatti (I). குளத்திரான்பட்டி.
Kulattirānvayal .. குளத்திரான்வயல்.
Kulattūr .. குளத்தூர்.
Kulattūr (I) .. குளத்தூர்.
Kumarappanvayal (I). குமரப்பன்வயல்.
Kūmpallam (I) .. கூம்பள்ளம்.

ARANTĀNGI TĀLŪK—cont. அறந்தாங்கி தாலூகா—தொடர்ச்சி.

Kummakkādu ..	கும்மக்காடு.
Kumulūr (Z) ..	குமுளூர்.
Kundagavayal ..	குண்டகவயல்.
Kunjānvettivayal (I).	குஞ்சான்வெட்டி வயல்.
Kunnūr (Z) ..	குன்னூர்.
Kurichchivīranvayal (Z).	குறிச்சிவீரன் வயல்.
Kurichchitattānvayal (Z).	குறிச்சிதட்டான் வயல்.
Kurundirakkōttai (I).	குருந்திரக் கோட்டை.
Kuruvikkūttanēndal (I).	குருவிக்கூத்த னேந்தல்.
Kūttādivayal (I).	கூத்தாடிவயல்.
Kūttankudi (I) ..	கூத்தன்குடி.
Kūttankudi (Z) ..	கூத்தன்குடி.
Kūttanūr (I) ..	கூத்தனூர்.
Kuttippulichchiyēndal (I).	குட்டிப்புளிச்சி யேந்தல்.
Kurumbūr (Z) ..	குரும்பூர்.
Lakshmī Narasimhapuram (I).	லட்சுமீ நரசிம்ம புரம்.
Mādhavanēndal (I)	மாதவனேந்தல்.
Maivayal (I) ..	மைவயல்.
Mākāliyēndal (I).	மாகாளியேந்தல்.
Manalūr ..	மணலூர்.
Manamēlkudi (I).	மணமேல்குடி.
Mānavanallūr (I).	மாணவனல்லூர்.
Mangalam (I) (Ch. XI, Bl. 117).	மங்கலம்.
Mangalam (Ch. XI, Bl. 212) (I).	மங்கலம்.
Māngudi (I) ..	மாங்குடி.
Manivilān (Ch. VIII, Bl. 311) (I).	மணிவிளான்.
Manivilān (Ch. IX, Bl. 105) (I).	மணிவிளான்.
Manjakkarai (I).	மஞ்சக்கரை.
Manjakkudi (I) ..	மஞ்சக்குடி.
Manjippallam (I).	மஞ்சிப்பள்ளம்.
Mannakudi (Z) ..	மண்ணகுடி.
Mannakudi Ukkadai (Z).	மண்ணகுடி உக்கடை.
Māndāngudi (I) ..	மாந்தாங்குடி.
Maramadakki (I).	மரமடக்கி.
Marappannai (I).	மரப்பண்ணை.
Maravanēndal (Ch. IX, Bl. 208) (I)	மரவனேந்தல்.
Maravanēndal (Ch. XI, Bl. 126) (I).	மரவனேந்தல்.
Mārāyakkudi (Z).	மாராயக்குடி.
Māriyūr (I) ..	மாரியூர்.
Marukōvil (I) ..	மருகோவில்.
Marudanēndal (I).	மருதனேந்தல்.
Marudangudi ..	மருதங்குடி.
Maruttakudi (I).	மருத்தாகுடி.
Māttūr (Z) ..	மாத்தூர்.
~~Māvadai (Z)~~ ..	~~மாவடை.~~
Māvalinganēndal (I).	மாவலிங்கனேந்த ல்.
Māvayal (I) ..	மாவயல்.
Mēl Pappanūr (I).	மேல்பாப்பர்னூர்.
Mēl Pattu (I) ..	மேல்பட்டு.
Mēl Stanam ..	மேல் ஸ்தானம்.
Mēl Vettivayal (I)	மேல் வெட்டிவயல்
Mēl Panaikkadu (I).	மேல் பனைக்காடு.
Mēmangalam (I),	மேமங்கலம்.
Mōnakkadu (I) ..	மோனக்காடு.
Mēttukkanakkanvettivayal (I).	மேட்டுக்கணக்கன் வெட்டிவயல்.
Mīmisal (I) ..	மீமிசல்.
Mīnangudi (I) ..	மீனங்குடி.
Minnamoli ..	மின்னமொழி.
Mottaiyandittidal (I).	மொட்டையாண்டித்திடல்.
Mudukkuvayal (Panjātti).	முடுக்குவயல். (பஞ்சாத்தி).
Mudukkuvayal (Vettivayal).	முடுக்குவயல். (வெட்டிவயல்).
Muduvalarkudi (I).	முதுவளர்குடி.
Mūkkudi (I) ..	மூக்குடி.
Mūlaivayal ..	மூலைவயல்.
Munnūttānvayal (Z).	முன்னூத்தான் வயல்.
Munpālai (I) ..	முன்பாலை.
Munpālaippattanam (I) ..	முன்பாலைப்பட்ட ணம்.
Muruginivayal (I)	முருகினிவயல்.
Muttanēndal (I).	முத்தனேந்தல்.
Muttuvijayapuram (Z).	முத்துவிஜயபுரம்.
Mūvanūr Ukkadai Raghunāthapuram (I).	மூவனூர் உக்கடை ரகுநாதபுரம்.
Nāgammālpuram (I).	நாகம்மாள்புரம்.
Nākkudi (Z) ..	நாக்குடி.
Nalgrāmam (I) ..	நல்கிராமம்.
Nallivayal (I) ..	நல்லிவயல்.
Nānākkudi (I) ..	நாணாக்குடி.
Narasingapuram (Ch XI, Bl. 121) (I)	நரசிங்கபுரம்.
Narasingapuram (Ch. XI, Bl. 39) (I).	நரசிங்கபுரம்.
Nariyanēndal (I).	நரியனேந்தல்.

ARANTĀNGI TĀLŪK—cont. அறந்தாங்கி தாலூகா—தொடர்ச்சி.

Nārāyananēndal (I).	நாராயணனேந்தல்.
Nārāyanapuram (I).	நாராயணபுரம்.
Narpavalakkudi.	நற்பவளக்குடி.
Nāttāni ..	நாட்டாணி.
Nāttāni (I) ..	நாட்டாணி.
Nāttārpatti (Z) ..	நாட்டார்பட்டி.
Nāttumangalam (I).	நாட்டுமங்கலம்.
Nāvalangan (I) ..	நாவலங்கண்.
Nāvalkudi (I) ..	நாவல்குடி.
Nāvinivayal (I).	நாவினிவயல்.
Nāvidanvayal (Z).	நாவிதன்வயல்.
Nelvēli ..	நெல்வேலி.
Nemmēlikkādu (I).	நெம்மேலிக்காடு.
Nemmēlivayal (I).	நெம்மேலிவயல்.
Neykkuppai ..	நெய்க்குப்பை.
Neyvattali (Z) ..	நெய்வத்தளி.
Neyvēlinātha-puram (Z).	நெய்வேலிநாதபுரம்.
Nettiyēndal (I) ..	நெட்டியேந்தல்.
Nilaiyūr ..	நிலையூர்.
Ninniyūr (I) ..	நின்னியூர்.
Niramangalam (Z).	நிரமங்கலம்.
Nīrvilāngulam ..	நீர்விளாங்குளம்.
Nochchiyēndal ..	நொச்சியேந்தல்.
Ōchchakudi (I) ..	ஓச்சகுடி.
Okkūr ..	ஒக்கூர்.
Ollanūr ..	ஒல்லனூர்.
Ōmakkavayal (Z).	ஓமக்கவயல்.
Pachchalūr ..	பச்சலூர்.
Pachchaipperu-manēndal (I).	பச்சைப்பெருமானேந்தல்.
Pākkam (I) ..	பாக்கம்.
Pākkudi Ukkadai Vignēswara-puram (I).	பாக்குடி உக்கடை விக்னேஸ்வரபுரம்.
Palakkudi (I) ..	பாலக்குடி.
Palangulam (Ch. XI, Bl. 200) (I).	பழங்குளம்.
Palangulam (Ch. X, Bl. 268) (I).	பழங்குளம்.
Palaiyavettivayal (I).	பழையவெட்டிவயல்.
Palantāmarai (I).	பழந்தாமரை.
Palavarasan ..	பலவரசன்.
Pallarkudi Pichchanēndal (I).	பள்ளர்குடி பிச்சனேந்தல்.
Pallattivayal (I).	பள்ளத்திவயல்.
Pallattivayal (Z).	பள்ளத்திவயல்.
Pallivayal (I) ..	பள்ளிவயல்.
Panaivayal (I) ..	பனைவயல்.
Panavayal (Z) ..	பாணவயல்.
Pāndikkudi (I) ..	பாண்டிக்குடி.
Pāndimanai Ukkadai (I).	பாண்டிமனை உக்கடை.
Pāndipāttiram (I).	பாண்டிபாத்திரம்.
Pangayattānkudi (I).	பங்கயத்தான்குடி.
Panikkanvayal (I).	பணிக்கன்வயல்.
Panjātti ..	பஞ்சாத்தி.
Panniyūr (I) ..	பண்ணியூர்.
Pāppākudi (Z) ..	பாப்பாகுடி.
Paraiyanēndal (I).	பறையனேந்தல்.
Paraiyattūr (I) ..	பறையத்தூர்.
Paramāndūr (I).	பரமாந்தூர்.
Paravākkōttai (I)	பரவாக்கோட்டை.
Parittini (I) ..	பரித்தினி.
Parivīramangalam (I).	பரிவீரமங்கலம்.
Pārvatiyambal-puram (I).	பார்வதியம்பாள்புரம்.
Pattamangalam (I).	பட்டமங்கலம்.
Pattamangalam Ukkadai (I).	பட்டமங்கலம் உக்கடை.
Pattamudaiyān (I).	பட்டமுடையான்.
Pērānūr (I).	பேரானூர்.
Pēravayal (I) ..	பேரவயல்.
Perandavayal (Z).	பெரண்டவயல்.
Periyakōttaiyūr (Z).	பெரியகோட்டையூர்.
Periyamadaip-pāychchal (I).	பெரியமடைப்பாய்ச்சல்.
Periyasengīrai (I).	பெரியசெங்கீரை.
Periyalūr (Z) ..	பெரியலூர்.
Perumalpatti (I).	பெருமாள்பட்டி.
Perumāndi (I) ..	பெருமாண்டி.
Perumarudūr ..	பெருமருதூர்.
Perunāvalūr (Z).	பெருநாவலூர்.
Perungadu (I) ..	பெருங்காடு.

ARĀNTĀNGI TĀLŪK—cont. அறந்தாங்கி தாலுகா—தொடர்ச்சி.

Perungulam Ukkadai (I).	பெருங்குளம் உக்கடை
Peruntāmarai (I).	பெருந்தாமரை.
Pēttivayal (Z) ..	பேட்டிவயல்
Pēyādikkōttai (I)	பேயாடிக்கோட்டை.
Pidāriyēndal (I).	பிடாரியேந்தல்.
Pillaivayal (I) ..	பிள்ளைவயல்.
Pillaiyarēndal (I).	பிள்ளையாரேந்தல்.
Pillaiyartidal (I).	பிள்ளையார்திடல்.
Pillangudi (I) ..	பில்லங்குடி.
Pillavari (I) ..	பில்லவாரி.
Pillukkudi (I) ..	பில்லுக்குடி.
Pilluvalasai (I) ..	பில்லுவலசை.
Pinnaiyanēndal (I).	பின்னையானேந்தல்.
Pirantani (I) ..	பிராந்தனி.
Ponpētti ..	பொன்பேத்தி.
Ponpētti Siruvarai (I).	பொன்பேத்தி சிருவரை.
Pottaiyanvayal (I).	பொட்டையன்வயல்.
Poyyappatti (I) ..	பொய்யப்பட்டி.
Prajapativayal (I).	பிரஜாபதிவயல்.
Pratāparamanpattanam (I).	பிரதாபராமன்பட்டணம்.
Puduvakkādu (I).	புதுவாக்காடு.
Puduvakkōttai (I).	புதுவாக்கோட்டை.
Puduvanēndal (near Manalūr).	புதுவனேந்தல்.
Puduvanēndal (near Āmānji).	புதுவனேந்தல்.
Puduvākkūr Ukkadai (I).	புதுவாக்கூர் உக்கடை.
Puduvayal Ukkadai (I).	புதுவயல் உக்கடை.
Puduvettivayal (I).	புதுவெட்டிவயல்.
Pulavankurichchi (I).	புலவன்குறிச்சி.
Pūnaiyānkundu (Z).	பூனையான்குண்டு.
Punniyavayal (I).	புண்ணியவயல்.
Punniyanēndal ..	புண்ணியனேந்தல்.
Purakkudikkādu (I).	புரக்குடிக்காடு.
Purasakkudi (I).	புரசக்குடி.
Puttambūr (I) ..	புத்தம்பூர்.
Puttuvayal Ukkadai Subrahmanyapuram.	புத்துவயல் உக்கடை சுப்பிரமணியபுரம்.
Pūvalūr ..	பூவலூர்.
Pūvalūr Ukkadai Bhavāniyambālpuram Tenvayal (I).	பூவலூர் உக்கடை பவானியம்பாள்புரம் தென்வயல்.
Pūvalūr Ukkadai Bhavāniyambālpuram Vadavayal (I).	பூவலூர் உக்கடை பவானியம்பாள்புரம் வடவயல்.
Pūvattakudi (I) ..	பூவத்தகுடி.
Pūvidaiyēndal (I).	பூவிடையேந்தல்.
Rajēndrapuram (I).	ராஜேந்திரபுரம்.
Rāmachandrapuram (I).	ராமசந்திரபுரம்.
Rāmaswāmipuram (I).	ராமசுவாமிபுரம்.
Rāmanērivayal Navidanvayal (Z).	ராமனேரிவயல் நாவிதன்வயல்.
Rangasamudram (I).	ரங்கசமுத்திரம்.
Ratnakōttai (I) ..	ரத்தினகோட்டை.
Ravuttanvayal (I)	ராவுத்தன்வயல்.
Rayanvayal (Z) ..	ராயன்வயல்.
Rendāni Ukkadai Ranganāthapuram (Z).	ரெண்டாணி உக்கடை ரங்கநாதபுரம்.
Sadaiyāmangalam Tenvayal (I).	சடையாமங்கலம் தென்வயல்.
Sakaiyāmangalam Vadavayal (I).	சடையாமங்கலம் வடவயல்.
Saliyanukkadai (I).	சாலியனுக்கடை.
Sambānōdai (I).	சாம்பானோடை.
Sananēndal (I) ..	சாணனேந்தல்.
Saniyennaikkādu (I).	சனியெண்ணைக்காடு.
Sannadivayal (I).	சன்னதிவயல்.
Sandaiveliyēndal (I)	சந்தைவெளியேந்தல்.
Sattanēndal (I) ..	சாத்தனேந்தல்.
Sattiyadi ..	சாத்தியடி.
Sattiyadi (I) ..	சாத்தியடி.
Sattakkudi ..	சாத்தக்குடி.
Sattiyakkudi ..	சாட்டியக்குடி.
Sundaranāyakipuram (I).	சுந்தரநாயகிபுரம்.
Sayikkudi (I) ..	சாயிக்குடி.

ARANTĀNGI TĀLŪK—cont. அறன்தாங்கி தாலூகா—தொடர்ச்சி.

Sōmankōttai (I) ..	சோமன்கோட்டை.
Sembōdai Rājēndrapuram (I).	செம்போடை ராஜேந்திரபுரம்.
Sembōdai Tēvadiyāvayal (I)	செம்போடை தேவடியாவயல்.
Sembōdai Viswanāthapuram (I).	செம்போடை விஸ்வநாதபுரம்.
Sembanāmpottal (I).	செம்பனாம் பொட்டல்.
Sēndānēndal (I) ..	சேந்தானேந்தல்.
Sengamāri ..	செங்கமாரி.
Sengamalapuram.	செங்கமலபுரம்.
Sengānam ..	செங்காணம்.
Selambāvayal (I).	செலம்பாவயல்.
Sengalunīrōdai (I).	செங்கழு நீரோடை.
Senganātti (I) ..	செங்கனாத்தி.
Sēppalāvayal (I).	சேப்பளாவயல்.
Sētturāyanēndal (I).	சேத்துராய னேந்தல்.
Sevidankādu (I).	செவிடன்காடு.
Sevikkōttai (I) ..	செவிக்கோட்டை.
Sevuttāndiyēndal (I).	செவுட்டாண்டி யேந்தல்.
Seyyānam (I) ..	செய்யாணம்.
Shanmukhavēlāyudhapuram (Z).	ஷண்முக வேலாயுதபுரம்.
Silattur ..	சிலட்டூர்.
Sīnamangalam (Z).	சீனமங்கலம்.
Singavanam (Z) ..	சிங்கவனம்.
Sīkanēndal (I) ..	சீகனேந்தல்.
Silāttani (I) ..	சிலாத்தணி.
Sirumarudūr ..	சிறுமருதூர்.
Sirugavayal ..	சிறுகவயல்
Sirukōttaiyūr (Z).	சிறுகோட்டையூர்.
~~Sirukāsāvayal (I).~~	~~சிறுகாசாவயல்.~~
Sirumuttān (I) ..	சிறுமுட்டான்.
Sirunāttānvayal (I).	சிறுநாட்டான் வயல்.
Siruvilattūr (I) ..	சிறுவிளத்தூர்.
Siruveli (I) ..	சிறுவெளி.
Sītārāmanpattanam (I).	சீதாராமன்பட்டணம்.
Sittangādu (I) ..	சிட்டங்காடு.
Sittāvi (I) ..	சித்தாவி.
Sivagnānapuram (I).	சிவஞானபுரம்.
Sivandānkādu (I).	சிவந்தான்காடு.
Sodalaivayal (I) ..	சொடலைவயல்.
Sōdiyārōdai (I) ..	சோதியாரோடை.
Sōlani (I) ..	சோலணி.
Sōmanvayal (I) ..	சோமன்வயல்.
Sōmanēndal ..	சோமனேந்தல்.
Subrahmanyapuram ~~(Z)~~.	சுப்பிரமணியபுரம்,
Subrahmanyapuram (Ch. X, Bls. 118 to 120) (I).	சுப்பிரமணியபுரம.
Subrahmanyapuram (Ch. IX, Bl. 112) (I).	சுப்பிரமணியபுரம்.
Subrahmanyapuram (Ch. VIII, Bl. 98) (I).	சுப்பிரமணியபுரம்.
Sullani (I) ..	சுள்ளணி.
Sūmbakulam (I).	சூம்பகுளம்.
Sunaiyakkādu (Z).	சுனையக்காடு.
Sūranēndal (I) ..	சூரனேந்தல்.
Sūriyanēndal (I).	சூரியனேந்தல்.
Swāminātha-kurukkal (Z).	சுவாமிநாதகுருக்கள்.
Tachchamalli (I).	தச்சமல்லி.
Tachchanvayal (Z).	தச்சன்வயல்.
Takkadivayal (I).	தக்கடிவயல்.
Tālanūr (I) ..	தாழனூர்.
Talavarai (I) ..	தழவரை.
Tālichchēri (Ch. VIII, Bl. 358) (I).	தாழிச்சேரி.
Talichchēri (Ch. IX, Bl. 152) (I).	தாழிச்சேரி.
Tālanēndal (Z) ..	தாழனேந்தல்.
Talikkōttai (Z) ..	தளிக்கோட்டை.
Tandalai ..	தண்டலை.
Tāntāni ..	தாந்தாணி.
Tandakkāranēndal (I).	தண்டக்காரனேந்தல்.
Tanikkondān (I).	தனிக்கொண்டான்.
Taniyanēndal (I).	தனியனேந்தல்.
Tappatānvayal (I).	தப்பதான்வயல்.
Tattānvayal (Z) ..	தட்டான்வயல்.
Tattani (I) ..	தத்தணி.
Tēdākki (Z) ..	தேடாக்கி.
Tennamāri ..	தென்னமாரி.
Tennamāri Ukkadai (I).	தென்னமாரி உக்கடை.

ARANTĀNGI TĀLUK—cont. அறந்தாங்கி தாலூகா—தொடர்ச்சி.

Tēvarvayal (I) ..	தேவர்வயல்.
Tillaināyakīpuram (Z).	தில்லைநாயகிபுரம்.
Tinaiyākudi ..	திணையாகுடி.
Tirunallivayal (I).	திருநல்லிவயல்.
Tirunālūr (I) ..	திருநாலூர்.
Tiruppunavāsal (I).	திருப்புனவாசல்.
~~Tiruvāngūr (Z)..~~	~~திருவாங்கூர்.~~
Tiruvāyppādi (Z).	திருவாய்ப்பாடி.
Tiruvirundāvayal (Z).	திருவிருந்தாவயல்.
Tittakudi (I) ..	திட்டகுடி.
Tiyyūr ..	திய்யூர்.
Tīyattūr (I) ..	தீயத்தூர்.
Toluvankādu (I).	தொழுவங்காடு.
Tondaimānēndal (I).	தொண்டைமானேந்தல்.
Tōppuvayal (Z)..	தோப்புவயல்.
Tunjanūr ..	துஞ்சனூர்.
Tunjanūr Ukkadai.	துஞ்சனூர் உக்கடை.
Tunjanūr Ukkadai Mārtāndapuram (I).	துஞ்சனூர் உக்கடை மார்த்தாண்டபுரம்.
Turaiyavayal (I).	துரையவயல்.
Tuttākudi ..	துத்தாகுடி.
Tuvaradimanai (I).	துவரடிமனை.
Udayamānikkam.	உதயமாணிக்கம்.
Ūhanvayal (I) ..	ஊஹன்வயல்.
Ulagalandānvayal (I).	உலகளந்தான்வயல்.
Ūrvani ..	ஊர்வணி.
Ūttanikkādu (I).	ஊத்தணிக்காடு.
Vadakku Manamēlkudi (I).	வடக்கு மணமேல்குடி.
Vadavayal (I) ..	வடவயல்.
Vairāndi (I) ..	வைராண்டி.
Vairivayal (I) ..	வைரிவயல்.
Valaiyanvayal (I).	வலையன்வடல்.
Valaiyanvayal (Z).	வலையன்வயல்.
Valattākādu (I)..	வளத்தாகாடு.
Vallavāri (I) ..	வல்லவாரி.
Valuvūr (I) ..	வழுவூர்.
Vanganagaram (I).	வங்கனகரம்.
Vannamoliyēndal (I).	வண்ணமொழியேந்தல்.
Vannānēndal (I).	வண்ணானேந்தல்.
Vannichchipattanam (I).	வன்னிச்சிபட்டணம்.
Vannichchiyēndal (I).	வன்னிச்சியேந்தல்.
Vanniyappillaiyēndal (I).	வன்னியப்பிள்ளையேந்தல்.
Vārāndi (I) ..	வாராந்தி.
Vārāppuvayal (I).	வாராப்புவயல்.
Vattinivayal (I)..	வத்திணிவயல்.
Vāttāttūr ..	வாட்டாத்தூர்.
Velivayal (Ch. IX Bls. 152 to 155) (I).	வெளிவயல்.
Vēlivayal (Ch. X, Bl. 305) (I).	வேலிவயல்.
Veliyāttūr (I) ..	வெளியாத்தூர்.
Vellaichchettivayal (I).	வெள்ளைச்செட்டிவயல்.
Vellāttumangalam (I).	வெள்ளாட்டுமங்கலம்.
Vellūr ..	வெள்ளூர்.
Vellūr Siruvarai (I).	வெள்ளூர் சிறுவரை.
Velimangalam (I).	வெளிமங்கலம்.
Vēlvarai ..	வேழ்வரை.
Veluvūr ..	வெழுவூர்.
Vēngūr ..	வேங்கூர்.
Vēngākudi (I) ..	வேங்காகுடி.
VenkataNārāyana Ayyan (Z).	வெங்கட நாராயண அய்யன்.
Venkata Subbayyan (Z).	வெங்கட சுப்பய்யன்.
Vēttaikkāranvayal (I).	வேட்டைக்காரன்வயல்.
Vēttanūr (I) ..	வேட்டனூர்.
Vettinivayal (Z)..	வெட்டினிவயல்.
Vēttivayal ..	வெட்டிவயல்.
Vettivayal (Ch. VIII, Bl. 245) (I).	வெட்டிவயல்.
Vettivayal (Ch. XI, Bl. 26) (I).	வெட்டிவயல்.
Vettivayal (Ch. XI, Bl. 213) (I).	வெட்டிவயல்.
Vettivayal alias Sundaranāyakipuram (I).	வெட்டிவயல் என்கிற சுந்தரநாயகிபுரம்.
Vichchūr (I) ..	விச்சூர்.
Vidattirānvayal (I).	விடத்திரான்வயல்.
Vignēswarapuram	விக்னேஸ்வரபுரம்
Vilanāttuvayal (I).	விளநாட்டுவயல்.
Vilattūr (I) ..	விளத்தூர்.
Vilangudivayal (Z).	விளங்குடிவயல்.

ARANTĀNGI TĀLŪK—*cont.* அறந்தாங்கி தாலூகா—தொடர்ச்சி.

Vilimangalam (I). விழிமங்கலம்.
Vinaitīrttagōpāla-puram (Z). விநைதீர்த்த கோபாலபுரம்.
Vinnattūr (Z) .. விண்ணத்தூர்.
Villānēndal (I) .. வில்லானேந்தல்.
Vilvanāthapuram (I). வில்வநாதபுரம்.
Vīramangalam (I). வீரமங்கலம்.
Vīrāndān (I) .. வீராண்டான்.
Vīraraghava-puram (I). வீரராகவபுரம்.
Viswanāthapuram (Ch. VIII, Bl. 176) (I). விஸ்வநாதபுரம்
Viswanāthapuram (Ch. VIII, Bl. 241) (I). விஸ்வநாதபுரம்.
Vittarasanvayal (I) வித்தரசன்வயல்.
Yōgāmbālpuram (I). யோகாம்பாள் புரம்.
Yōganāyakī-puram (Z). யோகநாயகிபுரம்

KUMBAKŌNAM TĀLŪK. கும்பகோணம் தாலூகா.

Agarāttūr .. அகராத்தூர்.
Ammangudi .. அம்மங்குடி.
Ammātōttam (I). அம்மாதோட்டம்.
Anakkudi .. அணக்குடி.
Anakkudi Tiru-nāgēswaram. அணக்குடி திரு நாகேஸ்வரம்.
Āndālūr (I) .. ஆண்டாலூர்.
Annāl Agrahāram அண்ணாள் அக்கிரஹாரம்.
Āralūr .. ஆரலூர்.
Ariyapadaivēdu (I). அரியபடைவேடு.
Asūr .. அசூர்.
Asūr (I) .. அசூர்.
Attippākkam .. அத்திப்பாக்கம்.
Attiyūr .. அத்தியூர்.
Bāpurājapuram .. பாபுராஜபுரம்.
Bhāgavatapuram (I). பாகவதபுரம்.
Bhāskarapuram . (I). பாஸ்கரபுரம்.
Chidambaranātha Mudali Tōttam (I). சிதம்பரநாத முதலி தோட்டம்.
Chidambaranā-thapuram. சிதம்பரநாதபுரம்.
Chinnakattā nagaram (I). சின்னகட்டா நகரம்.
Chōlamāligai .. சோழமாளிகை.
Chōlapuram .. சோழபுரம்.
Darani .. தரணி.
Dārāsuram (I) .. தாராசுரம்.
Dēvanāncheri .. தேவனாஞ்சேரி.
Dēvastānam-Tiruppuvanam (I). தேவஸ்தானம் திருப்புவனம்.
Elandurai (I) .. எலந்துரை.
Enanallūr .. ஏனநல்லூர்.
Eragaram .. ஏரகரம்.
Gōvindapuram (I) கோவிந்தபுரம்.
Injikkollai .. இஞ்சிக்கொல்லை.
Innambūr .. இன்னம்பூர்.
Innambūr Ten-pādi (I). இன்னம்பூர் தென் பாதி.
Irumulai . இருமுலை.
Kachchukattu .. கச்சுகட்டு.
Kadichchambādi. கடிச்சம்பாடி.
Kadirāmangalam (I). கதிராமங்கலம்.
Kallappuliyūr .. கள்ளப்புலியூர்.
Kallūr .. கல்லூர்.
Kanjanūr .. கஞ்சனூர்.
Kannārakkudi .. கன்னாரக்குடி.
Karuppūr (S No. 82). கருப்பூர்.
Karuppūr (S. No. 145). கருப்பூர்.
Karuppūr (S. No. 203). கருப்பூர்.
Kattanagaram .. கட்டாநகரம்.
Kāvanūr .. காவனூர்.
Kīl Korukkai (I). கீழ் கொருக்கை
Kīl Manakkudi .. கீழ் மணக்குடி.
Kīl Māndūr .. கீழ் மாந்தூர்.
Kīl Mārāyam .. கீழ் மாராயம்.
Kīl Sūriyamūlai. கீழ் சூரியமூலை.
Kīranūr .. கீரனூர்.
Kōdaiyāntōttam (I). கோடையான் தோட்டம்.
Kōlikutti (I) .. கோழிகுத்தி.
Kōnattalaippadi (I). கோணத்தலைப் பாடி.
Kondasamudram. கொண்டசமுத்திரம்.
Koranattu Karuppūr. கொரநாட்டு கருப்பூர்.
Korukkai Tōttam (I). கொருக்கைதோட்டம்.
Kottaiyur .. கொட்டையூர்.
Kottangudi (S. No. 68). கொத்தங்குடி.
Kottangudi (S. No. 118). கொத்தங்குடி.

KUMBAKŌNAM TĀLUK—cont. கும்பகோணம் தாலுகா—தொடர்ச்சி.

Kottangudi Tattimāl (I).	கொத்தங்குடி தட்டிமால்.
Kōttūr	கோட்டூர்.
Kōvanūr ..	கோவனூர்.
Kōvilāchchēri ..	கோவிலாச்சேரி.
Kōvilrāmāpuram.	கோவிலராமாபுரம்.
Krishnāpuram ..	கிருஷ்ணபுரம்.
Kshīrāunakattalai (I).	க்ஷீரான்னகட்டளை
Kūhūr ..	கூகூர்.
Kulasēkhara-nallūr.	குலசேகரநல்லூர்.
Kumāramangalam	குமாரமங்கலம்.
Kumaranguki ..	குமரங்குடி.
Kumbakōnam ..	கும்பகோணம்.
Kurichchi ..	குறிச்சி.
Kūttanūr ..	கூத்தனூர்.
Mādhavapuram (I).	மாதவபுரம்.
Mahādānapuram.	மகாதானபுரம்.
Mahārājapuram ..	மகாராஜபுரம்.
Muhārājapuram (I).	மகாராஜபுரம்.
Malaiyappanallūr (I).	மலையப்பநல்லூர்.
Mallapuram ..	மல்லபுரம்.
Manalūr ..	மணலூர்.
Mānambādi ..	மானம்பாடி.
Māngudi ..	மாங்குடி.
Manikkudi ..	மணிக்குடி.
Manjamalli ..	மஞ்சமல்லி.
Mārachchēri (I) ..	மாரச்சேரி.
Maratturai ..	மரத்துறை.
Marudāndanallūr.	மருதாந்தநல்லூர்.
Marutadi (I) ..	மருதடி.
Maruttuvakkudi.	மருத்துவக்குடி.
Matattu Tiruppa-nandāl.	மடத்துதிருப்பனந்தாள்.
Mātti (I) ..	மாத்தி.
Māttūr ..	மாத்தூர்.
Māvattiruppu ..	மாவத்திருப்பு.
Mēlaiyūr ..	மேலையூர்.
Mēl Kāttūr ..	மேல் காட்டூர்.
Mēl Korukkai ..	மேல் கொருக்கை.
Mrityunjayapadai-vēdu (I).	மிருத்தியுஞ்சய படைவேடு.
Mullangudi ..	முல்லங்குடி.
Mullukkudi ..	முள்ளுக்குடி.
Muttūr ..	முத்தூர்.
Nāchchiyārtōttam (I).	நாச்சியார் தோட்டம்.
Nāchchiyārkōvil.	நாச்சியார் கோவில்.
Nāgakkudi (I) ..	நாகக்குடி.
Nāgarasampēttai.	நாகரசம்பேட்டை
Nārasingampēttai	நாரசிங்கம் பேட்டை.
Narikkudi ..	நரிக்குடி.
Neykkuppai ..	நெய்க்குப்பை.
Neyvāsal ..	நெய்வாசல்.
Nīrattanallūr ..	நீரத்தநல்லூர்.
Pālaiyanallūr (I).	பாளையநல்லூர்.
Palavattānkattalai	பழவத்தான் கட்டளை.
Pandanallūr ..	பந்தநல்லூர்.
Pāngal (I) ..	பாங்கல்.
Paravanūr (I) ..	பரவனூர்.
Paruttichchēri ..	பருத்திச்சேரி.
Paruttikudi ..	பருத்திக்குடி.
Paruttikkudi Nadukkāvēri Padugai Tōttam (I).	பருத்திக்குடி நடுக்காவேரி படுகை தோட்டம்.
Pattam (I) ..	பட்டம்.
Pattīswaram ..	பட்டீசுவரம்.
Pattīswaram Tattimāl (I).	பட்டீசுவரம் தட்டிமால்.
Paundarīka-puram	பௌண்டரீகபுரம்
Perappadi ..	பெரப்படி.
Perumpāndi (I) ..	பெரும்பாண்டி.
Pūchchūttanūr ..	பூச்சாத்தனூர்.
Pudūr ..	புதூர்.
Pudattōppu Tōttam (I).	புதுத்தோப்பு தோட்டம்.
Puttagaram ..	புத்தகரம்.
Puttūr ..	புத்தூர்.
Rendānkattalai (I).	ரெண்டாங் கட்டளை.
Sakkināyakkan-pēttai.	சக்கிநாயக்கன் பேட்டை.
Sakkuvārambāl-puram alias Ammāchattram (I).	சக்குவாரம்பாள் புரம் அல்லது அம்மாசத்திரம்
Sandaiveli Tōttam (I).	சந்தைவெளி தோட்டம்.
Sannāpuram ..	சன்னாபுரம்.
Sarabhōjirāja-puram.	சரபோஜிராஜ புரம்.
Sārangapānipēttai (I).	சாரங்கபாணி பேட்டை.
Sāttanūr (S. No. 165).	சாத்தனூர்.
Sāttanūr (S. No. 217).	சாத்தனூர்.
Sāyanapuram ..	சாயனபுரம்.
Sembangudi ..	செம்பங்குடி.
Sembiyavarambal.	செம்பியவரம்பல்.

KUMBAKŌNAM TĀLŪK—cont. கும்பகோணம் தாலூகா—தொடர்ச்சி.

Sengaluniīrōdai Tōttam (I).	செங்கழுநீரோடை தோட்டம்.
Sēnganūr ..	சேங்கனூர்.
Serugudi ..	செறுகுடி.
Sēshambādi ..	சேஷம்பாடி.
Sētubhūdānapuram.	சேதுபூதானபுரம்.
Sivapuram (I) ..	சிவபுரம்.
Sivapurāni (I) ..	சிவபுராணி.
Srīnivāsanallūr(I)	ஸ்ரீனிவாசநல்லூர்.
Sukravāra Kattalai (I).	சுக்கிரவார கட்டளை.
Sundarapperumālkōvil Tenpādi Padugai (I).	சுந்தரப்பெருமாள் கோவில் தென் பாதி படுகை.
Sundarapperumālkōvil Vadapādi Padugai (I).	சுந்தரப்பெருமாள் கோவில் வட பாதி படுகை.
Sūryāmūlai ..	சூரியமூலை.
Sūryanārkōvil ..	சூரியனார்கோவில்.
Swāmimalai ..	சுவாமிமலை.
Swamimalai (I) ..	சுவாமிமலை.
Tandālam ..	தண்டாளம்.
Tandantōttam ..	தண்டன்தோட்டம்.
Tēnāmpadugai ..	தேனாம்படுகை.
Tēnāmpadugai Tattimāl (I).	தேனாம்படுகை தட்டிமால்.
Tēpperumālnallūr (I).	தேப்பெருமாள் நல்லூர்.
Tillaiyambūr ..	தில்லையம்பூர்.
Timmakudi (I) ..	திம்மகுடி.
Tippirājapuram ..	திப்பிராஜபுரம்.
Tiruchchirai ..	திருச்சிறை.
Tirukkōdikāval (I).	திருக்கோடிகாவல்.
Tirulōki ..	திருலோகி.
Tirumāndurai ..	திருமாந்துறை.
Tirumangaichchēri.	திருமங்கைசேரி.
Tirumeyjnānam (I).	திருமெய்ஞானம்.
Tirumangalakkudi.	திருமங்கலக்குடி.
Tirunallūr (I) ..	திருநல்லூர்.
Tirunaraiyūr ..	திருநரையூர்.
Tirunilakkudi ..	திருநீலக்குடி.
Tirunilakkudi Tōttam (I).	திருநீலக்குடி தோட்டம்.
Tiruppanandāl ..	திருப்பனந்தாள்.
Tiruppandurai ..	திருப்பந்துறை.
Tiruppirambiyam.	திருப்பிரம்பியம்.
Tribhuvanam (I).	திருபுவனம்.
Tribhuvanam Taragu (I).	திருபுவனம் தரகு.
Tiruvadamarudūr.	திருவடமருதூர்.
Tiruvalanjuli ..	திருவலஞ்சுழி.
Tiruvalanjuli Tattimāl (I).	திருவலஞ்சுழி தட்டிமால்.
Tiruvisalūr (I) ..	திருவிசலூர்.
Tittaichchēri (I).	திட்டைச்சேரி.
Tuhili ..	துகிலி.
Tukkāchchi ..	துக்காச்சி.
Tyāgarājapuram (I).	தியாகராஜபுரம்.
Udaiyālūr ..	உடையாளூர்.
Ukkarai ..	உக்கரை.
Ullūr ..	உள்ளூர்.
Umāmahēswarapuram.	உமாமகேஸ்வரபுரம்.
Uttamadāni (I) ..	உத்தமதானி.
Valayapēttai ..	வலையபேட்டை.
Vālapuram ..	வாழபுரம்.
Vanduvāñchēri ..	வண்டுவாஞ்சேரி.
Vāniyankarambai (I).	வாணியன் கரம்பை.
Vannikudi ..	வன்னிகுடி.
Vāruvāngarai (I).	வாருவாங்கரை.
Vāykkāl Vettuppadugai Tōttam (I).	வாய்க்கால் வெட்டுப்படுகை தோட்டம்.
Vēlangudi (I) ..	வேலங்குடி.
Vellaippillaiyānpēttai (I).	வெள்ளைப்பிள்ளையான்பேட்டை.
Vēlūr ..	வேளூர்.
Vēppattūr ..	வேப்பத்தூர்.
Vilandakandam ..	விளந்தகண்டம்.
Vilāngudi ..	விளாங்குடி.
Villiyavarambal ..	வில்லியவரம்பல்.
Vināyakanteru ..	விநாயகன்தெரு.
Vīrākkan ..	வீராக்கன்.
Visalūr ..	விசலூர்.
Vittalūr ..	விட்டலூர்.

MANNĀRGUDI TĀLŪK. மன்னார்குடி தாலூகா.

Ādangudi ..	ஆதங்குடி.
Ādanūr ..	ஆதனூர்.
Ādichchapuram.	ஆதிச்சபுரம்.
Āgaravēlukkudi.	அகரவேளுக்குடி.
Akkarai Kōttagam.	அக்கரை கோட்டகம்.
Ālampallampadugai (I).	ஆலம்பள்ளம் படுகை.
Ālattūr ..	ஆலத்தூர்.
Āndikkulam (I) ..	ஆண்டிக்குளம்.
Annavāsal ..	அன்னவாசல்.

Mannārgudi Tālūk—cont. மன்னார்குடி தாலூகா—தொடர்ச்சி.

Annavāsal Tenpādi (I).	அன்னவாசல் தென்பாதி.
Aravattūr	அரவத்தூர்
Arichchapuram	அரிச்சபுரம்.
Asēsham	அசேஷம்.
Attikkōttai (I)	அத்திக்கோட்டை.
Āykkudi	ஆய்க்குடி.
Bālakrishnāpuram (I).	பாலகிருஷ்ணாபுரம்
Bhāgavatamēlam (I).	பாகவதமேளம்.
Chetti Chattram (I).	செட்டி சத்திரம்.
Chinna Āvu Sāhib Tōttam (I).	சின்ன ஆவுசாயப்பு தோட்டம்.
Chittamalli	சித்தமல்லி.
Chittamalli Kīlpādi (I).	சித்தமல்லி கீழ்பாதி.
Chittamalli Mēlpādi.	சித்தமல்லி மேல்பாதி.
Chittamalli Padugai (I).	சித்தமல்லிபடுகை.
Chittāmbūr	சித்தாம்பூர்.
Chittiraiyūr	சித்திரையூர்.
Dēvadānam	தேவதானம்.
Ettakkudi	எத்தக்குடி.
Gōppralayam	கோப்பிரளயம்.
Hanūmantapuram	ஹனுமந்தபுரம்.
Harischandrapuram.	ஹரிச்சந்திரபுரம்.
Idaiyar Embētti (I).	இடையர் எம்பேத்தி.
Idaiyarnattam (I)	இடையர்நத்தம்.
Idaiyarnattam Padugai (I).	இடையர்நத்தம் படுகை.
Idangānkōttai Kīlaiyūr.	இடங்காண் கோட்டை கீழையூர்.
Idangānkōttai Mēlaiyūr.	இடங்காண் கோட்டை மேலையூர்.
Ilamadukkūr (I).	இளமதுக்கூர்.
Irulnīkki	இருள்நீக்கி.
Kailāsanāthankōvil.	கைலாசநாதன் கோவில்.
Kākkaiyādi	காக்கையாடி.
Kālāchchēri	காலாச்சேரி.
Kālāchchēri Padugai (I).	காலாச்சேரி படுகை.
Kālānjimōdu	காலாஞ்சிமோடு.
Kallar Embētti (I)	கள்ளர் எம்பேத்தி.
Kaluvattūr	கழுவத்தூர்.
Kandamangalam.	கண்டமங்கலம்.
Kāraikkōttai (I).	காரைக்கோட்டை.
Kāraittidal (I)	காரைத்திடல்.
Kārakkarpaganallūr (I).	காரக்கர்பகநல்லூர்.
Karambakkudi (I)	கரம்பக்குடி.
Kārikkōttai (I)	காரிக்கோட்டை.
Karnavūr	கர்ணவூர்.
Karuppukkilār	கருப்புக்கிளார்.
Karuvākkurichchi	கருவாக்குறிச்சி.
Kāttuchchennāvūr (I).	காட்டுச்சென்னாவூர்.
Kīlālavandasēri	கீழாலவந்தசேரி.
Kīl Manali	கீழ் மணலி.
Kīl Nattam (I)	கீழ் நத்தம்
Kīl Pattu (I)	கீழ் பட்டு.
Kīl Puttūr (I)	கீழ் புத்தூர்.
Kīl Sāttamangalam (I).	கீழ் சாத்தமங்கலம்.
Kiliyanūr	கிளியனூர்.
Kottamangalam (I).	கொத்தமங்கலம்.
Kottangudi	கொத்தங்குடி.
Kōttūr	கோட்டூர்.
Kōttūr Tōttam (I)	கோட்டூர் தோட்டம்.
Kōvilkalappāl (I).	கோவில்களப்பாள்
Kōvilvenni	கோவில் வெண்ணி.
Kulamānikkam (S. No. 76).	குலமாணிக்கம்.
Kulamānikkam (S. No. 116).	குலமாணிக்கம்.
Kumāramangalam (I).	குமாரமங்கலம்.
Kumarapuram (I)	குமரபுரம்.
Kunniyūr	குன்னியூர்.
Kuppāchchikkōttai.	குப்பாச்சிக் கோட்டை.
Kurichchi	குறிச்சி.
Kurichchimūlai	குறிச்சிமூலை.
Kūttānallūr	கூத்தாநல்லூர்.
Lakshmāngudi	லக்ஷ்மாங்குடி.
Mahādēvpattanam.	மஹாதேவபட்டணம்.
Mahārājapuram	மஹாராஜபுரம்.
Malavarāyanallūr.	மழவராயநல்லூர்
Manakkarai	மணக்கரை.
Mānankūttānkōttagam.	மானங்காத்தான் கோட்டகம்.
Manappalakkudi (I).	மணப்பாலக்குடி.
Mannārgudi	மன்னார்குடி.
Manjanavādi	மஞ்சனவாடி.
Mannukkumundān.	மண்ணுக்கு முண்டான்.
Mārangudi	மாரங்குடி.
Maravākkādu	மரவாக்காடு.
Māvattagudi	மாவட்டகுடி.
Mēlālavandasēri	மேலாலவந்தசேரி.
Mēl Nattam	மேல் நத்தம்.

MANNĀRGUDI TĀLUK—cont. மன்னார்குடி தாலுகா—தொடர்ச்சி.

Mēl Tōttam (I) ..	மேல் தோட்டம்.
Mēl Vāsal (I) ..	மேல் வாசல்
Mēl Vāsal Narasimha Āchāri (IV).	மேல் வாசல் நரசிம்மாசாரி
Mōhanāsāhib Tōttam (I).	மோஹனாசாயபு தோட்டம்.
Mudal Sētti ..	முதல் சேத்தி
Mukkulam (I) ..	முக்குளம்.
Mullaivāsal (I) ..	முல்லைவாசல்.
Mūnām Sētti ..	மூணாம் சேத்தி.
Munjānkattalai (I).	முஞ்சான்கட்டளை
Munnāvalkōttai ..	முன்னாவல்கோட்டை.
Mūvānallūr (I) ..	மூவாநல்லூர்.
Mūvarkōttai ..	மூவர்கோட்டை.
Nagar ..	நகர்.
Nagarpadugai (I).	நகர்படுகை.
Nālām Sētti ..	நாலாம் சேத்தி.
Nallūr ..	நல்லூர்.
Nānāsāhib Tōttam (I).	நானாசாயப் தோட்டம்.
Narasingamangalam Padugai(I).	நரசிங்கமங்கலம் படுகை.
Nārāyanapuram-kalappāl (I).	நாராயணபுரம் கலப்பாழ்.
Naruvelikalappāl.	நருவெளி கலப்பாழ்.
Nattuvankōvilpattu (I).	நட்டுவன்கோவில் பத்து.
Neduvākkōttai ..	நெடுவாக்கோட்டை.
Nemmēli (S. No. 86).	நெம்மேலி.
Nemmēli (S. No. 96).	நெம்மேலி.
Nemmēli (S. No. 141).	நெம்மேலி.
Nīdāmangalam(I).	நீடாமங்கலம்
Nochchiyūr ..	நொச்சியூர்.
Nōkkanukkadai (I).	நோக்கனுக்கடை.
Ōgaippēraiyūr ..	ஓகைப்பேரையூர்.
Ōgaippēraiyūr Tōttam (I).	ஓகைப்பேரையூர் தோட்டம்.
Olimidi ..	ஒளிமிதி
Orattūr ..	ஒரத்தூர்.
Orattūr Padugai (I).	ஒரத்தூர் படுகை.
Ottagudi (I) ..	ஒட்டகுடி
Ōvarichchēri ..	ஓவரிச்சேரி.
Paingāttūr ..	பைங்காட்டூர்
Paingānādu ..	பைங்காநாடு.
Pālaiyakkōttai-parasupuram (I).	பாலையக்கோட்டை பரசுபுரம்.

Palaiya Nīdāmangalam (I).	பழைய நீடாமங்கலம்.
Pālakkurichchi ..	பாலக்குறிச்சி.
Palangalattūr (I).	பழங்களத்தூர்.
Palaiyanūr ..	பழையனூர்.
Pālaiyūr ..	பாலையூர்.
~~Pallakkudi~~ ..	பள்ளக்குடி.
Pallivartti ..	பள்ளிவர்த்தி.
Pāmani ..	பாமணி.
Panaiyūr ..	பனையூர்.
Panditakkudi ..	பண்டிதக்குடி.
Pannimangalam (I).	பன்னிமங்கலம்.
Parappanāmōdu (I).	பரப்பனாமோடு.
Paravākkōttai (I).	பரவாக்கோட்டை.
Paruttikkōttai ..	பருத்திக்கோட்டை.
Pēraiyūr ..	பேரையூர்.
Perambūr (I) ..	பெரம்பூர்.
Periyakōttūr ..	பெரியகோட்டூர்.
Perumālkōvil Nattam (I).	பெருமாள்கோவில் நத்தம்.
Peruvālndān ..	பெருவாழ்ந்தான்.
Peruvidamarudūr.	பெருவிடமருதூர்.
Pittundam (I) ..	பித்துண்டம்.
Puduttēvankudi ..	புதுத்தேவன்குடி.
Pullamangalam ..	புள்ளமங்கலம்.
Puludikkudi ..	புழுதிக்குடி.
Punavāsal ..	புனவாசல்.
Pūntālangudi ..	பூந்தாழங்குடி.
Puttagaram ..	புத்தகரம்.
Pūvanūr ..	பூவனூர்.
Rādhānarasimhapuram (I).	ராதாநரசிம்மபுரம்.
Rājālikkudikkādu (I).	ராஜாளிக்குடிக்காடு.
Rājasāmbālpuram (I).	ராஜசாம்பாள்புரம்.
Rāmanāthankōvil.	ராமநாதன்கோவில்.
Rāmapuram ..	ராமபுரம்.
Ranganāthapuram.	ரங்கநாதபுரம்.
Rāyapuram ..	ராயபுரம்.
Rishiyūr ..	ரிஷியூர்.
Sāttanūr ..	சாத்தனூர்.
Sāttanūr (I) ..	சாத்தனூர்.
Savalakkāran ..	சவளக்காரன்.
Sēgarai ..	சேகரை.
Sellattūr (I) ..	செல்லத்தூர்.
Sēndamangalam.	சேந்தமங்கலம்.
Sēndangudi ..	சேந்தங்குடி.
Sērangulam ..	சேரங்குளம்.
Serukalattūr ..	செருகளத்தூர்.
Serumangalam ..	செருமங்கலம்.
Seruvāmani ..	செருவாமணி.

MANNĀRGUDI TĀLŪK—cont. மன்னார்குடி தாலூகா—தொடர்ச்சி.

Sīlattanallūr (I).. சீலத்தனல்லூர்.
Singārattōttam (I). சிங்காரத்தோட்டம்.
Sittinakkudi .. சித்தினக்குடி.
Sōmasēkharapuram (I). சோமசேகரபுரம்.
Sōnāpēttai Padugai (I). சோனாபேட்டை படுகை.
Sōttutturai Padugai (I). சோத்துத்துறை படுகை.
Sundarakkōttai (I). சுந்தரக்கோட்டை.
Talaiyāmangalam. தலையாமங்கலம்.
Tenkōvanūr .. தென்கோவனூர்.
Tenpādi .. தென்பாதி.
Tenparai .. தென்பறை.
Terkunānalūr .. தெற்குநாணலூர்.
Tirukkalar .. திருக்களர்.
Tirukkannanmangaikōttagam (I). திருக்கண்ணன் மங்கைகோட்டகம்.
Tirumakkōttai .. திருமக்கோட்டை.
Tiruvarāmēswaram. திருவராமேசுவரம்.
Tulajēndrapuram (I). துளஜேந்திரபுரம்.
Ullikkōttai .. உள்ளிக்கோட்டை
Ullippēttai (I) . உள்ளிப்பேட்டை.
Vadakāravayal .. வடகாரவயல்.
Vadakōvanūr .. வடகோவனூர்.
Vadapādi .. வடபாதி.
Vadapādimangalam. வடபாதிமங்கலம்.
Vadasirāngudi (I). வடசிராங்குடி.
Vaduvūr Agrahāram. வடுவூர் அக்கிரகாரம்.
Vaduvūr Tenpādi. வடுவூர் தென்பாதி.
VaduvūrVadapādi வடுவூர் வடபாதி.
Vaikalattūr (I) .. வைகளத்தூர்.
Vakkarānallūr .. வக்கராநல்லூர்.
Vallūr .. வல்லூர்.
Vāsudēvamangalam (I). வாசுதேவமங்கலம்.
Vāttār .. வாட்டார்.
Vēdapuram (I) .. வேதபுரம்.
Vellakkudi .. வெள்ளக்குடி.
Vellangollippadugai (I). வெள்ளங்கொள்ளிப்படுகை.
Vengārampēraiyūr. வெங்காரம்பேரையூர்.
Vengattāngudi .. வெங்கத்தாங்குடி.
Vērkkudi .. வேர்க்குடி.
Vēttattidal (I) .. வேட்டத்திடல்.
Vikrapāndiyam.. விக்கிரபாண்டியம்.

MĀYAVARAM TĀLŪK. மாயவரம் தாலூகா.

Agarakkīrangudi. அகரக்கீரங்குடி.
Agaravallam .. அகரவல்லம்.
Agara Ādanūr .. அகர ஆதனூர்.
Aivanallūr .. ஐவநல்லூர்.
Ākkūr Pandāravādai. ஆக்கூர் பண்டாரவாடை.
Ālangudi .. ஆலங்குடி.
Ālavēli .. ஆலவேலி.
Ānaimēlagaram .. ஆனைமேலகரம்.
Anantanallūr .. அனந்தநல்லூர்.
Ānaitāndavapuram. ஆனைதாண்டவபுரம்.
Annavāsal .. அன்னவாசல்.
Arasūr .. அரசூர்.
Arivalūr .. அரிவலூர்.
Arumolittēvan .. அருமொழித்தேவன்.
Ārupādi .. ஆருபாதி
Aruvāppādi .. அருவாப்பாடி.
Asikkādu .. அசிக்காடு.
Āttuppākkam (I). ஆத்துப்பாக்கம்.
Āttūr .. ஆத்தூர்.
Būtangudi .. பூதங்குடி.
Chandrappādi (I). சந்திரப்பாடி.
Chittākkādu .. சித்தாக்காடு.
Chittamalli .. சித்தமல்லி.
Chōlanpēttai .. சோழன்பேட்டை.
Dharmadānapuram. தர்மதானபுரம்.
Diwānwādātōttam (I). திவான்வாடா தோட்டம்.
Eduttukkatti .. எடுத்துக்கட்டி.
Elumagalūr .. எழுமகளூர்.
Erukkattānchēri. எருக்கட்டாஞ்சேரி.
Gangādharapuram கங்காதரபுரம்.
Gūdalūr .. கூடலூர்.
Ichchangudi .. ஈச்சங்குடி.
Idaikkudi .. இடைக்குடி.
Ilaiyālūr .. இளையாளூர்.
Ilantōppu .. இளந்தோப்பு.
Iluppūr .. இலுப்பூர்.
Iravānchēri .. இரவாஞ்சேரி.
Kadakkam (S. No. 5). கடக்கம்.
Kadakkam (S. No. 120). கடக்கம்.
Kadalangudi (S. No. 2). கடலங்குடி.
Kadalangudi (S. No. 46). கடலங்குடி.

MĀYAVARAM TĀLŪK—cont. மாயவரம் தாலுகா—தொடர்ச்சி.

Kaduvangudi ..	கடுவங்குடி.
Kālahastinātha-puram.	காளகஸ்திநாத புரம்.
Kālamanallūr ..	காலமநல்லூர்.
Kalanivāsal ..	கழனிவாசல்.
Kāli ..	காளி.
Kāliyappanallūr.	காளியப்பநல்லூர்.
Kanjānagaram ..	கஞ்சாநகரம்.
Kānjivāy ..	காஞ்சிவாய்.
Kankanamputtūr.	கங்கணம்புத்தூர்.
Kappūr ..	கப்பூர்.
Karuppūr ..	கருப்பூர்.
Karuvālakkarai ..	கருவாழக்கரை.
Kāttuchchēri ..	காட்டுச்சேரி.
Kēsingan ..	கேசிங்கன்.
Kidangal (I) ..	கிடங்கல்
Kidārankondān ..	கிடாரங்கொண்டான்.
Kīlaiyūr (S. No. 88).	கீழையூர்.
Kīlaiyūr (S. No. 128).	கீழையூர்.
Kīl Marudāndanallūr.	கீழ் மருதாந்தநல்லூர்.
Kīl Māttūr ..	கீழ் மாத்தூர்.
Kīl Paruttikkudi.	கீழ பருத்திக்குடி.
Kīl Perumpallam.	கீழ் பெரும்பள்ளம்.
Kilāy ..	கிளாய்.
Kiliyanūr ..	கிளியனூர்.
Killiyūr ..	கிள்ளியூர்.
Kōdangudi ..	கோடங்குடி.
Kodavilāgam ..	கொடவிளாகம்.
Kōdimangalam ..	கோடிமங்கலம்.
Kokkūr ..	கொக்கூர்.
Kolaiyūr ..	கொழையூர்.
Kōmal ..	கோமல்.
Kondattūr ..	கொண்டத்தூர்.
Kondattūr (I) ..	கொண்டத்தூர்.
Kōnērirājapuram.	கோனேரிராஜ புரம்.
Kornād ..	கொறநாடு.
Korukkai ..	கொருக்கை.
Kottangudi (S. No. 147).	கொத்தங்குடி.
Kottangudi (S. No. 167).	கொத்தங்குடி.
Kōvangudi ..	கோவங்குடி.
Kshētrapālapuram.	க்ஷேத்திரபால புரம்.
Kulichchār ..	குழிச்சார்.
Kurichchi ..	குறிச்சி.
Kuttālam ..	குத்தாலம்.
Kuttālam (I) ..	குத்தாலம்.
Lakshmīnārāyanapuram (I).	லக்ஷ்மீநாராயண புரம்.

Madappuram ..	மடப்புரம்.
Mādirimangalam.	மாதிரிமங்கலம்.
Mahārājapuram ..	மகாராஜபுரம்.
Māmākudi ..	மாமாகுடி.
Manakkudi ..	மணக்குடி.
Manamōdu (S. No. 4).	மணமேடு.
Manamōdu (S. No. 97).	மணமேடு.
Māndai ..	மாந்தை
Manganallūr ..	மங்கநல்லூர்.
Mānikkappangu.	மாணிக்கப்பங்கு.
Mannampandal ..	மன்னம்பந்தல்.
Maraiyūr ..	மறையூர்.
Marudampallam ..	மருதம்பள்ளம்.
Maruttūr ..	மருத்தூர்.
Māttūr	மாத்தூர்.
Māyavaram ..	மாயவரம்.
Mēkkirimangalam	மேக்கிரிமங்கலம்.
Mēlaiyūr (S. No. 71).	மேலையூர்.
Mēlaiyūr (S. No. 131).	மேலையூர்.
Mēl Kalangan ..	மேல் கலங்கன்.
Mēl Nallūr ..	மேல் நல்லூர்.
Mēl Paruttikkudi.	மேல் பருத்திக்குடி
Mēl Perumpallam.	மேல் பெரும்பள்ளம்.
Mēmāttūr ..	மேமாத்தூர்.
Mōlaiyūr ..	மோழையூர்.
Mudikondanallūr (S. No. 3).	முடிகொண்டநல்லூர்.
Mudikondanallūr (S. No. 91).	முடிகொண்டநல்லூர்.
Mukkarambūr ..	முக்கரும்பூர்.
Murugamangalam.	முருகமங்கலம்.
Muttūr ..	முத்தூர்.
Mūvalūr ..	மூவலூர்.
Nadukkarai ..	நடுக்கரை.
Nakkambādi ..	நக்கம்பாடி.
Nallādai ..	நல்லாடை.
Nallattukkudi ..	நல்லத்துக்குடி.
Nallāvūr ..	நல்லாவூர்.
Namasivāyapuram.	நமச்சிவாயபுரம்.
Narasinganattam.	நரசிங்கநத்தம்.
Nattam ..	நத்தம்.
Neduvāsal ..	நெடுவாசல்.
Nīdūr ..	நீடூர்.
Pāgasālai ..	பாகசாலை.
Palaiyagūdalūr ..	பழையகூடலூர்.
Pālaiyūr ..	பாலையூர்.
Pandāravādai ..	பண்டாரவாடை.
Pandāravādai Māppadugai.	பண்டாரவாடை. மாப்படுகை.

Māyavaram Tālūk—cont. மாயவரம் தாலூகா—தொடர்ச்சி.

Pāndūr	பாண்டூர்.
Parasalūr	பரசலூர்.
Pattamangalam	பட்டமங்கலம்.
Pattavartti	பட்டவர்த்தி.
Perambūr	பெரம்பூர்.
Pērāvūr	பேராவூர்.
Perumālkōvil	பெருமாள் கோவில்.
Perunchēri	பெருஞ்சேரி.
Pillaipperumālnallūr.	பிள்ளைப்பெருமாள் நல்லூர்.
Ponmāsanallūr	பொன்மாசநல்லூர்.
Ponnūr	பொன்னூர்.
Poraiyār	பொறையார்.
Purambūr	புரம்பூர்.
Pudu Agrahāram (I).	புது அக்கிரகாரம்.
Rājasūryampēttai (I).	ராஜசூரியம்பேட்டை.
Rāmachandrankōvilpattu (I).	ராமசந்திரன் கோவில்பத்து.
Sāttangudi	சாத்தங்குடி.
Sēmangalam	சேமங்கலம்.
Sembanārkōvil	செம்பனார் கோவில்.
Sengudi	செங்குடி.
Senniyanallūr	சென்னியநல்லூர்.
Sēttūr (S. No. 12)	சேத்தூர்.
Sēttūr (S. No. 163).	சேத்தூர்.
Serudiyūr	செருதியூர்.
Sivanāragaram	சிவனாரகரம்.
Srīkanthapuram.	ஸ்ரீகண்டபுரம்.
Talaināyar	தலைநாயர்.
Talaiyudaiyavarkōvilpattu.	தலையுடையவர் கோவில்பத்து.
Tālanchēri	தாழஞ்சேரி.
Tattangudi	தத்தங்குடி.
Tillaiyādi	தில்லையாடி.
Tiruchchampalli.	திருச்சம்பள்ளி.
Tiruchchittambalam.	திருச்சித்தம்பலம்.
Tirukkadaiyūr	திருக்கடையூர்.
Tirukkalāchchēri.	திருக்களாச்சேரி.
Tirumananchēri	திருமணஞ்சேரி.
Tirumangalam	திருமங்கலம்.
Tirunālkondachchēri.	திருநாள்கொண்டச்சேரி
Tiruvāduturai	திருவாடுதுறை.
Tiruvālangādu	திருவாலங்காடு.
Tiruvālangādu (I).	திருவாலங்காடு.
Tiruvālapputtūr	திருவாளப்புத்தூர்
Tiruvidakkali	திருவிடக்கழி.
Tiruvilaiyāttam	திருவிளையாட்டம்.
Tiruvilandūr	திருவிழந்தூர்.
Toludālangudi	தொழுதாலங்குடி.
Tranquebar (Tarangambadi).	தரங்கம்பாடி.
Tulajēndrapuram (I).	துளஜேந்திரபுரம்.
Udaiyavarkōvilpattu.	உடையவர் கோவில்பத்து.
Uluttankuppai	உளுத்தங்குப்பை.
Umāmbālpuram (I).	உமாம்பாள்புரம்.
Uttirangudi	உத்திரங்குடி.
Valuvūr	வழுவூர்.
Vānādirājapuram.	வாணாதிராஜபுரம்.
Varadambattu	வரதம்பட்டு.
Vellālar Agaram.	வெள்ளாளர் அகரம்.
Vilāgam	விளாகம்.
Villiyanallūr (S. No. 22).	வில்லியநல்லூர்.
Villiyanallūr (S. No. 37).	வில்லியநல்லூர்.
Visalūr	விசலூர்.

Nannilam Tālūk. நன்னிலம் தாலூகா.

Abhivriddhīswaram.	அபிவிர்த்தீஸ்வரம்.
Achchutamangalam.	அச்சுதமங்கலம்.
Ādalaiyūr	ஆதலையூர்.
Adambār	அதம்பார்.
Adambār Ukkadai.	அதம்பார் உக்கடை.
Ādippuliyūr	ஆடிப்புலியூர்.
Agarakkondagai.	அகரக்கொந்தகை
Agara Ōhai	அகர ஓகை.
Agarattirumālam.	அகரத்திருமாளம்.
Agarattirunallūr.	அகரத்திரு நல்லூர்.
Akhilāndapuram. (I).	அகிலாண்டபுரம்.
Āladikkaruppūr.	ஆளடிக்கருப்பூர்.
Ālangudi	ஆலங்குடி.
Ālattūr (S.No.16).	ஆலத்தூர்.
Ālattūr (S No.51).	ஆலத்தூர்.
Ambal	அம்பல்.
Ammaiyappan	அம்மையப்பன்.
Ānaikkuppam	ஆனைக்குப்பம்.
Ānaivadapādi	ஆனைவடபாதி.
Annadānapuram.	அன்னதானபுரம்.
Annavāsal	அன்னவாசல்.
Anniyūr	அன்னியூர்.
Arasavanangādu.	அரசவனங்காடு.

NANNILAM TĀLŪK—cont. நன்னிலம் தாலூகா—தொடர்ச்சி.

Arasūr ..	அரசூர்.
Arumulittēvan ..	அருமுழித்தேவன்
Ārppār ..	ஆர்ப்பார்.
Attichōla-mangalam.	அத்திசோழ மங்கலம்.
Āykkudi ..	ஆய்க்குடி.
Ayyampēttai ..	அய்யம்பேட்டை.
Dēvarkandanallūr	தேவர்கண்ட நல்லூர்.
Dīpangudi ..	தீபங்குடி.
Ēnangudi ..	எனங்குடி
Enkan ..	எண்கண்.
Erukkāttūr ..	எருக்காட்டூர்.
Ērvādi ..	எர்வாடி.
Ettivālkkai (I) ..	எட்டிவாழ்க்கை.
Gōpurājapuram ..	கோபுராஜபுரம்.
Hariharapuram (I)	ஹரிஹரபுரம்.
Idaiyāttangudi ..	இடையாத்தங்குடி.
Ilaiyūr ..	இலையூர்.
Ilandaivananchēri (I)	இலந்தைவனஞ் சேரி.
Ilavangārkudi ..	இலவங்கார்குடி.
Iravānchēri ..	இரவாஞ்சேரி.
Kadagakkudi ..	கடகக்குடி.
Kadagam ..	கடகம்.
Kadalangudi ..	கடலங்குடி.
Kaduvangudi ..	கடுவங்குடி.
Kalattūr ..	களத்தூர்.
Kāliyākudi ..	காளியாகுடி.
Kallikkudi (I) ..	கள்ளிக்குடி.
Kamalāpuram ..	கமலாபுரம்.
Kamugakkudi ..	கமுகக்குடி.
Kandaramānik-kam.	கண்டரமாணிக் கம்.
Kangalānchēri ..	கங்களாஞ்சேரி.
Kankoduttavani-tam.	கண்கொடுத்த வணிதம்.
Kāppanāmanga-lam.	காப்பணாமங்கலம்.
Karaiyāppālaiyūr.	கரையாப்பாலையூர்.
Kāraiyūr ..	காரையூர்.
Kattumāvadi ..	கட்டுமாவடி.
Kāttūr ..	காட்டூர்.
Kāvanūr ..	காவனூர்.
Kayattūr ..	கயத்தூர்.
Kidāmangalam ..	கிடாமங்கலம்.
Kīl Pālaiyūr ..	கீழ் பாலையூர்.
Kīl Būdanūr ..	கீழ் பூதனூர்.
Kīl Tanjāvūr ..	கீழ் தஞ்சாவூர்.
Kīl Kudi ..	கீழ் குடி.
Killiyūr ..	கிள்ளியூர்.
Kīrangudi ..	கீரங்குடி.
Kīranūr ..	கீரனூர்.
Kollāpuram ..	கொல்லாபுரம்.
Kongarāyanallūr.	கொங்கராயநல் லூர்.
Kottamangalam ..	கொத்தமங்கலம்.
Kōttappādi ..	கோட்டப்பாடி.
Kottārakkudi ..	கொட்டாரக்குடி.
Kottavāsal ..	கொத்தவாசல்.
Kōttūr (S. No. 138).	கோட்டூர்.
Kōttūr (S.No. 35).	கோட்டூர்.
Kōviltirumālam.	கோவில் திருமா ளம்.
Krishnankōtta-gam.	கிருஷ்ணன்கோட் டகம்.
Kudavāsal ..	குடவாசல்.
Kulikkarai ..	குழிக்கரை.
Kumārakkudi ..	குமாரக்குடி.
Kūndalūr ..	கூந்தலூர்.
Kurungulam ..	குருங்குளம்.
Kuruvādi ..	குருவாடி.
Kuttālam ..	குத்தாலம்.
Kūttanūr (S. No. 22).	கூத்தனூர்.
Kūttanūr (S. No. 71).	கூத்தனூர்.
Kuvalaikkāl ..	குவளைக்கால்.
Mādirimangalam.	மாதிரிமங்கலம்.
Magilanchēri ..	மகிழஞ்சேரி.
Mahārājapuram.	மகாராஜபுரம்.
Manakkāl ..	மணக்கால்.
Manapparavai ..	மணப்பரவை.
Manavālampēttai.	மணவாளம்பேட் டை.
Manavālanallūr ..	மணவாளநல்லூர்
Māngudi ..	மாங்குடி.
Mānikkavāsagan-kattalai (I).	மாணிக்கவாசகன் கட்டளை.
Manjakkudi ..	மஞ்சக்குடி.
Marudavanchēri ..	மருதவஞ்சேரி.
Marungūr ..	மருங்கூர்.
Maruttuvakkudi.	மருத்துவக்குடி.
Mēl Ādichcha-mangalam.	மேல் ஆதிச்சமங் கலம்.
Mēl Pālaiyūr ..	மேல் பாலையூர்.
Mēl Būdanūr ..	மேல் பூதனூர்.
Mēl Rāmansētti ..	மேல் ராமன் சேத்தி.
Mēl Tirumadik-kunnam.	மேல் திருமதிக் குன்னம்.
Mēl Rādhānal-lūr.	மேல் ராதாநல் லூர்.
Mēnāngudi ..	மேனாங்குடி.
Mudikondān ..	முடிகொண்டான்.
Mukundanūr ..	முகுந்தனூர்.
Mūlamangalam ..	மூலமங்கலம்.
Mūlangudi ..	மூலங்குடி.
Mūngikkudi ..	மூங்கிக்குடி.
Musariyam ..	முசரியம்.
Nāgakkudi ..	நாகக்குடி.

NANNILAM TĀLŪK—cont. நன்னிலம் தாலுகா—தொடர்ச்சி.

Nālilonru ..	நாலிலொன்று.
Nallamāngudi ..	நல்லமாங்குடி.
Nannilam ..	நன்னிலம்.
Nāranamangalam.	நாரணமங்கலம்.
Nārāyanapuram (I).	நாராயணபுரம்.
Narimanam ..	நரிமணம்.
Nattuvākkudi ..	நட்டுவாக்குடி.
Nedunchēri ..	நெடுஞ்சேரி.
Nedungulam ..	நெடுங்குளம்.
Nemmēli ..	நெம்மேலி.
Neykkunram (I).	நெய்க்குன்றம்.
Neykkuppai (S. No. 117).	நெய்க்குப்பை.
Neykkuppai (S. No. 184).	நெய்க்குப்பை.
Neykkuppai (S. No. 156).	நெய்க்குப்பை.
Nīlakkudi ..	நீலக்குடி.
Pākkam (I) ..	பாக்கம்.
Pālaivāy (I) ..	பாலைவாய்.
Panangāttāngudi.	பனங்காட்டாங்குடி
Panangudi (S. No. 129).	பனங்குடி.
Panangudi (S. No. 150).	பனங்குடி.
Pandāravādai (S. No. 17).	பண்டாரவாடை.
Pandāravādai (S. No. 56).	பண்டாரவாடை.
Paravakkarai ..	பரவக்கரை.
Paruttiyūr (S. No. 96).	பருத்தியூர்.
Paruttiyūr (S. No. 116).	பருத்தியூர்.
Paruttiyūr (S. No. 221).	பருத்தியூர்.
Pattūr ..	பத்தூர்.
Pāvattakudi ..	பாவட்டகுடி.
Pēralam ..	பேரளம்.
Periyakannamangalam.	பெரியகண்ணமங்கலம்.
Perumālagaram..	பெருமாளகரம்.
Perumangalam ..	பெருமங்கலம்.
Perumpanniyūr ..	பெரும்பண்ணியூர்.
Perumpugalūr ..	பெரும்புகழூர்.
Perundarakkudi.	பெருந்தரக்குடி.
Pillāli ..	பில்லாலி.
Pillūr ..	பில்லூர்.
Pōlagam ..	போலகம்.
Pōlakkudi ..	போழக்குடி.
Ponmānattam (I).	பொன்மாநத்தம்.
Pratāparāmapuram.	பிரதாபராமபுரம்.
Pudukkadai ..	புதுக்கடை.

Pudukkudi (S. No. 91).	புதுக்குடி.
Pudukkudi (S. No. 103).	புதுக்குடி.
Pulavanallūr ..	புலவநல்லூர்.
Puliyanchēri ..	புளியஞ்சேரி.
Puliyūr (I) ..	புலியூர்.
Pūngudi (I) ..	பூங்குடி.
Pūngulam ..	பூங்குளம்.
Purakkudi ..	புரக்குடி.
Purasāttangudi (I)	புரசாத்தங்குடி.
Puttagaram ..	புத்தகரம்.
Rārāntimangalam.	ராராந்திமங்கலம்
Rettaikkudi ..	ரெட்டைக்குடி.
Salippēri ..	சலிப்பேரி.
Sakkaramangalam (I).	சக்கரமங்கலம்.
Sannānallūr ..	சன்னாநல்லூர்.
Sarabōjirājapuram.	சரபோஜிராஜபுரம்.
Sargunēswarapuram.	சர்குணேஸ்வரபுரம்.
Sēdinipuram ..	சேதினிபுரம்.
Sēgal ..	சேகல்.
Sellūr ..	செல்லூர்.
Sembangudi ..	செம்பங்குடி.
Sembangudi (I) .	செம்பங்குடி.
Sembiyanallur ..	செம்பியநல்லூர்.
Sēngālipuram ..	சேங்காலிபுரம்.
Sēnganūr ..	சேங்கனூர்.
Serukalattūr ..	செருகளத்தூர்.
Serugudi ..	செருகுடி.
Seruvalūr ..	செருவலூர்.
Sēshamūlai ..	சேஷமூலை.
Sīdakkamangalam.	சீதக்கமங்கலம்.
Simili ..	சிமிழி.
Sirupuliyūr ..	சிறுபுலியூர்.
Sittādi ..	சித்தாடி.
Sīyāttamangai ..	சீயாத்தமங்கை.
Srīvānjiyam ..	ஸ்ரீவாஞ்சியம்.
Suraikkāyūr ..	சுரைக்காயூர்.
Sūrakkudi ..	சூரக்குடி.
Subbayyansētti (near Sargunēswarapuram) (I).	சுப்பய்யன் சேத்தி (சர்குணேஸ்வரபுரத்திற்கு அருகாமை).
Subbayyansētti (near Pratāparāmapuram) (I).	சுப்பய்யன் சேத்தி (பிரதாபராமபுரத்திற்கு அருகாமை).
Talaiyūr ..	தலையூர்.
Tattāttimūlai ..	தட்டாத்திமூலை.
Tēdiyūr ..	தேதியூர்.
Tenkarai ..	தென்கரை.
Tenpidāgai ..	தென்பிடாகை.

NANNILAM TĀLŪK—cont. நன்னிலம் தாலூகா—தொடர்ச்சி.

Tiruppallimukkadal (I).	திருப்பள்ளிமுக்கடல்
Tiruchchangāttāngudi ..	திருச்சங்காட்டாங்குடி.
Tirukkalambūr ..	திருக்களம்பூர்.
Tirukkandīswaram.	திருக்கண்டீஸ்வரம்.
Tirukkannamangai.	திருக்கண்ணமங்கை.
Tirukkannapuram	திருக்கண்ணபுரம்.
Tirukkottāram ..	திருக்கொட்டாரம்.
Tirukkudi ..	திருக்குடி.
Tirumarugal ..	திருமருகல்.
Tirumichchiyūr.	திருமிச்சியூர்.
Tiruppāmburam.	திருப்பாம்புரம்.
Tiruppayattangudi.	திருப்பயத்தங்குடி.
Tiruppugalūr ..	திருப்புகலூர்.
Tiruvidachchēri ..	திருவிடச்சேரி.
Tiruvidavāsal ..	திருவிடவாசல்.
Tiruvilimalalai ..	திருவிழிமழலை.
Tittachchēri ..	திட்டச்சேரி.
Tittānimuttam ..	திட்டாணிமுத்தம்.
Turaiyūr ..	துறையூர்.
Tūttukkudi ..	தூத்துக்குடி.
Tyāgarājapuram.	தியாகராஜபுரம்.
Tyāgarājapuram (I)	தியாகராஜபுரம்.
Ubhayavēdāntapuram.	உபயவேதாந்தபுரம்.
Ūrkudi ..	ஊர்குடி.
Uttamachōlapuram	உத்தமசோழபுரம்
Uttirangudi ..	உத்திரங்குடி.
Vadakandam ..	வடகண்டம்.
Vadagarai ..	வடகரை.
Vadakkudi ..	வடக்குடி.
Vadamattam (I).	வடமட்டம்.
Vadavēr ..	வடவேர்.
Vadugakkudi ..	வடுகக்குடி.
Vadugakkudi (I).	வடுகக்குடி.
Valavanallūr ..	வளவநல்லூர்.
Vālkkai ..	வாழ்க்கை.
Vālkkudi ..	வாழ்க்குடி.
Vandēmpālai ..	வண்டாம்பாளை.
Vānjiyūr Kōvilpattu (I).	வாஞ்சியூர் கோவில்பத்து.
Vayalūr ..	வயலூர்.
Vēlangudi ..	வேலங்குடி.
Vellaiyadambār.	வெள்ளையதம்பார்.
Vidayapuram ..	விடயபுரம்.
Vīdividangan ..	வீதிவிடங்கன்.
Vikrapāndiyam ..	விக்ரபாண்டியம்.
Vilāgam ..	விளாகம்.
Virkudi ..	விற்குடி.
Vīravādi (I) ..	வீரவாடி.
Visalūr ..	விசலூர்.
Vishnupuram ..	விஷ்ணுபுரம்.
Viswanāthapuram.	விஸ்வநாதபுரம்.

NEGAPATAM TĀLŪK. நாகப்பட்டணம் தாலூகா.

Ābharanadhāri ..	ஆபரணதாரி.
Abhishēkakattalai (I).	அபிஷேககட்டளை.
Abhishēkanallūr (I).	அபிஷேகநல்லூர்.
Ādamangalam ..	ஆதமங்கலம்.
Adippuduchchēri.	அடிப்புதுச்சேரி.
Adiyakkamangalam.	அடியக்கமங்கலம்.
Agarakkadambanūr.	அகரக்கடம்பனூர்
Agara Orattūr ..	அகர ஓரத்தூர்.
Aivanallūr ..	ஐவநல்லூர்.
Akalankan ..	அகளங்கன்.
Akhilāndapuram (I).	அகிலாண்டபுரம்.
Ālangudi ..	ஆலங்குடி.
Ālangudi (I) ..	ஆலங்குடி.
Alivalam ..	அலிவலம்.
Āliyūr ..	ஆழியூர்.
Ammākattalai (I).	அம்மாகட்டளை.
Āmūr ..	ஆமூர்.
Ānaimangalam ..	ஆனைமங்கலம்.
Anaikkudi (I) ..	அணைக்குடி.
Anaikkudi (S. No. 75).	அணைக்குடி.
Anaikkudi (S. No. 119).	அணைக்குடி
Andanappēttai ..	அந்தணப்பேட்டை.
Āndagudi ..	ஆந்தகுடி.
Annavāsal (I) ..	அன்னவாசல்.
Aravindanāyakīpuram (I).	அரவிந்தநாயகிபுரம்
Arumolittēvan (I).	அருமொழித்தேவன்.
Attippuliyūr ..	அத்திப்புலியூர்.
Chinna Tumbūr ..	சின்ன தும்பூர்.
Chōlanganallūr (I)	சோழங்கநல்லூர்.
Chōlavidyāpuram.	சோழவித்தியாபுரம்.
Ettugudi (I) ..	எட்டுகுடி.
Ilankadambanūr (I).	இளங்கடம்பனூர்.
Iluppūr ..	இலுப்பூர்.
Iraiyānkudi ..	இறையான்குடி.
Iravānchēri ..	இரவாஞ்சேரி.
Irukkai ..	இருக்கை.
Īsanūr ..	ஈசனூர்.

NEGAPATAM TĀLŪK—cont. நாகப்பட்டணம் தாலூகா—தொடர்ச்சி.

Īswaravāsal (I)..	ஈஸ்வரவாசல்.
Jagannāthapuram (I).	ஜகந்நாதபுரம்.
Kadambarvālkkarai (I).	கடம்பர்வாழ்க்கரை.
Kaduvangudi ..	கடுவங்குடி.
Kākkalani ..	காக்கழனி.
Kallikkudi ..	கல்லிக்குடி.
Kalyānamahādēvi.	கலியாணமாஹாதேவி.
Kalyānasundarapuram	கலியாணசுந்தரபுரம்.
Kārappidāgai Terku Sētti.	காரப்பிடாகை தெற்கு சேத்தி.
Kārappidāgai Vadakku Sētti	காரப்பிடாகை வடக்கு சேத்தி.
Kārgudi ..	கார்குடி.
Karungaṇṇi ..	கருங்கண்ணி.
Karuvēlankadai..	கருவேலங்கடை.
Karuppūr (I) ..	கருப்பூர்.
Kīlaiyūr ..	கீழையூர்.
Kīl Kāvadukudi.	கீழ் காவதுகுடி.
Kīl Kūttankudi ..	கீழ் கூத்தனகுடி.
Kīl Nedungāttānkudi (I).	கீழ் நெடுங்காட்டான்குடி.
Kīl Padugai (I)..	கீழ் படுகை.
Kīl Pidāgai ..	கீழ் பிடாகை.
Kīl Rādhāvanachchēri (I).	கீழ் ராதாவனச்சேரி.
Kīl Valūr ..	கீழ் வளூர்.
Killukudi	கிள்ளுகுடி.
Kodiyālattūr ..	கொடியாலத்தூர்.
Kōhūr ..	கோஹூர்.
Kōttagam (I) ..	கோட்டகம்.
Kottārakkudi (I).	கொட்டாரக்குடி.
Kōvilpattu (I) ..	கோவில்பத்து.
Kōvilkannāppūr .	கோவில் கண்ணாப்பூர்.
Kōvilmūlaivēlūr (I).	கோவில்மூலைவேளூர்.
Kumarakattalai(I)	குமரகட்டளை.
Kunniyūr ..	குன்னியூர்.
Kūrattānkudi ..	கூரத்தான்குடி.
Kurichchi ..	குறிச்சி.
Kurukkatti ..	குருக்கத்தி.
Kurumanāngudi.	குருமணாங்குடி.
Kurumbēri (I) ..	குரும்பேரி.
Kūttūr ..	கூத்தூர்.
Madappuram ..	மடப்புரம்.
Mahādānam ..	மகாதானம்.
Manalūr (S.No.64)	மணலூர்.
Mānalūr (S. No. 105).	மாணலூர்.
Mangalanāyakīpuram (I).	மங்களநாயகிபுரம்.
Manjādi (I)	மஞ்சாடி.

Māngudi ..	மாங்குடி.
Mēl Nāgūr (I) ..	மேல நாகூர்.
Mēl Odiyattūr (I).	மேல் ஒதியத்தூர்
Mēl Vālaikkarai.	மேல் வாழைக்கரை.
Mīnamanallūr ..	மீனமநல்லூர்.
Mōhanūr ..	மோகனூர்
Musakkulam (I).	முசக்குளம்.
Nadappūr ..	நடப்பூர்.
Nāgore (Muttam).	நாகூர் (முட்டம்).
Nāngudi (I) ..	நாங்குடி.
Nāranamangalam	நாரணமங்கலம்.
Negapatam ..	நாகப்பட்டணம்.
Nelkuttagai Ālangudi (I).	நெல்குத்தகை ஆலங்குடி.
Nemmēli (I) ..	நெம்மேலி.
Nīlappādi (I) ..	நிலப்பாடி.
Ōdāchchēri ..	ஓடாச்சேரி.
Okkūr ..	ஓக்கூர்.
Orattūr ..	ஒரத்தூர்.
Ōttaittattai ..	ஓட்டைத்தட்டை.
Palaiyavalam ..	பழையவலம்.
Pālaiyūr ..	பாலையூர்.
Pālakkurichchi ..	பாலக்குறிச்சி.
Palavanakkudi ..	பழவனக்குடி.
Pallichchandam .	பள்ளிச்சந்தம்.
Pallichchandam(I)	பள்ளிச்சந்தம்.
Pallivāramangalam.	பள்ளிவாரமங்கலம்.
Pāmani (I) ..	பாமணி.
Pāppākōvil ..	பாப்பாகோவில்.
Pattamangalam.	பட்டமங்கலம்.
Periyanariyāngudi (I).	பெரியநரியாங்குடி.
Perunkadambanūr	பெருங்கடம்பனூர்
Perungudi .	பெருங்குடி.
Pichchaikkollai(I)	பிச்சைக்கொல்லை.
Pillūr (I) ..	பில்லூர்.
Pinnavāsal ..	பின்னவாசல்.
Pirānkudi (I) ..	பிரான்குடி.
Ponveli ..	பொன்வெளி.
Pratāparāmapuram.	பிரதாபராமபுரம்.
Puduchchēri ..	புதுச்சேரி.
Puduppattūr ..	புதுப்பத்தூர்.
Pudūr ..	புதூர்.
Pulivalam ..	புலிவலம்.
Puravachchēri ..	புரவச்சேரி.
Puttamangalam(I)	புத்தமங்கலம்.
Puttamangalam (I).	புத்தமங்கலம்.
Rādhāmangalam.	ராதாமங்கலம்.
Rādhānallūr ..	ராதாநல்லூர்.
Rādhānallūr (I)..	ராதாநல்லூர்.
Rāmagayai ..	ராமகயை.
Sāttiyakkudi ..	சாட்டியக்குடி.

NEGAPATAM TĀLUK—cont. நாகப்பட்டணம் தாலூகா—தொடர்ச்சி.

Saurirājankattalai (I).	சௌரிராஜன்கட்டளை.
Sayyid Valli Kargudichchēri (I).	சய்யித் வல்லி கார்குடிச்சேரி.
Sellūr (I)	செல்லூர்.
Sēmangalam	சேமங்கலம்.
Sembiyamāhādēvi.	செம்பியமகாதேவி.
Sengamangalam.	செங்கமங்கலம்
Serugudi	செருகுடி.
Serunallūr	செருநல்லூர்.
Sikār	சிகார்.
Sikkalpattu (I)	சிக்கல்பத்து.
Sikkil	சிக்கில்.
Sugandhankattalai (I).	சுகந்தன்கட்டளை.
Sundaravilāgam.	சுந்தரவிளாகம்.
Talaiyāmalai	தலையாமழை.
Tandalai	தண்டலை.
Tannilappādi	தன்னிலப்பாடி.
Tappalāmpuliyūr.	தப்பளாம்புலியூர்.
Tattangudi (I)	தத்தங்குடி.
Tēmangalam	தேமங்கலம்.
Tenmarudūr	தென்மருதூர்.
Terkuppanaiyūr.	தெற்குப்பனையூர்.
Terkkuppoyyūr	தெற்குப்பொய்யூர்
Tetti (I)	தெத்தி
Tēvūr	தேவூர்.
Tirukkannankudi.	திருக்கண்ணன்குடி.
Tirukkāravāsal	திருக்காரவாசல்.
Tirukkuvalai	திருக்குவளை.
Tiruneyppeyar	திருநெய்ப்பெயர்.
Tiruppakshikattalai (I).	திருப்பக்ஷிகட்டளை
Tiruppativilāgam (I).	திருப்பதிவிளாகம்.
Tiruppūndi (Kīl Sētti).	திருப்பூண்டி (கீழ் சேத்தி).
Tiruppūndi (Mēl Sētti).	திருப்பூண்டி (மேல் சேத்தி).
Tiruvādiraimangalam.	திருவாதிரைமங்கலம்.
Tiruvālūr Vadakku Sētti.	திருவாலூர் வடக்கு சேத்தி.
Tiruvālūr Terku Sētti.	திருவாலூர் தெற்கு சேத்தி.
Tiruvāymūr	திருவாய்மூர்
Tyāgarājapuram (I).	தியாகராஜபுரம்.
Umāmahēswarapuram.	உமாமகேஸ்வரபுரம்.
Vadagarai (S. No. 28).	வடகரை.
Vadagarai (S. No. 54).	வடகரை.
Vadakkālattūr	வடக்காலத்தூர்
Vadakkudi	வடக்குடி.
Vadakkudi (I).	வடக்குடி.
Vadakkuppanaiyūr.	வடக்குப்பனையூர்.
Vadakkuppoyyūr.	வடக்குப்பொய்யூர்.
Vadakkuveli (Ch. V, Bls. 217-218) (I).	வடக்குவெளி.
Vadakkuveli (Ch. V, Bl. 227) (I).	வடக்குவெளி.
Vadakkuveli (Ch. V, Bls. 250-252) (I).	வடக்குவெளி.
Vadakkuveli (Ch. V. Bl 266) (I).	வடக்குவெளி.
Vadakkuveli (Ch. V, Bl. 340) (I).	வடக்குவெளி.
Vadavūr	வடவூர்.
Vadugachchēri	வடுகச்சேரி.
Vaippūr	வைப்பூர்.
Vālakkarai	வாழக்கரை.
Valivalam	வலிவலம்.
Vallam	வல்லம்.
Vandalūr	வண்டலூர்.
Vanjiyūr	வஞ்சியூர்.
Vēlānganni	வேளாங்கண்ணி.
Vellappillaiyārkattalai (I).	வெள்ளப்பிள்ளையார்கட்டளை.
Venkatēswarapuram.	வெங்கடேசுவரபுரம்.
Vengidangal	வெங்கிடங்கல்.
Venmanachchēri	வெண்மணச்சேரி
Venmani	வெண்மணி.
Vēppanchēri	வேப்பஞ்சேரி.
Vēppattānkudi	வேப்பத்தான்குடி.
Vēttaikkāraniruppu.	வேட்டைக்காரனிருப்பு.
Vijayapuram	விஜயபுரம்.
Vilamal (I)	விளமல்.
Vilundamāvadi	விழுந்தமாவடி.

PĀPANĀSAM TĀLUK. பாபநாசம் தாலூகா.

Ādanūr	ஆதனூர்.
Ādichchamangalam.	ஆதிச்சமங்கலம்.
Aduturai (I)	ஆடுதுறை.
Agaramāngudi	அகரமாங்குடி.
Ālangudi (S.No.95)	ஆலங்குடி.
Ālangudi (S. No. 123).	ஆலங்குடி.
Alavandipuram.	அலவந்திபுரம்.
Amarāvati (I)	அமராவதி.
Andakkudi Tōttam (I).	அண்டக்குடிதோட்டம்.

Pāpanāsam Tālūk—cont. பாபநாசம் தாலூகா—தொடர்ச்சி.

Annappampēttai.	அன்னப்பம்பேட்டை.
Annikudi ..	அன்னிகுடி.
Aravattūr ..	அரவத்தூர்.
Aravūr ..	அராவூர்.
Arayapuram ..	அரயபுரம்.
Arayapuram Tatti māl Padugai (I)	அரயபுரம் தட்டி மால் படுகை.
Arundavapuram.	அருந்தவபுரம்.
Arumalaipēttai (I)	அருமலைப்பேட்டை.
Attūr Tōttam (I).	அத்தூர் தோட்டம்.
Avalivanallūr ..	அவளிவனல்லூர்.
Āvichchāvadi (I).	ஆவிச்சாவடி.
Āvūr ..	ஆவூர்.
Ayyampēttai (I).	அய்யம்பேட்டை.
Bhavāniyambāl puram (I)	பவானியம்பாள் புரம்.
Chandrasēkhara-puram.	சந்திரசேகரபுரம்.
Chittanvālūr ..	சித்தன்வாழூர்.
Dalavāypālaiyam (I).	தளவாய்பாளையம்.
Dēvarāyampēttai.	தேவராயம்பேட்டை.
Dīpāmbālpuram (I).	தீபாம்பாள்புரம்.
Ēri (I) ..	ஏரி.
Ganapati Agra-hāram (Manalūr) (I).	கணபதி அக்கிரகாரம் (மணலூர்).
Ganapati Agra-hāram (I)	கணபதி அக்கிரகாரம்.
Gōpirājapuram ..	கோபிராஜபுரம்.
Gōvindakudi ..	கோவிந்தகுடி.
Gōvindanāttuch-chēri.	கோவிந்தநாட்டு சேரி.
Haridwāramanga-lam.	ஹரித்துவாரமங்கலம்.
Ichchangudi (I).	ஈச்சங்குடி.
Idaiyiruppu ..	இடையிருப்பு.
Idakkudi ..	இடக்குடி.
Idaivākkudi ..	இடைவாக்குடி.
Iluppaikkōrai ..	இலுப்பைக்கோரை.
Jambugambāl-puram (I).	ஜம்புகம்பாள்புரம்
Jambugapuram.	ஜம்புகபுரம்.
Kadakadappai (Ananta Rao Peshwa Tōttam) (I).	கடகடப்பை (அனந்தராவ் பிஷ்வா தோட்டம்.
Kalanchēri ..	களஞ்சேரி.
Kalattūr ..	களத்தூர்.
Kampayanattam.	கம்பயநத்தம்.
Kāndāvanam (I).	காண்டாவனம்.
Kanditambattu (II Bit) (I).	கண்டிதம்பட்டு (2-வது பிட).
Kandiyūr ..	கண்டியூர்.
Kapistalam ..	கபிஸ்தலம்.
Kārmudukkutatti-mālpadugai (I).	கார்முடுக்குதட்டி மால்படுகை.
Karuppūr Padu-gai (I).	கருப்பூர் படுகை.
Kattirinattam (I)	கத்திரிநத்தம்
Kāttukkurichchi.	காட்டுக்குறிச்சி.
Kāvalūr ..	காவலூர்.
Kēttanūr ..	கேத்தனூர்.
Kīl Kōvilpattu ..	கீழ் கோவில்பத்து
Kīl Vadayal .	கீழ் வடயல்.
Kiliyūr ..	கிளியூர்.
Kiliyūr (I) ..	கிளியூர்.
Kondagai (I) ..	கொந்தகை.
Kottaiyūr ..	கொட்டையூர்.
Kottangudi ..	கொத்தங்குடி.
Kōvilāmpūndi (I).	கோவிலாம்பூண்டி
Kulichchappattu	குளிச்சப்பட்டு.
Kumilakkudi ..	குமிழக்குடி.
Kūnanchēri (I) ..	கூனஞ்சேரி.
Madagaram ..	மதகரம்.
Mahimālai (I) ..	மஹிமாலை.
Māligaittidal ..	மாளிகைத்திடல்
Manakkāl ..	மணக்கால்.
Manalūr ..	மணலூர்
Mānikkamangā-lam.	மாணிக்கமங்கலம்.
Mānōji Appāchā-vadi (I).	மானோஜி அப்பாசாவடி.
Maruttuvakkudi.	மருத்துவக்குடி.
Maruvattūr ..	மருவத்தூர்.
Māttūr ..	மாத்தூர்.
Mēl Kalakkudi ..	மேல் களக்குடி.
Mēl Kapistalam (I)	மேல் கபிஸ்தலம்
Mēl Semmangudi.	மேல் செம்மங்குடி
Mēl Vadayal ..	மேல் வடயல்.
Milattūr (1st sētti)	மிலட்டூர்.
Milattūr (2nd sētti)	மிலட்டூர்.
Milattūr (3rd sētti)	மிலட்டூர்.
Milattūr (4th sētti)	மிலட்டூர்.
Milattūr (5th sētti)	மிலட்டூர்.
Mūlālwānsēri ..	மூலாழ்வான்சேரி.
Muniyūr ..	முனியூர்.
Naduppadugai Kīlpādi (I).	நடுப்படுகை கீழ்பாதி.
Naduppadugai Mēlpādi (I).	நடுப்படுகை மேல் பாதி.
Nallambūr ..	நல்லம்பூர்.
Nallavanniyan-kudikkādu.	நல்லவன்னியன் குடிக்காடு.
Nallūr ..	நல்லூர்.
Nārattāngudi ..	நாரத்தாங்குடி.

PĀPANĀSAM TĀLŪK—cont. பாபநாசம் தாலூகா—தொடர்ச்சி.

Narasimhapuram (I).	நரசிம்மபுரம்.
Neduvāsal ..	நெடுவாசல்.
Nellichchēri (II Bit).	நெல்லிச்சேரி.
Nellittōppu ..	நெல்லித்தோப்பு.
Nemmēlikkudi ..	நெம்மேலிக்குடி.
Nemmelikkudi-padugai.	நெம்மேலிக்குடி படுகை.
Neydalūr ..	நெய்தலூர்.
Neykkunram ..	நெய்க்குன்றம்.
Ōlaippādi ..	ஓலைப்பாடி.
Ombattuvēli ..	ஒம்பத்துவேலி.
Pādagachchēri ..	பாடகச்சேரி.
Palliyūr ..	பள்ளியூர்.
Pandāravādai ..	பண்டாரவாடை.
Pāpanāsam ..	பாபநாசம்.
Pāppāgudi ..	பாப்பாகுடி.
Pasupatikōvil ..	பசுபதிகோவில்.
Payattanchēri (I).	பயத்தஞ்சேரி.
Perumākkanallūr.	பெருமாக்கநல்லூர்.
Perumālkōvil ..	பெருமாள் கோவில்.
Perungudi ..	பெருங்குடி.
Ponmānjanallūr ..	பொன்மாஞ்ச நல்லூர்.
Pulavanattam (S. No. 96).	புலவநத்தம்.
Pulavanattam (S. No. 124)	புலவநத்தம்.
Puliyakkudi (S. No 40).	புளியக்குடி.
Puliyakkudi (S. No. 137).	புளியக்குடி.
Pulimangalam (I).	புலிமங்கலம்.
Pullabūdangudi ..	புள்ளபூதங்குடி.
Punnaiyiruppu ..	புன்னையிருப்பு.
Pūndi ..	பூண்டி.
Pūntōttam .	பூந்தோட்டம்.
Purakkudi ..	புரக்குடி.
Puttūr ..	புத்தூர்.
Raghunātha-puram (S. No. 5).	ரகுநாதபுரம்.
Raghunātha-puram (S. No. 32).	ரகுநாதபுரம்.
Raghunātha-puram (S. No. 90).	ரகுநாதபுரம்.
Raghunātha-puram (S. No. 104).	ரகுநாதபுரம்.
Rājagiri ..	ராஜகிரி.

Rājēndranallur ..	ராஜேந்திரநல்லூர்.
Rāmānujapuram.	ராமானுஜபுரம்.
Ranganātha-puram.	ரங்கநாதபுரம்.
Rārāmuttiraikōt-tai.	ராராமுத்திரை கோட்டை.
Sadaiyangāl (I) ..	சடையங்கால்.
Sakkarāppalli (I).	சக்கராப்பள்ளி.
Sālābōgam ..	சாலாபோகம்.
Sāliyamangalam.	சாலியமங்கலம்.
Sarabhōjirāja-puram.	சரபோஜிராஜ புரம்.
Sāranattam ..	சாரநத்தம்.
Sarukkai ..	சருக்கை.
Sarukkaipadugai (I)	சருக்கைபடுகை.
Satyamangalam ..	சத்தியமங்கலம்.
Semmangudi ...	செம்மங்குடி.
Serumākkanallūr.	செருமாக்கநல்லூர்.
Singārampālai-yam (I).	சிங்காரம்பாளையம்
Sōmeswarapuram (I).	சோமேசுவரபுரம்.
Sūlamangalam (I Sētti).	சூலமங்கலம்.
Sūlamangalam (II Sētti).	சூலமங்கலம்.
Sūliyakkōttai (I).	சூலியக்கோட்டை.
Suraikkāyūr ..	சுரைக்காயூர்.
Tenkuvallaivēli ..	தென்குவள்ளை வேலி.
Terkupattam ..	தெற்குபட்டம்.
Tirukkarugāvūr.	திருக்கருகாவூர்.
Tirumandangudi.	திருமண்டங்குடி.
Tiruppālatturai (I).	திருப்பாலத்துறை.
Tiruppuvanam ..	திருப்புவனம்.
Tiruvaikāvūr ..	திருவைகாவூர்.
Tiruvaiyāttuk-kudi.	திருவையாத்துக் குடி.
Tiruvōnamanga-lam.	திருவோணமங்க லம்.
Toluvūr .	தொழுவூர்.
Turumbūr ..	துரும்பூர்.
Tyāgasamudram.	தியாகசமுத்திரம்.
Udāramangalam.	உதாரமங்கலம்.
Udāramangalat-tōttam (I).	உதாரமங்கலத் தோட்டம்.
Ukkadai ..	உக்கடை.
Ullikkadai (I) ..	உள்ளிக்கடை.
Umaiyālpuram (I).	உமையாள்புரம்.
Umbalappādi ..	உம்பளப்பாடி.

Pāpanāsam Tālūk—cont. பாபநாசம் தாலூகா—தொடர்ச்சி.

Uttamadānapuram.	உத்தமதானபுரம்.
Uttamanūr Padugai (I).	உத்தமனூர் படுகை.
Ūttukkādu ..	ஊத்துக்காடு.
Vadukkumāngudi	வடக்குமாங்குடி.
Vadakkuppattam	வடக்குப்பட்டம்.
Vadapādi ..	வடபாதி.
Vaiyachchēri ..	வையச்சேரி.
Valangimān ..	வலங்கிமான்.
Valattūr ..	வளத்தூர்
Valuttūr (I) ..	வழுத்தூர்.
Vēlangudi ..	வேலங்குடி.
Vēlūr ..	வேலூர்.
Vembakudi ..	வேம்பகுடி.
Vennukuditōttam (I).	வெண்ணுகுடி தோட்டம.
Vichitrarājapuram (I).	விசித்திரராஜபுரம்.
Viludiyūr (I) ..	விழுதியூர்.
Vīramangalam ..	வீரமங்கலம்.
Vīrāmāngudi ..	வீரமாங்குடி.
Vīrānam ..	வீராணம்.
Virūpākshīpuram.	விரூபாக்ஷிபுரம்.

Pattukkōttai Tālūk. பட்டுக்கோட்டை தாலூகா.

Adaikkatēvan (I).	அடைக்கதேவன்.
Adambai (Z) ..	அதம்பை.
Ādanakkōttai (Z).	ஆதனக்கோட்டை.
Ādanūr (I) ..	ஆதனூர்.
Adirāmpatnam or Pudukkōttai (I).	அதிராம்பட்டணம் அல்லது புதுக்கோட்டை.
Akkachchippatti (Z).	அக்கச்சிப்பட்டி.
Akkaraivattam (Z).	அக்கரைவட்டம்.
Akkaraivattam Ukkadai (I).	அக்கரைவட்டம் உக்கடை.
Āladikkumulai (I)	ஆலடிக்குமுளை.
Alagiyanāyakipuram (I)	அழகியநாயகிபுரம்
Alamadikkādu (I)	அலமதிக்காடு.
Ālampallam (I) ..	ஆலம்பள்ளம்.
Ālattūr ..	ஆலத்தூர்.
Alivalam (Z) ..	அலிவலம்.
Āmarasimhēndrapuram (I).	அமரஸிம்ஹேந்திரபுரம்.
Ambālpuram (I).	அம்பாள்புரம்.
Āmbalāppattu (Z).	ஆம்பளாப்பட்டு.
Ammaiyāndi (Z).	அம்மையாண்டி.
Ammangudi (Z).	அம்மங்குடி.
Ammanichattram (I)	அம்மணிசத்திரம்
Anaikkādu ..	அணைக்காடு.
Ānandavallīpuram (I).	ஆனந்தவல்லீபுரம்.
Anavayal (Z) ..	அணவயல்.
Anavayal (I) ..	அணவயல்.
Anantagōpālapuram (Z).	அனந்தகோபாலபுரம்.
Anantēswarapuram (I).	அனந்தேஸ்வரபுரம்.
Āndākkōttai (I) ..	ஆண்டாக்கோட்டை.
Andami (I) ..	அண்டமி.
Andanūr (Z) ..	அண்டனூர்.
Āndavarāyapuram.	ஆண்டவராயபுரம்
Āndikkādu (I) ..	ஆண்டிக்காடு.
Āndivayal (I) ..	ஆண்டிவயல்.
Araiyampatti (Z).	அரையம்பட்டி.
Araiyakulam (Z).	அரையகுளம்.
Aravampatti (Z).	அரவம்பட்டி.
Ariyakkuttitēvan (I).	அரியகுட்டிதேவன்.
Ariyamaraikkādu (I)	அரியமரைக்காடு.
Arumulai ..	அருமுளை.
Arunāchalapuram (Z).	அருணசலபுரம்.
Āttangaraividudi (Z).	ஆத்தங்கரைவிடுதி.
Āttālūr (I) ..	ஆத்தாளூர்.
Āttikkōttai (I) ..	ஆத்திக்கோட்டை.
Attivetti (Z) ..	அத்திவெட்டி.
Āvadaiyānikkōttai (I)	ஆவடையாணிக்கோட்டை.
Āvanam (Z) ..	ஆவணம்.
Āvadainallavijayapuram (Z).	ஆவடைநல்லவிஜயபுரம்.
Āvikkōttai (I) ..	ஆவிக்கோட்டை.
Āyāngudi (Z) ..	ஆயாங்குடி.
Ayirānivayal (Z).	அயிராணிவயல்.
Bālakrishnāpuram (I).	பாலகிருஷ்ணபுரம்
Bālāndakrishnāpuram (I).	பாலாண்டகிருஷ்ணபுரம்.
Bālāyi Agrahāram (Z)	பாலாயி அக்கிரகாரம்.
Bālōji Raghunātha Samudram (Z).	பாலோஜி ரகுநாத சமுத்திரம்.
Bānāvayal Ukkadai (I).	பாணவயல் உக்கடை.

PATTUKKŌTTAI TĀLUK—cont. பட்டுக்கோட்டை தாலூகா—தொடர்ச்சி.

Bandarpattanam (I).	பந்தர்பட்டணம்.
Bāvājikkōttai (Z).	பாவாஜிக்கோட்டை.
Chettivayal (I) ..	செட்டிவயல்.
Chettiyēndal (I).	செட்டியேந்தல்.
Chidambarapuram (Z).	சிதம்பரபுரம்.
Chinna Arasalām Karambai (I).	சின்ன அரசலாம் கரம்பை.
Chinna Āvadaiyār-kōvil (I).	சின்ன ஆவடையார் கோவில்.
Chinna Tāmaraiyāl (I).	சின்னதாமரையாள்.
Chittagattikōttai (I).	சித்தகத்திகோட்டை
Chittakanni ..	சித்தகண்ணி.
Chittakanni (Z)..	சித்தகண்ணி.
Chittāttikkādu (I).	சித்தாத்திக்காடு.
Chokkampatti (Z).	சொக்கம்பட்டி.
Chokkanāthapuram (I).	சொக்கனாதபுரம்.
Chokkanāvūr (I).	சொக்கனாவூர்.
Chōlagampatti (Z).	சோழகம்பட்டி.
Chōlagankudikkādu (Z).	சோழகன்குடிக்காடு.
Chōlaganārvayal (I).	சோழகனார்வயல்.
Chōlapuram (Z)..	சோழபுரம்.
Eduttanivayal (I).	எடுத்தணிவயல்.
Enādi (Z) ..	எனாதி.
Enādikarambai (I).	எனாதிகரம்பை.
Ennānīvayal (I)..	எண்ணானீவயல்.
Ēralivayal (I) ..	எரலிவயல்.
Ērippurakkarai (I).	எரிப்புரக்கரை.
Ettivayal (I) ..	எட்டிவயல்.
Ettippulikkādu (I).	எட்டிப்புளிக்காடு.
Gangādharapuram (I).	கங்காதரபுரம்.
Gōpālapuram (I).	கோபாலபுரம்.
Gōpālapuram (Z).	கோபாலபுரம்.
Gōpālasamudram (I)	கோபாலசமுத்திரம்.
Idaiyātti ..	இடையாத்தி.
Ilankādu (I) ..	இளங்காடு.
Irumagalēri (I) ..	இருமகளேரி.
Kādandakudi (I).	காடந்தகுடி.
Kāduvettividudi.	காடுவெட்டிவிடுதி.
Kailāsanāthapuram (I).	கைலாசனாதபுரம்.
Kaivinivayal Idaiyanvayal (I).	கைவினிவயல் இடையன்வயல்.
Kakkarai ..	கக்கரை.
Kakkarākōttai (Z).	கக்கராகோட்டை.
Kālagam (I) ..	காலகம்.
Kalakkamangalam (I).	கலக்கமங்கலம்.
Kalanikkōttai (I).	கழனிக்கோட்டை.
Kalanivāsal (I) ..	கழனிவாசல்.
Kalaniyāvayal (I)	கழனியாவயல்.
Kalattūr (Z) ..	களத்தூர்.
Kalichchankōttai (I).	கழிச்சன்கோட்டை.
Kalkulam (I) ..	கல்குளம்.
Kallākkōttai (Z).	கல்லாக்கோட்டை.
Kallankādu (I) ..	கள்ளன்காடு.
Kallāvayal Manavayal (I).	கள்ளாவயல் மணவயல்.
Kallivayal (I) ..	கள்ளிவயல்.
Kallūranikkādu (I).	கல்லூரணிக்காடு.
Kalugappulikkādu (I).	கழுகப்புளிக்காடு.
Kalyāna Ōdai ..	கலியாண ஓடை.
Kalyāna Rāmanāthapuram (I).	கலியாண ராமநாதபுரம்.
Kanakanvayal (I).	கனகன்வயல்.
Kaniyākurichchi.	கணியாகுறிச்சி.
Kannandangudi-Kīlaiyūr	கன்னந்தங்குடி கீழையூர்.
Kannigudi Kīlpādi.	கண்ணிகுடி கீழ்பாதி.
Kannigudi Mēlpādi.	கண்ணிகுடி மேல்பாதி.
Kannugudippatti (Z).	கண்ணுகுடிப்பட்டி.
Karaiyavidudi (Z).	கரையவிடுதி.
Karaiyanvayal (I)	கரையன்வயல்.
Karambakkādu (Z).	கரம்பக்காடு.
Karambakkādu (I)	கரம்பைக்காடு.
Karambiyam (Z).	கரம்பியம்.
Kārappankādu (I)	காரப்பன்காடு.
Kārgāvayal (I)..	கார்காவயல்.
Karisaivayal (I)..	கரிசைவயல்.
Karuppūr (I) ..	கருப்பூர்.
Kāsāngādu (I) ..	காசாங்காடு.
Kāsāngādu Ukkadai (I).	காசாங்காடு உக்கடை.
Kattayankādu (Z).	கட்டையன்காடு
Kattayankādu Ukkadai (I).	கட்டையன்காடு உக்கடை.
Kattirikkādu (Z).	கத்திரிக்காடு.
Kāttunāval (Z) ..	காட்டுநாவல்.

PATTUKKŌTTAI TĀLŪK—cont. பட்டுக்கோட்டை தாலுகா—தொடர்ச்சி.

Kāvālippatti ..	காவாலிப்பட்டி.
Kāvarāppattu ..	காவராப்பட்டு.
Kāyāvūr (Z) ..	காயாவூர்.
Kīl Kurichichi (I)	கீழ்குறிச்சி.
Kīl Mangalam (Z)	கீழ்மங்கலம்.
Kīl Vijayapuram (I).	கீழ்விஜயபுரம்.
Kīl Vannippattu (I).	கீழ்வன்னிப்பட்டு.
Kīramangalam (Z).	கீரமங்கலம்.
Kodivayal (I)	கொடிவயல்.
Koduvayalpālavayal (I).	கொடுவயல்பாலவயல்.
Kodiyālam (I) ..	கொடியாலம்.
Kollampatti (Z) ..	கொல்லம்பட்டி.
Kollan Karambai (I).	கொல்லன்கரம்பை.
Kollukkādu (I) ..	கொள்ளுக்காடு.
Kollukkādu (Z) ..	கொள்ளுக்காடு.
Kōmapuram (Z) ..	கோமாபுரம்.
Kondikulam ..	கொண்டிகுளம்.
Kōrampatti (Z) ..	கோரம்பட்டி.
Korattūr (Z) ..	கொரட்டூர்.
Korattūr Ukkadai (I).	கொரட்டூர் உக்கடை.
Korattūr Ukkadai (Z).	கொரட்டூர் உக்கடை.
Kōttagam (Z) ..	கோட்டகம்.
Kōttagappatti (Z).	கோட்டகப்பட்டி.
Kōttaikkadu (I).	கோட்டைக்காடு.
Kottamangalam (Z).	கொத்தமங்கலம்.
Kōvilūr ..	கோவிலூர்.
Kōvilūr (Z) ..	கோவிலூர்.
Krishnapuram (Ch. I, Bl. 11) (I).	கிருஷ்ணபுரம்.
Krishnapuram (Ch. IV, Bls. 97 to 99) (I).	கிருஷ்ணபுரம்.
Kūgaikulam (Z).	கூகைகுளம்.
Kulakkudi ..	குளக்குடி.
Kulamangalam (Z).	குளமங்கலம்.
Kulattūr (Z) ..	குளத்தூர்.
Kuppattēvan (I).	குப்பத்தேவன்.
Kurichchi (I) ..	குறிச்சி.
Kurukkalvayal (I).	குருக்கள்வயல்.
Kurundampatti (I).	குருந்தம்பட்டி.
Kuruvikkarambai (I).	குருவிக்கரம்பை.
Kūttadivayal (I).	கூத்தாடிவயல்.
Lakshmīnarasimhapuram.	லக்ஷ்மீநரசிம்மபுரம்.
Lakshmīnārāyanapuram (I).	லக்ஷ்மீநாராயணபுரம்.
Madampattavūr (I).	மாடம்பட்டவூர்.
Madattikkadu (I).	மடத்திக்காடு.
Madukkūr (Z) ..	மதுக்கூர்.
Madurabhashinipuram (I).	மதுரபாஷிணிபுரம்.
Magilankōttai (I).	மகிழன்கோட்டை.
Magilankōttai Ukkadai Ērip purakkarai (I).	மகிழன்கோட்டை உக்கடை ஏரிப்புறக்கரை.
Mahadēvapuram (I).	மகாதேவபுரம்.
Maharajasamudram (I).	மகாராஜசமுத்திரம்.
Malliyanattam (Z).	மல்லியநத்தம்.
Manakkadu (I) ..	மணக்காடு.
Mandalakkōttai (Z).	மண்டலக்கோட்டை.
Manganūr (Z) ..	மங்கனூர்.
Mangalanadu (I).	மங்களநாடு.
Manivilān (I) ..	மணிவிளான்.
Manjampatti (Z).	மஞ்சம்பட்டி.
Manjappēttai (Z).	மஞ்சப்பேட்டை.
Mannankadu (I).	மன்னன்காடு.
Marakkā Valasai (I).	மரக்கா வலசை.
Maravanvayal (Ch. IV, Bl. 337) (I).	மரவன்வயல்.
Maravanvayal (Ch. III, Bl. 450) (I).	மரவன்வயல்.
Marudangāvayal (I).	மருதங்காவயல்.
Marungappallam (I).	மருங்கப்பள்ளம்.
Marungurini (Z).	மருங்குரிணி.
Marutipattanam (I).	மாருதிபட்டணம்.
Mattangal (Z) ..	மட்டங்கால்.
Mavadukurichchi (I).	மாவடுகுறிச்சி.
Medayakollai (I).	மெடயகொல்லை.
Mēl Vannippattu (I).	மேல்வன்னிப்பட்டு.
Meykidipatti (Z).	மெய்கிடிபட்டி.
Meyyanvayal (I).	மெய்யன்வயல்.
Mōgūr (I) ..	மோகூர்.

PATTUKKŌTTAI TĀLŪK—cont. பட்டுக்கோட்டைத் தாலுகா—தொடர்ச்சி.

Mōhanūr (Z) .. மோகனூர்.
Mottai Udaiyan (I) மொட்டை உடையான்.
Mudachchēri (I). முதச்சேரி.
Mudachchikkadu (I). முடச்சிக்காடு.
Mudappulikkadu. முடப்புளிக்காடு.
Mudukadu (I) .. முதுகாடு.
Mudukulam (Z).. முதுகுளம்.
Mudukkuvayal (I). முடுக்குவயல்.
Mullūr (I) .. முள்ளூர்.
Musiri (I) .. முசிரி.
Muttākurichchi. முத்தாகுறிச்சி.
Muttiyapuram (I). முத்தியபுரம்.
Nāchchinavayal (Z). நாச்சினவயல்.
Nādiyam (I) .. நாடியம்.
Nādiyambalpuram (I). நாடியம்பாள்புரம்.
Naduvikkōttai .. நடுவிக்கோட்டை.
Naduppatti (Z) .. நடுப்பட்டி.
Naduvikkurichchi (I). நடுவிக்குறிச்சி.
Nagaram (Z) .. நகரம்.
Nalkandapatti (I). நல்கண்டபட்டி.
Nambivayal .. நம்பிவயல்.
Namburānpatti (Z). நம்புரான்பட்டி.
Nannavayal (I) .. நன்னவயல்.
Narasingapuram (I). நரசிங்கபுரம்.
Nāttānikkōttai(I). நாட்டாணிக்கோட்டை.
Nāttuchchālai (I). நாட்டுச்சாலை.
Nāyagattivayal (I). நாயகத்திவயல்.
Nayinānkulam (I). நயினாங்குளம்.
Neduvāsal Kīlpādi. நெடுவாசல் கீழ்பாதி.
Neduvāsal Mēlpadi. நெடுவாசல் மேல்பாதி.
Nelliyadikkādu (I). நெல்லியடிக்காடு.
Nemmēli Tippiyakkudi (Z). நெம்மேலி திப்பியக்குடி.
Nemmēli (I) .. நெம்மேலி.
Neppugai (Z) .. நெப்புகை.
Neyvēli Tenpādi. நெய்வேலி தென்பாதி.
Neyvēli Vadapadi நெய்வேலி வடபாதி.
Neyvavidudi (I).. நெய்வவிடுதி.
Nīlakantapillaiyarēndal (I). நீலகண்டபிள்ளையாரேந்தல்.
Nisambūr (I) .. நிசம்பூர்.
Ogandānguli (Z). ஓகந்தாங்குழி.
Okkanādu Kīlaiyūr. ஒக்கநாடு கீழையூர்.
Okkanādu Mēlaiyūr. ஒக்கநாடு மேலையூர்.
Okkanādutōttam (I). ஒக்கநாடு தோட்டம்.
Ulaiyakkunram (I). உலையக்குன்றம்.
Ottangādu (I) .. ஒட்டங்காடு.
Ottangādu Ukkadai (I). ஒட்டங்காடு உக்கடை.
Pachchiyūr (Z) .. பச்சியூர்.
Padappanavayal (I). படப்பனவயல்.
Pādirankōttai (Z). பாதிரங்கோட்டை.
Padirivayal (Z) .. பாதிரிவயல்.
Paingāl Ukkadai (Z). பைங்கால் உக்கடை.
Paingattuvayal (I). பைங்காட்டுவயல்.
Palaiyagandharvakōttai (Z). பழையகந்தர்வகோட்டை.
Pālamputtūr .. பாளம்புத்தூர்.
Pālachchērikkadu (I). பாலச்சேரிக்காடு.
Palaiyanagaram (I). பழையநகரம்.
Pālamutti (I) .. பாளமுத்தி.
Palanjūr (I) .. பழஞ்சூர்.
Pālattali (Z) .. பாலத்தளி.
Palavērikkādu (Z). பழவேரிக்காடு.
Pallattūr (I) .. பள்ளத்தூர்.
Pallavarānpatti (Z). பள்ளவரான்பட்டி.
Pallikondān (I) .. பள்ளிகொண்டான்.
Palli Ōdaivayal (I). பள்ளி ஓடைவயல்.
Palukkādu (I) .. பழுக்காடு.
Pāmbāttivayal (I). பாம்பாட்டிவயல்.
Panancheri (I) .. பனஞ்சேரி.
Panangulam (I).. பனங்குளம்.
Panangulam (Z). பனங்குளம்.

PATTUKKŌTTAI TĀLUK—cont. பட்டுக்கோட்டை தாலுகா—தொடர்ச்சி.

Panchanadipuram (I).	பஞ்சநதிபுரம்.
Pāndipalamanaikkādu (Z) ..	பாண்டிபழமனைக்காடு.
Panduvakōttai (Z)	பண்டுவகோட்டை.
Pannaivayal (I)..	பண்ணைவயல்.
Pannikkondānvidudi.	பண்ணிக்கொண்டான்விடுதி.
Pannivīran Tēvadiyalvayal (I).	பண்ணிவீரன் தேவடியாள்வயல்.
Pāppāveli Pālaiyakkōttai (I).	பாப்பாவெளி பாளையக்கோட்டை.
Parakkalakōttai (I).	பரக்கலகோட்டை.
Parasurāmanēndal (I).	பரசுராமனேந்தல்.
Paravattūr (I) ..	பரவத்தூர்.
Parayanvayal (I).	பறையன்வயல்.
Parukkaividudi (Z).	பருக்கைவிடுதி.
Pattankādu (I) ..	பட்டங்காடு.
Pattikkādu (I) ..	பட்டிக்காடு.
Pattukkōttai ..	பட்டுக்கோட்டை.
Pēkkarumbankōttai.	பேக்கரும்பங்கோட்டை.
Pērāvūrani (I) ..	பேராவூரணி.
Perichchivanniyanpatti (Z).	பெரிச்சிவன்னியன்பட்டி.
Periyakattikōttai (I).	பெரியகத்திகோட்டை.
Periyakōttai ..	பெரியகோட்டை.
Periyakōttai (Z).	பெரியகோட்டை.
Periyanāyakipuram (I).	பெரியநாயகிபுரம்.
Perumagalūr Tenpādi.	பெருமகளூர் தென்பாதி.
Perumagalur Vadapādi.	பெருமகளூர் வடபாதி.
Pettanāchchivayal (I).	பெத்தநாச்சிவயல்.
Pidārikkādu (I)..	பிடாரிக்காடு.
Pillānkuli (I) ..	பில்லான்குழி.
Pinnaiyūr (Z) ..	பின்னையூர்.
Pinnavāsal Tenpādi.	பின்னவாசல் தென்பாதி.
Pinnavāsal Vadapādi.	பின்னவாசல் வடபாதி.
Pisānattūr ..	பிசானத்தூர்.
Pisānattūr Ukkadai (I).	பிசானத்தூர் உக்கடை.
Ponnavarāyankōttai.	பொன்னவராயன்கோட்டை.
Ponnavarāyankōttai Ukkadai (I)	பொன்னவராயன்கோட்டை உக்கடை.
Pōttamvidudi Krishnāpuram (Z).	போட்டம்விடுதி கிருஷ்ணபுரம்.
Poyyundākōttai (Z)	பொய்யுண்டாகோட்டை.
Poyyundākudikkādu (Z).	பொய்யுண்டாகுடிக்காடு.
Pudirivayal (I) ..	புதிரிவயல்.
Pudukkōttagam (I).	புதுக்கோட்டகம்.
Pudukkōttai Ullūr (I).	புதுக்கோட்டை உள்ளூர்.
Pudukkudi (Z) ..	புதுக்குடி.
Puduppattanam ..	புதுப்பட்டணம்.
Puduppatti (Z) ..	புதுப்பட்டி.
Pudūr ..	புதூர்.
Pukkarambai (I).	புக்கரம்பை.
Pulavankādu ..	புலவன்காடு.
Pūlānkanni (I) ..	பூலாங்கண்ணி.
Pūlānkollai (I) ..	பூலாங்கொல்லை.
Pulavanji (I) ..	புலவஞ்சி.
Pulichchankādu (I).	புளிச்சங்காடு.
Puliyakkudi (I) .	புளியக்குடி.
Puliyakkudiyān (Z).	புளியக்குடியான்.
Punakkulam (Z).	புனக்குளம்.
Punavāsal (Z) ..	புனவாசல்.
Pūnaikuttikkādu (I).	பூனைகுத்திக்காடு.
Pūngudikkādu (No. 1).	பூங்குடிக்காடு.
Pūngudikkādu ..	பூங்குடிக்காடு.
Purasūrāni (I) ..	புரசூரணி.
Purushōttamapuram (I).	புருஷோத்தமபுரம்.
Pūvalūr (Z) ..	பூவலூர்.
Pūvānam (I) ..	பூவானம்.
Pūvattūr ..	பூவத்தூர்.
Raghunāthapuram.	ரகுநாதபுரம்.
Raghunāthasamudram (Z).	ரகுநாதசமுத்திரம்.
Raghunāyakipuram (I).	ரகுநாயகிபுரம்.
Raghurāmasamudram (Z).	ரகுராமசமுத்திரம்.
Rājāmatam (I) ..	ராஜாமடம்
Rāmachandrapuram (I).	ராமசந்திரபுரம்.
Rāmāmbālpuram (Z).	ராமாம்பாள்புரம்.
Rāmāpuram (Z).	ராமாபுரம்.

PATTUKKŌTTAI TĀLUK—cont. பட்டுக்கோட்டை தாலூகா—தொடர்ச்சி.

Rāmānujapuram (I).	ராமானுஜபுரம்.
Ranganāyakīpuram (I).	ரங்கநாயகிபுரம்.
Rāvuttanvayal (I).	ராவுத்தன்வயல்.
Rendāmpulikkādu (I).	ரெண்டாம்புளிக்காடு.
Rettaivayal (Z) ..	ரெட்டைவயல்.
Rettaivayal Ukkadai (I).	ரெட்டைவயல் உக்கடை.
Rettaivayal Ukkadai (Z).	ரெட்டைவயல் உக்கடை.
Rudrachintāmani (I).	ருத்திரசிந்தாமணி.
Sānākkarai (I) ..	சாணுக்கரை.
Sāndāmpēttai (I).	சாந்தாம்பேட்டை.
Sāndānkādu (I) ..	சாந்தாங்காடு.
Sankaranārkudikkādu (Z).	சங்கரனார்குடிக்காடு.
Saundaranāyakipuram (Ch. I, Bl. 196) (I).	சௌந்தரநாயகிபுரம்.
Saundaranāyakipuram (Ch. IV, Bls. 165 to 167) (I).	சௌந்தரநாயகிபுரம்.
Saundarēswarapuram.	சௌந்தரேஸ்வரபுரம்.
Sembaippallivāsal (I).	செம்பைப்பள்ளிவாசல்.
Sembaippattanam	செம்பைப்பட்டணம்.
Sembālūr (I) ..	செம்பாளூர்.
Sēndangudi (Z) ..	சேந்தங்குடி.
Sēndankādu ..	சேந்தங்காடு.
Sēndākōttai (I) ..	சேந்தாகோட்டை.
Sendalaippattanam (I).	செந்தலைப்பட்டணம்.
Sendalaivayal (I).	செந்தலைவயல்.
Sengānvidudi (Z).	செங்கான்விடுதி.
Sengamangalam (I).	செங்கமங்கலம்.
Senniyavidudi (Z).	சென்னியவிடுதி.
Senniyavidudi Ukkadai Krishnāpuram (Z).	சென்னியவிடுதி உக்கடை கிருஷ்ணபுரம்.
Seriyālūr (I) ..	செரியாலூர்.
Sētubāvā Chattram (I).	சேதுபாவா சத்திரம்.
Sevandāmpatti (Z).	செவந்தாம்பட்டி.
Seviyarkudikkādu (Z).	செவியர்குடிக்காடு.
Sīgangādu (I) ..	சீகங்காடு.
Sillattūr (Z) ..	சில்லத்தூர்.
Siramēlkudi (Z).	சிரமேல்குடி.
Siriyalūr (Z) ..	சிரியலூர்.
Siriyalūr Ukkadai Karambakkādu (I).	சிரியலூர் உக்கடை கரம்பக்காடு.
Siruvālakkādu (I).	சிறுவாலக்காடு.
Siruvāvidudi Tenpādi.	சிறுவாவிடுதி தென்பாதி.
Siruvāvidudi Ukkadai Krishnāpuram (I).	சிறுவாவிடுதி உக்கடை கிருஷ்ணபுரம்.
Siruvāvidudi Vadapādi.	சிறுவாவிடுதி வடபாதி.
Sivapuram (Z) ..	சிவபுரம்.
Sōlaikkādu ..	சோலைக்காடு.
Sorikkarambai (I).	சொரிக்கரம்பை.
Sornakkādu (I) ..	சொர்ணக்காடு.
Sukranpatti (I) ..	சுக்கிரன்பட்டி.
Sundampatti (Z).	சுந்தம்பட்டி.
Sūrappallam (I) ..	சூரப்பள்ளம்.
Sūryanārāyanapuram (I).	சூரியநாராயணபுரம்.
Tālanvayal (I) ..	தாழன்வயல்.
Taligaividudi (I).	தளிகைவிடுதி.
Taligaividudi Krishnāpuram (Z).	தளிகைவிடுதி கிருஷ்ணபுரம்.
Talikkōttai (I) ..	தளிக்கோட்டை.
Tāmarankōttai (I).	தாமரங்கோட்டை.
Tambikkinallavan kōttai Maravakkādu (I).	தம்பிக்கிநல்லவன் கோட்டை மரவக்காடு.
Tambikkinallavan kottai Mēlkādu (I).	தம்பிக்கிநல்லவன் கோட்டை மேல்காடு.
Tambikkinallavan kōttai Vadakādu (I).	தம்பிக்கிநல்லவன் கோட்டை வடகாடு.
Tandāmarakkādu (I).	தண்டாமரக்காடு.
Tekkūr (Z) ..	தெக்கூர்.
Telungankudikkādu.	தெலுங்கன்குடிக்காடு.
Tennangudi ..	தென்னங்குடி.
Terkukkōttai (Z).	தெற்குக்கோட்டை.
Terkuvāndānvidudi (Z).	தெற்குவாண்டான்விடுதி.
Tinnākulam (Z) ..	தின்னகுளம்.
Tiruchchittambalam (I).	திருச்சித்தம்பலம்.

PATTUKKŌTTAI TĀLUK—cont. பட்டுக்கோட்டை தாலூகா—தொடர்ச்சி.

Tirumangalakkōttai Kīlaiyūr	திருமங்கலக்கோட்டை கீழையூர்.
Tirumangalakkōttai Mēlaiyūr.	திருமங்கலக்கோட்டை மேலையூர்.
Tirumēnināthapuram (I).	திருமேனிநாதபுரம்.
Tirunallūr (Z) ..	திருநல்லூர்.
Tiruvattēvan (I).	திருவத்தேவன்.
Tittagudi (I) ..	திட்டகுடி.
Tokkālikkādu (I).	தொக்காலிக்காடு.
Tondipulikkādu (I).	தொண்டி புளிக்காடு.
Tondarāmbattu ..	தொண்டராம்பட்டு.
Tōppuvidudi ..	தோப்புவிடுதி.
Tulukkanvayal (I).	துலுக்கன்வயல்.
Tuvār .	துவார்.
Turaiyūr (I) ..	துறையூர்.
Tūrānkudi (I) ..	தூராங்குடி.
Turavikkādu (I).	துரவிக்காடு.
Turusippatti (Z).	துருசிப்பட்டி.
Tuvaramadai (I).	துவரமடை.
Tuvarangurichchi (I).	துவரங்குறிச்சி.
Udayamudaiyān (I).	உதயமுடையான்.
Ulagāmbālpuram (I).	உலகாம்பாள்புரம்.
Ūmattanadu Odaiyānādu (I).	ஊமத்தநாடு ஒடையாநாடு.
Unjividudi ..	உஞ்சிவிடுதி.
Urumanēndal (I).	உருமனேந்தல்.
Vadakkukkōttai (Ch. I, Bls. 284, 285) (Z).	வடக்குக்கோட்டை.
Vadakkukkōttai (Ch. VIII, Bls. 273 and 274) (Z).	வடக்குக்கோட்டை.
Vadakkūr (Z) ..	வடக்கூர்.
Vadamukhamtāngi (Z).	வடமுகம்தாங்கி.
Vadasēri (I) ..	வடசேரி.
Vādikkādu (Z) ..	வாடிக்காடு.
Vadugappatti (Z).	வடுகப்பட்டி.
Vadugankuttagai (I).	வடுகன்குத்தகை.
Vairavanāthapuram (Z).	வைரவநாதபுரம்.
Valabrahmankādu (I).	வலபிரமன்காடு.
Valaiyanvayal ..	வலையன்வயல்.
Valaiyanvayal (Ch. VII, Bl. 245) (I).	வலையன்வயல்.
Valaiyanvayal (I).	வலையன்வயல்.
Valliadikkādu (I).	வள்ளியடிக்காடு.
Valutalaivattam (I).	வழுதலைவட்டம்.
Vāndāmpatti (Z).	வாண்டாம்பட்டி.
Vāsudēvapuram (Z).	வாசுதேவபுரம்.
Vāttāgudi ..	வாட்டாகுடி.
Vāttāgudi Ukkadai (I).	வாட்டாகுடி உக்கடை.
Vattakulappatti (Z).	வட்டகுளப்பட்டி.
Vāttāttikkōttai (Z).	வாட்டாத்திக்கோட்டை.
Vāttāttikkōttai Ukkadai Bhīmapuram (I).	வாட்டாத்திக்கோட்டை உக்கடை பீமபுரம்.
Vāvilānvayal (I).	வாவிளான்வயல்.
Vāyttalaikkādu (I).	வாய்த்தலைக்காடு.
Vēdanāyakīpuram (Z).	வேதநாயகீபுரம்.
Vēdavijayapuram (Z).	வேதவிஜயபுரம்.
Vēlāvadippatti (Z).	வேலாவடிப்பட்டி.
Velivayal (I) ..	வெளிவயல்.
Vellālankādu (I).	வெள்ளாளன்காடு.
Vellālavidudi (Z).	வெள்ளாளவிடுதி.
Vellippatti (Z) ..	வெள்ளிப்பட்டி.
Vellūr (Z) ..	வெள்ளூர்.
Vēmbankudi (Z).	வேம்பன்குடி.
Vēmbanpatti (Z).	வேம்பன்பட்டி.
Vēndākōttai (I) ..	வேண்டாகோட்டை.
Vengarai (Z) ..	வெங்கரை.
Vēppankulam ..	வேப்பங்குளம்.
Vēppangādu Ukkadai (I).	வேப்பங்காடு உக்கடை.
Vettuvākkōttai ..	வெட்டுவாகோட்டை.
Vikramam (Z) ..	விக்ரமம்.
Vijayapuram (I).	விஜயபுரம்.
Vilāngulam (I) ..	விளாங்குளம்.
Villunivayal (I)..	வில்லுனிவயல்.
Vināyakapuram (Z).	விநாயகபுரம்.
Vīradippatti (Z).	வீரடிப்பட்டி.
Vīrakkudi (Z) ..	வீரக்குடி.
Vīrakkurichchi ..	வீரக்குறிச்சி.
Vīrāttālvayal (I).	வீராத்தாள்வயல்.
Vīriyankōttai (I).	வீரியன்கோட்டை.
Yōganāyakipuram (Z).	யோகநாயகிபுரம்.

Shīyāli Tāluk. சீயாழி தாலூகா.

Āchchālpuram ..	ஆச்சாள்புரம்.
Agani ..	அகணி.
Agara Elatūr ..	அகர எலத்தூர்.
Agarapperuntōttam.	அகரப்பெருந்தோட்டம்.
Agarattirukkōlakkāl.	அகரத்திருக்கோலக்கால்.
Agaravattāram ..	அகரவட்டாரம்.
Ālakkudi ..	ஆலக்குடி.
Ālālasundaram ..	ஆலாலசுந்தரம்.
Ālangādu ...	ஆலங்காடு.
Ārappallam ..	ஆரப்பள்ளம்.
Arasūr ..	அரசூர்.
Ārappākkam ..	ஆரப்பாக்கம்.
Attiyūr ..	அத்தியூர்.
Chidambaranāthapuram.	சிதம்பரநாதபுரம்.
Ēkōjimahārājapuram (I).	ஏகோஜிமகாராஜபுரம்.
Erukkūr ..	எருக்கூர்.
Gōpālasamudram.	கோபாலசமுத்திரம்.
Idaikkudi Vadapādi.	இடைக்குடி வடபாதி.
Idaimanal ..	இடைமணல்.
Kadavāsal ..	கடவாசல்.
Kadirāmangalam.	கதிராமங்கலம்.
Kaivilānchēri ..	கைவிளாஞ்சேரி.
Kannapirānadi ..	கண்ணபிரானடி.
Kanniyākudi ..	கண்ணியாகுடி
Kāraimēdu ..	காரைமேடு.
Kārkōvil ..	கார்கோவில்.
Kārsētti (I) ..	கார்சேத்தி.
Kāttiyānirupp̄u ..	காத்தியானிருப்பு.
Kāttūr ..	காட்டூர்.
Kīlaiyūr	கீழையூர்.
Kīl Māttūr ..	கீழ் மாத்தூர்.
Kīl Sattanāthapuram.	கீழ் சட்டநாதபுரம்.
Kōnattalaippādi (I).	கோணத்தலைப்பாடி.
Kondal ..	கொண்டல்.
Kondattūr (I) ..	கொண்டத்தூர்.
Kumārakōttagam.	குமாரகோட்டகம்.
Kunnam ..	குன்னம்.
Kuruviyāmpallam (I).	குருவியாம்பள்ளம்.
Kūttiyampēttai ..	கூத்தியம்பேட்டை.
Mādānam ..	மாதானம்.
Mādirvēlūr ..	மாதிர்வேளூர்.
Mahārājapuram.	மஹாராஜபுரம்.
Mahēndrapalli ..	மகேந்திரபள்ளி.
Manigrāmam ..	மணிகிராமம்.
Māniyamatappuram (I).	மாணியமடப்புரம்.

Maravattūr (I) ..	மரவத்தூர்.
Marudangudi .	மருதங்குடி.
Mēlaiyūr ..	மேலையூர்.
Mudalaimadu ..	முதலைமேடு.
Nallanāyakapuram.	நல்லநாயகபுரம்.
Nāngūr ..	நாங்கூர்.
Nemmēli ..	நெம்மேலி.
Neyppattūr ..	நெய்ப்பத்தூர்.
Ōdavandāngudi ..	ஓதவந்தான்குடி.
Ōlaiyāmputtūr ..	ஓலையாம்புத்தூர்.
Pachchaipperumālnallūr.	பச்சைப்பெருமாள்நல்லூர்.
Pakkiritaikkāl (I).	பக்கிரிதைக்கால்.
Pannangudi ..	பண்ணங்குடி.
Palaiyapālaiyam.	பழையபாளையம்.
Perumangalam ..	பெருமங்கலம்.
Peruntōttam Pandāravādi.	பெருந்தோட்டம் பண்டாரவாடை.
Prasannarāmapuram (I).	பிரசன்னராமபுரம்.
Puduppattanam ..	புதுப்பட்டணம்.
Puduttarai ..	புதுத்துறை.
Puliyandurai ..	புளியந்துறை.
Punganūr ..	புங்கனூர்.
Puttūr (I) ..	புத்தூர்.
Rādhānallūr (S. No. 41).	ராதாநல்லூர்.
Rādhānallūr (S. No. 69).	ராதாநல்லூர்.
Rāmāpuram ..	ராமாபுரம்.
Sarasvatīvilāgam (I).	ஸரஸ்வதீவிளாகம்.
Sattanāthapuram.	சட்டநாதபுரம்.
Sembadaniruppu.	செம்பதனிருப்பு.
Semmangudi ..	செம்மங்குடி.
Serugudi (I) ..	செருகுடி.
Shīyāli ..	சீயாழி.
Siyālam (I) ..	சியாலம்.
Sōdiyakkudi ..	சோதியக்குடி.
Tāndavangulam ..	தாண்டவங்குளம்.
Tennāmpattanam.	தென்னாம்பட்டணம்.
Tennangudi (I) ..	தென்னங்குடி.
Tādālankōvil ..	தாடாளன்கோவில்.
Tillaividangan ..	தில்லைவிடங்கன்.
Tirukkarugāvūr.	திருக்கருகாவூர்.
Tirumayilādi ..	திருமயிலாடி.
Tirumullaivāsal ..	திருமுல்லைவாசல்.
Tirunagari ..	திருநகரி.
Tiruppāngūr ..	திருப்பாங்கூர்.
Tribhuvana-Vīramangalam (I).	திருபுவனவீரமங்கலம்.

SHIYĀLI TĀLŪK—cont. சியாழி தாலூகா—தொடர்ச்சி.

Tiruvāli ..	திருவாலி.
Tiruvēngādu ..	திருவெங்காடு.
Tittai ..	திட்டை.
Tulajēndrapuram (I).	துளஜேந்திரபுரம்.
Umaiyālpati ..	உமையாள்பதி.
Vadarangam ..	வடரங்கம்.
Valluvakkudi ..	வள்ளுவக்குடி.
Vānagiri ..	வாணகிரி.
Varisaippattu-vadagāl.	வரிசைப்பத்துவடகால்.
Vēttangudi ..	வேட்டங்குடி.
Vilantidasamudram.	விளந்திடசமுத்திரம்.

TĀNJŌRE TĀLŪK. தஞ்சாவூர் தாலூகா.

Abhishēkapuram (I).	அபிஷேகபுரம்.
Āchchanūr (I) ..	அச்சனூர்.
Āchchāmpatti ..	அச்சாம்பட்டி.
Adanjiyūr ..	அடஞ்சியூர்.
Agarappēttai ..	அகரப்பேட்டை.
Aimbadumēlagaram.	ஐம்பதுமேலகரம்.
Akkammātōttam (I).	அக்கம்மாதோட்டம்.
Ālakkudi ..	ஆலக்குடி.
Alamēlupuram ..	அலமேலுபுரம்.
Allūr ..	அல்லூர்.
Āliyavāykkāl ..	ஆழியவாய்க்கால்.
Ammaiyagaram ..	அம்மையகரம்.
Ānandavalliyammantōttam (I).	ஆனந்தவள்ளியம்மன்தோட்டம்.
Andimānpadugai (I).	அண்டிமான்படுகை.
Arasūr (I) ..	அரசூர்.
Arasūr Chinna Āvusāhibtōttam (I).	அரசூர் சின்ன ஆவுசாயபுதோட்டம்.
Ārkkādu ..	ஆற்காடு.
Āvārampatti ..	ஆவாரம்பட்டி.
Āvikkarai (I) ..	ஆவிக்கரை.
Bālājirājātōttam (I).	பாலாஜிராஜாதோட்டம்.
Bhūtarāyanallūr.	பூதராயநல்லூர்.
Bondaripālaiyam (I).	பொந்தரிபாளையம்.
Būdalūr ..	பூதலூர்.
Chānūrappatti ..	சாணூரப்பட்டி.
Chellappampēttai.	செல்லப்பம்பேட்டை.
Chennampatti ..	சென்னம்பட்டி.
Chōlagampatti ..	சோழகம்பட்டி.
Chinna Tōttam (I).	சின்ன தோட்டம்.
Chittirakkudi ..	சித்திரக்குடி.
Davalat Bangalattōttam (I).	தவலத் பங்களாத்தோட்டம்.
Dīkshasamudram.	தீக்ஷசமுத்திரம்.
Ēnaiyanallūr ..	ஏனையநல்லூர்.
Erukkampallam (I)	எருக்கம்பள்ளம்.
Gangannāyakkantōttam (I).	கங்கண்ணநாயக்கன்தோட்டம்.
Gūdalūr ..	கூடலூர்.
Gūdalūrtōttam (I).	கூடலூர்தோட்டம்.
Īchchankōttai ..	ஈச்சங்கோட்டை.
Idaikkōrai (I) ..	இடைக்கோரை.
Ināyatkhānpēttai (I).	இனயத்கான்பேட்டை.
Indalūr ..	இந்தலூர்.
Īswarankōvilpattu.	ஈஸ்வரன்கோவில்பத்து.
Kachchamangalam.	கச்சமங்கலம்.
Kadakadappai (I).	கடகடப்பை.
Kadambangudi ..	கடம்பங்குடி.
Kaduveli (I) ..	கடுவெளி.
Kaduvelitattimālpadugai (I).	கடுவெளிதட்டிமால்படுகை.
Kailāsamahāltōttam (I).	கைலாசமஹால்தோட்டம்.
Kālayabhānurājātōttam (I).	காளயபானுராஜாதோட்டம்.
Kalivirāyampēttai.	கலிவிராயம்பேட்டை.
Kalumangalam ..	கழுமங்கலம்.
Kalyānapuram (1st Sētti).	கலியாணபுரம்.
Kalyānapuram (2nd Sētti).	கலியாணபுரம்.
Kalyānapuram Kīltōttam (I).	கலியாணபுரம் (கீழ்தோட்டம்).
~~Kalyānapuram Palantōttam (I).~~	~~கலியாணபுரம்~~ (பழந்தோட்டம்).
~~Kalyānapuram~~ Padutōttam (I).	கலியாணபுரம் (புதுத்தோட்டம்.)
~~Kalyānapuram~~ Terkutōttam (I).	கலியாணபுரம். (தெற்கு-தோட்டம்.)
Kandidambattu (I).	கண்டிதம்பட்டு.
Kandiyūr (I) ..	கண்டியூர்.
Kandiyūrtōttam (I).	கண்டியூர்தோட்டம்.
Kāngiyampatti ..	காங்கியம்பட்டி.

TĀNJŌRE TĀLŪK—cont. தஞ்சாவூர் தாலூகா—தொடர்ச்சி.

Kannandangudi-mēlaiyūr (I).	கண்ணந்தங்குடி மேலையூர்.
Kārgudi (I) ..	கார்குடி.
Karukkākkōttai ..	கருக்காக்கோட்டை.
Karumundāk-kōttai.	கருமுண்டாக்கோட்டை.
Karuppūr ..	கருப்பூர்.
Karuppūr (I) ..	கருப்பூர்.
Karuppūrtōttam (I).	கருப்பூர்தோட்டம்.
Karūr (I) ..	கரூர்.
Kāttukkurichchi.	காட்டுக்குறிச்சி.
Kāttūr ..	காட்டூர்.
Kēsavarāo Mohitētōttam (I).	கேசவராவ் மோஹிதேதோட்டம்.
Kilārpattutōttam (I).	கிளார்பட்டுதோட்டம்.
Kīl Kādukāval (I).	கீழ் காடுகாவல்.
Kīl Chittakkādu (I).	கீழ் சித்தக்காடு.
Kīl Tiruppūndurutti.	கீழ் திருப்பூந்துருத்தி.
Kīl Ulūr ..	கீழ் உளூர்.
Kiluvarāyankarambai Tenpādi (I).	கிளுவராயன்கரம்பை தென்பாதி.
Kiluvarāyankarambai Vadapādi (I).	கிளுவராயன்கரம்பை வடபாதி.
Kollangarai ..	கொல்லங்கரை.
Kollangarai Vallundānpattu.	கொல்லங்கரை வல்லுண்டான்பட்டு.
Kondāvattamtidal.	கொண்டாவட்டம்திடல்.
Kōnērirājapuram.	கோனேரிராஜபுரம்.
Kōviladi ..	கோவிலடி.
Kōvilpattu ..	கோவில்பத்து.
Kulamangalam ..	குளமங்கலம்.
Kulamangalam (I)	குளமங்கலம்.
Kulichchappattu (Chattram) (I).	குளிச்சப்பட்டு.
Kulimāttūr ..	குழிமாத்தூர்.
Kurumpūndi ..	குறும்பூண்டி.
Kurungulam Kīlpādi.	குருங்குளம் கீழ்பாதி.
Kurungulam Mēlpādi.	குருங்குளம் மேல்பாதி.
Kurungalūr (I) ..	குருங்களூர்.
Kurungalūrtōttam (I).	குருங்களூர்தோட்டம்.
Kūruvādippatti ..	குருவாடிப்பட்டி.
Kuttūr ..	கூத்தூர்.
Lakshattōppu (I).	லக்ஷத்தோப்பு.
Madappuram (I).	மடப்புரம்.
Madigai ..	மடிகை.
Mahādēvapuram.	மகாதேவபுரம்.
Mahārājapuram (I).	மஹாராஜபுரம்.
Malaiyappatti ..	மலையப்பட்டி.
Manaiyērippatti ..	மனையேரிப்பட்டி.
Manakkarambai (I).	மணக்கரம்பை.
Mānāngōrai ..	மானாங்கோரை.
Mannārsamudram.	மன்னார்சமுத்திரம்.
Maravanappattu (I).	மறவனப்பட்டு.
Māriyammankōvil Terkuttōttam (I).	மாரியம்மன்கோவில் தெற்குத்தோட்டம்.
Mārnēri ..	மார்னேரி.
Marudakkudi ..	மருதக்குடி.
Marungai (I) ..	மருங்கை.
Marungulam ..	மருங்குளம்.
Maruvūr ..	மருவூர்.
Māsappūjaikkattalai (I).	மாசப்பூஜைக்கட்டளை.
Matam (I) ..	மடம்.
Māttūr (I) ..	மாத்தூர்.
Mēkalattūr ..	மேகளத்தூர்.
Mēl Chittakkādu (I).	மேல் சித்தக்காடு.
Mēl Tiruppūndurutti.	மேல் திருப்பூந்துருத்தி.
Mēl Velittōttam (I).	மேல் வெளித்தோட்டம்.
Musalpadugai (I).	முசல்படுகை.
Mūrtiyambālpuram.	மூர்த்தியம்பாள்புரம்.
Muttuvīrakandiyanpatti.	முத்துவீரகண்டியன்பட்டி.
Nadukkāvēri (I).	நடுக்காவேரி.
Naduvūr ..	நடுவூர்.
Nāgalōdai (I) ..	நாகலோடை.
Nāgatti ..	நாகத்தி.
Nellichchēri ..	நெல்லிச்சேரி.
Nandavanappatti.	நந்தவனப்பட்டி.
Nānjikkōttai ..	நாஞ்சிக்கோட்டை.
Nānjikkōttai Vallundān pattu.	நாஞ்சிக்கோட்டை வல்லுண்டான்பட்டு.
Narasānāyakapuram.	நரசாநாயகபுரம்.
Nattamangalam ..	நத்தமங்கலம்.
Nāvalūr (I) ..	நாவலூர்.

Tānjōre Tālūk—cont. தஞ்சாவூர் தாலூகா—தொடர்ச்சி.

Nedungulam (I).	நெடுங்குளம்.
Nēmam	நேமம்.
Neyvāsal (Tenpādi).	நெய்வாசல் (தென்பாதி)
Nidār (I)	நிடார்.
Nīlagiri Terkuttōttam (I).	நீலகிரி தெற்குத்தோட்டம்.
Nodiyūr	நொடியூர்.
Ombattuvēli	ஒம்பத்துவேலி.
Orattanādu (I)	ஒரத்தநாடு.
Orattūr	ஒரத்தூர்.
Pādirikkudi	பாதிரிக்குடி.
Pālaiyappatti (Terku Sētti).	பாலையப்பட்டி (தெற்கு சேத்தி)
Pālaiyappatti (Vadakku (Sētti).	பாலையப்பட்டி (வடக்கு சேத்தி)
Palamārnēri	பழமார்னேரி.
Palantōttam (I)	பழந்தோட்டம்.
Pālāyivayal (I)	பாலாயிவயல்.
Palli Agrahāram.	பள்ளி அக்கிரகாரம்
Palliyēri (I)	பள்ளியேரி.
Panaivelittōttam (I).	பனைவெளித்தோட்டம்.
Panchanadikkōttai.	பஞ்சநதிக்கோட்டை.
Paruttikkudi (I).	பருத்திக்குடி.
Paruttikkōttai	பருத்திக்கோட்டை
Paruttiyappārkōvil (I).	பருத்தியப்பார்கோவில்.
Pavanamangalam	பவனமங்கலம்.
Perambūr (1st Sētti).	பெரம்பூர் (1-வது சேத்தி).
Perambūr (2nd Sētti).	பெரம்பூர் (2-வது சேத்தி).
Peramūr	பெரமூர்.
Perumpuliyūr	பெரும்புலியூர்.
Pillaiyārnattam	பிள்ளையார்நத்தம்.
Pillaiyārpatti	பிள்ளையார்பட்டி.
Pinnanallūr (I)	பின்னநல்லூர்.
Ponnāppūr (Kīlpādi).	பொன்னாப்பூர் (கீழ்பாதி)
Ponnāppūr (Mēlpādi).	பொன்னாப்பூர் (மேல்பாதி).
Pudukkudi (North).	புதுக்குடி (வடக்கு)
Pudukkudi (South).	புதுக்குடி (தெற்கு)
Puduppatti	புதுப்பட்டி.
Puduppattanam (I).	புதுப்பட்டணம்.
Pudūr (I)	புதூர்
Puduttōttam (I).	புதுத்தோட்டம்.
Puduvūr	புதுவூர்.
Puliyantōppu (I).	புளியந்தோப்பு.
Puliyampallam Ukkadai (I).	புளியம்பள்ளம் உக்கடை.
Puliyampallam (I)	புளியம்பள்ளம்.
Punavāsal	புனவாசல்.
Rāghavammālpuram	ராகவம்மாள்புரம்
Rājagiri	ராஜகிரி.
Rājasāmbālpēttai (I).	ராஜஸாம்பாள்பேட்டை.
Rājēndram	ராஜேந்திரம்.
Rāmanāthapuram (I).	ராமநாதபுரம்.
Rāmappāchāvadi (I).	ராமப்பாசாவடி.
Rāmāpuram	ராமாபுரம்.
Ranganāthapuram	ரங்கநாதபுரம்.
Ranōjisundararāotōttam (I).	ரஞோஜிசுந்தரராவ் தோட்டம்
Rāyampēttai	ராயம்பேட்டை.
Rāyamundānpatti	ராயமுண்டான்பட்டி.
Rāyandūr	ராயந்தூர்.
Sakkaraisāmantam	சக்கரைசாமந்தம்
Sambhōmahādēvapēttai (I).	சம்போமகாதேவபேட்டை.
Sāmippatti (I)	சாமிப்பட்டி.
Samudramtōttam (I).	சமுத்திரம்தோட்டம்.
Sāttanūr	சாத்தனூர்.
Semmangudi (I)	செம்மங்குடி.
Sengalunīrtōttam (I).	செங்கழுநீர்தோட்டம்.
Sengippatti	செங்கிப்பட்டி.
Sēshanārāyanantōttam (I).	சேஷநாராயணன்தோட்டம்.
Sīrālūr	சீராளூர்.
Sīrālūrtōttam (I).	சீராளூர்தோட்டம்
Sivanpattavirtti (I).	சிவன்பட்டவிருத்தி.
Sūrakkōttai (I)	சூரக்கோட்டை.
Surakkudippatti.	சுரக்குடிப்பட்டி.
Swayambāchchanallūr (I).	சுவயம்பாச்சநல்லூர்.
Tachchankurichchi.	தச்சன்குறிச்சி.
Talaiyāmangalam (I)	தலையாமங்கலம்.
Tamukattavelittōttam (I).	தமுகத்தவெளித்தோட்டம்.
Tandāngōrai	தண்டாங்கோரை
Tānjōre	தஞ்சாவூர்.
Tennamanādu (I).	தென்னமநாடு.
Tennanchēri (I)	தென்னஞ்சேரி.
Tenperambūr	தென்பெரம்பூர்.

TĀNJŌRE TĀLŪK—cont. தஞ்சாவூர் தாலூகா—தொடர்ச்சி.

Tillaistānam (I) ..	தில்லைஸ்தானம்.
Tingalūr (I) ..	திங்களூர்.
Tiruchchatturai (I)	திருச்சத்துறை.
Tiruchchinnampūndi.	திருச்சின்னம்பூண்டி.
Tirukkānūrpatti.	திருக்கானூர்பட்டி.
Tirukkāttuppalli.	திருக்காட்டுப்பள்ளி.
Tirumalaisamudram.	திருமலைசமுத்திரம்.
Tiruppayanam ..	திருப்பயணம்.
Tiruvādi ..	திருவாதி.
Tiruvālampoli (I),	திருவாலம்பொழி
Tiruvēdukudi ..	திருவேடுகுடி.
Tittai ..	திட்டை.
Tōhūr ..	தோகூர்.
Tōttakkādu ..	தோட்டக்காடு.
Tulajēndramahārājapuram (I).	துளஜேந்திரமகாராஜபுரம்.
Tundarāyanpādi.	துண்டராயன்பாடி.
Tuvār (I) ..	துவார்.
Ukkadai (I) ..	உக்கடை.
Uluvūr ..	உழுவூர்.
Unjini ..	உஞ்சினி.
Uppukkāchchippēttai (1st part)	உப்புக்காச்சிப்பேட்டை (1-வது பாகம்).
Uppukkāchchippēttai (2nd part).	உப்புக்காச்சிப்பேட்டை (2-வது பாகம்).
Vadugakkudi (I)	வடுகக்குடி.
Vaidyanāthanpēttai.	வைத்தியநாதன்பேட்டை.
Vālamirānkōttai.	வாளமிராங்கோட்டை.
Valappakudi ..	வளப்பகுடி.
Vallam Pudūr Sētti.	வல்லம்புதூர் சேத்தி.
Vallam Vadakku Sētti.	வல்லம் வடக்கு சேத்தி.
Vallam Terku Sētti.	வல்லம் தெற்கு சேத்தி.
Vānarangudi ..	வானரங்குடி.
Vāndaiyaniruppu.	வாண்டையனிருப்பு.
Vannārappēttai ..	வண்ணாரப்பேட்டை.
Varagūr ..	வரகூர்.
Vellamperambūr.	வெள்ளம்பெரம்பூர்.
Velittōttam (I) ..	வெளித்தோட்டம்
Vēlūr (I) ..	வேலூர்.
Vēlūr Gōvindarao Tōttam (I).	வேலூர் கோவிந்தராவ் தோட்டம்.
Vendayampatti ..	வெண்டயம்பட்டி.
Venkatasamudram (1st Sētti)	வெங்கடசமுத்திரம் (1-வது சேத்தி).
Venkatasamudram (2nd Sētti)	வெங்கடசமுத்திரம் (2-வது சேத்தி).
Vennalōdai (I) ..	வெண்ணலோடை
Vennār Rāmaswāmi Tōttam (I).	வெண்ணார் ராமஸ்வாமி தோட்டம்
Vilāngudi ..	விளாங்குடி.
Vilār (I) ..	விளார்.
Vinnamangalam.	விண்ணமங்கலம்.
Virālippatti ..	விராலிப்பட்டி
Vīramarasampēttai.	வீரமரசம்பேட்டை.
Vishnampēttai ..	விஷ்ணம்பேட்டை
Vitthalapuram ..	விட்டலபுரம்.
Yamunāmbālpēttai.	யமுனாம்பாள்பேட்டை.

TIRUTTURAIPPŪNDI TĀLŪK. திருத்துறைப்பூண்டி தாலூகா.

Ādanūr (S. No. 124).	ஆதனூர்.
Ādanūr (S. No. 11).	ஆதனூர்.
Ādirangam ..	ஆதிரங்கம்.
Agastyāmpalli ..	அகஸ்தியாம்பள்ளி
Ālangādu ..	ஆலங்காடு.
Ālattambādi ..	ஆலத்தம்பாடி.
Ālivalam ..	ஆலிவலம்.
Ammanūr ..	அம்மனூர்.
Āndāngarai ..	ஆண்டாங்கரை.
Andagatturai (I).	அண்டகத்துறை.
Ariyalūr ..	அரியலூர்.
Āyakkārambalam (1st Sētti).	ஆயக்காரம்பலம் (1-வது சேத்தி).
Āyakkārambalam (2nd Sētti).	ஆயக்காரம்பலம் (2-வது சேத்தி).
Āyakkārambalam (3rd Sētti).	ஆயக்காரம்பலம் (3-வது சேத்தி).
Āyakkārambalam (4th Sētti)	ஆயக்காரம்பலம் (4-வது சேத்தி).
Āymūr ..	ஆய்மூர்.
Chettipulam ..	செட்டிபுலம்.
Chettiyamūlai (I)	செட்டியமூலை.
Dīvammāpuram.	தீவம்மாபுரம்.
Ekkal ..	எக்கல்
Elulūr ..	எழுலூர்.
Idaiyūr ..	இடையூர்.
Idumbāvanam ..	இடும்பாவனம்.
Jāmbuvānōdai ..	ஜாம்புவானோடை

TIRUTTURAIPPŪNDI TĀLŪK—cont.

திருத்துரைப்பூண்டி தாலூகா—தொடர்ச்சி.

Kachchanagaram.	கச்சநகரம்.
Kachchanam ..	கச்சனம்.
Kandanavayal ..	கன்டனவயல்.
Kāḍantirutti ..	காடந்திருத்தி.
Kaduvākottamangalam.	காடுவாகொத்தமங்கலம்.
Kallikkudi ..	கள்ளிக்குடி.
Kallimōdu ..	கள்ளிமோடு.
Kaluvangādu (I).	கழுவங்காடு.
Karumbiyūr-tōttam (I).	கரும்பியூர்தோட்டம்.
Karuppanpulam.	கருப்பன்புலம்.
Kattimōdu ..	கட்டிமோடு.
Kattirippulam ..	கத்திரிப்புலம்.
Kīl Nammankurichchi (I).	கீழ் நம்மங்குறிச்சி
Kīl Pāndi ..	கீழ் பாண்டி.
Kīl Perumalai ..	கீழ் பெருமழை.
Kīrakkalūr ..	கீரக்களூர்.
Kīrālattūr ..	கீராலத்தூர்.
Kīrambēr ..	கீரம்பேர்.
Kōdiyakkarai (I).	கோடியக்கரை.
Kōdiyakkādu ..	கோடியக்காடு.
Kokkāladi ..	கொக்காலடி.
Kolappādu ..	கொளப்பாடு.
Kōmal ..	கோமல்.
Korukkai ..	கொருக்கை.
Kottamangalam ..	கொத்தமங்கலம்.
Kottangudi ..	கொத்தங்குடி.
Kōvilpattu ..	கோவில்பத்து.
Kunnalūr ..	குன்னலூர்.
Kunnūr ..	குன்னூர்.
Kurumbal ..	குரும்பல்.
Kuravappulam ..	குரவப்புலம்.
Kūttangudi ..	கூத்தங்குடி.
Mahārājapuram Kīlpādi (I).	மகாராஜபுரம் கீழ்பாதி.
Mahārājapuram Mēlpādi (I).	மகாராஜபுரம் மேல்பாதி.
Manakkudi ..	மணக்குடி
Manali ..	மணலி.
Mangal (I) ..	மங்கல்.
Māngudi ..	மாங்குடி.
Marudavanam ..	மருதவனம்.
Marudūr Terkusētti.	மருதூர தெற்குசேத்தி.
Marudūr Vadakkusētti.	மருதூர் வடக்குசேத்தி.
Mēl Marudūr ..	மேல மருதூர்.
Mēl Nammankurichchi (Nammankurichchi) (I).	மேல் நம்மங்குறிச்சி (நம்மங்குறிச்சி).
Mēl Perumalai ..	மேல் பெருமழை.
Mēttuppālaiyam.	மேட்டுப்பாளையம்.
Mūlakkarai ..	மூலக்கரை.
Muttarasapuram.	முத்தரசபுரம்.
Muttupet ..	முத்துப்பேட்டை.
Nāgakkudaiyān ..	நாகக்குடையான்.
Nāluvēdapati ..	நாலுவேதபதி.
Nattappallam ..	நத்தப்பள்ளம்.
Nedumbalam ..	நெடும்பலம்.
Neyvilakku (I) ..	நெய்விளக்கு.
Nīrmulai ..	நீர்முளை.
Nunnākkādu ...	நுணாக்காடு.
Ōvarūr ..	ஓவரூர்.
Palaiyanattam (I).	பழையநத்தம்.
Palaiyangudi ..	பழையங்குடி.
Pāmani ..	பாமணி.
Panaiyūr ..	பனையூர்.
Panangādi ..	பனங்காடி.
Panchanadikkulam Kīlsētti.	பஞ்சநதிக்குளம் கீழ்சேத்தி.
Panchanadikkulam Mēlsētti.	பஞ்சநதிக்குளம் மேல்சேத்தி.
Panchanadikkulam Nadusētti.	பஞ்சநதிக்குளம் நடுசேத்தி.
Pāndi ..	பாண்டி.
Pāngal ..	பாங்கல்.
Pannāl ..	பன்னாள்.
Pannaitteru ..	பண்ணைத்தெரு.
Periyaguttagai ..	பெரியகுத்தகை.
Pichchankōttagan	பிச்சங்கோட்டகம்.
Pinnattūr ..	பின்னத்தூர்.
Pirāndiyangarai	பிராந்தியங்கரை.
Pirinjimūlai ..	பிரிஞ்சிமூலை.
Pūsalāngudi ..	பூசலாங்குடி.
Pushpavanam ..	புஷ்பவனம்.
Puttūr ..	புத்தூர்.
Rāyanallūr ..	ராயநல்லூர்.
Rishyūr (I) ..	ரிஷியூர்.
Sangandi ..	சங்கந்தி.
Sāttankudi ..	சாத்தன்குடி.
Sēgal ..	சேகல்.
Sembagarāyanallūr.	செம்பகராயநல்லூர்.
Sembōdai ..	செம்போடை.
Singalāndi ..	சிங்களாந்தி.
Sittāymūr ..	சித்தாய்மூர்.
Tagattūr ..	தகட்டூர்.
Talaiyanāyar Agrahāram.	தலைஞாயர் அக்கிரகாரம்
Talaināyar (1st Sētti).	தலைஞாயர் (முதல் சேத்தி).
Talaināyar (2nd Sētti).	தலைஞாயர் (2-வது சேத்தி).
Talaināyar (3rd Sētti).	தலைஞாயர் (3-வது சேத்தி).
Talaināyar (4th Sētti).	தலைஞாயர் (4-வது சேத்தி).

TIRUTTURAIPPŪNDI TĀLŪK—*cont.*
திருத்துறைப்பூண்டி தாலூகா—தொடர்ச்சி.

Talaināyar (5th Sētti).	தலைஞாயர் (5-வது சேத்தி).
Tāmaraippulam (I).	தாமரைப்புலம்
Tānikkōttagam ..	தானிக்கோட்டகம்.
Tennadār ..	தென்னடார்.
Terkukkādu (I) ..	தெற்குக்காடு.
Tēttāgudi Terkusētti	தேத்தாகுடி தெற்கு சேத்தி.
Tēttāgudi Vadakkusētti.	தேத்தாகுடி வடக்குசேத்தி.
Tillaivilāgam ..	தில்லைவிளாகம்.
Tirumālam ..	திருமாளம்.
Tiruppattūr ..	திருப்பத்தூர்.
Tiruttangūr ..	திருத்தங்கூர்.
Tirutturaippūndi.	திருத்துறைப் பூண்டி.
Tiruvadamarudūr.	திருவடமருதூர்.
Tiruvalanjuli ..	திருவலஞ்சுழி.
Tōli	தோலி.
Toludūr ..	தொழுதூர்.
Tōpputturai (I) ..	தோப்புத்துறை.
Tulajāpuram ..	துளஜாபுரம்.
Turaikkādu (I) ..	துறைக்காடு.
Udayamārttāndapuram.	உதயமார்த்தாண்டபுரம்.
Umbalachchēri ..	உம்பளச்சேரி.
Uppūr ..	உப்பூர்.
Uvāymēdu .	உவாய்மேடு.
Vadakādu ..	வடகாடு.
Vadamalai ..	வடமழை.
Vadasangandi ..	வடசங்கந்தி.
Vadugūr ..	வடுகூர்.
Vanduvānchēri ..	வண்டுவாஞ்சேரி.
Vanganagar ..	வங்கநகர்.
Vēdāranniyam ..	வேதாரண்ணியம்.
Vēdāranniyappattanam (I).	வேதாரண்ணியப் பட்டணம்.
Vēdāranniyapuram (I).	வேதாரண்ணிய புரம்.
Vellappallam ..	வெள்ளப்பள்ளம்.
Vēlūr	வேலூர்.
Vilakkudi ..	விளக்குடி.
Vilāngādu (I) ..	விளாங்காடு.
Vilattūr ..	விளத்தூர்.
Vīranvayal (Shrotriyam Inam).	வீரன்வயல் (சுரோத்திரியம் இனம்)
Viswanāthapuram (I).	விசுவநாதபுரம்.

TINNEVELLY DISTRICT.

(I)=Inam. இனாம். (Z)=Zamindari. ஜமீன்தாரி.

AMBASAMUDRAM TĀLŪK. அம்பாசமுத்திரம் தாலூகா.

Adaichchāni ..	அடைச்சாணி.
Adaiyākarungulam.	அடையாகருங்குளம்.
Āladiyūr ..	ஆலடியூர்.
Ālwārkurichchi ..	ஆழ்வார்குறிச்சி.
Anaindaperumālnādānūr.	அணைந்தபெருமாள்நாடானூர்.
Anjānkattalai ..	அஞ்சான்கட்டளை.
Arasankulam ..	அரசன்குளம்
Ardhajāmakkattalai (I).	அர்த்தஜாமக்கட்டளை.
Attālanallūr ..	அத்தாளநல்லூர்.
Brahmadēsam ..	ப்ரம்மதேசம்.
Chokkalingapuram.	சொக்கலிங்கபுரம்.
Dēsamānikkam ..	தேசமாணிக்கம்.
Dharmapuramatam.	தர்மபுரமடம்.
Dharmapura matam (I).	தர்மபுரமடம்.
Ēkāmbarapuram.	ஏகாம்பரபுரம்.
Giriyammālpuram.	கிரியம்மாள்புரம்.
Gōpālasamudram.	கோபாலசமுத்திரம்
Gōvindappēri ..	கோவிந்தப்பேரி.
Harikēsavanallūr.	ஹரிகேசவநல்லூர்.
Idaikkāl	இடைக்கால்.
Iluppaikurichchi.	இலுப்பைகுறிச்சி.
Īsānamatam ..	ஈசானமடம்.
Kadaiyamperumbattu.	கடையம்பெரும்பத்து.
Kallidaikurichchi (North).	கல்லிடைக்குறிச்சி (வடக்கு).
Kallidaikurichchi (Z).	கல்லிடைக்குறிச்சி.
Kapālippārai ..	கபாலிப்பாறை.
Karisalpatti ..	கரிசல்பட்டி.
Karisūlndamangalam.	கரிசூழ்ந்தமங்கலம்.
Kāsidharmam ..	காசிதர்மம்.
Kattukkuttagai Pottalpudūr (I).	கட்டுகுத்தகை பொட்டல்புதூர்.
Kēsavasamudram.	கேசவசமுத்திரம்.
Kīl Ambāsamudram.	கீழ் அம்பாசமுத்திரம்.
Kīl Āmbūr ..	கீழ் ஆம்பூர்.
Kīl Kadaiyam ..	கீழ் கடையம்.
Kīl Mukham (Z).	கீழ் முகம்.
Kīl Seval ..	கீழ் செவல்.
Kōdūrangulam (I)	கோடாரங்குளம்.
Kolumadai ..	கொழுமடை.
Kōvilkulam (Z) ..	கோவில்குளம்.
Kūniyūr ..	கூனியூர்.
Kuttappānjān ..	குத்தப்பாஞ்சான்.
Malaiyānkulam ..	மலையான்குளம்.
Mānāmangalam (I).	மானாமங்கலம்.
Mānāmangalam ..	மானாமங்கலம்.
Mānāparanallūr ..	மானாபரநல்லூர்.
Mannārkōvil ..	மன்னார்கோவில்.
Marudamputtūr ..	மருதம்புத்தூர்.
Matattūr ..	மடத்தூர்.
Mayilappapuram (I).	மயிலப்பபுரம்.
Mēl Ambāsamudram.	மேல் அம்பாசமுத்திரம்.
Mēl Āmbūr ..	மேல் ஆம்பூர்.
Mēl Kadaiyam ..	மேல் கடையம்.
Mēl Seval ..	மேல் செவல்.
Mukkūdal .	முக்கூடல்.
Nayinārkulam ..	நயினார்குளம்.
Ōdaimarichchān.	ஓடைமறிச்சான்.
Ōmanallūr ..	ஓமநல்லூர்.
Pallakkāl ..	பள்ளக்கால்.
Pananjādi ..	பனஞ்சாடி.
Pāppākudi ..	பாப்பாகுடி.
Pāppānkulam ..	பாப்பான்குளம்.
Pattamadai ..	பத்தமடை.
Pirānchēri ..	பிரான்சேரி.
Pottalpudūr .	பொட்டல்புதூர்.

AMBĀSAMUDRAM TĀLŪK—*cont.* அம்பாசமுத்திரம் தாலூகா—தொடர்ச்சி.

Pottalpudūr (I) ..	பொட்டல்புதூர்.
Pudukkudi ..	புதுக்குடி.
Puduppatti ..	புதுப்பட்டி,
Pungudaiyārkulam.	புங்குடையார்குளம்.
Ravanasamudram.	ரவணசமுத்திரம்.
Rāvuttappēri (Z)	ராவுத்தப்பேரி.
Rangasamudram.	ரங்கசமுத்திரம்.
Sāttuppattu ..	சாட்டுப்பத்து.
Sāttuppattu (Z)..	சாட்டுப்பத்து.
Sengulam ..	செங்குளம்.
Sērmādēvikōvilpattu.	சேர்மாதேவிகோவில்பத்து
Sērmādēvi ..	சேர்மாதேவி.
Singampatti ..	சிங்கம்பட்டி.
Singampatti (Z)..	சிங்கம்பட்டி
Sivandi Īsānamatam (I).	சிவந்தி ஈசானமடம்.
Sivandipuram (I).	சிவந்திபுரம்.
Sivasailam ..	சிவசைலம்.
Tentiruppuvanam.	தென்திருப்புவனம்.
Terku Ariyanāyakipuram.	தெற்கு அரியநாயகிபுரம்.
Terku Kadaiyam.	தெற்கு கடையம்,
Terku Kallidaikurichchi.	தெற்கு கல்லிடைகுறிச்சி.
Terku Kāraikkurichchi	தெற்கு காரைக்குறிச்சி
Terku Matattūr..	தெற்கு மடத்தூர்.
Terku Vīravanallūr.	தெற்கு வீரவநல்லூர்.
Timmarājasamudram.	திம்மராஜசமுத்திரம்
Tiruppudaimarudūr.	திருப்புடைமருதூர்.
Tiruppudai Īsānamatam (I).	திருப்புடை ஈசானமடம்.
Tiruttu ..	திருத்து.
Tiruvālīswaram..	திருவாலீஸ்வரம்.
Tiruvālīswaram (Z).	திருவாலீஸ்வரம்.
Tiruviruttānpalli.	திருவிருத்தான்பள்ளி.
Tuppākudi ..	துப்பாகுடி.
Udaiyamārtāndapuram. ..	உடையமார்த்தாண்டபுரம்.
Udaiyāmpulli ..	உடையாம்புள்ளி.
Ulagankulam ..	உலகன்குளம்.
Umaiyammālpuram.	உமையம்மாள்புரம்.
Urkādu (Z) ..	ஊர்காடு.
Vadakku Ariyanāyakipuram.	வடக்கு அரியநாயகிபுரம்.
Vadakku Kāraikkurichchi.	வடக்கு காரைக்குறிச்சி.
Vadakku Vīravanallūr.	வடக்கு வீரவநல்லூர்.
Vāgaikkulam (I).	வாகைக்குளம்.
Vairāvikulam ..	வைராவிகுளம்.
Vellanguli ..	வெள்ளங்குளி.
Vengādampatti ..	வெங்காடம்பட்டி.
Venkatarangapuram.	வெங்கடரங்கபுரம்.
Vikramasingapuram.	விக்கிரமசிங்கபுரம்.
Vīrasamudram ..	வீரசமுத்திரம்.
Vittirundānkulam.	வீத்திருந்தான்குளம்.

KŌVILPATTI TĀLŪK. கோவில்பட்டி தாலூகா.

Achchankulam (Z).	அச்சங்குளம்.
Ādanūr (Z) ..	ஆதனூர்,
Akhilāndapuram.	அகிலாண்டபுரம்.
Akhilāndapuram (Z) (Group No. 23, Ettaiyāpuram Estate).	அகிலாண்டபுரம்.
Akhilāndapuram (Z) (Group No 61, Ettaiyāpuram Estate).	அகிலாண்டபுரம்.
Akkānāyakkanpatti (Z).	அக்காநாயக்கன்பட்டி
Alagankandiyankulam (I).	அழகன்கண்டியன்குளம்.
Ālampatti ..	ஆலம்பட்டி.
Ālangulam (Z) ..	ஆலங்குளம்.
Āraikkulam (I) ..	ஆரைக்குளம்.
Ariyanāyakipuram (Z).	அரியநாயகிபுரம்.
Arunāchalapuram (I).	அருணாசலபுரம்.
Arunāchalapuram (Z).	அருணாசலபுரம்.
Arungulam (Z) ..	அருங்குளம்.
Āsūr ..	ஆசூர்.
Āttangarai (Z) ..	ஆத்தங்கரை.
Āvalnattam ..	ஆவல்நத்தம்.
Āvudaiyālpuram (Z).	ஆவுடையாள்புரம்.
Ayyākkōttaiyūr (Z).	அய்யாக்கோட்டையூர்
Āyyanārūttu ..	அய்யனாரூத்து.

KŌVILPATTI TĀLŪK—cont. கோவில்பட்டி தாலூகா—தொடர்ச்சி

Bommayyapuram.	பொம்மய்யபுரம்.
Bommalunāyakkanpatti (Z).	பொம்மலுநாயக்கன்பட்டி.
Bhūtalapuram (Z).	பூதலபுரம்.
Chandragiri (Z) ..	சந்திரகிரி.
Chennayyanpatti (Z).	சென்னய்யன்பட்டி.
Chennayyapuram (Z).	சென்னய்யபுரம்.
Chettikulam (Z).	செட்டிகுளம்.
Chettikurichchi ..	செட்டிகுறிச்சி.
Chidambarapuram (Z).	சிதம்பரபுரம.
Chinnakkāmanpatti (Z).	சின்னக்காமன்பட்டி
Chinnamalaikkunru (Z).	சின்னமலைக்குன்று.
Chinnamanāyakkanpatti (Z).	சின்னமநாயக்கன்படடி.
Chittayanāyakkanpatti (Z)	சித்தயநாயக்கன்பட்டி.
Chōlapuram (Z) ..	சோழபுரம்.
Dalavāypuram (Z).	தளவாய்புரம்.
Duraiswāmipuram (Z).	துரைசுவாமிபுரம்.
Duraiswāmipuram (Z).	துரைசுவாமிபுரம்
Eppōdumvenrān (Z).	எப்போதும்வென்றான்.
Ērakūmanāyakkanpatti (Z).	ஏரகாமநாயக்கன்பட்டி.
Ettilappanāyakkanpatti (Z).	எத்திலப்பநாயக்கன்பட்டி.
Ettaiyāpuram (Z).	எட்டையாபுரம்.
Gavunigiri (Z) ..	கவுணிகிரி.
Gōvindanpatti (I).	கோவிந்தன்பட்டி.
Gōvindapuram ..	கோவிந்தபுரம்.
Guruvarpatti (Z).	குருவார்பட்டி.
Idaiseval ..	இடைசெவல்.
Ilavēlangāl .	இளவேலங்கால்.
Ilambhuvanam (Z).	இளம்புவனம்.
Illuppaiyūrani ..	இலுப்பையூரணி.
Īrāchchi (Z) ..	ஈராச்சி.
Īswaravadivālpuram (I).	ஈசுவரவடிவாள்புரம்.
Jagavīrapuram (Z) (Group No. 1 in Ettaiyāpuram Estate).	ஜகவீரபுரம்
Jagavīrapuram (Z] (Group No. 3 in Ettaiyāpuram Estate).	ஜகவீரபுரம்.
Jambulingapuram (Z).	ஜம்புலிங்கபுரம்.
Kadalai (Z) ..	கடலை.
Kādalkudi (Z) ..	காடல்குடி.
Kadambūr ..	கடம்பூர்.
Kūlāmbatti (Z) ..	காளாம்பட்டி.
Kalappaippatti ..	கலப்பைப்பட்டி.
Kallūrani (I) ..	கல்லூரணி.
Kalugāchalapuram (Z).	கழுகாசலபுரம்.
Kalugumalai (Z).	கழுகுமலை.
Kamalāpuram (I).	கமலாபுரம்.
Kāmayanāyakkanpatti (Z).	காமயநாயக்கன்பட்டி.
Kandaswāmipuram (Z).	கந்தசுவாமிபுரம்.
Kangankulam (Z).	கங்கன்குளம்
Kannakkattai (Z).	கன்னக்கட்டை.
Kannimārkuttam (I).	கன்னிமார்குட்டம்
Kāppulingampatti (Z).	காப்புலிங்கம்பட்டி.
Karadikkulam (Z).	கரடிக்குளம்.
Karisalkulam ..	கரிசல்குளம்.
Karisalkulam (Z)	கரிசல்குளம்.
Karuppūr .	கருப்பூர்.
Kattālampatti (I).	கத்தாளம்பட்டி.
Kattārankulam (Z).	கட்டாரன்குளம்.
Kāttunāyakkanpatti (Z).	காட்டுநாயக்கன்பட்டி.
Kavundanpatti (Z).	கவுண்டன்பட்டி.
Kayattār ..	கயத்தார்.
Kechchilāpuram (I).	கெச்சிலாபுரம்.
Kīl Arasadi (Z) ..	கீழ் அரசடி.
Kīl Īrāl (Z) ..	கீழ் ஈரால்.
Kīl Karandai (I).	கீழ் கரந்தை.
Kīl Kōttai ..	கீழ் கோட்டை.
Kīl Mangalam (Z).	கீழ் மங்கலம்.
Kīl Mudiman (Z).	கீழ் முடிமண்.

KŌVILPATTI TĀLŪK—cont. கோவில்பட்டி தாலுகா—தொடர்ச்சி.

Kilavippatti (Z)..	கிழவிப்பட்டி.
Kīl Vilāttikulam.	கீழ் விளாத்திகுளம்.
Kīl Nāttukkurichchi (I).	கீழ் நாட்டுக்குறிச்சி.
Kōdāngipatti (I) attached to (Vēmbūr).	கோடாங்கிப்பட்டி
Kōdāngippatti (Z) (Group No. 10, Ettaiyāpuram Estate).	கோடங்கிப்பட்டி.
Kōdangippatti (Z) (attached to Ettaiyapuram).	கோடாங்கிப்பட்டி.
Kodiyangulam (Z).	கொடியங்குளம்.
Kodukkāmpārai (Z).	கொடுக்காம் பாறை.
Kollanparambu (Z).	கொல்லன்பரம்பு
Kollankinaru ..	கொல்லன்கிணறு.
Koppampatti ..	கொப்பம்பட்டி.
Kōralchinnamanāyakkanpatti (Z).	கோரல்சின்னம நாயக்கன்பட்டி.
Kottāli ..	கொத்தாளி.
Kōvilpatti (I). ..	கோவில்பட்டி.
Kudiraikkulam ..	குதிரைக்குளம்.
Kulasēkharanallūr.	குலசேகர நல்லூர்
Kulattūr East (Z).	குளத்தூர் கீழ் பாகம்.
Kalattūr North (Z).	குளத்தூர் வட பாகம்.
Kulattār South (Z).	குளத்தூர் தென் பாகம்.
Kumāragiri (I) ..	குமாரகிரி.
Kumārapuram (Z) (Group Ne. 57, Ettaiyāpuram Estate).	குமாரபுரம்,
Kumārapuram (Z) (Group No. 71, Ettiyāpuram Estate).	குமாரபுரம்.
Kumārasakkanāpuram (Z).	குமாரசக்கணபுரம்.
Kamārachittanpatti (Z).	குமாரசித்தன் பட்டி.
Kumāra Ettaiyāpuram (Z). (Gorup No. 30, Ettaiyapuram Estate).	குமார எட்டையாபுரம்.
Kumāra Ettaiyapuram (Z). (Group No. 60, Ettaiyāpuram Estate,.	குமார எட்டையாபுரம்.
Kumāra Ettaiyāpuram (Z). (Group No. 117, Ettaiyāpuram Estate).	குமார எட்டையாபுரம்.
Kuppanāpuram (Z).	குப்பணபுரம்.
Kuralaiyampatti (I).	குறளையம்பட்டி.
Kurumalai (Z) ..	குருமலை.
Karuvinattam (Z)	குருவிநத்தம்.
Lakshmipuram (Z).	லக்ஷ்மீபுரம்.
Lingampatti (Z).	லிங்கம்பட்டி.
Mādalapuram (Z).	மாதலபுரம்.
Malaippatti ..	மலைப்பட்டி.
Mallīswarapuram (Z).	மல்லீசுவரபுரம்.
Mandikkulam ..	மந்திக்குளம்.
Mandittōppu (I)..	மந்தித்தோப்பு.
Maniyāchchi (I).	மணியாச்சி.
Maniyāchchi (Z).	மணியாச்சி
Maniyakāranpatti (Z).	மணியகாரன் பட்டி.
Manjayanāyakkanpatti (Z).	மஞ்சயநாயக்கன் பட்டி.
Mārtāndampatti (Z)	மார்த்தாண்டம் பட்டி.
Marudanvālvu ..	மருதன்வாழ்வு.
Māsārpatti ..	மாசார்பட்டி.
Matattuppatti (Z).	மடத்துப்பட்டி.
Māvilōdai (Z) .	மாவிலோடை.
Mēl Arasadi (Z)..	மேல் அரசடி.
Mēl Seydalai (Z).	மேல் செய்தலை.
Mēl Īrāl (Z) ..	மேல் ஈரால்.
Mēl Karandai ..	மேல் கரந்தை.
Mēl Kallūrani (Z)	மேல் கல்லூரணி.
Mēl Marudūr (Z).	மேல் மருதூர்.
Mēl Pāndiyapuram (Z).	மேல் பாண்டியபுரம்.
Mēl Pāraippatti (I).	மேல் பாறைப் பட்டி.
Mēl Māndai 2/3 (Z).	மேல் மாந்தை 2/3
Mēl Māndai 1/3 (Z).	மேல் மாந்தை 1/3
Mettilpatti ..	மெட்டில்பட்டி.
Mīnakshipuram (Z) (Group No. 66, Ettaiyāpuram Estate).	மீனாக்ஷிபுரம்.

KŌVILPATTI TĀLŪK—cont. கோவில்பட்டி தாலூகா—தொடர்ச்சி.

Mīnākshipuram (Z) (Group No. 92) Ettaiyāpuram Estate).	மீனாக்ஷிபுரம்.
Mudukkālangulam.	முடுக்காலங்குளம்.
Mudukkumīndānpatti (Z).	முடுக்குமீண்டான் பட்டி.
Mullūr (Z). ..	முள்ளூர்.
Muramban ..	முரம்பன்.
Muttayyapuram (Z).	முத்தய்யபுரம்.
Muttulāpuram ..	முத்துலாபுரம்.
Mutturāmalingapuram (I).	முத்துராமலிங்க புரம்,
Muttuswāmipuram (Z).	முத்துசுவாமிபுரம்.
Nadukkāttūr (Z).	நடுக்காட்டூர்.
Nāgalāpuram (Z).	நாகலாபுரம்.
Nāgampatti (I) .	நாகம்பட்டி.
Nālāttinputtūr ..	நாலாட்டின்புத்தூர்.
Nālvāsankōttai (I).	நால்வாசன்கோட்டை.
Namasivāyapuram (Z).	நமசிவாயபுரம்.
Nambipuram (I).	நம்பிபுரம்.
Nāvalakkampatti (Z).	நாவலக்கம்பட்டி.
Nedungulam ..	நெடுங்குளம்.
Ōnamākkulam (I).	ஓநமாக்குளம்.
Ōttainattam ..	ஓட்டைநத்தம்.
Ōttappidāram ..	ஓட்டப்பிடாரம்.
Padarndapuli (Z).	படர்ந்தபுளி.
Pallākulam (I) ..	பல்லாகுளம்.
Pāndavarmangalam.	பாண்டவர்மங்கலம்
Panikkarkulam ..	பணிக்கர்குளம்.
Pannikkulam ..	பன்னிக்குளம்.
Pāraikkuttam (Z).	பாறைக்குட்டம்,
Parivillikottai ..	பரிவில்லிக்கோட்டை.
Pasuvandanai (Z)	பசுவந்தனை.
Pattanamarudūr (Z).	பட்டணமருதூர்.
Pattitēvanpatti (Z).	பட்டித்தேவன் பட்டி.
Perilōvanpatti (Z)	பேரிலோவன் பட்டி.
Pillaiyārnatham (Z).	பிள்ளையார்நத்தம்.
Pōdappanāyakkanpatti (Z).	போடப்பநாயக்கன்பட்டி.
Pōduppatti (Z) ..	போடுப்பட்டி.
Pudiyamputtūr (Z).	புதியம்புத்தூர்.
Pudukkōttai Usilangulam (I).	புதுக்கோட்டை உசிலங்குளம்.
Puduppatti (Z) ..	புதுப்பட்டி
Pudūr (Z) ..	புதூர்.
Pulivādināyakkanpatti (Z).	புலிவாடிநாயக்கன் பட்டி.
Puliyangulam ..	புளியங்குளம்.
Pungavarnatham (Z).	புங்கவர்நத்தம்.
Pūsanūr (Z) ..	பூசனூர்.
Pūsārippatti (Z) ..	பூசாரிப்பட்டி.
Rājappatti ..	ராஜாப்பட்டி.
Rājāpudukkudi (I).	ராஜாபுதுக்குடி.
Rājāvinkōvil (I).	ராஜாவின்கோவில்
Rāmachandrapuram (Z).	ராமசந்திரபுரம்.
Rāmanāthapuram (Z).	ராமநாதபுரம்.
Rāmanūttu (Z) ..	ராமனூத்து.
Rāmaswāmipuram (Z).	ராமசுவாமிபுரம்.
Ranasūra Ettunāyakkanpatti (I).	ரணசூர எட்டுநாயக்கன்பட்டி.
Sakkammalpuram (Z).	சக்கம்மாள்புரம்.
Sakkiliyappatti (I).	சக்கிலியப்பட்டி.
Sangampatti .	சங்கம்பட்டி.
Sangaralingapuram (Z).	சங்கரலிங்கபுரம்.
Sannadupudukkudi (I).	சன்னதுபுதுக்குடி.
Saravanapuram (Z).	சரவணபுரம்.
Savalappēri ..	சவலப்பேரி.
Savarimangalam.	சவரிமங்கலம்.
Semmapudūr (Z).	செம்மபுதூர்.
Senbagappēri (Z).	செண்பகப்பேரி.
Sengalpadai ..	செங்கல்படை.
Sengalpadai (Z) ..	செங்கல்படை,
Sengōttai (I) ..	செங்கோட்டை.
Shanmakhapuram (Z) (Group No. 41, Ettaiyāpuram Estate).	ஷண்முகபுரம்.
Shanmukhapuram (Z) (Group No. 81, Ettaiyāpuram Estate).	ஷண்முகபுரம்.

KŌVILPATTI TĀLŪK—cont. கோவில்பட்டி தாலுகா—தொடர்ச்சி.

Shanmugapuram (Z) attached to Mēl Māndai 1/3.	ஷண்முகபுரம்.
Sillānattam (Z) ..	சில்லாநத்தம்.
Sillāngulam (Z) ..	சில்லாங்குளம்.
Sindalkarai (Z) ..	சிந்தல்கரை.
Singilippatti (I) ..	சிங்கிலிப்பட்டி.
Sivagnānapuram (Z) [attached to Kadambūr (Z)].	சிவஞானபுரம்.
Sivagnānapuram (Z) (Group No. 29, Ettaiyāpuram Estate).	சிவஞானபுரம்.
Sivalārpatti (Z) ..	சிவலார்பட்டி.
Sivandippatti (Z).	சிவந்திப்பட்டி.
Subbayyapuram (Z).	சுப்பய்யபுரம்.
Subrahmanyapuram (Arungulam) (I).	சுப்பிரமணியபுரம் (அருங்குளம்,)
Subrahmanyapuram (Kalugumalai) (I)	சுப்பிரமணியபுரம் (கழுகுமலை).
Subrahmanyapuram (Z). In Subrahmanyapuram Mittah.	சுப்பிரமணியபுரம்
Subrahmanyapuram (Z). (Group No. 56, Ettaiyapuram Estate).	சுப்பிரமணியபுரம்
Sundarapachchayyapuram (Z).	சுந்தரபச்சய்யபுரம்.
Suraikkāypatti (Z).	சுரைக்காய்பட்டி.
Sūrangudi (Z) ..	சூரங்குடி.
Swāminattam (Z).	சுவாமிநத்தம்
Talaikkāttupuram (Z).	தலைக்காட்டுபுரம்.
Tangammālpuram (Z) (Kulattūr).	தங்கம்மாள்புரம்.
Tangammālpuram (Z) (Group No. 19, Ettaiyāpuram Estate).	தங்கம்மாள்புரம்.
Tāppātti (I) ..	தாப்பாத்தி.
Taruvaikkulam (Z).	தருவைகுளம்.
Tattanēri (Z) ..	தத்தனேரி.
Tennampatti ..	தென்னம்பட்டி.
Terku Ilandaikkulam.	தெற்கு இளந்தைக்குளம்.
Terku Kalmadu (Z).	தெற்கு கலமடு
Terku Kalugumalai (Z).	தெற்கு கழுகுமலை
Terku Mayilōdai.	தெற்கு மயிலோடை.
Terku Vandānam (Z).	தெற்கு வண்டானம்.
Terku Vīrapāndiyapuram (Z).	தெற்கு வீரபாண்டியபுரம்.
Tirumangalakkurichchi.	திருமங்கலக்குறிச்சி.
Tittāmpatti (Z) ..	தித்தாம்பட்டி.
Tittangulam ..	திட்டங்குளம்.
Tōlmālaippatti (I).	தோள்மாலைபட்டி
Tōnūkāl ..	தோனூகால்.
Tottampatti (I) ..	தொட்டம்பட்டி.
Tuppāsippatti (I).	துப்பாசிபட்டி.
Turaiyūr (Z) ..	துரையூர்.
Urulaikkudi (Z).	உருளைக்குடி.
Usilangulam	உசிலங்குளம்.
Ūttuppatti (I) ..	ஊத்துபட்டி.
Vadamalaipuram.	வடமலைபுரம்.
Vadamalaipuram (Z).	வடமலைபுரம்.
Vadakku Ilandaikkulam (I).	வடக்கு இலந்தைகுளம்.
Vadakku Vandānam (Z).	வடக்கு வண்டானம்.
Vaippār ..	வைப்பார்.
Vālasamudram (Z).	வாலசமுத்திரம்.
Vallināyakapuram (Z).	வள்ளிநாயகபுரம்.
Vānaramutti (Z).	வானரமுட்டி.
Vannippatti (Z) ..	வன்னிப்பட்டி.
Varadampatti (Z).	வரதம்பட்டி.
Vātalakkarai (Z).	வாதலக்கரை.
Vauvāltotti (Z) ..	வௌவால் தொத்தி.
Vēdanattam (Z) .	வேடநத்தம்.
Vēdappatti (S.No. 122) (I).	வேடப்பட்டி.
Vēdappatti (S.No. 102) (I).	வேடப்பட்டி.
Vēlāyudhapuram (Z).	வேலாயுதபுரம்.
Vēlidupatti (Z) ..	வேலிடுபட்டி.
Vellālankōttai ..	வெள்ளாளன்கோட்டை.
Varlelam (Z) ..	வெள்ளாரம்,

Kōvilpatti Tālūk—*cont.* கோவில்பட்டி தாலூகா—தொடர்ச்சி.

Velliyammālpuram (Z).	வெள்ளியம்மாள்புரம்.
Vēmbār (Z)	வேம்பார்.
Vēmbūr	வேம்பூர்.
Venkatēswarapuram (Z).	வெங்கடேசுவரபுரம்.
Vēppalōdai (Z)	வேப்பலோடை.
Vilāttikulam (Kasbā).	விளாத்திகுளம் (கஸ்பா).
Villisēri	வில்லிசேரி.
Vīrappatti (I)	வீரப்பட்டி.
Vīrapāndiyapulikkulam (Z).	வீரபாண்டிய புலிக்குளம்.
Vīrapāndirapuram (Z).	வீரபாண்டிய புரம்.
Virisampatti	விரிசம்பட்டி.

Nānguneri Tālūk. நான்குனேரி தாலூகா.

Achchampādu	அச்சம்பாடு.
Adangārkulam (I)	அடங்கார்குளம்.
Alaganēri (I)	அழகனேரி.
Ālangulam (I)	ஆலங்குளம்.
Ālankinaru (I)	ஆலங்கிணறு.
Ālwānēri (I)	ஆழ்வானேரி.
Anaikkarai (I)	அணைக்கரை.
Ānaikkulam	ஆனைக்குளம்.
Andirādikudiyiruppu (I).	அந்திராதிகுடியிருப்பு.
Appuvilai (I)	அப்புவிளை.
Arasappattu (I).	அரசப்பத்து.
Ariyakulam	அரியகுளம்.
Badāykhān Khilji Pallivāsal (I).	படேகான் கில்ஜி பள்ளிவாசல்.
Chettikulam	செட்டிகுளம்.
Chintāmani	சிந்தாமணி.
Dalapatisamudram.	தளபதிசமுத்திரம்
Danakkarkulam.	தனக்கர்குளம்.
Dēvanallūr	தேவநல்லூர்.
Erukkandurai	எருக்கந்துறை.
Eruvādi	ஏருவாடி.
Idaiyankulam	இடையன்குளம்.
Idaiyankulam (I).	இடையன்குளம்.
Ilankulam	இலங்குளம்,
Irappuvāri	இரப்புவாரி.
Isalāpuram (I)	இசலாபுரம்.
Ittamoli	இட்டமொழி.
Kadambodu vālvu.	கடம்போடு வாழ்வு.
Kādangulam Tirumalaipuram.	காடங்குளம் திருமலைபுரம்.
Kalakkādu	களக்காடு.
Kallikkulam	கள்ளிக்குளம்.
Kannanallūr	கண்ணநல்லூர்.
Karaichchuttu Pudūr.	கரைச்சுத்து புதூர்.
Karaichchuttu Uvari.	கரைச்சுத்து உவரி.
Karandānēri	கரந்தானேரி.
Karungulam	கருங்குளம்
Kastūrirangapuram.	கஸ்தூரிரங்கபுரம்.
Kēsavanēri (I)	கேசவனேரி.
Kīl Kāduvetti	கீழ்காடுவெட்டி.
Kīl Karuvēlangulam.	கீழ்கருவேலங்குளம்.
Kōttaikkarungulam.	கோட்டைக்கருங்குளம்.
Kōvangulam	கோவங்குளம்.
Kōvilammālpuram.	கோவிலம்மாள்புரம்.
Kūdangulam	கூடங்குளம்.
Kumārapuram	குமாரபுரம்.
Kumbikulam	கும்பிகுளம்.
Kūndakulam	கூந்தகுளம்.
Kuttam	குட்டம்.
Lakshmīpuram (I).	லக்ஷ்மீபுரம்.
Levinjipuram	லெவிஞ்சிபுரம்.
Magiladi (I)	மகிழடி.
Mahādēvankulam (I).	மஹாதேவன்குளம்.
Malaiyadippudūr.	மலையடிப்புதூர்.
Marugālkurichchi	மருகால்குறிச்சி.
Matappuram (I).	மடப்புரம்.
Mēlmalaiyanēri (I).	மேலமலையனேரி
Mēlkarai (I)	மேல்கரை.
Mudumottamoli	முதுமொத்தமொழி.
Mūlaikkaraippatti.	மூலைக்கரைப்பட்டி.
Munanjippatti	முனஞ்சிப்பட்டி.
Nambipuram (I).	நம்பிபுரம்.
Nambittalavanpattayam.	நம்பித்தலைவன்பட்டயம்.
Nānguneri	நான்குனேரி.
Nānguneri Jīyar Matam (I).	நான்குனேரி ஜீயர் மடம்.
Padalaiyārkulam.	படலையார்குளம்.
Padmanēri	பத்மனேரி.
Palangulam (I)	பழங்குளம்.
Palavūr	பழவூர்.
Panakudi	பணகுடி.

NĀNGUNĒRI TĀLŪK—cont. நான்குனேரி தாலூகா—தொடர்ச்சி.

Pāppānkulam ..	பாப்பான்குளம்.
Paramēswara-puram (I).	பரமேசுவரபுரம்.
Pariviristīryan ..	பரிவிரிசூரியன்.
Paruttippādu ..	பருத்திப்பாடு.
Pasuvali ..	பசுவலி.
Pattai ..	பத்தை.
Perungudi ..	பெருங்குடி.
Pūlam ..	பூலம்.
Puliyūrkurichchi.	புலியூர்குறிச்சி.
Rādhāpuram ..	ராதாபுரம்.
Rājākkal-mangalam.	ராஜாக்கள்மங்கலம்.
Rāmakrishnā-puram.	ராமகிருஷ்ணபுரம்.
Rammadupuram (I).	ரம்மதுபுரம்.
Sadaiyanēri ..	சடையனேரி.
Sadaiyanēri (I) ..	சடையனேரி.
Samugaranga-puram.	சமுகரங்கபுரம்.
Sāttāngulam ..	சாத்தாங்குளம்.
Saundarapāndiya-puram (I).	சௌந்தரபாண்டியபுரம்.
Senbagarāmanal-lūr.	செண்பகராமநல்லூர்.
Sengalakurichchi.	செங்களக்குறிச்சி.
Singanēri ..	சிங்கனேரி.
Singikulam Palaiyagrāmam.	சிங்கிகுளம் பழையகிராமம்.
Singikulam Pudugramam.	சிங்கிகுளம் புதுகிராமம்.
Sivalaippēri ..	சிவலைப்பேரி.
Srīvaramangai-puram (I).	ஸ்ரீவரமங்கைபுரம்.
Sūrangudi ..	சூரங்குடி.
Tandaiyārkulam.	தண்டையார்குளம்.
Tennīrkkulam (I).	தென்னீர்க்குளம்.
Tēraikkulam (I).	தேரைக்குளம்.
Tērku Kallik-kulam.	தெற்கு கள்ளிக்குளம்.
Tērku Nāngu-nēri.	தெற்கு நாங்குனேரி.
Terku Valliyūr ..	தெற்கு வள்ளியூர்.
Tinakarankulam (I).	தினகரன்குளம்.
Tiru Jīyar Matam (I).	திரு ஜீயர் மடம்.
Tirukkurungudi.	திருக்குருங்குடி.
Tiruvambala-puram.	திருவம்பலபுரம்.
Tisaiyanvilai ..	திசையன்விளை.
Tōttākudi ..	தோட்டாகுடி.
Tuttikulam (I) ..	துத்திகுளம்.
Udayattūr ..	உதயத்தூர்.
Unnangulam ..	உன்னங்குளம்.
Urumangulam ..	உருமங்குளம்.
Vadagarai (I) ..	வடகரை.
Vadakku Valli-yūr.	வடக்கு வள்ளியூர்.
Vadamalaisamud-ram.	வடமலைசமுத்திரம்.
Vadivālpuram (I).	வடிவாள்புரம்.
Vadugachchi-madil.	வடுகச்சிமதில்.
Vāgaikkulam (I).	வாகைக்குளம்.
Veppilangulam ..	வேப்பிலங்குளம்.
Vijaya Nārā-yanam.	விஜயநாராயணம்.
Vijayāpati ..	விஜயாபதி
Viswāmitrappēri (I).	விசுவாமித்திரப்பேரி.

SANKARANAYINĀRKŌVIL TĀLŪK. சங்கரநயினார்கோவில் தாலூகா.

Achchampatti ..	அச்சம்பட்டி.
Alagiyanambi-kulam (I).	அழகியநம்பிகுளம்.
Alagāpuri (Z) ..	அளகாபுரி.
Ālangulam (I) ..	ஆலங்குளம்.
Appanēri (I) ..	அப்பனேரி.
Ariyanāyaki-puram (Z).	அரியநாயகிபுரம்.
Ariyūr ..	அரியூர்.
Attippatti ..	அத்திப்பட்டி.
Ayyanēri (I) ..	அய்யனேரி.
Chidambaram-patti.	சிதம்பரம்பட்டி.
Chintāmani ..	சிந்தாமணி.
Chintamanippēri (I).	சிந்தாமணிப்பேரி.
Chattramkondān.	சத்திரம்கொண்டான்.
Chattrappatti (Z).	சத்திரப்பட்டி.
Chinnakōvilān-kulam.	சின்னகோவிலான்குளம்.
Chittrampatti (I).	சித்திரம்பட்டி.
Dārukāpuram (I).	தாருகாபுரம்.
Dēvarkulam (I)..	தேவர்குளம்.
Dēvarkulam ..	தேவர்குளம்.
Gūdalūr (Z) ..	கூடலூர்.
Īchchandā (Z) ..	ஈச்சந்தா.

SANKARANAYINĀRKŌVIL TĀLŪK—cont.

சங்கரநயினார்கோவில் தாலூகா—தொடர்ச்சி.

Ilaiyarasanēndal (1st part) (I).	இளையரசனேந்தல் (முதலபாகம்)
Ilaiyarasanēndal (2nd part) (I).	இளையரசனேந்தல் (2-ம் பாகம்).
Kalappālangulam.	கழப்பாளங்குளம்.
Kalappakulam ..	களப்பாகுளம்.
Kalingappatti ..	கலிங்கப்பட்டி.
Karisalkulam ..	கரிசல் குளம்.
Kārisāttān ..	காரிசாத்தான்.
Karivalamvandanallūr.	கரிவலம் வந்த நல்லூர்.
Kīl Nilidanallūr.	கீழ் நீலிதநல்லூர்.
Kīl Vīrasikhāmani	கீழ் வீரசிகாமணி.
Kōttaiyūr (Z) ..	கோட்டையூர்.
Kōvilpatti (I) ..	கோவில்பட்டி.
Kulakkattākurichchi (I).	குளக்கட்டாகுறிச்சி.
Kulasēkharamangalam (Z).	குலசேகரமங்கலம்.
Kulasēkharankōttai (Z).	குலசேகரங்கோட்டை.
Kulasēkharappēri (Z).	குலசேகரப்பேரி.
Kumattikkulam (I).	குமட்டிக்குளம்.
Kurukkalkulam (I)	குருக்கள்குளம்.
Kurunjākulam (I).	குருஞ்சாகுளம்.
Kuruvikkulam North (I).	குருவிக்குளம் வடக்கு.
Kuruvikkulam South (I).	குருவிக்குளம் தெற்கு.
Kuvalaikkanni ..	குவளைக்கண்ணி.
Madurāpuri (Z)..	மதுராபுரி.
Mahēndravādi ..	மஹேந்திரவாடி.
Maippārai ..	மைப்பாறை.
Malaiyānkulam ..	மலையான்குளம்.
Malaiyadikkurichchi.	மலையடிக்குறிச்சி.
Manalur ..	மணலூர்.
Madattuppatti (Z).	மடத்துப்பட்டி.
Mēl Ilandaikkulam (I),	மேல் இலந்தைக்குளம்.
Mēl Nīlidanallūr.	மேல் நீலித நல்லூர்.
Mēl Puliyangudi.	மேல புளியங்குடி
Mēlūr Duraiswāmipuram (Z)	மேலூர்துரைசுவாமிபுரம்.
Mukkūttumalai (I).	முக்கூத்துமலை.
Mūvarirundāli ..	மூவரிருந்தாளி.
Naduvakkurichchi (Z). (Major).	நடுவக்குறிச்சி (மேஜர்).
Naduvakkurichchi (Z) (Minor).	நடுவக்குறிச்சி (மைனர்).
Naduvappatti (I).	நடுவப்பட்டி.
Nagaram ..	நகரம்.
Nakkalmuttampatti (I).	நக்கல்முத்தம்பட்டி.
Nālāntilā ..	நாலாந்திலா.
Nāranapuram ..	நாரணபுரம்.
Nelkattumsēval (Z).	நெல்கட்டும்சேவல்.
Nochchikkulam (Z).	நொச்சிக்குளம்.
Palankōttai ..	பழங்கோட்டை.
Panaiyūr (Z) ..	பனையூர்.
Pandappuli (Z)..	பந்தப்புளி.
Paruvakkudi (Z).	பருவக்குடி.
Pattadaikatti (Z).	பட்டடைகட்டி.
Pattakurichchi (I).	பட்டகுறிச்சி.
Periyūr ..	பெரியூர்.
Periyakadambankulam (I).	பெரியகடம்பன்குளம்.
Perumālpatti (Z).	பெருமாள்பட்டி.
Perungōttūr ..	பெருங்கோட்டூர்.
Perumputtūr ..	பெரும்புத்தூர்.
Pichchaittalaivanpatti (I).	பிச்சைத்தலைவன்பட்டி.
Pillaiyārnattam (I).	பிள்ளையார்நத்தம்
Poygai (Z) ..	பொய்கை.
Puliyangulam (I).	புளியங்குளம்.
Puliyangudi ..	புளியங்குடி.
Punnaivanam ..	புன்னைவனம்.
Puvanikkāvalankulam (I).	புவனிக்காவலன்குளம்.
Rāmalingapuram (I).	ராமலிங்கபுரம்.
Rāmanāthapuram (Z).	ராமநாதபுரம்.
Rāmaswāmipuram (Z).	ராமசாமிபுரம்.
Rangasamudram (Z).	ரங்கசமுத்திரம்.
Rayagiri (Z) ..	ராயகிரி.
Sanganāppēri ..	சங்கனாப்பேரி.

SANKARANAYINĀRKŌVIL TĀLŪK—cont.
சங்கரநயினார் கோவில் தாலுகா—தொடர்ச்சி.

Sangupatti ..	சங்குபட்டி.
Sankaranayinārkōvil.	சங்கரநயினார்கோவில்.
Sāyamalai ..	சாயமலை.
Serndamangalam (Z).	சேர்ந்தமங்கலம்.
Sevalkulam ..	செவல்குளம்,
Sivagiri (Z) ..	சிவகிரி.
Sivagnānapuram (East) (Z).	சிவஞானபுரம் (கீழ்பாகம்).
Sivagnānapuram (West) (Z).	சிவஞானபுரம் (மேல்பாகம்).
Subramanyapuram,	சுப்பிரமணியபுரம்.
Sundankurichchi.	சுண்டங்குறிச்சி.
Sundarēsapuran (I).	சுந்தரேசபுரம்.
Tadiyampatti ..	தடியம்பட்டி.
Talaivankōttai (Z).	தலைவன்கோட்டை.
Tenmalai (Z) ..	தென்மலை.
Terku Sankaranayinārkōvil.	தெற்குசங்கரநயினார்கோவில்
Tirumalaināyakkanpudukkudi (Mittā).	திருமலைநாயக்கன்புதுக்குடி (மிட்டா).
Tirumalāpuram ..	திருமலாபுரம்.
Tiruvēngadam ..	திருவேங்கடம்.
Vadakkuppanai vadali.	வடக்குப்பனை வடலி.
Vakkuppatti ..	வடக்குப்பட்டி.
Vadakkuppudūr.	வடக்குப்புதூர்.
Vadamannārkulam (I).	வடமன்னார்குளம்.
Vādikkōttai (Z)..	வாடிக்கோட்டை.
Vāgaikkulam ..	வாகைக்குளம்.
Vālavandāpuram (I).	வாழவந்தாபுரம்
Vannikkōnōndal.	வன்னிக்கோனேந்தல்,
Varaganūr ..	வரகனூர்,
Vāsudēvanallūr ..	வாசுதேவநல்லூர்.
Vayali ..	வயலி.
Vayali (Z) ..	வயலி.
Vellākulam ..	வெள்ளாகுளம்.
Vellālankulam (Z).	வெள்ளாளன்குளம்.
Vellappanēri ..	வெள்ளப்பனேரி.
Venkatāchalapuram Agrahāram (I).	வெங்கிடாசலபுரம் அக்கிரகாரம்.
Vīrasikhāmani ..	வீரசிகாமணி.
Vīriruppu (Z) ..	வீரிருப்பு.
Viswanāthappēri (Z).	விஸ்வநாதப்பேரி.

SRIVAIKUNTAM TĀLŪK. ஸ்ரீவைகுண்டம் தாலுகா.

Agaram (Z) ..	அகரம்.
Ālandā ..	ஆலந்தா.
Ālikkudi (I) ..	ஆழிக்குடி.
Allikkūlam ..	அல்லிகுளம்.
Alwārkarkulam ..	ஆழ்வார்கற்குளம்.
Aniyāparanallūr.	அணியாபரநல்லூர்.
Arāmpannai ..	ஆராம்பண்ணை.
Arumugamangalam.	ஆறுமுகமங்கலம்.
Ayyanudaippu (I).	அய்யனுடைப்பு.
Chekkārakkudi ..	செக்காரக்குடி.
Chērakulam ..	சேரகுளம்.
Chettimallanpatti.	செட்டிமல்லன்பட்டி.
Dalavāypuram (Z).	தளவாய்புரம்.
Deyvachchilaipuram.	தெய்வச்சிலைபுரம்.
Ellaināyakkanpatti (I).	எல்லைநாயக்கன்பட்டி.
Iruvappapuram	இருவப்பபுரம்.
Kumārapuram.	குமாரபுரம்.
Īsānamatam (I).	ஈசானமடம்.
Kaliyāvūr ..	கலியாவூர்.
Kālvāy ..	கால்வாய்.
Karungulam ..	கருங்குளம்.
Kattālangulam ..	கட்டாளங்குளம்.
Kīl Perumānēri (I).	கீழ் பெருமானேரி
Kīl Puttanēri ..	கீழ் புத்தனேரி.
Kīl Tattappārai ..	கீழ் தட்டப்பாறை.
Kīl Vallanādu ..	கீழ் வல்லநாடு.
Kīl Pidāgai Appankōvil.	கீழ் பிடாகை அப்பன்கோவில்.
Kīl Pidāgai (Kasbā).	கீழ் பிடாகை (கஸ்பா).
Kīl Pidāgai Varadarājapuram.	கீழ் பிடாகை வரதராஜபுரம்.
Kodungani ..	கொடுங்கனி.
Kongarāyankurichchi.	கொங்கராயன்குறிச்சி.
Kōrampallam ..	கோரம்பள்ளம்.
Korkai ..	கொற்கை.
Kottārakkurichchi.	கொட்டாரக்குறிச்சி

Srivaikuntam Tālūk—cont. ஸ்ரீவைகுண்டம் தாலூகா—தொடர்ச்சி.

Kulaiyankarisal (Z).	குலையன்கரிசல்.
Kumāragiri (Z) ..	குமாரகிரி.
Kūttudankādu (Z).	கூட்டுடன்காடு.
Manakkarai ..	மணக்கரை.
Mangalakkurichchi.	மங்கலக்குறிச்சி.
Manjanīrkāyal ..	மஞ்நீர்காயல்.
Māppillai Ūrani (I).	மாப்பிள்ளை ஊரணி.
Māramangalam ..	மாரமங்கலம்.
Maravanmatam (Z).	மரவன்மடம்.
Mēl Perumānēri (I)	மேல் பெருமானேரி.
Mēl Tattappārai ..	மேல் தட்டப்பாறை.
Mīlavittān ..	மீளவிட்டான்.
Mudittānēndal ..	முடித்தானேந்தல்.
Mukkāni ..	முக்காணி.
Mullakkādu ..	முள்ளக்காடு.
Murappanādu Kōvilpattu.	முறப்பநாடு கோவில்பத்து.
Murappanādu Pudugrāmam.	முறப்பநாடு புதுகிராமம்.
Muttālangurichchi.	முத்தாலங்குறிச்சி.
Muttuswāmipuram (Z).	முத்துசுவாமிபுரம்.
Nānalkādu ..	நாணல்காடு.
Nattātti ..	நட்டாத்தி.
Padmanābhamangalam.	பத்மநாபமங்கலம்.
Palayakāyal ..	பழையகாயல்.
Parākramapāndi.	பராக்ரமபாண்டி.
Perungulam ..	பெருங்குளம்.
Pērūr ..	பேரூர்.
Pērūrani (Z) ..	பேரூரணி.
Pulippānjānkulam (I).	புலிப்பாஞ்சான்குளம்.
Pūvāni (I). ..	பூவாணி.
Rāmānujampudūr (I).	ராமானுஜம்புதூர்.
Sankarappēri ..	சங்கரப்பேரி.
Sāyarpuram ..	சாயர்புரம்.
Sendilāmpannai (I).	செந்திலாம்பண்ணை.
Sōrvaikkāranmatam (Z).	சேர்வைக்காரன்மடம்.
Sevalai ..	செவலை.
Seydunganallūr ..	செய்துங்கநல்லூர்.
Singattākurichchi.	சிங்கத்தாகுறிச்சி.
Siruttondanallūr.	சிறுத்தொண்டநல்லூர்.
Srīmūlakkarai ..	ஸ்ரீமூலக்கரை.
Srīparānkusanallūr.	ஸ்ரீபராங்குசநல்லூர்.
Srīvaikuntam ..	ஸ்ரீவைகுண்டம்.
Tannūttukattukuttakai (I) ..	தன்னூத்துகட்டுக்குத்தகை.
Tannūttu (I) ..	தன்னூத்து.
Terku Kārisēri ..	தெற்குகாரிசேரி.
Terku Silukkanpatti (Z).	தெற்கு சிலுக்கன்பட்டி.
Timmarājapuram (Z).	திம்மராஜபுரம்.
Tiruppani Chettikulam (I).	திருப்பணிசெட்டிகுளம்.
Tiruppani Chettiyārpatti (I).	திருப்பணிசெட்டியார்பட்டி.
Tiruppuliyangudi.	திருப்புளியங்குடி.
Tōlappanpannai.	தோழப்பன்பண்ணை.
Tūticorin ..	தூத்துக்குடி.
Ulakkudi ..	உளக்குடி.
Umarikkōttai ..	உமரிக்கோட்டை.
Vadakku Silukkanpatti (Z).	வடக்கு சிலுக்கன்பட்டி.
Vadakku Kārisēri.	வடக்கு காரிசேரி.
Vada Vallanādu.	வட வல்லநாடு.
Vālavallān ..	வாளவல்லான்.
Vallakkulam ..	வல்லக்குளம்.
Vallanādu Kasba.	வல்லநாடு கஸ்பா.
Varttakareddippatti (Z).	வர்த்தகரெட்டிப்பட்டி.
Vasavappapuram.	வசவப்பபுரம்.
Vēlur Adichchanallūr.	வேலூர் ஆதிச்சநல்லூர்.
Vēlūr Kasba ..	வேலூர கஸ்பா.
Vēlūr Pudukkudi.	வேலூர் புதுக்குடி.
Vitthalāpuram ..	விட்டலாபுரம்.
Vitthalāpuram Kōvilpattu.	விட்டலாபுரம் கோவில்பத்து.

Tenkāsi Tālūk. தென்காசி தாலூகா.

Āchchankuttam (Z).	அச்சன்குட்டம.
Alangulam ..	ஆலங்குளம்.
Ānaikkulam ..	ஆனைக்குளம்.
Āndippaiti ..	ஆண்டிப்பட்டி.
Āvudaiyānūr ..	ஆவுடையானூர்.

TENKĀSI TĀLŪK—cont. தென்காசி தாலூகா—தொடர்ச்சி.

Āyirappēri ..	ஆயிரப்பேரி.
Avyanārkulam ..	அய்யனார்குளம்.
Balabhadrarāmapuram (Z).	பலபத்ரராமபுரம்.
Bōganallūr (Z) ..	போகநல்லூர்.
Chokkampatti (Z).	சொக்கம்பட்டி.
Gunarāmanallūr.	குணராமநல்லூர்.
Idaikkāl ..	இடைக்கால்.
Ilandaikkulam (Z).	இலந்தைக்குளம்.
Ilanji ..	இலஞ்சி.
Kadaiyanllūr ..	கடையநல்லூர்.
Kadanganēri (Z).	கடங்கனேரி.
Kādnvetti (Z) ..	காடுவெட்டி.
Kallūrani ..	கல்லூரணி.
Kalunīrkulam (Z).	கழுநீர்குளம்.
Kambanēri-pudukkudi (Z).	கம்பனேரிபுதுக்குடி.
Kanakasabhāpatippēri (I).	கனகசபாபதிப்பேரி.
Kanakkuppillai-valasai.	கணக்குப்பிள்ளைவலசை.
Karisalkulam (Z).	கரிசல்குளம்.
Karuvandā (Z) ..	கருவந்தா.
Kāsidharmam ..	காசிதர்மம்.
Kāsikkuvāyttān (I).	காசிக்குவாய்த்தான்.
Kāvalkurichchi (Z).	காவல்குறிச்சி.
Kidārangulam (I)	கிடாரங்குளம்.
Kīl Kalingal (Z).	கீழ் கலிங்கல்.
Kil Pāvūr ..	கீழ் பாவூர்.
Kīl Vellakkāl (Z).	கீழ் வெள்ளக்கால்.
Kīl Vīrānam (Z).	கீழ் வீராணம்.
Kodikkurichchi ..	கொடிக்குறிச்சி.
Kottākulam (I) ..	கொட்டாகுளம்.
Kōvilānkulam (Z).	கோவிலான்குளம்.
Krishnāpuram ..	கிருஷ்ணாபுரம்.
Kulaiyanēri (Z) ..	குலையனேரி.
Kulasōkharappatti.	குலசேகரப்பட்டி.
Kunnakkudi (Z).	குன்னக்குடி.
Kurichchikulam (Z).	குறிச்சிகுளம்.
Kuruchchāmpatti (Z).	குருச்சாம்பட்டி.
Kurukkalpatti (Z)	குருக்கள்பட்டி.
Kuttukkalvalasi.	குத்துக்கல்வலசை.
Kuttālam ..	குத்தாலம்.
Mārāndai ..	மாராந்தை.
Marudankinaru (Z).	மருதன்கிணறு.
Marudappapūram (Kōvilānkulam) (Z).	மருதப்பபுரம் (கோவிலான்குளம்).

Marukkālankulam (Z).	மருக்காலன் குளம்
Mattalampārai ..	மத்தளம்பாறை.
Māyamānkurichchi.	மாயமான் குறிச்சி.
Mēlagaram ..	மேலகரம்.
Mēl Kalingal (Z).	மேல் கலிங்கல்.
Mēl Krishnappēri (Z).	மேல் கிருஷ்ணப்பேரி.
Mēl Marudappapuram (Z).	மேல் மருதப்பபுரம்.
Mēl Pāvūr ..	மேல் பாவூர்.
Mēl Vīrānam (Z).	மேல் வீராணம்.
Minnadisēri (Z) ..	மின்னடிசேரி.
Nāgalkādu ..	நாகல்காடு.
Nāgalkulam ..	நாகல்குளம்.
Nāranapuram (Z)	நாரணபுரம்.
Narikkudi (Z) ..	நரிக்குடி.
Navanītakrishnāpuram (Z).	நவநீதகிருஷ்ணபுரம்.
Navnāragaram (Z).	நயினார் அகரம்.
Neduvayal ..	நெடுவயல்.
Nettūr ..	நெட்டூர்
Panpuli ..	பண்புளி.
Pāttākurichchi ..	பாட்டாகுறிச்சி.
Pāttappattu ..	பாட்டப்பத்து.
Periyapillaivalasai.	பெரியபிள்ளைவலசை.
Pettanādānpatti (Z).	பெத்தநாடான்பட்டி
Pirānūr ..	பிரானூர்.
Poygai (Z) ..	பொய்கை.
Pūlāngulam ..	பூலாங்குளம்.
Puliyūr ..	புலியூர்.
Rājagōpālappēri (Z).	ராஜகோபாலப்பேரி
Rājapāndi (Z) ..	ராஜபாண்டி.
Sillaraippuravu (Z).	சில்லரைப்புரவு.
Sivakāmipuram (Z).	சிவகாமிபுரம்.
Sivalapuramkaradi Udaippu (Z).	சிவலபுரம் கரடி உடைப்பு.
Sivalārkulam ..	சிவலார்குளம்
Sivanādānur (Z).	சிவநாடானூர்.
Subbayyapuram (Z).	சுப்பய்யாபுரம்.
Sumatīndrapuram (I).	சுமதீந்திரபுரம்.
Sundarapāndiyapuram.	சுந்தரபாண்டியபுரம்.
Sūrandai (Z) ..	சூரண்டை.
Sūrandai ..	சூரண்டை.
Tenkāsi ..	தென்காசி.
Tēnpottai ..	தென்பொத்தை.

TENKĀSI TĀLUK—cont. தென்காசி தாலூகா—தொடர்ச்சி.

Tippanampatti ..	திப்பணம்பட்டி.
Tiruchchittambalam.	திருச்சிற்றம்பலம்.
Ūrmēlalagiyān (Z)	ஊர்மேலழகியான்.
Ūttumalai (Z) ..	ஊத்துமலை.
Vadagaraikīlpidagai.	வடகரைகீழ்பிடாகை.
Vadagarai Mēlpidagai.	வடகரை மேல்பிடாகை.
Vādi (Z) ..	வாடி.
Vagaikkulam (Z).	வாகைக்குளம்.
Vairavankulam (Z).	வைரவன்குளம்.
Vallam (Z) ..	வல்லம்.
Vellakal (I) ..	வெள்ளகால்.
Vīrakēralampudūr (Z).	வீரகேரளம்புதூர்.

TINNEVELLY TĀLUK. திருநெல்வேலி தாலூகா.

Abhishekapatti ..	அபிஷேகபட்டி.
Alaganēri ..	அழகனேரி.
Alaganēri (I) ..	அழகனேரி.
Alagiyapāndiyapuram.	அழகியபாண்டியபுரம்.
Alankārappēri ..	அலங்காரப்பேரி.
Anantakrishnākulam.	அனந்தகிருஷ்ணபுரம்.
Āraikkulam (I) ..	ஆரைக்குளம்.
Ariyakulam ..	அரியகுளம்.
Arugankulam ..	அருகன்குளம்.
Avarāppēri ..	அவராப்பேரி.
Chattirampudukkulam.	சத்திரம்புதுக்குளம்.
Chittārchatiram ..	சித்தார்சத்திரம்.
Ettānkulam ..	எட்டான்குளம்.
Gangaikondan ..	கங்கைகொண்டான்.
Ilandaikkulam (I).	இலந்தைக்குளம்.
Isanamatam (1) ..	ஈசானமடம்.
Ittēri ..	இட்டேரி.
Kalakkudi ..	களக்குடி.
Kalkurichchi ..	கல்குறிச்சி.
Kānarpatti ..	கானார்பட்டி.
Kandiyappēri ..	கண்டியப்பேரி.
Karaiyiruppu (I).	கரையிருப்பு.
Karungādu ..	கருங்காடு.
Karuppandurai ..	கருப்பன்துறை.
Karuvanallūr ..	கருவநல்லூர்.
Karuvēlangulam (I)	கருவேலங்குளம்.
Kattalaiyudaiyanēri (I).	கட்டளையுடையனேரி.
Kattampuli ..	கட்டாம்புளி.
Kattārankulam ..	கட்டாரன்குளம்.
Khansahibpuram.	கான்சாயபுரம்.
Kīl Nattam ..	கீழ் நத்தம்.
Kīl Pāttam ..	கீழ் பாட்டம்.
Kīl Tiruvēngadanāthapuram.	கீழ் திருவேங்கடநாதபுரம்.
Kīl Vīraraghavapuram.	கீழ் வீரராகவபுரம்.
Kōdaganallūr ..	கோடகநல்லூர்.
Kokkattikulam ..	கொக்கட்டிகுளம்
Kondanagaram ..	கொண்டாநகரம்.
Kongandānparai.	கொங்கன்தான்பாறை.
Krishnāpuram ..	கிருஷ்ணபுரம்
Kulavanikapuram	குலவணிகபுரம்.
Kumaranēri (I) ..	குமாரனேரி.
Kunnattūr ..	குன்னத்தூர்.
Kuppakkurichchi.	குப்பக்குறிச்சி.
Kuravarkulam (I)	குரவர்குளம்.
Madhavakkurichchi.	மாதவக்குறிச்சி.
Manappadaivīdu,	மணப்படைவீடு.
Manimūrtīswaram	மணிமூர்த்தீசுவரம்.
Manūr ..	மானூர்.
Marudūr ..	மருதூர்.
Māvadi ..	மாவடி.
Mōgamudaiyurkulam (I).	மேகமுடையார்குளம்.
Mēl Kallūr ..	மேல் கல்லூர்.
Mēl Nattam ..	மேல் நத்தம்.
Mēl Pālaiyam ..	மேல் பாளையம்.
Mēl Pāttam ..	மேல் பாட்டம்.
Mēl Puttanēri ..	மேல் புத்தனேரி.
Mēl Tiruvēngadanathapuram.	மேல் திருவேங்கடநாதபுரம்.
Mēl Vīrarāghavapuram.	மேல் வீரராகவபுரம்.
Munnīrpallam ..	முன்னீர்பள்ளம்.
Muttūr ..	முத்தூர்.
Nadukkavudaiyārkulam (I).	நடுக்காவுடையார்குளம்.
Naduvakkurichchi	நடுவக்குறிச்சி.
Nāgalōdai (I) ..	நாகலோடை.
Nanjankulam (I).	நாஞ்சான்குளம்.
Naranammalpuram.	நாரணம்மாளபுரம்.
Narasinganallūr.	நரசிங்கநல்லூர்.
Nochchikkulam ..	நொச்சிக்குளம்.

TINNEVELLY TĀLUK—cont. திருநெல்வேலி தாலூகா—தொடர்ச்சி.

Padinālāmperi .. பதினுலாம்பேரி.

Pālaiyamchettikulam (I). பாளையம்செட்டிகுளம்.

Pālamcōttah .. பாளையங்கோட்டை.

Pālāmadai .. பாலாமடை.

Palavūr .. பழவூர்.

Pallikkôttai .. பல்லிக்கோட்டை.

Panaiyānkulam .. பனையான்குளம்.

Pāppākulam .. பாப்பாகுளம்.

Pāraikkulam .. பாறைக்குளம்.

Pēttai .. பேட்டை.

Pillaiyankattalai (I). பிள்ளையன்கட்டளை.

Pillaiyārkulam .. பிள்ளையார்குளம்.

Pirānchēri .. பிராஞ்சேரி.

Pirāyankulam .. பிராயன்குளம.

Ponmidittānkulam (I). பொன்மிதித்தான்குளம்.

Ponnākkudi .. பொன்னாக்குடி.

Pudukkulam .. புதுக்குளம்.

Pudūr .. புதூர்.

Rājagōpālapuram ராஜகோபாலபுரம்.

Rājavallipuram .. ராஜவல்லிபுரம்.

Rāmalinganēri (I) ராமலிங்கனேரி.

Rāmayyanpatti .. ராமய்யன்பட்டி.

Reddiyāpatti (I). ரெட்டியாபட்டி.

Samugarangayyankattalai (I). சமுகரங்கய்யன்கட்டளை.

Sangantiradu .. சங்கன்திரடு.

Seliyanallūr .. செழியநல்லூர்.

Sēndimangalam .. சேந்திமங்கலம்.

Sengulam .. செங்குளம்.

Sēturāyaputtūr (I) சேதுராயபுத்தூர்.

Sīdaparppanallūr. சீதபர்ப்பநல்லூர்.

Sindupūndurai .. சிந்துபூந்துறை.

Sirukkankurichchi. சிருக்கன்குறிச்சி.

Sivagurunathantiruttu (I). சிவகுருநாதன்திருத்து.

Sīvalappēri .. சீவலப்பேரி.

Sivanadiyānkulam (I). .. சிவனடியான்குளம்.

Sivandippatti .. சிவந்திப்பட்டி.

Suttamalli .. சுத்தமல்லி.

Tachchanallūr .. தச்சநல்லூர்.

Tālaiyūttu .. தாழையூத்து,

Taruvai .. தருவை.

Tēnīrkulam (I) .. தேனீர்குளம்.

Tenkattalai (I) .. தென்கட்டளை.

Tenkulam .. தென்குளம்.

Tenpattu .. தென்பத்து.

Terkuppatti .. தெற்குப்பட்டி.

Tidiyūr .. திடியூர்.

Timmarājapuram. திம்மராஜபுரம்.

Tinnevelly .. திருநெல்வேலி.

Tirumalaikkolundupuram. திருமலைக்கொழுந்துபுரம்.

Tiruppanikarisalkulam (I). திருப்பணிகரிசல்குளம்.

Tiruppani Nellaipuram (I), திருப்பணிநெல்லைபுரம்.

Tiruttu .. திருத்து.

Tiruvannāthapuram. திருவண்ணதபுரம்

Tulukkarkulam (I). துலுக்கர்குளம்.

Udaiyanēri .. உடையனேரி.

Udaiyārkulam .. உடையார்குளம்.

Ugandānpatti . உகந்தான்பட்டி.

Ukkirankōttai .. உக்கிரன்கோட்டை.

Uttamapāndiyankulam (I), உத்தமபாண்டியன்குளம்.

Vaduganpatti .. வடுகன்பட்டி.

Vāgaikkulam .. வாகைக்குளம்.

Vēlankulam (I) .. வேலன்குளம்.

Vēlārkulam (I) .. வேளார்குளம்.

Vellaikkōvil .. வெள்ளைக்கோவில்.

Vellālankulam Vettuvānkulam (I) வெள்ளாளன்குளம் வெட்டுவான்குளம்.

Venkalunīrsamuttiram. வெங்கழுநீர்சமுத்திரம்.

Vēppankulam (I). வேப்பனகுளம்.

Vijarāghava Mudaliyār Chattram (I). விஜயராகவமுதலியார்சத்திரம்.

Vilāgam .. விளாகம்.

TIRUCHCHENDŪR TĀLUK. திருச்செந்தூர் தாலூகா.

Ādināthapuram. ஆதிநாதபுரம்.

Ādiyākurichchi .. ஆதியாகுறிச்சி.

Alagappapuram (I). அழகப்பபுரம்.

Alagiyamanavālapuram. அழகியமணவாளபுரம்.

Ālwār Tirunagari. ஆழ்வார்திருநகரி.

Ammanpuram .. அம்மன்புரம்.

Angamangalam .. அங்கமங்கலம்.

Arasūr .. அரசூர்.

Arumuganēri .. ஆறுமுகனேரி.

Āttūr (Kasbā) .. ஆத்தூர் (கஸ்பா).

Chettiyāpattu .. செட்டியாபத்து,

Chettiyiruppu (I). செட்டியிருப்பு.

Eluvaramukki .. எழுவரமுக்கி.

Kachchanāvilai .. கச்சனவிளை.

TIRUCHCHENDŪR TĀLŪK—cont. திருச்செந்தூர் தாலூகா—தொடர்ச்சி.

Kadaiyanōdai ..	கடையனோடை.
Kālankudiyiruppu	காலன்குடியிருப்பு.
Kānam ..	கானம்.
Kandaswāmipuram.	கந்தசுவாமிபுரம்.
Karungadal ..	கருங்கடல்.
Karuvēlampādu (I).	கருவேலம்பாடு.
Kattārimangalam.	கட்டாரிமங்கலம்.
Kāyalpattanam North.	காயல்பட்டணம் வடபாகம்.
Kāyalpattanam South.	காயல்பட்டணம் தென்பாகம்.
Kāyāmoli ..	காயாமொழி.
Kīl Tiruchchendūr.	கீழ்திருச்செந்தூர்.
Kōmānēri (I) ..	கோமானேரி.
Kombankulam ...	கொம்பன்குளம்.
Kommattikkōttai.	கொம்மட்டிக் கோட்டை.
Kudiraimoli ..	குதிரைமொழி.
Kulasēkharapattanam.	குலசேகர பட்டணம்.
Kurippankulam ..	குறிப்பன்குளம்.
Lakshmipuram ..	லக்ஷ்மீபுரம்.
Mādhavankurichchi.	மாதவன்குறிச்சி.
Mānādutandup-pattu.	மாணாடுதண்டுப் பத்து.
Manappādu ..	மணப்பாடு.
Māvidupannai ..	மாவிடுபண்ணை.
Megnānapuram ..	மெஞ்ஞானபுரம்.
Mēl Tiruchchendūr.	மேல்திருச் செந்தூர்.
Mēlāttūr ..	மேலாத்தூர்.
Mīrāngulam ..	மீராங்குளம்.
Mudalūr ..	முதலூர்.
Mūlaikkarai ..	மூலைக்கரை.
Naduvakkurichchi	நடுவக்குறிச்சி.
Nallūr ..	நல்லூர்.
Nālumāvadi ..	நாலுமாவடி.
Nangaimoli ..	நங்கைமொழி.
Nattakkulam ..	நத்தக்குளம்.
Nayināpattu (I).	நயினாபத்து.
Nāzareth ..	நாசரெத்து.
Nedungulam ..	நெடுங்குளம்.
Padukkappattu ..	படுக்கப்பத்து.
Palangulam ..	பழங்குளம்.
Pallakkurichchi ..	பள்ளக்குறிச்சி.
Pallippattu ..	பள்ளிப்பத்து.
Pannampārai ..	பன்னம்பாறை.
Paramankurichchi.	பரமன்குறிச்சி.
Pidānēri (I) ..	பிடானேரி.
Pirandākulam (I).	பிரண்டாகுளம்.
Pudukkulam ..	புதுக்குளம்.
Punnaikkāyal ..	புன்னைக்காயல்.
Sāstāvinallūr ..	சாஸ்தாவி னல்லூர்.
Sāttānkulam ..	சாத்தான்குளம்.
Semmarikkulam.	செம்மரிக்குளம்.
Sērndamangalam.	சேர்ந்தமங்கலம்.
Sētukkuvāyttān (I).	சேதுக்குவாய்த் தான்.
Srīvenkatēswarapuram.	ஸ்ரீவெங்கடேஸ் வரபுரம்.
Sugantalai ..	சுகந்தலை.
Tachchamoli (I) ..	தச்சமொழி.
Tāmaraimoli (I) ..	தாமரைமொழி.
Tēmāngulam ..	தேமாங்குளம்.
Tenmavidupannai	தென்மாவிடு பண்ணை.
Tentiruppērai (Kasbā).	தெந்திருப்பேரை (கஸ்பா).
Tentiruppērai Kurukāttūr)	தெந்திருப்பேரை (குருகாட்டூர்).
Tentiruppērai (Puravūr).	தெந்திருப்பேரை (புரவூர்).
Tentiruppērai Rājāpati).	தெந்திருப்பேரை (ராஜாபதி).
Tirukkalūr ..	திருக்களூர்.
Tirunāvīrudaiyapuram.	திருநாவீருடைய புரம்.
Tiruppani Puttantaruvai (I).	திருப்பணிபுத்தன் தருவை.
Tiruppāniyudap-pirappu (I).	திருப்பணியுடப் பிறப்பு.
Udaiyārkulam ..	உடையார்குளம்.
Udankudi ..	உடங்குடி
Vāgaivilai (I) ..	வாகைவிளை.
Vellamatam ..	வெள்ளமடம்.
Vēlūr Malavarāyanattam.	வேளூர் மழவராய நத்தம்.
Venkatarāmānujapuram.	வெங்கடராமா னுஜபுரம்.
Vīramānikkam ..	வீரமாணிக்கம்.
Vīrapāndiyanpattanam.	வீரபாண்டியன் பட்டணம்.

TRICHINOPOLY DISTRICT.

(I) = Ināni. இனாம். (Z) = Zamīndāri. ஜமீன்தாரி. (J) = Jāghīr. ஜாகீர்.

Karūr Tālūk. கரூர் தாலுகா.

Achchamāpuram.	அச்சமாபுரம்.
Āchchimangalam.	ஆச்சிமங்கலம்.
Āchchimangalam (I).	ஆச்சிமங்கலம்.
Ālamarattuppatti (Z).	ஆலமரத்துப்பட்டி.
Ammāpatti (Z) ..	அம்மாபட்டி.
Āndānkōvil ..	ஆண்டான்கோவில்.
Anjūr ..	அஞ்சூர்.
Appipālaiyam ..	அப்பிபாளையம்.
Aravakkurichchi.	அரவக்குறிச்சி.
Āriyūr ..	ஆரியூர்.
Attippālaiyam ..	அத்திப்பாளையம்.
Āttūr ..	ஆத்தூர்.
Bālāmbāpuram ..	பாலாம்பாபுரம்.
Chinnadhārāpuram.	சின்னதாராபுரம்.
Chūdāmani ..	சூடாமணி.
Elavanūr ..	எலவனூர்.
Elavanūr (I) ..	எலவனூர்.
Ellakkādu Rāmachandrapuram.	எல்லக்காடு ராமசந்திரபுரம்.
Emūr ..	ஏமூர்.
Erumārappatti (Z)	எருமாரப்பட்டி.
Gūdalūr ..	கூடலூர்.
Inanganūr ..	இனங்கனூர்.
Īsanattam (Z) ..	ஈசநத்தம்.
Jagatābi ..	ஜகதாபி.
Kadambakkurichchi (Nanjai).	கடம்பக்குறிச்சி (நஞ்சை).
Kadambakkurichchi (Punjai).	கடம்பக்குறிச்சி (புஞ்சை).
Kādappārai ..	காதப்பாறை.
Kākkāvādi ..	காக்காவாடி.
Kākkāvādi Pichchampatti.	காக்காவாடி பிச்சம்பட்டி.
Kālakkurichchi (Nanjai).	காளக்குறிச்சி (நஞ்சை).
Kālakkurichchi (Punjai).	காளக்குறிச்சி (புஞ்சை).
Kārvali ..	கார்வளி.
Kārudaiyāmpālaiyam.	காருடையாம்பாளையம்.
Karuppampālaiyam.	கருப்பம்பாளையம்.
Karūr ..	கரூர்.
* Karūr (Municipality).	கரூர் (முனிஸிபாலிடி).
Kodaiyūr ..	கொடையூர்.
Kōdandūr ..	கோடந்தூர்.
Kōmbupālaiyam.	கோம்புபாளையம்.
Kōyampalli ..	கோயம்பள்ளி.
Kuppachchipālaiyam.	குப்பச்சிபாளையம்.
Kuppam ..	குப்பம்.
Lakshmīnārāyanasamudram.	லக்ஷ்மீநாராயணசமுத்திரம்.
Manavādi ..	மணவாடி.
Manmangalam ..	மண்மங்கலம்.
Mēl Pālaiyam ..	மேல் பாளையம்.
Minnāmpalli ..	மின்னாம்பள்ளி.
Monjanūr ..	மொஞ்சனூர்.
Mudakkūr ..	முடக்கூர்.
Mūkkānankurichchi.	மூக்கணாங்குறிச்சி.
Munnūr ..	முன்னூர்.
Nadandai ..	நடந்தை.
Nāgampalli ..	நாகம்பள்ளி.
Nanniyūr ..	நன்னியூர்.
Nedungūr ..	நெடுங்கூர்.
Nerūr ..	நெரூர்.
Paganattam ..	பாகநத்தம்.
Pallappālaiyam ..	பள்ளப்பாளையம்.
Pallappatti ..	பள்ளப்பட்டி.
Panchamādēvi ..	பஞ்சமாதேவி.
Paramatti ..	பரமத்தி.
Pavittiram ..	பவித்திரம்.
Periyamanjuvali (Z).	பெரியமஞ்சுவளி.
Pudukkanalli Anaippālaiyam	புதுக்கநல்லி அணைப்பாளையம்.
Pugalūr (Nanjai).	புகழூர் (நஞ்சை).
Pugalūr (Punjai).	புகழூர் (புஞ்சை).
Puliyūr ..	புலியூர்.
Pungambādi ..	புங்கம்பாடி.
Punnam ..	புன்னம்.
Puttāmbūr ..	புத்தாம்பூர்.
Rājapuram ..	ராஜபுரம்.
Sāndappādi ..	சாந்தப்பாடி.
Senappāretti ..	செனப்பரெட்டி.
Sēndamangalam	சேந்தமங்கலம்.
Sōmūr ..	சோமூர்.
Tālappatti ..	தாளப்பட்டி.
Tāndōni ..	தாந்தோணி.
Tennilai (East) ..	தென்னிலை (கீழ் பாகம்).
Tennilai (South).	தென்னிலை (தென் பாகம்).

* Karūr Municipality includes Karūr (Inam and Ayan) and portions of Bālāmbāpuram, Lakshmīnārāyanasamudram, Senapparetti, Tāndōni and Tirumānilaiyūr.

KARŪR TĀLUK—cont. கரூர் தாலூகா—தொடர்ச்சி.

Tennilai (Venkatāpuram).	தென்னிலை (வெங்கடாபுரம்).
Tennilai (West) ..	தென்னிலை (மேல்பாகம்).
Tettuppatti (Z) ..	தெத்துப்பட்டி.
Tirukkāttutturai.	திருக்காட்டுத்துறை.
Tirumānilaiyūr ..	திருமானிலையூர்.
Tokkuppatti ..	தொக்குப்பட்டி.
Tōranakkalpatti.	தோரணக்கல்பட்டி.
Tōttakkurichchi (Nanjai).	தோட்டக்குறிச்சி (நஞ்சை).
Tottakkurichchi (Punjai).	தோட்டக்குறிச்சி (புஞ்சை).
Tukkāchchi ..	துக்காச்சி.
Tumbivādi ..	தும்பிவாடி.
Uppidamangalam.	உப்பிடமங்கலம்
Vāngal ..	வாங்கல்.
Vēlambādi ..	வேலம்பாடி.
Velliyanai ..	வெள்ளியணை.
Venjamāngūdalūr.	வெஞ்சமாங்கூடலூர்.
Vēttamangalam ..	வேட்டமங்கலம்.
Visvanāthapuri ..	விஸ்வநாதபுரி.

KULITTALAI TĀLUK. குளித்தலை தாலூகா.

Adaikkampatti (Z).	அடைக்கம்பட்டி.
Ādampatti (I) ..	ஆதம்பட்டி.
Ādanappārai (Z).	ஆதனப்பாறை.
Ādanūr (Z) ..	ஆதனூர்.
Adikāram (Z) ..	அதிகாரம்.
Akkayampatti (Z).	அக்கயம்பட்டி.
Akkulampatti (Z).	அக்குலம்பட்டி.
Alagāpuri (Z) ..	அழகாபுரி.
Ālampatti (Z) ..	ஆலம்பட்டி.
Ālattūr (I) ..	ஆலத்தூர்.
Āmanakkampatti (Z).	ஆமணக்கம்பட்டி.
Amaiyapuram ..	அமையபுரம்.
Ammāpatti (Z) ..	அம்மாபட்டி.
Ammāchattram (Z).	அம்மாசத்திரம்.
Aniyāppūr ..	அணியாப்பூர்.
Ārāchchampatti ..	ஆராச்சம்பட்டி.
Bālarājapuram ..	பாலராஜபுரம்.
Chattrappatti (I).	சத்திரப்பட்டி.
Chetti Chattram (I).	செட்டி சத்திரம்.
Chettiyapatti ..	செட்டியபட்டி.
Chintalavādi ..	சிந்தலவாடி.
Chinniyampālaiyam (I).	சின்னியம்பாளையம்.
Chittalavāy ..	சித்தலவாய்.
Chittānattam (I).	சித்தாநத்தம்.
Dalavāiypatti (I) (near Palaiyapālaiyam).	தளவாய்ப்பட்டி (பழையபாளையத்துக்கு அடுத்த).
Dalavāypatti (I) (near Ponnampatti).	தளவாய்ப்பட்டி (பொன்னம்பட்டிக்கு அடுத்த).
Dēvarmalai ..	தேவர்மலை.
Dhavalavīrampatti.	தவளவீரம்பட்டி.
Endappuli (Z) ..	எண்டப்புளி.
Gūdalūr ..	கூடலூர்.
Hiranyamangalam.	இரணியமங்கலம்.
Ichchiyadippatti (Z).	இச்சியடிப்பட்டி.
Idaiyappatti (Tenmugam) (Z)	இடையப்பட்டி (தென்முகம்).
Idaiyappatti (I) ..	இடையப்பட்டி.
Idaiyappatti (Dēvastānam) (I).	இடையப்பட்டி (தேவஸ்தானம்).
Idaiyappatti (Vadamugam) (Z).	இடையப்பட்டி (வடமுகம்).
Ikkaraikōsakkurichchi (Z).	இக்கரைகோசக்குறிச்சி.
Ilamanam ..	இளமணம்.
Inungūr ..	இனுங்கூர்.
Kadambarkōvil	கடம்பர்கோவில்.
Kālaiyappatti ..	காளையப்பட்டி.
Kalingappatti (Z).	கலிங்கப்பட்டி.
Kalingappatti (I).	கலிங்கப்பட்டி.
Kalugūr ..	கழுகூர்.
Kalladai ..	கல்லடை.
Kallai ..	கள்ளை.
Kalluppatti (I) ..	கல்லுப்பட்டி.
Kallakkāmpatti (Z).	கள்ளக்காம்பட்டி.
Kallappalli ..	கள்ளப்பள்ளி.
Kammananallūr.	கம்மனநல்லூர்.
Kanjanāyakkanpatti (Z).	கஞ்சநாயக்கன்பட்டி.
Kannivadugappatti (Z).	கன்னிவடுகப்பட்டி.
Kannudaiyāmpatti.	கண்ணுடையாம்பட்டி.
Kannukkuli (Z) ..	கண்ணுக்குழி.
Kannūttu (Z) ..	கண்ணூத்து.
Kāppāgudi (I) ..	காப்பாகுடி.
Kappampatti (I).	கப்பம்பட்டி.
Karadippatti (Z).	கரடிப்பட்டி.
Kāraippatti (I) ..	காரைப்பட்டி.

KULITTALAI TĀLŪK—cont. குழித்தலை தாலூகா—தொடர்ச்சி.

Karichchāmpatti (I).	கரிச்சாம்பட்டி.
Karumalai (I)	கருமலை.
Karuvappanāyakkanpēttai.	கருவப்பநாயக்கன்பேட்டை.
Karuppattūr	கருப்பத்தூர்.
Karuppūr	கருப்பூர்.
Kavināri ppatti(I).	கவிநாரிப்பட்டி.
Kavundanpatti (Z).	கவுண்டன்பட்டி.
Kīl Pagudi (Z)	கீழ் பகுதி.
Kīranippatti (Z).	கீரணிப்பட்டி.
Kīranūr (Z)	கீரனூர்.
Kodumbaippatti (I).	கொடும்பைப்பட்டி.
Kodumbarai (I).	கொடும்பறை.
Kōmālippārai (I).	கோமாளிப்பாறை.
Kōnnappatti (Z).	கோண்ணப்பட்டி.
Kosūr	கொசூர்.
Kōttaipaluvanji (Z).	கோட்டைபளுவஞ்சி.
Kōvilpatti (I)	கோவில்பட்டி.
Kōvilpatti near Tillampatti (I).	கோவில்பட்டி (தில்லம்பட்டிக்கு அடுத்த).
Krishnarāyapuram.	கிருஷ்ணராயபுரம்.
Kulittalai	குழித்தலை.
Kumāramangalam.	குமாரமங்கலம்.
Kumāravādi	குமாரவாடி.
Kurumbappatti (Z).	குரும்பப்பட்டி.
Lekkānāyakkanpatti (Z).	லெக்காநாயக்கன்பட்டி.
Mādampatti (I)	மாதம்பட்டி.
Madukarampatti (Z).	மதிகரம்பட்டி.
Mahādānapuram.	மகாதானபுரம்.
Māhālippatti (Z).	மாகாளிப்பட்டி.
Mālaikattippatti (I).	மாலைகட்டிப்பட்டி.
Malaiyadippatti	மலையடிப்பட்டி.
Malampatti (Z)	மலம்பட்டி.
Malligaippatti (I).	மல்லிகைப்பட்டி.
Manattattai	மணத்தட்டை.
Manavāsi	மணவாசி.
Maniyankurichchi (I).	மணியன்குறிச்சி.
Manjānāyakkanpatti.	மஞ்சாநாயக்கன்பட்டி.
Mānpānjāmpatti (Z).	மான்பாஞ்சாம்பட்டி.
Marungāpuri (Z).	மருங்காபுரி.
Marudampatti (Z).	மருதம்பட்டி.
Marudūr	மருதூர்.
Marungi Idaiyappatti (Z).	மருங்கி இடையப்பட்டி.
Mattagiri	மத்தகிரி.
Māvattūr (Z)	மாவத்தூர்.
Māyanūr	மாயனூர்.
Mēl Pagudi (Z)	மேல் பகுதி.
Mēlūr (Z)	மேலூர்.
Mēttuppatti near Minikkiyūr (Z).	மேட்டுப்பட்டி (மினிக்கியூருக்கு அடுத்த).
Minikkiyūr (Z)	மினிக்கியூர்.
Mogavanūr	மொகவனூர்.
Mondippatti (I)	மொண்டிப்பட்டி.
Mudalaippatti	முதலைப்பட்டி.
Mūkkureddipatti (I).	மூக்குரெட்டிபட்டி.
Mullippādi (Z)	முள்ளிப்பாடி.
Murukkampatti	முருக்கம்பட்டி.
Muttalavārpatti (Z).	முத்தளவார்பட்டி.
Muttuppatti near Palaiyapālaiyam (Z).	முத்துப்பட்டி (பழையபாளையத்துக்கு அடுத்த)
Mutturangampatti.	முத்துரங்கம்பட்டி.
Naduppatti	நடுப்பட்டி.
Naduvippatti (Z).	நடுவிப்பட்டி.
Nāganūr	நாகனூர்.
Nallāmpillai	நல்லாம்பிள்ளை.
Nallūr (Z)	நல்லூர்.
Nallūr	நல்லூர்.
Nangavaram	நங்கவரம்.
Nāttārpatti (Z)	நாட்டார்பட்டி.
Navagudi (Z)	நவகுடி.
Neydalūr	நெய்தலூர்.
Pādirippatti	பாதிரிப்பட்டி.
Pālaikkurichchi (Z) First Part.	பாலைக்குறிச்சி முதல் பாகம்.
Pālaikkurichchi (Z) Second Part.	பாலைக்குறிச்சி இரண்டாம் பாகம்.
Palaiyakōttai	பழையகோட்டை.
Palaiyapālaiyam (Z).	பழையபாளையம்.
Pālārpatti (Z)	பாலார்பட்டி.
Pālāttuppatti (Z).	பாலாத்துப்பட்டி.
Pālavidudi (Z)	பாலவிடுதி.
Paluvanji (Z)	பழுவஞ்சி.
Panjappatti	பஞ்சப்பட்டி.
Pannappatti (Z).	பண்ணப்பட்டி.
Pannappatti	பண்ணப்பட்டி.
Pāppakkālpatti	பாப்பக்கால்பட்டி.
Pāppāpatti (I)	பாப்பாபட்டி.
Pāppayambādi (Z).	பாப்பயம்பாடி.

KULITTALAI TĀLUK—cont. குழித்தலை தாலுகா—தொடர்ச்சி.

Periyapatti Kumāravādi.	பெரியபட்டி குமாரவாடி.
Periyapatti Vīramalai.	பெரியபட்டி வீரமலை.
Pidārippatti (Z).	பிடாரிப்பட்டி.
Pillaipālaiyam ..	பிள்ளைபாளையம்.
Pillūr ..	பில்லூர்.
Pirānpatti (Z) ..	பிரான்பட்டி.
Ponnambalappatti (I).	பொன்னம்பலப்பட்டி.
Ponnampatti (Z).	பொன்னம்பட்டி.
Porundalūr ..	பொருந்த ஊர்.
Poruvāy (Dēvastānam) (I).	பொருவாய் (தேவஸ்தானம்).
Poruvāy (Ayan) (Z).	பொருவாய் (அயன்).
Pōtturāvuttanpatti.	போத்துராவுத்தனபட்டி.
Poygaippatti ..	பொய்கைப்பட்டி.
Poyyāmani ..	பொய்யாமணி.
Pudanguppatti (I).	புடங்குப்பட்டி
Pudukkōttai ..	புதுக்கோட்டை.
Pudukkudi (Z) ..	புதுக்குடி.
Puduppatti (Ayan) (Z).	புதுப்பட்டி (அயன்).
Puduppatti (I) ..	புதுப்பட்டி.
Pudūr (I) ..	புதூர்.
Puduvādi (I) ..	புதுவாடி.
Paludēri (I) ..	புழுதேரி.
Purattukkōvil (I).	புறத்துக்கோவில்.
Puttakudi (I) ..	புத்தகுடி.
Puttānattam ..	புத்தாநத்தம்.
Puttūr ..	புத்தூர்.
Rāchchāndār Tirumalai.	ராச்சாந்தார் திருமலை.
Rājēndram ..	ராஜேந்திரம்.
Rākkampatti (Z).	ராக்கம்பட்டி.
Ranganāthapuram.	ரங்கநாதபுரம்.
Reddiyapatti ..	ரெட்டியபட்டி.
Reddiyapatti (I).	ரெட்டியபட்டி.
Sāttambādi (I) ..	சாத்தம்பாடி.
Satyamangalam (I).	சத்தியமங்கலம்.
Sekkanam ..	செக்கணம்.
Sembiyanattam (Z).	செம்பியநத்தம்.
Sēngal ..	சேங்கல்.
Sōppilāppatti (I).	சோப்பிலாப்பட்டி.
Sōttuppatti (Z) ..	சோதுப்பட்டி.
Sēvalpatti (Z) ..	சேவல்பட்டி.
Sevalūr ..	செவலூர்.
Sigampattı (Z) ..	சிகம்பட்டி.
Sigampatti (I) ..	சிகம்பட்டி.
Sīrangampatti (Z).	சிரங்கம்பட்டி.
Sivandāmpatti (Z).	சிவந்தாம்பட்டி.
Sivāyam ..	சிவாயம்.
Sivāyam Dēvadānam (I).	சிவாயம் தேவதானம்.
Suraikkāyppatti (I).	சுரைக்காய்ப்பட்டி.
Sūriyanūr (I) ..	சூரியனூர்.
Tālambādi (Z) ..	தாளம்பாடி.
Talinji (I) ..	தளிஞ்சி.
Tātanūr (Z) ..	தாதனூர்.
Tennilai (Z) ..	தென்னிலை.
Tēnūr (Z) ..	தேனூர்.
Tōttūr (Z) ..	தோத்தூர்.
Tillampatti (I) ..	தில்லம்பட்டி.
Timmampatti (I).	திம்மம்பட்டி.
Tirukkāmbuliyūr.	திருக்காம்புலியூர்.
Tirunellippatti (Z).	திருநெல்லிப்பட்டி.
Tōzamalai ..	தோகமலை.
Tondaimānganam.	தொண்டைமாங்கணம்.
Toppampatti ..	தொப்பம்பட்டி.
Tottiyapatti (Z) ..	தொட்டியபட்டி.
Ūnaiyūr (I) ..	ஊனையூர்.
Usilampatti ..	உசிலம்பட்டி.
Ūttukkuli (I) ..	ஊத்துக்குழி.
Ūttuppatti (I) ..	ஊத்துப்பட்டி.
Vadachēri ..	வடசேரி.
Vadavambādi (Z).	வடவம்பாடி.
Vadavampatti (Z).	வடவம்பட்டி.
Vaiiyam ..	வையம்.
Vadugappatti (I)	வடுகப்பட்டி.
Vagattālvārpatti (Z).	வகுத்தாழ்வார்பட்டி.
Vaiganallūr ..	வைகநல்லூர்.
Vairampatti (I) ..	வைரம்பட்டி.
Vaiyampattipālaiyam (I)	வையம்பட்டிப்பாளையம்.
Vaiyampatti ..	வையம்பட்டி.
Valanādu (Z) ..	வளநாடு.
Valasuppatti (Z).	வலசுப்பட்டி.
Valayappatti (Z).	வலயப்பட்டி.
Vālvānmangalam. (Z).	வாழ்வான்மங்கலம்.
Varavanai (Z) ..	வரவணை.
Vayalūr ..	வயலூர்.
Vēlakkurichchi (Z).	வேலக்குறிச்சி.
Vellālappatti ..	வெள்ளாளப்பட்டி.
Vellappatti (Z) ..	வெள்ளப்பட்டி.

KULITTALAI TĀLŪK—cont. குழித்தலை தாலூகா—தொடர்ச்சி.

Vellayakkōnpatti (Z).	வெள்ளையக்கோன் பட்டி.
Vēmbanūr (Z) ..	வேம்பனூர்.
Vēngaikurichchi.	வேங்கைகுறிச்சி.
Venkatanāyakkanpatti (Z).	வெங்கடநாயக்கன் பட்டி.
Vīriyapālaiyam ..	வீரியபாளையம்.
Yāgapuram (I) ..	யாகபுரம்.

LĀLGUDI TĀLŪK. லால்குடி தாலூகா.

Abhishēkapuram.	அபிஷேகபுரம்.
Ādigudi ..	ஆதிகுடி.
Alagiyamanavālam.	அழகியமணவாளம்.
Ālambādi ..	ஆலம்பாடி.
Ālambakkam Ullūr.	ஆலம்பாக்கம் உள்ளூர்.
Ālangudi Mahājanam.	ஆலங்குடி மகாஜனம்.
Āngarai ..	ஆங்கரை.
Appādurai ..	அப்பாதுரை.
Ariyūr ..	அரியூர்.
Āvūravalli (I) ..	ஆவாரவல்லி.
Āyikkudi ..	ஆயிக்குடி.
Ayyankālayyan Bhattavirtti (I).	அய்யன்காளய்யன் பட்டவிர்த்தி.
Ayyampālaiyam	அய்யம்பாளையம்.
Bhikshāndārkōvil.	பிக்ஷாண்டார் கோவில்.
Chinnavālakkurichchi (I).	சின்னவாழக் குறிச்சி.
Chōlanganallūr ..	சோழங்கநல்லூர்.
Edumalai ..	எதுமலை.
Esanakkōrai ..	எசனக்கோரை.
Garudamangalam.	கருடமங்கலம்.
Irungalūr ..	இருங்களூர்.
Jangamarājapuram.	ஜங்கமராஜபுரம்.
Javandināthapuram.	ஜவந்திநாதபுரம்.
Kallagam ..	கல்லகம்.
Kallakkudi ..	கல்லக்குடி.
Kalligudi (I) ..	கள்ளிக்குடி.
Kalligudi (Tāppāy).	கள்ளிக்குடி (தாப்பாய்).
Kalpālaiyam (I) ..	கல்பாளையம்.
Kānakkiliyanallūr.	கானக்கிளியநல்லூர்.
Kannāgudi ..	கன்னாகுடி.
Kannanūr (Trichinopoly).	கண்ணனூர் திருச்சினப்பள்ளி.
Kannanūr (Perambalūr).	கண்ணனூர் (பெரம்பலூர்).
Kariyamānikkam (Trichinopoly).	கரியமாணிக்கம் (திருச்சினப்பள்ளி).
Kariyamānikkam (Musiri).	கரியமாணிக்கம் (முசிரி).
Kīl Ambil ..	கீழ் அம்பில்.
Kīl Perungāvūr ..	கீழ் பெருங்காவூர்.
Kiliyanallūr ..	கிளியநல்லூர்.
Kīl Mārimangalam (I).	கீழ் மாரிமங்கலம்.
Kīramangalam (I).	கீரமங்கலம்.
Kōmāgudi (I) ..	கோமாகுடி.
Konalai ..	கொணலை.
Kōvattagudi ..	கோவத்தகுடி.
Kōvandakurichchi.	கோவந்தகுறிச்சி.
Kūkūr ..	கூகூர்.
Kumulūr ..	குமுளூர்.
Kūttūr ..	கூத்தூர்.
Mādakkudi ..	மாடக்குடி.
Mādavapperumālkōvil.	மாதவப்பெருமாள் கோவில்.
Magilambādi ..	மகிழம்பாடி.
Mālvāy ..	மால்வாய்.
Manakkāl ..	மணக்கால்.
Mangammāpuram	மங்கம்மாபுரம்.
Mannachchanellūr.	மண்ணச்சநெல்லூர்.
Mummudichōlamangalam.	மும்முடிசோழமங்கலம்.
Marudūr ..	மருதூர்.
Mēl Arasūr ..	மேல் அரசூர்.
Mēl Pattu ..	மேல் பத்து.
Mēl Sīdēvimangalam.	மேல் சீதேவி மங்கலம்.
Mēttuppatti ..	மேட்டுப்பட்டி.
Nagar ..	நகர்.
Nambākkurichchi	நம்பாக்குறிச்சி.
Nattamāngudi ..	நத்தமாங்குடி.
Orattūr ..	ஒரத்தூர்.
Ōmāndūr ..	ஓமாந்தூர்.
Nerinjilkūdi ..	நெரிஞ்சில்குடி.
Neykuppai ..	நெய்குப்பை.
Neykulam ..	நெய்குளம்.
Pālaiyūr ..	பாலையூர்.
Pambaramsutti ..	பம்பரம்சுத்தி.
Pandāravādai (I).	பண்டாரவாடை.
Periyakurukkai ..	பெரியகுருக்கை.
Peruvalanallūr ..	பெருவளநல்லூர்.
Peruvalappūr ..	பெருவளப்பூர்.
Pirakambi	பிரகம்பி.

Lālgudi Tālūk—cont. லால்குடி தாலூகா—தொடர்ச்சி.

Pudukkudi .. புதுக்குடி.
Pudūr .. புதூர்.
Pudūr Uttamanūr. புதூர் உத்தமனூர்.
Pullambādi .. புள்ளம்பாடி.
Pūnāmpālaiyam .. பூனாம்பாளையம்.
Pūvālūr .. பூவாளூர்.
Rājāmpālaiyam(I) ராஜாம்பாளையம்.
Reddimāngudi .. ரெட்டிமாங்குடி.
Samayapuram (I). சமயபுரம்.
Sangēndi(Nanjai). நஞ்சை சங்கேந்தி.
Sangēndi (Punjai). புஞ்சை சங்கேந்தி.
Sāttamangalam .. சாத்தமங்கலம்.
Sembārai ... செம்பாறை.
Seshasamudram .. சேஷசமுத்திரம்.
Shanamangalam. ஷணமங்கலம்.
Sīdēvimangalam. சீதேவிமங்கலம்.
Sirudaiyūr .. சிறுதையூர்.
Siruganūr .. சிறுகனூர்.
Sirugudi .. சிறுகுடி.
Sirumarudūr .. சிறுமருதூர்.
Sirukalappūr .. சிறுகளப்பூர்.
Sirumayangudi .. சிறுமயங்குடி.
Sirupattūr .. சிறுபட்டூர்.
Tachchan-kurichchi. தச்சன்குறிச்சி
Tālakkudi .. தாழக்குடி.
Tāppāy .. தாப்பாய்.
Tattamangalam .. தத்தமங்கலம்.
Terkuchattram(I). தெற்குசத்திரம்.
Tēranippālaiyam. தேரணிப்பாளையம்.
Tinniyam .. தின்னியம்.
Tīrāmpālaiyam .. தீராம்பாளையம்.
Tirumanamēdu .. திருமணமேடு.
Tirumangalam .. திருமங்கலம்.
Tiruppangili (I) .. திருப்பங்கிலி.
Tiruppattūr (I) .. திருப்பத்தூர்.
Tiruttavatturai-kattalai (I). திருத்தவத்துறை கட்டளை.
Tiruvallarai .. திருவள்ளறை.
Tiruvāsi .. திருவாசி.
Turaiyūr .. துறையூர்.
Ulundangudi .. உளுந்தங்குடி.
Uttamanambi (I). உத்தமநம்பி.
Ūttattūr (I) .. ஊட்டத்தூர்.
Vālādi .. வாளாடி.
Vālaiyūr (S. No. 8). வாளையூர்.
Valaiyūr (S. No. 30). வலையூர்.
Valavanūr (Ratnangudi). வளவனூர் (ரத்னங்குடி).
Valavanūr (Tandāngōrai). வளவனூர் (தண்டாங்கோரை).
Vandalaigūdalūr. வந்தலைகூடலூர்
Vellanūr .. வெள்ளனூர்.
Vengangudi .. வெங்கங்குடி.
Venkatāchala-puram. வெங்கடாசலபுரம்.
Vidāvātti-mangalam. விடயாத்திமங்கலம்.
Viragālūr .. விரகாலூர்.

Musiri Tālūk. முசிறி தாலூகா.

Abinimangalam (I). அபினிமங்கலம்.
Ādanūr .. ஆதனூர்.
Agrahāra Ūrak-karai. அக்கிரகார ஊரக்கரை.
Agrahāra Ūrak-karai (I). அக்கிரகார ஊரக்கரை.
Alagāpuri .. அழகாபுரி.
Alagarai .. அலகரை.
Ālattudaiyānpatti. ஆலத்துடையான்பட்டி.
Ammāpatti (Z) .. அம்மாபட்டி.
Āmūr .. ஆமூர்.
Anjalam .. அஞ்சலம்.
Appananallūr .. அப்பணநல்லூர்.
Arangūr .. அரங்கூர்.
Arasalūr .. அரசலூர்.
Ārāychchi .. ஆராயச்சி.
Ayyampālayam. அய்யம்பாளையம்.
Bādar Pēttai .. பாதர்பேட்டை.
Bālakrishnan-patti. பாலகிருஷ்ணன்பட்டி.
Chinnapallip-pālaiyam (Z). சின்னபள்ளிப்பாளையம்.
Chittāmbūr .. சித்தாம்பூர்.
Chittūr .. சித்தூர்.
Chokkanātha-puram (I) சொககனாதபுரம்.
Dēvanūr .. தேவனூர்.
Elūrpatti .. ஏலூர்பட்டி.
Eragudi .. எரகுடி.
Evūr .. எவூர்.
Gōvindapuram(Z). கோவிந்தபுரம்.
Gunasīlam .. குணசீலம்.
Jambumadai .. ஜம்புமடை.
Jayamkondān (I). ஜயம்கொண்டான்.
Kāduvetti (Z) . காடுவெட்டி.
Kalingamudai-yanpatti. கலிங்கமுடையான்பட்டி.

MUSIRI TĀLŪK—cont. முசிரி தாலூகா—தொடர்ச்சி.

Kallāttukōmbai ..	கல்லாத்துகோம்பை.
Kāmākshipatti (I)	காமாக்ஷிபட்டி.
Kāmākshipuram (I).	காமாக்ஷிபுரம்.
Kamalāpuram ..	கமலாபுரம்.
Kannanūr ..	கண்ணனூர்.
Kārappudaiyānpatti (I).	காரப்புடையான்பட்டி.
Karattāmpatti (I).	கரட்டாம்பட்டி
Kārgudi ..	கார்குடி.
Karikāli ..	கரிகாலி.
Kāttukkulam ..	காட்டுக்குளம்.
Kāttupputtūr (Z).	காட்டுப்புத்தூர்.
Kidāram (I) ..	கிடாரம்.
Kilakkuvādi (Z).	கிளக்குவாடி
Kīrambūr (Z) .	கீரம்பூர்.
Kodundurai ..	கொடுந்துறை.
Kollappatti ..	கொல்லப்பட்டி.
Kōmangalam ..	கோமங்கலம்.
Kōmbai ..	கோம்பை.
Kōnappampatti (I).	கோணப்பம்பட்டி..
Koppampatti ..	கொப்பம்பட்டி.
Koppamāpuri (I).	கொப்பமாபுரி.
Kottaiyūr ..	கொட்டையூர்.
Kōttaipālaiyam ..	கோட்டைபாளையம்.
Kōttāttur ..	கோட்டாத்தூர்.
Kulakkudi ..	குளக்குடி.
Madurāpuri (Z)..	மதுராபுரி.
Mahādēvi ..	மஹாதேவி.
Manamēdu (I) ..	மணமேடு.
Manbarai ..	மண்பறை.
Mangalam ..	மங்கலம்.
Maruvattūr (Z) .	மருவத்தூர்.
Māvilippatti ..	மாவிலிப்பட்டி.
Mōruppatti ..	மோருப்பட்டி.
Mullippādi ..	முள்ளிப்பாடி.
Murukūr (Z) ..	முருகூர்.
Murungai ..	முருங்கை.
Murungaikalattūr.	முருங்கைகளத்தூர்.
Musiri ..	முசிரி.
Muttampatti (I)..	முத்தம்பட்டி.
Muttayyampālaiyam.	முத்தய்யம்பாளையம்.
Mūvānūr ..	மூவானூர்.
Mūvēli (I) ..	மூவேலி.
Naduvalūr ..	நடுவலூர்.
Nāgayanallūr ..	நாகயநல்லூர்.
Nāgalāpuram ..	நாகலாபுரம்.
Nallamāttikōmbai.	நல்லமாத்திகோம்பை.
Nattam ..	நத்தம்.
Neyvēli ..	நெய்வேலி.
Okkarai (I) ..	ஒக்கரை.
Ōsarappalli ..	ஓசரப்பள்ளி.
Pachchaiperumālpatti.	பச்சைபெருமாள்பட்டி.
Pagalavādi ..	பகளவாடி.
Pasarikōmbai ..	பசரிகோம்பை.
Payattampārai ..	பயத்தம்பாறை.
Periyapallippālaiyam (Z).	பெரியபள்ளிப்பாளையம்.
Perumālpālaiyam (Z).	பெருமாள்பாளையம்.
Pērūr ..	பேரூர்.
Pidāramangalam.	பிடாரமங்கலம்.
Pillātturai ..	பிள்ளாத்துறை.
Pillaipālaiyam ..	பிள்ளைபாளையம்.
Piramangalam ..	பிரமங்கலம்.
Pongalāyikōmbai.	பொங்கலாயிகோம்பை.
Ponnusangampatti.	பொன்னுசங்கம்பட்டி.
Puduppatti (Musiri).	புதுப்பட்டி (முசிரி).
Puduppatti (Turaiyūr)	புதுப்பட்டி (துறையூர்).
Pūlāncheri ..	பூலாஞ்சேரி.
Pūlāncheri (I) ..	பூலாஞ்சேரி.
Pūliyanjōlaikōmbai,	புளியஞ்சோலைகோம்பை.
Pulivalam ..	புலிவலம்.
Puttanāmpatti ..	புத்தனம்பட்டி.
Puttūr (Musiri)..	புத்தூர் (முசிரி).
Puttūr (Turaiyūr).	புத்தூர் (துறையூர்)
Ranganāthapuram.	ரங்கநாதபுரம்.
Rudrākshakōmbai.	ருத்திராக்ஷகோம்பை.
Sangampatti Kōmbai, I.	சங்கம்பட்டிகோம்பை.
Sangampatti Kōmbai, II.	சங்கம்பட்டிகோம்பை.
Sarkār Ūrakkarai.	சர்க்கார் ஊரக்கரை.
Sekkadinattam ..	செக்கடிநத்தம்.
Sōnappanallūr (I).	சோனப்பநல்லூர்.
Sērgudi ..	சேர்குடி.
Sikkattambūr (Z).	சிக்கத்தம்பூர்.
Silaipillaiyāputtūr.	சிலைபிள்ளையாபுத்தூர்.
Sindalamkōmbai.	சிந்தலம்கோம்பை
Singalāndapuram (Z).	சிங்கலாந்தபுரம்.
Sirunattam (Z) ..	சிறுநத்தம்.
Sirunāvalūr ..	சிறுநாவலூர்.
Sittalarai ..	சிட்டலரை.
Sōbanapuram ..	சோபனபுரம்.

Musiri Tāluk—cont. முசிறி தாலுகா—தொடர்ச்சி.

Srīnivāsanallūr ..	ஸ்ரீனிவாஸநல்லூர்.
Srīrāmasamudram.	ஸ்ரீராமசமுத்திரம்.
Sukkāmpatti ..	சுக்காம்பட்டி.
Sukkalāmpatti Kōmbai.	சுக்கலாம்பட்டி கோம்பை.
Sundakkāy ..	சுண்டக்காய்.
Sūrampatti ..	சூரம்பட்டி.
Surattūr (Z) ..	சுரத்தூர்.
Talugai ..	தலுகை.
Tāttayyangārpettai.	தாத்தய்யங்கார்பேட்டை.
Tenparanādu ..	தென்பரநாடு.
Tinnakkōnam ..	தின்னக்கோணம்.
Tinnanūr ..	தின்னனூர்.
Tirunārāyanapuram (I).	திருநாராயணபுரம்.
Tiruttalaiyūr ..	திருத்தலையூர்.
Tiruttimalai ..	திருத்திமலை.
Tōlūrpatti ..	தோளூர்பட்டி.
Tottiyam ..	தொட்டியம்.
Tulaiyānattam ..	துலையாநத்தம்.
Tumbalam ..	தும்பலம்.
Turaiyūr (Z) ..	துறையூர்.
Umaiyālpuram (I).	உமையாள்புரம்.
Unniyūr (Z) ..	உன்னியூர்.
Uppiliyapuram ..	உப்பிலியபுரம்.
Urudaiyāmpatti.	உருடையாம்பட்டி.
Vadakkuveli ..	வடக்குவெளி.
Vadamalaippatti.	வடமலைப்பட்டி.
Vairichetti pālaiyam.	வைரிசெட்டிபாளையம்.
Vālavandi	வாளவந்தி.
Valaiyeduppu ..	வலையெடுப்பு.
Vālvēlputtūr (I.)	வாள்வேள்புத்தூர்.
Vālasiramani ..	வாலசிரமணி.
Vannādu ..	வண்ணாடு.
Varadarājapuram (Z).	வரதராஜபுரம்.
Vellālappatti ..	வெள்ளாளப்பட்டி.
Vellūr ..	வெள்ளூர்.
Vēngadanattam (I).	வேங்கடநத்தம்.
Vēnkadattānūr (Z).	வேங்கடத்தானூர்.
Vēngaimandalam.	வேங்கைமண்டலம்.
Venkatāchalapuram.	வெங்கடாசலபுரம்.
Venkatēsapuram (Z).	வெங்கடேசபுரம்.
Vijayapuram (Z).	விஜயபுரம்.
Vīramāchalāmpatti.	வீரமாசலாம்பட்டி.
Visālākshiyammālsamudram.	விசாலாக்ஷியம்மாள்சமுத்திரம்.

Perambalur Tāluk. பெரம்பலூர் தாலுகா.

Ādanūr ..	ஆதனூர்.
Āduturai (I) ..	ஆடுதுறை.
Agaram (I) ..	அகரம்.
Agaramsīgūr ..	அகரம்சீகூர்.
Ālambādi ..	ஆலம்பாடி.
Alangali (I) ..	அலங்கழி.
Alagiripālaiyam (Z)	அழகிரிபாளையம்.
Allinagaram (Z).	அல்லிநகரம்.
Ammāpālaiyam ..	அம்மாபாளையம்.
Anukkūr ..	அணுக்கூர்.
Aranārai ..	அரணாரை.
Arumbāvūr ..	அரும்பாவூர்.
Arunagirimangalam (Z).	அருணகிரிமங்கலம்.
Asūr ..	அசூர்.
Attiyūr ..	அத்தியூர்.
Āttūr (Z) ..	ஆத்தூர்.
Avilūr ..	அயிலூர்.
Ayināpuram ..	அயினாபுரம்.
Bommanappādi ..	பொம்மனப்பாடி.
Bhujangarāyanallūr (Z).	புஜங்கராயநல்லூர்.
Brahmadēsam ..	பிரம்மதேசம்.
Chattramanai ..	சத்திரமனை.
Chettikulam ..	செட்டிகுளம்.
Chittali ..	சித்தளி.
Elambalūr ..	எளம்பலூர்.
Elumūr ..	எழுமூர்.
Esanai ..	எசனை.
Gūdalūr ..	கூடலூர்.
Husain Nagaram.	உசேன் நகரம்.
Ilandanguli (Z) ..	இலந்தங்குழி.
Ilandalaippatti ..	இலந்தலைப்பட்டி.
Iraiyūr (I) ..	இறையூர்.
Iriyasamudram (I).	இறையசமுத்திரம்.
Īrūr ..	ஈரூர்.
Kādūr ..	காடூர்.
Kaikalattūr ..	கைகளத்தூர்.
Kalarampatti ..	களரம்பட்டி.
Kalattūr (S. No. 22).	களத்தூர்.

PERAMPALUR TĀLUK—*cont.* பெரம்பலூர் தாலூகா—தொடர்ச்சி.

Kalattūr (S. No. 20).	களத்தூர்.
Kalpādi ..	கல்பாடி.
Kannappādi ..	கன்னப்பாடி.
Kārai ..	காரை.
Kāriyānūr ..	காரியானூர்.
Kīlkarai ..	கீழ்கரை.
Kīl Māttūr (Z) ..	கீழ் மாத்தூர்.
Kīl Perambalūr ..	கீழ் பெரம்பலூர்.
Kīl Puliyūr ..	கீழ் புலியூர்.
Kīlumattūr ..	கீழுமத்தூர்.
Kottarai ..	கொட்டரை.
Kulakkālnattam.	குளக்கால்நத்தம்.
Kulattūr (S. No. 74).	குளத்தூர்.
Kulappādi (I) ..	குளப்பாடி.
Kunnam ..	குன்னம்.
Kurumbalūr ..	குரும்பலூர்.
Kurumbūr (I) ..	குரும்பூர்.
Kūttūr ..	கூத்தூர்.
Lādapuram ..	லாடபுரம்.
Makkāykulam (Z).	மக்காய்குளம்.
Malayālappatti ..	மலையாளப்பட்டி.
Malavarāyanallūr (I).	மழவராயநல்லூர்.
Mangalam (Z) ..	மங்கலம்.
Mūvalingai (I) ..	மாவலிங்கை.
Mēl Māttūr (Z) ..	மேல் மாத்தூர்.
Mēl Puliyūr ..	மேல் புலியூர்.
Mēl Subbarāyapuram (Z).	மேல் சுப்பராயபுரம்.
Mettuppālaiyam.	மேட்டுப்பாளையம்.
Mukundapuram (Z).	முகுந்தபுரம்.
Nakkasēlam ..	நக்கசேலம்.
Nannai ..	நன்னை.
Nāranamangalam.	நாரணமங்கலம்.
Nāttārmangalam.	நாட்டார்மங்கலம்.
Neykuppai ..	நெய்குப்பை.
Nochchikkulam (Z).	நொச்சிக்குளம்.
Nochchiyam ..	நொச்சியம்.
Nūttappūr ..	நூத்தப்பூர்.
Odiyam ..	ஒதியம்.
Ogalūr ..	ஒகளூர்.
Ōlaippādi ..	ஓலைப்பாடி.
Pādālūr ..	பாடாலூர்.
Pādarkudi (Z) ..	பாதர்குடி.
Pālambādi (I) ..	பாளம்பாடி.
Pāndagappādi ..	பாண்டகப்பாடி.
Paravāy ..	பரவாய்.
Pasumbalūr ..	பசும்பலூர்.
Pennakkōnam ..	பென்னக்கோணம்.
Pēraiyūr ..	பேரையூர்.
Pēraiyūr (Z) ..	பேரையூர்.
Pērali ..	பேரளி.
Perambalūr ..	பெரம்பலூர்.
Periyammāpālaiyam.	பெரியம்மாபாளையம்.
Periyavadagarai.	பெரியவடகரை.
Periyavenmani ..	பெரியவெண்மணி.
Perumāttūr ..	பெருமாத்தூர்.
Pillangulam ..	பில்லங்குளம்.
Pimbalūr ..	பிம்பலூர்.
Pudu Ammāpālaiyam (I).	புது அம்மாபாளையம்.
Pudunaduvalūr ..	புதுநடுவலூர்.
Puduvēttakkudi.	புதுவேட்டக்குடி.
Pūlāmbādi ..	பூலாம்பாடி.
Rāmalingapuram (Z).	ராமலிங்கபுரம்.
Rāmanāthapuram (Z).	ராமநாதபுரம்.
Rasulābād (Z) ..	ரஸுலாபாத்.
Sāttanūr ..	சாத்தனூர்.
Sengōnam ..	செங்கோணம்.
Sillakkudi ..	சில்லக்குடி.
Sīrānattam (Z) ..	சீராநத்தம்.
Sirukanbūr ..	சிறுகண்பூர்.
Sirukudal ..	சிறுகுடல்.
Sirumāttūr ..	சிறுமாத்தூர்.
Siruvayalūr ..	சிறுவயலூர்.
Siruvāchchūr ..	சிறுவாச்சூர்.
Sītārāmapuram (Z).	சீதாராமபுரம்.
Talutālai ..	தழுதாழை.
Tēnūr ..	தேனூர்.
Tērani ..	தேரணி.
Tēvaiyūr ..	தேவையூர்.
Timmūr ..	திம்மூர்.
Tirumāndurai ..	திருமாந்துரை.
Tiruvālandurai ..	திருவாலந்துறை.
Tondamāndurai ..	தொண்டமாந்துறை.
Tondappādi ..	தொண்டப்பாடி.
Tondappādi (Z) ..	தொண்டப்பாடி.
Tungapuram ..	துங்கபுரம்.
Turaimangalam ..	துறைமங்கலம்.
Udumbiyam ..	உடும்பியம்.
Vadakkalūr ..	வடக்கலூர்.
Vālikandapuram.	வாலிகண்டபுரம்.
Varaguppādi ..	வரகுப்பாடி.
Varagūr ..	வரகூர்.
Vasishtapuram ..	வசிஷ்டபுரம்.
Vayalappādi ..	வயலப்பாடி.
Vēlūr ..	வேலூர்.
Venbāvūr ..	வெண்பாவூர்.
Vengalam ..	வெங்களம்.
Venganūr ..	வெங்கனூர்.
Vēppantattai ..	வேப்பந்தட்டை.

TRICHINOPOLY TĀLŪK. திருச்சிராப்பள்ளி தாலூகா.

Abhishēkapuram.	அபிஷேகபுரம்.
Adavattūr ..	அதவத்தூர்.
Agaram ..	அகரம்.
Alundūr ..	அழுந்தூர்.
Ālattūr ..	ஆலத்தூர்.
Allūr ..	அல்லூர்.
Ammāpēttai (I)..	அம்மாபேட்டை.
Andanallūr ..	அந்தநல்லூர்.
Ariyamangalam..	அரியமங்கலம்.
Ariyāvūr (I) ..	அரியாவூர்.
Asūr ..	அசூர்.
Chinnavadavūr(I)	சின்னவடவூர்.
Chintāmani ..	சிந்தாமணி.
Chōlamādēvi ..	சோழமாதேவி.
Chōlanganallūr ..	சோழங்கநல்லூர்.
Dāmalavāru-bhayam.	தாமலவாருபயம்.
Dārānallūr ..	தாராநல்லூர்.
Dēvadānam ..	தேவதானம்.
Edangimangalam.	எடங்கிமங்கலம்.
Ellakkudi ..	எல்லக்குடி.
Ennai ..	எண்ணை.
Gundūr ..	குண்டூர்.
Idaiyappatti ..	இடையப்பட்டி.
Ilandaippatti ..	இலந்தைப்பட்டி.
Iluppūr ..	இலுப்பூர்.
Irundirappatti ..	இருந்திரப்பட்டி.
Īswarankōvil ..	ஈஸ்வரன்கோவில்.
Jambukēswaram (I).	ஜம்புகேஸ்வரம்.
Kadiyākurichchi. (I).	கடியாகுறிச்சி.
Kalligudi ..	கள்ளிகுடி.
Kambarasam-pēttai.	கம்பரசம்பேட்டை.
Kāndalūr (I) ..	காந்தலூர்.
Kattagudi ..	கட்டகுடி.
Kīl Kalkandār-kōttai.	கீழ் கல்கண்டார்கோட்டை.
Kīl Mullakkudi..	கீழ் முல்லக்குடி.
Kilakkurichchi ..	கிழக்குறிச்சி.
Kilikkūdu ..	கிளிக்கூடு.
Kiliyūr ..	கிளியூர்.
Kodiyālam ..	கொடியாலம்.
Kondayampettai.	கொண்டயம்பேட்டை.
Koppu ..	கோப்பு.
Kottappattu ..	கொட்டப்பட்டு.
Kottappattu (I)..	கொட்டப்பட்டு.
Kōttirāppatti ..	கோத்திராப்பட்டி.
Krishnasamudram (I).	கிருஷ்ணசமுத்திரம்.
Kulakkattaigudi.	குளக்கட்டைகுடி.
Kulattūr (I) ..	குளத்தூர்.
Kulumani ..	குழுமணி.
Kumāravayalūr ..	குமாரவயலூர்.
Kumbagudi (I) ..	கும்பகுடி.
Kūttappār ..	கூத்தப்பார்.
Kuvalagudi ..	குவளகுடி.
Malliyampattu ..	மல்லியம்பத்து.
Marudāndā-kurichchi.	மருதாண்டாகுறிச்சி.
Māttūr (I) ..	மாத்தூர்.
Mēkkudi (I) ..	மேக்குடி.
Mēkkudi ..	மேக்குடி.
Mēlūr ..	மேலூர்.
Mudikandam (I).	முடிகண்டம்.
Mullikkarumbūr.	முள்ளிக்கரும்பூர்.
Muttarasanallūr..	முத்தரசநல்லூர்.
Nāchchikkuri-chchi.	நாச்சிக்குறிச்சி.
Nāgamangalam (I).	நாகமங்கலம்.
Nāgaveli ..	நாகவெளி.
Nathadsāhibpalli (I).	நத்தட்சாயபுபள்ளி.
Natarājapuram ..	நடராஜபுரம்.
Navalpattu (I) ..	நவல்பட்டு.
Navalūr (I) ..	நவலூர்.
Olaiyūr (I) ..	ஓலையூர்.
Pāganūr (I) ..	பாகனூர்.
Palangavāngudi.	பலங்கவாங்குடி.
Palūr ..	பழூர்.
Panjappūr (I) ..	பஞ்சப்பூர்.
Panaiyakurichchi.	பனையகுறிச்சி.
Panaiyapuram ..	பனையபுரம்.
Pāndamangalam.	பாண்டமங்கலம்.
Pāppākurichchi..	பாப்பாகுறிச்சி.
Pattālappēttai ..	பத்தாளப்பேட்டை.
Periyavadavūr (I).	பெரியவடவூர்.
Periyakaruppūr (I).	பெரியகருப்பூர்.
Periyanāyagi-chattram (I).	பெரியநாயகிசத்திரம்.
Parugamani ..	பெருகமணி.
Pērūr ..	பேரூர்.
Pettaivāyttalai ..	பெட்டைவாய்த்தலை.
Pirāttiyūr ..	பிராட்டியூர்.
Pōdāvūr (I) ..	போதாவூர்.
Pūlāngudi (I) ..	பூலாங்குடி.
Puliyūr (I) ..	புலியூர்.
Punginippatti ..	புங்கினிப்பட்டி.
Puttūr ..	புத்தூர்.
Rāppūsal ..	ராப்பூசல்.

TRICHINOPOLY TĀLŪK—cont. திருச்சிறுப்பள்ளி தாலூகா---தொடர்ச்சி.

Sāttanūr .. சாத்தனூர்.
Sembangulam (I). செம்பங்குளம்.
Sengulam (I) செங்குளம்.
Sēturāpatti .. சேதுராபட்டி.
Sirugamani .. சிறுகமணி.
Sōmarasampēttai. சோமரசம்பேட்டை.
*Srīrangam Municipality. ஸ்ரீரங்கம் முனிசிபாலிடி.
Sūriyūr (I) .. சூரியூர்.
Tāyanūr .. தாயனூர்.
Tēnēríppatti (I).. தேனேரிப்பட்டி.
Tennūr (I) .. தென்னூர்.
Timmarāya-samudram. திம்மராய சமுத்திரம்.
Tiruchchendurai (I). திருச்செந்துறை.
Tirumalai-samudram. திருமலை சமுத்திரம்.
Tirunallūr .. திருநல்லூர்.
Tirunedungulam. திருநெடுங்குளம்.
Tiruppiraitturai. திருப்பிறைத்துறை
Tiruvalarsōlai .. திருவளர்சோலை.
Tiruverumbūr .. திருவெறும்பூர்.
Torakkudi (I) .. தொரக்குடி
†Trichinopoly Municipality. திருச்சிறுப்பள்ளி. முனிசிபாலிடி.
‡Trichinopoly Cantonment. திருச்சிறுப்பள்ளி கன்டோன்மெண்டு.
Tuvāgudi .. துவாகுடி.
Ulkadai Ariya-mangalam (I). உள்கடை அரிய மங்கலம்.
Ulkadai Ariyāvūr (I). உள்கடை அரியாவூர்.
Ulunduni (I) .. உளுந்துணி.
Uttamasēri .. உத்தமசேரி.
Uyyakkondān tirumalai. உய்யக்கொண்டான் திருமலை.
Vālavandānkōttai. வாழவந்தான் கோட்டை.
Varaganēri .. வரகனேரி
Vellanjār .. வெள்ளஞ்சார்.
Vellittirumuttam. வெள்ளித் திருமுத்தம்.
Vēlāyudangudi(I) வேலாயுதங்குடி.
Vēlūr .. வேலூர்.
Vēngūr .. வேங்கூர்.
Vettukkādu .. வெட்டுக்காடு.
Vīrappatti .. வீரப்பட்டி

UDAIYĀRPĀLAIYAM TĀLŪK. உடையார்பாளையம் தாலூகா.

Ādanakkurichchi ஆதனக்குறிச்சி.
Ādichchanūr (Z). ஆதிச்சனூர்.
Alagāpuram ... அழகாபுரம்.
Alagiyamana-vālam. அழகியமண வாளம்.
Ālattiyūr .. ஆலததியூர்.
Ālanduraiyār-kattalai. ஆலந்துறையார் கட்டளை.
Alisikkudi (Z) .. அலிசிக்குடி.
Āmanakkantōndi (I). ஆமணக்கன் தோண்டி.
Ambāppūr .. அம்பாப்பூர்.
Aminābād .. அமீனாபாத்.
Ammākulam (Z). அம்மாகுளம்.
Anaikkūdam (Z). அணைக்கூடம்.
Anandavādi (Z).. ஆனந்தவாடி.
Āndimatam .. ஆண்டிமடம்.
Āndipattākādu .. ஆண்டிபட்டாகாடு
Angarāyanallūr (Z). அங்கராயநல்லூர்
Anikkurichchi (Z) அணிக்குறிச்சி.
Anikkudittān .. அணிக்குதித்தான்.
Annimangalam .. அன்னிமங்கலம்.
Ariyalūr (Z) .. அரியலூர்.
Arungāl .. அருங்கால்.
Asāvīran-kudikkādu. அசாவீரன் குடிக்காடு.
Aspābād (Z) .. அஸ்பாபாத்.
Āttukurichchi .. ஆத்துக்குறிச்சி.
Āttūr .. ஆத்தூர்.
Ayyūr .. அய்யூர்.
Chintāmani (Z) .. சிந்தாமணி.

---

* Srīrangam Municipality includes portions of Jambukēswaram, Kondayampēttai, Timmarāyasamudram and Vellittirumuttam.

† Trichinopoly Municipality includes portions of Chinnavadavūr (I), Chintāmani, Dāmalavārubhayam, Dārānallūr, Dēvadānam, Nathadsāhib palli (I), Periya Vadavūr (I), Puttūr, Tennūr (I) and Trichinopoly Cantonment.

‡ Trichinopoly Cantonment includes portions of Sengulam (I), Abhishekapuram Puttūr and Pirāttiyūr.

Udaiyārpālaiyam Tāluk—cont.
உடையார்பாளையம் தாலூகா—தொடர்ச்சி

Chinnapattākkādu	சின்னபட்டாக்காடு
Chōlamādēvi ..	சோழமாதேவி.
Chōlankurichchi (Ānandavādi) (Z).	சோழன்குறிச்சி (ஆனந்தவாடி).
Chōlankurichchi (Tattanūr) (Z).	சோழன்குறிச்சி (தத்தனூர்)
Dalavāy ..	தளவாய்.
Dharmasamudram (I).	தர்மசமுத்திரம்.
Dēvāmangalam(Z)	தேவாமங்கலம்
Dēvanūr (Z) ..	தேவனூர்.
Ēlākkurichchi ..	ஏலாக்குறிச்சி.
Ēndal (Z) ..	ஏந்தல்.
Eruttukkāranpatti (Z).	எருத்துக்காரன்பட்டி.
Gōvindapuram (Z)	கோவிந்தபுரம்.
Gōvindaputtūr (I)	கோவிந்தபுத்தூர்.
Hanumantapuram (Z).	ஹனுமந்தபுரம்.
Hastināpuram (Z)	ஹஸ்தினாபுரம்.
Husainābād (Z)..	உசேனுபாத்.
Idaiyakkurichchi.	இடையக்குறிச்சி.
Idaiyār (Z) ..	இடையார்.
Idaiyāttankudi ..	இடையாத்தன்குடி
Idanganni ..	இடங்கண்ணி.
Ilaiyaperumālnallūr.	இளையபெருமாள்நல்லூர்.
Ilaiyūr (Z) ..	இலையூர்.
Ilamangalam (Z).	இளமங்கலம்.
Ilandaikkūdam ..	இலந்தைக்கூடம்.
Iluppaiyūr ..	இலுப்பையூர்.
Iravānkudi ..	இரவான்குடி.
Irugaiyūr ..	இருகையூர்.
Irumbilikkurichchi (Z).	இரும்பிலிக்குறிச்சி.
Jayamkondachōlapuram.	ஜயம்கொண்டசோழபுரம்.
Jayarāmapuram (Z).	ஜயராமபுரம்.
Kachchipperumāl (Z)	கச்சிப்பெருமாள்.
Kadambūr ..	கடம்பூர்.
Kadugūr ..	கடுகூர்.
Kāduvettānkurichchi (Z).	காடுவெட்டாங்குறிச்சி.
Kaliyugarāyapuram (I).	கலியுகராயபுரம்.
Kallankurichchi (Z).	கல்லங்குறிச்சி.
Kalumangalam(Z)	கழுமங்கலம்.
Kāmarasavalli ..	காமரசவல்லி.
Kandirādittam ..	கண்டிராதித்தம்.
Kāngiyankurichchi (Z).	காங்கியங்குறிச்சி.
Karadikkulam (Z)	கரடிக்குளம்.
Kāraikkāttānkurichchi (Z).	காரைக்காட்டாங்குறிச்சி.
Kārgudi (Z) ..	கார்குடி.
Kāraikkurichchi.	காரைக்குறிச்சி.
Karaiyavetti ..	கரையவெட்டி.
Karuppilākkattalai.	கருப்பிலாக்கட்டளை.
Karuppūr (Kōdāli).	கோடாலிக் கருப்பூர்.
Karuppūr (Sēnāpati).	சேனாபதிக் கருப்பூர்.
Kāsānkōttai (I) ..	காசான்கோட்டை
Kāttagaram ..	காட்டகரம்.
Kāttāttūr (Z) ..	காட்டாத்தூர்.
Kāvanūr	காவனூர்.
Khair-ul-ābād (Z).	கைருலாபாத்.
Kīlaiyūr ..	கீழையூர்.
Kīl Kāvattānkurichchi.	கீழ்காவட்டாங்குறிச்சி.
Kīl Kudiyiruppu.	கீழ்குடியிருப்பு.
Kīl Kulattūr ..	கீழ்குளத்தூர்.
Kīl Māligai (Z) ..	கீழ்மாளிகை.
Kīl Nattam ..	கீழ்நத்தம்.
Kīl Paluvūr (I)..	கீழ்பழுவூர்.
Kīl Rāyampuram (Z).	கீழ்ராயம்புரம்.
Kilimangalam (Z)	கிளிமங்கலம்.
Kōdangudi (Z) ..	கோடங்குடி.
Kodukkūr ..	கொடுக்கூர்.
Kollāpuram (Z)..	கொல்லாபுரம்.
Kōmān (I) ..	கோமான்.
Kōnērirāyapuram (Z).	கோனேரிராயபுரம்.
Kōvilesanai ..	கோவில் எசனை.
Kōvilūr ..	கோவிலூர்.
Krishnāpuram (Z)	கிருஷ்ணபுரம்.
Kulamānikkam ..	குலமாணிக்கம்.
Kulattūr (Z) ..	குளத்தூர்.
Kulōttunganallūr (I).	குலோத்துங்கநல்லூர்.
Kulumūr ..	குழுமூர்.
Kumāramangalam (I).	குமாரமங்கலம்.
Kundaveli ..	குண்டவெலி.
Kurichchinattam (I).	குறிச்சிநத்தம்.
Kurumbanchāvadi (Z).	குரும்பஞ்சாவடி.
Kuruvādi ..	குருவாடி.
Kuruvālappar kōvil.	குருவாலப்பர் கோவில்.
Kuvāgam (Z) ..	குவாகம்.
Kūvattūr (Z) ..	கூவத்தூர்.

Udaiyārpālaiyam Tālūk—*cont.*
உடையார்பாளையம் தாலூகா—தொடர்ச்சி.

Mahālingapuram (Z).	மகாலிங்கபுரம்.
Mallūr (Z) ..	மல்லூர்.
Managedi (Z) ..	மணகெடி.
Manakkāl (Z) ..	மணக்கால்.
Manakkudi (Z) ..	மணக்குடி.
Manakkudaiyān ..	மணக்குடையான்.
Manappattūr ..	மணப்பத்தூர்.
Manjamēdu ..	மஞ்சமேடு.
Maravanūr (Z) ..	மரவனூர்.
Marudūr (Z) ..	மருதூர்.
Maruvattūr ..	மருவத்தூர்.
Mēl Paluvūr (I) ..	மேல் பழூர்.
Mēlūr (Z) ..	மேலூர்.
Mūrtiyān (Z) ..	மூர்த்தியான்.
Muttunāyakkanpatti (Z).	முத்துநாயக்கன்பட்டி.
Muttusērvaimatam.	முத்துசேர்வைமடம்.
Nāchchiyārpettai (Z).	நாச்சியார்பேட்டை.
Naduvalūr (Z) ..	நடுவலூர்.
Nāgakkuli (Z) ..	நாகக்குழி.
Nāgamangalam ..	நாகமங்கலம்.
Nakkambādi ..	நக்கம்பாடி.
Namangunam ..	நமங்குணம்.
Nallakkāpālaiyam (Z).	நல்லக்காபாளையம்.
Nallanam (Z) ..	நல்லணம்.
Nāyakanaippiriyāl (Z)	நாயகனைப்பிரியாள்.
Okkanattam (Z)	ஒக்கநத்தம்.
Ōlaiyūr ..	ஓலையூர்.
Ōriyūr (I) ..	ஓரியூர்.
Ōttakkōvil ..	ஓட்டக்கோவில்.
Pālaiyakkudi (Z).	பாளையக்குடி.
Palākkurichchi (Z).	பலாக்குறிச்சி.
Palangānattam ..	பழங்காநத்தம்.
Paluvūr ..	பழூர்.
Pāppākkudi ..	பாப்பாக்குடி.
Paranam (Z) ..	பரணம்.
Pārppanachchēri (Z).	பார்ப்பனச்சேரி.
Parukkal (Z) ..	பருக்கல்.
Periyakrishnāpuram.	பெரியகிருஷ்ணாபுரம்.
Periyākurichchi .	பெரியாகுறிச்சி.
Periyanāgalūr ..	பெரியநாகலூர்.
Periyatirukkōnam.	பெரியதிருக்கோணம்.
Periyāttukkurichchi (I)	பெரியாத்துக்குறிச்சி.
Periyavalaiyam ..	பெரியவளையம்.
Pichchanūr .	பிச்சனூர்.
Pilichchakuli (Z).	பிளிச்சகுழி.
Pirānchēri ..	பிராஞ்சேரி.
Ponparappi ..	பொன்பரப்பி.
Porpatinjanallūr (Z).	பொற்பதிஞ்சநல்லூர்.
Pottaveli ..	பொட்டவெளி.
Pudukkudi (Z) ..	புதுக்குடி.
Puduppālaiyam ..	புதுப்பாளையம்.
Pūndi ..	பூண்டி.
Punganguli ..	புங்கங்குழி.
Rāngiyam ..	ராங்கியம்.
Rāvuttanpatti (Z).	ராவுத்தன்பட்டி.
Rāyambaram ..	ராயம்பரம்.
Reddipālaiyam ..	ரெட்டிபாளையம்.
Sanyāsinallūr ..	சன்னியாசிநல்லூர்.
Sannāvūr ..	சன்னாவூர்.
Sāttamangalam ..	சாத்தமங்கலம்.
Sāttambādi ..	சாத்தம்பாடி.
Sedalavādi ..	செதலவாடி.
Sendurai ..	செந்துறை.
Sennivanam ..	சென்னிவனம்.
Silambūr ..	சிலம்பூர்.
Siluvachchēri ..	சிலுவச்சேரி.
Sirukadambūr (I).	சிறுகடம்பூர்.
Sirukalattūr ..	சிறுகளத்தூர்.
Siruvalūr (I) ..	சிறுவளூர்.
Srīnivāsapuram (Z).	ஸ்ரீனிவாசபுரம்.
Srīpurandān ..	ஸ்ரீபுரந்தான்.
Srīraman (I) ..	ஸ்ரீராமன்.
Subbarēyapuram (Z).	சுப்பராயபுரம்.
Sullanguli ..	சுள்ளங்குடி.
Sūryamanal (Z) ..	சூரியமணல்.
Suttamalli ..	சுத்தமல்லி.
Suttamalli (Z) ..	சுத்தமல்லி.
Talutālaimēdu ..	தழுதாழைமேடு.
Tāmaraikkulam (Z).	தாமரைக்குளம்.
Tandalai ..	தண்டலை.
Tattanūr ..	தத்தனூர்.
Tattanūr (Z) ..	தத்தனூர்.
Tavuttāyikulam (Z).	தவுத்தாயிகுளம்.
Tēlūr ..	தேளூர்.
Tenkachchipperumālnattam.	தென்கச்சிப்பெருமாள்நத்தம்.
Tirukkalappūr ..	திருக்களப்பூர்.
Tirumalarāyapuram (Z).	திருமலராயபுரம்.
Tirumalavādi (I).	திருமலவாடி.
Tirumānūr (I) ..	திருமானூர்.
Tulār ..	துளார்.
Tulāranguriehchi (Z).	துளாரங்குறிச்சி.

Udaiyārpālaiyam Tālūk—cont.
உடையார்பாளையம் தாலூகா—தொடர்ச்சி.

Tūngān (Z) ..	தூங்கான்.
Tūttūr ..	தூத்தூர்.
Udayanattam ..	உதயநத்தம்.
Udaiyārpālaiyam (Z).	உடையார்பாளையம்.
Udaiyavarttiyyanūr.	உடையவர்த்தியனூர்.
Ulkōttai ..	உள்கோட்டை.
Ulliyakkudi ..	உல்லியக்குடி.
Unjini (Z) ..	உஞ்சினி.
Uttirakkudi (Z) ..	உத்திரக்குடி.
Vadakadal (Z) ..	வடகடல்.
Vadugappālaiyam.	வடுகப்பாளையம்.
Vālakkurichchi ..	வாழக்குறிச்சி.
Vālarakkurichchi (Z).	வாளரக்குறிச்சி.
Vallam (Z) ..	வல்லம்.
Vānattiraiyanpattanam (Z).	வாணத்திரையன்பட்டணம்.
Vangudi ..	வங்குடி
Vanjinapuram .	வஞ்சினபுரம்.
Vannānkurichchi (Z).	வண்ணான்குறிச்சி.
Varadarājampēttai.	வரதராஜம்பேட்டை.
Vāranavāsi (Z) ..	வாரணவாசி.
Vāriyan kāval (Z).	வாரியங்காவல்.
Vēlūr (Z) ..	வேலூர்.
Vēmbugudi ..	வேம்புகுடி.
Venganūr ..	வெங்கனூர்.
Venkatakrishnāpuram (Z).	வெங்கடகிருஷ்ணபுரம்.
Venkataramanapuram (Z).	வெங்கடரமணபுரம்.
Venkatarāmapuram (Z).	வெங்கடராமபுரம்.
Venvānkondān (Z).	வெண்வான்கொண்டான்.
Vettiyārvettu ..	வெத்தியார்வெட்டு
Vettiyūr ..	வெத்தியூர்.
Vilandai ..	விளந்தை.
Vilāngudi ..	விளாங்குடி.
Viluppananguri-chchi (I).	விழுப்பணங்குறிச்சி.
Vīrākkan (Z) ..	வீராக்கன்.
Wālājānagaram (Z).	வாலாஜாநகரம்.

VIZAGAPATAM DISTRICT.

Z=Zamindari. జమీందారి. I=Inam. ఇనాం. M=Mokhasa. మొఖాసా.

ANAKAPALLE TĀLŪK. అనకాపల్లె తాలూకా.

Achcherla (Z) ... అచ్చెర్ల.
Addām (Z) . అడ్డాం.
Addūru (Z) ... అడ్డూరు.
Aganampūdi (I)... అగనంపూడి.
Ajjanagiri (Z) ... అజ్జనగిరి.
Allīkhānudupālem (Z). అల్లీఖానుడు పాలెం.
Amīnsāhebupēta (Z). అమీన్ సాహెబు పేట.
Amrutapuram (Z). అమృతపురం.
Anakāpalle (Z) ... అనకాపల్లె.
Antakāpalle (Z) ... అంతకాపల్లె.
Arabupālem (Z) ... అరబుపాలెం.
Arepāka (Z) ... అరెపాక.
Asakapalle (I) ... అసకపల్లె.
Ayyannapālem (Z) అయ్యన్నపాలెం.
Bangarammapālem (I). బంగారమ్మపాలెం.
Bātazangālapālem (Z). బాటజంగాలపాలెం
Bavuluvāda (Z) ... బవులువాడ.
Bayyavaram (Z)... బయ్యవరం.
Bharinikam (Z) .. బరిణికం.
Bhatlapūdi (Z) ... బట్లపూడి.
Bōduvalasa (Z) ... బోదువలస.
Cherakām (Z) .. చెరకాం.
Cherlōpālem (Z).. చెర్లోపాలెం.
Chintagatla Agrahāram (I). చింతగట్ల అగ్రహారం.
Chintalapālem (Z) చింతలపాలెం.
Chintanippula Agrahāram (I). చింతనిప్పుల అగ్రహారం.
Chīpurupalle (Z)... చీపురుపల్లె.
Dēsapātrunipālem (Z). దేశపాత్రునిపాలెం.
Dongalamarri Sītārāmpuram Agrahāram (I). దొంగలమర్రి సీతారాంపురం అగ్రహారం.
Donkāda (I) ... డొంకాడ.
Dōsūru (Z) ... దోసూరు.
Duddupālem (Z)... దుడ్డుపాలెం.
Duvvāda (Z) ... దువ్వాడ.
Ellappi (Z) .. ఎల్లప్పి.
Enugutuni (Z) ... ఏనుగుతుని.
Erukunāyudupālem (Z) ఎరుకునాయుడుపాలెం.
Gaitulapālem (Z). గైతులపాలెం.
Galibhīmavaram (Z). గాలిభీమవరం.
Ganaparti (Z) ... గనపర్తి.
Gangavaram (Z). గంగవరం.
Ghantavanipālem (Z). ఘంటావానిపాలెం
Gobbūru (Z) ... గొబ్బూరు.
Gobbūrupālem (Z) గొబ్బూరుపాలెం.
Golagām (Z) ... గొలగాం.
Gollagunta (Z) ... గొల్లగుంట.
Gollalapālem (Z). గోల్లలపాలెం.
Gōpālapuram (Z). గోపాలపురం.
Gotivāda (Z) ... గొటివాడ.
Gullipalle (Z) ... గుల్లిపల్లె.
Gurugubhīmavaram (Z). గురుగుభిమవరం.
Idulapākabōnangi (Z). ఈదులపాక బోనంగి.
Iruvāda (I) ... ఇరువాడ.
Iswarapalletsavuduvāda (Z). ఈశ్వరపల్లి చవుడువాడ.
Jagannadhapuram (Z). జగన్నాథపురం.

Anakapalle Tāluk—cont. అనకాపల్లె తాలూకా—శేషము.

Jagannadhapuram Agrahāram (I).	జగన్నాథపురం అగ్రహారం.
Jaggayyapēta Agraharam ...	జగ్గయ్యపేట అగ్రహారం.
Kākarapalle (Z)...	కాకరపల్లె.
Kalapaka (Z) ...	కలపాక.
Kannūru (Z) ...	కన్నూరు.
Kasimkōta (Z) ...	కశింకోట.
Kōdūru (Z) ...	కోడూరు.
Kondupalem (Z) ..	కొండుపాలెం.
Koppāka (Z) ...	కొప్పాక.
Kottapalle (Z) ...	కొత్తపల్లె.
Kumārapuram (Z)	కుమారపురం.
Kūndram (Z) ...	కూండ్రం.
Kuntsangi (Z) ...	కుంచంగి.
Lagisettipalem ..	లగిసెట్టిపాలెం.
Lankalapalem (Z)	లంకలపాలెం.
Lēmarti Agraharam (I).	లేమర్తి అగ్రహారం.
Madakapalem (Z)	మడకపాలెం.
Makavaram (Z) ...	మాకవరం.
Mallavaram (Z) ...	మల్లవరం.
Mamidipālem (Z)	మామిడిపాలెం.
Mantripālem (Z).	మంత్రిపాలెం.
Mārēdupūdi (Z)...	మారేడుపూడి.
Mārēdupūdi Agraharam (I)	మారేడుపూడి అగ్రహారం.
Marripālem (I) ...	మర్రిపాలెం.
Mārutūru (Z) ...	మారుటూరు.
Mettapālem (Z) ...	మెట్టపాలెం.
Mogalipuram (Z).	మొగలిపురం.
Munagapāka (Z)	మునగపాక.
Nāgavaram (Z) ...	నాగవరం.
Nāgulapalle (Z) ...	నాగులపల్లె.
Nallarēgulapalem (Z).	నల్లరేగులపాలెం.
Nanginārapādu (Z).	నంగినారపాడు.
Nārapadu (Z) ...	నారపాడు.
Narasapuram (R)	నరసాపురం.
Narasingapalli (Z).	నరసింగపల్లె.
Narendrapuram (Z)	నరేంద్రపురం.
Nutulaguntapalem (Z).	నూతులగుంటపాలెం.
Paidivada (Z) ...	పైడివాడ.
Paidivada Agraharam (I).	పైడివాడ అగ్రహారం.
Pallapu Anandapuram (Z).	పల్లపు ఆనందపురం.
Pāpayyapālem (Z)	పాపయ్యపాలెం.
Papayyasantapalem (Z).	పాపయ్యసంతపాలెం.
Paravada (Z).	పరవాడ.
Patipalle (Z) ...	పాటిపల్లె.
Payakaraobōnangi (Z).	పాయకరావుబోనంగి.
Peddamadaka (Z)	పెద్దమడక.
Peddamushidivada (Z).	పెద్దముషిడివాడ.
Pentasimabōnangi (Z).	పెంటసీమబోనంగి.
Pērantalapalem (Z).	పేరంటాలపాలెం.
Pinnamadaka Agraharam (I).	పిన్నమడక అగ్రహారం.
Pishinikada (Z) ...	పిషినికాడ.
Ponnuru Agraharam (I).	పొన్నూరు అగ్రహారం.
Purushōttapuram (Z).	పురుషోత్తపురం.
Rajupalem (Z)	రాజుపాలెం.
Rajapēta Agraharam alias Ramabhadrapuram Agraharam (I).	రాజుపేట అగ్రహారం అనే రామభద్రపురం అగ్రహారం.
Ramabhadrapuram Agraharam (I).	రామభద్రపురం అగ్రహారం
Rāvada (Z) ..	రావాడ.

ANAKAPALE TĀLŪK—cont. అనకాపల్లె తాలూకా—శేషము.

Rāvipālem Agrahāram (I).	రావిపాలెం అగ్రహారం.
Rāyapuram Agrahāram (I).	రాయపురం అగ్రహారం.
Rēbāka (Z) ...	రేబాక.
Sabbavaram (Z)...	సబ్బవరం.
Sabbavaram Agrahāram (I).	సబ్బవరం అగ్రహారం.
Sampatipuram (Z).	సంపతిపురం.
Sanivāda (I) ...	శనివాడ.
Sankarām (Z) ...	శంకరాం.
Singavaram (Z) ...	సింగవరం.
Sirasapalle (S. No. 79) (Z).	శిరసపల్లె (సర్వే నెం. 79 రు)
Sirasapalle (S. No. 23) (Z).	శిరసపల్లె (సర్వే నెం. 23 రు)
Sītānagaram (Z)...	సీతానగరం.
Sōmavaram (Z) ...	సోమవరం.
Sundarayyapēta (Z)	సుందరయ్యపేట.
Swayambhuvaram (Z).	స్వయంభువరం.
Tādi (Z) ...	తాడి.
Tagarampūdi (Z).	తగరంపూడి.
Tallapālem (I) .	తాళ్లపాలెం.
Tānām (Z) ...	తానాం.
Tēgada (Z) ...	తేగాడ.
Tekkalipālem (Z).	టెక్కలిపాలెం.
Tīda (Z) ...	తీడ.
Timmarājupēta (Z)	తిమ్మరాజుపేట.
Tōtāda (Z) ...	తోటాడ.
Tsallamalla (Z) ...	చల్లమల్ల.
Tsūchikonda (Z)...	చూచికొండ.
Tummapāla (I) ...	తుమ్మపాల.
Udōru (Z) ...	ఊడేరు.
Ugginapālem (Z)	ఉగ్గినపాలెం
Ummalāda (Z) ...	ఉమ్మలాడ.
Vādrāpalle (Z) ...	వాడ్రాపల్లె.
Vallūru (Z) ...	వల్లూరు.
Vangali (Z) ...	వంగలి.
Vedullanarava (Z)	వెదుళ్లనరవ.
Veduruparti (Z)...	వెదురుపర్తి.
Venkatāpuram (Z)	వెంకటాపురం.
Venkupālem (Z)	వెంకుపాలెం.
Vētazangalapālem (Z).	వేటజంగాలపాలెం.
Vippāka Agrahāram (I).	విప్పాక అగ్రహారం.
Vōmpōlu (Z) ...	వోంపోలు.
Zattapureddituni (Z).	జట్టపురెడ్డితుని.

BIMLIPATAM TĀLŪK భీమునిపట్నం తాలూకా.

Akkivaram (Z) ...	అక్కివరం.
Amanām (Z)	అమనాం.
Amatām Rāvivalasa (Z).	అమటాం రావివలస.
Anandapuram (Z)	ఆనందపురం.
Anantavaram (Z).	అనంతవరం.
Annavaram (Z) ...	అన్నవరం.
Bākarupālem (Z).	బాకరుపాలెం.
Bangārurājupēta (Z).	బంగారురాజుపేట.
Bāpirāju Tāllavalasa (I).	బాపిరాజు తాళ్లవలస.
Basavapālem (Z).	బసవపాలెం.
Bellām (I) ...	బెల్లాం.
Bhāndēvupuram (Z).	భాండేవపురం.
Bhīmandorapālem (I).	భీమండొరపాలెం.
Bhōgāpuram (Z).	భోగాపురం.
Bhīmilipatam (Municipality) (Z).	భీమునిపట్నం (మ్యునిసిపాలిటి).
Bimlipatam (Port) (I).	భీమునిపట్నం (పోర్టు).
Bōdamettapālem (I)	బోడమెట్టపాలెం.
Bōni (I) ...	బోని.
Buddivalasa (Z).	బుడ్డివలస.

Bimlipatam Tāluk—cont. భీమునిపట్నం తాలూకా—శేషము.

Buddivalasa Agrahāram (I).	బుడ్డివలస అగ్రహారం.
Chandaka (I) ...	చందక.
Chāpala Uppāda (Z).	చాపల ఉప్పాడ.
Cherukupalle (Z).	చెరుకుపల్లె.
Chintapalle (Z)	చింతపల్లె.
Chippāda (Z) ...	చిప్పాడ.
Chittivalasa (Z).	చిట్టివలస.
Dabbanda (Z) ...	దబ్బంద.
Dākamarri (Z) ...	దాకమర్రి.
Dindivāri Tallavalasa (Z).	దిండివారి తాళ్లవలస.
Erukonda (Z) ...	ఎరుకొండ.
Gambhīram (Z).	గంభీరం.
Gandhavaram (Z).	గంధవరం.
Gandigundam (Z)	గండిగుండం.
Gangasāni Agrahāram (I).	గంగసాని అగ్రహారం.
Gantlām (I) ...	గంట్లాం
Gidijāla (Z) ...	గిడిజాల.
Golagām (Z) ...	గొలగాం.
Gōrinta (I) ...	గోరింట.
Gottipalle (Z) ...	గొట్టిపల్లె.
Gōvupēta (Z) ...	గోవుపేట.
Gūdepuvalasa (Z).	గూడెపువలస.
Gudilōva (Z) ...	గుడిలోవ.
Gudivāda (Z) ...	గుడివాడ.
Jagannādhapuram (Z).	జగన్నాధపురం.
Jaggayyapēta (Z)	జగ్గయ్యపేట.
Jānakidēvipuram (G).	జానకిదేవిపురం.
Jayantivāri Agrahāram (I).	జయంతివారి అగ్రహారం.
Jonnāda (Z) ...	జొన్నాడ.
Kanchēru (Z) ...	కంచేరు.
Kanamām (I) ...	కణమాం.
Kāpula Uppāda (Z).	కాపుల ఉప్పాడ.
Kavulavāda (Z).	కవులవాడ.
Kōlavānipālem (I)	కోలవానిపాలెం.
Kollāyavalasa (I).	కొల్లాయవలస.
Kōnāda (Z) ...	కోనాడ.
Kondrājupālem (Z).	కొండ్రాజుపాలెం
Kōrāda (Z) ...	కోరాడ.
Kōtabhōgāpuram (Z)	కోటభోగాపురం.
Kottapālem (Z) ...	కొత్తపాలెం.
Kottavalasa (Z) ...	కొత్తవలస.
Kovvāda (Z) ...	కొవ్వాడ.
Krishnāpuram (I).	కృష్ణాపురం.
Kummaripālem (Z).	కుమ్మరిపాలెం.
Kummaripālem Valandu Bhūmulu (Z).	కుమ్మరిపాలెం వళందు భూములు.
Kusulavāda (Z) ...	కుసులువాడ.
Maddi (Z) ...	మద్ది.
Majjivalasa (I) ...	మజ్జివలస.
Māmidilōva (Z) ...	మామిడిలోవ.
Mōdavalasa (Z) ...	మోదవలస.
Mōpāda (Z) ...	మోపాడ.
Muchcherla (I) ...	ముచ్చెర్ల.
Mukkām (Z) ...	ముక్కాం.
Mukundapuram Agrahāram (I).	ముకుందపురం అగ్రహారం.
Mūlakhuddu (Z).	మూలఖుద్దు.
Munjēru (I) ...	ముంజేరు.
Nadipalle (Z) ...	నడిపల్లె.
Nāgamayyapālem (Z).	నాగమయ్యపాలెం.
Nagarapupālem (Z).	నగరపుపాలెం.
Nandigām (Z) ...	నందిగాం.
Narasāpuram Agrahāram (I).	నరసాపురం అగ్రహారం.
Nārāyanagajapatirājupuram (Z).	నారాయణగజపతిరాజుపురం.
Nārāyanarājupēta (I)	నారాయణరాజుపేట.

BIMLIPATAM TĀLŪK—cont. భీమునిపట్నం తాలూకా—శేషము.

Nērēllavalasa (Z).	నేరెళ్లవలస.
Nidigattu (Z) ...	నిడిగట్టు.
Padmanābham (I).	పద్మనాభం.
Pālanki (Z) ...	పాలంకి.
Pālavalasa (I) ...	పాలవలస.
Pāndrangi (I) ...	పాండ్రంగి.
Pandulapāka (Z).	పందులపాక.
Pasupām (Z) ...	పసుపాం.
Pativāda (Z) ...	పతివాడ.
Peddipālem (Z) ...	పెద్దిపాలెం
Pēkēru (Z) ...	పేకేరు.
Penta (Z) ...	పెంట.
Pōlēpalle (Z) ...	పోలేపల్లె.
Potnūru (Z) ...	పొట్నూరు.
Rājāpulōva (Z) ...	రాజాపులోవ.
Rāmavaram (I) ...	రామవరం.
Rāmayōgi Agrahāram (I).	రామయోగి అగ్రహారం.
Rāvāda (Z) ...	రావాడ.
Reddipalle Agrahāram (I).	రెడ్డిపల్లె అగ్రహారం.
Rēvidi (Z) ...	రేవిడి.
Sangivalasa Agrahāram (I).	సంగివలస అగ్రహారం.
Savaravilli (Z) ...	సవరవిల్లి.
Singanabanda (Z)	సింగనబంద.
Sirlapālem Agrahāram (I).	శిర్లపాలెం అగ్రహారం.
Sontyām (I) ...	సొంత్యాం.
Subbannapēta alias Pilakāvāri Agrahāram (I).	సుబ్బన్నపేట ఉరఫ్ పిలకా వారి అగ్రహారం.
Tagarapuvalasa (Z)	తగరపువలస.
Tāllavalasa (Z).	తాళ్లవలస.
Tangudubilli (I).	తంగుడుబిల్లి.
Tarluvāda (Z) ...	తర్లువాడ.
Tātiturru (Z) ..	తాటితుర్రు.
Timmāpuram (Z).	తిమ్మాపురం.
Tsākivalasa (Z) ...	చాకివలస.
Tunivalasa Agrahāram (I).	తునివలస అగ్రహారం.
Vellanki (Z) ...	వెల్లంకి.
Vēmulavalasa (Z).	వేములవలస.
Venkatāpuram Agrahāram (I).	వెంకటాపురం అగ్రహారం.
Vijayarāmpuram Agrahāram (I).	విజయరాంపురం అగ్రహారం.
Vilāsakhānudupālem (Z).	విలాసఖానుడుపాలెం.

BOBBILI TĀLŪK. బొబ్బిలి తాలూకా.

Ajjāda Agrahāram (I).	అజ్జాడ అగ్రహారం.
Alajangi (Z) ...	అలజంగి.
Amiti (Z)	అమిటి.
Ampāvilli (Z) ...	అంపవిల్లి.
Anavaram Agrahāram (I).	అనవరం అగ్రహారం.
Antipēta (Z) ...	అంటిపేట.
Antlavara (Z) ...	అంట్లవార.
Appalammapēta (Z)	అప్పలమ్మపేట.
Arasabalaga (Z).	అరసబలగ.
Arasāda (Z) ...	అరసాడ.
Bādangi Agrahāram (I).	బాడంగి అగ్రహారం.
Badēvalasa alias Lachchannavalasa (Z).	బడేవలస ఉరఫ్ లచ్చన్నవలస.
Baggandoravalasa (Z).	బగ్గందొరవలస.
Bakkupēta (Z) ...	బక్కుపేట.
Ballakrishnāpuram (Z).	బల్లకృష్ణాపురం.
Bānkuruvalasa (Z).	బంకురువలస.
Barli (Z) ...	బర్లి.

BOBBILI TĀLŪK—cont. / బొబ్బిలి తాలూకా.—శేషము.

Bhairipuram Agrahāram (Z).	బైరిపురం అగ్రహారం.
Bhīmavaram Agrahāram (I).	భీమవరం అగ్రహారం.
Bhōjarājupuram Agrahāram (Z).	భోజరాజుపురం అగ్రహారం.
Bhūbandavalasa Agrahāram (I).	భూబందవలస అగ్రహారం.
Bobbili Town (Z)	బొబ్బిలి.
Boddavalasa Chitrakūta (Z).	బొడ్డవలస చిత్రకూట.
Buchchammapēta Agrahāram (I).	బుచ్చమ్మపేట అగ్రహారం.
Buddipēta Agrahāram (I).	బుడ్డిపేట అగ్రహారం.
Būrja (Z) ...	బూర్జ.
Būrjavalasa near Amiti (Z).	బూర్జవలస అమిటి ధరి.
Būrjavalasa Agrahāram near Golladi (I).	బూర్జవలస అగ్రహారం గొల్లాది ధరి.
Chākarāpalle Agrahāram (I).	చాకరాపల్లె అగ్రహారం.
Chellammapēta Agrahāram (I).	చెల్లమ్మపేట అగ్రహారం.
Chinnabhogila (Z).	చిన్నబోగిల.
Chinnapālavalasa (Z).	చిన్నపాలవలస.
Chinna Ankalām (Z).	చిన్న అంకలాం.
Chinnarāyudupēta (Z).	చిన్నరాయుడుపేట.
Chinnayyapēta near Lōcherla (I).	చిన్నయ్యపేట (లోచెర్ల ధరి).
Chintāda (R) ...	చింతాడ.
Dayānidhipuram Agrahāram (I).	దయానిధిపురం అగ్రహారం.
Donguruvalasa (Z).	దొంగురువలస.
Dommugāni Gadabavalasa (Z).	దొమ్ముగాని గదబవలస.
Embannavalasa Agrahāram (I).	ఎంబన్నవలస అగ్రహారం.
Gādelavalasa (Z).	గాదెలవలస.
Galāvilli (Z) ...	గలావిల్లి.
Gangāda (Z) ...	గంగాడ.
Gangannapādu (Z).	గంగన్నపాడు.
Gangarājapurām Agrahāram (I).	గంగరాజపురం అగ్రహారం.
Geddaluppi (Z) ...	గెడ్డలుప్పి.
Golladi Agrahāram (I).	గొల్లాది అగ్రహారం.
Gollapalle (Z) ...	గొల్లపల్లె.
Gōpālakrishnarangārāyapurām (I).	గోపాలకృష్ణరంగారాయపురం
Gōpālarāyudupēta (Z).	గోపాలరాయుడుపేట.
Guchimi (Z) ...	గుచ్చిమి.
Gūdepuvalasa (Z).	గూడెపువలస.
Gunnatōtavalasa Agrahāram (I).	గున్నతోటవలస అగ్రహారం.
Ippalavalasa (Z)...	ఇప్పలవలస.
Jādavāri Kottavalasa (I).	జాడవారి కొత్తవలస.
Jagannādhapuram (Z).	జగన్నాథపురం.
Jagannādhapuram near Nidagallu (Z).	జగన్నాథపురం నిడగల్లుధరి.
Janārdana Rangārāyapuram (Z).	జనార్దన రంగారాయపురం.
Janārdanapuram or Janārdanarangārāyapuram near Ampavilli (I).	జనార్దనపురం లేక జనార్దన రంగారాయపురం అంపావిల్లి ధరి.
Janārdanarangārāyapuram (I).	జనార్దనరంగారాయపురం.
Janārdanarangārāyapuram alias Kintalivānipēta (I).	జనార్దనరంగారాయపురం ఉరఫ్ కింతలివానిపేట.

BOBBILI TĀLŪK—cont. బొబ్బిలి తాలూకా—శేషము.

Jannivalasa (Z) ...	జన్నివలస.
Jāntirāyapuram alias Bommikapādu Agrahāram (I).	జాంతిరాయపురం ఉరఫ్ బొమ్మికపాడు అగ్రహారం.
Jānumalluvalasa (Z).	జానుమల్లువలస.
Jōgempēta (Z) ...	జోగెంపేట.
Kāgām (I) ...	కాగాం.
Kalavarāyi Agraharam (I).	కలవరాయి అగ్రహారం.
Kāmannavalasa Agrahāram (I)	కామన్నవలస అగ్రహారం.
Kammavalasa (Z).	కమ్మవలస.
Kārāda (Z) ...	కారాడ.
Kāsāpēta (Z) ...	కాసాపేట.
Kāsīdoravalasa (Z).	కాశీదొరవలస.
Kavirāyunivalasa (I).	కవిరాయునివలస.
Kollivalasa (I) ...	కొల్లివలస.
Kōmatipalle (Z)...	కోమటిపల్లె.
Kondadēvua lle (I).	కొండదేవుపల్లె.
Kondāpuram Agrahāram (I).	కొండాపురం అగ్రహారం.
Koratām (Z) ...	కొరటాం.
Kottavalasa)Z) ...	కొత్తవలస.
Kōtipalle Agrahāram (I).	కోటిపల్లె అగ్రహారం.
Krishnāpuram (Z).	కృష్ణాపురం.
Kriahnārāyapuram (I).	కృష్ణారాయపురం.
Kūnāyavalasa (I).	కూనాయవలస.
Kusumūru (I) ...	కుసుమూరు.
Lachchayyapēta (Z).	లచ్చయ్యపేట.
Lakshmīpuram Agrahāram (I).	లక్ష్మీపురం అగ్రహారం.
Lingammavalasa.	లింగమ్మవలస.
Lingāpuram (Z)...	లింగాపురం.
Iōcherla (Z) ...	లోచెర్ల.
Mādhavarangārāyapuram (I).	మాధవరంగారాయపురం.
Mallammapēta near Bobbili (Z).	మల్లమ్మపేట (బొబ్బిలి ధరి).
Mallammapēta near Pāltōru (Z).	మల్లమ్మపేట (పాల్తేరు ధరి).
Maripivalasa (Z).	మరిపివలస.
Mettavalasa (Z) ...	మెట్టవలస.
Mugada (Z) ...	ముగడ.
Muttavalasa (I) ...	ముత్తవలస.
Nandabalaga (I) ...	నందబలగ.
Nandigām (Z) ...	నందిగాం.
Nārannāyuduvalasa (Z).	నారన్నాయుడువలస.
Nārāyanappavalasa (Z).	నారాయణప్పవలస.
Nārāyanapuram (Z).	నారాయణపురం.
Nemalām (Z) ...	నెమలాం.
Nidagallu (Z) ...	నిడగల్లు.
Nīlakanthapuram Agrahāram (I).	నీలకంఠపురం అగ్రహారం.
Pāta Bobbili (Z).	పాత బొబ్బిలి.
Padamāyavalasa (Z).	పడమాయవలస.
Pakki (Z) ...	పక్కి.
Palagara (Z) ...	పలగర.
Pāltēru (Z ...	పాల్తేరు.
Panukupēta (Z) ...	పనుకుపేట.
Panukuvalasa (Z).	పనుకువలస.
Panukuvalasa (near Lōcherla) (Z).	పనుకువలస లోచెర్ల ధరి.
Panukuvalasa Agrahāram (I).	పనుకువలస అగ్రహారం.
Pāpammavalasa (Z).	పాపమ్మవలస.
Pārādi (Z) ...	పారాది.
Pedda Ankalām (Z).	పెద్ద అంకలాం.
Peddā Bhōgila ...	పెద్ద భోగిల.

BOBBILI TĀLŪK—cont. బొబ్బిలి తాలూకా—శేషము.

Peddapālavalasa (Z).	పెద్దపాలవలస.
Peddapenki (Z) ..	పెద్ద పెంకి.
Penta (Z) ...	పెంట.
Perumāli (Z) ...	పెరుమాలి.
Pināpenki (Z) ...	పినపెంకి.
Piridi (Z) ...	పిరిడి.
Pullēruvalasa near Lōcherla (I).	పుల్లేరువలస (లోచెర్ల దరి).
Pūnu Buchchammāpēta (Z).	పూను బుచ్చమ్మపేట.
Pūnuvalasa alias Kāmanrāyapuram (I).	పూనువలస ఉరఫ్ కామన్రాయపురం.
Rājayyapēta (I)...	రాగయ్యపేట.
Rājupēta (Z) ...	రాజుపేట.
Rāmachandrapuram near Terlām (Z).	రామచంద్రపురం (తెర్లాం దరి).
Rāmachandrapuram near Amiti (I).	రామచంద్రపురం (అమిటి దరి).
Rāmanna Agrahāram near Rējēru (I).	రామన్న అగ్రహారం (రేజేరు దరి).
Rāmavaram (Z) ...	రామవరం.
Rāmuduvalasa Agrahāram (Z).	రాముడువలస అగ్రహారం.
Rangammapēta (Z).	రంగమ్మపేట.
Rangappavalasa (Z).	రంగప్పవలస.
Rangārāyapuram (Z).	రంగారాయపురం
Rāvimānu Gadabavalasa (Z).	రావిమానుగదబవలస.
Rējēru (Z) ...	రేజేరు.
Rēpativalasa (Z).	రేపటివలస.
Sativāda (Z) ...	సతివాడ.
Sītārāmpuram near Subhadra (Z).	సీతారాంపురం (సుభద్ర దరి).
Sītārāmpuram near Kōmātipalle (Z).	సీతారాంపురం (కోమటిపల్లె దరి).
Sītārāmpuram near Pāradi (Z).	సీతారాంపురం (పారాది దరి).
Sītārāmpuram near Āmiti (I).	సీతారాంపురం (అమిటి దరి).
Sītārāmpuram near Koratām (I).	సీతారాంపురం (కొరటాం దరి).
Sītayyapēta (Z)	సీతయ్యపేట.
Sivarāmpuram (I).	శివరాంపురం.
Sivvadivalasa (I).	సివ్వడివలస.
Sōmidavalasa alias Sītārāmpuram (I).	సోమిదవలస ఉరఫ్ సీతారాంపురం.
Srīrangarājapuram (I).	శ్రీరంగరాజపురం.
Subhadra Agrahāram (Z).	సుభద్రఅగ్రహారం.
Sumitrāpuram Agrahāram (Z).	సుమిత్రాపురం అగ్రహారం.
Sundarāda (I) ...	సుందరాడ.
Sūrammapēta (Z).	సూరమ్మపేట.
Tāmarakhandi (Z).	తామరఖండి.
Tekkalivalasa (Z).	తెక్కలివలస.
Terlām (Z) ...	తెర్లాం.
Tsukkavalasa (I).	చుక్కవలస.
Tumarāda (Z) ...	తుమరాడ.
Uddavōlu (Z) ...	ఉద్దవోలు.
Uttarāvilli (Z) ...	ఉత్తరావిల్లి.
Vādāda (Z) ...	వాదాడ.
Vākādavalasa Agrahāram (I).	వాకాడవలస అగ్రహారం.
Vantarām (Z) ...	వంతరాం.
Velagavalasa near Addumanda (Z).	వెలగవలస (అడ్డుమండ దరి).
Velagavalasa near Terlām (Z).	వెలగవలస (తెర్లాం దరి).
Vengalarāyapuram (I).	వెంగలరాయపురం.
Vengāpuram Agrahāram (I)	వెంగాపురం అగ్రహారం.

BOBBILI TĀLŪK—cont. బొబ్బిలి తాలూకా—శేషము.

Venkammapēta near Rāmavaram (Z).	వెంకమ్మపేట (రామవరం దరి).
Venkammapēta near Pinnapenki (I).	వెంకమ్మపేట (పిన్నపెంకి దరి).
Venkammapēta alias Kummaripēta (I).	వెంకమ్మపేట ఉరఫ్ కుమ్మరిపేట.
Venkatāpuram Agrahāram (Z).	వెంకటాపురం అగ్రహారం.
Venkatāpuram Agrahāram near Nidagallu (I).	వెంకటాపురం అగ్రహారం (నిడగల్లు దరి).
Venkatāpuram near Lōcherla (I).	వెంకటాపురం (లోచెర్ల దరి).
Venkatrāyudupēta (Z).	వెంకట్రాయుడుపేట.
Venkayyapēta near Uttarāvilli (Z).	వెంకయ్యపేట (ఉత్తరావిల్లి దరి).
Vennela Buchchammapēta (Z).	వెన్నెల బుచ్చమ్మపేట.
Vijayarāmpuram near Būrjavalasa alias Būripēta (I).	విజయరాంపురం బూర్జవలస దరి ఉరఫ్ బూరిపేట.
Vijayarāmpuram near Koratām (I).	విజయరాంపురం (కొరటాం దరి).
Vijayarāmpuram near Mettuvalasa (I).	విజయరాంపురం (మెట్టువలస దరి).

CHIPURUPALLE TĀLŪK. చీపురుపల్లె తాలూకా.

Abōtulapēta (Z) ...	అబోతులపేట.
Achchipōluvalasa (Z).	అచ్చిపోలువలస.
Adapāka (Z) ...	అడపాక.
Aitamvalasa (I) ...	ఐతంవలస.
Ajjarām (Z) ...	అజ్జారాం.
Akhīmkhānudupēta (Z)	అఖీంఖానుడుపేట.
Akkāyapālem (Z).	అక్కాయపాలెం.
Alajangi (I) ...	అలజంగి.
Almājipēta (Z) ...	అల్మాజీపేట.
Anandapuram (I).	అనందపురం.
Anjanēyapuram (I).	అంజనేయపురం.
Appannavalasa (Z).	అప్పన్నవలస.
Appāpuram (I) ...	అప్పాపురం.
Ardevalasa alias Rāmalakshmanapuram (I).	అర్దెవలస ఉరఫ్ రామలక్ష్మనపురం.
Arinām Akkivalasa (I).	అరినాం అక్కివలస.
Arjunavalasa (I).	అర్జునవలస.
Artamūru (Z) ...	ఆర్తమూరు.
Avagūdem (I) ...	అవగూడెం.
Bāguvalasa (Z) ...	బాగువలస.
Bantupalle (Z) ...	బంటుపల్లె.
Bānām (Z) ...	బాణాం.
Bātuva (Z) ...	బాతువ.
Bejjipuram (Z) ...	బెజ్జిపురం.
Bhagavāndāsupēta (I).	భగవాన్దాసుపేట.
Bhāgīrathipuram (I).	భాగీరథిపురం.
Bharinikām (I) ...	భరిణికాం.
Boddepalle (Z) ...	బొడ్డెపల్లె.
Bondapalle (Z) ...	బొండపల్లె.
Bontalakōdūru (Z).	బొంతలకోడూరు.
Bōyapālam (Z) ...	బోయపాలెం.
Budatavalasa (Z).	బుడతవలస.
Budumūru (Z) ...	బుడుమూరు.
Buridikancharām (I).	బురిడికంచరాం.

Chipurupalle Tālūk—cont. చీపురుపల్లె తాలూకా—శేషము.

Burrāvāri Gollalapālem (I). బుర్రావారి గొల్లలపాలెం.
Chandāpuram (I). చందాపురం.
Chandrayyapēta (Z). చంద్రయ్యపేట.
Chellayamma Agrahāram (I). చెల్లయమ్మ అగ్రహారం.
Chettupodilām (Z). చెట్టుపొదిలాం.
Chilakalapālem (I). చిలకలపాలెం.
Chinnanadipalle (Z). చిన్ననడిపల్లె.
Chinnarāopalle (I). చిన్నరావుపల్లె.
Chipurupalle (Z). చీపురుపల్లె.
Chittivalasa (Z) ... చిట్టివలస.
Chukkavalasa (Z). చుక్కవలస.
Dālemrājuvalasa (Z). దాలెంరాజువలస.
Dallavalasa (Z) ... దల్లవలస.
Dallipēta alias Donkapuli (I). దల్లిపేట ఉరఫు డొంకపులి.
Dasamantapuram (I). దశమంతపురం.
Dērasām (Z) ... దేరసాం.
Devāda (I) ... దేవాడ.
Dēvarapodilām (I). దేవరపొదిలాం.
Dēvaravalasa (Z). దేవరవలస.
Dēvarapalle (I) ... దేవరపల్లె.
Dēvuni Kanapāka (Z). దేవునికణపాక.
Dēvunipālavalasa (I). దేవునిపాలవలస.
Dharmapuram (Z). ధర్మపురం.
Dharmavaram (Z). ధర్మవరం.
Dōmām (I) ... దోమాం.
Duggivalasa (I) ... దుగ్గివలస.
Dummida (I) ... దుమ్మిద.
Duppalavalasa (Z). దుప్పలవలస.
Duvvām (I) ... దువ్వాం.
Echcherla (Z) ... ఎచ్చెర్ల.
Enduvapēta (Z) .. ఎందువపేట.
Enduva (Z) ... ఎందువ.
Enuguvalasa (Z). ఏనుగువలస.
Erravaram (Z) ... ఎర్రవరం.
Fājulbēgupēta (I). ఫాజుల్‌బేగుపేట.
Gadabavalasa (I). గదబవలస.
Gangandorapālem (Z). గంగందొరపాలెం.
Ganguvāri Sigadam (Z). గంగువారిసిగడాం.
Garikipālem (Z) ... గరికిపాలెం.
Garividi (I) ... గరివిడి.
Geddakancharām (Z). గెడ్డకంచరాం.
Geddapuvalasa (I). గెడ్డపువలస.
Girivāripālem ... గిరివారిపాలెం.
Gobbūru (I) ... గొబ్బూరు.
Gollalamulagām (Z). గొల్లలములగాం.
Gollalapālem (I). గొల్లలపాలెం.
Gollalavalasa (Z). గొల్లలవలస.
Gondupālem (Z) .. గొండుపాలెం.
Gōrinta (Z) ... గోరింట.
Gōsām alias Chitlapālem (Z). గోసాం ఉరఫు చిట్లపాలెం.
Gotnandi (I) ... గొట్నంది.
Gōvindopuram (I). గోవిందపురం.
Gūdem (Z) .. గూడెం
Gūdem Golugulavalasa (Z). గూడెం గొలుగులవలస.
Gujarātipēta (I) ... గుజరాతిపేట.
Gulivindāda (I) ... గులివిందాడ.
Gumadām (Z) ... గుమడాం.
Gunidām (Z) ... గుణిదాం.
Gurugubilli (Z) ... గురుగుబిల్లి.
Gurugubilli (I) .. గురుగుబిల్లి.
Gutssalavalasa (I). గుచ్చలవలస.
Hanumantapuram (Z). హనుమంతపురం.

CHIPURUPALLE TALUK—cont. చీపురుపల్లె తాలూకా—శేషము.

Ibrahimbāda (I) ... ఇబ్రహింబాడ.
Ippalavalasa (Z) .. ఇప్పలవలస.
Itikarlapalle (Z) .. ఇటికర పల్లె.
Jāda (Z) ... జాడ.
Jagannādhapuram (Z). జగన్నాధపురం.
Jagannādhapuram near Santavuriti (I). జగన్నాధపురం (సంతవురిటి దరి).
Jagannādhavalasa (Z). జగన్నాధవలస.
Jarajām (Z) ... జరజాం.
Jaripināyudipēta (I). జరిపినాయుడి పేట.
Jīrukovvāda (Z) . జీరుకొవ్వాడ.
Jīrupālem (Z) ... జీరుపాలెం.
Kālūri Achāryula Agrahāram (I). కాలూరి ఆచార్యుల అగ్రహారం.
Kalyānipēta (I) ... కల్యాణిపేట.
Kammasigadām (Z). కమ్మసిగడాం.
Kanimetta (Z) ... కనిమెట్ట.
Kaparām (Z) ... కపరాం.
Kāpusambhām (Z). కాపుసంభాం.
Karakām (I) .. కరకాం.
Karlām (Z) ... కర్లాం.
Kēsavadāsupuram (I). కేశవదాసుపురం.
Kēsavarāyapuram (Z). కేశవరాయపురం.
Kēsavarāyunipālem (Z). కేశవరాయుని పాలెం.
Kintali (Z). .. కింతలి.
Krishnāpuram alias Gārapēta near Pondūru (I) కృష్ణాపురం పురపు పొందూరు దరి గారపేట.
Kochcherla (Z) ... కొచ్చెర్ల.
Kōdūru (Z) ... కోడూరు.

Kollibhīmovaram (Z). కొల్లిభీమవరం.
Kollipēta (I) .. కొల్లిపేట.
Konchāda (I) ... కొంచాడ.
Kondakunkām (Z). కొండకుంకాం.
Kondalakshmipuram (I). కొండలక్ష్మీపురం.
Kondamulagām (Z). కొండములగాం.
Kondapālem (I) ... కొండపాలెం.
Kondasambhām (Z). కొండశంభాం.
Kongarām (I) .. కొంగరాం.
Kōnūru (Z) ... కోనూరు.
Kōshta (Z) ... కోష్ట.
Kōtapālem (Z) ... కోటపాలెం
Kōtipalle (Z) ... కోటిపల్లె.
Kottakōta (Z) ... కొత్తకోట.
Kottakunkām (Z). కొత్తకుంకాం.
Kottasundarapālem (Z). కొత్త సుందరపాలెం.
Kovvāda Machchilīsam (Z). కొవ్వాడ మచ్చిలీసం.
Koyyām (Z) ... కొయ్యాం.
Krishnāpuram (Z). కృష్ణాపురం.
Kumarām (Z) ... కుమరాం.
Kuppili (Z) ... కుప్పిలి.
Kushālpuram (I). కుషాల్పురం.
Lakshmīpuram (Z). లక్ష్మీపురం.
Lāvēru (Z) ... లావేరు.
Lavidām (I) ... లవిడాం.
Layidām (I) ... లయిడాం.
Lōluga (Z) .. లోలుగ.
Lōpenta (Z) ... లోపెంట.
Madhupām (Z) ... మధుపాం.
Mahantipālem (Z). మహంతిపాలెం.
Malakām (Z) ... మలకాం.
Mandiravalasa (I). మందిరవలస.

CHIPURUPALLE TALUK—cont. చీపురుపల్లె తాలూకా—శేషము.

Maruvāda (Z)	మరువాడ.
Masīdu Agrahāram (I).	మసీదు అగ్రహారం.
Mentāda (I)	మెంటాడ.
Mettapalle (Z) ...	మెట్టపల్లె.
Mettavalasa (Z) ...	మెట్టవలస.
Muddāda (Z) ...	ముద్దాడ.
Muktumpuram (Z).	ముక్తుంపురం.
Murapāka (Z) ...	మురపాక.
Mushinivalasa (Z).	ముషినివలస.
Nadimvalasa (Z).	నడింవలస.
Nāgammapālem (Z).	నాగమ్మపాలెం.
Nandigām (I)	నందిగాం.
Nandivāda (I) ..	నందివాడ.
Narasāpuram (I) .	నరసాపురం.
Narasimhagōpālapuram (I).	నరశింహ గోపాలపురం.
Narasimhapuram (Z).	నరశింహపురం.
Nāruva (Z) ...	నారువ.
Nārāyanagajapatirājapuram near Bānām (I).	నారాయణగజపతిరాజపురం (బాణాం దరి).
Nārāyanagajapatirājapuram (I).	నారాయణగజపతిరాజపురం.
Nārāyanapatnam (Z).	నారాయణపట్నం.
Nārāyanapuram (Z).	నారాయణపురం.
Nāyuduvalasa (I).	నాయుడువలస.
Nēlivāda (I) ...	నేలివాడ.
Nēmeru (Z) ...	నేమేరు.
Niddām (Z) ...	నిద్దాం.
Nīlādripuram alias Sūrappapēta (I).	నీలాద్రిపురం ఉరఫ్ సూరప్పపేట.
Nīlāpuram (I) ..	నీలాపురం.
Nimmalavalasa (I)	నిమ్మలవలస.
Olēti Achchanna Agrahāram (I).	ఒలేటి అచ్చన్న అగ్రహారం.
Paidāyavalasa (I).	పైడాయవలస.
Paidibhīmavaram (Z).	పైడిభీమవరం.
Pālakhandyām (Z).	పాలఖండ్యాం.
Pālavalasa near Kumaram (Z).	పాలవలస (కుమరాం దరి.)
Pāparāopēta (Z) ...	పాపారావుపేట.
Parla (I)	పర్ల.
Pātakunkām (Z) ...	పాతకుంకాం.
Pātarlapalle (Z) ...	పాతర్లపల్లె.
Pātasundarapālem (Z).	పాతసుందరపాలెం.
Pattikāyavalasa (I)	పత్తికాయవలస.
Pālavalasa (I) ...	పాలవలస.
Peddabantupalle (Z).	పెద్దబంటుపల్లె.
Peddakottapalle (Z).	పెద్ద కొత్తపల్లె.
Peddalingālavalasa (I).	పెద్ద లింగాలవలస.
Peddanadipalle (Z)	పెద్దనడిపల్లె.
Peddarāopalle (Z).	పెద్దరావుపల్లె.
Penasām (I) ...	పెనసాం.
Penubarti (Z) ..	పెనుబర్తి.
Pērapi (Z) ..	పేరపి.
Pillalavalasa (Z) ...	పిల్లలవలస.
Pishini (Z) ..	పిషిని.
Pondūru (Z) ...	పొందూరు.
Ponnāda (Z) ...	పొన్నాడ.
Pōtāyavalasa (Z).	పోతాయవలస.
Pōtāyavalasa near Kettakōta (I).	పోతాయవలస (కొత్తకోట దరి.)
Pūdivalasa (I) ...	పూడివలస.
Pullājipēta (I) ..	పుల్లాజిపేట.
Punnam (Z) ..	పున్నాం.
Purrēyavalasa (Z).	పుర్రేయవలస.

CHIPURUPALLE TĀLUK—cont. చీపురుపల్లె తాలూకా—శేషము.

Purushōttamaswamivāri Lakshmīpuram (I).	పురుషోత్తమస్వామివారి లక్ష్మీపురం.
Pūtikavalasa (I) ..	పూతికవలస.
Rājam (Z) ...	రాజాం.
Rāmachandrapuram Agrahāram of Sambhām Paragana (I).	శంభాం పరగణా రామచంద్రపురం అగ్రహారం.
Rāmachandrapuram near Tekkali (I).	టెక్కలి దగ్గర రామచంద్రపురం.
Rāmachandrapuram (I).	రామచంద్రపురం.
Rāmachandrapuram (Z)	రామచంద్రపురం.
Rāmadāsupuram (I)	రామదాసుపురం.
Rāmalingapuram (Z).	రామలింగపురం.
Ranasthalam (Z).	రణస్థలం.
Rāpāka (I) ...	రాపాక.
Rāvāda (Z) ...	రావాడ.
Rāvivalasa (I) ...	రావివలస.
Rāvivalasa (Z) ...	రావివలస
Rēgapālem (Z) ...	రేగపాలెం.
Rēgati Agraharam (I)	రేగటి అగ్రహారం.
Sahapuram (Z) ...	శహపురం.
Sankupālem (I) ...	శంకుపాలెం.
Santsām (Z) ...	సంత్సాం.
Santavuriti (Z) ...	సంతవురిటి.
Sarvēswarapuram (I).	సర్వేశ్వరపురం.
Sigirikottapalle (Z)	సిగిరి కొత్తపల్లె.
Sēripēta (I) ...	శేరిపేట.
Sētubhīmavaram (I).	శేతుభీమవరం.
Shērumahammadu purampēta (I).	షేరు మహమ్మదు పురంపేట.
Shērumahammadu puram (Z).	షేరు మహమ్మదు పురం.

Singūru (I) ...	సింగూరు.
Siridēvipuram (I).	సిరిదేవిపురం.
Sirlapālam (Z) .	సిర్లపాలెం.
Sītamvalasa (I) ...	సీతంవలస.
Sītārāmpuram (S. No. 143) (Z).	సీతారాంపురం.
Sītārāmpuram (S. No. 146) (Z).	సీతారాంపురం.
Sītārāmpuram (I).	సీతారాంపురం.
Sivarām (I) ...	శివరాం.
Subhadrāpuram (I)	సుభద్రాపురం.
Sumitrāpuram (I).	సుమిత్రాపురం.
Sūrampēta (Z) ...	సూరంపేట.
Sūrāpuram (I) ...	సూరాపురం.
Tādivalasa (Z) ...	తాడివలస.
Tallavalasa (Z) ...	తాళ్లవలస.
Tāmāda (Z) ...	తామాడ.
Tammināyudupēta (I).	తమ్మినాయుడు పేట.
Tandyām (Z) ...	తండ్యాం.
Tānem (Z) ...	తానెం.
Tankāladuggivalasa (Z).	టంకాలదుగ్గివలస.
Tātigūda (I) ...	తాటిగూడ.
Tekkali (Z) ...	టెక్కలి.
Teppalavalasa (Z).	తెప్పలవలస.
Tirupatipālam (Z).	తిరుపతిపాలెం.
Tōlāpi (Z) ...	తోలాపి.
Tondrangi (Z) ..	తొండ్రంగి.
Tōtapālem (Z) ...	తోటపాలెం.
Ullivalasa (Z) ...	ఉల్లివలస.
Uppivalasa (I) ...	ఉప్పివలస.
Vallabharāopēta (Z).	వల్లభరావుపేట.
Vāndrangi (Z) ...	వాండ్రంగి.
Varāhanarasimhapuram (Z) ...	వరాహనరసింహపురం.
Varisām (Z) ...	వరిశాం.
Velagāda (Z) ..	వెలగాడ.
Vēlupurāyi (Z) ..	వేలుపురాయి.

CHIPURUPALLE TALUK—cont. చీపురుపల్లె తాలూకా—శేషము.

Venkopātrunirēga (Z). వెంకుపాత్రునిరేగ.

Venkatakrishnarājapuram (Z). వెంకటకృష్ణరాజపురం.

Venkatāpuram (I). వెంకటాపురం.

Venkatrāopēta (I). వెంక్ట్రావుపేట.

Venkatrāopēta (Z) వెంక్ట్రావుపేట.

Venkatrāyunigūdem (Z) వెంక్ట్రాయునిగూడెం.

Venkayyapēta (Z) వెంకయ్యపేట.

Vēnugōpālapuram. (I). వేణుగోపాలపురం.

Vijayarāmpuram (I). విజయరాంపురం.

Vijayarāmpuram near Rāvivalasa (I). రావివలస దగ్గిర విజయరాంపురం.

Vijayarāmpuram near Kumarām (I). కుమరాం దగ్గిర విజయరాంపురం.

Viswanadhapuram (I). విశ్వనాథపురం.

Yādaki (I) ... యాడకి.

GAJAPETHINAGARAM TBLUK. గజపతినగరం తాలూకా.

Āgūru (Z) ... అగూరు.

Ākulakatta (Z) ఆకులకట్ట.

Amarāyavalasa Agrahāram (I). అమరాయవలస అగ్రహారం.

Āndra (Z) ... ఆంద్ర.

Ārikatōta (Z) ... ఆరికతోట.

Bādam (Z) ... బాడాల.

Balēvalesa (Z) ... బడేవలస.

Balabhadrarājupuram (I). బలభద్రరాజుపురం.

Bangārammapēta (Z). బంగారమ్మపేట.

Bhāgirathipuram Agrahāram (I). భాగీరథిపురం అగ్రహారం.

Bhāgirathipuram Agrahāram (S. No 58) (I). భాగీరథిపురం అగ్రహారం.

Bhairipuram Agrahāram (I) భైరిపురం అగ్రహారం.

Bhīmupōlu (Z) ... భీముపోలు.

Bhīmavaram (Z)... భీమవరం.

Bhīmavaram (S. No. 48). (Z) భీమవరం.

Bhōjarājupuram Agrahāram (I) భోజరాజుపురం అగ్రహారం.

Bhūdēvipēta (Z). భూదేవిపేట

Bhūpālarājupuram (I) భూపాలరాజుపురం

Billakōta (Z) ... బిల్లకోట.

Billalavalasa (Z) .. బిల్లలవలస.

Billalavalasa (S No. 139) (Z) బిల్లలవలస.

Bōdāyadoravalasa (I). బోడాయదొరవలస.

Boudapalle (Z) ... బొండపల్లె.

Buchchammapēta (Z). బుచ్చమ్మపేట.

Buchchirājupēta (I). బుచ్చిరాజుపేట.

Budarāyavalasa (Z). బుడరాయవలస.

Budatanapallerājēru (Z). బుడతనపల్లె రాజేరు

Bungiju (Z) బుంగిజు.

Bur dagadda (Z) బురదగడ్డ.

Būrjavalasa (Z) బూర్జవలస.

Būrjavalasa Agraharam (I) బూర్జవలస అగ్రహారం.

Būrugu (Z) .. బూరుగు.

Būsāyavalasa (Z). బూశాయవలస.

Būsāyavalasa (hill villages six in number) (I). బూశాయవలస. (కొండ గ్రామాలు ఆరు).

GAJAPATHINAGBRAM TALUK—cont. గజపతినగరం తాలూకా—శేషము

Cherukupalle Agraháram (I).	చెరుకుపల్లె అగ్రహారం.
Chinnabantupalle (Z).	చిన్న బంటుపల్లె.
Chinnachāmalāpalle (Z).	చిన్న చామలాపల్లె.
Chinnakāda (Z) ...	చిన్న కాడ.
Chinnakōnila (Z).	చిన్న కోనిల.
Chinnamēdapalle (Z).	చిన్న మేడపల్లె.
Chinnaravyām (I).	చిన్న రవ్యాం.
Chinnatāmarapalle (Z)	చిన్న తామరపల్లె.
Chintalavalasa (Z).	చింతలవలస.
Chippapalle (Z) ..	చిప్పపల్లె.
Chittāyavalasa Agrahāram (I)	చిట్టాయవలస అగ్రహారం
Dabbalapādu (Z).	దబ్బలపాడు.
Dāgadevalasa (Z).	దాగదేవలస.
Dāsupēta (Z) ...	దాసుపేట.
Datti (Z) ...	దత్తి.
Dattirājēru (Z) ...	దత్తిరాజేరు.
Dāvālapēta (I) ...	దావాలపేట.
Dēvamdoravalasa (Z).	దేవందొరవలస.
Dēvupalle (Z) ...	దేవుపల్లె.
Dēvupalle (hill villages four in number) (Z).	దేవుపల్లె (కొండ గ్రామాలు నాలుగు).
Dōlapālem Agrahāram (I).	డోలపాలెం అగ్రహారం.
Dōnipalle (Z) ...	డోనిపల్లె.
Donkinavalasa (Z)	డొంకినవలస.
Dummulapālem (Z).	దుమ్ములపాలెం.
Duppalapūdi (I)...	దుప్పలపూడి.
Enikalasītārāmpuram (Z).	ఎనికల సీతారాంపురం.
Gadabavalasa Agrahāram alias Ramachandrapuram (I).	గదబవలస అగ్రహారం ఉరఫు రామచంద్రపురం.
Gadarāyunivalasa Agrahāram (I).	గదరాయునివలస అగ్రహారం.
Gadasām (Z) ...	గడసాం.
Gādilamarrivalasa (I).	గాదిలమర్రివలస.
Gajapatinagaram (Z)	గజపతినగరం.
Gangachōllapenta (Z)	గంగచోళ్లపెంట.
Gangannapālavalasa Agrahāram (I).	గంగన్నపాలవలస అగ్రహారం.
Gajamguddivalasa (I).	గజంగుడ్డివలస.
Garbhām (Z) ...	గర్భాం
Garugubilli (I) ...	గరుగుబిల్లి.
Gātāda alias Srī rangarājupuram (I).	గాతాడ ఉరఫు శ్రీరంగరాజుపురం.
Gittupalle (Z) ...	గిట్టుపల్లె.
Gobyām (I)	గొబ్యాం.
Gōpannavalasa (Z)	గోపన్నవలస.
Gottiapādu (Z) ..	గొట్టిపాడు.
Gottipalle (Z) ...	గొట్టిపల్లె.
Grahapati Agrahārom (I).	గ్రహపతి అగ్రహారం.
Guchchimi (Z) ...	గుచ్చిమి.
Gudivāda Agrahāram (I).	గుడివాడ అగ్రహారం.
Gujjali (Z) ...	గుజ్జలి.
Gumadām Agrahāram (I).	గుమడాం అగ్రహారం.
Gummakōta (Z) ...	గుమ్మకోట.
Gurammavalasa (I)	గురమ్మవలస.
Gurlatammirājupēta (Z).	గుర్లతమ్మిరాజుపేట.
Iddanavalasa (Z).	ఇద్దనవలస.
Ingilāpalle Agrahāram (I).	ఇంగిలాపల్లె అగ్రహారం.

GAJAPATINAGARAM TALŪK—cont. గజపతినగరం తాలూకా—శేషము.

Inuganti Venkanna Agraharam (I). ఇనుగంటి వెంకన్న అగ్రహారం.
Ippalavalasa (Z)... ఇప్పలవలస.
Itikattavalasa (Z). ఈటికట్లవలస.
Jādunāyuduvalasa (Z). జాడునాయుడువలస.
Jagannādhapuram (I). జగన్నాధపురం.
Jagannādhapuram (Z). జగన్నాధపురం.
Jakkuva (Z) ... జక్కువ.
Jannivalasa (Z) ... జన్నివలస.
Jayiti (Z) ... జయితి.
Jinnām Agrahāram (I). జిన్నాం అగ్రహారం.
Jīrikavalasa (Z) ... జీరికవలస.
Kālamrājupēta (Z) కాళంరాజుపేట.
Kandivalasa (I) ... కందివలస.
Kanimeraka (Z) .. కనిమెరక.
Kannām (Z) ... కన్నాం.
Kayilam (Z) ... కయిలాం.
Kenguva Agrahāram (I) కెంగువ అగ్రహారం.
Kindām Agrahāram (I). కిండాం అగ్రహారం.
Kōdūru (Z) ... కోడూరు.
Kōmatipalle Agraharam (I). కోమటిపల్లె అగ్రహారం.
Kompangi (Z) ... కొంపంగి.
Kondadādi (Z) ... కొండదాడి
Kondakenguva (I). కొండకెంగువ.
Kondalāvēru (Z). కొండలావేరు.
Kondalingalavalasa (Z). కొండలింగాలవలస.
Kondamāmidivalasa (Z). కొండమామిడివలస
Kondapālavalasa (I). కొండపాలవలస.
Konisa (Z) ... కొనిశ.
Kōrapa (Z) ... కోరప.
Kōrapakottavalasa (Z). కోరపకొత్తవలస.
Korlām (Z) ... కొర్లాం.
Kōtaparti (Z) ... కోటపర్తి.
Kottabaggām (Z). కొత్తబగ్గాం.
Kottakarra (I) ... కొత్తకర్ర.
Kottarēga (Z) ... కొత్తరేగ.
Krishnāpuram near (Kōrapa) (I). కృష్ణాపురం కోరప దగ్గర.
Krishnāpuram near (Shikāruganji) (I). కృష్ణాపురం షికారుగంజి దగ్గర.
Krishnāpuram (Z). కృష్ణాపురం.
Kuddedivalasa (Z) కుడ్డేడివలస.
Kumbhivalasa (Z). కుంభివలస.
Kummarigunta Agraharam (I). కుమ్మరిగుంట అగ్రహారం.
Kumchugumadām (I). కుంచుగుమడాం.
Kūnēru (Z) ... కూనేరు.
Kuntinavalasa (Z) కుంటినవలస.
Lakshmīpuram (Z) లక్ష్మీపురం.
Lakshmīpuram Agrahāram (I). లక్ష్మీపురం అగ్రహారం.
Lingālavalasa Agrahāram (I). లింగాలవలస అగ్రహారం.
Lingarājupuram Agrahāram (I). లింగరాజుపురం అగ్రహారం.
Lōgisa Agraharam (I). లోగిశ అగ్రహారం.
Lōkuvalasa (Z) ... లోకువలస.
Lōndrapādu (Z) ... లోండ్రపాడు.
Lōtugadda (Z) ... లోటుగడ్డ.
Luvvakadambavalasa (Z). లువ్వకదంబవలస.
Madhupāda (I) ... మధుపాడ.
Mākadivalasa (Z). మాకడివలస.
Māmidivalasa (Z). మామిడివలస.
Maradām (Z) ... మరదాం.
Marrivalasa (Z) ... మర్రివలస.

ERRATA TO THE ALPHABETICAL LIST OF VILLAGES IN THE MADRAS PRESIDENCY AND TO THE LIST OF VILLAGES IN THE VIZAGAPATAM DISTRICT.

Delete GAJAPATINAGARAM TĀLŪK గజపతినగరం తాలూకా occurring *after* Chīpurupalli Taluk and the list of villages thereunder.

Insert RĀJĀM SUB-TALUK రాజాం తాలూకా *after* Parvatipur taluk and add the following villages as constituting the village of the Rajam sub taluk, omitting them from the Palakonda taluk.

RĀJĀM SUB TĀLŪK. రాజాం తాలూకా.

Ādavaram (Z) ...	ఆడవరం.
Agūru (Z) ...	అగూరు.
Akkanna Agrahāram (I).	అక్కన్న అగ్రహారం.
Akkarāpalle ...	అక్కరాపల్లె.
Amarām ...	అమరాం.
Ambāda ...	అంబాడ.
Ambakhandi (Z).	అంబఖండి.
Amidālavalasa (I)	అమిదాలవలస.
Antakāpalle (Z).	అంతకాపల్లె.
Appala Agraharam (I).	అప్పల అగ్రహారం.
Appāpuram (I)	అప్పాపురం.
Arasāda ...	అరసాడ.
Balakavivalasa (I).	బాలకవివలస.
Bangāruvalasa (I).	బంగారువలస.
Bhāgemmapēta.	భాగెమ్మపేట.
Billāni (Z) ...	బిల్లాని.
Boddām (Z) ...	బొడ్డాం.
Boddavalasa (S. No. 45) (Z).	బొడ్డవలస.
Boddavalasa (S. No. 113) (Z).	బొడ్డవలస.
Boddūru (Z) ...	బొడ్డూరు.
Bomminayuduvalasa (Z).	బొమ్మినాయుడువలస.
Būrāda (Z) ...	బూరాడ.
Chandrammapēta (I).	చంద్రమ్మపేట.
Chatāyavalasa (Z).	చాటాయివలస.
Chelliganivalasa (Z).	చెల్లిగానివలస.
Chilakalapalli (I).	చిలకలపల్లె.
Chinna Sirlām ...	చిన్న సిర్లాం.
Chinnayyapēta (Z).	చిన్నయ్యపేట.
Chintalapēta ...	చింతలపేట.
Chittārupuram ...	చిత్తారుపురం.
Dēvakivāda ...	దేవకివాడ.
Dēvudala (Z) ...	దేవుదల.
Dōsari Ramināyuduvalasa (I).	దోసరి రామినాయుడువలస.
Ellammanāyuduvalasa (I).	ఎల్లమ్మనాయుడువలస.
Gadimudidām (Z)	గడిముడిదాం.
Garikipādu (Z).	గరికిపాడు.
Garnāyudupēta.	గార్నాయుడుపేట.
Garrāju Chīpurupalle (Z).	గర్రాజు చీపురుపల్లె.
Gēdelapēta (Z).	గేదెలపేట.
Gītanapalle (Z).	గీతనపల్లె.
Gōkarnapalle (Z).	గోకర్ణపల్లె.
Gōllavalasa (I) ...	గొల్లవలస.
Gōpālapuram (I).	గోపాలపురం.
Gōpemmapeta (I)	గోపెమ్మపేట.
Gōvindapuram ...	గోవిందపురం.
Gudivāda (I) ...	గుడివాడ.

[PRICE, 3 *pies.*]

Gullapādu (Z) ... గుల్లపాడు.
Guravām (Z) ... గురవాం.
Guyyannavalasa (I) గుయ్యన్నవలస.
Honjaram ... హొంజరం.
Iruvāda ... ఇరువాడ.
Jaftikōdulagumada. జఫ్తికోదులగుమడ.
Jagannādhavalasa. జగన్నాథవలస.
Jānikīpuram (I). జానకీపురం.
Jāvām (Z) ... జావాం.
Jōdubandala (I). జోడుబందల.
Kākarapalle (I). కాకరపల్లె.
Kancharām (Z) ... కంచరాం.
Kandisa ... కందిస.
Kāvali (Z) ... కావలి.
Khandyām (Z). ఖండ్యాం.
Kinjangi ... కింజంగి.
Kōdisa ... కోడిస.
Komire (Z) ... కొమిరె.
Kōnangipadu (I). కోనంగిపాడు.
Kondagūdem (Z). కొండగూడెం.
Kondampēta (Z). కొండంపేట.
Kondavalasa ... కొండవలస.
Koppara ... కొప్పర.
Kopparavalasa (I) కొప్పరవలస.
Kōrallavalasa (I). కోరల్లవలస.
Kottārupuram (I) కొత్తారుపురం.
Kottavalasa (I). కొత్తవలస.
Kottisa. కొట్టిశ.
Krishnamavalasa (Z). కృష్ణమవలస.
Krishnasāstrulupeta (I). కృష్ణశాస్త్రులుపేట.
Krishnārāyapuram near Talagam. (I). కృష్ణారాయపురం (తలంగా ధరి).

Kūrmanādhapuram (I). కూర్మనాథపురం.
Lachchammapēta alias Lakshmīpēta. లచ్చమ్మపేట, ఉరఫు లక్ష్మీపేట.
Lachchannavalasa (Z). లచ్చన్నవలస.
Lachchārāyapuram (I). లచ్చారాయపురం.
Lakshmīpuram (Z). లక్ష్మీపురం.
Lingālavalasa (Z) లింగాలవలస.
Lingāpuram (I). లింగాపురం.
Maddivalasa (I). మద్దివలస.
Madduvalasa ... మడ్డువలస.
Maddūru Rāmayya Agrahāram (I). మద్దూరు రామయ్య అగ్రహారం.
Mādhavarāyapuram (I). మాధవరాయపురం.
Maggūru ... మగ్గూరు.
Māmidipalle (Z). మామిడిపల్లె.
Māmidivalasa ... మామిడివలస.
Mandarāda ... మందరాడ.
Mandavakurti (Z) మండవకుర్తి.
Mantena (Z) ... మంతెన.
Marēdubāka (Z). మారేడుబాక.
Marrivalasa ... మర్రివలస.
Maruvāda ... మరువాడ.
Mēdamarti ... మేడమర్తి.
Mirtivalasa (Z). మిర్తివలస.
Mōdugulapeta (I) మోదుగులపేట.
Mogalevalasa (Z). మొగలెవలస.
Mokhāsā Sītārāmpuram (I). మొఖాసా సీతారాంపురం.
Muddada Jōgivalasa (I). ముద్దాడ జోగివలస.
Mukundapuram. ముకుందపురం.
Mulakalavalasa (I). ములకలవలస.

RĀJĀM SUB TĀLŪK—*cont.* రాజాం తాలూకా—శేషము.

Nagulavalasa (Z). నాగులవలస.
Nakkapēta (Z). నక్కపేట.
Nandabalaga (Z). నందబలగ.
Nārammapēta (I). నారమ్మపేట.
Nārasimhapuram (I). నరసింహపురం.
Nārāyanarājupuram (I). నారాయణరాజుపురం.
Narēndrapuram (I) నరేంద్రపురం.
Nāyarālavalasa (Z). నాయరాలవలస.
Nīlayyavalasa ... నీలయ్యవలస.
Nūkalavāda ... నూకలవాడ.
Ōni (I) ... ఓని.
Ommi (Z) ... ఒమ్మి.
Panasavalasa ... పనసవలస
Panasapēta (Z). పనసపేట.
Pārampēta ... పారంపేట.
Patuvardhanam. పటువర్ధనం.
Pedda Sirlām ... పెద్ద సిర్లాం.
Penta (Z) ... పెంట.
Penubāka (Z) ... పెనుబాక.
Pōdali ... పోడలి.
Pōgiri (Z) .. పోగిరి.
Ponugativalasa (Z). పొనుగటివలస.
Pōrām ... పోరాం.
Pullita (Z) ... పుల్లిట.
Purli (Z) ... పుర్లి.
Rājām (Z) ... రాజాం.
Rājayyapēta (I) రాజయ్యపేట.
Rājulagumada ... రాజులగుమడ.
Rāmachandrapuram (Z). రామచంద్రపురం.
Rāmānujulupēta (I). రామానుజులుపేట.
Rāmarāyapuram. రామారాయపురం.
Rangarāyapuram (I). రంగారాయపురం.

Rēgidi (Z) రేగిడి.
Rusingi (I) ... రుసింగి.
Sālipēta ... సాలిపేట.
Sāmpuram (I) ... శాంపురం.
Sangām (I) ... సంగాం.
Sankaruni Agrahāram (I). శంకరుని అగ్రహారం.
Sankili (Z) ... సంకిలి.
Santakaviti (Z). సంతకవిటి.
Sāradhi (Z) ... సారధి.
Sarasanapalle ... సరసనపల్లె.
Sēkarapalle alias Kondasēkarapalle (I). సేకరపల్లె ఉరఫు కొండ సేకరపల్లె.
Sēshādripuram (I). శేషాద్రిపురం.
Siripuram (Z) ... సిరిపురం.
Sītādēvipuram near Maruvāda (I). సీతాదేవిపురం (మరువాడ దరి).
Sītampēta (Z) ... సీతంపేట.
Sītarāmarājupeta. సీతారామరాజుపేట.
Sītārāmpuram (I) సీతారాంపుం.
Sītārāmpuram (Z). సీతారాంపురం.
Sivvām ... సివ్వాం.
Sōmarājupēta (Z) సోమరాజుపేట.
Sōpēru (Z) ... సోపేరు.
Srīharipuram (I). శ్రీహరిపురం.
Suravaram (Z) ... సురవరం.
Tālāda (Z) ... తాలాడ.
Talagām ... తలగాం.
Talatampara (Z). తలతంపర.
Tamarām ... తమరాం.
Tatipādu (I) ... తాటిపాడు.
Tōkalavalasa (Z). తోకలవలస.
Tunivāda ... తునివాడ.
Ungarāda (Z) ఉంగరాడ.

RĀJĀM SUB TĀLŪK—*cont.* రాజాం తాలూకా—శేషము.

Unukūru	ఉనుకూరు.
Upparanāyuduvalasa (Z).	ఉప్పర నాయుడువలస.
Usirikalavalasa-Venkatapatirājupēta.	ఉసిరికవలస వెంకటపతిరాజుపేట.
Valtēru (Z) ...	వాల్తేరు.
Vandānapēta (I).	వందానపేట
Vangara ...	వంగర.
Vannali (Z) ...	వన్నలి.
Vappangi ...	వప్పంగి.
Vasudēvapatnam (Z).	వాసుదేవపట్నం.
Vāvilavalasa (Z).	వావిలవలస.
Venkammapēta (I).	వెంకమ్మపేట.
Venkatapatirājupēta	వెంకటపతిరాజుపేట.
Venkatāpuram ...	వెంకటాపురం.
Venkatarangārāyapuram (I).	వెంకటరంగారాయపురం.
Venkatrāyudu Agrahāram (I).	వెంకట్రాయుడు అగ్రహారం.
Venkatrāyudupēta (Z).	వెంకట్రాయుడుపేట.
Vijayarampuram (I)	విజయరాంపురం.

[Vide B.P. No. 5149, Routine, dated 25th September 1931.]

GAJAPATINAGARAM TALUK—*cont.* గజపతినగరం తాలూకా—శేషము.

Marrivalasa (S No. 50) (Z).	మర్రివలస.
Marrivalasa Agrahāram (I).	మర్రివలస అగ్రహారం.
Marrivalasa Agrahāram (S. No. 227) (I).	మర్రివలస అగ్రహారం.
Marupalle (Z) ...	మరుపల్లె.
Mentāda (Z) ...	మెంటాడ.
Merakamadidām (Z).	మెరకముడిదాం.
Mirtivalasa (Z) ...	మిర్తివలస.
Mīsālapēta (Z) ...	మీసాలపేట.
Mokhāsākottavalasa (Z).	మొఖాసాకొత్తవలస.
Mokhāsālingālavalasa (Z).	మొఖాసాలింగాలవలస.
Muchcherla (Z) ...	ముచ్చెర్ల.
Muchcherlavalasa (Z).	ముచ్చెర్లవలస.
Muddūru (Z) ...	ముద్దూరు
Nandakōta (Z) ...	నందకోట.
Nandapurivalesa (Z).	నందపురివలస.
Narasāpuram (Z).	నరసాపురం.
Nārāyanagajapatirājupuram Agrahāram (I)	నారాయణగజపతిరాజుపురం అగ్రహారం.
Nāyuduvalasa (Z).	నాయుడువలస.
Nikkalavalasa (Z).	నిక్కలవలస.
Nīlakantharājupuram (I).	నీలకంఠరాజుపురం.
Onija (I) ...	ఓణిజ.
Paidiparti (Z) ...	పైడిపర్తి.
Panasalavalasa (Z)	పనసలవలస.
Pappalalingālavalasa (Z).	పప్పలలింగాలవలస.
Pātabaggām (Z)	పాతబగ్గా
Pātarēga (Z) ...	పాతరేగ.
Patruvāda (Z) ...	పత్రువాడ.
Pāchalavalasa (I).	పాచలవలస.
Peddachāmalāpalle (Z).	పెద్దచామలాపల్లె.
Pedakāda (Z) ...	పెదకాడ.
Peddakōnila (Z).	పెద్దకోనిల.
Peddamānāpuram (Z).	పెద్దమానాపురం.
Peddamēdapalle (Z).	పెద్దమేడపల్లె.
Peddapalle (Z) ...	పెద్దపల్లె.
Peddaravvyām (Z).	పెద్దరవ్యాం.
Pidisīla Agrahāram (I).	పిడిసీల అగ్రహారం.
Pindrangivalasa (Z).	పిండ్రంగివలస.
Pittāda (Z) ...	పిట్టాడ.
Pōrali (I) ...	పోరలి.
Pōrām (Z) ...	పోరాం.
Pōrāmlōva (I) ...	పోరాంలోవ.
Pottiduvalasa (Z)	పొట్టిడువలస.
Puligummi (Z) ...	పులిగుమ్మి.
Puligummi (I) ...	పులిగుమ్మి.
Pullapādu (Z) ...	పుల్లపాడు.
Pullitivalasa (Z) ...	పుల్లిటివలస.
Puritipenta Agrahāram (I).	పురిటిపెంట అగ్రహారం.
Pūtikavalasa (Z).	పూతికవలస.
Rābanda (I) ...	రాబంద.
Rādhikāpuram (I).	రాధికాపురం.
Rāmachandrapuram near Kōdūru (I).	రామచంద్రపురం (కోడూరు దరి.
Rāmannapēta Agrahāram (I).	రామన్నపేట అగ్రహారం.
Rāmāyavalasa (Z).	రామాయవలస.
Rangupuram Agrahāram (I).	రంగుపురం అగ్రహారం.
Rāchagumadām (Z).	రాచగుమడాం.
Rātsakindām (Z).	రాచకిండాం.
Rāvivalasa (Z) ...	రావివలస.
Rāyanivalasa (Z).	రాయనివలస.
Rayindrām (Z) ...	రయింద్రాం.

Gajapytinagaram Taluk—cont. గజపతినగరం తాలూకా—శేషము.

Rēgulapādu (Z) ...	రేగులపాడు
Rompalle, etc. (five hill villages) (Z).	రొంపల్లె వగయిరా అయిదు కొండ వలసలు.
Rompallevalasa (I)	రొంపల్లెవలస.
Rompallevalasa (Z).	రొంపల్లెవలస.
Sālipēta (Z) ...	సాలిపేట.
Sankuparti (Z) ..	సంకుపర్తి.
Sāravānivalasa (Z)	సారవానివలస.
Sarayyavalasa (I).	సరయ్యవలస.
Sarēpalli (Z) ...	సరేపల్లి.
Sātāmvalasa (Z) ...	సాతాంవలస.
Savaravalli (Z) ...	సవరపల్లి.
Shikāruganji (Z).	షికారుగంజి.
Sīlavalasa (Z) ...	శీలవలస.
Singavaram (Z) ...	సింగవరం.
Singavaram (I) ...	సింగవరం.
Sirlām (Z) ...	శిర్లాం
Sirlām (I) ...	శిర్లాం.
Sītammapēta (I)...	సీతమ్మపేట.
Sītārāmpuram (I).	సీతారాంపురం.
Sītārāmpuram near Tāllakāda (I).	సీతారాంపురం(తాళ్లకాడధరి).
Sītārāmpuram Agrahāram (I).	సీతారాంపురం అగ్రహారం.
Sivvandoravalasa (Z).	శివ్వండొరవలస.
Sivvandoravalasa (I)	శివ్వండొరవలస.
Sōmalingapuram (Z)	సోమలింగపురం.
Srīrangarāju-puram Agra-hāram (I).	శ్రీరంగరాజుపురం అగ్రహారం.
Swāmulachintala valasa (I)	స్వాముల చింతలవలస.
Syāmāyavalasa (I)	శ్యామాయవలస.
Todayadoravalasa (I).	తాడయదొరవలస.
Tamatāda Agra hāram (I).	తమటాడ అగ్రహారం.
Tātipādu (Z) ...	తాటిపాడు.
Tentuvalasa (Z ...	తెంటువలస.
Timitēru (Z) ...	తిమితేరు.
Timuruvalasa (Z).	తిమురువలస.
Tsallapēta Agra-hāram (I).	చల్లపేట అగ్రహారం.
Tsāmalavalasa Agrahāram (I).	చామలవలస అగ్రహారం.
Tsandāpuram (Z).	చందాపురం.
Tsoudantivalasa (Z).	చౌదంతివలస.
Tsellāpuram (I) ...	చల్లాపురం.
Tummikāpalle Agiahāram (I).	తుమ్మికాపల్లె అగ్రహారం.
Uddangi (Z) ...	ఉద్దంగి.
Utapalle (Z) ...	ఊటపల్లె.
Vangara (Z) ...	వంగర.
Vankasōmida (I).	వంకసోమిద.
Vāsudēvapuram (Z).	వాసుదేవపురం.
Vāsudēvapuram (S. No 77) (Z).	వాసుదేవపురం.
Vedullavalasa (Z).	వెదుళ్లవలస.
Vēmali (I) ...	వేమలి.
Venkatakrishna-rājupuram (I).	వెంకటకృష్ణరాజుపురం.
Venkatāpuram near Datti (I).	వెంకటాపురం దత్తిధరి.
Venkatāpuram (I).	వెంకటాపురం.
Venkatāpuram (Z)	వెంకటాపురం.
Vēpaguddivalasa (Z).	వేపగుడ్డివలస.
Vindhyavāsi (Z ...	వింధ్యవాసి.
Vīrasāgaram (Z)...	వీరసాగరం.
Viswāsarāyapuram Agrahāram (I).	విశ్వాసరాయపురం అగ్రహారం.
Viswanādhapuram (I).	విశ్వనాధపురం.
Vijayarāmagaja-patirājupuram (I).	విజయరామగజపతిరాజుపురం.
Vijayarāmpuram Agrahāram (I).	విజయరాంపురం అగ్రహారం.

GOLUKONDA TALUK. గొలుగొండ తాలూకా.

Addasaram ... అడ్డసరం.
Adavikāmayya Agrahāram (I). అడవికామయ్య అగ్రహారం.
Amalāpuram ... అమలాపురం.
Ammapēta ... అమ్మపేట.
Anantabhūpālapatnam (I). అనంతభూపాలపట్నం
Anantapadmanabhapuram alias Gurampēta Agrahāram (I) అనంతపద్మనాభపురం అనే గురంపేట అగ్రహారం.
Annavaram ... అన్నవరం.
Appandorapālem (Z). అప్పందొరపాలెం.
Arla (I) ... అర్ల.
Balighattam ... బలిఘట్టం.
Bāpirājukottapalle బాపిరాజు కొత్తపల్లె.
Bayyavaram (Z) ... బయ్యవరం.
Bennabhūpālapatnam. బెన్నభూపాలపట్నం.
Bennavaram (Z) ... బెన్నవరం.
Bimbōyinapālem (Z). బింబోయినపాలెం.
Bōdapālem ... బోడపాలెం.
Buchchammapēta బుచ్చమ్మపేట.
Būrugupālem (Z). బూరుగుపాలెం.
Chauduvāda (Z) ... చౌడువాడ.
Chōdyam (I) ... చోద్యం.
Cherlōpālem ... చెర్లోపాలెం.
Chettupalle ... చెట్టుపల్లె.
Chīdigummala ... చీడిగుమ్మల.
Chīdikāda ... చీడికాడ.
Chīmalapādu alias Kalyānapulōva (Z). చీమలపాడు ఉరఫు కల్యాణపులోవ
Chinnabhairavabhūpati Agrahāram (I). చిన్నభైరవభూపతి అగ్రహారం.
Chinnaboddēpalle. చిన్నబొడ్డేపల్లె.
Chinnajaggampēta (I). చిన్నజగ్గంపేట.
Chintalapūdi ... చింతలపూడి.
Chollangipālem (I) చొల్లంగిపాలెం.
Dhārapālem (I) ... ధారపాలెం.
Dharmasāgaram ... ధర్మసాగరం.
Dharmavaram (Z). ధర్మవరం.
Donkāda Agrahāram (I). దొంకాడ అగ్రహారం.
Duggada ... దుగ్గాడ.
Ellavaramdandapēta. ఎల్లవరందండపేట.
~~Endapalle~~ ... ~~ఎండపల్లె.~~
Etigaurammapēta (I). ఏటిగౌరమ్మపేట.
Erakabhūpati Agrahāram (I). ఎరకభూపతి అగ్రహారం.
Erakammapēta ... ఎరకమ్మపేట.
Erakannapālem ... ఎరకన్నపాలెం.
Errabhūpālapatnam (I). ఎర్రభూపాలపట్నం.
Erravaram ... ఎర్రవరం
Gabbāda (I) ... గబ్బాడ.
Gādampālem ... గాదంపాలెం.
Ganapatirāju Agrahāram (I). గణపతిరాజు అగ్రహారం.
Gangavaram (I) ... గంగవరం.
Gangavaram (Z) ... గంగవరం.
Gangavaram ... గంగవరం.
Gannavaram ... గన్నవరం.
Gaurammapēta Agrahāram (I). గౌరమ్మపేట అగ్రహారం.
Gidutūru (Z) ... గిడుతూరు.
Golugonda ... గొలుగొండ.
Gōpālapatnam (I). గోపాలపట్నం.
Gotivāda (Z) ... గొటివాడ.
Gundepāla ... గుండెపాల.
Gundubādu ... గుండుబాడు.
Gurammapēta (I). గురమ్మపేట.
Gurandorapālem (I). గురందొరపాలెం.

GOLAGONDA TĀLŪK—*cont.* గొలుగొండ తాలూకా—శేషము,

Hareppa Agrahāram (I).	హరెప్ప అగ్రహారం.
Jaggampēta ...	జగ్గంపేట.
Jaggampēta (Z) ...	జగ్గంపేట.
Jallūru ...	జల్లూరు.
Jammādēvipēta (I)	జమ్మాదేవిపేట
Jammāram (I) ...	జమ్మారం.
Jānakirāmpuram Agrahāram (I).	జానకిరాంపురం అగ్రహారం.
Jillēdubūdi ...	జిల్లేడుబూడి.
Jōgampēta ...	జోగంపేట.
Kailāsapatnam Agrahāram (I).	కైలాసపట్నం అగ్రహారం.
Kanchugummala.	కంచుగుమ్మల.
Karaka (I) ...	కరక.
Kasimi (I) ...	కసిమి.
Kōsārapu Agrahāram (I).	కేసారపు అగ్రహారం.
Kōdūru (Z) ...	కోడూరు.
Komaravōlu ...	కొమరవోలు.
Komira (I) ...	కొమిర.
Kondala Agrahāram (Z).	కొండల అగ్రహారం
Kondapālem ...	కొండపాలెం.
Kodavatipūdi ...	కొడవటిపూడి.
Kontalam (Z) ...	కొంతలం.
Koruprōlu (I) ...	కొరుప్రోలు.
Kōtauratla (Z) ...	కోటవురట్ల.
Kottakōta ...	కొత్తకోట.
Kottapālem ...	కొత్తపాలెం.
Kottapatnam (I).	కొత్తపట్నం.
Kottapatnam (Z).	కొత్తపట్నం.
Kotta Ellavaram (I).	కొత్త ఎల్లవరం.
Kovvūru ...	కొవ్వూరు.
Krishnambhatlu Agrahāram (I).	కృష్ణంభట్లు అగ్రహారం.
Kuruvāda (I) ...	కురువాడ.
Kusarlapūdi ...	కుసర్లపూడి.
Lakshmīpuram ...	లక్ష్మీపురం.

Lingandorapālem	లింగందొరపాలెం.
Lingāpuram Agrahāram (I).	లింగాపురం అగ్రహారం.
Lōsingi (I) ...	లోసింగి.
Mākavarapālem (Z)	మాకవరపాలెం.
Mallavaram (I) ...	మల్లవరం.
Mallavaram (Z) ...	
Mallubhūpālapatnam.	మల్లుభూపాలపట్నం
Manyapu vratla ...	మన్యపు వురట్ల.
Marrivalasa (Z) ...	మర్రివలస.
Mulagapūdi Bennavaram.	ములగపూడి బెన్నవరం.
Mungarlapālem (I)	ముంగర్లపాలెం.
Nāgandorapālem	నాగందొరపాలెం.
Nallanki (I) ...	నల్లంకి.
Narsīpatnam ...	నర్సీపట్నం.
Nārāyanagajapatirajupuram Agrahāram (I).	నారాయణగజపతిరాజుపురం అగ్రహారం.
Nātavaram ...	నాతవరం.
Nīlampēta Agrahāram (I).	నీలంపేట అగ్రహారం.
Nindugonda ...	నిండుగొండ.
Paidipāla (Z) ...	పైడిపాల.
Pākalapādu ...	పాకలపాడు.
Pallapu Nāgandorapālem.	పల్లపు నాగందొరపాలెం.
Pāmulavāka ...	పాములవాక.
Panasalapādu (I).	పనసలపాడు.
Pandūru (Z) ...	పందూరు.
Panukupālem (I).	పనుకుపాలెం.
Pāpammapēta (I).	పాపమ్మపేట.
Pappusettipālem (I).	పప్పుశెట్టిపాలెం.
Peddabhairavabhūpati Agrahāram (I).	పెద్ద భైరవభూపతి అగ్రహారం.
Peddaboddēpalle...	పెద్ద బొడ్డేపల్లె.
Peddapēta (I) ...	పెద్దపేట.
Peddipālem (Z) ...	పెద్దిపాలెం.

GOLAGONDA TĀLŪK—cont. గోలుగొండ తాలూకా—శేషము.

Pesarāda (I) ...	పెసరాడ.
Pippallakottapalle.	పిప్పళ్ల కొత్తపల్లి.
Pōchanapeddi Agrahāramu (I).	పోచనపెద్ది అగ్రహారం.
Pogachetlapālem (I).	పొగచెట్లపాలెం.
Pōlavaram Agrahāram (I).	పోలవరం అగ్రహారం.
Puttadigaurammapēta (I).	పుత్తడిగౌరమ్మపేట
Rājannapēta (I) ..	రాజన్నపేట.
Rājupēta (I) ...	రాజుపేట.
Rājupēta (Z) ...	రాజుపేట.
Rāmannapālem Agrahāram (I).	రామన్నపాలెం అగ్రహారం.
Ratnampēta (I) ...	రత్నంపేట.
Rāchapalle (Z) ...	రాచపల్లె.
Rāvanāpalle (I) ...	రావణాపల్లె.
Rōlugunta ...	రోలుగుంట.
Sālika (I) ...	సాలిక.
Sanyāsirāju Agrahāram (I).	సన్యాసిరాజు అగ్రహారం.
Sarabhavaram ...	శరభవరం.
Settipālem (Z) ...	సెట్టిపాలెం.
Singarājupēta (I).	సింగరాజుపేట.
Sītakhandi (I) ...	సీతఖండి.
Sītanna Agrahāram (I).	సీతన్న అగ్రహారం.
Srungavaram ...	శృంగవరం.
Sunkapūru ..	సుంకపూరు.
Sūrampēta (I) ...	సూరంపేట.
Tādapāla ...	తాడపాల.
Tadaparti (Z) ...	తడపర్తి.
Tāllachīdikāda ...	తాళ్లచీడికాడ.
Tāmaram (Z) ...	తామరం
Tangēdu (Z) ...	తంగేడు.
Timmāpuram (Z).	తిమ్మాపురం.
Tūtipāla ...	తూటిపాల.
Utamalla (I) ...	ఊటమళ్ల.
Vadaparti (I) ...	వడపర్తి.
Vaddepa ...	వడ్డెప.
Vajraghada ...	వజ్రగడ.
Valasalapālem (Z).	వలసలపాలెం.
Valasammapēta ...	వలసమ్మపేట.
Vedullavalasa ...	వెదుళ్లవలస.
Vēmulapūdi ...	వేములపూడి.
Venkannapālem Madār Sāhēbupēta (Z).	వెంకన్నపాలెం మదారుసాహెబుపేట.
Vīrabhūpālapatnam Agrahāram (I).	వీరభూపాలపట్నం అగ్రహారం.
Vīrabhūpati Agrahāram (I).	వీరభూపతి అగ్రహారం.
Zangālapalle Agrahāram (I).	జంగాలపల్లె అగ్రహారం.

PĀLKONDO TALUK. పాలుకొండ తాలూకా.

Adāru ...	అడారు.
~~Aduvaram~~ (Z) ...	అడవరం.
Addūrupēta ...	అడ్డూరుపేట.
Āgūru (Z) ...	అగూరు.
Ahōbalāchāryulapēta (I).	అహోబలాచార్యులపేట.
Akkanna Agrahāram (I).	అక్కన్న అగ్రహారం.
~~Akkarāpalle~~ ...	అక్కరాపల్లె.
~~Allena~~ ...	అల్లెన.
Amarām ...	అమరాం.
Ambāda ...	అంబాడ.
Ambakhandi (Z).	అంబఖండి.
Āmidālavalasa (I).	ఆమిదాలవలస.
Ampili ...	అంపిలి.
Annampēta (I) ...	అన్నంపేట.
Annavaram ...	అన్నవరం.
Antakāpalle (Z) ..	అంతకాపల్లె.
Appala Agrahāram (I).	అప్పల అగ్రహారం.

PALAKONDA TALUK—cont. పాలకొండ తాలూకా—శేషము.

Appalapatnāyakunipēta.	అప్పలపట్నాయకునిపేట.
Appāpuram (I) ...	అప్పాపురం.
Aradala (I) ...	అరదల.
Arasāda ..	అరసాడ.
Attali ...	అట్టలి.
Avalangi ...	అవలంగి.
Bālakavivalasa (I).	బాలకవివలస.
Bangāruvalasa (I).	బంగారువలస.
Bejji ...	బెజ్జి.
Bhāgemmapēta ...	భాగెమ్మపేట.
Bhāsūru ...	భాసూరు.
Billāni (Z) ...	బిల్లాని.
Bitivāda (I) ...	బిటివాడ.
Boddām (Z) ...	బొడ్డాం.
Boddavalasa (S. No 45 (Z).	బొడ్డవలస.
Boddavalasa (S. No 113) (Z).	బొడ్డవలస.
Boddūru (Z) ...	బొడ్డూరు.
Bodlapādu (I) ...	బొడ్లపాడు.
Bomminā yuduvalasa (Z).	బొమ్మినాయుడువలస.
Būrāda (Z) ...	బూరాడ.
Būrja ..	బూర్జ.
Bukkūru ...	బుక్కూరు.
Būruga ..	బూరుగ.
Chandrammapēta (I).	చంద్రమ్మపేట.
Chātāyavalasa (Z).	చాటాయవలస.
Chēbiyyamvalasa (I).	చేబియ్యంవలస.
Chelligāni valasa (Z).	చెల్లిగానివలస.
Chidimi ...	చిడిమి.
Chīdivalasa (Z) ...	చీడివలస.
Chilakalapalle ...	చిలకలపల్లె.
Chinnagōra ...	చిన్నగోర.
Chinnakōtipalle (I)	చిన్నకోటిపల్లె.
Chinna Mangalāpuram.	చిన్నమంగళాపురం
Chinna Sirlām	చిన్న సిర్లాం.
Chinnayyapēta (Z)	చిన్నయ్యపేట.
Chintāda ...	చింతాడ.
Chintalapēta ...	చింతలపేట.
Chittapulivalasa ...	చిట్టపులివలస.
Chittārupuram ...	చిట్టారుపురం.
Chorlangi ...	చొర్లంగి.
Dasumantapuram.	దసుమంతపురం.
Deppevalasa (I)	దెప్పవలస
Dēvakivāda ...	దేవకివాడ.
Dēvanāpuram (I).	దేవనాపురం.
Dēvudala (Z) ...	దేవుదల.
Dōlamada ...	డోలమడ.
Donkalaparta ...	డొంకలపర్త.
Dōsari Rāmināyuduvalasa (I)	దోసరి రామినాయుడువలస.
Duggi (I) ...	దుగ్గి.
Ellammanāyuduvalasa (I).	ఎల్లమ్మ నాయుడువలస.
Erakarāyapuram (I).	ఎరకరాయపురం.
Etivodduparata ...	ఏటివొడ్డుపరత.
Gadagamma ...	గడగమ్మ.
Gadimudidām (Z).	గడిముడిదాం.
Gadisingupuram (I).	గడిసింగుపురం.
Gandrēdu (Z) ...	గండ్రేడు.
Gangābhāgīrathipuram (I).	గంగాభాగీరథిపురం
Gangammapēta (I)	గంగమ్మపేట.
Garikipādu (Z) ..	గరికిపాడు.
Garimellakottavalasa (I)	గరిమెళ్ల కొత్తవలస.
Gārlapādu (I) ...	గార్లపాడు.
Gārnāyudupēta ...	గార్నాయుడుపేట
Garrāju Chipurupalle (Z).	గర్రాజు చీపురుపల్లె
Garugubilli ...	గరుగుబిల్లి.
Gōdelapēta (Z) ...	గోదెలపేట.
Gītanapalle	గీతనపల్లె.
Gōkarnapalle (Z).	గోకర్ణపల్లె.

PALAKONDA TALUK—cont. పాలకొండ తాలూకా—శేషము.

Gōllavalasa (I) ...	గొల్ల వలస.
Goluguvalasa (I).	గొలుగువలస.
Gompāla Venkatapuram (I).	గొంపాల వెంకటాపురం.
Gōpālakrishnarangārāyapuram(I).	గోపాలకృష్ణ రంగారాయపురం.
Gōpālapuram (I).	గోపాలపురం.
Gōpālapuram Agrahāram (I).	గోపాలపురం అగ్రహారం.
Gōpemmapēta (I)	గోపెమ్మపేట.
Gōpidēvipēta (I).	గోపిదేవిపేట.
Gottamangalapuram.	గొట్టమంగళాపురం.
Gōvindapuram ...	గోవిందపురం.
Gudivāda ...	గుడివాడ.
Gudivāda (I) ...	గుడివాడ.
Gullapādu (Z) ...	గుల్లపాడు.
Guravām (Z) ...	గురవాం.
Guttāvilli (Z) ...	గుత్తావిల్లి.
Guyyannavalasa (I).	గుయ్యన్నవలస.
Haripurampallāpuram.	హరిపురం పల్లాపురం.
Honjaram ..	హొంజరం.
Husainpuram (I).	హుసేనాపురం.
Iruvāda ...	ఇరువాడ.
Isādivalasa (I) ...	ఇస్సాదివలస.
Jaftikōdulagumada	జఫ్తికోదులగుమడ.
Jagannādhapuram (I).	జగన్నాధపురం.
Jagannādhavalasa.	జగన్నాధవలస.
Jambāda ...	జంబాడ.
Jamparakōta (I)...	జంపరకోట.
Jānakīpuram (I).	జానకీపురం.
Jāvām (Z) ...	జావాం.
Jirāyati Gōpālapuram.	జిరాయతి గోపాలపురం.
Jōdubandala (I)...	జోడుబండల.
Jōgipādu Venkatapuram (I).	జోగిపాడు వెంకటాపురం.

Kadakella (I) ...	కడకెళ్ల.
Kākarapalle (I) ...	కాకరపల్లె.
Kākhandyām (Z).	కాఖండ్యాం.
Kalaparti (Z) ...	కలపర్తి.
Kambara ...	కంబర.
Kancharām (Z) ...	కంచరాం.
Kandisa ..	కందిస.
Kanttām (Z) ...	కంట్టాం.
Kattulakaviti ...	కత్తులకవిటి.
Kāvali (Z) ...	కావలి.
Khandyām (Z) ...	ఖండ్యాం.
Kilantra ...	కిలంత్ర.
Kimmi ...	కిమ్మి.
Kinjangi ...	కింజంగి.
Kōdisa ...	కోడిస.
Kollivalasa (I) ...	కొల్లివలస
Komire (Z) ...	కొమిరె.
Koncha ...	కొంచ.
Kondagūdem (Z).	కొండగూడెం.
Kondampēta (Z)...	కొండంపేట.
Kondapēta ...	కొండపేట.
Kondāpuram (I).	కొండాపురం.
Kondavalasa ...	కొండవలస.
Koppara ...	కొప్పర.
Kopparavalasa (I).	కొప్పరవలస.
Kōrallavalasa (I).	కోరళ్లవలస.
Korapām (Z) ...	కొరపాం.
Korikānakūrmarājupuram.	కొరికానకూర్మరాజుపురం
Kottapēta ...	కొత్తపేట.
Kottārupuram (I).	కొత్తారుపుర
Kottavalasa S No. 97) (I).	కొత్తవలస.
Kottavalasa (S.No 10[illegible]) (I).	కొత్తవలస.
Kottisa ...	కొట్టిశ.
Kottugumada ...	కొట్టుగుమడ.
Krishnamavalasa (Z).	కృష్ణమవలస

PĀLKONDA TĀLUK—*cont*. పాలకొండ తాలూకా—శేషము.

Krishnasāstrulupēta (I). కృష్ణశాస్త్రులుపేటం.
Krishnārāyapuram near Talagām (I) కృష్ణారాయపురం (తలగాం ధరి).
Kumbbidichchābāpuram. కుంభిడిచ్చాపురం.
Kummaragunta ... కుమ్మరగుంట.
Kūrmanādhapuram (I) కూర్మనాధపురం.
Kūrmarājupuram near Tumarāda (I). కూర్మరాజుపురం (తుమరాడ ధరి).
Lābhām (Z) ... లాభాం.
Lakkupuram (I)... లక్కుపురం.
Lakshmīpuram (Z) లక్ష్మీపురం.
Lankām (Z) ... లంకాం.
Lachchammapēta alias Lakshmīpēta. లచ్చమ్మపేట ఉరఫు లక్ష్మీపేట.
Lachchannavalasa (Z). లచ్చన్నవలస.
Lachchārāyapuram (I). లచ్చారాయపురం.
Lachchayyapēta Sītādēvipuram (I) లచ్చయ్యపేట సీతాదేవిపురం.
Lingālavalasa (Z). లింగాలవలస.
Lingāpuram (I)... లింగాపురం.
Lōvidu Lakshmīpuram near Bhāsūru. లోవిడు లక్ష్మీపురం (భాసూరుధరి).
Lumbūru ... లుంబూరు.
Maddivalasa (I) ... మద్దివలస.
Maddūru Rāmayya Agrahāram (I). మద్దూరు రామయ్య అగ్రహారం.
Madduvalasa (I)... మద్దువలస.
Mādhavarapu Rāmayya Agrahāram (I). మాధవరపు రామయ్య అగ్రహారం.
Mādhavarāyapuram (I). మాధవరాయపురం.
Maggūru ... మగ్గూరు.
Mahājanamvāripēta (I). మహాజనంవారిపేటు.
Mallivīdu (I) ... మల్లివీడు.
Māmidipalle (Z)... మామిడిపల్లె.
Māmidivalasa (I). మామిడివలస.
Māmidivalasa ... మామిడివలస.
Mandarāda ... మందరాడ.
Mandavakurti (Z). మందవకుర్తి.
Mantena (Z) ... మంతెన.
Marēdubāka (Z) .. మారేడుబాక.
Marrikottavalasa (Z). మర్రికొత్తవలస.
Marripāddu (I) ... మర్రిపాడు.
Marrivalasa (Z) ... మర్రివలస.
Maruvāda ... మరువాడ.
Masānaputti (I) .. మసానపుట్టి.
Mēdamarti ... మేడమర్తి.
Mirtivalasa (Z) ... మిర్తివలస.
Modallavalasa (Z). మొదల్లవలస.
Modatikella (I) ... మొదటికెల్ల.
Mōdugulapēta (I). మోదుగులపేట.
Mogalevalasa (Z). మొగలెవలస.
Mokhāsā Sītārāmpuram (I). మొఖాసా సీతారాంపురం.
Muddāda Jōgivalasa (I). ముద్దాడ జోగివలస.
Mukundapuram ... ముకుందపురం.
Mulakalavalasa (I). ములకలవలస.
Nadimikella ... నడిమికెల్ల.
Nadukūru ... నడుకూరు.
Nāgulavalasa (Z). నాగులవలస.
Nakkapēta (Z) ... నక్కపేట.
Nakkapēta Pārāpuram (I). నక్కపేట పారాపురం.
Nandabalaga (Z). నందబలగ.
Nandivāda Kūrmarājupuram (I). నందివాడ కూర్మరాజుపురం.
Nārammapēta (Z). నారమ్మపేట.
Narasimhapuram (I). నరసింహపురం.

PĀLKONḌA TALUK—*cont.* పాలకొండ తాలూకా—శేషము.

Narasipuram ...	నరసిపురం.
Nārāyanarājupuram (I).	నారాయణరాజుపురం.
Narēndrapuram (I)	నరేంద్రపురం.
Narēndrapuram ...	నరేంద్రపురం.
Navagam ...	నవగాం.
Nāyarālavalasa (Z)	నాయరాలవలస.
Nīlakanthapuram (I).	నీలకంఠపురం.
Nīlammapēta *alias* Nīlādēvipuram (I).	నీలమ్మపేట ఉరఫు నీలాదేవిపురం.
Nīlānagaram ...	నీలానగరం.
Nīlāpuram ...	నీలాపురం.
Nīlayyavalasa ...	నీలయ్యవలస.
Nimmatorlavāda (Z).	నిమ్మతొర్లవాడ
Nūkalavāda ...	నూకలవాడ.
Ommi (Z) ...	ఒమ్మి.
Ōni (I) ...	ఓని.
Ōni ...	ఓని.
Ōpivāda Venkammapēta (Z).	ఓపివాడ వెంకమ్మపేట.
Padmāpuram ...	పద్మాపురం.
Pālametta vijayarāmpuram (I)...	పాలమెట్ట విజయరాంపురం.
Pālkonda ...	పాలకొండ.
Pālavalasa ...	పాలవలస
Panasalavalasa (I).	పనసలవలస.
Panasanandivāda (I).	పనసనందివాడ.
Panasapēta (Z) ...	పనసపేట.
Pandāla Rāmabhadrarājupēta (I).	పందాల రామభద్రరాజుపేట.
Panukuvalasa (I).	పనుకువలస.
Pārampēta ...	పారంపేట.
Pārāpuram (I) ...	పారాపురం.
Parasurāmpuram.	పరసురాంపురం.
Paravastu Rāmannapeta (I).	పరవస్తు రామన్నపేట.
Patuvardhanam ...	పటువర్ధనం.
Peddakōtipalle	పెద్ద కోటిపల్లె.
Peddapēta (I) ...	పెద్ద పేట.
Pedda Sirlām	పెద్ద సిర్లాం.
Peddūru ...	పెద్దూరు.
Pendyāla Lakshmidēvipēta (I) ...	పెండ్యాల లక్ష్మిదేవిపేట.
Penta (Z) ...	పెంట.
Penubāka (Z) ...	పెనుబాక.
Pōdali ...	పోడలి.
Pogiri (Z) ...	పొగిరి.
Pōlā Agrahāram (I)	పోలా అగ్రహారం.
Ponugativalasa (Z)	పొనుగటివలస.
Pōrām ...	పోరాం.
Potli (I) ...	పొట్లి.
Pullita (Z) ...	పుల్లిట.
Purli (Z) ...	పుర్లి.
Rājām (Z) ...	రాజాం.
Rājapuram (I) ...	రాజపురం.
Rājayyapēta (I)...	రాజయ్యపేట.
Rājulagumada ...	రాజులగుమడ.
Rāmabhadrarājupēta near Tōtavāda (I).	రామభద్రరాజుపేట(తోటవాడ దరి).
Rāmachandrapuram (Z).	రామచంద్రపురం.
Rāmānujulupēta (I).	రామానుజులుపేట
Rāmarāyapuram...	రామరాయపురం.
Rangarāyapuram (I).	రంగారాయపురం.
Rēgidi (Z) ...	రేగిడి.
Rēgulapādu ...	రేగులపాడు.
Rusingi (I) ...	రుసింగి.
Sālipēta ...	సాలిపేట.
Sāmpuram (I) ...	శాంపురం.
Sangām (I) ...	సంగాం.
Sankaruni Agrahāram (I) ...	శంకరుని అగ్రహారం.
Sankili (Z) ...	సంకిలి.

PĀLKONDA TALUK—cont. పాలకొండ తాలూకా—శేషము.

Sankurāda (I) ... సంకురాడ.
Santakaviti (Z) ... సంతకవిటి.
Saradām (I) .. సరదాం.
Sāradhi (Z) ... సారధి.
Sarasanapalle ... సరసనపల్లె.
Sēkarapalle alias Kondasēkarapalle (I). సేకరపల్లె వురపు కొండసేకరపల్లె.
Sēshādripuram (I). శేషాద్రిపురం.
Singanapālem .. సింగనపాలెం.
Singanavalasa ... సింగనవలస.
Singupuram ... సింగుపురం.
Sirikonda (I) ... సిరికొండ.
Siripuram ... సిరిపురం.
Sītādēvipuram near Maruvāda (I). సీతాదేవిపురం (మరువాడ దరి).
Sītampēta (Z) ... సీతంపేట.
Sītārāmarājupēta. సీతారామరాజుపేట.
Sītārāmpuram (I). సీతారాంపురం.
Sītārāmpuram (Z). సీతారాంపురం.
Sivvām ... సివ్వాం.
Sōmarājupēta (Z). సోమరాజుపేట.
Sōmidavalasa (I). సోమిదవలస.
Sopēru (Z) ... సోపేరు.
Srīharipuram (I). శ్రీహరిపురం.
Srīharipuram (S. No. 201) (I). శ్రీహరిపురం.
Suravaram (Z) ... సురవరం.
Tālāda (Z) ... తాలాడ.
Talagām ... తలగాం.
Talatampara (Z)... తలతంపర.
Talavaram ... తలవరం.
Tamarām ... తమరాం.
Tampatāpalle ... తంపటాపల్లె.
Tātipādu (I) ... తాటిపాడు.
Tettangi ... తెట్టంగి.
Timadam ... తిమడాం.
Tōkalavalasa (Z) తోకలవలస.
Tōtavāda ... తోడవాడ.
Tsalikām (I) ... చలికాం.
Tsalivendri ... చలివెంద్రి.
Tuddali ... తుద్దలి.
Tūdi ... తూడి.
Tumarāda ... తుమరాడ.
Tunivāda ... తునివాడ.
Tūrpu Rāmabhadrarājupēta. తూర్పు రామభద్రరాజుపేట.
Udigavalasa Venkammapēta. ఊడిగవలస వెంకమ్మపేట.
Ungarāda (Z) ... ఉంగరాడ.
Unukūru ... ఉనుకూరు.
Upparanāyuduvalasa (Z). ఉప్పరనాయుడువలస.
Uppinavalasa .. ఉప్పినవలస.
Usirikalavalasa Venkatapatirāju pēta (I). ఉసిరికలవలస వెం. కటపతిరాజుపేట.
Vadama ... వడమ.
Vāltēru (Z) ... వాల్తేరు.
Vandānapēta (I)... వందానపేట.
Vāndra (I) ... వాంద్ర.
Vanduva (I) ... వండువ.
Vangara ... వంగర.
Vannali (Z) ... వన్నలి.
Vappangi ... వప్పంగి.
Vāsudēvapatnam (Z). వాసుదేవపట్నం.
Vātapāgu ... వాటపాగు.
Vāvām (Z) ... వావాం.
Vāvilavalasa (Z)... వావిలవలస.
Velagavāda ... వెలగవాడ.
Venkammapēta (I). వెంకమ్మపేట.
Venkatapatirājupēta. వెంకటపతిరాజుపేట.
Venkatāpuram ... వెంకటాపురం.
Venkatarangārāyapuram (I). వెంకటరంగారాయపురం.
Venkatrāyudu Agrabāram (I). వెంకట్రాయుడు అగ్రహారం

PĀLAKONDA TALUK—cont. పాలకొండ తాలూకా—శేషము.

Venkatrayudupēta (Z). వెంకట్రాయుడుపేట.
Vijayarāmpuram (I). విజయరాంపురం.
Vikramapuram (I). విక్రమపురం.
Vīraghattam (Town). వీరఘట్టం.
Zangālapādu (I) ... జంగాలపాడు.

PĀRVATĪPURAM TĀLŪK. పార్వతీపురం తాలూకా.

Adāru (Z) ... అడారు.
Addāpusīla (Z) ... అడ్డాపుసీల.
Addūruvalasa (Z). అడ్డూరువలస.
Akkandoravalasa (Z). అక్కందొరవలస.
Alamanda (Z) ... అలమండ.
Alluvāda (Z) ... అల్లువాడ.
Alluvāda (I) .. అల్లువాడ.
Ankavaram (Z) ... అంకవరం.
Ankapāpavalasa (I) అంకపాపవలస.
Ankullavalasa (Z). అంకుల్లవలస.
Antivalasa (Z) ... అంటివలస.
Appandoravalasa (Z). అప్పందొరవలస.
Arnāda (Z) ... అర్నాడ.
Artām (Z) ... అర్తాం.
Bālagudaba (Z) ... బాలగుడబ.
Ballapādu (Z) ... బల్లపాడు.
Bandaluppi (Z) ... బండలుప్పి.
Banjukuppa ... బంజుకుప్ప.
Bāsangi (Z) ... బాసంగి.
Belagām (Z) ... బెలగాం.
Belladu (Z) ... బెల్లడు.
Bhatlabhadra (Z). భట్లభద్ర.
Bhitrapādu (Z) ... భిత్రపాడు.
Bodlagūda (Z) ... బొడ్లగూడ.
Bommika (I) ... బొమ్మిక.
Buduruvāda (Z) ... బుదురువాడ.
Buddemmakharja (Z). బుడ్డెమ్మఖర్జ.
Burada Venkatāpuram (I). బురద వెంకటాపురం.
Chandalangi (Z) ... చందలంగి.
Chandrammapēta (Z). చంద్రమ్మపేట.
Chandrasēkhararājupuram (I). చంద్రశేఖరరాజుపురం.
Chekkavalasa (Z). చెక్కవలస.
Chellamīmbapuram (Z). చెల్లమీంబాపురం.
Chīdipalle (Z) ... చీడిపల్లె.
Chilakām (Z) ... చిలకాం.
Chinna Bondapalle (Z). చిన్న బొండపల్లె.
Chinna Buddidi (Z). చిన్న బుడ్డిడి.
Chinna Dōdija (Z) చిన్న దోడిజ.
Chinna Gudaba (Z). చిన్న గుడబ.
Chinna Jammu (Z). చిన్న జమ్ము.
Chinna Khērjali (Z). చిన్న ఖేర్జలి.
Chinna Mērangi (Z). చిన్న మేరంగి.
Chinna Panukuvalasa (Z). చిన్న పణుకువలస.
Chintala Belagām (Z). చింతల బెలగాం.
Chintalapādu (Z). చింతలపాడు.
Chōllapadam (Z). చోళ్లపదం.
Dādupuram (Z) ... దాదుపురం.
Dalāyipēta (Z) ... దలాయిపేట.
Dalāyivalasa (Z)... దలాయివలస.
Dandusūra (Z) ... దండుసూర.
Dangabhadra (Sangamvalasa estate) (Z). దంగభద్ర సంగంవలస ఎస్టేటు.
Dangabhadra (Pedda Buddidi estate) (Z). దంగభద్ర (పెద్ద బుడ్డిడి ఎస్టేటు).

PARVATĪPURAM TALUK—cont. పార్వతీపురం తాలూకా—శేషము.

Dēmudugumpa (I). దేముడుగుంప.
Dēvukōna (Z) ... దేవుకోన
Dhanunjayapuram (I). ధనుంజయపురం.
Dharmalakshmīpuram (I). ధర్మలక్ష్మీపురం.
Doggavānimulaga (Z). దొగ్గవానిములగ.
Dokisīla (Z) ... దొకిసీల.
Dorakikkuva (Z). దొరకిక్కువ.
Duddukhallu (Z). దుడ్డుఖల్లు.
Duggi (Z) ... దుగ్గి.
Gadabavalasa (Z). గదబవలస.
Gadda Tiruvāda (Z). గడ్డతిరువాడ.
Gangammavalasa (Z). గంగమ్మవలస.
Gangamāmbāpuram (I). గంగమాంబాపురం.
Gangāpuram (Z). గంగాపురం.
Gangarājupuram near Tōtapalle (I). గంగరాజపురం. (తోటపల్లెధరి)
Gangarājupuram near Bālagudaba (I). గంగరాజుపురం (బాలగుడబ ధరి).
Gangarājupuram alias Gadabavalasa Gangarājupuram (I). గంగరాజుపురం ఆనే గడబవలస గంగరాజుపురం
Gangarēgulavalasa (Z). గంగరేగులవలస.
Garugubilli (Z) ... గరుగుబిల్లి.
Gaurīpuram (I) ... గౌరీపురం.
Gaurammapēta (Z) గౌరమ్మపేట.
Gijaba (Z) ... గిజబ.
Gōchekka (Z) ... గోచెక్క.
Gōpālapuram (Z). గోపాలపురం.
Gottivalasa (Z) ... గొట్టివలస.
Gujjalapādu (Z)... గుజ్జలపాడు.
Gumada (Z) ... గుమడ.
Gummudugadda (Z). గుమ్ముడుగడ్డ.
Gundajīlēsu (Z)... గుండజీలేసు.
Gunānupuram (I). గుణానుపురం.
Haripuram (Z) ... హరిపురం.
Haripuram (I) ... హరిపురం.
Hikimvalasa (Z)... హికింవలస.
Itike (I) ... ఇటికె.
Jagannādhapuram Agrahāram near Bommika (I). జగన్నాధపురం అగ్రహారం (బొమ్మిక ధరి).
Jagannādhapuram Agrahāram near Lakshmīnārāyanapuram (I). జగన్నాధపురం అగ్రహారం (లక్ష్మీనారాయణపురం ధరి).
Jagannādhapuram Agrahāram near Lakhanāpuram (I). జగన్నాధపురం అగ్రహారం (లఖణాపురం ధరి).
Jagannādhapuram (Z). జగన్నాధపురం.
Jākūru (Z) ... జాకూరు.
Jamadāla (Z) ... జమదాల.
Jammadivalasa (Z). జమడివలస.
Jiyyammavalasa (Z). జియ్యమ్మవలస.
Jōgirājupēta (Z)... జోగిరాజుపేట.
Jōguladumma (Z). జోగులదుమ్మ.
Kallikōta (Z) ... కల్లికోట.
Karubavalasa (Z). కరుబవలస.
Kantsaripādu (Z). కంచరిపాడు.
Kannapudoravalasa (Z). కన్నపుదొరవలస.
Kavitibhadra (Z). కవిటిభద్ర.
Kemisīla (Z) ... కెమిసీల.
Khandivalasa (Z). ఖండివలస.
Kitsāda (Z) ... కిచ్చాడ.
Kōdulagumpa (I) కోదులగుంప.

PARVATĪPURAM TALUK—cont. పార్వతీపురం తాలూకా—శేషము.

Kolligūda (Z) .. కొల్లిగూడ.
Komarāda (Z) ... కొమరాడ.
Kōmatlapēta (Z)... కోమట్లపేట.
Kōnangipādu (I) కోనంగిపాడు.
Kōnavalasa (Z) ... కోనవలస.
Konkadavaram (Z). కొంకడవరం
Kōre (Z) ... కోరె.
Korisīla (I) ... కొరిసీల.
Kōtipām (I) ... కోటిపాం.
Kottapalle (Z) ... కొత్తపల్లె.
Kottapatnam (Z) కొత్తపట్నం.
Kottavalasa (Z) ... కొత్తవలస.
Kottavūru alias Kotta Belagām (Z). కొత్తవూరు ఉరఫు కొత్త బెలగాం.
Kottu (Z) .. కొట్టు.
Kottūru (Z) ... కొత్తూరు.
Krishnapalle (Z). కృష్ణపల్లె.
Kummarigunta (Z). కుమ్మరిగుంట.
Kudama (Z) ... కుడమ.
Kundara Tiruvāda (Z). కుందర తిరువాడ.
Kūnēru (Z) ... కూనేరు
Kurupām (Z) ... కురుపాం.
Kustūru (Z) ... కుస్తూరు.
Lakhanāpuram (Z) లఖనాపురం.
Lakshmīnārāyanapuram (Z). లక్ష్మినారాయణపురం.
Lakshmīpuram (Chinnamērangi estate) (Z). లక్ష్మీపురం (చిన్నమేరంగి ఎస్టేటు).
Lakshmīpuram (Sālūru Estate) (Z). లక్ష్మీపురం (సాలూరు ఎస్టేటు).
Lachchirājupēta (Z). లచ్చిరాజుపేట.
Lidikivalasa (Z)... లిడికివలస.

Lōva Gangarājupuram (I.) లోవ గంగరాజుపురం.
Lōva Lakshmīpuram (I). లోవ లక్ష్మీపురం.
Mādalangi (Z) ... మాదలంగి.
Mārkondaputti (Z) మార్కొండపుట్టి.
Marrigūda (Z) ... మఱ్రిగూడ.
Marupenta (Z) ... మరుపెంట.
Maruvāda (Z) ... మరువాడ.
Masimanda (Z) ... మసిమండ.
Mattūru (Z) ... మత్తూరు.
Mrutyunjayanagaram (Z). మృత్యుంజయనగరం.
Mulaga (Z) ... ములగ.
Nāgūru (I) ... నాగూరు.
Nandāpuram (Z). నందాపురం.
Narasipuram (Z). నరసిపురం.
Navire (Z) ... నవిరె
Nimmalapādu (I). నిమ్మలపాడు.
Nissankupuram (I). నిశ్శంకుపురం.
Pālem (Z) ... పాలెం.
Parajupādu (Z) ... పరజుపాడు.
Parasurāmpuram (Z). పరశురాంపురం.
Pārvatīpuram (Z). పార్వతీపురం.
Pattiyindoravalasa (Z). పట్టియిందొరవలస.
Pedda Bondapalle (Z). పెద్ద బొండపల్లె.
Pedda Buddidi (Z) పెద్ద బుడ్డిడి.
Pedda Dōdija (Z). పెద్ద దోడిజ.
Pedda Gudaba (Z). పెద్ద గుడబ.
Pedda Jammu (Z). పెద్ద జమ్ము.
Pedda Khērjali (Z). పెద్ద ఖేర్జలి.
Pedda Mariki (Z). పెద్ద మరికి.
Pedda Mērangi (Z). పెద్ద మేరంగి.

PARVATĪPURAM TALUK—cont. పార్వతీపురం తాలూకా—శేషము.

Pedda Pedum (Z).	పెద్ద పెదుం.
Peddanna Nissankupuram (I).	పెద్దన్న నిశ్శంకుపురం.
Peddūru (Z) ...	పెద్దూరు.
Pippalibhadra (Z).	పిప్పలిభద్ర.
Pōkatōtavalasa (I).	పోకతోటవలస.
Pōlināyuduvalasa (Z).	పోలినాయుడువలస.
Pūjārigūda (Z) ...	పూజారిగూడ.
Puligummi (Chemudu estate) (Z).	పులిగుమ్మి (చెముడు ఎస్టేటు).
Puligummi (Kurapam estate) (Z).	పులిగుమ్మి (కురపం ఎస్టేటు).
Pūrnapādu (Z) ...	పూర్ణపాడు.
Puttūru (Z) ...	పుట్టూరు.
Rājayyapēta (Z)...	రాజయ్యపేట.
Rādhampēta (Z)...	రాధంపేట.
Rāvāda (Z) ...	రావాడ.
Rāvikōna (Z) ...	రావికోన.
Rāvikōna Battivalasa (Z).	రావికోన బట్టివలస.
Rāvipalle (Z) ...	రావిపల్లె.
Rāyandoravalasa (Z).	రాయందొరవలస.
Rāyapuram (Z) ...	రాయపురం.
Rebba (Z) ...	రెబ్బ.
Rēgulapādu (Z) ...	రేగులపాడు.
Sangamvalasa (Z).	సంగంవలస.
Sangadda (Z) ...	సంగడ.
Santōshapuram (I)	సంతోషపురం.
Sarvudugūda (Z).	సర్వుడుగూడ.
Sarvapādu (Z) ...	సర్వపాడు.
Sikhabadi (I) ...	శిఖబడి.
Sikhavaram (I) ...	శిఖవరం.
Singanāpuram (Z).	సింగనాపురం.
Singupuram (Z)...	సింగుపురం.
Sītamāmbāpuram Agrahāram (I).	సీతమాంబాపురం అగ్రహారం.
Sītārāmpuram (Z).	సీతారాంపురం.
Sītārāmpuram (I).	సీతారాంపురం.
Sivarāmpuram (Lakhanāpuram estate) (I).	శివరాంపురం (లఖనాపురం ఎస్టేటు).
Sivarāmpuram near Peddūru (I).	శివరాంపురం (పెద్దూరు దరి).
Sivini (Z) ...	శివిని.
Sivvām (Z) ...	శివ్వాం.
Sivvannapēta (Z).	శివ్వన్నపేట.
Sōmalingāpuram (Z).	సోమలింగాపురం.
Sōmidavalasa (I).	సోమిదవలస.
Sōmināyuduvalasa (Z).	సోమినాయుడువలస.
Srīrangapuram alias Chinna Mariki (Z).	శ్రీరంగపురం వురపు చిన్నమరికి.
Subbannavalasa (I).	సుబ్బన్నవలస.
Subhadrammavalasa (I).	సుభద్రమ్మవలస.
Subhadrammavalasa alias Subhadrapuram (I).	సుభద్రమ్మవలస వురపు సుభద్రపురం.
Sūdigām (Z) ...	సూదిగాం.
Sundaranārāyanapuram (Z).	సుందరనారాయణపురం.
Sundarāpuram (I).	సుందరాపురం.
Sunki (I) ...	సుంకి.
Sūrapudoravalasa (I).	సూరపుదొరవలస.
Tādangivalasa (Z).	తాడంగివలస.
Tāllaburidi (Z) ...	తల్లబురిడి.
Tālladumma (Z)...	తాళ్లడుమ్మ.
Tāmarakhandijammu (Z).	తామరఖండిజమ్ము.
Tēkarakhandi (I).	తేకరఖండి.

PARVATIPURAM TALUK—cont. పార్వతీపురం తాలూకా—శేషము.

Tonki (Z) ... టొంకి.
Tōpulamērangi (Z). తోపులమేరంగి.
Tōtapalle (Z) ... తోటపల్లె.
Tudam (I) ... తుడుం.
Tulasirāmannavalasa (I). తులసిరామన్నవలస
Tumbali (Z) ... తుంబలి.
Tummalavalasa (I) తుమ్మలవలస.
Turakanāyuduvalasa (I). తురకనాయుడువలస,
Uddavōlu (Z) ... ఉద్దవోలు.
Ulipiri (Z) ... ఉలిపిరి.
Ullibhadra (Z) ... ఉల్లిభద్ర.
Vallarigudaba (Z). వల్లరిగుడబ.
Vanadāra (Z) ... వనదార.
Vannâm (Z) ... వన్నాం.
Venkammapēta (Z). వెంకమ్మపేట.
Venkatanissankupuram (Z). వెంకటనిశ్శంకుపురం.
Venkatāpuram (Z) వెంకటాపురం.
Venkatarāyunipēta (Z). వెంకటరాయునిపేట.
Vikramapuram (Z). విక్రమపురం.
Vīrabhadrapuram (Z). వీరభద్రపురం.
Viswambharapuram (Z). విశ్వంభరపురం.
Viswanādapuram (Z). విశ్వనాథపురం.

SALUR TALUK. సాలూరు తాలూకా.

Addumanda (Z)... అడ్డుమండ.
Ālagaruvu (Z) ... ఆలగరువు.
Ālūru (Z) ... ఆలూరు.
Anasabhadra (Z). అనసభద్ర.
Annamrājuvalasa (Z). అన్నంరాజువలస.
Antivalasa (Z) ... అంటివలస.
Appalarājupēta (Z). అప్పలరాజుపేట.
Badēvalasa (Z) ... బడేవలస.
Bāguvalasa (Z) ... బాగువలస.
Bangārammapēta (Z). బంగారమ్మపేట.
Bangāruvalasa (Z). బంగారువలస.
Bantumakkuva (I) బంటుమక్కువ.
Battivalasa (Z) ... బట్టివలస.
Battivalasa alias Jākarivalasa (Z) బట్టివలస ఉరఫు జాకరివలస.
Bhavānipuram (I). భవానిపురం.
Bhūtālakarrivalasa (I). భూతాలకర్రివలస.
Bobbilivalasa (I). బొబ్బిలివలస.
Bōdaidoravalasa (Z). బోడైదొరవలస.
Chandivalasa (Z). చండివలస.
Chandrappavalasa (I), చంద్రప్పవలస.
Chendrayyapēta Agrahāram (I). చంద్రయ్యపేట అగ్రహారం.
Chemudu (Z) ... చెముడు.
Cherukupalle (Z). చెరుకుపల్లె.
Chikkuduvalasa (Z) చిక్కుడువలస.
Chinnabārigam (Z) చిన్నబారిగాం.
Chinnavūtagadda (I). చిన్నవూటగడ్డ.
Chinnamrājuvalasa (I). చిన్నంరాజు వలస.
Chōrasurāpādu (Z) చోరసురాపాడు.
Dabbagadda (Z)... దబ్బగడ్డ.
Dāgarivalasa (Z). దాగరివలస.
Dalayavalasa (Z). దళయవలస.
Dandigām (Z) ... దండిగాం.

SALUR TALUK—cont. సాలూరు తాలూకా—శేషము.

Dandigam (I) ... దండిగాం.
Dattivalasa (Z) ... దత్తివలస.
Dēvubuchchammapēta (Z). దేవుబుచ్చమ్మపేట.
Diguvamendangi (I). దిగువమెండంగి.
Duggēru (Z) ... దుగ్గేరు.
Durgasāgaram (I). దుర్గసాగరం.
Eragadivalasa (T). ఎరగడివలస.
Errasāmantivalasa (Z). ఎర్రసామంతివలస.
Gadabavalasa (I). గదబవలస.
Gadabavalasa (Z). గదబవలస.
Gādelavalasa (Z). గాదెలవలస
Gālichintalavalasa (Z). గాలిచింతలవలస.
Gangandorakōnavalasa (Z). గంగందొరకోనవలస.
Gārlavalasa (I) ... గార్లవలస.
Gavirammapēta (I) గవిరమ్మపేట.
Gōgadivalasa (Z). గోగడివలస.
Gollapeta (I) ... గొల్లపేట.
Gōpālapuram (Z). గోపాలపురం.
Gumadam (Z) ... గుమడాం.
Guntabhadra (Z). గుంటభద్ర.
Gurivināyunipeddavalasa (Z). గురివినాయుని పెద్దవలస.
Gurrapuvalasa (Z). గుర్రపువలస.
Itlāmāmidipalle (Z). ఇట్లామామిడిపల్లి.
Jākidivalasa alias Nandivalasa (Z) జాకిడివలస ఉరపు నందివలస.
Jannivalasa (Z) ... జన్నివలస.
Jgirām (Z) ... జీగిరాం.
Jīluguvalasa alias Sanyāsirājupuram Agraharam (Z). జీలుగువలస ఉరపు సన్యాసిరాజుపురం అగ్రహారం.
Kandulupadam (Z) కందులపదం.
Kankanāpalle (I). కంకనాపల్లె.
Kannammapēta (Z). కన్నమ్మపేట.
Karrivalasa (Z) ... కర్రివలస.
Kāsīpatnam (I) కాసిపట్నం.
Kēsali (I) ... కేసలి.
Kharāsavalasa (Z). ఖరాసవలస.
Khairipalle (Z) ... కయిరిపల్లె.
Khairuvalasa (Z). కయిరువలస.
Khāsāvalasa (Z)... ఖాసావలస.
Kodukarakavalasa (Z). కోడుకరకవలస.
Kōna (Z) ... కోన.
Kondabuchchammapōta (Z). కొండబుచ్చమ్మపేట.
Kondakarakavalasa (Z). కొండకరకవలస.
Kondatādūru (I). కొండతాడూరు.
Konisivalasa (Z) .. కొణిసివలస.
Kotikapenta (Z) .. కొటికపెంట.
Kottakki (I) . కొట్టక్కి.
Kottaparuvu (Z). కొట్టపరువు.
Kottavalasa (Z)... కొత్తవలస.
Koyyānapēta (I). కొయ్యానపేట.
Kudumūru (I) ... కుడుమూరు.
Kuntām (Z) ... కుంతాం.
Kūrmarajupēta(Z) కూర్మరాజుపేట.
Kurukūti (Z) ... కురుకూటి.
Lakshmīpuram (I) లక్ష్మీపురం.
Lōvarakhandi (Z) లోవరఖండి.
Madātanavalasa (Z). మదతనవలస.
Makkuva (Z) ... మక్కువ.
Mallaparājupēta (I). మల్లపరాజుపేట.
Māmidipalle (Z) మామిడిపల్లె
Māripalle (3) ... మారిపల్లె.
Markondaputti(Z) మార్కొండపుట్టి.
Marlavalasa (Z) ... మర్లవలస.

SALUR TALUK—cont. సాలూరు తాలూకా—శేషము.

Mātumūru (I) ...	మాతుమూరు.
Māvudi (Z) ...	మావుడి.
Mōlapuvalasa alias Rāmannapēta (Z).	మోళపువలస పురపు రామన్నపేట.
Mirtivalasa Agrahāram (I).	మిర్తివలస అగ్రహారం.
Mōfūru (Z) ...	మోసూరు.
Muchcherlavalasa (Z).	ముచ్చెర్లవలస
Mugadavalasa (Z).	ముగడవలస.
Mūkavalasa (Z) ...	మూకవలస
Mulakkāyavalasa (Ch. IV, Bls 293 and 294) (I).	ములక్కాయవలస.
Mulakkāyavalasa (I).	ములక్కాయవలస.
Mulakkāyavalasa (Z).	ములక్కాయవలస.
Mūlavalasa (Z) ...	మూలవలస.
Nāgulladabbagadda (Z).	నాగుల్లదబ్బగడ్డ.
Nanda (I) ...	నంద.
Nandakattulaghāsila (Z).	నందకట్టులఘాసిల.
Nārāyana Rāmachandrarājupuram Agraharam (I).	నారాయణ రామచంద్రరాజుపురం అగ్రహారం
Nārlavalasa (Z) ...	నార్లవలస.
Neliparti (Z) ...	నెలిపర్తి.
Pāchipenta (Z) ...	పాచిపెంట.
Padmapuram (I)...	పద్మాపురం.
Pakīrunāyuniboddavalasa (Z).	పకీరునాయునిబొడ్డవలస.
Pālakivalasa (Z)...	పాలకివలస.
Panasabhadra (Z).	పనసభద్ర.
Panasāpeddikōnavalasa (Z).	పనసపెద్దికోనవలస.
Pandigummadivalasa (Z).	పందిగుమ్మడివలస.
Panchāli (Z) ...	పాంచాళి.
Panukuvalasa (Z).	పనుకువలస.
Pāpayyavalasa alias Krishnamarājupuram Agraharam (I).	పాపయ్యవలస పురపు కృష్ణమ్మరాజపురం అగ్రహారం.
Paradipālem (Z)...	పాదిరపాలెం.
Pārannavalasa (I).	పారన్నవలస.
Pāyakapādu (Z)...	పాయకపాడు.
Peddabārigām (Z).	పెద్ద బారిగాం.
Peddabōrabanda (I).	పెద్ద బోరబంద.
Peddaghāsila (Z).	పెద్ద ఘాసిల.
Peddapadam (Z).	పెద్దపదం.
Peddavūtagadda (Z).	పెద్ద వూటగడ్డ.
Peddavalasa (I) ...	పెద్దవలస.
Pītlavalasa (Z) ...	పీట్లవలస.
Pindrangivalasa (I).	పిండ్రంగివలస.
Pōtulaguddevalasa (Z).	పోతులగుడ్డెవలస.
Pūdi (I) ...	పూడి.
Puliguntavalasa (Z).	పులిగుంటవలస.
Purōhitunivalasa (Z).	పురోహితుని వలస.
Rāmabhadrapuram (Z).	రామభద్రపురం.
Rējēru (Z) ...	రేజేరు.
Rompalle (Z) ...	రొంపల్లె.
Salūr (Town) (Z).	సాలూరు.
Sambara (Z) ...	శంబర.
Sāntēswaram (Z)...	శాంతేశ్వరం.
Sanyasirājupēta (Z).	సన్యాసిరాజు పేట.
Sanyāsirājupuram (Z).	సన్యాసిరాజుపురం.

SALUR TALUK—cont. సాలూరు తాలూకా—శేషము.

Sarayavalasa (Z) ... సరయవలస.
Sarayavalasa (I) ... సరయవలస.
Sāriki (Z) ... సారికి.
Sibillipeddavalasa (Z). శిబిల్లి పెద్దవలస.
Sīla (I) ... సీల.
Singandoravalasa (Z). సింగందొరవలస.
Sirlam (Z) ... సిర్లాం.
Sītarampuram (Z). సీతారాంపురం.
Sivalingapuram (I) శివలింగపురం.
Sivarāmpuram (I). శివరాంపురం.
Smartula Chintalavalasa (I). స్మార్తుల చింతల వలస.
Sompigam (Z) ... సొంపిగాం.
Sōmpuram (Z) ... సోంపురం.
Tadivalasa (Z) ... తాడివలస.
Tadūru (I) ... తాడూరు.
Tārāpuram (I) ... తారాపురం.
Tentuboddavalasa (Z). తెంటుబొడ్డవలస.
Tōnam (I) ... తోణాం.
Tōtavalasa (Z) ... తోటవలస.
Tsappa Buchchammapēta (I). చప్ప బుచ్చమ్మపేట.
Tunda (Z) ... తుండ.
Tupākivalasa (Z). తుపాకివలస.
Tūramamidi (Z) ... తూరుమామిడి.
Vallāpuram (Z) ... వల్లాపురం.
Venkammapēta (Z) వెంకమ్మపేట.
Venkata Bhairipuram Agrahāram (I). వెంకట భైరిపురం అగ్రహారం.
Vijayarāmapuram (Z). విజయరామపురం.
Viswanādhapuram (I). విశ్వనాథపురం.

SARVASIDDHI TALUK. సర్వసిద్ధి తాలూకా.

Anandapuram (Z). ఆనందపురం.
Andalālapalle ... అందలాలపల్లె.
Ankammapēta (Z). అంకమ్మపేట.
Aratlakōta (Z)... అరట్లకోట.
Bayyavaram ... బయ్యవరం.
Bhīmavaram (Z)... భీమవరం.
Bhōgāpuram ... భోగాపురం.
Bōdugollam Agrahāram (I). బోదుగొల్లం అగ్రహారం.
Buchchirājupēta (Z). బుచ్చిరాజుపేట.
Chātametta (Z) ... చాటమెట్ట.
Chōdapalle ... చోడపల్లె.
Chukkalavāni Lakshmīpuram (Z). చుక్కలవాని లక్ష్మీపురం.
Chandanāda (Z) ... చంద్రనాద.
Chēbōlu Vīrappakondralu (Z). చేబోలు వీరప్ప కొండ్రలు.
Chīdika (I) ... చీడిక.
Chīmalāpalle చీమలాపల్లె.
Chinnadoddigollu (Z). చిన్న దొడ్డిగొల్లు.
Chinnagummulūru (Z). చిన్న గుమ్ములూరు.
Chinnarāmabhadrapuram (Z) చిన్న రామభద్రపురం.
Chinna Uppalam. చిన్న ఉప్పలాం.
Chippāda (Z) ... చిప్పాడ.
Chittibhatla Agrahāram (I). చిట్టిభట్ల అగ్రహారం.
Dārlapūdi (Z) .. దార్లపూడి.
Dēvavaram (Z) ... దేవవరం.
Dharmavaram Agraharam (I) ధర్మవరం అగ్రహారం.
Dibbapalem ... దిబ్బపాలెం.
Dimila ... డిమిల.

Sarvasidhi Taluk—cont. సర్వసిద్ధి తాలూకా—శేషము.

Dōnivāni Lakshmipuram (Z).	దోనివాని లక్ష్మీపురం.
Donkādā (Z) ...	దొంకాడ.
Dopperla ...	దొప్పెర్ల.
Dōsalapādu Agrahāram (I).	దోసలపాడు అగ్రహారం.
Duppiturru ...	దుప్పితుర్రు.
Elamanchili (Z) ...	ఎలమంచిలి.
Erravaram (No. 7)	ఎర్రవరం.
Erravaram (No. 31).	ఎర్రవరం.
Etikoppāka (I) ...	ఏటికొప్పాక.
Gangamāmbāpuram Agrahāram (I).	గంగమాంబాపురం అగ్రహారం.
Godicherla (Z) ...	గోడిచెర్ల.
Gōkivāda ...	గోకివాడ.
Gōpalapatnam (Z).	గోపాలపట్నం.
Gorapūdi ...	గొరపూడి.
Gudivāda ...	గుడివాడ.
Gullipādu (Z) ...	గుల్లిపాడు.
Guntapalle (Z) ...	గుంటపల్లె.
Gunupūdi (Z) ...	గునుపూడి.
Gurijapālem (Z) .	గురిజపాలెం.
Haripālem ...	హరిపాలెం.
Haripuram ...	హరిపురం.
Idatam (Z) ...	ఈదటం.
Iruvāda ...	ఇరువాడ.
Jagannādhapuram (Godicherla Hunda) (Z).	జగన్నాధపురం (గోడిచెర్ల హుండా).
Jagannadhapuram (Mēlupāka Hunda) (Z).	జగన్నాధపురం (మేలుపాక హుండా).
Jagannādhapuram Agrahāram (I).	జగన్నాధపురం అగ్రహారం.
Jaggannapēta ...	జగ్గన్నపేట.
Jampapālem (Z)...	జంపపాలెం.
Jangulūru ..	జంగులూరు.

Jangulūru Velamapālem.	జంగులూరు వెలమపాలెం.
Jirāyati Chintuva (Z)	జిరాయితి చింతువ
Jōgannapālem (Z).	జోగన్నపాలెం.
Kāgita (Z) ...	కాగిత.
Kalavalapalle ...	కలవలపల్లె.
Kandipūdi (Z) ...	కందిపూడి.
Karrivānipālem ...	కర్రివానిపాలెం.
Kattubōlu ...	కట్టుబోలు.
Kattupālem ...	కట్టుపాలెం.
Kēsavaram (Z) ...	కేసవరం.
Khājipālem ...	ఖాజీపాలెం.
Kokkirāpalle ...	కొక్కిరాపల్లె.
Kondakarla ...	కొండకర్ల.
Koruprōlu (Z) ...	కొరుప్రోలు.
Kottūru ...	కొత్తూరు.
Krishnammapālem (Z).	కృష్ణమ్మపాలెం.
Krishnāpuram ...	కృష్ణాపురం.
Kumārapuram (Z)	కుమారపురం.
Kummarāpalle ...	కుమ్మరాపల్లె.
Lālamkōdūru (Z).	లాలంకోడూరు.
Lingarājupālem.	లింగరాజుపాలెం.
Maduturru ...	మడుతుర్రు.
Māmidivāda (Z) ..	మామిడివాడ.
Mangavaram (Z).	మంగవరం.
Mānyapu Chintuva (Z).	మాన్యపుచింతువ.
Marripālem ...	మర్రిపాలెం.
Mārutūru ...	మారుటూరు.
Māsāhebupēta (Z).	మాసాహెబుపేట.
Mēlupāka (Z) ...	మేలుపాక.
Mōtūrupālem (Z).	మోటూరుపాలెం.
Mukundarājupēta (Z).	ముకుందరాజుపేట.
Mūlajampa (Z) ...	మూలజంప.
Murakāda ...	మురకాడ.
Nadimpalle ...	నడింపల్లె.

SARVASIDDHI TALUK—*cont.* సర్వసిద్ధి తాలూకా—శేషము.

Nakkāpālem (Z) . నక్కాపాలెం.
Nakkāpalle (Z) ... నక్కాపల్లె.
Nallamattipālem (Z). నల్లమట్టిపాలెం.
Nāmavaram (Z) ... నామవరం.
Narasāpuram (Nakkapalle Hundā) (Z) నరసాపురం(నక్కపల్లెహుండా.)
Narasāpuram (Z). నరసాపురం.
Nellipūdi (Z) ... నెల్లిపూడి.
Nyāyampūdi (Z). న్యాయంపూడి.
Nunaparti ... నునపర్తి.
Padālavāni Lakshmīpuram (Z). పదాలవాని లక్ష్మిపురం.
Padmanābharājupēta. పద్మనాభరాజుపేట.
Pāltēru (Z) ... పాల్తేరు.
Pancdadārla (Z) . పంచదార్ల.
Pāyakarāopēta (Z) పాయకరావుపేట.
Peddapādu ... పెద్దపాడు.
Peddadoddigollu (Z). పెద్దదొడ్డిగొల్లు.
Peddagummulūru (Z). పెద్దగుమ్ములూరు.
Peddarāmabhadrapuram (Z). పెద్దరామభద్రపురం.
Peddatīnārla (Z). పెద్దతీనార్ల.
Pedda Uppalām ... పెద్దవుప్పలాం.
Pentakōta (Z) ... పెంటకోటం
Penugollu ... పెనుగొల్లు.
Pettugōllapalle Agrahāram (I). పెట్టుగోళ్లపల్లె అగ్రహారం.
Pētasūdipuram ... పేటసూదిపురం.
Pūdi (Z) ... పూడి.
Pūdimadaka (Z) ... పూడిమడక.
Pulaparti ... పులపర్తి.
Rājakōdūru ... రాజకోడూరు.
Rajāla ... రజాల.
Rajāla Agraharam. రజాల అగ్రహారం.
Rājavaram (Z) ... రాజవరం.
Rājayyapēta (Z) రాజయ్యపేట.
Ramanayyapēta (Z). రమణయ్యపేట.
Rāmbilli ... రాంబిల్లి.
Rāyavaram . రాయవరం.
Rōbāka (Z) ... రేబాక.
Rēgupālem ... రేగుపాలెం.
Sarvasiddhi ... సర్వసిద్ధి.
Satyavaram (Z) .. సత్యవరం.
Sītapālem (Z) ... సీతపాలెం.
Sōmalingapālem (Z). సోమలింగపాలెం.
Sōmavaram ... సోమవరం.
Srirāmpuram (Z). శ్రీరాంపురం.
Tallapālem (Z) ... తాళ్లపాలెం
Tantadi ... తంతడి.
Teruvupalle ... తెరువుపల్లె.
Timmāpuram (Z). తిమ్మాపురం.
Timmarājupēta ... తిమ్మరాజుపేట.
Turangalapālem తురంగలపాలెం.
Uddandapuram (Z). ఉద్దండపురం.
Uddāpālem (Z) ... ఉద్దాపాలెం.
Upmāka Agrahāram (I). ఉప్మాక అగ్రహారం.
Upparapalle ... ఉప్పరపల్లె.
Uppavaram ... ఉప్పవరం.
Vakapādu ... వాకపాడు.
Vammavaram ... వమ్మవరం.
Veduravāda (Z) ... వెదురువాడ.
Veluchūru ... వెలుచూరు.
Vēmagiri ... వేమగిరి.
Vēmpādu (Z) ... వేంపాడు.
Vijayarāmpuram Agrahāram (I). విజయరాంపురం అగ్రహారం.

SRUNGAVARAPUKOTA TALUKt. శృంగవరపుకోట తాలూకా.

Addatīga (Z) ...	అడ్డతీగ.
Alaparti (Z) ...	అలపర్తి.
Alugubilli (Z) ...	అలుగుబిల్లి.
Alamanda (I) ...	అలమండ.
Ambayadāsupālem (Z).	అంబయదాసుపాలెం.
Ankajōsyulapālem (I).	అంకాజోస్యులపాలెం.
Annamrājupēta (I)	అన్నంరాజుపేట.
Ardhānnapālem (I)	అర్ధాన్నపాలెం.
Arigipālem (Z) ...	అరిగిపాలెం.
Atava (Z) ...	అతవ.
Attāda (Z) ...	అట్టాడ.
Bālakrishnarājupuram (Z).	బాలకృష్ణరాజుపురం.
Balighattam (I) ...	బలిఘట్టం.
Ballankituni Kosipatirājupuram (I).	బల్లంకితుని కోశపతిరాజుపురం
Ballanki (Z) ...	బల్లంకి.
Bānādi (Z) ...	బానాది.
Bhīmāli (Z) ...	భీమాళి.
Bhīmavaram (Z).	భీమవరం.
Bhīmasingi (I) ...	భీమసింగి.
Boddām (Z) ...	బొడ్డాం.
Bōnangi (Z) ...	బోనంగి.
Chāmaladivi (I) ..	చామలదివి.
Chamalāpalle (Z).	చామలాపల్లె.
Chāmalāpalle Agrahāram (Z).	చామలాపల్లె అగ్రహారం.
Chandulūru (Z) ...	చందులూరు.
Chīdipālem (Z) ...	చీడిపాలెం.
Chīdivalasa (Z) ...	చీడివలస.
Chinna Dungāda (Z).	చిన్నదుంగాడ.
Chinna Gudipāla (Z).	చిన్నగుడిపాల.
Chinna Khandōpalle (Z).	చిన్నఖండేపల్లె.
Chintāda (Z) ...	చింతాడ.
Chinnarāopalle (I)	చిన్నరావుపల్లె.
Chinnapālem (I)...	చిన్నపాలెం.
Chintalapālem (I).	చింతలపాలెం.
Chīpuruvalasa (Z).	చీపురువలస.
Dabbagunta (Z) ...	డబ్బగుంట.
Dabbirājupēta (Z).	డబ్బిరాజుపేట.
Dāmpuram (Z) ...	దాంపురం.
Dāraparti (Z) ...	దారపర్తి.
Dāmallapālem (I).	దామల్లపాలెం.
Datti (Z) ...	దత్తి.
Dondēru (Z) ...	దొందేరు.
Dēvāda (I) ...	దేవాడ.
Dharmavaram (Z).	ధర్మవరం.
Diguvakondaparti (Z).	దిగువకొండపర్తి.
Dōmalavāra (Z)	దోమలవార.
Eguvakondaparti (Z).	ఎగువకొండపర్తి.
Gajapatinagaram (Z).	గజపతినగరం.
Ganisettipālem (Z)	గనిశెట్టిపాలెం.
Ganivāda (Z) ...	గనివాడ.
Gangubūdi (I) ...	గంగుబూడి.
Godikommu (Z)...	గొడికొమ్ము.
Godikommu Singavaram or Singavaram (Z).	గొడికొమ్ము శింగవరం లేక శింగవరం.
Golajām (Z) ...	గొలజాం.
Gōpālapalle (Z) ..	గోపాలపల్లె.
Gudivāda (Z) ...	గుడివాడ.
Gulivindāda (Z) ...	గులివిందాడ.
Gūnapādu (Z) ...	గూనపాడు.
Jāgavaram (Z) ...	జాగవరం.
Jākēru (Z) ...	జాకేరు.
Jāmi (Z) ...	జామి.
Jammādēvipēta (I)	జమ్మాదేవిపేట.

SRUNGAVARAPUKOTA TALUK—cont. శృంగవరపుకోట తాలూకా.—శేషము.

Jannivalasa (Z) ... జన్నివలస.
Kalagāda (Z) ... కలగాడ.
Kallempūdi (Z) .. కల్లెంపూడి.
Kannēpalle (I) ... కన్నేపల్లి.
Kantakāpalle (I)... కంటకాపల్లె.
Kāpusōmpuram (Z). కాపుసోంపురం.
Karakavalasa (Z). కరకవలస.
Kāsipatirājupuram (Z) కాశిపతిరాజుపురం
Kātakāpalle (I) ... కాటకాపల్లె.
Kirla (I) ... కిర్ల.
Khāsāpēta (Z) ... ఖాసాపేట.
Khudduvalasa (Z). ఖుద్దువలస.
Kiltampālem (Z). కిల్తంపాలెం.
Kittannapēta (Z). కిత్తన్నపేట.
Kolikipālem (Z) . కొలికిపాలెం.
Kondagangupūdi (Z). కొండగంగుపూడి.
Kondamallipūdi (Z). కొండమల్లిపూడి.
Kottavalasa (Z) ... కొత్తవలస.
Kottavūru (Z) ... కొత్తవూరు.
Kottakōta Agraharam (I). కొత్తకోట అగ్రహారం.
Kottām (I) ... కొట్టాం.
Kotyāda (Z) ... కొట్యాడ.
Krishnāpuram (Z) కృష్ణాపురం.
Krishnamahantipuram (I). కృష్ణమహంతిపురం.
Krishnārāyudupētā (I). కృష్ణారాయుడుపేట.
Kumarām (I) ... కుమరాం.
Kumarām (Z) ... కుమరాం.
Kummapālle (Z)... కుమ్మపల్లె.
Kurudi (Z) ... కురిడి.
Kūrmavaram (Z). కూర్మవరం.
Lachchammapēta (I). లచ్చమ్మపేట.
Lakkavarapukōta (Z). లక్కవరపుకోట.
Lakkavarapukōta Sitarāmpuram (Z). లక్కవరపుకోట సీతారాంపురం.
Lotlapalle (I) ... లొట్లపల్లె.
Lakshmīpuram (Z) లక్ష్మీపురం.
Madanāpuram (Z) మదనాపురం.
Mādepurāyi (Z) ... మాడెపురాయి.
Madhupāda (Z) ... మదుపాడ.
Mycherla Singavaram (Z). మైచెర్ల శింగవరం.
Mallepūdi (Z) ... మల్లెపూడి.
Mallivīdu (Z) ... మల్లివీడు.
Māmidipalle (I) ... మామిడిపల్లె.
Māmidipalle (Z)... మామిడిపల్లె.
Mangalipālem (Z). మంగలిపాలెం.
Māriki (Z) ... మారికి.
Mārlāpalle (Z) ... మార్లాపల్లె.
Marupalle (Z) ... మరుపల్లె.
Mindivalasa Ramachandrapuram (Z). మిందివలస రామచంద్రపురం.
Mokhasa Kottavalasa (I). మొఖాసా కొత్తవలస.
Mosalikhandi (Z). మొసలిఖండి.
Mukundapuram (Z). ముకుందపురం.
Mukundapuram Agraharam (I). ముకుందపురం అగ్రహారం.
Mukundarajupuram (I). ముకుందరాజుపురం.
Mūladoddavara (Z) మూలదొడ్డవార.
Mushidipalle (Z). ముషిడిపల్లె.
Musiram (Z) ... ముశిరాం.
Nallabilli (Z) ... నల్లబిల్లి.
Narapām (I) ... నరపాం.
Narasammapēta (I) నరసమ్మపేట.
Nidigbattu (I) ... నిడిఘట్టు.
Nīlakantapuram (I). నీలకంఠపురం.
Nīlakantharājupuram (I). నీలకంఠరాజుపురం
Nimmalapālem (I) నిమ్మలపాలెం.

SRUNGAVARAPUKOTA TALUK—cont. శృంగవరపుకోట తాలూకా—శేషము.

Pātūru (Z) ...	పాటూరు.
Pāvāda (Z) ...	పావాడ.
Peddadungāda (Z)	పెద్దదుంగాడ.
Peddagudipāla (Z)	పెద్దగుడిపాల.
Peddakhandēpalle (Z).	పెద్దఖండేపల్లె.
Peddakrishnarājupuram (I).	పెద్దకృష్ణరాజుపురం.
Peddarāvupalle (I)	పెద్దరావుపల్లె.
Pōthampālem (Z)	పోతంపాలెం.
Pōtampēta (Z) ...	పోతంపేట.
Pōtanabilli (Z) ...	పోతనబిల్లి.
Pōtubandipālem (Z).	పోతుబందిపాలెం.
Rāmabhadrapuram (I).	రామభద్రపురం.
Rāmalingapuram (I).	రామలింగపురం.
Rāmaswāmipēta ...	రామస్వామిపేట.
Rangārāyapuram (I).	రంగరాయపురం.
Rangāpuram (Z).	రంగాపురం.
Rāyapurājupēta (I)	రాయపురాజుపేట
Rāyudupēta (Z) (I).	రాయుడుపేట.
Rēgapunyagiri (Z)	రేగపుణ్యగిరి.
Rēga Agraharam (I).	రేగ అగ్రహారం.
Relli (Z) ...	రెల్లి.
Relligaurammapēta (Z).	రెల్లి గౌరమ్మపేట.
Santa Gaurammapēta (Z).	సంత గౌరమ్మపేట.
Santapālem (Z) ...	సంతపాలెం.
Santapēta (Z) ...	సంతపేట.
Sāsanābilli (Z) ...	శాసనబిల్లి,
Singarāyi (Z) ...	సింగరాయి.
Sirikipālem alias Bangārarājupuram.	సిరికిపాలెం ఉరఫు బంగారురాజుపురం.
Sivarāmarājupēta (Z)	శివరామరాజుపేట.
Sōmayājulapālem (I).	సోమయాజులపాలెం.
Sōmpuram Agrahāram (I).	సోంపురం అగ్రహారం.
Srīrāmpuram (I)...	శ్రీరాంపురం.
Srungavarapukōta Sītārāmpuram (Z).	శృంగవరపుకోట సీతారాంపురం,
Srungavarapukōta Talāri (Z).	శృంగవరపుకోట తలారి.
Srungavarapukōta (Town) (Z)	శృంగవరపుకోట.
Sundarayyapēta(Z)	సుందరయ్యపేట.
Talāri near Lakkavarapukōta (Z).	లక్కవరపుకోట దరి తలారి.
Tāmarāpalle (I) ..	తామరాపల్లె.
Tānavaram (Z) ...	తానవరం.
Tāndrangi (Z) ...	తాండ్రంగి
Tātipūdi (Z) ...	తాటిపూడి.
Tennuboddavāra (Z).	తెన్నుబొడ్డువార.
Timidi (Z) ...	తిమిడి.
Tummikāpalle (I).	తుమ్మికాపల్లె.
Usira Agrahāram (I).	ఉశిర అగ్రహారం.
Uttarāvilli (Z) ...	వుత్తరావిల్లి.
Uvvapādu (Z) ...	వువ్వపాడు.
Vabalayyapālem (Z).	వబలయ్యపాలెం.
Vallampūdi (Z) ...	వల్లంపూడి.
Vasanta (Z) ...	వసంత.
Vasi (Z) ...	వసి.
Vāvilapādu (Z) ...	వావిలపాడు.
Veladām (Z) ...	వెలదాం.
Vēmulāpalle (Z)...	వేములాపల్లె.
Venkannapālem (Z).	వెంకన్నపాలెం.
Venkatrājupālem (Z)	వెంకట్రాజుపాలెం.

SRUNGAVARAPUKŌTA TĀLŪK—cont. శృంగవరపుకోట తాలూకా—శేషము.

Venne (Z) ... వెన్నె.
Vēpāda (Z) ... వేపాడ.
Vīluparti (Z) ... వీలుపర్తి.
Vināyakabilli (Z). వినాయకబిల్లి.
Vīrabhadrapēta (Z). వీరభద్రపేట.
Vīrabhadrapuram (I). వీరభద్రపురం.
Vīranārāyanam (Z) వీరనారాయణం.
Virata (Z) .. విరట.
Viswanādhapuram (I). విశ్వనాధపురం.
Vizinigiri (Z) ... విజినిగిరి.
Zaddūru (Z) ... జడ్డూరు.
Zaddētivalasa (Z). జడ్డేటివలస.

VIRAVILLI TĀLŪK. వీరవిల్లి తాలూకా.

Adavi Agraharam (I). అడవి అగ్రహారం.
Aitampūdi (Z) ... అయితంపూడి.
Alamanda (Z) ... అలమండ.
Ambērupuram (Z) అంబేరుపురం.
Ankupālem (Z) ... అంకుపాలెం.
Annavaram (Z) ... అన్నవరం.
Anukūru (I) ... అనుకూరు.
Appammapālem (Z). అప్పమ్మపాలెం.
Arjanagiri Agrahāram (I). అర్జనగిరి అగ్రహారం.
Ārle (Z) ... ఆర్లె.
Avuruvāda (I) ... అవురువాడ.
Bādanapādu (I) ... బాదనపాడు.
Bailapūdi (Z) బైలపూడి.
Bennavōlu (Z) ... బెన్నవోలు.
Bētapūdi (Z) ... బేతపూడి.
Bhāgavatula Agrahāram (I). భాగవతుల అగ్రహారం.
Bhatlōva (Z) ... భట్లోవ.
Bhīmavaram near Ālamanda (Z). భీమవరం (అలమంద ధరి).
Bhīmavaram near Rājām (Z). భీమవరం (రాజాం ధరి).
Bhōgāpuram (Z). భోగాపురం.
Bhūpatipālem (Z). భూపతిపాలెం.
Bhūpatipālem (Ch. V, Bls. 3—7) (Z). భూపతిపాలెం.
Boddapodu (Z) ... బొడ్డపాడు.
Bōyilakitāda (Z) .. బోయిలకితాడ.
Buchchayyapēta (Z). బుచ్చయ్యపేట.
Buddibanda (I) ... బుడ్డిబండ.
Chākipalle (Z) ... చాకిపల్లె.
Chaudavāda (Z) ... చౌడువాడ.
Chandrayyapēta (Z). చంద్రయ్యపేట
Chukkapalle (I) ... చుక్కపల్లె.
Chettupalle (Z) ... చెట్టుపల్లె.
Chēnulapālem (I). చేనులపాలెం.
Chīdikāda (Z) ... చీడికాడ.
Chīdipalle Agrahāram (I). చీడిపల్లె అగ్రహారం
Chinna Appannapālem (Z). చిన్న అప్పన్నపాలెం.
Chinna Gangavaram (Z). చిన్న గంగవరం.
Chinna Gōgāda (Z) చిన్న గోగాడ.
Chinnagorregadda (I) చిన్నగొర్రెగడ్డ.
Chinnakūrmam (I) చిన్న కూర్మం.
Chinna Madina (Z) చిన్న మదిన.
Chinna Nandipalle Agrahāram (I). చిన్న నందిపల్లె అగ్రహారం.
Chinnapāchala (Z). చిన్నపాచల.
Chinna Sārāda (I). చిన్న సారాడ.

VĪRAVILLI TĀLŪK -cont. వీరవిల్లి తాలూకా—శేషము.

Chinna Sōmpuram (Z).	చిన్న సోంపురం.
Chintalapūdi (Z).	చింతలపూడి.
Chintalūru (Z) ...	చింతలూరు.
Chintapāka (Z) ...	చింతపాక.
Chitteyyapālem (Z)	చిట్టెయ్యపాలెం.
Chōdavaram (Z)...	చోడవరం.
Dālivalasa (Z) ...	దాలివలస.
Dāmunāpalle (Z).	దామునాపల్లె.
Dandisuravaram (Z).	దండిసురవరం.
Dēgalapālem (I)...	దేగలపాలెం.
Dēvarāpalle (Z) ...	దేవరాపల్లె.
Dibbapālem (Z) ...	దిబ్బపాలెం.
Dibbidi (I) ..	దిబ్బిడి.
Diddi (I) ...	దిడ్డి.
Dīkshatula Agrahāram (I).	దీక్షతుల అగ్రహారం.
Dondapūdi (Z) ...	దొండపూడి.
Erukavāda (Z) ...	ఎరుకవాడ.
Gajapatinagaram (Z).	గజపతినగరం.
Gantikorlām (Z)...	గంటికొర్లాం.
Garinikam (Z) ...	గరినికం.
Garisingi (Z) ...	గరిసింగి.
Gurugubilli (Z) ...	గరుగుబిల్లి.
Gavarapālem (Z).	గవరపాలెం.
Gavaravaram (Z).	గవరవరం.
Gaurīpatnam (Z).	గౌరీపట్నం.
Gandhavaram (Z).	గంధవరం.
Gādirāyi (Z) ...	గాదిరాయి.
Gōgāda Agrahāram (I).	గోగాడ అగ్రహారం
Gōgamchīdipalle (I).	గోగంచీడిపల్లె.
Gollalapālem (Z)...	గొల్లలపాలెం.
Gompa (Z) ..	గొంప.
Goppulapālem (I).	గొప్పులపాలెం.
Gōrupālem (Z) ...	గోరుపాలెం.
Gotivāda Agrahāram (I).	గొటివాడ అగ్రహారం.
Gotlām (Z) ..	గొట్లాం.
Gondupālem (Z)...	గొండుపాలెం.
Gōvāda (Z) ...	గోవాడ.
Guddepa (Z)	గుడ్డెప.
Gudivāda (Z) ...	గుడివాడ.
Gullēpalle (Z) ...	గుల్లేపల్లె.
Gummallapādu (Z)	గుమ్మళ్లపాడు.
Gunnempūdi (Z).	గున్నెంపూడి.
Jagannadhabhūpālapuram Agrahāram (I).	జగన్నాథభూపాలపురం అగ్రహారం.
Jagannādhapuram (Ch. III, Bls. 361—364) Z).	జగన్నాథపురం.
Jagannādhapuram (Ch. II, Bls. 272—324) (Z).	జగన్నాథపురం.
Jaitavaram (I) ...	జైతవరం.
Jālampalle (I) ...	జాలంపల్లె.
Jammādēvipēta (Z).	జమ్మాదేవిపేట.
Jampena (Z) ...	జంపెన.
Jannavaram (Z) ...	జన్నవరం.
Juttāda (Z) ...	జుత్తాడ.
Juttādapālem (Z).	జుత్తాడపాలెం.
Kāgita (I) ...	కాగిత.
Kaligotla (Z) ...	కలిగొట్ల.
Kāmakūtam (I) ...	కామకూటం.
Kandipūdi (Z) ...	కందిపూడి.
Kānāda (Z) ...	కానాడ.
Karaka (Z) ..	కరక.
Kāsīpatirājupuram Agrahāram (I).	కాశీపతిరాజుపురం అగ్రహారం.
Kāsīpuram (Z) ...	కాశీపురం.
Kattuvāri Agrahāram (I).	కట్టువారి అగ్రహారం.
Kavagunta (I) ...	కవగుంట.
Kavikondala Agrahāram (I).	కవికొండల అగ్రహారం.
Khandēpalle (Z)...	ఖండేపల్లె.

Viravilli Tāluk—cont. వీరవిల్లి తాలూకా—శేషము.

Khandēvaram (I). ఖండేవరం.
Kintāda (Z) ... కింతాడ.
Kintali (I) ... కింతలి.
Kōdūru near Mādugula (Z). కోడూరు (మాడుగుల ధర).
Kōdūru near Alamanda (I). కోడూరు (అలమండ ధర).
Komira (I) ... కొమిర.
Kōnām (I) ... కోనాం.
Kondapālem Agrahāram (I). కొండపాలెం అగ్రహారం.
Kondapālem (Z)... కొండపాలెం.
Kondasōmpuram (I). కొండసోంపురం.
Kondempūdi (I)... కొండెంపూడి.
Kondakodābu (Z). కొండకోడాబు.
Koruvāda (Z) ... కోరువాడ.
Kōtapādu near Mādugula (Z). కోటపాడు (మాడుగుల ధర).
Kōtapādu near Kintāda (Z). కోటపాడు (కింతాడ ధర.)
Kōtapādu Vallapuram (Z). కోటపాడు వల్లాపురం.
Kotnābilli (Z) ... కొట్నాబిల్లి.
Kottapalle near Alamanda. కొత్తపల్లె (అలమండ ధర).
Kottapalle near Gōgāda (Z). కొత్తపల్లె (గోగాడ ధర).
Kottapalle near Muddurti (Z). కొత్తపల్లె (ముద్దుర్తి ధర).
Kottapenta (Z) ... కొత్తపెంట.
Krishnabhūpala puram Agrahāram (I). కృష్ణభూపాలపురం అగ్రహారం.
Krishnāpuram (I). కృష్ణాపురం.
Komāḷḷapūdi (I)... కొమాళ్లపూడి.
Kūrmanādhapuram Agrahāram (I) కూర్మనాధపురం అగ్రహారం.
Lakavaram (Z) ... లకవరం.
Lakshmīpuram (Z) లక్ష్మీపురం.
Lakshmīpuram Agrahāram (I). లక్ష్మీపురం అగ్రహారం.
Lingabhūpālapatnam (Z). లింగభూపాలపట్నం.
Lingabhūpālapuram Agrahāram (I). లింగభూపాలపురం అగ్రహారం.
Lōpūdi (Z) ... లోపూడి.
Lōvagavaravaram (I). లోవగవరవరం.
Lōvakottapalle (I). లోవకొత్తపల్లె.
Lōvakrishnapuram (I). లోవకృష్ణాపురం.
Lōvamukundapuram (Z). లోవముకుందపురం
Lōvarāyapurājupēta (Z). లోవరాయపురాజుపేట.
Lūlūru (Z) ... లూలూరు.
Maddulapālem (I). మద్దులపాలెం.
Mādugula (Town) (Z). మాడుగుల.
Maicherlapālem (Z) మైచెర్లపాలెం.
Mallām (Z) ... మల్లాం.
Māmidipalle (I) ... మామిడిపల్లె.
Mangalāpuram (Z) మంగళాపురం.
Manchāla (I) ... మంచాల.
Mārēpalle (Z) ... మారేపల్లె.
Marrivalasa (Z) ... మర్రివలస.
Marupāka (Z) ... మరుపాక.
Matsyapuram (I). మత్స్యపురం.
Machchavānipālem (Z). మచ్చవానిపాలెం.
Mēdacherla (Z) ... మేడచెర్ల.
Mēdivāda (Z) ... మేడివాడ.
Mēdavīdu (I) ... మేడవీడు.
Muddurti (Z) ... ముద్దుర్తి.
Mukundapuram (I) ముకుందపురం.
Mulakalāpalle (Z). ములకలాపల్లె.

VIRAVALLI TĀLŪK—cont. వీరవల్లి తాలూకా—శేషము.

Mushidipalle (Z)... ముషిడిపల్లె.
Nāgayyapēta (Z). నాగయ్యపేట.
Narasayyapēta (Z) నరసయ్యపేట.
Narasimhagajapatinagaram (Z) నరసింహగజపతినగరం.
Nīlakantapuram (Z). నీలకంఠపురం.
Nīlammapēta (I). నీలమ్మపేట.
Nimmalōva (Z) ... నిమ్మలోవ.
Paidammapēta (Z) పైడమ్మపేట.
Pakīrusāhebupēta (Z). పకీరు సాహెబుపేట.
Pallapakōdābu (Z) పల్లపకోడాబు.
Pangidi (Z) ... పంగిడి.
Pātavalasa (Z) ... పాతవలస.
Peddagorregadda (I). పెద్దగొర్రెగడ్డ.
Peddamadina (I). పెద్దమదిన.
Peddanandipalle Agrahāram (I). పెద్దనందిపల్లె అగ్రహారం.
Peddapāchala (Z). పెద్దపాచల.
Peddapūdi (Z) ... పెద్దపూడి.
Peddapūdi Agrahāram (I). పెద్దపూడి అగ్రహారం.
Peddasārada (I) ... పెద్దసారాడ.
Peddasōmpuram (Z). పెద్దసోంపురం.
Penumallavāri Bhīmavaram (I). పెనుమల్లవారి భీమవరం.
Pindrangi (Z) ... పిండ్రంగి.
Pittagadda (I) ... పిట్టగడ్డ.
Polēpalle (Z) ... పోలేపల్లె.
Pongalipāka (Z)... పొంగలిపాక.
Ponnavōlu (I) ... పొన్నవోలు.
Pōtanapūdi (I) ... పోతనపూడి.
Pōtanavalasa Agrahāram (I). పోతనవలస అగ్రహారం.
Potidorapālem (I). పొట్టిదొరపాలెం.
Pulakhandam Ponnavōlu (I). పులఖండం పొన్నవోలు.
Raivāda (Z) ... రైవాడ.
Rājām (Z) ... రాజాం.
Rāmayōgi Agrahāram (I). రామయోగి అగ్రహారం.
Ravikamatam (Z). రవికమతం.
Rāvipālem (I) ... రావిపాలెం.
Rāyapurājupēta (Z). రాయపురాజుపేట.
Rongalināyudupālem (I). రొంగలినాయుడుపాలెం.
Sāgaram (Z). సాగరం.
Sambhunipālem (Z). శంభునిపాలెం.
Sammeda (Z) ... సమ్మెడ.
Santapālem (Z) ... సంతపాలెం.
Sangyām (I) ... సంగ్యాం.
Satyavaram (Z) ... సత్యవరం.
Sankaram (I) ... శంకరం.
Sōmunāpalle (Z)... సోమునాపల్లి.
Singandorapālem (Z). సింగందొరపాలెం.
Singavaram (Ch. II, Bls. 332—334) (Z). సింగవరం.
Singavaram (Ch. V, Bls. 389 and 392) (Z). సింగవరం.
Sirijām (I) ... సిరిజాం.
Sītammapēta (Z). సీతమ్మపేట.
Sītarāmpuram Agrahāram (I). సీతారాంపురం అగ్రహారం.
Sivarāmachēnula Agrahāram (I). శివరామచేనుల అగ్రహారం.
Sivarāmpuram (Ch. V, Bls. 15—17) (Z). శివరాంపురం.
Sivarāmpuram (Ch. V, Bls. 434) (Z). శివరాంపురం.
Srīrāmpatnam (Z) శ్రీరాంపట్నం.
Sringavaram (Z) శృంగవరం.

VIRAVALLI TALŪK—cont. వీరవిల్లి తాలూకా—శేషము.

Sūdivalasa (Z) ... సూదివలస.
Sūreddipālem (Z). సూరెడ్డిపాలెం.
Taipuram (Z) ... తైపురం.
Tāmarabba (Z) ... తామరబ్బ.
Tāmaracherla (Z). తామరచెర్ల.
Tāruva Agraharam (I). తారువ అగ్రహారం
Tangudibilli (I) ... తంగుడుబిల్లి.
Tātiparti (I) ... తాటిపర్తి.
Tattabanda (Z) ... తట్టబంద.
Tenugubūdi (Z)... తెనుగుబూడి.
Timirām (Z) ... తిమిరాం.
Timmanapālem (Z). తిమ్మనపాలెం.
Tiruvāda (I) ... తిరువాడ.
Tōtakūrapālem (Z) తోటకూరపాలెం.
Tunivalasa (Z) ... తునివలస.
Turakalapūdi (Z). తురకలపూడి.
Turuvōlu (Z) ... తురువోలు.
Ugginavalasa Agrahāram (I). ఉగ్గినవలస అగ్రహారం.
Vaddādi (Z) ... వడ్డాది.
Vākapalle (Z) ... వాకపల్లె.
Vālābu (I) .. వాలాబు.
Vallanki (I) ... వల్లంకి.
Vallāpuram (Z) .. వల్లాపురం.
Vammali Jagannādbapuram (Z). వమ్మలి జగన్నాథపురం.
Vammali (Z) ... వమ్మలి.
Vantarlapālem (Z). వంటర్లపాలెం.
Vārāda (Z) ... వారాడ.
Varahāpuram (I) వరహాపురం.
Venkannapālem (Z). వెంకన్నపాలెం.
Venkatapatirajupēta (Z). వెంకటపతిరాజుపేట.
Venkatarājupuram (I). వెంకటరాజుపురం.
Venkayyagāripēta (Z). వెంకయ్యగారిపేట.
Vēchalam (Z) ... వేచలం.
Vijayarāmarājupēta (Z). విజయరామరాజుపేట.
Vintipālem (Z) ... వింటిపాలెం.
Vīrabhadrapēta(Z) వీరభద్రపేట.
Vīranārāyanam(Z) వీరనారాయణం.
Vīrapurājupēta(Z) వీరపురాజుపేట.
Vīravilli Agrahāram (I). వీరవిల్లి అగ్రహారం.

VIZAGAPATAM TALUK. విశాఖపట్నం తాలూకా.

Adavivaram (I) ... అడవివరం.
Akkayyapālem(Z). అక్కయ్యపాలెం.
Akkireddipālem(I) అక్కిరెడ్డిపాలెం.
Appikonda (Z) ... అప్పికొండ.
Bakkanapālem (I). బక్కనపాలెం.
Buchchirājupālem (Z). బుచ్చిరాజుపాలెం.
Chīmalāpalle (I)... చీమలాపల్లె.
Chinagadili (Z) ... చినగదిలి.
Chinagantyāda(Z). చినగంట్యాడ.
Chinamushidivada (Z). చినముషిడివాడ.
Chintagatla (Z) ... చింతగట్ల.
Dēvāda (I) ... దేవాడ.
Dolphin's nose (I) డాల్ఫిన్సు నోసు.
Endāda (Z) ... ఎండాడ.
Fakīrutikya (Z) ... ఫకీరుటిక్య.
Gangavaram (Z)... గంగవరం.
Gavarapālem (Z). గవరపాలెం.
Gāzuvāka (I) ... గాజువాక.
Gōpālapatnam (I) గోపాలపట్నం.
Gorapalle (Z) ... గొరపల్లె.
Gullalapālem(Z)... గుల్లలపాలెం
Gurampālem (I)... గురంపాలెం.
Jaggarajupēta (Z). జగ్గరాజుపేట
Jerripōtulapālem (Z). జెర్రిపోతులపాలెం.

VIZAGAPATAM TĀLŪK—cont. విశాఖపట్నం తాలూకా—శేషము.

Juttāda (Z) ...	జుత్తాడ.
Kaniti (Z) ...	కణితి.
Kantsaripālem (Z).	కంచరిపాలెం.
Kapparāda (I) ...	కప్పరాడ.
Kommādi (Z) ...	కొమ్మాది.
Kondayyavalasa (Z).	కొండయ్యవలస.
Krishnarāyapuram (I).	కృష్ణరాయపురం.
Kūrāda (Z) ...	కూరాడ.
Kurmannapālem (Z).	కూర్మన్నపాలెం.
Lakshmīpuram (Z)	లక్ష్మిపురం.
Maddilapālem (Z).	మద్దిలపాలెం.
Mādhavadhāra (I).	మాధవధార.
Madhuravāda (I).	మధురవాడ.
Malakāpuram (I).	మలకాపురం.
Marripālem (Z) ...	మర్రిపాలెం.
Mindi (I) ...	మిండి.
Mudapāka (I) ...	ముడపాక.
Mudasarlōva (Z) ...	ముడసర్లోవ.
Mulagāda (I) ...	ములగాడ.
Nadupūru (Z) ...	నడుపూరు.
Narava (Z) ...	నరవ.
Nātayyapālem (Z).	నాతయ్యపాలెం.
Nellimukku (Z) ...	నెల్లిముక్కు.
Ōlimeraka (Z) ..	ఓలిమెరక.
Pallepālem (Z) ...	పల్లెపాలెం.
Paradēsipālem (Z).	పరదేశిపాలెం.
Pedagādi (I) ...	పెదగాడి.
Pedagadili (Z) ...	పెదగదిలి.
Pedagantyada (Z).	పెదగంట్యాడ.
Pedawaltair (Z) ...	పెదవాల్తేరు.
Pendurti (Z) ..	పెందుర్తి.
Pinnagadi (Z) ...	పిన్నగాడి.
Porlupalem (I) ...	పోర్లుపాలెం.
Pōtinamallayyapalem (Z).	పోతినమల్లయ్యపాలెం.
Pullagalipalem (Z)	పుల్లగలిపాలెం.
Pullambhotlapalem (I).	పుల్లంభొట్లపాలెం.
Purushōttapuram (I).	పురుషోత్తపురం.
Rajayyapēta (I)...	రాజయ్యపేట.
Rampuram (Z) ...	రాంపురం.
Rēsabupalem (Z).	రేసబుపాలెం.
Rishikonda (I) ...	ఋషికొండ.
Santapalem (Z) ...	సంతపాలెం.
Saripalle (Z) ...	సరిపల్లె.
Saubhagyarayapuram (I).	సౌభాగ్యరాయపురం.
Siddēswaram (Z).	సిద్దేశ్వరం.
Simhachalam (Z).	సింహాచలం.
Sivajipalem (Z) ...	సివాజీపాలెం.
Tōkada (Z) ...	తోకాడ.
Tungalam (Z) ...	తుంగలాం.
Vadlapūdi (Z) ...	వడ్లపూడి.
Venkatapatirajupēta (I).	వెంకటపతిరాజుపేట.
Venkatapuram (I).	వెంకటాపురం.
Vēpagunta (I) ...	వేపగుంట.
Vizagapatam (I)...	విశాఖపట్నం.
Yarada (I) ..	యారాడ.

VIZIAYANAGARAM TALUK. విజయనగరం తాలూకా.

Ainada (Z) ...	ఐనాడ.
~~Alladapalem (Z)~~.	~~అల్లాడపాలెం.~~
Alugōlu (Z) ...	అలుగోలు.
Amakam (Z) ...	అమకాం.
Antivalasa (Z) ..	అంటివలస.
Ānandagajapatirajupuram (Z).	ఆనందగజపతిరాజుపురం.
Ānandapuram (Z).	ఆనందపురం.
Ātmaramuni Agraharam (I).	ఆత్మారాముని అగ్రహారం.
Ayyanna Agraharam (I).	అయ్యన్న అగ్రహారం.
Bantupalli (Z) ..	బంటుపల్లి.
Bētanapalli (Z) ..	బేతనపల్లి.
~~Bharinīkam~~ (Z) ..	భరిణికం.
Boddavalasa (Z)...	బొడ్డవలస.

VIZIANAGARAM TĀLŪK—cont.	విజయనగరం తాలూకా—శేషము.
Boppadam (I) ...	బొప్పడాం.
Budatanapalli (Z).	బుడతనపల్లి.
Buradapadu (Z)...	బురదపాడు.
Būradapēta (Z) ..	బూరాడపేట.
Burravari Agraharam (I).	బుర్రావారి అగ్రహారం.
Chandrammapēta (Z).	చంద్రమ్మపేట.
Chelavūru (I) ..	చెలవూరు.
Chinnabattivalasa (Z).	చినబత్తివలస.
Chinamanapuram (Z).	చినమానాపురం.
Chinnapuram (I)..	చిన్నాపురం.
Chintalapēta (I)..	చింతలపేట.
Chintalavalasa (I).	చింతలవలస.
Chintapallepēta (Z).	చింతపల్లిపేట.
Chittigunkalam (Z)	చిట్టిగుంకలాం.
Chōdamma Agraharam (Z).	చోడమ్మ అగ్రహారం.
Chōdavaram (Z)..	చోడవరం.
Chollangipēta (Z).	చొల్లంగిపేట.
Damarasingi (Z)...	దమరశింగి.
Dannanapēta (I)..	దన్నానపేట.
Denkada (Z) ..	డెంకాడ.
Dharmapuri (Z)..	ధర్మపురి.
Doddibaduva (Z).	దొడ్డిబాడువ.
Donkada (I) ...	డొంకాడ.
Duppada (I) ..	దుప్పాడ.
Dwarapudi (Z) ...	ద్వారపూడి.
Dwarapūreddipalem (Z) ..	ద్వారపురెడ్డిపాలెం
Erakandora Sītarampuram (I).	ఎరకందొర సీతారాంపురం.
Gaitula Chōdavaram (Z).	గైతుల చోడవరం.
Gantyada (Z) ..	గంట్యాడ.
Garida (I) ..	గరిడ.
Garikipēta (I) ...	గరికిపేట.
Garikivalasa (I) ...	గరికివలస.
Garudabilli (Z) ...	గరుడబిల్లి.
Ginjēru (Z) ...	గింజేరు.
Godiyada (Z) ...	గొడియాడ.
Golagam near Alugōlu (I).	గొలగాం (అలుగోలు దగ్గర).
~~Gōpemmapēta (Z).~~	~~గోపెమ్మపేట.~~
Gorlapēta (I) ...	గొర్లపేట.
Gōsada (I) ...	గోసాడ.
Gotlam (Z) ...	కొట్లాం.
~~Gōvindapuram (Z).~~	~~గోవిందపురం.~~
Gūdem (Z) ...	గూడెం.
Gujjangivalasa (I).	గుజ్జంగివలస.
Gumadam (Z) ...	గుమడాం.
~~Gumpam (I)~~ ...	~~గుంపాం~~
Gunkalam (I) ..	గుంకలాం.
Gunupūru (Z) ...	గుణుపూరు.
Gurla (I) ...	గుర్ల.
Gushini (Z) ...	గుషిణి.
Jaggapuram (I) ...	జగ్గాపురం.
Jammu alias Jammunarayanapuram (Z).	జమ్ము ఉరపు జమ్మునారాయణపురం.
Jammu (I) ...	జమ్ము.
Jarajapupēta (Z).	జరజాపుపేట.
Jiyyannavalasa (Z)	జియ్యన్నవలస.
Jonnavalasa (Z) ...	జొన్నవలస.
Juvvipadn (Z) ...	జువ్విపాడు.
Kalavacherla (I)...	కలవచెర్ల.
Kamavaram (Z)...	కామవరం.
Kanapaka (Z) ...	కణపాక.
~~Kandivalasa (Z)...~~	~~కందివలస.~~
Kanimella (Z) ...	కనిమెళ్ల.
~~Kanimetta (I)~~ ...	~~కనిమెట్ట.~~
Karakavalasa (Z).	కరకవలస.
Karatam (Z) ...	కరటాం.
Kella (Z) ...	కెళ్ల.
Kittubarti (Z) ...	కిత్తుబర్తి.
Kollam (I) ...	కవుల్లాం.
~~Kōnayyapalem (Z)~~	~~కోనయ్యపాలెం.~~
Kondagandrēdu I.	కొండగంద్రేడు.

VIZIANAGRAM TĀLŪK—cont. విజయనగరం తాలూకా—శేషము.

Kondagumpām (Z)	కొండగుంపాం.
Kondakarakām (Z).	కొండకరకాం.
Kondakindām (Z).	కొండకిండాం.
Kondatāmarapalli (Z).	కొండతామరపల్లి.
Kondavelagāda (Z)	కొండవెలగాడ.
~~Kopperla (Z)~~ ...	కొప్పెర్ల.
Kōrādapēta (I) ...	కోరాడపేట.
Korlam (Z) ...	కొర్లాం.
Kōrukonda (Z) ...	కోరుకొండ.
Kōtagandrēdu (Z).	కోటగండ్రేడు.
Kotārubilli (I) ...	కొటారుబిల్లి.
Kottapālem (Z) ...	కొత్తపాలెం.
Kettavalasa (Z) ...	కొత్తవలస.
Kottavelagāda (Z).	కొత్తవెలగాడ.
~~Kovvāda (I)~~ ...	కొవ్వాడ.
Krishnāpuram (I).	కృష్ణాపురం.
Kūkalametta Lakshmīpuram (I).	కూకలమెట్ట లక్ష్మీపురం.
Kumili (Z) ...	కుమిలి.
Lakidām (Z) ...	లకిడాం.
Lakshminarayanapēta near Golagām (I).	లక్ష్మీనారాయణపేట (గొలగాం దరి).
Lankalapallepālem (Z).	లంకలపల్లెపాలెం.
Lōva Jagannādharājupuram (Z).	లోవ జగన్నాథరాజుపురం.
Madhupāda (Z) ...	మదుపాడ.
Malicherla (I) ...	మలిచెర్ల.
Malyāda (Z) ...	మల్యాడ.
Manyapuripēta (I)	మన్యపురిపేట.
Maruvāda (Z) ...	మరువాడ.
Mīsālapēta (Z) ...	మీసాలపేట.
Mōkālapādu (Z) ...	మోకాలపాడు.
Moyidavijayarāmpuram (Z).	మొయిద విజయరాంపురం.
Munginapalle (Z).	ముంగినాపల్లె.
Murapāka (Z) ...	మురపాక.
Nadupūru (Z) ...	నడుపూరు.
Nāgallavalasa (I).	నాగల్లవలస.
~~Nakkalapēta (I)~~ ...	నక్కలపేట.
Nallacheruvu Agrahāram (I).	నల్లచెరువు అగ్రహారం.
Nandām (I) ...	నందాం.
Naudigām (I) ...	నందిగాం.
Narava (Z) ...	నరవ.
Nārāyanagajapatirājupuram (Z).	నారాయణ గజపతిరాజుపురం.
Nātavalasa (Z) ...	నాతవలస.
Nelivāda (Z) ...	నెలివాడ.
Nelivāda (I) ...	నెలివాడ.
Nellimarla (Z) ..	నెల్లిమర్ల.
Nērēllavalasa (Z).	నేరెళ్లవలస.
Nīlamrājupēta (Z)	నీలంరాజుపేట.
Nīlavati (Z) ...	నీలావతి.
Ommi (I) ...	ఒమ్మి.
Ommipalle (I) ...	ఒమ్మిపల్లె.
Pakīrukittali (Z)...	పకీరుకిత్తలి.
Pālavalasa (I) ...	పాలవలస.
Pallegandrēdu (Z)	పల్లెగండ్రేడు.
Pārasām (I) ...	పారసాం.
Pēdāda (Z) ...	పేదాడ.
Pedabattivalasa (Z).	పెదబత్తివలస.
Podamajjipālem (Z).	పెదమజ్జిపాలెం.
Pedatādivāda (Z).	పెదతాడివాడ.
Pedatarimi (Z) ...	పెదతరిమి.
Pedavēmali (Z) ...	పెదవేమలి.
Penasām (I) ...	పెనసాం.
Penta Srīrāmpuram (Z).	పెంటశ్రీరాంపురం.
Penubarti (I) ..	పెనుబర్తి.
~~Pērāpuram (I)~~ ...	పేరాపురం.
Pinatādivāda (I).	పినతాడివాడ.
Pinatarimi (Z) ...	పినతరిమి.
Pinavēmali (Z) ...	పినవేమలి.
Pōsalāyavalasa (Z).	పోసలాయవలస.
Pollanki (Z) ...	పొల్లంకి.
Pōrām (Z) ...	పోరాం.

VIZIANAGRAM TĀLŪK—cont. విజయనగరం తాలూకా—శేషము.

Pūsapātipālem (Z). పూసపాటిపాలెం.
Pūsapātirega (Z). పూసపాటిరేగ.
Pūtikapēta (Z) ... పూతికపేట.
Raghumanda (I). రఘుమండ.
Rāgōlu (Z) ... రాగోలు.
Rājulatammāpuram (I). రాజులతమ్మాపురం.
Rākōdu (Z) ... రాకోడు.
Rāmabhadrapuram (Z). రామభద్రపురం.
Rāmatīrthālu (I). రామతీర్థాలు.
Rāmavaram (Z) ... రామవరం.
Rāvivalasa (Z) ... రావివలస.
Rēga (Z) ... రేగ.
Rēgubilli (Z) ... రేగుబిల్లి.
Rellivalasa (Z) ... రెల్లివలస.
Rōluvāka (I) ... రోల్లవాక.
Rōlutsappidi Agrahāram (I) రోలుచప్పిడి అగ్రహారం.
Sadānandapuram (I). సదానందపురం.
Sārika (Z) ... సారిక.
Sāripalle (Z) ... సారిపల్లి.
Sativāda (I) ... సతివాడ.
Singavaram (Z) ... సింగవరం.
Siripuram (I) ... సిరిపురం.
Siriyālapēta (Z) ... సిరియాలపేట.
Sītārāmunipēta (I) సీతారామునిపేట.
Solipi Sōmarājupēta (Z). సొలిపి సోమరాజుపేట.
Tammāpuram (I). తమ్మాపురం.
Tangudubilli (Z). తంగుడుబిల్లి.
Tātāvārikittali (I). తాతావారికిత్తలి.
Tātipūdi (Z) ... తాటిపూడి.
Tekkali (Z) ... టెక్కలి.
Tettangi (Z) ... తెట్టంగి.
Tottadām (I) ... తొత్తడాం.
Tsauduvāda (Z) ... చౌడువాడ.
Vallāpuram (Z) ... వల్లాపురం.
Vallūru (Z) ... వల్లూరు.
Vantitādi Agrahāram (I). వంటితాడి అగ్రహారం.
Vasādi (Z) ... వసాది.
Vedullavalasa (Z). వెదుళ్లవలస.
Veduruvāda (Z) ... వెదురువాడ.
Vempadām (Z) ... వెంపడాం.
Vēndrām (I) ... వేంద్రాం.
Venkatāpuram (Z) వెంకటాపురం.
Vēnugōpālapuram (I). వేణుగోపాలపురం.
Vizianagram (within Municipal limits) (Z). విజయనగరం.
Vizianagram (outside Municipal limits) (Z). విజయనగరం.

BISSAMCUTTĀCK AGENCY. బిస్సంకటాకు ఏజన్సి.

Addakuppa ... అడ్డకుప్ప.
Agulu ... అగులు.
Ajjipanga ... అజ్జిపంగ.
Akkuruballi ... అక్కురుబల్లి.
Aligonda ... అలిగొండ.
Alubhatta ... అలుభట్ట.
Ambiditsuvva ... అంబిడిచువ్వ.
Ambilimuvva ... అంబిలిముువ్వ.
Ambodalā ... ଅମ୍ବଧଲା ।
Ankulopodoro I ... ଅଙ୍କୁଲପଦର ।
Ankulopodoro II. ଅଙ୍କୁଲପଦର ।
Arisākani ... ଅରିଶାକାନି ।
Bādongopodoro ... ବାଦୋଙ୍ଗପଦର ।
Bāgusunigrāmam బాగుసునిగ్రామం.
Bāgutipodoro .. ବାଗୁଟିପଦର ।
Bālēru ... బాలేరు.
Balkapājju ... బల్కపాజ్జు.
Ballākuppa ... బల్లాకుప్ప.
Ballangatalli ... బల్లంగతల్లి.
Ballamgūda ... బల్లంగూడ.
Ballangudi ... బల్లంగుడి.
Ballāpayi .. బల్లాపాయి.

BISSAMCUTTĀCK AGENCY—cont. బిస్సంకటాకు ఏజన్సీ—శేషము.

Ballibhatta	... ବାଲିଭଟ୍ଟା ।	Bijbondali	... ବିଜାବଣ୍ଡାଳି ।
Balligūda	... బల్లిగూడ.	Bijāpuram	... బిజాపురం.
Ballimutiki	... బల్లిముటికి.	Bijayapuram	... బిజయపురం.
Bāllipodoro	... ବାଲିପଦର ।	Bipala	బిపల.
Bānāpuram	... బాణాపురం.	Birimōlu	... బిరిమోలు.
Bānapuram	... బాణపురం.	Biripuda	... ବିରିପୁଡା ।
Banda ...	... బండ.	Bissamcuttack	... ବିଷମକଟକ ।
Bandana	... బందన.	Bittāgūda	... బిట్టాగూడ.
Bandagām	... బందగాం.	Bittorokonoda	... బిత్తొరొకొనొడ.
Bandhārulimma	... బంధారులిమ్మ.	Bodobilli	... బొడొబిల్లి.
Bangarāda	... బంగరాడ.	Bodogolligūdā	... ବଡଗଲ୍ଲିଗୁଡା ।
Banginabosā	... ବାଙ୍ଗିଣବସା ।	Bodolimmā	... ବଡଲିମ୍ମା ।
Bānipanga	.. బానిపంగ.	Bokkāgudi	.. బొక్కాగుడి.
Banjikusuma	... బంజికుసుమ.	Bolodogūda	... బొలొడొగూడ.
Bankili	... ବାଙ୍କିଲି ।	Bondāguda	... బొండాగుడ.
Bārigūda	... బారిగూడ.	Bondagudi	... బొండాగుడి.
Bārigūda	... బారిగూడ.	Bondāgudi	... బొండాగుడి.
Bāripodoro	... ବାରିପଦର ।	Bondāgudi	... బొండాగుడి.
Bārokhomono	... ବାରଖମଣ ।	Bondāpodoro	... ବଣ୍ଡାପଦର ।
Bāromoholo	... ବାମହଲ ।	Bondichuvva	... బొండిచువ్వ.
Battala	... బట్టల.	Bondili	... బొండిలి.
Battampodoro	... బట్టంపొడొరొ.	Bondili	... బొండిలి.
Battēru	... బట్టేరు.	Bondili	.. బొండిలి.
Battigumma	... బట్టిగుమ్మ.	Bondugūda	... బొండుగూడ.
Battuli	... బట్టులి.	Bondugūda	... బొండుగూడ.
Bātupuram	... బాతుపురం.	Bondugūdā	... బొండుగూడ.
Bejjipodoro	... ବେଜ୍ଜିପଦର ।	Bondumunda	... ବନ୍ଦୁମୁଣ୍ଡା ।
Berli	... బెర్లి	Bondona	... ବନ୍ଦନା ।
Berodongupodoro.	ବେରଡଙ୍ଗୁପଦର ।	Bonganā	... ବୋଙ୍ଗନା ।
Berodaligudā	... ବେରଦଲିଗୁଡା ।	Bonitālu	... బొనితాళు.
Berugūda	... బెరుగూడ.	Borāgam	... ବରାଗାଁ ।
Betyāpādu	... బెత్యాపాడు.	Bōragūdi	... బోరగూడి.
Bhāgodongiri	... భాగొడొంగిరి.	Borapodoro	... ବରାପଦର ।
Bhairigada	... భైరిగడ.	Borchigūda	... బొర్చిగూడ.
Bhallubhatta	... ଭଲ୍ଲୁଭଟ୍ଟା ।	Borigūda I	... బొరిగూడ.
Bhallugudā	... ଭଲ୍ଲୁଗୁଡା ।	Borigūda II	... బొరిగూడ.
Bhalyāpodoro	... ଭଲ୍ୟପଦର ।	Borigūda III	... బొరిగూడ.
Bhalyapodoro	.. ଭଲ୍ୟପଦର ।	Borigūda IV	... బొరిగూడ.
Bhīmapuram	... భీమపురం.	Borigūda V	... బొరిగూడ.
Bhōgabadi	... భోగబడి.	Borigūda VI	... బొరిగూడ

BISSAMCUTTACK AGENCY—cont. బిస్సంకటాకు ఏజన్సి—శేషము.

Borigūda VII ... బొరిగూడ.
Borikhāllo I ... ବାରଖାଲ ।
Borikhāllo II ... ବାରଖାଲ ।
Borikhāllo III ... ବାରଖାଲ ।
Borobora ... బొరొబొర.
Borodāgudā ... ବରଡାଗୁଡା ।
Brābono ... బ్రాబొనొ.
Brāgadda ... బ్రాగడ్డ.
Brundābādi ... ବୃନ୍ଦାବାଡ ।
Budāhoda ... ବୁଡାହଡ ।
Bullini ... బుల్లిని.
Bullupodoro ... బుల్లుపొదొరొ.
Buridigūda ... బురిడిగూడ.
Būrjagūda I ... బూర్జగూడ.
Būrjagūda II ... బూర్జగూడ.
Bursikumbāru I ... బుర్సికుంబారు.
Bursikumbāru II. బుర్సికుంబారు.
Burusugūda ... బురుసుగూడ.
Buttikarli ... ବୁଟ୍ଟିକାର୍ଲି ।
Charohodāgudā I. ଚାଞ୍ଚଡାଗୁଡା ।
Chanchodāgudā II. ଚାଞ୍ଚଡାଗୁଡା ।
Chachodāmundi ... ଚାଚ୍ଛଡାମୁଣ୍ଡି ।
Chandrapuram ... చంద్రపురం.
Chatikōna ... ଚାଟିକୋଣା ।
Chelianalo ... ଚେଲିଆନାଳ ।
Cherongopāzī ... ଚେରଙ୍ଗପାଜ ।
Chichchanguburi. చిచ్చంగుబురి.
Chichchupanga ... చిచ్చుపంగ.
Chinnadengini ... చిన్న డెంగిని.
Chinnadbāndra ... చిన్న దాంద్ర.
Chinnadoyikhallu. చిన్న డొయిఖల్లు.
Chinnakollijhoro... చిన్న కొల్లిఝొరొ.
Chinnamotakābādi చిన్న మొటకాబాడి
Chinnamudra ... చిన్న ముద్ర.
Chinnamunjūru-kuppa. చిన్న ముంజూరు కుప్ప.
Chinnanāringapan-ga. చిన్న నారింగపంగ.
Chinnanāgajarri... చిన్న నాగజర్రి.
Chintaligūda ... చింతలిగూడ.

Chinātrugūba ... చింతారుగూడ.
Chitikāpanga ... చిటికాపంగ.
Chitrūda ... చిత్రుగూడ.
Chodorongo ... ଚଡରଙ୍ଗ ।
Chondonokunti ... ଚନ୍ଦନକୁଣ୍ଟି ।
Chottarigām ... చొట్టారిగాం.
Chuvāgumma ... చువాగుమ్మ.
Dabiri ... ... డబిరి.
Dabiribondho ... ଡାବରିବନ୍ଧ ।
Dābutikarapādu... డాబుటికరపాడు.
Dākadumbiri ... డాకడుంబిరి.
Daksimudi ... డక్సిముడి.
Dākudora ... డాకుదొర.
Dāngubadi ... ଡାଙ୍ଗୁବାଡ ।
Dāngusurōdā ... ଡାଙ୍ଗୁସୁରଡା ।
Dārukona ... ଦାରୁକଣା ।
Dārukonda ... ଦାରୁକଣ୍ଡା ।
Dāsupāyi ... దాసుపాయి.
Dēgalabuddini ... డేగలబుడ్డిని.
Dekkābhatta ... డెక్కాభట్ట.
Dekkāpanga ... డెక్కాపంగ.
Dellāpadā ... డెల్లాపడా.
Dellāgūda ... డెల్లాగూడ.
Demangupodoro. ଡେମାଙ୍ଗୁପଦର ।
Demmāgudi ... డెమ్మాగుడి.
Doppāgūda I ... డెప్పాగూడ.
Deppāgūda II ... డెప్పాగూడ.
Deppāgūda III .. డెప్పాగూడ.
Deppāgūda IV ... డెప్పాగూడ.
Dōredekka ... ଡୋରଡେକ୍କା ।
Dōrāgummā ... ଡୋରାଗୁମ୍ମା ।
Rōvukuppili ... దేవుకుప్పిలి.
Dhamini ... ଢାମିଣି ।
Dhaminipanga ... ధమినిపంగ.
Dhnādra ... డాంద్ర.
Dhārāsingi ... ధారాశింగి.
Dhormugūda ... దొర్మగూడ.
Dhūmagudi ... దూమగుడి.
Dhuāmādi ... ଧୂଆମାଡ ।
Diddipadā ... డిద్దిపడా.

BISSAMCUTTĀCK AGENCY—cont. బిస్సంకటాకు ఏజన్సీ—శేషము.

Diguvajangujōdu.	దిగువజంగుజోడు.	Edurukuppa ...	ఎదురుకుప్ప.
Dimirigūda ...	దిమిరిగూడ.	Eguvachelama ...	ఎగువచెలమ.
Dlmirigūda ...	దిమిరిగూడ.	Gadabagūda I ...	గదబగూడ.
Disaripādu ...	దిసరిపాడు.	Gadabagūda II ...	గదబగూడ.
Doliyākujji ...	ଡଲିୟାକୁଜ୍ଜି ।	Gadiyajhella ...	గడియఝెల్ల.
Dombukuppa ...	ଡମ୍ବୁକୁପ୍ପା ।	Gadrapodā ...	ଗାଡ୍ରାପଡା ।
Dondapādu ...	దొండపాడు.	Gāigudā ...	ଗାଇଗୁଡା ।
Dombinihejju ...	దొంబినిహెజ్జు.	Gāigudā ...	ଗାଇଗୁଡା ।
Dongarajāri ...	డొంగరజారి.	Gāigudā ...	ଗାଇଗୁଡା ।
Donginigramam I.	డొంగిని గ్రామం.	Gandābāju ...	గండాబాజు.
Donginigrāmam II	డొంగిని గ్రామం.	Gandērugām ...	గండేరుగాం.
Dongorobhallan-giri.	ଡଙ୍ଗରଭଲ୍ଲଙ୍ଗିର ।	Gandugūda ...	గండుగూడ.
		Geradambhatta ...	గెరడంభట్ట.
Dongururānibanda	ଡଙ୍ଗୁରୁରାଣିବନ୍ଧ ।	Geradangudi ...	గెరడంగుడి.
Donguni ...	దొంగుని.	Gerangelli ...	గెరంగెల్లి.
Donangupodoro ...	ଡନାଙ୍ଗୁପଦର ।	Gerangudu ...	గెరంగుడు.
Doragrāmam ...	దొర గ్రామం.	Ghagudipodoro ...	ଘାଗୁଡିପଦର ।
Dorapudukāballi.	దొరపుడుకాబల్లి.	Gillankupada ...	గిల్లంకుపడ.
Dorogodi ...	ଦରଗଡ଼ ।	Gōbordhono ...	ଗୋବର୍ଦ୍ଧନ ।
Drāgudi ...	ద్రాగుడి.	Godaba ...	గొడబ.
Dudijarigi ...	దుడిజరిగి.	Godaba ...	గొడబ.
Dukkumu ...	ଡୁକ୍କୁମୁ ।	Godāballi ...	గొడాబల్లి.
Dullērugām ...	దుల్లేరుగాం.	Godābengo ...	గొడాబెంగొ.
Dumbālu ...	దుంబాలు.	Godāgudi ...	గొడాగుడి.
Dumbugūda ...	దుంబుగూడ.	Godajhorono ...	ଗଡାଝରଣ ।
Dumburunelli ...	దుంబురునెల్లి.	Godotolo ...	ଗଡତଲ ।
Dumbusi ...	ଡୁମ୍ବୁସି ।	Gogonomoti ...	ଗଗନମଟି ।
Dummarigām ...	ଡୁମାରିଗାଁ ।	Goilongo ...	ଗଇଲଙ୍ଗ ।
Dumparupodoro ...	ଡୁମ୍ପାରୁପଦର ।	Gojabahalo ...	ଗଜବାହାଲ ।
Dumunipādu ...	దుమునిపాడు.	Golligūda ...	గొల్లిగూడ.
Dungupādu ...	దుంగుపాడు.	Gologolo ...	గొలొగొలొ.
Durgi ...	ଦୁର୍ଗୀ ।	Goludokki ...	గొలుడొక్కి.
Durkulimma ...	ଡୁର୍କୁଲିମ୍ମ ।	Gomitigūda ...	గొమిటిగూడ.
Durugudā ...	ଡୁରୁଗୁଡା ।	Gonaballi ...	ଗଣାବାଲି ।
Durupanga ...	ଡୁରୁପାଙ୍ଗା ।	Gondili ...	గొండిలి.
Duruputtu ...	ଡୁରୁପୁଟ୍ଟୁ ।	Gongodabāju ...	ଗଙ୍ଗଡାବାଜୁ ।
Durusupa ...	దురుసుప.	Gongodapodoro ...	ଗଙ୍ଗଡାପଦର ।
Duāpodoro ...	ଡୁଆପଦର ।	Gontikhallo ...	ଗଣ୍ଡିଖାଲ ।
Dwāragudi ...	ద్వారగుడి.	Gōpikankubadi ...	గోపికంకుబడి.
Dāwrakrida ...	ద్వారక్రీడ.	Gorogodopodoro.	ଗରଗଡପଦର ।

BISSAMCUTTACK AGENCY—cont. బిస్సంకటాకు ఏజన్సీ—శేషము.

Goridi ... ଗରିଡି ।
Goriyābanda ... గొరియాబంద.
Gorlāgudi I ... గొర్లాగుడి.
Gorlāgudi II ... గొర్లాగుడి.
Gorlāngu ... గొర్లాంగు.
Gorta ... గొర్త.
Gottigūda ... గొట్టిగూడ.
Gottigūda ... గొట్టిగూడ.
Gottona ... ଗଟ୍ଟନା ।
Goudugūda ... గౌడుగూడ.
Gondugudā ... ଗୌଣ୍ଡୁଗୁଡା ।
Goudulallijōdu ... ଗୌଡୁଲାଲିଜୋଡୁ ।
Gouduvembēri ... గౌడువెంబేరి.
Goyilakōna ... గొయిలకోన.
Goilopodoro ... ଗଇଲପଦର ।
Guilākōno ... ଗୁଇଲାକୋଣ ।
Gudango ... ଗୁଡାଙ୍ଗ ।
Gudai ... గుడై.
Gujakuppili ... ଗୁଜାକୁପ୍ପିଲି ।
Gulukupodā ... ଗୁଲୁକୁପଡା ।
Gummāgudi ... గుమ్మాగుడి.
Gummigūda ... గుమ్మిగూడ.
Gumukudi ... గుముకుడి.
Gummidi ... గుమ్మిడి.
Gūnakballu I ... గూనఖల్లు.
Gūnakhallu II ... గూనఖల్లు.
Gundēsi ... గుండేసి.
Gunnangupodora. ଗୁନ୍ନାଙ୍ଗୁପଦର ।
Gundrigūda ... గుండ్రిగూడ.
Gundrigūda ... గుండ్రిగూడ.
Gundrigūda ... గుండ్రిగూడ.
Gundrigūda ... గుండ్రిగూడ.
Gunjidi ... గుంజిడి.
Gunjupāyi ... గుంజుపాయి.
Gunusūru ... గునుసూరు.
Gurligūda ... గుర్లిగూడ.
Gurugrāmam ... కురుగ్రామం.
Gurugūda ... గురుగూడ.
Gurumāgūda ... గురుమాగూడ.
Gusiri ... గుసిరి.
Haddugūda ... హడ్డుగూడ.
Haddisinkulo ... ହାଡିସିଙ୍କୁଲ ।
Hajārudangu ... హజారుడంగు.
Hajaradongili ... హజరడొంగిలి.
Haimandi ... హైమండి.
Hanumantapuram. హనుమంతపురం.
Haripuram ... హరిపురం.
Haripuram ... హరిపురం.
Harugūda ... హరుగూడ.
Haruguli ... హరుగులి.
Hattipodoro ... ହାତୀପଦର ।
Hattipotta ... ହାତୀପଟ୍ଟା ।
Hikkirigūda ... హిక్కిరిగూడ.
Hikkiri ... హిక్కిరి.
Hikkiri ... హిక్కిరి.
Hikkirijholla ... హిక్కిరిఝోల్ల.
Hirasāda ... హిరసాడ.
Holabhatta ... హొలభట్ట.
Huikarli ... హుయికర్లి.
Hukuntalā ... హుకుంటలా.
Hundujolli ... ହୁଣ୍ଡୁଜଲ୍ଲି ।
Hunji ... హుంజి.
Hurubankili ... హురుబంకిలి.
Hurugudi ... హురుగుడి.
Hurugudi ... హురుగుడి.
Hurukunti ... హురుగుంటి.
Hurumaska ... హురుమస్క.
Ichchābāi ... ଇଛାବାଇ ।
Ichchāpuram ... ఇచ్చాపురం.
Indugūda ... ఇందుగూడ.
Jagadalapuram ... జగదళపురం.
Jagannādhapuram. జగన్నాథపురం.
Jalakrīda ... జలక్రీడ.
Jalapa .. ... జలప.
Jambugūda ... జంబుగూడ.
Jāmipodoro ... ଜାମିପଦର ।
Jammāpodoro ... ଜାମ୍ମାପଦର ।
Janāpanga ... జనాపంగ.
Janjarapanga ... జంజరపంగ.

BISSA. CUTTACK AGENCY—cont. బిస్సా కటకు ఏజెన్సీ—శేషము.

Jarapa ... జరప.
Jarapa ... జరప.
Jarapa ... జరప.
Jarigumma ... జరిగుమ్మ.
Jhampirapodoro ... ଝାମ୍ପିରପଦର ।
Jhiyāni ... జియాని.
Jigidi ... ଜିଗିଡି ।
Jilligūda ... జిల్లిగూడ.
Jimbirāgūda ... జింబిరాగూడ.
Jirudugūda ... జిరుడుగూడ.
Jiyāri ... ଜିୟାରି ।
Jobbugūda ... జొబ్బుగూడ.
Joding ... జోడింగి.
Jōdipanga ... జోడిపంగ.
Jōgibanda ... జోగిబంధ.
Jomba ... ଜମ୍ବା ।
Jombākhallu ... జొంబాఖల్లు.
Joanabālli ... ଜନ୍ନାବାଲି ।
Jhorini ... ଝରିନି ।
Jorupadā ... జొరుపడా.
Juba ... ... జుబ.
Juba ... జుబ.
Jubāgudi ... జుబాగుడి.
Judugrāmam ... జుడు గ్రామం.
Jugāpodoro ... ଜୁଗାପଦର ।
Jugapodoro ... ଜୁଗାପଦର ।
Kadāghāti ... కడాఘాటి.
Kakkadamba ... కక్కడంబ.
Kakkaramaska ... కక్కరమస్క.
Kalarimmā ... కలరిమ్మా.
Kālipodora ... କାଳିପଦର ।
Kālikulutho ... କାଳିକୁଲୁଥ ।
Kālipanga ... କାଳିପଙ୍ଗ ।
Kallugūda ... కల్లుగూడ.
Kāmari ... కామరి.
Kambārigūda ... కంబారిగూడ.
Kambārigūda ... కంబారిగూడ.
Kambigūda ... కంబిగూడ.
Kandulapādu ... కందులపాడు.
Kankubadi ... కంకుబడి.
Kanumani ... కనుమని.
Karabālli ... କାରବାଲି ।
Kāpusāratelli ... కాపుసారతెల్లి.
Karanjā ... కరంజా.
Karanjagadda ... కరంజగడ్డ.
Karlāghāti ... కర్లాఘాటి.
Karrigūda ... కర్రిగూడ.
Karrigūda ... కర్రిగూడ.
Karrigūda ... కర్రిగూడ.
Kachchangibhatta. కచ్చంగిభట్ట.
Kachchhapāka ... కచ్ఛపాక.
Kachchhapāju ... కచ్ఛపాజు.
Kachchhapāyi ... కచ్ఛపాయి.
Kathosēri ... କାଠସେରି ।
Kattamonangi ... కట్టమొనంగి.
Kaugūda ... కౌగూడ.
Kattubadi ... కట్టుబడి.
Kebadātulā ... କେବଡାତୁଳା ।
Kenduvāda ... కెందువాడ.
Kendumora ... କେନ୍ଦୁମରା ।
Kerandigūda ... కెరండిగూడ.
Kerāni ... కెరాని.
Kēsaragudi ... కేసరగుడి.
Kēsarapādu ... కేసరపాడు.
Kēsarigrāmam ... కేసరి గ్రామం.
Khallupodoro ... ଖାଲୁପଦର ।
Khallupodoro ... ଖାଲୁପଦର ।
Khandākutti ... ఖండాకుట్టి.
Khillamunda ... ఖిల్లముండ.
Khillundi ... ఖిల్లుండి.
Khojiri ... ఖోజిరి.
Khojirikhambēsu. ఖోజిరిఖంబేసు.
Khojiripodoro ... ఖోజిరిపొడొరొ.
Kholyāgōda ... ఖోల్యాగూడ.
Kidimatti ... కిడిమట్టి.
Kindirinālo ... କିଣ୍ଡିରିନାଲ ।
Kinjiluva ... కింజిలువ.
Kinnidi ... కిన్నిడి.
Kirama ... కిరమ.
Kodamagūda ... కొడమగూడ.

BISSAMCUTTACK AGENCY—*cont.* బిస్సంకటాకు ఏజన్సి—శేషము.

Koddigummā	.. కొద్దిగుమ్మ.
Koddubhotto	.. କଡୁଭଟ୍ଟ ।
Koddugulimi	.. କଡୁଗୁଲିମି ।
Kodihanda	.. కొడిహండ.
Kodihanda	.. కొడిహండ.
Kodihūru	.. కొడిహూరు.
Kodombōgudā	.. କଡମ୍ବଗୁଡା ।
Kodambogūda	.. కొడాంబొగూడ
Kōduhiraba	.. కోదుహీరబ.
Kōdudakkulugūda	కోదుదక్కులుగూడ.
Kōdurānipinda	.. కోదురాణిపిండ.
Kodusūru	.. కొదుసూరు.
Koītha	.. କଇଠା ।
Kokkiri	.. କୋକ୍କିରି ।
Kolāgudi	.. కొలాగుడి.
Kolābatti	.. కొలాబత్తి.
Kolyārupatta	.. కొల్యారుపట్టు.
Kolyārupatta	.. కొల్యారుపట్టు.
Kommugūda	.. కొమ్ముగూడ.
Kommukāri	.. కొమ్ముకారి.
Kommukuchcha	.. కొమ్ముకుచ్చ.
Kommupodoro	... కొమ్ముపొదొరొ.
Komolābadi	... କମଲାବାଢ଼ ।
Konābāi	... କନାବାଇ ।
Konada	... కొనడ.
Kondhoballijōdu.	କନ୍ଧବାଲିଯୋଡୁ ।
Kondhoborigudā	... କନ୍ଧବରିଗୁଡା ।
Kondhogudā	... କନ୍ଧଗୁଡା ।
Kondhokutraballi.	କନ୍ଧକୁଟ୍ରାବାଲି ।
Konnidi	... కొన్నిడి.
Konnidi	.. కొన్నిడి.
Konnidi	... కొన్నిడి.
Kono	... କନ ।
Koppakhallu	.. କପାଖାଲୁ ।
Koppāpodoro	... କପାପଦର ।
Korādangu	... କରାଡାଙ୍ଗୁ ।
Korāmōhono	... କରାମୋହନ ।
Korānkulu	... କରାଙ୍କୁଲୁ ।
Korangūda	... కొరనుగూడ.
Korāpādi	... କରାପାଢ଼ି ।
Korlākudda	... କର୍ଲାକୁଦା ।
Korodābondho	... କରଡାବନ୍ଧ ।
Kotriguda	... కొత్రిగూడ.
Kotta	... కొట్ట.
Kralayārippa	... క్రలయారిప్ప.
Kuchcherla	... కుచ్చెర్ల.
Kuddobhatta	... କୁଦଭଟ୍ଟା ।
Kuddubhatta	... కుద్దుభట్టు.
Kuddulimma	... କୁଦୁଲିମ୍ମା ।
Kudubāru	... కుడుబారు.
Kudusūru	... కుడుసూరు.
Kujjangi	... కుజ్జంగి.
Kujjangikupada	... కుజ్జంగికుపడ.
Kukkuruballi	... కుక్కురుబల్లి.
Kukkurubudahada.	కుక్కురు బుడాహాడ.
Kukkurulimma	... కుక్కురులిమ్మ.
Kulanja	... కులంజ.
Kumbārubursi-kumbāru.	కుంబారు బుర్సికుంబారు.
Kumbhiā	... କୁମ୍ଭିଆ ।
Kumbhiābhatta	... କୁମ୍ଭିଆଭଟ୍ଟା ।
Kummarabadi	... కుమ్మరబడి.
Kummarabadi	... కుమ్మరబడి.
Kumudavalli	... కుముదవల్లి.
Kumudavalli	... కుముదవల్లి.
Kundapodoro	... କୁଣ୍ଡାପଦର ।
Kundoāuntutalli	... କୁଣ୍ଡଆଉଣ୍ଟୁଟାଲି ।
Kundovudi	... కుందొవుడి.
Kudrubondili	... କୁଦ୍ରୁବଣ୍ଡିଲି ।
Kuntubadi I	... କୁଣ୍ଟୁବାଢ଼ ।
Kuntubadi II	... କୁଣ୍ଟୁବାଢ଼ ।
Kuntubadi III	... କୁଣ୍ଟୁବାଢ଼ ।
Kuritigadda	... కుంటిగడ్డ.
Kutrilli	... కుత్రిల్లి.
Kuruāuppa	... కురుకుప్ప.
Kuruāuti	... కురుకుటి.

BISSAMCUTTACK AGENCY—cont. బిస్సమకటాకు ఏజెన్సీ—శేషము.

Kurumājōdi	... କୁରୁମାଜୋଡ଼ି ।
Kurupagedda	... କୁରୁପାଗେଡ୍ଡା ।
Kuausudi	... కురుసుడి.
Kusumāgudi	... କୁସୁମାଗୁଡ଼ି ।
Kusumopodoro	... କୁସୁମପଦର ।
Kntragada	... కుట్రగడ.
Kntruballi	... కుట్రుబల్లి.
Kuttāma	... కుట్టామ.
Kuttunigōda	... కుట్టునిగూడ.
Kuttinipodoro	... କୁଟ୍ଟିନିପଦର ।
Kuttudukuppa	... కుట్టుడుకుప్ప.
Kalapādu	... కాలపాడు.
Labidengo	... ଲବିଡେଙ୍ଗ ।
Laphobhatta	... ଲଫଭଟ୍ଟା ।
Lakshmīpuram	... లక్ష్మీపురం.
Lakshmīpuram	... లక్ష్మీపురం.
Lambāru	... లంబారు.
Lanjampodoro	... లంజంపొదొరొ.
Lanji	... లంజి.
Kēbaru	... లేబారు.
Lingāgudi	... లింగాగుడి.
Littigudā	... ଲିଟ୍ଟିଗୁଡ଼ା ।
Lobonikunthi	ଲବଣୀକୁଣ୍ଠି ।
Lodokachanchodā.	ଲଡକାଚଞ୍ଚଡ଼ା ।
Loddingi	... లొడ్డింగి.
Loddiri	... లొడ్డిరి.
Lodiqanga	... లొడిశంగ.
Lodimaska	... లొడిమస్క.
Lodra	... లొద్ర.
Loharāgudi	... లొహారాగుడి.
Lohorāpodoro	... ଲହରାପଦର ।
Lokamba	... లొకంబ.
Lonbobādi	... ଲଣ୍ଡ୍ରବାଡ଼ ।
Lottagudā	... ଲଟ୍ଟାଗୁଡ଼ା ।
Lottagudā	... ଲଟ୍ଟାଗୁଡ଼ା ।
Lottagudā	... ଲଟ୍ଟାଗୁଡ଼ା ।
Lottinipodoro	... ଲଟ୍ଟିନିପଦର ।
Lundrubādi	... ଲଣ୍ଡ୍ରୁବାଡ଼ ।
Lundrubādi	... ଲୁଣ୍ଡ୍ରୁବାଡ଼ ।
Lundrubāru	... ଲୁଣ୍ଡ୍ରୁବାରୁ ।
Lundrugūda	... లుంద్రుగూడ.
Lundrugūda	... లుంద్రుగూడ.
Maddāgūda	... మద్దాగూడ.
Maddāgudi	... మద్దాగుడి.
Maddākhallu	... మద్దాఖల్లు.
Mādu	... మాడు.
Māgani	... ମାଗୁଣି ।
Majjigūda	... మజ్జిగూడ.
Mālideppāguda	... ମାଲିଡେପ୍ପାଗୁଡ଼ା ।
Mālitūlā	... ମାଲିତୁଲା ।
Mālipodoro	... ମାଲିପଦର ।
Mandāpāyi	... మండాపాయి.
Mandākōta	... మండాకోట.
Mandikōna	... మండికోన.
Mandūru	... మండూరు.
Mannāgallu	.. మన్నాగల్లు.
Mannārigām	... మన్నారిగాం.
Marāgudi	... మారాగుడి.
Marrijolla	... మర్రిజొల్ల.
Marsupada	... మర్సుపడ.
Mattuli	... మత్తులి.
Mattijolla	... మట్టిజొల్ల.
Matrāgūda	.. మత్రాగూడ.
Matrāgudi	... మత్రాగుడి.
Mattapodoro	... ମାଟ୍ଟାପଦର ।
Mattuli	... మత్తులి.
Mēdiāputtu	... ମେଡିଆପୁଟ୍ଟୁ ।
Mēluchuvva	... మేలుచువ్వా.
Mērangi	... మేరంగి.
Merkābondili	... మెర్కాబొందిలి.
Minnaholla	... ମିନ୍ନହୋଲ୍ଲା ।
Modhumonda	... మొదుమొండ.
Modhupuro	... ମଧୁପୁର ।
Mojjidoikhallu	... ମଜିଦୋଇଖାଲୁ ।
Mokanāgudi	... మొకనాగుడి.
Monadamanda	... మొనడమండ.
Mandāmuva	... మండామువ.
Motakābādi	... ମଟକାବାଡ଼ି ।

BISSAMCUTTACK AGENCY—cont. బిస్సంకటాక్ — శేషము.

Muddigudā ... ମୁଦ୍ଧିଗୁଡା।
Mulaga ... ములగ.
Mūligūda .. మూలిగూడ.
Mūlimunda ... మూలిముండ.
Muda ... ମୁଣ୍ଡା।
Munda .. ମୁଣ୍ଡା।
Mundaballi ... ముండాబల్లి.
Mundigūda ... ముండిగూడ.
Munoikōlu ... ముండికోలు.
Munakalapādu ... ମୁଣ୍ଡପଦର।
Mūlimundaska ... ମୁଣ୍ଡୁମୁସ୍କ।
Mundigūda ... మునిగూడ.
Munikōlu ... మునికోలు.
Munisingi ... ମୁନିସିଙ୍ଗି।
Munakalapādu .. మునకలపాడు
Murtili ... ମୁର୍ତ୍ତିଲି।
Murtili ... ముర్తిలి.
Muchchigūda ... ముచ్చిగూడ.
Muchchiligūda ... ముచ్చిలిగూడ.
Muttigūda ... ముత్తిగూడ.
Narēndrapuram ... నరేంద్రపురం.
Nāringabadi ... నారింగబడి.
Nāringapanga ... నారింగపంగ.
Nellibadi ... నెల్లిబడి.
Nellingipodoro ... నెల్లింగిపొదోరో.
Nellubāru ... నెల్లుబారు.
Nirugundi ... నిరుగుండి.
Niyyāli ... నియ్యాలి.
Nongulubeda ... నొంగులుబెడ.
Nuvugūda ... నువుగూడ.
Nuvvagūda ... నువ్వాగడ.
Nuvvagūda ... నువ్వాగడ.
Or haruhlimmā ... చులిమ్మా.
Osuropodā ... ଅସୁରପଡା।
Paddi ... పడ్డి.
Padēlupanga ... పడేలుపంగ.
Padmāpuram ... పద్మాపురం.
Pajjagaraga ... పజ్జగరగ.
Pajjamuvva ... పజ్జమువ్వ.

Pajjikapādu . పజ్జికపాడు.
Pajjuballi పజ్జుబల్లి.
Pajjulagōda పజ్జులగూడ.
Pakkisiripuram .. పక్కిసిరిపురం.
Palakapodoro ... ପାଲାକପଦର।
Palatipodorā ... ପାଲଟିପଦର।
Panasagūda ... పనసగూడ.
Panchokōdi .. పంచోకోడి.
Palakapodoro ... పంచుబడి.
Palakapodoro .. పంచుపాయి.
Pannugūda .. పంద్రాముండ.
Panimunda ... పాణిముండ.
Pannugūda ... పన్నుగూడ.
Pāpikhallu ... పాపిఖల్లు.
Papikunthi ... ପାପିକୁଣ୍ଟି।
Paramagūda ... పరమగూడ.
Pātragūda .. పాత్రగూడ.
Pattalamba ... పత్తలంబ.
Pattāmgūda ... పట్టాంగూడ.
Pātrāni ... పాత్రాణి.
Pattāngudi ... పట్టాంగుడి.
Patotalli ... పటోతల్లి.
Pātregudā ... ପାତ୍ରଗୁଡା।
Pattopodoro ... ପାତ୍ରପଦର।
Pattusondā .. ପାତ୍ରସୁଣ୍ଡା।
Pattubanda ... పట్టుబంద.
Paikodakkulugudā. ପାଇକଡାକୁଲୁ-ଗୁଡା।
Peddabhattugōda. పెద్దబట్టుగూడ.
Peddadhāndra ... పెద్దధాంద్ర.
Peddadoyikhallu... పెద్దదోయిఖల్లు.
Peddāgudi పెద్దాగుడి.
Peddagottiguda ... పెద్దగొత్తిగూడ.
Peddamunjūru-kuppa. పెద్దముంజూరుకుప్ప.
Peddamudra ... పెద్దముద్ర.
Peddanāgajarri ... పెద్దనాగజర్రి.
Peddapāndrakhallu. పెద్దపాంద్రఖల్లు.

Pedda' ollijōri	పెద్దకొల్లిజోరి.
Peddakudēlipodoro.	పెద్దకుడేలి పోదొరో.
Pedigūda	... పెడిగూడ.
Pedikōna	... పెడికోన.
Peddipodoro	... ପେଡିପଦର ।
Penakādu	... పెనకాడు.
Penjāballi	... పెంజాబల్లి.
Penugonda	... పెనుగొండ.
Perēmara	పెరామర.
Pōta	పేట.
Phodokatentuli	ଫଡକା।
Pichchuli	పిచ్చులి.
Pidakamahāl	... పిడకమహాల్
Piduballi	... పిడుబల్లి.
Pindā	... ପିଣ୍ଡା ।
Pinda[illegible]	... ପି[illegible]ପଦର ।
Pidakamahāl	... ପିସ୍ତଭାପଙ୍ଗା ।
	... ପିପ୍ପିଲ ।
Pidakamahāl	... ପିସିକ୍କାପାଙ୍ଗା।
Piduballi	... ପିଚୁଲି ।
Pitchuligudā	... ପିଚୁଲିଗୁଡ଼ା ।
Pīttadangu	... ପିଠାଡାଙ୍ଗୁ ।
Poddabāi	... ପଦ୍ଦାବାଇ ।
Phottamunda	... ପତ୍ତାମୁଣ୍ଡା ।
Pokkiri	... ପକ୍କିର ।
Ponkālagudi	... పొంకాళగుడి.
Pongambo	... ପଙ୍ଗାମ୍ବ ।
Pongini	... పొంగిణి.
Porichchāgudā	... ପରିଚ୍ଛାଗୁଡ଼ା ।
Porojākuppili	... ପରଜାକୁପ୍ପିଲି ।
Porojakuppili	... ପରଜାକୁପ୍ପିଲି ।
Potragudā	... ପତ୍ରଗୁଡ଼ା ।
Pottagudi	... పొట్టగుడి.
Pudigipodoro	... ପୁଡିଗିପଦର ।
Pudimaska	... ପୁଡିମାସ୍କା ।
Pullugudā	... ପୁଲ୍ଲୁଗୁଡ଼ା ।
Punujupodoro	... ପୁନୁଜୁପଦର ।
Pappadamba	... పప్పడంబ.
	... పురిటిగూడ.
Purunāpalle	... పురుణాపల్లె.
Purunāpāni	... ପୁରୁଣାପାଣି ।
Purunāpāni	... ପୁରୁଣାପାଣି ।
Purunadungi	... ପୁରୁଣାଡୁଙ୍ଗି ।
Purudugudā	... ପୁରୁଡୁଗୁଡ଼ା ।
Purutula	... పురుతుల.
Pussugūda	... పుస్సుగూడ.
Putrugūda	... పుత్రుగూడ.
Pussugūda	... [illegible]గూడ.
Pussugūda	... పచ్చులి.
Penakādu	... రఘుబారు.
Rājalakshmīpuram.	రాజలక్ష్మీపురం.
Rāmanna	... రామన్న.
Rāmannakuppili	... రామన్నకుప్పిలి.
Rāmbu	... రాంబు.
Rangudi	... రంగుడి.
Rānibanda	... రాణిబంద.
Rānibatta	... రాణిబట్ట.
Rānipinda	... రాణిపిండ.
Rapatāballi	... రపటాబల్లి.
Rsākhallo	... ରସ୍ଖଲ୍ଲ ।
Rāibejji	... ରାଇବଜ୍ଜି ।
Rāyalaghāti	... రాయలఘాటి.
Rāyalapodoro	... ରାୟଲପଦର ।।
Rāyikōta	... రాయికోట.
Rēkhāpāyi	... రేఖాపాయి.
Rellākuppa	... రెల్లాకుప్ప.
Rengabādi	... ରେଙ୍ଗାବାଡି ।
Rengābādi	... ରେଙ୍ଗାବାଡି ।
Rengipodoro	... ରେଙ୍ଗିବଦର ।
Rivvalakōna	... రివ్వలకోన.
Rodākhallo	... ରଡାଖାଲ୍ଲ ।
Roddango	... రొడ్డంగో.
Rosākhālla	... ରଶାଖାଲ୍ଲ ।
Ronorono	... రొణొరొణొ.
Rotnoguda	... ରତ୍ନଗୁଡ଼ା ।
Rattatikiri	... ରତ୍ତାଟିକର ।

BISSAMCUTTACK AGENCY—cont, బిస్సంకటాకు ఏజన్సి—శేషము.

Ruknibōri	... రుక్నిబోరి.
Sabilinālo	... ସାବିଲିନାଲ ।
Sāda	... ସାଡା ।
Sadolāballi	... ସାଡଲାବାଲି ।
Salaka	... సలక.
Sangamvalasa	... సంగంవలస.
Sankidi	... సంకిడి.
Sankulipodoro	... ସାଙ୍କୁଲିପଦର ।
Sanyāsigūda	... సన్యాసిగూడ.
Sarāballi	... సరాబల్లి.
Saradāpuram	... సరదాపురం.
Sarasamolla	... సరసమొల్ల.
Sāratelli	... సారతెల్లి
Sārikimuvva	... సారికిముువ్వ.
Savarāgūda	... సవరాగూడ.
Selama	... సెలము.
Sembūru	... సెంబూరు.
Sembudorabuddini	సెంబుదొరబుద్దిణి.
Serakāpādi	... సెరకాపాడి.
Sibopodoro	... ଶିବପଦର ।
Sikabandhu	... సికబంధు.
Sikākōli	... ଶିକାକୋଲି ।
Sikkābhadra	... సిక్కాబద్ర.
Silakōdi	... సిలకోడి.
Sindhupanga	... శింధుపంగ.
Singāri	... సింగారి.
Singāmundi	... సింగముండి.
Singarāda	... సింగరడ.
Sippatipodoro	... సిప్పటిపొడొరొ.
Siripodoro	... ଶିରି ପଦର ।
Siripuram	... శిరిపురం.
Sirisōru	... ଶିରି ସୋରୁ ।
Sītāgudi	... సీతాగూడి.
Sītāpanga	... సీతాపంగ.
Sītārāmpalle	... సీతారాంపల్లె.
Sītagallu	... సీతగల్లు.
Situgalu	... సితుగలు.
Sodonobhotto	... ସଦନଭଟ୍ଟା ।
Sokata	... సొకట.
Solapojholla	... సొలపొఝొల్ల.
Sollāgudi	... సొల్లాగుడి.
Sollāgridi	... సొల్లాగ్రిడి.
Somudhani	... సొముధని.
Somudāda	... సొముదాడ.
Sondihiraba	... ସଣ୍ଡିହିରବା ।
Sorigibādi	... సొరిగిబాడి.
Sorigiguda	... ସରିଗିଗୁଡା ।
Sorigipāyi	... సొరిగిపాయి.
Sorisipodoro	... ସରିସିପଦର ।
Sorisipodoro	... ସରିସିପଦର ।
Sottangupādu	... సొట్టాంగుపాడు.
Srungāgudi	... శృంగాగుడి.
Sukulubhatta	... సుకులుబట్టు.
Sulakamuvva	... సులకముువ్వ.
Sulikipādu	... సులికిపాడు.
Sulikipododoro	... ସରିସିବଦର ।
Sulipipādu	... సులిపిపాడు.
Sundipodoro	... ଶୁଣ୍ଡିପଦର ।
Sunnakunti	... సున్నాకుంటి.
Sunkurupadu	... సుంకురుపాడు
Sunkupādu	... సుంకుపాడు.
Sunnābondho	... సున్నాబొందొ
Surambāru	... సురంబారు.
Suridipāyi	... సురిడిపాయి.
Surubārugrāmam.	సురుబారు గ్రామం
Surugūda	... సురుగూడ.
Surupādi	... సురుపాడి.
Suttanguni	... సుట్టాంగుణి.
Sutāngupodoro	... ସୁତାଙ୍ଗୁପଦର ।
Syālipanga	... శ్యాలిపంగ.
Tādangipāyi	... తాడంగిపాయి.
Tādangipāyi	... తాడంగిపాయి.
Tādiju	... తాడిజు.
Tādu	తాడు.
Tamparabuddini	... తంపరబుద్దిణి.
Tanginikōna	... తంగినికోన.
Taparakudda	... ଷ୍ଟାଙ୍ଗୁପଦର ।
Tankiyāri	... టంకియారి.
Tankuqodoro	... ଟାପାଗୁଡ଼ା ।
Tārābadi	... తారాబడి.

BISSAMCUTTACK AGENCY—cont. బిస్సంకటాకు ఏజన్సీ—శేషము

Taskiri ... టస్క్రి.
Tarlangipodoro ... తర్లంగిపొదొరొ.
Tediligūda ... టెడిలిగూడ.
Tenda ... టేండ.
Tankupodoro ... ଟାଙ୍କୁପଦର ।
Terokōna ... తెరొకోన.
Thuvvāgūda ... దువ్వాగూడ.
Thuvvāpādu ... దువ్వాపాడు.
Thuvvāpādu ... దుద్వాసాడు.
Thuvvāpāda ... దువ్వాపాడ.
Thuvvāgūda ... దువ్వాగూడ.
Tikarapādu ... టికరపాడు,
Tikarapādu, ... టికరపాడు.
Tikarapādu ... టికరపాడు.
Tinkirigūda ... టింకిరిగూడ.
Telongopodoro ... ତେଲଙ୍ଗପଦର ।
Tinapodoro ... ଟିଣାପଦର ।
Tōkabhadra ... తోకబద్ర.
Tolamunda ... తోలముండ.
Tobhapodoro ... ଟଭାପଦର ।
Tongupādu ... టొంగుపాడు.
Tolobaringipodoro. ତୋଲବାରିଙ୍ଗିପଦର ।
Torumāri ... ତୋରୁମାରି ।
Tummalapādu ... తుమ్మలపాడు.
Tummidi ... తుమ్మిడి.
Tungidappa ... టుంగిడప్ప.
Turiguda ... ତୁରିଗୁଡା ।
Turripangidi ... టుర్రిపంగిడి.
Turrkuppa ... తురుకుప్ప.

Tutterigramam ... టుట్టెరి గ్రామం.
Uchchumuchchi ... ఉచ్చుముచ్చి.
Uchchumuchchi ... ఉచ్చుముచ్చి
Uchchukamba ... ఉచ్చుకంబ.
Udayapuram ... ఉదయపురం
Ukkigūda ... ఉక్కిగూడ.
Ullerkutti ... ఉల్లెరుకుట్టి.
Ullubengo ... ଉଲ୍ଲୁବେଙ୍ଗ ।
Umbēri ... ఉంబేరి.
Umberigrāmam ... ఉంబేరి గ్రామం.
Umbērugrāman ... ఉంబేరు గ్రామం.
Umutsuvva ... ఉముచువ్వ.
Upporobaringo-podoro. ... ଉପ୍ପରବାରିଙ୍ଗପଦର ।
Upporojangujōdi. ଉପ୍ପରଜାଙ୍ଗୁଜୋଡି ।
Upporomonda ... ఉప్పొరొమొండ.
Upporotombili ... ଉପ୍ପରଟମ୍ବିଲି ।
Urādi ... ఉరాడి.
Urlugrāmām ... ఉర్లు గ్రామం.
Urlājodi ... ఉర్లాజోడి.
Utkābadi ... ఉత్కాబడి.
Uvvāpuchchu ... ఉవ్వాపుచ్చు.
Vaddāpanga ... వడ్డాపంగ.
Vandangi ... వండంగి.
Veddāma ... వడ్డామ.
Venkannagūda ... వెంకన్నగూడ.
Venchēri ... వాంచేరి.

GOLUGONDA AGENCY గొలుగొండ ఏజన్సీ.

Adaparāigondi ... అడపరాయిగొంది
Agrahāram ... అగ్రహారం.
Akulūru ... అకులూరు
Allivāra (Z) ... అల్లివర.
Alugūru (Z) ... అలుగూరు.
Alupongulu (Z) ... అలుపొంగులు.
Ammagāri Dhara-konda. అమ్మగారిధారకొండ.

Andiba (Z) ... అండిబ—
Andradobbi ... అంద్రదొబ్బి.
Anjalingi ... అంజలింగి.
Annavaram I ... అన్నవరం.
Annavaram II ... అన్నవరం.
Annavaram III ... అన్నవరం.
Antāda ... అంతాడ.
Antarla ... అంతర్ల.

GOLUGONDA AGENCY—cont. / గొలుగొండ ఏజన్సీ—శేషము.

Antilovā ...	అంటిలోవ.
Arlāda I (Z) ...	అర్లాడ.
Arlāda II (Z) ...	అర్లాడ.
Asurodda I ...	అసురొడ్డ.
Asurodda II ...	అసురొడ్డ.
Ayināda (Z) ...	అయినాడ.
Bakūra (Z) ...	బాకూరా.
Balabhadram ...	బలభద్రం.
Balapām ...	బలపాం.
Balimanusanka (Z)	బలిమనుసంక.
Balrēvulu ...	బాల్రేవులు.
Balusukūrapākalu.	బలుసుకూర పాకలు.
Bandamamidi (Z).	బందమామిడి.
Bandapolam (Z) ...	బందపోలం.
Bangārampēta ...	బంగారంపేట.
Bangārumāmidi ...	బంగారుమామిడి.
Bangārupālem ...	బంగారుపాలెం.
Battapanakulu I...	బట్టపణకులు.
Battapanakulu II.	బట్టపణకులు.
Battumetta ...	బట్టుమెట్ట.
Bauda ...	బౌడ.
Bayinapalle ...	బయినపల్లె.
Bayalukinchangi.	బయలుకించంగి.
Bennavaram ...	బెన్నవరం.
Bhīmavaram ...	భీమవరం.
Bodagendi I (Z)...	బోడగొంది.
Bodagondi II (Z).	బోడగొంది.
Bōdapalle ...	బోడపల్లె.
Boddagunta ...	బొడ్డగుంట.
Boddaputtu I (Z).	బొడ్డపుట్టు.
Boddaputtu II (Z)	బొడ్డపుట్టు.
Beddaputtu III(Z)	బొడ్డపుట్టు.
Bongija (Z) ...	బొంగిజ.
Bonguja (Z) ...	బొంగుజ.
Bonkulapālem ...	బొంకులపాలెం.
Bontuvalasa alias Bantuvalasa.	బొంతువలస వురఫు బంటువలస.
Borragondi ...	బొర్రగొంది.
Borramamidi (Z).	బొర్రమామిడి.
Borrapālem (Z) ...	బొర్రపాలెం.

Borratādi (Z)	బొర్రతాడి.
Bōyavātu ...	బోయవాటు.
Budarālla ...	బుదరాళ్ల.
Buddadapādu (Z)	బుడ్డపాడు.
Buradagummi (Z).	బురడగుమ్మి.
Būruga (Z) ...	బూరుగ.
Būrugugunta ...	బూరుగుగుంట.
Būrugupākalu ...	బూరుగుపాకలు.
Burusingi alias Burrusingi.	బురుశింగి వురఫు బుర్రుశింగి.
Būsikonda ...	బూసికొండ.
Būsipālem (Z) ...	బూశిపాలెం.
Cherapalle I ...	చెరపల్లె.
Cherapalle II ...	చెరపల్లె.
Cherugam pākulu.	చెరుగంపాకులు.
Chīdigunta ...	చీడిగుంట.
Chīdikōta ...	చీడికోట.
Chīdikudda (Z) ...	చీడికుడ్డ.
Chīdipālem I ...	చీడిపాలెం.
Chīdipālem II ...	చీడిపాలెం.
Chikumaddila (Z)	చీకుమద్దిల.
Chilakalaputtu (Z).	చిలకలపుట్టు.
Chīmalapalle (Z).	చీమలపల్లె.
Chinnabarada ...	చిన్నబరడ.
Chinnaganga-varam (Z).	చిన్నగంగవరం.
Chinnapalem (Z)...	చిన్నపాలెం.
Chinnaporlu (Z) ...	చిన్నపొర్లు.
Chinnavāda ...	చిన్నవాడ.
Chinnikudda (Z)...	చిన్నికుడ్డ.
Chintāda (Z) ...	చింతాడ.
Chintagondi (Z) ...	చింతగొంది.
Chintalapūdi ...	చింతలపూడి.
Chintalūru ...	చింతలూరు.
Chintapākalu (Z).	చింతపాకలు.
Chintapalle ...	చింతపల్లె.
Chitrālagoppu. ...	చిత్రాలగొప్పు.
Chittempādu I ...	చిట్టెంపాడు.
Chittempādu II(Z)	చిట్టెంపాడు.
Chōdepalle (Z) ...	చోడేపల్లె.
Dabbagaruvu I(Z)	దబ్బగరువు.

GOLUGONDA AGENCY—cont. గొలుగొండ ఏజన్సీ—శేషము.

Dabbagaruvu II (Z) దబ్బగరువు.
Dabbakōta ... దబ్బకోట.
Dabbāpādu (Z) ... దబ్బపాడు.
Dāmanapalle ... దామనపల్లె.
Daunūru ... దౌనూరు.
Dēgalapālem ... దేగలపాలెం.
Dēgalarāyi (Z) ... దేగలరాయి.
Dēvalūru I ... దేవలూరు.
Dēvalūru II ... దేవలూరు.
~~Devapuram~~ (Z) ... దేవపురం.
Dēvarapalle I ... దేవరపల్లె.
Dēvarapalle II (Z). దేవరపల్లె.
Dhārakonda ... ధారకొండ.
Dharmavaram ... ధర్మవరం.
Diguvajanābha ... దిగువజనాభ.
Dirapalle (Z) ... దిరపల్లె.
Doddikonda ... దొడ్డికొండ.
Dokkulūru ... దొక్కులూరు.
Dōmalagondi ... దోమలగొంది.
Dōmalavalasa (Z). దోమలవలస.
Donkinavalasa (Z). దొంకినవలస.
Duggām ... దుగ్గాం.
Duppulavāda ... దుప్పులవాడ.
Dūtunūri ... దూతునూరి.
Ebul ... ఏబుల్.
Eguvagasarapalle. ఎగువగసరపల్లె.
Eguvamōdaputtu. ఎగువమోదపుట్టు.
Errabommalu ... ఎర్రబొమ్మలు.
Erracheruvulu ... ఎర్రచెరువులు.
Erragoppu (Z) ... ఎర్రగొప్పు.
Errakonda ... ఎర్రకొండ.
Erranabilli ... ఎర్రనబిల్లి.
Erranayudupākulu ఎర్రనాయుడుపాకులు.
Gaddalapādu (Z). గద్దలపాడు.
Gaddamputtu (Z). గడ్డంపుట్టు.
Gaddavalasa (Z)... గడ్డవలస.
Gaddibandalu (Z). గడ్డిబండలు.
Gaigampalle ... గైగంపల్లి.
Galakonda (Z) ... గలకొండ.

Gālikonda ... గాలికొండ.
Gamkonda ... గంకొండ.
Gampa (Z) ... గంప.
Gamparayi ... గంపరాయి.
Ganarlapālem ... గనర్లపాలెం.
Ganavaputtu (Z) గనవపుట్టు.
Ganduvapādu ... గండువపాడు.
Gangavanam ... గంగవనం.
Gangavaram I ... గంగవరం.
Gangavaram II(Z) గంగవరం.
Gangūda (Z) ... గంగూడ.
Ganika (Z) ... గనిక.
Gānugulu ... గానుగులు.
Gānugurōlu ... గానుగురోలు.
Garimanda ... గరిమండ.
Garisingi (Z) ... గరిసింగి.
Gartūru ... గర్తూరు.
Gaśarapalle (Z) ... గసరపల్లె.
Gavvalamamidi (Z) గవ్వలమామిడి.
Gemili (Z) ... గెమిలి.
Gemmilipākalu ... గెమ్మిలిపాకలు
Ginjangi ... గింజంగి.
Ginjarti ... గింజర్తి.
Godda (Z) ... గొడ్డ.
Goddapalle ... గొడ్డపల్లె.
Goddugummi (Z). గొడ్డుగుమ్మి.
Goddumāmidi ... గొడ్డుమామిడి.
Gollapalle ... గొల్లపల్లె.
Gondipākalu or గొందిపాకలు లేక
Loddipākalu I. లొద్దిపాకలు.
Gondipākalu II ... గొందిపాకలు.
Gondipalle ... గొందిపల్లె.
Goppulapālem I (Z). గొప్పులపాలెం.
Goppulapālem II (Z). గొప్పులపాలెం.
Goppuvīdhi (M) ... గొప్పువీధి.
Gorlagondi (Z) ... గొర్లగొంది.
Gorripanasapādu (Z). గొర్రిపనసపాడు.

GOLUGONDA AGENCY—cont. గొలుగొండ ఏజన్సీ—శేషము.

Gudivāda ...	గుడివాడ
Gulli (Z) ...	గుల్లి.
Gullipalle ...	గుల్లిపల్లె.
Gummalapālem ...	గుమ్మలపాలెం.
Gummudumānupalem.	గుమ్ముడుమానుపాలెం.
Gunnamāmidi alias Eddulapālem	గున్నమామిడి ఉరఫు ఎద్దులపాలెం
Guntapalle (Z) ...	గుంటపల్లె.
Indigulu (Z) ...	ఇండిగులు.
Itsmāmidi ...	ఈతమామిడి.
Itarobba ...	ఈతరొబ్బ
Itibuddipākalu ...	ఈటిబుడ్డిపాకలు.
Itibudadapādu ...	ఈటిబుడడవాడు.
Itikapādu (Z) ...	ఇటికపాడు.
Jājipālem (Z) ...	జాజిపాలెం.
Jalāda (Z) ...	జలాడ.
Jamilōva ..	జమిలోవ.
Jammavaram .	జమ్మవరం.
Janāba .	జనాబ.
Janjirāda (Z) ...	జంజిరాడ.
Jannūru ...	జన్నూరు.
Jarakonda (Z) ...	జరకొండ.
Jayadapalle .	జయడపల్లె.
Jerrakonda (Z) ...	జెర్రకొండ.
Jerrela ...	జెర్రల.
Jeyaltota ...	జెయల్తోట.
Jilugupādu (Z) ...	జలుగుపాడు
Jīnabādu (Z) .	జీనబాడు.
Jīrāyi (Z) ...	జీరాయి.
Jōdumāmidulu(Z).	జోడుమామిడులు.
Kāgubanda (Z) ..	కాగుబంద.
Kākanūru ...	కాకనూరు.
Kākarapādu ..	కాకరపాడు.
Kakki (Z) ...	కక్కి.
Kalimiborra (Z) .	కలిమిబొర్ర.
Kamparēgulu ...	కంపరేగుల.
Kanakapūram (Z).	కనకపురం.
Kandamāmidi (Z).	కందమామిడి.
Kandrangipadu(Z)	కంద్రంగిపాడు.
Kandulapālem (Z).	కందులపాలెం.
Kangaramāmidi ...	కంగరమామిడి.
Kannavaram ...	కన్నవరం.
Kantāram ...	కంటారం.
Kappalagondi (Z).	కప్పలగొంది.
Kappali ...	కప్పలి.
Karakaputtu (Z) ...	కరకపుట్టు.
Karakavalasa (Z).	కరకవలస.
Kātragadda ...	కాట్రగడ్డ.
Katralloddi ...	కత్రాల్లొద్ది.
Kattichettu ...	కత్తిచెట్టు.
Kattupādu (Z) ...	కట్టుపాడు.
Kattupalle ...	కట్టుపల్లె.
Keverla (Z) ...	కెవర్ల.
Khumandāmpēta (Z).	ఖుమందాంపేట.
Kidāri ...	కిడారి.
Kilimisingi ...	కిలమిశింగి.
Kiltāri (Z) ...	కిల్తారి.
Kimidipalle .	కిమిడిపల్లె
Kinaparti ...	కినపర్తి.
Kindingi (Z) ...	కిండింగి.
Kinerla ...	కినెర్ల.
Kitumulu ...	కిటుములు.
Kokkirāpalle (Z).	కొక్కిరాపల్లె.
Kōlapari ...	కోలపరి.
Kommangi ..	కొమ్మంగి.
Kommanūru ...	కొమ్మనూరు.
Konaparti (Z) ...	కొనపర్తి.
Kondajarta ...	కొండజర్త.
Kondajīlugu (Z)...	కొండజీలుగు.
Kondakampākalu.	కొండకంపాకలు.
Kondakidāri ..	కొండకిడారి.
Kondakinchangi...	కొండకించంగి.
Kondakottūru ...	కొండకొత్తూరు.
Kondamputtu ...	కొండంపుట్టు.
Kondasanta ...	కొండసంత.
Kondasingi ...	కొండసింగి.

GOLUGONDA AGENCY—cont. గొలుగొండ ఏజన్సీ—శేషము.

Kondavāda ... కొండవాడ.
Kondemkōta (Z) .. కొండెంకోట.
Kongapākalu ... కొంగపాకలు.
Kontalām (Z) ... కొంతలాం.
Koppakonda ... కొప్పకొండ.
Kōramamidipālem (Z). కోరమామిడిపాలెం
Kōrukonda .. కోరుకొండ.
Kōtagaruvu (Z) ... కోటగరువు.
Kōtichettu (Z) ... కోతిచెట్టు.
Kōtipanukulu (Z). కోతిపణుకులు
Kōtnabilli .. కోట్నబిల్లి.
Kottapālem ... కొత్తపాలెం.
Koyyūru ... కొయ్యూరు.
Krishnapuram (Z). క్రిష్ణాపురం.
Kudapasingi ... కుడపసింగి.
Kudumsari ... కుడుముసరి.
Kudumulu ... కుడుములు.
Kujēli (Z) .. కుజేలి.
Kullapādi (Z) ... కుల్లపాడి.
Kumarāpalle .. కుమారాపల్లె.
Kumarincha ... కుమరించ.
Kummaratōgi (Z) కుమ్మరటోగి.
Kummarivalasa (1). కుమ్మరివలస.
Kunēti (Z) ... కూనేటి.
Kurujuputtu (Z). కురుజుపుట్టు.
Kusarlapalem (Z). కుసర్లపాలెం.
Labbangigunta ... లబ్బంగిగుంట.
Lakavaram ... లకవరం.
Lakavarapupēta లకవరపుపేట.
Lammasingi ... లమ్మసింగి.
Lōthamarri ... లోతమర్రి.
Lingavaram ... లింగవరం.
Lolampadu (Z) .. లోలంపాడు.
Lōtugadda ... లోతుగడ్డ.
Lubbarti ... లుబ్బర్తి.
Lumbūru ... లుంబూరు.
Lusam ... లూసాం.
Luvvakōta ... లువ్వకోట.
Luvvapalle (Z) ... లువ్వపల్లె.
Maddulabanda (Z). మద్దులబండ.
Madhuramamidi ... మధురమామిడి.
Madigabanda (Z)... మడిగబండ.
Madigunta ... మడిగుంట.
Madumu (Z) ... మదుము.
Mādyam ... మాడ్యం.
Magatapālem (Z). మగతపాలెం.
Mākanabilli (Z) ... మాకనబిల్లి.
Mākāram ... మాకారం.
Mallampēta (Z) ... మల్లంపేట.
Mallavaram I ... మల్లవరం.
Mallavaram II ... మల్లవరం.
Mallipādu (Z) ... మల్లిపాడు.
Māmidigaruvu or Lampa (Z). మామిడిగరువు లేక లంప.
Māmidipalle .. మామిడిపల్లె.
Mampa ... మంప.
Mandarrabba (Z). మండర్రబ్బ.
Mandipalle ... మండిపల్లె.
Mangabayalu (Z). మంగబయలు.
Mangulapālem ... మంగులపాలెం.
Marripākalu I (Z). మర్రిపాకలు.
Marripākalu II ... మర్రిపాకలు.
Marripālem . మర్రిపాలెం.
Marrivāda ... మర్రివాడ.
Mathambhimavaram. మఠంభీమవరం.
Mēba (Z) ... మేబ.
Mēkarāyi (Z) .. మేకరాయి.
Merakachinta (Z). మెరకచింత.
Minumulūru (Z)... మినుములూరు.
Mōdapalle (Z) ... మోదపల్లె.
Mōdeputtu or Panasaputtu (Z). మోదెపుట్టు లేక పనసపుట్టు.
Mondigadda ... మొండిగడ్డ.
Mōtugondi ... మోతుగొంది.
Movviloddi ... మువ్విలొద్ది.
Mukamāmidi (Z). మూకమామిడి.

Golugonda Agency—cont. గొలుగొండ ఏజన్సీ—శేషము.

- Mūkadāpalle ... మూకడాపల్లె.
- Mulagalametta ... ములగలమెట్ట.
- Mulakarāyaputtu (Z). ములకరాయపుట్టు
- Mūlapēta .. మూలపేట.
- Munusāla ... మునుసాల.
- Muvvalakottūru . మువ్వలకొత్తూరు.
- Nadimpālem . నడింపాలెం.
- Nakkalapādu ... నక్కలపాడు.
- Nallabilli ... నల్లబిల్లి.
- Nallagonda I ... నల్లగొండ.
- Nallagonda II (Z). నల్లగొండ.
- Nērēdugaruvu (Z). నేరేడుగరువు.
- Nērēdupalle ... నేరేడుపల్లె.
- Nīlajarta ... నీలజర్త.
- Nīlapālem ... నీలపాలెం.
- Nimmagadda .. నిమ్మగడ్డ.
- Nimmalagondi ... నిమ్మలగొండి.
- Nimmalapādu (Z). నిమ్మలపాడు.
- Nimmalapālem ... నిమ్మలపాలెం.
- Nūkalasaritōtaalias Nūkalacheruvu-tōta. నూకలసరితోట వురపు నూకలచెరువుతోట.
- Obbarti (Z) ... ఒబ్బర్తి.
- Obaputtu (Z) ... ఓబపుట్టు.
- Olangulu (Z) ... ఒలంగులు.
- Omadapālem (Z). ఓమడపాలెం.
- Onchalām ... ఒంచలాం.
- Onchulu ... ఒంచులు.
- Ondrangi (Z) ... ఒంద్రంగి.
- Onjēri .. ఒంజేరి.
- Onjonjulu ... ఒంజొంజులు.
- Onnuru (Z) .. ఒన్నూరు.
- Ontāla (Z) ... ఒంతాల.
- Pachchanāpalle (Z) పచ్చనాపల్లె.
- Pakābu ... పకాబు.
- Palada ... పలడ.
- Palakājidi ... పలకజీడి.
- Panasalapādu ... పనసలపాడు.

- Panasaputtu (Z)... పనసపుట్టు.
- Pandigunta ... పందిగుంట.
- Pandirimāmidi (Z) పందిరిమామిడి.
- Paradēsipākalu ... పరదేశిపాకలు.
- Parikāla ... పరికాల.
- Parimisingavaram. పరిమిసింగవరం.
- Pasuvulabanda ... పశువులబండ.
- Pātipalle (Z) ... పాటిపల్లె.
- Pebbampalle ... పెబ్బంపల్లె.
- Peddabarada . పెద్దబరడ.
- Peddagangavaram (Z). పెద్ద గంగవరం.
- Peddagondi ... పెద్దగొంది.
- Peddajanugūru ... పెద్ద జనుగూరు.
- Peddakiltāri (Z)... పెద్ద కిల్తారి.
- Peddakōta (Z) ... పెద్దకోట.
- Peddalapālem ... పెద్దలపాలెం.
- Peddalōchili ... పెద్ద లోచిలి.
- Peddaporlu (Z) ... పెద్దపోర్లు.
- Peddavalasa ... పెద్దవలస.
- Peddūrigondi ... పెద్దూరుగొండి.
- Perugumāmidi ... పెరుగుమామిడి.
- Pidatamāmidi .. పిడతమామిడి.
- Piduguputtu (Z)... పిడుగుపుట్టు.
- Pidugurāyi .. పిడుగురాయి.
- Pilligadda ... పిల్లిగడ్డ.
- Pinnakota (Z) ... పిన్నకోట.
- Pinnalapādu (Z)... పిన్నలపాడు.
- Pinnalōchili (Z) .. పిన్నలోచిలి.
- Pittalapālem . పిట్టలపాలెం.
- Podālti (Z) ... పొడ లి.
- Pōgaravanam ... పోగరవనం.
- Pōtugadda ... పోతుగడ్డ.
- Pūjāritōta (Z) ... పూజారితోట.
- Pūlabanda (Z) ... పూలబండ.
- Pulajalumulu ... పూలజలుములు.
- Pulugummi (Z) ... పులుగుమ్మి.
- Pulusumāmidi (Z). పులుసుమామిడి.
- Punukūru ... పునుకూరు.

GOLUGONDA AGENCY—cont. గొలుగొండ ఏజన్సీ—శేషము.

Putikaputtu (Z)... పుటికపుట్టు.
Puttakōta ... పుట్టకోట.
Rājandorapālem... రాజందొరపాలెం.
Rājupēta ... రాజుపేట.
Rākōta ... రాకోట.
Rāllagadda ... రాళ్లగడ్డ.
Rāllaputti (Z) ... రాళ్లపుట్టి.
Rāmalaputti (Z)... రామలపుట్టి.
Rāmanāpalle (Z) రామనాపల్లె.
Rāmapuram ... రామపురం.
Rāmarājupālem ... రామరాజుపాలెం.
Rāmarājupuram (Z). రామరాజుపురం.
Rangupippali (Z). రంగపిప్పలి.
Ratnampēta ... రత్నంపేట.
Rātsapalle (Z) ... రాచపల్లె.
Rātsavanam (Z)... రాచవనం.
Rāvalakōta ... రావలకోట.
Rāvimānipākalu ... రావిమానిపాకలు.
Rāvimānupālem ... రావిమానుపాలెం.
Rāvirintāda ... రావిరింతాడ.
Rāyipālem (Z) ... రాయిపాలెం.
Rēgulapālem (Z). రేగులపాలెం.
Rellalapālem ... రెల్లలపాలెం.
Rellibanda (Z) ... రెల్లిబండ.
Revallu ... రేవళ్లు.
Reyyilagadda ... రెయ్యిలగడ్డ.
Rīmala (Z) ... రీమల.
Rintāda ... రింతాడ.
Rivvalapālem (Z). రివ్వలపాలెం.
Robbasingi ... రొబ్బసింగి.
Rōlangi ... రోలంగి.
Sādangi (Z) ... సాదంగి.
Sādiki ... సాదికి.
Sakulapālem ... సాకులపాలెం.
Sallai ... సల్లై.
Salugu (Z) ... సలుగు.
Sāmagadda ... సామగడ్డ.
Sangōdi (Z) ... సంగోడి.

Sangulu ... సంగులు.
Sanivāram ... శనివారం.
Sankāda ... సంకాడ.
Sanyāsiputtu (Z) సన్యాశిపుట్టు.
Sarabhannapālem. శరబన్నపాలెం.
Saramanda ... సరమండ.
Sariya I (Z) ... సరియ.
Sariya II (Z) .... సరియ.
Saulal ... సౌలల్.
Sebbipalle ... సెబ్బిపల్లె.
Sikāyipālem ... సీకాయిపాలెం.
Singadhorayeddu-māmidi. శింగదొరయెద్దు మామిడి.
Singanapalle ... శింగనపల్లె.
Singavaram ... శింగవరం.
Sirabalu ... సిరబలు.
Sirilivanam ... సిరిలివనం.
Siripuram I ... సిరిపురం.
Siripuram II (Z)... సిరిపురం.
Sītabandalu (Z) ... సీతబందలు.
Sītakambham (Z). సీతకంభం.
Sītarāyi (Z) ... సీతారాయి.
Solabhām (Z) ... సొలభాం.
Solabhangi (Z) ... సొలభంగి.
Solabu ... సొలాబు.
Sōmagiri ... సోమగిరి.
Sottipalle ... సొట్టిపల్లె.
Sukulamallavaram. సుకులమల్లవరం.
Sūravaram ... సూరవరం.
Tadasettipalle ... తడశెట్టిపల్లె.
Tādēpalle ... తాడేపల్లె.
Tādichetlapālem .. తాడిచెట్లపాలెం.
Tādiputtu (Z) ... తాడిపుట్టు.
Tājangi ... తాజంగి.
Tāllapālem .. తాళ్లపాలెం.
Tāmarapalle (Z)... తామరపల్లె.
Tamingulu ... తమింగులు.
Tankōta (Z) ... టంకోట.

Golugonda Agency—cont. గొలుగొండ ఏజన్సీ—శేషము.

Taragām (Z) ... తరగాం.
Tavatu (Z) ... తవటు.
Tegalametta ... తేగలమెట్ట.
Tenkalapanuku ... తెంకలపణుకు.
Terapalle ... తెరపల్లె.
Tīgalakaraka (Z). తిగలకరక.
Tōkarāyi ... తోకరాయి.
Tōtalagondi (Z) ... తోటలగొంది.
Tsākirēvu (Z) ... చాకిరేవు.
Tsākirēvupinapālem (Z). చాకిరేవుపినపాలెం.
Tsāparātipālem ... చాపరాతిపాలెం.
Tsappiputtu (Z) ... చప్పిపుట్టు.
Tsaudapalle ... చౌడపల్లె.
Tulabada (M) ... తులబడ
Tulusaba (Z) ... తులుసబ.
Tummalabanda ... తుమ్మలబండ.
Tummalapālem (Z) తుమ్మలపాలెం
Tumpāda (Z) ... తుంపాడ.
Tūrubommalu ... తూరుబొమ్మలు.
Tūrumāmidi I ... తూరుమామిడి.
Tūrumāmidi II ... తూరుమామిడి.
Ulligunta ... ఉల్లిగుంట.
Usirigūdem ... ఉసిరిగూడెం.
Utalu alias Gurrālamāmidi. ఊటలు లేక గుర్రాలమామిడి.
Vadakattu (Z) ... వడకట్టు.
Vadata ... వడత.
Valagūdem ... వలగూడెం.
Valampēta ... వలంపేట.
Valasamāmidi (Z). వలసమామిడి.
Valasammapēta alias Valasampēta. వలసమ్మపేట లేక వలసంపేట.
Valasapalle ... వలసపల్లె.
Vāngadda .. వాంగడ్డ.
Vanabampādu (Z) వనబంపాడు.
Vanampalle (Z) . వనంపల్లె.
Vanchali (Z) ... వంచలి.
Vanchanūlu ... వంచనూలు.
Vankamāmidi (Z). వంకమామిడి.
Vankamanupādu (Z). వంకమానుపాడు.
Vantadipalle I ... వంతడిపల్లె.
Vantadipalle II ... వంతడిపల్లె.
Vantalamāmidi (Z) వంతలమామిడి.
Vantalapādu I ... వంతలపాడు.
Vantalapādu II ... వంతలపాడు.
Vantamāmidi ... వంతమామిడి.
Vantarabba ... వంతరబ్బ.
Vantipākalu ... వంటిపాకలు.
Varagalapālem (Z) వరగలపాలెం.
Vartanapalle ... వర్తనపల్లె.
Vartonda ... వర్తొండ.
Vasamāmidi ... వసమామిడి.
Vasivāda ... వసివాడ.
Vattivēgisi (Z) ... వట్టివేగిసి.
Velagalapādu (Z). వెలగలపాడు.
Velagalapālem (Z). వెలగలపాలెం.
Velagapādu ... వెలగపాడు.
Velombayalu (Z). వెలంబయలు.
Vennulakōta (Z). వెన్నులకోట.
Vīramushtipākalu. వీరముష్టిపాకలు.
Vīravaram I ... వీరవరం.
Vīravaram II ... వీరవరం.
Vīsamāmidi (Z) ... వీసమామిడి.
Vongasāri ... వొంగసారి.
Zunnulu ... జున్నులు.
Zuvvigadda ... జువ్విగడ్డ.

Gunupuram Agency. గుణుపురం ఏజన్సీ.

Achchava .. అచ్చవ.
Akusingi .. అకుశింగి.
Amiti ... అమిటి.
Asāragudi ... అసారగుడి.
Bagusola ... ବଗୁସଲ।
Bāhubhadra .. బాహుభద్ర.
Bāmini ... బామిని.
Bāmuni Dongoro. ବାମୁଣିଡଙ୍ଗର।
Bangi ... ବାଙ୍ଗି।
Bayanagūda ... బయనగూడ.
Bhārasingi ... భారశింగి.
Bhimopuro .. ଭୀମପୁର।

GUNUPURAM AGENCY—cont. గుణుపురం ఏజన్సీ—శేషము.

Bhimopuruguda	.. ଭିମପୁରୁଗୁଡା ।
Birasa	.. విరస.
Birubhadra	.. బిరుభద్ర.
Bicbikōto	.. ବିଚିକୋଟ
Bolusunda	.. ବଲୁସୁଣ୍ଡା ।
Borayi	.. ବରଇ ।
Budāmundi	.. ବୁଡାମୁଣ୍ଡି ।
Būrlendi	.. బూర్లెండి.
Chemuduguda	.. చెముడుగూడ.
Chinnabumma	.. చిన్న బుమ్మ.
Chintalagūda	.. చింతలగూడ.
Chullipada	.. ଚୁଲ୍ଲିପଡା ।
Dangubadi	.. డంగుబడి.
Deppegūda I	.. డెప్పెగూడ.
Deppegūda II	.. డెప్పెగూడ.
Dērigām	డేరిగాం.
Dharmalakshmī-puram.	ధర్మలక్ష్మీపురం.
Dibirisrngi	.. ଡିବିରିସିଙ୍ଗି ।
Dombusura	.. ଡମ୍ବୁସୁରା ।
Dumbiri	.. డుంబిరి.
Duppalapādu	.. దుప్పలపాడు.
Gaddakōla	.. గద్దకోల.
Godiābondo	.. ଗଡିଆବନ୍ଧ ।
Gōgupādu	.. గోగుపాడు.
Gōnantri	.. ଗୋଣାନ୍ତ୍ରି ।
Gotta	.. గొట్ట.
Gudāri	.. గుడారి.
Gujjuvāyi	.. గుజ్జువాయి.
Gulliti	.. గుల్లిటి.
Gulumanda	.. గులుమంద.
Gumada	.. గుమడ.
Gumma	.. గుమ్మ.
Gunupuru	.. ଗୁଣୁପୁର ।
Idupuram	.. ఈదుపురం.
Iridi	.. ఇరిడి.
Jagannadhapuram.	జగన్నాథపురం.
Jalanidhi	.. జలనిధి.
Jaltāru	.. జల్తారు.
Jattili	.. జత్తిలి.
Jira	.. ଜିରା ।
Jumbiri	.. జుంబిరి.
Jumbirigūda	.. జుంబిరిగూడ.
Kākitara	.. కాకితర.
Kalama	.. కలమ.
Kallati	.. కల్లటి.
Kambagūda	.. కంబగూడ.
Kambārigūda	.. కంబారిగూడ.
Kammabhadra	.. కమ్మభద్ర.
Kāpugūda	.. కాపుగూడ.
Karanjāsingi	.. కరంజాశింగి.
Karini	.. କାରିଣି ।
Karinigūda	.. କାରିଣିଗୁଡା ।
Katiki	.. కటికి.
Kēdaripuram	.. కేదారిపురం.
Kendugūda	. କେନ୍ଦୁଗୁଡା ।
Kēsari	.. కేసరి.
Khariguda	.. ଖାରିଗୁଡା ।
Khilabhodre	.. ଖିଲାଭଦ୍ର ।
Kilagorai	.. କିଲାଗରାଇ ।
Kinnidi	.. కిన్నిడి.
Kodama	.. కొడమ.
Koirā	.. କଇରା ।
Kondajammu	.. కొండజమ్ము.
Korlupādu	.. కొర్లుపాడు.
Kottavūru	.. కొత్తవూరు.
Kuchindrigūda	.. కుచింద్రిగూడ.
Kujindri	.. కుజింద్రి.
Kukkidi	.. కుక్కిడి.
Kuttini	.. కుట్టిని.
Lakkagūda	.. లక్కగూడ.
Lakshmīpuram	.. లక్ష్మీపురం.
Lakshmannagūda.	లక్ష్మన్నగూడ.
Limmabhodro	.. ଲିମ୍ମାଭଦ୍ର ।
Lobba	.. లొబ్బ.
Lohomundi	.. ଲୋହମୁଣ୍ଡି ।
Mahādimbi	.. మహాడింబి.
Marātigūda	.. మరాటిగూడ.

GUNUPURAM AGENCY—cont. గుణుపురం ఏజన్సీ—శేషము.

Marrigūda ... మర్రిగూడ.
Mōrangi ... మోరంగి.
Mettikhilagarāyi. మెట్టిఖిలగరాయి.
Mondemkhallu ... మొండెంఖల్లు.
Muchilipangu ... ముచిలిపంగు.
Mukkidibhadra ... ముక్కిడిభద్ర.
Navada ... నవడ.
Nayira ... నయిర.
Nīlamgūda ... నీలంగూడ.
Nīlakanthapuram. నీలకంఠపురం.
Pallikadangu ... పల్లికడంగు.
Panasagūda ... పనసగూడ.
Pāndrajoli ... పాండ్రజోలి.
Panganabhadra ... పంగణభద్ర.
Parida ... పరిడ.
Parikitti ... పరికిత్తి.
Peddagorata ... పెద్దగొరట.
Peddagottili ... పెద్దగొత్తిలి.
Peddahumma ... పెద్దహుమ్మ.
Peddakharja ... పెద్దఖర్జ.
Peddamulaga ... పెద్దములగ.
Peddapulasi ... పెద్దపులసి.
Penakam ... పెణకం.
Pērupāngu ... పేరుపాంగు.
Podmopuru ... ପଦ୍ମପୁରୁ ।
Podrasingi ... పొద్రశింగి.
Pogadavalli ... పొగడవల్లి.
Pradhānigūda Agraharam. ప్రధానిగూడ అగ్రహారం.
Puttāsingi ... పుట్టాశింగి.
Rādu ... రాడు.
Rādugūda ... రాడుగూడ.
Ragada ... రగడ.
Rājintālu ... రాజింతాలు.
Rāmannagūda ... రామన్నగూడ.
Ravuturanga ... రవుతురంగ.
Rella ... రెల్ల.
Rugudubāyi ... రుగుడుబాయి.
Rumbatti ... రుంబత్తి.
Sākonda ... సాకొండ.
Salakagūda ... సలకగూడ.
Sarama ... శరమ.
Sarasavabhadra ... సరసవభద్ర.
Savarapendili .. సవరపెండిలి.
Savarapradhāni-gūda సవరప్రధానిగూడ.
Seragumma ... సెరగుమ్మ.
Sikhila ... సిఖిల.
Silimi ... సిలిమి.
Singipuru ... ସିଙ୍ଗିପୁରୁ ।
Sirigūda ... సిరిగూడ.
Sirijōli .. సిరిజోలి.
Sirikhondi ... ସିରିଖୋଣ୍ଡି ।
Sivada ... సివడ.
Sagoda ... ସଗଡ଼ ।
Sorigiguda ... ସରିଗିଗୁଡା ।
Sorodāpuru ... ସରଦାପୁରୁ ।
Srīrāmpuram ... శ్రీరాంపురం.
Sūbāyi ... సూబాయి.
Tabalaguda .. ତାବାଲଗୁଡା ।
Tadikonda ... తాడికొండ.
Tarebil .. తరెబిల్.
Tātisīla ... తాటిశీల.
Tembāgūda ... తెంబాగూడ.
Tennupulasi ... తెన్నుపులసి.
Tikarapādu ... టికరపాడు.
Tittimiri ... టిట్టిమిరి.
Tollano ... టొల్లనో.
Toramalo ... ତୋରାମାଳ ।
Tōyikūru ... తోయికూరు.
Tsallakamba ... చల్లకంబ.
Tulasi ... తులసి.
Thumbakōna ... తుంబకోన.
Turakanigūda ... తురకనిగూడ.
Udatalapādu ... ఉడతలపాడు.
Udayapuram ... ఉదయపురం.
Ukkamba ... ఉక్కంబ.
Valasaballēru ... వలసబల్లేరు.
Vanagorata ... వనగొరట.
Vangara ... వంగర.
Varrayi ... వర్రయి.
Vasāda ... వసాద.
Venkatagūda ... వెంకటగూడ.

JEYPORE AGENCY. జయపురం ఏజన్సీ.

Alupodoro I	.. ଅଲୁପଦର ।
Alupodoro II	.. ଆଲୁପଦର ।
Amalādhotta	.. ଅମଲଧଟ୍ଟ । ।
Ambābhalli I	.. అంబాభల్లి.
Ambābhalli II	.. అంబాభల్లి.
Ambogrāmo	.. ଅମ୍ବଗ୍ରାମ ।
Amboguda	.. ଅମ୍ବଗୁଡା ।
Ambotā	.. ଅମ୍ବଟା ।
Ankulā	.. ଅଙ୍କୁଲା ।
Antigām	.. ଆଣ୍ଟିଗାଁ ।
Appaduguda	.. ଅପ୍ପଦୁଗୁଡା ।
Asana I	.. ଆସାନା ।
Asana II	.. ଅସାନା ।
Asangā	.. అసంగా.
Attigām	.. ଅଟ୍ଟିଗାଁ ।
Auli I	.. ଆଉଲି ।
Auli II	.. ଆଉଲି ।
Bāgobeda	.. ବାଗବେଡା ।
Bāguchua	.. ବାଗୁଚୁଓ ।
Bāgodori	.. ବାଗଦରି ।
Bāgujoli	.. ବାଗୁଜଲି ।
Bāhonopotiguda	.. ବାହନପଟିଗୁଡା ।
Bajunikounadi	.. ବାଜୁଣିକଉନାଡି ।
Baliā	.. ବାଲିଆ ।
Balloputtu	.. ବାଲ୍ଲପୁଟୁ ।
Balligām	.. ବାଲ୍ଲିଗାଁ ।
Baljodi	.. ବାଲଜୋଡି ।
Balunga	.. ବାଲୁଙ୍ଗା ।
Bamoni	.. ବାମଣି ।
Bamuniguda	.. ବାମୁଣିଗୁଡା ।
Bangalagudā	.. ବାଙ୍ଗାଲାଗୁଡା ।
Bankobijā	.. ବାଙ୍କବିଜା ।
Banuāgudā	.. ବାନୁଅଗୁଡା ।
Barlahandi	.. ବାର୍ଲହଣ୍ଡି ।
Barniputtu	.. ବାର୍ନିପୁଟୁ ।
Baropaudā	.. ବାରପଉଡା ।
Basta Amba	.. ବାସ୍ତାଅମ୍ବ ।
Barongopalli	.. ବାରଙ୍ଗପଲ୍ଲି ।
Barongoputtu	.. ବାରଙ୍ଗପୁଟୁ ।
Bāsuli	.. ବାସୁଲି ।
Bātiriputtu	.. ବାଟିରିପୁଟୁ ।
Bāto Jogonnātho puro.	.. ବାଟଜଗନ୍ନାଥପୁର ।
Bedhāpamsi	.. ବେଢାପାଉଁସ ।
Bejāpabili	.. ବେଜାପାବିଲି ।
Bejapodoro	.. ବେଜାପଦର ।
Bejjagudā	.. ବେଜ୍ଜାଗୁଡା ।
Bejjahandi	.. ବେଜ୍ଜାହଣ୍ଡି
Belogām	.. ବେଲଗାଁ ।
Benāgramo	.. ବେଣାଗ୍ରାମ ।
Benāsuru	.. ବେଣାସୁରୁ ।
Berāgramo	.. ବେରଗ୍ରାମ ।
Bhalluguda	.. ଭଲ୍ଲୁଗୁଡା ।
Bhallugudā	.. ଭଲ୍ଲୁଗୁଡା ।
Bhallumoulo	.. ଭଲ୍ଲୁମଉଲ ।
Bhamini	.. భామిని.
Bhattipoda	.. ଭଟ୍ଟିପଡା ।
Bhattigām	.. ଭଟ୍ଟିଗାଁ ।
Bhinjili	.. ଭିଞ୍ଜିଲି ।
Bhuridiputtu I	.. ଭୁରିଡିପୁଟୁ ।
Bhuridiputtu II	.. ଭୁରିଡିପୁଟୁ ।
Bhursi	.. ଭୁର୍ସି ।
Bichcholokotta	.. ବିଚ୍ଛଲକୋଟ୍ଟା ।
Bidruguda	.. ବିଦ୍ରୁଗୁଡା ।
Bijjapuru	.. ବିଜ୍ଜାପୁରୁ ।
Bijurapalle	.. బిజురాపల్లి.
Bikromopuro	.. ବିକ୍ରମପୁର ।
Binchaniguda	.. ବିଞ୍ଚାଣିଗୁଡା ।
Birahandi I	.. ବିରାହାଣ୍ଡି ।
Birahandi II	.. ବିରାହାଣ୍ଡି ।
Birahandi III	.. ବିରାହାଣ୍ଡି ।
Biriguda	.. ବିରିଗୁଡା ।
Biropullogumma	ବିରପୁଲ୍ଲଗୁମ୍ମା ।
Bisoiputtu I	.. ବିଶୋଇପୁଟୁ ।
Bisoiputtu II	.. ବିସୋଇପୁଟୁ ।
Bisoiputtu III	.. ବିସୋଇପୁଟୁ ।
Bitorobodi	.. ବିତରବୋଡି ।
Bōbia	.. ବୋବିଆ ।

Jeypore Agency—cont. జయపురం ఏజన్సీ—శేషము.

Bodāpodoro ... ବଡ଼ାପଦର ।
Boddaputtu I ... ବଡ଼ାପୁଟ୍ଟୁ ।
Boddaputtu II ... ବଡ଼ପୁଟ୍ଟୁ ।
Bodigramo III ... ବଢ଼ଗ୍ରାମ ।
Bodo Ambodā ... ବଡ଼ ଅମ୍ବଡ଼ା ।
Bodidubili ... ବଢ଼ଡୁବିଲ ।
Bodoguda ... ବଡ଼ଗୁଡା ।
Bodo Indonopuru. ବଡ଼ଇନ୍ଦନପୁରୁ ।
Bodokaudi ... ବଡ଼କାଉଡ଼ି ।
Bodo Mujhiguda alias Kokkidiā-gudā. ବଡ଼ମାଝିଗୁଡା ଉରଫ କକ୍କିଡ଼ିଆଗୁଡା ।
Bodopodā I ... ବଡ଼ପଡ଼ା ।
Bodopodā II ... ବଡ଼ପଡ଼ା ।
Bodopindapodoro. ବଡ଼ପିଣ୍ଡାପଦର ।
Bodopodiā ... ବଡ଼ପଢ଼ିଆ ।
Bodosirisi ... ବଡ଼ସିରିସି ।
Bodo Ujai alias Nīlāgudā. ବଡ଼ ଉଜ୍ଜାଇ ଉରଫ ନୀଳଗୁଡା ।
Bairagipodoro ... ବୈରାଗିପଦର ।
Boisabedā ... ବୈସାବେଡ଼ା ।
Boiparigudā ... ବଇପାରିଗୁଡ଼ା ।
Boligudā ... ବଲିଗୁଡ଼ା ।
Bondiliguda ... బొండిలిగూడ.
Boniā ... ବଣିଆ ।
Bongolagudā ... ବଙ୍ଗଲାଗୁଡ଼ା ।
Binusuli ... ବିନୁସୁଲି ।
Borandi I ... ବରାଣ୍ଡି ।
Borandi II ... ବରାଣ୍ଡି ।
Borogām I ... ବରଗାଁ ।
Borogām II ... ବରଗାଁ ।
Borogām III ... ବରଗାଁ ।
Borogām IV ... ବରଗାଁ ।
Borogudā ... ବରଗୁଡ଼ା ।
Borigummā ... బొరిగుమ్మ.
Boriputtu ... ବୋରିପୁଟ୍ଟୁ ।
Bottachinchi ... ବଟ୍ଟାଚିଂଚି ।
Bottada ... ବଟ୍ଟାଡ଼ା ।
Bottāsona ... ବଟ୍ଟାସନା ।
Brāhmonogudā I. ବ୍ରାହ୍ମଣଗୁଡ଼ା ।
Brāhmonogudā II. ବ୍ରାହ୍ମଣଗୁଡ଼ା ।
Budduputtu ... ବୁଦ୍ଦୁପୁଟ୍ଟୁ ।
Bukkubondu ... ବୁକ୍କୁବନ୍ଦୁ ।
Busangudā ... ବୁସାଙ୍ଗୁଡ଼ା ।
Cherka ... ଚେର୍କା
Cherikiagudā ... ଚେରିକିଆଗୁଡ଼ା ।
Chikma I ... ଚିକ୍ମା ।
Chikma II ... ଚିକ୍ମା ।
Chilukuru ... ଚିଲୁକୁରୁ ।
Chingudugudā ... ଚିଙ୍ଗୁଡୁଗୁଡ଼ା ।
Chitra ... ଚିତ୍ରା ।
Chittagām ... ଚିତ୍ତାଗାଁ ।
Cholonogudā ... ଚଲନଗୁଡ଼ା ।
Chompāpodoro ... ଚମ୍ପାପଦର ।
Chompiā ... ଚମ୍ପିଆ ।
Chondili I ... ଚନ୍ଦିଲି ।
Chondili II ... ଚନ୍ଦିଲି ।
Chondropodā ... ଚନ୍ଦ୍ରପଡ଼ା ।
Chondābedhā ... ଚନ୍ଦାବେଢ଼ା ।
Choramula I ... ଚରାମୁଲା ।
Choramula II ... ଚରାମୁଲା ।
Choragām ... ଚରଗାଁ ।
Chotidiputtu ... ଛୋଟିଡ଼ିପୁଟ୍ଟୁ ।
Chottahandi ... ଚଟ୍ଟାହାଣ୍ଡି ।
Chottarla I ... ଚଟ୍ଟର୍ଲା ।
Chottarla II ... ଚଟ୍ଟର୍ଲା ।
Choupadi ... ଚୌପାଢ଼ି ।
Chuchiliputtu ... ଚୁଚିଲିପୁଟ୍ଟୁ ।
Churahandi ... ଚୁରାହାଣ୍ଡି ।
Dabbagām ... డబ్బగాం.
Damonohandi ... ଦାମନାହାଣ୍ଡି ।
Dammaputtu ... ଦାମ୍ମାପୁଟ୍ଟୁ ।
Dangora ... ଡଙ୍ଗରା ।
Dangorāpolli ... ଡଙ୍ଗରାପଲ୍ଲି ।
Deula ... ଦେଉଳ ।
Dharnahandi ... ଧାର୍ଣ୍ଣାହାଣ୍ଡି ।
Dharogudi ... ଧାରଗୁଡ଼ି ।
Dhavadāpalle ... ధవడాపల్లె

JEYPORE AGENCY—cont. జయపురం ఏజన్సీ—శేషము.

Dhisarigudā .. ଧିସାରିଗୁଡା ।
Dhonopuro I .. ଧନୁପୁର ।
Dhonopuro II .. ଧନପୁର ।
Dhurāgām .. ଧୁରାଗାଁ ।
Dhuruguda .. ଧୁରୁଗୁଡା ।
Dimilā .. ଡିମିଲା ।
Dokripodā .. ଡକ୍ରିପଡା ।
Dolaiputtu .. ଡଲାଇପୁଟ୍ଟୁ ।
Dombanaikogudā. ଡମ୍ବନାଇକଗୁଡା ।
Domboturunji .. ଡମ୍ବୁଟୁରୁଞ୍ଜି ।
Dondabadi .. ଦଣ୍ଡାବାଡି ।
Dondabado .. ଦଣ୍ଡାବାଡ ।
Dongorochinchi .. ଡଙ୍ଗରଚିଞ୍ଚି ।
Dongorokurchi .. ଡଙ୍ଗରକୁର୍ଚି ।
Dongoropomsi .. ଡଙ୍ଗରପଞ୍ଶି ।
Dorāgudā .. ଡରାଗୁଡା ।
Doraputtu I .. ଡରାପୁଟ୍ଟୁ ।
Doraputtu II .. ଡରାପୁଟ୍ଟୁ ।
Dosomantopuri .. ଦଶମନ୍ତପୁରି ।
Doudapodoro .. ଦୌଡପଦର ।
Dubili .. ଡୁବିଲି ।
Dudusapolli .. ଡୁଡୁସାପଲ୍ଲି ।
Dugālāhandi .. ଡୁଗାଲହାଣ୍ଡି ।
Dullagudā .. ଡୁଲ୍ଲାଗୁଡା ।
Duttigudā .. ଡୁଟ୍ଟିଗୁଡା ।
Dwārambo .. ଦ୍ୱାରମ୍ବ ।
Ekkama .. ଏକ୍କମ ।
Ekkambo .. ଏକମ୍ବ ।
Errapalle .. ఎర్రపల్లె.
Errigūda .. ఎర్రిగూడ.
Gadabagudā .. ଗାଦବାଗୁଡା ।
Gaddigām .. ଗାଦ୍ଦିଗାଁ ।
Gadoputtu alias Bōdonaikgudā. ଗାଡପୁଟ୍ଟୁ ଉରଫ ବଡନାଇକଗୁଡା ।
Ghātubāsili .. ఘాటుబాసిలి.
Ghatobāgorā .. ଘାଟବାଗରା ।
Ghatochurā I .. ଘାଟଚୁରା ।
Ghatochurā II .. ଘାଟଚୁରା ।
Ghatukusimi .. ଘାଟୁକୁସିମି ।
Ghatraligudā .. ଘାଟ୍ରାଲିଗୁଡା ।
Ghi-uri .. ଘିଉରି ।
Ghotorlā .. ଘଟର୍ଲା ।
Ghummoro .. ଘୁମ୍ମର ।
Ghuragrāmo .. ଘୁରାଗ୍ରାମ ।
Ghusorla .. ଘୁସର୍ଲା ।
Gibirigudā .. ଗିବିରିଗୁଡା ।
Girlā .. ଗିର୍ଲା ।
Girligudā .. ଗିର୍ଲିଗୁଡା ।
Godipodoro .. ଗଡିପଦର ।
Godopodoro .. ଗଡପଦର ।
Gojjagām .. ଗଜ୍ଜାଗାଁ ।
Gollukundo .. ଗଲ୍ଲୁକୁଣ୍ଡ ।
Golliriguda .. ଗଲ୍ଲିରିଗୁଡା ।
Gongonapuro .. ଗଙ୍ଗନାପୁର ।
Gōniputtu .. ଗୋଣିପୁଟ୍ଟୁ ।
Gorahandi .. ଗରାହାଣ୍ଡି ।
Gotorla .. ଗାଟର୍ଲା ।
Goudoguda I .. ଗୌଡଗୁଡା ।
Goudogudā II .. ଗୌଡଗୁଡା ।
Gujjanagudā .. ଗୁଜ୍ଜାନାଗୁଡା ।
Gumondoli .. ଗୁମଣ୍ଡଲି ।
Gumma .. ଗୁମ୍ମା ।
Gummarogāmo .. ଗୁମ୍ମାରଗାମ ।
Gumuda I .. ଗୁମୁଡା ।
Gumuda II .. ଗୁମୁଡା ।
Gundalo .. ଗୁଣ୍ଡାଲ ।
Gunjiguda .. ଗୁଞ୍ଜିଗୁଡା
Gunji .. ଗୁଞ୍ଜି ।
Guntagūda .. గుంటగూడ.
Guali .. ଗୁଆଲି ।
Hadiā .. ହାଡିଆ ।
Hattakudipi .. ହାଟ୍ଟକୁଡିପି ।
Hirānayakogudā. ହିରାନାୟକଗୁଡା ।
Hodopā .. ହଡପା ।
Holidikundo .. ହଲିଦିକୁଣ୍ଡ ।
Holedigundi .. ହଲିଦିଗୁଣ୍ଡି ।
Hordoli .. ହର୍ଦଲି ।

JEYPORE AGENCY—*cont.* జయపురం ఏజన్సీ—శేషము.

Horduli	ହର୍ଦୁଲି ।
Horodaputtu ...	ହରଡ଼ପୁଟ୍ଟୁ ।
Horduli I	ହର୍ଦୁଲି ।
Horduli II	ହର୍ଦୁଲି ।
Horichondonogudā.	ହରିଚନ୍ଦନଗୁଡ଼ା ।
Horodāgochogudā.	ହରଡ଼ାଗଚ୍ଛଗୁଡ଼ା ।
Jambokonnadi ...	ଜାମ୍ବକନ୍ନାଡି ।
Jammunda ...	ଜମ୍ମୁଣ୍ଡା ।
Jannigudā ..	ଜାନ୍ନିଗୁଡ଼ା ।
Jantaputtu ..	ଜାନ୍ତାପୁଟ୍ଟୁ ।
Jauna .	ଜାଉଣା ।
Jeypore ..	ଜୟପୁର ।
Jhilimiliāgudā ...	ଝିଲିମିଲିଆଗୁଡ଼ା ।
Jhilimili ..	ଝିଲିମିଲି ।
Jillingo ...	ଜିଲ୍ଲିଙ୍ଗ ।
Jirāgudā ...	ଜିରାଗୁଡ଼ା ।
Jiragām ...	ଜିରାଗାଁ ।
Jirupani ...	ଜିରୁପାଣି ।
Jodabondo ...	ଜଡ଼ାବନ୍ଧ ।
Jodaikera ..	ଜଡ଼ାଇକେର ।
Jodāputtu I ...	ଜଡ଼ାପୁଟ୍ଟୁ ।
Jodāputtu II ...	ଜଡ଼ାପୁଟ୍ଟୁ ।
Jōgiputtu ...	ଜୋଗିପୁଟ୍ଟୁ ।
Jogonnathopuro alias Brahmonogām.	ଜଗନ୍ନାଥପୁର ଉରଫ ବ୍ରାହ୍ମଣଗାଁ ।
Jogulupodoro ...	ଜୋଗୁଲୁପଦର ।
Jontagudā ..	ଜଣ୍ଟଗୁଡ଼ା ।
Jorandi ...	ଜରଣ୍ଡି ।
Jommabandi ...	ଯମ୍ନାବାଣ୍ଡି ।
Joyonogoro ...	ଜୟନଗର ।
Joyentogiri ...	ଜୟନ୍ତଗିରି ।
Jubba ...	ଜୁବ୍ବା ।
Jubbakonnadi ...	ଜୁବ୍ବାକନ୍ନାଡି ।
Judanga ...	ଜୁଡୁଙ୍ଗା ।
Jujari ...	ଜୁଜାରି ।
Jubapodoro ..	ଜୁବାପଦର ।
Kakkulupodā ...	କାକୁଲୁପଡ଼ା ।
Kadupodoro —	କାଡୁପଦର ।
Kaliagramo ...	କାଳିଆଗ୍ରାମ ।
Kaliagudā I ..	କାଳିଆଗୁଡ଼ା ।
Kaliagudā II ...	କାଳିଆଗୁଡ଼ା ।
Kalyambogudā ...	କାଲ୍ୟାମ୍ବଗୁଡ଼ା ।
Kamara	କମାର ।
Kamata ..	କାମାଟା ।
Kandikigudā ...	କାଣ୍ଡିକିଗୁଡ଼ା ।
Kandlogudā ...	କାନ୍ଦ୍ଲଗୁଡ଼ା ।
Kāpugudā ..	କାପୁଗୁଡ଼ା ।
Kebidi ...	କେବିଡି ।
Kendugudā I ...	କେନ୍ଦୁଗୁଡ଼ା ।
Kendugudā II ...	କେନ୍ଦୁଗୁଡ଼ା ।
Kendupodā ...	କେନ୍ଦୁପଡ଼ା ।
Kenduputtu ...	କେନ୍ଦୁପୁଟ୍ଟୁ ।
Kerāgrāmo ...	କେରାଗ୍ରାମ ।
Keraputtu I ...	କେରାପୁଟ୍ଟୁ ।
Keraputtu II ...	କେରାପୁଟ୍ଟୁ ।
Kerimotta ...	କେରିମଟ୍ଟା ।
Khemabedā ...	ଖେମାବେଡ଼ା ।
Khilliputtu ...	ଖିଲ୍ଲିପୁଟ୍ଟୁ ।
Khodogopuro ...	ଖଡଗପଦର ।
Khodopo ...	ଖଡ଼ପ ।
Khoiromundā ...	ଖଇରମୁଣ୍ଡା ।
Khondiguda ...	ଖଣ୍ଡିଗୁଡ଼ା ।
Khondibapodhori	ଖଣ୍ଡିବାପଧର ।
Kondiguda alias Bhottaguda	ଖଣ୍ଡିଗୁଡ଼ା ଉରଫ ଭଟ୍ଟଗୁଡ଼ା ।
Konjaiguda alias Ambotaguda.	ଖଞ୍ଜଇଗୁଡ଼ା ଉରଫ ଆମ୍ବଟାଗୁଡ଼ା ।
Khonjaigudā ...	ଖଞ୍ଜାଇଗୁଡ଼ା ।
Khonjuripodoro ...	ଖଞ୍ଜୁରିପଦର ।
Khudigudā ...	ଖୁଡିଗଡ଼ା ।
Kidinipodoro ...	କିଡିଙ୍ଗିପଦର ।
Kirla ...	କିର୍ଲା ।
Kitrupolli ...	କିତ୍ରୁପଲ୍ଲି ।
Kobidiāgudā ...	କବିଡିଆଗୁଡ଼ା ।
Kodilimunda ...	କଦିଲମୁଣ୍ଡା ।

JEYPORE AGENCY—cont. జయపురం ఏజన్సీ—శేషము.

Kodomogudā … କଦମଗୁଡ଼ା ।
Koilāri … କଇଲାରି ।
Koilārigumma … କଇଲାରିଗୁମ୍ମା ।
Kollapodā … କଲ୍ଲପଡ଼ା ।
Kollaru … କଲ୍ଲରୁ ।
Kollagudā … କଲ୍ଲାଗୁଡ଼ା ।
Kolasahandi … କଲସାହଣ୍ଡି ।
Kondā … କଣ୍ଡା ।
Konagrāmo … କଣାଗ୍ରାମ ।
Konogudā … କଣାଗୁଡ଼ା ।
Kondagām … କଣ୍ଡାଗାଁ ।
Kondajōdi … କନ୍ଦାଜୋଡ଼ି ।
Kondaputtu … କନ୍ଦାପୁଟ୍ଟୁ ।
Kondugudā alias Sukunāro. କନ୍ଦୁଗୁଡ଼ା ଉରଫ ସୁକୁନାର ।
Konga … କଙ୍ଗା ।
Kongārugudā … କଙ୍ଗାରୁଗୁଡ଼ା
Konkodahandi … କଙ୍କଡାହାଣ୍ଡି ।
Kontasaruguda alias Dondiagudā. କଣ୍ଟାସାରୁଗୁଡ଼ା ଉରଫ ଦଣ୍ଡିଆଗୁଡ଼ା ।
Konyajubbā … କନ୍ୟାଜୁବା ।
Koporāputtu … କପରାପୁଟ୍ଟୁ ।
Korāguda … କରାଗୁଡ଼ା ।
Korakonda … କରାକଣ୍ଡା ।
Koraputtu … କରାପୁଟ୍ଟୁ ।
Korlahandi … କର୍ଲହାଣ୍ଡି ।
Koronogudā … କରଣଗୁଡ଼ା ।
Kothariputtu … କଠାରିପୁଟ୍ଟୁ ।
Kotiagudā … କଟିଆଗୁଡ଼ା ।
Kotlagudā … କଟ୍ଲାଗୁଡ଼ା ।
Kotlapodoro … କଟ୍ଲାପଦର ।
Kottahandi … କଟ୍ଟାହାଣ୍ଡି ।
Kottariputtu … କଟ୍ଟାରିପୁଟ୍ଟୁ ।
Kottupoda … କତ୍ତୁପଡ଼ା ।
Kottupadi … କଟ୍ଟୁପାଢ଼ି ।
Koträgodo … କଟ୍ରାଗଡ଼ା ।
Kuchupāru … କୁଚୁପାରୁ ।
Kukkudi … କୁକ୍କୁଡ଼ି ।
Kumili … କୁମିଲି ।
Kumilipodoro … କୁମିଲିପଦର ।
Kumiliputtu … କୁମିଲିପୁଟ୍ଟୁ ।
Kummahandi … କୁମ୍ମାହଣ୍ଡି ।
Kummarigudā … କୁମ୍ମାରିଗୁଡ଼ା ।
Kummaroputtu … କୁମ୍ମାରପୁଟ୍ଟୁ ଉ-
Kumudagudā alias Ottalugudā. ରଫ ଓଟାଲୁଗୁଡ଼ା ।
Kundiputtu … କୁନ୍ଦିପୁଟ୍ଟୁ ।
Kundorā … କୁନ୍ଦରା ।
Kundorāgudā … କୁନ୍ଦରାଗୁଡ଼ା ।
Kontiapolli … କୁଣ୍ଟିଆପଲ୍ଲି ।
Kunturukhallo … କୁନ୍ତୁରୁଖାଲ୍ଲ ।
Kuppia … କୁପ୍ପିଆ ।
Kurādigām … କୁରାଡ଼ିଗାଁ ।
Kurlubhotta … କୁର୍ଲୁଭଟ୍ଟ ।
Kurukutti … କୁରୁକୁଟ୍ଟି ।
Kurumākōta … କୁରୁମାକୋଟା ।
Kurupākōta … କୁରୁପାକୋଟା ।
Kusumi I … କୁସୁମି ।
Kusumi II … କୁସୁମି ।
Kuttalukuru … କୁତ୍ତାଲୁକୁରୁ ।
Kutumobināru … କୁଟୁମବିନାରୁ ।
Kuāgrāmo … କୁଆଗ୍ରାମ ।
Lattikōta … ଲଟ୍ଟିକୋଟ ।
Limma … ଲିମ୍ମା ।
Limmāgudā … ଲିମ୍ମାଗୁଡ଼ା
Limbuputtu … ଲିମ୍ବୁପୁଟ୍ଟୁ ।
Loddijōdi … ଲଦ୍ଦିଜୋଡ଼ି ।
Lohanja … లోహంజ.
Lokkigudā … ଲକ୍କିଗୁଡ଼ା
Lokrisilo … ଲକ୍ରିସିଲ ।
Lokshmipuro … ଲକ୍ଷ୍ମୀପୁର ।
Mahalyāputtu … ମାହାଲ୍ୟପୁଟ୍ଟୁ
Mahantiputtu … ମାହାନ୍ତିପୁଟ୍ଟୁ ।
Majjigudā I … ମାଜ୍ଜିଗୁଡ଼ା ।
Majjigudā II … ମାଜ୍ଜିଗୁଡ଼ା ।
Maladā … మలదా.
Mālodolaiputtu … ମାଲଦଲାଇପୁଟ୍ଟୁ ।

JEYPORE AGENCY—cont. జయపురం ఏజన్సీ—శేషము.

Māligudā ... ମାଲିଗୁଡ଼ା ।
Mālikorchi ... ମାଲିକର୍ଚି ।
Mandiābondho ... ମାଣ୍ଡିଆବନ୍ଧ ।
Mankidi I ... ମାଙ୍କିଡି ।
Mankidi II ... ମାଙ୍କିଡି ।
Mankidiottalo ... ମାଙ୍କିଡିଅଟ୍ଟାଲ
Mattupodā ... ମାଟ୍ଟୁପଡ଼ା ।
Maūli ... ମାଉଲି ।
Michiya ... ମିଚ୍ଛ୍ୟ ।
Minnāgudā ... ମିନ୍ନାଗୁଡ଼ା ।
Minoroballi ... ମିନରବାଲ୍ଲି ।
Mirigudā ... ମିରିଗୁଡ଼ା ।
Mohautoputtu ... ମହନ୍ତପୁଟ୍ଟୁ ।
Mittaputtu ... ମିଟ୍ଟାପୁଟ୍ଟୁ
Mohanopātroputtu. ମୋହନପାତ୍ରପୁଟ୍ଟୁ ।
Mojiā ... ମଜିଆ ।
Mojurumunda ... ମଜୁରୁମୁଣ୍ଡା ।
Mokkagām ... ମକ୍କାଗାଁ ।
Mokkāputtu I ... ମକ୍କାପୁଟ୍ଟୁ ।
Mokkāputtu II ... ମକ୍କାପୁଟ୍ଟୁ ।
Mondisilo ... ମଣ୍ଡିସିଲ ।
Monchchahandi .. ମଞ୍ଚାହାଣ୍ଡି ।
Monjirigudā ... ମଞ୍ଜିରିଗୁଡ଼ା ।
Morādo ... ମରାଡ ।
Mosigrāmo I ... ମସିଗ୍ରାମ ।
Mosigrāmo II ... ମସିଗ୍ରାମ ।
Mosipodoro ... ମସିପଦର ।
Mouli ... ମୌଲି ।
Mukkidipi ... ముక్కిడిపి.
Mulasoro ... ମୁଲାସର ।
Mundāgudā I ... ମୁଣ୍ଡାଗୁଡ଼ା ।
Mundāgudā II ... ମୁଣ୍ଡାଗୁଡ଼ା ।
Mundāgudā III ... ମୁଣ୍ଡାଗୁଡ଼ା ।
Mundāgudā alias Chittoikogudā, ମୁଣ୍ଡାଗୁଡ଼ା ଉର୍ଫ ଚିଟ୍ଟୈକଗୁଡ଼ା ।
Mundigudā I ... ମୁଣ୍ଡିଗୁଡ଼ା ।
Mundigudā II ... ମୁଣ୍ଡିଗୁଡ଼ା ।
Mundipodoro ... ମୁଣ୍ଡିପଦର ।
Munjagrāmo ... ମୁଞ୍ଜଗ୍ରାମ ।
Murabada ... ମୁରବଡା ।
Murja ... ମୁର୍ଜା ।
Murjāchuā ... ମୁର୍ଜାଚୁଆ ।
Murtohandi ... ମୁର୍ତହାଣ୍ଡି ।
Naigrāmo ... ନାଇଗ୍ରାମ ।
Narigām ... ନାରିଗାଁ ।
Nattuniputtu ... ନାଟ୍ଟୁନିପୁଟ୍ଟୁ ।
Naurapalle ... నౌరపల్లి.
Nilogudā ... ନିଲଗୁଡ଼ା ।
Nodiāpolli ... ନଦିଆପଲ୍ଲି ।
Noikera ... ନାଇକେରା ।
Nondigrāmo ... ନନ୍ଦିଗ୍ରାମ ।
Nondonomalo ... ନନ୍ଦନମାଲ
Nondorla ... ନନ୍ଦର୍ଲା ।
Norohandi ... ନରହାଣ୍ଡି ।
Nuāgām I ... ନୂଆଗାଁ ।
Nuāgām II ... ନୂଆଗାଁ ।
Nuāgām III ... ନୂଆଗାଁ ।
Nuāgudā ... ନୂଆଗୁଡ଼ା ।
Odupuro ... ଅଡୁପୁର ।
Oncholā ... ଅଞ୍ଚଳା ।
Oncholigudā ... ଅଞ୍ଚଳିଗୁଡ଼ା ।
Ondarigudā ... ଅଣ୍ଡରିଗୁଡ଼ା ।
Ondrāmundā ... ଅଣ୍ଡ୍ରାମୁଣ୍ଡା ।
Pabiligudā I ... ପାବିଲିଗୁଡ଼ା ।
Pabiligudā II ... ପାବିଲିଗୁଡ଼ା ।
Pakkolāpodā ... ପାକ୍କଲାପଡ଼ା ।
Pāligudā I ... ପାଲିଗୁଡ଼ା ।
Pāligudā II ... ପାଲିଗୁଡ଼ା ।
Panchya ... ପାଞ୍ଚ୍ୟା ।
Pandripodā ... ପଣ୍ଡ୍ରିପଡ଼ା ।
Pangiputtu ... ପାଙ୍ଗିପୁଟ୍ଟୁ ।
Parbhagudā ... ପାର୍ଭଗୁଡ଼ା ।
Parsāgudā ... ପାର୍ସାଗୁଡ଼ା ।
Parahandi ... ପାରାହାଣ୍ଡି ।
Parli ... ପାର୍ଲି ।
Pathangudā ... ପାଠାଙ୍ଗୁଡ଼ା ।

JEYPORE AGENCY—*cont.* జయపురం ఏజన్సీ—శేషము.

Patroputtu I ..	ପାତ୍ରପୁଟ୍ଟୁ ।
Patroputtu II ..	ପାତ୍ରପୁଟ୍ଟୁ ।
Patroputtu III ..	ପାତ୍ରପୁଟ୍ଟୁ ।
Phampini ..	ପାମ୍ପିନି ।
Pindipodā ..	ପିଣ୍ଡିପଡା ।
Pippālabandi alias Jodigudā.	ପିପ୍ପାଲବଣ୍ଡି ଉରଫ ଜୋଡିଗୁଡା ।
Piringi ..	ପିରଙ୍ଗି ।
Pittaigudā ..	ପିଟ୍ଟାଇଗୁଡା ।
Podaiguda I ..	ପଡାଇଗୁଡା ।
Podaiguda II ..	ପଡାଇଗୁଡା ।
Podāpodoro ..	ପଡାପଦର ।
Podaikera ..	ପଡାଇକେରା ।
Podmopuro I ..	ପଦ୍ମପୁର ।
Podmopuro II ..	ପଦ୍ମପୁର ।
Pokanāgudā I ..	ପକନାଗୁଡା ।
Pokanāgudā II ..	ପକନାଗୁଡା ।
Polkaputtu ..	ପଲ୍କାପୁଟ୍ଟୁ ।
Pondosoguda ..	ପଣ୍ଡସଗୁଡା ।
Ponosoputtu I ..	ପଣସପୁଟ୍ଟୁ ।
Ponosoputtu II ..	ପଣସପୁଟ୍ଟୁ ।
Porli ..	ପର୍ଲି ।
Porligām ..	ପର୍ଲିଗାଁ ।
Porsula ..	ପର୍ସୁଲା ।
Potiasilo ..	ପଟିଆସିଲ ।
Potnāri ..	ପଟ୍ନାରି ।
Pottigrāmo ..	ପଟ୍ଟିଗ୍ରାମ ।
Prodhaniputtu I.	ପ୍ରଧାନିପୁଟ୍ଟୁ ।
Prodhaniputtu II.	ପ୍ରଧାନିପୁଟ୍ଟୁ ।
Prodhaniputtu III.	ପ୍ରଧାନିପୁଟ୍ଟୁ ।
Prosannaputtu .. Bayaguda.	ପ୍ରସନ୍ନପୁଟ୍ଟୁ ବାୟାଗୁଡା ।
Pudapodoro I ..	ପୁଡାପଦର ।
Pudapodoro II ..	ପୁଡାପଦର ।
Pūjariguda ..	ପୁଜାରିଗୁଡା ।
Pūjariputtu I ..	ପୁଜାରିପୁଟ୍ଟୁ ।
Pūjariputtu II ..	ପୁଜାରିପୁଟ୍ଟୁ ।
Pūjariputtu III ..	ପୁଜାରିପୁଟ୍ଟୁ ।
Pūjariputtu IV ..	ପୁଜାରିପୁଟ୍ଟୁ ।
Pukkiaguda ..	ପୁକ୍କିଆଗୁଡା ।
Puppagam I ..	ପୁପ୍ପାଗାଁ ।
Puppagam II ..	ପୁପ୍ପାଗାଁ ।
Puppagam III ..	ପୁପ୍ପାଗାଁ ।
Purunamandiaguda.	ପୁରୁଣା ମାଣ୍ଡିଅଗୁଡା ।
Pusupāri ..	ପୁସୁପୁରି ।
Putra ..	ପୁତ୍ର ।
Purusattiguda alias Bagoguda.	ପୁରୁସାତ୍ତିଗୁଡା ନରୁବା ବାଗଗୁଡା ।
Putraguda ..	ପୁତ୍ରାଗୁଡା ।
Rachauputtucharagam.	ରାଚାଉପୁଟ୍ଟୁ ଚରଗାଁ ।
Ramogiri ..	ରାମଗିରି ।
Ramoguda ..	ରାମଗୁଡା ।
Rāmapatroputtu ..	ରାମପାତ୍ରପୁଟ୍ଟୁ ।
Rāmopolli ..	ରାମପଲ୍ଲି ।
Ramopuriagudā ..	ରାମପୁରିଆଗୁଡା ।
Ramopuru ..	ରାମପୁରୁ ।
Ranigodo ..	ରାଣିଗଡ ।
Raniguda ..	ରାଣିଗୁଡା ।
Raniputtu ..	ରାଣିପୁଟୁ ।
Rasiguda ..	ରାସିଗୁଡା ।
Rauloputtu ..	ରାଉଳପୁଟୁ ।
Rojaputtu ..	ରଜାପୁଟୁ ।
Rondapolli ..	ରଣ୍ଡାପଲ୍ଲି ।
Rondapulyaguda.	ରଣ୍ଡାପୁଲ୍ୟଗୁଡା ।
Rongeniguda ..	ରଙ୍ଗେଣିଗୁଡା ।
Ronganiguda ..	ରଙ୍ଗଣିଗୁଡା ।
Rongologuda ..	ରଙ୍ଗଲଗୁଡା ।
Ronosopūru ..	ରନସପୁରୁ ।
Rottakhondi ..	ରତ୍ତାଖଣ୍ଡି ।
Rottali ..	ରତ୍ତଲି ।
Rotukhondigudā.	ରତୁଖଣ୍ଡିଗୁଡା ।
Sano Ambodā ..	ସାନ ଅମ୍ବଡା ।
Sāno Dubili ..	ସାନ ଦୁବିଲି ।
Sāno Kaudi ..	ସାନ କଉଡି ।

JEYPORE AGENCY—cont. జయపురం ఏజన్సీ—శేషము.

Sāno Indonopuru.	ସାନ ଇନ୍ଦନପୁରୁ ।
Sāno Majjigudā ..	ସାନ ମାଜ୍ଜି ଗୁଡା ।
Sāno Pindapodoro.	ସାନ ପିଂଡପଦର ।
Sānopodiā ..	ସାନପଡିଆ ।
Sānosirisi ..	ସାନସିରିସି ।
Sāno Ujjāi ..	ସାନ ଉଜ୍ଜାଇ ।
Semla I ..	ସେମ୍ଲ ।
Semla II ..	ସେମ୍ଲ ।
Semla III ..	ସେମ୍ଲ ।
Semlagudā ..	ସେମ୍ଲଗୁଡା ।
Sindigrāmo I .	ସିନ୍ଦିଗ୍ରାମ ।
Sindigrāmo II ..	ସିନ୍ଦିଗ୍ରାମ ।
Sindigrāmo III ..	ସିନ୍ଦିଗ୍ରାମ ।
Sindigudā ..	ସିନ୍ଦିଗୁଡା ।
Singpuru ..	ସିଙ୍ଗିପୁରୁ ।
Singibondho ..	ସିଙ୍ଗିବନ୍ଧ ।
Siribedhā ..	ସିରିବେଢା ।
Sirsi ..	ସିରିସି ।
Sisāgudā ..	ସିସାଗୁଡା ।
Sibinigndā ..	ସିବିନିଗୁଡା ।
Sibogudā ..	ସିବଗୁଡା ।
Sodāgudā ..	ସଦାଗୁଡା ।
Sodorongā ..	ସଦରଙ୍ଗା ।
Solopā ..	ସଲପା ।
Sollāgudā ..	ସଲ୍ଲାଗୁଡା ।
Somagām ..	ସମଗାଁ ।
Sōmodāsoputtu ..	ସୋମଦାସପୁଟୁ ।
Somorothōgudā ..	ସମରଥଗୁଡା ।
Sondāgrāmo ..	ସଣ୍ଡାଗ୍ରାମ ।
Sondhimunda ..	ସନ୍ଧିମୁଣ୍ଡା ।
Sondupudā alias Ottaluguda.	ସନ୍ଦୁଗୁଡା ଉରଫ ଅଟ୍ଟାଲୁଗୁଡା ।
Sonkorodā I ..	ସଙ୍କରଡା ।
Sonkorodā II ..	ସଙ୍କରଡା ।
Sonkorodā III ..	ସଙ୍କରଡା ।
Sontaiputtu ..	ସନ୍ତାଇପୁଟୁ ।
Sontōsopuru ..	ସନ୍ତୋଷପୁରୁ ।
Sorālugudā ..	ସରାଲୁଗୁଡା ।
Sorigigudā ..	ସରିଗିଗୁଡା ।

Sorigiguda ...	ସରିଗିଗୁଡା ।
Sorigigudā ..	ସରିଗିଗୁଡା ।
Sorigipodoro ..	ସରିଗିପଦର ।
Sorisipodoro ..	ସରିସିପଦର ।
Sosābandi ..	ସସାବାଣ୍ଡି ।
Souragudā ..	ସଉରାଗୁଡା ।
Suggā ..	ସୁଗ୍ଗା ।
Sujjali ..	ସୁଜ୍ଜାଲି ।
Sunnambo ..	ସୁନ୍ନାମ୍ବ ।
Sunnarabelli ..	ଶୁନ୍ନାରବେଲ୍ଲି ।
Surli ..	ସୁର୍ଲି ।
Suttipodoro ..	సుట్టిపొడొరొ.
Syādimāligudā ..	ଶ୍ୟାଡିମାଲିଗୁଡା ।
Talaru ..	ତାଲୁରୁ
Tankuā ..	ଟାଙ୍କୁଆ
Tattubedha ..	ଟାଟାବେଢା ।
Telliputtu ..	ତେଲ୍ଲିପୁଟୁ ।
Telya ..	ତେଲ୍ୟ ।
Temorogudā ..	ତେମରଗୁଡା ।
Tenkoro ..	ଟେଙ୍କର ।
Tengodasilo ..	ତେଙ୍ଗଦାସିଲ ।
Tentuligudā I ..	ତେନ୍ତୁଲିଗୁଡା ।
Tentuligudā II ..	ତେନ୍ତୁଲିଗୁଡା ।
Tentuligumma ..	ତେନ୍ତୁଲିଗୁମ୍ମା ।
Tentulipodā ..	ତେନ୍ତୁଲିପଡା ।
Tikarachura ..	ଟିକାରଚୁରା ।
Tikarakosimi ..	ଟିକାରକସିମି ।
Tikarapodā ..	ଟିକାରପଡା ।
Tikkudugulahandi.	ଟିକୁଡୁଗୁଲହାଣ୍ଡି ।
Tinguruputtu ..	ଟିଙ୍ଗୁରୁପୁଟୁ ।
Tobhāpodoro ..	ଟଭପଦର ।
Tokkigudā ..	ଟକ୍କିଗୁଡା ।
Tolorāghātu ..	ତଲରାଘାଟୁ ।
Torāgrāmo ..	ତରାଗ୍ରାମ ।
Torāgrāmo ..	ଟରାଗ୍ରାମ ।
Toridiputtu ..	ଟରିଡିପୁଟୁ ।
Torogāi ..	ତୁରଗାଇ ।
Torogāi ..	ତୁରଗାଇ ।
Tottapodā ..	ତଟ୍ଟାପଡା

JEYPORE AGENCY—cont. జయపురం ఏజన్సీ—శేషం.

Tula .. ଟୁଲ ।
Tunagūda .. తునాగూడ.
Turanji .. ତୁରଞ୍ଜି ।
Udiliāgudā .. ଉଦଲିଆଗୁଡା ।
Ukyāpolli .. ଉଖ୍ୟାପଲ୍ଲି ।
Ummarāpadā .. ఉమ్మరాపడా.
Unmarāpadā .. ఉమ్మరాపడా.
Ummiri .. ଉମ୍ମିରି ।
Undibhotta .. ଉଣ୍ଡିଭଟ୍ଟ ।

KORAPUT AGENCY. కోరాపుట్టు ఏజన్సీ.

Akāsogudā (Z) .. ଆକାଶଗୁଡା ।
Ambogudā (Z) .. ଆମ୍ବଗୁଡା ।
Ambogudā (Z) .. ଅମ୍ବଗୁଡା ।
Anogoro (Z) .. ଅନଗର ।
Autudorā (Z) .. ଆଉଟୁଦରା ।
Bāghorā (Z) .. ବାଘରା ।
Bāghorāguda (Z). ବାଘରାଗୁଡା ।
Bāghiribedhā (Z). ବାଘରିବେଢା ।
Balligbati (Z) .. ବଲ୍ଲିଘାଟି ।
Bānuāgudā (Z) .. ବାଣୁଆଗୁଡା ।
Bārigām (Z) .. ବାରିଗାଁ ।
Bārikonta (Z) .. ବାରିକଣ୍ଟା ।
Bāsuputtu (Z) .. ବାସୁପୁଟୁ ।
Bedhāpodoro (Z). ବେଢ଼ାପଦର ।
Bhillujodi (Z) .. ଭିଲ୍ଲୁଜୋଡି ।
Bijaghati (Z) .. ବିଜାଘାଟି ।
Bilāputtu (Z) .. ବିଲାପୁଟୁ ।
Bilāputtu (Z) .. ବିଲାପୁଟୁ ।
Bisālo (Z) .. ବିଶାଳ ।
Bittoromorchomālo (Z). ବିତ୍ତରମର୍ଚ୍ଚମାଳ ।
Bittorosujili (Z) ବିତ୍ତର ସୁଜିଲି ।
Bodabagiri (Z) .. ବଡବାଗିରି ।
Bodasunka (Z) .. ବଡାସୁଙ୍କା ।
Bodasunku (Z) .. ବଡାସୁଙ୍କୁ ।
Bododevlo (Z) .. ବଡାଦେଉଳ ।
Bodoneraka (Z) .. ବଡନେରକା ।
Boidyopentho (Z). ବୈଦ୍ୟପେଣ୍ଠ ।
Bondakotro (Z) .. ବନ୍ଦକତ୍ର ।
Bondikaru (Z) .. ବନ୍ଦିକାରୁ ।
Borogochchā (Z). ବରଗଚ୍ଛ ।
Brahmonosunku alias Bamonosunku (Z). ବ୍ରାହ୍ମଣସୁଙ୍କୁ ନରୁ ବା ବାମନସୁଙ୍କୁ ।
Būrja .. ବୁର୍ଜ ।
Chakkili (Z) .. ଚକ୍କିଲି ।
Chaulikontha (Z). ଚାଉଳିକଣ୍ଠା ।
Chohopporā (Z) .. ଛପରା ।
Chemmā (Z) .. ଚେମ୍ମା ।
Chelibedhā (Z) .. ଚେଲିବେଢା ।
Cherāngulu (Z) .. ଚେରାଙ୍ଗୁଲୁ ।
Chōlisonka (Z) .. ଚିଲିସଙ୍କା ।
Chindiri (Z) .. ଚିନ୍ଦିରି ।
Chindirijohlā (Z). ଚିନ୍ଦିରିଝୋଲା ।
Chokkiliputtu (Z). ଚକ୍କିଲିପୁଟୁ ।
Chokkirlipodoro (Z). ଚକ୍କିଲି ପଦର ।
Chokkirliputtu (Z) ଚକ୍କିର୍ଲିପୁଟୁ ।
Chompāpodoro (Z). ଚମ୍ପାପଦର ।
Chorodhāro (Z) .. ଚରଧାର ।
Dakkorā (Z) .. ଡାକର ।
Dānōponosogudā (Z). ଦାନପଣସଗୁଡା ।
Dangodeulo (Z) .. ଡାଙ୍ଗଦେଉଳ ।
Dāyigudā (Z) .. ଦାୟିଗୁଡା ।
Deboghati (Z) .. ଦେବଘାଟି ।
Deborogudā (Z).. ଦେବରଗୁଡା ।
Dhaudāda (Z) .. ଧାଉଡାଡା ।
Dhaudāpodore (Z). ଧାଉଡାପଦର ।
Dōliambo (Z) .. ଡୋଲିଆମ୍ବ ।
Dondabādu (Z) .. ଦଣ୍ଡାବାଡୁ ।
Dongiri (Z) .. ଡଙ୍ଗିରି ।

KORAPUT AGENCY—cont. : కోరాపుట్టు ఏజన్సీ—శేషము.

Dosomontopuro (Z). ଦସମନ୍ତପୁର ।
Dumbāgudā (Z).. ଡୁମ୍ବାଗୁଡା ।
Dumiripodoro (Z) ଡୁମିରିପଦର ।
Ekodheli (Z) .. ଏକଢେଲି ।
Gaddikhallu (Z).. ଗାଦ୍ଦଖାଲ୍ଲୁ ।
Gadikālu (Z) .. ଗାଢିକାଲୁ ।
Gādiāguda (Z) .. ଗାଦିଆଗୁଡା ।
Girli (Z) .. ଗିର୍ଲି ।
Girligumma (Z).. ଗିର୍ଲିଗୁମ୍ମା ।
Girliputtu (Z) .. ଗିର୍ଲିପୁଟ୍ଟୁ ।
Gōdiri (Z) .. ଗୋଦିରି ।
Godolā (Z) .. ଗଦଲା ।
Godotikiri (Z) .. ଗଡଟିକିରି ।
Godri (Z) .. ଗଦ୍ରି ।
Gōpāloputtu (Z). ଗୋପାଲପୁଟ୍ଟୁ ।
Goudogudā (Z) .. ଗଉଡଗୁଡା ।
Goudokonthi (Z). ଗଉଡକୋଣ୍ଠି ।
Gouduchemmā (Z) ଗଉଡୁଚେମ୍ମା ।
Goudurāmaji (Z). ଗଉଡୁରାମାଜି ।
Gullimusa (Z) .. ଗୁଲ୍ଲିମୁସା ।
Hattimundā (Z).. ହାତିମୁଣ୍ଡା ।
Horodiputtu (Z).. ହରଡିପୁଟ୍ଟୁ ।
Jamburu (Z) .. ଜାମ୍ବୁରୁ ।
Jānnigudā (Z) .. ଜାନିଗୁଡା ।
Jannigudā (Z) .. ଜାନ୍ନିଗୁଡା ।
Jarti (Z) .. ଜାର୍ତି ।
Jōdikhendā (Z) .. ଜୋଡିଖେଣ୍ଡା ।
Jōdipāi (Z) .. ଜୋଡିପାଇ ।
Jōdipodoro (Z) .. ଜୋଡିପଦର ।
Jongomugudā (Z). ଜଙ୍ଗମୁଗୁଡା ।
Kakkirigumma (Z). କାକିରିଗୁମ୍ମା ।
Kanimusā (Z) .. କାଣିମୁସା ।
Kannoyyaputtu (Z). କାନ୍ନୟ୍ୟାପୁଟ୍ଟୁ ।
Karli (Z) .. କାର୍ଲି ।
Kebidi (Z) .. କେବିଡି ।
Kechchala (Z) .. କେଚାଲା ।
Kedimetta (Z) .. କେଡିମେଟ୍ଟା ।
Kellāro (Z) .. କେଲ୍ଲାରୋ ।
Kemili (Z) .. କେମିଲି ।
Kendāro (Z) .. କେନ୍ଦାର ।
Kenduādār (Z) .. କେନ୍ଦୁଆଦାର ।
Kendubedāpodoro (Z). କେନ୍ଦୁବେଡାପଦର ।
Kermuttiguda (Z). କେରୁମେଟିଗୁଡା ।
Keskapuri (Z) .. କେସକାପୁରି ।
Khallokona (Z) .. ଖାଲକୋନା ।
Khojiriputtu (Z). ଖଜିରିପୁଟ୍ଟୁ ।
Khojiriputta (Z). ଖଜିରିପୁଟ୍ଟୁ ।
Khoporapūttu (Z). ଖପରାପୁଟ୍ଟୁ ।
Khudipodoro (Z). ଖୁଡିପଦର ।
Killiputtu (Z) .. କିଲ୍ଲିପୁଟ୍ଟୁ ।
Kisālu (Z) .. କିସାଲୁ ।
Kittesu (Z) .. କିଟେସୁ ।
Koliāpu (Z) .. କଲିଆପୁ ।
Kollati (Z) .. କଲ୍ଲାଟି ।
Konkodābari (Z). କଙ୍କଡାବାରି ।
Konkodāputtu (Z). (Z). କଙ୍କଡାପୁଟ୍ଟୁ ।
Kontāgudā (Z) .. କଣ୍ଟାଗୁଡା ।
Kontesu (Z) .. କଣ୍ଟେସୁ ।
Kopisiputtu (Z) .. କପିସିପୁଟ୍ଟୁ ।
Koporāputtu (Z).. କପରାପୁଟ୍ଟୁ ।
Korāgudā (Z) .. କରାଗୁଡା ।
Koranjigūda (Z). କରାଞ୍ଜିଗୁଡା ।
Koraput (Z) .. କରାପୁଟ୍ଟୁ ।
Korugudā (Z) .. କରୁଗୁଡା ।
Kortasu (Z) .. କର୍ଟାସୁ ।
Kortasuchundalagudā (Z) କର୍ଟାସୁଚେଣ୍ଡାଲଗୁଡା ।
Kotlamari (Z). .. କଟ୍ଲମାରି ।
Kotta (Z) .. କଟ୍ଟା ।
Kuchchopāru (Z) କୁଚପାରୁ ।
Kudumala (Z) .. କୁଡୁମାଲ ।

KORAPUT AGENCY—cont. కోరాపుట్టు ఏజన్సీ—శేషము.

Kunlesa (Z) ..	କୁନ୍ଲେସା ।
Kusumogudā (Z).	କୁସୁମଗୁଡା ।
Kutinigudā (Z) ..	କୁଟିନିଗୁଡା ।
Kutrākona (Z) ..	କୁଟ୍ରାକଣା ।
Lendurumaliguḍā (Z)	ଲେଣ୍ଡୁରୁମାଲି-ଗୁଡ ।
Limika (Z) ..	ଲିମିକା ।
Littigudā (Z) ..	ଲିଟୁଗୁଡା ।
Lochumoni (Z) ..	ଲଚୁମଣି ।
Lokshmīpuro (Z).	ଲକ୍ଷ୍ମୀପୁର ।
Lokshmīpuro (Z).	ଲକ୍ଷ୍ମୀପୁର ।
Lombotapūttu (Z).	ଲମ୍ବଢାପୁଟୁ ।
Lonkaputtu (Z) ..	ଲଙ୍କାପୁଟୁ ।
Maliguda (Z) ..	ମାଲିଗୁଡା ।
Malimundagudā (Z).	ମାଲିମୁଣ୍ଡାଗୁଡା ।
Malingajōdi (Z) ..	ମାଲିଙ୍ଗଜୋଡ
Malitolla (Z) ..	ମାଲିତଲା ।
Malakanagiri (Z).	ମଲ୍କାନଗିରି ।
Mandiagudā (Z) ..	ମାଣ୍ଡିଆଗୁଡା ।
Mangara (Z) ..	మంగర.
Mankodojholla (Z).	ମାଙ୍କଡଝୋଲ ।
Marubāru (Z) ..	ମାରୁବାରୁ ।
Matsoputtu (Z) ..	ମାଛପୁଟୁ ।
Mirapāi (Z) ..	ମିର୍ପାଇ ।
Monōhoro (Z) ..	ମନୋହର ।
Morichomalo (Z).	ମରିଚମାଳ ।
Mostiputtu (Z) ..	ମସ୍ତିପୁଟୁ ।
Mundajholla (Z) ..	ମୁଣ୍ଡାଝୋଲ ।
Mundāru (Z) ..	ମୁଣ୍ଡାରୁ ।
Mundāru (Z) ..	ମୁଣ୍ଡାରୁ ।
Murakāru (Z) ..	ମୁରାକାରୁ ।
Narogochcho (Z).	ନାରଗଛ ।
Narongo (Z) ..	ନରଙ୍ଗ ।
Nigamanugudā (Z).	ନିଗମାନୁଗୁଡା ।
Nissāru (Z) ..	ନିସ୍ସାରୁ ।
Nondigām (Z) ..	ନନ୍ଦିଗାଁ ।
Nuāgudā (Z) ..	ନୂଆଗୁଡା ।
Paidāputtu (Z) ..	ପାଇଦାପୁଟୁ ।
Pāikomundāru (Z).	ପାଇକମୁଣ୍ଡାରୁ ।
Paikophullobedha (Z).	ପାଇକଫୁଲ୍ଲୋବେ-ଢା ।
Paikopakki (Z) ..	ପାଇକପକ୍କି ।
Pippolpodoro (Z).	ପିପ୍ପଲପଦର ।
Piromonchogudā (Z).	ପିରମଞ୍ଚଗୁଡା ।
Podāgudā (Z) ..	ପଡାଗୁଡା ।
Podāpodoro (Z) ..	ପଡାପଦର ।
Podasunkili (Z) ..	ପଡସୁଙ୍କିଲି ।
Podoiputtu (Z)	ପୋଡେଇପୁଟୁ ।
Pojāro (Z) ..	ପଜାର ।
Ponchodā (Z) ..	ପଞ୍ଚଡା ।
Pondusu (Z) ..	ପଣ୍ଡୁସୁ ।
Ponjāraputtu (Z)	ପଞ୍ଜାରପୁଟୁ ।
Ponjasili (Z) ..	ପଞ୍ଜସିଲି ।
Ponosoputtu (Z) ..	ପଣସପୁଟୁ ।
Porojasunku (Z) ..	ପରଜାସୁଙ୍କ ।
Potikijāmo (Z) ..	ପଟିକିଜାମା ।
Pottāgudā (Z) ..	ପଟ୍ଟାଗୁଡା ।
Potikaipodoro (Z).	ପଟିକାଇପଦର ।
Potuparu (Z) ..	ପଟୁପାର ।
Punjāsili (Z) ..	ପୁଞ୍ଜସିଲି ।
Purimunda (Z) ..	ପୁରିମୁଣ୍ଡା ।
Purunakorāputtu (Z).	ପୁରୁଣାକରାପୁଟୁ ।
Putukarongā (Z).	ପୁଟୁକାରଙ୍ଗ ।
Putupundi (Z) ..	ପୁଟୁପୁଣ୍ଡି ।
Raisili (Z) ..	ରାଇସିଲି ।
Rajnaponosogudā (Z).	ରାଜ୍ନାପଣସଗୁଡା ।
Rājoguda (Z) ...	ରାଜଗୁଡା ।
Raulopodoro (Z) ...	ରାଉଲ୍ପଦର ।
Rautoputtu (Z) ..	ରାଉତପୁଟୁ ।

KORAPUT AGENCY—*cont.* కోరాపుట్టు ఏజన్సీ—శేషము.

Rayiāmbo (Z) ... ରଇଅମ୍ବ ।
Rendiambo (Z) ... ରେଣ୍ଡିଅମ୍ବ ।
Rondiambo (Z) ... ରଣ୍ଡିଅମ୍ବ ।
Rottabondho (Z). ରତ୍ତାବନ୍ଧ ।
Samala (Z) ... ଶାମାଳ ।
Sononeraka (Z) ... ସାନନେରକା ।
Sombi (Z) ... ଶେମ୍ବି ।
Sikkām (Z) .. ସିକ୍କାମ୍ ।
Singarambo (Z) ... ସିଙ୍ଗରାମ୍ବ ।
Sirisi (Z) ... ସିରିସି ।
Sorisipodro (Z) ... ସିରିସିପଦର ।
Sukorāputtu (Z)... ସୁକରାପୁଟ୍ଟୁ ।
Sundijanniguḍā (Z). ସୁଣ୍ଡିଜନ୍ନିଗୁଡା ।
Tamili (Z) ... ତାମିଲ୍ ।
Tartipodoro (Z) ... ତର୍ତ୍ତିପଦର ।
Tattuguḍā (Z) ... ତଟ୍ଟୁଗୁଡା ।
Tentuliguḍā (Z) ... ତେନ୍ତୁଲିଗୁଡା ।
Tikirapoḍā (Z) ... ଟିକିରାପଡା ।
Timmajholla (Z). ଟିମ୍ମାଝୋଲା ।
Titijholla (Z) ... ଟିଟିଝୋଲା ।
Tojjāguḍā (Z) ... ତଜ୍ଜାଗୁଡା ।
Tolla (Z) ... ତଲ୍ଲା ।
Tollango (Z) .. ତଲ୍ଲଙ୍ଗ ।
Tolochompi (Z) ... ତଲଚମ୍ପି ।
Tolokutinga (Z)... ତଲକୁଟିଙ୍ଗ ।
Toyaputtu (Z) ... ଟୟାପୁଟ୍ଟୁ ।
Tunokhalo (Z) ... ତୁଣଖାଲ୍ ।
Tumopāra (Z) ... ତୁମପାର୍ ।
Ummiri (Z) ... ଉମ୍ମିରି ।
Upporcchompi (Z). ଉପରଚମ୍ପି ।
Upporokayopodoro (Z) ଉପରକାୟପଦର ।
Upporokotingi (Z). ଉପରକଟିଙ୍ଗି ।
Uskabhatta (Z) ... ଉସ୍କାଭଟ୍ଟା ।

MALKANAGIRI AGENCY. మల్కానగిరి ఏజన్సీ.

Addumunda ... అడ్డుముండ.
Akkūru ... అక్కూరు.
Ālama ... ఆలమ.
Ambāgūda ... అంబాగూడ.
Ambogūḍā ... ଆମ୍ବଗୁଡା ।
Ammāgūda ... అమ్మాగూడ.
Amugūḍā ... ଆମୁଗୁଡା ।
Antubokka ... అంటుబొక్క.
Arnamāla ... అర్నమాల.
Bādiguḍā ... ବାଦିଗୁଡା ।
Bāgārām ... బాగారాం.
Balimilā ... ବାଲିମିଳା ।
Balliguḍā ... ବାଲ୍ଲିଗୁଡା ।
Baluguḍā ... ବାଲୁଗୁଡା ।
Bamanaguḍā ... ବାମନାଗୁଡା
Bamsagatu ... ବାଂସାଗାଟୁ ।
Bamsupoda ... ବାଂସୁପୁଡା ।
Bandamāmidi ... బందమామిడి.
Bandāripangamu బండారిపంగము.
Bāpanapalle ... బాపనపల్లె.
Bāpanapalle ... బాపనపల్లె.
Bāripadā ... బారిపడా.
Bāriābālo ... ବାରିଆବାଲ ।
Battunuvāda ... బట్టునువాడ.
Battupalle ... బట్టుపల్లె.
Bedurupalle ... బెదురుపల్లె.
Benjambo ... బెంజాంబో.
Bejjangivāda ... బెజ్జంగివాడ.
Bhalluguḍā ... ଭଲ୍ଲୁଗୁଡା ।
Bhīmanapalle ... ଭୀମନାପଲ୍ଲି ।
Bhuvanapalle ... భువనపల్లె.
Bikanāputtu ... బికనాపుట్టు.
Birakanapalle ... బిరకనపల్లె.
Bodaballe ... ବଡବାଲ୍ଲି ।
Boddelugūda ... బొద్దెలుగూడ.
Boddugūda ... బొద్దుగూడ.

MALKANAGIRI AGENCY—cont. మల్కనగిరి ఏజన్సీ—శేషము.

Badīligudā	... ବଧିଲିଗୁଡା ।
Bodīligudā	... ବଦିଲିଗୁଡା ।
Bodilikōnāguda	.. ବଦିଲିକନାଗୁଡା ।
Bodopoda	.. ବଡପଡା ।
Boilapāri	.. ବଇଲାପାରି ।
Bolligūdem	.. బొల్లిగూడెం.
Bondapodā	.. ବଣ୍ଡାପଡା ।
Bondikigudā	.. ବଣ୍ଡିକିଗୁଡା ।
Bondugūdā	.. బొండుగూడ.
Boroja	.. ବରଜା ।
Borokoligudā	.. ବରକୋଲିଗୁଡା ।
Brāhmanagūda	.. బ్రాహ్మణగూడ,
Buddugudā	.. ବୁଦୁଗୁଡା ।
Budide	.. బూడిదె.
Bukkalāgondi	.. బుక్కలగొంది.
Buridigudā	.. ବୁରିଡିଗୁଡା ।
Burideyi	.. బురిదెయి.
Bullinibahal	.. బుల్లినిబహాల్.
Champaghoronā	.. ଚମ୍ପାଘରଣା ।
Chamudārāsu	. చముడారాసు.
Chatanagūdā	.. చటనగూడ.
Charikigudā	.. ଚାରିକିଗୁଡା ।
Chavulamindi	.. చవులమిండి.
Chinnakoyirāputtu	చిన్నకోయిరాపుట్టు.
Chintalavāda	.. చింతలవాడ.
Chittapāri	.. ଚିତାପାରି ।
Cholānugudā	.. ଚଲାନୁଗୁଡା ।
Cholānugudā	.. ଚଲାନୁଗୁଡା ।
Cholānugudā	.. ଚଲାନୁଗୁଡା ।
Cholānugudā	.. ଚଲାନୁଗୁଡା ।
Daigudā	.. ଡାଇଗୁଡା ।
Dammāgūda	.. దమ్మాగూడ.
Dammogudā	.. ଦାମଗୁଡା ।
Dendaruvādā	.. దండరువాడ.
Dandusēnagudā	.. ଦାଣ୍ଡୁସେନାଗୁଡା ।
Dandusēnagudā	.. ଦାଣ୍ଡୁସେନାଗୁଡା ।
Dannigudā	.. ଦାନିଗୁଡା ।
Dantāpēda	.. దంతాపేడ.
Denkisemili	.. ଡେଙ୍କିସେମିଲି ।
Dakkadāsi	.. ଧାକାଡାସି ।
Doddimetta	.. దొడ్డిమెట్ట.
Dokiripodā	.. ଡକିରିପଡା ।
Dolopotigudā	.. ଦଲପତିଗୁଡା ।
Dolopotiputtu	.. ଦଲପତିପୁଟୁ ।
Dongānko	.. దొంగాంకొ.
Dongarāse	.. ଡଙ୍ଗାରାସି ।
Dongiāputtu	.. ଦଙ୍ଗିଆପୁଟୁ ।
Dongorokolli	.. ଡଙ୍ଗରକଲି ।
Dorāgudā	.. ଦରାଗୁଡା ।
Doudāgudā	... ଦଉଡାଗୁଡା ।
Dumaligudā	.. ଡୁମାଲିଗୁଡା ।
Dumirigudā	.. ଡୁମିରିଗୁଡା ।
Dupinikūda	.. ଡୁପିନିକୁଡା ।
Durālu	.. దురాలు.
Durlājōdi	.. దుర్లాజోడి.
Durkājōdi	.. ଡୁର୍କଜୋଡି ।
Durbāgudā	.. ଡୁର୍ବାଗୁଡା ।
Dussanāda	.. దుస్సనాడ.
Duviriyāgūda	.. దువిరియాగూడ.
Eddukunta	.. ఎద్దుకుంట.
Enchanapalle	.. ఎంచనపల్లె.
Erramanapalle	.. ఎర్రమనపల్లె.
Erranupalle	.. ఎర్రనుపల్లె.
Gangapadā	.. గంగపడా.
Gangarājugumma.	గంగరాజుగుమ్మ.
Garisapalle	.. గరిశపల్లె.
Girakanapalle	.. గిరికనపల్లు.
Girenapalle	.. గిరెనపల్లె.
Gisingibedā	... గిసింగిబెడా.
Godiāli	... ଗଡିଆଲି ।
Gollūrupadā	... గొల్లూరుపడా.
Gandipalle	... గొందిపల్లె.
Gondirāyigadā	... గొందిరాయిగడా.
Gondiākummaru-nāikogūda.	గొందియాకమ్మరునాయికొగూడ.
Gongola	... ଗଙ୍ଗଲା ।
Gorregūda	... గొర్రెగూడ.

MALKĀNAGIRI AGENCY—cont. మల్కానగిరి ఏజన్సీ—శేషము.

Gorregūda	... గొర్రెగూడ.
Gorugupālle	... గొరుగుపల్లె.
Gottigudā	... ଗଟିଗୁଡା ।
Gottinapalle	... గొట్టినపల్లె.
Goudogudā	... ଗଉଡଗୁଡା ।
Goudogudā	... ଗଉଡଗୁଡା ।
Gōvindapalle	... గోవిందపల్లె.
Gudanāda	... గుడనాడ.
Gumaka	.. ଗୁମାକା ।
Gurragunta	... గుర్రకుంట.
Guttālupadā	... గుట్టాలుపడా.
Irālagondi	... ఇరాలగొంది.
Jantri	... జంత్రి.
Jārapalle	... జారపల్లె.
Jayantigiri	... జయంతిగిరి.
Jigidipalle	.. జిగిడిపల్లె.
Jillōrugūda	... జిల్లెరుగూడ.
Kachcheli	... కచ్చెలి.
Kaguvāda	... కాగువాడ.
Kaldipalle	... కల్దిపల్లె.
Kachchelivāda	... కచ్చెలివాడ.
Kaddupodoro	... କାଡୁପଦର ।
Kāliāpūjarigudā	... କାଳିଆପୂଜାରି ଗୁଡା ।
Kalimala	... కలిమల.
Kallāpalle	... కల్లాపల్లె.
Kammarupalle	.. కమ్మరుపల్లె.
Karakāgūda	... కరకాగూడ.
Karalgonda	... కరల్గొండ.
Kattigūda	... కట్టిగూడ.
Kattugūda	... కట్టుగూడ.
Katunapālle	... కటునపల్లె.
Kenaguru	... କେନାଗୁରୁ ।
Kendugudā	... କେନ୍ଦୁଗୁଡା ।
Kichchipodā	... କିଚିପଡା ।
Kichchivelli	... కిచ్చివెల్లి.
Kirasanipodā	.. କିରସାନିପଡା ।
Kodamgudā	... କଦାଂଗୁଡା ।
Kodamgadā	... କଦାଂଗୁଡା ।
Kodimatti	.. କଡିମାଟି ।
Kodialimetta	... କଡିଆଲିମେଟ ।
Koilugudā	... କଇଲୁଗୁଡା ।
Koirāputtu	... କଇରାପୁଟୁ ।
Koirāpolle	... କଇରାପଲି ।
Koitapāri	... କଇତାପାରି ।
Kondakambēru	... కొండకంబేరు.
Kondapalle	... కొండపల్లె.
Kondapalle	... కొండపల్లె.
Konasāriputtu	... కొనసారిపుట్టు.
Kondaputtu	... కొండపుట్టు.
Kongurābedā	... କଙ୍ଗୁରାବେଡା ।
Konjili	... కొంజిలి.
Kontābāmso	... କଂତାବାଂସ ।
Korāpalle	... కొరాపల్లె.
Koriyāpadā	... కొరియాపడా.
Koppegūda	... కొప్పెగూడ.
Koratanapalle	... కొరటనపల్లె.
Kōrukonda	.. కోరుకొండ.
Kosalukonda	.. కొసలుకొండ.
Kōsalukondālugumma.	కోసలు కొండాలు గుమ్మ.
Kotrimajjigūda	... కొత్రిమజ్జిగూడ.
Kottametta	.. కొత్తమెట్ట.
Kottapalle	... కొత్తపల్లె.
Kottapalle	... కొత్తపల్లె.
Kovvāsigūda	... కొవ్వాసిగూడ.
Kōyagiri	... కోయగిరి.
Kōyagonda	... కోయగొండ.
Kudumulagumma.	కుడుములగుమ్మ.
Kujāmbo	... కుజాంబో!
Kukkurukonda	... କୁକୁରୁକୋଣ୍ଡା ।
Kumbhārugudā	... କୁମ୍ଭାରୁଗୁଡା ।
Kūnalu	... కూనలు.
Kunchanapalle	... కుంచనపల్లె.
Kurti	... కుర్తి.
Kurukutipolli	କୁରୁକୁଟିପଲି ।
Kurumopolli	.. କୁରୁମପଲି ।
Kurusitripalle	... కురుసిత్రిపల్లె.

MALKANAGIRI AGENCY—cont. మల్కనగిరి ఏజన్సి.—శేషము.

Kusumgūda	... కుసుంగూడ.
Kuntinnipolli	... କୁନ୍ତିନିପଲ୍ଲି ।
Kutāripodoro	... କୁଟାରିପଦର ।
Kutumanapalle	... కుటుమనపల్లె.
Kyangu	... క్యాంగు.
Lachchipēta	... లచ్చిపేట.
Limmugūda	... లిమ్మూగూడ.
Lokitigudā	... ଲୋକିତିଗୁଡା ।
Lullēru	... లుల్లేరు.
Majhigudā	... ମାଝିଗୁଡା ।
Malkanagiri	... మల్కనగిరి.
Mallavaram	... మల్లవరం.
Mannemkonda	... మన్నెంకొండ.
Mandapalle	... మండపల్లె.
Manigattā	... మణిగట్టా.
Mānikkapuram	... మాణిక్యపురం.
Mantriputtu	... మంత్రిపుట్టు.
Marakapalle	... మరకపల్లె.
Marakapalle	... మరకపల్లె.
Māranupalle	... మారనుపల్లె.
Mārampalle	... మారనుపల్లె.
Marrivada	... మర్రివాడ.
Mattēru	... మట్టేరు.
Mattili	... మత్తిలి.
Mattēru	... మత్తేరు.
Mandukali	... మండుకలి.
Michchuvārigūda.	మిచ్చువారిగూడ.
Mokkampalle	... మొక్కంపల్లె.
Molloligudā	... ମଲ୍ଲୋଲିଗୁଡା ।
Mondigudā	... ମଣ୍ଡିଗୁଡା ।
Mongo	... మొంగో.
Mōtu	... మోటు.
Muchikirāsi	... ମୁଚିକିରାସି ।
Mudaligūda	... ମୁଦାଲିଗୁଡା ।
Mudiligūda	... ମୁଦିଲିଗୁଡା ।
Mudalipodā	... ମୁଦାଲିପଦା ।
Muddakallu	... ముద్దకల్లు.
Mundāgudā	... ମୁଣ୍ଡାଗୁଡା ।
Mundāgūdā	... ମୁଣ୍ଡାଗୁଡା ।
Mundapādu	... ମୁଣ୍ଡାପାଡୁ ।
Munsakonda	... మున్సకొండ.
Munusukonda	... మునుసుకొండ.
Murlugūdem	... ముర్లుగూడెం.
Murrepalle	... ముర్రెపల్లె.
Muttavāda	... ముత్తవాడ.
Muttāpadā	... ముట్టపడా.
Naikogudā	... ନାଇକଗୁଡା ।
Nallagunta	... నల్లగుంట.
Nārongi Jbolla	... ନାରଙ୍ଗିଝୋଲା
Nēlakambēru	... నేలకంబేరు.
Nettalagondi	... నెత్తలగొంది.
Nilimiri	... నిలిమిరి.
Nuāgām	... ନୂଆଗାଁ ।
Nuāpoda	... ନୂଆପଡା ।
Nuriagām allas Roddanapalle.	నురియాగాంపురపు రొద్దనపల్లె.
Onagēlu	... ఒనగేలు.
Odichinta	... ఓడిచింత.
Onukudilli	... ఒనుకుడిల్లి.
Orangi	... ఓరంగి.
Pachchēdu	... పచ్చేడు.
Pallametta	... పల్లమెట్ట.
Pāmūgatta	... పాముగట్ట.
Pangāmu	... పంగాము.
Parakanamāla	.. పరకనమాల.
Parasanapalle	... పరసనపల్లె.
Patroputtu	... ପାତ୍ରପୁଟ୍ଟ ।
Patroputtu	... ପତ୍ରପୁଟ୍ଟ ।
Patrogudā	... ପାତ୍ରଗୁଡା ।
Peddagūda	... పెద్దగూడ.
Peddagūda	... పెద్దగూడ.
Peddakonda	... పెద్దకొండ.
Peddavāda	... పెద్దవాడ.
Pegadapalle	.. పెగడపల్లె.
Pegadupalle	.. పెగడుపల్లె.
Pendlābayalu	... పెండ్లబయలు.
Peramārāsu	... పెరమారాసు.
Pēta	... పేట.

MALKANAGIRI AGENCY—cont. మల్కానగిరి ఏజన్సీ—శేషము.

Pettātunga	.. పెట్టాతుంగ.
Pinnajangar	.. పిన్న జంగర్.
Pinnamadagūru	.. పిన్నమడగూరు.
Pittākonda	.. పిత్తాకొండ.
Podagatta	.. పొడగట్ట.
Podagudā	.. ପଡାଗୁଡା ।
Podōpodiā	.. ପଡାପଡିଆ ।
Podia	.. ପଡିଆ ।
Podiāpolli	.. ପଡିଆପଲ୍ଲି ।
Podmogiri	.. ପଦ୍ମଗିରି ।
Podioreni	.. ପଦିଅରେଣି ।
Podorāpolle	.. ପଦରାପଲ୍ଲି ।
Pōgurukonda	.. పోగురుకొండ.
Potrēlu	.. పొట్రేలు.
Pōtakallu	.. పోతకల్లు.
Potakallu	.. పోతకల్లు.
Potteru	.. పొత్తేరు.
Pottūru	.. పొట్టూరు.
Potukupalle	.. పొటుకుపల్లె.
Prodhānigudā	.. ପ୍ରଧାନିଗୁଡା ।
Pūjārigudā	.. ପୂଜାରିଗୁଡା ।
Pūjārigudā	.. ପୂଜାରିଗୁଡା ।
Pulakanakonda	.. పులకనకొండ.
Pulimetta	.. పులిమెట్ట.
Pullāpalle	.. పుల్లాపల్లె.
Purunāgūdā	.. ପୁରୁଣାଗୁଡା ।
Purunāgūdemu	.. ପୁରୁଣାଗୁଡେମୁ ।
Pūsapālle	.. పూసపల్లె.
Pūsapalle	.. పూసపల్లె
Rāmāgūda	.. రామాగూడ.
Redēlu	.. రెడేలు.
Rengavāda	.. రెంగవాడ.
Roddanapalle	.. రొడ్డనపల్లె.
Rogaipūsapalle	.. ରଗାଇପୁସାପଲ୍ଲି ।
Rongoniāgūda alias Mundopodoro.	ରଙ୍ଗନିଆଗୁଡା ଉରଫ ମୁଣ୍ଡପଦର ।
Sadavanapallē	.. సడవనపల్లె.
Salimi	.. ସାଲିମି ।
Sāmugonda	.. సాముగొండ.
Sankara	.. సంకర.
Sanogummā	.. ସାନଗୁମା ।
Sanonaikogudā	.. ସାନନାଇକଗୁଡା ।
Sarangapalle	.. సారంగపల్లె.
Sārangapalle	.. సారంగపల్లె.
Sardāgūda	.. సర్దాగూడ.
Sardāputtu	.. సర్దాపుట్టు.
Sērupalle	.. సేరుపల్లె.
Sērupalle	.. సేరుపల్లె.
Sērupalle	.. సేరుపల్లె.
Sīdipalle	.. సీడిపల్లె.
Sīdipalle	.. సీడిగల్లె.
Sikarēlu	.. సికరేలు.
Sīkupalle	.. సీకుపల్లె.
Sīlakattu	.. శీలకట్టు.
Simmagudi	.. సిమ్మగుడి.
Sindābeda	.. సిందాబెడ.
Sindhigudā	.. ସିନ୍ଧିଗୁଡା ।
Sindhigudā	.. ସିନ୍ଧିଗୁଡା ।
Sindhigudā	.. ସିନ୍ଧିଗୁଡା ।
Sindhigudā	.. ସିନ୍ଧିଗୁଡା ।
Sindhigudā	.. ସିନ୍ଧିଗୁଡା ।
Sindurāmāla	.. ସିନ୍ଦୁରମାଳ ।
Singarājukunta	.. సింగరాజుకుంట.
Singāluvencha	.. సింగాలువెంచ.
Siripēta	.. సిరిపేట.
Sirlivencha	.. సిర్లివెంచ.
Siruvāgūda	.. సిరివాగూడ.
Solagamputtu	.. సొలగంపుట్టు.
Sonorothogudā	.. ସନରଥଗୁଡା ।
Sontoshoputtu	.. ସନ୍ତୋଷପୁଟ୍ଟୁ ।
Sorasumāla	.. ସରସୁମାଳ ।
Suddakunta	.. సుద్దకుంట.
Sukriputtu	.. సుక్రిపుట్టు.
Sunnāpodoro	.. ସୁନ୍ନାପଦର ।
Suppulūru	.. సుప్పులూరు.
Suramēlu	.. సురమేలు.
Syādimāla	.. ସ୍ୟାଡିମାଳ ।

MALKANAGIRI AGENCY—cont. మల్కనగిరి ఏజన్సి—శేషము.

Tāduvāi ... తాడువాయి.
Tāllagūda ... తాళ్లగూడ.
Tekigūda ... ଟେକିଗୁଡା ।
Tālopodoro ... ତାଲପଦର ।
Tamosa ... ତାମସା ।
Tātigūda ... తాటిగూడ.
Tāvanupalle ... తావనుపల్లె.
Telugām ... తెలుగాం.
Tēlumetta ... తేలుమెట్ట.
Tellarāi ... తెల్లరాయి.
Tentulipodoro ... ତେନ୍ତୁଳିପଦର ।
Tinasāputtu ... తినసాపుట్టు.
Tinirāsapalle ... తినిరాసపల్లె.
Tikorāpadā ... టికొరాపడా.
Timurupalle ... టిమురుపల్లె.
Tittivēru ... టిట్టివేరు.
Tokalugūda ... తొకలుగూడ.
Tondapalle ... తొండపల్లె.
Tondiki ... ତଣ୍ଡିକି ।

Tongūda ... తొంగూడ.
Tongūda ... తొంగూడ.
Tsalimirikonda ... చలిమిరికొండ.
Tulasi ... తులసి.
Tumāsa ... ତୁମାସା ।
Tummikamadaka. తుమ్మికమడక.
Tungapalle alias Jīpalle. తుంగపల్లె ఉరఫు జీపల్లె.
Turakapadā ... తురకపడా.
Udupa ... ଉଡୁପା ।
Udilibeda ... ଉଦିଲିବେଡା ।
Udoyogiri ... ଉଦୟଗିରି ।
Ūndrakonda ... ఊండ్రకొండ.
Uruveli ... ఉరువెలి.
Uskalavāgu ... ఉస్కలవాగు.
Uskapalle ... ఉస్కపల్లె.
Vaddagiri ... వడ్డగిరి.
Varikēlu ... వరికేలు.
Vināyakapuram ... వినాయకపురం.

NOWRANGAPUR AGENCY. నవురంగపురం ఏజన్సి.

Adhikarigūda ... ଅଧିକାରିଗୁଡା ।
Agnipuram ... ଅଗ୍ନିପୁର ।
Ambapara ... ଆମ୍ବାପାରା ।
Amalabhatta ... ଆମ୍ବଁଲଭଟ୍ଟା ।
Ambodalla ... ଆମ୍ବଡାଲା ।
Ambogam ... ଆମ୍ବଗାଁ ।
Amboguda ... ଆମ୍ବଗୁଡା ।
Amboguda ... ଆମ୍ବଗୁଡା ।
Ambotapāsu ... ଆମ୍ବଟାପାସୁ ।
Ambidipodoro ... ଆମ୍ବିଡିପଦର ।
Amili ... ଅମିଲି ।
Amili ... ଅମିଲି ।
Amuligumma ... ଅମିଲିଗୁମ୍ମା ।
Anchula ... ଅଞ୍ଚୁଲା ।
Attīgam ... ଅଟ୍ଟୀଗାଁ ।
Badriguda ... ବାଡରିଗୁଡା ।
Badupuro ... ବାଡୁପୁର ।
Bagara ... ବାଗରା ।

Bagosivuni ... ବାଗସିଉନି ।
Bagubeda ... ବାଗୁବେଡା ।
Baigam ... ବାଇଗାଁ ।
Bakiliguda ... ବାକିଲିଗୁଡା ।
Baliābeda ... ବାଲିଆବେଡା ।
Balunga ... ବାଲୁଙ୍ଗା ।
Baminikoto ... ବାମିନିକୋଟ ।
Bamsobeda ... ବାଉଁସବେଡ଼ା ।
Bamsoguda ... ବାଉଁସଗୁଡା ।
Bamuni ... ବାମୁନି ।
Bhondariguda ... ଭଣ୍ଡାରିଗୁଡା ।
Bandri ... ବାଣ୍ଡ୍ରି ।
Bangapolli ... ବାଙ୍ଗାପଲ୍ଲି ।
Bania ... ବାଣିଆ ।
Banjiamba ... ବାଞ୍ଜୀଆମ୍ବା ।
Bankuli ... ବାଙ୍କୁଲି ।
Bansraguda ... ବାଂସ୍ରାଗୁଡା ।
Banuvāguda ... ବାଣୁଆଗୁଡା ।

NOWRANGAPUR AGENCY—cont. నవరంగపురం ఏజన్సీ—శేషము.

Barahagudā .. ବାରହଗୁଡା ।
Barahagudā .. ବାରହଗୁଡା ।
Bariaghāto .. ବାରିଅଘାଟ ।
Bārigudā .. ବାରିଗୁଡା ।
Barigudā .. ବାରିଗୁଡା ।
Bariguda .. ବାରିଗୁଡା ।
Bariāguda .. ବାରିଅଗୁଡା ।
Barli .. ବାର୍ଲି ।
Basini .. ବାସିନି ।
Basini .. ବାସିନି ।
Bāsudeboguda .. ବାସୁଦେବଗୁଡା ।
Bhattigām .. ଭଟ୍ଟୀଗାଁ ।
Bhattibeda .. ଭଟ୍ଟୀବେଡା ।
Bhattiguda .. ଭଟ୍ଟୀଗୁଡା ।
Bedhapodoro .. ବେଢାପଦର ।
Behedā .. ବେହେଡା ।
Beheraguda .. ବେହେରାଗୁଡା ।
Beheramundā .. ବେହେରାମୁଣ୍ଡା ।
Bhejja .. ଭେଜ୍ଜା ।
Bhejjagudā .. ଭେଜ୍ଜାଗୁଡା ।
Bhejjagudā .. ବେଜ୍ଜଗୁଡା ।
Bellogām .. ବେଲଗାଁ ।
Bellogām .. ବେଲଗାଁ ।
Belloputtu .. ବେଲପୁଟୁ ।
Bellomājjiguda .. ବେଲମାଝୀଗୁଡା ।
Belloghato .. ବେଲଘାଟ ।
Bellojhore .. ବେଲଝର ।
Beuura .. ବେନୁରା ।
Beuupuro .. ବେନୁପୁର
Betalo .. ବେତାଳ ।
Bettojhorno .. ବେତଝରଣ ।
Bhalludongiri .. ଭାଲୁଡଙ୍ଗିର ।
Bhallugudā .. ଭାଲୁଗୁଡା ।
Bhallukonādi .. ଭାଲୁକନାଢ ।
Bharandu .. ଭରଣ୍ଡୁ ।
Bharandukunti .. ଭରଣ୍ଡୁକୁଣ୍ଟି ।
Bhattigam .. ଭାଟିଗାଁ ।
Bhendiāguda .. ଭେଣ୍ଡିଅଗୁଡା ।
Bhiksha .. ଭିକ୍ଷା ।

Bhimāguda .. ଭିମାଗୁଡା ।
Bhitarokoromori .. ଭିତରକରମରି
Bhōnjoguda .. ଭଞ୍ଜଗୁଡା ।
Bhōjapur .. ଭୋଜପୁର ।
Bhonosuli .. ଭନସୁଲି ।
Bhoronopuro .. ଭରଣପୁର ।
Bhotora .. ଭତରା ।
Bhottadhonosuli .. ଭଟ୍ଟାଧନସୁଲି ।
Bijapuro .. ବିଜାପୁର ।
Bijaraguda .. ବିଜରାଗୁଡା ।
Biriguda .. ବିରିଗୁଡା ।
Birijodi .. ବିରିଜୋଡି ।
Biripuro .. ବିରିପୁର ।
Birisādi .. ବିରିସାଢି ।
Birisodi .. ବିରିସଢି ।
Bobbai .. ବବାଇ ।
Bobbiriaguda .. ବବ୍ବିରିଆଗୁଡା ।
Bedaguda (alias Jauuaguda). .. ବେଡାଗୁଡା ଅଥବା ଜାଉଁଆଗୁଡା ।
Bodakumuli .. ବଡକୁମୁଲି ।
Bodamisigam .. ବଡମିସିଗାଁ ।
Bodiliguda .. ବଦିଲିଗୁଡା ।
Bodobarandi .. ବଡବରଣ୍ଡି ।
Bodaguda .. ବଡାଗୁଡା ।
Bododebonoguda. ବଡଦେବଣଗୁଡା ।
Bodomunda .. ବଡମୁଣ୍ଡା ।
Bodotemora .. ବଡଟେମରା ।
Bodoloma .. ବଡଲମା ।
Bodini .. ବଦିନି ।
Boipariguda .. ବଇପାରିଗୁଡା ।
Bojaroguda .. ବଜରଗୁଡା ।
Bokada .. ବକଡା ।
Bokadabeda .. ବକଡାବେଡା ।
Bokiriguda .. ବକିରିଗୁଡା ।
Bondia .. ବଣ୍ଡିଆ ।
Bondimalo .. ବଣ୍ଡିମାଳ ।
Bondukonadi .. ବଣ୍ଡୁକନାଢ ।
Bomamtholai .. ବାମମଥଲଇ ।
Bondiguda .. ବଣ୍ଡିଗୁଡା ।

NOWRANGAPUR AGENCY—*cont.* నవురంగపురం ఏజన్సీ— శేషము.

Bondimalo ... ବଣ୍ଡିମାଲ ।
Bondiguda ... ବଣ୍ଡିଗୁଡା ।
Bondukonadi ... ବଣ୍ଡୁକନାଢି ।
Boradajoda ... ବରଡାଜଡା ।
Boragām .. ବରଗାଁ ।
Borakānaguda ... ବରକାନାଗୁଡା ।
Borakānaguda ... ବରକାନାଗୁଡା ।
Borandipara ... ବରଣ୍ଡିପାଦର ।
Borigam ... ବାରିଗାଁ ।
Boriguda ... ବାରିଗୁଡା ।
Boroguda ... ବରଗୁଡା ।
Botckeri ... ବଟକେର ।
Bottigudā .. ବାଟିଗୁଡା ।
Budurapāra ... ବୁଡୁରପାଦର ।
Buruja ... ବୁରୁଜା ।
Burukamoholai ... ବୁରୁକାମହଲାଇ ।
Burubhusi ... ବୁରୁଭୁସି ।
Buttīmajjīsemolā. ବୁଟ୍ଟୀମଜ୍ଜୀସେମଲା ।
Buttusorigi ... ବୁଟୁସରିଗି ।
Butyāgudā ... ବୁଟ୍ୟାଗୁଡା ।
Chachorāgudā .. ଚଚରାଗୁଡା ।
Chachorāgudā ... ଚଚରାଗୁଡା ।
Chalānopara ... ଚଲାନପାଦର ।
Chaliguda ... ଚଲିଗୁଡା ।
Challipitta ... ଚଲ୍ଲିପଟା ।
Chandahandi ... ଚନ୍ଦାହଣ୍ଡି ।
Chandanapalla ... ଚନ୍ଦନପଲ୍ଲା ।
Chandogiri ... ଚନ୍ଦଗିରି ।
Chandili ... ଚନ୍ଦିଲି ।
Chondropuro ... ଚନ୍ଦ୍ରପୁର ।
Charupodoro ... ଚରୁପଦର ।
Charubai ... ଚରୁବାଇ ।
Charugam ... ଚରୁଗାଁ ।
Chattiguda ... ଚଟୀଗୁଡା ।
Chattiguda ... ଚଟୀଗୁଡା ।
Chattipokhona ... ଚଟୀପଖନା ।
Chelipodoro ... ଚେଲିପଦର ।
Cheptamba ... ଚେପଟାଅମ୍ବା ।
Cheptamba ... ଚେପଟାଅମ୍ବା ।
Cheptaposo ... ଚେପଟାପାଶ
Chichubai ... ଚିଚୁବାଇ ।
Chikili ... ଚିକିଲି ।
Chikilibondo ... ଚିକିଲିବନ୍ଧ ।
Chikili ... ଚିକିଲି ।
Chikiliguda ... ଚିକିଲିଗୁଡା ।
Chikilipodoro ... ଚିକିଲିପଦର ।
Chilligam ... ଚିଲ୍ଲିଗାଁ ।
Chingidiguda ... ଚିଙ୍ଗିଡିଗୁଡା ।
Chingidisoro ... ଚିଙ୍ଗୁଡିସର ।
Chinnamosigam ... ଚିନ୍ନମସିଗାଁ ।
Chirama ... ଚିରମା ।
Chiramapondi ... ଚିରମାପାଣ୍ଡି ।
Chooha ... ଛୁଚା ।
Chochanabeda ... ଛୁଚନାବେଢା ।
Chokkachaporo ... ଚକାଛପର ।
Chokola .. ଚକଲା ।
Chokkamalo ... ଚକ୍କାମାଲ ।
Cholonoguda ... ଚଲନଗୁଡା ।
Choramalo ... ଚରମାଲ ।
Choramalo ... ଚରମାଲ ।
Chorubeda ... ଚରୁବେଢା ।
Chottabeda ... ଚଟାବେଢା ।
Chottabeda ... ଚଟ୍ଟାବେଢା ।
Chottaguda ... ଚଟ୍ଟାଗୁଡା ।
Chottaguda ... ଚଟ୍ଟାଗୁଡା ।
Chottahandi ... ଚଟ୍ଟାହାଣ୍ଡି ।
Churahandi ... ଚୁରାହାଣ୍ଡି ।
Churahandi ... ଚୁରାହାଣ୍ଡି ।
Churchunda ... ଚୁରୁଚୁଣ୍ଡା ।
Chutyaguda ... ଚୁଟ୍ୟଗୁଡା ।
Dabugam ... ଡାବୁଗାଁ ।
Dairigudā ... ଡାଇରିଗୁଡା ।
Dalobedā ... ଡାଲବେଢା ।
Dandesara ... ଦାଣ୍ଡେସର ।
Damonoguda ... ଡାମନଗୁଡା ।
Damopolla ... ଦାମପଲ୍ଲା ।
Damopolli ... ଦାମପଲ୍ଲି ।
Dandugudā ... ଦାଣ୍ଡୁଗୁଡା ।

NOWRANGAPUR AGENCY—*cont.* నవురంగపురం ఏజన్సీ—శేషము.

Dandusenagudā	.. ଦଣ୍ଡୁସେନାଗୁଡ଼ା ।	Dongirigudā	.. ଡଙ୍ଗିରିଗୁଡ଼ା ।
Daropagudā	.. ଦାରପାଗୁଡ଼ା ।	Dongirigudā	.. ଡଙ୍ଗିରିଗୁଡ଼ା ।
Daudomlo	.. ଦାଉଦମାଲ ।	Dongirigudā	.. ଡଙ୍ଗିରିଗୁଡ଼ା ।
Daibhotta	.. ଡାଇଭଟ୍ଟା ।	Dongirigudā	.. ଡଙ୍ଗିରିଗୁଡ଼ା ।
Daimalo	.. ଡାଇମାଲ ।	Dongirigudā	.. ଡଙ୍ଗିରିଗୁଡ଼ା ।
Dedesopolli	.. ଦେଦେସପାଲ୍ଲି ।	Dongirigudā	.. ଡଙ୍ଗିରିଗୁଡ଼ା ।
Dengagudā	.. ଡେଙ୍ଗାଗୁଡ଼ା ।	Dongiribejjā	.. ଡଙ୍ଗିରିବେଜ୍ଜା ।
Deppagudā	.. ଡେପ୍ପାଗୁଡ଼ା ।	Dorughula	.. ଦରୁଘୁଲ ।
Devogam	.. ଦେବଗାଁ ।	Dosupuro	.. ଦସୁପୁର ।
Deubharandu	.. ଦେଭରଗଣ୍ଡୁ ।	Dosupuro	.. ଦସୁପୁର ।
Deugām	.. ଦେଉଗାଁ ।	Dosuraguda	.. ଦସୁରାଗୁଡ଼ା ।
Deulā	.. ଦେଉଳା ।	Dubattuttā	.. ଧୁବ୍ବାଟୁଟା ।
Deurakona	.. ଦେଉରୁକନା ।	Dubolāhandi	.. ଡୁବଲାହାଣ୍ଡି ।
Deurakota	.. ଦେଉରୁକୋଟ ।	Dukhugudā	.. ଡୁଖୁଗୁଡ଼ା ।
Dharoli	.. ଧାରଲି ।	Dumbadēī	.. ଡୁମ୍ବାଦେଇ ।
Dharonābedā	.. ଧାରନାବେଡ଼ା ।	Dummarigudā	.. ଡୁମ୍ମାରିଗୁଡ଼ା ।
Dhobiagudā	.. ଧୋବିଅଗୁଡ଼ା ।	Dummaradā	.. ଡୁମାରାଡା ।
Dhonupuro	.. ଧନୁପୁର ।	Dummaradihi	.. ଡୁମ୍ମାରାଡିହି ।
Dhonupuro	.. ଧନୁପୁର ।	Dumaramundā	.. ଡୁମୁରମୁଣ୍ଡା ।
Dhonurā	.. ଧନୁରା ।	Dumuriparā	.. ଡୁମୁରିପାରା ।
Dhonsuli	.. ଧନୁସୁଲି ।	Dumuripodora	.. ଡୁମୁରିପଦର ।
Dhoraibedā	.. ଧରାଇବେଡ଼ା ।	Dungyadihi	.. ଡୁଙ୍ଗ୍ୟାଡିହି ।
Digi	.. ଦଗି ।	Duppukōto	.. ଡୁପୁକୋଟ ।
Dodipāni	.. ଦଢ଼ିପାଣି ।	Durāgām	.. ଡୁରାଗାଁ ।
Dodrā	.. ଦଦ୍ରା ।	Duragāguda	.. ଡୁର୍ଗାଗୁଡ଼ା ।
Dodraparā	.. ଢଡ୍ରାପାରା ।	Duruagudā	.. ଡୁରୁଆଗୁଡ଼ା ।
Dodraparā	.. ଢଡ୍ରାପାରା ।	Duruapārā	.. ଡୁରୁଆପାରା ।
Dohona	.. ଡହଣା ।	Duruaparā	.. ଡୁରୁଆପାରା ।
Dokoraguda	.. ଡକରାଗୁଡ଼ା ।	Duttīgudā	.. ଧୁଟୀଗୁଡ଼ା ।
Dokiribeda	.. ଡକିରିବେଡ଼ା ।	Ekamba	.. ଏକମ୍ବା ।
Dokirikotā	.. ଡକିରିକୋଟ ।	Ekamba	.. ଏକମ୍ବା ।
Dondamundā	.. ଡଣ୍ଡାମୁଣ୍ଡା ।	Ekamba	.. ଏକମ୍ବା ।
Dondora	.. ଢଣ୍ଡରା ।	Ekamba	.. ଏକମ୍ବା ।
Dongachuvā	.. ଡଙ୍ଗାଚୁଆ ।	Ekkuri	.. ଏକ୍କୁରି ।
Dongora	.. ଡଙ୍ଗରା ।	Gadabagudā	.. ଗାଦାବାଗୁଡ଼ା ।
Dongora	.. ଡଙ୍ଗରା ।	Gadabakotorā	.. ଗାଦବାକଟରା ।
Dongasilo	.. ଡଙ୍ଗସିଲ ।	Ganjiyadihi	.. ଗଞ୍ଜ୍ୟାଡିହି
Dongirigudā	.. ଡଙ୍ଗିରିଗୁଡ଼ା ।	Garanjiguda	.. ଗାରାଂଜିଗୁଡ଼ା ।
Dongirigudā	.. ଡଙ୍ଗିରିଗୁଡ଼ା ।	Gayihandu	.. ଗାଇହଣ୍ଡୁ ।

NOWRANGAPUR AGENCY—cont. నవరంగపురం ఏజన్సీ—శేషము.

Ghātoguda .. ଘାଟଗୁଡା।
Ghātoguda .. ଘାଟଗୁଡା।
Ghātogudā .. ଘାଟଗୁଡା।
Ghodakhunti .. ଘୋଡାଖୁଣ୍ଟି।
Ghurkubondhu .. ଘୁଗ୍ରବନ୍ଧୁ।
Girlā .. ଗିର୍ଲା।
Gobāgudā .. ଗବାଗୁଡା।
Goborla .. ଗବର୍ଲା।
Gobiri .. ଗବିରି।
Gochuguda .. ଗଚ୍ଛୁଗୁଡା।
Godadhauna .. ଗଡଧାଉଁଣ।
Godomāgudā .. ଗଦମାଗୁଡା।
Godigam .. ଗଡିଗାଁ।
Godigam .. ଗଡିଗାଁ।
Gombāriguda ... ଗମ୍ବାରିଗୁଡ।।
Gonā .. ଗନା।
Gopigudā .. ଗୋପିଗୁଡା!
Gorijyoryā .. ଗରିଜ୍ୟରିୟା।
Gorombā .. ଗରମ୍ବା।
Gottigudā .. ଗଟିଗୁଡା।
Gottigudā .. ଗଢିଗୁଡା
Gottipodoro .. ଗଢିପଦର।
Gottiputtu .. ଗଟିପୁଟୁ।
Goududepolli .. ଗଉଡୁଦେପଲ୍ଲି।
Goudukurumuli .. ଗଉଡୁକୁରୁମୁଲି।
Gountyaguda .. ଗଉଣ୍ଟ୍ୟାଗୁଡା।
Grānghatuparā .. ଗ୍ରାଙ୍ଘାଟୁପାରା।
Guchugudā .. ଗୁଚ୍ଛୁଗୁଡା।
Gudipodoro .. ଗୁଡିପଦର।
Gudura .. ଗୁଡୁରା।
Gullibodonā .. ଗୁଲ୍ଲିବଦନ!
Gullibodonā .. ଗୁଲ୍ଲିବଦନ।
Gumindiligudā .. ଗୁମିଣ୍ଡିଲିଗୁଡା
Gumma .. ଗୁମ୍ମା।
Gummagudā .. ଗୁମ୍ମାଗୁଡା।
Gummidora .. ଗୁମ୍ମିଦରା।
Gummirinoda .. ଗୁମ୍ମିରିନଡା।
Gummoradhara .. ଗୁମ୍ମରାଧାରା।
Gundrigudā .. ଗୁଣ୍ଡ୍ରିଗୁଡା

Gurusingā .. ଗୁରୁସିଙ୍ଗା।
Gurusingā .. ଗୁରୁସିଙ୍ଗା।
Gusurabedā .. ଘୁସୁରାବେଡା।
Hattibedā .. ହଢିବେଢା।
Hattibedā .. ହଢିବେଡା।
Hattibenā .. ହଢିବେଣା।
Hottigām .. ହଢିଗାଁ।।
Hattomohalai .. ହାଟମହଲାଇ।
Hattopodda .. ହାଟପଦା।
Hirapuro .. ହିରପୁର।
Hirimimunda .. ହିରିମିମୁଣ୍ଡ।
Hirli .. ହିର୍ଲି।
Hirli .. ହିର୍ଲି।
Hirli .. ହିର୍ଲି।
Hirripara .. ହିରିପାରା
Holidi .. ହଲଦି।
Holidi .. ହଲଦି।
Holidigam .. ହଲଦିଗାଁ।
Holidiguda .. ହଲଦିଗୁଡା।
Holidikelya .. ହଲଦିକେଲ୍ୟ।
Horadaguda .. ହରଡାଗୁଡା।
Horichintaguda .. ହରିଚିନ୍ତାଗୁଡା।
Ichchapuro .. ଇଛପୁର।
Ingra .. ଇଙ୍ଗ୍ରା।
Jadobandho .. ଯାଡବନ୍ଧ।
Jagannadhupuro. ଜଗନ୍ନାଥପୁର।
Jagotugudā .. ଜଗତୁଗୁଡା।
Jalonaboro .. ଜାଲନବର।
Jalonopara .. ଜାଲନାପାରା।
Jambudora .. ଜାମ୍ବୁଦରା।
Jambugudā .. ଜାମ୍ବୁଗୁଡା।
Jambugudā .. ଜାମ୍ବୁଗୁଡା।
Jambugudā .. ଜାମ୍ବୁଗୁଡା।
Jambugudā .. ଜାମ୍ବୁଗୁଡା।
Jambugudā .. ଜାମ୍ବୁଗୁଡା।
Jampara .. ଯାମ୍ପରା।
Janniguda .. ଜାନ୍ନିଗୁଡା।
Jānniguda .. ଜାନ୍ନିଗୁଡା।
Jānniguda .. ଜାନ୍ନିଗୁଡା।

NOWRANGAPUR AGENCY—cont. నవురంగపురం ఏజన్సీ—శేషము.

Jarabal	.. ଝରବାଲ ।
Jatabal	.. ଝଟାବାଲ ।
Jatyarupara	.. ଜଟ୍ୟାରୁପାଡ଼ା ।
Jhadubondhoguda	ଝାଡ଼ବନ୍ଧଗୁଡ଼ା ।
Jhadokusumi	.. ଝାଡ଼କୁସୁମି ।
Jhadutemora	.. ଝାଡ଼ଟେମରା ।
Jhalapara	.. ଝାଲ୍ୟପାଡ଼ା ।
Jhalyaguda	. ଝାଲ୍ୟଗୁଡ଼ା ।
Jhalyapara	.. ଝାଲ୍ୟପାଡ଼ା ।
Jhalyapara	.. ଝାଲ୍ୟପାଡ଼ା ।
Jhalyapodoro	.. ଝାଲ୍ୟପଦର ।
Jiraguda	.. ଜିରଗୁଡ଼ା ।
Jedadora	.. ଜଡାଦରା ।
Jodoguda	.. ଜଡାଗୁଡ଼ା ।
Jodapara	.. ଜଡାପାଡ଼ା ।
Jodinga	.. ଜଡ଼ଙ୍ଗା ।
Jodiabandiguda	.. ଜଡ଼ିଆବାଣ୍ଡିଗୁଡ଼ା ।
Jogunalo	.. ଜଗୁନାଲ ।
Jolla	.. ଜଲ୍ଲା ।
Jorigām	.. ଝରିଗାଁ ।
Jorigummā	.. ଜରିଗୁମ୍ମା ।
Jotyapara	.. ଜଟ୍ୟାପାଡ଼ା ।
Jubhadodi	.. ଜୁଭଦଡ଼ି ।
Jubhaguda	.. ଜୁଭଗୁଡ଼ା ।
Judujunga	.. ଜୁଡୁଜୁଙ୍ଗା ।
Junkibeda	.. ଜୁଙ୍କିବେଡ଼ା ।
Junnapani	.. ଜୁନ୍ନାପାଣି ।
Junnapani	.. ଜୁନ୍ନାପାଣି ।
Juvanipara	.. ଜୁଆଣିପାଡ଼ା ।
Kachurapāra	.. କଚୁରପାଡ଼ା ।
Kachurapāra	.. କଚୁରପାଡ଼ା ।
Kadanga	.. କାଡାଙ୍ଗା ।
Kadakadiguda	.. କାଡାକାଡ଼ିଗୁଡ଼ା ।
Kalaipāra	.. କାଲଇପାଡ଼ା ।
Kalaipāra	.. କାଲଇପାଡ଼ା ।
Kalarapara	.. କାଲରୁପାଡ଼ା ।
Kaliāgudā	.. କାଲିଆଗୁଡ଼ା ।
Kallibeda	.. କାଲ୍ଲିବେଡ଼ା ।
Kamolaguda	.. କମଲାଗୁଡ଼ା ।
Kamolabondhu	.. କମଲାବନ୍ଧୁ ।
Kamota	.. କାମଟା ।
Kamota	.. କାମଟା ।
Kanda	.. କାନ୍ଦା ।
Kandethara	.. କାଣ୍ଡେଥାରା ।
Kandupodoro	.. କାନ୍ଦୁପଦର ।
Kannadihi	.. କାନ୍ନାଡିହି ।
Kangumajjiguda	କାଙ୍ଗୁମାଜ୍ଜୀଗୁଡ଼ା ।
Kaunakota	.. କାନ୍ନାକୋଟା ।
Karagam	.. କାରଗାଁ ।
Karlichuva	.. କର୍ଲିଚୁଆଁ ।
Karlikumari	.. କାର୍ଲିକୁମାରି ।
Karripodoro	.. କରିପଦର ।
Karunapodoro	.. କରୁଣାପଦର ।
Kaudella	.. କାଉଡେଲ୍ଲା ।
Kaudipara	.. କାଉଡ଼ିପାର ।
Kellarighati	.. କେଲ୍ଲାରିଘାଟୀ ।
Kelya	.. କେଲ୍ୟା ।
Kendubadigodo	.. କେନ୍ଦୁବାଡ଼ିଗଡ
Kenduchua	.. କେନ୍ଦୁଚୁଆଁ ।
Kenduguda	.. କେନ୍ଦୁଗୁଡ଼ା ।
Kenduguda	.. କେନ୍ଦୁଗୁଡ଼ା ।
Kenduguda	.. କେନ୍ଦୁଗୁଡ଼ା ।
Kenduguda	.. କେ ଗୁଡ଼ା ।
Keradihi	.. କେରଡିହି ।
Kerandimalo	.. କେରଣ୍ଡିମାଲ ।
Kesariguda	.. କେଶରିଗୁଡ଼ା ।
Khantyagām	.. ଖଣ୍ଟ୍ୟାଗାଁ ।
Khattiguda	. ଖାଟିଗୁଡ଼ା ।
Khattiguda	.. ଖାଟିଗୁଡ଼ା ।
Khattiguda	.. ଖାଟିଗୁଡ଼ା ।
Khattiguda	.. ଖାଟିଗୁଡ଼ା ।
Khodika	.. ଖଡ଼ିକା ।
Khodikadiguda	.. ଖଡ଼ିକାଡ଼ିଗୁଡ଼ା ।
Khodoka	.. ଖଡକା ।
Khoirabadi	.. ଖଇରବାଡ଼ି ।
Khojira	.. ଖଜିରା ।
Khojiri	.. ଖଜିରି ।

NOWRANGAPUR AGENCY—cont. నవరంగపురం ఏజన్సీ—శేషము.

Kholliguda	.. ଖଲ୍ଲିଗୁଡ଼ା ।
Khoporadei	.. ଖପରାଦେଇ ।
Khondiaguda	.. ଖଣ୍ଡିଆଗୁଡ଼ା ।
Khuntipodoro	.. ଖୁଣ୍ଟିପଦର ।
Khuntiyagudā	.. ଖୁଣ୍ଟିୟାଗୁଡ଼ା ।
Kihākanga	.. କିହାକାଙ୍ଗା ।
Killoli	.. କିଲ୍ଲୋଲି ।
Kochonga	.. କଚଙ୍ଗା ।
Kochiniamba	.. କଚିନିଆମ୍ବ ।
Kodinga	.. କଡିଙ୍ଗା ।
Koddubhottā	.. କଡୁଭଟ୍ଟା ।
Koddubhottā	.. କଡୁଭଟ୍ଟା ।
Koddubhottā	.. କଡୁଭଟ୍ଟା ।
Kogaguda	.. କଗାଗୁଡା ।
Koigam	.. କାଇଗା ।
Koilarī	.. କଇଲାରି
Koilimundā	.. କଇଲିମୁଣ୍ଡା ।
Kōkagudā	.. କକାଗୁଡ଼ା ।
Kokkitisilō	.. କକ୍କିଟିସିଲ ।
Kolligam	.. କଲ୍ଲିଗାଁ ।
Kollipodoro	.. କଲ୍ଲିପଦର ।
Kolyapodoro	.. କଲ୍ୟାପଦର ।
Kondapuri	.. କନ୍ଦାପୁରି ।
Kondongiri	.. କନ ଡଙ୍ଗି ରି ।
Kongara	.. କଙ୍ଗରା ।
Kongara	.. କଙ୍ଗରା ।
Koniki	.. କଣିକି ।
Koniki	.. କଣିକି ।
Konjiriguda	.. କଞ୍ଜିରିଗୁଡା ।
Konneimunda	.. କନେଇମୁଣ୍ଡା ।
Kontagam	.. କଣ୍ଟାଗାଁ ।
Kontagam	.. କଣ୍ଟାଗାଁ ।
Kontasaro	.. କଣ୍ଟାସର ।
Kopiriguda	.. କପିରିଗୁଡା ।
Koragamyapara	.. କରାଗାମ୍ୟାପାରା ।
Koraghati	.. କରଘାଟୀ ।
Korohamala-	.. କର୍ହମାଳ ।
Koriki	.. କରିକି ।
Kortapara	.. କର୍ଟପାରା ।
Koromori	.. କରମରି ।
Korsabandi	.. କର୍ସାହଣ୍ଡି ।
Korubella	.. କରୁବେଲ୍ଲା ।
Kosagumada	.. କସାଗୁମୁଡ ।
Kosarabhatta	.. କସରାଭଟ୍ଟା ।
Kosimi	.. କସିମି ।
Kosukonga	.. କସୁକଙ୍ଗା ।
Kotrichauro	.. କଟ୍ରିଚଉଁର ।
Kottamālo	.. କଟ୍ଟାମାଳ ।
Kucha	.. କୁଚ ।
Kudabedā	.. କୁଦାବେଡା ।
Kuharakōto	.. କୁହାରାକୋଟ ।
Kuhudi	.. କୁହୁଡି ।
Kujjaguda	.. କୁଜ୍ଜାଗୁଡା ।
Kukkidigudā	.. କୁକ୍କିଡିଗୁଡା ।
Kukkudabai	.. କୁକ୍କୁଡାବାଇ ।
Kukkurobondopodoro.	କୁକୁରବନ୍ଧାପଦର ।
Kukkurokuna	.. କୁକୁରକୁନା ।
Kumujuro	.. କୁମୁଜର ।
Kumari	.. କୁମାରି ।
Kumilipara	.. କୁମୁଲିପାରା ।
Kundli	.. କୁନ୍ଦୁଲି ।
Kundeioda	.. କୁଣ୍ଡେଇଅଡା ।
Kundrapara	.. କୁନ୍ଦ୍ରାପାରା ।
Kuraguda	.. କୁଟ୍ରାଗୁଡା ।
Kurlughati	.. କୁର୍ଲୁଘାଟୀ ।
Kurlumari	.. କୁର୍ଲୁମାରି ।
Kursigudā	.. କୁର୍ସିଗୁଡା ।
Kurmakotā	.. କୁର୍ମାକୋଠ ।
Kurupa	.. କୁରୁପା ।
Kurubela	.. କୁରୁବେଲ ।
Kusumi	.. କୁସୁମି ।
Kusumi	.. କୁସୁମି ।
Kusumi	.. କୁସୁମି ।
Kusumi	.. କୁସୁମି ।
Kusumopolli	.. କୁସୁମପଲ୍ଲି ।
Kusumopuro	.. କୁସୁମପୁର ।
Kusumohandi	.. କୁସୁମହାଣ୍ଡି ।

NOWRANGAPUR AGENCY—cont. నవరంగపురం ఏజన్సీ—శేషము.

Kuttabāi	..	କୁଟୁବାଇ ।
Kuttauarupara	..	କୁଟଅରୁପାର ।
Kuttisiaguda	..	କୁଟ୍ଟୀସିଅଗୁଡା ।
Kuttigudā	..	କୁଟ୍ଟୀଗୁଡା ।
Kuttigudā	..	କୁଟ୍ଟୀଗୁଡା ।
Kuttigudā	..	କୁଟ୍ଟୀଗୁଡ଼ା ।
Lakidipalla	..	ଲେକଡପଲ୍ଲା ।
Lambotaguda	..	ଲମ୍ବୁଢଗୁଡା ।
Lambidora	..	ଲମ୍ବ ଦର ।
Langupara	..	ଲାଙ୍ଗୁପାର ।
Lāugudā	..	ଲାଉଗୁଡା ।
Limmugudā	..	ଲିମୁ ଗୁଡା ।
Loduapara	..	ଲଦୁଆପାର ।
Loduapara	..	ଲଦୁଆପାର ।
Lohababal	..	ଲୋହାବାହାଲ୍ ।
Lohandsilo	..	ଲୋହାଣ୍ଡ୍ରସିଲ୍ ।
Loharakanni	..	ଲେହରକାନ୍ନ ।
Lokkiguda	..	ଲକ୍କୀଗୁଡା ।
Lolitadeipuro	..	ଲଲିଢାଦେଇପୁ-ର ।
Madhugulimi	..	ମାଧୁ ଗୁ ଲିମି ।
Mahendri	..	ମହେନ୍ଦ୍ରୀ ।
Maidolopuro	..	ମଇଦଲପୁ ର ।
Majjidhanua	..	ମଜ୍ଜି ଧନୁଆ ।
Majhigudā	..	ମାଝୀଗୁଡା ।
Majhigudā	..	ମାଝୀଗୁଡା ।
Majhigudā	..	ମାଝୀଗୁଡା ।
Majhigudā	..	ମାଝୀଗୁଡା ।
Majhigudā	..	ମାଝୀଗୁଡା ।
Majhigudā	..	ମାଝୀଗୁଡା ।
Majhigudā	..	ମାଝୀଗୁଡା ।
Malobedā	..	ମାଲବେଡା ।
Malagam	..	ମାଲଗାଁ ।
Malapara	..	ମାଲପାର ।
Malibadi	..	ମାଲିବାଢ ।
Maligudā	..	ମାଲିଗୁଡା ।
Maligudā	..	ମାଲିଗୁଡା ।
Maliattigam	..	ମାଲିଅଟ୍ଟୀଗାଁ ।
Malliabedā	..	ମାଲ୍ଲିଅବେଡା ।

Manohagam	..	ମଞ୍ଚାଗାଁ ।
Mandiagudā	..	ମାଣ୍ଡିଆଗୁଡା ।
Mandigumma	..	ମାଣ୍ଡୀଗୁମ୍ମା ।
Mangorajagudā	..	ମଙ୍ଗରାଜଗୁଡା ।
Mannigām	..	ମାନ୍ନିଗାଁ ।
Manyagudā	..	ମାନ୍ୟଗୁଡା ।
Mantrigudā	..	ମନ୍ତ୍ରିଗୁଡା ।
Mantriguda	..	ମନ୍ତ୍ରିଗୁଡା ।
Mantripujariguda		ମନ୍ତ୍ରପୁଜାରିଗୁଡା ।
Marongapolli	..	ମାରଙ୍ଗପାଲ୍ଲି ।
Marigām	..	ମାରିଗାଁ ।
Maripara	..	ମାରିପାର ।
Marigadihi	..	ମାରିଆଡହି ।
Mattagam	...	ମାଟ୍ଟାଗାଁ ।
Medona	..	ମେଦନା ।
Menagadihi	..	ମେନାଗାଡିହି ।
Menduiguda	..	ମେନ୍ଦୁଗୁଡା ।
Mendura	..	ମେଣ୍ଡୁରା ।
Mengora	..	ମେଙ୍ଗୁର ।
Meujoro	..	ମେଞ୍ଜର ।
Menjoro	..	ମେଞ୍ଜର ।
Mentri	..	ମେଣ୍ଟ୍ରୀ ।
Merai	..	ମେରାଇ ।
Merakanni	..	ମେରାକାନ୍ନ ।
Mernaso	..	ମେର୍ଣ୍ଣାସ ।
Minja	..	ମିଞ୍ଜା ।
Mirimunda	..	ମିରିମୁଣ୍ଡା ।
Modeigām	..	ମଦେଇଗାଁ ।
Mohabhotta	..	ମହାଭଟ୍ଟା ।
Mohalai	..	ମହଲାଇ ।
Mohandu	..	ମହାନ୍ଦୁ ।
Mohandu	..	ମହାନ୍ଦୁ ।
Mohara	...	ମହରା ।
Moharagudā	..	ମହରାଗୁଡା ।
Mohulobhotta	..	ମହୁଲଭଟ୍ଟା ।
Mohulopodoro	..	ମହୁଲପଦର
Mojya	..	ମଜ୍ୟା ।
Mojaza	..	ମଜାଜା ।
Monguruphara	..	ମଙ୍ଗୁରୁଫାର୍ ।

NOWRANGAPUR AGENCY—cont. నవరంగపురం ఏజన్సీ—కొన.

Morali	.. ମରଲି ।
Motigam	.. ମୋଢଗାଁ ।
Motigam	.. ମୋଢଟାଁ ।
Motigam	.. ମୋଢଗାଁ ।
Moulai	.. ମଉଲାଇ ।
Mundabedā	.. ମୁଣ୍ଡାବେଡ଼ା ।
Mundagudā	.. ମୁଣ୍ଡାଗୁଡ଼ା ।
Mundagudā	.. ମୁଣ୍ଡାଗୁଡା ।
Mundagudā	.. ମୁଣ୍ଡ ଗୁଡା ।
Mundagudā	.. ମୁଣ୍ଡାଗୁଡା ।
Mundagudā	.. ମୁଣ୍ଡାଗୁଡା ।
Mundapodoro	.. ମୁଣ୍ଡାପଦର ।
Mundidhanua	.. ମୁଣ୍ଡିଧନୁଆଁ ।
Mundiguda	.. ମୁଣ୍ଡି ଗୁଡା ।
Mundiguda	.. ମୁଣ୍ଡିଗୁଡା
Murlabai	.. ମୁର୍ଲବାଇ ।
Murthuma	.. ମୁର୍ଥୁମା ।
Mushapalla	.. ମୁଷପଲ୍ଲି ।
Nagitiguda	.. ନାଗିଟିଗୁଡା ।
Nagitisimuda	.. ନାଗିଟିସିମୁଡା ।
Nagojodi	.. ନାଗଯୋଡି ।
Naikoguda	.. ନାଇକଗୁଡା ।
Nalomunda	.. ନାଲମୁଣ୍ଡା ।
Nandapuro	.. ନନ୍ଦପୁର ।
Nangolovottalo	.. ନାଙ୍ଗଲଓଟାଲ ।
Neganolo	.. ନେଗାନାଲ ।
Niriguda	.. ନିରି ଗୁଡା ।
Nirundi	.. ନିରୁଣ୍ଡି ।
Nisnahandi	.. ନିସନାହଣ୍ଡି ।
Nondahandi	.. ନନ୍ଦାହଣ୍ଡି ।
Nowrangapur	.. ନବରଙ୍ଗପୁର ।
Nuagam	.. ନୂଆଗାଁ ।
Nuagam	.. ନୂଆଗାଁ ।
Nuagudo	.. ନୂଆଗୁଡା ।
Nuagudā	.. ନୂଆଗୁଡା ।
Nuaguda	.. ନୂଆଗୁଡା ।
Nuaguda	.. ନୂଆଗୁଡା ।
Nuakota	.. ନୂଆକୋଟ ।
Nuapara	.. ନୂଆପାଡା ।
Nuapara	.. ନୂଆପଡା ।
Nuapujariguda	.. ନୂଆପୁଜାରିଗୁଡା ।
Nunopani	.. ନୁଣପାଣି ।
Odandi	.. ଓଡାଣ୍ଡି ।
Olama	.. ଓଲମା ।
Oluguni	.. ଓଲୁଗୁଣି ।
Olundhuguda	.. ଅଲନ୍ଧୁଗୁଡା
Omalabhotta	.. ଅମଲାଭଟ୍ଟା ।
Omarogām	.. ଅମରଗାଁ ।
Omarōkoto	.. ଅମରକୋଟ
Omchola	.. ଅଞ୍ଚଳା ।
Omcholaguda	.. ଅଞ୍ଚଳାଗୁଡା ।
Omcholaguda	.. ଅଞ୍ଚଳ ଗୁଡା ।
Omcholahandi	.. ଅଞ୍ଚଳାହାଣ୍ଡି ।
Omchologumma	.. ଅଞ୍ଚଳଗୁମ୍ମା ।
Omtāsaro	.. ଅଣ୍ଟାସର ।
Omtipara	.. ଅଣ୍ଟିପାଡା ।
Ondriguda	.. ଅଣ୍ଡ୍ରୀଗୁଡା ।
Onokabeda	.. ଅନକବେଡା ।
Ōtakabeda	.. ଅଟକବେଡା ।
Pahurbel	.. ପାହୁରବେଲ୍ ।
Paikobedigodo	.. ପାଅକବଢିକାଢ ।
Paikoharangipodoro.	.. ପାଇକହରାଙ୍ଗିପଦର ।
Paikokotra	.. ପାଇକକଣ୍ଡା ।
Paikominugudi	.. ପାଇକମିନଗୁଡ ।
Pakhonaguda	.. ପଖନାଗୁଡା ।
Pakhonaguda	.. ପଖନାଗୁଡା ।
Pakhonaguda	.. ପଖନାଗୁଡା ।
Palopuro	.. ପାଲପୁର ।
Palia	.. ପାଲିଆ ।
Pampuni	.. ପାମ୍ପୁଣି ।
Pandorabondhu	.. ପାଣ୍ଡରବନ୍ଧୁ ।
Pandriguda	.. ପାଣ୍ଡ୍ରିଗୁଡା ।
Panpripakhona	.. ପାଣ୍ଡ୍ରିପଖନା ।
Pappadahandi	.. ପାପାଡହଣ୍ଡି ।
Parjakongara	.. ପର୍ଜାକଙ୍ଗର ।
Parjakorumuli	.. ପର୍ଜାକୁରୁମୁଲି ।

NOWRANGAPUR AGENCY—cont. నవరంగపురం ఏజన్సీ—శేషము.

Parjaminagudi	.. ପର୍ଜାମିନଗୁଡା ।
Parua	.. ପାରୁଆ ।
Patanoguda	.. ପଠାଣଗୁଡା ।
Patrapu[illegible]	.. ପାତ୍ରପୁଟ୍ଟୁ ।
Patri	.. ପାଢ଼ି ।
Pātroguda	.. ପାଢ଼ିଗୁଡା ।
Patroguda	.. ପାତ୍ରଗୁଡା ।
Pācromunda	.. ପାତ୍ରମୁଣ୍ଡ ।
Pattia	.. ପାଟ୍ଟୀଆ ।
Pattikelya	.. ପାଟ୍ଟୀକେଲ୍ୟ ।
Paurbhol	.. ପାଉର୍ଭୋଲ ।
Phukkaguda	.. ଫୁକ୍କାଗୁଡା ।
Phullabhatta	.. ଫୁଲଭଟ୍ଟା ।
Phullujhodi	.. ଫୁଲଝୋଡି ।
Phunderapara	.. ଫୁଣ୍ଡରାପାରା ।
Phuppugam	.. ଫୁପୁଗାଁ ।
Phuppugam	.. ଫପୁଗାଁ ।
Pikatidhanua	.. ପିକଟୀଧାନୁଆ ।
Pilaka	.. ପିଲକା ।
Pittakumuli	.. ପିତ୍ତକୁମୁଳି ।
Podapolla	.. ପଡାପଲ୍ଲି ।
Podarogam	.. ପଦରଗାଁ ।
Podaigudā	.. ପଡାଇଗୁଡା ।
Podanguda	.. ପଡାନଗୁଡା ।
Podaijholla	.. ପଡାଇଝୋଲା ।
Podhaloguda	.. ପଢାଲଗୁଡା ।
Podiabeda	.. ପଡିଆବେଢା ।
Podiapani	.. ପଡିଆପାଣି ।
Pogsaguda	.. ପଗାସଗୁଡା ।
Poidapolla	.. ପଇଡପଲ୍ଲା ।
Pokhonaguda	.. ପଖନାଗୁଡା ।
Polsagudā	.. ପଲସାଗୁଡା ।
Polsapara	.. ପଲସାପାରା ।
Polsagām	.. ପଲସଗାଁ ।
Ponara	.. ପନରା ।
Ponosopodoro	.. ପନସପଦର ।
Pondiguda	.. ପଣ୍ଡିଗୁଡା ।
Pandikota	.. ପଣ୍ଡିକୋଟ ।
Poria	.. ପରିଆ ।
Porjabarangipodoro.	ପର୍ଜାବରଙ୍ଗିପଦର ।
Porjadepalli	.. ପର୍ଜାଦେପଲ୍ଲି ।
Porjaguda	.. ପର୍ଜାଗୁଡା ।
Porla	.. ପର୍ଲ ।
Parsipara	.. ପର୍ସିପାରା ।
Porsubeda	.. ପର୍ସୁବେଢା ।
Porsula	.. ପରସଲା ।
Potiki	.. ପଟୀକୀ ।
Potikiguda	.. ପଟିକିଗୁଡା ।
Pottagudā	.. ପଟ୍ଟାଗୁଡା ।
Pothanoguda	.. ପଠାଣଗୁଡା ।
Pottakoto	.. ପଟ୍ଟାକୋଟ ।
Pottagudā	.. ପଟ୍ଟାଗୁଡା ।
Pothorolosā	.. ପଥରଲସା ।
Pottuguda	.. ପଟ୍ଟୁଗୁଡା ।
Prodhanigudā	.. ପ୍ରଧାନଗୁଡା ।
Pujarlborandi	.. ପୂଜାରବରଣ୍ଡି ।
Pujariguda	.. ପୂଜାରଗୁଡା ।
Pujariguda	.. ପୂଜାରଗୁଡା ।
Pujariguda	.. ପୂଜାରଗୁଡା ।
Pujariguda	.. ପୂଜାରଗୁଡା ।
Pujariguda	.. ପୂଜାରଗୁଡା ।
Pujariguda	.. ପୂଜାରଗୁଡା ।
Pujariguda	.. ପୂଜାରଗୁଡା ।
Pujariguda	.. ପୂଜାରଗୁଡା ।
Pujariguda	.. ପୂଜାରଗୁଡା ।
Purnapani	.. ପୂର୍ଣ୍ଣପାଣି ।
Purnapodoro	.. ପୂର୍ଣ୍ଣପଦର ।
Phuttanalo	.. ଫୁଟ୍ଟାନାଲ ।
Phuttijharo	.. ଫୁଟ୍ଟିଝର ।
Rabonodihi	.. ରାବଣଡିହି ।
Raighors	.. ରାଇଘର ।
Rajakoto	.. ରାଜକୋଟ ।
Rajeputtu	.. ରାଜପୁଟ୍ଟୁ ।
Rajopuro	.. ରାଜପୁର ।
Rajopuro	.. ରାଜପୁର ।
Rajopuro	.. ରାଜପୁର ।
Rajoda	.. ରାଜୋଡା ।

NOWRANGAPUR AGENCY—cont. నవరంగపురం ఏజన్సీ—శేషము.

Ramannagudā	.. ରାମନ୍ନଗୁଡା ।
Ramannagudā	.. ରାମନ୍ନଗୁଡା ।
Ramannagudā	.. ରାମନ୍ନଗୁଡା ।
Ramoasogudā	.. ରାମସାଗୁଡା ।
Rangabha	.. ରଙ୍ଗଭ ।
Rangiguda	.. ରଙ୍ଗିଗୁଡା ।
Ranipodoro	.. ରାଣିପଦର ।
Rasyaguda	.. ରସ୍ୟାଗୁଡା ।
Rattekhadiguda	.. ରଟ୍ଟାଖାଡିଗୁଡା ।
Rautoguda	.. ରାଉତଗୁଡା ।
Sagoromunda	.. ସାଗରମୁଣ୍ଡ ।
Salebidi	.. ସାଲେବିଢ ।
Salebhotta	.. ସାଲେଭଟ୍ଟା ।
Salebidiguda	.. ସାଲେବିଢଗୁଡା ।
Sandedengiri	.. ସାନ୍ଦେଡଙ୍ଗର ।
Sanobasini	.. ସାନବସିନି ।
Sanoborāndi	.. ସାନବରାଣ୍ଡି ।
Sanodebotaguda	.. ସାନଦେବତାଗୁଡା ।
Sanokoromori	.. ସାନକରମରି ।
Sannokumuti	.. ସାନକୁମୁଟି ।
Sanoneura	.. ସାନନେଉରା ।
Sanokumuli	.. ସାନକୁମୁଲି ।
Sanopuro	.. ସାନପୁର ।
Sanoraguda	.. ସାନରାଗୁଡା ।
Sanotemora	.. ସାନଟେମରା ।
Sānovolama	.. ସାନଅଲମା ।
Sarodapuro	.. ସରଡାପୁର ।
Saradharogumeda	ସରଢାରଗୁମଡା ।
Sarodapuro	.. ସରଦାପୁର ।
Semola	.. ସେମଲା ।
Semola	.. ସେମଲ୍ଲ ।
Semolaguda	.. ସେମଲାଗୁଡା ।
Sikadāguda	.. ସେକଡାଗୁଡା ।
Silati	.. ସିଲାଟ ।
Sindigām	.. ସିନ୍ଧଗାଁ ।
Sindigam	.. ସିନ୍ଧଗାଁ ।
Sindigudā	.. ସିନ୍ଧଗୁଡା ।
Sindigudā	.. ସିନ୍ଧଗୁଡା ।
Sindiguda	.. ସିନ୍ଧଗୁଡା ।
Sindigudā	.. ସିନ୍ଧଗୁଡା ।
Sindigudā	.. ସିନ୍ଧଗୁଡା ।
Singisāra	.. ସିଙ୍ଗିସାର ।
Siragudā	.. ସିରଗୁଡା ।
Sirisi	.. ସିରିସି ।
Sirisi	.. ସିରିସି ।
Sirisagudā	.. ସିରିସାଗୁଡା ।
Sirligudā	.. ସିର୍ଲିଗୁଡା ।
Sirnadapara	.. ସିରନାଡପାର ।
Sirudaguda	.. ସିରୁଡାଗୁଡା ।
Siuna	.. ସିଉନା ।
Siunapolli	.. ସିଉନାପଲ୍ଲି ।
Siuniguda	.. ସିଉନିଗୁଡା ।
Siuniguda	.. ସିଉନିଗୁଡା ।
Siunagam	.. ସିଉନାଗାଁ ।
Sobha	.. ସଭା ।
Soidosa	.. ସଇଦସା ।
Sokkugam	.. ସୁକ୍କୁଗାଁ ।
Solapa	.. ସଲପା ।
Somolapuro	.. ସମଲାପୁର ।
Somenaguda	.. ସମନଗୁଡା ।
Sonkaroda	.. ସଙ୍କରଡା ।
Soraguda	.. ସରଗୁଡା ।
Soraguda	.. ସରଗୁଡା ।
Soraguda	.. ସରଗୁଡା ।
Soraguda	.. ସରଗୁଡା ।
Sorakdhanna	.. ସରକଦ୍ଧାନୁଆଁ ।
Sorigibahal	.. ସରିଗିବାହଲ ।
Sorigiguda	.. ସରିଗିଗୁଡା ।
Sorisibhotta	.. ସରିସିଭଟ୍ଟା ।
Sorisipodoro	.. ସରିସିପଦର ।
Sunnabeda	.. ସୁନବେଡା ।
Sunnapari	.. ସୁନାପାରି ।
Talagam	.. ତଲଗାଁ ।
Tallabeda	.. ତାଲବେଡା ।
Talomba	.. ତାଲମ୍ବା ।
Tangarapolla	.. ଟାଙ୍ଗରାପଲ୍ଲା ।
Tanigir	.. ଟାଙ୍ଗିର ।

NOWRANGAPUR AGENCY—cont. నవరంగపురం ఏజన్సీ—శేషము.

Tanginikoto ... ଟାଙ୍ଗିଣିକୋଟ ।
Tarabeda ... ତାରବେଡ଼ା ।
Taradini ... ତାରଡିହି ।
Taragam ... ତାରଗାଁ ।
Taragam ... ତରଗାଁ ।
Taragam ... ତରଗାଁ ।
Taragam ... ତାରଗାଁ ।
Taraguda ... ତାରଗୁଡ଼ା ।
Tarakonadi ... ତାରକନାଡ଼ି ।
Tarangopuro ... ତାରଙ୍ଗପୁର ।
Tattuguda ... ଟାଟୁଗୁଡ଼ା ।
Tellatondi ... ତେଲ୍ଲାତଣ୍ଡି ।
Telliguda ... ତେଲଗୁଡ଼ା ।
Telogam ... ତେଲଗାଁ ।
Telogam ... ତେଲଗାଁ ।
Telokonadi ... ତେଲକନାଡ଼ି ।
Telokonadi ... ତେଲକନାଡ଼ି ।
Telonadi ... ତେଲନାଡ଼ି ।
Telumalo ... ତେଲମାଳ ।
Telundi ... ତେଲୁଣ୍ଡି ।
Temora ... ଟେମର ।
Tentuliguda ... ତେନ୍ତୁଲିଗୁଡ଼ା ।
Tentuliguda ... ତେନ୍ତୁଲିଗୁଡ଼ା ।
Tentulipara ... ତେନ୍ତୁଲିପାଡ଼ା ।
Timonopuro ... ଟିମନପୁର ।
Timonopuro ... ଟିମନପୁର ।
Tissapodor ... ତିସାପଦର ।
Tobhapodoro ... ଟୋଭାପଦର ।
Togapani ... ତୋଗାପାଣି ।
Tolonga ... ତଲଙ୍ଗା ।
Tonda ... ତଣ୍ଡା ।
Torenga ... ତରେଙ୍ଗା ।
Tudedihi ... ତୁଡେଡିହି ।
Tumadapara ... ତୁମଡାପଡ଼ା ।
Tumorla ... ତୁମର୍ଲା ।
Tundyapara ... ଟୁଣ୍ଡ୍ୟାପଡ଼ା ।
Turanji ... ତୁରଞ୍ଜି ।
Turanji ... ତୁରଞ୍ଜି ।
Turpanoguda ... ତୁର୍ପନାଗୁଡ଼ା ।
Tusiguda ... ତୁସିଗୁଡ଼ା ।
Tuttubeda ... ଟୁଟୁବେଡ଼ା ।
Udyopuro ... ଉଦୟପୁର ।
Udyopuro ... ଉଦୟପୁର ।
Umorogam ... ଉମରଗାଁ ।
Umorohandi ... ଉମରହାଣ୍ଡି ।
Ummiri ... ଉମ୍ମିରି ।
Urdi ... ଉର୍ଦି ।
Usiripodro ... ଉସୁରିପଦର ।
Ussigam ... ଉସିଗାଁ ।
Vikromporo ... ବିକ୍ରମପୁର ।

PADWA AGENCY. పాడువా ఏజన్సీ.

Aduamunda (Z)... ଆଡୁଆମୁଣ୍ଡା ।
Aladamūla (Z) ... అలడమూల.
Alagadapalle (Z). అలగడపల్లె.
Allangulu (Z) ... అల్లంగులు.
Ambapoda (Z) ... ଆମ୍ବାପଡ଼ା ।
Ambapoda (Z) ... ଆମ୍ବାପଡ଼ା ।
Ambēlu (Z) ... అంబేలు.
Anjāda (Z) ... అంజాడ.
Aradakōta (Z) ... అరడకోట.
Araku (Z) ... అరకు.
Arangi (Z) ... అరంగి.
Auroda (Z) ... ଅଉରଡ଼ା ।
Badimela (Z) ... ବାଡିମେଲା ।
Ballada (Z) ... బల్లడ.
Balluroda (Z) ... ବାଲୁରୋଡ଼ା ।
Bangārumetta (Z). బంగారుమెట్ట
Bataba (Z) ... బటబం.
Bārangibanda (Z). బారంగిబండ.
Bārangipolli (Z)... ବାରଙ୍ଗିପଲ୍ଲି ।
Barapolli (Z) ... ବାରାପଲ୍ଲି ।
Baski (Mokhasa) (Z). బస్కి—.
Bejjā (Z) ... బెజ్జా.
Bhīmosingi (Z) ... ଭୀମସିଙ୍ଗି ।
Bīram (Gāngarājumadgoli) (Z). బీరం.

PADWA AGENCY—cont. పాడువా ఏజన్సీ—శేషము.

Bīram (Sodhākōto) (Z).	బీరం.
Bītragonda (Z) ...	ବିତ୍ରାଗଣ୍ଡା।
Boddaputtu (Z) ...	బొడ్డపుట్టు.
Bodabonjoro (Z).	బోడబొంజోరో.
Bodomo (Z) ...	ବଡମ।
Bōduputtu (Z) ...	బోడుపుట్టు.
Boloibiro (Z) ...	ବୋଲଇବିର।
Bomitōla (Z) ...	బొమిటోల.
Bondāmu (Z) ...	బొండాము.
Bondapalle I (Z).	బొండపల్లె.
Bondapalle II (Z).	బొండపల్లె.
Bonnūru (Z) ...	బొన్నూరు.
Bonogan (Z) ...	ବନଗାଁ।
Buradagunta (Z).	బురదగుంట.
Buradagunta (Z).	బురదగుంట.
Buridiputtu (Z) ...	బురిడిపుట్టు.
Chilumu (Z) ...	చిలుము.
Chinnalabanda (Z).	చిన్నలబండ.
Chompa (Z) ...	ଚମ୍ପା।
Chotua (Z) ...	ଚୋଟୁଆ।
Dabbā (Z) ...	డబ్బా.
Darliputtu (Z) ...	దర్లిపుట్టు.
Dēvarāpalle (Z) ...	దేవరాపల్లె.
Dōmango (Z) ...	ଡୋମାଙ୍ଗ।
Duggām (Z) ...	దుగ్గాం.
Dūruba (Z) ...	ଦୁରୁବା।
Enungūda (Z) ...	ఏనుంగూడ.
Erragoppulu (Z) ...	ఎర్రగొప్పులు.
Gabbangi (Z) ...	గబ్బంగి.
Gadabagalugu ...	గదబగలుగు.
Gadikinchumanda (Z)	గడికించుమండ.
Gādivalasa (Z) ...	గాదివలస.
Galaganda (Z) ...	గలగండ.
Gamparāyi (Z) ...	గంపరాయి.
Gangarājumādugulu (Z).	గంగరాజు మాడుగులు.
Gannela (Z) ...	గన్నెల.
Garramu (Z) ...	గర్రము.
Gattimallāda (Z).	గట్టిమల్లాడ.

Ginnelakōta (Z) ...	గిన్నెలకోట.
Godugulaputtu (Z)	గొడుగులపుట్టు.
Gollūru (Z) ...	గొల్లూరు.
Gōmangi (Z) ...	గోమంగి.
Gondeli (Z) ...	గొండెలి.
Gondigūda (Z) ...	గొందిగూడ.
Gorapahado (Z) ...	ଗୋରାପାହାଡ଼।
Gorāparuvu (Z) ...	గొరాపరువు.
Gorregummi (Z).	గొర్రెగుమ్మి.
Gūda (Z) ...	గూడ.
Gukkudu (Z) ...	గుక్కుడు.
Gullamputtu (Z).	గుల్లంపుట్టు.
Gumma (Z) ...	గుమ్మ.
Gunjavalasa (Z) ...	గుంజవలస.
Gunjiliguda (Z) ...	ଗୁଞ୍ଜିଲିଗୁଡା।
Guntagannela (Z).	గుంటగన్నెల.
Guntasīma (Z) ...	గుంటసీమ.
Guttuluputtu (Z).	గుత్తులుపుట్టు.
Hottubu (Z) ...	హొట్టుబు.
Iduluputtu (Z) ...	ఈదులుపుట్టు.
Javagūda (Z) ...	జవగూడ.
Jerrelu (Z) ...	జెర్రెలు.
Jīra (Z) ...	జీర.
Kandrungu ...	కంద్రుంగు.
Kanta I ...	కంట.
Kanta II (Z) ...	కంట.
Karakapalle (Z) ...	కరకపల్లె.
Katalangi (Z) ...	କଟାଲଙ୍ଗି।
Kavada (Z) ...	కవడ.
Khilogodo (Z) ...	ଖିଲଗୁଡ।
Killamkōta (Z) ...	కిల్లంకోట.
Kinchumanda (Z).	కించుమండ.
Kinchuputtu (Z).	కించుపుట్టు.
Kindalam (Z) ...	కిండలం.
Kodapalli (Z) ...	କୋଡାପଲ୍ଲି।
Kokāda (Z) ...	କୋକାଡା।
Kōllaputtu (Mokhasa) (Z).	కొల్లపుట్టు.
Konapuro (Z) ...	କୋଣପୁର।
Kondelu (Z) ...	కొండెలు.

PADWA AGENCY—cont. పాడువా ఏజన్సీ—శేషము.

Kontaigūda (Z) ... కొంతైగూడ.

Kontela (Z) . కొంతెల.

Korāpalle (Z) .. కొరాపల్లె.

Koravangi (Z) ... కొరవంగి.

Korāyi (Z) ... కొరాయి.

Korrā (Z) ... కొర్రా.

Kottavalasa (Z) ... కొత్తవలస.

Kūda (Z) .. కూడ.

Kudabadi (Z) .. କୁଡାବାଡି ।

Kudubu (Z) ... కుడుబు.

Kukkudaponki (Z) కుక్కుడపొంకి.

Kullasingi (Z) .. କୁଲସିଙ୍ଗି ।

Kulubūrū (Z) ... కులుబూరు.

Kuntarla (Z) ... కుంతర్ల.

Kuridi (Z) ... కురిడి.

Kurisela (Z) ... కురిసెల.

Labbūru (Z) ... లబ్బూరు.

Lagisipalle (Z) ... లగిసిపల్లె.

Lakka (Z) .. లక్క.

Landūru (Z) .. లండూరు.

Lampi (Z) .. లంపి.

Lingēti (Z) ... లింగేటి.

Lōtēru (Z) ... లోతేరు.

Loyogondo (Z) . ଲୟଗଣ୍ଡ ।

Lungathangu (Z). లుంగతంగు.

Luvvāda (Z) ... లువ్వాడ.

Mādala (Z) మాదల.

Madaguda (Z) .. ମାଡଗୁଡା ।

Mākavaram (Z) ... మాకవరం.

Māliserungāram (Mokbāsa) (Z) మాలిశృంగారం.

Mālisubolāru (Z). ମାଲିସୁବଲାରୁ ।

Mallipada I (Z) ... మల్లిపడ.

Mallipada II (Z). మల్లిపడ.

Mandiba (Z) ... మండిబ.

Mandiputtu (Z). ... ମାଣ୍ଡିପୁଟୁ ।

Marata (Z) ... మరట.

Matsyapuram I (Z) మత్స్యపురం.

Matsyapuram II (Z). మత్స్యపురం.

Matsyapuram III మత్స్యపురం.

Matsyapuram IV. మత్స్యపురం.

Mattam (Z) ... మట్టం.

Mullada (Z) ... ముల్లడ.

Mulyogolugu (Z). ମୂଲ୍ୟଗୋଲୁଗୁ ।

Musiri (Z) ... ముసిరి.

Nadimivada (Z) ... నడిమివడ.

Nadundivalasa (Z). నడుండివలస.

Nāyuduvalasa (Z) నాయుడువలస.

Nurumati (Z) ... నురుమతి.

Odhraguda (Z) ... ଅଢ୍ରାଗୁଡା ।

Ombi (Z) ... ଅମ୍ବି ।

Ontipāka (Z) ... ఒంటిపాక.

Pādēru (Z) ... పాడేరు.

Pādhi (Z) ... పాఢి.

Padmapuram (Z). పద్మపురం.

Padwa (Z) .. ପାଡୁଆ ।

Panasapalle (Z) ... పనసపల్లె.

Paridi (Z) .. పరిడి.

Parisila (Z) ... పరిసిల.

Pātakadimeda (Z). పాతకడిమెడ.

Pātakōta (Z) . పాతకోట.

Pātalungu (Z) ... పాతలుంగు.

Pattābu (Z) ... పట్టాబు.

Peddagaruvu (Z). పెద్దగరువు.

Peddagondi (Z) .. పెద్దగొంది.

Peddalabudu (Z). పెద్దలబుడు.

Peddarōgulu (Z) .. పెద్దరోగులు.

Phutāguda (Z) ... ଫୁଟାଗୁଡା ।

Pōluputtu (Z) ... పోలుపుట్టు.

Poridi (Z) ... ପରିଡ ।

Pōtakadonda (Z). ପଟାକୋଣ୍ଡା ।

Pottangi (Z) ... ପୋଟାଙ୍ଗି ।

Pradhāniputtu (Z). ప్రధానిపుట్టు.

Rangilisingi (Z)... రంగిలిసింగి.

Rāntha (Z) ... రంత.

Rāpalle (Z) ... రాపల్లె.

Rāsēlu (Z) ... రాశేలు.

Rēga (Z) ... రేగ.

PADWA AGENCY—cont. పాడువా ఏజన్సి—శేషము.

Rōdongi (Z) ... ରୋଡଙ୍ଗି ।
Rōgulupēta (Z) ... రోగులుపేట.
Rongosila (Z) ... ରଙ୍ଗସିଲା ।
Rūdakōta (Z) ... రూడకోట.
Sāgara (Z) ... సాగర.
Sandēru (Z) . సండేరు.
Santari (Z) ... సంతరి.
Sanyāsammapālem (Z). సన్యాసమ్మపాలెం.
Sāradhi (Z) .. సారధి.
Sārāyi (Z) ... సారాయి
Sariyapalle (Z) .. సరియాపల్లె.
Sīkari (Z) ... సీకరి.
Sindiputtu (Z) ... ସିନ୍ଧିପୁଟ୍ଟୁ ।
Siragamputtu(Z) .. సిరగంపుట్టు.
Sirasapalle (Z) ... సిరసపల్లె.
Sirasapalle (Z) .. సిరసపల్లె.
Sītagunta (Z) . సీతగుంట.
Sobano (Z) ... ସବାନ ।
Sobba (Z) ... ସବା ।
Somili (Z) ... సోమిలి.
Sujanakōta (Z) ... సుజనకోట.
Sūkuru (Z) .. సూకురు.
Sundriputtu (Z) ... సుంద్రిపుట్టు.
Surimi (Z) .. సురిమి.
Tādiputtu (Z) ... తాడిపుట్టు.
Tānithrou (Z) ... ତାଣିଥ୍ରଉ ।
Tākili (Z) ... టాకిలి.
Tangisingo (Z) ... ଟାଙ୍ଗିସିଙ୍ଗ ।
Teutubadi (Z) ... ଟେଉଟୁବାଡ଼ି ।
Tellapādu (Z) ... తెల్లపాడు.
Tīgalavalasa .. తీగలవలస.
Tikoropoda (Z) ... ଟିକରପଦା ।
Tittingiguda (Z)... ଟିଟିଙ୍ଗିଗୁଡ଼ା ।
Tōkalāsēru (Z) ... తోకలాసేరు.
Tolapoda (Z) ... ତଲପଡା ।
Tongikōta (Z) టొంగికోట.
Tonkumāmidi (Z) టొంకుమామిడి.
Torolosingo (Z) . ତରଲସିଙ୍ଗ ।
Tudumu (Z) ... తుడుము.
Tūsapalle (Z) ... తూసపల్లె.
Tusāyipādu (Z) . తుసాయిపాడు.
Tutangi (Z) ... ଟୁଟାଙ୍ଗି ।
Ujjanga (Z) ... ଉଜ୍ଜଙ୍ଗ ।
Ukkuruba (Z) ... ଉକ୍କୁରୁବା ।
Undragedda (Z)... ఉంద్రగెడ్డ.
Utabūsi (Z) ... ఊటబూసి.
Valasa (Z) ... వలస.
Vanabhavam (Z) వనభవం.
Vanagarāyi (Z) . వనగరాయి.
Vāndrangulu (Z) వాంద్రంగులు.
Vanjangi (Z) ... వంజంగి.
Varra (Z) ... వర్ర.
Vayyā (Z) ... వయ్యా.

PALKONDA AGENCY. పాలకొండ ఏజన్సి.

Achchaba (Z) ... అచ్చబ.
Ādali ... అడలి.
Addākulagūda ... అడ్డాకులగూడ.
Antikonda ... అంటికొండ.
Barna ... బర్న.
Bettupuram ... బెత్తుపురం.
Bhūchendri ... భూచెంద్రి.
Bhūtālagūda (Z)... భూతాలగూడ.
Budagarāyi ... బుడగరాయి.
Chekkāpuram ... చెక్కాపురం.
Chinnakamba ... చిన్నకంబ.
Chinnapallanki ... చిన్నపల్లంకి.
Chinnapolla ... చిన్నపొల్ల.
Chinnarāma ... చిన్నరామ.
Chinnatankidi ... చిన్నతంకిడి.
Chinnavangara ... చిన్నవంగర.
Dabara I ... దబర.
Dabara II ... దబర.
Danjupāyi ... దంజుపాయి.
Dāraba ... దారబ.
Dārapādu ... దారపాడు.
Dāsugumada ... దాసుగుమడ.

PĀLKONDA AGENCY—cont. పాలకొండ ఏజన్సీ—శేషము.

Dēvāgiri (I) ... దేవగిరి.
Dēvanāpurām ... దేవనాపురం.
Dōnubāyi ... దోనుబాయి.
Duggi ... దుగ్గి.
Egulāda ... ఎగులాడ.
Gādidapāyi ... గాడిదపాయి.
Gadigudde ... గడిగుడ్డె.
Gadigujji ... గడిగుజ్జి.
Gadikārem ... గడికారెం.
Gajili ... గజిలి.
Geddakōla (I) ... గెడ్డకోల.
Golukuppa ... గొలుకుప్ప.
Gondi ... గొంది.
Gujji ... గుజ్జి.
Gulumūru ... గులుమూరు.
Gumada ... గుమడ.
Jagatipalle ... జగతిపల్లె.
Jajjuva ... జజ్జువ.
Jallara ... జల్లర.
Jayapuram ... జయపురం.
Jillēdupādu ... జిల్లేడుపాడు.
Jonaga ... జొనగ.
Kadagandi ... కడగండి.
Kandisa ... కందిశ.
Kārēm ... కారేం.
Killāda ... కిల్లాడ.
Kindangi ... కిండంగి.
Kirapa ... కిరప.
Kōdisa ... కోడిస.
Kōdulavīraghattām. కోడులవీరఘట్టాం.
Kondachorlangi ... కొండచొర్లంగి.
Kondapēta ... కొండపేట.
Kōpuvalasa ... కోపువలస.
Kōsangi ... కోసంగి.
Kōtām ... కోటాం.
Kottakōta ... కొత్తకోట.
Kottavalasa ... కొత్తవలస.
Kuddapalle ... కుడ్డపల్లె.
Kumbi ... ... కుంబి.
Kurusingi ... కురుసింగి.
Kusimi ... కుసిమి.
Kusumūru ... కుసుమూరు.
Lōvidu ... లోవిడు.
Malle ... మల్లె.
Mānāpuram ... మానాపురం.
Manda ... మండ.
Mēkava ... మేకవ.
Mēnakōta ... మేనకోట.
Mutyālu .. ముత్యాలు.
Nāmānagaram (I). నామానగరం.
Naugada (I) ... నౌగడ.
Panukuvalasa ... పనుకువలస.
Peddakamba ... పెద్దకంబ.
Peddapallanki ... పెద్దపల్లంకి.
Peddapolla ... పెద్దపొల్ల.
Peddarāma ... పెద్దరామ.
Peddatankidi ... పెద్దతంకిడి.
Peddavangara ... పెద్దవంగర.
Peddūru ... పెద్దూరు.
Ponjada ... పొంజడ.
Pubbāda ... పుబ్బాడ.
Rasulpēta ... రసుల్‌పేట.
Rāyikoradu ... రాయికొరడు.
Rūpāyi ... రూపాయి.
Sāmarelli ... సామరెల్లి.
Sambhām ... శంభాం.
Sāra ... సార.
Sārangi ... సారంగి.
Savaragondi ... సవరగొంది.
Sīdi ... సీడి.
Silagām ... సిలగాం.
Sītampēta ... సీతంపేట.
Tādipāyi ... తాడిపాయి.
Talāda ... తాలాడ.
Tanginibhadra ... తంగినిభద్ర.
Titukupāyi ... తిటుకుపాయి.

PĀLKONDA AGENCY—cont. — పాలకొండ ఏజన్సీ—శేషము.

Tottadi .. తొట్టడి.
Tōtukupāyi .. తొటుకుపాయి.
Tumbakonda .. తుంబకొండ.
Turāyipuvalasa .. తురాయిపువలస.
Vajjayigada .. వజ్జయిగడ.
Valagadda .. వలగడ్డ.
Vāba .. వాబ.
Vambarelli .. వంబరెల్లి.
Vāndrajōla .. వాండ్రజోల.
Velagapuram .. వెలగపురం.
Yengupēta .. యెంగుపేట.

PĀRVATIPUR AGENCY. — పార్వతీపురం ఏజన్సీ.

Alamanda (Z) .. అలమండ.
Ambiliputti alias Eguvagāradi (Z). అంబిలిపుట్టి ఉరఫు ఎగువగారడి.
Ambugūda .. అంబుగూడ.
Ambugūda (I) .. అంబుగూడ.
Arikakambara (Z). అరికకంబర.
Atchchaba (Z) .. అచ్చబ.
Babbidi (Z) .. బబ్బిడి.
Bachchanaputtu (Z). బచ్చనపుట్టు.
Baddidi (Z) .. బద్దిడి.
Baggām (Z) .. బగ్గాం.
Bālēpu (Z) .. బాలేపు.
Balla (Z) .. బల్ల.
Ballēru (Z) .. బల్లేరు.
Ballipēta (Z) .. బల్లిపేట.
Ballukōta (Z) .. బల్లుకోట.
Ballukōta (Z) .. బల్లుకోట.
Bamsuputti (Z) .. బంసుపుట్టి.
Bandugām (Z) .. బండుగాం.
Bari (Z) .. బారి.
Bārla Alamanda (Z) బార్ల అలమండ.
Bārtingi alias Bārangi (Z). బార్తింగి ఉరఫు బారంగి.
Bayyāda (Z) .. బయ్యాడ.
Bedda (Z) .. బెడ్డ.
Bejjugūda (Z) .. బెజ్జుగూడ.
Bellidi (Z) .. బెల్లిడి.
Berla (Z) .. బెర్ల.
Bhalyāputtu (Z) .. భల్యాపుట్టు.
Bhosmajollu (Z) .. భస్మజోల్లు.
Billāmāla (Z) .. బిల్లామాల.
Binnidi (Z) .. బిన్నిడి.
Bīrupuram (Z) .. భీరుపురం.
Bisaritsuvva (Z) .. బిసరిచువ్వ.
Bittorolochchā (Z). బిత్తొరొలొచ్చా.
Bitrapādu (Z) .. బిత్రపాడు.
Boddidi (Z) .. బొడ్డిడి.
Bōdisila (Z) .. బోడిసిల.
Bojjugūda (Z) .. బొజ్జుగూడ.
Bōri (Z) .. బోరి.
Boriga (Z) .. బొరిగ.
Bōruputtu (Z) .. బోరుపుట్టు.
Brāhmanaghursi (Z) బ్రాహ్మణఘుర్సి.
Bursingi (Z) .. బుర్సింగి.
Buttitāmbēlu (Z). బుట్టితాంబేలు.
Chekkapādu (Z) .. చెక్కపాడు.
Chekkavalasa (Z). చెక్కవలస.
Chīkatilôva (Z) .. చీకటిలోవ.
Chikkalagummadi (Z). చిక్కలగుమ్మడి.
Chilakām (Z) .. చిలకాం.
Chindiri (Z) .. చిందిరి.
Chinnakimidi alias Kutrabankidi (Z). చిన్నకిమిడి ఉరఫు కుత్రబంకిడి.
Chinnakimidi-bhadra (Z). చిన్నకిమిడిభద్ర.
Chinnamaniyagūda (Z). చిన్నమనియగూడ.
Chinnapedum (Z). చిన్నపెడుం.
Chinnarāvikona (Z) చిన్నరావికోన.

PARVATIPŪR AGENCY—cont. పార్వతీపురం ఏజన్సీ—శేషము.

Chinnasākha (Z)... చిన్నశాఖ.
Chinnavallāda (Z). చిన్నవల్లాడ.
Chintagūda (Z) ... చింతగూడ.
Chintagūda (I) ... చింతగూడ.
Chintagūda (Z) ... చింతగూడ.
Dalāyipēta (Z) ... దళాయిపేట.
Dandābadi (Z) ... దండాబడి.
Dandābadi (Z) ... దండాబడి.
Dandābadi (Z) ... దండాబడి.
Darisi (Z) ... దరిశి.
Dasini (Z) ... దసిని.
Dāyagūda (Z) ... దాయగూడ.
Dekkāpādu (Z) ... డెక్కాపాడు.
Deraka (Z) .. డెరక.
Dērupādu (Z) ... దేరుపాడు.
Dēvudala (Z) ... దేవుదళ.
Diguvabottadā-palle (Z). దిగువబొత్తడాపల్లి.
Diguvadabāru (Z). దిగువదబారు.
Diguvagāridi (Z). దిగువగారిడి.
Diguvagummadi (Z). దిగువగుమ్మడి.
Dīguvagummadi (Z). దిగువగుమ్మడి.
Diguvapottēsu (Z). దిగువపొత్తేసు.
Diguvavallubādi (Z). దిగువవల్లుబాడి.
Divāda (Z) ... దివాడ.
Dīvatigūda (Z) ... దీవటిగూడ.
Dokirighātu (Z) ... డొకిరిఘాటు.
Donijolla (Z) ... డొనిజొల్ల.
Donijolla (Z) ... డొనిజొల్ల.
Duggām (Z) ... దుగాం.
Dumādonguru (Z). దుమాడొంగురు.
Dumbagūda (Z) ... దుంబగూడ.
Dumibila ... దుమిబిల.
Dummangijolla (Z). దుమ్మంగిజొల్ల.
Durigi (Z) ... దురిగి.

Duripāyi alias Kendumanda (Z). దురిపాయి ఉరఫు కెండుమండ.
Edugummala-valasa (Z). ఎడుగుమ్మలవలస.
Eguvabottadāpalle (Z). ఎగువబొత్తడాపల్లి.
Eguvadabāru (Z). ఎగువదబారు.
Eguvagummadi (Z). ఎగువగుమ్మడి.
Eguvagunda (Z). ఎగువగుండ.
Eguvapottēsu (Z). ఎగువపొత్తేసు.
Eguvavallubādi (Z). ఎగువవల్లుబాడి.
Endabhadra (Z)... ఎండభద్ర.
Gālipendili (Z) ... గాలిపెండిలి.
Gevudugarsi (Z)... గెవుదుగార్సి.
Gachchali (Z) ... గెచ్చలి.
Ghumara (Z) ... ఘుమర.
Ghasarigūda (Z)... ఘసరిగూడ.
Gidijakhallu (Z)... గిడిజఖల్లు.
Gīsada (Z) ... గీసాడ.
Godaragūda (Z) ... గొడరగూడ.
Gojjabādi (Z) ... గొజ్జాబాడి.
Gondipādu (Z) ... గొండిపాడు.
Gorakajolla (Z) ... గొరకజొల్ల.
Gorlemma alias Dinda (Z). గొర్లెమ్మ ఉరఫు దిండ.
Gotivāda (Z) ... గొటివాడ.
Gothigūda (Z) ... గొత్తిగూడ.
Guddām (Z) ... గుడ్డాం.
Gulimigūda (Z) ... గులిమిగూడ.
Gulimigūda (Z) ... గులిమిగూడ.
Gulimipādu (Z) ... గులిమిపాడు.
Gummadāputti (Z). గుమ్మడాపుట్టి.
Gūnakhallu (Z) ... గూనఖల్లు.
Hathigūda (Z) ... హత్తిగూడ.
Himarakakōta (Z) హిమరకకోట.
Hukumpēta (Z) .... హుకుంపేట.
Hulakautunda (Z). హులకతుండ.

PARVATIPŪR AGENCY—cont.

Indingi (Z) ... యిండింగి.
Isakalapādu (Z) ... యిసకలపాడు.
Jaggugūda (Z) ... జగ్గుగూడ.
Jaggugūda (Z) ... జగుగూడ.
Jākaragandavalasa (Z). జాకరగండవలస.
Jākarakarli (Z) ... జాకరకర్లి.
Jākaravalasa (Z) .. జాకరవలస.
Jala (Z) ... జల.
Jala (Z) ... జల.
Jālyāgūda (Z) .. జాల్యాగూడ.
Jamādonguru (Z). జమాడొంగురు.
Jambidi (Z) ... జంబిడి.
Jambugūda (Z) ... జంబుగూడ.
Jangidivalasa (Z). జంగిడివలస.
Jarapa (Z) ... జరప.
Jarna (Z) ... జార్న.
Jayakōta (Z) ... జయకోట.
Joddaputti (Z) ... జొడ్డాపుట్టి.
Jumaka (Z) ... జుమక.
Junjaru (Z) ... జుంజారు.
Kadrakabārangi (Z). కద్రకబారంగి.
Kānagām (Z) ... కానగాం.
Kanaka (Z) ... కనక.
Kanchikavalasa (Z). ... కంచికవలస.
Kankanāputti (Z). కంకణాపుట్టి.
Kancharipādu (Z). కంచరిపాడు.
Kāpusōrupilli (Z). కాపుచోరుపిల్లి.
Karaka Itike (Z). కరక యిటికె.
Karli (Z) ... కర్లి.
Kātragada (Z) ... కాత్రగడ.
Kattulapēta (Z) ... కత్తులపేట.
Kaviribadi (Z) .. కవిరిబాడి.
Kaviti (Z) ... కవిటి.
Kāyakatunda (Z). కాయకతుండ.
Kēlubadi (Z) ... కేలుబడి.
Kerada (Z) ... కెరడ.
Kēsabhadra (Z) ... కేశభద్ర.

పార్వతీపురం ఏజన్సి—శేషము.

Khaspavalasa (Z). ఖస్పవలస.
Kidigēsu (Z) ... కిడిగేసు.
Kilimēsu (Z) ... కిలిమేసు.
Kiliyēsugūda (Z). కిలియేసుగూడ.
Kintalibhādra (Z) కింకలిభద్ర.
Kirisingi (Z) ... కిరిశింగి.
Kommuganda (Z). కొమ్ముగండ.
Kōna (Z) ... కోన.
Kondaboriga (Z). కొండబోరిగ.
Kondakōnēru ... కొండకోనేరు.
Kondasilāvadi (Z). కొండశిలావడి.
Kondavalasa (Z)... కొండవలస.
Kondumunnu (Z). కొండుమున్ను.
Kontēsu (Z) ... కొంతేసు.
Kontēsu (Z) ... కొంతేసు.
Kottagūda (Z) ... కొత్తగూడ.
Kumadāsila (Z) . కుమదాశిల.
Kumbhāri (Z) .. కుంభారి.
Kumbhāriputtu (Z). కుంభారిపుట్టు.
Kunjiri (Z) ... కుంజిరి.
Kuntubāyi (Z) ... కుంటుబాయి
Kuppakhallu (Z). కుప్పఖల్లు.
Kusa (Z) ... కుశ.
Kusunupēta ... కుసునుపేట.
Kutrābedda (Z). కుట్రాబెడ్డ.
Kuttudi (Z) ... కుత్తుడి.
Lābēsu (Z) ... లాబేసు.
Lakshmīpēta (Z). లక్ష్మీపేట.
Lanja (Z) ... లంజ.
Lāvumāla (Z) ... లావుమాల.
Lēdingi (Z) ... లేడింగి.
Lōdda (Z) ... లోడ్డ.
Lōkarli (Z) ... లోకర్లి.
Lōkēsala (Z) ... లోకేశల.
Lollēru (Z) ... లొల్లేరు.
Lōpēta (Z) ... లోపేట.
Lundukōna (Z) ... లుండుకోన.
Mahāgūda (Z) ... మహాగూడ.
Maijārugūda (Z). మైజారుగూడ.

PARVATIPUR AGENCY—cont. పార్వతీపురం ఏజన్సీ—శేషము.

Makkidi (Z) ... మక్కిడి.
Mangalāpuram (Z) మంగళాపురం.
Mānikyavalasa (Z) మాణిక్యవలస.
Māradigūda (Z). మారడిగూడ.
Mātalāmbo (Z) ... మాతళాంబొ.
Matsyabhadra (Z). మచ్యభద్ర.
Mattōru (Z) ... మత్తూరు.
Mōgada (Z) ... మోగడ.
Mēkāda (Z) ... మేకాడ.
Mondēsu (Z) ... మొండేసు.
Mondigūda (Z) ... మొండిగూడ.
Mondyagūda (Z). మొండ్యాగూడ.
Mūlakarli (Z) ... మూలకర్లి.
Musalimanda (Z). ముసలిమండ.
Nadimi Itike (Z). నడిమి ఇటికె.
Nagiti (Z) ... నగిటి.
Nagitibhadra (Z). నగిటిభద్ర.
Nāgulabedda (Z). నాగులబెడ్డ.
Nālabhadra (Z) ... నాళభద్ర.
Nārakilōva (Z) ... నారకిలోవ.
Nārāyanapatnam (Z). నారాయణపట్నం.
Naya (Z) ... నయ.
Nidigallu (Z) ... నిడగలు.
Nīlāvadi (Z) ... నీలావడి.
Pachchangi (Z) ... పచ్చంగి.
Palaka (Z) ... పలక.
Pālivajragada (Z). పాలివజ్రగడ.
Pallapusīlāvadi (Z). పల్లపుశీలావడి.
Pallāputti (Z) ... పల్లాపుట్టి.
Pālūru (Z) ... పాలూరు.
Panasabbadra (Z). పనసబద్ర.
Pandirivalasa (Z). పందిరివలస.
Partingi (Z) ... పర్తింగి.
Patāmanda (Z) ... పటామండ.
Pātrapādu (Z) ... పాత్రపాడు.
Pavabadi (Z) ... పవబడి.
Peddabākidi (Z). పెద్దబాకిడి.

Peddachilakajōdu (Z). పెద్దచిలకజోడు.
Peddachōrupilli (Z). పెద్దచోరుపిల్లి.
Pedda Itike (Z) పెద్దఇటికె.
Peddakarli (Z) ... పెద్దకర్లి.
Peddakimidi-bhadra (Z). పెద్దకిమిడిబద్ర.
Peddamattūru (Z). పెద్దమత్తూరు.
Peddarāvikōna (Z) పెద్దరావికోన.
Peddasākha (Z) .. పెద్దశాఖ.
Peddatōlumanda (Z). పెద్దతోలుమండ.
Peddavallāda (Z). పెద్దవల్లాడ.
Pendili (Z) ... పెందిలి.
Pichchudi (Z) ... పిచ్చుడి.
Piligōru (Z) ... పిలిగోరు.
Pilukūru (Z) ... పిలుకూరు.
Pindamāla (Z) ... పిండమాల.
Pindakarangi (Z). పిండకరంగి.
Pippalibhadra (Z). పిప్పలిబద్ర.
Pippalibhadra (Z). పిప్పలిబద్ర.
Podābhadra (Z) ... పొడాబద్ర.
Podi (Z) ... పొడి.
Poridombo (Z) .. పొరిడొంబొ.
Porumdongu (Z). పోరుండొంబు.
Pūdēsu (Z) .. పూడేసు.
Puligummi (Z) ... పులిగుమ్మి.
Pūābadi (Z) ... పూసాబడి.
Pūsanandi (Z) ... పూసనంది.
Pūtikavalasa (Z) ... పూతికవలస.
Puvvalabādi (Z) .. పువ్వలబాడి.
Puvvalakambara (Z). పువ్వలకంబర.
Raghumanda (Z). రఘుమండ.
Rāmbhadrapuram (Z). రాంబద్రపురం.
Ranjuputti (Z) ... రంజుపుట్టి.
Rangamgūda (Z). రంగంగూడ.

PARVATIPUR AGENCY—cont. పార్వతీపురం ఏజన్సీ—శేషము.

Rangamgūda (Z). రంగంగూడ.
Rangupāni (Z) ... రంగుపాణి.
Rāyagunda (Z) ... రాయగండ.
Rāyavalasa (Z) ... రాయవలస.
Rēga (Z) ... రేగ.
Rēvatigūda (Z) ... రేవతిగూడ.
Rummili (Z) ... రుమ్మిలి.
Rūtipāyi (Z) ... రూటిపాయి.
Shāka (Z) ... శాఖ.
Salapugūda (Z) ... సలపుగూడ.
Samuja (Z) ... సముజ.
Santakōsela (Z) ... సంతకోశల.
Santhōshapuram (Z). సంతోషపురం.
Saramanda (Z) ... సరమండ.
Sārapādu (Z) ... సారపాడు.
Sārapādu (Z) ... సారపాడు.
Sarvagūda alias Kharigūda (Z). సర్వగూడ ఉరఫు ఖారిగూడ.
Sāvadam (Z) .. సావగం.
Sāvadam (Z) .. సావడం.
Sēkupādu (Z) ... సేకుపాడు.
Sēsikhallu (Z) ... శేశిఖలు.
Sikhavaram (Z) ... శిఖవరం.
Singuputti (Z) ... శింగుపుట్టి
Sirigūda (Z) ... సిరిగూడ.
Sōdābadi (Z) ... సోడాబడి.
Sōrupilli (Z) ... సోరుపిల్లి.
Sulava (Z) ... సులవ.
Sunnapu Ālamanda (Z). సున్నపు ఆలమండ.
Tādangidonguru (Z). తాడంగిడొంగురు.
Tanginibhadra ... తంగినిబద్ర.
Tanku (Z) ... టంకు.
Tanuku (Z) ... తణుకు.
Tātrājulochcha (Z). తాట్రాజులొచ్చ.
Tentulibhadra (Z). తెంతులిబద్ర.
Tikarapādu (Z) ... టికరపాడు.
Tikarapādu (Z). టికరపాడు.
Tikarapādu (Z) ... టికరపాడు.
Tsākilōva (Z) ... చాకిలోవ.
Tsākamari (Z) ... చాకిమరి.
Turakapēta (Z) ... తురకపేట.
Turli (Z) ... తుర్లి.
Turuku (Z) ... తురుకు.
Uriti (Z) ... వురిటి.
Usirikapādu (Z). వుసిరికపాడు.
Utakāpādu (Z) ... వుతకాపాడు.
Vaddipēta (Z) ... వడ్డిపేట.
Vajraghada (Z) ... వజ్రఘడ.
Valava (Z) ... వలవ.
Vallikambavalasa (Z). వల్లికంబవలస.
Vānābadi (Z) ... వానాబడి.
Vanija (Z) ... వణిజ.
Vanakadiddi (Z). వణకదిడ్డి.
Vankadāra (Z) ... వంకదార.
Vantāmada (Z) ... వంటామడ.
Vappangi (Z) ... వప్పంగి.
Vattāda (Z) ... వత్తాడ.
Velagavalasa (Z). వెలగవలస.
Vēpavalasa (Z) ... వేపవలస.
Vikramapuram (Z). విక్రమపురం.
Vikramapuram (Z). విక్రమపురం.
Yāsāda (Z) ... యాసాడ.

POTTANGI AGENCY. పొట్టంగి ఏజన్సీ.

Addumanda (Z) ... ଅଡୁମଣ୍ଡା।
Alligam (Z) ... ଅଲିଗାଁ।
Ambāpodā (Z) ... ଅମ୍ବାପଦା।
Ambatapodā (Z). ଅମ୍ବାଟାପଦା।
Ambiliāmba (Z) ... ଅମ୍ବିଲିଆମ୍ବ।
Ampavelli (Z) ... అంపావెల్లి.
Ambolghati (Z) ... ଅମ୍ବଲଘାଟି।
Aratipadā (Z) ... అరటిపదా.

POTTANGI AGENCY—cont. పొట్టంగి ఏజన్సీ—శేషము.

Bādaiu (Z) .. ବାଡାଲୁ ।

Bādelu (Z) .. ବାଡେଲୁ ।

Bagurāguda (Z) .. ବାଗରଗୁଡା ।

Bairāgiputtu (Z). బైరాగిపుట్టు.

Bairāgiputtu (Z). బైరాగిపుట్టు.

Balja (Z) .. బల్జా.

Balloda (Z) .. ବାଲ୍ଲଡା ।

Ballugudā (Z) .. ବାଲ୍ଲୁଗୁଡା ।

Bangārupēta (Z). బంగారుపేట.

Bangārugūda (Z). బంగారుగూడ.

Bankai (Z) .. ବାଙ୍କାଇ ।

Bāpanigūda (Z) .. బాపనిగూడ.

Bāringiputtu (Z). ବାରଙ୍ଗିପୁଟ୍ଟୁ ।

Bārija (Z) .. బారిజ.

Bārijāpākana (Z). ବାରିଜାପାକାନା ।

Bāsugūda (Z) .. బాసుగూడ.

Battabiru (Z) .. ବାଟ୍ଟାବିରୁ ।

Bayyāputtu (Z) .. బయ్యాపుట్టు.

Bejjaputta (Z) .. ବେଯାପୁଟ୍ଟୁ ।

Bennangiputtu .. బెన్నంగిపుట్టు.

Benungukōna (Z). ବେନୁଙ୍ଗୁ-କୋନା ।

Berablorā (Z) .. బెరబెరా.

Bhairavagūda (Z). భైరవగూడ.

Bhīmāruputtu (Z). భీమారుపుట్టు.

Bhitrakōta (Z) .. భిత్రకోట.

Bhitorochondā (Z) ଭିତରଚଣ୍ଡା ।

Bidāi (Z) .. ବିଡାଇ ।

Bidāipātroputtu (Z). ବିଡାଇପାତ୍ରପୁଟ୍ଟୁ ।

Bijagudā (Z) .. ବିଯାଗୁଡା ।

Bijagudā (Z) .. ବିଯାଗୁଡା ।

Bijapuru (Z) .. ବିଯାପୁରୁ ।

Billaputtu (Z) .. ବିଲ୍ଲାପୁଟ୍ଟୁ ।

Billaputtu (Z) .. ବିଲ୍ଲାପୁଟ୍ଟୁ ।

Billaputtu (Z) .. ବିଲ୍ଲାପୁଟ୍ଟୁ ।

Bissoiputtu alias Tuai (Z). ବିଶାଇପୁଟ୍ଟୁ ଜରୁବ ଟୁଆଇ ।

Bissupuram (Z) .. బిస్సుపురం.

Bodokenchuba (Z) ବଡକେଞ୍ଚୁବା ।

Bodomnuda (Z) .. ବଡମୁଣ୍ଡା ।

Bodoputtu (Z) .. ବଡପୁଟ୍ଟୁ ।

Boddotantuva (Z). బొడ్డతంతువ.

Boddavalasa (Z).. బొడ్డవలస.

Bodilipundi (Z) .. ବଦଲିପୁଣ୍ଡି ।

Bodtligūda (Z) .. ବଦଲିଗୁଡା ।

Bodopoda (Z) .. ବଡପଡା ।

Bodopodoro (Z) .. ବଡପଦର ।

Boiguda alias Bayyāguda (Z). ବୈଗୁଡା ଜରୁବା ବାପ୍ୟାଗୁଡା ।

Boiripoda (Z) .. ବଇରପଡା ।

Bokkuduvalasa (Z). బొక్కుడువలస.

Bondakāputta (Z). బొండకాపుట్టు.

Bondugudā (Z) .. ବଣ୍ଡୁଗୁଡା ।

Bondūpodā (Z) .. ବନ୍ଦୁପଡା ।

Bongutlabēru (Z). ବଙ୍ଗୁଢାଲବେରୁ ।

Bonomaliputtu (Z). ବନମାଳିପୁଟ୍ଟୁ ।

Borilapādu (Z) .. ବଇଲାପାଡୁ ।

Bōruputtu (Z) ବୋରୁପୁଟ୍ଟୁ ।

Brāhmanaputtu (Z). బ్రాహ్మణపుట్టు.

Buchchiputtu (Z). బుచ్చిపుట్టు.

Buridigudā (Z) .. ବୁରଢିଗୁଡା ।

Buridiputtu (Z).. ବୁରଢିପୁଟ୍ଟୁ ।

Chandoka (Z) .. ଚନ୍ଦକା ।

Chandolāmunda (Z). ଚନ୍ଦଲାମୁଣ୍ଡା ।

Chandva (Z) .. ଚନ୍ଦୁଆ ।

Changidipodā (Z). ଚଙ୍ଗୁଡିପଡା ।

Chandālaputu (Z). చండాలపుట్టు.

Chopālipi (Z) .. ଚପାଲିପି ।

Charāgūda (Z) .. చరాగూడ.

Chatra (Z) .. ଚତ୍ର ।

Chelanpattu (Z).. ଚେଲନପୁଟ୍ଟୁ ।

Cheliamunda (Z). ଚେଲିଆମୁଣ୍ଡା ।

POTTANGI AGENCY—*cont.* పొట్టంగి ఏజన్సీ—శేషము.

Chellapādu (Z) .. ଚେଲ୍ଲାପାଡୁ ।
Chellāputtu (Z) .. ଚେଲ୍ଲାପୁଟ୍ଟୁ ।
Chīdipādu (Z) .. చీడిపాడు.
Chikkāpāru (Z) .. చిక్కాపారు.
Chilakalamāmidi (Z). చిలకలమామిడి.
Chilliputtu alias Gouduputtu (Z) చిల్లిపుట్టు లేక గౌడుపుట్టు.
Chinnabōyigūda (Z). చిన్నబోయిగూడ.
Chinna Chikkāpāru. చిన్న చిక్కాపారు.
Chingidichua (Z). ଚିଙ୍ଗିଡିଚୁଆ ।
Chintalaputtu (Z). చింతలపుట్టు.
Chintalavalasa (Z). చింతలవలస.
Chittālaputtu (Z). చిట్టాలపుట్టు.
Chōgām (Z) .. ଚୋଗାଁ ।
Chokārlaputtu (Z). ଚୋକାର୍ଲାପୁଟ୍ଟୁ ।
Chonda (Z). .. ଚଣ୍ଡା ।
Choppa (Z) .. ଚପ୍ପା ।
Choppādi (Z) .. ଚପ୍ପାଡି ।
Choppiāmba .. ଚପ୍ପାମ୍ବା ।
Chorogām .. ଚୋରଗାଁ ।
Chorompi .. ଚରମ୍ପି ।
Chorongudi (Z) .. ଚରଙ୍ଗୁଡି ।
Chottaputtu (Z). ଚଟ୍ଟାପୁଟ୍ଟୁ ।
Chuttiyāpadā (Z). చుట్టియాపదా.
Dabba (Z) ... దబ్బ.
Dabbagunta (Z).. దబ్బగుంట.
Dābugūda (Z) .. దాబుగూడ.
Dādi (Z) .. ଦାଡି ।
Damonojōdi (Z).. ଦାମନଯୋଡି ।
Dārangudā (Z) .. దారంగుడా.
Dāsariputtu (Z).. దాసరిపుట్టు.
Dāsugavuduputtu (Z). దాసుగౌడుపుట్టు.
Dāsuputtu (Z) .. ଦାଶୁପୁଟ୍ଟୁ ।
Dattangiputtu (Z). దత్తంగిపుట్టు.
Dēbolā (Z) .. ଦେବଲା ।
Debotahonjoro (Z) ଦେବତାହଞ୍ଜର ।
Dengondona (Z).. ଦେଉଗଣ୍ଡଣା ।
Deupottangi (Z). ଦେଉପଟ୍ଟାଙ୍ଗି ।
Dēvataagūda (Z). దేవతాగూడ.
Dēvulupadā (Z).. దేవులుపదా.
Diguvagabadāru (Z). దిగువగబదారు.
Diguvagollūru (Z) దిగువగొల్లూరు.
Dobata (Z) .. దొబట.
Dodikondi (Z) .. దొడికొండి.
Dokripodoro .. ଡକ୍ରିପଦର ।
Dokriputtu (Z) .. ଡକ୍ରିପୁଟ୍ଟୁ ।
Dolāigudā (Z) .. ଦଲାଇଗୁଡା ।
Dolapativalasa (Z) దొలపతివలస.
Dolāyavalasa (Z). దొలాయవలస.
Dōluputtu (Z) .. దోలుపుట్టు.
Dondaguru (Z) .. ଦଣ୍ଡାଗୁରୁ ।
Dondāgūda (Z) .. దొండాగూడ.
Dongurupadu (Z). ଡଙ୍ଗୁରୁପାଡୁ ।
Dōniputtu (Z) .. దోనిపుట్టు.
Dorādoddi (Z) .. దొరాదొడ్డి.
Dōrāgūdā (Z) .. ଦୋରାଗୁଡା ।
Dōrāgūdā (Z) .. ଦୋରାଗୁଡା ।
Dorāputtu alias Holidiputtu (Z) ଦୋରାପୁଟ୍ଟୁ ଉର୍ଫ ହଲିଦିପୁଟ୍ଟୁ ।
Dosāputtu (Z) .. ଦଶାପୁଟ୍ଟୁ ।
Dubisirigūda (Z). ଦୁବିଶିରିଗୁଡା ।
Dudhāri (Z) .. ଦୁଧାରି ।
Dudunguputtu or Bondrāgūda (Z) దుడుంగుపుట్టు వురఫ బొంద్రాగూడ.
Dugarājupeta (Z). దుగరాజుపేట.
Dummurigūda (Z) ଡୁମ୍ବୁରିଗୁଡା ।
Dummuriguda (Z). ଡୁମ୍ବୁରିଗୁଡା ।
Dummuriputtu (Z) ଡୁମ୍ବୁରିପୁଟ୍ଟୁ ।
Dummuruputtu (Z) దుమ్మురుపుట్టు.
Durkāputtu (Z).. దుర్కాపుట్టు.
Durlā (Z) .. దుర్లా.

POTTANGI AGENCY—cont. పొట్టంగి ఏజన్సీ—శేషము.

Durrugūda or Durruputtu (Z). దుర్రుగూడ లేక దుర్రుపుట్టు.
Dusarā (Z) .. దుసరా.
Dusurā or Pattāguda (Z). దుసరా లేక పట్టాగూడ.
Dwārasuni (Z) ... ద్వారసుని.
Eguvagollūru (Z). ఎగువగొల్లూరు.
Enungu (Z) .. ఏనుంగు.
Gadabagūda (Z)... గదబగూడ.
Gadabavalasa (Z). గదబవలస.
Gādikamarā (Z)... గాదికమరా.
Galigabadāru (Z). గాలిగబడారు.
Galiputtu (Z) .. గాలిపుట్టు.
Gangarājupuram (Z). గంగరాజుపురం.
Ganjaipodoro (Z). గంజాయిపోదొరొ.
Ganjaipodoro (Z). గంజాయిపోదొరొ.
Garajapādu (Z) .. ଗାରଜାପାଡୁ।
Gavudugūda (Z). గవుడుగూడ.
Gavuduputtu (Z). గవుడుపుట్టు.
Gavuduputtu (Z). గవుడుపుట్టు.
Gellāputtu (Z) ... గెల్లాపుట్టు.
Gōruputtu (Z) .. గోరుపుట్టు.
Ghātagudā (Z) .. ଘାଟଗୁଡା।
Girēluvalasa (Z).. గిరేలువలస.
Giriligudā (Z) .. ଗିରଲିଗୁଡା।
Giriligudā (Z) .. ଗିରଲିଗୁଡା।
Gōbiriputtu (Z).. ଗୋବିରିପୁଟୁ।
Gōdiputtu (Z) ... గోడిపుట్టు.
Gōdiputtu (Z) ... గోడిపుట్టు.
Gogadapondi (Z). ଗଗଡାପଣ୍ଡି।
Gohiruputtu (Z).. ଗହିରୁପୁଟୁ।
Gokulapoda (Z) .. ଗୋକୁଲପଡା।
Gollanāyuduvalasa (Z). గొల్లనాయుడువలస.
Gondigūda (Z) .. గొండిగూడ.
Gonjaigūda or Gunjyāgūda (Z) గొంజాయిగూడ లేక గుంజ్యాగూడ.
Gōrujugudā (Z).. ଗୋରୁଜୁଗୁଡା।
Gōtaniputtu (Z).. ଗୋଟାନିପୁଟୁ।
Gōtanoputtu (Z).. ଗୋଟାନପୁଟୁ।
Gōtanoputtu (Z).. ଗୋଟାନପୁଟୁ।
Gōtanōputtu (Z).. ଗୋଟାନପୁଟୁ।
Gōtudusarā (Z) .. ଗୋଟୁଡୁସରା।
Gōvindapuram (Z) గోవిందపురం.
Gudābedā (Z) .. ଗୁଡାବେଡା।
Gullela (Z) .. ଗୁଲ୍ଲେଲ।
Gulupundi (Z) .. ଗୁଲୁପୁଣ୍ଡି।
Gumarakannādi (Z). ଗୁମାରକନାଡି।
Gummāndi (Z) .. గుమ్మాండి.
Gunjā (Z) .. ଗୁଞ୍ଜା।
Gunnayyapadā (Z) గున్నయ్యపడా.
Gunta (Z) .. గుంట.
Guntaputtu (Z) .. గుంటపుట్టు.
GurijiRamachandrapuram (Z). గురిజి రామచంద్రపురం.
Guttalugūda (Z). గుత్తాలుగూడ.
Haddigūdā (Z). ହାଡିଗୁଡା।
Handiputtu (Z).. హండిపుట్టు.
Hāramputtu (Z).. హారంపుట్టు.
Hātimundā (Z) .. ହାତିମୁଣ୍ଡା।
Hatōpeta (Z) .. ହାଟପେଠ।
Hatosunku (Z) .. ହାଟସୁଙ୍କୁ।
Hattubāri (Z) .. ହାଟୁବାରି।
Hattugudā (Z) .. ହାଟୁଗୁଡା।
Hikimputtu (Z).. ହିକିଂପୁଟୁ।
Hingāiputtu (Z).. ହିଙ୍ଗାଇପୁଟୁ।
Hollangupādu (Z). ହଲଙ୍ଗୁପାଡୁ।
Hondupuro (Z) .. ହଣ୍ଡୁପୁର।
Honjarujolla (Z). ହଞ୍ଜରୁଜଲ୍ଲ।
Honjarupeta (Z). ହଞ୍ଜାରୁପେଠା।
Honjaro (Z) .. ହଞ୍ଜର।
Hontaluputtu (Z) ହଣ୍ଟାଲୁପୁଟୁ।
Hontaluputtu (Z), ହଣ୍ଟାଲୁପୁଟୁ।

POTTANGI AGENCY—cont. పొట్టంగి ఏజన్సీ—శేషము.

Horiigudā (Z) ..	ହୁରିଅଗୁଡା ।
Horidāgudā (Z) ..	ହୁରିଡାଗୁଡା ।
Horidaputtu (Z).	ହୁରିଡ ପୁଟ୍ଟୁ ।
Hompapodā (Z) ..	ହମ୍ପାପଡା ।
Jakirigūda (Z) ..	జాకిరిగూడ.
Jāmukōta (Z(..	ଯାମୁକୋଟା ।
Jangarada (Z) ..	జంగరడా.
Jirelupattu (Z) ..	ଯିରେଲୁପୁଟ୍ଟୁ ।
Jodāputtu (Z) ..	ଯଡାପୁଟ୍ଟୁ ।
Jōdipodoro (Z) ..	ଯୋଡିପଦର ।
Jōdiputtu (Z) ..	ଯୋଡିପୁଟ୍ଟୁ ।
Jōdiputtu (Z) ..	ଯୋଡିପୁଟ୍ଟୁ ।
Jōgināyuduvalasa (Z).	జోగినాయుడువలస.
Jogiputtu (Z) ..	జోగిపుట్టు.
Jōntaputtu (Z) ..	ଯନ୍ତପୁଟ୍ଟୁ ।
Kadagapuram ..	కడగపురం.
Kadamu (Z) ..	కదము.
Kādili (Z) ..	కాదిలి.
Kāguvalasa (Z) ..	కాగువలస.
Kāguvalasa (Z) ..	కాగువలస.
Kakki (Z) ..	కక్కి.
Kakkulapādu (Z).	కక్కులపాడు.
Kallādi (Z) ..	କାଲ୍ଲାଡି ।
Kallupodā (Z) ..	କାଲ୍ଲୁପଡା ।
Kammarigudā (Z)	କମ୍ମାରିଗୁଡା ।
Kangarā (Z) ..	కంగరా.
Kankanamba (Z).	కంకణాంబ.
Kantigām (Z) ..	కంటిగాం.
Kantigūda (Z) ..	కంటిగూడ.
Kappugūda (Z) ..	కప్పుగూడ.
Kārāgām (Z) ..	కారాగాం.
Karavāgūda (Z) ..	కరవాగూడ.
Karidi (Z) ..	కరిడి.
Karidigūda (Z) ..	కరిడిగూడ.
Karidipodoro (Z).	କାରିଡିପଦର ।
Kasugūda (Z) ..	కసుగూడ.
Katturubā (Z) ..	କାଟ୍ଟୁରୁବା ।
Kechchala (Z) ..	కెచ్చలం.
Kejārakōta (Z) ..	కేజారకోట.
Kelluputtu (Z) ..	କେଲ୍ଲୁପୁଟ୍ଟୁ ।
Kenduputtu (Z).	କେନ୍ଦପୁଟ୍ଟୁ ।
Kerāputtu (Z) ..	କେରାପୁଟ୍ଟୁ ।
Khidaipodoro (Z)	ଖିଡାଇପଦର ।
Khilloputtu (Z) ..	ଖିଲ୍ଲପୁଟ୍ଟୁ ।
Khilloputtu (Z) ..	ଖିଲ୍ଲପୁଟ୍ଟୁ ।
Khilloputtu (Z) ..	ଖିଲ୍ଲପୁଟ୍ଟୁ ।
Khilluva (Z) ..	ఖిల్లువా.
Khimidigūda (Z).	ଖିମିଡିଗୁଡା ।
Khodaputtu or Rautuputtu.	ଖଡାପୁଟ୍ଟୁ । ନତୁବା ରାଉତୁପୁଟ୍ଟୁ ।
Khomili (Z) ..	ଖମିଲି ।
Khottōpuro (Z) ..	ଖଟ୍ଟପୁର ।
Kinchaiputtu (Z).	କିଞ୍ଚାଇପୁଟ୍ଟୁ ।
Kinuboro (Z) ..	କିନ ବର ।
Kirbjolla (Z) ..	କିର୍ବିଜଲ୍ଲ ।
Kirājolla (Z) ..	କିରାଜଲ୍ଲ ।
Kirāsāniputtu (Z).	କିରାସାନିପୁଟ୍ଟୁ ।
Kodāputtu (Z) ..	କଡାପୁଟ୍ଟୁ ।
Koddigām (Z) ..	କୋଡ୍ଡିଗାଁ ।
Kodekhallu (Z) ..	କୋଡେଖାଲ୍ଲି ।
Kodikipodoro (Z).	କଡିକିପଦର ।
Kodomōgudā (Z).	କଦମଗୁଡା ।
Kodomōgudā (Z).	କଦମଗୁଡା ।
Kodrigām (Z) ..	କୋଡ୍ରିଗାଁ ।
Kodrimaliputtu ..	କୋଡ୍ରିମାଲିପୁଟ୍ଟୁ ।
Kōduvalasa (Z) ..	కోడువలస.
Kokkodaputtu (Z)	କକ୍କାଡାପୁଟ୍ଟୁ ।
Kolapodā (Z) ..	କଲାପଡା ।
Komāra (Z) ..	କମାର ।
Kombelu (Z) ..	କମ୍ବେଲୁ ।
Komolapodoro (Z)	କମଲପଦର ।
Komolāpodoro (Z)	କମଲାପଦର ।
Komoragondona (Z).	କମରଗନ୍ଦନ ।
Komorogudā (Z).	କମରଗୁଡା ।
Kōnā (Z) ..	
Konchona (Z) ..	କରନା ।

POTTANGI AGENCY—cont. పొట్టంగి ఏజన్సీ—శేషము.

Kondomundāputtu (Z). କଣ୍ଡମୁଣ୍ଡାପୁଟ୍ଟୁ ।
Kondukarādi (Z). କଣ୍ଡୁକରାଡି ।
Konta (Z) .. କଣ୍ଟା ।
Kontagudā (Z) .. କଣ୍ଟାଗୁଡା ।
Kontipādu (Z) .. କଣ୍ଟି ପାଡୁ ।
Koraiputtu (Z) .. କରାଇପୁଟ୍ଟୁ ।
Koranjiputtu (Z). କରଞ୍ଜି ପୁଟ୍ଟୁ ।
Korlagūda (Z) .. కొర్లాగూడ.
Kosāndi (Z) .. କୋସାଣ୍ଡି ।
Kotakari (Z) .. କଟାକାରି ।
Kotlaputtu (Z) .. కొట్లాపుట్టు.
Kottagovindu-puttu (Z). కొత్త గోవిందు పుట్టు.
Kottannadora-valasa (Z). కొత్తన్నదొరవలస.
Kottavalasa (Z) .. కొత్తవలస.
Kottavalasa (Z).. కొత్తవలస.
Kottinigūda (Z).. కొట్టినిగూడ.
Kottuputtu (Z) .. କଟ୍ଟୁପୁଟ୍ଟୁ ।
Kudasinigi (Z) .. କୁଡାସିଙ୍ଗି ।
Kuddi (Z) .. కుడ్డి.
Kubumulu (Z) .. కుడుములు.
Kujjelu (Z) .. କୁଯେଲ୍ଲୁ ।
Kumbariputtu (Z) କୁମ୍ଭାରିପୁଟ୍ଟୁ ।
Kummariputtu (Z) కుమ్మరిపుట్టు.
Kumurāgūda (Z). కుమురాగూడ.
Kundilli (Z) ... కుండిలి.
Kundurā or Kondrā (Z) .. కుంకుడురా లేక కొండ్రా.
Kuntigām (Z) .. କୁନ୍ତିଗାଁ ।
Kunturuputtu (Z) କୁନ୍ତୁରୁପୁଟ୍ଟୁ ।
Kurli (Z) .. కుర్లి.
Kurumāputtu (Z). କୁରୁମାପୁଟ୍ଟୁ ।
Kusuma (Z) .. కుసుమ.
Kyangu (Z) .. క్యాంగు.
Lakija (Z) .. లకిజ.
Lamada (Z) .. ଲମାଡ ।
Lambatāputtu (Z). ଲମ୍ବାଟାପୁଟ୍ଟୁ ।
Lanjiputtu (Z) .. ଲାଂଜିପୁଟ୍ଟୁ ।
Lanjiputtu alias Lanjisunku (Z). ଲାଂଜିପୁଟ୍ଟୁ ଉରଫ ଲାଂଜିଶୁଙ୍କୁ !
Lenkidigūda (Z). లెంకిడిగూడ.
Limmaputtu (Z). ଲିମ୍ମାପୁଟ୍ଟୁ ।
Littiputtu (Z) .. ଲିଟ୍ଟିପୁଟ୍ଟୁ ।
Littiputtu (Z) .. ଲିଟ୍ଟିପୁଟ୍ଟୁ ।
Lochumoni (Z) .. ଲଚୁମନି ।
Lohoba (Z) .. ଲହବା ।
Lugumu (Z) .. ଲୁଗୁମୁ ।
Lungiri (Z) .. లుంగిరి.
Lunjangi (Z) .. ଲୁଞ୍ଜଙ୍ଗି ।
Machoputtu (Z).. ମାଛପୁଟ୍ଟୁ ।
Mada (Z) .. ମାଡା ।
Madakara (Z) ... ମାଡାକାର ।
Majjaputtu (Z) .. ମାଜାପୁଟ୍ଟୁ ।
Malakarabanda (Z). మలకరబండ.
Māligūda (Z) ... ମାଲିଗୁଡା ।
Māligūda (Z) .. ମାଲିଗୁଡା ।
Maligūda (Z) .. ମାଲିଗୁଡା !
Māligūda (Z) .. ମାଲିଗୁଡା ।
Mālikudipi (Z) .. ମାଲିକୁଡିପି ।
Malinga (Z) .. ମାଲିଙ୍ଗା ।
Maliputtu (Z) .. ମାଲିପୁଟ୍ଟୁ ।
Maliputtu (Z) .. ମାଲିପୁଟ୍ଟୁ !
Maliputtu (Z) .. ମାଲିପୁଟ୍ଟୁ ।
Maliputtu (Z) .. ମାଲିପୁଟ୍ଟୁ ।
Malivalasa (Z) .. ମାଲିବଲସା ।
Maliumbelu (Z).. ମାଲିଉମ୍ବେଲୁ ।
Mandigam (Z) .. ମାଣ୍ଡିଗାଁ ।
Mangarelu (Z) .. ମାଙ୍ଗାରେଲୁ ।
Manya (Z) .. ମାନ୍ୟା ।
Manyagudā (Z) .. ମାନ୍ୟାଗୁଡା ।
Maradā (Z) .. ମାରଡା ।
Maradā (Z) .. మరడా.
Mardangapadā (Z) మర్దంగపడా.
Marala (Z) .. ମାରଲା ।
Mattamputtu (Z). మట్టంపుట్టు.

POTTANGI AGENCY—*cont.* పొట్టంగి ఏజెన్సీ—శేషము.

Māttalaputtu (Z). ମାତ୍ତାଲାପୁଟ୍ଟୁ ।
Mēdiputtu (Z) .. ମେଡିପୁଟ୍ଟୁ ।
Mettavalasa (Z). మెట్టవలస.
Messangiputtu (Z) మెస్సంగిపుట్టు.
Mohapaliputtu (Z). మొహపాలిపుట్టు.
Mōhonapoda (Z) ମୋହନପଡା ।
Morichimālo (Z).. ମରିଚିମାଳ ।
Moraā (Z) .. ମର୍ଆ ।
Mudiliputtu (Z).. ମୁଦିଲିପୁଟ୍ଟୁ ।
Mulavalasa (Z) .. మూలవలస.
Muliaputtu (Z) .. ମୁଲିଆପୁଟ୍ଟୁ ।
Mundāguda (Z).. ମୁଣ୍ଡାଗୁଡା ।
Mundāgondiāputtu (Z). ముండాగొండియా పుట్టు.
Mundaiputtu (Z). ముండయిపుట్టు.
Mundāmāruputtu (Z). ମୁଣ୍ଡାମାରୁପୁଟ୍ଟୁ ।
Mundāru (Z) .. ମୁଣ୍ଡାରୁ ।
Muravāputtu (Z). మురవాపుట్టు.
Murjā (Z) .. ମୁର୍ଜା ।
Musiri (Z) .. ମୁସିରି ।
Nallochuvva (Z).. ନାଲଚୁଆ ।
Nēlapādu (Z) .. నేలపాడు.
Nilidoraputtu (Z). నీలిదొరపుట్టు.
Nokkulapodoro (Z) నొక్కులపొదొరొ.
Nondigām (Z) .. ନନ୍ଦିଗାଁ ।
Nondigudā (Z) .. ନନ୍ଦିଗୁଡା ।
Nondokā (Z) .. ନନ୍ଦକା ।
Nondopuru (Z) .. ନନ୍ଦପୁରୁ ।
Nuagadā (Z) .. ନୂଆଗାଡା ।
Nuagām (Z) .. ନୂଆଗାଁ ।
Nuraputtu *alias* Kotlavalasa (Z). నురాపుట్టు లేక కొట్లవలస
Odarikhallu (Z) .. ఒడారిఖల్లు.
Ori (Z) .. ଓରି ।
Oronā (Z) .. ଓରନା ।
Padmāpuram (Z). పద్మాపురం.
Paikotuba (Z) .. ପାଇକଟୁବା ।
Pokkonaputtu (Z). ପାକନାପୁଟ୍ଟୁ ।
Pakkujholla (Z).. ପାକୁଝୋଲା ।
Paladāputtu (Z).. పలదాపుట్టు.
Paliba (Z) .. ପାଲିବା ।
Pambi (Z) .. పంబి.
Panasaputtu (Z). పనసపుట్టు.
Panasāputtu (Z).. పనసాపుట్టు.
Pangiguda (Z) .. పంగిగూడ.
Pangiputtu (Z) .. పంగిపుట్టు.
Pangivalasa (Z).. పంగివలస.
Partangi (Z) .. పర్తంగి.
Partāpuram (Z) .. పర్తాపురం.
Patropundi (Z) .. ପାତ୍ରପୁଣ୍ଡି ।
Pātroputtu (Z) .. ପାତ୍ରପୁଟ୍ଟୁ ।
Pāttu (Z) .. పట్టు.
Pattukamara (Z).. పట్టుకమర.
Peddaboddangi (Z). పెద్ద బొడ్డంగి.
Pentapadu (Z) .. పెంటపాడు.
Pentakōna (Z) .. పెంటకోన.
Pettā (Z) .. ପେଟ୍ଟା ।
Pettāyi (Z) .. ପେଟ୍ଟାଇ ।
Peturu (Z) .. పేటూరు.
Pidakabhitra (Z). పిడకభిత్ర.
Pindapodoro (Z). పిండాపొదొరొ.
Pippoloputtu (Z). ପିପ୍ପଲପୁଟ୍ଟୁ ।
Pippoloputtu (Z). ପିପ୍ପଲପୁଟ୍ଟୁ ।
Podaguda (Z) .. ପଡାଗୁଡା ।
Podapolama (Z) .. ପଡାପଲାମା ।
Podapodoro (Z) .. ପଡାପଦର ।
Poduva (Z) .. పొడువ.
Poibeda (Z) .. ପୋଇବେଡା ।
Polama (Z) .. పొలము.
Polamuvalasa (Z). పొలమువలస.
Ponjelu (Z) .. పొంజేలు.
Pondai (Z) .. ପଣ୍ଡାଇ ।
Porojabelogam (Z) ପରଜାବେଲଗାଁ ।
Porojaboroda (Z). ପରଜାବରଡା ।
Porojoguda (Z) .. ପରଜାଗୁଡା ।
Porojakudipi (Z).. ପରଜାକୁଡିପି ।

POTTANGI AGENCY—cont. పొట్టంగి ఏజన్సీ—శేషము.

Porojaumblu (Z). ପରଯାଉମ୍ବଲୁ ।
Porata (Z) .. ପରାଟା ।
Pottanda (Z) .. పొత్తండ.
Pottangi (Z) .. పొట్టంగి.
Pujāriputtu (Z) .. ପୁଯାରିପୁଟ୍ଟୁ ।
Pujēriputtu (Z) .. ପୁଯାରିପୁଟ୍ଟୁ ।
Pukki (Z) .. ପୁକ୍କି ।
Pukkili (Z) .. ପୁକ୍କିଲି ।
Pullumāriguḍā (Z). ପୁଲ୍ଲୁମାରିଗୁଡା ।
Pungāru (Z) .. పుంగారు.
Puttusilipodoro (Z). పుట్టుశిలిపొదొరొ.
Raipodā (Z) .. ରାଇପଡା ।
Rajannavalasa (Z) రాజన్నవలస.
Rājuputtu (Z) .. రాజుపుట్టు.
Ramanoikoputtu (Z). రామనాయికొపుట్టు.
Rangamavalasa (Z). రంగమవలస.
Ranikōna (Z) .. రాణికోన.
Ranitōta (Z) .. రాణితోట.
Rāyisingi (Z) .. రాయిశింగి.
Reddaputtu (Z) .. రెడ్డాపుట్టు.
Rega (Z) .. రేగ.
Reni (Z) .. ରେଣି ।
Ronginiguḍā .. ରଙ୍ଗିନିଗୁଡା ।
Rosaiputtu (Z) .. రొసైపుట్టు.
Rudisuva (Z) .. ରୁଡିସୁଆ ।
Rukkuba (Z) .. ରୁକ୍କୁବା ।
Sadam (Z) .. ସାଡାଂ ।
Sankai (Z) .. శంకై.
Sankara (Z) .. శంకర.
Sanokinchuba (Z). ସାନକିଞ୍ଚୁବା ।
Santavalasa (Z) .. సంతవలస.
Satosemili (Z) .. ସାତସେମିଲି ।
Semāla (Z) .. ସେମାଲ ।
Sembai (Z) .. ସେମ୍ବାଇ ।
Sembiliguḍā (Z) .. ସେମ୍ବିଲିଗୁଡା ।
Semiliguḍā (Z) .. ସେମିଲିଗୁଡା ।
Semiliguḍā (Z) .. ସେମିଲିଗୁଡା ।
Seripatroputtu (Z) ସେରିପାତ୍ରପୁଟ୍ଟୁ ।
Sidai (Z) .. ସିଦାଇ ।
Silupundi (Z) .. ସିଲୁପୁଣ୍ଡି ।
Sindipadu (Z) .. ସିନ୍ଦିପାଡୁ ।
Sindiputtu (Z) .. ସିନ୍ଦିପୁଟ୍ଟୁ ।
Sindiputtu (Z) .. ସିନ୍ଦିପୁଟ୍ଟୁ ।
Sipāyiputtu (Z) .. ସିପାଇପୁଟ୍ଟୁ ।
Sirimanda (Z) .. సిరిమండ.
Sisāguḍā (Z) .. ସିସାଗୁଡା ।
Sivara (Z) .. శివర.
Sōguru (Z) .. ସୋଗୁରୁ ।
Solapa (Z) .. ସଲାପା
Solapādu (Z) .. ସୋଲାପାଡୁ ।
Solapuguḍā (Z) .. ସୋଲପୁଗୁଡା ।
Sonkidiputtu (Z) .. ସଙ୍କିଡିପୁଟ୍ଟୁ ।
Soputtu (Z) .. ସୋପୁଟ୍ଟୁ ।
Sorabhaputtu (Z). ସରଭପୁଟ୍ଟୁ ।
Sorigiguḍā (Z) .. ସରିଗିଗୁଡା ।
Sorigiguḍā (Z) .. ସରିଗିଗୁଡା ।
Sorisopodoro (Z) .. ସାରିସପଦର ।
Sōruputtu (Z) .. సోరుపుట్టు.
Soyilipadā (Z) .. సొయిలిపడా.
Soyyeru (Z) .. సొయ్యేరు.
Srungeipodā (Z) .. ଶୃଙ୍ଗେଇପଡା ।
Sullāpādu (Z) .. సుల్లాపాడు.
Sunkidi (Z) .. సుంకిడి.
Sunnābeda (Z) .. ସୁନ୍ନାବେଡା ।
Sunnapuvalasa (Z) సున్నపువలస.
Surudā (Z) .. సురుడా.
Suradā (Z) .. సురడా.
Sūa or Bhittorosua (Z). ସୁଆ ବା ଭିତରସୁଆ ।
Tailaputtu (Z) .. తల్లాపుట్టు.
Tamba (Z) .. తంబ.
Tankubeda (Z) .. ଟାଙ୍କୁବେଡା ।
Taralaputtu (Z). ତାରଲାପୁଟ୍ଟୁ ।
Tellaputtu (Z) .. తెల్లాపుట్టు.

POTTANGI AGENCY—cont. పొట్టంగి ఏజెన్సి—శేషము.

Temma (Z) ... ଟେମ୍ମା ।
Tentilipodā (Z) ... ତେନ୍ତିଲିପଡ଼ା ।
Tentulipodoro (Z). ତେନ୍ତୁଲିପଦର ।
Tiākōta (Z) ... ତିଆକୋଟା ।
Tiyākonta (Z) ... తియాకొంట.
Tikālaputtu (Z) ... టీకాలపుట్టు.
Tikarāpadā (Z) ... టికరాపడా.
Tokkalu (Z) ... ଟୋକ୍କାଲୁ ।
Tologeruputtu (Z). ତୋଲୋଗେରୁପୁଟ୍ଟୁ ।
Tolokinoboro (Z). ତୋଲୋକିନୋବୋର ।
Tudukutūba (Z). తుడుకుతూబ.
Tuntaputtu (Z) ... ତୁଣ୍ଟାପୁଟ୍ଟୁ ।
Turia (Z) ... ତୁରିଆ ।
Tusuba (Z) ... ତୁସୁବା ।
Ummarigundi (Z). ఉమ్మరిగుండి.
Valaparuvu (Z) ... వలపరువు.
Vallai (Z) ... ଭାଲ୍ଲଇ ।
Zannigūda (Z) ... జన్ని గూడ.
Zangamputtu (Z). జంగంపుట్టు.
Zōdumāmidivalasa (Z). జోడుమామిడివలస

RAYAGHADA AGENCY. రాయఘడ ఏజెన్సి.

Agivudugūda (Z). అగివుడుగూడ.
Agūru (Z) ... అగూరు.
Alajangigūda (Z). అలజంగిగూడ.
Alingi (Z) ... అలింగి.
Allubadi (Z) ... అల్లుబడి.
Amalabāta (Z) .. అమలాబాట.
Andupādu (Z) ... అందుపాడు,
Annugūdu (Z) ... అన్నుగూడ.
Aribi (Z) ... అరిబి.
Arisākendu (Z) .. అరిశాకెందు.
Arugusōla (Z) ... అరుగుసోల.
Atruda (Z) ... అత్రుడ.
Bādisarma (Z) ... బాడిశర్మ.
Bāgudanguru (Z). బాగుడంగురు.
Bagugūda (Z) ... బాగుగూడ.
Baharasarambi (Z). బహరసరంబి.
Bakurugūda (Z). బాకురుగూడ.
Bālamutti (Z) ... బాలముత్తి.
Ballāpādu (Z) .. బల్లాపాడు.
Ballāpāyi (Z) .. బల్లాపాయి.
Ballaputti (Z) ... బల్లాపుట్టి.
Bāminipendiya (Z) బామినిపెండియా.
Bānāpuram (Z) ... బాణాపురం.
Bandāgūda (Z) I. బండాగూడ.
Bandāguda (Z) II. బండాగూడ.
Banginapāyi (Z). బంగినపాయి.
Bankili (Z) ... బంకిలి.
Baraja (Z) ... బరజ.
Bārijolla (Z) ... బారిజోల్ల.
Barisarma (Z) ... బారిశర్మ.
Bārlaganda (Z) ... బార్లగండ.
Bāsukontuva (Z). బాసుకొంటువ.
Bātuparichchā (Z). బాతుపరిచ్చా.
Bāvanagūda (Z). బావనగూడ.
Bayasingi (Z) ... బాయసింగి.
Beddīlu (Z) ... బెడ్డీలు.
Bēdu (Z) ... బేడు.
Bejja (Z) ... బెజ్జ.
Bellukōna (Z) ... బెల్లుకోన.
Belluranga (Z) ... బెల్లురంగ.
Benādangu (Z)... బెనాడంగు.
Bettukollangō (Z). బెత్తుకొల్లాంగో.
Bettupādu (Z) ... బెత్తుపాడు.
Bevurugūda (Z)... బెవురుగూడ.
Bhaggudi (Z) ... ଭଗ୍ଗୁଡି ।
Bhallari (Z) ... బల్లరి.
Bhalyopodora (Z). బల్యాపొద్ర.
Bhattakkallu (Z). బట్టాఖల్లు.
Bhujabala (Z) ... భూజబల.
Bhūrjagūda (Z) ... భూర్జగూడ.
Bijji (Z) .. బిజ్జి.
Billēsu (Z) ... బిల్లేసు.
Birada (Z) ... బిరద.
Bīrubadi (Z) ... బీరుబడి.

RAYAGHADA AGENCY—*cont.* రాయఘడ ఏజన్సీ—శేషము.

Bisupaska (Z) ... బిసుపస్క.
Bittarāsarambi (Z) బిత్తరాసరంబి.
Bodanāyakunigūda (Z). బోడనాయకునిగూడ.
Boddāgūda (Z) ... బొడ్డాగూడ.
Boddāpādu (Z) ... బొడ్డాపాడు.
Bodukāpādu (Z). బొడుకాపాడు.
Bodyākkallu (Z). బొడ్యాక్కల్లు.
Boriguda (Z) ... [illegible]
Bolidhiya (Z) ...
Bōlunāyakagūda (Z). బోలునాయకగూడ
Bondakuranja (Z). బొండకురంజ.
Bondalimāli (Z) ... బాండలిమాలి.
Bongapādu (Z) ... బొంగపాడు.
Bōrupodra (Z) ... బోరుపొద్ర.
Bottidi (Z) ... బొట్టిడి.
Bōyimadi (Z) ...
Brahmanaholuva (Z). బ్రాహ్మణ హొలువ.
Buddāgūda (Z) ... బుడ్డాగూడ.
Buddini (Z) ... బుడ్డిని.
Burasubadi (Z) ... బురసుబడి.
Būrjagūda (Z) ... బూర్జగూడ.
Chakka (Z) ... చక్క
Chakrakollāngu (Z). చక్రకొల్లాంగు.
Chakrapayi (Z) I. చక్రపాయి.
Chakrapayi (Z) II. చక్రపాయి.
Chalimigūda (Z) ... చలిమిగూడ.
Champe (Z) ... చంపె.
Champikōta *alias* Chamurujōdi (Z). చంపికోట ఉరఫు చముురుజోడి.
Chanchadādurugumma (Z). చంచడాదురుగుమ్మ.
Chanchadājodi (Z). చంచడాజోడి.
Chandili (Z) ... చండిలి.
Changili (Z) ... చంగిలి.
Changilimetta (Z). చంగిలిమెట్ట.
Chatikōna (Z) ... చాటికోన.
Chekkāgūda ... చెక్కాగూడ.
Chiguru (Z) ... చిగురు.
Chikaribadi (Z) ... చీకడిబడి.
Chīkatipādu (Z) ... చీకటిపాడు.
Chilakādurugumma (Z). చిలకాదురుగుమ్మ.
Chīliputtu (Z) ... చీలిపుట్టు.
Chillangipādu (Z). చిల్లంగిపాడు.
Chinnaāllubādi (Z) చిన్న అల్లుబాడి.
Chinnaballāsūru (Z). చిన్న బల్లాసూరు.
Chinnabhavanagūda (Z) చిన్న బావనగూడ.
Chinnadarbha (Z). చిన్నదర్భ.
Chinnadenginelli (Z). చిన్న డెంగినెల్లి.
Chinnajamiti (Z). చిన్న జమిటి.
Chinnakilābhadra (Z). చిన్న కిలాభద్ర.
Chinnakovvāngu (Z). చిన్న కొవ్వాంగు
Chinnalittapuli (Z) చిన్నలిట్టపులి.
Chinneluguti (Z). చిన్నలుగుటి.
Chinnamāndhāra (Z). చిన్నమాందార.
Chinnamerida (Z). చిన్న మెరిడ.
Chinnapodiyā (Z). చిన్న పొదియా.
Chinnarāyisingi (Z) చిన్నరాయిసింగి.
Chinnasankubadi (Z). చిన్నసంకుబడి.
Chinnatodra (Z) ... చిన్నతొద్ర.
Chinnayirukubadi (Z). చిన్న యిరుకుబడి.
Chintalapādu (Z). చింతలపాడు.
Chintaligūda (Z) I. చింతలిగూడ.
Chintaliguda (Z) II. చింతలిగూడ.
Chintaligūda (Z) III. చింతలిగూడ.
Chompoi (Z) ...
Chompya (Z) ... చొంప్యా.

RAYAGHADA AGENCY—cont. రాయఘడ ఏజన్సీ—శేషము.

Chorāpāyi (Z) ... చోరాపాయి.
Chuchchukōna (Z). చుచ్చుకోన.
Dandusēnachikkā-badi (Z). దండుసేన చిక్కాబడి.
Dangulidi (Z) ... దంగులిడి.
• Danimigūda ... దానిమిగూడ.
Dantalingi (Z) ... దంతలింగి.
Dāriboriba (Z) ... దారిబోరిబ.
Dārinelli (Z) ... దారినెల్లి.
Deppagūda (Z) I. దెప్పాగూడ.
Deppagūda (Z) II. దెప్పాగూడ.
Derkapadu (Z) ... దెర్కాపాడు.
Dēvapuram (Z) ... దేవాపురం.
Dēvudala (Z) ... దేవుదళ.
Dēvulabadi (Z) I. దేవులబడి.
Dēvulabadi (Z) II. దేవులబడి.
Dēvulagumma (Z). దేవులగుమ్మ.
Dēvumūlasankēsu (Z). దేవుమూలసంకేసు
Dhamunimma (Z). ధమునిమ్మ.
Dhamunipanga (Z). ధమునిపంగ.
Dibbalapādu (Z)... దిబ్బలపాడు.
Diguvachikkābadi (Z). దిగువ చిక్కాబడి.
Diguvagunti (Z)... దిగువగుంటి.
Diguvavanbhala-badi (Z). దిగువవంజలబడి.
Dimbiribēda (Z)... దింబిరిబేడ.
Dimbirigūda (Z).. దింబిరిగూడ.
Dimbugūda (Z) ... దింబుగూడ.
Dimiripodoro (Z). ଡିମିରିପଦର ।
Dingajōdi (Z) ... డింగాజోడి.
Dingisila (Z) ... డింగిసిల.
Dokulagūda ... డోకులగూడ.
Dondili (Z) ... డోందిలి.
Donguruguriti (Z). డోంగురుగురిటి.
Dorabada (Z) ... దొరబడ.
Doramkkallu (Z). దొరంఖల్లు.
Duggapadu (Z) ... దుగ్గాపాడు.
Dukunāyakagūda (Z). దుకునాయకగూడ.
Duludugūda (Z)... దులుదుగూడ.
Dummāgūda (Z) .. దుమ్మాగూడ.
Dummapāyi (Z) ... దుమ్మపాయి.
Dummirigedda (Z) దుమ్మిరిగెడ్డ.
Dumukupadu (Z) . దుముకుపాడు.
Egisaganda (Z) ... ఎగిశగండ.
Eguvavanchala-badi (Z). ఎగువవంచలబడి.
Erramanda (Z) ... ఎర్రమండ.
Esūkōdi (Z) ... ఈసుకోడి.
Gadabagūda alias Gandagūda (Z). గదబగూడ ఉరఫ్ గండాగూడ.
Gadabakattipadu (Z). గదబకత్తిపాడు.
Gadādhari (Z) ... గదాధరి.
Gadichēsikkallu (Z) గడిచేసిఖల్లు.
Gādilalanda (Z) ... గాదిలలండ.
Gajjalapādu (Z) ... గజ్జలపాడు.
Gajjigam ... గజ్జిగాం.
Gandugūda (Z) ... గండుగూడ.
Gandulimma (Z). గండులిమ్మ.
Gandulubuddangi (Z). గండులుబుడ్డంగి
Gandumuyyi (Z). గండుముయ్యి.
Gārāputti (Z) ... గారాపుట్టి.
Garudabhadra (Z). గరుడభద్ర.
Gātinelli (Z) ... గాటినెల్లి.
Gavudubiseyipodro (Z). గవుడుబిసాయిప్రొద్రో.
Gavuduboddagūda (Z). గవుడుబొడ్డగూడ.
Gavudukuddapādu (Z). గవుడుకుడ్డాపాడు.
Gavudunellibadi (Z). గవుడునెల్లిబడి.
Gavudurēgulapādu (Z). గవుడురేగులపాడు.
Ghagudimālo ... ఘగుదిమాలో.

RAYAGHADA AGENCY—cont. రాయఘడ ఏజన్సీ—శేషము.

Ghajidimāla (Z) ...	ఘజిడిమాల.
Giriyāgūda (Z) ...	గిరియాగూడ.
Girlipādu (Z) ..	గిర్లిపాడు.
Gobarāpalle (Z) ...	గొబరాపల్లె.
Gobari (Z) ...	గొబరి.
Gobiri (Z) ...	గొబిరి.
Godaba (Z) ...	గొడబ.
Godābadi (Z) ...	గొడాబడి.
Gōganda (Z) ...	గోగండ.
Gortili (Z) ...	గొర్తిలి.
Gorugodi (Z) ...	గొరుగొడి.
Gottigūda (Z) ...	గొట్టిగూడ.
Gudāghati (Z) ...	గుడాఘటి.
Gugurumandi (Z)	గుగురుమంది.
Gujurubadi (Z) ..	గుజురుబడి.
Gumma (Z) I ...	గుమ్మ I
Gumma (Z) II ...	గుమ్మ II
Gummāpāvi (Z) ..	గుమ్మాపాయి.
Gummigūda (Z)...	గుమ్మిగూడ.
Gundriguda (Z) ...	గుండ్రిగుడ।
Gundupādu (Z) ...	గుండుపాడు.
Gunjudāni (Z) ...	గుంజుదాని.
Guravaguda (Z) ...	గురవగూడ.
Guravarājugūda (Z).	గురవరాజుగూడ.
Guriti (Z) ...	గురిటి.
Guritigūda (Z) ...	గురిటిగూడ.
Gusaikontuva (Z).	గుసైకొంటువ.
Guvvakōva (Z) ..	గువ్వకోవ.
Haddiga (Z) ...	హద్దిగ।
Hakimiguda alias Ambogūda (Z).	హకిమిగూడ ఉరఫ్ అంబొగూడ.
Hajārudangu (Z).	హజారుడంగు.
Hamsa (Z) ...	హంస.
Happukona (Z) ..	హప్పుకోన.
Hattikāmba (Z) ..	హత్తికంబ.
Hattimunda (Z) .	హత్తిముండ.
Hechchikona (Z).	హెచ్చికోన.
Hikkupodi (Z) ...	హిక్కుపొడి.
Himarupudi (Z) .	హిమరుపొడి.
Holuva (Z)	హొలువ.
Irukutti (Z) ...	ఇరుకుట్టి.
Jagannādhapuram (Z) I.	జగన్నాథపురం.
Jagannādhapuram (Z) II.	జగన్నాథపురం.
Jagannādhapuram (Z) III.	జగన్నాథపురం.
Jagaratiguda alias Sadāsivagūda (Z)	జగరతిగూడ ఉరఫు సదాశివగూడ.
Jamba (Z) ..	జంబ.
Jambugūda	జంబుగూడ.
Jambupodoro ...	జంబుపొందొరో.
Jammulimma (Z).	జమ్ములిమ్మ.
Jammunellubadi (Z).	జమ్మునెల్లుబడి.
Jengeda (Z) ...	జంగెడ.
Jangēsu (Z) ...	జంగేసు.
Jangidabhadra (Z)	జంగిదభద్ర.
Jangili (Z) ...	జంగిలి.
Janjāmani (Z) ...	జంజామణి.
Janjarabadi (Z) ...	జంజరబడి.
Janta (Z) ...	జంత.
Jāpa (Z) ...	జాప.
Jaraka (Z) ...	జరక.
Jarapa (Z) ...	జరప.
Jayarāmgūda (Z).	జయరాంగూడ.
Jallunda alias Srikrishnasaranapuram Agrahāram (Z).	జల్లుండ ఉరఫు శ్రీకృష్ణశరణపురం అగ్రహారం.
Jerābadi (Z) .	జెరాబడి
Jidipēta (Z) ...	జీడిపేట.
Jillunda (Z) ...	జిల్లుండ.
Jīlugūda (Z) ...	జీలుగూడ.
Jōlingi (Z) ..	జోలింగి.
Jōrudi (Z) I ..	జోరుడి.
Jumaka (Z) ...	జుమక.
Jumbiri (Z) ...	జుంబిరి.
Junjāmani (Z) ...	జుంజామణి

RAYAGHADA AGENCY—cont. రాయఘడ ఏజన్సీ—శేషము.

Juraka (Z) ... జురక.
Jurudi (Z) ... జురుడి.
Kadaligūda alias Dankamajji gūda Z. కదళిగూడ ఉరఫు డంకమజ్జిగూడ.
Kadambarigūda(Z) కదంబరిగూడ.
Kaliyaguda (Z) I. କାଳିୟାଗୁଡା ।
Kaliyaguda (Z) II କାଳିୟାଗୁଡା ।
Kalyānasingapuram (Z). కళ్యాణసింగపురం.
Kāmalipi (Z) ... కామలిపి.
Kamasārikhala (Z) కమసారిఖల.
Kamatāni (Z) ... కమటాని.
Kambāribhatta (Z) కంబారిభట్ట.
Kambasingi (Z) ... కంబసింగి.
Kambesu (Z) I ... కంబేసు.
Kambēsu (Z) II ... కంబేసు.
Kandēsi (Z) .. కండేసి.
Kandusūru (Z) ... కందుసూరు
Kāngusiri (Z) ... కాంగుసిరి.
Kānikatitijolla (Z). కానికటిట్టిజోల్ల.
Kānikuchchiri (Z). కానికుచ్చిరి.
Kanipāyi (Z) ... కానిపాయి.
Kankubadi (Z) ... కంకుబడి.
Kannili (Z) ... కన్నిలి.
Kantsumōyi (Z) ... కంజుమోయి.
Kāpuchandili (Z). కాపుచందిలి.
Kāpumalligām (Z) కాపుమల్లిగాం.
Karandajōdi (Z)... కరంజజోడి.
Karandi (Z) ... కరండి.
Kāridangu (Z) ... కారిదంగు.
Kārikōna (Z) ... కారికోన.
Kārikōna (Z) ... కారికోన.
Karla (Z) .. కర్ల.
Karlakōna (Z) ... కర్లకోన.
Karnipādu (Z) I. కర్నిపాడు.
Karnipādu (Z) II. కర్నిపాడు.
Kārtigagūda (Z). కార్తిగగూడ.
Kārubāyi (Z) ... కారుబాయి.
Kārubayi (Z) ... కారుబాయి.
Kāsili (Z) ... కాసిలి.
Kasillandābadi (Z) కాసిల్లండాబడి
Kattikona (Z) ... కట్టికోన.
Kattingi (Z) ... కట్టింగి.
Kenduguda (Z) ... କେନ୍ଦୁଗୁଡା ।
Kerandi (Z) ... କେରଣ୍ଡି ।
Kerikhandi (Z) ... కెరిఖండి.
Kērikholla (Z) ... కేరిఖోల్ల.
Kēsangi (Z) I ... కేసంగి.
Kēsangi (Z) II ... కేసంగి.
Kēsavanāyunigūda (Z). కేసవనాయునిగూడ
Kēvatigūda (Z) ... కేవటిగూడ.
Khedapoda (Z) ... ଖେଦାପଡା ।
Khoirāgūda (Z) ... ఖోయిరాగూడ.
Khorajoda (Z) .. ఖోరజోడ.
Kidakabondalı (Z). కిడకబోండలి.
Kijalingi (Z) ... కిజలింగి.
Kilabhodro (Z) .. କିଳା ଭଦ୍ର ।
Kilāsakota (Z) ... కిలాసకోట.
Kilupāyi (Z) ... కిలుపాయి.
Kinneramada (Z). కిన్నెరమడ.
Kirakalapādu (Z). కిరకలపాడు.
Kīsara (Z) ... కీసర.
Kōdisa (Z) ... కోడిశ.
Kodalichuva (Z)... କୋଡ଼ାଳିଚୁଆ ।
Kōdukattipādu (Z) కోడుకత్తిపాడు.
Kōdulajimmidi(Z). కోడులజిమ్మిడి.
Kōdumalligām (Z). కోడుమల్లిగాం.
Kōdupādu (Z) I... కోడుపాడు.
Kōdupādu (Z) II. కోడుపాడు.
Kōduporidigūda (Z). కోడుపొరిడిగూడ.
Kōdupūjārigūda (Z). కోడుపూజారిగూడ
Kojirigūda (Z) ... కోజిరిగూడ.
Khojiriguda (Z)... ଖୋଜିରିଗୁଡା ।
Kolajangi (Z) ... కోలజంగి.
Kolanaro (Z) ... କୋଲାନାର ।

RAYAGHADA AGENCY—*cont.* రాయఘడ ఏజన్సీ—శేషము.

Kodangu (Z) ... ଡଦଙ୍ଗ ।
Kolliguda (Z) ... కొల్లిగూడ.
Kelliguda (Z) ... కొల్లిగూడ.
Kollitiguda (Z) ... కొల్లిటిగూడ.
Bollitipadra (Z) ... కొల్లిటిపద్ర.
Kōlumayi (Z) ... కోలుమాయి.
Komaraguda (Z) .. కొమరగూడ.
Komariguda (Z)... కోమరిగూడ.
Komasārikholla (Z). కొమసారికొల్ల.
Kōmatlapēta (Z)... కోమట్లపేట.
Konamandi (Z) ... కోనమండి.
Kondachompāyi (Z). కొండచొంపాయి.
Kondatulasi (Z)... కొండతులసి.
Konjangibōdi (Z). కొంజంగిబోడి.
Konnili (Z) ... కొన్నిలి.
Konnubisu (Z) ... కొన్నుబిసు.
Koppadangu (Z). కొప్పడంగు.
Koradopodoro (Z). କୋରଡୋପୋଡୋରୋ ।
Koranja (Z) ... కొరంజ.
Korapa (Z) ... కొరప.
Kornudapādu (Z). కొర్నుడపాడు.
Kortimma (Z) ... కోర్తిమ్మ.
Kosiguda (Z) ... କୋଶିଗୁଡ଼ା ।
Koskadangu (Z)... కొస్కడంగు.
Kōsupādu (Z) ... కోసుపాడు.
Kōsupāyi (Z) ... కోసుపాయి.
Kotikinalo (Z) ... କୋଟିକିନାଲୋ ।
Kotagūda (Z) ... కోటగూడ.
Kotlangi (Z) కొట్లంగి.
Kottāgūda (Z) I... కొత్తాగూడ.
Kottāgūda (Z) II. కొత్తాగూడ.
Kottagūda (Z) III కొత్తాగూడ.
Kottāgūda (Z) IV. కొత్తాగూడ.
Kottapēta (Z) ... కొత్తపేట.
Kottuganta (Z) ... కొట్టుగంట.
Kottupādu (Z) ... కొట్టుపాడు.
Kandri (Z) ... కండ్రి.
Kaskarapāyi (Z) కస్కరపాయి.
Krishtāpātrudigūda (Z) క్రిష్టపాత్రుడిగూడ
Kudāri (Z) .. కుడారి.
Kuddabhatta (Z). కుద్దాభట్ట.
Kukkurukollangu (Z) కుక్కురుకొల్లంగు.
Kūli (Z) .. కూలి.
Kumāngo (Z) .. కుమాంగో.
Kumbhikōta (Z) .. కుంభికోట.
Kummarigūda (Z). కుమ్మరిగూడ.
Kummarikodalichavva (Z). కుమ్మరికొడలిచవ్వ.
Kummaripeddūru (Z). కుమ్మరిపెద్దూరు.
Kuncha (Z) ... కుంచ.
Kundām (Z) ... కుండాం.
Kunjābadi (Z) .. కుంజాబడి.
Kuntubodi (Z) .. କୁଣ୍ଟୁବୋଡି ।
Kuntubodi (Z) ... କୁଣ୍ଟୁବୋଡି ।
Kurukutijolla (Z). కురుకుటిజొల్ల.
Kurumpēta (Z) ... కురుంపేట.
Kusubhētu (Z) ... కుసుబేటు.
Kusuku (Z) ... కుసుకు.
Kusumghatu (Z). కుసుంఘాటు.
Kusumusila (Z) .. కుసుముసిల.
Kūtikākili (Z) ... కూటికాకిలి.
Kuttili (Z) I ... కుట్టిలి.
Kuttili (Z) II ... కుట్టిలి.
Kuvvākhallu (Z)... కువ్వాఖల్లు.
Kyāmunda (Z) ... క్యాముండ.
Kyāpādu (Z) ... క్యాపాడు.
Kyāpādu (Z) ... క్యాపాడు.
Lachchukōna (Z). లచ్చుకోన.
Ladda (Z) I ... లద్ద.
Ladda (Z) II ... లద్ద.
Lakkāgūda (Z) ... లక్కాగూడ.
Lakkojorna (Z) ... లక్కొజొర్న.
Lakkāpāyi (Z) ... లక్కాపాయి.
Lakkāpodoro (Z). లక్కాపొడొరొ.

RAYAGHADA AGENCY—cont. రాయఘడ ఏజన్సీ—శేషము.

Lakkubadi (Z) ...	లక్కుబడి.
Lakshmīpuram I (Z).	లక్ష్మీపురం.
Lakshmīpuram II (Z)	లక్ష్మీపురం.
Lakshmīpuram III (Z).	లక్ష్మీపురం.
Lālimma (Z) ...	లాలిమ్మ.
Lambiri (Z) ...	లంబిరి.
Landāvalli (Z) ...	లండావల్లి.
Lēdari (Z) ...	లేదరి.
Lekkāpāyi (Z) ...	లెక్కాపాయి.
Lenda (Z) ...	లెండ.
Lendrakona (Z) ..	లెండ్రకోన.
Leppana (Z) ...	లెప్పన.
Limmajolla (Z)	లిమ్మజోల్ల.
Lingāgūda (Z) ...	లింగాగూడ.
Lingalapayi (Z)...	లింగలపాయి.
Lokopodoro (Z) ...	లోకోపోదోరో.
Lomda (Z) ...	లోండ.
Lovvaragedda (Z)	లొవ్వరగెడ్డ.
Luvakhalli (Z) ...	లువఖల్లి.
Ludurupādu (Z)...	లుదురుపాడు.
Lugitigūda (Z) ...	లుగిటిగూడ.
Lumdēsu (Z) ...	లుండేసు.
Madalajanni (Z)...	మదలజన్ని.
Madanāpuram (Z).	మదనాపురం.
Mahādēvikākili (Z)	మహాదేవికాకిలి.
Mahēndrapuram (Z).	మహేంద్రపురం.
Majjibondali (Z).	మజ్జిబొండలి.
Majjiguda (Z) ...	మజ్జిగూడ.
Mālingupòdoro (Z).	మాలింగుపొదొరొ.
Māmidigūda I (Z).	మామిడిగూడ.
Māmidigūdā II (Z).	మామిడిగూడ.
Mānabhāyi (Z) ...	మానభాయి.
Mandalanāyudu-pittēsi (Z).	మండలనాయుడుపిత్తేసి.
Mandhāra (Z) ..	మందార.
Mandiadombu (Z)	మండియాడొంబు
Mandiapodi (Z) ...	మండియాపొడి.
Mandibhattu (Z)...	మందిభట్టు.
Mandipodoro (Z).	మండిపొదొరొ.
Maandiyākatta (Z)	మండ్యాకొట్ట.
Maunāyigūda (Z)	మన్నాయిగూడ.
Mantrajolli (Z) ...	మంత్రజొల్లి.
Mārchukōna (Z) ...	మార్చుకోన.
Marrigūda (Z) ...	మర్రిగూడ.
Marskapōdu (Z) ..	మర్స్కపోడు.
Mattikāri (Z) ..	మట్టికారి.
Mattikēsari (Z) ...	మట్టికేసరి.
Māyāvalli (Z) ...	మాయావల్లి.
Mellikajolla (Z) ...	మెల్లికజొల్ల.
Mellikajubba (Z).	మెల్లికజుబ్బ.
Mendemgūda (Z).	మెండెంగూడ.
Mettābadi (Z) ...	మెట్టాబడి.
Mīnarajolla (Z) ...	మీనరజొల్ల.
Minyādangu (Z)...	మిన్యాడంగు.
Mirabilli (Z) ...	మిరబిల్లి.
Mōganda (Z) ...	మోగండ.
Monnārigūda (Z).	మొన్నారిగూడ.
Mudugūru (Z) ...	ముడుగూరు.
Mukundapuram (Z).	ముకుందపురం.
Mukundapuram (Z).	ముకుందపురం.
Mundrugūda (Z).	ముండ్రుగూడ.
Murkākōna (Z) ...	ముర్కాకోన.
Murtili (Z) ...	ముర్తిలి.
Musupallu (Z) ...	ముసుపల్లు.
Muttikōna (Z) ..	ముత్తికోన.
Nāgētibēdu (Z) ...	నాగేటిబేడు.
Nagita (Z) ...	నగిట.
Nānugaya ...	నానుగయ.
Nārāyanapuram (Z).	నారాయణపురం
Nāringatālu (Z) ...	నారింగటాలు.
Nāthama (Z) ...	నాథమ.
Nellibādi (Z) ...	నెల్లిబాడి.
Nellibhadra (Z) ...	నెల్లిభద్ర.

RAYAGADA AGENCY—cont. రాయగడ ఏజన్సీ—శేషము.

Nellikanti (Z) ... నెల్లికంటి.
Nellubadi (Z) ... నెల్లుబడి.
Nimmajolla (Z) ... నిమ్మాజొల్ల.
Oddugūda (Z) ... ఒడ్డుగూడ.
Odēsi (Z) ... ఒడేసి.
Ojjayagūda (Z) ... ఒజ్జయగూడ.
Ombasavalli (Z) ... ఒంబసవల్లి.
Onikona (Z) ... ఒనికొన.
Orugona (Z) ... ఒరుగొన.
Padmāpuram (Z). పద్మాపురం.
Padmāpuram II (Z). పద్మాపురం.
Pāgavudugūda (Z). పాగవుడుగూడ.
Pankojōdi (Z) ... పంకజోడి.
Pakiru (Z) ... పకిరు.
Pālakhomaska (Z). పాలఖొమస్క.
Pāligūda (Z) ... పాలిగూడ.
Pallaputulasi (Z). పల్లపుతులసి.
Pallērupādu (Z)... పల్లేరుపాడు.
Panasagūda I (Z). పనసగూడ.
Panasagūda II (Z) పనసగూడ.
Panasagūda III (Z). పనసగూడ.
Pāpanasāyi (Z) ... పాపనసాయి.
Panchakōdi (Z) ... పంచకోడి.
Pāndrapādu (Z) ... పాండ్రపాడు.
Pāndratala (Z) ... పాండ్రతల.
Pangurubāyi (Z). పంగురుబాయి.
Pānichatra (Z) ... పానిచత్ర.
Panukugūda (Z)... పనుకుగూడ.
Pāpiballi (Z) ... పాపిబల్లి.
Pāpikona (Z) ... పాపికొన.
Paramāli (Z) ... పరమాలి.
Parlapāyi (Z) ... పర్లపాయి.
Pārtibodi (Z) ... పార్తిబోడి.
Pārtikuppa (Z) ... పార్తికుప్ప.
Pāsāda (Z) ... పాసాడ.
Patalamba (Z) ... పతలంబ.
Patalamba (Z) ... పతలంబ.
Pātragudā (Z) ... పాత్రగూడ.
Pātraputti (Z) ... పాత్రపుట్టి.
Pattuguda (Z) .. పట్టుగూడ.
Pāyakapādu (Z)... పాయకపాడు.
Peddabālasūra (Z). పెద్దబాలసూర.
Peddabāvanaguda (Z). పెద్దబావనగూడ.
Peddadangusura (Z). పెద్దడంగుసుర.
Peddadenginelli (Z). పెద్దడెంగినెల్లి.
Peddagūda (Z) ... పెద్దగూడ.
Peddagumada (Z). పెద్దగుమడ.
Pedda Irukubadi (Z). పెద్దఇరుకుబడి.
Peddajammita (Z). పెద్దజమ్మిట.
Peddakākili alias Mahādēvikakili (Z). పెద్దకాకిలి ఉరఫు మహాదేవికాకిలి.
Peddagāngu (Z)... పెద్దగాంగు.
Peddakbilābhadra (Z). పెద్దకిలాభద్ర.
Peddakuvvāngu (Z). పెద్దకువ్వాంగు.
Peddalittapuli (Z). పెద్దలిట్టపులి.
Peddaluguti (Z)... పెద్దలుగుటి.
Peddamerida (Z). పెద్దమెరిడ.
Peddarāyisingi (Z) పెద్దరాయిసింగి.
Peddasandubadi (Z). పెద్దసందుబడి.
Peddatodra (Z) ... పెద్దతొద్ర.
Petala (Z) .. పెతల.
Pendili ... పెండిలి.
Penkōna ... పెంకోన.
Penta (Z) ... పెంట.
Penupāska (Z) .. పెనుపస్క.
Pērābadi (Z) .. పేరాబడి.
Perigām (Z) .. పెరిగామ్.
Pettāgūda (Z) ... పెట్టాగూడ.
Pettikappu (Z) ... పెట్టికప్పు.

RAYAGHADA AGENCY—cont. రాయఘడ ఏజన్సీ—శేషము.

Pidiya (Z) ... పిడియా.
Pinda (Z) ... పిందా.
Pippalibayi (Z) ... పిప్పలిబాయి.
Pippaligedda (Z). పిప్పలిగెడ్డ.
Pippaligūda I (Z). పిప్పలిగూడ.
Pippaligūda II (Z) పిప్పలిగూడ.
Podamara (Z) .. పొడమర.
Podekāni (Z) ... పొడెకాని.
Podemara (Z) ... పొడెమర.
Podibhatta (Z) ... పొడిభట్ట.
Podichuvva (Z) ... పొడిచువ్వ.
Podikuchcha (Z). పొడికుచ్చ.
Pōlamma (Z) ... పోలమ్మ.
Polikālimma (Z)... పోలికాలిమ్మ.
Polipenda (Z) ... పోలిపెండ.
Polligām (Z) ... పొల్లిగాం.
Pollugūda (Z) ... పొల్లుగూడ.
Pomada (Z) ... పోమడ.
Pongali I (Z) .. పొంగలి.
Pongali II (Z) ... పొంగలి.
Pradhanigūda (Z). ప్రధానిగూడ.
Predhanipada (Z). ప్రధానిపడ.
Pratāpuram (Z) .. ప్రతాపురము.
Pūjāribombu (Z). పూజారిబొంబు.
Pūjārigūda I (Z) .. పూజారిగూడ.
Pūjārigūda II (Z). పూజారిగూడ.
Pūjārigūda III (Z). పూజారిగూడ.
Pūjārigūda IV (Z) పూజారిగూడ.
Pullukōna (Z) ... పుల్లుకోన.
Pullukōna (Z) ... పుల్లుకోన.
Pujapāyi (Z) ... పూజాపాయి.
Pullukōna (Z) ... పుల్లుకోన.
Pūsubadi (Z) ... పూసుబడి.
Pūsugumada (Z). పూసుగుమడ.
Rābugūda (Z) ... రాబుగూడ.
Rāchukūppa (Z)... రాచుకుప్ప.
Ragada (Z) ... రగడ.
Ragadāgūda (Z) .. రగడాగూడ.
Rāgagūda (Z) ... రాగగూడ.
Ragunādhapuram (Z). రగునాథపురం.
Rāigada (Z) ... రాయిగడ.
Rājapuram (Z) ... రాజపురం.
Rāmachandrāpuram (Z). రామచంద్రపురం.
Rāmbu (Z) ... రాంబు.
Rāmpuram I (Z). రాంపురం.
Rāmpuram II (Z). రాంపురం.
Rānagūda (Z) .. రానగూడ.
Randikōna (Z) .. రండికోన.
Rānigūda (Z) ... రానిగూడ.
Rānīpodoro (Z) ... రానిపొదొరో.
Rappukōna (Z) రప్పుకోన.
Rāyulagūda (Z)... రాయులగూడ.
Rāyanachikkābadi (Z). రాయనచిక్కాబడి.
Rāyikōna ... రాయికోన.
Rāyilamma (Z) ... రాయిలమ్మ.
Rēgalapādu (Z) .. రేగలపాడు.
Rēkhapāyi (Z) ... రేఖాపాయి.
Rekkaligūda (Z). రెక్కలిగూడ.
Rekkubhadra (Z). రెక్కుభద్ర.
Rellibādigām (Z). రెల్లిబాడిగాం.
Rōvati (Z) ... రోవటి.
Rēvatigūda (Z) రేవటిగూడ.
Rēvatipādugūda (Z). రేవటిపాడుగూడ.
Rivvalikona (Z) ... రివ్వలికోన.
Rōbadi (Z) ... రోబడి
Rōdangi (Z) ... రోడంగి.
Roppa (Z) ... రొప్ప.
Ruppini (Z) ... రుప్పిణి.
Sādhubisāyi (Z) ... సాదుబిసాయి.
Sālimi (Z) ... సాలిమి.
Sankesu (Z) ... సంకేసు.
Santabādigām (Z). సంతబాడిగాం.
Sarābupitēsu (Z). సరాబుపితేసు.
Sārijolla (Z) ... సారిజొల్ల.
Sembili (Z) ... సెంబిలి.

Rayaghada Agency—cont. రాయఘడ ఏజన్సి—శేషము.

Serābayi (Z) ... సెరాబాయి.
Sērigūda (Z) ... సేరిగూడ.
Sharabugūda (Z). షరాబుగూడ.
Sikarapāyi (Z) ... సికరపాయి.
Sikōpāyi (Z) ... సికోపాయి.
Siliitigūda (Z) ... సిల్లిటిగూడ.
Sindabādi (Z) ... సిందుబడి.
Sindhubayi (Z) ... సింధుబాయి.
Sindubadi (Z) ... శిందుబడి.
Singanāpuram (Z). సింగనాపురం.
Singapotta (Z) ... శింగపొట్ట.
Singāputti (Z) ... సింగాపుట్టి.
Singāpūyi (Z) ... సింగాపూయి.
Singāri (Z) ... సింగారి.
Sirandābadi (Z) .. సిరందాబడి.
Sirasapādu (Z) .. సిరసపాడు.
Sirigumma (Z) ... సిరిగుమ్మ.
Sirikona (Z) ... సిరికోన.
Siripuram (Z) ... సిరిపురం.
Sirisuli (Z) ... సిరిసులి.
Sītāpuram (Z) ... సీతాపురం.
Sodalasa (Z) ... సోదలస.
Sorāti (Z) .. సొరాటి.
Sorigigūda (Z) ... సొరిగిగూడ.
Sorigipodoro (Z). సొరిగిపొదొరొ.
Sōrupalle (Z) . సోరుపల్లె.
Sōrupilli (Z) ... సోరుపిల్లి.
Sūlipadra (Z) ... సూలిపద్ర.
Sullabadi (Z) ... సుల్లబడి.
Sundramati (Z) ... సుంద్రమతి.
Sunakondi (S) ... ସୁନାକୋଣ୍ଡି ।
Surada (Z) ... సురడ.
Surapi (Z) .. సురపి.
Sūri (Z) ... సూరి.
Surini (Z) ... సురిని.
Surumuli (Z) ... సురుములి.
Tadama (Z) ... తడమ.
Tadamamālipādu (Z). తడమమాలిపాడు.
Tādigūdā (Z) ... తాడిగూడ.
Tādijolla (Z) ... తాడిజొల్ల.
Tādipuram (Z) ... తాడిపురం.
Tajja (Z) ... తజ్జ.
Tambalabāyi (Z). తంబలబాయి.
Tarapalle (Z) ... తరాపల్లె.
Tarapalle (Z) ... తరాపల్లె.
Tarlābāyi (Z) .. తర్లాబాయి.
Tarlābāyi (Z) ... తర్లాబాయి.
Taskāpadu (Z) ... తస్కాపాడు.
Tasku (Z) ... తస్కు.
Tēda (Z) .. తేడ.
Tebala (Z) ... తెబాల.
Tennutikiri (Z) ... తెన్నుటికిరి.
Tentulibodro (Z). ତେନ୍ତୁଳିବୋଦ୍ର ।
Teravali (Z) ... తెరవలి.
Tikaragūda (Z) ... టికరగూడ.
Tikarakontuva (Z). టికరకొంటువ.
Tikarapadu I (Z). టికరపాడు.
Tikarapadu II (Z). టికరపాడు.
Tikarapadu III (Z) టికరపాడు.
Tilēru (Z) .. తిలేరు.
Tilēsu (Z) ... తిలేసు.
Tilesudharinagiti (Z). తిలెసుధరినగిటి.
Tilumaska (Z) ... తిలుమస్క.
Tilūru (Z) ... తిలూరు.
Tingarajolla (Z) .. టింగరజొల్ల.
Todidoli (Z) ... టొడిదొలి.
Tokkāpāda (Z) ... టొక్కాపాడ.
Tolaramba (Z) ... తొలరంబ.
Tondalagūda (Z). తొండలగూడ.
Tōrām (Z) ... తోరాం.
Tōtagūda (Z) ... తోటగూడ.
Toyāputti (Z) ... తోయాపుట్టి.
Toyyiugi (Z) ... తొయ్యింగి.
Tumba (Z) ... తుంబ.
Tummigūda (Z) ... తుమ్మిగూడ.

RAYAGHADA AGENCY—cont. రాయఘడ ఏజన్సి—శేషము.

Tummitarayi (Z). తుమ్మితరాయి.
Tusku (Z) ... టుస్కు.
Udayapuram ... ఉదయపురం.
Ujjigūda (Z) ... ఉజ్జిగూడ.
Uliki (Z) .. ఉలికి.
Urvāpaka (Z) ... ఉర్వాపాక.
Usirikapādu (Z) ... ఉసిరికపాడు.
Utakāpādu (Z) ... ఉతకాపాడు.
Uttrikōta (Z) ... ఉత్తరికోట.
Vadāvadi (Z) ... వడావడి.
Vaddipatigūda (Z) వడ్డిపటిగూడ.
Vallanda (Z) . వల్లండ.
Vanaka (Z) ... వణక.
Nanakabadi ... వణకబడి.
Vantāmada (Z) ... వంటామడ.
Vantari (Z) ... వంటరి.
Varada (Z) ... వరద.
Varapana (Z) ... వరపన.
Velagalapadu (Z) వెలగలపాడు.
Vijayanagaram (Z). విజయనగరం.
Vinōdapuram (Z). వినోదపురం.
Vīranārāyanapuram I (Z). వీరనారాయణపురం.
Vīranārāyanapuram II (Z) వీరనారాయణపురం.
Vodesi (Z) ... వొడెసి.
Vorugona (Z) ... ఒరుగొన.
Vorugona (Z) ... ఒరుగొన.
Yāmaligūda (Z) ... యామలిగూడ.

SALUUR AGENCY. సాలూరు ఏజన్సి.

Adarīvalasa ... అడారివలస.
Ajuru ... అజూరు.
Borramamidi ... బొర్రమామిడి.
Būrapādu ... బూరపాడు.
Burjavalasa ... బూర్జవలస.
Chittelaba .. చిట్టెలబ.
Chittipuram ... చిట్టిపురం.
Chuchupāyi ... చుచ్చుపాయి.
Demisarāyi ... దెమిసరాయి.
Dhulibadra ... దూలిభద్ర.
Diguvarūdi ... దిగువరూడి.
Dolemba ... డోలెంబ.
Donkalavelagavalasa. డొంకలవెలగవలస.
Doraluddandi ... దొరులుద్దండి.
Eguvaondaugi ... ఎగువదొండంగి.
Eguvasombi ... ఎగువసొంబి.
Eguvavalasa ... ఎగువవలస
Gadiguddovalasa. గడిగుడ్డవలస.
Gādivalasa ... గడివలస.
Gālipādu ... గాలిపాడు.
Ganjāyibhadra ... గంజాయిభద్ర.
Gavarlagoyyi ... గవర్లగొయ్యి.
Gelapadu ... గెలపాడు.
Gottipādu ... గొట్టిపాడు.
Gottūru ... గొట్టూరు.
Gummadiguda ... గుమ్మడిగూడ.
Gummavalasa ... గుమ్మవలస.
Gunjalapādu .. గుంజాలపాడు.
Gunnalavalasa ... గున్నలవలస.
Heringivalasa . హిరింగివలస.
Ippalavalasa ... ఇప్పలవలస.
Jelladuvalasa ... జెల్లాడువలస.
Kāgurudi ... కాగురూడి.
Kammarājōdi .. కమ్మరాజోడి.
Kanapalabanda ... కనపలబండ.
Kantsuru . కంచూరు.
Karadavalasa ... కరదవలస.
Karadāyivalasa ... కరదాయివలస.
Karakavalasa ... కరకవలస.
Katārukōta alias Adāruvalasa. కటారుకోట ఉరఫు అడారువలస.
Kirangi .. కిరంగి.
Kirarādu ... కిరపాడు.
Kōmativalasa ... కోమటివలస.
Kōnadāra ... కోనదార.

Salur Agency—cont. సాలూరు ఏజన్సి—శేషము.

Kondaluddandi	.. కొండలుద్దండి.
Kondamamidi-vālasa.	కొండమామిడివలస.
Kondamōsūru	... కొండమోసూరు.
Koudivalasa	... కొండివలస.
Kōpumāmidi-valasa.	కోపుమామిడివలస.
Kotiya	... కొటియ.
Kudakāru	... కుడకారు.
Lāvudi	... లావుడి.
Lōlingabhadra	... లోలింగభద్ర.
Lōvalasa	... లోవలస.
Makkuva	... మక్కువ.
Maddiguddevalasa.	మద్దిగుడ్డెవలస.
Meliyakanchūru	... మెలియకంచూరు.
Mōduga	... మోదుగ.
Mudakāru	... ముడకారు.
Mungārugummi	... ముంగారుగుమ్మి.
Nezarell	... నెజరెల్.
Nērallavalasa	... నేరెళ్లవలస.
Nērallavalasa	... నేరెళ్లవలస.
Nilammavalasa	... నీలమ్మవలస
Nimmalapādu	... నిమ్మలపాడు
Nūravarahālapēta.	నూరివరహాలపేట.
Nūtigudde	... నూతిగుడ్డె.
Panaeamada	... పనసమడ.
Paniki	... పనికి.
Panukuchennāru.	పనుకుచెన్నారు.
Pārthapuram	... పార్థాపురం.
Pātalāvudi	... పాతలావుడి.
Patapādu	... పాతపాడు.
Pattuchennāru	... పట్టుచెన్నారు.
Pōlommavalasa	... పోలమ్మవలస.
Pūdivalasa	... పూడివలస.
Pūjavalasa	... పూజవలస.
Pūtikapadu	... పూతికపాడు.
Ranasingapādu	.. రనసింగపాడు.
Rāyavalasa	... రాయవలస.
Sārasapadu	... సారసపాడు.
Satāpi	... సతాపి.
Sayīnu	... సయీను.
Sikaparuvu	... సికపరువు.
Sūkurulova	... సూకురులోవ.
Sullāra	... సుల్లార.
~~Sunki~~	~~... సుంకి.~~
Tangalam	... టంగలాం.
Tātipatti	... తాటిపట్టి.
Tōtalapadu	... తోటలపాడు.
Tsākirēvuvalasa	... చాకిరేవువలస
Tumaravalli	... తుమరవల్లి
Vadelagudda	... వడ్డెలగుడ్డ.
Valaparuvu	... వలపరువు.
Valisa	... వలిస.
Vālugām	... వాలుగాం.
Vankamāmidi	... వంకమామిడి.
Yātagānivalasa	... యాతగానివలస.

Srungavarapukota Agency. శృంగవరపుకోట—ఏజన్సి.

Anantagiri (Z)	... అనంతగిరి.
Balīyagūda (Z)	... బలియాగూడ.
Balliguda (Z)	... బల్లిగూడ.
Ballimāmidi (Z)	... బల్లమామిడి.
Bangārampēta (Z).	బంగారంపేట.
Bhagammudivala-sa (Z).	భాగమ్ముడివలస.
Bisupuram (Z)	... బిసుపురం.
Bodagūda (Z)	... బొడగూడ.
Boddapadu (Z)	... బొడ్డపాడు.
Boragūda (Z)	బోరగూడ.
Boraboravalasa (Z)	బోరబోరవలస
Boringūda (Z)	... బోరింగూడ.
Būdi (Z)	... బూడి.
Būsipadu (Z)	... బూసిపాడు.
Cherukubidda (Z).	చెరుకుబిడ్డ.
Chidivalasa (Z)	.. చీడివలస.
Chilakalagadda (Z)	చిలకలగడ్డ.
Chimiti (Z)	... చిమిటి.
Chittampādu (Z)	చిట్టంపాడు.

Srungavarapukota Agency—cont. శృంగవరపుకోట ఏజన్సీ—శేషము.

Chittamvalasa (Z). చిట్టంవలస.
Dabbalapādu (I) (Z) దబ్బలపాడు.
Dabbalapalem (II) (Z). దబ్బలపాలెం.
Damsarivalasa (Z). దంసరివలస.
Dandapādu (Z) ... దండపాడు.
Dāsaritota ... దాసరితోట.
Dayyālagaruvu (Z). దయ్యాలగరువు.
Dhamuku (Z) ... ధముకు.
Dhanakōta (Z) ... ధనకోట.
Doravalasa (Z) ... దొరవలస
Dumbarigūda (Z). దుంబరిగూడ.
Dumbarivalasa (Z). దుంబరివలస.
Gadigudde (Z) ... గడిగుడ్డె.
Gangavaram (Z)... గంగవరం.
Goudiguda (Z) ... గౌండిగూడ.
Gumma (Z) ... గుమ్మ.
Itamanuvalasa (Z). ఈతమానువలస.
Jakaravalasa (Z). జకరవలస.
Jāmiguda (Z) ... జామిగూడ.
Jīlugulapādu (Z). జీలుగులపాడు.
Jōgivalasa (Z) ... జోగివలస.
Kamalāpuram (Z) కమలాపురం.
Kambagūda (Z) ... కంబగూడ.
Kambavalasa (Z). కంబవలస.
Kambalatota (Z). కంబాలతోట.
Kantipuram (Z) ... కంటిపురం.
Kapatiguda (Z) ... కపటిగూడ.
Karakavalasa (I) (Z). కరకవలస.
Karakavalasa (II) (Z). కరకవలస.
Karavāsi (Z) ... కరవాసి.
Karriguda (Z) ... కర్రిగూడ.
Kasipatnam (Z) ... కాశీపట్నం.
Kittayyatōta (Z). కిత్తయ్యతోట.
Kodamguda ... కొడంగూడ.
Kondiba (Z) ... కొండిబ.
Korravalasa (Z) ... కొర్రవలస.
Kōsambu (Z) ... కోసంబు.
Kottavalasa ... కొత్తవలస.
Kottavūru (Z) ... కొత్తవూరు.
Kotturu (Z) ... కొత్తూరు.
Krishnapuram (Z). కృష్ణాపురం.
Kumbudite (Z) ... కుంబుడితి.
Kummaravalasa (Z). కుమ్మరవలస.
Lakshmipuram (Z) లక్ష్మీపురం.
Lanjalagundam లంజలగుండం.
Limmagūda (Z) ... లిమ్మగూడ.
Longuparti (Z) ... లాంగుపర్తి.
Maddipādu (Z) ... మద్దిపాడు.
Malemvalasa (Z)... మాలెంవలస.
Manadagūda (Z). మనడగూడ.
Mandaparti (Z) ... మందపర్తి.
Mandigāmugūda (Z). మండిగాముగూడ.
Mōdaparti (Z) ... మోదపర్తి.
Mettavalasa (I) (Z) మెట్టవలస.
Mirtindungāda (Z). మిర్తిండుంగాడ.
Mogavalasa (Z) ... మొగవలస.
Mukundapuram (Z). ముకుందపురం.
Mulyagūda (Z) .. ముల్యగూడ.
Muttapādu (Z) ... ముట్టపాడు.
Nandilavalasa (Z). నందిలవలస.
Nadimvalasa (Z). నడింవలస.
Nēlapalem (Z) ... నేలపాలెం.
Nārellavalasa (Z). నారెళ్లవలస.
Nimmavūta (Z) ... నిమ్మవూట.
Parnapeddūru (Z). పర్నపెద్దూరు.
Pātakōta (Z) ... పాతకోట.
Pandirimāmidivalasa (Z). పందిరిమామిడివలస.
Patte (Z) ... పట్టె.
Pantivanipalem (Z) పంతివానిపాలెం.

SRUNGAVARAPUKOTA AGENCY—cont. శృంగవరపుకోట ఏజన్సీ—శేషము.

Peddabidda (Z) ... పెద్దబిడ్డ.
Peddūru (Z) ... పెద్దూరు.
Pimpalagūda (Z). పింపలగూడ.
Pūlavalasa (Z) ... పూలవలస.
Pulusumāmidi (Z). పులుసుమామిడి.
Rājapākavalasa (Z) రాజపాకవలస.
Rāyapādu (Z) ... రాయపాడు.
Rāyapālem (Z) ... రాయపాలెం.
Rāyivalasa (Z) ... రాయివలస.
Rēgām (Z) ... రేగాం.
Sāda (Z) ... సాద.
Sāravānipālem (Z). సారవానిపాలెం.
Sesimundavalasa (Z). శెసిముండవలస.
Singaraba (Z) ... సింగరబ.
Sitammapōta (Z). సీతమ్మపేట.
Sivalingapuram (Z) సివలింగపురం.
Sobba (Z) ... సొబ్బ.
Tādigūda (Z) ... తాడిగూడ.
Tattavalasa ... తత్తవలస.
Tīgelamāda (Z) ... తీగెలమాడ.
Tintulagūda (Z) .. తింతులగూడ.
Tōkuru (Z) ... టోకురు.
Tōkavalasa (Z) ... టోకవలస.
Tongigūda (Z) ... టొంగిగూడ.
Tummamānuvalasa (Z). తుమ్మమానువలస.
Vanjulavalsa (Z). వంజులవలస.
Varakaroddu (Z). వరకరొడ్డు.
Venkayyapālem (Z) వెంకయ్యపాలెం.
Yōkotigūda (Z) ... యోకటిగూడ.